Lời nói đầu

Nhằm đáp ứng nhu cầu ngày càng phát triển của tiếng Việt lẫn tiếng Pháp và nhu cầu bổ sung vào sự đổi mới, cập nhật của ngôn ngữ Việt Pháp, nhất là theo kịp đà tiến bộ của khoa học kỹ thuật, nhóm biên soạn chúng ra mắt bạn đọc cuốn **"Từ điển Pháp - Việt 65.000 từ"** này.

Cuốn từ điển này được biên soạn dựa trên nội dung của cuốn từ điển "Petit dictionnaire universel" của nhà xuất bản Hachette trong kỳ tái bản và bổ sung năm 1993.

Mặc dù đây là một cuốn từ điển có kích cỡ nhỏ, nhưng lại bao gồm một nội dung khá phong phú với 65.000 đầu mục từ phổ thông và chuyên ngành.

Ở đây các bạn sẽ gặp các từ ngữ từ lĩnh vực phổ thông nhất trong đời sống giao tiếp hàng ngày cho đến các thuật ngữ về khoa học kỹ thuật chuyên ngành; và bên cạnh đó các bạn cũng sẽ bắt gặp các từ, vốn hiện nay không còn lưu hành thông dụng, nhưng rất cần để tra cứu, để đọc và hiểu được các tác giả lớn của Pháp vào các thế kỷ 19 và đầu 20. Với nội dung này, các từ đều được sắp xếp có mạch lạc và hệ thống: các từ cùng họ từ được sắp xếp kế cận nhau, mỗi từ cũng sẽ có các ghi chú riêng như: Familier: phổ thông, Littéraire: văn học, Vieux: cổ ... hoặc Médecine: Y học, Informatique: tin học, Linguistique: ngữ học ... để bạn đọc tiện tra cứu và tìm hiểu. Chúng tôi cũng phiên âm các từ dựa theo bản phiên âm quốc tế của Pháp "Règles générales du phonétismé français" để giúp các bạn có một phát âm chuẩn về một ngôn ngữ có nền văn hóa lâu đời này. Trong ý hướng là giúp ích thiết thực cho tất cả các bạn trong giao tiếp, đọc hiểu tiếng Pháp, nhóm biên soạn chúng tôi rất mong đón nhận những góp ý chân thành từ phía các bạn để cuốn từ điển này được hoàn chỉnh hơn trong lần tái bản tới.

Nhóm Biên Soạn

ALPHABET PHONÉTIQUE INTERNATIONAL

CONSONNES			VOYELLES		
b	de bal	/bal/	a	de patte	/pat/
d	de dent	/dɑ/	ɑ	de pâte	/pɑt/
f	de foire	/fwar/	ɑ̃	de clan	/klɑ̃/
g	de gomme	/gɔm/	e	de dé	/de/
h	holà !	/hɔla/	ɛ	de belle	/bɛl/
	hourra !	/huʀa/	ɛ̃	de lin	/lɛ̃/
	(valeur		ə	de demain	/dəmɛ̃/
	expressive		i	de gris	/gʀi/
k	de clé	/kle/	o	de gros	/gro/
l	de lien	/ljɛ̃/	ɔ	de corps	/kɔʀ/
m	de mer	/mɛʀ/	ɔ̃	de long	/lɔ̃/
n	de nage	/naʒ/	œ	de leur	/lœʀ/
ɲ	de gnon	/ɲɔ̃/	œ̃	de brun	/bʀœ̃/
ŋ	de dancing	/dɑ̃siŋ/	ø	de deux	/dø/
p	de porte	/pɔʀt/	u	de fou	/fu/
ʀ	de rire	/ʀiʀ/	y	de pur	/pyʀ/
s	de sang	/sɑ̃/			
ʃ	de chien	/ʃjɛ̃/	SEMI-VOYELLES		
t	de train	/tʀɛ̃/			
v	de voile	/vwal/			
x	de buch (all)	/bux/	j	de fille	/fij/
z	de zèbre	/zɛbʀ/	ɥ	de huit	/ɥit/
ʒ	de jeune	/ʒœn/	w	de oui	/ɛwi/

ABRÉVIATION
CHỮ VIẾT TẮT

a adjectif *tính từ*
a, n adjectif et nom *tính từ và danh từ*
abrév abreviation *viết tắt*
Abusiv abusivement *quá đáng, lạm dụng (từ)*
ADMIN administration *chánh quyền*
admin administratif *hành chính*
AERON aeronautique *hàng không*
affl affluent *nhánh sông, chi lưu*
aggl agglomeration *vùng thành phố (cả ngoại ô)*
AGRIC agriculture *nông nghiệp*
ANAT anatomie *cơ thể học*
Anc ancien *xưa, cũ*
anc ancien, ancienement *xưa, trước đây*
ANTHROP anthropology *nhân loại học*
ANTIQ antiquite *cổ, cổ đại*
Ant antonyme *phản nghĩa, trái nghĩa*
apr apres *sau, gần*
ARCHEOL archeology *khảo cổ học*
ARCHI architecture *kiến trúc*
Arg argot *tiếng lóng*
ARITH arithmetique *số học*
arr arrondissement *quên*
ASTRO astronomie *thiên văn*
AUDIOV audiovisual *nghe nhìn*
auj aujourd'hui *ngày nay*
AUTO automobile *xe hơi*
auton autonome *tự trị*
av adverbe *phó từ (trạng từ)*
av avant *trước, trước đây*
BIOL biologie *sinh học*
BOT botanique *thực vật*
BX-A beaux-arts *mỹ thuật*
cant canton *tổng*
cap capitale *thủ đô*
ch-l chef-lieu *tỉnh lỵ, thủ phủ*
CHIM chimie *hóa học*

CHIR chirugie *giải phẫu học*
CINE cinema *phim ảnh*
COMM commerce *thương mại*
commun communaute *công cộng*
conj conjonction *từ nối, liên từ*
CONSTR construction *kết cấu, cấu trúc*
COUT couture *ngành may*
CUIS cuisine *nấu ăn*
dém demonstratif *chỉ định*
dép departement *tỉnh (bộ)*
Didac didactique *từ chuyên môn*
DR droit *luật pháp*
E est (phl zng) *đông*
ECON economie *kinh teg*
ECOL ecology *sinh thái học*
ELECTRON electronique *điện tử học*
ELEV elevage *chăn nuôi*
EMBRYOL embryologie *phôi sinh học*
env environ *khoảng chừng*
EQUIT equitation *thuật cưỡi ngựa*
ETHNOL ethnologie *dân tộc học*
Fam familier *thân mật (ngôn ngữ nói, khác với ngôn ngữ viết)*
FEOD feodalite *phong kiến*
FIN finances *tài chính*
FISC fiscalite *thuế khóa*
fl fleuve *sông*
FORTIF fortification *nhấn mạnh*
GEOGR geographie *địa lý*
GEOL geologie *địa chất*
GEOM geometrie *hình học*
gr grec *Hy Lạp*
GRAM grammaire *ngữ pháp (văn phạm)*
HERALD heraldique *huy hiệu*
HIST histoire *lịch sử*
HYDROL hydrologie *thủy học*
h habitants *dân cư*

impers impersonnel *vô nhân xưng*
IMPRIM imprimerie *in ấn, ấn loát*
ind indicatif *trực thuyết cách*
indéf indefini *không xác định*
INFORM informatique *tin học*
inf infinitif *nguyên mẫu*
interj interjection *thán từ*
inv invariable *không biến đổi*
J-C Jesus-Christ *Đức Chúa Jésus*
km kilometres kilomet, *cây số*
lat latin *latinh*
LING linguistique *ngôn ngữ học*
LITTER litterature *văn chương*
Litt litteraire *văn học*
LITURG liturgie *nghi lễ*
LOG logique logic, *lôgic học*
m metres *mét*
majusc majuscule *chữ viết hoa*
MAR marine *biển, hàng hải*
MATH mathematique *toán học*
MED medecine *y học*
MILIT militaire *quân sự*
MINER mineralogie *khoáng vật học*
MUS musique *âm nhạc*
MYTH, myth mythologie *thần thoại*
N.,N.-E.,N.-O nord, nord-est, nord-ourst *Bắc, Đông bắc, Tây bắc*
n nom *danh từ*
n, a nom et adjectif *danh từ và tính từ~*
nf nom feminin *danh từ giống cái*
nfpl nom feminin pluriel *danh từ giống cái số nhiều*
nm nom masculin *danh từ giống đực*
nmpl nom masculin pluriel *danh từ giống đực số nhiều*
num numeral *số* (numeral)
O ouest *(phương) Tây*
oppos opposition
PALEONT paleontologie *cổ sinh vật học*
part participle *phân từ*
partic particulierement *đặc biệt*
PEINT peinture *họa, vẽ*
Péjor pejoratif *nghĩa xấu*
pers personnel *nhân xưng*
PHARM pharmcie *Dược học*
PHILO philosophie triеghoa

PHON phonetique *ngữ âm học*
PHOTO photographie *ảnh*
PHYS physique *vật lý*
PHYSIOL physiologie *Sinh lý học*
pl pluriel *số nhiều*
POLIT politique *chính trị*
Pop populaire *bình dân*
poss possessif
préc precedent
PREHIST prehistoire tiefi sl
pr preonom *đại*
prép preposition *giới từ*
princ principal, principalement *nguyên tắc, chính*
prov province *tỉnh*
PSYCHAN psychanalyse *phân tâm học*
PSYCHIAT psychiatrie *tâm thần học*
PSYCHO psychologie taln ly hou
qq part quelque part *phần nào đó*
qqch quelque chose *cái nào đó*
qqn quelqu¼an ai *đó*
Reg regionalisme *tiếng (từ) địa phương*
rég region *địa phương, vùng*
RELIG religion *tôn giáo*
rel relatif *quan hệ*
rép republique *cộng hòa*
RHET rhetorique tu *từ học*
riv riviere *sông*
rom romain La Ma{
S.,S.-E.,S.-O sud, sud-est, sud-ouest *Nam, Đông nam, Tây nam*
s sieele *thế kỷ*
SC NAT sciences naturelles *khoa học tự nhiên*
SEXOL sexologie *xã hội học*
spécial specialement *đặc biệt*
SPORT sports *thể thao*
stat station tram, *ga*
STATIS statistique *thống kê*
subj subjonctif *lối liên tiếp*
SYLVIC sylviculture *Lâm nghiệp*
Syn synonyme wofig nghya
TECH technique, technologie *kỹ thuật, công nghệ*
TEXT textile *dệt*
THEOL theologie *thần học*
V. voir (ren voi) *xem*

v. ville ou (avant une date) vers *thành phố; (trước một số liệu) khoảng*
v verbe wọṅg tḷ ~
VEN venerie *săn bắn*
VERSIF versification *nghệ thuật thơ*
VETER veterinaire *thú y*
Vieilli vieilli *cũ (nay không còn dùng nữa)*
VITIC viticulture *trồng nho*
vi verbe intransitif *nội động từ*
vpr verbe pronominal *động từ phản thân*
vt verbe transitif *ngoại động từ*
vti verbe transitif indirect *ngoại đồng từ gián tiếp*
Vx vieux *cũ (này không còn dùng nữa)*
ZOOL zoologie *vườn thú, vườn bách thú (thảo cầm viên)*

A, a [ɑ] nm Mẫu tự đầu tiên A, a.

aâ [a] giới từ **1.** (a) *Chỉ phương hướng* alller à l'église, au cinéma *Đi nhà thờ, đi xem ciné;* son voyage à Paris his journey to Paris *Cuộc hành trình của anh ấy đi Pa-ri;* au feu ! au voleur ! *Bắt kẻ trộm lại !* (b) (de) 20 à 30 *Từ giữa 20 đến 30 người.* **2.** *Chỉ vị trí* au bureau *Ở tại văn phòng;* à la ferme *Ở nông trại;* à l'horizon *Về phía chân trời;* au jardin *Trong vườn;* à l'ombre *Trong bóng râm;* à la maison *Tại nhà;* à deux kilomètres d'ici *Cách đây 2 km.* **3.** *Chỉ thời gian;* du matin au soir *Từ sáng đến tối;* à jamais *Mãi mãi;* à jeudi ! *Hẹn gặp bạn vào Thứ Năm.* **4.** *Chỉ thời điểm;* à deux heures *Lúc 2g đúng;* à mon arrivée *Vào lúc tôi đến;* au vingtième siècle *Vào thế kỷ thứ 20;* à l'avenir *Ở tương lai, từ nay về sau.* **5.** deux à deux *Đôi, đi đôi, hàng hai;* se battre homme à homme *Đánh nhau từng người một;* **6.** *Giới thiệu tân ngữ gián tiếp của nhiều động từ;* attacher un cheval à un arbre *Cột con ngựa vào cái cây;* donner qch à qn *Cho ai cái gì;* penser à qn, *Nghĩ về (ai).* **7.** *Chỉ sở hữu* c'est son livre *Đây là quyển sách của anh ấy;* un ami à moi *Một người bạn của tôi;* c'est à vous de décider *Tùy bạn quyết định;* c'est à toi (de jouer) *Đến phiên bạn.* **8.** verre à liqueur *Ly rượu;* moulin a vent *Cối xay gió;* chambre à deux lits *Phòng hai giường;* homme aux cheveux noirs *Người đàn ông tóc đen.* **9.** *Chỉ phương tiện* à bicyclette *Bằng xe đạp;* à pied *Đi bộ bằng chân;* à la main *Bằng tay;* au crayon *Bằng bút chì.* **10.** vendre au kilo *Bán theo kí lô* à la francaise *Theo phong cách người Pháp;* manger à sa faim *Ăn no đến chán;* recevoir qu à bras ouverts to receive s.o. *Tiếp đón ai bằng cánh tay rộng mở;* (b) à mon avis *Theo ý tôi;* à cette condition *Với điều kiện này;* (c) un timbre à deux francs a *Con tem 2 frăng.* **11.** parallèle à *Song song với;* c'est gentil à lui *Anh ấy tử tế.* **12.** *Giới thiệu động từ nguyên thể* (a) penser à faire qch *Nghĩ cách làm cái gì;* (b) il ne me reste qu'à vous remercier *Tôi chỉ còn việc cám ơn bạn;* (c) apprendre à lire *Học cách đọc;* (d) il est à plaindtre *Anh ta đáng thương hại;* travail à faire *Công việc để làm;* maison à vendre *Nhà để bán;* machine à coudre *Máy may;* (e) laid à faire peur *Xấu ghê rợn;* un bruit à tout casser *Một tiếng ồn nhức tai;* (f) je suis prêt à vous écouter *Tôi sẵn sàng nghe bạn;* facile à comprende *Dễ hiểu;* (g) il est le seul à le faire *Anh là người duy nhất làm điều đó;* (h) à les en croire *Phải tin theo họ;* à en juger par les résultats *Phán xét theo kết quả.*

A2 [bɛsm)] abp. Anten 2 = *Đài phát thanh nước Anh 2.*

abaissement [abɛsm)] nm **1.** *Sự hạ, sự rút xuống;* reduction *Sự giảm, giảm* **2.** *Rơi, giảm (về nhiệt độ).* **3.** Lit: abasement *Sự hạ mình;* humiliation *Sự sỉ nhục.*

abaisser [abɛse] **1.** vtr (a) *Hạ thấp; Kéo xuống, sụp xuống (mù);* (b) *Làm thấp,* reduce (prices, temperature) *Giảm giá, nhiệt độ* (c) Lit: *Sỉ nhục ai.* **2.** s'a. (a) *Rơi xuống, nhận xuống, cúi xuống;* (b) *Tự hạ mình;* s'a. à faire qch *Hạ mình để làm cái gì.*

abandon [ab)dɔ̃] **1.** (a) *Sự bỏ* renunciation *Sự việc từ bỏ;* (b) Sp: retirement *Việc về hưu; Sự rút lui.* **2.** desertion *Sự bỏ trốn (của đứa trẻ, bổn phận)* **3.** à l'a. *Sự xao lãng (Vườn tược) bỏ bê (con cái) Sự phóng túng.* **4.** parler avec a. *Nói tự do.*

abandonner [ab)dɔne] vtr **1.** (a) *Bỏ trốn; Ruồng bỏ; Rời;* mes forces m'abandonnent *Sức lực của tôi giảm xuống;* enfant abandonné *Đứa con bị ruồng bỏ* a. la partie *Đầu hàng, bỏ cuộc;* (b) vi Sp *Rút lui;* (c) *Đầu hàng, Rút lui; Từ bỏ.* **2.** s'a. (a) *Ham mê;* (b) *Sờn lòng, nản chí, kiệt sức* (c) *Không kiềm chế; Buông thả;* (d) s'a à (qch) *Đầu hàng Nhiễm thói hư tật xấu* s'a. au sommeil *Chìm vào giấc ngủ.*

abasourdir [abazudir] vtr *Làm ngạc nhiên, chưng hửng, làm sửng sốt* abasourdissant *Ngạc nhiên, sửng sốt, gây sốc.*

abat - jour [abaʒur] nm inv *Chụp đèn, chóa đèn.*

abats [aba] nmpl a. de volaille *Lòng (gà, vịt,*

chim).
abattage [abatʒ] nm **1.** (a) *Sự đốn cây* (b) Miner: *Sự mổ, sự cắt* **2.** *Sự giết mổ* F: avoir de l'a. *Sự tàn sát.*
abattant [abat)] nm *Cánh gập (của cái bàn, quầy).*
abattement [abatm)] nm **1.** (a) *Sự kiệt sức;* (b) *Sự thoái chí, Nản lòng.* **2.** *Sự giảm bớt, Số tiền giảm bớt (về thuế).*
abattis [abati] nmpl (a) *Lòng (gà, vịt, chim)* (b) *Tay chân, cánh.*
abattoir [abatwar] nm *lò sát sinh, lò mổ.*
abattre [abatr] vtr **1.** (a) *Đánh hạ; Phá đổ;* a. de la besogne *Hoàn thành nhiều công việc;* (b) *Hạ; Chặt (cây);* (c) *Cắt bỏ;* (d) *Mổ; Giết; Phá hủy;* (e) *Lật đổ; Bắn hạ (máy bay);* (f) *(Về gió) thổi ngã; Đánh đổ;* (g) *Làm thất vọng; Ngả lòng* (ai); ne vous laisser pas a.! *Đừng để điều đó đánh gục bạn!* (h) a. ses cartes *Nói rõ hết ý định.* **2.** (a) s'a. (a) *Rơi; Đổ vỡ rơi vỡ loảng xoảng; Suy sụp;* (b) s'a. sur qch *Xông vào, bổ vào; Xà xuống, nhào xuống vật gì;* abattu *Buồn chán, thất vọng, làm sa ngã, mất tinh thần.*
abbatiale [abasjal] nf *Nhà thờ đan viện.*
abbaye [abei] nf *Đan viện (tu viện cấp cao).*
abbeá [abe] nm **1.** *Đan viện phụ, đan viện trưởng.* **2.** *Thầy tu, cha đạo.*
abbesse [abɛs] nf *Nữ tu đan viện trưởng, mẹ bề trên.*
abc [abese] nm inv **1.** *Mẫu tự.* **2.** *Nguyên tắc cơ bản (của một khoa học).*
abceâs [apsɛ] nm *Nhọt ung (có mủ);* a. à la gencive *Áp xe lợi (răng).*
abdication [abdikasjɔ̃] nf (a) *Sự nhường ngôi;* (b) *Sự thoái vị; Từ bỏ, đầu hàng (quyền lợi).*
abdiquer [abdike] vtr & i *Nhường ngôi; Trao quyền, từ chức.*
abdomen [abdɔmɛn] nm *Bụng, phần bụng;* abdominal, *Thuộc về phần bụng;* nmpl abdominaux *Mô cơ dạ dày.*
abeille [abɛj] nf *Ong* a. mâle *Ong đực.*
aberration [abɛrasjɔ̃] nf *Sự sai lệch* aberrant *Khác thường* absurd *Vô lý.*
abîtir [abɛtir] **1.** vtr *Làm đần độn.* **2.** pr. S'abêtir *Trở nên đần độn.*
abhorrer [abɔre] vtr *Ghê tởm; Ghét cay, ghét đắng.*
abîme [abim] nm *Vực thẳm; Kẽ nứt sâu dưới đất; Vịnh; Chiều sâu.*
abîmer [abime] **1.** vtr *Làm hư; Làm hỏng; Làm tổn thương.* **2.** s'a (a) s'a. dans ses pensées *Chìm đắm trong suy tư;* (b) *Hư hỏng.*
abjection [abʒɛksjɔ̃] nf *Sự đê hèn, ti tiện; Đê hèn, ti tiện; Đáng khinh dễ; Hèn hạ (con người, cử chỉ).*
abjuration [abʒyrasjɔ̃] nf *Sự bỏ đạo; Sự từ bỏ.*
abjurer [abʒyre] vtr & vi *Bỏ đạo; Từ bỏ.*
ablation [ablasjɔ̃] nf *Sự cắt bỏ.*
ablutions [ablysjɔ̃] nfpl *Lễ tắm gội, nghi thức rửa tay.*
abneágation [abnegasjɔ̃] nfpl *Sự quên mình; Sự tự hy sinh.*
aboi [abwa] nm aux abois *Trong tình thế tuyệt vọng.*
aboiement [abwam)] nm *Tiếng sủa; Sự sủa, lời eo sèo.*
abolir [abɔlir] vtr *Bỏ; Bãi bỏ.*
abolition [abɔlisjɔ̃] nf *Sự bãi bỏ.*
abolitionnisme [abɔlsjɔnism] nm *Chủ nghĩa phế nô; Người theo chủ nghĩa phế nô.*
abominable [abɔminabl] adj. *Ghê tởm; Đáng sợ;* adv. abominablement *Ghê tởm; Tồi tệ.*
abomination [abɔminasjɔ̃] n.f. *Điều ghê tởm;* avoir qch en a. *Ghét cay gét đắng;* ce café est une a. *Cà phê này rất dở.*
abominer [abɔmine] vtr *Ghê tởm; Ghét cay, ghét đắng.*
abondamment [abɔ̃dam)] adv. *Nhiều, phong phú.*
abondance [abɔ̃d) s] nf **1.** *Sự dồi dào; Sự phong phú.* **2.** *Dồi dào (chi tiết ý tứ);* parler avec a. flow of words *Nói dồi dào ý tứ - dồi dào phong phú;* abondant *Lời văn phong phú; Tươi tốt; Sum sê (cây cành) Thịnh soạn (bữa ăn); Tràn trề (nước mắt).*
abonder [abɔ̃de] vi **1.** *Có nhiều; Sản xuất nhiều* **2.** a dans le sens de qn *Hoàn toàn tán thành quan điểm ai.*
abonneá, - eác [abɔne] **1.** a. être a. à *Đặt mua; Thuê bao (báo, gas, điện)* **2.** n (a) *Người đặt mua (báo);* (b) *Người thuê bao (điện thoại);* (c) *Người có vé thuê bao;* (d) *abonnés du gaz Người thuê bao gas.*
abonnement [abɔnm)] nm **1.** *Sự thuê bao, sự đặt mua.* **2.** (carte d') a. *Vé thời vụ* **3.** *Tốc độ (nước) Giá thuê bao điện thoại.*
abonner [abɔne] **1.** vtr *Đặt mua cho ai.* **2.** (a) s'a. *Đặt mua (một tờ báo);* (b) *Mua vé theo thời vụ.*
abord [abɔr] nm **1.** *Sự ghé vào; Sự cập bến (đáp vào đất liền);* ile d'un a. difficile *Đảo cập vào khó.* **2.** (d'un endroit) *Vùng phụ cận; Ngoại ô* **3.** d'un a. *Bạn có thể cập bến được; Khó cập bến được* **4.** loc. adv. d'a. *Đầu tiên; Trước tiên;* tout d'a *Ban đầu; Từ lúc khởi sự;* dès l'a *Lúc ban sơ,* au premier a. *Thoạt đầu;* abordable a. **1.** *Có thể cập bến được; (Giá cả)*

phải chăng, hợp lý. **2.** *(Người) có thể đến gần được.*
abordage [abɔrdaʒ] nm **1.** *Sự áp mạn tiến công (tàu chiến);* **2.** *Sự đụng vào nhau.*
aborder [abʒde] **1.** vi *Đáp vào đất liền* a. à port *Cập cảng.* **2.** vtr (a) *Tiến vào; Đến gần;* (b) *Đến gần bắt chuyện;* (c) *Lên mạn (tàu chiến);* (d) *Đụng vào, chạm vào (bằng thuyền, tàu lớn).*
aborigeâne [abɔriʒɛn] **1.** *Bản xứ* **2.** n *Bản xứ, thổ dân.*
aboutir / abutir [abutir] vi **1.** a. à, dans, en, qch *Dẫn đến, qui vào cái gì;* n'a. à rien *Không đến đâu cả* **2.** *Đạt kết quả thành công;* faire a. qch *Đạt đến, đi đến một kết luận.*
aboutissement [abutism)] nm *Kết quả; Sự thành công.*
aboyer [abwaje] vi (j'aboie) *(Chó) sủa; (Người) eo sèo, mè nheo.*
abracadabrant [abrakadabr)] a. *Kỳ quặc; phi lý, ngớ ngẩn.*
abrasif, - ive [abrazif] a & nm *Để mài.*
abreáger [abreʒe] vtr (j'abrège; n. abrégeons) **1.** *Rút ngắn Thu tóm, cắt ngắn;* abrégeons ! au fait ! *giản lược đi;* *Kết thúc đi* **2.** *Lược bớt (một từ), giản lược (một công việc).*
abreuver [abrœ ve] vtr **1.** *Cho uống nước (ngựa, bò)* **2.** Fig: a. qn d'injures *Chửi mắng như tát nước vào mặt* **3.** s'a. *Uống nước.*
abreuvoir [abrœ vwar] nm (a) *Chỗ cho uống nước (ở con sông)* (b) *Máng uống nước.*
abreáviation [abrevjasjɔ̃] nf *Sự viết tắt, từ viết tắt.*
abri [abri] nm *Hầm trú;* cover *Chỗ che* a. antiatomique *Chỗ trú hạt nhân;* à l'a. *Được che chở; Sự bao che;* se mettre à l'a. (de la pluie) *Trú, núp (mưa);* à l'a. de qch *Ẩn náu tránh điều gì;* a. contre le vent *Màng chắn gió;* les sans a. *Kẻ không nhà cửa vô gia cư.*
abribus [abribys] nm *Trạm chờ xe buýt.*
abricot [abriko] nm *Quả mơ.*
abricotier [abrikɔtje] nm *Cây mơ.*
abriter [abrite] vtr **1.** *Che; Cho trú; Thu nhận.* **2.** *Cho ở* **3.** s'a. *Ẩn náu.*
abrogation [abrɔgasjɔ̃] nf *Sự bãi bỏ (Đạo luật).*
abroger [abrɔʒe] vtr n. *Bãi bỏ (Luật).*
abrupta [brypt] a. **1.** *Dốc đứng; Đoạn dốc* **2.** *(Người) thô lỗ cục cằn; Thẳng thừng* **abruptement** adv *Dốc đứng; Trúc trắc, cục cằn.*
abruti [abryti] nm F: *Ngu muội: U mê; Đần độn.*
abrutir [abrytir] vtr **1.** (a) *Làm cho ngu đần;* (b) *Làm mệt lả, làm kiệt sức;* le travail m'abrutit *Công việc này làm tôi mệt* **2.** s'a. *Kiệt sức, làm mụ người đi;* abrutissant *Làm cho u mê.*
abrutissement [abrytism)] nm *Trạng thái u mê; Trạng thái mụ người.*
absence [aps)s] nf **1.** *Sự vắng mặt;* en l'a de ma secrétaire *Trong lúc cô thư ký tôi đi vắng.* **2.** (a) a. *Sự đãng trí;* (b) avoir des absences *Lơ đễnh* **1.** absent a (a) *Vắng; Thiếu;* (b) *Thiếu, bỏ, nhớ;* (c) *Thiếu; Vắng.* **2.** n *Người vắng mặt.*
absenteáisme [aps)teism] nm *Tật hay vắng mặt.*
absenter(s') [saps)te] vpr (de) *Đi vắng.*
abside [apsid] nf Arch: *Hậu cung (nhà thờ).*
absinthe [aps(t] nf (e) *Cây ngải đắng.*
absolu [apsɔly] **1.** a (a) *Tuyệt đối;* règle absolue *Luật triệt để.* refus a,. *Từ chối thẳng thừng;* (b) pouvoir a. *Quyền lực tuyệt đối;* (c) *Không thỏa hiệp được; Dứt khoát (người)* **2.** nm l'a. *Điều tuyệt đối;* absolument adv *Một cách tuyệt đối; Hoàn toàn tuyệt đối (không cần thiết) Hoàn toàn (không thể được) Nghiêm khắc (cấm chỉ);* vous devez a. y aller ! *Đơn giản là bạn phải đến đó !*
absolution [apsɔlysjɔ̃] nf Theol: *Sự miễn tội, sự xá tội, sự giải tội.*
absorber [absɔrbe] vtr. **1.** *Hút; Hấp thu* **2.** *Ăn (thức ăn); Uống (thuốc) uống (cái gì)* **3.** *Hấp thu; Chiếm hết;* son travail l'absorbe *Anh ta hoàn toàn bị cuốn hút vào công việc.* **4.** s'a. *Trở nên mãi mê; Bị lôi cuốn vào* être absorbé dans ses pensées *Chìm đắm trong tư tưởng;* absorbant *Dễ thấm (tế bào, mô) Hấp dẫn, làm say mê (công việc).*
absorption [apsɔrpsjɔ̃] nf *Sự hút, sự hấp thu.*
absoudre [apsudr] vtr (prp absolvant *Xá tội* pp absous *Miễn tội;* pr ind j'absous) (a) *Tha thứ cho ai một cái gì;* (b) *Xá tội (cho ai vì một tội ác).*
abstenir(s') [sapstənir] vpr *Nhịn, kiêng, từ chối;* s'a. de qqch *Nhịn; Kiêng cái gì, từ bỏ một điều gì;* s'a. de faire qch *Tự kềm chế tránh không làm cái gì.*
abstention [apst)sjɔ̃] nf *Sự bỏ phiếu trắng.*
abstentionnisme [apst)sjɔnism] nm *Sự chủ trương bỏ phiếu trắng;* abstentionniste a & n *Người bỏ phiếu trắng, bỏ phiếu trống.*
abstinence [apstin)s] nf **1.** *Sự kiêng, sự nhịn;* faire a. (le vendredi) *Kiêng không ăn thịt (vào ngày thứ sáu);* abstinent, - ente *Kiêng, nhịn; Ăn chay.*
abstraction [apstraksjɔ̃] nf *Sự trừu tượng hóa;* faire a. de qch *Không kể đến điều gì;* a. faite de *Để sang một bên.*

abstraire [apstrer] 1. vtr *Trừu tượng hóa; Tách rời* 2. s'a. *Tách mình ra khỏi.* abstrait a. 1. *Trừu tượng* 2. *Trừu tượng (ý tưởng, nghệ thuật) Khó hiểu (câu hỏi)* abstraitement adv *Một cách trừu tượng.*

absurditeá [apsyrdite] nf 1. *Tính phi lí.* 2. dire des absurdités *Nói điều vô lý;* absurde a. *Phi lý.*

abus [aby] nm 1. (a) *Sự lạm dụng;* misuse (de) *Sử dụng sai mục đích;* a. de pouvoir *Sự lạm dụng quyền hành;* (b) (de) *Quá nuông chiều; Vượt quá* (c) a. de confiance *Lạm dụng lòng tin.* 2. *Lạm dụng; Thói nuông chiều.* 3. *Lỗi lầm* mistake 4. F: il y a de l'a. ! *Vượt quá xa ! quá rồi đấy!*

abuser [abyze] 1. vi a. de qch (*) *Sử dụng sai cái gì* (**) *Lợi dụng điều gì; Bạn đang tự đày đọa bạn;* vous abusez de vos forces *Anh đang lạm dụng sức lực của anh;* j'abuse de votre temps *Tôi đang làm lãng phí thời gian của bạn;* a. de alcool *Uống quá nhiều;* vous abusez ! *Khá nhiều đấy* 2. vtr *Lừa phỉnh* 3. s'a. *Lầm;* si je ne m'abuse *Nếu tôi không nhầm.*

abusif, -ive [abyzif, iv] a 1. *Không đúng; Sai; Sử dụng sai.* 2. *Quá độ; Quá quyền làm mẹ;* abusivement adv *Một cách không đúng đắn.*

acabit [akabi] nm Pej: du même a. *Cùng một loại; Một đẳng cấp;* de cet a. *Cùng một giuộc.*

acacia [akasja] nm Bot: *Cây keo.*

acadeámicien [akademisj( ] nm *Viện sĩ; Hội viên của Viện Hàn lâm Pháp.*

acadeámie [akademi] nf 1. (a) *Viện hàn lâm;* (b) *Khu vực giáo dục (của Pháp)* 2. *Hội (văn chương, khoa học, nghệ thuật);* l'a. (francaise) Academy *Viện hàn lâm Pháp.* 3. (a) *Trường học cởi ngựa;* (b) *Trường (nhạc) (Nghệ thuật) viện;* académique *Giáo dục.*

acajou [akaʒu] nm *Dái ngựa* cheveux a. *Tóc màu gụ.*

acalorique [akalɔrik] a. *Thoải mái hết sức.*

acariêtre [akarjatr] a. *Tính xấu; Nóng tính hay gây gổ.*

accablement [akabləm)] nm *Sự đè nặng; Sự mệt mỏi; Sự rã rời.*

accabler [akable] vtr *Đè nặng;* a. qn d'injures *Chửi bới ai dồn dập;* accablant *Đè nặng; Dồn dập (sức nóng).*

accalmie [akalmi] nf *Khoảng thời gian yên ả.*

acaparer [akapare] vtr *Độc quyền, chiếm đoạt (quyền lực);* le travail l'accapare *Công việc chiếm cả thời gian của anh ấy;* accaparant *Có yêu cầu cao* accapareur, -euse *Có đòi hỏi cao* 1. n. *Độc quyền* 2. n *Kẻ chiếm đoạt.*

acceáder [aksede] vi (j'accède; j'accéderai) 1. *Đến, vào;* cette porte accède au salon *Cánh cửa này dẫn đến phòng vẽ.* 2. a. à une condition *Thỏa thuận một điều kiện.* 3. a. au trône *Kế ngôi/vị.*

acceáleárateur [akseleratœr] nm *Chân ga, máy gia tốc.*

acceáleáration [akselerasjɔ̃] nf (a) *Sự tăng tốc, sự làm nhanh hơn;* (b) *Sự thúc làm nhanh (công việc).*

acceáleárer [akselere] v. (j'accélère; j'accélérerai) 1. vi Aut: *Làm nhanh hơn, tăng tốc* 2. *Thúc bách công việc* 3. s'a. *Thúc nhanh hơn.*

accent [aks)] nm 1. *Trọng âm; Dấu nhấn;* sans un accent *Không có nhấn mạnh;* mettre l'a. sur *Nhấn mạnh, Làm nổi bật;* 2. a. aigu, *Dấu sắc, dấu huyền.* 3. *Cách phát âm; Dấu trọng âm.*

accentuation [aks)tyasjɔ̃] nf 1. *Sự nhấn mạnh (vần);* 2. *Sự nhấn mạnh, sự nêu bật.*

accentuer [aks)tɥe] vtr 1. *Nhấn mạnh (vần).* 2. *Làm nổi bật bằng dấu nhấn (nguyên âm); Nhấn mạnh.* 3. *Nhấn mạnh;* traits fortement accentués *Điểm nổi bật;* a le chômage *Gia tăng nạn thất nghiệp.* 4. s'a. *Làm cho nổi bật hơn; Nhấn mạnh hơn.*

acceptation [akseptasjɔ̃] nf *Sự chấp thuận.*

accepter [aksɛpte] vtr *Chấp nhận; Đồng ý với (điều kiện);* a. de faire qch *Đồng ý làm một điều gì;* il accepte tout d'elle *Anh ta vui lòng chấp nhận mọi thứ với cô ấy;* acceptable a. *Có thể chấp nhận được; Hợp lý.*

acception [aksɛpsjɔ̃] nf *Nghĩa* sense *Ý nghĩa.*

acceâs [aksɛ] nm 1. *Lối vào; Có quyền, được quyền vào;* avoir, donner, a. à qch. *Có thể tới được dễ dàng, cho ai vào dễ dàng;* d'a. *Có thể vào được, cho vào;* a. *Lối cấm;* no admittance; a. aux quais *Lối vào nhà ga.* 2. *Tấn công; Bùng nổ;* de fièvre *Một cơn sốt;* a d'enthousiasme *Bùng lên lòng nhiệt huyết.*

accesible [aksɛsibl] a 1. *Có thể tới; Có thể đạt.* 2. *Có thể đến được.*

accession [aksɛsjɔ̃] nf 1. *Sự vào, đạt tới (năng lực, ngai vàng)* 2. *Sự đạt tới, sự giành được (độc lập)* 3. a. à la propriéte *Quyền sở hữu nhà cửa.*

accessoire [aksɛswar] 1. n.m. *Đồ phụ tùng; Thứ yếu;* frais accessoires *Các chi phí phụ* 2. nm *Phụ tùng;* pl Th: *Đồ thay thế* accessoires de toilette *Phụ tùng phòng vệ sinh.*

accessoiriste [aksɛswarist] n 1. Th: etc: *Người phụ trách đạo cụ* 2. *Người bán phụ tùng xe hơi.*

accident [aksid)] nm 1. (a) *Việc bất trắc, biến cố;* par a. *Ngẫu nhiên; Tình cờ;* (b) *Nạn; Tai nạn; Cái chết do tai nạn;* a. d'avion *Tai nạn*

accidenter máy bay; nous sommes arrivés sans a. *Chúng tôi đã đến an toàn* **2.** *Tình cờ* **3.** *Hư (xe)* **2.** les accidentés n *Nạn nhân của một tai nạn, Bị tai nạn;* accidentel, - elle *Ngẫu nhiên;* accidentellement adv *Một cách ngẫu nhiên; Tình cờ (chết vì tai nạn).*

accidenter [aksid)te] vtr *Làm bị thương (người), gây tai nạn (người) Làm hư hao (xe).*

acclamation [aklamasjɔ̃] nf *Tiếng hoan hô; Reo hò.*

acclamer [aklame] vtr *Hoan hô; Tán thưởng; Chúc tụng.*

acclimatation [aklimatasjɔ̃] nf *Sự thuần hóa;* jardin d'a. *Vườn thuần hóa.*

acclimater [aklimate] vtr **1.** *Luyện cho quen thủy thổ, thuần hóa;* **2.** s'a. *Trở nên thuần hóa.*

accointances [akw(r)s] nf pl Pej: avoir des *Quan hệ lui tới - có quan hệ lui tới.*

accointer(s') [sakw(te] F: Pej: *Móc ngoặc, câu kết đồng phạm với.*

accolade [akɔlad] nf **1.** *Sự ôm hôn* **2.** *Sự đề cao tán thưởng;* recevoir l'a. *Sự vỗ gươm vào vai trong lễ phong kỵ sĩ* **3.** Typ: *Dấu ngoặc móc; Trang trí hình ngoặc ôm.*

accoler [akɔle] vtr Typ: *Ghép vào nhau đặt cạnh nhau; Nối vào nhau bằng dấu ngoặc ôm.*

accommodation [akɔmɔdasjɔ̃] nf **1.** *Sự sắp xếp cho thích hợp* **2.** *Sự điều tiết (của mắt).*

accommodement [akɔmɔdm)] nm *Sự hòa giải; Sắp xếp lại.*

accommoder [akɔmɔde] **1.** vtr *Làm cho thích hợp (với ai);* difficile à a. *Khó làm hài lòng;* (b) *Nấu ăn; Chuẩn bị thức ăn;* (c) a. qch à qch *Làm cho phù hợp (cái gì với cái gì)* **2** vi a. sur, à qch *Tập trung vào việc gì* **3.** s'a. (a) il s'accommode partout *Anh ấy rất thích nghi;* (b) s'a. de qch *Làm cho tốt việc gì;* (c) s'a. à qch *Tự phù hợp với cái gì* (d) s'a. avec qn *Đi đến thỏa thuận với ai;* accommodant *Dễ tiếp xúc; Sẵn sàng giúp đỡ; Dễ tính, dễ gần.*

accompagnateur, - trice [akɔ̃paɲatœr] n **1.** Mus: *Người đệm nhạc* **2.** *Người dẫn đường du lịch.*

accompagnement [akɔ̃paɲm)] nm **1.** Mus: *Phần đệm nhạc;* sans a. *Không đệm nhạc.* **2.** *Thức ăn bày kèm vào món ăn.*

accompagner [akɔ̃paɲe] **1.** vtr (a) *Đi cùng; Đi kèm theo (ai);* (b) a. qch de qch *Kèm cái gì theo cái gì;* accompagné de sa femme *Có vợ anh ta theo cùng;* (c) a. qn au piano *Đệm piano theo ai* **2.** s'a. de *Được kèm theo bởi.*

accomplir [akɔ̃plir] vtr. **1.** *Làm tròn; Hoàn tất, đạt được (mục đích); Thực hiện; Làm tròn (một mệnh lệnh, lời hứa).* **2.** *Hoàn tất; Làm tròn;* accompli *Hoàn thành.*

accomplissement [akɔ̃plism)] nm **1.** *Sự làm tròn; Thực hiện (bổn phận) Hoàn thành (ước nguyện).* **2.** *Sự làm tròn.*

accord [akɔd] nm **1.** *Sự thỏa thuận; Sự thông hiểu; Mặc cả; Sự sắp xếp* **2.** agreement (sur, on) *Thỏa thuận về;* d'a. *Đồng ý;* se mettre d'a. avec qn *Đồng ý với ai;* être d'a avec qn *Đồng ý với ai;* ils ne sont pas d'a. *Họ không đồng ý;* d'un commun d'a. ! a. *Do thỏa thuận với nhau* **3.** *Hiệp định; Thỏa thuận;* Gram: les règles d'a. *Các qui tắc hòa hợp;* **4.** Mus: *Hợp xướng;* a. parfait *Hòa âm tốt.*

accordeáon [akɔrdeɔ̃] a *Sự dàn xếp;* en a. (*) *Có nếp, có li (váy);* (**) F: *Nếp nhăn (quần);* voiture en a. *Chiếc xe bị móp méo.*

accorder [akɔrde] **1.** vtr (a) *Gán cho là; Cho là (quan trọng);* (b) Gram: a. du verbe avec le suject *Làm cho động từ hiệp với chủ từ;* (c) Mus: *So dây nhạc;* (d) *Ban (một ân huệ) Bồi thường (thiệt hại); Cho phép (chiết khấu);* pouvez - vous m'a. quelques minutes ? *Bạn có thể dành cho tôi một vài phút không?* **2.** s'a. (a) *Đồng ý, đi đến một thỏa thuận;* (b) s'a. (bien, mal) avec qn, *Tương hợp (tốt, xấu) với ai;* (c) *Tương ứng với; Hòa hợp với; Phù hợp với; Theo kịp với;* (d) Gram: *Tương hợp* (e) (avec) Y *phục đi đôi với;* (f) Mus: *So dây, điều chỉnh âm nhạc.*

accordeur [akɔ̃rdœr] nm *Thợ so dây đàn.*

accoster [akɔste] vtr **1.** *Cập bến, ghé sát vào (ai);* **2.** *Cập cầu cảng (tàu bè);* vi *Cập cầu cảng.*

accotement [akɔtm)] nm *Vai; Lề đường; Cầu vui đường sắt.*

accoter [akɔte] vtr *Dựa;* s'a. à, contre, un mur *Dựa vào tường.*

accoucheáe [akuʃe] nf *Sản phụ (của bé sơ sinh).*

accouchement [akuʃm)] n.m. **1.** (a) *Sự ở cữ; Sinh sản;* a. prématuré *Sinh non.* **2.** *Sự đỡ đẻ.*

accoucher [akuʃe] **1.** vi (a) *Sinh, đẻ;* a. d'un garcon *Sinh một cậu con trai;* (b) F: *Bất thần bộc lộ;* accouche! *Nói đi !* **2.** vtr a. qn *Đỡ đẻ cho.*

accoucheur, - euse [akuʃœr, øz] n (a) (m'edecin) a. *Bác sĩ sản khoa;* (b) *Nữ hộ sinh.*

accouder (s') [sakude] vpr s'a. à, sur *Dựa một bên, chống khuỷu tay.*

accoudoir [akudwar] nm *Cái tì tay ở ghế trong ô tô.*

accouplement [akuplɔm)] nm **1.** *Sự ghép đôi; Sự ghép; Giao cấu (của bò)* El: *Nối kết* **2.** *Kết đôi;* mating *Buộc lại.*

accoupler [akuple] vtr **1**. (a) *Ghép đôi Ràng buộc*; (b) *Giao cấu*; (c) *Ghép đôi các phần*; (d) El: *Nối (bình điện)* **2**. s'a. *Giao hợp*.

accourir [akurir] vi *(Chạy mau lại;* aux avoir or être *Chạy ào đến*.

accoutrement [akutrəm)] nm Pej: *Quần áo nhố nhăng*.

accoutrer (s') [sakutre] vpr Pej: *Ăn mặc nhố nhăng*.

accoutumance [akutym)s] nf (a) *Sự tập quen*; (b) Med: a. (à une drogue) *Sự dung nạp (thuốc)*; cette drogue n'a pas d'effet d'a. *Thuốc này không có tác dụng quen thuốc*.

accoutumer [akutyme] vtr **1**. a. qn à qch *Tập quen (ai) với (cái gì)*; être accoutumé à qch. *Quen với cái gì*. **2**. s'a. à qch *Làm quen; Quen với cái gì;* accoutumé *Thông thường* comme à l'accoutumée *Như lệ thường*.

accreáditer [akredite] vtr **1**. *Làm cho tin; Phao (tin đồn)* **3**. s'a. *(Tin đồn); lan truyền*.

accro [akro] F **1**. *Toạc* **2**. n *Chỗ toạc*; Fig un a. du rock *Sự khó khăn*.

accroc [akro] nm **1**. *Chỗ rách Chỗ vá (trên áo quần)* **2**. *Bất trắc Khó khăn; Trở ngại*.

accrochage [akrɔʃaʒ] nm **1**. *Sự treo; Móc (xe cộ vào vật khác); Sự cãi nhau, chạm trán*. **2**. *(Tranh chấp) cuộc cãi vã;* Mil: *Cuộc chạm trán nhẹ, cuộc giao tranh nhẹ*.

accroche [akrɔʃ] nf *Cái móc*.

accrocher [akrɔʃe] **1**. vtr (a) *Móc; Treo (vật gì)*: a. sa robe à un clou *Treo áo quần trên cây đinh*; a. une voiture *Va phải một chiếc xe hơi*; (b) *Cột, buộc (dây an toàn)*; (c) *Treo (áo, tranh)* **2**. vi (a) les négociations ont accroché *Có khó khăn trong việc thương lượng*; (b) une publicité qui accroche *Cuộc quảng cáo gây chú ý* **3**. s'a. (a) s'a. à qch, qn *Bám vào (cái gì); (vào ai)*; (b) F: *Có một cuộc cãi vã;* accrocheur, - euse (a) *Bám sát, bám chặt*; (b) *Bắt mắt (áp phích) Vui, dễ nhớ (biểu ngữ)*.

accroire [akrwar] vtr *Chỉ dùng trong* en faire a, à qn *Lừa bịp ai*.

accroissement [akrwasm)] nm (a) *Sự phát triển*; (b) *Sự gia tăng*.

accroitre [akrwatr] vtr *Gia tăng;* (prp accroissant pp accru pr ind j'accrois, il accroit) *Lớn*; s'a. *Phát triển*.

accroupir (s') [sakrupir] vpr *Ngồi xổm; Ngồi khom lưng; Thế ngồi xổm; Ngồi khom lưng*.

accu [aky] nm Aul: etc: F: *Bình điện*.

accueil [akœj] nm *Sự tiếp đón; Sự chào mừng* faire bon a. à qn *Chào đón ai*.

accueillir [akœjir] vtr *Tiếp đón; Chào đón (ai);* a. bien, mall, qn *Tiếp đón (ai) nồng nhiệt;* *Lạnh nhạt*; accueillant *Tiếp đón, niềm nở*.

acculer [akyle] vtr a qn à qch *Dồn ai đến đường cùng*.

accumulateur [akymylatœ r] nm (a) El: *Ac quy* (b) Inform: *Bộ tích điện*.

accumulation [akymylasjɔ̃] n **1**. *Sự tích tụ; Sự dự trữ (năng lượng)* **2**. *Sự tích tụ điện*.

accumuler [akymyle] vtr *Tích lũy; Tích tụ* s'a. *Chất đống*.

accusateur, - trice [akyzatœ e, tris] **1**. a. *Buộc tội; Tố cáo* **2**. n *Người buộc tội, người tố cáo*.

accusatif [akyzatif] a & nm Gram: *Đối cách*.

accusation [akyzasjɔ̃] nf **1**. *Sự buộc tội; Tố cáo* **2**. Jur: mettre qn en a. *Tố ai ra tòa*.

accuser [akyze] vtrr **1**. a qn de qch *Tố ai về việc gì* **2**. elle accuse 50 ans *Bạn có thể nói bà ta 50 tuổi* **3**. *Xác nhận; Chỉ rõ; Nhấn mạnh*; a. le coup *Lảo đảo vì cú tát* **4**. a réception de qch *Nhận biết (về cái gì).* accusé, - ée **1**. a *Nổi bật; Nhấn mạnh; Rõ nét* **2**. n accused *Bị tố cáo (Ở pháp đình) bị cáo*. **3**. nm a. de réception *Giấy báo (đã nhận được)*.

acerbe [asɛrb] *Chát, đắng; Chua cay, châm chọc*.

aceáreá [asere] a (a) *Sắc, nhọn*; (b) *Sắc cạnh; Châm chọc (miệng lưỡi)*.

aceátate [asetat] nm Ch: *Chất axetat*.

aceátique [asetik] a Ch: *Hóa acetic*.

aceátone [asetɔn] nf Ch: *Axetilen*.

achalandeá [aʃal)de] a. *Cửa hàng có nhiều mặt hàng; Lắm hàng hóa;* acharnéce *Mài miệt say mê, kiên trì;* joueur a. *Người mê đánh bạc;* lutte acharnée *Cuộc chiến đấu kịch liệt*.

acharnement [aʃarnəm)] nm *Độc ác (kẻ thù), hung hãn, kịch liệt;* a. au travail *Liên tục (nỗ lực);* avec a. *Một cách say mê, bám riết*.

acharner [aʃane] vpr s'a. à, sur *Miệt mài; Say mê*; s'a. à, sur, qch *Bám riết*; s'a. à faire *Kiên trì bám vào một công việc*.

achat [aʃa] nm *Sự mua; Mua sắm*; faire l'a. de qch *Mua cái gì;* faire des achats *Đi mua sắm;* prix d'a. *Giá mua*.

acheminement [aʃminm)] nm *Sự chuyển hàng; Sự gởi hàng*.

acheminer [aʃmine] vtr **1**. *Gởi hàng; Chuyển hàng* **2**. s'a. vers sa maison *Đi tới; Tiến dần tới*.

acheter [aʃte] vtr (j'achète, n. achetons) (a) a. qch *Mua; Mua cái gì*; (b) a. qch à qn *Mua cái gì của ai*; (c) je vais lui a. un livre *Tôi sắp mua cho anh ta một cuốn sách*; (d) F: *Hối lộ (ai); Đút lót ai*.

acheteur, - euse [aʃtœ , øz] n *Người mua*.

acheâvement [aʃevm)] nm *Sự hoàn thành (công việc)*.

achever [aʃve] v. (j'achève) **1.** vtr (a) *Chấm dứt; Kết thúc; Hoàn tất*; a. de faire qch *Hoàn tất một việc gì*; (b) a. qn *Kết liễu, tiêu diệt (ai)*; cette perte l'a achevé *Sự mất mát này đã kết thúc cuộc đời anh ấy*. **2.** s'a. (a) *Kết thúc*; (b) *(Công việc) đi đến sự hoàn thành*; achevé a (a) *Hoàn thành (họa sĩ) Hoàn toàn (một công việc)* (b) *Rõ ràng (kẻ nói dối) Hoàn toàn (ngu muội)*.

acide [asid] **1.** a Axit; *Chua* sour *Nồng chua* **2.** nm (a) *Axit* (b) F: *Axit*.

aciditeá [asidite] nf *Vị chua; Sự chua Sự chua chát*.

aciduleá [asidyle] a. *Nhơn nhớt chua*.

acier [asje] nm *Thép*; lame d'a., en a. *Lưỡi thép*; regard d'a. *Cái nhìn đanh thép*.

acieárie [asjeri] nf *Nhà máy thép*.

acneá [akne] nf *Mụn trứng cá*.

acolyte [akɔlit] nm (a) Pej: *Kẻ cặp kè; Bè phái* (b) *Chức hầu lễ*.

acompte [akɔ̃t] nm *Tiền trả từng phần; Phần trả dần*; advance *Tiền lương ứng*.

aconit [akɔnit] nm Bot: *Cây phụ tử*.

Açores (les) [lɛzasɔr] Prnfpl Geog: *Cây thạch xương bồ*.

aâ - côteá [akote] nm **1.** *Cái phụ bên lề (nhận xét, phê bình)* **2.** (a) *Những cái phụ của vấn đề;* (b) F: *Phụ* avoir des à - côtés *Tạo ra điều nhỏ nhặt*.

aâ - coup [aku] nm *Sự chuyển động trục trặc;* par à - coups *Không liên tục*; sans à - coups *Liên tục*.

acoustique [akustik] **1.** *Âm học* **2.** nf *Tính truyền âm*.

acqueárir [akerir] vtr (prp acquérant; pp acquis; pr ind j'acquiers, n. acquérons, nous acquérons ils acquièrent; pr sub j'acquière, n. acquérions; impf j'acquérais; ps j'acquis; fu j'acquerrai) **1.** *Có được; Đạt được; Dành được* **2.** *Mua*.

acquiescement [akjɛsm] nm *Sự đồng ý; Sự bằng lòng*.

acquiescer [akjese] v a. à qch *Đồng ý về vấn đề gì; Bằng lòng về cái gì*.

acquis [aki] **1.** a (a) *Thu được (kiến thức);* (b) *Thiết lập; Chấp thuận (sự kiện); Thừa nhận* **2.** nm *Thu được kiến thức; Kinh nghiệm*.

acquisition [akizisjɔ̃] nf *Sự giành được; Sự mua được*.

acquit [aki] nm **1.** Com: *Sự tiếp nhận; Sự chiếm được*; pour a. *Tiếp nhận với lòng cảm ơn* **2.** par a. de conscience, *Cho yên tâm, khỏi ái náy*.

acquittement [akitm] nm **1.** *Sự trả nợ; Thanh toán thuế*. **2.** Jur: *Sự xử trắng án*.

acquitter [akite] **1.** vtr (a) a. qn (d'une obligation) *Miễn ai một bổn phận*; (b) a un accusé *Xử trắng án một người có tội*; (c) *Hoàn thành (nghĩa vụ)*. **2.** s'a. (a) s'a. d'une obligation *Hoàn thành nghĩa vụ;* a. une dette *Trả nợ;* (d) a. une facture *Ký nhận trả hóa đơn* **2.** s'acquitter bien *Xử sự tốt, làm tốt phần mình*.

êcreteá [ɑkrəte] nf *Vị hắc; Vị nồng; Vị hăng;* âcre *Hắc; Cay; Nồng*.

acrimonie [akrimɔni] nf *Tính gay gắt, giọng gay gắt*; acrimonieux, - euse *Gay gắt*.

acrobate [akrɔbat] n *Người nhào lộn*.

acrobatie [akrɔbasi] nf (a) *Trò nhào lộn*; (b) *Kỹ tài (đức tính)*; (c) Av: a. aérienne *Nhào lộn trên không*; acrobatique *Nhào lộn, kỳ tài*.

acrylique [akrilik] a & nm *Acrylic*.

acte [akt] nm **1.** (a) *Hành động; Hành vi; Việc làm;* a. de courage *Hành động can đảm;* faire a. de bonne volonté *Tỏ thiện chí;* (b) a. de foi *Sự tuyên tín, tuyên xưng, đức tin.* **2.** Jur: (a) *Vụ kiện;* a. de vente *Giấy bán;* (b) a. *Thẩm phán;* a. d'accusation *Bản cáo trạng;* (c) *Bảng ghi chép, hồ sơ dự trữ;* a. de naissance, de décès *Giấy sinh; Giấy tử; Chứng thư* faire a. de qch *Lưu trữ; Ghi chép để lưu; Nhập vào;* (d) pl *Tiến trình (của xã hội)* **3.** Th: *Diễn kịch*.

acteur - trice [akyœ, tris] nm *Nam diễn viên Nữ diễn viên*.

actif - ve [aktif, iv] **1.** a (a) *Năng động; thường trực (quân đội);* population active *Dân lao động;* (b) *Nhanh nhẹn; Thông minh* **2.** nm (a) Com: *Tài sản;* (b) Gram: verbe actif *Động từ ở thể chủ động;* activement adv. *Một cách nhanh nhẹn; Thông minh*.

action [aksjɔ̃] nf **1.** (a) *Sự hoạt động Hành động* homme d'a., *Người hoạt động;* (b) *Hành động; Việc làm; Kỳ công;* bonne a. *Việc làm tốt* **2.** (a) (*) a. sur qch *Tác dụng đến* a sur qn *Ảnh hưởng đến;* être sans a. sur *Không có tác dụng đến;* (b) sous l'a. de l'eau *Dưới tác dụng của nước;* **3.** (a) Th: *Điệu bộ của diễn viên;* (b) *Tình tiết, bố cục hành động (vở kịch, tiểu thuyết)* **4.** re, *Cổ phần;* a. ordinaire *Cổ phần thông thường;* société par *Công ty cổ phần* **5.** Dr: *Vụ kiện*.

actionnaire [aksjɔner] n *Người có cổ phần, cổ đông*.

actionnement [aksjɔnm] nm *Sự làm chuyển động, sự cho chạy máy*.

actionner [aksjɔne] vtr **1.** Dr: *Kiện cáo; Khởi động (máy); Sử dụng (tay cầm);* action-né à la main *Được vận hành bằng tay*.

activer [aktive] vtr **1.** (a) *Thúc dục (công việc);* (b) *Thổi (lửa)* **2.** s'a. *Bận rộn;* F: *Xúc tiến làm* công việc gì.

activiteá [aktivist] nf *Hoạt động* activités de plein air *Các hoạt động ngoài trời*; en a. *Tích cực (người); Hoạt động trong sản xuất (nhà máy); Hoạt tính (lý hóa); đang hoạt động (núi lửa).*

activiste [aktivite] n.m *Phần tử tích cực.*

actuaire [aktɥer] nm *Nhân viên tính toán bảo hiểm.*

actualiteá [aktualite] nf **1.** *Tính thực tế, hiện tại;* l'a., *Tính thời sự;* **2.** n.f pl. *Tin thời sự;* **3.** *Thời gian hiện tại, trường hợp hiện tại;* actuel (elle) a. *Hiện hành;* le monde a., *Thế giới hiện tại;* actuellement adv *Có tính cách thời sự (vấn đề).*

acuiteá [akɥite] nff *Sự dữ dội, độ kịch liệt (cơn đau, vấn đề); Tính sâu sắc, nhạy bén (trí tuệ, hình ảnh); Tính sắc bén; Độ cao (âm thanh).*

acupuncteur - trice [akypɔktœ r, tris] n m *Thầy thuốc châm cứu.*

acupuncture [akypɔktyr] nf *Phép châm cứu, thuật châm cứu.*

adage [adaʒ] nm *Châm ngôn, cách ngôn.*

adaptation [adaptasjɔ̃] nf *Sự thích nghi, sự thích ứng.*

adapter [adapte] **1.** vtr (a) (à) *Làm cho hợp với;* (b) *Làm cho thích nghi; Sửa đổi (tư cách);* (c) *Cải biên (tiểu thuyết)* **2.** s'a. à q (etc) *Sửa lại cho hợp với (cái gì); (Người) làm cho thích ứng với* adaptable a. *Cơ thể thích nghi được.*

addition [adisjɔ̃] nf **1.** *Sự thêm vào; Sự cộng vào; Tính cộng;* (b) *Hóa đơn (nhà hàng).*

additionnel, - elle a. *Phụ, bổ sung.*

additionner [adisjone] **1.** vtr *Cộng (số đếm)* *Thêm vào (thành phần thức ăn);* lait additionné d'eau *Thêm nước vào sữa.*

adepte [adɛpt] n. *Giáo đồ; môn đồ; người theo (một học thuyết).*

adeáquat [adekwa] a. *Thích đáng; Thỏa đáng.*

admission [admosjɔ̃] nf **1.** *Sự nhận vào* (à, dans) *Sự kết nạp* Sch: entrance (à) *Lối vào* **2.** Mch: *Nạp vào* période d'a., *Sự nạp hơi vào.*

ADN abbr *Axit desoxyribonucleic.*

adolescence [adɔlɛs)s] nf *Tuổi thiếu niên* **1.** *Thiếu niên* **2.** n *Tuổi thiếu niên; Tuổi đôi mươi.*

adonner (s') [sadɔne] vpr (a) s'a. à qch *Miệt mài, cống hiến mình cho việc gì;* (b) s'a. à la boisson *Mãi mê uống.*

adopter [adɔpte] vtr **1.** a. un enfant, *Nhận một đứa con nuôi* **2.** a un projet de loi *Thông qua một dự luật;* adoptif, - ive (Con) *được nuôi; Nhận nuôi (cha mẹ).*

adoption [adɔpsjɔ̃] nf **1.** *Sự nhận nuôi làm con; Sự thông qua (Ở nghị viện)* **2.** d'a. *Qua sự chấp nhận.*

adorateur, - trice [adɔratœ r, tris] n *Kính yêu, tôn thờ (người nào, cái gì);* adorable a. *Đáng tôn thờ, đáng yêu qúy.*

adoration [adɔrasjɔ̃] nf. **1.** *Sự tôn thờ.* **2.** *Lòng yêu tha thiết.*

adorer [adɔre] vtr (s.o.) *Thật là tuyệt* adorable *Thật là đáng yêu.*

adosser [adose] vtr **1.** *Dựa lưng vào* **2.** a. qch à, contre, qch *Dựa vào; Dựa cái gì vào cái gì.* **3.** s'a. contre, qch *Dựa vào vật gì;* adossé â (a) *Đối lưng;* (b) a. à qch *Dựa lưng vào cái gì.*

adoucir [adusir] vtr **1.** (a) *Làm cho dịu (giọng nói, nước); Hạ giọng giảm bớt (màu sắc); Giảm bớt (ánh sáng); Làm dịu ngọt đi (nước uống);* (b) *Làm cho bớt đau; An ủi (vết thương nỗi buồn);* (c) *Làm cho êm; Xoa dịu* **2.** s'a. (a) *Làm dịu (giọng nói) làm mềm;* (b) *(Thời tiết) êm dịu hơn;* (c) *(Nỗi đau) giảm;* (d) *(Bản tính) dịu dàng.*

adoucissant [adusis)] **1.** a. *Làm dịu;* **2.** nm (a) *Chất làm mềm, sự khử cứng (nước);* (b) *Vải mềm.*

adoucissement [adusism)] nm **1.** *Sự làm dịu (giọng)* **2.** *Sự xoa dịu (vết thương);* **3.** *Làm dịu ngọt softening.*

adoucisseur [adusisœ r] nm *Máy khử nước.*

adreánaline [adrenalin] nf. *adrenalin.*

adresse [adrɛs] nf **1.** (a) *Địa chỉ;* carnet d'adresses *Số ghi địa chỉ;* (b) une observation à votre a. *Nhận xét dành cho bạn;* (c) Cmptr: *Địa chỉ* **2.** *Ký xảo; Sự khéo léo;* tour d'a., *Trò quý thuật;* (b) *Khéo léo: Bặt thiệp.*

adresser [adrɛse] vtr **1.** (a) *Gởi (thư)* (b) on m'a adressé à vous *Người ta gởi gắm tôi cho anh;* (c) *Nhằm mục đích; Nêu ra (nhận xét);* cette remarque lui est adressée *Nhận xét này có ý nghĩa đối với anh ta;* a la parole à qn *Nói với ai.* **2.** s'a. (a) s'a. à qn *Áp dụng cho ai;* s'a. ici *Yêu cầu theo đây;* (b) s'a. à qn *Nói với ai;* (c) le livre s'adresse aux enfants *Cuốn sách này nhằm, nói trẻ em.*

adroit [adrwa] a **1.** *Khéo léo; Tinh xảo* a. de ses mains *Khéo tay.* **2.** *Sắc sảo; Thông minh (trả lời);* adroitement adv *Một cách tinh xảo; Khéo léo; Thông minh.*

adulateur, - trice [adylatœ r, tris] n *Kẻ xu nịnh.*

adulation [adylatsjɔ̃] nf *Lời ca ngợi, lời ca tụng.*

adulte [adylt] a & n *Trưởng thành; Người lớn.*

adulteâre [adultɛr] **1.** a *Ngoại tình* **2.** n, f *Kẻ ngoại tình* **3.** nm *Tội ngoại tình.*

advenir [advənir] v *(Chỉ dùng ở ngôi thứ ba)* **1.**

vi *Xảy ra; Xảy đến bất kỳ; Do... mà* je *Bởi... mà* **2**. v impers quoi qu'il advienne *Mặc dù vậy, dù thế nào đi nữa.*

adverbe [adverb] nm *Trạng ngữ* adverbial, - aux a. *Thuộc trạng ngữ;* n.m. *Cụm từ trạng ngữ.*

adversaire [adverser] nm *Địch thủ; Đối thủ.*

adverse [advers] a. *Đối địch (đảng); Trái ngược (phận rủi).*

adversiteá [adversite] nf *Nghịch cảnh, cảnh bất hạnh.*

aeáration [aerasjɔ̃] nf **1**. *Sự thông gió; Sự đưa không khí vào (phòng)* **2**. *Thông khí (nước).*

aeárateur [aeratœ r] nm *Máy thông gió.*

aeárer [aere] vtr (j'aère, j'aérerai) **1**. *Thông gió; Phơi ra không khí (phòng, áo quần)* **2**. *Cho khí cabonic (vào nước)* aéré *Thoáng khí.*

aeárien, - ienne [aerj(, j(n] a **1**. *Ở trên không trung; Có trong không khí (hiện tượng); Khí sinh (thực);* défense aérienne *Phòng thủ không quân;* ligne aérienne *Hàng không* **2**. *(Nhẹ và) thoáng khí (bước chân)* **3**. *Trên không (dây cáp); Trên không (đường xe lửa ở Mỹ).*

aeárobic [aerɔbik] nm *Bài tập thể lực để tăng lượng oxy hấp thụ vào cơ thể.*

aeáro - club [aerɔklyb, klœ b] nm *Câu lạc bộ hàng không* pl aéroclubs.

aeárodrome [aerɔdrom] nm *Sân bay.*

aeárodynamique [aerɔdinamik] **1**. *Khí động lực; Khí hơi.* **2**. nf *Khí động lực học.*

aeárofrein [aerɔfr(] nm *Phanh khí động lực.*

aeárogare [aerɔgar] nf *Nhà khách sân bay, ga sân bay.*

aeároglisseur [aerɔglisœ r] nf *Xe lướt nước điện khí.*

aeárographe [aerɔgraf] nm Rtm: *Máy sơn bằng khí nén.*

aeárogramme [aerɔgram] nm *Thư gởi máy bay.*

aeáromodeálisme [aerɔmɔdelism] nm *Kỹ thuật mô hình máy bay.*

aeáronautique [aerɔnotik] **1**. a. *Thuộc về hàng không* **2**. nf *Khoa hàng không.*

aeáronaval, - ale, - als [aerɔnaval] **1**. a. *Hải quân và không quân* **2**. nf l'aéronavale, *Lực lượng không quân của hải quân (Pháp).*

aeároport [aerɔpɔr] nm *Phi cảng* aéroporté a. *Chở bằng máy bay; Chở bằng cầu không vận (thiết bị).*

aeárosol [aerɔsɔl] nm *Xon khí.*

aeárospatial, - aux [aerɔspasjal, o] a. (thuộc) *Hàng không vũ trụ.*

affabiliteá [afabilite] nf *Tính nhã nhặn;* affable adj. *Nhã nhặn;* affablement adv *Nhã nhặn.*

affaiblir [afeblir] vtr **1**. *Làm yếu đi* **2**. s'a., *Mất sức; (Âm thanh) trở nên yếu ớt; (Bão) làm dịu đi; Bớt dần, giảm đi.*

affaiblissement [afeblism)] nm *Sự yếu đi.*

affaire [afer] nf **1**. (a) *Việc;* concern *Công việc;* ce n'est pas votre a., *Đó không phải là việc của bạn;* occupez - vous de vos *Hãy để tâm vào việc riêng của bạn;* a c'est mon a., (*) *Đó là việc của tôi* (**) *Để đó cho tôi;* (b) a. d'argent *Vấn đề tiền bạc;* a. de coeur *Chuyện tình;* c'est une a. de gout *Vấn đề thị hiếu;* ce n'est que l'a. d'un *Đó chỉ là vấn đề (đơn giản vật, người được yêu cầu);* (c) ưa fait mon a. cela ne fera pas l'a. *Đó đúng là điều tôi cần,* (d) cela ne fera pas l'affuire *Đó không phải là chuyện khó khăn;* (e) c'est une sale affaire *Đó là chuyện xấu xa;* (f) ce n'est pasunca! *Chẳng ó gì quan trọng;* (g) la bell a. *Chẳng có gì phải làm ồn lên thế!;* **2**. (a) *(Kinh doanh)* giao dịch une bonne a., *Việc giao dịch tốt;* faire des affaires *Làm kinh doanh;* chiffre d'affaires *Doanh số;* homme d'affaires *Nhà Kinh doanh;* voyage d'affaires *Chuyến đi làm ăn;* (b) parlea f faires *Bàn việc;* (c) avoir a. à qn *Có giao dịch với (người nào); Giao dịch với người nào;* vous aurez a. à moi ! *Bạn đợi tin tôi nhé !* (d) *Công ty;* Hãng **3**. pl (a) *Vật sở hữu; Để cái gì qua một bên; Sắp xếp ngăn nắp;* (b) Les affaires de l'État *Việc của Nhà nước;* le Ministère des affaires étrangères *Bộ ngoại giao;* NAm: **4**. Dr: *Vụ án ở tòa; Việc kiện cáo, tố tụng.*

affairer (s') [safere] vpr *Hối hả đon đả;* s'a. autour de qn *Chú ý đặc biệt đến ai;* affairé *Bận rộn.*

affaissement [afɛrm)] nm *Sự lún; Sư sụp; Sự trũng xuống (nền nhà).*

affaisser (s') [safese] vpr (a) *(Mặt đất) lún; (Tia) chùng xuống Lún, sụp, sập;* (b) *(Người) suy sụp.*

affaler (s') [safale] vpr *Suy sụp;* s'a. dans un fauteuil *Ngồi lõm vào ghế bành.*

affamer [afame] vtr *Bỏ đói (ai);* affamé *Đói;* Hám Fig: a. de *Khát khao.*

affectation [afɛktasjɔ̃] nf **1**. (a) *Sự sử dụng; Sự giả vờ;* sans a., *Không tự nhiên;* (b) *Sự giả vờ; Sự phô trương (lòng hào phóng)* **2**. (a) *Sự cử, sự bổ dụng; Sự chuyển nhượng (điều gì) sự chiếm dụng (ngân quỹ)* (b) *Sự đề cử; Bổ nhiệm.*

affecter [afɛkte] vtr **1**. *Sử dụng vào;* (à) *Dành vào (cái gì, cho); Chiếm dụng (quỹ)* **2**. *Giả vờ (làm điều gì)* **3**. *Giả bộ;* Cổ dạng **4**. (a) *Tác động đến; Chạm đến (ai);* (b) *Ảnh hưởng (nghề nghiệp, sức khỏ)* **5**. *Đề cử;* (à) *Bổ nhiệm (ai) đến;* affecté *Kiểu cách.*

affectif, - ive [afɛktif, iv] adj. *Cảm xúc; Xúc động.*

affection [afɛksjɔ̃] nf **1.** *Sự trìu mến* (pour) *Quyến luyến (dành cho)*; avoir de l'a. pour qn *Yêu thích (ai)* **2.** Med: *Chứng; Bệnh.*

affectionner [afɛksjɔne] vtr *Yêu thích (ai) (cái gì)*; affectionné *Trìu mến; Yêu thương.*

affectueux, - euse [afɛktɥø, øz] adj. *Trìu mến Quyến luyến*; affectueusement adv *Trìu mến, quyến luyến.*

affermir [afɛmir] vtr **1.** *Làm cho vững chắc; Củng cố* **2.** *Củng cố; Liên kết (sức mạnh, tín ngưỡng)* **3.** s'a., *Trở nên mạnh hơn; Chắc hơn.*

affermissement [afɛkmism)] nm *Sự củng cố.*

affichage [afiʃaʒ] nm **1.** *Sự niêm yết* **2.** *Sự biểu hiện bằng số.*

affiche [afiʃ] nf *Tờ yết thị*, tenir l'a., rester à l'a.,: *Được diễn một thời gian dài (vở hát kịch...).*

afficher [afiʃe] vtr **1.** (a) *Yết thị; Niêm yết, dán (phiếu, thông báo)* a. une vente *Quảng cáo bán hàng* Avis Pn. défense d'a., *Cấm dán quảng cáo*; (b) *Phô bày; Phô trương (trên màn hình)* **2.** (a) *Phô trương; Khoác lác (điều gì)*; (b) s'a. avec qn *Xuất hiện trước công chúng với ai.*

affileáe (d') [dafile] loc. adv. *Liên tục không ngừng*; cinq heures d'a *Kéo dài 5 tiếng đồng hồ không ngừng.*

affiler [afile] vtr *Mài sắc (lưỡi dao).*

affiliation [afiljasjɔ̃] nf *Sự gia nhập.*

affilier [afilje] vtr **1.** (à) *Cho gia nhập (vào, với)* **2.** s'a. à un parti *Kết nạp vào một đảng*; affilié, - ée a & n *Thành viên (hội viên).*

affinage [afinaʒ] nm *Sự tinh luyện; Sự chín mùi.*

affinement [afinm)] nm *Làm cho tinh tế hơn.*

affiner [afine] vtr **1.** *Tinh luyện; Làm chín tới (phó mát)*; (b) *Làm cho tinh tế (ý nghĩa)* **2.** s'a., *Trở nên tinh tế hơn (Đặc điểm) trở nên tốt hơn.*

affiniteá [afinite] nf *Sự tương tự, sự giống nhau.*

affirmatif, - ive [afirmatif, iv] **1.** adj. (a) *Khẳng định quá quyết*; signe a., *Gật đầu*; (b) *Quả quyết (người)* **2.** nf répondre par l'a., *Câu trả lời khẳng định; Nếu thế*; dans l'a., *Ở thế thắng định.*

affirmation [afirmasjɔ̃] nf *Sự khẳng định; Lời khẳng định.*

affirmer [afirme] vtr **1.** (a) *Khẳng định; Quả quyết; Kiên định*; pouvez - vous l'a. ? *Bạn có thể khẳng định về điều đó không ?* (b) *Đòi quyền* **2.** s'a., *Tự khẳng định, tỏ rõ ra.*

affleurer [aflœ re] **1.** vtr Carp: *Xếp ngang mức* **2.** vi (a) *Làm cho bằng, làm cho khớp*; (b) Geol: *Làm lộ ra ngoài.*

affliction [afliksjɔ̃] nf *Mối sầu não; Nỗi đau khổ.*

affliger [afliʒe] vtr **1.** *Làm sầu não; Làm đau; Gây đau khổ.* **2.** s'a., de *Đau khổ; Sầu não về điều gì*; affligé de *Đau khổ, buồn rầu; Buồn Đau.*

affluence [afly)s] nf *Đám người kéo đến đông*; heures d'a. *Giờ cao điểm.*

affluent [afly)] nm *Sông nhánh.*

affluer [aflye] vi *Chảy (chất lỏng); Máu dồn lên*; a. à, dans, un endroit *Tụ tập đông; Kéo đến đông; Đổ xô vào một nơi.*

afflux [afly] nm *Sự chảy dồn; Đổ xô đến (người).*

affolement [afɔm)] nm *Sự hoảng hốt*; pas d'a. ! *Đừng hoảng hốt !*

affoler [afɔle] vtr **1.** *Làm cho ai điên tiết; Làm cho người nào hoảng hốt* **2.** s'a., *Hoảng hốt, Rồi vào sự hoảng hốt, Báo động, cảnh cáo*; affolé *Hoảng hốt.*

affranchir [afr)ʃir] vtr **1.** *Giải phóng; Giải phóng (nô lệ)* **2.** *Trả tiền bưu phí dán tem (thư)*; collis affranchi *Bưu kiện cước trả trước*; **3.** s'a. de qch *Giải thoát khỏi cái gì.*

affranchissement [afr)ʃism)] nm **1.** *Sự giải phóng (nô lệ)* **2.** (a) *Sự dán tem*; (b) *Bưu phí (thư).*

affres [afr] nfpl *Sự dằn vặt*; les a. de la mort *Nỗi đau; Nhức nhối về cái chết.*

affreâtement [afrɛtm)] nm *Sự thuê tàu chở hàng.*

affreáter [afrete] vtr (j'affrète; j'affréterai).

affreux, - euse [afr-, -z] adj. *Kinh khủng; Ghê rợn; Khiếp đảm*; affreusement adv *Kinh khủng.*

affriolant [afriɔl)] adj. *Hấp dẫn; Lôi cuốn.*

affront [afrɔ̃] nm *Điều lăng nhục*; faire un a. à qn *Lăng nhục ai.*

affrontement [afrɔ̃tm)] nm *Sự đương đầu.*

affronter [afrɔ̃te] vtr **1.** *Đối mặt; Đương đầu (ai); Đối diện (kẻ thù); Đương đầu (cái lạnh)* **2.** s'a *Kẻ thù Đối địch với nhau* (of enemies) *(Học thuyết) tương phản.*

affubler [afyble] Pej **1.** vtr a. qn de qch *Cho ăn mặc khó coi.* s'a., *Mặc (áo quần).*

affût [afy] nm **1.** *Chỗ mai phục* chasser un animal à l'a., *Đuổi theo một con thú đến chỗ mai phục*; être, se mettre, à l'a de qn *Nằm rình (ai)*; à l'a. de nouvelles *Truy tìm tin tức* **2.** *Giá, kệ súng, đại bác.*

affûtage [afytaʒ] nm *Sự mài sắc (dụng cụ).*

affûter [afyte] vtr *Mài sắc (dụng cụ).*

afin [af()] loc. prép. **1.** a. de *Để; Để cho; Để làm điều gì* **2.** a. que + loc. conj. *Để mà, để.*

Afrique [afrik] N. pr. *Châu Phi;* africain(e) adj. *Thuộc châu Phi, người châu Phi.*

AG abbr *Đại hội toàn thể.*

afro [afro] a inv *Thuộc gốc Phi* coiffure a., *Kiểu tóc châu Phi;* Afro *Kiểu Phi.*

agacement [agasmɑ̃] nm *Sự ngứa ngáy; Sự khó chịu; Phiền toái.*

agacer [agase] vtr *Làm khó chịu; Gây khó chịu;* tu m'agaces! *Bạn làm cho tôi khó chịu;* a un chien *Chọc ghẹo chó;* agacé(e) adj. *Khó chịu; Bực bội.*

agate [agat] nf *Mã não.*

âge [aʒ] nm **1.** (a) *Tuổi;* quel â. avez-vous ? *Bạn bao nhiêu tuổi;* d'un â. avancé, *Lớn tuổi;* être d'â. légal *Ở tuổi theo pháp định;* être d'â. à faire qch *Đủ tuổi để làm điều gì;* (b) enfant en bas â., *Trẻ em; trẻ em ở độ tuổi còn bé;* d'un certain â., *Tuổi trung niên;* entre deux âges neither *Không trẻ cũng không già;* l'â. de raison *Tuổi trưởng thành;* (c) *Tuổi già* le troisième â., *Tuổi trên sáu mươi* **2.** *Thời đại; Giai đoạn; Kỷ nguyên;* l'â, de bronze *Thời đại đồ đồng;* Hist: le moyen â., *Thời Trung cổ;* l'â. d'or *Thời hoàng kim;* âgé adj. *Già; Có tuổi;* â. de dix ans *10 tuổi;* dame âgée *Người phụ nữ có tuổi;* les personnes âgées *Người già cả.*

agence [aʒɑ̃s] nf (a) *Hãng* a. de placement *Văn phòng giới thiệu việc làm;* a. de presse *Thông tấn xã;* a. de voyages *Công ty du lịch;* (b) *Chi nhánh (ngân hàng).*

agencement [aʒɑ̃(s)mɑ̃] nm **1.** *Sự sắp xếp.* **2.** pl *Đồ đạt cố định.*

agencer [aʒɑ̃se] vtr *Sắp xếp (nhà cửa);* bien agencé *Thiết kế kỹ, Trang bị kỹ nhà cửa địa ốc.*

agenda [aʒɛ̃da] nm *Sổ nhật ký.*

agenouiller(s') [saʒnuje] vpr *Quỳ gối.*

agent [aʒɑ̃] nm **1.** *Đại lý Hãng;* **2.** (a) *Đại lý;* a. d'assurances *Đại lý bảo hiểm;* a. immobilier *Người kinh doanh bất động sản;* a. du gouvernement *Cán bộ nhà nước;* a. (de police) *Công an;* (b) a. de change *Môi giới chứng khoán;* **3.** Mil: a. de liaison *Sĩ quan liên lạc;* a. secret *Nhân viên tình báo, thám tử.*

agglomeáration [aglɔmerasjɔ̃] nf *Sự kết tụ; Khu vực xây dựng;* l'a. londonienne *Vùng Luân đôn.*

agglomeáreá [aglɔmere] nm (a) Const: *Sự kết thành khối;* (b) *Than đóng bánh;* (c) *Ván ép; Thớ gỗ.*

agglomeárer [aglɔmere] vtrr (j'agglomère, n. agglomérons) **1.** *Kết tụ* **2.** s'a., *Dính chung; Bó*

chung.

agglutination [aglytinasjɔ̃] nf *Sự dính kết.*

agglutiner [aglytine] vtr **1.** *Dính kết* **2.** s'a. *Dính lại, dính kết lại.*

aggravation [agravasjɔ̃] nf *Sự làm nặng thêm, sự làm xấu đi.*

aggraver [agrave] vtr (a) *Làm nặng thêm (bệnh tật); Làm xấu đi;* (b) s'a. *Trở nên xấu đi;* son état s'est aggravé *Tình trạng của nó trở nên xấu đi.*

agiliteá [aʒilite] nf *Sự nhanh nhẹn; Sự hoạt bát;* agile adj. *Nhanh nhẹn; Hoạt bát; Năng động; Nhạy bén;* agilement adv *Nhanh nhẹn.*

agir [aʒir] vi **1.** *Hành động;* c'est le moment d'a., *Đến lúc hành động;* faire a. qn *Bắt buộc (người nào) hành động;* bien, mal, a. envers qn *Xử sự tốt, xấu đối với (người nào);* est-ce ainsi que vous agissez envers moi ? *Đó là cách bạn đối xử với tôi à?* **2.** a. sur qn *Gây ảnh hưởng đến (người nào)* **3.** Dr: *Tiến hành thủ tục tố tụng;* s'agir de v impers (a) *Quan hệ; Đặt vấn đề;* de quoi s'agit-il ? *Chuyện gì vậy ? Thế là thế nào?;* il s'agit de lui *Điều đó liên can đến anh ấy;* il ne s'agit pas de cela *Đó không phải là mục tiêu;* (b) il s'agit de se dépêcher *Chúng ta phải nhanh lên;* agissant (e) adj. **1.** *Tích cực;* **2.** *Hiệu quả, công hiệu.*

agissements [aʒismɑ̃] nmpl Pej: *Thủ đoạn; Âm mưu.*

agitateur, -trice [aʒitatœr, tris] n *Người khuấy động, kích động.*

agitation [aʒitasjɔ̃] nf (a) *Sự khuấy động; Sự náo động; Sự nhộn nhịp;* (b) *Sự kích động (Quần chúng) sự lay động;* (c) *Sôi sục (của biển).*

agiter [aʒite] vtr **1.** (a) *Vẫy (khăn);* le chien agite sa queue *Con chó đang ngoắc đuôi;* (b) *Lắc, lay (cây, chai); Vỗ (cánh); Lung lay (nhánh cây);* (c) *Khuấy (hỗn hợp)* **2.** (a) *Kích động;* agité par la fièvre *Bồn chồn vì sốt;* (b) *Gây rối; Khuấy động (quần chúng).* **3.** *Tranh cãi (vấn đề);* **4.** s'a. (a) *Kích động; Náo nhiệt; Khuấy động;* s'a. dans l'eau. *Tung tóe trong nước;* s'a. dans son sommeil *Trần trọc trong giấc ngủ;* (b) *Kích động; Hồi hộp (Biển) sôi sục;* agité adj. **1.** *Động; Không yên (biển)* **2.** *Trần trọc (đêm, bệnh nhân); Chập chờn (giấc ngủ);* **3.** (a) *Kích động; Gây rối;* (b) *Rắc rối (đầu óc);* (c) vie agitée *Sống bận bịu, sống không nghỉ tay làm.*

agneau, -eaux [aɲo] nm (a) *Cừu non;* (b) *Da lông cừu non (đã thuộc).*

agonie [agɔni] nf *Lúc hấp hối; Lúc suy tàn;* être à l'a., *Đang hấp hối, đang suy tàn.*

agoniser [agɔnize] vi *Hấp hối; Đang hấp hối.*

agrafe [agraf] nf *Móc; Treo; Cài; Kết (dây); Kẹp (giấy).*

agrafer [agrafe] vtr (a) *Buộc to clip Kẹp lại với nhau; Treo lên Kẹp;* (b) fam. *Tóm cổ, bắt quả tang.*

agrafeuse [agraf-z] nf *Máy đặt cặp, máy ghim cặp.*

agraire [agrɛr] adj. *Thuộc ruộng đất;* réforme a. *Cải cách ruộng đất.*

agrandir [agrɑ̃dir] vtr 1. (a) *Làm cho to ra; Nới rộng (nhà);* a. *Củng cố; Mở rộng;* (b) *Phóng đại* 2. s'a. *Phát triển; Trở nên rộng lớn hơn; Mở rộng.*

agrandissement [agrɑ̃dismɑ̃] nm (a) *Sự làm to ra; Sự mở rộng ra;* (b) *Sự nới rộng (nhà);* Phot: *Sự phóng đại;* (c) *Sự bành trướng.*

agreáable [agreabl] adj. *Dễ chịu; Thích thú; Dễ thương;* si cela peut vous être a., *Nếu bạn muốn;* a. au gout *Thỏa mãn, bằng lòng với sở thích;* peu a., *Bất mãn;* pour vous être a., *Làm vui lòng bạn;* agréablement adv *Một cách dễ chịu; Dễ thương.*

agreáer [agree] 1. vtr (a) *Chấp nhận; Nhận ra; Chấp nhận cái gì;* a. un contrat *Phê duyệt một hợp đồng;* Corr: veuillez a. l'assurance de mes salutations distinguées *Xin vui lòng chấp nhận những lời thăm hỏi trân trọng của tôi;* (b) fournisseur agréé *Người buôn bán chuyên nghiệp.* 2. v tr *Làm vui lòng;* si cela lui agrée *Nếu điều đó làm vui lòng anh ta.*

agreágat [agrega] nm *Thế tập hợp.*

agreágation [agregasjɔ̃] nf *Kỳ thi tuyển, kỳ thi thạc sĩ.*

agreágeá, -eáe [agreʒe] a & n Scol: *Thạc sĩ.*

agreáger [agreʒe] vtr (a) *Kết tụ;* (b) *Kết nạp (ai vào nhóm).*

agreáment [agrem] nm 1. (a) *Sự hài lòng; Sự thích thú;* voyage d'a., *Cuộc du lịch vui chơi;* (b) *Sự lôi cuốn; Sự duyên dáng* 2. usu pl *Đồ trang sức (người)* 3. *Sự chấp thuận; Bằng lòng.*

agreámenter [agremɑ̃te] Vtr *Làm cho đẹp.*

agreâs [agrɛ] nmpl Gym: *Dụng cụ thể dục.*

agresser [agrese] vtr *Tấn công; Xâm lược.*

agresseur [agresœr] nm *Kẻ xâm lược.*

agression [agresjɔ̃] nf *Sự tấn công; Sự xâm lược;* agressif, -ive *Xâm lược* agressivement adv adj. *Xâm lược, hung hãng, khiêu khích gây gỗ.*

agricole [agrikɔl] adj. *Thuộc nông nghiệp, nông trang (sản xuất); Nghề nông (dân).*

agriculteur [agrikyltœr] nm *Nhà nông.*

agriculture [agrikyltyr] nf *Nông nghiệp.*

agripper [agripe] vtr *Nắm lấy; Níu;* s'a. à qch *Bám víu vào điều gì, cái gì.*

agronome [agrɔnɔm] nm *Nhà nông học.*

agronomie [agrɔnɔmi] nf Agr: *Ngành nông học;* agronomique adj. *Thuộc về nông học.*

agrumes [agrym] nmpl *Cam quít.*

agueárrir [agarir] vtr 1. *Làm cho chai lì, dày dạn, quen (người) (chiến trận)* 2. s'a. *Trở nên cứng rắn, chai lì.*

aguets [agɛ] nmpl aux a., *Thăm dò; Nghe ngóng.*

aguiche [agiʃ] nf *Người trêu chọc.*

aguicher [agiʃe] vtr *Trêu chọc; Kích thích;* aguichant (e) adj. *Lẳng lơ khêu gợi.*

ah [ɑ] int ah ! ô ! ah bon ? (*) *Thật à !* (**) *Ồ thế !*

ahurir [ayrir] vtr *Làm rối trí; Làm ngơ ngác;* ahuri, -ie adj. 1. *Rối trí; Ngơ ngác;* 2. n *Ngu ngơ, ngơ ngác; Bối rối; Loạng choạng.*

ahurissement [ayrismɑ̃] nm *Sự ngơ ngác.*

aide[1] [ɛd] nf *Sự giúp đỡ; Sự cứu trợ;* venir en a. à qn *Giúp ai;* appeler à l'a., *Kêu cứu;* à l'a.! *Cứu (tôi) với!* à l'a. *Với sự trợ giúp của, nhờ, với, bằng;* sans a., *Không có sự trợ giúp.*

aide[2] nm * f *Người phụ việc; Người giúp đỡ;* a. de camp *Sĩ quan trợ lý;* a. familiale, *Giúp việc nhà; Giúp các bà mẹ.*

aide - comptable [ɛdkɔ̃tabl] nm & f *Trợ lý kế toán.*

aide - meámoire [edmemwar] nm inv *Sổ tay ghi nhớ; Sổ ghi nhớ, Sách tóm tắt.*

aider [ede] 1. vtr *Giúp; Trợ; Cứu trợ (ai);* je me fait a. par un ami *Tôi có người bạn để giúp tôi;* a. qn à monter, à descendre *Giúp đỡ (ai) lên hoặc xuống;* Dieu aidant *Nhờ sự trợ giúp của Chúa* 2. vi a. à qch *Đóng góp cái gì* 3. s'a. (a) s'a. de qch *Sử dụng; Tận dụng;* (b) s'a. les uns les autres *Giúp đỡ lẫn nhau.*

aïe [aj] int *Ái* a. (*Chỉ cảm giác đau*).

aïeul [ajœl] nm 1. *Ông* 2. *Tổ tiên, tổ phụ.*

aieule [ajœl] nm 1. *Bà* 2. *Tổ tiên, tổ mẫu.*

aigle [gl] (a) nm & f Orn: *Chim đại bàng;* a. *Bậc kỳ tài* regard d'a. *Cái nhìn xuyên suốt;* aux yeux d'a., *mắt vợ;* (b) nm ce n'est pas un a., *Anh ta không thông minh, không có năng lực.*

aiglefin [ɛgləf(] nm Ich: *Cá tuyết chấm đen.*

aigre [ɛgr] a (a) *Chua* nm tourner à l'a. (*) *Trở nên chua;* (**) *Chua chát (cuộc cãi vã);* (b) *Gay gắt; Chua chát;* aigredoux, - douce *Chua ngọt (nước sốt); Ngọt đắng (trái cây); Gay gắt (phê bình).*

aigrefin [ɛgrəf(] nm *Kẻ xỏ lá; Quân xảo trá.*

aigrelet, - ette [ɛgrəlɛ, ɛt] adj. *Chua chua* tart *Hơi chua.*

aigrette [ɛgrɛt] nf 1. *Cò bạch* 2. Orn: *Mào lông*.
aigreur [ɛgrœr] nf (a) *Vị chua; Tính chua chát*; (b) *Giọng the thé*; (c) Med: *Chất chua*.
aigrir [ɛgrir] 1. vtr (a) *Làm chua*; (b) *Làm cay đắng* 2. vi *Trở nên chua* 3. s'a. (a) *Thành chua*; (b) *Trở nên cay đắng; Bực tức; Cau có*.
aigu - uë [egy] adj. 1. *Nhọn (dụng cụ); Góc nhọn* 2. *Dữ dội Kịch liệt (nỗi đau); Sắc sảo (trí thông minh)* 3. *Lanh lảnh* 4. accent a., *Dấu sắc*.
aiguillage [egɥijaʒ] nm *Sự bẻ ghi, ghi*.
aiguille [egɥij] nf 1. *Kim khâu*; travail à l'a., *Việc khâu vá*; 2. (a) a. de glace *Cột băng nhủ*; a. de pin *Lá thông*; (b) Ch.F. a. de raccordement *Bộ ghi*. 3. *Đỉnh nhọn, chóp hình nón (nhà thờ)*; 4. *Kim (địa bàn) điểm cao (sự cân); Kim đồng hồ*; petite a., *Kim phút*; grande a., *Kim giờ*; a. trotteuse *Kim giây*.
aiguiller [egɥije] vtr Ch.F *Bẻ ghi*.
aiguilleur [egɥijœr] nm Ch.F *Người bẻ ghi*; Av: a. du ciel *Người điều khiển lưu thông trên không*.
aiguillon [egɥijɔ̃] nm 1. (a) *gậy để chăn gia súc*; (b) *Đinh thúc ngựa* 2. (a) Bot: *Gai* (b) *Ngòi chích (ong)*.
aiguillonner [egɥijɔne] vtr 1. m *Thúc bằng que thúc* 2. *Kích thích, khích lệ*.
aiguiser [egize] vtr 1. *Mài nhọn* 2. *Kích thích, cổ động*.
aïkido [ajkido] nm *Thuật đánh côn*.
ail, pl ails, aux [aj, o] nm *Củ tỏi*.
aile [ɛl] nf 1. *Cánh*; battre de l'a., *Tung cánh*, Fig: *Gặp rắc rối, va vào khó khăn*; la peur lui donnait des ailes *Anh ta chạy, cao bay vì sợ* 2. (a) *Cánh máy bay, cánh buồm, lưỡi (máy xay gió) vành mũi*; (b) Aut: *Cánh*; (c) *Người bảo vệ*; (d) Fb: *Cánh* 3. cule volonte *Tàu lượn*.
aileron [ɛlrɔ̃] nm 1. (a) *Đầu cánh (chim)*; (b) *Vây cánh (của cá mập)*; 2. Av: *Đầu cánh, cánh*.
ailette [ɛlɛt] nf *Vi cá, lưỡi dao*.
ailier [ɛlje] nm Fb: *Cầu thủ biên*.
ailleurs [ajœr] adv 1. *Chỗ khác, nơi nào khác*; partout a. *Mọi nơi nào khác*; nuile part a., *Không nơi nào khác*. 2. (a) d'a., *Ngoài ra, tuy nhiên*; (b) par a., (*) *Hơn nữa* (**) *Mặt khác*.
aimable [ɛmabl] adj. *Đáng yêu, tử tế*; vous êtes bien a., c'est très a. de votre part *Bạn thật là tử tế*; peu a. *Dễ ghét; Tử tế, nhã nhặn*.
aimant [ɛmɔ̃] nm *Nam châm*.
aimant(e) [ɛmɔ̃] nm adj. *Thương người*.
aimanter [ɛmɔ̃te] vtr *Từ hóa*; champ aimanté *Vùng từ hóa*.
aimer [ɛme] vtr 1. (a) a. (bien) *Yêu, thích (ai, cái gì)*; j'aurais aimé le voir *Tôi rất vui mừng vì đã được gặp anh ta*; il aime faire du ski *Anh ta yêu thích mòn trượt tuyết*; (b) j'aime(rais) autant rester ici *Tôi thích ở lại đây*; (c) a. mieux *Thích hơn*; j'aime mieux rester ici *Tôi thích ở đây hơn* 2. a. qn (d'amour) *Yêu (ai)*; se faire a. de qn *Tranh, giành tình cảm (của ai)*; ils s'aiment, *Họ phải lòng nhau*.
aine [ɛn] nf Anat: *Bẹn*.
aîneá [ene] adj. n.m *Cả, trưởng, lớn hơn, lớn tuổi hơn (hai), con trưởng, anh cả (anh hai)*; il est mon a. de 3 ans *Anh ta lớn hơn tôi 3 tuổi*.
ainesse [ɛnɛs] nf droit d'a., (*) *là primogeniture* (**) *Quyền con trưởng, chế độ con trai trưởng thừa kế*.
ainsi [(si] 1. adv (a) *Như thế, như vậy*; s'il en est a. *Nếu đó là vấn đề, nếu như thế*; puiqu'il en est a. *Bởi vì2như thế, bởi cì vậy*; de suite *Và cứ như thế, vân vân*; pour a. dire *Để mà nói, như đã nói, giả sử như*; (b) a. soit - il, (*) *Thế thì* (**) Egl. *Cầu xin cho mọi việc điều tốt như vậy*; (c) *Ví dụ như, chẳng hạn như*. 2. conj (a) *Vì vậy*; a. vous ne venez pas ? *Vậy bạn không đến ?* (b) a. que, *Cũng như vậy*.
air[1] nm 1. (a) *Không khí*; sans a. *Thiếu không khí*; cela manque d'a., *Ở đây ngột ngạt khó thở*; donner de l'a. à *Thông gió*; prendre l'a. *Dạo mát hóng gió*; à a. conditionné *Điều hòa không khí*; vivre de l'a. du temps *Sống không tùy thuộc vào cái gì*; au grand a., en plein a. *Ở ngoài trời*; vie de plein a. *Cuộc sống ngoài trời*; (b) prendre l'a., *Cất cánh*; Armée de l'A. *Không lực*; (c) en l'a. *Trong bầu không khí*; être en l'a., *Vu vơ bâng quơ*; paroles en l'a. *Cuộc nói chuyện vô bổ*; Fam. tout flanquer en l'a., (*) *Từ hố, bỏ rơi moi thứ* (**) *Làm rối mọi thứ lên* 2. *Gió*; courant d'a. *Gió lùa*; il fait de l'a., *Trời lành lạnh*.
air[2] nm 1. (a) *Vẻ bề ngoài*; avoir bon a., (*) *Vẻ đặc biệt hay hay* (**) *Nhanh nhạy*; a. de famille *Thân thiện*; avoir un a. de fête *Vẻ vui nhộn*; (b) avoir l'a. *Có vẻ, như là*; elle a l'a intelligent *Cô ta có vẻ thông minh*; cela en a tout l'a. *Nó trông như*, n'avoir l'a. de rien, (*) *Có vẻ không quan trọng*; (**) *(Nhà) trông chẳng giống gì*; (***) *(Việc làm) vẻ dễ dàng*; le temps a l'a. d'être à la pluie *Trời có vẻ mưa* 2. *Cách, phong cách*; se donner des airs *Ra vẻ, có vẻ quan trọng*.
air[3] nm *Điệu nhạc, nốt*.
airain [ɛr(] nm Lit: *Đồng thanh*.
aire [ɛr] nf 1. (a) *Bề mặt, sàn nhà, sân bãi*; a. (d'une grange) *Sân phơi*; (b) *Khu đậu xe*; a. de stationnement *Bãi đỗ máy bay*; a. de lancement *Sân máy bay cất cánh*. 2. *Vùng, khu* 3. *Tổ chim (đại bàng)*.
airelle [ɛrɛl] nf Bot: *Cây ống ánh, dâu xanh*.

aisance [ɛz)s] nf (a) *Sự dễ dàng, sự tự do*; (b) vivre dans l'a., *Sống phong lưu, giàu có.*

aise [ɛz] **1.** nf *Sự dễ chịu, sự thoải mái*; être à l'a., à son a., (*) *Thoải mái*; (**) *Phong lưu*; ne pas être à son a., se sentir mal à l'a., (*) *Cảm thấy khó chịu*; mettez - vous à votre a. (**) *Cứ thoải mái*; à votre a. ! *Thích tiện nghi; Tự hỉ xả*; **2.** *Rất hài lòng*; aisé(e) adj. **1.** (a) *Thoải mái, tự do (phong cách)*; (b) Giàu có **2.** *Dễ dàng* aisément adv *Dễ dàng.*

aisselle [ɛsɛl] nf *Nách.*

ajonc [aʒɔ] nm Bot: *Cây kim tước.*

ajoureá(e) [aʒure] adj. *Có chỗ trổ, chỗ thoáng*; travail a., (*) *Khắc gỗ trang trí* (**) *Việc may vá.*

ajournement [aʒunɔm)] nm *Sự hoãn lại, sự đình chỉ, sự tham khảo*; Mil: *Sự trì hoãn.*

ajourner [aʒurne] vtr (a) *Trì hoãn, hoãn lại (cuộc họp, quyết định)*; (b) Scol: *Đình chỉ (thí sinh), hoãn nhập ngũ.*

ajouter [aʒute] vtr **1.** *Cộng thêm vào*; a. des chiffres *Thêm vào*; a. à qch *Cộng vào cái gì* **2.** a. foi à qch *Tin tưởng điều gì* **3.** s'a. (à). *Được thêm vào, phụ vào.*

ajustage [aʒystaʒ] nm Mec. *Sự sửa lắp cho vừa.*

ajustement [aʒystɔm)] nm *Sự điều chỉnh.*

ajuster [aʒyste] vtr **1.** (a) *Chỉnh, cài đặt*; (b) *Sửa lại cho đúng*; (c) *Sửa lại cho vừa*; robe ajustée *Chiếc áo vừa vặn*; (d) a. son fusil *Nhắm để bắn*; (e) a. qch à qch *Lắp đặt cái gì vào cái gì* **2.** s'a. à qch *Làm cho vừa.*

ajusteur [aʒystœr] nm *Thợ nguội.*

alambic [al)bik] nm Ch: *Nồi cất, nồi chưng.*

alanguir [al)gir] **1.** v. tr. *Làm cho mệt mỏi* **2.** s'a., *Chán nản, mệt mỏi.*

alanguissement [al)gism)] nm *Sự uể oải lờ đờ.*

alarme [alarm] nf *Hiệu báo động*; donner, sonner, l'a. *Báo động*; Ch.F tirer la sonnette d'a *Kéo dây báo động.*

alarmer [alarme] vtr **1.** *Báo động, đánh thức* **2.** s'a., *Báo động, hoảng sợ.* alarmant *Lo sợ, hãi hùng.*

alarmiste [alarmist] a & n *Gây lo sợ, gây hãi hùng, kẻ phao tin hãi hùng.*

Albanie [albani] N. pr. *Nước Anbani* albanais, - aise a & n *Thuộc Anbani, người Anbani.*

albêtre [albatr] nm *(Khoáng)* albâtre.

albatros [albatrɔs] nm Orn: *Chim hải âu lớn.*

albinos [albinos] n & a inv *Bạch tạng.*

album [albɔm] nm *Anbum.*

albumine [albymin] nf Ch: *(Hóa).*

alcali [alkali] nm Ch: *Chất kiềm.*

alchimie [alʃimi] nf *Thuật giả kim.*

alchimiste [alʃimist] nm *Nhà luyện đan giả kim.*

alcool [alkɔl] nm (a) *Rượu, cồn*; a. à bruler *Rượu đốt*; a. à 90˚ *Cồn 90˚*; (b) *Rượu, rượu mạnh*; a. de poire *Rượu lê*; alcolique a & n *Cồn.* alcoolisé adj. *Cồn.*

alcoolisme [alkɔlism] nm *Chứng nghiện rượu.*

alcootest [alkotest] nm *Rượu kế.*

alcôve [alkov] nf *Hốc kê giường.*

aleáa [alea] nm *Điều phiêu lưu, bất ngờ* aléatoire adj. *Mạo hiểm*; variable a., *Ngẫu nhiên.*

alëne [alɛn] nf Tls: *Cài dùi.*

alentour [al)tur] **1.** adv *Xung quanh*; le pays d'a. *Quốc gia lân cận* **2.** nmpl aux alentours de la ville *Vùng ngoại ô thành phố*; aux alentours de 3 heures *Khoảng 3 giờ.*

alerte [alɛrt] **1.** Interf. *Coi chừng !* **2.** nf *Hiệu báo động, lời cảnh cáo*; a. aérienne *Báo động phòng không tập*; fausse a. *Báo động giả.* **3.** *Nhanh nhẹn, hoạt bát.*

alerter [alerte] vtr *Báo động, cảnh cáo.*

alexandrin [aleks)dr( ] nm *Alexandrine.*

alezan, - ane [alz), an] a & n *Sắc hồng, ngựa hồng.*

algeâbre [alʒebr] nf *Đại số học*; par l'a., *Phương pháp đại số*; algébrique adj. *Thuộc về toán đại số.*

Alger [alʒe] N.Pr. *Algier.*

Algeárie [alʒeri] N.Pr. algérien, - ienne a & n *Nước Agêri, thuộc Agêri, tiếng Algêri, người Angêri.*

algol [algɔl] nm Inform: *Ngôn ngữ máy tính.*

algorithme [algɔritmɔ] nm Inform Mth: *học thuyết algo.*

algue [alg] nf Bot: *Táo.*

alias [aljas] adv *Tức là.*

alibi [alibi] nm *Cớ vắng mặt.*

alieánation [aljenasjɔ] nf **1.** *Sự chuyển nhượng* **2.** *Bệnh tâm thần.*

alieáneá, - eáe [aljene] **1.** adj. *Được chuyển nhượng* **2.** n *Bệnh nhân tâm thần.*

alieáner [aljene] vtr (j'aliène; j'aliénerai) **1.** (a) Dr: *Chuyển nhượng (tài sản)*; (b) *Tha hóa (tự do)* **2.** *Làm cho xa lạ, xa cách lãnh đạm (tình cảm)*; s'a. un ami *Xa lánh một người bạn.*

alignement [aliŋm)] nm **1.** *Sự xếp hàng* **2.** *Hàng, dãy (tường).*

aligner [ali-ɲe] vtr **1.** *Sắp thẳng hàng, xếp hàng* **2.** s'a. *Theo đường lối với*; s'a. sur *Phù hợp với.*

aliment [alim)] nm *Thức ăn* **1.** régime a. *Chế*

độ ăn uống; Dr: pension a. *Tiền cấp dưỡng.* **2.** *Dinh dưỡng (thức ăn)*; denrées *Thức ăn (sản phẩm).*

alimentation [alim)tasjɔ̃] nf **1.** (a) *Sự cho ăn, sự tiếp thực phẩm*; (b) *Sự buôn bán thực phẩm*; magasin d'a. *Cửa hàng thực phẩm*; (c) *Thức ăn, chất dinh dưỡng* **2.** Tchn: *Sự cung cấp, tiếp liệu.*

alimenter [alim)te] vtr **1.** *Cho ăn, nuôi dưỡng (ai), cung cấp thức ăn.* **2.** s'a. *Kiếm ăn.*

alineáa [alinea] nm Typ: **1.** *Dòng đầu tiên của đoạn văn*; en a. *Thụt đầu dòng* **2.** *Đoạn văn.*

aliter [alite] vtr *Bắt phải nằm*; s'a., *Nằm liệt giường.*

alizeá [alize] a & nm les (vents) alizés *Tín phong gió alizé.*

allaitement [alɛtm)] nm *Sự cho bú*; a. au biberon *Bú bình, bú sữa mẹ.*

allaiter [alɛte] vtr *Bú, cho bú.*

allant(e) [al)] **1.** adj. *Hoạt bát, sống động.* **2.** nm *Nghị lực, năng lực.*

alleácher [aleʃe] vtr (j'allèche; j'allécherai) *Gợi thèm, lôi cuốn, cám dỗ* alléchant adj. *Gợi thèm, hấp dẫn, cám dỗ.*

alleáe [ale] nf **1.** allées et venues, *Lối đi (có cây trồng hai bên).* **2.** (a) *Sự đi lại; Đường đi, đường lái xe vào nhà*; (b) *Đường mòn (vào vườn).*

alleágation [alegasjɔ̃] nf *Sự viện dẫn.*

alleágeance [alɛʒ)s] nf *Sự dịu bớt, điều an ủi.*

alleágement [alɛʒm)] nm *Sự làm nhẹ, sự giảm bớt.*

alleáger [aleʒe] vtr (j'allège, n. allégeons; j'allégerai) (a) *Làm nhẹ, giảm (thuế)*, (b) *Xoa dịu, an ủi (nỗi đau).*

alleágorie [alegɔri] nf *Truyện thơ, tranh ngụ ngôn*; allégorique adj. *Thuộc về ngụ ngôn.*

alleâgre [alɛgr] adj. *Sống động, vui vẻ, hòa nhã*; allégrement adv *Hoạt bát, hòa nhã.*

alleágresse [alegrɛs] nf *Sự hoan hỉ, sự vui sướng.*

alleáguer [alege] vtr (j'allègue; j'alléguerai) **1.** *Viện cớ (xin lỗi)* **2.** *Trích dẫn (tác giả).*

Allemagne [almaɲ] N. Pr. *Nước Đức* allemand, - ande **1.** a & n *Thuộc Đức, người Đức.* **2.** nm l'a. *Tiếng Đức.*

aller[1] [ale] vi (pr ind je vais, tu vas, il va, n. allons, ils vont; pr sub j'aille; imp va (vas - y), allons; impf j'allais; fu j'irai; aux être) **1.** (a) *Đi*; a. chez qn *Đi thăm ai*; ne faire qu'a. et venir *Đi đi lại lại*; je ne ferai qu'a. et venir *Tôi chỉ có việc đi đi lại lại*; il va sur ses quarante ans *Anh ấy sắp 40*: il ira loin *Anh ấy sẽ đi xa*; vous n'irez pas loin avec 50 francs *Với 50 franc bạn không thể đi xa*: nous irons jusqu'au bout *Chúng tôi sẽ thực hiện cho đến cùng*; (b) a. à pied *Đi bộ*; a. en vélo *Đi xe đạp*; a. en voiture *Đi xe, đi xe hơi, lái xe*; (c) *Bước đều*; (petit bonhomme de) chemin, *Đi theo đường*; (d) allez, je vous écoute, *Tiếp đi nào, tôi đang nghe đây* (e) chemin qui va à la gare *Con đường dẫn đến nhà ga*; (f) plat allant au four *Đĩa chắn lò* **2.** (a) *Trở nên tốt, trở nên xấu*; les affaires vont bien *Công việc tiến hành tốt*; ca ira ! *Chúng tôi sẽ xoay sở*; il y a qch qui ne va pas *Có cái gì hỏng*; je vous en offre 100 francs - va pour 100 francs ! *Tôi sẽ đưa bạn 100 francs cho việc đó, - đồng ý, 100 francs*; cela va sans dire, cela va de soi *Đó là việc dĩ nhiên; dĩ nhiên như vậy*; (b) *(Y phục) vừa*; (d) il n'ira pas dans le panier *Nó sẽ không vào sọt rác*; (e) comment allez - vous ? *Bạn có khỏe không ?* je vais bien, fam. je vais mieux *Tôi khỏe, tôi tốt, tôi khỏe hơn*; ca va mal *Mọi việc không tiếp diễn tốt lắm*; ca va ma la.! *Có rắc rối !* **3.** a. à qn, (*) *Màu sắc phù hợp với ai (y phục vải vóc)*; (**) *Khi hợp với ai* (***) *(K2 Hoặc cho rằng)*; (*v) *Phù hợp*; ca me va ! *Được rồi !* fam. ua va ! **4.** a. avec qch *Phù hợp với cái gì*; **5.** (a) a. voir qn, *Đi thăm ai, thăm ai*; a. trouver qn *Đi tìm kiếm (ai)*; a. se promener *Đi dạo*; n'allez pas vous imaginer que *Đừng tưởng tượng điều rằng*; allez donc savoir ! *Hãy đi cho biết?* (b) *Sắp, dự định (làm gì)*; il va s'en occuper *Anh ta sẽ lo liệu chuyện đó*; elle allait tout avouer *Cô ấy sẽ thú nhận mọi việc*; a. en augmentant *Gia tăng*; **6.** (a) j'y vais ! on y va ! *Đến đây nào !* (b) allez - y doucement ! *Dễ như trở bàn tay !* y a. de tout son cocur *Đặt hết tâm trí vào đó*; allons - y ! *Nào, đi đây !* vas - y ! allez - y ! *Đi !* (c) fam. y a. de sa personne, (*) *Tự nhúng tay vào* (**) *Đóng góp phần mình* **7.** v impers il va de soi *Rõ ràng hiển nhiên không thể chối cãi rằng*; il en va de même pour lui *Anh ta cũng vậy*; il y va de sa vie *Đó là vấn đề sống chết đối với anh ta.* **8.** Interf. allons, dépêchez - vous ! *Nhanh lên nào !* allons donc ! (*) *Xin mời theo !* (**) nonsense ! *Vô nghĩa !* allons bon ! *Lại nữa !* *làm phiền !* mais va donc ! *Có tiến bộ, hãy tiếp tục !* j'ai bien souffert, allez ! *Tin tôi đi! tôi chịu nhiều rồi*; s'en aller vpr (pr ind je m'en vais; imp va-t'en, allons nous-en) **1.** *Đi xa, từ bỏ*; les voisins s'en vont *Hàng xóm di chuyển chỗ ở*; les taches ne s'en vont pas *Vết nhơ sẽ không sạch*; allez - vous - en ! *Cút đi !* s'en a. en fumée *(Tiêu tan thành mây khói)* **2.** je m'en vais vous raconter ca *Tôi sẽ kể bạn tất cả điều đó.*

aller[2] nm **1.** *Sự đi, đường đi, cuộc hành trình*; à l'a. *Trên đường đến đó*; a. - retour *Chuyến đi*

allergie | 16 | **altercation**

khứ hồi; billet a. - retour, d'a. et retour *Vé khứ hồi;* fam. un a., *Vé đi một chuyến* **2.** au pis a. *Trong tình hình quá khó khăn bất lợi.*

allergie [alerʒi] nf Med: *Dị ứng* allergique (à). *Dị ứng.*

alliage [aljaʒ] nm *Hợp kim.*

alliance [aljɑ̃s] nf **1.** (a) *Sự liên quan hệ thông gia, sự liên kết;* parent par a. *Bà con do quan hệ thông gia;* (b) traité d'a *Hiệp ước liên minh;* **2.** *Nhẫn cưới.*

allier [alje] v (impf & pr sub n. alliions) **1.** vtr (a) *Pha, trộn;* (b) *Hợp, trộn (kim loại), pha (màu);* (c) *Kết hợp (hợp chất)* **2.** s'a (a) *Liên kết, liên minh;* (b) s'a. à une famille *Thông gia với một gia đình nào;* allié, - ée **1.** adj. (a) *Liên minh;* (b) *Thông gia* **2.** n (a) *Liên minh;* (b) *Người thông gia.*

alligator [aligatɔr] nm Rept: *Cá sấu (Mỹ).*

allô, allo [alo] Interf. Tp: *Alô !.*

allocation [alɔkasjɔ̃] nf **1.** *Sự trợ cấp, tiền trợ cấp, sự phân chia (cổ phần)* **2.** *Tiền trợ cấp;* allocations familiales *Trợ cấp gia đình;* a. (de) chômage *Trợ cấp thất nghiệp.*

allocution [alɔkysjɔ̃] nf *Bài phát biểu ngắn.*

allongement [alɔ̃ʒmɑ̃] nm *Sự nối dài, sự kéo dài, sự dài ra.*

allonger [alɔ̃ʒe] vtr (n. allongeons) **1.** (a) *Làm dài ra (áo quần);* (b) *Giang rộng (tay), vươn (cổ), nghỉnh (cổ);* (c) a. qn, *Đặt nằm xuống;* a. l'argent, *Phải trả tiền;* les jours allongent *Ngày trở nên dài hơn* **2.** s'a., *Trở nên dài hơn;* son visage s'allongea *Gương mặt anh ta xệ xuống;* (b) *Nằm dùi thẳng cẳng;* F: s'a. (par terre) *Nằm sóng soài trên mặt đất;* (c) *Trải dài ra, nói rộng ra;* allongé adj. **1.** *Nằm dài xuống* **2.** *Bị giãn ra (hình dạng).*

allouer [alwe] vtr (a) *Cấp (tiền lương);* (b) *Trợ cấp, cho (bảo hiểm, tổn thất);* (c) *Phân chia (cổ phần, khấu phần lương thực);* (d) *Giao, trả, chỉ định, phân công (thời gian).*

allumage [alymaʒ] nm (a) *Sự thắp sáng* (b) Aut: *Sự châm lửa.*

allume - cigare(s) [alymsigar] nm *Hộp quẹt.*

allume - gaz [alymgaz] nm inv *Máy đốt ga (bếp ga).*

allumer [alyme] vtr **1.** *Làm sáng; Thắp sáng;* Bật đèn sáng, làm sáng (phòng) **2.** *Châm lửa, kích thích (lòng đam mê), đốt lửa (sự tưởng tượng)* **3.** fam. *Mở (ti vi)* **4.** s'a. *Sáng lên, bắt lửa (mắt, cửa sổ), thắp sáng;* ca ne s'allume pas, *Đèn không sáng.*

allumette [alymɛt] nf **1.** *Diêm;* a. de sureté *Diêm an toàn* **2.** Cu: a. au fromage *Món phó mát hình que rơm;* pommes allumettes *Món chiên Pháp.*

allumeur, - euse [alymœr, -z] n **1.** *Nhân viên thắp sáng* **2.** nm (a) *Bộ phận mồi lửa;* (b) Aut: *Bộ phận phối mồi lửa* **3.** nf *Người châm chích.*

allure [alyr] nf **1.** (a) *Dáng đi, bước đi;* avoir de l'a., *Có dáng;* (b) *Bước đi;* à vive a. *Dáng dấp nhanh nhẹn;* (c) *Tốc độ;* à toute a. *Hết tốc độ* **2.** (a) *Cử chỉ* prendre des allures de qn *Cư xử giống như người nào;* (b) *Phương tiện, cái nhìn;* avoir bonne a. *Có vẻ tốt, đẹp.*

allusion [alyzjɔ̃] nf *Sự ám chỉ;* faire a. à qch *Ám chỉ cái gì;* allusif, - ive adj. *Ám chỉ, bóng gió.*

alluvions [alyvjɔ̃] nmpl Geol: *Sự bồi đất;* alluvial, - iaux n.m *Đất bồi, phù sa.*

almanach [almana] nm *Sách lịch.*

aloi [alwa] nm *Giá trị;* de bon a. *Tài năng.*

alors [alɔr] adv **1.** *Lúc bấy giờ, lúc đó* **2.** (a) *Thế rồi, trong trường hợp đó;* a. vous viendrez ? *Thế rồi bạn có đến không ?* et a.? (*) *Rồi sao?* (**) *Thế nào?* (b) *Do đó, vì vậy;* il n'était pas là, a. je suis revenu *Anh ta không có ở đó vì vậy tôi đã trở lại.* **3.** loc. conj. a. (même) que, *Khi mà, ngay khi, mặc dù.*

alouette [alwɛt] nf Orn: *Chim chiền chiện.*

alourdir [alurdir] vtr **1.** (a) *Làm (cái gì) nặng thêm;* (b) *Làm cho nặng nề* **2.** s'a., *Trở nên nặng nề.*

alourdissement [alurdismɑ̃] nm *Sự làm cho nặng thêm.*

aloyau [alwajo] nm *Thịt lưng (bò).*

alpaga [alpaga] nm Z: *Lạc đà Nam Mỹ.*

alpage [alpaʒ] nm *Bãi chăn trên núi.*

alpe [alp] nf **1.** *Bãi chăn trên núi* **2.** Geog: les Alpes *Núi An pơ* alpestre adj. *Thuộc núi Anpơ* alpin adj. *Thuộc núi Anpơ.*

alphabet [alfabɛ] nm **1.** *Bảng chữ cái* **2.** Scol. *Sách học vần;* alphabétique *Theo thứ tự chữ cái;* par ordre adj. *Thứ tự abc.*

alphabeátiser [alfabetize] vtr *Dạy (ai) đọc, viết.*

alphanumeárique [alfanymerik] a *Theo chữ cái con số.*

alpinisme [alpinism] nm *Môn leo núi.*

alpiniste [alpinist] n *Người leo núi, người leo.*

alsacien, - ienne [alzasjɛ̃, jɛn] a & n *Thuộc miền Alsace (Pháp), tiếng Alsace.*

alteárant [alterɑ̃] adj. *Làm khát, gây khát nước.*

alteáration [alterasjɔ̃] nf **1.** *Sự thay đổi, sự sửa sai, sự hỏng (thức ăn); Sự hư, bể giọng* **2.** *Sự biến chất (thức ăn); Sự sai hỏng (chứng từ)* **3.** *Sự chết khát.*

altercation [alterkasjɔ̃] nf *Cuộc cãi nhau, sự tranh cãi.*

alteárer [altere] vtr (j'altère; j'altérerai) **1.** (a) *Làm hỏng, làm tồi (sức khỏe), làm hỏng thức ăn;* voix altérée, *Bể giọng;* (b) s'a. *Hỏng đi.* **2.** *Can thiệp vào, xía vào, làm kém chất lượng (thức ăn) làm hỏng (chứng từ), bóp méo sự thật.* **3.** *Làm cho ai khát.*

alternance [altern)s] nf *Sự luân phiên, sự xen kẽ;* en a. *Luân phiên.*

alternateur [alternatœr] nm El: *Máy phát điện xoay chiều.*

alternatif, -ive [alternatif] **1.** adj. (a) *Luân phiên, xen kẽ;* (b) El: *Xoay chiều (dòng điện);* **2.** *Thế đôi ngả, thế phải lựa chọn hai bên.* **3.** nf alternative *Sự luân phiên* alternativement adv *Luân phiên, lần lượt.*

alterner [alterne] **1.** vi (a) *Xen kẽ với* **2.** vtr *Cho xen kẽ nhau, cho luân phiên nhau, luân canh.*

altesse [altes] nf *Hoàng thân, công chúa.*

altier, -ière [altje, jɛr] adj. *Kiêu kỳ.*

altitude [altytid] nf *Độ cao;* à 100 mètres d'a. *Ở độ cao 100 mét;* en a. *Ở độ cao;* mal de l'a. *Chứng say núi;* prendre de l'a. *Dành được ở độ cao;* Av: *Độ cao.*

alto [alto] nm Mus: **1.** *Giọng nữ trầm.* **2.** *Đàn antô.*

altruisme [altryism] nm *Lòng vị tha.* altruiste **1.** adj. *Vị tha* **2.** n *Người vị tha.*

aluminium [alyminjɔm] nm *Nhôm.*

alun [alœ] nm *Phèn.*

alunir [alynir] vi *Đáp xuống mặt trăng.*

alunissage [alynisaʒ] nm *Sự đến mặt trăng.*

alvéole [alveɔl] nm **1.** *Lỗ tổ ong;* alvéoles dentaires *Ổ răng, phế nang* **2.** *Hốc (đá).*

amabiliteá [amabilite] nf *Tính nhã nhặn;* aycz l'a. de *Bạn đủ tốt để;* faire des amabilités à qn *Lịch sự, nhã nhặn với ai.*

amadouer [amadwe] vtr (a) *Dỗ dành, tán tỉnh, thuyết phục;* (b) *Làm dịu.*

amaigrir [amɛgrir] vtr *Làm gầy đi;* s'a. *Trở nên gầy;* amaigrissant adj. *Làm gầy đi; Gầy, ốm yếu.*

amaigrissement [amɛgrism)] nm *Sự gầy đi, sự mất trọng lượng.*

amalgame [amangam] nm (a) *Hỗn hợp;* (b) *Hỗn hợp, sự pha trộn.*

amalgamer [amangame] **1.** vtr *Kết hợp, hợp nhất* **2.** s'a. *Kết hợp, pha trộn.*

amande [am)d] nf *Quả hạnh.*

amandier [am)dje] nm *Cây hạnh.*

amant [am)] nm *Tình nhân.*

amarrage [amaraʒ] nm *Sự buộc tàu.*

amarre [amar] nf *Dây thừng buộc tàu.*

amarrer [amare] vtr *Buộc, cột (tàu, thuyền).*

amas [amɑ] nm (a) *Đống, đám, chồng;* (b) *Tích trữ (bán dự trù);* (c) *Đống (giấy tờ, tư tưởng);* (d) Astr. *Đám, cụm* (e) Min: *Mạch nhỏ.*

amasser [amase] **1.** *Chất đống, gom góp (tiền bạc, bằng dự trữ), tập hợp (trí nhớ)* **2.** s'a. *Xếp thành đống, tập hợp (đám đông) tụ tập.*

amateur [amatœr] nm **1.** (a) *Người ham thích (cái gì);* a. d'art *Ham thích nghệ thuật;* être a. de qch *Yêu thích cái gì;* (b) *Người hay nhóm ra giá tại cuộc bán đấu giá;* est - ce qu'il y a des amateurs ? *Có ai muốn gọi thêm ?* **2.** *Tài tử, tay chơi không chuyên;* championnat d'a. *Quán quân tài tử;* travail d'a. *Công việc không chuyên.*

amateurisme [amatœrism] nm *Tính chất không chuyên.*

amazone [amaʒɔn] nf (a) Myth: *Một giống người gồm chỉ có đàn bà, rất thiện chiến (trong thần thoại Hy Lạp)* l'A., *Dòng sông Amazon;* (b) *Người đàn bà cưỡi ngựa;* monter en a. *Cưỡi ngựa hai chân bắt chéo một bên.*

ambages [)baʒ] nfpl parler sans a., *Nói thẳng, không nói quanh co.*

ambassade [)basad] nf **1.** *Toà đại sứ, sứ quán* **2.** *Sự uỷ thác một nhiệm vụ.*

ambassadeur [)basadœr] nm *Nhà ngoại giao của một nước này cử sang nước khác làm đại diện thường trú hoặc trong một phái bộ đặc biệt, đại diện hoặc phái viên được uỷ quyền.*

ambassadrice [)basadris] nf *Nữ đại sứ.*

ambiance [)bj)s] nf **1.** *Hoàn cảnh, môi trường.* **2.** fam. il y a de l'a. *Không khí vui;* mettre de l'a. *Tạo không khí vui; Làm cho căng thẳng sôi động hơn;* température ambiante *Nhiệt độ xung quanh.*

ambidextre [)bidekstr] adj. *Thuận cả hai tay.*

ambiguïteá [)biɡyite] nf *Sự mơ hồ, tính lưỡng nghĩa* ambigu, - ue adj. *Mơ hồ.*

ambition [)bisjɔ̃] nf *Tính tham lam;* avoir l'a de faire *Có tham vọng làm;* ambitieux, - euse **1.** adj. *Tham vọng, tham lam* **2.** n *Người cầu kỳ; Người hay méo mó nghề nghiệp, người hiểu tham vọng;* ambitieusement adv. *Tham vọng.*

ambitionner [)bisjone] vtr *Tham vọng về;* il ambitionne de *Tham vọng của anh ta là.*

ambivalence [)bival)s] nf *Tính đôi chiều, tính hai mặt;* ambivalent *Hai chiều, nước đôi.*

amble [)bl] nm *Bước đi chậm (ngựa);* aller à l'a. *Đi chậm, cưỡi ngựa hoặc đi bộ với bước chân chậm.*

ambre [)br] nm & a inv *Long diên hương, hổ phách; Long diên hương;* ambré *Màu vàng hổ phách; Ấm cúng nồng nàn (hình thái).*

ambulance [)byl)s] nf *Xe cứu thương.*

ambulancier - ieâre [)byl)sje, jɛr] n *Nhân viên y tế ở xe cứu thương, nữ y tế ở xe cứu thương.*

ambulant [)byl)] adj. *Lang thang, đi rong*; marchand a. *Người bán hàng rong, người đi chào hàng*; fam. *c'est un cadavre a. Anh ta là một xác chết di động.*

ême [am] nf 1. (a) *Linh hồn*; rendre l'â. *Chết*; bonne â., *Người tốt*; (b) *(Tách rời) linh hồn, tinh thần*; errer comme une â. en peine *Đi lang thang như một linh hồn lạc lối*; (c) *Tâm, cảm giác*; â sur *Người đồng cảm*; en mon â. et conscience *Với tất cả lương tâm*; (d) *Linh hồn sinh động (công việc, nhiệm vụ đã nhận làm)*; (e) ne pas rencontrer â. qui vive *Không gặp một người nào (sống)*. 2. (a) *Nòng (súng)*; (b) *Que âm nhạc (violon).*

ameálioration [ameljɔrasjɔ̃] nf *Sự cải thiện, sự cải tiến.*

ameáliorer [ameljɔre] vtr *Cải thiện, cải tiến*; s'a. *Được làm cho tốt hơn, được cải thiện.*

amen [amɛn] int & nm *Cầu mong được như thế & lời cầu mong (ở cuối bài cầu nguyện hoặc thánh ca).*

ameánagement [amenaʒm)] nm (a) *Sự bố trí, sự sắp xếp (căn nhà)*; (b) pl *Đồ trang bị, lắp đặt.*

ameánager [amenaʒe] vtr (n. aména-geons) *Bố trí, sắp xếp (căn nhà); Sửa sang cho tiện nghi (phòng ngủ)*; étable aménagée, *Chuồng bò được cải tạo*; route aménagée, *Con đường được sửa sang lại.*

amende [am)de] nf 1. *Tiền phạt*; être condamné à une a. *Bị phạt*; mettre à l'a. *Phạt* 2. faire a. *Nhận lỗi, tạ lỗi.*

amendement [am)dm)] nm 1. *Sự cải thiện (đất)* 2. Pol: *Sự sửa đổi (một đạo luật dự thảo); sự tu chính (đạo luật).*

amender [am)de] vtr (a) *Cải tạo đất*; (b) Pol: *Sửa đổi đạo luật; tu chính (đạo luật)*; (c) *(Người) s'a. Trở nên tốt hơn, tu tỉnh, sửa chữa, làm lại cuộc đời.*

amener [amne] vtr (j'amène, n amenons) 1. *Mang đến, đặt để lên (nước, hơi)*; amenez votre ami, *Mang bạn đến*; a. qn à faire qch *Thuyết phục, tác động ai làm cái gì*; a. qn à son opinion *Làm cho người nào thay đổi quan điểm*; a. la conversation sur un sujet *Dẫn cuộc nói chuyện vào chủ đề* 2. Arg. s'a. *Xảy ra, xuất hiện, đến.*

ameánitea [amenite] nf 1. *Tính nhã nhặn (phong cách); Tình trạng nhã (loại)* 2. pl *Lời xúc phạm.*

amenuiser(s') [samənɥize] vpr *Làm cho mỏng đi, làm cho ít đi, giảm xuống.*

amer, - eâre [amɛr] adj. *Đắng*; amèrement adv. *Cay đắng, đau khổ.*

ameáricain, - aine [amerik(, kɛn] 1. a & n *Lối Mỹ, tiếng Mỹ (Anh).*

ameáricaniser [amerikenize] vtr *Mỹ hóa.*

ameáricanisme [amerikanism] nm *Chủ nghĩa Mỹ quốc.*

Ameárique [amerik] N. pr. *Châu Mỹ.*

amerlo(t) amerloque [amerlo, amɛklɔk] n m & f Arg. *Người Mỹ (lóng).*

amerrir [amerir] vi Av: *Đỗ xuống biển; Hạ cánh xuống nước làm cho nước bắn tung tóe (thủy phi cơ).*

amerrissage [amerisaʒ] nm Av: *Sự hạ cánh, sự đỗ xuống biển làm nước bắn tung tóe.*

amertume [amertym] nf *Sự cay đắng.*

ameáthyste [ametist] nf *thạch anh tím.*

ameublement [amœ blɔm)] nm 1. *Đồ bày trong nhà (căn nhà)* 2. *Đồ gỗ gia dụng; tissu d'a. Vải bọc bàn ghế.*

ameublir [amœ blir] vtr *Xới xáo (đất).*

ameuter [am-te] vtr *Khuấy lên, kích động (đám đông hỗn loạn)*; s'a., *Hình thành một đám hỗn loạn.*

ami [ami] 1. n (a) *Bạn*; a. *Bạn thân*; a. d'enfance *Bạn thời hiện thiếu*; mon a., (*) *Bạn thân mến* (**) *Người yêu dấu*; mon amie *Người yêu*; sans amis *Không bạn bè*; (b) son a. *Bạn trai*; son amie *Bạn gái*; (c) faux amis *Bạn không chân thật*. 2. (de). *Thân tình, bè bạn.*

amiable [amjabl] a Dr: *Hòa giải, thỏa thuận*; à l'a. *Giải quyết thỏa thuận tại tòa án*; arranger une affaire à l'a. *Dàn xếp công việc ổn thỏa*; ventre à l'a. *Thuận mua vừa bán.*

amiante [amj)t] nm *sợi đá, chất khoáng mềm màu xám có thế sợi, có thể dùng làm vật liệu chịu lửa hoặc đế cách nhiệt.*

amibe [amib] nf *Amip.*

amical, - aux [amikal, o] adj. *Thân tình*; peu a. *Thù nghịch*; nf *Hiệp hội ái hữu (chuyên nghiệp)*; amicalement adv *Một cách thân thiện*; Corr: bien a. *Chúc mọi điều tốt lành; Trân trọng.*

amidon [amidɔ̃] nm *Tinh bột.*

amidonner [amidɔne] vtr *Hồ bột.*

amincir [am(sir] vtr 1. *Làm (vật gì) mỏng đi* 2. s'a., *Mỏng đi*; amincissant adj. *Yếu ớt (tiếng la v.v...)*; ton pull t'amincit *Chiếc áo thun của bạn làm cho bạn trông có vẻ mảnh mai hơn.*

amincissement [am(sism)] nm *Sự làm mỏng đi (người), sự thon người lại, mảnh mai.*

aminoacide [aminɔasid] nm *Amino acit.*

amiral, - aux [amiral, o] 1. nm *Đô đốc (hải quân)* 2. adj. (vaisseau) a. *Tàu đô đốc (trong đó*

amirale [amiral] nf *Bà đô đốc*.
amirauteá [amirote] nf *Bộ tư lệnh Hải Quân*.
amitieá [amitje] nf **1.** *Tình bằng hữu*; prendre qn en a. *Có tình cảm với ai*; se lier d'a. avec qn *Làm bạn với ai*; par a. *Do tình hữu nghị* **2.** amitié n.f (a) *Lòng tốt, đặc ân*; (b) Corr: mes amitiés à *Cho tôi gởi lời thăm hỏi đến*; sincères amitiés de *Với lời chúc thành thật nhất của*.
ammoniac, ammoniaque [amɔnjak] n.m adj. Ch. *Amoniac*.
amneásie [amnezi] nf Med: *Chứng quên* amnésique adj. **1.** *Hay quên* **2.** n *Thuộc về chứng quên*.
amnistie [amnisti] nf *Sự ân xá*.
amnistier [amnistje] vtr (pr sub & impf n. amnistions) *Ân xá*.
amocher [amɔʃe] vtr fam. *Làm hỏng (cái gì)*; arg. *Đánh đập ai*; se faire a. *Bị đánh, bị thương*.
amoindrir [amw(drir] **1.** vtr *Bớt, làm giảm, làm yếu*. **2.** vi & pr *Làm yếu, giảm xuống*.
amoindrissement [amw(drism)] nm *Sự bớt, sự giảm*.
amollir [amɔlir] vtr **1.** *Làm cho mềm ra, làm yếu* **2.** s'a. *Mềm đi, yếu đi*.
amollissement [amɔlism)] nm *Sự làm mềm, sự làm yếu đi*.
amonceler [amɔ̃sle] vtr (j'amoncelle) **1.** *Chất đống* **2.** s'a. *Chất đống (tuyết)*.
amoncellement [amɔ̃sɛlm)] nm **1.** *Sự chất đống* **2.** *Đống, chồng*; a. de neige *Đống tuyết*.
amont [amɔ̃] nm (a) *Thượng lưu (dòng sông)*; en a. *Về phía thượng lưu, ở phía trên*; (b) *Sườn dốc đứng*.
amoral, - aux [amɔral, o] adj. *Phi đạo đức*.
amorçage [amɔrsaʒ] nm **1.** *Sự bắt đầu, bước đầu (ống bơm)* **2.** *Mồi (mồi câu, mồi lửa)*.
amorce [amɔrs] nf **1.** *Sự bắt đầu, khởi sự (bàn bạc, cải tạo)* **2.** (a) *Chất nổ*; (b) *Ngòi nổ, kíp nổ*; (c) *Mồi nước vào bơm*. **3.** *Mồi*.
amorcer [amɔrse] vtr **1.** (a) *Bắt đầu (xây dựng, thương lượng)*; (b) *Mồi nước (bơm), đậy nắp vô* **2.** *Như bẫy (bẩy); Bẫy, đặt mồi (người, thú)* **3.** s'a. *Bắt đầu*; une baisse des cours s'amorce *Các cổ phần đang có khuynh hướng xuống giá*.
amorphe [amɔrf] adj. (a) *Vô định hình* (b) *Mềm và lỏng lẻo*.
amortir [amɔrtir] vtr **1.** *Làm nhẹ bớt, làm yếu đi (âm thanh) làm dịu (cơn đau), tiếp thụ (các shock)* **2.** *Kết hợp (vôi) với nước*. **3.** (a) *Trả hết, thanh toán (nợ)*; cela s'amortira tout seul *Nợ đó tự nó sẽ thanh toán dần*; (b) *Loại bỏ (thiết bị)* amortissable adj. *Có thể trả dần*.

amortissement [amɔrtism)] nm **1.** *Sự vỡ (sự rơi) sự tiếp thụ* **2.** (a) *Có khả năng chi trả, sự thanh toán hết nợ*; (b) *Sự sụt giá*.
amortisseur [amɔrtisœr] nm Aut: *Cái giảm chấn*.
amour [amur] nm **1.** (a) *Lòng yêu, tình yêu, lòng đam mê*; avec a. *Đáng yêu*; marriage d'a. *Cưới vì tình*; faire l'a. *Làm tình*; (b) n. pl *Chuyện tình*; les premièrs amours *Tình đầu* **2.** mon a. *Người yêu của tôi, người yêu dấu*; l'a. de la famille *Tình yêu gia đình*; quel a. d'enfant! *Thần tượng của gia đình !*; quel a. de bijou! *Món nữ trang đáng yêu làm sao !* tu es un a.! *Em bé yêu quí ! Em là thiên thần !*; amoureux, - euse adj. **1.** *(cái nhìn) Đáng yêu*; être a. de qn *Phải lòng với ai*; (b) amores *Si tình, đa tình (cử chỉ)* **2.** n. *Người tình*; amoureu - sement adv *Đáng yêu, đa tình*.
amour - propre [amurprɔpr] nm (a) *Lòng tự ái, tự trọng, kiêu hãnh*; (b) *Sự tự trọng, sự đánh giá cao về mình, tự cao, tính tự phụ*.
amovible [amɔvibl] adj. **1.** *Có thể bãi miễn* **2.** *Có thể tháo ra lắp vào được, hoán chuyển được*.
ampeâre [ ) pɛr] nm El: *Ampe, đơn vị đo cường độ dòng điện*.
ampeâremeâtre [ ) pɛrmɛtr] nm El: *Ampe kế*.
amphi [ ) fi] nm fam. Scol. *Giảng đường*.
amphibie [ ) fibi] **1.** *Lưỡng cư*. **2.** nm *Động vật lưỡng cư*.
amphitheáêtre [ ) fiteatr] nm **1.** *Khán đài vòng cung* **2.** *Giảng đường* **3.** Th: *Mái vòm*.
amphore [ ) for] nf **1.** *Vò hai quai* **2.** *Lọ*.
ampleur [ ) mplœr] nf *Sự rộng rãi, sự đầy đủ, tầm rộng (áo quần); Dồi dào, thừa thãi (bữa ăn); (Âm) lượng; bành trướng (mối họa)*; prendre de l'a. *Phát triển* **1.** *Đủ, vừa (áo quần)* **2.** ample adj. *Rộng rãi* **3.** *Đầy đủ (nhiều, dủ) phong phú*; amplement adv *Đầy đủ, phong phú; Đầy đủ;* nous avons a. le temps, *Chúng tôi có nhiều thời gian*.
ampli [ ) pli] nm fam. *Máy tăng âm*.
amplificateur [ ) plifikatœr] nm *Máy tăng âm; bộ khuếch đại*.
amplification [ ) plifikasjɔ̃] nf **1.** *Sự khuếch đại, sự phát triển*; (b) *Sự phóng đại, sự cường điệu* **2.** *Sự phóng đại, khoa trương*; T.S.F *Sự khuếch đại*.
amplifier [ ) plifje] vtr (impf & pr sub n.) amplifions **1.** (a) *Khuếch đại, phát triển (chủ đề)*; (b) *Cường điệu* **2.** *Phóng đại, khuếch đại (âm thanh)* **3.** s'a. *Gia tăng*.
amplitude [ ) plityd] nf **1.** *Biên độ* **2.** *Tầm (nhiệt độ)*.

ampoule [ ) pul] nf **1.** *Ống thuốc* **2.** *(Đèn) bóng đèn hình ống* **3.** *Nốt phỏng da.*

ampouleá [ ) pule] adj. *Khoa trương.*

amputation [ ) pytasjɔ̃] nf (a) *Sự cắt cụt, cắt xén sự cụt;* (b) fam. *Sự cắt (đề tài).*

amputer [ ) pyte] vtr (a) *Cắt cụt (chân tay)* a. qn de la jambe *Cắt cụt chân (người nào);* (b) *Cắt ngắn (đề tài).*

amulette [amylɛt] nf *Bùa.*

amuse - gueule [amyzɡœl] nm *Món khai vị.*

amuser [amyze] vtr **1.** *Làm cho vui, giải trí;* si tu penses que ca m'amuse ! *Nếu bạn nghĩ rằng tôi thú vị điều đó !* **2.** s'a (a) *Giải trí;* ils s'amusent dans le jardin *Chúng đang chơi trong vườn;* amusez - vous bien ! *Cứ giải trí đi!;* (b) s'a avec qch *Đùa với cái gì;* s'a. à faire qch *Vui thú làm gì;* fam. ne t'amuse pas à recommencer *Bạn đừng đùa mà làm lại điều đó;* (c) s'a. de qn *Chế giễu;* amusant(e) adj. *Vui vẻ, thú vị.*

amuseur, - euse [amyzœr/ -z] n *Người giải trí.*

amygdale [amidal] nf *Một trong hai bộ phận nhỏ ở hai bên họng gần cuối lưỡi.*

amygdalite [amidalit] nf Med: *amiđan.*

an [ )] nm *Năm;* tous les ans, *Hàng năm;* dans quatre ans *Trong bốn năm nữa;* avoir dix ans 10 tuổi; le jour de l'an, le nouvel an *Ngày đầu năm mới;* en l'an 2000 *Vào năm 2000.*

anachronisme [anakrɔnism] nm *Sự sai ngày tháng.*

anagramme [anagram] nf *Từ đảo chữ.*

analogie [analɔʒi] n *Sự giống nhau;* analogue adj. *Tương tự;* **1.** n *Vật tương tự, cái tương tự* (à, to) **2.** n.m *Cơ quan cùng chức.*

analphabeátisme [anafabetism] nm *Nạn mù chữ* analphabète n. & adj. *Mù chữ.*

analyse [analiz] nf (a) *Sự phân tích;* en dernière a. *Lần phân tích cuối cùng;* a. grammaticule *Phân tích từ loại;* a. logique *Phân tích câu;* (b) (*Máu) (nước tiểu) thử nghiệm;* il s'est fait faire des analyses *Người ta đã làm thử nghiệm anh ta vài lần;* analytique adj. *Phân tích.*

analyser [analize] vtr *Phân tích;* a. une phrase *Phân tích câu.*

analyste [analist] n *Nhà phân tích.*

ananas [ananas] nm *Quả dứa.*

anar [anar] fam. **1.** n *Người theo chủ nghĩa vô chính phủ* **2.** *Vô chính phủ.*

anarchie [anarʃi] nf *Tình trạng vô chính phủ; Vô chính phủ, hỗn loạn bừa bãi.*

anarchisme [anaʃism] nm *Chủ nghĩa vô chính phủ;* marchiste n. *Kẻ vô chính phủ.*

anatheâme [anatɛm] nm *Sự rút phép thông công.*

anatomie [anatɔmi] nf *Giải phẫu học;* anatomique adj. *Thuộc về giải phẫu.*

ancestral - aux [ ) sɛstral] adj. *Thuộc về tổ tiên, tiền bối.*

ancïtre [(sɛtr] n (a) *Tổ tiên, tiền bối;* (b) fam. *Cố, xưa, người xa xưa.*

anche [ ) ʃ] nf Mus: *Dăm kèn.*

anchois [ ) ʃwa] nm *Cá trổng (một loài cá nhỏ biển Địa trung Hải...).*

ancien, - ienne [ ) sj( ] adj. **1.** *Cố, xưa. cũ.* **2.** *Xưa, già, trước đây, đã qua;* les peuples anciens *Dân tộc cổ đại (người cổ xưa);* L'Ancien Testament. *Cựu ước* **3.** *Trước đây, xưa;* a. élève *Học sinh cũ (của trường);* anciens combattants *Những chiến sĩ trước kia, cựu chiến binh* **4.** les (élèves) anciens *Sinh viên khóa trước;* il est votre a. *Anh ấy nhiều tuổi hơn bạn* **5.** nm (a) les anciens *Tổ tiên;* (b) fam. l'a., *Người xưa;* (c) l'a. *Đồ cổ;* anciennement adv *Trước đây.*

ancieneteá [ ) sjente] nf **1.** *Tình trạng lâu đời (tượng đài)* **2.** *Thâm niên.*

ancrage [ ) kraʒ] nm *Nơi bỏ neo.*

ancre [ ) kr] nf *Mỏ neo;* jeter l'a. *Thả neo;* lever l'a. *Nhổ neo.*

ancrer [ ) kre] vtr **1.** *Thả neo (tàu);* idée bien ancrée *Ý tưởng có cơ sở chắc chắn* **2.** s'a. *Trở nên cố định.*

Andorre [ ) dɔr] N. pr. *Andora.*

andouille [ ) duij] nf (a) Cu: *Dồi heo;* (b) fam. faire l'a. *Cư xử phù phiếm, vô trách nhiệm.*

êne [ɑn] nm **1.** (a) *Con lừa;* promenade à dos d'â. *Cưỡi lừa;* (b) dos d'â. *Chổ lồi lên (trên mặt đường);* en dos d'â. *Gờ;* pont en dos d'â. *Cầu vồm* **2.** *Kẻ ngu khờ;* bonnet d'â. *Mũ tai lừa.*

aneáantir [anɛ)tir] vtr **1.** *Tiêu diệt, triệt hạ (trạng thái);* **2.** s'a. *Biến mất hoàn toàn đột ngột;* anéanti a. *Bị làm choáng váng.*

aneáantissement [ane)tism)] nm *Sự tiêu diệt, sự triệt hạ (Trạng thái): sự rã rời, sự mệt nhoài.*

anecdote [anɛdɔt] nf *Giai thoại.*

aneámie [anemi] nf Med: *Chứng thiếu máu;* anémique a. *Thiếu máu, xanh.*

aneámier [anemje] vtr *Làm cho thiếu máu, gây thiếu máu;* s'a., *Trở nên thiếu máu, làm bạc nhược, làm suy vi.*

aneámone [anemɔn] nf **1.** *Cỏ chân ngỗng* **2.** a. de mer *Cỏ hải quỳ.*

ênerie [ɑnri] nf fam. (a) *Sự ngu xuẩn;* (b) *Lời ngu xuẩn;* dire des âneries *Nói chuyện vô lý.*

ênesse [ɑnɛs] nf *Con lừa cái.*

anestheásie [anɛstezi] nf Med: *Trạng thái mất*

cảm giác; a. générale *Tê toàn bộ;* anesthésique a & nm *Gây mê, gây tê, thuốc tê, thuốc gây mê.*

anestheásier [anɛstezje] vtr Med: *Gây tê, gây mê.*

anestheásiste [anɛstezist] n Med: *Người gây tê, người gây mê.*

anfractuositeá [ ) fraktyɔzite] nf *Hốc ngoắt ngoèo.*

ange [ ) ʒ] nm **1.** *Thiên thần;* gardien a. *Thần bản mệnh;* a. déchu *Thiên thần sa đọa;* être aux anges *Lên bảy tầng mây;* sois un a. ! *Hãy tốt nào! hãy đáng yêu !* un a. passa *Có một sự yên lặng;* **2.** a. (de mer) *Cá nhám dẹt.*

angeálique [ ) ʒelik] adj. **1.** *Như thiên thần* **2.** nf Cu: *Cây bạch chỉ (có mùi thơm dùng để nấu ăn & làm thuốc)* angéliquement adv *Như thiên thần.*

angelet, angelot [ ) ʒlɛ,) ʒlo] nm *tiểu thiên sứ.*

angeálus [ ) ʒelys] nm *Kinh Truyền Tin, hồi chuông cầu kinh Truyền Tin.*

angine [ ) ʒin] nf Med: *Viêm họng;* a. de poitrine *Chứng đau thắc ngực.*

anglais, - aise [ ) glɛ, ɛz] **1.** adj. *(Thuộc) Anh;* fam. filer à l'anglaise *Lỉnh đi, chuồn đi* **2.** n *Người Anh* **3.** nm *Tiếng Anh*

angle [ ) gl] nm **1.** *Góc;* a. droit *Góc thẳng vuông;* à angles droits *Góc vuông* **2.** *Góc tường;* a. de la rue, *Góc đường* **3.** sous cet a. *Từ góc độ đó, theo quan điểm (nào đó).*

Angleterre [ ) glɔtɛr] np. f. *Nước Anh.*

anglican, - ane [ ) gkik), an] a & n Rel: *Thuộc Anh, thành viên của giáo hội Anh;* l'église anglicane *Giáo hội Anh.*

angliciser [ ) glisize] vtr *(Từ vựng) Anh hóa.*

anglicisme [ ) gkisism] nm **1.** *Đặc ngữ Anh.* **2.** *Từ ngữ vay mượn của Anh.*

angliciste [ ) glisist] n (a) *Nhà Anh học;* (b) *Học sinh tiếng Anh.*

anglo - ameáricain [ ) glɔamerik( ] adj. *Mỹ gốc Anh.*

anglo - normand, - ande [ ) glɔnɔtm),) d] a & n *Thuộc Anh* Normand, *người Anh* Normand; les iles Anglo - Normandes *Quần đảo Anglo - Normand.*

anglophilie [ ) glɔfili] nf *Tính thân Anh;* anglophile a & n *Thân Anh, người thân Anh.*

anglophobie [ ) glɔfɔbi] nf *Tính bài Anh* angophobe **1.** a. *Bài Anh* **2.** n *Người bài Anh.*

anglophone [ ) glɔfɔn] **1.** a. *Nói tiếng Anh* **2.** n *Người nói tiếng Anh.*

anglo - saxon, - onne [ ) glɔsaksɔ̃, ɔn] a & n *người Ăng lô saxon, (nước) nói tiếng Anh.*

angoisse [ ) gwas] nf *Mối buồn lo;* vivre dans l'a. d'un accident *Sống trong nỗi lo sợ về tai nạn.*

angoisser [ ) gwase] vtr *Gây lo sợ, làm kinh hoàng; Gây lo sợ, kinh hoàng, căng thẳng;* angoisé(e) a. *Lo sợ, kinh hoàng.*

angora [ ) gɔra] a & n *Thuộc Angora, người Angora.*

anguille [ ) gij] nf Ich: (a) *Cá chình;* il y a a. sous roche *Có ẩn khuất gì đây;* (b) a. de mer *Cá chình biển.*

angulaire [ ) gilɛr] adj. *Góc;* pierre a. *Đá góc, móng.*

anguleux, - euse [ ) gil-, - z] a. *Có góc cạnh, xương xấu.*

anicroche [anikrɔʃ] nf *Trở ngại vụn vặt, khó khăn bất ngờ;* sans a. *Bằng phẳng trôi chảy, không trở ngại.*

aniline [anilin] nf Dy: *Aniline.*

animal, - aux [animal, o] **1.** a. *Thuộc động vật (thế giới, bản năng)* **2.** nm *Loại động vật;* fam. quel a. ! *Đúng là con vật!.*

animalier, - ieâre [animalje, jɛr] **1.** a. *Chuyên về động vật (điêu khắc);* parc a. *Khu bảo tồn thú ở dạng thiên nhiên thú vật* **2.** n (a) *Nghệ sĩ chuyên diễn tả về thú (điêu khắc, hội họa);* (b) *Người nuôi, bảo tồn (thú).*

animateur, - trice [animatœ r, tris] n (a) *Người lo về đời sống (trong một xí nghiệp);* (b) TV: *Người dẫn dắt chương trình trên T.V;* (c) Cin: *Người làm phim hoạt họa;* (d) *Người lãnh đạo, tổ chức.*

animation [animasjɔ̃] nf **1.** *Sự hăng hái;* plein d'a *Sôi động.* **2.** *Kỹ thuật làm phim.*

animer [anime] vtr **1.** *Tạo sức sống (cho một người, một vật);* animé par un nouvel espoir *Phấn khởi vì một hy vọng;* son visage s'anima *Khuôn vặt anh ta rạng rỡ lên* **2.** *Thúc đẩy,* animé par un sentiment de jalousie, *Thúc đẩy bởi một tình cảm ganh tị* **3.** *Làm sống động (một cuộc nói chuyện), kích thích (các cảm giác);* la conversation s'anime *Cuộc nói chuyện trở nên sống động;* la rue s'anime *Đường phố huyên náo lên;* animé(e) a **1.** *Đầy sức sống, huyên náo* **2.** Cin: dessin a. *Phim hoạt hình.*

animositeá [animɔzite] nf *Căm ghét, thù địch với; ác tâm.*

anisette [anizɛt] *n.f.* *Rượu ngọt gồm hồi hương xanh, cồn, nước và đường.*

ankyloser [ ) kilɔze] *v.t.* *Gây chứng liền khớp...* S'ankyloser *v.pr.* 1- *Bị mắc phải chứng liền khớp.* 2- *Fig.* *Mất linh động, hoạt bát, đờ ra.*

annales [anal] *n.f. pl.* *Tác phẩm tường thuật biến cố từng năm. Biên niên sử. Litt. Lịch sử. Les annals du crime:* Tình tiết của tội ác.

anneau [ano] *n.m. (lat. annellus)* **1-** Vòng bằng chất thường là cứng để treo hoặc buột cái gì. *Anneaux de rideaux*: Vòng màn. *Anneau de porb*: Dây buộc cố định, thường gồm phần dẫn nước uống và điện. **2-** Vòng, thường bằng kim loại quí, nhẵn không có mặt (đá quí) thường mang ở ngón tay. *Anneau neiptial*: Nhẫn cưới. *Anneau épiscopal ou pastoral*: Nhẫn hàng giáo sĩ cao cấp trong Thiên Chúa giáo. Nhẫn Giám mục, hồng y. **3-** Có hình tròn (vòng). *Anneau routiêr*: Đường vòng.

année [ane] *n.f. (lat. annus)* **1-** Thời gian 12 tháng, tương ứng theo qui ước với khoảng thời gian Trái Đất quay chung quanh Mặt Trời. **a.** (Tính theo thời gian kéo dài) *Deprues combien d'années travailes-vous ?* Anh làm việc từ mấy năm rồi ? *Une année favorable aux culteures*: Một năm thuận lợi cho trồng trọt. **b.** (Tính theo vị trí của nó đối với lịch Thiên Chúa giáo) *En quelli année être-vous cré*: Anh sinh vào năm nào ? ■ *Les Annés folles*: Thời gian giữa 2 cuộc chiến trước cơn khủng hoảng lớn và sự "leo thang của các mối hiểm nguy" (Từ khoảng 1919 đến 1929). **c.** *Année levie ou calendaire*: Từ mồng một tháng 1 đến 31 tháng 12. *Année scolaire*: Từ nhập học đến nghỉ hè. Năm học. ■ *Sorchaiter la bonne année*: Chúc mừng nhân dịp năm mới. **2- a.** Thời gian mà một hành tinh phải để ra để quay chung quanh mặt trời. *Année venusienne, (Venus) - Martienne (Mars)*. **b.** *Année sidérale*: Khoảng chia cách 2 lần đi qua liên tiếp của mặt trời qua cùng một điểm của quỹ đạo biểu kiến của nó. Chu kỳ mặt trời. **c.** *Année tropique*: Khoảng chia cách 2 lần đi qua liên tiếp của mặt trời qua phân điểm của mùa xuân. Năm Thái dương.

annelé, ée [anle] *adj. Bol-zool.* Kế tiếp cơ vòng, cơ đốt. *Archit. Colonne annelée*: Thân trụ được chạm vòng.

annexe [anɛks] *adj. (lat. annexus, thuộc vào)* Mắc vào, liên hệ vào một cái chính. *Un document annexe*: Phụ lục. ■ *n.f.* **1-** Cơ sở, văn phòng phụ. *Les annexes d'une école*: Cơ sở phụ của trường. **2- a.** *Annexes de l'utérus*: Noãn sào và vòi. **b.** *Annees embryonnaires*: Các cơ năng chứa trong trứng đã lộn nhưng ở bên ngoài phôi mà chúng nuôi và bảo vệ (màng ối, nhau...).

annexer [anɛkse] *v.t.* Đưa (ai, cái gì) vào một nhóm, một tổng thể, đính kết vào... Sát nhập (toàn bộ hay một phần lãnh thổ) dưới quyền bính của một quốc gia khác. ■ *S'annexer v. pr.* Thuộc vào, liên kết vào (ai, cái gì) một cách đặc biệt.

annexion [anɛksjɔ̃] *n.f.* Sự sát nhập. lệ thuộc vào, đặc biệt là lãnh thổ, lãnh thổ được sát nhập.

annihiler [aniile] *v.t. (lat. ad.* Về phía và *nitril*, không gì cả) Biến thành không, hủy diệt, tê liệt, làm tiêu ma.

anniversaire [anivɛrsɛr] *adj. et n.m. (lat. anniversarius*, trở lại hàng năm). Gợi lại một biến cố vào cùng ngày một hoặc nhiều năm trước. *Jour anniversaire de l'aimistice*: Kỷ niệm ngày đình chiến.

annonce [anɔ̃s] *n.f.* **1-** Sự (việc) báo (cho ai, cái gì), báo cho biết. *L'annonce de l'avrivée d'un chef d'Etal*. Loan báo một vị nguyên thủ quốc gia đến. ■ *Effel d'annonce*: Tác động trên dư luận bằng hình thức đơn giản loan báo một biện pháp, một biến cố. **2-** Dấu hiệu, triệu chứng. *L'annonce du prin Temps*: Dấu hiệu của mùa xuân. **3- a.** Ý kiến, thông tin bằng lời nói hoặc bằng bản loan báo cho ai, hoặc cho quần chúng. *Pêtête annonce*, qua đó 1 cá nhân, 1 xí nghiệp, v.v... cung cấp cung hoặc cầu một việc làm, một nhà ở (nơi cư trú) v.v... **b.** Tuyên bố ý định trước khi bắt đầu một trò chơi, trong một ván bài.

annocer [anɔ̃se] *v.t. (lat. nuntices*, Sứ giả) **1-** Cho biết, công khai. *Annoncer une bonne, une manvaire nouvelle*: Báo một tin tốt, tin xấu. **2-** Dấu hiệu, ám chỉ, chỉ dấu. *Silence qui annonce un dessaceord*: Im lặng ám chỉ một sự bất đồng.

annonceur, euse [anɔ̃sœr, -z] *n.* Người trình bày chương trình ở truyền thanh, truyền hình. *SYN, Speaker, speakerine*. ■ *n.m.* Người, hay xí nghiệp đưa một quảng cáo ở báo chí, truyền thanh,v.v...

annonciateur, trice [anɔ̃sjatœr, tris] *adj.* Báo hiệu, tiên báo.

annonciation [anɔ̃sjasjɔ̃] *n.f. RELIG.* Sứ điệp thiên thần Gabriel báo cho nữ đồng trinh Maira biết rằng bà sẽ hạ sinh Đấng Cứu Thế, lễ Truyền tin.

annotation [anɔtasjɔ̃] *n.f.* Dẫn chú một cuốn sách, bài làm học sinh. Lời chú dẫn, lời ghi chú (trên một bài viết, cuốn sách).

annoter [anɔte] *v.t.* Viết lời ghi chú, bình luận (trên một bài viết, một cuốn sách).

annuaire [anɥɛr] *n.m. (lat. annuus*, hằng năm) Niên bạ ghi danh sách các thành viên trong ngành nghề, hay danh sách những người đăng ký một dịch vụ gì đó. Niên bạ, danh bạ. *Annuaire du téléphone*: Niên bạ điện thoại.

annulation [anylasjɔ̃] *n.f.* **1-** Sự hủy bỏ, sự bị hủy bỏ. **2-** *Psychan.* Quá trình tự trấn an một điều gì xấu đã không xảy đến với mình. Quá trình hủy bỏ đến trấn an.

annuler [anyle] *[anyle] v.t.* Làm vô giá trị, hủy

bỏ. Hủy, hủy bỏ. *Annuler une élection*: Hủy một cuộc bầu cử.

anoblir [anɔblir] *v.t.* (từ *noble*, quí tộc) Phong tước cho.

anoblissement [anɔblism)] *n.m.* Phong tước, được phong tước.

anode [anɔd] *n.f. (gr. ana,* ở cao, và *hodos*: đường). Điện cực đến của một dòng điện chạy trong một môi trường dẫn khác (trái với cathode). Cực dương anốt.

anodin, ine [anɔd(, in] *adj. (gr. adunê,* đau đớn). Vô hại, không tấn công. không quan trọng.

anomalie [anɔmali] *n.f. (gr. anômalia,* bất đồng ý kiến). Sự khác xa, sự không theo qui tắc, sự bất thường so với chuẩn, mẫu. Sự dị thường, sự khác thường. *Biol.* Sự lệch ra khỏi kiểu bình thường. Sự dị thường.

ânon [anɔ̃] *n.m.* Lừa con.

ânonnement [anɔnm)] *n.m.* Đọc, nói, ấp úng, khó khăn.

ânonner [anɔne] *v.i* và *v.t.* (từ *ânon*: Lừa con) Đọc nói ấp úng.

anonymat [anɔnima] *n.m.* Tình trạng vô danh, ẩn danh, sự thiếu đặc sắc, sự tầm thường. Vô danh.

anonyme [anɔnim] *adj.* và *n. (gr. anônumos,* vô danh) 1- Tác giả không được biết đến, nặc danh, ẩn danh. *Lettre, don anoyme*: Thư, quà tặng nặc danh. ■ *Société anonyme*: Hội đoàn nặc danh. —> *Société.* 2- Tên tuổi không được biết. *Poetes anonymes de l'antiquité*: Những nhà thơ vô danh của thời Thượng cổ. Vô danh.

anonymement [anɔnimm)] *adv.* Một cách vô danh, một cách tầm thường.

anophèle [anɔfɛl] *n.m. (gr. anôphelês,* có hại). Muỗi (con cái) có thể truyền bệnh sốt rét.

anormal, ale, aux [anɔrmal, o] *adj. (lat. anormalis).* Trái với, khác với chuẩn mực, lẽ thường, luật thông thường. Khác thường. *Développement anormal d'un organe*: Sự phát triển khác thường của một cơ quan. *Température anormale*: Nhiệt độ khác thường. ■ *Adj.* và *n.* Mất thăng bằng, rất thiếu ổn định. Tàng tàng, bất thường.

anormalement [anɔrmalm)] Một cách khác thường.

anse [ )s] *n.f. (lat. ansa)* 1- Quai (hình cung hay hình vòng) để bưng chậu hay rổ... Quai chậu, quai rổ. *Fam. Vx. Faire danser l'anse du panier*: Nói cao giá lên các đồ đi chợ để ăn bớt. 2- *Géogr.* Vịnh nhỏ nông. Vũng.

antagonique [ )tagɔnik] *adj.* Đối nghịch, đối lập. *Forces antagoniques*: Lực lượng đối nghịch.

antagonisme [ )tagɔnism] *n.m.* Sự đối lập, đối đầu giữa nhiều người, những nhóm xã hội, những học thuyết... Sự đối nghịch, đối lập. *MÉD.* Sự đối lập chức năng giữa hai hệ thống, hai cơ quan, hai chất sinh hóa học. Sự đối lập sinh học.

antagoniste [ )tagɔnist] *n.* và *adj. (gr. antagônistes)* Người đối lập. ■ Đối nghịch, đối lập. *Muscles antagonistes*: Các cơ đối nghịch.

antan (d') [d)t] *Loc. adj. ante annum, l'année d'avant,* năm trước) *Litt.* Thời trước. *Le Paris d'antan*: Paris thời trước.

antarctique [ )tarktik] *adj.* Thuộc về vùng Nam cực.

antécambrien, enne [ )tek)brij(, ɛn] *adj.* và *n.m.* —> *Précambrien.*

antécédent [ )tesed)] *n.m.* Sự kiện, sự việc tới trước. Tiền sự. ■ *LING.* Tiền tố. (Đứng trước đại từ quan hệ). ■ *Log.* Mệnh đề đầu của hai mệnh đề có liên quan với nhau. (Đối lập với *Conséquent*). ■ *Pl.* Tiền sự của người nào đó giúp hiểu và xét xử hành vi hiện tại của người đó. Tiền án. *Avoir de bons, manvais antécédents*: Có tiền án tốt, xấu.

antéchrist [ )tekrist] *n.m.* Kẻ chống đối Đức Kitô, theo Thánh Gioan, sẽ đến trước ngày tận thế một thời gian để chống đối việc thiết lập Nước Thiên Chúa.

antédiluvien, enne [ )tediłyvj(, ɛn] *adj.* 1- Trước nạn Hồng thủy. 2- *Fig.* Rốt xưa, lỗi thời.

antenne [ )tɛn] *n.f. (lat. antenna)* 1- Râu dính trên đầu sâu bọ và tôm cua, cơ quan cảm giác của chúng. Râu cảm giác. 2- Một bộ phận của thiết bị phát và nhận sóng điện, *Syn. (Vx) aérien.* Ăng-ten. Truyền trực tiếp một buổi phát sóng thu thanh, truyền hình, *Garder, rendre l'antenne*: truyền thanh, truyền hình trực tiếp. 3- Đơn vị thuộc cơ quan nào đó, thuộc cơ sở chính nào đó. *Antenne chirurgicale*: Kíp mổ lưu động (trong trường hợp cấp cứu khẩn cấp). ■ *Pl. Fam.* Phương tiện thông tin bí mật. *Il a des antenne à la préfecture*: Ông ta có ăng-ten bí mật ở văn phòng tỉnh trưởng. ■ *Absolt: Avoir des antenne*: Có trực giác tốt.

antérieur, eure [ )terjœ r] *adj. (lat anterior)* 1- Trước, trong tương quan nơi chốn hay thời gian; đứng trước. *Epoque anté rieure,* thời trước. *La paitie anté rieure de corps.* Phần trước của cơ thể. *Contr poité rieur* (sau). *uitérieur* (về sau). 2- *Phon.* Phần cấu âm ở phần trước của vòm khẩu.

antérieurment [ )terjœ rm)] *adv.* Trước, trước đây, về trước.

antériorité [)terjœrite] *n.f.* Ưu tiên về thời gian, ngày tháng. *anté rorité d'un droit, d'une dé coreverte.* Quyền tiêu thủ, tiêu thủ một khám phá.

anthère [)ter] *n.f. (gr. anthêros*, có hoa). Phần trên của nhị hoa các cây có hoa, trong đó hình thành hạt phấn và khi muồi chín lại nở ra để cho hạt phấn bay đi. Bao phấn.

anthologie [)tɔlɔʒi] *n.f. (gr. anthos*, hoa và *legein*, chọn lựa). Tuyển tập các tác phẩm chọn lọc về văn học hoặc âm nhạc. Hợp tuyển. Tuyển tập.

anthracite [)trasit] *n.m. (gr. anthar, -akos*, than) Than có rất ít thành phần chất bay hơi (dưới từ 6 đến 8 phần trăm) cháy với ngọn lửa ngắn xanh nhạt, không khói, cho rất nhiều nhiệt. ■ *Adj. inv.* Xám đậm.

anthrax [)traks] *n.m. (gr. anthrax*, than) *Pothol.* Cụm nhọt kèm theo nhiễm tụ cầu mô dưới da.

anthropocentrisme [)trɔpos)trism] *n.m.* Quan niệm, thái độ xem tất cả những gì trong vũ trụ đều liên đới đến con người. Thuyết loài người trung tâm.

anthropoïde [)trɔpoid] *n. et adj. (gr. anthrôpos*, người) Khỉ giống người nhất, đặc trưng là không có đuôi. (đười ươi, hắc tinh tinh, khỉ đột, vượn).

anthropologie [)trɔpolɔʒi] *n.f.* **1-** *anthropologie sociale et culturelle*: Nghiên cứu về tín ngưỡng, các định chế, phong tục và truyền thống của những xã hội loài người khác nhau. Nhân chủng học xã hội và văn hóa. **2-** *anthropologie physique*: Nghiên cứu những đặc điểm khác nhau của con người trên phương diện hình thế (vóc dáng, màu da, dạng mũi, khối sọ, dạng mắt, tỷ lệ miệng, nhóm máu, v.v...)

anthropologique [)trɔpolɔʒik] *adj.* Liên quan đến nhân chủng học.

anthropométrie [)trɔpometri] *n.f. (gr. anthrôpos*, người và *metron*, đo lường) **1-** Ngành nhân chủng học hình thể có đối tượng gồm tất cả những gì trong cơ thể con người, có thể đo lường được (trọng lượng các cơ quan, áp suất động mạch, v.v...) **2-** *anthropométrie judiciaire*: Phương pháp xác định tội phạm chủ yếu ngày nay dựa trên việc nghiên cứu các dấu tay. Nhân chủng học cân đo.

anthropométrique [)trɔpometrik] Thuộc về nhân chủng học cân đo.

anthropomorphe [)trɔpomɔrf] *adj.* Hình dạng giống người.

anthropomorphisme [)trɔpomɔrfism] *n.m. (gr. anthrôpos*, người và *morphê*, hình thái) Khuynh hướng gán cho các vật thiên nhiên loài vật và các sáng tạo thần thoại những đặc điểm riêng của con người. Thuyết nhân hình.

anthropophage [)trɔpofaʒ] *adj. et n. (gr. anthrôpos*, người *et plagein*, ăn) Về việc ăn thịt người, người ăn thịt người.

anthropophagie [)trɔpofaʒi] *n.f.* Tục ăn thịt người.

antiaérien, enne [)tiaerj(] *adj.* Chống lại các hoạt động máy bay hoặc cơ giới trên không, phòng khỏi những hiệu quả của chúng. Phòng không. *Abri antiaérien*: Nơi ẩn trú phòng không.

antialcoolique [)tialkɔlik] *adj.* Chống lại sự lạm dụng rượu. Sự bài rượu.

antibiotique [)tibjɔtik] *n.m. et adj.* Chất tự nhiên (hầu hết được phát sinh từ nấm bậc thấp và một số vi khuẩn) hay chất tổng hợp, có đặc tính ngăn chặn sự tăng trưởng hoặc tiêu diệt các vi sinh vật. Kháng sinh, chất kháng sinh, thuốc kháng sinh.

antibrouillard [)tibrujar] *adj. et n.m.* Dùng để xuyên sương mù. Xuyên sương mù. *Phores antibrouillard*: Đèn pha xuyên sương mù.

anticancéreux, euse [)tik)ser-, -z] *adj. et n.m.* Được dùng vào việc phòng ngừa hay điều trị bệnh ung thư. Việc phòng chống ung thư.

antichambre [)tiʃ)br] *n.f. (it. anticamera).* Phòng ngoài, tiền sảnh, phòng đợi, phòng trước khi vào một căn hộ (nhà ở) hay một văn phòng. ■ *Faire antichambre*: Đợi chờ trước khi cho gặp, chầu chực, chờ đợi.

antichar [)tiʃar] *adj.* Chống lại tác dụng của chiến xa, xe thiết giáp. Chống xe tăng, chống thiết giáp xa.

anticipation [)tisipasjɔ̃] *n.f.* **1-** Hành vi làm trước hạn. Sự làm trước hạn. *Anticipation de paiement*: Sự trả tiền trước hạn. ■ *Par anticipation*: Trước. **2-** Sự thấy trước, tiên đoán, sự tưởng tượng những hoàn cảnh và biến cố trong tương lai, viễn tưởng. *Roman, film d'anticipation*: Tiểu thuyết, phim ảnh viễn tưởng. (Tiểu thuyết, phim ảnh, có nội dung xảy ra trong tương lai, trong một thế giới mai sau).

Anticipé, e [)tisipe] *adj.* Làm trước. Xảy ra trước thời hạn dự định. *Remerciements anticipés*: Lời cám ơn trước. *Retraite anticipée*: Về hưu trước hạn, về hưu trước tuổi, về hưu non.

anticiper [)tisipe] *v.t. (lat. anticipare*, đi trước). Làm, thực hiện trước thời hạn dự định hay đã xác định. *Anticiper un paiement*: Trả tiền trước hạn. ■ *v.i. ou v.i. ind. (sur)* **1-** Cắt đặt, dùng một điều gì chưa có; dùng trước, đề cập quá sớm. *Anticiper sur ses revenus*: Bàn đến lợi tức quá sớm. 2- Dự kiến điều sẽ xảy đến và thích nghi trước cách ứng xử với điều ấy. *Anticiper sur l'évolution de la situation*: Tiên liệu sự biến chuyển của hoàn cảnh. ■ *N'auticipons pas*: Ta chớ đi quá nhanh, ta cần tôn trọng trật tự bình thường của các sự kiện. Ta chớ đi trước thời gian, phải theo thứ tự thời gian.

anticlérical, ale, aux [)tiklerikal, o] *adj. et n.* Chống lại ảnh hưởng hay sự can dự của giới tăng lữ (giáo sĩ) vào việc công. Chống giáo quyền, người chống giáo quyền.

anticléricalisme [)tiklerikalism] *n.m.* Thái độ, chính sách chống giáo quyền. chủ nghĩa chống giáo quyền.

anticoagulant, ante [)tikɔagyl),)t] *adj. et n.m. méd.* Nói về một chất làm cản trở hay làm chậm lại sự đông máu. Chất chống đông máu.

anticolonialisme [)tikɔlɔnjalism] *n.m.* Sự đối nghịch với chủ nghĩa thực dân. Sự chống chủ nghĩa thực dân. Chủ nghĩa chống thực dân.

Anticolonialiste [)tikɔlɔnjalist] *adj. et n.* Đối nghịch với chủ nghĩa thực dân. Người theo chủ nghĩa chống thực dân. Người chống chủ nghĩa thực dân, chống thực dân.

anticonceptionnel, elle [)tikɔ̃sɛpsjɔnɛl] *a d j .* Ngăn chặn sự thụ thai, chống thụ thai.

anticonformisme [)tikɔ̃fɔrmism] *n.m.* Sự chống lại các thông lệ, truyền thống. Sự không tôn trọng các thông lệ, truyền thống. Chủ nghĩa chống theo thời. Sự chống chủ nghĩa theo thời. Chủ nghĩa chống thông lệ. (Những gì đã được thiết định).

anticonformiste [)tikɔ̃fɔrmist] *adj. et n.* Không tuân theo những thông lệ, truyền thống (thông lệ đang hay đã có). Người chống thông lệ. Người chống theo thời.

anticonstitutionnel, elle [)tikɔ̃stitysjɔnɛl] *adj.* Đi ngược lại hiến pháp, bất hợp hiến, vi hiến.

anticonstitutionnellement [)tikɔ̃stitysjɔnɛlm)] *adv.* Một cách bất hợp hiến, một cách vi hiến.

anticorps)tikɔr] *n.m.* Chất globuline miễn dịch, do cơ thể sinh ra khi có một kháng nguyên xâm nhập cơ thể, giúp sức vào bộ máy miễn dịch. Kháng thể.

anticyclone [)tisiklon] *n.m. Météor.* Trung tâm của những áp suất khí quyển mạnh. Cơn xoáy nghịch.

antidater [)tidate] *v.t.* Đề (ghi) lùi lại ngày tháng. Đề ngày tháng lùi lại.

antidérapant, ante [)tiderap),)t] *adj. et n.m.* Chống trượt. Vật liệu giúp ngăn chặn sự trượt. Vật chống trượt. *Semelles antidérapantes*: Đế giầy chống trượt.

antidiphtérique [)tidifterik] *adj.* Nhằm chống lại bệnh bạch hầu. Trị bạch hầu. Chống bạch hầu.

antidote [)tidɔt] *n.m. (gr. antidotos,* đưa ra để chống) 1- Thuốc giải độc. 2- Phương thuốc chữa trị bệnh về thần kinh, tâm lý.

antienne [)tjɛn] *n.f. (du gr. antiphônos,* đáp lại) 1- Khúc ca được hát trước và sau một bài thánh vịnh. Điệp ca, điệp khúc. 2- *Fam.* Lời lẽ lặp đi lặp lại mãi, một cách nhàm chán.

antigel [)tiʒɛl] *n.m.* Chất được bỏ thêm vào một chất lỏng khiến cho độ đông đặc của chất lỏng đó giảm xuống đáng kể. Chất lỏng đông đặc.

antigène [)tiʒɛn] *n.m. Méd.* Chất (vi khuẩn, tế bào của một loài khác, chất hóa học hay hữu cơ, v.v...), một khi vào trong cơ thể thì kích động sự tạo thành kháng thể. Kháng nguyên. Chất làm cho phát sinh kháng thể.

anti-inflammatoire [)ti(flamatwar] *adj. et n.m. (pl. anti-inflammatoires) Méd.* Thuốc chuyên trị, chống viêm. Thuốc trị viêm, chống viêm.

antilope [)tilɔp] *nf. (angl. auteloipe* mượn từ gr) Động vật có vú, thuộc loài nhai lại hoang dã ở Phi Châu (linh dương đầu bò, linh dương sừng móc) hay ở Á Châu (bò, hươu) có da mềm nhẹ được dùng để chế tạo quần áo (họ cũ). Linh dương.

antimatière [)timatj(r] *nf.* Dạng vật chất hợp thành bởi những phản hạt. Phản (vật) chất.

antimilitarisme [)timilitarism] *n.m.* Chống lại về nguyên tắc đối với các định chế và tinh thần quân sự. Sự chống lại chủ nghĩa quân phiệt. Chủ nghĩa chống quân phiệt.

antimilitariste [)timilitarist] *adj. et. n.* Chống lại, tỏ ra thù địch với chủ nghĩa quân phiệt. Người chống lại chủ nghĩa quân phiệt. Người theo chủ nghĩa chống quân phiệt.

antimoine [)timwan] *n.m. (ar. ithmid).* Đơn chất rắn, có màu trắng pha xanh, dễ vỡ, hòa tan ở 630°, có tỷ trọng chừng 6,7, gần giống với aseu (thạch tín); Nguyên tố hóa học (sb) có số nguyên tử 51, khối lượng nguyên tử 121,75 Antimon.

antinomie [)tinɔmi] *nf. (gr. anti, contre*: chống lại, *et nomos,* luật). Trái ngược giữa hai ý tưởng, hai nguyên lý, hai mệnh đệ. Sự tương phản ■ *Log.* Mâu thuẫn nội tại của một lý thuyết suy diễn; Nghịch lý, nghịch biện.

antiparasite [)tiparazit] *adj.inv. et n.m.* Về một loại thiết bị làm giảm bớt sự phát sinh hay tác dụng của nhiều, ảnh hưởng đến việc tiếp thâu các buổi phát sóng truyền thanh và truyền hình. Chống nhiễu, thiết bị chống nhiễu.

antiparticule [)tipartikyl] *nf.* Hạt sơ đẳng (*positon, antipropon, antineutron*), có khối lượng bằng nhau, nhưng có đặc tính điện từ và có ứng lực của hạt tương ứng. *Syn.(Vieilli): anticorpuscule*. Phản hạt.

antipathie [ ) tipati] *nf.(gr. anti* , chống lại; *pathos*: sự ham muốn).Thù nghịch từ bản năng đối với người hay vật nào. Sự ghét cay, ghét đắng. Sự chán ngấy. Ác cảm, sự ghét bỏ, mất cảm tình.

antipathique [ ) tipatik] *adj*. Phát sinh từ ác cảm. Đáng ghét. Mất cảm tình, có ác cảm. *Contr: Sympathique*: có thiện cảm, có cảm tình.

antiphrase [ ) tifraz] *nf.* Cách thức diễn tả để nói lên điều ngược lại với điều người ta nghĩ bằng lối mỉa mai hay lối nói trại. Uyển ngữ, cách nói ngược ý.

antipode [ ) tipɔd] *n.m (gr. anti*, nghịch chống, *et pous, podos*, chân). 1- Địa điểm của trái đất ở đối với một địa điểm khác xuyên qua đường kính trái đất. Điểm đối chân. Xứ Norwelle Zélande (Tân Tây Lan) là điểm nối chân của nước Pháp. ■ Vùng đất xa. *Voyager, habiter aux autipodes*: Đi du lịch, ở, tại vùng xa xôi. 2- *Être à l'antipode, aux antipodes de*: Rất xa, rất khác biệt, trái ngược với. *Votre raisomemeut est à l'antipode du bow seus*: Lý luận của bạn rất trái ngược với lương tri. 3- Một tế bào trong số các tế bào của túi phôi nằm đối diện với cầu noãn. Tế bào đối cực. 4- *CHIM. Antipodes optiques*: Đối cực quang học. Phép nghịch đảo quang học.

antiquaille [ ) tikaj] *nf. Fam. et péj*. Đồ cổ không giá trị gì, đồ cổ vất đi.

antiquaire [ ) tikɛr] *n. (lat. antiquarius)*. 1- Thương gia chuyên mua, bán động sản và đồ mỹ nghệ cổ. 2- *Vx.* Nhà khảo cổ học.

antique [ ) tik] *adj. (lat antiquus)* 1- Thuộc về thời Cổ đại. *La mythologic antique*: Thần thoại thời Cổ đại. 2- **a**. Ở thời đại về trước; đã có từ rất lâu, đã có từ xa xưa. *Une antique croqance*: Một tín ngưỡng xa xưa, một niềm tin cổ sơ. **b**. *Par plais ou péj*. Cổ lỗ, lỗi thời, tồi tệ. *une antique guimbarde*: Một cỗ xe tồi tệ.

antiquité [ ) tikite] *nf.* **I**- (Chữ A hoa) Thời kỳ lịch sử tương ứng với những nền văn minh rất xưa, người ta qui định đó là thời kỳ từ lúc bắt đầu có (thời gian) lịch sử cho đến lúc sụp đổ của Đế quốc La Mã. *L'antiquité orientala, égyptieune*: Tây phương cổ đại, Ai Cập cổ đại. Thời cổ. ■ *Spécialt*. Nền văn minh Hy-la. *Le XVII è siàcle prit d'antiquité comme modete*: Thế kỷ 17 lấy nền văn minh Hy-La làm kiểu mẫu. **II**- 1- Tính cách rất cổ, *L'antiquité d'une contune*: Sự cổ xưa của một tập tục. 2- Trở về thời xa xưa. 3- *(souvent pl.)*:

Tác phẩm nghệ thuật thời cổ đại. *Musée des antiquités*: Bảo tàng viện tác phẩm nghệ thuật cổ đại. Đồ xưa, đồ cổ. *Magasin d'antiquités*: Tiệm bán đồ cổ.

antirabique [ ) tirabik] *adj. méd*. Được dùng để chống bệnh dại. Chống bệnh dại. *Vaccin antirabique*: Thuốc chủng phòng bệnh dại. Vaccin dại.

antiradar [ ) tiradar] *adj. inv. mil*. Nhằm vô hiệu hóa các rađa của đối phương. Chống rađa. *Hispositif antirada*: Thiết bị chống rađa.

antireflet [ ) tirəflɛ] *adj. inv*. Loại trừ ánh sáng phản xạ trên bề mặt gương quang học bằng sự florua hóa. Chống phản xạ. *Traitement, verres antireflet*: Phép điều trị, gương chống phản xạ.

antiroulle [ ) tiruj] *adj. inv. et n.m*. Chất chuyên dùng để phòng chống rỉ sét hay làm sạch (tẩy) hết rỉ sét. Chống rỉ sét (chất chống rỉ sét).

antisémite [ ) tisemit] *adj. et n*. Chống đối, thù nghịch người Do Thái. Bài Do Thái.

antisémtisme [ ) tisemitism] *n.m*. Học thuyết hay thái độ thù địch có hệ thống đối với người Do Thái. Chủ nghĩa bài Do Thái.

antisepsie [ ) tisɛpsi] *n.f. (gr. anti*, chống và sêpsis, sự thối rữa). Gồm mọi phương thức giữ gìn cho khỏi sự nhiễm trùng bằng vào việc tiêu diệt các vi khuẩn. Sự sát trùng, sát khuẩn, sự khử trùng.

antiseptique [ ) tisɛptik] *adj. et n.m*. Tác nhân hay phương thuốc dành để ngăn ngừa sự nhiễm trùng. Sát trùng, thuốc sát trùng.

antisocial, ate, aux [ ) tisɔsjal, o] *adj*. 1- Đối đầu với một tổ chức của xã hội, với trật tự xã hội. Phản xã hội. 2- Ngược lại với sự cải thiện điều kiện xã hội của lao động, hay tỏ ra như vậy. Phản lại quyền lợi công nhân. *Mesure antisociale*: Tầm mức phản lại quyền lợi công nhân, tầm mức phản lao động.

antispasmodique [ ) tispasmɔdik] *adj. et n.m*. Chống co thắt, thuốc làm dịu chứng co thắt. Thuốc chống co thắt.

antitétanique [ ) titetanik] *adj*. Chống hay phòng bệnh uốn ván.

antithèse [ ) titɛz] *n.f. (gr. antithesis*, đối nghịch). 1- *rhét*. Cách hành văn đem hai chữ, hai lối diễn tả trái ngược đặt đối lập nhau trong một câu để nhấn mạnh một ý tưởng bằng hiệu lực của sự tương phản. (*Ex. grand jusque dans les peus petites choses*: Lớn lao đến cả trong những điều nhỏ nhặt nhất). Phép đối ngẫu, phản đề. 2- *L'antithèses de*: Điều trái ngược với...

antithétique [ ) titetik] *adj*. Có tính cách đối ngẫu, có tính trái ngược, có tính phản đề.

antitoxine [ ) titɔksin] *n.f.* Kháng thể do cơ thể

tạo ra nhằm vô hiệu hóa một (chất) độc tố. Kháng độc tố.

antitrust [)titrœst] *adj. inv.* Chống lại sự thành lập hay bành trướng của các tờ-rớt (xí nghiệp liên hợp - tập đoàn xí nghiệp). Chống tập đoàn xí nghiệp.

antituberculeux, euse [)titybɛrkyl-, -z] *adj.* Chống lao.

antivénérien, enne [)tivenerj(, ɛn] *adj.* Chống lại bệnh hoa liễu, trị hoa liễu.

antivenimeux, euse [)tivənim-, -z] *a d j .* Chống lại hậu quả độc hại của nọc độc. Chống nọc độc, giải nọc độc trừ nọc độc.

antivol [)tivɔl] *adj. inv. et n.m.* Về một thiết bị an toàn nhằm ngăn chặn sự đánh cắp hay bẻ khóa. Chống trộm. Chống đánh cắp.

antonyme [)tɔnim] *n.m. (du gr. anti,* ngược lại, *et ormma:* tên) *ling.* Từ có một nghĩa khác với nghĩa của một từ khác, Từ phản nghĩa (*ex. Laideur et beauté*: Sự xấu xí và sự đẹp đẽ).

antonymie [)tɔnimi] *n.f. ling.* Sự liên hệ nối kết các từ phản nghĩa. Sự phản nghĩa.

antre [)tr] *n.m. (lat. antrum)* 1- **a**. Hang, động làm nơi trú ẩn của dã thú. **b**. Nơi bí hiểm và đáng sợ, nơi nguy hiểm. 2- *méd.* Lỗ hổng, khoang thuộc cơ thể. *Antre pylorique*: Khoang ở dạ dày trước môn vị.

anus [anys] *n.m. (mot. lat.)* Lỗ ngoài của trực tràng. Hậu môn, lỗ đít. *chir. Anus artificiel*: Hậu môn nhân tạo. Lỗ do giải phẫu tạo nên, có gắn một học dính có công dụng thay thế hậu môn.

Anxiété)ksjete] *n.f. (lat. axietas)* 1- Lo ngại nhiều phát sinh do sự không nắm chắc một hoàn cảnh hay e sợ một biến cố nào đó. Nỗi ưu tư, sự lo âu, lòng xao xuyến. 2- *méd.* Chứng lo âu, chứng phiền muộn. ■ *psychiatrie*. Tình trạng buồn chán thường trực, thấy run sợ về một mối nguy lớn bất định.

anxieusement [)ksj-zm)] *adv.* Một cách lo âu, xao xuyến.

anxieux, euse [)ksj-, -z] *n. et adj.* Người tỏ ra lo âu (thường hay bệnh lý). Người hay lo. *Anxieux de*: Nóng lòng, mong được (điều gì). ■ *Adj.* Có kèm theo lo âu. có dấu chỉ của lo âu. *Attente anxieuse*: Sự chờ đợi đầy lo lắng.

aorte [aɔrt] *n.f.* Động mạch chủ. (*gr. aorté, veine,* mạch máu). động mạch phát xuất từ tâm thất trái của quả tim và làm thân chung cho các động mạch đem máu có oxy đến tất cả mọi phần của thân thể. Động mạch dưới đòn phải.

aortique [aɔrtik] *adj.* Liên quan đến động mạch chủ. ■ *Arcs aortiques*: Các cung xương có mạch của đầu và lồng ngực của những loài có xương sống.

août [u ut] *n.m. (lat. angustus,* hiến cho Auguste). Tháng thứ 8 của năm. Tháng tám. *Le 15 Août*: Ngày Lễ Đức Mẹ lên trời (ở Pháp ngày lễ này là ngày lễ pháp định).

aoûtat [auta] *n.m.* Ấu trùng mạt gà, có vết chích gây nên rất ngứa (dài khoảng 1m.m).

aoûtien, enne [ausj(, jɛn] *n.* Người đi nghỉ mát trong tháng 8.

apaisant, ante [apɛz),)t] *adj.* Làm dịu, làm nguôi đi.

apaisement [apɛzm)] *n.m.* Sự làm dịu xuống, làm nguôi đi. Sự nguôi đi.

apaiser [apɛze] *v.t. (de paix,* hòa bình) 1- Đem lại êm dịu, làm cho dịu lại. 2- Thỏa mãn một tình cảm, một ước muốn. *S'apaiser v. pr.*: Trở nên dịu, trở nên yên tĩnh.

apanage [apanaʒ] *n.m. (du lat. apanare,* cho bánh mì, nuôi). Litt. *Être l'apanage de*: Thuộc riêng, dành riêng cho ai, theo luật hay tự nhiên. *Avoir l'apanage de*: Độc chiếm, độc quyền. ■ Phần lãnh thổ vương quốc được chuyển giao anh em hay các con trai thứ của vua. Đất phong (cho dòng thứ họ nhà vua).

aparté [aparte] *n.m. (lat. a parte,* riêng) 1- Điều mà một diễn viên nói riêng một mình, theo qui ước kịch nghệ, điều đó chỉ có các khán giả nghe mà thôi. Độc thoại sân khấu. 2- Lời trao đổi riêng với nhau trong khi đang dự một cuộc họp.

apartheid [apartɛd] *n.m. (mot. afrikaans,* tiếng Nam Phi). Chế độ tách biệt triệt để các người da màu. Chủ nghĩa a-pắc-thai. Chủ nghĩa phân biệt chủng tộc ở Nam Phi.

apathie [apati] *n.f. (gr. apatheia).* Tình trạng, tính tình của một người vô tình cảm. Tính vô cảm. Tính dửng dưng.

apathique [apatik] *adj.* Không phản kháng, không tỏ ra có tình cảm, tỏ ra không có ý chí, năng lực. Vô tình cảm, dửng dưng.

apatride [apatrid] *adj. et n. (de patrie).* Không có quốc tịch hợp pháp. Không có quốc tịch. Người không có quốc tịch.

apercevoir [apɛrsəvwar] *v.t. (lat. ad,* hướng đến, *và percipere,* hiểu) Nhìn thấy, nhận ra (người hay sự vật gì) một cách bất thần hay thoáng trong chốc lát. *-S'apercevoir v.pr.*: Biết, nhận thấy. *Elle s'est apercue de votre absence, que vous étiez absent*: Nàng nhận thấy sự vắng mặt của anh. Nàng thấy anh vắng mặt.

aperçu [apɛrsy] *n.m.* Cái nhìn bao quát, cái nhìn toàn bộ, thường là sơ lược. *Donner un apercu d'une question*: Cho một cái nhìn bao quát về một vấn đề.

apéritif, ive [apɛritif, iv] *adj. (lat. aperire,* mở

ra) *Litt.* 1- Kích thích sự thèm muốn, mở đầu, gây thích thú, thèm ăn, v.v... *Promenade, boisson apéritive:* Cuộc dạo chơi khai mào, thức uống có pha rượu thường dùng trước bữa ăn. Rượu khai vị. 2- Cuộc tiếp tân, tiệc côctay có dọn mời những thức uống pha rượu hay không, các thức ăn, v.v...

apesanteur [apəz)tœ r] *nf.* Sự biến mất tác dụng của trọng lực, thường thấy ở bên trong một tàu vũ trụ. Tình trạng không trọng lực. *syn. impesanteur.*

a-peu-près [ap-prɛ] *n.m. inv.* Sự phỏng chừng bên ngoài, điều không rõ (mù mờ), điều đại khái, gần đúng.

apeurer [apœ re] *v.t.* Làm cho sợ hải, khiến ai sợ.

aphasie [afazi] *n.f. (du gr. phasis,* lời nói) Mất tiếng nói hay mất sự lĩnh hội ngôn ngữ sau khi bị thương tổn võ não. Chứng mất ngôn ngữ.

aphasique [afazik] *adj. et n.* Bị mất ngôn ngữ, người bị mất ngôn ngữ.

aphérèse [aferɛz] *n.f. (gr. aphairesis,* cắt đi. lấy đi) *phon.* Bỏ bớt một hay nhiều âm vị ở đầu một chữ (*ex: bus* thay vì *autobus*). Hiện tượng bớt từ vị đầu.

aphone [afɔn] *adj. (du gr. phonê,* tiếng nói). Không có, hay mất tiếng.

aphorisme [afɔrism] *n.m. (gr. aphorismos.* định nghĩa). Châm ngôn ngắn. (*Ex. Tel père. tel fils:* cha nào con nấy).

aphrodisiaque [afrɔdizjak] *adj. et n.m.* Một chất được kể là chất tạo nên, kích thích, sự ham muốn tính dục. Chất kích dục, chất tăng dục.

aphte [aft] *n.m. (du gr. aptein,* đốt cháy). Sự loét bề mặt các màng nhầy vùng miệng (miệng, lưỡi, môi) hay ở bộ phận sinh dục. Aptơ.

aphteux, euse [aft-, -z] *adj.* Bị aptơ - *Fièvre apteuse:* Bệnh dịch động vật do virut ở bò, cừu, heo. Sốt aptơ, sốt lở mồm long móng.

api [api] *n.m. (de Appius, do Appius* là người đầu tiên trồng loại táo này). *Pomme d'api:* Loại táo nhỏ, đỏ và trắng. Táo api.

apiculteur, trice [apykyltœ r, tris] *n.* Người nuôi ong.

apiculture [apikyltyr] *n.f.* Sự nuôi ong lấy mật. Nghề nuôi ong lấy mật.

apitoiement [apitwamɑ̃)] *n.m.* Sự làm cho động lòng thương, lòng triu mến, lòng trắc ẩn.

apitoyer [apitwaje] *vt. (lat. pietas,* lòng thương xót). Kích động lòng thương hại, lòng trắc ẩn. *s'apitoger. vpr.(sur).* Động lòng thương hại (ai, sự gì).

aplanir [aplanir] *vt. (do plan:* bằng phẳng). 1- Làm cho bằng phẳng, san bằng cái gì không đều nhau, gồ ghề lởm chởm. 2- *Fig.* Làm biến đi, làm biến mất, giảm bớt, điều trở ngại. *Aplanir les diffcultes:* Làm mất đi sự khó khăn.

aplanissement [aplanism)] *n.m.* Hành động san bằng, sự làm cho bằng phẳng, sự san bằng.

apltir [aplatir] *vt.* 1- Làm cho dẹt, làm dẹt hơn, nghiền nát (đồ gì). 2- *Fam.* Thống trị, làm nhục ai. Trong môn bầu dục, đặt hay ném bóng vào phần đất của đối phương. *S'aplatir, v. pr.* 1- Tạo một dáng vẻ bẹt, dẹt xuống. 2- Rơi xuống, nằm dài ra (dưới đất). 3- *Fam.* Có thái độ lệ thuộc, khúm núm với ai, cúi mình xuống.

aplatissement [aplatism)] *n.m.* Hành động, thao tác làm dẹt đi, sự đập dẹt, sự cúi mình.

aplomb [aplɔ̃] *n.m.* 1- Sự thẳng đứng cho bởi dây roi. 2- Sự ổn định, thăng bằng của cái gì thẳng đứng. *D'aplomp:* Thẳng đứng, thăng bằng; fam. Khỏe khoắn, sức khỏe, mạnh khỏe. 3- *Fam.* Tự tin, đảm bảo. *Avoir d'aplomb,* quá tự tin, hơi xấc xược. *pl.* Vị thế của các chi thú vật so với mặt đất, thường để nói về ngựa.

apocalypse [apɔkalips] *nf. (gr. apolalupsis,* sự phát hiện, thần Khải). 1- *Cour.* Tai họa khủng khiếp; sự tận thế. Sách văn chương Do Thái và Thiên chúa giáo, liên quan đến những bí ẩn của lịch sử và ngày tận thế. *Spécialt.* (với chữ A hoa). Sách cuối cùng của Tân Ước: Sách Khải Huyền.

apocalyptique [apɔkaliptik] *adj.* 1- Thần khải, tai họa, khủng khiếp. 2- Liên quan đến sách Khải huyền của Thánh Gioan.

apocope [apɔkɔp] *n.f. (gr. apokoptein,* trừ bớt). *phon.* Bỏ qua, bớt một hay nhiều âm vị ở cuối mỗi từ. (*ex: ciné* thay vì *cinéma*).

apocryphe [apɔkrif] *adj. (gr. apokruphos,* được giữ bí mật). Không đích xác; nghi ngờ, đáng ngờ. *Document apocryphe:* Tài liệu không đích xác, tài liệu đáng ngờ.

apogée [apɔʒe] *n.m. (gr. apo,* xa -gê, đất) 1- *astron.* Điểm thuộc quĩ đạo của một vật thể quay quanh trái đất khi cách xa trái đất nhất. Điểm viễn địa (*contr. Périgée:* Điểm cận địa). *À l'apogée:* Tuyệt đỉnh, ở cao điểm. *Être à l'apogée de la gloire:* Ở tuyệt đỉnh vinh quang.

apolitique [apɔlitik] *adj. et n.* Tự đặt ra ngoài việc chính trị; không dính đến chính trị, phi chính trị.

apollon [apɔlɔ̃] *n.m. (do apollon,* vị thần sắc đẹp của Hy Lạp). Người trai trẻ rất đẹp. Người đẹp trai.

apologétique [apɔlɔʒetik] *adj.* Có tính chất một sự biện hộ. Liên quan đến sự biện hộ.

apologie [apɔlɔʒi] *n.f. (gr. apologia,* bảo vệ)

Bài biện hộ hay bản văn nhằm thuyết phục tính đúng đắn của một cái gì; nhằm bảo vệ ai hoặc cái gì. Bài biện hộ.

apologiste [apɔlɔʒist] *n.* Người biện hộ cho cái gì; tác giả các bài biện hộ. ■ *Rélig. Chrét.* Tiến sĩ Thiên Chúa giáo thế kỷ 2 trình bày sự biện hộ cho Đức tin mới.

apologue [apɔlɔg] *n.m. (gr. apologos*, truyện bịa đặt) Mẩu truyện ngắn bằng văn xuôi hay bằng thơ, dụ ngôn, thường gồm một huấn dụ luân lý.

aponévrose [apɔnevroz] *n.f. anat.* Màng liên kết bao phủ các cơ và kết các cơ vào xương. Màng cân.

apophtegme [apɔftɛgm] *n.m. (gr. apoplithegma*, câu) *Litt.* Lời đáng ghi nhớ; tư tưởng cô đọng. Danh ngôn.

apoplectique [apɔplɛktik] *adj. et n.* Mở đường cho ngập máu. ■ *adj.* Liên quan đến sự ngập máu.

apoplexie [apɔplɛksi] *n.f. (gr.apo*, chỉ sự kết thúc và *plessein*, đánh) Bất tỉnh đột ngột thường do xuất huyết não. Sự ngập máu. *Attapre d'apoplexie:* Bị ngập máu.

aporie [apɔri] *n.f.* (gr. aporia, khó khăn) *philos.* Mâu thuẫn không vượt qua được trong một suy luận. Nan giải.

apostasie [apɔstazi] *n.f. (gr. apostasis*, bỏ) **1-** Từ bỏ công khai và tự ý mình một tôn giáo, đặc biệt nói về Thiên Chúa Giáo. **2-** Bỏ chức tư tế hay tôn giáo không có phép chuẩn. **3-** *Litt.* Bỏ đảng, bỏ một học thuyết.

apostasier [apɔstazje] *v.t. et v.i.* Bỏ đạo, bỏ đảng.

apostat, e [apɔsta] *adj. et n.* Đã bỏ đạo, bỏ đảng.

a posteriori [apɔstejɔri] *Loc. adv. et adj. inv.* *(Moth lat.* Từ những điều xảy ra sau đó). Dựa trên kinh nghiệm, trên những sự kiện đã được kiểm chứng. Hậu nghiệm. *contr. a priori.*

apostolique [apɔstɔlik] *adj.* **1-** Do sứ mạng tông đồ. **2-** *Relig. Cath.* Do Tòa Thánh, đại diện cho Tòa Thánh. *Nonce apostolique:* Đặc sứ tòa thánh. ■ *Lethes apostoliques:* Âm chiếu, chiếu thư, tự sắc và chữ ký của Giáo triều La Mã.

1. apostrophe [apɔstrɔf] *n.f. (gr. apostrophê*, quay lại) **1-** Gọi đột ngột và ít lịch thiệp. **2-** *rhét.* Văn phong qua đó người ta trực tiếp nói với người hoặc bằng sự vật được nhân cách hóa. ■ *mot. mes en apostrophe ou apostiophe:* Chức vụ ngữ pháp của từ chỉ chính người (vật) mà người ta nói với (ví dụ: Toi trong Toi, vieuriềl).

2. apostrophe [apɔstrɔf] *n.f. (gr. apostrophos*,

Dấu (') dùng để chỉ sự giảm nguyên âm (trong tiếng Pháp là nguyên âm *a (l'eau), e (j'ai), i (s'il), u (t'as ou?).*

apostropher [apɔstrɔfe] *v.t.* Nói với ai một cách cộc lốc.

apothéose [apɔteoz] *n.f. (gr. apothrôsis)* **1-** Phần cuối của một buổi biểu diễn nghệ thuật, thể thao,v.v... nổi nhất. **2-** *Antiq.* Phong thần một anh hùng, một bậc vương đế sau khi họ chết. Phong thần. ■ *Litt.* Danh dự cao cả dành cho ai. Tán dương.

apothicaire [apɔtikɛr] *n.m. (pr. apothékê*, thùng chứa). *Vx.* Dược sĩ. ■ *compte d'apothicaire:* Tính toán phức tạp hay biển lận; tính toán cao.

apôtre [apotr] *n.m. (lat. apostolus; du gr.)* **1- a.** Mỗi một trong 12 môn đồ của Jésus-Chirst. *(Pierre, André*, Jacques Lớn, *Jean, Philippe, Barthélémy, Mathieu, Thomas,* Jacques Nhỏ, *Simon.* Jude và Judas au này được thay bằng Matthias khi ông ta chết) **b.** Một trong những người như là Paul hoặc Barnabé, đã từng là những sứ giả đầu tiên của Phúc Âm. *L'apôtre des gentils ou des paiens: Saint Paul*: Tông đồ của lương dân hay dân ngoại: Thánh Paul. **2.** Người truyền bá, bảo vệ một học thuyết một quan điểm, v.v... *Apôtre du Socialis une*: Môn đồ của chủ nghĩa Xã hội. ■ *Faire le bon apôtre:* Giả đạo đức.

apparaître [aparetr] *v.i. (lat. apparare) (aux être).* **1-** Hiện ra không ít thì nhiều một cách đột ngột. Trên nên chưa thấy được. *Le jour n'apparaît pos éucore*: Ngày chưa xuất hiện. **2-** *fig.* Xuất hiện, trở thành hiện thực. *Les difficultés de l'entreprise apparaissent maintenant.* Những khó khăn của xí nghiệp bây giờ xuất hiện. **3-** *(Seuvi d'un adj.)* Hiện ra trước mắt, hiện ra trong trí (bằng một cách thức nào đó). Xem ra. *Le projet lui apparaissait impossible:* Dự án đối với nó xem ra không thể được. ■ *Il apparaît que*: Người ta thấy rằng...

apparaux [aparo] *n.m. pl. (du lat. apparare*, chuẩn bị) **1-** *mar.* Dụng cụ (thả neo, nhổ neo...) trang bị một chiếc tàu. **2-** Dụng cụ thể dục.

appareil [aparɛj] *n.m. (du lat. apperare*, chuẩn bị) **1-** Vật dụng, máy móc, bộ phận bao gồm nhiều phần nhằm đem lại một kết quả nào đó. *Les appareits ménagers:* Máy móc nội trợ. *Appareil de sauvetage:* Bộ phận cấp cứu. *Apparéel photographique:* Máy ảnh. ■ *Aboslt.* **a.** Máy ảnh. Appareil 24 x 36. **b.** Điện thoại. *Qui est à l'appareil ?* Ai ở đầu máy ? **c.** Máy bay. *Appareil moyen courrier:* Máy bay thư tín. **d.** Thay răng giả. Hàm răng giả. *Porter un* *appaireil*: Mang răng giả. **2-** *Anat.* Toàn thể các cơ quan cùng qui về một chức năng. Bộ máy. *L'appareil respiratoire*: Bộ máy hô hấp. *psychan. Appareil psychique*: Bộ máy tâm lý như là nguồn năng động và khả năng biến đổi các năng lực. **3-** *Archil.* Cỡ loại, cách sắp xếp các yếu tố vật liệu trong xây dựng. *Grand, moneyes petit appareil de péerre*: Đá xây cỡ lớn, trung bình, nhỏ. *Appareil cyclopéen, isodomé, rédicule1, ect...*) ■ *Appareil d'appui*: Bộ phận nhằm gánh đỡ một kiến trúc bằng sắt hoặc một cái cầu. **4-** Tổng thể các cơ quan đảm bảo sự chỉ đạo và quản trị của một đảng phái, một nghiệp đoàn, ect... **5.** *Sports*: Dụng cụ.

appareillage [aparɛjaʒ] *n.m.* Toàn thể máy móc và phụ tùng. *Appareillage e'lec trique*

appareiller [apareje] *v.t. (lat. apparare,* sửa soạn) **1-** Đeo (đá) để ghép lại với nhau. **2-** Lắp bộ phận giả vào.

apparemment [aparam)] *adv.* Theo bề ngoài.

apparence [apar)s] *n.f. (du lat. apparens,* xuất hiện) **1-** Cái được bày ra trước mắt, được nghĩ đến ngay tức khắc: Bề ngoài. *Une maison de belle apparence*: Một cái nhà có bề ngoài xinh đẹp. *IL ne faut pas se fier aux apparences*: Không nên tin vào bề ngoài. ■ *Contre toute apparence:* Trái với điều đã thấy, đã nghĩ. *En apparence:* Ở ngoài, theo cái ngưởi ta nhìn thấy: Theo bề ngoài, nhìn bề ngoài. *Sauver les apparence:* Không để lộ, hoặc che dấu điều có thể làm tổn hại thanh danh, đi ngược lại lễ thói: Giữ thể diện. **2-** *philos.* Dáng vẻ có thể cảm nhận được (của những vật thể, những sinh vật) tương phản với thực tại.

apparent, ente [apar),)t] *adj.* **1-** Hiện ra rõ ràng trước mắt hay trong trí: Rõ ràng, hiển nhiên. *La différence est apparente*: Sự khác nhau thật rõ ràng. **2-** Không tương ứng với sự thật. *Danger plus apparent que réel*: Tình thế có vẻ nguy hiểm hơn là thực sự nguy hiểm. **3-** *astron.* Được làm rõ nét bởi một tham số vật lý hay chuyển động học đúng như nó được quan sát: Biểu kiến. *Mouvement apparent*: Chuyển động biểu kiến. *éclat apparent*: Ánh chói biểu kiến.

apparentement [apar)tm)] *n.m.* Quyền hạn ban cho, trong một số hệ thống tuyển cử, những liên danh ứng cử được liên kết với nhau để phân tách số tiền phải trả thành từng khoản nhỏ, nhằm thắng đối thủ chung nhiều ghế: Sự liên kết liên danh.

apparenter (s') [apar)te] *v.pr.* (à) **1-** Có những nét giống với người nào, với cái gì. **2-** Liên kết liên danh trong tuyển cử. **3-** Kết thân. thông gia qua hôn nhân: Kết thân, kết thông gia.

apparier [aparje] *v.t.* Ghép cặp, ghép đôi, ghép thành đôi. ■ *S'apparièr v.pr.:* Ghép cặp với nhau (đặc biệt nói về chim).

appariteur [aparitœ r] *n.m. (lat. apparitor).* Người trực cửa ở trường đại học.

apparition [aparisjɔ̃] *n.f. (lat. apparitio)* **1-** Sự xuất hiện, sự hiện ra, sự biểu hiện (trước mắt hoặc trong trí) **2-** Sự hiện hình của một con người tự nhiên hay siêu nhiên, người hiện hình như thế: Sự hiện hình, ma hiện hình.

appartement [apartəm)] *n.m.* Tổng thể buồng dùng để ở, trong một tòa nhà, một ngôi nhà lớn, v.v...: Căn hộ.

appartenance [apartən)s] *n.f.* **1-** Sự thuộc về *L'appartenance à un partipolitique*: Sự thuộc về một đảng chính trị. **2-** *MATH.* Tính chất của cái là phần tử của một tập hợp: Sự phụ thuộc. *relation d'appartenance (notée ?):* Quan hệ phụ thuộc (được ghi bằng ký hiệu ?).

appartenir [apartənir] *v.t. ind (à) (lat. pertinere,* có liên quan với) **1-** Là sở hữu của một người nào: Thuộc quyền sở hữu; (là) của. *Ce livre ne lui appartient pas:* Quyển sách này không phải là của anh ấy. **2-** Gắn bó với, thuộc về: Thuộc, thuộc về. *Appartenir au corps de fonctionnaires*: Thuộc giới công chức. ■ Verb impers. Là bổn phận của một người nào: Là bổn phận, là nhiệm vụ, có trách nhiệm. *Il vous appartient de prendre des mesures*: Anh có bổn phận phải tìm cách xử trí. ■ *S'appartenir v.pr. Me plus s'appartenir:* Không tự chủ được nữa: Tự quyền, tự chủ.

appas [apɑ] *n.m. pl.* (từ *appâter*) *Litt.* Những nét duyên dáng quyến rũ trên thân thể của một người đàn bà và đặc biệt hơn là ngực của người đó: Những nét khêu gợi, những nét duyên dáng quyến rũ của một người đàn bà.

appât [apɑ] *n.m.* **1-** Thức ăn đặt ở trong một cái bẫy, hoặc gắn vào một lưỡi câu: Mồi. **2-** *Fig. Litt. L'appât de qqch.* Điều thúc giục người ta hành động: Mồi.

appâter [apɑte] *v.t. (de l'anc fr. past,* thức ăn) **1-** Lôi cuốn bằng một miếng mồi; quyến rũ, lôi cuốn bằng lời hứa sẽ có thưởng, sẽ có lợi: Nhử. **2-** *Engraisser (la volaille):* Vỗ béo (gà vịt). *syn. Gaver:* Vỗ béo (bằng cách nhồi thức ăn vào họng).

appeau [apo] *n.m. (de appel)* Dụng cụ nhỏ người ta dùng để bắt chước tiếng kêu của các loài thú để dụ chúng đến: Còi nhử thú.

appel [apɛl] *n.m.* **1- a.** Sự mời đến, sự kêu gọi hành động: Sự gọi, lời kêu gọi. *Appel ou secours:* Sự (lời) kêu gọi; sự (lời) kêu cứu. *Appel à l'insurrection:* Sự (lời) kêu gọi nổi dậy, sự (lời) kêu gọi khởi nghĩa. *Faire appel à:* Yêu

appel cầu sự giúp đỡ, sự ủng hộ, sự hợp tác: Nhờ cậy, nhờ đến. *Fam. Appel du pied:* Sự mời ngầm. **b.** *dr.* Sự chống án; sự kháng cáo. ■ *Cours d'appel:* Cấp tòa án đảm nhiệm việc xét xử theo đơn chống án, những phán quyết của các toà sơ thẩm: Tòa Thượng thẩm. ■ *Fig. Sans appel:* Không thể sửa đổi được nữa, dứt khoát, một cách dứt khoát. **2- a.** Sự gọi tên lần lượt những người trong một nhóm để tin chắc vào sự hiện diện của họ: Sự gọi tên, sự điểm danh. **b.** *Absolt.* Sự tập hợp các quân nhân; hồi trống hoặc hồi chuông qui định sự tập hợp đó. Sự tập hợp, trống tập hợp, chuông tập hợp (quân đội). **c.** sự triệu tập thanh niên của một lứa quân dịch để phụng sự quốc gia: Sự gọi tòng quân. *Appel de la classe 89:* Sự gọi tòng quân lứa quân dịch 1989. **3-** *Appel (téléphonique)* Sự gọi ai ở máy điện thoại, sự bắt liên lạc bằng dây nói với người ấy: Sự gọi điện thoại, sự bắt liên lạc bằng điện thoại. **4.** *Appel d'air:* Sự hút không khí vào, thiết bị tạo nên một sự hạ áp suất không khí trong một lò lửa để tạo điều kiện dễ dàng cho không khí tuôn vào, điều cần thiết cho sự đốt cháy : Sự hút không khí vào; thiết bị hạ áp suất không khí (trong lò). **5- a.** *chorégr.* Thời gian lấy đà, tính tại chỗ, trên một trong hai chân, để bắt đầu nhảy: Thời gian lấy đà (múa). **b.** *sports.* Sự tựa trước khi nhảy, vào cuối bước chạy đà: Bước nhảy đà. *comm. Prix d'appel:* Giá cả được thực hiện trên một số mặt hàng kèm theo một giới hạn lãi suất rất thấp: Giá hạ.

appelé [aple] *n.m.* Thanh niên đang thực hiện nghĩa vụ phụng sự quốc gia: Thanh niên đang làm nghĩa vụ quân sự.

appeler [aple] *v.t. (lat. appellare)* **1- a.** Yêu cầu đến, chú ý, hành động bằng một lời nói, một tiếng kêu, một cử chỉ, v.v...: Gọi. ■ Bắt liên lạc điện thoại với (ai): Gọi điện thoại. *Appelez-moi vers cinq heures:* Gọi điện thoại cho tôi vào khoảng năm giờ. **b.** Làm cho trở nên đáng mong ước, cần thiết: Đòi hỏi. *La situation appelle des mesuyes d'urgence:* Tình hình đòi hỏi phải có những biện pháp khẩn cấp. ■ Triệu tập đến phụng sự quốc gia: Gọi tòng quân. *Appeler un coutingent:* Gọi một lứa quân dịch. **2- a.** Buộc ai phải đến, triệu tập. Gọi ra tòa. **b.** *Appeler qqn. à un poste, à une fonction:* Bổ nhiệm ai vào một chức vị, một chức vụ, chỉ định ai giữ chức vụ đó. **3-** Chỉ rõ bằng một cái tên: Gọi tên, đặt tên. *Appeler un enfant Pierre:* Đặt tên một đứa bé là Pierre. **4-** *infom.* Ra lệnh thi hành một chuỗi chỉ thị được xem như một tập con tự chủ của một chương trình. ■ *V.t. ind. (de, à) Appeler d'un jugement:* Kháng cáo. *EN appeler à, aupès de:* Xin sự

trọng tài của, phó thác vào: Phó thác vào. ■ *S'appeler v. pr.* Có tên là: Tên là.

appellation [apellasjɔ̃] *n.f. (lat. appellatio)* Cách gọi, các đặt tên. *Une appellation injurieuse:* Cách gọi lăng nhục (chú ý: Từ điển này không nêu nghĩa thứ 2 của danh từ này: Tên gọi...) ■ *Appellation d'origine:* Tên gọi bảo đảm nguồn gốc của một sản phẩm: Tên gọi gốc. *Appellation d'origine contrôlée (A.O.C):* Tên gọi gốc của các loại rượu vang.

appendice [ap(dis] *n.m. (lat. appendix,* được treo vào) **1-** Phần bổ sung, kéo dài một phần chính: Phần phụ. ■ *ANAT. Appendice iléo-coecal ou vermiculaire:* Túi thừa rỗng có dạng một ngón của cái bao tay, úp miệng vào manh tràng: Ruột thừa. Sự phát triển của thân thể côn trùng và loài thân giáp ở bụng và hai bên hông (cẳng, râu, những bộ phận miệng). **2-** Toàn bộ những ghi chú, tiểu dẫn, tài liệu ở cuối một tác phẩm: Phụ lục.

appendicite [ap(disit] *n.f.* Viêm ruột thừa hồi manh tràng. ■ Cơn đau ruột thừa cấp tính được biểu lộ bởi một nỗi đau đớn dữ dội trong hố chậu phải (điểm Mc Burney). Nó buộc phải có sự can thiệp ngoại khoa khẩn cấp để tránh sự thủng và viêm màng bụng.

appentis [ap)ti] *n.m. (từ appendre)* **1-** Mái nhà chỉ gồm một mặt dốc mà nóc dựa vào một bức tường: Mái nhà chái. **2-** Nhà nhỏ dựa lưng vào một nhà lớn: Nhà chái.

appert (il) [ilapɛr] —> *apparoir.*

appesantir [apəz)tir] *v.t.* **1-** Làm cho trở nên nặng nề hơn, làm cho kém linh hoạt. **2-** Làm cho trở nên khắc nghiệt hơn, khó chịu hơn. ■ *S'appesantir v. pr.* **1-** Nặng nề chậm chạp ra. **2-** *Fig. S'appesantir sur quelque chose:* Kể cà về một điều gì, nhấn mạnh về một điều gì, nói dài về điều gì.

appesantissement [apəz)tism)] *n.m.* Sự nặng nề chậm chạp.

appétence [apet)s] *n.f. (lat. appetentia)* Xu hướng của kẻ nào muốn thỏa mãn những ham muốn tự nhiên của mình: Dục vọng, thèm muốn. Lòng thèm muốn, dục vọng.

appétissant, ante [apetis),)t] *adj.* Kích thích sự thèm ăn, sự thèm muốn: Làm cho thèm, ngon miệng, ngon lành, khêu gợi.

applaudir [aplodir] *v.t. (lat. applaudere)* Tán thành ai, cái gì, bày tỏ sự thán phục của mình bằng cách đập hai bàn tay vào nhau: Vỗ tay tán thưởng, vỗ tay hoan hô. ■ *V.t. ind. (à)* **1- a.** *Applaudir à ppn.* Bày tỏ với ai sự tán thành của mình. Tán thành. **b.** *Applaudir à qqch:* tán thành hoàn toàn một điều gì. Tán thành hoàn toàn. ■ *S'applaudir v. pr. (de). S'applaudir de* *qqch:* Lấy làm sung sướng về điều gì. Lấy làm vui mừng về điều gì.

applaudissement [aplodism)] *n.m.* (dùng nhiều nhất ở số nhiều) Sự vỗ tay tán thưởng. Sự vỗ tay hoan hô. Tiếng vỗ tay hoan hô, sự tán thành.

applicable [aplikabl] *adj.* Có thể áp dụng, có thể ứng dụng.

applicateur [aplikatœr] *adj.m. et n.m.* Dùng để gắn một chất liệu, một vật lên trên một bề mặt. Để gắn, để áp, để bôi để dán. *Bouchon applicateur:* Nút để gắn vào. *Un applicateur:* Chất gắn, chất dán, vật dùng để gắn, để bôi, để dán.

application [aplikasjɔ̃] *n.f.* Sự gắn (một vật) lên một vật khác: Sự gắn vào, sự ghép vào, sự áp vào, sự bôi vào, sự đặt vào, sự trát vào. *L'application d'un enduit sur un mur:* Sự trát một lớp vữa lên tường. 2- Sự áp dụng, sự ứng dụng. *Application d'une théorie:* Sự áp dụng một lý thuyết. ■ *École d'application:* Trường, nơi các sĩ quan và hạ sĩ quan tiếp thụ sự đào tạo kỹ thuật đặc biệt về vũ khí: Trường thực hành quân sự. 3- Sự chăm chút, sự khó nhọc mà người ta bỏ ra để thực hiện một nhiệm vụ: Sự chăm chỉ, sự chuyên cần. *Travailler avec application:* làm việc, học tập một cách chuyên cần chăm chỉ. *Travail qui sent l'application:* Công việc thể hiện sự chuyên cần chăm chỉ. 4- *bourse.* Phần những giao dịch bổ sung cho nhau nơi cùng một trung gian về hối đoái và vì không được thực hiện trên thị trường nên không ảnh hưởng đến thời giá. 5- *math.* Phép tính cốt làm tương ứng với mọi phần tử của tổng thể A, một phần tử của một tổng thể B và chỉ có một mà thôi.

applique [aplik] *n.f.* 1- Thiết bị soi sáng gắn trực tiếp lên tường: Đèn vách. 2- Bộ phận mà người ta gắn vào một đồ vật để trang trí hoặc để giữ cho chắc: Vật gắn (vào tường vào áo, v.v... để trang trí hay giữ cho chắc).

appliqué, ée [aplike] 1- Chăm chỉ, chăm học, ưa thích làm việc: Chăm học, chăm chỉ, chuyên cần. *Un éclève appliqué:* Một học sinh chăm chỉ. 2- *Arts appliqués:* nghệ thuật trang trí.

appliquer [aplike] *v.t. (lat. applcare)* 1- Đặt (một vật) trên một vật khác, áp, ép sát; gắn vào, ép vào, bôi vào, đặt vào. *Appliquer des couleurs sur une toile:* Bôi màu lên một tấm vải. *Appliquer des ventouses:* Áp những ống giác vào. ■ Bắt chịu, cho (một hình phạt, một sự trừng phạt). *Fam. Appliquer une gifle:* 1- Cho một cái tát. 2- Vận dụng, thực hành: Áp dụng, ứng dụng. *Appliquer une théorie:* Áp dụng một lý thuyết. ■ *S'appliquer v.pr.* 1-

Thích hợp, thích nghi với. *Cette réflexion s'applique bien à la situation:* Lối suy nghĩ này thích hợp với hoàn cảnh. 2- Chăm chút, chú ý đến, ra sức làm: Chuyên chú, ra sức, cố gắng. *S'appliquer à laisser son bureau en order:* Cố gắng giữ cho văn phòng của mình có ngăn nắp.

appoint [apwɛ̃] *n.m.* 1- Phần phụ bằng tiền lẻ của một số tiền được diễn đạt bằng số tròn: Số tiền lẻ phụ thuộc một số tiền tròn. *Faire l'appoint:* Thêm một số tiền lẻ vào cho đủ số tiền và theo nghĩa rộng trả tiền một đồ mua bằng cách giao một số tiền chính xác. 2- Cái thêm vào một cái gì để cho đầy đủ: Cái thêm vào cho đầy đủ.

appointements [apwɛ̃tm)] *n.m. pl.* Tiền công cố định, tiền lương dành cho một chỗ làm, một công việc. Lương.

appointer [apwɛ̃te] *v.t.* Trả lương cho ai.

appontement [apɔ̃tm)] *n.m.* Cầu tàu cố định để tàu đến đỗ bốc hoặc dỡ hàng. Cầu tàu, bến tàu.

apponter [apɔ̃te] *v.i.* Hạ cánh.

apporter [apɔrte] *v.t. (lat. apportare)* 1- Mang đến cho ai. Mang theo mình đến một địa điểm. *Apperters moi ce livre:* Mang đến cho tôi quyển sách ấy. *Apporters moi vos livres:* Mang những quyển sách của anh đến cho tôi. 2- Cho, cung cấp. *Il n'apperte amme preuve:* Nó không cung cấp được một chứng cớ nào. 3- Đem lại, tạo ra. (Một hiệu quả, một kết quả). *Les cachets m'ont apperté un sorelagement:* Các khoản ấy đã mang đến cho tôi một sự nhẹ nhàng.

apposer [apoze] *v.t.* Áp vào, đặt vào, dán vào. *Apposer une affiche:* Dán affiche. *Apposer une signateur:* Ký vào. ■ *dr. Apposer une clause à un acte:* Ghi một ước khoản vào một chứng thư. *Apposer les scellés:* Áp dấu tòa án trên cửa một cơ sở, một tòa nhà để không một ai có thể lấy bớt các vật dụng đã được niêm phong. Niêm phong, gắn niêm.

apposition [apozisjɔ̃] *n.f. (lat. appositio)* 1- Việc áp, dán. 2- *ling.* Phương thức để một từ (danh từ hay tính từ) hoặc một mệnh đề bổ túc cho một danh từ hay một đại từ bằng cách đứng sát nên chúng; từ hoặc mệnh đề như thế đứng kế sát (ví dụ: *Paris, capitale de la France:* Paris, thủ đô nước Pháp. Đồng vị ngữ.

appréciation [apresjasjɔ̃] *n.f.* 1- Đánh giá, thẩm định. *Faire l'appréciation des marchandeses:* Đánh giá (thẩm định) hàng hóa. 2- Phán đoán, nhận xét tinh thần.

apprécier [apresje] *v.t. (lat. pretium, giá)* 1- Đánh giá, định giá trị, tầm quan trọng của... Ước định, ước lượng. *Apprécier une déstance, les conséquences d'un fail:* Ước lượng một khoản cách, ước lượng những hậu quả của một sự việc. 2- Đánh giá tốt, dễ chịu, thuận lợi đánh giá cao. *Apprécier l'aide de qqn.* Đánh giá cao sự giúp đỡ ai. ■ *S'apprécier v.pr.* Có giá. *Le Mark s'est apprécié par rapport au dollar:* Đồng Đức mã đã có giá so với đồng dollar.

appréhender [aprɛ)de] *v.t. (lat. apprehendere)* **1-** Bắt giữ (ai) *apprehender un mathaiteur:* Tóm bắt một tên gian phi. **2-** Sợ, ngại, e một điều gì không hay, nguy hiểm. *J'appréhende de le revoir:* Tôi ngại gặp lại nó. **3-** *Litt.* Hiểu, nắm được. *Apprehende un probleme dans toute sa complexité:* Nắm hiểu được một vấn đề trong toàn bộ phức tạp của nó.

appréhension [aprɛ)sjɔ̃] *n.f.* **1-** Sợ sệt mơ hồ, không rõ. E ngại. **2-** *philos.* Hành vi thông qua nắm bắt được đối tượng tư duy, hiểu được (cái gì). Sự hội giác, lĩnh hội.

apprendre [apr)dr] *v.t. (lat. apprehendere,* nắm). **1-** Thu lượm kiến thức, thực hành về ... học. *Apprendre un meltier, les mathématiques:* Học nghề, học toán. **2-** Làm cho thâu nhận kiến thức thực hành về... (dạng) thông tin cho biết. Cho biết. *Apprendre le dessin à un enfanl:* Dạy vẽ cho một đứa bé. *Il m 'a appres la norevelle:* Nó đã cho tôi biết tin.

apprenti, ie [apr)ti] *n.* **1-** Người theo học một nghề, đang tập nghề. Người học nghề. **2-** Người chưa theo nghề, chưa có kinh nghiệm. ■ *Apprenti sorcier:* Thao túng mà không kiểm soát nổi.

apprentissage [apr)tisaʒ] *n.m.* **1- a**. Tình trạng của một người học nghề; thời gian theo học nghề. **b**. Việc học một nghề tay chân; đào tạo nghề nghiệp của các người học nghề. ■ *Taxe d'apprentissage:* Thuế đặt ra cho những chủ xử dụng nhằm tài trợ một phần cho việc học nghề. **2-** Việc học một ngành nghề trí thức, nghệ thuật. *Faire l'apprentissage de qqch:* Luyện tập, làm quen với.... Rèn luyện. **3-** *ethol.* Bao gồm các phương pháp cho phép thiết lập ở các sinh vật những liên hệ một số kích tác và một số trả lời.

apprêt [aprɛ] *n.m.* **I- techn. 1-** Cách xử lý một số nguyên liệu (da, vải, sợi...) trước khi chế biến hoặc đưa ra thị trường; chất dùng để làm việc ấy. Trau chuốt, chất trau. **2-** Sửa soạn, hồ trên một bộ mặt để vẽ. **II-** *Litt.* Trau chuốt, kiểu cách. *Style plein d'apprèl:* Văn trau chuốt, kiểu cách.

apprêté, ée [aprɛte] *adj.* Trau chuốt, thiếu đơn giản, tự nhiên. *Un style apprêté:* Lối hành văn gọt dũa, kiểu cách.

apprêter [aprɛte] *v.t. (du lat. praesto,* ở tầm mức, vừa tầm...) **1-** *Litt.* Sửa soạn, chuẩn bị có thể được dùng. *Apprêter un repas, une chanbre:* Chuẩn bị một bữa cơm, một phòng ngủ. **2-** *tech.* Trau, hồ. ■ *S'apprêter v.pr. (à)* **1-** Sửa soạn chuẩn bị, sẵn sàng... *S'apprêter à partier:* Chuẩn bị ra đi. **2-** *Aboslt.* Trang điểm, mặc áo xống. *S'apprêter porer le bal:* Trang điểm, chuẩn bị cho buổi khiêu vũ.

apprivoisable [aprivwazabl] *adj.* Có thể thuần hóa.

approbateur, trice [aprɔbatœr, tris] *adj. et n.* Đồng ý, đồng tình.

approbatif, ive [aprɔbatif, iv] *(lat. approbatio)* Sự đồng ý; đồng thuận.

approchable [aprɔʃabl] *adj.* Có thể đến gần, có thể đến được.

approchant, ante [aprɔʃ),)t] *adj. Quelque chose d'approchant:* Cái gì tương tự, gần gần giống nhau. *Rien d'approchant:* Chẳng có cái gì tương tự giống nhau.

approche [aprɔʃ] *n.f.* **1-** Sự (việc) đến gần; động tác tiến đến gần, tiến tới một cái gì, một ai. *À l'approche du suweillant:* Khi giám thị tới... ■ *Travaux d'approche:* Những vận động thích thú. **2-** Gần, sắp. *L'approche du danger, de la neul:* Hiểm nguy sắp đến, đêm sắp đến. **3-** *(Calque de l'anglais, approach,* lối dùng bị chỉ trích) Phương thức, cách thức tiếp cận một vấn đề. ■ *Pl.* Vùng phụ cận (vùng, thành phố...)

approché, ée [aprɔʃe] *adj.* Gần chính xác, xấp xỉ.

approcher [aprɔʃe] *v.t. (bas lat. approriare)* **1-** Để gần, gần hơn ai, cái gì. Xích lại, để xích lại. *Approcher une chaise:* Xích ghế lại. **2-** Đến gần ai; tiếp cận với ai. *C'est un homne que'on ne peul pas approcher:* Đó là một người khó gần được. ■ *V.t. ind. (de) et v.i.* **1-** Đến cạnh (ai, cái gì) tiến lên. *Approchez, J'ai à vous parler:* Đến gần đây, tôi có điều cần nói với anh. **2-** Sắp đặt được (một lúc, một thời, một chấm dứt...) *Approcher de la quarantaine:* Sắp tứ tuần. *Approcher du brel:* Sắp đến đích. ■ *V.i.* Đến. *L'hiver approche:* Mùa đông đến. *S'approcher v.pr. (de)* đến, gần ai, cái gì.

approfondir [aprɔfɔ̃dir] *v.t.* **1-** *Fig. Com.* Nghiên cứu trước, đào sâu. *Approfondir une question:* Đào sâu một vấn đề. **2-** *Rare.* Đào, làm cho sâu. *Approfondir un canal:* Đào kênh.

approfondissement [aprɔfɔ̃dism] *n.m.* Việc đào sâu; kết quả của nó. Sự việc trở nên sâu hơn.

appropriation [aprɔprijasjɔ̃] *n.f. Belgique.* Chùi, lau.

approprié, ée [aprɔprije] *adj.* Thích hợp, đúng, thích đáng. *Traitement appropriè:* Xử lý thích đáng.

approprier [aprɔprije] *v.t.* *(bas lat. appropriare)* Biến thành phù hợp cho một yêu cầu; làm cho phù hợp, thích đáng. *Approprier son des cours aux circounstances:* Biến bài diễn văn của mình sát thực với hoàn cảnh. ■ *S'approprier v.pr.* Nhận về mình, cho mình có quyền tư hữu, chiếm hữu.

approuvable [apruvabl] *adj.* Có thể được chấp nhận, tán thành.

approuver [apruve] *v.t.* *(lat. approbare)* **1-** Xem (cái gì) như đúng, đáng ca ngợi; cho (ai) có lý. Đồng ý, tán thành. *J'approuve votre peudence:* Tôi tán thành sự thận trọng của anh. *Je vous approuve d'avoir refusé:* Tôi tán thành với anh là đã từ chối. **2-** Cho phép qua quyết định hành chánh. Chuẩn y, phê chuẩn. ■ *Lu et approuvé* (Câu mà người ký phải ghi trước chữ ký của mình ở dưới một chứng thư để tán thành các từ của chứng thư (Đã đọc và chấp nhận).

approvisionnement [aprɔvizjɔnm)] *n.m.* Sự (việc) cung cấp, tiếp tế. Đổ tiếp tế, dự trữ. *Service des approvisionnements (de l'armée, de l'eutreprise)* Bộ phận tiếp liệu (của quân đội, của xí nghiệp).

approvisionner [aprɔvizjɔne] *v.t.* Cung cấp đồ dự trữ, những gì cần thiết. *Approvisionner un marché en fruits:* Cung cấp thị trường (chợ) về trái cây. ■ *approvisionner un courpte en banque:* Gởi tiền ở đó. **2-** Nạp đạn (vào súng).

approximatif, ive [aprɔksimatif, iv] *adj.* **1-** Gần đúng, xấp xỉ. **2-** Chỉ sắp gần với thực tế.

approximation [aprɔksimɑsjɔ̃] *n.f.* *(du lat. proximus,* rất gần) **1-** Đánh giá xấp xỉ, gần gần (Một con số, một đại lượng). ■ *math. Calcul par approximations successives:* Phép tính cho phép có được phép giải gần đúng càng lâu càng chính xác của một bài toán số. Cách tính gần đúng. **2-** Ước lượng không đúng, không chính xác với thực tế. Phỏng chừng. *Ce ne sont là que des approximations:* Đấy chỉ là những phỏng chừng.

approximativement [aprɔksimativm)] *adv.* Một cách phỏng chừng, xấp xỉ.

appui [apqi] *n.m.* **1-** Cái nâng, cái đỡ. Barre d'appui: Thanh đỡ. **2-** Sự giúp đỡ, sự bảo vệ, sự nâng đỡ. *Je compte sur votre appui:* Tôi tin tưởng vào sự nâng đỡ của anh. ■ *À l'appui:* Để xác định, để chứng minh. **3-** *mil.* Sự trợ giúp do một đơn vị khác, do một vũ khí này yểm trợ cho vũ khí khác. Sự yểm trợ, yểm hộ. *Appui aérien, naval:* Yểm trợ không quân, hải quân.

appui-tête ou appuie-tête [apqitɛt] *n.m.* *(pl. appuies-tête, appuie-tête)* Bộ phận ở lưng ghế dùng tựa đầu, bảo vệ gáy trong trường hợp bị xốc. *syn. repose-tête*.

appuyé, ée [apqije] *adj.* Nhấn mạnh, nhấn mạnh quá. *Une plaisanterie appuyée:* Một sự đùa cợt quá đáng.

appuyer [apqije] *v.t.* *(du lat. podium,* cơ bản) **1-a.** Đặt (một cái gì) dựa vào một cái gì để đỡ nó. *Appuyer une échelle contre un mur:* Dựa thang vào tường. **b.** Đè (một cái gì) trên một cái gì. Tì. *Appuyer son dos contre un arbre:* Tựa lưng vào thân cây. **2- a.** *Fig.* Hổ trợ, khuyến khích. *Appuyer un caudidat une demande.* Ủng hộ một ứng viên, một đơn xin. **b.** *Mil.* Đem đến sự hỗ trợ (Một đội quân, một đơn vị). Yểm trợ. *Les chars appuient l'infanterie:* Thiết giáp yểm trợ bộ binh. ■ **1-** Nhấn xuống không nhiều thì ít. Khá mạnh, tạo một sức ép. *Appuyer sur cnee pédale:* Nhấn xuống trên bàn đạp. **2-** *Se porter vers:* Hướng về. *Appuyer sur la droitè:* Nghiêng về phía hữu. **3-** Nhấn mạnh. *Appuyer sur une circonstance:* Nhấn mạnh về một trường hợp. ■ *S'appuyer v.pr.* (à, sur) **1-** Dùng (cái gì, ai) Như là một yểm trợ, nâng đỡ, Dựa vào, căn cứ. *S'appuyer à une lalus trade:* Dựa vào lan can. *S'appuyer sur des témoijna ges:* Dựa vào chứng tích. **2-** *Fam.* Làm (cái gì) mà không thích. Phải chịu. *S'appuyer une corvée:* Phải chịu một công việc nặng nhọc, khổ sai.

âpre [apr] *adj.* *(lat. asper)* **1- a** Có vị chát. *Fruit âpre.* Trái chát. **b.** Sần sùi khi sờ; Sần sùi. Gỗ ghề. **2- a.** Khó chịu; Khó chịu đựng. *Veut âpre.* Gió buốt khó chịu. **b.** Giữ dội, ác liệt, chua chát. *Le combat fiêt âpre.* Trận đánh ác liệt. *Caractère âpre:* Tính tình chua cay. ■ *Âpre au sain:* Tham, hám.

âprement [aprəm)] *adv.* Một cách ác liệt, gay go.

après [aprɛ] *prép. et adv.* *(bas. lat. pressum,* cạnh, bên cạnh) **I-** (Chỉ việc xảy ra sau) **1-** (Về thời gian) *Après diner; nous en reparlerous après:* Sau cơm tối; chúng ta sẽ nói lại chuyện ấy sau. ■ *Après coup:* Một khi chuyện đã xong, xong rồi. *Après quoi:* Tiếp đến. **2-** (Về không gian) *Prenuere rue après le carrefour:* Con đường thứ nhất sau ngã tư. *Lui devant moi après:* Nó trước tôi sau. *Courrier après un lièvre:* Chạy theo thỏ. ■ *Après toul:* Tất cả mọi chuyện đã được xem xét. Xong xuôi, hết mọi chuyện. **II-** (Chỉ một tương quan, một trật tự, v.v... - *Seul maitre après Dieu.* Ông thầy duy nhất sau Thượng đế. ■ *fam. Demander après qqn:* Ước mong anh ta tới. *fam. Être après qqch:* Lo lắng, quan tâm. *Fam. Être après qqn:* Không ngừng quan tâm đến nó hay là nhiều kích nó, quấy rầy nó. ■ *Loc. Conj.*

Après que: Một khi mà. *Après qu'il en a parlé:* Một khi mà (sau khi mà) nó đã nói xong. ■ *Loc prép. D'après,* theo... *Peindre d'après nature:* Vẽ theo thiên nhiên. *D'après lui, tout va bien:* Theo anh ta, mọi chuyện đều tốt.

après-demain [apredmɛ̃] *adv.* Ngày thứ hai so với ngày hiện tại. Ngày kia.

après-guerve [apregɛr] *n.m. ou f. (pl. après-guerres)* Thời gian sau chiến tranh.

après-midi [apremidi] *n.m. ou f. inv.* Khoảng thời gian giữa trưa và tối. Buổi chiều.

après-rasage [apreraza ʒ] *adj. inv. et n.m. (pl. après rasages)* Nước hoa, dầu bóp dùng xát vào da để dịu bớt cảm giác ran rát của dao cạo (tương ứng với từ tiếng Anh: *after shave*).

après-ski [apreski] *n.m. (pl. après-skis*, giày ấm, giày cao cổ dùng khi trời tuyết trên núi, khi người ta không trượt tuyết.

après-vente [aprɛv)t] *adj. inv. Service après-vente:* Bộ phận của xí nghiệp lo việc lắp đặt, bảo quản và sửa chữa các hàng đã bán đi.

apreté [aprɔte] *n.f.* Tính chất của cái gì có vị chát. Vị chát. *Fig.* Tính ác liệt, dữ dội. *L'apreté de l'hiver:* Cái ác liệt của mùa đông. *Se de jendre avec apreté:* Bảo vệ một cách ác liệt gay go.

a priori [aprijɔri] *loc. adj. et n.m. (Mots lat.* Kể từ cái gì trước) Đặt cơ sở trên những dữ kiện có được trước mọi kinh nghiệm. Tiên nghiệm. ■ *Cous. Au premier aberd:* Thoạt đầu, trước tiên. *Contr. a posteriori.* ■ *n.m.* Tiên kiến không quan tâm đến các thực tại. *Avoir des a priou:* Có tiên kiến.

à-propos [aprɔpo] *n.m. inv.* 1- Hành động, cử chỉ đúng lúc. *Faire preuve d'à-propos:* Chứng cớ thích đáng, đúng lúc. 2- *Litt. Vx.* Vở kịch, bài thơ tức cảnh.

apte [apt] *adj. (lat. aptees)* Có khả năng. *Apte à un travail*: Có khả năng đối với một công việc... ■ *Être déclairé apte*: Tốt để thi hành nghĩa vụ quân sự.

aptère [aptɛr] *adj. (a-* không có *et gr. pteron:* Cánh) 1- *Zool.* Không có cánh. *La puce, le pore sont des insectes atères:* Bọ chét, chấy rận là những côn trùng không cánh. 2- **a.** *Antiq. Victoire aptère:* Được biểu hiện không có cánh để được luôn ở *A Chiènes.* **b.** *Archit.* Không có cột ở hai mặt bên; nói về một đền thờ.

aptitude [aptityd] *n.f.* Khả năng tự nhiên hay học được (của ai, để làm cái gì). ■ 1- *Spécialt.* Đủ khả năng thi hành nghĩa vụ quân sự. 2- *Dr.* Khả năng, năng khiếu. *Aptitude à recevoir un legs:* Năng cách thâu nhận di tặng.

apurer [apyre] *v.t. (de pur) DR.* 1- Kiểm tra và bắt ngưng ngay một trương mục). 2- Trả (phần tiêu sản).

aquaculture ou aquiculture [akwakyltyr] *n.f.* Nuôi động vật ở nước, trồng thủy sản. Nuôi trồng thủy sản.

aquarelle [akwarɛl] 1- Thuốc màu hòa trong nước, nhẹ, trong suốt thường được dùng trên giấy trắng. Màu nước. 2- Tác phẩm được vẽ với phương thức ấy.

aquarelliste [akwarelist] *n.* Họa sĩ chuyên vẽ bằng màu nước.

aquacium [akwarjɔm] *n.m. (Mot. lat.* bể chứa). Chậu trong dùng để nuôi loài vật hoặc cây sống dưới nước.

aquatique [akwatik] *adj. (lat. aquaticus)* 1- Tăng trưởng, sống trong nước, gần nước. *Plante, insecte aquatique:* Cây, côn trùng nước. 2- Nơi có nước. *Paysage aquatique:* Phong cảnh có nước...

aqueduc [akdyk] *n.m. (lat. aquae ductus,* dẫn nước). 1- **a.** Kênh dẫn nước, trên không hoặc dưới đất. **b.** Cầu có kênh, ống dẫn nước đi qua. 2- *Anat.* Kênh nối liền với nhau các phần của cơ thể. *Aqueduc de Fallope:* Cổng Fallope.

aqueux, euse [ak-, -z] *adj.* 1- Dạng nước. ■ *Humeur aqueuse:* Chất lỏng chứa trong tiền phòng của mắt. 2- Có nước, *Fruit aqueux:* Trái chứa nước. *Chim. Solution auqueuse:* Dung dịch trong đó dung môi là nước.

aquilin [akilɛ̃] *adj. m.* Thuộc về đại bàng. *Profil aquilin:* Dáng đại bàng. *Nez aquilin:* Hình mỏ đại bàng. Mũi quặp.

aquilon [akilɔ̃] *n.m.* (thi ca) Gió bắc.

ara [ara] *n.m. (mot. tupi)* Con vẹt lớn Châu Mỹ Latinh, đuôi dài lông màu sặc sỡ.

arabe [arab] *adj. et n.* 1- Các dân tộc, liên quan đến các dân tộc nói tiếng Arabe. 2- *Chiffres arabes:* Mười - ký hiệu con số thông dụng (đối lại là *chiffres romains,* số La-Mã). ■ *n.m.* Ngôn ngữ Xê-mit được nói chính yếu là vùng Bắc Phi, Cận Đông và ở A-rập.

arabesque [arabɛsk] *n.f. (il. arabesco)* 1- Trang trí vẽ, chạm trổ dựa trên sự lập đi lập lại cân đối những mô-tip thảo mộc rất kiểu thức. Hồi văn. 2- Đường nét uốn khúc, tạo thành những đường cong. 3- Hình ảnh cân đối của vũ điệu trịnh trọng, nghiêm cách.

arabisant, ante [arabiz)] *n. et adj.* Chuyên viên về ngôn ngữ hoặc văn minh A-rập.

arabiser [arabize] *v.t.* Cho tính cách A-rập vào... *Arabiser l'euserjnement:* A-rập hóa nền giáo dục. A-rập hóa.

arable [arabl] *adj. (lat. arare,* cày). Có thể cày được; có thể trồng trọt được. *Terre arble.* Đất trồng trọt được.

arachide [araʃid] *n.f. (lat. arachidna. mot.gr.)* Cây bộ đậu quanh năm, gốc Nam Mỹ. trồng ở các xứ nóng, hạt, đậu phụng, cho dầu ép, hoặc được dùng sau khi ran chín (Họ có hoa hình bướm).

arachnéen, enne [arakne(, ɛn] *adj.* **1-** Thuộc về nhện. **2-** *Litt.* Nhẹ nhàng như mạng nhện. *Dentelle arachnéenne:* Ren mảnh như màng nhện.

arachnide [araknid] *n.m. (gr. arakhnê,* nhện). *Arachnides:* Lớp ngành chân khớp sống trên đất, không râu, không hàm, gồm nhện, bọ cạp, bét, v.v...

araire [arɛr] *n.m.* Dụng cụ cày quẳng đất ra khỏi luống (khác với loại cày trở đất - Charrue) Cày chìa vôi.

aranéides [araneid] *n.m. aranéides:* Loại lớp dưới của giống động vật chân khớp, không râu, không hàm, và chủ yếu là loại nhện.

aratoire [aratwar] *adj. (du lat, arare,* cày) Thuộc về công việc làm đất. Đồng áng.

arbalète [arbalɛt] *n.f. (lat. arcuballèsta,* phóng cung tên). Vũ khí được cấu tạo gồm một cái cung đặt trên một thân báng được giương bằng tay hay bằng máy (Kil, róc rách) Cái nỏ.

arbalétrier [arbaletrije] *n.m.* **1-** *Constr.* Thanh nghiêng của một nông trại nối với thanh nóc và đầu kia với xà ngang. Kèo. **2-** Lính bắn nỏ.

arbitrage [arbitraʒ] *n.m.* **1-** Việc phân xử, trọng tài. *L'arbitrage d'un match:* Trọng tài một trận đấu. **2- a.** Thu xếp tranh tụng nhờ trọng tài, thu xếp tranh chấp giữa các quốc gia nhờ các thẩm phán do mình chọn lựa. **b.** Phán định có được. **3-** *Fin.* **a.** Thao tác của sở Chứng khoán nhằm bán một giá khóa động sản để mua một cái khác được xem như lợi hơn. **b.** Việc mua hoặc bán cùng một giá khoán, cùng một chỉ tệ được thương lượng trên nhiều thị trường để được lợi về chênh lệch giá.

arbitraire [arbitrɛr] *adj.* Chỉ tùy thuộc vào ý chí, vào sự tự do lựa chọn, thường là không lợi cho cộng đồng và lý trí. *Mesure pouvoir arbitraire:* Biện pháp, quyền hành tùy tiện (độc đoán). Tùy tiện, võ đoán.

arbitrairement [arbitrɛrm] *adv.* Một cách tùy tiện, võ đoán, độc đoán.

arbitral, ale, aux [arbitral, o] *adj.* **1-** Được phán quyết qua trọng tài. **2-** Gồm các trọng tài.

arbitre [arbitr] *n.m. (lat. arbiter)* **1-** Người được chọn lựa bởi các bên giải quyết một tranh chấp. Trọng tài. **2-** Người, nhóm người có đủ sức để áp đặt quyền bính của mình. Phán quyết. *Être l'arbitre d'une crise politique:* Đứng làm trung gian thu xếp cho 1 khủng hoảng chính trị. **3-** Người phụ trách điều khiển một cuộc tranh tài thể thao hay một trò chơi trong sự tôn trọng các qui tắc. Trọng tài.

arbitrer [arbitre] *v.t. (lat. arbitrari)* Phán đoán và kiểm soát với tư cách là trọng tài. *Arbitrer un litige, un mathch:* Trọng tài một tranh chấp, một trận đấu.

arberé, ée [arbɔre] *adj.* Được trồng cây tản mác; lác đác có lùm cây. *Savane arboré:* Trảng cỏ lác đác cây.

arborer [arbɔre] *v.t. (il, arborare,* dựng cột buồm) **1-** Dựng, kéo, giương. *Arborer un drapeau:* Kéo, giương cờ. **2-** Mang một cách phô trương. *Arborer un insigne à sa boutonnière:* Phô trương huân chương ở khuy áo. **3-** Đưa ra một cách công khai, trải ra... *Arborer un titre sur huit colonnes:* Chạy một đề mục (tít) trên 8 cột.

arborescence [arbɔres)s] *n.f.* **1-** Tình trạng một thực vật có dạng cây gỗ. **2-** Phần dạng cây gỗ của một thực vật. **3-** Dáng cây gỗ. *Les arborescences du givre:* Sương giá đóng thành cây.

arborescent, ente [arbɔres),)t] *adj. (lat. arborescens)* Có hình, có dạng như một cây.

arboriculteur, trice [arbɔrikyltœr, tris] *n.* Người làm nghề trồng cây ăn quả.

arboriculture [arbɔrikyltyr] *n.f.* (nghề) Trồng cây và đặc biệt là trồng cây ăn quả.

arborisation [arbɔrizasjɔ̃] *n.f.* Hình ảnh thiên nhiên gợi hình cành cây. *Les arborisation du givre, de l'agaté:* Sương giá, mã não thành hình như cành cây.

arbre [arbr] *n.m. (lat. arbor)* **I-** Cây lớn mộc, gỗ, sống dai thân có rễ mọc vào đất, chỉ có cành và lá từ một độ cao nào đó. *Le tronc. le fut de l'arbre:* Thân cây. ■ *Afrique. Arbre à palabres:* Dưới đó những bậc kỳ cựu trong làng nhóm họp. ■ *Arbre de judée:* Cây muồng búp đỏ. **II- 1-** Trục chuyển hoặc biến đổi một vận động. *Arbre à cames:* Trục cam. *Arbre moteur (ou Mar. arbre de couche):* Được động cơ máy trực tiếp kéo. **2-** Vật hoặc cách trình bày theo hình nhánh cây. **a.** *Anat, Arbre de vie:* Phần trắng của tiểu não khi cắt trên phần xám, có dáng hình cây. Cây tiểu não. **b.** *Arbre généalogique:* Trình bày viết theo hình cây, các nhánh biểu trưng cho các thế hệ các thành phần trong gia đình. Cây thế hệ, phổ hệ. **c.** *Ling. Inform.* Biểu hiện trình bày có hệ cấp một cấu trúc cú pháp, có luận lý.

arbrisseau [arbriso] *n.m. (lat. arbusceela) Cour.* Cây nhỏ. *Syn. Arbreste.* ■ *Bot.* Thực vật gỗ, thân có nhánh từ ở dưới, độ cao vừa phải (1 đến 4m).

ARC [ark] *n.m. (lat. arcus)* **I-** Vũ khí gồm thân

que có độ nhún hai đầu được cột một sợi dây dùng căng mạnh ra để đưa mũi tên đi. *Tir à l'arc. Bander son arc:* Bắn cung, giương cung. ■ *Fig. Avoir phesieurs cordes ou ples d'une corde à son arc:* Có trên một giãi pháp; có nhiều nguồn để gỡ tháo, để thành công. **II-** Vật, hình dáng, đường nét có độ cong giống với độ cong của cái cung. *L'arc des sourcils:* Nét cong của lông mày. **1-** *Anat.* Phần cong (của một vài cơ quan). *Arc du côlon, arcs aortiques:* Cung ruột kết, cung động mạch chủ. *Physiol. Arc réflexe:* Luồng thần kinh xuyên qua gây một phản xạ. Cung phản xạ. **2-** *Phys. Arc électrique:* Việc dẫn hơi khí được thiết lập giữa 2 đường dẫn, có nhiệt độ kèm theo và ánh sáng mạnh. Hồ quang. **3.** *Géom. Arc de cercle:* Những điểm của một vòng tròn ở trên cùng một bên của dây. Cung tròn. *Arc de courbe:* Đoạn tiếp diễn của một đường cong giữa 2 điểm. **4-** *Archit.* Phần thuật kiến trúc xây theo vòng cung (phần trên của cửa, vòm). ■ *Arc de triomphe:* Kiến trúc kỷ niệm tạo thành cửa vòng cung lớn có hình nổi, có chữ, v.v... **5-** *Géol. Arc insulaire:* Nhóm đảo thuộc núi phun lửa trên trào đại dương hình thành từ một măng giáp ranh, bên lề một măng lớn.

arcade [arkad] *n.f. (it. arcata)* **1-** Đường mổ theo vòng cung trên 2 tường đỡ, cột hay trụ. Dãy cuốn. *(au pl)* Một dãy, hành lang đường vòng cung. *Les arcades de la rue de Rivoli, à Paris:* Dãy hành lang vòng cung đường phố Rivoli ở Paris. ■ *Arcades de verdure:* Khối màu xanh bày xếp theo hình vòm cung. **2-** *Anat.* Cơ quan, phần thân thể theo hình cung. Cung vòng cung. ■ *Arcade sourcilière:* Phần lồi trên đó lông mày mọc. Cung lông mày.

arc-boutant [arkbut)] *n.m. (pl. arcs-boutants)* Xây hình cung bên ngoài một lâu đài để chống đỡ bức tường bằng cách cho đưa các vòm nổi trên một cánh gà, đặc điểm của kiến trúc gô-tic. Vòm chống.

arc-bouter [arkbute] *v.t. (de bouter,* đẩy) Đỡ nhờ vòm chống. *S'arc-bouter v.pr.* (vào, trên). Dùng một phần thân thể chống mạnh vào để giữ được vững. Tì vào, tựa vào. *S'arc-bouter contre in arbre:* Tựa mạnh vào một thân cây.

arceau [arso] *n.m. Archit.* **1-** Phần hình cung của một vòm hay một cửa, gồm nhiều nhất là một phần tư vòng. **2-** Vật có hình dạng vòng cung nhỏ. *Les arceaux du jeu de croquel:* Bóng chày.

arc-en-ciel [ark)sjɛl] *n.m. (pl. arcs-en-ciel)* Vòng cung sáng có màu thỉnh thoảng thấy được trên trời đối ngược với mặt trời trong một trận mưa rào. Cầu vòng, mống. ■ *Adj. inv.* Có màu sắc của cầu vòng, nhiều màu. *Un foulard arc-en-ciel:* Một khăn quàng nhiều màu. ■ Có thể quan sát được ở phía ngược với mặt trời, cầu vòng có các màu sắc của quang phổ và do sự phân tán ánh sáng mặt trời do khúc xạ và phản xạ trong những giọt nước được hình thành một khi mây đổ thành mưa. Truyền thống dân gian lâu đời cho nó có 7 màu: Đỏ, cam, vàng, xanh, lam, chàm, tím. Cách nhìn như thế, cũng có thể ít nhiều liên quan đến dị đoan con số 7, ngày nay không còn phổ biến, ít ra là với các nhà khoa học.

archaïque [arkaik] *adj.* Thuộc về một thời đã qua. Không còn thực dụng nữa, lỗi thời. Xưa. *Tourneue archaïque:* Cấu trúc, lối nói xưa. ■ *Bx.a.* Trước cái thời cổ điển, sơ khai. *Style archaique:* Văn phong cổ.

archaïsant, ante [arkaiz),)t] *adj. et n.* Có tính chất cổ; có những nét cổ, dùng lối cổ.

archaïsme [arkaism] *n.m. (gr. arkhaios,* cũ). Đặc tính của cái gì rất xưa, qua rồi. ■ *Spécialt.* **1-** Tác phẩm, phần tác phẩm nghệ thuật mang tính chất cổ. **2-** Từ, hình thái, cấu trúc không còn thông dụng, được dùng.

archange [ark)ʒ] *n.m. (gr. arkhangelos)* Thiên thần ở phẩm trật cao. Tổng lãnh thiên thần. *Les archanges Gabriel, Michel et Raphael:* Các Tổng lãnh tiên thần Gabriel, Michael và Raphael.

arche [arʃ] *n.f. (lat. arcus)* **1-** Phần cầu được làm thành vòm tựa trên 2 cột mang nó. Vài cầu, vòm cầu. **2-** Vòm nhỏ hình nồi đục vào trong một kiến trúc không dày. **3-** Nồi để nung thủy tinh.

archéologie [arkeɔlɔʒi] *n.f. (gr. arkhaios,* xưa và *logos:* Khoa học) Ngành khoa học các nền văn minh nối tiếp từ khi con người xuất hiện, đặc biệt là qua phân tích các dấu vết vật chất được tìm ra qua các cuộc khai quật. Khảo cổ học.

archéologique [arkeɔlɔʒik] *adj.* Thuộc về khảo cổ học; liên hệ đến thời đại nghiên cứu của khoa học này.

archéologue [arkeɔlɔg] *n.* Chuyên viên khảo cổ học. Nhà khảo cổ.

archer [arʃe] *n.m.* Người bắn cung.

archet [arʃɛ] *n.m. (de arc)* **1-** Thanh nhỏ mềm mại được căng dây cước dùng để cọ xát làm rung dây đàn một số nhạc khí (vĩ cầm,v.v...) Cái vĩ. **2-** *Zool.* Cơ quan phát âm của loài châu chấu. Cung phát âm.

archétype [arketip] *n.m. (gr. arkhetupos,* mẫu sơ khai) **1-** Trên trên đó được xây dựng một công trình, một tác phẩm. **2-** *Philos.* **a.** Tư tưởng, hình thái của thế giới ý niệm trên đó được xây dựng những sự vật của thế giới hữu hình, theo Platon. **b**. Tư tưởng dùng làm mẫu thức cho một tư tưởng khác ở các nhà duy nghiệm. **3-** *Psychan*. Nội dung của những vô thức cộng đồng xuất hiện trong những thể hiện văn hóa của một dân tộc, trong tưởng tượng của một cá thể, theo Jung và các đồ đệ của ông ta.

archevêché [arʃəveʃe] *n.m*. Địa hạt pháp quyền của một tổng giám mục. Tòa tổng giám mục.

archevêque [arʃəvɛk] *n.m*. *Anc*. Giám mục đứng đầu một tỉnh hạt giáo đoàn, *Mod*. Vinh hàm của một số giám mục. Tổng giám mục.

archiduc [arʃidyk] *n.m*. Quận công nước Áo.

archiépiscopal, ale, aux [arʃiepiskɔpal, o] *adj*. Riêng cho tổng giám mục.

archimandrite [arʃim)drit] *n.m.* *(du gr. mandra*, rào). *anc*. Bề trên tu viện ở các Giáo hội phương Đông. *Anj*. Vinh hàm cho một số đan sĩ chính thống giáo.

archipel [arʃipɛl] *n.m*. *(it arcipelago; du gr. pelagos*, biển) Nhóm đảo: Quần đảo. *L'archipel des Cyclades:* Quần đảo Cyclades.

architecte [arʃitɛkt] *n*. *(gr. arkhitektôn*, kiến trúc sư) 1- Người sáng nghĩ sự thiết lập và sự thực hiện một tòa nhà, một cái nhà,v.v... và kiểm tra sự thi công (Người đó phải có một bằng cấp được Nhà nước thừa nhận và phải được chấp nhận bởi hội đồng cao cấp của đoàn kiến trúc sư): Kiến trúc sư. *Arcjitecte naval:* Kỹ sư chế tạo tàu thủy đảm nhiệm việc sáng nghĩ một chiếc tàu, một mặt bằng hàng hải, v.v...:Kỹ sư đóng tàu. 2- *Litt*. Người sáng nghĩ ra (một tổng thể, một tổ chức phức tạp) và tham gia vào việc thực hiện cái đó.

architectonique [arʃitɛktɔnik] *n.f*. 1- Toàn bộ những qui tắc kỹ thuật đặc thù của ngành kiến trúc: Thuật kiến trúc. 2- *Fig*. Cách cấu tạo, cấu trúc của cái gì: Cơ cấu. *L'architectonique d'un roman:* Cơ cấu của một tiểu thuyết. ■ *Adj*. Thuộc thuật kiến trúc.

architectural, e, aux [arʃitɛktyral, o] *a d j .* Thuộc kiến trúc; gợi lên một công trình kiến trúc.

architecture [arʃitɛktyr] *n.f*. 1- Nghệ thuật sáng nghĩ và xây dựng một tòa nhà theo những qui tắc kỹ thuật và những chuẩn mực thẩm mỹ nhất định; khoa học kiến trúc: Kiến trúc, khoa kiến trúc. 2- *Litt*. Cấu trúc, cấu tạo: Cấu tạo, kết cấu. *L'architecture d'un tableau:* Kết cấu của một bức tranh (xem tranh minh họa trang...)

architecturer [arʃitɛktyre] *v.t*. Xây dựng, xếp đặt (một công trình) một cách chặt chẽ: Xây dựng (một công trình nghệ thuật, một tác phẩm).

architrave [arʃitrav] *n.f. (it. architrave) Archit.* Phần dưới (lanh tô hay đường chỉ dẹt) của một đầu cột, (*entablement*) dựa trực tiếp vào mũ cột (*chapiteau*): Phần đầu cột dựa trực tiếp vào mũ cột, nằm giữa trụ ngạch (*frise*) và mũ cột.

archiver [arʃitve] *v.t*. Tiến hành sự lưu trữ: Lưu trữ (tài liệu).

archives [arʃitv] *n.f. pl. (gr. arkheia)* 1- Toàn bộ những tài liệu liên quan đến lịch sử của một thành phố, của một dòng họ, v.v..., những tài liệu riêng cho một xí nghiệp, một công sở,v.v... Tài liệu lưu trữ. 2- Nơi lưu trữ những tài liệu như thế: Sở lưu trữ văn thư; văn khố.

archiviste [arʃitvist] *n*. Người lưu trữ văn thư, tài liệu. ■ Chuyên gia lưu trữ, khu phân, nghiên cứu các văn thư, tài liệu sử học.

ardemment [ardam)] *adv*. (Một cách) nồng nhiệt, (một cách) khát khao.

1. ardent, e [ard),)t] *adj*. *(lat. ardens*, nóng bỏng) 1- Cháy, nóng dữ dội; gây cảm giác bỏng, nóng rực: Cháy rực, nóng rát. *Soleil ardent:* Nắng rát. *Soif ardente:* Khát khô cổ. 2- **a**. *Chapelle ardente:* Phòng tang lễ soi sáng bởi những ngọn bạch lạp và thường có căn màn đen: Phòng tang lễ, nơi quàn quan tài. **b**. *Hist. Chambre ardente:* Tòa án hình sự ngày xưa xử những vụ án đặc biệt (dị giáo và đầu độc chẳng hạn) và họp dưới ánh sáng của những ngọn đuốc: Tòa án đặc biệt (họp dưới ánh đuốc). 3- *Fig*. **a**. (Sự vật) Say mê, dữ dội, nói về một tình cảm, một thái độ: Nồng nhiệt, khát khao. *Curèosité ardente:* Lòng khát khao mong muốn hiểu biết, học hỏi. ■ Rực rỡ, sáng chói, nói về một màu sắc. **b**. (Người) *Ardente à:* Nóng lòng say mê (làm điều gì): Say mê, hăng say. 4- *Mar*. Có khuynh hướng bày, mặt tiền của nó ra trước gió, nói về một chiếc thuyền buồ m (tương phản với mou: Có khuynh hướng chuyển hướng cho chệch chiều gió).

ardeur [ardœ r] *n.f. (lat. ardor)* 1- Lòng hăng hái, sự vồn vã: Sự hăng say, sự nồng nhiệt. *Montrer de l'ardeur au travail:* Tỏ ra hăng say trong công việc. 2- *Litt*. Sự nóng bức tột độ.

ardoise [ardwaz] *n.f. (mot. gaul)* 1- Đá thuộc loại đá phiến, màu xám sẫm, dễ tách thành nhiều tấm mỏng và đặc biệt dùng làm để lợp mái nhà: Đá bảng (để lợp nhà). 2- Bảng nhỏ, mới đây bằng đá bảng, trên đó người ta có thể viết, vẽ bằng phấn hoặc bằng một loại bút chì đặc biệt (gọi là bút chì bảng đá): Bảng đá. 3- *Fam*. Số tiền nợ, số nợ mở ở một cửa hàng, một tiệm cà phê,v.v...: Số tiền mua chịu, số mua chịu.

ardoisière [ardwazjer] *n.f*. Mỏ đá bảng.

ardu, e [ardy] *adj. (lat. ardures)* Khó hiểu, khó giải quyết, khó giải, phức tạp, cực nhọc: Gay go, khó khăn, cực nhọc. *Une question ardue:* Một câu hỏi khó khăn.

are [ar] *n.m. (lat. area,* bề mặt*)* Đơn vị đo đạt diện tích ruộng đất (ký hiệu a) có giá trị bằng 100 mét vuông: a .

arène [aren] *n.f. (lat. arena,* cát*)* **1- a.** *Antiq. rom.* Khoảng trống rải cát của một đấu trường, một đài vòng, nơi diễn ra những trò chơi. Sân đấu trường. **b.** Sân rải cát nơi diễn ra những cuộc đấu bò. **c.** *Fig.* Khoảng trống công cộng, nơi đối đầu các đảng phái, các trào lưu tư tưởng,v.v...: Vũ đài. *L'arène politique:* Vũ đài chính trị. **2-** *Géol.* Cát có kết cấu thô thiên tạo nên do sự tan rả của các loại đá kết tinh: Cát thô, gốc đá kết tinh. *Pl.* Toàn bộ tòa nhà, nơi ngày xưa diễn ra những trò chơi, và ngày nay xảy ra những cuộc đấu bò. *Les arènes de Nimes:* Khu đấu bò ở Nimes.

aréopage [areɔpaʒ] *n.m. (lat. areopagus; du gr. Areios pagos,* đồi Arès*)* **1-** *Antiq. L'aréopage:* Tòa án Athènes họp trên ngọn đồi đã được dâng cho thần Arès và giám sát các quan chấp chính, giải thích các đạo luật và xét xử những vụ giết người: Tòa án Athènes, Hy Lạp. **2-** *Litt.* Hội đồng những người được chọn, đặc biệt tài giỏi, thông thái: Hội đồng bác học.

arête [aret] *n.f. (lat. arista,* bông lúa*)* **I- 1-** Xương của bộ xương cá. Xương cá. **2-** Râu bông của một số cây họ lúa (đại mạch, lúa mạch đen, v.v...) Râu bông lúa. **II- 1-** *Math.* Đường thẳng chung của hai mặt phẳng cắt nhau. giao tuyến, cạnh. *Un cube a douze arêtes:* Một khối lập phương có mười hai cạnh. *Arête d'un mur:* Cạnh tường. ■ *Archit. Voute d'arêtes:* Vòm hợp thành bởi sự giao nhau theo góc vuông của những vòm bán nguyệt thành những hình tam giác cong. **2-** *Anat.* Đường thẳng của xương nhô ra: Sóng. *Arête du nez:* Sóng mũi. **3-** *Géogr.* Đường thẳng phân chia hai sườn núi.

argent [arʒ)] *n.m. (lat. argentrum)* **1-** Kim loại quí trắng, lóng lánh, rất dễ vuốt giãn;nguyên tố hóa học (Ag) có số điện tích hạt nhân là X7. khối lượng nguyên tử 107,86: Bạc. **2-** Bạc cắt hay tiền đúc, vì giàu có mà nó thể hiện: Tiền bạc, tiền. tiền tài. *Peux-tu me prêter de l'argent:* Bạn có thể cho mượn một ít tiền được không ? *Avoir de l'argent sur son compte en banque:* Có tiền trong tài khoản của mình ở ngân hàng. ■ *Homme, femme d'argent:* Đàn ông, đàn bà yêu tiền, biết làm cho nó có lợi. *Faire de l'argent:* Làm giàu. *En avoir, en vouloir pour son argent:* Theo tỷ lệ số tiền người ta đã trả: Đáng đồng tiền bỏ ra, hoặc ở nghĩa bóng: đáng công sức bỏ ra. **3-** *Hérald.* Một trong hai kim loại được sử dụng như men, được trình bày trắng hay trơn. ■ Bạc ít khi được gặp ở trạng thái nguyên chất trong lòng đất: thường hơn cả là nó kết hợ p với lưu huỳnh hoặc với antimon. Không gỉ bởi oxi, nó bị đen đi khi tiếp xúc với không khí và hòa tan trong axit nitric. Bạc là kim loại dễ vuốt giãn nhất và dễ dát nhất trong tất cả các kim loại sau vàng; đó là chất dẫn nhiệt và dẫn điện tốt nhất, nó tan ở 960°C. Tỷ trọng của nó là 10,5; người ta pha nó với đồng để cho nó được cứng hơn.

argenté, e [arʒ)te] *adj.* **1-** Mạ bạc. *Cuillèr en métal argenté:* Thìa bằng kim loại mạ bạc. **2-** *Litt.* Gợi bạc qua màu sắc và ánh chói của nó. Có ánh bạc, bạc. *Flots argentés:* Sóng bạc. **3-** *Fam.* Có tiền, giàu có.

argenterie [arʒ)tri] *n.f.* Bát đĩa bạc và các đồ dùng bằng bạc ở bàn ăn: Bát đĩa bạc và đồ bạc.

argentier [arʒ)tje] *n.m.* **1-** *Hist.* Viên chức trong giới hạn cận thần của nhà vua, đảm trách về đồ đạc, bàn ghế bày biện trang trí trong nhà. **2-** *Fam. Grand argentier:* Bộ trưởng Bộ tài chánh.

1. argentin, e [arʒ)t(, in] *adj.* Mà âm thanh trong trẻo gợi lên tiếng bạc. trong như tiếng bạc. *Tintement argentin d'un carillon:* Tiếng chuông trong như tiếng bạc. Tiếng chuông ngân trong như tiếng bạc

argile [arʒil] *n.f. (lat. argilla)* Đá trầm tích xốp, không thấm nước, sờ thấy nhầy và khi được tẩm nước có thể nặn: Đất sét. *Vase en argile:* Bình bằng đất sét. ■ *Argile rouge:* Lớp đất sét đọng dưới đáy biển sâu: Đất sét đỏ (dưới đáy biển). *Argile à oilex:* Đất sét nâu với những hạch đá lửa cứng do sự hòa tan tại chỗ của đá vôi có đá lửa: Đất sét có đá lửa.

argileux, euse [arʒil-, -z] *adj.* Được tạo thành bởi đất sét, có chứa đất sét.

argon [argɔ̃] *n.m.* Khí trơ, không màu sắc, hợp thành khoảng chừng một phần trăm của bầu khí quyển của Trái đất. Nguyên tố hóa học (Ar) Có số thứ tự nguyên tử 18, khối lượng nguyên tử 39,9X: Agon.

argot [argo] *n.m.* Từ vựng riêng biệt cho một nhóm người trong xã hội, cho một nghề nghiệp: Tiếng lóng. ■ *Spécialt.* Ngôn ngữ của những kẻ gian ác, của giới gian ác.

argotique [argɔtik] *adj.* Thuộc tiếng lóng.

arguer [argɥe] (Theo Hàn Lâm viện) *v.t. (lat arguere,* chứng minh*)* **1-** Rút ra một cách logic cái hệ quả là ..., suy ra: suy ra, kết luận. *Que peut-on arguer de ce témoignage ?* Ta có thể

argument

suy ra điều gì từ chứng cứ này? 2- Viện lý, lấy cớ. *Il a argué qu'il avait oublié l'heure:* Ông ta viện lý rằng đã quên mất giờ hẹn. ■ *V.t. ind. (de):* Sử dụng (cái gì) như một lý lẽ, như một cái cớ: Viện lý, lấy cớ. *Argeuer de son ignorance:* Lấy cớ là mình không hay biết.

argument [argym)] *n.m. (lat. argumentum)* 1- Chứng cớ, lý do tán trợ một sự khẳng định, một thuyết, một sự đòi hỏi: Lý lẽ, luận chứng. 2- Trát yếu đề tài của một tác phẩm văn học: Bản tóm tắt nội dung (của một tác phẩn văn học) 3- *Log.* Mệnh đề hay toàn bộ những mệnh đề từ đó người ta tìm cách rút ra một hệ quả: Tiền đề. *Argument d'une fonction:* Biến số phần tử của một tập hợp xuất phát của hàm số: Tiền đề của một hàm số. 4- *Math. Argument d'un nombers complexez:* Góc θ được xác định đến sai số 2kπ bởi dạng lượng giác của số đó. z: r(cosθ + i sinθ), r là modun của z: Đối số.

argumentation [argym)tasjɔ̃] *n.f.* Sự biện luận; toàn bộ những luận chứng.

argumenter [argym)te] *v.t.* 1- Trình bày những lý lẽ, những luận chứng chống lại ai: Biện luận, cải lẽ. 2- *Log.* Rút ra những hệ quả: Rút kết luận. ■ *vt.* Bào chữa, tán trợ bằng những luận chứng (một bài diễn văn, một bài thuyết trình, v.v..): Bào chữa, tán trợ (một bài diễn văn, một bài thuyết trình, v.v..).

argus [argys] *n.m. (lat. Argus,* khổng lồ trăm mắt) 1- Sự phát hành chuyên biệt cung cấp những thông tin chính xác và được đánh giá bằng số hiệu, đặc biệt là về những giao dịch thương mại, v.v..: Đặc san. *L'argus de l'automobile.* Đặc san xe hơi. 2- *Litt.* Người giám thị cảnh giác gián điệp. ■ Theo nghĩa rộng: Người rất sáng suốt. Người rất tinh. 3- Chim gần giống như gà lôi: Gà lôi Mã Lai.

argutie [argysi] *n.f. (lat. argutia,* sự tế nhị) Sự lý luận một cách quá sức tinh tế: Lý sự vụn, xảo ngôn.

aria [arja] *n.m. (anc. fr. harier, harceler:* quấy rối) Cũ.. Ưu tư, nỗi buồn phiền, điều phiền nhiễu: Điều bực mình, điều phiền nhiễu.

aride [arid] *adj. (lat. aridus)* 1- Khô, thiếu độ ẩm: Khô khan, khô cằn, *Terre, climat aride:* Đất khô cằn, khí hậu khô khan. 2- **a-** Khó khăn, không hấp dẫn: Khô khan. *Sujet aride:* Đề tài khô khan; *Travail aride:* Công việc khô khan.

aridité [aridite] *n.f.* Sự khô khan, sự khô cằn.

aristocrate [aristɔkrat] *n. et. adj.* Thành viên của quí tộc: Nhà quí tộc, kẻ quí phái.

aristocratie [aristɔkrasi] *n.f (gr. aristos,* tuyệt hảo *et kratos,* quyền bính) 1- **a**. Giai cấp những người quí tộc, những người có đặc quyền đặc lợi: Giai cấp quí tộc. **b-** Sự cai trị được thực hiện bởi giai cấp quí tộc: Nền cai trị quí tộc. 2- *Litt.* Tinh hoa *L'aristocratie du talent:* Tinh hoa của tài năng.

aristocratique [aristɔkratik] *adj.* 1- Thuộc giai cấp quí tộc. 2- Đáng mặt quí phái; lối lạc, phong nhã.

arithmétique [aritmetik] *adj.* Thuộc số học. *Opération arithmétique:* Phép tính số học.

arlequin [arlɔk(, in] *n.m. (anc. fr. Hellequin,* tên của một con quý) Nhân vật mặc quần có sọc sặc sỡ phỏng theo áo quần của Arlequin: Vai hề mặc quần áo chắp nhiều mụn màu ■ *Litt. Habit d'arlequin:* Tổng thể hợp thành bởi nhiều phần rời rạc. Văn chắp vá.

armada [armada] *n.f. (de l'Inoincible Armada) Litt.* Số lớn, số lượng lớn (xe cộ, v.v...) *Une armada de camions:* Một số lượng lớn xe vận tải.

armagnac [armaɲak] *n.m.* Rượu nho cất sản xuất trong vùng Armagnac: Rượu Acmanhắc.

armatèur [armatœr] *n.m.* Người trang bị, khai thác một chiếc tàu do người ấy làm chủ hay (ít gặp hơn) thuê: Chủ tàu buôn.

armature [armatyr] *n.f. (lat. armatura)* **I- 1-** Cái được ghép thành bởi nhiều bộ phận thường bằng kim loại tạo nên bộ sườn, cái khung của một vật, của một công trình, v.v... hay dùng để tăng cường, nâng đỡ hoặc giữ vững những cái đó: Cốt, khung. ■ Phần rắn chắc căng chân bao vú của cái nịt vú. **2-** *Fig.* Cơ sở của một dự án, của một tổ chức; cái gì nâng đỡ, giữ vững ở vị trí: Nền tảng, cơ sở. **3- a.** *Electr.* Mỗi cái trong số hai râu dẫn điện của một cái tụ điện, tách rời nhau bởi chất điện môi: Râu dẫn điện (của tụ điện) **b**. Thỏi sắt non nối liền hai cực của một nam châm. **II-** *Mus.* Dấu biến âm (dấu thăng, dấu giáng) hợp thành giọng điệu của một bản nhạc, đặt sau chìa và trước số khung nhịp: Dấu biến âm. *Syn: Armure.*

arme [arm] *n.f. (lat. arma,* vũ khí) 1- Vật thể, máy, khí cụ dùng để tấn công hay để tự vệ theo bản năng hoặc theo tập quán: Vũ khí. *Quelle est l'arme du crime?* Vũ khí của tội ác là vũ khí gì? *Arme blanche:* Vũ khí cầm tay mà tác dụng là do một phần bằng kim khí (dao găm, theo nghĩa rộng): Gươm đao, dáo mác. *Arme à feu:* Vũ khí sử dụng sức nổ của thuốc súng: Súng ống. *Arme de poing:* Súng hoặc dao găm ngắn mà người ta sử dụng bằng cách siết chặt trong lòng bàn tay (súng lục, dao găm): Súng ngắn, găm, v.v... ■ *MIL. Arme individuelle*: Vũ khí cá nhân. Một người dùng (súng, chẳng hạn) ngược lại là *arme coleective* (pháo, chẳng hạn) *Arme spéciales:* Vũ khí nguyên tử, sinh hóa ngược lại với vũ khí cổ điển. *Armes classiques ou conventionnelles.* ■ *Fam. Passer* *l'arme à gauche:* Chết. **2-** *Fig.* Phương tiện nào đó để tấn công hoặc tranh đấu. *Avoir pour seule arme son éloquence:* Vũ khí duy nhất là sự hùng biện. **3-** Bộ phận của lục quân đặc trách nhiệm vụ chiến đấu đặc biệt (bộ binh, pháo binh, thiết giáp). ■ *pl. Les armes:* Binh nghiệp. *Sous les armes:* Trong quân đội. *Fait d'armes:* Chiến công. *Faire ses premières armes:* Những bước khởi đầu trong binh nghiệp và nghĩa bóng, trong một ngành nghề hoặc một xí nghiệp nào đó. *Passer par les armis:* Bắn. *Prise d'armes:* Duyệt binh. **2-** Múa kiếm, đấu kiếm. *Salle, maitre d'armes*: Phòng đấu kiếm, thầy kiếm thuật. **3-** Hérald. Huy hiệu. *Les armes de Paris.*

armé, e [arme] *adj.* **1-** Có trang bị vũ khí. *Des bands armés*. **2-** Có giàn bên trong. *Bêton armé:* Bêton cốt sắt.

armée [arme] *n.f.* **1-** Tập hợp các binh lực của quốc gia *L'armée francaise. Armée de l'air, de mer:* Quân đội Pháp - Không quân - Hải quân. **2- a.** *Hist.* Tập hợp nhiều người dưới sự chỉ huy duy nhất nhằm một nhiệm vụ nhất định. *L'armée d'Italie*: Lực lượng Ý. ■ *Grande Armée* do Napoléon đệ nhất điều khiển từ 1805 đến 1814. **b.** Đơn vị bộ binh lớn gồm nhiều sư đoàn. *Général d'armée*. **3-** Một đám đông người. *Une armée de supporters*: Một đám đông người ủng hộ. ■ Theo dòng lịch sử, hình thái tổ chức và sự quan trọng của quân đội biểu hiện dân số, tiến bộ kỹ thuật, sự giàu có và kể cả mô hình xã hội. Từ đó thoát thai ra chiến tranh: *Armées de mercenaires, armées de milises, armées de métiers, armées nationales:* Quân đội đánh thuê, dân gian. quân đội nhà nghề, quân đội peốc pra. Từ 1945, sự kiện nguyên tử lực và sự lan rộng những tranh chấp cách mạng đã tạo ra những loại hình quân đội rất đa dạng: Nguyên tử lực kết hợp với quân số ở Mỹ, ở Liên xô, lực lượng răn đe và quân đội quốc gia ở Pháp. Vũ trạng nguyên tử và quân đội tình nguyện ở Vương quốc Anh. Trung Hoa, nước có vũ khí nguyên tử từ 1964, từ lâu đã xây dựng sức mạnh binh lực của mình trên một quân đội quần chúng, đóng vai trò chủ chốt trong quốc gia. Nhiệm vụ chính trị ấy, kết hợp với ý thức hệ rất đa dạng, đã đặc trưng hóa nhiều lực lượng quân đội hoặc ở thế giới thứ 3, hoặc ở khối xã hội chủ nghĩa, hoặc ở những quốc gia mà quân đội cho rằng mình cần đóng vai trò định hướng chính trị cho quốc gia.

armement [armǝmɔ̃)] *n.m.* **1- a.** Việc vũ trang (người lính, một nơi nào đó...) trang bị những phương tiện tấn công hoặc bảo vệ. **b.** Về những khí cụ được trang bị của một đại đội, một chiến xa. **c.** (Thường là số nhiều). Tập hợp những phương tiện quốc gia dùng để đảm bảo an ninh. *Course aux armement:* Chạy đua vũ khí. **d**. Nghiên cứu và kỹ thuật việc vận hành vũ khí. *Cours d'armement:* Khóa học về vũ khí. **2-** *MAR.* **a**. Sự trang bị tàu bè, những gì cần thiết để vận hành và được an toàn. **b**. Khai thác thương mại một con tàu với tư cách là sở hữu chủ hay chủ thuê; xí nghiệp tàu buôn. **3-** *Electr.* Tập hợp những vật dụng thường là bằng kim loại, nhằm áp đặt cho các đường điện khả năng chính xác nào đó tương ứng với sự hỗ trợ của chúng.

armer [arme] *v.t. (lat. armare)* **1-** Trang bị (ai, cái gì) bằng vũ khí. *Armer volontaires:* Trang bị những người tình nguyện. **2-** Thành lập (toán quân). *Armer cent mille hommes*. Chiêu mộ 100.000 người. **3-** *Fig.* Cho (ai) những phương tiện đối đầu với một tình thế. *Ces études l'ont bien armée pour ce métier:* Việc học đã trang bị đầy đủ cho cô ta để hành nghề. **4-** Lên cò (súng). **5-** Trang bị (tàu bè...). **6-** Đặt máy ở tình trạng vận hành (thường dùng bằng căng lò-xo lên). *Armer un apparcil photo:* Lên máy. *S'armer v.pr. (de)* Trang bị. *Armerz-vous de patience, il n'est pas encore puël:* Bạn hãy kiên nhẫn, ông ta chưa sẵn sàng.

armistice [armistis] *n.m. (lat. arma,* vũ khí. *et sistere,* ngưng, dừng lại). Hiệp ước qua đó các thủ lĩnh các quốc gia, ngưng đối chấp mà chưa kết thúc cuộc chiến. Đình chiến.

armoire [armwar] *n.f. (lat. armarium)* **1-** Tủ đựng có ngăn và cửa đóng. *Armoire figorique:* Có cách ly để máy cho nhiệt độ thấp để giữ gìn thực phẩm. Tủ lạnh. **2-** *Fam. Armoire de glace, armoire normande:* Người vóc ngang.

armoiries [armwari] *n.f. pl. (anc. f. armoyer,* trang trí huân chương). Nói chung về huy hiệu, huân chương của quốc gia, của thành phố hoặc của gia đình... *Syn. Armes*. Huy hiệu, huân chương.

armure [armyr] *n.f. (lat. armatura)* I- **1-** Bộ giáp bảo vệ bằng kim khí che thân thể chiến binh vào thời Trung Cổ. **2-** *Fig.* Phương thức che chở, bảo vệ. *Une armure de dédair*. II- **1-** Cách dệt chéo sợi chỉ ở vải. *Armure toile, sergée.* **2-** *Mus.* Giáp điệu.

armurerie [armyrri] *n.f.* Xưởng, tiệm, làm , bán vũ khí.

armurier [armyrje] *n.m.* **1-** Người chế tạo, sửa chữa, bán vũ khí. **2-** *Mil.* Người phụ trách bảo trì vũ khí.

arnaquer [arnake] *v.t. Fam.* **1-** Lừa đảo, phỉnh gạt. *Arnaquer un client:* một khách hàng. **2-** Bắt, tóm. *Se faire arnaquer par la police:* Bị cảnh sát bắt.

arnaqueus [arnakœr, -z] *n.m. Fam.* Tên bịp bợm, lường gạt.

arnica [arnika] *n.m. ou f. (gr, Ptarmika ây).* 1- Cây ở vùng núi, có hoa vàng. (Cao 50cm, họ cánh kép). 2- Chất thuốc rút ra từ loại cây này chữa các vết bầm.

aromate [arɔmat] *n.m.* Hương liệu thực vật dùng trong y học, nước hoa hoặc gia chánh.

aromatique [arɔmatik] *adj.* Có hương thơm.

aromatiser [arɔmatize] *v.t.* Làm cho thơm bằng một chất thơm.

arôme [arom] *n.m. (gr. arôma:* hương). Xông mùi thơm từ một chất thơm thực vật hoặc động vật: Mùi thơm, hương thơm. *L'arôme de chocolat:* Hương sô-cô-la.

arpège [arpɛʒ] *n.m. (il. apeggio) Mus.* Hợp âm chơi rãi từng nốt kế tiếp nhau. Hợp âm rãi.

arpent [arp)] *n.m. (gaul. arepennis)* Đơn vị đo lường nông nghiệp xưa chia theo 100 sào, thay đổi tùy nơi. (Từ 35 đến 50 ares) Mẫu.

arpenter [arp)te] *v.t.* 1- Đo diện tích (đất đai). Đo đạc. 2- Bước từng bước dài. *Il argentait la cour de long en large:* Ông ta bước từng bước dài, ngang dọc trong sân.

arpenteur [arp)tœr] *n.m.* Chuyên viên đo đạc, tính toán bề mặt. Chuyên viên đạc điền. *D'arpenteur:* Thước đạc điền.

arpenteuse [arp)t-z] *n.f. et adj.f.* Sâu đo, khi bò gập thân lại cho ta cảm giác là nó đang đo quãng đường đi qua.

arpion [arpjɔ̃] *n.m. Arg.* Bàn chân.

arqué, e [arke] *adj.* Cuốn cong. *Jambes arquées:* Đùi chân cong.

arquebuse [arkɔbyz] *n.f. (all. Hakenbrichse) anc.* Súng vai (sử dụng ở Pháp từ cuối thế kỷ 15 đến đầu thế kỷ 17) Bắn nổ phải dùng đến ngòi lửa khoen bật lửa. Súng hỏa mai.

arquebusier [arkɔbyzje] *n.m.* 1- Lính trang bị súng hỏa mai. 2- *Anc.* Người chế tạo súng hỏa mai vào các thế kỷ 17, 18.

arquer [arke] *v.t. (de arc)* Uốn cong hình cung. *Arquer une pieu de bois:* Uốn cong thanh gỗ.

arrchage [araʃaʒ] *n.m.* Nhổ, dỡ (cỏ, rễ cũ).

arraché [araʃe] *n.f.* Môn cử tạ nhằm nhấc, chỉ một nhịp, lên trên đầu bằng một tay hoặc hai tay giang thẳng. *Fig. Fam. À l'arraché:* Dùng sức và khéo léo. *Victoire remportée à l'arraché:* Chiến thắng anh dũng và tài tình.

arrachement [araʃm)] *n.m.* 1- Nhổ mạnh. 2- Chia lìa đột ngột, một cách đau khổ; đau lòng.

arrache-pied (d') [daraʃpje] *loc. adv.* Một cách mãnh liệt, kiên trì. *Travailler d'arrache-pied.* Làm việc ráo riết.

arracher [araʃe] *v.t (lat. eradicare,* nhổ) 1- Lấy, nhổ lên khỏi đất. *Arraclur les poieaux.* Nhổ por-rô (tỏi tây). 2- Tước, giật, lấy đi bằng sức mạnh. *Il lui arrache son arme.* Tước vũ khí, giật vũ khí. 3- Khó khăn có được, bằng sức mạnh hay mưu mô. *Arracher uu aveu.* 4- Giật, tách bằng sức mạnh hay một cách khó khăn, hoặc với nhiều cố gắng. *Arracher uno afpiche.* Giật đi cái bích chương *S'arracher v.pr (de, à).* 1- Lìa xa một cách luyến tiếc. *S'arracher d'un lieu:* Lìa xa luyến tiếc một nơi nào đó. 2- *S'arracher qqn.* Tranh cãi sự hiện diện của nó. ■ *Fig. S'arracher les cheveux:* Thất vọng.

arracheur, euse [araʃœr, -z] *n.* Người nhổ (cái gì). ■ *Fam. Mentir comme un arracheur ou dents:* Một cách trơ tráo, một cách trơ trẽn.

arraisonnement [arezɔnm)] *n.m.* Việc khám xét (tàu, máy bay).

arraisonner [arezɔne] *v.t. (du lat. ratio,* tính, đếm) Cho (tàu) dừng ngoài biển để kiểm tra tình trạng tàu, hàng hóa thủy thủ đoàn, ect...) ■ Kiểm tra không lưu (máy bay).

arrangeable [ar)ʒabl] *adj.* Có thể thu xếp được.

arrangeant, e [ar)ʒ),)t] *adj.* Dễ dãi, dễ tính.

arrangement [ar)ʒm)] *n.m.* I- 1- Việc thu xếp; cách thu xếp một việc, đồ vật... *Arrangement d'une maison:* Sắp xếp trong nhà. 2- *Math. Arrngement de n. abjets pris p à p:* Mỗi tập hợp p phần tử lấy trong tập hợp n phần tử, tách biệt bằng loại và theo thứ tự các phần tử tập hợp. [số chỉnh hợp p phần tử là $A\frac{p}{n} - n(n-1) \quad (n-p+1)A$]. 3- *Mus.* Biên soạn lại một tác phẩm để hát một số giọng nào đó, để cho một số nhạc khí nào đó hoặc chung cho các giọng, các nhạc khí. Chuyển biên, soạn lại. II- Thỏa thuận giữa đôi bên. *Trouver un arrangement.* Tìm được một sự giàn xếp.

arranger [ar)ʒe] *v.t.* 1- 1- Xếp đặt trật tự, bày biện hài hòa. *Arranger des bouquets sur une table:* Xếp các chùm hoa trên bàn. 2- Xếp lại nghiêm chỉnh, vào vị trí. *Arranger sa coiffure:* Chỉnh lại đầu tóc. 3- Biến đổi cho phù hợp. *Arranger un vêtement:* (sửa) Chỉnh lại áo xống. *Arranger un texte:* (sửa) Chỉnh lại bản văn. ■ *Mus.* Biên soạn lại một nhạc phẩm. II- 1- Giàn xếp một cách mỹ mãn. *Arranger un différèud:* Giàn xếp một cuộc tranh cãi, tranh chấp. 2- Tổ chức, thu xếp. *Arranger un rendez vous entre deux personnes:* Thu xếp một cuộc gặp gỡ giữa hai người. 3- Phù hợp với (ai) làm thỏa lòng. *Ce changement de date m'arranger bien:* Việc thay đổi ngày tháng phù hợp cho tôi lắm. 4- *Fam.* Cư xử xấu, nói xấu. *La ? l'a drôlement* arrangé. ■ *S'arranger v.pr.* **1-** Thỏa thuận, hòa giải. *Il vant mieux s'arranger qu'à plaider.* Hòa giải hơn là kiện tụng. **2-** Kết thúc tốt, diễn biến th uận lợi: *Tout peut encore s'arranger:* Mọi chuyện còn có thể thu xếp. **3-** Thu dọn. *S'arranger pour arrinez à l'heure:* Thu dọn để đến đúng giờ. **4-** *S'arranger de:* Bằng lòng (về cái gì) mặc dầu có những điểm bất lợi. *La pièce est petite maes on s'en arrangera:* Phòng hẹp nhưng chúng tôi sẽ thu xếp ổn thỏa.

arrangeur, euse [arʒœr, -z] *n.* Tác giả biên soạn lại một bản nhạc.

arrestation [arɛstasjɔ̃] *n.f.* Việc bắt giữ ai do tòa án hoặc cảnh sát. Việc bị bắt giữ.

arrêt [arɛ] *n.m.* **1-** Việc ngưng lại, dừng lại. *L'arrêt des véhiculs au leu rouge:* Xe cộ dừng lại ở đèn đỏ. *Saus arrêt:* Liên tục. *Coup d'arrêt:* Ngưng một cách đột ngột khi đang chuyển động. ■ *Chien d'arrêt:* Đứng yên lại, sực dừng lại khi ngửi thấy con mồi. *Fig. Être, tomber en arrêt (devant qqch):* Bất chợt dừng lại, ngây người vì sửng sốt, vì thích thú hoặc thèm khát... **2-** Nơi xe cộ công cộng dừng lại. Điểm dừng - Trạm. *Arrêt facultatif:* Trạm dừng tùy nghi. **3-** Vật dụng nhằm để chặn lại, để chặn lại cái gì cử động. Cái chặn, con cá. **4-** Phán quyết của Hội đồng pháp luật cao hơn. *Arrêt de le Cour de cassation.* Phúc nghị của Tòa Phá án. **5-** Việc bắt giam ai. *Maison d'arrêt:* Nhà giam tạm giữ hoặc cho các can phạm ngắn hạn. ■ *Pl.* Hình phạt dành cho quân đội buộc anh ta ở ngoài công vụ vào một nơi nào đó. *Mettre aux arrêts:* Cấm túc. *Arrêts de rigueur:* Truất tự do và giam. Trọng cấm.

arrêté [arete] *n.m.* Nghị định thi hành của một số cấp Chính quyền.

arrêter [arete] *v.t. (lat. restare,* ở lại) **1-** Căn không cho bước tới, hành động; ngưng hoạt động, vận hành. *Arrêter un passant, sa voiture:* Bắt dừng lại (ai, xe cộ). *On n'arrête pas le peogrès* (...) Không ngưng sự tiến bộ lại. ■ *Arrêter son regard, sa peusée sur qqn-qqch:* Chăm chú tới. **2-** Bắt ai và bỏ tù. *Arrêter un malfaiteur:* Bắt giữ một kẻ vô lương. **3-** *Cout.* Thắt nút để giữ lại nhờ một mũi hay một chuỗi các mũi. Lại mũi, khâu, kết. *Arrêter une couture, les mailles d'une tricol:* Lại mũi một đường may, các mắt đan. **4-** Xác định một kế hoạch, một thời gian. ■ *v.i.* **1-** Ngưng tiến tới, ngưng làm cái gì; dừng lại. *Demander au chauffeur de stoppa:* Yêu cầu tài xế dừng lại. **2-** *Chass.* Đứng yên. Nói về chó khi ngửi thấy con mồi. ■ *S'arrêter v.p.* **1-** Ngưng tiến tới, ngưng nói, hành động, vận hành. **2-** Kết thúc. *Le chemin s'arrête ici:* Con đường dừng lại đây.

arrhes [ar] *n.f.pl. (lat. arrha,* bảo đảm) Số tiền một bên bỏ ra khi ký hợp đồng để đảm bảo thi hành. Tiền cọc.

arriération [arjerasjɔ̃] *n.f. Arriétation mentale.* Tình trạng một người mà tuổi cao hơn tuổi tâm thần và sự thiếu hụt trí tuệ theo thương số trí tuệ thấp hơn so với kết quả trắc nghiệm của Binet-Simon. Sự trì độn, trì năng. ■ Theo con số Q.I, người ta phân biệt các cấp độ trì năng: suy nhược, khờ khạo, đần độn. Tuy nhiên, khả năng sử dụng một số tiềm năng lý trí còn tùy thuộc vào nhiều yếu tố, thuộc lãnh vực tình cảm, sư phạm, kinh tế xã hội, cũng như sự hội nhập của các rối loạn cơ năng (mù, điếc, câm, động kinh).

arrière [arjɛr] *adv. et adj. (lat ad retro,* phía sau) **1-** Phía đối lại, hướng ngược lại. *Faire machine arrière, marche arrière:* Thụt lùi, cho đi lui. **2-** Ở đàng sau. *Roues arrière d'un véhicule:* Bánh xe sau. ■ *Interj. Arrière !* Lùi ! *Arrière, circulez! Loc. adv. En arrière:* Phía sau. **1-** Theo hướng ngược với hướng ta nhìn, hay đi tới. *Regarder en arrière:* Nhìn về phía sau. **2-** Ở một khoảng cách nào đó phía sau. *Rester en arrière:* Ở lại đằng sau. ■ *Loc. prep. En arrière de:* Sau...

arriéré, e [arjere] *adj.* **1-** Trả chậm trễ, còn nợ chưa trả. *Dette arriérée:* Nợ chưa trả. **2-** *Pej.* Lạc hậu với thời đại. *Idées arriérée:* Ý tưởng lạc hậu ■ Không được tiếp xúc với tiến bộ hay rất ít. *Pays arriéré:* Xứ chậm tiến. ■ *Adj. et n.* Người bị chứng trì năng, trì đốn tâm thần.

arrière-ban [arjerbɑ̃] *n.m. (pl. cerrière-bans) FÉOD.* Huy động các thứ hầu do nhà vua.

arrière-boutique [arjɛrbutik] *n.f.* (pl. *arrière-boutiques)* Phần sau cửa tiệm.

arrière-cour [arjɛrkur] *n.f. (pl. arrière-cours)* Sân sau tòa nhà, sân sau, làm đường thông.

arrière-garde [arjɛrgard] *n.f.* (pl. *arrière-gardes)* **1-** Phân đội đảm trách an toàn sau một đoàn quân đang tiến, để chở che và thông tin. Hậu quân. **2-** *Fig. d'arrière-garde:* Đã lỗi thời; đến quá chậm; cái tụt hậu.

arrière-goût [arjɛrgu] *n.m. (pl. arrière-goûts)* **1-** Hương vị một thức ăn để lại trong miệng, khác với hương vị mà người ta cảm nghe trước đó. Dư vị. **2-** *Fig.* Cảm giác còn lại sau một cái gì đã xảy ra, gây ra... *Un arrière-goût de regret:* Một chút còn nuối tiếc.

arrière-grand-mère [arjɛrgrɑ̃mɛr] *n.f.* (pl. *arrière-grands-mères)* Mẹ của ông hoặc của bà. Bà cố.

arrière-pays [arjɛrpei] *n.m. inv.* Phần ở sau bờ biển, nội địa, đối lập với vùng duyên hải. Nội địa.

arriére-pensée [arjɛrp)se] *n.f.* *(pl. arrière-pensées)* Tư tưởng, ý định không diễn tả ra. Hậu ý, ẩn ý.

arrière-petits-enfants [arjɛrpɔtizɑ̃f)] *n.m. pl.* Con của cháu (trai, gái). Chắt.

arrière-plan [arjɛrpl)] *n.m. (pl. arrière-plans)* 1- Kế hoạch, đồ án sau, trong một viễn ảnh, đối lập với kế hoạch, đồ án trong đầu. 2- *Fig. à l'arrière-plan:* Trong một tư thế phụ. Liệt ai vào hàng thứ yếu.

arrière-saison [arjɛrsɛzɔ̃] *n.f.* *(pl. arrière-saisons)* Giai đoạn kết thúc mùa đẹp trời: Cuối thu.

arrière-train [arjertrɛ̃] *n.m. (pl. arrière-trains)* 1- Phần thân trước của con vật 4 chân. 2- Phần thân xe từ các bánh xe sau.

arrimage [arimaʒ] *n.m.* (Sự, việc) Xếp hàng hoa (trên tàu).

arrimer [arime] *v.t.* *(du moyen angl. rimen,* xếp đặt) Xếp đặt có hệ thống và cố định (hàng hóa trên tàu, xe, máy bay).

arrivage [arivaʒ] *n.m.* Hàng hóa, vật liệu đến bằng phương tiện chuyên chở nào đó; chính hàng hóa. Hàng đến. Hàng hóa.

arrivant, e [ariv),)t] *n.* Người đến một nơi nào đó. Người đến.

arrivée [arive] *n.f.* 1- Sự đến. Lúc hoặc nơi đến chính xác. 2- *Arrivée de:* Tiếp nhiên liệu (chảy), kênh, đường nhiên liệu đến. *Arrivée d'air, d'essence.*

arriver [arive] *v.i. (du lat. ripa,* bờ) *(auxil, être)* 1- Đến nơi, đi hết đường. *Le train arrive à 16h:* Tàu đến lúc 16h. 2- Đến (từ một nơi nào đó): Tiến gần, đến gần. *L'hiver arrive:* Mùa đông đến. 3- Đạt đến một mức nào đó... *Il lui arrive à l'épaue:* Nó đã cao đến vai ông ta. 4- Đến, đi đến (một tình trạng, một giai đoạn) *arriver à la conclusion:* Đi đến kết luận. ■ *En arriver à:* Cuối cùng đi tới chỗ... 5- Đạt được cái gì, làm được cái gì. *Arriver à ses fins:* Đạt những mục đích của mình. ■ *Absolt.* Thành đạt. *Vouloir arriver à tout prix:* Muốn đạt được bất cứ giá nào. 6- Xảy ra, xảy đến, thực hiện. *Tout peut arriver:* Mọi chuyện có thể xảy ra. ■ *v. impers.* 1- Xảy đến, đến *Que vores arrive-t-il?* Chuyện gì xảy ra với anh thế? 2- Có thể xảy ra, có thể đến. *Il arrive que je sorte.* Có thể tôi sẽ đi (...). *Il m'arrive de sortir.*

arrivisme [arivism] *n.m.* Tâm trạng, thái độ của kẻ hãnh tiến, tham vọng.

arriviste [arivist] *n. et adj.* Người muốn thành công với bất cứ giá nào; tham vọng, không ngần ngại. Tham vọng, hãnh tiến.

arrogance [arɔg)s] *n.f.* Sự kiêu ngạo thể hiện bằng những cách thức cao đạo, khinh dễ, kênh kiệu.

arrogant, e [arɔg),)t] *adj. et n. (lat. arrogans,* đòi hỏi) Tỏ ra ngạo mạn, ngạo nghễ.

arroger (s') [arɔʒe] *v. pr. (lat. arrogare,* đòi hỏi cho mình) Tự phong cho mình một cách trái lẽ. *Ilse sont arrogé des pouvoirs excegsifs:* Họ tự phong cho mình những quyền hành quá đáng. *Les privilèges qu'il s'est arrogés:* Những đặc ân mà nó tự phong cho mình.

arrondi, e [arɔ̃di] *adj. et n.f. Phon.* Nguyên âm hoặc phụ âm khi đọc hai môi tròn vươn ra phía trước.

arrondir [arɔ̃dir] *v.t.* 1- Làm thành hình tròn, cong. *Arrondir ses cettres en cuvant.* Viết tròn chữ viết. ■ *Arrondér une jupe.* Xoay tròn cho khoảng cách mặt đất, chỗ nào cũng bằng nhau với đường viền của váy. 2- Tăng, nới rộng. *Arrondir ses terres, sa fortune:* Tăng thêm đất đai, tài sản. 3- Làm tròn số không còn có số lẻ... *Arrondir un résultat:* Làm tròn kết quả. *Arrondir au franc supéricur, au franc inférieur.* Tính tròn lên, hoặc tính tròn xuống. *S'arrondir v.pr.* Trở nên tròn hơn, đầy đặn hơn, lớn hơn. *Ses forms s'arrondissent:* Hình dáng đầy đặn.

arrondissement [arɔ̃dismɑ̃)] *n.m.* Đơn vị hành chính của các tỉnh hoặc một số thành phố lớn. Quận.

arrosage [arozaʒ] (Sự, việc) tưới.

arroser [aroze] *v.t. (du lat. ros. rorss:* Sương) 1- Làm ướt bằng cách rải nước hoặc chất lỏng; rẩy nước: Tưới. *Arroser des plantes:* Tưới cây. *Arroser un jardin - arroser un rôte:* Tưới vườn, cho nước vào thịt quay... ■ Chảy qua, dẫn thủy... *La loire arrose Tours:* Dòng sông Loa chảy qua Tours. 2- Làm tràn ngập cái gì trên ...; làm ngập ... *Des projecteurs arrosent le château d'une vive luacière...* Các đèn chiếu làm ngập tràn lâu đài bằng một ánh sáng rực rỡ... ■ Oanh tạc lâu và có tính toán. *Arroser les ligner ennemies*: Oanh tạc các tuyến địch. 3- Dọn với rượu. *Arroser un repas:* Bữa cơm kèm thêm rượu. ■ Mời uống để mừng một ngày lễ, một biến cố. *Arroser sa promotion:* Ăn mừng thăng tiến. 4- *Fam.* Tung tiền (cho ai) để có một đặc ân. *Arroser un personnage influent:* Lo lót một nhân vật có ảnh hưởng.

arroseur [arozœr, -z] *n.m.* 1- Người làm công việc tưới. ■ *Fig. Fam. L'arroseur arroser:* Nạn nhân do chính những tác động máy móc của mình. 2- Máy tưới, dụng cụ để tưới.

arrosoir [arozwar] *n.m.* Bình tưới cá nhân dùng để tưới cây.

arsenal [arsənal, o] *n.m. (ll.arsenale; mot. ar.)* *(pl. arsenaux).* 1- **a**. Trung tâm đóng và bảo trì tàu chiến. *L'arsenal de Toulon.* Xưởng tàu Toulon. **b.** *Anc.* Chế tạo vũ khí và quân nhu. 2- Số lượng lớn vũ khí. *La police a découvret un arsenal cladestéer.* Cảnh sát đã khám phá một kho vũ khí lậu. 3- *Fig.* Nói chung về các phương tiện hành động và tranh đấu. *L'arsenal des lois* (vũ khí) kho luật lệ. *Arsernal répressif* (vũ khí) Trấn áp. 4- Trang bị, máy móc rườm rà *l'arsenal d'un photographe*: Máy móc rườm rà của nhiếp ảnh viên.

arsenic [arsənik] *n.m. (lat. arsenicum; du pr. arsenikos,* đực) **1**- Thành phần đơn màu xám, tỏa sáng kim, tỉ trọng 5,7, thăng hoa ở khoảng 450°C cho ra một mùi tối; nguyên tố hóa học (As) nguyên tử số 33, khối lượng nguyên tử 74-92. **2**- An-hy-drid a-xen, được dùng như một chất độc.

arsouille [arsuj] *n.m. ou f. et adj. Arg.* Lưu manh. Tên lưu manh.

art [ar] *n.m. (lat. ars. artis)* **I**- **1**- Khả năng, khéo léo làm cái gì. *Avoir l'art de plaine, d'émouvoir.* Có nghệ thuật làm vui lòng, gây xúc động. **2**- Nói chung về các phương tiện, phương thức, qui luật liên quan đến một sinh hoạt, một ngành nghề; hoạt động, cách thức được xem như là tập hợp các qui phép phải theo. *Art militaire:* Binh pháp. *L'art mlinaire:* Khoa gia chánh. *Faire qqch dans les règles de l'art:* Làm cái gì theo qui pháp. *Homme de l'art:* Chuyên viên một ngành nào đó, (khoa nào đó). *Spécialt:* Y sĩ. ■ Tác phẩm chứa các nguyên tắc, qui phép của một ngành. *L'art poétique, de Boileau:* Nghệ thuật thi ca của Boileau. **II**- **1**- Biểu cảm vô vị lợi và lý tưởng của cái đẹp; Nói chung về các hoạt động loài người sáng tạo để thể hiện các biểu cảm đó; nói chung về các tác phẩm nghệ thuật của một xứ, của một thời đại. Nghệ thuật. *Amateur:* Ng ười say mê nghệ thuật. *L'art Chinois:* Nghệ thuật Trung Hoa. *L'art roman:* Nghệ thuật tiểu thuyết. *L'art pour l'art:* Nghệ thuật vị nghệ thuật. Chủ thuyết xem sự hoàn hảo hình thức như là mục đích tối thượng của nghệ thuật. ■ Cách bày tỏ một sở thích, một tìm tòi nghiên cứu, một cảm năng thẩm mỹ. *Disposer un bouquel avec art.* Kết (sắp xếp) một chùm hoa một cách có nghệ thuật. ■ *Art nouveau.* Phong trào canh tân nghệ thuật trang trí và kiến trúc ở phương Tây vào thập niên cuối thế kỷ 19. *SYN. Modern style.* **2**- Mỗi một địa hạt của sáng tạo thẩm mỹ và nghệ thuật. *L'enluminure, art du Moyeer Âge:* Thuật tô màu trang trí, nghệ thuật thời Trung cổ. *Le septième art.* Nghệ thuật thứ bảy: Xi-nê-ma. ■ *Pl.* Nói chung về các ngành nghệ thuật, đặc biệt là các ngành phục vụ cái đẹp đường nét và hình thế gọi là beaux-arts:

Mỹ thuật. *Arts plastiqu es:* Hội họa và điêu khắc. ■ Đoạn tuyệt với Chủ nghĩa toàn bích và kinh viện của thế kỷ 19, tân nghệ thuật gốm vừa là một cảm hứng thi ca quay về bắt chước những hình thái thiên nhiên (nghệ thuật hồi văn uốn tròn có nguồn gốc từ thực vật) và vừa là một khắc khe duy lý đặc biệt thường được thể hiện trong kiến trúc: Horta ở Belgique - Bỉ - Guimard ở Pháp là những kỹ thuật viên canh tân trong việc sử dụng sắt, thủy tinh, sành gốm như là sự tự do về chức năng trong đường lối của họ. Được khai mào trước bởi một W. Moiris ở Anh, nối kết với trào lưu môn phái tượng trưng, nghệ thuật này xuất hiện. Ở Bruxelles ở Nancy (*Gallé, V. Prouvé, Majoulle,* đồ thủy tinh Daum, v.v...) ở Pous (lalique, nhà vẽ mẫu đồ gỗ Eugine Gaillard), ở Municl (Jugendstil) ở Barcelone (với tác phẩm rất đặc biệt của Gaudf),v.v... Nó được thể hiện chừng mực hơn ở Glasgow (Mackintosh) và ở Vienne (*Secession still:* Klimt, J. Hoffmaun, v.v...): Không lâu sau thì trường phái lập thể và kiến trúc không trang trí hoặc thỏa hiệp với phong cách *"ARTS DECO".* Nghệ thuật trang trí dành chỗ của thế giới thần tiên đầy tưởng tượng của Tân nghệ thuật.

artère [arter] *n.f. (gr. artêria)* **1**- Động mạch chuyển máu từ tim đến các cơ quan. **2**- Đường giao thông ở đô thị.

artériel, elle [arterjɛl] *adj.* Thuộc về động mạch. *Perssion artérielle:* Áp suất động mạch.

artériosclérose [arterjoskleroz] *n.f.* Chứng bệnh vách động mạch đưa đến việc xơ cứng. *L'artériosclérose accouepague souvent l'hypertension:* Chứng xơ cứng động mạch thường kèm theo chứng tăng huyết áp.

artérite [arterit] *n.f. MED.* Viêm động mạch.

artésien, enne [artezjɛ̃] *adj. et n.* **1**- Thuộc về Artois. **2**- *Puits artésien:* Giếng cho nước phun. Giếng phun.

arthrite [artrit] *n.f. MED.* Viêm khớp.

arthritique [artritik] *adj. et n.* Thuộc về viêm khớp hay thấp khớp. Bị viêm khớp, thấp khớp.

arthropode [artropod] *n.m. (gr. arthron,* khớp *et pous, podos,* bàn chân). *Arthropodes.* Ngành động vật không có xương sống, có vỏ giác tố, thân chia thành đốt, chân và các phần phụ khác chia thành đoạn bao gồm hơi một nữa các loài của giới động vật (tôm, cua, loại đa túc - rết, sâu cuốn chiếu -, côn trùng, nhện). *SYN. Articulé.* Ngành động vật chân khớp.

arthrose [artroz] *n.f. MED.* Chứng bệnh không viêm các khớp.

artichaut [artiʃo] *n.m. (lombard. articiocco de l'ar)* **1**- Loại cây vườn trồng để lấy buồng hoa (đầu). (Họ lá kép, cynara) 2- Người ta ăn đế hoa và bẹ hoa (hoặc lá hoa) ■ *Avoir un coeur d'artichaut:* lăng bạc trong tình yêu, hay thay đổi.

article [artikl] *n.m. (lat. articulees)* 1- Mục phân chia một nghị định, một luật, một hợp đồng, khế ước, một chương tài chính, v.v... Khoản, mục, điều. ■ *Article de foi.* Tín lý cơ bản được ấn định trong cuối khóa họp giáo nghị. Tín điều. *Par ext.* Quan niệm, niềm tin không lay chuyển được. *À l'article de la mort:* Gần chết, lúc lâm chung. 2- Bài viết hoàn toàn riêng biệt trong một tờ báo, một quảng cáo. Mục, bài. ■ Đề tài, điểm. *Ne pas trausiger sur un article.* 3- Hàng hóa. *Article de luxe:* Hàng xa xỉ phẩm. ■ *Faire l'article:* Tâng bốc (hàng hóa). Fig. Tâng bốc ai, cái gì. 4- *LING.* Từ chỉ định của danh từ, đứng trước danh từ chỉ xác định hay bất định, chỉ số và thường chỉ giống của danh từ. Mạo từ. *Articles définis, partitifs:* Mạo từ xác định, bất định, bộ phận). 5- *ZOOL.* Phần của một chi, chi phụ khớp với một phần khác, ở các loài độ ng vật chân khớp.

articulaire [artikyler] *adj.* Liên hệ đến các khớp của các chi.

articulation [artikylasjɔ̃] *n.f.* Sự nối 2 xương, hai phần cứng của cơ thể để chúng có một cử động tương đối. Phần cơ thể được nối lại ấy. Khớp, nối. ■ *ZOOL.* Vùng bì của các động vật chân khớp ở đó vỏ giáp mỏng cho phép các đốt được cử động. ■ *Mécan.* Phần nối (trục, trục bánh chè) của 2 mảng cơ khí có cử động góc tương đối. 2- Phần nối giữa các phần của một bài diễn văn, một cuốn sách, v.v... Cách bày xếp. ■ *Dr.* Nêu ra từng điểm một trước khi đưa ra xét xử. Điều khoản. 3- Cách phát âm, cấu âm của một ngôn ngữ.

articulé, e [artikyle] *adj.* 1- Có một hoặc nhiều khớp. ■ *ZOOL.* Có khớp, có đốt. 2- Phát âm rõ, có cấu âm. *Mot bien, mal articulé:* Một từ được phát âm rõ/không rõ. Được cấu âm rõ ràng/không rõ ràng.

articuler [artikyle] *v.t. (lat. articulare)* 1- Phát âm, cấu âm. ■ Đọc (một, nhiều từ) một cách rõ ràng, nghe được. 2- Làm mạch lạc từng đoạn (một bài diễn văn, một quyển sách, v.v...) và đặc biệt (DR) những điều khoản của vụ kiện. 3- *Mécan.* Thực hiện việc nối (các phần cơ khí). ■ *S'articuler v.pr.* 1- Khớp vào (cơ thể) 2- Ăn khớp với nhau, liên hệ với nhau.

artifice [artifis] *n.m. (lat. antificium,* nghệ thuật, nghề) 1- *Litt.* Phương thức tài tình để phỉnh gạt, mưu mẹo. *Leser d'artifices:* Sử dụng mưu mẹo. 2- **a.** *TECH. MIL.* (*Pièce d'artifice)* Thuốc nổ. **b.** *Feu d'artifice:* Pháo hoa. *Fig.* Sự nối kết nhanh trí, những đối đáp thông minh.

artificiel, elle [artifisjɛl] *adj.* 1- Do kỹ thuật con người làm ra chứ không phải tự nhiên; thay thế cho một yếu tố tự nhiên. *Membre artificiel:* Bộ phận giả (tay, chân). ■ *ALP. Escalase artificielle:* Dùng những phương thức để đi lên (Khung, đinh, bàn đạp...). 2- Để lộ các phương thức không thật, giả. *Enjouement artificiel:* Sự hoan hỉ, giả vờ, không thật.

artificiellement [artifisjelm)] *adv.* Một cách nhân tạo, giả.

artificieux, euse [artifisj-, j-z] *adj. Litt.* Sử dụng mưu mẹo, mưu mô, giả hình.

artillerie [artijri] *n.f. (de art)* Các loại pháo, trang bị và phương tiện chuyên chở. *Pièce d'artillerie:* Cổ pháo. ■ Quân chủng pháo binh. *Artillerie navale, nucléaire:* Hải pháo, pháo hạt nhân. ■ *Grosse artillerie, artillerie lourde:* Trọng pháo. *Fig.* Luận cứ khích động, thiếu nhã nhặn, tinh tế.

artilleur [artijœr] *n.m.* Pháo thủ.

artimon [artimɔ̃] *n.m. (génon, artimone) MAR.* Cột buồm sau của một thuyền buồm có hai hoặc nhiều cột buồm. Buồm.

artisan, e [artiz)] *n. (il. artigrano)* Người lao động thủ công thường có tính cách truyền thống hoặc là một mình hoặc là với sự giúp đỡ của một số người (thợ học nghề...) *Artisan taxi:* Tài xế sử dụng xe tắc-xi để lợi riêng. ■ *Être l'artisan de:* Tác giả, người trách nhiệm của (cái gì).

artisanal, e, aux [artizanal, o] *adj.* 1- Phù hợp với thợ thủ công, với thủ công nghiệp (tương phản với industriel, công nghiệp). Thủ công. 2- Được làm bằng tay hoặc bằng những phương tiện thô sơ.

artisanalement [artizanalm)] *adv.* Một cách thủ công.

artisanat [artizana] *n.m.* Nghề nghiệp, kỹ thuật của thợ thủ công; toàn bộ những thợ thủ công. Thủ công nghiệp; tầng lớp thợ thủ công.

artiste [artist] *n.* 1- Người hành nghề một trong những mỹ thuật, đặc biệt là nghệ thuật tạo hình: Nghệ sĩ. ■ *Travail d'artiste:* Công việc được thực hiện một cách rất khéo léo. 2- Người diễn xuất một tác phẩm kịch nghệ, âm nhạc, điện ảnh,v.v... Diễn viên. *Entrée des artistes:* Lối vào của các diễn viên. 3- Người ưa thích các nghệ thuật, lối sống phóng lãng, không theo lề thói, dù cho có hành nghề nghệ thuật hay không. Người ham thích nghệ thuật, kẻ sống phóng lãng. *Péj. C'est un artiste, il n'a pas d'heure:* Đó là một nghệ sĩ, anh ta không có giờ giấc gì cả. ■ *Adj. Litt.* Có sở thích về nghệ thuật, ưa thích cái đẹp.

artistement [artistəm)] *adv.* Một cách nghệ thuật, với một niềm ham thích nghệ thuật thật sự.

artisteque [artistik] *adj.* 1- Thuộc các nghệ thuật, đặc biệt là các mỹ thuật. *Les richènes artiques d'un pas:* kho tàng nghệ thuật của một nước. 2- Được thực hiện, được trình bày một cách nghệ thuật.

artistiquement [artistikm)] *adv.* Một cách nghệ thuật.

arum [arɔm] *n.m. (gr. aron)* Cây dạng cỏ một lá mầm. có nhiều loại tự sinh (cây chân bê) có mo xanh và quả mong đỏ (cây mã đầu linh) hoặc được trồng (*arum blanc:* Cây ráy mo trắng). Họ ráy *(SYN, Gouet)* Cây ráy, cây chân bê.

aruspice [aryspis] *n.m.* —> *Haruspice*.

aryen, enne [arj(, ɛn] *adj. et n.* 1- Thuộc các bộ lạc Aryens, người Aryen. 2- Thuộc "chủng tộc" da trắng "thuần túy" trong những học thuyết phân biệt chủng tộc theo sự gợi ý của chủ nghĩa quốc xã.

as [ɑs] *n.m.* (Từ tiếng La tinh chỉ một đơn vị nhỏ về trọng lượng và tiền bạc. I- 1- Mặt con xúc xắc, một nữa quân đôminô hay một lá bài (thường là lá bài mạnh nhất) được đánh dấu chỉ một điểm: Con át, con xi. ■ *FAM. Être plein aux as:* Có nhiều tiền. *Passer à la l'as:* Bị lãng quên, bị làm biến đi. 2- Con số một trong cuộc đánh cá ngựa, trong trò chơi lô tô, bàn số một trong nhà hàng, v.v...: Con số một (đánh cá ngựa, lô tô); bàn số một (nhà hàng),v.v... 3- Người giỏi hơn cả (trong một hoạt động gì): Tay cừ. Nhà vô địch. *As du volant:* Nhà vô địch lái xe. II- HIST. Đơn vị trọng lượng, đơn vị tiền tệ, đơn vị đo lường của người La Mã xưa.

ascendance [as)s] *n.f. (du lat ascendere,* đi lên). 1- Toàn bộ những ông bà cha mẹ, những thế hệ từ đó một người phát xuất. Nguồn gốc của người đó. Dòng họ. 2- *MÉTÉOR.* Luồng không khí di chuyển từ dưới lên trên. Dòng lên.

ascendant, e [as)d)] *adj.* Đi lên, tiến lên phía trên: Lên.

ascenseur [as)sœ r] *n.m. (du lat asendere,* đi lên) Thiết bị, máy dùng cho việc vận chuyển thẳng đứng những con người trong những tòa nhà: Thang máy. ■ *Fig. Fam. Renvoyer l'ascenseur:* Đáp ứng một việc làm chiều lòng, một việc giúp ích bằng một hành động tương tự: Đền đáp.

ascension [as)sjɔ̃] *n.f. (lat ascensio)* 1- Sự lên cao, sự đi lên phía trên cao. Sự lên, sự lên cao. Ascension d'un ballon: Sự lên cao của một khí cầu. ■ *RELIG CATH. Ascension:* Lễ tưởng niệm sự lên trời của Jésus Christ, bốn mươi ngày sau Lễ Phục sinh; chính sự lên trời đó. Lễ Thăng thiên; sự thăng thiên. 2- Sự đi lên, sự trèo, sự leo lên, sự tiến lên phía trên cao. *Ascension d'une montagne:* Sự trèo núi. *Fig.* Sự tiến bộ về mặt xã hội. *Ascension professionnelle:* Sự tiến bộ trong nghề nghiệp. 3- *ASTRON. Ascension droite d'unastre:* Cung của đường xích đạo trời gồm giữa điểm xuân phân và vòng giờ của một tinh tú tính theo chiều thuận: Độ xích kinh của một tinh tú (Độ xích kinh là một trong những tọa độ thuộc đường xích đạo trời của một tinh tú).

ascensionnel, elle [as)sjɔnɛl] *adj.* Có khuynh hướng đi lên hay làm đi lên: Lên. *Vitesse ascensionnelle:* Tốc độ lên. ■ *Force ascensionnelle:* Sức gây sự lên. Sức lên. *Parachutisme ascensionnel:* Môn thể thao cốt làm sao cho một chiếc xe hay một thuyền máy kéo mình bay theo, thân đeo lơ lửng vào một chiếc dù.

ascèse [asɛz] *n.f. (gr askésis,* sự luyện tập) Kỷ luật của cuộc sống, toàn bộ những bài luyện tập về thể dục và tinh thần được thực hành nhằm hoàn thiện tinh thần. Sự luyện khổ hạnh.

ascète [asɛt] *n.* 1- Người luyện khổ hạnh, người tu khổ hạnh. 2- Người tự ràng buộc cuộc sống của mình vào một kỷ luật nghiêm ngặt, khắc khổ. Người sống khổ hạnh.

ascétique [asetik] *adj.* Của người luyện khổ hạnh, phù hợp với sự luyện khổ hạnh: Khổ hạnh.

ascétisme [asetism] *n.m.* 1- Tính cách của cái gì hợp với sự luyện khổ hạnh: Tính cách khổ hạnh, chủ nghĩa khổ hạnh. 2- Sự luyện khổ hạnh: Tu khổ hạnh, khổ tu.

asémantique [asem)tik] *adj. LING. Phrase asémantique:* Câu vô nghĩa nhưng lại đúng ngữ pháp.

asepsie [asɛpsi] *n.f. (dv gr. sêpsis,* sự nhiễm khuẩn) 1- Phương pháp kỹ thuật nhằm che chở cơ thể khỏi mọi sự nhiễm trùng, đặc biệt là trong các phòng phẫu thuật: Phương pháp, kỹ thuật vô trùng, vô khuẩn. 2- Sự thiếu mọi mầm nhiễm trùng, nhiễm khuẩn.

aseptique [asɛptik] *adj.* 1- Miễn trừ mọi mầm sống (tương phản với *infec-tieue, septique,* nhiễm trùng, nhiễm khuẩn: Vô trùng vô khuẩn. 2- Thuộc phương pháp vô trùng, vô khuẩn.

aseptisé, e [asɛptize] *adj.* 1- Đã tiệt trùng. 2- *Fig.* Mất tính độc đáo, phi nhân cách trung tính. *Uu discours aseptisé:* Một bài diễn văn mất tính độc đáo.

asexué, e [asɛksɥe] *adj.* Không giới tính. ■ *Muetiplication aseseuée ou végétative.* Sự sinh sôi này nở được thực hiện không có sự trung gian của các tế bào sinh sản (bằng cành giâm, chồi rễ, thân bò lan, v.v..): Vô tính.

ashram [aʃram] *n.m.* (Từ tiếng Phạn). Chỗ ẩn cư của pháp sư đạo Hindu truyền dạy những lời giáo huấn tinh thần cho các đệ tử của mình ở Ấn Độ.

asiatique [azjatik] *adj. et n.* Người châu Á, thuộc châu Á.

asilaire [ )zilɛr] *adj.* Thuộc bệnh viện tâm thần (thường dùng theo nghĩa xấu).

asocial, e, aux [asɔsjal, o] *adj. et n.* Không có khả năng thích nghi với những qui phạm của xã hội, từ chối thích nghi với những qui phạm đó: Phi xã hội (không chịu thích nghi với đời sống xã hội).

aspect [aspɛ] *n.m. (lat. aspectus,* nhìn) **1-** Vẻ bên ngoài cho thấy hoặc nghĩ. Vẻ, dáng. *Un château d'un aspect imposant:* Một lâu đài dáng đường bệ. ■ Góc cạnh, quan điểm, khía cạnh. *Envisager la question sous tous ses aspects:* Đi vào vấn đề dưới mọi khía cạnh. *A l'aspect de...* Khi thấy... **2-** *LING.* Thể động từ kéo dài, diễn biến, hoàn thành. Thể... các phương thức ngữ pháp để thực hiện.

asperge [aspɛrʒ] *n.f. (lat. asparagus)* **1-** Cây vườn để ăn chồi non hoặc turions - Chồi măng - (Họ huệ) Măng. **2-** Người cao lớn nhưng gầy.

asperger [aspɛrʒe] *v.t. (lat. aspergere)* **1-** Thấm nước sơ sơ, nhẹ. **2-** Rảy một chất lỏng trên (ai, cái gì).

aspérité [asperite] *n.f. (lat. asperilas)* **1-** Chỗ nhô lên, không bằng nhau trên một mặt phẳng. Chỗ gồ ghề (thường ở số nhiều). **2-** Tình trạng một mặt phẳng không đều, sờ thấy xô xảm.

aspersion [aspɛrsjɔ̃] *n.f.* Rải nước. ■ *Liturgie cath.* Rảy nước Thánh.

asphalter [asfalte] *v.t.* Trải, rải nhựa đường.

asphyxiant, e *adj.* Làm ngạt.

asphyxie [asfiksj),)t] *n.f. (de gr. sphuxis,* mạch) **1-** Rối loạn trầm trọng của cơ thể vì thiếu oxigen và ở trong tình trạng tồi tệ hô hấp. **2-** *Fig.* Ngưng hoạt động, ngưng sinh hoạt: Tê liệt.

asphyxié, e [asfiksje] *adj. et n.* Bị ngạt thở.

aspic [aspik] *n.m. (Lat, aspis. du gr.)* Loài rắn ở những nơi khô, có đá, mõm vểnh lên, một loài trong hai sinh sống ở Pháp.

aspirant, e [aspir),)t] *adj.* Hút. *Pompe aspirante.* Bơm hút.

aspirateur [aspiratœr] *n.m.* Máy hút chất lỏng, hoặc chất bụi... *Aspirateur de sciure d'une machine à bois:* Máy hút mạc cưa. ■ *Spécialt:* Máy gia dụng để hút bụi, rác bẩn. Máy hút bụi.

aspiration [aspirasjɔ̃] *n.f.* **1-** (Sự) hút vào, hít vào (khí). *TECH.* Thao tác hút (chất nổi, chất lỏng...). **2-** *PHON.* Hơi thở tương ứng với một âm. (Ví dụ: Họp ! trong tiếng Pháp). **3-** Vươn tới một lý tưởng, một mục đích. Khát vọng.

aspirer [aspire] *v.t. (lat. aspirare,* thở) **1-** Cho khí vào phổi bằng thở. Hít vào. **2-** Hút (một chất lỏng, chất chảy, bụi...) bằng cách tạo ra một phần rỗng. ■ *V.t. ind.* (à) Ước mong, cầu mong, khao khát... *Aspirer à de hauts fontions:* Mơ ước về những chức vụ cao.

aspirine [aspirin] *n.f.* (Tên nhãn hiệu ở một số nước). Dược phẩm giảm đau và giải nhiệt (hạ sốt) (axit axêtin xa-li-xi-lic).

assagir [asaʒir] *v.t.* Làm trở nên ngoan, làm lắng dịu. *S'assagir v.pr.* Trở nên ngoan, khôn.

assaillant, e [asaj),)t] *adj. et n.* Xung kích, tấn công. Người.

asaillir [asajir] *v.t. (lat assilire,* tấn công, nhào vào (ai)). ■ *Fig.* Quay xoay, quấy nhiễu. *ON l'assaille de question:* Người ta hỏi xoay nó.

assainir [asenir] *v.t.* Làm trở nên lành, sạch. ■ Làm sạch. Đưa về trạng thái bình thường. *Assainir une situation:* Bình thường hóa, chỉnh đốn một hoàn cảnh.

assainissement [asenism)] *n.m.* **1-** Làm sạch. Sạch. **2-** Nói chung về các kỹ thuật xử lý các nước thải và bùn cặn.

assainisseur [asenisœr] *n.m.* **1-** Chất khử mùi. **2-** Máy khử mùi thối trong một nơi nào đó.

assaisonnement [asɛzɔnm)] *n.m.* **1-** Trộn gia vị (muối, gia vị, hương vị,v.v..) dùng liều lượng ít để làm thơm mùi vị một thức ăn. **2-** (Sự, việc) Trộn gia vị.

assaisonner [asɛzɔne] *v.t. (de saison)* **1-** Trộn gia vị vào (một thức ăn). **2-** *FIG.* Thêm vào (bài văn, lời nói) những yếu tố quyết liệt. **3-** *FIG. FAM.* Quở trách đối xử tệ (với ai).

assassin [asas(, in] *n.m. (de l'ar. fumeur de has chisch)* Người giết người có tính toán trước. Kẻ giết người, ám sát, mưu sát.

assassinat [asasina] *n.m.* Mưu sát.

assassiner [asasine] *v.t.* **1-** Giết người có mưu tính. Mưu sát, ám sát. **2-** *FAM.* Buộc ai trả tiền cắt cổ. Chém.

assaut [aso] *n.m. (lat. ad,* về phía. *Saltus,* nhảy) **1- a.** Nhảy nhào tới, bổ nhào tới, tấn công dữ dội. Tấn công. *Donner l'assaut:* Dùng vũ lực xâm chiếm. **b.** Tấn công, phê bình dữ dội. *Les assauts des journalistes:* Báo chí phê bình, tấn công. ■ *Faire l'assaut de:* Tấn công, thi đua. **2-** Đấu kiếm.

assèchement [asɛʃm)] *n.m.* Tháo khô; khô.

asséchér [aseʃe] *v.t. (lat siccare,* làm khô) Lấy

nước đi; làm khô. *Assécher un étang:* Làm cạn ao hồ. ■ *S'assécher v.pr.* Trở nên khô, cạn.

assemblage [as)blaʒ] *n.m.* Tập hợp (những yếu tố làm thành một tổng thể) dựng lên. Tổng thể ấy. *Assemblage d'une charpente:* Bộ sườn nhà. ■ *Inform. Langage d'assemblage.* Gom lại. 2- Tập hợp các yếu tố khác nhau hoặc hỗn tạp. *Un assemblage de mots:* Tập hợp các từ. ■ *Bx.A.* Tác phẩm có 3 chiều tạo hiệu ứng do tập hợp các vật khác nhau trong nghệ thuật hiện đại (Từ trường phái lập thể và dada).

assemblé [as)ble] *n.m. ou assemblée n.f. CHOREGR.* Bước nhảy chụm chân (trong điệu vũ).

assembler [as)ble] *v.t. (du lat. simul, ensemble).* Đặt vào với nhau, tập hợp, đặc biệt là để tạo thành một tổng thể liên kết. Tập hợp, ghép, lắp ráp. *Assembler les feuilles d'un livre:* Ghép những tờ giấy của một quyển sách lại với nhau. ■ *INFORM.* Tập hợp (những yếu tố) nói về một ngôn ngữ tập hợp. ■ *S'assembler v.pr.* Tụ họp, tập hợp, thích hợp với nhau. *Ce qui se ressemble s'assemble:* Cái gì giống nhau thích hợp với nhau.

Assener [asene] *v.t. (anc. fr. direction,* hướng) *Asséner un coup.* Giáng cho một cú dữ dội: Giáng.

Assentiment [as)tim] *n.m. (lat.assentire,* chấp thuận). Sự ưng thuận, sự tán thành, sự đồng ý.

Asseoir [aswar] *v.t. (lat. assidere)* 1- Đặt (ai) ngồi vào một cái ghế. Đặt ngồi. ■ *Fam. J'en suis resté assis:* Tôi kinh ngạc, bàng hoàng, chưng hửng. 2- Đặt lên một cái gì vững chắc. *Asscoir les fondations d'une maison sur un roc:* Xây nền nhà trên một khối đá. 3- Thiết lập một cách vững vàng. Thiết lập, gây dựng. *Asseoir un gouvernement, sa réputation:* Thiết lập một chính phủ, gây dựng thanh danh. 4- *Assoir l'impôt:* Đặt cơ sở đánh thuế, ấn định cơ sở đánh thuế. ■ *S'asseoir v.pr.* Ngồi xuống một cái ghế, ngồi xuống: Ngồi xuống, ngồi.

Assermenté, e [aserm)te] *adj. et n.* (Người) đã tuyên thệ trước một tòa án hoặc đã tuyên thệ nhậm chức, hành nghề. Đã tuyên thệ, người đã tuyên thệ. ■ *Prêtre, cure, èveque assermenté:* Linh mục, cha xứ, giám mục vào năm 1790 đã tuyên thệ trung thành với Giáo hiến với dân sự (Tương phản với *réfractaire,* ngoan cố).

Assermenter [aserm)te] *v.t.* Bắt (ai) tuyên thệ.

Assertion [asersjɔ̃] *n.f. (lat. assertio)* Lời người ta phát biểu và quả quyết là đúng; sự khẳng định: Điều quyết đoán, điều khẳng định. 2- *LOG.* Phép lý luận cốt ở chỗ thiết định lẽ phải của một mệnh đề, thường được tượng trưng bởi dấu hiệu H trước mệnh đề.

Asservir [aservir] (Từ *serf,* nông nô) Qui về một tình trạng lệ thuộc tuyệt đối: Nô lệ hóa. *Asservir la presse:* Nô lệ hóa báo chí. 2- *TECHN.* Nối liền hai đại lượng vật lý thế nào cho cái này tuân theo những biến thiên của cái kia. Khiên chế.

Asservissement [aservism)] *n.m.* 1- Sự nô lệ hóa, tình trạng của kẻ, của cái gì bị nô lệ hóa: Sự nô lệ hóa, sự nô lệ, sự lệ thuộc. 2- *TECHN.* Sự khiên chế một đại lượng vật lý này với một đại lượng vật lý khác; bộ tự động mà hoạt động của nó có khuynh hướng hủy bỏ sự cách biệt giữa một đại lượng bị điều khiển và một đại lượng điều khiển: Bộ khiên chế.

Assesseur [asesœr] *n.m. (du lat. assidere,* ngồi bên cạnh) *DR.* Thẩm phán phụ tá chánh án của một tòa án: Hội thẩm.

Assez [ase] *adv. (lat. ad et satis,* đủ) Với số lượng đủ: Đủ. *Il a assez mangé:* Anh ấy đã ăn đủ. ■ *FAM. En avoir assez (de qqn, de qqch)*: Không thể chịu đựng (người nào, cái gì) nữa, bực mình: Chán ngấy. ■ *Ở Bỉ. Assez bien de:* Một số lớn, khá nhiều.

Assidu, e [asidy] *adj. (lat. assiduns)* 1- Thường xuyên ở bên cạnh một người nào, thường xuyên hiện diện ở một nơi mình phải có mặt: Thường xuyên ở bên cạnh; ân cần vồn vã, thường xuyên hiện diện. 2- Tỏ ra kiên trì, chuyên cần: Kiên trì, chuyên cần, siêng năng. *Présence assidue aux cours:* Sự hiện diện chuyên cần ở các buổi học.

Assiduité [asidyite] *n.f.* Sự có mặt đúng giờ ở nơi người ta phải có mặt; sự đúng giờ giấc, sự chuyên cần, sự siêng năng.

Assidûment [asidym)] *adv.* Một cách chuyên cần, một cách siêng năng.

Assiégé, e [asjeʒe] *adj.* Mà người ta vây hãm: Bị vây hãm. *Ville assiégée:* Thành phố bị vây hãm. ■ *Adj. et n.* (Nhất là ở số nhiều) Có mặt ở vị trí vào lúc xảy ra cuộc vây hãm: (Người) bị vây hãm. (người) bị hãm thành.

Assiégeant, e [asjeʒ),)t] *adj. et n.* Vây hãm, người vây hãm.

Assiéger [asjeʒe] *v.t.* 1- Thực hiện sự vây hãm: Vây hãm. 2- Quấy rầy ai vì những lời xin xỏ không hợp thời.

Assiette [asjet] *n.f. (du lat. assidere,* ngồi) 1- Đĩa có đáy phẳng và bờ nghiêng, cái được đặt trên đĩa: Đĩa bàn, thức ăn chứa trong đĩa. *Assiette anglaise:* Đĩa thịt nguội nhiều món. ■ *Vx, L'assiette au beurre:* Nguồn lợi béo bở. II- 1- Cách ngồi trên mình ngựa. 2- Thế vững, cân bằng (của một vật đặt trên một vật khác; cơ sở bảo đảm thế vững đó. 3- *Vx.* Tâm trạng. ■ *Fam. N'être pas dans son assiette:* Không được thoải mái. 4- *DR.* Cơ sở tính toán (của một suất đóng góp, của một loại thuế).

Assiettée [asjete] *n.f.* Lượng chứa trong đĩa: Đĩa.

Assignable [asiɲabl] *adj.* Có thể cấp, có thể cho.

Assignat [asiɲa] *n.m.* Tín phiếu sáng tạo dưới thời Cách mạng Pháp, mà giá trị được chỉ định dựa vào những tài sản quốc gia: Tín phiếu (thời Cách mạng Pháp).

Assignation [asiɲasjɔ̃] *n.f.* 1- Sự cấp (cái gì) cho ai. Sự cấp, sự phân định. 2- *DR.* Lệnh đòi ra tòa. 3- *DR. Assignation à résidence:* Sự bắt buộc ai phải cư trú ở một nơi chính xác.

Assigner [asiɲe] *v.t. (lat. assignare)* 1- Cấp, chỉ định (cái gì) cho ai. *Assigner une tâche à ses collaborateurs:* Chỉ định một nhiệm vụ cho những người cộng tác với mình. 2- *DR.* Đòi (ai) ra tòa. 3- Sử dụng tiền bạc để trả một món nợ, một trái phiếu.

Assimilable [asimilabl] *adj.* Có thể đồng hóa.

Assimilation [asimilasjɔ̃] *n.f.* Sự đồng hóa; kết quả của sự đồng hóa. 1- *PHON.* Sự sửa đổi phát âm của một âm vị bởi những hiện tượng chung quanh. (Ví dụ: Sub trở thành sup trong từ *supporter*). 2- *PHYSIOL.* Quá trình qua đó các sinh vật khôi phục bản chất của mình từ những yếu tố rút ra trong môi trường chung quanh và biến đổi qua sự tiêu hóa: Quá trình đồng hóa. ■ *Assimilation chlorophyllienne*: Quá trình qua đó cây xanh, dưới tác động của ánh sáng, chế biến những chất hữu cơ từ những yếu tố khoáng chất bằng cách hấp thụ khí cacbonic và nước và bằng cách thải oxi: Quá trình quang hợp. *SYN. Photosynthèse*: Sự quang hợp.

assimilé [asimile] *n.m.* Người có qui chế của một loại người nào đó nhưng không có chức vị của loại người đó: Người được coi như (thuộc về loại người nào đó). *Fonctionnaires et assimilés*: Công chức và những người được xem như công chức.

assmiler [asimile] *v.t. (lat. assimilare)* 1- Làm cho giống như, xem như giống. *Assimiler un cas à un autre:* Xem như một trường hợp nào đó giống như một trường hợp khác. 2- Sáp nhập những người vào một nhóm xã hội. *Assimiler des immigrants:* Sáp nhập những người nhập cư. 3- *PHYSIOL.* Biến đổi chuyển thành bản chất của chính mình. ■ *Fig. Assimiler des connais sances, des idées, etc...* Hiểu biết, sát nhập những kiến thức những tư tưởng,v.v... ■ *S'assimiler v.pr.* 1- Tự xem mình giống như (một kẻ nào đó). 2- Có thể được xem như giống (một cái gì).

assis, e [asi, iz] *adj.* 1- Đặt mình lên một cái ghế, trụ lên mông đít của mình: Ngồi. ■ *Place assise:* Chỗ người ta có thể ngồi. ■ *Magistrature assise:* Toàn bộ những quan tòa ngồi dự một tòa án, tương phản với các quan tòa của viện công tố (Toàn thể những quan tòa đứng). 2- *Fig.* Đặt nền tảng một cách vững chắc, thiết lập một cách vững chắc.

assise [asiz] *n.f. (de asseoir)* 1- Cơ sở, nền tảng làm vững chắc, bền vững: Cơ sở, nền tảng. 2- Hàng những phần tử dính vào nhau (đá, gạch) cùng chiều cao trong khi xây tường: Hàng, lớp (đá, gạch, trong khi xây tường) 3- *ANAT. BOT.* Toàn bộ những tế bào được xếp thành một lớp: Lớp, tầng. ■ *Assises génératrices*: Những lớp, tầng sản sinh những mô thứ yếu của thân và rễ (bần, libe, gỗ): Lớp phát sinh, tầng phát sinh. *Assise pilifère:* Tầng, lớp mang lông thấm hút (của những rễ non): Tầng mang lông.

assies [asiz] *n.f.* 1- Những buổi họp của các quan tòa để xét xử những trọng tội; nơi mở ra những buổi họp đó: Phiên xử đại hình. *Cours d'assises:* Cấp tòa án đảm nhiệm việc xét xử các trọng tội. Tòa đại hình. 2- Hội nghị của một phong trào, một đảng phái chính trị, một nghiệp đoàn, v.v... Hội nghị (của một đảng phái chính trị, một nghiệp đoàn, v.v...). ■ Tòa đại hình thông thường mở trong mỗi tỉnh một khóa họp bình thường mỗi ba tháng. Tòa gồm một chánh án, 2 hội thẩm và một ban bồi thẩm công dân: 9 bồi thẩm và 10 dự khuyết được bốc thăm. Để xét xử những trọng án khủng bố chống lại an ninh quốc gia và về mặt quân sự, tòa chỉ gồm 7 vị quan tòa.

assistanat [asistana] *n.m.* 1- Chức vụ phụ tá đặc biệt trong ngành giáo dục đại học và các công nghiệp biểu diễn: Chức trợ lý (trong ngành giáo dục đại học và công nghiệp biểu diễn). 2- Sự được giúp đỡ, được cứu trợ.

assistance [asistɑ̃s] *n.f.* I- 1- Sự tham dự, sự hiện diện ở (một buổi họp, một buổi lễ, v.v...: Sự tham dự, sự hiện diện, sự có mặt. *Assistance irrégulière ause cours:* Sự có mặt không đều đặn ở các buổi học. 2- *Anditoire, public:* Cử tọa, toàn thể người dự. *L'assistance applaudit:* Cử tọa vỗ tay tán thưởng. II- Sự trợ giúp (ai), sự đến giúp đỡ (ai), sự phụ tá (ai): Sự tương trợ, sự trợ giúp, sự cứu trợ, sự phụ tá, sự cứu tế. *Prêter assistance à quelqu'un:* Trợ giúp ai. ■ *Cũ. Assistance publicque:* Cơ quan chính quyền đảm nhiệm việc đến cứu trợ những người khó khăn nhất: Sở cứu tế bần dân. *REM.* Ngày nay người ta nói "*aide sociale*" (cứu trợ xã hội) nhưng tên gọi xưa vẫn còn tồn tại ở Paris và ở Marseille, ở đó Sở cứu tế bần dân đảm nhiệm việc quản lý các bệnh viện.

Assitance technique: Sự giúp đỡ quốc tế cho một nước đang phát triển: Sự giúp đỡ kỹ thuật (cho các nước đang phát triển). *Societé d'assistance*: Hội bảo đảm bằng hợp đồng sự trợ cấp một số dịch vụ, sự chữa máy hỏng, sự cứu trợ: Hội cứu trợ.

assitant, ante [asist),)t] *n*. **1-** Người trợ giúp (ai), phụ tá (ai): Người trợ giúp, người phụ tá. **2-** Giáo viên đảm nhiệm đặc biệt nhất là những công trình được hướng dẫn, trong ngành giáo dục đại học: Giáo viên trợ lý. **3-** *Assistant social*: Người được ủy thác đóng vai trò cứu trợ (tinh thần, y tế hoặc vật chất) bên cạnh những cá nhân hay những gia đình. ■ *Assistante maternelle*: Chị vú em. *Pl*. Những người có mặt ở một nơi nào, tham dự cái gì: Toàn thể những người tham dự: Những người tham dự, cử tọa.

assisté, e [asiste] *n. et adj*. Người hưởng được một sự cứu trợ, đặc biệt là về tài chính: Được cứu trợ, được cứu tế; người được cứu trợ, người được cứu tế.

assiter [asiste] *v.t. (lat. assistere,* đứng bên cạnh) Phụ tá (ai), giúp đỡ hoặc cứu giúp người đó: Phụ tá, cứu giúp. ■ *V.t. ind. (à)* Có mặt ở tham dự. *Assister à un spectacle*: Tham dự một cuộc biểu diễn.

associatif, ive [asɔsjatif, iv] *adj*. **1-** Liên quan đến hiệp hội, thuộc hiệp hội. ■ *Mouvement associatif*: Phong trào qui tụ nhiều người trong mục đích hoạt động văn hóa, xã hội, v.v... hoặc để bảo vệ những quyền lợi chung. **2-** *MATH*. Liên quan đến tính kết hợp. Có tính chất kết hợp: (Có tính) Kết hợp. *L'addition des entiers est associative, la soustraction ne l'est pas*: Sự cộng những số nguyên tính kết hợp, phép trừ thì không.

association [asɔsjasjɔ̃] *n.f*. **I- 1-** Sự kết hợp, sự liên kết, kết quả của những hành động đó: Sự kết hợp, sự liên kết. **2-** Sự tập hợp những người tụ họp lại trong một mục đích chung, không phải vì lợi lộc: Hội, hiệp hội. *Association professionneble*: Hiệp hội nghiệp vụ. **II-** Sự cho ai tham dự vào cái gì, sự để cho ai dự vào cái gì, sự lấy ai làm người cộng tác trong việc gì; sự kết hợp việc này với việc kia, sự kết hợp việc với nhau. **a**. *Association d'idées*: Quá trình tâm lý qua đó một ý tưởng hay một hình ảnh gợi lên một ý tưởng, một hình ảnh khác: Sự kết hợp, ý tưởng. ■ *PYSCHAN Association libre*: Phương pháp theo đó người bệnh được mời diễn đạt tất cả những gì xuất hiện trong trí óc không phân biệt. **b**. *BOT. Association vègétale*: Toàn bộ những cây thuộc nhiều loài khác nhau sống trong cùng một nơi: Quần hợp thực vật.

associé, e [asɔsje] *n. et adj*. Người liên kết với những người khác bởi những lợi ích chung: Hội viên, người hùn vốn.

associer [asɔsje] *v.t. (du lat. sociu*s, *allié,* liên minh) **1-** Đặt vào với nhau, hợp lại: Kết hợp, liên kết, liên hợp. *Associer des idées des partis*: Kết hợp những ý tưởng, liên hợp những đảng phái. **2-** Làm cho ai tham dự vào một việc gì: Để cho (ai) dự vào, cho (ai) tham dự lấy (ai) làm người cộng tác. *Il nous a associés à son projet*: Anh ấy đã để cho chúng tôi tham dự vào kế hoạch của mình. ■ *S'associer v.pr*. **1-** Dựa vào cái gì, tham dự cái gì, tham gia vào. *S'associer à une entreprise criminelle*: Tham gia vào một hoạt động tội ác. **2-** *S'associer à qqn, avec qqn*. Đồng tình với ai với mục đích thực hiện một sự nghiệp chung: Cộng tác, hợp tác. **3-** Tạo thành một tổng thể hài hòa với: Kết hợp với. *L'élégance s'associe à la beauté*: Vẻ thanh lịch kết hợp với nhan sắc.

assoiffé, e [aswafe] *adj*. **1-** Khát. **2-** *Assoiffé de*: Ham, khát khao. *Assoiffé de richesses*: Khát khao của cải.

assoiffer [aswafe] *v.t*. Làm cho (ai) khát.

assolement [asɔlm)] *n.m*. Sự phân bố những cây trồng giữa các mảnh đất hoặc đơn vị đất trong một vùng khai khẩn: Sự phân bố cây. *Assolement triennal*: Sự luân phiên đặc trưng bởi sự luân phiên canh tác hoa màu từng ba năm một: Sự luân canh.

assombrir [asɔ̃brir] *v.t*. **1-** Làm cho trở nên tối tăm hoặc cho có vẻ như tối tăm. *Ce projet assombrit la pièce*: Kế hoạch này làm cho căn buồng trở nên tối tăm. **2-** Làm cho trở nên buồn phiền: Làm cho buồn thảm, làm sa sẩm. *La mort de son fils a sassombri ses dernières années*: Cái chết của con trai ông ấy làm cho những năm cuối đời của ông trở nên buồn thảm. ■ *S'assombrir v.pr*. Trở nên tối tăm: Sẩm tối. *Fig. Devenir menacant*: Sa sẩm.

assombrissement [asɔ̃brism)] *n.m*. Làm (cho) tối. Sẩm tối. Tình trạng sẩm tối, buồn thảm.

assommant, e [asɔm),)t] *adj. Fam*. Nhọc nhằn, buồn thảm thái quá.

assommer [asɔme] *v.t. (du lat. sommer,* giấc ngủ) **1-** Đánh nhào, đánh chết. **2-** *Fam*. Làm phiền hà, quấy rầy.

assommoir [asɔmwar] *n.m*. **1-** *Vx*. Khí cụ để đập chết. **2-** *Pop. Vx*. Quầy bán rượu lẻ tồi.

assonance [asɔn)s] *n.f. (du lat. assonare,* tạo tiếng vọng). **1-** Sự lập lại cùng chính một nguyên âm trong một câu. **2-** Vận chỉ hợp vần bằng nguyên âm cuối có trọng âm trong thi ca. (Ví dụ: *Sombre, tondre; peintre, feindre; âme, âge*...) Điệp âm (nguyên âm).

assonant, e [asɔn),)t] *adj.* Tạo ra điệp âm.

assorti, e [asɔrti] *adj.* 1- Hợp, hòa hợp. *Epoux assortis.* Đôi kính hòa hợp. *Cravaté assortie:* Cà vạt hòa hợp. 2- *Magasin, rayon bien assorti:* Có nhiều hàng hóa chọn lựa.

assortiment [asɔrtim)] *n.m.* 1- Một loạt thứ tạo thành một tập hợp; phối hợp; đa dạng. ■ *Cuit.* Trình bày thức ăn khác nhau nhưng thuộc cùng một loại. *Un assortiment de charcuterie:* Thịt heo (lợn) nhiều món. *de crudités:* Các món rau quả sống. 2- Lô hàng cùng loại.

assortir [asɔrtir] *v.t. (de sorte)* 1- Tập hợp (người, vật) hợp nhau, hòa hợp với nhau. *Assortir des convives:* Ghép cùng ngồi các khách ăn hợp nhau. *Des e'toffes, des fleurs:* Phối hợp vải vóc, hoa... 2- Cung cấp hàng hóa. *Assortir un magasin:* Cung cấp hàng hóa cho một cửa tiệm. ■ *S'asssortir v.pr.* 1- Hòa hợp với... *Le manteau s'assortir à la robe:* Áo khoát hợp với áo dài. 2- *S'assortir de:* Đi đôi với, được bổ túc bằng... *Traité qui s'assortir d'un préambrele:* Điều ước được bổ túc bằng một tiểu dẫn.

assoupir [asupir] *v.t. (bas lat. assopire,* ngủ) 1- Làm thiu thiu ngủ, ru ngủ. 2- *Litt.* Làm dịu. *Assoupir la douleur:* Làm dịu cơn đau. ■ *S'assoupir v.pr.* Thiu thiu ngủ, chập chờn.

assoupissement [asupism)] *adj.* Sự thiu thiu ngủ, làm dịu...

assouplir [asuplir] *v.t.* 1- Biến thành mềm mại hơn. *Assouplir une étoffe:* Làm vải mềm mại. 2- Làm bớt cứng nhắc. *Assouplir des règléments:* Làm uyển chuyển các qui lệ. ■ *S'assouplir v.pr.* Trở nên uyển chuyển hơn, mềm mại hơn.

assouplissement [asuplism)] *n.m.* Làm cho uyển chuyển, mềm mại. Uyển chuyển, mềm mại.

assourdir [asurdir] *v.t.* 1- Làm điếc tai vì tiếng ồn thái hóa. 2- Làm bớt vang. *La neige assoudit les bruits:* Tuyết làm bớt ồn. 3- Giảm. *Assoudir une douleur:* Làm giảm đau.

assourdissement [asurdism)] *n.m.* (Sự) Làm đinh tai. Đinh tai.

assouvir [asuvir] *v.t. (bas lat. assopire,* ru ngủ) *Litt.* Làm thỏa mãn. làm giảm một nhu cầu, một ham muốn, một tình cảm mãnh liệt. *Assouvir sa fame, sa fureur:* Giảm dịu cơn đói, sự giận dữ.

assouvissement [asuvism)] *n.m.* (Sự) Giảm dịu, giảm dịu.

assujetti, e [asyʒeti] *n. et adj.* Người bị pháp luật buộc phải trả một khoản thuế hoặc phải gia nhập vào một cơ cấu nào đó.

assujettir [asyʒetir] *v.t. (de sujet)* 1- Đạt dưới sự lệ thuộc, phục tùng ít nhiều toàn diện (một dân tộc, một quốc gia) Bắt phục tùng. 2- Bắt buộc (ai)... *Être assujetti à l'impôt:* Buộc phải chịu thuế. 3- Gắn (một cái gì) để được cố định và bất dịch. Mắc chặt, đóng chặt.

assujetissant, ante [asyʒetis),)t] *adj.* Gò bó, cưỡng chế.

assujetissément [asyʒetism)] (Sự) Bó buộc, gò bó. (Sự) Lệ thuộc.

assumer [asyme] *v.t. (lat assumere)* Tự mình đảm nhận, phụ trách; chấp nhận các hiệu quả... *J'assumerai ma tâche, mes responsabilités:* Tôi đảm nhận công việc của tôi, tôi chịu trách nhiệm... ■ *S'assumer v.pr.* Tự đảm trách, chịu nhận...

assurable [asyrabl] *adj.* Có thể bảo đảm bởi một cuộc hợp đồng bảo hiểm. Có thể bảo hiểm.

asourance [asyr)s] *n.f.* I- 1- Sự chắc chắn, bảo đảm minh xác. *J'ai l'assurance que vous réussirez:* Tôi chắc chắn là anh sẽ thành công. 2- Sự tự tin. *Avoir de l'assurance:* Tin tưởng. II- Sự bảo đảm được thỏa thuận giữa người bảo hiểm và người được bảo hiểm để bồi thường thiệt hại có thể xảy ra dưới hình thức bảo phí hoặc liền kim; văn bản xác định việc bảo đảm ấy. ■ *Assurances sociales:* Bảo hiểm nhằm đảm bảo trong trường hợp bệnh tật, thương tật, già yếu. Bảo hiểm xã hội. (Ngày nay người ta còn gọi là *Séauité sociale:* An toàn xã hội).

assuré, e [asyre] *adj.* Vững chắc, quyết định. *Regard assuré:* Cái nhìn tự tin. 2- Chắc chắn. *Succès assuré:* Thành công, thắng lợi chắc chắn.

assurément [asyrem)] *adv.* Chắc chắn, dĩ nhiên.

assurer [asyre] *v.t. (lat. pop. assecurare,* làm cho chắc chắn) 1- Cam đoan, đoan chắc. *Il m'assuré qu'il a dit la vérité:* Nó đoan chắc với tôi là nó nói sự thật. *Il nous a assurés de sa sincérité.* Nó cam đoan với chúng tôi về sự trung thực của nó. 2- Làm cho vững vàng, chắc chắn, bền vững. *Assurer la paix:* Đảm bảo lâu bền sự hòa bình. 3- Đảm bảo sự đều đặn, sự tiếp tục thực hiện. *Assurer le ravitaillement assurre son service:* Đảm bảo việc tiếp tế lương thực; đảm bảo công việc. 4- *AIP. spéliol.* Bảo đảm khỏi rơi bằng một dụng cụ đặc biệt (dây, đinh móc...) 5- Bảo đảm bằng một hợp đồng. *Assurancer de créance. Assurance une récolte,* đảm bảo vay nợ, đảm bảo mùa màng. ■ *V.i. Fam.* 1- Nắm phần hơn mà không có liều lĩnh. 2- Tỏ ra hết cỡ trách nhiệm của mình, của chức năng mình. *Ce gars-la, il assure, un* *maximun:* Gã ấy nó đã bảo đảm đến mức tối đa. ■ *S'assurer v.pr.* 1- Tin chắc. *Nous sommes assurés qu'il n'y avait pas de danger:* Chúng tôi đã tin chắc là không có nguy hiểm. 2- Chắc vào (ai, cái gì). *S'assurer des collaborateurs:* Tin chắc vào các cộng tác viên. ■ *Litt. S'assurer d'un coupable:* Bắt giữ (nó). 3- Bảo hiểm, được che chở khỏi; ký hợp đồng bảo hiểm.

assureur [asyrœ r] *n.m.* Người đứng ra bảo hiểm trong một hợp đồng bảo hiểm. Người bảo hiểm.

astérisque [asterisk] *n.m. (gr. asteriskos,* sao nhỏ) Dấu nhà in có hình sao (*) thường dùng để chỉ cần tham chiếu. Dấu hoa thị.

astéroide [asterɔid] *n.m. (gr. asth, sao et eidos,* trẻ) Hành tinh nhỏ, thiên thể nhỏ.

asthénie [asteni] *n.f. (du gr. sthenos,* sức mạnh) MED. Tình trạng thấm mệt, kiệt sức.

asthénique [astenik] *adj. et n.* Liên quan đến kiệt sức, bị kiệt sức.

asthmatique [asmatik] *adj. et n.* Bị suyễn.

asthme [asm] *n.m. (gr. asthma,* khó thở). Chứng bệnh khó thở nhất là về đêm. Suyễn.

asticot [astiko] *n.m.* Ấu trùng, giòi dùng để câu.

asticoter [astikɔte] *v.t. FAM.* Quấy rầy, trêu chọc (ai).

astigmate [astigmat] *adj. et n. (du gr. Stigma,* điểm) Bị chứng loạn thị.

astiquage [astikaʒ] *n.m.* Sự đánh bóng.

astiquer [astike] *v.t. (francique stikjan,* cắm xuống) Đánh bóng.

astragale [astragal] *n.m. (gr. astragados)* 1- ANAT. Xương cổ chân nối với xương chày và xương mác. 2- *Archit.* Ngắn tròn ở đầu cột. 3- *Bol.* Cây hoàng kỳ.

astrakan [astrak)] *n.m. (de Astrakhan, ville d'URSS)* Lông cừu non Á Châu, lông xoắn.

astral, ale, aux [astral, o] *adj.* Thuộc về tinh tú.

astre [astr] *n.m. (lat. astrum)* 1- Thiên thể tự nhiên. Tinh tú. 2- Thiên thể được xem như có ảnh hưởng đến cuộc sống con người.

astreignant, e [astreɲɲ,)t] *adj.* Gò bó, bó buộc.

astreindre [astr(dr] *v.t. (lat astriugere,* siết chặt). Đặt (ai) dưới một bổn phận khắc khe, một công việc cực nhọc. Bó buộc, ép buộc.

astringent, e [astr(ʒ),)t] *adj. et n.m. MED.* Nói về một chất làm se lại các mô, giảm bài tiết.

astrobiologie [astrɔlɔʒi] *n.f.* Sinh học vũ trụ.

astrologique [astrɔlɔʒik] *adj.* Thuộc về Khoa Chiêm tinh.

astrogue [astrɔlɔg] *n.* Nhà Chiêm tinh học. Chiêm tinh gia.

astronaute [astrɔnot] *n.* Phi hành gia hoặc người đi trong tàu không gian. —> *Cosmonaute:* Phi hành gia tàu vũ trụ.

astronautique [astrɔnotik] *n.f. (gr. Astro,* tinh tú *et nautike,* bơi tàu). Khoa học và kỹ thuật đi trong không gian.

astronef [astrɔnɛf] *n.m.* Tàu không gian.

astronome [astrɔnɔm] *n.* Nhà thiên văn.

astronomie [astrɔnɔmi] *n.f. (gr. astro,* tinh tú *et nosnos,* luật). Khoa học nghiên cứu vị thế, chuyển động, cấu trúc và biến chuyển của các tinh thể. Thiên văn học. ■ *Astronomie de pontion:* Khoa thiên văn đo lường. (Xem minh họa trang 100).

astronomik [astrɔnɔmik] *adj.* 1- Liên quan đến thiên văn học. *Observation astronomique:* Quan sát thiên văn. 2- *FAM.* Quá cao, quá đáng. *Prix astronomiques:* Giá cả trên trời !

astrophysicien, enne [astrɔfizisj(, jen] *n.* Nhà vật lý thiên văn.

astrophysique [astrɔfizik] *n.f.* 1- Phần của ngành thiên văn học nghiên cứu về sự cấu tạo những đặc tính vật lý và biến chuyển các tinh tú.

astuce [astys] *n.f. (lat. astutia)* 1- Cách thức hành động, ăn nói biểu lộ sự tài khéo tinh tế. *Faire preuve d'astuce:* Chứng tỏ tài tình. 2- Sự đùa, chơi chữ. *Lancer une astuce dans une conversation:* Hài hước khôn khéo trong lúc chuyện trò.

astucieusement [astysj-zm)] *adv.* Một cách tài khéo.

astucieux, euse [astysj-, j-z] *adj.* 1- Tài tình, khéo léo. 2- Tỏ ra tháo vát tài tình hay mưu mẹo. *Projet astucieux:* Một dự án khéo mưu.

asumétrique [asimetrik] *adj.* Không đối xứng.

asymptote [as(ptɔt] *n.f. (du gr, Sun,* với; *piptein,* rơi) *MATH.* Đường thẳng của khoảng cách của một điểm đường cong với đường thẳng ấy hướng đến Zéro. Khi điểm ấy dời xa đường cong đến vô tận. Đường tiệm cận. *Adj. Courbes asymtotes:* Các đường cong, có số lượng là 2, có nhánh vô tận, như thế nào đó mà nếu một điểm rời xa vô tận trên một trong chúng, thì có trên đường kia một điểm thay đổi mà khoảng cách đối với điểm kia hướng về không (Zéro). ■ *Point asymtote d'une combe:* Điểm P như thế nào đó mà nếu một điểm đi qua đường cong, thì khoảng cách đối với điểm P hướng về Zéro.

atavique [atavik] *adj.* Liên quan đến sự tái hồi

giòng giống.

atavisme [atavism] *n.m. (du lat. atavus,* tổ tiên). **1-** Sự tái hiện ở một cá nhân một số đặc tính của tổ tiên đã biến mất từ một hoặc nhiều thế hệ. Sự tái hồi giòng giống. **2-** *Cour.* Sự di truyền.

atelier [atəlje] *n.m. (anc. fr. astelle, du lat, astula)* **1- a.** Nơi cơ sở các thợ thủ công hoặc thợ làm việc. Xưởng. Tập thể những người làm việc trong đó. **b.** Một nhóm người làm việc. *Atelier d'imformatique, de vidéo:* Nhóm tin học, nhóm vidéo. ■ *Télév. Atelier de production:* Phân bộ phụ trách quản lý một số các chương trình phát hình. **2- a.** Nơi làm việc của họa sĩ, của nghệ sĩ điêu khắc,v.v... Xưởng vẽ, điêu khắc. **b.** *Bx.A.* Tập thể các học sinh hoặc những cộng tác viên của cùng một vị thầy. **3-** Hội sở của phái tam điểm; nơi họ hội họp.

atermoiement [atermwam)] *n.m. DR.* Thời hạn thuận cho con nợ để thực hiện các cam kết của mình. Thời hạn. ■ *Pl.* Sự khất lại, hoàn lại (một quyết định, một chọn lựa) thời hạn, thoái thác. *Chercher des atermoiements:* Tìm cách thoái thác.

atermoyer [atermwaje] *v.i. (anc. fr. termoyer,* bán định kỳ) Khất lại, trì hoãn.

athée [ate] *adj. et n. (du gr. Théos,* Thượng đế) Chối bỏ có sự hiện diện của Thượng Đế, thần thánh. Vô thần.

athéisme [ateism] *n.m.* Chủ thuyết chối bỏ sự hiện hữu của Thượng Đế, thần linh. Chủ thuyết vô thần.

athlète [atlɛt] *n. (gr. athlôtes)* **1-** Người chơi một môn thể thao đặc biệt là về điền kinh. Lực sĩ, vận động viên điền kinh. **2-** Người có các cơ bắp rất nở nang. *Une carrure s'athlète:* Vóc dáng lực sĩ.

athlétique [atletik] *adj.* Thuộc về lực sĩ; thuộc về môn điền kinh.

athlétisme [atletism] *n.m.* Gồm những môn thể thao cá nhân: Chạy có chướng ngại vật, nhảy, ném. Môn điền kinh.

atlantique [atl)tik] *adj.* Thuộc về Đại Tây Dương hoặc các xứ quanh đó.

atlas [atlas] *n.m.(de ATLAS, n. muth)* **1-** Tập các bản đồ địa lý lịch sử, v.v... **2-** Đốt sống thứ nhất của cổ. Đốt đội, đốt sống đội.

atmosphère [atmɔsfɛr] *n.f. (gr. atmos.* hơi nước và splearma, cầu) **I- 1-** Không khí mà ta hít thở ở một nơi nào đó. *Atmosphère ourchauffée, malsaine:* Không khí oi bức, độc hại. **2-** *Fig.* Môi trường chung quanh, ngoại cảnh đặc biệt một nơi nào đó mà ta chịu ảnh hưởng. *Une atmosphère de paix:* Bầu khí, hòa bình, không khí, bầu khí. **II- 1-** Lớp khí bao bọc trái Đất và các thiên thể khác, Khí quyển. **2-** Lớp bên ngoài của một vì sao làm cho nó được chiếu tỏa. **3-** *Anc.* Đơn vị áp suất ga-z(ơ) bằng 1,01.10' pascals.

atmosphérique [atmɔsferik] *adj.* Liên hệ đến khí quyển... *Conditions* atmosphérique. ■ *Moteur atmosphérique:* Máy trong đó xi-lanh được tiếp liệu bằng khí bằng áp suất khí mà không cần phải tăng áp suất cũng như tiếp liệu.

atoll [atɔl] *n.m. (mot. des ils Maldives).* Đảo vùng biển nhiệt đới, có những mõm đá ngầm vòng quanh một đầm lớn, gọi là lagon (Hồ).

atome [atom] *n.m. (gr. atomos,* không thể phân chia). **1-** Đơn vị cấu thành sơ đẳng của vật chất, tập hợp các hạt cơ bản. *Un corp constitué d'atomes identiques est un coup simple:* Một vật thể được cấu thành bằng các nguyên tử đồng nhất là một vật thể đơn giản. Nguyên tử. ■ *Atomes crochus:* Cảm tình, thuận tình giữa những người với nhau. **2-** Phần nhỏ, rất ít. *Il n'aphes un atome de bon sens:* Nó chẳng có chút gì lý trí (lẽ phải). **3-** *Anthrop. Atome de penenté:* Cơ cấu thân thuộc sơ đẳng nhất (đương sự, cha, mẹ, cậu...) ■ Nguyên tử được cấu thành bằng 1 nhân (10.000 lần nhỏ hơn chính nguyên tử) được bao quanh bằng một lớp mây é-lec-tron, hạt âm. Nhân được cấu tạo bằng nơ-tron, không có điện và bằng prô-ton, dương. Trong một nguyên tử, số lượng prô-ton ngang bằng số lượng ê-lec-tron, là số nguyên tử. Các nguyên tử có thể trao đổi các ê-lec-tr on để thiết lập những tương quan hóa học và cho các phân tử hay những thành phần kép. Hai nguyên tử đồng vị chỉ khác nhau do số lượng nơ-tron. Các nhân của nguyên tử phóng xạ có khuynh hướng tan rã trong lúc các nhân của nguyên tử nhẹ nhất có thể hợp nhất, hai quá trình ấy, tung ra một năng lượng đáng kể (phóng xạ, bom nguyên tử, sự nóng chảy).

atomique [atɔmik] *adj.* **I- 1-** Liên quan đến nguyên tử. **2-** *Masse atomique:* Tỷ số của khối lượng nguyên tử của một nguyên tố hóa học với phần thứ 12 của khối lượng carbon. Khối lượng nguyên tử. Nguyên tử khối. **3-** *Numéro ou nombre atomique:* Số thứ tự của một nguyên tố trong bảng xếp hạng tuần hoàn, bằng số electron của nguyên tố đó (và số proton). Nguyên tử số. **II- 1-** *Vieilli. Energie atomique:* Năng lượng phóng thích do các phản ứng hạt nhân. Năng lượng nguyên tử. **2-** *Arme atomique:* Vũ khí dùng đến các phản ứng phân hạch của pluton hay của urani, được sử dụng lần đầu tiên vào năm 1945. Vũ khí nguyên tử. —> *Nucléaore* (Hạt nhân) —> *Thesmouncléaires:* Nhiệt hạch.

atomiser [atɔmize] *v.t.* **I- 1-** Tiêu diệt bằng vũ

atomiseur 55 **attacher**

khí nguyên tử. **2-** Làm cho một vật thể từ trạng thái lỏng thành những hạt nhỏ. Phun chất lỏng thành bụi phóng xạ. **II-** Làm tan rã, phân chia (một nhóm, một tập hợp chặt chẽ, một sự gì).

atomiseur [atɔmizœ r] *n.m.* Máy dùng để làm phun mịn các chất lỏng, dung dịch hay các chất huyền phù (chất cơ lỏng).

atomiste [atɔmist] *n. et adj.* **1-** Chuyên gia vật lý nguyên tử. **2-** Người theo thuyết nguyên tử.

atonal, e, als ou aux [atɔnal] *adj. MUS.* Viết nhạc theo các nguyên tắc phi âm thể.

atonalité [atɔnalite] *n.f.* Lối viết nhạc hiện đại, có đặc điểm là bỏ đi những qui tắc cổ điển về âm thể và sử dụng 12 bậc cung của âm giai bán cung. Lối viết nhạc phi âm thể. *Les grands représentause de l'atonalité:* Các đại biểu lớn của lối viết nhạc phi âm thể *(Schonberg, Berg, Webern, Boulz, stockhansen, Xenakis, v.v...).*

atone [atɔn] *adj. (gr. atonos,* lỏng lẻo, không chặt). **1-** Không có hay tỏ ra thiếu sức sống, không mạnh mẽ, thiếu tính năng động, uể oải, lờ đờ, bạc nhược. *Uu regard atone:* Một cái nhìn uể oải, lờ đờ. **2-** Không có dấu nhấn chủ âm, khi nói về một nguyên âm hay một vần. Không nhấn chủ âm.

atonie [atɔni] *n.f.* Tính chất của điều gì uể oải, không có sức lực, sức sống. Sự uể oải, sự bạc nhược.

atours [atur] *n.m. pl. (ane. fr. atouriter,* sắp xếp, bày ra). *LITT.* Nói chung tất cả áo quần, trang sức của phụ nữ. *Être dans ses plus braup atours:* Phục sức, trang điểm đẹp nhất.

atout [atu] *n.m.* (Áo *tout*). **1-** Con bài, quân bài chọn được hay do tình cờ lấn áp tất cả các quân bài khác. Điểm mạnh, điểm ưu việt. **2-** *Fig.* Cơ may thành công. *Avoir de bons atouts:* Có nhiều cơ may tốt để thành công.

atrabilaire [atrabiler] *adj. et n. Litt.* Dễ bị kích động, cáu kỉnh. Người cáu kỉnh.

âtre [atr] *n.m. (du gr. ostrakon,* viên gạch) *Litt.* Bộ phận của lò sưởi, nơi đốt lò. Lò sưởi.

atrium [atrijɔm] *n.m. (mot. lat.)* **1-** Căn phòng chính nơi phát xuất sự bố trí của ngôi nhà kiểu La Mã, ở đó có một khoảng trống mở hình vuông nằm giữa các mái nhà để nhận lấy nước mưa. **2-** Cái sân có lan can bao quanh ở phía trước tiền đường của một số Thánh đường thời sơ khai. *(Atrium:* Chính đình ở nhà kiểu La Mã xưa).

atroce [atrɔs] *adj. (lat. atrox-ocis)* **1-** Gây ra sự ghê tởm, ghê gớm, kinh khủng, không chịu nổi do sự độc ác hay do sự xấu xa; hung ác, tàn bạo ghê gớm. *Un crime atroce:* Một tội ác tàn bạo. **2-** Không chịu đựng nổi, chịu đựng rất khổ sở. *Des soufframes atroces:* Những sự đau khổ ghê gớm! Đau khổ không chịu nổi.

atrocement [atrɔsm)] *adv.* Một cách hung ác, một cách tàn bạo, một cách ghê gớm.

atrocité [atrɔsite] *n.f.* **1-** Sự hung ác, sự tàn bạo, độc ác. *L'atrocité de la guisse:* Sự tàn bạo của chiến tranh. **2-** Hành động tàn bạo, tội ác. *Ils ont commis des atrocités inommables:* Chúng đã phạm phải những tội ác gớm ghiếc, tày đình.

atrophie [atrɔfi] *n.f. (du gr. trophé:* Thức ăn) *MÉD.* Giảm thể tích và hoạt động xấu đi của một mô, 1 bộ phận hay của một cơ thể. Sự teo, sự suy giảm (một cơ năng).

atrophié, e [atrɔfje] *adj.* Bị teo đi, bị suy giảm.

attabler (s') [atable] *v. pr.* Ngồi vào bàn (để ăn, để làm việc, v.v...).

attachant, e [ataʃ),)t] *adj.* Gây xúc động, cảm động, sinh lợi, hấp dẫn.

attche [ataʃ] *n.f.* **1-** Cái gì dùng để cột lại (dây, xích, v.v...) **2-** Phần của cơ thể nơi để cơ hay dây chằng bám vào. **3-** *Port d'attache:* Cảng ở nơi một chiếc tàu thủy được đăng ký. Cảng đăng ký. Cảng căn cứ. *Pl.* Liên hệ, (tương) quan hệ bạn bè hay gia đình. *J'ai toutes mes attaches dans cette ville:* Tôi có nhiều quan hệ thân hữu ở trong thành phố này.

attaché, e [ataʃe] *n.* **1-** Thành viên của một Tòa đại sứ, một văn phòng chính phủ, v.v... Tùy viên. *Attaché culfrorel:* Tùy viên văn hóa. **2-** *Attaché (e) de presse:* Người giữ nhiệm vụ đảm bảo các quan hệ với những thông tin đại chúng, trong một xí nghiệp công hay tư. Tùy viên báo chí, nhân viên đặc trách thông tin báo chí.

attaché-case [ataʃekɛs] *n.m. (de l'angl.) (pl. attachés-cases)* Cái rương nhỏ dẹt và cứng dùng làm hộp đựng tài liệu. Hộp đựng tài liệu.

attachement [ataʃm)] *n.m.* **1-** Tình cảm quyến luyến, sự gắn bó, thương yêu tỏ ra với người hay vật gì. **2-** Ghi chép hàng ngày những công tác và chi phí của một người thầu khoán. Bản kê hàng ngày của nhà thầu.

attacher [ataʃe] *v.t. (anc. fr. estachier,* gắn chặt) **1-** Gắn chặt vào một vật gì, cột buộc, gắn vào một chỗ hay gom lại bằng một kim găm, một dây xích,v.v... Ghim vào, gắn vào, kẹp lại. đính lại với nhau. **2-** Cho, xem, qui cho. *Elle n'attache ancume d'importance à ce qu'il dit:* Nàng chẳng xem ra gì điều chàng nói: Nàng xem điều chàng nói chẳng ra gì. **3-** Nối kết, hợp tác, buộc vào gắn bó lâu dài. *Attacher son, nom à un procédé:* Luôn gắn bó với một phương pháp. ■ Dính vào dưới đáy một thùng chứa khi nấu. Dính nổi. *Les pâtes ont attaché:* Bột nhổi dính nổi. - *S'attacher v.pr.* **1-**

attaquable — **attendre**

S'attacher à qqn, à qqch: Trở nên gần gũi, gắn bó, quyến luyến, yêu thích ai; ham mê một vật gì. **2-** *S'attacher à:* Chú tâm vào.

attaquable [atakabl] *adj.* Có thể bị tấn công, bị công kích.

attaquant, e [atak),)t] *adj. et n.* Tấn công, công kích, người tấn công, công kích.

attaque [atak] *n.f.* **I- 1-** Sự tấn công, sự xâm lược, sự công kích. *Attaque à main armée:* Cuộc tấn công có vũ khí. *Fam. (Être) d'attaque, en forme:* Khỏe khoắn, sung sức, khỏe mạnh. **2-** Chỉ trích mạnh mẽ, lời công kích, sự buộc tội. *Il ne réagit même plus à ses attaques:* Ông ta không còn phản kháng ngay cả trước những công kích của nó. **3-** Hành động quân sự để chinh phục một mục tiêu hay để tiêu diệt các lực lượng thù địch. Cuộc tấn công, sự xâm chiếm, sự xâm phạm. **4-** SPORTS. Sự tấn công. - Toàn bộ các thành viên tham dự vào sự tấn công trong các môn thể thao tập thể. **II-** Sự lên cơn của một căn bệnh. *Une attaque:* Một sự xuất huyết hay một sự nghẽn mạch não.

attaquer [atake] *v.t. (it. attaccare,* buộc vào, bắt đầu) **I- 1-** Tấn công thể lý, xâm lược. Nó tấn công hắn phía sau lưng: **Il** *l'a attquer par-derricrè*. *Attaquer un pays:* Xâm lược một xứ. **2-** Lên án, cáo buộc, dả kích chỉ trích mạnh mẽ bằng lời nói hay bằng văn bản. Đả kích những định chế. Đưa ra một hành động tư pháp, đưa đơn kiện, kiện. **3-** Làm cùn đi, ăn mòn, gặm mòn. *Laroiulle attaque le fer:* Rỉ ăn mòn sắt. **II- 1-** Bắt đầu ăn. *On attque le gâteau* ■ Bắt đầu ăn bánh chứ? - *S'attaquer v.pr. (à):* Đương đầu dứt khoát (không do dự). *S'attaquer à plus fort que soi:* Đương đầu với kẻ mạnh hơn mình.

attardé, e [atarde] *adj. et n.* **1-** Kém phát triển trí óc, trí thông minh kém phát triển. Chậm phát triển. *UN enfant trés attardé:* Một đứa bé quá chậm phát triển (trí óc). **2-** Lỗi thời, không theo kịp thời đại, lạc hậu.

attarder (s') [atarde] *v. pr.* **1-** Dừng lại lâu ở nơi nào đó. Chậm lại. *S'attarder à bavarder chez des amis:* Dừng lại chuyện trò ở nhà bạn bè. **2-** Dùng thời giờ để làm một việc gì. *Il s'est attardé à réparer sa bicyclette:* Nó dùng thời gian để chữa xe đạp.

atteindre [at(dr] *v.t. (lat. attingere,* chạm sờ) **I- a.** Chạm vào làm bị thương, gây thương tích do một viên đạn, một vật bắn vọt ra. Bắn trúng, gây thương tích. *Une balle perdue l'avait atteint au jenou:* Một đầu đạn lạc đã gây thương tích cho nó ở đầu gối. **b.** Bối rối, làm đảo lộn. *Vos paroles l'ont atteirnt:* Những lời

anh nói đã làm cho nó bối rối. **II- 1-** Đến, đạt. *Atteindre la retraite:* Đến lúc về hưu. **2-** Bắt kịp, gặp được. *Il est difficile à atteindre:* Khó gặp được, khó bắt kịp. - *v.t. ind (à)* Đạt được với sự cố gắng, cố đạt được. *Atteindre à la pecfection:* Cố đạt đến sự hoàn hảo.

atteinte [at(t] *n.f.* **1-** Sự chạm đến, sự phạm đến, sự gây tổn thương (thương tích). *- Hors d'atteinte:* Không với tới, không phạm đến được an toàn. **2-** Sự thiệt hại, sự xâm phạm, sự phương hại. *Atteinte à la liberté:* Sự phương hại đến nền tự do. *- Atteinte à la Aureté de l'État:* Sự xâm phạm đến quyền lợi của xứ sở, đến việc quốc phòng. Sự xâm phạm an ninh quốc gia. **3-** Đau đớn về thể lý. *Résister aux atteintes du froid:* Chống lại những nỗi khổ của cơn lạnh.

attelage [atiaʒ] *n.m.* **1-** Hành vi hay cách thức đóng, mắc lại (một hay nhiều con thú). Sự đóng, mắc thú vật lại. Tập hợp các con vật được mắc lại. **2-** Thiết bị mắc (móc) các xe hay toa xe lại với nhau.

atteler [atle] *v.t. (lat. protelum, attelage de boeufs:* Sự mắc bò lại). **1-** Buộc, mắc, (đóng) thú vật vào một chiếc xe hay một nông cơ (máy nông nghiệp). **2-** *Fam.* Giao cho ai làm (một công việc khó nhọc, thường là dài hơi). **3- a.** CH. DE. F. Móc tàu hay toa tàu lại với nhau. **b.** Nối một cái xe, một nông cơ vào một chiếc xe có động cơ để kéo đi. Móc vào xe để kéo. - *S'atteler v.pr. (à)* Thực hiện một công việc lâu dài và khó khăn. *S'attelier à une thèse de 300 pages:* Thực hiện một luận án dày 300 trang.

attelle [atɛl] *n.f. (lat. astrela, do assis,* tấm ván). Một mảnh nhỏ bằng gỗ hay kim loại dùng để giữ cho vững các xương bị gãy. *SYN. Echisse:* Nẹp bó xương.

attenant,e [atn),)t] *adj. (lat. attinens)* Kế bên, ở sát, liên quan tới.

attendre [at)dr] *v.t. et i. (lat. attendre,* để ý đến) **1-** Ở, dừng lại một nơi nào đó cho đến khi 1 người hay 1 sự gì xuất hiện. Đợi, chờ. *Je l'attends depuis une heure, attendre un taxi:* Tôi đợi nó đã một giờ, chờ (đón) một xe taxi. **2-** Tin vào, dự kiến, mong ước, trông chờ, mong đợi. *Attendre une lettre, une réponse:* Trông chờ một lá thư, một sự hồi đáp (trả lời). **3-** Sẵn sàng cho ai (nói về một sự vật). *Le diner nous attend:* Bữa ăn tối của chúng ta đã sẵn sàng, (bữa tối đang chờ chúng ta). **4-** *En attendent:* Trong khi chờ đợi. **a.** Đến một lúc nào đó. **b.** Trong mọi trường hợp. - *v.t ind (après)* Tin cậy vào ai, vào điều gì với sự nóng lòng, cần đến người hay điều ấy. Nóng lòng trông chờ, cần đến. *Il attend après cette* *somme:* Nó cần đến số tiền đó. - *S'attendre v.pr. (à)* Dự kiến, nghĩ. *Elle ne s'attend pas à cette surprise:* Nàng không dự kiến được sự bất thần đó . Nàng không nghĩ ra được sự ngạc nhiên đó.

attendrir [at) drir] *v.t.* 1- Làm cảm động, làm mũi lòng, lòng động lòng. *Elle l'avait attendri:* Nàng đã làm cho chàng cảm động. 2- Làm cho bớt cứng, làm cho mềm. *Attendrir la viande:* Dần thịt cho mềm. - *S'attendrir v.pr.* Cảm động, mũi lòng.

attendrissant, e [at) drs),)t] *adj.* Động lòng, mũi lòng, mềm đi.

attendrissement [at) drism)] *n.m.* Sự động lòng, sự mủi lòng, sự làm cho mềm.

attendrisseur [at) drisœ r] *n.m.* Máy của người hàng thịt dùng để dần thịt cho mềm. Máy dần thịt, máy làm mềm thịt.

attendu [at) dy] *prép.* Chiếu theo, vì lý do. *do. Attendu les évènements:* Chiếu theo (vì) các sự kiện. *Loc. Conj. Attendu que:* Vì rằng, xét rằng, xét vì...

attentat [at) ta] *n.m.* Sự tấn công có tính hình sự hay bất hợp pháp chống lại con người, quyền lợi, tài sản, v.v... Sự mưu hại, cuộc mưu sát, sự xâm phạm. - *DR. Attentat à la pudeur:* Hành vi trái với thuần phong mỹ tục, do một người vi phạm đến một đệ tam nhân. Tội xâm phạm tiết hạnh.

attentatoire [at) tatwar] *adj.* Phạm đến, vi phạm, xúc phạm. *Menere attentatoire à la liberté:* Mức độ vi phạm tự do.

attente [at) t] *n.f.* 1- Sự chờ, sự đợi; thời gian chờ đợi. 2- Sự trông đợi, kỳ vọng, sự mong ước. *Répondre à l'attente de ses admirateurs:* Đáp lại sự mong ước của những người hâm mộ mình. - *Contre toute attente:* Ngược lại điều mong ước, trái với kỳ vọng.

attenter [at) te] *v.t. ind. (à) (lat. attentare,* tấn công) Âm mưu hình sự chống lại ai, âm mưu gây thương tích, thiệt hại trầm trọng cho ai. Mưu hại, mưu sát. *Attenter à ses jous, à la vie de qqn:* Mưu sát ai.

attentif, ive [at) tif, iv] *adj.* 1- Chú ý đến ai, đến cái gì. Chăm chú, chăm chỉ. *Un anditoire attentif:* Một cử tọa chăm chú. 2- Ân cần, chăm chút. *Des soins attentifs:* Những sự chăm sóc ân cần.

attention [at) sjɔ̃] *n.f. (lat. attantio)* 1- Sự quy hướng vào một người, một sự việc gì. Sự chú ý. sự chăm chỉ, sự chú tâm, sự chăm chú. *Regarder qqn avec attention:* Nhìn ai một cách chăm chú. 2- Sự ân cần, sự chăm chú. *Une délicate attention de sa part:* Một sự ân cần tế nhị về phần nó. - *interj. Attention !* Xem chừng,

coi chừng. (Hãy) Lưu ý!

attentionné, e [at) sjɔne] *adj.* Rất ân cần, chăm chút. Được lưu ý.

attentisme [at) tism] *n.m.* Khuynh hướng chờ đợi những sự kiện xảy đến trước khi hành động hay phát biểu (nói): Sự chờ thời, chính sách chờ thời, chủ nghĩa chờ thời, chủ nghĩa cơ hội *(opportanisme).*

attentiste [at) tist] *adj. et n.* Kẻ chờ thời, kẻ theo chủ nghĩa cơ hội (chờ thời). Chờ thời, chờ cơ hội.

attentivement [at) tivm)] *adv.* Một cách chăm chú, chăm chỉ. Một cách ân cần, chăm chút.

atténuant, e [atenɥ),)t] *adj.* Làm giảm bớt, nhẹ bớt, tiết giảm. Chước giảm, giảm khinh. *Circonstances atténuantes:* Những dữ kiện đặc biệt kèm theo trong một sự vi phạm mà do đó các thẩm phán dựa vào để giảm bớt hình phạt do luật đã qui định. Trường hợp chước giảm, trường hợp giảm khinh. Tình tiết giảm tội.

atténuation [atenɥasjɔ̃] *n.f.* Sự làm giảm bớt, nhẹ bớt; sự làm dịu lại; sự giảm nhẹ (tội).

atténuer [atenɥe] *v.t. (lat. attenuare,* làm yếu đi). Làm cho bớt mạnh đi, bớt trầm trọng, vơi đi, giảm bớt. *Attenure un son:* Giảm bớt một âm thanh, tiết giảm 1 âm thanh. - *S'atténure v.pr.* Trở nên kém đi, bớt đi, giảm đi. *Sa douleur s'atténue peu à peu:* Nỗi đau của nó giảm dần.

atterrer [atere] *v.t. (de terre)* Rơi vào trong sự ngạc nhiên; làm rụng rời, làm nặng trĩu.

atterrir [aterir] *v.i.* 1- **a.** Tiếp xúc với đất, nói về máy bay, tàu vũ trụ. Hạ cánh, đáp xuống. **b.** Chạm vào đất, nói về tàu thủy. Cặp bến, ghé vào bờ. 2- *Fam.* Đến, ở đâu đó một cách bất ngờ. *Commet ce livre a-l-il atterri sur ma table ?* Làm thế nào cuốn sách này lại ở trên bàn của tôi được nhỉ ?

atterrissage [aterisaʒ] *n.m.* Sự hạ cánh, sự đáp xuống, sự cập bến, sự ghé vào bờ.

attestation [atestasjɔ̃] *n.f.* Sự tuyên bố bằng lời hay bằng văn bản làm chứng cho sự trung thực của một sự kiện. Sự chứng nhận, sự chứng thực. Giấy chứng nhận (chứng thực).

attesté, e [ateste] *adj.* Được chứng nhận, được xác nhận. Được biết đến do cách sử dụng đã được chấp nhận, được ghi chú, khi nói về một từ hay một hình thức.

attiédir [atjedir] *v.t. Litt.* Làm cho ấm, làm cho bớt nóng, làm phai nhạt.

attiédissement [atjedism)] *n.m. Litt.* Sự làm bớt nóng, sự phai nhạt.

attifer [atife] *v.t. (anc. fr. tifer,* trang hoàng). *Fam. et péj.* Cho ăn mặc, trang điểm không có khiếu hay một cách ăn mặc kỳ cục, lố lăng.

Làm đỏm cho, cho ăn mặc lố lăng. ■ *S'attifer* *v.pr. Fam et péj.* Ăn mặc một cách lố lăng. *Comment t'es-tu attifée aujourd'hui !:* Hôm nay cô ăn mặc sao lố lăng thế !

attiger [atiʒe] *v.i. Pop.* Cường điệu, làm quá đi, phóng đại.

attique [atik] *adj.* Thuộc về, liên quan đến A-ten (Nhã điển) và cư dân ở đó. *L'art attique:* Nghệ thuật kiểu a-ten. ■ *n.m.* Tiếng địa phương xứ Ioni, là ngôn ngữ của thành Nhã điển thời cổ.

attirail [atiraj] *n.m. (anc. fr. atirier,* đặt để) Mọi đồ vật khác nhau, thường là cồng kềnh, để dùng vào một công việc xác định. Đồ dùng cồng kềnh, đồ nghề riêng. *Attirail de pêcheur à la ligue, de photographe:* Đồ nghề cồng kềnh của người câu cá, của nhà nhiếp ảnh.

attirance [atir)s] *n.f.* Tính cách hấp dẫn, sức lôi cuốn.

attrant, e [atir),)t] *adj.* Lôi cuốn, hấp dẫn, quyến rũ.

attirer [atire] *v.t. (de tirer,* kéo, lôi) **1-** Kéo, lôi hút về phía mình. *L'aimant attire le fer:* Nam châm hút sắt. **2- a.** Kéo đến, đem lại bằng cách dùng một vật hấp dẫn, bằng cách gợi ra lợi ích. Lôi cuốn, hấp dẫn. *Ce spectacle m'attire beaucoup:* Cảnh tượng này hấp dẫn tôi lắm. **b.** Gây ra, gây nên. *Son impertinence va lui attirer des ennuis:* Sự hỗn xược của nó sẽ gây cho nó những phiền muộn.

attiser [atize] *v.t. (du lat. titio,* mẩu củi cháy, than cháy) **1-** Khêu lên, cời (lửa). *Attiser un feu:* Cời lửa, cời ngọn lửa. **2-** Kích thích, khích động, giữ gìn. *Attiser la haine:* Khích động sự hận thù.

attitré, e [atitre] *adj.* **1-** Được giao một công việc, một vai trò đúng chức vị, đúng danh xưng. *L'humoriste attitré d'un journal:* Nhà văn hài (họa sĩ hài) phụ trách chính thức của một nhật báo, nhà văn hài (họa sĩ hài) quen thuộc của một nhật báo. **2-** Được dành riêng. *Avoir sa place attitré:* Có chỗ dành riêng (xứng đáng).

attitude [atityd] *n.f. (it. attitudine,* tư thế) **1-** Tư thế, dáng đứng của thân thể; dáng vẻ. *Attitude avachie:* Dáng vẻ uể oải, tư thế nhu nhược. ■ *CHORÉGR.* Tư thế của môn vũ cổ điển, trong đó 2 tay và 1 chân đưa lên cao. **2-** Cách thức dùng để cư xử đối với kẻ khác. Thái độ. *Son attitude a été odieuse:* Thái độ của nó trông khả ố.

attouchement [atuʃm)] *n.m.* Sự chạm nhẹ vào từng phần một vật gì bằng tay. Sự sờ mó.

attractif, ive [atraktif, iv] *adj.* **1-** Có tính cách lôi cuốn, quyến rũ, có sức hút. *La forse attrac-*

tive d'un aimant: Sức hút của một nam châm. **2-** Hấp dẫn. *Des prix particulièrement attractifs:* Giá đặc biệt hấp dẫn.

attraction [atraksjɔ̃] *n.f. (lat. attractio, de trahere,* kéo) **I- 1-** Lực do đó một vật bị kéo đến một vật khác. Sức hút, lực hấp dẫn. *L'attraction Cerrestre:* Sức hút của quả đất. ■ *Loi de l'attraction universelle:* Luật hấp dẫn vũ trụ, Luật do Neuton khám phá, theo đó hai khối lượng hút lẫn nhau, sức hút đó thuận với khối lượng của chúng, ngược với bình phương của khoảng cách giữa chúng và theo hướng đường thẳng nối hai khối lượng đó lại. **2-** Cái gì hấp dẫn, quyến rũ. *Une secrète attraction le portait vers elle:* Một sự quyến rũ thầm kín kéo chàng lại với nàng. **3-** *LING.* Sự biến đổi một từ do ảnh hưởng của một từ khác. **II- 1- a.** Trò giải trí, trò vui ở nơi công cộng được tổ chức vào các cuộc biểu tình, vào các cuộc vui chơi tập thể. *Parc d'attraction:* Công viên giải trí. **b.** Tiết mục xiếc tạp lục xen giữa các màn diễn quan trọng hơn. **2-** Vật có ích lợi hay có gây sự tò mò.

attrait [atrɛ] *n.m. (lat. attrabere,* kéo về mình). Tính cách do đó một người hay một vật lôi kéo, làm vui lòng kẻ khác, vật khác. Sức lôi cuốn, nét quyến rũ.

attrape [atrap] *n.f.* **1-** Vật đánh lừa (để chơi, để đùa). *Magasin de farces et attrapes:* Gian hàng bán đồ đùa giỡn và vật đánh lừa mua vui. **2-** Sự đánh lừa để mua vui, sự đánh lừa giỡn chơi; trò đùa.

attrape-nigaud [atrapnigo] *n.m.* *(pl. attrape-nigauds)* Mưu mô thô thiển, trò.

attraper [atrape] *v.t. (de trappe,* cái bẫy) **1- a.** Nắm được, bắt được, đuổi kịp, tóm được. *Attrape le, il va s'échapper:* Bắt lấy nó, nó sắp thoát đó. *Attraper un bus:* Đuổi kịp một xe buýt. **b.** Đánh bẫy được. *Attraper une souris:* Bẫy được một con chuột. **2-** *Fam.* Bị nhiễm, mắc phải (một chứng bệnh). *Tu as encore attrapé un rhume:* Mày còn bị sổ mũi (mày còn mắc chứng sổ mũi). **3-** Trách móc, khiển trách ai. *Attraper un enfant en retard:* Khiển trách một đứa bé vì chậm trễ. **4-** Lừa dối, phỉnh phờ, lạm dụng. *Se laisser attraper par des flatteries:* Để bị lừa phỉnh bằng những lời nịnh hót.

attrayant, e [atrɛj),)t] *adj.* Lôi cuốn, hấp dẫn.

attribuable [atribɥabl] *adj.* Có thể qui vào, có thể qui cho, có thể gán cho.

attribuer [atribɥe] *v.t. (lat. attribuere)* **1-** Thừa nhận như có lợi, cho, cấp, phân. Cấp vốn, cấp quỹ cho một cơ quan. **2-** Xem một nước nào đó là tác giả một sự gì đó là nguyên nhân. Quy cho, gán cho. *On lui attribue tout le succès de ces négociations:* Người ta gán cho nó tất cả sự thành công của những việc điều đình ấy. *Attribuer un échee à la fafigue:* Gán cho sự mệt nhọc là nguyên nhân của (một sự) thất bại. ■ *S'attribuer v.pr.* Nhận về mình, lấy làm của mình. *Il s'est attribue la meilleure part:* Nó đã nhận về mình phần tốt nhất.

attribut [atriby] *n.m. (lat. attributum,* được phân, cấp). Điều thuộc về, gắn liền với, vốn có của người nào, vật nào. Thuộc tính. *Le rise est un attribut de l'attribut de l'homme:* Cái cười là một thuộc tính của con người. *PHILOS.* Đặc tính của một chất. Thuộc tính. 2- Biểu hiện. *La balance est l'attribut de la pestice:* Cái cân là biểu hiện của công lý. 3- *GRAMM*, Từ ngữ (tĩnh từ, danh từ, v.v...) chỉ tính chất của chủ từ hay bổ ngữ trực tiếp qua trung gian của một động từ. *(Être, devenir, peraître, ect...* dùng cho thuộc từ của chủ từ; *rendre nommer etc...* dùng cho thuộc từ của bổ ngữ). *LOG.* Vị ngữ.

attribution [atribysjɔ̃] *n.f.* 1- Sự phân, sự cấp, sự phát. *Attribution d'un prix:* Sự cấp một phần thưởng. 2- *GRAMM. Complément d'attribution:* Bổ ngữ phân cấp: Danh từ hay đại từ chỉ người hay vật được gởi đến một món quà, một mệnh lệnh, v.v... hoặc là người hay vật làm chủ *(Ex. Amis trong Donner un livre à une amie).*

attristant, e [atrist),)t] *adj.* Làm cho buồn, làm cho não lòng, làm cho thất vọng.

attrister [atriste] *v.t.* Làm buồn rầu. *Cette mort subite l'a beaucoup attristée:* Cái chết đột ngột này làm cô ta buồn rầu lắm. ■ *S'attrister v.pr.* Trở nên buồn rầu, buồn phiền.

attroupement [atrupm] *n.m.* Sự tụ tập một số người ở nơi công cộng. Sự tụ tập, đám người tụ tập.

attrouper [atrupe] *v.t.* Tụ tập người. ■ *S'attrouper v.pr.* Tụ tập thành đám đông. *Des badauds commencaient à s'attrouper:* Những kẻ hiếu kỳ bắt đầu tụ tập.

atypique [atipik] *adj.* Khác với loại hình thường có, khiến cho khó sắp xếp. Không điển hình.

au, aux [o] *art. contractés.* Mạo từ ghép của *à le, à les.*

aubade [obad] *n.f. (prov. aubada) Litt.* Khúc nhạc vào lúc rạng đông, vào buổi sáng dưới cửa sổ của một người nào đó.

aubain [obɛn] *n.m. (lat. alibi,* nơi khác) *HIST.* Cá nhân sống ở xứ người không buộc nhập quốc tịch. Kiều dân, ngoại kiều.

aube [ob] *n.f. (lat. alba,* trắng) *Litt.* Ánh sáng đầu tiên của ngày hiện ra ở chân trời. Bình minh, rạng đông. ■ *À l'aube de:* Từ lúc bắt đầu, khởi đầu.

aubépine [obepin] *n.f. (lat, alba,* trắng và *épine,* gai). Cây hay cây nhỏ có gai cho bông màu trắng hay hồng, quả đỏ (họ hoa hồng, loại đào gai). Cây đào gai.

aubergine [oberʒin] *n.f. (catalan, alberginia; mot. ar.)* Quả ăn được, thường có màu tím, sản sinh do một thứ cây thuộc họ cà quanh năm gốc gác ở Ấn Độ. Cà dê (cây, quả). ■ *Adj. inv.* Có màu tím của cà dê. Màu tím cà dê.

aubergiste [oberʒist] *n.* Người chủ quán trọ ở nông thôn. Chủ quán.

aubier [obje] *n.m. (lat. albus,* trắng). Phần non của thân cây hay cành cây ở chung quanh, dưới lớp vỏ, được cấu tạo do các lớp gỗ thường niên sau cùng, đang còn tươi và có màu sáng hơn phần lõi. Gỗ dác, phần gỗ non.

auburn [obœ rn] *adj. inv. (mot. angl; anc. fr. auborne)* Có màu nâu pha nhẹ màu hung đỏ, nói về tóc. Nâu đỏ.

aucun, e [akœ, yn] *adj. ou pron. indéf. (lat. aliquis,* một kẻ nào; *et unus,* chỉ một). Chẳng có ai, không người nào cả, chẳng có gì, *(avec la négation NE). Aucun ne travaille:* Chẳng có ai làm việc cả. *Pl.* (chỉ dùng trước một danh từ không có số ít). *Aucunes funérailles:* Không có lễ tang nào cả. *Litt. D'aucuns:* Có người..., vài người...

aucunement [okynmã] *adv.* Chẳng có gì cả, tuyệt không.

audace [odas] *n.f. (lat. audacia)* 1- Sự can đảm, hăng hái. Sự táo bạo. *Manquer d'audace:* Thiếu táo bạo. 2- Sự hỗn xược, thái độ trâng tráo, sự táo tợn. *Tu as quand même une sacrée audace!*

audaciensement [odasj-zm] *adv.* Một cách hăng hái, một cách táo bạo.

audacieux, euse [odasj-, -z] *adj. et n.* Có tính hăng hái, táo bạo, quả quyết, liều lĩnh.

au-dedans (de) [odəd] *Loc. adv. et prép.* Ở bên trong (của).

au-dehors (de) [odəɔr] *loc. adv. et prép.* Ở bên ngoài (của).

au-delà (de) [odəla] *loc. adv. et prép.* Xa hơn, ở phía bên kia (của). *Au-delà n.m. inv. L'au-delà:* Điều đến sau khi xong cuộc sống trên thế gian. Thế giới bên kia. Cõi âm. *L'angoisse de l'au-delà:* Nỗi lo âu về thế giới bên kia.

au-dessous (de) [odəsu] *loc. adv. et prép,* Ở phía dưới, thấp hơn.

au-dessus (de) [odəsy] *loc. adv. et prép.* Ở phía trên, trên, cao hơn.

au-devant (de) [odəsv)də] *loc. adv. et prép.* Đón, đến để gặp, đón trước.

audible [odibl] *adj. (lat. andire,* nghe) **1-** Tai nghe được, có thể nghe được. **2-** Có thể nghe mà không bực bội. Nghe được. *Ce disque est trop usé. il n'est pas audible:* Dĩa này quá cũ, nghe không được.

audience [odj)s] *n.f. (lat. audientia, action d'écouter:* Sự nghe). **I- 1-** Cuộc gặp do người cấp trên hay một nhân vật nào đó chấp thuận. Sự yết kiến. *Solliciter, obtenir une audience:* Xin, được yết kiến. *Recevoir qqn en audience:* Đón nhận ai đến yết kiến. **2-** *DR.* Phiên tòa. Sự diễn tiến ở tòa án từ lúc tòa hỏi các bên tranh tụng, nghe các lời biện hộ cho đến khi phán quyết (bằng bản án hay quyết định). - *Délit d'andience:* Tội để sai sót các nghĩa vụ nghề nghiệp (nghĩa vụ chuyên môn) của các luật sư phạm phải trong khi diễn ra phiên tòa. **II-** Sự chú ý, lưu ý của công chúng. Sự theo dõi của quần chúng. Sự chú ý nghe. Cử tọa.

audio *adj. inv.* Liên quan đến sự thâu hay truyền các âm thanh *(par opp. à vidéo).*

audiovisuel, elle [odjɔvisɥel] *adj.* Thuộc về các phương pháp thông tin liên lạc hay giảng dạy có dùng đến hình ảnh và âm thanh. Thuộc về thính thị, nghe nhìn.

auditer [oditœ r, tris] *v.t.* Đặt một xí nghiệp, một công trình hay một ngân khoản dưới sự giám sát. Giám sát (một công trình, một ngân khoản...).

auditif, ive [oditif, iv] *adj.* Liên quan đến thính giác hay lỗ tai, là cơ quan của thính giác. *Troubles auditifs:* Sự rối loạn thính giác. *Nerf auditif:* Thần kinh thính giác.

audition [odisjɔ̃] *n.f. (lat. auditio de audire,* nghe) **1-** Nhiệm vụ, chức năng của cơ quan thính giác. *Trouble de l'audition:* Rối loạn thính giác. **2-** Sự nghe. *L'audition des témoin:* Sự nghe người làm chứng. **3-** Sự trình bày của một nghệ sĩ về toàn thể hay một trích đoạn buổi diễn nhằm mục đích để được tuyển dụng. Buổi diễn thử trước khi tuyển dụng. *Passer une audition:* Qua được buổi diễn thử.

auditionner [odisjɔne] *v.t.* Nghe (diễn viên, ca sĩ) trình diễn kịch hay hát; nghe diễn thử để tuyển dụng. *v.i.* Diễn thử để xin tuyển dụng.

auditoire [oditwar] *n.m. (lat. auditonium)* **1-** Toàn thể số người nghe một bài diễn văn, một buổi truyền thanh hay tham dự một lớp học, v.v... Cử tọa. Công chúng. **2-** *Belgique, Suisse.* Phòng giảng bài (phòng học lớn) hay phòng hội thảo.

auditorium [oditɔrjɔm] *n.m. (mot. lat.)* Phòng trang bị để nghe nhạc hay xem kịch, để phát thanh hay truyền hình hoặc thu âm. Phòng nghe nhạc, phòng phát thanh phát hình, phòng xem các loại hình văn nghệ, phòng thu âm...

auge [oʒ] *n.f. (lat. ab ens)* **1-** Thùng chứa dùng cho gia súc ăn uống. Máng, chậu ăn... **2-** Thùng chứa thợ xây cất dùng để trộn hồ. Máng vữa của thợ nề. **3-** Cái rãnh dẫn nước vào bể chứa hay vào guồng xe máy xay chạy bằng nước. Máng nước, gàu. **4-** Khoảng trống giữa các nhánh xương hàm dưới của ngựa. **5-** *GÉOGR.* Thung lũng đáy bằng có sườn dốc đứng, thường có gốc do băng tạo thành.

augmentation [ɔgm)tasjɔ̃] *n.f.* **1-** Sự tăng thêm về số lượng, giá trị, v.v... *Augmentation des prix, augmentation du nombre des chômeurs:* Sự tăng (thêm) giá cả. Sự tăng thêm số người thất nghiệp. **2-** Số tiền, số lượng thêm vào một số tiền khác hay một số lượng khác. *Donner une augmentation à un ouvrier:* Tăng lương cho một người thợ. Sự tăng lương. Phần tăng thêm. ■ *Angmentation de capital:* Gia tăng vốn của một hiệp hội bằng cách góp thêm hiện vật hay tiền hay bằng cách sát nhập tiền dự trữ có trong bảng tổng kết tài sản. Sự tăng vốn. **3-** Sự tăng thêm một hay nhiều mũi đan vào một hàng đan.

augmenter [ɔgm)te] *v.t. (bas. lat. angmentare, du lat. closs. augere)* **1-** Làm cho lớn hơn, quan trọng hơn. Tăng lên, tăng, gia tăng. *Augmenter sa fortune:* Làm gia tăng gia tài của nó. **2-** Tăng giá. *Augmenter l'essence:* Tăng giá xăng. **3-** Cho hưởng tiền thù lao (tiền công) cao hơn. *Augmenter qqn. de dix pour cent:* Tăng thù lao lên 10% cho ai. Tăng thù lao. ■ *v.i.* **1-** Trở nên lớn hơn, tăng thêm về số lượng, cường độ, v.v... *Les prix augmenter sa peur augmente:* Giá cả tăng lên, nỗi sợ hãi của nó gia tăng. **2-** Lên giá, mắc (đắt) hơn. *Les légumes augmentent l'hiver:* Rau sống lên giá vào mùa đông.

augure [ogyr] *n.m. (lat. augur). ANTIQ. ROM.* Pháp sư giữ nhiệm vụ giải thích các điểm về cách bay hay tiếng hót của các thứ chim. Người đoán điểm.

augurer [ogyre] *v.t. Litt.* Đưa ra 1 điểm báo, một linh cảm, một dự đoán. Tiên đoán. *Augurer bien, mol de qqch.* Tiên đoán một lối thoát sẽ thuận lợi hay không.

auguste [ogyst] *adj. (lat. augustus) Litt.* Tạo ra kính nể, khâm phục. Uy nghi. *n.m. HIST* (Viết hoa). Tước của các Hoàng đế La Mã.

aujourd'hui [oʒurdɥi] *adv. (de l'anc. fr. hui; lat. hodie)* **1-** Vào ngày hiện tại, ngày này. *Il arrive aujourd'hui.* Hôm nay nó đến. ■ *D'aujourd'hui* (hay ít chính xác hơn: *aujourd'hui) en huit,* en quinze trong 8, 15 hôm tới. *Hôm nay.* **2-** *Vào thời của ta đang sống:* Bây giờ. *Ngày nay. La France d'aujourd'hui:* Nước Pháp ngày nay.

aulne ou aune [on] *n.m. (lat. almus) BOT.* Cây bên bờ nước, gần họ cây phong, loại thông dụng là cây tống quân sủi (hay *Verne*).

aumônerie [omonri] *n.f.* **1-** Chức trách của một tuyên úy. **2-** Nơi, văn phòng của tuyên úy. *L'aumônerie d'un lycée.* Phòng tuyên úy của một trường Trung học.

aumônier [omonje] *n.m.* **1-** Giáo sĩ đặc trách một đội, một cơ sở. Cha tuyên úy. **2-** *HIST.* Grand aumônier de la Cour: Chức tước tuyên úy của Triều đình.

aune [on] *n.m.* —> *Aulne*

auparavant [oparav)] *adv. (de au, par et avant)* Trước trong thời gian đó. trước đó, trước...

auprès (de) [aprɛ] *loc. prép.* **1-** Bên cạnh, cạnh, bên... *Venz aupnès de moi:* Đến bên tôi... **2-** Khi liên hệ với, tiếp xúc với, đến... *Faire une demande auprès du ministre:* Gởi đơn xin đến bộ trưởng. **3-** So với... *Mon mal n'est rien auprès du sien:* Nỗi khổ của tôi chẳng là gì so với nỗi khổ của nó. **4-** Trong tâm trí, trong suy nghĩ, quan điểm. *Il passe puor un goujat auprès d'elle:* Theo ý nghĩa của cô ta, hắn được coi như là một kẻ thô tục. ■ *Adv. Litt.* Kế cận. *Les maison bâties auprès:* Các ngôi nhà được xây cất...

auquel [okɛl] *Xem lequel.*

aureáole [ɔreɔl] *nf* (a) *Vầng hào quang (của chư thánh);* (b) *Quầng (mặt trăng);* (c) *Quầng (vết dơ).*

aureáoler [ɔreɔle] *vtrr* Đề cao, ca ngợi.

auriculaire [ɔrikylɛr] **1.** *(Thuộc) Về tai.* **2.** nm *Ngón tay út.*

Aurigny [ɔriɲi] Prnm Geog *Đảo Aurigny.*

aurore [ɔrɔr] *nf* (a) *Rạng đông; lúc táng sáng;* (b) a. boréale *Cực quang, ánh sáng vùng cực.*

auscultation [ɔskyltasjɔ̃] *nf Med Sự nghe bệnh.*

ausculter [ɔskylte] *vtr Med Nghe bệnh cho ai.*

auspices [ɔspis] *nmpl Điềm, điềm tiên tri;* sous de favorables a. *Đầy hứa hẹn;* sous les a. de *Dưới sự bảo hộ của ai.*

aussi [osi] **1.** adv (a) *(Trong cách so sánh) cũng;* il est a. grand que son frère *Nó cũng cao như anh nó;* c'est tout a. bon *Cái đó cũng tốt;* (b) *So khá, cũng khá* après avoir attendu a. longtemps *Sau khi đã chờ đợi khá lâu;* il est a. travailleur que vous *Nó cũng siêng năng như anh;* (c) (**) *Cũng vậy, cũng;* gardez a. celui - là *Cất, giữ luôn cái đó đi* (**) *Cũng;* j'ai froid - moi a. *Tôi lạnh - tôi cũng vậy;* (d) conj phr a.

bien que *Cũng như;* lui a. bien qu'elle *Nó cũng như cô ta;* (e) a. bizarre qu'il soit *Kỳ cục* **2.** conj (a) *Cho nên, vì thế;* (b) a. bien *Dù sao, vả lại.*

aussitôt [osito] (a) adv *Ngay lập tức;* a. levé il partit *Ngay khi vừa thức dậy, nó đã ra đi;* a. dit, a. fait *Nói xong thì làm ngay;* (b) conj phr a. que + ind *Ngay khi, vừa khi;* (c) a. + ppa. l'argent aussitôt recu je vous paierai *Ngay khi nhận tiền xong, tôi sẽ hoàn trả cho anh.*

austeáriteá [ɔsterite] nf *Sự khắc khổ;* austère a. *Khắc khổ;* austèrement adv *Một cách khắc khổ.*

austral, -als, -aux [ɔstral, o] a. *Ở phía Nam*

Australie [ɔstrali] Prnf *Nước Australia;* australien, - ienne a & n *Thuộc Australia.*

autant [ot)] adv **1.** (a) *Bằng này, chừng ấy, bấy nhiêu;* a. vous l'aimez, a. il vous hait *Anh càng thương yêu nó bao nhiêu, nó càng thù ghét anh bấy nhiêu;* tout a. *Khá nhiều;* encore a. *Thêm nhiều nữa;* une fois a. *Một lần nữa;* j'aimerais a. aller au cinéma *Tôi thích đi xem phim biết bao;* il se leva, j'en fis a. *Nó đứng lên, tôi cũng vậy;* (b) (*) le travail est fini *Công việc vừa kết thúc tốt đẹp;* a. vaut rester ici *Tốt hơn là nên ở lại đây;* (**) a. dire mille francs *Nên nói là một ngàn frăng;* la bataille était a. dire perdue *Trận đánh được coi như là thất bại;* a. dire la vérité *Nên nói đúng sự thật là hơn;* **2.** a. que (a) *Cũng bằng, cũng như,* j'en sais a. que toi *Tôi cũng biết như anh* F: a. ça qu'autre chose *Có nhiều chăng cũng bằng không (với tôi tất cả đều giống nhau);* (b) *Trong chừng mực mà* (pour) a. que je sache *Trong chừng mực mà tôi hiểu.* **3.** a. de *Cũng như, cũng bằng;* ils ont a d'amis que vous *Chúng nó có nhiều bạn bè giống như anh;* a. de gagné *Cũng thắng được chừng đó.* **4.** d'a *Được chừng ấy, được bấy nhiêu;* d'a. plus, moins, que *Hơn nữa, ít hơn nữa, càng hơn thế vì, càng ít hơn [nếu];* c'est d'a. plus facile que *Càng dễ hơn vì* **5.** pour a. *Ít ra thì.*

autel [otel] nm *Bàn thờ.*

auteur [otœ r] nm **1.** *Tác giả, người sáng tạo, người gây ra (tội ác);* a. d'un accident *Người gây ra tai nạn* **2.** *Tác giả; soạn giả (về âm nhạc); họa sĩ;* droit d'a. *Quyền tác giả;* droits d'a *quyền bản quyền.*

authenticiteá [ɔt)tisite] nf *Tính xác thực;* authentique a. *Xác thực, chân thành (cảm giác, cá tính);* authentiquement adv *Có tính xác thực.*

authentification [ɔt)tifikasjɔ̃] nf *Sự chính xác thực.*

authentifier [ɔt)tifje] vtr *Chính thức hóa.*

autisme [otism] Psy: *Sự tự kỷ;* autiste a & n *Tự kỷ, người mắc chứng tự kỷ.*

auto [ɔto] nf *Xe hơi* a. tamponneuse *Cái cân xe*.

autoallumage [ɔtgalymaʒ] nm *Sự đốt của hỗn hợp nổ trong động cơ.*

autobiographie [ɔtɔbjɔgrafi] nf *Tự truyện*; autobiographique a. *Về tự truyện.*

autobus [ɔtɔbys] nm *Xe buýt.*

autocar [ɔtɔkar] nm NAm: *Xe ca.*

autochtone [ɔtɔktɔn] a & n *Bản địa, dân bản địa.*

autoclave [ɔtɔklav] nm *Nồi hấp.*

autocollant [ɔtkɡl)] **1.** a. *Tự kết dính* **2.** nm *Nhãn có sẵn keo dính.*

autocratie [ɔtɔkrasi] nf *Chế độ chuyên chế;* **1.** nm *Người chuyên chế, độc đoán* **2.** *Chuyên chế*; autocratique a. *Độc đoán, chuyên chế.*

autocritique [ɔtɔkritik] nf *Sự tự phê bình.*

autocuiseur [ɔtɔkɥizœr] nm Cu: *Nồi áp suất.*

autodafeá [ɔtɔdafe] nm Hist: *Sự thi hành một bản án được tuyên bố bởi tòa án của giáo hội.*

autodeáfense [ɔtɔdef)s] nf *Sự tự bảo vệ.*

autodidacte [ɔtɔdidakt] a. *Tự học.*

autodrome [ɔtɔdrom] nm *Đường đua xe, trường đua xe.*

auto - eácole [ɔtɔekɔl] nf pl auto - écoles *Trường học lái xe ôtô.*

autographe [ɔtɔgraf] a & n *Thủ bút.*

automate [ɔtɔmat] nm *Máy tự động.*

automation [ɔtɔmasjɔ̃] nf *Sự tự động hóa.*

automatique [ɔtɔmatik] **1.** a. *Tự động* **2.** nm (a) Tp: *Việc gọi điện thoại không qua tổng đài; gọi điện thoại tự động*; (b) *Súng tự động*; automatiquement adv *Một cách tự động.*

automatisation [ɔtɔmatizasjɔ̃] nf *Sự tự động hóa.*

automitrailleuse [ɔtɔmitraj-z] nf *Xe bọc thép có trang bị vũ khí tự động.*

automne [ɔtɔn] nm Nam: *Mùa thu* automnal, - aux a. *Thuộc về mùa thu.*

automobile [ɔtɔmɔbil] **1.** a (a) *Tự hành*; voiture a. *Xe hơi*; canot a. *Tàu ca nô máy*; (b) *Câu lạc bộ xe hơi; Sự bảo hiểm xe cộ.* **2.** nf Nam: *Xe ô tô.*

automobilisme [ɔtɔmɔbilism] nm *Ngành ô tô.*

automobiliste [ɔtɔmɔbilist] n *Người lái ô tô.*

autonomie [ɔtɔnɔmi] nf *Quyền tự trị; Sự tự trị, tự chủ*; autonome a. *Tự chủ, tự trị.*

autonomiste [ɔtɔnɔmist] n *Phong trào hoạt động chính trị của những người tự trị.*

autoportrait [ɔtɔpɔrtrɛ] nm *Chân dung tự vẽ.*

autopsie [ɔtɔpsje] nf *Sự mổ xác chết.*

autopsier [ɔtɔpsje] vtr *Mổ xác chết.*

autoradio [ɔtɔradjo] nm *Máy thu thanh đặt trên ô tô.*

autorail [ɔtɔraj] nm *Xe ô tô ray.*

autorisation [ɔtɔrizasjɔ̃] nf *Sự cho phép, giấy phép.*

autoriser [ɔtɔrize] vtr **1.** a qn à faire qch *Cho phép ai làm việc gì.* **2.** *Cho phép (một hành động, hoạt động)* **3.** *Cho phép, cấp giấy phép (cho làm việc gì)* **4.** s'a. de qch pour faire *Dựa vào cái gì để làm*; autorisé a. *Được phép, có giấy phép, được cho phép.*

autoritarisme [ɔtɔritarism] nm *Tính độc đoán, chuyên quyền.*

autoriteá [ɔtɔrite] nf **1.** (a) *Uy quyền*; il n'a pas d'a. sur ses élèves *Ông ta không có uy đối với học trò*; faire qch d'a. *Tỏ ra có quyền uy*; (b) avoir de l'a. sur qn *Có uy thế đối với ai*; faire a. en qch *Có quyền uy đối với cái gì*; sa parole e de l'a. *Lời nói nó có trọng lượng* **2.** les autorités *Các nhà lãnh đạo.* autoritaire **1.** a. *Độc đoán, chuyên quyền* **2.** n *Người độc đoán* autoritairement adv *Một cách chuyên quyền, độc đoán.*

autoroute [ɔtɔrut] nf NAm: *Xa lộ;* autoroutier, - ière a. *Thuộc về xa lộ.*

auto - stop [ɔtɔstɔp] nm *Sự quá giang xe*; faire de l'a. - s. *Quá giang xe, xin đi nhờ*; en a. - s. *Bằng cách quá giang.*

auto - stoppeur, - euse [ɔtɔstɔpœr, -z] n *Người xin đi nhờ, người xin quá giang.*

autour [otur] **1.** adv *Xung quanh* **2.** prep phr a. de, a. *Ở xung quanh*; assis a. de la table *Ngồi quanh bàn*; tourner a. du pot *Nói loanh quanh, xoay quanh cái lọ*; (b) a. de 50, *Khoảng 50.*

autre [otr] a & pron **1.** (a) *Khác, kia*; un a. jour *Một ngày khác*; une a. fois *Một lần khác*; un jour ou l'a. *Một ngày nào đó;* d'autres vous diront que *Những người khác sẽ nói với anh là;* l'a monde *Thế giới bên kia*; sans faire d'a *Không đưa ra một nhận xét nào khác;* (b) nous autres Anglais *Còn chúng tôi, người Anh*; vous autres *Tất cả các anh*; (c) cela peut arriver d'un jour à l'a. *Việc đó có thể xảy ra bất cứ ngày nào*; je le vois de temps à a. *Thỉnh thoảng tôi vẫn gặp nó*; (d) l'un et l'a. *Cái này và cái kia*; les uns et les autres, (*) *Những người này và những người kia* (**) *Lẫn nhau*; (e) l'un ou l'a. *Cái này hoặc cái kia*; ni l'un ni l'a. *Không cái nào cả*; (f) l'un dit ceci, l'a. dit cela *Kẻ nói này, người nói khác*; les uns par ci les autres par là, *Kẻ ở đây, người ở đó*; (g) l'un l'a. *Hỗ tương lẫn nhau*; elles se moquent les unes des autres *Chúng nó khinh khi lẫn nhau*; (h) l'un dans l'a., on se fait mille francs *Cái này bù qua cái kia, chúng ta sẽ kiếm được 1.000 frăng.* **2.** (a) *Khác*; c'est un a. homme *Đó là một người đàn ông khác*; une tout a. femme *Một người* đàn bà hoàn toàn khác; j'ai d'autres idées *Tôi có ý khác*; F: j'en ai vu bien d'autres *Tôi đã thấy khối thứ đó*; (b) demandez aux cuitres *Anh hãy hỏi người khác*; personne d'a. ne l'a vu *Không một ai thấy nó*; que pouvait - il faire d'a.! *Nó có thể làm gì khác hơn*; (dites cela) à d'autres ! *Nói cái điều ngu xuẩn đó với người khác* ; (c) (*) *Việc gì khác*; as -tu a. chose à faire? *Mày còn việc gì khác để làm không ?* (**) *Việc khác, cái khác*; c'est tout a. chose ! *Đó là vấn đề khác*.

autrefois [otrəfwa] adv *Ngày xưa; Thuở xưa*; c'était l'usage d' a., *Đó là phong tục tập quán thuở xưa*; sa vie d'a. *Cuộc sống trước đây của ông ta*.

autrement [otrəm)] adv **1.** (a) *Một cách khác*; nous ne pouvons faire a. *Chúng tôi không thể nào làm khác hơn*; autrement dit *Nói cách khác*; (b) c'est bien a. sérieux *Không đáng ngại lắm đâu* **2.** *Nếu không thì*.

Autriche [otriʃ] Prnf Geog: *Nước Áo* autrichien, - ienne a & n *Thuộc nước Áo; người Áo*.

autruche [otryʃ] nf Orn: *Con đà điểu*; faire l'a., pratiquer la politique de l'a. *Làm chính trị kiểu con đà điểu (rúc đầu xuống đất)*.

autrui [otrɥi] n. *Những người khác*.

auvent [ov)] nm (a) *Làng trại*; (b) *Cửa che ở trên mái*; (c) *Mái vòm*.

aux [o] *Xem à và le*.

auxiliaire [ɔksiljɛr] **1.** a. *Phụ trợ (động từ, đội quân)*; bureau a. *Văn phòng phụ* **2.** n (a) *Người phụ tá*; (b) *Người giúp đỡ, người phụ việc*; (c) nmpl *Trợ động từ, quân đồng minh*.

auxquels, - elles [okɛl] *Xem lequel*.

avachir(s') [savaʃir] vpr (*) *(Về đôi giày, áo quần) trở nên méo mó, cũ kỹ* (**) *(Về người) bị biến dạng; (Đôi giày) méo mó; se sentir tout a. Có cảm giác hoàn toàn mệt mỏi*; s. sur la table *Mẹp xuống bàn*.

aval [aval]¹ nm Fin: *Sự bảo lãnh, chứng thực kỳ phiếu*; donneur d'a. *Bảo đảm kỳ phiếu*.

aval² nm **1.** *Sự xuôi dòng*; en a., *Xuôi dòng* **2.** *Dốc xuôi, độ xuôi*.

avalanche [aval)ʃ] nf *Sự lở tuyết; Một số lượng lớn (lời thăm hỏi)*.

avaler [avale] vtr *Nuốt*; ça s'avale facilement *Cái đó dễ nuốt*; a. son repas *Ăn cơm*; a. la fumée *Nuốt khói (thuốc)*; a. un roman *Đọc ngấu nghiến một cuốn truyện*; j'ai avalé de travers *Tôi làm hỏng bét mọi chuyện*; a. ses mots *Nói lầm bầm trong miệng*; F: tu as avalé ta langue ? *Mày câm hay sao ?*

avaliser [avalize] vtr Com: *Bảo lãnh (kỳ phiếu)*.

avance [av)s] nf **1.** *Sự tiến lên, sự đi trước*; avoir de l'a. sur qn *Dẫn trước ai*; ma montre prend de l'a. *Đồng hồ tôi chạy nhanh*; arriver avec cinq minutes d'a. *Đến trước năm phút*; le train a 10 minutes d'a. *Con tàu đến sớm mười phút*; mettre de l'a. à l'allumage *Thấp điện đường sớm hơn* **2.** *Phần nhô ra*; balcon qui forme a. *Phần ban công nhô ra* **3.** (a) a. (de fonds), *Tiền trả trước, đặt trước*; (b) pl faire des avances à qn *Trả tiền trước cho ai* **4.** adv phr (a) d'a., à l'a., par a. *Một cách trước thời hạn, trước thời gian đã định*; jouir d'a. de qch *Mừng trước một cái gì*: payé d'a., *Trả trước*; c'est décidé à l'a. *Đã quyết định từ trước*; (b) l'horloge est en a. *Đồng hồ chạy nhanh*; en a. Sớm; en a. sur *Trước cái gì*.

avanceá [av)se] a (a) position avancée *Phía đằng trước*; (b) opinions avancées, *Các dư luận cấp tiến*; (c) élève a. *Học sinh xuất sắc của lớp*; (d) à une heure avancée de la nuit *Đêm khuya*; à une heure peu avancée *Gần khuya*; l'été est bien a. *Mùa hè sắp đến*; (e) s. en âge *Cao tuổi*; à un âge a. *Vào lúc cuối đời* (f) F: vous voilà bien a.! *Anh khá giả quá đó !*

avanceáe [av)se] nf *Phần nhô ra*.

avancement [av)sm)] nm **1.** *Sự thăng cấp, nâng cấp.* **2.** *Sự tiến bộ.*

avancer [av)se] v (n. avançons) **1.** vtr (a) *Tiến tới, đi về phía trước, duỗi tay về phía trước, kéo chiếc ghế về phía trước*; (b) a. une proposition *Đưa trước một lời đề nghị*; (c) *Làm cái gì sớm hơn, làm cho cái gì nhanh hơn*; a. une montre *Làm cho đồng hồ chạy nhanh hơn*; (d) a. de l'argent à qn *Trả tiền trước cho ai;* (e) *Đẩy mạnh tiến bộ (khoa học) đẩy mạnh (sự hiểu biết)*; à quoi cela vous avancera - t - il ? *Anh nhằm mang lại được cái gì trong việc đó ?* **2.** vi (a) *Đi về phía trước, di chuyển, bước, mang về phía trước*; a. d'un pas *Bước tới một bước*; faire a. qn *Làm cho ai phải bước về trước, đẩy ai về phía trước*; a. en âge *Nhiều tuổi*; ma montre avance d'une minute par jour *Đồng hồ của tôi mỗi ngày đi nhanh một phút*; (b) *Tiến bộ, tiến lên trước*; (c) *Đi trước (về thời gian)*; l'horloge avance *Đồng hồ đi nhanh*; j'avance de 5 minutes *Đồng hồ của tôi chạy nhanh 5 phút*; (d) *Nhô ra, lòi ra* **3.** s'a. (a) *Tiến lên*; s'a. vers qch, to head towards sth *Tiến về phía cái gì*; (b) *Tiến bộ;* (c) *Nhô ra*.

avant [av)] **1.** prep *Trước*; a. J. - C. *Trước Tây lịch*; (*) a. une heure *Trước một giờ*; (**) *Trong vòng một tiếng*; pas a. de nombreuses années *Không có quá trước nhiều năm như vậy*; (surtout et) a. tout *Trước hết*; a. toute chose *Trước mọi cái* **2.** (a) prep phr a. de + inf: je vous reverrai a. de partir *Tôi sẽ gặp lại anh* *trước khi ra đi*; (b) conj phr a. que + sub; je vous reverrai a. que vous (ne) partiez *Tôi sẽ gặp lại anh lần nữa trước khi anh ra đi;* a. que vous ayez fini *Trước khi anh xong công việc;* (c) pas a. de, *que Không trước đó.* 3. (= auparavant) adv (a) il était arrivé quelques mois a. *Nó đã đến vài tháng trước đây;* (b) réfléchis a. *Suy nghĩ trước đi đã;* (c) il l'a mentionné a. *Nó nêu lên vấn đề trước đó.* 4. adv Lit: (a) *Xa, sâu;* pénétrer très a. dans les terres *Đi sâu vào đất liền;* (b) *Muộn;* bien a. dans la nuit *Vào đêm khuya.* 5. loc. adv phr en a. *Lên trước, ra trước;* Mil: en a., marche ! *Đàng trước, bước !* envoyer qn en a. *Biệt phái, gởi ai lên trước, đi trước;* regarder en a. *Nhìn phía trước;* faire deux pas en a. *Bước hai bước về phía trước;* Nau: en a. à toute vitesse *Chạy nhanh về phía trước;* prep phr il est en a. de son siècle *Ông ta đi trước thời đại;* en a. de nous *Trước mặt chúng ta* 6. *Trước, phía trước;* Aut: traction a. *(Xe) Dẫn động bánh trước;* (b) d'a. *Trước;* la nuit d'a. *Đêm trước;* 7. nm (a) Mar. *Phần trước, mũi;* le logement de l'équipage est à l'a. *Nơi ở của thủy thủ đoàn nằm trước;* aller de l'a. *Thẳng tiến;* (b) *Đầu, mũi (chiếc máy bay);* (c) Fb: *Tiền đạo.*

avantage [av)ta3] nm 1. *Lợi ích;* a. pécuniaire *Lợi ích về tiền bạc;* a. en nature *Lợi ích về hiện vật;* c'est un a. précieux *Đó là một quyền lợi, lợi ích lớn;* tirer a. de qch. *Khai thác, sử dụng ai* 2. (a) Sp: donner l'a. à qn *Tạo lợi thế cho ai;* (b) Ten: *Điểm thắng khi cả hai đã đạt bốn mươi điểm;* (c) avoir l'a. sur qn *Trội hơn ai;* tu as a. à le faire *Mày có lợi khi làm việc này;* il y a à + inf *Có lợi là...*

avantager [av)ta3e] vtr (n. avantageons) (a) *Ưu đãi, tạo lợi thế;* (b) l'uniforme l'avantage *Bộ đồng phục làm tăng nét dễ nhìn của nó;* avantageux, - euse a 1. *Có lợi, có giá trị;* cet article est très a. *Mẫu tin này rất có giá trị;* prix a. *Giá lời* 2. Pej: *Tự phụ, kiêu căng* avantageusement adv *Một cách tự phụ.* **G h i chú***: trong các trường hợp kép, sau đây,* Avant *không thay đổi, khi danh từ hoặc tính từ ở số nhiều.*

avant - bras [av)bra] nm inv *Cắng tay.*

avant - centre [av)s)tr] Fb: *Tiền đạo (bóng đá).*

avant - coureur [av)kurœ r] 1. nm *Điểm báo trước* 2. am *(Dấu hiệu) báo trước.*

avant - dernier, - ieâre [av)dernje, jer] a & n *Áp chót.*

avant - garde [av)gard] nf (a) *Tiền quân;* (b) *Người tiền phong;* théâtre d'a. -g. *Kịch tiền phong, kịch mới.*

avant - goût [av)gu] nm *Tiền vị, ấn tượng đầu tiên.*

avant - guerre [av)ger] nm *Giai đoạn thời kỳ trước chiến tranh;* d'a. -g. *Tiền chiến.*

avant - hier [av)tjer] adv *Hôm kia.*

avant - plan [av)pl)] nm *Cận cảnh.*

avant - port [av)pɔr] nm Mar. *Cảng ngoài.*

avant - poste [av)pɔst] nm Mil: *Tiền đồn.*

avant - premieâre [av)prǝmjer] nf Cin: *Buổi chiếu giới thiệu phim.*

avant - propos [av)prɔpo] nm inv *Lời tựa, lời nói đầu.*

avant - sceâne [av)sen] nf Th: (a) *Phần trước sân khấu;* (b) *Lô ngồi gần sân khấu.*

avant - train [av)tr(] nm *Phần thân trước (của súc vật).*

avant - veille [av)vej] nf l'a.- v (de) *Hôm trước.*

avare [avar] 1. a. *Hà tiện, keo kiệt;* être a. de son argent *Keo kiệt với tiền bạc của mình* 2. n *Người hà tiện.*

avarice [avaris] nf *Tính hà tiện;* avaricieux, - ieuse a. *Có tính hà tiện, keo kiệt.*

avarie [avari] nf *Sự tổn thất, hư hại.*

avarier [avarje] vpr *Làm hư hại, gây tổn thất.*

avatar [avatar] nm (a) *Sự hiện thân của một vị thần trong hồi giáo;* (b) *Sự thay hình đổi dạng;* (c) F: *Nỗi bất hạnh rủi ro.*

avec [avɛk] 1. prep (a) *Với;* déjeuner a. qn *Ăn sáng với ai;* le public est a. nous *Dư luận, công chúng ở về phía chúng ta;* (b) Com: et a. cela, madame? *Còn gì nữa không, thưa bà ?;* (c) se lever a. le soleil *Thức dậy cùng lúc với mặt trời mọc.* 2. (a) on n'y arrive plus a. cette vie chère *Khó sống được với đời sống đắc đỏ này;* (b) je l'aime a. tous ses défauts *Tôi yêu ngay cả những tật xấu của cô ta* 3. avec courage *Với lòng can đảm* 4. cela viendra a. temps *Cái đó sẽ xảy đến (với thời gian);* a. l'aide de qn *Với sự giúp đỡ của ai* 5. se marier a. qn *Lấy ai (làm chồng, vợ);* lier conversation a. qn *Bắt chuyện, trao đổi với ai* 6. être d'accord a. qn *Đồng ý với ai.* 7. en comparaison a. qch *Để so sánh với cái gì.* 8. se battre a. qn, *Đánh lộn với ai* 9. être sévère a. qn *Nghiêm khắc đối với ai.* 10. a. elle on ne sait jamais *Cô ta rất kín miệng (kín đáo)* 11. F: elle est grande et a. ça, mince *Cô ta càng cao càng ốm;* a. ça, qu'il n'a pas triché ! *Càng nói rằng anh ta không gian lận !* 12. prep phr d'a. *Với* séparer le bon d'a. le mauvais *Tách cái tốt với cái xấu; phân biệt cái ác với cái thiện.* 13. adv F: *Cùng với.*

aven [avɛn] nm Geol: *Động đá thiên nhiên do nước ngầm tạo thành, hố cactơ.*

avenant [avn)] **1. a** (a) *Dễ yêu, duyên dáng*; (b) à l'a. (de) *Xứng, hợp với* **2.** nm Ins: *Văn bản sửa đổi hợp đồng*.

aveânement [avɛnm)] nm (a) *Sự xuất hiện của Chúa trời*; (b) *Sự đăng quang*.

avenir [avnir] nm *Tương lai*; jeune homme d'un grand a. *Chàng tuổi trẻ với một tương lai sáng lạn*; homme d'a. *Con người của tương lai*; dans l'a. *Trong tương lai*; à l'a. *Từ nay về sau*.

Avent [av)] nm Egl. *Mùa vọng trước giáng sinh*.

aventure [av)tyr] nf **1.** (a) *Sự phiêu lưu*; a. *Một kinh nghiệm khủng khiếp*; (b) *Cuộc tình* **2.** *Sự tình cờ, may rủi, sự mạo hiểm*; tenter l'a. *Thử vận may rủi*; errer à l'a., *Đi lang thang không mục đích*; par a., d'a. *Một cách vô tình, tình cờ*; dire la bonne a. à qn *Tiên đoán tương lai cho ai*.

aventurer [av)tyre] vtr **1.** *Liều lĩnh (một nhận xét); Mạo hiểm (cuộc đời của mình)* **2.** s'a. (dans); *Liều lĩnh, mạo hiểm*; aventuré(e) *Đầy mạo hiểm*; aventureux - euse a. *Thích liều lĩnh*; aventureuse - ment adv *Một cách liều lĩnh, mạo hiểm*.

aventurier, - ieâre [av)tyrje, jɛr] n *Người đi tìm những cuộc phiêu lưu, mạo hiểm*.

avenue [avny] nf *Đại lộ, đường phố*.

aveárer(s') [savere] vpr *Được xác nhận; Được chứng thực*; il s'avère que *Nó chứng tỏ rằng*; s'a. faux *Tỏ ra sai quấy*; avéré(e) a. *Được xác nhận*.

averse [avɛrs] nf *Cơn mưa rào bất thần*.

aversion [avɛrsjɔ̃] nf *Sự ghê tởm với*; avoir qch en a. *Ghê tởm cái gì*.

avertir [avetir] vtr a. qn de qch, *Báo cho ai về điều gì*; je vous en avertis ! *Tôi báo trước anh rồi đấy nhé! Đã báo trước, đã được cảnh giác trước, có kinh nghiệm*.

avertissement [avertism)] nm (a) *Lời cảnh giác, báo động trước*; (b) *Sự khiển trách*; Sp: *Phạt cảnh cáo*; (c) a. *Lời nói đầu*.

avertisseur, - euse [avɛrtisœr, -z] nm **1.** *Báo hiệu, cảnh cáo* **2.** nm *Dấu hiệu báo động*: Aut: *Còi xe*; coup d'a. *Tiếng còi ôtô*; a. d'incendie *Hệ thống báo động hỏa hoạn*.

aveu, - eux [av-] nm *Sự thú tội*; de l'a. de tout le monde *Theo sự chứng nhận của mọi người*.

aveugle [avœ gl] **1. a.** (a) *Mù, đui*; devenir a. *Trở nên mù*; a. d'un oeil *Mù một mắt*; (b) n un. une a. *Một người đàn ông mù, một người đàn bà mù*; les aveugles *Những người mù* **2.** *Mù quáng, thiếu nhận xét; Mù quáng tuyệt đối (lòng tin)*; être a. aux défauts de qn *Mù quáng, không thấy được các khuyết điểm của ai*; aveuglément adv *Một cách mù quáng*.

aveuglement [avœ glǝm)] nm *Sự mù quáng, sự đui mù*.

aveugle - neá, - neáe [avœ glŋne] a & n *(Người đàn ông, đàn bà) mù từ khi mới sinh*.

aveugler [avœ gle] vtr (a) *Làm mù mắt ai*; (b) *Làm lóa mắt, làm hoa mắt ai*; (c) s'a. sur les défauts de qn *Mù quáng, không thấy được khuyết điểm của ai; Bị làm lóa mắt, chói lọi*.

aveuglette (aâ l') [alavœ glɛt] adv *Dò dẫm*; avancer à l'a. *Dò dẫm mò đường*.

aviateur, - trice [avjatœ r, tris] n *Phi công, người lái máy bay*.

aviation [avjasjɔ̃] nf *Hàng không, không lực*; compagnie d'a., *Công ty hàng không*; terrain d'a. *Sân bay*; usine d'a. *Xưởng sửa chữa máy bay*.

avicole [avikɔl] a *Về chăn nuôi chim, gia cầm*.

aviculteur, - trice [avikyltœ r, tris] n *Người nuôi gia cầm*.

aviculture [avikyltyr] nf *Nghề nuôi gia cầm*.

aviditeá [avidite] nf *Sự ham muốn quá mức, sự tham lam, hám của*; avec a., (*) *Một cách tham lam*; (**) *Một cách ham hố Háu, hám*; a. de qch, (*) *Tham lam cái gì* (**) *Ham hố cái gì*; avidement adv *Một cách tham lam, một cách ham hố*.

avilir [avilir] vtr **1.** *Làm mất giá* **2.** s'a. *Mất giá, hèn hạ đi; Bị làm cho hèn hạ, đáng khinh*.

avilissement [avilism)] nm *Sự làm cho hèn hạ, sự hèn hạ*.

avion [avjɔ̃] nm *Máy bay, phi cơ*, aller à Paris en a. *Đi Paris bằng máy bay*; par a. *Bằng máy bay*; a. de chasse *Máy bay chiến đấu*; a. de ligne *Máy bay chở khách*.

avion - taxi [avjɔ̃taksi] nm *Máy bay bao thuê*.

aviron [avirɔ̃] nm **1.** *Máy chèo* **2.** *Môn bơi thuyền*; faire de l'a. *Chèo thuyền*.

avis [avi] nm **1.** (a) *Dư luận, ý kiến*; ils ne sont pas du même a. *Chúng nó không cùng ý kiến, chúng nó bất đồng với nhau*; à selon, mon a. *Theo ý kiến của tôi*; de l'a. de tous *Theo ý kiến của tập thể*; je suis de votre a. *Tôi đồng ý với anh*; j'ai changé d'a *Tôi đổi ý*; je suis d'a. qu'il vienne *Theo tôi thì nó sẽ đến*; (b) *Ý kiến, lời khuyên*; demander l'a. de qn *Hỏi xin lời khuyên của ai* **2.** *Thông báo, yết thị; Thông báo (với quần chúng)*; a. au lecteur, *Lời nói đầu (của một cuốn sách)*; jusqu'à nouvel a. *Cho đến khi có thông báo mới*; sauf a. contraire *Ngoại trừ có thông báo khác*; Com: a. de crédit *Thông báo về tài khoản*.

aviser [avize] **1.** vtr (a) *Trông thấy, nhận thấy ai*; (b) a. qn de qch *Khuyên ai, báo cho ai về việc gì* **2.** vi a. à qch *Suy tính, quyết định việc* gì; il est temps d'a. *Đã đến lúc quyết định* **3.** s'a. de qch *Nghĩ về điều gì;* s'a. de faire qch *Dám liều để làm điều gì;* avisé(e) a. *Chín chắn;* bien a. *Sáng suốt, thận trọng.*

avitaminose [avitamino] nf *Chứng thiếu vitamin.*

aviver [avive] vtr *Làm cho mạnh hơn, làm cho rực rỡ hơn (màu sắc), kích thích (sự đau đớn), làm gọn lên, khêu gợi (lòng ham muốn), khêu lại (ngọn lửa), làm cho thêm ăn.*

avocat[1], **- ate** [avɔka, ate] n. **1.** *Luật sư;* a. général *Đại diện của viện công tố, chưởng lý;* être recu a. *Được vào luật sư đoàn* **2.** *Người bênh vực;* a. du diable *Kẻ bênh vực điều bậy.*

avocat[2] nm Bot: *Quả bơ, quả lê tàu.*

avoine [avwan] nf *Yến mạch;* farine d'a. *Bột yến mạch.*

avoir[1] [avwa] vtr (ayant; eu; j'ai, tu as, il a. n. avons, v. avez, ils ont; que j'aie, qu'il ait; j'avais; j'aurai; avoir **1.** (a) *Có, sở hữu, xử dụng (chiếc xe), nuôi (gà con), duy trì (ý kiến);* il a encore son père, *Cha nó còn sống;* (b) qu'est - ce que vous avez là ? *Anh thế nào đó ?* elle avait une robe bleue *Cô ta có một chiếc áo màu xanh lơ;* (c) a. les yeux bleus *Có cặp mắt xanh;* a. qch en horreur, *Có cái gì đó phải sợ hãi;* (d) a. dix ans *Mười tuổi* **2.** (a) *Có, được (cái gì);* j'ai eu mon train *Tôi đã bắt kịp chuyến tàu;* (b) a. un entant *Có một đứa con* **3.** F: *Được sự tốt lành về điều gì;* on vous a eu ! *Anh đã được người ta nhận rồi!* **4.** Lit: = faire etc il eut un mouvement brusque *Nó có một hành động đột ngột;* **5.** qu'avezvous ? qu'est - ce que vous avez ? *Anh có vấn đề gì ?* a. la grippe *Bị cảm cúm* **6.** en a. (a) nous en avons pour deux heures *Chúng ta phải mất 2 giờ;* j'en ai assez *Tôi chán ngấy rồi;* (b) en a. à, contre, qn *Có hành động chống đối ai* **7.** (a) a. qch à faire *Có việc gì phải làm;* vous n'avez pas à vous inquiéter *Anh đừng có lo âu;* (b) je n'ai que faire de cela *Tôi chỉ có làm điều đó* **8.** impers (a) il y a. *Có;* il y en a un qui va être surpris *Có một người sẽ ngạc nhiên;* il n'y a pas de quoi, *Không sao đâu, không có gì xin đừng đề cập đến việc đó);* (b) qu'est - ce qu'il y a ? *Cái gì vậy ?* có vấn đề gì vậy; (c) il y a deux ans *Cách đây 2 năm;* il y avait six mois que j'attendais *Tôi chờ đợi đã 6 tháng nay;* (d) combien y a - t - il d'ici à Londres ? *Từ đây đến Londres bao xa ?* **9.** aux. us j'ai fini *Tôi đã (làm) xong;* je l'ai vue hier *Tôi đã thấy nó ngày hôm qua;* quand il eut fini de parler *Khi nào nó đã nói xong;* j'aurai bientôt fini *Đáng lý tôi đã xong sớm hơn.*

avoir[2] nm *Của cải, tài sản;* tout mon a. *Tất cả của cải của tôi;* Com: doit et a. *Bên nợ và bên cho vay (bên có).*

avoisiner [avwazine] vtr a. qch *Ở gần, cái gì, ở sát cạnh cái gì, ở gần bên cái gì;* avoisinant(e) a. *Gần bên, sát bên.*

avortement [avɔtəm)] nm **1.** (a) (spontané) *Sự sẩy thai;* (b) a. (provoqué) *Sự phá thai;* a. *Sự phá thai theo yêu cầu* **2.** Fig: *Sự thất bại.*

avorter [avɔrte] vi **1.** *Sẩy thai, phá thai; se faire* a. *Được phá thai* **2.** Fig: le projet a avorté *Kế hoạch bị thất bại.*

avorteur, - euse [avɔrtœr, ɔz] n *Người phá thai.*

avorton [avɔtɔ̃] nm *Người dị dạng và ốm yếu, người còi.*

avoueá [avwe] nm *Người được ủy nhiệm.*

avouer [avwe] vtr **1.** *Thú nhận;* s'a. coupable *Tự thú là phạm tội;* s'a. vaincu *Tự nhận là thua cuộc* **2.** *Tự thú tội, xưng tội;* ceci me surprend, je l'avoue *Tôi thú thật là điều này làm tôi ngạc nhiên.*

avril [avril] nm *Tháng tư,* en a. *Trong tháng tư,* au mois d'a. *Vào tháng tư;* le sept a. *Ngày 7 tháng tư,* le premier a. (*) *Ngày đầu tháng tư* (**) poisson d'a.! *Ngày cá tháng 4; Lễ hội lừa bịp vào ngày đầu tháng tư.*

axe [aks] nm **1.** *Trục;* a. d'une route *Đường chia hai, đường trục của một con đường;* grands axes de circulation *Các trục lộ chính* **2.** *Trục bánh xe, trục quay (trong máy dệt)* axial, - aux a. *Thuộc về trục.*

Bb

B, b [be] nm *Chữ B, b*

baba [baba] **1**. nm Cu: *Ba ba. bánh Baba (bánh ngọt với rượu rum)* **2**. a, inv F: *sửng sốt.*

baba (cool) [baba kul] n *Tên gọi phong trào tuổi trẻ ở thập niên 60 và 70, chống lại những tập tục của xã hội đương thời; phong trào hippi.*

babillage [babijaʒ] nm *Chuyện ba hoa, tầm phào; Lời nói bi bô (con trẻ).*

babiller [babije] vi *Nói ba hoa, kể chuyện phiếm, nói bi bô, líu lo.*

babines [babin] nfpl Z. Fig: *Động vật có môi xệ, loài khỉ.*

babiole [babjɔl] nf *Đồ vật ít giá trị, đồ vật tầm thường.*

Bâbord [babɔr] nm mar. *Mạn trái của tàu, thuyền.*

babouche [babuʃ] nf *Giày hạ, giày da mềm của Thổ Nhĩ Kỳ.*

babouin [babw(] nm *Khỉ đầu chó.*

baby - foot [babifut] nm inv *Banh bàn (đồ chơi trẻ em).*

bac[1] [bak] nm **1**. à voitures *Phà, đò ngang, phà chở xe* **2**. à glace *Thùng to (đựng thức ăn), khay để đá cục (tủ lạnh).*

bac[2] nm F: = baccalauréat. *Bậc tú tài, bằng tú tài.*

baccalauréat [bakalɔrea] nm *Học vị, bậc tú tài; kỳ thi tú tài.*

bêche [baʃ] nf *Vải bạt (để che, bọc ...)* b. goudronnée, tarpaulin. *Vải bạt quét hắc ín, vải bọc không thấm nước.*

bachelier -ieâre [baʃəlje, jɛr] n *Người đã đậu bằng tú tài.*

bêcher [baʃe] vtr *Phủ bạt không thấm nước.*

bêchot [baʃo] nm F: = baccalauréat; boite à b., *Trường, lớp luyện thi tú tài.*

bachoter [baʃɔte] vi *Học nhồi nhét, học vội để thi.*

bacille [basil] nm *Khuẩn cây, trực khuẩn.*

bêcle [bakle] vtr F: *Làm qua quít, làm cẩu thả (công việc); travail bâclé một việc làm ẩu.*

bactéárie [bakteri] nf bacterium, pl -ia. vi khuẩn. bactérien, ienne *Thuộc về vi khuẩn hoặc do vi khuẩn sinh ra.*

bactéariologie [bakterjɔlɔʒi] nf *Khoa vi khuẩn học.*

bactéariologiste [bakterjɔlɔʒist] n *Nhà vi khuẩn học.*

badaboum [badabum] *Loảng xoảng.*

badaud, - aude [bado, od] n *Lêu lổng.*

baderne [badɛrn] nf F: Pej: vieille baderne *Người bảo thủ, người nệ cổ.*

badigeon [badiʒɔ̃] nm *Nước màu để quét tường*; b. à la chaux *vôi quét tường.*

badigeonner [badiʒɔne] vtr *Quét màu lên tường, quét vôi bức tường.*

badiner [badine] vi (avec, sur). *Đùa giỡn, cợt nhã (với ai, về chuyện gì, vấn đề gì).*

baffe [baf] nf P: *Cái tát.*

bafouer [bafwe] vtr loa (Hifi), *nhạo báng.*

bafouiller [bafuje] vtr, i F: *Nhạo báng, phỉ báng (ai); nói những điều sằng bậy, vô nghĩa.*

bafouilleur, -euse [bafujœ , -z] n *Người nói năng lung tung.*

bêfrer [bafre] F: vi, vtr *Ăn phàm, ăn tục.*

bagage [bagaʒ] nm **1**. plier b., (i) *Xếp đặt hành lý - quân trang (cá nhân)* (ii) F: *Cuốn gói (trốn đi).* **2**. esp bagages à main, *voyager avec peu de b. Hành lý - hành lý xách tay - đi du lịch với hành lý nhẹ (hành lý xách tay).*

bagagiste [bagaʒist] nm *Người phụ trách hành lý (ở khách sạn).*

bagarre [bagar] nf *Cuộc xung đột, ẩu đả; Tìm một cuộc chiến đấu; chercher la b. Ưng rắc rối, ưng gây rắc rối.*

bagarrer [bagare] vi F: **1**. (pour) *Chiến đấu (vì).* **2**. se b. *Đánh nhau, cãi nhau to tiếng; Gây gổ.* bagarreur, -euse a *Ưa gây gổ, hung hãn (người);* n *Người ưa gây gổ.*

bagatelle [bagatɛl] nf *Đồ lặt vặt, đồ không có giá trị;* acheter qch pour une b., *Mua vật gì với giá hời (giá rẻ).*

bagnard [baɲar] nm *Tội nhân.*

bagne [baɲ] nm (a) A: *Nhà tù, nhà ngục;* (b) condamné à 5 ans de b. *Bị kết án 5 năm khổ sai;* F: quel b. ! *Nhọc nhằn làm sao ! chán nản làm sao!*

bagnole [baɲɔl] nf F: vieille b., *Xe cũ*.
bagou(t) [bagu] nm F: *Sự bạo mồm, bạo miệng*; avoir du b. *Có tài nói ba hoa*.
bague [bag] nf (a) *Chiếc nhẫn*; (b) *Băng, vòng*; (c) Mec. b. d'assemblage *Đai siết có dạng vòng*.
banguenauder [bagnode] vi, pr F: *Chơi nghịch nhãm nhí, dạo chơi vớ vẫn*.
baguette [bagɛt] nf. *Que, đũa, dùi; dùi nhịp của nhạc trưởng; một loại bánh mì, ổ nhỏ mà dài, của Pháp*; baguettes *Đũa ăn cơm*; b. magique *Đũa thần*; baguettes de tambour *Dùi trống*; marcher à b. *Tuân theo sự điều khiển, theo lệnh*.
bah [bɑ] Int. bah ! *Quái lạ ! Ô hay*.
bahut [bay] nm (a) *Rương, hòm*; (b) *Tủ chè (đựng bát đĩa)*; (c) P: *Trường học*.
bai [bɛ] a. *Sắc hồng (của ngựa)*; b. châtain *màu hồng hạt dẻ*.
baie[1] [bɛ] nf Geog: *Vịnh*.
baie[2] nf Arch: *Lỗ hổng*; fenêtre c. n . b., *Lỗ cửa*.
baie[3] nf Bot: *Trái nạt, quả mọng*.
baignade [beɲad] nf 1. *sự tắm rửa*. 2. *nơi để tắm rửa*.
baigner [beɲe] 1. vtr (a) *đi tắm*; baigné de sueur *ướt đẫm mồ hôi*; (b) *ở sát bờ (biển); chảy qua (con sông) chảy qua (một quận huyện)*; (c) *tắm (em bé)*. 2. vi *Nhúng vào nước*. 3. se b. (a) *tắm* (b) *đi bơi*.
baigneur, -euse [beɲœr, -z] (a) n *người tắm*; (b) nm *(đồ chơi) búp bê*.
baignoire [beɲwar] nf 1. *bồn tắm; chậu tắm*. 2. Th: *chỗ ngồi xem hát ở tầng trệt*.
bail, pl baux [baj, bo] nm *tờ hợp đồng, khế ước (cho thuê)*; prendre à b. *thuê (nhà)*; donner à b. *cho thuê*.
bêillement [bajm)] nm *sự ngáp*.
bêiller [baje] vi 1. b. à se décrocher la mâchoire *ngáp sái quai hàm*. 2. *(đường may) hở; (cửa) hé mở*.
bailleur, -eresse [bajœr, bajrɛs] n 1. *người cho mướn*. 2. b. de fonds, *người giúp vốn, người xuất vốn cho kẻ khác*.
bêillon [bajɔ̃] nm *vật chèn miệng (cho khỏi kêu)*.
bêillonner [bajɔne] vtr *chèn miệng, bịt miệng cho khỏi kêu*.
bain [b(] nm 1. (a) *sự tắm*; b. moussant *sự tắm bằng bọt*; prendre un b. de soleil *(đi) tắm nắng;* salle de bain(s) *nhà tắm*; Fig: être dans le b.; mettre dans le b., *mang tâm trạng sáng suốt, ở trong tình trạng sáng suốt*. ils sont dans le même bain *chúng nó cùng hội cùng thuyền*; (b) *(trong bồn tắm)*; (c) bains publics *nhà tắm công cộng*; (d) bains *nơi tắm ở suối khoáng*; bains de mer (i) *sự tắm biển*. 2. Ch: Phot: *sự nhúng phim vào nước để làm sạch dung dịch thuốc rửa*.

bain - marie [b(mari] nm Cu: double saupau ; pl bains - marie. *sự chưng cách thủy*.
baïonnette [bajɔnɛt] nf *lưỡi lê*.
baiser[1] [beze] vtr (a) *hôn*; (b) *Ăn nằm với, ngủ với*.
baiser[2] nm *nụ hôn*.
baisse [bɛs] nf 1. *sự hạ thấp (nước); sự xuống, sự lún*. 2. *sự xuống giá, hạ giá*.
baisser [bese] 1. vtr *hạ thấp (màn che); hạ (cửa kính ô tô)*; b. la tête *(cúi đầu)*; donner tête baissée dans un piege *cúi đầu chịu thua khi rơi vào bẫy*; b. les yeux nhin xuống. b. la voix *hạ thấp giọng xuống*; b. la radio *vặn nhỏ máy thu thanh*; b. les prix *hạ giá, giảm giá*. 2. vi (a) *hạ xuống (thủy triều), tụt xuống*; la température *nhiệt độ hạ thấp xuống (lạnh)*; sa vue baisse *thị lực giảm xuống*; malades baisse *số bệnh nhân giảm xuống (ít bệnh nhân)*; il a baissé dans mon estime *anh ấy đã bị hạ thấp trong sự quí mến của tôi*; (b) ra ngoài *(vuợt khỏi) sự phán đoán*. 3. se b. *cúi xuống, hạ mình xuống*.
bajoues [baʒu] nfpl Z: *miếng thịt ở má súc vật; (người) má sệ, má phị*.
bakchich [bakʃiʃ] nm F: 1. *tiền trà nước, tiền thưởng cho người giúp việc*. 2. *tiền hối lộ*.
bal, pl bals [bal] nm 1. *cuộc khiêu vũ* ; b. masqué *cuộc khiêu vũ hóa trang*. 2. *Vũ trường*.
balade [balad] nf F: *cuộc dạo chơi, sự đi dạo*; b. en voiture *đi dạo chơi bằng xe hơi*.
balader [balade] F: 1. vtr (a) *dắt đi chơi (chó ...)* (b) envoyer b. qqn *kéo lê (một cái gì)*; 2. se b. *đi dạo chơi, đi ngao du*; se. b. en voiture *đi dạo bằng xe hơi*.
baladeur [baladœr] nm *người đi dạo, người đi ngao du sơn thủy*.
baladeuse [balad-z] nf (a) *xe bán hàng rong*; (b) *Đèn rọi xách tay*.
balafre [balafr] nf 1. *sẹo ở mặt*. 2. *sẹo, vết hằn trong tâm trí*.
balafrer [balafre] v.tr *Rạch mặt*.
balai [balɛ] n.m 1. a. *chổi (cán dài)*; b. mécanique *chổi điện*; manche à b. *cán chổi*; AV: *cần điều khiển máy bay*; passer le b. *quét qua, quét sơ sịa*. 2. Aut: *cây gạt nước (xe hơi)*. 3. elle a bien quarante balais *cô ta ít ra cũng 40 tuổi rồi*.
balai - brosse [balɛbrɔs] nm *chổi cứng để quét vườn*; pl balais - brosses *chổi quét đường*.

balaise [baɛz] a P: *lực lưỡng, to con.*

balance [bal)s] nf **1.** (a) *cái cân;* pencher la balance *nghiêng cán cân về phía;* mettre en b. *so sánh;* (b) Astr: b. Libra. *thiên xứng.* **2.** b. d'un compte *sự kết toán;* faire la b. *Cân đối số sách.*

balancement [bal)sm)] nm **1.** *Tình trạng lắc lư, đu đưa; lung lay.* **2.** balance *Sự do dự, lưỡng lự.*

balancer [bal)se] v (n. balançons) **1.** vtr (a) *cân nhắc;* b. un compte *quyết toán;* b. le pour et le contre *cân nhắc hơn thiệt, lợi hại;* (b) *(cánh tay) Đu đưa; ru bé;* (c) *Lúc lắc.* **2.** vi (a) *Lúc lắc, đu đưa.* Lit: (b) *Do dự.* **3.** se b., (a) *làm cho, lúc lắc;* se b., sur sa chaise *trên ghế một mình;* (b) *quay tròn* (c) P: je m'en balance *Cóc cần, mặc kệ.*

balanceá a **1.** *mạnh mẽ, cân đối.* **2.** F: *kiên cố.*

balancier [bal)sje] nm **1.** *sào thăng bằng (của người đi dây làm xiếc).* **2.** *quả lắc.*

balançoire [bal)swar] nf (a) *cái xích đu;* (b) *ghế xích đu.*

balayage [baɛjaʒ] nm **1.** *Sự quét dọn.* **2.** Rad: El. *Sự quét (chùm tia điện tử).*

balayer [balɛje] vtr (je balaie, je balaye) **1.** *quét (phòng); dọn sạch (bùn dơ);* le vent a balayé les nuages *gió đã cuốn hết mây đi.* **2.** Fig: (resistance, etc). *táo thanh (sự kháng cự).* **3.** Rad: El. *quét (một chùm tia điện tử).*

balayette [balɛjɛt] nf *chổi nhỏ.*

balayeur, -euse [balɛjœr, -z] n *người quét đường.*

balbutiement [balbysim)] nm *nói lắp bắp, cà lăm; sự nhai bỏm bẻm.*

balbutier [balbysje] (p sub, impf n. balbutions) vtr *nói lắp bắp, nói cà lăm; nhai bỏm bẻm (cái gì).*

balcon [balkɔ̃] nm **1.** *bao lơn;* **2.** Th: premier, deuxième, b. *hành lang dưới, hành lang trên (của rạp hát).*

baldaquin [baldak(] nm *tàu, màn ru (che trước giường; bàn thờ).*

baleáare [balear] a, n Geog: les (iles) Baléares *quần đảo Baléares.*

baleine [balɛn] nf **1.** *cá voi;* blanc de b. *chất mỡ sáp lấy ở cá voi.* **2.** *gọng căng (ở nịt ngực phụ nữ); cáng dù.* baleinier, -ière **1.** a. *(thuộc về) sự đánh bắt cá voi (công nghiệp).* **2.** nm *người đánh cá voi.* **3.** nf *tàu đánh cá voi.*

baleâze [balez] a P: *to khỏe.*

balisage [balizaʒ] nm (a) Mar. *phao hiệu, hải tiêu, đèn hiệu* Av: etc: *đèn hiệu (ở mặt đất);* (c) Aut: *dấu hiệu đi đường.*

baliser [balize] vtr *cắm cột mốc, đánh dấu, ra hiệu bằng cột tín hiệu.*

balistique [balistik] **1.** *thuộc về đường đạn, đạn đạo;* **2.** nf *đạn đạo, đường đi của viên đạn.*

baliverne [balivɛrn] nf *chuyện tầm phào, chuyện vô nghĩa;* débiter des balivernes *nói những chuyện tầm phào, vô nghĩa.*

ballade [balad] n ballad; Mus: ballade *(một thể thơ, nhạc).*

ballant [bal)] a. **1.** *lủng lẳng, đu đưa (cánh tay).* **2.** *Đu đưa, lúc lắc;* (b) *chùng xuống, oằn (dây thừng).*

ballast [balast] nm **1.** G Civ: etc: *đá balat (đường xe cộ, đường sắt).* **2.** Mar. *ngăn nước dằn cho nặng tàu (tàu ngầm).*

balle[1] [bal] nf **1.** *quả bóng nhỏ, quả banh;* b. de tennis *quả banh* tenis; jouer à la b. *chơi bóng;* Ten: faire des balles *(về tenis) nhồi banh trước lúc giao banh;* b. de match *bàn thắng quyết định (khi hai đấu thủ đang hòa nhau).* **2.** *viên đạn, đầu đạn;* b. perdue *(viên) đạn lạc.* **3.** pl F: francs *forăng (đồng tiền Pháp).* **4.** Com: *kiện (bông vải).*

balle[2] nf *vỏ (lúa mì).*

baller [bale] vi *lủng lẳng; bị lung lay;* laisser b. ses bras *đong đưa cánh tay.*

ballerine [balrin] nf **1.** Th: *nữ diễn viên ba - lê.* **2.** *giày để múa ba - lê.*

ballerine [balrin] nf Th: ballet. *ba - lê (kịch, vũ ba - lê).*

ballon [balɔ̃] nm **1.** (a) *quả bóng;* b. dirigeable *khinh khí cầu;* b. d'enfant *bong bóng trẻ em (chơi);* (b) Med: *túi oxy, bình oxy để thở.* **2.** b. de football, de rugby *quả bóng đá, bóng ru - bi.* **3.** (a) Ch: *bình cầu;* (b) (verre) b. *cốc hình cầu (để uống rượu).*

ballonnement [balɔnm)] nm *chứng bụng trướng.*

ballonner [balɔne] vtr *trướng bụng, phình bụng.*

ballot [balo] nm **1.** *gói, bọc.* **2.** F: *người ngu độn;* a c'est b. *thật là điên rồ.*

ballottage [balɔtaʒ] nm Pol: *sự thất bại ở cuộc đầu phiếu lần đầu;* scrutin de b. *cuộc đầu phiếu lại.*

ballotter [balɔte] **1.** vtr *Làm lúc lắc, lung lay;* b. qn (de l'un à l'autre) *lắc mạnh ai.* **2.** vi *lúc lắc, lắc lư (con tàu); nhồi.*

bal(l)uchon [balyʃɔ̃] nm *thùng đựng áo quần dơ (để giặt);* faire son b. *gói đồ đạc lại.*

balneáaire [balneɛr] a station b. *nơi tắm biển, bãi tắm biển.*

balourdise [balurdiz] nf (a) *sự vụng về, sự vô ý thức;* (b) *sự làm bậy, sự làm lỗi ngu ngốc.*

balourd, -ourde a , n *ngu si, đần độn (người).*

baltique [baltik] a Geog: la(mer) B. *biển*

Baltique; thuộc về vùng biển Baltique.
balustrade [balystrad] nf **1.** câu lơn, bao lơn. **2.** chấn song.
balustre [balystr] nm (a) trụ bao lơn; (b) pl lang can (ở cầu thang).
bambin, -ine [b)b(, in] n F: đứa bé, bé con.
bambocher [b)bɔʃe] vi F: chơi bời phóng đãng.
bambou [b)bu] nm Bot: cây tre.
ban [b)] nm **1.** (a) proclamation. sự tuyên bố, sự công bố; (b) tràng pháo tay tán thưởng; un b. pour M. le maire ! một tràng pháo tay cho ông thị trưởng ! (c) pl tờ rao hôn phối. **2.** être au b. de la société bị trục xuất ra ngoài xã hội, bị tước đoạt mọi quyền làm người. **3.** le b. et l'arrière - b. tất cả, toàn thể.
banal, -als [banal] a Tầm thường, phổ thông; pas b. Không phổ thông, nằm ngoài sự bình thường.
banaliser [banalize] vtr làm trở nên tầm thường; voiture banalisée xe của cơ quan cảnh sát không mang dấu hiệu.
banaliteá [banalite] nf **1.** sự tầm thường, cũ kỹ. **2.** pl clichés. sự nói chuyện gẫu; câu chuyện nhạt nhẽo.
banane [banan] nf quả chuối.
bananier [bananje] nm **1.** cây chuối. **2.** bẹ chuối.
banc [b)] nm **1.** ghế dài, ghế băng; b. d'église ghế dài có lưng dựa trong giáo đường; b. des ministres hàng ghế đầu dành cho các bộ trưởng; Jur: b. des accusés vành móng ngựa; b. des témoins chỗ ngồi các nhân chứng. **2.** ghế dài để làm việc; b. d'essai bàn thử máy (ôtô ...). **3.** (a) lớp (đá); (b) b. de sable bãi cát; b. de roches lớp đá ngầm; b. d'huitres lớp bãi sò, hến (dưới sông). **4.** đàn cá.
bancaire [b)kɛr] a thuộc ngân hàng; chèque b. ngân phiếu.
bacal, -als [b)kal] (a) què quặt, khập khiễng (người); (b) lung lay, lỏng lẻo (đồ dùng).
bande[1] [b)d] nf **1.** (a) băng, giải (vải, giấy, kim loại); giải (đất); đường kẻ (vật liệu); tấm giấy dán quanh một tờ báo cuộn tròn; b. dessinée truyện tranh hoạt hình, truyện tranh hài hước; (b) băng dùng để buộc vết thương; băng keo; (c) cuốn phim; b. băng phát âm; b. magnétique băng từ tính; (d) Mép trong bàn bi-a (của bàn bi da); par la b. bằng một đường lắt léo; (e) Wtel: b. de fréquences băng tần số (âm thanh); (f) (ammunition) Băng đạn. **2.** Nau: sống tàu; donner de la b. nghiêng tàu về một bên.
bande[2] nf **1.** băng, nhóm; faire b. à part đứng riêng một mình; toute la b. cả đám; b.

d'imbéciles ! một bầy ngốc nghếch. **2.** đàn (chim); đàn chó sói; bầy sư tử.
bande - annonce [b)danɔ̃s] nf Cin: pl bandes - annonces. đoạn phim trích để quảng cáo.
bandeau, -eaux [b)do] nm **1.** băng - đô (cột tóc). **2.** vải băng vết thương trên đầu; mettre un b. à qn bịt mắt ai.
bander [b)de] **1.** vtr (a) buộc bằng vải, bằng băng; b. les yeux à qn bịt mắt ai; (b) kéo căng ra, kéo dài ra; b. un arc, (i) trương cung (ii) bander son esprit Căng óc. **2.** vi V: dùng hết sức (vào một việc gì).
bandelettes [b)dlɛt] n.f. **1.** Băng (nhỏ); dải (nhỏ). **2.** Arch. Gờ nhỏ, đường chỉ.
banderole [b)drɔl] nf biểu ngữ, lá cờ, cờ đuôi nheo.
bande - videáo [b)dvideo] nf băng video; pl bandes video.
bandit [b)di] nm (a) kẻ cướp, brigand phường cường đồ; (b) kẻ bất nhân, lừa đảo.
bandoulieâre [b)duljɛr] nf dây đeo ở vai; porter qch en b. mang vật gì choàng ở một vai.
banjo [b)ʒo] nm đàn banjo.
banlieue [b)ljø] n ngoại ô; de b. thuộc về vùng ngoại ô; grand b. ở bên ngoài vùng ngoại ô.
banliusard, -arde [b)ljøzar, ard] n dân chúng vùng ngoại ô.
banne [ban] nf vải căng để che mưa nắng.
banni, -e [bani] n bị đày, bị trục xuất.
bannieâre [banjɛr] nf lá cờ.
bannir [banir] vtr đày, trục xuất, đưa đi biệt xứ.
bannissement [banism)] nm hình phạt lưu đày.
banque [b)k] nf **1.** (a) ngân hàng; (b) công việc của ngân hàng; (c) Med: b. du sang ngân hàng máu. **2.** nhà cái cờ bạc; faire souter la b. ăn hết tiền nhà cái.
baqueroute [b)krut] nf sự vỡ nợ, sự phá sán; faire b. phá sán.
banquet [b)kɛ] nm bữa tiệc lớn, yến tiệc.
banquette [b)kɛt] nf ghế dài nhỏ; Aut: b. arrière băng ghế sau (xe ôtô); Th: jouer devant les banquettes diễn trong phòng có ít người xem.
banquier [b)kje] nm người cầm cái (cờ bạc).
banquise [b)kiz] nf dải băng, băng hà.
baptïme [batɛm] nm **1.** phép rửa tội, phép đặt tên thánh; phép thanh tẩy; recevoir le b. chịu phép rửa tội (được rửa tội); nom de b. tên thánh. **2.** sự làm phép (cho một cái chuông); sự đặt tên (cho một con tàu); b. de l'air chuyến bay đầu tiên.
baptiser [batize] vtr (a) rửa tội; đặt tên thánh (cho ai hoặc con tàu); ban phép (cho cái

baptiste [batist] a, n Ecc: *tín đồ Báp - tít*.
baptisteâre batister *nm Nhà rửa tội*.
baquet [bakɛ] *nm thùng gỗ*.
bar [bar] *nm* **1.** *quán rượu*. **2.** Ich: *cá vượt*.
baragouin [baragwε̃] *nm sự nói lăng nhăng, líu nhíu, khó hiểu*.
baragouiner [baragwine] vtr F: (a) *học tồi một thứ tiếng*; b. l'anglais *nói sai tiếng Anh; nói ngọng, nói líu nhíu khó nghe*.
baraque [barak] *nf* (a) *chòi, trại, lều*; (b) F: *nhà cửa (thường là kém xây dựng)*; Pej: *hố rác, nơi đổ rác*; (c) *chỗ ngồi ở chợ phiên, hội chợ*.
baraquement [barakmɑ̃] *nm nhà lều, nhà tồi tàn*; Mil: *trại lính*.
baratin [baratɛ̃] *nm* F: (a) *người nói bép xép; nói liếng thoắng, rao liếng thoắng (bán hàng)*; (b) *bài diễn văn lưu loát*.
baratineur, -euse [baratinœr, øz] n F: (a) *nói bép xép* (b) *người nói chuyện lưu loát, người đọc diễn văn lưu loát*.
baratte [barat] *nf máy đánh thơ*.
Barade [barbad] Geog: *xứ Barbade*.
barbare [barbar] **1.** a (a) *quê mùa, hoang dã*; (b) *man rợ, tàn bạo*. **2.** n *người dã man, man rợ*.
barbarie [barbari] *nf* **1.** *sự, tình trạng hoang dã, chưa khai phá*. **2.** *sự dã man*.
barbarisme [barbarism] *nm* Gram: *sự dùng từ ngữ không đúng qui cách*.
barbe [bard] *nf* (a) *râu*; sans b. *không có râu, nhẵn nhụi*; b. de 8 jours *bộ râu lún phún (cạo được 8 ngày)*; se faire la b. *cạo râu*; rire dans sa b. *cười thầm, cười lén*; b. à papa *keo tơ*; la b. ! *câm mồm*; (c) *râu cằm (của dê); yếm thịt (của chim gà); lông vũ (của cọng lông chim)*.
barbeau, -eaux [barbo] *nm* **1.** Zoo. *Cá chày Âu*. **2.** P. *Ma cô*.
Barbe - Bleue [barbəblø] *nm con yêu râu xanh (trong truyện cổ)*.
barbecue [barbəky] *nm lò than (để rán)*.
barbeleá [barbəle] a *có gai*; fil de fer b. *giây kẽm gai*.
barber [barbe] v. tr. **1.** vtr *làm phiền ai, làm ai phải chán ngán*. **2.** se b. *cảm thấy chán nản, phát chán*; barbant a F: *chán, nhàm chán*.
barbiche [barbiʃ] *nf chòm râu dê (cằm)*.
barbier [barbje] *nm thợ cạo*.
barbiturique [barbityrik] (a) *có tính an thần*; (b) *thuốc an thần*.
barboter [barbɔte] **1.** vi *lội bì bõm, văng tung tóe*. **2.** vtr *bị thó mất, bị chôm mất*.

barboteuse [barbɔtøz] *nf* Cl: *bộ áo quần yếm, áo liền quần (trẻ em)*.
barbouillage [barbujaʒ] *nm* **1.** *sự bôi lem luốc; sự sơn quét bậy bạ, sự viết nguệch ngoạc*. **2.** *bức tranh lem nhem, chữ viết nguệch ngoạc, nét vẽ lung tung*.
barbouiller [barbuje] vtr **1.** *bôi lem luốc; quét, bôi (bằng chất gì, thứ gì)*; (b) *tự bôi lem khuôn mặt*. **2.** *viết nguệch ngoạc, viết cẩu thả*. **3.** F: avoir l'estomac barbouillé *có cảm giác buồn nôn, buồn mửa*.
barbouilleur, -euse [barbujer, øz] n *người bôi lem luốc (họa sĩ tồi); người viết nguệch ngoạc (văn sĩ tồi)*.
barbu [barby] **1.** a. *có râu*. **2.** nf ich: *con cá bơn sao*.
barde¹ [bard] *nf* Cu: *miếng mỡ (bọc ngoài thịt để nướng)*.
barde² *nm nhà thơ hát rong*.
barder¹ [barde] vtr **1.** Hist: *mặc, khoác giáp sắt (vào, hoặc cho ai)*; bardé de fer *mặc áo giáp*; bardé de bao bọc (bởi)*. **2.** Cu: *nướng, đút lò*.
barder² impers F: ca va b. ! *có nguy hiểm đấy !*
bareâme [barɛm] *nm* (a) *định mức, ba - rem*; (b) *(lương) bảng ghi (theo dõi - mức độ tiến bộ); bảng kê khai giá hàng*; (c) Sch: *bảng điểm*.
baril [bari l] *nm thùng*.
barillet [barijɛ] *nm ổ đạn súng lục*.
barioler [barjɔle] vtr *làm cho sặc sỡ, tô sặc sỡ; (cái gì) có màu sắc sặc sỡ, phô trương*; bariolé a. *có màu sắc chói sáng*.
bariolure [barjɔlyr] *nf vẻ sặc sỡ của màu sắc*.
barjo(t) [barʒo] a P: *điên khùng, mất trí*.
baromeâtre [barɔmetr] *nm phong vũ biểu*. baromé - trique a. *thuộc về (của) phong vũ biểu*.
baron, -one [barɔ̃, ɔn] n *nam tước*.
baroque [barɔk] a *kỳ cục, ngược đời, kỳ lạ*; baroque (style) *ba rốc (trường phái)*.
baroud [baru] *nm Trận đánh, chiến trận*.
barque [bark] *nf chiếc thuyền, chiếc đò*.
barrage [baraʒ] *nm* (a) *vật cản*; b. routier, *vật cản, rào chắn đường* (b) *đập, đê*; (c) Mil: *hàng rào phòng ngự*.
barre [bar] **1.** (a) *thanh, thơi (kim loại); (sôcôla)*; F: avoir le coup de b. *cảm thấy mệt mỏi đột xuất*; (b) *hàng rào chướng ngại; lan can (cầu thang)*; b. d'appui *tay vịn (cầu thang)*; b. xà *(trong thể thao)*; (c) Mar. *bánh lái, tay lái (tàu thủy)*; (d) *cái rào gỗ ở tòa án để ngăn quan tòa và công chúng*; b. des témoins *chỗ ngồi của nhân chứng*; paraître à la b. *ra hầu tòa*. **2.** *giải cát nối (ở cửa sông)*; b. d'eau *mực*

nước. 3. (a) *nét gạch ngang*; b. de soustraction *nét gạch; dấu trừ;* b. d'un t *dấu gạch ngang chữ t;* (b) Mus: b. de mesure *vạch ô nhịp (nhạc).*

barreau, -eaux [baro] nm 1. *thanh nhỏ; chấn song; nấc thang.* 2. Jur: être recu au b. *bị gọi lên vành móng ngựa.*

barrer [bare] vtr 1. (a) *đóng (cửa);* (b) *chặn lối (bằng một chướng ngại), ngăn lại chặn đường.* 2. *kẻ gạch ngang chữ A;* b. un chèque *gạch chéo một tấm ngân phiếu.* 3. *gạch bỏ một chữ.* 4. Mar. *lái, (thuyền, tàu).* 5. P: se b. *bỏ trốn, chạy trốn.*

barrette [barɛt] nf 1. Ecc: *mũ ba góc của Hồng y giáo chủ.* 2. *kẹp (tóc).*

barreur [barœr] nm *người cầm lái (tàu thuyền);* sans b. *không người cầm lái.*

barricade [barikad] n.f. *rào chắn, chướng ngại vật.*

barricader [barikade] vtr *dựng rào chắn, vật chướng ngại;* se b., (i) (dans); (i) *tự trốn ở trong...)* (ii) (dans sa chambre) *Đóng cửa tạ khách.*

barrieâre [barjɛr] nf *rào gỗ; hàng rào; rào chắn (ở cổng vào).*

barrique [barik] nf *thùng tròn lớn.*

barrir [barir] vi *rống (voi).*

barrissement [barismɑ̃)] nm *tiếng rống của con voi.*

baryton [baritɔ̃] a & nm *trầm (giọng).*

bas, basse [bɑ, bɑs] 1. a (a) *thấp;* maison basse de toit *nhà có mái thấp;* b. sur pattes *có chân ngắn;* en b. âge *trẻ (tuổi);* voix basse *nhỏ, thấp (giọng nói);* acheter qch à b. prix *mua cái gì với giá rẻ;* basse mer *xuống (thủy triều);* la tête basse *cúi (đầu) xuống xấu hổ;* (b) *thấp hèn, hạ tiện;* (c) Cu: b. morceaux *hạ xuống (thịt) hạ giá;* les. b. quartiers *các khu nghèo khổ (của thành phố);* ce b. monde *thế gian, nhân gian;* au b. mot *Rẻ nhất là, hạ giá nhất là.* 2. adv (a) *thấp;* plus b. *thấp hơn, nhỏ hơn;* voler b. *bay thấp;* voir plus b. *nhìn thấp hơn;* traiter qn plus bas que terre *hạ nhục, sỉ nhục ai;* (b) F: b. les pattes ! *cất tay ! không được dụng đến !* (c) mettre b. *(súc vật) đẻ, sinh;* mettre b. les armes *hạ vũ khí, xếp vũ khí ngưng chiến;* (d) parler (tout) b. *nói thì thầm.* 3. (a) nm *phần dưới (của cái gì); dưới chân (cái thang), cuối (trang giấy);* b. du dos *phần dưới, phần nhỏ (của tấm dựa lưng ở chiếc ghế);* de haut en b. *từ trên xuống dưới;* (b) adv phr en b. *ở dưới;* aller en b. *đi xuống (cầu thang);* les gens d'en b. *(những người ở tầng dưới);* tomber la tête en b. *té đầu dâm xuống đất;* prep phr en b. de. *ở tận dưới đáy; dưới chân cầu thang;* en b., de l'escalier *ở*

tầng dưới; à b. les dictateurs ! *đả đảo nhà độc tài!* sauter à b. du lit *nhảy khỏi, leo xuống giường;* (c) les hauts et les b. *những bước thăng trầm;* (d) *vớ, bít tất dài;* Fig: b. de laine *nơi cất tiền, nơi để dành tiền.* 4. nf Mus: basse 1. *Giọng nam trầm.* 2. *Kèn bát.* bassement adv. *một cách bần tiện, thấp hèn, tiểu nhân.*

basalte [bazalt] nm *đá ba - dan.*

basaneá [bazane] a *sạm đen; ngăm đen (vì nắng).*

bas - bleu [bɑblø] nm pl bas - bleus *bít tất xanh (ám chỉ tính tự phụ ở các nữ văn sĩ).*

bas - côteá [bɑkote] nm 1. *gian bên ở trong giáo đường.* 2. *vệ đường, lề đường.*

bascule [baskyl] nf *cái đu câu (trò chơi trẻ em);* b. *cái cân bàn;* fauteuil à b. *ghế xích đu;* wagon à b. *toa xe có thùng nghiêng đổ được.*

basculer [baskyle] vtr & i 1. (a) *lúc lắc; đu đưa;* (b) *làm nghiêng;* (faire) b. une charrette *làm nghiêng (để đổ hàng ra) ở một chiếc xe (bò, ngựa);* (c) Pol: b. à droite *nghiêng về phía cánh hữu (chính trị).* 2. *làm mất thăng bằng, chao đảo; ngả nghiêng.*

base [bɑz] nf 1. *chân (núi); nền, móng (nhà);* b. de maquillage *kem lót (mỹ phẩm); chất nền (mỹ phẩm hóa trang).* 2. Mil: etc: *căn cứ địa (quân sự);* b. aécrienne *căn cứ không quân;* b. de lancement *căn cứ, điểm phóng tên lửa.* 3. *Cơ sở, căn bản, nền tảng (để nghi ngờ);* sans b. *(nghi ngờ) không cơ sở;* l'anglais de b. *tiếng Anh căn bản;* produits à b. d'amidon *sản phẩm từ tinh bột;* boisson à b. de gin *chất uống, nước uống có gốc rượu gin.* 4. *Căn số.* 5. Ch: *bazơ.*

base - ball [bɛzbol] nm Sp: *môn dã cầu.*

baser [bɑze] 1. vtr *dựa vào, dựa trên, căn cứ trên.* 2. se b. sur qch *lý lẽ được căn cứ trên một điều gì đó, lập luận dựa trên (một cái gì).*

bas - fond [bɑfɔ̃] nm 1. *chỗ đất thấp và sâu;* les b. -fonds de la sociéte *cặn bã của xã hội, hạng cùng mạt của xã hội.* 2. pl bas - fonds *chỗ nước cạn.*

basic [bɑzik] nm Inf. *ngôn ngữ lập trình.*

basilic [bazilik] nm Bot: *cây hoắch hương.*

basilique [bazilik] nf Arch: *vương cung thánh đường.*

basket [basket] nm ou f *giày ống để chơi bóng rổ* F: lâche moi les baskets ! *hãy để tôi yên!* F: être bien, à l'aise, dans ses baskets *tự cảm thấy thoải mái.*

basket(-ball) [basket bol] nm Sp: *môn bóng rổ.*

basketteur, -euse [basketœr, øz] n *người chơi bóng rổ.*

basque[1] [bask] a & n Ethn: *xứ Basque;* basquais, -aise *người xứ Basque.*

basque² nf đi theo ai không rời một bước; Fig: être toujours (pendu) aux basques de qn

bas - relief [barəljɛf] nm pl bas-reliefs *bức phù điêu.*

basse *Xem* **bas**

basse - cour [baskur] nf (a) *sân nuôi gia cầm;* (b) pl basses - cours *bầy gia cầm (gà vịt).*

basse - fosse [basfos] nf pl basses - fosses *ngục tối ở dưới đất.*

bassesse [basɛs] nf **1.** *chỗ thấp, chỗ trũng.* **2.** *sự hèn hạ, dê tiện, thô bỉ.*

basset [basɛ] nm *loại chó lùn có tai dài.*

bassin [bas( ] nm **1.** *bể lớn, chậu lớn, thùng sâu và rộng.* **2.** (a) *bể kiếng, hồ để làm cảnh; chậu kiếng (nuôi cá);* (b) *thùng chứa.* **3.** *vũng tàu đậu (để sửa chữa).* **4.** (a) Geol: *lưu vực;* (b) *lưu vực một con sông;* (c) b. *vùng mỏ, miền mỏ.* **5.** Anat: *xương chậu.*

bassine [basin] nf *cái chậu; cái bát.*

bassiner [basine] vtr (a) *tấm nước, thấm nước (vào cái gì);* (b) F: *chán nản, mệt mỏi.*

bassiste [basist] n *người chơi nhạc cụ có tiếng trầm.*

basson [basɔ̃] nm Mus: **1.** *sáo ba xông.* **2.** *người thổi sáo ba xông.*

bastingage [bast(gaʒ] nm Mar. (a) *thành trên của tàu, bao lơn ở trên tàu;* (b) *tay vịn, lan can của thành tàu;* accoudé aux bastingages *tựa người vào lan can tàu.*

bastion [bastjɔ̃] nm *pháo đài.*

bastringue [bastr(g] nm P: **1.** *sự ồn ào, náo loạn.* **2.** sout ton b. *Mang theo tất cả đồ đạc.*

bas - ventre [bav)tr] nm pl basventres *bụng dưới.*

bêt [ba] nm *(yên ngựa để chở) đồ đạc;* cheval de b. *ngựa thồ;* F: c'est là que le b. (le) blesse *đó là yếu điểm.*

bataclan [batakl] nm F: *đồ cồng kềnh vô ích, đồ đạc bộn bề vô dụng;* et tout le b. *vân vân và vân vân, và tất cả những gì còn lại.*

bataille [bataj] nf **1.** *sự giao chiến, trận đánh;* champe de b. *bãi chiến trường;* b. marine *trận thủy chiến.* **2.** cheveux en b. *tóc tai lôi thôi, không gọn gàng.* **3.** *một trò chơi bài gồm hai người.*

batailler [bataje] vi *đánh nhau, giao chiến;* batailleur, - euse. a. *có tính hiếu chiến.*

bataillon [batajɔ̃] nm Mil: *đại đội, một toán quân.*

bêtard, -arde [batar, ard] **1.** a & n (a) (enfant); b. *(con) để hoang, (con) ngoại tình;* (b) (chien) b. *(chó) lai giống.* **2.** *loại bánh mì ổ ngắn của Pháp.*

bêtardise [batardiz] nf *tình trạng, thân phận của đứa trẻ để hoang, trẻ ngoại tình.*

batavia [batavja] nf *một thứ rau diếp lá to.*

bateau, -eaux [bato] **1.** nm (a) *chiếc tàu; thuyền;* b. à vapeur *tàu, thuyền chạy bằng hơi nước;* b., à voiles *tàu, thuyền chạy bằng buồm;* b. de sauvetage *tàu cứu hộ;* faire du b. à voiles, à rames *lái thuyền, chèo thuyền;* (b) *lối xe vào (nơi lề đường được hạ thấp xuống.* **2.** a inv F: *tầm thường (đề tài ...).*

bateau - citerne [batositɛrn] nm pl bateaux - citernes *tàu bồn, tàu chở nhiên liệu lỏng.*

bateau - mouche [batomuʃ] nm *thuyền để dạo chơi trên sông (sông Seine ở Paris);* pl bateaux - mouches *tàu chở khách trên sông.*

bateleur, -euse [batlœr, øz] n A: *người làm trò múa rối.*

batelier, -ieâre [batəlje, jɛr] n *người chèo thuyền; người lái đò, đưa đò.*

bêti [bati] nm **1.** *khuôn, giàn giáo (xây dựng).* **2.** *quần áo mới may lượt qua.*

batifoler [batifɔle] vi F: *đùa, giỡn, đùa nghịch, giỡn cợt.*

bêtiment [batim)] nm **1.** le b. *công trình kiến trúc.* **2.** *nhà ở.* **3.** *tàu.* b. de guerre *tàu chiến.*

bêtir [batir] vtr **1.** (a) *xây dựng;* (se) faire b. une maison *xây dựng một căn nhà;* terrain à b. m *địa điểm xây cất;* (b) *gầy dựng nên sự nghiệp; phát triển một lý thuyết;* (c) homme bien bâti *một con người được giáo dục, rèn luyện tốt.* **2.** *khâu đường chỉ lược, may lược.*

bêtisse [batis] nf *kiến trúc lớn.*

bêtisseur, -euse [batisœr, øz] n *người làm nghề xây dựng, kiến thiết.*

batiste [batist] nf *vải mỏng, vải mịn.*

bêton [batɔ̃] nm **1.** (a) *gậy; gậy điều khiển giao thông (của cảnh sát); thanh ngang (bắt qua chân ghế);* b. de vieillesse *người nuôi dưỡng kẻ già nua;* mettre des bâtons dans les roues *thọc gậy bánh xe;* (b) parler à bâtons rompus *nói chuyện nhát ngừng, nói chuyện không đầu không đuôi;* (c) *cây cột, cây gậy dài, cột cờ;* (d) *gậy để biểu hiện quyền lực, gậy giám mục.* **2.** *thoi, thỏi;* b. de rouge (à lèvres) *thỏi son môi.* **3.** *nét số dọc (viết).* **4.** F: un b., 10,000 francs *10,000 phơ - răng.*

batracien [batrasj( ] nm Z: *loài lưỡng thể (động vật).*

battage [bataʒ] nm **1.** *sự đập lúa.* **2.** F: *sự quảng cáo rầm rộ.*

battant [bat)] **1.** a. *đập;* pluie battante *mưa to, mưa tầm tã;* mener les choses tambour b. *vội vàng, gấp gáp làm việc gì.* **2.** nm (a) *cục sắt (ở trong chuông);* (b) *tấm lát trên mặt bàn;* porte à deux battants *cửa hai cánh, cửa xếp;* (c) *cánh*

batte | 74 | **beau, bel, belle**

cửa (tủ chè, tủ chạm); (d) *chiến sĩ (người).*

batte [bat] nf *gậy để chơi criôke.*

battement [batmã)] nm **1.** (a) *tiếng đập; tiếng vỗ phành phạch; tiếng vỗ tay; cú đấm mạnh; sự chớp mắt;* (b) *sự đập thoi thóp;* b. de ceur *tiếng đập của quả tim;* avoir des battements de coeur *hồi hộp.* **2.** *khoảng cách;* 20 minutes de b. *20 phút dừng lại; 20 phút chờ đợi; 20 phút nhàn rỗi.*

batterie [batri] nf **1.** Mus: (a) *(tiếng) đập (của trống), tiếng trống;* (b) *bộ gõ, bộ trống.* **2.** Artil: *pháo đội;* pièces en b. *súng đang khai hỏa.* **3.** (a) b. de cuisine *Bộ nồi niêu xong cháo;* (b) Aut: El. battery *Bộ pin, bộ ac-quy.*

batteur, -euse [batœr, øz] n **1.** nm (a) b. en grange *người đập lúa;* (b) Ven: *người xua chim, thú (để người khác bắn);* (c) F: b. de pavé *kẻ bát phố;* (d) *người đánh bóng chày;* (e) Mus: *người đánh trống, nhạc công chơi nhạc khí gõ.* **2.** nm *cây đánh (trứng).* **3.** nf batteuse *máy đập, máy dát kim loại.*

battoir [batwar] nm (a) *cây đánh (thảm) để làm sạch bụi;* (b) *cây đập (áo quần khi giặt);* (c) F: *bàn tay to, bàn tay hộ pháp.*

battre [batr] v (pr ind je bats, il bat) **1.** vtr (a) *đánh, đập; đập một tấm thảm (cho sạch bụi);* b. le tambour *đánh trống;* b. du blé *đập lúa;* b. des oefs *đánh trứng (cho dậy);* b. (du) *lúa);* Prov: b. le fer pendant qu'il est chaud *Dạy con từ thuở còn thơ...;* (c) *đánh thắng;* b. qn à plate(s) couture(s) *đánh ai thua xiểng liểng;* (d) b. la campagne, (i) *đi dạo chơi khắp đồng quê* (ii) F: *bị sững sờ, mê sảng;* b. un bois *lùng sục khắp cánh rừng (để săn);* (e) Mar. b. le pavillon *treo cờ;* (f) b. les cartes *xáo (bài).* **2.** vtr & i (a) b. le réveil *lên giây báo thức (đồng hồ);* b. le coeur lui battait *con tim anh ta đập mạnh (hồi hộp, vui mừng...);* (c) la pluie bat (contre) la fenêtre *mưa dội xối xả vào cửa sổ;* battu par les vagues *bị vùi dập bởi những con sóng;* porte qui bat *cửa đánh rầm rầm;* le vent fait b. les volets *các cánh cửa bị gió đánh rầm rầm;* (d) b. des ailes *(chim) đập cánh;* b. des mains *vỗ tay;* b. du pied *dậm chân;* b. des paupières *chớp mắt.* **3.** se b. (avec, contre) *đánh nhau (với ai), chiến đấu (chống lại cái gì);* un chemin, un sentier *(con đường, lối đi) có nhiều người qua lại;* elle a les yeux battus *con mắt cô ta có quầng thâm.*

battue [baty] nf Ven: *sự khua, xua thú săn.*

baudet [bodɛ] nm *con lừa, con lừa đực.*

baudrier [bodrije] nm *dây đeo chéo qua vai (gươm, súng).*

baume [bom] n.m *nhựa thơm, bôm.*

bauxite [boksit] nf Miner: *bô - xít (quặng).*

bavardage [bavardaʒ] nm (a) *sự ba hoa; sự bép xép;* (b) *nói ba hoa; nói léo, bép xép.* bavard, -arde **1.** a. *hay nói chuyện.* **2.** n *hay léo mép.*

bavarder [bavarde] vi (a) *nói liếng thoắng, nói huyên thuyên;* (b) *nói tầm phào, nói léo;* (c) *trò chuyện.*

bave [bav] nf *nước miếng; nước dãi; bọp mép.*

baver [bave] vi (a) *chảy nước miếng, nhỏ dãi; sùi bọp mép (ở miệng);* (b) P: en b. *khó nhọc, khổ sở (để làm ra cái gì);* (c) *nhòe ra (mực viết);* baveux, - euse a. *sùi bọp mép;* (omelette) *nhão ra (trứng chiên).*

bavette [bavɛt] nf **1.** *cái yếm (trẻ em).* **2.** Cu: *phần thịt hông (bò).*

Bavieâre [bavjɛr] Geog: *xứ Bavie.*

bavarois [bavarwa] a. Thuộc *xứ Bavie, người Bavie.*

bavoir [bavwar] nm *yếm, dãi.*

bavure [bavyr] nf (a) *vết bẩn, vết ố;* sans b. *không có lỗi, không chê vào đâu được;* (b) *sự lỗi lầm, cẩu thả.*

bayer [baje] vi (je baye, baie, n. bayons) b. aux corneilles, *nhìn trời vớ vẫn.*

bazar [bazar] nm **1.** (oriental) *chợ búa, cửa hàng tập trung.* **2.** (a) *cửa hàng bách hóa tổng hợp* (b) F: *Đồ đạc, nhà cửa bừa bãi, lộn xộn;* (c) F: *đồ đạc;* tout le b. *toàn bộ sưu tập (đồ vật, sự kiện...).*

bazarder [bazarde] vtr F: *bán tống, bán tháo đi.*

bazooka [bazuka] nm *súng bazooka.*

BCBG [besebeʒe] (abr bon chic bon genre) F: **1.** a. *rất gọn gàng sạch sẽ trong cách ăn mặc.* **2.** n *sự ăn mặc gọn gàng, sạch sẽ.*

BCG nm abr (vaccin) bilié (de) Calmette et Guerin *vaxin ngừa lao.*

BD [bede] nf (abr bande dessinée) *băng hình, truyện tranh, băng truyện, hoạt họa.*

beáant [be)] a *há hốc (mồm).*

beáat, -ate [bea, at] a (a) Egl. *thanh thản;* (b) *mãn nguyện, khoan khoái;* sourire b. *cười thanh thản.* béatement adv *thanh thản, khoan khoái.*

beáatification [beatifikasjɔ̃] nf *lễ phong chân phúc;* béatifique a. *được ban phúc.*

beáatifier [beatifje] vtr (pr sub && impf n. béatifitions) Ecc: *tuyên phúc, ban chân phúc.*

beáatitude [beatityd] nf (a) *hạnh phúc hoàn toàn;* (b) *sự hạnh phúc, sự sung sướng thanh thản.*

beau, bel, belle [bo, bɛl] pl beaux, belles **1.** a (a) *đẹp; đáng yêu;* un bel homme *người đàn ông đẹp trai;* le b. sexe *Phái đẹp;* de beaux arbres *những cây cối xinh đẹp;* (b) *tao nhã, tốt* đẹp; de beaux sentiments *những cảm tình tốt đẹp*; une belle mort *một cái chết hào hùng*; (c) b. danseur *vũ công hảo hạng*; belle santé *một sức khỏe tốt*; bel âge *một tuổi già đầy sức sống*; belle occasion *một cơ hội tốt*; belle situation *một vị trí (công việc) tốt*; c'est trop b. pour être vrai *đẹp không tưởng được*; avoir (un) b, jeu *(cờ bạc) - có ván bài tốt*; b. joueur *người đánh bài bạo*; voir tout du b. côté *nhìn cái gì dưới góc độ lạc quan, tốt đẹp*; (d) thanh lịch, *bánh bao*; le b. monde *xã hội thượng lưu*; se faire b. *chau chuốt, làm đỏm*; (e) b. temps *trời tốt*; un b., jour *một ngày đẹp trời*; (f) Iron: tout cela est bien b. mais *tất cả đều tốt đẹp đấy nhưng mà ...*; vous avez fait du b. travail ! vous en avez fait une belle! *tốt gây hại, anh đã làm những điều kỳ quặc! anh quấy rầy tôi hết sức!* (g) j'ai eu une belle peur! *tôi đã được một mẻ sợ lớn!* au b. milieu de la rue *ngay giữa đường*; un b. gâchis, un b. salaud *người hèn hạ thô tục*. **2.** adv phrs bel et bien *hoàn toàn*; il est bel et bien venu *Anh ta thực sự đã đến*; de plus belle *càng hơn, càng thêm nữa*. **3.** v phrs (a) l'échapper belle *thoát hiểm trong gang tấc*; (b) il ferait b. voir cela *cái đó rất đáng xem, rất đáng quan tâm*; (c) il fait b. (temps) *trời nắng tốt*; (d) avoir b. faire qch *có làm cũng vô ích, vô hiệu*; j'avais b. chercher, je ne trouvais rien *tôi đã tìm khắp nơi mà vẫn không thấy*. **4.** n (a) une belle *Người đẹp*; la Belle au bois dormant *người đẹp ngủ trong rừng*; (b) faire le b. *(chó) làm dáng (đứng lên bằng hai chân sau)*. **5.** nm (a) le b. *cái đẹp*; (b) le plus b. de l'histoire c'est que *phần hay ho, đẹp đẽ nhất của câu chuyện là*; (c) le temps est au b. *thời tiết tốt; thời tiết tốt, thời tiết trong sáng*. **6.** (a) jouer la belle *chơi một ván bài quyết định*, (b) se faire la belle *chuồn, trốn trại, trốn tù*.

beaucoup [boku] adv. **1.** *số lượng lớn*; c'est déjà b. s'il veut bien vous parler *thật là may mắn khi nó chịu nói chuyện với anh*; (b) *một số lượng lớn*. **2.** adv (a) b. de nhiều; *rất nhiều*; a vec b. de soin *rất cẩn thận*, il y est pour beaucoup *nó phải tốn rất nhiều công sức để làm việc đó*; il y est pour b. beaucoup d'entre nous *số lớn, phần lớn trong chúng ta*; (b) de b. nhiều lắm; c'est de b. le meilleur *rõ ràng là cái tốt nhất*; (c) *nhiều*; elle parle b. *cô ta hay nói*; il est b. plus âgé *nó già hơn nhiều*; il a b. voyagé *nó đã đi du lịch rất nhiều*.

beauf [bof] nm F: **1.** *anh, em rể*. **2.** Péj: *tên gọi người Pháp trung lưu và mẫu mực*.

beau - fils [bofis] nm **1.** *con ghẻ*. **2.** pl beaux-fils *con rể*.

beau-freâre [bofrɛr] nm *anh chồng, anh vợ*. **2.** pl beaux-frères.

beaux - peâres [bopɛr] *cha ghẻ, dượng*.

beaupreá [bopre] nm Nau: *cột buồm cái*.

beauteá [bote] nf **1.** *sắc đẹp, vẻ đẹp*; être en b. *được xem là đẹp để*; finir en b. *thành đạt, có kết quả như ý muốn; nốt ruồi đẹp cực kỳ*; de toute b. *Rất đẹp*; se (re)faire une b. *điểm (trang điểm lại)*. **2.** *nhan sắc; giai nhân; những cái đẹp; những nét đẹp*; n.f pl les beautés tourisitiques *những danh lam thắng cảnh*.

beaux - arts [bozar] nmp *mỹ thuật*; école des b. - a., les B.- A. *trường mỹ thuật*.

beaux - parents [bopar] nmp *cha mẹ chồng, cha mẹ vợ*.

beábeá [bebe] nm *em bé*; b. phoque *con hải cẩu con*.

beábïte [bebɛt] a F: *ngu ngốc*.

bec [bɛk] nm **1.** *mỏ (chim); cái mỏ (gà, chim)*; coup de b. *lời công kích, chỉ trích*. **2.** F: *miệng, mồm*; clouer le b. à qn *làm cho ai câm mồm lại*; fin b. *người sành ăn uống*; être, rester, le b. dans l'eau *phải chờ đợi, bị dở dang*; prise de b. *cuộc đấu khẩu, cuộc cãi nhau*. **3.** (a) *mũi (vật dụng); vành miệng (cái hũ); vòi (bình cà phê)*; b. de plume *ngòi (viết)*; (b) b. de gaz *đèn (ga)*; b. Bunsen *đèn Bun - sen*; P: tomber sur un b. *đứng trước một tai ương*.

beácane [bekan] nf F: *xe đạp*.

beácarre [bekar] a & nm Mus: *dấu bê - ca*.

beácasse [bekas] nf **1.** Orn: *chim mỏ nhác*. **2.** F: *người đàn bà khờ dại*.

bec - de - cane [bɛkdəkan] nm pl becs- de-cane *tay vặn cửa có hình mỏ vịt*.

bec - de - lièvre [bɛkdəljɛvr] nm *môi sứt*; pl becs-de-lièvre *người sứt môi*.

bïche [bɛʃ] nf *cái mai, cái xuống*.

bïcheur, -euse [bɛʃœr, øz] n **1.** *người hay gièm pha, nói xấu người khác*. **2.** F: *người hay chỉ trích*.

bïcher [bɛʃe] vtr **1.** *đào bới*. **2.** F: *chỉ trích; hay chó mũi vào*.

beácot [beko] nm F: *cái hôn nhẹ*.

beácoter [bekɔte] vtr F: *hôn nhẹ*.

becqueáe [bɛke] nf *mồi chim mẹ mớm cho con*; donner la b. à *mớm mồi*.

becquetance, bectance [bɛkt)s] nf P: *Thức ăn, món chín*.

becqueter, beáqueter, becter [bɛkte] vtr (je, becquète, béquète, becte) (a) *mổ, rỉa (chim)*; (b) P: *ăn (người)*.

bedaine [bədɛn] nf F: *bụng phệ, bụng to*.

bedeau, -eaux [bədo] nm Ecc: *người phụ giữ nhà thờ*.

bedon [bədɔ̃] nm F: *người bụng to*.

bedonnant [bədɔn)] a *phình bụng, to bụng*.
beádouin, -ine [bedwɛ, win] a & n *thuộc người xứ Bédouin; thuộc xứ Bédouin*.
beáe [be] a rester bouche b., to *há hốc miệng (vì ngạc nhiên)*.
beágayer [begɛje] v (je bégaye, bégaie) **1.** *vi nói cà lăm, lắp bắp*. **2.** vtr *ấp a ấp úng (xin lỗi)*.
beágonia [begɔja] nm *cây thu hải đường*.
beâgue [bɛg] n *người cà lăm*; être b. *nói cà lăm, nói lắp bắp*.
beáguin [beg(] nm F: *tình cảm trẻ con, tình cảm nhất thời*; avoir le b., pour qn. *phải lòng (ai)*.
beige [bɛʒ] a *màu be*.
beignet [bɛɲe] nm Cu: (a) *bánh rán*; (b) *bánh trứng rán*.
bel [bɛl] beau a. *đẹp*.
bîlement [bɛlm)] nm *kêu be he, tiếng kêu be he, be he*.
bîler [bɛle] vi *kêu be he, kêu be he*.
belette [bəlet] nf *một loại cầy, chồn*.
Belgique [bɛlʒik] Prnf Geog: Bengique; *thuộc xứ Bengique (Bỉ)*.
beálier [belje] nm **1.** Z: *cừu đực*. **2.** Astr: le B. *dương cừu*.
belladone [bɛladɔn] nf Bot: *cây cà độc dược*.
belle [bɛl] beau a. *đẹp*.
belle - doche [bɛldɔʃ] nf P: *mẹ vợ, mẹ chồng*.
belle - famille [bɛlfamij] nf F: pl belles - familles *gia đình vợ, chồng*.
belle - fille [bɛlfij] nf **1.** *con dâu*. **2.** pl: belles - filles *con ghẻ*.
belle - meâre [bɛlmɛr] nf **1.** *mẹ chồng, mẹ vợ*. **2.** pl belles - mères *mẹ ghẻ*.
belle-sœur [bɛlsœ r] nf pl belles - seurs *chị (vợ, chồng), em (vợ, chồng)*.
belligeárance [bɛliʒer)s] nf *tình trạng đang giao chiến*; bell-gérant a. *đang giao tranh*.
belliqueux, -euse [belikø, øz] a *hiếu chiến, gây gỗ, sừng sộ*.
belote [bəlɔt] nf *kiểu đánh bài tây*.
belveádeâre [bɛlvedɛr] nm **1.** *lầu cao*. **2.** *đài quan sát*.
beámol [bemɔl] nm Mus: *bê - môn, dấu giáng*.
beáneádiciteá [benedisite] nm *kinh đọc trước bữa ăn*.
beáneádictin, -ine [benedikt(, in] a & n Ecc: *tu sĩ dòng thánh Bơ-noa (Biển Đức)*.
beáneádiction [benediksjɔ̃] nf *lễ ban phép lành*; quelle b.! *quá là của trời ban cho!*
beáneáfice [benefis] nm **1.** *tiền lời, tiền lãi, lợi tức*; vendre à b. *bán có lời*. **2.** *lợi ích*; concert donné au b. de *buổi hòa nhạc gây lợi ích cho cái gì*; b. du doute *lợi ích về sự hồ nghi*. **3.** Ecc: *ân huệ, hồng ân*.
beáneáficiaire [benefisje] n *người kế thừa; người được hưởng lợi ích*.
beáneáficier [benefisje] v ind tr (pr sub & impt n. bénéficiions) *mang lợi tức (đến cho)*; (de) *hưởng lợi tức (của) kiếm được lợi tức (bằng)*; faire b. qn d'une remise *cho ai quyền được hưởng lợi tức*; bénéfique a. *có lợi*.
Beáneálux [benelyks] Prnm *Bênêlux*.
benït [bɔnɛ] **1.** nm *Người ngây ngô*. **2.** a. *ngây thơ, khờ dại, dễ bị lừa*.
beáneávole [benevɔla] a **1.** *dễ dãi, rộng lượng*. **2.** *miễn phí; tự nguyện*; bénévolement adv *một cách rộng lượng; một cách tự nguyện*.
beánin, beánigne [nen(, iɲ] a (a) *tử tế, dịu dàng, rộng lượng*; (b) *nhẹ, không quan trọng (tai nạn); nhẹ (bệnh); hiền (bướu)*.
beáni-oui-oui [beniwiwi] n.m pl. *Những kẻ dạ dạ vâng vâng*.
beánir [benir] vtr **1.** (a) *giáng phúc, ban phép lành*; (que) Dieu vous bénisse! *thượng đế sẽ ban phép lành cho anh*; (b) *chúc phúc, cầu xin thượng đế ban phúc cho ai*; (c) *vinh quang (thượng đế)*; le ciel en soit béni ! *Chúc tụng thiên đình*. **2.** *cúng dường (giáo đường, thức ăn)*; bénit(e) adj. *Được ban phép lành, được ban phúc*; eau bénite *nước thánh*.
beánitier [benitje] nm Ecc: *chậu đựng nước thánh*.
benjamin, -ine [b(ʒam(] n *đứa con út*.
benne [bɛn] nm Min: *xe be, xe ben*; (b) *gỗ để dựng quặng than; cái gàu (máy xúc)*; (c) *thùng cuốc (tàu vét bùn); dây cáp điện thoại*; (d) *toa xe tự đổ*.
benzeâne [b(zen] nf *Benzen*.
beáotien, -ienne [beɔsj(, jen] a & n Fig: *đần độn, hèn nhác*.
BEPC abbr Sch: brevet d'études du premier cycle *bằng tốt nghiệp cấp một (Trung học cơ sở)*.
beáquille [bekij] nf **1.** *cái nạng*. **2.** *cái chống xe*.
berbeâre [bɛrbɛr] a & n *dân tộc Béc - be, tiếng Be be*.
berceau, -eaux [bɛrso] nm **1.** *cái nôi, nơi chôn nhau cắt rốn*; F: b. de la civilisation *cái nôi của một nền văn minh*. **2.** Hort: *cái giàn, cái vòm (nông nghiệp)*.
bercement [bɛrsɔm)] nm *sự ru, sự du đưa*.
bercer [bɛrse] vtr (n. berçons) **1.** *ru, du đưa*. **2.** (a) *vuốt ve, xoa dịu, phỉnh lờ*; (b) b. qn de promesses *vuốt ve ai bằng một lời hứa, phỉnh ai bằng một lời hứa*. **3.** se b. d'illusions *tự ru*

ngủ mình bằng những ảo mộng.
berceuse [bɛrs-z] nf *điệu hát ru.*
beáret [berɛ] nm *mũ nồi.*
berge[1] [bɛrʒ] nf *bờ sông.*
berge[2] nf P: *tuổi;* il a 40 berges *nó đã 40 tuổi.*
berger, -eâre [bɛrʒe, ɛr] n **1.** *người chăn cừu, mục đồng; người chăn dắt, linh mục, mục sư;* chien de b. *chó chăn cừu;* b. *giống chó chăn cừu Alsatien (Đức).* **2.** nf bergère *cái ghế bành.*
bergerie [bɛrʒəri] nf *chuồng cừu, bãi để nhốt cừu.*
bergeronnette [bɛrʒərɔnɛt] nf Orn: *chim chìa vôi.*
berline [bɛrlin] nf (a) Aut: *xe ngựa, xe ôtô có hòm xe kính;* (b) Min: *xe goòng, xe ba gác (than, hành lý).*
berlinois, -oise [bɛrlinwa, waz] **1.** a. *cửa, thuộc về thành phố Berlin.* **2.** n *người Berlin.*
berlue [bɛrly] nf avoir la b. *có ảo tưởng, ảo giác.*
bermuda(s) [bɛrmyda] nm *quần béc - mu - đa (quần soóc lửng).*
Bermudes [bɛrmyd] Prnfl Geog: les (iles) B. *quần đảo Bermuda.*
bernard - l'(h)ermite [bɛrnarlɛrmit] nm inv *ốc mượn hồn, tôm mượn vỏ.*
berne [bɛrn] nf Nau: pavillon en b. *cờ rủ (cờ treo nửa cột).*
berner [bɛrne] vtr *lừa dối, giễu cợt.*
bernique [bɛrnik] **1.** nf *sao sao.* **2.** int F: *chán quá! ăn thua quái gì đâu!*
besace [bəzas] nf A: *cái bị của người ăn xin.*
besicles [bəzikl] nfpl A: *kính đeo mắt (có mắt tròn); kính.*
besogne [bəzɔɲ] nf *công việc, công ăn việc làm;* besogneux, - euse a. *nghèo túng.*
besoin [bəzwɛ̃] nm **1.** (a) *nhu cầu, điều cần dùng; sự cần thiết;* pourvoir aux besoins de qn *Chu cấp các nhu cầu cho ai;* F: faire ses besoins *tiểu tiện, đại tiện;* au b. *nếu cần;* en cas de b. *trong trường hợp cần thiết;* (b) avoir b. de qch *cần (gì);* il n'a pas b. de venir *nó chẳng cần đến;* pas besoin de dire que *không cần thiết phải nói (lý do);* Iron: vous aviez bien b. d'y aller ! *dĩ nhiên, đương nhiên;* (c) impers il n'est pas b. *không cần (phải ...)* si b. est *nếu cần.* **2.** *sự nghèo nàn, cảnh nghèo nàn;* être dans le b. *đang nghèo túng.*
bestialiteá [bɛstjalite] nf *thú tính, có tính súc vật, dâm đãng;* bestial, - aux 1 a bestial *như súc vật, đầy thú tính;* bestialement adv *một cách súc vật, một cách đầy thú tính.*
bestiaux[2] [bɛstjo] nm pl *thú nuôi, gia súc.*
bestiole [bɛstjɔl] nf (insect) *con vật loại nhỏ.*

bǐta, -asse [beta, as] F: (a) *ngu đần;* (b) n idiot *người ngu đần.*
beátail [betaj] nm coll: *thú nuôi, gia súc (loại lớn: trâu, bò...)*
bǐte [bɛt] nf **1.** n (a) *thú vật, con vật;* b. à cornes *con vật, động vật có sừng* (b) petites bêtes (*) *con vật loại nhỏ;* *côn trùng;* (**) *loại sâu, mọt; con rệp;* chercher la pelite b. *vạch lá tìm sâu.* **2.** F: (a) n *kẻ ngu, kẻ ngốc nghếch dại khờ;* (b) *ngu ngơ, ngốc nghếch, dại khờ;* il est b. comme ses pieds *đừng ngốc như vậy ! Nó thật là ngu đần, ngu độn;* (c) c'est b. comme chou, c'est tout b. *dễ như bỡn, dễ như chơi;* (d) b. à concours *sự học gạo.* bêtement adv *một cách ngu, đần độn;* tout b. *một cách đơn giản, rõ ràng.*
Bethleáem [bɛtleem] Prnm Bhist: *Bêth - lê - em.*
bǐtise [betiz] nf **1.** *sự ngu ngốc.* **2.** *sự vô nghĩa;* dire des bêtises *Nói bậy, nói điều ngu xuẩn.* **3.** *điều sai lầm, điều bậy.* **4.** *điều nhỏ mọn, không đáng kể.* **5.** bêtises de Cambrai *sự lừa bịp lớn lao.*
beáton [betɔ̃] nm *bê tông;* en béton *bằng bê tông;* b. armé *bê tông cốt sắt.*
beátonnieâre [betɔnjɛr] nf *máy trộn bê tông.*
bette [bɛt] n Bot: *củ cải hoang.*
betterave [bɛtrav] nf *một giống củ cải có màu tía, dùng để làm đường;* b. sucrière *củ cải dùng để làm đường;* b. fourragère *củ cải dùng làm thức ăn cho gia súc.*
beuglement [b-ɡləm)] nm *tiếng trâu, bò rống.*
beugler [b-ɡle] vi *rống (trâu, bò).*
beur [bœ r] n F: *đứa trẻ quốc tịch Pháp mà cha mẹ là dân ở Bắc Phi di cư sang.*
beurk [bœ rk] int *Gớm.*
beurre [bœ r] nm **1.** *bơ;* Cu: au b. *nấu với bơ;* b. d'anchois *cá đối băm viên nấu bơ,* b. noir *mắt bị tím bầm (bị đánh ngay vào mắt);* entrer comme dans du b. *đi vào một cách dễ dàng;* faire son b. *làm giàu;* sa mettre du b. dans les épinards *làm ăn khá hơn, cuộc sống được cải thiện hơn.* **2.** P: *bơ đậu phụng.*
beurrer [bœ re] vtr *phết bơ, bôi bơ,* beurré a **1.** *được phết bơ, bôi bơ.* **2.** *rót (rượu, nước).*
beurrier [bœ rje] nm *hủ đựng bơ.*
beuverie [b-vri] nf *cuộc uống rượu túy lúy; sự uống rượu quá độ.*
beávue [bevy] nf *điều sai lầm.*
biais [bje] **1.** a *nghiêng, tà.* **2.** nm (a) *đường tà, đường nghiêng (của bức tường);* en b. *theo đường xiên; theo hướng xiên; theo đường xéo;* tailler un tissu dans le b. *cắt tấm vải theo đường chéo;* regarder qn de b. *nhìn nghiêng, nhìn một bên;* traverser en b. *đi băng;* (b) *xiêu*

biaiser *vẹo, quanh co, ngoắt ngéo;* aborder une question de b. *bàn, đề cập quanh co một vấn đề;* considérer qch par deux b. *nhìn ai dưới hai khía cạnh (xấu, tốt...).*

biaiser [bjɛze] vi **1.** *đi theo hướng xéo;* **2.** *nói quanh co, hành động lắt léo.*

bibelot [biblo] nm *đồ chơi để trang trí; đồ trang sức rẻ tiền.*

biberon [bibrɔ̃] nm *bình sữa của em bé;* nourrir au b. *cho em bé bú bình.*

bibine [bibin] nf. P: *thức uống dở, bị hỏng, bia bị chua.*

Bible [bib] nf *kinh thánh.*

bibliobus [bibliɔbys] nm *xe thư viện lưu động.*

bibliographe [bibliɔgraf] n *chuyên gia về thư tịch học.*

bibliographie [bibliɔgrafi] nf *thư tịch học;* bibliographique a. *thuộc về thư tịch học.*

bibliophilie [bibliɔfil] nf. *sự yêu mến, quí trọng sách;* bibliophile *người yêu quí sách, thích sưu tầm sách lạ; người chơi sách.*

bibliothécaire [bibliɔtekɛr] n *người quản thủ thư viện.*

bibliothêque [bibliɔtɛk] nf **1.** (a) *phòng đọc sách;* b. de gare *sạp bán sách báo, quầy bán sách báo ở nhà ga;* **2.** *tủ sách, kệ sách;* **3.** *thư viện.*

biblique [biblik] a *thuộc về thánh thư, thuộc về thánh kinh.*

bic [bik] nm *bút bi.*

bicarbonate [bikarbɔnat] nm Ch: *bi các bo nát;* b. de soude *soda.*

bicentenaire [bis)tnɛr] **1.** nm *hai thế kỷ;* **2.** a *200 năm.*

bicéphale [bisefal] a *cơ hai đầu.*

biceps [bisɛps] nm Ana: *có hai đầu;* F: avoir des b. *có sức khỏe mạnh lắm.*

biche [biʃ] nf **1.** Z: *hươu cái, nai cái;* **2.** F: ma b. *em yêu (tiếng gọi cho người đàn bà mình yêu).*

bichonner [biʃɔne] vtr **1.** (a) *trang điểm kỹ lưỡng;* (b) *nuông chiều;* **2.** se b. *tự trang điểm chải chuốt.*

bicolore [bikɔlɔr] a *hai màu.*

bicoque [bikɔk] nf F: *nhà tồi tàn, đồn nhỏ, thành nhỏ.*

bicorne [bikɔrn] nm *mũ có hai mũi nhọn.*

bicyclette [bisiklɛt] nf *xe đạp,* aller à b. *đạp xe* faire de la b. *đi xe đạp.*

bide [bid] nm **1.** P: *cái bụng;* **2.** F: th: *sự thất bại;* faire un b. *bị thất bại.*

bidet [bidɛ] nm **1.** *con ngựa nhỏ;* **2.** *chậu rửa.*

bidon [bidɔ̃] **1.** nm (a) *cái thùng đựng nước, dầu, sữa,* (b) Mil: *bình đựng nước của lính;* (c) *cái bụng;* (d) P: *nói dối;* **2.** a inv P: *giả, giả mạo.*

bidonville [bidɔ̃vil] nm *khu phố nghèo.*

bidule [bidyl] nm P: *một vật, một món.*

bief [bjɛf] nm **1.** *kênh dẫn nước, mực nước;* **2.** *kênh dẫn nước vào máy xay.*

bielle [bjɛl] nf (a) *thanh truyền* (b) tête de b. *thanh truyền.*

bien [bj(] **1.** adv (a) *tốt;* il parle b. *nó nói giỏi;* écoutez b. *nghe cho kỹ;* il faut b. les soigner *phải chăm sóc nó kỹ lưỡng;* vous avez b. fait *anh làm như vậy là phải;* c'est b. fait (pour lui) *đáng đời cho nó;* tout va b. *ổn cả;* aller, se porter, b. *mạnh khỏe;* Iron: ça commence b. ! *Một sự bắt đầu tốt đẹp;* (i) *tốt lắm;* (ii) *thôi đủ rồi !* (iii) *đồng ý !* très b.! *rất tốt.* (b) *điều thiện, điều phải;* ce n'est pas b. de vous moquer de lui *Anh không nên châm chọc nó (việc anh châm chọc nó là không phải);* (c) *Thoải mái;* vous ne savez pas quand vous êtes b. *anh không biết khi nào anh thoải mái sao ?* (d) je ne me sens pas b. *tôi cảm thấy không được khỏe;* (e) être b. avec qn *đối xử tốt với ai;* (f) *vẻ dáng bên ngoài, phẩm chất, tư cách;* il est très b. *hắn ta rất hào hoa;* ce sont des gens b. *họ là những người đáng trọng;* tu es tres b. dans cette robe *em mặc chiếc áo này trông vừa lắm;* (g) *đúng, đúng thật vậy, phải;* c'est b. cela *đúng đó, phải đó;* je l'ai regardé b. en face *tôi đã nhìn ngay vào mặt nó;* je veux b. le croire *tôi muốn tin vào điều đó lắm (vào nó lắm);* qu'est - ce ça peut b. être ? *đó thật ra là thứ gì nhỉ ?* c'est b. lui *đúng thật là nó;* F: c'est b. à moi ca? *anh có chắc là cái đó của tôi không ?* je l'avais b. dit ! b. entendu *tôi đã bảo rồi mà ! đương nhiên, dĩ nhiên;* il est b. venu, mais j'étais occupé *anh ta đến đúng lúc, nhưng tôi đang bận;* (h) *rất;* b. malheureux *rất khốn khổ;* c'est b. simple *đơn giản quá mà;* (i) *rất nhiều, nhiều;* je l'ai vu b. des fois *tôi đã thấy nó rất nhiều lần;* b. d'autres *nhiều cái khác hơn nữa;* (j) je suis b. obligé *tôi bị bắt, buộc phải;* je voudrais b. mais... *tôi thích lắm, nhưng...* **2.** adv phr (a) aussi b. *mặc dầu, dẫu sao, dù thế nào;* (b) tant b. que mal *tàm tạm;* **3.** conj phr (a) b. que + sub *dù, mặc dù;* (b) si b. que + ind *đến nổi;* (c) ou b. *hay là, hoặc là;* **4.** int eh b. ! *ê ! này ! !* eb b. ça alors ! *trời ơi, vậy sao !* **5.** nm (a) *điều tốt, điều thiện và cái ác;* homme de b. *người có từ tâm;* (b) c'est pour votre b. *vì quyền lợi của chính bản thân anh;* grand b. vous fasse! *mong anh thành công tốt đẹp;* vouloir du b. à qn *mong ai gặp mọi điều tốt lành;* tout le monde dit du b. de lui *mọi người nói tốt về ông ta;* (c) *của cải, tài sản;* avoir du b. (au soleil) *giàu có (người);* (d) Jur: biens mobiliers *động sản;*

biens immobiliers *bất động sản*; (e) biens de consommation *của cái tiêu dùng;* biens de production *của cái làm ra*; (f) adv phr il a change en b. *nó đã thay đổi theo chiều hướng khá hơn*; mener une affaire à b. *Đưa (làm) một công việc đến kết quả cuối cùng.*

bien - aimeá [bj(nɛme] a & n *yêu quí;* pl bien - aimés *người yêu.*

bien - ïtre [bj(nɛtr] nm inv (a) *hạnh phúc*; (b) *tiện nghi an toàn.*

bienfaisance [bj(fəz)s] n *lòng bác ái;* oeuvre de b. *công việc từ thiện.* bienfaisant a **1.** *có lòng từ thiện*; **2.** *tốt, lành, lợi ích.*

bienfait [bj(fɛ] nm **1.** *Việc thiện, ân huệ;* **2.** *ân huệ, ân trạch.*

bienfaiteur, -trice [bj(fɛtœ r, tris] n *ân nhân.*

bien - fondeá [bj(fɔ̃de] nm *lý do, căn cứ vững vàng*; Jur: *chân lý, luận chứng vững vàng.*

bienheureux - euse [bj(nœ r-, -z] a **1.** *rất hạnh phúc, đại phúc.* **2.** Ecc: les b. *người đã được giáo hội Công giáo phong chân phúc.*

biennale [biɛnal] nf *biến cố hoặc sự việc gì xảy ra hai năm một lần.*

bien - pensant, -ante [bj(p)s)t] a & n *Hợp truyền thống; người hợp truyền thống.*

bienseáance [bj(se)s] nf *sự hợp lễ thới.* bienséeant *lịch sự, hợp lễ thói.*

bientöt [bj(to] adv *lát nữa; trong thời gian ngắn* F: à b. ! *chào tạm biệt, hẹn gặp lại*, il est b. 10 heures *gần 10 giờ sáng.*

bienveillance [bj(vɛj)s] nf *lòng khoan dung, lòng nhân từ; khoan dung, độ lượng.*

bienvenu, -e [bj(vəny] **1.** a. *đúng lúc; thích hợp* **2.** n. soyez le b., la bienvenue ! *hân hạnh được đón tiếp* **3.** nf souhaiter la bienvenue à qn *chào mừng những lời tốt đẹp cùng ai mới đến.*

bieâre[1] [bjɛr] nf *bia;* b. blonde *bia nhẹ;* b. *bia nặng*; b. pression *bia hơi.*

bieâre[2] nf *quan tài, áo quan.*

biffer [bife] vtr *gạch, xóa (chữ viết).*

bifteck [biftɛk] nm *(thịt bò) bít tết*; F: gagner son b. *kiếm sống.*

bifurcation [bifyrkasjɔ̃] nf *chỗ rẽ hai của một con đường.*

bifurquer [bifyrke] vtr & i *ré hai, chia nhánh, khóa lại.*

bigamie [bigami] nf *sự lấy hai vợ, hai chồng.* bigame **1.** a *song hôn*; **2.** n *người song hôn.*

bigarreá [bigare] a (a) *có nhiều màu sắc sặc sỡ;* (b) *lẫn lộn.*

bigarreau, -eaux [bigaro] nm *quả anh đào ngọt.*

bigarrure [bigaryr] nf *sự pha trộn nhiều giống khác nhau, sự pha (màu) ô hợp.*

biodeágradable [bjɔdegradabl] a *dễ bị mất phẩm chất, do tác nhân của các vi sinh vật.*

biographie [bjɔgrafi] nf *tiểu sử (của một người);* biographique a. *thuộc về tiểu sử.*

biologie [bjɔlɔʒi] n *sinh vật học* biologique *thuộc về sinh vật học.*

biologiste [bjɔlɔʒist] n *nhà sinh vật học.*

biorythme [bjɔritm] nm *nhịp sinh học (của một người).*

bioxyde [biɔksid] nm Ch: *dioxid.*

bipartite [bipartit] a *chia đôi, bộ phận gồm có hai chính đảng.*

bipbip [bipbip] nm pl: bips-bips *tín hiệu âm thanh.*

bipeâde [bipɛd] a & nm biped *(có) hai chân.*

biphaseá [bifaze] a El: *hai pha (điện).*

biplace [biplas] a & nm Aut: *(máy bay, xe hơi) hai chỗ ngồi.*

bique [bik] nf F: **1.** *con dê cái* **2.** vieille bique *(người đàn bà) già và ác độc.*

biplan [biplɔ̃] **1.** n.m *Máy bay hai lớp cánh.* **2.** *[có] Hai lớp cánh.*

biquet, -ette [birmani] n Z: *con dê con.*

Birmante [birmani] Prnf Geog: *Miến Điện thuộc về Miến Điện, người Miến Điện.*

bis[1], **bise**[2] [bi, biz] a *màu xám nâu.*

bis[2] [bis] adv *hai lần* **1.** adv & nm (a) Th: encore *nữa;* (b) s: lập lại. **2.** adv 10 b., (i) 10A (ii) 10B *số nhà 10A, 10B.*

bisaïeul, -eule [bizajœ l] n *cụ, cố.*

bisannuel, -elle [bizanqɛl] a *hai năm một lần.*

bisbille [bisbij] nf F: *cuộc cãi cọ vặt;* en b. avec *bất hòa với ai.*

biscornu [biskɔrny] a F: **1.** *dị dạng*; **2.** bizarre (argument) *kỳ lạ, kỳ quặt (ý tưởng) không hợp lý (lý lẽ).*

biscotte [biskɔt] nf **1.** *bánh mì nướng*; **2.** *bánh bít - cốt.*

biscuit [biskɥi] nm *bánh bít - quy;* b. de Savoie *bánh quy Savoie (bánh xốp);* b. à la cuiller *bánh xốp nhỏ.*

biscuiterie [biskɥitri] nf *xưởng bánh bít - quy.*

bise[2] [biz] nf *gió bấc.*

bise[3] nf P: *cái hôn;* faire la bise (à qn) *hôn ai;* Corr: *thương yêu và hôn (em, anh) viết dưới một lá thư).*

biseau, -eaux [bizo] nm **1.** *mép gọt vát, mặt chếch; tiện vát mép*; **2.** Tis: *mặt nghiêng.*

bismuth [bismyt] nm Ch: *bitmut.*

bison [bizɔ̃] nm Z: *bò rừng.*

bisou [bizu] nm F: *cái hôn thương yêu (và gởi nụ hôn) (viết thư).*

bissecteur, -trice [bisɛktœ r, tris] **1.** a *chia hai* phần bằng nhau; 2. nf bissectrice đường phân giác.

bisser [bise] vtr yêu cầu diễn lại.

bissextile [bisɛkstil] af année b. (năm) nhuận.

bistouri [bisturi] nm con dao mổ.

bistre [bistr] a & nm nâu xám teint b. nước da ngăm đen.

bistro(t) [bistro] nm F: cafe bar quán cà phê, quán rượu b. à vie quán rượu nhỏ, quán nhậu.

bit [bit] nf V: dương vật.

bitume [bitym] nm Miner: 1. chất bitum 2. hắc ín, nhựa rải đường.

bitum(in)er [bitumine] vtr rải nhựa đường; -euse tráng nhựa.

bivouac [bivwak] n.m Trại đóng quân ngoài trời.

bivouaquer [bivwake] v.i Đóng quân ngoài trời.

bizarrerie [bizarri] nf 1. sự kỳ cục, sự lạ lùng 2. tính chất dị kỳ, vật kỳ lạ, hành vi kỳ cục; bizarre a. lạnh lùng, đáng ngạc nhiên, kỳ cục; le b. de l'affaire, c'est que sự kỳ cục của vấn đề là ở chỗ; bizarrement adv một cách kỳ cục.

bizuter [bizyte] vtr Scole: F: thu nạp học sinh mới theo truyền thống.

bizut(h) [bizy] nm Scole: F: học sinh mới, sinh viên năm thứ nhất.

blabla(bla) [blabla bla] nm F: sự nói dài dòng văn tự.

blackbouler [blakbule] vtr bắt hụt quả bóng; F: bị đánh hỏng trong cuộc thi (thí sinh).

black - out [blakaut] nm sự tắt hết đèn (tránh máy bay oanh kích); faire le b.-o. sur qch giữ kín một vấn đề gì.

blafard, -arde [blafar, ard] a pale nhợt nhạt.

blague [blag] nf 1. b. (à tabac) túi đựng (thuốc lá sợi) 2. F: (a) câu chuyện đùa, câu chuyện bông lơn; b. à part câu chuyện riêng tư, seriously sans b.! không đùa đấy chứ ! (b) chuyện khôi hài; trò bịp bợm quelle b.! thật là một chuyện tếu ! une sale b. trò bịp bợm ghê tởm 3. điều sai quấy, dại dột.

blaguer [blage] F: 1. vi nói đùa, nói chuyện tiếu lâm. 2. vtr chế giễu. blagueur, -euse 1. hay chế giễu 2. n chế giễu.

blair [blɛr] nm P: cái mõm.

blaireau, -eaux [blɛro] nm 1. Z: con lửng, con chồn 2. chổi cạo râu.

blairer [blere] vtr P: je ne peux pas le b. tôi có ác cảm với nó.

blême [blɑm] nm 1. sự chê trách, sự không hài lòng. 2. Adm: sự khiển trách; donner un b. khiển trách ai.

blêmer [blɑme] vtr 1. chê trách 2. Adm: khiển trách blâmable a. đáng chê trách.

blanc, blanche [bl), bl)ʃ] 1. a (a) trắng; vieillard à cheveux blancs cụ già tóc trắng (b) trắng, sạch; nhợt, nhạt; b. comme un linge trắng như lau, như ly (trắng như tấm khăn, như áo quần mới giặt); verre b. ly thủy tinh không màu. (c) innocent, pure vô tội, trong sạch (d) trắng, chưa viết (trang giấy); một màu (tờ giấy); nuit blanche đêm thức trắng; examen b. cuộc thi thử; voix blanche giọng không ngữ điệu; vers blanc thơ không vần; 2. nm (a) màu trắng, sắc trắng robe d'un b. sale chiếc áo đầm màu trắng hoen ố (bẩn); b. cassé trắng nhờ nhờ; mariage en b. đám cưới trắng (hôn lễ mặc toàn áo quần màu trắng). (b) le b. des yeux tròng mắt (mắt); regarder qn dans le b. des yeux nhìn thẳng vào mắt ai (c) b. d'une cible hồng tâm (vòng tròng ngay chính giữa) của một tấm bia (bắn) (d) để trống; chèque en b. séc để trắng (séc không chi). (e) da trắng (đàn ông) (f) saigner qn à b. bòn rút hết tiền của ai; chauffé à b. nung rất nóng (nóng trắng) (g) cartouche à b. đạn giả; tirer à b. bắn đạn giả (h) b. de poulet Úc, ngực của con gà; b. d'oeuf Tròng trắng trứng gà (i) b. de chaux (quét) vôi trắng (j) (articles de) b. (vải) lanh; magasin de b. cửa hàng bán vải lanh hoặc áo quần bằng vải lanh (k) rượu trắng 3. nf blanche (a) người đàn bà da trắng (b) Mus nốt trắng; trăng trắng.

blanc - bec [bl)bɛk] nm nhãi con; pl blancs - becs.

blanchaille [bl)ʃaj] nf 1. cá nhỏ dùng làm mồi câu 2. Cu cá trắng nhỏ

blanche - Neige [bl)ʃnɛʒ] Nàng Bạch Tuyết.

blancheur [bl)ʃœr] nf sắc trắng, sự vô tội.

blanchir [bl)ʃir] 1. vtr (a) làm cho trắng (b) tẩy trắng (c) giặt, ủi; donner du linge à b. đầm áo quần vào nước giặt (d) giải tội cho ai; b. de l'argent, des cupitaux "tẩy" tiền bạc, của cải chuyển tiền bạc của cái phi nghĩa vào một dịch vụ hợp pháp để che đậy nguồn gốc của nó (e) b. (à la chaux) quét vôi trắng (f) Cu trụng, làm tái đi 2. vi hoá trắng, trắng ra; nó đã bắt đầu bạc tóc; il commence à b. 3. se b. làm cho ai, cái mà áo trắng tội.

blanchissage [bl)ʃisaʒ] nm sự giặt ủi.

blanchissement [bl)ʃism)] nm sự hoá trắng, sự bạc (tóc).

blanchisserie [bl)ʃisri] nf tiệm giặt ủi.

blanchisseur - euse [bl)ʃisœr, -z] n người thợ giặt, ủi.

blanquette [bl)kɛt] nf Cu: món ra gu thịt bê.

blaser [blɑze] vtr làm cho ai chán ngấy, làm

cho ai chán chường blasé a. *chán ngấy, chán chường.*

blason [blazɔ̃] nm *huy hiệu (trên tấm gương).*

blaspheámateur - trice [biasfematœ r, tris] n *kẻ báng bổ.*

blaspheâme [blasfɛm] nm *sự báng bổ.*

blaspheámer [blasfeme] vtr & i (je blasphème *báng bổ*; je blasphémerai).

blatte [blat] nf Ent: *con gián.*

blazer [blazœ r] nm *áo vét màu.*

bleá [ble] nm **1.** *lúa mì (cây, hạt)*; b *lúa mì cứng*; b. *lúa mạch đen, lúa mạch ba góc* **2.** P: *tiền mặt.*

bled [blɛd] nm F: *làng, mạc, nơi héo lánh.*; b. perdu

blïme [blɛm] a **1.** *nhợt nhạt* **2.** *tái xanh.*

blïmir [blemir] vi *trở nên nhợt nhạt.*

blesseá - eáe [blese] a. *người bị thương, người bị xúc phạm*

blesser [blese] **1.** vtr (a) *Đánh bị thương, xúc phạm* (b) *làm cho ai bị tổn thương, xúc phạm ai.*; b. la vue *làm đau mắt, làm khó chịu con mắt* **2.** se b. (a) (avec) *tự làm bị thương (bằng cái gì)*; se b. le bras *làm bị thương ở cánh tay* (b) il se blesse pour un rien *nó dễ bị tổn thương blessant a. bị xúc phạm nặng.*

blessure [blesyr] nf *vết thương, điều sỉ nhục.*

blet, blette[1] [blɛ, blɛt] a *chín muồi, chín rục (trái cây).*

blette[2] nf *Xem* bette.

bleu pl **bleus** [bl-] **1.** *xanh da trời, xanh lơ, xanh lam*; aux yeux bleus *cặp mắt xanh lơ*, colère bleue *giận xanh mặt giận tím người*; bifteck b. *miếng bíp tếch rất ngon.* **2.** nm (a) *màu xanh lơ*; b. ciel b. marine *màu xanh da trời*; b. roi *màu xanh nước biển* royal blue *màu xanh hoàng gia*; b. - noir *màu xanh đen* (b) mon bras est couvert de bleus *vết bầm tím, cánh tay tôi đầy những vết bầm tím*; (c) *người mới học nghề, người mới đi tu*; Mil *lính mới* (d) *phó mát xanh (mốc xanh)* (e) Cu *cá chứng cách thủy*; poisson au b. (f) pl bieu(s) de travail *áo quần vải xanh (mặc khi lao động)* (g) Techn: *họa đồ in trên giấy xanh, xanh xanh, xanh nhạt.*

bleuet [bl-ɛ] nm Bot: *hoa xa cúc lam, hoa móng tay.*

bleuir [bl-ir] vtr & i *làm cho xanh, làm cho tái xanh, trở nên xanh (tái xanh)*; b. de froid bleuté adj. *Phơn phớt xanh.*

blindage [blɛ̃daʒ] nm *sự (che chở bằng) áo giáp.*

blinder [blɛ̃de] vtr **1.** *Che chở (bằng áo giáp); bọc sắt (tàu, chiếu xa, xe)* **2.** i(contre qch) *cũng cố, làm cho cứng rắn, cứng cỏi*

blinder [blɛ̃de] **1.** a. *được bọc thép*; porte blindée *cửa bọc thép* **2.** nm *xe bọc thép, xe thiết giáp.*

bloc [blɔk] nm **1.** *tảng, khối, khúc (gỗ)*; tout d'un b. *cùng một lần, cùng một khối*; coulé en b. *tuôn ra, chảy ra một lần*; acheter qch en b. *mua nguyên một cái gì, mua trọn*; visser qch à b. *siết cái gì chặc lại* **2.** Pol: etc: *đoàn thể, khối, sự đoàn kết*; faire b. *đoàn kết lại* **3.** *tập (giấy)*; b. à dessin *tập giấy vẽ* **4.** *đơn vị*; Cin: *hệ thống âm thanh.* **5.** F: *nhà tù.*

blocage [blɔkaʒ] nm (a) *chèn, nhét chặt vào; thắng lại (xe)* (b) PolEc: b. des prix, salaires *bao vây, phong tỏa (giá cả, tiền lương)* (c) Psy: *sự bế tắc về tinh thần.*

bloc - cuisine [blɔkɥizin] nm *khối nhà bếp đúc sẵn*; pl blocs-cuisines.

bloc - eávier [blɔkevje] nm *chậu rửa bát đúc sẵn*; pl blocs - éviers.

bloc - moteur [blɔkmɔtœ r] nm *khối động cơ*, pl blocs - moteurs.

bloc - notos [blɔknɔt] nm *sổ tay, tập giấy*; pl blocs - notes.

blocus [blɔkys] nm *sự phong tỏa, sự bao vây quân sự.*

blond - onde [blɔ̃, ɔ̃d] **1.** a. *vàng h, vàng nâu (tóc, người) có tóc vàng h; (người); (bière) bia nhẹ, bia vàng nâu*; (cigarette) blonde *thuốc lá giống Virginia*; **2.** n *người đàn ông có tóc vàng h;, người đàn bà có tóc vàng* h;; blond(e) **3.** nm cheveux b. (d'un) b. doré *tóc màu vàng* h; b. cendré *màu nâu sẩm (nâu tro).*

blondinet - ette [blɔ̃dinɛ, ɛt] n *trẻ con có tóc vàng.*

blondir [blɔ̃dir] vi *(tóc) trở vàng, thành vàng h.*

bloquer [blɔke] **1.** vtr (a) *làm thành một khối*; (b) *chèn (một bộ phận máy móc); khóa lại (bánh xe)*; bloquer les freins *thắng (bộ thắng xe)*; bloqué par la neige *bị tuyết cản đường không đi được* (c) *phong tỏa, vô hiệu hoá một tấm séc; phong tỏa (giá cả), ngăn chặn (giá cả gia tăng)* (d) *tắc nghẽn (đường sá)* **2.** se b. *cấn, nghẹt, làm cho cấn nghẹt.*

blottir(se) [səblɔtir] vpr *thu mình lại, co mình lại*; blotti dans un coin *thu mình vào một góc.*

blouse [bluz] nf *áo lao động, áo khoát ngoài; áo bờ lu (bác sĩ giải phẫu).*

blouson [bluzɔ̃] nm *áo bờ lu đông, áo gió*; F: O: b. noir *nhóm bờ lu đông đen.*

blue - jean(s) [bludʒinz] nm Cl: *quần jin*; pl bluejeans.

blues [bluz] nm Mus: *nhạc blu, dân ca da đen.*

bluff [blœ f] nm F: *lời, hành vi bịp bợm*; c'est du b. *đó là sự bịp bợm.*
bluffer [blœ fe] vtr & i (a) Cards *bịp bợm ai, đánh bài bịp*; (b) F: *lừa phỉnh, lòe bịp ai.*
bluffeur - euse [blœ fœ r, -z] n *người lòe bịp, kẻ bịp bợm.*
BN abbr Bibliothèque Nationale. *thư viện quốc gia.*
boa [bɔa] nm *con trăn.*
bob [bɔb] nm *mũ nhỏ (để trượt tuyết).*
bobard [bɔbar] nm F: *chuyện kế; tin vịt, chuyện phịa.*
bobine [bɔbin] nf **1.** (a) *ống chỉ, ống để quấn dây, quấn phim* (b) El: *cuộn dây dẫn điện, bôbin*
bobo [bobo] nm F: *(ngôn ngữ trẻ con) sự đau, vấy trầy, vết đứt nhẹ*; ca fait b. ? *cái đó có làm đau không ?*
bobonne [bɔbɔn] nf **1.** P: *cô* **2.** Pej: *cô vợ trẻ.*
bocage [bɔkaʒ] nm **1.** *bụi rậm, lùm cây* **2.** Geog: *đồng ruộng có bờ cây.*
bocal - aux [bɔkal, o] nm (a) *bình, lọ (rộng miệng)*; mettre des fruits en bocaux *để trái cây vào lọ, vào thẫu* (b) *trái lăn (môn banh lăn).*
bock [bɔk] nm (a) *cốc đựng bia* (b) *cốc bia.*
bœuf pl **bœufs** [bœ f, b-] nm **1.** *con bò*; jeune b. *con bò tơ*; bœufs de boucherie *con bò thịt* **2.** *thịt bò*; b. (à la) mode *món thịt bò hầm* **3.** a inv F: *to lớn, đáng kinh ngạc*; c'est b. *quá là đáng kinh ngạc !*
bof [bɔf] int *ờ (diễn tả sự lãnh đạm)*; la b. génération *thế hệ (trẻ) lãnh đạm, hờ hững.*
boheâme [bɔɛm] a & n *người Bô - hê - miên, người sống du mục*; mener une vie de b. **bohémien - ienne** a & n *sống một cuộc sống phóng lãng, tự do phóng khoáng* **1.** Geog: *thuộc xứ Bohême* (Tchecoslovaquie) **2.** *dân du mục, du cư.*
boire[1] [bwar] vtr (prp buvant; pp bu; pr ind je bois, ils boivent; pr sub que je boive; impf je buvais; fu je boirai). **1.** *uống*; b. qch à petits coups *uống cái gì từng ngụm nhỏ*; b. qch d'untrait *uống một hơi*; b. à sa soif *uống đầy một ly*; F: b. un coup *uống một chầu*; ce vin se laisse b. *rượu này uống rất ngon*; b. les paroles de qn *nghe say sưa*; F: b. la tasse *uống nước (khi bơi lội)*; il y a à b. et à manger, *có tốt và có xấu* **2.** *uống (rượu)*; il a (trop) bu *nó uống quá chén*; il boit comme un trou *nó uống như hũ chìm*; **3.** (moisture). *thấm, hút nước (cây, giấy).*
boire[2] nm *thức uống*; le b. et le manger *thức ăn và thức uống.*
bois [bwa] nm **1.** *rừng*; petit b. *khu rừng nhỏ* **2.** *cây*; abattre le b. *hạ cây, đốn cây* **3.** *gỗ*; b. de chauffage *gỗ đun, gỗ để sưởi*; petit b. *bùi nhùi*; chantier de b. *vựa gỗ*; en b. *bằng gỗ*; b. (d'oeuvre) de feuillu *gỗ rắn, gỗ chắc*; b. (d'oeuvre) de résineux *gỗ trắng, gỗ mềm*; b. de sapin, b. blanc *Gỗ thông, gỗ trắng*. je leur ferai voir de quel b. je me chauffe *tôi sẽ dạy cho nó một bài học*; F: touchez du bois *hãy dụng vào gỗ (hình thức để xua đuổi tai nạn)*; **4.** (a) *bản khắc gỗ* (b) b. de lit *ván lót giường, khung giường* (c) Mus: b. *cây sáo* **5.** pl antiers. *cặp gạc (hươu, nai)* boisé a. *có cây cối, có rừng.*
boiserie [bwazri] nf *sự lát tường bằng gỗ.*
boisson [bwasɔ̃] nf *thức uống, nước giải khác*; pris de b. *say rượu*; la b. *Rượu.*
boîte [bwat] nf **1.** *cái hộp*; b. en fer *hộp bằng sắt*; conserves en b. *thức ăn đóng hộp*; mettre en b. *đóng hộp thức ăn*; b. aux lettres *Thùng thư*; NAm: b. postale 260 *hòm thư 260 (tại bưu điện)*; b. d'allumettes *hộp diêm*; b. à outils *hộp đựng dụng cụ*; b. à musique *(món đồ chơi, khi mở sẽ có điệu nhạc phát ra)*; b. crânienne Anat: *hộp sọ*; **2.** Aut: b. de vitesses *hộp số*; El: b. à fusible *hộp cầu dao điện 3 P*: (a) *nơi làm việc, cửa hàng trường học*; sale b. *chỗ dơ dáy bẩn thỉu* (b) b. (de nuit) *hộp đêm.*
boitement [bwatmɑ̃] nm *sự đi khập khiếng.*
boiter [bwate] vi *đi khập khiếng*; b. d'un pied *đi khập khiếng một chân*. boiteux - euse **1.** a *khập khiếng* (b) *mất cân bằng; lỏng lẻo (vật dụng)* **2.** n *người què quặt.*
boîtier [bwatje] nm *hộp đựng, vỏ*; b. de montre *vỏ đồng hồ.*
boitiller [bwatije] vi *đi hơi khập khiếng.*
bol [bɔl] nm (a) *bát, tô* (b) P: *sự may mắn*; avoir du b. *gặp may mắn.*
boleáe [bɔle] nf *sức chứa của một cái bát.*
boleáro [bɔlero] nm *điệu Boléro, áo khoác ngắn, hở cổ và cụt tay.*
bolide [bɔlid] nm (a) *vẫn thạch* (b) *xe đua* lancé comme un b. sur la route *chạy như điên trên đường phố.*
Bolivie [bɔlivi] Prnf Geog bolivien - ienne a & n *(thuộc) Bolivie.*
bombage [bɔ̃baʒ] nm *bình sơn xịt (để viết, vẽ).*
bombance [bɔ̃bɑ̃s] nf F: *cuộc chè chén*; faire b. *uống rượu say sưa.*
bombardement [bɔ̃bardəmɑ̃] nm **1.** *sự thả, sự ném bom, sự bắn phá*; **2.** Av: *sự thả bom (máy bay)*; b. *sự oanh tạc bằng máy bay.*
bombarder [bɔ̃barde] vtr **1.** *thả bom, ném bom*; b. de pierres *ném đá*; b. qn de questions *hỏi tới tấp ai* **2.** F: on l'a bombardé ministre *người ta đã vội vã để đạt ông ta làm bộ trưởng.*
bombardier [bɔ̃bardje] nm *máy bay thả bom,*

oanh tạc cơ.

bombe [bɔ̃b] nf **1.** *quả bom;* b. à retardement *bom nổ chậm;* cela a fait l'effet d'une b. *sự việc đó gây hậu quả trầm trọng* **2.** (a) Cu: b. glacée *bánh pudding ướp lạnh* (b) *bình xịt phun xương* **3.** Equit: *mũ đội để cưỡi ngựa* **4.** F: faire la b. *nhậu nhẹt say sưa.*

bomber [bɔ̃be] vtr (a) *làm cái gì nhô lên, khum lên;* b. la poitrine *ưỡn ngực ra;* b. le torse *đi vênh váo* (b) bombé a. *bẻ cong, uốn cong, làm thành hình cung; khum, ưỡn ra, gồ lên (đường).*

bon[1], **bonne**[1] [bɔ̃, bɔn] **1.** a (a) *tốt, tốt bụng (người)* (b) *hay (sách); thơm (khứu giác); thú vị (buổi chiều) thoải mái (ghế tựa);* la bonne société *xã hội, môi trường lịch sự, đạo đức;* F: cela est b. à dire *cái đó nói thì dễ (nhưng làm thì khó)* (c) *tài giỏi;* b. en anglais *giỏi về anh văn* (d) *tốt, phải, đúng đắn, lịch thiệp;* si j'ai bonne mémoire *nếu trí nhớ tôi đáng tin cậy;* en b. état *trong trạng thái tốt* (e) (pour, envers) *tốt, tử tế (với ai);* vous êtes bien b. de m'inviter *anh rất tử tế khi mời tôi đến dự* (f) *tốt, có ích;* c'est b. à savoir *biết điều đó rất có ích;* acheter qch à b. marché *mua được cái gì với giá rẻ;* a quoi b. ? *để làm gì?* (g) *tốt, ngon, thích hợp; ăn ngon;* b. à manger, (i) (ii) *ăn tốt (không nguy hiểm);* Mil: b. pour le service *sẵn sàng phụng sự;* il n'est b. à rien *hắn ta chẳng được tích sự gì cả;* si b. vous semble *Nếu anh thấy điều đó là tốt* (h) *tốt lành;* souhaiter la bonne année à qn *chúc ai một năm mới tốt đẹp;* b. week - end! *chúc một ngày nghỉ cuối tuần tốt đẹp* (i) *tốt, đáng tin cậy;* billet b. pour trois mois *giấy, phiếu có giá trị trong ba tháng* F: son compte est b. ! *nó sung túc quá !* (j) *đủ, đầy đủ;* un b. rhume *một trận cảm lạnh đúng nghĩa;* j'ai attendu deux bonnes heures, *tôi đợi đúng hai giờ;* arriver b. premier *đến đầu tiên hết sức* (k) pour de b. *thực sự;* est - ce pour de b. ? *c'est b. ! anh có thành thực không Tốt ! đủ rồi* (l) int b. ! *tốt! đúng quá ! phải!* b., je viens *được rồi, tôi đến đây* **2.** adv tenir b. *kháng cự quyết liệt;* tenez b. ! *giữ cho chặt* sentir b. *cảm thấy khỏe khoắn;* il fait b. vivre *chỉ cần biết sống là tốt rồi* **3.** n (a) les bons *điều tốt;* F: *người tốt* (b) cela a du b. *cái đó tốt đấy* (c) en voilà une bonne occasion! *đây rồi, một cơ hội tốt.*

bon[2] nm **1.** *phiếu, biên lai, thẻ;* b. de caisse *giấy báo nhận tiền;* b. de livraison *phiếu giao hàng* **2.** Fin: *hoá đơn, biên lai;* b. du Trésor, *công khố phiếu.*

bonbon [bɔ̃bɔ̃] nm NAm: *kẹo;* b. acidulé *kẹo chanh, kẹo chua.*

bonbonne [bɔ̃bɔn] nf (a) Ind: *bình lớn có vỏ bọc ngoài để đựng axit* (b) *chai, lọ to.*

bonnieâre [bɔ̃bɔnjɛr] nf **1.** *hộp kẹo* **2.** *ngôi nhà nhỏ xinh xắn.*

bond [bɔ̃] nm **1.** *bước nhảy;* faire un b. *nhảy;* les prix ont fait un b. *giá cả nhảy vọt;* franchir qch d'un b. *nhảy qua cái gì;* se lever d'un b. *nhảy chồm lên* **2.** *sự dội lên (quả bóng);* faire faux b. à qn *thất hứa với ai.*

bonde [bɔ̃d] nf **1.** (a) *lỗ rót nước, rượu (thùng lớn)* (b) *nút đậy lỗ thoát nước (chậu rửa chén)* (c) *cửa tháo nước* **2.** *nút (đút lỗ thùng rượu.*

bondeá [bɔ̃de] a *đầy, chất đầy, chứa đầy.*

bondir [bɔ̃dir] vi (a) *nhảy, nhảy vọt lên, nhảy xấn tới; dội lại;* b. sur qch *nhảy xổ lên cái gì;* b. de joie *nhảy xồm lên vì vui mừng, rất vui;* F: cela me fait b. *cái đó làm tôi điên đầu* (b) *nhảy nhót.*

bondissement [bɔ̃dism)] nm *sự nhảy nhót.*

bon enfant [bɔ̃n)f)] a inv *dịu dàng.*

bonheur [bɔnœr] nm **1.** *sự may mắn, sự thành công, sự thuận lợi;* porter b.. *đưa đến hạnh phúc;* par b. *gặp may;* au petit b. (la chance) *may mắn bất ngờ* **2.** *sự sung sướng;* faire le b. de qn *làm cho ai sung sướng;* quel b.! *may mắn làm sao ! thích thú làm sao.*

bonhomie [bɔnɔmi] nf *lòng nhân từ, khoan dung.*

bonhomme [bɔnɔm] nm F: *gã, thằng, chàng;* un vilain b. *cái thứ bẩn thỉu;* pour - quoi pleures - tu, mon b.? *il va son petit b. de chemin tại sao khóc hở bé con ?; nó bình thản chăm lo công việc của mình;* dessiner des bonshommes *vẽ những hình người ngộ nghĩnh;* b. en pain d'épice man *bánh nướng có hình nhân người;* b. de neige *người tuyết (làm bằng tuyết);* pl bonshommes.

bonification [bɔnifikasjɔ̃] nf **1.** *sự cải tạo (đất đai)* **2.** (a) Com: *tiền khấu giá* (b) Sp: *tiền cho các đối thủ.*

bonifier (se) [səbɔnifje] vpr *trở nên tốt hơn.*

boniment [bɔnim)] nm (a) *tiếng rao của người bán hàng;* (b) F: *lời phỉnh phờ, câu chuyện phỉnh phờ.*

bonjour [bɔ̃ʒur] nm *lời chào (ban ngày);* donnez - lui le b. de ma part *Hãy gởi nó lời chào thay tôi.*

bon marcheá [bɔ̃marʃe] a inv *rẻ (giá cả), hời.*

bonne[2] [bɔn] nf *chị giúp việc nhà, người ở gái;* b. à tout faire *người đầy tới gái bị đày đọa làm đủ mọi việc;* b. d'enfants. *vú em.*

Bonne - Espeárance [bɔnɛspɛr)s] Geog: le Cap de B.- E. *mũi Hảo vọng.*

bonne - maman [bɔnmam)] nf F: grandma(ma): *bà nội, bà ngoại, bà (cách gọi thân mật);* pl bonnes - mamans.

bonnement [bɔnm)] adv *Cách đơn giản, thực thà.*

bonnement [bɔnm)] adv tout b. *Thực sự.*

bonnet [bɔnɛ] nm (a) *mũ chụp đầu, mũ nhỏ;* c'est b. blanc et blanc b. *cũng chỉ là một, không có gì khác;* b. de nuit *để đội khi đi ngủ;* b. de bain *mũ để đội khi đi tắm;* b. à poil *mũ lông (gấu);* F: gros b. *nhân vật quan trọng; Mỗi bên của nịt ngực phụ nữ.*

bonneterie [bɔntri] nf 1. *hàng dệt kim* 2. *nghề dệt kim, cửa hàng bán đồ dệt kim.*

bonnetier, - ieâre [bɔntje, jɛr] n *người chế, tạo, buôn bán hàng dệt kim.*

bon - papa [bɔ̃papa] nm F: grandpa(pa) *ông (ông nội, ông ngoại) (tên gọi thân mật);* pl bons - papas.

bonsaï [bɔnzaj] nm *loại cây cảnh được tiểu hình hoá (làm cho nhỏ lại).*

bonsoir [bɔ̃swar] nm *lời chào (buổi chiều, buổi tối);* F: b.! *Xong rồi.*

bonteá [bɔ̃te] nf (a) *lòng nhân ái, sự độ lượng;* b. divine ! ayez la b. de *Xin anh (chị)... vui lòng,* (b) pl les bontés *Việc tốt, cử chỉ thân thiện.*

bonus [bɔnys] nm inv Ins: *tiền giám định suất bảo hiểm xe cộ.*

bonze [bɔ̃z] nm 1. *nhà sư* 2. F: *nhân vật quan trọng* 3. F: vieux b. *lão già bảo thủ.*

boomerang [bumr)g] nm *Bu mơ răng (vũ khí của thổ dân Úc).*

borax [bɔraks] nm Ch: *hàn the.*

borborygme [bɔrbɔrigmə] nm *tiếng sôi bụng.*

bord [bɔr] nm 1. Mar. (a) *mạn (tàu);* par - dessus b. *khỏi mạn tàu (rơi xuống biển);* moteur hors b. *môtơ canô chạy nhanh, môtơ hobo;* b. du vent. sous le vent *mạn tàu ngay hướng gió; mạn tàu dưới hướng gió;* faux b. *nghiêng mạn tàu;* le long du b. *dọc mạn tàu* (b) *buồm chạy theo hình chữ chi, ngược chiều gió;* courir un b. *chạy ngược chiều gió, chạy theo hình chữ chi* (c) les hommes du b. *thủy thủ đoàn;* journal de b. *nhật ký ở trên tàu* ; à b. d'un navire *trên tàu;* à b. *trên tàu, lên tàu* 2. (a) *miệng, bờ, mép (của một cái ly);* b. du trottoir *lề đường;* au b. des larmes *gần khóc;* remplir un verre jusqu'au b., à ras b. *rót ly nước đầy tận miệng;* b. de la rivière *bờ sông;* b. de la route *vệ đường, bên đường;* aller au b. de la mer *đi biển (ra bờ biển)* (b) *vành (mũ);* chapeau à larges bords *mũ rộng vành* (c) F: un pen bête sur les bords *người ngu đần.*

bordeaux [bɔrdo] 1. nm *rượu vang Bordeaux;* b. rouge, claret *rượu nho đỏ* 2. a inv *màu đỏ sẫm.*

bordeáe [bɔrde] nf Mar. 1. *chặng đường của tàu;* b. de jurons *một tràng chửi rủa* 2. *chạy theo hình chữ chi;* tirer des bordées *chạy ngược chiều gió, chạy theo đường chữ chi* 3. *sự canh tuần;* b. de tribord, de bâbord *sự canh tuần bên phải thuyền, sự canh tuần bên trái thuyền.*

bordel [bɔrdɛl] nm P: 1. *nhà thổ, nhà chứa* 2. *sự hỗn độn mất trật tự;* ranger son b. *Sắp xếp lại gọn gàng;* quel b.! *Thật là quá sức hỗn độn.*

bordelais, -aise [bɔrdəlɛ, ɛz] a & n (inhabitant) *thuộc về tỉnh Bordeaux, người Bordeaux.*

bordeálique [bɔrdelik] a P: *Hỗn độn.*

border [bɔrde] vtr *viền, viền xung quanh mép, rào quanh (thân cây) gạch kẻ (đường);* b. un lit *giặt khăn trải giường vào;* b. qn *gắt gỏng ai.*

bordereau, - eaux [bɔrdəro] nm *bảng kê, bảng ghi chú;* b. de paie *bảng lương;* b. de crédit *tín phiếu.*

bordure [bɔrdyr] nf 1. *đường viền, bờ;* en b. de *dọc theo* 2. *Khung.*

boreáal, - aux [bɔreal] a *(thuộc) hướng bắc, ở Bắc cực.*

borgne [bɔrɲ] a 1. *Chột mắt* 2. *bị mang tiếng xấu, đáng khinh.*

borique [bɔrik] a Ch. *axit boric.*

borne [bɔrn] nf 1. (a) *cột mốc (phân ranh)* (b) b. kilométrique *cột cây số* (c) F: *Kilomét* (d) pl *cột biên giới;* cela dépasse les bornes *cái đó vượt quá giới hạn;* sans bornes *vô tận* 2. El: *cọc bình điện.*

borner [bɔrne] vtr 1. (a) *phân ranh giới, định ranh giới;* (b) *tạo nên ranh giới (của một nước);* le chemin qui borne la forêt *con đường nhỏ đi quanh cánh rừng* (c) *hạn chế (quyền hành, cái nhìn....);* *hạn chế (lòng tham vọng)* 2. se b. (a) *tự hạn chế, tự tiết chế;* je me borne au strict nécessaire *tôi tự hạn chế mình một cách nghiêm khắc* (b) (à qch) *bị hạn chế;* leur science se borne à cela, *nhận thức của chúng nó bị hạn chế ở đó* borné a. *có giới hạn; (người) kém thông minh.*

bosquet [bɔskɛ] nm *khóm cây, lùm cây.*

bosse [bɔs] nf 1. *bướu (lạc đà)* 2. (a) *cục u chỗ sưng lên* (b) *gồ ghề, chỗ nổi lên;* avoir la b. du commerce *có đầu óc kinh doanh.*

bosseler [bɔsle] vtr (je bosselle) 1. *in hình nổi (bản kim)* 2. *hằn dấu;* casserole toute bosselée *cái soong bị móp méo.*

bosser [bɔse] vi P: *làm việc căng thẳng, cần mẫn.*

bosseur, -euse [bɔsœr, -z] n P: *người làm việc rất căng, người làm việc cần mẫn.*

bossu, - ue [bɔsy] 1. a *gù lưng* 2. n *người gù*

lưng; F: rire comme un b. *cười như nắc nẻ*.
bot [bo] a pied b. *chân bị dị dạng*.
botanique [bɔtanik] **1.** a. *thuộc về thực vật học* **2.** nf *thực vật học*.
botaniste [bɔtanist] n *nhà thực vật học*.
botte[1] [bɔt] nf *bó (ca - rốt); kiện (cỏ khô)*.
botte[2] nf *giày ống*; bottes à l'écuyère *giày ống để cưỡi ngựa*; bottes cuissardes *giày ống cao không thấm nước*; bottes en caoutchouc *giày ống bằng cao su*; sous la b. de l'envahisseur *dưới gót giày xâm lược*.
botte[3] nf Fenc: *một nhác kiếm*.
botter [bɔte] vtr **1.** (a) *đi ủng, giày;* bien botté *giàu có* (b) *ghi bàn thắng (bóng đá);* F: il lui a botté les fesses *nó bị đá vào mông* (c) F: ça me botte *cái đó thích hợp với tôi* **2.** se b. *mang ủng, đi ủng*.
bottier [bɔtje] nm *thợ đóng giày, ủng*.
bottillon [bɔtijɔ̃] nm *giày cổ thấp, ủng thấp cổ*.
Bottin [bɔt(] nm Rim: *số niêm giám điện thoại*.
bottine [bɔtin] nf *giày có cổ, bốt tin*.
bouc [buk] nm *con dê đực*; (barbe de) b. *râu dê*; b. émissaire *kẻ bung xung*.
boucan [buk)] nm P: *tiếng ồn ào, cái cọ, om xòm*.
bouche [buʃ] nf **1.** *cái miệng*; parler la b. pleine *nói với một miệng đầy thức ăn*; garder qch pour la bonne b. *để dành cái hay nhất, cái ngon nhất cho ai*; faire la fine b. *hếch mũi để nhạo ai*; c'est une fine b. *đó là một người sành ăn, giữ tuyệt đối bí mật nghe !* b. cousue ! *Đừng hé với ai nữa lời !*; F: il en avait plein la b. *nó chán ngấy chuyện đó rồi*; de b. à oreille *rõ ràng (từ chính miệng nói ra)* **2.** *mõm, mồm (ngựa, cá)* **3.** *cửa (sông); cửa, lối ra (ở một bức tường); họng (súng)*; b. de métro *lối vào xe điện ngầm*; b. d'accès *lố thoát nước thừa;* b. d'égout *miệng cống*; b. d'incendie *nước công cộng dùng để chữa lửa*; b. d'aération, air vent. *lỗ thông gió*.
bouche - aâ bouche [buʃabuʃ] nm inv *phép hà hơi cấp cứu; nụ hôn môi*.
boucheáe [buʃe] nf **1.** *khối lượng chứa trong miệng, miếng*; mettre les bouchées doubles *kiếm sống bằng hai thứ nghề*; ne faire qu'une b. de qch *làm thoáng là xong ngay* **2.** Cu: b. à la reine *món gà nấu xốt*.
boucher[1] [buʃe] **1.** vtr *nút lại, bít lại, lấp lại*; b. un trou *nhém cái lố lại;* cela servira à b. un trou *cái đó xử dụng tạm để lấp vào chỗ trống*; b. une boputeille *đóng nút chai (bằng phao bầu);* b. le panage à qn *đứng chận lối đi của ai.* **2.** se b. *bị nhém lại, bít lại*; se b. le nez et oreilles *Bịt mũi bưng tai.* avoir l'esprit b. *Đầu óc đặc* quánh. **3.** se b. *Bị nhém lại, bít lại*.
boucher[2] nm *người bán thịt*.
boucheâre [buʃer] nf (a) *vợ người bán thịt* (b) *người đàn bà bán thịt*.
boucherie [buʃri] nf **1.** (a) *cửa hàng thịt* (b) *nghề hàng thịt* **2.** Fig: *cuộc tàn sát, chém giết*.
bouche - trou [buʃtru] nm *người lấp chỗ trống, cái lấp chỗ trống*; pl bouche - trous.
bouchon [buʃɔ̃] nm (a) *bung nút (chai lọ); phao (dây câu); nắp đậy (lò sưởi); sự chận đường (để ăn cướp)*.
bouchonneá [buʃɔne] a vin b. *loại rượu có nắp chụp bên trên cổ chai*.
bouclage [buklaʒ] nm (a) F: *sự chặn lại* (b) *sự nhốt lại*.
boucle [bukl] nf **1.** *cái khoá (thắt lưng)* **2.** (a) *đầu móc (của dây ruy băng)* (b) *chỗ vòng (con sông); khúc quanh (con đường)* (c) Av: *vòng lập chu trình* **3.** *cái vòng, cái khúc khuyên*; boucles d'oreilles *vòng đeo tai* **4.** *món tóc quăn*. **5.** Sp: *sự dẫn trước (trong vòng đua)*.
boucler [bukle] **1.** vtr (a) *Khóa, cài (dây thắt lưng); (Dây da);* P: boucle - la ! tu vas la b.! F: *Nhốt óc nó lại cho với !* b. une affaire *Kết toán một công việc*; b. sa valise *Khóa rương hòm lại, chuẩn bị lên đường* (b) *Thắt, cột (dây ruy băng)*; Av: & Fig: b. la boucle (c) F: *Nhốt lại, giam lại* (d) *Chặn đường, chậu* (e) Sp: *Khoá chặt (đối thủ)* **2.** vi *Uốn xoăn (tóc)*.
bouclier [buklije] nm *cái khiên*.
Bouddha [buda] *Phật Thích Ca*.
bouddhisme [budism] nm *Phật giáo* bouddhique a. *thuộc về Phật giáo* bouddhiste a & n *người theo đạo Phật*.
bouder [bude] **1.** vi *hờn dỗi* **2.** vtr b. qn *không màng, không thèm* ; ils se boudent *chúng nó dỗi hờn nhau*.
bouderie [budri] nf *sự hờn dỗi; boudeur, - euse* a.
boudin [bud(] nm **1.** (a) Cu: b. (noir) *dồi lợn đen, dồi lợn nhồi huyết*; b. blanc *dồi trắng, ruột lợn nhồi sữa với thịt lườn gà* (b) F *người lùn và mập* **2.** *lọn tóc quăn, cái mớ nút chai, cuộn thuốc lá*. boudiné a. (a) b. dans *có hình dồi lợn* (b) *ngón tay mập và cụt*.
boudoir [budwar] nm (a) *phòng riêng của phụ nữ* (b) *bánh ngọt xốp có nhân kem và rắc đường bên ngoài*.
boue [bu] nf **1.** *bùn* **2.** *cặn, bã*. boueux, - euse **1.** a. *đầy bùn* **2.** nm *người hốt rác*.
boueáe [bue] nf Nau: **1.** *phao tiêu, phao (cho người không biết bơi)*; b. à cloche *phao có dạng chuông* **2.** b. de sauvetage *phao cứu sinh*.
boueur [buœr] nm NAm: *người hốt rác*.

bouffe [buf] nf F: *thức ăn, bữa cơm*.

bouffeáe [bufe] nf **1.** *luồng, sự toát hơi; luồng hơi nóng*; b. de chaleur *Luồng nóng sốt thình lình* **2.** *cơn (giận dữ); lối (kiểu căng)*.

bouffer [bufe] vi *(áo quần) phồng ra, phồng lên* **2.** F: (a) vi *phồng má tỏ ý bất mãn hoặc chế diễu* (b) vtr & i *ăn (cái gì)*; on n'a rien à b. *không có gì để ăn cả* (c) se b. le nez *đánh nhau, đánh lộn; phồng lên, bổng lên*.

bouffir [bufir] **1.** vtr *làm cho phình ra* **2.** vi *sưng lên, phình lên; sưng lên, phình lên, phì ra*.

bouffissure [bufisyr] nf *sự phì ra, sự sưng lên*.

bouffon, - onne [bufɔ̃, ɔn] **1.** a. *hài hước lố lăng* **2.** nm *người diễn kịch hài, anh hề*.

bouffonnerie [bufɔnri] nf *lời nói hài hước*.

bougeoir [buʒwar] nm *đĩa đựng nến*.

bougeotte [buʒɔt] nf F: avoir la b. *có tính hiếu động; có tính hay đi đây đi đó*.

bouger [buʒe] v (n, bougeons) **1.** vi (a) *cử động, dụng dậy, nhúc nhích*; rester sans b. *đứng yên không nhúc nhích*; ne bougez pas *đừng nhúc nhích* (b) les prix ne bougent pas *giá cả không biến động* (c) Pol: *kích động, xáo trộn* **2.** vtr F: il ne faut rien b. *anh đừng dời chỗ cái gì cả* **3.** F: se b. *động đậy, (tự) cử động, nhúc nhích*.

bougie [buʒi] nf **1.** *nến, đèn cầy*; à la b. *thắp sáng bằng đèn cầy* **2.** El: *oát* **3.** ICE: b. (d'allumage) *cái bu gi trong máy nổ* **4.** P: *cái mặt (người)*.

bougonnement [bugɔnmɑ̃] nm *sự cằn nhằn, sự cau nhàu*. **bougon, - onne** **1.** n *Người hay cằn nhằn* **2.** a *hay cằn nhằn*.

bougonner [bugɔne] vi *làm bầm, càu nhàu*

bougre [bugr] nm F: **1.** *anh chàng, gã*; pauvre b. *anh chàng khốn khổ* **2.** (a) b. d'imbécile *gã ngốc* (b) bougrement adv F: *mẹ kiếp ! (diễn tả sự ngạc nhiên)*.

bouillabaisse [bujabɛs] nf *Xúp cá, món bui da bét xơ*.

bouillie [buji] nf *cháo, thức ăn em bé*; réduire en b..

bouillir [bujir] vi (prp bouillant; pr ind je bous, n bouillons; impf je bouillais) *sôi*; faire b. qch *đun sôi cái gì*; b. de colère *giận sôi người*; ça me fait b. *cái đó làm tôi sôi máu lên*. bouillant a **1.** *đang sôi* **2.** *rất nóng (tính tình)*.

bouilloire [bujwar] nf *cái ấm, cái để đun nước*.

bouillon [bujɔ̃] nm **1.** *(bọt nước sôi)*; le sang coulait à gros bouillons *máu tuôn ra có vòi* **2.** (a) Cu: *viên bột canh (thịt rau)*; b. *canh thịt béo; viên xúp bò*; boire un b. *sặc nước (khi bơi)*; b. *bị mất việc làm* (b) Biol: b. de culture *môi trường thuận lợi cho sự phát triển vi sinh vật có hại*.

bouillonnement [bujɔnmɑ̃] nm *sự sôi sùng sục*.

bouillonner [bujɔne] vi *nấu sôi sùng sục*.

bouillotte [bujɔt] nf *bình chườm nước nóng*.

boulanger [bulɑ̃ʒe] nm *người thợ bánh mì, người bán bánh mì*.

boulangeâre [bulɑ̃ʒɛr] nf (a) *vợ người thợ bánh mì* (b) *người thợ bánh mì nữ*.

boulangerie [bulɑ̃ʒri] nf **1.** *nghề làm bánh mì* **2.** (a) *lò bánh mì* (b) *cửa hàng bán bánh mì*.

boule [bul] nf **1.** (a) F: *viên, hòn, quả (dạng tròn)*; se mettre en b. *nổi giận* (b) F: perdre la b. P: avoir les boules *mất đầu, chết* (c) b. de scrutin *lá phiếu* **2.** Games: *các môn thể thao (rốc kê, hốc - cây); quả bóng*; jouer aux boules *chơi bun*; jeu de boules *(môn chơi) bun*.

bouleau, - eaux [bulo] nm *cây bu lô (cây có vỏ trắng)*.

bouledogue [buldɔg] nm *chó bun đốc (mặt ngắn)*.

boulet [bulɛ] nm **1.** (a) b. (de canon) *đạn đại bác* (b) Fig. traîn er un b. *bị buộc vào tình trạng khó chịu, khó xử*; **2.** *(thun) quả bàng*.

boulette [bulɛt] nf **1.** *viên nhỏ (bằng giấy)* **2.** Cu: *thịt vo viên* **3.** F: faire une b. *làm điều dại dột, phạm sai lầm*.

boulevard [bulvar] nm *đại lộ*; pièce de b. *tiết mục nhẹ nhàng (kịch)*; théâtre de b. *nhà hát kịch loại tiết mục nhẹ nhàng*.

bouleversant [bulvɛrsɑ̃] a *gây xúc động sâu sắc*.

bouleversement [bulvɛrsəmɑ̃] nm (a) *sự thay đổi đột ngột, sự xáo trộn, đảo lộn* (b) *sự lo âu, buồn phiền*.

bouleverser [bulvɛrse] vtr (a) *đảo lộn, xáo trộn*; (b) *xúc động, lo âu, làm ai xúc động, lo âu* bouleversant a. *gây đảo lộn, gây lo âu*.

boulier [bulje] nm b. (compteur) *bàn tính gảy*.

boulimie [bulimi] nf Psy: *chứng đói bệnh hoạn*.

boulon [bulɔ̃] nm *đinh ốc, bu lông*.

boulonner [bulɔne] **1.** vtr *siết bu - lông* **2.** vi F: *làm việc nhiều*.

boulot, - otte [bulo, ɔt] **1.** a & n *mập mà thấp* **2.** nm F: *công việc*.

boum [bum] **1.** int & nm *bùm (tiếng va chạm mạnh)* **2.** nm Com: *lúc buôn bán phát đạt, thời kỳ hưng thịnh*; en plein b. **3.** nf *cuộc khiêu vũ*.

bouquet [bukɛ] nm **1.** (a) *bó hoa* (b) *lùm cây, khóm cây* **2.** *hương vị của rượu* **3.** Pyr: *chùm pháo hoa*; F: ça c'est le b.! *tuyệt vời đến thế là cùng* **4.** *con tôm hùm*.

bouquin [bukɛ̃] nm F: *sách*.

bouquiner [bukine] vi F: *đọc*.

bouquiniste [bukinist] nm *người bán sách cũ*.

bourbier [burbje] nm *vùng bùn; tình trạng hỗn độn, nhớp nhúa.*

bourde [burd] nf F: *sự sai lầm lớn.*

bourdon [burdɔ̃] nm **1.** Mus: *đàn ống trầm* **2.** *cái chuông lớn* **3.** (a) Ent: *ong gấu;* faux b. *ong đực* (b) P: avoir le b. *rầu rĩ.*

bourdonnement [burdɔnm)] nm *tiếng vo vo, tiếng vù vù;* Med: *ù tai.*

bourdonner [burdɔne] vi *kêu vù vù, kêu vo vo.*

bourg [bur] nm *thị trấn.*

bourgade [burgad] nf *làng lớn.*

bourgeois, - oise [burʒwa, waz] a & n **1.** (a) *dân tỉnh lỵ* (b) *người dân thường* **2.** a & n (a) *giai cấp trung lưu (người);* cuisine bourgeoise *bếp nhà* (b) Pej: bourgeois (c) P: la bourgeoise *vợ.* bourgeoisement adv *theo phong tục; có tiện nghi.*

bourgeoisie [burʒwazi] nf *giai cấp tư sản;* la haute, petite, b. *giai cấp đại tư sản, giai cấp tiểu tư sản.*

bourgeon [burʒɔne] nm Bot: *chồi, non, nụ.*

bourgeonner [burʒɔne] vi Bot: *nẩy chồi, đâm chồi; bắt đầu tăng trưởng, nẩy nở.*

bourgmestre [burgmetr] nm *thị trưởng.*

Bourgogne [burgɔɲ] **1.** Prnf Geog: *xứ Bourgogne* **2.** nm (vin de) B. *rượu vang Bourgogne.*

bourguignon, - onne [burgiɲɔ̃, ɔn] **1.** a & n *thuộc xứ Bourgogne* **2.** nm Cu: *Món thịt bò nấu rượu vang.*

bourlinguer [burl(ge] vi (a) *lái tàu* (b) F: b. de par le monde *sống đời phiêu bạt.*

bourrade [burad] nf *cú đấm, cú đẩy, sự xô, sự vỗ vai.*

bourrage [buraʒ] nm Sch: *sự nhồi nhét (giáo dục);* F: b. de crâne *cách nhồi sọ, lời lừa phỉnh.*

bourrasque [burask] nf *cơn gió lốc; cơn lốc tuyết.*

bourratif [buratif] a *làm nặng bụng (thức ăn).*

bourre [bur] nf **1.** *các loại bông, vải dùng để độn vào nệm;* Fig: de première b. *thuế loại một* **2.** *sự nhồi (súng thần công).*

bourreau [buro] nm **1.** *đao phủ* **2.** *người hung ác;* b. de travail *người ngốn việc;* b. des coeurs *kẻ đào hoa.*

bourrelet [burlɛ] nm **1.** (a) *tấm nệm nhỏ, dải đệm, gối* (b) *người bị sa thải* **2.** b. de graisse *ngấu thịt mỡ;* F: *bánh xe dự trữ.*

bourrer [bure] vtr **1.** *nhồi, nhét, độn lông gối (gối, đệm); nhét cho đầy (tủ); nhồi (thuốc đầy tẩu);* F: b. un élève *nhét cho đầy đầu học sinh;* F: b. le crâne à qn *nhồi sọ ai;* aliment qui bourre *tộng cho đầy bụng;* b. qn (de coups) *cho ai một trận đòn.* **2.** se b. *ăn cho đầy bụng;*

bourré a. (a) (de) *nhồi đầy với;* (b) P: xín *(say quá độ).*

bourrique [burik] nf (a) *lừa cái, lừa đực;* (b) F: *ngu ngốc;* têtu comme une b. *cứng đầu như con lừa;* faire tourner qn en b. *trêu chọc ai.*

bourru [bury] a *thô lỗ cục mịch.*

bourse [burs] nf **1.** *túi nhỏ đựng tiền;* la b. ou la vie ! *túi tiền hay mạng sống* !; sans b. déliée *không mất xu nào;* faire b. *hùn vốn* **2.** Sch: b. (d'études) *tiền học bổng;* **3.** la B. *Thị trường chứng khoán;* jouer à la B. *Đầu cơ tích trữ;* b. de commerce *Trao đổi mậu dịch;* b. de l'emploi *Trung tâm giới thiệu việc làm* **4.** pl *Bìu dái.* **boursier, -ière 1. a.** *Điều hành thị trường chứng khoán;* **2.** n *Cơ quan cấp học bổng.*

boursoufleá [bursufle] a. *Phồng lên, sưng lên;* style b. *Lối hành văn cường điệu.*

boursoufler [bursufle] vtr **1.** *Làm sưng (mặt); làm viêm (vết thương)* **2.** se b. *Sưng lên (vết thương).*

boursouflure [bursuflyr] nf *Chỗ phồng (mặt) sưng (vết thương).*

bousculade [buskylad] nf *Sự xô đẩy, chen lấn.*

bousculer [buskyle] vtr **1.** b. qn *Xô đẩy ai* **2.** il est toujours bousculé *Nó luôn luôn chen lấn, luôn luôn gấp gáp* **3.** se b. *Xô đẩy nhau.*

bouse [buz] nf b. de vache *Phân trâu, bò.*

bousiller [buzije] vtr F: *Làm ẩu; Làm hỏng, phá hỏng;* b. qn *Dụng vào ai.*

boussole [busɔl] nf *La bàn;* F: perdre la b. *Mất trí khôn.*

bout [bu] nm **1.** *Đầu cuối, đầu mút;* au b. de la rue *Ở cuối đường;* le haut b. de la table *Mặt trên bàn;* b. à b. *Nối đầu nhau;* joindre les deux bouts *Nối 2 đầu với nhau;* au b. du compte *Tóm lại sau cùng;* adv phr de b. en b. *Từ đầu đến cuối;* d'un b. à l'autre *Từ đầu này đến đầu kia;* c'est le b. du monde *Đến tận chân cuối trời;* au bout d'une heure *Giới hạn cuối cùng sau một giờ;* a ller jusqu' au bout *Đi đến đầu đến đũa,* thấy song suốt một vấn đề; être à b. *Kiệt sức hết;* pousser qn à b. *Làm ai thất vọng cùng cực;* à bout de patience *Không nhịn được nữa, không chờ được nữa;* être au b. de son rouleau, (i) *Hết cách xoay xở;* (ii) *Hết kiên nhẫn;* venir à b. de (faire) qch *Thành công khi làm việc gì đó.* **2.** *Tận cùng, đầu mút;* b. du doigt, de la langue *Đầu ngón tay, đầu lưỡi;* b. de pied *Đầu ngón chân;* à b. portant *Đầu súng sát với quân thù;* b. filtre *Đầu lọc (thuốc);* on ne sait jamais par quel b. le prendre *Chẳng ai biết làm sao gần gũi nó được.* **3.** *Mẩu, mảnh (giấy);* un b. de jardin *Một mảnh vườn;* un b. de temps *Một chốc lát;* un bon b. de temps *Một tý thôi (thời gian);* cela fait un b. de chemin *Cái đó phải đi* mất một đoạn đường.

boutade [butad] nf **1**. Tính nhẹ dạ bất thường **2**. Lối nói dí dỏm hóm hỉnh.

boute - en - train [but)tr(] nm Người làm vui nhộn, người hoạt náo viên của một cuộc vui.

bouteille [butɛj] nf (a) Chai; b. Bình thủy; mettre en bouteilles Cho vào chai: F: prendre de la b. Già đi (b) (gas) Bình đựng gaz.

bouteur [butœ r] nm Máy ủi.

boutique [butik] nf Cửa hàng; Quán hàng; fermer b. Đóng cửa tiệm; F: parler b. Nói về nghề của mình; F: c'est une sale b.! Thật là chỗ đáng ghét.

boutiquier, -ieâre [butikje, jɛr] n Người chủ quán.

bouton [butɔ̃] nm **1**. Nụ; b. de rose Nụ hồng; en b. Đang còn nụ **2**. Cúc, nút (khuy); b. de plastron Cúc áo giáp; b. de col Nút cổ; boutons de manchettes Cúc măng sét **3**. Núm, nút vặn, năm nằm (cửa); El: Nút bấm; b. de sonnerie Nút bấm chuông điện **4**. Mụn (da, mặt). **boutonneux, -euse** a Có mụn.

bouton - d'or [butɔ̃dɔr] nm Cây khuy vàng.

boutonner [butɔne] **1**. vtr Cài khuy (áo) **2**. se b. Cài khuy (tự).

boutonnieâre [butɔnjɛr] nf Lỗ khuy.

bouton - pression [butɔ̃presjɔ̃] nm pl boutons - pressions Khuy bấm.

bouture [butyr] nf Cành giâm.

bouturer [butyre] vtr Giâm (cành)

bouvier [buvje] nm Người chăn bò.

bouvreuil [buvrœ j] nm Chim sẻ ức đỏ.

bovin [bɔv(] **1**. a Thuộc loài bò **2**. n.m pl. Trâu bò (nói chung).

bowling [buliŋ] nm **1**. (tenpin) Môn chơi bâu - linh, môn bóng lăn **2**. Sân chơi bóng lăn

box [bɔks] nm **1**. Ngăn (nhất từng con ngựa), tàu ngựa **2**. (a) Phòng nhỏ, buồng biệt lập (b) Jur: b. des a. cusés Ghế của bị cáo **3**. pl Ga ra xe có khóa kín.

boxe [bɔks] nf Môn quyền Anh.

boxer[1] [bɔkse] vtr & i Chó boxe.

boxer[2] [bɔksɛr] nm Võ sĩ quyền Anh.

boxeur [bɔksœ r] nm Đấu quyền Anh.

boyau, - aux [bwajo] nm **1**. Ruột (súc vật); (corde de) b. Giây ruột mèo **2**. (a) Ống dẫn nước mềm (b) Cy: Lốp xe đạp **3**. Lối đi hẹp.

boycott(age) [bɔjkɔtaʒ] nm Sự tẩy chay.

boycotter [bɔjkɔte] vtr Tẩy chay.

BP abbr Boîte postale. Hòm thư.

brabançon, -onne a & n Thuộc xứ Braban, người Braban; la Brabanconne Người Braban có quốc tịch Bỉ.

bracelet [braslɛ] nm **1**. Vòng tay, xuyến, dây kim loại (đồng hồ đeo tay). **2**. Vòng kim loại, vòng lót bằng kim loại.

bracelet - montre [braslɛmɔ̃tr] nm pl bracelets - montres. Đồng hồ đeo tay.

braconnage [brakɔnaʒ] nm Sự săn bắn, đánh cá trái phép.

braconner [brakɔne] vi Săn bắn, đánh cá trái phép.

braconnier [brakɔnje] nm Người đi săn, đi câu trộm, trái phép.

brader [brade] vtr Bán tống, bán tháo đi.

braderie [bradri] nf Sự bán đồ bán tháo, chợ trời.

braguette [bragɛt] nf Đường sẻ trước cửa quần, ba ghét.

braille [braj] nm le b. Chữ Bray, chữ nổi cho người mù.

braillement [brɑjm)] nm Tiếng rống.

brailler [brɑje] **1**. vi Rống lên **2**. vtr Hát rống lên (một bài hát). braillard, -arde **1**. a. Hay rống **2**. n Người hay rống.

braire [brɛr] vi Be he (lừa kêu).

braise [brɛz] nf Than hồng, than cháy dở; yeux de b.Cặp mắt nảy lửa.

braiser [brɛze] vtr Cu: Hầm, ninh (thức ăn).

bramer [brame] vi (a) Tác (hươu) (b) Tru, hú (chó sói).

brancard [br)kar] nm (a) Cáng (của băng ca) (b) Băng ca.

brancardier [br)kardje] nm Người khiêng băng ca.

branchage [br)ʃaz] nm (a) Cành lá (cây) (b) pl Cành cây, cành lá (đã chặt ra).

branche [br)ʃ] nf **1**. (a) Nhánh, cành; céreoles en branches Ngũ cốc có cọng (b) Nhánh (gia tộc); la b. maternelle Nhánh bên mẹ (c) Nhánh (sông, thần kinh) **2**. Nhánh (công - pa): Cạnh (một khung sườn); Cánh (chân vịt, chong chóng).

branchement [br)ʃm)] nm Sự mắc, sự nối, đường phân nhánh, đường nối.

brancher [br)ʃe] vtr **1**. El: Cắm vào ổ cắm điện; b. qch sur qch Mắc cái gì vào cái gì **2**. F: ça me branche Tôi thật sự quan tâm đến điều đó, tôi thật sự thích thú điều đó; **3**. se b. sur (i) Đậu trên cái gì (ii) F: Say mê, hăng hái điều gì; branché à F: Say mê, hăng hái.

branchies [br)ʃi] nfpl Mang (cá).

brandir [br)dir] vtr **1**. Vung huơ. **2**. Giơ ra.

branle [br)l] nm (a) Sự lắc, sự lắc lư (b) Sự thúc, sự thúc đẩy (cho chuyển động); mettre qch en b. Làm cho cái gì chuyển động; se mettre en b. Chuyển động, hoạt động.

branle - bas [brə)lbɑ] nm inv 1. Navy: b.- b. de. combat ! *Sự chuẩn bị chiến đấu* 2. *Tình trạng lộn xộn, tình trạng náo động*.

branler [brə)le] 1. vtr *Lắc (đầu)* 2. vi *Động đậy, lúc lắc*; dent qui branle *Răng lung lay* 3. v: se b. *Không cần, mặc kệ*.

braquer [brake] vtr 1. (a) b. un fusil sur qn *Chĩa mũi súng vào ai* (b) b. les yeux sur qn *Nhìn chăm chăm vào ai* (c) Aut: *Khởi động (xe ôtô)* (d) *Làm cho ai phải phản kháng, phải chống lại*; b. qn contre qn *Khiến ai chống lại ai (một người khác)* 2. vi Aut: *Lái vòng (xe ôtô)*; la voiture braque bien, mal *Xe ôtô bẻ vòng dễ (đường vòng quá hẹp)*.

braquet [brakɛ] nm Cy: *Số truyền động của xe đạp (sau một vòng đạp)*.

bras [brɑ] nm 1. (a) *Cánh tay*; Fig: avoir le b. long *Có tầm ảnh hưởng rất rộng lớn, có uy thế, có thế lực*; offrir le b. à qn *Sống hết lòng với ai*; b. dessus b. dessous *Khoát tay nhau thân mật*; les b. m'en tombent *Tôi quá sức kinh ngạc, quá sức sững sờ*; rester les b. croisés *Ở không, không làm gì*; ouvrir les b. à qn *Tiếp đón ai nồng hậu*; avoir qn sur les b. *Phải nuôi dưỡng ai*; voiture à b. *Xe có càng*; à bout de b. *Lát nữa (sau một thời gian ngắn)*; saisir qn à b.-le-corps *Túm lấy ai*; en b. de chemise *Chĩ mặc áo sơ mi (không có áo ngoài)* (b) pl *Tay làm, người lao động*; manquer de b. *Không có uy tín, không có quyền hạn* 2. *Tay (ghế), cân (nâng), (máy quay đĩa)*; b. d'un fleuve *Nhánh (sông)*.

brasier [brɑzje] nm *Lửa đang cháy rực*; Fig: *Địa ngục, lửa địa ngục*.

brassage [brasaʒ] nm 1. *Sự gây hèm (bia)* 2. *Sự nhào, trộn*.

brassard [brasar] nm *Băng đeo ở tay*.

brasse [bras] nf 1. *Kiểu bơi sải*; b. papillon *Kiểu bơi bướm* 2. Mar. *Sải (đơn vị đo chiều sâu ở hàng hải)*.

brasseáe [brase] nf *Một vòng tay ôm*.

brasser [brase] vtr 1. *Gây hèm (bia)* 2. *Nhào, trộn*; b. des affaires *Làm việc ở một nhiệm sở tốt*.

brasserie [brasri] nf 1. *Nhà máy bia*. 2. *Công nghiệp bia*. 3. restaurant; brasserie. *Quán bia*.

brasseur, -euse [brasœ r, øz] n 1. *Người làm rượu bia* 2. *Viên chức lớn (quan trọng)*; b. d'affaires *Trùm tư bản*.

brassieâre [brasjer] nf 1. *Áo cánh trẻ em* 2. brassière. *Cái nịt ngực phụ nữ*.

bravade [bravad] nf *Lời nói khoác lác, thói yên hùng, sự bất chấp, thách thức*.

brave [brav] a 1. *Dũng cảm, gan dạ* 2. *Đó là*

một người đàn ông tử tế; c'est un b. homme, F: un b. type *(Nó là một) hạng người trung hậu* 3. Pej: elle est bien b. *Cô ta ăn mặc đẹp đấy chứ*.

bravement adv *Một cách dũng cảm, cương quyết*.

braver [brave] vtr 1. *Bất chấp, thách thức* 2. *Coi thường, không tuân theo*.

bravo [bravo] 1. Inter. *Hoan hô ! Hoan nghênh !* 2. nmpl des bravos *Lời hoan hô, lời hoan nghênh*.

bravoure [bravur] nf *Lòng dũng cảm, tính gan dạ*.

break [brɛk] nm Aut: *Ôtô bus, ôtô con có ngăn hành lý phía sau*.

brebis [brəbi] nf 1. *Con cừu cái* 2. *Con chiên* b. égarée *Con chiên lạc đạo*; b. galeuse *Người xấu (trong một tập thể)*.

breâche [brɛʃ] nf *Lỗ trống, chỗ hở, kẻ hở, kẻ nứt*; être toujours sur la b. *Luôn luôn tích cực hoạt động*.

bredouille [brəduj] a inv rentrer, revenir, b. *Đi không về không (nói về đi săn)*.

bredouillement [brədujm)] nm *Sự nói lắp bắp, ấp úng*.

bredouiller [brəduje] 1. vi *Nói lắp bắp, ấp úng* 2. vtr b. une excuse *Lắp bắp một lời xin lỗi*.

bref, breâve [brɛf, brɛv] 1. a. *Ngắn, gọn*; soyez b. *Hãy nói ngắn gọn*; raconter qch en b. *Thuật lại một chuyện gì ngắn gọn, vắn tắt* 2. adv *Tóm lại*.

brelan [brəl)] nm Cards: *Bộ ba con*: b. d'as *Ba con át*.

breloque [brəlɔk] nf *Đồ toòng teng, dùng để đeo vào vòng tay*.

breâme [brɛm] nf Ich: *Cá vền*.

Brïme [brɛm] Geog: *Brê - men*.

Breásil [brezil] Geog: brésilien, -ienne a & n *Thuộc về Brazil, người Brazil*.

Bretagne [brətaɲ] Geog: *Nước Anh, Brotanho*.

bretelle [brətɛl] nf 1. *Dải đèo* 2. Cl: (a) *Dây treo quần* (b) (paire de) bretelles *Cặp dây móc (quần)* 3. (a) chF. *Đoạn nối hai đường sắt, ghi nối đường* (b) *Đường vào, giao lộ*; *Đường nhỏ (dành cho xe gắn máy)*.

breton, -onne [brətɔ̃, ɔn] a & n *Thuộc xứ Broton, người Broton*.

breuvage [brœ vaʒ] nm *Đồ uống, nước uống, nước giải khát*.

breâve [brɛv] a Xem BREF

brevet [brəvɛ] nm 1. b. (d'invention) *Bằng sáng chế*; 2. (a) *Bằng, giấy chứng nhận*; Sch: = (GCE) *Hạng thứ, hạng trung bình, thường (trong bằng tốt nghiệp phố thông ở Anh)*; Nau: b. de capitaine *Giấy chứng chỉ tốt nghiệp* *thuyền trưởng*; Av: b. de pilote *Giấy chứng nhận tốt nghiệp trường lái máy bay* (b) *Giấy chứng nhận*.

breveter [brəvte] vtr (je brevète) (invention) *Cấp bằng (sáng chế) Có thể được cấp bằng* breveté a (a) *Được cấp bằng* (b) *Đủ điều kiện*.

breáviaire [brevjɛr] nm Ecc: *Sách, kinh nhật tung*.

bribe [brib] nf pl des bribes *Mảnh, miếng nhỏ, mẩu*; bribes de conversation *Mẩu chuyện rời rạc*; par bribes *Từng tí một*.

bric [brik] nm de b. et de broc *Đồ đạc tạp nham*; F: *Đồ lính - ca lính - kính*.

bric - aâ - brac [brikabrak] nm inv (a) *Đồ đạc linh tinh* (b) *Cửa hàng bán đồ lạc soon*.

brick [brik] nm Nau: *Thuyền có hai buồm vuông*.

bricolage [brikɔlaʒ] nm **1**. *Sự sửa chữa tạm bợ; Công việc tạp nhạp, lúc có lúc không*; mordu du b. *Thích làm việc lặt vặt*. **2**. Pej: c'est du b. *Đó là một việc xoàng*.

bricole [brikɔl] nf *Đồ vặt vãnh, không có giá trị; Công việc không quan trọng*; s'occuper à des bricoles *Làm việc vặt vãnh, ít tiền công*.

bricoler [brikɔle] **1**. vtr (a) *Làm nghề lặt vặt* **2**. vi (b) *Chế tạo sửa chữa bằng phương tiện sơ sài*.

bricoleur, -euse [brikɔlœr øz] n *Người hay làm việc lặt vặt*.

bride [brid] nf (a) *Dây cương* (b) *Bộ cương ngựa*; aller à b. abattue *Đi rất nhanh*; laisser la b. sur le cou à un cheval, à qn *Để cho ngựa đi thong thả; Để cho ai rảnh rỗi*; tenir un cheval en b. *Ghì cương ngựa lại*; tenir qn en b. *Bó buộc, kiềm chế ai*.

brider [bride] vtr **1**. (a) *Thắng yên cương (cho ngựa)* (b) b. ses. passions *Kìm hãm sự đam mê* **2**. *Bó chặt, thắt chặt lại*; Cu: *Bó (gà, vịt) lại Bó chặt, ép lại*; yeux bridés *Mắt xếch*.

bridge [bridʒ] nm Cards: *Bài brit, cầu răng*.

bridger [bridʒe] vi (je bridgeais) *Chơi bài brit*.

bridgeur, -euse [bridʒœr, øz] n *Người chơi bài brit*.

brieâveteá [brievte] nf *Sự ngắn, sự ngắn ngủi*. brièvement adv *Một cách vắn tắt*.

brigade [brigad] nf **1**. Mil: *Lữ đoàn*; Av: b. aérienne NAm: *Phi đoàn* **2**. *Đội cảnh sát; Toán thợ*.

brigadier [brigadje] nm (a) Mil: *Lữ đoàn trưởng* (b) b. (de police) *Đội trưởng cảnh sát*.

brigand [brig)] nm *Kẻ cướp, kẻ bất lương*.

brigandage [brig)daʒ] nm *Sự cướp bóc, sự bất lương*.

briguer [brige] vtr *Xin xỏ, vận động để xin xỏ*; b. des voix *Vận động tranh cử*.

brillant [brij)] **1**. a (a) *Sáng lạng, rực rỡ, long lanh, bóng láng* (b) *Thông minh, sáng sủa, đáng chú ý, vẻ vang* (c) je ne suis pas b. *Tôi không được xuất sắc*. **2**. nm (a) *Sự rực rỡ, sự sáng chói, sự long lanh*; (b) *Sự bóng láng (giày)* **3**. nm *Kim cương dát nhiều mặt*.
brillamment adv *Rực rỡ, xuất sắc*.

brilier [brije] vi **1**. *Chiếu sáng, chiếu lấp lánh, chiếu long lanh, lóe sáng (sao); Phát ra tia sáng* **2**. *(Về người) sáng chói, nổi bật, xuất sắc*; b. dans la conversation *Xuất sắc trong phong cách nói chuyện*; b. par son absence *Không che dấu được về sự vắng mặt*.

brimade [brimad] nf **1**. *Lời khôi hài khó nghe* **2**. pl *Sự ăn hiếp, bắt nạt*.

brimer [brime] vtr (a) *Ăn hiếp* (b) *Bắt nạt*; je me sens brimé.

brin [br(] nm **1**. *Cọng (cỏ); Cành (hoa) nhỏ; Cọng (rơm)*; un beau b. de fille *Một cô gái đẹp rực rỡ* **2**. F: *Mẩu, mảnh*; un b. d'air *Một ít không khí*; un b. d'envie *Một chút khát vọng*; un b. de toilette *Sự đánh răng rửa mặt vội vã*. **3**. *Một khúc (dây): Một lớp (gỗ)* **4**. adv il est un b. ennuyeux *Nó là một thứ quấy rầy*.

brindille [br(dij] nf *Cành nhỏ*.

bringue [br(g] nf P: **1**. grande b. *Người con gái lông ngông (cao và xấu)* **2**. *Tiệc tùng*; faire la b. *Mở tiệc tùng, đi dự tiệc tùng*.

bringuebaler [br(gbale] F: **1**. vi *Xóc, lắc lư* **2**. vtr *Lúc lắc, đu đưa*.

brio [brijo] nm (a) Mus: *Sôi nổi* (b) avec b. *Một cách sáng chói, rực rỡ, nổi bật*.

brioche [briɔʃ] nf Cu: *Bánh xốp*; F: *Bụng xệ*.

brique [brik] **1**. nf (a) *Viên gạch*; (b) P: une b., 10,000 Francs *10.000 quan* **2**. a inv *Có màu đỏ gạch*.

briquet [brikɛ] nm *Cái bật lửa*.

bris [bri] nm **1**. *Sự đập vỡ (cửa kính)* **2**. Jur: b. de clôture *Tội phá hàng rào*.

brisant [briz)] nm (a) *Đá ngầm dưới mặt nước* (b) *Sóng bạc đầu*.

brise [briz] nf *Gió nhẹ*.

briseá [brize] a b. de fatigue *Mệt lả người*.

brise - fer [brizfɛr] nm inv *Người vụng về, lóng cóng*.

brise - glace [brizglas] nm inv *Tàu phá băng*.

brise - lames [brizlam] nm inv *Đê chắn sóng ở cảng*.

brise - tout [briztu] nm inv *Người lóng cóng, vụng về*.

briser [brize] vtr **1**. (a) *Đập vỡ, phá vỡ*; b. une porte *Phá vỡ cửa để vào*; b. qch en éclats *Đạp vỡ cái gì thành mảnh vụn* (b) *Ép (quặng)* (c)

Phá vỡ (hiệp ước); Giảm sút (chống đối); brisé par la douleur *Bị quật ngã bởi con đau* (d) *Ngưng cuộc nói chuyện* 2. vi & pr (a) *Tuyệt giao với ai* (b) *Đập vào ồ ạt (sóng)* (se) b. *Vỡ* (c) se b. *Vỡ tan (gương); Vỡ tan (hy vọng).*

briseur, -euse [brizœr, øz] n *Người phá vỡ, phá hoại;* b. de grève *Người phá hoại cuộc đình công.*

brise - vent [brizv)] nm inv *Tấm chắn gió (cho cây).*

brisure [brizyr] nf *chỗ vỡ, chỗ rạn.*

britannique [britanik] a *Thuộc Anh.*

broc [bro] nm *Bình xác nước.*

brocante [brɔk)t] nf *Nghề buôn bán đồ cũ, đồ cổ.*

brocanter [brɔk)te] vi *Buôn bán đồ cũ, đồ cổ.*

brocanteur, -euse [brɔk)tœr, øz] n *Người buôn bán đồ cũ, đồ cổ.*

brocart [brɔkar] nm *Miếng vải thêu kim tuyến.*

broche [brɔʃ] nf 1. Cu: (a) *Que xiên để nướng thịt* (b) *Thịt nướng bằng que xiên* 2. *Cái kẹp, cái kim găm* 3. Tex: *Con thoi (dệt)* 4. *Cái trâm cài đầu, cái cài áo phụ nữ.*

brocher [brɔʃe] vtr *Đóng sách;* livre broché *Sách đóng bìa mỏng.*

brochet [brɔʃɛ] nm Ich: *Cá măng.*

brochette [brɔʃɛt] nf 1. (a) *Que xiên nhỏ* (b) Cu: *Thịt nướng kêbab* 2. b. de décorations *Kim gài nhỏ có mặt trang trí.*

brochure [brɔʃyr] nf 1. *Sách đóng bìa mỏng* 2. *Cuốn sổ nhỏ.*

broder [brɔde] vtr *Thêu (áo), thêu dệt (câu chuyện).*

broderie [brɔdri] nf *Đồ thêu, nghề thêu.*

brome [brom] nm Ch: *Brôm.*

bromure [brɔmyr] nm Ch: *Bômit.*

bronche [brɔ̃ʃ] nf Anat: *Phế quản.*

broncher [brɔ̃ʃe] vi 1. *(Của ngựa)* (a) *Bước hụt chân* (b) *Bất thần bước ngoặc sang một bên* 2. F: (a) *Nản chí;* sans b. *Thản nhiên, không ngập ngừng* (b) F: *Nhúc nhích, cử động.*

bronchite [brɔ̃ʃit] nf Med: *Viêm phế quản.*

bronzage [brɔ̃zaʒ] nm *Màu da rạm nắng, sự làm rám da.*

bronze [brɔ̃z] nm *Thanh đồng.*

bronzer [brɔ̃ze] 1. vtr *Làm rám da*; teint bronzé *Có sắc diệu rám* 2. vi & pr (se) b. *Làm cho da bị rám, làm cho da có màu nâu, tắm nắng.*

brossage [brɔsaʒ] nm *Sự chải.*

brosse [brɔs] nf (a) *Bàn chải;* b. à cheveux, à habits *Bàn chải tóc;* b. à dents *Bàn chải áo quần;* b. métallique *Bàn chải đánh răng;* donner un coup de b. à qn *Đánh ai;* cheveux en b. *Tóc húi cua* (b) *Bút lông để tô màu;* passer la b. sur qch *Vẽ một cái gì.*

brosser [brɔse] vtr 1. *Chải, cọ (sàn);* se b. *Tự phủi, chải;* se b. les dents *Đánh răng;* F: tu peux te b.! *Anh thắng rồi đấy !* 2. *Vẽ bằng những nét lớn.*

brouette [bruet] nf *Xe cút kít.*

brouhaha [bruaa] nm F: *Tiếng ồn ào, tiếng xôn xao.*

brouillage [brujaʒ] nm WTel: *Sự nhiễu của máy phát thanh.*

brouillard [brujar] nm *Sương mù;* il y a du b. *Trời có sương mù;* je suis dans le b. *Tôi đang ở trong tình trạng bối rối.*

brouille [bruj] nf *Sự bất hòa.*

brouiller [bruje] vtr 1. *Để lẫn lộn, trộn, pha lẫn;* b. des oeufs *Đánh trứng;* b. les cartes, (i) *Trộn;* (ii) *Xáo bài* 2. *Chia rẽ, gây bất hòa (trong dân chúng)* 3. WTel: Elcs: *Gây nhiễu (radio)* 4. se b. (a) *Lẫn lộn với nhau;* le temps se brouille *Trời âm u* (b) yeux brouillés de larmes *Mắt nhòa lệ* (c) *Gây bất hòa, bối rối.*

brouillon, -onne [brujɔ̃, ɔn] 1. a. *Mất trật tự, rối loạn tâm thần* 2. n *Sự lộn xộn* 3. nm *Bản thảo;* Sch: *Bản nháp, tờ giấy nháp;* (papier) b. *Một mẩu giấy nháp.*

broussaille [brusɑj] nf *Bụi rậm;* cheveux en b. *Tóc rối, tóc bù xù.* broussailleux, -euse a *Đầy bụi rậm.*

brousse [brus] nf Geog: (i) *Vùng đất hoang nhiều bụi rậm* (ii) Austr: *Vùng rừng thưa;* (iii) F: *Truông, vùng hoang dã.*

brouter [brute] 1. vtr & i b. (l'herbe) *Ăn (cỏ), găm (cỏ)* 2. vi *Giật giật (dây thắng).*

broyage [brwajaʒ] nm *Sự tán, sự nghiền.*

broyer [brwaje] vtr (je broie, n. broyons) *Nghiền, tán:* F: b. du noir *Lo nghĩ, phiền muộn.* **broyeur, -euse** 1. a. *Tán, nghiền* 2. nm *Máy tán, máy xay nhuyễn.*

bru [bry] nf *Con dâu.*

brugnon [bryɲɔ̃] nm *Quả đào mận.*

bruine [brɥin] nf *Mưa bụi, mưa phùn.*

bruire [brɥir] vi def (prp bruissant; pr ind il bruit, ils, bruissent; impf il bruissait) *Rì rào, rì rầm, xào xạc, vo ve.*

bruissement [brɥism)] nm *Tiếng rì rào, tiếng rì rầm, tiếng xào xạc, tiếng vo ve.*

bruit [brɥi] nm 1. (a) *Tiếng, tiếng ồn, tiếng kêu leng keng, loảng xoảng;* b. métallique *Tiếng lẻng kẻng (kim loại);* b. de pas *Tiếng bước chân;* b. sourd *Tiếng trầm, lịch thịch, thình thịch;* faire du b.; quel b.! *Ồn óc ồn tai quá sức* ! b. de fond *Tiếng động dưới (nền) đất* (b) *Sự làm om xòm, la lối;* beaucoup de b. pour rien

La lối thật nhiều nhưng thực chất chẳng có gì cả; faire grand b. de qch *La lối om xòm, nói năng ầm ĩ, khoa trương một chuyện gì*; sans b. *Im lặng, không ồn ào* **2**. *Tin đồn*; c'est un b. qui court *Đó chỉ là tin đồn đãi*.

bruitage [bɥitaʒ] nm Th: Cin: TV: *Sự tạo tiếng giả (cho vở kịch, phim, truyền hình), hiệu quả âm thanh.*

bruiteur [bɥitœr] nm Th: Cin: TV: *Người tạo tiếng động giả, chuyên viên về hiệu quả âm thanh.*

bruleá [bryle] **1**. a. *Bị cháy*; Cu: crème brulée *Kem Caramel (kem đường nung cháy)*; cerveau b. *Liều lĩnh* **2**. nm odeur de b. *Mùi cháy, mùi khét*; ça sent le b. *Có vẻ khả nghi lắm.*

brûle - parfum(s) [brylparfœ] nm inv *Lư hương.*

brûler [bryle] **1**. vtr (a) *Đốt, thiêu; Cháy (nhà)*; *Đốt (rác)* (b) *Dùng làm chất đốt, tiêu thụ (nhiên liệu, điện)* (c) *Ăn mòn (axit)* (d) *Nướng (bánh); Rang (cà phê)*; le lait est brûlé *Sữa bị khê*; terre brûlée par le soleil *Mặt đất bị nung cháy (bởi mặt trời)*; b. le pavé *Chạy nhanh dọc đường* (e) Aut: b. les feux, un feu rouge *Vượt qua đèn đỏ*; b. un concurrent *Chiến thắng một đối thủ* (f) *(Sương giá) phá hoại (nụ hoa, lá);* la fumée me brûlait les yeux *Khói làm cay mắt tôi* (g) F: b. un espion *Phát hiện ra, tìm ra một tên gián điệp* **2**. vi (a) *Bị hỏng;* Med: *Lên cơn sốt (rét)*; b. lentement *Cháy âm ĩ*; F: on brûle ici *Chúng tôi đang bị thiêu ở đây, ở đây quá nóng;* Games: tu brûles *Mày chơi gian lận* (b) b. de curiosité *Nóng ruột vì tò mò*; b. d'indignation *Căm phẫn tột cùng*; b. (du désir) de faire qch *Khao khát làm việc gì;* les mains lui brûlent *Nó nôn nóng muốn làm việc* (c) *(Thịt) cháy; (Sữa) khê* **3**. se b. *Tự đốt cháy, bị phỏng*; se b. les doigts, la langue *Phỏng tay, phỏng lưỡi* *Nóng bỏng, cháy bỏng*; question brûlante *Vấn đề khó khăn, vấn đề nóng bỏng, vấn đề có tính thời sự* (b) *Say mê, nhiệt tình (công việc).*

brûlerie [brylri] nf b. de café *Hàng rang, bán cà phê (đã rang và xay)*

brûleur [brylœr] nm *Máy rang, mỏ đốt.*

brûlure [brylyr] nf **1**. *Vết cháy, vết xém; (sensation be)* b. *Cảm giác bị nóng phỏng*; b. d'estomac *Cảm giác nóng rực ở trong bụng* **2**. *Sự phá hoại của sương giá.*

brume [brym] nf *Sương mù nhẹ, vẻ tối tăm, nám, sự phiền muộn, sự nghi hoặc, sự mơ hồ.* brumeux, -euse *Đầy sương mù, tối tăm, nám, mơ hồ (ý tưởng).*

brumisateur [brymizatœr] nm *Máy phun các chất lỏng ra dạng bụi, sương.*

brun, f brune [brœ̃, bryn] **1**. a. *Nâu; Nâu sẫm (nước da); Rám nắng (nước da)*; elle est brune *Cô ta có bộ tóc nâu* **2**. nm *Màu nâu* **3**. nf brune *Bia nâu; Có màu nâu nhạt.*

brunette [brynɛt] nf *Người có bộ tóc nâu.*

brunir [brynir] **1**. vtr *Nhuộm màu nâu, làm cho trở nên nâu, làm rám nắng; Chuyển sang màu nâu* **2**. vi. *(Tóc) nhuộm nâu; (Da) rám nắng.*

brushing [brœʃiŋ] nm *Sự uốn tóc và sấy tóc.*

brusquer [bryske] vtr **1**. *Đối xử thô bạo, đối xử tệ (với ai)* **2**. b. les choses *Giải quyết các công việc vội vàng*; attaque brusque *Sự tấn công bất thình lình, bất ngờ, không chuẩn bị trước, thình lình, đột nhiên, đột ngột (sự dừng).* brusquement adv *Một cách đột nhiên, bất thình lình.*

brusquerie [bryskəri] nf *Việc làm hoặc lời nói thô bạo.*

brut [bryt] a **1**. *Chưa đẽo gọt (đá hoa cương); Chưa kết (đường); (Thô) dầu; Chưa mài, chưa dũa (kim cương); Nguyên chất (rượu sâm banh);* produit b. *(Sản phẩm) nguyên chất;* matières brutes *(Chất liệu) thô sơ* **2**. Com: *Cả bì (trọng lượng)* **3**. nm *Dầu (lửa) thô.*

brutaliser [brytalize] vtr *Đối xử hung bạo, đối xử tàn nhẫn, đối xử tàn tệ.* brutal, - aux a (a) *Tàn nhẫn, hung bạo* (b) *Còn thú tính, dã man, man rợ*; force brutale *Sức mạnh vũ phu*; vérité brutale *Sự thật phũ phàng*; arrêt b. *Sự dừng đột ngột.* brutalement adv *Một cách tàn nhẫn, một cách dã man, một cách man rợ, bất chợt, một cách đột ngột.*

brutaliteá [brytalite] nf **1**. (a) *Tính tàn nhẫn* (b) *Tính dã man, man rợ* (c) *Thô sơ* **2**. *Hành động thô bạo.*

brute [bryt] nf *Người thô bạo, người cộc cằn, người thô lỗ;* sale b.! *Đồ súc sinh*; frapper comme une b *Đánh ra trò.*

Bruxelles [brysɛl] Prnf *Thành phố Bruscelles.*

bruyant [brɥij)] a **1**. *Ồn ào; Vang dội (thành công)* **2**. *Lớn tiếng (tiếng cười).* bruyamment adv *Ầm ĩ, ồn ào.*

bruyeâre [brɥijer] nf **1**. (a) *Cây thạch thảo*; (b) *Bãi thạch thảo* **2**. *gỗ thạch thảo; pipe de b. Ống điếu bằng gỗ thạch thảo.*

BT(S) abbr Brevet de technicien (supérieur). *Chứng chỉ kỹ thuật viên cao cấp.*

bu, -e [by] Xem *BOIRE*

buanderie [bɥɑ)dri] nf *Xưởng giặt, tiệm giặt.*

bûche [byʃ] nf (a) *Khúc củi;* b. de Noël *Bánh giáng sinh hình khúc củi*; F: ramasser une b. *Ngã, té* (b) F: *Người ngu độn.*

bûcher[1] [byʃe] nm **1**. *Nơi xếp củi* **2**. (a) *Trụ cây để trói người bị xử tội hỏa thiêu* (b) *Dàn hỏa* *thiêu.*

bûcher[2] vtr & i F: *Làm việc liên tục, làm việc không ngừng.*

bûcheron [byʃrɔ̃] nm (a) *Người tiều phu* (b) *Máy xén cành cây.*

bûcheur, -euse [byʃœr, øz] n F: *Người làm việc liên tục, người ham học.*

bucolique [bykɔlik] a & nf *(Thuộc về) thơ ca đồng quê.*

budget [bydʒɛ] nm *Ngân sách, ngân quỹ.*
budgétaire a *Thuộc về ngân sách, ngân quỹ, dự toán.*

bueáe [bɥe] nf *Hơi nước, hơi, hơi đọng lại (trên kính).*

buffet [byfɛ] nm **1.** *Tủ đựng chén bát, đồ bạc, tủ búp phê;* **b. de cuisine** *Tủ bếp, chạn đựng thức ăn.* **2.** *Bàn bày thức ăn, bán rượu;* **b. de gare** *Quán ăn ở nhà ga.*

buffle [byfl] nm Z: *Con trâu.*

buis [bɥi] nm **1.** Bot: *Cây hoàng dương* **2.** *Gỗ hoàng dương.*

buisson [bɥisɔ̃] nm *Lùm cây (có gai).*

bulbe [bylb] nm **1.** Bot: *Củ;* **2.** Anat: *Bộ phận hoặc một phần của bộ phận bị phồng lên* **3.** Arch: *Vòm hình cầu.* **bulbeux, -euse** a *Có hành, có hình hành.*

Bulgarie [bylgari] Prnf *Thuộc Bungari, người Bungari.*

bulldozer [buldɔzɛr] nm *Xe ủi đất đá.*

bulle [byl] nf **1.** EccHist: *Sắc lệnh của giáo hoàng* **2.** (a) *Bọt (khí);* faire des bulles *Thổi bong bóng (nước bọt bằng miệng)* (b) *Phần ghi các lời nói của các nhân vật trong tranh hoạt hình.*

bulletin [byltɛ̃] nm **1.** *Thông báo (tin tức);* b. *Bản thông báo khí tượng;* Sch: b. *Phiếu điểm từng quí (3 tháng).* **2.** *Biên lai, vé, giấy chứng nhận;* b. de salaire *Phiếu lương;* b. de vote *Phiếu bầu cử;* b. de commande *Giấy báo, lệnh báo.*

bulletin - reáponse [byltɛ̃repɔ̃s] nm pl *bulletins - réponses Phiếu dự thi.*

buraliste [byrakist] n (a) *Nhân viên thư ký bưu điện* (b) *Nhân viên thu thuế* (c) *Chủ quầy thuốc lá, người bán thuốc lá.*

bureau, -eaux [byro] nm **1.** *Bàn làm việc, bàn giấy* **2.** (a) *Phòng, sở, cơ quan;* b. d'études *Phòng kế hoạch;* b. de poste *Bưu điện;* b. de location *Phòng bán vé;* b. de placement *Giới thiệu việc làm;* b. de tabac *Cửa hàng bán thuốc lá* (b) *Bộ tham mưu* **3.** *Ủy ban, hội đồng* **4.** *Ngành, ban.*

bureaucrate [byrɔkrat] n *Tay cạo giấy, kẻ quan liêu.* **bureaucratique** a *Quan liêu (giấy tờ).*

bureaucratie [byrɔkrasi] nf *Chế độ quan liêu;* F: *Bọn viên chức.*

bureautique [byrotik] nf *Sự quan liêu (giấy tờ).*

burette [byrɛt] nf **1.** *Lọ nhỏ* **2.** *Ống bóp dầu, ống nhỏ dầu.*

burin [byrɛ̃] nm **1.** *Dao khắc* **2.** *Cái giũa.*

burlesque [byrlɛsk] a **1.** *Kỳ cục* **2.** *Nực cười.*

bus [bys] nm F: *Xe buýt.*

buse [byz] nf **1.** Orn: *Con diều mốc* **2.** F: *Người ngu ngốc.*

busqueá [byske] a *Khum, lồi (mũ).*

buste [byst] nm (a) *Ngực (người)* (b) *Bức tượng bán thân.*

bustier [bystje] nm *Yếm nịt của phụ nữ.*

but [byt] nm **1.** *Đích;* coup au b. *Cú ngay tâm* **2.** Fb: etc: *Khung thành;* marquer un b. *Làm bàn* **3.** *Mục đích, cứu cánh:* dans le b. de faire qch *Với mục đích làm việc gì;* dans ce b.; aller droit au b. *Đi thẳng vào vấn đề;* errer sans b. *Đi lang thang không có mục đích* **4.** adv phr (a) b. à b. *Đồng cân đồng lượng, đều nhau* (b) tirer de b. en blanc *Bắn ngay chuẩn điểm;* faire qch de b. en blanc *Làm việc gì theo hứng khởi nhất thời.*

butane [bytan] nm Ch: *Butan.*

buteáe [byte] nf Mec: b. (d'arrêt) *Cái chặn (để ngừng lại).*

buter [byte] **1.** vi (a) b. contre qch *Vấp phải cái gì;* *Sẩy chân;* b. contre un problème *Vấp phải một vấn đề* (b) *(Xà nhà) dựa vào, tiếp cận với* **2.** vtr (a) *Đối lập với ai* (b) P: *Vấp phải ai* **3.** (a) se b. à un obstacle *Vấp phải một nghịch cảnh* (b) se b. à faire qch *Bướng, ngoan cố không làm một việc gì* *Bướng bỉnh, ngoan cố.*

buteur [bytœr] nm Sp: *Người ghi bàn thắng.*

butin [bytɛ̃] nm *Chiến lợi phẩm, của trộm cướp được.*

butiner [bytine] vi (Ong) *thu lượm phấn hoa.*

butoir [bytwar] nm Tch: *Cái chặn, ụ chặn;* b. de porte *Cái chặn cửa.*

butte [byt] nf **1.** *Đồi, mô đất* **2.** b. (de tir) *Ụ đất để núp bắn;* être en b. à *Phải đương đầu với.*

buvable [byvabl] a **1.** *Uống được;* Med: *(Thuốc) uống* **2.** F: il n'est pas b. *Không thể uống được.*

buvette [byvɛt] nf *Quầy giải khát.*

buveur, -euse [byvœr, øz] n *Người uống rượu.*

byzantin, -ine [bizɑ̃tɛ̃, in] a & n *Thuộc xứ Byzance, người xứ Byzance.*

Cc

C, c [se] nm *Chữ C, c.*

C abr Celsius *Viết tắt của c, (độ) bách phân.*

c. abr centime. *Viết tắt của centime, xăng tim, một phần trăm frăng.*

c *Xem ce.*

ca *Xem cela.*

çaâ [sa] adv *çà et là Đây đó.*

cabale [kabal] nf *Cuộc âm mưu, bè đảng* cabalistique *Huyền bí, khó hiểu.*

caban [kab)] nm *Nau: áo va rơi của thủy thủ, áo khoác ngắn.*

cabane [kaban] nf (a) *Lều, chòi; Nơi ở tồi tàn Chuồng thở;* (b) *Gậy nhọn, cây đinh, tiếng xủng xoảnh (của các đồng xu khi chạm nhau).*

cabanon [kabanɔ̃] nm (a) *Chòi nhỏ, kho hàng;* (b) *Nhà tranh (miền quê).*

cabaret [kabarɛ] nm (a) A: *Quán trọ, quán rượu;* (b) *Hộp đêm, tiệm ăn (có ca nhạc giúp vui).*

cabaretier, gn -ieâre [kabartje, jɛr] n A: *chủ quán rượu.*

cabas [kaba] nm *Giỏ, bị.*

cabestan [kabɛst)] nm *Máy trục đứng.*

cabillaud [kabijo] nm *Cá tuyết.*

cabine [kabin] nf (a) *Phòng, buồng;* Av: c. de pilotage *Buồng lái máy bay;* (b) *Chòi;* c. de bain *Buồng tắm;* c. téléphonique *Phòng điện thoại;* Rail: c. d'aiguillage *Hộp ghi đường xe lửa;* Cin: c. de projection *Phòng chiếu;* (c) *Buồng (thang máy); Buồng máy (của đầu máy xe lửa, của máy cầu trục).*

cabinet [kabinɛ] nm 1. *Buồng, phòng nhỏ; Phòng vệ sinh, phòng thay quần áo;* c. de toilette *Nhà vệ sinh;* les cabinets *Phòng làm việc;* c. de travail *Văn phòng; Phòng mạch, phòng khám (bác sĩ) phòng mổ;* (b) *Con bệnh của bác sĩ, thân chủ của luật sư* 3. (in museum) c. d'estampes *(Ở viện bảo tàng) phòng triển lãm.* 4. (a) Pol: cabinet *nội các trong một chính phủ* (b) c. (d'un ministre) *Ban cố vấn (của bộ trưởng);* chef de c. *Chánh văn phòng* 5. Furn: cabinet *tủ chè.*

cêblage [kɑbla3] nm *Sự bện dây, xe dây;* El: *Mạng điện.*

cêble [bɑbl] nm (a) *Dây cáp, dây thừng;* c. d'amarrage *Dây buộc tàu, thuyền vào trụ neo;* (b) El: *Dây cáp, dây dẫn điện chính, dây điện mềm (có bọc cách điện).*

cêbler [kɑble] vtr *Đánh điện tín bằng dây cáp.* câblé a 1. F: *Hợp thời trang; Cập nhật, biết rõ cái mới* 2. TV: ville câblée *Thành phố có mạng truyền hình bằng cáp.*

caboche [kabɔʃ] nf F: *Cái đầu; Cứng cổ, lì lợm.*

cabosser [kabɔse] vtr F: *Dập hình lõi, u lên (trên kim loại).*

cabot [kabo] nm *Con chó* Pej: *Người ti tiện, dáng khinh.*

cabotage [kabɔta3] nm *Sự buôn bán bằng thuyền bè dọc theo bờ biển.*

caboteur [kabɔtœr] nm *Người buôn bán bằng tàu ghe dọc theo bờ biển.*

cabotin, - ine [kabɔt(, in] a & n F: *Kép hát, nữ diễn viên; Diễn viên không chuyên; Người hay khoe khoang, phô trương.*

cabotinage [kabɔtina3] nm *Sự đóng vai không chuyên; Sự phô trương, khoe khoang.*

cabotiner [kabɔtine] vi F: *Khoe khoang, phô trương.*

cabrer [kabre] 1. vtr (a) *Chồm lên (ngựa);* c. qn contre qn *Vận xoay ai ngược lại;* (b) c. un avion *Đâm ngược lên (Máy bay)* 2. se c. *Nhảy lồng lên (ngựa);* F: *(về người) đứng sựng lại (trước cái gì).*

cabri [kabri] nm Z: *dê con.*

cabriole [kabrijɔl] nf 1. (a) *Sự nhảy cỡn lên;* (b) *Sự nhảy lộn nhào* 2. faire des cabrioles *Làm những bước nhảy cỡn, nhảy lộn, nhào lộn.*

cabrioler [kabrijɔle] vi *Nhảy cỡn lên (vì...).*

cabriolet [kabrijɔlɛ] nm (a) A: *xe ngựa trần có 2 bánh;* (b) Aut: *xe hơi có mui xếp.*

caca [kaka] nm *(Tiếng trẻ con) cứt;* as tu fait c. ? *(Nói với trẻ con) con đã đi vệ sinh chưa?* c. d'oie *Màu vàng úa, cứt ngỗng.*

cacah(o)ueâte [kakawɛt] nf *Đậu phộng.*

cacao [kakao] nm *Ca - cao.*
cacarder [kakarde] vi *(Ngỗng) kêu.*
cacatoeâs [kakatɔɛs] nm Orn: *Vẹt có mào.*
cachalot [kaʃalo] nm *Cá nhà táng.*
cache [kaʃ] 1. nf *Chỗ ẩn núp*; cache *Nơi cất giấu* 2. nm (a) Phot: *bộ phận dùng để che bớt một phần hình ảnh đi vào ống kính*; (b) *Vỏ bọc, lá chắn.*
cache - cache [kaʃkaʃ] nm inv *Trò chơi trốn tìm.*
cache - col [kaʃkɔl] nm inv Cl: *Khăn choàng cổ, khăn choàng có thể che cả mũi và miệng (để giữ ấm).*
Cachemire [kaʃmir] 1. Npr Geog: *Xứ kashmir* 2. nm Tex: (a) *Khăn san bằng len kashmir, vải len kashmir*; (b) *Hoa văn có những đường cong trừu tượng.*
cache - nez [kaʃne] nm inv *Khăn choàng che cả cổ lẫn miệng mũi.*
cache - pot [kaʃpo] nm inv *Bộ phận để che chậu hoa khỏi sương già, gió.*
cacher [kaʃe] 1. vtr (a) *Che, giấu, giữ kín*; (b) *Giấu mặt (không cho ai nhìn); Che phủ kín (bức tranh);* c. qch à qn *Tự che dấu (cảm xúc);* il ne cache pas que *Giấu ai cái gì*; il ne cache pas que *Nó tiết lộ rằng*; il me cache la lumière *Nó che mất ánh sáng của tôi.* 2. se c. *Trốn tránh, ẩn núp, được giấu kín*; se c. de qn *Tránh cái nhìn của ai*; je ne m'en cache pas *Tôi không che giấu gì cả về điều đó*; sans se c. *Công khai.*
cache - radiateur [kaʃradjatœ r] nm inv *Nắp đậy lò sưởi.*
cache - sexe [kaʃsɛks] nm inv *Tấm khố (để che bộ phận sinh dục của thổ dân Châu Phi).*
cachet [kaʃɛ] nm 1. (a) *Ấn tín* (b) *Con dấu, con niêm*; c. de la poste *Con dấu bưu điện*; il a beaucoup de c. *Nó rất có tác phong*; manteau qui a du c. *Áo choàng hợp thời trang*; 2. *Viên thuốc* 3. *Tiền thù lao (của nhà tư vấn, nghệ sĩ).*
cache - tampon [kaʃt)pɔ̃] nm inv *Trò chơi giấu khăn.*
cacheter [kaʃte] vtr (je cachette) *Niêm phong.*
cachette [kaʃɛt] nf *Chỗ giấu, núp, trốn; Bí mật, thầm lén.*; en c.,.
cachot [kaʃo] nm (a) *Ngục tối* (b) *Phòng biệt giam.*
cachotterie [kaʃɔtri] nf *Niềm bí mật*; faire des cachotteries *Giữ bí mật*; cachottier, - ière *Kín miệng.*
cacophonie [kakɔfɔni] nf *Câu nói khó nghe.*
cactus [kaktys] nm Bot: *cây xương rồng.*
c. - aâ - d. abr c'est - à - dire. *Nghĩa là, có nghĩa là.*

cadastre [kadastr] nm *Sự, phép đạc điền*; cadastre. cadastral, - aux a cadastral. *Thuộc về phép đạc điền.*
cadavre [kadavr] nm (a) *Xác, chết; Tử thi*; (b) P: *Sự trống không, rỗng (chai); Tử thi*; cadavérique *Thuộc về xác chết; Có màu xác chết.*
caddie [kadi] nm 1. Rtn *xe đẩy để mua hàng ở siêu thị.* 2. Golf: *Người phục dịch (lượm bóng, mang gậy) cho người chơi gôn.*
cadeaux, - eaux [kado] nm *Quà biếu, tặng phẩm*; faire un c. à qn *Tặng ai một món quà*; F: il ne lui a pas fait de c. *Ông ta đối xử khắc nghiệt với nó.*
cadenas [kadna] nm *Cái khóa bóp, ống khóa bóp.*
cadenasser [kadnase] vtr *Khóa bằng ống khóa.*
cadence [kad)s] nf *Nhịp điệu, âm điệu, vần (của một đoạn thơ)*; en c. *Một cách nhịp nhàng, có tiết điệu*; à la c. de *(Đạt) đến một tỉ lệ*; forcer la c. *Nhanh chân, nhanh bước.*
cadencer [kad)se] vtr (je cadencai(s)) *Tạo âm tiết (cho một thể văn)*; cadencé a rhythmic(al). *Có nhịp điệu.*
cadet, - ette [kadɛ, ɛt] 1. a & n (a) la (sœur) cadette *Đứa em gái út*; il est mon c. de deux ans *Nó là đứa em út, em nhỏ cách tôi hai tuổi*; c'est le c. de mes soucis *Việc ấy không làm tôi quan tâm lắm* (b) Sp: *vận động viên thiếu niên (13. đến 16 tuổi)* 2. nm Mil: *học viên trường sĩ quan (quân đội, cảnh sát).*
cadrage [kadraʒ] nm Phot: *sự đặt hình ảnh vào vị trí nhắm của máy ảnh, sự đóng khung ảnh.*
cadran [kadr)] nm *Mặt số, mặt đồng hồ*; c. solaire *Đồng hồ mặt trời.*
cadre [kadr] nm 1. (a) *Khung (ảnh), khung (cửa)*; (b) *Khung, khuông*; (c) *Khung viền (tấm bản đồ)*; (d) *Khung cảnh*; (e) *Phạm vi, giới hạn, khung giàn*; sortir du c. de ses fonctions *Ra ngoài phạm vi quyền hạn của nó*; dans le c. de ce programme *Trong phạm vi của chương trình này*; (f) *Thùng (gỗ), hộp, thùng*; (g) WTel: *khung ăng ten* 2. *Khung (xe đạp)* 3. (a) Mil: les cadres, officers *Các sĩ quan*; (b) *Giám đốc, quản lý*; c. supérieur *Cấp giám đốc* (c) *Số kế toán (của công ty)*; être mis hors c. *Được thăng bậc (ngoại ngạch)*; rayé des cadres *Bị sa thải.*
cadrer [kadre] 1. vi (avec) *Khớp với.* 2. vtr *Đặt trong vị trí nhắm của máy ảnh.*
cadreur [kadrœ r] nm Cin: TV: *người quay phim, người thu hình.*
caduc, - uque [kadyk] a 1. *Lỗi thời, lạc hậu* 2. Bot: *rụng lá hằng năm* 3. *Không có giá trị pháp lý.*

CAF abr Caisse d'allocations familiales.

cafard [kafar] **1.** nm (a) *Con gián* (b) F: avoir le cafard *Sầu muộn, chán nản* **2.** cafardeux, - euse *Người mách lẻo, u sầu, phiền muộn, chán nản*.

cafarder [kafarde] vi *Mách lẻo*.

cafardeur, - euse [kafardœ r, øz] n *Người hay mách lẻo*.

cafeá [kafe] nm **1.** (a) *Cà phê*; grain de c. *Hạt cà phê*; (b) *Cà phê sữa, cà phê pha kem* c. au lait, c. crème *Cà phê bột*; c. soiuble, c. en poudre, c. instantané *Cà phê hòa tan*; glace au c. *Kem cà phê*; c. complet *Bữa ăn sáng có cà phê*; (c) a inv *Màu nâu sáng, màu cà phê* **2.** café. *Quán cà phê*.

cafeáier [kafeje] nm *Cây cà phê*.

cafeáine [kafein] nf Ch: *chất cafêin*.

cafeátearia [kafeterja] nf *Quầy bán cà phê (tự phục vụ)*.

cafeá - theâêtre [kafeteatr] nm pl cafés - théâtres. *Quán cà phê có diễn trò*.

cafetier, - ieâre [kaftje, jɛr] **1.** n *Chủ quán cà phê* **2.** nf (a) *Bình đựng cà phê* (b) *Bình lọc cà phê*.

cafouillage [kafujaʒ] nm F: *Tình trạng hỗn độn, trình trạng rối ren, tình trạng chạy trục trặc (một máy móc)*.

cafouiller [kafuje] vi F: *Ở trong tình trạng lộn xộn; Chạy trục trặc (về máy móc); Không bắt được đài (về một máy truyền hình)*. cafouilleur, - euse a & n *Người lộn xộn; n Mụ mị, có đầu óc lẩn quẩn, lộn xộn*.

cafter [kafte] *(Ngôn ngữ trẻ con)* **1.** vi *Mách lẻo* **2.** vtr *Tố cáo*. cafteur, - euse n *Người mách lẻo*.

cage [kaʒ] nf **1.** (a) *Lồng; Chuồng (thú)*; (b) *Lồng sắt (để vào hầm mỏ)* **2.** *Khung (bảo vệ)* **3.** *Phòng nhỏ, nơi đặt cầu thang hoặc thang máy* **4.** esp Fb: *khung thành*.

cageot [kaʒo] nm *Sọt (đựng rau cải)*.

cagibi [kaʒibi] nm F: *kho để đồ tạp nhạp*.

cagneux, - euse [kaɲø, øz] a *Vòng kiềng, cà khèo*; jambes cagneuses *Chân cà khèo*.

cagnotte [kaɲɔt] nf *Tiền góp, quỹ góp của một nhóm người*.

cagoule [kagul] nf (a) *Áo choàng (thầy tu)*; (b) *Áo choàng trùm đầu (của một nhà khổ hạnh)*; (c) *Mũ len che tai và cổ*.

cahier [kaje] nm *Quyển vở, tập*.

cahin - caha [ka(kaa] adv F: aller c. - c. *đi chậm chậm, đều đều; Tàm tạm (về sức khỏe)*.

cahot [kao] nm *Sự xóc, lắc (của xe lộ)*.

cahoter [kaɔte] vtr & i *Xóc, nhồi (trong một chiếc xe) Gồ ghề, khúc khuỷu (con đường) dằn, xóc; Xe*.

cahute [kayt] nf *Chòi, lều*.

caïd [kaid] nm P: *người cầm đầu một nhóm du côn*.

caillasse [kajas] nf *Đá giăm, đá sỏi*.

caille [kaj] Orn: *Chim cút*.

cailler [kɑje] vtr i & pr **1.** *Làm đông đặc lại (về sữa, máu)* **2.** P: caille, on se caille *lạnh buốt, lạnh giá*.

caillot [kajo] nm *Cục máu nhỏ động lại*.

caillou pl -oux [kaju] nm **1.** (a) *Sỏi, đá*; (b) *Đá mòn (bị nước xoi); (c) Đá có chứa kim cương* **2.** P: *đầu*. caillouteux, - euse a *Đầy đá sỏi*.

cailloutis [kajuti] nm *Đống sỏi, đá giăm (để làm đường)*.

caïman [kaim)] nm Rept: *Cá sấu Mỹ*.

Caire(le) [lɔkɛr] Npr *(Thành phố) Cairô*.

caisse [kɛs] nf **1.** (a) *Thùng gỗ để đóng hàng*; (b) *Thùng, rương, hòm* **2.** *Thùng (vỏ) đồng hồ; Thân xe*. **3.** Com: (a) *Ngân quỹ, tủ két*; c. (enregistreuse) *Số sách về ngân quỹ*; les caisses de l'État *Kho bạc nhà nước*; (b) *Nơi tính tiền và trả tiền*; tenir la c. *Giữ chức thủ quỹ*; faire la c. *Thụt két*; livre de c. *Số chi thu*; (d) *Quỹ*; c. noire *Quỹ đen*; (e) *Ngân hàng*; c. d'épargne *Quỹ tiết kiệm* **4.** Mus: *trống*.

caissette [kɛsɛt] nf *Thùng nhỏ*; c. (en papier), cake *Thùng giấy*.

caissier, - ieâre [kesje, jɛr] n cashier. *Thủ quỹ*.

caisson [kɛsɔ̃] nm Mil: CivE: *Thùng lặn (dùng để làm việc dưới nước)*; Med: mal, maladie, des caissons *Bệnh khí ép (do nổi lên quá nhanh trong khi lặn)*.

cajoler [kaʒɔle] vtr *Dỗ dành, mơn trớn (trẻ nhỏ)*.

cajolerie [kaʒɔlri] nf *Lời dịu dàng, sự mơn trớn*.

cajou [kaʒu] nm (noix de) c. *Hạt điều, hạt đào lộn hột*.

cake [kɛk] nm *Bánh gatô (có trộn nho khô và trái cây)*.

calage [kalaʒ] nm *Sự nêm (ghế); Sự chèn (một bánh xe)*.

calamiteá [kalamite] nf *Tai biến, thiên tai*. calamiteux, - euse a *Đầy tai ương*.

calandre [kal)dr] nf (a) *Máy cán láng (vải, giấy)*; (b) Aut: *Lưới bảo vệ bộ giảm nhiệt ở đầu máy xe hơi*.

calcaire[1] [kalkɛr] a *Có chất đá vôi (đất); eau c. Nước cứng, nước có khoáng*.

calcaire[2] nm (a) *Đá vôi*; (b) *Lớp cáu (ở ấm nấu nước)*.

calciner [kalsine] vtr *Làm cho nám đen, làm cho cháy thành than*; rôti calciné *Làm cho miếng thịt rán cháy thành than (rám đen)*;

calciné par le soleil *Rám đen vì mặt trời*.
calcium [kalsjɔm] nm Ch: *Calcium*.
calcul [kalkyl] nm **1.** (a) calculation *Sự tính toán, sự ước tính*; erreur de c. *Sự tính sai*; tout c. fait *Sự đánh giá toàn bộ;* (b) *Phép tính*; c. différentiel *Toán vi phân;* c. des probabilités *Toán sác xuất* **2.** Med: *Sỏi (ở bọng đái, thận)*.
calculateur - trice [kalkylatœ r, tris] **1.** *Biết sắp xếp, tính toán* **2.** n *Người biết tính toán* **3.** nm *Máy tính sử dụng trong tin học, máy vi tính* **4.** nf *Máy tính điện tử*.
calculer [kalkyle] vtr (a) *Tính toán, ước tính, tính (giá thành);* tout bien calculé *Tất cả đều đã được trù liệu;* (b) *Sắp đặt (một công việc); Cân nhắc (một hậu quả)*.
calculette [kalkylɛt] nf *Máy tính bỏ túi*.
cale [kal] nf **1.** (a) *Hầm (tàu);* (b) c. de lancement *Cầu trượt để hạ thủy tàu;* (c) c. sèche, c. de radoub *Chỗ đóng tàu hoặc sửa tàu ở trên cạn* **2.** (a) *Cái nêm, đồ chắn;* (b) *Cái chống, nạn chống*.
caleá [kale] a F: (a) *Thông minh, hiểu biết rộng (con người);* calé en maths *Giỏi về môn toán;* (b) *Khó khăn (vấn đề);* ca c'est c.! *Đúng là khéo léo, tài tình*.
calebasse [kalbɑs] nf *Quả bầu*.
caleâche [kalɛʃ] AVeh: *xe ngựa (bốn bánh có mui gập)*.
caleçon [kalsɔ̃] nm *Quần ngắn thể thao, quần đùi*.
calembour [kalɑ̃bur] nm *Trò chơi chữ*.
calendrier [kalɑ̃drije] nm (a) *Lịch;* (b) *Thời khóa biểu, lịch ghi thời gian đi và đến của một phương tiện giao thông*.
cale - pied [kalpje] nm inv Cy: *Cái giữ chân ở bàn đạp xe đạp*.
calepin [kalpɛ̃] nm *Sổ tay*.
caler [kale] **1.** vtr (a) *Nêm (đồ gia dụng);* Chèn *(một bánh xe);* (b) *Chống đỡ, chống nạn (sách vở, bệnh nhân);* (c) F: a cale l'estomac *Quá sức no;* (d) Aut: *Làm dừng lại đột ngột (máy móc);* vi *(Về một máy móc) ngưng lại đột ngột, tắt;* (e) vi F: *Ngưng (một người đang ăn)*. **2.** se c. *An vị thoải mái (vào trong chiếc ghế bành)*.
calfeutrage [kalføtraʒ] nm *Sự bít các khe cửa*.
calfeutrer [kalføtre] **1.** vtr *Trám (các lỗ thủng);* Trám bít *(các khe cửa của một căn phòng)* **2.** se c. *Ở một nơi kín đáo* (b) se c. *(chez soi) Ở ru rú trong nhà*.
calibre [kalibr] nm **1.** (a) *Cỡ họng súng;* (b) *Đường kính của một viên đạn; Phân, cỡ (của một quả trứng);* (c) Fig: *Khẩu súng lục* **2.** Tls: *Đồng hồ đo*.
calibrer [kalibre] vtr *Định cỡ; Phân cỡ (những quả trứng)*.

calice [kalis] nm **1.** *Bình rượu lễ* **2.** Bot: *Đài (hoa)*.
calicot [kaliko] nm (a) Tex: *Vải trúc bâu, vải calicốt.;* (b) *Biểu ngữ*.
califourchon (aâ) [akalifurʃɔ̃] adv *(Ngồi) dạng hai chân hai bên như cõi ngựa*.
câlin, - ine [kɑl(, in] **1.** *Âu yếm; Dịu dàng, đáng yêu* **2.** n *Sự mơn trớn, vuốt ve (người)* **3.** nm *Cái ôm chặt;* faire un c. à qn *Ôm chặt ai*.
câliner [kɑline] vtr *Mơn trớn, vuốt ve*.
câlinerie [kɑlinri] nf (a) *Sự dễ thương;* (b) *Sự vuốt ve vỗn vã, sự ôm chặt, ghì chặt*.
calleux, - euse [kalø, øz] a *Chai da*.
calligraphie [kaligrafi] nf *Sự viết chữ đẹp*.
calligraphier [kaligrafje] vtr *Viết chữ nắn nót*.
callositeá [kalozite] nf *Sự chai (da)*.
calmant [kalmɑ̃)] **1.** a *Dịu cơn đau;* Med: *Giảm dau* **2.** nm Med: *Thuốc giảm đau, thuốc làm dịu cơn đau*.
calmar [kalmar] nm *Mực thẻ*.
calme [kalm] **1.** nm *Sự yên lặng; Sự thanh tĩnh (của đêm đen); Sự thanh thản (của tâm hồn); Sự yên tĩnh, sự thanh bình;* garder son c. *Giữ đầu óc trầm tĩnh;* du c.! *Bình tĩnh nào! Im lặng đi!* Nau: c. plat *Im phăng phắc, sự yên lặng báo trước một mối hiểm nguy* **2.** a calmement adv *Một cách yên lặng, yên tĩnh, bình tĩnh*.
calmer [kalme] **1.** vtr *Làm yên, xoa dịu, làm giảm (sự sợ hãi), làm giảm (cơn đau), làm hết (cơn khát nước), chế ngự (sự nhiệt tình, hăng hái), xoa dịu (một đứa trẻ, một đám đông) làm giảm (cơn đói)*. **2.** se c. *Trở nên yên tĩnh, dịu đi, yếu đi (một cơn bão) giảm đi (gió)*.
calomniateur, - trice [kalɔmhjatœ r, tris] n *Người vu khống, dèm pha*.
calomnie [kalɔmni] nf *Lời vu khống, lời vu oan, lời dèm pha*.
calomnier [kalɔmnje] vtr *Vu oan, vu khống*.
calomnieux, - euse a *Có tính vu khống, có tính dèm pha*.
calorie [kalori] nf PhMeas: *Sinh nhiệt*.
calorifugeage [kalɔrifyʒaʒ] nm *Chất cách nhiệt; Cách nhiệt*.
calorifuger [kalɔrifyʒe] vtr *Bọc chất cách nhiệt (một đường ống)*.
calot [kalo] nm Mil: *Mũ calô*.
calotte [kalɔt] nf (a) *Mũ có chỏm nhỏ; Chóp mũ* (b) c. glaciaire *Vùng đầy băng tuyết*.
calque [kalk] nm (a) *Hình can, hình đồ lại;* (papier) c. *Giấy can;* (b) *Sự sao phóng nguyên bản*.

calquer [kalke] vtr (a) *Đồ lại, tạo một hình đồ trên giấy can*; (b) *Phóng sao theo nguyên bản.*

calumet [kalymɛ] nm *Ống điếu dài của dân da đỏ Bắc Mỹ*; le c. de la paix *Ống điếu hòa bình (mời khách hút để tỏ thiện chí hòa bình).*

calvaire [kalver] nm **1.** Rel: *Đài tưởng niệm cuộc khổ nạn của chúa Kitô* **2.** Fig: *Sự thống khổ.*

calvinisme [kalvinism] nm Egl: *Giáo lý Tân giáo (calvin).* **calviniste** a & n *Thuộc về giáo lý Calvin.*

calvitie [kalvisi] nf *Sự hói đầu.*

camaïeu, - eux [kamajø] nm *Sự dùng một màu (trong hội họa).*

camarade [kamarad] n *Bạn, bằng hữu*; Pol: *Đồng chí*; c. d'école *Bạn học.*

camaraderie [kamaradri] nf *Tình bạn, tình hữu nghị, sự thân thiết.*

Cambodge [k)bɔdʒ] Npr Hist: Geog: *Cam pu chia.* **Cambodgien, - ienne** a & n *Người Cam pu chia, tiếng Cam pu chia.*

cambouis [k)bwi] nm *Dầu bẩn, mỡ bẩn.*

cambrer [k)bre] **1.** vtr *Làm cho cong, làm cho khum (bàn chân, lưng); Làm cho cong (tấm gỗ)* **2.** se c. *Còm (lưng) Bị cong, bị còm (lưng)*; pied c. *Bàn chân có mu chân cao lên.*

cambriolage [k)brijɔlaʒ] nm *Sự ăn trộm.*

cambrioler [k)briɔle] vtr *Ăn trộm trong (một căn nhà).*

cambrioleur, - euse [k)brijɔlœ r, øz] n *Tên ăn trộm.*

cambrousse [k)brus] nf F: *Đồng quê; en. pleine c. Khó giao tiếp.*

cambrure [k)bryr] nf (a) *Độ cong (của tấm gỗ, con đường), độ cong (của bàn chân), độ còm (của lưng)* (b) c. du pied; c. des reins *Mu bàn chân.*

came [kam] nf **1.** Mec E: *Cam* **2.** P: *Ma túy.*

cameá, - eáe[1] [kame] n P: *Người nghiện ma túy.*

cameáe[2] nm *Đá chạm nổi.*

cameáleáon [kameleɔ̃] nm Rept: *Tắc kè hoa.*

cameália [kamelja] nm Bot: *Cây trà hoa nữ.*

camelot [kamlo] nm F: *Người bán hàng rong.*

camelote [kamlɔt] nf (a) F: *Hàng hoá giá rẻ, hàng hoá xấu, hàng không có giá trị.* (b) P: *Vật vô giá trị.*

camembert [kamabɛr] nm **1.** *(Phô mát) Camembe* **2.** F: *Bánh nhân nướng.*

camer (se) [sɔkame] upr P: *Dùng ma túy.*

cameára [kamera] nf *Máy quay phim*; TV: *Máy thu hình.*

Cameroun [kamrun] Npr Geog: *Xứ Cameroun.*

Camerounais, - aise a & n *Thuộc xứ Cameroun, người Cameroun.*

Cameáscope [kameskɔp] nm Rtm: *Máy thâu vidéo.*

camion [kamjɔ̃] nm *Xe tải*; c. de déménagement *Xe tải có toa hàng để dọn nhà.*

camion - citerne [kamjɔ̃sitɛrn] nm pl camions - citernes *Xe bồn, xe téc.*

camionnage [kamjɔnaʒ] nm *Sự chuyên chở bằng xe tải.*

camionnette [kamjɔnɛt] nf *Xe tải nhỏ.*

camionneur [kamjɔnœ r] nm (a) *Tài xế xe tải* (b) *Cước phí vận tải.*

camisole [kamizɔl] nf c. de force *Áo bó sát vào thân (áo dành cho người điên hoặc cho người bị trọng tội).*

camomille [kamɔmij] nf *Hoa cúc cam.*

camouflage [kamuflaʒ] nm *Sự nguy trang.*

camoufler [kamufle] **1.** vtr *Trá hình, ngụy trang, che đậy (sự thật)* **2.** se c. *Ẩn núp, nguy trang, trá hình.*

camp [k)] nm **1.** *Trại*; lever le c. *Nhổ trại*; c. de vacances *Trại hè*; c. de concentration *Trại tập trung*; F: *Xéo đi, cút đi.* **2.** (a) *Phe nhóm*; (b) Games: *Nhóm đối thủ.*

campagne [k)paɲ] nf **1.** (a) *Đồng bằng, bình nguyên*; en pleine c. *Ở giữa đồng trống*; (b) *Vùng ngoại ô, nông thôn.* **2.** Mil: *Bãi chiến trường*; en c. *Giữa bãi chiến trường* **3.** Mil: *Chiến dịch*; faire c. *Tham gia chiến dịch.*

campagnard, - arde **1.** *Thuộc đồng quê* **2.** n *Người nông dân, người nhà quê.*

campanule [k)panyl] nf *Cây hoa chuông.*

campement [k)pm)] nm *Sự dựng lều, chỗ đóng quân.*

camper [k)pe] **1.** vi *Dựng trại, lều* **2.** vtr (a) *Dựng trại, đóng quân*; (b) *Đặt để, đặt cố định, đặt vào*; (c) *Dàn dựng (một câu chuyện), mô tả (một cá tính, một nhân vật).* **3.** se c. *Đứng một cách chắc chắn, ngạo nghễ*; se c. devant qn *Đứng ngạo nghễ trước mặt ai.*

campeur, - euse [k)pœ r, øz] n *Người cắm trại.*

camphre [k)fr] nm *Long não, băng phiến.*

camping [k)piŋ] nm **1.** *Cuộc cắm trại* **2.** *Địa thế, vị trí để cắm trại.* camping - car nm pl camping - cars. *Xe có kéo theo toa nhà ở dùng để đi cắm trại.* camping - gaz nm inv Rtm: *Bếp ga dùng để cắm trại.*

campus [k)pys] nm *Khu học xá của trường Đại học.*

camus [kamy] a *(Người) có mũi ngắn và tẹt.*

Canada [kanada] Npr *Nước Canada.* **Canadien, - ienne** a & n **1.** *Thuộc Canada, người Canada*

2. nf *Áo vét có lót lông (áo Canađiên).*

canadianisme [kanadjanizm] nm *Từ ngữ đặc Canada.*

canaille [kanɑj] nf (a) *Người thấp hèn, hạng dân đen;* (b) *Kẻ vô lại; Kẻ bất lương.*

canaillerie [kanɑjri] nf **1.** *Thủ đoạn thấp hèn* **2.** *(Hành vi) đáng khinh.*

canal, - aux [kanal, o] nm **1.** *Sông (phát tuyến);* par le c. de la poste *Bằng trung gian của sóng bưu điện* **2.** *Con kênh đào* **3.** (a) *Kênh mương, cống rãnh;* (b) Anat: *Ống dẫn* (c) TV: *Kênh.*

canalisation [kanalizasjɔ̃] nf *Sự lắp đặt ống dẫn; Sự truyền bằng ống dẫn; Đường dây tải điện.*

canaliser [kanalize] vtr **1.** *Hướng một dòng sông đổ vào con kênh* **2.** *Hướng (nguồn cung cấp); Điều khiển hướng dẫn (một đám đông).*

canapeá [kanape] nm **1.** *Ghế tràng kỷ* **2.** Cu: *Bánh mì kẹp thức ăn.*

canapeá - lit [kanapeli] nm pl canapés - lits. *Ghế tràng kỷ dài có thể nằm được.*

canaque [kanak] a & n *Thuộc Tân Calédoni, người Melanédi và Tân Calédoni.*

canard [kanar] nm **1.** *Con vịt đực;* c. de Barbarie *Vịt maskova;* c. sauvage *Vịt rừng, vịt hoang, vịt nước;* F: mon petit c. *Con vịt đực của em, cưng của em* **2.** F: (a) *Tin huyễn, tin vịt* (b) *Tờ báo là cái, báo tồi* **3.** Mus: *Nốt sai.*

canarder [kanarde] vtr *Bắn (vào ai).*

canari [kanari] nm Orn: *Chim kim tước, chim bạch yến.*

Canaries [kanari] Prnf pl Geog: les (iles) C. *Quần đảo Canary.*

cancan [k)k)] nm **1.** F: *Lời nói xấu* **2.** *Điệu vũ Cancan.* **cancanier, - ière** a *Có tính gièm pha.*

cancaner [k)kane] vi *Gièm pha, nói xấu.*

cancer [k)ser] nm **1.** Med: *Ung thư* **2.** Astr: le C. *Chòm sao Bắc giải.* **cencéreux, - euse** a *Thuộc ung thư, bị bệnh ung thư* **cancérigène** a *Gây ung thư.*

canceárologie [k)serɔlɔʒi] nf *Khoa ung thư, ung thư học.*

canceárologue [k)serɔlɔg] n *Chuyên gia về ung thư, ung bướu.*

cancre [k)kr] nm F: *Học sinh lười.*

cancrelat [k)krəla] nm *Con gián.*

candeálabre [k)delabr] nm *Chân đèn cây, giá cắm đèn cầy.*

candeur [k)dœr] nf *Sự thật thà, sự trong trắng.*

candidat, - ate [k)dida, at] n *Ứng cử viên, thí sinh, người xin (một công việc)* (à une place); *Người dự thi (một cuộc kiểm tra).*

candidature [k)didatyr] nf *Sự ứng thí, dự thi;* Pol: *Sự ứng cử;* poser sa c. à un poste *Xin, dự tuyển (vào một cơ quan).*

candide [k)did] a *Người ngây thơ, trong trắng.* **candidement** adv *Trong sạch, ngây thơ.*

cane [kan] nf *Con vịt mái.*

caneton [kantɔ̃] nm *Con vịt con (trống).*

canette[1] [kanet] nf *Con vịt con (mái).*

canette[2] nf *Chai bia nhỏ.*

canevas [kanvɑ] nm (a) *Vải mộc thô* (b) *Bản phác thảo (một cuốn tiểu thuyết).*

caniche [kaniʃ] nm *Con chó xù.*

canicule [kanikyl] nf *Thời kỳ nóng bức, đợt nóng bức;* la c. *Tiết đại thử.* **caniculaire** a *Rất nóng.*

canif [kanif] nm *Dao nhíp.*

canin, - ine [kan(, in] **1.** a *Thuộc về chó;* exposition canine *Cuộc triển lãm về chó* **2.** nf *Răng nanh.*

caniveau, - eaux [kanivo] nm *Rãnh (ở lề đường).*

cannabis [kanabis] nm *Cây gai dâu.*

cannage [kanaʒ] nm (a) *Sự đan mây (ở mặt ghế);* (b) *Công việc đan mây.*

canne [kan] nf **1.** *Lau sậy, mây, tre;* c. à sucre *Cây mía* **2.** *Gậy chống, gậy* **3.** c. à pêche *Cần câu.*

canne - eápeáe [kanepe] nf pl cannesépées. *Cây gậy (đựng lưỡi gươm bên trong).*

canneleá [kanle] a *Có đường xoi, có khía rãnh.*

cannelle [kanɛl] nf *Quế.*

cannelure [kanlyr] nf *Đường xoi;* Arch: *Chuỗi rãnh.*

canner [kane] vtr *Đan mây (mặt ghế).*

cannibale [kanibal] a & n *Ăn thịt đồng loại, ăn thịt người.*

cannibaliser [kanibalize] vtr *Tháo gỡ một máy đã hư để lấy phụ tùng.*

cannibalisme [kanibalism] nm *Thói ăn thịt người.*

canoë [kanɔe] nm *Xuồng nhẹ;* faire du c. *Lái, chèo xuồng nhẹ.* **canoë - kayak** nm pl canoës - kayaks. *Thuyền Kayak.*

canoeáiste [kanɔeist] n *Người bơi xuồng.*

canon[1] [kanɔ̃] nm **1.** *Súng, đại bác* **2.** *Nòng (súng).*

canon[2] nm **1.** Egl: *Quy tắc tôn giáo, kinh điển* **2.** Mus: *Bài ca luân xướng, khúc luân xướng* **3.** P: *Ly rượu vang.*

cañon [kaɲɔ̃] nm Geog: *Vực do nước tạo thành, hẻm núi.*

canoniser [kanɔnize] vtr Rel: *Phong thánh.*

canonnade [kanɔnad] nf *Một loạt đạn pháo,*

một tràng súng.
canonnier [kanɔnje] nm *Lính pháo thủ, pháo binh.*
canonnieâre [kanɔnjɛr] nf *Pháo thuyền.*
canot [kano] nm *Canô, thuyền nhẹ*; c. automobile *Canô có gắn máy.*
canotage [kanɔtaʒ] nm *Sự chèo, sự bơi thuyền.*
canotier [kanɔtje] nm *Người chèo thuyền.*
cantate [k)tat] nf Mus: *Một bài hát có nhiều bè kèm giàn nhạc.*
cantatrice [k)tatris] nf *Nữ ca sĩ chuyên hát opêra.*
cantine [k)tin] nf *Căng tin* Sch: *Nhà ăn trong trường*; Sch: déjeuner à la c. *Ăn tại nhà ăn của trường.*
cantique [k)tik] nm *Bài thánh ca.*
canton [k)tɔ̃] nm *Tổng, quận.* cantonal, - aux a *Thuộc về tổng, quận.*
cantonade [k)tɔnad] nf parler à la c. *Nói trống, nói trống không.*
cantonnement [k)tɔnm)] nm Mil: (a) *Sự trú quân (của một toán quân)*; (b) *Doanh trại, nơi đóng quân.*
cantonner [k)tɔne] vtr **1.** *Đóng quân, lập doanh trại (của một toán quân)* (dans qch) *Bị giam giữ, bị giới hạn (trong một cái gì)* **2.** se c. *Tự giữ, tự giới hạn (về việc gì).*
cantonnier [k)tɔnje] nm *Công nhân sửa đường.*
canular [kanylar] nm F: *Trò giễu chơi, trò lừa bịp.*
caoutchouc [kautʃu] nm **1.** *Cao su*; Rtm: c. mousse *Cao su xốp* **2.** *Vòng bằng thun, dải dây thun.* caoutchouteux, - euse a *Ướt, giày không thấm nước (mang ngoài một đôi giày, đôi ủng khác).*
caoutchouter [kautʃute] vtr *Bôi, trét, tráng cao su (cái gì).*
cap [kap] nm **1.** *Mũi đất (nhô ra biển)*; le c. Horn *Mũi Horn*; le C. *Thành phố Capetown (Nam Phi)*; doubler un c. *Lái tàu vòng quanh một mũi đất* **2.** Fig: passer le c. *Đến giai đoạn quyết định*; franchir le c. de la quarantaine *Tuổi ngoại tứ tuần*; garder le c. *Giữ vững hướng đi* **3.** Nau: *Hướng, mũi tàu*; changement de c. *Đổi hướng đi*; mettre le c. sur *Hướng mũi tàu về.*
CAP abbr Certificat d'aptitude professionnelle. *Văn bằng đào tạo chuyên môn ngắn hạn.*
capable [kapabl] a *Có khả năng*; c. de qch, de faire qch *Có khả năng về việc gì, có khả năng làm việc gì*; il est c. de tout *Nó có khả năng làm mọi thứ*; cette maladie est c. de le tuer *Căn bệnh này có thể giết chết nó.*
capaciteá [kapasite] nf **1.** *Dung tích (một bình chứa)* **2.** (a) *Khả năng, năng lực*; (b) Jur: *Năng lực pháp định*; avoir c. pour faire qch *Có năng lực pháp định để làm việc gì.*
caparaçonner [kaparasɔne] vtr *Choàng vải thêu cho ngựa.*
cape [kap] nf *Áo khoác rộng không tay*; film de c. et d'épée *Phim kiếm hiệp*; rire sous c. *Cười thầm, cười lén.*
CAPES [kapes] abbr Certificat d'aptitude pédagogique à l'enseignement secondaire. *Văn bằng sư phạm (giảng dạy) bậc trung học.*
capharnaüm [kafarnaɔm] nm *Nơi đồ đạc ngổn ngang, cảnh hỗn loạn.*
capillaire [kapiler] **1.** a *Liên quan đến tóc*; lotion c. *Dầu sức tóc, dung dịch dưỡng tóc* **2.** nm Anat: *Mạch mao quản.*
capitaine [kapiten] nm (a) Mil: Nau: Sp: *Đại úy, thuyền trưởng, đội trưởng (đội thể thao)* c. (d'aviation); *Đại úy không quân*; c. de port *Trưởng bến cảng*; c. au long cours *Thuyền trưởng hàng hải, đội trưởng tàu buôn*; (b) *Trưởng, người đứng đầu, cầm đầu*; un grand c. *Đội chỉ huy quân đội vĩ đại*; c. d'industrie *Người đứng đầu một ngành sản xuất.*
capital, - aux [kapital, o] **1.** a (a) *Chính (hình phạt)*; (b) *Chủ yếu, chính yếu, quan trọng*; décision capitale *Quyết định chủ yếu*; d'une importance capitale *Của một sự quan trọng chính yếu*; (c) lettre capitale, nf capitale *Chữ hoa* ; en capitales d'imprimerie *Bằng chữ in hoa* **2.** nm *Vốn liếng, tài sản*; c. et intérêt *Vốn và lời*; c. social *Vốn của tập thể* **3.** nf capitale *Thủ đô.*
capitalisation [kapitalizasjɔ̃] *Sự góp vốn, sự tích vốn.*
capitaliser [kapitalize] **1.** vtr *Chuyển thành vốn (từ tiền lời)* **2.** vi *Tích lũy tiền.*
capitalisme [kapitalism] nm *Chế độ tư bản.*
capitaliste a & n *Nhà Tư bản.*
capiteux, - euse [kapitø, øz] a *Bốc lên đầu (hương thơm, rượu)*; *Gợi dục (sự quyến rũ).*
capitonnage [kapitɔnaʒ] nm *Đồ vật độn bông.*
capitonner [kapitɔne] vtr *Nhồi, độn bông.*
capitulation [kapitylasjɔ̃] nf *Sự đầu hàng, qui phục, sự buông xuôi.*
capituler [kapityle] vi *Đầu hàng, qui phục.*
caporal, - aux [kapɔral, o] nm Mil: *Hạ sĩ, cai đội.*
capot [kapo] nm *Mũ chụp đầu, trùm đầu (gắn liền với áo mưa)*; Aut: *Nắp đậy máy xe hơi, vải dầu để che máy xe.*
capote [kapɔt] nf **1.** Mil: *Áo tơi lính* **2.** Aut: *Mui xe có thể hạ lên, xuống* **3.** F: c. anglaise *Bao cao su ngừa thai.*
capoter [kapɔte] vi **1.** Nau: *Lật úp* **2.** Aut: *Lộn*

nhào.

cêpre [kkpr] nf Bot: *Củ nụ bạch hoa (ngâm dấm để làm gia vị).*

caprice [kapris] nm *Tính chất bất thường, kiểu cách, phù phiếm*; faire des caprices *(Người) thay đổi thất thường đồng bóng*; faire un c. *(Về đứa trẻ) nổi chướng bất thường*; caprices de la mode *Tính cách thất thường của thời trang*. **capricieux, - ieuse** a *Có tính thất thường, hay thay đổi*. **capricieusement** adv *Thất thường*.

Capricorne [kaprikɔrn] Npr Astr: *Cung Nam dương trong vòng Hoàng đạo, chòm sao Nam Dương*.

capsule [kapsyle] nf Pharm: *Thuốc con nhộng; Bao, vỏ bọc, miệng bọc miệng (chai); Tàu con (trong tàu vũ trụ), buồng du hành.*

capsuler [kapsyle] vtr *Bọc miệng chai.*

capter [kapte] vtr **1.** *Chiến thắng ai, chiếm đoạt cái gì của ai bằng mánh khóe, bằng trò lừa đảo* **2.** WTel: Tp: *Bắt được (làn sóng phát); Nghe trộm (điện thoại, thông tin).*

captif, - ive [kaptif, iv] a & n *Tù nhân*.

captiver [kaptive] vtr *Quyến rũ, làm say mê.* **captivant** a *Lôi cuốn, hấp dẫn.*

captivité [kaptivite] nf *Tình trạng bị bắt, làm tù nhân.*

capture [kaptyr] nf **1.** *Sự bắt bớ, sự bị tóm (về một chiếc tàu)* **2.** *Của tóm được, của thu được chiến lợi phẩm.*

capturer [kaptyre] vtr *Bắt, bắt sống, tóm.*

capuche [kapyʃ] nf *Mũ chỏm gắn vào áo.*

capuchon [kapyʃɔ̃] nm **1.** (a) *Mũ chụp áo tu (của một tu sĩ);* (b) *Áo choàng có mũ* **2.** *Nắp viết máy*

capucine [kapysin] nf Bot: *Cây sen cạn.*

caquet [kakɛ] nm **1.** *Tiếng cục tác (của gà mái)* **2.** *Sự nói huyên thiên, luôn mồm;* elle lui a rabattu le c. *Cô ta đã làm cho nó im mồm.*

caqueter [kakte] vi (je caquète, je caquette) **1.** *(Gà) tục tác* **2.** F: *Nói luôn mồm, huyên thiên.*

car[1] [kar] conj *Bởi vì, tại vì.*

car[2] nm (a) *Xe ca, ô tô ca* (b) c. de police *Xe cảnh sát.*

carabine [karabin] nf *Súng các bin.*

carabiné [karabine] a F: *Dữ dội (lạnh); Mãnh liệt (cơn sốt).*

carabinier [karabinje] nm *(Ở Ý) Lính sen đầm*; carabinière *(Ở Tây Ban Nha); Lính biên phòng.*

caracoler [karakɔle] vi Equit: *Tung tăng, nhảy nhót.*

caracteâre [karaktɛr] nm **1.** *Chữ in, chữ, ký tự; Mẫu chữ in;* caractères d'imprimerie; en gros, en petits, caractères *Mẫu chữ in lớn, nhỏ* **2.** *Đặc tính, nét đặc trưng;* l'affaire a pris un c.

grave *Công việc đã rơi vào một tình trạng trầm trọng;* de c. officiel *Có nét đặc trưng* **3.** (a) *Tính cách, tính chất;* avoir (un) mauvais c., (un) bon c. *Có tánh xấu, có tánh tốt;* (b) *Cá tánh;* manquer de c. *Thiếu cá tính.* caractériel, - ielle a *Thuộc về tính tình; Dễ xúc động;* enfant c. *Một đứa trẻ bất ổn (về).*

caracteáriser [karakterize] **1.** vtr *Làm cho rõ nét, tạo nên đặc tính (làm cho có đặc tính) về một cái gì* **2.** se c. (par) *Có đặc tính, tỏ đặc tính (bằng)* caractérisé indisputable. *Rõ nét, rõ ràng, không hồ nghi.* caractéristique *Nét đặc trưng, đặc biệt, đặc trưng.*

carafe [karaf] nf **1.** *Bình, lọ, ve* **2.** F: rester en c. *Hóng hóc (nửa chừng);* tomber en c. *Sụp đổ, vỡ tan.*

caraïbe [karaib] a & n Geog: *Quần đảo Caribê;* les Caraibes *Dân quân đảo Caribê.*

carambolage [karɑ̃bɔlaʒ] nm F: *Sự va nhau hàng loạt (xe cộ).*

caramboler [karɑ̃bɔle] vtr **1.** c. une voiture *Tông vào một chiếc xe* **2.** se c. *Va phải, đụng phải.*

caramel [karamɛl] nm *Đường caramen (đường thắng)* c. au beurre *Kẹo bơ đường.*

carameáliser [karamelize] vtr *Thắng đường; Trộn đường caramen với; Bọc bằng đường caramen.*

carapace [karapas] nf *Mai, vỏ cứng (tôm hùm).*

carat [kara] nm *ca-ra*

caravane [karavan] nf **1.** (a) *Đoàn lữ hành;* (b) *Đoàn diễu hành, một số lượng lớn, một đoàn (khách du hành);* **2.** *Xe có moóc làm nhà ở.* caravanier **1.** *(lộ trình) của đoàn lữ hành* **2.** nm Aut: *Tài xế xe moóc.*

caravan(n)ing [karavaniŋ] nm *Sự cắm trại bằng xe moóc.*

caravanseárail [karavɑ̃seraj] nm *Trạm du khách.*

carbonate [karbɔnat] nm Ch: *Muối của axit carbonít (carbonát)* c. de soude sodium *(thuốc tiêu).*

carbone [karbɔn] nm *Giấy than.* carbonique a *carbonic.*

carboniser [karbɔnize] vtr *Đốt cháy hoàn toàn ; Cháy thành than (gỗ) ; Cháy đen (thịt);* mort carbonisé *Chết cháy.*

carburant [karbyr)] nm *Xăng.*

carburateur [karbyratœ r] nm *Bộ chế hòa khí.*

carburation [karbyrasjɔ̃] nf *Sự chế hòa khí cho máy nổ.*

carbure [karbyr] nm Ch: *Hóa hợp carbon với kim loại, cácbua.*

carburer [karbyre] vi (a) *Bốc hơi (xăng);* le

moteur carbure mal *Máy nổ dở, máy hòa khí kém*; (b) F: *Khởi động tốt, chạy tốt*; (c) P: il carbure au whisky *Nó là một tay nghiện rượu whisky nặng.*

carcan [karkɑ̃)] nm (a) Hist: *Vòng xích cổ bằng kim loại để xích cổ tội nhân vào cột tội hình*; (b) *Sự gò bó, sự ràng buộc.*

carcasse [karkas] nf **1.** *Bộ xương thú*; (b) *Giàn, sườn (một công trình xây dựng).*

cardan [kardɑ̃)] nm MecE: *Khớp cacđăng.*

carder [karde] vtr *Chải (len).*

cardiaque [kardjak] **1.** *Thuộc về tim (tiếng lào xào)* crise c. *Con đau tim*; être c. *Bị đau tim* **2.** n *Người đau bệnh tim.*

cardinal, -aux [kardinal, o] **1.** a *(số) lượng 1, 2, 3...* **2.** nm Egl: *Hồng y giáo chủ.*

cardiologie [kardjɔlɔʒi] nf Med: *Khoa tim, ngành học về tim.*

cardiologue [kardjɔlɔg] n *Chuyên gia khoa tim.*

Carïme [karɛm] nf (a) *Mùa chay*; (b) *Sự ăn chay trong mùa chay* faire c. *Ăn chay.*

carence [karɑ̃)s] nf **1.** *Sự thiếu chức năng, sự thiếu thẩm quyền* **2.** Med: *Sự thiếu dinh dưỡng.*

careâne [karɛn] nf *Lòng tàu.*

careáner [karene] vtr (je carène, je carénerai) **1.** *Lau chùi, sửa chữa lòng tàu* **2.** Aut: *Làm có dạng hình thoi.*

caresse [kares] nf *Sự vuốt ve, mơn trớn, cái vuốt ve, mơn trớn.*

caresser [karese] vtr **1.** *Vuốt ve, mơn trớn* c. qn du regard *Nhìn ai một cách dịu dàng âu yếm* **2.** *Bám lấy (một hy vọng); Áp ủ (một ý tưởng).* caressant a *Mơn trớn, vuốt ve, lướt nhẹ, dịu dàng (ngọn gió).*

cargaison [kargezɔ̃)] nf *Hàng hóa (trên tàu, máy bay) trọng tải.*

cargo [kargo] nm *Tàu chở hàng; sự vận chuyển hàng hóa (bằng tàu).*

caricatural, -aux [karikatyral, o] *Buồn cười, lố bịch ; Cường điệu.*

caricature [karikatyr] nf (a) *Hình vẽ trào phúng (một người) Tranh biếm họa*; (b) K: *(người) xấu xí, gớm ghiếc.*

caricaturer [karikatyre] n *Người vẽ biếm họa; Họa sĩ vẽ tranh trào phúng, biếm họa.*

carie [kari] nf c. *Bệnh sâu răng* une c. *Lỗ sâu răng.*

carier (se) [sɔkarje] vpr *(làm cho) phân hủy, mục rỗng; bị sâu (răng).*

carillon [karijɔ̃)] nm (a) *Chuông (hòa âm)* (horloge à) c. *Đồng hồ có chuông*; (b) *Hồi chuông*; (c) *Chuông cổng.*

carillonner [karijɔne] **1.** vi (a) *Đánh chuông*; (b) *Rung chuông*; (c) c. à la porte *Rung chuông inh ỏi (chuông cửa)* **2.** vt *Hòa âm (điệu nhạc) ; Truyền (tin tức).*

carlingue [karlɛ̃)g] nf Av: *Buồng lái máy bay.*

carmin [karmɛ̃)] nm *Màu đỏ son.*

carnage [karnaʒ] nm *Cuộc chém giết, cuộc tàn sát.*

carnassier, -ieâre [karnasje] **1.** *Ăn thịt sống* **2.** nm *Thú ăn thịt sống.*

carnaval, pl -als [karnaval] nm *Hội lễ Carnaval.* carnavalesque a *Thuộc về hội Carnaval.*

carne [karn] nf F: **1.** *Thịt cứng, dai* **2.** *(đàn ông) đồ heo đực (đàn bà) đồ chó cái.*

carnet [karnɛ] nm *Sổ tay; Sổ sưu tập tem* c. de chèques *Tập séc.* Sch: c. (de note) *Phiếu liên lạc (học sinh)* c. de route *Sổ hành trình, nhật ký hành trình.*

carnivore [karnivɔr] **1.** a *Ăn thịt* **2.** nm *Thú ăn thịt tươi.*

carotide [karɔtid] a, nf Anat: *Động mạch cảnh.*

carotte [karɔt] nf **1.** Bot: *Củ ca rốt* a, inv F: cheveux (rouge) c. *Tóc màu hoe, đỏ hoe* F: les carottes sont cuites *Số phận đã được định đoạt* **2.** (a) *Bánh (thuốc lá)*; (b) Min: *Lõi khoan (ở hầm mỏ).*

carotter [karɔte] vtr F: (à qn) *Lừa dối để chiếm đoạt cái gì (ở một ai).*

carpe [karp] **1.** nf Ich: *Cá chép* **2.** nm Anat: *Khối xương cổ tay.*

carpette [karpɛt] nf Fig: *Thảm nhỏ để chùi chân.*

carquois [karkwa] nm *Bao đựng tên.*

carre [kɑr] nf *Lưỡi thép ở tấm ván trượt tuyết.*

carreá, -eáe [kare] **1.** a (a) *Vuông* mètre c. *Thước vuông* Mth: nombre c. *Số bình phương* partie carrée *Trò chơi đấu đôi (hội 4. người)* F: être carrée *Người điềm đạm Người bướng bỉnh*; (b) *Thẳng thắn, dứt khoát, thẳng thừng (câu trả lời, con người)* **2.** nm (a) Mth: *Hình vuông* mettre au c. *Bình phương*; 6 au c. 6 *bình phương* (6); (b) *Miếng giấy nhỏ; Tấm vải (hình vuông)* c. de choux *Góc vườn (vuông đất) trồng bắp cải* Navy: c. (des officiers) *Phòng ăn của các sĩ quan trên tàu* **3.** n F: *Phòng cho mướn.* **carrément** adv *Dứt khoát, thẳng thừng* aller c. *Đi thẳng một đường* elle est c. impossible *Cô ta quá sức khó khăn (để có thể quan hệ được).*

carreau, -eaux [karo] nm **1.** *Ô vuông* tissu à carreaux *Vải dệt có hình ô vuông* **2.** (a) *Gạch vuông, gạch carô (tường lát) gạch caró*; (b) *Tấm kính (cửa sổ)* (c) F: carreaux glasses *kính đeo mắt, ống nhòm.* **3.** (a) *Sàn (lát gạch carô của một căn phòng)* rester sur le c. *Bị giết chết liền tại chỗ Bị thương nặng* (b) c. de mine *Lối* vào hầm mỏ 4. Cards: *Con rô (của quân bài)* se garder, se tenir à c. *Cảnh giác.*

carrefour [karfur] nm *Ngã ba, ngã tư.*

carrelage [karlaʒ] nm 1. *Sự lát gạch* 2. *Nền lát gạch vuông.*

carreler [karle] vtr (je carrelie) *Lát gạch vuông (nền nhà, tường).*

carrelet [karlɛ] nm Ich: *Cá bơn.*

carreleur [karlœr] nm *Người lát gạch vuông.*

carrer (se) [səkare] vpr *Ngồi thoải mái (trong chiếc ghế bành).*

carrieâre[1] [karjɛr] nf 1. *Hướng đi, đường đi (của cuộc sống)* la c. du succès *Con đường đưa đến thành công* 2. donner libre c. à son imagination *Để cho trí tưởng tượng tha hồ hoạt động* 3. *Sự nghiệp, công danh* la C. the diplomatic service *sự nghiệp về ngoại giao.*

carrieâre[2] nf *Công trường đá.*

carrieáriste [karierist] n *Kẻ kiếm chác (vì quyền lợi cá nhân).*

carrible [karjɔl] nf *Xe bò.*

carrossable [karɔsabl] a route c. *Đường mà xe cộ đi lại được.*

carrosse [karɔs] nm *Xe tứ mã.*

carrosserie [karɔsri] nf Aut: 1. *Sự đóng thùng xe* 2. *Thùng (xe)*

carrossier [karɔsje] nm Aut: *Người đóng, sửa chữa thùng xe.*

carrousel [karuzɛl] nm 1. Equit: *Trường thao diễn ngựa* 2. *Trò chơi quay vòng ở hội chợ (xe, ngựa).*

carrure [karyr] nf 1. *Khổ vai* homme d'une forte c. *Một người có thể lực tốt* 2. Fig: *Bề thế, tầm vóc của một người.*

cartable [kartabl] nm *Cặp đựng tập sách của học sinh.*

carte [kart] nf 1. *Tấm bản đồ, bản đồ* c. d'état-major *Bản đồ của sở đo đạc (Anh)* c. routière *Bản đồ đường sá.* 2. (a) *Con bài, lá bài, tấm bìa* c. (à jouer) *(Lá bài (trong bộ bài))* jouer cartes sur table *Đánh một quân bài, hạ một quân bài (xuống bàn);* (b) c. de visite *Danh thiếp* c. postale *Bưu thiếp* c. de veux *Thiệp chúc mừng;* (c) c. d'identité *Thẻ căn cước, giấy chứng minh nhân dân* c. d'abonnement *Vé xem cả mùa trình diễn hoặc đi du lịch suốt một mùa;* c. de crédit *Thẻ tín dụng* c. de paiement *Thẻ thanh toán;* c. de lecteur *Thẻ thư viện (được đọc sách ở thư viện);* c. à mémoire *Thẻ lưu trữ* Aut: c. grise (vehicle) *Biên lai ôtô, số đăng ký xe ôtô;* (d) donner c. blanche à qn *Cho ai được toàn quyền hành động* (e) c. (de restaurant) *Thực đơn.* c. des vins *Bảng ghi tên các loại rượu (trong nhà hàng)* manger à la c. *Ăn và trả tiền theo từng món ăn.*

cartel [kartɛl] nm 1. *Đồng hồ treo tường* 2. Pol: *Sự liên kết, liên minh các đảng phái, carten.*

carter [kartɛr] nm Mch: *Vỏ bọc (bánh răng) Cácte, bọc xích (xe đạp)* Aut: *Hộp cốt máy, cácte máy.*

Carterie [kartri] nf Rtm: *Cửa hàng bán bưu thiếp.*

cartilage [kartilaʒ] nm Anat: *Sụn; Xương sụn.*

cartographe [kartɔgraf] n *Người vẽ bản đồ, người làm bản đồ.*

cartographie [kartɔgrafi] nf *Phép vẽ bản đồ.*

cartomancie [kartɔm)si] nf *Thuật bói bài.*

cartomancien, -ienne [kartɔm)aj(, jen] n *Người bói bài.*

carton [kartɔ̃] nm 1. *Giấy bìa; giấy bồi, bìa cứng;* c. ondulé *Giấy bồi có gợn sóng* 2. (a) *Hộp bằng giấy dày, thùng các tông;* (b) *Cặp đựng hồ sơ bằng giấy bìa;* c. à dessin *Cặp bìa để đựng giấy vẽ phác họa* 3. Art: *Bản phác họa, bức tranh phác thảo* 4. faire un c. sur *Bắn vào;* faire un bon c. *Thắng lợi dễ dàng.*

cartonnage [kartɔnaʒ] nm 1. *Sự bao, gói bằng giấy cứng* 2. *Sự đóng bìa sách.*

carton-pête [kartɔ̃pat] nm papier mâché *bột giấy dùng làm đồ trang trí* Pej: en c. -p pasteboard; pl cartons-pâtes *giấy bồi.*

cartouche [kartuʃ] 1. nm Arch: cartouche *khuôn treo có chạm khắc* 2. nf (a) cartridge pouch *vỏ đạn;* (b) carton (of cigarettes) *cây thuốc lá (đựng nhiều gói thuốc lá).*

cartouchieâre [kartuʃjer] nf (a) cartridge pouch *túi đạn;* (b) cartridge belt *thắt lưng đựng đạn.*

carvi [karvi] nm Bot: (graines de) c. caraway (seeds) *cây các-vi (họ hoa tán).*

cas [ka] nm 1. case, instance *trường hợp;* c. limite borderline case *trường hợp ranh giới;* c. imprévu unforseen event, emergency *trường hợp bất ngờ, đột xuất;* c'est bien le c. de le dire the expression is just right *đã đến lúc để nói điều đó* 2. case, matter, affair *việc, vấn đề* ce n'est pas le c. that is not the case *đó không phải là vấn đề;* c. de conscience matter of conscience *tình thế khó nghĩ* 3. faire (grand) c. de qch to value sth (highly) *coi trọng cái gì* 4. Gram: case *cách, ngữ cách* 5. c. social under *Người, trẻ em bị thiệt thòi quyền lợi* 6. F: c'est un c. celui-là *Nó là một trường hợp cá biệt* 7. en c. de besoin *Trong trường hợp cần thiết;* en c. d'urgence *Trong trường hợp khẩn cấp;* en ce c. *Trong trường hợp này;* en aucun c. *Không có ngoại lệ;* en tout c., dans tous les c. *Dù thế nào, trong mọi trường hợp nào đi nữa;* le c. échéant

Trong trường hợp; selon le c. *Theo, tùy theo trường hợp;* au c. *où il viendrait Trong trường hợp nó đến.*

casanier, -ieâre [kazanje, jɛr] a, n *Người thích quanh quẩn trong nhà.*

casaque [kazak] nf *Áo (của nài ngựa).*

cascade [kaskad] nf (a) *Thác nước;* (b) Fig: *Trận lũ lụt* en c. (c) Cin: *Cuộc biểu diễn nguy hiểm.*

cascadeur, -euse [kaskadœr/ øz] n Cin: *Người đóng vai thế, cascađơ.*

case [kɑz] nf **1.** *Lều, chòi* **2.** (a) *Ngăn riêng, hộc riêng;* (b) *Ô ngăn (để đựng mẫu chữ in);* (c) *Ô (trong bàn cờ)* Fig: revenir à la c. de départ *Trở lại vấn đề đầu* F: il a une c. vide *Nó trắng tay rồi.*

casemate [kazmat] nf *Hầm trốn đạn, hầm trú ẩn.*

caser [kɑze] **1.** vtr *Xếp đặt lại, sắp xếp lại (giấy tờ)* F: c. qn *Sắp xếp, tìm kiếm (cho ai) một công việc làm;* être bien casé *Có một công ăn việc làm tốt Có một ngôi nhà tiện nghi;* elle a 3 filles à c. *Bà ta có 3 người con gái phải gả chồng* **2.** F: se c. *Lập gia đình và ổn định cuộc sống; tìm kiếm một công việc làm; tìm kiếm một chỗ để sống.*

caserne [kazɛrn] nf (a) *Trại lính, đồn lính* (b) c. de pompiers *Trại lính cứu hỏa.*

casernement [kazɛrnəm)] nm **1.** *Sự đóng trại, lập đồn (một đơn vị quân đội)* **2.** *Một khối nhà lớn, xấu xí.*

caserner [kazɛrne] vtr *Đóng trại, lập đồn (một đơn vị quân đội).*

cash [kaʃ] adv F: payer c. *Trả bằng tiền mặt.*

casier [kɑzje] nm **1.** (a) *Ngăn tủ riêng, tủ có khóa;* (b) c. judiciaire *Tư pháp lý lịch* **2.** (a) *Thùng chứa rượu, cái giá để đựng rượu;* c. à bouteilles *Thùng có chia ngăn để đựng chai rượu;* (b) c. (à homards) *Cái lờ (để bắt tôm).*

casino [kazino] nm *Sòng bài, du hí trường.*

caspien, -ienne [kaspj(, jɛn] a la mer Caspienne *Biển Capiên.*

casque [kask] nm (a) *Mũ sắt; mũ bảo hộ (của người đi môtô)* (b) c. (à écouteurs) *Ống nghe (đeo qua vòng đầu);* (c) *Máy sấy tóc, nón sấy tóc (trong tiệm uốn tóc)* casqué a *Đội mũ sắt.*

casquer [kaske] vi P: *Trả tiền một cách miễn cưỡng.*

casquette [kaskɛt] nf *Mũ lưỡi trai, mũ cát kết.*

cassable [kasabl] a *Có thể đập vỡ, bẻ gãy.*

cassant [kas)] a **1.** *Dễ vỡ, dễ gãy* **2.** *Đanh thép (giọng nói)* **3.** P: c'est pas c. *Không vất vả lắm đâu.*

cassation [kasasjɔ̃] nf **1.** Jur: *Sự phá án;* Cour de c. supreme *Tòa phá án* **2.** Mil: *Sự cách chức, tước quân hàm.*

casse [kas] **1.** nf (a) *Sự vỡ gãy, tổn hại* F: il y aura de la c. *Sẽ có tình trạng lộn xộn;* (b) *Đồ dễ vỡ* (c) vendre à la c. *Bán từng mảnh rời, từng bộ phận* **2.** nm P: *Cuộc đột nhập.*

casseá [kɑse] a *Vỡ; kiệt sức (con người); (giọng) rè rè;* blanc c. *Màu trắng ngả sang vàng.*

casse-cou [kasku] nm, inv *Người liều lĩnh, bạt mạng.*

casse-croûte [kaskrut] nm, inv *Bữa ăn qua loa.*

casse-noisettes, casse-noix [kasnwazɛt kasnwa] nm, inv *Cái kẹp để bóp vỡ quả hạnh.*

casse-pieds [kaspje] a, nm, inv F: ce qu'il est c. -p, quel c. -p *Đúng là một người hay làm phiền, quá là một hạng hay quấy rầy;* un film c. -p *Một phim gây nhàm chán.*

casse-pipes [kaspip] nm, inv P: *Chiến tranh; tiền tuyến; tuyến trước.*

casser [kɑse] **1.** vtr (a) *Bẻ gãy; làm gãy răng rắc; làm vỡ (quả hạnh); phát rè rè (giọng nói)* F: c. la tête, les oreilles à qn *Làm phiền người khác, làm chói tai người khác* F: c. les pieds à (qn) *Làm ai bực mình, gây bực bội cho ai* F: c. la figure à qn *Đánh vỡ mặt ai* c. sa pipe *Chết* F: ça ne casse rien *Cái đó chẳng có gì đặc sắc;* un spectacle à tout c. *Một cuộc biểu diễn khác thường;* (b) *Lột lon (một sĩ quan), cách chức một nhân viên* (c) Jur: *Hủy bỏ (một sắc lệnh, một nghị định)* **2.** vi *Làm hư, làm hỏng, làm rời ra* se c. la jambe *Gãy chân* F: se c. la figure *Bị té vỡ mặt ; Giết chết (một ai đó) ; Phá sản;* se c. la tête *Suy nghĩ nát óc* P: te casse pas la tête ! *Đừng làm việc đó quá trớn !* se c. le nez *Không gặp được người nào mình cố tìm.*

casserole [kasrɔl] nf **1.** (a) *Soong nồi* (b) P: passer à la c. *Bị đối xử gay go, khó chịu* **2.** *Cây đàn dương cầm lỗi điệu* il chante comme une c. *Nó hát như cái loa rè (hát sai cung điệu).*

casse-tête [kastɛt] nm, inv **1.** *Cái dùi cui* **2.** *Vấn đề, việc khó khăn* F: *Con dao đầu.*

cassette [kasɛt] nf (a) *Hộp tráp đựng nữ trang;* (b) *Hộp đựng tiền;* (c) Rec: *Hộp băng thu âm hay thu hình, cát xét.*

casseur [kasœr] nm (a) *Người hay đập phá, quá khích;* (b) *Người bán sắt vụn, đồng nát;* (c) P: *Kẻ trộm.*

cassis [kasis] nm **1.** (a) *Cây, trái quả lý đen;* (b) *Rượu bằng trái quả lý đen* **2.** P: *Người khùng, người gàn dở* **3.** CivE: *Rãnh mương (ngang đường).*

cassoulet [kasulɛ] nm Cu: *Món ragu đậu với thịt heo, thịt ngỗng.*

cassure [kasyr] nf (a) *Chỗ vỡ, chỗ gãy*; (b) Geol: *Đường đứt đoạn*; (c) *Nếp gấp, nếp nhăn*.

castagnettes [kastaɲet] nf, pl castanets *Cặp sanh, phách*.

caste [kast] nf *Đẳng cấp* esprit de c. *Ý thức về đẳng cấp* hors c. *Người vô gia cư, bị ruồng bỏ*.

casting [kastiŋ] nm Cin: Th: *Các diễn viên trong một phim, một vở kịch*.

castor [kastɔr] nm Z: Com: *Con hải ly, da hải ly*.

castration [kastrasjɔ̃] nf *Sự hoạn, thiến, sự trung tính*.

castrer [kastre] vtr *Hoạn, thiến, biến thành trung tính*.

cataclysme [kataklism] nm *Tai biến*.

catacombes [katakɔ̃b] nf, pl catacombs *Hầm mộ*.

catadioptre [katadiɔptr] nm *Kính phản truyền, phản xạ; Dấu dạ quang kẻ vạch trên đường để lưu thông*.

catafalque [katafalk] nm *Nhà táng, nấm mồ*.

catalan, -ane [katal), an] 1. a, n *Thuộc về miền Catalogne (Tây Ban Nha), người Catalogne* 2. nm Ling: *Ngôn ngữ Catalan*.

catalepsie [katalɛpsi] nf Med: *Chứng giữ nguyên thể*. cataleptique *Thuộc về chứng giữ nguyên thể*.

Catalogne [katalɔɲ] Prnf Geog: *Xứ Catalogne*.

catalogue [katalɔg] nm *Sách in mẫu hàng, danh sách thống kê*.

cataloguer [katalɔge] vtr (a) *Lập danh sách và xếp loại;* (b) *Phân loại (một người nào)*.

catalyse [kataliz] nf Ch: *Sự xúc tác của một phản ứng hóa học*. catalytique a *Thuộc về phản ứng xúc tác*.

catalyser [katalize] vtr 1. Ch: *Làm xúc tác (một phản ứng hóa học)* 2. Fig: *Đóng một vai trò xúc tác cho*.

catalyseur [katalizœr] nm *Vật xúc tác*.

cataphote [katafɔt] nm Rtm: *Kính phản truyền, phản xạ*.

cataplasme [kataplasm] nm *Thuốc tán, thuốc cao*.

catapulte [katapylt] nf *Máy phóng phi cơ (từ boong tàu), máy bắn đá (cổ), ná*.

catapulter [katapylte] vtr *Phóng phi cơ, tàu lượn*.

cataracte [katarakt] nf 1. *Thác nước lớn* 2. Med: *Bệnh đục thể kính*.

catarrhe [katar] nm Med: *Chứng sổ mũi*.

catastrophe [katastrɔf] nf *Thảm họa, tai ương;* atterrir en c. *Đâm sầm xuống (máy bay);* partir en c. *Ra đi vội vàng, không chuẩn bị; Khiếp đảm, kinh hoàng*. catastrophique *Tai hại, thảm khốc*.

catch [katʃ] nm *Môn vật tự do*.

catcheur, -euse [katʃœr, øz] n *Đấu sĩ môn vật tự do*.

cateáchiser [kateʃize] vtr (a) Egl: *Dạy giáo lý công giáo* (b) F: *Dạy bằng vấn đáp, đặt câu hỏi đáp (với ai)*.

cateáchisme [kateʃism] nm *Giáo lý công giáo; sự dạy, sách dạy giáo lý công giáo*.

cateáchiste [kateʃist] n *Giáo lý viên, giảng viên giáo lý*.

cateágorie [kate gɔri] nf *Loại, hạng, loại hàng, hạng người*. catégorique a *Rõ ràng, dứt khoát* refus c. *Lời từ chối dứt khoát*. catégoriquement adv *Một cách rõ ràng, dứt khoát*.

cateágorisation [kategɔrizasjɔ̃] nf *Sự xếp loại, sự xếp hàng*.

cateágoriser [kategɔrize] vtr *Phân loại, phân hạng, xếp phạm trù*.

catheádrale [katedral] nf *Giáo đường, nhà thờ lớn*.

cathode [katɔd] nf El: *Âm cực, catốt*. cathodique a *Thuộc về âm cực;* rayons cathodiques *Tia âm cực;* tube c. *Bóng đèn âm cực*.

catholicisme [katɔlisism] nm (Roman) *Đạo Công giáo, đạo Thiên chúa*.

catholique [katɔlik] 1. a *Thuộc Thiên chúa giáo, công giáo* F: ce n'est pas très c. *Có cái gì mờ ám trong việc này* 2.. a, n (Roman) *Giáo dân công giáo*.

catimini [katimini] adv en c. *Vụng trộm, chùng lén*.

cation [katjɔ̃] nm El: cation

Caucase [kokaz] Npr Geog: *Rặng núi Caucase*

cauchemar [kɔʃmar, ko] nm *Ác mộng*. cauchemardesque a *Thuộc ác mộng*.

causaliteá [kozalite] nf *Quan hệ nhân quả*.

cause [koz] nf 1. *Nguyên nhân* être la c. de qch *Là lý do, nguyên nhân của việc gì* et pour c. *Vì những lý do như thế đấy, có lý do chính đáng;* pour c. de *Nhờ có, bởi vì;* absent pour c. de santé *Vắng mặt ai vì lý do sức khỏe;* à c. de *Bởi vì, tại vì;* c'est à c. de toi ! *Vì mày đó, hoàn toàn do lỗi của mày đó !* 2. (a) Jur: *Vụ việc, vụ kiện (luật);* avocat sans c. *Thầy kiện không mối;* affaire en c. *Vụ kiện trước tòa;* la c. est entendue *Lý lẽ đã được chấp thuận;* être en c. *Tham dự vào một việc tố tụng* F: *Có liên quan đến;* mettre en c. la probité de qn *Đã động đến, đề cập đến sự thành thực của ai;* cela est hors de c. *Cái đó không liên quan đến;* mettre qn hors de c. *Giải tội cho ai;* en connaissance de c.

Hiểu rõ nguồn cơn, hiểu rõ đầu đuôi ngọn ngành; (b) faire c. commune avec qn *Để huề với ai, theo phe với ai*.

causer[1] [koze] vtr *Gây ra, tạo ra nguyên nhân*; c. des ennuis à qn *Gây buồn phiền cho ai*.

causer[2] vi (avec, de, sur) *trò chuyện, nói chuyện thân mật (với ai, về vấn đề gì)* cause toujours *Anh ưng nói gì đó thì nói (tôi không cần nghe)*. causant *Thích chuyện trò, hay chuyện trò*.

causerie [kozri] nf *Buổi chuyện trò thân mật*.

causette [kozɛt] nf F: faire la c. *Nói chuyện phiếm*; faire un brin de c. *Nói đôi điều tán mạn*.

causeur, -euse [kozœr, -z] n *Người hay nói chuyện phiếm*.

causiciteá [kostisite] nf *Thích ăn da*. caustique a *Có tính ăn da*.

cauteâre [kotɛr] nm Med: *Dụng cụ để đốt thịt*.

cauteárisation [koterizasjɔ̃] nf *Sự đốt thịt để trị thương tích*.

cauteáriser [koterize] vtr *Đốt (để trị vết thương)*.

caution [kosjɔ̃] nf 1. *Sự bảo chứng, bảo lãnh, tiền bảo lãnh*; se porter c. pour qn *Bảo lãnh cho ai*; sous c. *Sự bảo trợ, bảo lãnh*; Com: verser une c. *Đặt cọc, ký quỹ*; sujet à c. *Khó tin, khả nghi (vấn đề)* 2. *Sự bảo đảm, sự an toàn*; Com: se porter c. pour qn *Bảo đảm an toàn cho ai*.

cautionnement [kosjɔnm)] nm Com: (a) *Giấy bảo lãnh, tiền bảo chứng*; (b) *Sự an toàn, sự đảm bảo*.

cautionner [kosjɔne] vtr *Bảo lãnh cho ai, bảo trợ cho ai; Bảo chứng cho một vật gì*.

cavalcade [kavalkad] nf 1. *Đoàn người cỡi ngựa* 2. F: *Một đoàn người đông đảo*.

cavale [kaval] nf P: en c. *Trên đường đào tẩu*.

cavaler [kavale] P: 1. vi, pr (se) c. *Tẩu thoát, chuồn nhanh*; 2. vtr c. qn *Làm cho ai tăng thêm can đảm*.

cavalerie [kavalri] nf (a) *Đoàn ky binh, toán lính đi xe vũ trang*; (b) *Chuồng (ngựa)*.

cavalier, -ieâre [kavalje, jɛr] 1. n *Ky mã; người đàn ông cỡi ngựa, người đàn bà cỡi ngựa; Đường để ngựa đi, lối đi dành riêng cho ngựa*. 2. (a) Mil: *Kỵ binh*; (b) nm Chess: *Quân cờ (con ngựa, con mã, con ky sĩ)*; (c) nm *Kép, người đàn ông theo hộ vệ (một bà)*; (d) n *Bạn khiêu vũ, người đàn ông khiêu vũ với người nữ*; faire c. seul *Hành động một mình*. 3. *Suồng sã, khiếm nhã (cách sống)*. cavalièrement adv *Phóng túng, bất lịch sự, sổ sàng*.

cave [kav] 1. nf *Hầm, hầm chứa*. 2. *Lỗm, hõm (má)*.

caveau, -eaux [kavo] nm (a) *Hầm (mộ)*; (b) *Hầm rượu nhỏ*.

caverne [kavern] nf *Hang, hang động*; homme des cavernes *Người ở hang động*. caverneux, -euse *Sâu thẳm (âm) vọng từ xa*.

caviar [kavjar] nm *Trứng cá tấm muối*; c. rouge *Trứng cá hồi muối*.

caviste [kavist] nm *Người coi giữ hầm rượu*.

caviteá [kavite] nf *Khoang, ố, lỗ hổng*.

CC abbr Corps consulaire *Phái đoàn lãnh sự quán*.

CCP abbr Compte courant postal *Bưu phiếu vãng lai*.

CD abbr Corps diplomatique *Ngoại giao đoàn*.

CDN abbr Comité de désarmement nucléaire *Hội nghị giải trừ vũ khí hạt nhân*.

ce[1] [sə] dem pron neut 1. (devoir être, pouvoir être) (a) c'est faux ! *Không đúng đâu, sai rồi !* ce n'est pas trop tôt! *Muộn lắm rồi đấy nhé!* est-ce assez ? *Như vậy đủ chưa?* (b) c'est moi, c'est nous, ce sont eux, F: c'est eux *Chính là tôi, chính là chúng tôi, chính là chúng nó*; c'est un bon soldat *Đó là một chiến binh tốt*; ce ne sont pas mes chaussures *Đó không phải là giày của tôi* inv, phr si ce n'est except *Ngoại trừ, trừ phi* (c) ce... ici = ceci; ce n'est pas un hôtel ici ! *Đây đâu phải là một cái khách sạn !* (d) ce... là = cela; est-ce que ce sont là vos enfants ? *Những đứa trẻ đó có phải là con anh không ?* (e) Paris, c'est bien loin ! *Paris ở xa lắm*; (f) c'est demain dimanche *Ngày mai là chú nhật*; (g) F: c'était inutile de sonner *Đừng nhấn chuông vô ích*; c'est à vous de vous en occuper *Tự anh phải lấy bản thân của mình*; (h) c'est... qui, c'est... que ; c'est un bon petit garçon que Jean ! *Jean quả là một đứa trẻ đáng mến*; c'est moi qui lui ai écrit *Chính tôi đã biên thư cho nó* ; c'est que: c'est que maman est malade *Đúng là mẹ đang đau (điều đó chứng tỏ là mẹ đang đau)*; c'est qu'il fait froid ! *Trời sao mà lạnh quá !* *đúng là trời quá lạnh*; ce n'est pas qu'il n'y tienne pas (j) est-ce que : est-ce que je peux entrer ? *Tôi có thể vào không ?* 2. ce faisant *Đã như vậy thì*; pour ce faire *Để mà làm việc đó*; ce disant *Đã nói như vậy thì* 3. (a) ce qui, ce que ect *Cái mà, mà, người mà, điều mà* je sais ce qui est arrivé *Tôi biết điều gì đã xảy ra* voilà ce que c'est que mentir *Đó là hậu quả của việc nói láo*; voici ce dont il s'agit *Đây là vấn đề (được nói đến)*; à ce qu'on dit *Về vấn đề mà người ta nói đến*; (b) ce qui, ce que etc *Mà il est parti, ce que je ne savais pas Nó đã ra đi mà tôi không biết*; (c) tout ce qui, que *Tất cả mọi cái, mọi điều mà*; faites tout ce que vous voudrez *Hãy làm tất cá những gì mà anh muốn*; (d) F: ce que : (qu'est-)ce qu'elle a changé ! *Cô ta đã thay đổi biết dường nào* 4. (= cela) on l'a attaqué et ce en plein-jour *Người ta đã đánh nó, và điều đó xảy ra giữa ban ngày* 5. conj, phr tenez-vous beaucoup à ce qu'il vienne ? *Anh có thiết tha nhiều về việc nó đến không* ? 6. prep, phr pour ce qui est de la qualité *Chất lượng là ở đó.*

ce² (cet), cette, ces [sə sɛt, sɛt, se] 1. *Này, kia, ấy, đó*: un de ces jours *Một trong những ngày này*; j'ai mal dormi cette nuit *Đêm vừa rồi tôi khó ngủ* 2. (a) Kia, đó: c'est une de ces personnes *Ông ta, bà ta là một trong những người này*; (b) *Cái*: rien de ce genre *Không có gì trong (cái) loại này* 3. (a) ce dernier *Cái sau (cùng) này*; (b) F: mais laissez-la donc, cette enfant ! *Thôi! để cho đứa bé yên đi chứ!* 4. pl ces dames sont au salon *Các bà (nọ) đang ở trong phòng khách* 5. ce... -ci this: *cái này*; ce... là *cái kia*; prenez cette tasse-ci *Hãy uống cái cốc này*; je le verrai ces jours-ci *Tôi sẽ gặp nó nay mai* 6. F: (a) cette question ! *Đúng là một câu hỏi ngu ngốc*; (b) j'ai une de ces faims ! *Tôi quá sức đói.*

ceci [səsi] dem pron neut inv écoutez bien c. *Hãy nghe rõ điều này*; le cas offre c. de particulier, que *Trường hợp ở đây quá là đặc biệt.*

ceácitéa [sesite] nf *Sự mù lòa.*

ceáder [sede] v (je cède; je céderai) 1. vtr (a) (à); *Nhường (ai), chịu thua (ai), chịu kém, đầu hàng (lẽ phải)*; c. le pas à qn *Nhường lối cho ai;* (b) Jur: (à); *Chuyển nhượng lại, nhượng, bán lại (cho ai)* maison à c. *Nhà bán, sang nhượng*; (c) le c. à qn en qch *Chịu kém hơn ai về mặt gì, điều gì;* pour l'intelligence elle ne (le) cède à personne *Cô ta không chịu thua ai về trí thông minh* 2. vi (a) *Gãy, đứt, sập (dưới một sức ép)* le câble a cédé sous l'effort the rope *Sợi cáp đã đứt so sự ra sức;* c. au sommeil *Chịu thua sự buồn ngủ;* (b) (à) *Chịu khuất phục* (ai).

CEDEX [sedɛks] abbr Post: Courrier d'entreprise à distribution exceptionnelle *Thư phát riêng (của cơ quan, xí nghiệp).*

ceádille [sedij] nf Gram: *Dấu móc đặt dưới phụ âm c (.) khi đứng trước các nguyên âm a, o, u để phát âm ra [s].*

ceâdre [sɛdr] nm *Cây thông tuyết, gỗ thông tuyết.*

CEE abbr Communauté économique européenne, EEC *Cộng đồng kinh tế Châu Âu.*

ceindre [s(dr] vtr Lit: 1. (a) *Buộc vào người (một thanh gươm); quấn quanh người (khăn)*; tête ceinte d'une couronne *Đầu đội vương miện;* (b) c. qn de qch *Quấn quanh thân thể bằng một cái gì* 2. *Vây quanh, bọc quanh một thành phố bằng những bức tường.*

ceinture [s(tyr] nf 1. (a) *Thắt lưng, dây nịt*; c. de sauvetage *Thắt lưng cứu hộ* Aut: Av: c. de sécurité *Thắt lưng an toàn*; (judo) c. noire *Đai đen* F: se serrer la c. *Siết thắt lưng; Nơi thắt lưng (của thân thể)* audessous de la c. *Ở dưới thắt lưng* 2. *Hàng rào, vành đai (của những bức tường); sự vòng quanh, vây quanh (của các ngọn đồi)* 3. Rail: *Đường xe lửa chạy vòng quanh một thành phố.*

ceinturer [s(tyre] vtr 1. *Vây quanh, bao bọc* 2. *Tóm lấy (ai) ngang hông.*

ceinturon [s(tyrɔ̃] nm Mil: *Đai gươm, đai súng, thắt lưng to bản.*

cela [səla, sla] F: . a dem pron neul (a) *Cái ấy, việc ấy, điều ấy*; qu'est-ce que c'est que c. F: que . a ? *Cái điều gì vậy ? (cái gì vậy ?)* il y a deux ans de c. *Đã hai năm rồi (kể từ dạo đó)*; sans c. je ne serais pas venu *Không vì điều đó, tôi đã không đến*; à part c. *Riêng về điều đó;* s'il n'y a que . a de nouveau *Nếu chỉ có điều đó là mới lạ;* (b) c. ne vous regarde pas *Anh không cần bận tâm đến điều đó*; ca y est ! *Đó, đó! đúng đấy !* (c) F: c'est .a les hommes ! *Đàn ông là như anh vậy sao !* (d) F: ceci... cela; il m'a dit ceci et c. *Cái này... cái nọ. Nó đã nói với tôi đủ điều*; comment allez-vous? -comme ci (comme ca) .a *Anh mạnh khỏe không ? Tàm tạm* (e) F: ca alors ! *Thật vậy sao !* c'est ca *Đúng đó, đúng thế*; ce n'est plus ca *Không còn như vậy nữa đâu (khác xa rồi)*; il n'y a que .a *Chỉ còn như vậy thôi*; et avec c. madame ? *Còn gì nữa không thưa bà ?* je suis comme ca *Tôi như vậy đó*; F: comme a, vous partez ? *Anh ra đi vậy sao ?* allons, pas de ca ! *Này, đừng như vậy chứ !* où ca ? *Ở đâu ?* comment ca ? *Thế nào ?*

ceáleábration [selebrasjɔ̃] nf *Sự làm lễ, hành lễ.*

ceáleábrer [selebre] vtr (je célèbre; je célébrerai) 1. (mass, Christmas) *cử hành (thánh lễ, giáng sinh) (*) Cử hành nghi lễ (**) Tuân thủ, giữ gìn (chay tịnh, chay giới)* 2. *Tuyên dương, ca ngợi (ai), tán tụng (ai)*; c. les louanges de qn *Tán tụng ngợi ca (ai).* célébrant a, nm Egl: *Linh mục chủ tế.* célébre a (par) *Nổi danh (vì).*

ceáleri [selri] nm c. (en branche(s)) *Rau cần tây.*

ceáleri-rave [selrirav] nm *Một loại cần tây (có gốc ăn được)* pl céleris-raves

ceáleáritéa [selerite] nf *Sự mau chóng, lanh lẹ.*

ceáleste [selɛst] a *Thuộc về trời, về thần thánh.*

ceálibat [seliba] nm *Tình trạng độc thân.*

célibataire [selibatɛr] a, n *Người độc thân, cuộc sống độc thân; người đàn ông độc thân, người đàn bà không chồng.*

celle, celle-ci, celle-laâ *Xem celui.*

cellier [selje] nm *Phòng (hầm) cất giữ (rượu, thực phẩm).*

cellophane [selɔfan] nf Rtm: *Giấy bóng kính, giấy kiếng.*

cellule [sɛlyl] nf **1.** *Phòng nhỏ trong tu viện, xà lim, tế bào* **2.** Rec: *Cuộn băng từ.* cellulaire *Thuộc nhà giam, xà lim* fourgon c. *Xe chở phạm nhân.*

cellulite [selylit] nf Med: *Viêm mô tế bào.*

celluloïd [selylɔid] nm Rtm: *Chất dẻo, xêluloid.*

cellulose [selyloz] nf Ch: *Phân tử xơ của tế bào thực vật.*

celte [sɛlt] **1.** a *Thuộc dân tộc Celtes* **2.** n *Tiếng Celtes.* celtique *Thuộc về dân tộc Celtes.*

celui, celle, pl **ceux, celles** [səlɥi, sɛl, s-, sɛl] dem pron **1.** (a) *Người, kẻ, những người, những kẻ;* c. qui était parti le dernier *Kẻ đã ra đi sau cùng;* (b) c. qui mange peu dort bien *Ai ăn ít thì sẽ được ngủ nhiều;* celle à qui j'ai écrit *Người đàn bà mà tôi đã biên thư* **2.** (de) mes livres et ceux de Jack *Những cuốn sách của tôi và những cuốn của Jack* **3.** tous ceux ayant la même idée *Tất cả những ai có cùng một ý tưởng.* **4.** celui-ci, ceux-ci; celui-là, ceux-là *Kẻ đó, kẻ kia, hắn ta, tên kia;* ah celui-là, quel idiot ! *Ồ, hắn ta à ! quả là một thằng ngốc.*

ceánacle [senakl] nm **1.** *Hội, đoàn* **2.** *Câu lạc bộ (văn học).*

cendre [s)dr] nm (a) des Cendres *Ngày thứ tư tuần tro;* visage couleur de c. *Khuôn mặt màu xám tro;* (b) pl (mortal) remains *Di hài, tro (người chết);* (c) cendres volcaniques *Tro núi lửa.* cendré, cendreux, -euse *Màu xám tro, có tro, đầy tro.*

cendreáe [s)dre] nf Sp: *Đường đua có mặt đường rải tro hoặc than xỉ.*

cendrier [s)drije] nm (a) *Cái gạt tàn thuốc;* (b) *Khay đựng tro (ở trong lò).*

Cendrillon [s)drijɔ̃] **1.** Prnf *Cô bé Lọ Lem* **2.** nf *Người làm việc lao dịch, nô lệ.*

Ceâne [sɛn] nf la C. *Bữa biệt ly.*

ceánotaphe [senɔtaf] nm *Đài kỷ niệm, bia ký niệm.*

cens [s)s] nm Adm: c. électoral *Sự đánh giá tài sản (để miễn thuế).*

censeá [s)se] a être c. faire qch *Xem như đang làm việc gì* je ne suis pas c. le savoir *Tôi xem như không biết điều đó.* censément adv *Coi như là; thực ra.*

censeur [s)sœr] nm **1.** *Người phê bình* **2.** Adm: *Người kiểm duyệt* **3.** Sch: *Hiệu phó, tổng giám thị (một trường trung học).*

censure [s)syr] nf **1.** (a) *Cơ quan kiểm duyệt;* (b) Cin: *Hội đồng kiểm duyệt;* (c) Psy: *Sự kiểm duyệt những ước muốn vô thức* **2.** *Lời phê bình, khiển trách.*

cent[1] [s)] **1.** (a) *(một) trăm* a hundred pupils *một trăm học trò;* deux cents hommes *Hai trăm người đàn ông;* deux c. cinquante hommes *Hai trăm năm mươi người đàn ông;* page deux c. *Trang (số) hai trăm* vous avez c. fois raison *Anh có lý cả trăm lần (anh quá có lý);* c. fois mieux *Trăm lần (khá) hơn;* F: je ne vais pas t'attendre (pendant) c. sept ans *Từ rày sắp lên tôi sẽ không chờ anh nữa;* faire les c. pas *Thong thả chơi, đi bách bộ;* F: faire les quatre cents coups (*) *Sống ồn ào, thác loạn* (**) *Dùng trăm phương ngàn kế;* F: être aux c. coups *Hết sức tuyệt vọng, vô vọng;* F: je vous le donne en c. *Tôi đố anh đoán được;* (b) nm, inv *Số trăm* sept pour c. *Bảy phần trăm;* il y a c. à parier contre un que *Cá một trăm ăn một là c.* pour c. *Trăm phần trăm* **2.** nm, var Sp: le c. mètres *Cuộc chạy đua một trăm mét.*

cent[2] nm, esp FrC: *Đồng (một) xu.*

centaine [s)tɛn] nf *Độ một trăm;* une c. de francs *Khoảng một trăm frăng;* des centaines de livres *Hàng trăm cuốn sách;* atteindre la c. *Đạt đến hàng trăm.*

centaure [s)tɔr] nm Myth: *Thần đầu người mình ngựa.*

centenaire [s)tnɛr] **1.** a *Già, cỗi* chêne c. *Cây sồi trăm tuổi (già cỗi)* **2.** n *Người sống lâu 100 tuổi.* **3.** nm *Lễ kỷ niệm 100 năm.*

centieâme [s)tjɛm] **1.** *Thứ 100* **2.** nm *Một phần trăm* **3.** nf Th: *Lần biểu diễn thứ 100.*

centigrade [s)tigrad] a *Phần trăm của grade.*

centigramme [s)tigram] nm *Xentigram, một phần trăm của gram.*

centilitre [s)tilitr] nm *Xentilit, một phần trăm của lít.*

centime [s)tim] nm *Đồng xăng tim (một phần trăm của frăng Pháp)* je n'ai pas un c. *Tôi không có lấy một đồng xu dính túi.*

centimeâtre [s)timetr] nm **1.** *Xentimet, một phần trăm của mét* **2.** *Thước dây, chia từng xentimét.*

centrafricain, -aine [s)trafrik(, ɛn] a, n *Thuộc Cộng hòa Trung Phi.*

centrage [s)traʒ] nm *Phép tịnh tâm, sự tĩnh tâm,*

central, -aux [s)tral, o] **1.** a (a) *Trung tâm: (điểm) ở giữa* quartier c. d'une ville *Khu trung tâm của một thành phố;* (b) *Quan trọng, chính,* hàng đầu (cơ quan) 2. nm c. téléphonique Tổng đài điện thoại 3. nf (a) centrale (électrique) Nhà máy điện; (b) centrale (syndicale) (nghiệp đoàn) Trung ương; (c) (central) prison Nhà lao lớn, trung ương.

centralisation [s)tralizasjɔ̃] nf Sự tập trung. centralisateur, -trice a Sự tập trung (quyền hạn, sức mạnh).

centraliser [s)tralize] vtr Tập trung.

centre [s)tr] nm (a) Tâm, điểm giữa trung tâm; c. commercial Trung tâm thương mại, trung tâm du lịch; c. hospitalier Trung tâm đa khoa về y tế; (b) Pol: Có chính sách trung hòa; (c) Fb: etc: Trung vệ, trung phong giữa.

centrer [s)tre] vtr (a) Tập trung (vào); c. l'attention de qn sur qch Hướng sự quan tâm, chú ý của ai về cái gì; (b) Phát quả bóng vào giữa sân.

centre-ville [s)trvil] nm Trung khu thành phố, khu trung tâm thành phố.

centrifuger [s)trifyʒe] vtr Máy quay ly tâm, tạo ra sức ly tâm centrifuge Ly tâm (sức)

centrifugeuse [s)trifyʒ-z] nf Máy quay ly tâm, máy chiết nước trái cây.

centripeâte [s)tripɛt] a Hướng tâm.

centuple [s)typl] a & nm Trăm lần, gấp trăm lần le c. de 10. 10 trăm lần 10.

centupler [s)typle] vtr & i Tăng gấp trăm, tính bằng đơn vị trăm.

cep [sɛp] nm c. de vigne Gốc nho.

ceápage [sepaʒ] nm (gốc cây) nho.

ceâpe [sɛp] nm Bot: Măm xépơ.

cependant [səp)d)] 1. adv Trong lúc đó, khi đó c. que. Trong khi đó, trong khi ấy 2. conj Tuy vậy, tuy nhiên, thế nhưng mà.

ceáramique [seramik] nf Đồ gốm, đồ sành; la c. Nghệ thuật làm đồ gốm dalles en c. Ngói bằng gốm sành.

cerceau, -eaux [sɛrso] nm Vòng (làm đồ chơi của trẻ em, hoặc làm viềng khung.

cercle [sɛrk] nm 1. Đường tròn, hình tròn; faire c. Tạo thành một vòng (autour de qch) (quanh cái gì) c. vicieux Vòng lấn quấn; c. d' activités Phạm vi sinh hoạt, địa hạt sinh hoạt; (b) Đoàn, nhóm (bạn); c. littéraire Hội văn học; (c) Câu lạc bộ 2. Vòng (nẹp) đai, vành (bánh xe) 3.(a) Mặt số (b) quart de c. Một phần tư vòng tròn.

cercler [sɛrkle] vtr 1. Làm vành, đóng đai; lunettes cerclées d'or cặp mắt kiếng viền vàng. 2. (de) Đóng đai (thùng) vành, viền bằng.

cercueil [sɛrkœj] nm Quan tài, hòm.

ceáreáale [sereal] nf Ngũ cốc.

ceáreábral, - ale, - aux [serebral, o] Thuộc về não in tellectual Có trí thức, thuộc về trí óc (công việc)

ceáreámonial, -als [seremɔnjal] nm Tính nghi lễ, trang trọng.

ceáreámonie [seremɔni] nf Nghi lễ, nghi thức; habit de c. trang phục dành cho nghi lễ; sans c. không kiểu cách, đơn giản faire des cérémonies làm, tổ chức những nghi lễ. cérémonieux, ieuse a Kiểu cách, trịnh trọng. cérémonieusement adv Một cách kiểu cách, một cách trịnh trọng.

cerf [sɛr, sɛrf, pl sɛr] nm Con hươu, con nai đực.

cerfeuil [sɛrfœj] nm Bot: Một loại rau mùi.

cerf - volant [sɛrvɔl)] nm pl cerfs - valants.

cerise [səriz] 1. nf Trái sơ ri 2. nm & a inv Màu đỏ tươi (màu đỏ thắm).

cerisier [sərizje] nm Cây sơ ri.

cerne [sɛrn] nm Quầng (ở mặt trăng, ở dưới mắt).

cerner [sɛrne] vtr (a) Bao bọc, vây quanh avoir les yeux cernés có quầng thâm ở mắt; (b) Nắm được, xác định được (lý lẽ tranh luận).

certain, - aine [sɛrt(, ɛn] 1. a (a) Chắn chắn, đích thực il est c. qu'il viendra chắc chắn là nó sẽ đến; (b) il est c. de réussir Nó nhất định sẽ thành công je n' en suis pas bien c. tôi không dám quả quyết lắm; (c) nào đó (thời gian giá cả) 2. indef a & pron (a) Vài người, một số người certains affirment que Một số người quả quyết rằng; après un c. temps sau một khoảng thời gian (nào đó); jusqu' à un c. point đến một thời điểm nào đó; d'un c. âge vào một lứa tuổi nào đó; dans un c. sens trong một nghĩa nào đó; un c. M Martin Một ông Martin nào đó. certainement adv Một cách chắc chắn; tất nhiên, dĩ nhiên; vous l'avez c. lu, Chắc chắn là anh đã đọc điều này rồi c.,! Dĩ nhiên.

certes [sɛrt] adv (oui) c.! Vâng! quả vậy.

certificat [sɛrtifika] nm Giấy chứng nhận; chứng thư; văn bằng; chứng chỉ.

certification [sɛrtifikasjɔ̃] nf Sự cấp giấy chứng nhận, sự chứng nhận, sự bảo đảm, sự chứng thực.

certifier [sɛrtifje] vtr Nhận thự, bảo đảm, chứng thực (chữ ký); c. qch à qn bảo đảm ai về một việc gì.; certifié Được cấp văn bằng sư phạm, được chứng nhận (giáo viên).

certitude [sɛrtityd] nf Tính cách đích thực, sự quả quyết j'en ai la c. tôi đoan chắc điều đó.

cerveau - eaux [sɛrvo] nm (a) Não rhume de c. đau đầu sổ mũi; (b) Trí tuệ, tinh thần fuite des cereaux sự kiệt quệ về tinh thần F avoir le c. dérangé điên khùng, dở hơi; (c) (năng lực) trí tuệ, người làm quân sự (cho một kế hoạch).

cervelas [sɛrvəla] nm Cu: *Xúc xích ngắn.*
cervelet [sɛrvəlɛ] nm Anat: *Tiểu não.*
cervelle [sɛrvel] nf (a) Anat: *Chất não* (s)' brûler la c. à qn *bắn vỡ óc ai* Cu: c. de veau, (Món) óc bò; se creuser la c. *To trí óc, trí tuệ* F: c' est une petite c. *Đó là một đầu óc non nớt.*
cervical, - aux [sɛrvikal, o] a Anat *Thuộc về cổ.*
ces *Xem Ce.*
CES abbr Collège d'enseignement secondaire *Trường trung học.*
ceásarienne [sezarjɛn] nf *Sự mổ dạ non (lấy thai)*
cessation [sɛsasjɔ̃] nf *Sự ngừng lại; sự đình chỉ (trả tiền).*
cesse [sɛs] nf sans c. *Không ngừng, liên tục, mải mãi, luôn luôn, liên miên;* il n'aura c. que ... *Nó chưa được ngừng (chưa được nghỉ trước khi).*
cesser [sese] 1. vi *Ngừng dứt, chấm dứt;* faire c. (qch) *làm ngưng cái gì;* c. de fumer. *chấm dứt hút thuốc* 2. vtr *ngưng công việc; bỏ thôi làm việc (ở cơ quan); đình chỉ (việc trả tiền);* c. toutes relations avec qn *cắt đứt, chấm dứt mọi quan hệ với ai.*
cessez - le - feu [seself-] nm inv *Sự ngưng bắn.*
cession [sɛsjɔ̃] nf Jur *Sự chuyển nhượng, sự ủy nhiệm;* faire c. de *Chuyển nhượng.*
c'est - aâ - dire [sɛtadir] conj phr 1. *Nghĩa là, tức là* 2. c'est - à - dire que *Có nghĩa là.*
cet, cette [sɛt] *Xem Ce.*
CET abbr collège d' enseignement technique *Trường trung học kỹ thuật.*
ceux [s-] *Xem celui.*
Ceylan [sɛl)] Npr Geog: Hist: *Nước sri lăng ca.*
CFDT abbr Confé dé ration française démocratique du travail *Liên đoàn lao động dân chủ Pháp.*
CFTC abbr Confé dé ration française des travailleurs chrétiens *Liên đoàn công nhân công giáo Pháp.*
CGT abbr Confédération générade du travail *tổng liên đoàn lao động.*
chacal, -als [ʃakal] nm Z: *Con lang, sói.*
chacun, -une [ʃakœ̃, yn] indef pron 1. *Mỗi (một);* trois francs c. *mỗi cái ba frăng* ils sont partis c. de son côté, de leur côté, *chúng nó đã ra đi mỗi đứa mỗi phía* 2. *Mỗi người, mỗi một người;* c. (a) son gout, *mỗi người có mỗi sở thích;* c. son tour *từng người một.*
chagrin [ʃagr(] a Lit *Buồn phiền, u sầu* 2. nm *Sự u sầu, sự buồn rầu, sự phiền não* avoir du c. *buồn bã;* faire du c. à qn *gây buồn phiền cho ai.*
chagriner [ʃagrine] vtr *Gây phiền muộn, làm nghịch ý.*
chah [ʃa] nm *Hoàng đế, quốc vương Ba Tư.*
chahut [ʃay] nm *Sự ồn ào, huyên náo;* faire du c. *Làm om sòm.*
chahuter [ʃayte] 1. vi *Làm huyên náo, om sòm làm ồn ào mất trật tự* 2. vtr (a) *Hay động (một vật);* (b) *Chọc ghẹo ai.*
chahuteur, -euse [ʃaytœ r, -z] F: (a) *Ồn ào, một trật tự, òm sòm;* (b) n *Người có tính gây ồn ào, huyên náo.*
chai [ʃɛ] nm *Kho rượu, hầm rượu.*
chaîne [ʃɛn] nf 1. (a) *Dây xích* (b) *Cái còng, cái cùm;* (c) c. d' arpenteur, chain measure *thước dây để đo đất* Nau: *Dây cáp* (e) Surv c. de montage, de fabrication *dây chuyền sản xuất* travail à la c. *công việc làm theo hàng loạt* 2. (a) c. de montagnes *dãy núi;* c. d'idées *mỗi chuỗi nhận xét, suy nghĩ* Aut collision en c., *Sự va đụng hàng loạt;* (b) *Một dãy núi (khách sạn)* 3. *Hệ thống phát âm (hi fi): hệ thống truyền thanh, truyền hình* 4. Tex: *Sợi dọc ở khổ vải.*
chaînette [ʃɛnɛt] nf *Vòng xích nhỏ, dây chuyền nhỏ.*
chaînon [ʃɛnɔ̃] nm (a) *Mắt xích* Fig c. manquant *sự mất liên tục, sự đứt đoạn;* (b) *Rặng núi.*
chair [ʃɛr] nf 1. *Thịt, xác thịt* en c. en os *Bằng thịt, đích thân;* être (bien) en c. *Béo tốt, mập mạp* 2. (a) c. (à saucisse) *thịt sống để làm xúc xích;* (b) *Cơm, phần mềm của trái cây;* 3. la c. de poule *nổi da gà;* 4. sa propre c. *Bản năng, nhục thể*
chaire [ʃɛr] nf 1. *(Tòa giảng (của giám mục)* 2. *Bục thuyết giáo;* 3. (a) *Ghế, ghế dài, ghế, bục giảng (để thuyết trình);* (b) *Chức giáo sư, ghế giáo sư.*
chaise [ʃɛz] nf 1. *Ghế;* c. d' enfant *Ghế cao của trẻ em;* c. longue *ghế dài* c. électrique *ghế điện* 2. Hist: c. à porteurs *ghế kiệu.*
chaisier-ieâre [ʃezje, jɛr] n *Người cho mướn ghế ở công viên.*
chaland [ʃal)] nm *Xà lan, phà.*
chêle [ʃɑl] nm *Khăn san.*
chalet [ʃalɛ] nm *Nhà gỗ, nhà ván ở miền núi.*
chaleur [ʃalœ r] nf 1. (a) *Nhiệt sức nóng* vague de c. *một luồn không khí nóng,* craint la c. *(ở nhân hiệu) tránh sức nóng, bảo quản ở nơi mát* Med: avoir des chaleurs *Lên cơn sốt;* (b) les (grandes) chaleurs *tiết đại thử, nắng nóng gắt, mùa nóng gắt* (c) *nhiệt tình, hăng say;* parler avec c. *Nói một cách hăng say* 2. *sự động đực (của thú vật)* en c. *động cỡn.*

chaleureux, - euse a *Đầy nhiệt tình, hăng hái.*
chaleureusement adv *Một cách nhiệt tình.*
challenge [ʃal)ʒ] nm Sp (a) *Cuộc thi đấu, cuộc đấu;* (b) *Sự chiến thắng (trong cuộc đấu).*
chaloupe [ʃalup] nf *Xà lúp, thuyền dài* c. de sauvetage *thuyền cứu hộ.*
chalurmeau, -eaux [ʃalymo] nm **1.** Mus: *ống sáo, ống tiêu* **2.** *Đèn xì.*
chalut [ʃaly] nm Fish: *Lưới rê, lưới kéo;* pêcher au c. *Đánh cá bằng lưới rê, lưới kéo.*
chalutier [ʃalytje] nm (a) *Thuyền đánh cá bằng lưới kéo;* (b) *Người lái thuyền đánh cá bằng lưới kéo.*
chamailler (se) [səʃamaje] vpr F: *cãi cọ, cãi nhau ầm ĩ.* **chamailleur, -euse** a & n *(người) hay cãi cọ (pers)* n *người hay gây gổ.*
chamaillerie [ʃamajəri] nf F: *Sự cãi vã, sự cãi cọ.*
charmarrer [ʃamare] vtr Lit: *Sự trang điểm, sự tô điểm.*
chambard [ʃ)bar] nm F: (a) *Cảnh hỗn loạn, tình trạng hỗn độn bừa bãi;* (b) *Sự ồn ào, sự huyên náo.*
chambardement [ʃ)bardəm)] nm F: *Sự hỗn độn, xáo trộn.*
chambarder [ʃ)barde] vtr F: (a) *Làm đảo lộn, gây rối loạn, mất trật tự (căn phòng)* (b) *Sắp xếp lại, tổ chức lại.*
chambellan [ʃ)bel)] nm *Thị vệ, cận thần.*
chambouler [ʃ)bule] vtr F: *Hủy hoại, xáo tung (kế hoạch)* tout c. *Làm xáo tung, đảo lộn mọi thứ.*
chambranle [ʃ)br)l] nm *Khung (cửa) khung cửa lò sưởi.*
chambre [ʃ)br] nf **1.** (a) c. (à coucher) *phòng ngủ;* c. à grand lit *Phòng đôi (phòng có giường đôi);* c. à deux lits *phòng có hai giường;* c. d'ami *phòng ngủ dành riêng cho khách.* c. d'enfants *phòng dành cho trẻ em;* faire c. à part *ngủ ở phòng riêng;* faire sa c. *quét, dọn dẹp căn phòng;* c. forte *phòng kiên cố;* c. froide *phòng lạnh;* travailler en c. *làm ở nhà, không mở cửa hiệu;* (b) c. à gaz *phòng hơi ngạt* **2.** Adm: *Phòng tòa, đoàn của tòa án;* c. de commerce *phòng thương mại;* c. de députés *phòng đại diện* **3.** Tchn: *buồng (hơi); hốc, hộp (máy);* c. à air *săm, ruột bánh xe* Phot: c. noire *Phần trong của máy quay phim, chụp hình. Phòng tối (rửa phim, sang ảnh).*
chambreáe [ʃ)bre] nf Mil: *Phòng ngủ tập thể trong một loại lính.*
chambrer [ʃ)bre] vtr *Cất rượu trong phòng ấm.*
chameau-eaux [ʃamo] nm (a) Z *Con lạc đà;* (b) F: *(người đàn ông) cục súc, (người đàn bà) độc ác.*
chamelier [ʃamɔlje] nm *Người dắt lạc đà.*
chamelle [ʃamɛl] nf *Con lạc đà cái.*
chamois [ʃamwa] nm Z *Con linh dương, con sơn dương* (peau de) c. *Da sơn dương.*
champ [ʃ)] nm **1.** *Cánh đồng;* fleur des champs *Hoa đồng nội;* prendre, couper, à travers champs *đi băng đồng;* prendere la clef des champs *trốn, tẩu thoát;* à tout bout de c. *bất cứ lúc nào;* (b) c. de foire *khu hội chợ;* c. d'aviation *sân bay;* c.de courses *trường đua (ngựa);* (c) c. de bataille *bãi chiến trường;* mort au c.d' honneur *chết vì công vụ;* c. de tir (*) *tầm bắn, tầm đạn* (**) *trường bắn* **2.** (a) *phạm vi hoạt động tầm nhìn;* avoir du c. *còn có thể xoay xở, trở tay được;* laisser le c. libre *để cho ai tự do;* le c. est libre *được quyền tự do (ăn nói);* (b) Cin: *cảnh, hình (chụp được).Lĩnh vực hoạt động (của kính viễn vọng);* Phot: profondeur de c. *chiều sâu của kính viễn vọng;* hors c. *ngoài tầm thu của máy ảnh, máy phim, ngoài tầm bắn;* (c) magnétique *từ trường.*
Champagne [ʃ)paɲ] **1.** Prnf Geog: *Miền champague* **2.** nm *rượu sâm banh* **3.** nf c. liqueur *rượu ngon loại một.*
champïtre [ʃ)pɛtr] a *thuộc về đồng quê, điền giã;* garde c. *dân quân.*
champignon [ʃ)piɲɔ̃] nm **1.** *Nấm (ăn được);* c. vénéneux *nấm độc;* Fig: *Mây hình nấm (sau một vụ nổ bom nguyên tử)* **2.** Aut: F: *bàn đạp sang số ở xe ô tô.*
champion, -ionne [ʃ)pjɔ̃, jɔn] **1.** n *người vô địch* **2.** a F: *vô địch.*
championnat [ʃ)pjɔna] nm *cuộc tranh giải vô địch.*
chance [ʃ)s] nf **1.** *vận, cơ hội, khả năng* il a peu de chances de réussir *nó có ít khả năng để thành công;* il y a une c. *có một chút cơ may;* il y a une c. sur cent qu' elle le voie *khả năng có một phần trăm để nó được lọt vào mắt cô ta.* **2.** *vận may, may mắn;* tenter sa c. *thử thách vận may;* souhaiter bonne c. à qn *chúc ai gặp may mắn;* pas de c. *quá xui xẻo;* avoir de la c. *có nhiều may mắn;* c'est bien ma c. ! *đúng là tôi gặp may;* par c. *nhờ may mắn.* **chanceux, -euse** *May mắn.*
chanceler [ʃ)sle] vi (je chancelle) *Đi lảo đảo, khập khiễng, lung lay, chao đảo, (trong một quyết định).* chancelant a *Lảo đảo, lung lay, chếnh choáng, ẻo lả (thể lực).*
chancelier [ʃ)səlje] nm *Thủ tướng (ở Anh)* Grand C. *Quan chưởng Ấn Đại Pháp quan* C. de l'Échiquier *Bộ trưởng tài chính.*
chancellerie [ʃ)sɛlri] nf *Dinh chưởng án; Bộ tư*

pháp.

chancre [ʃkr] nm Med: & Fig: *vết lỡ, vết loét. sự ảnh hưởng đồi bại.*

chandail [ʃdaj] nm Cl: *săng đai, áo len cổ cao.*

chandeleur [ʃdlœr] nf la C. *lễ nến (ngày 2. Tháng 2)*

chandelier [ʃdəlje] nm *giá cắm nến, chân đèn lớn có nhánh.*

chandelle [ʃdɛl] nf **1.** (a) *nến (mỡ)* économies de bouts de c. *tiết kiệm những khoản vụn vặt;* tenir la c. *làm mai, làm mối, chơi trò ông tơ bà nguyệt;* en voir trente - six chandelles *bị choáng váng do bị đánh vào đầu, (tá hỏa tam tinh);* (b) *(nhà thờ) đèn cầy, nến nhỏ để châm đèn* je vous dois une fière c. *tôi mang ơn anh rất nhiều (mà tôi chưa trả được)* **2.** P: *hạt sương, nước mũi (ở đầu chóp mũi)* **3.** (a) c. ermaine *ống pháo hoa nhiều màu;* (b) Av: *sự vượt lên thẳng (của máy bay);* (c) Ten: *cú chặt banh;* Gym: *cú sút.*

change [ʃ3] nm **1.** Fin: *sự đổi tiền, hối đoái* gagner, perdre au c. *được, mất trong việc tham gia thị trường chứng khoán.;* lettre de c. *hối phiếu, phiếu khoán* Sours du c. *Lợi mất của hối phiếu;* contrôle des chages *sự kiểm soát hối phiếu* **2.** donner le c. à qn *lừa gạt ai.*

changeant [ʃ3)] a Hay *thay đổi, không ổn định, có thể thay đổi, biến đổi; bất thường (thời tiết).*

changement [ʃ3m)] nm *sự thay đổi, sự biến đổi;* Adm: *sự hoán chuyển;* il vous faut un c. d'air *anh cần phải thay đổi khí (làm việc);* sans c. *không thay đổi, bất biến* PN: c. de propriétaire *thay đổi chủ quyền;* c. en mieux *sự thay đổi theo chiều hướng tốt hơn;* c. de vitesse, *(*) cần số, cần sang số vận tốc (**) sự thay đổi.*

changer [ʃ3e] v (n. changoens) **1.** vtr *Thay đổi, đổi khác;* c. les draps *Thay các tấm trải giường* **2.** vtr (a) *Biến đổi, thay đổi, hoán chuyển;* cette robe vous change *chiếc áo này làm cô trong khác hẳn ra;* (b) la campagne me changera *(không khí) đồng quê sẽ làm tôi thay đổi* ca me changera les idées *Điều này sẽ làm tôi biến đổi ý nghĩ của tôi* **3.** vi (a) *Biến chuyển* le temps va c. *thời tiết sẽ thay đổi;* c. de visage *biến nét mặt, đổi nét mặt;* Iron: pour c. *Để thay đổi;* (b) c. de train *Đổi chuyến tàu;* c. de place avec qn *đổi với chỗ ai;* c. de domicile *Thay đổi chỗ ở;* c. de vêtements, se c. *Thay đổi áo quần; sự thay đổi;* c. d' avis *đổi ý kiến;* c. de route *đổi lộ trình;* Nau: *thay đổi hành trình, hải trình;* c. de sujet *đổi ý định;* c. de vitesse *Thay đổi vận tốc;* c. de ton *Đổi giọng.*

changeur, - euse [ʃ3œr, -z] **1.** n (pers) *người đổi tiền* **2.** nm (a) c. (de disques) *Bộ phận đổi đĩa (hát);* (b) c. de monnaie *Máy đổi tiền lẻ.*

chanoine [ʃanwan] nm Egl: *chức linh mục phụ tá .*

chanson [ʃsɔ̃] nf *bài hát, ca khúc* c folklorique *dân ca* F: c'est toujours la même c. *vẫn là cái câu truyện cũ.*

chant [ʃ] nm **1.** *giọng hát* lo. con de c. *Bài học xướng âm;* au c. du coq *Tiếng gáy của con gà trống* **2.** (a) *bài hát* c. de No(l *Bài hát Giáng sinh;* (b) *giai điệu, âm điệu;* c. funèbre *tang khúc* c. grégorien *Mỗi đoạn (trong bài thơ dài).*

chantage [ʃtaʒ] nm *sự tống tiền bằng đe dọa hay áp lực;* faire du c. *tống tiền (đe dọa hay áp lực).*

chanter [ʃte] **1.** vtr *ca hát,* c. victoire *(gáy gà trống) hát mừng chiến thắng* c. toujours la même chanson *Nhai lui nhai tới mãi một câu chuyện;* qu'est - ce que vous me chantez là? *Anh muốn nói với tôi điều gì?* **2.** vi (chim) *hót;* (gà trống) *gáy; (dế) gáy;* F: c'est comme si je chantais *nói hão, làm hão;* faire c. qn *Tống tiền ai;* si ca me chante *Nếu tôi thích; đúng âm điệu (giọng hát).*

chanteur, euse [ʃtœr, -z] n *ca sĩ.*

chantier [ʃtje] nm **1.** (a) *xưởng, kho chứa;* c. de coustruction) (*) *công trường xây dựng* (**) *công trường* (***) *sự xây dựng, sửa chữa đường xá;* mettre un travail en c. *thi công một công việc;* quel c.! *Quả là một nơi ngổn ngang hỗn độn* **2.** c. naval *xưởng đóng tàu.*

chantonner [ʃtɔne] vtr & i *Hát nho nhỏ, hát thầm.*

chantre [ʃtr] nm **1.** Egl: *người hát thánh ca,* thành viên ban hát thánh ca grand c. *người phụ trách ca đoàn* **2.** poet *nhà thờ.*

chanvre [ʃvr] nm *Cây gai* c. indien *cây chuối sợi.*

chaos [kao] nm *sự vô trật tự, sự lộn xộn bừa bãi;* chatique *lộn xộn, hỗn độn.*

chapardage [ʃapardaʒ] nm F: *Sự ăn cắp vặt.*

chaparder [ʃaparde] vtr F: *ăn cắp vặt.* chapardeur, -euse **1.** *có tính ăn cắp vặt* **2.** n *người ăn cắp vặt.*

chapeau, - eaux [ʃapo] nm **1.** (a) *Mũ, nón;* c. mou *Mũ nỉ mềm;* saluer qn d' un coup de c. *giở nón chào ai;* tirer son c. à qn *Phục ai sát đất* c.! *bravo;* (b) Bot: *tai nấm* **2.** cover. *nắp, nắp đậy* Cu: *vỏ bánh nướng nắp (viết)* Aut: c. de roue *nắp chụp bánh xe.*

chapeauter [ʃapote] vtr *chăm nom, săn sóc ai.*

chapelet [ʃaplɛ] nm *tràng hạt, chuỗi;* dire son c. *đọc kinh* F: défiler son c. *thổ lộ nỗi lòng;* c. d'oignons, de saucisses; *xâu tỏi, dây xúc xích;* c. de bombes *Một tràng bom;* d'injures *một tràng chửi rủa.*

chapelier, -ieâre [ʃapəlje, jɛr] n *thợ làm nón, người bán nón.*

chapelle [ʃapɛl] nf (a) *nhà nguyện* c. de la Vierge *nhà nguyện Đức bà;* c. ardente *Nhà quàn quan tài, nhà vĩnh biệt* (b) Egl: maltre de c. *Đội trưởng đội hợp xướng;* (c) Lit: *Đoàn thế, nhóm.*

chapelure [ʃapyr] nf Cu: *Vỏ bánh mì vụn (để rải lên món ăn).*

chaperon [ʃaprɔ̃] nm 1. *mũ trùm* Lit: le Petit C. rouge *Cô bé choàng khăn đỏ;* 2. *đi kèm với cô gái trẻ (ở dạ hội, ngoài đường).*

chaperonner [ʃaprɔne] vtr *Đi kèm theo cô gái.*

chapiteau, -eaux [ʃapito] nm 1. Arch: *đầu của cây cột* 2. *Lều lớn của gánh xiếc.*

chapitre [ʃapitr] nm 1. Egl: *chương, đoạn(của kinh sách)* 2. (a) *chương (cuốn sách);* (b) *Tiết, đoạn (của số chi tiêu);* sur ce c. *về vấn đề này, về khoản này.*

chapitrer [ʃapitre] vtr *la rầy, giáo huấn.*

chapon [ʃapɔ̃] nm Cu: *gà trống thiến.*

chaque [ʃak] 1. a *Mỗi, mỗi một;* c. chose à sa place *Mỗi cái đều có vị trí của nó;* c. fois qu'il vient *mỗi khi nó đến.* 2. pron *mỗi cái* F: (= chacun) 100 francs c. *Mỗi cái 100 frăng.*

char [ʃar] nm 1. (a) *Xe ngựa;* (b) *toa xe;* c. à boeufs *xe bò;* c. funèbre *xe tang (ngựa kéo);* (c) (c. de carnaval) *Xe hoa (trong các kỳ lễ hội)* 2. Mil: c. (d'assaut) *Xe thiết giáp.*

charabia [ʃarabja] nm F: gibberiesh, gobbledygook *Lời nói lí nhí, lời nói khó hiểu, không đúng cách.*

charade [ʃarad] nf (a) riddle *câu đố* (b) charade *lời đố sắp chữ.*

charbon [ʃarbɔ̃] nm 1. (a) coal *than;* (b) c. (de bois). charcoal *than (gỗ);* être sur des charbons ardents, to be on tenter hooks *ở trong tình trạng căng thẳng;* (c) Ch: carbon *các bon* 2. Med: Vet: anthrax. *Bệnh than(ở cừu và trâu bò)*

charbonnage [ʃarbɔnaʒ] nm 1. coal mining *sự khai thác mỏ than đá* 2. pl collieres, coalmines *mỏ than.*

charbonnier [ʃarbɔnje] 1. Nau: collier *tàu chở than* 2. n coalman *Công nhân mỏ than.*

charcuter [ʃarkyte] vtr F: Pej: to hack up (meat) *chặt thịt, xử thịt, mổ thịt* butcher (s.o.) *giải phẫu tồi (cho một người).*

charcuterie [ʃarkytri] nf 1. pork butchery: *sự buôn bán thịt lợn;* delicatessen trade *sự buôn bán thức ăn nấu sẵn từ thịt lợn;* pork butcher's shop: = delicatessen (shop) *cửa hàng thịt lợn, cửa hàng bán thức ăn nấu sẵn từ thịt lợn.* 3. pork meat (s) delicatssen *thịt lợn, thức ăn từ thịt lợn.*

charcutier, -ieâre [ʃarkytje, jɛr] n 1. *người bán thịt lợn* 2. F: *tên đồ tể.*

chardon [ʃardɔ̃] nm *cây cúc gai, cây kế.*

chardonneret [ʃardɔnrɛ] nm Orn: *chim Hồng Tước.*

charge [ʃarʒ] nf 1. *sự chở, sự gánh nặng; sự chở, sức chở hàng hóa (tàu)* c. utile *trọng tải (tối đa) của tàu;* prise en c. *tiền xe tối thiếu (xe taxi);* être à c. à qn *Là lo toan, là gánh nặng của ai* 2. Tchn: *tải trọng, sự nhấn mạnh;* c. admissible *trọng tải cho phép (an toàn);* (b) c. d' explosif *sự nạp thuốc nổ, liều thuốc nạp (súng);* (c) EL: *Nạp, sạt* mettre une batterie en c. *nạp điện, sạt điện vào một bình ác quy.* 3.(a) *gánh nặng, trách nhệm, sự thật (luận chứng);* prendre en c. *có bổn phận với ai hoặc về việc gì;* enfants confiés à ma c. *những đứa trẻ được ủy thác cho tôi;* femme de c. *bà quản gia;* (b) *nhiệm vụ, chức vụ;* charges publiques *công vụ* 4. *phí tốn* les réparations sput à votre c. *Anh phải chịu trách nhệm về phí tốn sửa chữa;* charges sociales, national insurance contributions *phí bảo hiểm xã hội;* être à la c. de qn *sự bảo hộ cưu mang của ai;* charges de famille *người sống lệ thuộc vào gia đình;* enfants à c. *sự lệ thuộc vào con cái;* loyer plus les charges *tiền thuê mướn cộng thêm (bảo quản);* à c. de revanche *Bị buộc phải trả lại như thế.* 5. Art: *tranh biếm họa* 6. Mil: *Chức vụ* 7. Jur: *chứng cớ để luận tội* témoin à c. *nhân chứng để buộc tội.*

chargeá [ʃarʒe] 1. a *chở nặng, chất nặng, nhồi nhét (tàu lửa);* conscience chargée *lương tâm trĩu nặng (có mặc cảm phạm tội);* jour c. *một ngày bận bịu, lăng xăng;* temps c. *thời tiết nặng nề, u ám.* 2. (a) nm c. d' affaires *đại biện lâm thời;* (b) n Sch: chargé (e) de cours *giảng viên (đại học).*

chargement [ʃarʒəm] nm (a) *sự bốc hàng (lên xe, tàu);* (b) *số lượng, trọng tải hàng hóa chất trên xe tàu.*

charger [ʃarʒe] vtr (n. chargeons) 1. (a) *chất lên;* c. des marchandises *chất hàng lên* F: (of taxi driver) c. un client *đón một hành khách lên xe (taxi);* (b) *chất nặng, chở nặng;* chargé de paquets *chất nặng những gói hàng;* nourriture qui charge l'estomac *thức ăn làm nặng bụng (chất đầy bao tử);* (c) qn de reproches la *mắng ai nhiều, nặng nề;* (d) *Nạp đạn vào súng, nạp phim vào máy ảnh, máy quay phim,* nhận đầy thuốc vào ống tấu, bơm đầy (ống mực của cây viết) nạp điện (vào ác quy) **2**. (a) giao phó cho ai cộng việc gì, cái gì; être chargé de qch *có trách nhệm về việc gì*; (b) se c. de faire qch *nhận trách nhiệm để làm việc gì*; je m' en chargerai *tôi sẽ lo lắng về việc đó*. **3**. *Vẽ biếm họa (một người); vẽ chân dung một người theo cách biếm họa*. **4**. *(bò, đoàn súc vật) tấn công mãnh liệt*; **5**. Jur: *truy tố, buộc tội (ai)*.

chargeur [ʃarʒœ r] nm **1**. (pers) *người phu bốc vác*; Nau: *người bốc hàng lên tàu* **2**. (a) Sma: *bộ phận nạp đạn, cái kẹp đạn*; (b) Phot: *Cuốn phim*; (c) *bộ nạp điện cho bình ác quy*.

chariot [ʃarjo] nf **1**. *xe bốn bánh để đặt máy quay phim*; (b) *xe đẩy chở hàng, xe cút kít*; (c) Cin: *giàn di động để đặt máy quay phim* **2**. (a) *bàn có bánh xe để máy đánh chữ*; (b) Av: c. d'atter nissage *bộ càng bánh xe máy bay*.

charitéa [ʃarite] nf **1**. *Lòng bác ái, sự thương mến*, Prow: c. bien ordonnée commence par soi-même *lòng bác ái đúng nghĩa phải phát xuất từ tâm* **2**. *hành vi từ thiện* faire la c. à qn *cho ai tiền, giúp đỡ ai*. charitable a *Có lòng nhân ái, vị tha, (đối với)*. charitablement adv *Một cách bác ái, rộng lượng*.

charivari [ʃarivari] nm *Tiếng cãi vã, ồn ào; tiếng la hét om sòm*.

charlatan [ʃarlat)] nm *Thầy lang vườn, lang băm; kẻ lừa gạt, bịp bợm* charlatanesque a *Lang băm, lừa bịp (toa thuốc)*

charlatanisme [ʃarlatanism] nm *Thủ đoạn lừa bịp*.

charlot [ʃarlo] nm F: *tên hề, người lố lăng*.

charme[1] [ʃarm] nm **1**. *Bùa quyến rũ;* tenir qn sous le c. *làm ai bị mê hoặc; se porter comme un c. có sức khỏe dồi dào* **2**. *Sự quyến rũ, sức hấp dẫn*; elle a beaucoup de c. *Cô ta có nhiều nét quyến rũ*; c'est ce qui en fait le c. *Đó là cái tạo nên sự hấp dẫn*; faire du c. *Quyến rũ ai*.

charme[2] nm Bot: *Cây trăn, cây duyên*.

charmer [ʃarme] vtr **1**. *Mê hoặc, bỏ bùa mê* **2**. *Làm cho thích thú, mê say;* être charmé de faire qch *thích thú được làm việc gì*. charmant a *Dễ thương, yêu kiều*. charmeur, - euse **1**. *Quyến rũ* **2**. n (a) *người mê hoặc rắn bằng âm nhạc*; (b) *người (có nét) quyến rũ*.

charnel, -elle [ʃarnɛl] a (a) *Thuộc xác thịt, nhục dục*; (b) *thuộc thế gian, trần tục*. charnellement adv *Một cách xác thịt, đầy nhục dục*.

charnier [ʃarnje] nm *Đống xác chết, nơi chất xác chết (ở các trại tập trung phát xít)*.

charnieâre [ʃarnjɛr] nf (a) *bản lề* F: noun à c. *tên kếp, có dấu nối ở giữa*; (b) *Bước ngoặt, điểm bản lề (giữa)*.

charnu [ʃarny] a *có thịt, bằng thịt*.

charognard [ʃarɔɲar] nm *chim kền kền*: Fig *kẻ tham tàn*.

charogne [ʃarɔɲ] nf **1**. *Xác chết bị mục rữa* **2**. P: (pers) *người thô bỉ, đồ chó chết*.

charpente [ʃarp)t] nf *Bộ sườn, khung, giàn*; bois de c. *gỗ để làm nhà (kèo, xà)* avoir la **c**. *(Người) chắc chắn* charpenté *được xây dựng*; homme solidement c. *người vạm vỡ, lực lượng*.

charpenterie [ʃarp)tri] nf *Nghề thợ mộc*.

charpentier [ʃarp)tje] nm *Thợ mộc*.

charpie [ʃarpi] nf *Vải lót làm bằng sợi giẻ cũ*; mettre qch en c. *xé nhỏ, xé vụn cái gì ra*

charreteáe [ʃarte] nf *trọng tải số lượng hàng của một xe kéo*.

charrette [ʃarɛt] nf xe *kéo chở hàng nặng*; c. à bras *xe ba gác, xe cút kích, xe kéo hàng có cáng(xe trâu, bò)*.

charrier [ʃarje] (impf & pr sub n. charriions **1**. vtr (a) *chở, chuyên chở* (b) *Mang theo, cuốn theo, trôi giạt theo*; rivière qui charrie du sable *giòng sông (chảy) mang theo cát*; (c) P: *chế nhạo ai* **2**. vi P: *Cường đại, thổi phồng, nói quá*.

charron [ʃarɔ̃] nm *Thợ đóng xe bò, xe ngựa thợ làm bánh xe*.

charrue [ʃary] nf *cái cày* F: mettre la c. devant les boeufs *(đặt cái cày trước con bò) làm ngược đời, trái cựa*.

charter [ʃart] **1**. nm *Máy bay thuê bao, chuyến bay thuê bao*. **2**. a *xử dụng riêng (vé) thuê riêng (máy bay)*.

chartreux, -euse [ʃartrø, øz] **1**. n *Nam, nữ, tu sĩ giòng thánh* bruno **2**. nf *nhà dòng thánh Bruno*.

chas [ʃa] nm *Lỗ (kim may)*.

chasse [ʃas] nf **1**. (a) *sự săn bắn*; c. à courre *Cuộc săn ví đuổi (săn hươu, chồn)*; c. au daim (à l'affut) *cuộc săn hoãng (săn rình, núp sau tấm chắn)*; c. à l'homme *cuộc săn đuổi người*; c. sous - marine *cuộc săn bắn dưới đáy biển*; c. aux appartements *cuộc săn lùng một căn hộ*; aller à la c.. *đi săn bắn*; la c. est ouverte *mùa săn đã bắt đầu*; la c. vient de passer *Mùa săn vừa chấm dứt*; faire bonne c. *săn được nhiều*; (b) c. gardée *Khu vực dành riêng (cho săn bắn) của một người*; Fig ah non, c. gardée ! *Cấm vào*; louer une c. *Mướn một vùng đất để săn bắn*; (c) chase *xua đuổi*; donner c. à qch. *xua đuổi ai*; faire la c. à qch *săn đuổi một cái gì*; (d) MilAv: la c. *Phi cơ khu trục*. **2**. c. d'eau *Hệ thống dội nước (ở cầu xí, cống)*; tirer la c. (d'eau) *xả nước dội cầu*.

chêsse [ʃɑs] nf **1**. *Hòm đựng thánh tích* **2**.

khung, giá.

chasse, -clou(s) [ʃasklu] nm búa đóng đinh

chasseá, -croiseá [ʃasekrwaze] nm (a) Danc: Một lối khiêu vũ chéo; (b) Fig: pl chassés - croisés sự chéo đường, sự nhọc công vô tích.

chasse, -neige [ʃasnɛʒ] nm inv Máy, xe phá tuyết.

chasser [ʃase] 1. vtr (a) săn bắt, săn bắn; c. la perdrix săn gà rừng; c. à courre săn; c. au fusil săn bắn bằng súng; (b) đuổi đi, trục xuất xua đuổi (ai), sa thải (nhân viên), xua đi (sương mù); c. une mouche (du revers de la main) Đuổi một con ruồi bằng cách xua tay; c. une odeur xua đi một mùi; đuổi một con mồi; 2. vi (a) Đi săn, đi bắn; (b) đi săn sư tử nuages qui chassent du nord mây trôi từ phương Bắc về; (c) Aut: Trượt; (neo) bị kéo lệch đi.

chasseur [ʃasœr] nm 1. người đi săn, người săn tìm; c. de têtes người phụ trách tuyến mộ cán bộ cho một xí nghiệp; c. d' images thợ săn ảnh, phóng viên, 2. (ở khách sạn) người phục vụ khách sạn, nhà hàng, 3. Mil: c. à pied Lính bộ binh; c. bombardier Máy bay tiêm kích; Navy: c. de sous- marins Máy bay truy kích diệt tàu ngầm.

chêssis [ʃasi] nm (a) khung; c. de porte khung cửa, khung cửa sổ; (b) Hort: Khuông kính chống lạnh để gieo hạt; (c) Aut: sườn xe faux c.. sườn phụ, sườn giả.

chasteteá [ʃastəte] nf sự trinh tiết, sự trong trắng; trinh tiết, trong trắng. chastement adv Một cách trong trắng.

chasuble [ʃazybl] nf Cl: (a) Áo lễ (của linh mục) robe c. Áo choàng ngoài, không tay.

chat, chatte [ʃa, ʃat] n 1. mèo m tom (cat) mèo đực, mèo cái le C. botté chú mèo đi hia (cổ tích); F: mon petit c. Mèo con yêu qúi il n'y a pas un c. Không có ai ở đây hết (thương yêu, nựng nịu); avoir un c. dans la gorge Có giọng khàn khàn, khan cổ; d'autres chats a fouetter Mèo bị phỏng sợ nước lạnh Prov: c. échaudé craint l'eau foide nhiều việc quan trọng hơn (Phải làm) 2. Games: (a) jouer au c. trò chơi mèo chuột; (b) c'est toi le c. Mày bị làm mèo rồi (trong trò mèo chuột).

chêtaigne [ʃatɛɲ] nf (a) Bot: Hạt dẻ, trái lật; (b) P: Một cú đấm.

chêtaignier [ʃatɛnje] nm cây dẻ, cây lật.

chêtain [ʃat(] a usu inv in f (chestnut -) Màu hạt dẻ; Người (có tóc màu hạt dẻ) cheveux c. clair Màu nâu sáng.

chêteau, -eaux [ʃato] nm 1. c. (fort) lâu đài (và thành quách); bâtir des châteaux en Espagne Xây những mộng tưởng hảo huyền; c. de cartes đồ mỏng manh; kế hoạch, dự kiến mong manh

2. (a) Biệt thự lớn ở thôn quê; dinh thự to lớn điền trang; lâu đài (ở nông thôn); (b) cung điện (vua chúa); 3. c. d'eau tháp nước Rail: toa bồn.

chêteaubriand, -briant [ʃatobri)] nm Cu: Món bít tết dày.

chêtelain [ʃatl(] n 1. Hist: Lãnh chúa (thời phong kiến) 2. chủ nhân ông một lâu đài.

chêtelaine [ʃatlɛn] nf 1. Hist nữ lãnh chúa hoặc vợ lãnh chúa (thời phong kiến). 2. bà chủ một lâu đài.

chat - huant [ʃaɥ)] nm pl chats-huants con cú mèo

chêtier [ʃatje] vtr trừng phạt; trau giồi (lối hành văn).

chêtiment [ʃatim)] nm Sự trừng phạt.

chatoiement [ʃatwam)] nm Sự lấp lánh; sự óng ánh.

chaton [ʃatɔ̃] n 1. con mèo con 2. nm Bot: cụm hoa đuôi sóc 3. Jewel: (a) mặt nhẫn.

chatouille [ʃatuj] nf F: sự thọc lét craindre la c. dễ bị nhột.

chatouillement [ʃatujm)] nm sự cù léc; cảm giác nhột nhạc (trong cổ họng, trong mũi).

chatouiller [ʃatuje] vtr cù lóc; c. la vanité de qn tâng bốc sự kiêu ngạo của ai. chatouilleux, -euse a (b) Hay bị nhột (b) touchy nhạy cảm.

chatoyer [ʃatwaje] vi (il chatoie) (a) lung linh tỏa sáng mờ mờ; (b) lấp lánh, nhấp nháy.

chêtrer [ʃatre] vtr thiến, thiến (ngựa); hoạn (mèo đực).

chatterie [ʃatri] nf 1. những sự vuốt ve ngọt ngào 2. món ngon (kẹo bánh).

chatterton [ʃatertɔn] nm băng dính, băng keo cách điện.

chaud, chaude [ʃo, od] 1. a ấm, nóng; tout c. nóng hổi; guerre chaude chiến tranh bằng súng đạn; chaude dispute cuộc cãi nhau quyết liệt; à sang c. đầy nhiệt huyết, hăng say; pleurer à chaudes larmes khóc nức nở; il n'est pas c. pour le projet Nó không hăng hái, sốt sắng, với dự tính; voix chaude giọng nói cuồng nhiệt; Art: tons chauds, (gam màu) nóng; v phr il fait c. trời nóng, 2. nm sự nóng bức tenir au c. (trên nhãn hiệu) bảo quản ở một nơi (có nhiệt độ) ấm; cela ne me fait ni c. ni foid đối với tôi tất cả đều giống nhau; attraper un c. et froid bị cảm lạnh, cảm sốt nóng lạnh; avoir c. có cảm giác nóng nực (về con người) F: il a eu c. Nó vừa thoát được chuyện bực mình. chaudement adv Một cách ấm áp; (phản đối) hăng hái.

chaudieâre [ʃodjɛr] nf Nồi hơi, nồi nước nóng.

chaudron [ʃodrɔ̃] nm cái xanh, cái chảo.

chaudronnerie [ʃodrɔnri] nf 1. nghề làm xanh,

nồi 2. sản phẩm xanh nồi, đồ đồng.

chaudronnier [ʃodrɔnje] nm *người làm xanh nồi, đồ đồng.*

chauffage [ʃofaʒ] nm (a) *sự làm cho ấm, sự sưởi ấm (một căn phòng);* (b) *Hệ thống sưởi ấm;* Aut: *bộ phận sưởi ấm trên xe hơi;* c. central *Lò sưởi trung tâm;* c. au mazout *lò sưởi chạy bằng dầu ma zút.*

chauffard [ʃofar] nm F: (a) *người lái xe bạt mạng; tài xế lái xe tồi.*

chauffe - bain [ʃofbɛ̃] nm pl chauffebains *máy làm nóng nước (để tắm).*

chauffe - eau [ʃofo] nm inv *Máy làm nóng nước ; thiết bị điện (gồm điện trở) ngâm vào nước, để đun sôi nước.*

chauffe - plats [ʃofpla] nm inv *Lò hâm thức ăn.*

chauffer [ʃofe] 1. vtr (a) *đun nóng, sưởi ấm;* c. une maison au gaz *sưởi ấm, một căn nhà bằng gaz;* (b) chauffé au rouge, à blanc *nung nóng đỏ, nung rất nóng (nóng trắng);* c. une chaudière *đốt lò nung, lò hơi;* (c) F: *bắt ai (học) nhồi nhét cho kỳ thi;* c. qn à blanc *kích động ai* 2. vi (a) *trở nên nóng ấm* F: ca va c. *sắp trở nên gay cấn;* (c) *Phát nhiệt* 3. se c. *sưởi ấm (tự sưởi ấm);* se c. au mazout *(tự) sưởi ấm nơi ở bằng lò sưởi chạy mazút.*

chaufferie [ʃofri] nf *phòng đốt máy;* Nau: *buồng đốt máy ở trên tàu.*

chauffeur [ʃofœr] nm 1. *là một lò sưởi, thợ chuyên về lò sưởi* 2. Aut: *người lái xe, tài xế;* elle est c. de taxi *cô ta là một tài xế tắc xi;* voiture sans c. *xe tự lái (không cần tài xế).*

chaume [ʃom] nm (a) *rơm* (b) tranh; toit de c. *Mái nhà lợp tranh;* (c) *Gốc rạ.*

chaumieâre [ʃomjɛr] nf *Mái lều tranh, mái nhà tranh.*

chausseáe [ʃose] nf *mặt đường* 1. *đường đắp cao (ở hai bên đầm lầy.* 2. *vỉa hè, lề đường* NAm: Bc. bombée *mặt đường khum, gồ lên;* c. déformée *mặt đường bị biến dạng.*

chausse-pied [ʃospje] nm pl chausse-pieds *Cái xỏ giày.*

chausser [ʃose] vtr 1. *Mang giày; mang gương* chaussé de pantoufles *đi dép;* 2. (a) *mang giày cho ai;* se c. *đi giày;* (b) *đóng giày cho ai theo kích cỡ;* ces chaussures chaussent étroit *đôi giày này mang chật;* combien chaussez-vous ? *anh mang giày cỡ số mấy ?* c. du 40 *mang giày cỡ số 40.*

chaussette [ʃosɛt] nf sock *Bít tất, vớ.*

chausseur [ʃosœr] nm *Thợ giày.*

chausson [ʃosɔ̃] nm 1. (a) *Dép;* (b) *giày khiêu vũ (ba lê);* (c) *giày ống ngắn (của em bé)* 2. Cu: c. aux pommes *bánh kẹp nhân táo.*

chaussure [ʃosyr] nf 1. (a) *Kích cỡ chân;* (b) *xí nghiệp, hiệu đóng giày ống* 2. *giày.*

chauve [ʃov] a (a) *Sói, sói đầu;* c. comme un OEuf *sói đầu, láng nhẵn như quả trứng;* (b) *trụi, trọc (núi).*

chauve-souris [ʃovsuri] nf Z: *Con dơi.*

chauvin, -ine [ʃovɛ̃, in] 1. n *Người ái quốc cực đoan* 2. *ái quốc cực đoan.*

chauvinisme [ʃovinism] nm *Lòng ái quốc cực đoan.*

chaux [ʃo] nf *Vôi;* c. vive *vôi sống;* c. éteinte *vôi tôi;* blanchir à la c. *quét vôi trắng.*

chavirer [ʃavire] 1. vi (a) *(Về con tàu) bị lật úp;* (b) *bị tròng trành, lúc lắc, quay tròn* 2. vtr (a) *lật úp (một con tàu);* (b) *lật đổ nhào (một cái gì);* (c) F: j'en suis tout chavité *tôi hoàn toàn bị đảo lộn.*

chef [ʃɛf] nm 1. Litt: faire qch de son propre c. *Tự mình làm việc gì;* 2. *chủ gia đình; trưởng (bộ lạc, bộ tộc); chủ tịch (một đảng phái chính trị); giám đốc, chủ tịch (một công ty, xí nghiệp);* c. de famille *chủ gia đình;* d'État, *chủ tịch nước;* c. (cuisinier) *trưởng bếp;* c. d'orchestre *trưởng dàn nhạc (nhạc trưởng);* Sp: c. d'équipe *trưởng đội;* c. de bureau *trưởng phòng;* c. de service *trưởng ban;* c. d'atelier *đốc công (trưởng phân xưởng);* ingénieur en c. *kỹ sư trưởng;* Rail: c. de gare *trưởng ga;* c. de train *trưởng tàu;* Mil: c. de bataillon *thiếu tá.* 3. Jur: c. d'accusation *công tố viên (ủy viên công tố).*

chef, -d'œuvre nm pl chefs-d';uvre *Kiệt tác; tuyệt tác.*

chef-lieu [ʃɛfljø] nm pl chefs-lieux *Tỉnh lỵ, thủ phủ.*

cheftaine [ʃɛftɛn] nf Scout: *Đội trưởng (nữ) đoàn trưởng.*

cheik(h) [ʃɛk] nm *Tù trưởng; tộc trưởng Á Rập; người lãnh đạo Hồi giáo.*

chelem [ʃlɛm] nm Cards: grand, petit, c. *Thắng nhỏ, toàn thắng.*

chemin [ʃəmɛ̃] nm 1. (a) *Lối, đường;* F: c. des écoliers *đường dài;* il y a dix minutes de c. *đi khoảng 10 phút;* faire son c. *thành công, thành đạt;* c. faisant *dọc đường, trên đường đi;* faire un bout de c. avec qn *đi với ai một quãng đường;* montrer le c. *chỉ đường;* être sur le bon c. *đi đúng đường;* à mi-c, à moitié c. *nửa đường;* se mettre en c. *khởi hành;* il est dans mon c. *nó cản mũi tôi;* ne pas y aller par quatre chemins *nhằm thắmg đường mà tới, nói thẳng không quanh co;* s'arrêter en c. *đứng lại nửa đường;* (b) *đường đi, hướng đi, lối đi;* c. vicinal *đường làng; hương lộ;* c. piéton(nier) *đường* dành cho người đi bộ; c. creux đường thủy; c. de halage đường để kéo thuyền. 2. c. de fer đường sắt; en, par, c. de fer bằng đường sắt.

chemineau, -eaux [ʃəmino] nm *Kẻ lang thang, vô lại.*

chemineáe [ʃəmine] nf **1.** (a) *Lò sưởi;* pierre de c. *đá để giữa lò sưởi;* (b) (mateau de) c. *mặt lò sưởi* **2.** (a) *ống khói;* (b) *ống khói (xe lửa)* **3.** c, d'aération *ống thông hơi (của nhà cao tầng).*

cheminement [ʃəminm)] nm (a) *Sự tiến lên, sự đi tới;* (b) *sự phát triển (của tư duy).*

cheminer [ʃəmine] vi *Đi, đi tới, tiến lên.*

cheminot [ʃəmino] nm *Nhân viên hỏa xa.*

chemise [ʃəmiz] nf **1.** *Áo sơ mi* en bras, en manches, de c. *chỉ mặc áo sơ mi;* c. de nuit *áo ngủ;* c. américaine *áo vét giả (của nữ)* je m'en moque comme de ma première c. *tôi đếch cần* **2.** *Bìa đựng giấy, cặp đựng hồ sơ.*

chemiserie [ʃəmizri] nf (a) *Xưởng may áo sơ mi;* (b) *cửa hàng bán áo sơ mi (và áo lót).*

chemisette [ʃəmizɛt] nf *Áo sơ mi cụt tay.*

chemisier [ʃəmizje] nm **1.** *Hiệu may áo sơ mi* **2.** *áo khoác phụ nữ, áo bờ lu.*

chenal, -aux [ʃənal, o] nm **1.** *Con kênh, con lạch (của dòng sông)* **2.** *dòng nước làm chạy máy cối xay.*

chenapan [ʃənap)] nm *Thằng xỏ lá, vô lại, thằng đểu, xỏ lá.*

chêne [ʃɛn] nm *Cây sồi xanh.*

chêne-lieáge [ʃɛnljeʒ] nm pl chênes-lièges *Cây sồi điên điển.*

chenet [ʃənɛ] nm *Giá gác củi; vỉ lò.*

cheânevis [ʃɛnvi] nm *Hột gai.*

chenil [ʃənil] *Cũi nhốt chó, chuồng chó.*

chenille [ʃənij] f (a) *Con sâu;* (b) *xích (của xe bánh xích);* véhicule, tracteur, à chenilles *xe bánh xích, xe kéo bánh xích.*

cheptel [ʃɛptɛl] nm *Sự cho nuôi rẽ súc vật; súc vật cho nuôi rẽ.*

cheâque [ʃɛk] nm *Chi phiếu, séc;* c. de £60 *Chi phiếu trị giá 60 bảng Anh;* c. barré *chi phiếu có gạch ở góc;* c. en blanc *séc không chỉ để trắng* F: c. en bois, chèque sans provision *séc không tiền bảo chứng;* c. postal *séc chuyển đổi tin dụng ở các bưu điện;* c. de voyage *séc du lịch (chi phiếu lữ hành).*

cheâque-cadeau [ʃɛkkado] nm pl chèques-cadeau *Séc lưu niệm.*

cheâque - deájeuner, cheâque-repas cheâque-restaurant [ʃɛkdeʒœ ne, ʃɛkrəpa, ʃɛkrɛstɔr)] nm pl chéques - déjeuner, chèques - repas, chèques-restaurant *Thẻ dùng để ăn sáng, ăn trưa hoặc ăn ở các nhà hàng khỏi trả tiền mặt.*

cheáquier [ʃekje] *Tập chi phiếu, tập séc.*

cher, cheâre [ʃɛr] a & adv **1.** *Thân ái, thương mến* tout ce qui m'est c. *Tất cả những gì thương yêu của tôi;* mon v;u le plus c. *lời chúc mừng thân ái nhất của tôi;* Corr C. Monsieur ông X *thân mến;* n mon c. *bạn thân mến:* ma chère Em yêu dấu **2.** (a) *Đắt, đắt đỏ, mắc;* la vie chère *đời sống đắt đỏ;* c'est trop c. pour moi *đắt quá tôi không đủ tiền trả;* (b) adv payer qch c. *trả giá đắt cho cái gì;* cela ne vaut pas c. *cái này không quá đắt;* vendre. *bán giá cao;* il me le payera c. *nó sẽ phải trả giá đắt với tôi (tôi sẽ bắt nó trả giá đắt về việc đó)* F: je l'ai eu pour pas c. *tôi được nó không mấy khó khăn.*

chercher [ʃɛrʃe] vtr (a) *tìm, tìm kiếm, tìm tòi;* c. aventure *kiếm chuyện khó khăn, tự gây rắc rối;* c. un mot dans le dictionnaire *tìm (nghĩa) một chữ trong tự điển;* F: tu l'as cherché *mày tìm kiếm nó;* aller c. qn, qch *đi tìm cái gì, đi tìm ai;* envoyer c. qn *sai đi tìm ai, bảo đi tìm ai;* je suis allé le c. à la gare *tôi đã ra nhà ga kiếm nó* F: ca va c. dans les 10,000 francs *cái đó được bán với giá 10.000 frăng;* (c) c. à faire qch *cố gắng làm việc gì.*

chercheur, -euse [ʃɛrʃœ r, øz] **1.** *Óc tìm tòi* **2.** n *Người tìm kiếm, người khảo cứu, người nghiên cứu;* c. d'or *Người đi tìm vàng, đào vàng.*

cheârement [ʃɛrm)] adv **1.** *Một cách thân ái, thương* **2.** *một cách đắt đỏ, cao giá.*

cheárir [ʃerir] vtr *Thương yêu; quí mến.* chéri, -ie **1.** *thương yêu* **2.** *người yêu.*

cheárot [ʃero] a P: *Đắt.*

cherteá [ʃɛrte] nf *Sự mắc; đắt đỏ.*

cheárubin [ʃeryb(] nm *Thiên thần, đứa bé xinh xắn.*

cheátif, -ive [ʃetif, iv] a **1.** *(Người) gầy yếu, ốm yếu, gầy còm* **2.** *nghèo khổ, bất hạnh, khốn khó, tầm thường.* chétivement adv *Một cách nghèo khổ, bất hạnh, khốn khó.*

cheval, -aux [ʃəval, o] nm **1.** (a) *Con ngựa;* faire du c. *cỡi ngựa, phi ngựa;* c. de trait *ngựa kéo xe;* c. de labour *ngựa kéo cày;* c. de selle *ngựa để cỡi;* c. de chasse *ngựa để đi săn;* c. de course *ngựa đua;* à c. *(ngồi) trên lưng ngựa* monter à c. *leo lên ngựa, cỡi ngựa;* monter sur ses grands chevaux *bộ tịch, vênh váo;* être à c. sur qch *cỡi trên cái gì;* Fig: être à c. sur les principes *câu nệ nguyên tắc;* F: c'est un c. à l'ouvrage *anh ta là một tay khỏe mạnh, dũng cảm;* remède-de c. *phương thuốc chữa bệnh có tác dụng mạnh, liều cao;* fièvre de c. *sốt dữ dội;* c. de bataille *ngựa chiến, ngựa trận;* c. de retour; *tội nhân tái phạm;* (b) Ich: c. marin *con* cá ngựa 2. c. d'ar/ons, c. -ar/ons ngựa gỗ (dùng để tập nhảy); c. à bascule ngựa gỗ đu đưa (đồ chơi trẻ em) chevaux de bois vòng ngựa xoay (trò chơi trẻ em); 3. Mch: (= chevalvapeur) mã lực.

chevalerie [ʃəvalri] nf 1. *Tinh thần hiệp sĩ* 2. *sự hào hiệp.* chevaleresque a *anh hùng, hào hiệp.*

chevalet [ʃəvalɛ] nm (a) *Cái giá, cái khung*; c. de peintre *giá vẽ;* (b) *con ngựa (ở đàn vĩ cầm).*

chevalier [ʃəvalje] nm (a) *Hiệp sĩ*; c. errant *hiệp sĩ giang hồ (thời Trung Cổ);* c. d'industrie *người sẵn sàng làm mọi cách để kiếm lợi, mánh khóe, gian hùng*; c. servant *người chiều chuộng đàn bà*; faire qn, c. *ngưỡng mộ ủng hộ ai;* (b) *ngũ đẳng Bắc đấu bội tinh.*

chevalieâre [ʃəvaljer] nf *Nhẫn mặt lớn.*

chevalin [ʃəval(] a *Thuộc về ngựa; giống như ngựa (khuôn mặt);* boucherie chevaline *hàng bán thịt ngựa.*

cheval - vapeur [ʃəvalvapœr] nm Mec: pl chevaux-vapeur *Mã lực.*

chevaucheáe [ʃəvoʃe] nf 1. *Cuộc đi ngựa* 2. *độ đường ngựa đi một mạch.*

chevauchement [ʃəvoʃm)] nm *Sự cới ngựa.*

chevaucher [ʃəvoʃe] 1. vi (a) *Cới (trên lưng ngựa);* (b) *chồng lên nhau* 2. vtr (a) *cới ngựa; ngồi dạng chân trên lưng ngựa;* (b) *trái lên* 3. se c. *chồng lên nhau.*

chevelure [ʃəvlyr] nf (a) *(Đầu) tóc;* (b) *đuôi của sao chổi;* chevelu *sum suê, đầy tóc; có tóc.*

chevet [ʃəvɛ] *Đầu giường;* table de c. *bàn để đầu giường;* au c. de qn *ở kế cận đầu giường của ai, bảo vệ ai.*

cheveu, -eux [ʃəv-] nm 1. *Sợi tóc;* être à un c. de la ruine *gần, sắp bị tàn phá, đổ vỡ;* arriver comme un c. sur la soupe *không hợp cách, không hợp thời* 2. *đầu tóc, tóc* couper les cheveux en quatre *vạch lá tìm sâu, chẻ sợi tóc làm tư,* tiré par les cheveux *không tự nhiên, không hợp lý* F: avoir mal aux cheveux *bị nhức đầu sau khi uống rượu say;* cheveux d'ange, (*) *(vật trang trí lễ giáng sinh) dây tóc tiên* (**) *(một loại) mì sợi, bún miến.*

cheville [ʃəvij] nf 1. *Cái chốt; cái then;* c. en fer *chốt cài cửa;* c. ouvrière *chốt cài cửa (của xe); cái then chốt (của vấn đề khó khăn)* être en c. avec qn *thông đồng, móc ngoặc với ai* 2. *Cái nút, cái chấu cắm điện* 3. Anat: *mắt cá (ở chân)* il ne vous arrive pas à la c. *Nó còn kém thua xa anh.*

cheviller [ʃəvije] vtr Carp: *Đóng chốt, đóng ngạt lại với nhau.*

cheâvre [ʃɛvr] 1. nf barbe de c. *râu dê;* ménager la c. et le chou *nể cả hai bên, đứng nước hai,*

hàng hai 2. nm *phó mát bằng sữa dê.*

chevreau, -eaux [ʃəvro] nm *dê con.*

cheâvrefeuille [ʃɛvrəfœj] nm Bot: *Cây kim ngân hoa.*

chevreuil [ʃəvrœj] nm *Con hoãng, con mang* Cu: *thịt hươu, thịt nai.*

chevron [ʃəvrɔ̃] nm 1. *Rui nhà* 2. Tex: *tissu à c. Vải thêu bằng mũi thêu xương cá* 3. Mil: *quân hàm hình chữ V ở tay áo.*

chevronneá [ʃəvrɔne] a *Thâm niên, kinh nghiệm.*

chevrotement [ʃəvrɔtm)] nm *Sự rụng (trong tiếng nói, giọng nói).*

chevroter [ʃəvrɔte] vtr & i *Nói hát với giọng rung; tiếng rung.*

chevrotine [ʃəvrɔtin] nf *Đạn chì ria, đạn ria.*

chez [ʃe] prep 1. (a) c. qn *Ở nhà ai;* il n'est pas c. lui *nó không ở nhà nó;* je vais c. moi *tôi đi, trở về nhà;* il habite c. nous *nó ở nhà chúng tôi;* acheter qch c. l'épicier *mua cái gì ở tiệm tạp hóa;* (trên lá thư) c. .... *ở với (nhờ chuyển giúp)* faites comme c. vous *anh hãy tự nhiên như ở nhà (anh);* (b) son c, -soi *nhà mình;* derrière c. moi *sau lưng nhà tôi* 2. *với; đối với* c'est une habitude c. moi *đối với chúng tôi đó là một thói quen;* c. les jeunes *đối với những người trẻ tuổi;* c. l'homme *với những người đàn ông;* c. les animaux *đối với những con vật.*

chez-soi [ʃeswa] nm inv un c. -s. *Một căn nhà (của riêng mình).*

chiader [ʃjade] P 1. vi *Đọc, học miệt mài* 2. vtr *học gạo (cho kỳ thi);* c. qch *la, âm ĩ, rối rít về việc gì.*

chialer [ʃjale] vi P: *Khóc, khóc lóc.*

chiant [ʃj)] a V: c'est c. *Xoàng lắm.*

chiasse [ʃjas] nf P avoir la c. (*) *Đau bụng đi re* (**) *lo lắm, sợ phát sốt, sợ re.*

chic [ʃik] 1. nm (a) il a le c. pour (faire) cela *Nó có tài khéo để làm việc đó;* (b) *sự bánh bao, sự trau chuốt;* il a du c. *nó trông bánh bao bề thế;* femme qui a du c. *người đàn bà sang trọng.* 2. a inv (a) *bánh bao, trau chuốt, sang trọng;* (b) F: on a passé une c. soirée *chúng ta đã trải qua một buổi tối nhớ đời;* un c. type *một gã lịch sự;* c'est c. de ta part *anh quá là hào phóng* 3. int F: c. (alors)! *bánh há!*

chicane [ʃikan] nf 1. (a) *Mánh khóe; sự không trung thực;* (b) *sự ngụy biện, ung cái cọ* 2. *chữ chi, ngoằn ngèo (con đường).*

chicaner [ʃikane] nf 1. (a) *Lừa đảo; lý sự cùn; tranh cãi* 2. vtr c. qn (sur) *cãi cọ với ai về (vấn đề gì).* chicanier, -ière 1. a *mang tính lý sự cùn* 2. n *người hay nói lý sự.*

chiche[1] [ʃiʃ] a 1. (a) *(về vật) nhỏ nhặt, nghèo*

nàn; (b) *(về người) keo kiệt bủn xỉn* **2.** F être c. de faire qch *dám làm việc gì;* c. (que je le fais) ! *tôi làm đấy* ! *Anh có đánh cuộc không* ! *c.! tôi thách anh đấy.* chichement adv *Một cách keo kiệt, một cách thấp hèn.*

chiche[2] a Bot: pois c. *Một giống đậu Hòa lan.*

chichis [ʃiʃi] nmpl F: faire des c. *Làm bộ làm điệu.*

chicoreáe [ʃikɔre] nf **1.** *Rau diếp quăn (dùng để trộn cà phê)* **2.** *rau diếp quăn.*

chicot [ʃiko] nm *Gốc cây còn lại sau khi đốn; răng gãy sát gốc.*

chien, f chienne [ʃj(, ʃjen] n **1.** *Con chó đực; con chó cái;* jeune c. *con chó con;* c. berger *chó chăn cừu* c. de garde *chó canh, giữ;* c. de chasse *chó săn;* c. courant *chó sục;* c d'arrêt *chó săn hơi mồi;* c. couchant *chó săn lông xù;* faire le c. couchant *bợ đỡ, ăn bám;* c. d'aveugle *chó dẫn người mù;* c. policier *chó cánh sát;* un mal de c. *cực như chó;* vivre comme c. et chat *sống như chó với mèo, sống bất hòa;* se regarder en chiens de faience *nhìn trừng trừng;* entre c. et loup *lúc chạng vạng* F: vie de c. *đời sống cực khổ, nhọc nhằn;* quel temps de c. ! *thời tiết chó đẻ* **2.** F: (a) avoir du c. *có sức quyến rũ;* (b) a être c. *keo kiệt, bủn xỉn* **3.** con chó lửa, kim hỏa *(ở khẩu súng).*

chiendent [ʃj(d)] nm Bot *Cây cỏ gà, cỏ ống.*

chien-loup [ʃj(lu] nm pl chiens-loup *Chó sói.*

chier [ʃje] vi V: *Ỉa, đi cầu;* tu me fais c. *mày quá thô bỉ.*

chiffe [ʃif] nf F: *Người nhút nhát; nhu nhược; người gầy yếu;* mou comme une c. *quá sức nhu nhược.*

chiffon [ʃifɔ̃] nm **1.** *Nùi giẻ, miếng giẻ rách* c. à poussière *giẻ chùi bụi;* coup de c. *chùi bằng giẻ;* F: parler chiffons *nói, bàn bạc về áo quần;* **2.** mettre ses vêtements en c. *vùi đống áo quần* c. de papier *tờ giấy lộn.*

chiffonner [ʃifɔne] **1.** vtr (a) *Làm nhàu nhèo (áo quần);* vò nhàu *(một tờ giấy);* (b) *quấy rầy, làm cho ai khó chịu, bối rối* **2.** se c. *kiệt sức, mệt lả.*

chiffonier [ʃifɔnje] nm **1.** *Người lượm giẻ rách* **2.** Furn: *tủ đựng đồ vặt.*

chiffrage [ʃifraʒ] nm (a) *Sự đánh số trang;* (b) *tính đếm;* (c) *sự ghi mật mã, mã số;* (d) *dấu hiệu, nhận diện;* (e) Mus: *sự diễn tả âm thanh qua nốt nhạc.*

chiffre [ʃifr] nm (a) *Chữ số, con số, số hàng đơn vị;* c. arabe *chữ số Ả rập;* nombre de 3 chiffres *con số có 3 dãy số;* (b) *tổng số* Com: c. d'affaires *doanh thu* **2.** (a) *mã số;* (b) *tổ hợp số trong khóa số* **3.** (a) *chữ viết lồng, xếp chéo lên nhau (tên, họ);* (b) Typ: *lời chú thích ở cuối trang sách.*

chiffrer [ʃifre] **1.** vtr (a) *Đánh số (trang một cuốn sách);* (b) *cộng (một tổng số);* détails chiffrés *giản đồ;* (c) *ghi mã số, mã hóa, ghi (nhanh gọn) vào trong một bản mật mẫu; bức mật mã bằng số (mã số);* (d) *đánh dấu trên vải vóc;* (e) Mus: *ghi nốt (trầm)* **2.** vi & pr /a doit c. *phải cộng tất cả lại;* à combien cela se chiffre-t-il ? *tổng số cái đó là bao nhiêu ?.*

chignole [ʃiɲɔl] nf *Máy khoan.*

chignon [ʃiɲɔ̃] nm *Búi tóc.*

Chili [ʃili] prnm Peog: *Chi lê.* Chilien-ienne a & n *Người chi lê.*

chimeâre [ʃimɛr] nf *Điều ảo huyền, mộng tưởng, viễn vông.* chimérique a (a) *hảo huyền viễn vông;* (b) *ảo tưởng.*

chimie [ʃimi] nf *Hóa học.* chimique *Thuộc về hóa học;* produit c. *hóa chất.* chimiquement adv *Một cách hóa học.*

chimiste [ʃimist] n *Nhà hóa học.*

chimpanzeá [ʃ(p)ze] nm Z: *Con hắc tinh tinh.*

Chine [ʃin] Prnf Geog: *Trung Quốc;* encre de C. *Mực tàu;* nm *giấy làm từ cây thông tháo.*

chineá [ʃine] na *(Vải vóc) ngũ sắc, nhiều màu.*

chiner [ʃine] vi F: *Tìm mua đồ cũ, đồ rẻ.*

chinois, -oise [ʃinwa, waz] **1.** a (a) *Thuộc về Trung quốc;* (b) F: *rắc rối, rườm rà* **2.** n *Người Trung quốc* **3.** nm Ling: *tiếng Trung quốc;* c'est du c. *quá sức khó hiểu; phức tạp đối với tôi.*

chinoiser [ʃinwaze] vi *Ngụy biện, chơi chữ, nói lăng.*

chinoiserie [ʃinwazri] nf **1.** *Đồ hiếm, quý của Trung quốc* **2.** F: *chuyện rườm rà, lôi thôi, chuyện vớ vẩn;* les chinoiseries administratives *bệnh quan liêu giấy tờ.*

chiot [ʃjo] nm *Con chó con.*

chiottes [ʃjɔt] nfpl P: *Nhà vệ sinh.*

chiper [ʃipe] vtr F: (a) *Xoáy, ăn cắp (cái gì);* (b) *bị cảm lạnh.*

chipie [ʃipi] nf Pej: *Người đàn bà khó tính, cô gái láu cá.*

chips [ʃips] nmpl Cu: *(Khoai tây) xắt lát.*

chipoter [ʃipɔte] vi (a) *Ăn ít, ăn nhắm;* (b) *làm câu giờ, làm chậm rãi;* (c) *tranh cãi.* chipoteur, -euse **1.** a *hay tranh cãi* **2.** n *người hay cãi cọ.*

chique [ʃik] nf (a) *Một miếng (thuốc);* (b) F: *sự sưng (mông, đít).*

chiqueá [ʃike] nm F: *Sự giả vờ;* c'est du c. *toàn là đồ bịp bợm;* faire du c. *làm bộ, đóng kịch.*

chiquement [ʃikm)] adv F: **1.** *Cách bảnh bao, trau chuốt* **2.** *cách chỉ trích (đáng kể).*

chiquenaude [ʃiknod] nf *Cái búng tay.*

chiquer [ʃike] vtr & i *Nhai (thuốc)*.
chiromancie [kinɔm)si] nf *Thuật xem chỉ tay*.
chiromancien, -ienne [kinɔm)sj(, jɛn] n *Thầy xem chỉ tay*.
chiropracteur [kirɔpraktœr] nm *Người chuyên chữa sự dị hình ở thân thể*.
chiropraxie [kirɔpraksi] nf *Chữa sự dị dạng, vặn vẹo thân thể bằng cách kéo xương sống*.
chirurgie [ʃiryʒi] nf *Khoa phẫu thuật*. **chirurgical, -aux** a *Thuộc về phẫu thuật*.
chirurgien, -ienne [ʃiryrʒj(, jɛn] n *Bác sĩ phẫu thuật*; c. *bác sĩ phẫu thuật nha khoa*.
chiure [ʃjyr] fly *Cứt ruồi*.
chlore [klɔr] nm Ch: *Clorin*.
chlorer [klɔre] vtr *Hóa clo*.
chlorhydrique [klɔridrik] a Ch: *Clohydric (axit)*.
chloroforme [klɔrɔfɔrm] nm *Clorofóc*.
chloroformer [klɔrɔfɔrme] vtr *Đánh thuốc mê*.
chlorophylle [klɔrɔfil] nf *Clorofil*.
chlorure [klɔryr] nm Ch: *Clorít*.
choc [ʃɔk] nm 1. *Sự đụng chạm, sự đập mạnh, dụng mạnh*; résistant aux chocs *chống va chạm*; c. sourd *tiếng thịch*; c. des verres *tiếng lanh canh của thủy tinh khi va chạm*; c. des opinions *sự mâu thuẫn của các ý kiến*; Com: prix c. *sự tiết giảm mãnh liệt*. 2. *sự chấn động (ở hệ thần kinh)* Med: c. opératoire *sốc tiền phẫu thuật*.
chocolat [ʃɔkɔla] nm *Sô cô la*; c. à croquer *sô cô la thô*; c. chaud *sô cô la để uống*; c. au lait *sô cô la sữa*. **chocolaté** *Ngành sản xuất sô cô la*. **chocolatier, -ière** n *Bình chế sô cô la*.
chocolaterie [ʃɔkɔlatri] nf *Người làm sô cô la*.
chocottes [ʃɔkɔt] nfpl P: avoir les c. *Bồn chồn, lo lắng*.
chœur [kœr] nm 1. *Đội hợp ca, hợp xướng*; chanter en c. *hát đồng ca*; tous en c.! *tất cả mọi người*! 2. (a) *ban thánh ca trong nhà thờ*; (b) Arch: *thánh đường*.
choir [ʃwar] vi (pp chu; pr ind je chois; fu je choirai, je cherrai); (a) A: *Té, rơi*; (b) se laisser c. (dans un fauteuil) *buông mình (vào ghế phố tơi)*; laisser c. qn *thả rơi ai; buông thả một cái gì*.
choisir [ʃwazir] vtr *Chọn, chọn lựa*; c. de partir *chọn lựa sự ra đi*; choisi a (a) *chọn lọc*; (b) *chọn lựa*.
choix [ʃwa] nm *Sự chọn, sự chọn lựa, chọn lọc*; l'embarras du c. *sự khó khăn, bối rối khi chọn lựa*; faites votre c. je vous laisse le c. *tôi để cho anh tự chọn*; nous n'avons pas le c. *chúng tôi không có quyền chọn lựa*; viande ou poisson au c. *chọn lựa giữa thịt và cá*; de premier c. *hạng*

nhất, loại một; de c. *theo sự chọn lựa, tuyển chọn*.
choléra [kɔlera] nm Med: *Dịch tả*. **cholérique** 1. a *Thuộc về bệnh dịch tả* 2. n *Người mắc bệnh dịch tả*.
cholestéarol [kɔlɛstɛrɔl] nm Med: *Cholestéron*.
chômage [ʃomaʒ] nm *Sự thất nghiệp*; être en c., au c. *thất nghiệp*; 'inscrire au c. *ghi tên vào để xin tiền trợ cấp thất nghiệp*; c. partiel *công việc làm không đủ*; c. technique *sự thừa biên chế*.
chômer [ʃome] vi 1. *Nghỉ việc*; jour chômé *ngày được nghỉ* 2. *không làm gì được cả, ăn không ngồi rồi; bị thất nghiệp*; les usines chôment *các xí nghiệp nghỉ hoạt động*.
chômeur, -euse [ʃomœr, -z] n *Người không có việc làm thất nghiệp*; les chômeurs *người thất nghiệp, bị mất việc làm*.
chope [ʃɔp] nf (a) *Cốc lớn (có quai) để uống bia*; (b) *một vại đầy, a pin (đơn vị thể tích = 0,56l)*.
choper [ʃɔpe] vtr P: 1. *Xoáy, đánh cắp* 2. *bắt, tóm cổ* 3. *bị cảm lạnh*.
chopine [ʃɔpin] nf *Chai nửa lít*.
choquer [ʃɔke] 1. vtr (a) *Làm cho va chạm, đụng cái này với cái kia*; c. les verres *cụng ly*; (b) *gây sốc, gây sững sốt; làm phiền lòng, làm bực mình* être choqué de qch *bị sốc, bị tổn thương, mang tai tiếng vì việc gì*; mot qui choque *tiếng nói, ngôn ngữ xấc xược, gây phiền lòng người khác*; (c) *làm đau buồn* 2. se c. (de) *bị sốc, bị tai tiếng; xung đột, va chạm với*. **choquant** a *xúc phạm, gây sốc*.
choral, pl -als [kɔral] 1. *Thuộc về ban đồng ca*; 2. nm *bài thánh ca*; 3. nf *ban đồng ca, ban thánh ca*.
choréagraphe [kɔregraf] n *Đạo diễn, người dàn dựng vũ điệu balê*.
choréagraphie [kɔregrafi] nf *Nghệ thuật dàn dựng vũ điệu Balê*. **choré-graphique** a *Thuộc về dàn dựng vũ điệu Balê*.
choriste [kɔrest] nm *Hợp xướng (ở nhà hát vũ kịch; thành viên ban đồng ca; thành viên ca đoàn (nhà thờ)*.
chorus [kɔrys] nm faire c. *Hát đồng thanh, đồng ca*.
chose [ʃoz] 1. nf *Sự vật, việc*; j'ai un tas de choses à faire *tôi có một đống việc phải làm*; de deux choses l'une *một trong hai cái*; dites bien des choses de ma part à Marie *Nhắn những lời thăm hỏi của tôi đến Mary*; j'ai bien des choses à te dire *Tôi co nhiều điều muốn nói với anh*; la c. en question *việc cần đề cập đến*; il a très bien pris la c. *nó xử sự rất khéo*; c'est

tout autre c. *vấn đề hoàn toàn khác biệt*; avant toute c. *trước tiên*; dans l'état actuel des choses *trong thực trạng của vấn đề*; if fait bien les choses *nó làm tốt mọi công việc* **2.** n (a) Monsieur C., Madame C. *ông vô danh, bà vô danh*; (b) *cái thứ, cái đồ* **3.** a inv F: être, se sentir, tout c. *có cảm giác kỳ cục; có cảm giác khó chịu, khó ở trong người; có cảm giác kỳ lạ*.

chou, pl **-oux** [ʃu] nm **1.** *Bắp sú*; c. de Bruxelles *cải brusen*; c. rouge *bắp sú đỏ*; planter ses choux *về quê, về vườn*; faire c. blanc *không có kết quả, thất bại*; être dans les choux, *(*) ở trong tình trạng tiến thối lưỡng nan, bối rối, lúng túng (**) không đi đến đâu cả, thất bại*; mon petit c. *con yêu dấu* **2.** *hình hoa hồng chạm trổ* **3.** Cu: c. à la crème *bánh nhân kem* **4.** a inv F:.

choucas [ʃuka] nm *Con quạ gáy xám.*

chouchou, -oute [ʃuʃu, ut] n F: *Cưng.*

chouchouter [ʃuʃute] vtr F: *Cưng, nựng nịu (con trẻ).*

choucroute [ʃukret] nf Cu: *Dưa cải bắp thái nhỏ.*

chouette[1] [ʃwɛt] nf *Con cú mèo*; c. effraie *con cú lông hông* c. hulotte.

chouette[2] a & int F: *Khủng khiếp, vĩ đại*; c. (alors)! *vĩ đại quá, khủng khiếp quá.*

chou-fleur [ʃuflœr] nm pl choux-fleurs *Su bông, bông cải.*

chow-chow [ʃuʃu] nm pl chows-chows *Chó su.*

choyer [ʃwaje] vtr (je choie) *Cưng chìu, nâng niu; ôm ấp (hy vọng).*

chreátienteá [kretj(te] nf *Người theo đạo Cơ đốc, nước theo đạo Cơ đốc.* chrétien, -ienne a & n *thuộc về đạo Cơ đốc, tin đồ đạo Cơ đốc.* chrétiennement adv *Như một tín đồ Cơ đốc.*

christ [krist] nm **1.** le Christ *Chúa Ky tô*; Jésus-C *Giê su Ky tô* **2.** *sự chuộc tội (hình chúa Jesus bị đóng đinh trên thập giá).*

christianisation [kristjanizasjɔ̃] nf *Sự Cơ đốc hóa.*

christianiser [kristjanize] vtr *Cơ đốc hóa.*

christianisme [kristjanism] nm *Đạo cơ đốc.*

chromatique [krɔmatik] a (a) Mus: *Thuộc về bán âm giai*; (b) Boil: *Thuộc về nhiễm sắc thể.*

chrome [krom] nm Ch: *Cờ rôm* F faire les chromes *đánh bóng bằng bột cờ rôm.*

chromer [krome] vtr *Mạ cờ rôm (kim loại).*

chromo [krɔmo] nm F: *Bản in cờ rô mô.*

chronique [krɔnik] **1.** a *Kinh niên (bệnh)* **2.** nf (a) *biên niên sử; tiết mục thời sự, phóng sự.* chroniquement adv *Kéo dài, kinh niên.*

chroniqueur, -euse [krɔnikœr, -z] n **1.** *Người viết biên niên sử*; **2.** *người viết tiết mục thời sự*;

người biên tập mục thể thao.

chrono [krɔnɔ] nm F: *Đồng hồ bấm giờ (trong các cuộc đua); du 220 (km/h)* (au) c. *(vận tốc) đạt đến 220 km/giờ (trên đồng hồ đo).*

chronologie [krɔnɔlɔʒi] nf *Niên đại học.* chronologique a *Thuộc về niên đại học; theo thời gian.* chronologiquement adv *Theo niên đại.*

chronoméatrage [krɔnɔmetraʒ] nm *Sự tính toán thời gian.*

chronoméâtre [krɔnɔmetr] nm (a) *Đồng hồ đo giờ thời gian*; (b) *đồng hồ bấm giờ (trong cuộc đua).* chronométrique *Thuộc về thời gian tính toán.*

chronoméâtrer [krɔnɔmetre] vtr (je chronomètre, je chronométrerai) Sp: *Đo vận tốc bằng đồng hồ bấm (trong cuộc đua).*

chronoméâtreur [krɔnɔmetrœr] nm *Người bấm giờ.*

chrysalide [krizalid] nf Ent: *Con nhộng.*

chrysantheâme [kriz)tɛm] nm Bot: *Họ hoa cúc, cây hoa cúc.*

chuchotement [ʃyʃɔtm)] nm *Tiếng thì thầm.*

chuchoter [ʃyʃɔte] vtr & i tpo *thì thầm.* chuchoteries nfpl F: *chuyện ngồi lê đôi mách.*

chuintement [ʃɥ(tm)] nm *Sự huýt sáo miệng để phản đối.*

chuinter [ʃɥ(te] vi *Huýt sáo (để phản đối).*

chut [ʃyt, ʃt] int *Suyt.*

chute [ʃyt] nf **1.** (a) *Sự rơi, rụng, té*; faire une c. (de cheval) *té ngựa*; c. libre *sự rơi tự do*; PN: attention, c. de pierres *cần thận, coi chừng đá rơi*; c. de pluie, de neige *một trận mưa, một trận mưa tuyết*; c. du jour *ngày tàn*; c. d'eau *thác nước*; c. des cheveux *sự rụng tóc*; c. des prix *sự giảm giá đột ngột*; (b) *sự suy sụp; sự sụp đổ của nội các*; il m'a entrainé dans sa c. *nó đã lôi kéo tôi vào sự suy sụp của nó*; Th: c. d'une pièce *sự thất bại của một vở kịch* **2.** c. des reins *đoạn thắt lưng* **3.** (a) *Mảnh gỗ rơi*; (b) *mẩu cắt ra của vải vóc.*

chuter [ʃute] vi (a) F: *Rơi rụng; thất bại lớn lao*; (b) Th: *bảo im đi.*

Chypre [ʃipr] Prnf Cyprus *Hy lạp.* chypriote a & n *Thuộc về Hy lạp, người Hy lạp.*

ci[1] [si] adv de ci, de là *Ở đây ở đó*; ci-git *nơi đây an nghỉ* Xem ce 2. 5.

ci[2] dem pron neut inv F: faire ci et ca *Làm cái này cái kia*; comme ci, comme ca *tàm tạm, đôi đối.*

ci-apreâs [siaprɛ] adv *Thấp hơn; sau này.*

cible [sibl] nf *Bia, đích.*

ciboire [sibwar] nm Egl: *Bình đựng bánh thánh.*

ciboule [sibul] nf Bot: Cu: *Hành lá.*
ciboulette [sibulɛt] nf *Một giống tỏi.*
cicatrice [sikatris] nf *Sẹo.*
cicatrisation [sikatrizasjɔ̃] nf *Sự thành sẹo.*
cicatriser [sikatrize] 1. vtr *Hồi phục lại thanh danh*; 2. vi & pr *(thanh danh) được hồi phục.*
ci-contre [sikɔ̃tr] adv *Bên trang kia; ở ngoài lề; porté ci c. ghi vào dưới đây.*
ci-dissous [sidsu] *Dưới đây; dưới này.*
ci-dessus [sidsy] adv *Trên đây.*
cidre [sidr] nm *Rượu táo.*
Cie abbr Compagnie, Co *(Công ty).*
ciel, pl **ciels**, **cieux** [sjɛl, sj-] nm 1. (a) *Trời, bầu trời*; à c. ouvert *lộ thiên; ngoài trời, giữa trời*; (couleur) bleu c. *màu xanh da trời*; entre c. et terre *ở giữa không trung*; (b) (pl ciels) climate *Khí hậu*; les ciels de l'Italie *khí hậu nước Ý*; 2. *thiên đường* F: tomber du c. *trên trời rớt xuống (đến bất ngờ)*; (juste) c.! *Lạy trời* 3. Furn: *phần trên, khoảng trên (giường).*
cierge [sjɛrʒ] nm Rel: *Đèn sáp, đèn cầy.*
cieux [sj-] *Xem Ciel.*
cigale [sigar] nf Ent: *Con ve, ve sầu.*
cigare [sigar] nm (a) *Điếu xì gà*; (b) P: head, nut *Cái đầu.*
cigarette [sigarɛt] nf *Điếu thuốc.*
cigogne [sigɔɲ] nf Orn: *Con cò.*
ciguë [sigy] nf Bot: *Cây nhựa độc cần.*
ci-inclus [si(k)ly] a & adv la copie ci-incluse *bản sao kèm theo trong này*; ci-i. *ở trong này có bản sao là thư của ông.*
ci-joint [siʒw(] a & adv *Đính kèm theo đây*; les pièces ci-jointes *tài liệu đính kèm theo.*
cil [sil] nm *Lông mi (mắt).*
cilier [silje] vi *Nháy mắt, chớp mắt.*
cime [sim] nf *Đỉnh (đồi); ngọn (cây); đỉnh (núi).*
ciment [sim)] nm *Xi-măng.*
cimenter [sim)te] vtr *Xây, tô xi-măng.*
cimenterie [sim)tri] nf *Nhà máy xi-măng.*
cimetieâre [simtjɛr] nm *Nghĩa trang, bãi tha ma*; c. de voitures *nghĩa địa xe hơi.*
cineá [sine] nm F: *phim* N Am: *xi-nê.*
cineáaste [sineast] nm *Đạo diễn phim; nhà quay phim.*
cineá-club [sineklœb] nm pl ciné-clubs *Câu lạc bộ điện ảnh.*
cineáma [sinema] nm (a) *Phim* NAm: *điện ảnh*; faire du c. *làm đạo diễn phim*; acteur de c. *diễn viên điện ảnh*; F: quel c.! *phim câm phải làm âm ĩ!* F: arrête (de faire) ton c.! *ngưng các trò của mày đi! Đừng đóng kịch nữa!*; (b) *rạp chiếu bóng.*

cineámascope [sinemaskɔp] nm Rtm: *Phim màn ánh rộng.*
cineámatheâque [sinematɛk] nf *Tủ, phòng chứa phim, lưu trữ phim.*
cineámatographique [sinematɔgrafik] a *thuộc về điện ảnh* film (production) *thuộc về phim ảnh.*
cineáphile [sinefil] n *Người mê xem phim.*
cineárama [sinerama] nm Rtm: *Phim màn ảnh cực rộng.*
cingler [s(gle] 1. vi Nau: *cho thuyền chạy về hướng*; 2. vtr *Đánh mạnh, quất (ngựa) bằng roi*; lao vào ai la grêle lui cinglait le visage *mưa đá quất vào mặt nó*; (quất) *mưa; đánh, vụt, quất (bằng roi); tê cóng, buốt (cơn lạnh)*; *sắc bén (nhận xét).* cinglé-ée F: 1. *gàn dở, điên rồ* 2. n *người lập dị, gàn dở.*
cinoche [sinɔʃ] nm P: *Xi-nê.*
cinq [s(k] num a inv & nm inv *Năm; năm đứa bé trai*; c. hommes *năm người đàn ông*; le c. mars *ngày 5 tháng 3* F: il était moins c. *gần gũi lắm*; en c. sec *trong khoảng khắc (trong 5 giây).* cinquième num a & n *thứ năm.* cinquièmement adv *ở vị trí, ở hàng số năm.*
cinquantaine [s(k)tɛn] nf *(Khoảng chừng) 50 (năm chục)*; avoir passé la c. *đã quá tuổi 50.*
cinquante [s(k)t] num a inv & nm inv *Năm mươi* cinquantième num a & n *ở hàng, ở thứ 50.*
cinquantenaire [s(k)tnɛr] nm *Sinh nhật thứ 50; đám cưới vàng.*
cintre [s(tr] nm 1. *Đường cong, đường vòng cung* 2. *vòm (của hầm xe lửa ...)* 3. *cái móc áo, cái máng áo* 4. Th: les cintres *phần ở trên của một sân khấu (kịch...).* cintré a (a) *có hình vòm (cửa sổ)*; (b) *cong, uốn dạng cong*; (c) *thắt eo; cong vào*; taille cintrée *dáng hình thon thả, thắt lưng ong.*
cirage [siraʒ] nm (a) *Sự đánh bóng*; (b) *sáp đánh bóng, xi ra (giày)* F: être dans le c. *lú lẫn, mê thiếp.*
circoncire [sirkɔ̃sir] vtr (prp circoncisant; pp circoncis; ph je curconcis pr sub je circoncise) *Cắt da qui đầu.*
circoncision [sirkɔ̃sizjɔ̃] nf *Sự cắt da qui đầu.*
circonfeárence [sirkɔ̃fer)s] *Đường tròn, chu vi vòng tròn.*
circonflexe [sirkɔ̃flɛks] a (accent) *(Dấu) mũ.*
circonlocution [sirkɔ̃lɔkysjɔ̃] nf *Lời nói quanh co.*
circonscription [sirkɔ̃skripsjɔ̃] nf *Quận, hạt (sự phân chia ranh giới đất đai).* c. électorale *khu vực bầu cử.*
circonscrire [sirkɔ̃skrir] (conj ÉCRIRE) 1. vtr

circonspection (a) *Vạch đường vòng* (par) *bao bọc, bao quanh (bởi)*; (b) *phân định giới hạn*; c. son sujet *phân định mục tiêu, đề bài*; c. un incendie *khoanh vùng một đám cháy* 2. se c. *bị giới hạn*.

circonspection [sirkɔ̃spɛksjɔ̃] nf *Sự kín đáo, sự thận trọng, sự dè dặt; kín đáo, thận trọng, dè dặt*.

circonstance [sirkɔ̃st)s] nf 1. *Cảnh ngộ, trường hợp*; pour, en, la c. *ở trong trường hợp này, dịp này*; en pareille c. *trong trường hợp tương tự*; étant donné les circonstances *với hoàn cảnh*; vers de c. *vần thơ ngẫu hứng*; paroles de c. *những lời nói thích hợp*; 2. Jur: *trường hợp giảm nhẹ (tội); rõ ràng, mạch lạc (kế toán)*. circonstanciel, -ielle (a) *tường tận, chi tiết*; (b) Gram: *trạng (ngữ)*.

circonvenir [sirkɔ̃vɔlysjɔ̃] vtr (conj VENIR) *Lung lạc, lôi kéo (ai)*.

circonvolution [sirkɔ̃vɔlysjɔ̃] nf Anat: *Nếp cuộn*.

circuit [sirkɥi] nm 1. (a) *Đường ngoại vi (của một thành phố)*; (b) Sp: *vòng đua*; (c) c. (touristique) *tua du lịch*; (d) *tuyến thương mãi*. 2. *khúc quanh, đường quanh* 3. El: *mạch (điện)*; mettre en c. *nối mạch, ghép mạch*; couper le c. *cắt mạch (điện)*; c. fermé *(dòng điện) đã được cắt*; Elcs c. imprimé *mạch in, mạch tổ hợp*.

circulation [sirkylasjɔ̃] nf 1. *Sự tuần hoàn (máu), sự chuyển vận (không khí)*; mettre en c. *làm cho vận chuyển, lưu thông hành (sách) ra thị trường* 2. *sự lưu thông* accident de la c. *tai nạn giao thông*: Rail c. des trains *sự vận chuyển lưu thông của xe lửa* 3. *phong trào, hành động (của công nhân)*. circulaire a & nf *sự lưu thông của hàng hóa*. circulatoire adv *có hình tròn, theo đường tròn*.

circuler [sirkyle] vi 1. *Thông tư, thông báo*; faire c. l'air *(Máu, không khí) tuần hoàn chuyển động*; faire c. la bouteille *làm cho không khí khó được lưu thông chuyển chai quanh (một tiệc rượu)* 2. *di chuyển, chuyển động*; circulez ! *đi đi chứ !* les autobus circulent jour et nuit *các chuyến xe bus chạy ngày và đêm* faire c. une nouvelle *truyền bá, phổ biến một tin mới*.

cire [sir] nf (a) *Sáp, cức ráy (tai)*; c. d'abeilles *sáp ong*; c. à cacheter *sáp niêm, xi*; (b) *sáp đánh bóng*.

cireá [sire] nm *Vải dầu*.

cirer [sire] vtr *Niêm phong (bằng sáp); đánh bóng (sàn nhà, giày) bằng sáp*. cireux, -euse a *được đánh bóng bằng sáp; bóng, trong mơ (như sáp)*.

cireur, -euse [sirœr, -z] 1. n *Người đánh giày*

2. nf *máy đánh bóng sàn nhà*.

cirque [sirk] nm 1. (a) *gánh xiếc*; (b) *Hý viện (cổ Hy Lạp)* 2. Geol: *thung lũng tròn (tạo nên bởi các rặng núi)*.

cirrhose [siroz] nf Med: *bệnh xơ gan, chai gan*.

cisaille(s) [sizɑj] nf *kéo lớn, máy cắt (kẽm, kim loại)*.

ciseau, -eaux [sizo] nm 1. *cái đục* c. à froid *cái tràng* 2. pl (a) (paire de) ciseaux *cái kéo*; (b) *cái kéo lớn (cắt kim loại)*; (c) Wr: *thế gọng kẽm*.

ciseler [sizle] vtr (je cisèle, je ciselle) *khắc, chạm trổ (trên vàng), đục chạm (trên gỗ)*.

ciselure [sizlyr] nf *sự khắc, sự chạm trổ, sự đục chạm*.

citadelle [sitadɛl] nf *thành, thành trì*.

citadin, -ine [sitad(, in] 1. n *dân thành thị, thị dân* 2. a *thuộc thành thị*.

citation [sitasjɔ̃] nf 1. *sự trích dẫn, câu văn trích dẫn* 2. Jur: *sự dẫn chứng*; c. des témoins *trát đòi nhân chứng lên hầu tòa* 3. Mil c. à l'ordre du jour *sự biểu dương, tuyên dương*.

citeá [site] nf (a) *thành thị, đô thị*; (b) c. (ouvrière) *khu (tập thể) (công nhân)*; c. universitaire *khu (tập thể, làng) (đại học)*.

citeá-dortoir [sitedɔrtwar] nf pl cités dortoirs *khu nhà, khu tập thể (ở ngoại ô) cho người làm việc (ở thành thị)*.

citeá-jardin [siteʒard(] nf pl cités-jardins *khu làm viên*.

citer [site] vtr 1. *trích dẫn, dẫn chứng*; c. qn en exemple *lấy ai làm ví dụ điển hình* 2. Jur *giấy gọi, lệnh gọi, trát đòi (nhân chứng)* 3. Mil c. qn (à l'ordre du jour) *biểu dương, tuyên dương*.

citerne [sitɛrn] nf *bể chứa, thùng chứa*.

citoyen, -enne [sitwaj(, ɛn] n *công dân*.

citoyenneteá [sitwajɛnte] nf *tư cách công dân*.

citrique [sitrik] a Ch: *axit citric*.

citron [sitrɔ̃] nm (a) *chanh*; c. vert *chanh tươi*; (b) *màu vàng chanh*; (c) P: *cái đầu, cái sọ*.

citronnade [sitrɔnad] nf *nước chanh (giải khát)*.

citronnier [sitrɔnje] nm *cây chanh*.

citrouille [sitruj] nf (a) *cây bí ngô, trái bí ngô*; (b) P: *cái đầu, cái sọ*.

civet [sive] nm Cu: *món hầm, món nấu rượu*; c. de lièvre *thịt thỏ nấu rượu*.

civieâre [sivjer] nf *cái cáng*.

civil [sivil] a 1. (a) *(quyền) công dân*; guerre civile *nội chiến*; (b) Jur droit c. *luật dân sự*; (c) *thế tục thuộc về dân sự, (lễ cưới không theo nghi lễ tôn giáo, dân sự)* nm un c. *một người thường dân*; en c. (*) *trong y phục dân dã, bình*

civilisation *thường* (**) *Mil trong đồ dân sự*; dans le c. *trong bộ đồ hàng ngày* **2.** A: *lịch sự* **1.** se marier c. *đăng ký hôn nhân (không theo nghi lễ tôn giáo)* Jur: c. responsable *trách nhiệm dân sự* **2.** *một cách lịch sự*.

civilisation [sivilizasjɔ̃] nf *văn minh*.

civiliser [sivilize] **1.** vtr *khai hóa* **2.** se c. *trở nên có văn minh*.

civiliteá [sivilite] nf **1.** *phép lịch sự, xã giao* **2.** pl civilités *lời xã giao, lời chúc tụng*.

civisme [sivism] nm *lòng ái quốc*. civique *bổn phận (công dân); (quyền) công dân*.

clair [klɛr] **1.** a (a) *sáng; sáng sủa; trong*; (b) *trong sáng, rõ ràng, không cầu kỳ (ý nghĩa)* c. comme le jour (c) *sáng, sáng sủa (căn phòng)*; il fait c. *trời sáng sủa*; (d) *lạt, nhạt* robe bleu c. *chiếc áo màu xanh lơ*; (e) *loãng (xúp); (màu) nhạt, (màu) sáng) (vải vóc)* **2.** adv *một cách trong sáng; rõ ràng*; je commence à y voir c. *tôi bắt đầu hiểu rõ vấn đề* **3.** nm (a) *sự sáng, chỗ sáng*; au c. de (la) lune *dưới ánh trăng sáng*; (b) en c. *với lối nói rõ ràng, trong sáng*; message en c. *thông báo, điệp văn không dùng mật mã*; (c) tirer qch au c. *làm cho sáng, rõ ràng một cái gì*; (d) passer le plus c. de son temps à dormir *bỏ ra phần lớn thời gian để ngủ*. clairement adv *Một cách trong sáng, rõ ràng*.

claire-voie [klɛrvwa] nf *khoảng cách thưa, rưa*; clôture à c.-v.; pl claires-voies *hàng rào thưa*.

claireâre [klɛrjɛr] nf *rừng thưa, rừng trống*.

clairon [klɛrɔ̃] nmf (a) *kèn đồng nhỏ;* (b) *lính kèn*.

claironner [klɛrɔne] vtr *loan báo, công bố ầm ĩ (tin tức)*. claironnant a *ầm ĩ, oang oang (âm thanh); vang dội (âm, tiếng)*.

clairsemeá [klɛrsəme] a *thưa (thưa thớt (cây trồng); lưa thưa (tóc)*.

clairvoyance [klɛrvwaj)s] nf *tính sáng suốt, minh mẫn*. clairvoyant, -ante *sáng suốt, minh mẫn*.

clamer [klame] vtr c. son innocence *kêu la về sự vô lợi*.

clameur [klamœr] nf *tiếng kêu la; tiếng la ó phản đối*.

clamser [klamse] vi P: *chết*.

clan [kl)] nm *thị tộc, bè phái, phe cánh*.

clandestiniteá [kl)destinite] nf *sự bí mật*; dans la c. *trong vòng bí mật*; passer dans la c. *đi buôn lậu*. clandestin, -ine *giấu giếm; bí mật; ngầm, lậu; bất chính*; passager c. *người đi tàu lậu vé*. clandestinement adv *Một cách giấu giếm, một cách bí mật, một cách bất chính*.

clapet [klapɛ] nm (a) *Nắp, van* (b) P: *cạm bẫy*.

clapier [klapje] nm *hang thỏ;* (lapin de) c. *thỏ nhà (nuôi thuần)*.

clapotement [klapɔtm)] nm *sự vỗ, đập đều (của sóng)*.

clapoter [klapɔte] vi *sóng (vỗ, đập đều)*.

clapotis [klapɔti] nm *tiếng vỗ, đập đều của sóng*.

clapper [klape] vi c. de la langue *tắc lưỡi, chặc lưỡi*.

claquage [klakaʒ] nm *sức căng (của dây chằng) sự căn thẳng quá mức (của dây chằng)*.

claque [klak] nf **1.** *cái tát, bợp tai* **2.** Th: *những người vỗ tay thuê ở rạp hát* **3.** P: en avoir sa c. (de) *chán mứa, mệt tột cùng vì* **4.** a & nm (chapeau) c. *mũ cao, có thể xếp được*.

claqueá [klake] a F: *mệt mỏi, rã rời*.

claquement [klakm)] nm *tiếng ầm, tiếng đập, tiếng vỗ, tiếng quất, vụt, tiếng tắc lưỡi*.

claquer [klake] **1.** vi (a) *(đóng) sầm (cánh cửa), bay phần phật (lá cờ), tắc (lưỡi)* il claque des dents *hàm răng nó đánh lập cập;* (b) P: *chết; vỡ nợ, phá sản (cơ sở kinh doanh) hư hỏng, rã (máy móc), chết (bóng đèn)* **2.** vtr & i (faire) c. *đóng sầm (cánh cửa), quất roi (đèn đét), bẻ (ngón tay) kêu răng rắt, làm gót chân kêu lách cách* **3.** vtr (a) *vỗ nhẹ (trẻ con)* F: *bắt ai làm việc đến kiệt sức;* (c) F: *tiêu xài, lãng phí* **4.** se c. un muscle *bong gân ở bắp thịt*.

claquettes [klakɛt] nfpl *điệu nhảy dấm chân làm nhịp*.

clarification [klarifikasjɔ̃] nf *sự lọc trong*.

clarifier [klarifje] vtr *lọc trong* se c. *trở nên trong sáng, làm trong sáng*.

clarinette [klarinɛt] nf *kèn clarinet*.

clarinettiste [klarinɛtist] n *người thổi kèn*.

clarteá [klarte] nf **1.** (a) *sự sáng sủa; sự trong trẻo (của nước); sự trong suốt (của tâm gương);* (b) *sự sáng sủa, sự trong sáng (trong hành văn);* (c) d'esprit *sự sáng sủa của trí tuệ;* avoir des clartés sur un sujet *có một vài hiểu biết về một vấn đề* **2.** *ánh sáng (mặt trời, mặt trăng)*.

classe [klas] nf **1.** *lớp, hạng, giai cấp* Adm: *ngạch, trật;* c. d'âge *lứa, nhóm tuổi;* la c. moyenne *giai cấp lao động có mức sống trung bình;* la c. politique *giới chính trị;* de première c. *hạng nhất; thượng hạng (hàng hóa);* c. touriste *(hành khách) hạng rẻ tiền;* billet de première c. *vé hạng nhất* F: avoir de la c. *có giáo dục, phẩm cách* **2.** Sch (a) *lớp học* classes supérieures *lớp cao đẳng;* (b) aller en c. *đi học;* être en c. *ở trường;* livre de c. *sách, vở học;* vở tập; (salle de) c. *phòng học;* M. Martin leur fait la c. *Ô. Martin dạy chúng nó* **3.** Mil (a). *năm* *nhập ngũ* la c. 1965. *lớp lính 1965*; faire ses classes *trải qua khóa huấn luyện căn bản*; (b) (soldat de) deuxième c. *binh nhì*; (soldat de) première c. *hạ sĩ*.

classement [klasm)] nm **1**. *sự phân loại; vị trí, thứ hạng (về giai cấp, chủng tộc)*; Sch: c. trimestriel *thứ hạng sắp xếp trong mỗi cuối tam cá nguyệt*; donner le c. *cho kết quả (thứ hạng) trong một cuộc tranh tài* **2**. (a) *sự chọn lọc (hàng hóa)*; (b) *sự phân loại, sắp xếp hồ sơ vào kẹp*.

classer [klase] vtr **1**. *phân loại, xếp hạng*; monument classé *di tích lịch sử được công nhận và đặt dưới sự bảo quản của nhà nước* **2**. (a) *chọn lọc (hàng hóa)*; (b) *sắp xếp (hồ sơ)*; c. une affaire *xếp lại một công việc, một vấn đề* **3**. se c. troisième *về thứ ba, xếp hạng ba*; il se classe parmi les meilleurs *nó được xếp vào hàng những người xuất sắc nhất*.

classeur [klasœr] nm (a) *tủ đựng hồ sơ*; (b) *cặp, kẹp (các tờ hồ sơ rời)*.

classification [klasifikasjɔ̃] nf *sự phân loại*.

classifier [klasifje] vtr (impf & pr sub n. classifiions) *phân loại (thực vật)*.

classique [klasik] **1**. a (a) *(nhạc) cổ điển; (vẻ đẹp) xa xưa*; (b) *đó là một thủ đoạn cổ điển, xưa như trái đất* **2**. nm (a) *tác giả kinh điển, cổ điển*; (b) *ngành học về cổ La Hy*; (c) *nhạc cổ điển*.

clause [kloz] nf *điều khoản*.

claustrophobie [klɔstrɔfɔbi] nf claustrophobia *nỗi ám ảnh, nỗi sợ bị nhốt*.

clavecin [klavs(] nm Mus: *đàn clavơxanh*.

clavicule [klavikyl] nf *xương đòn gánh*.

clavier [klavje] nm **1**. *phím đàn piano, phím máy đánh chữ ; phím thao tác đàn oócgan* **2**. *phạm vi, giới hạn*.

cleá, clef [kle] nf **1**. (a) *Chìa khóa*; fermer une porte à c. *khóa một cánh cửa bằng khóa*; tenir qch sous c. *cắt giữ một cái gì kỹ lưỡng (trong tủ có khóa)*; louer une maison clés en main *thuê một căn nhà trống (dọn đến ở ngay)*; voiture clés en main *chiếc xe vừa vặn với túi tiền* Aut: prix clés en main *giá cả thuận mua, vừa bán*; mettre la c. sous la porte *trốn đi, lẻn đi (trong đêm)*; (b) position c. *giải pháp, bí quyết (để giải quyết một vấn đề), vị trí then chốt* industrie c. *ngành sản xuất mũi nhọn, then chốt*; (c) *chìa khóa, khóa giải (của một mật mã); từ cho sẵn trong trò chơi ô chữ* **2**. Mus: (a) (b) *khóa nhạc* **3**. Arch: c. de voute *đá đỉnh vòm* **4**. Tl: chìa khóa vặn bù loong c. anglaise *chìa khóa điều được (klê-mô-lét)* **5**. *cái chốt (ở một dụng cụ có dây)*.

cleámatite [klematit] nf Bot: *hoa ông lão, tiên nhân thảo*.

cleámence [klem)s] nf **1**. (pour, envers) *lòng khoan dung, độ lượng (đối với)*; **2**. *sự dễ chịu, ôn hòa (của thời tiết)*. clément a **1**. (pour, envers) *khoan dung, độ lượng (đối với)* **2**. *dễ chịu, ôn hòa*.

cleámentine [klem)tin] nf *một loại cam nhỏ*.

clenche [kl)ʃ] nf *then cửa, chốt cửa*.

cleptomane [klɛptɔman] n *người hay ăn cắp vặt, có thói ăn cắp vặt*.

cleptomanie [klɛptɔmani] nf *bệnh ăn cắp vặt*.

clerc [klɛr] nm **1**. (a) Egl: *tu sĩ*; (b) Hist: *học giả*; (c) être grand c. en la matière *chuyên viên trong một lãnh vực* **2**. *người chạy việc (trong văn phòng)*.

clergeá [klɛrʒe] nm *giới tăng lữ*.

cleárical, pl -aux [klerikal, o] a & n *thuộc về tăng lữ, thuộc về công việc văn phòng*.

clic [klik] nm c.-clac *lách cách*.

clicheá [kliʃe] nm **1**. Typ: *ấn bản, bản in* **2**. Phot: *âm bản* **3**. *lời nói sáo rỗng, ý tưởng rập khuôn*.

client, -ente [kli),)t] n *khách hàng; bệnh nhân, thân chủ; hành khách xe tắc xi; khách trọ (tại khách sạn) ban ngày* F: un drôle de c. *một gã kỳ quặc*.

clienteâle [kli)tɛl] nf (a) *thân chủ (của bác sĩ, luật sư); khách hàng, bạn hàng (của một cửa hàng)*; (b) *bạn hàng*; accorder sa c. à un magasin *báo trợ cho một cửa hàng*.

clignement [kliɲm)] nm *sự nheo, sự nháy mắt*; faire un c. d'oeil *nháy mắt*.

cligner [kliɲne] vtr & i c. les yeux, des yeux *nhấp nháy; chớp mắt*; c. de l'oeil à qn *nháy mắt với ai*.

clignotant [kliɲɔt)] nm Aut *đèn báo*.

clignotement [kliɲɔtm)] nm *sự nhấp nháy; sự chập chờn; sự chớp nháy*.

clignoter [kliɲɔte] vi (a) c. des yeux *nháy mắt*; (b) *(ánh sáng) chớp nháy (về ngôi sao) lấp lánh* Aut: *nhá (đèn)*.

climat [klima] nm **1**. *khí hậu* **2**. Fig *khí quyển, không khí*. climatique *Thuộc về điều kiện khí hậu*.

climatisation [klimatizasjɔ̃] nf *sự điều hòa nhiệt độ*.

climatiser [klimatize] vtr *điều hòa nhiệt độ*.

climatiseur [klimatizœr] nm *máy điều hòa nhiệt độ*.

clin d'œil [kl(dœj] nm *cái nháy mắt*; faire un c. d'oel *nháy mắt* en un c. d'; il *trong nháy mắt*.

clinique [klinik] **1**. a *thuộc về sự chữa bệnh* **2**. nf *bệnh viện; bệnh viện tư*.

clinquant [klk)] **1.** nm *trang kim, trang sức bằng kim tuyến* (bijoux de) c. *đồ nữ trang giả* **2.** a *lòe loẹt, phô trương.*

clip [klip] nm Pop *đại chúng.*

clique [klik] nf **1.** *phường, hội, bè lũ* **2.** Mil *nhóm lính* **3.** pl F: prendre ses cliques et ses claques *chuồn, trốn.*

cliquet [klikɛ] nm Mec: *cái móc cửa; cái chốt chặn (bánh răng cưa).*

cliqueter [klikte] vi (il cliquette) *kêu rổn rảng (giây xích), kêu leng keng (cuộc đọ kiếm), kêu loảng xoảng (kính, thủy tinh), kêu leng keng (chìa khóa).*

cliquetis [klikti] nm *tiếng rổn rảng, leng keng, loảng xoảng, leng keng.*

clivage [klivaʒ] nm **1.** *sự tách (kim cương)* **2.** *sự chẻ (đá)* **3.** Fig: *kẽ hở, đường nứt, sự phân chia.*

cloaque [klɔak] nm *lỗ, hố đổ rác.*

clochard [klɔʃar] nm F: *kẻ lang thang, lêu lỏng.*

cloche [klɔʃ] nf **1.** *chuông* **2.** Ch: *bầu hình vuông* Hort: *lồng kính để trồng cây ngoài trời* DomEc: *đĩa (dọn ở bàn ăn)* c. à plongeur *lồng dùng để vặn xuống nước* (chapeau); c. *mũ chụp hình chuông của phụ nữ* **3.** P: imbecile, idiot *người ngu ngốc, đần độn* avoir l'air c. *có vẻ ngu đần.*

cloche-pied (à) [aklɔʃpje] adv phr sauter à c.-p. *nhảy cò cò.*

clocher[1] [klɔʃe] nm *tháp chuông, tháp đồng hồ; gác chuông nhà thờ;* esprit de c. *tư tưởng địa phương.*

clocher[2] vi F: il y a quelque chose qui cloche *có một vài khuyết điểm.*

clochette [klɔʃɛt] nf *chuông nhỏ; chuông tay.*

cloison [klwazɔ̃] nf **1.** *vách ngăn, vách chia;* mur de c. *tường ngăn* **2.** Nau: *vách ngăn (trên tàu).*

cloisonnement [klwazɔnm)] nm *sự ngăn (phòng).*

cloisonner [klwazɔne] vtr *ngăn (phòng).*

cloître [klwatr] nm *nhà tre, tu viện.*

cloîtrer [klwatre] vtr **1.** *nhốt ai vào trong nhà tu kín; nhốt giam (ai);* religieuse cloitrée *nữ tu giòng kín* **2.** se c. *tự giam mình vào nhà tu kín, sống ẩn dật.*

clone [klon] nm Biol: Cmptr: & Fig: *hệ vô tính.*

cloner [klone] vtr Biol: *truyền giống vô tính.*

clopin-clopant [klɔp(klɔp)] adv F: aller c.-c. *đi khập khiễng, đi bước thấp bước cao.*

clopiner [klɔpine] vi *đi khập khiễng.*

cloque [klɔk] nf **1.** *chỗ phồng da (mọng nước)* **2.** F: Pej: en c. *có thai, có mang.*

cloquer [klɔke] vi *phồng da, mọng nước.*

clore [klɔr] vtr def (pp clos; pr ind je clos, ils closent) (a) A: & Lit: *đóng, khép;* (b) *chấm dứt (cuộc tranh cãi), bế mạc (cuộc hội thảo);* (c) A: *rào quanh (một công viên).*

clos [klo] **1.** a (a) *đóng kín;* (b) à la nuit close *đêm đen;* (b) *kết liễu, chấm dứt* **2.** nm *sự rào, đất có rào xung quanh;* c. de vigne *vườn nho, ruộng nho (có rào quanh).*

clôture [klotyr] nf **1.** *hàng rào, vật dùng để rào dậu;* mur de c. *tường thành bao quanh, tường rào* **2.** (a) *sự đóng cửa (một cơ quan, một cơ sở giao dịch);* (b) *sự đúc kết (một buổi họp)* StExch: cours en c. *giá sau cùng (ở thị trường chứng khoán)* **3.** Com: *thanh lý, trả nợ (tài khoản).*

clôturer [klotyre] vtr **1.** *rào (một cánh đồng)* **2.** *chấm dứt, bế mạc kết thúc (một cuộc họp)* **3.** Com: *thanh lý, đóng một tài khoản.*

clou [klu] nm **1.** (a) *đinh* chaussures à clous *giày đinh, giày ống đóng đinh* F: des clous ! *không được cài để gì cả;* (b) *lối đi có đóng đinh (dành cho bộ hành)* traverser dans les clous *đi (qua đường) ở lối đi dành cho bộ hành;* (c) c. cavalier *đinh kẹp hình chữ u;* (d) *màn trình diễn then chốt, nổi bật, cái đinh của buổi trình diễn* **2.** Med: *nhọn đầu đinh* **3.** c. de girofle *nụ đinh hương* **4.** P: (vieux) c. *chiếc xe cà tàng, xe hơi cũ.*

clouer [klue] vtr **1.** *đóng đinh* F: c. le bec à qn *bắt ai câm miệng lại* **2.** *bắt ai, bắt (cái gì) phải ở yên một chỗ;* rester cloué sur place *đứng yên một chỗ, đứng như trời trồng;* être cloué au lit *bắt phải nằm yên ở trên giường.*

clouteá [klute] a *đóng đinh (giày)* passage clouté *lối đi đóng đinh dành cho bộ hành.*

clown [klun] nm *anh hề; người ngớ ngẩn.*

club [klœ b] nm *câu lạc bộ, hội quán.*

cm abbr centimètre *xăng-ti-mét.*

CNPR abr Conseil national du patronat français *hội đồng cố vấn quốc gia Pháp về quyền làm chủ.*

CNRS abr Centre national de la recherche scientifique *trung tâm nghiên cứu khoa học quốc gia.*

coaccuseá, -eáe [kɔakyze] n Jur: co-defendant *đồng bị kháng.*

coacqueáreur [kɔakerœ r] nm *người cùng mua.*

coagulation [kɔagylasjɔ̃] nf *sự đông lại.*

coaguler (se) [səkɔagyle] vpr *đông lại; làm đông lại, đóng cục.* coagulant a & nm *chất làm đông, kết đông.*

coaliser (se) [səkɔalize] vpr *liên minh; đoàn*

kết.

coalition [kɔalisjɔ̃] nf *sự liên hiệp, liên minh.*

coassement [kɔasm)] nm *tiếng kêu (của ếch, nhái).*

coasser [kɔase] vi *kêu ì ộp (ếch, nhái).*

cobalt [kɔbalt] nm *cô ban.*

cobaye [kɔbaj] nm Z: *chuột tàu, cô bai*; servir de c. *làm vật thí nghiệm (như con chột tàu).*

Coblence [kɔbl)s] Npr Geog: *kô blen xơ.*

cobra [kɔbra] nm Rept: *rắn hổ mang đeo kính.*

coca [kɔka] nm *coca-cola (nước ngọt).*

cocagne [kɔkaɲ] nf pays de c. *xứ An lạc.*

cocaïne [kɔkain] nf Pharm: *co cain.*

cocarde [kɔkard] nf *vật trang trí treo trên mũ, dấu hiệu ở trên mũ* Av: *vật tròn trang trí, huy hiệu* Aut: *nhãn dán có keo dính*. cocardier, -ière *ra hiệu bằng cờ.*

cocasse [kɔkas] a *kỳ cục, lố bịch.*

cocasserie [kɔkasri] nf *sự kỳ cục, lố bịch.*

coccinelle [kɔksinɛl] nf Ent: *con bọ rùa.*

coccyx [kɔksis] nm Anat: *xương cụt.*

cocher[1] [kɔʃe] nm *người đánh xe ngựa*; c. de fiacre *người đánh xe ngựa cho thuê.*

cocher[2] vtr (a) *khác dấu, đánh dấu*; (b) *đánh dấu (tên)*; c. la case *đánh dấu lên ô.*

cocheâre [kɔʃer] af porte c. *cửa xe, cổng xe ra vào.*

cochon [kɔʃɔ̃] **1**. nm (a) *con heo, lợn*; c. de lait *heo sữa* F: un c. n'y retrouverait pas ses petits, *hết sức mất trật tự*; (b) c. *chuột bạch, chuột tàu, co bay* **2**. a & n P: (a) *khiếm nhã, bẩn thỉu (một câu chuyện); thô lỗ, bẩn thiu, phàm ăn tạp uống (người), bẩn thỉu (thủ đoạn)*; (b) n *người bẩn thỉu, thô lỗ, người thô tục.*

cochonnaille [kɔʃɔnaj] nf F: (*) *thịt lợn, thịt heo* (**) *thịt hầm nhừ; cửa hàng bán thức ăn ngon nấu sẵn.*

cochonnerie [kɔʃɔnri] nf P: **1**. dire des cochonneries *kể những chuyện xấu xa, bẩn thỉu* **2**. (a) *chuyện nhảm nhí, bẩn thỉu*; (b) *thức ăn bẩn thỉu* **3**. *thủ đoạn bẩn thỉu.*

cochonnet [kɔʃɔne] nm (a) *lợn con*; (b) *bóng nhỏ màu trắng dùng làm đích (trong môn chơi bóng gỗ).*

cocktail [kɔktɛl] nm (a) *rượu cốc tai*; (b) *tiệc rượu.*

coco [koko, kɔ] nm **1**. noix de c. *trái dừa* **2**. *nước cam thảo* **3**. F: *quả trứng* **4**. F: (a) *gã, thằng*; drôle de c. *sự phê phán kỳ cục* (b) mon petit c. *người yêu dấu*; (c) Pej: *người cộng sản.*

concon [kɔkɔ̃] nm *cái kén* Fig: *vỏ, bao, mai.*

cocorico [kɔkɔriko] onomat & nm *ò ó o (tiếng gà gáy).*

cocotier [kɔkɔtje] *cây dừa.*

cocotte [kɔkɔt] nf **1**. F: *gà mái* **2**. F: (a) ma c. em yêu; (b) *gái điếm, người đàn bà lẳng lơ* **3**. Cu: *(đĩa) thức ăn hầm* **4**. hue c.! *úi chà (diễn tả sự ngạc nhiên).*

cocotte-minute [kɔkɔtminyt] nf Rtm: pl cocottes-minute *nồi áp suất.*

cocu, -e [kɔky] a & n F: *người bị cắm sừng, mọc sừng.*

codage [kɔdaʒ] nm *sự giải mã.*

code [kɔd] nm **1**. *sách luật, pháp điển*; c. civil *dân luật*; c. pénal *Hình luật* Aut: C. de la route *số tay đi đường, luật đi đường dành cho tài xế* se mettre en c. *đi đường dành cho tài xế*; (phares) c. *giảm bớt độ sáng của đèn pha, mở đèn cốt* NAm: *đèn cốt* **2**. *mật hiệu, mã hiệu, mã số; mã số vạch*; c. télégraphique *mã vô tuyến điện.*

coder [kɔde] vtr *viết bằng mật hiệu, mã số (một thông điệp).*

codéatenu, -ue [kɔdetny] n *bạn tù, bạn cùng giam.*

codification [kɔdifikasjɔ̃] nf *sự lập điều lệ.*

codifier [kɔdifje] vtr *lập điều lệ (luật).*

codirecteur, -trice [kɔdirɛktœr, tris] Ind c. de sécurité *đồng giám đốc, đồng quản lý.*

coeáquipier [kɔekipje] nm Sp: *sự đồng đội.*

coercition [kɔersisjɔ̃] nf *sự áp bức, cưỡng chế.*

coeur [kœr] nm **1**. (a) *quả tim*; maladie de c. *bệnh tim*; opération à c. ouvert; en (forme de) c. *phẫu thuật tim mở hình trái tim với luồng máu đưa từ ngoài vào*; (b) avoir mal au c. *buồn nôn*; cela soulève le c. *cái đó làm lợm giọng, làm nôn mửa* F: avoir le c. bien accroché *có một trái tim vững chắc* **2**. (a) *lòng, tâm hồn*; avoir qch sur le c. *có điều gì buồn bã trong lòng*; en avoir le c. net *biết rõ ràng, chính xác (về một việc gì)*; avoir la rage au c. *lòng sục sôi giận dữ*; parler à c. ouvert *tâm sự nỗi niềm*; remercier qn du fond du c. *cảm ơn ai hết lòng*; avoir le c. gros *buồn lòng*; avoir le c. sur la main *có tấm lòng độ lượng*; homme de c. *một người đàn ông dũng cảm*; si le c. vous en dit *nếu anh thật lòng cảm thấy thích thú điều đó*; je n'ai pas le c. à faire cela *tôi không nở làm việc đó*; prendre qch à c. *ghi khắc cái gì vào lòng*; avoir à c. de faire qch *nở lòng làm việc gì*; (b) apprendre qch par c. *học thuộc nằm lòng cái gì*; **3**. *tính dũng cảm, tinh thần một người, lòng can đảm*; donner du c. à qn *làm cho ai hăng hái, có thêm can đảm*; F: avoir du c. au ventre *đầy khí phách*; faire contre mauvaise fortune bon c. *dẫu gặp vận rủi vẫn luôn tỏ ra vui vẻ*; **4**. (a) avoir le c. à l'ouvrage *hết lòng* *làm việc, làm việc hăng hái;* faire qch de bon c. *nhiệt tình làm việc gì;* rire de bon c. *cười nắc nẻ;* y aller de bon c. *vui lòng ra đi;* le c. n'y est pas *tôi không có cảm tình gì về việc đó;* (b) aimer qn de tout son c. *yêu thương ai hết lòng;* (c) il a bon c. *nó tốt bụng;* il n'a pas de c. *nó ích kỷ* 5. *giữa, phần ở giữa, trung tâm (một thành phố)* au c. de l'hiver *lõi (của cây cọ, nụ ác-ti-sô) ở giữa mùa đông, cao điểm của mùa đông* 6. Cards: *con cơ.*

coexistence [kɔɛgzist)s] nf *sự cùng tồn tại, sự chung sống hòa bình của các quốc gia có tư tưởng khác nhau.*

coexister [kɔɛgziste] vi (avec) *cùng tồn tại (với).*

coffrage [kɔfraʒ] nm *khuôn, sự đóng khuôn, khung.*

coffre [kɔfr] nm 1. (a) *rương hòm, thùng chứa;* (b) Anat: F: *phần ngực;* (c) *tủ sắt (đựng tiền); hộp đựng tiền, đựng đồ quý giá;* (d) *khoang để hành lý trong xe* NAm: *thùng xe* 2. *thùng (đàn pianô).*

coffre-fort [kɔfrəfɔr] nm pl coffres-forts *tủ sắt, két bạc.*

coffrer [kɔfre] vtr F: *bắt giam ai, bỏ tù ai.*

coffret [kɔfrɛ] nm *rương nhỏ, thùng nhỏ;* c. à bijoux *tráp đựng nữ trang;* c. de disques *hộc đựng đĩa hát.*

cogéarant, -ante [kɔʒerɑ̃,)t] n *người quản lý chung.*

cognac [kɔɲak] nm *rượu mạnh, rượu cô nhắc; rượu brandy.*

cognement [kɔɲm)] nm *sự gõ, sự đấm, sự đập.*

cogner [kɔɲe] 1. vtr (a) *đóng vào, đóng đinh;* (b) *đấm, đánh, đập (cái gì, ai);* c. qn en passant *va, đụng (ai);* (c) P: *đụng vào ai khi đi qua* 2. vi *gõ, đánh (vào); đâm sầm, va (vào); (về máy móc) kêu lạch cạch* 3. se c. contre. à *va vào cái gì, đụng vào ai;* se c. la tête *đập đầu, đụng đầu vào cái gì;* c'est à se c. la tête contre les murs *đúng là đâm đầu vào tường, không làm nổi.*

cogneur [kɔɲœr] nm F: (pers) *người hung bạo.*

cohabitation [kɔabitasjɔ̃] nf *sự chung sống, sự ở chung* Pol: F: *sự liên minh giữa các nhân vật cầm quyền.*

cohabiter [kɔabite] vi *cùng một tổ chức chính trị.*

cohéarence [kɔer)s] nf *sự kết hợp.* cohérent a *sự dính với nhau.*

cohéasion [kɔezjɔ̃] nf *sự cố kết, sự có khả năng cố kết.*

cohorte [kɔɔrt] nf 1. Hist: *đội quân (La mã)* 2. F: *băng đảng, băng nhóm.*

cohue [kɔy] nf (a) *đám đông ồn ào, hỗn độn;* (b) *đám đông chen chúc, hỗn tạp.*

coiffe [kwaf] nf *mũ, khăn trùm đầu (để trang điểm).*

coiffer [kwafe] 1. vtr (a) *bao, trùm (đầu);* ce chapeau vous coiffe bien *chiếc mũ này vừa vặn với anh lắm;* montagne coiffée de neige *ngọn núi có tuyết phủ trên đỉnh;* (b) c. un chapeau *đội một chiếc mũ;* (c) c. qn *làm tóc cho ai;* se faire c. *đi làm tóc, bới tóc;* (d) Sp: F: *vượt qua (một người khác)* se faire c. (au poteau) *vượt qua đến đích;* (e) F: *điều kiện, kiểm tra (một tổ chức)* 2. (a) se c. d'une casquette *đội chiếc mũ kết;* (b) se c. *chải tóc, bới tóc;* coiffé a elle est bien coiffée *đầu tóc cô ta trông xinh quá.*

coiffeur, -euse [kwafœr, -z] n 1. *thợ hớt tóc, làm tóc* 2. nf *bàn bới tóc, làm tóc.*

coiffure [kwafyr] nf 1. *khăn trùm đầu (để trang điểm)* 2. *nghệ thuật, kiểu, cách bới tóc, chải tóc* 3. *sự cắt tóc, uốn tóc.*

coin [kwɛ̃] nm 1. (a) *góc, hốc;* maison du c. *ngôi nhà trong góc;* l'épicier du c. *người bán tạp hóa của khu phố;* dans le c. *trong vùng phụ cận;* c. repas *góc để ăn uống;* regard en c. *nhìn trong khóe mắt;* du c. de l';il *cái liếc, cái nhìn trộm;* (b) *xó xỉnh, góc (ở ẩn, ẩn dật);* un petit c. pas cher *một nơi ở, nhỏ bé, giá rẻ* F: le petit c. pas cher *nhà vệ sinh* F: le petit c. NAm: *nhà vệ sinh;* chercher qch dans tous les coins *tìm cái gì ở khắp nơi;* (c) c. du feu *góc ngồi ở lò sưởi (ngồi ở cạnh lò sưởi);* (d) *miếng đất hẹp, mảnh đất hẹp;* c. de ciel *một khoảng trời xanh* 2. *cái nêm* 3. *con dấu, khuôn dập dấu; dấu hiệu xác nhận chất lượng.*

coincer [kwɛ̃se] v (n. coinçons) 1. vtr (a) *đóng nệm vào; chêm, chèn;* (b) *làm hóc, làm kẹt (ngăn kéo);* voiture coincée entre deux camions *xe nhỏ kẹt giữ hai xe tải.* (c) F: *dồn ai vào thế bí* vous êtes coincé *anh ấy bí đường rồi;* (d) F: *bắt giữ ai, bắt quả tang ai* 2. se c. *bị kẹt, bị mắc kẹt, bị giữ chặc;* coincé a F: *nhút nhát, e lệ; bị kiềm chế.*

coïncidence [kɔɛ̃sid)s] nf *sự trùng hợp.*

coïncider [kɔɛ̃side] vi (avec) *trùng hợp với.*

coin-coin [kwɛ̃kwɛ̃] nm inv *tiếng kêu cạp cạp (của vịt đực)* faire c.-c, to quack *kêu cạp cạp.*

coing [kwɛ̃] nm Bot: *trái mộc qua.*

coke [kɔk] nm *than luyện.*

col [kɔl] nm 1. (a) A: & Lit: *cổ (người);* (b) *cổ (giày ống)* 2. *cổ áo;* faux c. *cổ giả, cổ có thể tháo rời;* c. raide *cổ mềm, cổ cứng (cổ côn)* 3. c. lao động chân tay, lao động trí óc *(nhân viên văn phòng)* 4. Geog: *đèo.*

colchique [kɔlʃik] nf Bot: *cây nghệ tây có hoa nở vào mùa thu.*

coléoptèâre [kɔleɔpter] nm *(côn trùng) họ*

cánh cứng.

coleâre [kɔlɛr] **1.** nf *cơn giận dữ;* c. bleue *giận xanh mặt;* être, se mettre, en c. *nổi giận;* (contre qn); *trở nên giận dữ (về ai, với ai); mất bình tĩnh (vì giận dữ);* avoir des colères *nổi cơn giận dữ* **2.** a *giận dữ (giọng); (người) nóng tính, dễ nổi cáu.* coléreux, -euse *(người) dễ nổi giận, dễ nóng giận.*

colibacille [kɔlibasil] nm *khuẩn que gây bệnh tả.*

colibri [kɔlibri] nm *chim ruồi, chim sâu nhỏ.*

colifichet [kɔlifiʃɛ] nm *đồ vặt, đồ trang sức rẻ tiền.*

colimaçon [kɔlimasɔ̃] nm *con ốc sên;* escalier en c. *cầu thang xoắn ốc.*

colin [kɔl(] nm Ich: *cá melue (một loại cá biển).*

colin-maillard [kɔl(majar] nm Games: *trò chơi bịt mắt bắt dê.*

colique [kɔlik] nf *cơn đau bụng (tháo dạ); cơn đau dạ dày nặng;* avoir la c. (*) *bị đau bụng, đau dạ dày;* (**) *bị đau bụng đi tã.*

colis [kɔli] nm *kiện hàng, gói hàng;* par c. postal *bằng bưu phẩm, bưu kiện.*

collaborateur, -trice [kɔlabɔratœr, tris] n (a) *cộng tác viên, lao động (công nhân) hợp tác, bạn đồng nghiệp, cộng tác viên (một tờ báo);* (b) Hist: *người cộng tác.*

collatoration [kɔlabɔrasjɔ̃] nf (avec) *sự cộng tác (với).*

collaborer [kɔlabɔre] vi (avec) *cộng tác (với); cung cấp bài (cho báo chí).*

collage [kɔlaʒ] nm *sự dán bằng hồ, keo, sự bám lấy, sự phết hồ (dán)* Art: *tranh cắt dán;* c. du papier peint *sự dán giấy tường.*

collant [kɔl)] **1.** a (a) *bám dính* (b) *thích hợp, vừa vặn (áo quần) vừa khít, vừa vặn;* (c) F: être c. *dai như đỉa, gây rắc rối thường xuyên* **2.** nm (a) *bộ quần áo bó;* (b) leotard *quần áo mặc sát người của diễn viên vũ ba lê.*

collateáral pl **-aux** [kɔlateral, o] a *bên cạnh nhau, thuộc về họ hàng, chi.*

collation [kɔlasjɔ̃] nf *bữa ăn nhẹ, bữa ăn phụ.*

colle [kɔl] nf **1.** *chất keo, hồ, keo, hồ (áo quần)* **2.** Sch: F: (a) poser *câu hỏi khó, rắc rối;* (b) *cuộc thi vấn đáp;* (c) *sự giam cầm, sự cầm tù.*

collecte [kɔlɛkt] nf *sự quyên tiền (giúp kẻ nghèo).*

collecter [kɔlɛkte] vtr *sưu tập, sưu tầm.*

collecteur, -trice [kɔlɛktœr, tris] **1.** n *người thâu thuế, thâu tiền* **2.** a & nm (égout) c. *ống cống chính.*

collectif, -ive [kɔlɛktif, iv] **1.** a *chung, tập hợp lại, tập thể (sinh hoạt)* billet c. *số vé cùng một hạng* **2.** nm (a) Gram: *danh từ tập hợp;* (b) Fin c. budgétaire *dự chi (ngân sách) bổ túc.* collectivement adv *Một cách tập thể.*

collection [kɔlɛksjɔ̃] nf *sự sưu tập (tem); tập hợp hàng hóa (tiêu biểu);* présentation de collections *buổi biểu diễn thời trang.*

collectionner [kɔlɛksjɔne] vtr *sự tầm, sưu tập (tem).*

collectionneur, -euse [kɔlɛksjɔnœr, -z] n *nhà sưu tập, người sưu tầm.*

collectiviser [kɔlɛktivize] vtr *tập thể hóa.*

collectiviteá [kɔlɛktivite] nf **1.** *tập thể; cộng đồng; hội đoàn, tập đoàn;* vivre en c. *sống trong một cộng đồng* **2.** *quyền sở hữu tập thể.*

colleâge [kɔlɛʒ] nm **1.** *đoàn thể, hội đoàn* c. électoral *đơn vị bầu cử* **2.** *trường học;* c. d'enseignement secondaire *trường trung học* NAm: *trường trung học;* c. technique; *trường tư* c. libre *thuộc về đoàn thể, trường học.* collégial, -iale -iaux *tập thể.*

colleágien, -ienne [kɔlɛʒj(, jɛn] n *nam học sinh trung học, nữ học sinh trung học.*

colleâgue [kɔlɛg] n *đồng sự, đồng nghiệp.*

coller [kɔle] **1.** vtr (a) (à, sur) *phết hồ, bôi hồ;* c. du papier peint sur un mur *dán giấy hoa lên tường;* c. son oreille à la porte *áp sát lỗ tai vào cửa (để nghe lén)* F: c. une gifle à qn *tát tai ai;* (b) F: *đặt, để* colle .a dans un coin *đặt cái đó vào trong góc;* c. un élève (*) *xếp đặt một học sinh vào vị trí* (**) *đặt cho một học sinh một câu hỏi khó trả lời;* c. un candidat *đánh hỏng một thí sinh;* il me colle ! *nó bám lấy tôi !* **2.** vi (à) *khít khao, vừa vặn, vừa sít (với)* robe qui colle au corps *chiếc áo vừa sít (ôm lấy thân thể)* F: ca ne colle pas entre eux *chúng nó không hợp với nhau;* ca colle ? *đồng ý chứ* F: ca ne colle pas *có cái gì đó không ổn;* **3.** se c. *dính, bám chặt;* se c. contre un mur *đứng sát vào tường;* elle s'est collée contre *lui cô ta đứng nép vào anh chàng* F: se c. devant la télé *mãi mê xem truyền hình.*

collet [kɔlɛ] nm **1.** *cổ (của áo choàng);* saisir qn au c. *tóm cổ ai;* a inv elle est très c. monté *cô ta rất đoan trang, đức hạnh, rất nghi thức* **2.** *phần giữa thân răng và chân răng* **3.** *vòng đệm, vòng đai (trong ống dẫn)* **4.** *cái bẫy.*

colleter (se) [səkɔlte] vpr (je me collette, n. n. colletons) **1.** *đánh lộn, vật lộn* **2.** Fig: (avec) *bấu lấy ai, níu lấy ai.*

colleur, -euse [kɔlœr, -z] n *người dán, bồi giấy;* c. d'affiches *người dán áp phích.*

collier [kɔlje] nm **1.** *vòng đeo cổ, kiểng* **2.** (a) *giây đeo cổ (của thị trưởng);* (b) c. de chien *giây tròng cổ chó;* donner un coup de c. *nổ lực, cố gắng hết sức;* (c) c. de barbe *râu quai nón* **3.**

MecE: *vòng đệm*.
collimateur [kɔlimatœ r] nm Astr: Surv: *kính chuẩn trực, lăng kính chuẩn trực*; avoir qn dans le c. *có ai ở trong tầm nhìn*.
colline [kɔlin] nf *đồi*.
collision [kɔlizjɔ̃] nf *sự đụng nhau*; entrer en c. avec qch *va, đụng vào cái gì, (xe) đâm sầm vào*; c. des intérêts *sự xung đột, va chạm vì lợi ích*.
colloque [kɔlɔk] nm *cuộc họp; cuộc hội thảo*.
collusion [kɔlyzjɔ̃] nf Jur: *sự cấu kết, thông đồng*.
collyre [kɔlir] nm *thuốc nhỏ mắt*.
colmater [kɔlmate] vtr *điền vào, lấp kín (một lỗ hổng); trét kín (một lỗ rò)*.
colombe [kɔlɔ̃b] nf Orn: *con bồ câu*.
Colombie [kɔlɔ̃bi] Prnf Geog: 1. *xứ Colombie* 2. C. britannique *xứ Colombie thuộc Anh (ở phía Tây Canada)*. Colombien, -ienne a & n *thuộc Colomie, người Colombie*.
colombier [kɔlɔ̃bje] nm *chuồng bồ câu*.
colon [kɔlɔ̃] nm 1. *tên thực dân, người đến định cư lập nghiệp* 2. *trẻ em ở trại hè* 3. Mil: *đại tá*.
côlon [kolɔ̃] nm Anat: *ruột kết, kết tràng*.
colonel [kɔlɔnɛl] nm *đại tá* Mil: *hàng ngũ đại tá*.
colonialisme [kɔlɔnjalism] nm Pol: *chủ nghĩa thực dân*. colonialiste a & n *thực dân*.
colonie [kɔlɔni] nf *thuộc địa, đất lập nghiệp*; c. de vacances *trại hè trẻ em* NAm: *trại hè*. colonial, -iaux a & nm *thuộc về thuộc địa*.
colonisation [kɔlɔnizasjɔ̃] nf *sự xâm chiếm làm thuộc địa*.
coloniser [kɔlɔnize] vtr *xâm chiếm làm thuộc địa*. colonisateur, -trice 1. *có thuộc địa, bị chiếm làm thuộc địa* 2. n *nước có thuộc địa*.
colonnade [kɔlɔnad] nf Arch: *hàng, dãy cột*.
colonne [kɔlɔn] nf 1. (a) *cột, trụ;* (b) Anat: c. vertébrale *cột sống* 2. c. montante *ống dẫn nước chính* 3. (a) Mil *đội hình hàng dọc*; c. de secours *đội quân cấp cứu, cứu trợ*; (b) Pol: cinquième c. *đội quân thứ năm (người trong nước, làm việc cho nước ngoài)*.
coloration [kɔlɔrasjɔ̃] nf 1. *cách tô màu; cách nhuộm màu* 2. *màu, sắc màu (của da)*.
colorer [kɔlɔre] 1. vtr *tô màu, pha màu; nhuộm màu (gỗ)*; c. qch en vert *tô xanh một cái gì, làm cho cái gì đó có màu xanh* 2. se c. *(về trái cây) ửng màu; (về khuôn mặt) trở nên đỏ bừng*. colorant a & nm *nhuộm màu*. coloré a *có màu sắc, (nước da) hồng hào, (hành văn) trau chuốt, bóng bẩy*.
coloriage [kɔlɔrjaʒ] nm (a) *sự tô màu;* (b) *bức vẽ tô thuốc màu*.
colorier [kɔlɔrje] vtr (impf & pr sub n. coloriions) *tô màu (một bức tranh, vẽ)*.
coloris [kɔlɔri] nm *nghệ thuật tô màu, cách tô màu; bóng màu*; Com: carte de c. *thẻ bóng*.
colosse [kɔlɔs] nm *người khổng lồ;* colossal, -aux a *khổng lồ, to lớn*.
colportage [kɔlpɔrtaʒ] nm *nghề bán hàng rong*.
colporter [kɔlpɔrte] vtr *bán rong, bán hàng rong*.
colporteur, -euse [kɔlpɔrtœ r, -z] n (a) *người bán hàng rong*; (b) c. de fausses nouvelles *người phao tin thất thiệt*.
coltiner [kɔltine] 1. vtr *khuân hàng, vác hàng (trên lưng)* F: *vác trên lưng* 2. se c. *đảm nhiệm, gánh vác (một cách trách nhiệm, nhiệm vụ)*.
colza [kɔlza] nm Bot: *cây cải dầu*.
coma [kɔma] nm *sự hôn mê*; dans le c., in a coma *trong tình trạng hôn mê*. comateux, -euse a *hôn mê*.
combat [kɔ̃ba] nm 1. (a) *trận đánh, trận chiến, trận đấu*; c. terrestre *trận đánh trên đất liền*; c. de rue, *trận chiến trên đường phố*; engager le c. *vào trận*; hors de c. *(*) (về người) bị loại khỏi vòng chiến; (**) (về máy móc) không còn hoạt động được*; (b) c. de boxe *trận đấu quyền anh* 2. *sự xung đột, sự mâu thuẫn, cuộc tranh đấu (cho sự hiểu biết)*.
combattant [kɔ̃batɑ̃] 1. a *tham chiến, chiến đấu (đơn vị)* 2. nm *chiến binh, chiến sĩ;* anciens combattants *cựu chiến binh*.
combattre [kɔ̃batr] v (conj BATTRE) 1. vtr *chiến đấu, tranh đấu (chống lại) (kẻ thù, điều cám dỗ)* 2. vi *chiến đấu, đấu tranh*. combatif, -ive a *hiếu chiến, thích tranh đấu;* esprit c. *tư tưởng hiếu chiến*.
combien [kɔ̃bjɛ̃] adv 1. *(tán thán)* (a) *biết bao nhiêu ! biết chừng nào !* si vous saviez c. je l'aime! *nếu anh biết là tôi yêu thương nó biết chừng nào*; (b) *biết bao nhiêu, bao nhiêu !* c. de gens ! *bao nhiêu là người !* 2. *(nghi vấn) bao nhiêu ?* c. vous dois-je ? *tôi phải trả anh bao nhiêu ?* bao nhiêu *(cái này bao nhiêu?)* (c'est) c.?.a fait c.? *toàn bộ, hết thảy bao nhiêu ?* depuis c. de temps est-il ici ? *nó đã ở đây bao lâu ?* à c. sommes-nous de Paris ? *chúng ta còn cách Paris bao xa ?* (b) c. de fois ? *bao nhiêu lần ? biết bao nhiêu lần rồi;* (c) nm inv F: le c. sommes-nous ? *hôm nay là ngày bao nhiêu ?, hôm nay là ngày mấy ?* il y a un car tous les c.? *khoảng bao lâu có một chuyến xe ?*
combinaison [kɔ̃binɛzɔ̃] nf 1. (a) *sự kết hợp, sự sắp xếp; sự phân nhóm (các chữ cái); sự phân bố (màu sắc);* (b) *kế hoạch, mưu đồ;* (c) Ch: Mth: *sự hóa hợp, tập hợp* 2. Cl: (a) *bộ quần áo bảo hộ lao động, bộ áo liền quần; bộ đồ bay*

(áo liền quần của phi công); c. de ski *bộ áo liền quần của vận động viên trợt tuyết*; (b) *quần lót (phụ nữ)*.

combinard, -arde [kɔ̃binar, ard] a & n P: *xảo trá, mưu mô*.

combine [kɔ̃bin] nf *ý đồ, mưu mô; ngón lừa bịp*; il a une c. pour entrer sans payer *nó có một ngón bịp để được vào nhà khỏi trả tiền*.

combineá [kɔ̃bine] nm (a) Ch: *sự hóa hợp*; (b) *hệ thống thu tiếng (điện thoại)*; (c) Sp: *sự kết hợp*.

combiner [kɔ̃bine] **1.** vtr (a) *kết hợp, liên kết (lực); hệ thống (ý niệm, khái niệm)* (b) Ch: combine *hóa hợp* (c) *nghĩ ra, đặt ra (kế hoạch)* **2.** se c. (à, avec) *phối hợp, liên kết (với)*.

comble [kɔ̃bl] **1.** nm pour c. de malheur *quá sức xui xẻo, bất hạnh*; ca, c'est le c.! *chừng đó là hết mức rồi, là tột bực rồi* **2.** nm (a) *nóc nhà, mái nhà*; loger sous les combles *sống ở tầng sát mái nhà;* de fond en c. *toàn bộ từ dưới lên trên*; (b) *tột điểm, cực điểm (của hạnh phúc)*; être au c. de la joie *tràn trề vui sướng* **3.** a *(về một hành lang, tiểu rãnh), chật chội, bó rọ*; selle c. *phòng đầy ắp người, chật ních*.

combler [kɔ̃ble] vtr **1.** *làm cho đầy (mương rãnh), bù đắp lại (tổn thất), lấp (các khoảng trống)* **2.** *áp đảo (cái gì, ai); đáp ứng (lòng khao khát, mơ ước của ai)*; vous me comblez *anh quá sức tử tế với tôi*; il est comblé *nó có tất cả mọi cái nó mong ước*.

combustible [kɔ̃bystibl] **1.** a *cháy được* **2.** nm *nhiên liệu; (tên lửa) lực đẩy tới*.

combustion [kɔ̃bystjɔ̃] nf *sự cháy bùng*.

comeádie [kɔmedi] nf (a) *kịch vui, hài kịch;* c. musicale *nhạc kịch vui;* (b) jour la c. (*) *đóng một vai trong vở kịch; (**) làm trò, đóng tuồng*; (c) quelle c. ! *quá sức ầm ĩ ! đúng là chuyện rồi hơi !*.

comeádien, -ienne [kɔmedjɛ̃, jɛn] n (a) *nam diễn viên, nữ diễn viên*; (b) Pej: *kẻ diễn tuồng*.

comestible [kɔmɛstibl] **1.** a *ăn được* **2.** nmpl *thức ăn*.

comeâte [kɔmɛt] nf *sao chổi*.

comice [kɔmis] nm c. agricole *hội nghị nông nghiệp;* comices agricoles *đại hội nông dân*.

comique [kɔmik] **1.** Th: Lit: (a) *thuộc về kịch vui, hài kịch (diễn viên);* le genre c. *hài kịch;* (b) nm (*) *hài kịch (**) báo hài hước; tác giả kịch hài* **2.** (a) *trò chơi hài; buồn cười;* (b) nm le c. de l'histoire c'est que *chỉ là trò hề của kịch sử* comiquement adv *Một cách buồn cười, hài hước*.

comiteá [kɔmite] nm *ủy ban, hội đồng*; c. d'entreprise *hội đồng tham mưu;* c. de gestion *hội đồng quản lý;* être en petit c. *trong vòng ít người, trong vòng thân hữu*.

commandant [kɔm)d)] **1.** *chỉ huy, điều khiển* **2.** nm (a) *sĩ quan chỉ huy;* Nau: *hạm phó (một chiếc tàu);* Navy: *sĩ quan hành chánh* Av: c. de bord *đại úy (không quân);* (b) (cấp bực) Mil: *thiếu tá* MilAv: *phi đội trưởng*.

commande [kɔm)d] nf **1.** (a) Com: *sự đặt mua hàng;* passer une c. *đặt mua hàng;* fait sur c. *theo lệnh đặt hàng;* ouvrage écrit sur c. *tác phẩm theo yêu cầu;* (b) sourire de c. *nụ cười gượng gạo* **2.** MecE: (a) *sự điều khiển, thao tác* (*) *cần điều khiển;* (**) Av: *cần lái* à c. vocale *với giọng kích động;* prendre les commandes *nắm quyền chỉ huy, kiểm soát;* (b) *(bánh răng) định hướng, điều khiển*.

commandement [kɔm)dm)] nm **1.** *sự điều khiển, mệnh lệnh* Rel: *điều răn* **2.** *sự làm chủ, quyền lực;* prendre le c. *nắm lấy quyền hành*.

commander [kɔm)de] **1.** vtr (a) *điều khiển; ra lệnh* c. un diner *đặt một bữa ăn tối;* c. à qn de faire qch *ra lệnh ai phải làm việc gì;* apprendre à se c. *học cách tự làm chủ lấy mình;* ces choses-là ne se commandent pas *những việc đó ngoài tầm (kiểm soát) của chúng ta;* (b) *bắt phải (kính trọng);* (c) Mil: *chỉ huy, truyền lệnh, buộc phải tuân theo lệnh (của);* (d) *chi phối, ở vị trí cao hơn (thành phố);* (e) MecE: *kiểm tra, thao tác (van); vận hành (máy móc)* **2.** vi (a) je lui ai commandé de se taire *tôi đã ra lệnh cho nó phải im lặng;* c. à son impatience *chế ngự sự nôn nóng của bản thân;* (b) qui est-ce qui commande ici? *ai điều hành ở đây ?*

commandeur [kɔm)dœr] nm *người được huân chương tam đẳng bội tinh*.

commanditaire [kɔm)ditɛr] nm Com: *người cùng hùn vốn*.

commanditer [kɔm)dite] vtr *tìm vốn, bỏ vốn (cho một kế hoạch liều lĩnh)*.

commando [kɔm)do] nm Mil: *lính biệt kích (đơn vị)*.

comme[1] [kɔm] adv **1.** (a) *như;* faites c. moi *làm như tôi;* se conduire c. un fou *cư xử như một thằng điên;* tout c. un autre *đúng như mọi người* F: j'ai c. une idée que *tôi có một ý nghĩ nhỏ là;* (alors) c. .a vous venez de Paris? *và anh đã rời Paris như vậy à ?* (b) doux c. un agneau *hiền dịu như một con cừu con;* blanc c. neige *trắng như tuyết* F: drôle c. tout *buồn cười khủng khiếp;* (c) c. (si) *giống như;* il faisait c. si rien ne s'était passé *nó làm ra vẻ như không có gì đã xảy ra;* il leva la main c. pour me frapper *nó dơ tay lên như muốn để đánh tôi;* F: c'est tout c. *mọi cái đều giống nhau;* c. quoi il ne fallait pas le faire *như vậy thì anh không nên làm;* (d) les bois durs c. le chêne *cây có gỗ cứng như cây sồi*; **2.** như faites c. il vous plaira *hãy làm như anh muốn*; (b) adj & adv phr c. il faut *hẳn hòi, một cách xứng đáng*; F: il est très c. il faut *nó rất đàng hoàng*; tiens-toi c. il faut *hãy đứng (ngồi) đàng hoàng* **3.** như là, trong loại; qu'est-ce que vous avez c. légumes ? *anh có thứ gì trong loại rau quá?* **4.** *(tán thán) biết chừng nào !* c. il est maigre ! *nó ốm biết chừng nào.*

comme² conj **1.** *vừa khi, vì rằng*; c. vous êtes là *vì rằng anh ở đó* **2.** *vừa đúng lúc* c. il allait frapper, il fut arrêté *vừa đúng lúc, vừa đúng lúc nó sắp đánh thì nó bị bắt.*

commeámoration [kɔmemɔrasjɔ̃] nf commemoration *lễ kỷ niệm* commémoratif, -ive a (de) *kỷ niệm, ghi nhớ về.*

commeámorer [kɔmemɔre] vtr *kỷ niệm.*

commencement [kɔm)sm)] nm (a) *Sự bắt đầu, khởi sự*; au c. *Buổi đầu, kể từ khi bắt đầu*; du c. jusqu'à la fin *Từ đầu đến cuối*; (b) pl *Nguồn gốc, khởi thủy.*

commencer [kɔm)se] (n. **commençons**) **1.** (a) vtr *Bắt đầu, khởi sự*; (b) vi il commence à pleuvoir *Trời bắt đầu mưa*; c. par faire qch *Bắt đầu làm việc gì*; F: ca commence bien ! *công việc khởi sự tốt đẹp* F: je commence à en avoir assez ! *tôi bắt đầu chán ngấy !* **2.** vi ca vient de c. *Cái đó mới bắt đầu*; commencant - ante **1.** a *Bắt đầu, sơ khởi* **2.** n *Người bắt đầu mới học.*

comment [kɔm)] adv **1.** *Nghi vấn*; c. allez - vous? *Anh mạnh khỏe không ?* c. (dites - vous) ? *Anh nói cái gì ?* c. faire ? *Làm thế nào đây ?* c. est - il ? *Nó ra sao rồi ?* **2.** *(Tán thán) sao ! thế nào!* c. ! vous n'êtes pas encore parti! *Sao ! anh vẫn chưa đi à* mais c. donc ! *Sao ! như thế nào !* F: ca t'a plu? - et c.! *anh có thích cái đó không ? - thế thì sao !* **3.** nm inv les pourquoi et les c. *Cách thức, phương pháp những cái tại sao và những cái thế nào.*

commentaire [kɔm)tɛr[] nm **1.** (sur) *Bài bình luận (về)* **2.** *Lời chú giải, lời nhận xét*; F: ca se passe de c. *chuyện đó xảy ra không kèn không trống*; F: pas de commentaires ! *miễn phê bình ! đủ rồi !*

commentateur, - trice [kɔm)tatœr, tris] n *Nhà bình luận.*

commenter [kɔm)te] vtr **1.** *Bình luận về, chú (văn bản)* **2.** *Bình phẩm, phê bình (ai, cái gì).*

commeárage [kɔmeraʒ] nm *Chuyện ngồi lê đôi nách.*

commerçant, - ante [kɔmɛrs),)t] **1.** *Buôn bán, thương mãi (khu)*; rue commerçante *Đường phố buôn bán*; peu c. *Kém về thương mãi.* **2.** n *Người buôn bán; Thương gia; Người bán hàng (ở cửa hàng)*; c. en gros, en détail *Người buôn bán sĩ, người buôn bán lẻ.*

commerce [kɔmɛrs] nm **1.** *Sự buôn bán; Thương mãi*; c. en gros, en détail *Sự buôn bán sĩ, sự buôn bán lẻ*; le petit c., (*) *Tiểu thương* (**) *Người chủ tiệm buôn*; hors c. *Nằm ngoài thị trường*; faire du c. *Buôn bán* **2.** A: & Lit: être en c. avec qn *Sự giao thiệp, sự giao dịch*; commercial, pl -iaux **1.** *Thương mãi, buôn bán*; et c. *Dấu và (&)* **2.** nf Aut: *xe có thùng* NAm: *xe vừa chở khách, vừa chở hàng.*

commercer [kɔmɛrse] vi (je commercai(s)) (avec). *Buôn bán, mậu dịch (với).*

commercialisation [kɔmɛrsjalizasjɔ̃] nf *Sự thương mãi hoá, sự tiếp thị.*

commercialiser [kɔmɛrsjalize] vtr *Thương mãi hoá.*

commeâre [kɔmɛr] nf (pers) *(Người) hay bép xép, hay ngồi lê đôi nách.*

commettre [kɔmɛtr] vtr (conj METTRE) **1.** c. qn à qch *Giao phó cho ai công việc gì* **2.** *Phạm (tội); Phạm (sai lầm)* **3.** se c. avec qn *Liên kết, phối hợp với ai.*

commis [kɔmi] nm O: **1.** *viên lục sự* **2.** (a) *Người bán hàng* NAm: *Người chạy hàng* (b) c. voyageur *Người đi chào hàng.*

commiseáration [kɔmizerasjɔ̃] nf *Lòng thương người, lòng trắc ấn.*

commissaire [kɔmisɛr] nm (a) *Ủy viên, người có uy nhiệm ; Người đại diện cho chính quyền* (b) c. (de police) *Giám đốc sở cảnh sát, cảnh sát trưởng* (c) Nau: c. du bord *Nhân viên tài vụ (ở trên tàu)* (d) Sp: *ủy viên ban tổ chức cuộc thi đấu thể thao.*

commissaire - priseur [k-misɛrprizœr] nm pl commissaires - priseurs. *Người điều khiển cuộc bán đấu giá.*

commissariat [kɔmisarja] nm (a) c. (de police) *Sở cảnh sát*; (b) *Văn phòng (bộ trưởng, nội các).*

commission [kɔmisjɔ̃] nf **1.** *Sự ủy nhiệm, ủy thác, tiền hoa hồng*; vente à c. *Sự buôn bán theo phương cách ủy thác.*; c. de deux pour cent *Hoa hồng hai phần trăm* **2.** *Tin tức, thông báo, mục đích chuyến đi*; faire les commissions *Đi mua hàng*; je lui ferai la c. *Tôi sẽ truyền đạt tin tức cho anh ta, cho cô ta* **3.** *Ủy ban, hội đồng*; c. d'enquête *Ủy ban điều tra.*

commissionnaire [kɔmisjɔnɛr] nm **1.** Com: *người bán lại ăn hoa hồng*; broker *Người môi giới* **2.** *Người đưa tin, sự giả.*

commissionner [kɔmisjɔne] vtr *Ủy nhiệm, ủy thác.*

commissure [kɔmisyr] nf *Khóe (miệng).*

commode [kɔmɔd] 1. a *Thuận tiện lợi (lúc, thời điểm); Thuận tiện (công cụ); Tiện nghi (căn nhà)* (b) ce n'est pas c. *Không dễ dàng đâu;* (c) c. à vivre *Sống dễ dàng (với);* F: il n'est pas c. *Anh ta rất khó tính* 2. nf *Tủ có ngăn kéo.*
commodément adv *Một cách thuận tiện, tiện nghi.*
commoditeá [kɔmɔdite] nf *Sự tiện nghi.*
commotion [kɔmosjɔ̃] nf 1. *Sự náo động; Sự biến động đột ngột;* Med: c. cérébrale *Sự chấn động tạm thời của não bộ* 2. *Sốc, sự va chạm mạnh.*
commotionner [kɔmosjɔne] vtr (a) Med: être fortement commotionné *bị chấn động mạnh ở não bộ;* (b) *Làm cho ai bị sốc.*
commuer [kɔmɥe] vtr Jur: *giảm khinh.*
commun [kɔmœ̃] 1. a (a) *Chung (với);* jardin c. *Công viên;* amis communs *Bạn chung;* vie commune *Cuộc sống cộng đồng;* d'un c. accord *Cùng chung một;* en c. *Chung;* vivre en c. *Chung, sống chung Bình thường, phổ thông;* universal *Thông thường (tập quán) thông thường, thường ngày (sự cố);* le sens c. *Nghĩa thông thường;* Gram: nom c. *Danh từ chung* (c) vulgar *Tầm thường* 2. nm (a) *Đại đa số, phần đông (về con người);* hors du c. *Nằm ngoài lẽ thói bình thường;* (b) pl les communs *Nhà phụ, nhà ngoài* **communément** adv *Một cách thông thường.*
communautéa [kɔmynote] nf 1. (a) *Tính cách chung, sự cùng chung (một lợi ích)* (b) Jur: *tài sản chung (của vợ chồng)* 2. (a) *Cộng đồng, xã hội;* (b) *Sự cùng chung (một tôn giáo)* (c) Pol: *đoàn, đoàn thể xã hội.* **communautaire** *Cộng đồng (trung tâm).*
commune [kɔmyn] nf 1. la Chambre des Communes *Hạ nghị viện Anh* 2. Fr Adm: *(đơn vị, địa hạt nhỏ nhất) làng, xã = (*) Khu hành chính (thuộc quận) (**) Chính quyền của một khu tự trị.* **communal,** - aux a *Công (đất); Chung, công cộng (sở hữu).*
communiant, - **ante** [kɔmynj),)t] n Egl: *người chịu lễ ban thánh thể;* premier c., première communiante *Đứa bé chịu lễ ban thánh thể lần đầu.*
communication [kɔmynikasjɔ̃] nf 1. (a) *Sự liên lạc, sự trao đổi;* entrer, se mettre, en c. avec qn *Trao đổi, liên hệ với một người;* portes de c. *Cửa thông với....* (b) Tp: c. téléphonique *Sự liên lạc bằng giây nói;* c. en PCV *Sự liên lạc bằng giây nói do người nhận trả chi phí;* vous avez la c. *Anh đã bắt liên lạc được rồi đấy;* la c.est mauvaise *Đường giây nói xấu quá (sự liên lạc bằng giây nói không được rõ)* 2. (a) *Sự truyền thông, sự thông báo;* (b) *Tài liệu (về khoa học)* communicatif, - ive a *Cởi mở, thích chuyện trò; Lây lan (tiếng cười).*
communior [kɔmynje] vi Egl: (impf & pr sub n. communiions) *chịu lễ ban thánh thể.*
communion [kɔmynjɔ̃] nf *Đoàn thể tôn giáo, lễ ban thánh thể, sự thống nhất về ý nghĩa;* faire ,sa première c. *Chịu lễ ban thánh thể lần đầu;* être en c. avec qn *Thân thiết với ai.*
communiqueá [kɔmynike] nm *Báo cáo chính thức;* c. de presse *Sự công bố trên báo chí.*
communiquer [kɔmynike] 1. vtr *Thông tin, truyền đạt, phổ biến (tin tức);* c. qch par écrit *Phổ biến bằng bài viết;* c. une maladie à qn *Chuyển một con bệnh đến một người khác* 2. vi *Thông với, liên lạc với;* porte qui communique au, avec le, jardin *Cửa thông ra vườn* 3. *(Về ngọn lửa)* se c. (à). *Lan toả ra, bao phủ* **communicant** *Thông, thông nhau (phòng).*
communisme [kɔmynism] nm *Chủ nghĩa Cộng Sản* **communisant,** - **ante** 1. *(Có) cảm tình với đảng Cộng Sản* 2. n *Người có cảm tình với đảng Cộng Sản.*
communiste [kɔmynist] n *Người Cộng Sản.*
commutateur [kɔmytatœr] nm El: *các chuyển mạch.*
commutation [kɔmytasjɔ̃] nf *Sự giao hoán, sự chuyển mạch.*
commuter [kɔmyte] vtr Jur: *cải giảm (tội danh).*
compact [kɔ̃pakt] 1. a *Gọn đặc; Chắc, áp đảo (đa số);* disque c. *Đĩa côpắc* 2. nm (a) *Đĩa côpắc, đĩa D.C* (b) *Máy thâu hình.*
compagne [kɔ̃paɲ] nf *Bạn gái; Bạn đời; (Về động vật) con đực, con cái;* c. de classe *Bạn học gái.*
compagnie [kɔ̃paɲi] nf 1. *Sự cùng ở;* tenir c. à qn *Ở chung với ai;* fausser c. à qn *Cho ai bị lỡ hẹn, bỏ ai để đi về* 2. *Nhóm bạn;* toute la c. *Đoàn, toán; Tất cả mọi người;* fréquenter la mauvaise c. *Chơi với bọn người vô lại* 3. Com: Mil: *công ty, đội quân;* c. aérienne *Công ty hàng không;* la maison Thomas et C. *Công ty Thomas.*
campagnon [kɔ̃paɲɔ̃] nm *Bạn bè, bằng hữu;* c. d'études *Bạn học;* c. de jeu *Bạn cùng chơi bài;* c. de travail *Bạn đồng nghiệp;* c. de voyage *Bạn cùng đi du lịch;* c. d'infortune *Bạn cùng hội cùng thuyền.*
comparaison [kɔ̃parɛzɔ̃] nf 1. *Sự so sánh;* en c. de qch *Để so sánh với cái gì;* sans c. le plus grand *Không phóng đại* 2. *Phép so sánh.*
comparaître [kɔ̃paretr] vi (conj PARAITRE) Jur: c. (en justice) *ra trước tòa.*
comparer [kɔ̃pare] 1. vtr (à, avec) *So sánh với*

comparse / **compliment**

2. se c. *Được so sánh với.* comparable a *Có thể so sánh được.* comparatif, - ive a *Theo cách so sánh.* comparativement adv *So sánh với, tương đối* comparé *So sánh.*

comparse [kɔ̃pars] n *Người không quan trọng, kẻ đóng vai phụ.*

compartiment [kɔ̃partim)] nm *Ngăn, hộc, căn phòng, toa riêng.*

compartimentage [kɔ̃partim)taʒ] nm *Sự ngăn chia ra từng ô, từng ngăn, từng phòng.*

compartimenter [kɔ̃partim)te] vtr (a) *Chia từng ngăn, từng ô*; (b) *Được chia thành từng ngăn, từng ô.*

comparution [kɔ̃parysjɔ̃] nf Jur: *sự ra hầu tòa.*

compas [kɔ̃pa] nm 1. *Côm - pa*; c. à pointes sèches *Côm - pa dùng để đo*; avoir le c. dans l';il *Có con mắt tinh tế, chính xác*. 2. c. (de mer) *La bàn.*

compasseá [kɔ̃pase] a *Quá đều đặn, quá chừng mực.*

compassion [kɔ̃pasjɔ̃] nf *Lòng trắc ẩn, thương hại.*

compatibiliteá [kɔ̃patibilite] nf *Tính tương hợp, thích hợp.* compatible a *Tương hợp, thích hợp.*

compatir [kɔ̃patir] vi c. au chagrin de qn *Thương xót nỗi đau buồn của ai.* compatissant a (à) *Động lòng trắc ẩn, thân ái, thương xót về.*

compatriote [kɔ̃patriɔt] n *Người đồng hương.*

compensation [kɔ̃p)sasjɔ̃] nf (a) *Sự bù, sự bù trừ; Sự bù (vài cái mất mát)*; en c. de *Bù cho ai*; il y a c. *Có sự bù trừ*; (b) *Sự thăng bằng, sự cân bằng (cái lực)* compensatoire *Bù lại, bù trừ.*

compenser [kɔ̃p)se] vtr (a) *Đền bù; Bù lấp (một lỗi lầm); Bố khuyết cho cái gì*; c. une perte *Đền bù một sự mất mát*; (b) *Bồi thường, bồi hoàn (món nợ)* compensé a *Được đền bù*; semelle compensée *Đế giày.*

compeâre [kɔ̃per] nm *Người đồng lõa.*

compeátence [kɔ̃pet)s] nf 1. *Năng lực, trình độ, quyền lợi về mặt pháp lý*; cela ne rentre pas dans sa c. *Cái đó không nằm trong lĩnh vực, sở trường của anh ta*; sortir de sa c. *Làm vượt quá khả năng* 2. *Khả năng; Tài năng, kỹ xảo.* compétent a *Có năng lực, có trình độ*; l'autorité compétente *Chức vụ có thẩm quyền.*

compeátition [kɔ̃petisjɔ̃] nf (a) *Sự cạnh tranh, sự tranh đấu*; esprit de c. *Tư tưởng thích đấu tranh*; (b) Sp: *cuộc thi đấu*; c. sportive *Sự kiện thể thao.* compétitif, - ive *Cạnh tranh, tranh đấu.* compétitivité nf *Sự có thể cạnh tranh, có thể ganh đua.*

compilateur, - trice [kɔ̃pilatœr, tris] n *Người biên tập, người sưu tập.*

compilation [kɔ̃pilasjɔ̃] nf *Sự sưu tập tài liệu.*

compiler [kɔ̃pile] vtr *Sưu tập.*

complainte [kɔ̃pl(t] nf Mus: Lit: *Bi ca, ai ca.*

complaire [kɔ̃pl(r] v ind tr (conj PLAIRE) 1. Lit: c. à qn *làm vừa lòng ai, chiều ai* 2. se c. à faire qch *Lấy làm thích ý khi làm việc gì.*

complaisance [kɔ̃plɛz)s] nf 1. *Sự sẵn sàng giúp đỡ kẻ khác*; auriezvous la c. de + inf *Anh có sẵn sàng giúp đỡ*... 2. *Sự mãn nguyện, sự tự mãn* complaisant a (a) *Ân cần* (b) *Khoan dung*; (c) *Toại nguyện, tự mãn* complaisamment adv *Một cách sẵn sàng giúp đỡ; Một cách mãn nguyện, với sự hài lòng.*

compleáment [kɔ̃plem)] nm (a) *Phần bổ sung; Phần phụ thêm, phần còn lại*; un c. d'information *Phần bổ sung cho một thông tin, một tài liệu*; (b) Gram: *bổ ngữ*; c. (d'objet) *Bổ ngữ cho (động từ)* complémentaire a *Được bù, được bổ sung; Thêm, bổ sung (tin tức).*

complet, - eâte [kɔ̃plɛ, ɛt] 1. a (a) *Đủ, trọn, toàn bộ, đầy đủ (bài phóng sự); Chu đáo (cuộc kiểm tra)*; athlète c. *Một nhà lực sĩ hoàn bị*; échec c. *Sự thất bại hoàn toàn*; F: c'est c.! *Đủ rồi !*; (b) *Đầy (chuyến xe buýt Th khán giả)*; PN c. *đầy đủ (nội dung yết thị); (Treo ở trước khách sạn) không còn chỗ trống* 2. nm (a) c. (-veston) *Bộ complê, bộ đồ vía*; (b) au c. *Đầy đủ cả*; nous étions au grand c. *Chúng tôi có mặt đầy đủ, trọn vẹn cả* complètement adv *Một cách đầy đủ, một cách trọn vẹn; (Hư hại) hoàn toàn.*

compleáter [kɔ̃plete] vtr (je complète; je compléterai) (a) *Bổ sung vào, bù đắp thêm (một khoảng tiền)*; (b) ils se complètent *Chúng nó bổ sung cho nhau.*

complexe [kɔ̃plɛks] 1. a *Phức tạp; Khó khăn; Rối ren*; nombre c. *Phức số* 2. nm (a) Psy: *mặc cảm*; avoir des complexes *Có những mặc cảm, bị cắm cản*; sans complexes *Không có mặc cảm, không bị cắm cản*; (b) *Sự phức tạp, nhiều thành phần (công nghiệp).*

complexer [kɔ̃plekse] vtr *Tạo cho ai một mặc cảm* complexé a F: *Bị cắm cản, có mặc cảm.*

complexiteá [kɔ̃plɛksite] nf *Điều phức tạp.*

complication [kɔ̃plikasjɔ̃] nf 1. *Tình trạng phức tạp* 2. *Điều phức tạp* 3. Med: *tình huống phức tạp của một căn bệnh.*

complice [kɔ̃plis] a & n *Sự thêm vào, thêm vào, đồ phụ tùng của; (de) Kẻ đồng lõa, kẻ a tòng, tiếp tay.*; c. en, adultère *Người thông dâm với bị cáo trong một vụ kiện ly dị.*

compliciteá [kɔ̃[œisite] nf *Sự dính líu vào, tội đồng lõa.*

compliment [kɔ̃plim)] nm 1. *Lời ca tụng, lời khen ngợi* 2. pl complements *Lời thăm hỏi trịnh* *trọng, lời chúc mừng*; faites - lui mes compliments *Chuyển đến nó những lời thăm hỏi của tôi* 3. *Sự chúc mừng* je te fais mes compliments *Tôi xin chúc mừng anh*.

complimenter [kɔ̃plimɛ̃te] vtr (de, sur). *Ca tụng, chúc mừng (về)*.

compliquer [kɔ̃plike] 1. vtr *Làm cho rắc rối* 2. se c. *Trở nên rắc rối, phiền phức; Làm cho phong phú thêm (một cốt truyện)*; se c. l'existence *Tự tạo rắc rối cho cuộc sống*. compliqué a *Rắc rối, phức tạp, (máy móc) phức tạp*; Med: *(chỗ gãy) nhiều phần, kết hợp*.

complot [kɔ̃plo] nm *Cuộc âm mưu*.

comploter [kɔ̃plɔte] vi *Âm mưu (chống lại...)*

comploteur [kɔ̃plɔtœr] nm *Người âm mưu*.

componction [kɔ̃pɔ̃ksjɔ̃] nf 1. *Sự nghiêm nghị, sự long trọng* 2. Rel: *sự ăn năn, hối hận*.

comportement [kɔ̃pɔrtəmɑ̃] nm *Thái độ, cách cư xử*.

comporter [kɔ̃pɔrte] vtr 1. *Chịu đựng, dung nạp (cái gì)* 2. *Đòi hỏi, yêu cầu (cái gì)* 3. *Bao gồm, gồm có (cái gì)*; les inconvénients que cela comporte *Những khó khăn, những bất tiện mà cái đó mang lại* 4. se c. (envers) *Cư xử (đối với)*.

composer [kɔ̃poze] 1. vtr (a) *Sáng tác (một khúc giao hưởng)*; vi Mus: *Sáng tác*; vi Sch: *dự cuộc thi*; (b) *Sắp (chữ in)*; Tp: c. un numéro *quay số điện thoại*; (c) les personnes qui composent notre famille *Những người là thành viên của gia đình chúng tôi*; (d) c. son visage *Sửa nét mặt lại (cho chỉnh, cho nghiêm)* 2. vi (avec) *Dàn xếp, thỏa hiệp (với)* 3. se c. (de) *Gồm có* composant a & nm 1. a *Hợp thành từ; (Thái độ) bình tĩnh* 2. nm *Hợp chất*.

compositeur, -trice [kɔ̃pozitœr, tris] n 1. Mus: *Mus nhà soạn nhạc* 2. Typ: *Người sắp chữ, thợ sắp chữ in*.

composition [kɔ̃pozisjɔ̃] nf 1. (a) *Sự sắp xếp, sự sáng tác (một bản xô nát); Sự dàn dựng (một tiểu thuyết); Sự cấu tạo (của nước)*; (b) Typ: *sự sắp chữ in* 2. (a) *Hợp chất, chất tổng hợp*; (b) Lit: Mus: *tác phẩm*; Sch - (*) *bài tiểu luận* (**) *Bài thi* 3. *Sự dàn xếp*; entrer en c. avec qn *Đi đến sự thỏa hiệp với ai*.

compost [kɔ̃pɔst] nm *Phân trộn, phân hỗn hợp (trong nghề làm vườn)*.

composter [kɔ̃pɔste] vtr *Đóng dấu lên tem, đục lỗ một tấm vé*.

compote [kɔ̃pɔt] nf *Trái cây nấu nước đường*; c. de pommes *Trái táo nấu nước đường*; F: j'ai les jambes en c. *chân tôi bị thương nát ra*.

compotier [kɔ̃pɔtje] nm *Đĩa trái cây*.

compreáhension [kɔ̃preɑ̃sjɔ̃] nf *Sự biết, sự hiểu biết* compréhensible a *Có thể hiểu được*; compréhensif, -ive a *Bao hàm, hàm xúc*.

comprendre [kɔ̃prɑ̃dr] vtr (conj PRENDRE) 1. *Bao gồm, gồm có;* y compris *Kể cả, gồm cả*; tout compris *Bao hàm tất cả* 2. *Hiểu;* je n'arrive pas à c. cette phrase *Tôi không thể hiểu nổi câu này*; ai - je bien compris que tu pars ? *Tôi có cần hiểu rõ vì sao anh ra đi không ?* je n'y comprends rien *Tôi không hiểu gì cả*; je lui ai fait c. que + ind *Tôi đã làm cho nó hiểu rằng*; se faire c. *Làm cho người khác hiểu mình*; cela se comprend *Điều đó dễ hiểu*; je comprends bien ! *Tôi hiểu rất rõ !*

compresse [kɔ̃prɛs] nf *Miếng gạt, miếng băng*.

compresseur [kɔ̃prɛsœr] nm *Máy nén*.

compression [kɔ̃prɛsjɔ̃] nf 1. *Sự nén* 2. *Sự hạn chế, sự cắt bớt, sự giảm bớt (ban bệ)*. compressible a *Chịu nén, chịu ép, nén được*.

comprimer [kɔ̃prime] vtr 1. *nén lại, nén, ép* 2. *Ức chế, kiềm chế (một cảm xúc); Cầm (nước mắt)* comprimé 1. a *Bị nén (không khí)*; outil à air c. *Dụng cụ dùng hơi nén* 2. nm Pharm: *Viên thuốc*.

compromettre [kɔ̃prɔmɛtr] v (conj METTRE) 1. vtr (a) *Làm nguy hại đến ai*; être compromis *Bị dính líu đến* (b) *Gây nguy hiểm (đời sống)* 2. vi *Hòa giải, thỏa hiệp* 3. se c. *Tự làm tổn thương, mất danh dự*.

compromis [kɔ̃prɔmi] nm *Sự thỏa hiệp (giữa trọng tài)*.

compromission [kɔ̃prɔmisjɔ̃] nf Pej: *Sự làm hại thanh danh; Sự đành lòng phải làm ngược lại nguyên tắc*.

comptabiliser [kɔ̃tabilize] vtr *Ghi (cái gì) vào sổ kế toán*.

comptabiliteá [kɔ̃tabilite] nf 1. *Sự giữ sổ sách (kế toán)*; tenir la c. *Sự kế toán* 2. *Giữ sổ sách kế toán*.

comptable [kɔ̃tabl] 1. *Kế toán* 2. nm *Nhân viên kế toán; Người giữ sổ sách*; expert c. *Người sành sỏi, chuyên môn trong nghề kế toán*.

comptant [kɔ̃tɑ̃] 1. a argent c. *Bằng tiền mặt* 2. adv payer c. *Trả tiền mặt* 3. nm *Sự buôn bán lấy tiền mặt*.

compte [kɔ̃t] nm (a) *Sự tính, sự đếm*; faire le c. des dépenses *Tính số chi tiêu*; cela fait mon c. *Cái đó làm lợi cho tôi*; y trouver son c. *Thấy có lợi trong việc đó*; le c. y est *Đúng là số lượng tiền đó*; F: il a son c. (*) *nó bị ngược đãi*; (**) *Nó quá chén (nó bị say rượu);* son c. est bon *Nó rất thực thà, thẳng thắn*; en fin de c. *Chung qui lại; Rốt cuộc*; tenir c. de qch *Tính đến, kể đến cái gì*; ne tenir aucun c. de qch *Không kể đến ai, không nhìn nhận cái gì*; c. tenu de *Trên quan điểm*; entrer en ligne de c. *Lưu ý đến, tính* *đến*; acheter qch à bon c. *Mua được cái gì với giá rẻ*; s'en tirer à bon c. *Rút lui một cách dễ chịu*; (b) *Sự đếm*; c. à rebours *Sự đếm ngược cho đến một (ví dụ khi phỏng tên lửa)*; (c) *Sổ sách, kế toán*; tenir les comptes *Giữ sổ sách kế toán*; F: régler son c. à qn *Thanh toán ai*; c. en banque *Tài khoản ở ngân hàng*; c. chèque NAm: *Tài khoản thanh toán bằng chi phiếu*; apprendre qch sur le c. de qn *Biết được điều gì ở một người nào đó*; mettre qch sur le c. de qn *Đổ lỗi một việc gì cho ai*; s'installer à son c. *Cũng có vai vế của mình*; prendre qch à son c. *Chịu trách nhiệm về việc gì*; pour mon c. *Thay cho tôi*; (d) rendre c. de qch *Giải thích, đánh giá cái gì*; c. rendu *Bảng tóm tắt, bài phóng sự*; se rendre c. de qch *Nhận thức, nhận thấy cái gì*.

compte - gouttes [kɔ̃tgut] nm inv Pharm: *Ống nhỏ giọt*; au c - g. *Từng giọt một*.

compter [kɔ̃te] 1. vtr (a) *Tính, đếm*; dix - neuf tous comptés *cái tất cả*; ses jours sont comptés *Thời gian (còn lại) của nó đều đã được tính ngày*; sans c. que *Không kể rằng*; il faut c. une beure *Phải mất hết một giờ*; Adm: à c. du 1. - janvier *có hiệu lực từ ngày 1 tháng 1*; (b) c. cent francs à qn *Trả 100 frăng cho ai*; (c) Com: *tính giá*; on ne compte pas l'emballage *Không tính giá bao bì*; (d) *Đánh giá*; c. sa vie pour rien *Cuộc đời của nó không đáng giá gì cả*; (e) c. faire qch *Trù tính làm việc gì; Tính toán làm việc gì* 2. vi (a) c. sur qn *Tin tưởng vào ai*; comptez sur moi *Hãy tin vào tôi*; j'y compte bien *Tôi hy vọng như thế*; (b) c. avec qn *Dựa vào ai*; (c) c. parmi les meilleurs *Được tính vào trong số người giỏi nhất*; (d) *Tính toán*; cela ne compte pas *Cái đó không tính vào* ; ce qui compte c'est de réussir *Cái chính là phải thành công, phải đạt kết quả*.

compte - tours [kɔ̃ttur] nm inv Aut: *máy đếm vòng*.

compteur [kɔ̃tœr] nm Meter *Máy đếm, công tơ*; c. kilométrique *Máy đếm cây số*; c. de vitesse *Máy đếm vận tốc*; c. (de) Geiger *Máy tính geiger*.

comptoir [kɔ̃twar] nm 1. Com: Com *quầy hàng, quầy rượu*; gar.on de c. *Cậu bé phục vụ quầy rượu* 2. *Chi điểm* 3. *Chi nhánh (ngân hàng)*.

compulser [kɔ̃pylse] vtr *Tra cứu*.

comte [kɔ̃t] nm *Bá tước*.

comteá [kɔ̃te] nm (a) Hist: *lãnh địa của bá tước*; (b) *Hạt, đơn vị hành chánh, chính trị*.

comtesse [kɔ̃tes] nf *Bà bá tước*.

con, conne [kɔ̃, kɔn] n 1. a F: *ngu, ngốc nghếch* 2. F: *người ngu đần, ngốc nghếch*; faire le c. *Có thái độ ngốc nghếch* 3. nm V: *Bộ phận sinh dục nữ*.

concassage [kɔ̃kasaʒ] nm *Sự nghiền, tán, giã*.

concasser [kɔ̃kase] vtr *Nghiền tán*.

concasseur [kɔ̃kasœr] nm *Máy nghiền, máy ép*.

concaviteá [kɔ̃kavite] nf (a) *Mặt lõm; (b) Hố hốc*. concave *Lõm*.

concéder [kɔ̃sede] vtr (je concède; je concéderai) 1. *Nhường cho, ban cho (đặc ân)* 2. c. qu'on a tort *Thừa nhận rằng chúng ta sai trái*.

concentration [kɔ̃sɑ̃trasjɔ̃] nf (a) *Sự tập trung*; (b) c. urbaine *Sự tập trung các đô thị (thành phố)*; (c) *Sự hợp nhất các cơ sở kinh doanh*.

concentrer [kɔ̃sɑ̃tre] 1. vtr *Tập trung; Hội tụ (tia)*; *Đặt vào giữa* 2. se c. (sur) *Tập trung về, qui tụ về*. concentré 1. a *Qui về; Cô đặc (sữa)*; Cà chua xay (cô đặc) 2. nm c. de tomates

concentrique [kɔ̃sɑ̃trik] a *Đồng tâm*.

concept [kɔ̃sept] nm *Khái niệm*.

conception [kɔ̃sepsjɔ̃] nf 1. *Nhận thức* 2. *Ý nghĩa* 3. Med: *khái niệm*.

concerner [kɔ̃serne] vtr *Liên quan, làm ảnh hưởng đến*; en ce qui concerne *Thuộc về*; en ce qui vous concerne *Về những gì có liên quan đến anh*; est ce que cela vous concerne ? *Cái đó có ảnh hưởng gì đến anh không?*

concert [kɔ̃ser] nm 1. *Sự đồng lòng, sự thỏa hiệp*; de c. *Cùng nhau, cùng hiệp đồng với ai*. 2. (a) *Buổi, nơi hòa nhạc*; salle de c. *Phòng hòa nhạc*; (b) *Sự đồng lòng (ủng hộ)*.

concertation [kɔ̃sertasjɔ̃] nf Pol: *cuộc thảo luận*.

concerter [kɔ̃serte] 1. vtr *Vạch kế hoạch* 2. se c. (avec qn) *Bàn định, bàn tính với ai* concerté a *Có sự hợp nhất*.

concertiste [kɔ̃sertist] n *Nhạc công buổi hòa nhạc*.

concerto [kɔ̃serto] nm Mus: *công xét tô*.

concession [kɔ̃sesjɔ̃] nf *Sự nhượng bộ, sự nhượng đất*.

concessionnaire [kɔ̃sesjɔner] nm Com: *người được có quyền khai thác*.

concevoir [kɔ̃səvwar] vtr (conj RECEVOIR) 1. *Có thai* 2. (a) *Tưởng tượng, nghĩ ra; Hình thành một kế hoạch*; c. de l'amitié pour qn *Bày tỏ tình thân thiện với ai*; la maison est bien conçue *Căn nhà được thiết kế rất đẹp*; (b) *Hiểu*; cela se conçoit facilement *Điều đó được hiểu một cách dễ dàng* (c) ainsi conçu (Từ) *tất yếu* concevable a *Có thể nhận thức*.

concierge [kɔ̃sjerʒ] n *Người giữ cổng* NAm *người gác gian*.

concile [kɔ̃sil] nm Egl: *hội nghị tôn giáo.*

conciliabule [kɔ̃siljabyl] nm F: *sự nói chuyện phiếm, sự nói chuyện thầm.*

conciliateur, - trice [kɔ̃siljabyl] n *Người hòa giải.*

conciliation [kɔ̃siljasjɔ̃] nf *Sự xoa dịu; Sự hòa giải.*

concilier [kɔ̃silje] vtr (impf & pr sub n. conciliions) 1. *Xoa dịu, hòa giải (hai nhóm người);* 2. (a) *Thành công, gây được (sự kính trọng);* (b) se c. l'amitié de qn (b) *Gây được tình bạn của ai* conciliable a *Có thể hòa giải* conciliant a *Xoa dịu, mang tính hòa giải.*

concision [kɔ̃sizjɔ̃] nf *Sự ngắn gọn, sự có thể cô đọng lại.*

concitoyen, - enne [kɔ̃sitwaj(] n *Người đồng hương.*

conclave [kɔ̃klav] nm Egl: *hội nghị kín để bầu giáo hoàng.*

conclure [kɔ̃klyr] v (pp conclu; pr ind je conclus; impf je concluais) 1. (a) vtr *Kết luận; Chiếm đoạt* (b) vtr *đến sự thỏa thuận;* c. un marché *Đến một sự thỏa thuận mua bán* c'est une affaire conclue *(*) Đó là một công việc mua bán vỏ tã được kết thúc (**) Đó là một sự thỏa thuận mua bán* (c) vi *Đi đến một kết luận* 2. (a) vtr *Quyết định* (b) vi c. à qch *Đi đến kết luận về việc gì* concluant a *Hội thẩm đoàn đã đi đến kết luận đó là một vụ tự sát.*

conclusion [kɔ̃klyzjɔ̃] nf (a) *Sự kết luận; Sự kết thúc bài diễn văn;* en c. *Để kết luận;* (b) Jur: *sự kết luận (sau khi điều tra);* pl submissions. *Sự đệ trình kết luận.*

concombre [kɔ̃kɔ̃br] nm *Quả dưa chuột.*

concordance [kɔ̃kɔrd)s] nf *Sự thỏa thuận, sự phù hợp;* Gram: *sự phối hợp các thì của động từ* concordant a *Phù hợp, thỏa hiệp.*

concordat [kɔ̃kɔrda] nm Egl: *giao ước giữa giáo hội và nhà nước.*

concorde [kɔ̃kɔrd] nf *Sự hòa âm.*

concorder [kɔ̃kɔrde] vi (avec). *Sự thỏa thuận với.*

concourir [kɔ̃kurir] vi (conj COURIR) 1. *(Đường thẳng) đồng quy* 2. *Phối hợp, hợp tác;* c. à faire qch *Cùng phối hợp để làm việc gì* 3. *Ganh đua, tranh dành.*

concours [kɔ̃kur] nm 1. (a) A: & Lit: *sự tụ tập của đoàn đông dân chúng* (b) *Sự trùng hợp ngẫu nhiên (của các biến cố);* c. de circonstances *Tình trạng, sự ngẫu nhiên của các sự kiện* 2. *Sự viện trợ; Sự giúp đỡ (về tài chánh)* 3. (a) *Cuộc đọ sức, cuộc thi tài;* Sp: *tiết mục thi đấu thể thao* (b) c. hippique *Cuộc đua ngựa;* c. de beauté *Cuộc thi sắc đẹp, thi hoa hậu.*

concret, -eâte [kɔ̃krɛ, ɛt] a *Cụ thể, đặc;* cas c. *Trường hợp cụ thể, có thật, ví dụ có thật* concrètement adv *Bằng lối diễn đạt cụ thể.*

concreátiser [kɔ̃kretize] vtr *Cụ thể hoá một ý tưởng;* se c. *Tạo hình dáng cụ thể.*

concubinage [kɔ̃kybinaʒ] nm *Sự lấy lẽ, chế độ vợ hầu;* en c. *Sự ăn ở với nhau như vợ chồng.*

concubine [kɔ̃kybin] nf *Vợ hầu, nàng hầu.*

concupiscence [kɔ̃kypis)s] nf *Nhục dục, tà dục.*

concurremment [kɔ̃kyram)] adv *Đồng thời, liên kết.*

concurrence [kɔ̃kyr)s] nf 1. Com: etc : jusqu'à c. de *Ngang mức độ, không vượt quá* 2. *Sự tranh đua, cạnh tranh;* faire c. *Cạnh tranh với ai.*

concurrencer [kɔ̃kyr)se] vtr (je concurren.ai(s)) *Cạnh tranh với ai.*

concurrent, - ente [kɔ̃kyr),)t] n *Đối thủ;* Sch: *thí sinh* concurrentiel, - ielle a *Có thể cạnh tranh được.*

condamnation [kɔ̃danasjɔ̃] nf 1. Jur: *sự kết án, sự buộc tội hình phạt;* c. à mort *Tội tử hình* 2. *Sự xử phạt; Sự phê bình, sự buộc tội.*

condamneá, -eáe [kɔ̃dane] n *Người bị kết án, người bị hình phạt, người bị buộc tội.*

condamner [kɔ̃dane] vtr 1. (a) Jur: *kết án, xử phạt;* c. qn à 10, 000 francs d'amende *Phạt vạ ai 10.000 frăng;* le médecin l'a condamné *Bác sĩ đã đầu hàng căn bệnh của nó;* (b) *Cấm, ngăn cản;* (c) c. une porte *Khóa chặt cửa lại, chận cửa lại;* (d) c. sa porte *Cài then cửa lại không tiếp khách* 2. *Phê bình, khiển trách, la mắng (ai)* condamnable a *Đáng quở trách.*

condensation [kɔ̃d)sasjɔ̃] nf *Sự làm đông đặc.*

condenser [kɔ̃d)se] vtr & vpr *Đông đặc* condensé 1. a *Được làm đông đặc* 2. nm *Bản tóm tắt; Tập san, đặc san.*

condescendance [kɔ̃dɛs)d)s] nf *Sự hạ cố* condescendance a *Hạ cố, ban ơn.*

condescendre [kɔ̃dɛs)dr] vi (à faire qch). *Chiều cố, hạ cố làm việc gì.*

condiment [kɔ̃dim)] nm *Gia vị.*

condisciple [kɔ̃disipl] nm *Bạn đọc.*

condition [kɔ̃disjɔ̃] nf 1. (a) *Tình trạng, trạng thái;* en c. *Có đủ thể lực, với tình trạng tốt;* (b) pl conditions *Điều kiện, trường hợp;* dans ces conditions *Với điều kiện này, trong trường hợp này.;* (c) *Vị trí, địa vị, chức vụ* 2. *Sự qui định;* pl terms *Điều qui định, hoàn cảnh;* conditions de faveur *Điều khoản ưu tiên, ưu đãi;* sans condition(s) acheter qch sous c. *Không điều kiện;* à c. de me prévenir *Mua một cái gì với điều kiện*

conditionnel, - elle a & nm *Với điều kiện là anh cho tôi biết* **conditionnellement** adv *Có điều kiện, lối điều kiện, với điều kiện.*

conditionnement [kɔ̃disjɔnm)] nm *Sự qui định*; Com: *sự đóng gói (hàng hoá).*

conditionner [kɔ̃disjɔne] vtr **1.** *Điều hòa (không khí), gia công cho hợp cách (vải vóc)* **2.** *Điều hành* **3.** Com: *Đóng gói.*

condoleáances [kɔ̃dɔle)s] nfpl *Lời chia buồn*; *présenter ses* c. *Tỏ lời chia buồn của mình.*

conducteur, - trice [kɔ̃dyktœ r, tris] **1.** n (a) *Người hướng dẫn, người dẫn đường*; (b) *Người lái xe*; (c) *Người điều hành (máy móc)*; **2.** a Ph: El: *(chất) dẫn, (tính) dẫn* b *(điện....)* **3.** nm El: Ph: *Chất dẫn (nhiệt)*; (b) El: *dây dẫn sóng; Ống dẫn chính.*

conductibiliteá [kɔ̃dyktibilite] nf Ph: El: *tính dẫn (điện, nhiệt)* **conductible** *Có tính dẫn (nhiệt, điện).*

conduction [kɔ̃dyksjɔ̃] nf Ph: etc: *sự truyền dẫn.*

conduire [kɔ̃dɥir] vtr (prp conduisant; pp conduit; ph je conduisis) **1.** (a) *Dẫn dắt, hộ tống (một nhóm người); Hướng dẫn, chỉ đạo*; c. qn à la gare *Dắt ai ra ga*; c. qn à sa chambre *Đưa ai về phòng của họ* (b) c. qn à faire qch *Thuyết phục ai làm việc gì* **2.** *Lái (tàu)*; vi il conduit bien *Nó lái giỏi* **3.** *Dẫn truyền (nước, điện).* **4.** c. un orchestre *Chỉ đạo, hướng dẫn, làm cho cái gì họat động* **5.** se c. *Ăn ở, cử xử*; se c. mal *Cư xử không tốt.*

conduit [kɔ̃dɥi] nm *Ống, ống dẫn*; c. d'aération *Ống thông gió*; c. de ventilation *Ống thông hơi.*

conduite [kɔ̃dɥit] nf **1.** (a) *Sự dẫn, sự dắt, sự hộ tống* (ai); (b) *Sự lái xe, sự lái tàu (chèo ghe)*; c. à gauche *Sự lái về bên trái*; le.on de c. *Bài học về cách lái xe, lái tàu*; **2.** *Sự chỉ đạo, sự quản lý, sự kiểm tra (công việc)*; sous la c. de qn *Dưới sự chỉ huy của ai* **3.** *Sự ăn ở, cư xử, hạnh kiểm*; c'est ma seule ligne de c. *Đó là con đường duy nhất của tôi*; mauvaise c. *Hạnh kiểm xấu* **4.** *Ống, ống dẫn*; c. d'eau *Ống dẫn nước.*

cöne [kon] nm *Hình nón*; c. de pin *Trái thông (có hình nón).*

confection [kɔ̃fɛksjɔ̃] nf **1.** *Sự làm, sự chế tạo* **2.** (a) *Ngành sản xuất áo quần may mặc sẵn*; (b) *magasin de* c. *Cửa hàng bán áo quần may mặc sẵn*; robe de c. *Áo đầm may sẵn*; vêtements de c. *Quần áo may sẵn.*

confectionner [kɔ̃fɛksjɔne] vtr *May, tạo ra (áo quần); Sửa soạn (đĩa thức ăn).*

confeádeáration [kɔ̃federasjɔ̃] nf *Sự hợp bang, sự liên minh giữa các tổ chức.*

confeárence [kɔ̃fer)s] nf **1.** *Hội nghị, thảo luận*; être en c. *Đang họp, hội họp* **2.** *Bài diễn văn.*

confeárencier, - ieâre [kɔ̃fer)sje, jer] n *Người diễn thuyết, người nói chuyện.*

confeárer [kɔ̃fere] v (je confère); je confèrerai) **1.** vtr (à) *Ban cho ai* **2.** vi *Hội ý với.*

confesse [kɔ̃fes] nf aller à c. *Sự xưng tội.*

confesser [kɔ̃fese] vtr **1.** *Nhìn nhận, thú nhận (điều gì)* **2.** *Thú nhận (tội lỗi của mình)* **3.** *(Về một linh mục) nghe lời xưng tội* **4.** se c. *Xưng tội.*

confesseur [kɔ̃fesœ r] nm Egl: *linh mục giải tội.*

confession [kɔ̃fesjɔ̃] nf (a) *Sự xưng tội* (b) *Sự tuyên bố tín ngưỡng của mình.* **confessionnel, -elle** a *Thuộc về đức tin.*

confessional, - aux [kɔ̃fesjɔnal, o] nm Egl: *phòng giải tội.*

confetti [kɔ̃feti] nmpl *Hoa giấy (để ném vào nhau trong lễ hội).*

confiance [kɔ̃fj)s] nf **1.** *Lòng tin, sự tin cậy, sự tín nhiệm*; avoir c. en qn, faire c. à qn *Tin tưởng vào ai, tín nhiệm ở ai*; acheter qch de c. *Mua một vài cái gì có thể tin tưởng được (về chất lượng)*; digne de c. *Đáng tin cậy*; homme de c. *Một người đáng tin cậy*; maison de c. *Một hãng (công ty) đáng tin cậy*; avec c. (*) *Với lòng tự tin* (**) *Có sự tín nhiệm*; Pol: vote de c. **2.** *Sự bỏ phiếu tín nhiệm*; c. en soi, self confidence *Lòng tự tin.* **confiant** a **1.** (dans) *Hay tin, đáng tin cậy (về)* **2.** *Tin chắc* **3.** *(Thái độ) tự tin.*

confidence [kɔ̃fid)s] nf *Sự tin cậy*; faire une c. à qn *Nói cùng ai một điều bí mật*; faire c. de qch à qn *Giải bày một chuyện gì với ai*; en c. *Bí mật, riêng tư.*

confident, - ente [kɔ̃fid),)t] n *Người bạn tâm phúc, người bạn tình (nữ)* **confidentiel, - ielle** a *Riêng tư, bí mật* **confidentiellement** adv *Một cách bí mật, riêng tư.*

confier [kɔ̃fje] vtr (impf & pr sub n, confiions) **1.** *Giao phó, gởi gắm cái gì cho ai* **2.** *Giải bày tâm sự, thố lộ cùng ai*; c. qch à qn *Bày tỏ điều gì cùng ai* **3.** se c. à qn (*) *Tin cậy, tín nhiệm vào ai* (**) *Thố lộ, bày tỏ với ai.*

configuration [kɔ̃figyrasjɔ̃] nf *Hình dáng*; shape *Hình thể; Hình thể của miếng đất.*

confinement [kɔ̃finm)] nm *Sự giam hãm, sự giam giữ.*

confiner [kɔ̃fine] **1.** vi c. à un pays *Tiếp giáp với một lãnh thổ* **2.** (a) vtr *Giam cầm (ai)*; (b) se c., *Ở riêng một nơi (không khí) tù hãm (dans).; (Giai điệu) cũ kỹ.*

confins [kɔ̃f(] nmpl *Biên thùy, biên giới (của*

confire [kɔ̃fir] vtr (pp confit; pr ind je confis; impf je confisais) *Bảo quản trái cây; Ngâm đường*; c. au vinaigre *Ngâm chua, ngâm dấm.*

confirmation [kɔ̃firmasjɔ̃] nf *Sự xác nhận*; il m'en a donné c. *Nó đã xác nhận với tôi về điều đó.*

confirmer [kɔ̃firme] vtr *Củng cố (tin tức); Phê chuẩn (một hiệp ước)*; le bruit ne s'est pas confirmé *Các tin tức đã không được xác nhận.*

confiscation [kɔ̃fiskasjɔ̃] nf *Sự tịch thu, trưng thu.*

confiserie [kɔ̃fizri] nf (a) *Cửa hàng bán mứt, kẹo*; (b) *Mứt, kẹo.*

confiseur, -euse [kɔ̃fizœr, -z] n *Người làm, bán mứt kẹo.*

confisquer [kɔ̃fiske] vt *Tịch thu của ai.*

confit [kɔ̃fi] 1. a *Bảo quản trái cây (trong đường)* 2. nm *Mứt quả lý gai.*

confiture [kɔ̃fityr] nf *Mứt*; c. d'oranges *Mứt cam.*

conflictuel, - elle [kɔ̃fliktuel] a Psy: *tạo xung đột, tạo mâu thuẫn.*

conflit [kɔ̃fli] nm *cuộc xung đột; sự mâu thuẫn (về quyền lợi)*; entrer en c. (avec) *xung đột với.*

confluent [kɔ̃fly)] nm *ngã ba sông.*

confondre [kɔ̃fɔ̃dr] 1. vtr (a) *làm lẫn lộn; trộn lẫn, pha lộn*; (b) *hiểu lầm, nhầm lẫn*; je les confonds toujours *tôi luôn luôn nhầm lẫn chúng*; (c) *làm kinh ngạc, làm ai sững sờ*; (d) c. un menteur *lột mặt nạ kẻ nói láo.* 2. se c. (a) (en) *(về màu sắc) hỗn hợp*; (b) *(về các dòng cháy, trà trộn vào nhau)*; (c) *(về các quyền lợi) giống hệt nhau*; (d) se c. en excuses *cuống quít, rối rít xin lỗi.* confondu a 1. *lộn xộn*; 2. (de) *ngạc nhiên, sững sờ về.*

conforme a (à) *thích hợp với, thật với*; (à) *tương thích với; như nhau, giống nhau*; copie c. à l'original *bản sao y chánh bản*; il mène une vie c. à ses moyens *nó sống một cuộc sống bình dị.* conformément adv (à) *hòa hợp với.*

conformer [kɔ̃fɔrme] 1. vtr (à) *tạo theo mẫu từ*; c. sa vie à certains principes *đời sống của nó rập khuôn theo một số nguyên tắc.* 2. se c. à qch *thích ứng với cái gì; tuân theo, trung thành với.*

conformisme [kɔ̃fɔrmism] nm *chủ nghĩa thủ cực.*

conformiste [kɔ̃fɔrmist] n *người thủ cực.*

conformiteá [kɔ̃fɔrmite] nf *sự thích ứng với, sự tương tự với*; en c. avec *hòa hợp với.*

confort [kɔ̃fɔr] nm *sự tiện nghi*; tout c. moderne *tất cả tiện nghi đều hiện đại.* confortable a *tiện nghi, thoải mái, dễ chịu.* confortablement adv *Một cách tiện nghi.*

confreâre [kɔ̃frɛr] nm *bạn đồng nghiệp.*

confreárie [kɔ̃frɛr] nf *đoàn thể (giáo hội).*

confrontation [kɔ̃frɔ̃tasjɔ̃] nf (a) *sự chạm trán, đối đầu*; (b) *sự so sánh, đối chiếu.*

confronter [kɔ̃frɔ̃te] vtr (a) (avec) *chạm trán, đối đầu với*; (b) *so sánh đối chiếu.*

confusion [kɔ̃fyzjɔ̃] nf 1. (a) *sự hỗn độn; sự mất trật tự, sự lộn xộn*; mettre la c. dans l'assemblée *làm đảo lộn khán thính giả.* Med: c. mentale *sự rối loạn thần kinh*; (b) *sự lầm lẫn, sai quấy*; c. de dates *sự lầm lẫn về ngày tháng*; 2. *sự bối rối.* confus a 1. *hỗn độn, lộn xộn; mơ hồ (âm thanh); rối rắm (lối hành văn).* 2. *bối rối, mắc cỡ.* confusément adv *Một cách lộn xộn; Một cách mơ hồ.*

congeá [kɔ̃ʒe] nm 1. (a) prendre c. de qn *cáo từ ai*; (b) *khoảng thời gian vắng mặt*; en c. *(đang) nghỉ*; c. de maladie *nghỉ bệnh*; (c) NAm: vacation *kỳ nghỉ, ngày nghỉ* trois jours de c. *ba ngày nghỉ*; c. payé *kỳ nghỉ được ăn lương.* 2. (a) *(thông báo về) việc sa thải, sự nghỉ việc*; donner son c. à qn cho *ai nghỉ việc*; demander son c. *xin nghỉ*; (b) donner c. à un locataire *thông báo cho người mướn nhà là không cho mướn nữa.* 3. *sự cho phép; mức độ cho phép của con ở trong rượu*; c. de navigation *giấy cho phép xuất bến.*

congeádier [kɔ̃ʒedje] vtr (impf && pr sub n. congéditions) *sa thải (ai).*

congeálateur [kɔ̃ʒelatœr] nm *làm đông nước; đông lạnh (thức ăn)*; viande congelée *thịt đông lạnh.* 2. se c. *đóng băng.*

congeáneâre [kɔ̃ʒenɛr] nm *đồng loại, đồng chủng.*

congeánital, -aux [kɔ̃ʒenital, o] a *bẩm sinh.*

congeâre [kɔ̃ʒer] nf *tuyết do gió thổi tụ lại.*

congestion [kɔ̃ʒestjɔ̃] nf Med: *chứng tụ máu, sung huyết*; c. cérébrale *chứng tụ huyết ở não.*

congestionner [kɔ̃ʒestjone] vtr 1. *(mặt) đỏ bừng*; 2. *(xe cộ) cản đường, làm tắt nghẽn (con đường).*

Congo [kɔ̃go] Npr Geog: *xứ Congo* congolais, -aise a & n *Thuộc xứ Congo, người Congo.*

congratuler [kɔ̃gratyle] vtr Iron: *chúc tụng, ca tụng.*

congre [kɔ̃gr] nm *con lươn biển.*

congreágation [kɔ̃gregasjɔ̃] nf *Hội đoàn.*

congreâs [kɔ̃grɛ] nm *Hội nghị.*

congressiste [kɔ̃gresist] n *đại biểu tham gia đại hội.*

conifeâre [kɔnifɛr] nm Bot: *họ tùng bách.*

conique [kɔnik] a *Hình nón, hình cônic.*

conjecture [kɔʒektyr] nf *Sự phỏng đoán.* conjectural, -aux a *Theo dự đoán, phỏng đoán.*

conjecturer [kɔʒektyre] vtr *Phóng đoán.*

conjoint [kɔʒw(]̃ a 1. *Sự liên kết, sự phối hợp* 2. nm *vợ chồng* conjointement adv *Một cách phối hợp.*

conjonction [kɔʒɔ̃ksjɔ̃] nf *Sự nối tiếp* conjonctif, -ive a *Nối tiếp, liên kết.*

conjoncture [kɔʒɔ̃ktyr] nf *trường hợp* la c. actuelle *cơ hội hiện nay.*

conjugaison [kɔʒygezɔ̃] nf *sự chia động từ.*

conjugal, -aux [kɔʒygal, o] a *thuộc về vợ chồng;* vie conjugale *đời sống vợ chồng* conjugalement adv vivre c. *sống như vợ chồng.*

conjuguer [kɔʒyge] vtr 1. Gram *chia động từ* 2. *kết hợp (cố gắng).*

conjuration [kɔʒyre] nf *âm mưu, ý đồ.*

conjureá, -eáe [kɔʒyre] n *người đồng mưu.*

conjurer [kɔʒyre] vtr & 1. a. *xua đuổi (tà ma)* b. *thoát khỏi (nguy hiểm);* 2. c. qn de faire qch *cầu khẩn, van xin ai làm việc gì.*

connaissance [kɔnɛs)s] nf 1. a. *sự hiểu biết* prendre c. de qch *nghiên cứu, nhận xét về;* avoir c. de qch *có nhận thức về cái gì;* pas à ma c. *việc ấy tôi không rõ;* en c. de cause *hiểu rõ đầu đuôi;* b. une personne de ma c. *một người mà tôi hiểu rõ;* faire c. avec qn, faire la c. de qn *làm quen với ai;* en pays de c. (*) *vấn đề thông thạo* (**) *nơi quen thuộc;* c. c'est une de mes connaissances *anh ấy là một người mà tôi quen biết.* 2. a. *tri thức, nhận thức* avoir la c. de plusieurs langues *biết nhiều thứ tiếng;* b. pl *sự hiểu biết, kiến thức* il a des connaissances *nó hiểu biết rất nhiều* 3. *tri giác* perdre c. *bất tỉnh* sans c. *vô ý thức;* reprendre c. *lại tỉnh lấy lại bình tĩnh.*

connaissement [kɔnɛsm)] nm Com: *vận đơn đường biển, phiếu vận chuyển theo đường biển.*

connaisseur, -euse [kɔnɛsœr, -z] 1. a *sành, thông thạo* 2. n *người sành, người thông thạo (về một món gì).*

connaître [kɔnetr] vtr (prp connaissant; pp connu; pr ind je connais, il connait; impf je connaissais; fu je connaitrai) 1. *biết, quen biết (ai), quen thuộc (với cái gì), biết nhận thức (về hoàn cảnh);* il ne connait pas l'amour *nó chưa biết đến tình yêu;* faire c. qch *giới thiệu về cái gì;* cette région connait actuellement une famine *xứ này hiện nay đã biết thế nào là sự đói kém* connaissez vous la nouvelle? *anh có biết tin mới gì chưa ?* ni vu ni connu *hoàn toàn xa lạ, lạ hoắc;* il en connait bien d'autres *còn biết nhiều hơn nữa.*

connecter [kɔnekte] vtr El: *mắc nối.*

connerie [kɔnri] nf P: *điều dại dột, điều ngu ngốc*

conneátable [kɔnetabl] nm Hist: *nguyên soái.*

connexion [kɔnɛksjɔ̃] nf *sự liên quan.*

connivence [kɔniv)s] nf *sự đồng mưu, sự thông đồng.*

connotation [kɔnɔtasjɔ̃] nf *nghĩa mở rộng.*

connu [kɔny] 1. a *nổi tiếng, xuất sắc* 2. nm le c. et l'inconnu *cái đã biết và cái chưa biết.*

conqueárir [kɔkerir] vtr (conj ACQUÉRIR) (a) *chinh phục, xâm chiếm (một lãnh thổ);* (b) *chiến thắng (ai).* conquérant, -ante a 1. *chinh phục, xâm lăng* 2. *kẻ chinh phục.*

conquïte [kɔket] nf 1. *(hành vi) xâm lược;* faire la c. d'un pays *xâm chiếm một lãnh thổ;* faire la c. de qn *chiến thắng ai* 2. *đất đai, lãnh thổ xâm chiếm được.*

consacrer [kɔsakrel] vtr (a) *làm phép dâng thánh thể trước bệ thờ; dâng lời cầu nguyện;* (b) *hiến mình cho Chúa; dành một thời gian* combien de temps pouvez-vous me c. ? *anh dành cho tôi được bao lâu ?* 2. *thừa nhận, cho phép* 3. se c. à *chuyên tâm vào;* consacré *được cho phép, được nhận (thói quen); được thừa nhận (một cụm từ).*

conscience [kɔsj)s] nf 1. *ý thức* Phil: *ý thức;* perdre c. *bất tỉnh;* avoir c. de qch *nhận thức được việc gì;* prendre c. de qch *nhận thức được về cái gì* 2. (a) *Lương tâm;* mauvaise c. *một lương tâm không trong sạch;* avoir qch sur la c. *có cái gì (đè nặng) trong lương tâm;* faire qch par acquit de c. *làm việc đó mà lương tâm cho phép;* (b) *sự bận tâm;* c. professionnelle *sự tận tâm nghề nghiệp (làm theo lương nghề nghiệp) có lương tâm;* avec c. *có lương tâm, chu đáo* consciencieux, -ieuse *cẩn thận, chu đáo.* consciencieusement adv *có ý thức, tự giác* conscient a *có ý thức tự giác về;* c. de consciemment adv *có ý thức, có hiểu biết.*

conscription [kɔskripsjɔ̃] nf Mil: *sự tòng quân, sự động viên.*

conscrit [kɔskri] nm Mil: *người được gọi tòng quân, nhập ngũ.*

conseácutif, -ive [kɔsekytif, iv] a *liên tiếp;* c. à *đi liền theo, do (kết quả của)* consécutivement adv *Liên tiếp, liền.*

conseil [kɔsej] nm 1. *un c. một ý kiến;* des conseils *những lời khuyên;* donner c. à qn *khuyên nhủ ai;* demander c. à qn *hỏi ý kiến ai;* quelques conseils *một vài lời khuyên.* 2. avocat-c. *luật sư cố vấn;* ingénieur-c *kỹ sư tham vấn* 3. *hội đồng;* tenir c. *làm chủ tịch hội đồng;* le c. des ministres *hội đồng Bộ trưởng;* c. municipal *hội đồng thành phố* Com: c. de guerre *(*)* *hội đồng quốc phòng;* *(**)* *tòa án bình;* c. de discipline *hội đồng kỷ luật;* c. de sécurité *hội đồng an ninh.*

conseiller¹ [kɔ̃sɛje] vtr *đề nghị; khuyên bảo;* il est conseillé de *nó được khuyên là;* il est conseillé aux parents de *cha mẹ nó được đề nghị là.*

conseiller², -eâre n 1. *người khuyên, cố vấn;* c. fiscal *nhân viên thuế khoá;* 2. c. municipal *uỷ viên hội đồng thành phố;* c. général *cố vấn nhà nước.*

consentement [kɔ̃s)tm)] nm *sự đồng ý, sự ưng thuận.*

consentir [kɔ̃s)tir] v (conj MENTIR) 1. vi *đồng ý, ưng thuận* 2. vtr c. un prêt *chịu giá* consentant a *đồng ý, đồng chịu.*

conseáquence [kɔ̃sek)s] nf (a) *hậu quả, kết quả;* qu'est-ce que cela aura pour c. ? *hậu quả của cái đó (việc đó) là gì ?* cela ne tire pas à c. *cái đó không có hậu quả nghiêm trọng;* adv, ph en c. *một cách thích đáng* prep, phr en c. de theo đúng; (b) *sự suy luận* tirer une c. de qch *rút ra một suy luận từ;* (c) *quan trọng, hệ trọng* personne sans c. *một người không có vai vế.* conséquent a *nhất quán; hậu quả của; quan trọng;* par c. *do đó, vì thế.*

conservateur, -trice [kɔ̃sɛrvatœr, tris] 1. n (a) *người bảo quản, quản lý;* c. d'un musée *quản đốc nhà bảo tàng;* c. de bibliothèque *quản thủ thư viện, người trông coi thư viện;* (b) Pol: *người bảo thủ* 2. nm Cu: *bảo quản thực phẩm* 3. a (a) *bảo thủ;* (b) *bảo quản (một quá trình chế biến).*

conservation [kɔ̃sɛrvasjɔ̃] nf (a) *sự bảo vệ; sự bảo quản;* (b) *sự giữ gìn bảo quản (các tòa nhà);* en état de parfaite c. *trong tình trạng bảo quản tốt;* instinct de c. *bản năng bảo tồn.*

conservatisme [kɔ̃sɛrvatism] nm *chủ nghĩa bảo thủ.*

conservatoire [kɔ̃sɛrvatwar] nm *trường đại học âm nhạc, kịch nghệ;* le C. (de Paris) *trường đại học âm nhạc và kịch nghệ Paris*

conserve [kɔ̃sɛrv] nf 1. *sự bảo quản thực phẩm; thực phẩm được đóng hộp;* boiiite de c. *lon đồ hộp;* conserves au vinaigre *thức ăn ngâm dấm de c.,* en c. *đóng hộp;* bœuf de c. *thịt bò đóng hộp;* mettre en c. *đóng hộp* 2. Nau: *cùng một hải trình* naviguer de c. *đi theo từng đội tàu.*

conserver [kɔ̃sɛrve] vtr 1. (a) *bảo quản, giữ gìn (thức ăn, trái cây);* (b) *giữ gìn, bảo quản (các tòa nhà)* 2. *giữ, duy trì (luật);* c. sa tête *giữ bình tĩnh* 3. se c. *giữ gìn của cải.*

conserverie [kɔ̃sɛrvəri] nf *nhà máy đồ hộp.*

consideárable [kɔ̃siderabl] a 1. *xuất sắc, đáng* phục 2. *rất lớn, rất nhiều (tài sản); có ý nghĩa (cuộc trao đổi)* considérablement adv *nhiều lắm, một cách có ý nghĩa.*

consideáration [kɔ̃siderasjɔ̃] nf 1. (a) *sự xem xét kỹ lưỡng, sự chú trọng, sự cân nhắc;* avec, sans c. *được chú ý đến, không được chú ý đến;* prendre qch en c. *để ý đến cái gì, lưu ý đến cái gì;* en c. de *căn cứ vào;* sans c. de *không quan trọng lắm;* (b) *suy nghĩ, nhận xét* 2. *lý do, động cơ, nguyên nhân.* 3. *sự kính trọng, sự ngưỡng mộ.*

consideárer [kɔ̃sidere] vtr (je considère; je considérerai) 1. *xem xét, cân nhắc;* tout bien considéré *mọi cái đều đã được cân nhắc;* considérant que *xét rằng.* 2. *để ý xem, xem xét kỹ lưỡng.* 3. *quan tâm, nhìn, đánh giá;* on le considère beaucoup *người ta đánh giá nó cao;* se c. comme responsable *tự xem mình có trách nhiệm.*

consignataire [kɔ̃siɲater] n Com: *người nhận hàng hóa.*

consigne [kɔ̃siɲ] nf 1. *mệnh lệnh, chỉ thị; cơ quan phụ trách việc ký thác hành lý;* c. automatique *kho chứa hành lý ở nhà ga* 2. *cấu lắng ở trong chai.*

consigner [kɔ̃siɲe] vtr 1. *lắng cấu lại (ở trong chai)* 2. *ghi nhận (một sự kiện)* 3. (a) *(phạt) cấm quân, (phạt) cấm túc học sinh;* (b) *từ chối, khước từ ai;* c. sa porte à qn *cấm cửa không cho ai vào* 4. *gởi hành lý ở kho hành lý nhà ga.*

consistance [kɔ̃sist)s] nf 1. (a) *độ đặc;* prendre c. *đặc lại, làm cho trở nên dày đặc hơn;* (b) *sự ổn định (của đầu óc, tinh thần);* sans c. *do dự, thiếu quả quyết.* 2. bruit sans c. *tin đồn vô căn cứ; cứng; dày (sơn); (bữa ăn) ngon.*

consister [kɔ̃siste] vi c. en qch *gồm có các thứ gì;* c. dans qch *có ở trong thứ gì.* c. à faire qch *cốt để làm việc gì.*

consistoire [kɔ̃sistwar] nm Rel: *hội đồng cố vấn.*

consolation [kɔ̃sɔlasjɔ̃] nf *sự an ủi, động viên.*

console [kɔ̃sɔl] nf Tchn: El: *các mạnh gác, công-xôn.*

consoler [kɔ̃sɔle] vtr 1. *an ủi, động viên.* 2. se c. d'une perte *tự an ủi về một sự mất mát; an ủi, động viên.*

consolidation [kɔ̃sɔlidasjɔ̃] nf *sự làm cho vững chắc, sự củng cố.*

consolider [kɔ̃sɔlide] vtr 1. *củng cố, làm cho vững chắc* 2. *gia hạn (nợ)* 3. se c. *tự củng cố, tự làm cho trở nên chắc chắn.*

consommateur, -trice [kɔ̃sɔmatœr, tris] n *người tiêu thụ; khách uống cà phê.*

consommation [kɔ̃sɔmasjɔ̃] nf **1.** *sự hoàn thành, sự thành tựu (của một công việc, đám cưới); sự phạm (một tội ác)* **2.** *sự tiêu thụ (dầu hôi, điện); sự sử dụng* faire une grande c. de papier *tiêu thụ một số lượng lớn giấy*; biens de c. *phí tổn tiêu dùng*; société de c. *xã hội tiêu thụ* **3.** *thức uống (ở quán cà phê)*.

consommeá [kɔ̃sɔme] **1.** a *khéo léo, hoàn thiện (kỹ năng); thành đạt (một người viết văn)* **2.** nm Cu: *nước lèo, nước dùng*.

consommer [kɔ̃sɔme] vtr **1.** *hoàn thành, hoàn tất; phạm (tội ác); động phòng (đám cưới)* **2.** *tiêu thụ, sử dụng (dầu hôi, điện); ăn (thức ăn)* **3.** (a) *chiếc xe tiêu thụ nhiều nhiên liệu*; (b) *vi uống ở quầy rượu* **4.** ce plat se consomme froid *đĩa thức ăn này phải ăn lạnh*.

consonance [kɔ̃sɔn)s] nf **1.** Mus: *sự hòa âm* **2.** pl *âm thanh*.

consonne [kɔ̃sɔn] nf Ling: *phụ âm*.

consortium [kɔ̃sɔrsjɔm] nm *liên hiệp các công ty, tổ hợp*.

consorts [kɔ̃sɔr] nm, pl Pej: et c. *người đồng bọn, kẻ đồng lõa*.

conspiration [kɔ̃spirasjɔ̃] nf *sự âm mưu, cuộc âm mưu*.

conspirer [kɔ̃spire] vi *có âm mưu, âm mưu đối với*; c. à faire qch *đồng lòng, âm mưu làm việc gì* conspirateur, -trice **1.** *có âm mưu, âm mưu đối với* **2.** n *người âm mưu, người đồng tình*.

conspuer [kɔ̃spɥe] vtr *kêu la phản đối (một vở kịch, một diễn giả)*.

constance [kɔ̃st)s] nf *sự kiên định, sự bền vững* constant, -ante **1.** a (a) *bền vững* (b) *kiên quyết* **2.** nf Mth: *hằng số* constamment adv *Một cách bền vững*.

constat [kɔ̃sta] nm *Bản khai báo*; c. à l'amiable *bản khai báo về tai nạn*; c. d'huissier *biên bản lập nên do thừa phát lại*; dresser un c. d'échec *thông báo về việc vỡ nợ của mình*.

constatation [kɔ̃statasjɔ̃] nf **1.** *sự thẩm tra, sự xác nhận (một sự kiện); sự ghi nhận* **2.** pl *sự kết luận (của một cuộc điều tra)*.

constater [kɔ̃state] vtr **1.** *xác nhận, ghi nhận (một sự kiện)*; je ne fais que c. *tôi chỉ biết phát biểu*; vous pouvez c. vous-même *anh có thể tự ghi nhận lấy chứ* **2.** *phát biểu, ghi nhận (điều gì); xác nhận (một cái chết)*.

constellation [kɔ̃stelasjɔ̃] nf *chòm sao*; constellé (de) *lốm đốm, rải rác*.

consternation [kɔ̃stelasjɔ̃] nf *sự kinh ngạc, sự mất tinh thần*.

constiper [kɔ̃stipe] vtr *làm cho táo bón*; constipé a *táo bón* (a) Med: *bị mắc bệnh táo bón* (b) F: *(rượu) nặng*.

constituer [kɔ̃stitɥe] vtr **1.** (a) *cấu thành, tạo thành, cấu tạo*; (b) *thiết lập, lập nên (một hội đồng); hòa nhập (một xã hội); thành lập (nội các)* **2.** (a) *chỉ định, giao*; c. qn son héritier *trao cho ai quyền thừa kế, nhận ai làm thừa kế*; se c. prisonnier *bắt ai giao cho cảnh sát*; (b) c. une rente à qn *thanh toán một số tiền lời cho ai* constituant a *cấu tạo*; constitué a bien c. *có đầy đủ sức khỏe* constitutif, -ive a *cấu tạo, cấu thành*.

constitution [kɔ̃stitysjɔ̃] nf **1.** *sự tổ chức, thành lập (hội đồng); sự giải quyết (một món hồi môn)* **2.** Med: Pol: *thể trạng, chính thể* **3.** *sự cấu tạo (của không khí, nước)*. constitutionnel, -elle a *thuộc về hiến pháp*.

constructeur, -trice [kɔ̃stryktœr, tris] n *người làm, người xây dựng, người kiến trúc, ngành công nghiệp sản xuất xe ôtô*.

construction [kɔ̃stryksjɔ̃] nf **1.** *sự xây dựng; vật được xây dựng, xây cất, dựng lên*; matériaux de c. *vật liệu xây dựng*; c. navale *sự đóng tàu* **2.** *nhà cao tầng*. constructif, -ive a *được xây dựng*.

construire [kɔ̃strɥir] vtr (conj CONDUIRE) **1.** *xây dựng; xây cất; làm nên* **2.** *ráp (máy móc); dựng nên (một câu văn, một lý thuyết)*.

consul [kɔ̃syl] nm *lãnh sự*. consulaire a *thuộc về lãnh sự*.

consulat [kɔ̃syla] nm *lãnh sự quán, tòa lãnh sự*.

consultation [kɔ̃syltasjɔ̃] nf (a) *cuộc hội đàm, buổi họp*; entrer en c. avec qn *hội đàm, trao đổi ý kiến với ai*; (b) *ý kiến, quan điểm*; (c) Med: *đi khám bệnh*; cabinet de c. *phòng mạch*; heures de c. *giờ thăm bệnh*. consultatif, -ive a *tư vấn, cố vấn*.

consulter [kɔ̃sylte] **1.** vtr *hỏi ý kiến, tham vấn*; c. un médecin *đi (đến bác sĩ) khám bệnh*; ouvrage à c. *bài vở tham khảo* **2.** se c. *hỏi ý kiến lẫn nhau, hội ý* **3.** vi Med: *tiến hành giải phẫu*.

consumer [kɔ̃syme] vtr **1.** *tàn phá, tiêu hủy, đốt cháy*; consumé par l'ambition *lòng tham nung nấu*; **2.** *xài phá, phá tán (thời gian, của cải)* **3.** se c. *hao phí, tiêu hủy, tiêu tụy*.

contact [kɔ̃takt] nm **1.** *sự tiếp xúc*; être en c. avec *tiếp xúc với*; predre c. avec qn *tiếp xúc với ai, giao tiếp với ai*; prise de c. *bắt đầu tiếp xúc; cuộc gặp gỡ đầu tiên*; lentille, verre, de c. contact lens *kính công tắc* **2.** El: (a) *cái ngắt điện*; Aut: clef de c. *chìa khóa khởi động máy*; mettre le c. *bật công tắc*; couper le c. *khóa công tắc*; (b) *công tắc*.

contacter [kɔ̃takte] vtr *tiếp xúc với ai*.

contagion [kɔ̃taʒjɔ̃] nf *sự truyền nhiễm* Fig: *sự*

lây lan *(tiếng cười)* contagieux, -ieuse a *truyền nhiễm*; Fig: *lây lan (cười)*.

contamination [kɔ̃taminasjɔ̃] nf *sự lây truyền bệnh*.

contaminer [kɔ̃tamine] vtr *truyền bệnh, làm lây bệnh*.

conte [kɔ̃t] *truyện tưởng*; c. de fée *truyện thần tiên*.

contemplation [kɔ̃t)plasjɔ̃] nf *sự thưởng ngoạn*. **contemplatif, -ive** a *thưởng ngoạn, suy niệm*.

contempler [kɔ̃t)ple] vtr *thưởng ngoạn, nhìn chăm chú vào cái gì*.

contemporain, -aine [kɔ̃t)pɔr(, ɛn] **1.** a (a) *hiện đại*; (b) *đồng thời với* **2.** n *người cùng thời*.

contenance [kɔ̃tn)s] nf **1.** *khả năng tiếp thu, sức chứa (của một cái chai)* **2.** *vẻ mặt, thái độ*; faire bonne c. *tỏ thái độ quá quyết, vững vàng*; perdre c. *bối rối, hốt hoảng*.

contenant [kɔ̃tn)] nm *thùng, công-te-nơ*.

contenir [kɔ̃tnir] vtr (conj TENIR) **1.** *chứa đựng; gồm có (số lượng, con số); (nhà hát) cung cấp chỗ ngồi, chứa*; lettre contenant chèque *lá thư có chứa tấm ngân phiếu* **2.** *ngăn giữ; giữ một số ngân phiếu; dằn cơn tức giận; ngăn dòng nước mắt* **3.** se c. *tự kiềm chế; tự chủ*.

content [kɔ̃t)] **1.** a (a) *nội dung, vật được chứa*; (b) (de) *hài lòng vì*; il est très c. ici *nó rất hài lòng được ở đây*; (c) vui lòng je suis très c. de vous voir *tôi rất vui lòng được trông thấy anh*; non c. d'avoir fait *không vui lòng vì đã làm, đã hành động*; (d) vui vẻ **2.** nm avoir son c. (de) *được như lòng mong muốn (về việc gì)*; manger tout son c. *ăn no kềnh*.

contentement [kɔ̃t)tm)] nm (a) *sự bằng lòng, sự mãn nguyện*. (b) (de) *sự làm vừa lòng, sự được vừa lòng về*.

contenter [kɔ̃t)te] **1.** vtr *làm vui lòng, làm vừa lòng ai; chiều theo (lòng hiếu kỳ)* **2.** se c. de (faire) qch *bằng lòng, thỏa mãn vì đã làm việc gì*.

contentieux, -ieuse [kɔ̃t) sj-, j-z] **1.** a *hay sanh sự, có thể gây ra tranh tụng* **2.** nm Adm: (a) *nội dung tranh cãi; cuộc tranh tụng*; (b) *phòng cố vấn pháp luật*.

contenu kɔ̃tny **1.** a *kiềm chế, đè nén (cảm xúc, nguồn thơ văn)* **2.** nm *sức chứa (trong một gói); nội dung (một bức thư)*.

conter [kɔ̃te] vtr *kể chuyện, thuật chuyện*; en c. de belles à qn *kể chuyện hoang đường, nói khoác lác cùng ai*; elle ne s'en laisse pas c. *cô ta không để bị tán tỉnh*.

contestation [kɔ̃testasjɔ̃] nf **1.** *sự tranh luận, cuộc đấu khẩu* **2.** Pol: *phản kháng, kháng nghị*; faire de la c. *phản kháng (chống lại tổ chức)*.

contester [kɔ̃yeste] **1.** vtr *tranh luận, bàn cãi (một điểm, một quyền lợi)*; point contesté *điểm gây ra tranh luận*; je lui conteste le droit *tôi không thừa nhận quyền lợi của nó* **2.** vi tạo ra điểm tranh luận về Pol: *kháng nghị, phản kháng*. **contestable** a *có thể tranh luận được*. **contestataire** **1.** a *kháng nghị* **2.** n *người phản đối, kháng nghị* conteste adv, phr sans c. *không thể tranh cãi được; không thể nghi ngờ*.

conteur, -euse [kɔ̃tœr, -z] n **1.** *người kể chuyện* **2.** *người viết truyện ngắn*.

contexte [kɔ̃tekst] nm *mạch văn*.

contiguïteá [kɔ̃tuɡɥite] nf *sự tiếp cận (à); ở cạnh, ở kề (với); có quan hệ, có liên hệ (tư tưởng)*.

continence [kɔ̃tin)s] nm *sự tinh khiết, sự tiết hạnh*. **continent** a *trinh tiết*.

continent[2] [kɔ̃tin)] nm **1.** *lục địa* **2.** *đất liền*. **continental, -aux** a *Thuộc về lục địa*.

contingence [kɔ̃t(ʒ)s] nf Phil: *sự ngẫu nhiên* **contingent** **1.** a *ngẫu nhiên* **2.** nm (a) Mil: *đội quân nhỏ* le c. annuel *lượng nhiên liệu nạp vào hàng năm*; (b) *hạn ngạch, chỉ tiêu*; (c) *cổ phần*.

contingenter [kɔ̃t(ʒ)te] vtr **1.** *ấn định chỉ tiêu cho nhập khẩu* **2.** *phân phối (phim ảnh) theo chỉ tiêu*.

continuation [kɔ̃tinɥasjɔ̃] nf *sự tiếp tục*; bonne c. ! *một sự tiếp tục với nhiều trò ngoạn mục!*

continuer [kɔ̃tinɥe] vtr, i (a) *tiếp tục; kế tục (một truyền thống), tiếp tục làm việc gì*; c. sa route *tiếp tục đi!* continuez ! (b) *kéo dài, gia hạn; không ngừng liên lạc*. **continuel, -elle** a *Một cách liên tục*. continuellement adv *Không bị ngắt khoảng* continument adv.

continuiteá [kɔ̃tinɥite] nf *tính liên tục; sự tiếp tục*.

contondant [kɔ̃tɔ̃d)] a Jur: instrument c. *dụng cụ bị cùn; đùi*.

contorsion [kɔ̃tɔrsjɔ̃] nf *sự vặn, xoắn*.

contorsionner (se) [səkɔ̃tɔrsjɔne] vpr *vặn vẹo, xoắn người*.

contorsionniste [kɔ̃tɔrsjɔnist] n *người biểu diễn trò uốn dẻo*.

contour [kɔ̃tur] nm **1.** *đường ranh bên ngoài, nét phác thảo* **2.** *đường viền*; les contours de la route *khúc quẹo của một con đường*.

contourner [kɔ̃turne] vtr *đi theo đường vòng, đi dọc theo mép, đi bao quanh (một ngọn đồi, một cánh rừng)*; c. la loi *luôn lách qua mặt pháp luật*.

contraception [kɔ̃trasɛpsjɔ̃] nf *sự dụng các*

phương pháp tránh thai. contraceptif, -ive **1.** a để tránh thụ thai, ngừa thai **2.** nm dụng cụ, phương pháp ngừa thai.

contracter[1] [kɔ̃trakte] vtr **1.** (a) *giao kết, đính ước*; (b) *mắc nợ*; (c) *c. une assurance nhận được một bản đăng ký bảo hiểm* **2.** *mắc phải một thói quen; nhiễm một căn bệnh.*

contracter[2] vtr **1.** *làm co rút, co rút lại*; *traits contractés par la douleur nét mặt co quắp vì đau đớn* **2.** *se c. co bóp (trái tim); co rút (bắp thịt)* a (a) Gram: *rút ngắn, giảm lược*; (b) *trở nên căng (bắp thịt).*

contraction [kɔ̃traksjɔ̃] nf *sự co rút.*

contractuel, -elle [kɔ̃traktɥɛl] n *nhân viên hợp đồng; người kiểm soát việc giao thông và đỗ xe.*

contradiction [kɔ̃traktɥɛl] nf **1.** *sự mâu thuẫn, sự trái ngược*; *être en c. làm cho mâu thuẫn với;* esprit de c. *sự ngang ngạnh* **2.** *sự không tương hợp với nhau.* contradictoire a (à) *trái ngược, mâu thuẫn với;* (à) *không tương hợp với*; débat c. *cuộc tranh luận công khai.*

contraindre [kɔ̃tr(dr] vtr (conj CRAINDRE) **1.** *cưỡng bức, kiềm chế* **2.** *buộc phải, ép buộc;* je fus contraint d'obéir *tôi bị bắt buộc phải tuân theo* **3.** *se c.* (a) *tự bắt buộc*; (b) *tự kiềm chế.* contraignant a *bắt buộc, cưỡng bức; bị ép buộc; nụ cười (gượng gạo); (cách cư xử) gò bó*; c. et forcé *dưới sự cưỡng bức.*

contrainte [kɔ̃tr(t] nf **1.** *sự cưỡng bức, sự kiềm chế;* parler sans c. *nói năng một cách tự do* **2.** *sự áp bức;* agir sous la c. *hành động dưới sức ép, dưới sự cưỡng bức.*

contraire [kɔ̃trer] **1.** a *ngược, ngược nhau (hướng); mâu thuẫn (về quyền lợi)* sauf avis c. *ngoại trừ có ý kiến trái ngược;* c. au règlement *ngược với nguyên tắc* **2.** a *bất lợi;* le sort lui est c. *số phận không có lợi cho nó;* le climat lui est c. *khí hậu không có lợi cho nó* **3.** nm *sự tương phản, sự trái ngược*; c'est le c. *đó là cái ngược lại;* je ne vous dis pas le c. *tôi sẽ không nói với anh điều ngược lại;* au c. *ngược lại;* au c. des autres *khác với những người khác.* contrairement adv c. à *ngược lại với.*

contrarier [kɔ̃trarje] vtr (impf & pr sub n. contrariions) **1.** *ngăn cản, cản trở (kế hoạch)* **2.** *quấy rầy, gây phiền hà.* contrariant a *quấy rầy; ương ngạnh.*

contrarieátea [kɔ̃trarjete] nf *sự quấy rầy.*

contraste [kɔ̃trast] nm *sự tương phản*; mettre en c. *làm cho tương phản;* en c. avec *tương phản với.*

contraster [kɔ̃traste] vtr & i *tương phản, làm cho tương phản.* contrasté a *tương phản, được làm cho tương phản.*

contrat [kɔ̃tra] nm *hợp đồng, giao kèo;* c. de mariage *giao ước hôn nhân.*

contravention [kɔ̃trav)sjɔ̃] nf (a) *sự vi phạm, sự vi phạm (luật lệ);* en c. *vi phạm luật lệ;* (b) *tội vi cảnh;* (c) Aut: *tiền phạt; phiếu phạt dán lên xe khi xe đậu sai nơi quy định.*

contre [kɔ̃tr] **1.** prep (a) *đối với;* se fâcher c. qn *nổi giận với ai;* c. son habitude *ngược lại với thói quen của nó;* l'Angleterre c. l'Irlande *nước Anh đối với Ai-len;* je n'ai rien c. *tôi không có gì phản đối* etc; (b) *chống lại, đối* s'abriter c. la pluie *trú mưa;* sirop c. la toux *sirô trị bệnh ho;* (c) *(trao đổi) với;* livraison c. remboursement *trả tiền (mặt) cho sự phân phối (hàng hóa);* (d) *đối... với,* với parier à *cá độ năm ăn một;* (e) *tựa vào, áp vào* s'appuyer c. un mur *tựa vào bức tường;* sa maison est tout c. la mienne *nhà nó kế cận nhà tôi* **2.** adv *chống lại, đối lại;* parler pour et c. *nói hơn nói thua;* la maison est tout c. by *căn nhà ở kế cận.* **3.** nm *disputer le pour et le c. tranh luận trái phải;* adv, phr par c. *trái lại;* (b) Cards: *ván bài tay đôi* Sp: *cú đánh trả.*

contre-alleáe [kɔ̃trale] nf *lối đi ở hai bên đường đi; đường đi vào nhà (song song với đường chính).*

contre-amiral [kɔ̃tramiral] nm *phó đô đốc hải quân.*

contre-attaque [kɔ̃tratak] nf *sự phản công.*

contre-attaquer [kɔ̃tratake] vtr & i *phản công.*

contrebalancer [kɔ̃trəbal)se] vtr (n. contrebalan.ons) *làm cho cân đối, bù đắp.*

contrebande [kɔ̃trəb)d] nf *sự buôn lậu;* marchandises de c. *hàng lậu;* faire de la c. *buôn lậu.*

contrebandier, -ieâre [kɔ̃trəb)dje, jɛr] n *người đi buôn lậu.*

contrebas (en) [)kɔ̃trəbɑ] adv *ở phần thấp hơn, ở phần dưới* le café est en c. de la rue *quán cafê nằm ở phía dưới thấp hơn mặt đường.*

contrebasse [kɔ̃trəbas] nf Mus: (a) *giọng trầm;* (b) *người chơi đàn có âm trầm, người chơi hồ cầm.*

contrebasson [kɔ̃trəbasɔ̃] nm Mus: ?

contrecarrer [kɔ̃trəkare] vtr *cản trở ai.*

contrecœur (aâ) adv *miễn cưỡng, bất đắc dĩ.*

contrecoup [kɔ̃trəku] nm *hậu quả (của hành động), ảnh hưởng* par c. *vì ảnh hưởng, vì hậu quả gián tiếp.*

contre-courant (aâ) [akɔ̃trəkur)] adv *ngược dòng.*

contredanse [kɔ̃trəd)s] nf *điệu vũ đối diện* Aut: *phiếu phạt dán vào xe.*

contredire [kɔ̃trədir] vtr *phủ nhận.*

contredit [kɔ̃trədi] adv, phr sans c. *không bàn cãi, không thắc mắc, hoàn toàn đúng.*

contreáe [kɔ̃tre] nf *miền.*

contre-espionnage [kɔ̃trɛspjɔnaʒ] nm *tổ chức phản gián.*

contre-expertise [kɔ̃trɛkspɛrtiz] nf *sự giám định lại.*

contrefaçon [kɔ̃trəfasɔ̃] nf 1. *sự làm đồ giả* 2. *hàng giả, giấy tờ, tài liệu giả.*

contrefaire [kɔ̃trəfɛr] vtr (conj FAIRE) 1. (a) *bắt chước*; (b) O: *mô phỏng*; (c) *giả giọng nói của một người)* 2. *làm hàng giả, làm tiền đồng giả.*

contrefort [kɔ̃trəfɔr] nm 1. Arch: *trụ chống, trụ gia cố (cho bức tường)* 2. Geog: *dãy núi ngang, hoành sơn; chân núi* 3. *da độn ở gót giày.*

contre-indication [kɔ̃tr(dikasjɔ̃] nf Med: *sự chống chỉ định.*

contre-indiquer [kɔ̃tr(dike] vtr Med: *chống chỉ định*; c'est contre-indiqué *cấm kỵ.*

contre-interrogatoire [kɔ̃tr(t-rɔgatwar] n m *cuộc thẩm vấn những nhân chứng trước tòa.*

contre-jour (aâ) [akɔ̃trəʒur] adv *sấp bóng*; assis à c.-j *ngồi quay lưng về phía có ánh sáng.*

contremaître [kɔ̃trəmɛtr] nm *người thợ cả.*

contrepartie[kɔ̃trəparti] nf *sự đền bù*; en c. *đền bù lại.*

contre-performance [kɔ̃trəpɛrfɔrm)s] nf *sự thành tựu thấp hơn yêu cầu.*

contre-pied [kɔ̃trəpje] nm 1. prendre le c. -p (de) *phản đối về việc gì*; il prend toujours le c. -p. de ce qu'on lui dit *nó luôn luôn phản đối những gì người ta nói về nó* 2. Sp: à c. -p *cú đá, cú phạt bóng xấu.*

contre(-)plaqueá [kɔ̃trəplake] nm *ván ép.*

contrepoids [kɔ̃trəpwa] nm (a) *đối lực, trái cân*; faire c. (à) *lấy lại thăng bằng*; (b) *điểm thăng bằng, đối trọng của người múa trên dây.*

contre-poil (aâ) [akɔ̃trəpwal] adv, phr F: prendre qn à c. -p *làm trái ý, nghịch ý ai.*

contrepoint [kɔ̃trəpwɛ̃] nm Mus: *đối âm.*

contrepoison [kɔ̃trəpwazɔ̃] nm *thuốc giải độc.*

contrer [kɔ̃tre] 1. vtr *đối lập lại với* 2. vt & i Cards: *tăng gấp đôi số tiền đặt.*

contre-reávolution [kɔ̃trərevɔlysjɔ̃] nf *sự phản cách mạng.*

contresens [kɔ̃trəs)s] nm 1. *sự dịch sai nghĩa; sự dịch sai* 2. *sự dệt sai (vải vóc)* 3. à c. *vô nghĩa, sai đường, lạc lối*; à c. de *phía đối nghịch với.*

contresigner [kɔ̃trəsiɲe] vtr *ký thêm vào, ký để chứng thực.*

contretemps [kɔ̃trət)] nm 1. *sự bất lợi, khó khăn* 2. adv, phr arriver à c. *đến không đúng lúc, không hợp lúc*; jouer à c. *chơi (nhạc) không phải lúc, lỗi thời.*

contre-torpilleur [kɔ̃trətɔrpijœr] nm Navy: *khu trục hạm, diệt ngư lôi hạm.*

contre-ut [kɔ̃tryt] nm Mus: *nốt đố.*

contre - valeur [kɔ̃trəvalœr] nf Fin: *trị giá trao đổi về hối đoái.*

contrevenant, -ante [kɔ̃trəvən),)t] n *người phạm tội.*

contrevenir [kɔ̃trəvnir] v ind tr (conj VENIR) c. à *vi phạm.*

contrevent [kɔ̃trəv)] nm *cửa chớp.*

contre(-) veáriteá [kɔ̃trəverite] nf *chuyện, lời nói trái với sự thật.*

contre-visite [kɔ̃trəvizit] nf *sự tái khám.*

contribuable [kɔ̃tribɥabl] n *người chịu thuế.*

contribuer [kɔ̃tribɥe] vi 1. *gánh vác* 2. *đóng góp, góp phần vào.*

contribution [kɔ̃tribysjɔ̃] nf 1. *thuế* bureau des contributions *cơ quan thuế vụ* 2. *sự đóng góp, cổ phần* 3. mettre qn à c. *nhờ ai làm việc gì, lợi dụng ai.*

contrit [kɔ̃tri] a *sự ăn năn hối hận.*

contrition [kɔ̃trisjɔ̃] nf *sự hối hận, sự hối lỗi.*

contrôle [kɔ̃trol] nm 1. Mil: etc: *số tên, số danh bộ* 2. (a) *sự kiểm tra (các thông tin)*; (b)Adm: *sự thanh tra; sự kiểm tra hộ chiếu* 3. Sch: *sự đánh giá; sự trắc nghiệm* c. *sự trắc nghiệm liên tịch, hộ tịch* 4. (a) *quyền lực, quyền hành*; (b) c. de soi-même *tự làm chủ bản thân*; (c) c. des naissances *kiểm tra trẻ sơ sinh.*

contrôler [kɔ̃trole] vtr 1. *kiểm tra (công việc); kiểm soát (vé); kiểm tra (hộ chiếu); xác minh, kiểm tra (tin tức, thông tin)* 2. (a) *giám sát (một kế hoạch)*; (b) *theo dõi (một người); se c. tự kiềm chế.*

contrôleur, -euse [kɔ̃trolœr, -z] n *thanh tra.*

contrordre [kɔ̃trɔrdr] nm *phản lệnh.*

controverse [kɔ̃trɔvɛrs] nf *sự bàn cãi, tranh luận.* controversé a *có nhiều bàn cãi.*

contumace [kɔ̃tymas] nf Jur: par c. *Ấn khuyết tịch (do bị cáo vắng mặt ở phiên tòa).*

contusion [kɔ̃tyzjɔ̃] nf *vết bầm tím.*

contusionner [kɔ̃tyzjɔne] vtr *làm bầm tím.*

convaincre [kɔ̃v(kr] vtr (conj VAINCRE) 1. (de) *thuyết phục về việc gì*; c. qn de faire qch *thuyết phục ai làm việc gì*; se laisser c. *tự để mình bị thuyết phục* 2. (de) *kết tội ai.* convaincant a *chứng minh là ai có tội trong vụ việc gì.* convaincu a *bị thuyết phục*; d'un ton c. *một cách tin chắc.*

convalescence [kɔ̃vales)s] nf *thời kỳ dưỡng*

bệnh, mới khỏi bệnh; être en c. *đang trong thời kỳ dưỡng bệnh*; maison de c. *dưỡng đường*.

convalescent, -ente a & n *mới khỏi bệnh, đang khỏi bệnh.*

convection [kɔvɛksjɔ̃] nf Ph: *sự truyền nhiệt bằng phương pháp đối lưu chất mang nhiệt.*

convenable [kɔvnabl] a **1.** *xứng đáng, thích hợp, thích đáng;* **2.** *đáng kính* peu c. unacceptable *không thích hợp, không chấp nhận được* **3.** F: *thích đáng (lương bổng).* **convenablement** adv *Một cách thích hợp, đúng đắn, thích đáng.*

convenance [kɔvnɑ̃s] nf **1.** *sự phù hợp; sự thích hợp;* mariage de c. *đám cưới môn đăng hộ đối;* trouver qch à sa c. *tìm cái gì phù hợp cho mình* **2.** les convenances *sự lịch sự, sự lễ độ*.

convenir [kɔvnir] vi (conj VENIR) **1.** *phù hợp, thích hợp với;* si cela vous convient *nếu cái đó phù hợp với anh;* c'est exactement ce qui me convient *đúng là cái thích hợp với tôi;* (b) *nên, đáng;* ce qu'il convient de faire *việc nên làm là* **2.** a) *hòa hợp;* c. de qch *hòa hợp với, về cái gì;* ils sont convenus *chúng nó hòa hợp với nhau;* impers il fut convenu que *thỏa thuận rằng;* comme convenu *như đã thỏa thuận;* (b) c. de qch *công nhận, thừa nhận cái gì;* j'ai eu tort, j'en conviens *Tôi sai quấy, tôi thừa nhận điều đó (tôi thừa nhận là tôi sai quấy);* convenu *(giá cả) thích hợp; (thời gian) đã định;* c'est c ! *Xong xuôi rồi nhé !*

convention [kɔv)sjɔ̃] nf **1.** *sự thỏa thuận, giao ước;* c. collective *sự thỏa thuận (kinh doanh) tập thể.* **2.** les conventions (sociales) *những qui ước xã hội;* de c. conventional *theo tập quán, tục lệ;* conventionné *giá cả (điều hòa);* médecin c. *tổ chức y tế quốc gia.* **conventionnel, -elle** a *theo qui ước.*

convergence [kɔvɛrʒ)s] nf *sự hội tụ.* **convergent, -ente** a *hội tụ.*

converger [kɔvɛrʒe] vi (convergeant; ils convergeaient) *hội tụ, đồng quy.*

conversation [kɔvɛrsasjɔ̃] nf *sự trò chuyện, cuộc đàm đạo;* c. à qn *trò chuyện với ai;* avoir de la c. *là một người có tài nói chuyện* langage de la c. *ngôn ngữ thông tục.*

converser [kɔvɛrse] vi (avec) *nói chuyện với.*

conversion [kɔvɛrsjɔ̃] nf **1.** *sự chuyển đổi một đức tin.* **2.** (en) *chuyển đổi, biến thành.*

convertir [kɔvɛrtir] vtr **1.** *biến đổi* **2.** *hoán đổi một cái này vào vị trí một cái khác* **3.** se c. *làm thay đổi (đức tin)* converti, -ie **1.** a *được thay đổi, bị biến đổi* **2.** n *người cải tạo.* **convertible 1.** a (en) *có thể biến đổi được thành;* **2.** nm *ghế tràng kỷ, sô-pha.*

convertisseur [kɔvɛrtisœr] nm El: *bộ chuyển hướng.*

convexiteá [kɔvɛksite] nf *sự lồi, tính lồi; convexe lồi.*

conviction [kɔviksjɔ̃] nf *sự tin chắc; sự kết án hoặc bị kết án.*

convier [kɔvje] vtr (impf & pr sub n. conviions) (à) *mời dự.*

convive [kɔviv] n *khách mời.*

convivial, -aux [kɔvivjal, o] a **1.** *chan hòa, hoạt bát* **2.** Cmptr *(chương trình) dễ sử dụng.*

convivialiteá [kɔvivjalite] nf **1.** *tính chan hòa, hoạt bát* **2.** Cmptr *chương trình dễ sử dụng.*

convocation [kɔvɔkasjɔ̃] nf (a) *sự triệu tập, sự mời (họp, hội nghị)* Jur: *lệnh đòi;* (b) *thư mời, hẹn.*

convoi [kɔvwa] nm **1.** *đoàn hộ tống* c. exceptionnel *đoàn hộ tống đặc biệt* **2.** c. (funèbre) *đoàn đám tang;* **3.** *đoàn tàu, xe tải* Rail: c. de marchandises *đoàn tàu chở hàng.*

convoiter [kɔvwate] vtr *ao ước, thèm khát.*

convoitise [kɔvwatiz] nf *sự tham lam, thèm khát;* regard de c. *cái nhìn tham lam.*

convoquer [kɔvɔke] vtr **1.** *triệu tập (hội nghị); nhóm họp (mít tin)* **2.** *mời ai đến phỏng vấn;* le patron m'a convoqué dans son bureau *ông chủ đã gọi tôi vào phòng làm việc để phỏng vấn.*

convoyer [kɔvwaje] vtr (je convoie, n. convoyons) *hộ tống (đoàn tàu, xe).*

convoyeur [kɔvwajœr] nm (a) Mil: *sĩ quan hộ tống; người bảo vệ.* (b) *tàu hộ tống;* (c) c. des fonds *nhân viên an ninh, bảo vệ.*

convulser [kɔvylse] vtr *làm chấn động, rối loạn.* **convulsif, -ive** *rối loạn, nhăn nhó* **convulsivement** adv *Một cách rối loạn, nhăn nhó.*

convulsion [kɔvylsjɔ̃] nf *sự co giật.*

convulsionner [kɔvylsjɔne] vtr *co quắp, co giật.*

coopeárateur, -trice [kɔɔperatœr, tris] n *người cùng hợp tác, đối tác.*

coopeáration [kɔɔperasjɔ̃] nf (a) *sự hợp tác;* (b) *tổ chức tình nguyện phục vụ ở nước ngoài.*

coopeárer [kɔɔpere] vi (je coopère; je coopérerai) *hợp tác, cùng làm việc.* **coopératif, -ive 1.** a *thuộc về hợp tác* **2.** nf *cửa hàng hợp tác xã.*

cooptation [kɔɔptasjɔ̃] nf *sự kết nạp.*

coopter [kɔɔpte] vtr *kết nạp.*

coordination [kɔɔrdinasjɔ̃] *sự phối hợp.*

coordonner [kɔɔrdone] vtr *phối hợp.* **coordonnateur, -trice 1.** a *phối hợp* **2.** n *người điều hợp.* **coordonneé, -ée 1.** *(hành động) phù hợp; mệnh đề phối hợp* **2.** nfpl (a) Mth: *tọa độ;* (b) *điều hợp (số và địa chỉ ở điện thoại).*

copain [kɔp(] nm F: *bạn, bồ* être c. avec *bạn bè, bồ bịch với*.

copeau [kɔpo] nm *vỏ bào; vỏ tiện kim loại*.

Copenhague [kɔpɛnag] Prnf *Copenhagen*.

copie [kɔpi] nf **1.** (a) *bản chép, sao* Adm: pour c. conforme *bản sao y nguyên văn*; (b) Jour: Typ: *nguyên văn*; (c) Sch: *(*) một bài chép lại không có lỗi (**) giấy làm bài thi (***) bản sao của một tờ giấy* **2.** *bản mô phỏng một bức tranh; sự bắt chước (lối hành văn)* **3.** Cin: *bản in lại, bản in*.

copier [kɔpje] vtr (impf & pr sub n. copiions) **1.** *chép lại, sao lại*; c. qch au propre *chép lại sạch sẽ một bài viết, chép không có lỗi* **2.** *sao lại một bức tranh, bắt chước một lối hành văn* Sch: (sur) *chép lại, sao lại từ...*

copieux, -ieuse [kɔpj-, j-z] a *phong phú, thịnh soạn (bữa ăn), dồi dào (phần)*. copieusement adv *một cách phong phú, thịnh soạn, dồi dào*.

copilote [kɔpilɔt] nm Av: *phi công phụ*.

copine [kɔpin] nf F: *bạn gái* cf copain ?

copiste [kɔpist] n *người sao chép, mô phỏng*.

coproprieáteá [kɔprɔpriete] nf **1.** *quyền sở hữu chung* **2.** *bất động sản thuộc quyền sở hữu chung* NAm: *khu chung cư*.

copulation [kɔpylasjɔ̃] nf *sự giao hợp*.

copuler [kɔpyle] vtr *giao hợp*.

coq¹ [kɔk] nm (a) *con gà trống*; jeune c. *con gà trống tơ*, le c. gaulois *con gà gô - loa (biểu hiện của nước Pháp)*; au chant du c. *vào lúc gà gáy (sớm tinh mơ)*; jambes de c. *cặp giò mảnh khảnh*; passer du c. à l'âne *thay đổi liên tục từ đề tài này sang đề tài khác*; vivre comme un c. en pâte *sống trong sự nâng niu, chiu chuộng*; c. du village *con gà trống trong làng (người đàn ông được đàn bà thích)*; (b) *con chim trống*; c. faisan *con chim trĩ trống* c. de bruyère *con gà lôi đực*.

coq² nm Nau: maiiitre-) c. *anh nuôi, trưởng bếp*.

coq-a-l'êne [kɔkalɑn] nm, inv *chuyện không có mạch lạc*.

coque [kɔk] nf **1.** (a) *vỏ trứng*; oeuf à la c. *trứng luộc hồng đào*; (b) *vỏ quả hạnh*; (c) *vỏ sò, vỏ ốc*; **2.** *thân tàu* Av: *thân máy bay, thân xe*.

coquelet [kɔklɛ] nm Cu: *con gà tơ*.

coquelicot [kɔkliko] nm Bot: *cây hoa mồng gà*.

coqueluche [kɔklyʃ] nf *bệnh ho gà* être la c. des femmes *là người được nữ giới ái mộ*.

coquet, -ette [kɔkɛ, ɛt] **1.** a (a) *duyên dáng (người đàn bà, nụ cười)*; (b) *hợp thời trang, thanh nhã (quần áo)*; elle est coquette *(*) cô ta thích mặc áo quần đẹp; (**) cô ta thích được mọi người chú ý*; (c) la coquette somme de cinq mille francs *một khoản tiền lớn 5.000 frăng*; fortune assez conquette *một tài sản đáng kể*; **2.** nf *người đỏm dáng* coquettement adv *Một cách thanh nhã (cách ăn mặc)*.

coquetier [kɔktje] nm *chung đựng trứng luộc*.

coquetterie [kɔkɛtri] nf **1.** (a) *sự đỏm dáng* (b) *sự giả vờ*; (c) avoir de la c. pour sa tenue *thích làm đỏm trong ăn mặc* **2.** *hợp thời trang (y phục)*.

coquillage [kɔkijaʒ] nm **1.** *loài sò, hến* **2.** *vỏ sò, hến*.

coquille [kɔkij] nf **1.** *vỏ (của ốc sên, của con hàu* sa c. sortir de *vỏ ốc*; rentrer dans sa coque sa c. *rút vỏ vỏ ốc*; **2.** (a) c. Saint-Jacques *(*) con sò lớn (**) vỏ sò lớn*; (b) *đĩa vỏ sò lớn*; **3.** (a) *vỏ trứng, vỏ quả hạnh, vỏ tàu*; c. de noix *vỏ trái lật, trái dẻ*; (b) c. de beurre *lớp bơ bao*; (c) Typ: *chữ do thợ in sắp sai*; (d) Med: *sự bó thạch cao ở cột sống*.

coquillettes [kɔkijɛt] nfpl *mì, nui có dạng con sò*.

coquin, -ine [kɔk(, in] **1.** n *người lừa đảo, gã lưu manh; người đàn bà trơ trẽn (ở Provence)* c. de sort ! *mẹ kiếp !* petit c. ! *petite coquine ! đồ quý con* **2.** a *hư đốn*.

cor [kɔr] nm **1.** *gạc (hươu, nai)* **2.** (a) c. (de chasse) *tù và của thợ săn*; réclamer qch à c. et à cri *kêu ai âm ĩ*; (b) Mus: c. d'harmonie *kèn đồng (của Pháp)*; c. anglais *kèn ô - boa của Anh* **3.** c. (au pied) *cục chai (ở chân)*.

corail pl -aux [kɔraj, o] nm *san hô*.

Coran (le) [lɔkɔr)] nm *kinh Cô - ran (Hồi giáo)*.

corbeau, -eaux [kɔrbo] nm Orn: *con quạ lớn*.

corbeille [kɔrbɛj] nf **1.** *cái giỏ*; c. à papier *sọt bỏ giấy vụn*; c. de mariage *quà tặng đám cưới, sinh lễ* **2.** Th: *ban - công hạng nhất ở rạp hát*.

corbillard [kɔrbijar] nm *xe tang*.

cordage [kɔrdaʒ] n *dây tàu, dây buồm*.

corde [kɔrd] nf **1.** (a) *dây, thừng*; c. à linge *dây phơi áo quần*; c. raide *dây căng để biểu diễn xiếc*; c. à noeuds *dây có thắt nút để leo*; c. à sauter *dây để nhảy*; NAm: *nháy dây*; sauter à la c. ; trop tirer sur la c. *lạm dụng lòng tốt của người khác*; F: il pleut des cordes *mưa tầm tã, mưa như trút*; (b) *dây* c. à piano *dây đàn piano* c. de *dây ruột mèo* instrument à cordes *nhạc cụ bằng dây*; (c) *dây cương* se mettre la c. au cou *tự chuốc lấy hiểm họa*; (d) Rac: la c. *thanh hàng rào chướng ngại dùng trong cuộc đua ngựa*; tenir la c. *ở về phía có lợi điểm*; Aut: prendre un virage à la c. *cua một khúc cua ngắn nhất*; Tex: *sợi chỉ* **2.** Mth: *dây cung* **3.** Anat: cordes vocales *dây thanh âm*; ce n'est pas dans mes cordes *cái đó không nằm trong kế*

hoạch của tôi.
cordeau, -eaux [kɔrdo] nm **1.** *dây, dây kéo;* tiré au c. *kẻ bằng dây nảy mực, rất thẳng* **2.** Exp: *ngòi nổ, kíp nổ.*
cordeáe [kɔrde] nf *toán người leo núi.*
cordelette [kɔrdəlɛt] nf *dây thừng nhỏ, mảnh.*
cordialiteá [kɔrdjalite] nf *lòng nhân ái.* cordial pl -iaux **1.** nm *thức uống có hương vị trái cây, thuốc bổ.* **2.** *thành tâm, vồn vã (cuộc tiếp đón).* cordialement adv *Một cách thân ái, vồn vã;* Corr: c. vôtre *thân ái, tình thân.*
cordilleâre [kɔrdijɛr] nf Geog: *dãy núi.*
cordon [kɔrdɔ̃] nm **1.** (a) *dây, dây kéo;* c. de sonnette *dây chuông;* c. de chaussure *dây giày;* (b) *dải huy chương;* (c) c. ombilical *dây cuống rốn;* (d) El: *dây điện mềm* **2.** *dây, hàng, hàng rào hoặc vòng vây của cảnh sát;* c. sanitaire *hàng rào cách ly, kiểm dịch* **3.** Geog: c. littoral *đường chạy quanh bờ biển.*
cordon - bleu [kɔrdɔ̃bl-] nm *đầu bếp giỏi, đầu bếp hạng nhất, loại nhất* pl cordons-bleus
cordonnerie [kɔrdɔnri] nf (a) *nghề làm giày;* (b) *tiệm bán giày.*
cordonnier, -ieâre [kɔrdɔnje, jɛr] nm *người thợ giày.*
Coreáe [kɔre] Prnf C. (du Nord, du Sud) *Nam Hàn, Bắc Hàn* Coréen, -enne a & n *Thuộc về Hàn Quốc.*
coriace [kɔrjas] a (thịt) *dai, người (bủn xỉn, keo kiệt).*
coriandre [kɔrjɑ̃dr] nm Bot: *cây rau mùi.*
Corinthe [kɔr(t] Prnf Geog: *cảng Corinthe;* raisins de C. *quả khô của loại nho trái nhỏ.*
cormoran [kɔrmɔr)] nm Orn: *chim cốc.*
corne [kɔrn] nf **1.** (a) *sừng;* à cornes *có sừng;* donner un coup de c. à qn *húc ai bằng sừng;* faire les cornes à qn *chế nhạo ai;* c. à chaussure *cái bót để mang giày;* (b) *chất sừng ở móng tay; râu sừng của loại bọ cánh cứng;* **2.** (a) Mus: *tù và, còi;* c. de brume *tù và thợ săn;* (b) *mép quăn ở trang sách;* faire une c. à une page *cuộn quăn mép góc trang sách* **3.** c. d'abondance *sừng dê tượng trưng cho sự đầy đủ, phong phú.*
corneáe [kɔrne] nf Anat: *giác mô (ở mắt).*
corneille [kɔrnɛj] nf Orn: *con quạ khoang.*
cornemuse [kɔrnemyz] nf Mus: *kèn bị của người Ecosse.*
corner[1] [kɔrne] **1.** vtr (a) *húc vào cái gì;* (b) *gấp quăn mép sách;* page cornée *trang sách bị quăn ở mép* **2.** vi Aut: *bóp còi xe; la hét chế nhạo.*
corner[2] nm Fb: *cú đá phạt góc.*
conrnet [kɔrnɛ] nm **1.** Mus: (*) c. à pistons *kèn*

coóc - ne (**) *ống hãm hơi ở đàn oóc - gan* **2.** c. acoustique *ống nghe của bác sĩ;* c. à dés *ống xóc hột tào cáo, con xúc xắc;* c. de glace *bánh ống hình loa để đựng kem.*
corniaud [kɔrnjo] nm **1.** *giống chó lai* **2.** F: *người ngốc nghếch.*
corniche [kɔrniʃ] nf **1.** *đường viền quanh, đường gờ* **2.** *gờ (của tảng đá)* (route en) c. corniche *đường men dốc núi hoặc men bờ vực thẳm.*
cornichon [kɔrniʃɔ̃] nm **1.** *một giống dưa chuột* **2.** F: *người ngốc nghếch.*
Cornouailles [kɔrnwaj] Prnf Geog: *hạt Cornwall (ở Anh quốc).*
cornu [kɔrny] a *có sừng.*
cornue [kɔrny] nf Ch: *bình cổ cong.*
corollaire [kɔrɔlɛr] nm *kết quả tất nhiên.*
corolle [kɔrɔl] nf Bot: *vành hoa, tràng hoa.*
coronaire [kɔrɔnɛr] a *thuộc về động mạch vành.*
corporation [kɔrpɔrasjɔ̃] nf (a) *nghiệp đoàn, đoàn thể;* (b) Hist: *phường hội* corporatif, -ive a *thuộc về đoàn thể, tổ chức.*
corporel, -elle [kɔrpɔrɛl] a *hữu hình; cụ thể (hình phạt); thể xác (nhu cầu).*
corps [kɔr] nm **1.** *thân thể;* c. robuste *thân thể vạm vỡ;* je me demande ce qu'il a dans le c. *tôi tự hỏi có cái gì đó trong con người hắn ta;* avoir le diable au c. *rất hăng hái* (**) *giận dữ;* donner c. à *cụ thể hóa (lời đồn đại);* prendre c. *phát phì;* il n'a rien dans le c. (*) *nó không ăn cái gì cả;* (**) *nó không có sức sống;* garde du c. *vệ sĩ;* à son c. défendant *dưới sự bảo hộ;* adv, phr saisir qn à bras-le-c. *ôm ngang lưng ai;* lutter c. à c. *đánh xáp lá cà* **2.** *xác chết* **3.** Ch: *chất liệu;* c. đơn *chất;* c. composé *hợp chất;* Med: c. étranger *vật thể lạ;* **4.** (a) *phần cốt yếu, chủ yếu (của một cái gì);* faire c. avec qch *hợp thành một phần hợp nhất của;* (b) Nau: perdu c. et biens *bị mất trắng tay* **5.** le c. diplomatique *đoàn thể ngoại giao;* le c. électoral *toàn bộ cử tri;* le c. enseignant, médical *chuyên gia về y tế;* c. d'armée *đoàn quân;* c. de garde *đội vệ binh.*
corpulence [kɔrpyl)s] nf *sự to lớn, sự vạm vỡ.* corpulent a *to lớn, vạm vỡ.*
corpuscule [kɔrpyskyl] nm *tiêu thể, tế bào nhỏ trong cơ thể.*
correct [kɔrɛkt] a (a) *đúng, (ngôn ngữ) đúng đắn; (bản sao) chính xác; (người) tuân theo tập quán xã hội;* être c. avec qn *cư xử đúng đắn với ai;* (b) F: *thích đáng, chấp nhận được.* **correctement** adv *chính xác, đúng đắn.*
correcteur, -trice **1.** a *sửa chữa* **2.** n *dấu đánh trên giấy thi; người đọc và sửa bản in.*

correctif, -ive 1. a *hiệu đính* 2. nm *bản đánh giá*.
correction [kɔreksjɔ̃] nf 1. *sự sửa chữa, sự đọc bản in thử, sự sửa bản in, sự đánh dấu trên giấy thi*; 2. *sự trừng trị, trừng phạt*; 3. *sự điều chỉnh (cách nói, y phục); phẩm chất (của cách cư xử)*. **correctionnel, -elle** a *tribunal c.* nf F: NAm: police court *tòa tiểu hình*
correálation [kɔrelasjɔ̃] nf *sự tương quan*.
correspondance [kɔrespɔ̃d)s] nf 1. *sự phù hợp, sự tương xứng* 2. *sự móc nối (giữa các toa xe lửa)*; Av: *chuyến bay nối tiếp*; assurer la c. *(về tàu, xe lửa) đảm bảo sự liên lạc* 3. (a) *sự giao thiệp (xí nghiệp)*; (b) *sự liên lạc thư từ*; être en c. avec qn *liên lạc thư từ với ai*; enseignement par c. *sự giáo dục hàm thụ*; (c) *thư từ*.
correspondant, -ante [kɔrespɔ̃d),)t] 1. a (à) *thông tin, liên lạc với*; 2. n (a) *người viết thư*, (b) *bạn bè quan hệ qua thư từ*.
correspondre [kɔrespɔ̃dr] vi 1. (à, with); to correspond (à) *tương ứng với, làm cho thích hợp với; phù hợp với* 2. (se) c. *(các phòng) thông nhau*. 3. c. avec qn *liên lạc thư từ với ai*.
corrida] [kɔrida] nf 1. *cuộc đua bò mộng* 2. F: *sự nóng giận, xô xát*.
corridor [kɔridɔr] nm *hành lang*.
corrigeá [kɔriʒe] nm Sch: *câu trả lời mẫu; bài dịch mẫu*.
corriger [kɔriʒe] vtr n. corrigeons) 1. *sửa (bài tập); đọc lại (bản in thử); sửa (bản in thử); sửa chữa (sai lầm)*; c. qn d'une habitude *chữa cho ai một thói quen* 2. *đánh đập ai bằng roi vọt*; 3. se c. *tự sửa mình*; se c. d'une habitude *tự sửa một thói quen*.
corroborer [kɔrɔbɔre] vtr *chứng thực*.
corroder [kɔrɔde] vtr *ăn mòn, hủy hoại*.
corrompre [kɔrɔ̃pr] vtr 1. (a) *làm hư hỏng; làm suy đồi; làm giảm giá trị (lời nói)*; (b) *hối lộ (ai)*; (c) *làm hư hỏng (thức ăn)*; 2. se c. (a) *trở nên hư hỏng*; (b) *(về thức ăn) trở nên hư hỏng*.
corrosion [kɔrɔzjɔ̃] nf *sự ăn mòn*. **corrosif, -ive** a & nm *ăn mòn*.
corruption [kɔrypsjɔ̃] nf *sự tham nhũng*. **corrupteur, -trice** 1. a *bị mua chuộc, ăn hối lộ* 2. n *người nhận hối lộ, ăn hối lộ*. **corruptible** a *dễ mua chuộc*.
corsage [kɔrsaʒ] nm (a) *vạt trên (áo phụ nữ)*; (b) *áo cánh phụ nữ*.
corsaire [kɔrser] nm Hist: *hải tặc*.
Corse [kɔrs] Prnf *đảo Corse*. Corse a & n *thuộc đảo Corse*.
corser [kɔrse] vtr *tạo dáng, tạo hương vị cho cái gì, làm cho rượu thêm nồng độ, làm cho cái gì hoạt động*; l'affaire se corse (*) *câu chuyện trở nên rối ren* (**) *mọi việc trở nên nghiêm trọng; (rượu) nồng đậm; (nước sốt) mặn mà; (câu chuyện) đậm đà*.
corset [kɔrse] nm *áo nịt ngực*.
corteâge [kɔrtɛʒ] nm 1. *đoàn tùy tùng* 2. *đám rước*; c. officiel *đoàn xe hộ tống, cuộc diễu hành bằng xe*.
corveáe [kɔrve] nf 1. Mil: *công việc lao động, tạp dịch*; être de c. *bị làm tạp dịch* 2. *công việc vô bổ, nhàm chán*; quelle c. ! *quá sức nhàm chán*.
corvette [kɔrvɛt] nf Navy: *tàu hộ tống nhỏ*.
coryza [kɔriza] nm Med: *cơn nóng lạnh, bệnh số mũi*.
cosaque [kɔzak] nm *kỵ binh Nga*.
cosmeátique [kɔsmetik] 1. a *chất làm mướt da, mướt tóc* 2. nm *dầu xức tóc*.
cosmonaute [kɔsmɔnot] n *phi hành gia*.
cosmopolite [kɔsmɔpɔlit] a *thuộc chủ nghĩa thế giới*.
cosmos [kɔsmɔs] nm *vũ trụ, không gian*. **cosmique** *về vũ trụ*.
cosse [kɔs] nf 1. *vỏ trái đậu* 2. El: *đầu cuối dây cáp* 3. P: quelle c. ! *đồ lười biếng chảy thây* !
cossu [kɔsy] a *(người) giàu sang; (căn nhà) có lối kiến trúc hoặc trang trí kỳ lạ*. **costaud, -aude** F: 1. *vạm vỡ, lực lưỡng* 2. nm *sự to lớn, vạm vỡ*; c'est du c. *quá sức chậm chạp*.
costume [kɔstym] nm (a) *áo quần, y phục*; c. de bain *bộ áo tắm*; (b) *bộ quần áo lễ (đàn ông)*.
costumer [kɔstyme] vtr 1. (en) *phục sức, mặc quần áo cho ai để hóa trang thành...* 2. se c. *tự mặc quần áo* costumé bal c. *cuộc vũ hội hóa trang*.
cotation [kɔtasjɔ̃] nf Fin: *bản kê khai giá*.
cote [kɔt] nf 1. (a) *phần đóng góp, cổ phần*; c. mal tailléee *giải quyết khó khăn và nhanh chóng*; (b) Adm: *sự đánh giá* 2. (a) *sự chỉ dẫn về kích thước*; (b) Surv: *độ cao; độ cao so với mực nước biển*; c. d'alerte (*) *mức báo động* (**) *điểm nguy hiểm* Mil: la c. 304. *đồi 304*; 3. *dấu đánh để phân loại; số tài liệu; kệ ở thư viện* 4. (a) St Exch: Com: *sự kê giá*; c. des prix *danh sách giá cả*; (b) *giá báo (về xe nội địa)*; (c) F: avoir la c. *(trở nên) phổ thông*; (d) *sự cá độ (trên con ngựa)*; (e) Sch: *nhãn hiệu*; (f) (film) *sự phân loại (phim ảnh)*.
côte [kot] nf 1. *xương sườn*; se tenir ses côte *ôm bụng mà cười*; c. à c. *ngang nhau*; Cu: c. de boeuf (*món*) *sườn bò*; c. de porc *sườn heo*; c. première loin chop *miếng thịt lưng (bò, heo)* 2. (a) *độ dốc của ngọn đồi* CivE: *độ dốc trên đường*; Aut: dé-marrage en c. *sự khởi sự lên dốc*; (b) *ngọn đồi* à mi-côte *lưng chừng đồi* 3.

bờ biển; la c. d'Azur *bờ biển Côte d'Azur (Pháp).*

côteá [kote] nm **1.** *phía; assis à mes côtés ngồi ở cạnh tôi* **2.** (a) *phía, mé (núi, bàn, con đường); aller de l'autre c. de la rue đi băng qua phía bên kia con đường; appartement c. jardin nhà nhìn xuống khu vườn;* pencher d'un c. *nghiêng về một phía;* (b) le c. scientifique *khía cạnh khoa học;* il a un c. méchant *có một khía cạnh độc ác ở trong nó;* le bon c. de cette affaire *mặt tốt của vấn đề này;* le vent vient du bon c. *gió đến từ hướng tốt;* prendre qch du bon c. *giữ gìn tốt cái gì;* d'un c. *phía bên này;* d'un autre c. *phía bên kia;* de mon c. *về phần tôi;* il n'y a rien à craindre de ce c. *về mặt này không có gì đáng sợ;* (c) *hướng;* de tous (des) côté *ở mọi hướng;* de c. et d'autre *hướng này hướng nọ;* du c. de Paris *về phía Paris;* il habite du c. de la rivière *nó ở cạnh dòng sông;* se mettre du c. du plus fort *đứng về phía mạnh nhất;* de quel c. ? *về hướng nào ? Ở hướng nào?;* (d) F: (du) c. argent *về mức độ tiền bạc* **3.** adv phr (a) de c. *từ phía bên;* mettre qch de c. *để cái gì qua một bên;* regard de c. *cái nhìn liếc qua một bên;* (b) à c. *cạnh, kế bên* il habite à c. *nó ở cạnh nhà;* tirer à c. *để quên, bỏ qua;* à c.; passer à c. de qch *tránh qua một bên cái gì;* il n'est rien à c. de vous *không có cái gì so sánh được với anh.*

coteau [kɔto] nm (a) *sườn đồi* (b) *đồi.*

côteleá [kotle] a *có sọc nổi (vải vóc);* velours c. *vải nhung sọc.*

cîtelette [kotlɛt] nf Cu: *thịt cốt-lét, thịt sườn.*

coter [kɔte] vtr **1.** Surv: *đánh dấu trên kích thước một bức đồ hoạ; ghi chú thích trên một bức bản đồ;* **2.** *sắp xếp, đánh số (tài liệu)* **3.** (a) Stexch: *kê giá tiền;* ma voiture n'est pas cotée (à l'Argus) *xe của tôi không được xếp vào trong tập kỷ yếu về xe cộ;* (b) (*) *(về ngựa) đua giỏi* (**) *được đánh giá cao.*

coterie [kɔtri] nf *đảng (chính trị); phái (văn học).*

côtier, -ieâre [kotje, jɛr] a *(sự buôn bán) dọc bờ biển; (sự đánh cá) gần bờ.*

cotisation [kɔtizasjɔ̃] nf (a) *sự đóng góp* (b) *tiền, vật đóng góp.*

cotiser [kɔtize] vi **1.** (a) *đóng góp;* (b) *góp tiền vào quỹ* **2.** se c. *chung tiền nhau để mua cái gì.*

côtoiement [kotwam)] nm *sự tụ họp, cấu kết với người khác; sự dụng phải một tình huống.*

coton [kɔtɔ̃] **1.** nm *bông; fil de c sợi bông vải;* c. à repriser *chỉ dùng để sang sợi* **2.** nm c. (hydrophile) *bông gòn* F: j'ai les jambes en c. *tôi bước đi rất khó khăn* **3.** a F: *khó khăn.*

cotonneux, -euse a *(mây) có hình cục len, bông; (màn sương) dày đặc.*

cotonnade [kɔtɔnad] nf *vải bông.*

cotonnier, -ieâre [kɔtɔnje, jɛr] **1.** a *(kỹ nghệ) bông vải* **2.** nm *cây bông vải.*

cötoyer [kotwaje] vtr (je côtoie) **1.** *đi men theo, đi dọc bờ biển; đi men theo bìa rừng;* **2.** *tiếp giáp với con sông;* c. le ridicule *suýt rơi vào sự nhạo báng, suýt nữa thì trở nên kỳ cục;* **3.** c. qn *sánh vai cùng ai.*

cotte [kɔt] nf Cl: (a) Mil: c. d'armes *tunic áo chiến choàng ở ngoài áo giáp;* c. de mailles *áo giáp bằng kim khí kết lại;* (b) *áo quần bảo hộ, bộ áo liền quần.*

cou [ku] nm neck *cổ* la peau du c. *cần cổ, gáy;* se jeter au c. de qn *ôm choàng lấy cổ ai;* endetté jusqu'au c. up *nợ ngập lên tới đầu;* prendre ses jambes à son c. *vắt chân lên cổ mà chạy.*

couac [kwak] nm Mus: *tiếng cót két, tiếng rít của một nhạc cụ; nốt sai lạc.*

couchage [kuʃaʒ] nm (matériel de) c. *đồ dùng để nằm;* sac de c. *túi ngủ.*

couchant [kuʃ)] **1.** a soleil c. *(mặt trời) lặn* **2.** nm (a) *cảnh mặt trời lặn;* (b) *hướng tây.*

couche [kuʃ] nf **1.** (a) Litt: *giường;* (b) *sự sinh đẻ* mourir en couches *chết khi sinh đẻ;* fausse c. *sẩy thai, truỵ thai;* (c) c. (de bébé) *tã lót của em bé;* NAm: **2.** (a) Geol: *lớp, địa tầng;* (b) Hort: c. de fumier *lớp phân chuồng;* (c) couches sociales *tầng lớp xã hội;* (d) *lớp sơn phủ; lớp phân;* (e) P: il en tient une c.! *nó thật là ngu ngốc.*

coucher[1] [kuʃe] **1.** vtr (a) *đặt một đứa trẻ vào giường nằm;* (b) *dựng ai dậy trong đêm;* (c) *đặt ai nằm xuống;* la pluie a couché les blés *mưa đã làm các cây lúa ngã rạp.* c. un fusil en joue *nhắm bắn bằng cách áp súng vào má;* c. qn en joue *nhắm bắn ai ?* (d) *ghi chú một điều gì trong khi viết* **2.** vi (a) c. à l'hôtel *ngủ qua đêm ở khách sạn;* (b) (avec) ? **3.** se c. (a) ? (b) *nằm xuống;* (c) *(mặt trời) lặn;* (d) *(con tàu) nghiêng qua một bên;* couché a être c. (a) *(đang) nằm trên giường;* (b) *(đang) nằm xuống.*

coucher[2] nm **1.** l'heure du c. *giờ đi ngủ* **2.** au c. du soleil *vào lúc mặt trời lặn.*

couchette [kuʃɛt] nf *phòng ngủ (trên tàu thủy); toa ngủ (trên xe lửa).*

couci - couça [kusikusa] adv F: *vừa vừa, tàm tạm.*

coucou [kuku] nm **1.** (a) Orn: *chim tu hú* (pendule à) c. *đồng hồ có tiếng chim kêu báo giờ;* (b) int c. ! (me voilà !) *Hú ! tôi đây nè!* **2.** Bot: *cây anh thảo hoa vàng* **3.** P: *máy bay cổ lỗ.*

coude [kud] nm **1.** *cùi tay, khuỷu tay;* c. à c. *sát*

cánh; coup de c. cú *hích nhẹ bằng cùi chỏ để gây sự chú ý*; pousser du c. *thúc cùi chỏ*; se serrer les coudes *mắc kẹt với nhau* **2**. (a) *khúc quanh của con đường*; (b) *khúc quanh, khúc cùi chỏ của một ống dẫn*.

coudeáes [kude] nfpl avoir ses c. franches *(*) có chỗ trở tay* (**) *có toàn quyền hành động*.

cou - de - pied [kudpje] nm *cổ chân* pl cous - de - pied

coudoiement [kudwamɔ̃] nm *sự giao tiếp, sự hội nhập*.

coudoyer [kudwaje] vtr (je coudoie) *sánh vai cùng ai; giao tiếp, tiếp xúc với ai*.

coudre [kudr] vtr (prp cousant; pp cousu pr ind ils cousent; impf je cousais) *may, khâu kết (nút); hàn gắn (một sự tổn thương)*.

coudrier[kudrije] nm *cây phỉ*.

couenne [kwan] nf (a) *dạ dày*; (b) *mỡ lá*.

couette [kwɛt] nf **1**. *chăn bông, mền lông vịt* **2**. *tóc cắt theo kiểu nam*.

couffin [kufɛ̃] nm *giỏ mây, nôi mây*.

couic [kwik] int *két ! két !*

couille [kuj] nf V: *hòn dái*.

couillon [kujɔ̃] nm P: *người ngu ngốc, người ngố*.

couiner [kwine] vi *kêu chí chóe*.

couleáe [kule] nf **1**. *sự chảy, sự lưu thông (của nước)*; c. de lave *sự tuôn chảy của dung nham*; c. de boue *trào chảy ra của bùn* **2**. Metall: *sự đổ khuôn kim loại nóng chảy*.

couler [kule] **1**. vtr (a) *chảy dầm dề, đổ tràn ra (chất lỏng)*; (b) *nấu chảy, đổ khuôn (kim loại)*; (c) ICE: c. une bielle *đúc thanh dẫn truyền*; (d) *đánh đắm, làm chìm (một chiếc tàu)*; c. qn *làm mất thanh danh của ai*; c. une vie heureuse *sống một cuộc đời sung sướng* F: se la c. douce *ăn không ngồi rồi, rảnh rỗi* **2**. vi (a) *(về chất lỏng) chảy, tuôn chảy*; faire c. l'eau *làm cho nước chảy (vào)*; faire c. un bain *mở nước, làm cho nước chảy vào bồn tắm*; faire c. le sang *làm cho chảy máu, gây đổ máu*; (b) *(cây viết) để rỉ mực ra; (mũi) chảy nước*; (c) *(chiếc tàu) bị chìm*; **3**. se c. *trượt, lướt*; se c. entre les draps *trườn mình vào giường*; se c. le long du mur *bám theo bức tường*. coulant **1**. a *dễ cháy, dễ tuôn trào (chất lỏng); lưu loát (ý văn); (người) dễ dãi* **2**. nm *vòng trượt, con trượt*.

couleur [kulœr] nf **1**. (a) *màu, sắc*; gens de c. *dân tộc da màu*; télévision en couleurs *truyền hình màu*; sous c. de me rendre service *lấy cớ giúp đỡ tôi*; F: il en a vu de toutes les couleurs *nó hiểu biết khá nhiều*; (b) *màu da, sắc mặt*; reprendre des couleurs *đỏ da thắm thịt trở lại*; sans c. *thiếu tươi thắm, thiếu sinh động*; (c) pl Mil: *cờ, quốc kỳ* (d) c. paille, c. chair *màu vàng rơm, màu da* **2**. *thuốc màu*; boiite de couleurs *hộp thuốc màu* **3**. Cards: *nước bài hoa*.

couleuvre [kulœvr] nf *rắn nước, rắn ráo*; paresseux comme une c. *cực kỳ lười*.

coulisse [kulis] nf **1**. *đường rãnh xoi*; porte à c. *cửa trượt trên rãnh xoi, cửa đẩy*; regard en c. *liếc trộm* **2**. Th: les coulisses *cánh gà (ở sân khấu)*; les coulisses de la politique *bề trong, hậu trường của chính trị*.

coulisser [kulise] vi *trượt trên đường rãnh xoi*.

couloir [kulwar] nm **1**. (a) *hành lang*; (b) *vạch phân giới trên đường đua (của các lực sĩ)* **2**. Geog: *con mương, hẻm núi*.

coup [ku] nm **1**. (a) *cú gõ, cú thối; tiếng gõ (cửa)*; donner de grands coups dans la porte *đấm vào cửa*; se donner un c. à la tête *đánh ai vào đầu*; c. de bec *cú mổ*; c. de bâton *cú đánh bằng gậy*; c. de poing, c. de pied *cú đấm, cú đá*; c. bas *cú đánh ở phần dưới, ở dưới thắt lưng*; c. de couteau *nhát dao* ca m'a donné, fichu un c. ! *cái đó đã tạo cho tôi cú sốc*; F: tenir le c. *tiếp tục kháng cự; bám vào*; F: faire les quatre cents coups *sống liều lĩnh*; corps couvert de coups *thân thể đầy những vết thâm tím của đòn roi*; enfoncer un clou à coups de marteau *đóng đinh bằng những nhát búa*; (b) c. de feu *tiếng súng, phát súng*; il fut tué d'un c. de fusil *nó bị giết chết bằng một phát súng*; (c) c. de vent *cơn gió entrer en* c. de vent *vào nhanh như gió*; Med: c. de froid *cơn cảm lạnh* **2**. (a) c. d'aile *cú đập cánh*; c. de dents *vết cắn*; boire qch à petits coups *uống từng hớp nhỏ*; F: boire un c. *uống nước, giải lao*; c. de crayon *nét bút chì*; sur le c. de midi *vào đúng 12 giờ trưa*; c. de filet *cú kéo lưới*; (b) Sp: *(*) cú đánh bóng* (**) *cú sút tung lưới (bóng đá)*; c. d'envoi *cú giao bóng bắt đầu trận đá*; c. franc (***) *cú đấm* (*v) *một ván bài* (v) *nước đi (ván cờ)*; (c) c. de chance *cơ hội may mắn*; c. d'État coup *cuộc đảo chánh* (d'état); c. d'éclat *distin công nghiệp hiển hách, cái chết vinh quang*; (d) c. de tonnerre *tiếng sét*; c. de sifflet *tiếng còi, tiếng xíp-lê*; c. de sonnette *tiếng chuông*; c. de téléphone *cú điện thoại* **3**. *ảnh hưởng* agir sous le c. de la peur *hành động do sự sợ hãi*; tomber sous le c. de la loi *rơi vào bàn tay của luật pháp*; **4**. (a) *sự cố gắng*, c. d'essai *cú thử thách* marquer le c. *ghi nhớ kỷ niệm một biến cố*; Ça vaut le c. *đúng là không bỏ công*; c. de tête *hành động bướng bỉnh*; il prépare un mauvais c. *nó chuẩn bị làm một việc xấu xa*; sale c. *một hành vi dê tiện* F: il est dans le c. *nó bị chi phối*; (b) adv phr d'un seul c. *một cú một*; du premier c. *ngay cú đầu tiên*; du (même) c. (*) *vào cùng một thời gian* (**) *cùng một lý*

coupable

do, cùng một nguyên nhân; il fut tué sur le c. *nó bị giết chết ngay tại chỗ*; pour le c. *lần này*; après c. *sau biến cố*; tout à c. *bất thình lình*; c. sur c. *in liền liền, liên tiếp*; à c. *suuur một cách chính xác*.

coupable [kupabl] **1.** a (a) *có tội (người)*; (b) *(hành vi) phạm tội* **2.** n *người có tội, phạm nhân*.

coupage [kupaʒ] nm (a) *sự pha trộn (rượu)* (b) *sự làm loãng rượu bằng cách pha thêm nước*.

coupant [kup)] a *sắc, bén*.

coup - de - poing [kudpw(] nm   c.-de-p. américain *quả đấm sắt* pl coups-de-poing

coupe[1] [kup] nf (a) *ly rượu; ly sâm banh, đĩa trái cây* (b) Sp: *cúp*.

coupe[2] nf **1.** (a) *sự cắt (cơn sốt); sự đốn (cây); sự cắt (vải vóc)*; c, de cheveux *sự hớt tóc*; F: mettre qn en c. réglée *bóc lột, lợi dụng ai*; c. sombre *sự đốn tỉa cây ở bụi rậm, sự thái bớt người*; (b) *sự cắt (một cái áo)*; (c) *sự phân cắt, sự phân đoạn*; c. transversale *sự cắt ngang* **2.** Cards : *xóc bài, xáo bài*; être sous la c. de qn *sự ở dưới quyền ai*.

coupeá [kupe] nm Aut: *xe hơi hai chỗ ngồi có đuôi dốc* Danc: coupée *điệu nhảy cặp đôi*.

coupe - circuit [kupsirkɥi] nm inv El: *cầu dao, cầu chì*.

coupe - coupe [kupkup] nm inv *mã tấu, dao bầu*.

coupe - feu [kupf-] nm inv *vành đai trắng phòng cháy ở rừng*.

coupe - file [kupfil] nm inv *giấy thông hành đặc biệt (đặc biệt dành cho nhà báo)*.

coupe - gorge [kupgɔrʒ] nm inv *lối đi nguy hiểm, nơi nguy hiểm*.

coupe - ongles [kupɔ̃gl] nm inv *đồ cắt móng tay*.

coupe - papier [kuppapje] nm inv *dao rọc giấy*.

couper [kupe] vtr & i **1.** (a) *cắt* c. (qch) en morceaux *cắt cái gì ra từng mảnh*; c. la tête à qn *cắt đầu ai*; c. bras et jambes à qn *làm cho ai nản chí*; c. l'herbe sous les pieds de qn *cướp địa vị của ai*; se faire c. les cheveux *hớt tóc*; accent à c. au couteau *giọng sắc bén*; c. une robe *cắt một tấm áo*; (b) Cards: *(*) xáo bài (**) cắt bằng con bài chủ* **2.** (a) *đi cắt ngang, đi băng*; c. à travers champs *đi băng đồng*; c. par le plus court *đi tắt, đi băng*; (b) Aut: c. la route à qn *chặn đường ai* **3.** (a) *cắt, ngưng, làm ngưng*; c. l'appétit à qn *làm ai ăn mất ngon*; c. la parole à qn *ngắt lời ai*; c. le souffle à qn *làm cho ai ngạt thở*; P: c. le siffiet à qn *bắt ai làm thinh, bắt ai câm miệng*; Tp: c. la communication *cắt điện thoại* abs; ne coupez pas *khoan cắt đã*; on a été coupé *người ta đã cắt đường dây*; (b) c. l'eau *cắt nước*; c. le courant *cắt dòng điện*; c. le contact* **4.** c. du vin *(*) pha trộn rượu (**) pha loãng rượu* **5.** c. à une corvée *trốn tránh một công việc không thích hợp*; il n'y coupera as *nó sẽ không bỏ rơi việc đó*; **6.** se c. (a) *tự cắt, tự chặt*; se c. au doigt *làm đứt tay*; (b) *cắt ngang (các con đường)*; (c) F: *tự rút lui, tự nhận thua cuộc*.

couperet [kuprɛ] nm **1.** *dao bầu, dao phay* **2.** *lưỡi dao máy chém*.

couperoseá [kuproze] a *(mặt) có vết bẩn*.

couple [kupl] nm **1.** *cặp, cặp (vợ chồng)* **2.** *vòng xoắn*.

coupler [kuple] vtr *ghép thành đôi với nhau*.

couplet [kuplɛ] nm *đoạn (ca)*.

coupole [kupɔl] nf *vòm nhà, nóc nhà tròn*.

coupon [kupɔ̃] nm **1.** *réo vải* **2.** *phiếu, cuống phiếu*.

coupon - reáponse [kupɔ̃repɔ̃s] nm *hối phiếu* pl coupons - réponse

coupure [kupyr] nf **1.** *vết đứt (trên ngón tay)* **2.** (a) *đoạn cắt ra, phần cắt ra*; c. de journal *phần cắt ra từ bài báo*; (b) *đoạn bị cắt bỏ (từ cuốn sách, phim)*; (c) *bộ ngắt điện*; (d) *hố sâu, sự ngăn cách* **3.** *giấy bạc*.

cour [kur] nf **1.** (a) court *triều đình*; à la c. *ở trong triều*; être bien, mal, en c. *được (không được) trọng vọng sủng ái*; (b) *sự ve vãn* faire la c. à qn *ve vãn ai* **2.** c. de justice *pháp đình* **3.** *sân trong, sân trước (nơi đỗ xăng của cây xăng)*; c. de ferme *sân của nông trại*; c. de récréation *sân chơi ở trường học*; Mil: c. de quartier *khu trại lính*.

courage [kuraʒ] nm *sự can đảm, lòng dũng cảm*; perdre, reprendre c. *nản lòng, lấy lại niềm tin*; bon c. ! *cố gắng lên*; il ne se sent pas le c. *nó không có gan (làm việc đó)*; vous n'auriez pas le c. de les renvoyer ! *anh không đủ can đảm để đuổi chúng nó về* courageux, -euse a **1.** *gan dạ, dũng cảm* **2.** *đầy nghị lực*. courageusement adv *một cách can đảm, dũng cảm, đầy nghị lực*.

couramment [kuram] adv **1.** *dễ dàng, lưu loát* **2.** *phổ thông, thường*; ce mot s'emploie c. *từ này được dùng phổ thông*.

courant, -ante [kur),)t] **1.** a (a) *chạy*; chien c. *chó săn*; (b) *chạy, cháy (nước)*; (c) *thông dụng (kế toán)*; le cinq c. *ngày 5 tháng này*; mot d'usage c. *từ phổ thông*; de taille courante *kích cỡ phổ thông, thông dụng*; **2.** nm (a) *dòng, luồng (dư luận quần chúng)*; c. d'air *luồng không khí, luồng gió*; (b) El: c. (électrique) *dòng điện*; (c) *vòng* dans le c. de l'année *trong*

courbature | **153** | **court**

vòng một năm; être au c. de qch *biết, hiểu rõ về*; mettre qn au c. d'une décision *thông báo cho ai về một quyết định*; il est au c. *nó không bỏ bê công việc*.

courbature [kurbatyr] nf *sự nhức mỏi, sự đau nhức*; être plein de courbatures *đau nhức khắp nơi (khắp thân thể)* courbaturé *nhức, đau*.

courbe [kurb] **1.** *cong* **2.** nf *đường cong*; c. de niveau *đường đẳng cao*; c. de température *đường biểu diễn của nhiệt độ*.

courber [kurbe] **1.** vtr *uốn cong, bẻ cong*; courbé par l'âge *còng lưng vì tuổi tác*; c. la tête (*) *cúi đầu xuống* (**) *phục tùng*; **2.** vi *cong* **3.** se c. *cong lại, cúi xuống, oằn xuống*.

courbette [kurbɛt] nf *sự cúi đầu*; faire des courbettes à qn *luồn cúi ai*.

courbure [kurbyr] nf *độ cong*.

courette [kurɛt] nf *sân nhỏ*.

coureur, -euse [kurœ r, -z] n **1.** nm *người chạy, tay đua*; c. de fond *người chạy việt dã*; c. cycliste *tay đua xe đạp*; c. automobile *tay đua xe hơi* **2.** nm *người lêu lổng, lang thang*; c'est un c. de cafés *nó là một tay hay la cà các quán cà fê*; c. (de filles) *người có quan hệ không đứng đắn với phụ nữ, người hay theo tán tỉnh phụ nữ* **3.** nf *gái giang hồ, người đàn bà săn tìm đàn ông*.

courge [kurʒ] nf Bot: *cây bầu, cây bí*.

courgette [kurʒɛt] nf *loại bí ngô trái nhỏ*.

courir [kurir] v (prp courant; pp couru; pr ind je cours; fu je courrai; the aux is avoir) **1.** vi (a) *chạy*; c. après qn *chạy theo sau ai*; je cours l'appeler *tôi chạy theo gọi nó*; arriver en courant *chạy đến*; faire qch en courant *làm một việc gì vội vã, gấp gáp*; F: tu peux toujours c.! *mày có thể thấy được điều đó chứ !* (b) Sp: *chạy đua, chạy thi trong một cuộc đua*; faire c. un cheval *thúc ngựa chạy đua*; (c) *dong tàu chạy (về tàu bè)*; c. au large *chạy ngoài khơi xa* (d) *trở nên phổ biến* le bruit court que *tiếng đồn rằng*; faire c. un bruit *đồn đại*; (e) (máu) *lưu thông, vận chuyển*; (mây) *trôi*; (nước) *chảy*; (f) pa r les temps qui courent *ngày nay, thời buổi này* Fin: intérêts qui courent *đổ dồn về tài chánh* **2.** vt *chạy theo vật gì*; *chạy đuổi, theo đuổi, săn đuổi (con thú)*; c. un risque *gặp sự rủi ro*; c. sa chance *cầu may* **3.** (a) c. une course *chạy đua, tham gia cuộc thi chạy*; (b) c. le monde *đi rong chơi khắp thế giới*; c. les magasins *đi vòng các cửa hàng*; c. les filles *đi tán gái*.

couronne [kurɔn] nf **1.** *vành hoa, vòng hoa*; c. funéraire *vòng hoa phúng điếu* **2.** *vương miện (của vua)*; Mão *(vương miện nhỏ) của quận công* **3.** *cái vòng* Bot: *tán hoa* Anat: *chân răng*

giả.

couronnement [kurɔnm)] nm (a) *lễ phong vương* (b) *sự hoàn thành*.

couronner [kurɔne] vtr **1.** *tôn lên làm vua; phong tặng một giải thưởng (cho một tác giả, một thí sinh)*; efforts couronnés de succès *sự cố gắng đạt đến thành công* **2.** *bịt đầu một cái răng* **3.** se c. le genou *bị thương, bị xước đầu gối*.

courrier [kurje] nm **1.** (a) *bưu điện*; par retour du c. *do bưu điện gởi trả lại*; (b) (*) *tàu thư* (**) *máy bay chở thư* Mil: **2.** Journ: *cột thư báo*; c. des lecteurs letters *lá thư bạn đọc (mục trên tờ báo)*; c. du coeur problem page *mục giải đáp tâm tình* F: *mục đăng các vấn đề riêng tư*.

courroie [kurwa] nf *dây da, đai da* Tch: *dây curoa*; c. de transmission *dây curoa truyền tải* Fig: *mắt xích, người liên lạc*.

courroucer [kuruse] vtr (je courroucfai(s)) *nổi giận, làm ai nổi giận*.

courroux [kuru] nm Lit: *sự giận dữ, cơn thịnh nộ*.

cours [kur] nm **1.** (a) *dòng sông; hướng đi (của mặt trời, mặt trăng)*; c. d'eau river *dòng nước*; donner libre c. à son imagination *thả nổi trôi trí tưởng tượng*; année en c. *năm hiện hành*; travail en c. *công việc hiện đang làm*; en c. de route *trên đường đi*; au c. de *trong lúc, trong thời gian*; (b) c. ocean voyage *chuyến du hành giữa biển khơi* **2.** *sự lưu thông của tiền tệ, thời giá*; avoir c. (*) *là đồng tiền chính thức trong chi trả*; (**) *rất thông dụng* **3.** c. du change *tỉ giá trao đổi (hối đoái)* **4.** (a) lecture; lesson *lớp học, bài đọc, bài học*; c. par correspondance *lớp hàm thụ*; faire un c. *dạy một lớp học*; (b) *vở tập, vở học*.

course [kurs] nf **1.** *sự chạy*; au pas de c. *bằng bước chạy*; prendre sa c. *chạy* **2.** *cuộc đua*; c. de fond *(cuộc) chạy việt dã* (*) *sự chạy việt dã* (**) *cuộc đua việt dã*; c. de vitesse *cuộc đua nước rút*; c. de taureaux *cuộc đấu bò* F: être dans la c. *hiểu rõ, biết rõ*. **3.** (a) *cuộc đi chơi, cuộc dã hành, cuộc leo núi*; (b) *cuộc du lịch* (le prix de) la c. *trả tiền xe (taxi)*; (c) *chuyến tham quan để kinh doanh*; faire une c. *đi thực tế để làm kinh tế*; faire des courses *đi mua hàng*. **4.** (a) *hướng đi (của một thiên thể)*; poursuivre sa c. *đi theo con đường mà mình đã vạch* F: être à bout de c. *mệt lả người*; (b) *sự vận hành, sự di chuyển (của công cụ giản đơn); nhịp đẩy của pistông*.

coursier, -ièare [kursje, jɛr] **1.** nm *ngựa chiến, tuấn mã*; **2.** n *sứ giả, người đưa tin*.

court[1] [kur] **1.** a (a) *ngắn* avoir le souffle c. *bị khó thở*; 100 francs c'est un peu c. *100 frăng,*

court *đúng là hơi kẹt;* (b) *khoảng cách ngắn;* de courte durée *một khoảng thời gian ngắn.* **2.** adv *ngắn ngủi;* s'arrêter c. *ngừng bặt thình lình;* couper c. à qn *chặn ngang ai, chặn ngang cái gì.* **3.** (a) adv tout c. *cụt, cộc lốc, ngắn ngủi;* (b) prendre qn de c. *bắt gặp ai bất ngờ;* (c) prep phr à c. d'argent *với ít tiền, túng tiền;* être à c. *thất thế, túng thiếu.*

court[2] nm *sân quần vợt.*

courtage [kurtaʒ] nm tiền *hoa hồng.*

courtaud, -aude [kurto, od] a *béo và lùn.*

court - bouillon [kurbujɔ̃] nm *món súp cá nấu rượu* pl courts - bouillons

court - circuit [kursirkɥi] nm *sự đoản mạch, chập mạch* pl courts - circuits

court - circuiter [kursirkɥite] vtr El: *sự đoản mạch, chập mạch* F: c.-c. qn

courtier, -ière [kurtje, jɛr] n *người trung gian, môi giới.*

courtisan [kurtizɑ̃] nm (a) *triều thần;* (b) *người nịnh hót, xu nịnh.*

couritsane [kurtizan] nf Hist: *gái điếm thượng lưu.*

courtiser [kurtize] vtr *nịnh hót ai.*

court(-)meátrage [kurmetraʒ] nm *phim ngắn, phim tư liệu.*

courtoisie [kurtwazi] nf *phong cách lịch sự, tao nhã;* courtois *lịch sự, tao nhã.* courtoisement adv *Một cách lịch sự, tao nhã.*

couru [kury] a **1.** *được ham chuộng, được ưa chuộng (các tiết mục)* **2.** F: c'est c. (d'avance) *chắc chắn, đó là sự kiện chắc chắn.*

couscous [kuskus] nm *cháo bột gạo nấu theo kiểu Á Rập.*

cousin[1]**, -ine** [kuz(, in] n *anh chị em họ;* c. germain *anh chị em chú bác cô dì.*

cousin[2] nm *muỗi nhỏ, muỗi mắt; con xay lúa (loại côn trùng có chân dài).*

coussin [kus(] nm *gối tựa, gối kê.*

coussinet [kusinɛ] nm **1.** *đệm nhỏ, gối kê* **2.** *cái giá.*

cousu [kuzy] a *được vá lại, may lại;* c. main *may tay* F: c'est du c. main *đó là loại một;* garder bouche *giữ kín miệng;* c. de fil *rõ ràng, dễ thấy.*

coût [ku] nm *giá, phí tổn;* c. de la vie *giá sinh hoạt;* coûtant a à prix c. *đắt giá.*

couteau, -eaux [kuto] nm **1.** (a) *con dao;* c. de poche *dao xếp bỏ túi;* c. à cran d'arrêt *dao bấm* N Am: c. à découper *dao khắc, dao thái* coup de c. *nhát dao* visage en lame de c. *mặt nhọn;* ils sont à couteaux tirés *chúng nó thù địch với nhau;* mettre le c. sous la gorge à qn *kề dao vào cổ ai, bắt ép ai phải làm cái gì;* (b) *cạnh dao tiện, dao bào* **2.** *mép vỏ ốc.*

coutellerie [kutɛlri] nf **1.** *chỗ làm, hàng dao kéo* **2.** *cửa hàng bán dao kéo.*

coûter [kute] vi **1.** *giá, đáng giá;* c. cher *giá đắt;* cela vous coûtera cher *anh sẽ trả giá đắt về điều đó;* coûte que coûte *dù thế nào;* cela lui a coté la vie *nó phải trả giá cả cuộc đời cho việc đó;* impers j'ai voulu l'aider *tôi muốn giúp đỡ nó, dẫu có phải trả giá đắt* **2.** ca ne coûte rien d'essayer *không có nguy hại khi thử thách việc này;* cela m'en coûte de le dire *tôi rất khó tâm khi phải nói ra.*

coutume [kutym] nf *thói tục, phong tục;* avoir c. de faire qch *có thói quen làm việc gì;* comme de c. *như thông lệ;* plus que de c. *hơn thông lệ.* **coutumier, -ière** a *có thói quen, theo tập quán* Pej: il est c. du fait *nó làm như một thói quen.*

couture [kutyr] nf **1.** *sự, nghề may vá;* maison de haute c. *tiệm may thời trang* **2.** *đường may nối (áo quần);* sans c. *không có đường may nối;* sous toutes les coutures *khắp mọi chiều.* **couturier, -ière** [kutyrje, jɛr] (a) n *thợ may, thợ tạo mẫu áo quần thời trang;* (b) nf *thợ may nữ.*

couveáe [kuve] nf **1.** *lứa trứng ấp* **2.** *lứa gà con.*

couvent [kuv)] nm (a) *nữ tu* (b) *nữ tu viện;* (c) *tu viện của nam tu sĩ.*

couver [kuve] **1.** vtr (a) *ấp trứng (gà mái) ấp, ngồi;* (b) *ấp trứng, ủ trứng;* (c) *sắp đặt (âm mưu); ý đồ (nguy hiểm); mang bệnh ngầm, âm ỉ* couver qn des yeux *nhìn say đắm ai* **2.** vi *(lửa) cháy âm ỉ; nhen nhúm (sự phá rối).*

couvercle [kuvɛrkl] nm *nắp đậy, nắp.*

couvert[1] [kuvɛr] a **1.** *được che phủ;* allée couverte *lối đi được che mát;* ciel c. *trời u ám* **2.** rester c. *đội nón trên đầu.* **3.** chaudement adv *ăn mặc ấm áp.*

couvert[2] nm **1.** *chỗ ở, chỗ trú ẩn;* le vivre et le c. *chỗ ăn và chỗ ở;* être à c. *đặt dưới sự che chở, bảo bọc;* se mettre à c. *che chắn cho cái gì;* à c. de la pluie *che mưa;* mettre ses intérêts à c. *đặt tài sản, của cải của mình chở của* **2.** (a) *bộ đồ dao, muỗng, nĩa dùng ở bàn ăn;* (b) *bộ đồ dao muỗng nĩa của một người ở bàn ăn;* mettre, dresser, le c. *sắp bàn, dọn bàn;* mettre trois couverts *dọn ba chỗ ăn;* (c) *(ở khách sạn) tiền phục vụ tính cho mỗi đầu người.*

couverture [kuvɛrtyr] nf **1.** *vỏ bọc, bao che;* c. de voyage *mền, chăn, túi ngủ dùng để đi du lịch;* c. (de lit) *tấm phủ giường;* c. chauffante *tấm phủ giường sưởi ấm bằng điện;* tirer la c. à dành phần hơn cho mình; c. d'un livre *bìa sách* **2.** *nóc nhà* **3.** *tiền bảo chứng.*

couveuse [kuv-z] nf *gà mái ấp;* c. (aritficielle)

lò ấp trứng nhân tạo.

couvre - chef [kuvrəʃɛf] nm *mũ, nón* pl couvre - chefs

couvre - feu [kuvrəf-] nm inv *giờ giới nghiêm.*

couvre - lit [kuvrəli] nm *khăn trải giường c.-l. pique khăn trải giường may chần* pl couvre - lits

couvre - pied (s) [kuvrəpje] nm *khăn phủ giường (Trái trên tâm trải)* pl couvre - pieds

couvreur [kuvrœr] nm *thợ lợp nhà.*

couvrir [kuvrir] v (prp couvrant; pp couvert; pr ind je couvre) 1. vtr (a) (de) *che đậy, bao phủ bởi;* c. qn de cadeaux *phủ kín ai bằng những quà tặng;* Fig: c. qn *che chở, bảo bọc ai;* Ins: c. les risques *bảo hiểm về những rủi ro;* c. les voix *làm lấn át bằng những giọng nói;* c. son jeu *che dấu bí quyết, thủ đoạn của mình;* c. 50 kilomètres *đi suốt 50 km;* c. les frais *bù lại phí tổn;* (b) c. un toit de tuiles, de chaume *lợp mái nhà bằng ngói, bằng tranh* 2. se c. (a) *mặc áo quần (đi ra ngoài);* (b) *đội mũ;* (c) *được vẻ vang, bị sỉ nhục;* (d) Sp: *tự bảo vệ, tự phòng thủ;* (e) *(thời tiết) u ám, đầy mây phủ;* (f) se c. de taches *bị dính, bị phủ bởi các vết bẩn.*

cow - boy [kɔbɔj] nm *người chăn bò* pl cow - boys.

coyote [kɔjɔt] nm *giống chó sói ở Mỹ Châu.*

crabe [krab] nm *con cua;* marcher en c. *đi ngang.*

crac [krak] int & nm *tiếng rắc, răng rắc; tiếng*

crachat [kraʃa] nm *nước giãi, đờm.*

crachement [kraʃm)] nm (a) *sự khạc nhổ;* (b) *tiếng rẹt rẹt (từ máy thu thanh) tia lửa xẹt từ bu-gi động cơ.*

cracher [kraʃe] 1. vi (a) *khạc nhổ;* il ne crache pas sur le champagne *nó không bao giờ chê rượu champagne;* (b) *(về một cây viết) bắn mực ra ngoài;* (c) *(về một chiếc máy thu thanh) kêu rẹt rẹt* 2. vtr (a) *phun ra;* c. des injures *phun những lời chửi mắng* F: j'ai duuu c. mille francs *tôi phải bỏ ra 1.000 frăng;* (b) *(về ống khói, núi lửa) phun ra (lửa, khói)* craché a c'est son père tout c. *nó giống cha nó như khuôn đúc;* c'est elle tout c. *đó là khuôn đúc của cô ta (giống cô ta lắm).*

crachin [kraʃɛ̃] nm *mưa bụi, mưa phùn.*

crack [krak] nm (a) *ngựa chiến trong trường đua;* (b) F: *thiên tài, người xuất sắc, nổi bật về điều gì.*

Cracovie [krakɔvi] Prnf Geog: *thành phố Cracovie.*

cradingue crado(t) [krad(g, krado] a inv F: *bẩn thỉu, nhớp nhúa.*

craie [krɛ] nf *phấn viết.*

craindre [krɛ̃dr] vtr (prp craignant; pp craint pr ind je crains ph je craignis); (a) *sợ, lo sợ; sợ hãi về cái gì;* ne craignez rien! *đừng hốt hoảng !* je crains qu'il (ne) soit mort *tôi sợ là nó chết;* il n'y a rien à c. *không có gì phải lo sợ;* c. pour qn *lo sợ cho ai;* (b) c. le froid ky, *không hạp với khí hậu lạnh;* je crains la chaleur *tôi không hạp với trời nắng;* Com: *bảo quản ở nơi khô ráo;* .a ne craint rien ta porte ouverte ? *mày để cửa mở mà không ngại gì à ?* (c) P *(*) cái đó có thể gây bực mình;* *(**) cái đó đáng ghê tởm.*

crainte [krɛ̃t] nf *sự sợ hãi, mối kinh sợ;* de c. de tomber *sợ bị té;* de c. qu'on ne les entende *sợ rằng người ta không nghe được chúng nói;* sans c. *không có gì phải ngại;* soyez sans c. *hãy yên tâm* craintif, -ive a *nhát gan, hay sợ.* craintivement adv *Một cách nhát gan, lo sợ.*

cramoisi [kramwazi] a & nm *đỏ sẫm.*

crampe [krɑ̃p] nf Med: *chứng chuột rút.*

crampon [krɑ̃pɔ̃] nm 1. *móc sắt; kẹp* 2. *móc sắt để leo; đinh sắt ở đế giày cao cổ;* c. à glace *đinh, móc sắt* 3. F: *kẻ bóc lột.*

cramponner (se) [səkrɔ̃pɔne] vpr se c. à qch *bám lấy cái gì, bám vào cái gì, nắm chặt lấy cái gì.*

cran [krɑ̃] nm 1. (a) *vết khía, khớp; răng (của bánh răng); mấu (của bánh xe, bánh lái);* c. d'arrêt catch *mấu khóa;* c. de sûreté *mấu khớp an toàn* F: être à c. *rất tức giận, bực mình;* (b) *lỗ thủng, chỗ hõm (ở dây nịt, dây da)* descendre d'un c. *dời xuống một nấc* 2. F: avoir du c. *có gan, có can đảm.*

crêne [krɑ̃n] 1. nm *sọ, đầu* 2. a *(điệu bộ) bạo dạn, hiên ngang.* crânien, -ienne a *thuộc về sọ;* boîte crânienne *hộp sọ.*

crêner [krɑne] vi F: *làm ra vẻ bạo dạn, làm ra vẻ hiên ngang.*

crêneur, -euse [krɑnœr, -z] n F: *người làm ra vẻ bạo dạn, hiên ngang.*

crapaud [krapo] nm *con cóc.*

crapule [krapyl] nf *kẻ vô lại.* crapuleur, -euse a *hèn hạ, ghê tởm.*

craqueler [krakle] vtr (je craquelle) *làm nứt, làm rạn;* se c. *vỡ giọng.*

craquelure [kraklyr] nf *vết nứt, vết rạn (trên nước men hay thuốc màu).*

craquement [krakm)] nm *(tiếng kêu) răng rắc; tiếng kêu răng rắc, lách tách; tiếng kêu tanh tách, lốp bốp, tiếng kêu cọt kẹt.*

craquer [krake] 1. vi (a) *kêu tanh tách; (về một lớp tuyết dày) kêu răng rắc dưới chân đi;* (về đôi giày) *nghiến cót két;* (b) *(về một đường may nổi) bị tách ra làm hai;* (c) *(về một con người) kiệt sức;* son affaire craque *công việc*

crasse *làm ăn của nó trên đà suy sụp* **2.** vtr c. une allumette *quẹt một que diêm*.

crasse [kras] **1.** *ngu dốt, đần độn, dốt đặc* **2.** nf (a) *sự hèn hạ, đê tiện;* vivre dans la c. *sống trong nghèo khổ, bẩn thỉu* (b) F: *thủ đoạn hèn hạ*. crasseux, -euse a *bẩn thỉu, đê tiện; nghèo khổ*.

crateâre [krater] nm *miệng núi lửa, hố hình phễu*.

cravache [kravaʃ] nf *roi da để đánh ngựa*.

cravacher [kravaʃe] (a) vtr *đánh ngựa bằng roi da; đánh ai bằng roi da*; (b) vi F: *hối hả để kết thúc việc gì*.

cravate [kravat] nf (a) *(*) cà vạt (**) khăn choàng cổ*; (b) *dải ruy băng (để trang trí)*.

cravater [kravate] vtr *mang cà vạt vào cho ai; se c. tự mang cà vạt*; cravaté

crawl [krol] nm Swim: *kiểu bơi sải; (kiểu) bơi sải sấp mặt xuống nước*.

crayeux, -euse [krɛj-, -z] a *có chất phấn*.

crayon [krɛjɔ̃] nm **1.** (a) *viết chì, bút chì*; c. de couleur *bút chì màu*; écrit au c. *viết bằng viết chì*; c. à mine (de plomb) *bút chì, bút có ruột bằng than chì*; c. à bille *bút bi*; (b) *bút chì vẽ đồ họa, bút than vẽ phác thảo* **2.** Toil: c. noir *(*) bút đen kẻ lông mày; (**) bút chì kẻ mí mắt*.

crayonner [krɛjɔne] vtr **1.** *phác họa cái gì bằng bút chì* **2.** *đánh dấu, ghi chú cái gì bằng bút chì*.

creáance [kreɑ̃s] nf **1.** *sự tin tưởng, đức tin*; trouver c. *tin tưởng* **2.** *nợ* Jur: *sự đòi hỏi quyền lợi trước pháp luật*.

creáancier, -ieâre [kreɑ̃)sje, jɛr] n *người chủ nợ, trái chủ*.

creáateur, -trice [kreatœr, tris] **1.** a *(quyền) sáng tạo* **2.** n *tạo hóa, đấng sáng tạo*.

creáation [kreasjɔ̃] nf **1.** (a) *sự sáng tạo, sáng kiến* (b) *sự thành lập (một tổ chức), sự sáng tạo (một tác phẩm nghệ thuật)* Com: *sự sáng chế (một sản phẩm mới)* Th: *lần diễn đầu tiên* **2.** Com: *sản phẩm mới*.

creátiviteá [kreativite] nf *tính sáng tạo* créatif, -ive a *sáng tạo*.

creáature [kreatyr] nf *vạn vật*.

creácelle [krɛsɛl] nf *cái lục lạc* voix de c. *giọng ken két*.

creâche [krɛʃ] nf **1.** Rel: *máng cỏ của Chúa Hài Đồng* **2.** *nhà giữ trẻ ban ngày*.

creácher [krɛʃe] vi P: *ở, sinh sống*.

creádibiliteá [kredibilite] nf *sự tín nhiệm*.

creádit [kredi] nm **1.** *sự tin cậy, uy tín* **2.** Fin: Com: *tài sản, tín dụng* vendre qch à c. *(*) bán cái gì bằng chuyển khoản (**) bán trả góp cái gì* faire c. à qn *(*) cho ai mắc chịu (**) tin cậy vào ai; tín dụng thường trực, thải trương* **3.** *bên có, tài sản có (ở trong sổ cái kế toán)* porter une somme au c. de qn *chuyển một khoản tiền vào tài khoản của ai*.

creáditer [kredite] vtr (a) c. qn du montant d'une somme *tin tưởng ai có khả năng trả được một số tiền* (b) c. qn de qch *trả bằng chuyển khoản cho ai*.

creáditeur, -trice [kreditœr, tris] **1.** n *chủ nợ, trái chủ* **2.** a mon compte est c. *tài khoản của tôi đều được cho vay* c. credit balance *kết số dư*.

credo [kredo] nm *tín điều*.

creáduliteá [kredylite] nf *tính hay tin, sự cả tin* crédule *nhẹ dạ cả tin*.

creáer [kree] vtr (a) *sáng tạo, tạo ra* se c. une clientèle *thu hút, tập hợp các khách hàng* le pouvoir de c. *quyền sáng tạo* c. des ennuis *tạo ra những điều phiền toái* (b) Th: *tạo ra (một vai diễn); (một vở kịch) lần đầu tiên ra mắt*.

creámailleâre [kremajɛr] nf **1.** *móc sắt để treo nồi* pendre la c. *ăn mừng nhà mới* **2.** Rail: *đường xe lửa răng cưa*.

creámation [kremasjɔ̃] nf *sự hỏa táng* crématoire **1.** a *thuộc về sự hỏa thiêu* **2.** nm *lò thiêu xác, hỏa táng*.

creámatorium [krematɔrjɔm] nm *lò hỏa táng*.

creâme [krɛm] nf **1.** (a) *kem, váng sữa* c. fouettée, c. Chantilly *kem đánh cho nổi gâteau* à la c. *bánh kem* nm un c. *cà phê sữa, cà phê pha kem* (b) F: (pers) la c. *tinh túy (của con người)* (c) Cu: c. anglaise *món kem trứng sữa đánh dậy* c. pâtissière *người làm bánh ngọt có* kem c. glacée *kem đá* c. de beauté *kem dưỡng da mặt, kem trang điểm*; c. à raser *xà phòng kem để cạo râu* **3.** a inv *(màu)* kem crémeux, -euse a *Có nhiều kem*.

creámerie [krɛmri] nf *nơi sản xuất, chế biến các thức ăn từ sữa*.

creámier, -ieâre [kremje, jɛr] n *người bán sữa*.

creámone [kremɔn] nf *chốt gài cửa*.

creáneau, -eaux [kreno] nm **1.** Fort: *lỗ đặt súng*; les créneaux *tường có lỗ châu mai*; **2.** (a) *lỗ trống, khoảng trống* Aut: faire un c. *để xe vào khoảng trống giữa 2 chiếc xe đang đậu*; (b) Com: *tình huống thuận lợi*; (c) WTel: TV: *khe (để nhét đồng tiền vào cho máy vận hành)*; crénelé *có lỗ châu mai*.

creáole [kreɔl] a & n Ethn: *người da trắng sống ở các nước thuộc địa cũ*.

creáosote [kreɔzɔt] nf *chất crêozôt*.

crêpe [krɛp] **1.** nf Cu: *bánh kẹp* **2.** nm (a) Tex:

vải nhiễu; c. satin *vải nhiễu xa-tanh* (b) *băng tang bằng vải nhiễu đen*; (c) *miếng cao su có xếp nếp dùng làm đế giày, co-rếp.*

crêper [krepe] vtr *uốn tóc thành gợn* F: se c. le chignon *nắm tóc nhau, đánh nhau.*

crêperie [krepri] nf *nơi bán và ăn bánh kếp.*

crépir [krepir] vtr *tô hồ lên mặt tường* crépi a & nm *lớp hồ chưa tráng ở bề mặt bức tường.*

crépissage [krepisaʒ] nm *sự tô hồ lên tường.*

crépitement [krepitm)] nm *tiếng lách tách, tiếng lốp đốp, lẹt kẹt.*

crépiter [krepite] vi *kêu tanh tách; (về mưa) rơi tí tách; (về cây đèn cầy) nổ lách tách.*

crépu [krepy] a *(tóc) uốn.*

crépuscule [krepyskɛ] nm *hoàng hôn, chạng vạng* crépusculaire *(ánh đỏ rực) của hoàng hôn.*

crescendo [kreʃendo] adv & nm inv *cao dần, điệu cao dần.*

cresson [kresɔ̃] nm Bot: *cải xoong*; c. de fontaine *cái xoong mọc ở dòng suối và nước chảy.*

Crête [krɛt] Prnf Geog: *đảo Crete.*

crête [krɛt] nf 1. *mào (chim)* c. de *mào gà* 2. *ngọn (sóng); đỉnh (núi, mái nhà)* 3. El: *cao điểm.*

crétin, -ine [kretɛ̃, in] 1. n (a) Med: *chứng đần độn*; (b) F: idiot cretin *người khờ khạo, ngu si* 2. a F: *khờ khạo, ngu si, đần độn.*

crétinerie [kretinri] nf *sự đần độn, ngu si.*

creusement [kr-zm)] nm *sự đào, sự khai quật.*

creuser [kr-ze] vtr 1. *đào; cày (luống cày); đào bới, khai quật*; front creusé de rides *trán hằn sâu những nếp nhăn*; ca creuse (l'estomac) *cái đó làm đói bụng, thèm ăn* 2. (a) *khai quật; đào hào giao thông; lắp đặt ống dẫn; đào giếng* Fig: c. un abiiime *đào một hố chia rẽ hai dân tộc*; (b) *nghiên cứu một vấn đề; hiểu thấu đáo (một câu hỏi)* 3. se c. *trũng vào*; se c. la tête *nặn đầu, vắt óc.*

creuset [kr-zɛ] nm *nồi nấu kim loại* Fig: *nơi đang kiến thiết lại, hoặc nơi đang có xáo trộn.*

creux, -euse [kr-, ɔz] 1. *sâu, trũng*; assiette creuse *đĩa sâu (ăn súp)*; yeux c. *mắt trũng sâu*; voix creuse *tiếng trầm*; avoir l'estomac c. *rất đói bụng, bụng đói*; période creuse *thời kỳ thiếu thốn, suy thoái*; heures creuses *giờ nằm ngoài giờ cao điểm*; paroles creuses *lời rỗng tuếch* 2. adv sonner c. *kêu tiếng to trầm* 3. nm *chỗ trũng, lỗ trũng, nơi hõm vào của con sông; chỗ phình ra của tấm buồm; chỗ lõm vào của dạ dày*; le c. des reins ; c. de la main *lòng bàn tay*; avoir un c. (dans l'estomac) *rất đói bụng.*

crevaison [krəvezɔ̃] nf Aut: *sự thủng, sự xì lốp xe.*

crevasse [krəvas] nf *vết nứt nẻ ở da, vết nứt ở bức tường, hố nẻ ở trên băng.*

crevasser (se) [səkrəvase] vpr *làm nứt nẻ; (về da) trở nên nứt nẻ.*

crêve [krɛv] nf F: avoir la c. *bị cảm lạnh.*

crêve - cœur [krɛvkœr] nm inv *mối thương tâm, đau lòng.*

crêve - la - faim [krɛvlaf(] nm inv *kẻ đói khổ khốn nạn.*

crever [krəve] v (je crève) 1. vi (a) *bị thủng, bị vỡ* mon pneu a crevé, j'ai crevé *tôi bị nổ lốp xe*; c. d'orgueil *kiêu ngạo thái quá*; c. de rire *cười vỡ bụng*; (b) *(về súc vật)* P: *(về người) chết* F: c. de faim *(*) chết đói*; *(**) quá sức đói*; on crève de chaleur ici *quá sức nóng bức (nóng đến chết)* 2. vt (a) *nổ (quả bóng); vỡ (con dê); thủng (lốp xe)*; c. le coeur à qn *làm ai đau lòng*; c. un oeil à qn *(*) chọc thủng, đâm lòi mắt ai*; *(**) làm ai mù một con mắt (trong tai nạn)* F: ca vous crève les yeux *chuyện đó sờ sờ ra trước mắt anh*; (b) c. qn *bắt ai làm việc đến kiệt sức, đến chết*; se c. au travail *làm việc đến kiệt sức.* crevant a P: *chết người; kiệt sức.* crevé a (a) *nổ, thủng*; (b) F: *chết chóc* (c) P: *kiệt sức.*

crevette [krəvɛt] nf c. grise *con tôm*; c. (rose) *con tôm thẻ.*

cri [kri] nm (a) *tiếng kêu (của súc vật, của người); tiếng kêu the thé (của súc vật); tiếng chiêm chiếp (của chim, côn trùng)* (b) *tiếng la, tiếng gọi, tiếng thét*; c. du coeur *cri de coeur tiếng lòng*; c. de guerre *tiếng kêu của chiến tranh, tiếng sắt thép*; c. d'horreur *tiếng thét kinh hoàng*; pousser un c. aigu *hét lên chát chúa*; (c) F: le dernier c. *kiểu mới nhất; hàng, vật mới nhất.*

criailler [krijaje] vi 1. *la lối, chửi mắng* 2. *than vãn, rên rỉ* F: grouse *càu nhàu*; c. après qn *càm ràm, gắt gỏng ai.*

criailleries [krijajri] nfpl *tiếng than vãn*; F: *tiếng càm ràm, eo sèo.*

criard [kriar] a (a) *hay la lối* (b) voix criarde *tiếng the thé*; couleur criarde loud colour *màu sặc sỡ, chói mắt.*

criblage [kriblaʒ] nm *sự sàng, dần, rây.*

crible [kribl] nm *cái sàng, cái dần, cái rây*; passer qch au c. *(*) sàng lọc cái gì đó*; *(**) phân tích, quan sát kỹ lưỡng cái gì.*

cribler [krible] vtr 1. *sàng, dần, rây* 2. c. qn de balles *vãi đạn lên người ai*; c. qn de questions *bủa vây ai bằng những câu hỏi*; criblé *làm thủng lỗ chỗ*; c. de dettes *nợ phủ đầu.*

cric [krik] nm Aut: *con đội, cái kích xe.*

crieáe [krije] nf (vente à la) c. *bán đấu giá*.

crier [krije] **1.** vi (a) *la hét, kêu, gào, hò hét, rêu rao*; c. de douleur *thét lên vì đau đớn*; c. après qn *quát gọi ai; c. au secours kêu cứu*; (b) *(chuột) kêu chít chít; (dế) kêu, gáy; (chim) kêu*; (c) *(cửa) kêu cót két; (d) (màu) chói* **2.** vt *rao bán hàng (rau quả)* c. qch sur les toits *công bố điều gì*; c. un ordre *công bố một chỉ thị*; c. famine *kêu gào vì đói khổ*; c. vengeance *kêu gọi báo thù*.

crieur, -euse [krijœr, -z] n *người bán hàng rao*; c. de journaux *người bán báo dạo* Hist: c. public *anh mõ làng, người rao tin*.

crime [krim] nm (a) *tội ác* Jur: *trọng tội*; (b) *tội giết người, tội cố sát*.

Crimeáe [krime] Prnf Geog: *xứ Crimée*.

criminaliteá [kriminalite] nf *sự phạm tội*. criminel, -elle **1.** a *phạm tội* **2.** n *tội phạm, kẻ sát nhân*; voilà le c. *đó là bị cáo, kẻ phạm tội*. criminellement adv *Có tính cách phạm tội*.

crin [krɛ̃] nm *lông ngựa* les crins *lông cổ và lông đuôi*; c. végétal *bông cỏ*; à tous crins *thái quá*.

crinieâre [krinjɛr] nf *bờm, lông* F: *chòm lông mũ (của người)*.

crique [krik] nf *vũng, vịnh*.

crise [kriz] nf **1.** *cơn khủng hoảng, tình trạng khẩn cấp*; c. économique *cơn khủng hoảng kinh tế*; c. du logement *khủng hoảng chỗ ở*. **2.** Med: *cơn, cơn động kinh*; c. de foie, c. cardiaque *cơn đau gan, cơn đau tim*; c. de nerfs *cơn động kinh*; piquer une c. *nổi cơn thịnh nộ*.

crispation [krispasjɔ̃] nf (a) *sự co rút cơ*, (b) *sự chọc tức*.

crisper [krispe] vtr (a) *co rút, có rúm*; visage crispé par la douleur *khuôn mặt co rúm lại vì đau đớn*; cela me crispeit *cái đó làm tôi phát cáu, bực tức*; (b) se c. *co quắp, trở nên căng thẳng*; ses mains se crispaient sur le volant *những ngón tay của nó bám chặt vào tay lái*; crispant *bị chọc tức*; crispé *yếu thần kinh, căng thẳng*.

crissement [krism)] nm *tiếng nghiến răng ken két; tiếng phấn viết ken két; tiếng thắng rít; tiếng lạo xạo của đá sỏi*.

crisser [krise] vtr & i *nghiến kèn kẹt, tạo ra một âm thanh kèn kẹt; (tiếng thắng) rít; (đá sỏi) kêu lạo xạo*.

cristal, -aux [kristal, o] nm **1.** *tinh thể*; c. de roche *thạch anh* **2.** *thủy tinh* **3.** cristaux (de soude) *tinh thể soda, xút*. cristallin, -ine **1.** a *bằng pha lê, trong như pha lê* **2.** nm Anat: *thủy tinh thể*.

cristallerie [kristalri] nf *kỹ nghệ pha lê*.

cristallisation [kristalizasjɔ̃] nf *sự kết tinh*.

cristalliser [kristalize] **1.** vtr & i to *làm kết tinh* **2.** se c. *kết tinh*.

criteâre [kritɛr] nm *tiêu chuẩn*.

criteárium [kriterjɔm] nm Sp: *cuộc đấu vòng loại*.

critique [kritik] **1.** a (a) *nghiêm trọng, cố yếu*; (b) *phê bình, chỉ trích*; esprit c. *óc phê bình* **2.** nm *nhà phê bình*; c. d'art *nhà phê bình nghệ thuật* **3.** nf (a) *sự bắt bẻ, sự phê phán*; (b) *tác phẩm phê bình*; faire la c. d'une pièce *phê bình một vở kịch*; (c) censure *sự phê bình*.

critiquer [kritike] vtr (a) *phê bình; nhìn cái gì dưới khía cạnh bắt bẻ, chỉ trích*; (b) *bình phẩm, tìm lỗi lầm, sai trái ở trong cái gì, ở ai* critiquable a *Có thể phê phán*.

croassement [krɔasm)] nm *tiếng quạ kêu, chê bai, ỉ eo*.

croasser [krɔase] vi *kêu (quạ)*.

croc [kro] nm **1.** *móc* **2.** *răng nanh, răng nanh (của chó sói)*; montrer ses crocs *nhe răng*.

croc-en-jambe [krɔkɑ̃ʒɑ̃b] nm faire un c.-en-j. à qn *ngáng chân, khoèo chân ai*; pl croche-pieds

croche [krɔʃ] nf Mus: *nốt móc*.

croche-pied [krɔʃpje] nm pl croche-pieds.

crochet [krɔʃɛ] nm **1.** (a) *cái móc* c. à boutons *cái móc nút áo*; vivre aux crochets de qn *sống bám vào ai*; (b) faire qch au c. *đan móc cái gì* **2.** c. de serrurier *cái móc để mở khóa của thợ ống khóa* **3.** *nanh (của rắn)* **4.** Typ: *dấu ngoặc* **5.** faire un c. *(đường) quanh bất thình lình*; *(về người) đi rẽ ngang* **6.** Box: *cú đánh móc*.

crocheter [krɔʃte] vtr (je crochète, n. crochetons) *mở khóa bằng móc*.

crochu [krɔʃy] a *(mũi) quằm; (ngón tay) cong*.

crocodile [krɔkɔdil] nm *con cá sấu*.

crocus [krɔkys] nm Bot: *cây nghệ tây*.

croire [krwar] v (prp croyant pp cru) **1.** vtr (a) c. qch *tin vào cái gì*; il est à c. que + ind *có thể là*; tout porte à c. que *mọi cái đều chứng minh để tin rằng*; F: faut pas c. ! *không nên tin tưởng !* je ne crois pas que cela suffise *tôi không tin là cái đó thỏa đáng*; je crois que oui *tôi tin như vậy*; n'en croyez rien! *đừng tin vào bất cứ cái gì!* à ce que je crois *ý kiến của tôi là*; on se croirait en octobre *người ta tưởng là đang tháng mười*; je vous croyais anglais *tôi tưởng anh là người Anh*; j'ai cru bien faire *tôi tin là tôi đã làm tốt*; il ne croyait pas si bien dire *nó không biết là phải trái như thế nào*; il se croit tout permis *nó tin là nó có thể tự làm mọi cái*; il se croit malin *nó tưởng là nó lanh lợi*; (b) c. qn *tin tưởng vào ai*; me croira qui voudra, mais ai *muốn tin tôi* thì tin, nhưng; vous pouvez m'en c. *anh có tin vào tôi*; à l'en c., s'il faut l'en c., ce n'est pas difficile *không khó khăn chút nào để tin tưởng vào nó*; je ne pouvais en c. mes yeux *tôi không thể tin vào mắt mình được*. 2. vi (a) *tin vào sự hiện hữu (của cái gì)*; c'est à ne pas y c. *không thể tin vào điều đó được*; le médecin crut à une rougeole *bác sĩ tin đó là bệnh sởi*; Corr: veuillez c. à mes sentiments distingués *xin hãy tin tưởng nơi đây lòng biết ơn chân thành của tôi*; (b) (à, en) *tin tưởng vào*; il ne croit plus *nó không còn tin tưởng (vào Chúa trời)*.

croisade [krwazad] nf Hist: *cuộc thập tự chinh*.
croiseá [krwaze] 1. a (a) *tréo nhau*; mots croisés *ô chữ* Arg: race croisée *giống lai*; (b) *(áo) hai lớp* 2. nm *thập tự quân*.
croiseáe [krwaze] nf 1. *cắt ngang, cắt nhau*; à la c. de chemins *vào các ngã đường cắt nhau* 2. *khung cửa sổ*.
croisement [krwazm)] nm 1. *chỗ giao nhau, chỗ cắt nhau*; 2. *(nơi đường phố) giao nhau* c. (de routes) *giao lộ* 3. (a) *sự lai giống*; (b) *vật lai, giống lai*.
croiser [krwaze] 1. vtr (a) *tréo nhau, cắt nhau*; c. les bras (*) *khoanh tay*; (**) *từ chối một công việc*; c. qn dans l'escalier *gặp ai khi lên (xuống) cầu thang*; nos lettres se sont croisées *thư của chúng ta đã gặp tréo nhau ở bưu điện*; (b) *lai tạo, pha giống (vật, cây cối)* 2. vi (a) *(áo quần) gài chéo* Nau: *tuần tra trên biển* 3. se c. (a) *giao nhau, tréo nhau*; leurs regards se sont croisés *cặp mắt của chúng bắt gặp nhau*; (b) le cheval peut se c. avec l'âne *con ngựa có thể lai giống với con lừa*.
croiseur [krwazœr] nm Nau: *tuần dương hạm*.
croisieâre [krwazjer] nf *cuộc tuần phòng trên biển*; allure, vitesse, de c. *vận tốc rất nhanh*.
croissance [krwas)s] nf *sự sinh trưởng, phát triển*.
croissant [krwas)] nm 1. *trăng lưỡi liềm* 2. Cu: *bánh lưỡi liềm, bánh croa-xăng*.
croissanterie [krwas)tri] nf *tiệm bán bánh croa-xăng*.
croître vi (prp croissant; pp crû f crue pr ind je croiiis, il croiiit) *lớn lên, phát triển (về độ lớn); (về mặt trăng) đầy dần; (về con sông) dâng nước lên; (về sức nóng) càng lúc càng tăng lên; (về ngày) trở nên dài ra*.
croix [krwa] nf 1. (a) *hình chữ thập* la Sainte C. *cây thập tự giá*; mettre en c. *đóng đinh lên thập tự giá*; mise en c. *sự đóng đinh lên thập giá*; faire le signe de (la) c. *làm dấu thánh giá*; (b) c'est la c. et la bannière pour faire *thật khó khăn, khó lòng để làm*; la C. Rouge *hội thập tự đỏ*; Mil: la C. de Guerre *huy chương binh hình*

chữ thập. 2. (a) mettre les bras en c. *có lòng bác ái, thương người*; marquer qch d'une c. *đánh dấu chữ thập vào cái gì*; F: faire une c. sur qch *dừng một công việc gì lại*; (b) c. gammée *chữ vạn*.
croquemitaine [krɔkmitɛn] nm *ông kẹ, ông ba bị* pl croquemitaines
croque - monsieur [krɔkməsj-] nm inv *bánh xăng uých kẹp thịt và phô-ma*.
croque - mort [krɔkmɔr] nm F: *phu đám ma* pl croque - morts.
croquer [krɔke] 1. vi (a) *cắn, gặm bằng răng (một trái cây)*; (b) c. dans une pomme *cắn vào quả táo* 2. vtr (a) *dòn tan*; chocolat à c. *sô-cô-la dòn không có sữa*; (b) *phác thảo, phác họa* F: elle est jolie à c. *cô ta đẹp như tranh*. croquant a *dòn, kêu răng rắc*.
croquet [krɔke] nm Games: *môn bóng vồ*.
croquotte [krɔkɛt] nf Cu: *bánh rán nhân thịt*.
croquis [krɔki] nm *bức phác thảo*.
crosse [krɔs] nf 1. *tượng của giám mục* 2. Sp: *cây đánh hốc cây; gậy đánh gôn*; F: chercher des crosses à qn *tìm cách gây gổ ai*; 3. *cú (tát); báng (súng)*.
crotale [krɔtal] nm *rắn chuông*.
crotte [krɔt] nf (a) *phân thú vật* c. de chien *phân chó*; (b) c. de chocolat *kẹo sô-cô-la viên*; (c) O: *bùn*.
crotter [krɔte] vtr *làm bẩn, làm vấy bùn*; crotté *vấy bùn*.
crottin [krɔt(] nm *phân ngựa*.
crouler [krule] vi (a) *sụp đổ, đổ nhào*; (b) *bị suy sụp, tiêu tán*; Th: faire c. la salle *làm sụp cả căn phòng (bằng tiếng vỗ tay)*. croulant 1. *xiêu vẹo, sụp đổ (nhà cửa); làm lung lay (một đế chế)* 2. nm P les croulants *người lớn tuổi*.
croup [krup] nm Med: *bệnh yết hầu*.
croupe [krup] nf 1. *mông, phía sau đuôi (ngựa)* monter en c. *ngồi trên lưng ngựa (sau lưng người khác)*. 2. *đỉnh đồi*.
croupier [krupje] *người hồ lỳ (ở sòng bạc)*.
croupir [krupir] vi 1. *sống, đắm mình trong ô nhục, đồi bại*. 2. *(nước) tù hãm; tù hãm*.
CROUS [krus] abbr Centre régional des;uvres universitaires et scolaires
croustiller [krustije] vi *nhai giòn tan (thức ăn)*.
croustillant a *giòn tan* Fig: *sỗ sàng, thô tục (chi tiết)*.
croûte [krut] nf 1. *phần vỏ cứng (của bánh mì, bánh nướng); Bề mặt cứng của (của phô-mát)*; la c. terrestre *phần vỏ của quả đất*; F: casser la c. *ăn (lót dạ)* F: à la c. ! *Nào, cầm đũa !* F: gagner sa c. *sinh sống, tìm kế sinh nhai*. 2. *vảy*

đóng ở vết thương; **3.** lớp da thú (về phía thịt) **4.** F: Pej: (a) vieille c. người bảo thủ, lạc hậu; (b) bức họa xấu.

croûton [krutɔ̃] nm **1.** mấu bánh mì **2.** Cu: bánh mì chiên giòn **3.** P: người hủ lậu.

croyance [krwajɑ̃s] nf (à, en) sự tin tưởng (ở) croyable Có thể tin được; pas c. không nên tin, không thể tin được.

croyant, -ante [krwajɑ̃,)t] n tín đồ.

CRS abbr Compagnie républicaine de sureté Hội viên công ty cộng hòa về bảo hiểm.

cru[1] [kry] a Sống, tươi, chưa nấu chín (thức ăn); thô (nguyên vật liệu); chói (màu); sống sượng (lời đùa giỡn); monter à c. cưỡi ngựa không yên. cruuument adv Một cách sống sượng, trân tráo.

cru[2] nm vùng, vườn trồng nho vin du c. rượu địa phương, thổ sản; un grand c. loại rượu lâu năm nổi tiếng; une histoire de son (propre) c. một câu chuyện do nó tự đặt ra.

cruauteá [kryote] nf lòng độc ác, tính hung bạo (đối với).

cruche [kryʃ] nf (a) cái hũ, bình có quai (b) F: người ngu ngốc.

crucial, -iaux [krysjal, jo] a chủ yếu, mấu chốt.

crucifier [krysifje] vtr đóng đinh trên thập tự giá.

crucifix [krysifi] nm inv tượng Chúa bị đóng đinh, cây thập tự giá.

crucifixion [krysifiksjɔ̃] nf sự đóng đinh trên thập tự giá.

cruditeá [krydite] nf **1.** rau tươi, rau sống **2.** (a) sự sống sượng về màu sắc; sự chói lòa của ánh sáng; (b) thô tục (sự diễn đạt).

crue [kry] nf sự dâng nước (của con sông); nước lớn; rivière en c. sông trong mùa nước lớn.

cruel, -elle [kryɛl] a tàn bạo (đối với); dã man (thí nghiệm) cruellement adv Một cách tàn bạo, dã man.

crûment [krym)] adv Xem cru.

crustaceá [krystase] nm loài hến, tôm, cua; loài giáp xác.

crypte [kript] nf hầm mộ ở nhà thờ.

crypteá [kripte] a télévision cryptée pay television Truyền hình tự động.

Cuba [kyba] Prnf nước Cu-ba cubain, -aine a & n người Cuba.

cube [kyb] **1.** nm (a) Mth: khối lập phương; élever au c. tam thừa (một số); (b) vật có hình khối bằng gỗ để trẻ em chơi trò xây cất **2.** a mètre c. mét khối; cubique Có hình khối.

cuber [kybe] **1.** vtr Mth: tam thừa một số **2.** vi (a) c. 20 litres có một dung tích 20 lít; (b) F: tăng số lượng lên.

cubisme [kybizm] nm Art: trường phái lập thể cubiste a & n Thuộc trường phái lập thể, người theo trường phái lập thể.

cubitus kybitys nf Anat: xương trụ.

cueillette [kœjɛt] nf (a) sự thu hoạch, sự hái (hoa, quả); (b) vụ mùa, vụ thu hoạch.

cueillir [kœjir] vtr (prp cueillant; pr ind je cueille fu je cueillerai) hái, trẩy (hoa, quả); hôn trộm; gặt hái thành công; F: c. qn (*) gặp ai tình cờ; (**) bắt, tóm ai.

cuiller, cuilleâre [kɥijer] nf **1.** (a) cái muỗng, cái thìa; c. à soupe muỗng súp; c. à café (*) muỗng (đựng) cà phê; (**) loại muỗng nhỏ, muỗng cà phê (b) (c) môi cầu (hình muỗng) **2.** P: bàn tay.

cuillereáe [kɥijre] nf muỗng.

cuir [kɥir] nm **1.** (a) Anat: c. chevelu đau đầu; (b) **2.** c. vert da thô; c. vernis da đánh bóng.

cuirasse [kɥiras] nf **1.** áo giáp **2.** vỏ bọc thép (vỏ tàu chiến, xe tăng).

cuirasseá [kɥirase] nm tàu bọc thép.

cuirasser [kɥirase] vtr **1.** mặc áo giáp (chiến binh); se c. contre qch cứng rắn đối với cái gì **2.** bọc thép cho một con tàu.

cuirassier [kɥirasje] nm Mil: lính thiết giáp.

cuire [kɥir] v (prp cuisant pp cuit; pr ind je cuis, n. cuisons fu je cuirai) **1.** vtr (a) nấu; c. à l'eau luộc; c. au feur to bake nướng, nung.

Dd

D¹, d [de] nm *(chữ)* D, d
D² abbr (route) départementale *(đường)* Thuộc tỉnh
DAB abbr Distributeur automatique de billett *Máy phân phối vé tự động*
dac, d'ac [dak] int *Đồng ý*
dactylo [daktilo] nf (a) *Người đánh máy chữ, đã tự viên;* (b) *Sự, nghề đánh máy chữ*
dactylographie [daktilɔgrafi] nf *Nghề đánh máy chữ*
dactylographier [daktilɔgrafje] vtr *Đánh máy chữ*
dada [dada] nm **1.** *(ngôn ngữ trẻ con) Con ngựa* **2.** *Con ngựa gỗ; sở thích*
dadais [dadɛ] nm grand d. *Người ngốc nghếch, ngớ ngẩn*
dague [dag] nf *Con dao găm*
dahlia [dalja] nm *Hoa thược dược*
daigner [dɛɲe] vtr *Hạ cố, đoái hoài;* elle n'a même pas daigné me voir *Cô ta không thèm nhìn tôi*
daim [dɛ̃] nm *Con hoẵng* (peau de) d. *(*) Da hoẵng (**) Da đanh*
dais [dɛ] nm *Tán, màn, trướng*
dallage [dalaʒ] nm *Sự lát đá, sự lát đường*
dalle [dal] nf (a) *(đá) Lát đường, lát lề đường* (b) *Phiến (đá cẩm thạch)* (c) je n'y vois que d. *Tôi không thấy gì cả* (d) avoir la d. *Chết vì đói*
daller [dale] vtr *Lát đá*
daltonisme [daltɔnism] nm *Bệnh mù sắc, bệnh loạn sắc.* daltonien, -ienne a, n *Người mắc bệnh loạn sắc*
dam [dɛ̃] nm au grand d. de qn. *Rất tức giận về ai*
dame¹ [dam] nf **1.** (a) *Bà, quí bà;* (b) *Bà (đàn bà đã có chồng)* votre d. *Vợ của bạn, bà chủ nhà*; (c) d. d'honneur *Thị nữ, người nữ hầu trong cung*; d. de compagnie *Người nữ đồng hành* **2.** (a) jeu de dames *Cờ đam, cờ hoàng hậu, cờ vua*: (b) *(cờ nháy) Con vua; (cờ vua) con hậu;* aller à d. *(*) (cờ nháy) Đi con vua (**) (cờ vua) Đi con hậu.*

dame² int d. oui ! *Tốt, vâng ! dĩ nhiên !*
damer [dame] vtr **1.** *(cờ nháy) Ăn một con cờ;* d. le pion à qn *ăn, hơn ai* **2.** *Đập, nện (đất)*
damier [damje] nm *Bàn cờ;* tissu en damier *Vải ô vuông, vải carô*
damnation [dɑnasjɔ̃] nf *Sự đày đọa*
damner [dɑne] vtr **1.** *Đày đọa, gây họa cho người khác* **2.** se d. *Tự đày đọa mình, tự chuốc họa vào thân.* damné, -ée a, n *Bị đày đọa*
dancing [dɑ̃siŋ] nm *Vũ trường*
dandinement [dɑ̃dinmɑ̃] nm *Dáng đi nũng nịnh*
dandiner (se) [sədɑ̃dine] vpr *Đi nũng nịnh*
dandy [dɑ̃di] nm *Người bánh bao, công tử*
Danemark [danmark] Np *Đan Mạch*
danger [dɑ̃ʒe] nm *Sự nguy hiểm, tai nạn;* à l'abri du d. *Ngoài vòng hiểm nguy;* courir un d. *Gặp nguy hiểm, gặp nạn, ngộ nạn;* il n'y a pas de d. *Không có gì đáng lo;* mettre en d. *Gây nguy hiểm;* sans d. *an toàn;* pas de d.! *Không có gì phải lo âu!* hors de d. *Nằm ngoài danh mục các bệnh hiểm nghèo;* d. public *Mối đe dọa cho công chúng.* dangereux, -euse a (pour) *Nguy hiểm (cho ai).* dangereusement adv. *Một cách nguy hiểm.*
danois, -oise [danwa, waz] **1.** a *Thuộc về Đan Mạch* **2.** n *Người Đan Mạch;* grand D. *Giống chó Đan Mạch* **3.** nm *Tiếng Đan Mạch.*
dans [dɑ̃] prep **1.** *(vị trí)* (a) *Ở trong;* d. une boite *Trong một cái hộp;* lire qch d. un journal *Đọc cái gì ở trong báo;* (b) *Bên trong, trong;* d. un rayon de dix kilomètres *Trong vòng bán kính mười cây số;* (c) *Vào trong;* mettre qch d. une boite *Đặt cái gì vào trong hộp;* tomber d. l'oubli *Rơi vào quên lãng;* (d) *Ở trong;* boire d. un verre *Uống nước, (ở trong một cái ly);* copier qch d. un livre *Chép cái gì ở trong sách* **2.** *(về thời gian) Trong, trong khoảng* d. le temps *Lâu lắm rồi, thời xa xưa;* je serai prêt à partir d. cinq minutes *Tôi sẵn sàng để ra đi trong vòng năm phút;* payer d. les dix jours *Trả tiền trong vòng mười ngày;* cela coute d. les 10 francs *Cái đó trị giá vào khoảng mười quan.* **3.** (a) être d. le commerce *Đang giao dịch mua*

bán; (b) d. les circonstances *Trong trường hợp bị bắt buộc phải*; être d. la nécessité de *Bị bắt buộc phải*; d. ce but *Với mục đích đó, nhằm mục đích như vậy*

danse [dɔ̃s] nf *Sự nhảy múa, sự khiêu vũ;* d. de Saint-Guy *Chứng run giật St Vitus;* professeur de d. *Thầy dạy khiêu vũ*

danser [dɑ̃se] vi *Nhảy múa*; faire d. qn (*) *Hành hạ ai;* (**) *Hướng dẫn ai học nhảy*; faire d. l'anse du panier *Ăn lời, ăn bớt*. dansant a *Nhảy múa, (bước chân) nhảy chồm lên; (âm điệu) sống động*; soirée dansante *Buổi dạ vũ*

danseur, euse [dɑ̃sœr, -z] n (a) *Vũ nữ* (b) *Người bạn nhảy* (c) en danseuse *Đứng lên trên hai pê-đan (đi xe đạp)*

dard [dar] nm (a) *Nọc (của côn trùng)*; (b) *Lưỡi (ngọn lửa)*

darder [darde] vtr **1**. *Phóng, đâm (bằng vật nhọn) phóng lao*; il a dardé sur moi un regard chargé de haine *Nó nhìn chòng chọc vào tôi bằng cặp mắt đầy thù hận* **2**. *(gai) Chích*

dare-dare [dardar] adv *Mau mau, gấp gấp, vội vàng*

datation [datasjɔ̃] nf *Sự ghi ngày*

date [dat] nf *Ngày tháng, thời hạn*; sans d. *Vô thời hạn*; en d. du... *Có ghi ngày...;* prendre d. pour qch *Ấn định thời hạn cho một việc gì*; faire d. *Đáng ghi nhớ*; être le premier en d. *Đến đầu tiên, đến trước tiên*; je le connais de longue d. *Tôi đã quen biết nó thời gian khá lâu*; d. limite *Thời gian quá hạn, hết hạn*

dater [date] **1**. vtr *Ghi ngày tháng (vào một lá thư)*; non daté *Không đề ngày* **2**. vt (de) *Tính từ ngày*; à d. de ce jour *Kể từ ngày hôm nay*; de quand être votre dernier repas? *Anh vừa ăn khi nào? Bữa ăn vừa rồi của anh diễn ra khi nào?* qui date (*) *Đáng ghi nhớ;* (**) *Có đã từ lâu (áo quần)*

dateur [datœr] **1**. nm *Lịch ngày tháng ở đồng hồ đeo tay* **2**. a, nm (tampon) d. *(con dấu) Ghi ngày tháng*

datif, -ive [datif, iv] a, nm *Tặng cách*

datte [dat] nf *Trái chà là*

dattier [datje] nm *Cây chà là*

daube [dob] nf *Cách nấu nhừ, sự nấu nhừ*; boeuf en d. *Thịt bò nấu nhừ*

dauphin [dofɛ̃] nm **1**. *Cá heo* **2**. (a) *Hoàng thái tử*; (b) *Người kế vị*

davantage [davɑ̃taʒ] adv (a) *Hơn, thêm, hơn nữa*; il m'en faut d. *Tôi cần nhiều hơn nữa*; je n'en dis pas d. *Tôi không nói gì nhiều hơn đâu*; nous ne resterons pas d. *Chúng tôi không ở lại lâu đâu*; se baisser d. *Hạ thấp hơn nữa*; chaque jour d. *Từng ngày qua*; (b) elle en a d. que lui *Cô ta có nhiều (khá giả) hơn nó*

DCA abbr Défence contre avions *Súng phòng không*

DDT abbr dichloro - diphényl - trichloréthane *DDT*

de [də] **1**. prep (a) *Của*; l'idée est de moi *Cái ý tưởng đó là của tôi*; il l'a oublié ? c'est bien de lui ! *Nó đã quên cái đó rồi à ? chính là của nó mà!*; du matin au soir *Từ sáng đến tối*; de vous à moi *giữa Hai chúng ta*; de 20 à 30 personnes *Khoảng từ 20 đến 30 người*; de jour en jour *Ngày này qua ngày khác*; (b) *Thời gian* il partit de nuit *Nó ra đi vào ban đêm*; de mon temps *Vào thời của tôi*; six heures du matin *Sáu giờ sáng*; (c) *(tác nhân)* accompagné de ses amis *Dắt theo bởi những người bạn của nó*; la statue est de Rodin *Pho tượng đó là của Rodin*; j'ai fait cela de ma propre main *Tự tay tôi làm lấy cái đó*; (d) *(cách, lối)* regarder qn d'un air amusé *Nhìn ai với vẻ diễu cợt*; (e) *(lý do)* sauter de joie *Nhảy xổ lên vì vui mừng*; je tombais de fatigue *Tôi là người vì mệt*; mourir de faim *Chết vì đói*; de soi-même *Với chính mình*; (f) *(đo lường)* âgé de seize ans *được 16 tuổi*; homme de trente ans *Người đàn ông 30 tuổi*; ma montre retarde de dix minutes *Đồng hồ đeo tay của tôi đi chậm 10 phút*; la terrasse a 20 mètres de long *Sân thượng có 20 mét bề dài*; chèque de 1000 F *tấm chi phiếu 1000 quan*; gagner cent francs de l'heure *Làm ra 100 quan một giờ*; (g) digne d'éloges *Xứng đáng với lời khen*; heureux de partir *Sung sướng vì ra đi*; content de qch *hài lòng về việc gì*; **2**. prep. (a) le livre de Pierre *Cuốn sách của Pierre*; le toit de la maison *Mái nhà*; la conférence de Berlin *Hội nghị Berlin*; (b) un pont de fer *Chiếc cầu sắt*; (c) le professeur de français *Giáo sư dạy môn tiếng Pháp*; le journal d'hier *Tờ báo của ngày hôm qua*; (d) un verre de vin *Một ly rượu*; quelque chose de bon *Một cái gì tốt đẹp (ngon miệng)*; je ne l'ai pas vu de la soirée *Tôi đã không thấy nó trong suốt buổi tối*; (e) près de la maison *Gần nhà;* autour du jardin *Quanh khu vườn*; à partir de ce jour-là *Từ ngày đó trở đi*; (f) approcher de Paris *(xích) Gần đến Paris*; manquer de courage *Thiếu can đảm*; convenir d'une erreur *Mắc một lỗi lầm, tạo một lỗi lầm*; se souvenir de qch *Nhớ lại cái gì*. **3**. (a) le mieux était de rire *Điều tốt nhất là nên cười*; je crains d'être en retard *Tôi ngại phải đến trễ*; (b) la ville de Paris *Thành phố Paris*; un drôle de type *một thứ khùng khùng*; il y eut trois hommes de tués *Có ba người bị giết*; c'est d'un réussi ! *Đúng là một thành công !* **4**. il faut acheter du pain *Phải mua bánh mì*; n'avez-vous pas d'amis ? *Anh không có bạn bè sao ?*; sans faire de fautes *Không làm sai lỗi*; *donnez-nous de vos nouvelles Cho chúng tôi biết về tin tức của anh*; *avez-vous du pain ? Anh có bánh mì không?*; mettre des heures à faire qch *Bỏ thì giờ ra để làm cái gì.*

deá[1] [de] nm (a) *Con súc sắc*; dés pipés *Con súc sắc gian lận*; les dés sont jetés *Định mệnh đã an bài, việc đã quyết rồi*; (b) couper en dés *Cắt hột lựu, xắt rau quả thành hình xúc xắc*

deá[2] nm dé (à coudre) *Cái đê (để khâu)*

DEA abbr Diplôme d'études approfondies *Chứng chỉ nghiên cứu chuyên sâu*

deáambulateur [de)bylatœr] nm *Người đi tán bộ*

deáambuler [de)byle] vi *Đi dạo chơi (loanh quanh)*

deábêcle [debɑkl] nf **1.** *Sự tan băng* **2.** *Sự tan vỡ* **3.** *Sự tháo quân (thua chạy)*

deáballage [debalaʒ] nm (a) *Sự tháo gói, sự tháo kiện hàng*; (b) *Sự bày hàng*

deáballer [debale] vtr **1.** *Tháo gói, tháo kiện hàng* **2.** *Bày hàng*

deábandade [deb)dad] nf *Sự tháo chạy tán loạn (quân đội); lồng chạy (ngựa)*; à la d. *Mọi cái sẽ đến chỗ sụp đổ*; tout va à la d. *Tất cả mọi cái cuối cùng sẽ đến chỗ sụp đổ*

deábander [deb)de] vtr **1.** *Tháo băng khỏi (vết thương)* **2.** se d. *Chạy tán loạn*

deábaptiser [debatize] vtr *Đổi tên*

deábarbouiller [debarbuje] vtr **1.** d. qn *Giúp ai thoát khỏi khó khăn* **2.** se d. *Rửa mặt*

deábarcadeâre [debarkadɛr] nm *Bến bốc dỡ tàu thuyền*

deábardeur [debardœ r] nm **1.** *Người làm công việc bốc xếp ở bến cảng* **2.** *Áo mai-ô bó cụt tay*

deábarquement [debarkəm)] nm *Sự dỡ hàng (tàu hàng); sự xuống (hành khách)*

deábarquer [debarke] vtr (a) *Sự dỡ hàng (tàu hàng); sự xuống (hành khách); sự hạ cánh (phi công)*; (b) *Tống khứ, đuổi ai* **2.** vi (a) *Lên bờ, rời (tàu); xuống (tàu hỏa)*; elle a débarqué hier soir *Cô ta đã trở về tối hôm qua*; (b) explique-moi - je débarque *Giải thích cho tôi đi - Tôi không an tâm về điều này*

deábarras [debara] nm (a) bon d.! *Tốt, thế là rảnh nợ !* (b) (chambre de) d. *Phòng chứa đồ cồng kềnh*

deábarrasser [debarase] vtr **1.** *Dẹp gọn; thu dọn (bàn ăn)*; d. qn de *Cất gánh nặng cho ai, giúp ai thoát khỏi sự bực bội*; d. le plancher *Quét sạch sàn nhà, quét nhà* **2.** se d. de qch *Thoát khỏi một cái gì phiền toái*

deábat [deba] nm **1.** *Cuộc tranh luận, thảo luận* **2.** *Cuộc bàn cãi*

deábattre [debatr] vtr **1.** *Bàn cãi, tranh luận*; prix à d. *Giá thỏa thuận* **2.** se d. *Cãi nhau, tranh luận nhau.*

deábauchage [deboʃaʒ] nm *Sự cho thôi việc (thợ thuyền)*

deábauche [deboʃ] nf *Sự trụy lạc, sự sống buông thả.* débauché, -ée **1.** a *Trác táng, trụy lạc* **2.** n *Người trác táng, trụy lạc*

deábaucher [deboʃe] vtr **1.** (a) *Rủ rê, dẫn ai vào chỗ trụy lạc*; d. la jeunesse *Đồi bại hóa thanh niên*; (b) *Cho nghỉ việc, đuổi việc (thợ thuyền)* **2.** *Xúi giục, rủ rê ai bỏ việc*

deábiliteá [debilite] nf *Sự yếu đuối, suy nhược*; pl *Hoàn toàn vô lý*; d. mentale *Thần kinh chậm phát triển.* débile **1.** a *Ốm yếu, bệnh hoạn (trẻ em); yếu ớt* ; *ngốc nghếch* **2.** n un(e) d. mental(e) *Người bị suy nhược thần kinh*

deábiliter [debilite] vtr *Làm yếu sức, làm suy nhược*

deábiner [debine] vtr **1.** *Nói xấu ai* **2.** se d. *Chuồn, trốn đi*

deábit[1] [debi] nm **1.** (a) *Sự bán lẻ*; (b) *Cửa hàng bán lẻ* d. de tabac *Cửa hàng bán thuốc lá (lẻ)*; d. de boissons bar, café *Quán rượu, quán càphê* **2.** (a) *Lượng nước thoát ra từ ống bơm; dòng chảy (của sông)*; (b) *Sự sản xuất; lượng điện cung cấp* **3.** *Sự nói ra (của nhà hùng biện)*

deábit[2] nm *Tiền nợ, số nợ*

deábitant, -ante [debit),)t] n d. de tabac *Người bán thuốc lá lẻ*

deábiter[1] [debite] vtr **1.** *Bán lẻ*; **2.** *Cắt ra từng mảnh (thức ăn)* **3.** *Tuôn ra, sản sinh ra* ; *sản xuất* **4.** d. des sottises *Nói những điều ngu ngốc*

deábiter[2] vtr *Biên vào sổ nợ, số mua chịu*

deábiteur, -trice [debitœ r, tris] **1.** n *Người mắc nợ* **2.** a compte d. *Số nợ*

deáblais [deblɛ] nmpl **1.** *Quả đất, thế giới* **2.** *Xà bần, gạch vụn*

deáblaiement [deblɛm)] nm *Sự san bằng (đất đai)*

deáblayer [deblɛje] vtr (je déblaye, je déblaie) **1.** *Dẹp sạch (mặt đất); dọn sạch tuyết* **2.** d. un terrain *(*) Dọn sạch miếng đất; (**) Dọn đường (để thương nghị)*

deáblocage [deblɔkaʒ] nm *Sự giải vây, sự giải tỏa, sự thả nổi (giá cả).*

deábloquer [deblɔke] vtr **1.** *Thả hãm cho máy chạy* **2.** *Thả, thả tự do; thả nổi (giá cả)* **3.** vi *Nói ba hoa, nói vớ vẩn*

deáboire [debwar] nm *Sự khổ tâm, thất vọng; vị đắng sau khi uống rượu*

deáboisement [debwazm)] nm *Sự phá rừng*

deáboiser [debwaze] vtr *Phá hủy rừng*

deáboitement [debwatm)] nm *Sự trật xương,*

deáboiter [debwate] vtr **1.** *Phân nhánh (ống dẫn nước)* **2.** *Làm sai khớp xương*; se d. l'épaule *Bị lọi bả vai* **3.** vi *Đối tuyến đường*

deábonnaire [debɔnɛr] a *Quá tốt, quá hiền lành, quá dễ dãi*

deábordement [debɔrdəm)] nm **1.** (a) *Sự tràn ra, sự trào ra*; d. d'injures *Tuôn ra một tràng chửi rủa*; (b) pl *Sự thái quá* **2.** *Sự đi sát nách (quân thù), sự áp sát quân thù*.

deáborder [debɔrde] vtr, i *Tràn ra*; plein à d. *Đầy tràn*; elle déborde de vie *Cô ta tràn trề sức sống*. **2.** vtr (a) *Nhô ra, lòi ra, thừa ra*; (b) *Tràn ra*; (c) *Tháo vải bọc giường*. débordant a **1.** *Tràn ra, tràn ngập, tràn trề (sức khỏe)* **2.** *Nhô ra, lòi ra*. débordé a **1.** *Tràn ra* **2.** *Bận rộn công việc, bù đầu vì công việc*.

deábouchage [debuʃaʒ] nm *Sự giải tỏa*

deáboucheá [debuʃe] nm **1.** *Lối thông ra của một con đường*; **2.** *Dịp may, thời cơ, nơi tiêu thụ hàng hóa*

deáboucher[1] [debuʃe] vtr **1.** *Tháo nước ra (ống nước)* **2.** *Mở nút (chai)*

deáboucher[2] vi *Trào lên, chảy vào*; d. sur *Dẫn đến*

deáboucler [debukle] vtr *Mở khóa (dây nịt)*

deábouler [debule] vi **1.** *Lăn, chạy xuống rất nhanh* **2.** d. chez qn *Đi ngang qua nhà ai, xuất hiện trước nhà ai*

deáboulonner [debulɔne] vtr *Tháo bù loong ra*; d. qn *Cướp của nhà ai*

deábours [debur] nm *Tiền bỏ ra, tiền tiêu*

deábourser [deburse] vtr *Trả tiền, tiêu tiền*

debout [dəbu] adv (a) *(vật) Dựng thẳng, để đứng thẳng, (người) đứng thẳng*; mettre qch d. *Để đứng cái gì*; tenir d. *Giữ đứng thẳng*; se tenir d. *Đứng thẳng*; places d., seulement *Hạng đứng*; ça ne tient pas d. *Cái đó không có lý do để đứng vững được*; se remettre d. *Dựng lên, dựng lại*; rester d. *Đứng thẳng nguyên tại chỗ*; conte à dormir d. *Chuyện hoang đường*; (b) *(người) Đứng dậy*; allons, d.! *Nào ! đứng dậy nào*

deáboutonner [debutɔne] vtr **1.** *Mở nút, cúc áo* **2.** se d. *Tự mở cúc áo*

deábrailleá [debraje] **1.** a *(người) Ăn mặc xộc xệch, lôi thôi; (vé bên ngoài) bấn thỉu; (cung cách) thô lỗ* **2.** nm *Sự ăn mặc lôi thôi, lếch thếch*

deábrancher [debrɑ̃ʃe] vtr *Ngắt điện, cắt điện*

deábrayage [debrejaʒ] nm **1.** *Sự tắt máy* **2.** *Đình công*

deábrayer [debreje] vi (je débraye, je débraie) **1.** *Ngắt máy* **2.** *(tham gia) Đình công*

deábrideá [debride] a *Thả lỏng, buông cương ngựa*

deábris [debri] nmpl *Mảnh vụn, mảnh vỡ, mẩu nhỏ*

deábrouiller [debruje] vtr **1.** *Gỡ ra (chỉ)*; d. une affaire *Gỡ rối một công việc* **2.** se d. *Xoay xở, tháo vát*; qu'il se débrouille *Nó tự xoay xở lấy*; débrouillez-vous! *Các anh tự lo liệu lấy!* débrouillard, -arde **1.** a *Tháo vát, lanh lợi, khéo xoay xở* **2.** n *Người giỏi tháo vát*. débrouillardise nf *Tính tháo vát, lanh lợi*

deábroussailler [debrusaje] vtr **1.** *Phát quang, phá bụi rậm* **2.** *Làm cho sáng sủa (một vấn đề)*

deábusquer [debyske] vtr *Đuổi ra khỏi nơi trú ẩn*

deábut [deby] nm **1.** *Sự xuất hiện trên sân khấu lần đầu tiên (diễn viên)*; faire ses début *Xuất hiện lần đầu*; société à ses débuts *bạn bè từ thuở nhỏ* **2.** *Bắt đầu, khởi đầu*; dès le d. *ngay từ đầu*; au d. des hostilités *Bước bộc phát của sự thù nghịch*; appointements de d. *Lương khởi đầu*

deábutant, -ante [debytɑ̃),)t] **1.** n *Người mới bắt đầu, người mới tập việc, diễn viên đang học nghề* **2.** a *Mới tập việc*

deábuter [debyte] vt **1.** *Mới vào nghề, mới xuất hiện lần đầu* **2.** *Bắt đầu, khởi sự*

deçà [dəsa] (a) adv d. et delà *Đây đó*; (b) en d. de qch *Ở bên này*; rester en d. de la verité *Thiếu cơ sở, sự thật*

deácachetage [dekaʃtaʒ] nm *Sự bóc ra, sự mở ra*

deácacheter [dekaʃte] vtr *Bóc ra, mở ra, bóc (thư)*

deácade [dekad] nf (a) *Khoảng, thời gian 10 ngày*; (b) *thập kỷ*

deácadence [dekad)s] nf *Sự đổi trụy, sự suy tàn*. décadent a *Suy đổi, suy tàn*; nm *(sinh, sử) Văn nghệ phái suy đổi*

deácafeáiner [dekafeine] vtr *Khử càphêin*; un café décaféiné, n un décaféiné, un déca *(một ly) Cà phê được khử caphêin*.

deácalage [dekalaʒ] nm (a) d. horaire *Sự chênh lệch (về giờ)*; (b) *(số lượng của) Sự thay đổi*

deácalaminer [dekalamine] vtr MCI: *Khử lớp muội calamin; khử carbon*

deácalcomanie [dekalkɔmani] nf *sự in đê-can*

deácaler [dekale] vtr **1.** *Bỏ cái chèn, cái kê ra* **2.** *Dời lui, xích lui, xê xích*; d. l'heure *Thay đổi giờ*

deácalque [dekalk] nm *Sự vẽ phóng lại, vẽ đê-cal*

deácalquer [dekalke] vtr *Phóng lại một mẫu vẽ ; vẽ (đê-can)* deácamper [dek)pe] vi *Chuồn, lủi*

deácanter [dek)te] vtr **1.** *Gạn (một chất lỏng);* d. ses idées *Làm sáng tỏ ý kiến của mình* **2.** se d. *Trở nên sáng tỏ (ý tưởng, hoàn cảnh);* ce vin se décante *Thứ rượu này đã được gạn trong*

deácapant [dekap)] nm *Sự tẩy rỉ.*

deácaper [dekape] vtr *Lau chùi, đánh bóng (kim loại); tẩy rỉ (vật bằng kim loại) ; chà xát cho sạch*

deácapeur [dekapœr] nm d. thermique *Máy phun sơn bằng hơi nóng*

deácapitation [dekapitasjɔ̃] nf *Sự chém đầu, sự lấy đầu*

deácapiter [dekapite] vtr *Chém đầu ; lấy đầu*

deácapotable [dekapɔtabl] a, nf *Bỏ mui xuống được*

deácapsuler [dekapsyle] vtr *Mở nắp; mở nắp chai*

deácapsuleur [dekapsylœr] nm *Cái mở nắp chai*

deácarcasser (se) [sədekarkase] vpr *Vất vả ; tốn sức vì làm cái gì*

deácathlon [dekatlɔ̃] nm *Cuộc thi điền kinh 10 môn*

deácati [dekati] a *Mất tươi; mất duyên dáng*

deácaveá [dekave] a **1.** *Kiệt sức* **2.** *Lụn bại, sụp đổ (gia tài, của cải)*

deáceáder [desede] vi *Chết.* décédé a *Chết, từ trần*

deáceler [desle] vtr (je décèle) *Phát hiện (sự bịp bợm, điều bí ẩn); làm lộ, cho thấy, chứng tỏ, để lộ chân tướng.*

deácembre [des)br] nm *Tháng 12 au mois de d. Vào tháng 12.*

deácence [des)s] nf *Sự chỉnh tề, đoan trang.* décent a *Chỉnh tề, đoan trang.* décemment adv *Một cách chỉnh tề đoan trang.*

deácennie [deseni] nf *Thập kỷ*

deácentralisation [des)tralizasjɔ̃] nf *Sự phân quyền, sự phân cấp*

deácentraliser [des)tralize] vtr *Phân quyền, phân cấp*

deáception [desɛpsjɔ̃] nf *Sự thất vọng, mối thất vọng.*

deácerner [desɛrne] vtr *Trao, trao tặng (một giải thưởng); phát, ra lệnh*

deáceâs [desɛ] nm *Cái chết, sự qua đời*

deácevoir [desəvwar] vtr *Làm thất vọng.*

deáchainement [deʃɛnm)] nm (a) *sự thả lỏng;* (b) *sự bộc phát (của đam mê); (sự bùng nổ) cơn giận dữ*

deáchainer [deʃene] vtr **1.** *Thả lỏng* **2.** (passions) *Bộc phát (đam mê, cơn giận) gây nên (trận cười)* **3.** (a) se d. *Nổi lên;* la tempête s'est déchainée *Bão táp nổi lên dữ dội;* (b) se d. contre qn *nổi giận vì ai.* déchainé a *Hung dữ, dữ dội*

deáchanter [deʃ)te] vi **1.** *Cụt hứng* **2.** *Trở nên mê muội*

deácharge [deʃarʒ] nf **1.** (a) *Sự dỡ hàng xuống (xe ngựa);* (b) *Sự tháo đạn (vũ khí);* (c) *Sự phóng điện;* d. électrique *Sự giật điện* **2.** (a) *Sự giảm tội, sự miễn tội;* (b) *Sự giảm (thuế);* (c) témoin à d. *Người chứng gỡ tội;* (d) *Sự phóng thích (một phạm nhân)* **3.** *Lối thông ra, lối thoát;* tuyau de d. *Ống thoát nước* **4.** d. publique *Nơi đổ rác*

deáchargement [deʃarʒəm)] nm *Sự dỡ hàng, sự tháo đạn*

deácharger [deʃarʒe] vtr (n. déchargeons) **1.** (a) *Dỡ hàng xuống (xe ngựa); xuống hàng hóa;* (b) *Tháo đạn (vũ khí);* (c) d. sa conscience (de) *Trút nỗi lòng, nỗi tâm sự;* (d) d. son fusil sur qn *Bắn (súng) vào ai;* **2.** (a) *Làm cho nhẹ bớt (chiếc tàu thủy);* (b) d. qn d'une accusation *Gỡ cho ai khỏi một lời buộc tội;* d. qn d'une dette *Trả hết nợ giùm ai;* **3.** (a) se d. *Trút bỏ đạn (khỏi súng); hết điện (pin, ắc-quy); giải tỏa (cơn giận);* (b) d. qn *Giảm bớt, bỏ bớt cho ai (một công việc gì);* se d. d'un fardeau *Giảm bớt gánh nặng;* se d. de ses responsabilités *Trút trách nhiệm lên ai*

deácharneá [deʃarne] a *Trơ xương, hốc hác*

deáchausser [deʃose] vtr **1.** *Cởi giày cho ai* **2.** se d. *(tự) Cởi giày; (răng) lòi chân ra;* déchaussé *Đi chân không*

deácheáance [deʃe)s] nf **1.** *Sự suy sút, sự suy sụp* **2.** *Sự tước quyền, sự mất quyền (luật); sự hết hạn (hợp đồng bảo hiểm)*

deâche [deʃ] nf *Cảnh túng quẫn;* être dans la d. *Sa vào cảnh túng bấn;* c'est la d. ! *Sạch tiền, vỡ nợ rồi!*

deáchet [deʃɛ] nm (a) *Bã, cặn bã;* déchets radioactifs *Bã nguyên tử;* déchets de viande *thịt bảy nhảy, thịt réo;* (b) *Kẻ hư hỏng sa đọa, cặn bã của xã hội*

deáchiffrage [deʃifraʒ] nm *Xướng âm, (bản nhạc)*

deáchiffrement [deʃifrəm)] nm *Sự đọc (âm hiệu, mật mã), sự giải mã.*

deáchiffrer [deʃifre] vtr *Đọc một (âm hiệu, mật mã); giải mã; đọc ra, hiểu rõ, xướng âm.* déchiffrable a *Đọc được.*

deáchiqueter [deʃikte] vtr (je déchiquette) *Cắt, xé, rách xơ ra;* déchiqueté *Bị cắt, bị xé rách*

deáchirement [deʃirm)] nm *Sự xé;* d. de coeur *Đau lòng, tan nát tâm can.*

deáchirer [deʃire] vtr **1.** *Xé (giấy), làm rách (quần áo), xé (bì thư)*; *sons qui déchirent les oreilles Âm thanh chát tai*; *cris qui déchiraient le coeur Tiếng kêu xé lòng*; se d. un muscle *đứt gân* **2.** se d. *Bị tét thịt.* déchirant a **1.** *Làm đau lòng* **2.** *Chát tai, chói tai.*

deáchirure [deʃiryr] nf *Vết xé, chố rách*

deáchoir [deʃwar] vi (pp déchu; pr ind je déchois, n déchoyons; aux être ou avoir) *Sa sút, đồi bại* sa popularité déchoit *Sự nổi tiếng của ông ta sa sút dần.* déchu a *Sa sút, bị mất ngôi (vua), mất (quyền lợi, thế lực)*; être déchu de ses droits *Bị xử phạt tước mất quyền lợi*

deácibel [desibɛl] nm *Déciben*

deácider [deside] vtr **1.** (a) *Quyết định, giải quyết xong (vấn đề, cuộc tranh cãi)*; voilà qui décide tout! *Đó là vấn đề then chốt!* (b) l'assemblée décida la guerre *Hội nghị quyết định tuyên bố chiến tranh* **2.** d. qn à faire qch *Quyết định ai phải làm một cái gì* **3.** vi (a) il faut que je décide *Tôi phải có quyết định*; (b) d. de qch *Định đoạt (cái gì, việc gì)* **4.** d. de + inf *Quyết định làm (cái gì)*; d. que + ind *Quyết định rằng* **5.** se d. (a) *Định, có ý định*; (b) je ne puis pas me d. à le faire *Tôi không thể tự quyết định làm việc đó*; allons, décidez-vous *Nào các anh tự quyết định đi chứ*; (c) se d. pour qn *Đề nghị ai, chọn lựa ai.* décidé a **1.** *Quyết định (vấn đề)* **2.** *Quả quyết, tin chắc (một người)*; *cương quyết (cá tính)*; d'un ton d. *Với một giọng nói quả quyết.* **3.** être d. à faire qch *Bị chỉ định phải làm việc gì* **4.** avoir une supériorité décidée sur qn *có một quyền hạn quyết định hơn một người nào.* décidément adv *Một cách chắc chắn, quá nhiên*; d. je n'ai pas de chance ! *Quả tình là tôi không có may mắn*

deácilitre [desilitr] nm *Dexilít.*

deácimale [desimal] nf *Số thập phân, số lẻ.* décimal pl -aux a *thập phân.*

deácimation [desimasjɔ̃] nf *Sự phá hoại một phần mười.*

deácimer [desime] vtr *Hình phạt mười người giết một (cổ La Mã).*

deácimeâtre [desimɛtr] nm *décimet;* double d. *Thước 20 phân.*

deácision [desizjɔ̃] nf **1.** (a) *Sự quyết định*; forcer une d. *Ép buộc ai*; (b) *Sự chỉ định.* **2.** *Sự cương quyết, sự quả quyết.* décisif, -ive a **1.** *(trận) Quyết đấu*; *(sự hiển nhiên) có tính cách quyết định*; *quan trọng, (thời kỳ) nguy ngập* **2.** *(giọng) Quá quyết.*

deáclamation [deklamasjɔ̃] nf (a) *Sự đọc, ngâm, bình văn thơ* (b) *Lối khoa trương, hư cấu dài dòng (văn chương).*

deáclamer [deklame] vtr *Đọc, ngâm, bình văn thơ, nói khoa trương dài dòng*; d. contre qn *Phản đối ai.* déclamatoire a *Hư phù, khoa trương, câu kỳ hoa mỹ.*

deáclaration [deklarasjɔ̃] nf (a) *Sự công bố, sự tuyên bố*; (b) *Sự khai (sanh, tử)*; (c) *Bản báo cáo*; d. sous serment *Lời tuyên thệ;* (d) d. (d'amour) *Lời tỏ tình*; (e) d. en douane *Lời khai trước hải quan*; d. de revenus *Lời khai về lợi tức.*

deáclarer [deklare] vtr **1.** *Bày tỏ, biểu thị, giải bày*; (b) d. trèfle *Xướng lên (quân bài)*; **2.** (a) *Tuyên bố, thông báo*; déclaré coupable *Tuyên bố phạm tội*; (b) *Khai báo (sinh tử)*; (c) d. la guerre à qn *Tuyên chiến với ai*; (d) *Khai báo (trước hải quan)* **3.** se d. (*) *tỏ ý tán thành* (**) *tỏ tình*; (***) *(lửa, bệnh) bộc phát*; se d. contre qch *chống đối cái gì.*

deáclassement [deklasm] nm *Sự xáo trộn, sự thay đổi thứ hạng; sự tước quyền thi đấu (thể thao).*

deáclasser [deklase] vtr **1.** *Hạ tầng công tác (nhân viên)* **2.** *Tước quyền (thi đấu thể thao)* **3.** *Làm lộn xộn, xáo trộn (giấy tờ...).*

deáclenchement [deklɑ̃ʃmɑ̃] nm **1.** (a) *Sự tháo hãm (một phần)*; (b) *Sự bóp cò súng; (màn trập ở ống kính máy hình)* **2.** *Sự khởi phát, khởi động.*

deáclencher [deklɑ̃ʃe] vtr **1.** *Khởi động; khởi động máy.* **2.** *Khởi phát (cuộc gây gổ, tranh cải), khởi đầu, khởi sự (cuộc chiến đấu), khởi sự tấn công.* **3.** se d. *Tự khởi động, khởi sự.*

deáclencheur [deklɑ̃ʃœr] nm *Màn trập.*

deáclic [deklik] nm **1.** *Cái hãm, cái ngàm* **2.** *(tiếng động) Lích kích* **3.** il y a eu un d. entre eux *Có sự xích mích giữa chúng nó.*

deáclin [deklɛ̃] nm *Sự suy sụp, (ngày) tàn; (trăng) khuyết*; au d. de sa vie *Vào lúc tuổi già xế bóng.*

deáclinaison [deklinɛzɔ̃] nf **1.** *Góc phương vị, góc lệch* **2.** *Sự biến cách.*

deácliner [dekline] **1.** vi *(trăng) Khuyết; (sao) lệch; (ngày) tàn* **2.** vtr *Khước từ, từ chối (quà tặng)* **3.** vtr (a) *Biến cách (danh từ)*; (b) *Khai, trình (tên họ).* déclinable a *Biến đổi được.*

deáclivitéa [deklivite] nf *Sự dốc, độ dốc.*

deácocher [dekɔʃe] vtr *Bắn, phóng ra (mũi tên);* d. un coup à qn *Đấm vào ai;* d. une remarque *Nêu ra một nhận xét;* d. une oeillade *Nháy mắt, đá lông nheo.*

deácoder [dekɔde] vt *Giải mã.* décodeur nm *Người giải mã.*

deácoiffer [dekwafe] vtr d. qn *Làm rối tóc ai, làm tóc ai xù lên*; j'étais décoiffé *Tóc của tôi xổ ra; tóc của tôi bị rối bung.*

deácoincer [dekw(se] vtr *Tháo nêm, tháo chốt.*

deácoleárer [dekɔlere] vi (je décolère; je décolérerai) *Nguôi (giận)*; il ne décolérait pas *Nó không bao giờ nguôi giận.*

deácollage [dekɔlaʒ] nm *Sự cất cánh (phi cơ).*

deácoller [dekɔle] 1. vtr *Bốc ra, lột ra* 2. vi (a) *Cất cánh (máy bay)*; (b) *Làm nhúc nhích, động đậy* 3. se d. *Thất bại, hỏng hóc.*

deácolleteá [dekɔlte] 1. a *Để hở cổ (và vai) (áo)* d. dans le dos *Hở lưng.* 2. nm *Sự để hở cổ (áo)*; d. carré *(áo) Khoét cổ hình vuông.*

deácolonisation [dekɔlɔnizasjɔ̃] nf *Sự xóa bỏ tính thuộc địa.*

deácoloniser [dekɔlɔnize] vtr *Xóa bỏ tính thuộc địa.*

deácolorant [dekɔlɔr)] nm *Thuốc tẩy màu.*

deácoloration [dekɔlɔrasjɔ̃] nf *Sự phai màu.*

deácolorer [dekɔlɔre] vtr 1. *Phai màu; làm phai màu, bạc màu (tóc)* 2. se d. *Phai màu, bạc màu.*

deácombres [dekɔ̃br] nmpl *Gạch vụn, xà bần; tàn tích, cảnh hoang phế.*

deácommander [dekɔm)de] vtr 1. *Thôi, đình chỉ (cuộc mít ting) hoãn (mời một vị khách)*; d. un livre *Hoãn đặt mua một cuốn sách.* 2. se d. *Tự hoãn (một cuộc hẹn).*

deácomposer [dekɔ̃poze] vtr 1. *Phân tích; phân (ánh sáng)* 2. *Làm mủn, mục rữa (chất hữu cơ)* 3. *Làm méo mó, biến dạng (đường nét)* 4. se d. (a) *Tự phân hủy, mục rữa*; (b) *Biến dạng, méo mó (khuôn mặt).*

deácomposition [dekɔ̃pozisjɔ̃] nf *Sự hư nát, sự phân tích.*

deácompresser [dekɔ̃prese] vi *Thư giãn.*

deácompression [dekɔ̃presjɔ̃] nf 1. *Sự giảm áp* 2. *Sự thư giãn.*

deácompte [dekɔ̃t] nm (a) *Sự lấy đi, lấy bớt*; (b) *Sự khấu trừ.*

deácompter [dekɔ̃te] vtr *Trừ bớt, lấy bớt.*

deáconcerter [dekɔ̃sɛrte] vtr *Làm sửng sốt, kinh ngạc.*

deáconfit [dekɔ̃fi] a *Sửng sốt, chưng hửng.*

deáconfiture [dekɔ̃fityr] nf *Sự bại trận, sự thất bại, sự phá sản.*

deácongeler [dekɔ̃ʒle] vtr (je décongèle) *Làm tan băng, làm chảy băng.*

deácongestionner [dekɔ̃ʒɛstjɔne] vtr (a) *Thông huyết*; (b) *Giải tỏa, thông (đường), nới rộng.*

deáconnecter [dekɔnɛkte] vtr *Ngắt mạch điện.*

deáconner [dekɔne] vi 1. *Làm việc uể oải* 2. *Nói những điều vô nghĩa.*

deáconseiller [dekɔ̃seje] vtr d. qch à qn *Khuyên rằng ai đừng làm việc gì*; c'est déconseillé, c'est à d. *Thật ngu ngốc, thật hết chỗ nói*; le jogging m'est déconseillé *Tôi được khuyên là không nên chơi môn chạy bộ.*

deáconsideárer [dekɔ̃sidere] vtr *làm mất thanh danh.*

deácontaminer [dekɔ̃tamine] vtr *Khử nhiễm, làm sạch phóng xạ.*

deácontenancer [dekɔ̃tn)se] 1. vtr (n. décontenançons) *Làm ai bối rối, lúng túng* 2. se d. *Trở nên bối rối, hồi hộp.*

deácontracter [dekɔ̃trakte] vtr & vpr *Làm giãn ra, thư giãn.*

deácontraction [dekɔ̃traksjɔ̃] nf *Sự thư giãn.*

deáconvenue [dekɔ̃vny] nf *Sự thất vọng.*

deácor [dekɔr] nm 1. *Sự trang trí (nhà cửa)* 2. *Sự phân cảnh, cảnh trí* 3. entrer dans le d. *Chạy khỏi tuyến đường và tông (xe vào ai).*

deácorateur, -trice [dekɔratœr, tris] n (a) *Người trang trí nội thất*; (b) *Người phối cảnh; Chuyên viên dàn dựng cảnh trí.*

deácoration [dekɔrasjɔ̃] nf *Sự trang hoàng, trang trí.* décoratif, -ive a *Có tính cách trang hoàng, trang trí.*

deácorer [dekɔre] vtr 1. *Trang hoàng, trang trí* 2. *Tặng thưởng huy chương cho ai.*

deácortiquer [dekɔrtike] vtr *Xay (lúa, lúa mạch)*; d. un texte *Mổ xẻ, phân tích một bài văn.*

deácorum [dekɔrɔm] nm *Lễ nghi.*

deácoucher [dekuʃe] vi *Ngủ ở ngoài suốt đêm, ngủ lang.*

deácoudre [dekudr] vtr 1. (a) *Tháo chỉ, tháo đường may (áo quần)*; (b) en d. *Dùng võ lực đánh nhau* 2. se d. *Trở nên rách rưới.*

deácouler [dekule] vi (de) *Chảy từ từ, rỉ rỉ.*

deácoupage [dekupaʒ] nm (a) *Cắt (giấy), chặt (thịt)*; (b) *Ngưng hoạt động.*

deácouper [dekupe] vtr 1. *Cắt (giấy); xắt (thịt) ra từng miếng*; couteau à d. *Dao thái* 2. *Cắt rời ra; (theo mẫu mã)* d. un article dans un journal *Cắt một mẩu tin từ trong tờ báo*; scie à d. *Cưa nhỏ, cưa lọng* 3. se d. (sur) *Lồi ra, nhô ra (khỏi cái gì).* découpé a *Có cạnh, có răng cưa.*

deácoupleá [dekuple] a bien, d. *Nhanh nhẹn, gọn gàng.*

deácoupure [dekupyr] nf 1. (a) *Chỗ gồ ghề, lồi lõm*; (b) *Thuật làm đồ mỹ nghệ bằng cưa lọng* 2. (a) *Một bộ phận, một miếng cắt rời ra*; (b) *Một lát cắt* 3. *Đường răng cưa, mộng răng cưa.*

deácouragement [dekuraʒm)] nm *Sự chán nản, sự ngã lòng.*

deácourager [dekuraʒe] vtr (n. décourageons) 1. *Làm chán nản, thối chí*; d. qn de faire qch

Ngăn cản ai làm việc gì; **2.** d. le vol *Ngăn cản một vụ trộm;* **3.** se d. *Chán nản, thối chí, thất vọng.* décourageant a *Ngã lòng, dễ chán, gây chán nản.*

deácousu [dekuzy] a (a) *Số chỉ, sút chỉ (đường khâu);* (b) *Rời rạc, không có mạch lạc (ý tưởng, bài viết); lạc đề, dông dài (câu chuyện).*

deácouvert [dekuvɛr] a (a) *Hở; (đầu) trần;* (b) *Mở cửa (quốc gia);* (c) *Để hở, không được bảo vệ;* (d) *Ghi quá số tiền bảo chứng (sổ kê khai, ngân phiếu)* **2.** nm *(ngân hàng) Sự rút tiền ra vượt quá số tiền ký quỹ* **3.** loc. adv. à d. *Trong tư thế để hở, không được bảo vệ;* parler à d. *Nói công khai;* mettre qch à d. *Để (cái gì) hở, phơi trần;* compte à d. *Kết toán công khai;* tirer à d. *Trước mắt mọi người.*

deácouverte [dekuvɛrt] nf **1.** *Sự khám phá (đất đai, lãnh thổ);* aller à la d. *Đi thám hiểm;* **2.** (a) *Sự phát hiện, lột trần (âm mưu);* (b) *(khoa học) Sự phát minh.*

deácouvrir [dekuvrir] vtr **1.** (a) *Mở nắp (đĩa);* (b) *Mở tấm trùm (một pho tượng); tiết lộ (bi mật);* **2.** *Thấy rõ, nhận ra* **3.** (a) *Phát hiện (âm mưu), khám phá (sai lầm, tội ác), khám phá ra (cái gì);* d. que *Khám phá ra rằng;* (b) *Phát hiện ra (một kho báu, một loại vi-rút);* **4.** se d. (a) *Cất, giỡ (mũ nón), cởi (áo quần);* (b) *(trời) Quang đãng;* (c) se d. à qn *Tiết lộ với ai một điều gì;* (d) se d. un don pour *Phát hiện ra năng khiếu của ai.*

deácrassage [dekrasaʒ] nm *Sự lau chùi, sự đánh bóng.*

deácrasser [dekrase] vtr **1.** *Lau chùi, đánh bóng, cạo cáu ghét (nồi xúp de);* **2.** d. qn *Đem ai ra khỏi sự ngu dốt, dạy dỗ ai* **3.** se d. *Thoát khỏi cảnh khốn cùng.*

deácreápitude [dekrepityd] nf *Tình trạng lão suy, sự già yếu, lụ khụ.* décrépit a *Già nua, già yếu.*

deácret [dekrɛ] a *Sắc lệnh, chiếu chỉ.*

deácreáter [dekrete] vtr (je décrète; je décréterai) *Ra mệnh lệnh, ban hành (sắc lệnh, luật).*

deácrier [dekrie] vtr *Chê bai, phỉ báng (ai) hạ thấp phẩm giá (của ai), hạ giá (cái gì).*

deácrire [dekrir] vtr *Tả, miêu tả.*

deácrisper [dekrispe] vtr *Giảm bớt sự căng thẳng (trong một quan hệ, vị trí).*

deácrocher [dekrɔʃe] **1.** vtr *Tháo khỏi móc, hạ (áo khỏi móc áo); trật ra khỏi (đường ray); (người nghe) nhấc máy; nhấc máy điện thoại lên để khỏi reng chuông;* se d. la mâchoire *Trẹo, trật quai hàm;* **2.** *Nhận được, đạt được* d. le grand succès *Đạt được một thành công lớn;* **3.** (a) *Rút quân;* (b) *Không bay* (c) *Từ bỏ, bỏ.* décroché a *Nhấc máy (điện thoại).*

deácroiser [dekrwaze] vtr *Mở tréo, không tréo nữa.*

deácroissance [dekrwas)s] nf *Sự giảm, sự hạ xuống, sự giảm thiếu;* être en d. *Ở trong tình trạng suy thoái.*

deácroitre [dekrwatr] vi *Hạ, giảm sụt, kém dần; (trăng) khuyết dần; (ngày) ngắn đi;* aller (en) décroissant *Trụt xuống thấp dần.*

deácrotter [dekrɔte] vtr *Lau chùi, rửa (bùn đơ).*

deácrottoir [dekrɔtwar] nm *Thảm chùi giày, chùi chân.*

deácrue [dekry] nf *Sự rút nước, hạ nước (sông).*

deácrypter [dekripte] vtr *Giải thích ám hiệu, giải mã.*

deácu [desy] a *Thất vọng, chán nản.*

deáculotteáe [dekylɔte] nf *Sự bị đánh đòn.*

deáculotter [dekylɔte] **1.** vtr d. qn *Trụt, cởi quần (ai);* **2.** se d. *(tự) Cởi quần, trụt quần; nằm sấp.*

deácupler [dekyple] vtr & i *Tăng cấp 10.*

deádaigner [dedɛɲe] vtr *Khinh bỉ, không đếm xỉa đến;* cette offre n'est pas à d. *Không nên coi thường tặng phẩm này.* dédaigneux, -euse a *Khinh bỉ, khinh khỉnh.* dédaigneusement adv *Một cách khinh bỉ, một cách khinh khỉnh.*

deádain [dedɛ̃] nm *Vẻ khinh bỉ, sự khinh bỉ;* avec d. *Với vẻ khinh bỉ.*

deádale [dedal] nm *Sự quanh co, khúc khuỷu (của con đường), mê lộ.*

dedans [dədɑ̃] **1.** adv *Trong, ở trong;* mettre qn d. *Bỏ tù ai, bắt giam ai;* donner d. *Sa vào bẫy, bị lừa;* en d. *Ở phía trong;* il est calme en d. *Nó thanh thản ở trong lòng;* en d. de *Ở bên trong cái gì.* **2.** nm *Phía trong, bên trong (ngôi nhà);* au d. *Ở bên trong;* au d. de *Ở phía bên trong của cái gì.*

deádicace [dedikas] nf *Lời để tặng, sự biểu tặng.*

deádicacer [dedikase] vtr (je dédicacai(s)) *Biếu tặng (sách); để tặng (vào sách để biếu).*

deádier [dedje] vtr *Để tặng.*

deádire (se) [sədedir] vpr *Nói lại, cải chính (một lời phát biểu);* se d. d'une promesse *Nuốt lời hứa.*

deádit [dedi] nm **1.** *Sự rút lui, rút lại* **2.** *Sự sai lời (hứa)* **3.** *Hình phạt, sự bồi thường (một vi phạm, sai qui ước).*

deádommagement [dedɔmaʒm)] nm *Sự bồi thường thiệt hại, tiền bồi thường thiệt hại.*

deádommager [dedɔmaʒe] vtr (n.

dédommageons) *Đền bù, bồi thường (ai) (về cái gì)* se faire d. *(đòi) Nhận bồi thường thiệt hại.*

deádouanement [dedwanm)] nm *Sự khai ở hải quan, sự trả tiền thuế hải quan để nhận hàng.*

deádouaner [dedwane] vtr **1.** *Khai (hàng hóa) ở hải quan* **2.** d. qn *Phục hồi uy tín cho ai.*

deádoublement [dedubləm)] nm faire un d. de la personnalité *Xét về cả hai phương diện trong một con người.*

deádoubler [deduble] vtr **1.** (a) *Chia đôi;* (b) *Tách ra làm hai, phân hai;* **2.** se d. *Thành hai, phân đôi;* je ne peux pas me d. *Tôi không thể có mặt ở hai nơi cùng một lúc.*

deáduction [dedyksjɔ̃] nf **1.** *Sự suy diễn, sự kết luận* **2.** *Sự khấu trừ, sự chiết trừ;* sans d. *Không trừ (số tiền phải trả).* déductible a *Thuộc về suy luận;* non d. *sự không lý giải.* déductif, -ive a *Sự lý giải.*

deáduire [deduir] vtr **1.** *Suy luận, diễn dịch* **2.** *Khấu trừ, chiết trừ.*

deáesse [deɛs] nf *Nữ thần.*

deáfaillance [defaj)s] nf (a) *Sự lỗi lầm, nhược điểm, thiếu sót (khi làm việc gì);* sans d. *Không nản chí;* moment de d. *Thời gian suy yếu;* d. de mémoire *Sự suy thần kinh;* d. cardiaque *Sự suy tim;* (b) *Sự choáng ngất, bất tỉnh;* tomber en d. *Bất tỉnh, suy kiệt.* défaillant, -ante a (a) *Sự yếu, sự suy;* (b) d. de fatigue *Mệt lả người;* (c) *Choáng váng (người);* (d) témoin d. *Nhân chứng vắng mặt.*

deáfaillir [defajir] vi (prp défaillant; pr ind je défaille); (a) *Suy yếu đi;* sa mémoire commence à d. *Trí nhớ của anh ta bắt đầu kém đi;* (b) *Nao núng, không hoàn tất;* sans d. *trọn vẹn, đầy đủ;* (c) *Choáng váng, choáng ngất.*

deáfaire [defer] vtr **1.** (a) *Dỡ ra, tháo ra (một nút thắc); tháo (gói) ; mở (hộp); tháo (tấm bọc giường)* d. ses cheveux *Buông xõa tóc* (b) d. qn de qn *Loại trừ một người ra khỏi ai* **2.** *Hạ xuống, tháo gỡ* **3.** *Hạ (giây cờ trang trí)* **4.** se d. (a) *Xổ (tóc) ra* (b) se d. de qn *Tống khứ ai; khứ ai, giết ai* (c) se d. de qch *Bán tống bán tháo (cái gì), tống khứ (cái gì) đi* je ne veux pas m'en d. *Tôi không muốn dính líu đến chuyện đó.* défait -e (a) *Mệt mỏi (gương mặt)* (b) *Bị xổ ra (tóc)* (c) *(quân) Bại trận.*

deáfaite [defɛt] nf *Sự bại trận.*

deáfaitisme [defɛtism] nm *Chủ nghĩa thất bại.* défaitiste a & n *Thất bại chủ nghĩa, kẻ thất bại chủ nghĩa.*

deáfalcation [defalkasjɔ̃] nf *Sự khấu trừ.*

deáfalquer [defalke] vtr *Khấu trừ.*

deáfaut [defo] nm **1.** (a) *Sự vắng mặt, sự thiếu (cái gì);* d. de paiement *Sự không trả tiền được;* le temps me fait d. *Tôi không cần có thời gian;* les provisions font d. *Sự thiếu lương thực dự trữ;* la mémoire lui fait d. *Trí nhớ đã lừa gạt nó (nó kém trí nhớ);* à d. de qch *Để thay vào (cái gì), nếu thiếu;* ou, à d... *Nếu không tiện thì...;* (b) le d. de la cuirasse *Chỗ sơ hở, chỗ yếu;* (c) *Sự xử vắng mặt;* **2.** (a) *Khuyết điểm, nhược điểm;* (b) *Thiếu sót, sai sót* sans d. *Không thiếu sót, hoàn hảo;* (c) en d. *Có thiếu sót;* mettre qn en d. *Đưa ai vào con đường sai trái;* prendre qn en d. *Tìm ra yếu điểm của ai.*

deáfaveur [defavœr] nf *Sự mất tín nhiệm, sự mất lòng yêu mến.* défavorable a (à) *Bất lợi.* défavorablement adv *Một cách bất lợi.*

deáfavoriser [defavɔrize] vtr *Gây bất lợi cho (ai), gây khó khăn cho (ai);* candidat défavorisé *Một ứng cử viên không được ưa thích.*

deáfectif, -ive [defɛktif, iv] a *Khiếm khuyết (động từ).*

deáfection [defɛksjɔ̃] nf *Sự bỏ ngũ, bỏ đảng;* faire d. *Đào ngũ.*

deáfectuositeá [defɛktyɔzite] nf (a) *Sự không hợp lệ, có tỳ vết;* (b) (de) *Thiếu sót, khuyết điểm.* défectueux, -euse a *Có tỳ vết, có khuyết điểm.*

deáfendable [def)dabl] a *Có thể phòng thủ được.*

deáfendeur, -eresse [def)dœr, ɔrɛs] n *Kẻ bị cáo.*

deáfendre [def)dr] vtr **1.** (a) *Bảo vệ (chống lại cái gì);* à son corps défendant *Bất đắc dĩ;* (b) *Che chở;* **2.** d. à qn de faire qch *Ngăn cản, cấm ai không được làm gì;* d. qch à qn *cấm cái gì đối với ai;* il m'est défendu de fumer, le tabac m'est défendu *tôi bị cấm hút, tôi không được phép hút thuốc;* **3.** se d. (a) *Tự vệ, tự biện hộ;* il se défend bien en affaires *nó xoay xở khá trong công ăn việc làm;* elle s'est bien défendue *cô ta khéo xoay xở;* (b) se d. d'avoir fait qch *Chối là đã không làm việc gì;* (c) se d. de tự vệ, tự phòng thủ đối với cái gì;* (d) il ne put se d. de sourire *anh ta không thể ngăn được nụ cười.*

deáfense [def)s] nf **1.** *Bảo vệ, biện hộ;* prendre la d. de qn *biện hộ cho ai;* pour sa d. *về phần tự biện hộ;* sans d. *không được bảo vệ;* elle a de la d. *cô ta có thể tự biện hộ;* **2.** *Sự ngăn cấm;* d. d'entrer, de fumer *cấm vào, cấm hút thuốc* **3.** *Ngà (voi).*

deáfenseur [def)sœr] nm **1.** (a) *Người bảo vệ;* (b) *Người bảo hộ, người ủng hộ;* **2.** *Luật sư biện hộ.*

deáfensif, -ive [def)sif, iv] **1.** a *Phòng ngự* **2.** nf se tenir sur la défensive *Giữ thế phòng thủ.*

deáfeárence [defer)s] nf *Sự tôn kính, lòng kính*

trọng. déférent, -ente a *Kính trọng, vị nể.*

déféarer [defere] v (je défère; je déférerai) **1.** vtr (a) *Xét xử trước tòa*; (b) d. qn à la justice *tố cáo ai trước tòa* **2.** vi d à l'avis de qn *Chiều theo ý kiến của ai.*

déferlement [defɛrləm)] nm *Sự đập dồn vào bờ, sự vỗ vào bờ (sóng); một làn sóng (khách du lịch, xe cộ) một làn sóng mừng vui.*

déferler [defɛrle] **1.** vtr *Trương buồm* **2.** vi *(sóng) Đập dồn vào bờ; bùng lên (cơn giận dữ)*; la foule déferle dans la rue *đám đông ồ ạt ngoài đường phố.*

défi [defi] nm (a) *Sự thách thức, thách đố*; lancer un d. à qn *thách thức ai*; relever un d. *bỏ đi một sự thách đố*; (b) *Khiêu khích*; d'un air de d. *với một vẻ khiêu khích.*

défiance [defj)s] nf *Sự ngờ vực, sự hồ nghi*; mettre qn en d. *nghi ngờ ai.* défiant a *Đa nghi, ngờ vực.*

déficience [defisj)s] nf *Sự thiếu hụt, sự suy kém.* déficient a *Thiếu hụt, suy kém*; enfant d. *trẻ em chậm phát triển (trí tuệ).*

déficit [defisit] nm *Sự thiếu, sự hụt.* déficitaire a *(ngân quỹ) Thiếu hụt, thâm thủng*; récolte d. *một vụ thu hoạch kém.*

défier [defje] vtr **1.** (a) *THách đố*; (b) *Khiêu khích, thách thức (ai)*; (c) *Đương đầu, coi thường (hiểm nguy).* **2.** se d. de qn *Ngờ vực (ai), nghi ngờ (ai).*

défigurer [defigyre] vtr *Làm xấu đi hình dạng (của ai, của vật gì); làm xấu đi, làm hư hỏng (một pho tượng) bóp méo (sự thật).*

défileá [defile] nm **1.** *(núi) Đèo* **2.** *Đoàn diễn hành; đoàn quân diễn hành; đoàn máy bay*; d. de modes *đoàn biểu diễn thời trang*; d. de visiteurs *đoàn khách tham quan.*

défiler [defile] vi **1.** (a) *Đi theo đội ngũ, đi theo đoàn*; (b) *Đi diễn hành*; (c) *(hình ảnh) Lướt qua trước mắt, lóe lên trước mắt*; (d) les voitures défilent vers la côte *các chiếc xe nối đuôi nhau chạy về phía bờ biển* **2.** se d. *Núp, ẩn tránh vào nơi vắng vẻ.*

définir [definir] vtr *Định nghĩa.* défini a *Xác định.* définissable a *Có thể định nghĩa.*

définitif, -ive [definitif, iv] a *Dứt khoát, hoàn toàn, chung cục.* loc. adv. en définitive *rốt cuộc, sau hết.* définitivement adv *Hoàn toàn, chắc chắn.*

définition [definisj)] nf **1.** *Sự định nghĩa*; par d. *bằng cách diễn tả đúng sự kiện; một cách hợp lý* **2.** *Giải đáp (ô chữ).*

déflagration [deflagrasj)] nf (a) *Sự cháy bùng*; (b) *Sự nổ bùng.*

déflation [deflasj)] nf *Sự lặng gió.*

déflorer [deflɔre] vtr *Làm mất vẻ tươi sáng (của một vấn đề).*

défoncer [defɔ̃se] vtr (n. défonçons) **1.** *Làm thủng lỗ (con tàu); làm bẹp (chiếc hộp); làm sập (bức tường)*; **2.** *Đập vỡ tan (cái gì)*; **3.** se d. *Ghiền (ma túy).* défoncé a **1.** *(đường) Có nhiều ổ gà* **2.** F: *(cảm giác) lâng lâng, bay cao (khi sử dụng ma túy).*

déformation [defɔrmasj)] nf **1.** *Sự méo mó*; c'est de la d. professionnelle *đó là sự méo mó nghề nghiệp*; (b) *sự lệch lạc (suy nghĩ)* **2.** d. (physique) *Sự biến dạng (về hình thái).*

déformer [defɔrme] vtr **1.** *Làm biến dạng, làm méo mó (một bức ảnh)*; chaussée déformée *mặt đường gồ ghề* **2.** se d. *Sự biến dạng (về hình thái).*

défoulement [defulm)] nm *Sự buông xả, sự thư giãn.*

défouler (se) [sədefule] vpr *Thỏa thuê, thỏa mãn; xả hơi.*

défraichir (se) [sədefrɛʃir] vpr *Làm kém tươi, làm phai nhạt.* défraichi a *(cửa hàng) Bán các mặt hàng hạ giá (vì bị ngã màu sắc ở bao bì); (hàng hóa) kém phẩm chất vì quá hạn ; (hoa) héo.*

défrayer [defreje] vtr (je défraie, je défraye) **1.** d. qn *Trả tiền phí tổn cho ai* **2.** d. la conversation *Làm đầu đề cho câu chuyện, cuộc bình luận.*

défrichage [defriʃaʒ] nm *Sự khai khẩn (đất đai).*

défricher [defriʃe] vtr *Vỡ đất, khai phá (đất đai để trồng trọt) khai hoang (đất mới)*; d. un sujet *đi tiên phong trong một vấn đề.*

défriser [defrize] vtr *Làm hết quăn (tóc).*

défroisser [defrwase] vtr *Làm hết nhàu, hết lằn (áo quần).*

défroqueá [defrɔke] a *Đã hoàn tục, cổi áo tu (thầy tu).*

défunt, -unte [defœ̃, œ̃t] **1.** a *Chết*; mon d. père *người cha quá cố của tôi* **2.** n *Sự chết, sự từ trần.*

dégageá [degaʒe] a (a) *Tự do (hành động)*; allure dégagée *dáng đi ung dung*; (b) *thoải mái (kiểu dáng)*; (c) *sáng sủa, quang đãng (con đường, bầu trời)*; vue dégagée *tầm nhìn rộng lớn.*

dégagement [deɡaʒm)] nm **1.** *Sáng sủa, quang đãng (con đường, bầu trời)* **2.** (a) *Sự thả ra*; (b) *sự giảm bớt lượng đông đúc*; voie de d. *Đường nhánh, đường rẽ*; porte de d. *Lối thoát*; (c) *lối đi riêng (vào một căn phòng)*; (d) *cú phát bóng từ gôn lên* **3.** (a) *Sự mở (khóa) hơi nước, ga*; (b) *sự tỏa (nhiệt, hương thơm)*; **4.**

Vùng sáng, chỗ thưa (trước mặt nhà).

deágager [degaʒe] vtr (n. dégageons) **1**. *Chuộc (đồ cầm) về; tha (khỏi nạp tiền thế chân, khỏi đóng góp tiền vốn) chuộc (đồ gì) đang cầm về* **2**. (a) *Trả tự do* d. qn d'une promesse *tha, miễn cho ai một lời hứa;* d. sa responsabilité d'une affaire *từ chối không nhận trách nhiệm (trong một công việc);* (b) *mở, giải phóng (một con đường);* dégagez ! *tránh đường ra !;* (c) robe qui dégage les épaules *áo hở vai;* (d) *đưa ru (một lời giải thích, một ý tưởng);* (e) *tháo lỏng, thả lỏng (một cái gì);* (f) d. son camp, d. son but *đá quả bóng về khung thành;* **3**. *Phun ra, tỏa ra (hơi, hương thơm); tỏa nhiệt;* **4**. se d. (a) *tự giải thoát, tự cởi mở, tự thoát khỏi;* le ciel se d. *trời lại quang đãng;* se d. d'une promesse *chối bỏ một lời hứa;* (b) *(ga, hương thơm) bốc ra từ, tỏa ra từ; thoát ra từ;* il se dégage de l'oxygène *khí oxy bị xì ra;* (c) *(sự thật) được biết đến.*

deágainer [degene] vtr *Rút ra khỏi bao (gươm, súng).*

deágarnir [degarnir] vtr **1**. *Dọn đi, dọn sạch (chiếc bàn); làm cho trống (thùng, hộp); rút quân ra khỏi (một thành phố);* d. un compte en banque *rút hết tiền trong trương mục ở ngân hàng;* **2**. se d. (a) *Trở nên trơ trụi; (cây) rụng hết lá;* (b) *(căn phòng) trở nên trống rỗng.* dégarni a (a) *(căn phòng) Trống rỗng;* (b) *(cây) trụi lá;* (c) *(đầu) hói* front d. *trán hói.*

deágêt [degɑ] nm *Sự tổn hại, sự thiệt hại;* limiter les dégâts *hạn chế những thiệt hại.*

deágel [deʒe] nm *Sự tan giá, sự tan tuyết.*

deágeler [deʒle] vtr & i, vpr impers *Làm tan giá;* (il dégèle) **1**. *Làm sôi động (khán giả)* **2**. se d. *Hết e thẹn; (khán giả) sôi động.*

deágeáneárer [deʒenere] vi (je dégénère; je dégénérerai) *Thoái hóa, suy đốn.* dégénéré a & n *Suy đồi, trụy lạc.*

deágeáneárescence [deʒeneres)s] nf *Sự biến mất, sự thoái hóa.*

deágingandeá [deʒ(g)de] a *(người) Ống ẹo, nhỏng nhẻo.*

deágivrage [deʒivraʒ] nm *Sự làm tan tuyết, giá.*

deágivrer [deʒivre] vtr **1**. *Gạt băng, chống băng* **2**. *Làm rã đá (trong tủ lạnh).*

deáglinguer [degl(g)e] vtr *Đập vỡ cái gì.* déglingué a *Vỡ ra từng mảnh nhỏ.*

deágobiller [degɔbije] vtr *Nôn mửa, phun ra, bắn ra.*

deágonflage [degɔ̃flaʒ] *Sự xì hơi, sự xẹp.*

deágonfler [degɔ̃fle] vtr **1**. *Xì hơi (quả bóng, lốp xe);* **2**. *Xẹp (chỗ sưng);* **3**. *Lột trần, vạch trần (một nhân vật)* **4**. se d. (a) *(lốp xe, quả bóng) xẹp, xì;* (b) *(chỗ sưng) xẹp, hết sưng;* (c) F: *rút lui vì sợ hãi.* dégonflé **1**. a (a) *Xẹp lép, xì hơi (lốp xe);* (b) F: *Hèn nhát* **2**. n F: *Người hèn nhát.*

deágorger [degɔrʒe] v (n. dégorgeons) **1**. vtr (a) *Nôn, mửa* (b) *thông (ống điếu)* **2**. vi & pr (a) *(ao, mương) Tràn nước ra, tháo nước (vào nơi khác); (dòng nước) chảy tràn ra;* (b) Cu: faire d. des concombres *rắc muối vào dưa chuột.*

deágot(t)er [degɔte] vtr F: *Nhận ra, tìm ra.*

deágourdir [degurdir] vtr **1**. *Làm cho hết tê cóng (chân tay); làm hồi sinh lại (bằng hơi ấm, bằng cử động);* se d. les jambes *đi bách bộ;* Fig Paris l'a dégourdi *Paris đã làm nó khôn ngoan hẳn lên* **2**. se d. (a) *Phục hồi lại sự tuần hoàn; hết tê cóng; duỗi chân tay;* (b) *làm cho khôn ngoan hơn.* dégourdi, -ie a *Khôn ngoan, lanh lợi.*

deágoût [degu] nm *Sự ghê tởm; sự ngấy, sự chán.*

deágoûter [degute] vtr (a) *Ghê tởm;* d. qn de qch *làm xao lãng, làm rối trí ai;* tout cela me dégoûte *tôi ghê tởm tất cả những cái đó;* (b) se d. de qch *chán ngấy (cái gì); ghê tởm cái gì.* dégoûtant a *Ghê tởm, gớm gây chán.* dégoûté a *Hay kén, khó tính;* il n'est pas d. *hắn ta không đến nỗi quá khó tính;* faire le d *Trở nên khó tính.*

deágoutter [degute] vi *Cháy giọt, nhỏ giọt.*

deágradation [degradasjɔ̃] nf *Sự giáng cấp, sự cách chức, sự tước quyền đoạt vị.*

deágradeá [degrade] nm *(màu sắc) Sự làm nhạt dần; cắt tóc) sự cắt thành từng tầng.*

deágrader [degrade] vtr **1**. *Loại, hạ (ai khỏi hàng ngũ)* **2**. *Cách chức, tước quyền (ai);* **3**. *Phá hủy, tàn phá (cái gì);* **4**. se d. (a) *Tự hạ phẩm giá mình xuống;* (b) *Rơi vào trụy lạc, đê hèn.* dégradant a *Hạ phẩm giá.*

deágrafer [degrafe] vtr *Mở, tháo (móc gài);* se d. *trở thành không hoàn tất, chưa hoàn tất.*

deágraisser [degrese] vtr **1**. *Lấy bớt mỡ ra khỏi (thịt); gạn mỡ (ra khỏi);* **2**. *Tẩy những vết mỡ (vải);* **3**. F: *hợp lý hóa, tổ chức lại (công ty).*

degreá [dɔgre] nm **1**. (a) *Bực, cấp (cầu thang, thang); âm trường (nhạc);* (b) *độ (nóng, nhiệt);* (c) vin de douze degrés *rượu 12;* **2**. *mức độ (quan hệ)* cousins au second d. *anh em họ (đời thứ 2)* d. de parenté *mức quan hệ về huyết thống;* Med brulure du troisième d. *phỏng cấp ba;* enseignement du premier, second d. *bậc giáo dục tiểu học, trung học, giáo dục cấp một, cấp hai;* jusqu'à un certain d. *cho đến một mức độ nào đó;* au plus haut d. *ở mức độ cao nhất;* par degré(s) *từng bậc, dần dần;* il faut prendre ce film au deuxième d. *phải đánh giá bộ phim này vào loại phim cấp hai;* Mth: equation du second d. *phương trình bậc 2.*

deágressif, -ive [degrɛsif, iv] a *Giảm dần.*

deágreâvement [degrɛvm)] nm *Sự giảm thuế.*

deágrever [degrəve] vtr (je dêgrève) *Giảm thuế.*

deágriffeá [degrife] a & nm (vêtement) d. *(áo quần) Lột nhãn hiệu.*

deágringolade [degr(gɔlad] Inf (a) *Sự ngã nhào;* (b) *Sự suy vi, sự suy sụp.*

deágringoler [degr(gɔle] vtr & i (a) *Ngã nhào;* d. l'escalier *chạy xuống cầu thang;* (b) F: *(của một xí nghiệp) suy vi, suy sụp.*

deágriser [degrize] vtr *Làm cho ai hết say, làm cho ai tỉnh rượu.*

deágrossir [degrosir] vtr *Đẽo cho nhỏ bớt (kèo, xà nhà); gọt cho hết gồ ghề (đá); phác thảo (một mẫu mã);* F: d. qn *giáo hóa ai, làm cho ai hết ngu;* il est mal dégrossi *nó không được dạy dỗ kỹ.*

deáguenilleá [degnije] a *Rách rưới, tả tơi.*

deáguerpir [degɛrpir] vt *Tống cổ, đuổi đi.*

deágueulasse [degœ las] a P: *Bẩn thiu, ghê tởm.*

deágueuler [degœ le] vi P: *Nôn mửa.*

deáguisement [degizm)] nm (a) *Sự giả trang;* (b) *Trang phục kỳ lạ, lập dị; đồ giả trang.*

deáguiser [degize] vtr 1. *Giả trang, cải trang (ai) thành (cái gì)* 2. *Che đậy, giấu giếm (sự thật)* 3. se d. (a) *tự cải trang;* (b) *giả trang.*

deágustateur, -trice [degystatœ r, tris] n *Người nếm rượu.*

deágustation [degystasjɔ̃] nf *Sự nếm rượu.*

deáguster [degyste] vtr 1. *Nếm rượu, nếm thức ăn; hưởng, thưởng thức (món ăn);* 2. *Nhắm món ăn một cách thú vị* 3. P: qu'est-ce qu'on a dégusté! *phải chi mà chúng ta tóm được nó.*

deáhancher (se) [səde)ʃe] vpr 1. *Trật xương hông* 2. *Đi cáng náng, đi khập khiểng.*

dehors [dəɔr] 1. adv (a) *Ngoài* coucher d. *(*) ngủ ở ngoài nhà (không ngủ trong nhà)* (**) *ngủ xa nhà;* mettre qn d. *đuổi ai ra khỏi;* (b) de d. *từ ngoài;* en d. *ở ngoài;* en d. ngoài; en d. de cela *trừ cái đó ra;* cela s'est fait en d. de moi *(*) cái đó xảy ra ngoài sự hiểu biết của tôi; (**) cái đó xảy ra không có sự tham dự của tôi;* (c) au d. *ở ngoài;* ne pas se pencher au d.! *đừng nghiêng người ra ngoài (cửa);* 2. nm (a) *phía ngoài, bên ngoài;* (b) *bề ngoài, thể diện.*

deáifier [deifje] vtr *Tôn làm thần.*

deáiteá [deite] nf *Sự kính trọng thần thánh.*

deájaâ [deʒa] adv 1. *Đã* il est d. parti *nó đã ra đi;* d. en 1900 *Đã có từ năm 1900* 2. *Đã, từ*

trước; je vous ai d. vu *tôi đã gặp anh trước đây* 3. *Đã (đến lúc)* faut-il d. partir ? *đã đến lúc phải ra đi chưa?* d. trop de travail *cho đến nay, đã có quá nhiều công việc;* qu'est-ce que vous faites d.? *trước đây anh đã làm việc gì.*

deájeuner [deʒœ ne] 1. vi (a) *Ăn sáng;* (b) *Ăn trưa* 2. nm (a) *bữa ăn trưa;* petit d. *bữa ăn điểm tâm;* d. sur l'herbe *bữa ăn trưa dã ngoại (trong một cuộc du ngoạn);* d. d'affaires *bữa ăn trưa tại cơ quan, xí nghiệp;* (b) *dĩa và tách dùng trong bữa điểm tâm.*

deájouer [deʒwe] vtr *Làm hỏng, làm thất bại (một kế hoạch).*

deájuger (se) [sədeʒyʒe] vpr *Làm trái lại, phản quyết (một quyết định).*

delaâ [dəla] 1. loc. prep par d. les mers *ở bên kia bờ biển, ở hải ngoại;* 2. adv au-d. *ở ngoài,* ở trên, ở trước nm l'au-d. *thế giới bên kia, âm phủ;* loc. prep. au d. de *ở bên kia;* n' allez pas au d. de 300 francs *đừng tiêu quá, sử dụng quá 300 quan;* il est allé au d. de ses promesses *nó làm tốt hơn cả điều nó hứa.*

deálabrement [delabrəm)] nm *Sự suy sụp, sự đổ nát, sự hư hỏng.*

deálabrer [dɛlabre] vtr 1. *làm hư hỏng (một căn nhà), làm suy tàn (một sản nghiệp), làm suy yếu (một sức khỏe).* 2. se d. *Trở thành đổ nát (một căn nhà); suy nhược (sức khỏe).* délabré a *Đổ nát, hư hỏng; suy nhược, suy bại (sức khỏe).*

deálacer [delase] vtr (n. délaçons) *Cởi dây quần áo, cởi dây giày.*

deálai [dɛlɛ] nm 1. *Kỳ hạn* sans d. *Không trì hoãn, ngay lập tức;* 2. *Sự gia hạn, sự hoãn (làm) ngay;* à bref d. *với kỳ hạn ngắn;* dans les délais *trong khoảng thời gian cho phép;* dans le d. prescrit *trong thời gian có hiệu lực;* dans le plus bref d., dans les délais les plus brefs *Trong thời gian ngắn nhất;* Com: d. de paiement *kỳ hạn trả tiền;* dans un d. de 3 jours *kỳ hạn 3 ngày.*

deálaissement [delɛsm)] nm *Sự bỏ rơi, sự ruồng bỏ; tình cảnh bơ vơ, cô độc.*

deálaisser [delɛse] vtr *Bỏ rơi, ruồng bỏ.*

deálassement [delasm)] nm *Sự nghỉ ngơi, sự thư giãn.*

deálasser [delase] vtr 1. *Làm cho (ai) hết mệt* 2. se d. *Giải lao, giải trí, tiêu khiển, thư giãn.*

deálateur, -trice [delatœ r, tris] n *Người tố giác, người tố cáo.*

deálation [delasjɔ̃] nf *Sự tố giác, sự tố cáo.*

deálaveá [delave] a (a) *Tấy màu; bị phai màu;* (b) *Tấm nước, đầm nước (đất)* (c) Fig: *(người) Lập dị.*

deálayage [deleja3] nm *Sự hòa tan; sự trộn với nước*.

deálayer [deleje] vtr (je délaie, délaye) *Thêm nước vào (bột); hòa tan, trộn lẫn, pha loãng (một chất lỏng)*; d. un discours *đọc một bài diễn văn dài dòng, rườm rà*.

Delco [dɛlko] nm Aut: M-D: *Bộ phân phối, Đen kô*.

deálecter (se) [sədelekte] vpr (à, de: à faire) *Làm khoái trá; làm vừa lòng, vừa ý*. délectable a *ngon lành, khoái trá*. délectation nf *Sự khoái cảm, sự thích thú*.

deáleágation [delegasjɔ̃] nf *Sự ủy nhiệm, giấy ủy nhiệm*.

deáleágueá, -eáe [delege] a & n (a) *Đại biểu, đại diện*; (b) *Người được ủy quyền, người thay mặt*.

deáleáguer [delege] vtr (je délègue; je déléguerai) 1. d. qn (à) *Cử ai làm đại diện để* 2. *Giao phó (quyền lực)*.

deálestage [delɛsta3] nm (a) *Sự bỏ đồ dần (ở tàu thuyền), sự làm nhẹ bớt*; (b) El: *Sự cắt điện*.

deálester [delɛste] vtr (a) *Bỏ đồ dần (ở tàu thuyền)* (b) El: *cắt dòng điện*; (c) *đóng (cửa sân bay, đường biên giới)*; (d) F: d. qn de qch *lấy trộm của ái cái gì*; (e) se d. de qch *làm cho nhẹ bớt (một cái gì)*.

deálibeáration [deliberasjɔ̃] vi 1. *Cuộc thảo luận, nghị luận*; mettre une question en d. *thảo luận một vấn đề*.

deálibeárer [delibere] vi 1. *Bàn bạc, thảo luận*; d. sur qch *thảo luận một vấn đề*; le jury s'est retiré pour d. *hội thẩm đoàn rút lui để nghị án* 2. d. de qch *Bàn bạc về vấn đề*. délibéré a *Được thảo luận, được bàn bạc; ung dung, thánh thơi*. déli-bérément adv *Một cách quả quyết, một cách cương quyết*.

deálicat [delika] a 1. *Thanh mảnh, dịu dàng ; sâu sắc, tinh tế ; lịch thiệp, khéo ứng xử*. 2. *Nhạy cảm, mỏng manh* 3. *Tinh tế, phức tạp (công việc); khó khăn, khó xử (vấn đề, tư thế)* 4. *Tỉ mỉ, thận trọng, (lòng) đa nghi* 5. *Cầu kỳ*. délicatement adv *Một cách khéo léo, một cách lịch thiệp*.

deálicatesse [delikatɛs] nf 1. *Sự thanh thản, thanh lịch (dáng dấp, cử chỉ...); chọn lọc, tinh chế; sự thận trọng, dè dặt*; avec d. *một cách dè dặt*. 2. *Sự mỏng manh, mềm mại (da); sự khó khăn; sự khó xử, khó nghĩ (của một tư thế)*; avoir des délicatesses pour qn *đối xử với ai chu đáo*.

deálice [delis] nm *Sự vui thích* F: ce saumon est un d. *con cá hồi này thật là tuyệt !* faire ses délices de qch *lấy làm vui thú về cái gì*.

délicieux, -euse a *Tuyệt vời, ngọt ngào, thơm tho*. délicieusement adv *Một cách tuyệt vời, một cách ngọt ngào, thơm tho*.

deálier [delje] vtr *Tháo, mở, cởi*; le vin délie la langue *rượu vào lời ra*; d. qn de qch *giải phóng cho ai khỏi một điều gì*. délié 1. a *Mảnh, mỏng mảnh, mảnh khảnh, tinh tế (ngón tay); avoir la langue déliée ăn nói ngọt ngào, hoạt bát* 2. nm Typ: *(chữ in) nét chữ nhỏ, thanh*.

deálimiter [delimite] vtr *Phân ranh (đất đai) chỉ định phạm vi (quyền lực)*. délimitation nf *Sự vạch, sự phân giới hạn*.

deálinquance [del(k)s] nf *Tình trạng phạm pháp*; d. juvénile *Tình trạng thanh niên phạm pháp*. délinquant, -ante a & n *Sự phạm tội*; d. primaire *sự phạm tội ở lứa tuổi vị thành niên*.

deáliquescence [delikɛs)s] nf *Người phạm tội* Fig: *Sự thoái hóa, phân hủy*. déliquescent a *Sự suy đổi, sự thoái hóa* Fig: *sự mục ruỗng, sự thối nát*.

deálire [delir] nm 1. *Tình trạng mê sảng* 2. *Tình trạng điên cuồng*; foule en d. *đám đông, dân chúng cuồng nộ*.

deálirer [delire] vi *Nói sảng, phát mê, mê sảng*. délirant a *Mê muội; mê mang*.

deálit [deli] nm *Sự phạm tội (nhẹ), sự xúc phạm*.

deálivrance [delivr)s] nf 1. *Sự buông tha, phóng thích, giải phóng* 2. *Sự giao (hàng hóa), sự phát (thư báo), sự phát hành (vé, phiếu)* 3. quelle d. ! *Lạy trời, thoát nợ! rảnh nợ !*.

deálivrer [delivre] vtr 1. *Giải cứu (tù binh); phóng thích (tù nhân)*; d. qn de *cứu ai thoát khỏi (hỏa hoạn...)* 2. *Phân thối (thực phẩm); phát hành (vé, phiếu); cấp (văn bằng, chứng chỉ)* 3. se d. qch *Thoát khỏi một cái gì, rảnh nợ (khỏi một cái gì)*.

deáloger [delɔ3e] v 1. vi *Đi khỏi, đi nơi khác*; 2. vtr *Đuổi (người thuê mướn); trục xuất ai*; Mil: *đánh đuổi (một đội quân) ra khỏi nơi chiếm đóng*.

deáloyauteá [delwajote] nf *Lòng bất chính, lòng gian tà*. déloyal pl -aux a *Không trung thành (trong tình bạn) không công bình*. déloyalement adv *Một cách bất trung, bất nghĩa*.

delta [dɛlta] nm *Tam giác châu, vùng châu thổ*.

deltaplane [dɛltaplan] nm MD: *Tàu lượn có cánh hình tam giác*; faire du d. *đi tàu lượn*.

deáluge [dely3] nm (a) *Trận đại hồng thủy; trận lụt lớn; một tràng chửi rủa*; cela remonte au d. *cái đó xưa như trái đất*; (b) *Sự đổ trút xuống (của một cơn mưa)*.

deálureá [delyre] a *Lanh lợi, hoạt bát* Pej: *trơ*

trên.

deámagogie [demagɔʒi] nf *Chính sách mị dân.* démagogique a *nịnh, mị dân.*

deámagogue [demagɔg] nm *Người mị dân.*

deámailler (se) [sədemaje] vpr *Bị rách (theo đường xẻ dọc) (về quần bó).*

demain [dəm( ] adv & nm *Ngày mai, vào hôm mai;* à d.! *hẹn gặp lại ngày mai !* F: c'est pas d. la veille *ngày mai chứ có đâu xa*; d. il fera jour *ngày mai trời lại sáng.*

demande [dəm)d] nf **1.** (a) *Lời xin, lời thỉnh cầu, lời yêu cầu*; faire une d. *sự thỉnh cầu, thỉnh nguyện điều gì*; d. d'emploi *sự xin việc làm*; d. (en mariage) *lời cầu hôn*; sur la d. de qn *thể theo yêu cầu của ai*; d. de remboursement *sự đòi (phải trả tiền), yêu sách*; (b) *lời yêu cầu (về cung cấp hàng hóa)* l'offre et la d. *sự cung và cầu*; (c) d. en divorce *đơn xin ly hôn* **2.** *Cuộc điều tra, lời thẩm vấn.*

demander [dəm)de] vtr **1.** (a) *Yêu cầu (điều gì), đòi hỏi (điều gì) ; khiếu nại, yêu cầu bồi thường (về một thiệt hại);* je vous demande pardon *tôi xin lỗi anh*; d. qn en mariage *ngỏ lời cầu hôn (với ai);* on vous demande *người ta tìm anh đấy;* d. qch à qn *hỏi (mượn) ai một cái gì*; combien demandez-vous de l'heure ? *một giờ phải trả anh bao nhiêu ? (anh đòi trả công bao nhiêu một giờ);* (b) je demande à parler *tôi xin được phát biểu*; **2.** *cần, cần phải, cần có*; c'est très demandé *rất cần thiết* **3.** *đòi hỏi, mong đợi*; ne lui en demandez pas trop *đừng đòi hỏi nhiều ở nó (đừng mong đợi gì nhiều ở nó)*; **4.** *hỏi, điều tra* b. à qn son avis *hỏi ý kiến của ai;* F: je ne t'ai rien demandé ! *đừng xía vào công việc của tôi!* je vous demande un peu ! *tôi làm phiền anh một tý.* **5.** se d. *tự hỏi*; on se demande pourquoi *người ta thắc mắc (tự hỏi) là tại làm sao...*

demandeur[1], **-deresse** [dəm)dœ r, drɛs] n *Nguyên cáo.*

demandeur[2], **-euse** [dəm)dœ r, -z] n (a) Com: *Người mua* (b) d. d'emploi *người đi xin việc.*

deámangeaison [dem)ʒɛzɔ̃] nf *Sự ngứa ngáy;* avoir des démangeaisons *bị ngứa;* j'ai une d. au bras *cánh tay tôi bị ngứa*; d. de faire qch *sự thôi thúc, sự thèm khát làm cái gì.*

deámanger [dem)ʒe] vi (il démangea(it) *Ngứa, ngứa ngáy* l'épaule me démange *vai tôi bị ngứa ngáy*; Fig: la main, le, lui démange *nó ngứa tay muốn đánh lộn*; ca me démange de.. *tôi nóng lòng muốn.*

deámanteâlement [dem)tɛlm)] nm *Sự triệt hạ, sự phá hủy.*

deámanteler [dem)tle] vtr (je démantèle) *Triệt hạ (một thành lũy); phá hủy (một tổ chức).*

deámantibuler [dem)tibyle] vtr F: *Phá hỏng.*

deámaquillage [demakijaʒ] nm *Sự chùi rửa phấn son trên mặt.*

deámaquillant [demakij)] nm *Mỹ phẩm dùng để rửa son phấn, rửa tẩy hóa trang.*

deámaquiller [demakije] **1.** vtr d. qn *Rửa sạch son phấn trên mặt ai* **2.** se d. *Tự tẩy hóa trang bằng sữa tẩy.*

deámarcation [demarkaskɔ̃] nf *Sự phân định ranh giới*; ligne de d. *đường phân ranh.*

deámarchage [demarʃaʒ] nm *Sự chào hàng, sự mời khách mua hàng (đi từng nhà)*; d. par téléphone *sự chào hàng, sự bán hàng qua điện thoại.*

deámarche [demarʃ] nf **1.** *Cách đi, dáng đi* **2.** *Bước đi;* faire une d. auprès de qn *đi đến gần ai;* faire les démarches nécessaires *làm những cố gắng cần thiết.*

deámarcheur, -euse [demarʃœ r, -z] n Com: *Người chào hàng, người bán hàng tại từng nhà (nam)* Pol: *người đi vận động bỏ phiếu.*

deámarquer [demarke] vtr Com: *Bán hạ giá (hàng hóa)* **2.** *đạo văn, ăn cắp văn (trong một cuốn sách)* **3.** Sp: *Bán độ*; **4.** se d. de *Tự tách mình ra khỏi (một tổ chức...)* démarqué a Sp: *không có chân trong đội tuyển.*

deámarrage [demaraʒ] nm (a) *Sự khởi động (một động cơ); sự khởi hành, chạy (một chiếc xe ôtô); sự thuận lợi ban đầu (ở một cơ sở kinh doanh);* d. en côte *sự trì trệ, ì ạch (công việc)* (b) Sp: *sự chạy nước rút.*

deámarrer [demare] **1.** vtr *Khởi động máy (xe)*; **2.** vi (a) *Bắt đầu chạy (xe cộ); rời bến (tàu); lái xe ra khỏi; faire d. khởi động, nổ máy (xe);* (b) *bắt đầu làm ăn khấm khá (một cơ sở kinh doanh);* (c) Sp: *bắt đầu chạy nước rút.*

deámarreur [demarœ r] nm Aut: *Bộ khởi động, bộ stác tơ (máy).*

deámasquer [demaske] vtr (a) *Lột mặt nạ; làm cho lộ mưu gian, bí mật*; (b) Fig: se d. *rơi mặt nạ, lộ mưu gian.*

deámïlant [demel)] nm *Thuốc dưỡng tóc.*

deámïleá [demele] nm *Cuộc tranh cãi, sự bất hòa*; il a eu des démêlés avec la police *nó có chuyện rắc rối với cảnh sát.*

deámïler [demele] vtr (a) *Gỡ rối, gỡ các mối (dây); chải gỡ (tóc); sắp xếp, giải quyết (một vấn đề); làm cho sáng tỏ (một sự hiểu lầm);* (b) se d. *Tự tháo gỡ (khỏi khó khăn).*

deámembrer [dem)bre] vtr *Chặt, chia ra từng phần; chia cắt (một lãnh thổ, đất đai).*

deámeánagement [demenaʒm)] nm *Sự dời (nhà), sự di chuyển, dời dọn* F: d. à la cloche de bois *chuyến dần đồ đạc đi trong đêm (để trốn nợ)*; il déménage *nó nói càn*; F: allez ! déménagez ! *chuồn ! xéo !*.

deámeánageur [demenaʒœr] nm *Người làm dịch vụ di chuyển, dọn đồ đạc*.

deámence [dem)s] nf *Sự loạn trí, sự mất trí*. dément, -ente a *Điên, khùng, mất trí*; c'est d.! *thật là vô lý !* démentiel, -elle a *Điên cuồng*.

deámener (se) [sədemne] vpr 1. *Chống cự, dây dưa* 2. *Tự xoay sở, hết sức cố gắng*.

deámenti [dem)ti] nm *Sự đính chính, thanh minh*.

deámentir [dem)tir] vtr 1. *Cãi lại (ai); đính chính, bác bỏ (một sự kiện)* 2. *Không làm đúng, không giữ (lời hứa)*; 3. se d. *Tự mâu thuẫn (trong một công việc, một lời nói)*.

deámerder (se) [sədemerde] vpr P: *Tự xoay sở*.

deámesure [deməzyr] nf *Sự thái quá, sự thừa ra; sự quá độ*. démesurément adv *Một cách thái quá, một cách quá độ, một cách bất thường*.

deámettre [demɛtr] vtr 1. *Làm hỏng, làm trẹo*; se d. l'épaule *trẹo bả vai* 2. (a) d. qn de ses fonctions *cách chức ai*; (b) se d. de ses fonctions *từ chức, thôi chức*.

demeurant (au) [odəmœr)] adv *Tóm lại, chung cục*.

demeure [dəmœr] nf 1. (a) mettre qn en d. de payer *hẹn, ra lệnh cho ai phải trả*; (b) *sự ở, sự lưu lại*; à d. *cố định, chắc, bền, vĩnh cửu*; 2. *Nơi cư trú, địa điểm cư trú*.

demeurer [dəmœre] vi 1. (aux être) *Ở, ở lại (một nơi)* demeurons-en *là tạm ngưng vấn đề này ở đây đi*; ne pouvoir d. en place *không thể ở yên một chỗ được*; 2. (aux avoir) *Sống, tồn tại*. demeuré, -ée F: 1. a *Dở hơi* 2. n *Người dở hơi, khờ dại*.

demi [dəmi] 1. a (a) *Nửa* deux heures et demie *hai giờ rưỡi;* une d. -heure *nửa tiếng đồng hồ;* (b) *nửa, bán;* d. -cercle *nửa vòng tròn;* (c) demi- *nửa*, à d. -dieu *Á thần* (d) d. -cuit *nửa sống, nửa chín* 2. nm (a) un d. *nửa, một phần nửa*; un d. *một cốc bia nửa lít;* (b) Sp: les demis *vai trung ứng (thể thao)* (c) à d. *nửa, nửa chừng;* à d. mort *dở sống dở chết*; faire les choses à d. *làm việc gì cũng lỡ dở, nửa chừng*; à d. transparent *mờ đục (thuỷ tinh, kính)* 3. nf demie *nửa giờ; il est la demie đã nửa giờ rồi*.

demi-cercle [sɛrkl] nm *Hình bán nguyệt*.

demi-circulaire [sirkylɛr] a *Có hình bán nguyệt, có hình nửa vòng tròn*.

demi-douzaine [duzɛn] nf une d. -d. (de) *nửa tá*.

demi-finale [final] nf Sp: *Trận bán kết*.

demi-fond [f)] nm inv Sp: (course de) d. -f. *Cuộc chạy đua cự ly vừa*.

demi-freâre [frɛr] nm *Anh em cùng cha khác mẹ (hoặc cùng mẹ khác cha)*.

demi-gros [gro] nm Com: *Nghề buôn bán nhỏ, tiểu thương*.

demi-heure [dəmiœr] nf une d. -h. *một nửa giờ*.

deámilitarisation [demilitarizasjɔ̃] nf *Sự triệt quân, sự rút quân*.

deámilitariser [demilitarize] vtr *Triệt quân, rút quân*.

demi-mal [mal] nm il n'y a que d.-m. *luôn luôn có sự may mắn trong sự xui xéo*.

demi-mesure [dəmimzyr] nf *Phần nửa, cách không triệt để, cách lưng chừng*.

demi-mot (aâ) [adəmimol] adv phr tu comprendras à d.-m *Bạn sẽ phải hiểu những lời bóng gió*.

demi-pension [p)sjɔ̃] nf *Sự ở trọ nửa ngày, sự bán trú; tiền trọ nửa ngày, tiền bán trú*.

demi-pensionnaire [p)sjɔnɛr] n Ecole: *Học sinh bán trú*.

demi-saison [sɛzɔ̃] nf les demi-saisons *Mùa mát trời (mùa xuân và mùa thu)* vêtement de d.-s. *quần áo mùa mát*.

demi-sel [sɛl] 1. nm *Phô mát (hơi mặn)* 2. a inv (bơ) *Hơi mặn*.

demi-soeur [sœr] nf *Chị em cùng cha khác mẹ hoặc cùng mẹ khác cha*.

deámission [demisjɔ̃] nf *Sự từ chức* donner sa d. *từ chức, thoái vị*.

deámissionnaire [demisjɔnɛr] a *Đã từ chức, không còn đương nhiệm*.

deámissionner [demisjɔne] vi *Từ chức* F: xin thôi việc.

demi-tarif [tarif] nm *Nửa giá tiền*; billet (à) d.-t. *vé với một nửa giá tiền*.

demi-ton [tɔ̃] nm Mus: *Nửa âm, bán âm*.

demi-tour [tur] nm *Nửa vòng* Aut: *sự quay xe (nửa vòng)* faire d.-t. *quay nửa vòng, quay mặt lại*.

deámi-voix (aâ) [adəmivwa] loc. adv *Bằng cách nói nhỏ, bằng lời thì thầm*.

deámobilisation [demɔbilizasjɔ̃] nf *Sự giải ngũ*.

deámobiliser [demɔbilize] vtr *Giải ngũ*.

deámocrate [demɔkrat] 1. a *Dân chủ* 2. n *Người thuộc đảng dân chủ*.

deámocratie [demɔkrasi] nf *Chính thể, chế độ dân chủ*. démocratique a *Thuộc chế độ dân chủ*. démocratiquement adv *Một cách dân chủ*.

deámoder (se) [sədemɔde] vpr *Không còn hợp thời trang; trở nên lỗi thời, lạc hậu*. démodé a

deámographie — **deánommer**

Lỗi thời, không còn hợp thời; không còn thời thượng; lạc hậu.

deámographie [demɔgrafi] nf *Nhân khẩu học, dân số học.* démographique a *Thuộc về dân số học;* poussée d. *sự tăng trưởng về dân số.*

demoiselle [dəmwazɛl] nf **1.** (a) *Phu nhân, bà (quí phái)* d. d'honneur (*) *thị nữ, cô hầu* (**) *cô phụ dâu* **2.** *Cô, tiểu thư, cô thiếu nữ* **3.** *Con chuồn chuồn.*

deámolir [demɔlir] vtr **1.** *Phá hủy, triệt hạ (một tòa nhà)* **2.** *Đánh đổ (một quyền lực, chế độ...); bắt bẻ (một cuộc tranh luận); hủy hoại (một thanh danh)* **3.** d. qn (*) F: *đánh bại ai;* (**) *làm mất thanh danh của ai;* (***) *quấy rối ai.*

deámolisseur [demɔlisœr] nm *Người thợ làm công việc đập phá các kiến trúc, nhà cửa cũ (để xây dựng lại); người thầu tổ chức công việc triệt hạ các công trình xây cất cũ.*

deámolition [demɔlisjɔ̃] nf *Sự phá hủy, sự triệt hạ;* en d. *đang bị triệt hạ.*

deámon [demɔ̃] nm **1.** Myth: *Thần hộ mệnh* **2.** *Quí, yêu.;* le d. *quí sa-tăng;* cette femme est un d. *người đàn bà này là một kẻ xấu xa, đồi bại;* c'est un vrai petit d. *đúng là một con quí nhỏ.* démoniaque a *Thuộc về ma quí, bị quí ám.*

deámonstrateur, -trice [demɔ̃stratœr, tris] n *Người thuyết minh, người chứng minh.*

deámonstration [demɔ̃strasjɔ̃] nf **1.** *Sự, lời chứng minh, thuyết minh;* Com: appareil de d. *Máy móc thuộc hàng mẫu, hàng giới thiệu* **2.** *Sự vồn vã thân mật (về tình bằng hữu).* démonstratif, -ive a *Sự thao diễn thị uy (về sức mạnh).*

deámonte-pneu [demɔ̃tpn-] nm *Đồ nạy lốp xe.*

deámonter [demɔ̃te] vtr **1.** *Hất khỏi yên ngựa, té ngựa (nài ngựa);* **2.** se laisser d. *bị làm cho bối rối;* la nouvelle m'a démonté *tin này đã làm tôi bối rối* **3.** *Lấy ra, tháo ra từng miếng, tháo (lốp xe)* **4.** se d. (a) *long ra (bộ phận máy móc), rút ra, rã ra;* (b) *trở nên bối rối, lúng túng (người).* démonté a *(biển) Mãnh liệt, ào ạt, dữ dội; (người) mất bình tĩnh.*

deámontrer [demɔ̃tre] vtr **1.** *Chứng minh* **2.** *Bày tỏ, biểu lộ (một cái gì) một cách rõ ràng.* démontrable a *Có thể chứng minh được.*

deámoralisation [demɔralizasjɔ̃] nf *Sự phá hoại luân thường, đạo lý.*

deámoraliser [demɔralize] vtr *Phá hoại luân lý, đạo đức;* se d. *trở nên sa ngã, đồi bại.* démoralisant a *Sa ngã, đồi bại.*

deámordre [demɔrdr] vi d. de *Rời khỏi cái gì;* ne pas d. de ses opinions *bảo thủ cho ý kiến của mình;* il ne veut pas en d. *nó không chịu buông súng xuống.*

deámoulage [demulaʒ] nm *Sự tháo khuôn (ở một bức tượng); sự trút (bánh) ra khỏi khuôn.*

deámouler [demule] vtr *Tháo (tượng) ra khỏi khuôn; trút (bánh) ra khỏi khuôn.*

deámultiplication [demyltiplikasjɔ̃] nf IMec: (a) *Sự rút gọn;* (b) *Tỷ lệ rút gọn.*

deámultiplier [demyltiplije] vtr IMec: *Chuyển giảm tỷ lệ tốc độ; chuyển giảm tốc độ.*

deámunir [demynir] vtr **1.** *Cướp, tước lấy của ai (cái gì)* **2.** se d. de qch *vứt bỏ, tước bỏ.* démuni a être d. de qch *Bị tước đoạt cái gì;* d. (d'argent) *không một xu dính túi;* Com: être d. de qch *phải bán rẻ một món gì.*

deámystifier [demistifje] vtr (impf & pr sub n. démystifiions) *Làm cho ai tỉnh ngộ, làm cho ai hết ảo tưởng về một cái gì*

deánatalitea [denatalite] nf *Sự giảm sinh đẻ.*

deánationaliser [denasjɔnalize] *Tư hữu hóa, chuyển sang tư doanh một công ty quốc doanh.*

deánaturer [denatyre] vtr (a) *Thay đổi (xúc giác, vị giác);* (b) *Làm sai lệch, giải thích sai.* dénaturé a *Biến tính, hư hỏng.*

deánéagation [denegasjɔ̃] nf *Sự phủ nhận, sự từ chối.*

deáneiger [deneʒe] vtr *Làm sạch, dọn sạch tuyết (trên một con đường...).*

deáni [deni] nm d. de justice *Sự từ chối phán xét của tòa án.*

deánicher [deniʃe] vtr (a) *Tìm ra chỗ ở của ai;* F: *trốn thoát, bỏ đi* comment m'avez-vous déniché? *làm sao anh kiếm ra chỗ ẩn núp của tôi;* (b) *đuổi (một con thú) ra khỏi nơi trú ẩn của nó.*

denier [dənje] nm **1.** (a) *Tiền La mã cổ;* (b) A: (Fr) *một thứ tiền Pháp cổ* **2.** les deniers publics *công quỹ;* de mes deniers *ngoài số tiền túi ra;* pas un d. *không một xu dính túi* **3.** *(người bán vở) đơn vị do độ mịn của vải sợi.*

deánier [denje] vtr *Không nhận (một tội lỗi) khước từ (một trách nhiệm);* d. qch à qn *từ chối ai (một điều gì).*

deánigrement [denigrəm] nm *Sự gièm pha.*

deánigrer [denigre] vtr *Gièm pha, chê bai.*

deánivellation [denivɛlasjɔ̃] nf *Sự chênh lệch về mức độ.*

deánombrement [denɔ̃brəm] nm *Sự đếm, sự tính toán.*

deánombrer [denɔ̃bre] vtr *Đếm.*

deánominateur [denɔminatœr] nm *Mẫu số.*

deánomination [denɔminasjɔ̃] nf *Sự chỉ tên, sự đặt tên, sự gọi tên.*

deánommer [denɔme] vtr *Gọi tên, mang tên;* un dénommé Charles *một người đàn ông mang tên Charles;* le dénommé Untel *một người đàn* ông mang tên bất kỳ nào đó.

deánoncer [denɔ̃se] vtr (n. dénonçons) **1.** *Tố cáo, tố giác ; phát hiện ra (sự bất công)*; **2.** (a) *Phản đối (ai), bày tỏ sự chống đối ai*; se d. *tự thú.*

deánonciation [denɔ̃sjasjɔ̃] nf *Sự tố cáo.*

deánonciateur, -trice [denɔ̃sjatœr, tris] **1.** n *Lời tố cáo, lời bày tỏ, lời tường trình* **2.** a *Tố giác.*

deánoter [denɔte] vtr *Chứng tỏ, biểu lộ.*

deánouement [denum)] nm *Sự kết cục, sự kết thúc* Th: *Hồi kết thúc (một vở kịch).*

deánouer [denwe] vtr **1.** *Mở, cởi, tháo, gỡ (nút);* d. une intrigue *gỡ mối cho một tình tiết* **2.** se d. (a) *Trở nên dang dở;* (b) *Đã giải quyết xong (một câu chuyện, vấn đề).*

deánoyauter [denwajote] vtr *Lấy hột ra (ở một trái cây).*

denreáe [d)re] nf *Vật phẩm, thương phẩm (đặc biệt về lương thực)* denrées alimentaires *Thực phẩm.*

densiteá [d)site] nf *Mật độ, tỷ trọng.* dense a *Đông đúc, dày đặc.*

dent [d)] nf **1.** *Răng* d. de lait *răng sữa, răng khôn;* faire, percer, ses dents *mọc răng;* rage de dents *cơn đau răng;* n'avoir rien à se mettre sous la d. *không có cái gì để ăn;* manger du bout des dents *ăn nhấm nháp;* rire du bout des dents *gượng cười;* avoir les dents longues, *(*)* rất đói bụng; *(**)* rất tham lam; avoir une d. contre qn *bất đồng ý kiến với ai;* être sur les dents *(*)* kiệt sức; *(**)* làm quá độ, làm việc quá sức; **2.** *răng (lược); răng cưa (bánh xe); răng (nĩa); chóp nhọn (núi);* en dents de scie *có hình răng cưa.* dentaire a *Thuộc về răng.* denté a *Có răng (súc vật); có răng cưa (lá cây);* roue dentée *bánh xe răng cưa.*

denteleá [d)tle] a *Có khía răng cưa (ở mép, ở lá cây).*

dentelle [d)tɛ] nf *Đăng ten.*

dentellieâre [d)tɛljɛr] nf (a) *Thợ làm đăng ten;* (b) *Máy làm đăng ten.*

dentelure [d)tlyr] nf *Sự lởm chởm (của bờ biển) đường viền răng cưa (ở con tem).*

dentier [d)tje] nm *Hàm răng giả.*

dentifrice [d)tifris] nm *Kem đánh răng ; thuốc đánh răng.*

dentiste [d)tist] n *Nha sĩ.*

dentition [d)tisjɔ̃] nf *Sự mọc răng;* avoir une belle d. *có một hàm răng đẹp.*

denture [d)tyr] nf *Bộ răng, hàm răng.*

deánuder [denyde] vtr **1.** *Lột trần truồng, làm cho trần truồng* **2.** se d. *(người) Trở nên trần truồng; (rắn) lột vỏ.* dénudé a *Trần truồng,*

trọc (đầu).

deánueá [denɥe] a d. de *Trống không, không có.*

deánuement [denym)] nm *Sự thiếu thốn hoàn toàn, sự xác xơ;* être dans le d. *ở trong sự cùng quẫn.*

deáodorant [deɔdɔr)] a & nm *Chất khử mùi; có tính khử mùi.*

deápannage [depanaʒ] nm (a) *Sự sửa chữa (khẩn cấp), tu sửa;* service de d. *dịch vụ sửa chữa (máy móc);* (b) *phần thức ăn mang theo.*

deápanner [depane] vtr (a). *Sửa chữa (xe cộ) ; làm cho (xe) chạy lại;* (b); *Giúp ai thoát khỏi một tình trạng quẫn bách.*

deápanneur [depanœr] nm *Người thợ sửa chữa máy móc, xe cộ bị hỏng hóc.*

deápanneuse [depan-z] nf *Xe sửa chữa lưu động (sửa các xe cộ bị hỏng hóc giữa đường).*

deápareilleá [depareje] a *Lỡ đôi, lỗi bộ, không đủ đôi;* articles dépareillés *đồ bá vơ, đồ đầu thừa đuôi theo.*

deáparer [depare] vtr *Làm xấu lây, làm mất vẻ đẹp.*

deápart[1] [depar] nm *Sự ra đi, sự khởi hành (một cuộc đua);* dès son d. *kể từ lúc nó ra đi;* point de d. *điểm khởi hành;* être sur le d. *chuẩn bị ra đi, khởi hành;* produit de d. *sản phẩm chính gốc;* au d. *vào khởi thủy, vào lúc khởi đầu;* excursions au d. de Chamonix *cuộc du ngoạn khởi đầu từ Chamonix;* Sp: faux d. *sự khởi hành giả vờ (để đánh lừa);* donner le d. *Ra lệnh khởi hành* Com: prix d. usine *giá hàng giao tại xưởng.*

deápart[2] nm faire le d. entre *phân biệt giữa.*

deápartager [departaʒe] vtr *Làm mất cân bằng, làm chênh lệch;* d. les votes *làm chênh số phiếu.*

deápartement [departəm)] nm Adm: *Tỉnh.* departemental, -aux a *Tỉnh, bộ* route départemental *đường thứ yếu.*

deápartir [departir] vpr se d. de *Bỏ, bỏ dở, bỏ rơi, thôi.*

deápasseá [depase] a *Lỗi thời, lạc hậu.*

deápassement [depasm)] nm (a) Lit: *Sự trội hẳn, vượt hẳn* (b) Aut: *sự qua mặt (xe ôtô).*

deápasser [depase] vtr **1.** (a) *Vượt, vượt qua;* d. le but *vượt mức;* d. les bornes *(*)* đi quá giới hạn; *(**)* vượt khỏi giới hạn cho phép; d. la trentaine *Quá 30 tuổi;* (b) Aut: *qua mặt (xe ôtô);* il est interdit de d. *cấm vượt, cấm qua mặt;* **2.** d. qch en hauteur *vượt cao quá cái gì;* d. qn de la tête *cao hơn ai một cái đầu;* son jupon dépasse *chiếc váy ngắn của cô ta quá dài;* cela dépasse ma compétence *cái đó vượt* *quá khả năng của tôi*; cela me dépasse *cái đó nằm ngoài tầm tay của tôi*; je suis dépassé par les événements *tôi bị chưng hửng vì các biến cố*; **3.** *Vượt quá*; d. la limite de vitesse *vượt quá, vượt quá giới hạn về tốc độ*; **4.** se d. *Trội hẳn, vượt hẳn, thành công hơn hẳn.*

deápaysement [depeizm)] nm **1.** *Sự lạc hướng* **2.** *Sự thay đổi lề thói cũ.*

deápayser [depeize] vtr *Đánh lạc hướng.* depaysé a *Bơ vơ, bỡ ngỡ*; je me sens d. *tôi cảm thấy lạ nhà.*

deápeçage [depəsaʒ] nm *Sự cắt, chặt, xẻ ra từng mảnh.*

deápecer [depəse] vtr (je dépèce) *Cắt (một xác chết); xẻ, lạng (thịt).*

deápîche [depɛʃ] nf (a) *(hành chính) công văn*; (b) d. (télé-graphique) *bức điện tín.*

deápîcher [depɛʃe] vtr **1.** *Gửi đi, sai phái đi* **2.** se d. *Vội gấp, vội vàng* dépêchez-vous! *nhanh lên đi các bạn!*; se d. de faire qch *gấp gáp làm việc gì.*

deápeigner [depeɲe] vtr *Làm bù tóc, rối tóc*; être dépeigné *có đầu tóc bù xù.*

deápeindre [dep(dr] vtr *Tả, mô tả cái gì.*

deápenailleá [depnaje] a *Xơ xác, tả tơi.*

deápendance [dep)d)s] nf **1.** *Sự phụ thuộc* **2.** (a) *(một quốc gia) Lệ thuộc*; (b) *công trình phụ, nhà phụ, nhà ngoài* **3.** *Sự chinh phục*; être sous la d. de qn *ở dưới sự cai trị (cai quản) của ai.* dépendant a *Phụ thuộc (vào).*

deápendre[1] [dep)dr] vtr *Tháo (một cái gì đang treo).*

deápendre[2] vi **1.** *Tùy thuộc (vào)* ca ne dépend pas de nous *cái đó không tùy thuộc vào chúng tôi*; il dépend de vous de le faire *cái đó tùy thuộc vào anh, anh cứ làm*; cela dépend *cái đó còn tùy, để xem xem*; **2.** (de) *(một miếng đất, một lãnh thổ đất đai) thuộc chủ quyền của* **3.** (de) *Bị lệ thuộc (vào)*; ne d. que de soi *ăn thua nơi bản thân mình.*

deápens [dep)] nmpl **1.** Dr: *Án phí* Com: *chi phí* **2.** prep aux d. de qn *ở, nhờ vào*; il apprit à ses d. que *hắn biết tin một cách chua cay là...*

deápense [dep)s] nf **1.** *Sự tiêu pha, chi phí*; dépenses courantes *sự chi tiêu thường ngày*; je n'aurai pas du faire cette d. *tôi đã không phải trả món chi tiêu này*; dépenses publiques *khoản chi tiêu công cộng*; d. physique *khoản chi phí về vật chất* **2.** *Sự tiêu thụ (dầu hóa, điện).*

deápenser [dep)se] vtr **1.** *Tiêu, xài (tiền)*; d. sans compter *tiêu xài (tiền) vô độ*; **2.** *Tiêu thụ (năng lượng)*; **3.** se d. *Ra sức, nỗ lực.* dépensier, -ière **1.** a *Hoang phí* **2.** n *Người tiêu xài quá mức.*

deáperdition [depɛrdisjɔ̃] nf *Sự hao tốn, sự thất thoát (về nhiệt, năng lượng).*

deápeárir [depɛrir] vi *Suy yếu, hao mòn; khô héo, tàn lụi (về cây cối); lụn bại, xuống dốc, (về một công ty xí nghiệp).*

deápeárissement [deperism)] nm *Sự suy yếu, hao mòn, sự suy sụp, xuống dốc.*

deápîtrer [depetre] vtr **1.** *Gỡ rối, giải thoát (cho ai)*; **2.** se d. *Tự tháo gỡ, giải thoát (khỏi cái gì).*

deápeuplement [depœpləm)] nm *Sự suy giảm dân số (của một đất nước).*

deápeupler [depœple] vtr *Làm giảm dân số (của một đất nước).*

deápilatoire [depilatwar] **1.** a *Làm rụng lông, tóc* **2.** nm *Thuốc làm rụng lông.*

deápistage [depistaʒ] nm *Sự theo dấu (một tội phạm); sự phát hiện, tìm ra; sự kiểm tra (bệnh tật).*

deápister [depiste] vtr **1.** *Theo dấu; phát hiện, tìm ra một chứng bệnh* **2.** *Làm lạc hướng (ai).*

deápit [depi] nm **1.** *Sự tủi, hờn, giận*; par d. *mặc dầu, dù cho* **2.** en d. de *Không kể, bất cần*; en d. du bon sens *phi lý.*

deápiter [depite] vtr *Làm cho ai phải tủi, hờn giận.*

deáplacement [deplasm)] nm **1.** *Sự di chuyển* **2.** (a) *Sự thay đổi, sự dời chỗ*; (b) *cuộc du hành, cuộc di chuyển, chuyến du lịch, chuyến hành trình*; être en d. *ở xa nơi làm việc*; frais de d. *phí tổn di chuyển.*

deáplacer [deplace] vtr (n. déplaçons) **1.** *Di chuyển, thay đổi vị trí (một vật)*; d. un fonctionnaire *thuyên chuyển (một nhân viên)* **2.** se d. (a) *Đi (quanh)*; (b) *Đổi chỗ, dời chỗ, đi du lịch.* déplacé a *Không hợp, không xứng đáng*; personne déplacée *người bị trục xuất khỏi đất nước.*

deáplaire [deplɛr] vi **1.** (a) d. à qn *Làm phật ý ai*; tu lui déplais *cậu làm phật ý nó*; cela ne me déplairait pas *tôi không ưa cái đó*; (b) impers. n'en déplaise à *Xin miễn phép với tất cả lòng tôn kính*; il me déplait de faire *tôi không thích làm*; **2.** se d. *Không vui lòng, không thích, không hài lòng*; il se déplait à Paris *nó không hài lòng khi sống ở Paris (nó không thích sống ở Paris).* déplaisant a *Làm bực mình, khó chịu.*

deáplaisir [deplezir] nm *Sự bất mãn, sự khó chịu bực mình.*

deáplêtrer [deplɑtre] vtr *Tháo lớp bó bột (chân tay).*

deáplier [deplije] vtr *Mở, trải, trương ra (tờ*

báo...). dépliant 1. a *Có thể trải ra được* 2. nm *Bức vẽ hay tấm bản đồ xếp*.

deáploiement [deplwam)] nm (a) *Sự mở ra, sự trải ra*; (b) *Cuộc biểu dương, cuộc phô diễn (quân sự)*.

deáplorer [deplɔre] vtr *Thương hại, xót xa, đáng tiếc*; d. qn *khóc than, thương tiếc (cho ai)*; d. que + sub *lấy làm hối tiếc vì*. déplorable a *Đáng thương hại, đáng hối tiếc, đáng trách*. déplorablement adv *Một cách đáng trách, đáng hối tiếc*.

deáployer [deplwaje] vtr (je déploie) 1. *Mở, trải, dăng (cờ); dàn trận, dàn (quân)*; 2. *Trưng bày (hàng hóa)* 3. se d. (a) *Giương, dăng (cờ) ra*; (b) Mil: *Dàn trận, triển khai đơn vị*.

deáplumer (se) [sədeplyme] vpr 1. *Rụng lông, thay lông* 2. F: *Rụng tóc, hói đầu (người)*.

deápoli [depɔli] a verre d. *Kính, gương mờ*.

deápopulation [depɔpylasjɔ̃] nf *Sự giảm dân số*.

deáportation [depɔrtasjɔ̃] nf (a) *Sự đày ải, sự trục xuất*; (b) *sự giam giữ (ở trại tập trung)*.

deáporteá, -eáe [depɔrte] n (a) *Người bị đày, phát vãng*; (b) *Tù nhân (ở trại tập trung)*.

deáporter [depɔrte] vtr 1. (a) *Đày đi* (b) *Gởi (một tù nhân) đến trại trập trung*; 2. *(gió) Thổi theo hướng khác*.

deáposer [depoze] vtr 1. (a). *Đặt, để xuống (vật gì); hạ (vũ khí) xuống*; ma voiture vous déposera à l'hôtel *xe của tôi sẽ để anh xuống khách sạn*; d. sa valise à la consigne *để vali anh ta vào phòng gởi hành lý (ở nhà ga)*; (b) *(về một chất lỏng) làm đọng lại, lắng (cặn)*; vi laisser d. *để cho lắng lại* 2. (a) d. son argent à la banque *gởi tiền (vào một trương mục) ở nhà băng*; (b) Com: *vào sổ, đăng ký (nhãn hiệu)*; (c) Dr: d. une plainte *đệ đơn kiện*; Com: d. son bilan *chuẩn bị thanh lý (tài sản) - thông báo việc phá sản*; (d) *tháo luận (một dự luật)*; (e) vi d. (en justice) *đưa ra một bằng chứng để chống lại*; 3. *Truất phế (một vì vua)* 4. *(bụi bặm) Lắng xuống*.

deápositaire [depɔziter] n (a) *Người nhận đồ gởi, người nhận ký thác, thụ thác*; Fig: *người giữ (một bí mật)*; (b) Com: *Đại lý độc quyền*.

deáposition [depozisjɔ̃] nf 1. Dr: *Lời cung khai, lời trần thuật*; 2. *Sự hạ bệ, truất phế (một vị vua)*.

deáposseáder [depɔsede] vtr (je dépossède) *Truất quyền sở hữu về; tước, chiếm đoạt (của ai) (về một cái gì)*.

deápossession [depɔsesjɔ̃] nf *Sự truất quyền sở hữu, sự chiếm đoạt*.

deápöt [depo] nm 1. (a) *Sự gởi, sự trải ra (của một đám mây, đám khói); sự đăng ký (một nhãn hiệu); sự đưa ra để xem xét (một dự luật)*; (b) *Tiền ký quỹ, tiền cọc* d. bancaire *tiền ký quỹ ở ngân hàng*; compte de d. *séc ký thác*; (c) avoir qch en d. *có niềm tin vào một cái gì*; marchandises en d., (*) Dou: *hàng gởi vào kho, hàng lưu kho*; (**) *hàng bán theo điều kiện, hàng ký gởi*; laisser qch à qn en d. *gởi (một vật gì) cho ai cất giữ cẩn thận*; 2. (a) *Kho chứa, kho chứa hàng quân nhu*; d. de marchandises *kho chứa hàng*; d. des bagages *kho chứa hành lý (ở nhà ga)*; (b) d. d'ordure *nơi đổ rác*; 3. *Cặn, cặn bã, trầm tích*; d. cáu vôi *(đóng lại trong ấm nước) cáu (đóng lại ở nồi hơi)*.

deápotoir [depɔtwar] nm *Đống rác*.

deápouille [depuj] nf 1. *Xác lột, da lột (của súc vật)*; d. (mortelle), *thi hài, tử thi* 2. *Chiến lợi phẩm*.

deápouillement [depujm)] nm 1. *Sự bóc lột* 2. *Sự kiểm tra (một bản báo cáo), sự kiểm (phiếu)*.

deápouiller [depuje] vtr 1. (a) *Lột da (súc vật); (gió) làm xác xơ, làm rụng lá cây*; (b) *tước bỏ, bỏ rơi* 2. *Cách chức (khỏi); cởi lột (quần áo); chiếm đoạt (một đất nước)*; 3. *Phân tích, kiểm điểm*; d. le scrutin *kiểm phiếu*; 4. se d. (a) *Rắn lột da; cây (rụng lá)*; (b) se d. de qch *Bỏ, từ bỏ, khước từ một cái gì*; se d. de ses vêtements *cởi (áo quần)*. dépouillé a *Thô sơ, không chải chuốt (lối hành văn)*; d. de. *bị tước đoạt, thiếu thốn*.

deápourvu [depurvy] a (de) *Thiếu, không có*; d. d'argent *thiếu tiền, không có tiền*; être pris au d. *bị bắt bất thình lình*.

deápravation [depravasjɔ̃] nf *Sự suy đồi*.

deápraver [deprave] vtr *Làm hư hỏng, làm đồi bại*. dépravé, -ée 1. a *Sa đọa, trụy lạc* 2. n *Sự thoái hóa*.

deápreáciation [depresjasjɔ̃] nf *Sự suy đồi, sự sụt giá, sự phá giá*.

deápreácier [depresje] vtr 1. *Làm giảm giá trị* 2. (a) *Đánh giá thấp; coi nhẹ* 3. se d. *Giảm (giá trị)*. dépréciatif, -ive a *Xấu, giảm (giá, giá trị)*.

deápreádations [depredasjɔ̃] nfpl *Sự tổn hại, sự cướp phá, sự hủy hoại*.

deápression [depresjɔ̃] nf 1. *Chỗ lõm, hố trũng, chỗ lún*; 2. d. économique *Sự suy sụp kinh tế, sự sụt giá*; 3. Meteor: *sự giảm khí áp, vùng áp thấp*; 4. Psy: *sự chán nản*; d. nerveuse *sự suy nhược thần kinh*. dépressif, -ive a *Làm kiệt sức, suy nhược*.

deáprime [deprim] nf F: la d. *Nhạc blu, nhạc buồn xuất phát từ người Mỹ da đen*; être en pleine d. *(tinh thần) hoàn toàn bị trầm uất*.

deáprimer [deprime] vtr *Làm chán nản, thất vọng, làm suy nhược, làm yếu đi*. déprimant a *Chán nản, thất vọng*. déprimé a *Suy nhược, kiệt sức*.

depuis [depyi] prep **1**. (a) *(thời gian) Từ khi, kể từ*; d. lundi *kể từ thứ hai*; d. trois mois *từ ba tháng nay*; d. quand êtes-vous ici ? *anh đã ở đây từ bao lâu ?*; d. son enfance *từ thời thơ ấu*; d. toujours *xưa nay*; (b) adv *từ lâu nay, từ bấy lâu nay*; (c) d. que + ind *từ khi mà*. **2**. (a) *(thời gian, địa điểm) từ*; d. le matin jusqu'au soir *từ sáng đến tối*; (b) *(số lượng, số hạng)* d. 30F jusqu'à 150F *từ 30 đến 150 quan*; **3**. concert transmis d. Londres *buổi hòa tấu truyền thanh từ London*.

deáputation [depytasjɔ̃] nf (a) *Sự bầu đại biểu, đại diện*; (b) candidat à la d. *ứng cử viên, nghị viện*.

deáputé [depyte] nm **1**. *Thành viên đoàn đại biểu* **2**. Pol: *người đại diện ; dân biểu, nghị sĩ*.

deáputer [depyte] vtr *Cử (ai) làm đại biểu; giao phó (cho ai) làm người đại diện*.

deáracinement [derasinm)] nm *Sự nhổ bật rễ, sự nhổ rễ, sự mất gốc*.

deáraciner [derasine] vtr **1**. *Nhổ rễ, tiệt trừ (một cây, một vật)*; **2**. *Nhổ rễ, mất gốc*.

deáraillement [derajm)] nm chF: *Sự trật đường rầy*.

deárailler [deraje] vi (a) *(về một con tàu) Bị trật đường rầy*; faire d. *làm cho xe lửa trật đường rầy*; (b) *(về một bộ phận máy móc) làm cho hư; (về một giọng nói) rung rấy*; (c) F: *(về một người) ngớ ngẩn*.

deárailleur [derajœr] nm *Bộ đề rai dơ (ở xe đạp)*.

deáraisonner [derɛzɔne] vi *Nói càn, nói bậy*. déraisonnable a *Phi lý, vô nghĩa*.

deárangement [der)ʒm)] nm (a) *Sự lộn xộn, sự xáo trộn*; (b) *sự khó chịu, sự xáo trộn tinh thần*; (c) en d. *mất trật tự*.

deáranger [der)ʒe] vtr (n. dérangeons) **1**. (a) *Làm lộn xộn, xáo trộn (giấy tờ)*; (b) *Làm phiền, quấy rầy; si cela ne vous dérange pas nếu điều đó không làm phiền anh*; (c) *làm rối loạn, làm đảo lộn (kế hoạch)*; se d. (pour faire qch) *chịu phiền, phiền lòng, rất phiền lòng (khi làm một việc gì)*; ne vous dérangez pas, (*) *xin anh cứ ngồi yên;* (**) *anh làm ơn đừng chõ mũi vào công việc của tôi*. dérangé a **1**. *Làm xao động, rối loạn (tinh thần)*; **2**. être d. *bị tháo dạ*.

deárapage [derapaʒ] nm Aut: *Sự trượt, trợt*.

deáraper [derape] vi Aut: *Trượt, trợt ngang*; Fig: *(về giá cả...) trượt giá*.

deárateá [derate] nm courir comme un d. *chạy rất nhanh*.

deáreâglement [dereglɔm)] nm **1**. *Sự bất thường, sự lộn xộn, sự không đều (của nhịp mạch)* **2**. *Sự thác loạn*.

deáreágler [deregle] vtr (je dérègle; je déréglerai) **1**. *Làm cho không đều, làm cho lộn xộn* **2**. se d. *làm sai, làm chạy bậy (chiếc đồng hồ); trở nên bất thường, không đều (nhịp mạch)*. déréglé a *Không đều, sai, phóng đãng (cuộc sống)*.

deárider [deride] vtr & vpr *Làm cho vui vẻ hơn*.

deárision [derizjɔ̃] nf *Sự nhạo báng, chế diễu*; par d. *bằng cách nhạo báng, chế diễu*; tourner en d. *chế nhạo*.

deárisoire [derizwar] a *Tỏ ý chế nhạo, đáng chế nhạo; kỳ cục; lố lăng, buồn cười, (một để nghị) không đáng kể, hạ (giá)*.

deárivatif, -ive [derivatif, iv] **1**. a *Phát sinh, dẫn xuất* **2**. nm *Sự làm khuây khỏa, sự giải trí*.

deárivation [derivasjɔ̃] nf **1**. *Sự rẽ giòng (giòng nước)* **2**. Mth: Ling: *Sự chuyến hóa* **3**. El: *Mạch rẽ* **4**. Mar: Au: *Sự chệch hướng*.

deárive [deriv] nf (a) Mar: *Sự trôi dạt (sự chệch hướng)*; à la d. *aller à la d. lái tàu theo hướng gió*; (b) (quille de) d., (*) *vật dằn tàu*; (**) Av: *bộ thăng bằng (của máy bay)*.

deáriver [derive] **1**. vtr (a) *Cháy sang hướng khác (giòng nước)* El: *mắc rẽ (mạch điện)*; (b) Mth: *chuyển hóa, có nguồn gốc từ* **3**. vi Av: Mar: *trôi dạt*; d. de. *có nguồn gốc từ, được bắt nguồn từ*. dérivé, -ée **1**. a *Bắt nguồn từ* **2**. (a) nm Ling: *Từ phát sinh, chất dẫn xuất* (b) nf Mth: *đạo hàm*.

deáriveur [derivœr] nm *Chiếc thuyền nhỏ*.

dermatologie [dɛrmatɔlɔʒi] nf *Khoa da liễu*.

dermatologue [dɛrmatɔlɔg] n *Bác sĩ bệnh da liễu*.

dernier, -ieâre a & n **1**. (a) *Chót, cuối, sau cùng*; mettre la dernière main *chuẩn bị kết thúc một công việc gì*; jusqu'à sa dernière heure *cho đến giờ phút lâm chung*; il est arrivé bon d., le d. *nó về đến sau cùng*; dernières nouvelles *tin mới nhất* F: vous connaissez la dernière ? *anh có biết được cái tin mới vừa rồi không?* la dernière mode, le d. cri *mốt mới nhất*; (b) le mois d. *tháng vừa rồi*; ces derniers temps *thời gian vừa qua*; c'est notre petit d. *đó là đứa con nhỏ nhất của chúng tôi*; être le d. de la classe *đứng chót lớp*; venir en d. *đến trễ, đến muộn*; le d. rang *hàng sau cùng*; (c) ce d. répondit *người này trả lời* **2**. (a) *Nhất, cực điểm*; au d. degré *ở cực điểm*; (b) *tệ nhất, sau chót*; de d. ordre *ở cấp thấp nhất*; le d. de mes soucis những nỗi lo lắng sau cùng của tôi; le traite comme le d. des derniers người ta đối xử với nó như con cho. dernièrement adv Sau cùng, mới nhất.

dernier-neá [dɛrnjene] nm pl derniers-nés Đứa con nhỏ nhất.

deárobade [derɔbad] nf Mánh lới, mưu mẹo; sự lẫn tránh.

deárober [derɔbe] vtr 1. (a) Lấy trộm; (b) d. qn cứu thoát ai khỏi một hiểm nguy. 2. Che dấu, giấu diếm. 3. se d. (a) ẩn nấp, lẩn lút, trốn tránh; se d. aux regards tránh sự để ý (của người khác); je lui ai demandé, mais il s'est dérobé tôi hỏi chuyện nó, nhưng nó lẫn tránh trả lời; (b) ses jambes se sont dérobées sous lui nó mỏi gối. dérobé a Kín, bí ẩn, bí mật; loc. adv à la dérobée lén lút, vụng trộm.

deárogation [derɔgasjɔ̃] nf 1. (à une loi) Sự trái luật, sự phạm luật 2. Sự miễn dịch; (điều khoản) miễn trừ. dérogatoire a (điều khoản chúc thư) Cho phép các thay đổi nếu như có trường hợp yêu cầu.

deároger [derɔʒe] vi (je dérogeai(s)) (a) d. à une loi trái luật, phạm luật.; (b) Lit: d. à son rang mất địa vị.

deárouiller [deruje] 1. vtr (a) Chùi rỉ, cạo sét; (b) F: làm cho hết tê cóng (chân, tay) 2. vi F: Đánh đòn 3. se d. les jambes duỗi chân ra để làm cho hết tê cóng.

deároulement [derulm] nm (a) Sự trải ra, mở, dăng ra; (b) sự bộc lộ, sự phát triển (mưu đồ, sự kiện).

deárouler [derule] vtr 1. Trải ra, mở ra, dăng ra 2. se d. (a) giải ra, dăng ra; (b) trải ra; le paysage se déroule devant nous phong cảnh dưới mắt chúng tôi; les événements qui se déroulent các sự kiện đang xảy ra.

deároute [derut] nf Sự tháo chạy, thua chạy; en d. bại trận, thua chạy tán loạn.

deárouter [derute] vtr 1. (a) Dẫn dắt (ai) đi lạc; d. les soupçons làm cho sa vào những sự hồ nghi; (b) đánh lạc hướng, đánh lạc đường (tàu, máy bay) 2. Làm bối rối, làm mất bình tĩnh. déroutant a Mất bình tĩnh.

derrick [dɛrik] nm Cần trục, giàn khoan.

derrieâre [dɛrjɛr] 1. prep Ở sau, sau 2. adv (a) Sau, theo sau assis d. ngồi ở phía sau (xe); attaquer qn par d. tấn công ai (phía sau lưng); passer par d. đi vòng ra phía sau roue de d. bánh sau (xe); pattes de d. chân sau; 3. nm (a) Phía sau, mặt sau (một tòa nhà); (b) phía sau, mông.

derviche [dɛrviʃ] nm Giáo sĩ hồi giáo; d. tourneur giáo sĩ khất thực.

des = de les

Xem de và le.

DES abbr Diplome d'études supérieures Chứng chỉ cao đẳng sư phạm (tiểu học).

deâs [dɛ] prep Từ khi, ngay từ; d. sa jeunesse ngày từ thời trai trẻ; d. l'abord ngay từ khởi thủy; d. maintenant ngay bây giờ; d. 1840 kể từ năm 1840; d. l'aube từ sớm tinh mơ, d. mon retour ngay khi tôi trở về; loc. conj d. que + ind ngay lúc, ngay khi; loc. adv d. lors, (*) từ đó; (**) bởi vậy d. lors que, (*) kể từ lúc ấy (**) bởi vì.

deásabuseá [dezabyze] a Chán ngán, nản chí.

deásaccord [dezakɔr] nm (a) Sự (mối) bất hòa, chia rẽ; être en d. bất hòa; sujet de d. lý do của sự kình địch; (b) sự mâu thuẫn (về lợi tức); d. entre la théorie et les faits mâu thuẫn giữa lý thuyết và thực hành.

deásaccordeá [dezakɔrde] a Lỗi điệu, lỗi nhịp.

deásaccoutumer [dezakutyme] vtr Làm mất thói quen (về một cái gì); se d. de qch mất thói quen (về một cái gì).

deásaffecter [dezafɛkte] vtr Sự đóng cửa, sự không sử dụng (một tòa nhà). désaffecté a Không sử dụng.

deásaffection [dezafɛksjɔ̃] nf Sự hết thương mến, sự thất sủng; sự bất mãn vì.

deásagreáable [dezagreabl] a Khó chịu. désagréablement adv Một cách khó chịu.

deásagreágation [dezagregasjɔ̃] nf Sự phân rã, sự phân hủy.

deásagreáger [dezagreʒe] vtr Làm tan rã, làm rã.

deásagreáment [dezagrem]] nm Điều phiền toái, nỗi khó chịu.

deásalteárer [dezaltere] vtr (je désaltère) Giải khát, làm hết khát; se d. tự làm cho mình hết khát. désaltérant a Giải khát.

deásamorcer [dezamɔrse] vtr (je désamorcai(s)) Mồi (đạn); tháo nhả kíp nổ, ngòi nổ ra khỏi (quả bom) ; hút nước (máy bơm) Fig: giảm bớt sự hiếm nghèo cho (một tình huống).

deásappointement [dezapw(tm)] nm Sự thất vọng.

deásappointer [dezapw(te] vtr Làm thất vọng.

deásapprobation [dezaprɔbasjɔ̃] nf Sự phản đối, sự không tán thành. désapprobateur, -trice a Phản đối.

deásapprouver [dezapruve] vtr Phản đối, không tán thành (một vấn đề gì).

deásarçonner [dezarsɔne] vtr 1. (về một con ngựa) Làm ngã (người cỡi, người nài) 2. F: Làm lúng túng, làm cứng họng (ai).

deásargenteá [dezarʒ)te] a F: Cháy túi, sạch

tiền.

deásarmement [dezaməm)] nm *Sự lột vũ khí, sự giải trừ quân bị; sự loại bỏ hết nhân viên và trang bị (của chiếc tàu).*

deásarmer [dezarme] **1.** vtr (a) *Lột vũ khí, tước vũ khí (một người);* (b) *lấy đạn ra khỏi (súng);* (c) *tước vũ khí;* **2.** vi (a) *Bị tước đoạt vũ khí;* (b) *làm cho hết cách chống đỡ.* désarmant a *Hạ vũ khí.* désarmé a *(a) Bị tước vũ khí;* (b) *Không được trang bị vũ khí; không có phương cách chống cự.*

deásarroi [dezarwa] nm *Sự rối loạn (tinh thần); sự bối rối.*

deásarticuler [dezartikyke] vtr *Làm sai, làm trật (khớp).*

deásastre [dezastr] nm *Tai họa, thảm họa.* désastreux, -euse a *Tại hại, thảm hại.*

deásavantage [dezav)taʒ] nm *Sự thiệt thòi, sự thua thiệt; se montrer à son d. tỏ ra bị thiệt thòi.* désavantageux, -euse a *Thiệt thòi, thua thiệt.* désavantageusement adv *Một cách thiệt thòi, thua thiệt.*

deásavantager [dezav)taʒe] vtr (je désavantageai(s)) *Làm (ai) bị thiệt thòi; gây bất lợi (cho ai).*

deásaveu [dezav-] nm *Sự không nhận, sự từ chối; sự cự tuyệt.*

desavouer [dezavwe] vtr *Không nhận, từ chối, cự tuyệt.*

deásaxer [dezakse] vtr *Mất thăng bằng (trí óc), rối trí.* désaxé, -ée **1.** a *Bị mất thăng bằng (trí óc)* **2.** n *Người bị mất thăng bằng về trí óc.*

desceller [desele] **1.** vtr *Cất dỡ khỏi (một trong lượng)* **2.** se d. *Tháo ra, bung ra.*

descendance [des)d)s] nf (a) *Đường đi xuống, lối đi xuống;* (b) *dòng dõi.*

descendant, -ante [des)d),)t] **1.** a (a) *Xuống, xuống phía dưới (sự di chuyển);* (b) *(đường tàu) xuống dốc; (con nước) thoát, chảy ra;* (c) Mus: *giảm, hạ (thang âm).* **2.** n *Dòng dõi.*

descendre [des)dr] **1.** vi (aux être, avoir) (a) *Xuống, đi xuống, bước xuống (một con tàu, một chiếc xe);* d. d'un arbre *leo xuống khỏi một thân cây;* d. en glissant *trượt xuống;* la marée descend *thủy triều hạ;* le baromètre descend *phong vũ kế giảm;* la police est descendue dans l'immeuble *cảnh sát đã ập đến tòa nhà;* (b) *đến, đi, xuống (cầu thang);* il n'est pas encore descendu *nó còn chưa xuống khỏi cầu thang;* faites le d. (*) *bắt nó phải xuống;* (**) *gọi nó xuống;* Fig: d. dans la rue *tham gia vào cuộc biểu tình;* d. jusqu'au mensonge *nói dối hết cỡ;* (d) *bước xuống (xe, tàu);* d. de cheval *xuống ngựa* (e) d. à un hôtel *tạm dừng ở một khách sạn;* (f) *xuôi dốc (đường) xuống đồi;* ses cheveux descendent jusqu'à la taille *tóc của cô ta dài đến tận thắt lưng;* (g) *có nguồn gốc từ (về một gia đình)* **2.** vtr (aux avoir) (a) d. les marches, la rue *xuống bậc cấp, xuống đường;* (b) *nhấc, bưng, bê cái gì xuống;* d. les bagages *hạ hành lý xuống;* (c) F: *Bắn hạ, giết chết (một con chim, một con người);* il s'est fait d. par la police *nó bị cảnh sát bắn hạ;* les critiques l'ont descendu en flamme *các bài phê bình đã đốt (sự nghiệp) ông ta thành mây khói;* (d) *thả xuống (hành khách).*

descente [des)t] nf **1.** (a) *Sự xuống; sự hạ xuống, trụt xuống (về chiều cao);* Ski: *sự trượt xuống;* d. de cheval *sự xuống ngựa;* d. en parachute *sự nhảy dù (xuống);* (b) *accueillir qn à la d. du train sự dang tay đón ai khi vừa bước xuống xe lửa;* (c) *cuộc đột kích, cuộc tấn công bất ngờ* Dr: d. sur les lieux *sự xuống hiện trường (nơi xảy ra tội ác, vụ án);* d. de police *cuộc bố ráp (của cảnh sát).* **2.** *Sự hạ bút, sự viết, sự hạ xuống;* Art D. de Croix *tranh, tượng thể hiện việc hạ thi thể chúa Kytô từ thập tự giá xuống.* **3.** (a) *dốc, độ dốc* d. rapide *dốc đứng;* d. dangereuse *dốc, nguy hiểm;* (b) d. de lit *thảm trải chân.*

description [deskripsjɔ̃] nf *Sự tả, bài miêu tả;* faire une d. de qch *miêu tả cái gì.* descriptif, -ive a *Tả, miêu tả.*

deáseágreágation [desegregasjɔ̃] nf *Sự xóa bỏ chế độ phân biệt chủng tộc.*

deásembuer [dez)bɥe] vtr *Làm sạch sương mù, lau sạch sương mù (ở kiếng xe hơi).*

deásempareá [dez)pare] a (a) *Làm hư hỏng (tàu, máy bay);* (b) *Bối rối, lúng túng, mất tinh thần.*

deásemparer [dez)pare] vi sans d. *Một hơi, không nghỉ.*

deásemplir [dez)plir] vi son magasin ne désemplit pas *Cửa hàng của ông ta luôn luôn đầy đủ.*

deásenchantement [dez)ʃtm)] nm *Sự tỉnh ngộ, sự vỡ mộng.* désenchanté a *Vỡ mộng, tỉnh ngộ.*

deásencombrer [dez)kɔ̃bre] vtr *Dọn cho gọn lại, dẹp cho rảnh (lối đi).*

deásenfler [dez)fle] vi *Làm hết phồng, làm xẹp đi.*

deáseáquilibre [dezekilibr] nm (a) *Sự mất thăng bằng;* en d. *không vững chắc;* (b) Psy: *trạng thái mất quân bình về đầu óc.*

deáseáquilibrer [dezekilibre] vtr *Làm mất quân bình, mất thăng bằng.* déséquilibré, -ée **1.** a *Mất thăng bằng* **2.** n *Người khùng, điên.*

deásert [deser] **1.** a *Hoang vu, không người ở (nơi chốn); đơn độc (vị trí);* **2.** nm *Sa mạc,*

deáserter [dezɛrte] vtr *Bỏ trống.*

deáserteur [dezɛrtœr] nm *Người đào ngũ, bỏ ngũ.*

deásertion [desɛrsjɔ̃] nf *Tội đào ngũ, sự bỏ hàng ngũ.*

deásespeárer [dezespere] (je désespère; je désespérerai) 1. vi *Tuyệt vọng, thất vọng*; d. de qn *thất vọng về ai*; 2. vtr *Làm ai mất hy vọng, làm ai tuyệt vọng* 3. se d. *Thất vọng, ở trong tình trạng tuyệt vọng.* désespérant a *Làm ngã lòng, thất vọng, chán nản.* désespéré, -ée 1 a *Thất vọng, tuyệt vọng.* 2. n (a) *Một con người chán nản, tuyệt vọng*; (b) *(về người) Sự tự tử, tự sát.* désespérément adv *Một cách tuyệt vọng, một cách chán nản.*

deásespoir [dezɛspwar] nm 1. *Mối thất vọng, tuyệt vọng*; être au d. *rơi vào chán nản tuyệt vọng*; faire le d. de qn *là nỗi tuyệt vọng của ai, làm cho ai thất vọng.* 2. *Sự liều lĩnh tuyệt vọng*; en d. de cause *hết phương, vô kế.*

deáshabilleá [dezabije] nm *Áo quần mặc trong nhà.*

deáshabiller [dezabije] vtr *Cởi áo (ai)*; se d. *cởi áo quần.*

deáshabituer [dezabitɥe] vtr (a) d. qn de qch *Làm cho ai mất thói quen về việc gì*; (b) se d. *mất thói quen (về...).*

deásherbage [dezɛrbaʒ] nm *Sự nhổ cỏ.*

deásherbant [dezɛrbɑ̃] nm *Thuốc diệt cỏ.*

deásherber [dezɛrbe] vtr *Nhổ cỏ.*

deásheáriter [dezerite] vtr *Truất quyền kế thừa (của ai).* déshérité a 1. *Bị mất quyền kế thừa*; 2. *Thiệt thòi, thua lỗ.*

deáshonneur [dezɔnœr] nm *Sự sỉ nhục, nhục nhã, ô danh.*

deáshonorer [dezɔnɔre] vtr *Làm mất danh giá, sỉ nhục.* déshonorant a *Bị mất danh dự, sỉ nhục.*

deáshydratation [dezidratasjɔ̃] nf *Sự khử nước.*

deáshydrater [dezidrate] vtr *Khử nước.*

deásignation [deziɲasjɔ̃] nf *Sự chọn lựa.*

deásigner [deziɲe] vtr 1. *Chỉ, chọn*; d. qn par son nom *chỉ ai bằng cách gọi tên*; 2. (a) *Chỉ định, ấn định (thời gian, ngày giờ)*; être désigné pour faire qch *được chỉ định để làm việc gì*; (b) d. qn à, pour, un poste *chỉ định ai vào một chức vụ gì*; il a été désigné pour nous représenter *anh ta được chọn để đại diện cho chúng tôi.*

deásillusion [dezilyzjɔ̃] nf *Sự tỉnh ngộ.*

deásillusionner [dezilyzjɔne] vtr *Tỉnh ngộ.*

deásincarneá [dez(karne] a *Tách rời ra khỏi thế xác (linh hồn...).*

deásinence [dezinɑ̃s] nf Gram: *Ngữ vĩ.*

deásinfecter [dezɛ̃fɛkte] vtr *Tẩy uế.* désinfectant a, nm *Chất tẩy uế.*

deásinfection [dezɛ̃fɛksjɔ̃] nf *Sự tẩy uế.*

deásinformation [dezɛ̃fɔrmasjɔ̃] nf Pol: *Sự thông báo tin tức sai.*

deásinteágration [dezɛ̃tegrasjɔ̃] nf 1. *Sự tiêu tan, phân tán.* 2. Sc. nu: *Sự phân tán.*

deásinteágrer [dezɛ̃tegre] vtr (je désintègre) 1. *Làm mất, tiêu tan* 2. se d. *Phân tán.*

deásinteáressement [dezɛ̃terɛsm] nm *Sự vô tư, sự không vụ lợi.*

deásinteáresser [dezɛ̃terese] vtr 1. *Trả (nợ)* 2. se d. de qch *Không quan tâm.* désintéressé a *Giữ vô tư, không vụ lợi.*

deásinteáriït [dezɛ̃tere] nm *Sự không vụ lợi.*

deásintoxication [dezɛ̃tɔksikasjɔ̃] nf *Sự giải độc, sự trừ độc (của rượu, của sự nghiện thuốc); sự cai nghiện.*

deásintoxiquer [dezɛ̃tɔksike] vtr Med: *Chữa trị (ai) khỏi sự nghiện rượu, nghiện thuốc; cai nghiện.*

deásinvolture [dezɛ̃vɔltyr] nf *Sự ung dung*; avec d. *Thong dong, thơi thới.*

deásir [dezir] nm (de) *Lòng thèm thuồng, sự ham muốn (về...)*; d. ardent *sự ham muốn cực kỳ, sự khao khát.*; tu prends tes désirs pour des réalités *Nó toàn mơ chuyện viễn vông.*

deásirer [dezire] vtr *Thèm muốn, khát khao, mơ tưởng (cái gì)*; je désire qu'il vienne *tôi mong nó đến*; cela laisse à d. *cái đó vẫn còn khuyết điểm*; que désirez-vous ? *anh muốn cái gì* ? tôi có thể giúp anh điều gì không ? désirable a *Đáng ao ước, đáng thèm muốn*; peu d. *không đáng để thèm muốn.* désireux, -euse a *Khao khát, mong mỏi (về).*

deásistement [dezistəm] nm *Sự rút lui.*

deásister (se) [sedeziste] vpr *Rút lui.*

deásobeáir [dezɔbeir] vi (à qn, à un ordre) *Không vâng lời (ai), không tuân theo (một mệnh lệnh).*

deásobeáissance [dezɔbeis)s] nf *Sự bất tuân, sự không vâng lời.* désobéissant a *Không vâng lời, bất tuân.*

deásobliger [dezɔbliʒe] vtr (n. désobligeons) *Xúc phạm, làm phật ý.* désobligeant a *Xúc phạm, mất lòng.*

deásodoriser [dezɔdɔrize] vtr *Làm mất mùi.* désodorisant nm *Chất khử mùi.*

deásoeuvreá [dezœvre] a *nhàn, rỗi.*

deásoeuvrement [dezœvrəm] nm *Sự nhàn rỗi.*

deásolation [dezɔlasjɔ̃] nf (a) *Sự tàn phá, hủy*

hoại; (b) *Sự đau buồn, sự phiền muộn*.

deásoler [dezɔle] vtr **1.** *Đau buồn, làm (cho ai) khổ não.*; **2.** se d. (de). *Buồn, phiền rầu (vì...)*. désolant a *Làm khổ não*. désolé (a) *Tiêu điều, ảm đạm (xứ, miền);* (b) *Đau buồn, khổ não.*; je suis désolé de vous avoir fait attendre *tôi rất phiền lòng vì đã bắt anh chờ đợi*.

deásolidariser (se) [sədesɔlidarize] vpr se d. de *Thôi liên kết; không liên đới chịu trách nhiệm*.

deásopilant [dezɔpil)] a *Tức cười*.

deásordonneá [dezɔrdɔne] (a) *Lộn xộn, bừa bãi, mất trật tự (cuộc sống); không phù hợp, không hài hòa. (sự chuyển động);* (b) *không gọn gàng, luộm thuộm (căn phòng);* (c) (*) *(về con người)* (**) *vô tổ chức luộm thuộm*.

deásordre [dezɔrdr] nm **1.** a *Sự mất trật tự, sự rối loạn, sự lộn xộn, sự hỗn độn;* quel d. ! *đúng là một mớ xà bần!*; cheveux en d. *tóc rối tung* **2.** *Sự bừa bãi, phóng đãng; sự rối loạn, sự náo loạn*.

deásorganisation [dezɔrganizasjɔ̃] nf *Sự phá rối trật tự, phá hoại tổ chức*.

deásorganiser [dezɔrganize] vtr *Phá rối trật tự, phá hoại tổ chức*.

deásorienter [dezɔrj)te] vtr *Làm lạc đường, lạc hướng*. désorienté a *Bị bối rối, chưng hửng;* je suis tout d. *tôi hoàn toàn chưng hửng, chẳng biết mình là ai*.

deásormais [dezɔrmɛ] adv *Từ này, từ nay về sau*.

deásosser [dezɔse] vtr *Rút xương, lóc xương (ở một miếng thịt)*.

despote [dɛspɔt] nm *Bạo chúa, kẻ cầm quyền chuyên chế*. despotique a *Độc tài, áp bức*.

despotisme [dɛspɔtism] nm *Chủ nghĩa chuyên chế*.

desquels, desquelles [dekɛl] *Xem Lequel*.

dessaisir [desezir] vtr **1.** d. un tribunal d'une affaire *Bác thẩm quyền của một tòa án, một công việc.*; **2.** se d. de qch *Tách ra, nhường, bỏ (cái gì)*.

dessaler [desale] vtr **1.** *Làm bớt mặn, lấy bớt muối (ở cá, thịt);* **2.** F: d. qn *Làm cho ai bớt quê mùa, khờ dại*.

desseácher [deseʃe] vtr (je dessèche; je dessécherai) **1.** *Làm khô ráo;* **2.** *Phơi khô (gỗ) để chịu đựng được nắng mưa;* **3.** (a) *Làm cho khô (da...);* (b) *làm cho khô héo (trái tim của ai);* **4.** se d. (a) *Làm khô;* (b) *Bị nung khô;* (c) *Khô héo*. desséché a *Trái cây (phơi) khô, trái cây (sấy) khô*.

dessein [desɛ̃] nm **1.** *Đồ án, kế hoạch, dự án;* **2.** *Mục đích, ý định;* dans le d. de faire *Trong mục đích hành động;* à d. *có mục đích, cố ý*.

desseler [desele] vtr *Tháo yên (ngựa)*.

desserrer [desele] vtr *Tháo (đinh vít); mở ra (thắt lưng, nút); tháo ra (đai ốc); hở (nắm tay, răng); giải phóng (hàng hóa);* d. son étreinte *buông thả sự kiểm chế*; je n'ai pas desserré les dents *tôi không hé răng;* **2.** se d. *Thư giãn*.

desserte [desert] nf **1.** Trans: *Dịch vụ đảm bảo lưu thông;* d. d'un port par voie ferrée *sự đảm bảo lưu thông đến cảng bằng đường sắt.* **2.** *Bàn, tủ đựng bát đĩa*.

desservir[1] [deservir] vtr (a) *Bảo đảm giao thông, dừng lại ở (ga xe hỏa, xe bus);* ce quartier est bien desservi *quận này rất tốt về mặt đảm bảo giao thông;* (b) *Dẫn đến (một phòng)*.

desservir[2] vtr **1.** *Dọn dẹp bàn (sau khi ăn xong);* vi *làm sạch, dọn sạch.;* **2.** d. qn *Làm thiệt hại cho ai, gây cho một sự thiệt hại, chơi khăm ai*.

dessin [desɛ̃] nm **1.** (a) *Môn hình họa, môn vẽ;* (b) *Bức vẽ, bản vẽ;* d. à la plume *bản vẽ bằng bút sắt;* Cin: dessin(s) animé(s) *Phim hoạt hình.*; d. humoristique *tranh vui cười;* planche à d. *tấm bản để kê vẽ;* **2.** *Bức phác thảo, mẫu mã thiết kế;* d. de mode *bức phác thảo về mẫu mã thời trang (y phục);* **3.** *Những người chuyên môn về thiết kế đồ họa;* **4.** *Nét phác thảo*.

dessinateur, -trice [desinatœr] n **1.** (a) *Người thợ vẽ;* (b) *người thợ vẽ tranh hoạt hình;* **2.** *Người thiết kế mẫu mã; người thiết kế mẫu mã về áo quần, thời trang;* **3.** *Người vẽ, thiết kế đồ họa*.

dessiner [desine] vtr **1.** *Vẽ;* d. qch d'après nature *vẽ (cái gì) theo mẫu;* d. à l'encre *vẽ bằng mực* **2.** *Trang trí, thiết kế (bằng giấy dán tường...)* **3.** *Vẽ phác thảo (cái gì)* robe qui dessine la taille *chiếc áo đầm làm nổi bật lên đường cong của cơ thể;* visage bien dessiné *khuôn mặt khéo trang điểm;* **4.** se d. *Nổi rõ, lộ ra, rõ ra*.

dessoûler [desule] vtr, i F: *Làm tỉnh rượu, tỉnh rượu*.

dessous [dəsu] **1.** adv *Ở dưới, dưới;* marcher bras dessus bras d. *vừa đi vừa cặp tay, khoác tay nhau đi;* en d. *Ở phía dưới;* regarder qn en d. *nhìn ai một cách ranh mãnh, gian xảo;* agir en d. *vận động ngầm;* **2.** nm a *Mặt dưới, phía dưới;* les gens du d. *những người ở tầng dưới;* d. de bouteille *bụng (ly, chai);* d. de table *hối lộ;* avoir le d. *thua kém (mọi người);* d. de robe *quần lót, váy lót;* b. les d. de la politique *mặt trong của trường chính trị*.

dessous-de-plat [dəsudpla] nm inv *Miếng lót đĩa*.

dessus [dəsy] **1.** adv *Ở trên, trên;* il a marché d. *nó đã dẫm lên trên;* j'ai failli lui tirer d. *tôi* đành lòng phải bắn vào nó.; mettre la main d. nắm lấy, tìm thấy; en d. ở trên cao, ở phía trên; 2. nm (a) Mặt trên, phần trên; d. de cheminée mặt trên lò sưởi; le d. du panier *(*)* phần tốt nhất, *(**)* lớp, giai, tầng quí tộc; (b) avoir le d. có quyền lực hơn; reprendre le d. thắng được (bệnh tật) ; le gens du d. những người ở tầng trên. 3. de d. từ trên; tomber de d. sa chaise té từ trên ghế xuống.

dessus-de-lit [dəsydli] nm inv Khăn phủ giường.

déstabiliser [destabilize] vtr Mất ổn định.

destin [dɛst(] nm Định mệnh, phần số.

destinataire [destinatɛr] n Người nhận (thư); người nhận (hàng hóa); người được trả tiền.

destination [dɛstinasjɔ̃] nf **1.** Nơi đi đến, nơi gởi đến; trains à d. de Paris tàu lửa đi Paris (đến Paris); passagers à d. de Londres khách du lịch đến London; **2.** Mục đích, ý định.

destinée [dɛstine] nf Số phận, số mệnh.

destiner [dɛstine] vtr **1.** Sắp xếp, quyết định, định cho; **2.** (a) d. qch à qn quyết định dành cái gì cho ai.; d. qn à chỉ định ai; (b) d. une somme d'argent à un achat dành riêng một khoản tiền cho việc mua sắm.; **3.** il se destine à la médecine nó dự kiến theo học y khoa.

destituer [dɛstitɥe] vtr Cách chức, cách chức (ai) đuổi một nhân viên, cách chức không cho làm ở cơ quan nữa.

destitution [dɛstitysjɔ̃] nf Sự cách chức.

destruction [dɛstryksjɔ̃] nf Sự phá hoại.

destructeur, -trice 1. a Phá hoại, phá hủy **2.** n Kẻ phá hoại. destructible a Có thể bị phá hoại. desstructif, -ive a Phá hoại.

désuet, -ète [desɥɛ, ɛt] a (từ) Cũ, xưa; (một nguyên lý) lạc hậu, lỗi thời.

désuétude [desɥetyd] nf Sự bỏ đi; tomber en d. cũ rích, không dùng nữa; (về một điều luật) tạm thời ngưng không sử dụng nữa; mot tombé en d. một chữ, một từ ngữ không còn sử dụng nữa.

désunion [dezynjɔ̃] nf Sự chia rẽ, sự bất hòa.

désunir [dezynir] vtr Chia rẽ, phân tán.

détachage [detaʃaʒ] nm Sự tẩy, gội vết bẩn.

détachant [detaʃ(] nm Chất tẩy gội.

détachement [detaʃm)] nm **1.** Sự dứt bỏ, thoát ly (khỏi...) **2.** (a) Sự thoát tục; (b) Mil: phân đội, chi đội.

détacher[1] [detaʃe] vtr **1.** (a) tháo, cởi, mở, gỡ, thả ra; il ne peut pas en d. ses yeux nó không thể nhìn đi chỗ khác được; (b) làm rời ra, lìa ra, tách ra, cắt ra khỏi; (c) Fig: d. qn de ses mauvaises habitudes làm cho ai bỏ đi những thói quen xấu; (d) Mil: phái đi làm nhiệm vụ riêng lẻ; thuyên chuyển, biệt phái; (e) đưa ra Mus: tách lìa (các nốt); **2.** se d. (a) Được tháo mở; (b) Được làm rời ra; (c) Được làm lìa ra, được tách ra, (về một bức vẽ), bong ra; un bouton s'est détaché một cái cúc áo đã sút ra; (d) se d. de la famille Lìa xa gia đình; (e) se d. sur le fond nổi lên trên nền; adj. **1.** rời ra, phân ly; pièces détachées bộ phận tháo rời ra; **2.** Lãnh đạm, thoát tục.

détacher[2] vtr Tẩy gội vết bẩn khỏi (cái gì).

détail [detaj] nm **1.** Com: Sự bán lẻ; marchand au d. người bán hàng lẻ; vendre au d. bán lẻ; prix de d. giá bán lẻ; **2.** Chi tiết en d. tường tận, tỉ mỉ; donner tous les détails mổ xẻ, đi sâu vào mọi chi tiết; d. d'une facture chi tiết của một hóa đơn.

détaillant, -ante [detaj),)t] n Người bán lẻ.

détailler [detaje] vtr **1.** Com: Bán lẻ **2.** Chia nhỏ, xé lẻ, phân tích (trương mục) thành từng khoản. détaillé a Tỉ mỉ, cặn kẻ.

détaler [detale] vi F: Chạy trốn, chuồn.

détartrer [detartre] vtr Lấy cáu (khỏi nồi đun) lấy cáu (răng).

détaxe [detaks] nf **1.** Sự giảm thuế **2.** Sự giảm tình trạng kiểm soát.

détaxer [detakse] vtr Miễn thuế, giảm thuế; produit détaxé hàng, sản phẩm miễn trừ thuế.

détecter [detɛkte] vtr Dò, dọ thám. détecteur, -trice **1.** a Dò, kiểm tra **2.** nm Máy dò.

détection [detɛksjɔ̃] nf Sự dò.

détective [detɛktiv] nm Thám tử; d. privé thám tử tư.

déteindre [det(dr] **1.** vtr Làm phai màu cái gì; **2.** vi (a) (làm) Nhạt màu, (làm) mất màu.; (b) (về màu sắc) cháy loang ra.; d. sur xuất hiện trên; Fig: cela déteint sur eux F. cái đó gây ảnh hưởng lên chúng.

dételer [detle] vtr (je dételle, n. dételons) (a) Tháo cài; (b) Tháo thắng (ngựa).; (c) vi F: Từ bỏ một thói quen, một sở thích.

détendre [det)dr] vtr **1.** Làm giãn, thư giãn (tinh thần); làm bớt căng thẳng (thần kinh); **2.** se d. (về một dây thừng) Bớt căng, dùn lại.; (về người) nghỉ ngơi, thư giãn; la situation se détend tình thế bớt căng thẳng. détendu a Thư giãn, giảm nhẹ, (người, khí hậu).

détenir [detnir] vtr **1.** Giữ, nắm giữ; d. le record giữ kỷ lục **2.** Giam giữ, giam cầm (ai) làm tù nhân.

détente [det)t] nf **1.** (a) Sự thư giãn, nghỉ ngơi; (b) Sự giảm căng thẳng (của một tình thế); Pol: sự dịu bớt căng thẳng trong quan hệ ngoại giao; (c) Sự chùng xuống **2.** Cò (súng).

détenteur, -trice

[dɛt)tœr, tris] n *Người nắm giữ.*

deátention [dɛt)sjɔ̃] nf (a) *Sự duy trì (về an ninh); sự giữ (vũ khí);* (b) *Sự bắt giữ, sự giam cầm;* Dr: d. *Sự canh giữ, trông nom.*

deátenu, -e [detny] n *Tù nhân.*

deátergent [detɛrʒ)] a nm *Thuốc tẩy, có tính tẩy rửa.*

deáteárioration [deterjɔrasjɔ̃] nf *Sự làm hư hỏng, phá hoại.*

deáteáriorer [deterjɔre] vtr 1. *Phá hư, làm hư* 2. se d. *Trở nên xấu, giảm giá trị.*

deátermination [determinasjɔ̃] nf *Sự xác định, sự quyết định, sự quyết tâm.*

deáterminer [determine] vtr 1. *Định rõ (giá trị, khu vực đất đai); ấn định (khu vực hội họp)* 2. *Tạo nên, gây nên, xác định;* 3. d. qn à faire qch *chỉ định ai làm việc gì;* qu'est-ce qui vous a déterminé à partir ? *cái gì làm cho anh có quyết tâm ra đi ?;* 4. se d. à faire qch *quyết định làm việc gì.* déterminant a *Xác định.* déterminé a *Đã định, đã xác định, chính xác, đặc trưng (số lượng).*

deáterrer [detɛre] vtr *Đào bới, tìm kiếm, khai quật;* avoir une mine de déterré *trông giống như từ dưới đất đục lên.*

deátersif, -ive [detɛrsif, iv] a nm *Thuốc tẩy, có tính tẩy rửa.*

deátester [detɛste] vtr *Ghét, không ưa;* d. faire qch *không thích làm cái gì, ghét khi phải làm một cái gì.;* il ne déteste pas les bonbons *nó không bao giờ ghét ăn kẹo (nó luôn luôn thích ăn kẹo).* détestable a *Dễ ghét, đáng ghét.* détestablement adv *Một cách đáng ghét.*

deátonateur [detɔnatœr] nm *Hạt nổ, bộ phận nổ.*

deátonation [detɔnasjɔ̃] nf *Sự nổ, tiếng nổ, tiếng súng.*

deátoner [detɔne] vi *nổ, phát nổ.*

deátoner [detɔne] vi 1. Mus: *Hát trật nhịp, hòa âm trật nhịp;* 2. Fig: *Không hài hòa, không ăn khớp.*

deátour [detur] nm 1. *Khúc quanh, chỗ ngoặt;* faire un long d. *phải đi quanh một đoạn dài;* 2. parler sans d. *nói thẳng, nói ngay;* 3. *Khúc rẽ, chỗ ngoẹo (của con đường, con sông).*

deátournement [deturnəm)] nm 1. *Sự đi sai lệch (của một dòng sông,...);* d. d'avion *vụ không tặc* 2. (a) d. (de fonds) *Sự biển thủ, sự thụt (két), sự tham ô;* (b) d. de mineur *sự quyến rũ, dụ dỗ người ở lứa tuổi vị thành niên.*

deátourner [deturne] vtr (a) *Đi sai lệch (con sông), quay (súng) về một phía khác; làm cho ai lơ đễnh* (hoang mang); d. la conversation *đổi hướng cuộc thảo luận;* d. les soupcons *làm cho ai không nghi ngờ.;* (b) *Đối chiếu, nhìn đi chỗ khác.* 2. *Biển thú, thụt (két)* 3. d. un avion *cướp máy bay;* 4. se d. *Đuay đi chỗ khác.* détourné a *Vắng vẻ, héo lánh (tuyến đường), vòng vo, quanh co (ý nghĩa).*

deátraquement [detrakm)] nm. *Sự phá hư, sự làm hỏng (máy móc, sức khỏe).*

deátraquer [detrake] vtr (a) *Làm hư hỏng (máy móc);* son intervention à tout détraqué *sự nhúng tay của nó vào đã làm hỏng toét mọi chuyện;* se d. l'estomac, les nerfs *rối loạn tiêu hóa, rối loạn thần kinh.;* (b) se d. *(về máy móc) Hư hỏng; (về sức khỏe) suy sụp; (về thần kinh) rối loạn.* détraqué, -ée 1. (a) *Hỏng hóc;* (b) *Rối trí (tinh thần)* 2. n *Người điên, người loạn trí.*

deátremper [detr)pe] vtr *Ngâm nước, hòa với nước.*

deátresse [detrɛs] nf 1. *Sự khốn khổ, phiền muộn;* 2. (a) *(về tài chánh) sự khó khăn;* (b) Mar: navire en d. *tàu bị nạn ;* signal de d. *Tín hiệu cấp cứu:* S.O.S.

deátriment [detrim)] nm *Sự thiệt hại, hao tốn;* au d. de *thiệt hại cho ai.*

deátritus [detritys] nm *Đồ cặn bã, đồ bỏ đi.*

deátroit [detrwa] nm Geog: *Eo biển, hẻm núi.*

deátromper [detrɔ̃pe] vtr *Làm cho ai khỏi lầm, làm cho ai tỉnh ngộ;* détrompe-toi ! *đừng ngu ngốc nữa ! đừng có khùng nữa.*

deátröner [detrone] vtr *Truất ngôi, phế vị (một vị vua);* Fig: *cướp địa vị, chiếm ưu thế.*

deátrousser [detruse] vtr Lit: Hum: *Cướp đoạt, ăn cướp (của ai).*

deátruire [detrɥir] vtr (ppr détruisant; pp détruit; pr ind je détruis) 1. *Phá hủy (nhà cửa);* 2. *Tàn phá, phá hoại, làm vỡ tan (mối hy vọng của ai);* 3. critiques qui se detruisent *những lời chỉ trích đã phá lẫn nhau.*

dette [dɛt] nf *Nợ* faire des dettes *rơi vào vòng nợ nần;* avoir des dettes *mắc nợ;* être en d. envers qn *mắc nợ, mang nợ ai.*

DEUG [dœg] abbr Diplôme d'études universitaires générales. *Bằng cao đẳng (sau khi hoàn tất hai năm học) ở bậc đại học.*

deuil [dœjl] nm 1. (a) *Tang chế, buồn thảm;* (b) *Sự mất (người thân)* 2. *Đồ tang;* grand d. *đại tang;* porter le d., être en d. *đang có tang.*

deux [d-, d-z] nm (a) *Hai;* d. enfants *hai đứa con;* Charles D. *Charles đệ nhị;* (b) chapitre d. *chương hai;* d. fois *hai lần;* tous (les) d. *cả hai;* tous les d. jours *cứ hai ngày một lần;* entre d. âges *lứa tuổi trung niên;* F: en moins de d. *ngay lập tức.* deuxième num a, n *Thứ hai;* appartement au d. (étage) *căn hộ ở tầng thứ hai.* deuxièmement adv *Hai là.*

deux-pieâces [d-pjɛs] nm inv **1.** (a) *Áo tắm hai mảnh*; (b) *hai mảnh (bộ áo tắm)* **2.** *Căn hội hai phòng (cho mướn).*

deux-points [d-pwɛ̃] nm Typ: *Dấu hai chấm (:)*

deux-roues [d-ru] nm inv *Xe hai bánh.*

deux-temps [d-t)] nm inv *Hai thì (động cơ).*

deávaler [devale] **1.** vi *Chảy xuống, đổ xuống (dòng nước, dòng thác); xuôi ; dốc (một ngôi vườn)*; **2.** vtr d. l'escalier *Đi xuống bậc cấp, cầu thang.*

deávaliser [devalize] vtr *Ăn trộm, ăn cắp, dọn sạch (mọi thứ).*

deávalorisation [devalɔrizasjɔ̃] nf *Sự giảm giá.*

deávaloriser [devalɔrize] **1.** vtr *Giảm giá (đồng tiền đang lưu hành), làm giảm giá trị, gièm pha miệt thị ai.*; **2.** se d. *Làm giảm giá trị (đồng tiền đang lưu hành); (về một con người) tự hạ thấp mình xuống.*

deávaluation [devalɥasjɔ̃] nf *Sự đánh giá.*

deávaluer [devalɥe] vtr *Sự làm giảm giá, sự phá giá (tiền tệ).*

devancer [dev)se] vtr (n. devançons) **1.** *Đến trước*; **2.** *Vượt lên trên, hơn, vượt hơn*; **3.** d. les désirs de qn *tiên đoán trước sự ước muốn (của một ai).*

devancier, -ieâre [dəv)sje, jɛr] n *Người đi tiên phong.*

devant [dəv)] **1.** prep *Trước, trước mặt, đàng trước*; je passais d. l'église *tôi đi ngang qua trước nhà thờ*; assis d. *(trên xe) ngồi ở băng ghế trước*; marchez tout droit d. vous *đi thẳng về phía trước mặt anh*; d. un verre de vin *trước mặt là một ly rượu*; d. le danger *đứng trước hiểm nguy.*; égaux d. la loi *bình đẳng trước mặt luật pháp*; **2.** adv aller d. *Trước, (ở) mặt trước*; sens d. derrière *từ phía trước quẹo lại* **3.** nm *Cái đó gài nút ở đằng trước* ca se boutonne (par) d. **4.** nm *phía trước, mặt trước* d. (de chemise) *mặt trước của chiếc áo*; chambre sur le d. *phòng ở mặt tiền*; pattes de d. *chân trước*; prendre les devants *hành động nước trước (dành ưu thế, làm trước, đi trước)*; gagner les devants *dành phần trước.*

devanture [dəv)tyr] nf (a) *(của một căn nhà)*; (b) de magasin *mặt trước (của một cửa hàng).*

deávastation [devastasjɔ̃] nf *Sự tàn phá, cảnh tàn phá.*

deávaster [devaste] vtr *Tàn phá.* dévastateur, trice a *Bị tàn phá.*

deáveine [devɛn] nf F: *Vận rủi, vận đen.*

deáveloppement [devlɔpm)] nm *Sự phát triển, sự khai triển.* Phot: les pays en voie de d. *các nước đang phát triển.*

deávelopper [devlɔpe] vtr **1.** *Phát triển (cơ bắp); khai triển (một nguyên lý)* Phot: *làm hiện hình*; d. un projet *triển khai một kế hoạch*; **2.** se d. (a) *Gỡ ra khỏi, thoát khỏi* (b) *Triển khai.*

devenir [dəvnir] v pred (a) *Trở nên* qu' est il devenu ? *nó đã ra thế nào rồi ?* que devient votre fils? *con anh trở nên như thế nào rồi ?*; (b) *trở thành* d. homme *trở thành một người đàn ông*; (c) d. grand *(*) lớn ra, cao lên*; *(**) lớn lên, mọc lớn lên* d. vieux *trở nên già đi*; c'est à d. fou! *họa là có điên !*

deávergonder (se) [sədevergɔ̃de] vpr *Sống phóng đãng, sa đọa.* dévergondé a *Phóng đãng, dâm loạn.*

deáverser [devɛrse] **1.** vtr *Rót (nước); rải* le train les déversa sur le quai *chuyến tàu đã thả chúng nó xuống thềm ga*; **2.** vi & p *Chảy vào (trong).*

deávêtir (se) [sədevetir] vpr Lit: *Cởi quần áo.*

deáviation [devjasjɔ̃] nf *Sự trệch; sự lệch (xương sống)* Aut: *Đường chánh (trên các trục lộ giao thông)*

deávider [devide] vtr *Tháo (chỉ)* F: *Nói lải nhải (một câu chuyện).*

deávidoir [devidwar] nm *Guồng, cuộn, trục cuộn.*

deávier [devje] v (pr sub & impf n. dévilons) **1.** vi *Lệch, trệch, đổi hướng, xoay chiều (một dòng nước)*; faire d. une balle *làm lệch hướng đi (một viên đạn)*; d. de ses principes *đi trệch khỏi những nguyên tắc đã đề ra*; **2.** vtr *Hướng (sự lưu thông xe cộ, câu chuyện) sang một hướng khác; làm lệch sang hướng khác (luồng hơi, luồng sáng).*

devin, devineresse [dəv(, dəvinrɛs] n *Thầy bói*; F: je ne suis pas d. *tôi không thể đoán ra được.*

deviner [dəvine] vtr *Đoán, đoán ra, tiên đoán (một tương lai); giải (một sự bí mật).*

devinette [dəvinɛt] nf *Câu đố.*

devis [dəvi] nm *Bản dự toán*; faire faire un d. *cho lập một bản dự toán.*

deávisager [devizaʒe] vtr (n. dévisageons) *Nhìn chòng chọc vào mặt ai.*

devise [dəviz] nf **1.** (a) *Phương châm*; (b) *Khẩu hiệu* **2.** pl Fin: *Tiền đang lưu hành*; devises étrangères *ngoại hối.*

deáviser [devise] vtr *Tháo vít, tháo đinh ốc*

deávoiler [devwale] vtr **1.** *Làm lộ (một bí mật)* **2.** se d. *Tiết lộ.*

devoir[1] [dəvwar] vtr (ppr devant pp dû, f due; pr ind je dois, ils doivent; ps je dus; fu je devrai) **1.** *(bổn phận) Phải* (a) *(phương châm chung)* tu dois honorer tes parents *Anh phải* kính trọng cha mẹ anh; (b) vous devez vous trouver à votre poste à trois heures *(lệnh) anh phải có mặt tại sở làm lúc 3 giờ*; (c) je ne savais pas ce que je devais faire *tôi không biết tôi phải làm gì*; il aurait dû m'avertir *đáng lý nó phải nên báo trước cho tôi*; il a cru d. refuser *nó (đã) nghĩ là nó sẽ từ chối*; **2.** *(sự thôi thúc)* enfin j'ai du céder *cuối cùng tôi phải buộc lòng, phải nhượng bộ*. **3.** (a) je dois partir demain *(sự kiện tương lai) tôi sẽ ra đi vào ngày mai*; je devais le recontrer à Paris *tôi sẽ phải gặp nó ở Paris*; le train doit arriver à midi *chuyến tàu sẽ đến vào giữa trưa*; (b) il ne devait plus les revoir *nó không nên gặp lại chúng nữa*; ca devait arriver! *cuối cùng cái đó cũng sẽ xảy đến thôi* **4.** *(diễn tả một ý kiến)* vous devez avoir faim *chắc hẳn là anh đói*; il ne doit pas avoir plus de 40 ans *chắc là anh ấy không quá 40 tuổi*; **5.** d. qch à qn *nợ ai, hàm ơn ai*; vous me devez 1000 francs *anh nợ tôi 1.000 quan*; je lui dois la vie *tôi mang ơn nó cả đời*; je lui dois bien cela *đó là cái giá mà tôi phải trả cho nó*.; sa réussite est due à ses parents *thành tựu của nó là nhờ ơn cha mẹ nó*.; **6.** (a) se d. à qch *phải tận tâm, dâng hiến cho cái gì*; (b) comme il se doit *đúng đắn, ra vẻ*.

devoir² nm **1.** (a) *Bổn phận, trách nhiệm* manquer à son d. *làm sai, thiếu nghĩa vụ*; se faire un d. de *có trách nhiệm về*; se mettre en d. de faire qch *có chủ tâm làm việc gì*; il est de mon d. de vous le dire *tôi có trách nhiệm phải nói với anh*; faire qch par d. *làm một việc gì vì bổn phận, phái làm*; (b) *sự hàm ơn, sự chịu ơn*; (c) Ecole: *bài làm, bài tập (ở nhà)* **2.** pl présenter ses devoirs a qn *tỏ lòng kính trọng ai*.

deávolu [devɔly] **1.** a Dr: *(về sự thừa kế) Trao cho, được trao cho*; **2.** nm jeter son d. sur *lựa chọn, quyết chọn (cái gì, ai)*.

deávorer [devɔre] vtr *Cắn xé, ngấu nghiến*; d. qn des yeux *nhìn ai hau háu*; d. sa fortune *phá hết gia sản*; dévoré par les moustiques *làm mồi cho muỗi đốt*; dévoré par l'angoisse *ân nỗi buồn thảm đi xuyên mấy dặm đường*; d. la route *háu ăn, rất đói*. dévorant a (a) *Gặm* (b) *Tiêu hủy (ngọn lửa); ngấu nghiến (đam mê)*.

deávot, -ote [devo, ɔt] a **1.** *Mộ đạo, sùng đạo* **2.** a & n *Thánh thiện (con người)* Pej: *mù quáng (về đức tin)*. dévotement adv *Một cách thành kính, mộ đạo*.

deávotion [devosjɔ̃] nf *Sự mộ đạo, sự thành tín, sự ngoan đạo*.

deávouement [devum)] nm avec d. *Sự tận tâm (về bổn phận), tận tụy, hết lòng*.

deávouer (se) [sədevwe] vpr **1.** *hiến dâng bản thân mình (cho một mục tiêu)*; **2.** se d. pour qn *Hy sinh, hiến thân cho ai*. dévoué a *Hiến dâng, trung thành* Corr: votre tout d. *thân mến*.

deávoyeá-eáe [devwaje] a & n *Lầm đường, lạc lối*.

dexteáriteá [dɛksterite] nf *Sự khéo tay, kỹ năng, kỹ xảo*.

diabeâte [djabɛt] nm Med: *Bệnh đái đường*. diabétique a & n *Mắc bệnh đái đường, người mắc bệnh đái đường*.

diable [djabl] nm **1.** *Quỷ, yêu*; tirer le d. par la queue *sống chật vật, khó khăn*; c'est bien le d. si *thật đáng ngạc nhiên nếu...*; que le d. l'emporte! *quỷ tha ma bắt mày đi!*; au d. vauvert, au d. vert *xa lắc xa lơ*; ce n'est pas le d. (*) *đâu đến nỗi gì quá khó khăn*; (**) *có gì đáng để phải lo âu đâu*; où d. est-il allé *nó đi đâu mất tiêu vậy?*; int d.! *tuyệt !*; bruit de tous les diables *ồn ào như một bầy quỷ*.; pauvre d.! *thảm thương thay ! khốn nạn thay !*; un grand d. *một gã to lớn*; c'est un bon d. *nó là một gã lương thiện*; un d. temps, un temps du d. *trời quá xấu*; a il est très d. *nó đúng là một tên tiểu quỷ*; **2.** (a) *xe (2 bánh)*; (b) *(đồ chơi) đầu con quỷ chứa trong hộp có lò xo bắn lên mỗi khi mở hộp*. diablement adv F: *Nhiều lắm, quá độ*.

diablerie [djabləri] nf *Trò quỷ thuật, trò nghịch ngợm*.

diablesse [djablɛs] nf F: *Người đàn bà độc ác, con quỷ cái*.

diablotin [djablɔt(] nm *Tiểu quỷ, tiểu yêu*.

diabolique [djabɔlik] a *Ranh ma, yêu quỷ*. diaboliquement adv *Một cách ranh ma, quỷ quái*.

diabolo [djabɔlo] nm **1.** *Một thứ đồ chơi của trẻ con* **2.** d. menthe *sirô chanh bạc hà*.

diacre [djakr] nm Relig. *Giáo sĩ trợ tế, thầy trợ tế*.

diadeâme [djadɛm] nm *Mũ vua chúa, vương niệm*.

diagnostic [djagnɔstik] nm Med: *Phép chẩn bệnh*.

diagnostiquer [djagnɔstike] vtr Med: *Chẩn bệnh*.

diagonal, *pl* **-aux** [djagɔnal, o] **1.** a *Chéo* **2.** nf *Đường chéo*; en diagonale *đường chéo*.

diagramme [djagram] nm *Giản đồ, đồ thị, đường biểu diễn*.

dialecte [djalɛkt] nm *Thổ ngữ*. dialectique **1.** a *Thuộc biện chứng pháp* **2.** nf *Biện chứng pháp*.

dialogue [djalɔg] nm *Cuộc đối thoại*; Pol: Cin: Th: c'est un d. de sourds *cuộc đối thoại của những người điếc (ai cũng bảo thủ, không ai chịu nghe ai)*.

dialoguer [djalɔge] vi *Đàm thoại, nói chuyện*

tay đôi.

dialyse [djaliz] nf Med: *Sự thẩm tách.*

diamant [djam)] nm **1.** *Kim cương, hột xoàn* **2.** *Dao cắt gương.*

diamantaire [djam)tɛr] nm *(*) Người cắt, gọt kim cương (**) người buôn bán kim cương.*

diameâtre [djamɛtr] nm *Đường kính.* diamétralement adv *Xuyên tâm theo đường kính.*

diantre [dj)tr] int A: & Lit: que d. veut-il ? *Nó muốn cái quỷ quái gì ?*; d. ! *qui tha ma bắt !*

diapason [djapazɔ̃] nm Mus: **1.** *Âm giai* Fig: être au d. de *đúng điệu với;* **2.** *Âm thoa.*

diaphane [djafan] a *Trong mờ.*

diaphragme [djafragm] nm *Cơ hoành, màn rung, cửa chắn sáng.*

diapositive, F: **diapo** [djapɔzitiv, djapo] nf Phot: *Phim dương, kính dương.*

diarrheáe [djare] nf Med: *Bịnh đi tả, bệnh đi tiểu chảy; sự chỉ trích chua cay, sâu độc.*

diatribe [djatrib] nf *Sự đả kích.*

dichotomie [dikɔtɔmi] nf *Sự phân đôi, sự rẽ đôi.*

dictateur [diktatœr] nm *Kẻ độc tài.* dictatorial, -aux a *Độc tài, độc đoán.*

dictature [diktatyr] nf *Sự độc tài, chế độ độc tài.*

dicteáe [dikte] *Sự đọc cho viết, bài chính tả;* écrire sous la d. de qn *viết theo lời đọc của ai.*

dicter [dikte] vtr *Đọc cho viết; bắt buộc, cưỡng bách (theo một mệnh lệnh).*

diction [diksjɔ̃] nf *Cách đọc, cách nói, cách diễn tả, thuật nói;* professeur de d. *giáo sư dạy về nghệ thuật nói., giáo sư hùng biện.*

dictionnaire [diksjɔnɛr] nm *Tự điển.*

dicton [diktɔ̃] nm *Tục ngữ.*

didactique [didaktik] a *Giáo khoa.*

dieâse [diɛz] nm Mus: *Dấu thăng* fa d., F *thăng.*

diesel [djezɛl] a & nm (moteur) d. *Máy điện diezen.*

dieâte [djɛt] nf *Chết vì kiêng ăn, chết vì đói;* à la d. *bị giam cho chết đói.*

dieáteáticien, -ienne [djetetisj(, jɛn] n *Chuyên gia về ngành dinh dưỡng học.*

dieáteátique [djetetik] **1.** a *Thuộc về chế độ ăn uống, dinh dưỡng;* aliments diététiques *thức ăn có dinh dưỡng* **2.** nf *Ngành nghiên cứu về chế độ ăn uống, dinh dưỡng.*

dieu, -ieux [dj-] nm **1.** *Thánh, thần* grands dieux ! *trời ơi!* **2.** (a) un homme de D. tu sĩ; D. merci ! *nhờ ơn chúa;* (b) le bon D. *chúa lòng lành;* on lui donnerait le bon D. sans confession *không thể tin vào sự kín miệng của nó được;* (c) D. merci ! *may thay, nhờ trời* pour l'amour de D. *theo ý trời, vô tư,* D. sait si j'ai travaillé *chúa biết, trời biết cho việc làm của tôi;* (a) mon D.! *trời ơi !* *trời đất ơi!;* (b) bon D.! (sacré) nom de D.! *(báng bổ), (Đồ) trời đánh, thánh đâm.*

diffamateur, -trice [difamatœr, tris] n *Người phỉ báng.*

diffamation [difamasjɔ̃] nf *Sự phỉ báng; phỉ báng.*

diffamer [difame] vtr *Phỉ báng, báng bổ.*

diffeáreá [difere] a TSF: TV en d. *Hoãn thâu (thanh, hình).*

diffeáremment [diferam)] adv *Một cách bất đồng.*

diffeárence [difer)s] nf *Sự khác nhau;* il n'y a pas de d. entre eux *không có gì khác nhau giữa chúng nó;* quelle d. avec l'autre! *có sự khác biệt biết bao giữa chúng !* à la d. de *khác biệt với, trái với;* à la d. que *với sự khác biệt này thì;* faire la d. entre *làm một sự phân biệt giữa.* différent a (a) *Khác nhau;* d. de *khác nhau với, khác biệt với;* (b) *nhiều;* à différentes reprises *đa dạng.*

diffeárenciation [difer)sjasjɔ̃] nf *Sự phân biệt.*

diffeárencier [difer)sje] vtr **1.** *Làm cho khác nhau với* (entre... et...) *phân biệt giữa cái này với cái kia.;* **2.** se d. (de) *Không giống với.*

diffeárend [difer)] nm *Cuộc phân tranh, cuộc tranh luận, cuộc cãi cọ (giữa...)*

diffeárentiel, -elle [difer)sjɛl] a & nm & f *Có cấu tạo khác nhau, đặc trưng.*

diffeárer [difere] v (je diffère; je différerai) **1.** vtr *Hoãn, triển lại, trì hoãn, lãng tránh (trả nợ)* **2.** vi (de, en, par) *Khác với, khác biệt với;* d. d'opinion *bất đồng về quan điểm.*

difficile [difisil] a **1.** *Khó, khó khăn;* circonstances difficiles *trường hợp khó khăn;* les temps sont difficiles *thời buổi khó khăn.* **2.** *Khó hòa hợp, cá biệt;* enfant d. *đứa trẻ cá biệt* d. sur la nourriture *quá cầu kỳ về vấn đề ăn uống;* n faire le d. *khó tính.* difficilement adv *Một cách khó khăn;* d. lisible *một cách khó đọc ra.*

difficulteá [difikylte] nf *Sự khó khăn;* être en d. *đang gặp khó khăn;* faire, élever, des difficultés *làm cho mọi việc trở nên khó khăn, rắc rối;* avoir de la d. à faire qch *gặp nhiều khó khăn khi làm một việc gì.*

diffuser [difyze] vtr **1.** *Khuếch tán (ánh sáng)* **2.** (a) TSF: *Truyền, phát (một chương trình);* (b) *phát hành, phân phối (sách, tài liệu); khuếch tán.*

diffuseur [difyzœr] nm **1.** Tchn: *Máy tán*

quang **2.** *Sự truyền thanh, truyền hình.*

digeárer [diʒere] vtr (je digère; je digérerai) *Tiêu hóa;* F: *chịu đựng, bỏ qua (một lời thóa mạ);* je digère mal *tôi ăn uống khó tiêu (hệ tiêu hóa của tôi yếu).*

digestion [diʒestjɔ̃] nf *Sự tiêu hóa.* digestible a *Dễ tiêu.* digestif, -ive **1.** a *Thuộc về tiêu hóa;* tube d. *ống tiêu hóa* **2.** nm *Rượu bổ tỳ.*

digital, -aux [diʒital] **1.** a *Thuộc về ngón tay;* empreinte digitale *dấu tay* **2.** nf Bot: digitale *Cây mao địa hoàng.*

digne [diɲ] a **1.** *Đáng, xứng đáng (để);* d. d'éloges *đáng (để) khen thưởng;* d. de foi *đáng (để) tin cậy;* il n'est pas d. de vivre *nó không xứng đáng để sống;* **2.** *Đáng trọng, đáng kính.* dignement adv *Có phẩm cách, đáng tôn kính.*

dignitaire [diɲiter] nm *Người có quyền chức.*

dignitéa [diɲite] nf **1.** *Trang nghiêm;* air de d. *vẻ trang nghiêm;* **2.** *Phẩm tước, tước vị cao.*

digression [digresjɔ̃] nf *Sự lạc đề, sự tán rộng quá sinh ra xa đề;* faire une d. *lạc đề.*

digue [dig] nf (a) *Con đê, con đập;* (b) *Con đê chắn sóng biển.*

dilapidation [dilapidasjɔ̃] nf *Sự phung phí, sự lãng phí.*

dilapider [dilapide] vtr *Phung phí, lãng phí.*

dilatation [dilatasjɔ̃] nf *Sự giãn nở.*

dilater [dilate] vtr *Giãn nở;* se d. *giãn ra, nở ra.*

dilatoire [dilatwar] a *Kéo dài, trì hoãn;* manoeuvre d., moyen d. *sự ứng dụng mưu mẹo để trì hoãn một vấn đề.*

dilemme [dilɛm] nm *Song đề, thế đôi ngã.*

dilettante [dilet)t] n *Kẻ tài tử;* faire son travail en d. *làm công việc (của mình) một cách tài tử.*

diligence [diliʒ)s] nf **1.** (a) *Sự chăm chỉ, sự cẩn thận;* (b) *sự khẩn trương, sự hỏa tốc;* faire d. *hành động gấp rút;* **2.** *(đường dài) Xe thổ mộ.*

diligent a *Chăm chỉ, cẩn thận; nhanh nhẹn.*

diluant [dilu̯]) nm *Chất pha (trong hội họa).*

diluer [dilu̯e] vtr *Pha loãng (với); làm yếu đi, làm dịu đi.*

dilution [dilysjɔ̃] nf *Sự pha loãng, chất pha loãng, sự làm cho yếu đi.*

diluvienne [dilyvjɛn] nf pluie d. *Mưa như trút nước.*

dimanche [dim)ʃ] nm *Chủ nhật;* d. de Pâques *Chủ nhật (vào ngày lễ phục sinh);* il vient le d. *Nó đến hôm chủ nhật* F: conducteur du d. *người lái xe tài tử, không kinh nghiệm.*

dimension [dim)sjɔ̃] nf *Kích thước, chiều;* à deux, à trois dimensions *hai chiều, ba chiều;* prendre les dimensions de qch *(*) lấy kích thước, đo đạt một cái gì; (**) Fig: ước lượng một cái gì;* ce travail n'est pas à la d. de son tal-

ent *công việc này không tương xứng với tài năng của nó.*

diminueá [diminɥe] a **1.** Mus: *Giảm (khoảng âm);* **2.** il est bien d. depuis l'accident *hắn giảm sút sức khỏe nhiều kể từ lúc gặp tai nạn;* **3.** *Giảm sút dần dần;* **4.** nm un d. physique *Một người có sức khỏe sút kém.*

diminuer [diminɥe] **1.** vtr *Giảm, giảm bớt, giảm dần, ngắn dần* cela vous diminuerait aux yeux du public *điều đó làm anh giảm bớt uy tín dưới mắt quần chúng;* **2.** vi *giảm, bớt, hạ (sốt); giảm (giá);* d. de vitesse *hạ bớt vận tốc;* ses forces ont diminué *sức lực của nó đã giảm sút.* diminutif, -ive a & nm *Làm yếu nghĩa đi, từ giảm nhẹ.*

diminution [diminysjɔ̃] nf *Sự giảm bớt, sự rút gọn, sự giảm, sự hạ xuống, sự hạ thấp.*

dinde [d(d] nf *Con gà tây mái.*

dindon [d(dɔ̃] nm *Con gà trống tây;* être le d. de la farce *bị lừa phỉnh, nhạo báng.*

dindonneau, -eaux [d(dɔno] nm *Con gà tây nhỏ.*

dîner [dine] **1.** vi *Ăn tối* avoir qn à d. *có khách cùng dùng bữa ăn tối* **2.** nm *bữa ăn chiều, bữa tiệc tổ chức vào buổi chiều.*

dînette [dinɛt] nf (a) *Bữa tiệc trà của trẻ con;* (b) *bữa ăn không chính thức (giữa bạn bè)*

dîneur, -euse [dinœr, -z] n *Người dự tiệc.*

dingue [d(g] (a) *Điên khùng, gàn dở;* (b) *kẻ điên khùng, kẻ gàn dở.*

dinosaure [dinɔsɔr] nm *Loài khủng long.*

diocêase [djɔsɛz] nm Egl: *Giáo khu.*

diphteárie [difteri] nf Med: *Bệnh yết hầu.* diphtérique a *Bệnh yết hầu.*

diphtongue [diftɔ̃g] nf Ling: *Nguyên âm đôi.*

diplomate [diplɔmat] nm **1.** *Nhà ngoại giao; có tài ngoại giao* **2.** Cu *Bánh xốp kem.*

diplomatie [diplɔmasi] nf **1.** *Thuật ngoại giao;* user de d. *có tài ngoại giao* **2.** entrer dans la d. *Làm viên chức ngoại giao.* diplomatique a *Thuộc về ngoại giao.*

diplôme [diplom] nm *Bằng, bằng cấp, bằng khen.* diplômé, -ée **1.** a *Có khả năng, người được đánh giá có khả năng, trình độ;* **2.** n *người được cấp bằng;* elle est diplômée de la Sorbonne *cô ta được cấp bằng ở đại học Sorbonne.*

dire[1] [dir] vtr (ppr disant; pp dit; pr ind vous dites, ils disent) **1.** (a) *Nói* d. qch à qn *nói với ai điều gì;* vous ne m'en avez jamais rien dit *anh chưa bao giờ nói điều đó với tôi;* envoyer d. à qn que *viết cho ai đôi lời bằng..;* ceci dit *đã như vậy (thì...)* qu'en dira-t-on ? *dư luận nói thế nào ?* d. ce qu'on pense *nói ra những điều* suy nghĩ; je vous l'avais bien dit ! *tôi đã nói với anh rồi mà*; d. bonjour *nói chào ai*; comme on dit *như người ta thường nói*; cela ne se dit pas *điều đó đã không được nói ra*; qui vous dit qu'il viendra ? *anh nói với anh là nó sẽ đến*; F: à qui le dites-vous ? *anh đang nói với ai đấy (anh đang nói với tôi đấy, có biết không)*; dites toujours ! *nói đi ! tiếp tục đi !*; je ne sais comment d. *tôi không biết phải nói thế nào*; je me disais que tout était fini *tôi nghĩ là mọi cái đã xong xuôi*; qu'en dites-vous ? *anh nghĩ thế nào về chuyện này*; à vrai d. *nói cho đúng ra*; pour ainsi d. *có thể nói là*; F:vous l'avez dit *đúng như vậy ! anh ấy đã nói (với tôi) điều đó rồi*; cela va sans d. *đi mà không nói một lời*; on dit que c'est lui le coupable *anh ta nói chính nó là thủ phạm*; on dirait qu'il va pleuvoir *người ta đã nói là trời sẽ mưa*; on aurait dit que *hình như người ta có nói*; il n'y a pas à d. *không có lý do gì để phủ nhận điều đó*; dites donc *xem kìa, này !* P: non, mais dis ! *anh có bực bội lắm không ! nói đi ?*; d. qu'il n'a que 20 ans ! *nghĩ xem, nó chỉ mới 20 tuổi mà!*; on dirait du Mozart *người ta cứ tưởng là nhạc của Mozart (nghe như nhạc của Mozart).*; (b) on le dit mort *người ta tưởng nó chết rồi*; **2.** (a) d. à qn de faire qch *nói với ai đó là người ta cho nó vào*; (b) dites qu'on le fasse entier **3.** d. des vers *đọc thơ*; d. son chapelet *lần chuỗi (đọc kinh)*; d. des bêtises *nói những điều sai quấy*; **4.** (a) *nói (cho biết)*; d. l'heure *nói (cho biết) giờ*; cela en dit long sur son courage *phải nói rất nhiều mới diễn tả hết lòng can đảm của nó*; ce nom ne me dit rien *cái tên này không có là gì đối với tôi cả*; ca ne me dit rien de bon *tôi không có thiện cảm về cái đó*; (b) *bỏ ra, gợi ra* cette musique ne me dit rien *tôi không cảm được loại nhạc này;* si cela te dit *nếu anh thích điều đó*; **5.** (a) vouloir d. *có nghĩa là*; (b) qu'est-ce à d.? *thế nghĩa là gì ?*; (c) je lui ai fait d. de venir *tôi đã cho mời nó đến*; il ne se le fit pas d. deux fois *nó không phải đợi nói đến hai lần*; (d) F: je ne vous le fais pas d. *tôi sẽ không nói về bất cứ điều gì anh muốn biết*; (e) faire d. qch par qn *viết điều gì cho ai* (f) vous m'avez dit adorer la musique *anh có nói với tôi là anh thích âm nhạc mà.*

dire[2] nm *Lời nói, sự tuyên bố*; au d. de *theo yêu cầu của.*

direct [dirɛkt] (a) a *Trực tiếp, thẳng*; personne directe *người trung trực*; être en rapport d. avec qn *có quan hệ trực tiếp với ai*; chF: train d. *tàu nhanh*; (b) nm émission en d. *sự truyền thanh trực tiếp*; un d. du gauche *cú đấm thẳng phía trái.* directement adv *Một cách trực tiếp, một cách thẳng thắn*; il est venu d. vers nous *nó đi thẳng về phía chúng tôi*; d. contraire *hoàn toàn ngược lại.*

directeur, -trice [dirɛktœr, tris] **1.** n *Giám đốc; giám đốc nhà máy, giám đốc xí nghiệp; hiệu trưởng (trường học) chủ bút (một tờ báo); chủ tịch (một công ty)*; d. général *tổng giám đốc;* d. gérant *chủ tịch hội đồng quản trị* **2.** *Giám đốc, kiểm tra, chỉ đạo (nguyên tắc);* idées directrices, lignes directrices *tư tưởng chủ đạo.*

direction [dirɛksjɔ̃] nf **1.** (a) *Sự lèo lái; phương hướng; sự lãnh đạo (một xí nghiệp); ban chủ nhiệm (một tờ báo); ban giám hiệu (một trường học); chủ tịch (của một đảng);* avoir la d. de *có trách nhiệm;* (b) (*) *ban giám đốc (**) ban hành chánh;* (c) (*) *văn phòng quản lý (**) phòng giám đốc (một công ty)* **2.** *hướng, việc lái;* Aut: Mar: *bánh lái, tay lái;* d. assistée *sự điều hành bị lèo lái;* **3.** *hướng đi, lộ trình* quelle d. ont-ils prise ? *chúng nó đi hướng nào*; train en d. de Bordeaux *tàu lửa chạy hướng Bordeaux;* **4.** *Sự chỉ đạo, sự hướng dẫn.* directorial, -aux a *Thuộc về quản lý, thuộc về hội đồng quản trị.*

directive [dirɛktiv] nf *Chỉ thị chung, lời hướng dẫn chung.*

dirigeable [diriʒabl] **1.** a *Có thể điều khiển được* **2.** nm *Khí cầu máy.*

diriger [diriʒe] vtr (n. dirigeons) **1.** *Chỉ huy, kiểm tra, quản lý, điều hành (xí nghiệp, trường học), biên tập (báo chí), điều khiển (dàn nhạc, một biên bản hội nghị);* **2.** (a) *điều khiển, chỉ huy (ai, cái gì), lái (xe, tàu);* (b) d. ses pas vers *bước về hướng;* d. son attention sur qch *hướng sự chú ý đến;* (c) *hướng (súng) về hướng, nhắm (tiềm vọng kính) về;* **3.** se d. (a) se d. au radar *di chuyển bằng ra da;* (b) se diriger vers un endroit *di chuyển về một hướng, quay đầu về một hướng;* (c) se d. vers qn *đi về hướng một người nào đó.* dirigeant, -ante **1.** a *Cầm đầu (một quyền lực, một nguyên lý) lãnh đạo một giai cấp* **2.** n *người cầm đầu, người lãnh đạo.* dirigé a *Kiểm soát lập kế hoạch (kinh tế).*

dirigisme [diriʒism] nm Pol: *Chế độ kinh tế chỉ huy.*

discernement [disɛrnəm]] nm *Sự nhận lỗi, sự nhận thức.*

discerner [disɛrne] vtr (a) *Nhận thức, phân biệt, phân biệt được;* (b) *nhận ra sự khác biệt (giữa cái này và cái kia);* d. le bien du mal *phân biệt thiện và ác.* discernable a *Nhận thức được, rõ ràng.*

disciple [disipl] nm *Học trò, đệ tử.*

discipline [disiplin] nf (a) *Kỷ luật* (b) *ngành học.*

discipliner [disipline] vtr *Khép vào kỷ luật, kiểm tra*; se d. *tự khép mình vào kỷ luật.* disciplinair a *Thuộc về kỷ luật.* discipliné a *Có kỷ luật, có kỷ cương.*

disco [disko] nf F: *Nhạc disco*; aller en d. *đến phòng trà có nhạc disco, đi nghe nhạc disco.*

discontinuer [diskɔ̃tinɥe] vi sans d. *Không ngừng, liên tục.* discontinu a *Không liên tục, gián đoạn.*

discontinuiteá [diskɔtinɥite] nf *Sự gián đoạn.*

disconvenir [diskɔ̃vnir] vi je n'en disconviens pas *Tôi không từ chối việc đó.*

discordance [diskɔrd)s] nf *Sự chói tai, sự chói tiếng (về âm thanh); sự chói màu (về màu sắc), sự bất đồng (về ý kiến); sự mâu thuẫn (về nhân cách).* discordant a *Chói tai, chói màu, bất đồng ý kiến.*

discorde [diskɔrd] nf *Mối bất hòa, sự xích mích*; semer la d. *gieo mối bất hòa.*

discotheâque [diskɔtɛk] nf (a) *Phòng lưu trữ đĩa hát;* (b) *bộ sưu tập đĩa hát;* (c) *phòng sang đĩa hát;* (d) *phòng trà.*

discourir [diskurir] vi *Diễn thuyết, giảng về.*

discours [diskur] nm 1. *Bài nói chuyện;* 2. *Bài diễn thuyết* 3. *Bài diễn văn* 4. Gram: parties du d. *phần văn từ.*

discourtois [diskurtwa] a *Bất nhã, vô lễ.*

discreádit [diskredi] nm *Sự bất tín, sự mất uy tín.*

discreáditer [diskredite] vtr 1. *Làm mất uy tín, làm giảm uy tín;* 2. se d. *Bị giảm uy tín.*

discret, -eâte [diskrɛ, ɛt] a (a) *Kín đáo, thận trọng;* Post: sous pli d. *(thư) mật;* (b) *yên tĩnh; không xông xáo, khiêm tốn, giản dị, mộc mạc (áo quần), khiêm tốn (lời thỉnh cầu); yên tĩnh, hẻo lánh (một nơi).* discrètement adv *Một cách kín đáo, một cách yên tĩnh, một cách không xông xáo.*

discreátion [diskresjɔ̃] nf 1. *Sự cẩn thận, sự thận trọng;* avoir de la d. *có tính thận trọng* 2. adv phr à d. *(*) tùy ý (**) không điều kiện;* vin à d. *rượu tùy thích (mặc sức uống, không giới hạn số lượng)*

discrimination [diskriminasjɔ̃] nf *Sự phân biệt, sự phân định.* discriminatoire a *Có tính phân biệt.*

discriminer [diskrimine] vtr *Phân biệt, nhận định.*

disculper [diskylpe] 1. vtr *Biện hộ, minh oan (về)* 2. se d. (de) *tự biện hộ (về)*

discussion nf *Cuộc thảo luận, cuộc tranh cãi;* la question en d. *vấn đề đang được bàn cãi;* sans d. possible *không thể không bàn cãi được;* entrer en d. avec qn *tham dự cuộc tranh cãi với ai;* pas de d.! *không có gì để phải bàn cãi.*

discuter [diskyte] 1. vtr (a) *Thảo luận, tranh cãi, kiểm tra (một vấn đề)*; discutons la chose *thử bàn bạc nó đi !*; F: d. le coup *tán gẫu;* (b) *chất vấn, cãi cọ* 2. vi d. avec qn *tranh luận với ai;* d. politique *cuộc bàn cãi về chính trị.* 3. ca se discute, ca peut se d. *cái đó có thể tranh luận, thảo luận được.* discuté a *Được bàn cãi, được tranh luận.*

disette [dizɛt] nf *Sự thiếu; sự khan hiếm về thực phẩm; sự thiếu thốn.*

diseur, -euse [dizœ r, -z] n d., diseuse, de bonne aventure *Thầy bói.*

disgrêce [disgras] nf *Sự bị ghét bỏ, sự thất sủng.*

disgracier [disgrasje] vtr *Ghét bỏ.* disgracié a *Bị ghét bỏ, không được ưa thích nữa.*

disgracieux, -euse [disgrasj-, -z] a 1. *Vụng về, vô duyên;* 2. *Không thanh lịch, không tao nhã* 3. *Dị hình (khuôn mặt).*

disjoindre [disʒw(dr] vtr 1. *Làm rời ra.* 2. se d. *Rời ra, rã ra.* disjoint a *Lìa; không có liên quan (vấn đề).*

disjoncteur [disʒɔ̃tœ r] nm El: *Bộ ngắt điện.*

dislocation [dislɔkasjɔ̃] nf *Sự làm trật khớp.*

disloquer [dislɔke] 1. vtr *Trật (chân, tay); tháo, rã (máy móc);* 2. se d. *tan rã, giải tán;* son bras s'est disloqué *cánh tay nó bị trật khớp.*

disparaître [disparɛtr] vi *Biến mất, ngưng tồn tại;* le soleil a disparu à l'horizon *mặt trời biến mất ở phía chân trời (mặt trời đã lặn);* faire d. une tache *tẩy, làm sạch một vết dơ;* faire d. la douleur *(làm giảm đau) làm hết cơn đau;* cette mode disparaît *mẫu thời trang này đã biến mất.*

disparate [disparat] a (a) *Không giống nhau;* (b) *Rời rạc, lủng củng, chói (màu).*

dispariteá [disparite] nf *Sự khác nhau, sự sai biệt.*

disparition [disparisjɔ̃] nf *Sự biến mất.*

disparu, -ue [dispary] 1. a (a) *Mất tích*; être porté d. *được báo cáo là mất tích;* marin d. en mer *thủy thủ mất tích trên biển;* (b) *không còn nữa (một chủng tộc), ngưng tồn tại (thế giới).* 2. n *người mất tích;* notre cher d. *người thân vừa mới qua đời của chúng ta.*

dispendieux, -euse [disp)dj-, -z] a *Tốn kém, đắt tiền.*

dispensaire [disp)ser] nm *Nhà thương công cộng, trung tâm khám bệnh và phát thuốc miễn phí.*

dispense [disp)] nf (a) *Sự miễn, sự được miễn trừ;* d. d'âge *sự miễn tuổi;* (b) Egl: *Sự sắp đặt,* phân phối, cấp phát.

dispenser [disp)se] vtr **1.** Tha, miễn (cho ai một cái gì); dispensez-moi de ce voyage *Miễn cho tôi khỏi (tham dự) chuyến du lịch này*; je vous dispense de vos commentaires *tôi không cần những lời bình phẩm của anh*; **2.** phân phối, cấp phát. **3.** se d. de qch, de faire qch *được miễn, khỏi phải làm cái gì*.

disperser [dispɛse] vtr **1.** Giải tán, rải, rắc, làm cho tán loạn; giải tán (một đám đông) **2.** se d. *giải tán, làm cho tan tác (về đám mây, đám đông) làm cho tan vỡ, giải tán*; elle se disperse trop *cô ta cố gắng làm quá nhiều công việc trong cùng một lúc*. dispersé e *Rải rác, tan tác (lá cây); tản mạn (công việc)*.

dispersion [dispersjɔ̃] nf *Sự giải toán, sự tán loạn, sự tan tác*.

disponibiliteá [disponibilite] nf **1.** *Sự sẵn sàng để dùng (về chỗ ngồi)* **2.** *Sự toàn quyền sử dụng về thời gian;* (b) Fin: *hiện kim*. disponible a *Có thể sử dụng được* êtes-vous d. ce soir ? *anh có rãnh rỗi tối nay không?*

dispos [dispo] am *Khoan khoái, dễ chịu, mạnh khỏe*; frais et d. *được làm cho tươi tỉnh*.

disposer [dispoze] **1.** vtr (a) *Sắp đặt, bố trí;* (b) d. qn à faire qch *bố trí ai làm một việc gì*. **2.** vi d. de qch *có một cái gì sẵn sàng để sử dụng; tùy ý sử dụng một cái gì*; d. de qn *nhờ cậy ai (có ai để nhờ cậy làm bất cứ công việc gì;* disposez de moi *tôi sẵn sàng phục vụ anh*; les renseignements dont je dispose *những chỉ dẫn mà tôi cần có;* vous pouvez en d. *anh có thể tùy nghi sử dụng cái đó;* vous pouvez d. *anh có thể chuẩn bị;* **3.** se d. à faire qch *sắp đặt, chuẩn bị làm việc gì*. disposé a bien, mal d. *thuận lợi hay không thuận lợi (tình trạng);* bien d. envers *với ai thoải mái (tính khí);* d. à faire qch *sửa soạn để làm việc gì*.

dispositif [dispozitif] nm **1.** *Mục tiêu, mục đích áp dụng của một đạo luật, kỳ hạn của một đạo luật* **2.** *kế hoạch hành động*; d. de défence *hệ thống phòng thủ;* d. policier *sự bố trí của cảnh sát* **3.** *Cơ cấu, bộ phận, thiết bị;* d. de sureté *thiết bị an toàn*.

disposition [dispozisjɔ̃] nf **1.** *Sự sắp đặt, sự bố trí (một căn nhà); sự sắp xếp (một khu vườn);* d. du terrain *vị trí, hướng nằm của một miếng đất* **2.** (a) *trạng thái (của đầu óc);* être en bonne d. pour faire qch *đầu óc thoải mái để làm một việc gì* être dans de bonnes dispositions à l'égard de qn *ở trong những vị trí thuận lợi đối với một người khác;* (b) *khuynh hướng, thiên hướng;* (c) *năng khiếu bẩm sinh;* cet enfant a des dispositions *đứa trẻ này có năng khiếu bẩm sinh* **3.** pl (a) *Sự sắp xếp* prendre des dispositions *sắp xếp một việc gì;* (b) *sự thể hiện (lòng quyết tâm) các điều khoản (của một đạo luật)* **4.** *Sự sử dụng* libre d. de soimême *sự tự chủ, quyết tâm;* fonds à ma d. *quỹ thuộc quyền sử dụng của cá nhân tôi;* je suis à votre d. *tôi sẵn sàng phục vụ anh*.

disproportion [disprɔpɔrsjɔ̃] nf *Sự không cân xứng*. disproportionné a (à, avec) *Chênh lệch, so le (với);* (à, avec) *không cân xứng (với)*.

dispute [dispyt] nf *Cuộc tranh cãi, cuộc gây gổ*.

disputer [dispyte] vtr **1.** (a) d. qch *Bàn cãi, tranh luận (một cái gì);* d. un match *ganh, tranh đua (một cuộc thi đấu thể thao);* d. qch à qn *tranh đua với ai để giành lấy cái gì;* (b) F: d. qn *chửi ai, nói thẳng vào mặt ai;* se faire d. *gây tranh cãi* **2.** se d. (pour, avec); *cãi nhau, gây nhau (với ai, về vấn đề);* se d. qch *tranh tài (trong cuộc thi đấu) đấu tranh cho việc gì*.

disquaire [diskɛr] nm *Người bán đĩa hát*.

disqualification [diskalifikasjɔ̃] nf *Tự bị loại ra, sự tuyên bố không đủ tư cách (dự thi)*.

disqualifier [diskalifje] **1.** vtr (a) Sp: *Tuyên bố không đủ tư cách dự thi;* (b) *Làm mất thanh danh (của ai)*. **2.** se d. *Tự làm mất tư cách*.

disque [disk] nm **1.** Sp: *Đĩa (dùng để ném trong thể thao) đĩa hát*. **2.** (a) *Đĩa tròn, phiến tròn.;* (b) *Đĩa (thâu tiếng);* d. microsillon, de longue durée *đĩa hát có thời gian phát lâu;* F: LP d. compact *đĩa compact;* (c) *đĩa xương sống;* (d) Inform: *đĩa (vi tính)* d. dur *Đĩa (phần cứng),* *đĩa (phần mềm)*.

disquette [diskɛt] nf Inform: *Đĩa (phần mềm)*.

dissection [disɛksjɔ̃] nf *Sự mổ xẻ*.

dissemblance [dis)bl)s] nf *Sự khác nhau*. dissemblable a *Khác nhau với*.

disseámination [diseminasjɔ̃] nf *Sự rải rắc; sự truyền bá;* Fig: *sự truyền bá, tuyên truyền tư tưởng*.

disseáminer [disemine] vtr *Vãi (hạt); gieo rắc (mầm bệnh); truyền bá (tư tưởng)*.

dissension [dis)sjɔ̃] nf *Sự mâu thuẫn, sự bất hòa*.

dissentiment [dis)tim)] nm *Sự bất đồng ý kiến*.

disseáquer [diseke] vtr (je dissèque; je disséquerai) *Mổ xẻ, giải phẫu*.

dissertation [disɛrtasjɔ̃] nf Ecole: *Bài nghị luận, bài luận văn*.

disserter [disɛrte] vi *Diễn thuyết, đàm luận (về một vấn đề); nói dài dòng văn tự*.

dissidence [disid)s] nf *Sự bất đồng quan điểm (tôn giáo), sự phiến loạn*. dissident, -ente **1.** a *Không cùng quan điểm, bất hòa, bất đồng*. **2.** n Pol: *Sự bất đồng ý kiến về quan điểm chính trị;*

dissimilitude [disimilityd] nf *Sự không giống nhau.*

dissimulation [disimylasjɔ̃] nf *Sự che giấu, sự giấu diếm.* dissimulateur, -trice 1. a *Giả dối* 2. n *Người giả dối.*

dissimuler [disimyle] vtr 1. *Che đậy, che dấu, giấu diếm (cảm giác);* je ne vous dissimule pas qu'il en est ainsi *tôi không giấu diếm anh là mọi chuyện đã như vậy đó;* 2. se d. *trốn tránh, ẩn núp.* dissimulé a *hay giấu diếm.*

dissipation [disipasjɔ̃] nf 1. (a) *Sự phung phí, sự phân tán (về các đám mây);* (b) *Sự lãng phí (thời gian); sự tiêu phí (về tiền bạc)* 2. (a) Lit: *lối sống phóng đãng, lối sống buông thả;* (b) *sự cư xử xấu, hạnh kiểm xấu, sự không chú ý (ở trường học).*

dissiper [disipe] vtr 1. (a) *Phân tán, làm cho rải rác (các đám mây); làm cho sáng tỏ (sự hiểu lầm), xua đi (sự sợ hãi);* (b) *lãng phí (thời gian), tiêu phí (tiền bạc); hủy hoại (sức khỏe);* (c) d. qn *dắt ai đi lạc đường; làm ai bối rối, hoang mang.* 2. se d. (a) *(về sự nghi ngờ) biến mất; (về sương mù) tan đi; (về sự ngờ vực) phai dần;* (b) *không chú ý, có hạnh kiểm xấu (ở trường).* dissipé a (a) *Phóng đãng;* (b) *lơ đễnh (học sinh...).*

dissociation [disɔsjasjɔ̃] nf *Sự phân ra, sự tách ra.*

dissocier [disɔsje] vtr *Phân cách, tách rời.* dissociable a *Có thể phân ra được, có thể tách rời được.*

dissolu [disɔly] a *Phóng đãng.*

dissolution [disɔlysjɔ̃] nf 1. *Sự phân rã, sự tan rã;* 2. *Sự tan ra;* 3. *Sự giải tán (nghị viện); sự làm tan rã, sự giải tán (một cuộc hội họp).*

dissolvant [disɔlv)] a & nm *Có khả năng hòa tan;* d. (pour ongles) *thuốc sơn móng tay.*

dissonance [disɔn)s] nf 1. *Sự chói tai* 2. Mus: *Sự chói âm, sự trật hòa âm.* dissonant a *Chói tai, trật hòa âm.*

dissoudre [disudr] vtr (ppr dissolvant pp dissous dissoute pr ind je dissous, il dissout; inpf je dissolvais) 1. *Hòa tan, làm tan (một chất) trong một chất lỏng.* 2. *Giải tán (nghị viện) phá vỡ, làm tan (một tình bạn, một sự liên kết)* 3. se d. (a) *Tan trong nước;* (b) *(về một đám đông) Giải tán.*

dissuader [disɥade] vtr d. qn de qch, de faire qch *can ngăn ai làm việc gì.*

dissuasion [disɥazjɔ̃] nf *Sự can gián* force de d. *Lực lượng can thiệp để ngăn chặn sự tiến công.* dissuasif, -ive a *(có tính) Ngăn chặn;* Fig: être d. *là phương tiện ngăn chặn.*

dissymeátrie [disimetri] nf *Sự không cân đối.* dissymétrique a *Không cân đối.*

distance [dist)s] nf *Quãng, khoảng cách;* suivre qn à d. *đi theo sau ai một khoảng cách;* à quelle d. sommes - nous de la ville? *chúng ta còn cách thành phố bao xa?;* à une courte d. *cách một khoảng rất gần (với);* à une grande d. *Cách khoảng rất xa (với);* à dix ans de d. *il s'en souvient encore Sau (một khoảng cách) mười năm, nó vẫn còn nhớ lại được;* de d, en d. *cách khoảng;* tenir qn à d., garder ses distances *đứng cách xa ai một khoảng;* se tenir à d. *đối xử lãnh đạm với ai;* d. focale *giữ một khoảng cách xa cái gì (không dám lại gần cái gì).* distant a (a) *Sách;* maisons distantes d'un kilomètre *(*) nhà ở cách xa một cây số (**) Nhà ở cách một cây số* (b) *kiêu ngạo, thiếu thông cảm.*

distancer [dist)se] vtr (n. distançons) *Vượt xa, vượt qua, vượt lên trước;* se laisser d. *Bị tụt ra sau.*

distendre [dist)dr] vtr 1. *Làm căng phồng* 2. *Làm căng ra (bắp thịt).* 3. se d. *Làm căng dãn ra, làm lỏng.*

distension [dist)sjɔ̃] nf *Sự căng phồng, sự làm cho lỏng ra.*

distillateur [distilatœr] nm *Người cất (rượu).*

distillation [distilasjɔ̃] nf *Sự chưng cất ; sự cất (rượu)*

distiller [distile] vtr 1. *Rỉ, ứa (chất độc, hơi nước, con giận dữ)* 2. *Chưng cất (rượu).*

distillerie [distilri] nf (a) *Lò rượu, nhà máy cất rượu;* (b) *Sự cất rượu.*

distinction [dist(ks)jɔ̃] nf 1. *Sự phân biệt;* faire la d. entre deux choses *Phân biệt giữa hai vật;* sans d. *không phân biệt được (lộn xộn);* 2. (a) *Sự ưu đãi, danh dự;* b *huân chương;* 3. *Sự nổi tiếng; lối lạc.* distinct a (a) *Khác với, riêng biệt với;* (b) *Rõ ràng, minh bạch.* distinctement adv *Một cách khác biệt.* distinctif - ive a *Đặc trưng.*

distinguer [dist(ge] vtr 1. *Phân biệt, khác (với), có nét đặc thù* 2. *Ưu đãi;* 3. d. entre deux choses *Phân biệt giữa hai vật;* d. qch de qch *Phân biệt cái này với cái khác;* 4. *Phân biệt rõ ràng, nhận ra được (các đặc điểm);* il fait trop noir pour bien d. *Trời quá tối đen để có thể phân biệt rõ ràng được;* 5. se d. (a) *Tự phân biệt được;* (b) se d. des autres *Nổi bật so với người khác;* (c) *Nổi bật, khác người, nổi tiếng.* distinguable a *Có thể phân biệt được.* distingué a *Phân biệt, khác với;* Corr: Veuillez agréer mes sentiments distingués *thành kính ghi nhận nơi đây những cảm tình đặc biệt của tôi*

distorsion [distɔrsjɔ̃] nf *Sự vặn méo, sự làm cho méo mó, sự thiếu cân xứng.*

distraction [distraksjɔ̃] nf **1.** *Sự đãng trí*; **2.** *Sự giải trí, trò giải trí, tiêu khiển*.

distraire [distrɛr] vtr **1.** d. qn (de) *Làm ai bối rối, hoang mang về*; **2.** *Giải trí, giải khuây, làm tiêu khiển* **3.** se d. *Tiêu khiển, giải trí*. distrait a *Lơ đểnh, đãng trí*. distraitement adv *Một cách lơ đểnh, một cách đãng trí*. distrayant a *Giải buồn, khuây khỏa*.

distribuer [distribɥe] vtr *Phân phát, phân bố; (lệnh, giải thưởng); Cung cấp (nước); Chia (các quân bài) phát (thư)*; Th d. les rôles *Phân vai trong một vở kịch*.

distributeur - trice [distribytœ r, tris] **1.** n *Người phân phối*; **2.** nm Tchn *Bộ phân phối* Aul *Máy phát điện xoay chiều*; d. automatique *Máy bán hàng tự động*; d. de billets (*) *Máy bán vé tự động* (**) *Máy phát, đổi tiền mặt*.

distribution [distribysjɔ̃] nf (a) *Sự phân phát ; Sự phân bố (chức vụ) Sự phát (lương, phần tiêu chuẩn); sự phát thư, sự sắp xếp (đồ đạc)*; Com *sự phân phối (hàng hóa)*; Aut *Sự phân phối* Ecole d. des prix *Sự phát phần thưởng*; (b) Th: *Sự phân vai, phân cảnh (vở kịch)* (c) d. des eaux *Sự cung cấp nước*.

district [distrikt] nm *Quận, hạt*

dit [di] a (a) *Đã chọn, đã định*; prendre qch pour d. *chọn việc đã định*; à l'heure dite *Vào giờ đã định* (b) *gọi là, cái gọi là* la zone dite tempérée *Cái gọi là khu vực ôn đới*.

dithyrambique [ditir)bik] a *Thuộc loại thơ tán tụng*

diureátique [djyretik] a & nm Med *thông tiểu tiện, thuốc thông tiểu tiện*.

diurne [djyrn] a *Thuộc ban ngày*

divagation [divagasjɔ̃] nf *Sự nói dông dài, sự nói huyên thuyên*

divaguer [divage] vi *Nói ba hoa, nói vớ vẩn*

divan [div)] nm *Đi văng; ghế dài để nằm*.

divergence [divɛrʒɑ̃ s] nf *Sự phân kỳ, sự lệch*. divergent a *Phân kỳ, bị lệch*.

diverger [divɛrʒe] vi *Đi lệch ra khỏi*.

divers [divɛr] a pl (a) *Nhiều, phong phú, đa dạng*; opinions très diverses *Những ý kiến, dư luận rất khác nhau*; (frais) d. *thuế linh tinh*; Journ faits d. *Tin tức linh tinh, tin vặt*; (b) *Khác nhau, linh tinh*. en diverses occasions *Trong những trường hợp khác nhau*. diversement adv *Bằng những cách khác nhau*.

diversifier [divɛrsifje] (pr sub & impf n. diversifiions) vtr **1.** *Làm cho đa dạng, đối khác*; **2.** se d. *Thay đổi, biến đổi*.

diversion [divɛrsjɔ̃] nf *Sự làm lệch, sự thay đổi*.

diversiteá [divɛrsite] nf *Loại khác nhau, tính đa dạng*.

divertir [divɛrtir] vtr **1.**(a) *Hướng sang chỗ khác (sự chú ý)*; (b) *Biến thủ, tiêu lạm (tiền, qũi)*. **2.** *Làm lãng khuây, tiêu khiển, giải trí*; **3.** se d. *Tiêu khiển, giải trí*. divertissant a *Có thể giải khuây được*.

divertissement [divɛrtism)] nm **1.** *Sự biến thủ, tiêu lạm (quỹ, tiền)* **2.** (a) *Trò tiêu khiển, giải trí, giải lao*; Mus: *Khúc nhạc soạn cho một dàn nhạc nhỏ*.

dividende [divid)d] nm *Phần lời chia cho các cổ phần, số phải chia*.

diviniteá [divinite] nf *Thần linh, thần*. divin a *Thuộc về thánh thần, thần linh, thiêng liêng*. divinement adv *Một cách thiêng liêng*.

diviser [divize] vtr **1.** *Chia, tách ra, phân ra, chia ra*; d. pour régner *chia để trị*; **2.** se d. *Chia, phân (thành)*. divisible a *Có thể chia*.

diviseur [divizœ r] nm Mth *ước số*.

division [divizjɔ̃] nf **1.** *Sự chia, sự phân*; Mth: *Toán chia*; d. du travail *Sự phân chia lao động*; **2.** *Sự chia rẽ, mối bất hòa*.

divorcer [divɔrse] vi (je divorcai(s)) *Ly dị*; d. d'avec qn *Đoạn tuyệt với ai*. divorcé - ée **1.** a *Đoạn tuyệt* **2.** n *Sự ly dị*.

divulguer [divylge] vtr *Lộ, tiết lộ, phát giác*

dix [di, dis, diz] num a inv & nm inv **1.** il est dix heures *Bây giờ là 10 giờ*; j' en ai dix *Tôi có mười (điếm, quan tiền)*; **2.** nm inv (a) dix et demi *Mười rưỡi* (b) le d. mai *Ngày 10 tháng 5*; le numéro d. *Số 10*. dixième num adj. & nm & f *Thứ 10; cái thứ 10*.

dix - huit [dizɥit] num adj. & nm inv **1.** *Mười tám*; **2.** le dix-huit mai *Ngày 18 tháng 5*. dix-huitième num adj. & nm & f *Thứ 18, cái thứ 18*.

dix - neuf [diznœ f] num adj. & nm inv **1.** *Mười chín*; **2.** le dix - neuf mai *Ngày 19 tháng 5*. dix - neuvième nm adj. & nm & f *Thứ 19, cái thứ 19*.

dix - sept [disɛt] num adj. & nm inv **1.** *Mười bảy*; **2.** le dix - sept mai *Ngày 17 tháng 5*. dix - septième num adj. & nm & f *thứ 17, cái thứ 17*.

dizaine [dizɛn] nf *Một chục*; une d. de personnes *Độ 10 người, độ một chục người*.

do [do] nf inv Mus **1.** C *nốt đô*, C **2.** *(trong hệ thống Sol. Fa) Nốt đô*.

dociliteá [dɔsilite] nf *Sự dễ bảo, tính dễ bảo, dễ dạy*. docile a *Ngoan, dễ bảo*. docilement adv *Một cách ngoan ngoãn, dễ bảo*.

dock [dɔk] nm (a) *Bến cầu tàu, xưởng sửa chữa và đóng tàu*; (b) *Kho chứa hàng*.

docker [dɔkɛr] nm *Phu bến tàu, công nhân bốc vác ở bến tàu*.

docteur [dɔktœr] nm 1. d. (en médecine) *Tiến sĩ y khoa*; leur fille est d. *Con gái của họ là một bác sĩ*; le d. Thomas *Bác sĩ Thomas*; 2. Ecole d. ès lettres *Tiến sĩ văn chương*.

doctorat [dɔktɔra] nm *Học vị tiến sĩ (về)*.

doctoresse [dɔktɔres] nf *Nữ bác sĩ*.

doctrine [dɔktrin] nf *Học thuyết, chủ nghĩa, chủ thuyết*. doctrinaire 1. a *Giáo điều, đúng khuôn phép*; 2. nm *Người theo chủ nghĩa giáo điều*. doctrinal, aux a *Thuộc về học thuyết, chủ thuyết*.

document [dɔkym)] nm *Văn kiện, tài liệu*. documentaire 1. a *Thuộc về văn kiện, tài liệu*; 2. nm Cin *Phim tài liệu*.

documentaliste [dɔkym)talist] n *Chuyên viên về tư liệu, văn khố*.

documentation [dɔkym)tasjɔ̃] n *Sự dẫn chứng, sự khảo cứu (tài liệu)*; Com: *Tác phẩm văn học hoặc tư liệu được in ấn*.

documenter [dɔkym)te] vtr d. qn 1. *Chỉ dẫn (ai)*; 2. se d. *Viện chứng, dẫn chứng (từ một cuốn sách)*. documenté a *Được thông báo tốt, được cung cấp tài liệu đầy đủ*.

dodeliner [dɔdline] vi d. de la tête *Lúc lắc cái đầu*

dodo [dodo] nm *(ngôn ngữ của trẻ em) ngủ*; aller au d. *Đi nằm*; faire d. *Đi ngủ*.

dodu [dɔdy] a *Béo mập, mũm mĩm*.

doge [dɔʒ] nm Hist: *Chức quan tổng trấn thành Gênes và Venise xưa giáo lý, tín điều*.

dogmatique a *Thuộc về giáo lý, tín điều*.

dogue [dɔg] nm *Chó ngao (giống chó đầu to mõm ngắn)*

doigt [dwa] nm (a) *Ngón tay*; mon petit d. me l'a dit *Tôi biết nhưng tôi sẽ không nói anh nhờ ai mà tôi biết*; il n'a pas levé le d. *Nó đã không giơ tay lên*; promener ses doigts sur qch *Giơ ngón tay trêu cái gì, sờ mó cái gì*; avoir des doigts de fée *có đôi tay khéo léo*; montrer qch du d. *chỉ trỏ cái gì, bằng ngón tay*; mettre le d. dans l'engrenage *Dính dáng liên lụy vào việc gì*; vous avez mis le d. dessus *Anh đã lại xía vào công việc này (trong việc này có tay anh xía vào)*; savoir qch sur le bout du d. *Biết rõ ai, biết ai một cách rành mạch*; (b) *Độ rộng của ngón tay* 1 un d. de cognac. *Một chút rượu cô nhắc (rượu trong ly được đo bằng độ rộng ngón tay)*; être à deux doigts de *ở gần lắm*; (c) d. de pied *Ngón chân*.

doigteá [dwate] nm 1. Mus *Ngón đàn* 2. *Xúc giác* 3. *Tài ứng biến*.

doigtier [dwatje] nm *Bao ngón tay*.

doleáances [dɔle)s] nfpl *Lời phàn nàn, than phiền*.

dollar [dɔlar] nm *Đồng đô-la*.

domaine [dɔmen] mnm 1. *Lãnh thổ; Tài sản*; d. public *tài sản công cộng*; tomber dans le d. public *(về sách) Mất bản quyền* 2. *Lĩnh vực, phạm vi, tầm ảnh hưởng*.

dôme [dom] nm (a) *Mái vòm, mái tròn* (b) *Vòm cây*.

domesticiteá [dɔmestisite] nf *Nô bộc, đầy tớ*. domestique 1. a *Thuộc về gia đình, thuộc về công việc trong nhà;* 2. n *Người giúp việc nhà, gia nhân*.

domestiquer [dɔmestike] vtr *Nuôi làm gia súc (thú vật); Khai thác (năng lượng nguyên tử)*.

domicile [dɔmisil] nm *Chỗ trú ngụ, nhà ở; Nơi cư trú*; sans d. *Không nơi cư trú nhất định*; à d. *ở tại nhà*; travailleur à d. *người làm công việc tại nhà*; livrer à d. *Giao tận nhà*; franco à d. *Được miễn phí tiền vận chuyển*.

domiciliation [dɔmisiljasjɔ̃] nf Com: *Sự định nơi thanh toán, định chỗ trả tiền*.

domicilier [dɔmisilje] vtr Com: *Khai cư trú trong (trong phiếu ngân hàng)*. domicilié a *Có nơi cư trú (tại)*

domination [dɔminasjɔ̃] nf *Sự thống trị; đạo đức; sự ảnh hưởng, tác dụng*; d. de soi - même *sự tự chủ*. dominateur - trice *Thống trị, chế ngự, ảnh hưởng đến*.

dominer [dɔmine] 1. vi *Có ảnh hưởng, chi phối*; couleur qui domine *Màu trội*; 2. vtr (a) *Thống trị; chế ngự; chinh phục, chế ngự (sự thẹn thùng)* sa voix dominait toutes les autres *Giọng của nó lấn áp tất cả các giọng khác*; Sp d. la partie *Chiếm ưu thế trong một môn thể thao;* (b) *Vượt lên trên (một cái gì) giám sát;* 3. se d. *Tự chủ*. dominant 1. a *Chi phối; thống trị; chế ngự; trội hơn hẳn; nổi bật*; 2. nf (a) Mus: *Nốt sol*; (b) *Nét đặc trưng*.

dominicain - aine [dɔminik(, ɛn] a & n 1. Egl *(thuộc) Giòng thánh Dominique*; 2. Geog: la République Dominicaine *Nước cộng hòa Dominicaine*

dominical - aux [dɔminikal, o] a *Cuộc dạo chơi ngày chủ nhật*; repos d. *Ngày nghỉ chủ nhật*.

domino [dɔmino] nm *Cờ domino*.

dommage [dɔmaʒ] nm (a) 1. *Sự thiệt hại, sự hư hỏng.*; (b) quel d.! *Đáng thương quá! đáng tiếc quá!*, 2. (a) *Tiền bồi thường (thiệt hại) (về tài sản)*; (b) Dr: dommages et intérêts *Khoản bồi thường, tiền bồi thường về thiệt hại*.

domptage [dɔ̃taʒ] nm *Sự thuần hóa (súc vật)*.

dompter [dɔ̃te] vtr *Thuần hóa (một con vật); tập cho quen, cho thuần (một con ngựa); Chinh phục khắc phục, vượt qua (một thói quen)*.

domptable a *Có thể thuần hóa được.*

dompteur - euse [dɔ̃tœ r, -z] n *Người thuần dưỡng, người huấn luyện (súc vật)*; d. de chevaux *Người dạy, huấn luyện ngựa đua.*

DOM (TOM) abbr Dé partements (et territoires) d'outre -mer. *Khu hành chính và lãnh thổ ở hải ngoại.*

don [dɔ̃] nm 1. *Sự dâng, sự hiến*; le d. du sang *Sự hiến máu* 2. (a) *Quà tặng, món quà, đồ biếu*; faire d. de *Cho biếu*; (b) *Thiên tư, năng khiếu.*

donataire [dɔnateʀ] n *Người được tặng*

donateur - trice [dɔnatœ r, tris] n *Người tặng.*

donation [dɔnasjɔ̃] nf *Sự tặng, sự biếu.*

donc [dɔ̃k] 1. conj *Do đó, bởi vậy, vậy thì, cho nên*; 2. adv. (a) *(để nhấn mạnh).* te voilà d. de retour *Vậy là mày đã trở về rồi đó há*; mais taisez - vous d. *Này im lặng đi chứ các anh*; allons d.,! *Đi thôi!*; comment d. ? *Sao ? anh muốn nói cái gì*; pensez d.,! *Suy nghĩ chính chắn đi! Nghĩ lại đi nào !*; (b) *(Sau một sự gián đoạn hay đi lệch vấn đề)*; d. Pour en revenir à notre sujet *Được, vậy thì trở lại vấn đề của chúng ta.*

donjon [dɔ̃ʒɔ̃] nm *Chòi gác, vọng lâu, tháp canh.*

donnant [dɔn)] a d.d. *Cho đi cho lại, cho qua cho lại.*

donne [dɔn] nm *Sự chia bài* fausse d. *Sự chia bài gian lậu*

donneáe [dɔne] nf 1. *Dữ kiện, số liệu, dẫn cứ*; 2. *Dữ liệu, sự kiện.*

donner [dɔne] 1. vtr (a) *Cho*; d. un bal *cho một qủa bóng*; d. aux pauvres *Bố thí, cho người nghèo*; d. des conseils *Cho những lời khuyên răn*; d. à boire à qn *cho ai uống nước*; cela me donne à croire que *điều đó tôi nghĩ là*; je vous le donne en mille *Tôi đố anh đấy, tôi thách anh đấy*; il n' est pas donné à tout le monde d'être écrivain *Không phải ai sinh ra trên đời này đều là văn sĩ cả* d. du sang *hiến máu*; (b) d. à qn qch à garder *Giao phó cho ai một cái gì*; qch à réparer *Đem, đưa một cái gì đi sửa* d. la main à qn *Đưa tay cho ai nắm*; (c) d.les cartes *Chia bài*; (d) *Cung cấp (về một vụ mùa) Sinh sản, cung cấp (bằng chứng)*; d.du souci *Gây ra buồn phiền*; cela donne à réfléchir *Cái đó làm cho phải suy nghĩ*; d. un bon exemple *cho một ví dụ thật hay*; qu'est - ce qu'on donne au cinéma ? *Ở rạp phim người ta chiếu (phim) gì vậy?* F ca n'a rien donné *Cái đó không có tác dụng gì cả*; (e) d. faim à qn *Làm cho ai phải đói*; (f) *Quy, cho*; je lui donne trente ans *Tôi ước chừng anh ta khoảng 30 tuổi*; d. raison à

qn *Cho ai là phải, bệnh vực ai*; 2. vi (a) fenêtre qui donne sur la cour *Cửa sổ trông ra sân*; la porte donne sur le jardin *Cánh cửa lớn dẫn ra khu vườn*; le soleil donne dans la pièce *Mặt trời chiếu rọi vào căn phòng*; (b) d. de la tête contre qch *Đụng, húc đầu vào vào cái gì*; F il ne sait pas où d. de la tête *Hắn không biết quay về phía nào*; d. dans le piège, F dans le panneau *Rơi vào bẫy*; (c) *(vẻ vải vóc)* 3. se d. (a) *Hiến mình (cho)*; se d. des airs *Tự tạo ra vẻ*; (b) Hamlet se donne ce soir *Tối nay sẽ diễn vở Hamlet*; (c) se d. du souci *gây buồn phiền*; *Làm việc hết mình .. Bị đau đớn, khổ sở (do cái gì)*; s' en d. à coeur joie *Được tự do tha hồ vui thich.*

donneá a & pp *Cho định trước*; étant d. la situation *Trên quan điểm, vị trí*; étant d. qu' il est mineur *Từ khi nó còn tuổi vị thành niên (đầu cho nó còn tuổi vị thành niên*; à un moment d. *Vào một thời điểm đã cho*; F c'est d. *Của dơ bẩn, hèn mọn.*

donneur - euse [dɔnœ r, -z] n (a) *Người cho, người tặng*; Med *Người hoặc vật cho máu, cho một bộ phận (để ghép vào cơ thể)*; d. de sang *người cho máu, người hiến máu*; (b) *Người chia bài*; (c) *Người làm điểm chỉ cho cánh sát.*

dont [dɔ̃] rel pron (= de qui, duquel, desquels, etc) (a) *Từ đó, do đó, ở đó, mà*; la famille d. je suis descendu, *Gia đình giòng dõi mà từ đó tôi xuất thân*; la femme d. il est amoureux *Người đàn bà mà anh ấy yêu*; la facon d. il me regardait *Cái cách mà nó nhìn tôi*; (b) *Mà*; Le livre d. j'ai besoin *Cuốn sách mà tôi cần*; voici ce d. il s' agit *Ấy là chuyện đang được bàn đến.*; (c) *Mà*; la dame d. je connais le fils *Người đàn bà mà tôi biết đứa con trai (của bà ta)*; la chambre d. la porte est fermée *Căn phòng (mà) cánh cửa được đóng kín*; (d) quelques - uns étaient là, d. votre frère *Trong số vài người ở đó, có anh của bạn.*

doping [dɔpiŋ] nm *Sự sử dụng thuốc kich thich.*

doper [dɔpe] vtr 1. *Sử dụng thuốc kich thich (cho ngựa đua)*; 2. se d. *Tự sử dụng thuốc kich thich.*

doreánavant [dɔrenavɑ̃] adv *Từ rày, từ nay về sau.*

dorer [dɔre] vtr 1. *Mạ vàng, nhuộm vàng*; d. la pilule *Nhuộm vàng, áo vàng các viên thuốc bằng đường vàng*; 2. *Tráng, cho láng mặt bánh (bằng đường, kem...); Ráng cho vàng (miếng thịt)*; 3. se d. au soleil *Tắm nắng.* doré a *Làm cho vàng, nhuộm vàng (tóc)*

dorique [dɔrik] a *Theo lối kiến trúc Doric (cổ Hy Lạp)*

dorloter [dɔrlɔte] vtr *Âu yếm nựng nịu*

dormeur - euse [dɔrmœr, -z] n *Hay ngủ*.
dormir [dɔrmir] vi (ppr dormant pr ind je dors)
1. *Ngủ, đang ngủ;* d. profondément *Ngủ say;* d.d'un sommeil léger *ngủ mơ màng;* le café m'empêche de d. *Cà phê làm cho tôi không ngủ được;* d. trop longtemps *ngủ quá giấc, ngủ quên;* d. comme un loir *ngủ mê, ngủ li bì (như con sơn thử);* ne d. que d'un oeil *ngủ chập chờn;* vous pouvez d. sur les deux oreilles *(Anh cứ) yên lòng, không có việc gì phải lo ngại;* avoir envie de d. *Buồn ngủ, thèm ngủ;* il dort debout *Hắn quá sức buồn ngủ, hắn rục người vì buồn ngủ;* une histoire à d. debout *Chuyện quá sức nhàm chán, tẻ nhạt (gây buồn ngủ);* 2. *Trở nên bất động, ở trong trạng thái không hoạt động* l'eau qui dort *(vũng) nước tù hãm.* dormant 1. a *Lặng im, bất động (nước), (treo) cố định (một khung ảnh)* 2. nm *Khung (cửa, cửa sổ)*
dorsal - aux [dɔrsal, o] a *Thuộc về lưng*
dortoir [dɔrtwar] nm *Phòng ngủ tập thể;* cité - d. *Khu nhà tập thể ở ngoại ô (của những người làm việc trong thành phố)*
dorure [dɔryr] nf 1. *Lớp mạ, xi vàng* 2. *Sự mạ, xuy vàng.*
doryphore [dɔrifɔr] nm *Bọ cánh cứng Colorado (hay phá hại cây khoai tây)*
dos [do] nm 1. *Lưng;* avoir le d. vouté *Có cái lưng gù;* vu de d. *Nhìn từ phía sau;* robe décolletée dans le d. *Áo gài nút ở sau lưng;* il me tombe toujours sur le d. *(về một con mèo);* faire le gros d. *Uốn cong lưng lên;* voyager à d. d' âne *Dạo chơi trên lưng lừa;* d. à d. *Chung lưng đấu cật;* Je n'ai rien à me mettre sur le d. *Tôi không có một mảnh áo để mặc;* Fig mettre un crime sur le d. de qn *Gán, trút một tội lỗi lên một người khác;* F avoir qn sur le d. *Có trách nhiệm đối với ai;* il a bon d. *Nó giỏi chịu đựng;* F j'en ai plein le d. *Tôi chán ngấy việc đó rồi;* 2. *Lưng (ghế), mặt sau;* voir au d. *(xin) xem mặt sau.*
dosage [dozaʒ] nm *Sự phân định (liều lượng);* faire le d. de *Đong, phân (một cái gì)*
dose [doz] n *Liều (thuốc);* par petites doses *Với liều lượng nhỏ;* forcer la d. *Xử dụng quá liều lượng, tăng liều lượng*
doser [doze] vtr *Định phân, phân lượng.*
doseur [dozœr] nm *Dụng cụ, đơn vị để đo, lường;* bouchon d. *Nắp để lường thuốc (ở chai thuốc).*
dossard [dɔsar] nm Sp *Số (mang trên lưng) của một vận động viên môn chạy.*
dossier [dosje] nm 1. *Lưng dựa (của chiếc ghế);* 2. (a) *hồ sơ ; Đĩa, băng lưu trữ hồ sơ, tài liệu;* (b) *Cặp giấy đựng hồ sơ.*

dot [dɔt] nf *Của hồi môn*
dotation [dɔtasjɔ̃] n *Việc cấp lợi tức.*
doter [dɔte] vtr (a) *Cấp cho của hồi môn;* (b) *Quyên góp (cho bệnh viện);* (c) Ind d. une usine d'un matériel neuf *Cung cấp cho nhà máy một thiết bị mới.*
douairieâre [dwerjer] nf *Qủa phụ (thuộc nhà danh giá, qúi tộc)*
douane [dwan] nf *Hải quan, quan thuế;* passer à la d. *Thông qua hải quan;* marchandises en d. *Hàng hóa nằm ở kho quan thuế;* (bureau de) d. *Trụ sở văn phòng hải quan.* douanier - ière 1. a tarif d. *Biểu suất thuế hải quan;* union doua-nière *Liên hiệp quan thuế* 2. nm *Nhân viên hải quan.*
doublage [dublaʒ] nm *Sự bồi (tranh, sự may lót (áo) Sự lồng tiếng.*
double [dubl] 1. a *Đôi, hai lần* valise à d. fond *Valy có hai đáy(với một đáy giả);* mot à d. sens *Một từ có hai nghĩa;* jouer un d. jeu *chơi trò nước đôi, lập lờ;* faire qch en d. exemplaire *Sao một cái gì ra làm hai bản;* faire coup d. *Một công hai chuyện, một mũi tên giết hai con chim;* le prix est d. de ce qu'il était *Giá tăng lên gấp đôi (so với giá trước đây);* fermer à d. tour *Khóa (cửa) hai vòng;* à d. usage *Có hai công dụng;* 2. adv voir d. *Thấy thành hai;* 3. nm (a) *Số gấp đôi;* ca ma coûté le d. *Tôi phải trả cái đó gấp đôi;* Ten: d. mixte *Trận đánh đôi (quần vợt)* (b) *Bản sao copy.* doublement 1. adv *Gấp hai, bằng hai cách* 2. nm *Sự gấp đôi, sự lót áo* Aut *Sự vượt, sự qua mặt (về xe cộ)*
double - commande [dubləkɔm)d] nf Av: *Sự điều khiển được ở người dạy và người học lái.*
double - deácimeâtre [dubləsimetr] nm pl doubles - décimètres *thước học sinh (20cm)*
doubler [duble] 1. vtr (a) *gấp đôi (kích thước, số lượng);* (b) *gập đôi, xếp làm hai;* Th *Đóng thay vai người khác; Đóng thay mặt cho diễn viên;* Mar: d. un cap *Chạy vòng qua một dọi đất;* d. le pas *Đi gấp rút lên;* (c) Aut *défense de* d. *Cấm qua mặt;* (d) *Lồng tiếng (vào phim);* 2. vi *Gấp hai, tăng hai lên;* 3. se d. de *Nối, kết hợp lại thành cặp, thành đôi với.*
doublure [dublyr] nf 1. *Lớp lót (áo quần);* 2. Th: *Người đóng vai thế;* Cin: *Người thay thế cho diễn viên (trong phim) đôi khi đóng thay các vai nguy hiểm.*
douce *Xem doux.*
douceur [dusœr] nf 1. (a) *Vị ngọt (của mật ong...);* (b) *Đồ ngọt, bánh kẹo;* aimer les douceurs *(tính) thích ăn ngọt;* 2. *Sự êm dịu, sự ôn hòa, vừa phải (của khí hậu);* 3. *Sự thích thú* les douceurs de l' amitié *Niềm thích thú của tình bạn.;* 4. *Sự dịu dàng, duyên dáng (của nụ cười)*

douche / **draper**

en d. *Một cách lịch sự;* démarrer en d. *Khởi động một cách nhẹ nhàng.* **douceâtre** a *Ngòn ngọt, hơi ngọt.* **doucereux - euse** a *Hơi ngọt; Có cách ăn nói ngọt ngào (một người); Ngọt xớt (giọng nói).*
douche [duʃ] nf (a) *Một trận, một tràng, một loạt;* d. écossaise *Liên tục kế tiếp nhau những rủi ro và may mắn, sự thăng trầm;* (b) *Sự nhúng vào, sự làm cho ướt đẫm, sự bỏ rơi;* (c) *Phòng tắm có vòi sen.*
doucher [duʃe] vtr *Cho ai tắm bằng vòi sen;* se d. *(tự) tắm bằng vòi sen.*
doueá [dwe] a *Có năng khiếu;* être d. pour *Được phú cho một thiên tư để.*
douille [duj] nf (a) *Cái đui (của bông đèn);* (b) *Vỏ (của một cuộn phim).*
douillet - ette [dujɛ, jɛt] a (a) *(bao vải nêm) để giữ ấm (giường);* (b) *Nhẹ nhàng, mềm móng, nhõng nhẽo (con người).* douillettement adv *Một cách nhẹ nhàng, tế nhị;* élever d. *Nâng niu, chiều chuộng ai.*
douleur [dulœr] nf 1. *Cơn đau, sự đau đớn;* 2. *Nỗi buồn thảm, thống khổ.* **douloureux - euse** a 1. *đau đớn;* 2. *Đau khổ, buồn thảm.* douloureusement adv *Một cách đau đớn, một cách buồn thảm.*
doute [dut], nm *Sự ngờ vực, sự không tin chắc, sự hoài nghi;* mettre en d. *Đặt nghi vấn, ngờ vực về;* être dans le d. *Nghi ngờ về cái gì;* cela ne fait plus aucun d. *Không còn vấn đề gì nghi ngờ về cái đó nữa;* sans d. *Chắc chắn, không nghi ngờ;* sans aucun d. *Không còn nghi ngờ gì nữa.*
douter [dute] 1. vi *Nghi ngờ;* d. du zèle de qn *Nghi ngờ về sự nhiệt thành của ai;* j'en doute *Tôi nghi quá, nghi ngờ rằng;* 2. se d. de qch *Ngờ, tưởng rằng;* je m' en doutais (bien) *Tôi đã rất hồ nghi về điều đó;* Je m'en doute *tôi không thể tin tưởng hoàn toàn về điều đó được;* je ne me doutais pas qu' il fut là *Tôi đã không nghĩ là nó đang ở đó.* douteux - euse a *Đáng ngờ, mơ hồ, không chắc, không rõ ràng, không minh bạch (một công ty, một cơ sở kinh doanh).*
douves [duv] nfpl *Hào, mương nước (quanh một lâu đài)*
Douvres [duvr] Geogr. *Xứ Douvres.*
doux, douce [du, dus] a (a) *Ngọt, ngọt ngào, dịu.;* eau douce *(*) Nước ngọt (nguyên chất); (**) Nước mềm (không chứa khoáng chất);* (b) *dễ chịu, thích thú (cảm giác);* (c) *Nhẹ nhàng, ôn hòa (thời tiết); dịu (ánh sáng); Êm, nhẹ (đường dốc);* (d) *Nhẹ nhàng, ôn hòa;* (e) adv tout d.! *thong thả, khoang thai nào;* F filer d. *Chịu thua, phục tùng;* en douce *Nhẹ nhàng, êm ru.* doucement adv *Một cách êm ái, một cách*

nhẹ nhàng; allez - y d.! *Bắt đầu đi, nhẹ thôi.*
douzaine [duzɛn] nf *Một tá;* une d. de personnes *Vào khoảng 12 người;* à la d. *Từng tá một.*
douze [duz] num a inv & nm inv *Mười hai;* le d. mai *Ngày 12 tháng 5.* douzième num a & n *thứ 12.* douzièmement adv *Mười hai là, ở thứ 12.*
doyen - enne [dwaj(, ɛn] n 1. (a) Egl: Ecole *Tu viện trưởng, chủ nhiệm khoa;* (b) *Trưởng đoàn (đoàn ngoại giao);* 2. *Bậc niên trưởng;* d. d'âge *Người cao tuổi nhất*
Dr abr Docteur *Bác sĩ*
draconien - ienne [drakɔnj(, jɛn] a *Hà khắc, nghiêm khắc; quyết liệt, mãnh liệt (cách xử trí)*
drageáe [draʒe] nf *Kẹo hạnh nhân bọc đường;* tenir la d. haute à qn *Treo cao giá ngọc với ai.*
dragéifié a *Bọc đường*
dragon [dragɔ̃] nm 1. *Con rồng* 2. Mil: *lính kỵ binh*
drague [drag] nf *Máy nạo vét lòng sông, tàu hút bùn; Lưới vét.*
draguer [drage] vtr 1. *Nạo vét lòng sông* 2. *mò vét (một ao nước); quét, dọn sạch (kênh, mương, mán, rãnh)* 3. vtr & i P *dụ dỗ gái tơ; Nói chuyện bá vơ*
dragueur [dragœr] nm 1. *tàu vét bùn;* d. de mines *Tàu vớt mìn, thủy lôi* 2. P *Người thích săn tìm chuyện bá vơ.*
drain [drɛ̃] nm *Ống tháo nước*
drainage [drɛnaʒ] nm *Sự tháo nước.*
drainer [drene] vtr *Rút, tháo nước (đất) rút mủ (áp xe)*
dramatisation [dramatizasjɔ̃] nf *Sự kịch hóa.*
dramatiser [dramatize] vtr *Nghiêm trọng hóa, kịch hóa.*
dramaturge [dramatyrʒ] n *Nhà soạn kịch.*
drame [dram] nm 1. (a) *Thể loại kịch;* (b) *Vở kịch, vở bi kịch* 2. *Thảm kịch, bi kịch;* il ne faut pas en faire un d. *Không cần thiết phải bi kịch hóa vấn đề.* dramatique 1. (a) *Thuộc về kịch bản, thuộc về thể bi kịch;* auteur d. *nhà soạn kịch* 2. nf *Vở kịch truyền hình.* dramatiquement adv *Đầy kịch tính, có vẻ bi kịch.*
drap [dra] nm 1. *Tấm trải giường;* d. de dessous, dessus *Tấm trải nệm; tấm trải trên giường (nệm);* être dans de beaux draps *Gặp cảnh ngộ rắc rối, khó khăn;* 2. d. de bain *Khăn tắm.*
drapeau - eaux [drapo] nm *Cờ, quân kỳ* être sous les drapeaux *đang tại ngũ, đang phục vụ trong quân đội.*
draper [drape] vtr Che, *phủ bằng;* se d. (dans,de) *Phủ mình, cuộn mình trong;* se d. dans sa dignité *Làm ra vẻ bệ vệ, uy nghiêm.*

draperie [drapri] nf *Nghề bán vải vóc, màn trướng.*

drapier - ieâre [drapje, jɛr] n *Người bán vải vóc, áo quần*

dressage [dresaʒ] nm *Sự huấn luyện.*

dresser [drese] vtr **1.** *Cương lên, dựng nên (một đài kỷ niệm), dựng (cái thang) Sắp đặt, giăng (bẫy) ; dựng lên (chiếc lều)*; d. les oreilles *Vễnh tai lên*; **2.** *Sắp xếp, dựng ra, lập ra (một phương án, báo cáo, danh sách)* **3.** d. qn contre qn *Sắp đặt người này chống kia.* **4.** (a) *Thuần hóa (súc vật)*; (b) F: *Khép ai vào kỷ luật*; ça le dressera ! *Điều đó sẽ luyện tập nó; rèn luyện nó*. **5.** se d. (a) *Mọc lên, dựng đứng lên, trỗi dậy* se. d sur la pointe des pieds *Đứng nhón chân*; ses cheveux se dressaient *tóc nó dựng lên*; (b) se d. contre qch *Nổi lên chống lại ai.*

dresseur - euse [drɛsœr, -z] n *Người huấn luyện*; d. de fauves *Người huấn luyện mãnh thú.*

dressoir [dreswar] nm *Tủ đựng bát đĩa.*

dribbler [drible] vtr *Rê (quả bóng) dắt bóng.*

dribbleur [driblœr] nm *Người rê qủa bóng.*

drille [drij] nm F un joyeux d. *Một người có cá tính vui vẻ.*

drogue [drɔg] nf (a) *Thuốc giảm đau, kích thích*; (b) la d. *Thuốc kích thích.*

drogueá - eáe [drɔge] n *Người sử dụng thuốc.*

droguer [drɔge] vtr **1.** (a) *Cho thuốc theo liều lượng*; (b) *Pha thuốc vào thức ăn, thức uống (cho một nạn nhân, một vật tế thần)*; **2.** se d. *(tự) uống thuốc quá liều*; il se drogue *Nó là một tay chơi ma túy (thuốc kích thích).*

droguerie [drɔgri] nf (a) *Cửa hàng bán đồ ngũ kim* (b) *Nghề ngũ kim.*

droguiste [drɔgist] nm *Người bán đồ ngũ kim*

droit[1], **droite** [drwa, drwat] **1.** a (a) *Thẳng, đứng* se tenir d. *Đứng nghiêm (giữ tư thế) đứng thẳng*; angle d. *Góc vuông*; (b) *Thẳng trục* ligne droite nf *đường thẳng*; en ligne droite *Bằng đường thẳng, trực tiếp*; (c) *thẳng thắn, chính trực (người)*; (d) *Phải (tay phải)*; être le bras d. qn *Là cánh tay phải của ai* **2.** adv *thẳng (đường) trực tiếp*; c'est d. devant vous *Ngay trước mặt chúng ta, thẳng một mạch*; **3.** nf la droite *Bên phải, tay phải*; Pol: *(Cánh) hữu (đảng)* de droite *(Cánh của) bên phải*; Pol: *Cánh hữu (ứng viên)* Aut rouler à d. *Lái xe bên phải*; tenir la droite *Giữ phía phải, đi bên phải.*

droit[2] nm **1.** *Quyền* droits civils *dân quyền*; d. d'ainesse *quyền huynh trưởng*; d. d'auteur *quyền tác giả (bản quyền, tác quyền)*; avoir d à qch *Có quyền hạn trên một việc gì*; F il a eu d. à une bonne fessée *Nó đáng được đánh đòn*;

avoir le d. de faire qch *Có quyền làm một việc gì*; à bon d. *Đúng luật chính đáng*; de quel d. est - il entré? *Nó lấy quyền hạn gì để vào đây?*; **2.** *Thuế, thuế má, phí* droits d'auteur *Tiền bản quyền tác giả*; d. de douane *Thuế hải quan*; d d'entrée *thuế nhập khẩu*; **3.** faire son d. *học luật.*

droitier - ieâre [drwatje, jɛr] **1.** a *Thuận tay mặt* **2.** *Người thuận tay mặt.*

droiture [drwatyr] nf *Tính ngay thẳng.*

drôle [drol] a (a) *Buồn cười, hài hước*; (b) *Kỳ cục, kỳ quái, kỳ quặc*; F se sentir tout d. *tự cảm thấy kỳ cục*; (c) F un d. de type *Một người kỳ quặc*; quelle d. d'idée! *Một ý tưởng thật kỳ cục !*; il faut une d. de patience *(để nhấn mạnh) phải cần rất nhiều kiên nhẫn*; (d) adv P: ca m' a fait tout d. *Cái đó cho tôi một cảm giác hết sức kỳ cục.* drôlement adv *Một cách quái gở, một cách kỳ cục*; F *Rất, nhiều*; il fait d. froid *Trời rất lạnh.*

drôlerie [drolri] nf *Một nhận xét buồn cười.*

dromadaire [drɔmadɛr] nm Z *Con lạc đà (một bứu).*

dru [dry] **1.** a *Dày, rậm (cỏ, tóc); (cơn mưa) mạnh mẽ*; **2.** adv *Dày, mạnh* tomber d. *Mưa dày và nặng hạt*; pousser d. *Mọc dày.*

druide [drɥid] nm *Giáo sĩ Celtic cổ.*

du [dy] = **de le** Xem de và le.

dû, due **1.** a (a) *Do, bởi*; d. à do, bởi en port dû *Cước phí do người nhận chịu*; (b) *Đúng thích hợp*; en bonne et due forme *Đúng thể thức*; **2.** nm *Món nợ, món tiền* à chacun son dû *Ai có phần nấy*. dûment adv *Thích hợp, đúng đắn.*

dualiteá [dɥalite] nf *Tính nhị nguyên, tính hai mặt.*

dubitatif - ive [dybitatif, iv] a *Hoài nghi.*

duc [dyk] nm *Quận công, công tước*. ducal- aux a *Thuộc về quận công, công tước.*

ducheá [dyʃe] nm *Lãnh địa của công tước*

duchesse [dyʃɛs] nf *Vợ của công tước.*

duel [dɥɛl] nm se battre en d. *So tài quyết đấu.*

duelliste [dɥɛlist] nm *Người quyết đấu*

dune [dyn] nf *Đụn (cát)*

Dunkerque [dœ̃kɛrk] *Dunkerque*

duo [dɥo] nm Mus *Bản nhạc song tấu.*

duodeánum [dɥɔdenɔm] nm *Đoạn đầu ruột non, tá tràng.*

dupe [dyp] nf *Người bị lừa gạt* F *Kẻ non nớt, ngây ngô*; a je ne suis pas d. *Tôi không dễ bị phỉnh phờ đâu*; d. de *Bị phỉnh phờ, bị lừa gạt bởi.*

duper [dype] vtr *Lừa bịp, lừa gạt (ai)*; se d. *Tự lừa dối.*

duperie [dypri] nf *Sự lừa gạt.*

duplex [dyplɛks] (a) a inv & nm TSF TV: (émission en) d. *Sự phát thanh (phát hình) liên kết*; (b) nm *Căn hộ hai tầng có cầu thang bên trong*.

duplicata [dyplikata] nm inv *Bản sao một văn bản, tài liệu*.

duplicateur [dyplikatœr] nm *Máy sao chép, tài liệu, máy photocopy*.

dupliciteá [dyplisite] *Trò hai mặt, lừa dối*.

dur [dyr] ar **1.** *Cứng, dai (thịt, gỗ)* oeuf d. *Trứng luộc chín*; être d. à cuire *Cứng đầu, gàn dở*; **2.** *Khó nhọc, khó khăn*; rendre la vie dure à qn *Làm cho đời sống ai trở nên khó khăn, nghèo khổ*; **3.** (a) être d. d'oreille *Nặng tai*; (b) *Cứng rắn, nghiêm khắc*; avoir le coeur d. *Có một trái tim sắt đá*; être d. avec qn *nghiêm khắc đối với ai*; hiver d. *Mùa đông khắc nghiệt*; **4.** adv travailler d. *Làm việc một cách cực nhọc, vất vả*; élevé à la dure *Được giáo dục trong một môi trường nghiêm khắc*. **5.** nm *Gã du côn, gã gàn dở*; un d. à cuire **6.** nf (a) coucher sur la dure *Ngủ trên đất*; (b) F en voir de dures *Qua một thời gian khổ*. durement adv *Một cách cứng rắn, một cách nghiêm khắc, một cách khó khăn*.

durabiliteá [dyrabilite] nf *Tính bền bỉ*. durable a *Bền bỉ, dài lâu*. durablement adv *Một cách bền bỉ*.

durant [dyr)] prep *Trong khi* sa vie d. *Bình sinh trong đời hắn ta*; parler des heures d. *Nói chuyện liền mấy tiếng đồng hồ*; d. quelques instants *Trong thời gian ngắn*.

durcir [dyrsir] **1.** vtr *Làm cho cứng* **2.** vi & pr *Trở nên cứng*.

durcissement [dyrsism)] nm *Sự trở nên cứng*.

dureáe [dyre] nf **1.** *Giá trị sử dụng (lâu dài) tuổi thọ (của bóng đèn)*; **2.** *Thời gian* de courte d. *Với thời gian ngắn, tuổi thọ ngắn, không lâu dài*; de longue d. *(*) Bền bỉ (**) Sử dụng với thời gian dài (băng, đĩa hát)*.

durer [dyre] vi *Kéo dài, tồn tại* vollà 3 ans que *Việc này kéo dài 3 năm*; ea ne peut pas d. *(*) Không thể sử dụng được nữa; (**) Không thể kéo dài được nữa*.

dureteá [dyrte] nf **1.** *Sự, tính cứng rắn, rắn chắc*; **2.** *Sự khó khăn (về nhiệm vụ)*; **3.** *Nhẫn tâm, tàn nhẫn, nghiêm khắc*; d. de coeur *Sự sắt đá của trái tim*.

durillon [dyrij)] nm *Cục chai (ở chân)*

duvet [dyvɛ] nm **1.** *Lông tơ (ở gáy, ở chim non, của đào)*; d. du cygne *Loại vải dày bên trong mềm như lông tơ thiên nga* **2.** *túi ngủ*. duveté a, duveteux - euse a *Có lông tơ, phủ lông tơ*.

dynamique [dinamik] **1.** *Thuộc về động lực học* **2.** (a) la d. *Động lực học*; (b) *Sức mạnh, sức đẩy (của, của hành động)*.

dynamisme [dinamism] nm *Thuyết động lực học, sự hăng hái*.

dynamite [dinamit] nf *Chất đi na mít, cốt mìn*.

dynamiter [dinamite] vtr *Đặt mìn*.

dynastie [dinasti] nf *triều đại* dynastique a *Thuộc về triều đại*.

dysenterie [dis)tri] nf Med *Bệnh kiết ly*.

dyslexie [dislɛksi] Med *Chứng mù đọc*. dyslexique a *Thuộc về chứng mù đọc, bị mắc chứng mù đọc, loạn đọc*.

dyspepsie [dispɛpsi] nf Med *Chứng khó tiêu*.

Ee

E,e [ə] nm *(chữ)* E, e.
E abr est E.
eau [o] nf **1.** *Nước*; e. douce, *(*) nước ngọt, (**) nước mềm (nước không có khoáng chất)*; passer à l'e. *súc bằng nước*; e. grasse *nước rửa*; mettre de l'e. dans son vin, *(*) bớt tiêu pha; (**) ôn hòa hơn*; ville d'eau(x) *thành phố có nguồn nước khoáng chữa bệnh*; prendre les eaux *uống nước*; **2.** (a) e. de pluie *Nước mưa*; (b) cours d'e. *dòng nước, suối, sông*; jet d'e. *tia nước*; pièce d'e. *(trang trí) hồ*; tomber à l'e. *(*) rơi xuống nước, (**) vỡ kế hoạch, hỏng tuốt*; (c) faire e. *cho thoát nước*; chaussures qui prennent l'e. *giày đi nước*; (d) service des eaux *Dịch vụ cung cấp nước, nhà máy nước*; château d'e. *tháp nước*; conduite d'e. *cống dẫn nước*; e. courante *nước chảy*; **3.** (a) j'en avais l'e. à la bouche *Tôi thèm ăn đến nhỏ dãi*; (b) diamant de la première e. *kim cương loại một*; **4.** e. de Cologne *Nước hoa cologne*; e. de toilette *nước hoa*; e. oxygénée *nước oxy già*; e. de Javel *nước Javel (tẩy rửa)*; Sc. nu: e. lourde *nước nặng*.
eau-de-vie [odvi] nf *Rượu trắng*; pl eaux-de-vie.
eau-forte [ofɔrt] nf **1.** Ch: *Dung dịch axit nitric*; **2.** pl eaux-fortes *thuật chạm khắc bằng axit*.
ébahir [ebair] vtr *Làm ngạc nhiên, làm kinh ngạc, sửng sốt, há hốc*.
ébahissement [ebaism)] nm *Sự kinh ngạc, sự sửng sốt*.
ébats [eba] nmpl *Sự vui đùa, nô giỡn*.
ébattre (s') [sebatr] vtr *Vui đùa, nô giỡn*.
ébauchage [eboʃaʒ] nm *Sự phát hình; phát thảo; phát họa*.
ébauche [eboʃ] nf *Bản phát họa (tranh); bản thảo (truyện)*; é. d'un sourire *nụ cười hé mở*.
ébaucher [eboʃe] vtr *Phát họa; phát thảo, vạch ra (kế hoạch)*; é. un sourire *cười mỉm*.
ébeâne [eben] nf *Gỗ mun; (d'un noir)* d'é. *(màu đen nhánh), đen huyền*.
ébeániste [ebenist] nm *Thợ đóng đồ gỗ mun, gỗ quí*.
ébeánisterie [ebenistəri] nf (a) *Việc đóng đồ gỗ mun*; (b) *nghề đóng đồ gỗ mun*.
éberlueá [ebɛrlɥe] adj. F: *Ngạc nhiên, sửng sốt*.
éblouir [ebluir] vtr *Làm lóa mắt*.
éblousissement [ebluism)] nm **1.** (a) *Sự lóa mắt*; (b) Med: *sự hoa mắt*; **2.** *Cái nhìn thán phục*.
éborgner [ebɔrɲe] vtr é. qn *Làm chột mắt ai, móc mắt ai*.
éboueur [ebuœr] nm *Người dọn rác, phu quét đường*.
ébouillanter [ebuj)te] **1.** vtr *Trụng nước sôi*. **2.** s'é. *bị bỏng nước sôi*.
éboulement [ebulm)] nm **1.** *Giảm sút, suy đồi, sụp đổ*; **2.** *Sự sụt lở (đá)*; é. de terre *sự lở đất*.
ébouler(s') [sebule] vpr *Sụt lở, sụp đổ*.
éboulis [ebuli] nm *Đống đất đá sụt lở; lớ tích*.
ébouriffer [eburife] vtr **1.** *Làm bù xù (tóc của ai)*; **2.** F: *Làm ai giật mình*. ébouriffant a F: *Quái lạ, dị thường*.
ébranlement [ebr)lm)] nm *Sự chấn động*.
ébranler [ebr)le] vtr **1.** *Làm lung lay; lắt; làm rung chuyển (tòa nhà)*; **2.** s'é. *Bắt đầu (di chuyển); khởi hành (tàu lửa); (đám rước) bắt đầu*.
ébreácher [ebreʃe] vtr (j'ébrèche; j'ébrécherai) *Làm mẻ cái gì; nhổ (răng); làm hao mòn vốn*.
ébreáchure [ebreʃyr] nf *Chỗ mẻ*.
ébrieáteá [ebriete] nf *Sự say rượu, sự choáng váng*.
ébrouer(s') [sebrue] vpr *Khì mũi (ngựa); vung vẩy, ngoe nguẩy (chó, người)*.
ébruitement [ebrɥitm)] nm *Sự đồn đại*.
ébruiter [ebrɥite] vtr **1.** *Đồn đại*. **2.** s'é. *tiết lộ tin tức*; F: *lan truyền, truyền bá*.
ébullition [ebylisjɔ̃] nm (a) *Sự sôi*; porter à é. *đun sôi*; Fig: être en é. *huyên náo, sôi động*.
écaille [ekaj] nf **1.** (a) *Vảy (cá)*; (b) *Lớp (sơn); mảnh (men sứ); miếng (gỗ)*; **2.** *Đồi mồi (rùa)*;

eácailler [ekaje] vtr 1. (a) Đánh vảy (cá); tách vỏ (sò, trai); (b) làm bong (sơn); 2. s'é. làm mê.

eácarlate [ekarlat] nf & a Hồng điều.

eácarquiller [ekarkije] vtr é. les yeux Mở rộng mắt, giương mắt; nhìn chằm chằm.

eácart [ekar] nm 1. (a) Khoảng cách, sự chênh lệch; é. entre le prix de vente et le coût sự chênh lệch giữa giá thành và giá bán; é. entre deux lectures sự khác biệt giữa hai bản trích diễn; (b) sự tách biệt; faire le grand é. làm tách biệt. 2. (a) Sự chệch hướng; faire un é. bước chệch hướng; (ngựa) bất thần quay sang một bên; écarts de jeunesse những bất cẩn của tuổi trẻ; (b) sự lạc đề (trong khi nói) 3. à l'é. Một bên, một phía; se tenir à l'é. đứng ngoài vòng; mettre à l'é. tout sentiment personnel gạt bỏ mọi tình cảm riêng tư.

eácarteler [ekartəle] vtr (j'écartèle) Xé xác (tội phạm). écartelé a Fig: é. entre, torn Bị giằng xé giữa...

eácartement [ekartəm)] nm Khoảng cách; khoảng cách trục xe.

eácarter [ekarte] vtr 1. (a) Tách ra, cuốn (màn); giang (tay); xoạc (chân); (b) dịch ra xa; gạt bỏ (khó khăn); é. un coup xua đuổi mối nguy hiểm; (c) đánh lạc hướng (sự nghi ngờ); 2. s'é. (a) Xa ra, lánh đi; (b) Gạt ra, phân rẽ (c) sai đường, chệch hướng; s'é. du sujet lạc đề. écarté a 1. Hẻo lánh, xa xôi (nhà, nơi) 2. Tách ra; se tenir les jambes écartées đứng dạng chân.

ecchymose [ekimoz] nf Vết tím bầm.

eccleásiastique [eklezjastik] 1. a Thuộc về giáo sĩ; về cuộc sống tu hành; 2. nm Tu sĩ, giáo sĩ.

eácerveleá [esɛrvəle] 1. a Có tính lơ đễnh 2. n Người có trí nhớ không tốt.

eáchafaud [eʃafo] nm Đoạn đầu đài, giàn giáo.

eáchafaudage [eʃafodaʒ] nm 1. Sự xây dựng; 2. (a) Dựng giàn giáo; (b) sự chất đống (vật dụng).

eáchafauder [eʃafode] 1. vtr (a) Chất đống (vật dụng); (b) dựng nên (những kế hoạch); 2. vi Dựng giàn giáo.

eáchalas [eʃala] nm grand é. Người gầy và cao.

eáchalote [eʃalɔt] nf Bot: Hành tăm.

eáchancrure [eʃ)kryr] nf Sự hở (cổ áo); việc khoét (vào gỗ); sự ăn sâu (vào bờ). échancré a cổ hình chữ V, bị khoét (cổ áo); bị ăn sâu (vào bờ), bị mục (gỗ).

eáchange [eʃ)ʒ] nm Sự trao đổi; en é. để đổi lấy; faire un é. de qch pour, contre, qch đổi cái

gì cho cái gì.

eáchanger [eʃ)ʒe] vtr (n. échangeons) Trao đổi, thay thế (cái gì cho cái gì).

eáchangeur [eʃ)ʒœr] nm (giao thông) Ngã tư hai tầng.

eáchantillon [eʃ)tijɔ̃] nm Mẫu; loại.

eáchantillonnage [eʃ)tijɔnaʒ] nm 1. Sự lấy mẫu; 2. Phân loại mẫu.

eáchappatoire [eʃapatwar] nf Lối thoát.

eáchappeá,-eáe [eʃape] n Thoát ra, sống ra.

eáchappeáe [eʃape] nf 1. Sp: Sự trội lên (trong cuộc đua) 2. Khoảng cách, khoảng trống; é. (de vue), viễn cảnh; é. de soleil sự bừng nắng.

eáchappement [eʃapm)] nm 1. Sự thoát (khí, nước); (tuyau d') é. xả hơi (ống); pot d'é. vật giữ âm thanh; NAm: vật cản âm thanh; é. libre thoát ra (vật giữ âm thanh) 2. (khóa) sự trốn thoát.

eáchapper [eʃape] vi 1. (a) (chia với être hay avoir) Thoát; é. à qn thoát khỏi ai; il nous a échappé ông ấy đã giải thoát cho chúng tôi; la vérité lui échappe parfois đôi khi anh ta nói toạc sự thật; son nom m'échappe tôi không nhớ tên người ấy; é. à toute définition khước từ điều xác nhận; (b) (aux avoir) F: vous l'avez échappe belle anh ta đã thoát nạn; (c) laisser é. giải thoát cho ai; thả tự do ; tiết lộ (bí mật); để rơi (nước mắt); laisser é. l'occasion bỏ lỡ cơ hội; (d) thoát khỏi; é. d'une maladie khỏi bệnh; 2. s'é. Thoát; (hơi) xả; un cri s'échappe de ses lèvres tiếng la bật từ miệng cô ta.

eácharde [eʃard] nf Mảnh vỡ, gai.

eácharpe [eʃarp] nf (a) (thị trưởng) Dải thắt lưng; (b) khăn quàng cổ (c) (tay) băng vải; bras en é. cánh tay băng vải.

eácharper [eʃarpe] vtr Băm; xé từng mảnh.

eáchasse [eʃas] nf Kheo, cà kêu; nọc, cừ.

eáchassier [eʃasje] nm Người lội nước; con cò cao cẳng quen lội nước.

eáchauder [eʃode] vtr Làm bỏng, hâm nóng; F: être échaudé được dạy một bài học.

eáchauffement [eʃofm)] nm 1. Sự làm nóng (động cơ) 2. Sự khích động 3. Sp: Sự nồng hậu.

eáchauffer [eʃofe] vtr 1. Làm nóng; é. les oreilles de qn làm ai giận giữ; 2. s'é. (a) trở nên quá nóng nảy; ne vous échauffez pas đừng quá kích động; (b) (vận động viên, cuộc họp) khơi dậy tinh thần.

eáchauffoureáe [eʃofure] nf Cuộc ẩu đả; sự xung khắc; cuộc loạn đả giữa các toán lính.

eácheáance [eʃe)s] nf (a) Sự vỡ nợ (hóa đơn); ngày thanh toán; ngày hết hạn; venir à é. vỡ nợ; à trois mois d'é. kỳ hạn 3 tháng; billet à longue, à courte, é. ngân phiếu dài hạn, ngắn

eácheáant(le cas) hạn; à longue é. *cuối cùng*; (b) *Hóa đơn (thanh toán)*; faire face à une é. *trả tiền hóa đơn*.

eácheáant(le cas) [lɔkazeʃe)] adv *Có thế*.

eáchec [eʃɛk] nm **1.** (a) Chess: *Sự kiểm soát*; é. et mat *sự chiếu tướng*; tenir qn en é. *giữ ai lại*; (b) *sự thất bại, sự thoái bộ*; faire é. à qch *kiểm soát cái gì*; voué à l'é. *buộc phải thất bại*; se solder par un é. *kết thúc trong thất bại*. **2.** partie d'échecs *Môn chơi cờ*; jeu d'échecs *(*) bàn cờ; (**) những quân cờ*.

eáchelle [eʃɛl] nf **1.** (a) *Thang*; é. d'incendie, é. de sauvetage *thang cứu người bị hỏa hoạn*; faire la courte é. à qn *(i) chạy đến giúp ai (ii) giúp ai một tay*; il faut, il n'y a plus qu'à tirer l'é. *chúng ta có thể từ bỏ*; (b) *thang, sự chạy (trong áo quần bó sát)*; **2.** (a) é. sociale *nấc thang xã hội* (b) é. des traitements *mức lương*; é. sociale *mức lưu động (giá cả)*; **3.** *Sự chia độ (bản đồ, dự án)*; à petite, à grande, é. *qui mô nhỏ, qui mô lớn*.

eáchelon [eʃlɔ̃] nm (a) *Nấc thang*; (b) *Bậc cấp*; monter par échelons *leo lên những bậc thang danh vọng*; à l'é. ministériel *cấp bộ trưởng (cấp mục sư)*.

eáchelonnement [eʃlɔnm)] nm *Kéo dài (tiền thanh toán); sự xếp đặt công việc để khỏi trùng hợp nhau (nhân ngày lễ)*.

eáchelonner [eʃlɔne] **1.** vtr *Xếp cách nhau (vật); kéo dài (tiền thanh toán); xếp đặt công việc (nhân ngày lễ)*; **2.** s'é. (sur) *trái đều, dàn đều (qua)*.

eácheveau, -eaux [eʃvo] nm (a) *Sợi bông, cuộn tơ*; (b) *đường quanh co; sự nhiêu khê, phức tạp (tình tiết của vở kịch, cuốn truyện)*.

eácheveleá [eʃəvle] a (a) *Lôi thôi (người); rối tung (tóc)*; (b) *hoang dại, điên cuồng (điệu nhảy, giai điệu)*.

eáchine [eʃin] nf **1.** *Xương sống*; courber l'é. *vái sát đất*; **2.** Cu: *Thịt sườn*.

eáchiner(s') [seʃine] vpr *Dốc hết sức (để làm gì); cần mẫn (vào điều gì)*.

eáchiquier [eʃikje] nm **1.** *Bàn cờ*; en é. *lúc thịnh lúc suy*; **2.** l'É. *ngân khố, bộ tài chính*.

eácho [eko] nm **1.** *Tiếng vang*; se faire l'é., des opinions de qn *vang lại, lập lại ý kiến của ai*; avoir des échos de *nghe tin về* **2.** *Mục đồn nhảm, tin cục bộ*.

eáchographie [ekografi] nf *Sự ghi sóng dội*; passer une é. *siêu âm*.

eáchoir [eʃwar] vi (prp échéant; pp échu; pr ind il échoit, ils échoient; impf il échoira; aux être) *thường dùng với* être; **1.** é. (en partage) à qn *Rơi vào tình trạng của ai* **2.** (a) *Trưởng thành; vỡ nợ*; (b) *(thời gian cho thuê) hết hạn*.

eáchotier, -ieâre [ekɔtje, jɛr] n *Phóng viên phụ trách các mục phao tin đồn nhảm trên báo*.

eáchouer [eʃwe] vi **1.** (a) *Vào bờ*; échoué à sec *cao ráo*; (b) *Thất bại*; le projet a échoué *kế hoạch bị vỡ*; é. à un examen *thi hỏng*; faire é. un project *làm hỏng một kế hoạch* **2.** s'é. *Đáp xuống, đặt nền tảng*.

eáclabousser [eklabuse] vtr (a) *Làm tung tóe*; (b) *Làm nhục, làm ô danh ai*.

eáclair [eklɛr] nm **1.** *Tia chớp; chớp*; rapide comme l'é. *nhanh như chớp*; passer comme un é. *lướt qua như chớp* **2.** *Tóe lửa (súng); lóe ra (thiên tài, tài năng)*; **3.** Cu: éclair *Bánh kem mặt láng*.

eáclairage [eklɛraʒ] nm (a) *Sự thắp sáng*; é. par projecteurs *ánh sáng tràn ngập*; heure d'é. *giờ lên đèn*; (b) Fig: dans, sous, cet é. *trong cơ hội này*.

eáclairagiste [eklɛraʒist] nm *Kỹ sư điện, kỹ thuật viên ánh sáng*.

eáclaircie [eklɛrsi] nf **1.** *Sự xuyên qua (mây)*; Meteor: *khoảng sáng* **2.** *Sự quang đãng (trong rừng)*.

eáclaircir [eklɛrsir] vtr **1.** (a) *Làm quang đãng (sương)*; s'é. la voix *làm thông giọng*; (b) *thắp sáng; làm rõ ràng, cụ thể*; (c) *khai thác, đưa ra ánh sáng, giải quyết (điều bí ẩn); làm rõ (tình hình)*; (d) *làm thưa (rừng), làm loãng (nước sốt); chặt bớt (cây cối)*. **2.** s'e. (a) *Làm quang đãng (thời tiết); làm trong hơn (giọng), làm sáng sủa hơn (da mặt)*; sa figure s'éclaircit *mặt hắn rạng rỡ hẳn lên*; (b) s'é. (sur qch) *làm rõ ràng (cái gì)*; (c) *tỉa bớt (tóc, cây cối)*.

eáclaircissement [eklɛrsism)] nm *Sự rõ ràng, sự giải thích*; demander des éclaircissements *yêu cầu giải thích*.

eáclaireá [eklere] a (a) *Thắp sáng, rạng rỡ*; (b) *Hiểu biết, tính ngộ; học rộng, có trình độ cao*.

eáclairer [eklere] **1.** vtr (a) *Thắp sáng, rạng rỡ*; (b) *Hiểu biết, tính ngộ*; (c) *học rộng, có trình độ cao*; (d) Mil: é. le terrain *dò xét đất* **2.** vi cette lampe éclaire mal *ánh sáng của cái đèn này quá yếu ớt*. **3.** s'é. *Được thắp sáng (đường); rạng lên, bừng lên (gương mặt); trở nên rõ ràng hơn (tình hình)*. éclairant a *Có học rộng, am tường*.

eáclaireur,-euse [eklerœr, -z] (a) nm Mil: *Quân lính trinh thám*; (b) n *Hướng đạo sinh (nam); hướng dẫn viên (nữ)*.

eáclat [ekla] nm **1.** *Mảnh vỡ, mẻ*; voler en éclats *bay tóe ra từng mảnh*; briser qch en éclats de verre, (*) *ly vỡ*; (**) *ly bay*; **2.** *Sự phát ra (tiếng ồn, tiếng cười)*; éclats de voix *tiếng*

éclatement

hét; rire aux éclats *bật cười, cười xòa;* faire (de l') é. *làm khuấy động;* sans é. *một cách yên tĩnh;* **3.** (a) *Tia lóe (ánh sáng);* (b) *ánh sáng le lói (mặt trời); ánh sáng lấp lánh;* l'é. de ses yeux *ánh lấp lánh trong mắt cô ấy;* l'é. de la jeunesse *thời xuân sắc;* (c) *sự rực rỡ ; sự quyến rũ;* aimer l'é. *thích làm nổi, phô trương.*

éclatement [eklatm̃)] nm *Sự bùng nổ (súng); sự nổ lốp (xe); sự tan vỡ (ly).*

éclater [eklate] **1.** vtr *Làm gãy (cành cây); làm nổ (lốp);* **2.** vi (a) *Nổ (bom); nổ (lốp xe); làm vỡ (ly);* (b) *bùng nổ (chiến tranh, bệnh dịch); ngừng (bão); nổi lên (giận);* quand la guerre a éclaté *khi chiến tranh bùng nổ;* é. de rire *cười xòa;* é. en sanglots *khóc nức nở;* é. de colère *nổi giận lôi đình.* **3.** vi *Lấp lánh (đồ trang sức);* l'indignation éclate dans ses yeux *sự giận dữ bừng lên trong mắt anh ta.* éclatant a **1.** *Rộn ràng (âm thanh, tiếng cười); kêu the thé (tiếng thét);* **2.** *Sáng chói, lòe loẹt (màu sắc, ánh sáng); lấp lánh (châu báu).*

éclectique [eklɛktik] a *Không chuyên thích cái gì.*

éclipse [eklips] nf *Nhật thực, nguyệt thực; sự lu mờ về danh vọng.*

éclipser [eklipse] **1.** vtr *Che khuất, làm lu mờ* **2.** s'é., (a) *bị che khuất (mặt trời);* (b) F: *trượt chân; tuột ra khỏi.*

éclopeá,-eáe [eklɔpe] **1.** *Què cụt;* **2.** n *Người bị thương nhẹ.*

éclore [eklɔr] vi def (pp éclos; pr ind il éclot, ils éclosent impf il éclosait; no ph; aux use être, occ avoir) **1.** *Ấp (trứng, gà con)* **2.** *Nở (hoa); hừng sáng (ban ngày).*

éclosion [eklozjɔ̃] nf **1.** *Việc ấp (trứng, gà con)* **2.** *Sự nở (hoa).*

écluse [eklyz] nf (porte d') é. *Cửa cống.*

éclusier,-ieâre [eklyzje, jɛr] n *Người giữ cống, người coi cống.*

écoeurement [ekœrm̃)] nm (a) *Sự nôn mửa;* (b) *Sự kinh tởm;* (c) *Sự chán nản.*

écoeurer [ekœre] vtr (a) *Làm ai muốn nôn mửa (thức ăn);* (b) *Làm cho ghê tởm;* (c) *làm cho nản lòng.* écoeurant a (a) *Lộn mửa; ghê tởm* (b) *Chán ngấy, nản lòng.*

école [ekɔl] nf (a) *Trường học;* é. maternelle *vườn trẻ;* é. primaire *trường tiểu học;* é. bibre *trường tư,* é. mixte *trường dạy chung cho nam và nữ;* aller à l'é. *đi học;* faire é. *có nhiều môn đệ, có nhiều người theo;* faire l'é. buissonnière *trốn học;* vous êtes à bonne é. *anh có thầy bạn tốt;* (b) les grandes écoles *trường trung cấp dạy nghề, trung học chuyên nghiệp;* é. normale *cao đẳng sư phạm;* (c) é. d'équitation *trường dạy cưỡi ngựa.*

écolier,-ieâre [ekɔlje, jɛr] n (a) *Học sinh tiểu học;* (b) *Người non nớt.*

écologie [ekɔlɔʒi] n *Sinh thái học.*

éconduire [ekɔ̃dµir] vtr **1.** *Từ chối lời thỉnh cầu của ai* **2.** *Chỉ cửa cho ai; đuổi khéo ai; sa thải ai.*

économat [ekɔnɔma] nm (a) *Chức quản lý;* (b) *phòng quản lý;* (c) *cửa hàng riêng cho công nhân viên.*

économe [ekɔnɔm] **1.** n *Người quản lý (trường đại học); chiêu đãi viên* **2.** a *Tiết kiệm, dè xẻn.*

économie [ekɔnɔmi] nf **1.** *Kinh tế học;* é. politique *kinh tế chính trị* **2.** *Tính tiết kiệm, dè xẻn;* faire une é.de temps *tiết kiệm thời gian.* **3.** *Tiền tiết kiệm;* faire des economies *để dành tiền.* économique a **1.** *Về kinh tế học (học thuyết);* sciences écono-miques *kinh tế học* **2.** *Tiết kiệm.* économiquement adv *Kinh tế;* les é. faibles *người bị thiệt thòi về quyền lợi; người thuộc tầng lớp thấp trong xã hội.*

économiser [ekɔnɔmize] vtr & i *Tiết kiệm.*

économiste [ekɔnɔmist] n *Nhà kinh tế học.*

écope [ekɔp] nf Nau: *Gáo tát nước.*

écoper [ekɔpe] **1.** vtr Nau: *Tát nước* **2.** vi F: *bị bắt, bị phạt;* il a écopé de deux ans de prison *ông ấy bị ở tù 2 năm.*

écorce [ekɔrs] nf *Vỏ cây; vỏ cam;* l'é. terrestre *vỏ trái đất.*

écorcher [ekɔrʃe] vtr **1.** *Lột da;* F: é. une langue *xóa bỏ một ngôn ngữ;* é. le client *lừa đảo khách hàng.* **2.** (a) *Làm trầy da, làm xước da;* (b) *Làm kêu loẹt xoẹt;* son qui écorche l'oreille *âm thanh kêu loẹt xoẹt bên tai.* **3.** s'é. *Bị sướt, bị trầy.*

écorchure [ekɔrʃyr] nf *Vết sướt, vết trầy.*

écorner [ekɔrne] vtr (a) *Làm quăn góc (sách);* livre écorné par l'usage *sách bị quăn góc vì sử dụng;* (b) é. son capital *làm hao hụt tài sản của mình.*

écosse [ekɔs] nf *Scotland.* écossais,-aise **1.** a *Thuộc Scotland* **2.** n Scot: *Người Scotland* **3.** a & nm tissu é. *vải tartan* **4.** nm *tiếng Scot.*

écosser [ekɔse] vtr *Bóc vỏ (đậu).*

écot [eko] nm payer son é. *Góp tiền.*

écoulement [ekulm̃)] nm **1.** (a) *Sự chảy nước; sự thoát nước;* fossé d'é. *ống thoát nước;* (tube d') é. *ống thoát nước bẩn;* (b) Med: *xuất viện;* (c) *giải tán (đám đông); dòng (xe cộ)* **2.** *Sự tiêu thụ (hàng hóa).*

écouler [ekule] vtr **1.** *Hàng hóa; xuất kho;* é. de faux billets *lưu hành tiền giả* **2.** s'é. (a) *chảy ra (chất lỏng) rút đi; giải tán (đám đông); hết dần (tiền);* (b) *trôi qua (thời gian).* écoulé a *Thuộc về quá khứ.*

eácourter [ekurte] vtr *Rút ngắn, cắt ngắn (bài học).*

eácoute [ekut] nf **1.** être aux écoute *(*) rình nghe (**) nghe ngóng* **2.** à l'é. *lắng nghe*; é. de contrôle *nghe để kiểm tra*; heures de grande é. *giờ nghe cao điểm*; Tp: restez à l'é... *xin vui lòng giữ máy (điện thoại)*; écoutes téléphoniques *mắc đường dây điện thoại*; **3.** avoir une bonne é. *có khả năng nghe tốt.*

eácouter [ekute] vtr **1.** (a) *Lắng nghe*; é. qn jusqu'au bout *nghe lời người nào*; se faire é. *làm cho người ta nghe mình*; é. aux portes *nghe trộm*; écoutez ! *hãy xem đây*; (b) *nghe (điện thoại)* **2.** *chú ý đến ai*; si je m'écoutais *giá mà tôi đã làm như mình nghĩ*. **3.** il s'écoute trop *anh ta quá nhõng nhẽo*.

eácouteur,-euse [ekutœr, -z] n **1.** (a) *Thính giả*; é. (aux portes) *người nghe lén*; (b) *người nhận điện thoại* **2.** nm (*) *ống nghe (điện thoại)* (**) *Các ống nghe*.

eácrabouiller [ekrabuje] vtr F: *Nghiền nát*.

eácran [ekrɑ̃] nm *Tấm màng*; Cin: é. (de projection), *màn ảnh, màn hình*; le grand é. *phim*; le petit é. *ti vi*; vedette de l'é *minh tinh màn bạc*; porter à l'e.

eácrasement [ekrazmɑ̃] nm *Sự đè nát, cán nát*.

eácraser [ekraze] **1.** vtr (a) *Đè nát, cán nát; làm dẹp; dập (ruồi)*; se faire é. *bị dè, cán lên*; écraser d'impôts *thuế quá nặng*. écrasé de traval *bù đầu vì công việc*; (b) P: en é. *ngủ say như chết* **2.** vi écrase ! *thà nó ra !* **3.** s'é. *Sụp đổ*; s'é. sur le sol *rơi xuống đất (người)*; s'é. *rơi (máy bay)*; s'é. contre un arbre *va vào cây*. écrasant a *(thất bại) Nặng nề; đầy (bằng chứng)*.

eácreámer [ekreme] vtr (j'écrème; j'écrèmerai) *Gạn chất béo (kem, sữa)*; é. une collection *lấy đi cái hay tốt nhất trong bộ sưu tập*.

eácrevisse [ekrəvis] nf *Tôm sông*.

eácrier(s') [sekrije] vpr *La hét; hô thán*.

eácrin [ekrɛ̃] nm *Hộp đồ (tư trang)*

eácrire [ekrir] vtr (prp écrivant; pp écrit; pr ind j'écris, n. écrivons; fu j'écrirai, ph j'écrivis) **1.** (a) *Viết*; il écrit bien *chữ viết anh ta đẹp*; machine à é. *máy đánh chữ*; é, une lettre à la machine *đánh một lá thư*; (b) *Ghi chép (cái gì)*; il est écrit que je n'irai pas *tôi nhất thiết không đến đó*; c'est écrit *điều đó nhất định phải xảy ra*; (c) *Viết (sách, bài hát)* **2.** s'é. *được đánh vần*.

eácrit [ekri] nm (a) *Sự viết lách*; par é. *sự viết tay*; (b) *tài liệu viết tay*; (c) *Tác phẩm (của một tác giả)*; (d) *Kỳ thi viết*.

ecriteau,-eaux [ekrito] nm *Tranh cổ động, áp phích, biển hiệu, yết thị, thông cáo*.

eácriture [ekrityr] nf **1.** (a) *Bản thảo viết tay*; (b) *Sự viết tay*; é. à la machine *đánh máy*; **2.** (a) *Giấy tờ, tài liệu (văn phòng)*; (b) *điều ghi vào số, danh mục*; tenir les écritures *giữ số sách, giấy tờ*; (c) l'É. Sainte, les Saintes Écritures *kinh thánh*.

ecrivain [ekrivɛ̃] nm *Tác giả, nhà văn*; femme é. *nữ văn sĩ*.

eácrou [ekru] nm **1.** *Đai ốc* **2.** levée d'é. *thả, giải thoát (tù nhân)*.

eácrouer [ekrue] vtr *Bắt bỏ tù*.

eácroulement [ekrulmɑ̃] nm *Sự sụp đổ, sự khánh tận, suy đổi*.

eácrouler(s') [sekrule] vpr *Sụp đổ, bãi bỏ, ngã; người (*) suy sụp; (**) suy vong, khánh kiệt*; F: s'é. sur une chaise *buông mình vào ghế*.

eácru [ekry] nm *Tấm chăn*.

ECU, eácu [eky] **1.** nm abr European Currency Unit, ECU *Đơn vị tiền tệ châu Âu, đồng Ecu*. **2.** *đồng 5 Shillings*.

eácueil [ekœj] nm (a) *Đá ngầm; đá nhô ra khỏi bờ*; donner sur les écueils *va vào đá*; (b) Fig: *trở ngại, khó khăn bất ngờ*.

ecuelle [ekɥɛl] nf *Chén*.

eáculeá [ekyle] a (a) *Đế giày* (b) Fig: *tầm thường (đùa, v.v...)*.

eácume [ekym] nf **1.** (a) *Bọt súi* (b) *váng nổi trên mặt (mứt)*; é. de la société *cặn bã của xã hội* **2.** é. (de mer) *bọt biển*. écumeux,-euse a *Sủi bọt*.

eácumer [ekyme] **1.** vtr (a) *Hớt bọt món thịt hầm*; (b) *Sự cướp bóc, cướp phá (ở miền quê)*; é. les mers *cướp biển* **2.** vi *Sủi bọt*; é. (de rage) *nổi cơn thịnh nộ*.

eácumoire [ekymwar] nf *Muỗng, vá hớt bọt (khi nấu ăn)*.

eácurie [ekyri] nf *Chuồng (ngựa, bò)*; mettre un cheval à l'é. *nhốt ngựa vào chuồng*; é. (de courses) *đàn ngựa đua*.

eácusson [ekysɔ̃] nm **1.** *Cái khiêng, tấm chắn; bao tay* **2.** *Huy hiệu, phù hiệu, quân hàm*.

eácuyer,-eâre [ekɥije, ɛr] n **1.** nm (a) *Địa chủ* (b) *viên giám mã, quan hầu* **2.** n *Người cưỡi ngựa, người biểu diễn ngựa xiếc*.

eácezeáma [ɛgzema] nm *Nhiễm trùng da*.

eádenteá [ed]te] a *Không có răng*.

eádicter [edikte] vtr *Đưa lệnh, ban bố*.

eádification [edifikasjɔ̃] nf **1.** *Sự xây dựng, sự dựng lên (tượng đài)*; **2.** (a) *Sự soi sáng*, (b) *Sự mở mang trí óc*.

eádifice [edifis] nm *Công trình xây dựng lớn, tòa nhà*; Fig: *sự soi sáng, sự mở mang trí óc*.

eádifier [edifje] vtr **1.** *Dựng lên, xây* **2.** (a) *Khai* trí, mở mang trí óc cho ai; (b) huấn thị, mở mang trí óc cho ai.

eádit [edi] nm Sắc lệnh.

editer [edite] vtr **1.** Chọn lọc, điều chỉnh (bài viết) **2.** Xuất bản (sách).

eáditeur,-trice [editœ r, tris] n (tổng) Biên tập; người xuất bản.

eádition [edisjɔ̃] nf **1.** Loại sách xuất bản, số bản in ra **2.** Sự xuất bản; maison d'é. nhà xuất bản.

eáditorial, aux [editɔrjal, o] **1.** a Thuộc chủ bút (báo, sách) **2.** nm Bài xã luận.

eáditorialiste [editɔrjalist] n Người viết xã luận.

eádredon [edrədɔ̃] nm Chăn lông, lông tơ vịt biển.

eáducation [edykasjɔ̃] nf (a) Sự giáo dục; faire l'é. de qn giáo dục, dạy ai; é. physique rèn luyện thân thể; (b) sự luyện (thú vật); (c) sự trồng, sự nuôi; sans é. vô giáo dục; avoir de l'é. giàu nhân tình; il manque d'é. anh ta thiếu tư cách. éducateur,-trice **1.** a Có giáo dục **2.** n Nhà sư phạm. éducatif,-ive a Có tính chất giáo dục, thuộc ngành giáo dục.

eádulcorer [edylkɔre] vtr **1.** Làm dịu vị (thuốc) **2.** Làm cho đỡ gay gắt, làm dịu đi (bài báo cáo).

eáduquer [edyke] vtr Nuôi dưỡng, giáo dục (trẻ em); mal éduqué thiếu giáo dục.

effacement [efasmɑ̃)] nm **1.** Sự xóa (từ ngữ); sự mòn dần (câu khắc, câu đề tặng); sự xóa (băng từ) **2.** Sự tự hủy diệt.

effacer [efase] vtr (n. effaçons) **1.** (a) Xóa nhòa; xóa bỏ; xóa; e. un mot xóa, tẩy một từ; e. une tache tẩy một vết bẩn; e. une bande magnétique, xóa băng từ; e. des imperfections che dấu, lấp liếm (khuyết điểm); e. qch de sa mémoire xóa cái gì khỏi tâm trí; (b) e. le corps đứng sang một bên; e. les épaules chen vai nhau; **2.** s'e. (a) mờ nhạt, xóa nhòa đi, tàn úa đi; s'é. à l'eau rửa sạch, dội sạch; (b) Nép mình, ẩn lánh. effacé a Ấn lánh; không muốn ai biết tới (người, nhân cách)

effarement [efarmɑ̃)] nm Sự sợ hãi; sự mất tinh thần.

effarer [efare] vtr Làm sợ; làm mất tinh thần; làm hoang mang. effarant a Bị mất tinh thần

effaroucher [efaruʃe] vtr **1.** Làm giật mình, làm sợ hãi **2.** s'é. (a) Sợ hãi (vì cái gì); bị de dọa đến phát khiếp; (b) Bị choáng váng, bị hoang mang (người).

effectif,-ive [efɛktif, iv] **1.** a (a) Có hiệu quả; (b) Thực sự, đang tồn tại; valeur effective giá trị thực sự. **2.** nm (a) Mil: sức mạnh; nhân lực;

à e. réduit không đủ sức; l'e. des classes số học sinh hiện có trong các lớp học; (b) Mil: les effectifs toàn bộ quân số; crise d'effectifs tình trạng thiếu nhân lực. effectivement adv **1.** Một cách hữu hiệu **2.** Thực sự, hiện thực, trong thực tế **3.** Đúng vậy (trong câu trả lời).

effectuer [efɛktɥe] vtr **1.** Ảnh hưởng, tiến hành, hoàn thành; chấp hành, thực hiện (cuộc giải phẫu); thanh toán; hoàn thành (cuộc hành trình) **2.** s'é. Được thực hiện.

effeáminea [efemine] a Mềm yếu, ủy mị.

effervescence [efɛrvɛs)s] nf **1.** Sự sủi bọt **2.** Sự kích động; être en e. sục sôi nhiệt huyết. effervescent a Sủi bọt, sôi động.

effet [efɛ] nm **1.** Hiệu quả, kết quả; faire de l'e. có hiệu quả (chữa bệnh); à cet e. cho mục đích này; thi hành một dự án; sans e. vô hiệu. **2.** (a) hành động, thi hành, công việc; mettre un projet à e. thi hành một dự án; prendre e. trở nên có hiệu lực; (b) e. utile công hiệu, hiệu lực; à simple, à double, e. công hiệu đơn, công hiệu kép; (c) en e. thật vậy, quả vậy; vous oubliez vos paquets !-en e.! anh đã quên cái gói đồ của mình-quả vậy **3.** (a) ấn tượng; voilà l'e. que cela m'a produit điều đó đã gây ấn tượng cho tôi; F: ca m'a fait un e. nó làm tôi quay vòng; faire de l'e. lôi kéo sự chú ý; cela fait bon e. trong khá đấy; manquer son e. thất bại hoàn toàn; hiệu lực; (b) Art: e. de lune hiệu quả của ánh trăng, sự tác động của ánh trăng; Cin: etc effets sonores ảnh hưởng của âm thanh; **4.** Com: e, de commerce phiếu chuyển tiền; e. à vue dự thảo đặt ra trước mắt; effets publics tiền vay của chính phủ với số lời nhất định, chứng khoán **5.** vật sở hữu, của cải, đồ vật, áo quần; effects mobiliers đồ đạc trong nhà.

efficaciteá [efikasite] nf Công hiệu, hiệu lực. efficace a Có hiệu quả (biện pháp; có hiệu lực (người). efficacement adv Một cách công hiệu; một cách hiệu lực.

effigie [efiʒi] nf Hình ảnh.

effiler [efile] vtr **1.** Tex: Giải quyết, gỡ rối, làm sáng tỏ **2.** Tỉa (tóc) **3.** s'e. Làm cho nhỏ dần, trở nên nhỏ dần. effilé a **1.** Sáng tỏ, rõ ràng **2.** Thon thả (ngón tay); mảnh khảnh (dáng người).

effilocher(s') [sefilɔʃe] vpr Làm sờn, bị sờn.

efflanqueá [eflɑ̃)ke] a Gầy ốm, mảnh mai.

effleurement [eflœ rm)] nm Sự chạm nhẹ, sự vuốt nhẹ, sự lướt qua.

effleurer [eflœ re] vtr Chạm nhẹ, lướt nhẹ, vuốt nhẹ (làn da): e. un sujet bàn qua một vấn đề; quelques soupçons l'avaient effleuré những mối nghi ngờ đã len lỏi trong trí anh ta.

effluve [eflyv] nm Sự phát ra; e. électrique sự

phát điện.
effondrement [efɔ̃drəm)] nm *Sự sập; sự suy sụp; sự sụt giá;* il est dans un état d'e. complet *anh ta ở trong tình trạng suy sụp hoàn toàn.*
effondrer (s') [sefɔ̃dre] vpr *Sụp đổ, đập vỡ, sụt giá;* s'e. dans un fauteuil *ngã mình vào ghế dựa.*
efforcer (s') [sefɔrse] vpr (n. n. efforçons) s'e. de faire qch *Cố gắng, nỗ lực hết mình để làm gì.*
effort [efɔr] nm 1. *Sự nỗ lực, sự tác động;* faire un e.sur soi-même *tự rèn luyện mình;* faire tous ses efforts *làm hết mình;* e.financier *phí tốn tài chính;* sans e. *không phải cố gắng, dễ dàng;* faire un e. de mémoire *nghĩ nát óc* 2. *Sự căng thẳng, tình trạng suy nhược thần kinh.*
effraction [efraksjɔ̃] nf *Sự đào ngạch; sự đột nhập vào nhà;* vol avec e. *sự ăn trộm, bẻ khóa.*
effranger [efr)ʒe] 1. vtr *Làm sờ, (vải, quần áo)* 2. s'e. *Sờ gấu, sờ mép, xơ ra.*
effrayer [efreje] vtr. (j'effraie, j'effraye) 1. (a) *Làm ai sợ, làm giật mình;* (b) *Kinh hoàng, gây sốc;* 2. s'e. *Khiếp sợ; hoảng hốt.* effrayant a (a) *Kinh khủng, ghê gớm;* (b) F: *Kinh khủng, tuyệt cú mèo (hơi nóng, sự ngon miệng).*
effreáneá [efrene] a *Phóng túng; điên cuồng; mãnh liệt.*
effriter [efrite] vtr 1. *Làm vụn ra, làm vỡ ra* 2. s'e. *rã ra, vụn ra.*
effroi [efrwa] nm *Sự hãi hùng, hoảng sợ.*
effronteá [efrɔ̃te] a *Trơ trên; trâng tráo, hỗn xược.* effrontément adv *Trơ trên, trâng tráo.*
effronterie [efrɔ̃tri] nf *Thái độ trâng tráo.*
effroyable [efrwajabl] a *Kinh khủng, khiếp sợ.*
effroyablement adv *Một cách khiếp sợ.*
effusion [efyzjɔ̃] nf 1. *Sự dạt dào, sự tràn trề tình cảm, sự đổ ra;* e. de sang *sự đổ máu* 2. *Sự dạt dào tình cảm;* avec e. *đầy tình cảm.*
eágailler (s') [seɡaje] vpr *Tán đi, phân tán.*
eágal,-aux [egal, o] a 1. (a) *Bình đẳng;* de force é gale *sức mạnh ngang bằng;* à écartement é., à égale distance *khoảng cách bằng nhau;* n traiter qn d'é. à é. *đối xử với ai một cách công bình;* sans é. *vô địch, vô song;* à l'é. de *ngang nhau, ngang bằng với;* (b) *Bình lặng, bằng phẳng, đều (bước);* d'humeur égale *tính trầm lặng* 2. *như nhau;* cela m'est (bien) é. *với tôi thì thế nào cũng mặc; tôi không cần; tôi không bận tâm;* c'est é., il aurait pu venir *dù sao anh ta hẳn đã đến.* également adv *Một cách bình đẳng;* j'en veux é. *tôi muốn chừng ấy nữa.*
eágaler [egale] vtr 1. *Bằng nhau* 2. *Ngang với, sánh kịp.*

eágalisation [egalizasjɔ̃] nf 1. *Sự làm cho bằng nhau* 2. *Sự làm cho bằng phẳng.*
égalisateur,-trice n *Làm đều nhau, ngang nhau;* bàn thắng làm hai bên ngang điểm.
eágaliser [egalize] vtr 1. *Làm bằng nhau* 2. *Sang bằng* 3. vi *bình đẳng.*
eágaliteá [egalite] nf 1. *Sự bình đẳng;* sur un pied d'é. *trên cán cân công lý;* être à é. de points *đồng quan điểm;* é. à 40, 40 é. *huề với tí số* 40 *đều* 2. *Sự đều đặn (bề mặt, hơi thở).*
eágalitaire a *Bình quân.*
eágard [egar] nm (a) *Sự xem xét; sự tôn trọng;* avoir é. à qch *xem xét, chú ý vấn đề gì;* en é. à sau khi đã xem xét cái gì; sans é. à *không kể, bất kể;* à tous les égards *về mọi phương diện;* à cet é. *về phương diện này;* à l'é. de *liên quan đến, xét về;* être injuste à l'é. de qn *bất công với ai;* (b) faire qch par é. pour qn *(*) làm gì dưới sự suy xét của ai; (**) làm gì vì quyền lợi của ai;* sans é pour qn *không kể đến ai.*
eágarement [egarm)] nm *Sự lầm lạc (tinh thần).*
eágarer [egare] vtr 1. (a) *Dẫn ai đi lạc đường; lạc đường, hướng dẫn nhầm;* (b) *để thất lạc, mất (đồ đạc)* 2. s'é. (a) *lạc đường, lầm lối;* colis qui s'est égaré *gói hàng bị mất;* (b) son esprit s'égare *tinh thần anh ta rất lẫn thẫn.*
égaré a *Bị lạc; bắn nhầm (đạn), lạc đạn; xa xôi (làng quê); điên cuồng, quẫn trí.*
eágayer [egeje] vtr (j'égaie, j'égaye; j'égaierai, j'égayesrai) 1. *Làm vui cho ai; làm rạng rỡ (phòng, v.v..)* 2. s'é. *Làm vui, giải trí, tiêu khiển;* s'é. aux dépens de qn *buồn cười do ai.*
eágide [eʒid] nf *Cái che chở, bảo hộ;* sous l'é. de *dưới sự che chở của ai.*
eáglantier [eɡl)tje] nm *Hoa hồng dại, cây tầm xuân.*
eáglantine [eɡl)tin] nf *Hoa tầm xuân.*
eáglise [eɡliz] nf *Nhà thờ.*
eágoïsme [eɡoism] nm *Sự ich kỷ, cái tôi.* égoïste 1. n *Người có cái tôi quá lớn* 2. a *Ích kỷ.* égoïstement adv *Một cách ich kỷ.*
eágorger [eɡɔrʒe] vtr (n. égorgeons) *Cắt cổ (người, động vật).*
eágout [eɡu] nm *Máng nước, cống;* eaux d'é. *nước cống.*
eágoutier [egutje] nm *Người giữ cống, công nhân dọn cống.*
eágoutter [egute] 1. vtr *Cho nhỏ giọt ráo nước (phó mát, rau diếp); ép nước (rau quả)* 2. vi faire é. *Tháo nước; cháy nhỏ giọt* 3. s'é. *cháy ráo nước.*
eágouttoir [egutwar] nm (a) *Giá tháo nước;* (b) *giá để đồ cho ráo nước.*

eágratigner [egratiɲe] vtr 1. *Cào xước* 2. *làm sây sát*. 3. *dèm pha, nói xấu*
eágratignure [egratiɲyr] nf 1. *Vết cào xước* 2. *Chọc ghẹo, chọc tức; sự chế diễu, chế nhạo*.
eágrener [egrɔne] vtr (j'égrène, n. égrenons) (a) *Tẽ hạt (đậu); hái, ngắt (nho trong chùm); tía hột (bông)*; (b) é. son chapelet *lần tràng hạt*.
eágrillard [egrijar] a *Nhá nhớt, bỡn cợt*.
EÁgypte [eʒipt] *Ai Cập*. égyptien,-ienne a & n *Thuộc Ai Cập, người Ai Cập*.
eh [e] int hey ! *Này, a ! eh bien! này, vậy thì*.
eáhonteá [eɔ̃te] a *Trơ trẽn, vô liêm sĩ*; mensonge é. *điều nói dối trơ trẽn*.
eájaculation [eʒakylasjɔ̃] nf *Sự phóng; sự phóng tinh*.
eájaculer [eʒakyle] vtr & i *Phóng; phóng tinh*.
eájectable [eʒɛktabl] a siège é. *Ghế có thể bật ra khi có tai nạn*.
eájecter [eʒɛkte] vtr *Phun ra, phụt ra; tống cổ ai*.
eájection [eʒɛksjɔ̃] nf *Sự phun ra, phụt*.
eálaboration [elabɔrasjɔ̃] nf *Sự lập, xây dựng, sự soạn thảo, sự chế biến*.
eálaborer [elabɔre] vtr *Luyện, chế biến; soạn thảo, xây dựng (đề án)*.
eálagage [elagaʒ] nm *Sự tía, cắt xén (cây cối, bài khóa v.v.)*.
eálaguer [elage] vtr *Tía, xén (cây, bài khóa v.v...)*
eálan[1] [el)] nm 1. (a) *Sự nhảy, sự phóng đi nhanh*; Sp: prendre son é. *chạy nhanh*; saut sans é., avec é. *nhảy đứng; nhảy chồm*; (b) travailler avec é. *làm việc một cách nhiệt tình, sôi nổi*; (c) *động lực, sự thúc đẩy*; perdre son é. *mất đà, mất nhuệ khí*. 2. *Bộc phát (tình cảm); sự xung động, ước muốn nhất thời*; é. de tendresse *sự xung động ngọt ngào*.
eálan[2] nm (a) *Loại nai lớn (ở Scandinavien)* (b) é. du Canada *một giống hươu ở Bắc Mỹ*.
eálanceá [el)se] a *Mánh khánh, thon*.
eálancement [el)sm)] nm *Sự dau nhói*.
eálancer [el)se] v (j'élancai(s), n. élancons) 1. vi *Rung động, run (ngón tay), thoi thóp (cơn dau)*; 2. s'é. (a) *Xông tới phía trước*; s'é. sur qn *xông tới ai; tấn công, nhảy xổ vào ai*; s'é. à l'assaut *tự ném mình vào cuộc chiến*; (b) *khủng bố, bắn phá (trẻ con, cây non)* (c) s'é. vers le ciel *bay vút lên không trung*.
eálargir [elarʒir] vtr 1. (a) *Mở rộng (con đường); mở rộng khung (giày); nới rộng (áo); khoan rộng (lỗ)*; (b) *Mở rộng (ý tưởng, tài sản của ai); mở rộng (chân trời)*; (c) *thả tự do (tù nhân)* 2. s'é. (a) *Mở rộng; mở rộng khung (giày)*; (b) *phát triển, mở rộng (ý tưởng)*.
eálargissement [elarʒism)] nm 1. *Sự mở rộng* 2. *Sự giải thoát (cho tù nhân)*.
eálasticiteá [elastisite] nf *Sự co giãn; tính đàn hồi, dễ uốn nắn (tứ chi, cành cây); dễ thích nghi; dễ uốn nắn (người, luật lệ)*. élastique 1. a *Co giãn; mềm; dễ thay đổi (luật lệ)* 2. nm (a) *Sự co giãn*; en é. *có sức đàn hồi*; (b) *băng đàn hồi, băng cao su*.
Elbe [ɛlb] Geog 1. *đảo Elbe* 2. *Sông Elbe*.
eálecteur,-trice [elɛktœr, tris] n 1. *Người bầu cử* 2. *Người đi bầu, cử tri*.
eálection [elɛksjɔ̃] nf 1. *Sự bầu cử, đi bầu*. élections législatives *Bầu cử nghị viện*; é. partielle *cuộc bầu cử một phần (cơ quan dân cử)* 2. *Sự chọn lựa, sự thích hơn*; mon pays d'é. *đất nước mà tôi ưa thích*. électoral,-aux a *Thuộc về bầu chọn (ủy ban)*.
eálectorat [elɛktɔra] nm *Ủy ban bầu cử, cử tri đoàn*.
eálectricien [elɛktrisj( ] nm *Thợ điện*.
eálectriciteá [elɛktrisite] nf *Điện, điện khí*.
eálectrification [elɛktrifikasjɔ̃] nf *Điện khí hóa*.
eálectrifier [elɛktrifje] vtr *Dùng điện lực để chạy máy*.
eálectrique [elɛktrik] a *Phát sinh bởi điện (việc sử dụng, sự giặt điện); có điện (công nghiệp)*. électriquement adv *Về điện, có điện*.
eálectriser [elɛktrize] vtr *Dùng điện lực để chạy máy*.
electro-aimant [elɛktrɔɛm)] nm *Nam châm điện*; pl electro-aimants.
electrocardiogramme [elɛktrɔkardjɔgram] nm *Điện tâm đồ*.
electrochoc [elɛktrɔʃɔk] nm traitement par électrochocs *Cách trị bệnh bằng điện*.
electrocuter [elɛktrɔkyte] vtr *Cho điện giật chết*.
electrocution [elɛktrɔkysjɔ̃] nf *Sự tự tử bằng điện*.
eálectrode [elɛktrɔd] nf *Điện cực*.
eálectrogeâne [elɛktrɔʒɛn] a *Sự phát điện*; groupe e. *máy phát điện*.
eálectromeánager [elɛktrɔmenaʒe] a *Việc sử dụng điện gia đình*; nm l'électroménager *khu buôn bán đồ dùng điện*
eálectron [elɛktrɔ̃] nm *Điện tử*.
eálectronicien - ienne [elɛktrɔnisj(, jɛn] n *Kỹ sư điện, thợ điện*.
eáletronique [elɛktrɔnik] 1. a *Thuộc điện tử* microscope e. *Kính hiển vi điện tử* 2. nf *Điện tử*.

eálectrophone [elεktrɔfɔn] nm *Máy hát, máy ghi âm*

eáleágance [elegɑ̃s] nf *Sự thanh lịch.* élégant a *Thanh lịch, thông minh, hợp thời trang.* élégamement adv *Một cách thanh lịch.*

eáleágie [eleʒi] nf *Bài thơ sầu, khúc bi thương*

eáleáment [elemɑ̃] nm 1. *Yếu tố, nguyên tố* 2. (a) *Thành phần; phần hợp thành (về thuốc)* é. décisif de *Yếu tố quyết định*; é. chauffant *Nguyên tử nóng* éléments de cuisine *Vật dụng nhà bếp*; cet élève est un bon é. *Cậu học trò này là một thành viên gương mẫu*; être dans son é. *Sống trong môi trường của mình*; lutter contre les éléments *Đấu tranh chống thiên nhiên* (b) pin, acqui *(điện bình)* 3. *Những nguyên tắc cơ sở, những khái niệm ban đầu (của 1 ngành khoa học).* élémetaire a *Sơ khởi, ban đầu.*

eáleáphant [elefɑ̃] nm é. de mer *Voi biển*; avoir une mémoire d'é. *Nhớ dai một mối thù.*

eáleáphantesque [elefɑ̃tεsk] a *Kếch xù.*

eálevage [elvaʒ] nm 1. *Việc nuôi (gia súc) việc mở trại gia súc*; faire de l'e . *Nuôi cho ăn*. poulet d'é. *Gà nuôi* 2 *trại chăn nuôi lớn ở Mỹ.*

eáleávateur [elevatœr] nm *Máy nâng.*

eáleávation [elevasjɔ̃] nf 1. (a) *Sự nâng cao* (b) *Sự dựng lên (tượng)* 2. *Sự nâng cao (nhiệt độ, giá cả)* 3. *Sự huy hoàng, vẻ lộng lẫy (kiểu cách)* 4. *Chiều cao, phần thắng đứng.* 5. *Chỗ đất cao, chiều cao, độ cao.*

eáleâve [elεv] n *Học sinh, sinh viên* é. pilote *Sinh viên ngành phi công.*

eálever [elve] vtr (j'élève n.élevons) 1. (a) *Nâng (độ cao, nhiệt độ, giọng nói, giá cả)*; (b) *để bạc thăng chức (cho nhân viên)*; (c) *Nâng cao (tư tưởng), khai trí* 2. (a) *Dựng nên, lập ra (máy móc, tượng)*; (b) *Giơ tay, đứng lên (phản đối)* 3. *Nuôi nấng (trẻ em) Nâng cao (cổ phần); nuôi, cho ăn (gia súc ngựa) nuôi (ong); trồng (cây)*; bébé élevé au biberon *Đứa bé được nuôi bằng sữa* 4. s'é. (a) *đứng trên, dựng trên* le château s'élève sur la colline *Lâu đài dựng trên ngọn đồi* (b) *Trỗi lên, dậy nên (sự nghi ngờ, phản đối)*; (c) le vent s'élève. *Gió đang nổi lên*; (d) s'é. contre qch *Phản đối chống lại điều gì*; (e) *Tự nuôi mình; thức dậy (chim)*; (f) *tiến thân (trong xã hội)*; s'é. à force de travail *Lên cao nhờ làm việc hết mình*; (g) *Nâng, tăng (nhiệt độ, giá cả)*; a facture s'élève à mille francs *Hóa đơn đã lên đến 1000 francs.* élevé a 1. *Cao (núi, giá cả); cao thượng, cao đạo (tinh thần, phong cách) (địa vị) cao.* 2. bien é. *Được giáo dục tốt, phẩm cách tốt*; mal é. *thô lỗ, thiếu nhân cách.*

eáleveur - euse [elvœr, -øz] n *Người chăn nuôi.*

elfe [εlf] nm *Đứa bé tinh nghịch; thần (trong thần thoại Bắc Âu)*

eálider [elide] vt *Bỏ đi một nguyên âm.*

eáligibiliteá [eliʒibilite] nf *Sự đáng được chọn.* éligible a *Có thể được chọn (à)*

eálimeá [elime] a *Rách sờn, cũ kỹ.*

eálimination [eliminasjɔ̃] nf *Sự loại, sự thải.* éliminatoire a *Để loại đi, để thải đi*; épreuve é. *Cuộc đấu bị loại trừ.*

eáliminer [elimine] vtr *Gạt bỏ (ứng cử viên, sự nghi ngờ) bài tiết, thải (chất độc trong cơ thể); bãi bỏ, loại trừ (thuyết, học thuyết)*; être éliminé *Bị thất bại, bị đánh bại (trong tranh giải).*

eálire [elir] vtr *Bầu cử, bỏ phiếu.*

eálite [elit] *Tinh hoa; giai cấp thượng lưu, qúi tộc*; régiment d'é. *trung đoàn cừ khôi.*

eálitisme [elitism] nm *Tầng lớp qúi tộc.*

eálixir [eliksir] nm *Thuốc pha cồn, thuốc thần.*

elle, elles [εl] pron f 1. *Cô ấy, họ, nó, chúng (vật)*; qu'elle est jolie, cette broche! *cái trâm cài này mới đẹp làm sao!* 2. *(được nhấn mạnh)* (a) *Cô ấy, nó, họ* c' est elle, ce sont elles *Chính cô ta, chính họ* ; je fais comme e. *Tôi làm như cô ấy*; e.- même *Chính cô ta*; (b) *(vật) nó, chúng* je suis content d' e. *Tôi rất hài lòng về cô ta*; il aimait sa patrie et mourut pour e. *Anh ta yêu tổ quốc và chết cho nó*; la voiture est à e. *Xe hơi này của cô ta.*

eálocution [elɔkysjɔ̃] nf *Nghệ thuật diễn thuyết*

eáloge [elɔʒ] nm 1. *Lời tán tụng, bài ca tụng; Bài điếu văn* 2. *Lời ca ngợi*; faire l'é, de qn *Ca tụng ai, khen ngợi ai.* élogieux - euse a *Hoan nghênh, đáng tán dương.*

eáloigneá [elwaɲe] a *xa xôi (nơi chốn, thời gian)*; é.de 5km *Cách 5km*; maison éloignée de la gare *Nhà ở xa ga*; date plus éloignée *Thời điểm xa hơn*; parent é. *Bà con xa*; rien n' est plus é. de ma pensée *Mọi thứ rất gần gũi với suy nghĩ của tôi*; se tenir é *Tự tách mình ra xa.*

eáloignement [elwaɲmɑ̃] nm 1. *Sự rời đi; sự trì hoãn; sự hoãn lại (việc thanh toán)*; 2. (a) *Sự vắng mặt*; (b) *Sự xa xôi, khoảng cách.*

eáloigner [elwaɲe] vtr 1. (a) *Rời đi, dời (người, vật) đến nơi xa; lấy cái gì đó khỏi*; ils sont éloignés d' un kilomètre *Họ cách xa nhau 1km*; é une pensée *Xua một ý nghĩ*; (b) *trì hoãn, đình trệ (sự khởi hành, ra đi)*; (c) *Làm xa lánh, làm mất thiện cảm (với ai)*; 2. s'é.(a) *dời đi, rút lui*; ne vous éloignez pas! *Đừng đi quá xa nhé!* s'é. du sujet *đi lạc đề, không đi vào chủ đề*; (b) éloignez - vous un peu stand *Xin anh đứng xa ra một chút.*

eálongation [elɔ̃gasjɔ̃] nf *Thủ thuật kéo cơ bắp*.
eáloquence [elɔk)s] nf *Sự hùng biện*. **éloquent** a *Hùng biện*; ces chiffres sont éloquents *Những con số này là bằng chứng cụ thể*. **éloquemment** adv *Một cách hùng hồn*.
eálu - e [ely] **1.** a *được chọn; được bầu; thành đạt (ứng cử viên)* **2.** n (a) les élus *Cái được chọn, được bầu*; (b) *Người được chọn*.
eálucidation [elysidasjɔ̃] nf *Sự giải thích, sự rõ ràng*.
eálucider [elyside] vtr *Làm sáng tỏ, giảng nghĩa*.
eáluder [elyde] vtr *Tránh, trốn khỏi, lẩn tránh (câu hỏi)*
eámaciation [emasjasjɔ̃] nf *Sự mài mòng, sự làm cho gầy ốm*. **émacié** a *Mảnh, mỏng*.
eámail, eámaux [emaj, emo] nm *Men sứ*.
eámailler [emaje] vtr **1.** *Tráng men*; **2.** *Đánh bóng* **3.** *(hoa) tô điểm muôn màu, điểm cách đồng*. **4.** *Trang hoàng, tô điểm cho đẹp*.
eámanation [emanasjɔ̃] nf *Sự phát ra, sự cháy ra*; une é. de *một sản phẩm*.
eámancipation [em)sipasjɔ̃] nf *Sự giải phóng*.
eámanciper [em)sipe] vtr **1.** *Giải phóng* **2.** s'é. *Tự giải thoát mình (khỏi cái gì); trở nên được giải phóng*.
eámaner [emane] vi (a) *Tỏa ra từ, bắt nguồn từ* (b) ordres émanant de qn *Những lệnh được truyền từ ai*.
eámargement [emarʒəm)] nm *Việc ký tên trong mép giấy để trống* feuille d'é. *trả tiền*.
eámarger [emarʒe] vtr (j'émargeai(s)) (a) é. un compte (a) *Ký một trương mục (vào lề)* (b) vi (à) *lĩnh lương, ăn lương*.
emballage [) balaʒ] nm (a) *Sự đóng kiện, đóng thùng, sự bọc (kiện hàng)* (b) *Bao bì : hộp thùng gỗ, đồ gói* e. perdu *(*) thùng đựng vứt đi (**) chai không dùng được nữa*.
emballement [) balm)] nm **1.** *Sự chạy quá tải* **2.** *Sự hăng tiết*.
emballer [) bale] vtr **1.** (a) *Sự đóng kiện, đóng hòm (hàng), gói đồ* ; e. qn *tống giam, bỏ tù ai* (b) *(*) để chạy (động cơ) (**)* vi *Cố gắng nước rút* (c) *xúi giục ai, kính thích ai* être emballé par qch *say mê cái gì* **2.** s'e. (a) *(Ngựa) chạy lồng lên* (b) *(bu lông) cài cửa* (c) F: *Chạy trốn*.
embarcadeâre [) barkadɛr] nm *Sân ga, bến tàu*.
embacation [) barkasjɔ̃] nf *Thuyền, xuồng con*.
embardeáe [) barde] nf *Sự lái lệch, sự lệch hướng; sự đổi hướng đột ngột* faire une e. *đổi hướng đột ngột (băng qua đường)*.
embargo [) bargo] nm *Lệnh cấm vận*.
embarquement [) barkəm)] nm **1.** *Sự xuống tàu (hành khách) sự chất hàng* **2.** *Sự lên (tàu, máy bay)*
embarquer [) barke] **1.** vtr *Xếp lên tàu, xếp lên thuyền (hành khách); xếp lên tàu(hàng); dẫn vào, kéo vào*; e. qn dans un procès *Kéo ai vào một việc gì*; e. un voleur *Bắt tên trộm* **2.** vi & pr (a) (s') e. (sur un navire) *lên tàu* (b) s'e. dans une entreprise *lao vào một xí nghiệp*.
embarras [) bara] nm **1.** (a) e. de voitures *Sự tắc nghẽn giao thông* (b) e. gastrique *Rối loạn tiêu hóa* **2.** (a) *Sự khó khăn, phiền toái* se trouver dans l'e. *tình trạng khó khăn tài chánh* tirer qn d'e. *Giúp ai thoát khỏi vướng víu* (b) faire des e. *Làm rùm lên, làm nhặng xị lên* **3.** (a) *Sự bối rối, do dự* n'avoir que l'e. du choix *Có nhiều thứ quá nên khó chọn* je suis dans l'e. tôi đang gặp khó khăn (b) *Sự bối rối, mơ hồ, lẫn lộn*.
embarrassant [) baras)] a **1.** *Cồng kềnh, nặng nề* **2.** (a) *Rắc rối, phức tạp* (b) *Phiền toái, vụng về*.
embarrasser [) barase] vtr **1.** (a) *Cản trở, làm trở ngại (cho ai)* est - ce que ma valise vous embarrasse ? *Có phải cái va li của tôi cản đường anh?* (b) *Gây bối rối (i) làm phiền, quấy nhiễu ai (ii) làm rắc rối, làm ai bối rối (iii) làm ai cảm thấy lúng túng* **2.** s'e. (a) *chuốc gánh nặng vào thân, tự gây trở ngại cho mình*; (b) *Gây phiền cho chính mình, cảm thấy lúng túng bối rối*. embarrasant a **1.** *Cồng kềnh, vụng về* **2.** *Bối rối* (b) *phiền toái*. embarrassé a **1.** *Trở ngại (những cử động); avoir les mains embarrassées đôi tay bối rối* avoir l'estomac embarrassé *Dạ dày bị đau* **2.** (a) *bối rối* (b) *phiền toái*.
embauchage [) boʃaʒ] nm *Sự gánh vác, đảm nhiệm, sự tuyển dụng (công nhân)*
embauche [) boʃ] nm **1.** *Sự gánh vác* **2.** chercher de l'e. *tìm việc*.
embaucher [) boʃe] **1.** vtr *Gánh vác, đảm nhiệm, ký kết, thúc người* **2.** vi F: *Kết nạp*.
embaumement [) bomm)] nm *Sự ướp xác*.
embaumer [) bome] vtr **1.** *Ướp xác*. **2.** (a) *Ướp hương thơm*; air embaumé *không khí lắng dịu*; (b) vi *Làm thơm, xoa nước hoa*; (c) *Đánh hơi, ngửi mùi (của cái gì)*.
embellir [) bɛlir] **1.** vtr *Sự làm đẹp, sự làm dáng*. **2.** *Sự tô vẽ, sự tô điểm*.
embitement [) bɛtm)] nm *Điều bực mình, rầy rà*; j'ai des embêtements *Tôi đang gặp khó khăn*.
embiter [) bete] vtr **1.** *Quấy rầy, làm bực mình*; ça m'embête d'y aller, *(i) Tôi chẳng muốn đi đến đó; (ii) Thật phiền toái để đi đến đó*. **2.** s'e. *bực dọc*. embêtant a (a) *Quấy rầy, rầy rà*; (b) *Chán ngáy*.

embleáe (d') [d)ble] adv *Trực tiếp, ngay lập tức; ngay tức khắc.*

embleâme [)blɛm] nm 1. (a) *Biểu hiện, tượng trưng;* (b) *Phù hiệu, dấu hiệu, tiêu ngữ (trên huy chương)* 2. *biểu tượng, ký hiệu.*

embobiner [)bɔbine] vtr *Quấn, cuộn chỉ, đánh lừa ai*

emboiter [)bwate] vtr (a) *Lồng vào khớp vào, khít vào (giày);* (b) *Nối, gắn vào nhau;* les pièces sémboitent *các mảnh này khớp vào nhau;* (c) e.le pas à qn *(i) theo gót ai, theo dõi (ii) theo sau.*

embonpoint [)bɔ̃pw(] nf 1. Mus *Miệng (kèn)* 2. *Cửa (sông).*

embourber (s') [s)burbe] vpr 1. *Sa vào bùn, bị ngập bùn* 2. *sa lầy, ngập (trong cái gì)*

embourgeoiser (s') [s)burʒwaze] vpr *Tầm thường hóa.*

embout [)bu] nm *Đầu bịt (cán ô, gậy) đầu ống phun nước.*

embouteillage [)butɛjaʒ] nm *Sự kẹt xe; sự đình trệ;* pris dans un e. *Bị kẹt xe.*

embouteiller [)butɛje] vtr *Làm kẹt xe; sự tắc nghẽn giao thông.*

emboutir [)butir] vtr 1. *Rập, giọt (kim loại); in hình, chữ nổi.* 2. *Đánh mạnh (cái gì);* e. un arbre *tông xe vào một cái cây.*

embranchement [)brɑ̃ʃm)] nm 1. *Sự phân cành, phân nhánh,* 2. *Ngã tư (đường)* 3. (a) *Đường nhánh;* (b) *tàu lửa đường rẽ, đường phân nhánh;* (c) *Hệ thống vương triều.*

embrancher [)br)ʃe] 1. vtr *Nối, liên kết với (con đường v.v.)* 2. vpr *Tham gia;* s'e. sur *tham gia cùng góp phần với.*

embrasement [)brazm)] nm *Đám cháy, ngọn lửa cháy sáng; sự chiếu sáng (mặt trời)*

embraser [)braze] vtr 1. (a) *Đốt cháy (cái gì);* (b) *(mặt trời) thiêu cháy (đồng ruộng);* (c) *(hoàng hôn) chiếu sáng;* 2. s'e. (a) *đốt cháy* (b) *làm sáng, chiếu sáng.*

embrassade [)brasad] nf *Sự ôm nhau, sự ôm ghì.*

embrasser [)brase] vtr 1. (a) *Ôm nhau; ôm ghì ai;* (b) *hôn;* ils se sont embrassés *Họ hôn nhau;* je t'embrasse de tout mon coeur *tôi hôn anh với cả trái tim mình;* (c) *Chọn (nghề); nắm bắt (cơ hội)* 2. *Bao gồm, bao quát, ôm đồm.*

embrasure [)brazyr] nf *Lỗ châu mai. hốc cửa, hốc cửa sổ.*

embrayage [)brɛjaʒ] nm 1. *Sự nối, sự mắc* 2. *sự mồm lấy.*

embrayer [)brɛje] vtr (j'embrai, j'embraye) *Nối, mắc (i) ăn khớp, mắc khớp vào bánh răng (ii) sự khớp ly hợp côn.*

embrigader [)brigade] vtr *Đưa vào đội ngũ, mô hình, đưa vào lữ đoàn*

embrocher [)brɔʃe] vtr *Xiên thịt (để quay, nướng) xuyên thấu.*

embrouillamini [)brujamini] nm *Sự lộn xộn, rối ren.*

embrouillement [)brujm)] nm 1. *Sự làm cho vướng mắc* 2. *Sự mơ hồ (ý tưởng); tình trạng lộn xộn (đồ đạc) mớ rối rắm.*

embrouiller [)bruje] vtr 1. (a) *Làm rối (sợi chỉ);* (b) *làm rối rắm lộn xộn;* e. la question *làm rối rắm vấn đề* 2. s'e. *Làm rối (sợi); làm bối rối, mơ hồ (người)*

embroussailleá [)brusaje] a *Rậm rạp, bị rối (tóc).*

embrumer [)bryme] vtr 1. *(phong cảnh) Bị phủ sương; làm rối, làm mơ hồ* 2. s'e. *phủ sương.*
embrumé a *Mù mịt, đầy sương.*

embrun [)brœ̃] nm *Tia nước, bụi nước (do sóng vỗ trên mặt biển).*

embryon [)briɔ̃] nm *Phôi, còn phôi thai.*

embûche [)byʃ] nf *Cạm bẫy, bẫy.*

embuer [)bye] nf *Phủ đầy giọt hơi nước đọng lại, làm nhoà; sự phục kích;* se tenir en e. *Nằm phục kích.*

embusquer (s') [s)byske] vpr *Nằm phục kích.*

eámeácheá [emeʃe] a *Say ngà ngà, hơi chếnh choáng.*

eámeraude [ɛmrod] 1. nf *Ngọc bích,* 2. a & nf *Màu xanh ngọc.*

eámergence [emɛrʒ)s] nf *Sự khẩn cấp, tình trạng khẩn cấp.*

eámerger [emɛrʒe] vi (n.émergeons) *Nổi lên, hiện lên.*

eámerveillement [emɛrvɛjm)] nm *Sự kinh ngạc, sự tuyệt vời;* c'était un é. *thật tuyệt vời.*

eámerveiller [emɛrvɛje] vtr 1. *Làm kinh ngạc (*) làm ai ngạc nhiên (**) làm ai thấy thán phục.* 2. s'é. (de) *Làm tuyệt vời, đầy ngạc nhiên.*

eámeátique [emetik] a & nm *Sự gây mê, sự gây nôn.*

eámetteur, -trice [emetœr, tris] 1. a (a) *Về việc phát tiền (giám đốc ngân hàng);* (b) poste é. *sự truyền tin* 2. nm *Máy phát tín hiệu.*

eámetteur - reácepteur [emetœr resɛptœr] nm pl émetteurs - récepteurs *Máy nhận và phát tín hiệu (truyền tin); các máy phát và nhận tín hiệu.*

eámettre [emɛtr] vtr 1. (a) *Truyền (âm thanh, nhiệt) tỏa (nhiệt)* (b) *Diễn đạt (ý kiến, ước muốn);* (c) *truyền, phát chương trình* 2. *Phát hành tiền, rút tiền (gởi ngân hàng).*

eámeute [em-t] nf *Sự nổi tiếng, sự quấy phá*

chef d'é. *đầu sỏ của cuộc bạo động.*

eámeutier - ieâre [em-tje, jɛr] n *Người quậy phá, người hay gây rối loạn.*

eámietter [emjete] vtr 1. (a) *Làm vỡ vụn (bánh mì);* (b) *Phung phí tiền của.* 2. s'é. *Vỡ vụn (bánh qui).*

eámigrant - ante [emigr),)t] n (a) *Người lưu vong, di cư,* (b) *Người tị nạn, lưu vong (về chính trị)* (c) *Người đi đày.*

eámigrer [emigre] vi *Di cư, di trú.*

eámincer [em(se] vtr (J'éminçai(s)) *Thái mỏng, nhỏ, cắt nhỏ rau, quả.* émincé nm *Lát mỏng, mảnh vụn; (đồ ăn) miếng thịt thái mỏng.*

eáminence [emin)s] nf (a) *Sự nổi lên, đứng dậy, đồi cao;* (b) *Sự nổi hẳn lên, sự nổi bật (Hồng Y giáo chủ) sự nổi tiếng;* L'é. grise *Quyền lực, nằm sau ngai vàng.* éminent a *Nổi tiếng, trội hẳn, xuất sắc.* éminemment adv *Một cách nổi tiếng, một cách xuất sắc.*

empêter [)pate] vtr 1. *Đắp lên, làm dày* 2. s'e. *vỗ béo, mập lên.* empâté a *Mập, có da thịt.*

empȋchement [)pɛʃm)] nm *điều cản trở, điều trở ngại* j'ai eu un e. *Tôi gặp trắc trở.*

empȋcher [)peʃe] vtr 1. *ngăn cản, cản trở, làm trắc trở* e.qn de faire qch *Ngăn không cho ai làm điền gì,* (il) n'empêche que cela nous a couté cher *Có điều là giá của nó quá cao;* F n'empêche *(i) Cũng như thế (ii) Cái gì thế.* 2. s'e. *nhịn, nín* je ne pouvais m'e. de rire *tôi không nhịn được cười.* empêche a *giữ lại.*

empereur [)prœr] nm *Hoàng đế.*

empeser [)pǝze] vtr (j'empèse) *Hồ bột (vải lanh).* empesé a *Hồ cứng (cổ áo) cứng nhắc, cứng đờ, không tự nhiên (kiểu, phong cách).*

empester [)pɛste] 1. vtr *Làm sặc mùi* air empesté par le tabac *Không gian sặc mùi thuốc lá* 2. vi *Bốc mùi* e. le tabac *Sặc mùi thuốc lá.*

empȋtrer (s') [s)pɛtre] vpr *Vướng víu, lúng túng;* s'e. dans une mauvaise affaire *Bị vướng vào một việc tồi bại.*

emphase [)faz] nf *sự cường điệu, lối cường điệu.* emphatique a *Có tính cường điệu.*

empieátement [)pjɛtm)] nm *Sự lấn chiếm, sự lấn chiếm lề đường.*

empieáter [)pjete] vi (j'empiète; j'empiéterai) e. sur le terrain de qn *Lấn đất của ai;* e. sur les droits de qn *đi quá quyền hạn cho phép;* e.sur le domaine de qn *Xâm lấn vào lãnh vực của ai.*

empiffrer(s') [s)pifre] vpr P: *Nhồi, tọng mình (với cái gì)*

empilement [)pilm)] nm (a) *sự chất đống, sự xếp hàng* (b) *chồng, đống.*

empiler [)pile] vtr 1. *chồng đống* 2. s'e. *Chất*

đống s'e. dans un ascenseur *Chen lấn trên thang máy.*

empire [)pir] nm 1. (a) *sự thống trị, quyền lực, thế lực;* sous l'e. d'un tyran *dưới sự cai trị của nhà độc tài;* (b) *sự ảnh hưởng, khống chế;* e. sur soi-mȇme *sự tự chủ;* sous l'e. de la colère *trong cơn giận bộc phát* 2. *Vương quyền, đế chế.*

empirer [)pire] vi *Làm cho xấu đi, làm tồi hơn.*

empirisme [)pirism] mn *Chủ nghĩa kinh nghiệm.* empirique a *Có kinh nghiệm.*

emplacement [)plasm)] nm 1. *địa điểm, vị trí* 2. *Chỗ đậu xe.*

emplȇtre [)plɑtr] nm (a) *thạch cao, cao dán;* (b) c'est' un e. *anh ta không can đảm chút nào cả;* (c) *Sự khó tiêu (thức ăn)*

emplette [)plɛt] nf *Sự mua hàng* aller faire ses emplettes *đi mua sắm.*

emplir [)plir] vtr 1. *Đổ đầy, chứa đầy.* 2. s'e. *Ngập đầy, tràn đầy.*

emploi [)plwa] nm 1. *sự dùng, sử dụng (cái gì) việc dùng (từ ngữ);* mode d'e. *hướng dẫn sử dụng;* e. du temps *bảng dụng biểu, thời khóa biểu;* faire double e. *dư thừa, không cần thiết.* 2. *Nghề nghiệp, việc làm* ȇtre sans e. *Thất nghiệp.*

employeá, eáe [)plwaje] n *Công nhân, người làm thuê;* e. de magasin *nhân viên bán hàng;* e. de banque *thư ký ngân hàng;* e. (de bureau) *Nhân viên văn phòng.*

employer [)plwaje] vtr (j'emploie) 1. (a) *Sử dụng, dùng (cái gì);* bien e. le temps *Tận dụng thời gian triệt để* ne savoir à quoi e. son temps *Không biết làm sao hết thời gian;* (b) *(i) thuê (nhân công, đội ngũ nhân viên) (ii) e.* qn tận dụng mọi phương tiện của ai. 2. (a) s'e. à faire qch *bận bịu, ra sức làm tốt;* (b) mot qui s'emploie au figuré *Từ được dùng một cách bóng bẩy.*

employeur - euse [)plwajœr, -r] n *Chủ nhân, người mướn.*

empocher [)pɔʃe] vtr *Móc túi (tiền).*

empoignade [)pwaɲad] nf *Cuộc cãi cọ.*

empoigner [)pwaɲe] vtr 1. (a) *Nắm bắt, tóm lấy, nắm lấy;* (b) ils se sont empoignés *Họ cãi nhau, đánh nhau.* 2. *Làm xúc động (người đọc).*

empoisonnement [)pwazɔnm)] nm (a) *Sự trúng độc, sự đầu độc;* (b) quel e.! *thật phiền toái làm sao.*

empoisonner [)pwazɔne] vtr 1. *Làm trúng độc, bị tẩm thuốc độc.* 2. *Đầu độc (thức ăn), làm nhiễm độc (không khí).* 3. *Làm ai chán ngán; làm phiền quấy rầy ai;* 4 s'e. (a) *Uống thuốc độc tự tử, ăn đồ bị tẩm độc;* (b) *Buồn phiền,*

chán. empoisonnant a *Bực bội, rầy rà.*

emporteá [)pɔrte] a *Hung hăng, nóng tính, dễ nổi khùng.*

emportement [)pɔrtəm)] nm *sự giận dữ*; répondre avec e. *đối đáp một cách giận dữ.*

emporte - pieâce [)pɔrtəpjɛs] nm *kìm để bấm lỗ: bánh pâ tê có xẻ ranh*; mots à l'e.- p. *Ngôn ngữ sắc bén.*

emporter [)pɔrte] vtr **1.** *Mang, lấy đi* ils ont emporté de quoi manger *Họ đem theo một số thức ăn*; plats à e. *đồ ăn đem theo* **2.** (a) *Mang đi, xé toạc, quét đi (cái gì) (bệnh làm cho chết)* le vent emporta son chapeau *gió thổi tung mũ anh ta*; (b) *chiếm, lấy (pháo đài, công sự) bằng cách hành hung* e. la journée *anh ta bắt đầu nổi giận* **3.** se laisser e. par la colère *Giận dữ.* **4.** L'e. sur qn *Lấy đi phần tốt của ai.* **5.** s'e. (a) *Không kiềm mình được, nổi nóng*; (b) *(ngựa) chạy lồng lên.*

empoteá [)pɔte] a & *Sự hậu đậu, vụng về (người).*

empourprer (s') [s)purpre] vpr *Ngả sang tía, sang đỏ; (người) da đỏ.*

empreindre (s') [s)prɛ̃(dr] vtr *được in dấu; empreint de dấu in, dấu ấn.*

empreinte [)prɛ̃(t] nf *Sự nén, ép; sự in, đóng dấu*; e. des roues *Dấu vết của bánh xe*; e. de pas *Dấu chân*; e. digitale *Dấu ngón tay*; e. du génie *Dấu hiệu, biểu hiện của thiên tài.*

empressement [)prɛsm)] nm (a) *Sự háo hức, sự sẵn lòng*; mettre beaucoup d'e. à faire qch *rất hứng thú làm gì*; (b) témoigner de l'e. auprès de qn *Chú ý nhiều đến ai.*

empresser (s') [s)prɛse] vpr s'e. de faire qch *Vội vàng làm gì*; s'e. auprès de qn *(i) Luôn theo bên cạnh và chăn sóc ai; (ii) Chú ý quan tâm nhiều đến ai.* empressé a *Hăm hở, háo hức, rất chú tâm*; faire l'e. *Rất chăm chú, rất hăm hở.*

emprise [)priz] nf *Quyền lực cao (đối với ai); chở ai, giữ lấy ai, giữ (điện thoại)* sous l'e. de *dưới ảnh hưởng.*

emprisonnement [)prizɔnm)] nm *Sự bỏ tù*; 5 ans d'e. *5 năm tù.*

emprisonner [)prizɔne] vtr *Bỏ tù ai.*

emprunt [)prœ̃] nm **1.** *sự vay mượn*; faire un e. à qn *mượn (tiền) của ai*; nom d'e. *tên giả* **2.** Com: *tiền vay, món nợ* **3.** Ling: *từ vay mượn (lấy từ ngôn ngữ khác)*; un e. à l' anglais *Sự vay mượn từ tiếng Anh.*

emprunter [)prœ̃te] vtr *vay mượn ai*; e. un nom *Mượn danh, giả danh*; le cortège emprunte la rue de Rivoli *Đám rước đi qua đường Rivoli.* emprunté a *Tự ý thức, tự biết mình, cứng rắn, khoa thuyết phục.*

emprunteur - euse [)prœ̃tœr, -z] n *Người mượn, người vay nợ.*

empuantir [)pɥ̃)tir] vtr *Làm ô nhiễm (không khí) xông hơi thối, làm cái gì bốc mùi lên.*

eámu [emy] a *Bị kích động mạnh, xúc động, đáng thương cảm, động lòng*; il était tout é. *anh ta hoàn toàn mất tự chủ, mất tinh thần*; se sentir un peu é. *cảm thấy hơi căng thẳng (thần kinh)*; d'une voix émue *Giọng nói không tự chủ được (vì xúc động).*

eámulation [emylasjɔ̃] nf *sự thi đua, sự cạnh tranh.*

eámule [emyl] n *đối thủ, địch thủ, người cạnh tranh.*

eámulsion [emylsjɔ̃] n *nhũ tương.*

en¹ [)] prep **1.** *(nơi chốn) (không dùng mạo từ xác định)* aller en ville *đi xuống phố, đi lên thành phố*; en ville *trong thành phố*; partir en mer *đi biển*; venir en avion *đi bằng máy bay*; en tête *trong đầu, trên đầu*; la suite en quatrième page *tiếp theo trên trang số 4; (tên các nước)* aller en France *Đi Pháp; (với đại từ nhân xưng)* il y a quelque chose en lui que j' admire *Ở anh ta có gì đó làm tôi khâm phục*; un homme en qui j'ai confiance *Một con người mà tôi tin tưởng*; (c) en votre honneur *để tỏ lòng tôn kính anh*; regarder en l'air *nhìn lên bầu trời*; le mariage aura lieu en l'église Saint - Jean *Lễ cưới được tổ chức ở nhà thờ St Jean* **2.** *(thời gian)* (a) en été *vào mùa hè*; né en 1945 *sinh năm 1945*; d'aujourd' hui en huit *tuần này*; (b) on peut y aller en 5 heures *Anh có thể đến đó trong 5 tiếng đồng hồ;* (c) en l' an 1800 *trong năm 1800*; en ce temps - là *Vào những ngày này*; en son absence *suốt trong thời gian anh ta vắng mặt*; **3.** (a) être en deuil *(trạng thái) trong tình trạng đau buồn*; en vacances *vào ngày nghỉ* ; peindre qch en bleu *sơn (cái gì) màu xanh*; en réparation *đang sửa chữa, trong tình trạng tu bổ*; (b) *(chất liệu)* montre en or *đồng hồ bằng vàng*; (c) *(kiểu, cách thức)* escalier en spirale *cầu thang hình xoắn ốc;* docteur en médecine *bác sĩ nội khoa*; fort en maths (d) *giỏi toán*; briser qch en morceaux *đập cái gì thành từng mảnh*; traduire une lettre en français *dịch một lá thư sang tiếng Pháp*; (e) de mal en pis *trở nên thậm tệ hơn*, d'année en année *năm này qua năm khác*; **4.** envoyer qch en cadeau *gởi cái gì với tính cách là món quà*; agir en honnête homme *Hành động đúng tư cách của một người trung thực.* déguisé en cow - boy *Bận đồ cao bồi, hóa trang như một tên cao bồi*; prendre la chose en philosophe *cầm lấy cái gì đi một cách bình thản* **5.** *(với danh động từ)* il marchait en lisant son journal *anh ta vừa đi vừa đọc báo*; en ne disant rien

Chẳng nói gì cả; elle sortit en dansant *cô ta đi ra vừa nhún nhảy*; en arrivant à Paris *trên đường đi Paris*; en attendant *trong khi chờ đợi*.

en² *không nhấn mạnh trạng từ và đại từ*. **1**. adv (a) *từ đó, từ nơi đó* vous avez été à Londres ? -oui, j'en arrive *anh đã đi Luân Đôn chưa ? thưa rồi, tôi vừa ở đó về;* (b) *về điều đó* si vous étiez riche, en seriez vous plus heureux ? *Nếu anh giàu, anh có sung sướng về điều đó không ?* **2**. pron inv (a) *(thay thế cho danh từ được dùng sau de) về cái gì, từ cái gì (anh ấy, cô ấy, các thứ ấy);* j'aime mieux ne pas en parler *tốt hơn là tôi không nói về điều đó;* les rues en sont pleines *các con đường đầy rẫy các thứ ấy;* qu'en pensez - vous ? *Bạn nghĩ gì về (điều đó);* elle en est morte *Cô ta chết vì (điều đó);* (b) *Số lượng* combien avez - vous de chevaux ? - j'en ai trois *anh có bao nhiêu con ngựa ? tôi có ba con;* combien en voulez - vous? *anh cần bao nhiêu ?* (c) *(thay thế cho sở hữu cách, của đồ vật)* J'ai la valise, mais je n'en ai pas la clef *tôi có chiếc va li, nhưng không có chìa khóa của nó;* (d) *(thay thế cho một mệnh đề);* il ne l'a pas fait, mais il en est capable *anh ta không làm điều đó, nhưng anh ta có khả năng như thế;* (e) *Một vài;* j'en ai tôi *có một ít;* je n'en ai pas *Tôi chả có gì cả;* (f) *(cách dùng mơ hồ)* si le coeur vous en dit *Nếu như anh tự cảm nhận được điều đó;* il en est ainsi *Nó như thế đấy;* (g) *(sau câu mệnh đề)* prenez - en dix *Hãy lấy 10 cái (thứ)* va-t' en *cút đi*.

ENA [ena] abr École nationale d' administration *trường Quốc gia Hành chính*.

enamourer(s') [s)namure] vpr *Đem lòng yêu ai*.

encadrement [)kadrəm)] nm **1**. *sự đóng khung* **2**. *cơ cấu, hệ thống cấu trúc, giàn, sườn, khung;* dans l'e. de la porte *trong khung cửa*.

encadreá [)kadre] nm *Sự chèn, lồng vào trong hộp*

encadrer [)kadre] vtr **1**. *đóng khung (bức tranh); bọc, bao vây;* Prévenu encadré par deux gendarmes *tên tội phạm bị hai viên cảnh sát dẫn đi (bị kèm hai bên sườn);* il a encadré le chat un arbre *anh ta cột con mèo quanh cái cây* **2**. *giám sát, huấn luyện (sinh viên v.v.)* **3**. je ne peux pas l'e. *tôi không chịu đựng nổi anh ta*.

encaissement [)kesm)] nm *sự trả tiền, lĩnh tiền; hóa đơn, sự thu (tiền)*.

encaisser [)kese] vtr (a) *trả tiền mặt; nhận tiền, thu tiền;* (b) e. un coup *bị đánh một cú;* il sait e. *anh ta biết nhận nó.* je ne peuz pas l'e. *tôi không chịu được anh ta nữa*. encaissé a *Bị kẹt trong hộp; bị chìm sâu (sông); bị lún (bên đường)*.

encaisseur [)kɛsœ r] nm *Người thu tiền; người được trả tiền (ngân hàng) người thu ngân*.

encan (aâ l') [al)k)] adv Lit: vendre qch à l'e. *Bán đấu giá*.

encapuchonner [)kapyʃɔne] nm *đội mũ trùm đầu (người); che bằng mui (xe tải)*. encapuchonné a *được trùm, được bọc*.

encart [)kar] nm *Sự chèn vào, lồng vào*.

encarter [)karte] vtr *gắn vào, chèn vào, gài vào lồng vào*.

en-cas [)kɑ] nm inv *bữa ăn qua loa*.

encastrable [)kastrabl] a *có thể gắn vào*.

encastrer [)kastre] vtr **1**. *ấn vào đóng vào (dans)* **2**. s'e. *gắn vào làm khít vào*. encastré a *được gắn vào (dụng cụ, lò...)*.

encaustique [)kɔstik] nf *sự bọc sáp, sự đánh bóng*.

encaustiquer [)kɔstike] vtr *đánh bóng, bọc sáp*.

enceindre [)s(dr] vtr *bao vây, bao quanh*.

enceinte¹ [)s(t] nf **1**. *tường bao quanh; hàng rào* **2**. *sự rào lại* **3**. e. *loa phóng thanh*.

enceinte² adj *có thai* e. de 5 mois *có thai 5 tháng*.

encens [)s)] nm *nhang, hương*.

encenser [)s)se] vtr *đặt lư hương (bàn thờ) đốt nhang (cho thần linh); thần tượng hóa*.

encensoir [)s)swar] nm *bình xông hương*.

encerclement [)sɛrkləm)] nm *sự bao quanh*.

encercler [)sɛrkle] vtr *bao quanh, đóng kín*.

enchaînement [)ʃɛnm)] nm *chuỗi, dây xích, hàng loạt (ý tưởng, sự kiện)*.

enchaîner [)ʃene] vtr **1**. *xích lại (người, chó); kềm hãm, kềm chế (nỗi đam mê)* **2**. (a) *móc lại, nối lại, liên kết lại (máy móc, ý tưởng);* e. la conversation *lại tiếp tục cuộc đàm thoại;* (b) vi *(trong giao tiếp) tiến hành, lại tiếp tục;* (c) *hiện lên dần dần* **3**. *Kết hợp, nối kết (các sự kiện) nối đuôi nhau, nối tiếp nhau*.

enchantement [)ʃtm)] nm **1**. *sự mê hoặc, sự say mê;* comme par e. *như thế phù phép vậy, như thế có ma thuật* **2**. *sự thích thú*.

enchanter [)ʃte] vtr **1**. *làm mê hoặc* **2**. *Làm say mê, làm cho thích thú;* cette idée ne l'enchante pas *ý kiến không làm cho anh ta thích thú*. enchanté a **1**. *Bị mê hoặc, bị quyến rũ* **2**. *mê ly, hấp dẫn (de)* **3**. *(de faire votre connaissance) (để làm quen) rất hân hạnh được gặp anh*.

enchanteur, -eresse [)ʃtœ r, rɛs] **1**. n *người phù phép* **2**. a *quyến rũ, làm cho say mê*.

enchêsser [)ʃase] vtr **1**. *gắn (kim cương) vào* **2**. *thêm vào, chèn vào (câu...)*.

encheâre [)ʃɛr] nf une e. *giá đề nghị, giá đưa ra*; les enchères *sự đấu giá;* mettre aux enchères *đấu giá, đưa cái gì ra đấu giá;* vente aux enchères *bán đấu giá.*

encheárir [)ʃerir] vi *(đấu giá) cao hơn*; e. sur qn *(i) trả giá cao hơn ai; (ii) trả giá trội hơn ai.*

enchevìtrement [)ʃəvɛtrəm)] nm (a) *sự làm cho mắc bẫy*; (b) *sự vướng mắc, rối rắm.*

enchevìtrer [)ʃvɛtre] vtr **1.** *làm lộn xộn, mơ hồ, rối rắm* **2.** s'e. *trở nên rối rắm, lộn xộn.*

enclave [)klav] nf *vùng đất lọt giữa, cho lọt vào giữa.*

enclaver [)klave] vtr *để lọt vào giữa, cho lọt vào giữa.*

enclencher [)kl)ʃe] vtr *nối khớp; khớp bánh răng; vô số (xe); Khởi động; kích động.*

enclin [)kl(] a *Có khuynh hướng, được sắp đặt, được quyết định.*

enclore [)klɔr] vtr *vây quanh, rào lại.*

enclos [)klo] nm *đất rào kín; tường vây quanh; rào vây quanh.*

enclume [)klym] nf *cái de* être entre l'e et le marteau *trên đe dưới búa.*

encoche [)kɔʃ] nf *vết khía hình chữ V.*

encoignure [)kɔɲyr] nf *góc (phòng).*

encoller [)kɔle] vtr *hồ (giấy); dán keo (gỗ).*

encolure [)kɔlyr] nf **1.** *cổ (người, ngựa)* **2.** *cổ áo; số cổ áo.*

encombre [)kɔ̃br] nm sans e. *không trở ngại gì, không trắc trở gì.*

encombrement [)kɔ̃brəm)] nm (a) *sự tắc nghẽn; tắc nghẽn giao thông; sự bận (đường dây điện thoại);* (b) *cỡ, khổ (đồ vật); số lượng lớn, khối lượng lớn (hàng hóa).*

encombrer [)kɔ̃bre] vtr **1.** *làm tắc nghẽn; chất đầy; tắc nghẽn (đường phố);* table encombrée de papiers *giấy linh tinh chất đầy bàn;* e. qn *ngăn trở, cản trở ai;* e. le marché *cung cấp thừa thái (thị trường)* **2.** s'e. *chất gánh nặng cho ai, dồn trách nhiệm cho ai.* encombrant a *cồng kềnh, nặng nề, kềnh càng;* il est e. *anh ta luôn luôn rầy rà.* encombré a *tắc nghẽn; ứ đọng, đầy ứ (thị trường).*

encontre (aâ l') [)l)kɔ̃tr] prep phr à l'e de *Chống lại, trái lại, ngược lại với;* aller à l'e de la loi *đi trái luật.*

encore [)kɔr] adv **1.** (a) *vẫn còn* il court e. *anh ta vẫn còn tự do (không bị ràng buộc);* (b) *chưa* pas e. *vẫn chưa*; un homme que je n'avais e. jamais vu *một người mà tôi chưa bao giờ thấy trước đây;* (c) *nữa, lại nữa* e. une tasse de café *một tách cà phê nữa;* quoi e.? *còn gì nữa không;* pendant e. trois *trong vòng ba tháng nữa;* réduire e. le prix *giảm giá hơn nữa;* e. une fois *thêm một lần nữa;* e. autant *thêm chừng ấy nữa;* e. pire *còn tồi tệ hơn;* e. vous! *(gì thế) lại anh nữa* **2.** *hơn nữa, thêm nữa;* non seulement stupide, mais e. têtu, *không những đần độn mà còn bướng bỉnh nữa.* **3.** a hier e. *vẫn hôm qua;* e. si on pouvait lui parler *ước gì người ta có thể nói với anh ta;* (b) *(với sự đảo ngữ)* je n'ai qu'un ciseau, e. est-il émoussé *tôi chỉ một cái đục đã thế nó lại bị cùn nữa;* e. vous aurait-il fallu me prévenir *lại thế nữa lẽ ra anh phải cho tôi biết;* (c) il vous en donnera 10 francs, et e. ! *anh ta sẽ trả công cho anh 10 franc và cứ thế*; (d) conj phr e. (bien) que + sub *mặc dù, ngay cả nếu;* temps agéable e. qu' un peu froid *thời tiết thật dễ chịu mặc dù còn hơi lạnh.*

encouragement [)kuraʒm)] nm *Sự khuyến khích.*

encourager [)kuraʒe] vtr (n. encourageons) *Khuyến khích, giúp đỡ, cổ vũ, thúc giục (để làm gì).* encourageant a *đầy khích lệ.*

encourir [)kurir] vtr *Gánh chịu, mắc, bị.*

encrassement [)krasm)] nm *Sự dơ bẩn, sự trái luật (chơi xấu), sự hôi thối, sự tù túng, sự tắc nghẽn.*

encrasser [)krase] **1.** vtr *Ngăn cản, bịt lại* **2.** s'e. *làm tắt, trở nên tắc nghẽn.*

encre [)kr] nf ink *Mực* e. de Chine *mực tàu;* e. sympathique *mực bí mật, phải xoa lên một chất hóa học chữ mới nổi lên;* écrit à l'e. *viết bằng mực.*

encrier [)krije] nm *Hủ mực, lọ mực.*

encroûter(s') [s)krute] vpr *đi vào đường mòn; giữ thái độ bảo thủ; (trở nên) hóa thạch.*

encyclique [)siklik] a & nf *Được lưu hành rộng rãi, thông tri được lưu hành rộng rãi.*

encylopeádie [)siklɔpedi] nf *Bách khoa toàn thư (từ điển).* encyclopédique a *bách khoa.*

endeámique [)demik] a *Bệnh dịch.*

endettement [)dɛtm)] nm **1.** *Sự mắc nợ* **2.** *nợ.*

endetter(s') [s)dɛte] vpr *Mắc nợ, mang nợ.* endetté a *(trong tình trạng) mang nợ, thiếu nợ.*

endeuiller [)dœ je] vtr *Gặp cảnh dau thương, tang tóc đang đau buồn, lòng u ám (về việc gì).*

endiableá [)djable] a *Liều lĩnh, hoang dại, điên cuồng (nhạc).*

endiguer [)dige] vtr **1.** *Ngăn lại bằng đập (sông)* **2.** *đắp đê (sông)* **3.** *giữ lại, giành lấy, ngăn chặn (sự xâm nhập, sự xâm phạm, lan tràn).*

endimancher(s') [s)dim)ʃe] vpr *Bận đồ đẹp ngày chủ nhật, bận đồ đi lễ chủ nhật.*

endive [)div] nf *Cây rau diếp.*

endoctrinement [)dɔktrinm)] nm *Sự truyền*

bá, điều được truyền thụ.
endoctriner [)dɔktrine] vtr *Truyền bá, truyền thụ (học thuyết).*
endolori [)dɔlɔri] a *Đau, rát, dễ thương tổn, yếu ớt.*
endommagement [)dɔmaʒm)] nm *Sự tổn hại, tổn thương.*
endommager [)dɔmaʒe] vtr (n. endommageons) *Làm hại, làm tổn thương.*
endormir [)dɔrmir] vtr 1. (a) *Đặt; để; gởi (cho ai); ngủ; gây mê (bệnh nhân); làm chán (ai);* (b) *làm mất cảm giác (nỗi đau, cơn đau).* (c) e. les soupcons *làm giảm nỗi nghi ngờ* 2. s'e. *ngủ.* endormant a *chán nản.* endormi a 1. (a) *buồn ngủ, ngủ;* (b) *uể oải, thiếu sinh khí* 2. *(ngón tay) tê cóng* 3. *trơ lì, chậm chạp.*
endossement [)dosm)] nm (a) *Việc xác nhận, chứng thực* (b) *sự xác nhận, chứng thực.*
endosser [)dose] vtr 1. *Mặc đồ (áo, quần)* e. une responsabilité *gánh vác, đảm nhận một trách nhiệm.* 2. *chứng thực (séc).*
endroit [)drwa] nm 1. *nơi, chốn;* par endroits *đó đây, nhiều nơi;* à quel e. ? *nơi nào;* il s'est arrêté de lire à cet e. *anh ta ngừng đọc ở điểm đó;* 2. *bề mặt, phía phải (chất liệu)* à l'e. *quanh đây;* une maille à l'e. *một áo đan.*
enduire [)dɥir] vtr (pp enduit; pr ind j'enduis; impf j'eduisais; fu j'enduirai) *Làm váy bẩn, che phủ, khoát, bọc lớp ngoài.*
enduit [)dɥi] nm *Lớp phủ ngoài, lớp khoát; vữa (trát tường).*
endurance [)dyr)s] nf *Sự chịu đựng, sức chịu đựng.* endurant a *dẻo dai, có sức kháng cự, có sức chịu đựng bền.*
endurcir [)dyrsir] vtr 1. *Làm cứng, trở nên cứng; trở nên căng thẳng;* être endurci à la fatigue *quen chịu đựng với sự mệt nhọc.* 2. s'e. (a) *cứng nhắc; trở nên cứng;* (b) *cứng rắn (về điều gì).* endurci a *căng thẳng, bị dồn ép (tội phạm); cứng rắn, kiên định (cử nhân).*
endurcissement [)dyrsism)] nm *Sự làm cứng; sự làm bền; làm dai; sự cứng rắn, sự chịu đựng cao.*
endurer [)dyre] vtr *Chịu đựng.*
eánergeátique [enerʒetik] a (a) *Đầy nghị lực tiếp nghị lực cho;* (b) dépense é. *sự tiêu hao năng lượng.*
eánergie [enerʒi] nf 1. *Năng lực, sức lực nghị lực;* avec é. *mạnh mẽ, đầy nghị lực;* sans é. *thiếu nghị lực, yếu đuối* 2. (a) é atomique *năng lượng nguyên tử, năng lượng hạt nhân;* (b) *năng lượng (dầu).* énergique a (a) *đầy nghị lực;* (b) *mạnh mẽ (biện pháp); dứt khoát (cử chỉ); mạnh (cú đá).* énergiquement adv *đầy nghị*

lực, mạnh mẽ; s'y mettre é. *nện lúng vào (đó).*
eánergumeâne [energymɛn] nm *Người cuồng tín.*
eánervement [enervəm)] nm *Sự giận dữ, sự căng thẳng.*
eánerver [enerve] vtr 1. (a) *Làm yếu, làm suy yếu;* (b) é. qn *làm ai hoảng vía; làm ai giận dữ* 2. s'é. *trở nên giận dữ, cáu gắt, nóng nảy, bồn chồn, căng thẳng (vì công việc).* énervant a *cáu gắt, căng thẳng; khó chịu, quấy rầy.* énervé a *nổi cáu, quấy rầy, bị chọc tức.*
enfance [)f)s] nf 1. (a) *Thời thơ ấu; thời non dại;* première e. *đầu đời;* c'est l'e, de l'art *đó là một điều sơ đẳng, đó là trò chơi trẻ con;* (b) *thời niên thiếu (trai, gái)* 2. *tình trạng như trẻ con;* retomber en e. *lẩm cẩm, lẩn thẩn vì tuổi già.*
enfant [)f)] 1. (a) *Đứa con, thằng bé, con bé;* e. trouvé *đứa bé bị bỏ rơi;* faire l'e. *xử sự như trẻ con;* (b) *như trẻ con; thơ ngây, bụ bẫm (nụ cười)* (c) *chú bé, chàng trai;* allons-y, mes enfants! *hãy cố lên nào hỡi đồng bào tôi!;* (d) manière bon e. *đứa trẻ được giáo dục* 2. (a) *đứa bé, đứa con;* c'est son e. *đó là con bé của anh ta; đó là sản phẩm trí tuệ của anh ta;* (b) un e. de Paris *người bản xứ của Paris.* enfantin a 1. *như trẻ con* 2. *sơ khởi, non yếu;* c'est e. *đó là trò chơi trẻ con.*
enfantement [)f)tm)] nm 1. *Sự sinh con* 2. *sự cho ra đời, sự sáng tác (tác phẩm văn học).*
enfanter [)f)te] vtr & i *Sinh con.*
enfantillage [)f)tijaʒ] nm *tình trạng ngây thơ như trẻ con.*
enfer [)fɛr] nm *Địa ngục ;* aller à un train d'e. *chạy như ma đuổi;* bruit d'e. *tiếng ồn trời đánh thánh vật.*
enfermer [)ferme] vtr 1. (a) *Đóng (cái gì);* e. qn à clef *làm (ai) câm mồm;* tenir qn enfermé *khóa nhốt ai;* il est bon à e. *nó đáng bị nhốt;* (b) *bao bọc, bao vây* 2. s'e. *giam hãm chính mình tự hạn chế mình;* s'e dans le silence *cứ giữ im lặng, không hề hé miệng.*
enfieávrer [)fievre] vtr (j'enfiè vre; j'enfiévrerai) *Kích thích, khơi gợi, nhóm dậy (trí tưởng tượng, ...)*
enfilade [)filad] nf 1. *Một loạt, chuỗi liên tiếp (cửa)* maisons en e. *dãy nhà* 2. *sự bắn lia.*
enfiler [)file] vtr 1. (a) *Đan sợi, làm chuỗi hạt;* (b) *đi dọc (một con đường);* (c) *mặc hoặc cởi nhanh (áo quần, dày, dép); kéo quần lên* 2. s'e. (a) *nuốt xuống (thức ăn), nốc vào (đồ uống);* (b) *bị dính vào, không thoát được (nhiệm vụ).*
enfin [)f(] 1. adv (a) *Cuối cùng, sau cùng;* e. et surtout *sau cùng nhưng không kém quan trọng* 2. int (a) *như thế đấy !* (b) mais e., s'il acceptait

enflammer ! *nhưng cuối cùng anh ta đã chấp nhận* ! (c) e.! *ce qui est fait est fait rốt cuộc điều gì đến phải đến.*

enflammer [ ) flame] vtr **1.** (a) *Châm lửa; đánh lửa; đốt (cái gì);* (b) *làm viêm, làm sưng tấy (vết thương);* (c) *khiêu khích ai* **2.** s'e. (a) *bắt lửa, cháy;* (b) *bị viêm, đỏ bừng lên (vết thương);* (c) *(người) bị xáo động, bị kích động;* s'e. de colère *bừng bừng nổi giận.* enflammé a *bốc cháy, bùng lên, đỏ rực lên; nóng rực lên (má); viêm (vết thương); nồng nàn, say sưa (lời nói).*

enfleá, -eáe [ ) fle] **1.** a *Phồng lên* **2.** n *người ngốc.*

enfler [ ) fle] **1.** vtr *Phồng lên*; e. les joues *phình má* **2.** vi & pr *thổi phồng; sông (dâng lên).*

enflure [ ) flyr] nf *Chỗ sưng lên, chỗ phồng.*

enfoncement [ ) fɔ̃sm)] nm **1.** *Sự đóng vào (đinh); sự phá (cửa); sự ngắm vào* **2.** *lỗ hổng; sự đình trệ; tình trạng chán nản; hốc tường, nơi thụt vào (góc nhà hoặc góc vườn).*

enfoncer [ ) fɔ̃se] v (n. enfonçons) **1.** vtr (a) *Đóng đinh vào;* e. la main dans sa poche *thọc tay vào túi;* e. son chapeau sur la tête *chèn mũ lên đầu (vì chật)* ; je ne peux pas lui e. ca dans la tête *tôi không thể nhồi nhét điều đó vào đầu nó;* (b) *phá tung, làm hư (cửa)* ; e. une porte ouverte *làm một việc vô ích, công dã tràng;* (c) *cưỡng bức để tranh giành phần tốt hơn* **2.** vi *sụt bùn, sa vào bùn* **3.** s'e. (a) *thâm nhập, đi sâu (vào điều gì); (nền nhà) lún xuống; nhượng bộ;* s'e. sous les couvertures *dưới danh nghĩa là, lấy cớ là;* s'e. dans le crime *ngập sâu vào tội lỗi;* (b) s'e. une aiguille dans le doigt *châm kim vào tay mình.* enfoncé a *sâu hoắm (lỗ hổng, hố), sâu hoắm (mắt).*

enfouir [ ) fwir] vtr **1.** *Chôn* **2.** s'e. *tự che dấu mình, tự chôn vùi mình.*

enfouissement [ ) fwism)] nm *Sự chôn cất.*

enfourcher [ ) furʃe] vtr *Cưỡi (ngựa); đi (xe đạp)* ; e. son dada *lại bàn về vấn đề sở trường (khi nói chuyện).*

enfourchure [ ) furʃyr] nf *Chạc (cây).*

enfourner [ ) furne] vtr *Bỏ (bánh mì) vào lò; bỏ (đồ sứ) vào lò nung; ăn ngấu nghiến nuốt lấy nuốt để.*

enfreindre [ ) fr(dr] vtr *Vi phạm (luật lệ), xâm phạm (cuộc sống riêng tư của ai).*

enfuir (s') [s) fɥir] vpr **1.** *Trốn thoát, bay; chạy đi, tẩu thoát* **2.** *(chất lỏng) chảy, tràn.*

enfumer [ ) fyme] vtr *Đầy khói, ngập khói (căn phòng) xông khói ra (đuổi ong);* pièce enfumée *phòng đầy khói.*

engageá, -eáe [ ) gaʒe] **1.** a *Nhà văn tỏ thái độ rõ rệt* **2.** n e. (volontaire) *người tình nguyện tòng quân.*

engagement [ ) gaʒm)] nm **1.** (a) *Sự cầm cố (đồ vật);* (b) *đánh máy (chữ hoa)* **2.** (a) *lời hứa, hợp đồng, sự thỏa thuận;* tenir ses engagements *giữ lời cam kết;* prendre un e. *thỏa thuận, không giao kèo;* sans e. *không ràng buộc, không giao kèo;* (b) *sự hẹn, sự giao ước;* (c) *(i) sự đi vào, sự đến (sự kiện); (ii) ngày ấn định cho sự kiện thể thao* **3.** *sự thỏa thuận, sự ấn định* **4.** *sự thỏa thuận, sự liên minh (với một sự nghiệp).*

engager [ ) gaʒe] vtr (n. engageons) **1.** *Cầm đồ;* e. sa parole *hứa, thề nguyện* **2.** *thuê, mướn (nhân công)* **3.** (a) *bắt, làm mắc bẫy, vướng vào khó khăn, làm rối rắm (dây thừng);* (b) *giữ lại (một số tiền);* (c) *đặt (máy) vào hộp số;* (d) e. la clef dans la serrure *gắn chìa khóa vào ổ;* **4.** *bắt đầu, mở đầu (cuộc đàm thoại) đi vào (cuộc thương lượng);* e. le combat *tham gia chiến tranh* **5.** e. qn à faire qch *mời mọc, hối thúc ai làm gì;* le beau temps nous engage à sortir *thời tiết đẹp làm cho chúng tôi thích đi chơi* **6.** vi *(máy móc) ăn khớp;* s'engager vpr **1.** s'e. à faire qch *tự hứa sẽ làm gì; đảm trách cái gì;* je suis trop engagé pour reculer *tôi đã đi quá xa đến nỗi khó rút lui được* **2.** (a) s'e. chez qn *xen vào việc của ai, bắt tay vào công việc của người nào;* (b) Mil: *lên danh sách (nghĩa vụ quân sự), tòng quân, tuyển quân* (c) s'e. pour une course *tham gia chạy đua* **3.** *(dây thừng) rối* **4.** (a) le tube s'engage dans l'ouverture *ống khớp vào chỗ hở (chỗ mở);* (b) s'e. dans une rue *rẽ vào một con đường;* (c) *bắt đầu (trận chiến).* engageant a *dễ có thiện cảm (nhân cách).*

engelure [ ) ʒlyr] nf *Mụn ngứa trên tay chân (do lạnh).*

engendrer [ ) ʒ) dre] vtr **1.** *Là cha của (đứa bé)* **2.** *gây ra (cuộc tranh chấp, tranh luận); phát ra (nhiệt) gây (bệnh).*

engin [ ) ʒ( ] nm **1.** *Động cơ, máy móc; dụng cụ* engins de pêche *trang bị dùng để câu cá* **2.** e. amphibie *máy có thể hoạt động dưới nước và trên cạn;* e. balistique, téléguidé *tên lửa đạn đạo.*

englober [ ) glɔbe] vtr *Bao gồm, đưa vào.*

engloutir [ ) glutir] vtr **1.** (a) *Nuốt, nuốt chửng (thức ăn);* (b) *làm chìm, nhấn chìm, nuốt chửng (con tàu, tài sản)* **2.** s'e. *bị đánh chìm (tàu).*

engloutissement [ ) glutism)] nm *Sự nuốt, sự nốc xuống, sự nghẹn.*

engorgement [ ) gɔrʒəm)] nm (a) *Sự bóp nghẹt, tắt nghẽn;* (b) *sự cản trở, điều trở ngại.*

engorger [)gɔrʒe] vtr (n. engorgeons) *Làm nghẹt thở, dừng, bóp nghẹt, tắt nghẽn.*

engouement [)gum)] nm (pour qn, qch) *Sự mê mẩn, sự cuồng si (đối với ai, điều gì).*

engouer (s') [s)gwe] vpr s'e. de qn *Mê mẩn ai, cuồng điên vì ai.*

engouffrer [)gufre] vtr 1. *Nhận chìm, nuốt chửng* 2. s'e. *bị nhận chìm, bị nuốt chửng*; le train s'engouffra dans le tunnel *con tàu lao vào đường hầm.*

engourdir [)gurdir] vtr 1. *Làm tê cóng (ngón tay); làm u tối (tinh thần); làm (ai) buồn ngủ* 2. s'e. (a) *trở nên tê cóng (ngón tay); ngủ*; (b) *trở nên u tối (tinh thần).*

engourdissement [)gurdism)] nm *Sự tê cứng, sự tối tăm, sự trơ lì.*

engrais [)grɛ] nm (a) *Sự vỗ béo thức ăn*; mettre à l'e. *vỗ béo, nuôi (gia súc)*; (b) *phân chuồng*; e. chimique *phân hóa học.*

engraissement [)grɛsm)] nm *Sự vỗ béo (súc vật).*

engraisser [)grese] 1. vtr (a) *Nuôi, vỗ béo*; (b) *cấy phân (đất)* 2. vi *lên cân, mập lên.*

engrenage [)grənaʒ] nm *Sự khớp nối, sự khớp vào nhau, mạng lưới;* être pris dans l'e. *ăn khớp nhau trong một hệ thống.*

engueulade [)gœlad] nf P: *Trận đấu khẩu, cuộc cãi lộn, sự om sòm*; recevoir une e. de qn *nói chuyện to tiếng với ai.*

engueuler [)gœle] vtr P: *chửi bới, la mắng ai*; ils se sont engueulés *họ cãi nhau, chửi bới nhau.*

enguirlander [)girl)de] vtr 1. *treo vòng hoa (trong phòng)*; 2. F: *nói thẳng vào mặt ai, chửi ai.*

enhardir [)ardir] vtr (a) *Làm cho mạnh dạn hơn; tiếp cho (ai) sự can đảm;* (b) s'e. *lấy hết can đảm.*

eánieâme [ɛnjɛm] a F: *Nhiều vô số, không biết lần thứ mấy.*

eánigme [enigm] nf *Điều bí ẩn, câu đố.*

énigmatique a *bí ẩn, khó hiểu.*

énigmatiquement adv *một cách bí ẩn, khó hiểu.*

enivrement [)nivrəm)] nm *Sự say sưa, sự say rượu.*

enivrer [)nivre] 1. vtr *Làm say sưa, làm nghiện ngập; làm (ai) say rượu;* 2. s'e. *say rượu.* enivrant a *kích động, phấn chấn say sưa.*

enjambeáe [)ʒ)be] nf *Bước dài.*

enjamber [)ʒ)be] vtr *Bước qua, vượt qua (trở ngại); (chiếc cầu) bắc qua (sông).*

enjeu, -eux [)ʒ-] nm *Sự chơi, sự đặt cược.*

enjoindre [)ʒw(dr] vtr (conj JOINDRE) *Hợp tác cùng, tham gia (với ai để làm gì).*

enjôler [)ʒole] vtr *Vỗ về, tán tỉnh, phỉnh nịnh.*

enjôleur, -euse 1. a *tán tỉnh, có vẻ dịu ngọt* 2. n *người tán tỉnh, người phỉnh nịnh.*

enjoliver [)ʒɔlive] vtr *Làm đẹp lên, tô vẽ thêm; thêu dệt (câu chuyện).*

enjoliveur [)ʒɔlivœr] nm Aut: *cái chụp trục bánh xe.*

enjoueá [)ʒwe] a *Sống động, hoạt bát.*

enjouement [)ʒum)] nm *Sự sống động, hoạt bát.*

enlacement [)lasm)] nm 1. *Sự đan dệt* 2. *sự ôm, sự nắm chặt, siết chặt.*

enlacer [)lase] vtr (n. enlacons) 1. *Đan dệt, đan chéo* 2. *siết (ai) trong vòng tay; ôm hôn, ghì chặt (ai).*

enlaidir [)ledir] 1. vtr *Làm ai trông xấu xí; làm biến hình, biến dạng (cảnh trí)* 2. vi *trở nên xấu xí.*

enlêavement [)lɛvm)] nm 1. *Sự cắt bỏ, sự mang đi, sự làm rõ ràng* 2. *việc bắt cóc, việc mang đi khỏi;* Jur: *sự bắt cóc* 3. Mil: *sự đột chiếm (vị trí).*

enlever [)lve] vtr (j'enlève) 1. (a) *Cắt bỏ, rời bỏ, cởi (áo quần); mang đi, lấy đi;* e. le couvert *lau bàn;* e. une tache *làm sạch một vết bẩn;* enlevé par la mer *trôi đi trên biển, dạt đi trên biển;* la mort l'a enlevé à 20 ans *tử thần đã cướp lấy anh ta lúc 20 tuổi (đã mang anh ta đi lúc 20 tuổi);* (b) e. qch à qn *lấy cái gì từ ai;* (c) *mang đi khỏi; bắt cóc;* e. une course *thắng một cuộc đua;* (d) Mil: *chiếm đoạt, đột chiếm (vị trí);* (e) *nâng lên* e. le couvercle *mở nắp vung;* 2. s'e. (a) *(vết bẩn) tẩy sạch;* (b) *(hàng hóa) bán chạy, bán rất đắt hàng.* enlevé a *(bức họa, âm nhạc) sống động, sinh động.*

enlisement [)lizm)] nm *Sự chìm vào, lún vào (cát lún).*

enliser [)lize] vtr 1. *(Bùn, cát lún) bị ngâm, lún vào* 2. s'e. *bị sa lầy;* s'e. dans les détails *ngập vào hàng đống chi tiết.*

enneigement [)nɛʒm)] nm *Sự phủ tuyết;* bulletin d'e. *tờ báo, tập san về tuyết, bản tường trình về tuyết.* enneigé a *phủ đầy tuyết, ngập tuyết.*

ennemi [enmi] 1. n *Quân thù, kẻ thù* se faire un e. de qn *gây thù với ai* 2. a *thù hận đất nước; hiềm khích với ..*

ennui [)nɥi] nm 1. *Nỗi lo âu phiền toái;* créer des ennuis à qn *gây phiền hà cho ai;* quel e.! *thật phiền toái làm sao!* l'e., c'est que... *điều phiền toái là;* 2. *sự chán nản.*

ennuyer [)nɥije] vtr (j'ennuie) 1. (a) *Gây khó chịu, lo âu (cho ai);* cela vous ennuierait-il d'attendre ? *để anh đợi có phiền lắm không ?*; (b) *làm (ai) chán* 2. s'e (a) *chán*; (b) s'e. de qn *nhớ nhung ai.* ennuyeux, -euse a (a) *chán ngán, mệt mỏi, buồn tẻ;* (b) *sự phiền toái, sự khó chịu*; comme c'est e.! *thật phiền toái !*

eánonceá [enɔ̃se] nf *Bản thông báo (về cái sự kiện); điều khoản (một vấn đề); văn bản, nguyên bản (của một bộ luật)*; Ling: *sự phát âm, cách nói.*

eánoncer [enɔ̃se] vtr (n. énoncons) *Nói, phát biểu (ý kiến, sự thật).*

eánonciation [enɔ̃sjasjɔ̃] nf *Sự phát ngôn, lời nói.*

enorgueillir (s') [s)nɔrgœjir] *Tự hào về điều gì.*

eánormiteá [enɔrmite] nf 1. (a) *Sự tàn ác, hành động tàn ác; sự thái quá (yêu cầu);* (b) *sự to lớn, mênh mông, khổng lồ;* 2. F: commettre une é. *làm hỏng việc*; dire des énormités *nói điều kinh khủng nhất.* énorme a *lớn, khổng lồ, thái quá;* ca m'a fait une bien é. *cái đó đã làm tôi mất đi một số khoảng tiền lớn.* énormément adv 1. *một cách to lớn, khổng lồ* 2. é. de *một khối lớn, một lượng lớn*; é. de gens *nhiều người.*

enqueárir (s') [s)kerir] vpr (conj ACQUÉRIR) *Tìm hỏi, thăm dò (về)*; s'e. du prix *dò hỏi giá, hỏi thăm giá.*

enquïte [)kɛt] nf *cuộc điều tra, cuộc thẩm tra;* e. par sondage *cuộc điều tra bằng thăm dò.*

enquïter [)kete] vi *Điều tra, thẩm tra;* e. sur une affaire *điều tra một vấn đề.*

enquïteur, -euse [)ketœr, -z] 1. a Jur: commissaire e. *Ủy viên thẩm tra;* 2. n *người điều tra;* Journ: *người phóng vấn.*

enquiquiner [)kikine] vtr F: *Làm rầy rà, làm ai khó chịu.*

enraciner [)rasine] vtr 1. *Làm bén rễ cây; thành lập (những nguyên tắc)* 2. s'e. *làm bắt rễ, ăn sâu vào (thói quen).* enraciné a *bắt rễ sâu, ăn sâu vào.*

enrager [)raʒe] (n. enrageons) vi *Bực tức, cáu tiết (về cái gì);* faire e. qn *làm ai cáu tiết, bực tức.* enragé 1. a (a) *điên, dại (chó);* (b) *cuồng tín (về điều gì);* (c) *cáu giận, điên tiết* 2. n un e. de motos *người cuồng xe máy.*

enrayer [)reje] vtr 1. (a) *Bắt ai, ngăn chặn (bệnh);* (b) *tắt nghẽn (máy), sự kẹt* 2. s'e. *tắt nghẽn giao thông, bị kẹt.*

enreágimenter [)reʒim)te] vtr (a) *Kết nạp vào, ghi tên cho vào (hội báo trợ);* (b) *tuyển (quân).*

enregistrement [)rəʒistrəm] nm 1. *Sự đăng ký; nơi đăng ký; cơ quan đăng ký; sự thâu băng; tiếp thu (một mệnh lệnh);* e. des bagages *sự đăng ký hành lý; ký gởi;* bureau d'e. *(i) phòng đăng ký, sở đăng ký; (ii) phòng bán vé* 2. *sự thâu (thanh);* e. sur bande *sự thâu băng.*

enregistrer [)rəʒistre] vtr 1. (a) *Thâu nhật (sự kiện, dữ liệu); đăng ký (khai sinh); tiếp thu (một mệnh lệnh);* (faire) e. *đăng ký, kiểm tra (hành lý);* (b) F: *ghi chép* 2. *Thâu (vô đĩa);* e. sur bande *thâu băng.* enregistreur, -euse 1. a *ghi (dụng cụ); máy tính tiền* 2. nm *máy ghi âm, máy ghi, dụng cụ ghi.*

enrhumer [)ryme] vtr 1. *Làm số mũi;* être enrhumé *bị cảm lạnh* 2. s'e. *bắt lạnh, cảm lạnh.*

enrichir [)riʃir] vtr 1. *Làm giàu, làm phong phú (với cái gì)* 2. s'e. *trở nên giàu;* (b) *trở nên giàu hơn (về cái gì).*

enrichissement [)riʃism] nm *Sự làm giàu, sự giàu có.*

enrobage [)rɔbaʒ] nm Cu: *Lớp bao, sự bao.*

enrober [)rɔbe] vtr Cu: *Bọc, khoác, phủ lên.* enrobé a F: *tròn trĩnh, phúng phính.*

enrôlement [)rolm] nm *Sự đăng ký, sự tòng quân.*

enrôler [)role] vtr & pr *Đăng ký, tòng quân, tuyển quân.*

enrouement [)rum] nm *Sự khàn tiếng, sự khàn giọng.*

enrouer [)rwe] vtr 1. *Làm cho khàn giọng* 2. s'e. *bị khàn giọng;* s'e. à force de crier *la hét đến khàn giọng.* enroué a *khàn, khản.*

enrouler [)rule] vtr 1. (a) *Cuộn, quấn (bản đồ); quấn (dây cáp);* (b) *gói (cái gì)* 2. s'e. (a) (autour de) *cuộn, quấn; bị quấn (tròn);* (b) s'e. dans *lăn, quấn chính mình vào.*

ensabler (s') [s) sable] vpr *(cảng, sông) nghẽn bùn, phù sa, bồi cát (xe hơi) bị lún, nghẽn trong cát.*

ENSAM abr École nationale supérieure d'arts et métiers *Trường quốc gia chuyên nghiệp nghệ thuật và nghề thủ công.*

ensanglanter [)s)gl)te] vtr *Làm vấy máu;* mains ensanglantées *những bàn tay vấy máu.*

enseignant, -ante [)seɲ),)t] 1. a *Giáo dục* 2. n *nhà giáo, giáo viên.*

enseigne [)seɲ] 1. nf (a) *dấu hiệu, biểu hiện (chất lượng);* (b) *biển hàng, biển hiệu;* e. au néon *ánh đèn nê ông* F: nous sommes tous logés à la même e. *chúng tôi cùng chung hoàn cảnh;* (c) Mil: *Phù hiệu, cờ hiệu* 2. nm (a) Mil: *cờ hiệu, lệnh tiển;* (b) Navy: e. (de vaisseau) *đại úy hải quân.*

enseignement [)seɲm] nm (a) *Sự giảng dạy;* il est dans l'e. *anh ta là giáo viên;* (b) e. supérieur *ngành giáo dục cao đẳng;* e. par

enseigner 221 **en-tête**

correspondance *dạy theo cách hàm thụ*.
enseigner [)sɛɲe] nm (a) *Dạy*; e. à qn à faire qch *dạy ai làm gì*; e. l'anglais *dạy Anh văn*; (b) e. les enfants *dạy trẻ con, giáo dục trẻ*; il enseigne *anh ta là giáo viên*.
ensemble [)s)bl] **1.** adv (a) *Cùng nhau*; aller bien e. *xứng với nhau, hợp với nhau*; on est bien e. *chúng tôi rất hợp nhau*; agir d'e. *tác động lẫn nhau*; (b) *cùng lúc, đồng thời* **2.** nm (a) *hoàn toàn, toàn bộ*; l'e. du travail *công việc tổng quát;* vue d'e. *quan cảnh tổng quát, bức tranh toàn cảnh*; dans l'e. *nói chung, nhìn chung*; (b) *sự cố kết, sự hợp nhất*; avec e. *một cách hài hòa; hợp nhất*; (c) e. vocal *ensemble đồng diễn, đồng ca*; e. de couleurs *bố cục ánh sáng hài hòa*; (d) *bộ (dụng cụ)* Cl: *bộ áo quần, đồ trang bị*; grand e. *(i) sự phát triển nhà cửa (ii) đô thị mới*; NAm: *cộng đồng đã được hoạch định*.
ensemblier [)s)blije] nm *Người trang trí nội thất*.
ensemencement [)sm)sm)] nm *Sự gieo hạt*.
ensemencer [)sm)se] vtr (j'ensemencai(s)) *Gieo hạt*.
ensevelir [)səvlir] vtr *Chôn cất; liệm (xác chết)*.
ensoleiller [)sɔleje] vtr (a) *Chiếu sáng (cái gì)*; (b) *làm sáng rực, thắp sáng (cuộc đời ai)*. ensoleillé a *rực nắng*.
ensommeilleá [)sɔmeje] a *Buồn ngủ, ngủ gà ngủ gật*.
ensorceler [)sɔrsəle] vtr (j'ensorcelle) (a) *Làm ai thích thú, làm ai say đắm*; (b) *quyến rũ ai, bỏ bùa mê*.
ensorcellement [)sɔrsɛlm)] nm **1.** *Phép phù thủy, thuật phù thủy*; **2.** Fig l'e. de Paris *sự quyến rũ của Paris*.
ensuite [)sɥit] adv *Sau đó, rồi thì; kế đến*; et e.? *và gì nữa? cái gì nữa?* e. de quoi *sau khi*.
ensuivre(s') [s)sɥivr] vpr *Theo sau, xảy ra sau đó, dẫn đến kết quả*; il s'ensuit que *tiếp theo là* F: et tout ce qui s'ensuit *và bất cứ cái gì còn lại*.
entacher [)taʃe] vtr Lit: *Làm hoen ố (thanh danh...)*.
entaille [)taj] nf (a) *Sự đánh dấu bằng chữ V; sự khía thành từng nấc; sự khía rãnh; làm khe*; à. entailles *có hình chữ V*; (b) *rạch khe, cắt, khía rãnh*.
entame [)tam] nf *Nhát chém đầu tiên, cú đánh đầu tiên*.
entamer [)tame] vtr **1.** *Nhát cắt (bánh mì); mở (chai); ăn mòn (đá, kim loại); làm ô danh*; e. son capital *lỗ vốn* **2.** *bắt đầu (cuộc đàm thoại)*;

e. des relations avec qn *bắt quan hệ với ai*; e. un sujet *khai thác một chủ đề*; e. trèfles *mớ các câu lạc bộ*.
entartrage [)tartraʒ] nm *Sự phủ lông (trên nồi nấu) làm đóng cáu*.
entartrer [)tartre] vtr *Lót lông, phủ lông, đóng cáu*.
entassement [)tasm)] nm **1.** *Sự xếp đống, sự chen chúc; sự lèn chặt, sự nhồi nhét* **2.** *Đống*.
entasser [)tase] vtr **1.** (a) *Tích lũy, chất đống; xếp đống; xếp thành đống (rương, hòm); tích lũy (tiền)*; (b) *gói, chen chúc, nhồi nhét (hành khách, gia súc) vào nhau* **2.** s'e. (a) *sắp xếp (đồ đạc), tích lũy*; (b) *chen lấn nhau (người)*.
entendement [)t)dm)] nm *sự hiểu, lý trí*.
entendeur [)t)dœr] nm *Người hiểu biết*.
entendre [)t)dr] vtr **1.** *Dự định, muốn nói là*; e. faire qch *dự định làm gì* qu'entendez-vous par là? *ý anh muốn nói gì?* faites comme vous l'entendez *hãy làm như anh nghĩ* **2.** (a) nghe se faire e. *làm ai phải nghe*; on ne s'entend plus ici *ở đây người ta không thể nghe chính giọng mình*; e. parler de qch *nghe về điều gì*; je ne veux plus e. parler de lui *tôi không muốn nghe nói về anh ấy nữa*; e. dire que + ind *nghe nói rằng* e. dire qch à qn *nghe ai nói gì*; vi il entend mal *anh ta rất nặng tai*; (b) *lắng nghe (ai, cái gì)*; à vous e. *theo như anh nói*; il n'a rien voulu e. *anh ta không muốn nghe* **3.** (a) *hiểu* il ne l'entend pas ainsi *anh ta không hiểu như thế*; donner à e. à qn *(i) làm ai tin điều gì; (ii) giúp ai hiểu điều gì*; laisser e. qch. *hàm ý nói bóng gió*; il n'entend pas la plaisanterie *anh ta không hiểu nói đùa*; c'est entendu *hiểu được, nhất trí*; bien entendu! *dĩ nhiên! entendu! được*; (b) *hiểu rõ về điều gì*; je n'y entends rien *tôi không hiểu gì về điều đó*; s'entendre vpr **1.** *đồng ý, hiểu nhau*; ils s'entendent bien *họ rất ăn ý với nhau*; ils ne sont pas fait pour s'e. *họ không hợp nhau, không hiểu nhau*; ils s'entendent comme larrons en foire *họ là những tên trộm rất ăn rơ với nhau* **2.** *chuyện về cái gì*; aux affaires là *một thương gia có kinh nghiệm*.
entente [)t)t] nf **1.** (a) *Sự hiểu biết về*; (b) mot à double e. *một từ có hai nghĩa* **2.** *sự đồng ý, sự hiểu nhau*; (bonne): *mối quan hệ tốt, sự hài hòa*; e. cordiale *sự cảm thông*.
enteáriner [)terine] vtr *Phê chuẩn, xác định*.
enteárite [)terit] nf *Viêm ruột*.
enterrement [)term)] nm (a) *Sự chôn cất*; (b) *đám tang* F: tête d'e. *tờ vẻ u buồn tang tóc*.
enterrer [)tɛre] vtr *Chôn cất* Fig: *loại bỏ (một vấn đề)*; F: il nous enterrer à tous *hắn ta sẽ vùi lấp tất cả chúng ta*.
en-tête [)tɛt] nm (a) *Câu đề (thư)* papier à

en-tête *tờ giấy ghi chú ở trên đầu;* (b) *dòng đầu (trang giấy); đầu đề (chương sách, bài báo)* pl en-têtes entêtes.

entîtement [ ) tɛtm)] nm *Sự bướng bỉnh, sự ương ngạnh.*

entîter [ ) tete] vtr **1.** *(tóa mùi làm ai nhức đầu)* **2.** s'e. dans une opinion *khăng khăng với một ý kiến.* entêté a *bướng bỉnh.*

enthousiasme [ ) tuzjasm] nm *Sự nhiệt tình.*

enthousiasmer [ ) tuzjasme] vtr **1.** *Làm ai sục sôi nhiệt huyết, khơi dậy lòng nhiệt tình của ai;* être enthousiasmé (par) *nhiệt tình, hứng khởi (về điều gì)* **2.** s'e. *trở nên sôi sục, hứng khởi;* s'e. pour, de, sur *nhiệt tình về.* enthousiaste a *đầy nhiệt tình, nhiệt tâm.*

enticher (s') [s) tiʃe] vpr s'e. de qn, de qch *Đam mê (ai, điều gì), say đắm.*

entier, -ieâre [ ) tje, jɛr] a **1.** *Hoàn toàn, toàn bộ;* lait e. *sữa hoàn toàn;* la Frace entière *toàn thể nước Pháp;* pendant des heures entières *trong nhiều giờ liền;* nombre e. *tổng, toàn bộ, số nguyên;* payer place entière *trả đủ, trả hết* **2.** *hoàn toàn, đầy (uy quyền)* l'entière direction de qch *sự quản lý hoàn toàn cái gì;* elle est toute entière à ce qu'elle fait *cô ta dự định hoàn toàn vào những gì sẽ làm* **3.** nm *sự hoàn toàn;* en e. *một cách hoàn toàn, đầy đủ, toàn bộ.* entièrement adv *Một cách đầy đủ, một cách toàn diện.*

entiteá [ ) tite] nf *Sự tồn tại, thực thể.*

entomologie [ ) tɔmɔlɔʒi] nf *Côn trùng học.* entomologique a *thuộc côn trùng học.*

entonner [ ) tɔne] vtr *Bắt đầu chơi (một bài nhạc);* e. les louanges de qn *hát ca ngợi ai.*

entonnoir [ ) tɔnwar] nm *cái phễu;* en (forme d') e. *có dạng cái phễu.*

entorse [ ) tɔrs] nf *sự bong gân (cổ chân, cổ tay)* faire une e. à la loi *vi phạm pháp luật.*

entortiller [ ) tɔrtije] vtr **1.** (a) e. qch dans qch *đan, quấn, gói cái gì vào cái gì;* (b) *phỉnh dụ ai* **2.** s'e. *quấn vào nhau.* entortillé a *rắc rối (sự giải thích).*

entour [ ) tur] nm à l'e. *Xung quanh, đâu đó.*

entourage [ ) turaʒ] nm **1.** *bộ, cơ cấu;* **2.** *nhóm, vòng (bè bạn); những người tùy tùng (chế độ quân chủ).*

entourer [ ) ture] vtr *Vây quanh; bọc quanh (cánh đồng); bao vây (quân đội);* s'e. d'amis *được bè bạn vây quanh;* elle est bien entourée *cô ta có nhiều bạn tốt;* il était très entouré *anh ta là trung tâm của sự chú ý;* e. qn de soins *tập trung sự chăm sóc vào người nào.*

entourloupette [ ) turlupɛt] nf F: *Sự lừa đảo kinh tởm.*

entracte [ ) trakt] nm Th: **1.** *Sự ngừng lại* **2.** *thời gian tạm ngừng (giữa hai buổi chiều, giữa hai màn kịch...); tiết mục chuyển tiếp.*

entraide [ ) trɛd] nf *Sự giúp đỡ lẫn nhau.*

entraider (s') [s) trede] vtr *Giúp đỡ nhau.*

entrailles [ ) traj] nfpl *bộ lòng, lòng.*

entrain [ ) tr(] nm *Sự sinh động, sự cao hứng; sự truyền lực;* plein d'e. *đầy sinh động;* manger avec e. *ăn một cách hứng thú;* travailler avec e. *làm việc một cách nhiệt tình;* sans e. *thiếu nhiệt tâm.*

entraînement [ ) trɛnm)] nm **1.** (a) *Sự kéo lê;* (b) *sự truyền lực (cho máy)* **2.** *sự rèn luyện, huấn luyện (cho một đội);* être à l'e. *đang rèn luyện, đang tập.*

entraîner [ ) trene] vtr **1.** (a) *Kéo, mang; (sóng) trôi đi;* il m'a entraîné chez lui *anh ta đưa tôi về nhà anh ta;* entraîné par le courant *trôi dọc theo dòng;* (b) *lái, khởi động (bộ phận máy móc)* **2.** *quyến rũ, dụ dỗ (ai);* être entraîné dans un piège *bị cám dỗ trong cạm bẫy;* se laisser e. *cứ để cho mình bị lạc;* **3.** *dẫn đến, đưa đến kết quả; cho kẻ thừa; liên lụy vào;* cela peut e. des inconvénients *điều này có thể sẽ dẫn đến nhiều khó khăn* **4.** Sp: *huấn luyện (ngựa, vận động viên); rèn luyện (đội thể thao)* **5.** s'e. *luyện tập, rèn luyện* s'e. à faire qch *tập làm cái gì.* entraînant a *say mê, quyến rũ.*

entraîneur [ ) trenœ r] nm *Huấn luyện viên, người dạy kèm.*

entrave [ ) trav] nf **1.** *Cái cùm, cái còng* **2.** *sự cản trở, điều trở ngại.*

entraver [ ) trave] vtr **1.** *Cùm, giam cầm* **2.** *gây cản trở, ngăn cản;* e. la circulation *ngăn cản giao thông.*

entre [ ) tr] prep **1.** *giữa* e. les arbres *(trong) giữa ba cây;* e. les deux *giữa hai cái;* **2.** (a) *trong số* nous dinerons e. nous *sẽ không có bất ai khác ăn cơm với chúng ta* (soit dit) e. nous *(để nói chuyện) giữa anh và tôi;* un homme dangereux e. tous *một con người nguy hiểm nhất;* il l'admirait e. tous *anh ta khâm phục nó giữa tất cả mọi người;* ce jour e.tous *một ngày giữa mọi ngày;* (b) tomber e. les mains *rơi vào tay kẻ thù;* tenir qch e. les mains *giữ cái gì trong tay;* (c) d'e. *trong số* l'un d'e. eux *một trong số đó* **3.** ils s'accordent e. eux *họ đồng ý với nhau.*

entrebâillement [ ) trəbajm)] nm *Sự mở hé, khe hở (cửa).*

entrebâiller [ ) trəbaje] vtr *mở hé (cửa);* la porte était entrebâillée *cửa được mở hé.*

entrebâilleur [ ) trəbajœ r] nm *Dây xích cửa.*

entrechoquer (s') [s) trəʃɔke] vpr (a) *Va nhau, đụng nhau;* (b) *va vào cái gì khác; làm kêu loảng xoảng (gương, ly, tách).*

entrecôte [)trəkot] nf Cu: *Miếng thịt lườn bò*.
entrecouper [)trəkupe] vtr **1.** *Ngắt quãng, cách quãng*. **entrecoupé** a *ngắt quãng*.
entrecroiser [)trəkrwaze] vtr **1.** *bắt chéo (các đường)* **2.** *s'e. ngắt quãng (câu trả lời); ấp úng, lúng túng (giọng)*.
entre-deux [)trəd-] nm inv **1.** *ráp vào* **2.** *sự tung bóng* **3.** dans l'e. -d. *ở giữa*.
entre-deux-guerres [)trəd-gɛr] nm inv *Thời kỳ giữa hai cuộc đại chiến*.
entreáe [)tre] nf **1.** *Lối vào, sự vào*; faire son e. *hoan hô diễn viên khi ra sân khấu* **2.** (a) *được quyền vào (câu lạc bộ)*; avoir son e., ses entrées, dans un lieu *được đón tiếp ở một nơi nào đó*; e. interdite *cấm vào*; e. libre *mở cửa tự do (cho quần chúng)*; không cần mua (b) *nhập khẩu sự ghi vào (sổ sách)*; droit d'e. *thuế nhập khẩu* **3.** (a) *lối vào; cổng vào; hành lang, tiền sảnh*; (b) *sự cho vào cửa, lối vào* ICE: e. d'air *đường hầm thông hơi*; **4.** entrée *món ăn khai vị* **5.** *mục từ (trong từ điển)*.
entrefaite [)trəfet] nf sur ces entrefaites *Trong khi mọi thứ này tiếp diễn*.
entrefilet [)trəfilɛ] nm *Mục nhỏ, mục chèn vào*.
entrejambes [)trəʒɑ̃b] nm (a) *Chiếc nạng*; (b) (longueur d'e. *bề dài đũng quần*.
entrelacement [)trəlasm] nm *Sự xoắn lại, sự trộn lẫn vào nhau; mạng lưới (liên ngành)*.
entrelacer [)trəlase] vtr **1.** *Xoắn lại, bắt chéo* **2.** *s'e. trộn lẫn vào nhau, tự xoắn lại với nhau*.
entremêler [)trəmɛle] vtr **1.** *Trộn lẫn, pha trộn; hòa (màu)* **2.** *s'e. tự trộn lẫn, pha trộn vào nhau*.
entremets [)trəmɛ] nm e. (sucré) *Món tráng miệng đồ ngọt (trong bữa ăn)*.
entremetteur, -euse [)trəmɛtœːr, -z] n *Người làm mai, người trung gian*.
entremettre (s') [s)trəmɛtr] vpr *Làm trung gian, làm mai*.
entremise [)trəmiz] nf (a) *Sự can thiệp vào*; (b) *sự làm trung gian*; agir par l'e. de qn *hành động qua trung gian của ai*.
entreposer [)trəpoze] vtr *Tồn kho, tồn trữ*.
entrepôt [)trəpo] nm *Nhà kho*.
entreprenant [)trəprɑn)] a *Táo bạo, năng nổ*.
entreprendre [)trəpr)dr] vtr **1.** *Nhận trách nhiệm, đảm trách; lấy (cái gì) trong tay* **2.** *lập hợp đồng (giấy tờ làm việc)*.
entrepreneur [)trəprɑnœːr] n *Người đấu thầu*; e. (en bâtiment) *người thầu trong xây dựng*; e. de transports *đại diện giao thông*; e. de pompes funèbres *người làm nghề lo việc ma chay*.
entreprise [)trəpriz] nf **1.** (a) *Xí nghiệp, công việc kinh doanh, sự đầu cơ*; (b) *xí nghiệp*; e. commerciale *xí nghiệp kinh doanh* **2.** *sự hợp đồng*; travail à l'e. *làm việc theo hợp đồng*.

entrer [)tre] vi (aux être) **1.** (a) *Bước vào, đi vào*; entrez ! *mời vào* ! défense d'e. *vô phận sự miễn vào*; faire e. qn (i) *chỉ ai vào* (ii) *gọi ai vào*; e. en passant *ghé thăm ai*; je ne fais qu'e. et sortir *tôi chỉ ghé vào một chốc thôi*; empêcher qn d'e. *không cho ai vào*; faire e. qch dans qch *gắn cái gì vào cái gì*; Hamlet entre *nhập vai Hamlet*; e. en courant *chạy vào* (b) e. dans l'armée, dans une carrière *gia nhập quân đội; chọn nghề*; e. en fonction *nhận nhiệm vụ*; (c) e. en colère *giận dữ*; e. en ébuillition *đến điểm sôi* **2.** *bước vào, tham gia vào*; je n'entrerai pas dans l'affaire *tôi không muốn liên quan đến điều đó*; e. dans les idées de qn *đồng ý với ai*; e. dans une catégorie *đồng tình với một ý kiến* **3.** vtr (aux avoir) *mang, để, đặt (cái gì) vào*; e. des merchandises en fraude *buôn lậu hàng hóa*.
entresol [)trəsɔl] nm *Gác lửng*.
entre-temps [)trət)] adv *Trong khi đó, trong lúc đó*.
entretenir [)trətnir] vtr **1.** *Duy trì, giữ (cái gì)*; e. une route *giữ một con đường đang sửa chữa*; e. son français *vẫn giữ tiếng Pháp (của mình)*; e. le feu *vẫn giữ cho lửa cháy*; **2.** (a) *nâng đỡ, cưu mang (gia đình)*; (b) e. des soupçons *chất chứa những nỗi nghi ngờ* **3.** e. qn (de qch) *nói với ai (về điều gì)* **4.** *s'e. nói chuyện (với, về)*. entretenu a **1.** *kín đáo, được giữ kín* **2.** jardin bien e. *ngôi vườn được giữ kỹ*.
entretien [)trətj(] nm **1.** *Sự giữ, sự duy trì, sự phục vụ (xe hơi, ra đi ô)*; manuel d'e. *cẩm nang về việc phục vụ*; produits d'e (nhà) *chất liệu làm sạch* **2.** *sự ủng hộ, cưu mang (gia đình)* **3.** *cuộc đàm thoại, phỏng vấn*; j'ai eu un e. avec lui *tôi đã nói chuyện với anh ta*.
entre-tuer (s') [s)trətɥe] vpr *Giết nhau*.
entrevoir [)trəvwar] vtr *Thấy được (cảnh gì), bắt gặp một cái nhìn, thoáng thấy được (cái gì)*; j'entrevois des difficultés *tôi đã thấy trước những khó khăn*.
entrevue [)trəvy] nf *Cuộc phỏng vấn, cuộc hội kiến*.
entrouvert [)truvɛr] a *mở hé*.
entrouvrir [)truvrir] vtr **1.** *Mở hé (cửa), để cửa hé* **2.** *s'e. để hở*.
eánumeárer [enymere] vtr (j'énumère; j'énumérerai) *Tính, liệt kê*.
envahir [)vair] vtr **1.** *Xâm lược, xâm lấn (đất nước)* envahi par les mauvaises herbes *cỏ phủ tràn, cỏ mọc đầy*; quand le doute nous envahit *khi lòng ta ngập đầy nghi ngờ*; **2.** *xâm lấn lãnh*

thố *(của ai)*. envahissant a *xâm lấn; xâm lăng*.

envahissement [)vaism)] nm *Sự xâm lấn*.

envahisseur, -euse [)vaisœr, -z] n *Quân xâm lăng, người xâm lấn*.

enveloppe [)vlɔp] nf **1**. (a) *Phong bì;* mettre qch sous e. *đặt cái gì vào phong bì;* (b) *người gói, việc gói (hàng)* **2**. *bên ngoài, vẻ bên ngoài* **3**. *sự bao bọc; vỏ bọc; áo giữ nhiệt (nồi hơi); vỏ ngoài (lốp xe)*.

envelopper [)vlɔpe] vtr (a) *Bọc, gói (cái gì);* enveloppé de brume, de mystère *giấu trong sương, chôn vùi trong bí ẩn;* (b) *phủ; bọc, lắp nắp không dẫn nhiệt vào (nồi hơi);* (c) *bao quanh* la nuit nous enveloppa *màn đêm bao trùm chúng tôi*.

envenimer [)vnime] vtr **1**. (a) *Làm (một vết thương) thối;* (b) *làm trầm trọng thêm, làm nặng thêm (cuộc cãi vã)* **2**. *vết thương;* s'e. *trở nên thối;* la discussion s'envenimait *cuộc thảo luận trở nên gay gắt*.

envergure [)vɛrgyr] nf *Sải cánh (chim, máy bay); phẩm chất, năng lực (của con người); qui mô, tầm quan trọng (của hành động)* de grande e. *tầm rộng; trên qui mô lớn;* prendre de l'e. *mở rộng tầm cỡ*.

envers[1] [)vɛr] nm *Mặt trái, sự đối ngược, phía sau (chất liệu);* l'e. du décor *mặt trái của bức tranh;* l'e., (i) *lộn phía trong ra ngoài;* (ii) *lộn phía, lộn ngược (iii) phía sau ra trước*.

envers[2] prep *Hướng về;* e. et contre tous *bất kể sự đối ngược*.

envie [)vi] nf **1**. *Khát vọng, sự khát vọng;* avoir e. de qch *muốn cái gì;* j'ai envie de faire *tôi muốn làm;* j'avais e. de dormir *tôi cảm thấy buồn ngủ;* tu meurs d'envie de le faire *anh ta mòn mỏi để làm điều đó;* avec e. *một cách háo hức* **2**. *thèm muốn;* faire e. à qn *làm ai thèm muốn* **3**. *chỗ xước (ở móng tay)*. enviable a *đầy ham muốn, thèm muốn*.

envier [)vje] vtr (impf & pr sub n. envions) **1**. *Thèm thuồng, thèm muốn (cái gì) mong ước (điều gì)* **2**. *ghen tị, đố kỵ (người nào)*. envieux, -euse a *ghen tị, thèm thuồng*. envieusement adv *một cách thèm muốn*.

environ [)virɔ̃] **1**. adv *Khoảng* **2**. nmpl *vùng lân cận, ngoại ô, láng giềng;* habiter aux environs de Paris *sống gần Paris*.

environnement [)virɔnm)] nm *Môi trường xung quanh*.

environner [)virɔne] vtr *Bao quanh*. environnant a *bao quanh (đất nước)*.

envisageable [)vizaʒabl] a *Có thể nghĩ ra được, có thể tưởng tượng được*.

envisager [)vizaʒe] vtr *Dự tính, xem xét, dự kiến (khả năng);* e. l'avenir *nhìn vào tương lai;* il n'envisageait pas de partir *anh ta không tính đến việc ra đi*.

envoi [)vwa] nm **1**. *Sự gởi, sự chuyển đi, sự vận chuyển (hàng hóa);* e. par mer *sự gởi hàng bằng đường biển;* e. de fonds *sự gởi tiền qua bưu điện;* Fb: coup d'e. *quả ra bóng mở đầu* **2**. *sự gởi hàng, kiện hàng*.

envol [)vɔl] nm (a) *(chim) cất cánh;* (b) *(máy bay) cất cánh;* piste d'e. *đường bay;* pont d'e. *sàn hạ cánh máy bat trên tàu sân bay*.

envoleáe [)vɔle] nf e. d'éloquence *Sự hùng biện, bay bổng*.

envoler (s') [s)vɔle] vpr (a) *(chim) bay đi, bay khỏi, vỗ cánh;* (b) *(máy bay) cất cánh;* (c) *(mũ) thổi tung, (giấy) bay tung*.

envoûtement [)vutm)] nm *Sự ma thuật, sự mê hoặc, sự ếm*.

envoûter [)vute] vtr *Mê hoặc, ếm*. envoûté *bị mê hoặc, mê, say mê*.

envoyeá [)vwaje] nm *Người đưa tin, phái viên, người đại diện (chính phủ);* Journ: *phóng viên*.

envoyer [)vwaje] vtr (j'envoie) n. envoyons fu j'enverrai) **1**. *Gởi chuyển (hàng hóa); ném đá;* envoyez-moi un petit mot *hãy viết thư cho tôi;* e. un baiser à qn *gởi cho ai nụ hôn;* e. chercher qn *gởi cho ai* F: je ne le lui ai pas envoyé dire *tôi đã nói thẳng với anh ta* F: e. promener qn *gởi hàng cho ai* **2**. P: s'e. un verre de vin *nốc một cốc rượu*.

envoyeur, -euse [)vwajœr, -z] n *Người gửi*.

eápagneul, -euse [epaɲœl] n *Giống chó Tây Ban Nha*.

eápais, -aisse [epɛ, ɛs] **1**. a *Dày (tốc, bức tường); rậm rạp, dày (tán cây); cồng kềnh (sách) thô, nặng nề (người);* é. de deux mètres *dày hai mét;* avoir l'esprit é. *tinh thần trì độn, mít đặc* **2**. adv *rất dày;* semer é. *gieo dày*.

eápaisseur [epɛsœr] nf **1**. *Sự dày, sâu;* avoir deux mètres d'é. *dày hai mét* **2**. *sự dày đặc, rậm (sương, lá)*.

eápaissir [epɛsir] vtr **1**. *Làm dày* **2**. s'é. *trở nên dày đặc; lên cân (người); làm sâu đậm (bóng tối)*.

eápaississement [epɛsism)] nm *Sự dày đặc, rậm rạp*.

eápanchement [ep)ʃm)] nm *Sự tràn (máu); sự thổ lộ (tình cảm)*.

eápancher [ep)ʃe] vtr **1**. *Đổ tràn, tuôn trào (chất lỏng, bí mật)* **2**. s'é. *thổ lộ tâm tình*.

eápandre [ep)dr] vtr **1**. *Rải, rác* **2**. s'é. *lan ra*.

eápanouir (s') [sepanwir] vpr **1**. *(Hoa) nở ra,*

hé nở 2. *(gương mặt)* bừng sáng, rạng lên 3. làm nảy nở, làm hớn hở. épanoui a *(hoa) nở rộ; rạng rỡ (gương mặt)*.

eápanouissement [epanwism)] nm 1. (a) *Sự nở ra, hé ra (hoa)*; (b) *sự bừng lên, sáng lên (gương mặt)* 2. *sự hoan hỉ, hớn hở* 3. *sự hoàn thành; sự phát triển (con người)*.

eápargnant, -ante [eparɲ),)t] n *Người dành dụm.*

eápargne [eparɲ] nf *sự dành dụm, tiết kiệm*; *caisse d'é. tiền tiết kiệm ngân hàng.*

eápargner [eparɲe] vtr 1. *Tiết kiệm, để dành (tiền, đồ dự trữ); tiện tặn; dành dụm* 2. *tiết kiệm (năng lượng, thời gian); é.* qch à qn *để dành cho ai cái gì*; 3. *Chừa ra cho, có lòng thương cho (người tù).*

eáparpillement [eparpijm)] nm *Sự phân tán, rải rác.*

eáparpiller [eparpije] vtr 1. *Phân tán, rải rác* 2. *(đám đông), giải tán, tản ra.*

eápars [epar] a *Lác đác, rải rác (nhà cửa); thưa thớt (tóc).*

eápatant [epat)] a F: *tuyệt vời,cừ khôi, rạng rỡ* c'est un type é. anh ta là một chàng trai tuyệt vời.

eápateá [epate] a *dẹt (mũi).*

eápater [epate] vtr *Làm kinh ngạc, làm sửng sốt.*

eápaule [epol] nf *Vai.*

eápauler [epole] vtr 1. *Mang (súng) trên vai ; nhắm đích* 2. *cõng (ai) lên.*

eápaulette [epolɛt] nf (a) *Miếng độn vai*; (b) epaulette *ngù vai.*

eápave [epav] nf 1. *Sự đắm tàu*; épaves d'un naufrage *đắm tàu* 2. *đồ sót lại (xe), thân tàn ma dại (người).*

eápeáe [epe] nf *Kiếm, thanh gươm*; coup d'é. *một nhát gươm*; coup d'é. dans l'eau *phí công, công dã tràng.*

eápeler [eple] vtr (j'épelle) *Đánh vần.*

eápeápiner [epepine] vtr *Bỏ hột, gieo hạt.*

eáperdu [epɛrdy] a *Say đắm, mê hoặc; thất bại (cuộc kháng chiến); é.* de joie *cuống lên vì vui sướng.* éperdument adv *một cách say đắm, điên cuồng*; je m'en moque é. *tôi không cần.*

eáperon [eprɔ̃] nm *Đinh thúc ngựa.*

eáperonner [eprɔne] vtr *Thúc (ngựa); thúc giục ai.*

eápervier [epɛrvje] nm 1. *Cúc tai chuột* 2. *chim bồ cắt.*

eápheámeâre [efemer] 1. a *Phù du, ngắn ngủi* 2. nm *con phù du (sâu bọ).*

eápi [epi] nm 1. *Tai (hạt); bông (hoa)* 2. *Mớ tóc ngược, mớ lông ngược.*

eápice [epis] nf *Gia vị*; pain d'é. *bánh gừng.*

eápicer [epise] vtr *Thêm gia vị, thêm thắt.* épicé a *có thêm gia vị (món ăn, câu chuyện).*

eápicerie [episri] nf (a) *Hàng gia vị, nghề buôn đồ khô* (b) *cửa hàng đồ khô, việc buôn bán tạp phẩm* é. fine *cửa hàng bán các món ăn ngon.*

eápicier, -ieâre [episje, jɛr] n *Người bán hàng thực phẩm khô.*

eápideámie [epidemi] nf *Bệnh dịch.* épidémique a *dịch (bệnh).*

eápiderme [epidɛrm] nm *Biểu bì, da.* épidermique a 1. *thuộc về biểu bì, về da* 2. *giả tạo (cơn giận)* avoir une reaction é. *nổi cáu, nổi nóng.*

eápier [epje] vtr (impf & pr sub n. épiions) 1. *Nhìn; canh chừng; dò xét (ai)* 2. *rình chờ (cơ hội).*

eápilation [epilasjɔ̃] nf *Sự nhổ lông; sự làm rụng lông (lông mày).*

eápilepsie [epilɛpsi] nf *Động kinh.* épileptique a & n *động kinh; người bị động kinh.*

eápiler [epile] vtr *Nhổ lông, làm rụng lông (lông mày).*

eápilogue [epilɔg] nm *Phần kết, đoạn kết.*

eápinard [epinar] nm *Rau mùi tây.*

eápine [epin] nf 1. *Gai é.* blanche *cây táo gai* 2. (a) *gai, lông gai* tirer à qn une é. du pied *nhổ được gai, hết lo lắng* (b) *lông gai (của con nhím)* 3. é. dorsale *sống lưng.* épineux, -euse a *đầy gai góc, đầy chông gai* situation épineuse *tình huống khó xử, hoàn cảnh cam go.*

eápingle [ep(gl] nf *Cái ghim* é. de sureté, é. de nourrice, é. anglaise *ghim an toàn* é. à linge *cái kẹp quần áo*; ghim áo quần é. à cheveux *cái kẹp tóc* tire à quatre épingles *ăn mặc chải chuốt* tirer son é. du jeu *khôn khéo thoát khỏi cánh khó khăn* coups d'é. *sự trêu tức, sự trêu chọc.*

eápingler [ep(gle] vtr 1. *Ghim, kẹp lại* 2. F: *bắt giam (ai).*

EÁpiphanie [epifani] nf *Sự hiện thân của chúa, lễ hiện thân.*

eápique [epik] *Về sử thi; kỳ lạ.*

eápiscopat [episkɔpa] nm *Chức giám mục, đoàn giám mục.* épiscopal, -aux a *thuộc giám mục.*

eápisode [epizɔd] nm *Giai đoạn, đoạn chen vào film à* épisodes *một phim chia nhiều hồi.* épisodique a *thuộc về hồi, tình tiết; lác đác.*

eápitaphe [epitaf] nf *Văn bia, mộ chí.*

eápitheâte [epitɛt] *Tên gọi có ý nghĩa* Gram: *tính ngữ.*

eápitre [epitr] nf *Thư của sứ đồ truyền đạo, thư từ, thư (một thể thơ)*.

eáploreá [eplɔre] *Đầy nước mắt, khóc*.

eápluchage [eplyʃaʒ] nm 1. *Sự làm sạch; lặt xà lách; gọt (khoai tây)* 2. *kỳ thi (công việc)*.

eáplucher [eplyʃe] vtr 1. *Làm sạch, lượm xà lách; gọt khoai tây* 2. *kiểm tra công việc một cách chi tiết*.

eápluchure [eplyʃyr] vtr *Sự gọt vỏ*.

eáponge [epɔ̃ʒ] nf 1. *Bọt, xốp*; passons l'é. là-dessus *chúng ta hãy quên đi điều đó*. 2. *(rượu), mời rượu, đổ rượu, chuốc rượu*.

eáponger [epɔ̃ʒe] vtr (n. épongeons) *Thấm, chấm (chất lỏng); lau chùi (bề mặt); thu hồi (nợ)* s'é. le front *lau mồ hôi trán*.

eápopeáe [epɔpe] nf *Bản anh hùng ca, sử thi*.

eápoque [epɔk] nf 1. *Thời đại, thời kỳ* faire é. *đánh dấu một thời đại* meubles d'é. *những dụng cụ của thời xưa, đồ cổ* 2. *ngày, giai đoạn* à l'é. de sa naissance *vào lúc sinh anh ta*.

eápoumoner (s') [sepumɔne] vpr *La hét, hò hét hết hơi*.

eápouse [epuz] nf *Xem* époux *Vợ (chồng)*.

eápouser [epuze] vtr 1. *Cưới, kết hôn* 2. *nhiệt tình theo (sự nghiệp)* 3. é. la forme de qch *vừa vặn, khít với, sít với cái gì*.

eápousseter [epuste] vtr (j'époussette) *Giũ bụi, phủi bụi*.

eápoustoufler [epustufle] vtr *Làm sửng sốt, làm kinh ngạc*.

eápouvantail, -ails [epuv)taj] nm 1. *Bù nhìn (ngoài đồng)* 2. *ngáo ộp, ông ba bị*.

eápouvante [epuv)t] nf *Sợ hãi, kinh hoàng* saisi d'é. *ghê sợ đến rợn người* film d'é. *phim kinh dị*.

eápouvanter [epuv)te] vtr *Làm ghê sợ*. épouvantable a *ghê sợ, khiếp sợ; hoảng sợ*. épouvantablement adv *một cách khiếp đảm, ghê sợ*.

eápoux, -ouse [epu, uz] n *Chồng, vợ; vợ chồng* les é. *vợ và chồng*.

eáprendre (s') [sep)dr] vpr *đem lòng ưu ái ; say mê (cái gì)*.

eápreuve [eprœv] nf 1. (a) *Chứng cớ, sự thử nghiệm, sự thử thách, sự kiểm chứng* mettre qch à l'é. *thử nghiệm cái gì* à l'é. du feu *sự kiểm chứng lửa* bonté à toute é. *lòng tốt vượt mọi thử thách* (b) *(kỳ thi)* giấy (c) *sự kiện diễn biến* é. (éliminatoire) *sự hăng hái, (cuộc đấu loại)* 2. *sự thử thách* 3. *bản in thử; bản in*.

eápris [epri] a *Yêu thích*.

eáprouver [epruve] vtr 1. *Thử (cái gì); thử nghiệm (cái gì)* 2. (a) *cảm thấy, nhận biết được (cảm xúc)* (b) *chống đỡ, chịu đựng (mất mát);* *đương đầu với (khó khăn)*. éprouvant a *cố gắng, thử thách, thử nghiệm*. éprouvé a *thử nghiệm, thử thách; đau khổ*.

eáprouvette [epruvɛt] nf *Ống nghiệm* bébé é. *đứa bé ống nghiệm (do thụ tinh nhân tạo hoặc phát triển ngoài cơ thể mẹ)*.

eápuisement [epɥizm)] nm *Sự kiệt quệ; sự kiệt sức;* jusqu' à é. des stocks *mãi đến khi cạn nguồn cung cấp*.

eápuiser [epɥiz] vtr 1. (a) *Kiệt quệ, hết cạn, tiêu thụ; khô cạn, trống rỗng (thùng chứa)* (b) *kiệt sức; mệt nhoài* 2. s'é. (a) *trở nên kiệt quệ; (suối) khô cạn; (kho, tiền) (i) hết sạch (ii) cạn kiệt* (b) *mệt lả, mệt nhoài*. épuisant a *hết nhẵn, cạn, (sách xuất bản) không còn in nữa; (báo) bán sạch*.

eápuisette [epɥizɛt] nf *Lưới đánh cá*.

eápuration [epyrasjɔ̃] nf (a) *Sự làm sạch, sự xổ ruột* (b) *sự tẩy uế*.

eápurer [epyre] vtr *Tinh lọc, làm sạch; xổ ruột*.

eáquateur [ekwatœ r] 1. nm *xích đạo* sous l'é. *ở vùng xích đạo, trên đường xích đạo* 2. É. Ecuador *vùng xích đạo Ecuador*. équatorial, -aux a *thuộc về xích đạo*.

eáquation [ekwasjɔ̃] nf *Phương trình*.

eáquerre [ekɛr] nf 1. *Thước đo góc, êke; ê à dessiner thước vẽ; hình tam giác* 2. en é., d'é. *vuông góc;* mettre d'é. *làm cho vuông*.

eáquestre [ekɛstr] a *Trên lưng ngựa, cỡi ngựa (bức tượng, cuộc thi)*.

eáqueuter [ek-te] vtr *Săn thú, bẻ cuống (trái cây)*.

eáquidistant [ekɥidist)] a *Cách đều*.

eáquilibrage [ekilibraʒ] nm *Sự làm cho cân bằng*.

eáquilibre [ekilibr] nm *Sự cân bằng, trạng thái bình thản; sự ổn định, bền vững*; mettre qch en é. *làm cái gì cho cân bằng;* budget en é. *ổn định, cân đối ngân sách;* se tenir en é. *giữ thăng bằng, giữ bình thản;* perdre l'é. *Mất thăng bằng;* é. (mental) *Sự cân bằng (tinh thần)*.

eáquilibrer [ekilibre] vtr 1. *Giữ cân bằng, giữ thăng bằng*. 2. s'é. *Giữ được cân bằng với nhau; cân đối (thu chi)*. équilibré a *Cân bằng, thăng bằng;* esprit bien é. *Tinh thần cân bằng, ổn định*.

eáquilibriste [ekilibrist] n *Người biểu diễn xiếc đi trên dây*.

eáquinoxe [ekinɔks] nm *Điểm phân (xuân phân, thu phân)*.

eáquipage [ekipaʒ] nm 1. *đoàn thủy thủ, phi hành đoàn*. 2. *Đoàn tùy tùng* 3. *Đồ dùng cần thiết cho cuộc đi chơi;* maitre d'é. *Lều trại*.

eáquipe [ekip] nf *Kíp, đội ca (công nhân)*; é. de nuit *Ca đêm*; travailler par équipes *Làm theo ca*; chef d'é. *Trưởng ca*; é. de secours *Kíp làm dự phòng*; faire é. avec *Nhập bọn với*.

eáquipeáe [ekipe] nf **1.** *Cuộc đi chơi, cuộc đi bộ* **2.** *Sự tự do phóng túng, sự vui đùa*.

eáquipement [ekipm)] nm **1.** (a) *Sự trang bị; Sự trang bị điện*; (b) é. electrique *Dụng cụ trang thiết bị*.

eáquiper [ekipe] vtr **1.** *Trang bị*; **2.** s'é. *Tự trang bị*.

eáquipier, -ieâre [ekipje, jɛr] n *Thành viên một nhóm, đội viên, bạn cùng nhóm, bạn cùng tổ*.

eáquitable [ekitabl] a (a) *Công minh, chính trực*; (b) *Công bằng, không phân biệt; (người)*. équitablement adv *Một cách công minh, hợp lẽ phải*.

eáquitation [ekitasjɔ̃] nf *Thuật cưỡi ngựa*; école d'é. *Trường dạy cưỡi ngựa*.

eáquiteá [ekite] nf *Sự công bằng, chân lý*.

eáquivalence [ekival)s] nf *Sự tương đương, tính tương đương*. équivalent a & nm *Tương đương với*.

eáquivaloir [ekivalwar] vi *Tương đương, có giá trị tương với*; cela équivaut à un refus *Điều đó có giá trị tương đương với sự từ chối*.

eáquivoque [ekivɔk] **1.** a (a) *Lập, lờ, nước đôi, hai nghĩa (từ)*; (b) *Đáng ngờ, không minh bạch (cử chỉ)*; **2.** nf (a) *Từ hai nghĩa*; sans é. *Một cách rõ ràng*; (b) *Điều nghi ngờ, sự hiểu lầm*.

eárable [erabl] nm *Cây thích, gỗ thích*.

eárafler [erafle] vtr *Làm xước, lướt qua, làm xước da*.

eáraflure [eraflyr] nf *Vết xước, chỗ bị xước*.

eárailleá [erɑje] a *Bị xước (bề mặt); Khàn khàn (giọng)*.

eâre [ɛr] nf *Kỷ nguyên; Thời đại, thời kỳ*; en l'an 1550 de notre è. *Vào năm 1550 sau công nguyên*.

eárection [erɛksjɔ̃] nf *Sự dựng nên, sự thiết lập*.

eáreintement [er(tm)] nm **1.** *Sự kiệt sức* **2.** *Sự chỉ trích tàn tệ*.

eáreinter [er(te] vtr **1.** *Làm cho kiệt sức, làm ai mệt lử*; **2.** *Chỉ trích tàn tệ*. éreintant a *Nặng nhọc, làm sụn lưng*. éreinté a *Mệt lử, mệt nhoài*.

ergot [ɛrgo] nm **1.** *Cựa (gà)* **2.** Agr: *Nông nghiệp, cựa (của lúa mạch, do nấm gây nên); hạt cựa (lúa mạch)*.

ergotage [ɛrgɔtaʒ] nm *Sự bắt bẻ*.

ergoter [ɛrgɔte] vi *Bắt bẻ về*.

ergoteur, - euse [ɛrgɔtœr,-z] n *Người hay bắt bẻ*.

eáriger [eriʒe] vtr n. (érigeons) **1.** *Dựng nên, thiết lập, tạo nên (bức tượng)* **2.** *Thiết lập, lập nên (văn phòng, tòa án)* **3.** s'é. en *Tự phong là, tự xưng*.

ermitage [ɛrmitaʒ] nm *Nơi cô tịch*.

ermite [ɛrmit] nm *Thầy tu, ẩn sĩ*.

eároder [erɔde] vtr *Ăn mòn, sự xói mòn*.

eárosion [erozjɔ] nf *Sự ăn mòn, sự xói mòn*.

eárotisme [erɔtism] nm *Thói dâm dục, tính chất khiêu dâm*. érotique a *Có tính dâm dục*.

errer [ɛre] vi *Đi lang thang, đi vơ vẩn*; laisser e. ses pensées *Để tư tưởng lang thang*. errant a *Lang thang*; chien e. *Chó hoang*.

erreur [ɛrœr] nf **1.** *Điều sai, sự sai lầm, điều lầm lỗi*; e. judiciaire *Một vụ án xử sai*; e. typographique *Lỗi in sai*; e. de sens *Nghĩa sai*; par e. *Vô tình, không cố ý*; sauf e. *Trừ phi bị nhầm lẫn*; faire e. *Làm nhầm lẫn* **2.** *Lỗi lầm; Sự đánh lừa*; induire qn en e. *Đánh lừa ai* **3.** erreurs de jeunesse *Những lỗi lầm của tuổi trẻ*.

erroneá [ɛrɔne] a *Sai, sai lầm, nhầm lẫn*.

ersatz [ɛrzats] nm inv *Thế phẩm*; e. de café *Chất thay cho café*.

eáructer [erykte] vi *Tuôn ra, ợ hơi*.

eárudit, - te [erydi, it] **1.** a *Bác học, uyên bác* **2.** n *Người uyên bác*.

eárudition [erydisjɔ̃] nf *Sự học thức, sự uyên bác*.

eáruption [erypsjɔ̃] nf **1.** *Sự phọt ra*; entrer en e. *Phọt ra* **2.** *sự phát ban*.

eâs [ɛs] *Cử nhân văn chương* en l'ès; licencié(e) ès lettres.

escabeau - eaux [ɛskabo] nm **1.** *Ghế đẩu* **2.** *Thang nhỏ*.

escadre [ɛskadr] nf *Hải quân, đội tàu, hạm đội, không quân, sư đoàn*.

escadrille [ɛskadrij] nf *Hải quân, tiểu hạm đội, không quân, phi đội*.

escadron [ɛskadrɔ̃] nm (a) *Quân đội, đại đội, không quân, phi đội*; (b) *Nhóm người, đám đông*.

escalade [ɛskalad] nf **1.** (a) *Sự leo bằng thang, sự leo lên*; (b) *Vật trèo qua* **2.** *Sự leo thang, sự tăng vọt (giá cả)*.

escalader [ɛskalade] vtr *Trèo, leo (tường)*.

escale [ɛskal] nf **1.** *bến đậu, bến tàu*; **2.** *Sự đỗ lại; hạ cánh xuống*; faire e. (i) *đưa vào cảng* (ii) *hạ cánh xuống*; vol sans e. *Chuyến bay suốt, không dừng lại*.

escalier [ɛskalje] nm *Cầu thang, các bậc thang*; e. de service *Cầu thang sau*; e. de secours *Cầu thang dự phòng khi có hoả hoạn*; e. mécanique *Thang máy*.

escalope [ɛskalɔp] nf *Lát thịt*.

escamotage [ɛskamɔtaʒ] nm (a) *Sự cất lên*; (b) *sự gấp lại (bánh xe máy bay, giường bàn)*.

escamoter [ɛskamɔte] vtr (a) *Cất lên, làm biến đi*; (b) *Tránh né (công việc); Lấn tránh (một vấn đề)*; (c) *Gấp lại (cánh máy bay)*; (d) *Lấy trộm, nâng nhẹ*. escamotable a *Có thể gấp lại (Bánh xe máy bay); Có thể xếp lại (giường)*.

escamoteur [ɛskamɔtœr] nm *Người cất lên, người làm biến đi*.

escapade [ɛskapad] nf *Sự trốn, sự lẩn trốn*; faire une e. *Chuồn đi, trốn đi*.

escargot [ɛskargo] nm *Ốc sên*.

escarmouche [ɛskamuʃ] nf **1**. *Cuộc tiểu chiến*. **2**. *Cuộc chiến mở màn*

escarpement [ɛskarpəm)] nm *Dốc đứng, vách đứng; dốc đứng, vách đứng*

escarpin [ɛskarp(] nm (a) *Giày cao gót*; (b) *Guốc*.

escient [ɛsj)] nm à bon e. *Có ý thức, có suy nghĩ*; à mauvais e. *Vô ý thức, một cách sai lầm*.

esclaffer(s') [sɛsklafe] vpr *Cười phá lên, cười ha há, cười ồ*.

esclandre [ɛskl)dr] nm *Sự cãi nhau ầm ĩ, sự gây tai tiếng*.

esclavage [ɛsklavaʒ] nm *Tình trạng nô lệ, thân phận nô lệ*.

esclavagiste [ɛsklavaʒist] nm *Người chủ trương chế độ nô lệ*.

esclave [ɛsklav] n *Người nô lệ*; vendu comme e. *Bán làm nô lệ*; être l'e de qch *Là nô lệ của cái gì*.

escompte [ɛskɔ̃t] nm *Sự chiết khấu, tài chính*; taux de l'e. *Tỷ giá ngân hàng*.

escompter [ɛskɔ̃te] vtr **1**. *chiết khấu (hối phiếu)* **2**. e un succès *Tính đến sự thành công*; e. faire qch *Dự tính làm gì*.

escorte [ɛskɔrt] nf *Đoàn hộ tống*; faire e. *Hộ tống*.

escorter [ɛskɔrte] vtr *Hộ tống, hộ vệ*.

escouade [ɛskwad] nf *Nhóm, tốp (công nhân)*.

escrime [ɛskrim] nf *Thuật đánh kiếm, kiếm thuật*; faire de l'e. *Đấu kiếm, đánh kiếm*.

escrimer(s') [sɛskrime] vpr *Đánh, đấu tranh*; s'e. à faire qch *Cố gắng hết sức làm gì*.

escrimeur, -euse [ɛskrimœr, -z] n *Người đấu kiếm, nhà kiếm thuật*.

escroc [ɛskro] nm *Tên bợm, kẻ lừa đảo*.

escroquer [ɛskrɔke] vtr **1**. e. qch à qn *Bịp, lừa đảo ai về việc gì* **2**. e. qn *Lừa bịp ai*.

escroquerie [ɛskrɔkri] nf *Sự bịp bợm, sự lừa đảo*.

eásoteárique [ezɔterik] a *Bí truyền, bí hiểm, khó hiểu*.

espace [ɛspas] nm **1**. (a) *Không gian, khoảng không; Nơi thoáng đãng, công viên*; (b) un e. de deux mètres entre deux choses *Khoảng rộng 2m*; (c) e. de temps *Khoảng thời gian*; en l'e. d'un an *Trong thời gian một năm*. **2**. regarder dans l'e. *Nhìn vào khoảng không*; e. atmosphérique *Vũ trụ*; vol dans l'e. *Phi thuyền không gian*.

espacement [ɛspasm)] nm *Sự để cách khoảng, khoảng cách*.

espacer [ɛspase] vtr **1**. *Để cách nhau, để cách quãng* **2**. s'e. *Cách nhau, cách quãng*; espacez - vous *Cách xa ra*. espacé a **1**. *Cách xa, cách quãng*; espacés d'un mètre *Cách nhau một mét* **2**. *Thưa, không thường xuyên*.

espace - temps [ɛspast)] nm Mth: *Khoảng thời gian*; pl espaces - temps.

espadon [ɛspadɔ̃] nm *Cá kiếm*.

espadrille [ɛspadrij] nf *Giày vải để đay*.

Espagne [ɛspaɲ] *Tây Ban Nha*. espagnol, ole **1**. a *Thuộc Tây Ban Nha* **2**. n *Trống Tây Ban Nha* **3**. nm *Tiếng Tây Ban Nha*.

espeâce [ɛspɛs] nf **1**. (a) *Loại, thứ*; de toute e. *Đủ các loại*; cet e. d'idiot, cette e. d'idiote *Loại ngốc nghếch ấy*; (b) *Tiền, giấy bạc*; payer en espèces *Trả tiền mặt* **2**. *Loài (cây trồng, động vật)*.

espeárance [ɛsper)s] nf *Hy vọng*; vivre dans l'e. *Sống trong hy vọng*; l'affaire n'a pas répondu à nos espérances *Việc ấy không đem lại kết quả như chúng tôi mong đợi*; e. de vie *Tuổi thọ trung bình*.

espeárer [ɛspere] vtr (j'espère; j'espérerai) **1**. *Hy vọng*; j'espère vous revoir *Tôi hy vọng gặp lại anh*; vi e. en Dieu *Tin tưởng vào Chúa*. **2**. *Mong đợi, trông mong (ai, cái gì)*; je ne vous espérais plus *Tôi không còn mong đợi anh nữa*.

espieâglerie [ɛspjɛglǝri] nf **1**. *Tính tinh nghịch* **2**. *Trò tinh nghịch*. espiègle a & n *Tinh nghịch; đứa trẻ tinh nghịch*.

espion, - onne [ɛspjɔ̃, ɔn] n *Gián điệp, mật thám*.

espionnage [ɛspjonaʒ] nm *Sự theo dõi, sự dò xét*; film d'e. *Phim trinh thám*.

espionner [ɛspjone] vtr *Dò xét, theo dõi*.

espoir [ɛspwar] nm *Sự hy vọng*; dans l'e. de vous revoir *Trong niềm hy vọng gặp anh lần nữa*; avoir bon e. *Tràn đầy hy vọng*; cas sans e. *Trường hợp vô vọng*.

esprit [ɛspri] nm **1**. (a) le Saint - E. *Đức Chúa thánh thần*; rendre l'e. *Làm cho đầu óc minh mẫn*; l'E. malin *Thần linh*; (b) *Ma, bóng ma, hồn ma*. **2**. (a) perdre ses esprits *Bị vô thức,* mất cảm giác; (b) *Rượu cồn, chất étanol*; e. de vin **3.** (a) *Đầu óc, óc*; à l'e. lent *Chậm hiểu;* avoir l'e. tranquille *Đầu óc thanh thản*; perdre l'e. *Lãng trí, mất hồn*; elle avait l'e. *Đầu óc có ta như đang ở đâu;* où aviez - vous l'e ? *Anh đang nghĩ gì ?* présence d'e. *Sự nhanh trí;* une pareille idée ne me serait jamais venue à l'e. *Tôi chẳng bao giờ có ý tưởng như thế;* les grands esprits se rencontrent *Những tư tưởng lớn gặp nhau;* (b) *Tài trí, sự lanh lẹ, sự dí dỏm;* avoir de l'e. *tài trí, lanh lẹ;* trait d'e. *Nét dí dỏm.* **4.** *Tinh thần;* e. d'équipe *Tinh thần đồng đội;* e. de famille *Tình cảm gia đình.* **5.** e. fort *Người có tư tưởng tự do;* un e. dangereux *Một người nguy hiểm.*

Esquimau, - aude, - aux [ɛskimo, od, o] n & a **1.** (a) *Người Etskimô* (b) chien e *Chó Etskimô* **2.** nm *Kem cây sôcôla; Kem.*

esquinter [ɛsk(te] vtr **1.** *Làm cho kiệt sức, làm ai mệt lử* **2.** *Làm hư, làm hỏng (cái gì); Phê phán, chỉ trích;* s'e. la santé *Làm hại sức khỏe* **3.** s'e. à faire qch *Làm ai mệt lử vì làm gì.*

esquisse [ɛskis] nf *Bản phác thảo, đề cương, kế hoạch sơ bộ.*

esquisser [ɛskise] vtr *Phác thảo, vạch đề cương;* e. un sourire *Hé nở một nụ cười.*

esquive [ɛskiv] nf *Sự tránh, sự né.*

esquiver [ɛskive] vtr **1.** *Tránh, né (một cú đấm, một vấn đề);* e. de la tête *Cúi đầu thình lình* **2.** s'e. *Lẩn, chuồn.*

essai [esɛ] nm **1.** (a) *Thử thách, thử nghiệm;* faire l'e. de qch *Thử nghiệm cái gì;* prendre qch à l'e. *Thử cái gì;* à titre d'e. *Lấy cái gì làm thử;* pilote d'e. *Phi công bay thử máy bay ;* e. de vitesse *Phi công bay thử* (b) *Sự xét nghiệm, phân tích (kim loại quý)* **2.** (a) *Cố gắng, cú đánh thử;* coup d'e. *Sự nỗ lực, sự gắng sức;* (b) *Bài luận văn;* (c) *Cú đánh thử, cú đá thử.*

essaim [es(] nm *Đàn ong, đàn, lũ.*

essaimer [eseme] vi *Chia đàn (ong); Phân chia (dân số).*

essayage [esɛjaʒ] nm *Sự thử (quần áo).*

essayer [eseje] vtr (j'essaie, j'essaye) **1.** (a) *Thử (quần áo); Xét nghiệm, phân tích (kim loại);* (b) e. de qch *Thử, dùng thử cái gì;* (c) e. de faire qch *Cố gắng làm gì;* **2.** s'e. à faire qch *Thử làm gì, tập làm gì.*

essence [es)s] nf **1.** (a) *Xăng, dầu;* poste d'e. *Cây xăng, trạm đổ xăng, trạm bơm ga;* (b) *Tinh dầu, tinh chất* **2.** *Bản thể, bản chất (triết)* **3.** *Loài cây.*

essentiel, elle [es)sjɛl] **1.** a (a) *Thuộc bản chất, thuộc sự sống;* (b) *Quan trọng, cần thiết.* **2.** nm l'e. *Điều cốt yếu, điều quan trọng;* l'e. de son temps *Thời gian chính.* essentiellement adv (a) *Theo bản chất, về thực chất;* (b) *Chủ yếu, trước hết.*

essieu, ieux [esj-] nm *Trục.*

essor [ɛsɔr] nm *Sự cất cánh;* prendre son e. *Cất cánh, sự bay vút lên;* e. d'une industrie *Sự phát triển, sự phồn vinh;* en plein e. *Sự phát triển của một ngành công nghiệp.*

essorage [esɔraʒ] nm *Sự vắt quần áo, sự làm ráo, sự tháo kiệt nước.*

essorer [esɔre] vtr *Vắt khô (quần áo), tháo kiệt nước.*

essoreuse [esɔr-z] nf *Máy quay khô quần áo;* e. à rouleaux *Máy cán là (dệt);* e. à salade.

essoufflement [esuflǝm)] nm *Sự thở hổn hển, sự hết hơi.*

essouffler [esufle] vtr **1.** *Làm cho đứt hơi (ngựa, người)* **2.** s'e. *Thở hổn hển, đứt hơi.* essoufflé a *Hết hơi.*

essuie - glace [esųiglas] nm Aut: *Que gạt nước mưa;* pl essuie - glaces.

essuie - main(s) [esųim(] nm inv *Khăn tay.*

essuyer [esųije] vtr (j'essuie) **1.** *Lau, chùi (chén)* **2.** *Chịu, chịu đựng (thất bại, sự nhục nhã);* e. un refus *Chịu đựng sự từ chối.*

est[1] [ɛ] *Xem être. Là, thì.*

est[2] [ɛst] **1.** nm *Phương đông, phía đông;* vent d'e. *Gió từ hướng đông;* à l'e. (de) *phía Đông;* de l'e. *Về hướng đông của;* Allemagne de l'E. *Từ hướng đông* **2.** a inv les régions e. de la France *Những vùng phía đông nước Pháp.*

estafette [estafɛt] nf *Sĩ quan liên lạc; người phu trạm.*

estafilade [estafilad] n *Vết thương dài và sâu, vết cắt, vết rạch.*

est - allemand - ande [ɛstalm),)d] a & n *Người Đông Đức, thuộc Đông Đức.*

estaminet [estaminɛ] nm *Quán rượu, quán café.*

estampe [ɛst)p] nf **1.** *Khuôn rập* **2.** *Tranh in.*

estamper [ɛst)pe] vtr **1.** *Dập, chạm khắc (bạc, đồng);* **2.** *Bịp ai, lừa ai.*

estampille [ɛst)pij] nf *Dấu chứng thực.*

estheâte [ɛstɛt] n *Nhà duy mỹ, thuộc thẩm mỹ.*

estheâticien, -ienne [ɛstetisj(, jɛn] n *Nhà mỹ học.*

estheâtisme [ɛstetism] nm *Chủ nghĩa duy mỹ.*

esthétique 1. a *Thuộc thẩm mỹ, đẹp;* chirurgie e. *Phẫu thuật thẩm mỹ;* soins esthétiques *Chăm sóc sắc đẹp;* **2.** nf *Vẻ đẹp, sắc đẹp.* esthétiquement adv *Về mặt thẩm mỹ.*

estimation [ɛstimasjɔ̃] nf (a) *Sự ước lượng, sự định giá;* (b) *Sự ước tính.*

estime [ɛstim] nf **1.** *Sự phỏng đoán;* à l'e. *Theo*

phỏng đoán; theo ước tính 2. (a) *Sự đánh giá, sự ước tính*; (b) *Sự kính trọng, sự quý mến*; témoigner de l'e. pour qn *Tỏ lòng quý mến ai*.
estimer [εstime] vtr **1.** (a) *Ước lượng, định giá, tính giá trị (hàng hoá); Ước tính (tổn thất)*; (b) *Ước tính (khoảng cách)*. **2.** (a) *Cho là, coi là, tưởng là*; s'e. heureux *Tự cho là may mắn*; (b) *Quý trọng (ai); Đạt giải gì*. estimable a **1.** *Đáng mến* **2.** *Có giá trị*.
estivant, -ante [εstiv),)t] n *Người đi nghỉ hè*. estival, - aux a *Mùa hè*.
estomac [εstɔma] nm *Bao tử, dạ dày*; avoir de l'e. *Gan dạ*.
estomaquer [εstɔmake] vtr F: *Làm cho sửng sốt, làm cho ngạc nhiên*.
estomper [εstɔpe] vtr **1.** *Trải mờ (nét vẽ); Làm mờ (tranh)* **2.** s'e. *Mờ nhạt đi*.
estourbir [εsturbir] vtr (a) *Giết (ai), đánh chết ai* (b) *Làm ai chết*.
estrade [εstrad] nf *Bục, sân khấu*.
estragon [εstragɔ̃] nm *Cây ngải thơm*.
estropier [εstrɔje] vtr (a) *Làm què, làm cụt tay*; (b) *Làm sai lạc (nhạc), làm cho què quặt (câu văn)*. estropié, -ée **1.** a *Què cụt* **2.** n *Người què cụt*.
estuaire [εstɥεr] nm *Cửa sông*.
estudiantin [εstydjɑ̃t(] a *Thuộc sinh viên, đời sống sinh viên*.
esturgeon [εstyrʒɔ̃] nm *Cá tầm*.

et [e] **1.** conj *Và* ; son frère et sa soeur *Cả anh lẫn chị nó*; j'aime le café; et vous? *Tôi thích café, còn anh ?*
éatable [etabl] nf *Chuồng*.
éatabli [etabli] nm *Bàn thợ*.
éatablir [etablir] vtr **1.** (a) *Lập, thiết lập (kinh doanh, hòa bình); Lập (đại lý); Đặt nơi ở tại; Xác định (giá); Dựng lều trại*; é. un record *Lập kỷ lục*. (b) *Xác lập, chứng minh (sự kiện); Thực hiện, thảo ra (kế hoạch)*; é. un devis *Ước lượng*; é. un compte *Lập bảng dự toán*; (d) *Bắt đầu (cuộc điều tra, tòa án); Đặt ra (luật lệ, giúp vốn để kinh doanh)*; **2.** s'é. (a) *Ở, trú; xây dựng (nhà cửa)*; (b) s'é. épicier *Làm nghề bán rau quả*; (c) *Thành thói quen, thành lệ*.
éatablissement [etablism)] nm **1.** (a) *Sự thiết lập, sự thành lập (xí nghiệp, học viện)*; (b) *Sự chứng minh (sự vô tội)* **2.** *Sự thực hiện kế hoạch* **3.** *Sự thiết lập (chính phủ); Sự thi hành (luật lệ); Sự lập thành (ngành công nghiệp)*; frais d'é. *Phí tổn thành lập ban đầu*; **5.** (a) *Cơ quan, trụ sở*; é. scolaire *Cơ quan giáo dục*; (b) *trung tâm thương mại (thuộc địa) vùng dân cư*, (c) *Nhà máy, công ty, hãng, cơ sở*; les établissements Martin *Công ty Martin*.
éatage [etaʒ] nm **1.** *Gác, tầng (nhà)*; à deux étages *Có hai tầng*; au troisième é. *Trên tầng ba (Mỹ: trên tầng bốn)*. **2.** *Tầng, bước*.
éatagement [etaʒm)] nm *Sự xếp thành tầng lớp, sự chồng chất (nho trên sườn đồi)*.
éatager [etaʒe] vtr (j'étageai(s)) *Xếp thành tầng bậc*
éatageâre [etaʒεr] nf (a) *Kệ giá*; (b) *Đá ngầm, bãi cạn*.
éatai [etε] nm *Cột chống, trụ, cột*.
éatain [et(] nm **1.** *Thiếc* **2.** *Đồ dùng bằng thiếc*; vaisselle d'é. *Dĩa thiếc*.
éatal, - als [etal] nm *Bàn bày thịt, bàn bày hàng bán ở chợ*.
éatalage [etalaʒ] nm (a) *Sự bày (hàng)*; mettre qch à l'é. (i) *Bày hàng bán*; (ii) *Chưng bày hàng*; article qui a fait l'é. *Hàng cũ*; (b) *Sự phô bày, sự khoe*; faire é. de *Phô bày, khoe*.
éatalagiste [etalaʒist] n *Người bày hàng ngoài phố*.
éatale [etal] a *Dừng, đứng (biển, thủy triều)*.
éatalement [etalm)] nm (a) *Sự bày hàng*; (b) *Sự trải ra* (c) *Sự trải qua (ngày nghỉ)*.
éataler [etale] vtr **1.** (a) *Bày (hàng)*; (b) *Trải ra (vải phơi); Phết (bơ)*; (c) *Phô trương, khoe khoang (sự giàu có)*; (d) *Trải qua (ngày nghỉ) chi tiêu*; **2.** s'é. (a) *Trải ra (làng xóm); Trải qua (ngày nghỉ, chi tiêu) (về)*; (b) *Nằm dài ra, nới rộng ra*; s'é. par terre (i) *Ngã xuống đất*; (ii) *Ngã đau, thất bại; Dài thuờn thuợt (mặt)*.
éatalon[1] [etalɔ̃] nm *Ngựa đực (giống)*.
éatalon[2] nm *Chuẩn mẫu (đo lường)*; l'é. or *Bản vị vàng*.
éatamine [etamin] nf *nhị hoa, nhụy*.
éatancheáiteá [et) ʃeite] nf *Tính không rõ nước*. é. à l'eau, à l'air *Tính kín*. étanche *Không rò, không vô nước (đồng hồ)*.
éatancher [et) ʃe] vtr **1.** (a) *Kiểm tra dòng chảy; Làm cầm máu; Làm cho không rò, trét, trám chỗ rò, rỉ nước*; (b) *Làm dịu, làm thỏa mãn (cơn khát)* **2.** *Làm khô*.
éatang [et)] nm *Ao, hồ*.
éatape [etap] nf (a) *Trạm nghỉ*; faire é. *Dừng lại*; (b) *Đoạn đường, độ đường, chặng*; à, par, petites étapes *Qua các đoạn đường ngắn*; nous avons fait une é. de 500 kilomètres *Chúng tôi đã đi 500 km*; (c) d'é. en é. *Từng giai đoạn một*.
éatat [eta] nm **1.** *Tình trạng, trạng thái*; dans l'é. actuel des choses *Trong hoàn cảnh hiện tại*; mettre ses affaires en é. *Sắp xếp công việc ngăn nắp*; en bon é. *Trong điều kiện thuận lợi; (Nhà cửa) sửa chữa tốt*; en mauvais é., hors

eátatiser d'é. *Trong tình trạng mất trật tự, cần tu sửa, trong tình trạng xấu;* remettre en é. *Tu chính, phục hồi;* en é. d'ivresse *Trong tình trạng say rượu;* é. d'âme *Tâm trạng;* é. d'esprit *Trạng thái tinh thần;* être en é. de faire qch *(i) Sẵn sàng làm việc gì; (ii) Có thể làm gì, làm gì;* hors d'é. de nuire *Vô hại;* être dans tous ses états *Bối rối, lo ngại, cuống quít.* **2.** (a) *Biểu, bảng kê, danh sách;* é. néant *Bảng thống kê;* é. de compte *Bản thanh toán tiền;* é. des lieux *Giấy chứng nhận tình trạng nơi ở, bản kiểm kê tài sản cố định;* é. périodique *Báo cáo định kỳ;* (b) faire é. de qch *Quan tâm, chú ý điều gì;* faire grand é. de qn *Tôn trọng ai;* (c) é civil (*) *Vị trí xã hội* (**) *Hộ tịch.* **3.** *Nghề nghiệp, làm nghề;* épicier de son é. *Buôn hàng thực phẩm* **4.** (a) *Lãnh thổ;* (b) *Nhà nước, cơ quan nhà nước, chính phủ;* homme d'É. *Chính khách.*

eátatiser [etatize] vtr *Nhà nước hoá.* étatisé a *Do nhà nước quản lý.*

eátatisme [etatism] nm *Sự quản lý nhà nước, chủ nghĩa (kinh tế) nhà nước.*

eátat - major [etamaʒɔr] nm **1.** (a) *Bộ tham mưu;* officier d'é. - m. *Sĩ quan tham mưu;* carte d'é. - m. *Bản đồ điều tra địa thế* (b) *Bộ phận lãnh đạo* **2.** *Ban điều hành;* pl états - majors.

EÁtats - Unis [etazyni] pl E - U. (d'Amérique) *Hợp chủng quốc Hoa Kỳ.*

eátau, - aux [eto] nm *Dụng cụ.*

eátayer [eteje] vtr (j'étaie, j'étaye) *Chống, chống đỡ, làm chỗ dựa cho, ủng hộ (chính kiến).*

eáteá [ete] nm *Mùa hè;* en é. *Vào mùa hè;* é. de la Saint - Martin.

eáteindre [et(dr] vtr **1.** (a) *Dập tắt, thổi tắt, tắt (bình ga), tắt đèn; Dập tắt lửa;* laisser é. le feu; vi éteignez *Tắt đèn* (b) *Làm tiêu tan (ước mơ, tham vọng); Làm dịu đi (cơn khát); Làm nguội đi (sự nhiệt tình)* **2.** s'é (a) *Tắt dần (lửa)* (b) *Phai màu; Im dần (âm thanh)* (c) *Chết (người); Tiêu tắt, hủy diệt gia đình (chủng tộc).* éteint a *(a) Tắt đi;* le feu est é. *Ngọn lửa đã tắt* (b) *Bị hủy diệt (chủng tộc) tắt hẳn (núi lửa)* (c) *Nhợt nhạt (màu sắc); Yếu ớt (màu sắc).*

eátendard [et)dar] nm *Tiêu chuẩn.*

eátendre [et)dr] vtr **1.** (a) *Trải ra, mở rộng ra, trải vải (lên bàn cắt); Phết đều (bơ lên bánh mì); Giăng ra (giặt đồ); Duỗi tay;* é. le bras *Đấm ngã ai;* é. qn (par terre) *Thì rớt;* se faire é. à un examen (b) *Trái ra;* é. la pâte *Cán bột thành tấm;* é. ses connaissances *Mở rộng tri thức* (c) *Pha loãng đi (rượu)* **2.** s'é. (a) *Nằm dài ra;* s'é. sur un sujet *Mở rộng, nói rộng ra về một vấn đề* (b) *Rộng ra, trải dài ra (rừng...);* (c) *Lan rộng ra, phát triển mạnh lên, lan rộng (lửa).* étendu, - ue **1.** a (a) *Rộng, uyên bác (kiến thức); Lan rộng (ảnh hưởng); Rộng lớn (đồng bằng)* (b) *Giang rộng (đôi tay)* **2.** nf étendue *Mặt rộng, bề rộng, kích thước, diện tích, phạm vi (phạm vi tai họa); Tiềm năng (đất nước); Bề mặt (biển); Âm vực (giọng nói); Lĩnh vực (kiến thức).*

eáternel, -elle [etɛrnɛl] a (a) *Bất diệt, vĩnh viễn.;* (b) *Đời đời, vô tận;* fumant son éternelle cigarette *Luôn luôn hút thuốc lá.* éternellement adv *Đời đời, mãi mãi.*

eáterniser [eternize] vtr **1.** *Kéo dài (cuộc họp);* **2.** s'é. *Tồn tại mãi mãi, kéo dài; Ở lì (khách).*

eáterniteá [eternite] nf *Sự vĩnh cửu;* te toute é. *Từ muôn đời;* il y a des éternités que je ne t'ai vu *Tôi không gặp anh đã hàng thế kỷ.*

eáternuement [etɛrnym)] nm **1.** *Sự hắt hơi* **2.** *Cái hắt hơi.*

eáternuer [eternɥe] vi *Hắt hơi.*

eáther [etɛr] nm *chất ête.*

EÁthiopie [etjɔpi] *Nước Ethiopia.* éthiopien, - ienne a & n *Thuộc về nước Etiopia, người Etiopia.*

eáthique [etik] **1.** a *Có đạo đức* **2.** nf *Đạo đức học.*

ethnie [etni] nf *Tộc người.* ethnique a *Thuộc về tộc.*

ethnologie [ɛtnɔlɔʒi] nf *Dân tộc học.* ethnologique a & n *Thuộc về dân tộc học.*

ethnologue [ɛtnɔlɔg] n *Nhà dân tộc học.*

eátinceler [ɛt(slə] vi (il étincelle) **1.** *Sáng chói* **2.** *Lấp lánh, rực rỡ, nhấp nháy (ngôi sao, kim cương);* ses yeux étincelaient de colère *Mắt anh ta loé lên những tia giận dữ.*

eátincelle [ɛt(sɛl] nf *Tia lửa, tia sáng;* jeter, lancer des étincelles *Phát ra những tia sáng, lấp lánh;* faire des étincelles *Nổi bật (người);* cela fera des étincelles *Những tia sáng sẽ xuất hiện;* é. de génie *Loé lên một thiên tài, phát ra ánh sáng một thiên tài.*

eátiolement [etjɔlm)] nm (a) *sự tia vàng; Sự nhợt nhạt* (b) *Sự suy sụp (tinh thần); Sự suy sút (trí tuệ).*

eátioler [etjɔle] vtr **1.** (a) *Làm cây úa vàng;* (b) *Làm ai nhợt nhạt* **2.** s'é. *Úa vàng; suy sút*

eátiquetage [etiktaʒ] nm *Sự dán nhãn, sự ghi tên.*

eátiqueter [etikte] vtr (j'étiquète) *Dán nhãn tên (trên hành lý).*

eátiquette [etikɛt] nf **1.** *Nhãn* **2.** *Tem ghi.*

eátirer [etire] vtr **1.** *Kéo dài ra, kéo giãn ra, kéo (dây)* **2.** s'é (a) *Vươn mình, vươn vai* (b) *Nhảy xa (người nhảy).*

eátoffe [etɔf] nf *Vải, chất;* avoir de l'é. *Có*

nhiều tài năng; l'é. dont sont faits les héros *Có chất anh hùng*; il a l'é. d'un bon chef *Anh ấy có các yếu tố trở thành nhà lãnh đạo giỏi.*

eátoffer [etɔfe] vtr & pr *Làm thêm phong phú*

eátoile [etwal] nf **1.** *Ngôi sao*; é. filante *Sao băng*; coucher à la belle é. *Ngủ ngoài trời*; né sous une bonne, une mauvaise é. *Sinh ra dưới một vì sao tốt / không tốt* **2.** (a) *Sao (trang trí)*; (b) *Loại: dấu sao, sao;* hôtel (à) cinq étoiles *Khách sạn 5 sao*; (c) é. de mer *Sao biển* **3.** *Ngôi sao điện ảnh*. étoilé a *(Bầu trời) lấp lánh, đầy sao*; la Bannière étoilée *Cờ Hoa Kỳ*.

eátole [etɔl] nf *Khăn lễ, khăn quàng lông.*

eátonnement [etɔnm)] nm *Sự ngạc nhiên, sự kinh ngạc.*

eátonner [etɔne] vtr **1.** *Làm cho ngạc nhiên*; cela ne m'étonnerait pas *Tôi chẳng ngạc nhiên*. **2.** s'é.*Ngạc nhiên về điều gì*; je m'étonne qu'il ne voie pas le danger *Tôi ngạc nhiên là anh ta không thấy nguy hiểm*. étonnant a *Ngạc nhiên*; rien d'é. (à cela) *Thảo nào*; n l'é. est qu'il soit venu *Điều ngạc nhiên là anh ta đã đến.*
étonnamment adv *Một cách ngạc nhiên.*

eátouffe - chreáticn [etufkretj(] nm inv F: *Bánh khó tiêu.*

eátouffeáe [etufe] nf cuire à l'é. *Hấp hơi, luộc (rau, quả); Ninh (thịt).*

eátouffement [etufm)] nm **1.** *Sự chết ngạt, sự làm ai chết ngạt; Sự dập tắt (lửa); Sự dẹp (một cuộc nổi loạn)* **2.** *Sự dồn nén tình cảm.*

eátouffer [etufe] **1.** vtr (a) *Chết ngạt, làm ngột (người nào)*; (b) *Làm át đi (tiếng khóc); Dập tắt (lửa); Dập chìm (cuộc bạo động); Làm nghẹt, làm bớt vang (âm thanh)*; é. une affaire *Chặn đứng một vấn đề*; é. un sanglot *Đè nén tiếng nức nở* **2.** vi & pr (a) *Ngạt, nén*; (b) on étouffe ici *Ở đây thật ngột ngạt*. étouffant a *Ngột ngạt, dồn nén.*

eátoupe [etup] nf é. blanche *Xơ (lanh trắng)*; e. noire *Sợi dây thừng cũ (dùng để bịt thuyền).*

eátourderie [eturdəri] nf **1.** *Sự vô ý thức*; par é. *Một cách vô ý* **2.** *Hành động vô ý; Lỗi lầm do bất cẩn.*

eátourdir [eturdir] vtr **1.** (a) *Làm choáng váng, làm loá, làm hoa mắt ai*; (b) *Làm dịu, làm nhẹ (nỗi đau)* **2.** s'é. *Cố quên, giải khuây*; s'é. dans la boisson *Uống rượu để quên sầu*. étourdi, -ie **1.** a *Thiếu ý thức, lãng đãng; Đần độn* **2.** n *Người vô ý tứ*. étourdiment adv *Một cách thiếu ý thức.* étourdissant a *Váng óc, điếc tai (tiếng ồn); Choáng váng, kỳ dị (tin tức).*

eátourdissement [eturdism)] nm *Sự choáng váng, sự ngây ngất;* avoir un é. *Cảm thấy choáng váng;* cela me donne des étourdissements *Điều đó làm tôi choáng váng.*

eátourneau, -eaux [eturno] nm **1.** *Chim sáo đá* **2.** *Người dại dột.*

eátrange [etr)ʒ] a *Kỳ lạ, đặc biệt, lạ thường*; chose é., il est revenu *Thật lạ là anh ta đã trở lại*. étrangement adv *Một cách kỳ lạ, một cách khác thường;* cela ressemble é. à la rougeole *Trông giống bệnh sởi lạ kỳ.*

eátranger - eâre [etr)ʒe, ɛr] **1.** (a) *Ngoại quốc*; (b) n *Người ngoại quốc*; (c) nm vivre à l'é. *Sống ở hải ngoại* **2.** (a) *Kỳ lạ, chưa biết đến*; il m'est é. *Tôi chưa hề biết anh ta*; (b) n *Ngoại lai; société fermée aux étrangers Xã hội không rộng cửa cho những người lạ* **3.** a *Xa lạ, ngoại lai, không thuộc về, không dính dáng (đến cái gì); Không thích hợp với* c'est é. à la question *Nó nằm ngoài vấn đề*; il est é. à la musique *Anh ta rất xa lạ với âm nhạc.*

eátrangeteá [etr)ʒte] nf *Sự kỳ lạ, sự đặc biệt, điều lạ thường (hạnh kiểm, phong cách).*

eátranglement [etr)gləm)] nm **1.** (a) *Sự bóp cổ, sự chặt cổ (ai)*; (b) *Sự thắt lại, sự siết lại; máy chặt cổ, máy siết cổ* **2.** *Chỗ đường hẹp dễ bị tắt nghẽn; Chỗ hẹp (của con sông).*

eátrangler [etr)gle] vtr **1.** (a) *Chặt cổ (ai)*; sa cravate l'étrangle *Chiếc cà vạt như siết cổ anh ta*; vi é. de soif *Khan cổ vì khát* (b) *Siết, ép, nghẹt (hơi);* **2.** s'é. *Nghẹn cổ vì mắc xương cá* s'é. avec une arête de poisson; s'é. de rire *Nghẹn cổ vì cười*. étranglé a *Nghẹn (giọng); Bị nghẹt (con đường).*

eátrangleur, - euse [etr)glœr, -z] n *Người bóp cổ, người chẹt cổ người khác.*

ïtre[1] [etr] vi & pred (prp étant; pr été; pp ind je suis, tu es, il est, n. sommes, v. êtes, ils sont; pr sub je sois, n. soyons, ils soient; imp sois, soyons; impf j'étais; ph je fus; fu je serai) **1.** *Là, tồn tại;* je pense, donc je suis *Tôi tư duy, vậy là tôi tồn tại;* elle n'est plus *Cô ấy không còn nữa, cô ấy chết rồi;* cela étant *Đó là một trường hợp;* eh bien, soit! *Ừ nó như thế đấy!* ainsi soit - il *Xin được hân nguyện;* lạy Chúa; on ne peut pas lε. et avoir été *Người ta không thể sống chỉ để hưởng thụ* **2.** (a) il est chef de gare *Anh ta là trưởng ga;* c'est le chef de gare *Đó là ông trưởng ga;* soit un triangle ABC *Cho một tam giác ABC;* (b) l'homme est mortel *Đã là người thì phải chết;* nous étions trois *Có ba chúng ta;* (c) ê. bien avec qn *Tốt với ai;* nous sommes le dix *Hôm nay là ngày thứ mười;* (d) ê. à l'agonie *Đang chết dần;* il est tout à son travail *Anh ta luôn túi bụi trong công việc;* (e) ce tableau est de Gauguin *Đây là bức tranh của bạn Gauguin;* il est de Londres *Anh ta đến từ Luân Đôn;* il n'est pas des nôtres *Anh ta không phải là thành viên của hội chúng ta; Trước,* công tác; être de service; (f) j'étais là à l'attendre *Tôi đợi cô ta ở đó*; (g) est - ce vrai ? *Có thật không ?*; vous venez, n'est - ce pas ? *Có phải anh đến đấy không ?*; n'est ce pas qu'il a de la chance ? *Anh ta có gặp may không ?*; (h) (i) il est midi *đã giữa trưa*; comme si de rien n'était *Như thế không có gì xảy ra*; soit dit sans offense *Anh không phiền là tôi nói như thế chứ*; (ii) il était une fois... *ngày xưa có...* (i) *Dùng với en* (i) où en sommes - nous ? *Chúng ta đã đi bao xa rồi? Chúng ta đang ở đâu thế này ?* vous n'en êtes pas encore là! *Anh vẫn chưa đến đó chứ !* je ne sais plus où j'en suis *Tôi luống cuống, lúng túng lắm, tôi đã chỉ tiêu vào những khoảng không đâu* (iii) il est pour le changement *Anh ta hoàn toàn thay đổi* (iv) j'en suis ! *Hãy tính tôi vào nữa chứ !* (v) c'en est trop ! *Quá nhiều* (vi) puisqu'il en est ainsi *Vì đó là những điều cần biết*; il n'en est rien ! *Chẳng tốt đẹp gì cả* (j) *(Dùng với y)*; il y est pour quelque chose *Anh ta đã có cách để làm điều đó*; ça y est ! *Như thế đấy !*; vous y êtes ? *Anh hiểu chưa ? anh làm xong chưa?* **3.** (a) ê. à qn *Thuộc về ai*; je suis à vous dans un instant *Tôi sẽ ở bên anh một lúc*; (b) c'est à vous de jouer *Đến lượt anh chơi*; **4.** (a) *(Với vị để chỉ sự thay đổi tình trạng hay nơi chốn)*; il est arrivé *Anh ta đã đến*; elle est née en 1950 *Cô ta sinh năm 1950*; (b) nous nous sommes trompés *Chúng ta đã phạm sai lầm*; **5.** *(Dùng với nghĩa bị động)*; il fut puni par son père *Anh ta bị bố phạt*; j'entends ê. obéi *Tôi muốn được vâng lời*; **6.** (a) = aller *Đi (dùng trong câu kép)* j'avais été à Paris *Tôi đã đi đến Paris rồi*; (b) = *Đi, ra đi* s'en aller *(Dùng chỉ trong thì quá khứ)*; il s'en fut ouvrir la porte *Anh ta đã đi ra mở cửa.*

ître[2] nm (a) *Tồn tại*; (b) *Con người, bản thể*; ê. humain *Con người*; un ê. cher *Một người thân.*

eátreindre [etr(dr] vtr *Ôm, bám lấy ai trong vòng tay*; é. la main de qn *Nắm tay ai*; la peur l'étreignait *Anh ta rất sợ hãi.*

eátreinte [etr(t] nf (a) *Cái ôm; Cái nắm chặt; Cái siết chặt*; (b) *(Sự tác động của)* áp suất.

eátrennes [etren] nf pl *Quà năm mới*; les é. du facteur *Quà giáng sinh của người đưa thư.*

eátrenner [etrene] vtr *Dùng hay mặc cái gì lần đầu*; *Đặt tên thánh.*

eátrier [etrije] nm *Bàn đạp, chân nâng*; vider les étriers *Ngã (ngựa).*

eátriper [etripe] vtr **1.** *Moi ruột (súc vật) để nấu* **2.** *Cắt thành vật chéo* **3.** s'é. *Giết nhau, đánh nhau chí tử.*

eátriqueá [etrike] a (a) *Hẹp, chật (áo)*; (b) *Hẹp hòi, chật hẹp (cuộc sống, quan điểm).*

eátroit [etrwa] a **1.** *Chật, hẹp; Tinh thần, tư tưởng hẹp hòi*; à l'esprit é. *thiển cận, hẹp hòi* **2.** *chặt, thân thiết (nút buộc, quan hệ); vừa (áo)*; le sens é. d'un mot *nghĩa đúng của một từ.* **3.** adv être à l'é. *chật chội, tù túng.* étroitement adv *chật hẹp, chặt chẽ, thân thiết*; ils sont é. liés d' amitié *họ là bạn thân.*

eátroitesse [etrwates] nf **1.** *Sự chật hẹp*; é. d' esprit *tính hẹp hòi* **2.** *sự chặt chẽ, sự thân thiết.*

eátude [etyd] nf **1.** (a) *Sự học tập, sự nghiên cứu; programme d'études chương trình giảng dạy, kế hoạch học tập*; faire des études de français *học tiếng Pháp* faire ses études à *được đào tạo ở*; l'é. du soir *lớp học ban đêm*; (salle d')é. *giảng đường*; (b) *nghiên cứu, khảo sát điều tra*; bureau d'études *phòng nghiên cứu*; é. d'un canal *dự án đào kênh*; ingénieur d'études *kỹ sư thiết kế*; comité d'é. *ủy ban điều tra nghiên cứu*; mettre une question à l'é. *nghiên cứu một vấn đề.* **2.** Mus: *khúc luyện (nhạc)* **3.** *văn phòng (luật sư).*

eátudiant, -ante [etydj),)t] n *Học sinh đại học, sinh viên*; é. en médecine *sinh viên y khoa.*

eátudier [etydje] impf & pr sub n. étudiions vtr (a) *Học tập, học; chuẩn bị (bài vở); đọc (luật)*; é. son piano *chơi đàn piano*; (b) *nghiên cứu, điều tra một vấn đề ; lắp đặt thiết bị; thiết kế (máy móc)*; (c) *bắt chước (điệu bộ).* étudié a *sâu sắc (ảnh hưởng) cạnh tranh (giá cả)*; machine très étudiée *máy thiết kế cẩn thận.*

eátui [etyi] nm *Hộp, bao, túi*; é. à lunettes *hộp kính*; é. de revolver *bao súng.*

eátuve [etyv] nf **1.** *Phòng nóng ngột* **2.** *lò sấy; máy khử trùng*; quelle é.! *nóng như cái lò.*

eátuveáe [etyve] nf à l'é. *Hấp (rau); ninh hơi (thịt).*

eátymologie [etimɔlɔʒi] nf *Từ nguyên học.* étymologique a *thuộc từ nguyên, theo từ nguyên.*

eucalyptus [-kaliptys] nm *Cây bạch đàn.*

Eucharistie [-karisti] nf *Lễ ban thánh thể.*

euh [-] int *à, ừ.*

eunuque [-nyk] nm *Quan hoạn.*

eupheámisme [-femism] nm *Lối nói trại, lời nói trại, uyển ngữ.* euphé-mique a *êm tai, thuận tai, hài âm (ngôn, nhạc).*

euphorie [-fɔri] nf *Sự khoan khoái, sảng khoái.* euphorique a *khoan khoái, sảng khoái.*

euphorisant [-fɔriz)] a & nm *Gây khoan khoái, làm sảng khoái.*

eurocrate [-rɔkrat] n *Người có chức quyền cao làm việc trong khối cộng đồng châu Âu.*

eurodevise [-rɔdəviz] nf *Tiền tệ lưu hành ở châu Âu.*

eurodollar [-rɔdɔlar] nm *Đồng đô la Mỹ để trong ngân hàng châu Âu được xem như tiền tệ quốc tế.*

Europe [-rɔp] *Châu Âu.* **européen, -enne** a & n *thuộc về châu Âu, người châu Âu.*

europeáaniser [-rɔpeanize] vtr *Âu hóa.*

euthanasie [-tanazi] nf *Sự chết không đau.*

eux [-] **1.** *Xem lui* **2.** *Chúng nó, những người ấy họ.*

eávacuation [evakɥasjɔ̃] nf *Sự rút khỏi, sự tản cư, sơ tán.*

eávacueá, eáe [evakɥe] n *Người dân tản cư, sơ tán.*

eávacuer [evakɥe] vtr *Rút khỏi, tản cư, sơ tán.*

eávadeá, eáe [evade] n *Tù vượt ngục.*

eávader(s') [sevade] vpr *trốn thoát, vượt ra.*

eávaluation [evalɥasjɔ̃] nf *Sự định giá, sự ước lượng.*

eávaluer [evalɥe] vtr *Định giá, ước lượng.*

eávangéaliser [ev)ʒelize] vtr *Truyền bá Phúc âm.* **évangélique** a *thuộc về người truyền bá Phúc âm.*

eávangéaliste [ev)ʒelist] nm *Người soạn kinh Phúc âm, người truyền bá kinh Phúc âm, người truyền giáo.*

eávangile [ev)ʒil] nm l'É. *Phúc âm, sách Phúc âm.* prendre qch pour parole d'é. *điều có thể tin là thật, chắc chắn.*

eávanouir (s') [sevanwir] vpr **1.** *Biến mất, mất dạng, biến hẳn (âm thanh)* **2.** *yếu dần, đen dần.* évanoui a *ngất.*

eávanouissement [evanwism)] nm **1.** *Sự biến đi, sự mất đi, sự tiêu tan* **2.** *sự yếu dần, sự kiệt sức.*

eávaporation [evapɔrasjɔ̃] nf *Sự bay hơi.*

eávaporer (s') [sevapɔre] vpr (a) *Bay hơi*; faire é. un liquide *làm bay hơi một chất lỏng*; (b) *biến mất, tan vào không khí.* évaporé, -ée **1.** a *ngu ngốc* **2.** n *người ngu ngốc, đần độn.*

eávasement [evazm)] nm *Sự mở rộng, sự lan rộng, sự loe ra.*

eávaser(s') [sevaze] vpr *Mở rộng, lan rộng, loe ra.* évasé a *Loe rộng*

eávasif, -ive [evazif, iv] a *Lẩn tránh, thoái thác.* évasivement adv *một cách lẩn tránh, lén lút.*

eávasion [evazjɔ̃] nf **1.** *Sự trốn thoát (nhà tù)*; é. des capitaux *sự lỗ vốn*; é. fiscale *sự trốn thuế* **2.** *chủ nghĩa thoát ly, khuynh hướng thoát ly thực tế.*

eávicheá [evɛʃe] nm **1.** *Tòa giám mục* **2.** *địa hạt giám mục.*

eáveil [evɛj] nm **1.** (a) *Thức giấc*; (b) être en é. *chú ý, cảnh giác* **2.** *đề phòng*; donner l'é. *lôi cuốn, sự chú ý.*

eáveiller [evɛje] vtr **1.** *Thức tỉnh, đánh thức (ai) dậy, lôi cuốn (sự tò mò, nghi ngờ)*; **2.** s'é. *thức tỉnh, đánh thức, khêu gợi (sự tò mò).* éveillé a **1.** *thức tỉnh* **2.** *tính táo, cảnh giác.*

eáveánement [evɛnm)] nm **1.** *Sự kiện* **2.** *điều xảy ra, sự cố, tai nạn*; faire é. *làm khuấy động*; semaine pleine d'événements *tuần lễ đầy sự kiện.*

eáventail, -ails [ev)taj] nm **1.** *cái quạt* en é. *theo hình rẽ quạt* **2.** *lô (hàng hóa).*

eáventaire [ev)tɛr] nm (a) *Khay bán hàng*; (b) *chỗ bày hàng (bán bên đường).*

eáventer [ev)tɛ] vtr **1.** (a) *Hong gió* (b) *quạt cho (ai)*; **2.** s'é. *làm hư, hỏng (thức ăn); bị cũ, nhạt (bia).*

eáventrer [ev)tre] vtr *Mổ bụng, mở toát ra, phá toang ra.*

eáventualiteá [ev)tɥalite] nf *Tính có thể xảy ra, khả năng có thể xảy ra, sự ngẫu nhiên.* éventuel, -elle **1.** a (a) *có thể; à titre é. như một điều tất yếu xảy ra*; client é. *Khách hàng lớn*; (b) *có được (lợi nhuận)* **2.** nm *tính có thể xảy ra, sự ngẫu nhiên.* éventuellement adv *có thể được; nếu cần thiết; nếu có vấn đề xảy ra.*

eávïque [evek] nm *Giám mục.*

eávertuer(s') [sevɛrtɥe] vpr s'é. à faire *Gắng hết sức, nỗ lực.*

eáviction [eviksjɔ̃] nf *Sự gạt ra, sự loại bỏ.*

eávidence [evid)s] nf (a) *Sự hiển nhiên, sự rõ ràng (sự kiện)*; se rendre à l'é. *chịu là đúng*; se refuser à l'é. *phủ nhận thực tế*; de toute é. *một cách rõ ràng, hiển nhiên*; (b) *sự dễ thấy*; être en é. *đáng chú ý*; mettre en é. *làm cho mình bạch, nổi bật.* évident a *hiển nhiên, rõ ràng, dễ thấy.* évidemment adv *một cách hiển nhiên, rõ ràng, dĩ nhiên.*

eávider [evide] vtr *Khoét.*

eávier [evje] nm *Chậu rửa chén bát (bếp).*

eávincer [ev(se] vtr (n. évinçons) *Gạt, loại ra.*

eávitement [evitm)] nm **1.** *Sự tránh (ai, cái gì)* **2.** (a) *tránh tàu*; voie, gare, d'é. *đường tránh*; (b) route d'é. *đường vòng, đường tránh.*

eáviter [evite] vtr (a) *Tránh, né*; é. un coup *tránh một cú đấm*; é. de la tête *lăn, ngụp, cúi đầu né tránh*; é. de faire qch *tránh làm điều gì*; (b) é. qch à qn *cứu (giúp) ai tránh khỏi cái gì.* évitable a *có thể tránh được, có thể ngăn ngừa được.*

evocation [evɔkasjɔ̃] nf *Sự gọi hồn.* évocateur, -trice a *gọi hồn, gợi lại, gợi nhớ, gợi ý.*

eávoluer [evɔlɥe] vi **1.** (a) *Thao diễn (quân đội)*; (b) *Phát triển, tăng tiến* **2.** *Tiến hóa, tiến* triển *(khoa học, bệnh).* évolué a *tiến triển, tiến hóa, chín, uyên bác (người).*

eávolution [evɔlysjɔ̃] nf **1.** *Sự thao diễn (quân đội)* **2.** *sự tiến hóa, sự tiến triển (của cây trồng, bệnh).*

eávoquer [evɔke] vtr (a) *Gợi lên*; (b) *gợi lại.*

ex [ɛks] **1.** pref ex-mari, -femme *Chồng cũ, vợ cũ* **2.** n mon, son, ex *chồng cũ, vợ cũ của tôi, của anh ấy, của cô ấy*; un(e) de mes ex *một trong những người tình cũ của tôi.*

ex. abr. *Ví dụ.*

exacerber [ɛgzasɛrbe] vtr *Làm cho kịch phát (cơn đau), làm tăng gay gắt cơn giận.*

exact [ɛgzakt] a (a) *Đúng, chính xác*; c'est e. *đúng đấy*; (b) *nghiêm túc, chặt chẽ*; (c) *đúng giờ.* exactement adv (a) *đúng, chính xác*; effet e. contraire *tác động hoàn toàn ngược lại*; (b) *đúng giờ.*

exaction [ɛgzaksjɔ̃] nf **1.** *Sự đòi tiền* **2.** *sự tống tiền, moi tiền, sự moi (lời hứa, lời thú tội).*

exactitude [ɛgzaktityd] nf (a) *Sự đúng đắn, sự chính xác, sự nghiêm túc*; (b) *sự đúng giờ, đúng hẹn.*

exacquo [ɛgzeko] adj *Ngang nhau*; classes ex are. *đặt ngang bằng nhau.*

exageáration [ɛgzaʒerasjɔ̃] nf *Sự thổi phồng, sự phóng đại.*

exageárer [ɛgzaʒere] vtr (j'exagère) *Thổi phồng, phóng đại;* tu exagères ! *anh phóng đại quá đấy.* éxagéré a *quá đáng, quá mức.* exagérément adv *Một cách quá đáng.*

exaltation [ɛgzaltasjɔ̃] nf **1.** *Sự tán dương, sự ca tụng, sự đề cao* **2.** (a) *sự kích động, sự hứng khởi*; (b) *sự quá kích thích.*

exalter [ɛgzalte] vtr **1.** (a) *Tán dương, ca tụng, tâng bốc*; (b) *kích động, làm hứng khởi (trí tưởng tượng)*; (c) *nâng lên, tôn lên.* **2.** s'e. *hăng lên, hứng khởi.* exaltant a *kích động, khuấy động.* exalté, -ée **1.** a *bị kích động, nổi hứng, cuồng nhiệt (người); thăng hoa, bay bổng (trạng thái tinh thần)* **2.** n *kẻ cuồng nhiệt, người hâm mộ.*

examen [ɛgzamɛ̃] nm (a) *Sự xem xét*; e. de la vue *kiểm tra thị lực*; question à l'e. *vấn đề đang được xem xét*; e. de conscience *sự tự xét, sự tự vấn lương tâm*; (b) Sch: *kỳ thi* e. blanc *kỳ thi thử*; être recu, refusé, à un e. *đậu, rớt một kỳ thi*; e. du permis de conduire *thi bằng lái xe*; jury d'e. *ban giám khảo.*

examinateur, -trice [ɛgzaminatœr, tris] n *Giám khảo.*

examiner [ɛgzamine] vtr *Xem xét, khảo sát, kiểm tra, khám nghiệm*; e.... *khám xét có bệnh gì không*; se faire e par un médecin *đi khám bác sĩ*; e. une question *nghiên cứu một vấn đề*; s'e. dans un miroir *Xem mình trong gương.*

exaspeáration [ɛgzasperasjɔ̃] nf *Sự bực tức, sự phẫn nộ.*

exaspeárer [ɛgzaspere] vt (j'exaspère; j'exaspérerai) **1.** *Làm nặng thêm, tăng lên (đau đớn)*; **2.** *làm bực tức, làm phẫn nộ.*

exaucement [ɛgzosm)] nm *Sự chuẩn nhận, sự chấp thuận (ước nguyện).*

exaucer [ɛgzose] vtr (n. exauçons) *Chuẩn nhận, chấp thuận (ước nguyện)*; e. qn *thỏa mãn ước nguyện của ai.*

excavation [ɛkskavasjɔ̃] nf **1.** *Sự đào, sự khai quật* **2.** *Hố đào, hố, chỗ lõm.*

exceádent [ɛksed)] nm *Số dư, số dôi ra*; e. de poids *trọng lượng dư.* excédentaire a *dư ra, dôi ra.*

exceáder [ɛksede] vtr (j'excède; j'excéderai) **1.** *Trội hơn, vượt quá* **2.** (a) *làm cho ai mệt nhoài*; excédé de fatigue *mệt lử*; (b) *làm (ai) bực mình, bực tức.*

excellence [ɛksɛl)s] nf **1.** *Tính ưu tú, sự xuất sắc, sự tuyệt vời*; par e. (i) *ở mức cao nhất, tiêu biểu nhất;* (ii) *trên hết* **2.** votre E. *ngài, đức ông.* excellent a *ưu tú, xuất sắc, rất tuyệt.* excellemment adv *ưu tú, xuất sắc, tuyệt vời.*

exceller [ɛksele] vi *Giỏi hơn cả, tốt hơn cả (làm việc gì).*

excentriceá [ɛks)trisite] nf *Tính tình kỳ quặc, lập dị.* ex - centrique **1.** a (a) *kỳ quặc, lập dị;* (b) *xa trung tâm (ngoại ô);* (c) *kỳ quặc, lập dị, kỳ cục (người)* **2.** n *Người lập dị, người kỳ cục.*

excepter [ɛksɛpte] vtr *Trừ, trừ ra (ai, cái gì);* les femmes exceptées *những phụ nữ được trừ ra.* excepté prep *ngoài ra, trừ, trừ ra.*

exception [ɛksɛpsjɔ̃] nf *Sự trừ ra;* faire e. à une règle *ngoại lệ;* tous à l'e du docteur. e. faite du doteur *tất cả trừ bác sĩ.* exceptionnel, -elle a *ngoại lệ;* (i) *(giấy phép) đặc biệt;* (ii) *khác thường, nổi bật (tài năng).* exceptionnellement adv *một cách đặc biệt, ngoại lệ.*

exceâs [ɛksɛ] nm (a) *Số dư;* pécher par e. de zèle *Phạm tội bởi quá nhiệt tình;* e. de vitesse *sự tăng quá tốc độ;* manger avec e. *ăn quá nhiều;* (jusqu') à l'e. *vượt quá; quá nhiều;* scrupuleux à l'e. *để ý đến mọi sai lầm, quá chi li, quá cẩn thận;* (b) pl commettre des e. *đi quá xa;* e. de table *ăn quá độ.* excessif, -ive a *quá mức, quá đáng, hết mực;* d'une excessive gentillesse *hết sức tử tế.* excessivement adv *quá mức, quá đáng, hết mực.*

excitation [ɛksitasjɔ̃] nf **1.** *sự kích thích, sự hưng phấn (giác quan)*; e. à la révolte *sự kích động nổi loạn.* **2.** *trạng thái kích thích, trạng thái hưng phấn.*

exciter [ɛksite] vtr 1. (a) *Kích thích, kích động, khuấy động*; e. la pitié de qn *làm ai mủi lòng*; (b) *thúc đẩy ai, cổ vũ ai, xúi giục ai nổi loạn*; e. qn contre qn *xúi giục ai chống lại ai*; (c) *kích thích (thần kinh)*; 2. s'e. *tác nhân kích thích*. **excitable** a *có thể kích thích*. **excitant** 1. a *bị kích thích, sôi động*; 2. nm *người bị kích thích, người sôi động*. **excité, -ée** 1. a *Kích thích* 2. n *Người kích động*.

exclamatif, -ive [ɛksklamatif, iv] a *Cảm thán*.

exclamation [ɛksklamasjɔ̃] nf *tiếng thốt lên, tiếng kêu lên, tiếng reo, tiếng than*.

exclamer(s') [sɛksklame] vpr *Thốt lên, kêu lên, reo lên*.

exclure [ɛksklyr] vtr (ph j'exclus) (a) *Loại trừ, tống ra, đuổi ra*; candidat exclu *thí sinh bị loại*; le mois d'août jusqu'au 31 exclu *tháng tám không kể ngày 31*; (b) *loại trừ (khả năng)* il n'est pas exclu que *không thể loại trừ khả năng là*; (c) les deux solutions s'excluent l'une l'autre *hai giải pháp loại trừ lẫn nhau*.

exclusion [ɛksklyzjɔ̃] nf *Sự đuổi, sự thải, sự loại trừ*; à l'é. de *trừ ... ra*.

exclusiviteá [ɛksklyzitive] nf *Sự độc chiếm, sự độc quyền*; film en e. *phim độc quyền*; article en e. *báo độc quyền*. **exclusif, -ive** a *độc quyền, duy nhất (quyền, đại lý)*. **exclusivement** adv *độc quyền, duy nhất*; depuis lundi jusqu'à vendredi e. *đặc biệt từ thứ hai đến thứ sáu*.

excommunication [ɛkskɔmynikasjɔ̃] nf *Sự rút phép thông công*.

excommunier [ɛkskɔmynje] vtr (impf & pr sub n. excomuniions) *Rút phép thông công; khai trừ; loại trừ*.

excreáment [ɛkskrem)] nm pl excrément(s) *Chất bài tiết, đồ bỏ đi*.

excreátion [ɛkskresjɔ̃] nf *Sự bài xuất, chất bài xuất; sự ngoại tiết, chất ngoại tiết*.

excroissance [ɛkskrwas)s] nf *Cục bướu, cục u*.

excursion [ɛkskyrsjɔ̃] nf *Cuộc đi chơi; cuộc du lịch; chuyến đi xa; cuộc du ngoạn*; e. à pied *cuộc du lịch bộ*.

excursionniste [ɛkskyrsjɔnist] n *Người đi chơi, người đi du lịch*.

excuse [ɛkskyz] nf 1. *Lý do cáo lỗi* 2. *sự xin lỗi, sự tạ lỗi* faire ses excuses à qn *xin lỗi ai*.

excuser [ɛkskyze] vtr 1. (a) *Xin lỗi biện giải cho ai*; (b) *tha thứ, dung tha cho ai*; e. qn de faire qch *xin ai làm việc gì, xin lỗi ai vì làm việc gì*; l'ignorance n'excuse personne *không có gì tha thứ cho sự ngu dột*; 2. s'e.; s'e auprès de qn *xin lỗi ai*; je m'excuse, excuse - moi *xin lỗi*. **excusable** a *có thể tha thứ, có thể dung thứ*.

exeácration [ɛgzekrasjɔ̃, ɛks] nf *Sự ghét cay ghét đắng, sự ghê tởm, điều ghét cay ghét đắng, điều ghê tởm*.

exeácrer [ɛgzekre, ɛks] vtr (j'exècre; j'exécrerai) *Ghét cay, ghét đắng, ghê tởm*. **exécrable** a *đáng ghét, ghê tởm*. **exécrablement** adv *tồi tệ, ghê tởm*.

exeácutant, -ante [ɛgzekyt),)t] n *Người thi hành, người thực hiện; người biểu diễn*.

exeácuter [ɛgzekyte] vtr 1. (a) *Thi hành, thực hiện (kế hoạch); làm, thực hiện (lời hứa); chơi, biểu diễn (nhạc); biểu diễn (múa)*; (b) (*) *hành hình, xử tử* (**) *tịch thu gia tài (con nợ)*. 2. s'e. *tuân theo, đệ trình*. **exécutif, -ive** a *hành pháp*; le pouvoir e., nm l'e. *quyền hành pháp*.

exeácuteur, -trice [ɛgzekytœr, tris] n e. testamentaire *Người thi hành, người chấp hành*.

exeácution [ɛgzekysjɔ̃] nf 1. *Sự thi hành, sự chấp hành, sự thực hiện (kế hoạch); (lời hứa); sự thi hành (luật pháp); sự biểu diễn (âm nhạc); sự thực thi một kế hoạch*; mettre un projet à e. *tiến trình* 2. (a) e. capitale *sự tịch thu tài sản* ordre d'e. *sự hành hình*; (b) *sự tịch thu gia tài con nợ*.

exemplaire [ɛgz)plɛr] 1. a *Gương, mẫu* 2. nm (a) *mẫu thử*; (b) *bản (sách)* en double e. *hai bản*.

exemple [ɛgz)pl] nm *Ví dụ* à l'e. de *sau đây là ví dụ về*; donner l'é. *cho một ví dụ*; prendre e. sur qn *noi gương ai*; faire un e. de qn *trị ai để làm gương*; par e. *ví dụ như*, par e.! ah non, par e.! *Thật không ngờ*.

exemplifier [ɛgz)plifje] vtr *Minh họa bằng ví dụ*.

exempter [ɛgz)te] vtr e. qn (de qch) *Miễn cho ai làm điều gì*.

exemption [ɛgz)psjɔ̃] nf *Sự miễn thứ, sự tránh khỏi (lo âu)*. **exempt** a *được miễn, không (bị)*; e. de tout souci *hoàn toàn vô tư lự* e. de droits *miễn thuế*.

exercer [ɛgzɛrse] vtr (n. exerçons) 1. (a) (i) *Rèn luyện, luyện tập* (ii) *tập luyện*; e. qn à faire qch *tập cho ai làm cái gì*; (b) *sử dụng, tác động*; e. son influence sur qn *sử dụng ảnh hưởng của ai tác động lên ai*; e. une pression sur qch *dùng áp lực lên việc gì*; (c) médicament qui exerce une action sur le foie *thuốc thang chỉ tác động một lần*; (d) *hành (nghề) thực hiện (việc kinh doanh, mua bán)*; vi notre médecin n'exerce plus *bác sĩ của chúng tôi không còn hành nghề nữa*. 2. s'e (a) *tập luyện, luyện tập*; (b) *luyện tập môn gì, cái gì* s'e à qch. exercé a *có kinh nghiệm, thành thạo, có luyện tập*.

exercice [ɛgzɛrsis] nm 1. (a) *Sự rèn luyện, sự luyện tập*; prendre de l'e. *luyện tập*; (b) *sự rèn* luyện, sự luyện tập (c) thể dục 2. (a) sự thực hành, sự sử dụng (quyền lực, đặc quyền), sự hành nghề; dans l'e. de ses fonction *trong khi thi hành nhiệm vụ*; avocat en e. *luật sư hành nghề*; (b) l'e. du culte *tín ngưỡng* 3. *năm báo cáo (kinh tế); tổng kết kinh doanh cuối năm.*

exergue [ɛgzɛrg] nm *Câu viết, câu khắc (trên bia, huy chương);* mettre qch en e. *làm nổi bật, nêu rõ điều gì.*

exhalaison [ɛgzalɛzɔ̃] nf *Sự bốc hơi, sự xông mùi.*

exhaler [ɛgzale] vtr 1. *Toát lên, xông lên, bốc mùi, thở ra* 2. *bốc mùi (hơi, khí).*

exhaustif, -ive [ɛgzostif, iv] a *Hết mọi khía cạnh, thấu đáo, toàn diện.* exhaustivement adv *thấu đáo, toàn diện.*

exhiber [ɛgzibe] vtr 1. (a) *Xuất trình (giấy tờ); trình ra, đưa ra (hộ chiếu);* (b) *trưng bày, triển lãm (thú vật), phô trương, khoe khoang (kiến thức)* 2. s'e. *tự phô trương, khoe khoang.*

exhibitionnisme [ɛgzibibisjɔnism] nm *Thói thích phô trương, chứng phô bày.*

exhibitionniste [ɛgzibisjɔnist] n *Người thích phô trương, người mắc chứng phô bày.*

exhortation [ɛgzɔrtasjɔ̃] nf *Lời cổ vũ, sự hô hào, khích lệ.*

exhorter [ɛgzɔrte] vtr *Cổ vũ, khích lệ, khuyến khích.*

exhumation [ɛgzymasjɔ̃] nf *Sự khai quật, sự đào lên, sự moi lên (tài liệu cổ).*

exhumer [ɛgzyme] vtr (a) *Khai quật, đào (tử thi), đào (châu báu);* (b) *Gợi lại, nhắc lại.*

exigeant [ɛgziʒɑ̃)] a *Hay đòi hỏi, khó tính.*

exigence [ɛgziʒɑ̃s] nf 1. elle est d'une e. insupportable *Cô ta yêu cầu không chịu đựng nổi* 2. (a) *yêu cầu (vô lý, quá quắt);* (b) *yêu cầu, đòi hỏi.*

exiger [ɛgziʒe] vtr (n. exigeons) 1. *Đòi hỏi, yêu cầu, đòi khăng khăng;* 2. *yêu cầu, đòi hỏi nhu cầu cấp bách (chăm sóc sức khỏe).* exigeant a *hay đòi hỏi, yêu cầu cao;* être trop e. *yêu cầu quá cao.*

exigible [ɛgziʒibl] a *Có thể đòi hỏi; (thanh toán) đúng hạn.*

exiguïté [ɛgziɡyite] nf *Sự nhỏ bé, sự chật hẹp, sự ít ỏi (thu nhập).* exigu, -uë a *chật hẹp (căn hộ); ít ỏi (tài nguyên); eo hẹp (thu nhập).*

exil [ɛgzil] nm *Sự đày đi, sự lưu vong.*

exilé, -ée [ɛgzile] n *Người bị đày ải, người đi đày.*

exiler [ɛgzile] vtr 1. *Đày (đi), trục xuất* 2. s'e. *sống lưu vong;* s'e. du monde *ở ẩn.*

existence [ɛgzistɑ̃s] nf (a) *Sự tồn tại;* (b) *cuộc sống.*

existentialisme [ɛgzistɑ̃sjalism] nm *Thuyết hiện sinh.* existentialiste a & n *Người theo thuyết hiện sinh.*

exister [ɛgziste] vi *Tồn tại, có, sống;* la maison existe toujours *căn nhà vẫn còn đó;* rien n'existe pour lui que l'art *đối với anh ta không có gì tồn tại ngoài nghệ thuật;* il existe trois solutions *có ba giải pháp.* existant a *tồn tại.*

exode [ɛgzɔd] nm *Sự rời đi, sự ra đi;* e. rural *sự giảm dân số ở vùng quê.*

exonération [ɛgzɔnerasjɔ̃] nf *Sự miễn* e. d'impôts *sự miễn thuế.*

exonérer [ɛgzɔnere] vtr (j'exonère; j'exonérerai) *Miễn cho, miễn nộp thuế thu nhập cho ai.*

exorbitant [ɛgzɔrbitɑ̃)] a *Quá đáng, quá mức, quá thái.*

exorciser [ɛgzɔrsize] vtr *Trừ tà ma.*

exorcisme [ɛgzɔrsism] nm *Phù phép trừ tà ma, thần chú trừ tà ma.*

exorciste [ɛgzɔrsist] n *Thầy pháp trừ tà ma.*

exotisme [ɛgzɔtism] *Tính ngoại lai.* exotique a *ngoại lai, đưa từ ngoài vào.*

expansé [ɛsp)se] a polystyrène e. *polystyrene*

expansion [ɛkspɑ̃sjɔ̃] nf 1. (a) *Sự nở;* en e. *bành trướng, sự an toàn;* (b) *sự lan rộng, sự truyền bá (tư tưởng);* taux d'e. économique *tốc độ tăng trưởng kinh tế* 2. *tính có thể mở rộng;* avec e. *một cách chan hòa, cởi mở, dạt dào.*

expansivité [ɛkspɑ̃sivite] nf *Tính có thể mở rộng.* expansif, -ive a *có thể mở rộng; dạt dào, cởi mở (người).*

expatriation [ɛkspatrijɑsjɔ̃] nf *Sự trục xuất.*

expatrié, -ée [ɛkspatrije] n *Kẻ bị trục xuất, kẻ tha hương.*

expatrier [ɛkspatrije] vtr (impf & pr sub n. expatriions) 1. *Trục xuất* 2. s'e. *bỏ xứ sở ra nước ngoài, sống tha hương.*

expectative [ɛkspɛktativ] nf *Sự mong đợi, sự hy vọng;* rester dans l'e. *nuôi hy vọng.*

expectoration [ɛkspɛktɔrasjɔ̃] nf *Sự khạc đờm, đờm.*

expectorer [ɛkspɛktɔre] vtr *khạc ra.* expectorant a &nm *thuốc long đờm.*

expédient [ɛkspedjɑ̃)] 1. a *Thích hợp* 2. nm *mưu mẹo* vivre d'expédients *sống nhờ mưu mẹo.*

expédier [ɛkspedje] vtr (impf & pr sub n. expédiions) 1. *Khử đi, vứt bỏ, xử lý (ai);* 2. (a) *làm gấp, giải quyết nhanh, làm quáng lên (việc kinh doanh);* e. son déjeuner *ăn gấp, ăn nhanh gọn;* (b) *làm thủ tục khai báo nhận hàng* 3. *soạn thảo (hợp đồng)* 4. *gửi đi (thư từ); giao hàng lên tàu;* e. par la poste *gửi qua bưu điện.*

expéditeur, -trice 1. n *người gửi* 2. a *gửi*.

expéditif, -ive a *giải quyết nhanh, lẹ*.

expeádition [ɛkspedisjɔ̃] nf 1. (a) *Sự gửi đi, đồ gửi đi*; (b) *sự khai báo hàng hóa ở hải quan*; 2. (a) *sự gửi đi*; (b) *sự gửi hàng hóa để bán* 3. *cuộc thám hiểm (khoa học); cuộc viễn chinh (quân sự)*. expéditionnaire 1. nf *(lực lượng) viễn chinh, đoàn thám hiểm* 2. n *thư ký, nhân viên giao nhận*.

expeárience [ɛksperj)s] nf 1. *kinh nghiệm*; avoir l'e. de qch *có kinh nghiệm về cái gì*; faire l'e de qch *trải qua cái gì*; connaitre qch par e. *biết gì từ kinh nghiệm*; sans e. *không có kinh nghiệm trong* 2. *cuộc thí nghiệm, cuộc thử nghiệm*; faire une e. *thực hiện một thí nghiệm*.

expeárimentateur, -trice [ɛksperim)tatœr, tris] n *Người thí nghiệm*.

expeárimentation [ɛksperim)tasjɔ̃] nf *Sự thí nghiệm*.

expeárimenter [ɛksperim)te] vtr *Thí nghiệm, thử nghiệm (phương thuốc); làm thí nghiệm*. expérimental, aux a *thực nghiệm*. expérimentalement adv *bằng thực nghiệm*. expérimenté *có kinh nghiệm, tài giỏi*.

expert, -erte [ɛkspɛr, ɛrt] 1. *thành thạo, lão luyện (trong)* 2. nm (a) *người thành thạo, người lão luyện* (b) *viên giám định*. expertement adv *thành thạo, lão luyện*.

expert-comptable [ɛkspɛrkɔ̃tabl] nm *Chuyên gia kiểm toán nhà nước*.

expertise [ɛkspɛrtiz] nf 1. *Sự giám định, sự định giá* 2. *biên bản giám định*. 3. *sự giám định, sự thành thạo, tài chuyên môn*.

expertiser [ɛkspɛrtize] vtr *Đánh giá, ước lượng, định giá*; faire e. qch *đánh giá cái gì*.

expiation [ɛkspjasjɔ̃] nf *Sự chuộc tội, sự đền tội*.

expier [ɛkspje] vtr (impf & pr sub n. expiions) *Chuộc tội, đền (tội)*.

expiration [ɛkspirasjɔ̃] nf 1. *sự thở ra* 2. *sự mãn kỳ, sự hết phép*.

expirer [ɛkspire] 1. *Thở ra* 2. vi (a) *chết* (b) *kết thúc ; mãn hạn (phép)*.

expleátif, -ive [ɛkspletif, iv] a & nm *Chêm vào, phụ thêm, từ chêm, lời chêm vào*.

explication [ɛksplikasjɔ̃] nf *Sự giảng giải, sự giải thích*; donner l'e de qch *giải thích điều gì*; e. de textes *bài bình luận văn học*.

expliciter [ɛksplisite] vtr *Nói rõ, vạch rõ, làm rõ*. explicite a *rõ ràng, dứt khoát, đơn giản dễ hiểu*. explicitement adv *rõ ràng, dứt khoát, dễ hiểu*.

expliquer [ɛksplike] vtr 1. (a) *Giải thích, làm sáng tỏ*; (b) *giảng giải, giải thích, làm sáng tỏ* *(học thuyết); giải thích cho (một hành động)*; je ne m'explique pas pourquoi *tôi không hiểu tại sao* 2. s'e. *tỏ bày ý kiến*; je m'explique *ý kiến của tôi là thế*; s'e. avec qn *trình bày với ai*; ca ne s'explique pas *điều này không giải thích được*. explicable a *có thể giải thích, có thể giải nghĩa*. explicatif, -ive a *dễ giải thích, dễ thuyết minh*.

exploit [ɛksplwa] nm *Kỳ công, thành tích chói lọi, chiến tích*.

exploitant [ɛksplwat)] nm *Nông dân*.

exploitation [ɛksplwatasjɔ̃] nf 1. (a) *Sự khai thác, sự đào mỏ; sự khai thác (đường ray xe lửa, báo chí); sự sử dụng (phát minh); sự khai thác (tài nguyên thiên nhiên);* société d'e. *công ty phát triển*; e. agricole *công việc đồng áng, việc trồng trọt*; (b) *sự bóc lột, sự lợi dụng (người du lịch)* 2. (a) *cơ sở khai thác mỏ, cơ sở kinh doanh*; (b) *nông trại (ruộng đất); cơ sở làm ăn*.

exploiter [ɛksplwate] vtr *Khai thác, khai khẩn (mỏ); điều hành (đường xe lửa); trồng trọt (đất); làm nông*.

exploiteur, -euse [ɛksplwatœr, -z] n *Người khai thác, người khai khẩn*.

exporateur, -trice [ɛksplɔratœr, tris] 1. n *Người thăm dò, nhà thám hiểm* 2. a *để thăm dò, để thám hiểm*.

exploration [ɛksplɔrasjɔ̃] nf *Sự thăm dò, sự thám hiểm*.

explorer [ɛksplɔre] vtr *Thăm dò, thám hiểm*.

exploser [ɛksploze] vi *Nổ, nổ ra; (cơn nóng giận) nổ ra*. explosif, -ive a & nm *nổ, gây nổ, có thể nổ*.

explosion [ɛksplozjɔ̃] nf *Sự nổ, sự nổ ra (cơn giận dữ)*; faire e. *nổ, nổ ra*.

exportation [ɛkspɔrtasjɔ̃] nf *Sự xuất khẩu*. exportateur, trice 1. a *xuất khẩu* 2. n *nhà xuất khẩu*.

exporter [ɛkspɔrte] vtr *Xuất khẩu*. exportable a *có thể xuất khẩu*.

exposant, -ante [ɛkspoz,)t] 1. n *Người trưng bày* 2. nm *người trình bày, người biểu diễn*.

exposeá [ɛkspoze] nm *Bài thuyết trình, bản báo cáo, bản tường trình, bản tường thuật (các sự kiện)*; faire un e. *đọc một bài*.

exposer [ɛkspoze] vtr 1. (a) *Trưng bày, triển lãm (hàng hóa, tác phẩm nghệ thuật); objet exposé vật trưng bày, vật triển lãm*; (b) *trình bày (kế hoạch); je leur ai exposé ma situation tôi trình bày cho họ hoàn cảnh của tôi* 2. *phơi ra, hướng về*; maison exposée au nord *nhà hướng về phương bắc*; e. sa vie *dấn thân vào*; s'e. à des critiques *hứng chịu phê bình*.

exposition [ɛkspozisjɔ̃] nf 1. (a) *Sự bày, trưng bày*; (b) *sự đặt vào (nơi nguy hiểm)*; (c) *sự phô bày, sự trình bày*; Lit: *lời giới thiệu, phần trình đề*; (d) *phần trình diễn* 2. *phương, hướng (nhà)*; 3. *sự lộ sáng, sự phơi sáng*.

expreâs[1], -esse [ɛksprɛs] 1. a *rõ ràng, dứt khoát (mệnh lệnh)*; défense expresse de fumer *nghiêm cấm hút thuốc* 2. a inv & nm *phát ngay (thư)*.

expreâs[2] [ɛksprɛ] adv *Nhằm để, cố ý, có dụng ý*; il fait e. de nous bousculer *anh ta cố tình va vào chúng tôi*; je suis venu tout e. pour te voir *tôi đến cốt để thăm anh*.

express [ɛksprɛs] a & nm 1. *Tốc hành (tàu)* 2. *nhanh (cà phê)*. expressément adv 1. *khẩn cấp, dứt khoát* 2. *cốt để, nhằm để*.

expression [ɛksprɛsjɔ̃] nf 1. *Sự biểu diễn; sự phát biểu; sự biểu lộ (tình cảm)*; au delà de toute e. *không thể diễn tả được*; sans e. *không diễn tả được* 2. *thành ngữ, từ ngữ, biểu thức*. expressif, -ive a *có ý vị, biểu cảm*. expressivement adv *có ý nghĩa, diễn cảm*.

exprimer[1] [ɛksprime] vtr 1. *Biểu lộ, bày tỏ* 2. s'e. *phát biểu nói*; si je peux m'e. ainsi *nếu tôi có thể nói như vậy*. exprimable a *có thể diễn đạt được*.

exprimer[2] vtr *vắt, ép, bóp (cam, v.v...)*.

expropriation [ɛksprɔprijasjɔ̃] nf *Sự trưng dụng*.

exproprier [ɛksprɔprije] vtr *Đuổi, tống ra, đuổi (ai); đuổi (ai) (khỏi nhà ở, đất đai); trục xuất (người lạ); đuổi học (học sinh)*.

expulsion [ɛkspylsjɔ̃] nf *Sự đuổi, sự trục xuất, sự tống ra, sự đuổi (ai)*.

expurger [ɛkspyrʒe] vtr (j'expurgeai(s)) *Thanh lọc*.

exquis [ɛkski] a *Tuyệt diệu (sự thích thú, món ăn); tế nhị*.

exsangue [ɛgz)g, ɛks)g] a *Mất máu, vô vị*.

extase [ɛkstaz] nf *Sự xuất thần, sự nhập định*; être en e. devant qch *mê li trước cái gì*. extatique a *mê li*.

extasier(s') [sɛkstɑzje] vpr (impf & pr sub n. n. extasions) *Mê li*.

extenseur [ɛkst)sœr] nm *Lò xo tập cơ ngực (thể thao)*.

extensible [ɛkst)sibl] a *Giãn ra, duỗi ra (dây thun)*.

extension [ɛkst)sjɔ̃] nf 1. (a) *Sự giãn ra, sự duỗi ra*; (b) *sự khuếch trương, sự mở rộng, sự lan tràn (bệnh tật)*; prendre de l'e. *khuếch trương* 2. *nghĩa mở rộng (của từ)* par e. *nghĩa rộng hơn*. extensible a *có thể giãn, dài (bàn); co giãn (dây thun)*. extensif, -ive a *rộng rãi,*

bao quát.

exteánuer [ɛkstenɥe] vtr 1. *Làm kiệt sức*; être exténué, *mệt lử* 2. s'e. out *mệt lử, kiệt sức*.

exteárieur [ɛksterjœr] 1. a (a) *Ngoài, bên ngoài, ngoại*; le monde e. *thế giới bên ngoài*; (b) *ngoại (thương)* 2. nm (a) *ngoại, bên ngoài*; vu de l'e. *nhìn từ bên ngoài*; à l'é. *(i) bên ngoài; (ii) phía ngoài; (iii) ngoại quốc*; (b) *ngoại quốc*; (c) *vẻ ngoài, bề ngoài*; (d) *Cánh quay ngoài xưởng phim*. extérieurement adv 1. *ở ngoài, phía bên ngoài, hướng ngoài* 2. *nhìn bề ngoài, xem vẻ ngoài*.

exteárioriser [ɛksterjɔrize] vtr 1. *Biểu hiện (tình cảm)* 2. s'e. (a) *biểu lộ tình cảm, thể hiện ra ngoài*; (b) *thể hiện (sự giận dữ, v.v...)*.

extermination [ɛksterminasjɔ̃] nf *Sự tiêu diệt, hủy diệt*.

exterminer [ɛkstermine] vtr *Tiêu diệt, hủy diệt*.

externat [ɛksterna] nm 1. *Trường ngoại trú* 2. *danh vị sinh viên y khoa ngoại trú*. externe 1. a (a) *ngoài bên ngoài*; angle e. *góc ngoài*; à usage e. *dùng bôi ngoài*; (b) élève e. *học sinh ngoại trú* 2. n (a) *học sinh ngoại trú*; (b) *sinh viên y khoa ngoại trú*.

extincteur [ɛkst(ktœr] nm *Bình dập lửa, bình chữa cháy*.

extinction [ɛkst(ksjɔ̃] nf 1. (a) *Sự dập tắt, sự tiêu diệt, sự thổi tắt*; (b) *sự bãi bỏ, sự hết (nợ)* 2. (a) *sự tiêu diệt*; espèce en voie d'e. *các loài có nguy cơ bị diệt chủng*; (b) e. de voix *sự mất tiếng*.

extirpation [ɛkstirpasjɔ̃] nf *Sự nhổ rễ, sự trừ tiệt*.

extirper [ɛkstirpe] vtr 1. *Trừ tiệt, nhổ rễ*; e. qn de son lit *lôi ai ra khỏi giường*; 2. s'e. (de) *thoát ra khỏi*.

extorquer [ɛkstɔrke] vtr (à qn) *Cưỡng đoạt, ép (tiền, lời hứa) (ai)*.

extorqueur, -euse [ɛkstɔrkœr, -z] n *Kẻ cưỡng đoạt, kẻ cưỡng ép*.

extorsion [ɛkstɔrsjɔ̃] nf *Sự cưỡng đoạt, sự cưỡng ép*.

extra [ɛkstra] 1. nm inv (a) *Cái gì thêm vào, món ăn thêm* faire un e. *làm gì thêm*; (b) *việc làm thêm, giúp thêm*; 2. a inv ; extra-special *hảo hạng, đặc biệt, hạng nhất*; c'est e. ! *thật là hảo hạng* 3. adv *Ngoài*.

extractible [ɛkstraktibl] a *Có thể rút ra, có thể gắp ra*.

extraction [ɛkstraksjɔ̃] nf 1. *Sự rút ra, sự lấy ra, sự đào mỏ, sự khai thác đá* 2. *sự khai thác, sự sinh ra*.

extrader [ɛkstrade] vtr *Dẫn độ*.

extradition [ɛkstradisjɔ̃] nf *Sự dẫn độ*.

extra-fin [ɛkstraf( ] a *Thượng hạng*.

extra-fort [ɛkstrafɔr] a *Cực chắc, cực bền, cực đậm, cực đặc*.

extraire [ɛkstrɛr] vtr *Rút ra, kéo ra, lấy ra, lôi ra, nhổ răng, khai thác than*; s'e d'une situation difficile *thoát khỏi một tình huống xấu*.

extrait [ɛkstrɛ] nm **1**. *Phần chiết*; e. de viande *chất rút ra từ thịt*; **2**. *đoạn trích (sách); trích lục (giấy tờ, kế toán)* e.de naissance *giấy khai sinh*.

extraordinaire [ɛkstraɔrdinɛr] **1**. a (a) *Khác thường, đặc biệt (tin tức)*; (b) *lạ lùng, khác thường*; cela n'a rien d'e. *không có gì khác thường*; (c) *đáng chú ý, nổi bật* **2**. adv phr par e. *đặc biệt, ngoại lệ, lạ lùng*. **extraordinairement** adv *lạ lùng, khác thường, đặc biệt*.

extrapolation [ɛkstrapɔlasjɔ̃] nf *phép ngoại suy*.

extrapoler [ɛkstrapɔle] vtr&i *ngoại suy*.

extra-scolaire [ɛkstraskɔlɛr] a *Ngoài nhà trường (các hoạt động)*.

extravagance [ɛkstravaɡ)s] nf *Tính lố lăng, tính ngông cuồng, sự quá đáng (giá cả)*. **extravagant** a *lố lăng, ngông cuồng, điên rồ (ý kiến); quá đáng, quá thể (yêu cầu, giá cả)*.

extraverti [ɛkstravɛrti] a & n *Hướng ngoại giới*.

extraterrestre [ɛkstratɛrɛstr] a & n *Ngoài trái đất, ngoài khí quyển*.

extrïme [ɛkstrɛm] **1**. a (a) *Ở đầu mút, xa nhất, cực điểm* Pol: l'e. droite *cực hữu*; (b) *quá, quá mức, cực kỳ (lạnh)*; (c) *quyết liệt, nghiêm khắc (biện pháp)* **2**. nm *giới hạn cuối cùng*; pousser les choses à l'e. *đẩy sự việc lên đến cực điểm*. **extrêmement** adv *cực kỳ, vượt bực*.

extrïme-onction [ɛkstrɛmɔ̃ksjɔ̃] nf *Lễ xức dầu cuối cùng*.

Extrïme-Orient [ɛkstrɛmɔrj)] Geog: *Viễn Đông*.

extreámisme [ɛkstremism] nm *Chủ nghĩa cực đoan*.

extreámiste [ɛkstremist] n *Người theo chủ nghĩa cực đoan*.

extreámiteá [ɛkstremite] nf (a) *Đầu, cuối, đầu mút*; les extrémités *các chi (chân tay)*; (b) *sự bất hạnh tột độ, bước đường cùng*; pousser qch à l'e. *đẩy sự việc đến cực điểm*; réduit à l'e. *đau khổ cùng cực*.

exubeárance [ɛgzyber) s] nf *Sự đầy dẫy, sự dồi dào, sự sum suê; sự bồng bột*. **exubérant** a *đầy dẫy dồi dào, sum suê, bồng bột*.

exultation [ɛgzyltasjɔ̃] nf *Sự mừng rối rít, sự hớn hở*.

exulter [ɛgzylte] vi *Mừng rối rít, hớn hở*.

exutoire [ɛgzytwar] nm *Lối thoát (cho)*.

ex-voto [ɛksvɔto] nm inv *Thẻ nguyện, thẻ tạ ơn, vật tạ ơn*.

F¹, f [ɛf] nm & f *Chữ F* (f).
F² abbr Franc(s). *Đồng Franc.*
fa [fɑ] nm inv Mus: **1.** *Hợp âm fa clef de fa Khóa fa* **2.** fa. *Nốt fa.*
fable [fabl] nf (a) *Truyện ngụ ngôn* (b) *Truyện hoang đường; Sự bịa đặt, dựng chuyện;* être la f. de la ville *Làm trò cười cho cả thành phố.*
fabricant, - ante [fabrikɑ̃ / ɑ̃t] n *Nhà chế tạo, nhà sản xuất.*
fabrication [fabrikasjɔ̃] nf **1.** *Sự chế tạo, sản xuất;* article de f. française *Hàng sản xuất tại Pháp* **2.** *Sự rèn (gia công bằng áp lực).*
fabrique [fabrik] nf **1.** *Sự sản xuất;* prix de f. *Giá thành;* marque de f. *Nhãn hiệu thương mại* **2.** *Nhà máy, xí nghiệp;* f. de papier *Nhà máy giấy.*
fabriquer [fabrike] vtr **1.** *Sản xuất, chế tạo;* qu'est - ce que vous fabriquez ? *(i) Các anh sản xuất mặt hàng gì ? (ii) Trời đất ơi, chúng bây định làm quái quỉ gì đấy ?* **2.** *Bịa chuyện, đặt điều.*
fabuleux, - euse [fabyl-, -z] a **1.** *Thần thoại, hoang đường* **2.** *Tuyệt diệu; Phi thường.* fabuleusement adv *Một cách tuyệt vời.*
fac [fak] nf F: (faculté) *Trường đại học.*
façade [fasad] n *Mặt tiền (nhà);* patriotisme de f. *Lòng yêu nước hình thức;* F: se refaire la f. *Trang điểm.*
face [fas] nf **1.** *Khuôn mặt, gương mặt;* sauver, perdre la f. *Gỡ danh dự, mất mặt* **2.** *Bản (dao, gươm...); Mặt (gương, đĩa hát, đồng tiền...);* f. avant, arrière *Mặt trước, mặt sau* **3.** (a) sa maison fait f. à l'église, *Nhà của ông ta hướng về phía nhà thờ;* faire f. à des difficultés, à qn *Đương đầu với khó khăn, với người (nào đó);* (b) portrait de f. *Ảnh chân dung;* vue de f. *Tiền cảnh;* la maison (d')en f. *Nhà đối diện;* regarder qn (bien) en f. *Ngắm nhìn thẳng ai, khuôn mặt (của...);* regarder les choses en f. *Xem xét trực tiếp các dữ kiện;* f. à (avec) *Mặt đối mặt, đối diện (với...)* **4.** loc. prep f. à *Hướng về;* en f. de *Đối diện với;* en f. l'un de l'autre *Đối nhau.*

faceátie [fasesi] nf *Sự nhận xét bỡn cợt;* dire des facéties *Kể chuyện tiếu lâm.* facétieux, - euse a *Đùa cợt, giỡn mặt.*
facette [faset] nf *Phương diện, khía cạnh.*
fêcher [faʃe] vtr **1.** (a) *Gây đau đớn, khổ sở;* (b) *Làm giận dữ; Gây bực mình khó chịu* **2.** se f. (a) *Giận dữ; Mất bình tĩnh; Nổi nóng;* (b) se f. avec qn *Cãi lộn (với...)* fâché a **1.** *Tiếc, ân hận* **2.** *Giận;* être f. contre qn *Bị bực mình (bởi...)* **3.** être f. avec qn *Tranh cãi (với...).*
fêcherie [faʃri] nf *Cuộc tranh cãi, đấu khẩu, cãi lộn.*
fêcheux, - euse [faʃ-, -z] a *Phiền toái, bực mình; (Vị trí) vướng víu; (Tin) gây nản lòng, thất vọng.* fâcheusement adv *Một cách khó chịu; Một cách lóng ngóng, vụng về.*
facho [faʃo] a & n F: *Phát xít.*
facile [fasil] a **1.** (a) *Dễ dàng;* c'est f. à dire *Nói dễ hơn làm;* (b) (i) *Dễ chịu, thoái mái;* f. à vivre *Dễ hòa hợp;* (ii) *Dễ chịu tác động* **2.** *Bình dị; Lưu loát; Trơn tròa;* je n'ai pas la parole f. *Tôi lúng túng nhiều trong ngôn từ;* elle a les larmes faciles *Cô ấy dễ mủi lòng.* facilement adv *Một cách dễ dàng, thuận tiện.*
faciliteá [fasilite] nf **1.** (a) *Sự dễ dàng;* avec f. *Một cách dễ dàng, thoải mái;* (b) avoir la f. de faire qch. *Có được cơ may để thực hiện;* facilités de paiement *Những điều khoản thanh toán dễ dãi;* Bank: facilités des caisses *Sự dễ dãi về qũi* **2.** *Tài năng, tài khéo léo, sự tháo vát;* f. de parole *Sự lưu loát* **3.** *Sự mềm dẻo, linh động.*
faciliter [fasilite] vtr *Làm cho dễ dàng; Làm thuận tiện, thoải mái.*
façon [fasɔ̃] nf **1.** (a) (i) *Sự thiết kế, vẽ kiểu; Tay nghề* (ii) *Kiểu mẫu;* f. d'un manteau *(i) Sự cắt may áo khoác* (ii) *Thợ may quần do đặt sẵn;* tailleur à f. *Thợ may gia công;* on travaille à f. (b) cuir f. *Da heo giả* **2.** (a) *Cách thức, mô thức;* vivre à la f. des sauvages *Sống như người hoang dã;* je le ferai à ma f. *Tôi sẽ làm theo cách riêng;* f. de parler *Cách diễn thuyết;* de la bonne f. *Một cách thích hợp, đúng đắn;* (b)

Thái độ, cách cư xử; en voilà des façons ! *Thật đúng là một cách cư xử (đáng nói)* ! (c) sans façons *(i) Người bình dị, xuề xòa (ii) (Thái độ) xấu, thô lỗ*; traiter qn sans f. *Đối xử sàm sỡ (với...)*; sans plus de facons *Không nao động âm ĩ*; (d) de cette f. *Như vậy, theo cách này*; de f. ou d'autre, *(i) Theo cách này hoặc cách khác; (ii) Bằng mọi cách*; de toute f. j'irai *Thế nào chăng nữa tôi cũng phải đi*; en aucune f. ! *Chắc chắn (là) không* 3. de f. à *Đế*...; de (telle) f. que *Để mà*....; parler de f. qu'on vous comprenne *Nói để người ta hiểu anh*.

façonde [fakɔd] nf *Sự lưu loát*; F: *Tài kể chuyện*.

façonner [fasɔne] vtr *Chế tạo, hình thành; Cắt may (y phục)*.

fac - simileá [faksimile] nm pl fac - similés. *Bản sao*.

facteur, - trice [faktœ r, tris] n **1**. *Người sản xuất nhạc cụ* **2**. *Nhân viên bưu điện (nam / nữ)* **3**. Com: *Đại lý, người trung gian* **4**. nm *Yếu tố*; le f. humain *Nhân tố*.

factice [faktis] a *Nhân tạo, rập khuôn; Bắt chước; (Cảm xúc) giả tạo*.

factieux, - euse [faksj-, j-z] **1**. a *Giả tạo, hời hợt bề ngoài* **2**. n *Kẻ gây rối, phá đám*.

faction [faksjɔ̃] nf **1**. *Sự canh gác*; être de, en, f. *Đang trực gác* **2**. *Tiểu nhóm; Phái*.

factionnaire [faksjɔnɛr] nm *Lính gác*.

facture [faktyr] nf *Hoá đơn*.

facturer [faktyre] vtr *Lập hóa đơn, gởi hóa đơn*.

facultatif, - ive [fakyltatif, iv] a *Nhiệm ý*; arrêt f. *Sự dừng lại không bắt buộc*.

faculteá [fakylte] nf **1**. (a) *Quyền* (b) *Khả năng, năng lực*; facultés de l'esprit *Trí lực, khả năng về trí tuệ*; (c) *Nguồn tài nguyên, phương tiện* **2**. *Khoa (trong đại học) (td: khoa hội họa, khoa luật, khoa y..)*.

fadaise [fadez] nf *Sự nhảm nhí*; débiter des fadaises *Nói tầm phào*.

fadasse [fadas] a F: *Yếu ớt, èo lả*.

fadeur [fadœ r] nf *Sự vô vị, buồn chán; Sự u tối (màu sắc)*.; dire des fadeurs *Đưa ra những nhận xét nhạt nhẽo; Vô vị, nhàm chán, mờ tối (màu sắc)*.

fading [fediŋ] nm *(Hiệu ứng) tan dần*.

fagot [fago] nm *Bó củi*.

fagoter [fagɔte] vtr F: **1**. *Mặc quần áo (cho...)*; mal fagoté *Ăn mặc lôi thôi lếch thếch* **2**. se f. *Mặc quần áo*.

faible [fɛbl] **1**. a (a) *Yếu đuối, mềm yếu*; f. d'esprit *Ủy mị*; points faibles (chez qn) *Khuyết điểm*; c'est là son point f. *Đó là điểm yếu của ông ta*; (b) *Yếu; Loãng; Nhẹ*; mong manh; prix f. *Giá thấp*; boisson f. en alcool *Thức uống có hàm lượng còn thấp*; f. quantité *Số lượng nhỏ*; (c) élève f. en chimie *Học sinh yếu về môn hóa*; **2**. nm *Sở đoản, điểm yếu*; avoir un f. pour qch, pour qn *Có điểm yếu, sở đoản đối với (người, điều...)* **3**. n *Người hoặc vật yếu đuối*; les économiquement faibles *Hoàn cảnh túng quấn*; les faibles d'esprit *Người ủy mị*. faiblement adv *Một cách yếu đuối*.

faiblesse [fɛbles] nf **1**. (a) *Sự yếu đuối, sự mềm yếu*; tomber de f. *Té xỉu, ngã quị*; (b) *Sự uế oải, nhu nhược* (c) la f. humaine *Nhược điểm của con người*; (d) *Sự ít ỏi* **2**. je l'aime avec toutes ses faiblesses *Tôi vẫn yêu anh ấy cho dù anh ấy có nhược điểm nào chăng nữa*.

faiblir [fɛblir] vi *Làm yếu đi; Trở nên nhu nhược, yếu kém; (Sự trông nhìn, thị lực) yếu dần, mờ dần; (Gió) nhẹ dần; (Can đảm) chưa đủ, còn thiếu*.

faïence [fajɑ̃s] nf *Đồ vật bằng đất nung, sành*.

faille [faj] nf (a) Geol: *(Địa) chỗ gãy nứt (quặng kim loại)*; (b) *Điểm sai lầm, thiếu sót (trong lập luận)*.

faillible [fajibl] a *Có thể sai sót, lỗi lầm*.

faillir [fajir] vi (prp faillant; pp failli; ph je faillis) **1**. *Thất bại, hỏng, không thể*; f. à une promesse *Thất hứa* **2**. j'ai failli manquer le train *Suýt nữa tôi đã trễ tàu*. failli, - ie a & n *(Sự) khánh tận, phá sản*.

faillite [fajit] nf **1**. Com: *Sự vỡ nợ, sự mất khả năng thanh toán*; en f. *Vỡ nợ, phá sán*; faire f. *Bị vỡ nợ, phá sản* **2**. *Sự thất bại*.

faim [f(] nf *Sự đói ăn* avoir f. *Đói bụng*; avoir une f. de loup *Đói cồn cào*; manger à sa f. *Ăn thật no*; avoir f. de gloire *Khao khát vinh quang*.

faineáanter [fene)te] vi *Ngồi chơi không*. fainéant,- ante 1. a *Lười biếng, chơi không* **2**. n *Kẻ lười biếng, ăn không ngồi rồi*.

faineáantise [fene)tiz] nf *Sự lười biếng, ăn không ngồi rồi*.

faire [fɛr] vtr **1**. *Làm, tạo dựng* (a) Dieu a fait l'homme à son image *Thượng Đế tạo dựng con người, theo hình ảnh của người*; comment est - il fait ? *(i) Anh ấy ra sao ?; (ii) Ông ấy trông thế nào ?*; il n'est pas fait pour cela *Ông ta không phải là người thích hợp cho công việc đó*; jambe bien faite *Chân thon đẹp*; (b) f. un gâteau *Làm bánh*; statue faite en, de marbre *Bức tượng tạc bằng đá hoa cương*; vêtements tout faits *Quần áo may sẵn*; phrases toutes faites *Những câu nói được sắp đặt*; f. un tableau *Vẽ tranh*; f. un chèque *Viết ngân phiếu*; f. la guerre *Tiến hành cuộc chiến tranh*; f. un miracle *Thực hiện một điều kỳ diệu*; ferme où on fait de la betterave *Nông trại trồng củ cải đường*; (c) f. un geste *Phác một cử chỉ, điệu bộ*; f. de l'oeil à qn *Nhìn một cách tình tứ*; (d) f. sa fortune *Tạo dựng cơ nghiệp*; se f. des amis *Làm bạn, kết thân*; (e) f. des provisions *Dự trữ lương thực, tích cốc phòng cơ*, (f) P: tu es fait, mon vieux, *Này bạn, anh làm hết mức rồi đấy !* **2. Làm, thực hiện** (a) qu'est - que vous faites ? *Chẳng có gì để làm*; il n'y a rien à f. *Tôi không có gì dính líu tới họ*; je n'ai rien à f. avec eux *Tôi không có phận sự gì với họ*; il n'a rien à f. ici *Ông ta không có phận sự gì ở đây*; que f. ? *Cần phải làm gì bây giờ?* tôi quan sát anh ta làm việc đó; je le regardais f.; faites vite ! *Hãy nhìn tường tận !* avoir fort à f. *Rất khó (để...)*; vous allez avoir de quoi f. *Anh sẽ có việc để làm*; c'est bien fait ! *Đáng đời (anh) ! ráng chịu !*; voilà qui est fait *Điều đó đã được giải quyết xong*; (b) *Nói* ; "vous partez demain !" fit - il *Ông ta nói: "ngày mai em ra đi"* (c) f. la ronde *Đi dạo quanh tuần tra*; f. son devoir *Làm bổn phận của mình*; f. ses besoins *Đi vệ sinh*; (d) f. un métier *Hành nghề*; f. la laine *Buôn bán len* (e) f. du sport *Ham mê thể thao*; il fait son droit *Anh ấy đang học pháp luật*; f, son apprentissage *Làm tập sự, đang học việc*; f. les magasins *Đi dạo các cửa hàng*; (f) f. une promenade *Đi bách bộ, đi dạo chơi*; F: f. du 100 à l'heure *Chạy 100 km một giờ*; (g) f. pitié, peur *Động lòng trắc ẩn; Làm sợ hãi*; (h) *Lên tới....*; combien cela fait - il ? *Vấn đề đó tốn kém tới bao nhiêu ?*; deux et deux font quatre *Hai với hai là bốn*; ca fait trois jours qu'il est parti *Anh ấy đi đến nay là 3 ngày*; ce poulet fait trois kilos *Con gà này nặng ba kí*; (i) *Tạo thành*; f. l'admiration de tous *Tạo nên sự khâm phục cho mọi người* ; cela fera mon affaire, (i) *Việc đó hợp với tôi;* (ii) *Đó chính là điều tôi đang kiếm tìm*; quel taquin vous faites ! *Anh là người quậy quá !*; (j) *Quan trọng*; qu'est - ce que ca fait ? *Điều đó có quan trọng gì không ?* si cela ne vous fait rien *Nếu bạn không phiền*; cela ne fait rien *Đừng bận tâm, điều đó chẳng hệ trọng gì*; (k) pourquoi agir comme vous le faites ? *Sao anh lại cư xử như thế ?* **3.** (a) *Hình thành, tạo dựng*; ce professeur fait de bons élèves *Giáo viên này đào tạo những học sinh giỏi*; se f. une opinion sur qch *Có khái nhiệm (về...)*; (b) *Sắp đặt, sắp xếp*; f. la chambre *Lau, dọn phòng ngủ*; f. sa valise *Thu xếp hành lý*; f. ses ongles *Làm móng tay*; f. les cartes *Xào bài (xóc bài)*; à qui de f. ? *Đây là việc của ai ?* (c) qu'allez - vous f. de votre fils ? *Ông bà dự định gì cho con trai của ông bà ?* je n'ai que f. de ça *Tôi không cần dùng thứ này*; F: ça fait riche *Trông nó có vẻ mắc tiền*; il ne fait pas quarante ans *Trông ông ấy chưa tới bốn mươi*; (d) f. le malade *Giả vờ bị bịnh*; f. l'imbécile *Làm trò hề*; **4.** en f. (a) il n'en fait qu'à sa tête *Anh ấy làm theo ý mình*; n'en faites rien *Không làm điều như thế*; (b) c'en est fait de lui *Hắn tiêu tan sự nghiệp rồi*; (c) P: (ne) t'en fais pas *Đừng lo*; (d) y f.; rien n'y fit *Chẳng dùng được gì*; que voulez - vous que j'y fasse ? *Anh muốn tôi làm gì ?*; (e) F: la f. à qn *Lừa dối* ; on ne me la fait pas ! *Không thể được ! (dùng để từ chối một đề nghị)* **5.** v impers (a) quel tempps fait - il ? *Thời tiết thế nào ?*; il fait du soleil *Trời nắng*; par le froid qu'il fait *Trong tiết giá lạnh này*; (b) il fait mauvais voyager par ces routes *Thật khó di chuyển trên những con đường này* **6.** (a) il ne fait que lire toute la journée *Anh ấy chẳng làm gì chỉ đọc sách cả ngày*; je n'ai fait que le toucher *Tôi chỉ chạm vào nó thôi*; (b) je ne fais que d'arriver *Tôi chỉ vừa mới đến*; (c) vous n'aviez que f. de parler *Anh không có phận sự gì để phát biểu*; (d) c'est ce qui fait que je suis venu si vite *Bởi thế, tôi đến rất nhanh*; (e) faites qu'il vienne demain *Cam đoan rằng ngày mai anh ấy sẽ đến* **7.** *(Danh từ hoặc đại từ tân ngữ là chủ ngữ của)* (a) je le fis chanter *Tôi nài ép anh ấy hát*; il nous a fait venir *Ông ấy mời chúng tôi ghé thăm*; faites - le entrer *Dẫn ông ấy vào*; f. attendre qn *Bắt (ai...) đợi*; (b) (i) *(Bỏ sót phân thân đại từ)* f. asseoir qn *Bắt ai ngồi xuống*; (ii) je le fis s'arrêter *Tôi khiến anh ta dừng lại*; (c) *(Danh từ hoặc đại từ là tân ngữ (tức từ) của động từ nguyên mẫu)* (i) f. f. deux exemplaires *(Nhờ) làm hai bản sao*; (ii) se f. + inf; se f. entendre *Nói lớn tiếng hơn*; un bruit se fit entendre *Có tiếng động*; il ne se le fit pas dire deux fois *Ấy không cần phải được dặn dò đến hai lần*; (d) f. f. qch à qn *Buộc (ai) phải làm...*; faites - lui lire cette lettre *Bắt nó đọc lá thư này*; faites - lui comprendre que *Làm cho hắn hiểu điều đó*; **8.** se f. (a) *Trở nên, phát triển, lớn mạnh*; son style se fait *Phong cách của anh ấy đang định hình*; ce fromage se fera *Phô mai này sẽ hoàn hảo*; (b) *Trở thành*; se f. vieux *Lớn tuổi thêm, già đi*; se f. soldat *Thành chiến sĩ*; (c) *Thích ứng*; se f. à qch *Quen thuộc (với...)*; (d) impers (i) il se fait tard *Đã muộn rồi*; (ii) il se fit un long silence *Tiếp theo đó là một sự im lặng thật lâu*; comment se fait -il que vous soyez en retard? *Sao anh trễ vậy ?*; comment cela se fait - il ? *Sao lại có trường hợp như thế ?*; (e) ce la ne se fait plus *Vấn đề đó không còn được thực hiện nữa*; le miracle s'est fait tout seul *Phước bất trùng lai*; le mariage ne se fera pas *Cuộc hôn nhân sẽ không có đâu*.

faire - part [fɛrpar] nm inv *Cáo thị, thông báo,*

thiệp (báo sinh, báo tử, đám cưới...); f. - p. de mariage Thiệp hồng, thiệp đám cưới.

faisable [fəzabl] a *Có thể thực hiện được.*

faisan [fəz)] nm (coq) f. *Gà lôi đó.* faisandé a (a) *(Thịt) có mùi hôi, rửa;* (b) F: *Sa đọa.*

faisceau, - eaux [fɛso] nm 1. *Bó (củi, que, đũa...);* f. de preuves *Sự tổng hợp bằng chứng* 2. Đèn pha; f. hertzien *Sóng vô tuyến;* TV: f. cathodique explorateur *Chùm điện tử quét;* f. électronique *Chùm điện tử;* f. de lumière *Chùm hội tụ.*

fait[1] [fɛ] a *Phát triển đầy đủ;* homme f. *(i) Người trưởng thành; (ii) Người có kinh nghiệm;* fromage f. *Phô mai hoàn hảo.*

fait[2] nm (a) *Sự hành động, công lao, thành tích;* faits et dits *Lời nói và việc làm;* prendre qn sur le f. *Bắt quả tang;* dire son f. à qn *Nói thẳng (với...);* (b) *Sự kiện, sự việc;* f. accompli *Sự việc đã hoàn tất;* prendre f. et cause pour qn *Ủng hộ;* aller droit au f. *Đi thẳng vào vấn đề;* être au f. de la question *Đi tới vấn đề chính;* mettre qn au f. *Biết công việc hiện thời ra sao;* au f., que venez - vous faire ici ? *Làm cho (ai) quen với sự việc;* en f. *Tiện đây (hỏi xem) anh đến đây có việc gì vậy ?;* de ce f. *Thật ra, thực sự (là...);* du f. *Bởi đó;* par le f., qu'il boite en f. de *Vì anh ấy đi khập khiễng;* qu'est - ce que vous avez en f. de rôti ? *Anh có liên quan gì đến chuyện ăn nhậu này không?;* (c) *Sự cố, sự xảy ra;* faits divers *Tin tóm lược;* f. divers *Bản tin.*

faîte [fɛt] nm 1. *Nóc (nhà)* 2. *Ngọn (cây); Đỉnh cao (của danh vọng).*

faitout [fɛtu] nm *Xoong.*

falaise [falɛs] nf *Vách đá.*

fallacieux, - euse [falasjø-, -z] a *Gian dối, lừa gạt.* fallacieusement adv *Một cách gian dối.*

falloir [falwar] v impers def (pp fallu; pr ind il faut; pr sub il faille; impf il fallait; fu il faudra) 1. (a) *Cần thiết, đòi hỏi;* il lui faut un nouveau pardessus *Anh ấy cần một áo khoác mới;* avez - vous tout ce qu'il (vous) faut ? *Anh có đủ mọi thứ cần dùng chưa?* c'est juste ce qu'il faut *Đó chính là một điều đúng đắn;* il m'a fallu trois jours pour le faire *Tôi cần ba ngày để làm việc đó;* (b) s'en f. *Còn thiếu, đang cần;* je ne suis pas satisfait, tant s'en faut *Tôi không vừa ý một chút nào;* peu s'en faut *Gần như, suýt soát;* 100 francs ou peu s'en faut *Một phần lớn trong số tiền 100 franc;* il s'en faut de peu qu'il accepte *Ông ta có vẻ ưng thuận rồi;* (c) comme il faut *Một cách đúng đắn, thích hợp;* se conduire comme il faut *Theo cách lịch sự, văn minh;* ce sont des gens très comme il faut *Họ là những người rất thanh lịch* 2. (a) *Phải, nhất thiết;* il

faut partir *(Tôi, anh, chúng ta...) phải đi;* il faut dire que *Tôi phải nói rằng....;* il nous faut le voir *Chúng ta phải gặp ông ấy;* il faudra marcher plus vite *Chúng ta phải nhanh bước lên;* il fallait le dire ! *Anh phải nói như thế sao !* F: c'est ce qu'il faudra voir ! *Chúng ta phải xem xét vấn đề đó;* P: faut voir ! *Anh nên quan tâm điều đó;* c'est simple mais il fallait y penser *Điều đó rất đơn giản bạn nhưng bạn phải nghĩ kỹ về nó;* il a fallu qu'elle le lui dise ! *Cô ấy cần nói cho anh ta hay;* (b) *(Mệnh đề danh từ)* il viendra s'il le faut *Anh ấy sẽ đến nếu cần;* vous êtes revenu à pied ? - il (l')a bien fallu *Anh đi bộ về hả? - chẳng còn cách nào khác.*

falot[1] [falo] nm *Lồng đèn, đèn xách tay.*

falot[2] - otte [falo, ɔt] a *Không quan trọng, mờ nhạt.*

falsification [falsifikasjɔ̃] nf *Sự giả mạo.*

falsifier [falsifje] vtr *Giả mạo (giấy tờ, tài liệu...); Pha (rượu).*

fameá (mal) [malfame] a *Mang tiếng xấu.*

fameálique [famelik] a *Đói lả.*

fameux, - euse [fam-, -z] a 1. *Nổi tiếng, lừng danh* 2. F: fameuse idée *Ý tưởng tuyệt hay;* vous êtes un f. menteur ! *Anh là tổ sư sạo!* ce n'est pas f. *Không tiếng tăm lắm đâu.* fameusement adv *Một cách lừng lẫy, tuyệt vời.*

familial, - aux [familja, o] a 1. *Có tính cách gia đình;* pot f. *Bình (hũ) cỡ lớn (vừa cho gia đình dùng);* allocation familiale *Khoản trợ cấp gia đình* 2. Aut: nf familiale *Xe tải hạng nhẹ.*

familiariser [familjarize] vtr 1. *Phổ biến* 2. se f. (a) *Làm cho quen (với...);* (b) *Trở nên thân thuộc.*

familiariteá [familjarite] nf *Sự thân mật, sự quen thuộc.*

familier, - eâre [familja, ɛr] a 1. *Có tính cách gia đình* 2. (a) *thuộc;* être f. avec qn *Quen thân (với...);* expression familière *Từ hoặc câu nói thân thuộc;* animal f. *Vật nuôi;* nm un des familiers de la maison *Người bạn của gia đình;* (b) visage qui lui est f. *Khuôn mặt quá quen thuộc với anh ta;* le mensonge lui est f. *Ông ta là người quen thói nói sạo.* familièrement adv *Một cách quen thuộc, thân tình.*

famille [famij] nf *Gia đình;* chef de f. *(i) Gia trưởng; (ii) Chủ hộ;* diner en f. *Dùng bữa tại nhà với gia đình;* avec eux je me sens en f. *Với họ tôi cảm thấy hoàn toàn tự nhiên như ở nhà;* cela tient de f. *Đặc tính đó di truyền trong dòng họ;* j'ai de la f. à Paris *Tôi có bà con ở Paris.*

famine [famin] nf *Sự đói, nạn đói.*

fan [fˈ] nm F: *Cái quạt.*

fana [fana] n F: *Người cuồng nhiệt*; un f. du cinéma *Người mê điện ảnh*; être f. de *Say mê, cuồng nhiệt (đối với...)*.

fanal, - aux [fanal, o] nm *Đèn lồng*; Rail: *Đèn pha (xe hơi, tàu biển, tàu lửa...)*.

fanatisme [fanatism] nm *Sự cuồng nhiệt*. **fanatique 1.** a *Cuồng nhiệt* **2.** n *Người cuồng nhiệt, cuồng tín*. **fanatiquement** adv *Một cách cuồng nhiệt*.

fane [fan] nf *Thân (dây khoai tây, đậu, cà rốt)*.

faner [fane] **1.** vi *Phơi cỏ* **2.** vtr (a) *Chất đống (cỏ khô)*; (b) *Héo úa, tàn phai*; **3.** se f. *Tàn tạ, héo úa*. **fané** a *Tàn, úa*.

fanfare [f) far] nf **1.** *Một hồi kèn, kèn lệnh* **2.** *Ban nhạc kèn đồng*.

fanfaronnade [f) farɔnad] nf *Sự huênh hoang, khoác lác*.

fanfaronner [f) farɔne] vi *Huênh hoang, khoác lác*. **fanfaron, - onne 1.** a *Có tính khoác lác* **2.** n *Kẻ khoác lác, huênh hoang*.

fange [f) ʒ] nf Lit: *Bùn lầy*.

fanion [fanjɔ̃] nm *Quân kỳ*.

fantaisie [f) tezi] nf **1.** (a) *Sự tưởng tượng, nét kỳ ảo*; de f. *Có tính cách tưởng tượng*; (b) Mus: (Nhạc) *biến khúc* **2.** (a) *Sự khát vọng*; il lui a pris la f. de se baigner *Anh ta chợt nảy ra ý nghĩ là muốn đi bơi*; chacun s'amusait à sa f. *Mỗi người giải trí theo ý thích của mình*; articles de f. *Vật dụng trang trí*; bijoux de f. *Đồ trang sức*; (b) *Ý tưởng lạ lùng*. **fantaisiste 1.** a *Lạ kỳ, kỳ ảo, kỳ cục*; **2.** n *Diễn viên hài*.

fantasme [f) tasm] nm *Sự tưởng tượng kỳ quặc*.

fantasmer [f) tasme] vi *Có ý nghĩa kỳ quặc (về...), tưởng tượng (về...)*.

fantasque [f) task] a *Kỳ cục, quái gở*.

fantassin [f) tas(] nm *Bộ binh*.

fantastique [f) tastik] a *Kỳ quặc, có tính cách tưởng tượng*; film, roman, f. *Phim, tiểu thuyết tưởng tượng, hư cấu*. **fantastiquement** adv *Một cách kỳ quặc, lạ lùng*.

fantoche [f) tɔʃ] nm *Hình nộm, thằng bù nhìn (đặc ngoài ruộng, vườn...)* gouvernement f. *Chính phủ bù nhìn*.

fantöme [f) tom] nm *Bóng ma*; ville, train f. *Chuyến tàu ma, thành phố ma*; cabinet f. *Nội các lập sẵn (của đảng đối lập)*.

faon [f)] nm Z: *Nai con*.

faramineux, - euse [faramin-, -z] a F: *Lạ thường; Khổng lồ, quá lớn*.

farce [fars] nf **1.** Cu: *Chất để nhồi (dùng trong nấu ăn)* **2.** (a) Th: *Hài kịch*; (b) *Trò nghịch ngợm*; magasin de farces et attrapes.

farceur, - euse [fasœ r, -z] n **1.** *Người hay đùa nghịch* **2.** *Người thích đùa, tiểu lâm*.

farcir [farsir] vtr **1.** Cu: *Nhồi (gà, vịt... để nấu)* **2.** *Nhồi nhét, học gạo*; farci de fautes *Đầy những lỗi sai* **3.** P: se f. qch *Chịu đựng*.

fard [far] nm *Mỹ phẩm; Đồ trang điểm*; la vérité sans f. *Sự thật trần trụi*.

fardeau, eaux [fardo] nm *Gánh nặng, trọng tải*.

farder [farde] vtr **1.** *Trang điểm, tô son trát phấn; Che giấu (sự thật)*; **2.** se f. *Trang điểm, dùng mỹ phẩm*.

farfelu, - ue [farfəly] F: **1.** *Điên khùng, kỳ quặc* **2.** n *Người kỳ quặc*.

farfouiller [farfuje] vi F: *Lục tung lên*.

farine [farin] nf *Bột mì*; f. de mais *Bột ngô (bắp)*; f. d'avoine *Bột yến mạch*. **farineux, - euse 1.** a *Giống như bột, đầy bột* **2.** nm *Cây có tinh bột (khoai tây...)*.

fariner [farine] vtr Cu: *Rắc bột*.

farouche [faruʃ] a **1.** *(Cuộc chiến, sự kháng cự...) tàn khốc, dữ dội* **2.** (a) *Mắc cỡ, thẹn, nhút nhát*; (b) *Khó gần gũi, chan hòa*. **farouchement** adv *Một cách dữ dội, tàn khốc*.

fart [fart] nm *Sáp*.

farter [farte] vtr *Bôi sáp*.

fascicule [fasikyl] nm **1.** *Phần đăng (báo...)* **2.** *Sách nhỏ*.

fascination [fasinasjɔ̃] nf *Sự lôi cuốn, quyến rũ*.

fasciner [fasine] vtr *Hấp dẫn; Lôi cuốn, quyến rũ*.

fascisme [faʃism] nm Pol: *Chủ nghĩa phát xít*. **fasciste** n *Người theo chủ nghĩa phát xít, bọn phát xít*.

faste[1] [fast] nm *Sự phô trương*.

faste[2] a jour f. *Ngày may mắn, ngày hên*.

fastidieux, - euse [fastidj-, -z] a *Tẻ nhạt, buồn chán*. **fastidieusement** adv *Một cách tẻ nhạt, buồn chán*.

fastueux, euse [fasɥ-, -z] a *Có tính cách phô trương, khoe khoang*. **fastueusement** adv *Một cách phô trương*.

fatal, - als [fatal] a b. *Tai hại, gây chết người, chí tử*; coup f. *Đòn chí tử*; f. à qn *Tai hại chết người (đối với...)* **2.** *Không tránh khỏi, do số mệnh*; c'était f. *Việc đó phải xảy đến thôi*. **fatalement** adv *Một cách hiển nhiên*.

fatalisme [fatalism] nm *Thuyết định mệnh*. **fataliste 1.** n *Người tin số mệnh* **2.** a *Định mệnh, số mệnh*.

fataliteá [fatalite] nf **1.** *Số mệnh, định mệnh* **2.** *Sự rủi ro, bất hạnh*.

fatidique [fatadik] a *Tiền định, có hậu quả nghiêm trọng*.

fatigant [fatig] a **1.** *Gây mệt nhọc, làm kiệt*

sức **2.** *Làm uể oải, chán chường.*

fatigue [fatig] nf (a) *Sự mệt nhọc, kiệt sức;* tomber de f. *Mệt nhoài;* la f. des affaires *Sự căng thẳng của công việc;* (b) *(Kim loại) sự mất sức bền;* (c) *(Quần áo) mòn, sờn, (máy) hư hao.*

fatiguer [fatige] **1.** vtr (a) *Gây mệt nhọc;* se f. les yeux *Làm mỏi mắt;* F: il me fatigue ! *Anh ấy làm tôi thất vọng quá !;* (b) *Bắt (súc vật) làm quá sức cho (máy) hoạt động quá tải, quá lâu* **2.** vi *(Động cơ) chạy yếu* **3.** se f. *Làm cho mệt; Bị mệt.* fatigué a *Mệt, uể oải, (lòng) lo âu;* f. par le voyage *Mệt mỏi sau cuộc hành trình.*

fatras [fatra] nm (a) *Mớ hỗn độn;* (b) *Rác rưởi.*

fatuiteá [fatɥite] nf *Sự tự ái.*

faubourg [fobur] nm *Vùng ngoại ô.* faubourien, - ienne a *(Thuộc) ngoại ô; (Giọng) bình dân.*

fauchaison [foʃɛzɔ̃] nf *Sự cắt xén, gặt hái.*

fauche [foʃ] nf P: *Sự ăn cắp vặt.*

faucheá, - eáe [foʃe] F: **1.** a *Nhẵn túi, hết tiền;* f. comme les blés *Hoàn toàn nhẵn túi, hết sạch tiền* **2.** n c'est un f. *Anh ấy không đồng xu dih túi.*

faucher [foʃe] vtr **1.** (a) *Xén (cỏ);* la voiture a fauché le poteau télégraphique *Chiếc xe hơi đụng sập cột điện tín;* (b) P: *Trộm, ăn cắp* **2.** *Sát hại, làm thiệt mạng (nhiều người...).*

faucheur, - euse [foʃœr, -z] n **1.** *Người xén cỏ, thợ gặt* **2.** nf *Máy gặt.*

faucille [fosij] nf *Cái liềm*

faucon [fokɔ̃] nm Orn: *Chim ưng.*

faufiler [fofile] vtr **1.** *Khâu lược* **2.** se f. *Len lỏi, buồn lách;* il s'est faufilé avec les invités *Anh ta lẩn vào trong những người khách;* se f. entre les voitures *Thoát nhanh khỏi luồng lưu thông.*

faune[1] [fon] nm Myth: *(Thần thoại) thần đồng áng.*

faune[2] nf *Hệ động vật;* la f. des boites de nuit *Chương trình thường xuyên của các hộp đêm.*

faussaire [fosɛr] n *Người làm giả mạo (tiền, tài liệu....).*

faussement [fosm]] *Một cách sai lạc.*

fausser [fose] vtr **1.** *Giả mạo; Bóp méo (sự thật, ý nghĩa...); Thay đổi (dữ kiện); Đầu óc lệch lạc, có thành kiến ;* f. compagnie à qn *Thoát khỏi, trốn tránh (người theo dõi).* **2.** *Vặn, xiết (bù loong, ốc....).*

fausseteá [foste] nf **1.** *Sự sai lầm, không đúng* **2.** *Sự giả mạo, gian dối* **3.** *Sự lừa gạt;* f. de conduite *Sự xảo trá.*

faute [fot] nf **1.** *Nhu cầu, sự cần thiết;* **2.** *Thiếu thốn* ne se faire f. de rien *Luôn chiều theo ý mình;* sans f. *Không trục trặc, xuông xẻ;* f. de *Nếu không có; Nếu không nhờ...;* f. de quoi *Mặt khác;* f. de paiement *Không thanh toán, chi trả* **2.** (a) *Lỗi lầm;* prendre qn en f. *Bắt bí;* ce n'est pas (de) ma f.; à qui la f.? *Đó là lỗi của ai ?* c'est une peu de ma f. *Tôi cũng có một phần trách nhiệm;* f. d'orthographe *Lỗi chính tả;* f. d'impression *Lỗi in ấn* (b) *Tội lỗi; Hành động sai trái;* (c) Fb: *Sự sai phạm.*

fauteuil [fotœj] nm **1.** *Ghế bành;* f. à bascule *Ghế xích đu;* f. roulant *Xe lăn;* Th: f. d'orchestre *Chỗ ngồi của ban nhạc;* arriver dans un f. *Thắng với tỉ số cách biệt* **2.** (a) *Ghế chủ tọa;* occuper le f. *Làm chủ tọa;* (b) *Chức giáo sư, chức viện sĩ.*

fauteur, - trice [fotœr, tris] n f. de guerre *Kẻ hiếu chiến;* f. de troubles *Người quấy rối, phá đám.*

fautif - ive [fotif, iv] a **1.** *Sai, có khuyết điểm;* calcul f. *Sự tính toán lầm;* **2.** *Lầm lẫn, sai sót; (Đứa bé) nghịch ngợm;* n c'est moi le f. *Chính tôi là thủ phạm.* fautivement adv *(Một cách) sai lầm, sơ ý.*

fauve [fov] **1.** a *Có màu vàng nâu* **2.** nm (a) *Màu vàng nâu;* (b) les (grands) fauves *Thú săn lớn.*

fauvette [fovɛt] nf Orn: *Loại chim hót líu lo.*

faux[1], **fausse** [fo, fos] a **1.** (a) *Sai;* (b) *(Tóc, răng, trang sức...) giả;* f. temoin *Chứng cớ gian, giả mạo;* fausse monnaie *Tiền (kim loại) giả;* fausse clef *Chìa khóa đa năng;* fausse fenêtre *Cửa sổ có rèm che;* f. chèque *Ngân phiếu giả mạo;* Anat: fausses côtes *Xương sườn cụt;* (c) *Phản bội;* c'est un f. jeton *Ông ta là người có đạo đức giả* F: *Người xảo, trá, vật giả mạo;* (d) *Sai lầm; Ngày tháng (ghi) lầm;* raisonnemnet f. *Sự lý luận sai;* présenter la conduite de qn sous un f. jour *Báo cáo lạc về việc làm (của...);* faire un f. pas *Phạm sai lầm nghiêm trọng;* faire fausse route *Suy nghĩ hoặc làm không đúng hướng;* f. calcul *Sự tính toán sai lầm;* Mus: fausse note *Nốt bị sai* **2.** (a) adv *(Một cách) sai lầm;* chanter f. *Hát sai nhạc;* cela sonne f. *Điều đó nghe có vẻ không đúng;* rire qui sonne f. *Tiếng cười vô duyên, lạc điệu;* (b) loc adv à f. *Sai lầm;* accuser qn à f. *Kết án lầm;* porter à f. *Sai lầm, lệch lạc* **3.** nm (a) le f. *Kẻ gian dối;* distinguer le vrai du f. *Phân biệt được điều đúng trong sự giả mạo;* (b) (bijouterie en) f. *Đồ trang sức;* (c) *Sự giả mạo.*

faux[2] nf *Lưỡi hái.*

faux - filet [fofilɛt] nm Cu: pl faux - filets. *Thịt thăn bò.*

faux - fuyant [fofɥij]] nm *Sự lẩn tránh;*

faux - monnayeur [fomɔnɛjœr] nm pl faux - monnayeurs. *Người chuyên giả mạo (hàng hóa, hồ sơ...).*

faveur [favœr] nf **1.** (a) *Thiện ý, sự quí mến;* gagner la f. de qn *Được sự quí mến (của...);* perdre la f. de qn *Mất cảm tình (đối với...);* prix de f. *Giá ưu tiên;* billet de f. *Vé mời;* Nhờ vào...; à la f. de *Nhờ bóng đêm;* à la f. de la nuit *Lợi dụng đêm tối;* plaider en f. de qn *Thỉnh cầu nhân danh (người nào đó...);* en f. de (i) *Nhờ sự trợ giúp (của...);* (ii) *Xem xét (đến...);* (b) faire une f. à qn *Giúp đỡ, ban ơn (cho...)* **2.** *Dải lụa.* favorable a **1.** *Thích hợp;* être f. à *Thuận lợi cho;* **2.** *Thuận lợi;* Đầy hứa hẹn. favorablement adv *Một cách thuận lợi.*

favoriser [favɔrize] vtr *Ưa thích (người, vật...);* f. les arts *Hỗ trợ các ngành nghệ thuật;* les événements l'ont favorisé *Những sự kiện đó đều có lợi cho anh ta.* favori, - ite **1.** a & n *(Người, vật...) được ưa thích* **2.** nmpl *Lông măng trên má.*

favoritisme [favɔritism] nm *Sự thiên vị.*

fayot [fajo] nm P: **1.** *Đậu tây* **2.** Pej: *người bò lết.*

FB abbr Franc belge.

féabrilitéa [febrilite] nf *Sự lo âu.* fébrile a *Lo âu, hối hả.* fébrilement adv *Một cách lo âu, hối hả.*

féacondation [fekɔ̃dasjɔ̃] nf Biol: *Sự thụ tinh, sự thụ phấn.*

féaconder [fekɔ̃de] vtr *Cho thụ tinh, thụ phấn.* fécond a *(Đất màu mỡ, phì nhiêu); (Sự tưởng tượng) phong phú; (Tác giả) có nhiều tác phẩm.*

féaconditéa [fekɔ̃dite] nf **1.** *Sự có nhiều quả, sai quả* **2.** *Sự phì nhiêu, màu mỡ.*

féacule [fekyl] nf *Tinh bột.* féculent **1.** a *Có tinh bột* **2.** nmpl *Thực phẩm giàu tinh bột.*

féadéaraliser [federalize] vtr *Tổ chức thành liên bang.* fédéral, - aux a *(Thuộc) liên bang.*

féadéaralisme [federalism] nm *Chế độ liên bang.* fédéraliste a & n *Người chủ trương lập chế độ liên bang.*

féadéaration [federasjɔ̃] nf *Liên đoàn, liên bang.*

féae [fe] nf *Thần tiên;* conte de fées *Truyện thần tiên.*

féaerie [fɔri] nf **1.** *Sự say mê, thích thú* **2.** *Chốn thần tiên, nơi tiên cảnh* **3.** Th: *Tiết mục đặc sắc, kỳ ảo;* Fig: une f. de couleurs *Cuộc biểu diễn ngoạn mục.* féerique a (a) *Thần tiên (lâu đài) kỳ ảo;* (b) *Mê ly, như thần tiên.*

feindre [fɛ̃dr] vtr & i (conj TEINDRE) *Làm bộ,*

giả vờ; f. de faire qch *Giả vờ làm điều gì đó;* f. la maladie *Giả bệnh;* feint a *Có tính cách giả vờ, đóng kịch.*

feinte [fɛ̃t] nf (a) *Sự giả vờ, làm bộ;* (b) Box: *Đòn nhá, hư chiêu.*

feinter [fɛ̃te] **1.** vi Box: *Đánh nhử, nhá (đòn, đấm, đá...)* **2.** vtr *Lừa gạt, gian dối.*

fêler [fele] vtr **1.** *Làm nứt (ly, tách, đồ sành sứ...)* **2.** se f. *Nứt, rạn.* fêlé, - ée F: **1.** a *Điên khùng* **2.** n *Người lập dị, kỳ cục.*

feálicitations [felisitasjɔ̃] nfpl *Sự hoan nghênh, chúc mừng.*

feálicitéa [felisite] nf *Niềm sung sướng tột cùng.*

feáliciter [felisite] vtr **1.** *Hoan nghênh, chúc mừng* **2.** se f. de qch *Chúc mừng (ai..) về...*

feálin, - ine [fel(, in] a (a) *(Thuộc họ) mèo;* n les grands félins *Sư tử, beo, cọp;* (b) *Giống như mèo.*

feálonie [feloni] nf A: *Sự bất trung.*

fîlure [felyr] nf *Vết nứt rạn (đồ sứ, sành...); Vết xẻ (ở gỗ).*

femelle [fəmel] **1.** a *(Thuộc) giống cái, (con) mái, cái* **2.** nf *Nữ, con mái.*

feáminin [femin(] **1.** a *(Thuộc) phụ nữ;* le sexe f. *Phái nữ;* vêtements féminins *Y phục phụ nữ* **2.** nm Gram: *(Chữ) giống cái.*

feáminiser [feminize] vtr **1.** *Nữ hoá* **2.** se f. *(Nghề nghiệp, phòng, ban...) ưu tiên cho nữ giới.*

feáminisme [feminism] nm *Phong trào hoặc sự đấu tranh cho sự bình đẳng của nữ giới.* féministe a & n *(Thuộc về) người ủng hộ phong trào đấu tranh cho sự bình đẳng của nữ giới.*

feáminitéa [feminite] nf *Nữ tính.*

femme [fam] nf **1.** *Phụ nữ;* elle est très f. *Cô ấy đúng là một phụ nữ;* f. auteur *Nữ tác giả;* f. médecin *Nữ bác sĩ;* f. d'affaires *Nữ thương gia* **2.** *Vợ.* **3.** f. de chambre *(i) Đầy tớ gái (ii) Cô hầu phòng (khách sạn....);* f. de ménage *Nữ giúp việc nhà;* f. de charge *Nữ quản gia* **4.** F: bonne f. *Vợ, bà xã;* remèdes de bonne f. *Phương thuốc dân gian.*

feámur [femyr] nm Anat: *Xương đùi.*

FEN abbr Fédération de l'éducation nationale.

fenaison [fənɛzɔ̃] nf **1.** *Sự thu hoạch cỏ khô* **2.** *Mùa phơi cỏ, mùa làm cỏ khô.*

fendiller (se) [səfɑ̃dije] vpr *(Gỗ, tranh) nứt, rạn.*

fendre [fɑ̃dr] vtr **1.** (a) *Chẻ ra;* (b) *Làm nứt, rạn;* f. l'air *Xé gió;* f. la foule *Rẽ đám đông để tìm lối đi;* il gèle à pierre f. *Trời rét cóng tay;* c'était à f. l'âme *Thật là nát lòng;* bruit à vous

f. les oreilles *Âm thanh chát chúa* **2.** se f. (a) *(Gỗ) nứt ra, nẻ ra*; (b) *Đâm mạnh, thọc mạnh (nhác kiếm)*.

fenêtre [fɔnɛtr] nf *Cửa sổ*; f. à guillotine *Cửa sổ trượt dọc*; f. à battants *Cửa sổ sập*; regarder par la f. *Nhìn ra ngoài cửa sổ*.

fenouil [fənuj] nm Bot: *Cây thìa là bẹ*.

fente [fɑ̃t] nf (a) *Vết nứt, vết gãy, chỗ rạn*; (b) *Khe nhỏ (ở các loại máy vận hành bằng cách đút tiền cắc vào khe)*; f. de poche *Túi xẻ*.

féodalisme [feɔdalism] nm *Chủ nghĩa phong kiến*. **féodal, - aux** a *(Thuộc về, có tính cách) phong kiến*.

fer [fɛr] nm **1.** *Sắt*; f. forgé *Sắt đã được luyện* **2.** (a) *Đầu (rùi, mũi tên)*; f. de lance *Mũi lao*; f. de rabot *Sắt tám*; (b) *Gươm, kiếm*; croiser le f. avec qn *Tranh cãi (với...)* **3.** f. à souder *Mỏ hàn*; marquer au f. *Đánh dấu bằng sắt nung đỏ*; f. à repasser *Bàn ủi*; f. à friser *Kẹp uốn tóc* **4.** f à cheval *Móng ngựa*, F: tomber les quatre fers en l'air *(Người) té chống gọng*.

fer - blanc [fɛrbl)] nm *Sắt tây*; boite en f. - b.; pl fers - blancs. *Hộp sắt tây*.

fériéa [ferje] a jour f. *Ngày nghỉ lễ*.

ferme[1] [fɛrm] **1.** a (a) *Rắn chắc, cứng*; terre f. (i) *Đất rắn*; (ii) *Đất liền, lục địa*; répondre d'une voix f. *Trả lời với một giọng rắn rỏi*; le marché reste très f. *Thị trường giữ vững giá*; attendre qn de pied f.. *Đợi ai một cách cương nghị*; (b) offre f. *Câu để nghị rắn rỏi* **2.** adv *Vững, chắc*; frapper f. *Đánh đòn dích đáng*; tenir f., *(*) Đứng vững*; *(**) (Đinh) đóng chắc*; j'y travaille f. *Tôi làm việc đó một cách năng nổ*. fermement adv *Một cách vững chắc*.

ferme[2] nf *Trang trại, nông trại*.

ferment [fɛrm)] nm *Men*.

fermentation [fɛrm)tasjɔ̃] nf *Sự lên men; Sự xôn xao náo động*.

fermenter [fɛrm)te] vi *Lên men*.

fermer [fɛrme] **1.** vtr (a) *Đóng*; f. violemment la porte *Đóng mạnh cửa*; f. sa porte à qn *Đóng cửa không cho ai vào*; f. à clef *Khóa (cửa)*; f. les rideaux *Hạ màn cửa*; f. boutique *Đóng cửa tiệm*; on ferme ! *Đến giờ đóng cửa rồi*; f. un trou *Lấp một lỗ hổng*; f. un robinet *Đóng vòi nước*; f. l'électricité *Tắt*; P: ferme ta gueule ! *ferme - la ! Câm mồm !* (b) f. la marche *Đi sau rốt* **2.** vi *(Cửa) đóng, (mắt) nhắm* **3.** se f., *(Vết thương) không miệng, khép miệng*. fermé a **1.** *Khép, đóng*; les yeux fermés *Liều lĩnh, với mắt nhắm (hoàn toàn tin tưởng, chắc chắn)*; il a l'esprit fermé aux mathématiques *Nó học không vào môn toán* **2.** *Thiếu trách nhiệm, cởi mở* **3.** *Khó hòa nhập (xã hội)*.

fermeteá [fɛrmɔte] nf *Sự quả quyết, rắn rỏi (của giọng nói, cử chỉ etc...)*.

fermette [fɛrmɛt] nf *Trại nhỏ, ấp nhỏ*.

fermeture [fɛrmɔtyr] nf **1.** *Cái để đóng, để khóa*; f. à clef *Ống khóa chìa*; f. de la pêche *Hết mùa câu*; heure de f., *(i) Giờ đóng cửa (ii) Giờ quyết định, giờ then chốt*; f. d'un compte *Khóa một tài khoản* **2.** f. éclair (Rtm), à glissière *Khóa kéo*.

fermier, - ière [fɛrmje, jɛr] n *Chủ trang trại, người nữ chủ trang, vợ người chủ trang trại*; a poulet f. *Khu vực nuôi gà thả rong*.

fermoir [fɛrmwar] nm *Cái khóa, cái bấm*.

féerociteá [ferɔsite] nf *Tính hung dữ, tính tàn bạo, sự dã man*. féroce a *Hung dữ, tàn bạo, bất nhẫn*. férocement adv *(Cơn đói) dữ dội*.

ferraille [fɛraj] nf (a) *Sắt cũ, sắt vụn*; mettre qch à la f. *Quăng cái gì vào đống phế liệu, vứt bỏ cái gì*; faire un bruit de f. *Là kêu leng keng*; (b) F: *Tiền lẻ*.

ferrailleur [fɛrajœr] nf *Người bán sắt vụn*.

ferrer [fɛre] vtr **1.** *Bịt sắt (cái gì); Bịt sắt, đóng móng sắt cho ngựa* **2.** *Giật mạnh để cá mắc câu*. ferré a *Được bịt sắt*; souliers ferrés *Giày đinh*; voie ferrée (i) *Đường sắt*; (ii) *Công ty đường sắt*; F: être f. sur un sujet *Am hiểu một vấn đề*.

ferreux, - euse [fɛr-, -z] a *(Chứa) sắt*.

ferronnerie [fɛrɔnri] nf **1.** *Đồ sắt (xây dựng)* **2.** *Xưởng đồ sắt (xây dựng), cửa hàng bán đồ sắt*; f. (d'art) *Nghệ thuật tạo hình bằng sắt*.

ferronnier, - ière [fɛrɔnje, jɛr] n **1.** *Thợ làm đồ sắt xây dựng*; f. (d'art) *Người tạo hình nghệ thuật bằng sắt* **2.** *Người bán hàng sắt*.

ferroviaire [fɛrɔvjɛr] a *(Thuộc) đường sắt* NAm: *(Công ty) đường sắt*.

ferrugineux, - euse [fɛryʒin-, -z] a *(Có chứa) sắt*.

ferry - boat [fɛribot] nm pl ferry - boats. *Phà*.

fertile [fɛrtil] a *Màu mỡ, phì nhiêu*; Fig: f. en *Giàu có vẻ*.

fertilisation [fɛrtilizasjɔ̃] nf *Sự làm cho màu mỡ, sự bón phân*.

fertiliser [fɛrtilize] vtr *Làm cho màu mỡ, bón phân*.

fertiliteá [fɛrtilite] nf *Tính màu mỡ, tính phong phú*.

fervent, - ente [fɛrv),)t] **1.** a *Sùng đạo, nhiệt tâm* **2.** n *Người hâm mộ*.

ferveur [fɛrvœr] nf *Lòng sùng đạo*.

fesse [fɛs] nf *Mông*; les fesses *Bàn tọa*; couter la peau des fesses; P: histoire de fesses *Truyện nhảm nhí, bẩn thỉu*.

fesseáe [fɛse] nf *Trận đòn (vào mông)*.

fesser [fɛse] vtr *Đánh vào mông, phết vào đít*.

festin [fɛst(] nm *Tiệc, yến tiệc.*
festival, - als [fɛstival] nm *Ngày lễ hội.*
festivíteás [fɛstivite] nfpl *Hội hè.*
festoyer [fɛstwaje] vi (je festoie) *Tiếp đãi long trọng, ở tiệc tùng.*
fétard, - arde [fɛtar, ard] n F: *Tay ăn chơi.*
fête [fɛt] nf **1.** (a) *Lễ, lễ hội;* f. légale *Kỳ nghỉ hè của quần chúng;* ce n'est pas tous les jours f. *Ngày vui không phải bao giờ cũng có;* f. des Mères *Ngày lễ các bà mẹ;* souhaiter une bonne f. à qn *Chúc ai một kỳ đi nghỉ vui vẻ;* (b) *Ngày lễ thánh bốn mạng;* P: ce sera ta fête! *Rồi sẽ đến lượt mày!* **2.** (a) fête *Hội, lễ hội, hội chợ;* f. foraine *Chợ phiên;* f. de charité *Hội chợ từ thiện;* f. d'aviation *Cuộc biểu diễn máy bay;* (b) *Sự giải trí, trò tiêu khiển;* une petite f. *Một bữa tiệc vui nhỏ* **3.** *Cuộc liên hoan, lễ hội;* le village était en f. *Làng đang mở hội;* air de f. *Không khí lễ hội;* faire la f. *Chơi bời phóng túng;* faire f. à qn *Tiếp đón ai long trọng;* être de la f. *Vui vẻ như mở hội;* se faire une f. de faire qch *Lấy làm vui mừng được làm việc gì.*
Fête - Dieu [fɛtdj-] nf pl Fêtes - Dieu. *Lễ ban thánh thể.*
fêter [fete] vtr **1.** *Làm lễ kỷ niệm (sinh nhật...)* **2.** f. qn *Khoản đãi ai.*
feátiche [fetiʃ] nm *Vật thần, vật thờ;* Aut: *Vật lấy khước (tin là sẽ mang đến điều may mắn thường được treo trước tay lái tài xế).*
feátichisme [fetiʃism] nm *Bái vật giáo.* fétichiste a & n *Thuộc Bái vật giáo, người theo bái vật giáo.*
feátide [fetid] a *Thối.*
feátu [fety] nm *Sợi rơm.*
feu¹, feux [f-] nm **1.** (a) *Lửa;* il fait f. de tout bois *Nó có thể sử dụng hết mọi khả năng;* F: avoir le f. au derrière *Vội vàng, cuốn quít;* mettre le f. à qch *Châm lửa, làm cho cái gì bốc lửa;* en f. *Cháy nóng, kích động;* avoir le visage en f. *Có khuôn mặt đỏ bừng;* prendre f. *Bốc cháy; Nổi giận;* au f.! *Cháy! cháy!* F: il n'y a pas le f. (à la maison, au lac) *Không có gì phải hoảng loạn;* est - ce que vous avez du f. ? *Anh có lửa không, có diêm, có hộp quẹt không?;* a inv rouge f. *(Màu) đỏ cam;* (b) *Tính nồng nàn, nhiệt tình;* tout f. tout flamme *Bốc lửa* **2.** (a) faire du f. *Thắp sáng;* f. d'artifice *Pháo hoa;* f. de joie *Lửa trại;* ça ne fera pas long f. *Cái đó sẽ thành công;* (b) j'en mettrais la main au f. *Tôi khẳng định rằng;* faire mourir qn à petit f. (i) *Làm ai chết dần chết mòn;* (ii) *Làm ai lo sốt vó;* (c) Cu: faire cuire à f. doux, à petit f. *Nấu lửa riu riu, nấu lửa nhỏ;* à f. vif; cuisinière à quatre feux *Lò bốn bếp.* **3.** armes à f. *Súng ống;* faire f. sur qn *Bắn ai;* ouvrir le f. *Khai hỏa; f.!* *Bắn!* *(kế hoạch)* faire long f. *Không thành công, hỏng;* **4.** (a) *Đèn biển;* feux de route *Đèn hiệu di chuyển;* (b) Av: feux de balisage *Đèn tín hiệu trên máy bay;* (c) feux de circulation, F: f. rouge *Đèn hiệu đi đường, đèn đỏ (đèn xanh);* donner le feu vert à qn *Bật đèn xanh cho ai, cho phép ai mở đường;* Aut: feux de position *Đèn hiệu hai bên, đèn hiệu khi xe ngừng;* feux de route *Đèn đầu lái;* feux de croisement *Đèn rọi chéo;* feux de détresse *Đèn báo nguy;* (d) *Ánh nhấp nháy (của kim cương);* n'y voir que du f. (i) *Bị lóa mắt* (ii) *Chẳng hiểu gì hết.*
feu² a *Mới chết, vừa qua đời;* la feue reine, f. la reine *Bà hoàng hậu mới qua đời.*
feuillage [fœja3] nm *Tàn lá.*
feuille [fœj] nf **1.** *Lá;* f. de chou (*) *Lá bắp sú* (**) f. de métal *Lá kim loại* **3.** *Tờ giấy;* f. de route *Giấy chứng nhận đi đường;* f. (quotidienne) *Tờ báo hằng ngày;* Adm: f. d'impôt (*) *Bản khai thuế (khai thu nhập để tính thuế);* (**) *Tờ khai định mức thuế;* f. de paie *Giấy tính tiền;* f, de température *Bản biểu đồ nhiệt độ.*
feuillet [fœjɛ] nm *Tờ (sách).*
feuilleter [fœjte] vtr (je feuillette) (a) *Lật qua trang (một cuốn sách);* (b) Cu: pâte feuilletée *Bột nhồi thành từng lớp.*
feuilleton [fœjtɔ̃] nm (*) *Phần đăng tải, phát hành từng kỳ của một tiểu phẩm, truyện kịch nhiều kỳ;* (**) *Truyện, kịch, phim, tiểu phẩm đăng tải hoặc phát thanh phát hình từng kỳ.*
feuillu [fœjy] a *Rậm lá.*
feutre [f-tr] nm **1.** *Dạ phớt* **2.** (a) *Mũ (dạ) phớt;* (b) *Bút lông phớt.* feutré a *Có lót dạ phớt;* à pas feutrés *Âm thanh được giảm bớt đi;* ambiance feutrée *Bước đi êm ngoại cảnh thân tình.*
feâve [fɛv] nf *Đậu tằm;* f. (des marais) *Đậu hạt lớn (đậu đầm lầy).*
feávrier [fevrije] nm *Tháng hai;* au mois de f. *Vào tháng hai;* le sept f. *(Vào) ngày bảy tháng hai.*
FF abr **1.** frères *Đồng chí* **2.** français. *Đồng quan Pháp.*
fi [fi] int (a) O: *Eo ơi! đáng tớm;* (b) faire fi de qch *Coi thường, coi khinh cái gì.*
fiabiliteá [fjabilite] nf *Sự chắc chắn, xác thực.* fiable a *Xác thực, đáng tin cậy.*
fiacre [fjakr] nm *Xe ngựa thuê.*
fiancailles [fij)saj] nfpl *Sự hứa hôn, sự đính ước.*
fiancer (se) [səfj)se] vpr *Hứa hôn với.*
fiasco [fjasko] nm inv *Sự thất bại;* faire f. *(Về kế hoạch) thất bại; (Về một cuốn phim) thất*

bại.

fibre [fibr] nf (a) *Sợi, thớ (gỗ)*; fibres (alimentaires) *Chất xơ (trong thức ăn)*; f. de verre *Sợi thủy tinh*; (b) la fibre paternelle *Sự đồng cảm của người cha.* fibreux, - euse a *Có sợi, có thớ (thịt).*

ficeler [fisle] vtr (je ficelle) *Buộc bằng dây, trói bằng dây.*

ficelle [fisɛl] nf **1.** *(*) Sợi dây (**) Chỉ khâu bao bì*; tirer les ficelles *Giật dây*; connaitre les ficelles **2.** *Ổ bánh mì dủa (nhỏ và dài) của Pháp.*

fiche [fiʃ] nf **1.** *(a) Cọc, sào; (b) El: Phích cắm điện* **2.** (a) *Phiếu, phiếu ghi nhớ, phiếu mua hàng*; f. scolaire *Phiếu theo dõi, phiếu điểm (trường học)*; f. dentaire *Phiếu khám răng*; f. de contrôle *Phiếu kiểm tra*; (b) *Thẻ (thư mục)*; jeu de fiches *Trò chơi bài ăn thẻ*; *(c) Nhãn cột dây.*

ficher [fiʃe] vtr **1.** *Đóng vào (đinh)*; f. une épingle dans qch *Găm kim vào cái gì* **2.** *Lập phiếu thư mục* **3.** F: (pp fichu; inf fiche) (a) (= mettre) fiche(r) qn à la porte *Tống cổ ai ra khỏi cửa*; (b) (= faire)) il n'a rien fichu de la journée *Làm suốt ngày nó không làm gì*; (c) (= donner) fichez - moi la paix ! *Để cho tôi yên !*; (d) fichez (-moi) le camp ! va t'en! *Cút xéo !* **3.** se. f. F: (a) se f. par terre *Té ngã;* (b) se f. dedans *Phạm một sai lầm, sai lầm ngớ ngẩn*; (c) se f. de qn *Chế nhạo ai*; (d) je m'en fiche (pas mal)! *Tôi cóc cần !.*

fichier [fiʃje] nm (a) *Tập thẻ, phiếu; Tập tin; (b) Phòng lưu trữ thẻ, phiếu.*

fichu[1] [fiʃy] a F: **1.** *Tồi tệ, xấu xa* **2.** il est f. *Nó tiêu tùng rồi*; ma robe est fichue *Chiếc áo của tôi hỏng rồi* **3.** être bien f. *Có thể lực tốt*; être mal f. *Ăn mặc tồi tàn* **4.** il n'est pas f. de le faire *Nó không có khả năng làm việc đó.*

fichu[2] nm *Tấm tã lót; Khăn choàng đầu.*

fiction [fiksjɔ̃] nf *Điều tưởng tượng, hư cấu, tiểu thuyết.* fictif, - ive a *tưởng tượng, không có thực.* fictivement adv *Không thực, được hư cấu*

fideáliteá [fidelite] nf (a) *Lòng trung thành, sự trung thực*; serment de f. *Lời hứa trung thành;* (b) *Sự chính xác (của một bản dịch), sự trung thực*; haute f. *Hai - phai - độ trung thực cao.* fidèle **1.** a *Trung thành, thủy chung, trung thực*; rester f. à une promesse (b) *Chính xác (bản sao chép); (Trí nhớ) đáng tin cậy, chính xác* **2.** n *Người trung thành, trung thực*; les fidèles, *(*) Tín đồ (**) Giáo đoàn.* fidèlement adv *Trung thành, trung trực, đáng tin cậy.*

fief [fjɛf] nm a *Thái ấp*; (b) f. électoral *Khu vực bầu cử.*

fiel [fjɛl] nm (a) *Mật đắng;* (b) *Sự đắng cay.*

fier[1], - eâre [fjɛr] a **1.** *Hãnh diện* **2.** *Tự mãn, kiêu căng*; il n'y a pas (là) de quoi être f. *Không có gì phải khoe khoan về điều đó cả*; f. comme Artaban *Khoe khoan như một con công*; **3.** F: tu m'as fait une fière peur *Anh gây cho tôi một mẻ sợ*; je te dois une fière chandelle *Tôi mang ơn anh rất nhiều (không làm sao đền đáp được).* fièrement adv *Một cách hãnh diện.*

fier[2] (se) [səfje] vpr (impf & pr sub n. n. fiions) *Tin cậy, tin vào*; se f. à qn; fiez - vous à moi *Hãy tin tưởng vào tôi*; ne vous y fiez pas, (i) *Hãy cẩn thận (đừng quá tự phụ);* (ii) *Đừng trông mong vào điều đó.*

fierteá [fjɛrte] nf **1.** *Sự tự trọng* **2.** *Lòng kiêu căng tự phụ.*

fieâvre [fjɛvr] nf **1.** *Cơn sốt;* avoir une f. de cheval *Bị một cơn sốt cuồng, sốt mê sảng*; avoir (de) la f. *Bị sốt* **2.** *Sự say mê, sự hăng say*; dans la f. de la campagne électorale *Trong thời gian sôi động của cuộc vận động tranh cử.* fiéreux, - euse a *Sốt, sôi nổi, háo hức.* fiévreusement adv *Một cách sôi nổi.*

fifre [fifr] nm **1.** *Ống sáo nhỏ* **2.** *Người thổi sáo nhỏ.*

figer [fiʒe] vtr (figeant, il figeait) **1.** *Làm cho đông lại, đông cứng lại;* figé sur place *Đứng như trời trồng* **2.** se f. *Đông đặc, đông cứng lại; Đóng cục, đông cục; (Nét mặt) đanh lại; (Người) lạnh lùng*; son sang se figea *Quả tim ông ta lạnh lùng, tàn nhẫn.* figé a *Đông cứng (đầu...); Được sắp xếp (sự diễn đạt); Chăm chú (cái nhìn).*

fignoler [fiɲɔle] vtr F: *Làm tí mí (công việc).*

figue [fig] nf (a) *Quả sung, quả vả;* (b) f. de Barbarie *Quả xương rồng vợt.*

figuier [figje] nm (a) *Cây sung, cây vả* (b) f. de Barbarie *Cây xương rồng vợt.*

figurant, - ante [figyr ɑ̃ , ɑ̃ t] n Th: *Người đóng vai phụ*; rôle de f. *Vai thứ yếu.*

figuratif, - ive [figyratif, iv] a *Đặc trưng; (Nghệ thuật) tượng hình.*

figuration [figyrasjɔ̃] nf **1.** *Tượng hình, biểu hiện bằng hình ảnh* **2.** Th: Cin: *Vai phụ.*

figure [figyr] nf **1.** (a) *Hình tượng*; figures de cire *Hình tượng bằng sáp*; f. de proue *Hình tượng, nét chạm trổ đầu mũi của một con tàu*; Cards: les figures *Các quân bài (J, K, Q);* prendre f. *Trông có vẻ buồn bã*; faire piètre f. *Giữ một vai trò quan trọng trong một xí nghiệp* faire grande f. dans une entreprise; (b) *Hình trong toán học* **2.** *Khuôn mặt, nét mặt*; faire bonne f. à qn *Có nét thiện cảm với ai*; faire longue f. *Có khuôn mặt u buồn.*

figurer [figyre] **1.** vtr *Biểu hiện, biểu thị* **2.** vi *Có vẻ, mang dáng dấp;* Th: f. sur la scène *Xuất* hiện trên sân khấu 3. se f. qch *Tưởng tượng điều gì*; figurez - vous la situation *Hãy tự hình dung ra hoàn cảnh của anh*; figure - toi que *Anh cứ nghĩ rằng*. figuré a *Tượng hình*; au f. *Ở nghĩa bóng; Một cách bóng bẩy*.

figurine [figyrin] nf *Bức tượng nhỏ*.

fil [fil] nm **1.** (a) *Sợi, dây*; f. à coudre *Sợi chỉ*; de f. en aiguille *Từng tí một*; brouiller les fils *Làm rối tung cả lên*; (b) *Sợi (cáp, dây cháo)*; sa vie ne tenait qu'à un f. *Cuộc sống nó mỏng manh như treo trên sợi chỉ*; F: avoir un f. à la patte *Bị trói buộc vào (với ai)* **2.** f. de fer *Cọng kẽm*; F: il n'a pas inventé le f., à couper le beurre *Nó không làm nên cái gì đặc biệt*; Tp: donner, F: passer, un coup de f. à qn *Gọi điện thoại cho ai*; être au bout du f. *Ở đầu dây điện thoại*; (c) haricots sans fils *Hạt đậu không có xơ* **3.** *Thớ gỗ* **4.** (a) au f. de l'eau *Theo dòng nước*; au f. des jours *Ngày qua ngày*; (b) perdre le f. de la conversation *Bị gián đoạn liên lạc* **5.** *Lưỡi (dao, dao cạo)*.

filament [filamɑ̃] nm *Sợi dây, dây tóc (đèn); Sợi, thớ (cây)*.

filandreux, - euse [filɑ̃drø-, -z] a **1.** *Có sớ dài (thịt)* **2.** *Lằng nhằng (sự giải thích...)*.

filant [filɑ̃] a **1.** *Chảy thành dây, thành sợi (chất lỏng)* **2.** étoile filante *Sao băng*.

filasse [filas] nf *Xơ (lanh, gai)*; aux cheveux blond f. *Tóc màu vàng nhạt*.

filature [filatyr] nf **1.** *Sự kéo sợi* **2.** *Nhà máy sợi* **3.** *Sự theo dõi (của thánh tử)*; prendre en f. *Bí mật theo dõi, rình rập ai*.

file [fil] nf *Dãy lính*; entrer à la f. *Đi thành hàng*; en f. indienne *Đi nối đuôi*; deux heures à la f. *2 giờ liên tục*; prendre la f. *Xếp hàng*; se garer en double f. *Đậu xe song đôi*; f. de voitures *Dãy xe nối đuôi nhau*.

filer [file] **1.** vtr (a) *Kéo sợi (bông vải)*; (b) *Tháo, thả dây ra*; (c) *Kéo dài (câu chuyện)*; (d) *(Về một thám tử) theo dõi (ai)*; (e) F: f. qch à qn *Dúi vào cái, vào ai* **2.** vi (a) *Chảy trôi*; (b) F: f. doux *Vâng lời, ngoan ngoãn*; (c) *(Mũi khâu, đường may) tuột ra; (Bít tất) bị sút chỉ*; (d) *Tuột khỏi* le temps file *Thời gian đi nhanh*; f.à toute vitesse *Chạy nhanh hết tốc lực*; les voitures filaient sur la route *Xe chạy nối đuôi nau trên đường*; (e) il a filé *Nó đã chuồn đi*; f. (en vitesse) *Chuồn nhanh*; allez, filez ! *Nào ! chuồn ngay*; f. à l'anglaise *Chuồn đi*.

filet¹ [filɛ] nm **1.** (a) *Sợi chỉ nhỏ; Tia (ánh sáng); Tia (nước)*; (b) ajoutez un f. de citron *Thêm một chút ít nước chanh* **2.** Cu: *Thịt thăn bò, lườn cá*.

filet² nm *Lưới; (Trong gánh xiếc) lưới an toàn; Lưới (bẩy thú)* ; f. de pêche *Lưới đánh cá*; f. (à provisions) *Túi lưới*; f. (à cheveux), *Lưới cột tóc*; Rail: f. à bagages *Ngăn hành lý (trên xe lửa)*.

filial, - aux [filjal, o] **1.** a *Thuộc về con cái* **2.** nf (a) Com: *Chi nhánh của một công ty*; (b) *Chi hội*.

filiation [filiasjɔ̃] nf **1.** *Quan hệ, dòng dõi* **2.** *Mối quan hệ, sự liên tục (của ý tưởng, hiện tượng)*.

filiêare [filjɛr] nf f. *Hệ thống quan liêu*; il a passé par la f. *Nó đã tuần tự thăng tiến*.

filiforme [filifɔrm] a *Mảnh như chỉ*.

filigrane [filigran] nm **1.** *Đồ vàng bạc chạm* **2.** *Hình in bóng chìm (ở tờ giấy bạc)*.

filin [filɛ̃] nm *Dây thừng, dây chảo*.

fille [fij] nf **1.** *Con gái* **2.** (a) *Thiếu nữ*; jeune f. *Cô thiếu nữ*; nom de jeune f. *Tên thời con gái*; vieille f. *Người phụ nữ lớn tuổi chưa chồng, gái già*; rester f. *Vẫn chưa lập gia đình*; (b) f. d'honneur *Gái già đức hạnh*; (c) f. de joie *Gái điếm* **3.** f. de cuisine *Cô gái phụ bếp*; f. de salle *Cô hầu phòng*; f. de comptoir *Cô gái phục vụ ở quán rượu*.

fille - meâre [fijmɛr] nf pl filles - mères. *Gái chữa hoang*.

fillette [fijɛt] nf *Bé gái*.

filleul, - eule [fijœl] n *Con đỡ đầu; Con trai đỡ đầu, con gái đỡ đầu*.

film [film] nm *Phim; Phim thời sự* f.d'actualité *Phim quảng cáo* f. annonce *Phim thời sự* f. des événements.

filmer [filme] vtr *Quay phim*.

filmotheâque [filmɔtɛk] nf *Phòng lưu trữ phim*.

filon [filɔ̃] nm (a) Min: *Mạch (quặng kim loại)*; (b) *Công việc tạo ra nguồn lợi dễ dàng*; il a trouvé le bon f. *Nó ngợp người trong sự may mắn*.

filou, - ous [filu] nm (a) *Kẻ cắp, kẻ móc túi*; (b) *Kẻ bịp bợm*.

filouter [filute] vtr *Gian lận, lừa đảo ai*.

fils [fis] nm *Con trai*; f. à papa *Con nhà quyền thế*; c'est bien le f. de son père *Nó đúng là con giòng cháu giống*; être le f. de ses oeuvres *Tự lực làm nên*; M. Duval f. *Duval con*.

filtrage [filtraʒ] nm *Sự lọc*.

filtre [filtr] nm *Bộ lọc, bình lọc*; (bout) f. *Đầu lọc (điếu thuốc)*; f. à café *Cái lọc cà phê*; (café) f. *Giấy lọc*; papier f..

filtrer [filtre] **1.** vtr *Lọc* **2.** vi & pr (se) f. (à travers) *Lọc qua, thấm qua*. filtrant a *Để lọc*.

fin¹ [fɛ̃] nf **1.** *Lúc cuối, lúc kết, sự chấm dứt; Sự mãn hạn (hợp đồng); Cuối (một ngày)*. f. de semaine *Cuối tuần*; f. de mois *Bản kết toán cuối tháng*; en f. de soirée *Vào lúc xế chiều*; il est venu vers la f. de l'après - midi *Nó đến vào lúc quá trưa*; tirer à sa f. *Gần hết à la f. du livre Vào cuối cuốn sách*; vis sans f. *Vít liên tục*; il parle sans f. *Nó nói không ngừng*; f. prématurée *Sự chết non*; mettre f. à qch *Làm ngưng trệ, ngừng hoạt động cái gì*; prendre f. *Chấm dứt*; mener qch à bonne f. *Đưa cái gì đến một chung cuộc tốt đẹp*; à la f. il répondit *Cuối cùng nó trả lời*; F: tu es stupide à la f. ! *Anh đúng là một thằng đần độn*; en f. de compte *Chung qui cuộc*; F: à la f. des fins *Sau rốt* 2. *Đích, mục đích* la f. justifie les moyens *Mục đích chứng minh cho hành động*; en venir à ses fins *Hoàn tất những ý định của ai*; *Có được cái gì mà người ta muốn*; à quelle f. ? *Cho mục đích gì* ? à deux fins *Mục đích kép*; à toutes fins utiles, (*) *Việc đó phục vụ cho mục đích gì vậy?; (**) Việc đó dành cho ai thế* ?. final, - als 1. a *Cuối, cuối cùng* 2. (a) nf *Trận chung kết*; (b) nm *Chương cuối, khúc cuối*. finalement adv *Cuối cùng, kết cuộc*.

fin², **fine** [f(, fin] 1. a dans le f. fond du panier *Ở đáy rổ*; au f. fond de la campagne *Trong vùng sân nơi thôn quê* 2. a (a) *Hạng nhất, thượng hạng*; vins fins *Rượu hảo hạng*; (b) *Sắc sảo, tinh vi, nhạy bén*; f. tireur *Cú sút, phát bắn tinh* vi; avoir l'oreille fine *Có tai thính, thính tai*; f. comme ambre *Thông minh và nhanh trí*; bien f. qui le prendra *Nên dùng một người nhanh trí để bắt hắn ta*; (c) *Mảnh, nhỏ hẹp, ít ỏi*; traits fins *Đường nét nhỏ nhắn, thanh tao* 3. nm (a) le f. de l'affaire *Phần nan giải, khó khăn của công việc, của vấn đề*; le f. du f. *Cái tột bực, cao cấp nhất* (b) jouer au plus f. *Đấu trí* 4. nf *Rượu Brandy* 5. adv *Tuyệt vời, chính xác, tinh vi*; café moulu f. *Cà - phê xay nhuyễn*. finement adv 1. *Tinh vi, tinh tế, khéo léo, tế nhị* 2. *Tinh thông minh, sắc sảo tinh nhạy*.

finaliste [finalist] n Sp: *Người dự trận chung kết*.

finaliteá [finalite] nf *Tính mục đích*.

finance [fin)n] nf 1. *Tài chính*; la haute f. (*) *Tài chính khá*; (**) *Những nhà tài chính* 2. pl finances *Khả năng tài chính, của cải*; ministre des Finances *Bộ trưởng Bộ Tài Chính*; le Ministère des Finances *Bộ Tài Chính*. financier, - ière 1. a *Thuộc về tài chính* 2. nm *Nhà tư bản tài chính, nhà tài phiệt*. financièrement adv *Về mặt tài chính*.

financement [fin)sm)] nm *Việc tài trợ, cấp vốn*.

financer [finɔ̃se] vtr (n. financons) *Cấp vốn, tài trợ*.

finesse [fines] nf 1. *Sự nhỏ nhắn (của vật liệu)*; *Sự khéo léo (thực hiện)* 2. (a) *Tinh tinh vi, sắc sảo*; f. d'ouie *Sự thính tai*; f. d'esprit *Óc khôn ngoan, sắc sảo*; finesses d'une langue *Ngôn ngữ chính xác*; (b) *Sự xảo quyệt, lừa gạt, láu cá*; (c) *Mảnh khỏe, trò bịp* 3. *Tính li ti*; *Sự nhỏ thon (của eo)*; *Sự sắc bén (của mũi)*.

fini [fini] 1. a (a) *Hết, chấm dứt, kết thúc*; F: il est f.. *Anh ta đã hoàn tất* (b) *(Diễn viên) tài năng hoàn hảo; (Một tác phẩm, một công trình) đã hoàn thành mỹ mãn; (Ngu dốt) hoàn toàn; (Bệnh, ốm) hoàn toàn; (c) (Không gian) có hạn, (thì của động từ) có ngôi*. 2. nm *Đoạn cuối, đích*.

finir [finir] 1. vtr *Kết thúc, chấm dứt* 2. vi *Đi đến kết cục*; il finira mal *Anh ta sẽ kết thúc tệ*; en f. avec qch *Vừa làm xong bằng cái gì*; je voudrais en f. *Tôi muốn hoàn tất điều đó*; cela n'en finit pas *Điều đó không được kết thúc*; pour en . *Để cắt bớt vấn đề;* la justice finit par triompher *Công lý, chính nghĩa cuối cùng cùng chiến thắng*.

finish [finiʃ] nm Sp: *Đích của cuộc đua*.

finition [finisjɔ̃] nf *Sự hoàn thành*.

Finlande [f(l)d] Prnf Geog: *Nước Phần Lan*. finlandais, - aise 1. a *Thuộc Phần Lan* 2. n *Người Phần Lan*. finnois, - oise 1. a *Thuộc Phần Lan* 2. nm Ling: *Tiếng Phần Lan*.

fiole [fjɔl] nf *Chai, lọ thủy tinh nhỏ để đựng thuốc hay nước hoa*.

fioriture [fjorityr] nf *Sự tô điểm, trang trí, trang hoàng*.

fioul [fjul] nm *Dầu nhiên liệu*.

firmament [firmam)] nm *Bầu trời*.

firme [firm] nf *Hãng, công ty*.

fisc [fisk] nm (a) *Quốc khố, kho bạc = thu nhập từ thuế của quốc gia ở trong nước*. fiscal, - aux a *Thuộc về thuế*.

fiscaliteá [fiskalite] nf *Hệ thống thuế khóa*.

fission [fisjɔ̃] nf *Sự phân hạch, sự phân rã hạt nhân*; f. de l'atome *Sự phân hạt nhân*.

fissionner [fisjɔne] vtr & i *Tách ra, phân rã*.

fissure [fisyr] nf *Đường nứt, kẽ nứt*.

fissurer [fisyre] vtr & pr *Tách ra, nứt ra*.

fiston [fistɔ̃] nm F: *Con trai*.

fixateur [fiksatœr] nm *Ống phun giữ màu trên bức vẽ*; *Chất định hình*; *Chất nước thơm giữ cho tóc nằm*.

fixation [fiksasjɔ̃] nf 1. *Sự gắn chặt vào*; Ch: *Sự cố định (của Ni - tơ)* 2. *Việc buộc, việc ràng buộc (ván trượt tuyết) buộc chặt* 3. Psy: *Sự bám víu, quyến luyến mê muội*; f. au père *Tình cảm quyến luyến đối với người cha*; faire une f. sur *Bị ám ảnh về*.

fixe [fiks] a 1. *Cố định*; idée f. *Định kiến*; re-

gard f. *Cái nhìn chăm chú* **2.** *Cố định, thường xuyên, không thay đổi*; traitement f., nm f. *Cố định, thường xuyên, không thay đổi mức lương cố định*; Beau (temps) f. *Trời tốt lâu*; arrêt f. *Mọi xe buýt đều ngừng tại đây.* fixement adv *Chăm chú, chòng chọc, cố định*; regarder f. *Nhìn chòng chọc vào cái gì.*

fixer [fikse] vtr **1.** (a) *Đóng vào, cố định; Làm cho (cái gì) giữ vững, chắc chắn; Gắn chặt, gắn liền*; f. l'attention de qn *Chú ý đến ai*; f. qn *Trừng trừng nhìn ai*; (b) *Quyết định; Ấn định (kỳ hạn); Qui định (những điều kiện, qui tắc)* **2.** se f. *Ghi chép, viết ra.*

fixiteá [fiksite] nf *Tính cố định, tính chăm chú, sự chắc chắn, vững vàng (cái nhìn chằm chằm).*

fjord [fjɔr] nm Geog: *Vịnh hẹp.*

flac [flak] nm & int *Tiếng rơi tõm xuống nước.*

flacon [flakɔ̃] nm *Chai, lọ.*

flageller [flaʒele] vtr *Quất roi, đánh đòn.*

flageoler [flaʒɔle] vi *Run chân.*

flageolet [flaʒɔlɛ] nm *Sáo dọc cỡ (cây vật lùn) đậu tây, đậu lửa.*

flagrant [flagr)] a *Quả tang, rõ ràng, hiển nhiên*; pris en f. délit *Bắt được tội phạm quả tang.*

flair [flɛr] nm *(a) Mùi hơi, (tài) đánh hơi; (b) (Người) thính mũi.*

flairer [flɛre] vtr (a) *Đánh hơi, đánh hơi thấy (ý đồ, ngón lừa đảo)*; f. le danger *Đoán thấy nguy hiểm*; (b) *Khịt mũi đánh hơi, ngửi (hoa).*

flamand, - ande [flam),)d] **1.** a *Thuộc xứ Flandre* **2.** n *Người Flandre* **3.** nm *Tiếng Flandre.*

flamant [flam)] nm *Chim hồng hạc.*

flambant [fl)b)] adv f. neuf *Hào nhoáng, mới toanh.*

flambeau, - eaux [fl)bɔ] nm **1.** *Bó đuốc*; retraite aux flambeaux *Cuộc rước đèn* **2.** *Chân đèn, giá cắm nến.*

flamber [fl)mbe] **1.** vi (a) *Bốc cháy, bùng cháy*; (b) P: *Làm cháy xém (thịt, chim, tóc)* **2.** vtr *Đốt rượu (bánh kếp)* **1.** a (a) Cu: flambé *Đốt rượu*; (b) F: il est f. *Anh ta nướng hết, phung phí hết* **2.** nf flambée (a) *Chấm trắng trên tràn động vật, ngọn lửa*; (b) *Sự bộc phát, bùng nổ (dữ dội); Tăng vùn vụt (giá cả).*

flambeur, - euse n [fl)bœ r, -z] P: *Con baoc lọʌn, dʃn cọu baoc chuyn nghiop/*

flamboiement [fl)bwam)] nm *Ánh sáng rực của vật đang cháy, đám cháy.*

flamboyer [fl)bwaje] vi (il flamboie) f. de colère *Rực lửa tức giận, quắc lên tức giận.*

flamboyant a Arch: *Lòe loẹt, phô trương.*

flamme [flam] nf **1.** (a) *Ngọn lửa; en flammes Bắt đầu cháy, cháy, đang cháy*; par le fer et la f. *Lửa đạn*; (b) *Nhiệt tình, phấn khởi* **2.** *Cờ đuôi nheo.*

flammeâche [flameʃ] nf *Tàu lửa, tia lửa.*

flan [fl)] nm Cu: *Bánh flan.*

flanc [fl)] nm *Sườn, cạnh*; f. de coteau *Sườn đồi*; battre des flancs *Phí công vô ích, khó nhọc uống công*; prêter le f. à la critique *Gio dầu hứng lấy sự chỉ trích*; P: tirer au f. *Trốn nhiệm vụ.*

flancher [fl)ʃe] vi F: **1.** (a) *Núng thế, yếu đi, xẹp đi (trái tim) yếu đi*; (b) *Yếu đi* **2.** j'ai flanché en histoire *Tôi đã tránh né trong môn sử.*

Flandrefl)dr Prnf Geog: *Xứ Flandre.*

flanelle [flnɛl] nf *Hàng vải Flanen*; f. de coton *Loại vải bông mềm.*

flêner [flane] vi *Tản bộ, đi dạo, lê mê, đi tản bộ; Quanh quẩn.*

flênerie [flanri] nf *Cuộc đi dạo, tản bộ; Sự quanh quẩn lề mề.*

flêneur, - euse [flanœ r, -z] n *Người đi dạo; Người lề mề thơ thẩn.*

flanquer [fl)ke] vtr **1.** *Đặt cái gì cạnh (tòa nhà), để ai kèm sát (kẻ thù)* **2.** *Ném, quăng*; f. un coup de pied à qn *Đá ai*; f. qn à la porte *Tống cổ ai, đuổi ai* **3.** se f. par terre *Ngã xuống đất.*

flaque [flak] nf *Vũng nước nhỏ.*

flash [flaʃ] nm **1.** Phot: *Đèn chớp* **2.** pl falshes. *Tin đặc biệt.*

flasque [flask] a *Nhão, mềm nhão.*

flatter [flate] vtr **1.** (a) *Vuốt ve (một con vật); (b) Làm cho vui, làm cho thích*; spectacle qui flatte les yeux *Cảnh tượng làm vui mắt*; f. les caprices de qn *Trêu đùa tính khí thất thường của ai*; (c) *Nịnh hót, tâng bốc* **2.** se f. *Tự tâng bốc, tự đánh lừa mình*; se f. d'avoir fait qch *Tự tâng bốc mình đã làm được việc gì.*

flatterie [flatri] nf *Sự, lời nịnh hót.* flatteur, - euse **1.** a *Nịnh hót, làm tôn lên* **2.** *Người, kẻ nịnh bợ.*

flatulence [flatyl)s] nf *Chứng đầy hơi F: Đầy bụng.*

fleáau, - aux [fleo] nm **1.** *Cái đập lúa, cái néo.* **2.** *Tai họa* **3.** *Đòn cân.*

fleâche [flɛʃ] nf **1.** (a) *Mũi tên*; partir comme une f. *Đi phóng đi như tên*; monter en f. *(Phi thuyền) phóng (thẳng lên); (Giá cả) tăng vùn vụt*; (b) *Dấu mũi tên* **2.** *Tháp (nhà thờ).*

fleácher [fleʃe] vtr *Vẽ mũi tên chỉ đường, cắm biển chỉ đường.*

fleáchette [fleʃet] nf Games: *Phi tiêu*; jouer aux

fléchettes *Choi phóng phi tiêu*

fleáchir [fleʃir] **1.** vtr (a) *Uốn cong, bẻ cong, gập lại*; (b) *Làm núng thế (ai)*; se laisser f. *Chịu khuất phục*; **2.** vi *(a) Lún xuống, võng xuống*; *(b) Giãn bớt, hạ xuống*.

fleáchissement [fleʃism)] nm *Sự gấp lại, sự oằn; Sự giảm, hạ (giá)*.

flegme [flɛgm] nm *Tính điềm tĩnh*. flegmatique a *Điềm tĩnh, không thể lay chuyển*. flegmatiquement adv *Điềm tĩnh*.

flemme [flɛm] nf F: *Tính lười nhác*; j'ai la f. de le faire *Tôi nhác làm việc đó*. flemmard, - arde F: **1.** *Lười nhác* **2.** n *Người lười nhác*.

fleátan [flet)] nm Ich: *Cá bơn lưỡi bò*.

fleátrir[1] [fletrir] vtr **1.** *Làm héo, làm tàn (cây cối)* **2.** se f. *Nhạt đi (màu sắc), (bông hoa) héo đi*.

fleátrir[2] vtr **1.** *Bêu xấu (tội ác)* **2.** *Lên án (bất công); Bêu xấu (tên của ai, danh tánh của ai)*.

fleur [flœr] nf **1.** (a) *Bông hoa*; arbre en fleur(s) *Cây trổ hoa*; faire une f. à qn *Giúp ai bất ngờ*; (b) dans la f. de l'âge *Trong thời trẻ trung*; (c) *Trinh tiết* **2.** à f. de Ngang mặt; à f. d'eau *Ngang mặt nước*; voler à f. d'eau *Bay ngang mặt nước, bay là là mặt nước*; émotions à f. de peau *Xúc cảm thật sự*; avoir les nerfs à f. de peau *Tức giận, bực dọc thật sự*.

fleuret [flœrɛ] nm *Kiếm tập (để tập đấu kiếm)*.

fleurir [flœrir] **1.** vi (a) *(Cây cối) nở hoa, ra hoa* (b) (prp florissant) *Phát triển, phát đạt* **2.** vtr *Trang hoàng (cái bàn) bằng hoa, tô điểm bằng hoa*; **3.** vtr *Có hoa, đầy hoa* **4.** *(Đường mòn) nở đầy hoa; (Nước da, vẻ mặt) tươi tắn, (bút pháp) văn vẻ*.

fleuriste [flœrist] n *Người trồng hoa, người làm hoa giả, người bán hoa*.

fleuron [flœrɔ̃] nm **1.** Bot: *Hoa chiếc* **2.** *Phài hiệu hình hoa hồng*; Arch: *Cấu kỳ kiểu cách, quá tỉ mỉ* **3.** *Kỳ hạn, tàu hàng đầu (của công ty...)*.

fleuve [flœv] nm *Sông lớn*; a roman f. *Truyện dài về các anh hùng ở Băng đảo hay Na - Uy Saga*; discours f. *Bài diễn văn dài dòng*.

flexibiliteá [flɛksibilite] nf *Tính linh hoạt, uyển chuyển*. flexible **1.** a *Dễ uốn nắn, linh hoạt, uyển chuyển* **2.** nm *Ống nối mềm, dây mềm*.

flexion [flɛksjɔ̃] nf **1.** *Sự gập, uốn oằn* **2.** Ling: *Sự biến tố (của từ ngữ)*.

flibustier [flibystje] nm *(a) A: Tên cướp biển; (b) Tên cướp biển; (c) Đồ ăn cắp*.

flic [flik] nm F: *Cảnh sát, cớm*.

flic flac [flikflak] *Vút! vút (tiếng quát roi), Bốp! Bốp! (tiếng tát tai), đốp - đốp (tiếng vó ngựa)*.

flingue [fl(g] nm P: *Súng*.

flinguer [fl(ge] vtr P: **1.** *Bắn (ai) gục* **2.** se f. *Tự bắn mình*.

flipper [flipœr] nm *Máy bật bóng*.

flirt [flœrt] nm **1.** *Sự ve vãn, tán tỉnh* **2.** mon f. *Người được ve vãn, tán tỉnh, người yêu*.

flirter [flœrte] vi *Ve vãn, tán tỉnh*.

flirteur, - euse [flœrtœr, -r] **1.** a *Kẻ ve vãn, kẻ tán tỉnh* **2.** n *Thích ve vãn, tán tỉnh, khêu gợi*.

floc [flɔk] int *Tõm! (tiếng rơi xuống nước)*.

flocon [flɔkɔ̃] nm **1.** *Nụ, túm bông (tuyết, bọt, ngũ cốc); Túm (len, bông)* **2.** *Khoai tây nghiền nhừ, ăn liền*. floconneux, - euse a *Kết nụ, kết chùm*.

floraison [flɔrɛzɔ̃] nf *Sự nở hoa, kỳ nở hoa*.

floral, - aux [flɔral, o] a *Thuộc về hoa, (cuộc triển lãm) hoa*.

floralies [flɔrali] nfpl *Triển lãm hoa*.

flore [flɔr] nf Bot: *Hệ thực vật, quần thực vật*.

florileâge [flɔrilɛʒ] nm *Tuyển tập*.

florissant [flɔris)] a *Phơi phới rạng rỡ, thịnh vượng*.

flot [flo] nm **1.** *(a) Sóng, làn sóng; (b) (Nước mắt) đầm đìa; Một loạt (sự lạm dụng); Đám đông (người)*; entrer à flots *Đi vào hàng loạt*; couler à flots *Chảy tràn trề*; **2.** (a) *(Tàu) à f. Nổi trên mặt nước, bồng bềnh trên sóng; (Người) có khả năng thanh toán*; mettre à f. *(Tàu) hạ thủy*; remettre à f. *(Tàu) nổi lên*; remettre qn à f. *Làm cho ai hết khó khăn bế tắc*.

flottaison [flɔtɛzɔ̃] nf (ligne de) f. *Đường mớn nước*.

flotte[1] [flɔt] nf **1.** *Hạm đội* **2.** F: *Nước, mưa*.

flotte[2] nf *Phao (của lưới đánh cá)*.

flottement [flɔtm)] nm *Sự dao động, sự dung đưa, pháp phới (của cờ); Sự thay đổi lớn, biến động lớn (của tiền tệ lưu hành); Sự phân vân, do dự*.

flotter [flɔte] **1.** vi (a) *Nổi*; (b) *Pháp phới (trong gió); (Tóc, quần áo) cột, treo móc chùng xuống (c) Nao núng, do dự; (Suy nghĩ) lan man; (Giá cả) dao động, biến động*; (d) F: il flotte *Trời mưa* **2.** vtr f. du bois *Thả nổi bè gỗ*.

flotteur [flɔtœr] nm **1.** *Phao (của dây câu)* **2.** *Phao điều chỉnh*; robinet à f. *Phao điều chỉnh mức nước trong bể chứa*.

flottille [flɔtij] nf Nau: *Đội thuyền, đội tàu nhỏ*; Av: *Liên đội*.

flou [flu] **1.** a *(Đường nét) mờ nhạt; (Hình ảnh) mờ nhạt; (Chân trời) mờ sương; (Ý tưởng) mơ hồ; (Tóc) mịn* **2.** nm *Sự lờ mờ, mờ nhạt, mềm*

fluctuation [flyktɥasjɔ̃] nf *Sự biến động.*
fluctuer [flyktɥe] vi *Biến động.*
fluet, - ette [flyɛ, ɛt] a *Mảnh khảnh.*
fluiditeá [flɥidite] nf *Tính lỏng, dễ chảy (xe cộ) chạy, lưu thông không ngừng;* fluide **1.** a *Lỏng, có dạng nước;* la circulation était f. *Xe cộ luôn chuyển động* **2.** nm *Nước.*
fluor [flɥɔr] nm Ch: *Fluo.*
fluorescence [flyɔrɛs)s] nf *Hiện tượng huỳnh quang.* fluorescent a *Huỳnh quang;* éclairage f. *Đèn huỳnh quang.*
flûte [flyt] nf **1.** *Ống sáo;* petite f. *Sáo nhỏ;* f. à bec *Ống tiêu* **2.** *(a) Bánh mì que (của Pháp); (b) Ly có chân cao để uống rượu Sâm - Banh; Ống sáo* **3.** int F: damn! *Mẹ kiếp !.*
flutiste [flytist] n *Người thổi sáo* NAm: *Người thổi sáo.*
fluvial, - aux [flyvjal, o] a *Thuộc về sông lớn, (cảnh sát) đường sông;* voie fluviale *Đường thủy.*
flux [fly] nm (a) *Dòng, thông lượng;* le f. et refiux *Sự tiến lên và lùi xuống, sự dâng lên và hạ xuống;* (b) Med: Ph: *Chất gây chảy, chất trợ dụng.*
fluxion [flyksjɔ̃] nf Med: *Chứng xung huyết;* f. de la gencive *Sưng hay viêm lợi;* f. de poitrine *Sung huyết phổi.*
FMI abr *Fonds monétaire international.*
FNAC abr *Fédération nationale des associations de cadres.*
FO abr *Force ouvrière.*
foc [fɔk] nm *Buồm nhỏ hình tam giác ở trước buồm chính, buồm mũi.*
focal, - aux [fɔkal, o] a *Thuộc về tiêu điểm.*
fœtus [fetys] nm *Thai,* NAm: *thai.*
foi [fwa] nf **1.** *Lòng tin, niềm tin;* il est de bonne f. *Anh ta hoàn toàn thành thật;* mauvaise f. *Tính bất lương;* manque de f. *Thiếu niềm tin, xúc phạm lòng tin cậy;* ma f. *Quả vậy, thực thế;* ma f., oui ! f. d'honnête homme *Lời hứa của tôi là của người quân tử* **2.** *Tin tưởng;* avoir f. en qn *Tin tưởng ai;* texte qui fait f. *Văn bản thực, văn bản đáng tin cậy;* **3.** *(Về tôn giáo) Đức tin, niềm tin;* il n'a ni f. ni loi *Không tín ngưỡng chẳng lương tâm.*
foie [fwa] nm *Gan.*
foin [fw(] nm *Cỏ khô;* faire les foins *Phơi cỏ;* tas de f. *Đống cỏ khô;* rhume des foins *Bệnh dị ứng gây ho và ngứa mũi do bụi cỏ khô.*
foire [fwar] nf *Hội chợ, hội chợ giải trí;* champ de f. *Khu dành cho hội chợ, khu hội chợ;* c'est là, une, f. ici *Nơi này ồn ào lộn xộn;* F: faire la f. *Ăn chơi phè phỡn, trác táng.*

foirer [fware] vi **1.** P: *Thất bại, thảm hại, đổ ập xuống* **2.** *(Đinh vít) cứ xoay tuột đi.*
foireux, - euse [fwar-, -z] a P: *Sợ sệt nhút nhát, thất bại thảm hại.*
fois [fwa] nf **1.** *Lần lượt, phiên;* une f. *Một lần, hai lần;* deux f. *Một lần nữa;* encore une f. *Một lần nữa, một lần thôi, dứt khoát;* une (bonne) f. pour toutes *Một lần cho mọi lần, trong một lần;* en une f. *Có một lần anh có lý;* pour une f. tu as raison *Đồng thời;* à la f. **2.** P: des f. *Thỉnh thoảng;* des f. qu'il viendrait *Trong trường hợp mà anh ấy đến;* non, mais des f.! *Không nhưng có khi...!*
foison [fwazɔ̃] nf à f. *Vô số, nhiều lắm;* des pommes à f. *Vô số quả táo, nhiều táo vô cùng.*
foisonner [fwazɔne] vi *Có nhiều, sinh sản nhiều.* foisonnant a *Nhiều, phong phú.*
folâtrer [fɔlatre] vi *Chơi đùa vui vẻ, đùa nghịch; Vui vẻ đùa nghịch.*
folichon, - onne [fɔliʃɔ̃, ɔn] a pas f. *Không vui lắm, chán phèo, chán ngắt.*
folie [fɔli] nf **1.** *Chứng điên;* être pris de f. *Bị phát điên;* aimer qn à la f. *Yêu ai điên cuồng, say đắm;* aimer qch à la f. *Say mê cái gì* **2.** *Ngu xuẩn, thiếu khôn ngoan;* dire des folies *Nói những điều vui nhộn;* faire des folies *(i) Hành động phi lý; (ii) Phung phí, ngông cuồng;* il a eu la f. de céder *Anh ta tức giận vì phải chịu thua.*
folklore [fɔlkɔr] nm *Văn học dân gian, truyền thống dân gian;* F: c'est du f. *Đó chỉ là thứ ý nhị nhưng không quan trọng.* folklorique n *(Quần áo) y phục truyền thống; (Điệu vũ) dân gian;* F: Pej: *Hạng nhẹ, nhẹ cân, tầm thường, không đáng kể.*
folle [fɔl] Xem fou. *điên.*
follement [fɔlm] adv **1.** *Điên rồ; Dại dột* **2.** *Hết sức, rất;* on s'est f. amusé *Chúng tôi có thời kỳ tuyệt vời.*
fomenter [fɔm)te] vtr *Xúi giục (nổi loạn).*
foncer [fɔ̃se] v (n. fonçons) **1.** vtr *Làm cho sâu hơn, làm cho sẫm màu* **2.** vi (a) f. sur qn *Xông vào ai, lao vào ai; (Người đầu cơ, cầu thủ bóng đá) buộc tội ai;* (b) F: *Phóng đi, lao đi;* (c) *Làm sẫm màu.* foncé a *(Màu) sẫm; bleu f. Xanh sẫm.*
fonceur, - euse [fɔ̃sœ r, -z] F: **1.** *Đậm, không do dự ngần ngừ* **2.** n c'est un f. *Anh ta lao thẳng vào vật gì.*
foncier, - ieàre [fɔ̃sje, jɛr] a **1.** *Thuộc về đất đai, ruộng đất;* propriété foncière *Địa chủ, điền chủ;* impôt f. *Thuế ruộng đất;* **2.** *Cơ bản (lẽ thường).* foncièrement adv *Về bản chất.*
fonction [fɔ̃ksjɔ̃] nf **1.** (a) *Chức vụ, cơ sở;*

entrer en fonctions *Đi vào nhiệm vụ*; faire f. de gérant *Làm công việc quản lý*; (b) fonctions de l'estomac, du coeur *Chức năng của bao tử, của tim* **2.** Mth: etc: *Hàm (số)*; les prix varient en f. de la demande *Giá cả thay đổi theo yêu cầu*. fonctionnel a *Thuộc về chức năng, nhiệm vụ*.

fonctionnaire [fɔksjɔnɛr] nm *Viên chức; Pej: Viên chức*.

fonctionnement [fɔksjɔnm̃)] nm *Sự hoạt động (của chính phủ), sự tiến hành (kế hoạch); Sự hoạt động, tiến hành, vận hành (của máy)*; en (bon) état de f. *Ở trạng thái hoạt động tốt*; mauvais f. du moteur *Động cơ hoạt động không tốt*.

fonctionner [fɔksjɔne] vi **1.** *Hoạt động* **2.** *Hành động, làm việc*; les trains ne fonctionnent plus *Các xe lửa không chạy nữa*; faire f. une machine *Làm cho máy chạy*.

fond [fɔ̃] nm **1.** (a) *Ở dưới, cuối; Đũng (quần), mặt (ghế); Ruột, lõi (của cây artichaud); Mặt sau (của cổ họng)*; f. de cale *Đáy tàu*; f. de bouteille *Cặn chai*; au f. il était très flatté *Thực ra, anh ta rất được xu nịnh*; (b) *Đáy (đại dương)*; grands fonds *Độ sâu của đại dương*; hauts, petits fonds *Nông cạn*; le grand, le petit f. *Độ sâu, độ nông cạn, đáy (của hồ bơi)*; à f. *Đến cùng, thấu đáo*; visser une pièce à f. *Vặn chặt đinh vít vào một phận*; connaitre un sujet à f. *Biết, hiểu thấu đáo vấn đề*; à f. (de train) *(Chạy) ba chân bốn cẳng, cuống cuồng* **2.** *Cơ sở, sự thành lập*; rebâtir une maison de f. en comble *Xây lại, tái dựng toàn bộ ngôi nhà*; f. de teint *(Đồ trang điểm) kem nền*; accusation sans f. *Sự buộc tội vô căn cứ*; faire f. sur qch *Tin cậy, tín nhiệm vào cái gì*; cheval qui a du f. *Con ngựa dai sức*; course de f. *Cuộc chạy đua đường dài, sức bền*; Journ: article de f. *Bài xã luận (báo)*; bruit de f. *Tiếng động trên nền đất*; au f., dans le f. *Thực ra*; **3.** *Sau lưng, ở cuối, nền (bức tranh, tấm hình)*; fonds de boutique *Chỗ trong cùng một cửa hàng*; au fin f. du désert *Ở giữa vùng sa mạc*.

fondamental, - aux [fɔ̃dam)tal] a *Cơ bản, chủ yếu*; couleurs fondamentales *Các màu cơ bản*. fondamentalement adv *Cơ bản, hoàn toàn*.

fondateur, - trice [fɔ̃datœr, tris] n *Người sáng lập*.

fondation [fɔ̃dasj̃] nf **1.** *Sự sáng lập* **2.** Const: *Sự xây móng (nhà)*.

fondement [fɔ̃dm̃)] nm *Cơ sở, nền tảng*; soupcons sans f. *Những nghi ngờ không có cơ sở*.

fonder [fɔ̃de] vtr **1.** *Bỏ tiền lập ra (kinh doanh); Bắt đầu, dựng nên (tờ báo, kinh doanh); Khai trương (công ty); Dựa vào, đặt trên cơ sở (những hi vọng của ai)*; **2.** se f. sur qch *Căn cứ vào, dựa vào cái gì*; je me fonde sur ce que vous venez de me dire *Tôi căn cứ vào điều mà bạn vừa nói với tôi*. fondé **1.** a *Có lý do, có căn cứ*; mal f. *(Những nghi ngờ) không có cơ sở, không có lý do* **2.** nm f. de pouvoir (i) *Giấy ủy nhiệm, quyền ủy nhiệm* (ii) *Giám đốc, ông bầu, người quản lý*.

fonderie [fɔ̃dri] nf (a) *Xưởng luyện kim* (b) *Lò đúc*.

fondre [fɔ̃dr] **1.** vtr (a) *Nếu chảy (quặng)*; (b) *Làm tan (tuyết), làm cháy (sáp); Nấu chảy (kim loại)*; (c) *Đúc, đổ khuôn (chuông)*; (d) *Tàn (đường)*; (e) *Hòa dịu (màu sắc)* **2.** vi (a) *Tiêu tan*; l'argent lui fond entre les mains *Tiền bạc, tiêu tan trong tay hắn*; (b) *(Đường) nóng chảy, tan*; f. en larmes *Òa lên khóc sướt mướt* **3.** vi *Nhào xuống, sà xuống, bố xuống, lao vào*; **4.** se f. *Hòa lẫn vào nhau, hợp với nhau (Các công ty) liên kết với nhau*.

fondrière [fɔ̃drijɛr] nf (a) *Bãi lầy*; (b) *Hố nhỏ sũng nước, ổ gà sũng nước (trên đường)*.

fonds [fɔ̃] nm **1.** (a) f. de commerce *Vốn kinh doanh*; (b) *Kho hàng hóa (để bán)* **2.** (a) *Ngân quỹ*; mise de f. (i) *Cấp vốn, tài trợ vốn*; (ii) *Hùn vốn*; rentrer dans ses f. *Hoàn trả kinh phí của ai; Trả lại tiền của ai*; (b) *Quỹ (dành cho mục đích riêng)*; f. commun *Vốn chung*; F: monétaire international Fund *Quỹ tiền tệ quốc tế* (c) *Tiền bạc, của cái; Tiền mặt*; placer son argent à f. perdu *Mua (tiền) trợ cấp hằng năm*; prêter à f. perdu *Cho vay mất lời*; être en f. *Có tiền*; (d) Fin: *Cổ phần, chứng khoán*.

fondu [fɔ̃dy] **1.** a *Nấu chảy (bơ); Đúc, đổ khuôn (chì)* **2.** nf Cu: fondue *(Pho - mát) nóng chảy*; f. bourguignonne *Thịt nấu tan, nhừ*.

fontaine [fɔ̃tɛn] nf **1.** *Con suối, hồ (có nước phun)* **2.** *Vòi nước*.

fonte [fɔ̃t] nf **1.** *Sự tan chảy, sự tan (của tuyết)* **2.** (a) *Sự nấu chảy (của quặng)*; (b) *Đúc, đổ khuôn* **3.** *Sự đúc sắt; poêle en f. *Lò đúc sắt*.

fonts [fɔ̃] nmpl f. (baptismaux) *Bồn nước rửa tội*.

football, F: foot [futbol] nm F & NAm: *(Hiệp hội) bóng đá, những biện pháp trấn áp bọn người dùng bạo lực trong bóng đá*.

footballeur [futbolœr] nm *Cầu thủ bóng đá*.

footing [futiŋ] nm (faire du f.) *sự đi bộ cho khỏe*.

forain [fɔrɛ̃] a & n *Lưu động, người chuyên đi lưu động do nghề nghiệp*; spectacle f. *Cảnh tượng đi rong*; (marchand) f. *(Người) buôn bán từng phiên chợ*; fête foraine *Hội chợ phiên*.

forban [fɔrbɑ̃] nm *Cướp biển, kẻ cướp*; Fig: *Kẻ bất lương, vô lương tâm*.

forçat [fɔrsa] nm **1.** A: *Nô lệ chèo thuyền cổ* Ga - lê **2.** *Người tù.*

force [fɔrs] nf **1.** (a) *Sức mạnh*; dans la f. de l'âge *Lúc tráng niên*; être à bout de f. *Kiệt lực*; elle n'avait plus la f. *de répondre Cô ta không còn sức để trả lời*; tour de f. *Công cuộc phi thường, chuyện phi thường*; travailleur de f. *Người lao động vất vả, lao động nặng*; (b) ils sont de f (égale) *Họ khỏe ngang nhau*; je ne me sens pas de f. à faire cela *Tôi không khỏe để làm việc đó*; (c) *Vũ lực, quyền lực*; f. majeure *(Trường hợp) bất khả kháng*; entrer de f. dans une maison *Xông vào nhà (ai)*; f. lui fut d'obéir *Anh ta bị buộc phải tuân phục*; de gré ou de f. *Dù muốn hay không, sẵn lòng hay không*; de toute f. il nous faut y assister *Chắc chắn chúng tôi phải có mặt*; à toute f. *Bằng mọi cách, dù sao*; il veut à toute f. entrer *Anh ta cương quyết đi vào* ! **2** (a) *Sức, lực, sức mạnh (của cái đánh, của gió, của điều khoản)*; par la f. des choses *Do bằng lực của các vật*; (b) f. motrice *Động lực;* (c) f. (électrique) *Điện lực.* **3.** la f. armée *Quân lực; Quân đội*; les forces armées *Các lực lượng quân đội*; f. d'intervention *Lực lượng đặc nhiệm*; nous étions là en force(s) *Chúng tôi đông người, nhiều quân.* **4.** a inv A: & Lit: f. gens *Đông người* **5.** à f. de *Cố sức, mải miết*; à f. de volonté *Hoàn toàn do ý muốn*; à f. de répéter *Cố sức lập đi lập lại.*

forceá [fɔrse] a **1.** *Bị bắt buộc; Bị cưỡng bách*; Av: atterrissage f. *Buộc phải hạ cánh* **2.** *Gượng ép, không tự nhiên (cười)* **3.** F: c'est f. *Lẽ tất nhiên* ! forcément adv *Tất nhiên, dĩ nhiên*; pas f. *Không cần thiết, không bắt buộc.*

forceneá, - eáe [fɔrsəne] **1.** a *Điên cuồng, giận dữ* **2.** n *Người điên cuồng.*

forceps [fɔrseps] nm *Cái cặp thai.*

forcer [fɔrse] vtr (n. forcons) **1.** (a) *Bắt ép, bắt buộc*; être forcé de faire qch *Bị buộc phải làm gì*; (b) f. qn, qch *Cưỡng bức ai*; f. la consigne *Vi phạm quân lệnh*; f. une serrure *Phá, bẻ ổ khóa*; f. la caisse *Phá tủ đựng tiền*; f. une porte *Phá cửa*; f. sa prison *Phá ngục*; (c) *Vỡ (tiếng) phá (kỷ lục)*; Thúc, *cưỡng (cây) cho mau lớn*; F: f. la note *Phóng đại, cường điệu*; (d) f. la dose d'un médicament *Tăng bội liều thuốc* **2.** vi *Ráng sức, quá mức, bắt buộc* **3.** se f. (pour faire qch). *Tự ép mình (làm cái gì).*

forcing [fɔrsiŋ] nm *Thế công (môn quyền Anh).*

forcir [fɔrsir] vi *Khỏe thêm, to béo ra.*

forer [fɔre] vtr *Khoan đào (giếng).*

foret [fɔrɛ] nm Tls: *Cái khoan.*

forit [fɔrɛ] nf *Rừng.* forestier, ière **1.** a *(Vùng) rừng; (Khu vực) rừng*; exploitation forestière *Sự khai khẩn rừng* **2.** nm *Người canh rừng, viên kiểm lâm,* NAm: *người bảo vệ rừng.*

forfait[1] [fɔrfe] nm Lit: *Tội ác.*

forfait[2] nm *Xe hợp đồng khoán việc*; travail à f., (i) *Hợp đồng khoán việc* (ii) *Công việc khoán*; voyage à f. *Chuyến đi trọn gói*; vente à f. *Bán thẳng không qua trung gian.* forfaitaire a prix f. *Giá khoán*; voyage à prix f. *Chuyến đi trọn gói.*

forfait[3] nm Sp: etc: déclarer f. *Tuyên bố bỏ cuộc (đua ngựa), rút lui khỏi cuộc thi tuyển.*

forge [fɔrʒ] nm **1.** *Lò rèn* **2.** *Bất bình, phật ý.*

forger [fɔrʒe] vtr (n. forgeons) **1.** *Rèn*; fer forgé *Sắt rèn* **2.** *Bịa chuyện; Bịa ra (lời xin lỗi); Đặt (tên); Gợi ra (cái nhìn).*

forgeron [fɔrʒərɔ̃] nm *Thợ rèn.*

formaliser [fɔrmalize] vtr **1.** *Hình thức hóa* **2.** se f. (de). *Bất bình, phật ý.*

formalisme [fɔrmalism] nm *Chủ nghĩa hình thức.* formaliste **1.** a *Hình thức chủ nghĩa, kỹ tính, câu nệ* **2.** n *Người theo chủ nghĩa hình thức.*

formaliteá [fɔrmalite] nf **1.** *Thể thức, thủ tục*; sans autre f. *Không có thủ tục nào khác nữa*; **2** sans formalité(s) *Không có sự câu nệ hình thức.*

format [fɔrma] nm *Khổ (sách), khổ, kích cỡ*; f. de poche *Kích cỡ của túi áo.*

formation [fɔrmasjɔ̃] nf **1.** (a) *Sự hình thành*; (b) *Sự đào tạo, rèn luyện*; f. permanente, f. continue *Sự luyện tập thường xuyên, liên tục*; **2.** (a) *Đặt ra, cấu tạo*; (b) Mus: *Tốp nhạc công formateur,* - trice a *Sáng tạo.*

forme [fɔrm] nf **1.** *Hình dạng, vẻ ngoài*; *(Người) hình dáng và khổ người, hình dung*; en f. de *Theo hình dạng*; en f. d'oeuf *Có dạng, theo dạng quả trứng*; sans f. *Không hình dạng*; prendre. *Bắt đầu thành hình, vật chất, cụ thể hóa* **2.** (a) *Hình thức*; quittance en bonne (et due) f. *Biên lai đúng thủ tục*; faire qch dans les formes *Làm gì theo nghi thức*; pour la f. *Chiếu lệ, gọi là có hình thức*; de pure f. *Hoàn toàn, thuần túy thủ tục*; (b) *Cách ứng xử xã hội, phép xã giao*; (c) être en f. *Khỏe khoắn, khoan khoái* **3.** Ind: *Khuôn; Cốt, khuôn (giày); Khuôn mũ; dạng, thể.*

formel, - elle [fɔrmɛl] a **1.** *(Lệnh) rõ ràng, dứt khoát; (Lời từ chối) thẳng thừng, quả quyết; (Quyền phủ quyết) tuyệt đối; (Lệnh cấm) nghiêm ngặt* **2.** *Hình thức.* formellement adv *Một cách rõ ràng, dứt khoát, một cách hình thức.*

former [fɔrme] vtr **1.** (a) *Hình thành; Cấu tạo, tạo thành; Vẽ ra, lập ra (kế hoạch); Nêu lên (những phản đối);* (b) *Tạo mẫu thời trang;* (c)

Huấn luyện *(ngựa, trẻ em)*; **Đào tạo** *(người vào nghề, học viên)*; **Khép mình vào khuôn khổ.** 2. se f. *Hình thành, phát triển; (Kế hoạch) được hình thành*; se f. aux affaires *Tự học việc, tự rèn luyện.* formé a *Đã hình thành.*

formidable [fɔrmidabj] a *(a) Dễ sợ, kinh khủng; (b) F: Tuyệt vời.* formidablement adv F: *Thật là tuyệt vời.*

formol [fɔrmɔl] nm Ch: *Fomalin.*

formulaire [fɔrmylɛ] *Mẫu đơn (in sẵn).*

formulation [fɔrmylasjɔ̃] nm *Sự trình bày, bày tỏ.*

formule [fɔrmyl] nf 1. (a) *Công thức*; une nouvelle f. de *Một công thức mới của*; (b) *Cách thức, thể thức*; f. de politesse *Cách thức xã giao lịch sự*; Corr: *Phần cuối, kết của thư* 2. Adm: *Mẫu đơn (in sẵn).*

formuler [fɔrmyle] vtr *Làm theo thể thức, ghi theo công thức; Lập ra (tài liệu); (lời chúc mừng).*

fornication [fɔrnikasjɔ̃] nf *Tội thông dâm.*

fort[1] [fɔr] 1. a (a) *Mạnh* trouver plus f. que soi *Gặp cuộc đấu của ai*; c'est une forte tête, (*) *Anh ta có một cái đầu khoẻ mạnh trên đôi vai*; (**) *Anh ta rất độc lập*; être f. en maths *Giỏi về môn toán*; (b) *(Dây thừng) chắc, (rượu) mạnh; (Cơn sốt) cao, (gió) mạnh; (Nóng) gay gắt; (Mưa) lớn; (Giọng nói) vang to*; c'est plus f. que moi ! *Tôi không thể làm khác được !*; c'est trop f.! *Thật quá lắm !*; ce qu'il y a de plus f., c'est que *Không thông minh, quá tệ*; (c) ville, place, forte *Thành phố được củng cố*; (d) se faire f. de faire qch *Đảm trách làm việc gì*; (e) *(Người)* to khoẻ; elle est forte des hanches *Cô ta có đôi hông to khoẻ*; *Món tiền lớn; Độ dốc quá cao*; Com: prix f. *Giá cả đắt đỏ*; 2. adv (a) *Mạnh*; frapper f. *Đập mạnh, cuộc tấn công đột ngột*; y aller f. *(i) Đi ngay đến đó; (ii) Nói quá đáng*; crier f. *La thét to*; sentir f. *Người thấy nặng mùi*; (b) *Rất, cực kỳ*; j'ai f. à faire *Tôi tốn nhiều công sức.*

fort[2] nm 1. *Lúc cực độ, cao nhất*; au f. de l'hiver *Giữa mùa đông*; au (plus) f. du combat *Ở vào lúc sôi động nhất của cuộc chiến đấu*; ce n'est pas son f. *Đó không phải sở trường của anh ta* 2. *Kẻ mạnh* 3. *Pháo đài, thành trì.*

forteresse [fɔrterɛs] nf *Chiến luỹ; Pháo đài.*

fortification [fɔrtifikasjɔ̃] nf *Công sự, sự xây công sự.*

fortifier [fɔrtifje] vtr *Làm tăng sức, củng cố, xây công sự.* fortifiant 1. a *Tăng lực, làm phấn chấn* 2. nm *Chất trợ lực, thuốc bổ.*

fortuit [fɔrtɥi] a *Ngẫu nhiên, tình cờ (cuộc gặp) tình cờ*; cas f. *Trường hợp ngẫu nhiên.*

fortuitement adv *Ngẫu nhiên, tình cờ.*

fortune [fɔrtyn] nf 1. *Sự may rủi*; venez diner à la f. du pot *Đến dự liên hoan do tình cờ*; de f. *Tạm bợ* 2. (a) il n'a pas de f. *Anh ta không may*; (b) mauvaise f. *Lỡ dịp may*; avoir la bonne f. de rencontrer qn *Có dịp gặp ai* 3. *Của cải, tài sản*; faire f. *Làm giàu*; avoir de la f. *Giàu lên, sung túc.* fortuné a *(a) A: May mắn; (b) Giàu có, phong phú, sung túc.*

forum [fɔrɔm] nm *Cuộc hội thảo, hội nghị.*

fosse [fos] nf 1. *Hố*; Sp: *Hố nhảy*; Aut: f. (de réparation) *Hố sửa chữa xe*; f. d'aisances *Hầm cầu*; f. septique *Hố rác tự hoại*; f. d'orchestre *Chỗ, khoang dàn nhạc gần sân khấu*; f. aux lions *Hang sư tử* 2. *Huyệt, mộ.*

fosseá [fose] nm *Hào, rãnh, mương*; Fig: *Hố sâu, ngăn cách.*

fossette [fosɛt] nf *Lúm đồng tiền.*

fossile [fɔsil] a & nm *Hoá đá, hoá thạch, vật hoá thạch.*

fossiliser (se) [səfɔsilize] vpr *Hoá đá, hoá thạch.*

fossoyeur [foswarjœr] nm *Người đào huyệt.*

fou, fol, folle [fu, fɔl] 1. a (a) *Điên, mất trí*; f. à lier *Điên hoàn toàn*; il y a de quoi devenir f. *Đủ làm ai phát điên*; f. de joie *Vui như điên*; être f. de *Say mê* (b) *Ngớ ngẩn, ngờ nghệch, khờ*; un fol espoir *Hy vọng điên rồ*; (c) *Quá đáng, quá mức, phi thường*; succès f. *Thành công phi thường*; il gagne un argent f. *Anh ta hái ra tiền*; à une allure folle *(Đi) với tốc độ quá nhanh*; il y avait un monde f. *Có người đông nghịt*; prix f. *Giá cắt cổ*; F: c'est f. ce que c'est cher ! *Nó quá đắt !*; (d) *Ngoài việc kiểm soát; Thoải mái quá trớn, lu bù*; f. rire *Cười rũ rượi, cười như điên*; j'avais une crise de f. rire *Tôi không thể ngưng cười*; herbes folles *Cỏ dại rậm rạp*; Bot: *Yến mạch dại* 2. n (a) *Người điên*; f. furieux *Điên dại, điên hoàn toàn*; F: maison de fous *Chợ vỡ*; (b) *Kẻ ngu đần, anh hề*; plus on est de fous plus on rit *Người ta càng điên thì càng cười* 3. nm *Quân tượng* 4. nf P: *Nữ hoàng, bà chúa.*

foudre [fudr] 1. nf *Tiếng sét, tia chớp*; coup de f. (i) A: *Sự si mê đột ngột; Sự kiện hoàn toàn bất ngờ; (ii) Yêu ngay từ lần gặp đầu tiên* 2. nmpl *Sự phẫn nộ.*

foudroyer [fudrwaje] vtr (je foudroie) *Đánh chết (bằng sét); Làm chết ngay*; arbre foudroyé *Cây bị sét đánh*; cette nouvelle m'a foudroyé *Tin ấy làm tôi chết ngất*; elle le foudroya du regard *Cô ta nhìn xoáy vào anh ta làm anh ta đờ ra.* foudroyant a *(Tin) như sét đánh; (Cái nhìn) làm choáng người; (Thành công) làm sửng sốt; (Tốc độ) làm choáng váng.*

fouet [fwɛ] nm (a) coup de f. *(i) Trận đòn roi; (ii) Chất dinh dưỡng;* collision de plein f. *Sự va đầu vào nhau;* (b) DomEc: *Cái đánh trứng, kem.*

fouetter [fwɛte] (a) *Đánh (trứng); Đánh (kem);* il n'y a pas là de quoi f. un chat *Không có cái gì để đánh con mèo, làm ầm ĩ;* avoir d'autres chats à f. *Có những việc quan trọng và lý thú hơn cần làm;* (b) vtr & i la pluie fouette (contre) les vitres *Mưa quất vào cửa kính.*

fougeâre [fuʒɛr] nf *Cây dương xỉ.*

fougue [fug] nf *Sự hăng hái, tính hăng hái nhiệt tình;* plein de f. *Đầy nhiệt huyết.*

fougueux, - euse a *Nhiệt tình, hăng hái.*

fougueusement adv *Một cách nhiệt tình.*

fouille [fuj] nf 1. (a) *Sự khai quật, đào bới;* (b) *Nơi, sự khai quật* 2. *Sự lục soát, tìm kiếm (người, hành lý...)* 3. P: *Túi áo quần.*

fouiller [fuje] 1. vtr (a) *Đào bới, khai quật;* (b) *Lục soát (nhà, hành lý); Lục soát, lần soát (nghi ngờ)* 2. vi f. dans une armoire *Lục tìm trong tủ;* f. dans le passé *Lục lọi, kiếm tìm trong quá khứ* 3. se f. *Tự mình tìm lấy.* fouillé a *Được nghiên cứu, tìm tòi kỹ lưỡng*

fouillis [fuji] nm *Mớ, đống hỗn độn.*

fouine [fwin] nf Z: *Chồn* Mactet; à tête de f. *Trên đầu chồn* Mactet. fouineur, - euse 1. a *Tò mò, thóc mách* 2. n *Người hay tò mò, thóc mách.*

fouiner [fwine] vi F: *Lục bị, xen vào việc của người khác.*

fouir [fwir] vtr *Bới, đào (đất).*

foulant [ful)] a P: *Làm kiệt sức.*

foulard [fular] nm 1. Tex: *Khăn quàng cổ* 2. *Lụa mỏng; Khăn trùm, đội đầu.*

foule [ful] nf *Đám đông; Vô số (ý tưởng);* entrer en f. *Đi vào lũ lượt;* ils sont venus en f. pour voir la reine *Họ đổ xô đến để xem nữ hoàng;* un bain de f. *Một cuộc vi hành.*

fouleáe [fule] nf *Vết chân, bước chân;* rester dans la f. d'un concurrent *Theo sát đuôi đối thủ khác (trong cuộc đua);* F: dans la f. *Đồng thời, cùng lúc.*

fouler [fule] vtr 1. *Giẫm đạp, ép, nén, đè, đạp (chùm nho);* f. qch aux pieds *Giẫm, đạp cái gì dưới chân* 2. (a) se f. la cheville *Làm bong gân, trẹo cổ chân của;* (b) F: se f. (la rate), *(i) Vất vả khó nhọc; (ii) Nói lái nhải;* ne pas se f. (la rate) *Không mệt nhọc.*

foulure [fulyr] nf *Sự bong gân;* se faire une f. à la cheville *Làm bong gân cổ chân của mình.*

four [fur] nm 1. (a) *Lò;* faire cuire au f. *Nướng, bỏ lò; Nướng, quay (thịt) trong lò;* plat allant au f. *Món ăn nướng trên lò hay nhúng giấm;* (b) Cu: petits fours *Bánh nướng nhỏ* 2. *Lò nung, sấy, lò luyện kim, lò nấu thủy tinh* 3. Th: faire (un) f. *Thất bại.*

fourberie [furbəri] nf *Sự lừa dối, lừa đảo.* fourbe a *Gian xảo, xảo quyệt.*

fourbi [furbi] nm F: *Bộ đồ nghề, hành lý; Trang bị thể thao;* tout le f. *Toàn bộ sưu tập các sự kiện hoặc đồ vật.*

fourbu [furby] a *Mệt lử (kẻ) lười biếng, ăn bám.*

fourche [furʃ] nf 1. *Cái chĩa, cái xiên; Cái bừa cào* 2. *Nhánh (đường);* la route fait une f. *Những nhánh đường.* fourchu a *Có chĩa nhánh, rẽ nhánh;* pied f. *Chân, sừng có chĩa nhánh.*

fourcher [furʃe] vi la langue lui a fourché *Anh ta nói ngọng nghịu.*

fourchette [furʃet] nf *Cái nĩa* Stat: *Dấu ngoặc.*

fourgon [furgɔ̃] nm 1. Aut: *Xe chở hàng;* f. mortuaire *Xe tang* 2. Rail: *Toa hàng hóa,* NAm: *xe thùng chở hàng.*

fourgonnette [furgɔ̃net] nf Aut: *Xe chở hàng loại nhỏ.*

fourmi [furmi] nf Ent: *Con kiến;* avoir des fourmis dans les jambes *Có cảm giác kiến bò ở chân tay.*

fourmillieâre [furmiljer] nf *Tổ kiến.*

fourmillement [furmijm)] nm 1. *Đàn, bầy (kiến)* 2. *Cảm giác kiến bò; Cảm giác tê.*

fourmiller [furmije] vi 1. *Đông như kiến, đầy dẫy;* 2. le pied me fourmille *Tôi có cảm giác kiến bò ở chân, tôi bị tê chân.*

fournaise [furnez] nf *Lò lửa lớn* cette chambre est une f. *Phòng này nóng như lò lửa.*

fourneau, - eaux [furno] nm (a) *Lò luyện kim; Nõ (tẩu);* (b) f. de cuisine *Bếp lò;* f. à gaz *Lò ga;* (c) haut f. *Lò cao.*

fourneáe [furne] nf *Mẻ (bánh)* F: *loạt, lượt (người).*

fournil [furni] nm *Xưởng bánh mì.*

fournir [furnir] vtr 1. (a) *Cung cấp;* magasin bien fourni *Cửa hàng dự trữ;* (b) *Sinh sản, sản xuất* 2. v ind t f. aux dépenses *Thanh toán chi tiêu, phí tổn;* f. aux besoins de qn *Thanh toán những chi tiêu của ai* 3. se f. *Chi cấp cho mình (bằng); Được tiếp tế (từ).* fourni a 1. *(Cửa hàng) được dự trữ đầy đủ* 2. *(Tóc) dày.*

fournisseur, - euse [furnisœr, -z] n (a) *Người cung cấp;* (b) les fournisseurs *Những nhà cung cấp, kinh doanh.*

fourniture [furnityr] nf 1. *Sự cung cấp* 2. *Đồ dự trữ, nguồn cung cấp;* fournitures de bureau *Thiết bị văn phòng, văn phòng phẩm.*

fourrage [furaʒ] nm *Thức ăn, cho các loài thú ăn cỏ, có khô làm thức ăn của súc vật.*

fourrager [furaʒe] vi *Cắt rơm cỏ cho súc vật ăn, lục lọi lung tung.*

fourreá[1] [fure] nm *Lùm cây.*

fourreá[2] a **1.** *Được lót; Được lót bằng lông thú* **2.** chocolats fourrés à la crème *làm nền cho kem*; bonbon f. *Kẹo có nhân* **3.** coup f. *Vụ khống, nói xấu sau lưng, đòn ngầm.*

fourreau, - eaux [furo] nm *Bao, túi hộp; Bao kiếm, vỏ kiếm*; MecE: *Ống.*

fourrer [fure] vtr **1.** (a) *Lót, đút, nhét bằng lông thú*; (b) F: *Lèn, bịt, nhồi*; f. ses mains dans ses poches *Đút tay vào túi áo*; f. son nez partout *Nhúng mũi vào mọi việc* **2.** se f. dans un coin *Chui vào một góc*; où est - il allé se f.? *Anh ta trốn ngã nào rồi?* il ne sait plus où se f. *Anh ta không còn biết trốn đi đâu nữa.*

fourre - tout [furtu] nm inv **1.** *Phòng để đồ vặt* **2.** *Túi du lịch*, NAm: *hoàn toàn thành công.*

fourreur [furœr] nm *Thợ thuộc da lông, người bán hàng da lông.*

fourrieâre [furjɛr] nf *(Thú vật, xe) nơi giữ những thú vật hay xe thất lạc*; mettre une voiture en f. *Sung công, tịch thu, giam xe.*

fourrure [furyr] nf (a) *Lông thú, da*; manteau de f. *Áo khoác da thú;* (b) *Bộ lông (con thú).*

fourvoyer [furvwaje] vtr (je fourvoie) **1.** *Làm lạc đường, làm (ai) lạc lối* **2.** se f. *Lầm đường, lầm lạc.*

foutaise [futɛz] nf P: *Rác rưởi, chuyện dại dột.*

foutre [futr] vtr (pp foutu; pr ind je fous, n. foutons) P: **1.** (a) f. qch par terre *Vứt, ném cái gì xuống đất;* (b) il ne fout rien *Nó chẳng làm gì cả;* fous le camp ! fous - moi la paix ! *Cút xéo ! hãy để tôi yên !* **2.** (a) se f. de qn, qch *Coi thường ai, cái gì;* je m'en fous *Tôi cóc cần;* (b) se f. dedans *Phạm sai lầm ngu xuẩn.* foutu a *(a) Xấu;* (b) *Hỏng;* il est f. *Anh ta hư hỏng;* (c) elle est bien foutue *Cô ấy có thân hình đẹp;* (d) *(Máy, kế hoạch)* mal f. *Thất vọng;* je me sens mal f. *Tôi cảm thấy đau như, nguy kịch.*

fox (-terrier) [fɔksterje] nm *Giống chó sục cáo, giống chó phốc.*

foyer [fwaje] nm **1.** *Lò sưởi, ghi lò* **2.** *Nguồn (nhiệt); Trung tâm (kiến thức, bệnh truyền nhiễm)* **3.** (a) *Tổ ấm, nhà;* f. d'étudiants *Hội quán sinh viên, câu lạc bộ sinh viên;* fonder un f. *Lập gia đình;* femme au f. *Bà nội trợ;* (b) Th: *Phòng giải lao, phòng diễn viên;* f. des artistes *Phòng kính* **4.** *Tiêu điểm (của thấu kính);* verres à double f. *Thấu kính hai tròng.*

FR3 abr TV: France Régions 3.

fracas [fraka] nm *Tiếng ầm ĩ, sự rơi mạnh.*

fracasser [frakase] vtr **1.** *Đập tan ra, phá tan (cái gì); Làm vỡ tan (cái gì)* **2.** se f. *Bị phá vỡ,*

tan tành.

fraction [fraksjɔ̃] nf *(a) Phân số (b) Phần, bộ phận.*

fractionnement [fraksjɔnm)] nm *Sự chia ra, sự tách ra.*

fractionner [fraksjɔne] vtr & pr *Phân chia, chia nhỏ, tách.*

fracture [fraktyr] nf Geol: Med: *Nếp gãy, chỗ gãy xương.*

fracturer [fraktyre] vtr **1.** *Phá vỡ (khóa)* **2.** se f. la jambe *Chân ai bị gãy.*

fragiliteá [fraʒilite] nf **1.** *Tính dễ vỡ; Tính cứng dòn dễ gãy vỡ* **2.** *Sự yếu đuối về thể chất.* fragile a **1.** *Dễ vỡ, dòn dễ gãy* **2.** *Yếu đuối, không ổn định, bấp bênh.*

fragment [fragm)] nm *Mảnh, mẩu, đoạn,; Mẩu (đá); Sự vồ lấy, đoạn trích ngắn, đoạn ngắn (cuộc đối thoại, bài hát); Đoạn trích (từ sách)* fragmentaire a *Rời từng mảnh, chia từng đoạn*

fragmentation [fragm)tasjɔ̃] nf *Sự phân đoạn, sự chia thành mẩu, sự xé nhỏ.*

fragmenter [fragm)te] vtr *Phân đoạn, chia, xé nhỏ.*

fraichement [frɛʃm)] adv **1.** *Lạnh nhạt* **2.** *Mới vừa.*

fraicheur [frɛʃœr] nf **1.** *Sự mát mẻ, sự tươi tắn, sự lạnh lẽo;* la f. du soir *Buổi tối mát mẻ* **2.** *Sự tươi trẻ, trẻ trung (của thanh niên).*

fraichir [freʃir] vi *(Thời tiết) mát mẻ hơn; Làm cho tươi mát.*

frais[1]**, fraiche** [frɛ, frɛʃ] **1.** a (a) *Tươi, mát; (Gió nhẹ) mát mẻ, (cuộc tiếp đón) lạnh nhạt;* il fait f. *Trời mát;* (b) *Mới, mới vừa;* oeufs f. *Trứng tươi;* peinture fraiche *Tranh còn ướt;* (c) teint f. *Sắc mặt tươi tính;* f. et dispos *Sẵn sàng cho bất cứ việc gì;* P: me voilà f. ! *Tôi đang bị rối tung lên đây !* **2.** (a) nm prendre le f. *Hóng mát;* tenir au f. *Đứng ở nơi mát;* peint de f. *Mới vừa sơn xong;* (b) nf à la fraiche *Lúc mát mẻ trong ngày.*

frais[2] nmpl *Phí tốn, cước phí;* faux f. *Chi tiêu lặt vặt bất ngờ;* f. généraux *Phí tốn thông thường;* faire les f. de qch *Chịu ảnh hưởng xấu của điều gì;* faire qch à ses f. *Tiêu pha, chi tiêu;* rentrer dans ses f. *Lấy lại được tiền đã chi;* faire les f. de la conversation *Là người góp phần vào câu chuyện nhiều nhất;* à grands f., à peu de f. *Tốn công lắm, ít tốn công;* se mettre en f. pour qn *Phải chi tiêu nhiều, phải mất lòng nhiều cho ai;* j'en suis pour mes f. *Tốn của mất công vô ích*; F: aux f. de la princesse *Phí tổn nhà nước, tập thể chịu.*

fraise nf **1.** *Quả dâu tây;* f. de bois *Dâu rừng* **2.**

(a) *Dao phay* (b) Dent: *Cái khoan răng*.
fraiser [frɛz] vtr (a) *(*) Phay (**) Khoét (lỗ) rộng ra* (b) Dent: *Khoan*.
fraisier [freze] nm *Cây dâu tây*.
framboise [fr)bwaz] nf *Quả phúc bồn tử*.
framboisier [fr)bwazje] nm *Cây phúc bồn tử*.
franc¹ [fr)] nm *Đồng frăng*.
franc², **franche** [fr), fr)ʃ] a **1.** *Được miễn*; f. de port *Không phải trả cước phí*; Fb: coup f. *Đá phạt trực tiếp* **2.** (a) *Trung thực, thẳng thắn*; *Bộc trực*; avoir son f. parler *Nghĩ gì nói nấy*; y aller (de) f. jeu *Hoàn toàn thẳng thắn, trung thực về chuyện đó;* jouer f. jeu (avec qn) *(i) Chơi thẳng thắn; (ii) Chơi công bằng (với ai)*; adv pour parler f. *Để nói thẳng, không úp mở;* (b) *Thực sự, chính cống (màu, rượu); Đích thực, không úp mở (đồ vô lại);* terre franche *Đất tốt;* (c) huit jours francs *Tám ngày trời quang đãng*. franchement adv **1.** *Trung thực, thẳng thắn, bộc trực* **2.** *Đúng là, hoàn toàn, hết sức;* c'était f. stupide *Thật là hoàn toàn ngớ ngẩn;* f.! *Nói thực đấy !* c'est f. laid *Điều đó hoàn toàn xấu*.
France(fr)s Geog: France *Nước Pháp;* en F. *Ở Pháp;* les vins de F. *Rượu của Pháp*. français, -aise **1.** a *Thuộc nước Pháp* **2.** *Người Pháp;* les F. *Những người Pháp* **3.** nm Ling: *Tiếng Pháp*.
Francfort [fr)fɔr] Geog: Frankfurt; saucisse de F.
franchir [fr)ʃir] vtr *(a) Nhảy qua (chướng ngại vật); Nhảy (qua); Vượt qua* (b) *Ghé qua; Xuyên qua (sông, ngưỡng cửa);* f. le mur du son *Vượt qua bức tường âm thanh*.
franchise [fr)ʃiz] nf **1.** *Tính thẳng thắn, bộc trực;* en toute f. *Hoàn toàn thẳng thắn;* **2.** (a) charte de f. *Hiến chương độc lập;* (b) *Sự miễn trừ;* en f. *(Nhập cái gì) miễn thuế;* bagages en f. *Hành lý miễn cước;* f. postale *Sự miễn bưu phí;* (c) Ins: *Tiền bảo hiểm thiệt hại về tai nạn*.
franchissable [fr)ʃisabl] a *Có thể nhảy qua, vượt qua;* f. en barque *Cơ thể vượt qua bằng tàu*.
franchissement [fr)ʃism)] nm *Sự nhảy qua, vượt qua (trở ngại); Sự băng qua (con sông)*.
franc - maçon [fr)masɔ̃] nm pl francsmacons. *Hội viên hội Tam điểm*.
franc - maçonnerie [fr)masɔnri] nf *Hội Tam điểm*.
franco [fr)ko] adv (a) *Miễn nước phí, hàng hóa miễn cước phí;* f. (de port) *Hàng miễn cước phí;* (b) F: *Ngay, thẳng;* vas - y f. ! *Đi ngay đi !*.
franco - canadie [fr)kokanadj( )n a & nm *Thuộc về người Pháp ở Canada, tiếng Pháp ở Canada*.

francophile [fr)kɔfil] a & n *Thân Pháp, người thân Pháp*.
francophobie [fr)kɔfɔbi] nf *Tính bài Pháp*. francophobe a & n *Bài Pháp, người bài Pháp*.
francophone [fr)kŋfon] a *Nói tiếng Pháp;* n *Người nói tiếng Pháp*. francophonie nf la f. *Cộng đồng nói tiếng Pháp*.
franc - parler [fr)parle] nm *Sự tự do ăn nói, tính ngay thẳng; Sự nói thẳng; Trực tĩnh*.
franc - tireur [fr)tirœ r] nm Mil: *Quân du kích;* Fig: *Nghề tự do;* pl francs - tireurs. *Người làm nghề tự do*.
frange [fr)ʒ] nf *Diềm, tua, viền*.
franger [fr)ʒe] vtr *Viền tua, viền mép*.
frangin, - ine [fr)ʒ(, in] n P: *Anh em, chị em*.
franquette [fr)kɛt] nf *Thân tình, không khách sáo*.
frappant [frap)] a *(Sự giống nhau) lạ lùng*.
frappe [frap] nf (a) *Sự rập nổi, hình rập nổi (tiền đồng);* (b) faute de f. *Lỗi đánh máy;* (c) Mil: force de f. *Lực lượng du kích*.
frapper [frape] **1.** vtr (a) *Đánh, đập;* f. légèrement *Gõ;* f. la table du poing *Gõ bàn;* f. un coup *Đấm;* f. des marchandises d'un droit *Đánh thuế hàng hóa;* frappé de *Bị khủng hoảng, choáng váng;* frappé de panique *Hoảng sợ;* être frappé d'une maladie *Bị căn bệnh quật ngã;* ce qui m'a le plus frappé c'est son sang - froid *Điều làm tôi chú ý nhất là sự bình tĩnh của nó là (gây ấn tượng mạnh nhất nơi tôi)*. (b) *Rập nổi* (c) *Đánh máy (thư từ)* (d) *Ướp lạnh (rượu)* **2.** vi f. à la porte *Gõ cửa;* on frappe *Người ta gõ (cửa);* f. du pied *Đá* **3.** F: se f. *Lo lắng quá mức*. frappant a *Lạ lùng* frappé a *(Rượu) được ướp lạnh*.
frasque [frask] nf *Hành động lầm lạc, ngông cuồng*.
fraternel, - elle [fratɛrnɛl] *Thuộc anh em*. fraternellement adv *Theo tình anh em, như anh em*.
fraternisation [fratɛrnizasjɔ̃] nf *Sự kết thân như anh em*.
fraterniser [fratɛrnize] vi *Kết thân như anh em*.
fraterniteá [fratɛrnite] nf *Tình nghĩa anh em*.
fraude [frod] nf **1.** *Sự gian lận;* f. fiscale *Sự lậu thuế;* passer qch en f. *Buôn lậu cái gì* **2.** *Sự gian lận lừa đảo;* par f. *Bằng sự gian lận lừa đảo*.
frauder [frode] **1.** vtr *Gian lận* **2.** vi *Lừa gạt, lừa đảo*.
fraudeur, - euse [frodœ r, -z] n *Kẻ gian lận,* Cust: *người buôn lậu*.
frauduleux, - euse [frodyl-, -z] a *Gian lận*.

frauduleusement adv *Một cách gian lận*.
frayer [freje] vtr (je fraye, je fraie) f. un chemin *Khai thông một con đường*; se f. un passage *Tự mở một lối đi*; se f. un chemin dans la foule *Tự mình vạch ra một lối đi giữa đám đông*.
frayeur [frejœr] nf *Mối khiếp sợ*.
fredaine [frədɛn] nf *Sự ngông cuồng của tuổi trẻ*.
fredonner [frədɔne] vtr *Hát lầm rầm*.
freezer [frizœr] nm *Khoang nước đá (trong máy lạnh)*.
freágate [fregat] nf *Tàu hộ tống chống tàu ngầm*; capitaine de f *Thuyền trưởng của tàu hộ tống chống tàu ngầm*.
frein [fr(] nm 1. *Hàm thiếc (ngựa)*; Fig: mettre un f. à *Hãm bớt, hạn chế bớt*; curiosité sans f. *Sự tò mò quá đáng, tò mò thả cửa* 2. *Cái phanh, thắng* Aut: f. à main *Phanh tay*; f. à disque, à tambour *Cái hãm đĩa hát, cái phanh trống*; mettre le f. *Hãm, hạn chế bớt*.
freinage [frɛnaʒ] nm *Sự hãm lại, phanh lại*.
freiner [frene] 1. vtr (a) *Hãm lại, phanh lại (xe cộ)*; (b) *Kềm hãm (sự lạm phát); Kiểm soát (việc sản xuất)* 2. vi *Hạn chế, giảm bớt lại*.
frelateá [frəlate] a *Pha trộn (rượu...)*; Fig: *Đồi bại, thối nát*.
frïle [frɛl] a *Mảnh khảnh, yếu ớt*.
frelon [frəlɔ̃] nm *Ong bầu*.
freámir [fremir] vi 1. *Rung rinh, rung động; (Lá cây) kêu xào xạc; (Nước nóng) sủi, sắp sôi* 2. *Run, run rẩy, rung lắc, rùng mình*.
freámissement [fremism)] nm 1. *Tiếng rì rào, xào xạc (của lá); Sự sủi (của nước)* 2. (a) *Sự rùng, rung rinh;* (b) *Rùng mình, rung rinh*.
frïne [fren] nm *Cây tần bì*.
freáneásie [frenezi] nf *Sự cuồng nhiệt, mãnh liệt*; applaudir avec f. *Vỗ tay cuồng nhiệt*. frénétique a *Cuồng nhiệt, rất mãnh liệt*.
freáquence [frek)s] nf *Tần số* Med: f. du pouls *Mạch đập nhanh*; haute, basse, f. *Tần số cao, tần số thấp*. fréquent a *Thường xuyên*. fréquemment adv *Một cách thường xuyên*.
freáquentable [frek)tabl] a *Có thể lui tới, cơ thể chơi được*; peu f. *Đáng ngờ, không được ưa thích*.
freáquentation [frek)tasjɔ̃] nf (a) *Sự năng lui tới*; (b) *Sự liên kết, kết hợp (với)*; mauvaises fréquentations *Sự giao du với kẻ xấu*.
freáquenter [frek)te] vtr (a) *Năng lui tới; Thăm viếng (nơi chốn) thường xuyên*; (b) f. qn (*) *Giao du với ai;* (**) *Thăm viếng ai thường xuyên*. fréquenté a *Được thăm viếng nhiều;*

(Nơi) có đông người lui tới; endroit mal f. *Nơi ít người lui tới, nơi không nổi tiếng*.
freâre [frɛr] nm 1. *Anh em*; frères d'armes *Bạn đồng đội*; vieux f. *Người anh em, bạn cố tri* 2. *Thầy dòng*; f. lai *Thầy dòng cần vụ*.
fresque [frɛsk] nf *Lối vẽ nề, tranh nề, tranh tường*.
fret [fre] nm 1. *Hàng hóa chuyên chở* 2. *Sự thuê tàu* 3. *Hàng chở, vật chở; Sự chở hàng*.
freáter [frete] vtr (je frète) 1. *Thuê (tàu) chuyên chở hàng hoá* 2. *Trang bị (tàu)*.
freátillement [fretijm)] nm 1. *Sự quẩy (của cá)* 2. *Sự ve vẩy*.
freátiller [fretije] vi *(Cá) quẩy; (Chó) f. de la queue* *Ve vẩy đuôi*; f. d'impatience *Sốt ruột muốn (làm gì)*.
friable [frijabl] a *Bở, mủm, dễ vụn*.
friandise [frij)ndiz] nf *Cao lương mỹ vị, thức ăn hấp dẫn đặc biệt*. friand, - ande a *Thích, chuộng*; être f. de sucreries *Ưa thích kẹo, chuộng của ngọt*.
fric [frik] nm P: *Tiền*.
fric - frac [frikfrak] nmpl fric - frac(s) *Sự ăn trộm*.
friche [friʃ] nf *Đất bỏ hoang*; f. industrielle *Địa điểm ihai khấn công nghiệp*; être en f. *Bị bỏ hoang*.
fricot [friko] nm *Món ăn nấu qua loa; Món hầm, ninh nhừ;* faire le f. *Làm bếp*.
fricoter [frikɔte] vtr F: 1. *Hầm, ninh nhừ; Nấu bếp* 2. *Âm mưu*; je me demande ce qu'il fricote *Tôi tự hỏi anh ta âm mưu cái gì*.
friction [friksjɔ̃] nf *Sự xoa; Lau khô; Chà xát, xoa bóp da đầu*.
frictionner [friksjɔne] vtr *Xoa*.
frigidaire [friʒider] nm *Tủ lạnh*.
frigide [friʒid] a *Lạnh lẽo, lạnh ngắt*. frigidité nf *Tính lạnh ngắt, lãnh đạm*.
frigo [frigo] nm F: *Máy ướp lạnh*.
frigorifier [frigɔrifje] vtr *Ướp lạnh*. frigorifié a *Được ướp lạnh*; F: *Lạnh cóng, lạnh buốt*. frigorifique a *Làm lạnh*; wagon f. *Toa ướp lạnh*.
frileux, - euse [fril-, -z] a *Sợ lạnh, chịu lạnh kém; (Người) lãnh đạm*. frileusement adv *Tỏ ra chịu lạnh kém*.
frime [frim] nf F: *Sự giả vờ;* tout ca c'est de la f. *Tất cả chuyện đó đều là nói phét*.
frimer [frime] vi 1. *Khoe khoang* 2. *Bịp*. frimeur, euse n F: *Kẻ bịp, kẻ phỉnh gạt*.
frimousse [frimus] nf *Bộ mặt non choẹt*.
fringale [fr(gal] nf *Cơn đói cồn cào*; avoir la f. *Đói cồn cào*.

fringant [fr(g)] a *(Ngựa) động đậy luôn, không chịu đứng yên; (Người) hoạt bát, đỏm dáng.*

fringuer (se) [səfr(ge] vpr *Mặc vào.*

fringues [fr(g] nfpl *Quần áo.*

friper (se) [səfripe] vpr *(Quần áo) nhăn nheo.*

friperie [fripri] nf (a) *Quần áo cũ;* (b) *Rác rưởi, đồ trang trí lòe loẹt.*

fripes [frip] nfpl *Quần áo cũ.*

fripier, - ieâre [fripje, jɛr] n *Người bán quần áo cũ.*

fripon, - onne [fripɔ̃, ɔn] 1. a *Láu lĩnh, tinh ranh* 2. n *Kẻ lừa đảo, tên bất lương lừa bịp.*

fripouille [fripuj] nf *Tên vô lại.*

frire [frir] vtr & i (pp frit) *Chiên, rán; faire f. Chiên, rán.*

frise [friz] nf *Đường gờ.*

friser [frize] 1. (a) vtr *Uốn xoắn, uốn lượn;* fer à f. *Kẹp uốn tóc xoắn;* (b) vi *(Tóc) uốn xoắn* 2. vtr *Xấp xỉ, gần sát;* f. la soixantaine *Xấp xỉ 60 tuổi, gần sát tuổi 60.* frisé a *Xoăn;* laitue frisée *Rau diếp xoăn lá.*

frisette [frizɛt] nf *Món tóc xoăn, lọn tóc xoăn.*

frisquet [friskɛ] a *Rét buốt, lạnh buốt.*

frisson [frisɔ̃] nm (a) *Cơn run (vì lạnh);* (b) *Sự rùng mình (sợ hãi, hài lòng);* j'en ai le f. *Tôi phát rùng mình về việc đó.*

frissonnement [frisɔnm)] nm 1. *Sự run, sự rùng mình* 2. *Cơn run, rùng mình.*

frissonner [frisɔne] vi (a) *Run, rùng mình;* (b) *Run lên (vui sướng); Rung rung (sốt ruột);* (c) *(Lá cây) rung động.*

frit [fri] a *Chiên, rán;* pommes de terre frites, nfpl frites *Khoai tây chiên; Khoai tây chiên.*

friteuse [frit-z] nf DomEc: *Chảo để chiên rán.*

friture [frityr] nf 1. (a) *Sự chiên, cách chiên rán;* (b) *Tiếng lép bép trong máy điện thoại* 2. *Thức chiên rán, cá chiên* 3. *Mỡ chiên rán.*

frivoliteá [frivɔlite] nf *Tính lông bông, phù phiếm.* frivole a *Phù phiếm, lông bông.* frivolement adv *Phù phiếm, lông bông.*

froc [frɔk] nm (a) *Vạt áo của thầy tu;* (b) P: *Quần.*

froid [frwa] 1. a (a) *Lạnh;* chambre froide *Phòng lạnh;* (b) *(Người) lãnh đạm; (Thái độ) lạnh nhạt;* être f. avec qn *Lạnh nhạt với ai;* garder la tête froide *Giữ bình tĩnh* 2. loc. adv à f. *Nguội;* Aut: démarrer à f. *Khởi động máy* 3. nm (a) *Khí lạnh;* coup de f. *Cơn, đợt gió lạnh; Sự ớn lạnh, sự cảm lạnh;* prendre f. *Bị cảm lạnh;* il fait f. *Trời lạnh;* il fait un f. de loup *Trời lạnh buốt, lạnh dữ dội;* avoir f. aux mains *Có đôi tay tê cóng, lạnh buốt;* ca m'a fait f. dans le dos *Điều đó làm tôi rùng mình;* elle n'a pas f. aux yeux *Cô ta rất quả quyết* (b) l'industrie du f. *Kỹ nghệ lạnh;* (c) *Sự lạnh nhạt;* ils sont en f. *Họ đang lạnh nhạt với nhau.* froidement adv *Lạnh lùng, lạnh nhạt.*

froideur [frwadœr] nf *Sự lạnh lùng;* avec f. *Một cách lạnh lùng.*

froissement [frwasm)] nm (a) *Sự vò nhàu, làm nhàu;* (b) *Tiếng sột soạt (của tơ lụa).*

froisser [frwase] vtr 1. (a) *Làm nhàu, vò nhàu;* (b) f. qn *Làm mếch lòng ai;* 2. se f. *Mếch lòng, giận.*

frölement [frolm)] nm (a) *Sự lướt qua, sượt qua;* (b) *Tiếng sột soạt (của tơ lụa)*

fröler [frole] vtr *Lướt qua, sượt qua;* il a frôlé la mort *Anh ta suýt chết.*

fromage [frɔmaʒ] nm 1. *Phó mát;* f. blanc *Pho mát kem;* un gentil petit f. *Một chỗ làm khá tử tế* 2. Cu: f. de tête *Thịt thủ nấu đông.* fromager, - ère 1. a *Thuộc về pho - mát* 2. n *Người làm pho - mát.*

fromagerie [frɔmaʒri] nf *Nơi sản xuất pho - mát, nơi bán pho - mát.*

froment [frɔm)] nm *Lúa mì.*

fronce [frɔ̃s] nf *Nếp gấp (ở tờ giấy, vải).*

froncement [frɔ̃sm)] nm f. de(s) sourcils *Sự cau mày.*

froncer [frɔ̃se] vtr (n. froncons) 1. f. les sourcils *Cau mày* 2. *(Công việc may vá thêu thùa). May nhíu lại.*

fronde [frɔ̃d] nf (a) *Băng đeo;* (b) *(Đồ chơi) ná cao su.* frondeur, - euse a & n *Bất đồng, chống đối, người hay công kích, chống đối.*

front [frɔ̃] nm 1. *Trán;* marcher le f. haut *Bước ngẩng cao đầu;* et vous avez le f. de me dire cela ! *Bạn thật là láo xược khi nói với tôi điều đó !* 2. *Mặt tiền (của tòa nhà); Mặt trận;* f. de bataille *Tiền tuyến;* le f. *Tuyến đầu, tiền tuyến;* f. de mer *Mặt quay ra biển;* faire f. à qch *Đương đầu, đối mặt với việc gì;* faire f. *Đứng vững* 3. (a) de f. *Từ trước mặt, trực diện;* (b) attaque de f. *Tấn công phía trước;* heurter qch de f. *Đụng cái gì phía trước.* frontal, - aux a *Thuộc về trán.*

frontieâre [frɔ̃tjer] nf *(Đường) biên giới.* frontalier, - ière 1. a *(Vùng) biên giới* 2. n *Cư dân ở vùng biên giới.*

frontispice [frɔ̃tispis] nm *Trang đầu sách.*

fronton [frɔ̃tɔ̃] nm *Trán tường.*

frottement [frɔtm)] nm (a) *Sự cọ xát;* (b) *Sự ma - sát.*

frotter [frɔte] 1. vtr *Cọ xát, xoa;* se f. les mains *Xoa bóp, chà xát tay mình;* f. le parquet *Đánh bóng sàn nhà;* f. une allumette *Quẹt diêm* 2. vi *Chà xát, xoa* 3. (a) se f. contre qch *Tấn công, khiêu khích ai, cái gì;* (b) se f. à qn, qch.

froufrou(s) [frufru] nm (pl) *Tiếng sột soạt*.
froufrouter [frufrute] vi *Sột soạt*.
froussard, - arde [frusar, ard] n *Kẻ nhát gan, hèn nhát*.
frousse [frus] nf *Sự sợ hãi;* avoir la f. *Sợ*.
fructifier [fryktifje] vi *Ra quả, sinh quả; Sinh lãi, có lợi*.
fructueux, - euse [frykty-, -z] a *Có hiệu quả; Có lợi*. fructueusement adv *Có hiệu quả, có lợi*.
frugalitéá [frygalite] nf *Tính thanh đạm, đạm bạc*. frugal, - aux a *Thanh đạm, đạm bạc*. frugalement adv *Một cách đạm bạc*.
fruit [frμi] nm *Quả, trái;* porter (ses) fruits *Ra quả, sinh quả;* étudier avec f. *Học một cách hiệu quả;* sans f. *Không hiệu quả, thất bại;* fruits de mer *Món ăn biển (tôm, ốc, ngao, sò...)*. fruité a *Có mùi quả (đâu...)*. fruitier, - ière 1. a *Ăn quả, thuộc về quả* 2. n *Người bán rau quả*.
frusques [frysk] nfpl *Quần áo không ra gì*.
fruste [fryst] a *(Đồng tiền) mòn; (Cử chỉ) thô lỗ, (bút pháp) thô thiển*.
frustration [frystrasjɔ̃] nf 1. *Sự tước đoạt* 2. *Sự lường gạt*.
frustrer [frystre] vtr 1. *Làm thất vọng, làm nản lòng* 2. *Lường gạt (ai) (cái gì)*.
FS abr Franc suisse.
fuel (-oil) [fjulɔjl] nm *Dầu mazut*.
fugace [fygas] a *Chóng tàn, không bền*.
fugitif, - ive [fyʒitif, iv] 1. a & n *Bỏ trốn, chạy trốn, kẻ bỏ trốn, chạy trốn;* 2. a *Chóng tàn, thoáng qua; (Mong ước) thoáng qua*.
fugue [fyg] nf 1. *fuga* 2. faire une f. *Trốn đi chơi chốc lát*.
fuir [fμir] v (prp fuyant) 1. vi (a) *Chạy trốn, trốn chạy;* faire f. *Làm cho qua nhanh;* le temps fuit *Thời gian qua mau;* (b) *(Chân trời, trán) lùi xa dần, lép;* (c) *(Vòi nước) rỉ ra, (nước) chảy, (viết) rò, rỉ* 2. vtr *Tránh xa, lánh xa (ai, cái gì)*.
fuite [fμit] nf 1. (a) *Sự trốn chạy;* prendre la f. *Trốn chạy;* être en f. *Chạy trốn;* voleur en f. *Tên trộm đang chạy trốn;* (b) *(Thời gian) thấm thoát* 2. *Sự rỉ; Sự xì ra, thoát ra (ga); Sự lộ bí mật, rò tin*.
fulgurant [fylgyr)] a *(Vận tốc) nhanh như chớp; (Sự, lời nhận xét) nhanh chớp nhoáng, (vết thương) đau nhói;* lancer un regard f. à qn *Nhìn loáng qua ai*.
fulminer [fylmine] vi f. contre qn *Nổi giận đối với ai*.
fume - cigarette [fymsigarɛt] nm inv *Tẩu hút thuốc lá*.

fumeáe [fyme] nf (a) *Khói;* rideau de f. *Màn khói;* sans f. *Không có khói;* partir en f. *Tan thành mây khói, tiêu tan hết;* Prov: il n'y a pas de f. sans feu *Không có lửa sao có khói;* (b) *Hơi (của xúp); Hơi (rượu)*.
fumer[1] [fyme] vtr *Bón phân (đất)*.
fumer[2] 1. vi (a) *Tỏa khói, bốc hơi* (b) *(Xúp) bốc hơi;* f. de colère *Tức giận* 2. vtr (a) *Xông khói, hun khói; (Cá) hun khói* (b) *Hút (thuốc, ống điếu);* défense de f. *Cấm hút thuốc*. fumeux, - euse a *Tỏa khói, bốc khói; (Bầu trời) lờ mờ, không rõ ràng*. fumeur, - euse n *Người nghiện thuốc lá;* compartiment fumeurs *Buồng, ngăn dành cho người hút thuốc*.
fumet [fymɛ] nm *Mùi vị; (Thức ăn nấu) ngửi (thơm, ngon)*.
fumier [fymje] nm 1. *Phân bón* 2. *Đống phân bón* 3. P: *Đồ tồi, đồ giỏi bợ*.
fumiste [fymist] nm 1. *Thợ lò sưởi* 2. (a) *Người hay đùa cợt;* (b) *Đồ bá - láp*.
fumisterie [fymistəri] nf *Trò hề, trò đùa cợt*.
fumure [fymyr] nf *Sự bón phân (cánh đồng)*.
funambule [fyn)byl] n *Người làm xiếc trên dây*.
funèbre [fynɛbr] a 1. *(Lễ) tang;* marche f. *Khúc nhạc sầu trong tang lễ* 2. *Tang tóc, ảm đạm*.
funérailles [fynerɑj] nfpl *Lễ tang*.
funéraire [fynerɛr] a *Thuộc về lễ tang;* pierre f. *Bia mộ*.
funeste [fynɛst] a (a) *Thảm hại, bi thảm;* (b) *Gây chết chóc, bi thảm;* influence f. *Ảnh hưởng tại hại*.
funiculaire [fynikyler] a & nm *Cáp kéo, (đường sắt) cáp kéo, đường sắt cáp kéo*.
fur [fyr] nm au f. et à mesure *Lần lượt, dần dần;* au f. et à mesure des besoins *Dần dần tùy theo nhu cầu;* payer qn au f. et à mesure *Thanh toán cho ai dần dần*.
furax [fyraks] a inv *Điên tiết*.
furet [fyrɛ] nm (a) *Chồn sương, chồn furo;* jeu du f. *Trò chơi đoán vòng;* (b) *Người sục sạo*.
fureter [fyrte] vi (je furette) (a) *Săn chồn hương;* (b) *Lục lọi*. fureteur, - euse a *Lục lọi, sục sạo; Sục sạo*.
fureur [fyrœr] nf 1. *Cơn thịnh nộ, cơn giận cực độ* 2. *Sự cuồng nhiệt;* aimer qch avec f. *Say mê cái gì như điên cuồng;* avoir la f. de bâtir *Rất ham mê việc xây dựng;* chanson qui fait f. *Bài hát gây phấn chấn mãnh liệt*.
furibond [fyribɔ̃] a *Điên giận, dữ tợn*.
furie [fyri] nf 1. les Furies; c'est une f. *Bà ấy xấu tính, hay nổi thịnh nộ* 2. *Cơn thịnh nộ;* avec f. *Một cách điên cuồng, mãnh liệt;* en f.

Tức giận điên cuồng; se mettre en f. *Nổi cơn thịnh nộ*. furieux, - euse a (a) *Giận điên người*; in a passion *Điên tiết*; rendre qn f. *Làm cho ai giận điên lên*; (b) F: *(Ước muốn) to lớn, mãnh liệt*.

furieusement adv Điên cuồng, mãnh liệt.

furoncle [fyrɔkl] nm Med: *Đinh, nhọt*.

furtif, - ive [fyrif, iv] a *Lén lút, trộm*. furtivement adv *Một cách lén lút*.

fusain [fyzɛ̃] nm 1. *Cây fusain* 2. *(a) Chì than; (b) Bức vẽ than*.

fuseau, - eaux [fyzo] nm 1. *Con suốt hình thoi*; en f. *Có dạng hình thoi*; jambes en f. *Chân khẳng khiu* 2. f. horaire *Múi giờ* 3. (pantalon) f. *Quần chít, bó ống, quần mặc để trượt tuyết*.

fuseáe [fyze] nf (a) *Pháo hoa, pháo thăng thiên, tên lửa*; f.éclairante *Pháo sáng*; f. spatiale *Rốc - két, hỏa tiễn*; avion (à) f. *Máy bay phóng hỏa tiễn, máy bay phóng pháo*; (b) *Ngòi nổ, kíp nổ*.

fuselage [fyzlaʒ] nm *Thân máy bay*.

fuseleá [fyzle] a *Có dạng hình thoi; Có dạng thuôn, có dáng khi động*.

fuser [fyze] vi 1. *(Màu sắc) loang ra; (Ánh đèn) chiếu tia ra, tỏa ra* 2. (a) *Nóng chảy, tan ra*; (b) *Nổ lách tách* 3. *(Ngòi nổ) xì, xịt*.

fusible [fyzibl] nm *Dây cầu chì*.

fusil [fyzi] nm (a) *Súng*; f. de chasse *Súng săn*; f. à air comprimé *Súng hơi*; f. harpon *Súng phóng lao*; f. rayé *Súng trường, súng săn*; coup de f. *Phát súng*; Fig: changer son f. d'épaule *Thay đổi ý kiến của ai;* (b) un bon f. *Một phát súng ngay đích*.

fusilier [fyzilje] nm *Lính mang súng trường*; f. marin *Lính thủy đánh bộ*.

fusillade [fyzijad] nf *Loạt đạn bắn, sự xử bắn*.

fusiller [fyzije] vtr (a) *Xử bắn, bắn*; f. qn du regard *Nhìn xoáy vào ai*; (b) *Phung phí (cái gì)*.

fusil - mitrailleur [fyzi mtrajœr] nmpl fusils-mitrailleurs. *Súng trung liên*.

fusion [fyzjɔ̃] nf 1. *Sự nóng chảy* 2. *Sự hợp nhất (các ý kiến); Sự liên kết (các công ty)*.

fusionner [fyzjɔne] vtr & i *(Các công ty) liên kết*.

fut [fy] nm 1. *Kho (súng trường)* 2. (a) *Thân cột;* (b) *Thân cây* 3. *Thùng phuy*.

futaie [fytɛ] nf *Rừng cây lớn*; arbre de haute f. *Cây gỗ*.

futeá [fyte] a *Ranh ma, láu cá*.

futiliteá [fytilite] nf *Tính phù phiếm*; pl futilités *Tính tầm phào, không quan trọng*. futile a *Phù phiếm, tầm phào; (Người) phù phiếm, nhẹ dạ; (Lý do) vu vơ, tầm phào*.

futur [fytyr] 1. a *Sau này, tương lai*; future mère *Bà mẹ tương lai* 2. n mon f., ma future, my fiancé(e) *Vị hôn phu, hôn thê tương lai, chồng, vợ tương lai* 3. nm (a) *Tương lai*; dans un f. proche *Trong tương lai gần*; (b) *Thì tương lai*.

fuyant [fɥijɑ̃] a 1. *Thoáng qua, vụt qua; (Lúc) thoáng qua* 2. *(Trán) lẹp* 3. *(Người) lẩn tránh, thoái khác, đào ngũ*.

fuyard, - arde [fɥijar] n *Kẻ trốn trách nhiệm; Kẻ bỏ trốn; Người đào ngũ*.

G g

G, g [ʒe] nm G, g. *(Chữ cái).*
g abbr gramme(s). *gram.*
gabardine [gabardin] nf **1.** *Vải ga - bạc - đin* **2.** *Áo mưa bằng vải ga - bạc - đin.*
gabarit [gabari] nm **1.** *Mô hình (tàu thủy); Khuôn đúc (bộ phận tàu)* **2.** *Cỡ (xe cộ....); Fig: Vóc người.*
Gabon [gabɔ̃] le G. *Nước Ga - bông.* **gabonais,** - aise a & n *Người Ga - bông (Châu Phi), về nước Ga - bông.*
gêcher [gaʃe] vtr **1.** *Trộn hồ* **2.** (a) *Làm hư hỏng (tờ giấy); Làm cẩu thả, làm vụng về, làm lộn xộn (công việc)* ; (b) *Lãng phí;* g. sa vie, (i) *Hoang phí;* (ii) *Sống bừa bãi.* **gâcheur, - euse 1.** (a) *Lãng phí;* (b) *Cẩu thả* **2.** n (a) *Người lãng phí;* (b) *Người vụng về, lộn xộn.*
gêchette [gaʃɛt] nf *Cò súng*; F: avoir la g. facile *Sẵn sàng nổ súng;* Fig: une fine g. *Nhà thiện xạ.*
gêchis [gaʃi] nm **1.** *Chất thải* **2.** *Tình trạng lộn xộn, rối rắm;* être en plein g. *Bị thực sự bối rối, lộn xộn.*
gadget [gadʒɛt] nm F: *Bộ phận cải tiến (trong máy móc).*
gadoue [gadu] nf *Bùn, rác rến.*
gaffe [gaf] nf **1.** (a) *Sào có móc sắt;* (b) *Lao có mấu (để đánh cá lớn)* **2.** F: *Sự sai lầm ngớ ngẩn;* faire une g. *Sai lầm ngớ ngẩn* **3.** P: faire g. *Coi chừng.*
gaffer [gafe] **1.** vtr (a) *Móc bằng sào móc;* (b) *Phóng lao bắt cá hồi* **2.** vi F: *Làm hỏng; Sai lầm ngớ ngẩn.*
gaffeur, - euse [gafœr, -z] n F: *Người hay mắc sai lầm ngớ ngẩn.*
gag [gag] a F: *Trò khôi hài, cảnh vui.*
gage [gaʒa] nm **1.** *Vật cầm thế, bảo chứng;* mettre qch en g. *Đem cầm cố;* prêteur sur gages *Chủ hiệu cầm đồ* **2.** *Dấu hiệu* **3.** *Tiền bồi thường, vật bị mất* **4.** pl *Tiền lương;* tueur à gages *Kẻ giết mướn.*
gager [gaʒ] vtr (n. gageons) *Đánh cá, đánh cuộc.*

gageure [gaʒyr, gaʒœr] nf *Sự đánh cuộc, vật đánh cuộc.*
gagne - pain [gaɲpɛ̃] nm inv *Việc làm, sinh kế.*
gagner [gaɲe] vtr **1.** (a) *Kiếm (tiền);* g. sa vie *Sinh sống, tìm kế sinh nhai;* (b) *Đạt được; Có lợi;* g. du temps, (*) *Tiết kiệm thì giờ;* (*) *Có thì giờ;* c'est toujours ça de gagné *Điều đó thì quá tốt;* et moi, qu'est - ce que j'y gagne ? *Vậy tôi được lợi cái gì ở đó?* il gagne à être connu *Anh ta có lợi nhờ quen biết* **2.** (a) *Thắng, chiến thắng;* (b) g. la partie *Thắng trận đấu;* vi tu as gagné ! *Anh thắng rồi !;* (c) g. la confiance de qn *Được ai tin tưởng;* (d) *Bị cảm lạnh.* **3.** *Đến, tới một nơi.* **4.** *Lấn vào, bắt kịp;* vi (Về hỏa hoạn); g. du terrain *Chiếm được đất lan rộng;* gagné par le sommeil *Bị cơn buồn ngủ xâm chiếm.* **5.** vi (*Về hỏa hoạn, dịch bệnh*) *lan rộng.* **gagnant, - ante 1.** a *Đoạt được (vé)* **2.** n *Người thắng.*
gaieteá [gete] nf *Sự vui vẻ;* de g. de coeur *Một cách vui vẻ, vô tư.*
gaillard, - arde [gajar, ard] **1.** a (a) *Mạnh khỏe;* (b) *Tiếu lâm, tục (chuyện)* **2.** nm grand g. *Một người vạm vỡ, khỏe mạnh.* **3.** nm g. d'avant *Phần trước của tàu ở dưới boong;* g. d'arrière *Phần đuôi tàu* **4.** nf *Người con gái hư hỏng, trơ tráo.* **gaillardement** adv *Dạn dĩ, táo bạo, mạnh mẽ.*
gain [gɛ̃] nm **1.** (a) *Lợi, lợi ích;* un g. de temps *Sự tiết kiệm thời gian;* (b) *Tiền thu nhập* **2.** (a) *Sự thắng (trong cuộc thi);* avoir g. de cause *Được kiện;* (b) *Được cuộc.*
gaine [gɛn] nf (a) *Bao, vỏ* (b) *Màng bọc, mô;* (c) *Thắt lưng;* (d) *Hầm thông gió.*
gala [gala] nm *Buổi dạ hội, lễ lớn.*
galanterie [galɑ̃tri] nf *Cách phong nhã, lịch sự, nịnh đầm;* dire des galanteries *Ca tụng.* **galant 1.** a (a) *Lịch sự, nịnh đầm;* (b) g. homme *Người đàn ông phong nhã* **2.** nm *Người nịnh đầm.* **galamment** adv *Một cách phong nhã, lịch thiệp.*
galaxie [galasi] nf *Thiên hà.*
galbe [galbe] nm *Đường cong (đồ vật); Đường*

gale *cong (dáng người).* galbé a *Cong; Có hình dáng cân đối.*

gale [gal] nf **1.** Med: *Bệnh ghẻ;* Vet: *Bệnh ghẻ lở (thú vật).* **2.** F: une (mauvaise) g. *Bệnh dịch.*

galeâre [galɛr] nf **1.** Nau: *Thuyền buồm, chiến thuyền xưa;* Fig: que diable allait - il faire dans cette g.? *Anh ta sẽ làm cái qủi gì ở đó ?* **2.** F: *(Công việc) sự khổ sở; (Tình huống) sự lầm than, khổ cực, hành hạ.*

galeárer [galere] vi (je galère; je galérerai) F: **1.** *Làm việc cực khổ* **2.** *Vật lộn, đấu tranh.*

galerie [galri] nf **1.** (a) *Hành lang, phòng triển lãm mỹ thuật;* g. de portrais *Phòng triển lãm tranh;* (b) g. marchande *Dãy bán hàng* **2.** Th: *Lan can, vòng ghế ngồi trong rạp hát;* première g. *Dãy ghế hạng nhất;* seconde g. *Dãy ghế hạng nhì;* troisième g. *Dãy ghế hạng ba;* F: *Những người xem ở hạng bét (dãy chuồng gà, gác cao);* parler pour la g. *Diễn cho khán giả hạng bét* **3.** Min: *Đường hầm* **4.** Aut: *Giá để hành lý trên nóc xe.*

galeárien [galɛrjɛ̃] nm *Tù bị khổ sai chèo thuyền;* Fig: mener une vie de g. *Làm việc như kẻ nô lệ; Sống một cuộc đời lầm than.*

galet [galɛ] nm (a) *Viên đá cuội;* (b) pl galets *Đá cuội;* plage de galets *Bãi biển có nhiều đá cuội.*

galette [galɛt] nf (a) *Bánh tráng;* g. des Rois *Bánh dạ hội;* (b) *Bánh tráng kiểu mạch;* (c) P: *(Tiền bạc) đồng.*

galeux, - euse [gal-, -z] *Ghẻ lở (chó...).*

galimatias [galimatja] nm *Lời nói lúng túng, lắp bắp.*

galipette [galipɛt] nf F: *Sự nhảy lộn nhào.*

Galles [gal] Prnf Geog: le pays de G. *Xứ "Gan"* gallois, - oise **1.** a *Thuộc xứ "Gan"* **2.** n *Người xứ "Gan";* les G. *Những người xứ "Gan"* **3.** nm Ling: *Ngôn ngữ xứ này.*

gallicisme [galisism] nm *Đặc ngữ Pháp.*

gallon [galɔ̃] nm *Ga - lông (đơn vị thể tích).*

gallo - romain [galɔ̃] a *Thuộc Gôlơ-Lamã.*

galoche [galɔʃ] nf *Guốc.*

galon [galɔ̃] nm **1.** *Giải lụa viền quần áo* **2.** *Vết sọc (của Hạ sĩ quan); Giải viền vàng (của sĩ quan);* F: prendre du g. *Được thăng cấp.*

galop [galo] nm *Phi nước đại;* petit g. *Nước phi nhỏ;* prendre le g. *Phi ngựa;* aller au g. *Phi nước đại.*

galopade [galɔpad] nf *Sự phi ngựa;* Fig: *Chạy lao đi.*

galoper [galɔpe] vi *Phi ngựa; Chạy nhanh; (Trẻ con) chạy.* galopanta *(Lạm phát) phi mã.*

galopin [galɔpɛ̃] nm *Thằng bé, thằng nhãi ranh.*

galvanisation [galvanizasjɔ̃] nf *Sự mạ điện, sự tráng kẽm, sự kích động.*

galvaniser [galvanize] vtr **1.** *Mạ điện; Khích động (ai, đám đông)* **2.** *Xi điên.*

galvanomeâtre [galvanɔmetr] nm *Điện kế.*

galvauder [galvode] vtr **1.** *Bêu riếu; Làm nhục nhã, làm hỏng* **2.** se g. *Hỏng.*

gambade [gɑ̃bad] nf *Sự nhảy nhót, nô giỡn.*

gambader [gɑ̃bade] vi *Nhảy, nô giỡn.*

gambas [gɑ̃bas] nfpl *Tôm càng*

Gambie [gɑ̃bi] *Nước Gambia.*

gamelle [gamɛl] nf **1.** *Cái xách đồ ăn, ga - men* **2.** *Thùng sắt (để cắm trại)* **3.** P: ramasser une g. *Ngã đau, thất bại nặng.*

gaminerie [gaminri] nf *Trò trẻ ranh.* gamin, -ine **1.** n *Trẻ con* F: *Đứa trẻ* **2.** a *Sống động, ranh mãnh.*

gamme [gam] nf **1.** Mus: *Âm giai;* faire des gammes *Thực hành âm giai* **2.** *Độ, loạt (màu);* bas, haut, de g. *Giá thị trường thấp, cao;* un produit bas, haut, de g. *Sản phẩm xuống giá, lên giá.*

gammeáe [game] af *Sản phẩm hạng thấp.*

Gand [gɑ̃] *Tên thành phố của nước Bỉ.*

gang [gɑ̃g] nm *Bọn côn đồ.*

ganglion [gɑ̃gljɔ̃] nm *Hạch.*

gangreâne [gɑ̃grɛn] nf **1.** *Chứng hoại thư* **2.** *Ung thư,* se gangrener vpr Med: *Bị hoại thư.*

gangster [gɑ̃gstɛr] nm *Kẻ cướp.*

gangue [gɑ̃g] nf **1.** *Đất có quặng* **2.** Fig: *Vỏ ngoài.*

gant [gɑ̃] nm (a) *Bao tay;* cela vous va comme un g. *Vừa như in;* il faut prendre des gants pour l'approcher *Phải mềm mỏng;* jeter le g. à qn *Khiêu chiến;* relever le g. *Nhận sự thách thức;* (b) g. de toilette *Vải ni.*

ganter [gɑ̃te] vtr **1.** *Mang bao tay;* g. du sept *Lấy bảy thứ trong bao tay* **2.** se g. *Đeo bao tay.* ganté a *Tay có mang bao;* homme g. *Người đeo bao tay.*

garage [garaʒ] nm **1.** *Chỗ bẻ ghi sang đường xép;* voie de g. *Đường tránh* **2.** (a) *Nhà để xe;* g. de canots *Nhà để thuyền;* g. d'avions *Nhà để máy bay;* (b) *Chỗ tránh (trên đường hẹp).*

garagiste [garaʒist] nm *(a) Chủ ga - ra; (b) Thợ máy ở ga - ra.*

garant, - ante [gar(ɑ̃), (ɑ̃)t] n (a) *Người bảo đảm, sự bảo chứng;* se porter g. de qn *Bảo lãnh cho ai;* je m'en porte g. *Tôi bảo đảm về việc đó;* (b) nm *Sự đảm bảo.*

garantie [garɑ̃ti] nf (a) *Bảo đảm (chống lại);* (b) *Bảo đảm, cam kết (trả tiền); Để lại tiền bảo chứng;* verser une somme en g.; donner une g. pour qn *Đứng bảo lãnh cho ai;* (c) Com:

Sự bảo hành.
garantir [gar)tir] vtr 1. *Bảo đảm;* g. un fait *Bảo đảm sự thật;* je vous garantis qu'il viendra *Tôi bảo đảm anh ta sẽ đến* 2. *Che chở, bảo vệ* 3. g. qn contre qch *Bảo đảm ai khỏi mất mát cái gì.*

garce [gars] nf *Con đĩ.*

garçon [garsɔ̃] nm 1. (a) *Con trai;* école de garçons *Trường nam;* c'est un g. manqué *Đó là một cô gái tinh nghịch như con trai;* (b) *Con trai trong gia đình* 2. *Thanh niên;* g. d'honneur *Phù rể;* brave g. *Người thực thà, đứng đắn;* beau g. *Thanh niên đẹp trai* 3. *Người độc thân;* vieux g. *Ông già độc thân;* enterrer sa vie de g. *Dự một đêm dạ hội toàn đàn ông từ giã cuộc sống độc thân.* 4. g. de bureau *Người chạy giấy, đưa tin;* g. de courses *Cậu bé đưa tin;* g. (de café, de restaurant) *Người hầu bàn;* g. d'écurie *Người giữ ngựa;* g. d'étage *Người phục vụ trên lầu.*

garçonnet [garsɔnɛ] nm *Cậu bé, thiếu niên;* rayon g. *Khu thiếu nhi;* taille g. *Cỡ trẻ em.*

garçonnieâre [garsɔnjɛr] nf *Căn hộ của người độc thân, phòng của người độc thân để ăn chơi.*

garde[1] [gard] n (a) *Người canh giữ;* Adm: G. des Sceaux *Vị chưởng ấn;* (b) *Người gác; Lính tuần phiên* g. champêtre; *Nhân viên kiểm lâm;* g. forestier *Người hộ vệ;* g. du corps *Vệ sĩ;* (c) nf *Người trông nom trẻ em* g. d'enfant; (d) *Lính gác.*

garde[2] nf 1. (a) *Sự canh gác, trông nom;* chien de g. *Chó canh giữ;* être sous bonne g. *Được trông nom cẩn thận;* avoir qch en g. *Chịu trách nhiệm về;* g. des enfants *Giám hộ trẻ con (sau khi ly dị);* (b) *Sự bảo vệ* 2. (a) *Canh chừng;* faire la g. *Canh gác;* (b) *Sự canh chừng, trông coi;* en g. ! *Cảnh giác !;* être, se tenir, sur ses gardes *Đề phòng, cảnh bị;* mettre en g. *Cảnh cáo (chống lại)* 3. (a) prendre g. à qch *Coi chừng cái gì;* prenez g.! *Coi chừng !;* (b) prendre g. à qch *Chú ý, coi chừng cái gì;* faire qch sans y prendre g. *Vô tình làm gì;* (c) prendre g. à faire qch *Cẩn thận làm gì;* prenez g. de ne pas vous perdre *Coi chừng bị lạc đường;* (d) prendre g. de faire qch *Cẩn thận đừng làm gì;* prenez g. de tomber *Coi chừng bị ngã;* (e) prendre g. que....(ne) + sub *Đề phòng khỏi xảy ra chuyện gì;* prenez g. qu'il ne vous voie *Cẩn thận để anh ta không thấy bạn* 4. *Sự canh chừng* (a) être de g. *Canh chừng; (Về bác sĩ) trực nhật; (Về hiệu thuốc) mở cửa;* Jur: g. à vue, *(Cảnh sát) canh gác;* (b) la g. *Lính phòng vệ;* (c) (salle de) g. *Phòng nghỉ của lính gác.* 5. *Chuôi (gươm);* jusqu'à la g. *Đến tận chuôi,*

cán; 6. page de g. *Tờ để trắng (ở đầu hoặc cuối cuốn sách).*

garde - aâ - vous [gardavu] nm inv *Nghiêm;* être au g. - à - v. *Đứng nghiêm;* g.- à - v.! *Nghiêm !.*

garde - barrieâre [gardbarjɛr] n pl gardes - barrière(s). *Người gác rào chắn xe lửa.*

garde - boue [gardəbu] nm inv *Cái chắn bùn.*

garde - chasse [gardjas] n pl gardes chasse(s). *Người canh chừng không cho săn trộm thú.*

garde - chiourme [gardəʃjurm] nm pl garde(s)-chiourme(s). *Ngục tối, người trông coi nô lệ.*

garde - côte [gardəkot] nm 1. *Lính tuần duyên* 2. (a) *Tàu tuần duyên;* (b) pl gardecôte(s). *Tàu canh gác bờ biển.*

garde - feu [gardəf-] nm inv *(a) Cái cản số; (b) Khung chắn lò sưởi; (c) Màn chống nóng.*

garde - fou [gardəfu] nm 1. *Lan can* 2. pl garde - fous. *Hàng rào song sắt (ở cầu).*

garde - malade [gardmalad] n pl gardesmalade(s). *Nữ điều dưỡng.*

garde - manger [gardmɑ̃ʒe] nm inv *Chạn, tủ đựng đồ ăn.*

garde - meuble [gardəmœbl] nm pl garde - meuble(s). *Kho chứa đồ đạc.*

garde - pïche [garfəpɛʃ] nm 1. pl gardes - pêche *Lính tuần tra ngư nghiệp* 2. inv *Tàu bảo vệ vùng đánh cá.*

garder [garde] vtr 1. *Canh gác, bảo vệ; Canh chừng (ai, cái gì);* g. les enfants, la boutique *Trông chừng trẻ con, cửa hàng;* g. qn à vue *Canh chừng ai* 2. (a) *Giữ, duy trì;* g. un vêtement (i) *Giữ gìn quần áo; (ii) Giữ quần áo sạch;* g. qn en otage *Cầm, giữ ai làm con tin;* (b) *Giữ gìn* g. une poire pour la soif *Dành dụm, tích cốc phòng cơ;* g. les apparences *Giữ vẻ bề ngoài;* g. son sang - froid *Bình tĩnh;* g. rancune à qn *Căm thù, ác cảm với ai;* g. son sérieux *Giữ vẻ nghiêm trang* 3. *Nằm lại (một nơi);* g. le lit, la chambre *Nằm liệt giường, nằm trong phòng.* 4. *Giữ gìn, tôn trọng;* g. un secret, sa parole *Giữ bí mật, giữ lời;* 5. se g. (a) *Tự vệ;* garde - toi! *Coi chừng !;* (b) se. g de qch *Coi chừng cái gì;* (c) se g. de faire qch *Thận trọng không làm gì;* je m'en garderai bien ! *Tôi sẽ không làm những việc như vậy;* (d) viande qui ne se garde pas bien *Thịt không tươi.*

garderie [gardəri] nf g. (d'enfants) *Nhà trẻ.*

garde - robe [gardərɔb] nf *Tủ quần áo.*

gardien, - ienne [gardjɛ̃, jɛn] n 1. *Người canh giữ; Người chăm sóc; Người quản thủ (bảo tàng); Người giữ (xe hơi); Ngục tối;* g. de la paix *Cánh sát;* Sp: g. (de but) *Thủ môn* **2.** Fig: *Người bảo thủ (truyền thống...).*

gare[1] [gar] int *Coi chừng ! tránh ra ! chú ý !;* g. à la peinture *Coi chừng sơn ướt;* g. à lui si *Coi chừng hẳn nếu không;* g. à tes fesses *! Coi kìa !;* sans crier g. *Không báo trước.*

gare[2] nf *Nhà ga;* g. maritime *Bến tàu;* g. de marchandises *Kho hàng;* g. de triage *Sân để sắp xếp thứ tự;* g. routière *Bến, trạm xe buýt, xe đò;* g. aérienne *Ga hàng không.*

garenne [garɛn] nf *Nơi có nhiều thỏ;* lapin de g. *Thỏ rừng, thỏ hoang.*

garer [gare] vtr **1.** *Bỏ neo (tàu)* **2.** *(a) Cho ô tô vào ga - ra; (b) Đậu (xe hơi);* mal garé *Đậu không đúng;* garé en double - file *Đậu hàng đôi* **3.** se g. (a) *Đậu xe;* (b) se g. de qch *Thoát khỏi cái gì.*

gargariser (se) [səgargarize] vpr *Súc miệng.*

gargarisme [gargarism] nm *(a) Nước, thuốc súc miệng; (b) Việc súc miệng.*

gargote [gargɔt] nf *Quán ăn rẻ tiền.*

gargouille [garguj] nf (a) *Vòi (nước ở máng xối);* (b) *Miệng máng xối.*

gargouillement [gargujm)] nm *Tiếng ồng ộc, tiếng róc rách (nước chảy), tiếng sôi bụng (trong dạ dày).*

gargouiller [garguje] vi *Róc rách, sôi bụng.*

gargouillis [garguji] nm *Tiếng sôi bụng.*

garnement [garnəm)] nm (mauvais) g. *Kẻ vô lại.*

garnir [garnir] vtr **1.** *Cung cấp (với);* g. qch à l'intérieur *Lót bên trong* **2.** *Trang trí (áo, nón); Bày biện (món ăn)* **3.** *Lắp (pit - tông); Ráp (phanh, thắng); Mắc mồi (vào lưỡi câu).* garni **1.** a *Lót kỹ (túi); (Món ăn) được bày biện đẹp;* plat g. *Món rau trộn thịt* **2.** nm *Phòng được trang trí.*

garnison [garnizɔ̃] nf *Doanh trại quân đội;* ville de g. *Thành phố đóng quân;* être en g. à *Đóng quân tại.*

garniture [garnityr] nf **1.** *Đồ trang trí;* g. de lit *Bộ đồ giường;* g. intérieure d'une voiture *Bộ ghế bọc nệm của xe ô tô.* **2.** *Vải thêu đăng ten* **3.** *Bộ;* g. de bureau *Bộ bàn ghế (văn phòng);* g. de toilette *Bộ đồ dùng phòng tắm* **4.** Cu: *Sự bày biện các món (trên đĩa) thức ăn* **5.** (a) *Nguyên vật liệu dùng để đóng bao bì, nhân để làm món thịt dồn;* (b) *Lớp vải lót (ở bàn thắng).*

garrot [garo] nm **1.** *Dây, băng cầm máu* **2.** *Dụng cụ dùng để thắt cổ* **3.** *U vai (ở ngựa).*

garrotter [garɔte] vtr *Cột, trói chặt (một tù nhân).*

gars [gɑ] nm F: *Gã tuổi trẻ, thanh niên;* allons - y, les g. *! Nào, tiến lên các chàng trai.*

Gascogne (la) [lagaskɔɲ] *Xứ Gascogne;* le golfe de G. *Vịnh Biscay.* gascon, - onne a & n *Thuộc Gascogne, người gascogne.*

gas (-) **oil** [gazwal] nm *Dầu xăng.*

gaspillage [gaspijaʒ] nm *Sự phung phí;* c'est du g. *Quả là lãng phí.*

gaspiller [gaspije] vtr *Phí phạm, lãng phí.* gaspilleur, - euse **1.** a *Phung phí, hoang phí* **2.** n *Kẻ phung phí, kẻ lãng phí.*

gastrite [gastrit] nf *Chứng sưng dạ dày.* gastrique a *Thuộc về dạ dày.*

gastronome [gastrɔnɔm] nm *Người sành ăn.*

gastronomie [gastrɔnɔmi] nf *Nghệ thuật ăn uống.* gastronomique a *Thuộc về nghệ thuật ăn uống.*

gêteau, - eaux [gɑto] nm **1.** *Bánh ngọt, bánh nhân trái cây;* g. sec *(*) Bánh qui ngọt;* (**) *Bánh ngọt không dùng bột nổi;* g. de riz *Bánh ngọt bằng gạo và sữa;* F: papa g. *Người cha hay nuông chiều;* F: c'est du g. *Đó là việc dễ như trở bàn tay;* partager le g. *Được chia một phần (lợi tức)* **2.** g. de miel *Tầng mật ong.*

gêter [gɑte] vtr **1.** (a) *Làm hỏng, làm hư,* cela ne gâte rien *Cái đó không gây một tác hại nào;* (b) *Cưng, nuông chiều (đứa trẻ)* **2.** se g. *Làm hư, hao;* le temps se gâte *Thời tiết trở nên xấu.* gâté a *Hư hỏng, có dấu hiệu hư hỏng (thịt); (Trái cây) thối; (Răng) sâu;* enfant g. *Đứa trẻ hư,* on est g. *Chúng ta không gặp may phải không?.*

gêterie [gɑtri] nf *Sự đối đãi, cư xử, quà bánh cho trẻ con.*

gêteux, - euse [gɑt-, -z] **1.** a *Lẫng, lẫm cẩm* **2.** n *Người lẫm cẩm.*

gêtisme [gɑtism] nm *Sự nuông chiều (trẻ em).*

gauche [goʃ] a **1.** *Lệch lạc, quanh co* **2.** *Vụng về* **3.** (a) main g. *Tay trái;* rive g. *Bờ trái tả ngạn (của con sông);* (b) nf assis à ma g. *Ngồi ở phía trái tôi;* tiroir de g. *Ngăn kéo phía trái;* (c) nm *Cú đấm bằng tay trái;* (d) nf Pol: la g. *Cánh tả* **4.** à gauche *Về phía trái, ở về phía trái của;* tournez à g. *Quay trái.* gauchement adv *Một cách vụng về, lóng cóng.* gaucher, - ère a *Thuận tay trái.*

gaucherie [goʃri] nf **1.** *Sự thuận tay trái* **2.** *Sự vụng về, lóng cóng.*

gauchir [goʃir] **1.** vpr & i *(Về gỗ) cong oằn* **2.** vtr *Vặn cong, bẻ cong.*

gauchisant, - e [goʃiz-,)t] a & n Pol: *Khuynh tả, người ủng hộ phái tả.*

gauchisme [goʃism] nm *Cánh tả Thuộc cánh tả.*

gauchissement [goʃism)] nm *Sự cong, sự oằn,*

sự vênh.
gaufre [gofr] nf **1.** Cu: *Bánh kẹp*; moule à gaufres *Khuôn bánh kẹp* **2.** g. de miel *Tầng mật ong*.
gaufrette [gofrɛt] nf Cu: *Bánh kẹp nhỏ, bánh quy nướng*.
gaufrier [gofrije] nm Cu: *Khuôn bánh kẹp*.
gaule [gol] nf *Cây sào dài*.
gaullisme [golism] nm *Chủ nghĩa Đơ - gôn*. gaulliste a & n *Thuộc chủ nghĩa Đờ gôn, người theo chủ nghĩa Đơ gôn*.
gaulois, - oise [golwa, war] **1.** a *Thuộc xứ gô loa*; esprit g. *Tinh thần gô loa* **2.** n les G. *Những người gô loa (tổ tiên người Pháp)* **3.** nf *Thuốc lá gô loa (tên một loại thuốc hút của Pháp)*.
gavage [gavaʒ] nm *Sự nhồi nhét, tọng thức ăn vào để vỗ béo (gà, ngỗng)*.
gaver [gave] vtr **1.** *Nhồi nhét, tọng thức ăn vào (ngỗng)* **2.** *Nhồi nhét (người nào) bằng thức ăn, tư tưởng* **3.** se g. *Ngốn ngấu nghiến (thức ăn)*
gaz [gɑz] nm *Hơi, khí*; g. de ville *Khí đốt ở thành phố*; faire la cuisine au g. *Nấu bếp bằng khí đốt*; g. toxique *Hơi độc, khí độc*; g. délétère, g. lacrymogène *Hơi cay*; F: mettre les g. *Nhấn ga, tăng số, vội vàng lên*; à. pleins g. *Hết tốc lực*; g. d'échappe ment *Hơi khói thoát ra ngoài*; Med: avoir des g. *Bị no hơi*. gazeux, - euse a *(a) Thuộc thể khí; (b) (Nước giải khát) có gaz*.
gaze [gɑz] nf *Vải sa, vải ga*; g. métallique *Lưới thép mỏng*.
gazelle [gazɛl] nf *Con linh dương*.
gazer [gaze] **1.** vtr *Xông hơi ngạt, thả hơi ngạt* **2.** vi ça gaze ! *Đồng ý mọi cái chứ?* ca gaze ? *Cái gì nào?*
gazinièare [gazinjɛr] nf *Bếp ga*.
gazoduc [gazɔdyk] nm *Ống dẫn khí (đốt)*.
gazogeâne [gazɔʒɛn] nm *Lò ga, nơi sản xuất ga*.
gazole [gazɔl] nm *Dầu nhớt*.
gazomeâtre [gazɔmɛtr] nm *Khí kế, đồng hồ đo áp suất khí*.
gazon [gɑzɔ̃] nm *(a) Bãi cỏ thấp; (b) Bãi cỏ; (c) motte de g. Mô đất có cỏ mọc*.
gazouillement [gazujm] nm *Tiếng hót, líu lo, tiếng ríu rít; Tiếng bập bẹ (của con trẻ)*.
gazouiller [gazuje] vi *(Chim) hót líu lo, kêu ríu rít; (Trẻ con) bập bẹ*.
gazouillis [gazuji] nm Gazouillement.
GDF abr Gaz de France. *Cơ quan khí đốt của Pháp*.
geai [ʒɛ] nm *Chim cưỡng*.

geáant, - ante [ʒe),)t] **1.** n *Người khổng lồ* **2.** a *(a) To lớn; Com: (Kích cỡ) lớn; (b) F: Kỳ lạ, vĩ đại*.
Geiger [ʒeʒɛr] nm *Máy đếm Geiger*.
geignard, - arde [ʒɛɲar, ard] n *Người hay than vãn, rên rỉ*.
geignement [ʒɛɲəm)] nm *Sự than vãn, sự rên rỉ*.
geindre [ʒɛdr] vi *Than van, than thở*.
gel [ʒɛl] nm (a) *Sự đóng giá, đóng băng*; Fig: g. des crédits *Tài khoản ổn định*; (b) Ch: *Chất sền sệt*.
geálatine [ʒelatin] nf *Chất gelatin*. gélatineux, - euse a *Sền sệt*.
geleáe [ʒəle] nf **1.** *Sự đông giá*; g. blanche *Sương muối* **2.** Cu: *Nước quả đông, nước thịt đông*.
geler [ʒəle] v (je gèle) **1.** vtr *Làm đông lại* **2.** vi (a) *Trở nên đông cứng, đóng giá*; l'étang a gelé *Nước hồ đã đóng giá*; on gèle ici *Đang rét cóng ở đây*; (b) il gèle *Trời lạnh giá*; il gèle à pierre fendre *Trời lạnh cứng người*. gelé a **1.** *Đóng giá* **2.** *Nhức vì tê cóng*.
geálule [ʒelyl] nf *Viên nang, viên con nhộng*.
gelure [ʒəlyr] nf *Chứng đau nhức vì lạnh cóng*.
Geámeaux [ʒemo] nmpl *Chòm sao Song nam*.
geámir [ʒemir] vi *Than vãn, rên rỉ*.
geámissement [ʒemism)] nm *Tiếng than vãn, tiếng rên rỉ*.
gemme [ʒɛm] nf **1.** (a) *Ngọc, đá quí*; (b) a sel g. *Muối mỏ* **2.** *Nhựa thông*.
gencive [ʒ)siv] nf *Lợi răng*.
gendarme [ʒ)darm] nm *Cảnh sát*.
gendarmerie [ʒ)darməri] nf **1.** (a) *Hiến binh, cảnh sát*; (b) la G. royale du Canada *Lực lượng cảnh sát hoàng gia Canada*. **2.** *(Địa phương) cảnh sát đường phố*.
gendre [ʒ)dr] nm *Rể, con rể*.
geâne [ʒɛn] nm *Gien*.
gı̈ne [ʒɛn] nf **1.** *Sự khó chịu, sự bối rối*; sans g. *Thoải mái sổ sàng, trơ trẽn*; **2.** être dans la g. *Trong tình trạng khó khăn về tài chính*. gênant a **1.** *Nặng nề, trì trệ* **2.** *Lúng túng, ngượng nghịu; (Về người) gây bực bội khó chịu*.
geáneáalogie [ʒenealɔʒi] nf *Phả hệ học; Gia phả, phả hệ*. généalogique a *Thuộc về phả hệ*; arbre g. *Cây phả hệ*.
gı̈ner [ʒene] vtr **1.** *Gây chật chội, làm gò bó*; mes souliers me gênent *Đôi giày tôi quá chật* **2.** *Ngăn trở, làm trở ngại, gây cản trở*; g. la circulation *Gây cản trở lưu thông* **3.** *Gây khó chịu, phiền toái*; cela vous gênerait - il que je revienne demain ? *Ngày mai tôi quay trở lại, anh có khó chịu lắm không?* la fumée ne vous

gêne pas? *Khói thuốc lá không làm cô khó chịu chứ ?* **4.** se g. *Ngượng, ngại ngùng*; je ne me suis pas gêné pour le lui dire *Tôi không ngượng ngùng để nói với anh ta rằng*; ne te gêne pas pour moi ! *Không có gì phải ngại ngùng về tôi cả !*. gêné a *(a) Lúng túng, ngượng ngùng; (b) Túng bấn.*

geáneáral, - aux [ʒeneral] **1.** a *Chung, tổng quát*; en règle générale *Về nguyên tắc chung*; d'une façon générale *Nói chung, một cách đại cương;* Th: répétition générale, nf générale *Buổi tổng dợt*; quartier g. *Trụ sở chính, đại bản doanh* **2.** nm Mil: *Tướng;* g. de brigade *Lữ đoàn trưởng* **3.** nf *(a)* madame la générale *Bà phu nhân đại tướng; (b) Tiếng kêu báo động; (c)* Th: *Diễn tập về trang phục*. généralement adv *Một cách tổng quát*; g. parlant *Nói tóm tắt, nói sơ bộ.*

geáneáralisation [ʒeneralizasjɔ̃] nf *Sự phổ thông hoá, khái quát hoá.*

geáneáraliser [ʒeneralize] vtr **1.** *Tổng quát hoá, khái quát hoá,* **2.** se g. *Thành phổ thông.*

geáneáraliste [ʒeneralist] n Med: *Bác sĩ đa khoa.*

geáneáraliteá [ʒeneralite] nf *Tính cách phổ thông*; dans la g. des cas. *Trong các trường hợp phổ biến, theo cách phổ biến, thường gặp.*

geáneárateur, - trice [ʒeneratœ r, tris] **1.** a *Gây ra, sinh ra* **2.** nm *Máy phát điện.*

geáneáration [ʒenerasjɔ̃] nf *Thế hệ, sự nảy sinh, sự phát sinh.*

geáneárer [ʒenere] vtr (je génère, je générerai) *Tạo ra, phát ra, làm nảy sinh.*

geáneáreux, - euse [ʒener-, -z] a *(a) Cao quí, cao thượng (tâm hồn); (b) Hào phóng, rộng rãi.* généreusement adv *Một cách rộng rãi.*

geáneárique [ʒenerik] **1.** a *Có đặc tính chung (tên thuốc)*; produit g. *Loại hàng hóa có mang tên hãng sản xuất* **2.** nm Cin: *Danh sách diễn viên, đạo diễn quay phim (ở đầu hay cuối phim).*

geáneárositeá [ʒenerɔzite] nf *(a) Tính rộng lượng, hào phóng; (b) pl Hành động, nghĩa cả hào phóng, rộng lượng.*

Geánes [ʒen] Prnf Geog: *Thành phố Gieno.*

geneâse [ʒenɛz] nf *Khởi nguyên căn nguyên*; B: la G. *Cuốn "sáng thế kỷ".*

genït [ɔɔnɛ] nm Bot: *Cây kim tước, cây đậu chổi.*

geáneátique [ʒenetik] **1.** a *Thuộc về gen* **2.** nf *Di truyền học.*

gïneur, - euse [ʒenœ r, -z] n *Người quấy rầy, phá đám.*

Geneâve [ʒɔnɛv] Prnf Geog: *Thành phố Gienevơ.*

geneávrier [ʒɔnevrije] nm Bot: *Cây đỗ tùng.*

geánial, - aux [ʒenjal, o] a *Lỗi lạc, tài ba; F: Vĩ đại.* génialement adv *Một cách lỗi lạc, tài ba.*

geánie [ʒeni] nm **1.** *(a) (Bảo hộ) hồn người đã chết; Thần bản mệnh; (b) Thần thánh, quý thần* **2.** *(a) (Phẩm chất) cao quý*; homme de g. *Người có phẩm chất cao quý; (b) (Người) thiên tài; (c)* g. d'une langue *Đặc tính của một ngôn ngữ, tinh hoa của một ngôn ngữ* **3.** (a) g. civil, (*) *Ngành giao thông, công chánh* (**) *Kỹ sư công chánh* (b) g. militaire *Cục, ngành kỹ thuật, đội công binh.*

genieâvre [ʒɔnjɛvr] nm **1.** Bot: *(a) Quả bách xù; (b) Cây bách xù* **2.** *Rượu gin.*

geánisse [ʒenis] nf *Bò cái tơ.*

geánital, - aux [ʒenital] a *Thuộc về sinh dục;* organes génitaux *Cơ quan sinh dục.*

geánitif [ʒenitif] nm Gram: *Dạng sở hữu*

geánocide [ʒenɔsid] nm *Sự diệt chủng.*

geánois, - oise [ʒenwa, waz] **1.** a & n *Thuộc Gê-noa, người Gê-noa;* **2.** nf *Bánh ngọt Gê-noa.*

genou, - oux [ʒɔnu] nm *Đầu gối*; enfoncé jusqu'aux genoux dans la boue *Bùn ngập đến tận gối*; se mettre à genoux *Quỳ xuống*; à genou(x) *Quỳ gối;* demander qch à genoux *Khúm núm van xin cái gì*; être sur les genoux *Bị kiệt sức*; tenir qn sur ses genoux *Để ai ngồi trên về, trong lòng.*

genouilleâre [ʒɔnujɛr] nf Fb: *Cái bọc bao đầu gối.*

genre [ʒ)r] nm **1.** *Giống loại*; le g. humain *loài người* **2.** *Kiểu, cách*; g. de vie *Cách sống*; c'est plus dans son g. *Quá nhiều trong hạng người đó*; c'est un artiste dans son g. *Ông ta là một họa sĩ theo phong cách của mình*; c'est dans le g. de *Cùng một thứ với nhau*; ce n'est pas mon g. (*) *Anh ta, cô ta...không phải là kiểu người của tôi;* (**) *Thật sự không phải là tôi*; ce n'est pas son g. *Không phải là hạng người của anh ta, cô ta...*; il n'est pas du g. à se plaindre *Anh ta không phải là hạng người thường van. 3. (Về nghệ thuật) phong cách, đường lối thể hiện.* **4.** *Kiểu cách, khiếu*; avoir bon, mauvais g. *Có cách cư xử tốt, xấu*; faire du g. *Làm vẻ giả tạo* **5.** Gram: *Giống.*

gens [ʒ)] nmpl *(Ban đầu là giống cái và các tính từ theo sau gens đều theo giống cái, nhưng các cụm từ như sau đều ở giống đực,* ces bonnes gens sont venus me trouuer; quells sont ces gens ? quels ou quelles sont ces bonnes gens ? Tout *thay đổi về giống như một tính từ theo sự thay đổi của tính từ đi sau* toutes ces bonnes gens nhưng tous ces pauvres gens) **1**. *Người, hạng người, những người (đàn ông và đàn bà)*; peu de g. *Ít người*; qui sont ces g. - *là ? Các người đó là ai vậy ?* ils ne sont pas g. à se plaindre *Họ không phải hạng rên rỉ* **2**. *(a) jeunes g. (*) Tầng lớp thanh niên; (**) Người trai trẻ;* (b) g. du monde *Người có vai vế;* les g. du pays *Người địa phương;* (c) *Người ở, người giúp việc*.

gentilhomme [ʒ)tujɔ̃m] nm Hist: & Lit: pl gentilshommes *Người đàn ông quý tộc*.

gentilhommieâre [ʒ)tijɔmjɛr] nf *Trang viên, điền trang*.

gentillesse [ʒ)tijɛs] nf **1**. *(a) Sự thanh lịch, phong cách duyên dáng;* (b) *Sự ân cần, sự tử tế;* auriez - vous la g. de *Anh có sẵn lòng xin* **2**. pl dire des gentillesses *Nói những điều tốt đẹp, tử tế*.

gentil, - ille [ʒ)ti, ij] a (a) *Ân cần, tử tế;* c'est g. à vous de m'écrire *Anh quá là tử tế khi biên thư cho tôi;* (b) un g. petit chaton *Con mèo con nhỏ bé, xinh xắn;* (c) *Tốt đẹp, đàng hoàng;* (d) c'est bien g. mais... *Rất tốt, nhưng....;* c'est g., sans plus *Chỉ là ân cần, tử tế thế thôi.* **gentiment** adv *Một cách ân cần, dễ thương*.

geánuflexion [ʒɛnyflɛksjɔ̃] nf *Sự quỳ gối*.

geáodeásie [ʒeɔdezi] nf *Trắc địa học*.

geáographe [ʒeɔgraf] n *Nhà địa lý*.

geáographie [ʒeɔgrafi] nf *Địa lý học.* géographique a *Thuộc về địa dư, địa lý*.

geöle [ʒol] nf A: & Lit: *Nhà tù, nhà ngục*.

geölier, - ieâre [ʒolje, jɛr] n A: & Lit *Quản ngục, cai ngục*.

geáologie [ʒeɔlɔʒi] nf *Địa chất học.* géologique a *Thuộc địa chất học*.

geáologue [ʒeɔlɔg] n *Nhà địa chất học*.

geáomeâtre [ʒeɔmɛtr] nm (arpenteur) g. *Nhà trắc địa*.

geáomeátrie [ʒeɔmetri] nf *Hình học;* avion à g. variable *(Máy bay) cánh cụp tự động.* géométrique a *Thuộc về hình học*.

geáothermique [ʒeɔtermik] a *Thuộc về địa nhiệt*.

geárance [ʒer)s] nf *Sự quản lý, chức vụ quản lý;* mettre qch en g. *Đặt cái gì vào sự quản lý;* g. libre *Sự thuê mướn*.

geáranium [ʒeranjɔm] nm Bot: *Cây phong lữ thảo*.

geárant, - ante [ʒer),)t] n *Người quản lý; Người điều hành;* g. d'immeuble *Người cho mướn (nhà, đất);* rédacteur g. *Chủ bút, trưởng ban biên tập*.

gerbe [ʒɛrb] nf *Bó (lúa mì);* g. de fleurs *Bó hoa;* g. d'étincelles *Một chùm tia lửa;* g. d'eau *Tia nước phun*.

gerber [ʒɛrbe] **1**. vtr *Bó lại;* **2**. vi (a) *Bắn ra, phun ra;* (b) P: *Từ bỏ, ói mửa*.

gercer [ʒɛrse] vtr & i **1**. *Làm nứt, làm rạn (đất); Làm nứt nẻ (tay)* **2**. se g. *(Tay) nứt nẻ; (Môi) nứt.* gercé a *Bị nứt nẻ (tay); Bị nẻ (môi)*.

gerçure [ʒɛrsyr] nf *Vết nứt, vết nẻ, vết rạn (trên da)*.

geárer [ʒere] vtr (je gère; fu je gérerai) *Quản lý, điều hành (một cơ sở, một khách sạn);* mal g. *Quản lý tồi, điều hành dở*.

geáriatrie [ʒerjatri] nf Med: *Khoa lão bệnh học, bệnh tuổi già*.

germain, - aine [ʒ(rm(, ɛn] a cousin g. *Anh em chú bác ruột, cậu cô ruột*.

germanique [ʒermanik] a *Thuộc về nước Đức*.

germaniste [ʒermanist] n *Nhà Đức học (nghiên cứu về ngôn ngữ, tập quán, văn minh...Đức)*.

germe [ʒɛrm] nm *Mầm, mắt mầm (ở khoai tây);* pousser des germes *Nẩy mầm;* les germes de la corruption *Mầm mống của sự hư hỏng, đồi bại*.

germer [ʒɛrme] vi *Nẩy mầm, đâm chồi*.

germination [ʒerminasjɔ̃] nf *Sự nẩy mầm, sự đâm chồi*.

geárondif [ʒerɔ̃dif] nm Gram: **1**. *Danh động từ* **2**. *Thuộc danh động từ*.

geárontologie [ʒerɔ̃tɔlɔʒi] nf Med: *Khoa học nghiên cứu về tuổi già và sự lão hoá.* gérontologique a *Thuộc về khoa nghiên cứu tuổi già và sự lão hóa*.

geárontologue [ʒerɔ̃tɔlɔg] n *Chuyên gia nghiên cứu về tuổi già và sự lão hóa*.

geásier [ʒezje] nm *Diều (chim, gà)*.

geásir [ʒezir] vi def (prp gisant; pr ind il git, n. gisons) *Nằm, an nghỉ (ghi trên mộ chi)* ci - git *Nơi đây an nghỉ*.

gestation [ʒɛstasjɔ̃] nf *(Thời kỳ của) sự ấp ủ, thai nghén (ý tưởng); Thời kỳ mang thai, thai nghén*.

geste [ʒɛst] nm *Sự cử động, cử chỉ;* d'un g. de la main *Bằng một cái vẫy tay;* écarter qn d'un g. *Xua đuổi ai bằng một cái vẫy tay;* faire un g. *Làm một cử chỉ, điệu bộ;* joindre le g. à la parole *Thể hiện hành động theo lời nói*.

gesticulation [ʒɛstikylasjɔ̃] nf *Sự khoa tay, múa chân*.

gesticuler [ʒɛstikyle] vi *Khoa tay, múa chân*.

gestion [ʒɛstjɔ̃] nf *Sự quản lý (một cơ sở, một công ty); Sự điều hành, sự kiểm soát;* mauvaise g. *Sự tổ chức tồi, sự quản lý dở.* **gestionnaire 1**. a *Thuộc về sự quản lý;* compte g. *Quản lý kế toán* **2**. n *Người điều hành, quản lý*.

geyser [ʒezɛr] nm *Suối phun nước tự nhiên*.

Ghana [gana] Prnm Geog: *Nước Gana (châu Phi) ghanéen, - éenne a & n Xứ Gana - thuộc Gana - người Gana.*

ghetto [gɛto] nm *Khu ổ chuột.*

gibecieâre [ʒibsjɛr] nf *Túi da, túi mang vai.*

gibet [ʒibɛ] nm *Giá treo cổ.*

gibier [ʒibje] nm *Con mồi, thú để săn;* gros g. *Thú săn lớn;* g. à poil *Thú săn thường (thú săn có lông);* g. à plumes *Chim (mồi) để săn;* g. d'eau *Chim săn ở vùng đầm lầy, có nước;* g. de potence *Kẻ vô liêm, đáng treo cổ.*

gibouleáe [ʒibule] nf *Trận mưa (đá, tuyết) bất thình lình;* g. de mars *Cơn mưa tháng Ba.*

giboyeux, - euse [ʒibwaj-, -z] a *Có nhiều thú săn.*

gicleáe [ʒikle] nf *Sự bắn ra thành tia (nước, máu).*

gicler vi *Bắn ra, vọt ra; (Về nước, máu) phun ra, bắn tóe ra; (Về bùn) văng tung tóe.*

gicleur [ʒikle] nm *Ống phun nhỏ, nơi phụt ra các tia.*

gifle [ʒifl] nm *Cái tát (vào mặt).*

gifler [ʒifle] vtr *Tát vào mặt ai.*

gigantesque [ɔig)tɛsk] a *To lớn, khổng lồ.*

gigogne [ʒigɔɲ] a *Giường tầng;* table g. *Bộ bàn gồm nhiều cái lồng vào nhau.*

gigolo [ʒigɔle] nm *Chàng điếm, ma cô.*

gigot [ʒigo] nm Cu: *Đùi thịt cừu.*

gigoter [ʒigɔte] vi F: *Cựa quậy, ngo ngoe, nhúc nhích.*

gilet [ʒilɛ] nm (a) *Áo gi - lê;* (b) g. pareballes *Áo giáp mặc bên ngoài;* g. de sauvetage *Áo cứu hộ;* (c) g. (de corps) *Áo lót;* (d) *Áo jacket len đan, gài trước.*

gin [dʒin] nm *Rượu gin.*

gingembre [ʒ(ʒ)br] nm *Cây gừng.*

girafe [ʒiraf] nm *(a) Z: Con hươu cao cổ; (b) Người cao và gầy.*

giration [ʒirasjɔ] nf *Sự xoay tròn.* giratoire a *Xoay tròn, hồi chuyển;* sens g. *Đi theo đường vòng tròn.*

girl [gœrl] nf *Nữ diễn viên nhạc kịch hài, nữ diễn viên ca múa nhạc.*

girofle [ʒirɔfl] nm *Cây đinh hương;* clou de g. *Nụ đinh hương.*

girofleáe [ʒirɔfle] nf *Cây hoàng anh;* g. des murailles *Cây đinh hương vàng.*

girolle [ʒirɔl] nf *Nấm mồng gà.*

giron [ʒirɔ] nm *Phần từ thắt lưng đến đầu gối;* Fig: rentrer dans le g. de *Trở về trong sự bảo bọc của;* ne viens pas pleurer dans mon g. *Đừng đến sà vào lòng tôi mà khóc lóc than thở.*

girouette [ʒiwɛt] nf *Chong chóng mũi tên chỉ chiều gió.*

gisement [ʒizm)] nm (a) Geol: *Lớp mỏ, vỉa quặng; Lớp lắng tụ;* g. pétrolifère *Mỏ dầu;* (b) *Mạch;* (c) g. préhistorique *Di chỉ tiền sử;* (d) Com: *Mục tiêu.*

gitan, - ane [ʒit), an] a & n *Dân du mục hát rong.*

gite [ʒit] nm **1.** (a) *Chỗ ở;* g. (rural) *Chỗ trú, chỗ ở ở đồng quê;* (b) *Hang thổ* **2.** *Địa tầng, vỉa (quặng mỏ)* **3.** *Phần thịt ở cẳng trên của bò;* g. à la noix *Thịt thăn.*

gîter [ʒite] vi *Nghiêng (tàu).*

givre [ʒivr] nm *Sương giá.*

givrer [ʒivre] **1.** vtr *(a) Phủ sương giá; (b) Trang trí kem (trên mặt bánh)* **2.** vtr & pr *Đóng băng.* givré a **1.** *Giá buốt* **2.** *(Bánh) được phủ một lớp kem;* orange givrée *Cam bọc nước trái cây và đường* **3.** P: *(a) Người say rượu; (b) Người ngu dại, khùng.*

glabre [glabr] a *Nhẵn nhụi (cằm, khuôn mặt).*

glaçage [glasaʒ] nm *Sự làm láng bóng, sự tráng kem.*

glace [glas] nf **1.** *Nước đá, băng;* g. flottante *Băng trôi;* retenu, pris, par les glaces *Kẹt trong băng;* un accueil de g. *Cuộc tiếp đón lạnh nhạt;* rester de g. *Trở nên lạnh lùng, bất động.* **2.** (a) *Gương, kính phẳng;* (b) *Gương soi;* g. à main *Gương cầm tay;* (c) Aut: *Cửa kiếng (xe ô tô)* **3.** Cu: *Kem đá.*

glacer [glase] vtr (n. glaçons) **1.** *(a) Đóng băng, thành giá;* cela me glace le sang *Điều đó làm tôi sợ hãi đến lạnh người;* (b) *Ướp lạnh (nước);* (c) *Phết kem (lên bánh);* (d) *Phết kem (lên bột làm bánh); Trang trí mặt ngoài (một tờ giấy)* **2.** *(Nước) phủ một lớp băng.* glacé a **1.** *(a) Đóng băng (sông); (b) Lạnh buốt;* j'ai les pieds glacé *Các ngón chân tôi đều lạnh cóng;* g. jusqu'aux os *Lạnh buốt thấu xương;* (c) *Cà phê ướp lạnh.* **2.** *Làm láng bóng (tờ giấy);* Cu: cerises glacées *Món xơ ri ướp lạnh.*

glaciaire [glasjɛr] a Geol: *Sự xói mòn của Băng hà;* période g. *Thời kỳ, giai đoạn băng hà.*

glacial, - als, or - aux [glasjal] *Lạnh buốt, lạnh giá; Vùng cực;* accueil g. *Cuộc đón tiếp lạnh nhạt.* glacialement adv *Một cách lạnh buốt, lạnh giá.*

glaciation [glasjasjɔ] nf *Sự đóng băng.*

glacier[1] [glasje] nm Geol: *Băng hà.*

glacier[2] nm *Kem đá (*) Xưởng làm kem; (**) Người bán kem.*

glacieâre [glasɛr] nf (a) *Ngăn đá trong tủ lạnh;* (b) F: *Tủ lạnh;* (c) *Thùng tủ lạnh để bảo quản thức ăn khi cắm trại.*

glaçon [glasɔ̃] nm (a) Geol: *Khối băng trôi*; (b) *Cột băng nhũ*; (c) Cu: *Khối băng*; whisky aux glaçons *Rượu whisky pha trong đá đập vụn*; (d) F: c'est un g.! *Anh ta là một tay lạnh lùng nhạt nhẽo!*.

gladiateur [gladjatœr] nm *Dũng sĩ giác đấu*.

glaïeul [glajœl] nm Bot: *Hoa lai - ơn*.

glaire [glɛr] nf *(a) Lòng trắng trứng; (b) Đàm, giải, chất nhờn*.

glaise [glɛz] nf (terre) g. *Đất sét*. glaiseux, -euse a *Như đất sét, có chứa đất sét*.

gland [gl)] nm 1. *Quả đầu* 2. *Tua vải (để trang trí)*.

glande [gl)d] nf *Tuyến, hạch*. glandulaire a *Thuộc về tuyến, hạch*.

glander glandouiller [gl) de gl) duje] vi F: *Lang thang, quanh quẩn; Lãng phí thời gian*.

glaner [glane] vtr *Lượm, mót*.

glaneur, - euse [glanœr, -z] n *Người đi mót, đi lượm*.

glapir [glapir] vi *Kêu ăng ẳng; (Về người) ho hen, la hét*.

glapissement [glapismɑ̃)] nm *Tiếng kêu ăng ẳng*.

glas [glɑ] nm *Chuông báo tử;* sonner le g. *Rung hồi chuông báo tử*.

glasnost [glaznɔst] nf *(Liên Xô cũ) sự thẳng thắn và công khai*.

glaucome [glokom] nm Med: *Bệnh tăng nhãn áp*.

glauque [glok] a *Lục - lam*.

glissade [glisad] nf 1. *Sự trượt ;* Av: g. sur l'aile, sur la queue *Sự trượt về một bên cánh, một bên đuôi*. 2. (a) *Trợt, trượt;* faire une g. *Trợt chân;* (b) Danc: *Lướt bằng chân (vũ Ba lê)*. 3. *Sự trượt trên băng*.

glissement [glismɑ̃)] nm g. de terrain *Đất chuồi;* g. de sens *Sự sai lệch về nhận định;* Pol: g. à gauche *Khuynh tả*.

glisser [glise] 1. vi (a) *Trượt;* le couteau lui a glisse des mains *Con dao trượt khỏi tay anh ta;* (b) *(Về bánh xe) trượt;* Av: g. sur l'aile *Chao đảo (máy bay);* (c) *Trượt trên băng;* attention! *Cẩn thận, trơn trợt;* se laisser g. le long d'une corde *Buông mình trượt theo sợi dây;* (d) *Lướt nhẹ trên mặt nước;* (e) Fig: g. sur qch, *(*) Lướt qua, phớt qua cái gì (ít quan tâm đến); (**) Dụng chạm nhẹ vào vật gì, vấn đề gì* 2. vtr (a) g. qch dans la poche de qn *Chuồi một vật gì vào túi ai;* g. un mot à l'oreille de qn *Nói nhỏ với ai một câu gì;* (b) *Tháo đường chỉ;* 3. se g.l (dans) *Trườn vào, lén vào;* se g. dans son lit *Nằm chuồi lên giường;* quelques erreurs se sont glissées dans vos calculs *một vài sai sót rơi rớt trong sự tính toán của anh*. glissant a *Trơn trợt*.

glissieâre [glisjɛr] nf *(a) Khe trượt;* porte à glissières *Cửa trượt theo khe;* (b) g. de sécurité *Hàng rào cản (trên xa lộ)*.

global, - aux [glɔbal, o] a *Tổng quát, bao quát, toàn cầu; Gộp (sự chi trả);* vue globale *Cái nhìn tổng quát*. globalement adv *Một cách tổng quát; Toàn thể, gộp*.

globe [glɔb] nm 1. *Khối tròn, khối cầu;* le g. terrestre *Quả địa cầu;* 2. Anat g. de l'oeil *Nhãn cầu*. globuleux, - euse a *Tròn, hình cầu;* yeux g. *Mắt lồi*.

globulaire [glɔbylɛr] a (a) *Có hình tròn, hình giọt;* (b) Med: numération g. *Số huyết cầu, trong một mẫu máu*.

globule [glɔbyl] nf (a) *Giọt, viên nhỏ;* (b) Med: *Huyết cầu;* g. blanc, rouge *Hồng huyết cầu, bạch huyết cầu*.

gloire [glwar] nf 1. *Vinh dự, danh dự;* g. à Dieu ! *Vinh danh Thiên Chúa;* se couvrir de g. *Đạt được vinh quang;* pour la g. *Vì danh dự*. 2. *Niềm kiêu hãnh, sự tự mãn;* s'attribuer toute la g. de qch *Dành hết sự tán thưởng, công trạng về một việc gì;* se faire g. de qch *Lấy làm vinh dự về một việc gì*. glorieux, - euse a 1. *Vinh quang, vẻ vang;* 2. *Hãnh diện tự hào*. glorieusement adv *Một cách vinh quang*.

gloriette [glɔrjet] nf *Vọng lâu*.

glorification [glɔrifikasjɔ̃] nf *Sự tôn vinh, sự ca ngợi*.

glorifier [glɔrifje] (impf & pr sub n. glorifiions) vtr 1. *Ca tụng, biểu dương* 2. se g. *Tự hào;* se g. de qch *Lấy làm vinh dự, tự hào*.

gloriole [glɔrjɔl] nf *Hư vinh*.

glose [gloz] nf 1. *Lời giải thích, lời tường thuật* 2. *Lời phê bình*.

glossaire [glɔsɛr] nm 1. *Chú thích các thuật ngữ kỹ thuật và đặc biệt* 2. *Chú thích từ vựng*.

glotte [glɔt] nf *Cửa hầu, cửa họng;* coup de g. *Âm tắc thanh hầu*.

glouglou [gluglu] nm 1. *Tiếng òng ọc, ùng ục* 2. *Tiếng ót ót của gà tây*.

gloussement [glusmɑ̃)] nm *Tiếng tùng tục (của gà mái); Tiếng ót ót (của gà tây); Tiếng khúc khích, tiếng cười giòn tan (của người)*.

glousser [gluse] vi *(Gà mái) tùng tục; (Gà tây) ọt ọt ; (Người) cười khúc khích, cười nắc nẻ*.

gloutonnerie [glutɔri] nf *Tính háu ăn, phàm ăn*. glouton, - onne 1. a *Háu ăn, ham ăn* 2. n *Người háu ăn*. gloutonnement adv *Một cách háu ăn, tham ăn*.

glu [gly] nf *Nhựa cây (bẫy chim), keo dán*. gluant a 1. *Dính như keo* 2. *Bám, dính*.

glucose [glucoz] nm *Đường glu - cô;* g. sanguin

Đường huyết.

glutineux, - euse [glytin-, -z] a *Nhầy dính.*

glycéarine [gliserin] nf *Chất glyxêrin.*

glycine [glisin] nf *Cây hoàng đậu.*

gnangnan [")")] F: **1.** *Sướt mướt* **2.** n *(Người) ủy mị, yếu ớt.*

gnognot(t)e ["ɔɲɔt] nf F: c'est de la g. *Đồ rác rưởi, chuyện nhảm nhí;* ce n'est pas de la g. *Đúng là một trò ma mãnh.*

gnolle, gnöle ["ol] nf P: *Rượu.*

gnome [gnom] nm *Thổ địa, người lùn loắt choắt.*

gnon ["ɔ] nm P: *Cú đấm.*

go [go] tout de go *Ngay tức khắc.*

GO abr Grandes ondes. *Sóng dài.*

goal [gol] nm *Gôn, khung thành.*

gobelet [gɔblɛ] nm *Cốc thủy tinh (loại không có tay cầm);* (verre) g. *Nhẹ dạ, cả tin* **2.** F: il gobe tout ce qu'on lui dit *Nó ngốn tất cả những gì người ta nói cùng nó* **3.** F: je ne peux pas le g. him *Tôi không ưa nó một chút nào.*

godasse [gɔdas] nf P: *Chiếc giày.*

godet [gɔdɛ] nm *Bình, lọ; Tách;* P: *Cốc.*

godiche [gɔdiʃ] F: **1.** a *Ngây ngô, ngờ nghệch* **2.** n *Người đần độn, ngốc nghếch.*

godille [gɔdij] nf *Cái chèo lái, chèo bắt ở lái;* (faire qch) à la g. *Làm (cái gì) một cách vụng về.*

godillot [gɔdijo] nm *Giày lính.*

goéland [gɔel)] nm *Chim hải âu.*

goélette [gɔelɛt] nf *Chim én biển.*

goémon [gɔemɔ̃] nm *Rong biển; tảo biển.*

gogo[1] (aâ) [agogo] adv *Rất nhiều, dồi dào.*

gogo[2] nm F: *Người cả tin, người dễ bị lừa.*

goguenard, - arde [gognar, ard] **1.** adj. *Hay giễu, hay chế nhạo, hay châm biếm mỉa mai* **2.** n *Người hay chế nhạo, hay châm biếm mỉa mai.*

goinfre [gw(fr] nm F: *Người phàm ăn.*

goinfrer (se) [səgw(fre] vpr F: *Tự nhồi nhét mình bằng cái gì.*

golden [goldɛn] nf inv *Loại táo quả vàng.*

golf [golf] nm *Môn chơi gôn;* terrain de g. *Sân gôn.*

golfe [gɔlf] nm *Vịnh.*

gomme [gɔm] nf **1.** (a) *Gôm, nhựa cây;* g. arabique *Keo;* g. laque *Gôm lắc, nhựa cánh kiến;* (b) boule de g. *Kẹo (cục);* g. à mâcher *Kẹo cao su;* **2.** (a) g. (à effacer) *Cục tẩy;* (b) à la g. *Vô dụng, vô ích* **3.** mettre la g. *Tăng kết tốc lực; Nhấn hết ga.*

gommer [gɔme] vtr **1.** *Phết hồ, bôi hồ* **2.** *Xóa, tẩy* **3.** vi *Dính chặt, ép chặt;* piston gommé *Pít tông bị kẹt cứng.*

gond [gɔ̃] nm *Bản lề (cửa);* sortir de ses gonds *Giận dữ, nổi khùng.*

gondole [gɔdɔl] nf *Du thuyền ở Venise; Kệ dài để trưng bày hàng hóa.*

gondoler [gɔdɔle] **1.** vi & pr *(gỗ) oằn, cong; (Giấy) cong lên; (Lá kim loại) oằn cong (vì nhiệt)* **2.** se g. *Cong lên.* gondolant a *Gây cười vỡ bụng, cực kỳ vui nhộn.*

gondolier, - ieáre [gɔdɔlje, jɛr] n **1.** *Người chèo thuyền gông - đôn* **2.** *Kệ bày hàng (ở siêu thị).*

gonflable [gɔ̃flabl] a *Có thể bơm phồng lên.*

gonflage [gɔ̃flaʒ] nm *Sự (được) bơm phồng.*

gonflement [gɔ̃fləm)] nm *Sự bơm phồng, sự căng đầy (dạ dày); Sự sưng phồng.*

gonfler [gɔ̃fle] **1.** vtr (a) *Làm đầy, làm phồng, làm căng (ruột xe), phình (má);* le vent gonfle les voiles *Gió làm căng các cánh buồm;* (b) *Sưng phồng;* (c) F: *Cải tiến, nâng cấp (máy xe hơi)* **2.** vi & pr *Phồng ra, phình lên; (Về dạ dày) căng phồng ra.* gonflé a **1.** *(Cánh buồm) căng gió* **2.** *Sưng lên, mọng lên (mắt); Phồng ra (hạt gạo);* g. d'orgueil *Vênh váo, đầy vẻ kiêu ngạo;* avoir le coeur g. *Buồn bã* **3.** *Tự tin, tự mãn;* F: t'es g. *Anh bị kích động quá;* g. à bloc *Đầy hăng hái, hứng khởi.*

gonflette [gɔ̃flɛt] nf F: *Thể dục thể hình;* faire de la g. *Tập thể dục để được một thân thể rắn chắc.*

gonfleur [gɔ̃flœr] nm *Máy bơm.*

gong [gɔ̃g] nm **1.** *Cái chiêng* **2.** *Cái kẻng (sử dụng trong các trận đấu quyền anh).*

gonzesse [gɔ̃zɛs] nf P: *Thiếu nữ trẻ, chim non.*

gorge [gɔrʒ] nf **1.** (a) *Cổ;* (b) *Ngực (phụ nữ); Ức (bồ câu)* **2.** *Yết hầu đau cuống họng, viêm họng* mal de g.; *Bị đau cuống họng* avoir mal à la g.; *Cảm thấy nghẹn ngào* avoir la g. serrée ; *La thất thanh* crier à pleine g. ; *Cười há họng* rire à g. déployée; *Một chiếc xương cá đang nằm trong cổ họng của tôi* une arête est restée en travers de ma g. ; *Cái đó chặn họng tôi;* cela m'est resté en travers de la g.; F: faire des gorges chaudes de qn, qch *Nhạo báng ai.* **3.** *Khe núi* **4.** *Khe rãnh, đường xoi (trên khóa).*

gorgeáe [gɔrʒe] nf *Ngụm, hớp;* boire à petites gorgées ; *Uống từng hớp nhỏ;* avaler d'une g. *Nuốt (hơi).*

gorger [gɔrʒe] vtr (n. gorgeons) **1.** *Làm cho đầy, tràn trề;* gorgé d'eau *Ngập nước* **2.** se g. (de qch) *Nhét đầy họng;* gorgé a. de *Đầy họng.*

gorille [gɔrij] nm (a) *Con tinh tinh, khỉ đột;* (b) *Vệ sĩ.*

gosier [gozje] nm *Hầu, họng.*

gosse [gɔs] n 1. *Nhóc con, thằng bé.* 2. un beau, une belle, g. *Một cậu (một cô) bé dễ thương.*
gothique [gɔtik] a *Gô - tích.*
gouache [gwaʃ] nf *Thuốc vẽ có trộn keo.*
goudron [gudrɔ̃] nm *Nhựa đường.*
goudronner [gudrɔne] vtr *Rải nhựa, bôi hắc ín.*
gouffre [gufr] nm *Vực thẳm; Vực nước xoáy.*
gouine [gwin] nf *Phụ nữ đồng tính luyến ái.*
goujat [guʒa] nm *Đồ mất dạy, đồ đểu cáng.*
goujaterie [guʒatri] nf *Tính đểu cáng, mất dạy, hành vi đểu cáng, mất dạy.*
goujon [guʒɔ̃] nm *Cái chốt, cái mộng, cái đục.*
goulag [gulag] nm *Trại lao động cưỡng bức.*
gouleáe [gule] nf *Ngụm.*
goulet [gulɛ] nm *Hẻm núi; Lạch cảng.*
goulot [gulo] nm *Cổ (chai, lọ);* boire au g. *Uống (thẳng) từ chai.*
goulu, - ue [guly] 1. a *Háu ăn* 2. n *Kẻ háu ăn.* goulument adv *Ăn lấy ăn để, uống lấy uống để.*
goupille [gupij] nf *Cái chốt.*
goupiller [gupije] vtr 1. *Đóng chốt, khóa* 2. *Sắp xếp (cái gì).*
goupillon [gupijɔ̃] nm 1. *Que rảy nước phép* 2. *Que chải (để rửa chai).*
gourde [gurd] 1. nf (a) *Quả bầu* (b) *Bình, bầu đựng nước;* (c) F: *Kẻ ngốc nghếch người đần độn, ngớ ngẩn* 2. a F: *Ngốc nghếch.*
gourdin [gurd(] nm *Gậy ngắn, dùi cui.*
gourer (se) [səgure] vpr P: *Lầm.*
gourmandise [gurm)diz] nf 1. *Sự ăn ngon; Thói tham ăn;* manger avec g. *Ăn tham* 2. *Quà bánh, món ăn ngon.* gourmand, - ande 1. a *Thèm ăn; Tham ăn;* g. de *Thích, thèm thuồng* 2. n (a) *Kẻ tham ăn;* (b) nm *Cành tược.*
gourmet [gurmɛ] nm *Kẻ sành về ăn uống.*
gourmette [gurmɛt] nf *Dây đồng hồ đẹp kiểu xích.*
gousse [gus] nf *Quả đậu;* g. d'ail *Nhánh tỏi.*
gousset [gusɛ] nm *(a) Túi con ở lưng quần;* (b) *Dây gắn đồng hồ bỏ bó túi; Túi áo gi - lê.*
goût [gu] nm 1. *Vị giác* 2. *Vị; Mùi, hơi (rượu);* g. du terroir *Hương vị địa phương, hương vị quê hương;* cela a le g. de *Cái này có mùi vị giống như;* sans g. *Không mùi vị, vô vị;* 3. *Sự ham thích, thị hiếu, sở thích;* le g. des affaires *Sự ham thích kinh doanh;* avoir du g. pour qch *Ham thích cái gì;* chacun (à) son g., à chacun son g. *Mỗi người có sở thích riêng của mình;* une maison à mon g. *Một căn nhà theo sở thích của tôi;* ce n'est pas à mon g. *Tôi không quan tâm đến việc đó;* prendre g. à qch *Bén mùi cái gì.* 4. avoir du g. *Có hương vị;* mauvais g., *(*) Vị dở, vô vị (**) Thiếu mùi vị;* s'habiller avec g. *Ăn mặc lịch sự* 5. *Phong cách, tác phong;* quelque chose dans ce g.- là *Cái gì theo phong cách đó.*

goûter[1] [gute] vtr 1. *(a) Nếm (thức ăn);* (b) *Thử, lấy mẫu, nếm (thức ăn).* 2. g. de qch *(*) Thưởng thức cái gì (lần đầu tiên);* (**) *Thử (lòng hiếu khách của ai)* 3. g. à qch *Nếm mùi cái gì* 4. vi *Uống trà;* faire g. qn *Cho ai thưởng thức trà của mình pha.*
goûter[2] nm *Bữa ăn chiều; Tiệc trà.*
goutte [gut] nf 1. *Giọt (nước);* tomber g. à g. *Rơi xuống từng giọt;* il suait à grosses gouttes *Mồ hôi của anh ta chảy nhỏ giọt;* il tombait quelques gouttes *Trời mưa lâm râm;* avoir la g. au nez *Thò lò mũi xanh, chảy nước mũi.* 2. *Vết, đốm (màu); Đốm nhỏ* 3. prendre la g. *Uống một cốc nhỏ rượu* 4. adv je n'y vois g. *(*) Tôi không hề thấy gì hết;* (**) *Tôi không thể làm bất cứ cái gì* 5. *Thuốc uống theo giọt.*
goutte - aâ - goutte [gutagut] nm inv *Phép tiêm nhỏ giọt, dụng cụ tiêm nhỏ giọt.*
gouttelette [gutlɛt] nf *Giọt nhỏ.*
goutter [gute] vi *Nhỏ giọt.*
gouttieâre [gutjɛr] nf 1. *Máng (ở mái nhà)* 2. *Rãnh, máng.* 3. *Nẹp, khung nẹp (bó chân, tay gãy).*
gouvernail [guvɛrnaj] nm *Tay bánh lái, bánh lái;* tenir le g. *Cầm lái, điều khiển.*
gouvernante [guvɛrn)t] nf 1. *Bà quản gia* 2. *Bà dạy trẻ ở các gia đình, nữ gia sư.*
gouvernants [guvɛrn)] nmpl *Nhà cầm quyền.*
gouverne [guvɛrn] nf pour votre g. *Để anh liệu cách xử sự.*
gouvernement [guvɛrnəm)] nm 1. *(a) Sự cầm quyền, sự quản lý;* (b) *Sự điều khiển tàu;* (c) *Bánh lái, thiết bị lái (thuyền).* 2. *Nhà cầm quyền, chính phủ; Nội các.* gouvernemental, - aux a *Thuộc chính phủ; Thống trị, cầm quyền;* le parti G. *Đảng cầm quyền.*
gouverner [guvɛrne] vtr 1. *Lái, điều khiển (tàu)* 2. *(a) Điều khiển, chỉ huy;* (b) *Cầm quyền, cai trị;* bien g. ses resources *Quản lý của cải của mình;* (c) *Cai trị, thống trị (đất nước)* 3. *Chi phối.*
gouverneur [guvɛrnœr] nm *Thống đốc, tổng đốc.*
grabat [graba] nm *Cái giường tồi tàn, giường nhỏ và cứng.*
grabuge [grabyʒ] nm *Cuộc ẩu đả, cuộc cãi nhau om sòm;* il y aura du g. *Sẽ có cuộc cãi nhau om sòm.*
grêce [gras] nf 1. (a) *Vẻ duyên dáng;* avoir de la g. *Duyên dáng;* avec g. *Một cách duyên dáng;* (b) *Vui lòng;* de mauvaise g. *Không hài lòng,*

nhăn nhó; il serait de mauvaise g. de refuser *Có lẽ anh ta sẽ nhăn nhó chối từ;* **2.** *Ân huệ;* se mettre dans les bonnes grâces de qn *Được ai ban ân huệ;* de g.! *Xin làm ơn cho* **3.** *Sự tha thứ, đặc xá;* coup de g. *Phát súng ân huệ, điều làm cho chết hẳn;* demander une g. à qn *Cầu xin tha thứ cho;* c'est trop de grâces que vous me faites ! *Bạn thật là tử tế !* **4.** (a) *Đặc xá;* je vous fais g. cette fois - ci *Lần này tôi sẽ tha thứ cho anh;* (b) demander g. *Cầu xin tha thứ;* je vous fais g. du reste, *(*) Bạn không cần làm gì nữa cả; (**) Tôi sẽ tha cho bạn phần còn lại;* **5.** (a) *Tạ ơn; (Bữa ăn)* dire les grâces *Nói tạ ơn;* pl action de grâces *Sự tạ ơn;* (b) g. à *Tạ ơn.*

gracier [grasje] vtr (impf & pr sub n. graciions) *Đặc xá, ban ơn.*

gracieux, - euse [grasjø, -z] a **1.** *Duyên dáng, yêu kiều* **2.** (a) *Ân cần, niềm nở;* (b) à titre g. *Cho không, miễn phí;* exemplaire envoyé à titre g. *Bản, mẫu gởi miễn phí.* gracieusement adv **1.** *Một cách duyên dáng, yêu kiều* **2.** *Một cách niềm nở, ân cần* **3.** *Miễn phí.*

gracile [grasil] a *Mảnh dẻ, yếu ớt.*

gradation [gradasjɔ̃] nf *Sự tăng dần.*

grade [grad] nm **1.** *Cấp, bậc* **2.** *Học vị (đại học)* **3.** *Cấp bậc;* monter en g. *Được thăng cấp;* en prendre pour son g. *Bị chỉnh thậm tệ* **4.** *Thang (điểm).*

gradeá [grade] nm *Không được là sĩ quan, không có cấp bậc sĩ quan.*

gradin [gradɛ̃] nm *Bậc, bậc thang.*

graduation [graduasjɔ̃] nf **1.** *Sự chia độ* **2.** *Sự chia theo dấu.*

graduel, - elle [graduɛl] a *Tuần tự, từng bước, dần dần.* graduellement adv *Một cách từ từ, từng bước một.*

graduer [gradɥe] vtr **1.** *Chia độ, khắc độ (nhiệt kế)* **2.** *Tăng dần (việc nghiên cứu).* gradué a (a) *Chia độ, khắc độ;* verre g. *Ly có chia độ;* (b) *Tiến dần, (bài tập) tiến dần lên.*

graffiti [grafiti] nmpl *Hình vẽ lên tường, câu đề trên tường.*

grain[1] [grɛ̃] nm **1.** (a) *Hạt, hột;* g. de blé *Hạt lúa mì;* (b) *Thóc gạo, ngũ cốc* **2.** g. de café *Hột cà phê;* g. de poivre *Hột tiêu;* g. de raisin *Hột nho, nho;* g. de beauté *Nốt ruồi.* **3.** (a) *Một chút, tí; Một ít (muối); Đốm (da);* mettre son g. de sel *Chõ vào việc người khác* (b) g. de jalousie *Dấu hiệu ganh tị;* pas un g. de bon sens *Không một chút lương tri;* il a un g. *Anh ta hơi xúc động* **4.** *Hạt, giọt* **5.** *Cát (tơ lụa), thớ (gỗ, đá);* contre le g. *Trái ngược với bản chất hoặc thiên hướng;* à gros grains *Có hạt thô.*

grain[2] nm *Trận mưa rào bất chợt; Cơn gió bất chợt.*

graine [grɛn] nf *Hạt;* g. de lin *Hạt cây lanh;* monter en g. *Kết hạt; (Trẻ con) rút kinh nghiệm, noi theo;* c'est de la mauvaise g. *Anh ta là phần tử xấu.*

graineterie [grɛnetri] nf *Nghề buôn thóc gạo, cửa hàng thóc gạo.*

grainetier, - ieâre [grɛntje, jɛr] n *Người bán thóc gạo.*

graissage [grɛsaʒ] nm *Sự bôi dầu mỡ, tra dầu mỡ.*

graisse [grɛs] nf (a) *Mỡ;* g. de rôti *Mỡ chiên, rán;* g. de porc *Mỡ heo;* (b) *Dầu mỡ, dầu nhờn.*

graisser [grese] vtr *Bôi mỡ, tra dầu mỡ;* g. la patte à qn *Đút lót tiền cho ai.* graisseux, - euse a *Thuộc về mỡ, béo.*

grammaire [gramɛr] nf *Ngữ pháp;* faute de g. *Lỗi ngữ pháp;* (livre de) g. *Sách ngữ pháp.* **grammatical, - aux** a *Thuộc ngữ pháp, hợp ngữ pháp.* grammaticalement adv *Theo, ngữ pháp.*

grammairien, - ienne [gramɛrj(, j(n] n *Nhà ngữ pháp.*

gramme [gram] nm *Gam.*

grand, grande [grɑ̃), grɑ̃)d] a **1.** (a) *(Vóc người) cao lớn; (Kích thước) rộng, to;* homme g. *Người cao lớn;* pas plus g. que ça *Chỉ cao như thế, không cao hơn thế;* grands bras *Cánh tay dài;* grands pieds *Bàn chân to;* grande distance *Khoảng cách quá lớn;* plus g. que nature *Rộng lớn quá, to lớn hơn tự nhiên;* g. angle *Vật kính góc rộng;* g. A. *Chữ hoa A;* (b) *Chính, chủ yếu;* g. chemin *Đường chính;* le g. mât *Cột buồm chính của thuyền buồm;* g. ressort *Dây cót chính của đồng hồ;* les grandes vacances *Thời kỳ nghỉ hè;* (c) quand tu seras g. *Khi bạn lớn lên;* elle se fait grande *(*) Cô ta lớn lên (**) Cô ta cao lên;* les grandes personnes *Người lớn;* les grandes classes *Các lớp cao hơn;* (d) adv voir g. *Có cái nhìn bao quát;* ouvrir la fenêtre toute grande *Mở cửa sổ hết cỡ, mở toang cửa sổ ra;* porte grande ouverte *Cửa cái được mở toang ra;* adv en g. *(*) Trên qui mô lớn; (**) Bao quát;* reproduction en g. *Bản sao chụp lớn ra;* ouvrir un robinet en g. *Mở vòi nước tối đa* **2.** pas g. monde *Không đông người;* le g. public *Đại đa số quần chúng;* en grande partie *Đến một mức độ to lớn* **3.** les grands hommes *Vĩ nhân;* le g. monde *Xã hội thượng lưu;* grands vins *Rượu vang chính hiệu, hảo hạng;* se donner de grands airs *Ra vẻ đàng hoàng* **4.** grandes pensées *Tư tưởng cao thượng* **5.** *Tốt, tử tế, nổi bật;* ce sont de grands amis *Đó là những người bạn rất tốt;* avec le plus g. plaisir *Với điều thú vị nổi bật nhất;* g. froid *Rất lạnh, lạnh dữ dội;* il fait g. jour *Trời sáng rõ;* il est g. temps de partir *Đó là lúc ra đi thích hợp nhất;*

g. bruit *Tiếng động lớn, mạnh*; les grands blessés *Những người bị thương nặng*; couleur g. teint *Thuốc nhuộm loại nhất*. 6. nm (a) grands et petits *Già trẻ, người già và thanh niên*; les grand(e)s *Các nam sinh, nữ sinh lớp lớn*; (b) les Grands *Các Đại Cường quốc*; les Quatre Grands *Bốn Cường quốc*. grandement adv 1. *Cao thượng* 2. *Nhiều, to, rộng; se tromper g. Lầm lẫn, sai lầm to lớn*.

grand - angulaire [gr)t)gyler] 1. a *Rộng góc* 2. nm *Vật kính góc rộng*.

grand - chose [gr)ʃoz] indef *ça ne vaut pas g. - c. Cái đó không đáng bao nhiêu; il ne fait pas g. - c. Anh ta làm không bao nhiêu; il ne fera jamais g. - c. Anh ta sẽ không bao giờ làm được nhiều*.

grand - duc [gr)dyk] nm 1. *Đại Công tước* 2. pl grands - ducs. *Đại bàng*.

Grande - Bretagne [gr)dbrətaɲ] *Vương quốc Anh*.

grandeur [gr)dœr] nf 1. (a) *Kích thước; Độ lớn (của cây)*; échelle de grandeurs *Phạm vi rộng lớn*; g. nature *To như thật*; (b) *Độ lớn, cỡ, khổ* 2. *Tính chất to lớn;* (a) *Tầm quan trọng; Tầm cỡ lớn;* (b) *Uy thế, thế lực, danh vọng;* (c) *Tính cao thượng, sự cao qúi*.

grandiloquent [gr)dilɔk)] a *Khoa trương*.

grandiose [gr)djoz] a *Hùng vĩ, vĩ đại*.

grandir [gr)dir] 1. vi (a) *(*) Cao lên;* *(**) Lớn lên*; il a grandi *Anh ta cao hơn;* (b) son influence grandit *Ảnh hưởng của ông ta tăng lên, lớn mạnh thêm*. 2. vtr (a) *Làm (cái gì) lớn thêm; Làm tăng thêm;* ses talons la grandissent *Gót giày của cô ta làm cho cô ta có vẻ cao hơn;* (b) *Phóng đại, nói khoác lác (một việc xảy ra)*.

grand(-)livre [gr)livr] nm pl grandslivres. *Sổ cái, sổ chính*.

grand - maman [gr)mam)] nf pl grand(s)-mamans. *Bà*.

grand - meâre [gr)mɛr] nf (a) *Bà* (b) F: pl grand(s)- mères. *Bà*.

grand - messe [gr)mes] nf pl grand(s) - messes. *Lễ trọng thể, lễ lớn*.

grand - oncle [gr)tɔ̃k] nm *Ông bác, ông chú, ông cậu*.

grand - papa [gr)papa] nm pl. grands - papas. *Ông*.

grand - peine (aâ) [agr)pɛn] adv *Khó khăn lớn, quá khó khăn*.

grand - peâre [gr)pɛr] nm pl grandspères. *Ông*.

grand - route [gr)rut] nf grand - routes. *Quốc lộ*.

grand - rue [gr)ry] nf pl grand - rues. *Đường phố chính*.

grands - parents [gr)par)n] nm pl grandparents. *Ông bà*.

grand - tante [gr)t)t] nf *Bà cô, bà dì, bà bác, bà thím, bà mợ*.

grand - voile [gr)vwal] nf pl grand(s) - voiles. *Buồm lớn, buồm chính*.

grange [gr)ʒ] nf *Kho thóc*.

granit(e) [granit] nm *Đá hoa cương*.

granuleá [granyle] nm *Viên cốm, viên nhỏ*. granuleux, - euse a *Có dạng hạt*.

granuler [granyle] vtr *Vê thành hạt nhỏ*.

graphique [grafik] 1. a *(Vẽ, phương pháp) đồ thị* 2. nm *Đồ thị, biểu đồ*.

graphite [grafit] nm *Than chì*.

graphologie [grafɔlɔʒi] nf *Thuật chiết tự, thuật xem tướng chữ*.

grappe [grap] nf *Chùm (nho), nhóm (người)*.

grappin [grap(] nm *Neo, móc;* mettre le g. sur qch *Móc vào cái gì, nắm lấy cái gì*.

gras, grasse [grɑ, grɑs] a 1. (a) *Chất béo;* (b) *(Thức ăn) có thịt, có mỡ;* faire g. *Ăn thịt (esp vào ngày ăn thịt);* fromage g. *Phó mát béo;* (c) nm *Thịt mỡ* 2. (a) *Người béo;* (b) *Con vật béo, lắm mỡ; Con gà béo quay* 3. *(Giẻ rách) dính dầu mỡ, (tóc) bóng dầu;* eaux grasses *Nước rửa bát đĩa* 4. (a) *Đặc, sền sệt;* boue grasse *Bùn sền sệt;* toux grasse *Ho có đờm;* voix grasse *Giọng nói ồ ề, khàn khàn;* (b) plante grasse *Cây phị nước, mọng nước;* caractères g. *Chữ đậm;* il n'y en a pas g. *Không to quá, không nhiều;* le g. de la jambe *Bắp chân*. grassement adv 1. rire g. *Cười nhiều* 2. récompenser qn g. *Thưởng ai hậu hĩ, rộng rãi*. grassouillet, - ette a *Mũm mĩm, béo quay*.

gras - double [grɑdubl] nm *Món dạ dày bò*.

gratification [gratifikasjɔ̃] nf (a) *Tiền thưởng, tiền trà nước;* (b) *Tiền thưởng, lợi tức chia thêm*.

gratifier [gratifje] vtr (impf & pr sub n. gratifiions) 1. *Thưởng, cấp (cho ai cái gì);* être gratifié d'une amende *Phải chịu món tiền phạt;* 2. *Làm thỏa lòng, làm hài lòng*.

gratin [grat(] nm 1. (a) *Lớp kem trên mặt bánh;* au g. *(Được nấu) bằng pho mát xát nhỏ;* (b) *Thức ăn cháy* 2. *Tầng lớp thượng lưu (trong xã hội)*.

gratiner [gratine] vtr *Nấu (cái gì) dính nồi*. gratiné - ée 1. a (a) *Cháy xém, dính nồi;* (b) F: *Kỳ quặc, buồn cười* 2. nf *Cháo hành rắc vỏ bánh mì vụn*.

gratis [gratis] 1. adv *Miễn phí* 2. a *Tự do*.

gratitude [gratityd] nf *Lòng biết ơn*.

gratte [grat] nf *Cưa bớt xén.*
gratte - ciel [gratsjɛl] nm *Nhà chọc trời.*
grattement [gratm)] nm *Sự gãi, tiếng gãi.*
gratte - papier [gratpapje] nm *Kẻ cạo giấy, thầy ký.*
gratte - pieds [gratpje] nm inv *Tấm chùi giày ở cửa ra vào.*
gratter [grate] 1 vtr (a) *Gãi, cào;* se g. l'oreille *Gãi tai mình;* ça me gratte *Cái đó làm tôi bị ngứa;* g. les fonds de tiroir *Cạo, nạo vét đáy thùng;* (b) *Tẩy xóa (một từ).* 2. vi (a) g. à la porte *Cào cửa;* (b) g. du violon *Gãi đàn violon;* (c) plume qui gratte *Ngòi viết kêu lạo sạo, sin sít;* (d) *Làm việc, kiếm chác.*
grattoir [gratwar] nm *Dao cạo giấy.*
gratuiteá [gratɥite] nf (a) la g. de l'enseignement *Việc dạy miễn phí;* (b) *Sự miễn phí.* gratuit a *(a) Miễn phí; (b) Vô cớ, không bằng cớ.* gratuitement adv *(a) Miễn phí (b) Không bằng cớ.*
gravats [gravɑ] nmpl *Thạch cao cục.*
grave [grav] a 1. *Nghiêm trang, trịnh trọng* 2. *(Giọng) trầm;* sons graves *Âm trầm, thấp* 3. accent g. *Dấu huyền.* gravement adv *Một cách trịnh trọng, nghiêm trang.*
graver [grave] vtr *Khắc, chạm trổ thâu băng ghi âm;* g. à l'eau - forte *Khắc bằng axít;* c'est gravé dans ma mémoire *Điều đó đã in đậm, khắc ghi trong trí nhớ của tôi.*
graves [grav] nmpl les g. *Những nốt trầm.*
graveur [gravœ ʒ] nm *Thợ khắc;* g. à l'eauforte *Thợ khắc bằng axít.*
gravier [gravje] nm *Sỏi.*
gravillon [gravijɔ] nm *Sỏi nhỏ;* gravillons *Đá cuội rời.*
gravir [gravir] vtr *Leo, trèo (núi).*
gravitéa [gravite] nf 1. *Trọng lực* 2. *Tính nghiêm trang, trang trọng;* blessure sans g. *Vết thương không nặng.*
graviter [gravite] vi 1. *Hướng về* 2. *Quay;* (Hành tinh) quay theo qũi đạo.
gravure [gravyre] nf 1. *Sự khắc, trổ;* g. sur bois *Việc khắc trên gỗ;* g. à l'eau - forte *Sự khắc bằng axít* 2. *chạm trổ;* *Khắc bằng axít;* g. en couleurs *Màu khắc chạm;* g. hors texte *Tranh ảnh;* 3. *(Đá khắc)* 4. *Sự ghi âm (đĩa hát).*
greá [gre] nm 1. *Sở thích, ý muốn;* à mon g. *Theo ý tôi* 2. *Sự hài lòng, bằng lòng;* contre le g. de qn *Trái với ý muốn của ai;* de mon plein g. *Vui lòng, rất sẵn lòng;* de bon g. *Sẵn sàng làm hài lòng, chiều theo ý thích;* bon g. mal g. *Dù muốn hay không, sẵn lòng hay không;* de g. ou de force *Dù muốn hay không;* au g. des flots *Theo chiều sóng* 3. savoir (bon) g. à qn de qch *Tỏ ý bằng lòng ai về điều gì.*

Greâce [grɛs] *Nước Hy - Lạp.* grec, grecque 1. a *Thuộc Hy-Lạp* 2. n *Người Hy-Lạp* 3. nm *Tiếng Hy - Lạp.*
gredin [grəd(] n *Kẻ vô lại, đồ tồi.*
greáement [grem)] nm *Buồm chão của tàu thuyền, việc trang bị buồm chão cho tàu thuyền.*
greáer [gree] vtr *Trang bị buồm chão cho tàu thuyền.*
greffage [grɛfaʒ] nm *Sự ghép.*
greffe[1] [grɛf] nm 1. *Chồi ghép, sự ghép; Sự ghép da; Sự cấy ghép (cơ quan trong cơ thể);* g. du coeur *Ghép tim* 2. *Sự ghép.*
greffe[2] nf *Phòng lục sự, phòng thư ký ở tòa án.*
greffer [grefe] vtr *Ghép; Cấy ghép (cơ quan).* greffé n *Người được cấy ghép;* g. cardiaque, g. du coeur *Bệnh nhân được cấy ghép tim.*
greffier [grefje] nm 1. *Thư ký (tòa án)* 2. *Lục sự.*
greffon [grɛfɔ] nm *Chồi ghép, mầm ghép; Mảnh ghép, sự cấy ghép.*
greágaire [greger] a *Sống thành đàn, mọc thành cụm.*
grȋle[1] [grɛl] a *Mảnh khảnh, (chân) khẳng khiu; (Giọng nói) lanh lảnh.*
grȋle[2] nf *Trận mưa đá;* averse de g. *Thời kỳ có trận mưa đá dữ dội;* g. de coups *Mưa đá tới tấp.*
grȋleá [grele] a *(Mặt...) rỗ.*
grȋler [grelə] 1. v impers il grêle *Trời mưa đá* 2. vtr *Mùa màng bị tàn phá do mưa đá.*
grȋlon [grɛlɔ] nm *Hạt mưa đá.*
grelot [grəloo] nm *Cái nhạc, cái chuông nhỏ (đeo ở chân).*
grelotter [grəlɔte] vi *Run lên (vì lạnh, sợ hãi).*
grenade [grənad] nf 1. *Quả lựu* 2. (a) *Lựu đạn* (b) g. sous marine *Thủy lôi.*
grenadine [grənadin] nf *Si - rô lựu.*
grenat [grəna] 1. nm *Ngọc hồng lựu* 2. a inv *Đỏ thẫm.*
grenier [grənje] nm 1. *Vựa, kho;* g. à foin *Vựa có khô, kho rơm* 2. *Gác.*
grenouille [grənuj] nf 1. *Con ếch* F: g. de bénitier *Hình con gà trên mái nhà thờ* 2. F: *Két tiền;* manger la g. *Thụt két.*
grenouilleâre [grənujer] nf *Đầm ếch.*
greâs [grɛ] nm 1. *Cát kết* 2. *Đồ sành;* pot de g. *Lọ sành.*
greásil [grezil] nm *Mưa đá nhỏ hạt.*
greásillement [grezijm)] nm *(Lửa) kêu lách tách; Tiếng kêu lách tách (của chảo chiên rán).*

greásiller [grezije] vi *Kêu lách tách; (Chảo chiên rán) kêu lách tách.*

greâve [grev] nf **1.** *(a) Bãi cát sỏi ở bờ biển; (b) Dải cát, bờ cát* **2.** *Cuộc đình công, bãi công;* se mettre en g. *Bắt đầu, đi đến bãi công;* g. perlée *Lãng công;* Giảm tốc độ đình công; g. sauvage *Cuộc đình công tự phát;* g. sur le tas *Cuộc đình công ngồi chiếm xưởng;* g. tournante *Đình công xoay vòng;* g. du zèle *Sự làm việc theo luật, đúng luật lệ;* g. de la faim *Cuộc tuyệt thực.*

grever [grəve] vtr (je grève, n. grevons) *Bắt đài thọ, bắt chịu;* grevé d'impôts *Bắt chịu thuế.*

greáviste [grevist] n *Thợ bãi công.*

gribouillage [gribujaʒ] nm *Hình vẽ lem nhem, chữ viết nguệch ngoạc.*

gribouiller [gribuje] vtr & i *Vẽ lem nhem; Viết nguệch ngoạc.*

gribouilleur, - euse [gribujœr, -z] n *Người vẽ bôi bác, lem nhem, người viết nguệch ngoạc.*

gribouillis [gribuji] nm *Chữ nguệch ngoạc.*

grief [grijef] nm *Lời kêu ca, phàn nàn;* faire g. à qn de qch *Trách móc ai về điều gì.*

grieâvement [grijevm)] adv *Một cách nghiêm trọng, nặng.*

griffe [grif] nf **1.** *Vuốt (diều hâu); (Mèo)* faire ses griffes *Giơ nanh vuốt ra;* coup de g. *Lời chỉ trích ác ý, sự công kích;* tomber sous les griffes de qn *Rơi vào nanh vuốt của ai* **2.** (a) *Dấu chữ ký;* (b) *Chữ ký có đóng dấu;* (c) *Nhãn hiệu (trên quần áo).*

griffeá [grife] a *(Quần áo, vv...) mốt.*

griffer [grife] vtr *Cào, quào.*

griffonnage [grifɔnaʒ] nm *Sự viết hay chữ viết nguệch ngoạc.*

griffonner [grifɔne] vtr & i *Viết nguệch, ngoạc, viết tháu.*

grignotement [griɲɔtm)] nm *Sự hay tiếng gặm.*

grignoter [griɲɔte] vtr *Gặm nhấm (cái gì); Nhấm nháp (thức ăn), ăn mòn dần (cái gì).*

gril [gril] nm *Vỉ nướng;* être sur le g. *Bồn chồn lo lắng.*

grillade [grijad] nf *Sự nướng, thịt nướng.*

grillage [grijaʒ] nm *Sự nướng, nung (kim loại); Lưới sắt, lưới thép.*

grillager [grijaʒe] vtr (je grillageai(s)) *Đặt lưới sắt.*

grille [grij] nf *(a) Chấn song, lưới sắt (của tu viện); Chấn song (nhà tù); (b) Song sắt; (d) Ghi lò; (e) (Trò chơi ô chữ) ô chữ; (f) Thang (lương); Thời gian biểu.*

grille - pain [grijpɛ̃] nm inv *Lò nướng lại bánh mì.*

griller [grije] **1.** vtr *Nướng (thịt); Nướng (bánh mì); Rang (cà phê)* **2.** vtr (a) *Đốt cháy, hơ cháy (tóc của ai);* g. une cigarette *Hút thuốc;* (b) *Làm cháy lên;* (c) *(Nắng, sương giá) làm khô héo (cây cỏ);* g. un concurrent *Vượt đối thủ;* g. un feu rouge *Vượt đèn đỏ;* g. une étape *Bỏ qua, đốt cháy giai đoạn.* **3.** vi (a) *Nướng (thịt); Nướng (bánh mì); Rang (cà phê);* (b) g. d'impatience *Nóng lòng;* g. d'envie de faire qch *Khao khát làm cái gì.*

grillon [grijɔ̃] nm *Con dế mèn.*

grimace [grimas] nf *Sự nhăn mặt, vẻ nhăn nhó;* faire la g *Nhăn mặt, nhăn nhó;* faire une g. de douleur *Nhăn nhó;* faire des grimaces *Nhăn mặt.*

grimacer [grimace] vi (n. grimaçons) *Nhăn nhó, nhăn mặt;* g. de douleur *Nhăn nhó.*

grimer [grime] vtr & pr *Hóa trang.*

grimoire [grimwar] nm **1.** *Sách phù thủy, sách thầy cúng* **2.** *Bản viết khó đọc.*

grimper [gr(pe] (a) vi *Leo, trèo (lên);* (b) vtr *Leo (núi);* g. l'escalier *Trèo lên thang lầu.* grimpant a *(Cây) leo, (thú vật) leo trèo.*

grimpette [gr(pɛt] nf *Đường dốc đứng.*

grincement [gr(sm)] nm *Sự kêu kèn kẹt, cọt kẹt.*

grincer [gr(se] vi (n. grinçons) *Kêu kèn kẹt, cọt kẹt;* g. des dents *Nghiến răng kèn kẹt;* cela fait g. les dents *Cái đó làm cho hàm răng đánh lập cập.* grinçant a *Kêu kẹt, cọt kẹt.*

grincheux, - euse [gr(ʃ-, -z] **1.** a *Càu nhàu.* **2.** n *Người càu nhàu.*

gringalet [gr(galɛ] nm *Người gầy gò bé nhỏ.*

grippe [grip] nf **1.** prendre qn en g. *Có ác cảm với ai, ghét ai* **2.** *Bệnh cúm; Bệnh cúm;* g. gastro - intestinale *Bệnh đau dạ dày và ruột;* grippé a être g. *Bị cảm cúm.*

gripper [gripe] vtr & i *(Do nhiều dầu mỡ), (vải) co lại, nhăn nheo.*

grippe - sou [gripsu] nm pl grippe-sou(s). *Người bòn từng xu.*

gris [gri] **1.** a (a) *Xám, xám;* g. perle *Ngọc xám;* g. - bleu *Xám xanh;* aux cheveux g. *Mái tóc hoa râm, muối tiêu;* (b) *(Thời tiết) xám xịt âm u;* (c) faire grise mine *Làm ra vẻ thờ ơ;* faire g. mine à qn *Tiếp ai lạnh nhạt;* (d) F: *Chếnh choáng hơi men* **2.** (a) *Màu xám;* (b) tabac g. *Thuốc lá loại thường (gói giấy xám).* grisâtre a *Xám xám.*

grisant [griz)] a *Chếnh choáng, ngây ngất, say sưa.*

griser [grize] vtr **1.** *Làm chếnh choáng, làm ngây ngất;* grisé par le succès *Bị ngây ngất vì thắng lợi* **2.** se g. *Chếnh choáng, ngây ngất, say sưa.*

griserie [grizri] nf **1.** *Sự chếnh choáng* **2.** *Trạng thái chếnh choáng, phấn chấn.*

grisonner [grizɔne] vi *(Người) bắt đầu có tóc hoa râm, (tóc) trở thành hoa râm.* grisonnat a *(Người) bắt đầu có tóc hoa râm, (tóc) trở thành hoa râm.*

grisou [grizu] nm *Khí ở mỏ than.*

grive [griv] nf *Chim sáo.*

grivoiserie [grivwazri] nf **1.** *Lời thô tục, chuyện tục tĩu.* **2.** *Nói chuyện tục tĩu, cử chỉ hay lời nói nhả nhớt.* grivois, - oise a *Tục tĩu, nhả nhớt.*

Groenland [grɔɛnlɑ̃d] *Đảo Groenland.*

grog [grɔg] nm *Rượu Grog, rượu trắng pha nước nóng, chanh, đường.*

grognement [grɔɲmɑ̃] nm *Tiếng kêu thô trầm của người hay vật; Tiếng lầm bầm; Tiếng khịt mũi.*

grogner [grɔɲe] vi **1.** *Kêu ủn ỉn (heo), càu nhàu (người), khịt mũi.* **2.** F: *(Người) càu nhàu nói, chửi.* grognon **1.** n *Người hay càu nhàu, cằn nhằn* **2.** a *Hay càu nhàu, cằn nhằn.*

groin [grwɛ̃] nm *Mõm (lợn, heo).*

grommeler [grɔmle] **1.** vi (je grommelle) *Lầm bầm, cằn nhằn* **2.** vtr *Thì thầm (lời tuyên thệ).*

grommellement [grɔmɛmɑ̃] nm *Sự, lời lầm bầm.*

grondement [grɔ̃dmɑ̃] nm **1.** *Tiếng gầm gừ của chó* **2.** *Tiếng gầm, ầm ầm của sấm; Tiếng ầm ầm của động cơ; Tiếng gầm của súng, của sóng vỗ.*

gronder [grɔ̃de] **1.** vi *(a) Gừ gừ; (b) Ầm ầm (sóng); Ầm ầm (súng); (c)* g. contre qn *Cằn nhằn ai.* **2.** vtr *La mắng, quở trách (ai).* grondeur, - euse a *Hay la mắng, hay quở trách.*

gronderie [grɔ̃dri] nf *Sự, lời la mắng quở trách.*

groom [grum] nm *Người phục vụ trong khách sạn.*

gros, grosse [gro, gros] **1.** (a) *To lớn, kềnh càng; Dây thừng thô, dày;* g. pullover *Áo len dày;* g. bout *Đầu phồng to (của gậy);* grosse toile *Vải thô dày;* g. sel *Muối hạt to;* c'est un peu g. *! Thật là quá quắt !* g. rire *(*) Cười vang (**) Cười ha há;* grosse voix *Tiếng to, giọng nạt nộ;* g. mot *Lời thô tục;* grosse somme *Món tiền kếch sù; (i) Chỉ là việc buôn bán nhỏ; (**) Không quá khó khăn;* Cards: jouer g. *Đánh bạc to;* g. mangeur *Người ăn nhiều;* g. buveur *Người nghiện rượu quá mức;* g. rhume *Cảm nặng;* grosse fièvre *Sốt cao;* grosse faute *Lỗi nghiêm trọng;* grosse mer *Biển động;* g. temps *Thời tiết xấu;* F: les g. bonnets *Những người có chức vụ cao, các vị tai to mặt lớn;* avoir le coeur g. *Có việc buồn; (Phụ nữ)* grosse de trois mois *Có thai 3 tháng;* (b) adv gagner g. *Kiếm được nhiều tiền;* risquer g. *Liều mạng;* il y a g. à parler que *Gần chắc chắn là;* écrire g. *Viết chữ to* **2.** n *Người to lớn* **3.** nm (a) *Phần lớn, phần chính;* le plus g. est fait *Phần nặng nhất, trọng yếu của công việc đã được làm;* g. de l'été *Vào giữa mùa hè;* (b) en g.; évaluation en g. *Giá trị to lớn;* (c) *Việc buôn bán sỉ;* acheter, vendre, en g. *Mua, bán; (*) Buôn bán sỉ; (**) Buôn bán lớn;* boucher en g. *Người bán thịt giá sỉ.* **4.** nf *Tá (12).*

groseille [grozɛj] nf **1.** g. (rouge) *Quả lý chua* **2.** g. à maquereau *Quả lý gai.*

groseillier [grozeje] nm **1.** *Cây lý chua* **2.** g. à maquereau *Cây lý gai.*

grossesse [grosɛs] nf *Sự có thai;* g. nerveuse *Sự có thai tưởng tượng;* robe de g. *Áo bầu.*

grosseur [grosœr] nf **1.** *Độ lớn; (Người) nặng cân, mập* **2.** *Tình trạng sưng tấy.*

grossièreté [grosjerte] nf *(a) Sự thô (của vật); (b) (Cách xử sự) thô tục;* dire des grossièretés *Nói những điều thô tục; (c) Lỗi lớn.* grossier, - ière a *(a) Thô; (b) ignorance* grossière *Sự dốt đặc;* faute grossière *Lỗi to, rành rành; (c) Thô thiển, xoàng; Thô tục, thô bạo.* grossièrement adv *Thô, thô sơ; Thô tục; Thô bạo.*

grossir [grosir] **1.** vtr *To lên, lớn thêm;* torrent grossi par les pluies *Thác lớn mạnh thêm vì mưa;* grossi trois fois *To lên gấp 3 lần;* g. sa voix *Giọng to lên* **2.** vi *Tăng lên; (Người) lên ký, tăng trọng lượng;* j'ai grossi de cinq kilos *Tôi đã tăng lên 5 ký.*

grossissement [grosismɑ̃] nm **1.** *Sự tăng thêm (kích thước)* **2.** *(a) Sự to, lớn thêm; (b) Sự phóng đại.*

grossiste [grosist] nm *Người buôn bán sỉ.*

grosso modo [frosomɔdo] adv *Đại thể, đại trà (sự nói).*

grotesque [grɔtɛsk] a *(a) Lố lăng, lố bịch; (b) Lố lăng, kỳ cục.*

grotte [grɔt] nf *Hang, động.*

grouillement [grujmɑ̃] nm *Cảnh lúc nhúc.*

grouiller [gruje] vi **1.** *Lúc nhúc* **2.** P: se g. *Vội vã lên.*

groupe [grup] nm **1.** (a) *Nhóm (người); Khóm, bụi (cây); Chùm (sao); Toán, đội, nhóm (người);* par groupes de deux ou trois *Nhóm gồm hai hay ba;* g. de travail *Nhóm công tác;* g. de pression *Phe nhóm đàn áp;* g. sanguin *Nhóm máu;* (b) g. scolaire *Khối, dãy trường học* **2.** *Bộ;* g. électrogène *Bộ máy phát điện* **3.** g. de combat *Đội, toán chiến đấu;* g.

d'artillerie *Đội pháo binh, bộ ắc - quy*; g. d'aviation *Liên đội, đội bay.*

groupement [grupm)] nm **1.** *Sự tập hợp* **2.** *Tập đoàn.*

grouper [grupe] vtr **1.** *Tập họp; Sắp xếp hàng (trong nhóm); Tập họp (kiện hàng)* **2.** se g. *Tập họp lại;* se g. autour du feu *Tụ tập quanh đống lửa.*

groupie [grupi] n **1.** *Người cổ động nhiệt tình* **2.** *Người say mê, người ủng hộ.*

groupuscule [grupyskyl] nm *Nhóm nhỏ.*

gruau [gryo] nm **1.** (farine de) g. *Bột mì mịn* **2.** *Món ăn nấu bằng lúa mạch.*

grue [gry] nf **1.** *Bột mì mịn* faire le pied de g. **2.** *Gái làm tiền* **3.** *Cần trục, máy trục.*

grumeau, - eaux [grymo] nm *Cục vón, đông (trong nước xốt).*

gruyeâre [gryjɛr] nm *Pho mát Gruyère.*

gueá [ge] nm *Nơi lội qua;* passer une rivière à g. *Lội qua sông.* guéable a *Lội qua được.*

guenille [gənijl] nf *Quần áo rách rưới, đồ bỏ đi, giẻ rách;* en. guenilles *Tả tơi rách rưới.*

guenon [gən5] nf *Khỉ cái.*

gueápard [gepar] nm *Báo bờm.*

guïpe [gɛp] nf *Ong vò - vẽ.*

guïpier [gepje] nm **1.** *Tổ ong vò- vẽ;* tomber dans un g. *Rơi vào tổ ong* **2.** *Chim trán.*

gueâre [gɛr] adv *Ít, không lâu;* je ne l'aime g. *Tôi không mấy thích anh ta;* cet appel n'a eu g. de succès *Lời yêu cầu không mấy kết quả;* il ne mange g. que du pain *Anh ta chỉ có ăn bánh mì mà thôi;* il ne tardera g. à venir *Anh ta sẽ không đến muộn mấy đâu;* il n'y a. plus de six ans *Không quá 6 năm;* il ne s'en faut (de) g. *Không thiếu mấy.*

gueáridon [gerid5] nm *Bàn một chân.*

gueárilla [gerija] nf **1.** *Chiến tranh du kích* **2.** *Đội du kích.*

gueárillero [gerijero] nm *Du kích quân.*

gueárir [gerir] **1.** vtr *Chữa trị khỏi (người bệnh); Chữa lành (vết thương)* **2.** vi (a) *Được chữa khỏi, bình phục;* (b) *Vết thương chữa bệnh.* **3.** se g. *Được chữa trị;* se. g. d'une habitude *Bỏ thói quen, phá bỏ lề thói tập tục.* guérissable a *Có thể chữa trị.*

gueárison [geriz5] nf **1.** *Sự bình phục, khỏi bệnh* **2.** (a) *Sự trị bệnh;* (b) *Sự chữa lành (vết thương.*

gueárisseur, - euse [gerisœ r, -z] n (a) *Người trị khỏi bệnh;* (b) *Thầy lang băm;* (c) *Người trị khỏi bệnh bằng đức tín.*

gueárite [gerit] nf **1.** *Chòi gác* **2.** *Chòi, lán (người canh gác, bảo vệ).*

Guernesey [gɛrnezɛ] Prnm Geog: *Guernsey.*

guerre [gɛr] nf **1.** (a) *Chiến tranh;* g. sur mer *Cuộc hải chiến;* g. atomique *Chiến tranh nguyên tử hạt nhân;* g. froide *Chiến tranh lạnh;* g. des étoiles *Chiến tranh các vì sao;* se mettre en g. *Bắt đầu cuộc chiến;* en temps de g. *Trong thời chiến;* faire la g. à un pays *Gây chiến;* faire la g. avec qn *Gây chiến với ai;* à la g. comme à la g. *Kiên nhẫn chịu đựng gian khổ;* (b) la première, seconde, g. mondiale *Thế chiến thứ nhất, thứ hai;* la drôle de g. *Chiến tranh giả* **2.** *Mối xung đột bất hòa;* être en g ouverte avec qn *Quyết chiến với ai;* de g. lasse *Không buồn chống lại nữa.* guerrier, - ière **1.** a *Hiếu chiến* **2.** *Chiến sĩ, quân nhân.*

guet [gɛ] nm **1.** *Sự rình;* avoir l'oeil au g. *Rình rập* **2.** *Sự tuần phòng, đội tuần phòng.*

guet - apens [gɛtap)] nm *Cuộc mai phục.*

guïtre [gɛtr] nf *Ghệt (cái bao chân bằng vải, da).*

guetter [gete] vtr *Rình (ai).*

guetteur [getœ r] nm *Người gác.*

gueule [gœ l] nf **1.** *Mõm;* (b) *Miệng, mồm;* fine g. *Sành ăn* (ferme) ta g.! *Câm miệng lại !* avoir la g. de bois *Khó cố nhức đầu sau khi uống nhiều rượu;* (c) *Mặt, mõm;* casser la g. à qn *Dần cho ai một trận;* se casser la g. *Ngã đau, thất bại;* avoir une sale g. *Có vẻ xấu xa, ghê tớm, dơ bẩn;* faire la g. *Giận dỗi, làm cao;* (d) `ça a une drôle de g. *Có vẻ kỳ cục* **2.** *Miệng (ống), họng (súng).*

gueule - de - loup [gœ ldəlu] nf pl gueules - de - loup. *Cây hoa mõm sói.*

gueulement [gœ lm)] nm *Tiếng la hét.*

gueuler [gœ le] vtr & i *La hét; Hét (bài hát);* faire g. la radio *Vặn, mở lớn máy radio.*

gueuleton [gœ lt5] nm *Bữa nhậu nhẹt.*

gueux, - euse [g-, -z] n *Người ăn mày, ăn xin;* (b) *Tên lừa đảo, vô lại.*

gui [gi] nm *Cây tầm gửi dẹt.*

guibol(l)e [gibɔl] nf *Chân, cẳng.*

guichet [giʃɛ] nm **1.** (a) *Cửa xép, cổng phụ;* (b) *Lưới sắt (ở cửa); Cửa hẹp dành cho việc phục vụ (trong nhà hàng)* **2.** (a) *Cửa giao dịch, thu tiền, ghi- sê;* g. fermé *Cửa đóng;* (b) *Nơi bán vé; Chỗ bán vé.*

guichetier, - ieâre [giʃtje, jɛr] nm *Người trực cửa bán vé, người trực quầy hàng.*

guidage [gidaʒ] nm *Sự hướng dẫn; Bộ dẫn hướng.*

guide[1] [gid] nm **1.** (a) *(Du lịch, viện bảo tàng) hướng dẫn viên, sách hướng dẫn;* (b) nf *Nữ hướng đạo sinh* **2.** *Sách hướng dẫn.*

guide[2] nf *Dây cương.*

guider [gide] vtr *Dẫn đường, hướng dẫn, chi*

đạo.

guidon [gidɔ̃] nm *Tay lái, ghi - đông (xe đạp).*

guigne [giɲ] nf *Vận rủi, số không may;* avoir la g. *Xui xẻo, rủi.*

guigner [giɲe] vtr *Nhìn trộm, liếc trộm.*

guignol [giɲɔl] nm (a) *Con rối, người buồn cười;* faire le g. *Múa rối;* (b) *Vở rối truyền thống; Màn múa rối.*

guillemets [gijmɛ] nmpl *Dấu ngoặc kép; (Khi đọc chính tả)* ouvrez, fermez, les g. *Hãy mở, đóng ngoặc kép.*

guilleret, - ette [gijrɛ, ɛt] a *Vui, sống động, linh hoạt (người); Nhanh (điệu nhạc); Vui nhộn.*

guillotine [gijɔtin] nf *Máy chém, máy xén;* fenêtre à g. *Cửa sổ có hai khung kính trượt.*

guillotiner [gijɔtine] vtr *Chém bằng máy.*

guimauve [gimov] nf *Cây thục quỳ.*

guimbarde [g(bard] nf **1.** *Đàn hạc của Jew, đàn ghim -* bac **2.** *Xe tăng, xe cà khổ.*

guincher [g(ʃe] vi *Khiêu vũ.*

guindeá [g(de] a *(Người) giả tạo, làm ra vẻ trịnh trọng; (Bút pháp) khoa trương.*

Guineáe [gine] Prnf Geog: *Xứ Ghi - nê.*

guingois [g(gwa] adv phr de g. *Nghiêng lệch, xiêu vẹo, khấp khiếng.*

guinguette [g(gɛt] nf *Quán nước, quán rượu ở ngoại ô.*

guirlande [girl)d] nf *Tràng hoa, vòng hoa,* chuỗi.

guise [giz] nf *Kiểu, cách, mốt;* faire à sa g. *Làm theo sở thích của ai;* en g. de (*) *Để, coi như* (**) *Thay thế.*

guitare [gitar] nf Mus: *Đàn ghi - ta.*

guitariste [gitarist] n *Người chơi ghi - ta.*

guitoune [gitun] nf F: *Lều;* coucher sous la g. *Ngủ trong lều.*

guttural, - aux [gytyral, o] **1.** a *Trong họng, thuộc yết hầu* **2.** nf *Âm yết hầu.*

Guyane [gɥijan] Prnf Geog: G. française.

gym [ʒim] nf F: *Thể dục.*

gymkhana [ʒimkana] nm *Cuộc thi ô - tô vượt chướng ngại.*

gymnase [ʒimnaz] nm *Nhà tập thể dục.*

gymnaste [ʒimnast] n *Vận động viên thể dục*

gymnastique [ʒimnastik] **1.** a *Thuộc về thể dục* **2.** nf *Thể dục;* g. corrective *Thể dục chỉnh hình;* g. intellectuelle *Thể dục rèn luyện trí lực;* F: g. matinale *Thể dục buổi sáng.*

gyneácologie [ʒinekɔlɔʒi] nf *Phụ khoa.* gynécologique a *Thuộc về phụ khoa.*

gyneácologue [ʒinekɔlɔg] n *Thầy thuốc phụ khoa.*

gyroscope [ʒirɔskɔp] nm *Con quay hồi chuyển (dùng trong các bộ, phận giữ thăng bằng trên tàu thủy).*

gyrostat [ʒirɔsta] nm *Con quay, khí cụ con quay.*

H, h [aʃ] nm & f *H, h Chữ thứ tám của mẫu tự Pháp*; h muet(te), aspiré(e) *h (Câm)*; l'heure H *Lúc không giờ;* bombe H *(Âm bật hơi), bơm khinh khí.*

ha abbr *Đơn vị diện tích, 10.000 mét vuông (đất, ruộng).*

habileteá [abilte] nf *(a) Tài năng, sự khéo léo (b) Sự lanh lợi, sự tinh xảo.* habile a *Láu lĩnh, tài tình* (à qch *Khéo léo, khôn ngoan - đôi tay khéo léo;* à faire qch) mains habiles. habilement adv *Một cách tài tình; một cách tinh xảo.*

habillement [abijmɑ̃] nm **1.** *Sự mặc quần áo cho...* **2.** *Quần áo, y phục.*

habiller [abije] vtr **1.** *(a) Mặc quần áo cho... (b) Trang điểm, trang sức (c) Bọc, lắp máy* **2.** s'h. (a) *Tự mặc quần áo; Tự trang phục;* s'h. en femme *Mặc y phục phụ nữ;* elle ne sait pas s'h. *Cô ấy không có kiểu trang phục* (b) s'h. chez un tailleur *May mặc ở hiệu may.* habillé a **1.** *Ăn mặc* **2.** *Ăn mặc chỉnh tề, ăn mặc loè loẹt.*

habilleur, - euse [abijœr, -z] n Th: *Người trang phục cho diễn viên.*

habit [abi] nm **1.** *Áo quần, y phục;* h. du dimanche *Y phục cho ngày chủ nhật;* h. de cour *Triều phục* **2.** (a) A: *Lông của loài thú* (b) tails; être en h. *Mặc y phục buổi tối* **3.** *Áo nhà tu.*

habitable [abitabl] a *Có thể ở được.*

habitacle [abitak] nm *Cung đình; Hộp la bàn; Phòng lái (phi cơ).*

habitant, - ante [abita,)t] n *(a) Cư dân (b) Người đang cư trú.*

habitat [abita] nm **1.** *Nơi sinh sống của thú vật hoặc cây cỏ* **2.** *Chỗ ở, điều kiện cư trú.*

habitation [abitasjɔ̃] nf **1.** *Sự ở, chỗ ở, sự cư trú* **2.** *Nhà ở, trụ sở;* h. à loyer modéré *Nhà cho thuê giá phải chăng.*

habiter [abite] **1.** vtr (a) *Ở, cư trú;* cette pièce n'a jamais été habitée *Phòng này chưa từng có ai ở* (b) *Cư ngụ* **2.** vi *Sinh sống, trú ngụ.* habité a *Sinh sống, cư ngụ.*

habitude [abityd] nf (a) *Thói quen, lệ thường;* prendre l'h. de faire qch *Tập thói quen để làm một việc gì;* se faire une h. de *Làm thành thông lệ;* avoir l'h. de faire qch *Có thói quen làm một việc gì;* mauvaises habitudes *Những thói xấu;* il en a l'h. *Anh ấy đã quen như thế rồi;* faire perdre une h. à qn *Phá bỏ một thói quen của ai;* d'h. *Theo lệ thường;* comme d'h. *Như thường lệ* (b) je n'en ai plus l'h. *Tôi đã mất dần (thói quen ấy).*

habitueá, - eáe [abityɛ] n *Khách quen, người hay lui tới.*

habituer [abityɛ] vtr **1.** *Tập thành thói quen;* h. qn à qch *Tập cho ai có một thói quen nào đó;* être habitué à *Có thói quen* **2.** s'h. *Tập cho mình một thói quen (à). Làm quen với.* habituel, - elle a *Thông thường, thường lệ.* habituellement adv *Theo thông lệ, thường thường.*

hache [aʃ] nf *Cái búa, cái rìu của người da đỏ;* h. de guerre *Rìu chiến đấu;* enterrer la h. de guerre *(Chôn chặt búa rìu) hòa giải, ngừng chiến.*

hache - leágumes [aʃlegym] nm inv *Dao thái rau, cái dao bào.*

hacher [aʃe] vtr (a) *Thái, xắc mỏng;* h. menu *Bằm nhỏ, thái thật mỏng;* se faire h. *Bị chặt vụn* (b) *Đốn, cắt xéo; Ngắt quãng.* haché **1.** a (a) *Thái nhỏ* (b) *Ngắt quãng, cụt lủn* **2.** nm *Thịt thái nhỏ, cặn thức ăn.*

hachette [aʃɛt] nf *Cái rìu nhỏ.*

hache - viande [aʃvj)d] nm inv *Dao thái thịt.*

hachis [aʃi] nm *Thịt băm;* h. Parmentier *Cá băm.*

hachisch [aʃiʃ] nm *Cần sa.*

hachoir [aʃwar] nm **1.** *(a) Dao thái (b) Dao băm* **2.** *Máy thái, máy xay thịt.*

haddock [adɔk] nm *Cá tuyết chấm đen.*

hagard [agar] a *Hoảng hốt, nhớn nhác, lơ láo.*

haie [ɛ] nf (a) *Hàng rào;* h. vive *Hàng rào cây xanh* (b) *Tường xây quanh;* course de haies *(*) Cuộc thi chạy vượt rào (**) Cuộc đua ngựa vượt rào;* 400 mètres haies *400 m rào (để ngựa đua nhảy qua)* (c) *Hàng, dãy.*

haillon [ɑjɔ̃] nm *Quần áo rách*; en haillons *Ăn mặc rách rưới, tả tơi.*
haine [ɛn] nf *Sự căm ghét, lòng hận thù;* avoir de la h. pour qch, qn *Căm ghét một điều gì.* **haineux, - euse** a *Thù ghét, hằn học.* **haineusement** adv *Một cách căm thù.*
haïr [air] vtr (je hais, n. haïrssons; imp hais) *Căm thù, ghét.* **haïrssable** a *Đáng ghét, đáng căm thù.*
halage [alaʒ] nm *Sự kéo ghe thuyền (trên bờ sông)* chemin de h. *Đường kéo thuyền (dọc bờ sông).*
hêle [ɑl] nm *Màu da rám nắng, sự rám nắng* **hâlé** a *Rám nắng, khô héo.*
haleine [alɛn] nf *Hơi thở (ra);* avoir mauvaise h. *Hôi mồm;* perdre h. *Đến hết hơi;* courir à perdre h. *Chạy gần hết hơi;* discuter à perdre h. *Tranh cãi không ngừng;* reprendre h. *Lấy hơi lại;* hor's d'h. *Hụt hơi;* travail de longue h. *Công việc dài hơi;* tenir qn en h. *Làm cho ai phải chú ý căng thẳng.*
haler [ale] vtr *Kéo, lôi.*
hêler [ɑle] vtr *Làm rám nắng, làm sạm da.*
haleâtement [alɛtm)] nm *Sự thở hổn hển; Tiếng phì phò; Sự khao khát.*
haleter [alte] vi (je halète) *Sự thở hổn hển; Thèm muốn.* **haletant** a *Sốt ruột; Hổn hển.*
hall [ɔl] nm *Đại sảnh, phòng lớn;* h. de gare *Nhà ga.*
halle [al] nf *Nơi họp chợ;* les halles *Phòng trống, rộng, nhà lồng chợ.*
hallier [alje] nm *Lùm cây nhỏ, bụi rậm.*
hallucination [alysinasjɔ̃] nf *Ảo tưởng, ảo giác* **hallucinant** a *Gây ảo giác.*
hallucinogeâne [allysinɔʒɛn] 1. a *Sinh ảo giác* 2. nm *chất gây ảo giác.*
halo [alo] nm 1. *Quầng ánh sáng* 2. *Quầng phản xạ (ánh).*
halogeâne [alɔʒɛn] nm lampe (à) h. *Đèn halogen.*
halte [alt] nf 1. *Sự dừng lại, nơi dừng lại;* faire h. *Dừng lại* 2. *Trạm, chỗ nghỉ chân.*
halteâre [altɛr] nm *Quả tạ đôi;* faire des haltères *Cử tạ.*
halteárophilie [alterɔfili] nf *Môn cử tạ.*
hamac [amak] nm *Cái võng.*
Hambourg [)bur] Prnm Geog: *Hải cảng lớn của Đức* **hambourgeois, - oise** a & n *Người sinh sống ở Hambourg.*
hameau, -eaux [amo] nm *Thôn, xóm nhỏ.*
hameçon [amsɔ̃] nm *Lưỡi câu* mordre à l'h. *(Nghĩa bóng) cắn câu, mắc bẫy.*
hampe [)p] nf 1. *Cán cờ, cán giáo; Cọng, thân cây* 2. (a) *Thịt hông bò* (b) *Ức hươu, nai.*
hamster [amster] nm *Giống vật nhỏ thuộc loại gậm nhấm như: chuột, chuột hang.*
hanche [)ʃ] nf 1. *Hang, hông;* les (deux) poings sur les hanches *Chống nạnh, ra vẻ thách thức* 2. *Hông ngựa.*
hand(-)ball [)dbal] nm *Môn bóng ném.*
handicap [)dikap] nm *Sự bình quân, sự ứng bình, sự bất lợi, điều thiệt thòi.*
handicapant [)dikap)] a *Làm cho kiệt sức, gây thương tật.*
handicaper [)dikape] vtr *Sắp cho xứng bình (các tay đua), sự bất lợi, gây trở ngại.* **handicapé, - ée** a & n *Người tàn tật;* les handicapés *Những kẻ tật nguyền; Bị tật tê liệt.*
hangar [)gar] nm 1. *Nhà kho, chỗ chứa hàng;* h. à bateaux Ụ *tàu* 2. *Nhà để máy bay.*
hanneton [antɔ̃] nm *Bọ da, bọ dừa, bọ rầy.*
hanter [)te] vtr *Ám ảnh;* être hanté par une idée *Bị ám ảnh bởi một ý nghĩ.*
hantise [)tiz] nf *Điều ám ảnh; Sự ám ảnh;* avoir la h. de *Bị ám ảnh về...*
happer [ape] vtr *Táp, đớp, ngoạm;* la voiture a été happée par un train *Xe con bị một xe lửa húc.*
harangue [ardɡ] nf *Lời cổ vũ, bài diễn văn.*
haranguer [ar)ɡe] vtr *(a) Hô hào, diễn thuyết (b) Thuyết phục.*
haras [arɑ] nm *Trại ngựa giống.*
harassement [arasm)] nm *Sự mệt nhoài.*
harasser [arase] vtr *Mệt nhoài, làm mệt lử.*
harceâlement [arsɛlm)] nm *Sự quấy rầy, sự phá rối;* h. sexuel *Sự khuấy rối tình dục.*
harceler [arsɔle] vtr *Quấy nhiễu, quấy rầy;* h. qn de questions *Hỏi dồn dập một người nào.*
hardes [ard] nfpl *Sự mặc quần áo.*
hardiesse [ardjɛs] nf (a) *Tính gan dạ, tính bạo dạn* une h. *Một sự liều lĩnh* (b) *Sự vô liêm sỉ, sự trơ trẽn;* il a eu la h. de me tourner le dos *Anh ấy đã từ chối tôi một cách vô liêm sỉ.* **hardi** a (a) *Can đảm; Bạo dạn, gan dạ* (b) *Liều lĩnh* (c) *Vô liêm sỉ* (d) h. les gars! *Can đảm tiến lên!.* **hardiment** adv *Một cách can đảm, bạo dạn, liều lĩnh, trơ trẽn.*
harem [arɛm] nm *Hậu cung, khuê phòng.*
hareng [ar)] nm *Cá mòi, cá trích;* h. bouffi *Cá mòi hấp;* h. saur *Cá mòi xông khói;* h. (salé et) fumé *Cá mòi (ướp muối và) xông khói.*
hargne [arɲ] nf *Tính cau có, sự gắt gỏng, sự cà khịa* **hargneux, - euse** a *Quạu quọ, cầu nhầu* **hargneusement** adv *Một cách gắt gỏng, quạu quọ.*

haricot [ariko] nm **1.** Cu: h. de mouton *Món ragu cừu* **2.** h. blanc *Đậu trắng*; h. vert *Đậu cô ve*; h. à rames *Một thứ đậu (mọc leo trên thân cây khác) (số nhiều)*; P: c'est la fin des haricots *Thế là hết ! thế là xong*.

harmonica [armɔnika] nm Mus: *Kèn ác mo ni ca, khẩu cầm*.

harmonie [armɔni] nf **1.** (a) *Sự hài hòa, sự hòa hợp*; en h. avec *Hòa hợp với...* (b) *Sự điều hòa, sự cân xứng* **2.** Mus: *Hòa âm, hòa điệu*.

harmonieux, - euse a *(a) Êm dịu, du dương (b) Hòa thuận, hòa hợp; Hài hòa*. **harmonieusement** adv *Một cách êm dịu, hài hòa*.

harmonisation [armɔnizasjɔ̃] nf *Sự điều hòa*.

harmoniser [armɔnize] vtr **1.** *Dung hòa, dung hợp* **2.** s'h. *Điều hòa, hòa hợp, hài hòa*.

harmonium [armɔnjɔm] nm Mus: *Đàn đạp hơi*.

harnachement [arnaʃm)] nm **1.** *Sự thắng yên cương (ngựa)* **2.** *(a) Yên cương ngựa (b) Nghề làm yên cương ngựa* **3.** F: *Quần áo nặng nề, thô kệch*.

harnacher [arnaʃe] vtr *Thắng yên cương ngựa* être harnaché *Bị cho mặc quần áo thô kệch, nặng nề*.

harnais [arnɛ] nm *Yên cương*.

harpe [arp] nf Mus: *Đàn hạc*.

harpie [arpi] nf *Nữ yêu quái mình chim, người đàn bà độc ác*.

harpiste [arpist] n *Người chơi đàn hạc*.

harpon [arpɔ̃] nm *Cây lao móc để đâm cá voi*; pêche au h. *Đánh cá bằng cây lao móc*.

harponner [arpɔne] vtr **1.** *Đánh cá bằng lao móc* **2.** P: *(a) Bắt, tóm cổ (b) Chặn lại, làm lúng túng*.

hasard [azar] nm (a) *Thời vận, sự ngẫu nhiên, sự may rủi*; coup de h. *(*) Việc do may rủi (**) Vận mệnh, vận số*; jeu de h. *Trò chơi của số mệnh*; ne rien laisser au h. *Không phó mặc vận mệnh*; le h. a voulu que *Vận số khiến xui...*; au h. *Không chủ định*; par h. *Tình cờ*; si par h. *Nếu chẳng may* (b) *May ra, thản hoặc...*; à tout h. *Để phòng mọi bất trắc*; les hasards de la guerre *Mọi may rủi của trận chiến*.

hasarder [azarde] vtr **1.** *Liều; Mạo hiểm* **2.** se h. *Đánh liều*; se h. dans *Đi liều vào...*; se h. à faire qch *Mạo hiểm làm một việc gì*. hasardé, hasardeux, - euse a *Liều, mạo hiểm, không có gì chắc chắn*.

haschisch [aʃiʃ] nm *Cần sa, hasit*.

hête [ɑt] nf *Sự vội vàng, sự hối hả*; avoir h. de faire qch. (*) *Làm gấp một việc gì* (**) en h., à la h. *Gấp, vội, cấp tốc*; en toute h. *Tối khẩn, hỏa tốc*; sans h. *Thong thả, thận trọng*.

hâter [ɑte] vtr **1.** *Làm gấp, hối gấp, thúc đẩy*; h. le pas *Rảo bước* **2.** se h. *Vội vã, hối hả, khẩn trương*. hâtif, -ive a *(a) Vội, sớm (b) Gấp rút, khẩn trương*. hâtivement adv *Một cách khẩn trương, vội vã*.

hausse [os] nf *Cái bệ, sự kê lên, sự nâng cao*; être en h. *Tăng tiến* les affaires sont en h. *Công việc đang tăng tiến*.

haussement [osm)] nm h. d'épaules *Sự nhún vai*.

hausser [ose] vtr **1.** *Nhắc cao lên, nâng cao (bức tường)*; h. les épaules *Nhún vai* **2.** se h. sur la pointe des pieds *Nhón chân, nhót gót*; se h. jusqu'à qn *Tự vươn lên cho bằng một người nào*.

haut [o] **1.** a (a) *Cao*; homme de haute taille *Người cao lớn*; mur h. de six mètres *Tường cao 6 mét*; haute mer *Biển khơi*; à mer haute *Thủy triều dâng cao* (b) *Quan trọng, cao cả*; de h. rang *Thuộc dòng dõi trâm anh*; h. fonctionnaire *Công chức cao cấp*; haute finance *Tài chính cao*; haute cuisine *Món ăn sang trọng* (c) *Ngẩng cao*; marcher la tête haute *Đi, ngẩng cao đầu*; voix haute *(*) Nói to, hét lớn (**) Giọng có âm điệu cao*; lire à haute voix *Đọc to giọng* (d) haute trahison *Tội phản quốc*; être h. en couleur (*) *Màu nặng quá, chói quá* (**) haute fréquence *Tần số cao* (e) *Ở trên cao*; le plus h. étage *Tầng cao nhất*; la plus haute branche *Cành cao nhất*; les hautes classes *Giới thượng lưu*; P: la haute *Tầng lớp trên* le h. Rhin *Thượng dòng sông Rhin* **2.** adv (a) *Cao, ở trên hết*; h. les mains ! *Đưa tay lên !* parler h. *To tiếng* parlez plus h.! *Anh hãy nói to hơn !* penser tout h. *Nói to ước mơ của mình*; viser h. *Cao vọng*; h. placé *Ở vị trí cao* (b) *Về trước, từ xa xưa*; voir plus h. *Thấy xa hơn*; remonter plus h. *Đi ngược về thời xa xưa* **3.** nm (a) *Bề cao*; avoir deux mètres de h. *Có 2 mét bề cao*; tomber de h. (*) *Rơi xuống từ trên cao* (**) *Kinh ngạc, sững sờ* (b) *Chóp, đỉnh, phần trên cao*; h. de la table *Phía đầu bàn*; les hauts et les bas *Những nỗi thăng trầm*; l'étage du h. *Tầng trên cùng*; du h. de la falaise *Từ trên vách đá*; de h. en bas (*) *Từ trên xuống dưới* (**) regarder qn de h. en bas *Nhìn ai từ đầu đến chân*; traiter qn de h. *Chiếu cố, trân trọng ai*; du h. en bas *Từ cao xuống thấp*; en h. *Ở phía trên* (**) au h., en h., d'une échelle *Trên nấc thang cao nhất*; d'en h. (*) *Từ trên cao* (**) *Ở nơi cao*. hautement adv *(a) Ở mức độ cao (b) Dũng cảm*.

hautain [otɛ̃] a *Kiêu kỳ, ngạo mạn*.

hautbois [obwɑ] nm *Kèn bấm, kèm ô boa*.

haut - de - forme [odfɔrm] nm pl hauts - de -

forme. *Mũ cao thành*
haute - contre [otkɔ̃tr] Mus: 1. nf *Giọng nam cao* 2. nm pl hautes-contre. *Nam ca sĩ có giọng cao.*
haute - fideáliteá [otfidelite] nf Rec: pl hautes - fidélités *Lòng ái quốc.*
hauteur [otœr] nf 1. (a) *Chiều cao, nơi cao, độ cao* prendre de la h. *(Máy bay) lên cao*; à la h. de qch *Xứng đáng, ngang tầm với...*; arriver à la h. de qch *Đạt tới tầm cỡ...*; à la h. des yeux *Ngang tầm mắt* être, se montrer, à la h. d'une tâche *Đủ tư cách đảm nhiệm một công việc*; F: être à la h. *Đủ sức* saut en h. *Sự nhảy cao* (b) *Bề cao*; h. libre, de passage (c) Mus: *Độ cao (nốt nhạc)* (d) *Sự cao thượng* 2. *Sự kiêu căng* 3. *Tầm cao; Chóp, đỉnh.*
haut - fond [ofɔ̃] nm pl hauts - fonds. *Mỏm ngầm (ở biển, sông).*
haut(-)fourneau [ofurno] nm *Lò hơi*; pl hauts - fourneaux. *Lò luyện gang.*
haut - le - cœur [olkœr] nm inv *Sự buồn nôn*; avoir des h. - le- c. *Nôn, ọe.*
haut - le - corps [olkɔr] nm inv *Sự giật mình.*
haut - parleur [oparlœr] nm Rec: *Cái loa, máy phóng thanh*; h. - p, d'aigus *Loa giọng kim*; h. -p. de graves; pl haut - parleurs. *Loa trầm.*
Havane [avan] 1. prnf Geog: *Thành phố Ha ba na* 2. nm *Xì gà Ha ba na.*
hêve [ɑv] a *Xanh xao, hốc hác, gầy gò.*
havre [ɑvr] nm *Hải khẩu, hải cảng trú ẩn.*
havresac [avrəsak] nm *Bao, bị, túi ba lô.*
Hawaï [awaji] Prnm Geog: *Quần đảo Hawai.* hawaïen, - ïenne a & n Geog: *Người đảo Hawai*
Haye (la) [laɛ] Prnf Geog: *Thành phố Hague.*
hayon [ajɔ̃] nm *(a) Ván hậu (xe bò) cửa sau (b) Cửa lật (xe tải).*
heá [e] int 1. *Ê ! này !* 2. *Tốt! hé oui ! Ừ, được thôi!*
hebdomadaire [ɛbdɔmadɛr] a & nm *Hàng tuần.*
heábergement [ebɛrʒəm)] nm *Sự cho tạm trú, sự đón tiếp*; centre d'h. *Trung tâm tạm trú.*
heáberger [ebɛrʒe] vtr (n. hébergeons) *Cho trú ngụ; Thừa tiếp.*
heábeátement [ebɛtm)] nm *Sự ngây ngô, sự ngơ ngác.*
heábeáter [ebete] vtr (j'hébète; j'hébéterai) *Làm thành ngây ngô, làm cho đần độn.* hébété a *Ngơ ngác, khù khờ.*
heábraïque [ebraik] a *Thuộc Do Thái.*
heábreu, - eux [ebr-] 1. adj & nm *Dân Do Thái* 2. nm *Tiếng Do Thái* c'est de l'h. pour moi *Tôi không hiểu rõ.*

HEC abbr Hautes études commerciales. *(Chữ viết tắt) Cao đẳng thương mại.*
heácatombe [ekatɔ̃b] nf *Cuộc tàn sát ghê gớm.*
hectare [ɛktar] nm *Mẫu tây (10. 000 m).*
hectolitre [ɛktɔlitr] nm *Một trăm lít.*
hectomeâtre [ɛktɔmɛtr] nm *Một trăm mét.*
heágeámonie [eʒemɔni] nf *Quyền tối cao, bá chủ, bá quyền.*
hein [(| int (a) *Hử ! (ngạc nhiên)* (b) h. ? tu peux m'expliquer ? *Hả ? thế nào? anh có thể giải thích cho tôi chứ ?*
heálas [elɑs] int *Than ôi ! chao ôi !* h. non *Chao ôi ! chắc không đâu.*
heáler [ele] vtr (je hèle; je hélerai) *Gọi, kêu (xe, đò).*
heálice [elis] nf Nau: *Chong chóng (máy bay) chân vịt (tàu).*
heálicopteâre [elikɔptɛr] nm *Phi cơ trực thăng, máy bay lên thẳng.*
heáligare [eligar] nf *Ga của phi cơ trực thăng.*
heáliport [elipɔr] nm *Sân bay dành cho phi cơ trực thăng.* héliporté a *Vận chuyển bằng phi cơ trực thăng.*
heálium [eliɔm] nm *Nguyên tố heli.*
helleánique [elenik] a *Thuộc về cổ Hy lạp.*
helveátique [ɛlvetik] a *Thuộc Thụy sĩ.*
hem [ɛm] int (a) *Hử ! (có vẻ hoài nghi).*
heámatie [emati] nf *Hồng huyết cầu.*
heámatome [ematom] nm *Bọc máu.*
heámicycle [emisik] nm *Đài bán nguyệt*; l'h. de la Chambre *Khoảng trống (hình bán nguyệt) trong Nghị viện.*
heámispheâre [emisfɛr] nm *Bán cầu*; l'h. nord, sud *Bắc bán cầu, nam bán cầu.* hémisphérique a *Có hình bán cầu.*
heámoglobine [emɔglɔbin] nf *Huyết cầu tố.*
heámophilie [emɔfili] nf Med: *Chứng huyết hữu, bệnh hay chảy máu.* hémophile 1. a *Bị chứng huyết hữu* 2. *Người hay bị chảy máu.*
heámorragie [emɔraʒi] nf Med: *Chứng xuất huyết; Sự băng tuyết.*
heámorroïdes [emɔrɔid] nfpl *Bệnh trĩ, lậu.*
heámostatique [emɔstatik] a & nm *Cầm máu.*
hennir [enir] vi *Hí (ngựa).*
hennissement [ɛnism)] nm *Tiếng ngựa hí.*
hep [ep] int *Này !*
heápatite [epatit] nf Med: *Bệnh viêm gan.* hépatique 1. a *Thuộc về gan* 2. n *Người bị bệnh gan.*
heáraldique [eraldik] 1. a *Thuộc huy hiệu* 2. nf *huy hiệu học.*
heáraut [ero] nm Hist: *Người truyền tin, người đưa tin.*

herbaceá [ɛrbase] a *Thuộc về cỏ*.
herbage [ɛrbaʒ] nm 1. *Cỏ, đồng cỏ* 2. *Đồng cỏ màu mỡ*.
herbe [ɛrb] nf 1. *Cỏ, thảo mộc*; fines herbes *Rau cỏ (gia vị), rau sống*; mauvaise h. *Cỏ hoang, cỏ dại* 2. *Cây cỏ*; couper l'h. sous le pied de qn *Hất cẳng ai, giành địa vị* 3. en h. (*) *Còn non, chưa chín* (**) *Thành thạo về trò chơi (trẻ em)*. herbeux, - euse a *Cỏ nhiều cỏ*.
herbicide [ɛrbisid] nm *Thuốc diệt cỏ*.
herbier [ɛrbje] nm *Trại chứa cỏ*.
herbivore [ɛrbivɔr] 1. a *Ăn cỏ* 2. nm *loài ăn cỏ*.
herboriste [ɛrbɔrist] n *Người bán cỏ thuốc, dược thảo*.
herboristerie [ɛrbɔristəri] nf 1. *Cửa hàng bán cỏ thuốc* 2. *Nghề làm cỏ thuốc*.
herbu [ɛrby] a *Cỏ rất nhiều cỏ*.
Hercule [ɛrkyl] Prnm *sức mạnh phi thường*; travail d'H. *Việc nặng nhọc*; h. de foire *Người diễn trò thể lực*. herculéen, - enne a *Có sức mạnh phi thường*.
heáreáditeá [eredite] nf 1. *Sự di truyền* 2. *Quyền thừa kế* héréditaire a *Kế thừa, thế tập*.
heáreásie [erezi] nf *Tà giáo, dị giáo*. hérétique 1. a *Thuộc tà giáo* 2. n *Người theo tà thuyết*.
heárisser [erise] vtr 1. (a) *Xù lên, làm dựng lông* (b) *Làm bờm xờm, làm lởm chởm*; ce bruit hérisse le poil *Tiếng động này làm dựng lông lên (nổi da gà)*.; planche hérissée de clous *Miếng ván tua tủa đinh*; h. un texte de citations *Gán ghép nhiều trích đoạn vào một bài văn*; h. qn *Làm cho ai nổi tức* 2. se h. *Xù lên, dựng tóc lên; Nổi tức lên*. hérissé a 1. *Xù lông lên* 2. *Dựng tóc lên; Lởm chởm, tua tủa*.
heárisson [erisɔ̃] nm Z: *Con nhím*.
heáritage [eritaʒ] nm *Sự kế thừa, di sản*; faire un h. *Nhận của thừa kế*; laisser qch en h. à qn *Để lại một vật gì làm di sản cho ai*.
heáriter [erite] 1. vi h. d'une fortune *Thừa kế một gia tài*. 2. vtr h. qch de qn *Thừa kế một vật gì của ai*.
heáritier, - ieâre [eritje, jɛr] n *Người thừa kế*.
hermeátisme [ɛrmetism] nm 1. *Học thuật giả kim* 2. *Sự huyền bí, sự tối nghĩa*. hermétique a 1. *Kín mít, bít hơi, bít kín* 2. *Bí ẩn, khó hiểu*. hermétiquement adv *Kín mít, kín hơi*.
hermine [ɛrmin] nf 1. Z: *Chuột hương lông trắng, chồn* ec min 2. *Lông chồn ecmin*.
hernie [ɛrni] nf 1. Med: *Bệnh sán khí, thoát trường*; h. discale *Đĩa đệm bị trẹo* 2. Aut: *chỗ phồng lên (qua 1 lỗ thủng của lớp xe)*.
heároïne[1] [erɔin] nf *Nữ kiệt, anh thư, liệt nữ*.
heároïne[2] nf *Chất hêrôin (chế bằng moóc phin)*.

heároïnomane [erɔinɔman] n *Người nghiện hêrôin*.
heároïsme [erɔism] nm *Chủ nghĩa anh hùng*. héroïquea *Oanh liệt, hòa kiệt*. héroïquement adv *Một cách oanh liệt*.
heáron [erɔ̃] nm *Con diệc*.
heáros [ero] nm *Người hùng*.
herpeâs [ɛrpɛs] nm Med: *Chứng mụn rộp, ghẻ, phỏng*.
herse [ɛrs] nf 1. *Cái bừa* 2. *Đế đèn nến nhiều ngọn, cửa song sắt to của thành lũy*.
herser [ɛrse] vtr *Bừa (ruộng)*.
hertz [ɛrts] nm *Hertz (đơn vị tần số)*. hertzien, -ienne a *Thuộc Héc, thuộc tần số*.
heásitation [ezitasjɔ̃] nf *Sự do dự*; avec h. *Với sự lưỡng lự*; sans h. *Không ngần ngại*.
heásiter [ezite] vi 1. *Do dự, chần chừ*; il n'y a pas à h. *Không phải do dự nữa* 2. *Ngập ngừng*. hésitant a *Do dự, ngần ngại, ấp úng*.
heáteároclite [eterɔklit] a *Dị thường, hỗn tạp*.
heáteárogeâne [eterɔʒɛn] a (a) *Dị loại, dị chất* (b) *Hỗn tạp, hỗn hợp*.
heáteárosexualiteá [eterosɛksyalite] nf *Sự thích tình dục với người khác giới*. hétérosexuel, -elle a & n *Người thích tình dục khác giới*.
hître [ɛtr] nm *Cây sồi rừng, cây dẻ gai*.
heu [-] int *Ơ ! (chỉ sự hoài nghi)*.
heure [œ r] nf (a) *Giờ*; heures d'affluence *Giờ cao điểm*; heures creuses *Giờ vắng khách; Giờ thấp điểm* la dernière h. *Tin giờ chót*; cent kilomètres à l'h. *100 cây số/ giờ*; payé à l'h. *Tính công/ giờ*; 30 francs l'h. F: de l'h. *30 quan/ giờ*; semaine de 40 heures *(Làm việc) mỗi tuần 40 giờ*; heures supplémentaires *(Làm việc) ngoài giờ* (b) h. légale *Thời gian quy định*; h. d'été *Lúc mùa hè* quelle h. est - il ? *Mấy giờ rồi ?* quelle h. avez - vous ? *Đồng hồ anh chỉ mấy giờ?* cinq heures moins dix *5 giờ kém 10'*; dix - huit heures *18 giờ*; le train de neuf heures *Chuyến xe lửa 9 giờ*; à une h. avancée *vào giờ khuya, muộn*; mettre sa montre à l'h. *Chỉnh đồng hồ đúng giờ* (c) l'heure d'aller se coucher *Đến giờ nằm nghỉ*; l'h. du dînner *Giờ cơm tối*; h. d'éclairage *Giờ thắp đèn*; à l'h dite *Đúng giờ đã định*; être à l'h. *Đúng giờ, đúng hẹn*; à ses heures, il était charmant *Khi anh ấy thích, anh ấy rất dễ mến* il est, c'est, l'h. *Hiện nay, hiện giờ*; la question de l'h. *Vấn đề thời gian*; à l'h. qu'il est *(*) Vào giờ này, ngay trong lúc này* (**) *Thời gian tính*; cette mode a eu son h. *Kiểu này đã có một thời*; j'attends mon h. *Tôi chờ thời vận* (f) de bonne h. *Sớm*; de meilleure h. *Lúc sớm nhất*; faire qch sur l'h.

Làm một việc gì ngay lập tức; à toute h. *Lúc nào cũng được, trong giờ nào cũng được;* tout à l'h., (*) *Chốc nữa, lát nữa* (**) *Lúc nãy, vừa rồi;* à tout à l'h. ! *May quá ! tốt lắm!* (g) int à la bonne h. !

heureux, - euse [œ r-, -z] a **1.** *Sung sướng, hạnh phúc;* h. comme un poisson dans l'eau *Sung sướng như cá gặp nước;* vivre h. *Sống hạnh phúc;* je suis très h. de ce cadeau *Món quà này làm cho tôi rất sung sướng;* nous serions h. que vous acceptiez *Chúng tôi thật hoan hỉ nếu được anh chấp nhận* **2.** (a) *Thành tựu;* l'issue heureuse des négociations *Kết quả thành tựu của những cuộc thương thuyết* (b) *May mắn;* h. au jeu *Vận đỏ trong cờ bạc* **3.** (a) favourable *Thích hợp, thích đáng;* par un h. hasard *Nhờ vận may* (c'est) encore h.! *Tạ ơn trời ! hãy còn may!* (b) début h. *Khởi đầu may mắn* **4.** *Hân hoan, vui vẻ.* heureusement adv *Tốt, may mắn, thích hợp;* il est venu, h.! *May quá, anh ấy đã đến!;* h. que tu es là *Rất may, có bạn ở đây.*

heurt [œ r] nm *Sự đụng, sự va chạm, sự vấp, sự tương phản;* tout s'est fait snas h. *Mọi việc đều êm xuôi.*

heurter [œ rte] vtr & i **1.** (a) *Đụng, va vào, va chạm* (b) h. à la porte *Va vào cửa* (c) *Đụng chạm, xúc phạm; Công kích* **2.** se h. (a) se h. à *Đụng phải, va vào;* se h. la tête contre qch *Va đầu vào một vật gì;* se h. à une difficulté *Vấp phải điều khó khăn* (b) *Tông vào nhau, tương phản.* heurté a *Trái ngược, lủng củng.*

heurtoir [œ rtwar] nm *Búa gõ cửa.*

hexagone [ɛgzagɔn] nm (a) *Hình lục giác* (b) Fig: l'H. *nước Pháp.* hexagonal,- aux a (a) *Có sáu góc, lục giác* (b) F: *Người Pháp.*

HF abbr haute fréquence. *(Chữ viết tắt) tần số cao.*

hibernation [ibɛrnasjɔ̃] nf *Sự ngủ vào mùa đông (động vật).*

hiberner [ibɛrne] vi *Ngủ mùa đông.*

hibou, - oux [ibu] nm *Chim cú;* jeune h. *Chim cú con.*

hic [ik] nm F: voilà le h. *Đây là điểm mấu chốt.*

hideur [idœ r] nf Lit: *Sự xấu xa gớm ghiếc.* hideux, - euse a *Xấu xa, ghê tởm.* hideusement adv *Xấu đến phát gớm.*

hier [jɛr] **1.** adv *Hôm qua;* h. (au) soir *Chiều hôm qua, đêm hôm qua;* F: je ne suis pas né d'h. *Tôi không thiếu kinh nghiệm đâu* **2.** nm toute la journée d'h. *Cả ngày hôm qua.*

hiérarchie [jerarʃi] nf *Đẳng cấp, tôn ti, thứ bậc.* hiérarchique a *Theo cấp bậc;* par (la) voie h. *Theo hệ thống quan giai.* hiérarchiquement adv *Theo thứ bậc, theo đẳng cấp.*

hierarchiser [jerarʃize] vtr *Định đẳng cấp;* société hierarchisée *Một xã hội theo thứ bậc.*

hiéroglyphe [jerɔglif] nm *Chữ tượng hình.*

hi -fi [ifi] a & nf hi - fi *Độ trung thực cao (âm thanh, hình ảnh).*

hilariteá [ilarite] nf *Sự cười phá lên, sự vui vẻ.* hilare a *Vui cười, hớn hở.*

hindouisme [(duism] nm *Ấn Độ giáo.* hindou, - e a *Thuộc về Ấn Độ, người Ấn Độ.*

hippie [ipi] a & n F: *Lối sống độc đáo, ăn mặc khác thường.*

hippique [ipik] a concours h. *Cuộc đua ngựa;* sport h. *Thuật cởi ngựa, môn thể thao cởi ngựa.*

hippocampe [ipɔk)p] nm *Con hải mã.*

hippodrome [ipɔdrom] nm *Trường đua ngựa.*

hippopotame [ipɔpɔtam] nm *Con hà mã.*

hirondelle [irɔ̃dɛl] nf *Chim nhạn, chim én;* h. de fenêtre *Loài chim én làm tổ ở cửa sổ.*

hirsute [irsyt] a *Xồm xoàm , bù xù.*

hispanique [ispanik] a *Thuộc Tây ban nha.*

hisser [ise] vtr **1.** *Kéo lên, rút lên* **2.** se h. jusqu'à la fenêtre *Leo lên đến cửa số;* se h. sur la pointe des pieds *Đứng nhón gót chân.*

histoire [istwar] nf **1.** (a) *Sử, lịch sử;* l'H. sainte *Thánh sử;* la petite h. (b) h. naturelle *Vạn vật học* (c) *Sách sử học* **2.** *Truyện, chuyện nhảm; livre d'histoires Sách truyện;* h. de fous *Chuyện tầm phào;* c'est toujours la même h. *Luôn luôn là câu chuyện cũ mèm ấy;* F: il est sorti, h. de prendre l'air *Anh ấy ra ngoài cốt để hứng gió;* F: h. de rire *Chỉ cốt cười chơi;* en voilà une h.! *Lại thành chuyện lôi thôi !* c'est toute une h. *Câu chuyện dài dòng lắm* **3.** F: *Chuyện phịa, chuyện phỉnh;* tout .a c'est des histoires *Tất cả đều là chuyện bịa* **4.** F: faire des histoires *Gây nên chuyện;* il faut éviter d'avoir des histoires *Ta nên tránh gây chuyện lôi thôi;* pas d'histoires ! *Đừng rắc rối nhé !* **5.** F: *Sự việc.* historique **1.** a *Thuộc lịch sử;* monument h. *Bia, dài cổ* **2.** nm *Vật, bia có tính cách lịch sử ;* faire l'h. des événements *Kể lại quá trình các sự kiện.* historiquement adv *Theo lịch sử, về phương diện lịch sử.*

historien, - ienne [istɔrjɛ̃, jɛn] n *Sử gia, người viết sử.*

hiver [ivɛr] nm *Mùa đông;* en h. *Trong mùa đông;* temps d'h. *Thời tiết mùa đông;* vêtements sports d'h. *Quần áo mùa đông, các môn thể thao mùa đông*

hivernage [ivɛrnaʒ] nm **1.** *Thời gian nằm chuồng mùa đông (súc vật)* **2.** *Mùa mưa bão nhiệt đới.*

hiverner [ivɛrne] vi *Tránh lạnh, nghỉ mùa đông.*

hivernal, - aux a *Thuộc về mùa đông.*

HLM abbr Habitation à loyer modéré. *(Chữ viết tắt) nhà cho thuê giá phải chăng.*

hochement [ɔʃm)] nm h. de tête *Sự lắc đầu.*

hocher [ɔʃe] vtr & i h. la tête *Lắc đầu.*

hochet [ɔʃɛ] nm *Đồ chơi trẻ em, cái lúc lắc.*

hockey [ɔkɛ] nm Sp: h. (sur gazon) *Môn khúc côn cầu, sân chơi khúc côn cầu;* h. sur glace *Chơi khúc côn cầu trên băng.*

holaâ [ola] int **1.** *(Để gọi) này ! ê !* **2.** *(Để hãm lại) thôi ! im đi! đứng lại !* mettre le h. à qch *Hãm một vật gì lại.*

holding [ɔldiŋ] nm *Sự liên hợp tài chính.*

hold - up [ɔldœ p] nm inv *Cuộc đánh cướp ngân hàng.*

Hollande [ɔl)d] **1.** Prnf Geog: *Hòa lan* **2.** nm (fromage de) h. *Phó mát Hòa lan.* hollandais, -aise **1.** a *Thuộc nước Hòa lan* **2.** n les H. *Người Hòa lan* **3.** nm *Tiếng Hòa lan.*

holocauste [ɔlɔkost] nm *Lễ thiêu sinh vật.*

hologramme [ɔlɔgram] nm *Ảnh chụp giao thoa laze.*

holographie [ɔlɔgrafi] nf *Thuật chụp ảnh giao thoa laze.*

homard [ɔmar] nm *Tôm hùm.*

homeálie [ɔmeli] nm *Bài giảng Thánh kinh.*

homeáopathe [ɔmeɔpat] n *Thầy thuốc vi lượng đồng căn.*

homeáopathie [ɔmeɔpati] nf *Liệu pháp vi lượng đồng căn.* homéopathique a *Vi lượng đồng căn.*

homeárique [ɔmerik] a *Theo phong cách Homère.*

homicide [ɔmisid] nm *Tội sát nhân;* h. volontaire *Tội cố sát;* h. involontaire *Tội ngộ sát.*

hommage [ɔmaʒ] nm **1.** *Sự kính trọng;* rendre h. à qn *Tỏ lòng kính trọng ai* **2.** *Lòng cung kính, sự sùng bái;* présenter ses hommages à une dame *Tỏ lòng ngưỡng mộ đối với một phu nhân* **3.** *Cống lễ, vật kỷ niệm;* faire h. d'un livre *Trình bày, giới thiệu, tặng một quyển sách;* h. de l'éditeur *Sách biếu của nhà xuất bản;* h. de l'auteur *Sách biếu của tác giả.*

homme [ɔm] nm (a) *Người, loài người;* de mémoire d'h. *Nhớ lại từ thời xa xưa;* les droits de l'h. *Nhân quyền* (b) parler à qn d'h. à h. *Nói chuyện thành thực với nhau;* P: mon h. *Chồng tôi;* h. à femmes *Người đào hoa;* Com: rayon hommes, *Khu vực đàn ông* (c) *(Cá nhân)* ce n'est pas l'h. qu'il me faut *Đây không phải là người tôi cần;* trouver son h. *Gặp người lý tưởng (đối thủ cân sức);* h. d'État *Chính khách;* h. d'affaires *Nhà kinh doanh;* h. de peine *Người lao động;* Nau: h. d'équipage *Thủy thủ đoàn* (d) l'abominable h. des neiges *Người tuyết đáng ghê tởm.*

homme - grenouille [ɔmgrɔnuj] nm pl hommes - grenouilles. *Người nhái.*

homme - orchestre [ɔmɔrkɛstr] nm pl hommes- orchestres. *Nhạc sĩ thổi kèn rong.*

homme - sandwich [ɔms)dwit] nm pl hommes - sandwich(e)s. *Người đeo bảng quảng cáo.*

homogeânc [ɔmɔʒɛn] a *Đồng chất, đồng tính, đồng thể.*

homogeáneáisation [ɔmɔʒencizasjɔ̃] nf *Sự đồng chất hoá.*

homogeáneáiser [ɔmɔʒeneize] vtr *Làm thành đồng chất, đồng thể hoá.*

homogeáneáiteá [ɔmɔʒeneite] nf *Tính đồng chất.*

homologation [ɔmɔlɔgasjɔ̃] nf *Sự xác nhận, sự phê chuẩn.*

homologue [ɔmɔlɔg] **1.** a *Cùng nguồn, đồng đẳng* **2.** (a) nm *Người tương đương* (b) n *Số đối ứng.*

homologuer [ɔmɔlɔge] vtr **1.** (a) *Xác nhận, phê chuẩn* (b) *Công nhận* **2.** (a) *Chứng minh* (b) prix homologués *Giá chính thức* **3.** *Chính thức công nhận; Kỷ lục được chính thức công nhận.*

homonyme [ɔmɔnim] **1.** a *Đồng âm* **2.** nm *(a) Chữ đồng âm* (b) *Người trùng tên.*

homosexualiteá [ɔmɔsɛksɥalite] nf *Sự đồng tính luyến ái.* homosexuel, -elle a *Đồng tính luyến ái.*

Hongrie [ɔ̃gri] Prnf Geog: *Nước Hung ga ri.* hongrois, - oise a & n *Thuộc Hung ga ri, người Hung ga ri.*

honnïteteá [ɔnɛtte] nf **1.** *Sự lương thiện, tính trung thực* **2.** *Sự lịch thiệp* **3.** *Sự đoan chính* **4.** *Sự tao nhã.* honnête a **1.** *Lương thiện, thanh liêm, chính trực* **2.** *Lịch sự, nhã nhặn;* h. homme *Người quân tử, người tao nhã* **3.** *Đức hạnh, đoan chính* **4.** *Thích đáng, lịch thiệp.* honnêtement adv *Một cách trung thực, tao nhã.*

honneur [ɔnœ r] nm l. *Danh dự;* mettre son h. à faire qch *Lấy danh dự để làm một việc gì;* (ma) parole d'h. ! *Xin hứa danh dự* se faire h. de qch *Lấy làm hãnh diện về điều gì;* cour d'h. *Sân chính trong cung điện* **2.** réception en l'h. de qn *Sự tiếp đón để chào mừng ai* invité d'h. *Khách mời danh dự;* président d'h. *Chủ tịch danh dự;* avoir la place d'h. *Được dành chỗ danh dự;* faire h. à qch *Làm vẻ vang một việc gì;* faire h. au diner *Tham dự bữa cơm tối một cách vui vẻ;* à qui ai - je l'h. (de parler) ? *Tôi được vinh dự (tiếp chuyện) với ai đây?* j'ai l'h. de vous faire savoir que *Tôi lấy làm vinh dự để thông báo* với ông rằng...; à vous l'h. *(Trong cuộc thi đấu) xin mời anh*; jouer pour l'h. *Chơi chỉ vì danh dự* **3.** rendre les derniers honneurs à qn *Lễ viếng người chết*; faire (à qn) les honneurs de la maison *Đón tiếp ai đến nhà một cách long trọng* **4.** faire h. à sa signature *Giữ lời đã cam kết.* **5.** *(Chơi bài)*; les honneurs *Các quân bài có giá trị cao nhất.*

honorabiliteá [ɔnɔrabilite] nf *Sự đáng kính trọng, thanh danh.* honorable a (a) *Vẻ vang, vinh dự*; vieillesse h. *Tuổi già đáng kính, kính lão* (b) *Đáng kính, đáng tôn trọng; Đáng khen.* honorablement adv *Một cách đáng tôn kính; Với tiếng tăm tốt.*

honoraire [ɔnɔrɛr] **1.** a *Danh dự*; professeur h. *Giáo sư danh dự* **2.** *Tiền thù lao (cho trạng sư, bác sĩ v.v...).*

honorer [ɔnɔre] vtr **1.** (a) *Tôn trọng, tôn kính*; mon honoré confrère *Anh bạn đồng nghiệp đáng kính của tôi* (b) *Làm vẻ vang*; h. qn, qch, de *Làm vẻ vang ai, làm rạng rỡ 1 việc gì* (c) *Giữ lời hứa, tôn trọng* (d) *Tôn sùng* **2.** s'h. de qch *Tự hào về.., hãnh diện.*

honorifique [ɔnɔrifik] a *Danh dự (chức vụ, danh hiệu).*

honte [ɔ̃t] nf **1.** (a) *Sự xấu hổ*; sans h. *Sự trơ trẽn*; à ma grande h. *Tôi xấu hổ vô cùng*; avoir h. *Xấu hổ (vì...)*; faire h. à qn *Sỉ nhục ai* (b) fausse h. *Sự xấu hổ không đáng* **2.** *Sự sỉ nhục, sự trơ trẽn* couvrir qn de h. *Làm cho ai bị ô nhục*; quelle h.! c'est une h.! *Thật là trơ trẽn ! thật đáng xấu hổ !.* honteux, -euse a **1.** *Xấu hổ (vì...)* **2.** *E thẹn, bẽn lẽn* **3.** *Đáng xấu hổ, vô duyên*; c'est h. ! *Trơ trẽn quá ! xấu hổ quá !* honteusement adv *Một cách nhục nhã, một cách vô duyên.*

hop [ɔp] int allez, h.! *Đi đi, háp!*

höpital, -aux [ɔpital, o] nm *Bệnh viện, bệnh xá;* à l'h. *Ở bệnh viện;* salle d'h. *Phòng của bệnh viện.*

hoquet [ɔkɛ] nm *Tiếng nấc;* avoir le h. *Bị nấc.*

hoqueter [ɔkte] vi (je hoquette, n. hoquetons) *Nấc.*

horaire [ɔrɛr] **1.** (a) *Dấu báo giờ* (b) *Thuộc giờ*; débit h. *Mức sản xuất theo giờ* **2.** nm *thời khóa biểu, bảng ghi giờ*; h. flexible, h. mobile, h. à la carte *Giờ (có thể) thay đổi*; quels sont vos horaires ? *Giờ làm việc của anh như thế nào?*

horde [ɔrd] nf *Bầy, lũ, bọn.*

horizon [ɔrizɔ̃] nm *Chân trời*; la ligne d'h. *Đường chân trời*; à l'h. *Tận chân trời*; tour d'h. politique *Cục diện chính trị.* horizontal, -aux **1.** a *Ngang, nằm ngang* **2.** nf (a) *Đường nằm ngang*; à l'h. *Tư thế nằm* (b) *Đường thẳng nằm ngang.* horizontalement adv *Ngang, nằm ngang.*

horloge [ɔrlɔʒ] nf *Đồng hồ*; h. normande *Đồng hồ quả lắc đựng trong tủ đứng;* l'h. parlante *Đồng hồ treo tường*; il est deux heures, à l'h. *Đồng hồ chỉ hai giờ.* horloger, -ère **1.** a *Thuộc đồng hồ (nghề làm)* **2.** n *Người bán đồng hồ.*

horlogerie [ɔrlɔʒri] nf **1.** *Nghề buôn bán đồng hồ;* *Nghề đồng hồ* **2.** *Hiệu buôn bán đồng hồ*

hormis [ɔrmi] prep *Trừ ra, không kể.*

hormone [ɔrmɔn] nf *Kích thích tố.* hormonal, - aux a *Kích thích tố.*

hormonotheárapie [ɔrmɔnɔterapi] nf *Liệu pháp sử dụng kích thích tố.*

horodateur [ɔrɔdatœr] nm *Máy in ngày giờ (lên văn kiện).*

horoscope [ɔrɔskɔp] nm *Thuật đoán số tử vi.*

horreur [ɔrœr] nf **1.** *Sự ghê rợn*; frappé d'h. *Khiếp sợ* **2.** *Sự kinh tởm, sự khủng khiếp, điều ghê gớm;* faire h, à qn *Làm cho ai kinh khiếp*; avoir h. de *Rất ghét*; avoir qch en h *Ghê tởm điều gì* **3.** *Sự gớm ghiếc, sự ghê sợ* **4.** (a) *Lời tục tĩu, điều khả ố;* quelle h. ! (*) *đáng gớm quá !* (**) *vật gớm ghiết ! Khiếp quá!* (b) les horreurs de la guerre *Những điều rùng rợn của chiến tranh*; commettre des horreurs *Làm điều ghê tởm.*

horrible [ɔribl] a *Ghê gớm, kinh khủng, rùng rợn, đáng kinh tởm* horriblement adv *Một cách kinh khủng, một cách đáng ghê sợ.*

horrifier [ɔrifje] vtr (imp & pr sub n. horrifiions, v, horriffiez) *Làm khủng khiếp.* horrifique adv *Làm ghê rợn, làm dựng tóc gáy.*

horripilant [ɔripilɑ̃] a *Làm bực tức, làm khiếp sợ.*

horripiler [ɔripile] vtr *Làm tức tối, làm sợ hãi.*

hors [ɔr] prep **l.** h. service *Hỏng, hư (máy móc)*; longueur h. tout *Chiều dài nhất (tàu, máy bay)*; h. taxe *Miễn thuế;* h. d'usage *Phế thải* **2.** h. de *Ngoài ra, ngoài vòng*; h. d'ici! *Đi khỏi đây ngay !* être h. d'affaire *Khỏi lôi thôi;* h. de portée, *Ngoài tầm (tay);* h. de là *Ngoài việc ấy*; il est h. de lui *Anh ấy nổi xung lên, (anh ấy không tự chủ nổi);* c'est h. de prix *Quá đắt !*

hors - bord [ɔrbɔr] nm inv *Xuồng có gắn máy;* moteur h.-b. *Máy gắn ngoài.*

hors - concours [ɔrkɔ̃kur] **1.** adv *Vô địch, ngoại hạng* **2.** a inv *Không được dự thi.*

hors - d'œuvre [ɔrdœvr] nm inv Cu: hors d'oeuvre *Món khai vị.*

hors - jeu [ɔrʒ-] a & nm *(Bóng đá) lỗi việt vị.*

hors - la - loi [ɔrlalwa] nm inv *Người sống ngoài pháp luật, quân trộm cướp, gian phi.*

hors - texte [ɔrtɛkst] nm inv *Phụ đính, phụ bản.*

hortensia [ɔrt)sja] nm *Hoa tú cầu, hoa đĩa*.
horticulteur, - trice [ɔrtikyltœ r, tris] n m *Người làm vườn*.
horticulture [ɔrtikyltyr] nf *Nghề làm vườn*. horticole a *Khoa làm vườn*.
hospice [ɔspis] nm 1. *Viện tế bần* 2. *Viện dưỡng lão, viện dục nhi*.
hospitalier, - ieâre [ɔspitalje, jɛr] a 1. *Hiếu khách* 2. personnel h. *Nhân viên (các tu sĩ) lo việc cứu tế*.
hospitalisation [ɔspitalizasjɔ̃] nf *Sự nhập viện*.
hospitaliser [ɔspitalize] vtr *Cho nhập viện*.
hospitaliteá [ɔspitalite] nf *Sự tiếp đãi ân cần*.
hostie [ɔsti] nf *Bánh Thánh*.
hostiliteá [ɔstilite] nf 1. *Sự thù địch, sự chống đối, sự hiềm thù* 2. *Chiến sự*. hostile a *Hiềm thù chống đối*.
höte, hötesse [ot, otɛs] n 1. *Chủ nhà, chủ nhân, chủ đất*; hôtesse de l'air *Nữ tiếp viên hàng không* 2. *Khách trọ, khách*; h. payant *Khách trọ có trả tiền*.
hötel [otɛ] nm 1. h. (particulier) *Dinh thự, lâu đài* 2. h. de ville *Tòa thị sảnh*; l'h. des Monnaies *Sở in bạc, sở đúc tiền*; h. des ventes *Phòng bán đấu giá* 3. (a) *Khách sạn* (b) h. meublé *Khách sạn để nghỉ (không có hàng ăn)*. hôtelier, - ière 1. n *chủ khách sạn* 2. l'industrie hôtelière *Công nghiệp khách sạn*.
hötellerie [otɛlri] nf (a) *Nhà tiếp khách, lữ quán, khách sạn* (b) l'h. *Ngành, nghề khách sạn*
hötesse *Xem hôte*.
hotte [ɔt] nf 1. *Cái gió, cái gài* 2. *Cái chụp (phía dưới ống khói)*.
hou [u] int 1. *(Để dọa, để chế giễu) chết !* 2. h. la vilaine! *Ế, ê, cô bé xấu xí!*
houblon [ublɔ̃] nm *Cây hoa bia*.
houe [u] nf *Cái cuốc*.
houille [uj] nf 1. *Than đá* 2. h. blanche *Năng lực thủy điện* houiller, - ère 1. adj. *Thuộc than đá* 2. nf *mỏ than*.
houle [ul] nf *Sóng lừng, sóng biển*; grosse h. *Sóng to* houleux, - euse a *Sóng to, biển động; Náo động; Phiên họp sôi nổi*.
houppe [up] nf (a) *Núm, búp* (b) *Tua* (c) *Chùm (tóc)*.
houppette [upɛt] nf *Bông thoa phấn*.
hourra [ura] int & nm *Tiếng reo hò, tiếng hoan hô*.
houspiller [uspije] vtr *Ngược đãi, la mắng*.
housse [us] nf (a) *Vải phủ; Vải bọc ghế*; drap h. *Vải trải giường* (b) *Vải phủ bàn ghế chống bụi*.

houx [u] nm *Cây nhựa ruồi*.
HT abbr 1. Haute tension *điện cao áp* 2. Hors taxe *Miễn thuế*.
hublot [yblo] nm *Cửa sổ tròn nhỏ (của tàu thủy, máy bay)*.
huche [yʃ] nf (a) *Thùng gỗ để làm bánh*; h. à pain (b) *Thùng nhào bột*.
hue [y] int *Tiếng thúc ngựa*.
hueáe [ɥe] nf 1. *Tiếng la ó, hò reo* 2. *Tiếng hò la phản đối, tiếng chế nhạo*.
huer [ɥe] 1. vi *La lối, phản đối* 2. vtr *Đả đảo; se faire h. Bị phản đối, bị chế nhạo*.
huile [ɥil] nf *Dầu*; h. comestible *Dầu ăn, dầu xà lách*; h. de tournesol *Dầu hướng dương*; h. de lin *Dầu ép từ hạt lanh*; h. de foie de moure *Dầu cá*; h. solaire *Dầu xoa (để chống nắng)*; h. minérale *Dầu mỏ*; peinture à l'h. *Màu dầu*; portrait à l'h. *Tranh sơn dầu*; jeter de l'h. sur le feu *Lửa cháy đổ thêm dầu*; P: les huiles *Người có vai vế*.
huiler [ɥile] vtr *Trộn dầu, thoa dầu, tẩm dầu*. huileux, - euse a *Có chất dầu, giống như dầu*.
huis [ɥi] nm *Cửa; Phiên tòa xử kín*.
huissier [ɥisje] nm (a) *Trưởng tòa, mõ tòa, thừa phát lại* (b) h. audiencier *Nhân viên chấp hành (ở cung điện, tòa án)*.
huit [ɥit] num a inv & nm inv *Tám*; h. jours *Tuần lễ*; (d')aujourd'hui en h. *Ngày này tuần sau*; donner ses h. jours à qn *Báo trước, hẹn ai một tuần*. huitième num a & n *Thứ tám, hạng tám*. huitième - ment adv *Thứ tám là...*
huitaine [ɥitɛn] nf 1. *Khoảng tám* 2. *Tuần lễ*; dans une h. *Trong một tuần*.
huitante [ɥit)t] num a inv *Tám mươi*.
huître [ɥitr] nf *Con hàu, con trai, con sò*.
hululement [ylylm)] nm *Tiếng la, tiếng hú*.
hululer [ylyle] vi *Kêu hú*.
humain [ym(] 1. a & nm *Thuộc về người*; le genre h. *Loài người, giống người* 2. *Nhân đạo, nhân từ*. humainement adv 1. *Về phương diện con người* 2. *Một cách nhân đạo*.
humaniser [ymanize] vtr *Nhân tính hoá; Làm cho hợp với con người*.
humanisme [ymanism] nm *Chủ nghĩa nhân văn*. humaniste 1. a *Theo nhân văn chủ nghĩa* 2. n *Nhà cổ điển học*.
humanitaire [ymanitɛr] a *Thuộc về nhân đạo, nhân ái*.
humaniteá [ymanite] nf (a) *Nhân loại, loài người* (b) *Phái mạnh* (c) *Lòng nhân ái*.
humble [œ̃bl] a *Khiêm tốn*. humblement adv *Một cách khiêm nhường*.
humecter [ymɛkte] vtr *Tẩm, thấm*.

humer [yme] vtr h. le parfum d'une fleur *Hít (ngửi) mùi hương bông hoa*; h. l'air frais *Hít (thở) không khí trong lành*.

humeárus [ymerys] nm *Xương cánh tay*.

humeur [ymœr] nf **1.** Anat: h. aqueuse *Thủy dịch (trong mắt)* **2.** (a) *Khí sắc, tính tình* être de bonne h. *Sắc mặt vui tươi*; de mauvaise h. *Vẻ buồn bực, khó chịu*; de méchante h. *Vẻ cau có, gắt gỏng* (b) *Tính chất, thể chất*; avoir l'h. vive *Tính chất lanh lẹ, nhanh nhẩu* (c) *Sắc diện xấu*; mouvement d'h. *Đang cơn giận dữ*; avec h. *Một cách cáu gắt, bực tức*.

humide [ymid] a *Ẩm, ẩm ướt, ẩm thấp*; temps h. et chaud *Thời tiết nóng và ẩm thấp*; temps h. et froid *Thời tiết ẩm thấp và lạnh*.

humidificateur [ymidifikatœr] nm *Máy làm ẩm*.

humidification [ymidifikasjɔ̃] nf *Sự làm ẩm*.

humidifier [ymidifje] vtr *Làm ẩm, làm ướt*.

humiditeá [ymidite] nf *Sự ẩm ướt, sự ẩm thấp, sự mốc meo*; craint l'h. *Kỵ ẩm, nên để chỗ khô ráo*; taches d'h. *Vết thấm nước*.

humiliation [ymiljasjɔ̃] nf *Sự làm nhục, sự sỉ nhục*.

humilier [ymilje] vtr **1.** *Sỉ nhục* **2.** s'h. *Tự hạ mình, chịu nhục*. humiliant a *Nhục nhã, làm mất thể diện*.

humiliteá [ymilite] nf *Sự khiêm tốn, sự nhún nhường*.

hymoriste [ymɔrist] n *Nhà văn hài, nhà văn trào phúng*. humoristique a *Khôi hài, trào phúng*; dessin h. *Bức hí họa*.

humour [ymur] nm *Sự hóm hỉnh*; avoir (le sens) de l'h. *Có (ý nghĩa) trào lộng*; h. noir *Sự cười ra nước mắt*.

humus [ymys] nm *Đất mùn*.

hune [yn] nf *Đài trên cột buồm*.

huppe [yp] nf *Chùm lông trên đầu (chim)*.

huppeá [ype] a F: **1.** *Lanh lợi, hoạt bát; Cao sang quyền quý* **2.** *Giàu có*.

hurlement [yrləm)] nm *Tiếng kêu la, tiếng tru, tiếng rú*.

hurler [yrle] **1.** vi *Kêu la, tru, rống, rú*; h. de douleur *Thét lên vì đau* **2.** vtr *Gào, rống lên*.

hurluberlu [yrlyberly] nm *Người khờ dại, người ngờ nghệch*.

hutte [yt] nf *Cái lều, cái chòi, túp nhà nhỏ*.

hybridation [ibridasjɔ̃] nf *Sự lai giống*.

hybride [ibrid] a & nm *Lai giống, thú giống lai*.

hybrider [ibride] vtr *Lai giống, gây giống lai*.

hybriditeá [ibridite] nf *Tính lai giống*.

hydratation [idratasjɔ̃] nf *Sự hydrat hoá*.

hydrate [idrat] nm h. de carbone *Chất hydrat*.

hydrater [idrate] vtr *Hydrat hoá, cho nước vào*. hydratant **1.** a *Gây hydrat* **2.** nm *Chất hydrat hoá*.

hydraulique [idrolik] **1.** a *Thuộc thủy lực*; énergie h. *Năng lượng thủy lực* **2.** nf (a) *Thủy lợi học* (b) *Ngành thủy lợi*.

hydravion [idravjɔ̃] nm *Thủy phi cơ*.

hydrocarbure [idrɔkarbyr] nm *Chất hoá học hydro các bua*.

hydro - electriciteá [idrɔelɛktrisite] nf *Thủy điện*. hydro - électrique a *Thuộc thủy điện*.

hydrofoil [idrɔfɔil] nm *Xuồng cánh bay*.

hydrogeâne [idrɔʒɛn] nm *Nguyên tố hydrô*.

hydroglisseur [idrɔglisœr] nm *Xuồng trượt nước*.

hydrolyse [idrɔliz] nf *Sự thủy phân*.

hydromel [idrɔmel] nm *Rượu mật ong*.

hydrophile [idrɔfil] a *Thấm nước*; coton h. *Bông thấm nước*.

hydropisie [idrɔpizi] nf *Chứng phù thũng*.

hydropteâre [idrɔpter] nm *Xuồng cánh chìm, xuồng bay*.

hydroxyde [idrɔksid] nm *Chất hydroxit*.

hyeâne [jɛn] nf *Con linh cẩu*.

Hygiaphone [iʒjafɔn] nm *Thiết bị vệ sinh*.

hygieâne [iʒjɛn] nf *Phép vệ sinh*; h. publique *Giữ gìn sức khỏe cho mọi người* hygiénique a *Vệ sinh; Vì sức khỏe; Thuộc vệ sinh*; papier h. *Giấy vệ sinh*.

hymne [imn] **1.** nm *Thánh ca, anh hùng ca*; h. national *Quốc ca* **2.** nm & f *Thánh ca*.

hyper- [ipɛr] pref *(Tiền tố)*; F: *Thật là...,rất là...*.

hyperbole [ipɛrbɔl] nf **1.** *Sự cường điệu, sự khoa trương* **2.** *(Toán) đường cong hypebol*.

hypercritique [ipɛrkritik] a *Phê bình gay gắt*.

hypereámotiviteá [ipɛremɔtivite] nf *Chứng đa xúc cảm*.

hyperfreáquence [ipɛrfrek)s] nf *Tần số tối cao*.

hypermarcheá [ipɛrmarʃe] nm *Siêu thị lớn (cửa hàng có diện tích trên 2500 m²)*.

hypermeátropie [ipɛrmetrɔpi] nf *Tật viễn thị*.

hypernerveux, - euse [ipɛrnɛrv-, -z] a *Rất dễ bị kích thích*.

hypersensible [ipɛrsɑ̃sibl] a *Rất dễ cảm xúc, rất nhạy cảm*.

hypertension [ipɛrt)sjɔ̃] nf *Chứng tăng huyết áp*. hypertendu a *Mắc chứng tăng huyết áp*.

hypnose [ipnoz] nf *Giấc ngủ do thôi miên*.

hypnotiser [ipnɔtize] vtr *Thôi miên* hypnotique a *Thuộc thôi miên*.

hypnotiseur [ipnɔtizœr] nm *Người thôi miên.*
hypnotisme [ipnɔtism] nm *Thuật thôi miên.*
hypocrisie [ipɔkrizi] nf *Tính đạo đức giả.* hypocrite 1. a *Đạo đức giả* 2. n *Người đạo đức giả.* hypocritement adv *Một cách giả nhân giả nghĩa.*
hypodermique [ipɔdɛrmik] a *Dưới da.*
hypotension [ipɔtɑ̃sjɔ̃] nf *Sự giảm huyết áp.*
hypoteánuse [ipɔtenyz] nf *(Toán) cạnh huyền.*
hypotheâque [ipɔtɛk] nf *Quyền cầm cố.*

hypothécaire a prêt h. *Thế chấp vay nợ.*
hypotheáquer [ipɔteke] vtr (j'hypothèque; j'hypothéquerai) *Cầm cố, thế chấp.*
hypotheâse [ipɔtɛz] nf *Giả thuyết;* dans l'h. où... *Với giả thuyết nếu....* hypothétique a *Ức đoán, theo giả thuyết.*

hysteárie [isteri] nf *Chứng thần kinh thác loạn.*
hystérique 1. a *Thuộc chứng cuồng loạn* 2. n *Người mắc chứng cuồng loạn.*

I, i [i] nm **1.** *Chữ thứ chín trong mẫu tự Pháp* **2.** *Y, y.*
ibeárique [iberik] adj *Thuộc Tây ban Nha - Bồ Đào Nha* la péninsule i. *Bán đảo Tây Ban Nha-Bồ đào Nha.*
iceberg [isberg] nm *Núi băng trôi, băng đảo, băng sơn.*
ici [isi] adv **1.** *Đây, ở đây* les gens d'i. *Dân ở đây, dân địa phương* je ne suis pas d'i. *tôi không phải dân ở đây* il y a 20 kilomètres d'i. à Paris *Khoảng cách từ đây đến Paris là 20 cây số* passez par i. *Xin đi lối này* c'est i. *ở tại đây, ở tại chỗ này* Tp: i. jean *Đây là Jean* **2.** jusqu'i. *Cho đến nay, cho đến tận đây* d'i. lundi *Từ nay cho đến thứ hai* d'i. là, *từ đây đến đó* d'i. peu. *chẳng bao lâu nữa.*
ici-bas adv *Ở thế gian này, nơi trần thế này.*
icône [ikon] nf *Tượng thánh.*
iconoclaste [ikɔnɔklast] **1.** nm *Người bài trừ sự tôn thờ hình tượng* **2.** adj *Bài trừ ngẫu tượng.*
ideáal, -als, -aux [ideal, o] adj & nm *Tưởng tượng* le beau i. *Sự tốt đẹp lý tưởng.* idéalement adv *Một cách lý tưởng.*
ideáaliser [idealize] vtr *Lý tưởng hóa.*
ideáalisme [idealism] nm *Quan niệm lý tưởng* idéaliste **1.** adj *Duy tâm* **2.** n *Người duy tâm, người không thực tế.*
ideáe [ide] nf **1.** *Ý kiến, ý niệm* je n'en ai pas la moindre i. *Tôi không có một tí ý định nào* on n'a pas i. de cela *không ai tưởng tượng được điều ấy* quelle i. *tư tưởng lạ thật* i. de génie, i. lumineuse *sáng kiến kỳ tài, quan niệm rõ ràng, minh bạch* j'ai i, que *quan niệm rằng* (b) imagination se faire des idées. *Có những ý nghĩ viễn vông, không tưởng* i. fixe. *định kiến, chủ định* (c) (en) faire à son i. *làm theo sở thích của mình* changer d'i. *Thay đổi ý định* (d) *tánh bất thường, việc hảo huyền* comme l'i. m'en prend *Đột nhiên. Tôi chợt nghĩ* avoir des idées noires *có những tư tưởng đen tối* **2.** *Sự nhớ, ký ức* j'ai dans l'i. que *Tôi quan niệm rằng* il me vient à l'i. que *tôi vừa nảy ra ý nghĩ là* cela m'est sorti de l'i. *điều đó do tôi nghĩ ra.*

idem [idem] adv *Như nhau, cũng thế.*
identification [id)tifikasjɔ̃] vtr **1.** *Đồng nhất hóa; nhận dạng* **2.** s'i. (à, avec) *đồng hóa (với).* identifiable adj *Có thể nhận dạng, có thể nhận ra.* identique adj *Giống hệt nhau.* identiquement adv *Giống nhau, đồng nhất.*
identiteá [id)tile] nf *Sự giống hệt; tính đồng nhất* pièce d'i. *giấy chứng minh, căn cước.* crise d'i. *sự nhận dạng rất khó khăn.*
ideáologie [ideɔlɔʒi] nf *hệ tư tưởng.* idéogique adj *Thuộc hệ tư tưởng.*
idiotie [idjɔsi] nf **1.** Med: (a) *Chứng ngu đần, ngây ngô* (b) *sự kém thông minh* **2.** *sự ngu ngốc* faire une i. *làm điều ngu xuẩn.* idiot, -te **1.** adj (a) *Đần độn (trẻ em)* (b) *ngu khờ, ngốc nghếch, ngu xuẩn (trò đùa) ngu si* **2.** n (a) *người bị chứng ngu đần, người bị chứng ngu dại* (b) *người ngu khờ, người ngớ ngẩn* faire l'i. *làm bộ ngu, giả bộ khờ* **3.** adv *Giống như người ngu* bronzer i. *nằm yên phơi nắng.* idiotement adv *Một cách ngu xuẩn.*
idiotisme [idjɔtism] nm *Đặc ngữ.*
idolêtrer [idɔlɑtre] vtr *Tôn sùng, thần tượng hóa.*
idolêtrie [idɔlɑtri] nf *Sự sùng bái hình tượng* idolâtre a *Thờ hình tượng.*
idole [idɔl] nf *Hình tượng dễ thờ* faire une i. de qn *thần tượng hóa 1 người nào.*
idylle [idil] nf *Thơ điền viên; bài diễn tình ca* idyllique adj *Có tính cách diễn tình, trữ tình.*
if [if] nm *Cây thủy tùng, cây thông đỏ.*
igloo [iglu] nm *Lều tuyết (ở vùng Bắc cực).*
ignare [iɲnar] **1.** adj *Dốt đặc* **2.** n *Người vô học.*
ignifuger [ignifyʒe] vtr (j'ignifugeai(s); n. ignifugeons) *Làm cho không bắt lửa, phòng hóa.* ignifuge **1.** adj *Phòng hóa* **2.** *Chất phòng hóa.*
ignoble [iɲɔbl] adj (a) *Đê tiện, hèn mạt* (b) *Làm ghê tởm, làm lộn mửa.*
ignominie [iɲɔmini] nf *Sự sỉ nhục, điều ô nhục, điều xấu hổ* une i. *Một hành động nhục nhã.* ignominieux, euse adj *Nhục nhã, sĩ nhục, xấu*

hố.

ignorance [iɲɔr)s] nf *Sự dốt nát* tenir qn dans l'i. de qch *Không cho ai đó biết một việc gì* dans l'i. de *không hay biết việc gì.* **ignorant, -ante** 1 adj (a) *Dốt nát (b) không hay biết* 2. n *Người dốt nát* **ignoré** adj *Không ai biết đến.*

ignorer [iɲɔre] vtr 1. (a) *Không hay biết, bị lơ đi* je n'ignore pas les difficultés *Tôi biết rõ những cái khó khăn* il ignore qui je suis *Anh ấy không biết tôi là ai* (b) i. qn *lơ ai đi không biết đến* (c) i. que *Không biết rằng* 2. s'i. *không biết nhau; không tự biết mình* charme qui s'ignore *sự say mê vô ý thức.*

iguane [igwan] nm *Con kỳ đà.*

il, ils [il] 1. pers pron nom *(chỉ người) Nó, hắn, anh ấy, ống ấy; (số nhiều) Họ, chúng nó (đồ vật) cái ấy, vật ấy, mấy thứ ấy* il est écrivain *anh ấy là nhà viết văn* 2. inv (a) il est vrai que j'étais *là Thực sự là có tôi ở đấy* il est six heures *đã sáu giờ rồi* il était une fois *Có một lần, hồi xưa* (b) il pleut *trời mưa* il fait partir *ta phải đi, anh phải đi* il y a quelqu'un à la porte *trước cửa có người.*

ile [il] nf *Đảo, hòn đảo, cù lao* habiter dans une i. *Sống ở đảo* les iles Britanniques *Quần đảo Anh.*

illeágaliteá [ilegalite] nf *Tính phi pháp.* **illégal, -aux** adj *Bất hợp pháp, phi pháp.* **illégalement** adv *Một cách phi pháp.*

illeágitimiteá [ileʒitimite] nf *Sự không chính thức; sự không hợp pháp.* **illégitime** adj *Không chính thức, không hợp pháp.* **illégitiment** adv *(một cách) Không hợp pháp.*

illettreá [ilɛtre] a & n *Mù chữ, thất học.*

illicite [ilisit] adj *Trái phép, bất chính.* **illicitement** adv *Một cách bất chính.*

illico [iliko] adv F: *Ngay lập tức; tức khắc.*

illimiteá [ilimite] adj *Vô hạn, vô biên, vô hạn định.*

illisibiliteá [ilizibilite] nf *Tính khó đọc.* **illisible** adj *Không đọc được, đọc không nổi.* **illisiblement** adv *Một cách khó đọc.*

illogisme [ilɔʒism] nm *Sự phi lý, tính không lô gic.* **illogique** adj *Vô lý, không lô gic.* **illogiquement** adv *Một cách phi lý.*

illumination [ilyminasjɔ̃] nf 1. (a) *Sự soi sáng, sự chiếu sáng,* i. (par projecteurs) *Đèn chiếu sáng rực* (b) pl illuminations 2. *Sự linh cảm.*

illumineá [ilymine] n *Người có thần cảm, có thiện cảm.*

illuminer [ilymine] vtr 1. *Rọi, chiếu sáng* 2. s'i. *Sáng lên, rạng rỡ lên* illuminé 2 a *trưng đèn làm cho sáng sủa.*

illusion [ilyzjɔ̃] nf 1. *Ảo ảnh, ảo tưởng* i. d'optique *Ảo thị* se faire des illusions *Tự kỷ ám thị* 2. *Điều sai lầm, sự lừa dối* faire i. *Lừa, phỉnh.* **illusoire** adj *Hão, hão huyền.*

illusionner (s') [silyzjɔne] vpr *Lầm tưởng.*

illusionniste [ilyzjɔnist] n *Nhà ảo thuật, thày phù thủy.*

ilustrateur [ilystratœr] nm *Họa sĩ minh họa.*

illustration [ilystrasjɔ̃] nf *Sự minh họa, tranh ảnh minh họa.*

illustre [ilystr] adj *Nổi tiếng, lừng danh, có danh tiếng.*

illustrer [ilystre] vtr *Làm nổi tiếng.* **illustré** 1. *Có minh họa* 2. *Sách, báo có minh họa.*

ilot [ilo] nm 1. *Đảo nhỏ, cồn* 2. (a) *Chòm (nhà)* (b) i. de résistance *Cụm kháng chiến.*

ilotage [ilotaʒ] nm *Nhóm người giữ trật tự, toán cảnh sát.*

ilotier [ilotje] nm *Cảnh sát địa phương.*

image [imaʒ] nf 1. (a) *Hình; ảnh* (b) *Ảnh, bóng* i. de télévision *Màn ảnh truyền hình* 2. (a) l'i. de son père *Bức ảnh của cha anh ấy* livre d'images *Tranh ảnh* 3. (a) *hình tượng, phản ảnh* (b) i. de marque *đóng dấu in dấu* 4. *Quan niệm, sự so sánh, phép ẩn ý, ngẫu tượng.* **imagé** adj *Linh hoạt, đầy hình tượng.*

imagerie [imaʒri] nf *Nghề làm tranh ảnh,*

imagination [imaʒinasjɔ̃] nf (a) *Sức tưởng tượng* voir qch en i. *Thấy bằng sức tưởng tượng* (b) *điều bịa đặt, chuyện tưởng tượng* de pure i. *hoàn toàn bịa đặt.*

imaginer [imaʒine] vtr 1. (a) *tưởng tượng ra, nghĩ ra, bịa ra, sáng tác* i. un projet *nghĩ ra một kế hoạch* bien imaginé *sáng kiến thật hay* (b) *tưởng tượng, ý nghĩ* imaginez un peu *anh hãy tưởng tượng một tí xem* tout ce qu'on peut i. de plus beau *điều tốt đẹp nhất mà ta có thể tưởng tượng được* 2. s'i. (a) *tự nghĩ là, cho mình là* je me l'imagine facilement *Tôi tự nghĩ về điều ấy một cách dễ dàng* (b) il s'imagine être un grand artiste *anh ấy tưởng mình là một diễn viên tài.* **imaginable** adj *Có thể ngờ được* **imaginaire** adj *Tưởng tượng, hão huyền* **imaginatif, -ive** adj *Giàu tưởng tượng.*

imbattable [(batabl] adj *Không thể đánh bại.*

imbeácile [(besil] 1. adj (a) *Ngây ngô (b) dại khờ, ngu đần.* 2. n (a) *Người bị chứng ngây ngô* (b) *người ngu ngốc* faire l'i. *Chơi trò ngu ngốc.*

imbeácilliteá [(besilite] nf 1. *Sự dần (b) sự khùng điên, sự ngu xuẩn* 2. *Điều khờ dại, lời ngây ngô* dire des imbécillités *Nói những lời ngu xuẩn.*

imberbe [(bɛrb] adj *Không có râu.*

imbiber [(bibe] vtr 1. i. qch de qch *Tẩm, thấm một vật gì vào một chất gì* imbibé d'eau *thấm*

imbrication | 297 | **immortaliser**

nước 2. s'i. (a) *thấm vào, tắm ước* (b) F: s'i. *d'alcool, de vin uống nhiều, nốc nhiều rượu.*

imbrication [(brikasjɔ̃] nf *Sự xếp chồng chất lên nhau.*

imbriquer(s') [s(brike] vpr *Xếp chồng, xếp gối lên nhau.*

imbroglio [(brɔljo] nm *Tình trạng hỗn độn, sự lộn xộn.*

imbu [(by] adj i. de *Thấm đầy, thấm nhuần* être i, de soimême *Chỉ biết có mình.*

imbuvable [(byvabl] adj (a) *Không uống được* (b) *(người) không chịu được.*

imitation [imitasjɔ̃] nf **1.** (a) *Sự bắt chước* (b) *sự noi theo, sự thủ vai một nhân vật forgery sự ngụy tạo* **2.** *bản mô phỏng* manteau en i. cuir *áo khoác bằng da giả.*

imiter [imite] vtr (a) *Bắt chước, phỏng theo, bắt chước kiểu mẫu.* il leva son verre et tout le monde l'imita *Anh ấy nâng ly lên và mọi người làm theo anh ấy* (b) *Mô phỏng, thủ vai 1 nhân vật* (c) *giả mạo.* imitate, -trice **1.** adj *Bắt chước, mô phỏng* **2.** n *Người bắt chước, người đóng vai.* imitatif, ive adj *Mô phỏng, bắt chước.*

immaculeá [imakyle] adj *Tinh khiết, không có vết dơ.*

immangeable [(m)ʒabl] adj *Không ăn được, không ngon, không nên ăn.*

immanquable adj *Không trật được, tất nhiên, không sai được.* immanquablement adv *Tất yếu, nhất thiết.*

immateárialiteá [imaterjalite] nf *Tính phi vật chất, tính vô hình thể* immatériel, - ielle adj **1.** *Số hình, phi vật chất* **2.** *không thể sờ thấy được.*

immatrriculation [imatrikylasjɔ̃] nf *Sự ghi danh, sự đăng ký* Aut: planque, numéro, d'i. *Số đăng ký xe cộ; môn bài, bảng số xe, sự trước bạ.*

immatriculer [imatrikyle] vtr *Ghi danh, đăng ký, trước bạ* voiture immatriculée SPF 342T, *Xe hơi được đăng ký dưới số* SPF - 342T. se faire i. register *Đăng ký, đóng trước bạ.*

immaturiteá [imatyrite] nf *Sự chưa thành thục, trạng thái chưa chín.*

immeádiat [imadjat] **1.** adj (a) *Ngay, trực tiếp* (b) *Liều ngay, sát cạnh* **2.** adj *không chậm trể* changement i. *sự thay đổi tức khắc* **3.** nm dans l'i. *trong nháy mắt* immédiatement adv *Ngay tức khắc.*

immeámorial, -iaux [imemɔrjal] adj *Không nhớ được de temps i. từ thời xa xưa.*

immensiteá [im)site] nf *Sự mênh mông, sự bao la* immense adj *Mênh mông, vô biên*

immensément adv *Vô cùng, vô bờ bến.*

immensurable [im)syrabl] adj *Không thể đo được.*

immerger [imɛrʒe] vtr (n. immergeons) **1.** (a) *Nhúng, nhận chìm, dìm xuống nước, làm rạp xuống, đổ, trút xuống biển.* (b) *chôn ai xuống biển* **2.** s'i. *chìm, đắm.*

immeáiteá [imerite] adj *Không xứng đáng, không đáng hưởng, không đáng bị.*

immersion [imersjɔ̃] nf (a) *Sự nhúng xuống nước, sự nhận chìm* (b) *sự chìm, sự đắm* (c) *sự chôn xuống biển.*

immettable [(metabl] adj *Không mặt được.*

immeuble [imœ bl] nm (a) *Tòa nhà, ngôi nhà, nhà đất* (b) *Bất động sản.*

immigration [imigrasjɔ̃] nf *Sự di cư, sự di trú* immigrant, - ante adj & n *Di cư, nhập cư, dân nhập cư* immigré, ée adj & n *Di cư, người di cư.*

immigrer [imigre] vi *Di cư, nhập cư.*

imminence [imin)s] nf *Tình trạng cấp bách, việc sắp xảy ra đến nơi* imminent, -ente adj *Cấp bách, gấp rút.*

immiscer (s') [simise] vpr (n. n. immiscons) *Can dự vào, chõ vào.*

immixtion [imikstjɔ̃] nf *Sự can dự, sự can thiệp.*

immobile [imɔbil] adj **1** *Yên, đứng yên, bất động, điềm tĩnh* rester i. *bất động* **2.** *không chuyến vững chắc.*

immobilier, -ieâre [imɔbilje, jɛr] adj *Bất động sản* société immobilière *Công ty bất động sản, địa ốc* agence immobilière *đại lý bất động sản; phòng bất động sản* agent i. *nhân viên bất động sản.*

immobiliser [imɔbilize] vtr **1.** (a) *Làm cho bất động* (b) *làm thành cố định; immobilisé à domicile ở yên tại nhà* **2.** s'i. *đứng yên, ngừng lại.*

immobilisme [imɔbilism] nm *Chủ nghĩa thủ cựu.*

immobiliteá [imɔbilite] nf *Sự đứng yên, sự bất động, sự cố định.*

immodeáreá [imɔdere] adj *Vô độ, thái quá.* immodérément adv *Quá mức, vô độ.*

immolation [imɔlasjɔ̃] nf *Sự hiến sinh, sự hy sinh.*

immoler [imɔle] vtr *Hiến sinh, hy sinh.*

immondices [imɔ̃dis] nf *Vật dơ bẩn, rác rưởi* immonde adj *Bẩn thỉu, ô uế, ghê tởm.*

immoraliteá [imɔralite] nf *Sự phi luân, hành vi vô đạo.* immoral, -aux adj *Phản luân lý, vô đạo.*

immortaliser [imɔrtalize] vtr **1.** *Làm thành bất tử* **2.** s'i. *trở thành bất tử, bất hủ .*

immortaliteá [imɔrtalite] nf *Tính bất tử; sự trường cửu, sự vĩnh cửu.* immortel, -elle **1.** adj *Bất tử, bất diệt* **2.** *Vĩnh viễn* **3.** nm *hội viên Hàn lâm viện Pháp* **4.** nf immortelle *hoa bất tử.*

immotiveá [imɔtive] adj *Vô cớ, không lý do.*

immuable [imɥabl] adj *Không thay đổi, bất di bất dịch, bất biến, cố định.* immuablement adv *Bất biến, cố định.*

immunisation [imynizasjɔ̃] nf *Sự tạo miễn dịch.*

immuniser [imynize] vtr *Tạo miễn dịch* Med: & Fig: être immunisé contre qch *Được miễn dịch, phòng tránh, khỏi 1 việc gì.*

immunitaire [imyniter] adj réaction i. *Phản ứng miễn dịch.*

immuniteá [imynite] nf *Sự miễn sai dịch, tính miễn dịch* i. parlementaire *Quyền bất khả xâm phạm của nghịch sĩ.*

immunologie [imynɔlɔʒi] nf *Miễn dịch học.*

immutabiliteá [imytabilite] nf *Tính bất biến tính bất di bất dịch.*

impact [(pakt] nm *Sự va chạm, sự đụng* cela n'a pas eu d'i. *việc ấy không có tác động gì.*

impair [(pɛr] **1.** adj *Lẻ, số lẻ* **2.** nm *sự vụng về* commettre un i. *Làm điều dại dột.*

impalable [(palpabl] adj *Không thể sờ mó được, không đụng chạm được*

imparable [(palpapl] adj *Không tránh được*

impardonnable [(pardɔbabl] adj *Không thể tha thứ; không thể miễn chấp.*

imparfait [(parfɛ] **1.** adj (a) *Không hoàn bị, không đầy đủ* (b) *không hoàn toàn, khiếm khuyết* **2.** nm *(văn phạm) thời quá khứ, quá khứ không hoàn toàn.* imparfaitement adv *Không đầy đủ.*

impartialiteá [ɛparsjalite] nf *Tính không thiên vị* impartial, - aux adj *Không thiên vị, công minh* impartialement adv *Một cách công bằng.*

impasse [(pɑs] nf **1.** *Đường hẻm, ngõ cụt; đường tắc hậu* **2.** *tuyệt lộ, đường cùng* i. budgétaire *Bí lối về mặt ngân sách* **3.** *(cờ bạc) thủ đoạn gian lận.*

impassibiliteá [(pasibilite] nf *Sự sốt ruột* être dans l'i. de faire qch *Khao khát làm một việc gì.*

impatient [(pasj)t] adj *Nóng lòng, sốt ruột* être i. de faire qch ham thích, *ước muốn lắm một việc gì.* impatiemment adv *Một cách sốt ruột.*

impatienter [(pasj)te] vtr **1.** *Làm sốt ruột, làm mất kiên nhẫn* **2.** s'i. *Nóng lòng, sốt ruột.*

impayable [(pɛjabl] adj *Vô giá, quý giá; buồn cười, kỳ cục.*

impayeá [(peje] adj *Chưa trả, không trả (tiền).*

impeccable [(pɛkabl] adj *Không chê vào đâu được, hoàn mỹ.* impeccablement adv *Một cách xuất sắc.*

impeáneátrabiliteá [(penetrabilite] nf **1.** *Tính bất quán thông* **2.** *tính không thể xuyên qua được.* impénétrable adj *Không thể thấm vào; không thể đâm thủng được.*

impeánitent [(penit)] adj *Liều lĩnh, không hối cải.*

impensable [(p)sabl] adj *Không thể tưởng được.*

imper [(pɛr] nm (tiếng gọi tắt của imperméable) *Áo đi mưa.*

impeáratif, -ive [(peratif, iv] **1.** adj *(tính cách) Sai khiến, truyền lệnh, hách dịch* **2.** nm (a) *Đòi hỏi cấp bách, mệnh lệnh* (b) *(văn phạm) lối mệnh lệnh* impérativement adv *Với giọng hách dịch; có vẻ sai khiến.*

impeáratrice [(peratris] nf *Nữ hoàng.*

imperceptible [(pɛrsɛptibl] adj *Không thể nhận thấy, khó thấy* imperceptiblement adv *Khó nhận thấy.*

imperfection [(pɛrfɛksjɔ̃] nf *Sự không hoàn toàn, sự dở dang, khuyết điểm.*

impeárial, -aux [(perjal, o] **1.** adj *Thuộc hoàng đế* **2.** nf *Tầng trên (xe hành khách) autobus à i. Xe buýt có hai tầng.*

impeárialisme [(perjalism] nm *Chủ nghĩa đế quốc* impérialiste adj & n *Thuộc chủ nghĩa đế quốc, người theo chủ nghĩa đế quốc.*

impeárieux, -euse [(perj-, -z] adj (a) *Kiêu kỳ, hống hách* (b) *Khẩn cấp, cấp bách* impérieusement adv *Một cách hống hách, một cách khẩn thiết.*

impeárissable [(perisabl] a *Bất diệt, bất tử.*

impermeáabiliser [(pɛrmeabilize] vtr *Làm cho không thấm nước* manteau imperméabilisé *Áo khoát không thấm nước* imperméable **1.** a *Không thấm nước, không thấm qua được* i. à l'air *Không khí, không xuyên qua được* **2.** nm *Áo đi mưa.*

impermeáabiliteá [(pɛrmeabilite] nf *Tính không thấm nước.*

impersonnel, -elle [(pɛrsɔnel] adj *Vô ngã, không nhân cách.*

impertinence [(pɛetin)] nf *Tính xấc láo, sự hỗn hào* impertinent adj *Hỗn láo, xấc xược.*

imperturbabiliteá [(pɛrtyrbabilite] nf *Sự không nao núng* imperturbable adj *Điềm nhiên, bình thản* imperturbablement adv *Một cách điềm tĩnh.*

impeátigo [(petigo] nm *Chốc, lở (ghẻ).*

impeátuositeá [(petɥozite] nf *Tính mãnh liệt* impétueux, -euse adj *Mãnh liệt, hung hăng* impétueusement adv *Một cách mãnh liệt.*

impieáteá [(pjete] nf *Không thương xót, thẳng tay, tàn nhẫn* impitoyablement adv *Một cách nhẫn tâm, không thương xót.*

implacabiliteá [(plakabilite] nf *Sự sôi nổi, sự khó nguôi* implacable adj *Không nguôi, hằn học* implacablement adv *Không thể dịu đi, khắt khe, da diết.*

implant [(pl)] nm *Mảnh cấy, miếng cấy.*

implantation [(pl)tasjɔ̃] nf **1.** *Sự đưa vào, sự nhập vào* **2.** *sự cấy dưới da (y học).*

implanter [(pl)te] vtr **1.** *đưa vào, du nhập* **2.** s'i. *Nhập vào, đến ở.*

implication [(plikasjɔ̃] nf (a) *Sự liêu lụy, sự liên can* (b) *Sự liên quan, sự can dự.*

implicite [(plisit] adj *Ẩn tàng, hàm ý, ngầm* implicitement adv *Ngầm, hàm xúc.*

impliquer [(plike] vtr **1.** *Làm cho liên lụy, làm cho dính líu vào* **2.** i. (que) *Ám chỉ rằng.*

imploration [(plɔrasjɔ̃] nf *Sự cầu xin, sự nài khẩn.*

implorer [(plɔre] vtr *Van nài, cầu khẩn, van xin.*

imploser [(ploze] vi *Làm nổ tung, tiếng nổ.*

impolitesse [(pɔlites] nf **1.** *Sự vô lễ, sự hỗn láo* **2.** *Điều xấc xược, thái độ vô lễ.* impoli adj *Vô lễ hỗn láo* impoliment adv *Một cách vô lễ, một cách xấc láo.*

impolitique [(pɔlitik] adj *Vô chính trị, thất sách.*

impondeárable [(pɔ̃derabl] adj & nm *Sự không được lòng dân* impopulaire adj *Thất dân tâm.*

importance [(pɔt)s] nf (a) *Sự quan trọng, tính quan trọng* affaire d'i. *Việc quan trọng* sans i. *Không quan trọng* avoir de l'i. *có tính cách quan trọng* cela n'a aucune i. *Việc ấy chẳng có gì quan trọng* prendre de l'i. *Có giá trị; có tầm quan trọng* (b) *Đồ lớn (thành phố) tầm cỡ (sự tổn thất) sự trầm trọng (vết thương)* (c) *Thế lực trong xã hội, địa vị* (d) se donner de l'i. *ra vẻ quan trọng* important, -ante **1.** adj (a) *Quan trọng, trọng đại* peu i. *không quan trọng lắm* (b) *rộng lớn (thành phố) đáng kể (số tiền, sự chậm trễ)* **2.** adj & n *có thể lực* faire l'i. *vênh váo, tự phụ* **3.** nm l'i. *Điều quan trọng (là, là phái làm).*

importation [(pɔrtasjɔ̃] nf **1.** *Sự nhập khẩu* articles d'i. *Hàng nhập khẩu* **2.** *Hàng hóa ngoại nhập.*

importer[1] [(pɔrte] vtr *Nhập khẩu (hàng hóa)* importateur, -trice **1.** adj *Nhập khẩu (hàng buôn)* **2.** n. *Nhà nhập khẩu.*

importer[2] vi **1.** *Có tầm quan trọng, hệ trọng* **2.** *Cần phải* peu importe! n'importe! *có gì quan trọng đâu !* bất cứ, bất kỳ peu importe que dù cho....thì cũng thế thôi peu m'importe (que) *Đối với tôi không quan trọng nếu ....* qu'importe? *có gì đâu* qu'importe le prix? *giá cả có quan hệ gì ?* n'importe comment, où, quand *Bất cứ như thế nào, ở đâu, chừng nào* n'importe qui, quoi *bất cứ ai, điều gì* venez n'importe quel jour *Mời anh đến bất kỳ ngày nào* F: Ce n'est pas n'importe qui *Không phải bất cứ ai.*

import - export [(pɔrekspɔr] nm *Việc xuất nhập khẩu.*

importun, -une [(pɔrtœ̃, yn] **1.** adj *Quấy rầy, quấy nhiễu, phiền phức; khó chịu.* je crains de vous être i. *Tôi ngại làm phiền ông* **2.** n *người quấy nhiễu, người gây phiền phức.*

importuner [(pɔrtyne] vtr *Làm phiền, gây khó chịu, quấy rầy.*

importuniteá [(pɔrtynite] nf *Tính chất gây khó chịu.*

imposable [(pozabl] adj *Có thể đánh thuế.*

imposer [(poze] **1.** vtr (a) *Cưỡng bách* i. le respest *Bắt buộc phải kính nể* (b) i. à qn de faire qch *cưỡng ép ai làm điều gì;* (b) *Đánh thuế* **2.** vi en i. à qn *Gây sức ép; cưỡng ép* **3.** s'i. (a) *buộc mình* (b) s'i. à qn *Gán ghép ai; thúc đẩy ai; đâm sầm vào ai* (c) *Cần thiết, bắt buộc* une visite au Louvre s'impose *Cuộc đi viếng Louvre là rất cần thiết* imposant *Oai nghiêm, bệ vệ* imposé, -ée **1.** adj *Giá bắt buộc* revenus imposés *Lợi tức bắt buộc* **2.** n *Người nộp thuế.*

imposition [(pozisjɔ̃] nf **1.** *Bắt buộc (điều kiện)* **2.** *Sự bắt buộc của thuế.*

impossibiliteá [(pɔsibilite] nf **1.** *Sự không thể, sự bất khả* être dans l'i. de faire qch *Không thể làm một việc gì* **2.** se heurter à des impossibilités *Gặp phải những trở ngại không vượt qua được* impossible **1.** adj *Không thể được* il m'est i. de le faire *tôi không thể nào làm việc ấy được* F: il a fallu nous lever à une heure i. *chúng tôi đã phải thức dậy vào một giờ thật khó khăn* **2.** nm l'i. *điều không thể làm được* il a fait l'i. pour nous aider *anh ấy đã cố gắng hết sức để giúp chúng tôi.*

imposteur [(pɔstœr] nm *Người gian giảo, tên bịp.*

imposture [(pɔstyr] nf *Sự lừa dối, sự bịp bợp, điều phỉnh gạt.*

impôt [(po] nm **1.** *Thuế* impôts locaux *phân suất thuế* i. sur le revenu *thuế lợi tức* i. sur les plus - values *thuế từ những vụ buôn bán tài sản* **2.** *tiền thuế, sự đánh thuế*

impotence [(pot)s] nf *Sự liệt nhược, sự bất lực* impotent, -ente **1.** adj *Liệt, bại, què* **2.** n *người tàn phế, người bại liệt.*

impraticable [(pratikabl] adj **1.** *Không thể thực hiện được, không thể áp dụng được* **2.** (a) *(đường xá) không lưu thông được* (b) *(thể thao) không đủ năng lực thi đấu.*

impreácation [(prekasjɔ̃] nf *Lời nguyền rủa, sự chưởi rủa.*

impeácision [(presizjɔ̃] nf *Thiếu chính xác, sự không minh bạch.* **imprécis** adj *Mơ hồ, không chính xác, không minh bạch.*

impreágnation [(preɲasjɔ̃] nf *Sự thấm, sự tẩm.*

impreágner [(preɲe] vtr (j'imprègne; j'imprégnerai) **1.** *tẩm, thấm* Fig: i. qn d'idées *nhồi nhét tư tưởng cho ai.* **2.** s'i. *Bị tiêm nhiễm* s'i. d'eau *bị thấm nước.*

imprenable [(prənabl] adj *Không thể lấy, chiếm được* vue i. *tầm nhìn không thể bị che được.*

impreásario [(presarjo] nm *Ông bầu, ông chủ gánh hát.*

impression [(presjɔ̃] nf **1.** (a) *Ấn loát* faute d'i. *lỗi do sự in ấn* i. en couleurs *sự in màu* nouvelle i. d'un livre *sự tái bản 1 quyển sách* (b) *sự trưng bày hình ảnh* **2.** (a) *lớp nền, lớp lót (sơn)* (b) *Khuôn mẫu (dụng cụ)* **3.** *ấn tượng, cảm giác* avoir l'i. que *có cảm tưởng rằng* faire i. *Gây ấn tượng.*

impressionner [(presjɔne] vtr **1.** *Gây cảm giác, gây xúc động, gây ấn tượng, gây ảnh hưởng làm bối rối* **2.** In, trang (ảnh) **impressionable** adj *Mẫn cảm.* **impressionnant** adj *Gây xúc cảm, gây xúc động.*

impreávoyance [(prevwaj)s] nf *Sự không lo xa, sự không dự liệu* **imprévoyant** adj *Không dự liệu, không phòng bị.*

impreávu [(prevy] **1.** adj *Bất ngờ, bất thình lình* **2.** nm (a) *l'i. việc bất ngờ* (b) *sự không đoán trước* sauf i. *trừ phi có việc bất ngờ xảy ra* en cas d'i. *Khi có việc bất ngờ* plein d'i. *đầy những bất ngờ.*

imprimer [(prime] vtr **1.** i. le mouvement à un corps *Truyền sự vận động cho một cơ thể* **2.** (a) *in dấu, ghi khắc* (b) *Khắc dấu, đóng dấu* **3.** (a) *ấn loát* (b) *Xuất bản (sách).* **imprimé 1.** adj *Được in* **2.** nm *Giấy in, sách in* **imprimés** *tài liệu in, ấn phẩm*, **3.** nm *Dấu in trên dụng cụ.*

imprimerie [(primri] nf **1.** *Nghề in, thuật ấn loát* **2.** *nhà in, ấn quán.*

imprimeur [(primœr] nm *Tính không chắc, tính bập bênh.*

improbabiliteá [(prɔbabilite] nf *Không chắc, vị tất.*

improductif, -ive [(prɔdyktif, iv] adj *Không sinh lợi, không sản sinh.*

impromptu [(prɔ̃pty] **1.** adv *Không có sự chuẩn bị, bất thần.* **2.** a *Ngay tức khắc* **3.** nm *Bài hát ứng khẩu.*

imprononçable [(prɔnɔ̃sabl] adj *Không thể đọc được, không thể phát âm được.*

improprieáteá [(prɔprijete] nf *Sự không thích đáng.* (a) *không thích hợp; không đúng* (b) i. à qch *không đủ điều kiện để thực hiện việc gì,* i. à la consommation *không thích hợp (cho sự tiêu dùng).*

improvisation [(prɔvizasjɔ̃] nf *Sự ứng khẩu, sự ứng biến,*

improviser [(prɔvize] vtr **1.** *Ứng khẩu* discours improvisé *diễn văn ứng khẩu* **2.** on m'a improvisé cuisinier *người ta đã biến tôi thành đầu bếp.*

improviste (aâ l') [al(prɔvist] adv *Bất ngờ, đột ngột* prendre qn à l'i. *Bắt được ai một cách xuất kỳ bất ý.*

imprudence [ɛpryd)s] nf *Sự không thận trọng, sự khinh suất* **imprudent, - ente 1.** adj *Lơ đễnh, thiếu cẩn thận* **2.** n *người thiếu thận trọng, hành vi khinh suất.* **imprudemment** adv *Một cách khinh suất.*

impudence [(pyd)s] nf **1.** *Sự trân tráo* **2.** une i. *điều trơ trẽn.* **impudent** adj *Trân tráo, xấc xược.*

impudeur [(pydœr] nf *Sự khiếm nhã, sự sỗ sàng* **impudique** adj *Không đứng đắn, dâm đãng.*

impuissance [(pɥis)s] nf **1.** *Sự suy yếu, sự thiếu năng lượng, sự không có sức* **2.** Med: *sự bất lực, sự liệt dương* **impuissant** adj *Yếu thế; liệt dương.*

impulsion [(pylsjɔ̃] nf **1.** (a) *(máy móc)* i. decourant *Sự thúc đẩy của phong trào* (b) *sự xô đẩy, sự thúc giục, sự nâng đỡ* les affaires ont re,cu une nouvelle i. *công việc lại được thúc đẩy* **2.** céder à ses impulsions *Chịu thua những thôi thúc của bản thân* sous l'i. du moment *dưới sự thúc đẩy nhất thời* **impulsif, - ive** adj *Thúc giục, bốc đồng, xung lực.*

impuniteá [(pynite] nf *Sự không thể trừng phạt; sự không bị phạt* **impuni** adj *Không bị phạt* **impunément** adv *Không bị phạt, không thiệt hại gì.*

impureteá [(pyrte] nf *Sự không trong sạch; không thuần khiết* **impur** adj *dơ bẩn, uế tạp.*

imputation [(pytasjɔ̃] nf **1.** *Sự quy tội, sự kết vào* **2.** *sự khấu tính vào* i. d'une dépense, i. de frais *sự chiết tính, các món chi tiêu, các phí tổn vào...*

imputer [(pyte] vtr **1.** *Quy trách, gán tội* **2.** Com: i. des frais sur un compte *Quy tính các khoản chi phí vào một ngân sách* **imputable** adj **1.** *Có thể quy trách, có thể gán vào tội* **2.** frais

i. sur un compte *chi phí có thể khấu vào một ngân khoản.*
inaccentueá [inaksɔ̃tɥe] adj *Không có chủ âm.*
inaccessible [inaksɛsibl] adj *Không có lối vào région* i. *place vùng không thể vào được* i. *à la flatterie Sự nịnh hót không làm lay chuyển được.*
inaccoutumeá [inakutyme] adj **1.** *Bất thường; hiếm có* **2.** *Không thông dụng.*
inacheâvement [inaʃɛvm)] nm *Sự dở dang.* inachevé a *Chưa hoàn thành, chưa xong.*
inaction [inaksjɔ̃] nf *Sự không hoạt động. sự ăn không ngồi rồi.*
inactiviteá [inaktivite] nf *Tình trạng không hoạt động* inactif, ive adj *Không hoạt động; không hiệu lực* population inactive *Dân không hoạt động.*
inadaptation [inadaptasjɔ̃] nf *Sự không thích nghi, sự không thích ứng.* inadapté, -ée adj & n *không thích hợp* il est i. *Anh ấy không thích nghi (với xã hội)* solution inadaptée au problème *Lời giải không thích ứng với bài toán.*
inadeáquat [inadekwa] adj *Khiếm khuyết, không thích đáng.*
inadmissible [inadmisibl] adj *Không thể chấp nhận.*
inadvertance [inadvɛrt)s] nf par i. *Vì sơ ý, vì vô ý.*
inalieánable [inaljenabl] adj *Không thể chuyển nhượng.*
inalteárable [inaterabl] adj **1.** *Không phai màu, không biến chất* i. *à l'air không khí làm hư hỏng được* **2.** *Bền chặt, chắc chắn.*
inamical, - aux [inamikal, o] adj *Không thân tình.*
inamovible [inamɔvibl] adj (a) *Không thể bãi miễn* (b) *(chức vị) suốt đời.*
inanimeá [inanime] adj (a) *Vô sinh, vô tri* (b) *Không sống động, vô hồn* tomber i. *ngã bất tỉnh.*
inaniteá [inanite] nf *Sự hão huyền, sự hư ảo.*
inanition [inanisjɔ̃] nf *Sự đói là* tomber d'i. *ngất xỉu vì qúa đói.*
inapaisable [inapɛzabl] adj *Không dịu đi được, không nguôi được.* inapaisé adj *Không nguôi, không thỏa.*
inaperçu [inapɛrsy] adj *Không thấy, không nhận ra, không để ý, không ai ghi nhận* passer i. *không ai nhận ra, không ai để ý.*
inapplicable [inaplikabl] adj *Không thể áp dụng được*
inapplication [inaplikasjɔ̃] nf *Sự không chăm, sự không chuyên cần* inappliqué adj *Lơ đễnh,*

không cần mẫn.
inappreáciable [inapresjabl] adj *Không thể ước tính được* inapprécié adj *Không được đánh giá, không được ưa chuộng.*
inaptitude [inaptityd] nf *Sự không đủ năng lực, sự thiếu tư cách, sự bất lực.* inapte adj *Không đủ năng lực, thiếu tư cách; không đủ điều kiện nhập ngũ.*
inarticuleá [inartikyle] adj *Không thành âm, không rõ ràng.*
inassouvi [inasuvi] adj *Không thỏa mãn.*
inattaquable [inatababl] adj *Không thể tấn công được, không thể công kích, không thể xâm phạm* i. par les acides *Không bị chất a xít ăn mòn.*
inattendu [inat)dy] adj *Bất ngờ, không dè.*
inattention [inat)sjɔ̃] nf *Sự không chú ý* faute d'i. *Bị lỗi vì lơ đãng* par i. *vì bất cẩn, vì lơ đãng* inattentif, ive adj *Lơ đễnh, không chú ý (đến).*
inaudible [inodibl] adj *Không nghe được, chuyện khó nghe.*
inauguration [inogyrasjɔ̃] nf *Lễ khánh thành. Sự khai mạc* discous d'i. *Diễn văn khai mạc.* inaugural, -aux adj *Khánh thành* voyage i. *chuyến đi đâu tiên.*
inaugurer [inogyre] vtr *Khánh thành khai mạc.*
inavouable [inavwab] adj *Không thể thú nhận* inavoué adj *Không thể nhận.*
incalculable [(kalkylabl] adj *Không thể tính được, vô số*
incandescence [(k)dɛs)s] nf *Trạng thái nóng trắng; sự sục sôi* incandescent adj *Sôi nổi, cuồng nhiệt; cháy sáng.*
incantation [(t)tasjɔ̃] nf *Sự niệm thần chú* incantatoire adj *Thuộc về thần chú.*
incapable [(kapabl] **1.** adj *Không đủ sức, không có khả năng* i. de faire qch *không đủ khả năng làm một việc gì* **2.** n *Người bất tài*
incapaciteá [(kapasite] nf **1.** *Sự bất tài, sự kém khả năng* i. de faire qch *Sự thiếu khả năng để làm một việc gì* **2.** *sự bất tài* **3.** *sự bất lực* Adm: i. permanente *sự bất lực vĩnh viễn* i. de travail *mất sức lao động.*
incarceáration [(karserasjɔ̃] nf *Sự tống giam.*
incarceárer [(karsere] vtr (j'incarcère; j'incarcérerai) *Tống giam.*
incarnation [(karnasjɔ̃] nf *Sự hóa thân, sự nhập thế.*
incarner [(karne] vtr **1.** *Nhập thế; thể hiện* i. un personnage *Nhập vai một nhân vật* **2.** s'i. *nhập thế; thể hiện* incarné adj **1.** *Đã nhập thế* c'est la vertu incarnée *Người ấy là hiện thân của đạo đức* F: c'est le diable i. *Người ấy là hiện thân của ma quỷ* **2.** *Móng thụt.*

incartade [(kartad] nf *Chuyện điên rồ, chuyện vô lý.*

incassable [(kasab] adj *Không thể đập vỡ được.*

incerdie [(s)di] nm *Đám cháy, hỏa hoạn* i. de forêt *Sự cháy rừng* pompe à i. *Phương tiện chữa cháy* i. volontaire *Cố ý gây hỏa hoạn.*

incendier [(s)dje] vtr (impf & pr sub n. incendiions) (a) *Đốt cháy, phóng hỏa, thiêu* (b) *Kích động* (c) *Mét mách* incendiaire **1**. *Gây cháy; xúi giục* **2**. n *Người phóng hỏa.*

incertain [(sɛrt(] adj *Không chắc chắn, mơ hồ, hay thay đổi, không nhất quyết* i. de qch *không qủa quyết một vấn đề gì.*

incertitude [(sɛrtityd] nf *Sự không chắc chắn, sự mơ hồ* être dans l'i. *lưỡng lự.*

incessamment [(sesam)] adv *Không ngừng, luôn luôn.*

incessant [(ses)] adj *Không ngừng, không ngớt, không dứt. liên tục.*

inceste [(sest] nm *Sự loạn luân* incestueux, -euse adj *Loạn luân.*

inchangeable [(ʃ)ʒabl] adj *Không thể thay đổi* inchangé adj *Vẫn như cũ.*

incidemment [(sidam)] adv *Nhân thể; ngẫu nhiên.*

incidence [(sid)s] nf **1**. *Sự tới, độ tới* **2**. *hậu qủa, tác động.*

incident [(sid)] nm (a) *Việc bất ngờ xảy ra; việc rắc rối* arriver sans i. *Đến nơi suông sẻ* (b) *Việc trở ngại, điều khó khăn* i. de parcours *trở lực* i. technique *trở ngại kỹ thuật.*

incinérateur [(sineratœr] nm *Máy đốt rác.*

incinération [(sinerasjɔ̃] nf (a) *Sự thiêu đốt ra tro* (b) *Sự thiêu xác.*

incinérer [(sinere] vtr (J'incinère; j'incinérerai) (a) *Thiêu đốt ra tro* (b) *Hỏa thiêu, hỏa táng.*

inciser [(size] vtr *Mổ, rạch* incisif, -ive **1**. adj *Mổ, rạch, cắt* **2**. nf *Răng cửa.*

incision [(sizjɔ̃] nf *Đường mổ, vết rạch, sự mổ xẻ.*

incitation [(sitasjɔ̃] nf *Sự xúi giục, sự kích động.*

inciter [(site] vtr *Khuyến khích, thúc đẩy.*

incivilité [(sivilite] nf **1**. *Sự vô lễ, sự bất nhã* **2**. *Hành vi khiếm nhã.* incivil adj *Bất nhã, kém văn minh.*

inclassable [(klasabl] adj *không thể xếp hạng. Khó định hạng.*

inclinaison [(klinɛzɔ̃] nf *Sự nghiêng, độ giốc; đường xiêu; sự nghiêng đầu; sự nghiêng (tàu thuyền) độ khuynh* comble à forte, à faible, i. *Mái có độ xiên cao, mái có xiên thấp.*

inclination [(klinasjɔ̃] nf **1**. *Sự cúi đầu, sự khom lưng* **2**. *Khuynh hướng, ý hướng* il a une i. la paresse *Hắn có khuynh hướng lười* avoir de l'i. pour qch *Có thị hiếu về 1 điều gì.*

incliner [(kline] **1**. vtr (a) *Nghiêng, xiên, giốc* (b) *Thiên về, hướng về* (c) *Uốn cong lưng cúi đầu* i. la tête *Cúi đầu, nghiêng đầu* (d) i. qn à faire qch *Làm cho ai khuynh về một việc gì* **2**. vi (a) *Nghiêng, giốc* (b) i. à la pitié *thiên về sự thương hại* **3**. s'i (a) *Có độ giốc; (tàu thuyền) bị nghiêng* (b) *Cúi, khom* s'i. devant qn *Bái phục* ai j'ai dû m'i. *Tôi đã phải tuân theo* incliné adj **1**. *Nghiêng, xiên, giốc* Plan i. *Mặt phẳng nghiêng* **2**. i. à qch *thiên về một điều gì.*

inclure [(klyr] vtr (conj CONCLURE) *Cho vào, thêm vào* inclus a *Gồm trong, kể cả* la lettre ci- incluse *Bức thư kèm theo đây* jusqu'à la page 5 incluse *Cho đến hết trang 5* inclusif, -ive adj *Bao gồm, bao hàm* inclusivement adv *Kế cả* du vendredi au mardi i. *Từ ngày thứ sáu đến hết ngày thứ ba.*

inclusion [(klyzjɔ̃] nf *Sự bao gồm.*

incognito [(kɔɲito] **1**. adv *Ngầm, lén, bí, mật* **2**. nm garder l'i. *giấu tên, ẩn danh.*

incohérence [(kɔer)s] nf *Sự rời rạc, sự không mạch lạc* incohérent adj *Rời rạc, không mạch lạc.*

incolore [(kɔlɔr] adj *Không màu sắc (thủy tinh) không màu.*

incomber [(kɔ̃be] vi i. à qn *Thuộc phận sự của ai* il nous incombe de *chúng ta có phận sự phải* la responsabilité incombe à l'auteur *trách nhiệm thuộc về tác giả.*

incombustible [(kɔ̃bystibl] adj *Không cháy; kỵ lửa.*

incommoder [(kɔmɔde] vtr *Làm khó chịu; gây phiền phức* être incommodé *Mất thoái mái* incommodant adj *Khó chịu.*

incommodité [(kɔmɔdite] nf (a) *Sự khó chịu* (b) *Sự bất tiện, sự bực mình* incommode adj *Bất tiện khó chịu* incommodément adv *Bất tiện khó khăn.*

incomparable [(kɔ̃parabl] adj *Không thể so sánh* incomparablement adv *Vô song, không ai sánh được.*

incompatibilité [(kɔ̃patinilite] nf *Sự không tương hợp; tính tương khắc.* incompatible adj *Sung khắc.*

incompétence [(kɔ̃pet)s] nf *Sự không có thẩm quyền* incompétent adj *Vô thẩm quyền.*

incomplet, - ête [(kɔ̃plɛ, ɛt] adj *Không đầy đủ, không hoàn toàn* incomplètement adv *Chưa đầy đủ* i. guéri *Chưa hoàn toàn bình phục.*

incompréáhension (kɔ̃preusjɔ̃ nf *Sự không*

hiểu, sự không thông suốt. incompréhensible a Không thể hiểu được incompréhensif, - ive adj Không thông cảm, không hiểu.

incompris [(kɔ̃pri] adj Không được thông cảm; không được đánh giá đúng mức.

inconcevable [(kɔ̃svabl] adj Không thể quan niệm được; lạ kỳ; không tưởng tượng được.

inconciliable [(kɔ̃sijabl] adj Không dung hòa được; không hòa giải được.

inconditionnel, -elle [(kɔ̃disjɔnɛl] adj Vô điều kiện; không cãi được.

inconduite [(kɔ̃dɥit] nf Sự phóng đãng; hạnh kiểm xấu.

inconfort [(kɔ̃fɔr] nm Sự bất tiện. inconfortable adj Thiếu tiện nghi.

incongruiteá [(kɔ̃grɥite] nf (a) Sự bất lịch sự, sự phi lý (b) Điều khiếm nhã (c) Hành vi vô lễ incongru adj (a) Bất lịch sự, khiếm nhã (b) Vô lễ.

inconnu, -ue [(kɔny] 1. a Không được biết, xa lạ il m'était i. Tôi không quen ông ấy visages inconnus Những gương mặt lạ 2. n (a) lạ mặt (b) nm l'i. Điều chưa được biết saut dans l'i. Ngoại trừ không được biết 3. nf Ẩn số.

inconscience [(kɔ̃sj)s] nf 1. Sự vô ý thức 2. sự không hay biết c' est de l'i. pure hoàn toàn không có ý định. inconscient 1. adj (a) Vô tư; Vô ý thức, không hay biết 2. nm Psy: l'i. Điều vô ý thức inconsciemment adv Một cách vô ý thức

inconseáquence [(kɔ̃sek)s] nf Sự mâu thuẫn inconséquent adj (a) Không mạch lạc, mâu thuẫn, không hợp lý (b) Vô suy nghĩ; thiếu suy nghĩ.

inconsideáreá [(kɔ̃sidere] adj Không suy nghĩ, khinh suất inconsidérément adv (một cách) Khinh suất, dại dột, thiếu suy nghĩ.

inconsistance [(kɔ̃sist)s] nf 1. Sự không bền chắc; sự không vững; sự không đông đặc 2. tính không vững chắc inconsistant adj Không bền, không chắc, không đặc.

inconsolable [(kɔ̃sɔlabl] adj Không thể an ủi, không khuây.

inconstance [(kɔ̃st)s] nf Tính hay thay đổi; tính không ổn định, tính bất thường inconstant adj Hay thay đổi, không ổn định, bất thường.

inconstitutionnle, -elle [(kɔ̃stitysjɔnɛl] a d j Không hợp hiến, trái với hiến pháp.

inconstructible [ekɔ̃struktibl] adj Không thể mở mang, tiến triển được.

incintestable [(kɔ̃tɛstabl] adj Hiển nhiên, không chối cãi được. incontestablement adv Một cách hiển nhiên, không tranh luận được, không chối cãi được. incontesté adj Không ai tranh cãi, không ai nghi ngờ.

incontinence [(kɔ̃tin)s] nf Sự buông thả, sự không tiết dục incontinent adj Hoang dâm, không tiết dục.

incontournable [(kɔ̃turnabl] adj Không chối cãi được, không bàn được, không tránh được.

incontrölable [(kɔ̃trolabl] adj Không thể kiểm soát; không thể kiểm chứng. incontrôlé adj Không kiểm soát, không giám sát.

inconvenence [(kɔ̃vn)s] nf (a) Sự bất lịch sự, sự khiếm nhã (b) dir des inconvenances Nói những lời bất lịch sự inconvenant adj Vô lễ, khiếm nhã, bất lịch sự.

inconveánient [(kɔ̃venj)] nm Điều bất lợi; điều phiền phức, điều bất tiện je n'y vois pas d'i. Tôi không thấy có điều gì trở ngại peut- on le faire sans i.? ta có thể làm việc ấy suông sẽ không?

incorporation [(kɔrpɔrasjɔ̃] (a) Sự sáp nhập; sự trộn (b) Mil: Sự phiên chế.

incorporer [(kɔrpɔre] vtr (a) Cho gia nhập; pha trộn (b) Mil: phiên chế.

incorrection [(kɔrɛksjɔ̃] nf 1. (a) Sự sai ngữ pháp, sự không chính xác (b) sự không đúng đắn, sự không đúng phép, sự bất lịch sự. (c) sự thiếu lễ độ, sự bất nhã 2. hành vi vô lễ, lời nói khiếm nhã incorrect adj (a) Không đúng phép, không chính xác, sai (b) khiếm khuyết, lỗi lầm (c) Ăn mặc không đứng đắn (d) vô lễ, bất nhã incorrectement adv (a) Không đúng, thiếu chính xác, sai quấy (b) thiếu sót; cẩu thả, không đứng đắn; (c) khiếm nhã, bất lịch sự.

incorrigible [(kɔriʒibl] adj Không sửa chữa được.

incorruptible [(kəryptib] adj Tính không thể hư hỏng.

increádibiliteá [(kredibilite] nf Tính không thể tin được.

increáduliteá [(kredylite] nf Sự không tin incrédule 1. adj Hoài nghi; vô tín ngưỡng 2. n Người vô tín ngưỡng.

increvable [(krəvabl] adj Không thể nổ, vỡ được, không biết mệt.

incriminer [(krimine] vtr Buộc tội, lên án.

incrochetable [(kɔʃtabl] adj Không thể mở bằng móc.

incroyable [(krwajabl] adj Khó tin huyễn hoặc incroyablement adv Lạ thường, không tưởng tượng được.

incroyance [(krwaj)s] nf Sự không tin, sự vô tín ngưỡng incroyant, ante 1. adj Không tin tưởng 2. n Người vô thần.

incrustation [(krystajɔ̃] nf 1. Sự khảm, đồ vật được khảm incrustation d' ivoire đồ, vật khảm ngà 2. *sự đóng cá, cặn*.

incruster [(kryste] vtr **1**. (a) *Cấn, khám; bị đóng cặn, đóng cáu* incrusté de tartre *đóng cáu cặn rượu* (b) *Khám* **2**. s'i.(a) *Bị đóng cặn, đóng cáu* (b) F: s'i. chez qn *Ở lì nhà ai* qu'est -ce qu'il peut s'i.,! *anh ấy có thế ghi khắc được điều gì!*

incubateur [(kybatœ r] nm *Máy ấp trứng.*

incubation [(kybasjɔ̃] nf *Sự ấp trứng; thời kỳ nung bệnh.*

incuber [(kybe] vtr *ấp trứng.*

inculpation [(kylpasjɔ̃] nf *Sự buộc tội, sự quy trách.*

inculpeá, -ee [(kylpe] n l'i. *Bị cáo.*

inculper [(kylpe] vtr *Buộc tội, quy trách.*

inculquer [(kylke] vtr *Khắc sâu vào tâm trí.*

inculte [(kylt] adj *Không trồng trọt, hoang dã, đất bỏ hoang, không được chăm sóc, không văn hóa.*

incurable [(kyrabl] adj & n *Không chữa trị được, bệnh nan y.*

incursion [(kyrsjɔ̃] *Sự đột nhập, sự xâm nhập.*

incurver (s') [s(kyrve] vtr & pr *Uốn cong, bẻ cong.*

inde [(d] Prnf Greg: (a) *Ấn Độ* (b) les Indes *quần đảo Nam dương.*

indeácene [(des)s] nf *Sự không đoan trang, sự không tế chính* indécent adj *Sỗ sàng, không đứng đắn* indécemment adv *Một cách sỗ sàng.*

indeáchiffrable [(deʃifrabl] adj (a) *Khó đọc* (b) *Khó hiểu, khó đoán.*

indeáchirable [(deʃirabl] adj *Không thể xé rách.*

indeácision [(desizjɔ̃] nf *Sự do dự, sự không quyết định.* indécision adj **1**. *Lung la, do dự, không quyết định, không rõ ràng, mơ hồ* **2**. *Hay do dự* (a) *hay do dự, hay lưỡng lự* (b) *Không chắc chắn, không dứt khoát.*

indeáfectible [(defektibl] adj *Vĩnh viễn, bất diệt.*

indeáfendable [(def)dabl] adj *Không thể bảo vệ được.*

indeáfini [(defini] adj **1**. *Vô hạn, bất định* **2**. pronom i. *(văn phạm)* indéfiniment adv *Mãi mãi, vô hạn* indéfinissable adj *Không thế định nghĩa.*

indeáformable [(defɔrmabl] adj vêtement i. *Quần áo không bị mất nếp, không bị co giãn.*

indeáleábile [(delebil] adj *Không tẩy sạch được.*

indeálicatesse [(delikates] nf *Sự thiếu tế nhị, sự khiếm nhã* (b) *Sự cầu thả* indélicat adj (a) *Kém tế nhị, thô lỗ; Vụng về* (b) *Vô liêm sĩ, không chu đáo.* indélicatement adv (a) *Một cách vụng về, thô lỗ* (b) *Một cách thiếu thận trọng.*

indeámaillable [(demajabl] adj *Không bị giãn (loại chỉ đan).*

indemne [(dɛmn] adj *Không tổn hại; Không tổn thương, vô sự, thoát khỏi tai nạn.*

indemnisation [(dɛmnizasjɔ̃] nf *Sự bồi thường; Sự đền bù; Tiền bồi thường.*

indemniser [(dɛmnize] vtr *Bồi thường; Đền bù.*

indemniteá [(dɛmnite] nf (a) *Tiền bồi thường, sự bồi thường, sự đền bù* (b) *Tiền phạt (vì trễ hạn)* (c) *Tiền phụ cấp*; i. de déplacement *Phụ cấp di chuyển*; i. parlementaire *Phụ cấp (lương) của nghị sĩ.*

indeámontable [(demɔ̃tabl] adj *Không tháo gỡ được.*

indeániable [(denjabl] adj *Không thể chối cãi* indéniablement adv *Một cách hiển nhiên.*

indeápendance [(dep)d)s] nf *Sự độc lập* indépendant adj (a) *Độc lập, tự chủ*; raisons indépendantes de notre volonté *Những lý do ngoài ý muốn của chúng ta* (b) *Tự do, ngoài, không kể*; i. de cela *Không kể việc ấy.* indépendamment adv *Một cách độc lập.*

indescriptible [(dɛskriptibl] adj *Không thể tả.*

indeásirable [(dezirabl] adj & n *Không đáng ưa, không đáng thích.*

indestructible [(dɛstryktibl] adj *Không thể phá hủy.*

indeátermination [(detɛrminasjɔ̃] nf *Sự không xác định, sự không quyết định, sự không giải quyết* indéterminé adj **1**. *Không xác định, mơ hồ, không nhất định, không rõ ràng* **2**. *Hay trù trừ, hay do dự.*

index [(dɛks] nm inv **1**. (a) *Ngón tay trỏ*; *Bản mục lục* (b) *Kim chỉ (của cân, đồng hồ)*; *Bảng chỉ phương hướng* **2**. *Bảng tra (sách)* **3**. mettre à l'i. *Tuyên bố là nguy hiểm.*

indexation [(dɛksasjɔ̃] nf (a) *Sự chỉ số hoá* (b) *Sự tăng lương theo chỉ số giá sinh hoạt.*

indexer [(dɛkse] vtr **1**. *Sắp theo chỉ số, theo mục lục* **2**. *trượt giá (hưu bổng, lương bổng).*

indic [(dik] nm *Người báo lên cho cảnh sát, người tố giác.*

indicateur, -trice [(dikatœ r, tris] **1**. adj *Chỉ dẫn*; poteau i., signpost; panneau i. (de route) *Cột báo hiệu, cột chỉ đường* **2**. n *(Cảnh sát) điểm chỉ* **3**. nm *Bảng giờ (xe tàu chạy); Bảng chỉ đường* **4**. nm *Người chỉ điểm, khí áp kế*; i. de vitesse *Kim chỉ tốc độ (ô tô)*; *Cây kim của khí áp biểu (máy bay)*; i. d'altitude *Kim chỉ độ cao.*

indicatif, -ive [(dikatif, iv] **1**. adj *Chỉ thị, chỉ*

indication | 305 | **individualisme**

dẫn 2. a & nm *(Văn phạm) lối trình bày, trực thuyết cách* 3. nm (a) *Nhóm số riêng (của từng nước, từng cơ quan) của điện thoại* (b) i. d'appel *Tín hiệu gọi*; i. (musical) *Đoạn nhạc mở đầu.*

indication [(dikasjɔ̃] nf 1. *Sự chỉ; Sự chỉ rõ* 2. (a) *Bản chỉ dẫn* (b) *Dấu hiệu, sự mách bảo* (c) *Cáo thị* 3. *Điều chỉ dẫn;* indications du mode d'emploi *Những lời chỉ dẫn của cách sử dụng*; sauf i. contraire *Ngoại trừ có nghịch chỉ;* Th: indications scéniques *Thực tập ngành sân khấu.*

indice [(dis] nm 1. *Triệu chứng, dấu hiệu, dấu vết, chứng cớ; Bằng chứng* 2. *Chỉ số;* i. inférieur *Có ký tên*; i. du couuut de la vie *Bảng giá sinh hoạt*; i. des prix (de détail) *Bảng giá (bán lẻ).*

indicible [(disibl] adj *Khó nói, khó tả.*

indien, -ienne [(dj(, j(n] 1. (a) adj & n *Thuộc Ấn Độ, người Ấn Độ* (b) adj en file indienne *Đi hàng một* 2. nf *Vải in hoá.*

indifféarence [(difer)s] nf *Sự thờ ơ, sự lãnh đạm* indifférent adj 1. *Không cần thiết, không quan trọng* 2. cela m'est i. *Điều đó đối với tôi không quan trọng;* causer de choses indifférentes *Nói những việc không quan trọng* indifféremment adv (a) *Không phân biệt* (b) *Bằng nhau, như nhau.*

indifféarer [(difere] vtr (il indiffère, il indifférera) F: cela m'indiffère *Điều đó không làm tôi quan tâm.*

indigence [(diʒ)s] nf *Tình trạng nghèo khó; Sự bần cùng* indigent 1. adj *Nghèo nàn* 2. n *Người bần cùng.*

indigeâne [(diʒen] 1. adj *Thuộc bản xứ, thuộc thổ dân* 2. n *Người bản xứ.*

indigestion [(diʒestjɔ̃] nf *Chứng khó tiêu;* avoir une i. *Bị trúng thực;* F: j'en ai une i. *Tôi phát chán về việc ấy* indigeste adj *Khó tiêu hoá.*

indignation [(diɲasjɔ̃] nf *Sự tức giận;* avec i. *Với sự phẫn nộ.*

indigner [(diɲe] vtr 1. *Làm tức giận, gây công phẫn* 2. s'i. *Tức giận, phẫn nộ.* indigné adj *Công phẫn, phẫn uất.*

indigniteá [(diɲite] nf 1. *Tư cách đê tiện, tính đốn mạt* 2. une i. *Điều nhục nhã* indigne adj 1. (a) *Không có phẩm cách, không xứng đáng* (b) ce travail est i. de lui *Công việc này không xứng đáng với anh ấy* 2. *Xấu xa (hành vi, hạnh kiểm)* indignement adv 1. *Một cách hèn mạt* 2. *Một cách xấu xa.*

indigo [(digo] nm & adj inv *Chất chàm, màu chàm.*

indiquer [(dike] vtr (a) *Chỉ dẫn, chỉ trỏ*; i. qch du doigt *Chỉ (bằng ngón) tay*; i le chemin à qn *Chỉ đường cho ai* (b) *Bày tỏ, biểu thị, chỉ định;* le compteur indique cent *Máy đếm chỉ một trăm;* la somme indiquée sur la facture *Số tiền đã ghi trên hoá đơn* (c) *Chỉ vẽ, mách bảo;* i. un médecin à qn *Mách choai một bác sĩ* (d) *Chỉ, phô bày* (e) *Chọn, định;* à l'heure indiquée *Đến giờ đã định* (f) *Dừng lại; Chỉ định;* c'était indiqué *Việc đó đã được chỉ định rồi;* il est out à fait indiqué pour ce poste *Anh ấy đúng là người thích hợp với công việc ấy;* ce n'est pas très indiqué *Điều đó không thích đáng lắm.*

indirect [(direkt] adj (a) *Gián tiếp; Quanh co*; éclairage i. *Sự chiếu sáng gián tiếp;* contributions indirectes *Thuế gián thu* (b) *Xảy đến thình lình, bất ngờ* indirectement adv *Một cách gián tiếp, quanh co.*

indiscipline [(disipline] nf *Sự vô kỷ luật.* indiscipliné adj *Vô kỷ luật, vô trật tự.*

indiscreátion [(diskresjɔ̃] nf (a) *Sự tò mò; Sự không kín đáo;* sans i. *Nếu anh không cho là tôi tò mò thì...* (b) *Điều hớ hênh, tính thóc mách* indiscret, -ète 1. adj *Không kín đáo, tò mò;* à l'abri des regards indiscrets *Tránh khỏi những sự dòm ngó* 2. n *Người tò mò, hay thóc mách* indiscrètement adv *Một cách lộ liễu.*

indiscutable [(diskytabl] adj *Không thể bàn cãi, hiển nhiên* indiscutablement adv *Rõ ràng, hiển nhiên* indiscuté adj *Rành rành, không ai chối cãi.*

indispensable [(disp)sabl] 1. adj *Cần thiết (à qn Cần thiết cho ai à, pour, qch) Cần thiết để làm một việc gì* 2. nm ne prenez que l'i. *Anh hãy lấy những gì thật cần thiết thôi.*

indisponible [(disponibl] adj *Không thể sử dụng.*

indisposer [(dispoze] vtr 1. *Làm khó chịu, gây mệt mỏi, làm bực mình* 2. *Làm mếch lòng* indisposé adj (a) *Se mình, mệt mỏi* (b) *(Phụ nữ)* être indisposée *Bị hành kinh.*

indisposition [(dispozisjɔ̃] nf (a) *Sự khó ở, sự se mình* (b) *(Phụ nữ)* sự thấy kinh nguyệt.

indissociable [(disɔsjabl] adj *Không thể phân ly.*

indissoluble [(disolybl] adj *Không thể chia lìa, không thể hòa tan.*

indistinct [(dist(kt] adj *Không rõ ràng, lờ mờ* indistinctement adv (a) *Không rõ* (b) tout le monde i. *Tất cả mọi người, không phân biệt.*

individu [(dividy] nm 1. *Cá nhân, cá thể* 2. *Người, thằng, gã, đứa, tên*; quel est cet i. ? *Gã đó là ai vậy?* i. louche *Một tên hắc ám.*

individualiser [(dividɥalize] vtr 1. *Cá thể hoá; Cá biệt hoá, cá nhân hoá* 2. s'i. *Trở thành cá biệt.*

individualisme [(dividɥalism] nm *Chủ nghĩa*

cá nhân individualiste 1. adj *Thuộc chủ nghĩa cá nhân* 2. n *Người theo chủ nghĩa cá nhân*.

individualiteá [(dividɥalite] nf *Cá tính, đặc tính* individuel, - elle adj *Cá nhân, cá biệt; Riêng từng người; Về mặt cá thể* individuellement adv *Với tính cách cá nhân*.

indivisibiliteá [(divizibilite] nf *Tính không thể phân chia sự, không thể tách rời* indivisible adj *Không thể chia*.

indochine [(dɔʃin] Prnf *Xứ Đông Dương*.

indo-europeáen, -enne [(doørɔpe(, ɛn] adj & n *Thuộc Ấn - Âu*; pl indo - européens, - ennes. *Người, tiếng Ấn - Âu*.

indolence [(dɔl)s] nf *Sự uể oải, sự thờ ơ* indolent adj *Biếng nhác, lừ đừ, lãnh đạm*.

indolore [(dɔlɔr] adj *Không đau*.

indomptable [(dɔ̃tabl] adj *Bất trị, bất kham (loài vật); Khó dạy, cứng đầu (con người)* indompté adj *Không thuần hoá được (loài vật); (Tính tự kiêu) không khuất phục*.

indoneásie [(dɔnezi] Prnf *Nam Dương quần đảo* indonésien, - ienne adj & n *Thuộc Nam Dương*.

indou, -oue [(du] adj & n *Ấn giáo*.

indu [(dy] adj *Không phải nợ, không mắc nợ; Không chính đáng, không được phép*; à une heure indue *Vào một giờ trái khoáy* indûment adv *Không đúng phép, tria lẽ thường*.

indubitable [(dybitabl] adj *Không thể ngờ vực, chắc chắn* indubitablement adv *Không nghi ngờ gì nữa*.

induction [(dyksjɔ̃] nf *Phép qui nạp, sự cảm ứng*; El: courant d'i. *Dòng điện cảm ứng*; bobine d'i. *Cuộn dây cảm điện*.

induire [(dɥir] vtr (pr j'induis, n. induisons; ph j'induisis; pp induit) 1. i. qn en erreur *Phỉnh gạt ai* 2. *Quy nạp, quy kết*.

indulgence [(dylɜ̃)s] nf *Lòng khoan dung, tính độ lượng* indulgent adj *Khoan dung, độ lượng*.

industrialisation [(dystrijalizasjɔ̃] nf *Sự kỹ nghệ hoá, sự công nghiệp hoá*.

industrialiser [(dystrijalize] vtr 1. *Công nghiệp hoá* 2. s'i. *Đã được công nghiệp hoá*.

industrie [(dystri] nf *Kỹ nghệ, cộng nghiệp*; l'in. automobile, cinématographiquey *Kỹ nghệ ô tô, kỹ nghệ phim ảnh*; l'i. du bâtiment *Ngành xây cất*; l'i. du spectacle *Ngành trình diễn*

industriel, -elle 1. adj *Thuộc về kỹ nghệ, công nghiệp*; F: quantité industrielle *Số lượng rất lớn* 2. nm *Kỹ nghệ gia, nhà công nghiệp*. industrielle, -ment adv *Về mặt công nghiệp*.

industrieux, -euse [(dystrijø] adj *Khéo léo, tài tình*.

ineábranlable [inebr)labl] adj *Không lay chuyến được, kiên cố, vững bền*.

ineádit [inedi] adj 1. *Chưa xuất bản* 2. *Mới lạ, chưa công bố*.

ineffable [inefab] adj *Khó tả, khó kể lại*.

ineffaçable [inefasabl] adj *Không thể xoá nhòa; Không thể tẩy rửa; Không thể bôi xóa*.

inefficace [inefikas] adj *Không hiệu nghiệm, không công hiệu; Không có hiệu lực*.

ineágaliteá [inegalite] nf 1. *Sự không đồng đều, sự không cân* 2. *Sự không ngang sức*; les inégalités du chemin *Mặt đường gồ ghề, không bằng phẳng* inégal, -aux adj 1. *Không bằng nhau* 2. *Không điều nhau; Bất thường* inégalable adj *Không ngang sức, bất bình đẳng* inégalement adv 1. *Không đều* 2. *Thất thường* inégalé adj *Vô địch, vô song*.

ineáleágant [ineleg)] adj *Không lịch sự, bất nhã* inélégamment adv *Bất lịch sự*.

ineáligibiliteá [ineliʒibilite] nf *Sự thiếu tư cách ứng cử* inéligible adj *Không đủ tư cách để ứng cử*.

ineáluctable [inelyktabl] adj *Tất yếu, không thể tránh* inéluctablement adv *Không thể tránh được*.

ineánerrable [inenarabl] adj *Đáng tức cười; Không thể trị giá được*.

ineptie [inɛpsi] nf *Sự ngu ngốc*; dire des inepties *Nói điều ngu xuẩn* inepte adj *Ngu ngốc, dại dột*.

ineápuisable [inepɥizabl] adj *Vô tận, không bao giờ cạn*.

ineáquitable [inekitabl] adj *Không công bằng, bất công*.

inertie [inɛrsi] nf (a) *Sự bất động* (b) *Sự u mê, tính thụ động* inerte adj *Bất động; Đần độn; U mê; Thụ động*.

inespeáreá [inɛspere] adj *Ngoài hy vọng, bất ngờ*.

inestimable [inɛstimabl] adj *Vô giá, không thể đánh giá*.

ineávitable [inevitabl] adj *Không tránh được, không thể thiếu*; Hum: il y a eu l'i. discours d'accueil *Tất nhiên là đã có bài diễn văn chào mừng* inévitablement adv *Một cách dĩ nhiên*.

inexactitude [inɛgzaktityd] nf 1. *Sự không đúng, sự không chính xác; Điều sai lầm* 2. *Sự không đúng giờ* inexact adj 1. *Không chính xác; Không đúng, sai lầm* 2. *Không đúng giờ*.

inexcusable [inɛkskyzabl] adj *Không thể tha thứ*.

inexistant [inɛgzist)] adj *Không có thật, không tồn tại*.

inexorable [inɛgzɔrabl] adj *Không lay chuyến được, không thể gây xúc cảm* inexorablement

inexpeárience [inɛksperj)s] nf *Sự thiếu kinh nghiệm* inexpérimenté adj *Thiếu kinh nghiệm; Non nớt.*

inexplicable [inɛksplikabl] adj *Không thể giải thích* inexplicablement adv *Khó hiểu, lạ lùng* inexpliqué adj *Chưa giải thích được.*

inexploitable [inɛksplwatabl] adj *Không thể khai khẩn; Không khai thác được* inexploité adj *Không khai khẩn; Chưa khai thác.*

inexploreá [inɛksplɔre] adj *Chưa thăm dò, chưa được thám hiểm.*

inexpressif, -ive [inɛksprɛsif, iv] adj *Không bộc lộ, không diễn cảm.*

inexprimable [inɛksprimabl] adj *Không thể biểu đạt được, khó tả.*

inextinguible [inɛkst(gɥibl] adj *Không kìm được; Không thỏa mãn được.*

in extremis [inɛkstremis] **1** *Lúc lâm chung; đến phút cuối cùng* **2** adj *Phút cuối cùng.*

inextricable [inɛkstrikabl] adj *Khó gỡ; rối rắm* inectricablement adv *Một cách rối reng.*

infaillibiliteá [(fajibilite] nf *Tính không thể sai lầm; tính tất nhiên.* infallible adj *Chắc chắn, không sai lầm* infailliblement adv *Nhất thiết, chắc chắn.*

infaisable [(fəzabl] adj *Không thể làm được; không thể thực hành được.*

infamie [(fami] nf **1.** *Sự ô nhục* **2.** *hành vi bỉ ổi, điều đê tiện* dire des infamies à qn *bêu riếu ai* infamant adj *Làm nhục, bêu xấu* infâme adj *Nhục nhã, xấu xa, bỉ ổi.*

infanterie [(f)tri] nf *Lục quân, bộ binh.*

infantilisme [(f)tilism] nm (a) *Nhi tính, sự chậm phát triển* (b) c'est de l'i. *trò trẻ con!* infatile adj (a) *thuộc trẻ con* psychiatrie i. *trẻ con tâm thần học* (b) *như trẻ con, giống con nít.*

infarctus [(farktys] nm *Chứng nhồi máu cơ tim.*

infatigable [(fatigabl] adj *Không mệt mỏi; không biết mệt* infatigablement adv *không mệt mỏi.*

infatuation [(fatɥasjɔ̃] nf *Tính tự phụ, sự say đắm.*

infatuer (s') [s(fatɥe] vpr *Trở thành tự cao tự đại* infatué adj *Tự phụ; tự mãn* i. de soi-même *tự tôn, tự đại.*

infect [(fɛkt] adj (a) *Hôi, thối* odeur infecte *mùi hôi hám* (b) *bẩn thỉu, tồi tàn* temps i. *thời tiết độc, xấu* repas i. *bữa ăn tồi tệ* (c) *nhơ nhuốc, tồi bại.*

infecter [(fɛkte] vtr **1** (a) *Gây ô nhiễm, nhiễm khuẩn* (b) *sinh độc, truyền độc* **2.** s'i. *bị ô nhiễm, nhiễm khuẩn.*

infection [(fɛksjɔ̃] nf **1.** *Sự làm ô nhiễm* **2.** *mùi hôi thối* infectieux, -euse adj *Nhiễm trùng.*

infeárer [(fere] vtr (j'infère; fu j'inférerai) *Suy diễn, suy ra.*

infeárioriteá [(ferjɔrite] nf *Sự thấp kém, sự thua sút* i. en nombre *thấp hơn về số lượng* Psy: complexe d'i. *mặc cảm thua kém* inférieur, -eure adj **1.** *Dưới, ở dưới.* hạ lèvre inférieure *môi dưới; phần dưới; thấp (thời tiết)* i. à la normale *thấp hơn bình thường* **2.** (a) *thấp d'un* rang i. *thuộc cấp thấp* (b) *hạ lưu (giai cấp)* (c) 6 est i. à 8 *số 6 kém hơn số 8.*

infernal, -aux [(fɛrnal, o] adj *Dữ dội, ghê gớm* un vacarme i. *tiếng ồn dữ dội* enfant in. *đứa trẻ quá quắc, không chịu nổi.*

infertile [(fɛrtil] adj *Cằn cỗi; không màu mỡ.*

infester [(fɛste] vtr adj *Quấy phá, cướp phá.*

infideáliteá [(fidelite] nf (a) *Sự bất trúng, sự sai lời; sự bất nghĩa* (b) *sự thiếu trung thực* infidèle **1.** adj (a) *Bất trung, bất tín, không chung thủy* (b) *không trung thực, không đúng sự thật* **2.** adj & n *dị giáo; người không tin chính đạo.*

infiltration [(filtrasjɔ̃] nf *Sự thấm, sự ngấm qua.*

infiltrer (s') vpr **1.** *Thấm qua, ngấm vào; lọc, làm thấm, ngấm vào* **2.** Fig: s'i dans *thâm nhập vào, trà trộn vào.*

infime [(fim] nf (a) *Tính vô tận* (b) l'i. de l'espace *tính vô tận của không gian* une i. de gens *vô số người* infini **1** adj *Vô cùng, bất tận* mettre un temps i. *sử dụng một thời gian quá dài* **2.** nm l'i. *vô cùng tận* Phot: mettre au point sur l'i. *chỉnh đồng kính vào điểm vô tận* à l'i. infiniment adv *Vô cùng* se donner i. de peine *chịu cực khổ vô cùng* je regrette i. *tôi vô cùng hối tiếc* infinitésimal, -aux adj *Cực nhỏ, vi tích.*

infintif, -ive [(finitif, iv] adj & nm *Thuộc vị biến cách, lối vô định.*

infirmer [(firme] vtr *Bác bỏ, hủy bỏ.*

infirmerie [(firməri] nf *Bệnh xá, phòng bệnh.*

infirmier, -ieâre [(firmje, jɛr] **1.** nm *Nam y tá* **2.** nf *nữ y tá.*

infirmiteá [(firmite] nf (a) *Sự tật nguyền* (b) *nhược điểm* infirme **1.** adj (a) *Tàn tật* (b) *bệnh hoạn* **2.** n (a) *người tàn tật* (b) *hư hỏng, kiệt lực.*

inflammable [(flamabl] adj *Dễ cháy, dễ bốc lửa.*

inflammation [(flamasjɔ̃] nf *Sự sưng, sự viêm* inflammatoire adj *Viêm.*

inflation [(flasjɔ̃] nf *Sự lạm phát* i. galopante *sự lạm phát tăng nhanh; đang trên đà*

inflationiste 1. adj *Lạm phát* 2. n *kẻ chủ trương lạm phát*.

infleáchir [(fleʃir] vtr 1. *Uốn cong, bẻ cong* 2. s'i. *cong oằn; chuyển hướng*.

inflexibiliteá [(flɛksibilite] nf *Tính khó uốn*. **inflexible** adj *Cứng cỏi, khó lay chuyển*.

inflexion [(flɛksjɔ̃] nf 1. (a) *Sự uốn cong, sự bẻ gập* (b) *sự luồn cúi; sự nghiêng mình* légère i. du corps *sự khẽ nghiêng mình* 2. *sự đổi hướng, sự chuyển giọng*.

infliger [(fliʒe] vtr (n. infligeons) *Bắt nạt; gia hình*.

influence [(fly)s] nf *Ảnh hưởng* il a beaucoup d'i. *anh ấy có nhiều thế lực* **influencable** adj *Dễ bị ảnh hưởng* **influent** adj *Có thế lực, có uy tín*.

influencer [(fly)se] vtr (n. influencons) *Ảnh hưởng đến*.

influer [(flye] vi i. sur *Ảnh hưởng đến, tác động đến*.

influx [(fly] nm i. nerveux *Luồng thần kinh*.

infos [(fo] nfpl F: les i. *Tin tức*.

informateur, -trice [(fɔrmatœr, tris] n *Người đưa tin, người chỉ điểm*.

informaticien, -ienne [(fɔrmatisj(, jɛn] n *Nhà thông tin học*.

information [(fɔrmasjɔ̃] nf 1. une i. *Bài thông tin; bản báo cáo; tin tức* prendre des informations (sur qn) *thăm dò tin tức của ai* je vous envoie, pour votre i. *thể theo sự tra cứu của ông, tôi xin gửi ông TV*: les informations tin tức bulletin d'informations de la radio *bản tin của đài phát thanh* les informations télévisées *bản tin truyền hình; dữ liệu, số liệu* (c) Cmptr: data traitement de l'i. *xử lý dữ liệu* 2. *sự thẩm vấn* ouvrir une i. *mở cuộc thẩm vấn*.

informatique [(fɔrmatik] 1. nf *Sự xử lý dữ liệu, thông tin học* 2. adj système i. *hệ thống thông tin*.

informatiser [(fɔmatize] vtr *Cho vào máy tính* informatisation nf *Sự cho vào máy tính*.

informe [(fɔrm] adj (a) *Không có hình dạng nhất định; xấu xa* (b) *dị hình, dị dạng*.

informer [(fɔrme] 1. vtr i. qn de qch *báo cho ai biết chuyện gì* bien informé *đầy đủ tin tức* mal informé *không được biết rõ* 2. vi Jur: (a) i. sur un crime *điều tra một vụ án* (b) i. contre qn *tố cáo ai* 3. s'i. *thăm dò, hỏi thăm* **informatif, -ive** adj *Cung cấp nhiều tin tức*.

infortune [(fɔrtyn] nf *Sự bất hạnh, vận rủi* **infortuné, -ée** 1. adj *Bất hạnh, xui rủi* 2. n *Người bất hạnh, kẻ khốn cùng*.

infration [(fraksjɔ̃] nf 1. *Sự vi ước, sự bội ước* 2. *sự vi phạm (pháp luật)* commettre une i. *làm điều phạm pháp* être en i. *tình trạng phạm lỗi*.

infranchissable [(fr)ʃisabl] adj *Không thể vượt qua; không thể thoát qua*.

infrarouge [(fraruʒ] a & nm *Hồng ngoại*.

infrastructure [(frastryktyr] nf *Cơ sở hạ tầng, cấu trúc hạ tầng*.

infreáquentable [(frek)tabl] adj *Không thể giao du được*.

infroissable [(frwasabl] adj *Không nhàu (vải)*.

infructueux, -euse [(fryktɥ-, -z] adj *Không kết quả; không ra trái*.

infuser [(fyze] 1. vtr (a) *Rót vào* (b) *nhúng vào nước* 2. vi faire i. le thé *pha trà*.

infusion [(fyzjɔ̃] nf *Sự pha chế với nước vôi; sự hãm trà* i. de tilleul *sự pha chế trà cây đoạn*.

ingeánierie [(ʒeniri] nf *Nghề nghiệp của một kỹ sư*.

ingeánier (s') [s(ʒenje] vpr s'i à faire qch *Tìm cách, tìm phương pháp để làm một việc gì*.

ingeánieur [(ʒenjœr] nm *Kỹ sư* i. des travaux publics *kỹ sư công chánh; kỹ sư cầu đường* i. du son *kỹ sư âm thanh*.

ingeániositeá [(ʒenjozite] nf *Sự khéo léo, sự tinh xảo* **ingénieux, -euse** adj *Khéo léo, tài giỏi* **génieusement** adv *Khéo léo, tài tình*.

ingeánuiteá [(ʒenɥite] nf *Sự ngây thơ, sự chất phác, tính hồn nhiên, tính đơn sơ* **ingénu** adj & n *làm ra vẻ đơn sơ, ngây thơ* faire l'i. **ingénument** adv *Một cách hồn nhiên*.

ingeárer (s') [s(ʒere] vpr (je m'ingère, n.n. ingérons) s'i. dans une affaire *Can dự vào, xen vào một công việc*.

ingouvernable [(guvɛrnabl] adj *Không thể thống trị; không cai trị*.

ingratitude [(gratityd] nf *Sự bội bạc, sự vong ân* **ingrat, -ate** 1. adj (a) *Bội bạc* (b) *khô khan, không sinh sản, vong ân* (c) *vô vị, xấu xí* l'âge i. *lứa tuổi vụng về (tuổi thơ dại)* 2. n *người vong ân, người bất nghĩa*.

ingreádient [(gredj)] nm *Vị thuốc, môn thuốc*.

ingueárissable [(gerisabl] adj (a) *Không thể chữa lành* (b) *không thể khuyên giải*.

ingurgiter [(gyrʒite] vtr *Ngốn, nuốt ngấu nghiến*.

inhabileteá [inabilte] nf *Sự vụng về, sự xấu xí* **inhabile** adj *Vụng về, xấu xí, bất tài*.

inhabileteá [inabilite] nf *Tính vô năng lực, vô tư cách*.

inhabitable [inabitabl] adj *Không thể được* **inhabité** adj *Không có ai ở, bỏ hoang*.

inhabituel, -elle [inabitɥɛl] adj *Bất thường*.

inhalateur [inalatœr] nm *Bình xông hơi*.

inhalation [inalasjɔ̃] nf *Sự xông hơi, sự hít, hút*

vào faire des inhalations *Hít thở*.
inhaler [inale] vtr *Hít vào*.
inheárent [iner)] adj *Liên quan mật thiết*.
inhiber [inibe] vtr *Ức chế* inhibé,-e **1**. adj *Bị ức chế* **2**. n *người bị ức chế*.
inhibition [inibisjɔ̃] nf *Sự ức chế, sự cấm đoán*.
inhospitalier, -ieâre [inɔspitalje, jɛr] a d j *Không hiếu khách*.
inhumain [inym(] adj *Vô nhân đạo, dã man*.
inhumation [inymasjɔ̃] nf *Sự chôn cất, sự mai táng*.
inhumer [inyme] vtr *Không thể tưởng tượng, không thể tin*.
inimaginable [inimaʒinabl] adj *Không thể bắt chước*.
inimitable [inimitabl] adj *Mối thù hận, ác cảm, mối thù ghét*.
inimitieá [inimitje] nf *Sự thù hận, không cảm tình*.
ininflammable [in(flamabl] adj *không thể cháy được*.
inintelligent [in(teliʒ)] adj *Không thông minh*.
inintelligibiliteá [in(teliʒibilite] nf *Sự tối nghĩa* inimtelligible adj *Khó hiểu*.
ininteáressant [in(tɛrɛs)] adj *Không lý thú*.
ininterrompu [in(tɛrɔ̃py] adj *Không gián đoạn, không tan rã, liên tục*.
iniquiteá [inikite] nf *Sự đồi bại, điều bất công* inique adj *Bất công, bất chính*.
initial, -aux [inisjal, o] **1**. adj *Vẫn đầu (của chữ); (giá) ban đầu* **2**. nf vần đầu của một chữ initialement adv *Lúc ban đầu*.
initiation [inisjasjɔ̃] nf (a) *Sự khai tâm, sự nhập môn* i. à la musique *bài nhạc vỡ lòng* (b) i. à la gestion des stocks *sự hướng dẫn về cách quản lý kho hàng* initiateur, -trice **1**. adj *Đầu tiên, ban đầu* **2**. n *người khởi sự; người mở đầu*.
initiative [inisjativ] nf *Sự khởi xướng* prendre l'i de faire qch *khởi xướng làm một việc gì* il n'a aucune i. *anh ấy không có một sáng kiến nào* syndicat d'i. *công ty du lịch* i. de défense straté-gique *kế hoạch, phòng thủ chiến lược*.
initier [inisje] vtr **1**. *Kết nạp, cho gia nhập* **2**. s'i à qch *thụ giáo, học tập điều gì* initié, -ée **1**. adj *Am hiểu, quán triệt* **2**. n *người am hiểu* les initiés *những người nắm bắt được* Fin délit d'i. *người nội bộ mới biết (kinh tế)*.
injecter [(ʒɛkte] vtr *Tiêm, phọt ra* injecté (de sang) *(mắt) đỏ ngầu* injectable adj *Dùng để tiêm*.
injection [(ʒɛksjɔ̃] nf *Sự tiêm, sự bơm, thụt* moteur à i. *máy bơm*.
injoignable [(ʒwaɲabl] adj *Không đến được,*

không chạm đến được.
injonction [(ʒɔ̃ksjɔ̃] nf *Mệnh lệnh, sự truyền mệnh lệnh*.
injure [(ʒyr] nf adj *Lời chửi mắng; (số nhiều) điều thiệt hại, sự thiệt hại* (b) faire i. à qn *đối xử bất công với ai*.
injurier [(ʒyrje] vtr *Lăng nhục, chửi rủa, mắng nhiếc* injurieux, -euse adj *Sỉ nhục, thóa mạ* injurieusement adv *lăng nhục, thóa mạ*.
injustice [(ʒystis] nf (a) *Sự bất công, sự bất chính* (b) *hành vi bất công* injusteadj *Bất công, phi lý*. injustement adv *Một cách bất công, oan uống*.
injustifiable [(lɑsabl] adj *Không thể biện bạch, không thể bênh vực* injustifié adj *Không được bào chữa; vô căn cứ*.
inlassable [(lɑsabl] adj *Không mệt mỏi, không biết chán, dẻo dai* inlassablement adv *Một cách bền bỉ, không mệt mỏi, không chán nản*.
inneá [ine] adj *Bẩm sinh, thiên phú*.
innocence [inɔs)s] nf *Sự trong trắng* (a) *sự vô tội* (b) *sự khờ khạo* (c) *sự vô hại* innocent, -ente **1**. adj (a) *Vô tội* (b) *người ngây thơ* (c) *mộc mạc* (d) *vô hại* **2**. n (a) *người vô tội* (b) *người ngây thơ* l'i. du village *người khờ khạo nhất làng* innocemment adv *Không ác ý; một cách ngây thơ*.
innocenter [inɔs)te] vtr i. qn. *Minh oan cho ai*.
innombrable [inɔ̃brabl] adj *Vô số, không đếm xuể*.
innommable [inɔmabl] adj *Không biết gọi là gì, xấu xa gớm ghiếc*.
innovation [inɔvasjɔ̃] nf *Sự canh tân, sự cải cách* innovateur, -trice **1**. a *Đối mới, canh tân* **2**. n *người cải cách*.
innover [inɔve] **1**. vi *Canh tân cải cách* **2**. vtr *tiến đổi mới, đặt ra*.
inoccupeá [inɔkype] adj **1**. *Rảnh rang, nhàn rỗi* **2**. *bỏ hoang, bỏ trống, không có người ở*.
inoculation [inɔkylasjɔ̃] nf *Sự chủng, sự nhiễm truyền*.
inoculer [inɔkyle] vtr i. qch à qn (*) *Làm cho ai tiêm nhiễm điều gì* (**) *nhiễm truyền (bệnh cho ai), tuyên truyền* i. qn *truyền bá cho ai (chống...)*
inodore [inɔdɔr] adj *Không có mùi*.
inoffensif, -ive [inɔf)sif, iv] adj *Vô hại, lành, hiền*.
inondation [inɔ̃dasjɔ̃] nf (a) *Lụt, sự lan tràn* Fig: être inondé de lettres *thư tín ngập đầu* (b) *ngâm nước, nhúng nước*.
inopeárable [inɔperabl] adj *Không giải phẫu được*.
inopeárant [inɔper)] adj *Vô hiệu, không kết*

quá.

inopineá [inɔpine] adj *Bất ngờ, không dè.* inopinément adv *Một cách bất ngờ.*

inopportun, -une [inɔpɔrtœ̃, yn] adj *Không hợp thời, không đúng lúc; trái mùa* inopportunément adv *Không đúng lúc.*

inorganique [inɔrganik] adj *Vô cơ.*

inorganiseá [inɔrganize] a (a) *Vô cơ* (b) *ngoài tổ chức.*

inoubliable [inublijabl] adj *Không thể quên.*

inouï [inui, inwi] adj *Chưa từng nghe, lạ thường; quái lạ* F: il est i. *anh ấy thật kỳ quặc.*

inox [inɔks] adj & nm F: (acier) i. *Không bị sét, gỉ (kim loại).*

inoxydable [inɔksidabl] adj *Không sét, không gỉ* acier i., nm i. *kim loại không gỉ sét.*

inqualifiable [(kalifjabl] adj *Không thể nói được quá đáng.*

inquieáter [(kjete] vtr (j'inquiète; j'inquiéterai) 1. *Làm lo âu, gây lo lắng* 2. s'i. *lo âu, bồn chồn* inquiet, -iète 1. adj (a) *Lo âu, áy náy* sommeil i. *giấc ngủ không yên* (b) *bâng khuâng, lo ngại; bồn chồn* 2. n *sự lo âu* inquiétant adj *Đáng lo ngại, đáng sợ.*

inquieátude [(kjetyd] nf *Sự lo lắng, mối lo ngại, sự áy náy* sayez sans i. *anh hãy an tâm, đừng lo lắng gì cả.*

inquisition [(kizisjɔ̃] nf *Sự thẩm tra, sự khám xét* inquisiteur, -trice 1. adj *Xoi mói* 2. n *người điều tra, người thẩm vấn.*

insaisissable [(sezizabl] adj (a) *Không thể tóm, bắt được* (b) *Không nhận thấy được.*

insalubre [(salybr] adj *Dơ bẩn, độc hại.*

insaniteá [(sanite] nf 1. *Sự phi lý, sự điên rồ* 2. *những chuyện điên rồ.*

insatiable [(sasjabl] adj *Không nhàm chán* insatiablement adv *Vô độ.*

insatisfaction [(satisfaksjɔ̃] nf *Sự không thỏa mãn* insatisfait adj (a) *Không hài lòng* (b) *không thỏa mãn.*

inscription [(skripsjɔ̃] nf 1. (a) *Sự vào sổ, sự ghi chép* (b) *sự ghi vào sổ sách; sự đăng ký* feuille d'i. *tờ đăng bạ* prendre son i. *đăng ký tên vào năm học* 2. (a) *chữ khắc trên bia; sự vào sổ (kế toán)* (b) *chữ ghi (của bưu điện, trên thư tín); yết thị; cáo thị.*

inscrire [(skrir] vtr (prp inscrivant; pp inscrit; pr ind j'inscrivis; fu f'inscrirai) 1. (a) *Ghi, khắc, đăng ký, cho gia nhập vào ghi vào* (b) *đăng bạ; ghi danh* se faire i. à un cours *ghi tên vào một lớp học* (c) *ghi vào bản danh sách, khắc* 2. s'i (a) *ghi danh, đăng ký* (b) Jur: s'i. en faux contre qch *kiện một ngụy tạo* (c) s'inscrit dans (le cadre de) *việc ấy nằm trong (khuôn khổ của...)*

insecte [(sɛkt] nm *Côn trùng, sâu bọ.*

insecticide [(sɛktisid] nm *Chất sát trùng, thuốc trừ sâu.*

inseácuriteá [(sɛkyrite] nf *Sự bất an, tình trạng mất an ninh.*

INSEE [inse] abbr Institut national de la statistique et des études économiques.

inseámination [(seminasjɔ̃] nf *Sự thụ tinh nhân tạo.*

inseáminer [(semine] vtr *Cho ... thụ tinh nhân tạo.*

insenseá, -eáe [(s)se] adj (a) *Điên rồ, dại dột; người kỳ cục* (b) *rồ dại, ngông cuồng* (c) *quá đáng, phi lý.*

insensibilisation [(s)sibilizasjɔ̃] nf *Sự gây tê, sự làm mất cảm giác.*

insensibiliser [(s)sibilize] vtr *Gây tê.*

insensibiliteá [(s)sibilite] nf *Trạng thái vô cảm giác; sự dửng dưng* insensible adj (a) *Lãnh đạm* (b) *không thể nhận thấy* insensiblement adv *Một cách rất chậm, khó nhận thấy.*

inseáparable [(separabl] 1. adj *Không thể tách rời, không thể phân ly* 2. nmpl *loài chim sống có đôi.*

inseárer [(sere] vtr (j'insère; j'insérerai) 1. *Lồng vào, điền vào, gài vào* 2. s'i. xen vào, hòa nhập.

insertion [(sɛrsjɔ̃] nf *Sự đưa vào, sự hòa nhập, sự ghép vào.*

insidieux, -euse [(sidj-, -z] adj *Lừa lọc, thâm hiểm* insidieusement adv *Một cách xảo quyệt.*

insigne[1] [(siɲ] adj 1. *Rõ rệt, đặc biệt* faveur i. *đặc ân* 2. *nổi danh, phi thường.*

insigne[2] nm *Dấu hiệu, huy hiệu, biểu hiệu.*

insignifiance [(siɲifj)s] nf *Sự vô nghĩa, việc không quan trọng* insignifiant adj *Không ra gì, không có giá trị.*

insinuation [(sinɥasjɔ̃] nf *Sự can dự vào, lời bóng gió.*

insinuer [(sinɥe] vtr 1. *Xen vào, can dự vào, nói bóng gió* que voulez-vous i.? *anh muốn ám chỉ gì đây?* 2. s'i *Len lỏi, chen vào, khéo luồn lọt.*

insipide [(sipid] adj (a) *Không mùi vị, lạt lẽo* (b) *vô vị, dở, vô duyên.*

insistance [(sist)s] nf *Sự khẩn khoản, sự van nài* avec i. *cố van nài.*

insister [(siste] vi *Năn nì, nài khẩn* i. sur un fait *nhấn mạnh về một vấn đề* i. pour faire qch *cố nài nỉ để làm một việc gì* elle ne veut pas de toi-pas la peine d'i. *cô ấy không thích bạn đâu, đừng tốn công đeo đuổi* insistant adj *Năn nì,* *cầu khẩn.*

insociable [(sɔsjabl] adj *Kém xã giao, khó giao du.*

insolation [(sɔlasjɔ̃] nf (a) *Sự phơi nắng* (b) *hành vi hỗn láo*

insolence nf (a) *sự xấc xược, sự hỗn hào* (b) *phi thường luxe i. sự xa hoa trơ trẽn* **insolemment** adv *Ngạo mạn, xấc láo.*

insolite [(sɔlit] adj *Khác thường, lạ thường, dị thường.*

insoluble [(sɔlybl] adj *Không hòa tan, không tiêu, không giải đáp được.*

insolvabiliteá [(s)lvabilite] nf *Tình trạng không chi trả nổi* **insolvable** adj *Không có khả năng trả nợ.*

insomniaque [(sɔmnjak] n *Người bị mất ngủ.*

insomnie [(sɔmni] nf *Sự mất ngủ, sự không ngủ được nuit d'i. đêm mất ngủ.*

insondable [(sɔ̃dabl] adj *Không dò được, không thấu được.*

insonorisation [(sɔnɔrizasjɔ̃] nf *Sự triệt âm, sự làm cho không vang tiếng* **insonore** adj *Tiêu âm.*

insonoriser [(sɔnɔrize] vtr *Triệt âm, làm tiêu âm.*

insouciance [(susj)s] nf (a) *Sự vô tư lự, sự vô tâm* (b) *sự không lo nghĩ* **insouciant** adj (a) *Vô tâm, vô tư* (b) *không lo nghĩ, không nghĩ đến ngày mai* **insoucieux, -euse** adj *Không để tâm, không bận lòng.*

insoumission [(sumisjɔ̃] nf *Sự không khuất phục; sự bất phục tùng* **insoumis, -ise** 1. adj & n *Bất khuất, ngỗ nghịch* 2. a & nm *bất phục tòng, trốn nghĩa vụ.*

insoupçonnable [(supsɔnabl] adj *Không thể nghi ngờ* **insoupçonné** adj *Không thể ngờ; không bị nghi ngờ.*

insoutenable [(sutnabl] adj 1. *Không thể bảo vệ, không thể biện hộ* 2. *Không chịu nổi, không chống lại được.*

inspecter [(spɛkte] vtr *Thanh tra, kiểm tra.*

inspecteur, -trice [(spɛktœr, tris] n *Viên thanh tra, người kiểm soát; người quan sát i. de la sureté thanh tra thám tử.*

inspection [(spɛksjɔ̃] nf 1. *Sự kiểm tra faire l'i de đi kiểm tra* 2. *Viên kiểm tra tàu thuyền, tập thể những người kiểm tra.*

inspirateur, -trice [(spiratœr, tris] n *Người truyền cảm, người gợi ý.*

inspiration [(spirasjɔ̃] nf 1. *Sự hít vào, sự thở ra* 2. (a) *sự gợi cảm hứng sous l'i. de qn theo sự gợi ý của ai* (b) *cảm hứng i. soudaine quyết định bất ngờ.*

inspirer [(spire] vtr 1. (a) i. *le respect Gợi lên*

lòng kính trọng inspiré par la jalousie bị lòng ganh tị xúi giục (b) *thở sâu vào* 2. s'i. de qn, de qch *dựa theo, noi gương, phỏng theo.*

instabiliteá [(stabilite] nf *Sự không vững, sự không ổn định* **instable** adj *Không ổn định, không chắc, hay thay đổi.*

installateur [(stalatœr] nm *Người đặt máy, người sắp đặt.*

installation [(stalasjɔ̃] nf 1. *Sự đặt, sự sắp xếp, sự đặt vào vị trí; sự đặt vào chức vị* 2. (a) *Sự trang trí, sự sắp xếp* i. électrique *sự thiết kế điện* (b) *cách đặt máy móc.*

installer [(stale] vtr 1. (a) *Đặt vào vị trí, thu xếp je l'ai installé chez lui tôi đã sắp xếp cho anh ấy được thoải mái* (b) *thiết kế, lắp đặt* (c) *bài trí, sắp xếp* 2. s'i. *đến ở, ngồi nghỉ; xây dựng nơi làm việc.*

instamment [(stam)] adv *Khẩn khoản, van nài.*

instance [(st)s] nf 1. (a) demander qch avec i. *Khẩn khoản cầu xin điều gì* (b) *lời cầu xin, lời van nài* (c) *sự kiện cáo, cấp xét xử* introduire une i. *thiết lập một vụ kiện ils sont en i. de divorce họ đang kiện để ly dị* tribunal d'i. *tòa sơ thẩm* tribunal de grand i. *tòa án địa phương.* en seconde i. (d) *nhà cầm quyền* 2. être en i. de départ *sắp ra đi, sắp lên đường.*

instant[1] [(st)] adj *Khẩn cấp, khẩn thiết.*

instant[2] nm *Một chốc, một lát* à chaque i., à tout i. *lúc nào cũng...par instants khi này khi khác.* un i.! *chờ một tí* à l'i. *vừa mới rồi, ngay lập tức* pour l'i. *bây giờ* en un i. *ngay bây giờ soin de tous de les instants sự chăm sóc liên tục.*

instantaneá [(st)tane] 1. adj *Tức thì, chớp nhoáng café i. cà phê uống ngay (không phải lọc).* 2. nm *ảnh chụp lấy liền* instantanément adv *Lập tức, ngay tức khắc.*

instauration [(stɔrasjɔ̃] nf *Sự dựng lên, sự thiết lập.*

instaurer [(stɔre] vtr 1. *Dựng lên, thiết lập* 2. s'i. *được thiết lập, được chế tạo.*

instigateur, -trice [(stigatœr, tris] n *Người xúi giục, người khích động.*

instigation [(stigasjɔ̃] nf *Sự xúi giục.*

instinct [(st(] nm *Bản năng* d'i. *do bản năng* **instinctif, -ive** adj *Thuộc bản năng* **instinctivement** adv *Theo bản năng.*

instituer [(stitɥe] 1. (a) *Lập, sáng lập, thiết lập, tạo dựng* (b) *bổ nhiệm* 2. s'i. *được sáng lập.*

institut [(stity] nm 1. *Viện, học viện* l'I. (de France) 2. (a) *hội, trường dạy nghề, trường đại học* (b) i. de beauté *viện sửa sắc đẹp.*

instituteur, -trice [(stitytœr, tris] n *Giáo viên*

cấp một.

institution [(stitysjɔ̃] nf (a) *Sự sáng lập, cơ quan, thiết chế* (b) *trường học, học viện* institutionnel, -elle adj *Thuộc thể chế.*

instructeur [(stryktœr] nm *Huấn luyện viên.*

instructif, -ive [(stryktif, iv] adj *Bổ ích, có ích cho việc học.*

instruction [(stryksjɔ̃] nf 1. *Chỉ thị, huấn luyện* 2. *Nền giáo dục; sự giáo huấn* i. professionnelle *sự học nghề* avoir de l'i. *có học thức* 3. *sự thẩm tra, sự dự thẩm* juge d'i. *viên dự thẩm* 4. *thông tri, thông báo.*

instruire [(struir] vtr (prp instruisant; pp instruit; pr ind j'instruis; ph j'instruisis) 1. (a) i. qn de qch *Dạy bảo ai điều gì* (b) *giáo dục, giáo huấn, rèn luyện* (c) *tập dượt, dạy dỗ* (d) *thẩm tra* 2. s'i (a) *Học, học tập* (b) s'i. de qch *tìm hiểu một vấn đề gì; có học thức, có văn hóa.*

instrument [(strym)] nm (a) *Đồ nghề, dụng cụ* i. de travail *dụng cụ để làm việc* être l'i. de qn *là công cụ của ai* (b) *(nhạc) nhạc khí; (luật) văn bản* instrumental, -aux adj *Thuộc khí cụ, dụng cụ.*

instrumentation [(strym)tasjɔ̃] vtr *Cách phối nhạc, thuật diễn nhạc khí.*

instrumenter [(strym)te] vtr *Phối nhạc.*

instrumentiste [(strym)tist] n *Nhạc sĩ, nhạc công.*

insu [(sy] nm *Không cho ai đó biết* à mon i. *giấu tôi, không cho tôi biết.*

insubmersible [(sybmɛrsibl] adj *Không thể chìm được.*

insubordination [(sybɔrdinasjɔ̃] nf *Sự không khuất phục* insubordonné adj *Vô kỷ luật, không chịu phục tùng.*

insuccès [(syksɛ] nm *Sự thất bại, sự hỏng việc.*

insuffisance [(syfiz)s] nf 1. *Sự không đủ, sự thiếu hụt, sự không cân xứng* 2. *sự bất lực, sự kém cỏi* insuffisant adj 1. *Không đủ, thiếu hụt, không cân* 2. *kém, bất lực.*

insuffler [(syfle] vtr *Thổi hơi, bơm vào.*

insulaire [(sylɛr] 1. adj *Thuộc đảo* 2. n *người dân ở đảo.*

insuline [(sylin] nf *(Sinh) Insulin.*

insulte [(sylt] nf *Lời mắng chửi, lời sỉ nhục, lời lăng mạ.*

insulter [(sylte] vtr *Chửi mắng, lăng nhục* insultant adj *Có tính cách lăng nhục, chưởi rủa.*

insupportable [(sypɔrtabl] adj *Không chịu đựng nổi, không thể chấp nhận, không chịu được.*

insurger (s') [sɛsyrʒe] vpr (n.n insurgeons) *Nổi dậy, khởi nghĩa.* insurgé, -ée adj & n *Khởi nghĩa, người nổi loạn.*

insurmontable [(syrmɔ̃tabl] adj *Không thể hơn được, không thể thắng, không thể vượt qua.*

insurrection [(syrɛksjɔ̃] nf *Cuộc khởi nghĩa, cuộc dấy loạn* insurrectionnel, -elle adj *Khởi nghĩa, dấy loạn.*

intact [(takt] adj (a) *Còn nguyên, chưa đụng đến, không sứt mẻ* (b) *toàn vẹn*

intangible [(t)ʒibl] adj (a) *Không chạm đến được* (b) *không xâm phạm được.*

intarissable [(tarisabl] adj *Không thể cạn.* intarissablement adv *Dồi dào, phong phú.*

inteágraliteá [(tegralite] nf l'i. *Sự nguyên vẹn* dans son i. *trong tình trạng nguyên vẹn* intégral, -als, -aux 1. adj (a) *Trọn vẹn, đầy đủ, nguyên vẹn* paiement i. *sự thanh toán toàn vẹn* texte i. *toàn bộ bản văn* édition intégrale *sự xuất bản đầy đủ* (b) calcul i. *(toán) tính tích phân* 2. nf (a) *(toán) tích phân* (b) *toàn bộ công việc.* intégralement adv *Nguyên vẹn, toàn bộ.*

inteágration [(tegrasjɔ̃] nf *Sự gộp vào, sự sát nhập.*

inteágrer [(tegre] vtr (j'intègre; j'intégrerai) 1. *Sáp nhập vào* 2. s'i. *được sát nhập vào* intégrant adj *Toàn thể, của toàn bộ* faire partie intégrante de *là bộ phận của.*

inteágriteá [(tegrite] nf *Sự toàn vẹn, sự trọn vẹn, tính liêm khiết* intègre adj *Thanh liêm, liêm khiết.*

intellect [(telɛkt] nm *Trí tuệ, trí năng.* intellectuel, -elle adj & n *Thuộc trí tuệ, người trí thức* intellectuellement adv *Về mặt trí tuệ.*

intelligence [(teliʒ)s] nf 1. *Sự thông thạo, sự hiểu biết* avoir l'i. de qch *thông thạo về một việc gì* 2. *Năng lực nhận thức, trí thông minh* 3. (a) vivre en bonne i. avec qn *sống hòa hợp với ai* être d'i. avec qn *thông đồng với ai* (b) pl avoir des intelligences avec l'ennemi *liên hệ mật thiết với địch.* intelligent adj (a) *Thông minh, (có) trí tuệ, danh lợi, khôn khéo* intelligemment adv *Một cách khôn khéo, sáng suốt.*

intelligentsia [(teliʒentsja] nf *Giới trí thức.*

intelligibiliteá [(teliʒibilite] nf *Tính mau hiểu* intelligible adj (a) *Dễ hiểu, rõ* (b) *rành mạch, phân minh.* intelligiblement adv *Dễ hiểu, rõ ràng.*

intello [(telo] n & adj *Trí thức, nhà trí thức.*

intempeárance [(t)per)s] nf *Sự vô độ* intempérant adj *Không có điều độ.*

intempeáries [(t)peri] nfpl les i. *Mưa gió, thời tiết xấu.*

intempestif, -ive [(t)pɛstif, iv] adj *Không đúng*

lúc, không hợp thời.

intemporel, -elle [(t)pɔrɛl] adj *Vĩnh hằng, phi thời gian.*

intenable [(tnabl] nf **1**. *Sự quản lý (trường học)* **2**. *(quân sự) cục quân nhu.*

intendant, -ente [(t)d),)t] **1**. nm (a) *(nhà trưởng) Người quản lý* (b) *(quân sự) nhân viên hậu cần* (c) *viên quản đốc* **2**. nf (a) *nữ quản lý* (b) *nữ quản đốc.*

intensifier [(t)sifje] vtr & pr (impf & pr sub n. intensifiions) *Tăng cường, làm mãnh liệt thêm.*

intensiteá [(t)site] nf *Cường độ, mật độ, độ đậm, sự khắc nghiệt (lạnh); cường độ (điện)* intense adj *Nặng, nguy kịch, khắc nghiệt, đậm màu* intensément adv *Mãnh liệt, dữ dội* intensif, -ive adj *Gia tăng, mạnh.*

intenter [(t)te] vtr Jur: *i. un procès à Khởi tố, đưa đơn kiện.*

intention [(t)sjɔ̃] nf (a) *Ý định, chủ tâm sans mauvaise i. không có ác ý avoir l'i. de faire qch có ý định làm một việc gì avoir de bonnes intentions có đầy thiện chí dans l'i. de với ý định là ...* (b) *vì ai, để chào mừng ai* je l'ai acheté à votre i. *tôi đã mua món đó cho anh* interitionné adj (a) *bien i. Có ý tốt, có ý xấu* (b) *người có ý tốt, có thiện chí* intentionnel, -elle adj *Cố ý, chủ tâm* intentionnellement adv *Một cách cố ý.*

inter [(tɛr] nm *i. droit, gauche.*

interaction [(tɛraksjɔ̃] nf *Tác dụng hỗ trương.*

interalliéa [(tɛralje] adj *Giữa các đồng minh.*

interarmes [(tɛrarm] adj *Liên minh chủng, liên quân.*

interastral, -aux [(tɛrastral, o] adj *Gian thiên thế.*

intercaler [(tɛrkale] vtr *Lồng vào, gài vào, xen vào* intercalaire adj feurllet i. *Giấy gài vào.*

interceáder [(tɛrsede] vi (j'intercède) *Can thiệp giúp.*

intercepter [(tɛrsɛpte] vtr *Ngăn, chặn, cản lại.*

interception [(tɛrsɛpsjɔ̃] nf *Sự ngăn chặn* avion d'i. *máy bay tiêm kích.*

interchaneable [(tɛrʃʒabl] adj *Có thể thay đổi lẫn nhau.*

interclasse [(tɛrklas] nm *Khoảng giữa hai tiết học.*

intercontinental, -aux [(tɛrkɔ̃tin)tal, o] a *Liên đại lục.*

interdeápendance [(tɛrdep)d)s] f *Sự phụ thuộc lẫn nhau* interdépendant adj *Phụ thuộc lẫn nhau; liên quan với nhau.*

interdiction [(tɛrdiksjɔ̃] nf *Sự cấm đoán; sự cấm chỉ i. de fumer sự cấm hút thuốc.*

interdire [(tɛrdir] vtr (conj DIRE) **1**. (a) *Ngăn cấm, cấm đoán* la passerelle est interdite aux voyageurs *cấm hành khách sử dụng chiếc cầu nhỏ* il est interdit de fumer *nơi cấm hút thuốc PN*: entrée interdite (au public) *cấm người lạ vào* passage interdit *ngõ cấm* i. à qn de faire qch *ngăn cản ai làm điều gì* (b) *đình chỉ công tác ai* **2**. s'i. qch *bỏ (một thói quen, một kế hoạch)* il s'interdit d'y penser *anh ấy cố không nghĩ đến chuyện ấy* interdit, -ive **1**. adj *Bị cấm; sững sờ; kinh ngạc* **2**. nm *(tôn giáo) cấm chỉ.*

inteáressement [(tɛrɛsm)] nm *Sự cho tham gia chia lãi.*

inteáresser [(tɛrese] vtr **1**. (a) i. qn dans son commerce *Cho ai tham gia chia lãi trong việc mua bán* (b) *có quan hệ đến, có liên quan đến,* làm chủ ý (c) *gây hứng thú, làm vui thích* ceci peut vous i. *Việc này có thể gây hứng thú cho anh* (d) i. qn à une cause *làm cho ai lưu tâm đến một vấn đề gì* **2**. s'i (a) *dự phần, hùn vốn vào* (b) s'i. à qn, qch *quan tâm đến ai, đến một vấn đề gì* intéressant adj *Hay, thú vị* prix intéressant *giá hời* il cherche à se rendre i. *anh ấy tìm cách làm cho mọi người quan tâm* faire l'i. *gây sự chú ý* intéressé adj **1**. *có liên quan, có can dự, có dính líu* le principal i. *người liên quan chính* **2**. *vụ lợi, lợi dụng.*

inteárît [(tɛrɛ] nm **1**. *Lợi, lợi ích phần được chia* **2**. *Lợi tức, tiền lời* par i. *Vì vụ lợi* il y a i. à *đáng đặt kỳ vọng vào (1 vấn đề gì)* il y a i.! *Tôi đặt hy vọng vào đấy!* j'ai i. à le faire *Tôi làm điều ấy vì lợi ích cá nhân tôi* tu as tout i. à le faire *bạn nên làm việc ấy lắm* agir dans son i. *Hành động vì lợi ích riêng* il sait ou se trouve son i. *anh ấy biết việc gì có lợ cho anh ấy* (đường ray) ligne d'i. local *đường rẽ, đường nhánh* **3**. *hứng thú, lý thú* prendre de l'i. à qch *Có hứng thú về 1 vấn đề gì* **4**. 12% d'i., 12% interest. *Sách dở, không bổ ích, không hay.*

interface [(tɛrfas] nf *Mặt phân giới.*

interfeárence [(tɛrfer)s] nf *Hiện tượng giao thoa.*

interfeárer [(tɛrfere] vi (il interfère) **1**. *Giao thoa* **2**. *(bóng) trồng tréo nhau; xen vào.*

inteárieur [(tɛrjœr] **1**. a (a) *Trong, ở trong, bên trong, phía trong, trong lòng (biển)* (b) *thuộc bên trọng (tinh thần)* (c) *thuộc nội (hành chánh cơ quan)* commerce i. *ngành nội thương* **2**. nm (a) *Phía trong, mặt trong à l'i. ở phía trong* la porte était verrouillée à, de, l'i. *(lúc ấy) cửa đã khóa phía trong* dans l'i. du pays *trong nội địa* (b) *gia đình, trong nhà* vie d'i. *cuộc sống gia đình* femme d'i. *bà nội trợ* vêtements d'i. *quần áo mặc trong nhà* (c) le Ministère de l'I. *Bộ nội vụ* (d) *(bóng tròn)* i. droit, gauche *hữu trung vệ, tả trung vệ* intérieurement adv *Thầm kín, trong lòng* rire i.

cười thầm.

inteárim [(tɛrim] nm **1.** *Sự tạm quyền* dans l'i. *trong lúc ấy* secrétaire par i. *quyền thư ký* assurer l'i. (de qn) *tạm thay thế (ai) trong khi chờ đợi* **2.** *công việc tạm thời* faire de l'i. *làm 1 công việc tạm thời* intérimaire **1.** adj *Tạm quyền; tạm thời; trong khi chờ đợi* directeur i. *quyền giám đốc* **2.** n *Người tạm thay thế.*

inteárioriser [(tɛrjɔrize] vtr *Nội hiện.*

interjection [(tɛrʒɛksjɔ̃] nf *Sự chống án, sự thượng tố.*

interligne [(tɛrliɲ] nm *Khoảng giữa của hai hàng (đánh máy) khoảng chia hàng* double i. *chia khoảng rộng gấp đôi.*

interlocuteur, - trice [(tɛrlɔkytœr, tris] n **1.** *Người đàm phán* **2.** mon i. *người đối thoại với tôi.*

interlope [(tɛrlɔp] adj (a) *Gian lận* (b) *khả nghi, ám muội.*

interloquer [(tɛrlɔke] vtr *Làm sững sờ, làm kinh ngạc.*

interlude [(tɛrlyd] nm *Bản nhạc, tiết mục chuyển tiếp.*

intermeâdiaire [(tɛrmedjɛr] **1.** adj *Trung gian, môi giới, ở giữa* **2.** n *Người trung gian, người môi giới* **3.** nm *sự trung gian, sự môi giới* par l'i. de *nhờ sự trung gian của* sans i. *trực tiếp, không có trung gian.*

interminable [(tɛrminabl] adj *Không xong, không dứt* interminablement adv *Vô tận, không cùng.*

intermittence [(tɛrmit)s] nf *Sự gián đoạn* intermittent adj *Gián đoạn, bất thường, thời vụ*

internat [(tɛrna] nm **1.** (a) *Chế độ nội trú, học sinh nội trú* (b) *sinh viên y khoa nội trú* **2.** *ký túc xá.*

international, -aux [(tɛrnasjɔnal, o] **1.** adj *Quốc tế* **2.** n *vận động viên quốc tế.*

interne [(tɛrn] **1.** adj *Trong, nội* **2.** n (a) *Học sinh nội trú* (b) *Ký túc xá của sinh viên y khoa.*

internement [(tɛrnəm)] nm *Giam, nhốt, giam giữ.*

interpellation [(tɛrpelasjɔ̃] nf *Sự chất vấn, sự gọi hỏi.*

interpeller [(tɛrpele] vtr *Kêu gọi; gọi hỏi; chất vấn, vấn nạn.*

interphone [(tɛrfɔn] nm *Máy nói nội bộ*

interplaneátaire [(tɛrplanetɛr] adj *Giữa các hành tinh.*

interpoler [(tɛrpɔle] vtr *Thêm vào nguyên văn.*

interposer [(tɛrpoze] vtr **1.** *Đặt vào giữa, đặt xen kẽ với nhau* **2.** s'i. *xen vào, làm trung gian* s'i. entre.

interpreátariat [(tɛrpretarja] nm *Nghề phiên dịch.*

interpreátation [(tɛrpretasjɔ̃] nf *Sự phiên dịch; sự biểu diễn.*

interpreâte [(tɛrprɛt] n *Thông dịch viên, người phiên dịch* faire l'i. *người truyền đạt ý nghĩa, người trình diễn.*

interpreáter [(tɛrprete] vtr (j'interprète; j'inter- préterai) (a) *Phiên dịch, giải thích mal* i. *hiểu lầm* (b) Mus: *trình diễn, trình tấu.*

interrogation [(tɛrɔgasjɔ̃] nf **1.** *Sự hỏi, sự tra hỏi* point d'i. *dấu hỏi* **2.** *câu hỏi, lời hỏi* i. orale, écrite *câu vấn đáp, câu hỏi được viết ra* interrogateur, - trice **1.** adj *Dò hỏi, tra hỏi, xét hỏi* **2.** n *giám khảo, người hỏi, người chất vấn* interrogatif, -ive **1.** adj *Dò xét, thẩm vấn* **2.** adj & n *(văn phạm) nghi vấn, từ nghi vấn.*

interrogatoire [(tɛrɔgatwar] nm (a) *Sự chất vấn, sự hỏi cung* (b) *tờ hỏi cung.*

interroger [(tɛrɔʒe] vtr (n. interrogeons) **1.** (a) *Hỏi, chất vấn, hỏi cung, đặt câu hỏi (cho thí sinh)* i. qn du regard *nhìn ai (với tính cách)* (b) *tra cứu, thăm dò, dò xét* **2.** s'i. *tự vấn, ngạc nhiên.*

interrompre [(tɛrɔ̃pr] vtr (conj ROMPRE) **1.** (a) *Ngắt ngang, cắt đứt, làm ngắt quãng* (b) *làm ngưng, làm gián đoạn* (c) *ngưng, đình chỉ, ngắt lời* **2.** s'i. *Ngừng lại, ngừng nói* interrompu adj *Bị gián đoạn* sommeil i. *Giấc ngủ bị gián đoạn.*

interrupteur [(tɛryptœr] nm *Cái ngắt điện.*

interruption [(tɛrypsjɔ̃] nf (a) *Sự ngắt ngang* (b) *sự ngừng, sự đình chỉ, không bị gián đoạn* sans i. *liên tục; không bị gián đoạn* (c) *sự phá thai.*

intersection [(tɛrsɛksjɔ̃] nf *Sự tương giao; giao điểm.*

interstice [(tɛrstis] nm *Khe, kẽ hở*

interurbain [(tɛryrbɛ̃] Tp: **1.** adj *Đường dài, liên thị* **2.** nm appeler l'i. *gọi điện thoại đường dài.*

intervalle [(tɛrval] nm *Thời gian ở giữa; khoảng thời gian* par intervalles *thỉnh thoảng, từng lúc* dans l'i. *trong lúc ấy* à deux mois d'i. *cách nhau 2 tháng.*

intervenir [(tɛrvɔnir] vi (conj TENIR; aux être) **1.** *Can thiệp, dự vào, tham gia* faire i. la force armée *dùng đến lực lượng quân sự* (b) *xen vào* **2.** *xảy đến bất ngờ, nảy ra* un changement est intervenu *một sự thay đổi đã xảy ra* **3.** *Cần giải phẫu.*

intervention [(tɛrv)sjɔ̃] vtr *Đảo lộn, đảo ngược, đổi thứ tự.*

interview [(tɛrvju] nf *Cuộc phỏng vấn.*

intervieweá,- eáe [(tɛrvjuve] n *Người được phỏng vấn.*
interviewer [(tɛrvjuve] vtr *Phỏng vấn.*
interviewe(u)r [(tɛrvjuvœ r] nm *Người phỏng vấn.*
intestin [(tɛst(] nm *Ruột, tràng* intestinal, - aux adj *Thuộc về một.*
intime [(tim] **1.** adj (a) *Trong thâm tâm, sâu kín, căn bản,* (b) *mật thiết, sâu xa, ấm cúng* **2.** n *Bạn thân, bạn tâm giao* intimement adv *Sâu sắc, thân thiết.*
intimer [(time] vtr **1.** i. à qn l'ordre de partir *Truyền lệnh cho ai phải ra đi* **2.** *(luật)* i. qn. *kháng cáo ai.*
intimidation [(timide] nf *Sự hăm dọa, sự dọa nạt.* intimider vtr *Không rụt rè e sợ gì cá* intimidant adj *Uy hiếp, dọa nạt* intimidateur, - trice adj *Hăm dọa, thị uy.*
intimiteá [(timite] nf (a) *Sự thân mật, sự mật thiết* (b) *sự sâu kín, bản thể* dans l'i. *trong thâm tính* le mariage a été célébré dans l'i. *đám cưới được cử hành trong tình thân mật.*

intituler [(tityle] vtr **1.** *Đặt tên sách, đặt nhan đề;* article intitelé *mục đầu đề* **2.** s'i. *được gọi là; có tên là; tự xưng là.*
intoleárable [(tɔlerabl] adj *Không thể chấp nhận, không thể tha thứ* intolérablement adv *Qúa đáng, không chấp nhận được.*
intorleárance [(tɔler)s] nf *Sự không khoan dung* intolérant adj *Cố chấp, không dung thứ.*
intornation [(tɔnasjɔ̃] nf *Giọng nói, âm điệu.*
intouchable [(tuʃabl] adj *Không dụng đến'n được.*
intoxication [(tɔksikasjɔ̃] nf *Sự trúng độc, sự đầu độc; tâm lý bị tác động* i. alimentaine *sự ngộ độc vì thức ăn.*
intoxiqueá, - eáe [(tɔksike] n *Kẻ ngộ độc; chứng tửu độc.*
intoxiquer [(tɔksike] vtr **1.** *Nhiễm độc, đầu độc tư tưởng* **2.** s'i. *tự đầu độc.*
intraduisible [(tradɥizibl] adj *Không thể phiên dịch, khó diễn tả.*
intraitable [(trɛtabl] adj *Khó chịu, cố chấp.*
intramusculaire [(tramyskylɛr] adj *trong cơ, trong bắp thịt.*
intransigeance [(tr)ziʒ)s] nf *Tính cố chấp, tính ngoan cố* intransigeant adj *Không nhân nhượng, ương ngạnh,* sur ce point il est i. *về điểm này thì anh ấy cứ khăng khăng.* **2.** n *người không nhân nhượng.*
intrasitif,- ive [(tr)zitif, iv] adj & nm *(văn phạm) Tự động, nội động; tự động từ, nội động từ.*

intransportable [(tr)spɔrtabl] adj (a) *Không thể chuyên trở* (b) *(bệnh nhân) không thể chuyển đi được.*
intraveineux, -euse [(travɛn-, -z] Med: **1.** adj *Trong tĩnh mạch* **2.** nf *sự tiêm theo tĩnh mạch.*
intreápiditeá [(trepidite] nf *tính gan dạ, tính lì lợm, tính dũng cảm.* intrépide adj *Gan dạ, can đảm, mạo hiểm.*
intrigue [(trig] nf **1.** (a) *Mánh khóe, mưu mô, mưu kế* (b) *sự mưu lợi* **2.** *tình tiết. cốt truyện.*
intriguer [(trige] **1.** vtr *Làm khó khăn, làm bối rối* **2.** vi *dùng mánh khóe, âm mưu, toan tính* intrigant **1.** adj *Mánh khóe* **2.** n *người âm mưu.*
intrinseâque [(tr(sɛk] adj *Ở trong, nội bộ.* intrinsèquement adv *Về thực chất.*
introduction [(trɔdyksjɔ̃] nf **1.** *Sự giới thiệu, sự tiến dẫn* lettre d'i. *thư giới thiệu* **2.** *Lời nói đầu, lời tựa* après quelques mots d'i. *sau vài lời mở đầu.*
introduire [(trɔdɥir] vtr (prp introduisant; pp ontroduit; Ph: j'introduis) **1.** (a) *đưa vào, trao vào* (chìa khóa vào ổ khóa) (b) *nhập vào, cho gia nhập, thu nhập, thu nhận, để khới* (c) *tiến dẫn; đề cứ.* **2.** s'i. *len vào, chui vào* s'i. dans qch *len lỏi vào một nơi nào* l'eau s'introduit partout *nước tràn khắp mọi nơi.*
introniser [(trɔnize] vtr *Đưa lên ngôi (vua); phong chức (giám mục)*
introuvable [(truvabl] adj *Hiếm, không thể tìm ra* il est, il reste, i. *hiếm, khó tìm* il reste introuvable *nó vẫn bặt tăm.*
introverti, -ie [(trɔvɛrti] **1.** adj *Hướng ngã (chỉ nghĩ về mình)* **2.** n *người hướng ngã.*
intrus, use [(try, yz] n *Người xâm nhập, người len lỏi vào.*
intrusion [(tryzjɔ̃] nf *Sự xâm nhập, sự tiêm vi.*
intuition [(tɥisjɔ̃] nf *Trực giác, trực cảm* par i. *theo trực cảm* intuitif, -ive adj *Thuộc trực giác* intuitivement adv *Bằng trực giác.*
inusable [inyzabl] adj *Không thể mòn, bền bỉ.*
inusiteá [inyzite] adj (a) *Không dùng đến* (b) *lạ, hiếm thấy.*
inutilisable [inytilizabl] adj *Không dùng được* rendre qch i. *Làm 1 món đồ trở thành vô dụng.* inutilisé adj *Vô dụng.*
inutiliteá [inytilite] nf *Vật vô dụng* (b) *sự không cần thiết* inutile adj (a) *Vô dụng, vô ích, vô hiệu; không cần thiết,* i. de dire que; *không cần nói; nói cũng vô ích* inutilement adv (a) *Một cách vô ích, rỗng tuếch* (b) *một cách thừa, không cần thiết.*
invaincu [(v(ky] adj *Chưa từng bị thua; chưa ai thắng nổi.*
invalider [(valide]] vtr *Phế bỏ; tuyên bố vô*

hiệu lực; hủy bỏ hiệu lực.
invaliditeá [(validite] nf (a) Tình trạng tàn phế (b) Bệnh kinh niên. invalide 1. adj Tàn phế, tật nguyền, què quặt 2. n người tàn tật.

invariable [(varjabl] adj Không thay đổi, bất biến invariablement adv Một cách bất di bất dịch.
invasion [(vazjɔ̃] nf Sự xâm lược. sự tràn ngập.
invective [(vektiv] nf (a) Lời chưởi rủa, mắng nhiếc (b) sự ngược đãi, sự lạm dụng.
invectiver [(vektive] 1. vi i. contre qn Sỉ nhục ai 2. vtr lạm dụng, ngược đãi.
invendable [(v)dabl] adj Không bán được, ế ẩm. invendu 1. adj Tồn kho, không bán được 2. nm pl invendus hàng ế ẩm không bán được.
inventaire [(v)ter] nm (a) Sự kiểm kê faire, dresser, un i. lập bản kê khai (b) bản tổng kết hàng hóa faire, dresser, l'i. (c) Lập bản tổng kê hàng hóa.
inventer [(v)te] vtr Phát minh, sáng chế il n'a pas inventé la poudre nó chẳng thông minh gì cho lắm (b) bịa đặt, nghĩ ra, sáng tạo, bịa chuyện i. de faire qch nghĩ cách để làm 1 điều gì inventif, -ive adj Có óc sáng tạo.
inventeur, -trice [(v)tœr, tris] n Người phát minh, người phát hiện, người bịa ra.
invention [(v)sjɔ̃] nf 1. (a) Sự phát minh, óc phát minh (b) sự nghĩ ra, điều bịa đặt 2. (a Vật phát minh, vật sáng tạo brevet d'i., patent cấp bằng sáng chế (c) sự hư cấu, sự bịa đặt phi lý pure i. tout cela! tất cả chỉ là bịa đặt.
inventorier [(v)tɔrje] vtr Kiểm kê (tài sản, hàng hóa).
inveárifiable [(verifjabl] adj Không thể xác minh được, không thể kiểm soát.
inverser [(verse] vtr Đảo ngược, làm nghịch lại inverse 1. adj Ngược lại, đảo ngược, nghịch lại en sens i. chiều ngược lại 2. nm điều ngược lại, sự đảo ngược à l'i. ngược lại à l'i. de. ngược lại với inversement adv Ngược lại, trái lại inversé adj Lật ngược, đảo ngược.
inversion [(versjɔ̃] nf 1. Phép nghịch đảo 2. (điện) sự đảo dòng.
inverteábreá [(vertebre] adj & nm Không xương sống, động vật không xương sống.
investigateur, -trice [(vestigatœr, tris] 1. adj Tìm tòi, nghiên cứu 2. n người sưu tầm, khảo sát.
investigation [(vestigasjɔ̃] nf Sự tìm tòi, sự dò xét.
investir [(vestir] vtr 1. i. qn d'une fonction Trao quyền, phong chức cho ai i. qn d'une mission giao phó cho ai 2. (quân) bao vây, vây

hãm 3. Bỏ vốn, xuất vốn 4. s'i. dans qch tự nhận lấy, chiếm lấy.
investissement [(vestism)] nm 1. (kinh tế) sự đầu tư vốn, sự xuất vốn 2. sự vây hãm.
inveáteáreá [(vetere] adj Thành cố tật, kinh niên.
invincible [(v(sidl] adj Vô địch, không ai thắng nổi invinciblement adv không thể khắc phục.
inviolable [(vjɔlabl] adj Không thể vi phạm, bất khả xâm phạm.
invisibiliteá [(vizibilite] nf Sự vô hình, sự qúa nhỏ bé invisible adj Vô hình; khó thấy bằng mắt thường il restait i. khó gặp được anh ấy trong thời gian qua invisiblement adv Không thấy được.
invitation [(vitasjɔ̃] nf Sự mời thỉnh. lời mời venir sur l'i. de qn đến, thể theo lời mời của ai.
invite [(vit] nf Sự gợi ý, sự mời mọc.
inviteá, - eáe [(vite] vtr 1. Mời, thỉnh i. qn à entrer mời ai vào i. qn à diner mời cơm tối 1 người nào 2. i. qn à faire qch kêu gọi, yêu cầu ai làm điều gì 3. vi c'est moi qui invite tôi mời, tôi đãi.
invivable [(vivabl] nf Sự khấn cầu, lời cầu nguyện.
involontaire [(vɔlɔ̃ter] adj Không chủ tâm, không cố ý involontairement adv Một cách đáng tiếc.
invoquer [(vɔke] vtr 1. Cầu khấn, cầu cứu i. l'aide de qn. Cầu cứu sự giúp đỡ của ai 2. Việc dẫn, nêu ra, i. une raison Nêu 1 lý do.
invraisemblance [(vres)bl)s] nf Tính không thực, sự vô lý plein d'invraisemblances Đầy những việc khó tin invraisemblable adj Không thể có thực; khó tin chapeau i. chiếc mũ kỳ quặc.
invulneárabiliteá [(vylnerabilite] nf Tính không thể làm tổn thương invulnérable adj Không thể bị thương.
iode [jɔd] nm (hóa) teinture d'i., iodine.
iodler [jɔdle] vtr & i Hát đổi giọng trầm sang giọng kim (theo kiểu Thụy sĩ).
iodure [jɔdyr] nm Iodua.
ion [jɔ̃] nm Ion ionique adj Thuộc ion.
ionisation [jɔnizasjɔ̃] nf Sự ion hóa.
ioniser [jɔnize] vtr Ion hóa.
Irak [irak] Prnm Xứ Irắc irakien, -ienne adj & n Thuộc Irắc, dân, tiếng Irắc.
Iran [ir)] Prnm Xứ Iran iranen, -ienne adj & n Thuộc Iran; dân, tiếng Iran.
Iraq [irak] Prnm Xứ Irắc iraquien, -ienne adj & n Thuộc Irắc, dân, tiếng Irắc.
irascible [irasibl] adj Hay cáu giận.

iris [iris] nm *Tròng đen của mắt; cây đuôi diều.*

Irlande [irl)d] Prnf *xứ Ai len, xứ Ái nhĩ Lan* I. *du Nord Bắc Ai len irlandais, -aise* 1. adj *Thuộc Ai len* 2. n *Dân Ai len* 3. nm *Tiếng Ai len.*

ironie [irɔni] nf *Sự mỉa mai; lời bóng gió* iornique adj *Mỉa mai, trớ trêu.* ironiquement adv *Mỉa mai, bóng gió.*

ironiser [irɔnize] vi *Châm biếm, chế nhạo.*

irradier [iradje] 1. vi *Tỏa ra, phát quang huy, lan ra* 2. vtr *chiếu sáng.*

irraisonneá [irɛzɔne] adj *Không suy xét.*

irrationaliteá [irasjɔnalite] nf *Tính phi lý* irrationnel, - elle adj *Phi lý* irrationnellement adv *Một cách phi lý.*

irreáalisable [irealizabl] adj *Không thể thực hiện; không thể thực hành, không thể làm được.*

irrecevable [irəsəvabl] adj *Không thể chấp nhận, không thể chuẩn nhận.*

irreáconciliable [irekɔ̃siljabl] adj *Không giảng hòa được.*

irreácupeárable [irekyperabl] adj *Không thể thu hồi, không tìm lại được; không thể khôi phục; không thể cứu vãn.*

irrecusable [irekyzabl] adj *Không thể bác bỏ.*

irreáductible [iredyktibl] adj 1. *(toán) Không thể giản lược, không thể rút gọn* 2. *Không thể khắc phục, không khoan nhượng.*

irreáel, -elle [ireɛl] adj *Phi thực tại, hư ảo.*

irreáfleáchi [irefleʃi] adj 1. *Không suy tính không suy nghĩ* 2. *khinh suất, nông nổi.*

irreáflexion [irefleksjɔ̃] nf *Sự thiếu suy nghĩ.*

irreáfutable [irefytabl] adj *Không bác bỏ được* irréfutablement adv *rất vững chắc, không thể bác được.*

irreágulariteá [iregyiarite] nf *Sự không đều đặn* irrégulier, - ière adj *Không đều đặn, không đúng quy tắc, thất thường.* régulièrement adv *Trái phép, bất thường.*

irreámeádiable [iremedjabl] adj *Không cứu được, không thể sửa chữa.* irrémédiablement adv *Hết cách vãn hồi, vô phương cứu chữa.*

irremplaçable [ir)plasabl] adj *Không thể thay thế.*

irreáparable [ireparabl] a *Không thể sửa chữa; không thể tu bổ lại được.*

irreápressible [irepresibl] adj *Không thể kiềm chế.*

irreáprochable [ireprɔʃabl] adj *Không thể chê trách, không thể bắt bẻ.*

irreásistible [irezistibl] adj *Không cưỡng lại được, không ngăn được.* irrésistiblement adv *Không gì ngăn cản nổi.*

irreásolution [irezɔlysjɔ̃] nf *Tính do dự, sự không quyết định, sự không qủa quyết* irrésolu adj *Không quyết đoán, chưa quyết định, không qủa quyết* irrésolument adv *Do dự, không quyết đoán.*

irrespectueux, - euse [irɛspɛktɥ-, -z] a d j *Thiếu kính trọng; bất kính.*

irrespirble [irɛspirabl] adj *Không thở được, ngột ngạt.*

irresponsabiliteá [irɛspɔ̃sabilite] nf *Sự không có trách nhiệm* irresponsable adj *Vô trách nhiệm.*

irreáveárence [irever)s] nf *Sự bất kính, sự vô lễ* irrévérencieux, - ieuse adj *Thiếu tôn kính.*

irreáversible [irevɛrsibl] a *Không thể quay lại, một chiều; không thể thay đổi.*

irreávocable [irevɔkabl] adj *Nhất định, bất di dịch* irrévocablement adv *Dứt khoát, không thay đổi.*

irrigation [irigasjɔ̃] nf *Sự tưới nước; sự tưới lên vết thương.*

irriguer [irige] vtr *Tưới nước; tưới lên vết thương.*

irritabiliteá [iritabilite] nf *Tính dễ cáu* irritable adj *Cáu kỉnh dễ cáu.*

irritant [irit)] 1. adj *Chọc tức, kích thước* 2. nm *chất kích thích.*

irritation [iritasjɔ̃] nf *Sự nổi cáu, sự tức giận.*

irriter [irite] vtr 1. (a) *Thọc tức, quấy rầy* (b) *Kích thích* 2. s'i. (a) *nổi giận, phát cáu* (b) *làm nhức nhối, làm rát.*

irruption [irypsjɔ̃] nf *Sự đột nhập* faire i. dans une salle *ùa vào phòng.*

Islam [islam] nm *Hồi giáo* islamique adj *Thuộc Hồi giáo.*

Islande [isl)d] Prnf *Xứ Ai len, xứ Ích lan islandais, -aise* 1. adj *Thuộc Ai xlen* 2. n *Dân Ai xlen* 3. nm *Tiếng Ai xlen.*

isobare [izɔbar] nf *(khí tượng) Đẳng áp.*

isoceâle [izɔsɛl] a *(toán) Cân (hình tam giác)*

isolation [izɔlasjɔ̃] nf *Sự cô lập, sự cách điện* i. acoustique *sự cách âm* i. thermique *sự cách nhiệt.*

isolationnisme [izɔlasjɔnism] nm *Chủ nghĩa biệt lập* isolationniste adj & n *Người chủ trương biệt lập.*

isolement [izɔlm)] nm 1. *Tình trạng cô đơn* 2. *tình trạng cách điện.*

isoler [izɔle] vtr 1. (a) *Cô đơn* (b) *cách điện* (c) *cách âm* 2. s'i. *tự cô lập, tự biệt lập* isolant 1. adj (a) *Cách ly,* (b) *cách điện* bouteille isolante *Phòng (nhỏ) cách âm* 2. nm *vật cách điện* i. thermique *vật cách nhiệt* isolé adj 1. *Cô quạnh* 2. *cách điện* isolément adv *Riêng rẽ, biệt lập,*

cô đơn.
isoloir [izɔlwar] nm *Góc ghi phiếu bầu.*
isorel [izɔrɛl] nm *Giấy nhiệt.*
isotherme [izɔtɛrm] adj *Đẳng nhiệt.*
isotope [izɔtɔp] nm *Đồng vị, chất đồng vị.*
israël [israɛl] Prnm Geog: *Xứ Ixra en* israélien, -ienne adj & n *Thuộc Ixra en; dân, tiếng Ixraen* Israélite **1**. adj *Thuộc Do Thái* **2**. n *người Do Thái.*
issu [isy] a être i. de. *Phát xuất từ.*
issue [isy] nf **1**. *Lối, ngõ ra* i. de secours *lối thoát cứu nạn* voie sans i., cul - de sac *ngõ cụt* **2**. *Lối thoát* situation sans i. **3**. *tình hình không lối thoát* à l'i. de *lúc kết thúc.*
isthme [ism] nm *(địa) Eo đất, (giải) Eo.*
Italie [itali] Prnf *Nước Ý* italien, -ienne **1**. adj & n *Thuộc nước Ý; dân Ý* **2**. nm *Tiếng Ý.*
italique [italik] adj & nm *Chữ in nghiêng* en italique (s) *in chữ nghiêng.*
itineáraire [itinerɛr] nm (a) *Hành trình, đường sá* (b) *nhật ký đi đường.*
itineárant [itiner)] adj *Lưu động* ambassadeur i. *Kẻ lang thang, người không ở nơi nào nhất định; đại sứ lưu động.*
IUT abbr Institur universitaire de technologie.
IVG abbr interruption volontaire de grossesse *Sự tuyệt hảo tự nguyện.*
ivoire [ivwar] nm *Ngà.*
ivresse [ivres] nf (a) *Sự say rượu; sự say sưa* enétat d'i. *trong tình trạng say rượu* (b) *sự hoan hỉ, sự hứng thú.* ivre adj *Say rượu, say sưa* i. de joie *sướng điên lên.*
ivrogne [ivrɔɲ] nm *Người say rượu, người nghiện rượu.*
ivrognerie [ivrɔɲri] nf *Sự nghiện rượu, sự say sưa.*

J, j [ʒi] nm *Chữ j*; le jour J.
jabot [ʒabo] nm **1**. *Diều (chim)* **2**. Cl: *diềm bằng vải xếp nếp, đăng ten.*
jacassement [ʒakasm)] nm *Lời nói liến thoắng, lời nói huyên thuyên.*
jacasser [ʒakase] vi *nói liến thoắng, nói huyên thuyên* j. comme un pie *Nói như khướu.*
jacheâre [ʒaʃɛr] nf terre en j. *Đất bỏ hoang, đất không được canh tác.*
jacinthe [ʒas(t] nf *Dạ lý hương* j. des bois *cây huệ dại.*
jacousi [ʒakuzi] nm *Bồn tắm gắn với hệ thống nước nóng phun từ dưới nước lên.*
Jacques [ʒɑk] Prnm *(tên)* Jacques F: faire le J. *Làm ra vẻ ngốc nghếch.*
jacquet [ʒakɛ] nm *Cờ tào cáo, con sóc.*
Jacquot [ʒɑko] **1**. Prnm Jacquot **2**. nm *Vẹt xám vùng Tây Phi ; con vẹt.*
jade [ʒad] nm *Ngọc thạch, đồ ngọc thạch.*
jadis [ʒadis] adv *Trước đây, ngày xưa*; au temps j. *ngày xưa.*
jaguar [ʒagwar] nm *Con báo châu Mỹ.*
jaillir [ʒajir] vi *Phun ra; bắn ra; tóe ra; phọt ra; phóng ra.*
jaillissement [ʒajism)] nm *Sự phun ra, sự phọt ra, sự bắn ra.*
jais [ʒɛ] nm *Hạt huyền* (noir) de j. *đen huyền.*
jalon [ʒalɔ] nm *Sào ngắm*; poser des jalons *dọn đường; tiên phong mở đường (cho cái gì).*
jalonnement [ʒalɔnm)] nm *Sự đặt sào ngắm, sự làm dấu.*
jalonner [ʒalɔne] vtr *Đánh dấu, đặt mốc cho; đánh dấu cột mốc (một con đường).*
jalouser [ʒaluze] vtr *Thèm muốn (ai); ghen ghét ai.*
jalousie [ʒaluzi] nf **1**. *Sự thèm muốn, sự ghen ghét* **2**. *sự ghen tuông mù quáng.* jaloux, -ouse adj (a) *Ganh ghét, ghen tuông*; (b) *chú ý*; j. de sa réputation *chú ý đến tiếng tăm, coi trọng danh tiếng.* jalousement adv *Đầy đố ky.*
Jamaïque [ʒamaik] Prnf *Nước Jamaica* jamaï-quain, -aine adj & n *Thuộc về Jamaica,* *người Jamaica.*
jamais [ʒamɛ] **1**. adv *Bao giờ, lúc nào, từng* si j. il revenait *nếu khi nào anh ta trở lại*; à j. pour j. *mãi mãi* à tout j. *mãi mãi thế* **2**. adv *không bao giờ*; sans j. y a voir pensé *chưa bao giờ nghĩ về điều đó*; c'est le moment ou j. *bây giờ hay không bao giờ*; j. de la vie ! *không bao giờ ! dẹp chuyện đó đi !* F: *đừng hòng !* **3**. nm j. au grand *không đời nào, không đời nào.*
jambe [ʒ)b] nf **1**. *Chân*; avoir de bonnes jambes *có đôi chân khỏe (đi bộ)*; aux longues jambes *chân dài*; à toutes jambes *nhanh hết sức*; F: prendre ses jambes à son cou *vác chân lên cổ.* me fera une belle j. ! *điều đó sẽ không đưa tôi đi tới đâu cả, không có lợi ích gì cho tôi cả* avoir les jambes rompues *mệt lả, kiệt sức*; n'avoir plus de jambes *kiệt sức, mất tự chủ, mất tinh thần*; je n'ai plus mes jambes de vingt ans *tôi không còn sung sức như tuổi đôi mươi* **2**. j. de force *thanh chống, nạng chống.*
jambon [ʒ)bɔ] nm *Thịt dăm bông* j. de pays, fumé *thịt đùi xông khói* j. blanc *thịt hầm.*
jambonneau, -eaux [ʒ)bɔno] nm *Thịt đùi, chân giò.*
jante [ʒ)t] nf *vành (bánh xe).*
janvier [ʒ)vje] nm *Tháng Giêng* au mois de j. *vào tháng Giêng*; le premier, le sept j. *ngày 1 (ngày 7) tháng Giêng.*
Japon [ʒapɔ] Prnm Geog: *Nhật* au J. *ở Nhật* japonais, -aise adj & n *Thuộc về Nhật; người Nhật.*
jappement [ʒapm)] nm *Sự sủa, sự tru lên (đau đớn).*
japper [ʒape] vi *(chó) Sủa, tru lên.*
jaquette [ʒakɛt] nf (a) *Áo đuôi tôm (đàn ông)*; (b) *áo khoác (phụ nữ)*; (c) *bìa bọc sách.*
jardin [ʒard(] nm *Vườn* j. potager *vườn nuôi gà, vườn rau*; j. d'agrément *vườn, vườn cảnh* j. des plantes *vườn thực vật* j. d'hiver *nhà kính để trồng cây (vào mùa đông)*; j. d'enfants *nhà trẻ*; côté j. *cánh phải sân khấu.* jardinier, -ière **1**. adj plantes jardinières *Cây cối trong vườn* **2**. n *người làm vườn* **3**. nf jardinière. (*) *thùng*

jardinage — **jeu, jeux**

trồng hoa (**) *chậu hoa cảnh;* jardinière d'enfants *trường mẫu giáo, vườn trẻ, cô giáo.*
jardinage [ʒardinaʒ] nm *Việc làm vườn.*
jardiner [ʒardine] vi *Làm vườn.*
jardinerie [ʒardinri] nf *Trung tâm cây cảnh.*
jardinet [ʒardinɛ] nm *Vườn nhỏ.*
jargon [ʒargɔ̃] nm (a) *Biệt ngữ* (b) *tiếng lóng* (c) *tiếng man rợ.*
jarret [ʒarɛ] nm 1. *Khuỷu gối; củi chó (người); móng (ngựa)* avoir le j. solide *có đôi chân khỏe* 2. Cu: *thịt móng; cẳng chân, ống quyển (bò).*
jarretelle [ʒartɛl] nf *Dây đeo bít tất;* n *nịt vớ*
jarretieâre [ʒartjɛr] nf *Dây đeo vớ.*
jars [ʒar] nm *Ngỗng đực.*
jaser [ʒare] vi (a) *Nói huyên thuyên (về), tán gẫu;* (b) *kể chuyện, ba hoa;* jaseur, -euse 1. adj *Lanh chanh, nói nhiều* 2. n *chuyện gẫu.*
jasmin [ʒasmɛ̃] nm *Cây hoa lài.*
jatte [ʒat] nf *Chén; chén (sữa).*
jauge [ʒoʒ] nf (a) *Dung tích (thùng tô nô)* (b) *trọng tải của tàu* 2. *phương tiện đánh giá hoặc đo lường;* j. de niveau d'huile *dụng cụ đo tiêu chuẩn dầu.*
jauger [ʒoʒe] vtr (n. jaugeons) 1. *Đo dung tích (thùng tô nô), trọng tải (tàu);* j. un homme *định lượng, đánh giá một con người* 2. j. 3000 tonneaux *(tàu) trọng tải 3000 tấn.*
jaune [ʒon] 1. adj (a) *Có màu vàng;* (b) adj inv j. citron *vàng chanh;* adv rire j. *cười yếu ớt* 2. nm (a) *(màu) vàng;* ocre j. *màu đất son* (b) j. d'oeuf *màu vàng trứng;* (c) *bệnh ghẻ, bệnh nấm váy (ở cây).* jaunâtre adj *Vàng xạm, tái xám (da).*
jaunir [ʒonir] vi & tr *Trở nên, chuyển sang màu vàng; tàn úa.*
jaunisse [ʒonis] nf *Bệnh vàng da;* il en ferait une j. *anh ta sẽ điên lên vì ghen tức.*
java [ʒava] nf *Điệu nhảy Java;* faire la j. *nhảy điệu Java.*
Javel [ʒavɛl] nm eau de J. *Nước javel (chất tẩy).*
javelliser [ʒavɛlize] vtr *Tẩy bằng clo.*
javelot [ʒavlo] nm *Cái lao.*
jazz [dʒaz] nm *Nhạc jazz.*
J-C abbr Jésus Christ *(Chúa Jésus).*
je, j' pers pron *Đại từ ngôi thứ nhất (tôi).*
Jean[1] [dʒin] Prnm John la Saint-J. *Ngày lễ thánh Jean (giữa hè).*
jean[2] nm *Bộ đồ jean.*
jeep [dʒip] nf *Xe jeep.*
je-m'en-fichisme nm **je-m'en-foutisme** nm *Thái độ bất cần* je-m'en-fichiste, je-m'en-foutiste adj *Hờ hững, thờ ơ.*

je(-)ne(-)sais(-)quoi [ʒənsɛkwa] nm, inv un je-ne-s.-q. *Một cái gì không xác định được;* a je ne sais quoi *tôi không biết cái gì cả.*
jeáreámiades [ʒəremjad] nfpl *Sự rên rỉ, phàn nàn.*
jerrycan [ʒerikan] nm *Thùng đựng xăng, thùng đựng nước.*
Jersey [ʒeizɛ] 1. Prnm *Đảo Jersey* 2. nm; j. jersey *áo nịt len* point (de) j. *mũi đan.*
jeásuite [ʒezɥit] nm *Thầy tu dòng tên.*
Jeásus [ʒezy] (a) Prnm Jesus Christ; l'an 44 J.-C après *44 năm sau công nguyên;* (b) nm *tượng chúa Jesus lúc nhỏ;* (c) mon j. *con vật cưng bé nhỏ của tôi.*
jet[1] [ʒɛ] nm 1. (a) *Cú ném;* à un j. de pierre *trong tầm ném đá;* premier j. *bản thảo, bản phác thảo ban đầu;* (b) *sự đúc kim loại, nấu cháy;* d'un seul j. *đi một mũi kim* 2. (a) *sự phun (chất lỏng); sự phụt (máu); sự lóe (ánh sáng);* j. d'eau fountain *tia nước, nguồn nước, bồn phun nước;* (b) *cành non, chồi non (cây)* 3. *miệng (tẩu thuốc hút); vòi phun (bơm, bình nước).*
jet[2] nm *Máy bay phản lực.*
jetable [ʒətabl] adj *Được thiết kế để dùng một lần rồi vứt đi (dao cạo).*
jeteá [ʒəte] nm 1. *Bước nhảy khi khiêu vũ* 2. *hành động vồ lấy* 3. j. de lit *khăn trải giường* j. de table *khăn bàn.*
jeteá, -e [ʒəte] adj *Điên, khùng.*
jeteáe [ʒəte] nf *Đê chắn sóng, cầu tàu.*
jeter [ʒəte] vtr (je jette, n. jetons) 1. *Ném, liệng,* quẳng đi j. son argent par les fenêtres *ném tiền qua cửa sổ* j. qch par *ném một cái gì xuống;* j. ses armes *hạ vũ khí;* j. *để dùng chỉ 1 lần* le sort en est jeté *chết là hết; j.* un cri *lên, khóc lên; j.* un regard (sur qn) *ném một cái nhìn, lướt nhìn ai;* j. les fondements d'un édifice *đặt nền móng cho một tòa nhà;* Nau: j. la sonde *thả máy dò xuống;* j. l'ancre *bỏ neo* Fig: j. l'éponge *làm chuyện vô công, phí* 2. se j. par la fenêtre *lao mình ra cửa sổ;* se j. sur qn *xông vào, vồ ai;* se j. à l'eau *nhảy xuống nước, nhào lặn;* se j. à corps perdu dans une entreprise *lao đầu vào chuyện việc kinh doanh.*
jeton [ʒətɔ̃] nm (a) *Thẻ đánh bạc biểu hiện;* (b) j. de présence *thể hiện diện (để tính tiền phụ cấp cho nhân viên của hội);* (c) *cú đấm* avoir les jetons *lo lắng cực độ, bồn chồn lo lắng.*
jeu, jeux [ʒ-] nm 1. (a) *Trò chơi;* salle de jeux *phòng chơi;* j. de mots *trò chơi chữ;* j. d'esprit *chơi đấu trí;* j. de main *sự vui đùa ẩm ĩ;* c'est un j. d'enfant *đó là trò đùa trẻ con;* se faire (un) j. de qch *vui thú về điều gì;* (b) *phong cách chơi; cách biểu diễn (của diễn viên)* j. muet

jeudi 321 **jongleur, -euse**

kịch câm 2. (a) j. d'arcade *trò chơi điện tử*; jeux d'adresse *trò chơi kỹ năng*; jeux Olympiques *môn Olympic*; jeux de société *môn chơi tập thể*; j. télévisé *cuộc thi ở đài truyền hình*; terrain de jeux *sân thể thao*; aire de j. *sân chơi*; ce n'est pas du j. *chơi xấu, chơi không công bằng*; jouer beau j., jouer le j. *chơi đẹp, chơi không phạm luật*; où en est le j.? *bao nhiêu điểm ?* avoir un beau j., avoir du j. *có tay chơi, chơi hay*; j. et partie *chơi theo đội*; mettre la balle en j. *mang bóng vào chơi*; (b) *(nơi chốn)* j. de boules *bãi chơi bóng gỗ*; j. de quilles *sân chơi ky* 3. *ván, bộ*; j. d'échecs *ván cờ*; j. de cartes *sắp bài cầm trên tay* N j. d'outils *bộ công cụ* 4. *sự chơi bời, sự đánh bạc*; maison de j. *sòng bạc, nhà chơi bạc*; jouer gros j. *đặt cược nhiều*; faites vos jeux! *mettre tout en j. liều lĩnh*; les intérêts en j. *đặt quyền lợi vào cuộc chơi* montrer, cacher, son j. *ra dấu mánh khóe* 5. *(sự hoạt động, hành động)* les forces en j. *lực lượng, hoạt động*; mettre qch en j. *đem sử dụng cái gì, vận dụng cái gì*; j. d'un piston *độ lỏng lẻo của pít tông*; j. d'une serrure *một bộ chìa khóa*; 6. *sự lỏng, sự rơ*; trop de j. *quá lỏng lẻo, quá rơ* prendre un j. *làm việc lỏng lẻo, hoạt động không ăn khớp*.

jeudi [ʒ-di] nm *Thứ năm* j. saint *ngày thứ năm trước lễ Phục Sinh*.

jeun (aâ) [aʒœ̃] adj, phr 1. *Đói, nhịn đói*; à prendre à j. *bị sức ruột*; être à j. *chưa ăn gì cả* 2. *tỉnh táo, sáng suốt*.

jeune [ʒœn] 1. (a) adj *Trẻ tuổi, trẻ trung*; j. homme *chàng thanh niên*; j. fille *thiếu nữ, phụ nữ trẻ*; jeunes gens *thế hệ trẻ; thanh niên*; j. détenu *phạm nhân trẻ*; (b) *trẻ hơn, em*; M. Dupont J. *ngài Dupont em*; (c) vin j. *rượu mới* 2. n les jeunes *thế hệ trẻ, thanh niên*.

jeûne [ʒ-n] nm *Sự nhịn đói*.

jeûner [ʒ-ne] vi *Nhịn đói*.

jeunesse [ʒœnɛs] nf (a) *Thanh niên, thời niên thiếu*; dans sa première j. *thời thanh xuân của cô ấy (anh ấy)*; erreurs de j. *những điều lệch lạc, những sự bất cẩn của tuổi trẻ*; (b) avoir un air de j. *trông rất trẻ, có vẻ trẻ trung*; (c) la j. *thanh niên, tuổi trẻ*; livres pour la j. *sách thiếu nhi*.

JO abbr Journal officiel *Công báo*.

joaillerie [ʒɔajri] nf 1. *Cửa hàng vàng bạc* 2. *châu báu, đồ trang sức* 3. *ngành kinh doanh vàng bạc*.

joaillier, -ieâre [ʒɔaje, jɛr] n *Người bán châu báu, vàng bạc, thợ kim hoàn*.

jobard, -arde [ʒɔbar, ard] 1. adj *Khờ khạo* 2. n *kẻ khờ khạo*.

jockey [ʒɔkɛ] nm *Người cưỡi ngựa đua*.

joggeur [dʒɔgœr] nm *Người chạy nước kiệu chậm (ngựa)*.

jogging [dʒɔgiŋ] nm 1. faire du j. *Đi nước kiệu chậm* 2. *đồ đi đường*.

joie [ʒwa] nf 1. *Niềm vui, thú vui, sự vui vẻ*; sauter de j. *nhảy lên vì vui sướng*; à ma grande j. *với cả niềm vui lớn cho tôi*; faire la j. de qn *làm cho ai hạnh phúc*; se faire une j. de faire qch *hứng thú làm gì*; il se faisait une j. de vous voir *cậu ta mong gặp anh lắm*; feu de j. *lửa mừng*; j. de vivre *lạc thú*; à cœur j. *hài lòng, vui sướng*; 2. fille de j. *gái điếm*.

joignable [ʒwaɲabl] adj *Dễ tiếp xúc, dễ liên hệ*; elle est j. à partir de quelle heure ? *khi nào tôi có thể gặp cô ta ?*

joindre [ʒw(dr] v (prp joignant; pp joint je joins, il joint, n. joignons ph je joignis) 1. vtr (a) *Tham gia, nối; mang theo cùng*; j. les deux bouts *làm đủ ăn*; (b) *thêm vào* j. le geste à la parole *ra hiệu diễn đạt cho lời nói*; j. l'utile à l'agréable *kết hợp việc làm ăn với sự giải trí, vừa làm vừa chơi*; j. sa voix aux protestations *tham gia phản kháng, góp giọng phản đối*; (c) *cùng chơi, cùng tham gia với ai*; comment puis-je vous j. ? *làm thế nào để tôi có thể liên lạc với anh?*; 2. vi & pr *đáp ứng, cung cấp* 3. se j. *tham gia, kết hợp* voulez-vous vous j. à nous ? *anh có thích hợp tác (tham gia) với chúng tôi không?* joint 1. adj *Được nối kết, được hợp nhất*; pieds joints *chụm chân vào nhau*; à mains jointes *với đôi bàn tay chấp lại* Com: pièces jointes *vật đính kèm theo thư, vật gửi kèm* 2. nm (a) *chỗ nối, khớp nối; vòng đệm (vòi nước)* trouver le j. *tìm ra một giải pháp*; j. de cardan *khớp nối vạn năng*; j. à rotule *khớp xương*; (b) P: *thuốc lá có ma túy*.

jointure [ʒw(tyr] nf *Khớp nối, chỗ nối*; jointures (des doigts) *các khớp ngón tay*.

joker [ʒɔkɛr] nm *Quân bài bốc thêm*.

joli [ʒɔli] 1. adj *Dễ thương, xinh xắn (con gái)*; jolie à croquer *đẹp như tranh*; il a une jolie fortune *anh ta có một gia tài đáng kể* 2. nm voilà du j. ! *thật là hỗn loạn!; thật bừa bãi !* joliment adv *Đẹp, hài lòng, hấp dẫn*; j. dit *xếp đặt gọn gàng* F: j. en retard *quá trễ, trễ khủng khiếp*.

jonc [ʒɔ̃] nm (a) *Cây bấc, thân cây bấc* (b) (canne de) j. *gỗ cây bấc* j. d'Inde *cây mây, gậy mây*.

joncher [ʒɔ̃ʃe] vtr *Phủ, lấp, bày bừa ra* j. la terre de fleurs *rắc hoa đầy trên mặt đất*.

jonction [ʒɔ̃ksjɔ̃] nf *Điểm nối, mặt tiếp giáp*; point de j. *điểm hẹn, điểm nối, điểm gặp nhau*.

jongler [ʒɔ̃gle] vi *Tung hứng, múa rối*.

jonglerie [ʒɔ̃gləri] nf *Sự tung hứng, sự múa rối*.

jongleur, -euse [ʒɔ̃glœr, -z] n *Người tung*

hứng.

jonque [ʒɔ̃k] nf *(Trung Quốc) Thuyền mành*.

jonquille [ʒɔ̃kij] nf *Hoa thủy tiên vàng*.

Jordanie [ʒɔrdani] Prnm Nước Jordani. jordanien, -ienne adj & n *Thuộc về Jordani, mang đặc tính xứ Jordani, người Jordani*.

joue [ʒu] nf *Má*; j. contre j. *áp má nhau, mặt kề nhau*; coucher, mettre qn en j. *nhắm súng vào mặt ai*.

jouer [ʒwe] v **1**. vi (a) *Chơi, giải trí* j. avec qn, avec qch *chơi đùa với ai; chơi đùa nghịch với cái gì*; (b) j. aux cartes, au tenis *chơi đánh bài, chơi tennis*; j. aux soldats *chơi làm công an*; c'est à qui de j. ? *bây giờ đến lượt ai chơi ? (trong ván cờ) đến lượt ai đi ?*; (c) j. du piano *chơi piano*; j. des condes *thúc trở để chen đường (qua một đám đông)*; (d) *đánh bài*; j. aux courses *đặt cược đua ngựa*; (e) *đầu cơ, tích trữ*; (f) *thực hiện, tiến hành; hành động, thực hiện* faire j. (qch) *tiến hành thực hiện cái gì*; faire j. un ressort *dùng phương tiện để thành công*; (g) *trở nên có hiệu lực; làm cho hoạt động*; (h) *(gỗ, ván) cong vênh* (*) *(các bộ phận) lắp không khít, lỏng lẻo* **2**. vtr (a) *đặt cược* j. gros jeu *đặt cược nhiều*; (b) *chơi cờ* (c) *đóng vai, biểu diễn* j. un air au piano *chơi một điệu nhạc trên piano*; qu'est-ce qui se joue actuellement ? *chuyện gì xảy ra thế ?*; j. la surprise *giả vờ ngạc nhiên*; (d) *lừa phỉnh ai* **3**. se j. (a) faire qch en se jouant *làm gì một cách dễ dàng*; (b) se j. de qn *nói chuyện tầm phào, nói đùa với ai*.

jouet [ʒwɛ] nm *Đồ chơi; (người) gái chơi*; être le j. d'une illusion *là nạn nhân của sự ảo tưởng*.

joueur, -euse [ʒwœr, -z] n **1**. (a) *Người chơi*; j. de golf *người chơi gôn*; être beau j. *là một người chơi đẹp*; a enfant j. *đứa trẻ ham chơi, trẻ lêu lổng*; (b) *người biểu diễn, người chơi*; **2**. *người đánh bài*.

jouffu [ʒufly] adj *Múm mĩm (có má phính)*.

joug [ʒug] nm **1**. *Trò đùa, lời nói đùa* **2**. *đòn cân bằng, cái ách*

jouir [ʒwir] vi (a) j. de la vie *Hưởng thụ cuộc sống, hưởng lạc thú trần tục*; (b) j. de toutes ses facultés *tận hưởng mọi khả năng của mình*; j. d'une bonne réputation *có tiếng, nổi danh*; (c) *hưởng (cảm giác cực khoái khi giao cấu)*.

jouissance [ʒwis)s] nf (a) *Sự hài lòng, sự vui thú*; (b) *sự sở hữu, sự sử dụng*.

joujou, -oux [ʒuʒu] nm *Đồ chơi*; faire j. avec une poupée *chơi với búp bê*.

jour [ʒur] nm **1**. (a) *Ban ngày* le petit j. *ánh sáng ban mai*; il fait j. *trời dần sáng*; en plein j. *sáng rực, quang đãng; công khai* voyager de j. *đi lúc ban ngày*; c'est le j. et la nuit *họ rất đối nghịch nhau*; (b) donner le j. à un enfant *hạ sinh, sinh con*; mettre qch au j. *đưa cái gì ra ánh sáng, làm sáng tỏ vấn đề, đưa ra công chúng (một sự thật)*; (c) *sự thắp sáng* voir qch sous son vrai j. *thấy rõ bản chất của vấn đề* **2**. (a) *lỗ hổng, khe hở, giếng (chỗ xây kín trong tòa nhà để đặt thang máy)*; jours entre les planches *chỗ hở giữa những tấm ván ghép*; (b) à j. *chính xác, nghiêm túc*; (c) *(sự kiện)* se faire j. *lộ ra (đen và bóng)*; la vérité se fait j. dans son esprit *sự thật đang hiện ra trong trí anh ta*. **3**. (a) *ngày* huit jours *một tuần, hai tuần*; quel j. sommes-nous ? *hôm nay ngày mấy ?*; (b) à ce j. *định ngày*; je l'ai vu l'autre jour *tôi đã thấy anh ta hôm nọ*; un j. ou l'autre *một ngày nào đó*; d'un j. à l'autre *ngày này qua ngày khác*; nous l'attendons d'un j. à l'autre *chúng tôi cứ mong chờ anh ta ngày một ngày hai*; vêtements de tous les jours *quần áo mặc hàng ngày*; au j. le j. *từ ngày này sang ngày khác*; mettre (qch) à j. *thịnh hành cái gì*; un de ces jours *một trong những ngày này*; à un de ces jours ! *tôi sẽ gặp lại anh !* (c) service de j. *trực ban ngày, công tác ban ngày*; être de j. *trực ban ngày*; (d) de nos jours *ngày nay, thời bây giờ*; plat du j. *món ăn hàng ngày (ở nhà hàng, tiệm ăn); đặc sản trong ngày*; vieux jours *tuổi già, thời xưa*.

journal, -aux [ʒurnal, o] nm **1**. *Nhật báo, nhật ký*; j. de bord *số nhật trình đi biển* **2**. *báo chí* les journaux; j. parlé, télévisé radio, television *tin radio, tin trên đài truyền hình*. journalier, -ière **1**. adj *(nhiệm vụ) Hàng ngày; (sự việc) hàng ngày* **2**. nm *công nhân làm việc ban ngày*.

journalisme [ʒurnalism] *Ngành báo chí; faire du j. làm nghề báo*.

journaliste [ʒurnalist] *Nhà báo, phóng viên*. journalistique adj *Thuộc về báo chí*.

journeáe [ʒurne] nf **1**. *Ban ngày* dans, pendant, la j. *suốt cả ngày*; toute la j. *suốt ngày, cả ngày*; à longueur de j. *suốt cuối ngày*; faire la j. *làm việc luôn trong giờ ăn trưa*; il ne fait rien de la j. *suốt ngày anh ta chẳng làm gì cả*. **2**. (a) *công việc trong ngày*; travailler à la j. *làm việc được trả lương từng ngày*; femme de j. *người đàn bà giúp việc trong gia đình ; hàng ngày* aller en j. *làm việc hằng ngày cho ai*; (b) *lương trong ngày*; (c) *sự kiện trong ngày*; (d) *ngày chiến đấu* gagner la j.

journellement [ʒurnɛlm)] adv *Hằng ngày, mỗi ngày*.

joute [ʒut] nf (a) *Cuộc cưỡi ngựa đấu giáo*; (b) j. sur l'eau *cuộc đấu trên nước*.

jouter [ʒute] vi *Cưỡi ngựa đấu giáo*.

jovialiteá [ʒɔvjalite] nf *Tính vui vẻ* jovial, -aux

adj *Vui vẻ*. **jovialement** adv *Một cách vui vẻ*.

joyau, -aux [ʒwajo] nm *Châu báu, đá quí;* les joyaux de la Couronne *biểu chương của nhà vua, vòng vương miện bằng châu báu*.

joyeux, -euse [ʒwaj-, -z] adj *Hạnh phúc, vui vẻ, thú vị;* j. Noël ! *Mừng Giáng Sinh !* **joyeusement** adv *Một cách vui vẻ*.

jubilation [ʒybilasjɔ̃] nf *Sự vui mừng hớn hở*.

jubileá [ʒybile] nm *Lễ kỷ niệm 50 năm ngày cưới; đám cưới vàng*.

jubiler [ʒybile] vi *Vui mừng, hớn hở*.

jucher (se) [səʒyʃe] vpr *(chim) Đậu trên cao, đậu để ngủ*.

juchoir [ʒyʃwar] nm *Chỗ đậu; chuồng gà*.

judaïsme [ʒydaism] *Đạo Do Thái* **judaïque** a *Thuộc Do Thái*.

judas [ʒyda] nm **1.** J. Judas *Kẻ phản bội* **2.** *lỗ nhìn, lỗ rình*.

judeáo-chreátien, -ienne [ʒydeokretj(, jɛn] a & n *Thuộc về Do Thái cơ đốc; người Do Thái cơ đốc ; giáo lý Do Thái cơ đốc*.

judiciaire [ʒydisjɛr] a *Thuộc tư pháp, thuộc về xét xử (sai sót, lỗi lầm)*.

judicieux, -euse [ʒydisj-, -z] adj *Sáng suốt, đúng đắn, chí lý;* peu j. *không đúng đắn*. **judicieusement** adv *Một cách đúng đắn*.

judo [ʒydo] nm *Võ judo (Nhật Bản)*.

judoka [ʒydɔka] n *Võ sĩ judo*.

juge [ʒyʒ] nm *Thẩm phán, quan tòa;* j. d'instruction *tòa dự thẩm tòa hòa giải*; j. de paix *tôi để cho anh quyền*; les juges *ghế ngồi của quan tòa*; j. de touche *trọng tài biên* je vous en fais j. *phán đoán*.

jugeá [ʒyʒe] nm *Sự phán đoán* au j. by *bằng cách nhắm chừng* tirer au j. *nhắm chừng mà bắn*.

jugement [ʒyʒm)] nm **1.** (a) *Sự xét xử, phán xét, năng lực phán đoán*; faire passer qn en j. *đưa ra tòa, đưa ra xét xử*; passer en j. *thông qua một bản án*. j. par défaut *sự phán xét sai lầm*; le j. dernier *lời phán quyết cuối cùng*; (b) *sự quyết định, sự tuyên án* **2.** *ý kiến, sự phán xét, sự nhận định*; porter un j. sur qch to pass *xét xử, quyết định, tuyên án* **3.** *óc phán đoán, sự sáng suốt*; montrer du j. *chứng tỏ sự sáng suốt*; erreur de j. *sự phán xét sai lầm*.

jugeoto [ʒyʒɔt] nf F: *Lương tri, lẽ thường, sự tháo vát, óc thực tế, óc phán đoán*.

juger[1] [ʒyʒe] vtr (n. jugeons) **1.** (a) *Phán xét, xét xử (bản án, tù nhân); thông qua một bản án, tuyên án*; (b) *phê bình, nhận xét* **2.** (a) *nghĩ, tin tưởng*; on le jugeait fou *người ta rằng anh ta điên*; (b) jugez de ma surprise *hãy tưởng tượng là tôi ngạc nhiên biết mấy*; à en juger par

phán đoán theo (bởi); à vous de j. *tùy anh đưa ra quyết định cho chính mình*.

juger[2] nm = jugé *Lượng chừng, nhắm chừng*.

jugulaire [ʒygylɛr] **1.** adj & nf *Tĩnh mạch* **2.** nf *quai giữ mũ (nón)*.

juguler [ʒygyle] vtr *Ngăn, ngăn chặn (cuộc nổi loạn); chặn đứng (bệnh)*.

juif, juive [ʒɥif, iv] **1.** adj *Thuộc về Do Thái* **2.** n *người Do Thái*.

juillet [ʒɥijɛ] nm *Tháng bảy* au mois de j., en j. *vào tháng bảy;* le premier *ngày 1, ngày 7 tháng Bảy*.

jules [ʒɥl] nm *Bạn trai, tình nhân*.

jumeau, -elle, pl -eaux [ʒymo, ɛl] **1.** adj & n *Sinh đôi, người sinh đôi;* frères jumeaux *anh em sinh đôi, chị em sinh đôi*; maisons jumelles *nhà sóng đôi;* lits jumeaux *giường sóng đôi* **2.** nfpl *ống nhòm* jumelles de théâtre *kính nhà hát, kính ở kịch trường*.

jumelage [ʒymlaʒ] nm *Sự cặp đôi, sự kết đôi, sự kết nghĩa*.

jumeler [ʒymle] vtr (je jumelle, n. jumelons) *Cặp đôi, xếp đôi, kết nghĩa (các tỉnh)*. jumelé adj *được xếp đôi*; pneus jumelés *lốp chập đôi*; textes jumelés *các bài khóa song ngữ* villes jumelées *các tỉnh kết nghĩa*.

jument [ʒym)] nf *Ngựa cái*.

jungle [ɔ̃ɡl, ʒœ̃ɡl] nf *Rừng rậm*.

junior [ʒynjɔr] adj & n *Thứ, em*.

junte [ʒœ̃r] nf Pol: *Nhóm đảo chính lập chính phủ*.

jupe [ʒyp] nf *váy*; pendu aux jupes de sa mère *Theo váy mẹ*.

jupon [ʒypɔ̃] nm (a) *Váy trong, quần lót*; (b) *(mảnh) váy*; courir le j. *tán gái*.

jurer [ʒyre] **1.** vtr (a) j. sa foi *Thề hứa, thề thốt*; (b) *(lời hứa) thề nguyện*; j. la fidélité à qn *thề trung thành với ai*; faire j. le secret à qn *thề với ai giữ bí mật*; j. de se venger *nguyện sẽ trả thù*; (c) *(để khẳng định)* j'en jurerais *cam đoan như thế*. **2.** vi (a) *nguyền rủa, báng bổ*; (b) *(màu sắc) không đều hợp nhau*. juré, -ée **1.** adj *Có tuyên thệ* **2.** n *viên giám định*; les jurés *hội thẩm, bồi thẩm*.

juridiction [ʒyridiksjɔ̃] nf *Quyền xét xử, tài phán*.

juridique [ʒyridik] adj *Thuộc về pháp lý; thuộc luật pháp*; conseiller j. *cố vấn pháp lý* **juridiquement** adv *Một cách hợp pháp*.

juriste [ʒyrist] nm *Nhà luật học; luật gia*.

juron [ʒyrɔ̃] nm *Lời thề, lời nguyền; lời thề hứa*.

jury [ʒyri] nm **1.** *thẩm phán chef, membre du j. trưởng, thành viên ban hội thẩm* **2.** *hội đồng tuyển chọn, hội đồng thẩm phán;* j. d'examen *hội đồng giám khảo, hội đồng thi.*

jus [ʒy] nm **1.** j. de fruit *Nước quả, nước vắt* **2.** *nước thịt ép* **3.** (a) *nước* (b) *cà phê*; j. de chaussettes *nước rửa chén, café dở (dóm)* (c) *dòng điện.*

jusant [ʒyz)] nm *Nước triều xuống.*

jusque [ʒyskə] prep **1.** *Đến, cho đến;* jusqu'ici *cho đến bây giờ* j. - là *cho đến nơi, đến lúc ấy* jusqu'ici c'est très bien *vẫn tốt cho đến tận bây giờ* jusqu'où ? *đến đâu* ? depuis Londres jusqu'à Paris *từ Luân Đôn đến Paris*; juqu' à un certain point *đến một lúc nào đó*; j. chez lui *đến ngay ở cửa nhà anh ta*; compter jusqu' à dix *đếm đến 10* **2.** (a) *đến, cho đến khi*; jusqu'ici *cho đến bây giờ*; jusqu' à présent *cho đến bây giờ*; jusqu'à mon dernier jour *đến ngày cuối cùng của tôi*; jusqu'au jour où *cho đến khi mà*; (b) remonter jusqu'en 1800 *tính trở lại lúc năm 1800* **3.** il sait jusqu' à nos pensées *anh ta biết rõ những suy nghĩ của chúng ta*; sévère jusqu' à mériter le reproche d'être cruel *nghiêm khắc với sự tàn bạo* **4.** conj phr jusqu' à ce que usu + sub *cho đến khi.*

justaucorps [ʒystokɔr] nm *Áo chẽn.*

juste [ʒyst] **1.** adj (a) *Đúng đắn, bình đẳng*; rien de plus j. *tuyệt vời, không có gì công bình hơn* (b) être j. envers qn *công bình với ai*; n les justes *người ngay thẳng, đạo đức, công bằng...* **2.** adj (a) *đúng, chính xác*; le mot j. *từ chuẩn, từ chính xác*; raisonnement j. *nghe có lý, lập luận đúng*; avoir l'oreille j. *tai chuẩn (định chuẩn âm nhạc)*; le piano n'est pas j. *chiếc piano bị lạc giọng*; j. milieu *ngay chính giữa*; votre réponse n'est pas j. *câu trả lời của anh không đúng;* ma montre est j. *đồng hồ của tôi chạy đúng*; c'est j. *đúng thế!*; rien de plus j. *anh hoàn toàn đúng*; (b) *không đủ, thiếu thốn; chật (giày); khít rịt (áo)* c'est bien j. *chỉ có đủ (thức ăn...) để dùng tạm*; c'est tout j. s'il sait lire *anh ta chỉ có thể đọc* **3.** adv (a) *ngay lập tức* frapper j. *gõ cửa nhà*; chanter j. *hát đúng nhạc*; (b) *một cách chính xác; đúng đắn*; à dix heures j. *vào lúc 10 giờ đúng*; j. à temps *vừa đúng lúc* c'est j. ce qu'il faut *đúng là cái ấy*; (c) *chỉ, đơn thuần* vous avez tout j. le temps *anh chỉ biết có đúng thời gian; anh đừng bỏ phí một phút nào cả;* échapper tout j. *chạy thoát đúng lúc*; je ne sais pas au juste si *tôi không biết chính xác thế nào*; comme de j. *vì lẽ công bằng, theo lẽ công bằng.* justement adv *Một cách đúng đắn, một cách xứng đáng, một cách chính xác*; voici j. la lettre que j'attendais *đây đúng là lá thư tôi luôn mong đợi.*

justesse [ʒystɛs] nf **1.** *Sự chính xác, sự chuẩn xác* raisonner avec j. *tranh luận rất sắc bén* **2.** de j. just *đúng ngay, đúng vào.*

justice [ʒystis] nf **1.** *Sự công bình, công lý* c'est j. que + sub *đúng ra là, công bằng mà nói là*; en toute j. *theo công lý, một cách hợp lý*; avec j. *một cách đúng đắn*; rendre j. à qn *trả công lý cho ai, công nhận quyền công lý của ai*; ce n'est que j. *như thế đúng là công bằng*; se faire j. *tự quyết, nắm pháp luật trong tay, tự tử, tự vấn* **2.** *việc kiện tụng hợp pháp*; aller en j. *ra tòa* poursuivre qn en j. *kiện tụng ai.*

justification [ʒystifikasjɔ̃] nf *Bằng chứng, sự chứng minh* justificatif, -ive adj *Minh bạch, có chứng cớ*; pièce justificative *chứng từ.*

justifier [ʒystifje] v (impf & pr sub n. justifiions) **1.** vtr (a) *Chứng minh, chứng tỏ, bào chữa (cho hành vi của ai); chứng thực (văn bản); báo đảm cho, chứng thực cho (hành động, chi phí);* (b) *chứng tỏ, làm sáng tỏ (sự đánh giá, khẳng định);* (c) in nổi **2.** j. de *chứng minh cho, đồng ý* **3.** se j. *bào chữa cho mình; tự xác thực cho mình.*

jute [ʒyt] nm *Sợi đay* toile de j. hessian *vải đay.*

juter [ʒyte] vi *rỉ Nước ra*

juteux, -euse [ʒyt-, -z] adj *Có nước, rỉ nước.*

juveánile [ʒyveni] adj *Của thanh niên, thuộc về tuổi trẻ*; délinquence j. *tình trạng thanh thiếu niên phạm tội.*

juxtaposer [ʒykstapoze] vtr *Đặt kề nhau, kề nhau.*

juxtaposition [ʒykstapozisjɔ̃] nf *Sự đặt kề nhau, sự kề nhau.*

Kk

K, k [kɑ] nm *(chữ cái) K, k.*
k abbr *Kí lô (kilo).*
kaki[1] [kaki] nm & a, inv *Màu kaki; quần áo màu kaki; có màu kaki (vàng nâu); vải kaki.*
kaki[2] nm *Trái hồng, cây hồng.*
kaleáidoscope [kakeidɔskɔp] nm *Kính vạn hoa.*
kanak [kanak] n & adj *Người Ê cốt; thuộc về Ê cốt.*
kangourou [k)guru] nm **1.** *Con kangaru ở Úc chuột túi* **2.** *băng đeo em bé.*
kaolin [kaɔl(] nm *Cao lanh (đất sét trắng mịn dùng làm đồ sứ).*
kapok [kapɔk] nm *Bông gạo, bông gòn.*
karateá [karate] nm *Karatê (môn phái võ thuật Nhật Bản).*
kart [kart] nm *Một loại xe hơi đua*
kascher [kaʃɛr] a, inv *Đúng theo luật lệ Do Thái.*
kayac, kayak [kajak] nm *Loài xuồng Kayak; một người chèo, có nguồn gốc của người da đỏ.*
kayakiste [kajakist] n *Người chèo xuồng kayak.*
keápi [kepi] nm *Mũ có chóp.*
kermesse [kɛrmɛs] nm (a) *Hội chợ, chợ phiên làng;* (b) *(việc thiện) lễ tiệc.*
keároseâne [kerɔzɛn] nm *Dầu paraffin, dầu lửa.*
ketchup [ketʃœ p] nm *(cà chua) Sốt, nước làm từ cà chua.*
kg abbr *(viết tắt) Kilogramme.*
kibboutz [kibuts] nm *Khu công xã Do Thái (chuyên về trồng trọt).*
kick [kik] nm *Người ra lệnh đá, đấu thủ xuất phát, cần đạp khởi động ở môtô.*
kidnapper [kidnape] vtr *Bắt cóc.*
kidnappeur, -euse [kidnapœ r, -z] n *Người bắt cóc.*
kif-kif [kifkif] a, inv *c'est k.-k., c'est du kif Tất cả cũng thế.*
kilo (gramme) [kilo, kilɔgram] nm *Kí lô (gramme).*
kilométrage [kilɔmetraʒ] nm *Số kilomét đường đã đi được (tàu, xe).*

kilomeâtre [kilɔmɛtr] nm *Kilometre* kilométrique n *Cột mốc, cột cây số.*
kilowatt [kilɔwat] nm *Kilowatt.*
kilowattheure [kilɔwatœ r] nm *Kilôwatt giờ.*
kilt [kilt] nm *váy xếp nếp kẻ ô vuông (của người miền núi).*
kimono [kimɔnɔ] nm *Áo kimono (Nhật).*
kinéasitheárapeute [kineziterap-t] n *Nhà trị liệu xoa bóp.*
kinéasitheárapie [kineziterapi] nf *Phương pháp trị liệu bằng xoa bóp.*
kiosque [kjɔsk] nm **1.** (a) *Quầy bán nhỏ;* k. à musique bandstand *bục diễn cho ban nhạc*; k. de jardin *vườn hè, vọng lâu*; (b) k. à journaux *quầy bán báo;* **2.** *đài chỉ huy trên tàu ngầm có gắn tiềm vọng kính.*
kirsch [kirʃ] nm *Rượu anh đào.*
kit [kit] nm *Bộ đồ nghề, quân trang*; en k. *bận đồ quân phục hay đồ du lịch (gọn nhẹ).*
kiwi [kiwi] nm *Chim kiwi (Loài chim không bay được ở Tân Tây Lan).*
klaxon [klaksɔ] nm *còi ô tô*
klaxonner [klaksɔne] vi *Huýt còi, bóp còi.*
kleenex [klinɛks] nm *Giấy mềm, khăn lau bằng giấy.*
kleptomanie [klɛptɔmani] nf *Thói ăn cắp vặt.*
kleptomane adj & n *Hay ăn cắp vặt; người hay ăn cắp vặt.*
km abbr kilomètre *Kilomét.*
knock-out [knɔkut, nɔkaut] **1.** adj, inv mettre (qn) k.-o *Đánh ai nốc ao*; être k.-o *bị nốc ao* **2.** nm knockout *cú đánh đo ván, cú nốc ao.*
k.-o [kao] abbr *Nốc ao; đánh nốc ao, đánh ngã.*
koala [kɔala] nm *Loại gấu có túi.*
krach [krak] nm *(về tài chính) Sụp đổ, thâm hụt ngân sách.*
Kremlin (le) [lɔkrɛml(] nm *Điện Kremlin ở Maxcơva.*
kyrielle [kirjɛl] nm *Chuỗi dài (từ ngữ); một loạt (những yêu cầu).*
kyste [kist] nm *U nang (trong cơ thể).*

L, l [ɛl] nm *(Chữ) L.*

l. abbr litre *(Đơn vị đo dung tích).*

l', la¹ [la] def *(Mạo từ và đại từ) xem "le"*

la² sm inv **1.** *(Nốt nhạc) nốt la* (A); donner le la *Gõ nốt la, bấm phím la chơi giọng la* **2.** *Nốt la luyến (bị lướt từ Sol - Fa).*

laâ [la] adv **1.** *(Nơi chốn) Đằng đó, đằng kia;* (a) là où vous êtes *Nơi anh ở;* quand il n'est pas là *Khi anh ta không có ở đó;* est-ce qu'il est là ? *Anh ấy có ở đấy không ?* les choses en sont là *Những sự việc đều ở đó;* la question n'est pas là *Vấn đề không phải là như thế;* loin de là *Xa chỗ ấy;* à cinq pas de là *Cách 5 bước;* F: ôtez-vous de là ! *Hãy đi khỏi nơi này;* passez par là *Hãy đi đường này;* viens là! *Đến đây !* il est là *Anh ta ở đây;* F: elle a 35 ans, par là *Cô ta khoảng 35 tuổi;* (b) *(Dùng để nhấn mạnh)* c'est là qu'il habite *Đây là nơi anh ta đã sống;* c'est là qu'elle a été interrompue *Cô ta bị cắn lại ngay lúc đó;* que dites - vous là ? *Anh đang nói gì thế ?* il est bête à ce point-là ? *Có phải anh ta không biết gì về điều đó không ?* xem thêm mục từ ce 1., ce 5.; celui-là, celle-la 4. (c) comme menteur il est, il se pose, un peu là ! *(Về thời gian) rồi thì;* d'ici là *Kể từ bây giờ; Vào lúc này;* **3.** qu'entendez-vous par là ? *Anh muốn ám chỉ gì về điều đó?* de là on peut conclure que *Từ việc này ta có thể rút ra kết luận rằng.* **4.** là ! voilà qui est fait! *đấy này ! làm xong rồi; hé là !* doucement ! *Hãy làm nhẹ nhàng!* là, là *Bây giờ, thế này;* oh là là ! *Ối trời, ôi !;* alors là, ce n'est pas étonnant ! *Ô, chẳng có gì ngạc nhiên cả!* **5.** là-bas *Ở đằng kia;* là-dedans *Trong đó, bên trong, trong này;* là-dessous *Ở dưới đó, ở bên dưới;* là-dessus *Về điều đó, trên vấn đề đó;* là-dessus, il est sorti *Thế rồi anh ta đi ra;* là-haut *Ở trên đó, trên lầu.*

label [labɛl] nm *Nhãn, hiệu (về chất lượng, nguồn gốc v.v...)*

labeur [labœr] nm *Lao động, sự cực nhọc, công việc nặng nhọc.*

labo [labo] nm *Công đáng (Anh).*

laborantin, -ine [labɔrat(, in] n *Phòng thí nghiệm, người phụ việc, người giúp đỡ.*

laboratoire [labɔratwar] nm *Phòng thí nghiệm, phòng máy;* l. de langue *Phòng học ngoại ngữ (có trang bị đầy đủ).*

laborieux, -euse [labɔrj-, -z] adj **1.** *Gian khổ, siêng năng chăm chỉ (công việc); Sửa soạn công phu (kiểu cách);* il n'a pas encore fini ? c'est l.! *anh ta vẫn chưa hoàn thành công việc à ? thật quá lâu rồi!* **2.** *(Người) cần cù, chăm chỉ;* les classes laborieuses, *Giai cấp công nhân* laborieusement adv *Một cách gian khổ, gian lao.*

labour [labur] nm *Sự cày, bừa, sự đánh luống, sự đào; Đất cày bừa.*

labourage [laburaʒ] nm *Sự cày, bừa, sự đánh luống, sự đào.*

labourer [labure] vtr (a) *Cày, đánh luống;* (b) les ronces m'ont labouré les mains *Bụi gai làm toạc tay tôi;* visage labouré de rides *Khuôn mặt hằn lên những vết nhăn.*

laboureur [laburœr] nm *Người cày, dân cày.*

labrador [labradɔr] nm *Loại chó săn lông đen hoặc vàng.*

labyrinthe [labir(t] nm *Mê cung, hệ thống đường đi rối rắm, tình trạng rối rắm hỗn loạn.*

lac [lak] nm *Hồ, (về dự án) c'est dans le l. Bị vỡ kế hoạch.*

lacer [lase] vtr (n. la.ons) *Buộc chặt, cột chặt.*

lacération [laserasjɔ̃] nf *Sự xé toạc, sự làm tổn thương tình cảm.*

lacérer [lasere] vtr (je lacère; je lacérerai) *Xé toạc; Xé thành từng mảnh.*

lacet [lasɛ] nm **1.** *(Giày) Dây buộc;* chaussures à lacets *Giày buộc dây, dây buộc* **2.** *(Kẹp tóc) dài buộc;* route en l. *Đường chữ chi, đường uốn lượn;* la route monte en lacets *Con đường lượn dốc ngoằn ngoèo* **3.** *Thòng lọng, bẫy (chim thú).*

lêche [laʃ] **1.** adj (a) *Lỏng, nới lỏng, lụng thụng (áo quần); Lỏng lẻo (nguyên tắc);* (b) *Một cách hèn nhát; (Cách cư xử) thấp hèn, đê tiện* **2.** n *Sự hèn nhát, người đê tiện.* lâchement adv

lêcher [laʃe] **1.** vtr (a) *Nới lỏng, làm lỏng (lò xo)*; l. un coup de fusil *Bắn một phát*; (b) *Thả, phóng thích, thả rơi (bom, lính dù)*; lâchez moi! *Hãy để tôi đi !* l. ses études *Lơi lỏng việc học*; l. pied *Trốn đi; Nhượng bộ*; l. prise *Thả cho đi Từ bỏ*; l. qn thả ai, loại bỏ ai; il ne m'a pas lâché d'une semelle *Anh ta bám riết tôi như một con đỉa*; P: l. les sous, les l. *trả một cách miễn cưỡng*; (c) *Thả tự do*; l. un chien *Thả lỏng chó*; l. un chien contre qn *Thả chó chống ai*; P: l. le paquet, le morceau **2.** vi *bị lỏng; (Lò xo) nới lỏng; (Dây thừng) tuột ra*; mes freins ont lâché *Phanh xe của tôi bị đứt rồi*; ses nerfs ont lâché *Cô ta mất tự chủ, mất tinh thần.*

lêcheteá [laʃte] nf **1.** (a) *Sự hèn nhát*; (b) *Hành động hèn nhát* **2.** (a) *Sự đê tiện; Sự hèn mạt* (b) *Hành động đê tiện, hành động thấp hèn.*

lêcheur, -euse [laʃœr, -z] n *Người đào ngũ, người bỏ đi.*

laconisme [lakɔnism] nm *Cách nói hàm súc, cách viết gọn gàng.* laconique a *Vắn tắt, súc tích.* laconiquement adv *Đầy súc tích.*

lacrymogeâne [lakrimɔʒɛn] a gaz l. *Khi làm chảy nước mắt.*

lacteá [lakte] a *Có chất sữa, nhiều sữa*; régime l. *Cữ sữa, kiêng sữa.*

lacune [lakyn] nf *Chỗ hỏng, sự khiếm khuyết.*

laâdedans, laâdessous, etc *Xem là 5.*

ladite [ladit] *Xem ledit.*

lagon [lagɔ̃] nm *Vũng nước mặn (ngăn cách với biển bởi dãi cát hoặc san hô vàng).*

lai, -e [lɛ] a *Phi giáo hội, thế tục*; frère l. *Thầy dòng cần vụ.*

laiciser [laisize] vtr *Trần tục hoá, không theo tôn giáo nào.*

laiciteá [laisite] nf *Sự trần tục, tính thế tục.*

laideron [lɛdrɔ̃] nm *Người phụ nữ xấu xí, đứa con gái xấu.*

laideur [lɛdœr] nf **1.** *Sự xấu xí, sự không hấp dẫn, sự trơ trẽn* **2.** *Sự hèn mạt, sự đê tiện*; les laideurs de la vie *Mặt trái của cuộc đời.* laid d (a) *Xấu xí; Không hấp dẫn; (Khuôn mặt) thô thiển*; l. comme un pou *Xấu như con chí* (b) *Đê tiện, hèn hạ (hành động); Xấu xa (hạnh kiểm, đức tính).*

lainage [lɛnaʒ] nm *(a) Sợi len; (b) Áo len, đồ bằng len; quần áo len.*

laine [lɛn] nf *Len*; l. peignée *Sợi len mảnh*; hàng len sợi mảnh; jupe en. de **2.** *Váy đầm bằng len, váy len*; **3.** de verre *Sợi thủy tinh (dùng làm vật cách nhiệt).* laineux, -euse a *Như len, có nhiều len.* lainier, -ière a *Về len (thương mại); Len (công nghiệp).*

laïque [laik] **1.** a *Phi giáo hội, thế tục; Không chuyên môn (giáo dục)*; école l. *Trường quốc gia, trường công* **2.** n *Người phi giáo hội, người thế tục*; les laiques *Những người thế tục.*

laisse [lɛs] nf *Dây dắt, dây buộc*; tenir en l. *Dắt mũi ai*

laisseá-pour-compte [lesepurkɔ̃t] **1.** a *Phẩn đối, bác bỏ, không nhận (hàng, người)* **2.** (a) nm *Hàng không nhận (vì không đúng mẫu)*; (b) n pl laissé(e)s - pour -compte. *Người không ai ưa, người không thích nghi với ngoại cảnh, người không xứng đáng với địa vị.*

laisser [lɛse] vtr **1.** *Để cho, cho phép*; je les ai laissés dire *Tôi để cho họ nói*; l. voir qch. *Chỉ ra cái gì, bộc lộ cái gì*; l. tomber qch *Để rơi cái gì*; F: laisse tomber ! *Hãy thả nó ra ! quên nó đi! bỏ qua đi*; laissez - moi rire! *Để cho tôi cười !* laisse faire *Đừng phiền, đừng bận tâm*; laissez-le faire ! *Để đó cho anh ta ! để anh ta làm cái đó !* allons, laisse-toi faire ! *Cứ tiếp tục đi, muốn làm gì thì làm !* **2.** (a) *Để lại cái gì, rời nơi nào*; allons, je vous laisse *Thôi tôi đi nhé*; partir sans l. d'adresse *Ra đi không một lời từ biệt, không để lại địa chỉ*; l. qch de côté *Bỏ cái gì qua một bên*; c'est à prendre ou à l. *Lấy đi hay để lại*; (b) l. la fenêtre ouverte *Để mở cửa sổ*; je vous laisse libre d'agir *Tôi cho anh tự do hành động*; laissez - moi (tranquille) ! *Hãy để tôi yên!* laissez, c'est moi qui paie *Để đó tôi trả cho*; laissez donc! *Đừng phiền !* vous pouvez nous l. *Anh có thể đi bây giờ*; (c) cela nous laisse le temps de *Hãy cho chúng tôi một thời gian nữa*; laissez - moi vos clefs *Hãy để chìa khóa của anh lại cho tôi*; je vous le laisserai à bon compte *Tôi sẽ để giá rẻ cho anh*; cela laisse (beaucoup) à désirer *Điều đó chưa tốt, không hoàn hảo*; (d) ne pas l. de faire qch. *Không ngần ngại làm việc gì*; cela ne laisse pas de m'inquiéter *Tôi cảm thấy luôn lo âu* **3.** se l. (a) se l. tomber *Để cho ngã* (b) se l. aller, se l. vivre *Để ai đi* (c) se l. convaincre *Buông trôi, sống cẩu thả, bừa bãi để bị thuyết phục*; se l. faire *Nhường, nhượng bộ* (d) ce vin se laisse boire *rượu này hoàn toàn uống được, rượu này dùng để uống*; c'est un film qui se laisse voir *Phim đáng xem.*

laisser - aller [leseale] nm inv **1.** *Sự bừa bãi* **2.** *Sự bất cẩn, sự cẩu thả, sự bừa bãi.*

laisser - faire [lesefɛr] nm *Sự không can thiệp.*

laissez - passer [lesepɑse] nm inv *Sự thông qua, sự cho phép, giấy thông hành.*

lait [lɛ] nm **1.** *Sữa*; l. entier *Toàn sữa*; l. écrémé *Sữa đã vớt kem, sữa đã vớt hết kem*; Boire du lait, du petit lait *Tỏ vẻ rất hài lòng*; l. caillé *Sữa đông*; l. concentré *Sữa cô đặc*; l. en poudre

Sữa bột; café au l. *Cà phê sữa*; chocolat au l. *Sô cô la sữa*; l. de poule *Rượu nóng đánh trứng*; vache à l. *Bò sữa*; l. maternel *Sữa mẹ*; frère, sœur, de l. *Anh chị em cùng dòng sữa mẹ*; cochon de l. *Heo sữa*; dent de l. *Răng sữa* 2. (a) l. de coco *Nước dừa*; l. de chaux *Nước vôi*; (b) l. démaquillant *kem sữa tẩy sạch phấn son*. laiteux, - euse a *Như sữa, có sữa*. laitier, - ière 1. a l'industrie laitière *Ngành công nghiệp sữa*; produits laitiers *Sản phẩm sữa, thức ăn sữa*; vache laitière, nf laitière *Bò sữa* 2. n (a) *Người lấy sữa*; (b) *Người sản xuất bò sữa, người bán bò sữa*.

laitage [lɛtaʒ] nm *Thức ăn sữa*.

laitance [lɛt)s] nf *Tinh dịch cá; Sẹ cá*.

laiterie [lɛtri] nf (a) *Cửa hàng sữa* (b) *Cửa hàng bán bơ sữa*.

laiton [lɛtɔ̃] nm *Đồng thau*.

laitue [lety] nf *Rau diếp*; l. romaine *Rau diếp cốt*.

lama [lama] nm **1**. lama. *(Phật ở Tây Tạng)* la ma **2**. *Lạc đà không bướu*.

lambeau, -eaux [l)bo] nm *Mảnh, mẩu (quần áo, giấy, thịt)*; vêtements en lambeaux *Quần áo rách*; mettre en lambeaux *Xé thành từng mảnh*; tomber en lambeaux *Rớt thành từng mảnh*.

lambiner [l)bine] vi *Làm chậm chạp, lề mề* lambin, - ine **1**. a *Lề mề, chậm chạp* **2**. n *Người hay dây dưa*.

lambris [l)bri] nm *Miếng lót, tấm phủ tường*.

lambrisser [l)brise] vtr *Phủ, lát*.

lame [lam] nf **1**. (a) *Lá, bản, phiến (kim loại); Lá (lò xô); Bán kính (hiển vi); Phiến gỗ mỏng (cửa mảnh)*; l. de parquet *Tấm lót sàn*; (b) *Lưỡi (kiếm, dao)*; l. de rasoir *Lưỡi dao cạo*; (c) *Kiếm Người đấu kiếm* **2**. *Sóng (biển)*; l. de fond *Đất phồng*; l. de houle *Đợt sóng cuồn cuộn*. lamé a & n *Què quặt, khập khiễng, người què*.

lamelle [lamɛl] nf (a) *Lá, tờ; Phiến gỗ mỏng (làm mành)*; (b) *Tấm kính (hiển vi)*.

lamentable [lam)tabl] a (a) *Thảm thương, thảm hại (tai nạn)*; sort l. *Vận mệnh thảm thương*; (b) *Ai oán, thê thảm (giọng nói)*; (c) *(Về hậu quả) rất thảm hại, thê thảm*; orateur l. *Người diễn thuyết thê thảm* lamentablement adv *Một cách thê thảm*.

lamentation [lam)tasjɔ̃] nf *Sự thê thảm, sự thảm hại, lời than vãn, lời rên rỉ, lời than khóc thương tiếc*.

lamenter(se) [səlamɑ̃)te] vpr *Rên rỉ, phàn nàn, than vãn*; se l. sur *Oán thán*; se l. sur son propre sort *Than vãn về số phận của chính mình*.

laminage [laminaʒ] nm *Sự cán (kim loại)*.

laminer [lamine] vtr *Cán (kim loại), tiết lưu (dòng lưu động); tiêu diệt, dẹp tan*.

laminoir [laminwar] nm *Máy cán*.

lampadaire [l)padɛr] nm (a) *Đèn chuẩn*; (b) *Đèn đường*.

lampe [l)p] nf (a) *Đèn*; l. à huile *Đèn dầu*; (b) l. de bureau *Đèn đọc sách, đèn bàn giấy*; l. de chevet *Đèn ngủ*; l. de poche *Đèn bỏ túi; Ánh sáng toé*; l. à alcool *Đèn cồn*; l. à bronzer *Đèn nhật nhiệt*; l. à souder *Đèn xì*; (b) *đèn điện tử*.

lampeáe [l)pe] d'une seule l. *Miếng, ngụm*.

lampion [l)pjɔ̃] nm (a) *Đèn cốc (để thắp sáng)* (b) *Đèn kéo quân*.

lance [l)s] nf **1**. (a) *Cái giáo*; (b) *Cái thương* **2**. *Miệng (ống điếu, vòi)*; l. d'incendie *Vòi cứu hỏa*.

lance - bombes [l)sbɔ̃b] nm inv *Máy thả bom, súng cối*.

lanceáe [l)se] nf *Đà, sự đẩy tới*; continuer sur sa l. *Giữ đà, tiếp tục tiến triển*.

lance - flammes [l)sdlam] nm inv *Súng phun lửa*.

lance - fuseáe [l)sfyze] nm inv *Súng phun tên lửa*.

lance - grenades [l)sgrənad] nm inv *Súng phóng lựu đạn*.

lancement [l)sm)] nm (a) *Sự ném*; l. du disque *Việc ném đĩa*; l. du poids *Sự ném tạ*; (b) *Sự phóng (tên lửa, hoả tiễn, tàu, sản phẩm mới); Sự quảng cáo (của công ty)*.

lance - missiles [l)smisil] nm inv *Dàn phóng tên lửa*.

lance - pierre(s) [l)spjɛr] nm inv *Ná cao su*.

lancer [l)se] vtr (n. lançons) **1**. (a) *Ném, liệng, lao, bắn (mũi tên); Phóng (hỏa tiễn)*; l. des pierres à qn **Ném đá vào ai**; l. des bombes *Thả bom, ném bom*; l. des étincelles *Bắn tia lửa*; l. qch en l'air *Liệng cái gì vào không gian*; l. un coup d'oeil à qn *Lướt, dáo mắt nhìn ai*; (b) l. le disque *Ném đĩa*; l. le poids *Ném tạ*; **2**. *Bắt đầu, đưa (ai cái gì) lên*; (a) l. un cheval *Giục ngựa phi*; l.un chien contre qn *Xuyt chó vào ai*; si vous le lancez sur ce sujet il ne s'arrêtera plus *Nếu anh nâng anh ta lên về vấn đề này, anh ta hẳn sẽ không bao giờ dừng lại*; (b) *Phóng, hạ (thuyền, kế hoạch, cuộc tấn công); Thả (bom); Khai trương (công ty); Quảng cáo, đưa lên (diễn viên); Tung (hàng mới); Lập (thời trang); Khởi động (máy)*; l. qn (dans les affaires) *Đưa ai lên (công việc)* cet acteur est lancé *Anh diễn viên này được đưa lên, được tâng bốc lên (nhờ người khác)* **3**. se l. en avant *Đổ xô về phía trước*; se l. à la poursuite de qn

Phóng vội theo ai; se l. dans *Lao vào (công việc, thảo luận);* elle veut se l. *Cô ta muốn được đề bạt lên, tâng bốc lên*

lance - roquettes [l)srɔkɛt] nm inv *Dàn phóng hoả tiễn.*

lance - torpilles [l)stɔrpij] nm inv l.-t. *Ống phóng thủy lôi.*

lanceur, -euse [l)sœr, -z] n (a) *Người ném* (b) *Bệ phóng, máy phóng (phi cơ);* (c) *Người tổ chức, người tài trợ (công ty)*

lanciner [l)sine] **1.** vi *Bị thương bằng súng; (Ngón tay) rung, đập mạnh* **2.** vtr *gây phiền hà, quấy rầy, làm day dứt* lancinant a *Tổn thương, rung động; Bị ám ảnh (trí nhớ); Được nhắn mạnh (giọng).*

landau [l)dɔ] nm **1.** *Xe ngựa 4 bánh có mui* **2.** *Xe đẩy cho em bé.*

lande [lɔd] nf *Vùng đất hoang, truông, tráng.*

langage [l)gaʒ] nm *Ngôn ngữ, lời nói (của mỗi người);* tenir un l. *grossier à qn Nói chuyện thô lỗ với ai;* changer de l. *Đổi giọng;* en voilà un l. ! *Chẳng còn cách nào nói được nữa* ! l. argotique *Tiếng lóng;* l. chiffré *Mã số, mật mã;* l. machine *Ngôn ngữ máy tính.* langagier, - ière a *Thuộc về ngôn ngữ.*

lange [l)ʒ] nm *Chăn em bé, tã lót;* quand j'étais dans les langes *Khi tôi còn ẵm trên tay.*

langer [l)ʒe] vtr *Thay đồ (cho em bé); Quấn (đứa bé) trong mền, trong tã lót.*

langoureux, -euse [l)gur-, -z] a *Ẻo lả, lừ đừ, nặng nề.*

langouste [l)gust] nf *Tôm gai; Tôm đồng, tôm biển.*

langoustine [l)gustin] nf (a) *Tôm Na - uy;* (b) *Tôm thẻ vịnh Dublin; Tôm he lớn.*

langue [l)g] nf **1.** *Tiếng, lưỡi;* tirer la l. *Le lưỡi; Khát; Gặp nhiều phiền toái; Muốn nói, cần nói;* avoir la l. bien pendue *Sẵn sàng nói, sẵn sàng đối ứng;* elle a la l. trop longue *Cô ta nói quá nhiều không giữ được bí mật;* je donne ma l. au chat *Tôi chịu thua;* mauvaise l. *Người hay nói xấu sau lưng;* l. de vipère *Chuyện ngồi lê đôi mách, người hay nói xấu;* j'ai le mot sur le bout de la l. *Tôi nói không kéo da non, tôi rất hay nói;* avoir un cheveux sur la l. *nói ngọng* **2.** langues de feu *Nói giận dữ, nói đố lửa;* l. de terre *Mũi đất nhỏ ra biển.* **3.** *Ngôn ngữ (của một dân tộc);* professeur de langues vivantes *Giáo viên sinh ngữ;* pays de l. anglaise *Nước nói tiếng Anh;* avoir le dont des langues *Là người có khiếu học ngoại ngữ;* l. de bois *Nói theo chí thị;* l. verte *Tiếng lóng.*

langue - de - chat [l)gdeʃa] nf *Bánh lưỡi mèo;* pl langues - de - chat.

languette [l)gɛt] nf *Lưỡi nhỏ (gỗ); Mảnh (lá thiếc, giấy thiếc); Lưỡi (giày).*

langueur [l)gœr] nf *Tình trạng suy nhược, tình trạng thiếu sinh khí.*

languir [l)gir] vi *Mòn mỏi, héo hon, thiếu sinh khí, khao khát (cho, vì); Héo hon, phí; (Cây) bệnh héo, rũ;* l. d'amour *Mòn mỏi vì yêu;* l. après qch *Khao khát cái gì;* ne nous faites pas l. *Đừng để chúng tôi đợi;* la conversation languit *Cuộc nói chuyện trở nên vô vị.* languissant a (a) *Gầy mòn, mòn mỏi vì tình;* (b) *Vô vị, chán, trở nên yếu (kinh tế, cuộc đàm thoại); Héo rũ (hoa).*

lanièare [lanjɛr] nf *Dây đai (vật liệu); Dây da mỏng; Vòng trên xe để vịn; Dây da (để quất).*

lanterne [l)tɛrn] nf (a) *Lồng đèn;* l. vénitienne *Lồng đèn kéo quân (của Trung Quốc);* l. magique *Chiếc đèn mầu nhiệm;* (b) *Đèn xe.*

laper [lape] vtr & i *(Chó, vv...) tớp nước bằng lưỡi.*

lapider [lapide] vtr *Ném đá vào ai.*

lapin, -ine [lap(, in] n *Thỏ đực,* f *thỏ cái, một loại hươu cái;* l. de garenne *Thỏ rừng;* l. domestique *Thỏ nhà;* peau de l. *Da thỏ;* P: poser un l. à qn *Bắt ai đứng lên;* mon petit l. *Con cừu non của tôi, em yêu của tôi.*

Laponie [lapɔni] Prnf *Xứ Lapôni* lapon, - one **1.** a *Thuộc Lapôni* **2.** (a) n *Người Lapôni* (b) nm *Tiếng Lapôni.*

laps [laps] nm un l. de temps *Một khoảng thời gian.*

lapsus [lapsys] nm *Sự líu lưỡi, sự lỡ lời;* l. révélateur *Lỗi vô ý biểu hiện tiềm thức.*

laquais [lakɛ] nm *Người hầu, đầy tớ, kẻ xu nịnh, kẻ khúm núm.*

laque [lak] **1.** nf *Dầu xịt tóc* **2.** nm *Sơn mài;* l. de Chine *Sơn mài của Trung Quốc, Nhật.*

laquelle [lakɛl] *Xem Lequel.*

laquer [lake] vtr *Quét sơn, sơn mài.*

larbin [larb(] nm *Kẻ tôi tớ.*

larcin [larsɛ̃] nm (a) *Sự trộm cắp tài sản công dân;* (b) *Của cướp được, bổng lộc phi pháp.*

lard [lar] nm (a) *Mỡ heo;* (b) *Thịt heo xông khói;* l. maigre *Thịt ba chỉ xông khói;* P: gros l. *Nước mỡ;* tête de l. *Người đần, người đần độn như heo.*

larder [larde] vtr *Nhét mỡ (vào thịt);* l. qn de coups de couteau *Đâm chọc vào ai (với một con dao);* Fig: l. un discours de citations *Chêm các câu khẩu hiệu vào lời nói.*

lardon [lardɔ̃] nm *Thịt nhồi.*

large [l)ʒe] **1.** a *Rộng, lớn;* l. d'épaules *Có vai rộng;* route l. de dix mètres *Con đường rộng 10 m;* vêtements larges *Áo quần rộng thùng thình;* d'un geste l. *Với một cử chỉ đầy hàm ý;* dans un sens l. *Với nghĩa rộng*; dans le sens l. du terme *Theo nghĩa rộng của từ*; avoir l'esprit l. *Rất rộng lượng, phóng khoáng*; il n'est pas très l. *Anh ta không rộng lượng mấy* **2**. nm (a) *Biển khơi*; brise du l. *Gió biển*; prendre le l. *Ra khơi; giũ sạch, thoát khỏi*; au l. de Cherbourg *Rời Cherbourg*; se tenir au l. de qn *Giữ kẽ với ai, xa cách với ai*; (b) être au l. *Còn còn nhiều chỗ Giàu có*; (c) *Độ rộng*; dix mètres de l. *Rộng 10 m*; se promener de long en l. *Đi dạo, đi qua đi lại* **3**. adv calculer l. *Tính phỏng, ước tính*; voir l. *Nghĩ nhiều, nghĩ chuyện đại sự*. largement adv (a) *Một cách rộng rãi*; services l. rétribués *Dịch vụ được trả lương cao*; (b) *Một cách khuếch đại*; avoir l. le temps *Có nhiều thời gian*; il en a eu l. (assez) *Anh ta đã có đủ*.

largesse [larʒɛs] nf *Sự rộng lượng, sự tự do phóng khoáng*; faire des largesses *Cho những món quà hậu hĩnh*.

largeur [larʒœr] nf *Độ rộng, chiều rộng*; avoir 3 mètres de l. *Rộng 3 m*; en l., dans la l. *Theo chiều rộng*; distance en l. *Khoảng cách bề ngang*; l. d'esprit, l. de vues *Sự thoáng đãng, tầm nhìn phóng khoáng*.

larguer [large] vtr (a) *Nới lỏng (dây thừng) thả neo*; l. les amarres *Vứt bỏ dây neo*; (b) *Thả (bom, lính nhảy dù)*; (c) *Xua đuổi (ai, cái gì); Xua đuổi (bạn trai, vv...)*.

larme [larm] nf *Nước mắt*; fondre en larmes *Khóc òa*; pleurer à chaudes larmes *Khóc lóc thảm thiết*; larmes de crocodile *Nước mắt cá sấu*; F: une l. de rhum *Giọt rượu rum*.

larmichette [larmiʃɛt] nf F: (a) verser une l. sur qn *Chia buồn cùng ai* (b) *Đố (rượu rum v.v...)*.

larmoyer [larmwaje] vi (je larmoie) *(Về mắt) chảy nước mắt; (Người) khóc, sổ mũi, chảy nước mắt nước mũi*. larmoyant a *Đầy nước (mắt); Có mắt ướt (người già, vv...); Đầm lệ, buồn (giọng, nói); Sướt mướt, uỷ mị (câu chuyện...)*.

larron [larɔ̃] nm *Tên trộm*; s'entendre comme larrons en foire *Thông đồng với nhau*.

larve [larv] nf *Ấu trùng (côn trùng); Người nhút nhát, người yếu hèn*.

laryngite [larʒit] nf *Viêm thanh quản*.

laryngologiste [larɡɔlɔʒist] n *Bác sĩ thanh quản, bác sĩ tai mũi họng*.

larynx [larks] nm *Thanh quản*.

las, lasse [lɑ, lɑs] a *Mệt lử, kiệt sức (vì)*.

lasagne [lazaɲ] nf l. *Mì dẹt*.

lascar [laskar] nm *Tính đểu, tính gian xảo*.

lasciveteá [lasivte] nf *Tính dâm dật* lascif, -ive a *Dâm dật, dâm đãng*.

laser [lazɛr] nm **1**. *Tia laze*; faisceau l. *Tia laze* **2**. disque l. *Đĩa laze*; CD; chaine l. *Máy hát đĩa*.

lasser [lase] vtr **1**. *Làm mệt mỏi, làm nản (sự kiên nhẫn của ai)* **2**. se l. *Trở nên mệt mỏi, chán ngán (ai, cái gì)*; on ne se lasse pas de l'écouter *Người ta luôn thích nghe anh ta*. lassant a *Mệt mỏi, chán nản*.

lassitude [lasityd] nf *Sự mệt mỏi, sự chán nản*.

lasso [laso] nm *Dây thòng lọng (để bắt thú)*; prendre au l. *Giật dây, tròng thòng lọng*.

latence [lat)s] nf *Sự tiềm tàng* latent a *Tiềm tàng, ẩn dấu*.

lateáral, - aux [lateral, o] a *Một bên*; rue latérale *Đường bên*. latéralement adv *Ở bên, từ mặt bên*.

latex [lateks] nm inv *Nhựa mủ (của cây)*.

latin, - ine [lat(, in] l. a & nm *La tinh*; le Quartier l. *Xóm La tinh, khu học xá ở Paris*; Amérique latine *Mỹ La tinh*; les Latins *Dân tộc La tinh* **2**. nm tiếng *La tinh*; l. de cuisine *Tiếng La tinh sử dụng sai qui cách*; j'y perds mon l. *Tôi không còn hiểu được một tí gì cả*. latino - américain, - aine *Thuộc Mỹ châu La tinh* a & n pl latino - américain(e)s.

latitude [latityd] nf (a) *Vĩ tuyến, qui mô, sự tự do*; (b) *Vĩ độ*; à 30° de l. nord *Ở vĩ độ 30 bắc*.

latrines [latrin] nfpl *Hố xí, nhà tiêu*.

latte [lat] nf *Lati, Ván lót, ngói đá đen*.

laureáat, - ate [lɔrea, at] **1**. a *Được giải thưởng* **2**. n *người được giải thưởng*; l. du prix Nobel *Người được giải thưởng Nobel*.

laurier - rose [lɔrjeroz] nm *Cây trúc đào*; pl lauriers - roses. *Bụi trúc đào*.

laurier - sauce [lɔrjesos] nm *Cây lá đỏ*; pl lauriers - sauce. *Chùm lá đỏ*.

lavabo [lavabo] nm (a) *Bồn chứa nước, bồn rửa*; (b) *(Nơi để rửa) phòng vệ sinh, phòng vệ sinh*.

lavage [lavaʒ] nm *Sự rửa, tắm, sự rửa (vết thương)*; l. d'estomac *Sự súc ruột*; l. de cerveau *Sự tẩy não*.

lavande [lavɑ̃d] nf *Cây cải hương*.

lavandieâre [lavɑ̃djɛr] nf **1**. *Chị thợ giặt* **2**. *Chim chìa vôi*.

lavasse [lavas] nf *Nước rửa chén, nước loãng (dở)*.

lave [lav] nf *Nham thạch, dung nham*.

lave - auto [lavoto] nm *Việc rửa xe ô tô*; pl lave - autos.

lave - glace [lavglas] nm *Kính chắn gió, cái gạt nước (kính ôtô)*; pl lave - glaces.

lave - linge [lavl(ʒ] nm inv *Máy giặt*.

lave - mains [lavm(] nm inv *Bồn rửa tay*.

laver [lave] vtr *Rửa, giặt*; l. à grande eau *Cọ*

rửa; se l. *Giặt, rửa*; se l. les dents *Đánh răng*; l. la tête à qn *phủ đầu ai, xạc ai một trận*; se l. les mains *Rửa tay*; se l. les mains de *Phủi tay việc gì*; l. la vaisselle *Rửa chén*; ce tissu ne se lave pas *Loại vải này không giặt được*; l. qn de *Làm ai không còn (nghi ngờ), giũ sạch (thắc mắc) cho ai*. lavable a *Rửa được, giặt được*.

laverie [lavri] nf **1**. *Xưởng tuyển rửa quặng, tiệm giặt đồ*.

lavette [lavɛt] nf (a) *Giẻ rửa bát*; (b) *Người nhu nhược*.

laveur, -euse [lavœr, -z] n *Máy rửa, người rửa*; laveuse *Chị thợ giặt*; l. de carreaux, de *Dụng cụ rửa kính cửa sổ, người giặt*.

lave - vaisselle [lavvɛsɛ] nm inv *Máy rửa bát*.

lavoir [lavwar] nm (a) **1**. *Nơi giặt (công cộng)*; (b) *Bể giặt*.

laxatif, - ive [laksatif, iv] a & nm *Nhuận tràng, thuốc nhuận tràng*

laxisme [laksism] nm *Chủ nghĩa khoan hòa*. laxiste a *Khoan hòa*.

layette [lɛjɛt] nf *Quần áo, tã lót em bé*; rayon l. *Khu quần áo em bé*.

le^1, la^1, les^1 [lə, la, le] *(Le và La được lược thành l' trước một nguyên âm hoặc h câm Le và les kết hợp với à, de thành au, aux; du des) mạo từ (a) (Cụ thể hoá)* ouvrez la porte *Mở cửa*; il est venu la semaine dernière *Anh ta đã đến tuần trước*; j'apprends le français *Tôi học tiếng Pháp*; l'un...l'autre *Người này....người khác*; mon livre et le tien *Quyển sách của tôi và quyển sách của anh*; il est arrivé le lundi 12 *Anh ta đã đến vào thứ hai ngày 12*; oh ! le beau chat ! *Một con mèo tuyệt đẹp !* debout, les enfants ! *Đã đến lúc thức bọn trẻ dậy* ! la France *Nước Pháp*; le Caire *Cairo*; les Alpes *Dãy núi Alpes*; le roi Édouard *Vua Edward*; le cardinal Richelieu *Đức hồng Y Richelieu*; le Dante *Ngài Dante*; la Callas *Callas, (với hầu hết các ngày lễ)*; la Toussaint *Ngày các thánh; (Các bộ phận của cơ thể)* hausser les épaules *Rùng vai*; elle ferma les yeux *Cô ta nhắm mắt lại*; il s'est pincé le doigt *Anh ta bị kẹp ngón tay* (b) *(Hình thành cực cấp)* le meilleur vin de sa cave *Rượu ngon nhất trong hầm rượu của anh ta*; mon ami le plus intime *Người bạn thân yêu nhất của tôi*; c'est elle qui travaille le mieux *Cô ta là người làm việc nhiều nhất* (c) *(Tổng quát hoá)* je préfère le café au thé *Tôi thích cà phê hơn trà*; (d) *(Sự phân bố)* trois fois l'an *Một năm 3 lần*; cinq francs la livre *một livre giá 5 franc*; il vient le jeudi *Anh ta đến vào thứ 5*; (e) *Cho ví dụ* donner l'exemple; *Đòi ly dị* demander le divorce; la belle excuse ! *Một cái cớ tuyệt vời !*; il n'a pas le sou *Anh ta không có lấy một xu*.

le^2, la^2, les^2 pers pron **1**. *(Đại từ thay thế danh từ) anh ta, cô ta, nó, họ* (a) je ne le lui ai pas donné *Tôi không cho anh ta cái đó*; tu le sais aussi bien que moi *Anh biết điều đó rõ như tôi vậy thôi*; les voilà! *Kìa họ đấy!* ne l'abimez pas *Đừng làm hỏng nó*; (b) *(Theo sau động từ)* donnez-le-lui *Cho anh ta cái đó đi*; regardez-les *Nhìn họ kìa*. **2**. Neut pron Le (a) *(Thay thế một tính từ hay danh từ được dùng như tính từ)* son frère est médecin, il voudrait l'être aussi *Cha anh ta là bác sĩ, anh ta cũng muốn được như thế*; (b) *(Thay cho 1 mệnh đề)* il me l'a dit *Anh ta đã bảo tôi như thế*; est - il parti ? - je me le demande *Anh ta đi rồi phải không ? tôi chỉ thắc mắc thế*; vous le devriez *Anh phải*.

leâche [lɛʃ] nf *Sự nịnh nọt*; faire de la l. *Nịnh nọt ai*.

leâche - bottes [lɛʃbɔt] n inv *Đồ liếm gót, dân nịnh hót*.

leácher [leʃe] vtr (je lèche; je lécherai) *Liếm*; se l. les doigts *Liếm ngón tay*; il s'en léchait les babines *Liếm mép thèm thuồng*; l. les bottes de qn *Liếm gót ai*; l. les vitrines *Dán mắt vào tủ kính cửa hàng*.

leácheur, - euse [leʃœr, -z] n *Đồ liếm gót*.

leâche - vitrines [lɛʃvitrin] nm inv faire du l. - v. *Bát phố xem hàng*.

leçon [ləsɔ̃] nf *Bài học, bài giảng*; leçons particulières *Những bài học riêng cho cá nhân*; que cela vous serve de l. *Hãy xem đó là một bài học cho anh*; faire la l. à qn, *Ra chỉ thị cho ai, huấn thị cho ai; Cho ai một bài học*.

lecteur, -trice [lɛktœr, tris] **1**. n (a) *Độc giả;* le nombre de lecteurs *Số độc giả*; (b) *Phụ giảng ngoại ngữ (ở trường đại học)*. **2**. nm l. de cassettes Nm *máy hát*.

lectorat [lɛktɔra] nm *Số độc giả (của một tờ báo)*.

lecture [lɛktyr] nf *Việc đọc*; il m'a apporté de la l. *Anh ta đã mang cho tôi cái gì đó để đọc*; l. à haute voix *Đọc to*; faire la l. à qn *Đọc to cho ai*; l. pour la jeunesse *Sách thiếu nhi*.

ledit, ladite pl **lesdits, lesdites, ladit, ledit** [ləʤi, laʤit, leʤi, leʤit] *Kết hợp với à và de thành* audit, auxdit(e)s, dudit, desdit(e)s *Người đã được nói, người đã được đề cập*.

leágalisation [legalizasjɔ̃] nf *Sự thị thực, sự nhận thực*; légal aux *Hợp pháp*; fête légale *Ngày lễ hợp thức*; légalement adv *Một cách hợp pháp*.

leágaliser [legalize] vtr **1**. *Hợp thức hoá, nhận thực* **2**. *Hợp pháp hoá, chứng thực (chữ ký)*.

leágaliteá [legalite] nf *Tính hợp pháp, pháp chế;* respecter la l. *Tôn trọng luật pháp*; rester

dans la l. *Trong vòng pháp luật.*
leágat [lega] nm *(Thuộc giáo hoàng) công sứ tòa thánh.*
leágataire [legater] n *Người nhận di tặng, người kế thừa;* l. universel *Người thừa kế duy nhất.*
leágation [legasjɔ̃] nf *Chức công sứ tòa thánh, nhiệm kỳ công sứ tòa thánh.*
leágende [leʒɑ̃d] nf (a) *(Truyền thuyết);* (b) *Câu khắc (trên đồng tiền); Sự thuyết minh (minh họa); Đề mục tham khảo; Lời ghi chú (trên bản đồ, biểu đồ)* légendaire a *Đã đi vào truyền thuyết, thuộc truyền thuyết, nổi tiếng.*
leágeâreteá [leʒerte] nf *Sự nhẹ; Tính nhẹ nhàng; Sự phóng túng; Sự bông lông, sự quá trớn (đạo đức)* léger, - ère 1. a (a) *Nhẹ;* avoir le sommeil l. *Giấc ngủ chập chờn;* avoir la main légère *Dịu dàng Có hoa tay, khéo tay; Khéo cai quản;* conduite légère *Tính bông lông, nhẹ dạ;* femme légère *Người đàn bà nhẹ dạ;* propos légers *Cuộc nói chuyện phiếm;* repas l. *Bữa ăn nhẹ;* (b) *Nhẹ, sơ sơ (cơn đau); Yếu ớt (âm thanh); Vừa đỗ (thuốc lá); Nhẹ (gió, rượu); Nhạt, nhẹ (trà); Nhỏ, không đáng kể (sự tổn thương, mất mát)* 2. adv à la légère *Một cách bộp chộp, nhẹ dạ;* parler à la l. *Nói một cách thiếu suy nghĩ;* traiter une affaire à la l. *Làm đơn giản vấn đề.*
leágifeárer [leʒifere] vi (je légifère; je légifererai) *Làm luật, ấn định qui tắc.*
leágion [leʒjɔ̃] nf *Quân đoàn;* la l. (étrangère) *Đội lính lê dương;* L. d'honneurr *Bắc đẩu bội tinh;* ils sont l. *Họ là 1 quân đoàn.*
leágionnaire [leʒjɔnɛr] nm (a) *Lính lê dương* (b) *Lính quân đoàn;* maladie du l. *Bệnh của quân đoàn;* (c) *Người được nhận Bắc đẩu bội tinh (Pháp).*
leágislateur, - trice [leʒislatœr, tris] n *Nhà lập pháp, cơ quan lập pháp.*
leágislation [leʒislasjɔ̃] nf *Pháp luật, pháp chế, pháp học.* législatif, - ive a *Lập pháp;* élection législative *Cuộc tranh cử nghị viện;* le pouvoir l. *Quyền lập pháp.*
leágislature [leʒislatyr] nf 1. *Cơ quan lập pháp* 2. *Khóa lập pháp (của một hội đồng lập pháp).*
leágiste [leʒist] nm *Nhà luật học, cố vấn luật học;* médecin l. *Thầy thuốc pháp y.*
leágitimer [leʒitime] vtr 1. *Hợp pháp hoá, hợp thức hoá (con hoang)* 2. *Chứng minh, chứng thực, công nhận (hành động, lời tuyên bố).* 3. *Bào chữa (tiêu đề)* légitime a *Hợp pháp, (con hoang, cáo lỗi, lời phàn nàn); Có luật pháp (công đoàn, vợ chồng); Chính đáng, hợp lý (cơn giận);* en état de l. défense *Hành động tự vệ hợp pháp* légitimement adv *Một cách hợp pháp, một đúng đắn, hợp lý.*
leágitimiteá [leʒitimite] nf *Tính hợp pháp, tính chính đáng.*
legs [lɛ, lɛg] nm *Sự di tặng, vật di tặng;* faire un l. à qn *Để di sản cho ai.*
leáguer [lege] vtr (je lègue; je léguerai) *Để lại, truyền lại (truyền thống).*
leágume [legym] 1. nm *Rau quả;* légumes verts *Rau quả xanh;* légumes secs *Đồ khô, đồ mộc khô* 2. nf grosse l. *Quan to, kẻ tai to mặt lớn.*
leágumier [legymje] nm *Dĩa rau.*
leágumineuse [legyminøz] nf *Cây họ đậu.*
Leáman [lemɑ̃] Prnm le lac L. *Hồ Leman gần thành phố Geneve.*
L. en D abbr Licencié en Droit. *cử nhân luật.*
lendemain [lɑ̃dmɛ̃] nm le l. *Ngày hôm sau;* l.matin *Sáng hôm sau;* penser au l. *Nghĩ về tương lai;* il est devenu célèbre du jour au l. *Anh ta trở nên nổi tiếng nhanh chóng;* au l. de son départ *Vào những ngày sau khi anh ta đi;* des succès sans l. *Những thành công chống vánh, chóng tàn, bất chợt.*
lenteur [lɑ̃tœr] nf (a) *Sự chậm chạp;* (b) *Sự tiến bộ chậm chạp* lent, lente a *Chậm, tác dụng chậm (chất độc);* avoir l'esprit l. *Chậm trí, không lanh trí;* lentement adv *Một cách chậm chạp.*
lente[2] nf *Trứng cháy, trứng rận.*
lentille [lɑ̃tij] nf 1. *Cây đậu lăng* 2. *Thấu kính;* l. de contact *Kính sát tròng (mắt).*
leáopard [leɔpar] nm (a) *Con báo* (b) manteau de l. *Áo choàng lông báo.*
leâpre [lɛpr] nf *Bệnh phong, bệnh hủi* lépreux, - euse 1. a (a) *Thuộc về bệnh hủi* (b) *Loang lỗ, sần sùi (bức tường)* 2. n *người hủi, người mắc bệnh phong.*
lequel, laquelle, lesquels, lesquelles [ləkɛl, lakɛl, lekɛl] pron (*Kết hợp với* à và de *thành* auquel, aux quel (le)s,; duquel, desquel(le)s duquel, desquel(le)s) 1. *ai, cái gì;* (a) *(Về những gì đứng sau giới từ)* l'adresse à laquelle il devait m'écrire *Địa chỉ mà anh ta đã viết cho tôi;* décision par laquelle *Sự quyết định dựa trên cái đó;* (b) la dame avec laquelle elle était sortie *(Người) người đàn bà đi cùng với cô ta;* le monsieur chez lequel je vous ai rencontré *Người mà tôi đã gặp anh ở nhà ông ta;* (c) *(Để tránh sự mơ hồ).* le père de cette jeune fille, lequel est très riche *Cha cô gái ấy là người đàn ông rất giàu;* (d) *(Thuộc về tính từ)* voici cent francs, laquelle somme vous était due *Đây là 100 franc mà tôi đã nợ anh;* il écrira peut-être, auquel cas *Trong trường hợp nào đó, có lẽ anh*

ta sẽ viết **2.** *Cái nào ?* lequel (de ces chapeaux) préférez - vous? *Anh thích cái mũ nào ?* lequel d'entre nous? *Ai trong số chúng tôi ?*

les xem le¨.

lesbienne [lɛzbjɛn] af & nf *Người đàn bà loạn dâm đồng giới.*

leâse-majesteá [lɛzmaʒɛstɛ] nf *Sự khi quân.*

leáser [lɛze] vtr (je lèse, n. lésons; je léserai) *Làm hại ai; làm tổn thương ai; làm hại (lợi ích của ai); (hành động) làm nguy hại đến quyền lợi của ai; tổn thương (cơ quan).*

leásiner [lezine] vi *Tiết kiệm (về cái gì).*

leásion [lezjɔ̃] nf *Thương tổn, thiệt hại.*

L.eâs L. abbr Licencié ès Lettres *(viết tắt) Cử nhân văn khoa.*

lessivage [lesivaʒ] nm *Sự giặt, rửa.*

lessive [lesiv] nf (a) *Bột giặt, thuốc giặt;* (b) *(việc nội trợ) giặt rửa;* faire la l. *giặt rửa.*

lessiver [lesive] vtr **1.** (a) *Giặt (vải lanh);* (b) *cọ, lau chùi (sàn nhà)* **2.** (a) *(ở sòng bạc) bị vơ sạch tiền;* (b) *thanh lọc, loại trừ ai.* lessivé a *(về người) Kiệt sức, rã rời.*

lessiveuse [lɛsiv-z] nf *Thùng nấu quần áo (để giặt).*

lest [lɛst] nm *Tái trọng dần (ở tàu thủy, khí cầu).*

leste [lɛst] a (a) *Nhanh nhẹn, nhẹ nhàng;* avoir la main l. *có bàn tay nhanh nhẹn;* (b) *Khinh khi, sỗ sàng (lời đùa).* lestement adv *Một cách nhẹ nhàng, lanh lẹ.*

lester [lɛste] vtr (a) *Dần (tàu thủy, khí cầu)* (b) *nhét đầy (túi).*

leáthargie [letarʒi] nf *Sự bơ phờ, sự uể oải.* léthargique a *Bơ phờ, uể oải.*

lettre [lɛtr] nf (a) *Chữ;* écrire qch en toutes lettres *viết rõ ra hết cái gì;* c'est écrit en toutes lettres *được viết theo nghĩa đen và nghĩa bóng;* à la l., au pied de la l. *viết một cách sát nghĩa;* l. morte *giấy tờ không còn tác dụng;* ce document est resté l. morte *tài liệu này mất giá trị rồi;* (b) *thơ* l. d'amour *thơ tình;* l. recommandée *thư bảo đảm; thư đăng ký chuyển bảo đảm;* c'est passé comme une. lettre à la poste *mọi việc diễn ra trôi chảy không có gì vướng mắc;* (c) *văn chương, nhân văn* homme de lettres *nhà nho, người có học thức; ngôn ngữ và văn chương hiện đại;* lettres classiques *văn chương cổ điển;* faculté des lettres *khoa văn chương.* lettré a *Hay, có học thức.*

leuceámie [l-semi] nf *Bệnh bạch cầu.* leucémique **1.** a *Thuộc về bạch cầu* **2.** n *người mắc bệnh bạch cầu.*

leur[1] [lœ r] **1.** poss *Của họ;* un de leurs amis *một trong những người bạn của họ;* leurs père et mère *cha mẹ họ* **2.** (a) poss pron le leur, la leur, les leurs *của họ;* (b) nm ils n'y mettent pas du leur *họ không có thiện chí;* les leurs *gia đình, bạn bè của họ.v.v...* j'étais un des leurs *trước kia tôi cũng ở trong bọn họ;* ils ont encore fait des leurs *họ vẫn cứ dùng cái mẹo của họ.*

leur[2] pers *Xem luí*

leurre [lœ r] nm (a) *Bắt mồi;* (b) *mẹo lừa, mối đánh lừa.*

leurrer [lœ re] vtr (a) *Thả mồi, nhá mồi;* (b) *đánh lừa;* se l. *tự đánh lừa mình.*

levage [ləvaʒ] nm *Sự đưa lên, sự nâng lên, sự dậy (của bột).*

levain [ləv(] nm *Bột chua, bột men, mầm mống;* sans l. *không bị lên men.*

levant [ləv)] **1.** a soleil l. *Mặt trời mới mọc;* au soleil l. *vào lúc bình minh* **2.** nm (a) le l. *gió đông;* le l. *phương đông.*

leveáe [ləve] nf (a) *Sự nâng lên, sự đưa lên;* (b) *sự đưa lên (hàng hóa)* l. de boucliers *sự nổi loạn, cuộc khởi nghĩa;* (b) *sự bế mạc (cuộc họp); sự thu hoạch (vụ mùa) sự thu nhận (thư); thư đã lấy đi;* (c) *sự chất hàng lện, sự lên tàu;* (d) *lừa lọc, mẹo* faire une l. *chơi đánh lừa.*

lever[1] [ləve] vtr (je lève, n. levons; je lèverai) **1.** (a) *Nâng lên, đưa lên, nhấc lên;* l. les bras au ciel *vung tay lên (vì kinh ngạc);* il ne veut pas l. le petit doigt *anh ta không hưởng ứng;* l. la tête *ngẩng cao đầu; ngước nhìn lên;* l. un enfant *đánh thức đứa bé;* l. les yeux *ngước nhìn;* l. son verre *nâng ly;* l. l'ancre *nhổ neo; đi, rời;* l. un lièvre *bắt con thỏ ra khỏi hang* (b) *phát động (cuộc bao vây); dỡ (trại); bãi bỏ (lệnh cấm vận); bế mạc (cuộc họp);* (c) l. une difficulté *đạp bằng khó khăn* **2.** *tuyển, thu thập (quan thuế); thu thập (thư);* l. (les cartes) *chơi lừa* **3.** l. un plan *vạch ra, thảo ra một kế hoạch* **4.** vi *(về bột nhão) nhồi bột; (cây mọc lên, nhú ra* **5.** se l. *mọc lên, thức dậy;* (a) *mở (màn), xòe (tay)* (b) *đứng dậy;* se l. de table *đứng dậy khỏi bàn ăn;* (c) *thức dậy;* se l. du pied gauche *bước loạng quạng xuống giường;* (d) le jour se lève *ngày mới bắt đầu, rạng sáng* le soleil se lève *mặt trời đang mọc;* le vent se lève *gió nổi lên.* levé **1.** a (a) *Được giơ lên, dựng lên;* dessin à main levée *vẽ một cách thoải mái;* voter à main levée *bỏ phiếu biểu quyết bằng giơ tay;* (b) *(người) dậy, ra khỏi giường* **2.** nm *kế hoạch, sự trắc lượng (một mẫu đất).*

lever[2] nm **1.** (a) *Sự thức dậy;* (b) *sự bừng dậy của ngày;* (c) l. du soleil *mặt trời mọc, ánh dương; bình minh* l. du jour *ban ngày* **2.** le l. du rideau *sự mở màn;* au l. du rideau *lúc kéo màn lên;* un l. de rideau *người kéo màn.*

leâve-tard [lɛvtar] nm, inv *Người dậy trễ*.
leâve-tôt [lɛvto] nm, inv *Người dậy sớm*.
levier [ləvje] nm **1**. (a) *Đòn bẩy*; force de l. *lực đòn bẩy*; (b) *xà beng* **2**. *cán, tay nắm*; Aut: l. (de changement) de vitesse *cần lái, cần chỉnh tốc độ*; être aux leviers de commande *được điều khiển*.
levraut [ləvro] nm *Thỏ rừng con*.
leâvre [lɛvr] nf *Môi, vành miệng (núi lửa)*; avoir un sourire aux lèvres *nở nụ cười trên môi*; manger du bout des lèvres *buộc phải ăn, ráng ăn*; rire du bout des lèvres *cười gượng*; pincer les lèvres *mím môi, chu mỏ*.
leávrier [levrije] nm *Chó săn thỏ*.
levure [ləvyr] nf *Men (rượu, bia, bánh mì)*.
lexicographie [lɛksikɔgrafi] nf *Sự biên soạn từ điển*.
lexique [lɛksik] nm (a) *Từ điển*; (b) *ngữ vựng*.
leázard [lezar] nm (a) *Con thằn lằn*; faire le l. *ườn ra sưởi nắng* (b) sac à main en l. *xắc tay bằng da (cá sấu)*.
leázarde [lezard] nf *Vết nứt, chỗ nứt*.
leázarder [lezarde] **1**. vi *Ườn ra sưởi nắng* **2**. se l. *(tường) nứt*. lézardé a *(về tường) Bị rạn, bị nứt*.
liaison [ljezɔ̃] nf **1**. (a) *Sự nối; sự kết hợp; một chuỗi dài (gạch)*; (b) *sự nối vần*; (c) *chất quánh xốt*; (d) *sự liên lạc, sự giao liên*; être en l. avec *liên lạc với*; établir une l. radio *lập điện đàm*; (e) *(không gian, biển, đường, đường ray) tuyến đường* **2**. (a) *sự quan hệ, sự giao thiệp (gần gũi)*; l. d'affaires *sự giao dịch*; travailler en l. étroite avec qn *cộng tác chặt chẽ với ai để làm việc*; (b) l. (amoureuse) *mối duyên tình*.
liane [ljan] nf *Dây leo*.
liant [ljɑ̃] a *Thân mật, dễ kết bạn*.
liasse [ljas] nf *Tập, bó (thư); cuộn giấy bạc; tập giấy*.
Liban [libɑ̃] Prnm *Nước Libăng* libanais, -aise a & n *Thuộc về Libăng; người Libăng*.
libelleá [libele] nm *Lời văn*.
libeller [libele] vtr *Phác thảo (văn kiện, tài liệu); biên soạn (thư); lập ra (tấm séc)*.
libellule [libɛlyl] nf *Con chuồn chuồn*.
libeáralisation [liberalizasjɔ̃] *Sự mở rộng tự do*.
libeáraliser [liberalize] vtr *Mở rộng tự do*.
libeáralisme [liberalism] nm *Chủ nghĩa tự do, sự rộng rãi phóng khoáng*.
libeárailteá [liberalite] nf *Sự tự do, quà hậu*. libéral, -alle, -aux a & n *Tự do, hào phóng, người theo chủ nghĩa tự do*. libéralement adv *Một cách tự do, một cách phóng khoáng*.

libeáration [liberasjɔ̃] nf *Phóng thích, sự giải phóng, sự giải ngũ, sự thả*; l. conditionnelle parole *thả trước hạn có điều kiện*
libeárer [libere] vtr (je libère; je libérerai) **1**. *Giải phóng, thả (tù nhân); giải phóng (đất nước)* l. qn de *giải phóng ai ra khỏi xiềng xích, giải lời cam kết cho ai; xả (khí, năng lượng)* l. le passage *giải phóng lối đi* **2**. se l. *thả tự do cho mình, giải thoát chính mình ra khỏi cái gì*; se l. (d'une dette) *chuộc nợ*; se l. pour deux jours *được tự do trong 2 ngày*. libéré a *Tự do, được tha, được giải phóng*.
liberteá [libɛrte] nf *Sự tự do, quyền tự do, sự thư thả*; animaux en l. *thú vật hoang dã*; mettre en l. *thả tự do, phóng thích (tù binh)*; mise en l. *thả*; l'assassin est toujours en l. *tên giết người vẫn cứ hoành hành tự do*; (mise en) l. provisoire *cho tạm tự do ở ngoài dưới sự kiểm soát*; avoir pleine l. d'action *tự do hành động*; parler en toute l. *nói sàm sỡ, nói năng quá tự do*; mon jour de l. *ngày nghỉ của tôi*; j'ai pris la l. de dire *tôi có quyền nói*; prendre des libertés avec qn *suồng sã với ai*.
libertin, -ine [libɛrt(, in] a & n *Phóng đãng, truỵ lạc, không tín ngưỡng; kẻ phóng đãng, kẻ truỵ lạc, người không tín ngưỡng*.
libido nf *Dục tính, dục năng*.
libraire n *Người bán sách*.
librairie nf (a) *Việc bán sách*; (b) *cửa hiệu bán sách*.
libre a **1**. (a) *Rảnh rỗi, tự do*; je suis l. de onze heures à midi *tôi rảnh từ khoảng 11 đến 12 giờ*; être l. de faire qch *tự do làm gì*; laisser qn l. d'agir *để ai tự do hành động*; l. à vous d'essayer *anh có quyền làm điều đó*; école l. independent *trường tư*, (b) *(sự vận động) không bị hạn chế*; elle laisse ses cheveux libres *cô ta để tóc tự nhiên*; (c) l. de soucis *thảnh thơi, vô tư lự*; (d) être l. avec qn *đối xử thân thiện với ai*; manières libres *tính cách thoải mái dễ chịu* **2**. (a) *thoáng đãng (không gian); còn trống (chỗ ngoài)*; avoir du temps l. *có thời gian rỗi*; le lundi est mon jour l. *thứ hai là ngày nghỉ của tôi*; je vous laisse le champ l. *tôi cho anh toàn quyền hành động*; la voie est l. *con đường rộng thoáng*; la ligne n'est pas l. *tuyến đường đã được đăng ký rồi*; (biến xe taxi) l. *cho thuê*; à l'air l. *ngoài trời* (b) roue l. *cái líp xe đạp*; descendre une côte en roue l. *thả xe cho chạy xuống đồi*; (c) aile l. *kiểu lướt cánh tự do*. librement adv *Một cách tự do, một cách thoải mái*.
libre-eáchange [librɛʃɑ̃ʒ] nm *Mậu dịch tự do*.
libre(-)penseur, -euse [librəp)sœr, -z] n *Người có tư tưởng tự do* pl libres(-) penseurs.

libre-service [librəsɛrvis] nm *Sự tự phục vụ (của hiệu, nhà hàng)*; pl libres-services *những dịch vụ tự phục vụ*.

Libye [libi] Prnf *Nước Liby* libyen, -enne a & n *Thuộc về Liby; người Liby*.

licence [lisᴐs] nf **1.** (a) *Phép, giấy phép; môn bài*; l. d'importation *môn bài nhập khẩu*; (b) *thẻ đăng ký dự thi*; (c) *bằng cử nhân*; l. ès lettres, ès sciences *bằng cử nhân khoa học* passer sa l. thi *lấy bằng cấp* **2.** (a) *sự phóng túng bừa bãi, sự ngoại lệ chấp nhận được*; l. poétique *ngoại lệ (được phép) về thơ ca*; (b) *sự tự do*.

licencieá, -ieáe [lisᴐsje] n (a) l. ès lettres, ès sciences *Cử nhân khoa học* (b) *người có thẻ đăng ký*.

licenciement [lisᴐsim ᴐ] nm *Sự thải hồi (công nhân, nhân viên)*; il y a eu beaucoup de licenciements *có nhiều sự thải hồi*.

licencier [lisᴐsje] vtr (pr sub & impf n. licenciions) *Thải hồi, cho thôi việc (nhân công); làm dư thừa nhân công*.

licencieux, -euse [lisᴐsjø, -z] a *Phóng đãng, bừa bãi*.

lichen [likɛn] n nm *Cây địa y*.

lichette [liʃɛt] nf *Mẩu nhỏ, lát (bánh mì, bơ)*.

licite [lisit] a *Đúng luật, hợp pháp, được phép*.

licorne [likᴐrn] nf *Con kỳ lân*.

licou [liku] nm *Vòng cổ (ở ngựa, bò)*.

lie [li] nf *Cặn bã*; l. (de vin) *bã rượu*; la l. de la société *cặn bã của xã hội*; a inv l.(-)de(-) vin *rượu màu*.

lieâge [ljɛʒ] nm *Nút bần, phao bần (dây câu)*.

lien [lj(] nm (a) *Dây, lạt*; l. de parenté *mối quan hệ gia đình*; liens de famille *những ràng buộc gia đình*; l. d'amitié bond *mối quan hệ bạn bè*; (b) *sự nối kết, sự liên lạc*.

lier [lje] vtr (pr sub & impf n. liions) **1.** (a) *Nối, buộc, cột*; on l'a lié à un arbre *anh ta bị cột vào cây*; ce contrat vous lie *anh bị ràng buộc vào hợp đồng này*; l'intérêt nous lie *chúng tôi có quyền lợi chung*; l. des idées *kết hợp các ý tưởng*; Mus: l. deux notes *hát luyến; dấu luyến âm giữa 2 nốt nhạc*; (b) l. une sauce *làm quánh nước sốt*; (c) l. amitié avec qn *kết bạn với ai*; l. conversation avec qn *bắt chuyện với ai*; **2.** (a) se l. (d'amitié) avec qn *tự kết bạn với ai*; ils sont très liés *họ là bạn thân*; (b) le lait et le jaune d'oeuf se lient facilement *đánh sữa với lòng đỏ trứng sẽ dễ quánh lại*.

lierre [ljɛr] nm *Dây thường xuân*.

lieu, -eux [lj-] nm **1.** (a) *Nơi, chốn, chỗ*; mettre qch en l. sur *đặt cái gì vào một nơi an toàn*; en haut l. *trong giới lãnh đạo*; de l. du crime *hiện trường, nơi diễn ra tội lỗi*; en tous lieux *ở mọi nơi*; j'étais sur les lieux *tôi đã có mặt ngay trên hiện trường*; l. de rendez-vous *nơi hẹn, điểm hẹn gặp*; l. commun *điều sáo rỗng, điều tầm thường*; en premier l. *trước tiên, trước hết*; en dernier l. *cuối cùng, sau cùng*; en son l. *đúng lúc, đúng trình tự, đến lượt*; (b) *nhà cửa, vườn tược* **2.** (a) avoir l. *xảy ra* (b) avoir lieu de faire qch *có lý do để làm gì*; vous n'avez pas l. de vous plaindre *anh không có lý do gì để phàn nàn cả*; il y a (tout) l. de supposer que + ind *có nhiều lý do để giả định rằng*; je vous écrirai s'il y a l. *tôi sẽ viết cho anh nếu cần thiết*; (c) donner lieu à *sinh ra, gây ra*; tout donne l. à croire que *tất cả đều làm người ta tin rằng*; son retour a donné l. à une réunion de famille *sự trở về của anh ta là cơ hội cho gia đình đoàn tụ*; (d) tenir l. de qch *thay thế cái gì*; au l. de *thay vì*; au l. qu + *trong khi mà*.

lieu(-)dit [lj-di] nm *Vị trí, địa điểm (nơi xảy ra việc gì*; pl lieux(-)dits *những hiện trường*.

lieue [lj-] nf *Đơn vị đo lường* = 4 km; j'étais à cent lieues de penser que *tôi chưa bao giờ dám nghĩ rằng*.

lieuse [lj-z] nf *Máy bó lúa*.

lieutenant [lj-tnᴐ] nm *Thiếu úy; (tàu buôn) thuyền phó; (hải quân)* l. de vaisseau *trung úy hải quân*; l. (aviateur) *thiếu tá không quân*.

lieutenant-colonel [lj-tnᴐkᴐlᴐnɛl] nm *Thiếu tá ; thiếu tá không quân* pl lieutenants-colonels.

lieâvre [ljɛvr] nm *Thỏ* mémoire de l. *trí nhớ kém*.

liftier [liftje] nm *Người trực thang máy; tổng đài viên thang máy*.

lifting [liftiŋ] nm *Sự căng da mặt*; se faire faire un l. *làm căng da mặt, đi giải phẫu da mặt*.

ligament [ligamᴐ] nm *Dây chằng*.

ligature [ligatyr] nf *Dây buộc, băng (cho vết thương)*.

ligaturer [ligatyre] vtr *Buộc, thắt bằng dây băng*.

ligne [liɲ] nf **1.** (a) *Dây*; l. de pêche *dây câu cá*; l. de fond *đường gờ, bờ rìa (tường, cửa)* (b) l. droite *đường thẳng*; l. brisée *đường gấp khúc đường gãy* Fb: l. de touche *đường biên bóng đá* Ten: l. de fond *đường vạch* Aut: l. blanche *đường trắng vạch ranh giới cho xe ô tô*; (c) *đường nét, hình dáng*; l. élégante d'une voiture *dáng xe rất đẹp (thanh lịch)*; dans ses grandes lignes *đại thể, đang còn phác thảo, chỉ mới thảo những nét đại cương*; soigner sa l. *chăm sóc đường nét* garder la l. *đường quét (hình trên TV)*; (d) l. de flottaison *mớn nước, (của tàu bè)*; l. de mire *tầm nhìn*; l. de tir *đường bắn, loạt đạn*; descendre en l. directe de *nối dõi từ*; (e) l. de maisons *dãy nhà*; se mettre en l. *xếp*

hàng, *dòng hàng* question qui vient en première question *vấn đề quan trọng nhất*; hors l. *siêu việt, ngoại hạng*; sur toute la l. *hoàn toàn, tuyệt đối*; avoir raison sur toute la l. *luôn có lý, rất có lý*; entrer en l. de compte *tính toán*; faire entrer en l. de compte *tính toán, xem xét*; écris-moi deux lignes *hãy viết thư cho tôi nhé*; à la l. *(trong khi đọc chính tả) xuống dòng, sang hàng* **2**. (a) l. aérienne; l. maritime; l. d'autobus *đường hàng không, đường biển, tuyến xe buýt* (b) *(điện) dòng điện*; l. à haute tension *điện cao thế*. téléphonique *đường dây điện thoại*; la l. est occupée *đường dây bị bận;* vous êtes en l. *tôi đã bắt đường dây cho anh rồi, anh có thể liên lạc được (qua điện thoại);* le directeur est en l. en ce moment *ông giám đốc đang gọi điện thoại*.

ligneáe [liɲe] nf *Dòng giống, dòng dõi.*

ligoter [ligɔte] vtr *Buộc chặt ai;* être ligoté par *bị ràng buộc với (tờ hợp đồng...).*

ligue [lig] nf *Sự liên minh.*

liguer [lige] vtr **1**. *Liên kết (các quốc gia) với nhau;* être ligué avec qn *liên minh với ai* **2**. se l. (avec, contre) *liên kết với nhau, lập bè (chống lại).*

lilas [lila] **1**. nm *Cây hoa đinh* **2**. a inv *có màu hoa cà.*

limace [limas] nf (a) *Ốc sên;* (b) *người chậm chạp, người kém thông minh.*

limaçon [limasɔ̃] nm **1**. *Ốc sên* **2**. *ốc tai.*

limande [lim)d] nf *Cá bơn.*

lime [lim] nf *Cái giũa* l. à ongles *cái giũa móng tay.*

limer [lime] vtr *Gọt giũa.*

limier [limje] nm *Chó săn thính mùi dùng để trinh thám; thám tử.*

limitation [limitasjɔ̃] nf *Sự hạn chế, giới hạn;* l. des naissances *hạn chế sinh đẻ;* l. des salaires *sự hạn chế lương;* l. de vitesse *giới hạn tốc độ được phép;* il n'y a pas de l. de temps *không giới hạn thời gian.*

limite [limit] nf **1**. *Biên giới, giới hạn;* l. d'âge *giới hạn tuổi tác;* dépasser les limites *vượt giới hạn;* dans une certaine l. *trong chừng mực nào đó;* à la l. *ít nhất;* courir jusqu'à la l. de ses forces *chạy đến hết sức lực* il est à la l. de ses forces *anh ta mệt nhoài ra;* sans limites *vô hạn;* ma patience a des limites ! *sự kiên nhẫn của tôi cũng có giới hạn chứ* ! **2**. cas l. *mức độ tới hạn;* vitesse l. *tốc độ tối đa;* date l. *ngày hết hạn;* date l. de vente *ngày bán hết hạn.*

limiter [limite] vtr (a) *Giới hạn, đánh dấu ranh giới của (đất nước, tài sản);* (b) *hạn chế, giới hạn; lập các hạn định về quyền lợi của ai;* se l. à (a) *tự hạn chế mình;* (b) *bị giới hạn về.*

limitatif, -ive a *Có giới hạn, hạn chế.*

limitrophe [limitrɔf] a *Cạnh kề; sát với.*

limoger [limɔʒe] vtr *Trừ khử ai, thải hồi ai.*

limon[1] [limɔ̃] nm *Bùn, phù sa.*

limon[2] nm *Ống thông hơi (ở các tòa nhà cao).*

limonade [limɔnad] nf *Nước chanh (giải khát).*

limpiditeá [lɛ̃pidite] nf *Trạng thái trong suốt, sự sáng sủa, sự rõ ràng.* **limpide** a *Sáng sủa, rõ ràng, trong suốt.*

lin [lɛ̃] nm (a) *Cây lanh;* graine de l. *hạt cây lanh;* huile de l. *dầu hạt lanh;* (b) (toile de) l. *vải lanh.*

linceul [lɛ̃sœl] nm *Vải liệm.*

lineáaire [lineɛr] a *Thuộc đường kẻ, nằm trong hàng;* dessin l. *kẻ hàng, kẻ dòng.*

linge [lɛ̃ʒ] nm (a) *Đồ vải;* gros l. *đồ gia dụng bằng vải lanh;* l. de table *khăn bàn bằng lanh;* l. (de corps) *đồ áo quần lót;* (b) *quần áo giặt* corde à l. *dây phơi đồ;* (c) *mảnh vải lanh;* essuyer qch avec un l. *lau cái gì bằng khăn vải;* blanc comme un l. *trắng như đồ vải.*

lingerie [lɛ̃ʒri] nf **1**. *Đồ lót; kho đồ khăn vải (của phụ nữ)* **2**. *kho đồ khăn vải trong gia đình.*

lingot [lɛ̃go] nm *Thỏi kim loại;* lingots d'or *thỏi vàng, nén vàng.*

linguiste [lɛ̃gɥist] n *Nhà ngôn ngữ.* **linguistique 1**. a *Thuộc về ngôn ngữ* **2**. nf *ngôn ngữ học.*

lino [lino] nm *Vải sơn lót nền nhà.*

linoleáum [linɔleɔm] nm *Sàn lót vải sơn dầu hạt lanh.*

linotte [linɔt] nf *Chim hồng tước;* tête de l. *lẩn thẩn, chếnh mảng.*

linteau, -eaux [lɛ̃to] nm *Lanh tô (dầm đỡ bằng đá).*

lion, -onne [ljɔ̃, ɔn] n **1**. *Sư tử đực, sư tử cái* **2**. le L. *hải sư (biểu hiện thứ năm của Hoàng đạo).*

lionceau, -eaux [ljɔ̃so] nm *Sư tử con.*

lippe [lip] nf *Môi dưới* lippu a *Môi dày.*

liqueáfaction [likefaksjɔ̃] nf *tự hóa lỏng.*

liqueáfier [likefje] (pr sub & impf n. liquéfiions) vtr & pr *Hóa lỏng, nấu chảy.*

liqueur [likœr] nf **1**. *Rượu mùi;* vin de l. *rượu có vị;* **2**. *dung dịch hòa tan* l. *dung dịch thử.*

liquidation [likidasjɔ̃] nf **1**. *Sự thanh toán, sự quyết toán (các tài khoản); sự ổn thỏa;* entrer en l. *phá sản* **2**. *sự bán tháo hàng thừa.*

liquide [likid] **1**. a *Lỏng, thuộc về chất lỏng;* la soupe est trop l. *món súp này quá lỏng;* argent l. *tiền mặt.* **2**. nm (a) *sự chảy, chất lỏng* (b) *tiền mặt.*

liquider [likide] vtr (a) *Thanh lý; thanh toán (nợ); quyết toán (một việc kinh doanh) từ bỏ* ai, trừ khử ai; c'est liquidé *thế là hết, thế là xong*; (b) *bán hết (kho)*.

liquiditeá [likidite] nf *Trạng thái lỏng, thế lỏng*; liquidités *vốn lưu động*.

liquoreux, -euse [likɔr-, -z] a *Như thế lỏng, chất lỏng; có xi rô, như xi rô (rượu)*.

lire[1] [lir] vtr (prp lisant; pp lu; pr ind je lis, il lit; impf je lisais fu je lirai) *Đọc*; 1. tout haut, à haute voix *đọc to*; 1. dans la pensée de qn *đọc được suy nghĩ của ai*; 1. dans le jeu de qn *biết được mánh của ai*; elle a voulu me l. les lignes de la main *cô ta muốn xem chỉ tay của tôi*; la peur se lisait sur son visage *nỗi sợ hãi hiện lên khuôn mặt cô ta*; dans l'attente de vous l. *mong chờ tin anh*.

lire[2] nf *Đơn vị tiền tệ (Ý hoặc Thổ Nhĩ Kỳ)*.

lis [lis] nm *Hoa lan chuông, hoa huệ tây*.

Lisbonne [lizbɔn] Prnf *Thành phố Lisbon*.

liseron [lizrɔ̃] nm *Cây bìm bìm, rau muống*.

liseur, -euse [lizœr, -z] 1. n *Người đọc* 2. nf (a) *bìa sách*; (b) *(trong tàu lửa) đèn đọc sách treo trên đầu*; (c) *khăn trải giường*.

lisibiliteá [lizibilite] nf *Tính dễ đọc, sự rõ ràng*. lisible a (a) *Rõ ràng (bài viết)*; (b) *đáng đọc, dễ đọc*. lisiblement adv *Một cách rõ ràng, một cách dễ đọc*.

lisieâre [lizjɛr] nf 1. *Mép vải được vắt số* 2. *bờ, gờ (rừng, cánh đồng)*.

lisser [lise] vtr *Đánh bóng, mài nhẵn (đá); làm mượt (tóc); làm nhẵn (vết nhăn); se l. les plumes (chim) ría lông*. lisse a *Nhẵn, bóng; mượt mà*.

liste [list] nf *Danh sách, số đăng ký; bảng phân công trực*; l. électoraie *phiếu bầu cử*; l. noire *số đen*; sur la l. rouge *số điện thoại không in vào danh bạ do yêu cầu của người gắn; không được liệt kê*.

lit [li] nm 1. *Giường*; l. pour deux personnes, grand l. *giường đôi lớn dành cho 2 người*; lits jumeaux *giường kép (song song)* l. de camp *giường ngủ ở trại*; l. d'enfant *nôi em bé, giường nhỏ; giường cũi cho trẻ con, làm cho súc vật*; au l. les enfants ! *đến giờ đi ngủ rồi các con !* aller au l. *đi ngủ*; se mettre au l. *nằm trên giường*; être au l. garder le l. *trên giường, nằm trên giường; được nằm*; cloué au l. *liệt giường*; faire les lits *dọn giường*; faire l. à part *ngủ riêng*; l. de mort *giường cho người chết*; enfant du second l. *con riêng* 2. *lớp (cát, đất); lòng (sông)* 3. *mực (thủy triều)* être dans le l. de la marée *theo mực thủy triều*; dans le l. du vent *theo chiều gió*.

litanie [litani] nf 1. *Chuỗi (lải nhải, phàn nàn) c'est toujours la même l. luôn lải nhải cái điều cũ rích* 2. *kinh cầu nguyện*.

lit-cage [likaʒ] nm *Giường gập, giường xếp*; pl lits-cages

literie [litri] nf *Chăn chiếu, bộ đồ giường*.

lithographie [litɔgrafi] nf (a) *Kỹ thuật in litô*; (b) *bản in litô*.

litieâre [litjɛr] nf *Rác, ổ rơm lót chuồng*.

litige [litiʒ] nm *Vụ tranh chấp*; point en l. *point of contention điểm tranh chấp*; litigieux, -euse a *Có thể tranh chấp, thích tranh chấp*.

litre [litr] nm (a) *Lít* (b) *chai lít*.

litteáraire [literɛr] a *Thuộc về văn học, văn chương*.

litteáral, -aux [literal, o] a *Bằng chữ, từng chữ, sát nghĩa (dịch)*. littéralement adv *Đúng từng chữ*.

litteárateur [literatœr] nm *Nhà văn học ; người viết tạm bợ, nhà văn thiếu tài năng*.

litteárature [literatyr] nf *Văn học, văn chương; nghề viết văn*.

littoral, -aux [litɔral, o] 1. a *Ven biển, vùng biển* 2. nm *miền ven biển*.

liturgie [lityrʒi] nf *Nghi lễ, nghi thức lễ bái*. liturgique a *Thuộc về nghi lễ, tôn nghiêm*.

livide [livid] a (a) *Giận dữ, nổi cáu* (b) *xám xịt, xám ngắt (xanh xao)*.

livraison [livrɛsɔ̃] nf *Sự giao (hàng hóa)*; payable à la l. *có thể trả tiền khi nhận hàng*; prendre l. de qch *phân phát cái gì, giao chuyển cái gì*; l. à domicile *việc giao tận nhà*.

livre[1] [livr] nf 1. *(Đơn vị trọng lượng cũ, bằng 456g); nửa ký ló* 2. l. (sterling) *(tiền) đồng bảng Anh*.

livre[2] nm *Sách*; le l. *ngành công nghiệp phát hành sách, ngành buôn bán sách*; l. de classe *sách học, sách giáo khoa* l. blanc *số ghi chép* l. de poche *sách bỏ túi*; l. d'or *số vàng của du khách*; tenir les livres *giữ những trương mục, tài khoản* tenue des livres *việc giữ sách*.

livreáe [livre] nf *Chế phục (trang phục của người hầu ở các nhà quyền quý)*.

livrer [livre] vtr 1. (a) *Phân phát; nhượng bộ; từ bỏ; phân phối (hàng hóa)*; l. qn à la justice *giao ai cho công lý xét xử*; l. qn à la mort *kết án tử hình ai*; livré à soi-même *để lại cho chính mình*; l. un secret *tiết lộ một bí mật*; phản vì *tiết lộ*; l. ses secrets à qn; l. passage à qn *để cho ai đi qua*; (b) l. bataille (à) *tham gia chiến đấu* 2. se l. *giao cho công lý* (a) se l. à la justice *chịu thua*; se l. à qn, se l. *tin tưởng vào ai*; (b) se l. à la boisson *uống rượu, say mê rượu chè*; se l. au désespoir *phó mặc cho nỗi thất vọng* (c) *bị ràng buộc vào (công việc); tổ chức (một cuộc điều tra)* se l. à l'étude *miệt mài học tập*; se l. à un sport *tập luyện một môn thể thao*.

livresque [livrɛsk] a *Mê đọc sách, hiếu sách.*
livret [livrɛ] nm **1**. *Quyển sách nhỏ, sổ tay; sổ ghi tiền gửi ngân hàng*; l. de famille *sổ hộ khẩu*; l. scolaire *học bạ* **2**. *kịch bản.*
livreur, -euse [livrœ r, -z] n *Người giao hàng, xe giao dùng*
lobe [lɔb] nm *dái ta.*
local, -aux [lɔkal, o] **1**. a *Địa phương, cục bộ (chính quyền, bộ)* **2**. nm *nhà cửa, dinh cơ, phòng ốc*; l. d'habitation *nơi định cư*, locaux offices *các cơ quan địa phương*. localement adv *Thuộc cục bộ, địa phương, khu vực.*
localisation [lɔkalizasjɔ̃] nf *Sự địa phương hóa.*
localiser [lɔkalize] vtr *Tập trung vào vùng nào đó; hạn định trong khu vực (bệnh dịch); định vị.*
localiteá [lɔkalite] nf *Vị trí, địa điểm hoặc nơi xảy ra (việc gì).*
locataire [lɔkatɛr] n (a) *Người ở, người chiếm cứ (nhà, đất)*; (b) *người thuê nhà.*
location [lɔkasjɔ̃] nf (a) *Sự thuê nhà; sự thuê; sự cho thuê*; prendre qch en l. *thuê (một ngôi nhà); thuê (một chiếc xe hơi*; (b) *sự thuê mướn; sự cho thuê (nhà)*; prix de l. *tiền thuê*; (c) l. phòng vé. locatif, -ive a *Giá cho thuê*; réparations locatives *người thuê nhà phải chịu trách nhiệm sửa chữa.*
lock-out [lɔkaut] nm inv *Sự khóa chặt, sự giam chặt, sự đóng cửa xưởng.*
lock(-)outer [lɔkaute] vtr *Nhốt ai ở ngoài.*
locomotion [lɔkɔmɔsjɔ̃] nf *Sự di động, sự chuyển động.*
locomotive [lɔkɔmɔtiv] nf *Đầu máy tàu lửa, động cơ tàu.*
locution [lɔkysjɔ̃] nf *Thành ngữ, cụm từ*; l. figée *Lập thành ngữ, thành ngữ cố định.*
loft [lɔft] nm *Phân xưởng, nhà kho được cải biến (dùng làm phòng làm việc...).*
logarithme [lɔgaritm] nm *Logarít.*
loge [lɔʒ] nf **1**. *Nhà trọ của (khuân vác, nơi họp của hội Tam Điểm)* **2**. Th: (a) *cái hộp*; être aux premières loges *Ở vị trí thuận lợi để quan sát việc gì* (b) *Phòng trang điểm (của nghệ sĩ, diễn viên).*
logement [lɔʒm)] nm **1**. *Sự ở trọ, ở ăn ở*; crise du l. *Sự thiếu thốn nhà cửa*; **2**. (a) *Nhà cửa, nơi ăn ở, chỗ trọ*; assurer, donner, le l. à qn *Cho ai ở trọ*; chercher un l. *Tìm chỗ ở*; (b) *Đồ đạc tiện nghi phòng trọ, phòng cho thuê để ở.*
loger [lɔʒe] v (n. logeons) **1**. vi *Ở trọ*; l. à un hôtel *Trọ ở khách sạn nuôi ăn ở*; être logé et nourri *Ở trọ và ăn cơm tháng* **2**. vtr (a) *cho ai trọ, cho ai ngủ nhờ*; l. qn pour la nuit *Cho ai ngủ qua đêm*; être bien logé *Ăn ở tiện nghi*; (b)

Đặt, để; l. une balle dans qch *Cài đạn vào cái gì*. **3**. se l. (a) *Tìm chỗ ở, tìm nhà ở*; nous avons trouvé à nous l. *Chúng tôi đã tìm được chỗ để ở*; (b) *(Quả bóng) bị mắc vào (trong cây, trên mái nhà)*; la balle s'est logée dans le mur *Viên đạn được cài vào tường*. logeable a *(Về nhà cửa) ở được, sống được.*
logeur, - euse [lɔʒœ r, -z] n *Chủ nhà.*
loggia [lɔdʒja] nf *Hành lang ngoài hoặc lối đi có mái che.*
logiciel [lɔʒisjɛ] nm *Mạch logic.*
logique [lɔʒik] **1**. a *Hợp lý, có logic* **2**. nf vous manquez de l. *Bạn thiếu sự hợp lý, sự suy luận đúng đắn*. logiquement adv *Lập luận có logic.*
logis [lɔʒi] nm *cơ sở, cốt lõi, trụ cột*; corps de l. *Rường cột chính, phần chính của ngôi nhà.*
logistique [lɔʒistik] **1**. a *Thuộc ngành hậu cần* **2**. nf *Ngành hậu cần.*
logo [lɔʒo] nm *Dấu hiệu của một tổ chức.*
loi [lwa] nf (a) *Luật pháp*; homme de l. *Luật sư*; faire la l. à qn *Đưa ai ra pháp luật*; se faire une l. de faire qch *Đưa ra một luật lệ để làm gì*; mettre (qn) hors la l. *Đặt ai ngoài vòng pháp luật*; (b) *Bộ luật (của nghị viện); Qui chế*; projet de l. *Dư luật*; (c) *Qui luật (của tự nhiên)*; les lois de la pesanteur *Định luật về lực hấp dẫn.*
loin [lw(] adv **1**. (a) *(Về nơi chốn) xa*; plus l. *Xa hơn nữa; Hơn nữa*; moins l. *Không xa lắm, ít xa*; est - ce l. d'ici ? *Có xa đây lắm không ?* la poste est l. *Bưu điện nằm rất xa*; il ira l. *Anh ta sẽ đi xa*; l. derrière *lui Tụt lại rất xa anh ta*; il y a l. d'ici à Paris *Paris rất xa ở không xa một phát minh đây*; ne pas être l. d'une découverte *Hãy biết khai triển điều khám phá*; je ne suis pas fâché, l. de là! *Tôi không giận, không tí nào !* (b) de l. *xa; từ xa, từ đằng xa*; il est de l. plus intelligent que moi *Anh ta thông minh hơn tôi xa*; (c) je l'ai reconu de l. *Tôi đã nhận ra anh ta từ đằng xa*; nm au l.; apercevoir qn au l. *Thấy ai từ đằng xa*. **2**. *(Về thời gian)* (a) la famille remonte l. *Cả nhà phải đi trở lại rất lâu*; voir plus l. *Hãy xem trang sau*; il n'est pas l. de midi *Gần khoảng trưa*; ce jour est encore l. *Còn lâu mới đến ngày đó*; (b) voir l. *Nhìn xa, trông rộng* (c) de l. en l. *Từng quãng lại có, thỉnh thoảng, đôi khi*; (d) d'aussi l. que, du plus l. que *Ngay khi, chẳng bao lâu.*
lointain [lw(t(] **1**. a *Xa xôi (đất nước, thời kỳ)* **2**. nm dans le l. *Từ xa xưa, nền tảng (tiểu sử).*
loir [lwar] nm *Chuột sóc (loài gặm nhấm nhỏ).*
loisible [lwazibl] a il m'est l. de *Tôi được phép để.*
loisir [lwazir] nm **1**. *Thú tiêu khiển, giải trí*; avoir des loisirs *Tiêu khiển, giải trí*; laisser à qn

le l. de *Cho ai thời gian để;* à l. *Để giải khuây* 2. *Những trò giải trí.*

Londres [lɔ̃dr] Prn London. *Luân Đôn* londonien, -ienne 1. a *Thuộc về Luân Đôn* 2. a *Người Luân Đôn.*

long, longue [lɔ̃, lɔ̃g] 1. a *Dài, lâu* (a) *(Về không gian)* corde longue de cinq mètres *Dây thừng dài 5 m;* le chemin le plus l. *Đường dài nhất* (b) *(Về thời gian) sự xử dụng thời gian;* l. discours *Bài diễn văn dài dòng;* je trouve le temps l. *Tôi thấy thời gian dài đằng đẵng;* je ne serai pas l. *Tôi không đi lâu đâu;* l. soupir *Lời than vãn dài sườn sượt, thở dài;* c'est un travail l. à faire *Đó là một việc làm chậm chạp;* elle fut longue à s'en remettre *Rất lâu cô ta mới nguôi quên điều ấy;* projet à longue échéance *Kế hoạch dài hạn;* disque (de) longue durée *Băng nhạc dài;* à la longue *Cuối cùng, rốt cuộc* 2. nm (a) *(về không gian), độ dài;* table qui a 2 mètres de l. *Cái bàn dài 2m;* en l. *Bề dài;* de l. en large *Đi qua đi lại, đi lên đi xuống;* expliquer qch en l. et en large *Giải thích điều gì một cách chi tiết;* étendu de tout son l. *Trải dài ra;* tout le l. du rivage, *Chạy dọc bờ biển;* tomber de tout son l. *Té nằm dài va mặt xuống;* le l. de. *Dọc, chạy dọc;* se faufiler le l. du mur *Bò theo bờ tường;* (b) *(Về thời gian)* tout le l. du jour *Suốt ngày* 3. adv (a) *(Về lượng)* inutile d'en dire plus l. *không cần nói dài dòng nữa;* regard qui en dit le. *Cái nhìn có nghĩa, cái nhìn hùng hồn;* cette action en dit l. sur *Hành động này cho thấy nhiều ý nghĩa;* en savoir l. *Biết nhiều* (b) s'habiller l. *Mặc áo quần dài.* **longuement** adv *Rất lâu, trong khoảng thời gian lâu.* **longuet, - ette** a *Khá lâu.*

long - courrier [lwlɔ̃kurje] a & nm *Tàu vượt đại dương, tàu chở khách; Máy bay đường dài;* pl long - courriers.

longe [lɔ̃ʒ] nf *Dây buộc súc vật.*

longer [lɔ̃ʒe] vtr (n. longeons) *Đi qua, đi dọc (con đường); (Con đường nhỏ) chạy dọc bên mép, ngoài bìa;* la route longe un bois *Con đường chạy dọc theo mép rừng (bìa rừng);* l. la côte *Chạy dọc bờ biển, bám vào bờ.*

longeáviteá [lɔ̃ʒevite] nf *Sự trường thọ.*

longitude [lɔ̃ʒityd] nf *Kinh tuyến;* par 10° de l. ouest *Ở 10° kinh tuyến tây* longitudinal, - aux a *Thuộc về kinh tuyến, theo kinh độ.*

long (-) meátrage [lɔ̃metraʒ] nm *phim dài trên một tiếng đồng hồ.*

longtemps [lɔ̃t] 1. adv *Lâu; Một thời gian lâu;* attendre l. *Đợi một thời gian lâu;* aussi l. que *Miễn là,* 2. nm il y a l. *Cách đây rất lâu;* il y a l. que je ne l'ai vu *Tôi thấy anh ta lần cuối cách đây lâu rồi;* depuis l. *Từ lâu;* l. avant,

après *Trước đó rất lâu, sau khi;* pendant l. *Trong một thời gian lâu;* avant l. *Trước đó lâu;* je n'en ai pas pour l. *Tôi không phải mất thời gian lâu cho điều đó;* il n'en a plus pour l. *ông ta không sống được lâu hơn.*

longueur [lɔ̃gœr] nf *Độ dài;* jardin qui a cent mètres de l. *Vườn dài 100 m;* couper qch en l., dans le sens de la l. *Cắt cái gì thành nhiều phần theo chiều dài (Về lời nói)* traîner en l. *Kéo dài lê thê;* à l. de journée *Suốt cả ngày;* roman plein de longueurs *Cuốn tiểu thuyết viết dài dòng (không cô động);* gagner d'une l. *Về tới đích trước (thắng cuộc).*

longue - vue [lɔ̃gvy] nf *Kính viễn vọng;* pl longues - vues.

look [luk] nm *Cái nhìn, kiểu dáng, hình ảnh;* changer de l. *Thay đổi quan điểm.*

lookeá [luke] a être l. *Nhìn trông đẹp mắt; Ăn bận kiểu cách.*

looping [lupiŋ] nm *Sự nhào lộn;* faire un l. *Nhào lộn thành vòng đứng.*

lopin [lɔp(] nm l. de terre *Miếng đất, mảnh đất.*

loquace [lɔkas] a *Lanh chanh, ưa nói, nhiều chuyện.*

loque [lɔk] nf *Vải rách, áo quần cũ;* être en loques *Ăn bận rách rưới;* tomber en loques *Rơi thành từng mảnh.*

loquet [lɔkɛ] nm *Chốt cửa, then cài.*

lorgner [lɔrɲe] vtr *Nhìn, để mắt vào, nhìn chằm vào (cái gì); Săm soi vào (tiền, di sản).*

lorgnette [lɔrɲɛt] nf *Kính trinh sát, kính thiên văn nhỏ.*

lorgnon [lɔrɲɔ̃] nm *Kính kẹp mũi.*

lors [lɔr] adv (a) depuis l. *Từ hồi ấy* (b) l... que *Khi;* l. de sa naissance *Khi anh ta sinh ra.*

lorsque [lɔrskə] conj *(Trở thành lorsqu' trước một nguyên âm) khi mà;* lorsqu'il sera parti *Khi anh ta đi rồi.*

losange [lɔzɑ̃ʒ] nm (a) en l. *Có hình có thoi* (b) *Toán: hình thoi.*

lot [lo] nm (a) *Phần, cố phần;* l. (de terre) *Phần, mảnh (đất);* (b) *Phần thưởng, giải thưởng (xổ số);* gros l. *Giải thưởng lớn nhất; Giải xổ số cao nhất;* (c) *Lô (hàng hoá); Bộ (khăn); (Ở cuộc bán đấu giá) giá cao nhất được trả cho món hàng.*

loterie [lɔtri] nf (a) *Cuộc xổ số* (b) *Cuộc xổ số để bán hàng.*

lotion [losjɔ̃] nf *Nước rửa vết thương hoặc mỹ phẩm.*

lotir [lotir] vtr 1. *Chia (cái gì) thành nhiều phần; Chia thành từng lô (bất động sản, lô nhà)* 2. l. qn de qch *Phân phối cái gì cho ai;* être bien loti, mal loti *Giàu có, nghèo nàn.*

lotissement [lɔtism)] nm **1.** (a) *Sự phân phối (hàng hoá) thành nhiều phần; Chia (đất)*; (b) *Sự bán hàng (bằng cách xổ số)*. **2.** (a) *Lô nhà, mảnh vườn* (b) i

loto [lɔto] nm *Lô tô* (b) *Trò chơi cờ bạc (tương tự lô tô)* (c) *Bộ đồ chơi lô tô*.

lotus [lɔtys] nm *Hoa sen*.

louable [lwab] a *Đáng hoan nghênh, đáng khen*. **2.** *Có thể cho thuê, có thể thuê*.

louage [lwaʒ] nm contrat de l. *Hợp đồng thuê*; voiture de l. *Xe hơi cho thuê*.

louange [lwɑ̃ʒ] nf *Lời khen, sự ca ngợi*; à la l. de *Khen ngợi*.

loubar(d) [lubar] nm *Người thô lỗ, cục mịch*.

louche[1] [luʃ] a *Mờ ám, khả nghi, đáng ngờ*; c'est l. *Thật đáng ngờ*; nm il y a du l. *Có gì đó rất đáng ngờ*.

louche[2] nf *(Súp) cái vá*.

loucher [luʃe] vi *Lé mắt, liếc mắt;* l. de l';il gauche *Bị lé mắt trái*; F: l. sur *liếc nhìn*.

louer[1] [lwe] vtr **1.** *Thuê, cho thuê;* maison à l. *Nhà cho thuê* **2.** *Thuê (nhà) ; Đặt, đăng ký (chỗ ngồi)*.

louer[2] vtr **1.** *Khen ngợi, gởi gắm*; l. qn de, pour qch *Khen ngợi ai về điều gì*; Dieu soit loué ! *Lạy chúa !* **2.** se l. de qch *Hài lòng về điều gì*; se l. d'avoir fait qch *Hài lòng vì đã làm được việc gì*; n'avoir qu'à se l. de qn *Chỉ biết ca tụng ai*.

loueur, - euse [lwœr, -z] n *Người thuê*.

loufoque [lufɔk] (a) *Điên cuồng*; (b) n *Người điên, người lập dị*.

loukoum [lukum] nm *Kẹo lucum*.

loup [lu] nm (a) *Chó sói;* marcher à pas de l. *Đi rón rén;* avoir une faim de l. *Đói mềm;* il fait un froid de l. *Trời lạnh cóng;* jeune l. *Tuổi trẻ đầy tham vọng; (Cách nói biểu lộ tình cảm)* mon petit l. *Em yêu, con chó cưng của anh*; l. (de mer) *cá biển* pecca; l. de mer (*) *Thủy thủ lão luyện*; (**) *Áo sơ mi có sọc*; (b) *Mặt nạ nhung đen (dùng để che mặt trong hội hoá trang)*.

loupe [lup] nf *Kính lúp*.

louper [lupe] v **1.** vi n'a pas loupé *Đó là tất cả những gì đã xảy ra, quá đủ rồi* **2.** vtr *làm cẩu thả, làm lộn xộn (cái gì); Lỡ (tàu, cơ hội); Rớt (kỳ thi);* la soirée est loupée *Bữa tiệc bị thất bại*.

loup - garou [lugaru] nm (a) *Ma chó sói;* (b) *Người càu cạu*.

loupiot, - iotte [lupjo, jɔt] n *Trẻ con*.

lourdeur [lurdœr] nf *Sự nặng nề*; l. d'esprit *Sự chậm trí;* j'ai des lourdeurs d'estomac *Tôi cảm thấy bụng, ăn chậm tiêu*. lourd, lourde a (a) *Nặng nề;* ungainly *Lóng ngóng, vô duyên*;

yeux lourds de fatigue *Đôi mắt nặng nề vì mệt mỏi;* j'ai la tête lourde *Tôi cảm thấy đau đầu;* avoir l'estomac l. *Cảm thấy nặng bụng;* avoir la main lourde *Mạnh tay;* adv peser l. *Lên cân;* (b) *Vụng về, nặng nề;* avoir l'esprit l. *Đầu óc trì độn;* lourde erreur *Lỗi lầm nghiêm trọng;* lourde plaisanterie *Trò đùa thiếu tế nhị;* incident l. de conséquences *Sự việc để lại những hậu quả nặng nề;* silence l. de menaces *Sự im lặng nặng nề* (c) *(Thời tiết) oi bức;* il fait l. *Trời quá oi bức;* (d) il n'en reste pas l. *Chẳng còn lại gì nhiều, hết nhẵn;* il n'en fait pas l. *Anh ta làm việc khá thong dong*. lourdaud, - aude **1.** a *Vụng về, nặng nề, đần độn, ngu ngốc* **2.** n *người đần độn*. lourdement adv *một cách nặng nề;* il insista l. *Anh ta cứ năn nỉ ý ôi;* se tromper l. *Sai lầm nghiêm trọng*.

loustic [lustik] nm c'est un drôle de l. *Hắn là một anh chàng kỳ lạ, kỳ cục*.

loutre [lutr] nf (a) *Con rái cá* (b) *Da lông rái cá*.

louve [luv] nf *Chó sói cái*.

louveteau, - eaux [luvto] nm *Chó sói con; Phong trào hướng đạo sinh*.

louvoyer [luvwaje] vi (je louvoie) (a) Nau: *Đi ngoắt ngoéo, đi vòng vo* (b) *Ngoắt ngoéo, quanh co, tìm cách lẩn tránh*.

loyauteá [lwajote] nf (a) *Sự thật thà, sự trung thực;* manque de l. *Sự thiếu thật thà;* (b) *Sự trung thành.* loyal, - aux a **1.** *Thật thà, trung thực;* jeu l. *Chơi trung thực* **2.** *Trung thành (bạn)* **3.** à la loyale *Một cách trung thành;* se battre à la loyale *Chiến đấu hết mình*. loyalement adv (a) *Một cách thật thà, chính trực;* (b) *Một cách trung thành*.

loyer [lwaje] nm *Tiền thuê*.

LSD abbr *Viết tắt:* acide lysergique synthétique diéthylamide: *axít tổng hợp diéthylamide*.

LST. (viết tắt của Landing Ship Tank) *Tàu đổ bộ*.

lubie [lybi] nf *Ý nghĩ ngông cuồng*.

lubrification [lybrifikasjɔ̃] nf *Sự bôi trơn, sự tra dầu mỡ*.

lubrifier [lybrifje] vtr *Bôi trơn; Cho dầu mỡ*. lubrifiant a & nm *Bôi trơn, chất bôi trơn, dầu nhờn*.

lubrique [lybrik] a *Tà dâm*.

lucarne [lykarn] nf (a) *Cửa sổ có mái, có vòm* (b) *Sự quang đãng của bầu trời*.

luciditeá [lysidite] nf *Sự sáng suốt, sự minh mẫn, sự tỉnh táo*. lucide a *Sáng suốt, minh mẫn*. lucidement adv *Một cách sáng suốt, một cách minh mẫn*.

lucratif, - ive [lykratif, iv] a *Có lợi;* à but l.

Việc làm có lợi; à but non l. *Việc làm không có lợi.* lucrativement adv *Rất có lợi.*

lueur [lyœr] nf *Tia sáng yếu ớt, ánh sáng lập lòe;* à la l. d'une bougie *Bên ánh đèn cầy;* les premières lueurs de l'aube *Tia sáng yếu ớt của buổi bình minh.*

luge [lyʒ] nf *Xe trượt băng;* faire de la l. *Chạy xe trượt tuyết.*

lugubre [lygybr] a *Sầu thảm, bi thảm, u ám.*

lui[1] pl **leur** [lɥi, lœr] pers pron m & f *Về anh ta, cô ta, nó, họ;* (a) je le lui donne, *(Không nhấn mạnh) Tôi cho anh ta cái ấy;* donnez - lui - en *Hãy cho anh ta một ít;* cette maison leur appartient *Ngôi nhà này của họ (thuộc về họ);* je lui ai serré la main *Tôi bắt tay anh ta (cô ta);* il leur jeta une pierre *Hắn ném đá vào họ;* (b) *(Được nhấn mạnh trong câu mệnh lệnh)* montrez - le - leur *Hãy chỉ cho họ xem cái đó.*

lui[2] pl **eux** m (a) *(Chủ ngữ) anh ấy, nó, họ;* c'est lui *Chính anh ta;* ce sont eux, c'est eux *chính họ;* il a raison, lui *Anh ta có lý;* qu'est - ce qu'il a dit ? - lui? rien *Anh ta nói gì thế? - anh ta à ? chẳng có gì cả;* c'est lui - même qui me l'a dit *Chính anh ta đã nói với tôi như thế;* eux deux *Hai người họ;* (b) *anh ấy, nó, họ;* lui, je le connais *Tôi biết anh ta;* ce livre est à eux *Đây là quyển sách của họ;* voilà une photo de lui *Đây là bức hình của anh ta;* j'ai confiance en lui *Tôi tin tưởng anh ta;* un ami à lui *Một người bạn của anh ta;* ne fais pas comme lui *Đừng làm như anh ta, một người bạn của anh ta;* (c) *(Đại từ phản thân) chính anh ta, chính nó, chính họ;* ils ne pensent qu'à eux *Họ chỉ nghĩ cho riêng mình.*

luire [lɥir] vi (prp luisant; pp lui; pr ind il luit; fu il luira) *Chiếu sáng; Tỏa sáng; (Ngôi sao) lấp lánh.* luisant, - ante 1. a *Sáng rực, rạng rỡ, rạng nắng, lấp lánh (mắt); Đỏ rực lên (than hồng)* 2. nm *Sự làm láng, sự huy hoàng, rực rỡ.*

lumbago [lɔ̃bago] nm *Chứng đau thắt lưng.*

lumieâre [lymjɛr] nf *Ánh sáng;* à la l, de *Ánh sáng của;* l. (du jour) *Ánh ban ngày;* l. du soleil *Ánh mặt trời;* donner de la l. *Bật đèn, thắp đèn;* mettre qch en l. *Đem cái gì soi ra ánh sáng;* faire (toute) la l. sur qch *Làm sáng tỏ cái gì;* F: ce n'est pas une lumière *Anh ta không sáng sủa lắm;* avoir des lumières sur qch *Biết chút ít về điều gì.*

luminaire [lyminɛr] nm (a) *Ánh sáng; Đèn* (b) *Sự thắp sáng.*

luminositeá [lyminozite] nf *Tính sáng, độ phát sáng.* lumineux, - euse a *Phát quang, phát lân quang trong bóng tối;* rayon l. *Tia sáng;* idée lumineuse *Ý kiến vụt lóe ra.*

lump [lœp] nm *Cá ráy tròn;* oeufs de l. *Bọc trứng cá ráy tròn.*

lunatique [lynatik] a *Hay thay đổi, thất thường, đồng bóng (tính tình).*

lunch [lœ̃ʃ] nm *Bữa cơm trưa; pl lunch (e)s.*

lundi [lœ̃di] nm *Thứ hai.*

lune [lyn] nf *Trăng;* pleine l., nouvelle l. *Trăng tròn;* l. de miel *(tuần) Trăng mật;* demander la l. *Đòi chuyện viễn vông;* être dans la l. *Mơ mộng;* en forme de l. *Hình trăng lưỡi liềm;* pierre de l. *Chú cuội.* lunaire a *Thuộc về trăng;* luné a être bien, (mal), l. *Tâm trạng vui vẻ, sảng khoái (ngược lại).*

lunette [lynɛt] nf 1. l. d'approche *Kính viễn vọng* 2. pl (paire de) lunettes *Kính đeo mắt;* lunettes de soleil *Kính mát;* lunettes de protection *Kính râm, kính bảo hộ* 3. l. arrière *Kính chiếu hậu.*

lurette [lyrɛt] nf il y a belle l. il y a belle l. qu'on ne se voit plus *Đã lâu rồi chúng tôi không gặp nhau.*

luron [lyrɔ̃] nm *Chàng trai;* un gai l. *Chú bé con.*

lustre [lystr] nm 1. *Nước loáng, nước bóng* 2. *Đèn treo nhiều bóng* 3. il y a des lustres *Rất lâu cách đây;* il y a des lustres qu'elle ne m'a pas écrit *Đã lâu rồi cô ấy không viết thư cho tôi.*

lustrer [lystre] vtr *Đánh bóng, xi bóng.* lustré 1 *Bóng nhoáng; Sáng loáng (với trang phục).*

luth [lyt] nm *Ống sáo, kèn sáo.*

lutin [lytɛ̃] nm *Yêu quái, đứa trẻ tinh quái.*

lutrin [lytrɛ̃] nm *Bàn để thánh kinh ở giáo đường.*

lutte [lyt] nf 1. *Sự vật lộn;* l. libre *Môn vật tự do* 2. (a) *Cuộc đấu tranh, cuộc xung đột;* l. à mort *Cuộc đấu tranh sinh tử, cuộc chiến sống còn;* l. contre l'alcoolisme *Chiến dịch chống nghiện rượu;* l. d'intérêts *Sự mâu thuẫn về quyền lợi;* (b) *Cuộc đấu tranh;* la l. des classes *Cuộc đấu tranh giai cấp.*

lutter [lyte] vi 1. *Vật lộn* 2. *Đấu tranh, chiến đấu, cạnh tranh;* l. contre la maladie *Chống bệnh;* l. contre le vent *Vật lộn với gió bão;* l. contre un incendie *Chống chọi với lửa;* l. de vitesse avec qn *Chạy đua với ai.*

lutteur, - euse [lytœr, -z] n (a) *Đô vật, người vật lộn* (b) *Chiến sĩ.*

luxation [lyksasjɔ̃] nf *Sự trật khớp.*

luxe [lyks] nm (a) *Xa hoa, sự tráng lệ, sự tiện nghi (nhà cửa);* se payer le l. d'un cigare *Tự cho phép đặc biệt hút một điếu xì gà;* articles de l. *Hàng xa xỉ phẩm;* édition de l. *Sự xuất bản dồi dào hàng loạt;* gros l. *Sự khoe khoang, sự phô trương;* (b) *Sự ê hề (thực phẩm); Sự* *giàu (chi tiết).* luxueux, - euse a *Xa hoa, tiện nghi* luxueusement adv *Một cách xa xỉ, một cách tiện nghi.*

Luxembourg [lyks)bur] Prnm *Công quốc Luxembourg.* luxembourgeois, - oise a & n *Thuộc về Luxembourg, người dân ở Luxembourg.*

luxer [lykse] vtr *Làm trật (khớp)*; se l. l'épaule *Bị trật khớp vai.*

luxure [lyksyr] nf *Sự hào khoáng, sự bóng bẩy, sự dâm đãng, dâm ô.*

luxuriance [lyksyri)s] nf *Sự xum xuê, sự um tùm, sự hoa mỹ (văn chương).* luxuriant a *Xum xuê, um tùm, hoa mỹ (văn).*

luzerne [lyzɛrn] nf *Cỏ linh lăng.*

lyceáe [lise] nm *Trường trung học* ; l. technique *Trường trung học kỹ thuật.*

lyceáen, - enne [lise(, ɛn] n *Học sinh (trung học).*

lymphe [l(f] nf *Bạch huyết.* lymphatique a **1**. *Thuộc về bạch huyết* **2**. *Hôn mê, thờ ơ.*

lynchage [l(ʃaʒ] nm *Sự hành hình không qua pháp luật.*

lyncher [l(ʃe] vtr *Hành hình không qua pháp luật.*

lynx [l(ks] nm *miêu (mèo rừng)*; Fig: avoir des yeux de l. *Tinh mắt, mắt rất tinh.*

lyophiliseá [ljɔfilize] a *Làm đông khô (cà phê).*

lyre [lir] nf *Đàn lia.*

lyrisme [lirism] nm *Thể thơ trữ tình.* lyrique a *Trữ tình (thơ);* poète l. *Nhà thơ trữ tình;* drame l. *Nhạc kịch;* artiste, théâtre. l. *Ca sĩ nhạc kịch, nhà hát opera.*

lysergique [lisɛrʒik] a *Phân hủy, phân giải.*

Mm

M,m [ɛm] nm *chữ M, m*
M abbr *(viết tắt của)* Monsieur: *ông, ngài.*
m' *xem me.*
ma [ma] Poss *xem mon.*
macabre [makabr] adj. *Ghê gớm, khủng khiếp; nhẫn tâm (lời đồn đại).*
macadam [makadam] nm **1.** *sự lát đá dăm nện;* m. goudronné *đá dăm trộn hắc ín* **2.** *mặt đường lát đá dăm nện.*
macadamiser [makadamize] vtr *lát đá dăm nện.*
macaron [makarɔ̃] nm **1.** *bánh hạnh nhân* **2.** (a) *lon, quân hàm, phù hiệu* (b) *hình hoa hồng (để trang trí).*
macaroni(s) [makarɔni] nmpl *mì ống.*
macchabeáe [makabe] nm *xác chết.*
maceádoine [masedwan] nf (a) m. de fruits *quả hổ lốn;* m. de légumes *rau thập cẩm;* (b) *mớ hổ lốn.*
maceáration [maserasjɔ̃] nf *sự ngâm, nước ngâm.*
maceárer [masere] *ngâm.*
Mach [mak] nm nombre de M. *số Mach, số M (tỷ số giữa tốc độ thiết bị bay và tốc độ âm thanh).*
mêche [maʃ] nf *rau mát.*
mêchefer [maʃfɛr] nm *xỉ than đá.*
mêcher [maʃe] vtr *nhai;* m. le mors, m. son frein *cố chịu đựng;* je n'ai pas mâché mes mots *tôi nói thẳng ra, nói toạc ra;* m. le travail à qn *làm sẵn việc gì cho ai.*
machieveálique [makjavelik] a *xảo quyệt, thủ đoạn.*
machin [maʃɛ̃] n F: **1.** monsieur M. *ông ấy tên gì* **2.** nm *cái ấy;* passe-moi le m. *cho tôi biết cái gì thế?* qu'est-ce que c'est que ce m. *là? cái gì thế này?*
machination [maʃinasjɔ̃] nf *mưu đồ, mưu mô.*
machine [maʃin] nf **1.** (a) *máy móc;* m. à coudre *máy may;* m. à laver *máy giặt;* m. à laver la vaisselle *máy rửa chén;* m. à écrire *máy đánh chữ;* écrit à la m. *được đánh máy;* m. à calculer *máy tính;* m. à sous (*) *máy bán hàng tự động;* (**) *máy đánh bạc;* les machines *bộ máy, cơ quan;* les grosses machines *nhà máy cơ khí;* machines agricoles *bộ máy nông nghiệp, máy móc nông nghiệp;* fait à la m. *được làm bằng máy;* la m. administrative *bộ máy chính quyền;* (b) *(xe cộ) máy móc;* m. volante *máy bay* **2.** (a) *động cơ;* m. à vapeur *động cơ hơi nước;* m. à pétrole, à gaz *động cơ dầu, ga;* (b) *đầu máy xe lửa.* machinal, -aux a *thuộc về cơ khí, máy móc, không ý thức được (hành động).* machinalement adv *một cách máy móc.*
machine-outil [maʃinuti] nf *máy công cụ;* pl machines-outils
machiner [maʃine] vtr *âm mưu;* affaire machinée d'avance *công việc được sắp đặt trước.*
machinisme [maʃinism] nm *sự cơ khí hóa.*
machiniste [maʃinist] nm **1.** *người lái (xe buýt)* **2.** *Thợ dựng cảnh.*
machisme [matʃism] nm *chủ nghĩa trọng nam khinh nữ.*
macho [matʃo] nm & a (f inv) *kẻ bình vực thói bắt nạt vợ có biểu tượng trọng nam khinh nữ.*
mêchoire [maʃwar] nf **1.** *hàm* **2.** mâchoires d'un étau, d'un piège *hàm mỏ cặp.*
mêchonner [maʃɔne] *nhai chậm rãi, gặm; lấm bẩm.*
maçon [masɔ̃] nm (a) *thợ nề;* (b) *hội viên hội tam điểm.*
maconnerie [masɔnri] nf **1.** *công trình xây dựng, công việc thợ nề* **2.** *nghề thợ nề.*
macrobiotique [makrɔbjɔtik] a *thuộc về lối nấu nướng món ăn trường sinh (ăn chay, chỉ dùng rau quả).*
macroeáconomie [makrɔekɔnɔmi] nf *kinh tế học vĩ mô.* macroéco-nomique a. *thuộc về kinh tế học vĩ mô.*
maculer [makyle] vtr *làm vấy, làm dính.*
Madame pl Mesdames [madam, medam] n f **1.** (a) Madame, Mme Dupont *bà Dupont;* Mesdames, Mmes, Dupont *gia đình, các cô nhà Dupont;* m. la marquise de X *bà hầu tước X;* m.

la directrice *Bà hiệu trưởng*; comment va m. votre mère ? *mẹ của anh có khỏe không?* (b) *(được dùng một mình)* (pl ces dames) voici le chapeau de m. *đây là mũ của bà, thưa bà*; M. se plaint que *bà ta phàn nàn là*. 2. a. *(khi nói)* entrez mesdames *xin mời các bà vào*; (b) Com luôn *được viết ở dạng đầy đủ*; (*) *(đối với người lạ)* Madame *thưa bà* (**) *(hàm ý đã biết trước)* Chère Madame *thưa bà X*.

Mademoiselle pl Mesdemoiselles [madmwazɛl, medmwazɛl] nf 1. *cô*; Mademoiselle *cô*; Mesdemoiselles Smith *các cô nhà Smith*; voici le chapeau de m. *đây là mũ của cô*; comment va m. votre cousine ? *chị họ của anh độ này ra sao ?* voici m. la directrice *đây là bà giám đốc, cô hiệu trưởng*. 2. (a) *(trong khi nói)*; merci, m. *cám ơn cô*; (b) (pl ces demoiselles) m. est servie *bữa ăn đã xong thưa cô*; que prendront ces demoiselles ? *các cô dùng gì ạ ?* (c) *(luôn viết ở dạng đầy đủ)* Mademoiselle *thưa cô* chère Mademoiselle X *thưa cô X*.

Madeâre [madɛr] 1. prnf *xứ Madeira* 2. nm *rượu vang Madeira*.

madone [madɔn] nf tranh *đức mẹ*.

madrier [madrije] nm *(mảnh, phiến) gỗ, tấm ván dày, tấm bè*.

maestro [maɛstro] nm *bậc thầy*.

magasin [magaz(] nm 1. (a) *cửa hàng;* grand m. *cửa hàng bách hóa*; m. (à) libre service *cửa hàng tự phục vụ*; m. à succursales *cửa hàng nhiều gian nối tiếp*; employé(e) de m. *người bán hàng*; courir, faire, les magasins *đi mua sắm*; b. *nhà kho* 2. *đạn (của súng), hộp nạp phim (ở máy ảnh)*.

magasinage [magazinaʒ] nm *sự nhập kho, tồn kho*.

magasinier [magazinje] nm *thủ kho*.

magazine [magazin] nm *tạp chí*.

mage [maʒ] nm *thầy pháp*.

magicien, -ienne [maʒisj(, jɛn] n *phù thủy, mụ phù thủy*.

magie [maʒi] nf *tà thuật*. magique a *thuộc về tà thuật, mê hoặc*; baguette, mot m. *đũa thần, lời thần chú*. magiquement adv *như có ma thuật, thần diệu*.

magistrat [maʒistra] nm *thẩm phán*; il est m. *ông ta ngồi ở hàng ghế thẩm phán*. magistral, -aux *thầy, thuộc bậc thầy; ra trò (công việc)*. magistralement adv *vào bậc thầy, thần tình*.

magistrature [maʒistratyr] nf *chức quan viên*; la m. assise *tổ chức quan tòa*.

magnanimiteá [maɲanimite] nf *lòng hào hiệp, cao thượng*. magnanime a *hào hiệp, cao thượng*.

magnat [magna] nm *trùm tư bản*.

magner (se) [semaɲe] vpr *nhanh lên chứ*.

magneásie [maɲezi] nf 1. *(oxyt) magiê* 2. sulfate de m. *sunphát magiê*.

magneásium [maɲezjɔm] nm *magiê*.

magneátisation [maɲetizasjɔ̃] nf 1. *sự từ hóa* 2. *sự thôi miên, sự quyến rũ*.

magneátiser [maɲetize] vtr 1. *từ hóa* 2. *thôi miên, quyến rũ*. magnétique a *thuộc về từ, có từ tính; có sức hấp dẫn kỳ lạ*.

magneátiseur, -euse [maɲetizœr, -z] n *người thôi miên*.

magneátisme [maɲetism] nm 1. *từ học, hiện tượng từ tính* 2. *có tác dụng thôi miên, sự quyến rũ, lối cuốn*.

magneáto [maɲeto] 1. nm *băng từ* (video) 2. nf *manhêtô*.

magneátophone [maɲetɔfɔn] nm *máy ghi âm, máy hát*.

magneátoscope [maɲetɔskɔp] nm *máy ghi hình từ*.

magneátoscoper [maɲetɔskɔpe] vtr *ghi hình*.

magnificence [maɲifis)s] nf *sự huy hoàng, tráng lệ*. magnifique a *huy hoàng, tráng lệ, vĩ đại, tuyệt vời*. magnifiquement adv *một cách huy hoàng, một cách hoành tráng*.

magot [mago] nm *chỗ cất giấu (tiền); của cái chất đống*.

magouille [maguj] nf *cuộc tranh giành*; une m. *một cuộc tranh giành thế lực*; magouilles électorales *những cuộc tranh cử*.

magouiller [maguje] vi *âm mưu, tranh giành*. magouilleur, -euse 1. n *người âm mưu lập kế* 2. a *đầy âm mưu, giành giựt*; être très m *rất tranh giành*.

mai [mɛ[nm 1. *tháng năm* au mois de m. *vào tháng năm*; le premier m. *vào ngày một tháng năm, ngày lễ 1/5*; le sept m. *ngày bẩy tháng năm* 2. *cây chúc mừng (trồng trước nhà với nghĩa chúc mừng)*.

MAIF [maif] abbr *viết tắt của* Mutuelle assurance des instituteurs de France *hội tương trợ của Pháp*.

maigreur [mɛgrœr] nf 1. *sự ốm, sự gầy mòn*. 2. *sự nghèo nàn, sự cằn cỗi*. maigre 1. a *ốm, gầy còm, cằn cỗi*; m. comme un clou *gầy như cây đinh, gầy như cái que*; homme grand et m. *người cao và ốm*; n un grand m. *người cao gầy*; (b) *nạc (thịt), ít ỏi (rau); thua lỗ, mất mùa (vụ mùa); cằn cỗi, khô (đất)*; m. repas *bữa ăn đạm bạc*; jour m. *ngày ăn chay* 2. nm *phần nạc (thịt)*. maigrement adv *một cách nghèo nàn, ít ỏi, đạm bạc*.

magret [magrɛ] nm m. (de canard) *thịt vịt đã*

róc xương.

maigrir [mɛgrir] **1.** vi *trở nên gầy, trở nên ốm*; elle essaie de m. *cô ta ăn kiêng để ốm*; j'ali maigri de dix kilos *tôi xuống 10 ki lô* **2.** vtr a. *(về bệnh tật) làm ốm hơn, gầy hơn*; (b) *(về áo quần) làm cho ai trông ốm hơn*.

mail [maj] nm **1.** *đường để dạo chơi* **2.** *búa thợ đá*.

mailing [mɛliŋ] nm *thơ chuyển ngay*; faire un m. *gởi thơ nhanh, phương thức bán qua bưu điện*.

maille [maj] nf **1.** (a) *mũi đan móc (trong áo đan)*; m. à l'endroit *mánh vá*; m. à l'envers *dây kim tuyến (viền áo)*; (b) *móc xích* **2.** *mắt (lưới), mạng lưới*.

maillet [majɛ] nm (a) *cái vồ*; *cái chày* (b) *cái vồ bóng*.

mailloche [majɔʃ] nf *cái vồ gỗ*; *dùi trống kiểu vồ*.

maillon [majɔ̃] nm *mắt xích*.

maillot [majo] nm (a) m. de corps *áo lót*; (b) m. de bain *áo tắm, áo bơi, bộ đồ bơi*; (c) *áo may ô*; (d) *quần áo nịt, dây buộc (của diễn viên múa ba lê)*.

main [m(] nf **1.** (a) *tay* serrer la m. à (qn) *bắt tay với ai*; se donner la m. *nắm tay*; la m. dans la m. *tay trong tay, nắm tay nhau*; porter la m. sur qn *cú, gõ ai, đánh ai*; donner un coup de m. à (qn) *giúp ai một tay*; en venir aux mains *đi đến chỗ đánh nhau*; je n'en méttrai pas la m. au feu *tôi không thích quá quyết điều đó, không muốn thề thốt về điều đó*; ne pas y aller de m. morte (*) *đánh mạnh, nện vào lưng ai* (**) *nói quá, nói mạnh*; faire m. basse sur qch *chiếm lấy, chộp lấy*; haut les mains! *giơ tay lên*! sous la m. *dưới quyền mình, thuộc về mình*; F: passer la m. dans le dos à qn *thổi phồng ai*; avoir le coeur sur la m. *rất rộng lượng, giang tay giúp đỡ*; (b) prendre un plateau, à deux mains *bưng khay bằng troi tay (bưng khê nệ vì sợ bể)*; vol à m. armée *vụ cướp có vũ trang*; donner de l'argent à pleine(s) main(s) *cho tiền nhiều, cho đầy tay*; tenir le succès entre ses mains *nắm chắc thành công trong tay*; passer aux mains de, tomber dans les mains de, qn *rơi vào tay ai*; être en bonnes mains *vào tay một người đáng tin cậy*; prendre une affaire en m. *nhận lãnh một trách nhiệm*; mette la m. sur qch *bắt tay vào việc gì*; article de seconde m. *vật dùng rồi, hàng sang tay*; renseignement de première m. *ngay từ gốc, trực tiếp thông tin nóng hổi*; (c) à la m. *bằng tay* écrit à la m. *viết bằng tay*; mettre la dernière m. à qch *làm cho xong việc gì*; se faire la m. *bắt tay vào việc gì*; il a perdu la m. *anh ta rời thực tiễn, anh ta chỉ*

lý thuyết chứ không thực hành; avoir le coup de m. *khéo tay, thông thạo việc gì*; fait (à la) m. *được làm bằng tay*; (d) avoir sa voiture bien en m. *có xe hơi trong tay*; tenez-vous en m. *hãy tự kiềm chế mình*; avoir la haute m. dans une affaire *có toàn quyền làm việc gì* gagner haut la m. *giành được sự biểu quyết cao*; (e) adv de longue main *rất lâu, cách đây rất lâu*; *(bạn bè) từ lâu* **2.** (a) *viết tay*; (b) m. courante *tay vịn, lang can (cầu thang)* **3.** *Làm cái* **4.** m. de papier *xấp giấy, manh giấy*.

main-d'oeuvre [m(dœvr] nf **1.** *nhân lực, nhân công*; embaucher de la m. -d'oe. *tuyển dụng nhân công*. **2.** pl mains-d'oeuvre *giá công, chi phí nhân lực*.

mainmise [m(miz] nf *sự chiếm lấy, sự nắm lấy*.

maint [m(] a *nhiều*; m. auteur *nhiều tác giả*; maintes et maintes fois *nhiều lần*.

maintenant [m(tn)] adv *bây giờ*; vous devriez être prêt m. *anh phải sẵn sàng ngay bây giờ*; à vous m. *đến lượt anh*.

maintenir [m(tnir] vtr (conj TENIR) **1.** (a) *duy trì*; *giữ cái gì đúng chỗ*; m. la foule *đám đông giữ, duy trì*; (b) *giữ vững (qui luật)*; *bảo vệ (hòa bình)*; m. sa position *giữ vững vai trò của mình, kiên định lập trường* **2.** se m. (a) *kéo dài*; (b) *giữ vững*; les prix se maintiennent *duy trì giá cả*; (c) *được giữ, tiếp tục*; le temps se maintient *thời tiết vẫn thế*.

maintien [m(tjɛ̃] nm **1.** *sự duy trì, sự giữ vững (pháp luật)* **2.** *thái độ, cách cư xử*; leçons de m. *những bài học về cách cư xử*.

maire [mɛr] nm *xã trưởng, thị trưởng*.

mairie [mɛri] nf (a) *tòa thị sảnh*; (b) *hội đồng tính*.

mais [mɛ] **1.** adv *(nhấn mạnh)* m. oui! *đúng thế, chính thế*; *chắc*! m. non! *không phải thế*! m. qu'avez-vous donc? *chuyện gì thế*? m. c'est vrai! *thực sự thế đấy*! m. enfin! *vậy sao*! **2.** conj *nhưng* **3.** nm il y a un m. *nhưng có một trở ngại*; il n'y a pas de m. *không có cái nhưng gì ở đây cả*.

maïs [mais] nm **1.** *ngô, bắp* **2.** *bánh ngô*; farine de m. *bột bắp*.

maison [mezɔ̃] nf **1.** (a) *nhà*; m. de ville, de campagne *nhà ở tỉnh, nhà miền quê*; m. de rapport *nhà liên kế*; (b) *ở nhà*; à la m. *ở nhà*; dans la m. *trong nhà*; dépenses de la m. *chi phí gia đình*. **2.** (a) m. d'arrêt *nhà tù*; m. de santé, (*) *nhà y tế* (**) *nhà điều dưỡng tư*, m. de repos *nhà nghỉ, nhà dưỡng bệnh*; m. de retraite *viện dưỡng lão*; m. des jeunes *nhà văn hóa thanh niên*; m. religieuse *tu viện*; (b) *xí nghiệp, xưởng*; (b) m. de commerce *công ty thương mại*; m. mère *cơ quan đầu não, cơ sở chính*. **3.**

(a) *gia đình;* être de la m. *là người trong gia đình;* le fils de la m. *con trai trong nhà;* (b) la m. des Bourbons *tòa nhà của dòng dõi vua Bourbon;* (c) *hộ, bộ phận;* gens de m. *đầy tớ trong nhà* 4. (a) pâté m. *món pâté do nhà làm;* (b) *tuyệt hảo, đặc biệt.*

maisonneáe [mɛzɔne] nf *nhà, gia đình.*

maisonnette [mɛzɔnɛt] nf *nhà nhỏ.*

maître, -esse [mɛtr, mɛtrɛs] n 1. (a) *ông chủ, bà chủ* maîtresse de maison *cô chủ nhà, bà chủ nhà;* parler en m. *nói giọng ông chủ, giọng quyền uy;* être m., maîtresse, de soi(-même) *tự chủ, làm chủ tình huống;* être m. de sa voiture *làm chủ, sở hữu chiếc xe hơi;* se rendre m., maîtresse, de qch, (*) *sở hữu cái gì* (**) *làm chủ được cái gì* (b) *(trường lớp) giáo viên;* m., maîtresse d'école *giáo viên tiểu học;* m. assistant *giảng viên trợ lý (ở trường đại học);* m. de chapelle *người chỉ huy hợp xướng ở nhà thờ;* m. nageur *huấn luyện viên bơi lội;* (c) m. charpentier *thợ nề bậc thầy;* c'est fait de main de m. *đó là một tuyệt phẩm;* coup de m. *thành tích bậc thầy;* m. d'oeuvre *thợ cả;* m. de l'ouvrage *người thầu;* m. clerc *cô thư ký (phòng luật sư);* m. d'équipage *trưởng phi hành đoàn, thủy thủ đoàn;* m. d'hôtel, (*) *quản gia, người hầu* (**) *đầu bếp* (***) *phục vụ viên trưởng;* (d) *(chữ đầu dùng để gọi những người có nghề hợp pháp)* Ngài, viên 2. (a) maîtresse femme *người đàn bà có khả năng;* m. filou *tên ăn cắp vặt, tên bất lương;* (b) *chính, trưởng* maitresse poutre *cái rầm cái, xà nhà* 3. n maîtresse *cô giáo.*

maître-chien [mɛtrəʃj(] nm *người huấn luyện chó.*

maîtrise [mɛtriz] nf 1. (a) *bằng cao học;* (b) *trường dạy hát trong nhà thờ* 2. *sự làm chủ, sự tự chủ* m. de soi *tự chủ.*

maîtriser [mɛtrize] vtr 1. *làm chủ, chinh phục; khống chế; khắc phục (nỗi sợ hãi); áp đảo, chế ngự (ai)* 2. se m. *tự chủ, làm chủ chính mình;* ne pas savoir se m. *không biết làm chủ.*
maîtrisable a *kiềm chế được.*

majesteá [maʒɛste] nf 1. *vẻ uy nghi, vẻ oai vệ;* sa M. *bệ hạ* 2. (a) *sự oai nghiêm, trang nghiêm;* (b) *grandeur sự vĩ đại, sự cao quí.* majestueux, -use a *uy nghi, uy nghiêm, oai vệ.*
majestueusement adv *một cách uy nghi.*

majeur [maʒœr] 1. a (a) *lớn, vĩ đại; phần lớn, đại bộ phận;* le lac M. *hồ Magiore;* (b) être absent pour raison majeure *vắng mặt vì lý do trọng đại;* affaire majeure *vấn đề rất quan trọng;* việc *trọng đại;* cas de force majeure *tình trạng cấp thiết, tình kháng, trường hợp bất đắc dĩ;* (c) devenir m. *trưởng thành* (d) *trưởng* 2. (a) n *vị thành niên* (b) nm *ngón giữa.*

major [maʒɔr] nm 1. (médecin) m. *sĩ quan quân y* 2. *người đậu thủ khoa.*

majoration [maʒɔrasjɔ̃] nf (a) *tiền tính thêm;* (b) *sự tăng (giá cả).*

majordome [maʒɔrdom] nm *bếp trưởng.*

majorer [maʒɔre] vtr 1. *tăng giá cho một đơn phiếu;* m. une facture de 10% *tăng 10% (thuế phạt) cho một đơn hàng* 2. *tăng giá, nâng giá.*

majorette [maʒɔrɛt] nf *thiếu nữ diễn hành mặc đồng phục.*

majoriteá [maʒɔrite] nf 1. *đa số;* élu à la m. de dix voix *được chọn bởi đa số mười người;* être en m., avoir la m. *thuộc trong đại đa số;* dans la m. des cas *trong phần lớn trường hợp* 2. *tuổi thành niên, tuổi trưởng thành;* atteindre sa m. *trưởng thành.* majoritaire a vote m. *cuộc bầu cử với số phiếu tuyệt đối* ils sont majoritaires *họ chiếm đa số.*

Majorque [maʒɔrk] Majorca.

majuscule [maʒyskyl] 1. a *viết hoa (chữ)* 2. nf *chữ hoa.*

mal¹, maux [mal,mo] nm 1. a *điều ác; xấu; điều hại;* faire du m. *làm hại;* il fait plus de bruit que de m. *lời nói của anh ta tệ hại hơn hành động, ác khẩu;* s'en tirer sans aucun m. *không tốn hại gì, không tốn thương gì;* je ne lui veux pas de m. *tôi không muốn điều xấu cho anh ta;* il n'y a pas grand m.! *không hề gì, không có vấn đề gì !* (b) dire du m. de qn *nói xấu ai;* prendre qch en m. *nhìn mặt xấu của cái gì;* tourner qch en m. *nghĩ xấu về việc gì;* (c) việc làm sai trái; le bien et le m. *cái thiện và cái ác, cái xấu và cái tốt;* il ne pense pas à m. *anh ta không ám chỉ điều gì xấu* 2. (a) *sự méo mó, biến dạng, bệnh tật; nỗi đau;* prendre (du) m. *bị đau;* m. de tête *đau đầu;* m. de dents *nhức răng;* m. de gorge *đau họng;* m. de coeur *đau tim, buồn nôn;* m. de mer *say sóng;* m. du siècle *căn bệnh thế kỷ, bệnh thời đại;* où avez-vous m. ? *anh đau ở đâu ?;* vous me faites (du) m. *anh làm tồn thương tôi, anh xúc phạm đến tôi;* mon genou me fait m. *tôi bị đau đầu gối;* avoir le m. du pays *nhớ nhà;* (b) non sans m. *không khó khăn gì;* se donner du m. pour faire qch *đau đớn để (không dễ dàng đâu) làm gì;* avoir du m. à faire qch *có nhiều khó khăn để làm gì, gặp trở ngại khi làm gì.*

mal² adv 1. (a) *xấu, tồi, không khỏe;* m. à l'aise *khó chịu;* m. agir *làm sai* faire qch tant bien que m. *làm cái gì tàm tạm;* de m. en pis *từ xấu đến tồi;* m. s'y prendre *làm sai, làm hại;* m. comprendre *hiểu sai;* on voit m. *người ta không nhìn nhận đúng;* vous ne feriez pas m. de *anh không thể làm hỏng kế hoạch;* (b) aller, se porter, m. *bị đau;* comment allez-vous ? - pas m.! *sức khỏe thế nào ? không sao, rất tốt !* être au plus m *xấu trầm trọng;* (c) pas m. (de qch) *khá nhiều (cái gì);* pas m. de temps *nhiều thời gian;* pas m. de gens *nhiều người* 2. *(với chức năng adj)* (a) c'est très m. à lui *anh ta (làm điều đó) thật không tốt;* (b) *không tiện nghi, không thoải mái;* nous ne sommes pas m. ici *chúng ta ở đây cũng khá thoải mái;* (c) ils sont m. ensemble *họ sống chung với nhau không tốt;* (d) se sentir m. *bị đau, yếu, cảm thấy không khỏe;* se trouver m. *choáng váng, khó chịu trong người;* (e). pas m. *rất tốt, rất khỏe;* il n'est pas m. *trông anh ta rất được trai.*

maladie [maladi] nf *bệnh, sự đau yếu; sự phàn nàn* faire une m. *bị đau;* il en fait une m. *anh ta rất phật ý;* m. de peau *bệnh ngoài da;* m. de foie, de coeur *bệnh gan, bệnh tim;* m. mentale *bệnh thần kinh;* m. des chiens, de Carré *bệnh sốt ho của chó.* malade 1. a (a) *bệnh, yếu, không khỏe;* tomber m. *ngã bệnh;* dent m. *răng đau;* jambe m. *chân đau;* m. d'inquiétude *bệnh lo âu;* être m. du coeur *đau tim;* esprit m. *tinh thần không ổn định;* (b) *điên, cuồng* 2. n *người bệnh, người tàn phế; bệnh nhân;* les malades *người bệnh.* maladif, -ive a *đau yếu, bệnh tật, không lành mạnh.*

maladresse [maladrɛs] nf 1. (a) *sự vụng về, sự cồng kềnh;* (b) *sự thiếu tế nhị, thiếu tinh tế* 2 *điều sai lầm ngớ ngẩn.* maladroit, -oite 1. a (a) *vụng về, không khéo léo;* (b) *không tinh tế, ngớ ngẩn* 2. n *người vụng về.* maladroitement adv *một cách vụng về.*

malaise [malɛz] nm 1. *sự khó chịu, sự khó ở* 2. *sự bất ổn* avoir un m. *cảm thấy đau yếu.*

malaiseá [malɛze] a *khó khăn.* malaisément adv *nhiều khó khăn.*

Malaisie [malɛzi] *Malaysia.* malais, -aise a & n *thuộc về Mã lai, người Mã lai.*

malappris -ise [malapri, iz] a 1. *mất dạy* 2. n *kẻ mất dạy;* c'est un m. *nó rất hư đốn.*

malaviseá [malavize] a *dại, dột.*

malaxer [malakse] vtr 1. *nhào trộn(bột nhão); làm (bơ); trộn (xi măng)* 2. *xoa bóp (chân).*

malchance [malʃs] nf 1. *điều rủi ro, điều không may;* par m. *vì kém may mắn;* 2. *điều rủi ro.* malchanceux, -euse a *không may mắn, xui.*

malcommode [malkɔmɔd] a *bất tiện, lạc hậu.*

maldonne [maldɔn] nf 1. *sự chia sai (bài)* faire m. *chia sai bài* 2. il y a m. *có sự nhầm lẫn.*

mêle [mal] a & nm 1. *trai, đực, trống (chim); thó đực; chó đực (sói); bò đực (voi đực);* un ours m. *con gấu đực;* héritier m. *người thừa kế nam* 2. *có tính đàn ông (can đảm); rắn rỏi, hùng dũng.*

maleádiction [malediksjɔ̃] nf *lời nguyền rủa.*

maleáfice [malefis] nm *bùa yểm.* maléfique a *xấu, có hại.* malencontreux, -euse a *không phải lúc, rủi ro.* malencontreusement adv *không phải lúc.*

malentendant -ante [mal)t)d),)t] 1. a *nghễnh ngãng, khó nghe* 2. n *người nghễnh ngãng;* les malentendants *những người nghễnh ngãng.*

malentendu [mal)t)dy] nm *sự hiểu lầm.*

malfaçon [malfasɔ̃] nf *chỗ hỏng (trong công việc); khuyết điểm.*

malfaisant [malfəz)] a *hung ác, bất lương, có hại.*

malfaiteur, -trice [malfɛtœr, tris] n *tội phạm; người phạm pháp luật, kẻ gian ác.*

malformation [malfɔrmasjɔ̃] nf *dị tật, tật.*

malgache [malgaʃ] a & n *thuộc về Man-gát, người Mangat (Madagascar).*

malgreá [malgre] prep *mặc dù;* m. cela, m. tout *tuy nhiên, mặc dù thế;* je l'ai fait m. moi *tôi làm điều đó dù không muốn.*

malhabile [malabil] a *không khéo, vụng về.* malhabilement adv *một cách vụng về.*

malheur [malœr] nm 1. (a) *điều rủi ro; tai họa;* un m. n'arrive jamais seul *tai họa không đến một mình (họa vô đơn chí);* quel m. ! *thật là một tai họa !* (b) faire un m. (*) *làm điều thất vọng* (**) *làm điều rủi* 2. *sự bất hạnh, sự rủi ro;* il fait le m. de ses parents *anh ta mang điều bất hạnh về cho cha mẹ mình;* 3. a *điều xui xẻo* quel m.! *thật xui làm sao !* par m. *rủi ro thay;* ca porte m. *đó là điềm rủi;* j'ai le m. de le connaitre *tôi không may mắn được biết anh ta;* jouer de m. *thật đen đủi, thật xúi quẩy;* ces lettres de m.! *mấy cái chữ đáng nguyền rủa này !;* ne parle pas de m. *đừng nói về điều bất hạnh, vận xấu;* (b) *trời tru đất tiệt!* malheureux, -euse a (a) *rủi, không may, đau khổ (người, công việc); nghèo nàn; xấu (người), buồn, khốn khổ (vẻ mặt);* n les m. *những kẻ khốn khổ, những kẻ bất hạnh;* le m.! *một người thật tội nghiệp;* (b) *không may mắn;* candidat m. *ứng cử viên kém may mắn;* c'est bien m. pour vous ! *thật là xui xẻo cho anh !* il est bien m. que + sub *thật đáng thương rằng;* le voilà enfin, ce n'est pas m.! *cuối cùng anh ta đã đến và công việc cũng trôi chảy !* (c) *không đáng kể, tầm thường;* une malheureuse pièce de cinq *một đồng năm franc nhỏ mọn.* malheureusement adv *thật không may.*

malhonnïteteá [malɔnɛtte] nf 1. *sự thiếu thật thà* 2. *sự thô lỗ.* malhonnête a (a) *không thật thà* (b) *thô lỗ.* malhonnêtement adv (a) *một cách không thật thà* (b) *một cách thô lỗ.*

malice [malis] nf **1**. a *tính hiểm độc, thâm hiểm, sự hằn học*; ne pas entendre m. à qch *đừng hằn học với điều gì* (b) *tính tinh nghịch, ranh mãnh*; **2**. (a) *hộp ảo thuật, mánh khóe*; (b) boite à m. *tú (mánh lới)*. malicieux, -ieuse a (a) *tinh nghịch, ranh mãnh*; (b) *chế nhạo, nham hiểm (nụ cười), đùa, tinh nghịch (nhận xét)*. malicieusement adv *một cách tinh nghịch*.

malin, -igne [malɛ̃, iɲ] a **1**. (a) nm le M. *qui sứ;* (b) *ác tính, tinh quái;* (c) tumeur maligne *khối u ác tính;* **2**. (a) *xảo quyệt, lanh;* il est plus m. que ça *hắn tinh quái hơn thế*; elle n'est pas maligne *cô ta không sáng dạ lắm;* (b) n il est un m. *hắn là kẻ lâu lĩnh, tinh quái;* faire le m. *làm nổi, phô trương, cố tỏ ra thông minh;* (c) c'est pas bien m., *điều đó không khó lắm, dễ thôi*.

malingre [malɛ̃gr] a *ốm yếu*.

malintentionneá [mal(t)sjɔne] a & n *có dụng ý xấu, có ác ý*.

malle [mal] nf (a) *hòm, rương;* (b) *ngăn để hành lý; xe cam nhông*.

malleáabiliteá [maleabilite] nf *tính dễ dát*. malléable a *dễ dát, dễ bảo*.

mallette [malɛt] Inf *hòm nhỏ, va li nhỏ*.

malmener [malməne] vtr (je malmène) (a) *ngược đãi, hành hạ; dùng sai (cái gì), lạm dụng;* (b) *lạm dụng ai*.

manutrition [malnytrisjɔ̃] nf *sự kém dinh dưỡng*.

malodorant [malɔdɔr)] a *hôi, thối*.

malotru, -ue [malɔtry] n *người thô lỗ, người vô giáo dục*.

Malouines [malwin] Prnf les (iles) M. *quần đảo Falklands*.

malpoli [malpɔli] a *thiếu lễ độ, bất lịch sự*.

malpropreteá [malprɔprəte] nf *sự bẩn*. malpropre a (a) *bẩn thỉu, nhếch nhác, lôi thôi;* (b) *không đàng hoàng, đoan chính (câu chuyện), bất lương; nhạt nhẽo, vô vị (công việc)*. malproprement adv *một cách nhạt nhẽo, vô vị, bẩn thỉu, bất lương*.

malsain, -aine [malsɛ̃, ɛn] a *không lành mạnh, nguy hại*.

malseáant [malse)] a *chướng, khó coi*.

Malte [malt] Prnf *xứ Malta*. maltais, -aise a & n *thuộc về Malta, người Malta*.

maltraiter [maltrete] vtr *bạc đãi, ngược đãi ai*.

malus [malys] nm inv *cây táo tây*.

malveillance [malvɛj)s] nf *ác tâm, ác ý;* avec m. *đầy ác ý*. malveillant a (a) *ác tâm;* (b) *đầy hằn thù, hằn học*.

malversation(s) [malversasjɔ̃] nf(pl) **1**. *sự tham ô* **2**. *sự lạm dụng công quí*.

maman [mam)] nf *mẹ*.

mamelle [mamɛl] nm **1**. *ngực;* **2**. *vú*.

mamelon [mamlɔ̃] nm **1**. *núm vú* **2**. *gò*.

mamie [mami] nf *bà, bà già, bạn gái của tôi* (ma amie).

mammaire [mamɛr] a *thuộc về vú, tuyến vú*.

mammifeâre [mamifɛr] nm *động vật có vú*.

mammouth [mamut] nm *voi mamut*.

manager [manadʒœr, manaʒer] nm *ông bầu*.

manager [manadʒe] vt *quản lý*.

manche[1] [m)ʃ] nf **1**. (a) *tay áo;* robe sans manches *áo đầm không tay;* avoir qn dans sa m. *có thể sai khiến ai theo ý muốn;* ca c'est une autre paire de manches *đó là vấn đề hoàn toàn khác;* (b) m. à incendie *bao tay chống lửa;* m. à air (*) *ống thông gió* (**) *ông chỉ chiều gió* **2**. (a) *ván cờ;* (b) *một bàn;* (c) *một keo, một hiệp* **3**. la M. *eo biển Manche*.

manche[2] nm (a) *cán, cân;* m. à balai, (*) *cán chổi;* (**) *cần điều khiển* (b) *đồ ngốc*.

manche[3] nf faire la m. *đi ăn xin*.

manchette [m)ʃɛt] nf **1**. (a) *cổ tay măng sét;* (b) *gấu áo lật lên;* (c) *tay áo giả*. **2**. *(báo chí) đầu đề chữ lớn*.

manchon [m)ʃɔ̃] nm **1**. *bao tay* **2**. *măng sông;* m. d'accouplement *măng sông nối;* m. d'embrayage *khớp ly hợp*.

manchot, ote [m)ʃo, ɔt] **1**. a & n *một tay; người một tay;* il n'est pas m. *anh ta thật khéo léo với đôi bàn tay* **2**. nm *chim cánh cụt*.

mandarin [m)darɛ̃] nm *quan lại*.

mandarine [m)darin] nf *quả quít*.

mandat [m)da] nm **1**. (a) *sự uỷ nhiệm, sự uỷ quyền;* territoire sous m. *lãnh thổ đã được uỷ quyền;* (b) *(nhiệm kỳ) nghị sĩ;* (c) *lệnh* **2**. *lệnh;* m. de perquisition *lệnh truy nã, lệnh khám sát;* m. d'arrêt *lệnh bắt;* m. de dépôt *sự triệu tập (kêu gọi)* **3**. *đơn (trả tiền); giấy uỷ nhiệm chi, ngân phiếu;* m. postal *thư chuyển tiền*.

mandataire [m)datɛr] n **1**. *người được uỷ nhiệm (ứng cử viên);* **2**. *người đại diện* **3**. *người được uỷ quyền; người được uỷ quyền đại diện trước toà* **4**. *người giám hộ (đỡ đầu); uỷ viên quản trị*.

mandater [m)date] vtr **1**. *bầu cử, uỷ nhiệm (người đại diện)* **2**. m. des frais *trả các chi phí bằng ngân phiếu*.

mandat-poste [m)dapɔst] nm *giấy chuyển tiền bưu điện* pl mandats-poste

mandoline [m)dɔlin] nf *đàn măng đô lin*.

maneâge [manɛʒ] nm **1**. (a) *sự luyện ngựa, sự cưỡi ngựa;* (b) (salle de) m *trường luyện ngựa;* (c) m. (de chevaux de bois) *vòng quay ngựa gỗ* **2**. *thủ đoạn, mẹo;* j'observais leur m. *tôi đã*

manette [manɛt] nf *tay gạt.*
mangeaille [m)ʒaj] nf *thức ăn.*
mangeoire [m)ʒwar] nf *máng ăn (của vật nuôi).*
manger¹ [m)ʒe] vtr (m. mangeons) (a) *ăn;* mange de tout *tạp ăn;* m. dans une assiette *ăn trong một cái đĩa;* salle à m. *phòng ăn;* m. au restaurant *đi ăn nhà hàng;* donner à m. à qn, aux poules *cho ai cái gì để ăn; cho gà ăn;* m. comme quatre *ăn như ngựa (nhiều);* m. à sa faim *ăn uống đầy đủ;* nous avons bien mangé *chúng tôi đã ăn một bữa rất ngon lành;* (b) mangé par les mites *bị mọt ăn;* m. ses mots *nói líu nhíu;* m. le morceau *để lộ một bí mật;* (c) m. son argent *phung phí tiền.* mangeable a *có thể ăn được.*
manger² nm *thực phẩm.*
mange-tout [m)ʒtu] a inv & nm inv *đậu ăn cả vỏ, đậu pháp.*
mangeur, -euse [m)ʒœ r, -z] n *người ăn, người xài tiền, xài phí.*
mangouste [m)gust] nf *cầy móc cua, chồn đèn, quả măng cụt.*
mangue [m)g] nf *xoài.*
maniabiliteá [manjabilite] nf *tính dễ sử dụng (dụng cụ); sự dễ cầm, dễ gia công.* maniable a *dễ sử dụng, dễ cầm (dụng cụ).*
maniaque [manjak] a & n 1. *bị điên* 2. *bị ám ảnh, bị hủy cảm* n *người gàn, người hưng cảm.*
manie [mani] nf (a) *bệnh điên, bệnh ám ảnh;* m. de la persécution *chứng kinh hoàng vì bị ngược đãi khủng bố;* (b) avoir la m. de la propreté *sự điên cuồng; bị ám ảnh với sự sạch sẽ;* il a ses petites manies *anh ta hơi gàn.*
maniement [manim)] nm *sự sử dụng* m. d'armes *sự chỉ huy, điều khiển quân đội.*
manier [manje] vtr (impf & pr sub n. maniions) 1. *sử dụng* 2. *sử dụng, quản lý, điều khiển (ngựa, công việc);* m. les avirons *điều khiển mái chèo.*
manieâre [manjɛr] nf 1. (a) *cách, lối;* c'est sa m. d'être *kiểu anh ta như thế đấy;* laissez-moi faire à ma m. *hãy để tôi làm theo cách của mình;* de cette m. *theo cách này;* d'une m. ou d'une autre, de m. ou d'autre *cách này hay cách khác;* en quelque m. *theo cách nào đó;* d'une m. générale *nói chung;* en aucune m. *không thể trong bất cứ hoàn cảnh nào;* de toute m. *trong bất cứ trường hợp nào;* de (telle) m. que *thế nào cho, thế nào để;* (b) *kiểu, cách* 2. *cử chỉ, thái độ;* F qu'est-ce que c'est que ces manières ? *làm gì kỳ vậy ?* faire des manières (*) *làm điệu bộ;* (**) *làm kiểu cách.* maniéré a *kiểu cách (người, cách cứ xử).*

manieárisme [manjerism] nm 1. *lối, kiểu cách* 2. *nghệ thuật kiểu cách.*
manif [manif] nf F: (= manifestation) *cuộc biểu tình.*
manifestant, -ante [manifɛst),)t] n *người biểu tình.*
manifestation [manifɛstasjɔ̃] nf (a) *sự biểu lộ (tình cảm);* (b) *sự biểu tình;* (c) *sự bộc lộ;* d. m. sportive *sự biểu diễn thể thao.*
manifeste¹ [manifɛst] a *hiển nhiên, rõ rệt;* manifestement adv *một cách hiển nhiên, rõ rệt.*
manifeste² nm 1. *bản tuyên ngôn* 2. *bản kê khai hàng hóa trên tàu.*
manifester [manifɛste] 1. vtr *biểu lộ, bày tỏ (ý kiến); bộc lộ, biểu lộ (niềm vui, nơi buồn);* m. sa volonté *biểu lộ ước nguyện của ai* 2. vi *chứng tỏ* 3. se m. *hiển hiện, xuất hiện.*
manigance [manig)s] nf *mánh khóe; những việc làm giấu tay.*
manigancer [manig)se] vtr (n. manigancons) *âm mưu, mánh khóe;* qu'est-ce qu'ils manigancent ? *họ âm mưu gì thế ?*
manipulateur, -trice [manipylatœ r, tris] n *người điều khiển bằng tay; kỹ thuật viên.*
manipulation [manipylasjɔ̃] nf 1. (a) *sự điều khiển bằng tay;* (b) *chữa bệnh bằng tay.* 2. *công việc thực tiễn; sự thí nghiệm.*
manipuler [manipyle] vtr 1. *làm bằng tay, điều khiển bằng tay (dụng cụ, trang thiết bị)* 2. *gian xảo (cuộc bầu cử).*
manitou [manitu] nm grand m. *người có quyền thế.*
manivelle [manivɛl] nf *tay quay; (mở đầu) quay.*
manne [man] nf *cái giỏ.*
mannequin [mank(] nm 1. a *(thuộc về giải thấu học) người mẫu* b. *giá chiêu mẫu (bằng gỗ...)* 2. *người mẫu.*
manoeuvre [manœ vr] 1 vtr (a) *làm việc, vận hành (máy).* (b) *sử dụng (xe cộ).*(c) *khởi động* 2 vi *thao diễn; dùng thủ đoạn để xoay xở.*
manoir [manwar] nm *trang viên.*
manomeâtre [manɔmɛtr] nm *Áp kế.*
manquant [m)k)] a *thiếu, vắng mặt.*
manque [m)k] nm (a) *sự thiếu, sự khiếm khuyết;* m. de parole *không giữ lời hứa;* m. de crédit; *do thiếu, vì lý do thiếu...* par m. de; m. de chance ! *kém may mắn !* (crise de) m. *sự thôi lui (triệu chứng);* (b) *sự thiếu hụt.*
manquement [m)km)] nm m. à une règle *sự vi phạm luật;* m. à la discipline *phá vỡ nguyên tắc, vi phạm kỷ luật.*
manquer [m)ke] 1 vi (a) m. de qch *thiếu thốn;* m. de politesse *thiếu lễ độ;* m. de courage *thiếu*

can đâm; je ne manque de rien *tôi không thiếu cái gì cả*; (b) il a manqué (de) tomber *nó suýt ngã xuống*; (c) impers il s'en manque de beaucoup *còn thiếu nhiều*; (d) *nguồn cung cấp thiếu hụt*; les mots me manquent *tôi không còn lời để gì nói, tôi thất vọng*; les vivres commencent à m. *nguồn dự trữ đang cạn*; la place me manque *tôi không còn chỗ nào*; il ne manque pas de *không thiếu*; il ne manquait plus que cela ! *chỉ còn thiếu điều đó thôi*; il manque quelques pages *còn thiếu vài trang*; il lui manque un bras *anh ta bị mất một cánh tay*; il me manque 10 francs *tôi thiếu 10 frăng*; (e) *chí đường*; le coeur lui manque *anh ta thiếu một tấm lòng* (f) *vắng mặt*; m. à un rendez-vous *lỡ hẹn*; m. à l'appel *vắng mặt khi điểm danh*; m. à qn *bỏ sót ai*; (g) *quên, bỏ lỡ, bỏ phí*. m. à son devoir *quên nhiệm vụ*; m. à sa parole *không giữ lời*; m. à une règle *vi phạm nội qui, qui luật*; le coup a manqué *sự cố gắng không thành công;* (h) ne manquez pas de nous écrire *đừng quên viết thư cho chúng tôi*. 2 vtr (a) *lỡ (tàu, mục đích)* m. une occasion *đánh mất, bỏ lỡ một cơ hội*; m. un coup *một thứ thách sớm thất bại* F: Il n'en manque pas une *anh ta luôn nhúng tay vào việc ấy*; (b) *vắng mặt (trong cuộc họp)*; (c) m. sa vie *làm cho cuộc sống bất ổn*.

manqueá a *bị bỏ lỡ (cơ hội); không thành công, vụng về (công việc)*; coup m. (*) *sự bỏ lỡ* (**) *sự thất bại*; garcon m. *con gái có tính nghịch như con trai*.

mansarde [m)sard] nf (toit en) m. *mái hai máng (máng dưới dốc đứng hơn)*. 2 *phòng sát mái*.

mansueátude [m)sɥetyd] nf *tính khoan dung*.

mante [m)t] nf m. religieuse *áo choàng không tay*.

manteau, eaux [m)to] nm 1 *áo khoát*. m. de pluie *áo mưa*. sous le m. de la nuit *bao trùm trong bóng đêm*. 2 m. de cheminée *mặt trên của lò sưởi*.

mantille [m)tij] nf *khăn choàng trùm đầu*.

manucure [manykyr] n *thợ cắt sửa móng tay*.

manucurer [manykyre] vtr *cắt sửa móng tay*.

manuel, elle [manɥɛl] 1 a *thuộc về tay (công việc)*. 2 nm *phím đàn piano, sổ tay tra cứu*.

manufacture [manyfaktyr] nf *nhà máy, phân xưởng*.

manufacturer [manyfaktyre] vtr *chế tạo*.

manuscrit [manyskri] a & nm *bản thảo*. lettre manuscrite *thơ viết tay*; m. (dactylographié) *bản đánh máy*.

manutention [manyt)sjɔ̃] nf (a) *sự chuyển (hàng hóa)*; (b) *nhà kho*.

manutentionnaire [manyt)sjɔnɛr] n *người chuyển hàng hóa*.

maoïsme [maɔism] nm *chủ nghĩa Mao*. maoïste a & n *thuộc về chủ nghĩa Mao*.

mappemonde [mapmɔ̃d] nf *bản đồ thế giới trong 2 bán cầu*; m. céleste *bản đồ bầu trời*.

maquereau, eaux [makro] nm 1 *cá thu*. 2 *tên ma cô*.

maquerelle [makrɛl] nf P. *mụ chủ nhà thổ, mụ tú bà*.

maquette [makɛt] nf 1 *mẫu vẽ, bản phác thảo*. 2 *mô hình*.

maquettiste [makɛtist] n *người tạo mẫu*.

maquillage [makijaʒ] nm 1 (a) *sự trang điểm (gương mặt)*; (b) *tô vẽ (tranh)*. 2 *đồ trang điểm; produits de m. mỹ phẩm trang điểm*.

maquiller [makije] 1. vtr *trang điểm (mặt)* (b) Vẽ *(tranh)* 2. se m. *trang điểm (khuôn mặt)*.

maquilleur, -euse [makijœr, -z] *người chuyên trang điểm; người chuyên hóa trang cho diễn viên*.

maquis [maki] nm (a) *rừng cây bụi, bưng biền*; (b) *vùng du kích; các lực lượng ngầm*; prendre le m. *hoạt động ngầm*.

maquisard [makizar] nm *du kích*.

maraîchage nm *sự trồng rau*. maraîcher, -ère (a) a jardin m. *vườn trồng rau hoa lợi trong vườn*; (b) n *người làm vườn để bán, người vừa trồng vừa đấy xe đi bán rau quả*.

marais [marɛ] nm *lầy lội (đất); đầm lầy*; m. salant *đầm nước mặn*.

marasme [marasm] nm (a) *sự đình trệ, sự chậm chạp, sự ngừng đọng*; (b) *sự u ám, sự uể oải, tình trạng chán nản*.

marathon [maratɔ̃] nm *cuộc thi chạy marathon (chạy đường dài); sự đảm đang gánh vác trong một thời gian dài*.

marêtre [marɑtr] nf la méchante m. *dì ghẻ ác ôn, mẹ kế chanh chua*.

maraude [marod] nf (a) *sự ăn cắp vặt*; (b) taxi en m. *loại xe taxi chạy ít hao xăng, chạy chậm*.

marauder [marode] vi *ăn cắp vặt*.

maraudeur, -euse [marodœr, -z] n (a) *tên ăn cắp* (b) *tên ăn cắp vặt*.

marbre [marbr] nm 1. (a) *đá cẩm thạch* (b) *vật bằng cẩm thạch (tượng)*; (c) *tác phẩm điêu khắc giá trị bằng cẩm thạch*. 2. *đá cứng*. marbré a *có vân cẩm thạch, có chấm lốm đốm*.

marbrier [marbrije] nm *thợ làm tượng đài, thợ đá hoa*.

marbrure [marbryr] nf *sự lốm đốm, sự có vân của cẩm thạch*.

marc [mar] nm 1. *bã (nho) (eau de vie de) m. bã nước giải khát (có chất rượu brandy)* 2. m. de café *cặn cà phê*.

marcassin [markasɛ̃] nm *heo rừng đực (còn nhỏ, còn theo mẹ)*.

marchand, -ande [marʃɔ̃, ɔ̃d] **1.** n *thương gia, người bán hàng*; m. en gos, de détail *người bán sĩ, người bán lẻ*; m. de légumes *người bán rau quả*; m. de poisson *người bán cá*; m. de tabac *người bán thuốc lá*; m. ambulant *người bán hàng rong*; m. de quatre saisons *người bán trái cây rong (trên xe đẩy)* **2.** a (a) *thuộc về thương mại; có thể bán được (hàng); thị trường (giá);* (b) *đội thương thuyền*.

marchandage [marʃɔ̃daʒ] nm *sự mặc cả, sự tranh chấp*.

marchander [marʃɔ̃de] vtr (a) *mặc cả, tranh chấp (về cái gì);* (b) il ne marchande pas sa peine *anh ta gắng sức để làm gì*.

marchandise [marʃɔ̃diz] nf *hàng hóa; mặt hàng; hàng hóa đường biển;* train de marchandises *tàu chở hàng;* étaler sa m. *bày hàng ra*.

marche [marʃ] n **1** *bước, bậc cầu thang* **2.** (a) *sự đi bộ;* aimer la m. *thích đi bộ;* ralentir sa m. *chậm bước;* se mettre en m. *bắt đầu, khởi hành;* deux heures de m. *cuộc bách bộ 2 tiếng đồng hồ;* (b) *hành quân;* ordres de m. *lệnh hành quân;* ouvrir la m. *mở cuộc hành quân;* fermer la m. *rút lui, rút về hậu phương;* (c) m. funèbre *khúc tang lễ.* **3.** (a) *sự chạy (của tàu lửa); sự ra khỏi (tàu thủy);* mettre en m un service *sự tiến hành, sự điều động (công việc);* (b) en m. *sự di chuyển;* m. arrière *sự chạy lùi (xe hơi);* entrer dans le garage en m. arrière *chạy lùi vào garage;* **4.** (a) *sự hoạt động (của máy)* être en m. *đang hoạt động (máy móc);* mettre en m. *khởi động (máy);* (b) *dòng (dự kiện); chuỗi (thời gian)*.

marcheá [marʃe] nm **1.** (a) *sự giao dịch, sự mua bán;* m. noir, gris *chợ đen, việc buôn lậu;* faire son m. *đi mua sắm, đi chợ;* (b) *sự mặc cả;* conclure un m. *đồng ý, thỏa thuận (mua bán);* (c'est) m. conclu *thể là được;* pardessus le m. *hàng hạ giá rẻ hơn* **2.** *thị trường, chợ;* m. aux puces *chợ cóc, chợ trời;* lancer un article sur le m. *đưa một hàng gì vào thị trường, đem ra chợ bán;* le M. commun *cộng đồng kinh tế châu Âu*.

marchepied [marʃəpje] nm (a) *các bậc lên xuống (của tàu lửa)* (b) *ghế để chân*.

marcher [marʃe] vi **1** *đạp, dẫm;* m. sur les pieds de qn *dẫm lên chân ai;* ne marchez pas sur les pelouses *đừng dẫm lên cỏ.* **2.** (a) *đi bộ, cuốc bộ* boiter en marchant *đi khập khiễng, đi chuyển chậm chạp;* deux choses qui marchent toujours ensemble *hai thứ luôn đi đối với nhau;* facon de m *dáng đi, cách đi đứng;* (b) *vâng lệnh* faire m. qn (*) *ra lệnh cho ai* (**) *kéo chân ai;* il marchera *anh ta sẽ làm điều đó;* je ne marche pas! *tôi không làm gì đâu !;* (c) *hành quân;* en avant, marche ! *đi tới, bước !* **3.** (a) *(cửa tàu lửa) di chuyển, đi; (tàu thủy) ra khỏi; (các kế hoạch) cải tiến, tiến hành;* le temps marche *thời gian cứ trôi đi;* les affaires marchent *công việc tiến triển nhanh chóng;* est-ce que ca marche ? *công việc của anh ổn định chứ ?* la répétition a bien marché *sự diễn tập tiến hành tốt đẹp;* (b) *(về máy móc) chạy, hoạt động;* ma montre ne marche plus *đồng hồ của tôi đứng rồi*.

marcheur, -euse [marʃœr, -z] n *người đi bộ*.

mardi [mardi] nm *thứ ba;* m. gras *thứ ba trước ngày lễ tro*.

mare [mar] nf *hồ nước đọng, ao;* m de sang *vũng máu*.

maréacage [marekaʒ] nm *đầm lầy; vũng sình.* marécageux, euse a *lầy lội, sình lầy*.

mareáchal, -aux [mareʃal, o] nm **1.** m. -ferrant *thợ;* **2** *quan chức phụ trách nghi lễ (hoàng gia)* **3** (a) m. (de France) *nguyên soái;* (b) m. des logis *trung sĩ (trong quân đội)*.

mareáe [mare] nf **1.** *thủy triều;* m. haute, basse *thủy triều lên cao, xuống thấp; mực nước cao, thấp;* m. montante, descendante *thủy triều lên, thủy triều xuống;* port de m. *hải cảng chịu ảnh hưởng của thủy triều (để ra khỏi)* m. humaine *dòng người đông đúc, dòng người ồ ạt;* m. noire *váng dầu* **2.** *cá nước ngọt (hoặc cá biển);* train de m. *dòng cá, đàn cá;* arriver comme m. en carême *không thể tránh khỏi, đến rất đúng lúc*.

marelle [marɛl] nf *trò chơi nhảy ô*.

margarine [margarin] nf *bơ thực vật*.

marge [marʒ] nf **1.** (a) *biên giới, bờ (đê, lề đường);* vivre en m. (de la société) (*) *sống ngoài rìa xã hội* (**) *lui về ở ẩn, sống cuộc đời yên tĩnh;* (b) *lề (sách)* note en m. *ghi chú bên lề;* **2.** m. de sécurité *giới hạn an toàn;* m. d'erreur *chênh lệch do sai sót;* avoir de la m. (*) *có nhiều thời gian* (**) *có nhiều cơ hội;* m. bénéficiaire *phần tiền lời.* **marginal, -ale, -aux** **1.** a (a) *ở sát mép (giấy); ngoài lề, không chính yếu;* (b) prix m. *giá hời;* (c) *người không thích ứng với tập tục* **2.** n *người không thích nghi với ngoại cảnh*.

marguerite [margərit] n (petite) m. *cây hoa cúc;* grande m. *cúc đại đóa*.

mari [mari] nm *chồng*

mariage [marjaʒ] nm (a) *hôn nhân, đời sống vợ chồng;* m. d'amour *hôn nhân vì tình;* (b) *lễ cưới* m. religieux *lễ cưới ở nhà thờ;* m. civil *hôn nhân (ở phòng đăng ký kết hôn);* acte de m. *giấy hôn thú;* demande en m. *lời dạm hỏi* *(cưới)*; (c) *sự hỗn hợp (của màu sắc).*

mariéá, -eáe [marje] a & n *(người) đã có gia đình;* nouveau m., nouvelle mariée, le, la, marié(e) *cô dâu, chú rể;* nouveaux mariés *vợ chồng mới cưới;* robe de mariée *áo cưới.*

marier [marje] vt (impf & pr sub n. mariions) **1.** (a) *(cha đạo)* làm lễ cưới *(cho hai người);* (b) *gả (con gái);* fille à m. *con gái đến tuổi lập gia đình;* (c) kết hợp, trộn lẫn *(màu sắc)* **2.** se m. *cưới, kết hôn;* se m. avec qn *cưới ai, lấy ai;* se m. avec qch *(về màu sắc) hòa hợp với cái gì.*

marihuana [mariɥana], **marijuana** [mariʒɥana] nf *lá cây gai dầu (phơi khô để hút như thuốc lá), cần sa.*

marin, -ine[1] [mar(, in] **1.** a *thuộc về biển, (động cơ) để dùng ngoài biển;* carte marine *biểu đồ đi biển;* mille m. *dặm biển;* costume m. *đồ thủy thủ;* avoir le pied m. *sành sỏi về việc đi biển* **2** nm *thủy thủ;* se faire m. *đi biển;* m. d'eau douce *người không biết nghề đi biển.*

marina [marina] nf *bến đậu dành cho tàu du lịch.*

marinade [marinad] nf (a) *nước ướp thịt;* (b) *thịt ướp.*

marine[2] [marin] nf **1** *tàu đi biển* terme de m. *giới hạn đường biển* **2** *hàng hải* la m. marchande *đội thương thuyền;* la m. de guerre *hải quân;* officier de m. *sĩ quan hải quân;* **3** a inv *màu xanh nước biển* **4** nm *lực lượng hải quân (Hoàng gia).*

mariner [marine] vtr (a) *ướp mắm muối;* (b) *ướp thịt.*

marionnette [marjɔnet] nf *con rối, tên bù nhìn;* m. à gaine *người nộm;* m. (à fil) *rối giật dây;* *trò mùa rối.*

marionnettiste [marjɔnetist] n *người làm trò múa rối.*

marital, -aux [marital, o] a *thuộc về hôn nhân; uy quyền (của chồng).* maritalement adv *có tính cách gia đình (hôn nhân);* vivre m. *sống chung, sống như vợ chồng.*

maritime [maritim] a *bằng đường biển;* ville m. *thành phố biển;* commerce m. *mậu dịch đường biển;* assurance m. *bảo hiểm đường biển;* gare m. *hải cảng, bến tàu.*

marjolaine [marʒɔlɛn] nf *cây kinh giới ô.*

marmaille [marmaj] nf *trẻ con, bọn nhóc.*

marmelade [marmɔlad] nf (a) *mứt quả nghiền;* m. de pommes *mứt táo nghiền;* (b) m. (d'orange) *mứt cam xay* (c) mettre en m. *nghiền nát.*

marmite [marmit] nf (a) *nồi nấu;* m. à conserve *nồi giữ nóng thức ăn;* m. autoclave *nồi áp suất;* (b) *đạn súng cối lớn.*

marmonnement [marmɔnm)] nm *sự lẩm bẩm, tiếng lẩm bẩm.*

marmonner [marmɔne] vtr *lẩm bẩm.*

marmot [marmo] nm *cậu bé.*

marmotte [marmɔt] nf *con macmôt*

marmotter [marmɔte] vtr *lâm râm, lẩm nhẩm.*

Maroc [marɔk] *Ma-rốc.* marocain, -aine a & n *thuộc về Ma rốc; người Ma rốc.*

maroquin [marɔk(] nm (a) *da maro canh* (b) *chức vụ bộ trưởng.*

maroquinerie [marɔkinri] nf (a) *sự thuộc da maroсanh;* (b) *nghề làm hàng da marocanh;* (c) *cửa hàng đồ da.*

maroquinier [marɔkinje] nm *thợ thuộc da marocanh, người làm đồ da, người bán đồ da.*

marotte [marɔt] nf *sở thích riêng, điều thích thú kỳ cục.*

marque [mark] nf **1** *dấu, dấu hiệu.* m. (de fabrique) *nhãn hiệu;* m. déposée *nhãn hiệu đã trình tòa;* produits de m. *hàng hóa có nhãn hiệu;* m. courante *điểm chuẩn;* personnage de m. *người nổi tiếng, nổi bật, xuất chúng;* porter la m. du génie *có dấu hiệu thiên tài;* marques d'amitié *biểu hiện của tình bằng hữu.* **2** *vật để làm dấu* **3** (a) *điểm số, kết quả điểm;* (b) *thẻ;* (c) à vos marques! prêts ? partez ! *đừng vào vạch đi ! sẵn sàng ? khởi hành !.*

marquer [marke] **1.** vtr (a) *đánh dấu, để lại dấu;* prix marqué *giá chí định;* (b) *ghi chú;* m. un but *làm bàn, ghi bàn thắng;* m. les points *ghi điểm;* (c) *chỉ ra;* la pendule marque dix heures *đồng hồ chỉ 10 giờ;* m. les pas *dậm chân tại chỗ* **2.** vi (a) *viết (bằng viết chì), đánh dấu, làm dấu;* (b) *nổi bật;* notre famille n'a jamais marqué *gia đình tôi chưa bao giờ nổi bật.* marquant a *nổi bật, xuất chúng đặc biệt.* marqué a *được đánh dấu, có dấu, không thể lầm lẫn (sự khác nhau); rõ, nổi bật (net); khác nhau (về thiên hướng, sở thích).*

marqueur [markœ r] nm *người đánh dấu, người ghi điểm.*

marquis [marki] nm *hầu tước.*

marquise [markiz] nf **1.** *bà hầu tước;* **2.** (a) *tấm vải bạt;* (c) *mái che lợp kính, vòm bảo vệ.*

marraine [marɛn] nf *mẹ đỡ đầu; người đỡ đầu (ở lễ rửa tội); bà chủ trì lễ khánh thành (của tàu bè).*

marrant [mar)] a *buồn cười;* tu n'est pas m. *anh trông không vui vẻ tí nào.*

marre [mar] adv en avoir m. de qch, de qn *đủ quá rồi, chán ngấy rồi;* j'en ai m. *quá đủ với tôi rồi.*

marrer(se) [semare] vpr *cười, cười lăn ra* tu me fais m. *anh làm tôi cười bò ra.*

marron [marɔ̃] 1 nm (a) *hạt dẻ;* m. glacé *hạt dẻ bọc đường;* (b) m. d'Inde *hạt dẻ Ấn độ* (c) *cú đấm mạnh* 2 a inv & nm *có màu hạt dẻ.*

marronnier [marɔnje] nm m. d'Inde *cây dẻ, cây kẹn Ấn độ.*

Mars [mars] 1. *sao Hỏa, thần chiến tranh.* 2. nm au mois de m., en m. *vào tháng ba;* le premier m. *ngày một tháng ba;* le sept m. *vào ngày 7 tháng 3;* blé de m. *hạt lúc gieo tháng 3.*

Marseille [marsɛj] Marseille. marseillais, -aise a & n *thuộc về Marseille, người Mar-seille;* la Marseillaise *bài quốc ca Pháp.*

marsouin [marsw( ] nm *cá heo.*

marteau, -eaux [marto] 1 nm (a) *búa;* m. pneumatique *búa hơi, búa gió;* m. piqueur *búa gõ;* entre l'enclume et le m. *trên đe dưới búa;* (b) *(cửa) búa gõ; quả chuông gõ (của đồng hồ)* 2. a *điên cuồng.*

marteau-pilon [martopilɔ̃] nm *búa nện, búa giã;* pl marteaux-pilons.

marteâlement [martɛlm)] nm *sự gõ búa, tiếng búa.*

marteler [martəle] vtr (je martèle) *đập búa, nện búa;* m. à froid *rèn nguội;* m. ses mots *dằn từng tiếng, hẳn học, răn đe.*

martial, -aux [marsjal, o] a *có vẻ quân nhân, thượng võ;* loi martiale *luật quân sự;* cour martiale *tòa án quân sự.*

martien, -ienne [marsj(, jɛn] a & n *Thuộc về sao Hỏa; người có sao Hỏa chiếu mệnh.*

martinet [martinɛ] nm 1 *roi da tết* 2 *chim én.*

martin-pêcheur [mart(pɛʃœ r] nm *chim bòng chanh, chim bói cá* pl martins-pêcheurs.

martre [martr] nm *chồn* mactet; m. zibeline *lông chồn;* m. du Canada *bộ lông chồn vizon.*

martyre[1] [martir] nm *sự tử vì đạo, sự tuẫn đạo;* souffrir le m. *chịu nhục hình;* mettre qn au m. *hành hạ ai.* martyr, -yre a & n *tử vì đạo, hy sinh vì lý tưởng; người tử vì đạo, người hy sinh vì lý tưởng;* peuple m. *dân tộc sẵn sàng tử vì đạo.*

martyriser [martirize] vtr 1 *hành hạ, dọa dày (ai)* 2 *giết vì đạo, bắt ai chết vì đạo.*

marxisme [marksism] nm *chủ nghĩa Mát-xít.* marxiste a & n *theo chủ nghĩa Mác; người theo chủ nghĩa Mác.*

mas [mas] nm *nông trang, thôn trang (ở một tỉnh miền nam nước Pháp).*

mascara [maskara] nm *Mỹ phẩm để tô đen mi mắt.*

mascarade [maskarad] nf *hội giả trang, sự ăn mặc lố lăng; sự giả dối.*

mascaret [maskarɛ] nm *sóng triều, sóng cồn.*

mascotte [maskɔt] nf *vật lành, người đem lại phước lành.*

masculin [maskyl( ] 1 a (a) *thuộc về đàn ông* (b) *đực* 2 a & nm *(giống) đực.*

maso [mazo] F: 1 a *khổ dâm, đau đớn về thể xác* 2 n *người mắc chứng khổ dâm.*

masochisme [mazɔʃism] nm *chứng khổ dâm, sự khoái trá khi bị đau đớn về thể xác.* masochiste 1 a *khổ dâm* 2 n *người mắc chứng khổ dâm.*

masque [mask] nm *mặt nạ;* m. à gaz *mặt nạ phòng hơi độc;* m. à oxygène *mặt nạ ôxy;* m. de plongée *mặt nạ thợ lặn;* m. (antirides, facial) *mặt nạ dưỡng da mặt* m. mortuaire *mặt nạ để liệm người chết.*

masquer [maske] vtr 1. (a) *đeo mặt nạ; cải trang bằng cách đeo mặt nạ;* bal masqué *khiêu vũ giả trang;* (b) *che dấu, che đậy (cái gì);* che bóng *(ánh sáng); trá hình;* virage masqué *khúc quẹo bị che khuất* 2 se m. *che dấu, tự dấu diếm.*

massacre [masakr] nm *cuộc tàn sát, sự giết chóc; sự sát sinh.*

massacrer [masakre] vtr 1 *tàn sát, giết chóc, sát sinh;* 2 *làm vụng, hỏng (việc); phản (âm nhạc); hư (áo quần); (được dùng trong một cụm từ)* être d'une humeur m. *thái độ đáng khinh, tính khí cáu kỉnh.*

massacreur, -euse [masakrœ r, -z] n *người vụng về, kẻ tàn sát.*

massage [masaʒ] nm *sự xoa bóp.*

masse[1] [mas] nf 1 (a) *khối, số lượng lớn;* tomber comme une m. *rơi nặng, té nặng;* en m., (*) *đa số, phần lớn;* (**) *nói chung, toàn bộ;* exécutions en m. *các buổi biểu diễn nhiều người;* avoir des livres en m. *có hàng khối sách;* taillé dans la m. *được chạm khắc hàng loạt;* (b) *quần chúng, đám đông;* les masses, la m. *phần lớn;* la m. de; il n'y en a pas des masses *không có nhiều;* 2 m. monétaire *quĩ đóng góp* 3 *sự tiếp đất, dây nối kết;* mettre le courant à la m. *bắt điện dưới đất;* m. critique *khối lượng nguyên tử.*

masse[2] nf 1. *búa tạ;* 2. (a) m. (d'armes) *cái chùy;* (b) *lễ trượng, gậy lễ (dùng trong các buổi lễ).*

massepain [masp( ] nm *bánh hạnh nhân giã.*

masser[1] [mase] vtr 1 *tụ tập (đám đông)* 2 se m. *tụ lại, dồn đống.*

masser[2] vtr *xoa bóp.*

masseur, -euse [masœ r, -z] n *người làm nghề xoa bóp*

massif, -ive [masif, iv] 1 a (a) *cả khối, to xù;* (b) *dày đặc, rắn chắc (bạc);* (c) action massive *cuộc tấn công lớn;* dose massive *liều cao.* 2 nm (a) *lùm (cây);* (b) *khối núi.* massivement adv đông đảo, hàng loạt, thành khối đặc.

mass(-)media [masmedja] nmpl *phương tiện thông tin đại chúng.*

massue [masy] nf *cái chùy;* coup de m. *tai họa bất ngờ.*

mastic [mastik] nm **1.** (a) *nhựa chai;* (b) *xi măng, hợp chất mát tít (để gắn cửa kính).* **2** a inv *có màu nâu nhạt (như màu mát tít).*

mastiquer [mastike] vtr **1.** *trát xi măng; trét mát tít (vào kẽ nứt, vào cửa kính)* **2** *nhai.*

mastodonte [mastɔdɔ̃t] nm **1.** *voi răng mấu (hóa thạch)* **2.** *người to xù, khổng lồ.*

masturbation [mastyrbasjɔ̃] nf *sự thủ dâm.*

masturber [mastyrbe] vtr & pr *thủ dâm.*

m'as-tu-vu [matyvy] **1** a *hay khoe khoang* **2** n inv *kẻ hay khoe khoang.*

masure [mazyr] nf *túp lều, nhà tranh vách nát.*

mat[1] [mat] a *xỉn mặt, mờ, đục;* son m. *âm thanh đục, tiếng thịch.*

mat[2] **1** a inv *bị dồn vào nước bí, bị thua cờ* **2** nm *nước bí.*

mêt [ma] nm (a) *cột buồm, cột cờ;* m. d'artimon *cột buồm phía lái;* m. de misaine *cột buồm mũi;* m. de charge *cần trục, cần cẩu;* (b) m. de tente *cột lều;* m. de cocagne *cột mỡ.*

match [matʃ] nm *cuộc đấu;* m. prévu *ngày ấn định (cho sự kiện thể thao);* faire m. nul *kết thúc hòa.*

matelas [matla] nm *cái nệm;* m. pneumatique *nệm hơi, nệm không khí.*

matelasser [matlase] vtr *nhồi, chần, lót một lớp chần, đệm (ghế);* enveloppe mate-lassée *Túi đệm bông.*

matelot [matlo] nm *thủy thủ, lính thủy.*

mater [mate] vtr (a) *chiếu tướng cho bí;* (b) *thuần hoá, chinh phục ai; khuất phục ai; chế ngự ai.*

matéarialisation [materjalizasjɔ̃] nf *sự vật chất hóa, sự cụ thể hóa, sự cho hiện lên.*

matéarialiser [materjalize] vtr & pr *vật chất hóa, cụ thể hóa.*

matéarialisme [materjalism] nm *chủ nghĩa duy vật, chủ nghĩa vật chất.* **matérialiste 1.** a *duy vật, vật chất* **2** n *nhà duy vật, người theo chủ nghĩa duy vật.*

matéariau [materjo] nm *vật liệu xây dựng (nhà cửa).*

matéariaux [materjo] nmpl *Các tư liệu về một công trình, về một sự nghiên cứu.*

matéariel, -elle [materjɛl] **1.** a (a) *vật chất, thể chất;* (b) *thuộc xác thịt, nhục dục (khoái lạc);* (c) besoins matériels *những nhu cầu về vật chất* **2.** nm (a) *dụng cụ, chất liệu, đồ dùng;* m. agricole *dụng cụ nhà nông;* m. roulant *thiết bị hỏa xa;* m. de camping *dụng cụ cắm trại;* m. scolaire *đồ dùng giảng dạy;* (b) Inform. *phần cứng.* matériellement avd **1.** *về mặt vật chất* **2.** *thực tế (không thể có, v.v.).*

materniteá [maternite] nf **1.** (a) *tư cách làm mẹ, tình mẹ;* (b) *sự sinh đẻ* **2.** *nhà hộ sinh, bệnh viện sản khoa.* maternel, -elle a **1.** *thuộc về mẹ; của mẹ (sự ân cần);* école maternelle, nf la maternelle *trường mẫu giáo* **2.** (a) aieul m. *ông ngoại;* (b) langue maternelle *tiếng mẹ đẻ.* maternellement adv *như người mẹ.*

math(s) [mat] nfpl *toán học.* fort en m. *giỏi toán.*

matheámaticien, -ienne [matematisj(, jɛn] n *nhà toán học.*

matheámatique [matematik] **1.** a *thuộc về toán học.* **2.** nfpl *toán học.* matheux, -euse n *sinh viên toán, học sinh giỏi toán.*

matieâre [matjɛr] nf **1.** *vật chất, vấn đề, chất liệu, đề tài.* matière(s) première(s) *nguyên liệu;* m. grasse *mỡ, chất béo;* m. plastique *chất dẻo* **2.** *chủ đề, đề tài; môn học (ở trường);* table des matières *bảng mục lục (của sách);* entrer en m. *vào bài, nhập đề;* il n'y a pas m. à rire *đó không phải là chuyện đùa;* en m. de musique *về mặt âm nhạc.*

matin [matɛ̃] nm *buổi sáng;* quatre heures du m. *bốn giờ sáng;* de grand m. *sáng sớm;* rentrer au petit m. *về nhà lúc sáng tinh mơ;* un de ces (quatre) matins *một ngày kia, một ngày nọ.* matinal, -aux a **1.** *sáng sớm;* à cette heure matinale *vào lúc sáng sớm hôm đó.* **2.** être m. *dậy sớm.*

matineáe [matine] nf **1.** *buổi sáng.* dans la m. *trong buổi sáng, suốt buổi sáng;* faire (la) grasse m. *ngủ dậy trưa; ngủ nướng tới chiều.* **2.** *buổi hòa nhạc chiều.*

matois, -oise [matwa, waz] **1.** a *xảo trá, láu cá, mưu trí.* **2.** n *người láu cá;* fin m. *tên xảo quyệt.*

matou [matu] nm *mèo đực.*

matraquage [matrakaʒ] nm *sự đánh bằng dùi cui;* m. publicitaire *sự quá khích (gây ra náo động công cộng).*

matraque [matrak] nf (a) *dùi cui (của cảnh sát)* (b) *dùi cui.* F coup de m. *chém đẹp, bán quá đắt (trong nhà hàng).*

matraquer [matrake] vtr *đánh bằng dùi cui; nhai nhãi mãi, lập đi lập lại (bài nhạc, khẩu hiệu...).*

matrice [matris] nf (a) *dạ con, tử cung;* (b) *khuôn (rập, rèn);* (c) *ma trận.*

matricule [matrikyl] a & nm (numéro) m. (regimental, administrative) *số đăng ký.*

matrimonial, -aux [matrimɔnjal] a *thuộc về hôn nhân.*

matrone [matrɔn] n *tôn mẫu, nữ gia trưởng, bà mụ.*

maturation [matyrasjɔ̃] nf *sự thành thục, sự chín muồi.*

mêture [matyr] nf *cột buồm, bộ cột buồm;* dans la m. *giương cao, trên cao.*

maturiteá [matyrite] nf *sự chín, sự thành thục, sự trưởng thành, sự chín chắn;* venir à m. *trưởng thành, chín muồi.*

maudire [modir] vtr (prp maudissant; pp maudit; pr sub je maudisse; ps je maudis) *nguyền rủa.* maudit **1.** a (a) *đáng nguyền rủa;* (b) quel m. temps ! *thời tiết tồi tệ làm sao !* **2.** n le M. *quỉ sứ;* les maudits *những lời nguyền rủa.*

maugreáer [mogree] vi *nguyền rủa, báng bổ, càu nhàu.*

Maurice [mɔris] P. *Mô-rix;* l'ile M. *đảo Mô-Rix*

mausoleáe [mozɔle] nm *lăng tẩm.*

maussade [mosad] a (a) *cáu kỉnh, gắt gỏng, buồn, âm u;* (b) temps m. *thời tiết u ám.*

mauvais [mɔvɛ] a (a) *xấu, tồi, ác độc (người);* mauvaise action *việc làm sai trái;* de plus en plus m. *càng ngày càng xấu hơn, tồi tệ hơn;* avoir l'air m. *tồi tệ* (*) *trông láu lỉnh* (**) *trông đồi bại;* c'est un m. sujet *anh ta rất tồi;* (b) *bản chất xấu xa;* c'est une mauvaise langue *cô ta là người ngồi lê đôi mách, người hay nói xấu* (c) *kinh tởm, không hài lòng, tồi, xấu (hơi thở, giấc mơ);* (biến động) m. temps *thời tiết xấu;* m. pas *điểm yếu;* trouver qch m. *không thích cái gì;* prendre qch en mauvaise part *làm xúc phạm việc gì;* sentir m. *thối cảm thấy tồi;* il fait m. *thời tiết xấu;* (d) m. pour la santé *xấu cho sức khỏe;* (e) *không hoàn hảo, thiếu, không đủ;* mauvaise santé *sức khỏe kém;* il a fait une mauvaise bronchite *anh ta bị viêm phổi trầm trọng;* faire de mauvaises affaires *làm hỏng việc;* m. frein *phanh không tác dụng;* (f) *sai, không đúng.* c'est la mauvaise clef *không phải chiếc chìa khóa này;* rire au m. endroit *cười không đúng chỗ.*

mauve [mov] **1.** nf *cây cẩm quì* **2.** a & nm *có màu hoa cà; màu hoa cà.*

mauviette [movjɛt] nf *chim chiền chiện; người yếu ớt.*

maxi [maksi] **1.** a inv (a) robe m. *áo dài, thụng;* (b) *tối đa (tốc độ).* **2.** adv *tối đa, cao nhất, tột độ.*

maxillaire [maksilɛr] a *hàm, thuộc về hàm;* a & nm (os) m. *xương hàm.*

maxime [maksim] nf *châm ngôn.*

maximum [maksimɔm] **1.** nm *tối đa, cực đại;* porter la production au m. *nâng sản xuất lên tối đa* pl maximums **2.** a inv rendement m. *sản lượng tối đa.* maximal, -aux a *tối đa, cực độ (hiệu quả).*

mayonnaise [majɔnɛʒ] nf *nước sốt mayone.*

mazout [mazut] nm *dầu ma dút;* chauffage central au m. *hệ thống sưởi ấm bằng dầu ma dút.*

M[e] abbr Maitre *Luật sư*

me [mə] (a) *đứng trước nguyên âm;* m' *tôi;* il m'aime *anh ta yêu tôi;* me voici *tôi đây;* (b) (đại từ phản thân) je me suis dit que *tôi tự nhủ là.*

meáandre [me)dr] nm *khúc uốn (của sông); khúc quanh (của con đường).*

mec [mek] nm *người có nghị lực; gã, chàng.*

meácanicien, -ienne [mekanisj(] **1.** n (a) *thợ máy;* m. dentiste *kỹ thuật viên chỉnh hình răng;* (b) *Kỹ sư; người lái xe lửa; người lái tàu thủy* **2.** nf mécanicienne *thợ máy.* mécanique **1.** a *bằng máy (đồ chơi), thuộc máy móc;* industries mécaniques *công nghiệp cơ khí;* **2.** nf (a) *cơ khí học;* (b) *máy móc;* (c) *bộ máy.* mécaniquement adv *một cách máy móc, về mặt cơ khí.*

meácanisation [mekanizasjɔ̃] nf *sự cơ khí hóa.*

meácaniser [mekanize] vtr *cơ khí hóa, biến thành cái máy.*

meácanisme [mekanism] nm **1.** *máy móc, bộ máy, cơ chế* **2.** *kỹ thuật, việc thực hiện.*

meácanographie [mekanɔgrafi] nf (a) *sự sắp xếp các dữ kiện bằng máy;* (b) *khoa sắp xếp các dữ kiện bằng máy.*

meácéanat [mesena] nm *sự bảo trợ nghệ thuật.*

meácéane [mesɛn] nm *người bảo trợ nghệ thuật.*

meáchanceteá [meʃ)ste] nf **1.** (a) *tính độc ác;* (b) *sự xấu tính, sự ác độc;* faire qch par m. *làm điều gì vì thù oán* **2.** *hành động độc ác, nhận xét độc ác,* quelle m.! *sao làm (nói) ác thế !.* méchant, -ante a (a) *không hài lòng, khó chịu,* être de méchante humeur *giận dữ, cáu kỉnh;* (b) *(người) ác độc, xấu xa;* (c) *ác độc, tinh nghịch, (trẻ con);* n petit m.! *thằng nhóc nghịch làm sao!* les méchants *những nhân vật phản diện (trong phim);* (d) *nguy hiểm, dữ tợn (thú vật);* chien m. *chó dữ.* méchamment adv (a) *độc ác, hiểm tâm;* (b) *tinh nghịch, láu cá.*

meâche[1] [meʃ] nf **1.** (a) *bấc nến;* (b) *ngòi (pháo, mìn);* vendre la m. *tố giác âm mưu, làm lộ bí mật* **2.** *mớ (tóc)* m. postiche *mớ (tóc)* **3.** *mũi khoan.*

meâche[2] nf être de m. avec *thông đồng với ai;* il n'y a pas m. *không có cách gì.*

meácompte [mekɔ̃t] nm **1.** *sự tính lầm, sự tính sai;* **2.** *sự phán xét sai lầm, sự thất vọng;* il a eu un grave m. *anh ta thất bại nặng nề.*

meáconnaissance [mekɔnɛs)s] nf *không nhận ra được (tài năng của ai); đọc sai (các sự kiện, dữ kiện); sự lờ đi (nhiệm vụ).*

meáconnaitre [mekɔnɛtr] vtr *không nhận ra, đánh giá sai (tài năng của ai); không quan tâm đến (nhiệm vụ)* m. les faits *lờ đi các sự việc.* méconnaissable a *khó nhận ra, không nhận ra được.* méconnu a *không nhận ra, đánh giá sai, hiểu lầm.*

meácontentement [mekɔ̃t)tm)] nm *sự không thỏa mãn, sự không hài lòng; sự khó chịu.* mécontent, -ente **1.** a *không hài lòng, không thỏa mãn*; il est m. de ce que vous avez dit *anh ta rất khó chịu về những gì anh nói*; **2.** n *người không hài lòng, bất bình.*

meácontenter [mekɔ̃t)te] vtr *làm không lòng, làm khó chịu (ai, người nào).*

Mecque(la) [lamɛk] nf *Vùng Mecca.*

meádaille [medaj] nf **1.** *huy chương*; le revers de la m. *mặt trái của sự việc*; **2.** *(nghề, hình thức)* phù hiệu, huy hiệu. médaillé, -ée **1.** a *được thưởng huy chương* **2.** n *người được thưởng huy chương.*

meádaillon [medajɔ̃] nm *tấm lắc (đeo ở cổ), bức chạm đầu người.*

meádecin [medsɛ̃] nm *bác sĩ, thầy thuốc*; femme m. *nữ bác sĩ*; m. généraliste *(y học) bác sĩ đa khoa*; m. consultant *cố vấn y khoa*; m. légiste *nhà bệnh y học*; m. militaire *bác sĩ quân y.*

meádecine [medsin] nf *y học, y khoa*; m. générale *đa khoa*; m. légale *pháp lý* m. du travail *y học công nghiệp.*

media [medja] nmpl *thông tin đại chúng.*

meádiateur, -trice [medjatœr, tris] n *người trung gian; người điều hành.*

meádiatheâque [medjatɛk] nf *thông tin thư viện.*

meádiation [medjasjɔ̃] nf *sự làm trung gian hòa giải.*

meádiatique [medjatik] a *thuộc về thông tin đại chúng.*

meádical, -aux [medikal, o] a *thuộc về y học.* médicalement adv *về mặt y học.*

meádicament [medikam)] nm *thuốc, vị thuốc.*

meádicinal, -aux [medisinal, o] a *để làm thuốc.*

meádicával, -aux [medjeval, o] a *thuộc về trung cổ.*

meádiocriteá [medjɔkrite] nf *tính tầm thường, sự tầm thường* les médiocrités *những cái tầm thường.* médiocre a *xoàng, tầm thường; trung bình (khả năng)* vin m. *rượu thường.*

médiocrement adv *một cách xoàng xỉnh, tầm thường.*

meádire [medir] vi m. de qn *nói xấu ai; vu khống ai; phỉ báng.*

meádisance [mediz)s] nf (a) *sự nói xấu; điều nói xấu*; (b) *tin đồn xấu.* médisant, -ante **1.** a *nói xấu* **2.** n *người nói xấu.*

meáditation [meditasjɔ̃] nf *sự trầm ngâm, sự đăm chiêu, sự trầm tư*, plongé dans la m. *trầm ngâm suy nghĩ.* méditatif, -ive a *trầm tư, suy tư, đăm chiêu.*

meáditer [medite] **1.** vi *ngẫm nghĩ, trù tính, trầm tư mặc tưởng.* **2.** vtr *ngẫm nghĩ về, trầm tư về; nghĩ trong trí.*

Meáditerraneáe [mediterane] nf la M. *Địa Trung Hải.* méditerranéen, -enne a *thuộc về Địa Trung Hải.*

meádium [medjɔm] nm *ông đồng, đồng cốt.*

meáduse [medyz] nf *con sứa.*

meáduser [medyze] vtr *làm cho sững sờ, làm tê liệt.*

meeting [mitiŋ] nm *cuộc mít tin, cuộc gặp gỡ (trận đấu)* m. aérien *buổi diễn ngoài trời*; m. d'athlétisme *cuộc thi điền kinh.*

meáfait [mefɛ] nm *hành động xấu, tác hại*; méfaits d'un orage *tác hại của trận bão.*

meáfiance [mefj)s] nf *tính ngờ vực, tính đa nghi*; avec m. *đầy ngờ vực*; sans m. *không nghi ngờ gì cả.* méfiant, -ante a *ngờ vực, đa nghi.*

meáfier (se) [semefje] vpr (impf & pr sub n. n. méfiions) (a) se m. de qn *ngờ vực ai, không tin ai*, méfiez-vous des voleurs *hãy dè chừng bọn móc túi*; (b) *cảnh giác, dè chừng.*

meágalo [megalo] a *hoang tưởng tự đại, tính thích làm lớn.*

meágalomanie [megalɔmani] nf *bệnh hoang tưởng tự đại.* mégalomane a & n *mắc chứng hoang tưởng tự đại.*

meágalopole [megalopɔl] nf *sự tụ tập dân cư.*

meágarde (par) [parmegard] adv *một cách vô ý; tình cờ; do nhầm lẫn.*

meágeâre [meʒɛr] nf *mụ đàn bà đanh ác.*

meágot [mego] nm cigarette en *mẩu thuốc lá; tẩu thuốc (xì gà).*

meágoter [megɔte] vi *tần tiện.*

meilleur [mejœr] a **1.** *tốt hơn*; rendre qch m. *cải thiện, cải tiến cái gì*; je ne connais rien de m. *tôi không biết điều gì tốt đẹp hơn*; de meilleure heure *sớm hơn*; m. marché *rẻ hơn*; adv il fait m. *thời tiết tốt hơn.* **2.** (a) le meilleur (*) *cái tốt nhất, cái tốt hơn (trong 2 cái)* (**) *cái tốt nhất, điều tốt nhất*; m. ami *người bạn thân nhất* (b) n que le m. gagne *người giỏi nhất đoạt được giải*; pour le m. et pour le pire *vì cái*

meálancolie [mel)kɔli] nf *sự u sầu, sầu muộn*. mélancolique a *u sầu, sầu muộn*.

meálange [mel)ʒ] nm **1.** *sự trộn lẫn, sự pha trộn (trà); sự hỗn hợp (giống)* **2.** *hỗn hợp, hợp chất; chất hỗn hợp (của xi măng)*; sans m. *không pha trộn*; m. détonant *hỗn hợp chất nổ*.

meálanger [mel)ʒe] vtr (n. mélangeons) **1.** *trộn lẫn, pha trộn (trà)*; m. tous les dossiers *xáo tung hồ sơ lên* **2.** se m. *trộn lẫn, hòa lẫn*.

meálasse [melas] nf *đường mật, mật mía*; m. raffinée *xi rô vàng, nước ngọt vàng*; être dans la m. *ở trong hoàn cảnh khốn cùng*.

mïleáe [mele] nf (a) *cuộc xung đột, cuộc hỗn chiến*; (b) *mớ lộn xộn, chỗ nhốn nháo*; (c) *bọt, váng, phần cặn bã*.

mïler [mele] vtr **1.** (a) *trộn, pha trộn, làm lộn tung*; il est mêlé à tout *chuyện gì anh ta cũng có thể xen vào* (b) *làm rối, làm lộn xộn (giấy tờ); rối (tóc); làm bối rối, làm xáo, làm lộn (bài)*; F. vous avez bien mêlé les cartes ! *anh đã làm lộn tùng phèo cả lên* (c) m. qn à qch *lôi kéo ai dính dáng vào việc gì*; m. qn à la conversation *lôi kéo ai vào cuộc tranh luận*; **2.** se m. *lẫn vào, trà trộn vào; tham gia vào*; se m. à la foule *trà trộn vào đám đông*; se m. à la conversation *tham gia vào cuộc đàm đạo*; mêlez-vous de ce qui vous regarde *hãy lo liệu công việc của anh, đừng dính dáng vào việc người khác*; se m. de politique *can thiệp vào vấn đề chính trị*.

meáleâze [melɛz] nm *cây thông rụng lá*.

meáli-meálo [melimelo] nm *mớ hỗn tạp, đám lộn xộn*.

meálo [melo] F: **1.** nm *kịch thông tục, kịch mélo* **2.** a *lâm ly; như đóng kịch*.

meálodie [melɔdi] nf *giai điệu, âm điệu*. mélo-dieux, -euse a *du dương, êm tai*. mélodieusement adv *một cách du dương*. mélodique a *thuộc về giai điệu*.

meálodrame [melɔdram] nm *kịch thông tục, kịch mélo*. mélodramatique a *như đóng kịch, thuộc kịch mélo*.

meálomane [melɔman] **1.** n *người mê nhạc* **2.** a *mê nhạc*; être m. *yêu âm nhạc, mê nhạc*.

melon [mɔlɔ̃] nm **1.** *dưa tây* **2.** (chapeau) m. *(mũ) quả dưa*.

membrane [m)bran] nf **1.** *màng*. **2.** *cửa chắn sáng, thiết bị điều chỉnh độ mở ống kính của máy ảnh*.

membre [m)br] nm **1.** (a) *chi, thành phần, bộ phận, vế*; (b) *thành viên (câu lạc bộ, gia đình)*; *số hội viên, tập thể hội viên*. **2.** *thành phần (câu), vế (phương trình)*.

membrure [m)bryr] nf (a) *chân tay homme à forte m. người mạnh khỏe* (b) *cơ cấu, bộ sườn (nhà)*.

mïme [mɛm] **1.** a (a) *tương tự, giống nhau*; être du m. âge *cùng tuổi*; ce m. jour *cùng ngày đó*; en m. lieu *cùng nơi đó*; en m. temps *cùng lúc đó*; cela revient au m. *thì cũng thế thôi*; (b) *(theo sau danh từ) đúng là*; aujourd'hui m. *đúng vào ngày hôm nay*; c'est cela m. *đúng là thế*; (c) *chính*; elle est la bonté m. *cô ấy chính là lòng tốt*; moi-m *chính tôi*; lui-m. *chính anh ta, chính nó*; elle-m. *chính cô ta*; vous-m. *chính anh vous-mêmes chính các anh* eux-mêmes *chính họ*. **2.** adv *thậm chí* m. si je le savais *ngay cả nếu như tôi đã biết*. **3.** de m. *cũng như thế;* faire de m. *làm tương tự*; il en est de m. des autres *anh ta đối xử với mọi người tốt như nhau*; de m. que *cũng như*, tout de m. *cứ; tương tự; không sao*; boire à m. la bouteille *uống cùng một chai*; des maisons bâties à m. le trottoir *những ngôi nhà được xây ngay trên vỉa hè*; couché à m. la terre *nằm ngay trên mặt đất*; taillé à m. la pierre *có khả năng đẽo cả đá*; à m. la peau *sát ngay da, đến tận da*; être à m. de faire qch *có thể làm gì; có khả năng làm gì*; il n'est pas à m. de faire ce voyage *anh ta không thể đi được*.

meámeá [meme] nf *bà*.

meámeâre [memɛr] nf **1.** *bà*. **2.** *mụ béo*.

meámoire[1] [memwar] nf (a) *trí nhớ, ký ức*; il n'a pas de m. *trí nhớ của anh ta rất tồi*; si j'ai bonne m. *nếu tôi nhớ không lầm*; (b) *sự nhớ, kỷ niệm*; garder la m. de qch *giữ điều gì trong trí, nhớ cái gì*; rappeler qch à la m. de qch *nhắc cho ai về điều gì*; j'ai eu un trou de m. *trí nhớ tôi rất tồi*; réciter qch de m. *đọc thuộc lòng điều gì*. m. d'homme *bằng trí tưởng*.

meámoire[2] nm **1.** (a) *sự tưởng niệm, báo cáo khoa học*; (b) *khóa luận* **2.** *đơn (người hợp đồng); hóa đơn thanh toán*; **3.** *hồi ký (tư truyện)*.

meámorable [memɔrabl] a *đáng ghi nhớ; đầy sự kiện (năm)*.

meámorandum [memɔr)dɔm] nm **1.** *giác thư, điều ghi lại (ngoại giao)* **2.** *số tay, số ghi*.

meámoriser [memɔrize] vt *ghi nhớ*.

menace [mənas] nf *sự đe dọa, lời đe dọa*.

menacer [mənase] vtr (n. menaçons) *đe dọa, dọa nạt*; m. qn du poing *giơ nắm đấm hăm dọa ai*; m. de faire qch *dọa làm gì*; la tempête menace *nguy cơ có bão*. menaçant a *đe dọa, có nguy cơ*.

meánage [menaʒ] nm **1.** (a) *việc nội trợ*; tenir le m. *giữ nhà, chăm lo việc nội trợ*; pain de m.

bánh mì lớn được làm ở nhà; (b) faire le m. làm việc nhà; faire des ménages dọn dẹp sạch sẽ; femme de m. người dọn dẹp, người giúp việc. 2. monter son m. sắm sửa dụng cụ trong nhà, đồ dùng trong nhà; 3. hộ, gia đình; jeune m. cặp vợ chồng trẻ; se mettre en m. lập gia đình; faire bon, mauvais, m. (ensemble) sống thuận hòa với nhau; ăn ở không thuận hòa. scènes de m. cảnh lục đục trong gia đình.

meánagement [menaʒm)] nm sự nể nang, sự đối xử khéo léo, sự cẩn trọng; avec ménagement(s) rất cẩn thận, rất khéo léo; parler sans ménagement(s) ăn nói chếnh mảng, không khéo léo.

meánager[1] [menaʒe] vtr (n. ménageons) 1. (a) tiết kiệm, để dành cái gì; dùng dè xén; m. sa santé giữ gìn sức khỏe; m. qn đối xử khéo léo với ai; ne le ménagez pas đừng nể mặt hắn; sans m. ses paroles nói nhiều; (b) thu xếp, xắp xếp; m. une surprise à qn dành cho ai một sự ngạc nhiên; m. une sortie chuẩn bị đầy đủ một chuyến đi. 2. se m. giữ gìn sức khỏe, không phí sức.

meánager[2], -eâre [menaʒe, ɛr] 1. a (a) về nội trợ (dụng cụ); travaux ménagers việc nội trợ; arts ménagers, nghệ thuật nội trợ; eaux ménagères nước dư, nước thải; Salon des Arts ménagers phòng trưng bày đồ gia dụng; (b) nội trợ (nhiệm vụ) 2. nf (a) bà nội trợ; être bonne ménagère người nội trợ giỏi; (b) bộ đồ bày bàn ăn.

meánagerie [menaʒri] nf đàn thú lạ (để tham quan); vườn thú.

mendiant, -ante [m)dj),)t] n người ăn mày, kẻ ăn xin.

mendiciteá [m)disite] nf sự ăn mày, nghiệp ăn mày.

mendier [m)dje] v (impf & pr sub n. mendiions) 1. vi ăn mày, ăn xin 2. vt xin xỏ (điều gì).

meneáe [mɔne] nf đường chạy trốn. âm mưu (chính trị) déjouer les menées de qn đánh lừa ai bằng sự khéo léo.

mener [mɔne] vtr (je mène) 1. (a) dẫn, dắt, đưa; m. qn à sa chambre đưa ai đến phòng; (b) dẫn đầu F: m. la danse dẫn nhạc cho cuộc khiêu vũ; m. le deuil là chủ tang lễ; m. par huit points dẫn đầu tám điểm (trong các trò chơi); (c) cela ne mène à rien điều này không đưa chúng ta đến đâu cả; cela nous mène à croire que điều này làm chúng tôi tin rằng; (d) điều khiển, chỉ huy; mari mené par sa femme ông chồng sợ vợ, bị vợ chỉ huy. 2. điều khiển (tàu), cưỡi (ngựa) 3. điều khiển, sắp xếp (công việc); m. une campagne chỉ huy một chiến dịch; m.

qch à bien dẫn dắt điều gì đến thành công; m. une vie tranquille sống cuộc sống lương thiện, bình thản.

meánestrel [menɛstrel] nm người đàn hát rong.

meneur, -euse [mɔnœr, -a] n (a) người cầm đầu; m. de jeu, (*) người cầm đầu (trong cuộc vui) (**) người giới thiệu chương trình; (b) người kích động, người hay dẫn đầu cuộc bạo động.

menhir [menir] nm đá đài.

meáninge [men(ʒ] nf màng não pl meninges; óc; se torturer les méninges mệt óc, rối óc.

meáningite [men(ʒit] nf viêm màng não.

meánopause [menɔpoz] nf kỳ mãn kinh.

menotte [mɔnɔt] nf 1. bàn tay trẻ con 2. khóa tay, xích tay.

mensonge [m)sɔ̃ʒ] nm (a) sự nói dối; lời nói dối; petit m., m. innocent lời nói dối vô tội; (b) điều lừa lọc, điều giả trá. mensonger, -ère a dối trá, lừa lọc.

menstruation [m)stryasjɔ̃] nf kinh nguyệt, sự hành kinh.

mensualiser [m)sɥalize] vtr trả lương tháng.

mensualiteá [m)sɥalite] nf sự trả lương hàng tháng. mensuel, -elle 1. a hàng tháng. 2. nm (a) tạp chí hàng tháng; (b) nhân viên được trả lương tháng. mensuellement adv hàng tháng.

mensuration [m)syrasjɔ̃] nf sự đo; việc đo; (của phụ nữ) kích thước về số đo (chiều cao vòng ngực).

mentaliteá [m)talite] nf tâm địa, tâm tình. mental, -aux a về tinh thần. mentalement adv về mặt tinh thần.

menteur, -euse [m)tœr, -z] 1. a (a) (kẻ) nói dối; (b) (bề ngoài) dối trá, giả dối. 2. n kẻ nói dối.

menthe [m)t] nf bạc hà; m. verte bạc hà xanh, bạc hà vườn; m. anglaise, poivrée cây bạc hà cay; pastilles de m. kẹo bạc hà.

mentholeáe [m)tɔle] nf cigarette m. thuốc lá có bạc hà.

mention [m)sjɔ̃] nf (a) sự đề cập, sự ghi chú. faire m. de qn đề cập đến ai; recu avec m. đạt kết quả cao; (b) sự xác nhận, chứng thực; m. inconnu không biết, không xác nhận được; (c) sự tham khảo (ở đầu lá thư).

mentionner [m)sjɔne] vtr nêu lên, đề cập đến.

mentir [m)tir] vi (ppr mentant; pr ind je mens) nói dối; sans m.! rất thật thà! m. à sa réputation nói dối về tiếng tăm của mình.

menton [m)tɔ̃] nm cằm.

menu [məny] 1. a (a) nhỏ, vụn, mảnh mai, nhẹ (nét); tiền lẻ; (b) ít ỏi, vặt, lẻ; menus détails những chi tiết nhỏ nhặt; chi phí nhỏ nhặt; thịt vụn m. fretin *thứ vụn vặt, vô giá trị*. **2**. adv *nhỏ, vụn vặt, lẻ*; hacher m. *băm nhỏ; thái nhỏ*; écrire m. *viết nhỏ quá*. **3**. nm (a) raconter qch par le m. *kể lể một cách chi tiết*; (b) *(trong nhà hàng) thực đơn*.

menuiserie [mənɥizri] nf **1**. *nghề mộc, đồ mộc* **2**. *xưởng mộc*.

menuisier [mənɥizje] nm *thợ mộc*; m. en meubles, m. ébéniste *thợ đóng đồ gỗ mỹ thuật lành nghề;* m. en bâtiments *thợ mộc ngành xây dựng*.

méprendre (se) [səmepr)dr] vpr *lầm lẫn, hiểu lầm (về)*; il n'y a pas à s'y m. *chẳng có gì lầm lẫn cả*.

mépris [mepri] nm *sự khinh bỉ, khinh miệt*; avoir du m pour qn *khinh bỉ ai*; au m. de qch *bất kể, bất chấp cái gì*; avec m. *đầy khinh miệt, đầy khinh bỉ*.

méprise [mepriz] nf *sự lầm lẫn, hiểu lầm*.

mépriser [meprize] vtr *khinh, khinh bỉ, khinh miệt*. méprisable a *đáng khinh, bỉ ổi*. méprisant a *khinh bỉ, khinh khỉnh*.

mer [mɛr] nf (a) *biển;* la haute m. *biển khơi;* en haute m., en pleine m. *tận ngoài khơi;* m. d'huile *biển lặng như mặt hồ;* au bord de la m. *ở bờ biển;* gens de m. *người đi biển;* partir à la m. *đi biển* partir en m. *đi chơi biển;* mal de m. *say sóng;* grosse m. *biển động;* un homme à la m.! *có người rơi xuống biển !* sur m. *trôi trên biển;* prendre la m. *bắt đầu ra khơi* mettre une embarcation à la m. *hạ thủy;* ce n'est pas la m. à boire *điều đó quá dễ;* (b) basse m. *nước rút;* m. haute *thủy triều dâng cao*.

mercenaire [mɛrsənɛr] a & n *làm thuê; người làm thuê*.

mercerie [mɛrsəri] nf (a) *đồ kim chỉ; đồ hàng xén;* (b) *cửa hàng xén*.

merci [mɛrsi] **1**. adv (a) m. (bien, beaucoup) *cám ơn (rất nhiều)*; (b) *không, cám ơn*; prenez-vous du thé ? - (non) m.! *ông dùng trà chứ? - không, cám ơn* **2**. nm *sự biết ơn* **3**. nf *lòng thương xót;* à la m. de qn *lòng thương của ai*; sans m. *không thương xót*.

mercier, -ière [mɛrsje, jɛr] n *người bán kim chỉ, người bán hàng xén*.

mercredi [mɛrkrədi] nm *thứ tư* le m. des Cendres *thứ tư ngày lễ tro*.

mercure [mɛrkyr] nm *thủy ngân*.

merde [mɛrd] nf P: **1**. *phân*; **2**. il est dans la m. *anh ta ở trong tình trạng rối rắm*; foutre la m. *gây huyên náo* **2**. int *đồ cứt ! đồ vứt đi !*

mère [mɛr] nf **1**. (a) *mẹ;* m. de famille *bà nội trợ;* m. célibataire *mẹ độc thân;* (b) la m. Dupont *bà cụ nhà Dupont* (c) M. supérieure

Mẹ bề trên. **2**. (a) la reine m. *hoàng Thái Hậu;* (b) Société m. *hội phụ huynh*.

mère-patrie [mɛrpatri] nf pl mères-patries. *nước mẹ, mẫu quốc*.

merguez [mɛrgɛz] nf *xúc xích nhồi ớt*.

méridien, -ienne [meridj(, jɛn] a & nm *thuộc buổi trưa; giấc ngủ trưa*.

méridional, -aux [meridjɔnal, o] **1**. a *thuộc phương nam; ở miền nam nước Pháp* **2**. n *người phương nam, người ở miền nam nước Pháp*.

meringue [mər(g] nf *bánh lòng trắng trứng*.

mérinos [merinos] nm *cừu mêrinốt, hàng len mêrinốt*.

merise [məriz] nf *quả anh đào dại*.

merisier [mərizje] nm *cây anh đào dại*.

méritant [merit)] a *đáng khen, xứng đáng*.

mérite [merit] nm (a) *công trạng, công lao;* chose de peu de m. *điều không xứng đáng lắm, không giá trị lắm;* s'attribuer le m. de qch *tự cho là có công trong việc gì;* (b) *sự tuyệt hảo, tài năng* homme de m. *người đầy tài năng*.

mériter [merite] vtr **1**. *xứng đáng, có công lao;* il n'a que ce qu'il mérite *anh ta chỉ nhận được những gì mà anh ta xứng đáng;* cela mérite d'être *vu đáng xem* **2**. voilà ce qui lui a mérité cette renommée *anh ta xứng đáng với danh vọng của mình*. méritoire a *đáng khen, đáng thưởng*.

méritocratie [meritɔkrasi] nf *chính quyền được tuyển từ những người có công trạng*.

merlan [mɛrl)] nm *cá hét*.

merle [mɛrl] nm *chim sáo*.

merlu(s) [mɛrly] nm *Cá tuyết than*.

merluche [mɛrlyʃ] nf **1**. *cá tuyết than* **2**. Cu. *khô cá tuyết (không muối)*.

merveille [mɛrvɛj] *điều kỳ diệu, kỳ quan;* faire m., des merveilles *làm những điều kỳ diệu;* à m. *một cách tuyệt vời;* se porter à m. *có sức khỏe tốt*. merveilleux, -euse **1**. a *tuyệt vời* **2**. nm le m. *điều huyền diệu*. merveilleusement adv *một cách tuyệt vời, một cách huyền diệu*.

mes *Xem* mon

mésalliance [mezalj)s] nf *cuộc hôn nhân không tương xứng;* faire une m. *cưới một người không tương xứng*.

mésange [mez)ʒ] *chim sẻ ngô*.

mésaventure [mezav)tyr] nf *điều không may, sự rủi ro*.

mesdames, -demoiselles *xem* Madame, mademoiselle.

mésentente [mez)t)t] nf *sự hiểu lầm; sự bất hòa*.

meásestimer [mezɛstime] vtr **1**. *đánh giá sai, đánh giá thấp* **2**. *đánh giá thấp về ai.*

mesquinerie [mɛskinri] nf **1**. *sự hèn hạ;* (a) *sự ti tiện;* (b) *sự bủn xỉn* **2**. *sự lừa lọc hèn hạ.*

mesquin a (a) *hèn hạ, ti tiện, nhỏ, hẹp (hình thức);* (b) *(về người) ti tiện, bủn xỉn.*

mesquinement adv *ti tiện, bủn xỉn.*

mess [mɛs] *phòng ăn (của sĩ quan và hạ sĩ quan).*

message [mɛsaʒ] nm *sứ mệnh, việc ủy thác.*

messager, -ère [mɛsaʒe, ɛr] n *người đưa tin, sứ giả.*

messagerie [mɛsaʒri] nf **1**. *hàng vận tải* messageries maritimes (*) *sự vận tải hàng hóa bằng đường biển* (**) *tuyến đường vận tải tốc hành* **2**. m. électronique *dịch vụ chuyển điện bằng vô tuyến, dịch vụ thư tín điện tử.*

messe [mɛs] nf *lễ nhà thờ, lễ mixa.*

messeigneurs xem *monseigneur*

Messie [mesi] *Chúa cứu thế.*

messieurs xem *monsieur*

mesure [məzyr] nf **1**. (a) prendre les mesures de qn *thi hành những biện pháp của ai;* prendre la m. de qn *đo đạc kích thước của ai;* donner sa m. *chỉ rõ khả năng của mình;* être à la m. de qn *phán xét ai, nhận định về ai;* dans une certaine m. *xét trong mức độ nào đó;* dans la m. où *về lĩnh vực (nào đó);* dans la m. du possible, de mes moyens *trong khả năng của tôi* (au fur et) à m. *lần lượt dần dần;* à m. que *cứ càng... thì càng...;* à m. que je reculais il s'avancait *tôi càng lùi lại thì anh ta càng tiến lên;* (b) prendre des mesures *xử lý, vận dụng;* prendre des mesures contre qch *thi hành biện pháp chống lại cái gì;* prendre ses mesures *vạch ra những biện pháp;* par m. d'économie *theo biện pháp kinh tế.* **2**. (a) *tiêu chuẩn, phương tiện đánh giá hoặc đo lường;* m. de longueur *kích thước chiều dài;* poids et mesures *trọng lượng và kích thước;* (b) *(số lượng được đo lường)* une m. d'avoine *một lượng ngũ cốc* **3**. *lượng, kích cỡ theo yêu cầu;* dépasser la m. *vượt quá giới hạn qui định;* rester dans la juste m. *giữ mực thước;* être en m. de faire qch *có khả năng để làm gì.* **4**. (a) *vạch nhịp;* (b) *nhịp* battre la m. *gõ nhịp;* en m. *đúng giờ.* mesurable a *đo được.* mesuré a *điều độ, cân nhắc, thận trọng (lời nói).*

mesurer [məzyre] vtr **1**. (a) *đo lường (kích cỡ, số lượng); đong (lúa mì); đo (đất); đo (vải);* m. un client *đo kích thước của khách hàng;* m. qn des yeux *nhìn ai từ đầu đến chân;* (b) *(về người)* m. deux mètres *cao hai mét;* la colonne mesure dix mètres *cái cột cao mười mét;* (c) m. la nourriture à qn *phân phối thức ăn cho ai;* (d) *tính toán; cân nhắc (lời nói); xét đoán (ai);* m. la distance *định khoảng cách.* **2**. se m. avec, à. qn. *đọ sức với ai, đấu chống lại ai.*

meátabolique [metabɔlik] a *chuyển hóa.*

meátabolisme [metabɔlism] nm *sự chuyển hóa.*

meátairie [meteri] nf *nông trại nhỏ (được tổ chức trên sự thỏa thuận lĩnh canh).*

meátal, -aux [metal, o] nm *kim loại.* métallique a *bằng kim loại, như kim loại (hình thức, tiếng vang)* détecteur d'objets métalliques *máy rà kim loại.* métallisé a *được mạ kim.*

meátallurgie [metalyrʒi] nf *ngành luyện kim, ngành kim khí.* métallurgique a *thuộc về luyện kim.*

meátallurgiste [metalyrʒist] nm (a) *thợ luyện kim;* (b) *thợ kim khí.*

meátamorphose [metamɔrfoz] nf *sự biến hóa, sự biến đổi, sự đổi khác.*

meátamorphoser [metamɔrfoze] vtr **1**. *biến hóa, biến đổi* **2**. se m. *thay đổi hoàn toàn, bị biến thái.*

meátaphore [metafɔr] nf *phép ẩn dụ.* métaphorique a *ẩn dụ.* métaphoriquement adv *theo lối ẩn dụ.*

meátaphysique [metafizik] **1**. a *siêu hình, trừu tượng* **2**. nf *siêu hình học, tính chất trừu tượng.*

meátayage [metejaʒ] nm *sự phát canh thu tô, sự làm rẽ.*

meáteáo [meteo] F: **1** nf (a) *dự báo thời tiết;* (b) *phòng khí tượng, sở khí tượng* **2**. nm Monsieur M. *nhà khí tượng.*

meáteáore [meteɔr] nm *sao băng, người hiển hách nhất thời.* météorique a *thuộc về sao băng.*

meáteáorite [meteɔrit] nm *đá trời, thiên thạch.*

meáteáorologie [meteɔrɔlɔʒi] nf *khí tượng học.* météorologique a *thuộc về khí tượng;* bulletin m. *bản thông báo khí tượng;* station, navire, m. *trạm khí tượng, tàu khí tượng.*

meáteáorologiste [meteɔrɔlɔʒist] n *nhà khí tượng học.*

meáteâque [metɛk] nm *kiều dân.*

meáthane [metan] nm *mêtan.*

meáthode [metɔd] nf **1**. *phương pháp, hệ thống, cách thức;* elle a sa m. *cô ta có cách làm riêng của mình;* il a beaucoup de m. *anh ta có nhiều phương pháp hay;* avec, sans, m. *có phương pháp, không có phương pháp* **2**. *sách dạy phương pháp;* m. de piano *phương pháp chơi piano.* méthodique a *một cách có phương pháp, có hệ thống.* méthodiquement adv *có phương pháp.*

meáticuleux, -euse [metikyl-, -z] a *tỉ mỉ.*

méticuleusement adv *một cách tỉ mỉ*.
meátier [metje] nm **1**. *nghề, nghề nghiệp, công việc*; quel est votre m. ? *anh làm nghề gì?* gens de m. *người có tay nghề, chuyên gia;* il est charpentier de son m. *anh ta là thợ mộc chuyên nghiệp*; tours de m. *mánh lới nghề nghiệp*; parler m. *nói chuyện nghề nghiệp*; terme de m. *từ chuyên ngành*; risques du m. *những rủi ro trong nghề, tai họa nghề nghiệp*; quel m. ! *chán chết được* **2**. (a) m. à tisser *máy dệt* (b) m. à tapisserie, à broder *khung thêu*.
meátis, -isse [metis] **1**. a *(về người) lai; người lai; (về thú vật) vật lai giống (chó) lai; (cây) lai giống*. **2**. n *người lai, con vật lai giống* **3**. a & nm *(tissu)* m. *vải bông pha lanh*.
meátrage [metraʒ] nm **1**. *sự đo lường* **2**. *(bằng mét) độ dài ; độ dài (của phim)*.
meâtre[1] [mɛtr] nm *mét*.
meâtre[2] nm **1**. *mét vuông, mét khối* **2**. *cái thước (mét);* m. pliant *thước (mét) xếp*; m. à ruban *thước (mét) dây*. métrique a *thuộc về mét*.
meátrer [metre] vtr (je mètre) **1**. *đo đạc (bằng mét)* **2**. *đo lường (về số lượng)*.
meátreur, -euse [metrœr, -z] n *người đo kiểm*.
meátro [metro] nm **1**. *đường ngầm (đường xe điện); tàu điện ngầm*.
meátronome [metrɔnɔm] nm *máy nhịp*.
meátropole [metrɔpɔl] nf (a) *thành phố thủ đô*; (b) *đất, nước mẹ*.
mets [mɛ] nm *món ăn*.
mettable [mɛtabl] a *có thể mặc, mặc được (áo quần)*.
metteur [mɛtœr] nm m. en scène *đạo diễn (sân khấu)*; m. en ondes *người bố trí buổi phát truyền hình*.
mettre [mɛtr] vtr. **1**. (a) *đặt, để*; m. la table, le couvert *kê bàn, đặt bàn*; m. qn à la porte, (*) *đuổi ai ra khỏi cửa*; (**) sa thải ai; m. un enjeu *đặt cược* m. dans le mille *đặt trước mắt*; qu'est-ce qui vous a mis cela dans la tête ? *cái gì nằm trong đầu anh thế ?* m. le feu à qch *châm lửa vào cái gì*; j'y mettrai tous mes soins; *tôi sẽ chú ý hết sức vào vấn đề đó*; m. du temps à faire qch *mất thời gian để làm gì*; (b) *mặc (áo quần)* qu'est-ce que je vais m. ? *tôi sẽ mặc cái gì ?* je n'ai rien à me m. *tôi không có gì để mặc*; j'ai du mal à m. mes chaussures *tôi thấy mang giày đau chân quá*; (c) m. du linge à sécher *phơi áo quần cho khô* m. de l'eau à chauffer *cho nước vào đun* **2**. *vặn, bật (gas, tivi)* m. une machine en mouvement *vặn cho máy hoạt động*; m. la télé plus fort *vặn ti vi to hơn*; m. en vente une maison *đem bán một căn nhà*; m. sa montre à l'heure *cho đồng hồ chạy đúng giờ*; m. le réveil à cinq heures *vặn đồng hồ báo thức lúc 5 giờ*; m. qn en colère *làm ai giận dữ*; m. à la voile *ra khơi*; **3**. (a) *cho phép, thừa nhận, ban cho*; mettons que vous ayez raison *cứ cho là anh đúng*; mettons cent francs *chúng ta hãy đặt 100 franc*; (b) mettez que je n'ai rien dit *cứ cho rằng tôi không nói gì cả*; **4**. se m. (a) *đi, bắt đầu*; se m. au lit *đi ngủ*; se m. à table *ngồi vào bàn*; mettez-vous près du feu *hãy ngồi gần lửa*; je ne savais où me m. (*) *tôi không biết đứng, ngồi ở đâu*; (**) *tôi không biết phải đặt mình vào đâu*; (b) se m. à faire qch *bắt đầu làm gì, bắt tay vào việc gì*; se m. au travail *bắt đầu làm việc*; il est temps de s'y m. *đã đến lúc chúng ta nên tiến triển việc đó*; se m. à rire *bắt đầu cười*; se m. à boire *xuống*; il s'est mis à pleuvoir *trời bắt đầu mưa*; (c) *mặc đồ* se m. en smoking *mặc dạ phục, lễ phục*; (d) se m. en rage *nổi giận*; se m. en route *lên đường*; (e) le temps se met au beau, à la pluie *trời dàng đẹp; chuyển sang mưa*.
meuble [mœbl] **1**. a (a) *có thể di chuyển*; (b) terre m. *đất tơi xốp* **2**. nm *đồ dùng; đồ đạc*; être dans ses meubles *ở trong nhà của mình*.
meubler [mœble] vtr **1**. *bày biện đồ đạc, chất đầy (nông trại, hầm rượu) với*; m. ses loisirs *choán hết thời gian rỗi của mình*; m. la conversation *kích thích cuộc nói chuyện, làm cho hứng khởi*. **2**. se m. *bày biện nhà cửa*. meublé **1**. a *có đồ đạc (trong phòng), có sẵn bàn ghế*; non m. *không có đồ đạc*; cave bien meublée *hầm rượu đầy nhóc* **2**. nm *phòng có đồ đạc, căn nhà có sẵn đồ đạc*; habiter en m. *sống trong một căn hộ có đồ đạc*.
meuglement [m-glɔm)] nm *tiếng trống (của bò)*.
meugler [m-gle] vi *(bò) rống lên*.
meule [m-l] nf **1**. (a) *đá cối xay*; (b) m. à aiguiser *đá bánh đá mài*; (c) m. à polir *bánh xe dùng để đánh bóng*; (c) m. de fromage *tảng phó mát tròn*; **2**. *đống, đụn (rơm rạ)* m. de foin *đống rơm*.
meunier, -ieâre [m-nje, jer] **1**. nm *chủ cối xay* **2**. nf *bà chủ cối xay* **3**. a *xay bột (nhà máy)*.
meurtre [mœrtr] nm *sự giết người* au m. ! *giết người !* meurtrier, -ière **1**. a *chết người, nguy hiểm (vũ khí)* **2**. n *tên giết người ; kẻ sát nhân* **3**. nf *lỗ châu mai*.
meurtrir [mœrtrir] vtr *làm bầm tím, làm giập; làm tổn thương*.
meurtrissure [mœrtrisyr] nf *vết tím bầm, vết giập*.
meute [m-t] nf (a) *bầy (chó săn)*; (b) *đám người săn đuổi*.

Mexico [meksiko] Prn *Thành phố Mexico-city*.

Mexique [mɛksik] Prnm *Mê-hi-cô (quốc gia)*. **mexicain, -aine** a & n *thuộc về Mê-hi-cô, người Mê-hi-cô*.

mezzanine [mɛdzanin] nf **1.** *gác lửng* **2.** *tầng lầu đầu tiên ở rạp hát*.

mezzo-soprano [mɛdzosoprano] nm *giọng nữ trung; người có giọng nữ trung* pl mezzo-sopranos.

Mgr abbr *(viết tắt)* Monseigneur: *ngài, đức ông*.

mi¹ [mi] *một nửa, giữa* la mi-avril *giữa tháng tư*, à mi-hauteur *giữa đường cao*.

mi² nm inv *nốt mi*; (b) *dây mi*.

miam-miam [mjammjam] int *ngon tuyệt*.

miaou [mjau] nm *tiếng meo, tiếng kêu (của mèo)*.

miasmes [mjasm] nmpl des m. *chướng khí*.

miaulement [mjolm)] nm *tiếng meo, tiếng gầm, tiếng rít (mèo, cọp, kè...)*.

miauler [mjole] vi *kêu meo meo; rít lên*.

mi-bas [miba] nm inv *tất ngang đầu gối*.

mica [mika] nm *Mica*.

mi-carême [mikarɛm] nf *ngày giữa mùa chay* pl mi-carêmes.

miche [miʃ] nf *bánh mì tròn*.

micheline [miʃlin] nf *xe lửa bánh hơi*.

mi-chemin (aâ) [amiʃm(] adv *giữa đường, giữa chừng*.

mi-clos [miklo] adv *hé mở, lim dim (mắt)* pl mi-clos(es)

micmac [mikmak] nm *âm mưu, điều ám muội*.

mi-corps (aâ) [amikɔr] adv *đến nửa người, đến bụng*; saisi à mi-c. *bị giữ ngang lưng* portrait à mi-c. *chân dung nửa người*

mi-côte (aâ) [amikot] adv *lưng chừng dốc*

micro [mikro] nm *ống nói, micro*; m. baladeur *micro di động*

microbe [mikrɔb] nm *vi trùng*. **microbien, -ienne** a *thuộc vi trùng*.

microbiologie [mikrɔbjɔlɔʒi] nf *vi sinh vật học*

microbus [mikrɔbys] nm *xe buýt nhỏ*

microcircuit [mikrɔsirkyi] nm *vi mạch*

microclimat [mikrɔklima] nm *vi khí hậu*

microcosme [mikrɔkɔsm] nm *vũ trụ vi mô, thế giới thu nhỏ*

microeáconomie [mikrɔekɔnɔmi] nf *kinh tế học vi mô*. **microeáconomique** a *thuộc kinh tế học cá thể, vi mô*.

microeálectronique [mikrɔelɛktrɔnik] nf *vi điện tử*

microfiche [mikrɔfiʃ] nf *vi phiếu (ở sở lưu trữ)*

microfilm [mikrɔfilm] nm *vi phim*.

microfilmer [mikrɔfilme] vtr *chụp vi phim*

micro-onde [mikrɔɔd] nf *vi ba* four à micro-ondes *lò vi ba*

micro-ondes [mikrɔɔd] nm inv *lò vi ba*

micro-ordinateur [mikroɔrdinatœr] *máy vi tính* pl micro-ordinateurs

microphone [mikrɔfɔn] nm *ống nói, micro*

microphotographie [mikrɔfɔtɔgrafi] nf **1.** *sự chụp ảnh hiển vi* **2.** *ảnh hiển vi*

micropoint [mikrɔpw(] nm *vi bản (bản sao hồ sơ cực nhỏ)*

microprocesseur [mikrɔprɔsɛsœr] nm *bộ vi xử lý*.

microscope [mikrɔskɔp] nm *kính hiển vi*; m. électronique *kính hiển vi điện tử*.

microscopie [mikrɔskɔpi] nf *sự soi kính hiển vi*. **microscopique** a *hiển vi, nhỏ xíu, bé tí*.

microsillon [mikrɔsijɔ̃] nm **1.** *rãnh mịn (ở đĩa hát)* **2.** (disque) m. *đĩa hát rãnh mịn*.

microtechnique [mikrɔtɛknik] nf *siêu kỹ thuật*.

midi [midi] nm **1.** *buổi trưa, 12 giờ;* sur le m., sur les m. *khoảng giữa trưa* avant m. *gần trưa; buổi sáng;* après m. *sau 12 giờ, chiều;* m. et demi *12 giờ rưỡi;* chercher m. à quatorze heures *làm cho phiền phức thêm, lo những điều không đâu* **2.** (a) *phía nam* chambre au m. *căn phòng hướng ra phía nam;* (b) *miền nam, phía nam (đất nước)* le M. (de la France) *miền nam nước Pháp*.

mi-distance (aâ) [amidist)s] adv *giữa đường, giữa chừng*.

mie [mi] nf *ruột bánh mì*

miel [mjɛl] nm *mật ong;* elle était tout sucre et tout m. *cô ta nói ngọt như mía lùi* paroles de m. *nói những lời đường mật;* lune de m. *tuần trăng mật*. **mielleux, -euse** a *ngọt ngào, ngọt xớt (lời lẽ); vô vị, giả nhân giả nghĩa*. **mielleusement** adv *giả nhân giả nghĩa*

mien, mienne [mj(, mjɛn] (a) le m., la mienne, les miens, les miennes *của tôi* un de vos amis et des miens *bạn của anh và của tôi;* (b) nm (*) *của riêng tôi (tài sản); của tôi* le m. et le tien *cái của tôi và cái của anh;* (**) nmpl j'ai été renié par les miens *chính những người của của tôi đã từ bỏ tôi*.

miette [mjɛt] nf (a) *vụn (bánh mì);* (b) *mảnh vỡ, đồ vụn vặt;* mettre un vase en miettes *làm vỡ vụn cái bình*.

mieux [mj-] adv **1.** (a) *tốt hơn;* il faut m. les surveiller *anh phải xem chừng chúng một cách chặt chẽ hơn;* vous feriez m. de m'écouter *tốt hơn là anh nên nghe tôi;* m. vaut tard que jamais *thà trễ còn hơn không;* ca va m. (*) *công việc tiến triển tốt hơn;* (**) *tôi cảm thấy khỏe* hơn; cô ấy, anh ấy cảm thấy khỏe hơn; pour m. dire nói chính xác hơn (là); pour ne pas dire m. tốt hơn là đừng nói nhiều về điều đó; de m. en m. ngày càng tốt hơn; (faire qch) à qui m. m. muốn làm gì khác hơn; (b) (*) c'est on ne peut m. không thể tốt hơn nữa, quá hoàn hảo; (**) vous serez m. dans ce fauteuil anh sẽ thoải mái hơn trong chiếc ghế dựa này; (c) nm (*) le m. est l'ennemi du bien cái tốt hơn là kẻ thù của cái tốt; faute de m. nhu cầu về điều tốt đẹp hơn; je ne demande pas m. tôi rất vui sướng; j'avais espéré m. tôi đã hy vọng những điều tốt đẹp hơn; (**) un m. một sự tiến triển, sự thuyên giảm (khó khăn); un m. một sự tiến triển; 2. (a) le m. cái tốt nhất; la femme le m. habillée de Paris người phụ nữ ăn mặc đẹp nhất Paris; (b) (*) ce qu'il y a de m. à faire điều thiết yếu cần làm là; c'est tout ce qu'il y a de m. hoàn toàn không có gì tốt hơn (**) être le m. du monde avec qn người tốt nhất trong quan hệ với ai; (c) nm agir pour le m. hành động cho cái tốt nhất; au m. tốt nhất; faire de son m. làm hết mình.

mieâvrerie [mjɛvrəri] nf sự vô vị, tẻ nhạt. mièvre a nhợt nhạt, yếu đuối.

mi-figue, mi-raisin [mifigmirɛz(] adj không tốt không xấu; thờ ơ; lẫn lộn.

mignard [miɲar] a giả tạo, màu mè.

mignon, -onne [miɲɔ̃, ɔn] 1. a (a) sắc sảo, ngọt ngào; (b) đẹp, dễ thương 2. n chó cưng, người yêu.

migraine [migrɛn] nf chứng đau đầu định kỳ.

migration [migrasjɔ̃] nf sự di cư. migrateur, -trice a di cư. migratoire a di trú, nay đây mai đó.

mijaureáe [miʒɔre] nf người đàn bà ỏng ẹo, lố lăng.

mijoter [miʒɔte] 1. vtr ninh, hầm (cái gì) m. un projet chuẩn bị một kế hoạch trong đầu; m. un complot chuẩn bị âm í một cuộc mưu loạn 2. vi được ninh, được hầm.

Mijoteuse [miʒɔt-z] nf lò nấu chậm.

mil [mil] a (được dùng để viết ngày tháng sau công nguyên) ngàn l'an mil neuf cent trente năm 1930.

milice [milis] nf dân quân, quân đội.

milicien, -ienne [milisj(, jɛn] n dân quân, tự vệ, lính bảo an.

milieu, -eux [milj-] nm 1. giữa; au m. de ở giữa; môi trường, giới; au beau m. de la rue đúng ngay giữa đường; au m. du courant ở giữa dòng; la table du m. cái bàn ở giữa; m. de terrain trung vệ 2. (a) vật trung gian, môi giới; (b) đinh, environment môi trường, giới (xã hội); les gens de mon m. những người cùng giới với tôi; les milieux bien informés giới thạo tin; (c) le m., les gens du m. thành phần bất hảo 3. le juste m. vị trí không thiên vị.

militaire [militɛr] 1. a về quân sự; service m. xe tải quân sự camion m. nghĩa vụ quân sự; xe quân đội 2. nm chiến sĩ; les militaires lực lượng quân đội.

militarisation [militarizasjɔ̃] nf sự quân sự hóa.

militariser [militarize] vtr quân sự hóa.

militer [milite] vi chiến đấu (ủng hộ, chống lại). militant, -ante a & n chiến đấu; chiến sĩ.

mille[1] [mil] 1. num a inv & nm inv (a) ngàn; m. hommes một ngàn người; deux m. hai ngàn; m. un một ngàn lẻ một (b) không đếm được, vô số, nhiều; je vous l'ai dit m. fois tôi đã bảo anh ngàn lần rồi; ca ne coute pas des m. et des cents không đáng giá bao nhiêu 2. nm hồng tâm (trên bia đạn).

mille[2] nm (a) dặm (= 1,609 m) (b) m. (marin) dặm biển.

mille(-)feuille [milfœj] nm bánh minfơi.

milleánaire [milenɛr] 1. a hàng nghìn 2. nm nghìn năm.

mille-pattes [milpat] nm inv con rết.

milleásime [milezim] nm (a) niên hiệu (trên đồng tiền); (b) năm sản xuất; niên hiệu (của rượu).

millet [mijɛ] nm cỏ kê (grains de) m. hạt cho chim ăn.

milliard [miljar] nm một tỷ ; tỉ phú, nhà tỉ phú. milliardaire a & n nhà tỉ phú. milliardième num a & n phần tỉ .

millieâme [miljɛm] nm a & n phần ngàn.

millier [milje] nm (khoảng) một ngàn; des milliers hàng ngàn.

milligramme [miligram] nm mili-gram.

millilitre [mililitr] nm mili lít.

millimeâtre [militmɛtr] nm mili mét.

million [miljɔ̃] nm triệu; il est riche à millions ông ta là nhà triệu phú. millionième num a & n phần triệu. millionnaire a & n triệu phú, nhà triệu phú.

mime [mim] nm 1. kịch câm. 2. n (người) (a) người diễn kịch câm; (b) người bắt chước hoặc có tài bắt chước.

mimer [mime] vtr 1. diễn kịch câm 2. bắt chước ai, tỏ bằng điệu bộ.

mimique [mimik] nf (a) sự bắt chước, tài bắt chước, vật giống hệt (b) sự ra điệu bộ, làm dấu.

mimosa [mimɔza] nm cây hoa trinh nữ, hoa xấu hổ.

minable [minabl] 1. a thống thiết, thảm hại 2 n

người tầm thường. **minablement** adv *một cách thống thiết; rất tồi, rất xoàng*.
minauder [minode] vi *làm duyên*.
minauderies [minodri] nfpl *sự làm duyên, điệu bộ làm duyên*.
mince [m(s] **1.** a *ống, mảnh khảnh (người); thiếu, ít (lợi tức)* **2.** int m. alors! (*) *ối, lạy chúa* (**) *trời đánh thánh vật !* **3.** adv *mảnh khảnh, ốm*.
minceur [m(sœ r] nf *sự mảnh mai;* cuisine m. *sự nấu ăn để gầy ốm bớt*.
mine[1] [min] nf **1.** *mỏ quặng;* m. de houille, de charbon *mỏ than;* m. d'or *mỏ vàng* m. à ciel ouvert *mỏ lộ thiên;* ingénieur des Mines *kỹ sư mỏ*. **2.** m. de plomb *mỏ chì; khoáng chất grafit;* m. (de crayon) *ruột viết chì* **3.** *mìn* champ de mines *bãi mìn*.
mine[2] nf **1.** *nét, vẻ, cái nhìn;* avoir bonne, mauvaise m., *trông có vẻ đẹp; trông xấu, trông khó coi* juger les gens sur la m. *phán xét ai ở hình thức bên ngoài;* ca ne paie pas de m. *không đáng để nhìn;* il ne paie pas de m. *hình thức của anh ta trái ngược với con người thực;* faire m. d'être fâché *làm ra vẻ tức giận*. **2.** *(vẻ mặt)* (a) avoir bonne, mauvaise, m. *trông dễ coi, trông khó coi;* vous avez meilleure m. *trông anh đỡ hơn* il a une sale m. *trông anh ta thật kinh tởm;* faire la m. *trông buồn thảm, sầu não;* faire grise m. à qn *chào ai một cách lạnh nhạt;* (b) *cử chỉ, cách diễn đạt (của một đứa bé);* faire des mines *cười điệu, cười ngỡ ngẩn*.
miner [mine] vtr **1.** *(của nước v.v..) ăn mòn (đá...)* **2.** *đặt mìn* **3.** *làm suy mòn, phá ngầm (người, sức khỏe);* se m. *hao mòn sức khỏe*.
minerai [minrɛ] nm *quặng mỏ*.
minéral, -aux [mineral, o] **1.** a *khoáng;* hóa vô cơ, source minérale *nguồn nước khoáng* **2.** nm *khoáng vật*.
minéralisé [mineralize] a *cơ quặng, có khoáng;* eau faiblement minéralisée *nước ít khoáng hóa, nước có nồng độ khoáng thấp*.
minéralogie [mineralɔʒi] nf *khoáng vật học*.
minéralogique [mineralɔʒik] a **1.** *thuộc về khoáng vật*. **2.** numéro m. *số đăng ký; số bằng lái (xe hơi)* plaque m. *biển số; biển đăng ký (xe ô tô)*.
minéralogiste [mineralɔʒist] n *nhà khoáng vật học*.
minet, -ette [minɛ, ɛt] n (a) *mèo;* (b) *em yêu, anh yêu;* (c) m. *chàng trai thanh lịch; cô gái thanh lịch*.
mineur[1] [minœ r] nm (a) *công nhân mỏ;* m. de houille *công nhân mỏ than;* m. de fond *công nhân đào mỏ;* (b) *công binh hoàng*.

mineur[2] **-eure 1.** a (a) *nhỏ bé hơn, thứ yếu, không quan trọng;* (b) *dưới tuổi vị thành niên;* (c) *giọng thứ (khóa nhạc)* en ut m. *cung đô thứ* **2.** n *người vị thành niên* **3.** nm *cung thứ*.
mini [mini] **1.** m. *nhỏ* **2.** a inv c'est très m. *rất nhỏ, rất ngắn*. **3.** nm (a) le m. *váy ngắn;* (b) *máy vi tính nhỏ*.
miniature [minjatyr] nf *tiểu họa, hình thu nhỏ;* en m. *thu nhỏ, trên qui mô nhỏ;* golf m. *sân gôn nhỏ*.
minibus [minibys] nm *xe buýt mini*.
minier, -ière [minje, jɛr] a *thuộc về mỏ (công nghiệp), có mỏ (vùng)*.
minijupe [miniʒyp] nf *váy ngắn*.
minimiser [minimize] vtr *giảm nhẹ, thu nhỏ*.
minimum [minimɔm] **1.** nm réduire les frais au m. *giảm chi phí đến mức tối thiểu;* m. vital *mức sống tối thiểu;* thermomètre à minima *nhiệt kế nhỏ;* **2.** a la largeur, les largeurs minimum(s), minima *độ rộng tối thiểu;* vitesse m. *tốc độ tối thiểu*. minime a *nhỏ nhặt, tầm thường, vặt vãnh*. minimal, -aux a *tối thiểu (nỗ lực)*.
mini-ordinateur [miniɔrdinatœ r] nm *máy vi tính nhỏ;* pl mini-ordinateurs.
ministeâre [ministɛr] nm **1.** (a) A: & Lit: *chi nhánh, phòng đại diện;* (b) Egl. le saint m. *bộ (tòa thánh);* **2.** (a) *bộ, sở;* entrer au m. *nhận chức vụ ở bộ;* (b) former un m. *thành lập chính phủ;* (c) *nội các, chính phủ;* M. de l'Intérieur *bộ nội vụ;* M. des Affaires étrangères *bộ ngoại giao;* (d) le M. public *viện trưởng viện kiểm sát, viện công tố*. ministériel, -elle a *thuộc về chính phủ, nội các;* crise ministérielle *khủng hoảng nội các*.
ministre [ministr] nm **1.** (a) *người đại diện;* (b) Egl. *chức khân sư bộ trưởng, mục sư* **2.** *bộ trưởng, bí thư (nhà nước);* Premier M. *ngài thủ tướng;* M. de l'Intérieur *bộ trưởng bộ nội vụ;* M. des Affaires étrangères *bộ trưởng bộ ngoại giao;* M. des Finances *bộ trưởng tài chính*.
minium [minjɔm] nm *sơn minium chống rỉ*.
minois [minwa] nm *khuôn mặt dễ thương (của trẻ con)*.
minoration [minɔrasjɔ̃] nf *sự đánh giá thấp, sự giảm giá trị, sự hạ thấp*.
minorer [minɔre] vtr *giảm giá trị, hạ thấp*.
minoriteá [minɔrite] nf **1.** *thời kỳ chưa (vị) thành niên* **2.** être en m. *còn chưa đến tuổi (vị) thành niên*. minoritaire **1.** a *thiểu số, số ít (đảng, nhóm);* ils sont minoritaires *họ chỉ chiếm thiểu số*. **2.** nm *người dân tộc thiểu số*.
Minorque [minɔrk] Minorca.
minoterie [minɔtri] nf **1.** *nhà máy bột* **2** *công nghiệp bột*.

minotier [minɔtje] nf *chủ nhà máy bột.*
minou [minu] nm F: **1.** *con mèo con* **2.** *mon m. (người) cưng của tôi.*
minuit [minɥi] nm *nửa đêm*; *m. et demi 12 giờ rưỡi đêm.*
minus [minys] nm inv *kẻ bất tài.*
minuscule [minyskyl] a (a) *nhỏ, bé xíu, bé tí;* (b) *lettre m. chữ nhỏ, chữ thường.*
minutage [minytaʒ] nm *sự qui định thời gian, sự định giờ chính xác cho buổi lễ.*
minute [minyt] nf **1.** *phút (giờ), chốc lát (mức độ); faire qch à la m. làm gì trong chốc lát; réparations à la m. chờ một lát, sửa xong ngay; m. (papillon)! chờ một chút! hãy giữ máy!* **2.** *bản chính, bản gốc (của một văn bản).*
minuter [minyte] vtr *qui định thời gian.*
minuterie [minytri] nf (a) *m. d'enregistrement cơ cấu tính (thiết bị đo của đồng hồ);* (b) *máy định giờ tự động.*
minutie [minysi] nf **1.** *sự tỉ mỉ, sự chú trọng chi tiết* **2.** *điều vụn vặt.* **minutieux, -ieuse** a *tỉ mỉ, cẩn thận; chi tiết (công việc, sự kiểm tra).* **minutieusement** adv *một cách tỉ mỉ, một cách chi tiết.*
mioche [mjɔʃ] n *trẻ con, thằng nhóc.*
mirabelle [mirabɛl] nf *quả mận vàng, rượu mận vàng.*
mi-pente(à â) [amip)t] adv *giữa chừng đồi.*
miracle [mirakl] nm *điều kỳ diệu, phép mầu; faire un m. hoàn thành một điều kỳ diệu;* cela tient du m. *thật là tuyệt vời;* par m. *một cách tuyệt diệu;* may sao a inv produit m. *vật có phép lạ, vật nhiệm màu.* **miraculé, -ée** a & n *(người) nhiệm màu, thần diệu.* **miraculeux, -euse** a *Tuyệt vời, kỳ diệu;* remède m. *phép chữa trị nhiệm màu.* **miraculeusement** adv *một cách kỳ lạ, một cách tuyệt vời.*
mirador [miradɔr] nm *chòi canh, tháp canh.*
mirage [miraʒ] nm *ảo tưởng, ảo vọng.*
mire [mir] nf **1.** ligne de m. *cột ngắm;* point de m. *điểm ngắm, mục tiêu.* **2.** *hình chính máy (truyền hình).*
mirer (se) [semire] vpr *nhìn vào, soi ngắm;* les arbres se mirent dans l'eau *hàng cây soi mình dưới nước.*
mirifique [mirifik] a *kinh ngạc, kỳ lạ.*
mirliton [mirlitɔ̃] nm *ống sáo sậy;* de m. *rít như sắt (tiếng động, nhạc);* vers de m. *thơ tồi, thơ dở.*
mirobolant [mirɔbɔl)] a *tuyệt vời, hoang đường.*
miroir [mirwar] nm *gương soi;* m. aux alouettes (*) *gương bẫy chim* (**) *cạm bẫy, điều đánh lừa.*

miroitement [mirwatm)] nm *ánh lấp lánh.*
miroiter [mirwate] vi *lấp lánh, sáng lóe, lung linh (nước), lóng lánh (châu báu).*
miroiterie [mirwatri] nf *xưởng làm gương, nghề làm gương, cửa hàng bán gương.*
mis, mise[1] [mi, miz] a bien m. *ăn mặc lịch sự.*
misaine [mizɛn] nf (voile de) m. *buồm mũi.*
misanthropie [miz)trɔpi] nf *lòng ganh ghét người.* **misanthrope** **1.** nm *kẻ ganh tị* **2.** a *ghét người.*
mise[2] [miz] nf **1.** (a) *sự đặt, sự để;* m. à l'eau *hạ thủy;* m. en bouteilles *đóng chai (rượu);* m. à terre *dỡ xuống đất (hàng hóa);* (b) m. en pratique *thực hiện, thi hành;* m. à mort *sự giết;* m. en liberté *sự phóng thích, giải thoát;* m. en retraite *sự cho về hưu;* m. en garde *sự đề phòng, canh phòng;* m. en *sự khởi động (máy);* m. en ondes *phát sóng.* **3.** (a) *sự đặt cược;* (b) *giá để nghị (ở cuộc bán đấu giá)* m. à prix *đặt giá, định giá;* (c) m. de fonds *đặt vốn, hùn vốn.*
miser [mize] vtr (a) *đặt cược (vào cái gì);* (b) *đặt tiền, đặt bạc.*
misère [mizɛr] nf **1.** (a) *sự khốn khổ;* (b) *điều khó chịu.* misères domestiques *những chuyện khó chịu trong nội bộ;* faire des misères à qn *làm tình làm tội ai.* **2.** *sự cơ hàn, cực khổ;* dans la m.; crier m. **3.** *điều vụn vặt* cent francs? une m.! 100 franc à? *chả có chi!.* **misérable** **1.** a (a) *khốn khổ; bất hạnh, nghèo nàn* quartier m. *xóm nghèo;* (b) *nhỏ mọn, không đáng giá* pour un m. franc, *vì một đồng franc nhỏ mọn* **2.** n (a) *người khốn khổ;* (b) *tên vô lại, tên tội phạm.* **misérablement** adv *một cách khốn khổ, thảm hại, ti tiện.* **miséreux, -euse** **1.** a *nghèo khổ;* **2** n *người nghèo khổ.*
miséricorde [mizerikɔrd] nf *lòng khoan dung, lòng thương;* crier m. *van xin lòng độ lượng.* **miséricordieux, -ieuse** a *khoan dung, độ lượng.*
misogynie [mizɔʒini] nf *tính ghét phụ nữ.* **misogyne** **1.** a *ghét phụ nữ* **2.** n *người ghét phụ nữ.*
missile [misil] nm *hỏa tiễn.*
mission [misjɔ̃] nf *sứ mệnh, nhiệm vụ;* avoir m. de faire qch *có nhiệm vụ để làm gì;* en m. *đi công tác, đi khảo sát; phái đoàn ngoại giao;* missions étrangères *phái đoàn truyền giáo nước ngoài.* **missionnaire** a & n *truyền giáo, nhà truyền giáo.*
missive [misiv] nf *bức thư.*
mistral [mistral] nm *gió mistral (thổi dọc sông Rôn).*
mitaine [mitɛn] nf *tất tay hở ngón.*
mite [mit] nf **1.** *con mạt bột, con nhậy;* m. du fromage *con mọt phó mát.* **2.** *mọt, nhậy áo*

quần. mité a *bị nhậy cắn.*
mi-temps [mit)] nf inv **1.** *giờ giải lao (giữa 2 hiệp đấu)* **2.** travail à mi-t., nm inv m.-t. *công việc làm nửa thời gian.*
miteux, -euse [mit-, -z] **1.** a *thảm thương, tiều tụy (áo quần)* **2.** n *người nghèo, kẻ khố rách.*
mitigeá [mitiʒe] a *dịu đi (tình cảm), giảm nhẹ.*
mitonner [mitɔne] **1.** vtr *ninh, hầm (súp)* **2.** vi *được hầm (súp).*
mitoyen, -yenne [mitwaj(, jɛn] a mur m. *tường chung.*
mitraille [mitraj] nf (a) *đạn chùm (của súng đại bác)*; (b) *làn mưa đạn* (c) *tiền lẻ, tiền đồng.*
mitrailler [mitraije] vtr (a) *bắn súng máy*; (b) m. qn de questions *đặt những câu hỏi nảy lửa cho ai.*
mitraillette [mitrajɛt] nf *súng tiểu liên.*
mitrailleuse [mitraj-z] nf *súng, máy.*
mitre [mitr] nf *mũ lễ, mũ ống khói.*
mitron [mitrɔ̃] nm *thợ phụ lò bánh.*
mi-vitesse (aâ) [amivitɛs] adv *một nửa tốc độ.*
mi-voix (aâ) [amivwa] adv *khẽ giọng; thở khe khẽ; khe khẽ giọng.*
mixage [miksaʒ] nm *sự lồng tiếng; sự trộn tiếng.*
mixe(u)r [miksœr] nm **1.** *máy trộn thực phẩm* **2.** *máy xay nghiền.*
mixiteá [miksite] nf *sự đồng giáo dục (nam nữ học chung trường).*
mixte [mikst] a **1.** *hỗn hợp*; commission m. *tiểu ban hỗn hợp*; école m. *trường hỗn hợp (nam nữ học chung)*; Tn. nm double m. *đánh đôi hỗn hợp*; **2.** *có hai mục đích song song*; train m. *tàu hỗn hợp (hàng hóa và hành khách)*; billet m. *vé khứ hồi.*
mixture [mikstyr] nf *sự trộn lẫn; thuốc trộn; hỗn dịch.*
MLF abr *(viết tắt)* Mouvement de libération des femmes: *phong trào giải phóng phụ nữ.*
Mlle abr *(viết tắt)* Mademoiselle *Cô.*
Mme abr *(viết tắt)* Madame. *bà.*
mobile [mɔbil] **1.** a (a) *chuyển động, di động*; (b) *có thể thay đổi được, không cố định, linh hoạt, hay thay đổi (thiên nhiên)*; (c) *có thể tháo được*; album à feuillets mobiles *An-bum có thể tháo ra được*; (d) *di chuyển (mục tiêu); thay đổi (cách diễn đạt); thay đổi (nét vẽ)*; **2.** nm (a) *thân hình đang di động*; (b) *động cơ (của một tội phạm)*; (c) *vẻ linh hoạt.*
mobilier, -ieâre [mɔbilje, jɛr] **1.** a *động sản*; biens mobiliers *động sản*; valeurs mobilières *nguồn vốn và cổ phần.* **2.** nm (a) *đồ đạc trong nhà*; (b) *động sản.*

mobillsation [mɔbilizasjɔ̃] nf *sự động viên, sự huy động.*
mobiliser [mɔbilize] vtr *huy động (đội quân), huy động (vốn)*; m. toute son énergie *tập trung hết sức mạnh.*
mobiliteá [mɔbilite] nf *tính chuyển động, tính linh hoạt.*
Mobylette [mɔbilɛt] nf *xe mô bi lét.*
mocassin [mɔkas(] nm *giày da mộc.*
moche [mɔʃ] a F: **1.** *xấu xí*; **2.** *tệ hại, tồi (phim, hàng hóa...)*; **3.** *hèn mạt* être m. avec qn *hèn mạt với ai.*
mocheteá [mɔʃte] nf F: (a) *sự xấu xí*; (b) *(người) khiếp sợ; chướng mắt (vật).*
modaliteás [mɔdalite] nfpl m. de paiement *thể thức trả tiền.*
mode^1 [mɔd] nf **1.** *mốt, thời trang*; être à la m. *đang thịnh hành*; c'est la m. des chapeaux đây *là những cái mũ đang thịnh hành*; à la m. de *theo kiểu, theo mốt của*; passé de m. *lỗi thời*; jupe très m. *váy đầm thời trang*; la (haute) m. *ngành thời trang*; **2.** pl (a) *ngành may mặc*; (b) (articles de) modes *hàng mốt thời trang.*
mode^2 nm **1.** *thể* **2.** *điệu* **3.** *phương pháp, cách thức*; m. d'emploi *cách dùng*; m. de vie *cách sống.*
modelage [mɔdlaʒ] nm **1.** *sự làm khuôn, sự nặn tượng* **2.** *mẫu.*
modeâle [mɔdɛl] **1.** nm (a) *mẫu*; bâti sur le même m. *được xây theo một mẫu như nhau*; m. déposé *mẫu đăng ký*; m. réduit *mô hình thu nhỏ.*
modeleá [mɔdle] nm (a) *Khối nổi (của bức tượng)*; (b) *Đường nổi (của thân thể).*
modeler [mɔdle] vtr **1.** (je modèle) *Đúc, nặng, tạo hình* **2.** se m. sur qn *Rập khuôn cách cư xử của mình theo ai.*
modeálisme [mɔdelism] nm *Sự tạo hình mẫu, sự làm mô hình.*
modeáliste [mɔdelist] n **1.** *Người vẽ mẫu (may mặc)* **2.** *Người làm mô hình.*
modeáration [mɔderasjɔ̃] nf **1.** *Tính điều độ, sự đúng mức* **2.** *Sự giảm (giá cả).* modérateur, -trice **1.** a *Điều hòa, dung hòa*; **2.** n *Người điều hòa, dung hòa*; **3.** nm *Người điều chỉnh, bộ phận điều chỉnh.*
modeárer [mɔdere] vtr (je modère; je modérerai) **1.** *Làm điều hòa; Làm dịu bớt; Làm giảm (tốc độ)*; **2.** *Giảm (giá)* **3.** se m. *Tự chủ, bình tĩnh.* modéré a *Đúng mức, vừa phải, ôn hòa.* modérément adv *Có điều độ, chừng mực.*
modernisation [mɔdɛrnizasjɔ̃] nf *Sự hiện đại hoá.*

moderniser [mɔdɛrnize] vtr *Hiện đại hoá*. moderne a *Hiện đại*.

modernisme [mɔdɛrnism] nm *Tính hiện đại, chủ nghĩa tân thời*. moderniste a & n *Người theo chủ nghĩa hiện đại*.

modestie [mɔdɛsti] nf *Tính khiêm tốn, tính giản dị*. modeste a *Khiêm tốn, giản dị*; d'origine m. *Có nguồn gốc giản dị*; n ne faites pas le m. *Đừng quá khiêm tốn thế*. modestement adv *Một cách khiêm tốn*.

modifiable [mɔdifjabl] a *Thay đổi được, sửa đổi được*.

modification [mɔdifikasjɔ̃] nf *Sự thay đổi, sự sửa đổi*.

modifier [mɔdifje] vtr (pr sub & impf n. modifiions) **1**. *Sửa đổi (câu, hình phạt); Thay đổi (kế hoạch)*; **2**. se m. *Được thay đổi*.

modique [mɔdik] a *Khiêm tốn, phải chăng (giá), ít ỏi (lợi tức)*.

modiste [mɔdist] nf *Người làm mũ phụ nữ, người bán mũ phụ nữ*.

modulaire [mɔdylɛr] a *dựa trên mô đun*.

modulation [mɔdylasjɔ̃] nf *Sự ngân nga, sự chuyển giọng*; m. de fréquence *Sự điều biến*.

module [mɔdyl] nm **1**. *Mô đun* **2**. *Bộ phận chuẩn hoá của tàu vũ trụ*.

moduler [mɔdyle] vtr & i *Ngân nga, chuyển giọng, điều biến*.

moelle [mwal] nf **1**. *Tủy (của xương)*; m. épinière *Tủy sống*; corrompu jusqu'à la m. *Thối đến tủy* **2**. *Màng xốp bên trong vỏ cam*.

moelleux, - euse [mwal-, -z] a **1**. *Mềm mại, như nhung (khi chạm vào); Êm ái (giọng nói)*; tapis m. *Thảm đàn hồi*; couverture moelleuse *Mềm êm ái* **2**. nm *Sự mềm mại, êm ái*. moelleusement adv *Mềm mại, êm ái*.

moeurs [mœrs] nfpl *Đạo đức, phong cách (của một dân tộc); Phong tục (của đất nước); Thói quen (của thú vật)*; gens sans m. *Người không có phong tục, nguyên tắc*; la police des m. *Cảnh sát theo dõi gái điếm*; femme de m. légères *Người đàn bà dễ dãi*.

moi [mwa] **1**. *Được nhấn mạnh, dùng cho đại từ nhân xưng* (a) *(chủ ngữ)* tôi; c'est m. *Chính tôi*; il est plus âgé que m. *Anh ấy lớn hơi tôi*; elle est invitée et m. aussi *Cô ta được mời và tôi cũng vậy*; m., je veux bien *Về phần tôi thì rất sẵn lòng*; je l'ai fait m. - même *Tôi tự làm cái đó*; (b) *(Túc từ)* tôi; à m.! *Cứu tôi với !* ce livre est à m. *Sách này là của tôi*; un ami à m. *Một người bạn của tôi*; (c) (*) laissez - m. tranquille *Hãy để tôi yên*; (**) donnez - le - m. *Hãy cho tôi cái đó*. **2**. nm *Bản ngã, cái tôi*; le culte du m. *Sự sùng bái cái tôi*.

moignon [mwaɲɔ̃] nm *Mỏm cụt (của cành cây bị gãy)*.

moi- mîme [mwamɛm] pers pron *Chính tôi; Hãy xem moi và même 1 (c)*.

moindre [mw(dr] a **1**. *Kém hơn, ít hơn, thấp hơn (giá)*; de deux maux choisir le m. *Chọn cái giữa hai cái xấu, chọn cái ít xấu nhất (giữa hai cái xấu)* **2**. sup le, la, m. *Ít nhất, kém nhất, nhỏ nhất*; pas la m. chance *Không có chút may mắn nào, cơ hội mong manh nào*; c'est la m. de choses *Đó chỉ là điều nhỏ nhặt, không có chi*. moindrement adv *sans être le m. intéressé Không một chút hứng thú nào*.

moine [mwan] nm *Thầy tu, tu sĩ*.

moineau, - eaux [mwano] nm *Chim sẻ*; tête, cervelle, de m. *Người khờ dại, dở hơi*.

moins [mw(] **1**. adv (a) *Kém hơn, không bằng*; m. encore *Còn tệ hơn, thậm chí còn kém hơn*; elle est m. jolie que sa soeur *Cô ta không đẹp như chị mình*; beaucoup m. long *Ngắn hơn nhiều*; m. d'argent *Ít tiền hơn*; m. d'hommes *Ít đàn ông hơn*; plus on le punit m. il travaille *Càng bị phạt bao nhiêu thì anh ta càng làm việc kém bấy nhiêu*; de m. en m. *Ngày càng kém, ngày càng ít đi*; m. de dix francs *Dưới 10 franc*; en m de dix minutes *Trong khoảng dưới 10 phút*; en m. de rien *Trong một thời gian rất ngắn*; dix francs de m. (*) *Ít hơn 10 franc* (**) *Thiếu 10 franc*; 20% de visiteurs en m *Số du khách giảm đi 20%*; à moins de *Ít hơn*; à m. d'avis contraire *Trừ phi tôi nghe điều ngược lại*; à m. que - sub *trừ phi*; à m. que vous (ne) l'ordionniez *Trừ phi anh ra lệnh*; rien m. que (*) *Rõ ràng là, thực là* (**) *Không gì hơn là, chính là*; non m. que *Cũng như*; (b) *Ít nhất*; les élèves les m. appliqués *Số học sinh ít chăm chỉ nhất*; le m. de gens possible *Càng ít người càng tốt*; pas le m. du monde *Không thể kém hơn (cấp độ), không thua*; *Đó chỉ là điều nhỏ nhặt đối với anh ta*; n c'est (bien) le m. (qu'il puisse faire) *Ít nhất là, ít ra là*; du m. *Ít ra cũng*; au m. *Ít ra là (không kém hơn)*; tu as fait ton travail, au m.? *Anh đã làm công việc của mình, ít ra là thế (tôi hy vọng thế)* ? vous compterez cela en m. *Anh có thể đặt chuyện đó qua một bên* **2**. (a) prep *Kém, trừ*; six m. quatre égale deux *Sáu trừ bốn bằng hai*; une heure m. cinq *Một giờ kém năm*; il fait m. dix (degrés) (- 10˚) *10 độ âm*; (b) nm *Dấu trừ*.

moire [mwar] nf *Vải nhiễu*. moiré a *Lóng lánh (nước), óng ánh (lụa)*.

mois [mwa] nm (a) *Tháng*; le m. en cours *Tháng hiện tại*; louer qch au m. *Thuê cái gì hàng tháng*; cent francs par m. *Mỗi tháng 100 franc*; (b) *Lương hằng tháng*.

Moïse [mɔiz] 1. *Giáo trưởng Do Thái* 2. nm (a) *Nôi nệm; Mền nệm;* (b) *Giường cũi (cho trẻ em).*

moisir [mwazir] 1. vtr *Làm mốc* 2. vi *bị mốc.* moisi 1. a *Bị mốc, bị lên meo.* 2. nm *sự lên mốc do ẩm.;* sentir le m. *Có mùi mốc.*

moisissure [mwazisyr] nf 1. *Mốc* 2. *Sự mốc.*

moisson [mwasɔ̃] nf 1. (a) *Sự gặt, vụ gặt (lúa, hạt);* faire la m. *Thu hoạch, gặt hái;* (b) *Mùa gặt, mùa thu hoạch;* 2. *(Ngũ cốc) sự thu hoạch, vụ mùa;* rentrer la m. *Thu gặt lúa về, thu hoạch mùa màng.*

moissonner [mwasɔne] vtr *Gặt, thu hoạch (mùa màng).*

moissonneur, - euse [mwasɔnœr, -z] 1. n *Người gặt, người thu hoạch* 2. nf *Máy gặt, máy thu hoạch.*

moissonneuse - batteuse [mwasɔn-zbat-z] nf *Máy gặt đập;* pl moissonneuses - batteuses.

moiteur [mwatœr] nf *Sự ẩm, trạng thái ẩm mồ hôi;* m. froide *Ẩm lạnh.* moite a *Ẩm ướt, có mồ hôi (tay); Ẩm ướt (thời tiết);* (froid et) m. *Ẩm ướt và nhớp nháp.*

moitieá [mwatje] 1. nf *Một nửa;* la m. du temps *Nửa thời gian;* la bouteille était a m. pleine *Cái chai đầy một nửa;* couper qch par (la) m. *Cắt cái gì ra làm đôi;* à m. prix *Nửa giá;* s'arrêter à m. chemin *Dừng lại giữa đường;* m. plus *Một nửa hơn;* m. - m. *Mỗi người một nửa;* être de m. avec qn dans qch *Chia với ai nửa phần;* à m. *Một nửa;* à m. mort *Chết một người;* à m. cuit *Nấu sơ,* faire les choses à m. *làm nửa chừng (công việc).* 2. adv m. riant, m. pleurant *dở khóc dở cười;* m. l'un, m. l'autre *Nửa này, nửa kia.*

moka [mɔka] nm (a) *Cà phê moca;* (b) Cu: *bánh moca.*

mol *Xem mou.*

molaire [mɔlɛr] nf *Răng hàm.*

möle [mol] nm *Đê chắn sóng.*

moleácule [mɔlekyl] nf *Phân tử.* moléculaire a *Thuộc về phân tử.*

molester [mɔlɛste] vtr *Hành hạ ai, làm phiền ai.*

molette [mɔlɛt] nf *Bánh xe có răng cưa; Cái mỏ lét;* clef à m. *Chìa vặn đai ốc.*

mollah [mɔla] nm *Ngài (tiếng tôn xưng ở các nước Hồi giáo).*

molle *Xem mou.*

mollement [mɔlm] adv (a) *Uế oải;* (b) *Êm ái, nhẹ nhàng.*

mollesse [mɔles] nf (a) *Tính mềm mại, êm dịu* (b) *Sự yếu đuối, sự bạc nhược;* sans m. *Mạnh mẽ, không nhu nhược.*

mollet [mɔlɛ] 1. a *Mềm mại, êm;* oeuf m. *Trứng luộc sơ* 2. nm *Bắp chân.*

molleton [mɔltɔ̃] nm (a) *Vải flanen mềm;* (b) *Bộ lông cừu;* (c) *Khăn trải bàn bằng vải nỉ.*

molletonner [mɔltɔne] vtr *Lót vải bông.*

mollir [mɔlir] vi (a) *Làm mềm; Yếu đi, mềm đi;* (b) *Lặng xuống (gió);* mes jambes mollissent *Bắp chân tôi trở nên yếu đi.*

mollusque [mɔlysk] nm 1. *Động vật thân mềm* 2. *(Người) kẻ nhu nhược.*

molosse [mɔlɔs] nm *Chó ngao.*

möme [mom] 1. n *Đứa bé, nhóc con* 2. nf *Bé gái.*

moment [mɔm̃]] nm 1. (a) *Lúc;* le m. venu *Đã đến lúc;* à ce m.- là *Vào lúc đó; Đến lúc đó;* à un m. donné *Đến một lúc nào đó;* au m. donné *Đến một lúc đã định trước;* au m. donné *Vào một lúc định trước;* c'est le bon m. pour *Đó là thời điểm tốt để;* un m.! *Chờ một chút đã !;* sur le m. je n'ai pas su que faire *Tôi lúng túng một hồi;* arriver au bon m. *Vì chờ một chút;* par moments *đến vừa đúng lúc;* à tout m., à tous moments *Luôn luôn, thường xuyên;* au m. de partir *Ngay khi tôi đi;* du m. que *Nhận thấy rằng;* (b) *Giai đoạn, thời điểm* 2. *Mô men (của lực); Động lượng, xung lượng.* momentané a *Nhất thời, trong chốc lát.* momentanément adv *Một cách nhất thời, tạm thời, trong chốc lát.*

momie [mɔmi] nf *Xác ướp.*

momifier [mɔmifje] vtr (impf & pr sub n. momifiions) *Ướp xác, làm cho trơ đi.*

mon, ma, mes [mɔ̃, ma, mɛ] poss a *(Mon được dùng thay ma trước những từ bắt đầu bằng nguyên âm hay h câm) của tôi;* mon ami, mon amie *Bạn của tôi;* un de mes amis *Một trong những người bạn tôi;* c'est mon affaire à moi *Đó là việc của riêng tôi;* non, monsieur colonel *Không, thưa ông.*

monarchie [mɔnarʃi] nf *Chế độ quân chủ.* **monarchique** a *Thuộc về quân chủ.* **monarchiste** a & n *(Người) theo chế độ quân chủ.*

monarque [mɔnark] nm *Vua, quốc vương.*

monasteâre [mɔnastɛr] nm *Tu viện, nhà tù.* monastique a *(Thuộc) tu sĩ, thầy tu.*

monceau, - eaux [mɔ̃so] nm *Đống, khối.*

mondain, - aine [mɔ̃d(, ɛn] 1. a (a) *Trần tục (lạc thú);* (b) *theo trào lưu xã hội;* réunion mondaine *Giới thượng lưu;* (c) la brigade mondaine *Cảnh sát truy quét tệ nạn xã hội.* 2. n *Người thích ăn chơi giao thiệp.*

mondaniteás [mɔ̃danite] nfpl *Thú ăn chơi của xã hội thượng lưu, những sự kiện xã hội.*

monde [mɔ̃d] nm 1. *Thế giới;* le m. entier *Toàn*

thế giới; dans le m. entier *Khắp thế giới*; le Nouveau M. *Thế giới mới*; le tiers m. *Thế giới thứ ba*; mettre un enfant au m. *Sinh con*; venir au m. *Được sinh ra, ra đời*; être seul au m. *Đơn độc giữa đời*; il est encore de ce m. *Anh ta vẫn còn sống*; pour rien au m. *Không đời nào*; personne au m. *Không ai sống sót*; le meilleur du m. *Điều tuyệt diệu nhất trên đời*; vieux comme le m. *Già khốc cú đế, cố lỗ*; le bout du m. *Khó khăn, thế bí*; ainsi va le m. *Đời là thế* **2.** (a) le (beau) m. *Hội thời trang, thế giới thời trang*; le grand m. *Xã hội thượng lưu*; aller beaucoup dans le m. *Lưu hành rộng rãi*; homme du m. *Con người lịch thiệp*; (b) Môi trường, hoàn cảnh xã hội; le m. de la haute finance *Giới thương mại*. **3.** *Người*; peu de m., pas grand m. *Ít người, không đông người;* avoir du m. à diner *Có người dùng cơm*; Il connait son monde *Anh ta biết những người mà không phải liên hệ (tiếp xúc)*. mondial, - aux a *Thuộc thế giới, qui mô toàn thế giới*; guerre mondiale *Chiến tranh thế giới*; la première, deuxième guerre mondiale *Chiến tranh thế giới thứ nhất, chiến tranh thế giới thứ hai*. mondialement adv *Khắp thế giới*.

moneágasque [mɔnegask] a & n *Thuộc về xứ Mô na cô, người Mô na cô*.

moneátaire [mɔnetɛr] a *Tiền tệ* unité m. *Đơn vị tiền tệ*.

moneátarisme [mɔnetarism] nm *Sự điều khiển và kiểm soát hệ thống tiền tệ*. monétariste a & n *Thuộc về sự chính đốn hệ thống tiền tệ, người theo chủ trương này*.

mongolisme [mɔ̃gɔlism] nm *Hội chứng Đao*. mongolien, - ienne **1.** a *Thuộc về hội chứng Đao (ở trẻ em)*; être m. *Bị bệnh Đao* **2.** n *Người có hội chứng Down*.

moniteur[1], - **trice** [mɔnitœr, tris] n *Người hướng dẫn, người chỉ huấn; Người hướng dẫn thể dục thể thao, người dạy lái xe; Trợ lý (trong trại nghỉ), (trại) cố vấn*.

moniteur[2] nm Inform *Màn hình (máy vi tính)*.

monnaie [mɔnɛ] nf **1.** *Tiền; pièce de m. Đồng tiền*; m. légale *Tiền hợp pháp*; (l'hôtel de) la M. *Sở đúc tiền*; payer qn en m. de singe *Không trả nợ mà chỉ hứa hão* **2.** *Tiền thối*; petite m. *Tiền lẻ thối*; rendre à qn la m. de sa pièce *Ăn miếng trả miếng với ai*.

monnayer [mɔnɛje] vtr (je monnaie) *Đúc tiền, đưa ra làm tiền*.

monnayeur [mɔnɛjœr] nm *Thợ đúc tiền*; faux m. *Kẻ làm tiền giả*.

mono [mɔno] a & nf *Âm thanh một chiều*.

monochrome [mɔnɔkrom] a *Một màu*.

monocle [mɔnɔkl] nm *Kính một mắt*.

monocoque [mɔnɔkɔk] **1.** a *Có vỏ cứng liền (xe hơi, máy bay, tàu thủy)* **2.** nm *Vỏ cứng liền*.

monocorde [mɔnɔkɔrd] a *Đàn một dây*.

monoculture [mɔnɔkyltyr] nf *Sự độc canh*.

monocycle [mɔnɔsikl] nm *Xe một bánh*.

monogame [mɔnɔgam] a *Một vợ một chồng, sự đơn giao*.

monogamie [mɔnɔgami] nf *Chế độ một vợ một chồng*.

monograme [mɔnɔgram] nm *Chữ viết tắt đầu tên họ*.

monographie [mɔnɔgrafi] nf *Bản chuyên khảo*.

monokini [mɔnɔkini] nm *Bộ đồ tắm hở ngực (của phụ nữ)*.

monolingue [mɔnɔl(g)] a *Một thứ tiếng*.

monolithe [mɔnɔlit] **1.** n *Đá nguyên khối* **2.** a *Bằng đá nguyên khối*.

monologue [mɔnɔlɔg] nm *Lời độc thoại*.

monologuer [mɔnɔlɔge] vi *Độc thoại*.

monomanie [mɔnɔmani] nf *Chứng độc tưởng, người độc tưởng*.

monôme [mɔnom] nm **1.** *Đơn thức* **2.** *Đoàn sinh viên dạo chơi*.

monomoteur [mɔnɔmɔtœr] **1.** a *Một động cơ* **2.** nm *Máy bay một động cơ*.

monophonique [mɔnɔfɔnik] a *Độc điệu, đơn thanh*.

monoplace [mɔnɔplas] a & n *(Xe) có một chỗ ngồi (xe hơi, máy bay)*.

monopole [mɔnɔpɔl] nm *Sự độc quyền*.

monopolisation [mɔnɔpɔlizasjɔ̃] nf *Sự độc quyền hóa, sự giữ độc quyền*.

monopoliser [mɔnɔpɔlize] vtr *Độc quyền*.

monorail [mɔnɔraj] a & nm *Một ray, đường một ray, cần trục một ray*.

monoski [mɔnɔski] nm **1.** *Dụng cụ lướt ván bằng một ski* **2.** *Môn lướt ván trên nước bằng một ski*.

monosyllabe [mɔnɔsilab] **1.** a *Đơn âm tiết* **2.** nm *Từ đơn âm tiết*; répondre par monosyllabes *Trả lời nhát gừng từng tiếng*. monosyllabique a *Đơn tiết*.

monotonie [mɔnɔtɔni] nf *Sự đơn điệu*. monotone a *Đơn điệu; Buồn tẻ*.

monseigneur [mɔ̃sɛɲœr] nm (a) *Đức ông*; (b) *(Khi nói) thưa ngài, thưa đức vua tôn kính; Đức ngài cao cả*; pl messeigneurs.

monsieur pl messieurs [məsj-, mesj-] nm **1.** (a) M. Robert Martin *Ông Robert Martin*; Messieurs Durand et Cie *Thưa qúi ông Durand và công ty*; M. le duc (*) *Công tước* (**) *Ngài công tước*; (b) M. Jean *(Người lớn) ông John,* (cậu bé) cậu John; (c) (Dùng một mình) voici le chapeau de M. X Đây là mũ của ông X; M. n'est pas là Ông ta không có ở đây; 2. (a) (Trong giao tiếp) ông, ngài; bonsoir, messieurs, Chào các ông (buổi tối); m. a sonné ? Ông đã bấm chuông chưa, thưa ông ? que prendront ces messieurs? Các ông dùng gì ạ?; (b) (*) (Luôn được viết đầy đủ) (đối với người lạ) Monsieur Thưa ông (**) (đã quen biết trước) Cher Monsieur Thưa ông 3. Ngài, ông chủ; le m. qui vient de sortir Ông chủ vừa đi rồi.

monstre [mɔ̃str] 1. nm quái vật; m. marin Quái vật ở biển 2. (Người xấu xí) quái thai 3. a To lớn, khổng lồ; Dị dạng. monstrueux, - euse a Khác thường, kỳ dị. monstrueusement adv Ghê tởm, kinh khủng.

monstruositeá [mɔ̃stryozite] nf 1. Tính quái dị, tính quái gở; 2. Quái tượng, quái thai.

mont [mɔ̃] nm Núi; il est toujours par monts et par vaux Anh ta luôn đi khắp đó đây; promettre monts et merveilles à qn Hứa hươu hứa vượn.

montage [mɔ̃taʒ] nm 1. Sự lắp ráp, sự lắp đặt; chaine de m. Hệ thống dây chuyền 2. sự ráp nối hình ảnh chụp. 3. (a) Sự dựng phim; m. sonore Sự lồng âm thanh; (b) Sự dàn dựng phim.

montagne [mɔ̃taɲ] nf (a) Núi; une m. de Một núi, một đống (đồ đạc); Trò chơi tụt dốc; (b) Vùng núi, miền núi; à la m. Trên núi. montagnard - arde n người miền núi. montagneux, - euse a Miền núi.

montant [mɔ̃t]] 1. a Lên cao, đang lớn lên; chemin m. Đường dốc lên; marée montante Thủy triều đang lên; col m. Cổ cao; train m. Chuyến xe lửa ngược 2. nm cột chống, thanh đứng (thang); les montants Cột khung thành, cột gôn; 3. nm Tổng số tiền.

mont - de - pieáteá [mɔ̃dəpjete] nm Hiệu cầm đồ; pl monts - de - piété.

monteá [mɔ̃te] a 1. Được trang bị (cho người) 2. il était m., il avait la tête montée Anh ta đang bốc lên, đang hăng máu 3. Được nạm (châu báu); pièce mal montée Vật làm không đẹp một vở kịch dàn dựng tồi; coup m. Việc sắp đặt để hại người.

monte - charge [mɔ̃tʃarʒ] nm inv Máy trục hàng, thang máy chở hàng.

monteáe [mɔ̃te] nf 1. (a) Sự dâng lên, tăng lên; tuyau de m. Ống bơm nước; (b) Sự trèo lên, leo lên; essai de m. Tập leo núi; vitesse en m. Tốc độ leo núi 2. Dốc, đường dốc.

monte - plats [mɔ̃tpla] nm inv Cái để chuyền thức ăn từ nhà bếp lên bàn ăn.

monter [mɔ̃te] 1. vi (trợ từ là être, hoặc avoir)

(a) Đi lên, trèo lên, lên lầu; Trèo lên cầu thang; m. à une échelle Trèo lên một cây thang đi ngủ; m. se coucher; montez chez moi Hãy lên phòng tôi; (b) Leo lên (cái gì); m. à cheval (*) Leo núi (**) Cưỡi ngựa; m. à bicyclette Đạp xe đạp; m. en voiture Lên xe hơi; m. à bord Lên tàu; (c) Tăng lên, cao đến; la somme monte à cent francs Số tiền lên đến 100 franc; faire m. les prix Tăng giá; le sang lui monte à la tête Anh ta bị say; faire m. les larmes aux yeux de qn Làm ai khóc; m. comme une soupe au lait Bùng lên, bừng lên; (d) (Con đường) tràn lên, dâng lên; (e) (Về người) m. dans l'estime de qn Đạt được sự tôn trọng của ai. 2. vtr (a) Leo lên, trèo lên (đồi, cầu thang); m. la rue en courant Chạy trên đường. (b) Mil: m. la garde Đứng gác; (c) Cưỡi (ngựa); (d) Ra lệnh (tàu); Điều khiển, bảo vệ (trên tàu); (e) Mang lên, lấy lên; m. du vin de la cave Khay lấy rượu dưới hầm lên; (f) se m. la tête Bị kích động, bị kích thích mạnh; m. qn contre qn Xúi ai chống lại kẻ khác; (g) Nạm (châu báu); Lên khuôn (photo); Gắn vào (lốp xe); Dàn dựng (trang thiết bị); Trang bị (phân xưởng); Lắp ráp (máy); Dàn dựng (cảnh); Dàn cảnh (vở kịch); Dựng (phim); m. un magasin Mở một cửa hiệu; m. un coup Sắp đặt âm mưu, lập kế hoạch; m. les mailles Đan mũi (áo đan) 3. se m. (a) Chất thêm, thêm vào; (b) Tự trang bị cho mình (với); (c) Nổi nóng, mất bình tĩnh.

monteur, - euse [mɔ̃tœr, -z] n Chuyên viên dựng phim, đạo diễn; Thợ lắp ráp, người sắp đặt.

montgolfieâre [mɔ̃gɔlfjɛr] nf Khí cầu (đốt lửa).

monticule [mɔ̃tikyl] nm Đồi, cồn, gò.

montre[1] [mɔ̃tr] nf Đồng hồ; m. (-bracelet) Đồng hồ deo tay; m. numérique Đồng hồ hiện số; m. à quartz Đồng hồ hoạt động bởi dao động điện của tinh thể thạch anh; à ma m. il est midi Theo đồng hồ tôi thì bây giờ là 12 giờ; cela lui a pris dix minutes, en main Anh ta phải mất 10 phút đồng hồ; course contre la m. Chạy nước rút; chạy đua với thời gian.

montre[2] nf pour la m. Để phô, để trưng ra; faire m. de Phô bày, trưng bày.

montrer [mɔ̃tre] vtr 1. (a) Đưa ra, bày ra, cho xem; (b) Chỉ ra; m. qn du doigt Lấy tay chỉ cho ai thấy; m. le chemin à qn Chỉ đường cho ai; (c) m. à qn comment faire qch Chỉ cho ai cách thức làm gì. 2. se m. (a) Tỏ ra; Hiện ra, ra mắt; (b) il se montra prudent Anh ta tỏ ra thận trọng; il s'est montré très courageux Anh ta đã chứng tỏ rất can đảm.

monture [mɔ̃tyr] nf 1. Vật để cưỡi; (Yên) ngựa 2. Bộ (trang sức); Khung (tranh); Gọng (kính);

lunettes sans m. *Kính không gọng.*

monument [monym)] nm **1.** *Tượng đài, đài tưởng niệm;* m. funéraire *Tượng đài (trên mộ);* m. aux morts *Đài tưởng niệm chiến tranh* **2.** *Tòa nhà công cộng, công trình kiến trúc lịch sử;* m. classé *Di tích lịch sử được công nhận và đặt dưới sự bảo quản của chính quyền, tòa nhà di tích.* monumental, - aux a *Đồ sộ, hoành tráng, thuộc công trình kiến trúc.*

moquer (se) [somoke] vpr se m. de qn *Chế giễu ai, đùa chọc ai;* vous vous moquez *Anh đùa đấy à;* je m'en moque comme de l'an quarante *Tôi không cần, việc đó không can hệ gì đến tôi;* c'est se m. du monde! *Thật là xấc láo, đùa không đúng chỗ.*

moquerie [mokri] nf *Sự chế giễu; Tính hay chế giễu, lời chế giễu.* moqueur, - euse a *Chế giễu, chế nhạo, hay chế giễu.* moqueusement adv *Chế giễu.*

moquette [moket] nf *Vải làm thảm.*

moral, - aux [moral, o] **1.** a (a) *Đạo đức, luân lý;* (b) *Thuộc tinh thần, về trí óc, về tri thức;* courage m. *Sức mạnh tinh thần* **2.** nm *Tâm trạng, tinh thần;* remonter le m. de, à, qn *Làm ai vui, phấn chấn tinh thần ai;* elle n'a pas le m. *Cô ta rất chán nản, tuyệt vọng.*

morale [moral] nf **1.** (a) *Đạo đức, luân lý;* contraire à la m. *Chống lại đạo đức, trái luân lý;* (b) *Đạo đức học;* faire la m. à qn *Thuyết giáo cho ai, răn bảo ai.* **2.** *Bài học luân lý (của một câu chuyện).* moralement adv *Về mặt đạo đức, về mặt tinh thần, hợp luân lý.*

moraliser [moralize] **1.** vi *Khuyên giải đạo đức* **2.** vtr *Răn dạy ai, giáo hóa ai.* moralisateur, - trice **1.** a *Có tác dụng giáo hóa, răn bảo.* **2.** n *Người giáo hóa.* moraliste **1.** a *Có tính chất luân lý;* **2.** n *Nhà luân lý học, tác giả viết về đạo lý.*

moraliteá [moralite] nf **1.** (a) *Tính đạo đức, hạnh kiểm tốt;* (b) *Luận lý, sự khiêm nhường* **2.** *Tính chất luân lý (từ chuyện).*

moratoire [moratwar] nm *lệnh gia hạn thanh toán nợ.*

morbiditeá [morbidite] nf *Tình trạng bệnh tật, sự mắc bệnh.* morbide a *Bệnh hoạn, ốm yếu.*

morceau, - eaux [morso] nm **1.** *Mảnh, mẩu (thức ăn);* aimer les bons morceaux *Thích những thứ ngon (để ăn);* manger un m. *Ăn một ít;* lâcher le m. *Nới lỏng luật chơi* **2.** *Mẩu (xà phòng), mảnh (vải), khúc (nhạc), một ít (đường), mảnh (đất);* mettre qch en morceaux *Làm cái gì thành từng mảnh;* morceaux choisis *Những đoạn trích, những đoạn chọn lọc.*

morceler [morsəle] vtr (je morcelle) *Cắt thành từng mảnh;* m. une propriété *Phân chia gia tài.*

morcellement [morselm)] nm *Sự chia nhỏ.*

mordiller [mordije] vtr & i *Gặm nhấm.*

mordoreá [mordore] a & nm *Vàng nâu, màu cổ đồng.*

mordre [mordr] vtr & ind tr (a) *Cắn;* se m. la langue *Cắn lưỡi;* il s'en mord les doigts *Anh ta rất căn rứt về điều đó;* m. la poussière *Ngã sóng xoài, thất bại;* (b) *Gọt giũa;* acide qui mord (sur) les métaux *Axít ăn mòn kim loại;* m. dans une pomme *Cắn miếng táo;* m. sur qch *Gặm mòn cái gì;* m. à l'hameçon *Cắn câu;* il mord au latin *Anh ta rất ưa thích, rất giỏi tiếng La-tinh;* (c) *(Bánh răng) bắt, khớp, chốt vào.* mordant **1.** a (a) *Chua chát, cay độc (lời nhận xét);* (b) *Xé tai (âm thanh); Cắt da cắt thịt (lạnh)* **2.** nm (a) *Tính sắt bén (của hồ sơ, tài liệu);* (b) *Tính chất cay, tính đay nghiến, tính châm chọc.* mordu, - e **1.** a (a) *Say mê* (b) *Đa tình* **2.** n *Người hâm mộ;* les mordus du football *Những người hâm mộ bóng đá.*

morfondre (se) [somorfɔdr] vpr *Chán chết; râu rĩ, mất hết tinh thần.*

morgue [morg] nf **1.** *Thái độ kiêu căng, tự phụ* **2.** *Nhà xác.*

moribond, - onde [moribõ, ɔ̃d] **1.** a *Hấp hối, sắp chết* **2.** n un m. *Người hấp hối.*

morille [morij] nf *Nấm tố ong.*

mormon, - one [mormɔ̃, ɔn] a & n *(Người) theo giáo phái Mormon.*

morne [morn] a *Ủ ê (thời tiết), u buồn, buồn tẻ, ảm u.*

morositeá [morozite] nf *Sự u buồn, sự buồn tẻ.* morose a *Rầu rĩ, ủ ê.*

morphine [morfin] nf *Mocfin.*

morphinomane [morfinoman] n *Người nghiện mocfin.*

morphologie [morfoloʒi] nf *Hình thái học;* la m. d'un athlète *người có thân hình của một vận động viên.* morphologique a *Thuộc về hình thái, thuộc về từ pháp*

morpion [morpjõ] nm **1.** *Rận (cháy)* **2.** *Chú bé* **3.** *Chơi cross zero*

mors [mor] nm **1.** *Hàm thiết (ngựa)* **2.** *Mô (kìm), gờ, gáy (sách);* prendre le m. aux dents (*) *Lồng lên (ngựa)* (**) *Hằng tiết lên*

morse [mors] nm **1.** *Con moóc* **2.** M. *Hệ thống Moc xơ (điện báo), chữ Moc xơ*

morsure [morsyr] nf *Sự cắn, vết cắn*

mort¹, morte [mor, mort] **1.** a (a) *Chết (người, ngôn ngữ);* il est m. *Ông ấy đã chết;* m. de peur *Sợ khiếp vía;* plus m. que vif *Dở sống dở chết;* (b) temps m. (*) *Thời gian chết (trong trận đấu)* (**) *Giai đoạn tắc nghẽn, giai đoạn ngừng hoạt động;* point m. *Điểm chết, vị trí* mort² **trung hòa** *(của đòn bẩy)*; *Số bảo hòa*; (c) **eau morte** *nước đọng, ứ*; **nature morte** *Tĩnh vật*; (d) **balle morte** *Đạn thối, đạn không dùng được*. **2.** n *Người chết*; **les morts** *Những người chết*; **jour, fête, des morts** *Ngày lễ các thánh*; **l'office des morts** *Dịch vụ ma chay*; **tête de m.** *Sọ người chết*; **faire le m.** (*) *Giả vờ chết*; (**) *Nằm im như chết*; **la place du m.** *Chỗ ngồi phía trước của hành khách* **3.** nm *Quân bài của người đánh bài*.

mort² nf *Cái chết, sự chết*; **mettre qn à m.** *hành hạ ai đến chết*; **condamner à m.** *Tuyên án tử hình*; **kết án tử hình**; **arrêt de m.** *án tử hình*; **à m. les traitres !** *Giết chết những tên phản bội !* **blessé à m.** *Bị thương trầm trọng*; **freiner à m.** *Hãm kẹp phanh lại*; **se donner la m.** *Tự giết mình*; **mourir de sa belle m.** *Chết một cách bình thản*; **être à l'article de la m.** *Ở cửa tử thần, sắp chầu trời*; **hair qn à m.** *Ghét cay ghét đắng người nào*; **silence de m.** *Sự yên lặng rợn người*; **il avait la m. dans l'âme** *Anh ta đau khổ về tâm hồn*; **je m'en souviendrai jusqu'à la m.** *Tôi sẽ nhớ mãi điều ấy đến chết*.

mortadelle [mɔrtadɛl] nf *Xúc xích bò, lợn (của Ý)*

mortaliteá [mɔrtalite] nf *Sự chết; Tỉ lệ tử vong*; **m. infantile** *Chết non*.

mort - aux - rats [mɔrora] nf inv *Thuốc chuột*.

mortel, - elle [mɔrtɛl] a (a) *Chết người; Chết, có chết*; n un m., **une mortelle** *Con người*; (b) *Gây chết người (vết thương)*; **coup m.** *Một cú đấm chết người*; **il a fait une chute mortelle** *Anh ta đã chết vì té;* (c) *Chán chết được* (d) *Chết được, chết người*; **ennemi m.** *Kẻ thù không đội trời chung*; **d'une pâleur mortelle.** *Xanh xao chết chóc.* **mortellement** adv *Chết người, cực kỳ, hết sức*; **m. pâle** *Rất xanh xao*; **m. ennuyeux** *Chán ngắt, chán chết đi được.*

morte - saison [mɔrtsezɔ̃] nf *Mùa ít việc*; pl **mortes - saisons.**

mortier [mɔrtje] nm **1.** (a) *Cái cối*; **pilon et m.** *Chày và cối*; (b) *Súng cối* **2.** **m. ordinaire** *Vôi vữa*

mortification [mɔrtifikasjɔ̃] nf *Sự hành xác, điều sỉ nhục.*

mortifier [mɔrtifje] vtr (impf & pr sub n. **mortifiions**) (a) *Làm nhục, làm tổn thương, hành xác*; (b) *Xúc phạm ai, làm tổn thương ai*

mort - neá, - neáe [mɔrne] a & n *Chết ngay khi sinh, tử sản*; **projet m. - né** *Những đề án hỏng ngay từ đầu*; pl **mort - nés, - nées.**

mortuaire [mɔrtɥɛr] a *Thuộc về chết chóc, thuộc về lễ tang, ma chay*; **drap m.** *Vải phủ quan tài*; **chambre m.** *Phòng quàn người chết*; **la maison m.** *Nhà của người quá cố.*

morue [mɔry] nf (*) *Cá thu* (**) m. (séchée) *Cá thu muối khô.*

morve [mɔrvy] nf **1.** *Chất nhầy* **2.** *bệnh loét mũi*. **morveux, - euse 1.** a (a) *Thò lò mũi xanh, thằng bé thò lò mũi xanh*; **se sentir m.** *Cảm thấy bối rối, xấu hổ;* (b) *Bị loét mũi* **2.** n *Đứa bé thò lò mũi xanh*

mosaïque [mɔzaik] nf *Tranh khảm, đồ khảm*

Moscou [mɔsku] **Max cơ va. moscovite** a & n *Thuộc về Max cơ va, người Max cơ va*

mosqueáe [mɔske] nf *Thánh đường hồi giáo*

mot [mo] nm *Từ ngữ, từ*; **m. pour m.** *Đối chọi từng từ một*; **prendre qn au m.** *Bắt bẻ lời nói của ai*; **faire du m. à m.** *Dịch sát nghĩa*; **sans m. dire** *Không nói một lời nào*; **dire deux mots à qn** *Mắng ai một mẻ*; **avoir le dernier m.** *Nói lời cuối cùng*; **ignorer le premier m.**, **ne pas savoir un (traitre) m.**, **de la chimie** *Không biết một tí gì về hóa học*; **à ces mots** (*) *Nói như thế này* (**) *Những lời này*; **en un m.**, **en quelques mots** *Nói một cách ngắn gọn, tóm lại*; **au bas m.** *Theo ước tính thấp nhất, rẻ nhất là, hạ nhất là*; **gros m.** *Cách nói thô lỗ; lời chửi thề*; **voilà de fin m. de l'affaire !** *Sự nhượng bộ cuối cùng, hết nước rồi, đã đến lúc kết thúc điều đó, đến nước bí*; **faire comprendre qch à qn à mots couverts, à demimots** *Nói úp nói mở với ai điều gì*; **m. de passe** *Mật hiệu, khẩu mật*; **m. d'ordre** *Khẩu hiệu, khẩu lệnh*; **mots croisés** *Trò chơi ô chữ*; **écrire un m à qn** *Viết thư cho ai*; **placer un m.**, **avoir son m. à dire** *Thấy cần phải nói*; **bon m.** *Nhận xét dí dỏm*; **avoir toujours le m. pour rire** *Lúc nào cũng nói đùa được, hay nói đùa.*

motard, arde [mɔtar, ard] **1.** n *Người đi mô tô* **2.** nm *Cảnh sát đi mô tô*; **m. d'escorte** *Cảnh sát lái mô tô mở đường, hộ tống.*

motel [mɔtɛl] nm *Khách sạn ô tô.*

moteur, - trice [mɔtœr, tris] **1.** a *Vận động, phát động (lực)*; **roue motrice** *Bánh xe kéo*; **voiture à roues avant motrices** *Xe có đầu kéo phía trước*; **force motrice** *Lực phát động* **2.** nm *Động cơ*, **m. à combustion interne, à explosion** *Động cơ đốt trong máy nổ*; **m. à deux, à quatre temps** *Động cơ 2 thì, động cơ 4 thì*; **m. électrique** *Mô tơ điện*; à **m.** *Có động cơ, chạy bằng động cơ*; **m. d'avion** *Động cơ máy bay*; **3.** nf *Xe kéo.*

motif [mɔtif] nm (a) *Cớ, lý do*; **soupcons sans m.** *Sự nghi ngờ vô cớ, không có cơ sở*; (b) *Môtíp, mẫu hình; (Nhạc) chủ đề.*

motion [mɔsjɔ̃] nf *Bản kiến nghị, lời đề nghị*; **m. de censure** *Lời phê bình, khiến trách.*

motivation [mɔtivasjɔ̃] nf *Sự nêu lý do, động cơ (triết).*

motiver [mɔtive] vtr (a) *Nêu lý do (đề nghị, công việc...)*; (b) *Chứng minh, bảo đảm, biện minh*. motivé a (a) *Khuyến khích, thúc đẩy*; (b) *Được chứng minh là đúng*; refus m. *Lời từ chối được chấp nhận.*

moto [mɔto] nf *Mô tô.*

motocross [mɔtɔkrɔs] nm *Môn đua mô tô đường ghồ ghề.*

motoculteur [mɔtɔkyltœr] nm *Máy cày đẩy tay.*

motocyclette [mɔtɔsiklɛt] nf *Xe mô tô, F: xe bình bịch.*

motocycliste [mɔtɔsiklist] nm *Người đi mô tô*

motonautisme [mɔtɔnotism] nm *Môn chơi thuyền máy*

motoneige [mɔtɔnɛʒ] nf *Xe mô tô trượt tuyết.*

motopompe [mɔtɔpɔ̃p] nf *Bơm máy.*

motorisation [mɔtɔrizasjɔ̃] nf *Sự cơ giới hóa*

motoriser [mɔtɔrize] vtr *Cơ giới hóa, lắp máy, gắn máy.*

motoski [mɔtɔski] nf *Xe trượt tuyết.*

motrice *Xem moteur. Động cơ.*

motte [mɔt] nf *Hòn đất, cục đất;* m. de gazon *Đám cỏ, miếng cỏ;* m. de beurre *Bánh bơ.*

motus [mɔtys] int m. et bouche cousue ! *Yên lặng nhé !*

mou¹ mol, f molle [mu, mɔl] **1**. a *(Đối với giống đực,* mol *được dùng trước nguyên âm hay h câm)* (a) *Mềm (bơ), êm (nệm); Nhẹ nhàng (sự nhấp nhô);* temps m. *Thời tiết nóng ẩm;* avoir les jambes molles *Yếu chân;* (b) *Thiếu sinh khí, yếu ớt, ẻo lả; Nhu nhược; Ủy mị (Bản vẽ, buổi trình diễn)* **2**. nm *Lỏng (dây thừng), yếu ớt;* donner du m. à un cordage *Làm lỏng dây.*

mou² nm *Phổi (thú vật).*

mouchard [muʃar] nm (a) *Tên mật thám, tên chỉ điểm; Kẻ mách lẻo* (b) *(Thuộc về cơ khí) máy điều khiển tốc độ (xe cộ);* (c) *Đồng hồ báo của lính canh* (d) *Máy bay trinh sát.*

moucharder [muʃarde] vtr *dò xét (ai) để tố giác; Mách lẻo.*

mouche [muʃ] nf **1**. *Con ruồi;* m. domestique *Ruồi nhà;* m. bleue *Ruồi xanh;* prendre la m. *Nổi nóng vô cớ;* quelle m. vous pique ? *Có chuyện gì với mày thế ?* c'est une fine m. *Hắn ta là khách hàng khó tính;* poids m. *Hạng ruồi.* **2**. *Hồng tâm (bia tập bắn);* faire m. *Bắn trúng hồng tâm.*

moucher [muʃe] vtr **1**. (a) *Lau, hỉ mũi (cho đứa trẻ);* (b) *Xài xể ai, xạc ai một trận* **2**. se m. *Hỉ mũi.*

moucheron [muʃrɔ̃] nm *Con mòng.*

moucheteá [muʃte] a (a) *Lốm đốm, lấm chấm;* (b) *Có đầu ruồi (kiếm).*

mouchoir [muʃwar] nm *Khăn tay, mùi soa;* m (de tête) *Khăn chít đầu;* jardin grand comme un m. de poche *Mảnh vườn bé tí tẹo.*

moudre [mudr] vtr (ppr moulant; pp moulu; pr ind je mouds, n. moulons) *Xay nghiền.*

moue [mu] nf *Cái bĩu môi;* faire la m. *Bĩu môi, trông ra vẻ hờn dỗi, nhăn mặt.*

mouette [mwɛt] nf *Chim biển, chim mòng biển, (hải âu lớn)*

mouffette [mufɛt] nf *Chồn hôi.*

moufle [mufl] nf **1**. *Bao tay* **2**. *Pu li kép.*

mouillage [mujaʒ] nm *Sự thả neo, sự thả thủy lôi.*

mouiller [muje] vtr **1**. (a) *Thấm ướt, làm ướt;* se m. les pieds *Bị ướt chân;* (b) *Pha nước vào rượu;* (c) *Thả (neo);* (d) *Thả (thủy lôi);* (e) *Mềm hóa (nguyên âm)* **2**. vi *Thả neo* **3**. se m. (a) *Bị ướt (mắt) đầy nước mắt;* (b) *Tay ấm ướt.* mouillé a **1**. *Ướt, ẩm;* m. jusqu'aux os *Ướt đầm;* poule mouillée *Ướt sũng* **2**. *(Tàu) thả neo.*

moulage [mulaʒ] nm **1**. *Sự đổ khuôn, sự đúc, vật đúc, vật đổ khuôn;* **2**. *Sự rập khuôn.*

moulant [mul)] a *Sát vào người (áo...)*

moule¹ [mul] nm *Cái khuôn;* m. à gâteaux *Khuôn bánh ga tô;* m. à tarte *Khuôn bánh kem.*

moule² nf *Con vẹm, người nhu nhược.*

mouler [mule] vtr (a) *Đúc (tượng);* (b) *Đổ khuôn;* robe qui moule la taille *Áo sát người;* se m. sur qn *Rèn luyện theo gương ai.*

moulin [mul(] nm (a) *Cối xay;* m. à eau *Cối xay nước;* m. à vent *Cối xay gió;* faire venir l'eau au m. *Xoay xở để trục lợi;* on y entre comme dans un m. *Có thể đi thẳng vào, ai vào cũng được;* (b) m. à légumes *Máy xay ngũ cốc;* m. à poivre *Máy xay tiêu;* m. à café *Máy xay cà phê.*

mouliner [muline] vtr **1**. *Kéo vào (dòng)* **2**. *Nghiền thức ăn*

moulinet [mulinɛ] nm **1**. (a) *Ống dây câu* (b) *Cửa xoay* **2**. faire des moulinets (avec sa canne) *Vung gậy, huơ gậy.*

Moulinette [mulinɛt] nf *Cái xay rau, cái nghiền rau.*

moulu [muly] a (a) *Được xay, được nghiền (bột);* (b) *Mệt lử, mệt nhoài, vất vả, mệt nhoài;* m. (de coups) *Chóng mặt, nhức đầu.*

moulure [mulyr] nf *Đường chỉ (trang trí).*

mourir [murir] vi (ppr mourant; pp mort; pr ind je meurs, ils meurent; pr sub je meure, nous mourions; ph il mourut; fu je mourrai; aux être) (a) *Chết;* il est mort hier *Anh ấy đã chết hôm qua;* m. de faim (*) *Chết vì đói* (**) *Chết đói, đói khổ;* elle l'aimait à en m. *Cô ta yêu hắn*

mouron một cách tuyệt vọng; faire m. qn *Làm cho ai lo lắng, làm ai cực khổ;* F: il me fera m. *Anh ấy hành hạ tôi;* m. d'envie de faire qch. *Khao khát làm gì;* m. de peur *Sợ đến chết;* s'ennuyer à m. *Chán chết;* je mourais de rire *Tôi cười đến chết được;* c'est à m. de rire *Tức cười đến chết được* (b) *(Lửa) lụi dần; (Giọng) yếu dần.* mourant, - ante 1. a *Hấp hối, yếu ớt (giọng)* 2. n *Người hấp hối.*

mouron [murɔ̃] nm 1. *Cây phiền lộ;* m. blanc *Cỏ nhớ* 2. se faire du m. *Lo âu, lo lắng.*

mousquetaire [muskətɛr] nm *Pháo thủ ngự lâm.*

mousse¹ [mus] nf 1. Rêu; couvert de m. *Đầy rêu, phủ rêu.* 2. (a) *Bọt (biển); Bọt (bia); Bọt (xà phòng);* (b) *Kem đánh dậy;* m. au chocolat *Kem sô cô la* 3. m. de caoutchouc *Cao su bọt, cao su mút* 4. point m. *Vết khâu, mảnh vá.*

mousse² nm *Thủy thủ nhỏ.*

mousseline [muslin] nf (a) *Vải mu xơ lin;* m. de soie *Vải sa;* (b) pommes (de terre) m. *Khoai tây kem.*

mousser [muse] vi *(Xà phòng) sủi bọt, lên bọt; (Rượu) sủi bọt;* F: faire m. qch, qn *Khoe khoang cái gì.* mousseux, - euse a (a) *Như nhung;* (b) *Sủi bọt;* (c) a & nm *Nhiều bọt (rượu).*

mousson [musɔ̃] nf *Gió mùa.*

moustache [mustaʃ] nf (a) *Râu mép;* (b) *Ria mép (của mèo, hổ).*

moustachu [mustaʃy] a *Có râu mép;* être m. *Để râu mép.*

moustiquaire [mustiker] nf *Màn chống muỗi, cái mùng.*

moustique [mustik] nm 1. (a) *Muỗi* (b) *Muỗi nhỏ* 2. *Thằng nhóc.*

moutard [mutar] nm *Chú bé, trẻ con.*

moutarde [mutard] nf *Cái cay, mù tạc;* la m. lui monta au nez *Anh ta nổi giận.*

moutardier [mutardje] nm *Lọ đựng mù tạc.*

mouton [mutɔ̃] nm 1. (a) *Cừu, thịt cừu;* éleveur de moutons (*) *Người nuôi cừu* (**) *Người lấy lông cừu;* saut de m. *Trò nhảy cừu;* revenons à nos moutons *Chúng ta hãy trở lại vấn đề;* (b) *Thịt cừu;* ragout de m. *Món cừu hầm;* (c) (peau de) m. *Da cừu;* (d) *Sóng bạc đầu* (e) *Đám bụi xốp (dưới giường)* 2. *Máy đóng cọc.*

moutonner [mutɔne] vi 1. *(Biển) nhấp nhô sóng; Lô xô sóng* 2. *(Bầu trời)* se m. *Gợn mây trắng.* moutonneux, - euse a *(Biển) nhấp nhô, lô xô; (Bầu trời) gợn mây.*

mouvement [muvmã] nm 1. (a) *Sự chuyển động, sự vận động, sự cử động, sự vận hành;* sans m. *Bất động;* faire un m. *Di chuyển,* chuyển động; mettre qch en m. *Vận hành cái gì;* se mettre en m. *Khởi động;* être toujours en m. *Luôn vận động;* le m. d'une grande ville *Sự hoạt động của một thành phố lớn;* ville sans m. *Thành phố buồn, không nhộn nhịp;* pièces en m. *Các bộ phận vận hành (của máy);* m. perpétuel *Chuyển động vĩnh cửu;* (b) (*) *Chương, phần (bản giao hưởng)* (**) presser le m. *Thúc nhịp;* 2. (a) *Sự thay đổi; Sự tụt xuống, dâng lên (mực nước biển);* m. de terrain *Sự chuyển động của đất;* m. de personnel *Sự thay đổi đội ngũ;* être dans le m. *Theo phong trào;* (b) premier m. *Phản ứng ban đầu;* m. d'humeur *Cơn giận;* m. de son propre m. *Theo sáng kiến riêng của mình;* m. de plaisir *Phấn khởi;* (c) *Phong trào;* m. insurrectionnel *Sự biến động, sự nổi dậy.* 3. *Giao thông;* mouvements de trains *Các chuyến đi về của xe lửa;* mouvements des narives *Tin tức về hàng hải.* 4. *Hành động, sự chuyển động;* m. d'horlogerie *Bộ phận chuyển động của đồng hồ.* mouvementé a 1. *Sinh động, uyển chuyển;* Sôi nổi, đầy sóng gió, rộn rịp, đầy sự kiện. 2. terrain m. *Đám đất gồ ghề.*

mouvoir [muvwar] v (ppr mouvant; pp mu, mue; pr ind je meus, ils meuvent; pr sub je meuve, n. mouvions, ils meuvent; fu je mouvrai) 1. *Khởi động (máy); Di động (tàu);* mu à la vapeur *Được chạy bằng hơi nước;* mu par la colère, l'intérêt *Xúc động vì giận dữ, đầy cảm hứng* 2. se m. *Chuyển động, khuấy động.* mouvant a *Di động, luôn thay đổi, không ổn định;* sables mouvants *Cát lún.*

moyen¹- enne [mwaj(, ɛn) 1. a (a) *Trung bình, giữa;* les classes moyennes *Giai cấp trung lưu;* le m. âge *Thời đại Trung Cổ;* cours ms *Lớp trung cấp;* (b) *Trung bình (tốc độ, mức độ, giá);* le Francais m. *Người Pháp trung lưu; Người bình thường;* (c) *Cỡ trung, vừa;* de taille moyenne *Kích trung bình, vóc người trung bình* 2. nf moyenne (a) *Tính trung bình; giá trị trung bình, số trung bình;* (b) *Trung bình;* en moyenne *Tính trung bình, tính đố đồng;* (c) *Điểm trung bình.* moyennement adv *Trung bình, vừa vừa.*

moyen² nm (a) *Phương tiện;* par tous les moyens *Bằng mọi phương tiện;* employer les grands moyens *Áp dụng những biện pháp tối ưu;* au m. de *Nhờ đó, bằng cách;* y a - t - il m. de le faire? *Có thể làm điều đó không?* il n'y a pas m. *Không thể như thế được;* pas m.! *Chịu thôi, chẳng có cách gì!* trouver le m. de faire qch *Tìm cách làm gì;* faire qch par ses propres moyens *Làm cái gì theo sáng kiến của riêng mình;* dans la (pleine) mesure de mes moyens *Với khả năng cho phép của tôi;* enfant qui a des moyens *Đứa bé tài năng*; enlever les moyens à qn *Lấy đi những phương tiện của ai*; (b) vivre au - dessus de ses moyens *Sống trên khả năng tài chánh của mình*; je n'en ai pas les moyens *Tôi không có đủ khả năng (phương tiện)*.

moyennant prep *Trong chừng mực nào đó, điều kiện nào đó*; faire qch m. finance *Làm gì theo khả năng tài chính*; m quoi *Xem xét khả năng về điều gì*.

moyenêgeux, - euse [mwajεnaʒ-, -z] a (a) *Thuộc về thời trung cổ (b) Lỗi thời*

moyen-courrier [mwaj(kurje] nm *Máy bay hạng trung, đường vừa (không quá 2.000 km)*; pl moyens - courriers.

Moyen-Orient [mwaj(nɔri)] *Trung Đông*.

moyeu, - eux [mwaj-] nm *Trục bánh xe*

mozzarelle [mɔzarel] nf *Phó mát của Ý*.

MST abbr *(Viết tắt của)* maladie sexuellement transmissible, *bệnh truyền nhiễm do quan hệ tình dục*.

mû *Xem mouvoir*

mucoviscidose [mykovisidoz] nf *Bệnh nhầy nhớt*.

mucus [mykys] nm *Chất nhầy, nước nhầy*.

mue [my] nf 1. (a) *Sự thay lông (chim), sự lột xác (loài bò sát)*; (b) *Mùa lột xác, thay lông, thay sừng*; (c) *Lông được thay; Gạc; Xác rắn lột*. 2. *Sự vỡ giọng, sự vỡ tiếng (của tuổi dậy thì)*.

muer [mɥe] vi 1. (a) *(Chim) thay lông; (Hươu) thay sừng; (Loài bò sát) lột xác; Thay da*; (b) *(Giọng) bể tiếng* 2. se m. (en) *Đổi ra, biến thành*.

muesli [mysli] nm *Món ăn trộn từ đậu và trái cây*.

muet, - ette [mɥe, εt] 1. a (a) *Câm*; (b) j'écoutais, m. d'étonnement *Tôi nghe rồi lặng câm vì kinh ngạc*; m. de colère *Lặng câm vì giận dữ*; (c) *Câm lặng, không lời*; rester m. *Giữ yên lặng*; (d) *(Phim) câm, không lời*; rôle m. *Vai câm*; (e) *Câm (từ)*; h m. H *câm* 2. (a) n *Người câm*; (b) nm le m. *Phim không lời*.

mufle [myfl] nm 1. *Mõm (bò)* 2. *Người thô lỗ*.

muflerie [myfləri] nf *Tính thô lỗ, lời thô lỗ*.

muflier [myflje] nm *Cây hoa mõm sói*.

mugir [myʒir] vi (a) *(Bò) rống, gầm* (b) *(Biển, gió) gầm thét; (Gió) gào*.

mugissement [myʒism)] nm (a) *Tiếng rống (bò)*; (b) *Tiếng gầm (của biển), (gió) gào*.

muguet [mygε] nm *Hoa huệ chuông*.

mulâtre [mylɑtr] a & n *Lai da đen, người da đen*

mule[1] [myl] nf *Con la cái*

mule[2] nf *Giày hở gót*

mulet[1] [mylε] nm *Con la*. muletier, - ière 1. a *Đường la đi, (đường) hiểm trở* 2. nm *người lái la, dắt la*.

mulet[2] nm *Cá đối, cá phèn*.

mulot [mylo] nm *Chuột nhắt đồng*.

multicolore [myltikɔlɔr] a *Nhiều màu*.

multicoque [myltikɔk] nm *Tàu thủy nhiều thân*

multidisciplinaire [myltidisiplinεr] a *Đa nguyên tắc, nhiều biện pháp kỷ luật*.

multilateáral, - aux [myltilateral, o] a *Nhiều bên*.

multilingue [myltil(g] a *Đa ngôn ngữ*.

multimillionnaire [myltimiljɔnεr] a & n *Giàu hàng triệu, nhà triệu phú*.

multinational, - aux [myltinasjɔnal] a *Đa quốc gia*; société multinationale, nf multinationale *(Công ty) gồm nhiều nước hợp tác, công ty đa quốc gia*.

multiple [myltipl] 1. a *Nhiều, đa dạng; Phức tạp (nhiệm vụ)*; maison à succursales *Cửa hàng có nhiều chi nhánh* 2. nm *Bội số*.

multiplication [myltiplikasjɔ̃] nf *Phép nhân; Sự tăng lên (về số lượng)*.

multiplicitéa [myltiplisite] nf *Vô số, sự đa dạng*.

multiplier [myltiplje] vtr (impf & pr sub n. multipliions) 1. *Nhân lên, sinh sản* 2. se m. (a) *Tăng lên*; les crimes se multiplient *Tội phạm ngày càng tăng lên*; (b) *Sinh sôi nảy nở; Làm hết mình (để giúp đỡ ai)*.

multiposte [myltipɔst] a & nm *(Máy điện toán) đa chức năng*.

multirisque [myltirisk] a *Nhiều rủi ro*.

multisalles [myltisal] a inv complexe m. *Rạp có nhiều phòng*.

multitude [myltityd] nf *Vô số, nhiều quần chúng*.

municipalitéa [myltisipalite] nf 1. *Thị xã*; (a) *Khu vực thị chính*; (b) *Hội đồng thị chính* 2. *Thị chính, tòa tỉnh*. municipal, - aux a *Thuộc về thành phố*; conseil m. *Hội đồng thành phố*.

munir [mynir] vtr 1. *Cung cấp, trang bị (de, với)* 2. se m. *Tự trang bị cho mình (de, với)*.

munitions [mynisjɔ̃] nfpl *Đạn dược, súng ống*.

muqueuse [myk-z] nf *Màng nhầy*.

mur [myr] nm *Tường*; aux murs de briques *Tường bằng gạch*; mettre qn au pied du m. *Đẩy ai vào thế bí*; se taper la tête contre les murs *Nện đầu vào tường*; m. du son, *Tường cách âm*.

mural, - aux a *Thuộc về tường*.

mûr [myr] a *Chín (trái cây); Ngọt ngào (rượu); Chín chắn (tuổi tác, suy nghĩ)*; après mûre réflexion *Sau khi suy nghĩ chín chắn*; m pour qch *Sẵn sàng làm gì*.

muraille [myrɑj] nf *Bức thành (cao để bảo vệ)*.

mûre [myr] nf **1**. *Quả dâu tằm* **2**. m. (sauvage, de ronce) *Dâu đen*.

murer [myre] vtr **1**. *Xây tường xung quanh; Xây bịt lại (lối đi)* **2**. se m. *Tự khép mình, không cởi mở*.

mûrier [myrje] nm (a) *Cây dâu tằm* (b) m. (sauvage) *Bụi cây mâm xôi*.

mûrir [myrir] vtr & i *Chín, làm chín, làm chín chắn*.

murmure [myrmyr] nm *Tiếng thì thầm, tiếng rì rầm, tiếng róc rách, tiếng rì rào; Lời cằn nhằn, than văn*.

murmurer [myrmyre] vtr & i *Thì thầm, rì rầm; Phàn nàn, càu nhàu*; m. entre ses dents *Cằn nhằn trong miệng*.

musaraigne [myzarɛɲ] nf *Chuột chù*.

musarder [myzarde] vi *Lông bông, nhởn nhơ, hoang phí thời gian*.

muscade [myskad] nf (noix) m. *Quả nhục đậu khấu*.

muscadier [myskadje] nm *Cây nhục đậu khấu*.

muscat [myska] a & nm (raisin) m. *Nho xạ*; (vin) m. *Rượu nho xạ*.

muscle [myskl] nm *Bắp thịt*. musculaire a *Thuộc về cơ bắp, (hệ) cơ*.

muscler [myskle] vtr **1**. m. le ventre, les jambes *Phát triển cơ bụng, cơ bắp chân*. **2**. se m. *Phát triển cơ bắp*. musclé a *Có bắp thịt nở, vạm vỡ*.

musculation [myskylasjɔ̃] nf *Sự luyện tập hệ cơ*.

musculature [myskylatyr] nf *Hệ thống cơ*.

musculeux, - euse [myskyl-, -z] a *Có nhiều cơ, nổi bắp thịt*.

muse [myz] nf *Thần nghệ thuật, nàng thơ, hồn thơ, thi hứng*.

museau, - eaux [myzo] nm (a) *Mõm (thú vật)*; (b) *Mặt; vilain m. Khuôn mặt xấu xí*.

muséae [myze] nm (a) *Viện bảo tàng;* (b) m. (de peinture, d'art) *Phòng triển lãm nghệ thuật*.

museler [myzle] vtr (je muselle) *Buộc mõm (chó), bịt miệng (báo chí)*.

muselieâre [myzɔljɛr] nf *Rọ mõm*.

musette [myzɛt] nf **1**. *Kèn* **2**. bal m. *Điệu nhảy phổ biến (theo đàn accordion)*.

muséáum [myzeɔm] nm *Bảo tàng lịch sử tự nhiên*.

musical, - aux [myzikal, o] **1**. a *Về âm nhạc, cô nhạc;* comédie musicale *Hài kịch nhạc;* film m. *Phim nhạc*. musicalement adv *Theo qui tắc âm nhạc, du dương, êm ái*.

musicaliteá [myzikalite] nf *Tính nhạc*.

music - hall [myzikol] nm *Nhà hát ca nhạc;* aimer le m.- h. *Thích xem các buổi trình diễn ca nhạc;* numéros de m.- h. *Số thứ tự của chương trình;* pl music - halls.

musicien, - ienne [myzisjɛ̃, jɛn] a & n *Nhạc sĩ;* elle est bonne musicienne (*) *Cô ta rất có năng khiếu âm nhạc;* (**) *Cô ấy là một nhạc sĩ cừ khôi (bậc thầy)*.

musicologie [myzikɔlɔʒi] nf *Âm nhạc học*. musicologue n *nhà âm nhạc học*.

musique [myzik] nf **1**. (a) *Âm nhạc;* mettre des paroles en m. *Phổ nhạc;* instrument de m. *Dụng cụ âm nhạc, nhạc cụ;* m. de chambre *Nhạc thích phòng;* m. d'ambiance, de fond *Hoàn cảnh âm nhạc, môi trường âm nhạc;* faire de la m. (*) *Chơi nhạc;* (**) *Làm nhạc sĩ* (b) il connait la m. *Anh ta hiểu âm nhạc rất rõ* **2**. *Ban nhạc;* chef de m. *Nhạc trưởng*.

must [mœst] nm un m. *Điều bắt buộc*.

musulman, - ane [myzylm], an] a & n *Hồi giáo, tín đồ hồi giáo*.

mutation [mytasjɔ̃] nf (a) *Sự thay đổi, sự chuyển đổi; Sự đột biến, biến tấu;* (b) *Sự thuyên chuyển (đội ngũ nhân viên)*.

muter [myte] vtr *Thuyên chuyển (nhân viên)*.

mutilation [mytilasjɔ̃] nf *Sự cắt xéo, sự cắt xé, xuyên tạc*.

mutiler [mytile] vtr (a) *Cắt xéo, làm cụt (tay), chân)* (b) *Làm biến dạng, xuyên tạc*. mutilé, - ée a & n *(Người) cụt tay, cụt chân;* m. de la face *(Người) bị biến dạng;* m. de guerre *Thương phế binh*.

mutiner (se) [səmytine] vpr *Nổi loạn*.

mutinerie [mytinri] nf *Sự nổi loạn, cuộc nổi loạn,* mutin, - ine **1**. a & n *(Đứa trẻ) nghịch ngợm* **2**. nm *người nổi loạn,* mutiné **1**. a *nổi loạn* **2**. nm *Kẻ nổi loạn*.

mutisme [mytism] nm *Sự lặng thinh, sự câm lặng;* s'enfermer dans le m. *Vẫn cứ một mực im lặng*.

mutualiteá [mytɥalite] nf **1**. *Sự tương hỗ* **2**. *Hội tương tế*. mutualiste a *société m. Hội từ thiện, hội tương tế*. mutuel, - elle a & nf *Lẫn nhau; société d'assurance mutuelle Hội tương tế, hội bảo trợ*. mutuellement adv *Một cách tương hỗ, lẫn nhau;* s'aider m. *Giúp đỡ lẫn nhau*.

myopie [mjɔpi] nf *Sự cận thị, chứng thiển cận*. myope a & n *(Người) cận thị*.

myosotis [mjɔzɔtis] nm *Hoa lưu ly*.

myriade [mirjad] nf *Hằng hà sa số*.

myrte [mirt] nm *Cây mia*.

myrtille [mirtij] nf *Cây việt quất, quả việt quất.*

mysteâre [mistɛr] nm *Sự huyền bí, điều bí ẩn.* mysté rieux, - euse a *Huyền bí, bí ẩn.* mystérieusement adv *Huyền bí, bí ẩn.*

mysticisme [mistisism] nm *Thuyết thần bí, xu hướng thần bí.* mystique 1. a *Huyền bí, thần bí* 2. n *Người theo chủ nghĩa huyền bí.*

mystification [mistifikasjɔ̃] nf (a) *Tình trạng hoang mang, trạng thái bí ẩn;* (b) *Sự lừa phỉnh, sự chơi khăm.*

mystifier [mistifje] vtr (impf & pr sub n. mystifiions) (a) *Làm bí ẩn, làm hoang mang* (b) *Lừa phỉnh, chơi xỏ ai.* mystificateur, - trice 1. a *Lừa phỉnh* 2. n *Kẻ lừa phỉnh.*

mythe [mit] nm *Huyền thoại, truyền thuyết.* mythique a *Thuộc về huyền thoại; Đầy truyền thuyết, mang tính hoang đường; Người quen thói bịa chuyện.*

mythologie [mitɔlɔʒi] nf *Huyền thoại, huyền thoại học.* mythologique a *thuộc huyền thoại.*

myxomatose [miksɔmatoz] nf *Bệnh u nhầy.*

Nn

N, n [ɛn] mn, *(chữ cái, chữ) N, n.*

N abr **1.** *viết tắt: phương Bắc* **2.** (route) nationale *(đường) quốc lộ.*

nabot, -ote [nabo, ɔt] n *nghĩa xấu: người rất nhỏ, người lùn, bé loắt choắt.*

nacelle [nasɛl] n *cái rổ; cái giỏ, rổ (bánh), giỏ (khí cầu).*

nacre [nakr] nf *xà cừ.*

nacréé [nakre] adj. *long lanh như ngọc trai, có đính ngọc trai, trắng đục như xà cừ.*

nage [naʒ] n *sự chèo thuyền*, chef de n. *sự chèo thuyền, người cai phu chèo, người đứng lái chèo, người đứng lái làm chịch (ở cuối thuyền) (người chèo thuyền)* **1.** (a) *sự bơi*, traverser une rivière à la n. *bơi qua một dòng sông;* (b) *lối bơi, kiểu bơi (trong bơi lội),* n. libre *kiểu bơi tự do;* (c) être en n. *cháy mồ hôi đầm đìa, mồ hôi như tắm.*

nageoire [naʒwar] nf *vây (cá); chân chèo (của hải cẩu).*

nager [naʒe] vi (n. nageons) **1.** *chèo* **2.** (a) *bơi (với túc từ trực tiếp đồng vị)* n. la brasse *bơi ngửa,* n. entre deux eaux, *bơi dưới nước;* (b) *nổi trôi lềnh bềnh, bị chìm bị nhận chìm (trong chất lỏng, trong nước);* le bois nage sur l'eau *gỗ nổi trên mặt nước;* la viande nage dans la graisse *thịt ngập trong mỡ;* il nage dans ses vetements *bộ đồ của anh ta quá lớn đối với anh ta (anh ta mặc bộ đồ quá khổ); thân mật* je nage complètement *tôi ở tít ngoài khơi, tôi bị lạc;* n. dans l'opulence *ngập trong của cái (giàu).*

nageur, -euse [naʒœr, -z] n *(a) người bơi (b) thuật hàng hải: người chèo thuyền.*

nagueâre [nagɛr] adv *trước đây, thuở xưa.*

naïf, -ïve [naif, iv] **1.** *chân thật, ngây thơ, chất phác, ngờ nghếch, khờ khạo* **2.** *cả tin, nhẹ dạ, dễ bị lừa;* n un naïf **3.** *mỹ thuật.* naïvement adv *thô sơ, ngây ngô.*

nain, naine [n(, nɛn] **1.** n *người lùn, con vật lùn, người rất nhỏ, cái rất nhỏ, con vật rất nhỏ* **2.** a être n. *là một người lùn,* arbre n. *cây lùn.*

naissance [nɛs)s] nf (a) *sự ra đời, sự sinh đẻ;* à la n. *lúc ra đời, lúc mới sinh;* de n. *(câm, điếc) từ lúc ra đời, từ lúc mới sinh;* lieu de n. *nơi sinh;* donner n. à un enfant *sinh ra một đứa trẻ, tung một tin đồn đại; phương pháp hạn chế sinh đẻ, sự sinh đẻ có kế hoạch;* contrôle des naissances, *hành chính; giấy khai sinh;* extrait de n., être francais de n. *lúc sinh ra đã là người Pháp (là người gốc Pháp);* (b) *chân, gốc (móng tay, tóc); chân (cổ), nguồn (sông);* prendre n. *gốc ở, khởi sự, bắt nguồn, do ở, nguồn gốc ở.*

naissant [nɛs)] adj. *mới sinh, mới mọc, mới xuất hiện.*

naître [nɛtr] vi *(hiện tại phân từ;* pp né; *quá khứ phân từ;* je nais, ils naissent) (a) *được sinh ra* il est né en 1880 *anh ta sinh năm 1880;* il est né aveugle *anh ta sinh ra đã bị mù; thân mật* je ne suis pas né d'hier *tôi không phải là trẻ con;* il nait moins de garçons que de filies *con trai được sinh ra ít hơn con gái;* il est né de parents allemands, *Anh ta là người gốc Đức;* (b) *(nói về niềm hy vọng, sự sợ hãi) phát sinh, sinh ra, (nói về ban ngày); (lúc tảng sáng, lúc rạng đông)* (c) *(nói về cây cối) trổ;* (d) *(nói về kế hoạch, dòng sông) phát khởi, hình thành, phát sinh;* faire n. *gây ra, tạo thành; (sự ngờ vực, v.v..)*

naïveté [naivte] *tính ngây thơ, tính chất phác.*

nana [nana] n *từ bình dân, tiếng lóng, đàn bà, phụ nữ, cô gái.*

nanti [n)ti] **1.** *nhiều, dồi dào, phong phú, giàu có.* **2.** nmpl *nghĩa xấu* les nantis *sông nhánh.*

nantir [n)tir] vtr **1.** n. qn de *cung cấp cho ai cái gì* **2.** se n. de qch *tự cấp.*

napalm [napalm] nm *chất Napan.*

naphtaline [naftalin] n (boules de) *băng phiến.*

naphte [naft] nm *dầu mỏ, dầu khoáng.*

napolitain, -aine [napɔlit(, ɛn] adj. & n *dân cư vùng Naples, dân thành Naples; thức ăn* tranche napolitaine *(thạch) kem vùng Naples (kem có nhiều màu sắc và nhiều hương vị).*

nappe [nap] n **1.** *(a) khăn trải bàn; (b) vải khăn lau, khăn trải bàn;* n. d'autel *khăn trải bàn thờ*

2. *dải, tầng (băng lửa); tầng lớp (dầu, khi đốt), lớp phủ (sương mù)*; n. de mazout *vết loang của dầu*.

napper [nape] vtr *phủ khăn bàn; nấu ăn: tẩm, bọc, phủ, tráng (với)*.

napperon [naprɔ̃] nm *(vải lanh nhỏ) vải, vải lót cốc, đĩa*.

narcisse [narsis] nm *hoa thủy tiên*.

narcissisme [narsisism] nm *tính tự yêu mình, tính quá chú ý đến vẻ đẹp của mình, tính tự ái*. narcissique a *tự ái, tự yêu mình, quá chú ý đến vẻ đẹp của mình*.

narcotique [narkɔtik] a & nm *thuốc mê, gây mê, thuốc ngủ, gây ngủ*.

narguer [narge] vtr *coi thường, miệt thị, lăng nhục, chế giễu, chế nhạo, đùa cợt, phỉ báng (một cái gì đó, một người nào đó)*.

narine [narin] n *lỗ mũi*.

narquois, -oise [narkwa, waz] *chế nhạo, giễu cợt, nhạo báng (giọng, tiếng cười)*. narquoisement adv *chế nhạo, nhạo báng, chế giễu*.

narrateur, -trice [naratœr, tris] n *người kể chuyện, người tường thuật*.

narration [narasjɔ̃] nf **1.** *chuyện kể, bài tường thuật*; faire une n. de *kể lại, thuật lại* **2.** *Trường học, bài tiểu luận*. narratif, -ive a *dưới hình thức kể chuyện, có tính chất tường thuật*.

nasal, -aux [nazal, o] a *(thuộc mũi)*.

nase [naz] a *thân mật* **1.** *quá say mê; mất trí* **2.** *ngu đần, ngớ ngẩn*.

naseau, -eaux [nazo] nm *lỗ mũi (của ngựa)*.

nasillard [nazijar] *thuộc mũi (giọng)*.

nasillement [nazijmã]) nm *(thuộc về mũi), sự nói giọng mũi, hát giọng mũi*.

nasiller [nazije] vt *nói giọng mũi*.

nasse [nas] n *giỏ bắt lươn, giỏ bát tôm hùm, lưới bẫy có vành*.

natal, -als [natal] *(hiếm khi dùng ở số nhiều) thuộc nơi sinh, địa phương, quê hương (vùng đất)*; ville natale *nơi sinh*.

nataliteá [natalite] n (taux de) n. *tỉ lệ sinh đẻ*.

natation [natasjɔ̃] n *sự bơi*.

natif, -ive [natif, iv] **1.** (a) *quê ở, sinh tại* être n. de, *là người sinh ở, là người quê quán ở*; (b) *(thuộc) tự nhiên, bẩm sinh* **2.** n *người sinh ở, người quê quán ở, người địa phương, thổ dân*.

nation [nasjɔ̃] n *dân tộc, nước, quốc gia*; l'Organisation des Nations Unies *Các tổ chức của Liên hiệp Quốc*.

national, -aux [nasjɔnal, o] **1.** *(thuộc) dân tộc, (thuộc) quốc gia, (thuộc) nhà nước (trong giáo dục)* **2.** nm pl nationaux, *kiều dân, kiều bào (của một quốc gia)* **3.** nf con *đường chính, quốc lộ (từ cổ) con đường*.

nationalisation [nasjɔnalizasjɔ̃] nf *chủ nghĩa dân tộc, chủ nghĩa quốc gia*.

nationaliste [nasjɔnalist] a & n *người theo chủ nghĩa dân tộc, người theo chủ nghĩa quốc gia*.

natte [nat] nf **1.** *chiếu (rơm), chiếu rơm, nguyên liệu dệt chiếu, thảm* **2.** *bím (tóc), một đuôi sam*.

natter [nate] vtr *tết, bện* ; *Bắc Mỹ tết, bện*.

naturalisation [natyralizasjɔ̃] nf *sự tự nhiên hóa, sự nhập quốc tịch, sự làm cho hợp với thủy thổ*.

naturaliser [natyralize] vt *nhập tịch, làm hợp thủy thổ, hợp với thủy thổ*; se faire n. francais(e) *lấy quốc tịch Pháp*.

nature [natyr] nf **1.** *thiên nhiên, tự nhiên, tạo hóa, tính, bản chất, bản tính*; plus grand que n. *lớn hơn bình thường*; n. morte *tĩnh vật (hội họa, bức họa)*; d'après n. *(vẽ, họa) theo kiểu mẫu trước mắt*; il a disparu dans la n. *anh ta đã biến mất tăm*; **2.** (a) *loại, thứ, đặc tính, đặc điểm*; de n. à *bẩm sinh*; ce n'est pas dans sa n., *đó không phải là bản chất của anh ấy*; (b) *tính cách, đặc tính, thiên hướng, tính khí*; il est timide de n. *anh ta tự nhiên nhút nhát*; une n. violente *một kiểu hung bạo, một kiểu bạo lực* **3.** payer en n. *trả bằng hiện vật* **4.** payer en n. *trả bằng hiện vật* **5.** a inv *đơn giản* plain cafe n. *cà phê đen*; whisky n. *rượu whisky nguyên chất*.

naturel, -elle [natyrɛl] **1.** a (a) *(thuộc) tự nhiên, (thuộc) thiên nhiên, (thuộc) thiên tính, bẩm sinh, tự nhiên, đương nhiên, mộc mạc, không giả tạo, (nhu cầu) về thể xác*; enfant n. *đứa trẻ đẻ hoang, đứa trẻ không hợp pháp*; c'est n. *đó là lẽ đương nhiên*; mais c'est tout n. *đó là một điều thú vị ; không dám, có gì đâu*; (b) *tài, năng khiếu, bị bỏ hoang, không được chăm sóc (nói về người)*; soie naturelle *tơ tự nhiên*. **2.** nm (a) *người sinh ra ở một nơi, một nước*; (b) *bẩm sinh*; (c) *trạng thái tự nhiên, tính tự nhiên*; (d) au n. (i) *trong thực tế cuộc sống, trên thực tế, thực ra*; (ii) *đơn giản (phục vụ, dùng) không gia vị*. naturellement adv *theo bản chất tự nhiên, tất nhiên*.

naufrage [nofraʒ] nm *sự đắm (tàu)* faire n., *đánh chìm*.

naufrageá [nofraʒe] **1.** a *bị đắm (tàu)* **2.** n *người bị đắm tàu, người bị đắm tàu và bị bỏ lại trên một hòn đảo chơ vơ*.

nauseáabond [nozeabɔ̃] a (a) *(mùi) gây buồn nôn*.

nauseáe [noze] nf (a) *sự buồn nôn, cảm giác buồn nôn hoặc kinh tởm*; avoir la n., des nausées, *cảm thấy muốn bệnh*; (b) ça me donne la n, j'en ai la n. *cái đó làm cho tôi bệnh, cái đó khiến tôi bị bệnh.*

nautique [notik] *về tàu thủy, thủy thủ hoặc sự đi trên biển, hàng hải; thể thao bơi thuyền;* fête n. *lễ hội dưới nước* carte n. *bản đồ đi biển.*

naval, -als [naval] *về hải quân, về tàu chiến, (thuật ngữ) hàng hải; việc đóng tàu;* chantier n. *xưởng đóng tàu, nơi đóng hoặc sửa chữa tàu.*

navarin [navar(] nm *món thịt hầm, thức ăn nấu trong soong món hầm.*

navet [navɛ] nm **1.** *cây củ cải* **2.** *phim tồi, tiểu thuyết tồi, truyện tồi v.v... ; sự thất bại* c'est un n., *đó là loại tồi, chất lượng kém.*

navette [navet] nf (a) *con thoi;* n. *tàu vũ trụ được thiết kế để dùng lại nhiều lần, thí dụ giữa trái đất và trạm vũ trụ hoặc mặt trăng, tàu con thoi;* faire la n. *đi lại thường xuyên (xe cộ), đi lại đều đặn giữa hai nơi, hoặc ô tô giữa nơi làm việc (đối với người), chuyển động nhanh, bay nhanh (nói về tàu vũ trụ, máy bay)* (b) *con thoi.*

navigabiliteá [navigabilite] n **1.** *sự có thể đi lại được (về sông)* **2.** *khả năng đi biển, khả năng bay.* navigable a *(về sông biển) thích hợp, cho tàu thuyền đi lại.*

navigant [navig)] a personnel n., nmpl les navigants *(i) nhân viên đi biển (ii) nhân viên bay.*

navigateur [navigatœr] nm *người lái (tàu, máy bay).*

navigation [navigasjɔ̃] n *nghề hàng hải, nghề đi sông biển, sự đi thuyền;* compagnie de n. *công ty tàu biển;* compagnie de n. aérienne *công ty hàng không.*

naviguer [navige] vi *đi biển, đi sông trên một con tàu, lái tàu thủy, lái máy bay; bay, chuyển động trên không; đi du lịch khắp nơi.*

navire [navir] nm *tàu lớn, thuyền lớn;* n. de guerre *tàu chiến;* n. de commerce *tàu buôn.*

navire - citerne [navirsitɛrn] nm *tàu thủy hoặc tàu bay chở dầu lửa v.v... khối lượng lớn, tàu chở dầu.*

narver [navre] vtr *gây nỗi buồn nặng nề cho ai, làm đau lòng ai gây ra sự đau khổ, đau đớn, khốn cùng làm lo lắng bối rối.* navrant a *cảm thấy buồn và hối tiếc, lấy làm buồn.* navré a (de) *khí, phiền não, khốn khổ.*

naze [naz] a *xem* nase.

nazisme [nazism] nm *chủ nghĩa quốc xã.* nazi, -ie a & n *đảng viên đảng quốc xã.*

ne, n' [nə] neg **1.** *(tạo thành động từ với* pas*)* je ne le connais pas *tôi không biết anh ta;* il n'a pas d'argent *anh ta không có đồng bạc nào cả*

2. *được sử dụng một mình (có nghĩa là không có);* pas, cesser, oser, pouvoir, savoir, importer, je n'ose lui parler *tôi không dám nói chuyện với anh ta;* je ne saurais vous le dire *tôi không biết nói điều đó với anh như thế nào !* **3.** *trong các cấu trúc sau đây:* (a) que ne ferait - il pour vous? anh ta không làm gì cho anh ? il n'a confiance qu'en elle, anh ta chỉ tin cô ta thôi; il n'y a pas que ça ! *không phải chỉ có thế !* (c) si je ne me trompe *trừ khi tôi nhầm*; voilà six mois que je ne l'ai vu *đã sáu tháng rồi từ khi tôi gặp anh ta:* qu'à cela ne tienne ! *vâng, tất nhiên, chắc chắn rồi !* je n'ai que faire de son aide *tôi không cần sự giúp đỡ của anh ta* **4.** *đi với từ ở dạng phủ định* (a) *(biểu lộ sự sợ hãi)* je crains qu'il ne prenne froid *tôi e rằng anh ta có thể bị lạnh;* (b) évitez qu'on ne vous voie *tránh đừng để bị bắt gặp;* à moins qu'on ne vous appelle, *trừ khi họ gọi anh;* (c) *(so sánh)* il est plus fort qu'on ne pense *anh ta mạnh hơn anh tưởng (nghĩ).*

neá [ne] *bẩm sinh* née Dupont, *người phụ nữ có họ bố là Dupont;* un vendeur -né *người bán hàng bẩm sinh.*

neáanmoins [ne)mw(] *mặc dù thế, tuy nhiên, vậy mà song.*

neáant [ne)] nm (a) *tình trạng hư vô, hư không;* réduire qch à n. (b) *hủy diệt cái gì, lau sạch, xóa sạch cái gì;* (b) *không còn cái nào, không.*

neábuleux, -euse [nebyl-, -z] **1.** (a) *(bầu trời) đầy mây* (b) *tối, mờ, mờ mịt (ý nghĩa mơ hồ)* **2.** nf nébuleuse *tinh vân.*

neácessaire [nesɛsɛr] **1.** *cần thiết, (cho);* choses qu'il est n. de savoir *điều cần biết, điều nên biết;* il est n. qu'on en parle, *chúng ta phải nói về điều đó* **2.** (a) *sự cần thiết, cái cần thiết* le strict n. *những thứ cần thiết cơ bản;* je ferai le n. *tôi sẽ lo (giải quyết) việc đó;* n. à bộ dùng khâu, hộp đồ khâu; n. à ongles *bộ dụng cụ cắt sửa móng tay;* n. de toilette, de voyage *túi vệ sinh, túi du lịch.* nécessairement adv *tất yếu;* doit -il n. partir ? *anh ta có cần phải đi hay không ?*

neácessiteá [nesesite] n (a) *sự cần thiết, đồ dùng cần thiết, quy luật tất yếu;* ce voyage est une n. *chuyến đi này là cần thiết;* être dans la n. de faire qch *bị bắt buộc làm cái gì;* (b) pl nécessités *những thứ cần thiết (cho cuộc sống), nhu cầu (lao động);* de première n. *không thể thiếu được.*

neácessiter [nesesite] vtr *bắt phải có, cần (cái gì).* nécessiteux, -euse a *nghèo túng.*

neácrologie [nekrɔlɔʒi] nf *cáo phó; sự chết chóc.*

neácropole [nekrɔpɔl] n *mộ địa.*

nectar [nɛktar] nm *mật hoa, rượu ngon, rượu tiên;* n. d'abricot *nước quả mơ.*

nactarine [nɛktarin] n *quả xuân đào.*

néerlandais, -ise [neɛrl)dɛ, ɛz] **1.** *(thuộc) nước, dân tộc hay tiếng Hà Lan* **2.** *(a) người Hà Lan, phụ nữ Hà Lan;* (b) nm *người dân nước Hà Lan.*

nef [nɛf] n *gian giữa của giáo đường;* n. latérale *gian vách trong giáo đường.*

neáfaste [nefast] *tai họa, đem lại vận rủi hoặc sự bất hạnh, rủi ro, không may mắn, có hại (cho).* influence n. *ảnh hưởng nguy hại.*

neágatif, -ive [negatif, iv] **1.** *phủ định, âm (câu trả lời, số);* épreuve négative **2.** n negative *bản âm;* dans la n. *(trả lời) biểu thị sự phủ nhận, từ chối.* négativement adv *từ chối, một cách tiêu cực.*

neágation [negasjɔ̃] nf **1.** *sự từ chối, sự phủ định, sự phủ nhận.* **2.** *sự phủ định.*

neágligeá [negliʒe] **1.** a *(a) lôi thôi, xềnh xoàng (người vợ);* (b) *cẩu thả, nhếch nhác, bẩn thỉu, lôi thôi, lêch thếch (bề ngoài), làm ẩu (công việc)* **2.** nm (a) *nhếch nhác, luộm thuộm, cẩu thả;* (b) négligé, *áo khoác ngoài mỏng nhẹ của phụ nữ.*

neágligence [negliʒ)s] n *sự thiếu chăm sóc hoặc quan tâm đúng mức, sự cẩu thả, sự sơ ý.*

neágliger [negliʒe] vtr **1.** *xao lãng, không chú ý (ai, cái gì);* n. de faire qch *không chú ý, quên không làm cái gì.* **2.** *coi thường, bất chấp, không quan tâm đến (lời khuyên).* **3.** se n., *không tự giữ gìn, cẩu thả, buông xuôi, không tự kiềm chế ham muốn, cảm xúc.* négligeable a *không đáng kể, tầm thường vô nghĩa.* négligent a *cẩu thả, sơ ý, tình cờ, tùy tiện.* négligemment adv *một cách cẩu thả, sơ ý.*

neágoce [negɔs] nm *thương mại, buôn bán, mậu dịch.*

neágociant, -ante [negɔsj),)t] n *nhà buôn, thương gia;* n. en gros *người bán sỉ.*

neágociateur, -trice [negɔsjatœr, tris] n *người đàm phán.*

neágociation [negɔsjasjɔ̃] nf *việc thương lượng, đàm phán.*

neágocier [negɔsje] vtr *thương lượng;* négociable *có thể thương lượng được, có thể giao dịch được.*

neâgre, neâgresse [negr, negrɛs] **1.** n (a) *người da đen, phụ nữ da đen;* travailler comme un n. *làm việc như một nô lệ;* parler petit n. *nói tiếng Pháp bồi;* (b) *người viết thuê* **2.** a (f nègre) la race nègre *chủng tộc da đen.*

neige [neʒ] *tuyết;* n. fondue *(i) mưa tuyết, mưa đá; (ii) tuyết tan;* boule de n. *nắm tuyết;* cheveux de n. *tóc trắng như tuyết;* n. carbonique *carbon điôxýt đặc (dùng để làm lạnh, gây ấn tượng sân khấu)* ; blancs d'oeufs battus en n. *lòng trắng trứng được đánh nổi.*

neiger [neʒe] v (il neigeait) *tuyết rơi.* neigeux, -euse a *có tuyết rơi, phủ đầy tuyết.*

neánuphar [nenyfar] nm *cây bông súng.*

neáo - caleádonien, -ienne [neɔkaledɔnjɛn, jɛn] a & n *thuộc về đảo; người dân của đảo;* pl neo caledoniens, -iennes.

neáo - gallois, -oise [neogalwa, waz] a & n *(người quê quán ở, cư dân) của vùng New South Wales* pl neo - gallois, -oises.

neáolithique [neɔlitik] *thuộc về thời đại đá mới.*

neáologisme [neoloʒism] nm *sự dùng từ mới, từ mới.*

neáon [neɔ̃] nm **1.** *khí nêông* **2.** éclairage au n. *ánh sáng đèn nêông;* un n. *bóng đèn nêông.*

neáophyte [neɔfit] nm *(a) người mới nhập đạo; (b) người mới bước vào nghề.*

neáo -zeálandais, -aise [neozel)dɛ, ɛz] **1.** a *thuộc Tân Tây Lan (chính phủ, bờ)* **2.** n *Người Tân Tây Lan;* pl neo - zelandais, -aises.

neápotisme [nepɔtism] nm *sự lạm dụng quyền hành, địa vị của mình để ưu đãi những bà con thân thuộc của mình đặc biệt là cho công ăn việc làm.*

nerf [nɛr] nm (a) *thần kinh;* elle a les nerfs malades *cô ta bị kích động thần kinh;* porter sur les nerfs à qn *chọc tức, hoặc làm ai bực mình;* avoir les nerfs en boule *bối rối, bị kích động, cáu kỉnh;* être sur les nerfs *bị căng thẳng;* avoir ses nerfs *nổi bứt rứt, khó chịu;* (b) avoir du n. *có khả năng chịu đựng nhiều căng thẳng về thể xác và tinh thần, nghị lực và sức bật bền bỉ, thể lực ổn định;* mets y du n.! *hãy cố gắng lên một chút cho việc này;* allons, du n.! *đi đi, nhanh lên !*

nerveux, -euse [nɛrv-, -z] a **1.** *thuộc về thần kinh (hệ, bệnh), thần kinh (trung ương)* **2.** *gân guốc (bàn tay), khỏe mạnh (cơ thể), dai, có thớ (thịt);* moteur n., *động cơ dễ điều khiển, nhạy.* **3.** *(thuộc về) dây thần kinh, căng thẳng, căng thẳng cao độ; dễ cáu, bực bội, bồn chồn (người).* nerveu-sement adv *một cách thẳng.*

nervositeá [nɛrvozite] *lý tính hay bị kích thích, kích động, nóng nảy, sự căng thẳng, sự cáu kỉnh, sự bực mình, dễ bị chán.*

nervure [nɛrvyr] nf *(a) gân, đường gân, gân (lá); (b) đường gân mái hình vòm.*

nescafeá [nɛskafe] nm *cà phê tan nescafe.*

n'est - ce pas [nɛspa] loc. adv *(sự tán thành quyến rũ, hấp dẫn);* vous venez, n'est - ce pas ?

anh đến chứ, phải vậy không ? il fait chaud, n'est - ce pas ? *trời nóng, phải vậy không* ? il ne comprend pas, n'est - ce pas ? *anh ta không hiểu, phải vậy không* ?

net, nettte [nɛt] a **1.** *sạch sẽ, gọn gàng ngăn nắp (nhà cửa), trong sạch (lương tâm)*; n. d'impôt *miễn thuế*; nm mettre qch au n. *chép sạch lại cái gì* **2.** (a) *sáng suốt (tư tưởng), thẳng thắn (câu trả lời), rõ ràng, nổi bật (sự khác nhau, sự chênh lệch); đường nét rõ ràng, sắc nét*; image nette *hình ảnh chụp sắc*; (b) *trọng lượng giá cả, ròng (lãi)* **3.** *một cách rõ ràng, hiển nhiên, dứt khoát*. refuser ne *từ chối một cách chính thức*; parler n. *nói thẳng thắn, thành thật*; s'arreter n. *dừng lại rất đột ngột*; se casser n. *khắc phục hoàn toàn*. nettement adv. *một cách rõ ràng, một cách hiển nhiên, một cách chính thức*; parler n. *nói thẳng thắn*.

netteteá [nɛtəte] nf **1.** *sự rõ ràng, sự minh bạch* **2.** *sự ngăn nắp, gọn gàng, cẩn thận (nói về dáng vẻ bên ngoài, công việc), sự trong sáng, rõ ràng (về tư tưởng), sự sắc nét (nói về hình ảnh)*.

nettoyage [nɛtwajaʒ] nm *sự lau chùi; sự truy quét, quét sạch; sự giặt khô*; le grand n., n. de *sự lau sạch bóng*.

nettoyant [nɛtwaj)] **1.** a *làm sạch, lau chùi, quét dọn* **2.** nm *người quét dọn, lao công, chất tẩy*.

nettoyer [nɛtwaje] vtr (je nettoie) (a) *lau chùi, quét dọn*; n. au chiffon *lau chùi bằng giẻ; giặt khô* (b) *truy quét, quét sạch* (c) *kết liễu (ai), (nói về kẻ trộm) đem đi hết chỉ còn lại cái nhà*.

neuf[1] [nœ f, nœ v] num a inv & nm inv *con số chín* **1.** *ở cuối nhóm từ , trước* ans *và* heures , *các trường hợp còn lại, trước âm nguyên âm, trước một danh từ hoặc tính từ bắt đầu bằng một phụ âm*, j'en ai n. *tôi có 9 cái*; il a n. ans *nó chín tuổi* **2.** *chỉ thứ tự và trong các trường hợp khác tháng 5 lần thứ 9* Louis IX *(vua)* Louis thứ IX, Louis IX.

neuf[2], **neuve** [nœ f, nœ v] **1.** a (a) *mới, khác (tư tưởng, ý nghĩa, ý tưởng)*; à l'etat n. *vừa tốt, vừa mới* (b): quoi de n. ? *có gì mới không* ? **2.** nm habille de n. *mặc đồ mới*; il y a du n., *tôi có tin mới cho anh đây*; loc. adv: remettre qch à n., *hồi phục lại cái gì, sửa chữa lại cái gì (làm giống như mới)*.

neurastheánie [n-rasteni] nf *sự thất vọng, chán nản*. neurasthenique a *thuộc về sự suy giảm*.

neurologie [n-rɔlɔʒi] nf *thần kinh học*.

neurologue [n-rɔlɔg] n *người chuyên khoa về thần kinh*.

neurtralisation [n-tralizasjɔ̃] nf *sự trung hòa*,

sự trung lập hóa.

neutraliser [n-tralize] vtr *sự trung hòa, sự trung lập hóa*.

neutraliteá [n-tralite] nf *tính trung lập*.

neutre [n-tr] a **1.** *giống trung, vô tính*; nm au n. *ở giống trung* **2.** *vô tư, trung lập, trung tính, người nước trung lập*.

neutron [n-trɔ̃] n *hạt không mang điện tích âm có cùng khối lượng với prôtôn và tạo thành một phần hạt nhân của nguyên tử, trung hòa tử*; bombe à neutrons *bom nơtrôn*.

neuvieâme [nœ vjɛm] **1.** a & n *thứ chín, một phần chín* **2.** nm *phần thứ chín*. neuvièmement adv *(thuộc về) thứ chín*.

neveu, -eux [nəv-] nm *cháu trai*.

neávralgie [nevralʒi] n *chứng loạn thần kinh chức năng*.

neávroseá, -eáe [nevroze] a & n *dễ bị kích thích thần kinh, người bị loạn thần kinh*.

new - yorkais, -aise [nujɔrke, ɛz] **1.** *cửa, từ thành phố New York* l'accent n. *giọng New York* **2.** n *người (sinh ở) thành phố New York*.

nez [ne] nm **1.** (a) *mũi*; parler du n., *nói giọng mũi*; faire un pied de n. à qn *làm động tác khiếm nhã đối với ai, coi thường ai*; (b) mettre le n. à la fenêtre *xuất hiện ở cửa sổ*; n. à n. *mặt đối mặt*; baisser le n. *có vẻ xấu hổ*; faire un long n. *nhăn mặt làm trò hay thể hiện sự vô lễ, sự ghê tởm*; ça lui a passé sous le n. *vật ấy tuột khỏi tay anh ta*; fermer la porte au n. de qn *từ chối nói chuyện hoặc giao dịch với ai*; rire au n. de qn *cười vào mặt ai*; (c) avoir du n. *có khiếu*; (d) au n. et à la barbe de qn *ngay trước mũi ai trực tiếp trước mặt ai*; je l'ai dans le n. *tôi không thể chịu nổi anh ta*; se bouffer le n. *cãi nhau, gây gỗ nhau*; *mũi tàu (nói về thuyền), mũi (nói về máy bay, khí cầu)*.

NF abbr normes françaises *tiêu chuẩn Anh (NF = Pháp)*

NI [ni] conj *(được diễn đạt hoặc ngụ ý)* (a) *và không, hoặc* ni moi (non plus), *tôi cũng không*; sans argent ni bagages *không tiền cũng không có hành lý*; (b) sans manger ni boire *không ăn không uống*; il ne peut ni ne veut accepter *anh ta không thể mà cũng không muốn chấp nhận*; (c) ni... ni không... mà cũng không; ni l'un ni l'autre, *chẳng cái nào (trong số đó)*: ni vu ni connu *không ai thấy cũng không ai biết*.

niais, -aise [njɛ, ɛz] **1.** a *khờ dại, ngớ ngẩn, đần độn, lố bịch (người), vô nghĩa, ngớ ngẩn cười* **2.** n *kẻ ngu đần, dại dột, người ngốc, người khờ*. niaisement adv *một cách ngu ngốc, ngớ ngẩn, một cách vô nghĩa*.

niaiserie [njɛzri] nf *sự ngờ nghệch, khờ dại, ngớ ngẩn*; dire des niaiseries *nói điều vô nghĩa*.

niche [niʃ] n **1.** *hốc tường, khoảng trống trong cái gì đó* **2.** *(chó) cũi ; cũi chó, chuồng chó* **3.** *trò đùa nghịch, mánh khóe.*

nicheáe [niʃe] n *bẫy (chim), lũ (con).*

nicher [niʃe] **1.** vt *(nói về chim chóc) xây một cái tổ; (người) có nơi ăn chốn ở, ở.* **2.** se n. *(chim chóc) làm tổ, (làng) nép mình*; niche dans un fauteuil *nằm co tròn trong một cái ghế bành.*

nichon [niʃɔ̃] nm *(sườn) chim sẻ ngô.*

nickel [nikɛl] **1.** nm *kền* **2.** a *gọn gàng, ngăn nắp và sạch sẽ.*

nickeler [nikle] vtr (je nickelle) *mạ kền.*

nicois, -oise [niswa, waz] a & n *(người quê quán) ở Nice, (người) vùng Nice.*

nicotine [nikɔtin] nf *chất ni - cô - tin trong thuốc lá.*

nid [ni] nm (a) *tổ, hang ổ;* n. de brigands *sào huyệt của bọn cướp;* n. à poussière *thiết bị hút bụi ;* n. de poule *ổ gà trên đường;* (b) n. de mitrailleuses *bệ súng máy;* n. de résistance *trung tâm kháng chiến.*

nombre [nɔ̃br] nm **1.** *số, chữ số, con số;* (un) bon n. de gens, *một số đông người;* le plus grand n. *đa số;* venir en n. *đến rất đông;* faire n. *làm cho có số đông;* ils ont vaincu par le n. *họ đã chiến thắng nhờ đông người;* surpasser en n. *đông hơn;* ils sont au n. de huit *họ có tám người;* metter qn au n. de ses amis *kể (liệt) ai vào số bạn của mình* **2.** *số.* nombreux, euse a (a) *đông đảo, gia đình (lớn)*: réunion peu nombreuse *cuộc tụ họp nhỏ* (b) nhiều *(đồ vật); n., ít.*

nombril [nɔ̃bri] nm *cái rốn;* il se prend pour le n. du monde *anh ta nghĩ anh ta là cái rốn của vũ trụ.*

nombrilisme [nɔ̃brilism] nm *thái độ tự cho mình là trung tâm, thái độ chỉ quan tâm đến bản thân mình.* nombrilique a *tự cho mình là trung tâm, chỉ quan tâm đến bản thân mình.*

nomenclature [nɔm)klatyr] nf *canh mục, thuật ngữ tập.*

nominal, -aux [nɔminal, o] a *thuộc về tên, chỉ trên danh nghĩa, không thực hoặc không có thực; sự điểm danh; giá trị, danh nghĩa.* nominalement adv. *chỉ trên danh nghĩa, không có thực.*

nominatif, -ive [nɔminatif, iv] **1.** *thuộc về tên;* état n. *danh sách tên; ký danh chứng khoán* **2.** nf Gram: *danh (cách).*

nomination [nɔminasjɔ̃] nf **1.** *sự chỉ định, sự bổ nhiệm (một chức vụ).* **2.** *sự bổ nhiệm;* recevoir sa n. *được bổ nhiệm.*

nommer [nɔme] vtr **1.** (a) *đặt tên* (b) *gọi tên;* qn que je ne nommerai pas *một người tên sẽ được giữ kín, tức là sẽ không nói đến tên ;* n. un jour định ngày; (c) *bổ nhiệm (vào một chức vụ), để cử (ứng cử viên);* être nommé au grade supérieur *được đề bạt, được thăng chức* **2.** se n. (a) *xưng tên, xưng danh;* (b) *tên gọi là, tên là.*

non [nɔ̃] adv *(không có liên hệ với những từ sau đây trừ khi ở dạng ghép)* **1.** *không;* le voulez - vous? -n anh muốn điều đó (cái đó) không? - *không (tôi không muốn)* repondre (par) n. *trả lời không;* c'est dégoutant, n. *thật là ghê tởm, phải vậy không ?* mais n. ! ồ, không đâu! je pense que n. *tôi không nghĩ thế;* faire signe que n. *lắc đầu;* qu'il vienne ou n. *anh ta có đến hay là không;* n. (pas) que je le craigne *không phải tôi sợ hắn ta;* nm inv les n. *l'important bên chống thắng thế;* **2.** n. loin de la ville *không xa thành phố;* n. sans raison *không vô lý, có lý;* n. seulement il pleut mais encore il fait froid *trời không chỉ mưa mà còn lạnh.*

non -gression [nɔnagresjɔ̃, nɔ̃] nf *không gây chiến, không tấn công.*

non - alcooliseá [nɔnalkɔlize, nɔ̃ *không có chất cồn, không có chất rượu;* boisson non - alcooliseé *nước giải khát.*

non - alignement [nɔnaliɲm), nɔ̃] a *chính sách không liên kết.*

nonante [nɔn)t] num a & nm inv *số chín mươi.*

non - assistance [nɔnasist)s, nɔ̃] nf n. -a à personne en danger *không giúp đỡ ai trong hoạn nạn, nguy hiểm.*

nonce [nɔ̃s] nm n. du Pape *công sứ của giáo hoàng.*

nonchalance [nɔ̃ʃal)s] nf *sự bình thản, sự thờ ơ, dửng dưng.* nonchalant a *bình thản.* nonchalamment adv. *một cách bình thản, một cách dửng dưng.*

non - combattant [nɔ̃kɔ̃bat)] a & nm *người (trong lực lượng vũ trang) như bác sĩ, hoặc giáo sĩ không tham gia chiến đấu.*

non - conformisme [nɔ̃kɔ̃fɔrmizm] nm *sự không tuân theo các tục lệ xã hội, tín ngưỡng và tập tục của giáo phái, không tuân theo quốc giáo.* non - conformiste a & n *người không tuân theo các tục lệ xã hội, tín đồ của một giáo phái không tuân theo quốc giáo.*

non - existant [nɔnegzist), nɔ̃] a *không có mặt hoặc tồn tại ở một nơi.*

non - ferreux, -euse [nɔfɛr-, -z] *không có chất sắt.*

non - fumeur, -euse [nɔ̃fymœr, -z] n *người không hút thuốc.*

non - intervention [nɔn(tɛrv)sjɔ̃] nf *sự không can thiệp.*

non - livraison [nɔ̃livrɛzɔ̃] nf *sự không giao*

hàng.
nonne [nɔn] n *nữ tu sĩ, ni cô.*
nonobstant [nɔnɔbst)] **1.** *mặc dù* **2.** *tuy nhiên, dù thế, song le.*
non - paiement [nɔ̃pɛm)] nm *sự không thanh toán.*
non - retour [nɔrətur] nm point de n. -r. *điểm (trong một chuyến đi bay xa mà từ đó nguồn nhiên liệu v.v... không đủ để trở lại nơi xuất phát cho nên cứ phải tiếp tục cuộc hành trình để mà tồn tại, bị dồn vào chân tường).*
non - sens [nɔ̃s) s] nm, inv c'est un n. -s *điều đó là vô nghĩa, không có nghĩa.*
non - valable [nɔ̃valabl] a **1.** *không còn giá trị pháp lý (điều khoản)* **2.** *hết hạn sử dụng, hết hiệu lực (vé, hộ phiếu).*
non - valeur [nɔ̃valœ r] *món nợ dự trù mà không thu được, vật bảo đảm, của không có giá trị.*
non - violence [nɔ̃vjɔl) s] *phi bạo lực.*
nord [nɔr] **1.** *hướng bắc;* au n. de *ở phía Bắc của;* vent du n. *gió bắc:* la mer du N. *Bắc hải;* l'Amerique du N. *Bắc Mỹ;* perdre le n. *mất phương hướng, mất hồn, loạn óc.* **2.** *phương bắc;* le Pole N. *Bắc cực.*
nord - africain, -aine [nɔrafrik(, ɛn] a & n *thuộc Bắc Phi, người vùng Bắc Phi.*
nord - ameáricain, -aine [nɔramerik(, ɛn] a & n *thuộc Bắc Mỹ, người vùng Bắc Mỹ.*
nord - est [nɔrɛst] nm *đông bắc.*
nordique [nɔrdik] **1.** *(thuộc) Bắc Âu* **2.** *người ở bán đảo Scandinavia thuộc Bắc Âu.*
nordiste [nɔrdist] **1.** *ở phía Bắc* **2.** *người Mỹ, cư dân của một bang miền Bắc, nhất là bang New England.*
nord - ouest [nɔrwɛst] nm *hướng Tây bắc.*
normal, -aux [nɔrmal] **1.** (a) *bình thường, thông thường;* c'est tout à fait n.! *điều đó hoàn toàn bình thường tự nhiên!;* elle n'est pas normale *ở có ta có cái gì không ổn;* école normale *trường cao đẳng sư phạm* (b) *tiêu chuẩn, mức độ bình thường đòi hỏi (trọng lượng, kích cỡ)* **2.** nf la normale *trạng thái, mức, chuẩn mực... thông thường, qui tắc, định mức, chỉ tiêu;* revenir a la n. *trở lại bình thường;* au dessus de la n. *trên trung bình.*
normalement adv *một cách bình thường, một cách thông thường.*
normaliser [nɔrmalize] vtr *bình thường hóa, tiêu chuẩn hóa.*
Normandie [nɔrm) di] N pr *một tỉnh xưa của Pháp, nay là một miền gồm 5 quận ở phía Bắc nước Pháp: xứ Normandy.* normand, -ande a & n *thuộc về người Norman, người Norman;*

réponse (à la) normande, r. de n. *câu trả lời không cam kết.*
norme [nɔrm] nf *qui tắc, tiêu chuẩn;* conforme a la. *phù hợp với tiêu chuẩn.*
Norveâge [nɔrvɛʒ] *nước Na Uy ở Bắc Âu. Diện tích: 324.000 Km*. norvégien, -ienne **1.** a & n *(thuộc) Na Uy, người Na Uy* **2.** nm *tiếng Na Uy.*
nostalgie [nɔstalʒi] nf *lòng hoài cố, nỗi nhớ quê hương, nhớ nhà.* nostalgique a *hoài cố.*
notabiliteá [nɔtabilite] nf *người có danh vọng, nhân sĩ.* notable a *có tiếng, trứ danh.* notablement adv *một cách đáng kể, một cách đáng chú ý.*
notaire [nɔtɛr] nm *công chứng viên, luật sư, cố vấn pháp luật, viên thư lại.*
notamment [nɔtam)] adv *một cách đáng chú ý, nhất là đặc biệt, nói cụ thể.*
notation [nɔtasjɔ̃] nf *ký hiệu (trong công việc).*
note [nɔt] nf **1.** (a) *sự ghi chép, điều ghi, lời chi chú:* prendre des notes *chú ý, ghi để nhớ;* prendre n. de qch *ghi chép về cái gì;* n. de service *bản ghi nhớ;* (b) *chú thích, ghi chú;* n. en bas de page *lời ghi chú cuối trang* **2.** *điểm số;* bonne, mauvaise n. *điểm tốt, xấu (điểm cao, thấp)* **3.** *nốt nhạc, phim;* cette remarque était dans la n. *đàn đúng điệu nhạc;* n. d'originalité *phong cách độc đáo, một chút độc đáo;* **4.** *hóa đơn thanh toán.*
noter [nɔte] vtr **1.** *ghi nhớ, lưu ý, chú ý đến (cái gì);* notez (bien) qu'il n'a rien dit *anh ta chẳng nói gì cả, xin anh nhớ cho.* **2.** (a) *viết, ghi chép, ghi vào;* notez - le *hãy ghi vào điều đó;* (b) *đánh dấu (đoạn, lối đi);* (c) *chấm điểm (bài làm).*
notice [nɔtis] nf **1.** *lời ghi chép, chú giải* **2.** *lời hướng dẫn, chỉ thị, chỉ dẫn;* n. d'emploi *hướng dẫn cách sử dụng;* n. publicitaire *quảng cáo (trang).*
notification [nɔtifikasjɔ̃] nf *sự thông báo.*
notifier [nɔtifje] vtr (n. notifiions) *thông báo.*
notion [nɔsjɔ̃] nf *khái niệm, ý tưởng, tư tưởng;* perdre la n. du temps *không còn khái niệm về thời gian;* il a des notions de chimie *anh ta biết sơ sơ về hóa học.*
notoire [nɔtwar] *nổi tiếng (việc, sự thật) có tiếng xấu (thuộc về tội, phạm tội);* c'est n. *đó là kiến thức chung (ai cũng biết).* notoirement adv. *có tiếng, một cách tai tiếng.*
notorieáteá [nɔtɔrjete] *sự tai tiếng (sự việc), danh tiếng sự nổi tiếng (sự việc), danh tiếng, sự nổi tiếng (của người).*
notre pl nos [nɔtr, no] poss *của hoặc thuộc chúng tôi, chúng ta.*

nôtre [notr] 1. *của hoặc thuộc chúng tôi, chúng ta; sa maison est n.* 2. *le n., la n., les nôtres* (a) *của chúng tôi, chúng ta;* (b) nm (i) *le n. của chúng tôi, chúng ta;* (b) nm (i) *le n. của riêng chúng tôi, chúng ta; il faut y mettre du n. chúng ta phải làm công việc của mình được giao;* (ii) *les nôtres của riêng chúng tôi, chúng ta (bạn), gia đình của chúng tôi; est - il des nôtres ? anh ta có gia nhập bọn chúng ta không?*

nouba [nuba] nf *faire la n. sống một cách sôi nổi và phung phí, sống chè chén.*

nouer [nwe, nue] vtr 1. (a) *tết, thắt buộc, gắn chặt, giữ lại, trói buộc, gói, bọc (gói, bưu kiện);* (b) *avoir la gorge nouée cảm thấy cổ họng như nghẹn tắt lại;* (c) n. *conversation avec qn bắt đầu cuộc chuyện trò, đàm luận với ai* 2. *se n. có nhiều mắt gút (dây thừng), (tay) nắm tay nhau.* **noueux, -euse** a *có nhiều gút, có nhiều mắt, lắm mấu, xương xấu.*

nougat [nuga] nm *kẹo nu ga.*

nouille [nuj] nf 1. *mì dẹt* 2. *ngu ngốc, thằng ngốc, người khờ dại, người ngớ ngẩn; c'est une n. anh ta là một người khó chịu.*

nounou [nunu] nf *vú, bõ.*

nouunours [nunurs] nm *(con gấu) bông.*

nourri [nuri] a 1. *được nuôi dưỡng, nuôi nâng, cho ăn;* bien n. *được nuôi kỹ;* mal n. *không được nuôi kỹ* 2. *to, dữ dội (lửa cháy) sinh động, kéo dài (cuộc nói chuyện).*

nourrice [nuris] nf (a) *vú em* mettre un enfant en n. *gửi một đứa trẻ cho cô giữ trẻ;* (b) *hộp phụ tùng, thùng đựng (xăng).*

nourrir [nurir] vtr 1. *nuôi dưỡng (trẻ em)* 2. *cho ăn, nuôi cho lớn (người vật), làm tăng (đám cháy), nuôi, nuôi nấng (gia đình, ai);* ca ne nourrit pas son homme *cái đó không cung cấp đủ cho cuộc sống;* le lait nourrit *sữa thì bổ* 3. *nuôi dưỡng, nấu lòng, căm thù, nuôi dưỡng, ấp ủ (những ý nghĩ), nuôi (hy vọng)* 4. se n. de (qch) *ăn, được nuôi bằng, sống bằng.* nourrissant a *bổ dưỡng.*

nourrisson [nurisɔ̃] nm *trẻ con, bú sơ sinh.*

nourriture [nurityr] nf *thức ăn, lương thực;* n. saine *sự ăn kiêng, khỏe mạnh.*

nous [nu] 1. (a) *(chủ ngữ) chúng tôi, chúng ta;* (b) *(túc từ) chúng tôi, chúng ta với cho chúng tôi, chúng ta;* il en a parle it *anh ta đã nói với chúng tôi chuyện ấy;* (c) *(phản thân)* n. n. chauffons *chúng tôi (tự) sưởi ấm;* n. *chúng tôi biết nhau* 2. n. tous *tất cả chúng tôi, chúng ta;* un ami à n. *một người bạn của chúng tôi;* n. l'avons fait n. -mêmes *chúng tôi tự làm điều ấy, việc ấy;* ce livre est à n. *quyển sách ấy của chúng tôi.*

nouveau, -el, -elle, -eaux [nuvo, ɛl] a *được* dùng trước những danh từ giống đực số ít bắt đầu bằng một nguyên âm hay h "câm") 1. (a) *mới (thường đứng sau danh từ)* pommes de terre nouvelles *những củ khoai tây mới;* (b) il n'y a rien de n. *chẳng có gì mới;* nm j'ai appris du n. *tôi có một vài tin tức mới;* c'est du n. *chuyện ấy là mới mẻ với tôi* 2. *(thường đứng trước danh từ) mới, tươi, một cái khác* ne nouvelle raison *một lý do khác nữa;* la nouvelle génération *thế hệ đang lên;* jusqu'à nouvel cho đến khi có thông báo mới; le nouvel an *năm mới;* nmpl les nouveaux *những người mới đến;* những học sinh nam, học sinh nữ mới 3. *(với chức năng trạng từ)* le n. venu *người mới đến;* 4. de n. *lần nữa;* à n. *lại, lần nữa (khắp nơi) một lần nữa, lại nữa;* à n. *số dư được chuyển sang.*

nouveau - neá, -neáe [nuvone] a & n *trẻ sơ sinh, mới sinh (trẻ con)* pl nouveau-nés, -nées.

nouveauteá [nuvote] nf 1. *tính mới lạ* 2. *sự thay đổi, sự canh tân;* c'est une n.*! mới đấy!* 3. *sự việc mới, phát minh mới, sách báo mới xuất bản.* 4. pl magasin de nouveautés *cửa hiệu thời trang;* nouveautés de printemps *thời trang mùa xuân (mới).*

nouvelle nf 1. pl (a) *thường ở số nhiều (mẫu tin);* dernières nouvelles *tin mới nhất;* (b) *tin tức (của, về, ai cái gì)* avez - vous de ses nouvelles ? *anh có nghe tin tức gì của anh ta không ?* prendre des nouvelles de qn *hỏi thăm về người nào* goutez ca, vous m'en direz des nouvelles! *hãy nếm thử đi, anh sẽ phải khen tôi (tôi tin chắc là anh sẽ thích nó);* vous aurez de mes nouvelles ! *tôi sẽ cho anh biết tay !* 2. *truyện ngắn.*

Nouvelle - Angleterre [nuvεl) glɔtər] Npr. *Tân Anh-Quốc ; tên chung của sáu tiểu bang Hoa Kỳ : Maine, New Hamsphire, Vermont, Massachus-setts, Rhode Island, Connecticut.*

Nouvelle - Caleádonie [nuvεlkaledɔni] N p r . *đảo ở Mélanésie, thuộc Pháp Tân Calêdôni từ 1853: 66.600 dân, thủ đô là Nouméa.*

Nouvelle - Ecosse [nuvεlekɔs] Npr. *một tỉnh ở bờ biển của nước Canada, thuộc Đại Tây dương. Diện tích: 55.490 km, thủ đô: Halifax.*

Nouvelle - Galles du Sud [nuvεlgaldysyd] Npr. *một trong các quốc gia của khối cộng đồng Úc - diện tích 801.428 Km Dân số: 5.405.000 dân; Thủ đô: Sidney.*

Nouvelle - Guinée [nuvεlgine] Npr. *đảo lớn của Hải dương châu, phía Bắc Úc đại lợi, diện tích: 800.000 km.*

nouvellement [nuvεlm)] adv *(một cách) mới, gần đây, mới đây.*

Nouvelle - Orleáans [nuvεlɔrle] Npr. *thành*

phố ở Nam Mỹ, thuộc vùng Louisiane, trên sông Mississipi, là trung tâm thương mại và công nghiệp lớn.

Nouvelle - Zeálande [nuvɛlzel)d] Npr. *quần đảo Tân Tây Lan thuộc Anh ở Polynésie: diện tích: 267.837 km², thủ đô Wellington.*

novembre [nɔv)br] nm *tháng 11 trong năm*; au mois de n., en n. *trong (tháng) 11.*

novice [nɔvis] **1.** n *người mới tu, người mới tập sự (trong nghề nghiệp), người vừa mới bắt đầu học hoặc làm cái gì, người mới tụ* **2.** a *chưa có kinh nghiệm.*

noyade [nwajad] nf *sự chết đuối, sự dìm nước cho chết.*

noyau, -aux [nwajo] nm **1.** *hạt (của quả)* **2.** *hạt nhân (của nguyên tử, tế bào), lõi (của trái đất), nhóm (người)*; n. de résistance *cốt lõi của cuộc kháng chiến.*

noyautage [nwajotaʒ] nm *sự thâm nhập, sự cài đặt.*

noyeá -eáe [nwaje] **1.** a *bị dìm, chết đuối*; etre n. *hoang mang, lúng túng* **2.** n *người đàn ông, phụ nữ bị chết đuối.*

noyer¹ [nwaje] nm *quả óc chó (cây óc chó, gỗ óc chó).*

noyer² (je, noie, n. noyons) **1.** vtr (a) *chết đuối, dìm chết, làm ngập nước (đất)* yeux noyés de larmes *đầm đìa nước mắt*; noyé dans la foule *bị lạc trong đám đông*; noyé dans l'obscurité *bị che khuất trong bóng tối*; (b) *ở đây quá nhiều dầu (động cơ)*; (c) *bắt ốc, (buồng) vào lỗ khoét miệng rộng* **2.** se n. *bị sa lầy vào những chi tiết*; se n. dans les détails *việc bé xé ra to*; se n. dans un verre d'eau *chết đuối trong một ly nước.*

nu [ny] **1.** a (a) *trần, trần truồng; khỏa thân, trần*; nu comme univer *trần như nhộng*; **Lưu ý**: nu *đứng danh từ mà nó bổ nghĩa thì bất biến và được nối với danh từ bằng dấu nối* aller pieds aller nu - pieds *bị phát hiện mỡ, không nguy trang*; la vérité nue *sự thật trần trụi*; (c) *trống rỗng (căn phòng)* **2.** nm *bức tượng khỏa thân* **3.** a *trần, trống rỗng, trần truồng*; mettre à nu *phơi bày, bộc lộ, vạch trần, tháo (dây), bộc lộ (lòng mình).*

NU abbr Nations Unies UN *Liên Hiệp Quốc.*

nuage [nɥaʒ] nm (a) *mây ciel couvert de nuages bầu trời u ám*; sans nuages *không có mây, sáng sủa (tương lai)*; (b) *cảnh ảm đạm, u ám, bóng tối*; (c) être dans les nuages *đầu óc ở trên mây*; (d) n. de lait *chút xíu sữa.* nuageux, -euse a *có mây, u ám (bầu trời).*

nuance [nɥɑ̃s] nf *sắc thái (nói về màu sắc); sắc thái, nhuộm màu, một chút nhẹ (nói về vị* *đẳng)* je ne saisis pas la n. *tôi không thấy được sự khác nhau.*

nucleáaire [nyklɛɛr] **1.** *(thuộc về) hạt nhân* **2.** nm le n. *năng lượng hạt nhân.*

nudisme [nydism] n *người theo chủ nghĩa khỏa thân.*

nuditeá [nydite] n (a) *sự khỏa thân, trần truồng, trần trụi* (b) *trần trụi, không trang trí (về tường nhà).*

nueáe [nye] nf *mây, đàn, bầy (chim sáo đá v.v...) đám đông (người).*

nues [ny] nfpl *bầu trời* porter qn aux n. *tán dương ai đến tận mây xanh*; tomber des n. *sững sờ, kinh ngạc.*

nuire [nɥir] v ind tr (pp *núi*, *các trường hợp khác liên từ giống như động từ* CONDUIRE) **1.** n. à qn *có hại cho ai, gây tai hại cho ai*; cela nuira à sa réputation *điều đó sẽ làm tổn thương đến thanh danh của anh ta* **2.** se n. *gây nhiều tai hại cho mình.*

nuisible [nɥzibl] a *có hại (cho)*; animaux nuisibles *loài gây hại.*

nuit [nɥi] n (a) *đêm, ban đêm*; cette n. (i) *tối nay*; (ii) *tối đêm qua* dans la n. de lundi *suốt đêm thứ hai*; voyager de n., la n. *đi du lịch vào ban đêm*; être de n. *làm ca đêm*; je n'ai pas dormi de la n. *tôi suốt đêm tôi không ngủ được tí nào, không chợp mắt được*; (b) *sự tối tăm* il se fait n. *trời đang tối dần*; à la n. tombante *lúc sẩm tối, lúc hoàng hôn*; avant la n. *trước khi đêm xuống, trước khi mặt trời lặn*; la n. des temps *thời kỳ xa xưa.*

nul, nulle [nyl] **1.** *(với từ ne hoặc được hiểu ngầm)* (a) *không, không tí nào* n. espoir *không hy vọng*; sans n. *không một chút nghi ngờ*; (b) *không ai, không người nào*; n. d'entre nous *không ai trong chúng tôi* **2.** a (a) *vô giá trị, vô ích* il est n. en maths *anh ta không có khả năng học môn toán*; (b) *(nói về kết quả bầu cử) hòa; về (bầu cử) không có giá trị*; n. et non avenu *không có giá trị pháp lý*; course nulle *kết quả một cuộc đua khi hai tay đua về đích với số thời gian bằng nhau* le score est n. *trận đấu hòa*; (c) *tưởng tượng không có (tiền bạc, nguồn tài chính).* nullement adv *hoàn toàn không, tuyệt đối không.*

nultiteá [nulite] nf **1.** *hủy bỏ, vô hiệu hóa (văn bản, chứng thư)* **2.** *sự bất tài, sự vô dụng* **3.** *vô tích sự (về người); tẩy sạch.*

numeáraire [nymerɛr] nm *tiền mặt.*

numeáration [nymerasjɔ̃] nf *ký hiệu, sự ghi ký hiệu, sự đếm.*

numeárique [nymɛrik] a **1.** *bằng số* superiorité n. *sức mạnh hơn về số lượng* **2.** *biểu thị bằng số.* numériquement adv *về số lượng.*

numeáro [nymero] nm (a) *con số, chữ số*; *j'habite au n. 10 tôi ở nhà số 10*; *d'appel telephone số điện thoại* Tp: faire, composer, un n. *quay số điện thoại* (b) *số, đợt phát hành (của tạp chí xuất bản định kỳ)*; ancien n. *số (tạp chí) cũ* (c) *tiết mục, bài*; il a fait son petit n. *anh ta trình diễn phần diễn của mình*; (d) *(về người)* quel n.! *tính tình làm sao!*. numeral - aux a & nm *thuộc về số, chữ số*.

numeároter [nymerɔte] vtr *đánh số, ghi số*.

numismate [nymismat] n *chuyên gia nghiên cứu tiền đúc, người sưu tầm tiền kim loại và huy chương, huân chương*. numismatique 1. nf *khoa nghiên cứu tiền đúc* 2. a *(thuộc về) việc nghiên cứu tiền đúc*.

nu - pied [nypje] n *giày sandal* pl nu - pieds. *chân không, chân trần*.

nuptial, - aux [nypsjal, o] a *thuộc về hôn nhân, lễ cưới*; cérémonie nuptiale *lễ cưới*.

nuque [nyk] n *gáy (nói về cổ)*.

nu - tîte [nytɛt] a inv *đầu trần*.

nutrition [nytrisjɔ̃] nf *chất dinh dưỡng, khoa dinh dưỡng*. nutritif, -ive a *bổ dưỡng, có chất bổ, bổ, (thuộc về) chất dinh dưỡng* valeur nutritive *giá trị dinh dưỡng*.

nylon [nilɔ̃] nm *nilông*; bas (de) n. nylons *bít tất dài, bằng nilông*.

nymphe [nɛ̃f] n 1. *nữ thần, người con gái đẹp* 2. *con nhộng*.

nymphomane [nɛ̃fɔman] a & n *người phụ nữ mắc chứng cuồng dâm*.

nymphomanie [nɛ̃fɔmani] nf *chứng cuồng dâm (ở phụ nữ)*.

Pp

P, p [pe] nm *Chữ P, p.*
p abbr *Viết tắt page (trang).*
pacage [pakaʒ] nm *Đồng cỏ nơi thả súc vật.*
pacemaker [pesmekər] nm *Máy kích thích nhịp tim.*
pacha [paʃa] nm *Tổng trấn (Thổ Nhĩ Kỳ).* mener une vie de p. *Sống như một ông hoàng.*
pachyderme [paʃidɛrm] nm *Con voi, động vật có da dày.*
pacification [pasifikasjɔ̃] nf *Sự đem lại hòa bình.*
pacifier [pasifje] vtr (impf & pr sub. n. pacifiions) *Đem lại hòa bình (cho một đất nước); xoa dịu, làm dịu.* pacificateur, -trice 1. a *Bình định.* 2. n *Người mang lại hòa bình.* pacifique a (a) *Yêu hòa bình*; (b) *Thái bình, thanh bình*; (c) l'océan P., n le P. *Thái Bình Dương (biển)*; pacifiquement adv *Một cách hòa bình, yên ổn.*
pacifisme [pasifism] nm *Chủ nghĩa hòa bình* pacifiste a & n *Hòa bình, người theo chủ nghĩa hòa bình.*
pack [pak] nm *Sự đóng gói chai, lọ (sữa).*
pacotille [pakɔtij] nf *Hàng kém phẩm chất*; bijoux de p. *Đồ nữ trang kém giá trị.*
pacte [pakt] nm *Hiệp ước, công ước.*
pactiser [paktize] vt *Điều đình (với ai); Thương lượng (với kẻ thù) ; Thỏa mãn (với lương tâm).*
paella [paelja, paɛla] nf *Món cơm chiên thập cẩm Tây Ban Nha.*
paf [paf] 1. int *Bốp ! oạch!* 2. a inv *Say rượu.*
pagaie [pagɛ] nf *Tay chèo ngắn (ở chiếc xuồng) cái dầm.*
pagaille, pagaïe [pagaj] nf *Sự hỗn độn, sự vô trật tự;* quelle p.! *Quá sức là hỗn độn, bát nháo !* il y a en p. *Có một số lượng lớn.*
paganisme [paganism] nm *Tà giáo.*
pagayer [pageje] vtr & i (je pagaie) *Chèo xuồng bằng dầm.*
pagayeur, - euse [pagejœr, øz] n *Người chèo xuồng.*
page[1] [paʒ] nf *Trang (sách). Chương, thời kỳ, giai đoạn (lịch sử).* mettre en pages (In) *lên trang, dàn trang.* être à la p. *Thông thạo (các thời sự, tin mới, phát minh mới), theo đúng thời trang.*
page[2] nm *Cậu thị đồng.*
pagne [paɲ] nm *Cái xà rông, tấm khăn quàng mình.*
pagode [pagɔd] nf *Chùa.*
paie [pɛ] nf (a) *Tiền lương* feuille de p. *Phiếu lương.* il y a une p. qu'on ne t'a pas vu *Lâu lắm rồi tôi không gặp anh*; (b) *Sự chi trả.* jour de p. *Ngày phải trả tiền.*
paiement [pɛm)] nm *Sự chi trả, số tiền lương.*
païen, -ïenne [pajɛ̃, jɛn] a & n *Ngoại giáo, người thờ nhiều thần.*
paillard [pajar] a *Trụy lạc, dâm đãng.*
paillasse [pajas] nf *Nệm rơm.*
paillasson [pajasɔ̃] nm *Tấm chùi chân.*
paille [pɑj] nf 1. (a) *Rơm.* chapeau de p. *Mũ rơm.* être sur la p. *Nghèo túng*; tirer à la courte p. *Rút thăm may rủi.* il en demande mille livres: une p. *Nó cần một nghìn bảng Anh: khoảng tiền không đáng kể !*; (b) *Ống hút (nước giải khát)*; (c) a inv *Có màu vàng rơm.* 2. p. de fer *Núi phoi sắt để chùi xoong.* 3. *Vết dơ (ở trên gương) (ghế) có lưng tựa lót rơm.*
pailleter [pajte] vtr (je paillette) *Lấp lánh.* pailleté a *Lấp lánh trang kim, nhấp nháy.*
paillette [pajɛt] nf (a) *Trang kim*; (b) savon en paillettes *Xà phòng bột*; (c) paillette d'or *Váy (vàng).*
pain [pɛ̃] nm 1. *Bánh mì.* p. frais, p. rassis *Bánh mì (làm từ bột mì thô).* p. grillé *Bánh mì mới, bánh mì nguội. Bánh mì lát, nướng*; p. d'épices *Bánh mật có hương vị gừng*; acheter qch pour une bouchée de p. *Mua được cái gì rất rẻ*; avoir du p. sur la planche *Có nhiều việc phải làm.* 2. (a) *Bánh.* p. de mie *Bánh săn uých.* p. de campagne *Bánh ở thôn quê*; petit p. *Ổ bánh mì nhỏ*; ça se vend comme des petits pains *Cái đó bán đắt như bánh mì nóng.* p. de poisson *Chả cá*; (b) *Bánh xà phòng.*
pair [pɛr] 1. a *(Số) chẵn.* jours pairs *Ngày chẵn*

2. nm (a) *Sự ngang hàng.* de p. (avec) *Ngang hàng với*; hors (de) p. *không cân xứng; không bằng nhau*; (b) Nhà *quý tộc, công khanh (trong một vương quốc).* **3.** nm *(Trạng thái) cân bằng, đồng giá, tỉ giá*; remboursable au p. *Sự chi trả bằng tỉ giá*; travailler au p. *Làm công, làm việc đổi công được nuôi ăn ở*; jeune fille au p. *Người nữ làm công, đầy tớ gái.*

paire [pɛr] nf *Cặp, đôi (chim); Cặp (bò);* ça, c'est une autre p. de manches *Đó là một vấn đề khác*; les deux font la p. *Hai đứa nó làm thành một cặp, một đôi.*

pairesse [pɛrɛs] n *Nữ công khanh.*

pairie [peri] nf *Chức công khanh.*

paisible [pɛzibl] a *Thanh bình, yên tĩnh.* paisiblement adv *Một cách thanh bình, yên tĩnh; có khả năng hòa bình.*

paitre [pɛtr] v (prp paissant; pr ind je pais, il pait) **1.** vtr p. l'herbe *Gặm cỏ*; **2.** vi *Đuổi đi.* je l'ai envoyé p. *Tôi đã đuổi cổ nó đi.*

paix [pɛ] nf (a) *Hòa bình.* faire la p. avec qn *Tỏ thiện chí với ai*; signer la p. *Ký một hiệp ước hòa bình*; en temps de p. *Trong thời bình*; (b) *Sự thanh bình, yên tĩnh*; avoir la p. *Được sự yên tĩnh*; dormir en p. *Ngủ ngon*; P: fiche-moi la p. ! *Xéo đi cho tôi rảnh ! Xin hãy cho tôi yên !* la p.! *Đừng làm ồn !*

Pakistan [pakist)] Prnm *Nước Pakistan.* Pakistanais, -aise a & n *Thuộc Pakistan, người Pakistan.*

palabres [palabr] nmpl *Cuộc bàn cãi dài dòng vô vị.*

palace [palas] nm *Khách sạn loại sang.*

palais[1] [palɛ] nm **1.** *Cung điện.* **2.** P. de justice *Pháp đình*; p. des sports *cung thể thao.*

palais[2] nm (a) *Vòm miệng.* (b) *Vị giác*; avoir le palais *vị giác tinh, sành ăn.*

palan [pal)] nm *Pa lăng, dàn tời kéo.*

pale [pal] nf *Dầm (của mái chèo); Chong chóng (của nguồn nước).*

pêle [pɑl] a *Tái xanh, xanh xao; (nụ cười) nhợt nhạt; (ánh sáng) yếu ớt; (sự bắt chước) nghèo nàn*; p. comme un linge *Trắng như miếng giẻ.*

palefrenier [palfrənje] nm *Người chăm sóc ngựa.*

paletot [palto] nm *Áo choàng.*

palette [palɛt] nf **1.** *Cánh (quạt) của guồng nước.* **2.** *Bảng pha màu của họa sĩ.* **3.** *Khay, mâm (chuyển hàng).*

pêleur [palœr] nf *Sự xanh xao, sắc nhợt nhạt.*

palier [palje] nm **1.** (a) *Bậc nghỉ ở cầu thang;* nous sommes voisins de p. *Chúng ta ở cùng một tầng nhà*; (b) par paliers; un nouveau p. *Giai đoạn, từng giai đoạn, sự lạm phát đã tăng thêm một mức.* **2.** *Ổ đỡ.* **3.** *Trục.*

pêlir [pɑlir] vi *Tái đi; (nhợt nhạt đi); nhạt đi (ánh sáng, màu sắc);* faire p. qn (d'envie) *Làm cho ai xanh mặt vì thèm.* pâlissant a *Làm cho xanh tái.*

palissade [palisad] nf *hàng dậu.*

pallier [palje] vtr (impf & pres sub n. palliions) *Biện hộ, giảm nhẹ, làm bớt (các khó khăn).* palliatif, -ive a & nm *Làm dịu, thuốc giảm đau.*

palmareâs [palmarɛs] nm *Danh sách các học sinh được phần thưởng; Danh sách người được giải*; le p. (de la chanson) *Danh sách các bản nhạc được ưa chuộng nhất.*

palme [palm] nf **1.** *Lá cọ; (biểu hiện) hình lá cọ tượng trưng cho sự chiến thắng.* remporter la p. *Được giải, thắng giải*; palmes (académiques) *Huân chương giáo dục.* **2.** *Chân nhái (của người bơi lội).* palmé a **1.** *Thực: (lá) có hình bàn tay.* **2.** *Có hình chân vịt;* patte palmée *Chân có màng.*

palmeraie [palmərɛ] nf *Đất, vùng trồng cây cọ.*

palmier [palmje] nm **1.** *Cây cọ*; Cœur de p. *nhân trái cọ.* **2.** *Bánh có hình lá cọ (một thứ bánh ngọt).*

palombe [palɔ̃b] nf *Bồ câu xám.*

pêlot, -otte [pɑlo, ɔt] a *Tái, xanh xao.*

palourde [palurd] nf *Sò đốm, sò.*

palper [palpe] vtr *Sờ; sờ bằng tay (cái gì).* *Chẩn đoán bệnh bằng sờ nắn; F. nhận (tiền), làm ra tiền.* palpable a *Có thể sờ nắn, đụng chạm được.*

palpitation [palpitasjɔ̃] nf *Sự đập nhanh (của tim); Sự nhấp nháy (mí mắt);* avoir des palpitations *Đánh trống ngực.*

palpiter [palpite] vi *(Tim) đập nhanh, phập phồng; (mạch, mí mắt) đập mạnh, nhấp nháy gây hồi hộp (phim, truyện).*

paludisme [palydism] nm *Bệnh sốt rét.*

pêmer (se) [səpame] vpr se p. de *Ngây ngất, ngây người (niềm vui sướng).*

pamphlet [p)flɛ] nm *Bài văn đả kích.*

pamplemousse [p)pləmus] nm *Quả bưởi.*

pan[1] [p)] nm **1.** *Vạt áo; đuôi áo (sơ mi).* **2.** *Phần, khoảng tường.* p. de bois *tường đứng (gỗ);* p. de ciel *mảng (trời);* **3.** *Mặt (của một góc kiến trúc).*

pan[2] int **1.** *Rầm ! Bằng !* **2.** *(về trẻ em). Để ý kẻo bị đòn đấy.*

pan- [p)', par] pref *Toàn bộ, tất cả (tiếp đầu ngữ).*

panaceáe [panase] nf *Thuốc trị bá bệnh.*

panache [panaʃ] nm (a) *Chòm lông.* p. de fumée *chùm khói;* (b) *Vẻ phù phiếm.* il a du p. *Nó có một vẻ phù phiếm.*

panacheá [panaʃe] **1.** a *Sặc sỡ, nhiều màu, (đám đông) hỗn tạp*; glace panachée *Kem thập cẩm.* **2.** nm *Bia có pha nước chanh.*

panais [panɛ] nm *Cây cải củ, cây cú cần.*

Panama [panama] **1.** Prnm *Nước Panama.* **2.** nm *Mũ Panama, mũ rơm.*

panard [panar] nm *Bàn chân.*

panaris [panari] nm *Đau mé (đau ở đầu ngón tay, ngón chân).*

pancarte [pɑ̃kart] nf *Tấm biển, biểu báo hiệu.*

pancreáas [pɑ̃kreas] nm *Lá lách, tuỵ tạng.*

panda [pɑ̃da] nm *Gấu trúc.*

paner [pane] vtr *Rắt vụn bánh mì lên thịt cá.* pané a *Có rắc vụn bánh.*

panier [panje] nm (a) *Thúng, giỏ, sọt*; jeter qch au p. *Vứt cái gì vào sọt rác, loại bỏ người nào, vật gì*; p. à provisions *Giỏ đựng hàng*; p. à salade *Rổ xà - lách; Giỏ bọc ngoài chai* p. à bouteilles *Xe bịt bùng chở tù*; p. percé *Kẻ tiêu hoang.* p. de la ménagère *giỏ đi chợ*; (b) *Một giỏ trái cây đầy*; le dessus du p. *Đồ vất đi*; p. de crabes *Nhóm người ẩu đả lẫn nhau*; (c) *Rổ (bóng rổ).*

panique [panik] nf *Sự khủng hoảng, hốt hoảng*; pris de p. *Khiếp đảm, kinh hoàng.*

paniquer [panike] **1.** vtr *Làm cho ai hốt hoảng.* **2.** vi *Hoảng sợ.* **3.** se p. *Cảm thấy hốt hoảng, hoảng sợ.*

panne [pan] nf (a) *Sự hỏng (máy); sự cắt mất (điện)* en p. *Không hoạt động được.* être en p. de qch *Thiếu món gì, cái gì*; p. de courant *Sự mất điện*; p. de moteur *Sự hỏng máy*; tomber en p., sèche *Hết nhiên liệu*; tomber en p. devant une difficulté *Khựng người trước một khó khăn*; laisser qn en p. *Bỏ rơi ai.*

panneau, -eaux [pano] nm **1.** *Tấm*; p. vitré *Tấm kiếng.* **2.** *Tấm bảng.* p. d'affichage (i) *Tấm bảng quảng cáo*; (ii) *Bảng để dán quảng cáo*; p. indicateur *Biển tín hiệu, biển báo*; p. de signalisation (routière) *Tấm biển chỉ đường*; tomber dans le p. *Bị mắc lừa, bị rơi vào bẫy.*

panonceau, -eaux [panɔ̃so] nm *(a) Tấm biển nhỏ; (b) Bảng hiệu nhỏ.*

panoplie [panɔpli] nf **1.** *Bảng sưu tập vũ khí.* **2.** p. d'infirmière *Bộ đồ chơi trò y tá của trẻ em*; p. de Robin des Bois *Bộ đồ hóa trang Robin des Bois.*

panorama [panɔrama] nm *Toàn cảnh.* panoramique a *Thuộc toàn cảnh.*

pansage [pɑ̃saʒ] nm *Sự kỳ cọ cho ngựa.*

panse [pɑ̃s] (a) *có bụng to.* (b) nm *Dạ cỏ của loài nhai lại.*

pansement [pɑ̃smɑ̃]] nm *Sự băng bó vết thương*; Băng keo dán; faire un p. *Băng bó vết thương.*

panser [pɑ̃se] vtr **1.** *Chải, cọ cho ngựa.* **2.** *Băng bó vết thương, băng (chân tay).*

pansu [pɑ̃sy] a *Có bụng to.*

pantalon [pɑ̃talɔ̃] nm *Quần dài.*

pantelant [pɑ̃tlɑ̃]] a *Hổn hển.* laisser qn tout p. *Để ai thở hổn hển.*

pantheáon [pɑ̃teɔ̃] nm *Đền thờ danh nhân.*

pantheâre [pɑ̃tɛr] nf *Con báo.*

pantin [pɑ̃tɛ̃] nm *(a) Con rối. (b) (Người) bù nhìn.*

pantomime [pɑ̃tɔmim] nf **1.** *(a) Kịch câm. (b) Buổi trình diễn kịch câm.* **2.** *Sự rối rít, nhặn xị.*

pantouflard, -arde [pɑ̃tuflar, ard] a & n *Người ru rú xó nhà, ru rú xó nhà.*

pantoufle [pɑ̃tufl] nf *Dép mang trong nhà, giày nhẹ (păng túp).*

paon [pɑ̃]] nm *Con công.*

papa [papa] nm fils à p. *Cậu ấm, con nhà giàu.* aller à la p. *đi thong dong*; musique de p. *Đi thong dong, bình thản.*

papal, -aux [papal, o] a *Thuộc giáo hoàng.*

papauteá [papote] nf *Thuộc giáo hoàng, chức giáo hoàng.*

pape [pap] nm *Đức giáo hoàng.*

papelard [paplar] nf *Giấy lộn, giấy vô giá trị; nạn hình thức giấy tờ.*

paperasse [papras] nf **1.** *Một đống giấy vụn; nạn hình thức giấy tờ.* **2.** *Bệnh quan liêu giấy tờ*; il y a trop de p. *Quá nhiều giấy tờ, văn bản.*

papeterie [papetri] nf **1.** *(a) Ngành công nghiệp giấy; (b) Xưởng giấy;* **2.** *(a) Cửa hàng bán giấy và văn phòng phẩm; (b) Giấy và văn phòng phẩm.*

papetier, - ieâre [paptje, jɛr] n *(a) Người làm giấy; (b) Người bán văn phòng phẩm.*

papi [papi] nm *(tiếng trẻ em) nội, ông nội, ông ngoại.*

papier [papje] nm **1.** *(a) Giấy*; du p. journal *giấy báo*; p. sulfurisé *giấy mỡ*; p. à cigarettes *giấy vấn thuốc.* p. sensible *Giấy nhạy*; p. calque *giấy can*; p. à lettres *giấy viết thư,* p. machine *giấy đánh máy*; p. brouillon *giấy nháp*; p. à dessin *giấy để vẽ*; p. d'embabllage *giấy gói hàng*; p. hygiénique, p. cul *Giấy vệ sinh*; p. peint *giấy hoa dán tường*; (b) un p. *Một tờ giấy*; (c) p. mâché; avoir une mine de p. mâché *mặt xanh xao.* **2.** (a) être dans les petits papiers de qn *Được ai quý mến*; rayez cela de vos papiers ! *đừng có hy vọng gì vào đấy nữa!* (b) p. timbré *Giấy tờ hành chánh có dán tem, đóng dấu.* (c) *Phiếu, hóa đơn.* p. - monnaie *Giấy bạc, tiền giấy*; (d) papiers (d'identité) *Giấy tờ tùy thân.* (e) *Bài báo.* **3.** p.

d'aluminium, d'argent *Giấy tráng nhôm (giấy bạc), giấy vàng.*

papillon [papijɔ̃] nm **1.** *Con bướm.* p. de nuit *Bướm đêm.* nage p., brasse p. *Kiểu bơi bướm.* **2.** (a) *Tờ bướm (cài vào đầu trang sách in;* (b) *nhãn có sẵn keo dính.* (c) *Giấy báo phạt vì đậu sai quy định;* (d) *Con ốc tai hồng (ốc có cánh để dễ vặn).*

papillote [papijɔt] nf **1.** *Giấy uốn tóc.* **2.** *Giấy gói kẹo, giấy bao thịt để nướng.*

papillotement [papijɔtmã)] nm *Ánh sáng chói mắt.*

papilloter [papijɔte] vi *Nhấp nháy (mắt), (ánh sáng) chói sáng, nháy chớp;* p. des yeux *Làm chói mắt.*

papotage(s) [papɔtaʒ] nm *Chuyện phiếm.*

papoter [papɔte] vi *Nói chuyện phiếm.*

paprika [paprika] nm *Ớt cựa gà.*

papy [papi] nm *Ông nội, ông ngoại.*

paquebot [pakbo] nm *Tàu chở khách.*

pâquerette [pɑkrɛt] nf *Cây bạch cúc.*

Pâques [pɑk] **1.** nfpl *Lễ Phục sinh;* joyeuses P. *Chúc một lễ Phục sinh vui vẻ;* faire ses P. *Chịu lễ ban thánh thể vào dịp Phục sinh.* **2.** nm *Phục sinh;* remettre qch à P. ou à la Trinité *để cái gì lại không biết đến bao giờ.*

paquet [pakɛ] nm (a) *Gói hàng; hàng trong gói;* faire un p. *Gói hàng;* p. de café *Gói cà phê;* faire ses paquets *Gói ghém đồ đạc, chuẩn bị ra đi;* c'est un p. de nerfs *Cô ta, anh ta là một người dễ cáu giận;* (b) *Một số lượng lớn (tuyết); Một trận mưa lớn;* p. de mer *Biển động;* (c) *Một cuộn giấy bạc;* il a touché un joli p. *Nó trúng mánh được một khoản tiền lớn;* mettre le p. *Không tiếc công sức;* (d) p. (d'avants) *Sự dồn đống các cầu thủ lại.*

par [par] prep **1.** (a) *(chỉ vị trí) Qua; ngang qua;* regarder p. la fenêtre *Nhìn qua cửa sổ;* p. monts et p. vaux *Qua núi qua đèo;* il court p. les rues *Nó chạy khắp đường phố;* p. tout le pays *Khắp nước;* p. 10° de latitude nord *Ở 10° bắc vĩ tuyến;* passer p. Calais *Đi ngang qua mũi Calais;* venez p. ici *Đi về hướng này;* (b) *(thời gian) vào, ở, trong;* p. le passé *Trong quá khứ;* p. un jour d'hiver *Trong một ngày mùa đông;* p. cette chaleur *Với cái nóng này.* **2.** (a) il a été puni p. son père *(lý do). Nó bị phạt bởi cha nó;* faire qch p. soi - même *Tự mình làm cái gì;* je l'ai appris p. les Martin *Tôi được tin đó thông qua gia đình Martin;* (b) prendre qn p. la main *Giữ ai lại bằng tay;* envoyer qch p. la poste *Gởi cái gì qua bưu điện;* elle est remarquable p. sa beauté *Cô ta đáng được chú ý bởi sắc đẹp;* (c) vous êtes p. trop aimable *Anh quá dễ thương.* **3.** j'ai fait cela p. amitié *Tôi làm cái đó vì tình bạn;* p. pitié! *Vì lòng từ tâm ! Làm ơn !* **4.** p. ordre alphabétique *Theo thứ tự A, B, C;* trois fois p. jour *Ba lần mỗi ngày;* 1.000 francs p. semains *1.000 frăng mỗi tuần.* **5.** p. + inf; commencer p. faire qch *Bắt đầu bằng làm cái gì;* commencez p. *Bắt đầu bằng;* tu vas finir p. m'agacer ! *Mày sẽ chấm dứt bằng làm phiền tao !* **6.** adv phr p. - ci, p. là *Ở đây, ở đó.* **7.** prep phr (a) de p. le monde *Khắp nơi trên thế giới;* (b) de p. qn *Nhân danh ai; theo lệnh ai.*

para [para] *viết tắt của chữ parachutiste* nm *Lính nhảy dù.*

para- [para] pref *Ngoài, qua.*

parabole [parabɔl] nf **1.** *Bài ngụ ngôn.* **2.** *Hình, đường parabol.* parabolique a *Theo hình parabol* radiateur p. nm p. *Lò sưởi điện có hình parabol.*

paracheâvement [paraʃɛvm)] nm *Sự hoàn thiện, sự hoàn thành.*

parachever [paraʃve] vtr (conj ACHEVER) *Hoàn thiện, hoàn chỉnh, hoàn thành.*

parachutage [paraʃytaʒ] nm *Sự thả dù.*

parachute [paraʃyt] nm *Dù nhảy.*

parachuter [paraʃyte] (a) vtr & i *Thả dù.* (b) vtr *Để bạt ai vào một cơ quan.*

parachutisme [paraʃytizm] nm *Nhảy dù;* p. ascensionnel *Môn thể thao nhảy dù.*

parachutiste [paraʃytist] nm *Người nhảy dù; Lính nhảy dù.*

parade [parad] nf **1.** *Cuộc thao diễn quân sự.* **2.** *Cuộc biểu diễn, cuộc trình diễn;* faire p. de ses bijoux *Trưng bày những nữ trang của mình;* habits de p. *Áo quần lễ.* **3.** *sự tránh, sự đỡ; Sự trả lời, sự đáp lại.*

parader [parade] vi *Thao diễn; phô trương.*

paradis [paradi] nm le p. terrestre *Thiên đàng; Vườn địa đàng; Thiên đàng hạ giới;* oiseau de p. *Chim phòng điêu.* paradisiaque a *(Nơi) cực lạc.*

paradoxe [paradɔks] nm *Sự nghịch lý.* paradoxal, -aux a *Ngược đời, kỳ dị.* paradoxalement adv *Một cách nghịch lý.*

parafe [paraf] nm *Xem parapha, parafer* parafer parapher *ký tắt.*

paraffine [parafin] nf *Parafin.*

parages [paraʒ] nmpl (a) *Vùng biển gần bờ.* (b) dans les p. *Vùng lân cận;* dans ces p. *Trong phần này.*

paragraphe [paragraf] nm *Đoạn, tiết trong bài văn.*

Paraguay [paragwɛ] Prnm *Nước Paraguay.* Paraguayen, -enne a & n *Thuộc Paraguay.*

paraître [parɛtr] vi (je parais, il parait, n. paraissons) (a) *Hiện ra;* (b) *(Sách) được xuất* bán; faire p. *Làm cho lộ ra*. **2.** (a) *Làm cho thấy được, tỏ ra*; laisser p. ses sentiments *Làm lộ ra các tình cảm, cảm xúc*; (b) p. en public *Xuất hiện trước công chúng*; chercher à p. *Khoe khoang*. (c) impers je suis très mal. -il n'y parait pas *Tôi đau lắm - anh không thấy sao*. **3.** (a) il parait triste *Anh ấy có vẻ buồn, giận dữ*; il paraissait furieux *Có vẻ như, hình như*; (b) impers il parait qu'elle s'en va *Hình như cô ta ra đi*; à ce qu'il parait *Như nó có vẻ*; il parait que si, que non *Có vẻ như, có vẻ như không*.

paralleâle [paralɛl] **1.** a *(a) Song song (với)*; *(b) Đối chiếu, tương đồng*; *(c) Không chính thức (marché parallèle chợ đen)* **2.** nf *(đường) song song*. **3.** nm (a) *Sự so sánh*; mettre qch en p. avec qch *So sánh cái này với cái kia*; (b) *Vĩ tuyến*. parallèlement adv *Song song (với)*.

paralleálisme [paralelism] *Tính song song; Sự song song (của bánh xe)*

paralleálogramme [paralelɔgram] nm *Hình bình hành*.

paralyser [paralize] vtr *Làm tê liệt, làm bại liệt*.

paralysie [paralizi] nf *Chứng bại liệt, sự tê liệt*.

paralytique [paralitik] a & n *Bị liệt người mắc bệnh bại liệt*.

parameádical, -aux [paramedikal, o] a *Cận y học*.

parameâtre [parametr] nm *Tham số, điểm then chốt*.

paramilitaire [paramiliter] a *Bán quân sự*.

parano [parano] F: **1** a inv *Mê sảng dưới nhiều hình thức*. **2.** n *(Tâm bệnh lý)*.

paranoïa [paranɔja] a paranoiac, paranoid. *Hoang tưởng, mê sảng cho rằng mọi người tìm cách làm hại mình (tâm bệnh lý)*.

parapente [parapɑ̃t] nf *Môn thể thao nhảy dù xuống một vùng có dốc xuôi*.

parapet [parapɛ] nm *Lan can, bao lơn*.

paraphe [paraf] nm *(a) Nét gạch dưới chữ ký; (b) Chữ ký tắt của một tên*.

parapher [parafe] vtr *Ký tắt*.

paraphrase [parafraz] nf *Lời diễn giải, sự chú giải*.

paraphraser [parafraze] vtr *Diễn giải dài dòng*.

parapleágie [paraplɛʒi] nf *Chứng liệt hai chân*.
paraplégique a & n *Bị bại hai chân*.

parapluie [paraplɥi] nm *Cây dù, cái ô*.

parasida [parasida] nm *Căn bệnh có liên hệ đến hội chứng suy giảm miễn dịch (HIV)*.

parasite [parazit] **1.** nm *(a) Ký sinh trùng; (b) Kẻ sống lệ thuộc vào người khác; (c) Sự nhiễu tín hiệu*. **2.** a *Ký sinh*; bruits parasites *Nhiễu ở tín hiệu*.

parasol [parasɔl] nm *Cái lọng, cái tán, cái dù*.

paratonnerre [paratɔner] nm *Cột thu lôi*.

paravent [paravɑ̃)] nm *Tấm bình phong*.

parc [park] nm **1.** *Công viên; Vườn (nằm trong khuôn viên một lâu đài)*; p. naturel *Vườn quốc gia*. **2.** (a) p. de stationnement *Nơi đậu xe, bãi đậu xe*; p. d'attractions *Công viên có các trò giải trí*; p. (pour enfants) *Củi giữ em bé (có thể di chuyển được)*; p. à moutons *Đồng cỏ cho cừu ăn*; p. à huîtres *Bãi nuôi sò hến*; (b) *Kho quân nhu*. **3.** *Toàn bộ xe cộ*; p. automobile *Số lượng xe cộ di chuyển trên đường*.

parcelle [parsɛl] nf *Một đoạn, một mảnh vụn (vàng); một mảnh đất; một phần của sự thật*.

parce que [parsəkə] conj *Vì, bởi vì*.

parchemin [parʃəm(ɛ̃)] nm *Giấy da, giấy da dê*.

parcimonie [parsimɔni] nf *Tánh dè sẻn, bủn xỉn*. parcimonieux, -euse a *Dè sẻn, bủn xỉn*. parcimonieusement adv *Dè sẻn, chắt bóp*.

par - ci, par - laâ [parsiparla] adv *Ở đây ở đó, lúc này lúc khác*.

parcmeâtre [parkmetr] nm *Đồng hồ đo thời gian cho phép đậu xe*.

parcourir [parkurir] vtr (conj COURIR) **1.** *Đi khắp (nước)*; p. plusieurs kilomètres *Đi qua rất nhiều cây số*; p. les mers *Băng qua nhiều đại dương*; un frisson me parcourut *Một cơn rùng mình đến với tôi*. **2.** *Nhìn lướt qua*. p. qch des yeux *Liếc nhìn ai*; p. un livre *Đọc lướt qua một quyển sách*.

parcours [parkur] nm **1.** (a) *Sự đi cùng khắp, chuyến đi, cuộc hành trình*; payer le p. *Trả tiền xe, tàu*; (b) *Lộ trình (của xe buýt)*; (c) *Hướng chảy (của con sông) ; đường đua*.

par - delaâ [pardəla] adv & prep *Phía đằng kia, phía xa kia*.

par - dessous [pardəsu] prep & adv *dưới, ở phía dưới*.

pardessus [pardəsy] nm *Áo choàng ngoài, áo khoác ngoài*.

par - dessus [pardəsy] prep & adv. *Ở phía trên*. p.-d. bord *Qua mạn tàu*; par - d, le marché *Thêm vào đó*; j'en ai p.-d. la tête *Tôi chịu hết nổi rồi*.

par - devant [pardəvɑ̃)] adv & prep *ở phía trước, ở trước*; p.-d. notaire *Trước mặt luật sư*.

pardon [pardɔ̃] nm (a) *Lời xin lỗi; sự tha thứ (trước một sự xúc phạm). Lệnh ân xá*; (je vous demande) p. *Tôi xin lỗi anh*; p. Monsieur, vous avez l'heure ? *Xin lỗi ông, ông có đồng hồ không (xin ông vui lòng cho biết mấy giờ)*. et puis p. ! elle ne fiche rien *Rồi thì, xin lỗi anh ! Cô ta chẳng làm cái gì cả*. (b) *Sự xá tội, cuộc* *hành hương.*

pardonner [pardɔne] vtr *Thứ lỗi, tha thứ;* p. qch à qn *Xin lỗi ai về việc gì;* p. à qn d'avoir fait qch *Tha lỗi ai vì đã làm việc gì;* pardonnez - moi *Xin tha lỗi cho tôi;* je ne me le pardonnerai jamais *Tôi sẽ không bao giờ tha lỗi cho tôi về điều đó;* maladie qui ne pardonne pas *Cơn bệnh trầm kha chết người; không buông tha.* pardonnable a *Có thể tha thứ.*

pareá [pare] a *Được trang điểm, được tô điểm đẹ̃.* vous voilà p. ! *Anh trông quá bánh bao !*

pare - balles [parbal] a inv gilet p.-b. *Áo giáp.*

pare - boue [parbu] nm inv *Tấm chắn bùn (của xe hơi, xe gắn máy).*

pare - brise [parbris] nm inv *Kính chắn gió.*

pare - chocs [parʃɔk] nm inv *Thanh bảo hiểm (ở trước và sau xe ôtô), thanh đỡ va chạm.*

pareil, -eille [parej] 1. a (a) *Giống, giống nhau; tương tự;* p. à *giống với;* (b) l'an dernier à pareille époque *Năm ngoái cũng vào thời điểm này;* (c) *như thế, như vậy.* en p. cas *Trong trường hợp như thế;* comment a-t-il pu faire une chose pareille! *Làm thế nào nó có thể làm một việc như vậy.* 2. n (a) lui et ses pareils *Nó và những người giống như nó;* mes pareils *Những người giống tôi, những người ngang hàng với tôi;* (b) il n'a pas son p. *Người ngang hàng, đối thủ. Nó không có đối thủ;* sans p. *Không ai bằng;* c'est du p. au même *Cũng vậy mà thôi.* 3. nf rendre la pareille à qn *Ăn miếng trả miếng.* 4. adv faire p. *Làm như vậy (công việc như vậy).* pareillement adv *Như nhau, giống nhau, cũng thế, cũng vậy.* à vous p. ! *Anh cũng vậy.*

parement [parm)] nm *Mặt trang trí phía trước (của áo khoác).*

parent, -ente [par),)t] 1. nmpl (a) *Tổ tiên; cha và mẹ;* (b) *Tổ tiên ông bà.* 2. n (a) *Bà con.* être p. avec, de, qn *Là bà con của ai, bà con với ai;* p. pauvre *Bà con nghèo;* (b) *Nguồn gốc.* 3. a *Có quan hệ, tương đồng, giống nhau.*

parenteá [par)te] nf 1. *Quan hệ họ hàng, bà con;* il n'y a pas de p. entre eux *Giữa chúng nó không có quan hệ bà con.* 2. *họ hàng, bà con.*

parentheâse [par)tɛz] nf *Sự lạc đề, lời nói thêm. Dấu ngoặc đơn;* entre parenthèses *(i) Trong ngoặc đơn; (ii) nhân tiện, tiện thể.*

parer[1] [pare] vtr 1. (a) *Bày biện, cắt tỉa, trang trí (miếng thịt, miếng da thuộc, miếng gỗ);* (b) *Trang điểm cho ai (bằng);* il la pare de toutes les vertus *Anh ấy tô điểm cho cô ta bằng tất cả những đức tính tốt.* 2. se p. de *Trang điểm (cho bản thân).*

parer[2] 1. vtr *(a) Tránh, trốn. (b) Tránh, né, đỡ, gạt (cú đấm, nhát kiếm);* 2. vi p. à (qch) *Chuẩn bị, dự phòng.* p. à toute éventualité *Chuẩn bị cho mọi tình huống;* p au plus pressé *Chuẩn bị khẩn trương.*

pare - soleil [parsɔlɛj] nm inv *Tấm che nắng (cho người lái xe).*

paresse [parɛs] nf *(a) Sự lười biếng. (b) Sự chậm chạp của trí tuệ).*

paresser [parese] vi *Lười biếng.* paresseux, -euse *Lười biếng, biếng nhác;* 1. a (a) *Lười biếng;* p. comme une couleuvre *Rất lười biếng (lười chảy thây).* (b) *Uể oải, chậm chạp (đầu óc); yếu (bao tử).* 2. n *Kẻ lười nhác; Lười thối thây.* 3. nm *Con cù lì, con lười.* paresseusement adv *Một cách uể oải, lười biếng.*

parfaire [parfɛr] vtr (conj FAIRE) *Hoàn thành, hoàn tất, hoàn chỉnh.*

parfait [parfɛ] 1. a (a) *Hoàn toàn;* (c'est) p. ! *Hoàn hảo;* (b) *Toàn vẹn (người đàn ông quí phái); Hoàn toàn (ngu ngốc).* 2. nm (a) *Thời hoàn thành.* (b) *Kem lạnh;* un parfait au café *một kem cà phê.* parfaitement adv *Hoàn toàn; trọn vẹn.* tu l'as vu? —p. *Mày thấy nó à ? - Rõ ràng (chắc chắn).*

parfois [parfwa] adv *Đôi khi, thỉnh thoảng.*

parfum [parfœ̃] nm 1. *Mùi hương, hương thơm (của hoa), hương vị (của rượu), hương thơm (của cà phê).* 2. *Nước hoa, dầu thơm.* 3. *Hương vị của kem.*

parfumer [parfyme] vtr 1. *(a) Có mùi thơm, tỏa hương thơm; (b) Ướp hương bằng.* 2. se p. *Xức nước hoa, xức dầu thơm;* elle se parfume trop *Cô ta xức quá nhiều dầu thơm.* parfumé, -ée a *Tỏa hương thơm;* p. à la vanille *Ướp hương va-ni.*

parfumerie [parfymri] nf *Xưởng chế nước hoa, cửa hàng bán nước hoa.*

parfumeur, -euse [parfymœr, øz] n *Người bán nước hoa.*

pari [pari] nm 1. *Sự đánh cuộc, tiền đánh cuộc;* p. mutuel urbain *Máy đánh cuộc cá ngựa;* les paris sont ouverts *Cuộc đua đã mở.* 2. *Tỷ lệ đánh cá.*

paria [parja] n.m *Người cùng khổ, người bị xã hội bỏ rơi.*

parier [parje] vtr (impf & pr sub n. pariions) *Đánh cuộc về;* je te parie qu'il est là *Tôi cá với anh là nó ở đó;* il y a gros à p. qu'il ne viendra pas *Chắc chắn là nó sẽ không đến;* je l'aurais parié *Tôi đã không nghĩ ra.*

parigot, -ote [parigo, ɔt] a & n *Người Pa-ri.*

parisien, -ienne [parizj(, jɛn) a & n *Người dân thành phố Pari.*

paritaire [paritɛr] a *Ngang nhau (đại diện) cùng (nhiệm vụ).*

pariteá [parite] nf *Sự ngang nhau.*

parjure [parʒyr] **1.** *(a)* nm *Lời thề dối; (b)* n *Kẻ thề dối, kẻ bội thề.* **2.** a *Lời thề (không đúng). Người (không trung thành).*

parjurer (se) [səparʒyr] vpr *Bội ước.*

parka [parka] nm *Áo khoác dài có mũ trùm.*

parking [parkiŋ] nm *(a) Chỗ đậu xe; (b) Chỗ đậu xe trong xưởng chữa ôtô.*

parlant [parl)] a *Nói ra, có tiếng nói (phim), có thần, giống như thật (bức chân dung), có ý nghĩa (một cử chỉ); sống động (sự miêu tả);* l'horloge parlante *Dịch vụ điện thoại báo giờ.*

parlement [parləm)] nm *Quốc hội.* parlementaire **1.** a *Thuộc về Quốc hội.* **2.** n *Đại biểu Quốc hội.*

parlementer [parləm)te] vi *Đàm phán, thương thuyết.*

parler[1] [parle] **1.** vi (a) *Nói.* p. haut, bas *Nói to, nói nhỏ;* parlez plus fort ! *Nói lớn lên !* p. par gestes *Ra dấu, nói bằng dấu hiệu;* sérieusement ? *Anh nói nghiêm chỉnh chứ?* p. pour ne rien dire *Nói bá vơ, không đầu không đuôi;* je ne peux - pas le faire p. *Tôi không thế nào buộc nó nói được;* c'est une façon de p. *(i) Đó là một cách nói; (ii) Đừng nói văn hoa quá.* voilà qui est bien parlé ! *nói hay quá há ! tu parles ! (i) Mày có chịu nói với tao không; (ii) Mày nói đùa chứ !* (c) p. à qn *Nói với ai;* elle a trouvé à qui p. *Cô ta đã tìm ra người đủ sức đối đáp;* nous ne nous parlons pas *Chúng tôi không nói với nhau (bằng ngôn ngữ);* (d) p. de qn, de qch *Nói về ai, về cái gì;* il n'en parle jamais *Nó không bao giờ nói đến chuyện đó;* n'en parlons plus *Đừng bàn đến chuyện này nữa;* sans p. de... *Không đề cập đến;* cela ne vaut pas.la peine d'en p. *Việc đó không đáng để đề cập đến;* il ne veut pas en entendre p. *Nó không muốn nghe nói đến việc đó;* p. mal de qn *Nói điều không tốt về ai;* faire p. de soi *Khiến người ta nói đến mình;* de quoi parle ce livre? *Cuốn sách này nói về cái gì ?* tu parles d'un idiot! *Mày nói về một thằng ngốc.* (e) p. à l'imagination *Nói những điều huyền hoặc, mộng tưởng;* **2.** vtr p. (le) français *Nói tiếng Pháp;* p. affaires *Bàn về công ăn việc làm;* p. boutique *Bàn về công việc mua bán.* **3.** se p. *(Về ngôn ngữ) được nói, nói với nhau.*

parler[2] nm *(a) Cách nói. (b) Thổ âm, thổ ngữ.*

parleur, - euse [parlœr, øz] n *Người khéo kể chuyện, khéo nói.*

parloir [parlwar] nm *Phòng tiếp khách (trong trường học, tu viện).*

parlo(t)e [parlɔt] nf *Sự ba hoa nhảm nhí.* faire la p. avec qn *Nói chuyện ba hoa nhảm nhí với ai.*

parmesan [parməz)] nm *Phó mát Parmesan (Ý).*

parmi [parmi] prep *Ở giữa, trong số.* p. nous *Trong số chúng tôi.*

parodie [parɔdi] nf *Bài văn bắt chước, sự nhái lại thô bỉ.*

parodier [parɔdje] vtr (impf & pr sub n. parodiions) *Nhái lại, bắt chước.*

paroi [parwa] nf **1.** *(a) Vách ngăn (giữa các phòng). (b) Vách (núi đá). mặt (một tầng đá).* **2.** *Sườn (xe, tàu thủy); màng bọc (của dạ dày).*

paroisse [parwas] nf *Xứ đạo, giáo khu, giáo xứ.* paroissial, -aux a *(Hội trường) của giáo xứ.*

paroissien, -ienne [parwasj(, jen] n *Giáo dân trong giáo xứ.*

parole [parɔl] nf **1.** *Lời nói; Lời hát (trong bài hát);* p. blessante *Lời nói sỉ nhục, làm tổn thương người khác;* belles paroles *Lời nói trau chuốt.* **2.** tenir p. *Lời hứa;* manquer à sa p. *không giữ lời hứa;* je l'ai cru sur p. *Tôi tin vào lời hứa của nó;* p. d'honneur! *Lời hứa danh dự* ! **3.** (a) *Lời phát biểu, câu phát biểu;* avoir la p. facile *có khả năng diễn đạt, nói năng tốt;* perdre la p. *Bị tước đoạt quyền phát biểu;* (b) adresser la p. à qn *nói với ai;* demander la p. *xin được phát biểu;* prendre la p. *Nói, phát biểu.*

paroxysme [parɔksism] nm *(a) Thời điểm bệnh cực phát; (b) cực độ (của cơn giận, nỗi đau);* être au p. de la joie *Vui mừng cực độ;* atteindre son p. *Đạt đến cực điểm.*

parpaing [parp(] nm *Gạch nén.*

parquer [parke] vt **1.** *Nhốt thú (vào chuồng); Tụ thành đám đông (người); cho xe vào bãi.* **2.** se p. *Đậu xe vào bãi.*

parquet [parkɛ] nm **1.** *Viện công tố.* **2.** *Sàn ván.*

parrain [par(] nm *Cha đỡ đầu; người bảo trợ.*

parrainage [parɛnaʒ] nm *Tư cách bảo trợ, đỡ đầu.*

parrainer [parene] vtr *Đỡ đầu, bảo trợ.*

parsemer [parsəme] vtr (je parsè me, n. parsemons) *Rắc, rải, rải rác.* d'étoiles; ciel parsemé *Bầu trời rải rác những vì sao;* parsemé de difficultés *Đầy những khó khăn.*

part [par] nf **1.** *(a) Phần, đoạn.* diviser qch en parts *Chia cái gì thành nhiều phần;* la p. du lion *Phần lớn nhất;* (b) pour ma p. *Về phần tôi;* (c) prendre qch en bonne, en mauvaise p. *Cho cái gì là tốt (hoặc xấu).* **2.** *Phần tham gia;* prendre p. à qch *Tham dự vào việc gì;* faire p. de qch à qn; *Báo tin điều gì cho ai;* faire p. de qch *Xem xét cái gì;* **3.** nulle p. *Không nơi nào;* autre p. *nơi nào khác;* de p. et d'autre *Bên này và bên kia;* de toute(s) *Khắp nơi;* de p. en p. *Thấu suốt;* d'autre p. *Phần khác;* d'une p.,

partage | 405 | **partiel, -elle**

d'autre part *Một mặt thì... mặt khác lại*; (b) de la p. de, *nhân danh ai*; c'est de la p. de qui ? *Ai ở đầu dây đó ?*; cela m'étonne de sa p. *Tôi ngạc nhiên về việc làm đó của anh ta.* 4. à p. *Trừ ra, riêng ra*; prendre qn à p. *Gặp riêng ai đó*; plaisanterie à p. *Lời đùa bỡn riêng biệt*; un cas à p. *Trường hợp cá biệt*; une femme à p. *Một người đàn bà ngoại lệ*; à p. cela *Trừ điều đó ra..*

partage [partaʒ] nm 1. (a) *Sự chia, sự phân phối, sự phân chia*; faire le p. de qch *Chia cái gì ra thành từng phần*; (b) sans p. *nguyên, trọn, không chia*; ligne de p. des eaux *Đường phân thủy*. 2. *Phần.* recevoir qch en p. *Nhận phần được chia cho mình.*

partager [partaʒe] vtr (n. partageons) 1. (a) *Phân chia (thời gian)*; (b) les avis sont partagés, les opinions sont partagées *Chia thành từng nhóm, từng hạng, từng phần, dư luận được chia ra thành từng nhóm.* 2. p. l'avis de qn *Cùng ý kiến với ai.* 3. se p. *Được chia ra.* ils se sont partagé les bénéfices *Chúng đã chia nhau lợi tức*; se p. entre *Chia xẻ với nhau.* partagé e *Được chia, được phân ra*; amour p. *Tình yêu được chia sẻ.*

partance [part)s] nf en p. *(xe lửa) sắp chạy, (máy bay) sắp bay, (tàu) sắp rời bến*; en p. pour Londres *Sắp đi London.*

partant [part)] 1. a *Khởi hành.* 2. nm *Người ra đi; người du khách sắp ra đi. Người ra lệnh xuất phát cuộc đua; vận động viên cuộc đua*; non p. *vận động viên dự phòng (chạy đua).*

partenaire [partənɛr] n *Cộng sự, đối tác, người bạn khiêu vũ.*

parterre [parter] nm 1. *Bồn hoa.* 2. *(Trong rạp hát) chỗ ngồi sau ban nhạc.*

parti [parti] nm 1. *Phe phái, đảng (chính).* prendre le p. de qn, prendre p. pour qn *Đứng về phe ai, đương đầu với ai.* 2. *(người đến tuổi lập gia đình) hôn nhân.* 3. *Cách giải quyết, sự quyết định, sự chọn lựa (một hành động).* prendre le p. de faire qch *Quyết định ủng hộ cái gì*; prendre son p. de qch *Đành theo việc gì*; p. pris *Định kiến, thành kiến*; sans p. pris *Khách quan*; être de p. pris *Có thành kiến với.* 4. *Lợi thế*; tirer p. de qch *Có lợi thế về mặt gì*; *Lợi dụng cái gì.*

partialiteá [parsjalite] nf *Tính thiên vị về.* partial, -aux a *Thiên vị.* partialement adv *Một cách thiên vị.*

participant, -ante [partisip),)t] 1. a *Tham dự.* 2. n *Người tham dự vào.*

participation [partisipasjɔ̃] nf 1. *Sự tham dự vào; (ở một vở diễn) sự xuất hiện*; p. électorale *Số người tham gia bầu cử*; p. (aux frais) *Tham gia đóng góp vào phi tốn*; 2. *Cổ phần.* p. aux bénéfices *Phần lợi tức*; p. ouvrière *Nhóm thợ thuyền.*

participe [partisip] nm *Phân từ.*

participer [partisipe] vi 1. p. à *Tham dự, tham gia; Tham dự vào (một cuộc mít ting, một trò chơi); Tham gia (cuộc thảo luận); (Về một diễn viên) xuất hiện (trong một màn diễn); Bị dính dáng vào (một âm mưu)*; p. à la joie de qn *Chia sẻ niềm vui với ai*; p. aux bénéfices; p. aux frais de *Chia lợi tức; đóng góp vào lệ phí của.* 2. p. de *Dự phần vào cái gì.*

particulariser [partikylarize] vtr (a) *Cá biệt hóa (một trường hợp)*; (b) se p. *Trở nên lập dị vì.*

particulariteá [partikylarite] nf *Nét đặc thù, tính chất cá biệt.*

particule [partikyl] nf 1. *Phần nhỏ.* 2. *Tiểu từ*; avoir un nom à p. *Là thành viên của giai cấp quý tộc.*

particulier, -ieâre [partikylje, jɛr] 1. a (a) *Đặc biệt*; (b) *Đặc thù*; (c) faire qch avec un soin p. *không phổ thông, kỳ lạ. Làm một việc gì với vẻ chăm chút đặc biệt*; (d) *Riêng tư, cá nhân*; leçons particulières *Bài dạy riêng, sự giảng dạy riêng biệt.* 2. n *Tư nhân*; simple p. *Thường dân.* que nous veut ce p. ? *Con người đặc biệt này muốn gì đây ?* 3. nm (a) du p. au général *Từ chi tiết đến đại cương*; (b) adv phr en p. *Đặc biệt là*; recevoir qn en p. *Tiếp đón ai một cách đặc biệt.* particulièrement adv *Một cách đặt biệt.* tout p. *Hoàn toàn đặc biệt.*

partie [parti] nf 1. (a) *Phần (của một tổng thể)*; les parties du corps *Các phần của cơ thể*; parties génitales *Cơ quan sinh dục ngoài (nam giới)*; parties du discours *Các phần của một câu văn (từ loại)*; en grande p. *Phần lớn*; faire p. de *Ở trong số những..., thuộc về,...*; *Tham gia, tham dự vào một câu lạc bộ*; (b) comptabilité en p. simple *ở trong số những người trúng giải*; (c) *Sự quản lý số sách bằng mục từ đơn, mục từ kép*; je ne suis pas de la p. *Tôi không tham dự vào*; (d) *Đoạn.* 2 (a) p. de chasse *Một chuyến đi săn*; p. de campagne *Một chuyến du ngoạn về nông thôn.* ce n'est pas une p. de plaisir ! *Đó không phải là trò đùa* voulez - vous être de la p.? *Anh có tham dự không ?* (b) *Một bàn (bài, cờ vua).* la p. se trouve égale *Một bàn huề.* 3. *Một nhóm (tranh luận).* avoir affaire à forte p. *Gặp đối thủ đáng gờm.* prendre qn à p. *Công kích ai.* p. civile *Tội dân sự.*

partiel, -elle [parsjɛl] 1. a *Một phần.* paiment p. *Chi trả từng phần.* 2. nm *Thi học kỳ.*

partiellement adv *Riêng từng phần.*
partir [partir] vi (conj MENTIR, aux être) **1.** (a) *Đi, ra đi, khởi hành. (Tàu) khởi hành. (Máy bay) cất cánh.* je pars à huit heures *Tôi ra đi vào lúc tám giờ.* p. pour, à, Paris; p. en vacances *Đi Paris.* partez ! *(i) Xéo ! Cút ! (ii) Chạy !* p. comme une fleche: c'est parti mon kiki ! *Nào chúng ta đi !* le moteur est parti *Máy đã khởi động xong !;* le fusil est parti *Súng đã nổ.* p. d'un eclat de rire *Lan ra một trận cười.* l'affaire est mal partie *Công việc khởi đầu xấu.* (b) *Rời, mất, hỏng (hột nút áo) rơi mất. (vết bẩn) được tẩy đi, biến mất.* (c) *Phát ra, phát sinh từ. (con đường) bắt đầu từ.* ça part du coeur *Cái đó phát xuất từ con tim.* en partant du principe qu'il a raison *Trên nguyên tắc thì nó có lý.* (d) p. d'aujourd'hui *Kể từ hôm nay.* robes à p. de 200 francs *Áo giá 200 frăng.* **2.** faire p. *Làm mất (vết bẩn) Bắn (súng). Bắn ra (phác họa). Khởi động (máy).* faire p. qn *Gởi ai đi đâu.*
partisan, -ane [partiz), an] **1.** n *Người tán thành, người theo.* **2.** nm *Quân du kích.* **3.** (a) *Tán thành theo, thuộc về (một tổ chức, đảng phái).* (b) être p. de (faire) qch *Tán thành làm cái gì.*
partitif, -ive [partitif, iv] a & nn *Quán từ, thuộc quán từ.*
partition [partisjɔ̃] nf **1.** *Sự chia, sự phân chia.* **2.** *Khúc độc tấu dành cho dàn bè.*
partout [partu] adv (a) *Khắp mọi nơi.* p. où *Ở mọi nơi.* j'ai mal p. *Tôi đau khắp người.* p. pour la table *Khắp trên bàn.* un peu p. *Rải rác mỗi nơi mỗi ít.* (b) *Tất cả.* 30 p. *30 điểm tất cả.* 40 p. *40 đều.*
partouze [partuz] nf *(a) Sự chưng diện (áo quần). (b) Đồ trang sức (đá quý).* p. de table *Khăn trải bàn.*
parution [parysjɔ̃] nf *Sự xuất bản.*
parvenir [parvənir] vi (conj VENIR, aux être) **1.** p. à un endroit *Đến một nơi.* votre lettre m'est parvenue *Tôi đã nhận được thư anh.* faire p. qch à qn *Gởi một cái gì đến cho ai.* **2.** (a) *Đạt đến (cao tuổi); Đạt thành, thành công (một mục đích);* p. à faire qch *Đạt tới chỗ làm được việc gì;* (b) *Thành công trong cuộc sống.*
parvenu [parvəny] nm *Kẻ mới nổi, kẻ hãnh tiến.*
parvis [parvi] nm *Sân trước của một giáo đường.*
pas[1] [pa] nm **1.** (a) *Bước, bước đi, bước chân;* p. à p. *Từng bước một;* allonger le p. *Bước nhanh lên;* marcher à grands p. *Bước từng bước sải dài;* d'un p. lourd *Với bước chân nặng nề;* faire un p. en avant *Bước tới trước một bước;* faux p.

(i) Trượt chân; (ii) Sai lầm (về mặt xã hội). j'y vais de ce p. *Tôi sinh sống như vậy đó;* c'est à deux p. d'ici *Cách đây hai bước (rất gần);* faire les cent p. *Đi bách bộ;* (b) *Một bước; Bước quân hành. Bước nhảy;* au p. *(i) Đi từng bước, đi chậm rãi; (ii) số không;* mettre son cheval au p. *Cho ngựa đi từng bước;* au p. cadencé *Đi bước đều;* p. de gymnastique *Đi nước kiệu;* p. de l'oie *Thế đi giữ thẳng đầu gối (diễu binh);* (c) *Sự đi trước.* avoir le p. sur qn *Lấn bước ai;* **2.** *Dấu chân.* arriver sur les p. de qn *Đến sau ai một bước.* **3.** p. de la porte *Ngưỡng cửa;* p. de porte *Tiền đút lót.* **4.** *Hẻm núi, eo biển;* le P. de Calais *Eo biển Calais;* sauter le p. *Quyết định làm một việc khó nhọc.* **5.** *Bước ren.*
pas[2] neg adv **1.** (a) *Không.* je ne sais p. *Tôi không biết;* p. du tout *Hoàn toàn không;* p. encore *Chưa;* qui l'a vu ? —p. moi *Ai trông thấy nó ? - Tôi không (thấy);* tu es contente, p. vrai ? *Mày hài lòng chứ, không đúng vậy sao ?* (b) c'est p. vrai ! *Không phải đâu !;* p. possible ! *Không thể nào !* **2.** (a) p. un mot ne fut dit *Không một lời nào được thốt ra;* p. de pain, de café *Không có bánh mì, không có cà phê;* (b) fier comme p. un *Hãnh diện không giống ai.*
pascal [paskal] a *Thuộc lễ Phục sinh (tuần...).*
passable [pasabl] a *Tạm được, tạm chấp nhận được, tạm cỡ lý;* notation. *Hạng thứ.*
passablement adv *Tàm tạm, sơ sơ, hơi hơi.*
passade [pasad] nf *Tính thất thường, nhất thời.*
passage [pasaʒ] nm **1.** (a) *Sự đi qua (một cái gì) Sự băng qua, bước qua (một vị trí);* guetter le p. de qn *Rình mò ai;* j'attends le p. de l'autobus *Tôi đợi xe buýt đi ngang;* on sourit sur son p. *Người ta cười khi thấy nó đi qua;* livrer p. *Nhường, mở lối;* il est de p. à Paris, *(i) nó đi ngang qua Paris; (ii) Nó ở lại Paris một ít ngày;* il m'a saisi au p. *Nó bắt gặp, nó chặn tôi khi tôi đi qua.* p. interdit *Cấm vào.* (b) payer son p. *Trả tiền khi quá cảnh.* (c) *Sự chuyển tiếp.* p. du jour à la nuit *Sự chuyển tiếp giữa ngày sang đêm.* **2.** (a) *Lối đi, đường đi nhỏ.* barrer le p. à qn *Chặn đường đi của ai.* (b) p. à niveau *Ngã đường sắt.* p. souterrain *Đường hầm.* p. clouté *Đường dành cho bộ hành khi băng qua đường.* **3.** *Đoạn (sách, nhạc).*
passager, -ère [pasaʒe, er] **1.** a *(a) Đi qua thoáng qua. (b) Qua đường.* **2.** n *Hành khách.* p. clandestin *Hành khách đi tàu lậu vé.*
passagèrement adv *Phù du, thoáng qua.*
passant, -ante [pas),)t] **1.** a *Qua đường.* **2.** n *Người qua đường.* **3.** nm *Vòng luồn ở yên ngựa.*
passe [pas] **1.** nf (a) *Sự chuyền bóng cho đồng đội.* p. en avant *Sự chuyền bóng lên trước.* (b)

Sự đâm mạnh. p. d'armes *Lời trao đổi ngắn gọn.* (c) mot de p. *Mật hiệu.* (d) *(về trò chơi ru-lét). Số lớn trên 18.* (e) *Lối qua giữa hai vách núi, eo biển.* être en p. de faire qch *Gần làm được việc gì.* être dans une mauvaise p. *Đang gặp vận rủi.* 2. nm *Chìa khóa vạn năng.*

passeá, -eáe [pase] 1. a (a) *Đã qua, qua.* la semaine passée *Tuần qua, tuần vừa rồi.* il est quatre heures passées *Đã hơn 4 giờ.* avoir vingt ans passés *Hơn 20 tuổi.* (b) *Đã quà.* l'orage est p. *Cơn giông đã qua.* (c) Phai màu, nhợt nhạt *(màu sắc).* 2. nm (a) *Quá khứ, dĩ vãng.* comme par le p. *Như trong dĩ vãng.* (b) *Thì quá khứ.* p. composé *Thì quá khứ hoàn thành.* 3. *Sau, quá.* p. cette date *Sau hạn định này.*

passe-droit [pasdrwa] nm pl passe-droits. *Quyền ngoại lệ.*

passementerie [pasm)tri] nf *Nghề buôn đồ thêu ren (trên áo quần, vải vóc).*

passe-montagne [pasmɔ̃taɲ] nm pl passe-montagnes. *Mũ trùm kín chỉ hở mặt.*

passe-partout [paspartu] nm inv *Chìa khóa vạn năng. Thích hợp mọi nơi, mọi hoàn cảnh (cụm từ).*

passe-passe [paspas] nm *Trò ảo thuật, sự lừa bịp khéo léo.*

passe-plat [paspla] nm inv *Cửa chuyền thức ăn.*

passeport [paspɔr] nm *Hộ chiếu.*

passer [pase] 1. vi *Qua, đi qua, đi ngang qua.* p. sur un pont *Đi qua cầu.* p. par-dessus, par-dessous, qch *Đi qua ở trên cái gì, đi qua ở dưới cái gì.* faire p. le plat *chuyền quanh đĩa thức ăn.* par où est-il, a-t-il, passé ? *Nó đã qua bằng lối nào.* je ne peux pas p. *Tôi không thể đi qua.* laisser p. *Để ánh sáng, không khí đi vào; Để ai đi qua, bỏ qua một lỗi lầm.* p. à l'ennemi *Đi sang hàng ngũ quân thù.* p. dans la classe supérieure *Được lên lớp trên*; en passant *Nhân thể*; soit dit en passant *Nhân tiện*; (b) p. en seconde *Vào số 2, đổi sang số 2*; (c) le mot est passé dans l'usage *Từ đã nên phổ thông*; (d) la route passe par le village *Con đường đi ngang qua làng*; (e) *Đi băng qua, thâu qua.* passez par la fenêtre *Đi qua bằng lối cửa sổ*; (f) *(về phim ảnh) được trình chiếu, (về một chương trình) được trình diễn*; (g) p. son chemin *Đi đường.* (aux être) p. chez qn *Đến nhà ai*; en passant, je suis entré dire bonjour *Khi đi ngang qua, tôi đã ghé vào để chào hỏi*; est-ce que le facteur est passé ? *Ông đưa thư đã đi qua chưa?*; (h) (aux avoir) *Trải qua (một nỗi buồn, một cơn đau)*; j'ai passé par là *Tôi đã đi ngang qua đó*; tout le monde y passe *Mọi người đều trải qua*; il a failli y p. *Nó suýt phải trải qua cảnh đó;* (i) (aux avoir) *Biến mất, kết thúc*; la douleur a passé *Cơn đau đã biến mất;* le vert est passé de mode *Màu xanh không còn là màu thời trang nữa*; le plus dur est passé *Phần nặng nề nhất đã xong*; ça lui passera *Nó sẽ trưởng thành từ đó;* couleurs qui passent *Màu sắc lợt lạt đi*; (j) *(về thời gian) trôi qua.* comme le temps passe (vite) ! *Thời gian qua nhanh biết chừng nào !*; faire p. le temps *Dùng thời gian*; (k) *Trở thành.* p. capitaine *Được thăng cấp đại úy*; (l) (aux avoir) p. pour riche *Được coi như giàu có*; se faire p. pour *Làm như có vẻ...*; (m) (aux avoir) *Được chấp thuận, được quan tâm*; qu'il revienne demain *Nếu ngày mai đó quay trở lại, đúng là may mắn hết sức*; ça ne passe pas *Cái đó giặt không ra.* 2. vtr (a) *Qua, băng qua, vượt qua (cầu, biển). Đi qua, đi xuyên qua (cổng). Qua (hải quan). Qua (biên giới)*; p. une maison *Qua khỏi một căn nhà*; (b) *Chở, mang, tải hàng hóa đi qua*; p. des marchandises en fraude *Chuyển lậu hàng hóa*; (c) p. qch à qn *Cho phép ai cái gì, chuyển sang ai cái gì.* il m'a passé son rhume *Nó đã lây bệnh cúm sang tôi (nó đã làm tôi lây bệnh cúm).* p. une commande *Đặt mua hàng.* passez-moi M. X *Cho tôi nói với Ô X. (điện thoại)*; passe-moi un coup de fil *Gọi điện thoại cho tôi*; p sa colère sur qn *Trút nỗi giận dữ lên một người nào*; (d) p. le balai, le chiffon *Quét nhà, chùi bụi*; (se) p. la main dans les cheveux *Vuốt tóc, chải tóc (bằng các ngón tay)*; p. sa tête par la fenêtre *Ngoài đầu qua cửa sổ*; p. une chemise *Mặc áo*; p. en seconde *Sang số hai* (e) *Chiếu phim; nghe máy thâu băng*; (f) *Xử dụng thời gian*; (g) *Qua, trải qua, trải quá*; il a passé la soixantaine *Ông ta đã quá sáu mươi (tuổi)*; cela passe les bornes *Cái đó đã đi quá xa.* (h) *Thông qua, tha thứ (một lỗi lầm).* on ne lui passe rien *Người ta không bắt lỗi gì nó cả.* (i) *Bỏ đi, trốn đi.* p. qch sous silence *Giữ im lặng về một điều gì.* et j'en passe ! *Tôi chuồn trước đây !* (j) p. une loi *Được phép thông qua một dự luật.* (k) p. un examen *Trái qua một kỳ thi.* (l) *Lọc (một chất lỏng). Rây (bột).* p. le café *Lọc (cà phê).* 3. se p. (a) *Xảy ra.* que se passe-t-il ? *Cái gì đã xảy ra vậy ?* tout s'est bien passé *Mọi cái đều xảy ra tốt đẹp.* ça ne se passera pas comme ça *Việc đó không thể như vậy được.* (b) *Trôi qua (thời gian) giảm đi, bớt đi (một cơn đau).* (c) se p. de qch *Bỏ, không cần.* ces faits se passent de commentaires *Các sự kiện này không cần bình luận.*

passerelle [pasrɛl] nf 1. *Cây cầu nhỏ.* 2. (a) *Cầu tàu.* (b) *Lối đi giữa các hàng ghế trên tàu. Lối đi giữa các hàng ghế trên máy bay.*

passe-temps [pastã] nm inv *Trò tiêu khiển.*

passe-theá [paste] nm inv *Cái lọc trà.*
passeur, -euse [pasœ r, øz] n *(a) Người đưa đồ ngang. (b) Người chỉ đường vượt biên giới, vượt tuyến.*
passible [pasibl] a *Phải gánh chịu về.*
passif, -ive [pasif, iv] **1.** a *Thụ động (sự tuân theo). Dạng thụ động.* **2.** nm *(a) Dạng thụ động. (b) Các khoản phải trả.* passivement adv *Một cách thụ động, tiêu cực.*
passion [pasjɔ̃] nf **1.** *Sự đam mê.* avoir la p. des voitures *Có thú mê xe cộ.* parler avec, sans, p. *Nói một cách hăng say (không hăng say).* **2.** P., Passion *Sự thương khó của đức Kitô.* **3.** fruit de la p. *Trái cấm.*
passionnant [pasjɔn)] a *Làm say mê rất lý thú (câu chuyện).*
passionneá, -eáe [pasjɔne] a a *Đam mê.* p. de qch *Mê say cái gì.* passionnément adv *Người đam mê, cuồng tín.*
passionnel, -elle [pasjɔnɛl] a crime p. *Tội lỗi vì dục vọng.*
passionner [pasjɔne] vtr **1.** *Làm say mê, làm mê hoặc.* **2.** se p. de, pour, qch *Say mê về cái gì.*
passoire [paswar] nf p. à légumes *Cái chao, cái rá lọc.*
pastel [pastɛl] nm *Phấn màu.*
pasteâque [pastɛk] nf *Dưa hấu.*
pasteur [pastœ r] nm *Mục sư.*
pasteurisation [pastœ rizasjɔ̃] nf *Sự tiệt trùng.*
pasteuriser [pastœ rize] vtr *Tiệt trùng.*
pastiche [pastiʃ] nm *Sự mô phỏng, tác phẩm phóng theo.*
pasticher [pastiʃe] vtr *Không theo cái gì.*
pastille [pastij] nf *Kẹo thuốc viên.* p. contre la toux *Kẹo ho.* p. de menthe *Kẹo bạc hà.*
pastis [pastis] nm *Rượu hồi, rượu Pernod.*
pastoral, -aux [pastɔral, o] **1.** a *Theo kiểu mục đồng, đồng quê.* **2.** nf *Tác phẩm đồng quê. Khúc nhạc đồng quê.*
patate [patat] nf **1.** p. (douce) *Khoai lang.* **2.** *(a) Khoai tây; (b) Kẻ ngu ngốc.*
patati [patati] int *Huyên thuyên.*
patatras [patatra] int *Loảng xoảng.*
pataud, -aude [pato, od] a *Người béo ì à i ạch.*
patauger [patoʒe] vi (n. pataugeons) *(a) Lội trong bùn. Lội nước; (b) Lúng túng, loạng choạng.*
pataugeoire [patoʒwar] nf *Hồ tắm.*
patchwork [patʃwœ rk] nm *Việc chắp vá, kết nối các mảnh màu sắc.*
pête [pɑte] nf **1.** (a) *Bột nhồi; Bột nhồi làm bánh;* p. à pain *Bột nhào (làm bánh mì);* p. brisée *Bột nhào làm vỏ bánh nướng;* p. à frire *Bột làm lớp da của bánh;* pâtes (alimentaires) *Bột nhào, bột thực phẩm (mì sợi, nui).* (b) *Mứt trái cây, mứt xay;* (c) *Bột giấy;* p. dentifrice *Kem đánh răng;* p. à modeler *Chất dẻo.*
pêteá [pɑte] nm **1.** (a) p. en croute *Bánh patê nhân thịt;* (b) *Pa-tê.* p. de foie *Pa-tê gan;* (c) p. (de sable) *Bánh cát (trẻ con chơi).* **2.** *Khối nhà.* **3.** *Vệt mực.*
pêteáe [pɑte] nf *(a) Cám lợn, cháo lỏng. (b) trận đòn.*
patelin [patl(] nm *Làng.*
patent [pat] a *Rõ ràng, hiển nhiên.*
pateâre [patɛr] nf *Cái mũ.*
paternalisme [patɛrnalism] nm *Chủ nghĩa gia trưởng.* paternaliste a *về chủ nghĩa gia trưởng.*
paternel, -elle [patɛrnɛl] a *Thuộc về cha;* le domicile p. *Ngôi nhà nơi sinh trưởng, nhà của gia đình;* du côté p. *Về phía bên họ cha.* paternellement adv *Như cha, nhân từ.*
paterniteá [patɛrnite] nf *(a) Quan hệ cha con. (b) Tư cách làm cha.*
pêteux, -euse [pɑtø, øz] a *(a) Sền sệt, nhão; mềm (bánh mì), Bọc ngoài. (b) (giọng) lè nhè, không rõ.*
patheátique [patetik] **1.** a *Thống thiết, cảm động; Cơ cảm giác.* **2.** nm *Tính chất cảm động (trong bài văn).*
pathologie [patɔlɔʒi] nf *Bệnh lý học.* pathologique a *Thuộc về bệnh lý học.*
pathologiste [patɔlɔʒist] n *Nhà bệnh lý học.*
patibulaire [patibylɛr a une mine p. *Thuộc giá treo cổ.*
patience [pasjɑ̃s] nf *Lòng kiên nhẫn, tánh kiên nhẫn.* prendre p. *Bền chí;* je suis à bout de p. *Tôi nản chí.* (b) jeu de p. *Trò chơi ráp hình (trò chơi tập kiên nhẫn).*
patient, -ente [pasjɑ̃,)t] **1.** a *Kiên nhẫn, bền chí.* **2.** n *Bệnh nhân.* patiemment adv *Một cách kiên nhẫn.*
patienter [pasjɑ̃)te] vi *Chờ đợi một cách kiên nhẫn.* patientez une seconde ! *Kiên nhẫn nào ! Một giây nữa thôi !*
patin [pat(] nm *(a) Lớp lót (sàn nhà). (b) Lưỡi trượt.* patins à glace, à roulettes *Giày trượt băng; Đế lăn trượt băng.* (c) *Xe trượt.* p. (de frein) *Má thắng.*
patinage [patinaʒ] nm *Sự trượt băng.* p. artistique *Trượt băng nghệ thuật.*
patine [patin] nf *Gỉ đồng, ten đồng.*
patiner [patine] vi **1.** *Trượt băng.* **2.** *Quay tròn (bánh xe), trượt (hộp số).* **3.** *Phủ một lớp gỉ đồng.*
patineur, -euse [patinœ r, øz] n *Người trượt*

băng.

patinoire [patinwar] nf *Bãi trượt băng, sân trượt băng.*

patio [patjo] nm *Sân trong một nhà thờ.*

pêtisserie [pɑtisri] nf 1. *Bánh ngọt; bánh gatô nhỏ. Đồ ngọt, mứt, bánh kẹo.* 2. *Nghề làm bánh ngọt.* 3. *Cửa hàng bán bánh ngọt; cửa hàng bán bánh kẹo mứt.*

patissier, -ieâre [patisje, jɛr] n *Người làm bánh ngọt; người bán bánh ngọt.*

patois [patwa] nm *Thổ ngữ.*

patraque [patrak] a *Người hay đau, ốm yếu.*

patriarche [patriarʃ] nm *Tộc trưởng.*

patricien, -ienne [patrisjɛ̃, jɛn] a & n *Nhà quí tộc La Mã, thuộc hàng ngũ quí tộc La Mã.*

patrie [patri] nf *(a) Tổ quốc. (b) quê hương.*

patrimoine [patrimwan] nm *Gia sản, di sản.*

patriote [patriɔt] 1. a *Yêu nước.* 2. n *nhà ái quốc.* patriotique a *Thuộc lòng ái quốc.*

patriotisme [patrijɔtism] nm *Lòng yêu nước, lòng ái quốc.*

patron, -onne [patrɔ̃, ɔn] n 1. *(a) Chủ nhân, ông chủ, giám đốc (công ty). ông chủ. (b) Thuyền trưởng.* 2. *Quan thầy.* 3. nm *Khuôn, kiểu mẫu (may, thêu).* patronal, -aux a *Thuộc chủ nhân.*

patronage [patrɔnaʒ] nm 1. *Sự bảo trợ.* 2. *Hội bảo trợ, nhóm bảo trợ.* de p. *Tài tử, không chuyên.*

patronat [patrɔna] nm *Giới chủ nhân.*

patronner [patrɔne] vtr *Ủng hộ, bảo trợ ai.*

patrouille [patruj] nf *Đội tuần tra.*

patrouiller [patruje] vi *Tuần tra, đi tuần tra.*

patrouilleur [patrujœr] nm *(a) Lính tuần tra. (b) Tàu tuần tra.*

patte [pat] nf 1. *Cẳng, chân (chim). chân (côn trùng). (về người). Tay.* pattes de mouche *chữ viết ngoằn ngoèo.* marcher à quatre pattes *Bò bằng đầu gối và hai tay.* court sur pattes *có chân ngắn.* pattes de devant, de derrière; faire p. de velours *Chân trước, chân sau, chi trước, chi sau. (Mèo). Co móng vuốt vào.* tomber dans les pattes de qn *Sa vào tay ai.* 2. *nắp (túi); Miếng lưỡi da ở chiếc giày; Đầu càng mỏ neo; dây da ở áo quần.* 3. *Chòm râu cắt ngắn, tóc mai dài.*

patte-d'oie [patdwa] nf 1. *Giao lộ.* 2. *Đường nhăn ở đuôi mắt.*

pêturage [pɑtyraʒ] nm *(a) Đồng cỏ thả súc vật; (b) Đồng cỏ.*

pêture [patyr] nf 1. *Thực phẩm gia súc.* 2. *Đồng cỏ.*

pêturer [pɑtyre] vi *(về súc vật) ăn cỏ.*

paume [pom] nf *Gan bàn tay.*

paumer [pome] 1. vtr *Thất lạc.* 2. se p. *Bị lạc.* paumé, -ée 1. a *Lạc;* il est p. *nó bị lạc lối.* 2. n *nhớn nhác, người lạc lõng.*

paupieâre [popjɛr] nf *Mí mắt.*

paupiette [popjɛt] nf *Món thịt nấu với quả ô-liu, chả cuốn.*

pause [poz] nf. 1. *Sự tạm ngưng; Sự tạm nghỉ giữa hai trận đấu;* Buổi giải lao; faire la p. *nghỉ giải lao;* p. café *Buổi nghỉ giải lao để uống trà.* 2. *Dấu lặng.*

pauvre [povr] 1. a (a) *Nghèo khổ;* p. d'esprit *kém thông minh;* p. en *Thiếu thốn về năng lượng; thiếu thốn về lương thực...;* (b) *Nghèo khó.* p. de moi ! *Tội cho tôi quá;* (c) *Tồi tàn (áo quần); Không có giá trị (lời xin lỗi); Yếu ớt (cuộc tranh luận);* c'est un p. type; p. idiot ! ; n. le p. ! mon p. *Đó là một người đáng thương hại.* 2. n *Người bạn tội nghiệp của tôi;* les pauvres *Kẻ nghèo.* pauvrement adv *Một cách nghèo nàn;* p. vêtu *Ăn mặc tồi tàn.*

pauvreteá [povrəte] nf *Sự nghèo nàn, sự tồi tàn.*

pavage [pavaʒ] nm *Sự lát đường.*

pavaner (se) [səpavane] vpr *Vênh vang (về cái gì).*

paveá [pave] nm 1. (a) *Gạch lát, đá lát;* un p. dans la mare *Một chút tai tiếng;* (b) p. de viande *Một lát thịt dày.* 2. *Vỉa hè, lề đường;* (c) *Đường phố;* battre le p. *Đi tản bộ, đi lang thang ngoài đường phố;* être sur le p. (i) *Không nhà không cửa;* (ii) *Bị đuổi khỏi sở làm, mất việc làm;* mettre qn sur le p. *Đuổi ai ra khỏi nhà.* 3. *Bộ sách dày.*

paver [pave] vtr *Lát đá, lát đường.*

pavillon [pavijɔ̃] nm 1. *Căn nhà riêng lẻ;* p. de banlieue *Căn nhà ở ngoại ô;* p. de jardin *Nhà có vườn cây để nghỉ hè;* p. de chasse *Chòi (để săn bắn).* p. d'hôpital *Khu (bệnh viện).* 2. *Loa (của còi xe); Loa (của nhạc cụ bằng đồng); Vành (tai).* 3. *Cờ hiệu;* p. de départ *Cờ hiệu khởi hành.*

pavoiser [pavwaze] 1. vtr (a) *Treo cờ Treo cờ (trên tàu);* (b) *Trang hoàng bằng cờ.* 2. vi (a) *Treo cờ trên tàu;* (b) *kéo cờ lên;* (c) *Vui mừng.*

pavot [pavo] nm *Cây thuốc phiện.*

payer [peje] 1. vtr (je paye, je paie) (a) p. qn *Trả tiền, trả lương cho ai.* combien vous a-t-il fait p. ? *Nó trả cho anh bao nhiêu ?* bien, mal, payé *Trả nhiều, trả ít.* p. qn de qch *Thưởng cho ai cái gì.* p. qn de paroles *Khen ngợi ai.* (b) *Chi, trả (giá, phiếu, nợ).* p. un effet *Trả đúng kỳ hạn.* (c) *Chịu hậu quả về việc gì.* p. qch à qn *Mua cái gì cho ai.* (d) il l'a payé de sa vie *Nó* đã phải đánh đổi cả cuộc đời của nó. vous me le paierez ! *Mày phải trả giá to về việc đó!* je suis payé pour savoir que.. *Tôi phải trả giá để biết được rằng.* **2.** vi (a) p. de sa personne *Liều tính mạng của mình.* p. d'audace *Ra mặt bạo dạn, làm liều.* (b) *(về một tội lỗi) bồi thường (về một nghề nghiệp) được thưởng.* **3.** se p. (a) payez-vous ! *Anh hãy tự xoay xở lấy.* b je me suis payé une glace *Tôi tự mua cho mình một cây kem.* je me suis payé une contravention *Tôi bị phạt vi cảnh.* se p. le tête de qn *Điên đầu vì ai.* (c) cela ne se paie pas. *Cái đó không thể trả giá được.*

pays [peji] nm (a) *Xứ, đất nước.* p. étranger *Xứ lạ.* voir du p. *Đi du lịch.* (b) *Vùng miền.* vous n'êtes pas du pays ? *Anh không ở vùng này à ?* être en p. de connaissance, *(i) ở với người quen, bạn bè.* (ii) *ở tại quê nhà.* vin du p., de p. *Rượu địa phương.* (c) p. de montagne(s) *Xứ đồi núi.* pl p. bas *Xứ hạ, miền hạ.* (d) *quê hương, quê nhà.* avoir le mal du p. *nhớ quê hương.*

paysage [peiʒaʒ] nm *Phong cảnh, quang cảnh.*

paysagiste [peiʒaʒist] n *Họa sĩ phong cảnh.* (jardluler) p. *chuyên viên sáng tạo về vườn cảnh, công viên.*

paysan, -anne [peiz], an] **1.** n *(a) Chủ nông trại nhỏ.* (b) *nông dân.* **2.** (a) *Đồng quê (đời sống, phong tục).*

Pays-Bas [peibɑ] Pr nmpl *Nước Hà Lan.*

PC abbr **1.** Parti communiste: *Đảng cộng sản.* **2.** Poste de commandement *Đài chỉ huy.* **3.** personal computer, PC. *Máy vi tính cá nhân.*

PCC abbr Pour copie conforme *Sao y nguyên văn.*

PCV abbr paiement contre vérification *Cước phí do người nhận.* téléphoner en PCV *Gọi điện thoại mà người nhận phải trả cước phí.*

PDG abbr président-directeur général *Tổng giám đốc.*

peáage [peaʒ] nm **1.** *Thuế cầu đường.* autoroute à p. *Xa lộ có thu thuế cầu đường.* **2.** *Trạm thu thuế cầu đường.* **3.** chaine à p. *Kênh truyền hình có thu lệ phí.*

peau, -eaux [po] nf **1.** *Da.* à fleur de p. *hời hợt bề ngoài.* il n'a que la p. et les os *Nó chỉ còn xương và da.* prendre qn par la p. du cou *Tóm cổ ai.* faire p. neuve *Thay đổi hoàn toàn.* risquer sa p. *Liều mình.* sauver sa p. *chạy thoát lấy thân.* avoir qn dans la p. *Khó chịu, điên đầu về ai.* bien dans sa p. *Thấy thoải mái.* se sentir mal dans sa p. *Thấy bực bội.* j'aurai sa p. ! *Tôi sẽ lấy sinh mạng của nó.* **2.** *Da tươi, biểu bì, da chưa thuộc, da thuộc.* p. de mouton *Da cừu;* p. de vache *Người đàn ông hung ác; người đàn bà, mụ đàn bà hung ác;* se réduire comme une p. de chagrin *Teo nhỏ lại như miếng da cừu.* **3.** *Vỏ (trái cây), vỏ bọc ngoài (miếng phô mát).*

Peau-Rouge [poruʒ] a & n pl Peaux-Rouges. *Người đa đỏ, dân da đỏ.*

peábroc, peábroque [pebrɔk] nm *Cây dù.*

peccadille [pekadij] nf *Lỗi nhỏ, lỗi nhẹ.*

pĭche[1] [peʃ] nf *Quả đào.* avoir la p. *Khỏe mạnh;* se fendre la p. *Cười gập cả người, cười ha há.*

pĭche[2] nf **1.** *Sự câu cá.* p. (à la ligne) *Sự câu cá bằng cần câu; Sự câu cá bằng cần ở biển;* p. à la mouche *Sự câu cá bằng mồi giả;* aller à la p. *Đi câu.* **2.** *Mẻ cá câu được.*

peácheá [peʃe] nm *Tội lỗi.* p. mortel *Tội trọng.* les septs péchés capitaux *Bảy tội trọng;* son p. mignon *Tính yếu ớt, nhu nhược của nó;* péchés de jeunesse *Sự thiếu cân nhắc của tuổi trẻ.*

peácher [peʃe] vi (je pèche; je pécherai) *Phạm tội;* p. par orgueil *Lỗi vì kiêu ngạo, hãnh diện;* p. par exces *Phạm tội do thái quá.*

pĭcher[1] [peʃe] nm *Cây đào.*

pĭcher[2] vt **1.** *Câu (cá hồi); đánh bắt (cá); thu hoạch (trai biển);* p. à la ligne *Câu cá bằng cần;* p. à la mouche *Câu cá bằng ruồi giả;* p. la baleine *Câu cá voi (săn cá voi).* **2.** où avez-vous pêché cela ? *Anh kiếm cái này ở đâu thế ?*

peácheur, -peácheresse [peʃœr, peʃres] n *Người có tội, kẻ phạm tội.*

pĭcheur, - euse [peʃœr, -z] n *Người đàn ông câu cá, người đàn bà câu cá;* p. à la ligne *Người đi câu cá bằng cần;* p. de perles *Người thợ lặn mò ngọc trai;* bateau p. *Tàu đánh cá.*

pectoral, -aux [pektɔral, o] a *Thuộc về ngực;* muscles pectoraux *cơ ngực.*

peácule [pekyl] nm *Tiền tiết kiệm được, tiền để dành được (của tù nhân). Tiền trợ cấp công vụ.*

peácuniaire [pekynjɛr] a *Thuộc về tiền bạc, tài chánh.*

peádagogie [pedagɔʒi] nf *(a) Phương pháp giảng dạy;* (b) *Khoa sư phạm.* pédagogique a *Thuộc sư phạm.*

peádagogue [pedagɔg] n *nhà sư phạm, nhà giáo dục.*

peádale [pedal] nf **1.** *Bàn đạp;* p. de frein *Bàn đạp thắng.* perdre les pédales *Mất bình tĩnh; rối loạn đầu óc.* **2.** *Người đồng tính luyến ái.*

peádaler [pedale] vi *Đi xe đạp.*

peádalier [pedalje] nm *Bộ bàn đạp.*

peádalo [pedalo] nm *Thuyền đạp.*

peádant, -ante [ped],)t] **1.** n *Nhà thông thái rởm.* **2.** a *Lên mặt mô phạm, thông thái rởm.*

peádeá [pede] nm *Người đồng tính luyến ái.*

peádeáraste [pederast] nm *Người đồng tính*

luyến ái.

peádestre [pedɛstr] a *Cuộc đi bộ đường dài.*
peádiatre [pedjatr] nf *Bác sĩ nhi khoa.*
peádiatrie [pedjatri] nf *Khoa nhi.*
peádicure [pedikyr] n *Người chữa bệnh da chân.*
pedigree [pedigre] nm *Tài liệu phả hệ.*
peâgre [pɛgr] nf la p. *Bọn trộm cắp, giới đạo tặc.*
peigne [pɛɲ] nm *Cái lược. Bàn chải len.* passer qch au p. fin *Xem xét cái gì tỉ mỉ.*
peigner [peɲe] vtr (a) *Chải tóc. p.* qn *Chải tóc cho ai.* mal peigné *Vụng chải, làm rối (tóc).* (b) *Chải (len).* 2. se p. *Chải tóc.*
peignoir [pɛɲwar] nm *Áo khoác dài mặc trong nhà; áo choàng mặc sau khi tắm.*
peinard [pɛnar] a *Yên tĩnh; dễ chịu (nghề nghiệp).* se tenir p. *Khoan khoái, nhẹ nhàng.*
peinardement adv *Một cách an nhàn, thanh thản.*
peindre [pɛ(dr] vtr (prp peignant; pp peint; pr ind je peins; ph je peignis) 1. *Sơn.* p. qch en vert *Sơn màu xanh cho cái gì.* papier peint *Giấy màu dán tường.* se faire p. *Vẽ chân dung.* p. à l'huile, à l'aquarelle *Sơn màu nước, sơn dầu.* l'innocence est peinte sur son visage *Sự ngây thơ, vô tội in lên khuôn mặt nó.* 2. *Miêu tả bằng lời.*
peine [pɛn] nf 1. *Hình phạt.* p. capitale *Tử hình.* sous p. de mort *Nếu không thì chết.* défense d'entrer sous p. d'amende *Cấm vào nếu không sẽ bị phạt vạ.* 2. (a) *Nỗi buồn, sự đau khổ.* avoir de la p. *Cảm thấy buồn khổ.* faire de la p. à qn *gây buồn, phiền cho ai.* cela fait p. à voir *Cái đó gây đau khổ khi phải nhìn.* (b) être dans la p. *Đang buồn phiền, bối rối tâm can.* 3. *Sự vất vả, sự bối rối.* se donner de la p. pour faire qch *Thấy khi phải làm việc gì.* donnez vous la p. de vous asseoir *Anh chịu phiền ngồi xuống.* c'est p. perdue *Đó là một sự cố gắng vô ích.* ça ne vaut pas la p. *Không cần thiết, không đáng công, không cần phải.* ce n'est pas la p. *Không cần thiết phải đến !* c'était bien la p. de venir ! homme de p. *Người lao động vất vả.* 4. *Sự khó khăn.* avoir de la p. à faire qch *Thấy khó khăn khi làm việc gì.* il n'est jamais en p. de trouver une excuse *Nó không bao giờ quên xin lỗi.* adv phr avec p., à grand-p. *Một cách (rất) khó khăn.* san p. *Dễ dàng.* 5. adv phr à p. *Sơ sơ, vừa mới.* il est à p. 3 heures *Vừa đúng ba giờ.* j'étais à p. sorti qu'il se mit à pleuvoir *Trời mưa khi tôi vừa rời khỏi nhà.*
peiner [pene] 1. vtr *Làm buồn lòng, gây phiền muộn (cho ai).* 2. vi *Mệt mỏi, chán nản.* il peinait sur son travail *Nó mệt mỏi vì công việc.*

le moteur peine *Máy làm việc quá tải.*
peintre [p(tr] nm *Thợ sơn.* (artiste) p. *họa sĩ;* p. en bâtiment(s) *Thợ sơn nhà.*
peinture [p(tyr] nf 1. (a) *Hội họa;* faire de la p. *Vẽ;* p. à l'huile, à l'eau *Nghệ thuật vẽ dầu, nghệ thuật vẽ màu nước;* (b) p. au pistolet *Sơn bằng vòi phun sương.* 2. *Bức tranh, bức họa.* 3. *Sơn.* attention à la p. ! *Coi chừng sơn ướt.*
peinturlurer [p(tyrlyre] vtr 1. *Vẽ lòe loẹt.* 2. se p. (le visage) *Tô phấn son sặc sỡ.*
peájoratif, -ive [peʒɔratif, iv] a *(Nghĩa) xấu.*
Peákin [pek(] Prnm *Bắc kinh.* pékinois, -oise a & n *Thuộc Bắc kinh, người Bắc kinh;* (b) nm *Giống chó Bắc kinh.*
pelage [pɔlaʒ] nm *Bộ lông thú.*
peleá [pɔle] (a) a *Trụi lông (miếng da); Không cây cỏ (miền ngoại ô); Mòn xơ cả chỉ (vải vóc);* (b) nm il n'y avait que trois pelés et un tondu *Lơ thơ, vô giá trị (buổi họp chỉ lơ thơ, ít người không giá trị).*
pîle - mîle [pɛlmɛl] adv *Lộn xộn, lung tung.*
peler [pɔle] (je pèle) 1. vt *Gọt, lột vỏ trái cây.* 2. se p. facilement *(về trái cây) tróc vỏ một cách dễ dàng.* 3. vi *Tróc da.*
peâlerin [pɛlr(] n *Người hành hương.*
peâlerinage [pɛlrinaʒ] nm *Cuộc hành hương.*
peâlerine [pɛlrin] nf *Áo choàng.*
peálican [pelik(] nm *Chim bồ nông.*
pelisse [pɔlis] nf *Áo choàng lông.*
pelle [pɛl] nf 1. *Cái xẻng;* p. à poussière *Cái hốt rác, hốt bụi.* p. à tarte, à poisson *Cái sạn trở cá, bánh tạt;* remuer l'argent à la p. *Giàu sụ.* ramasser une p. *Ngã, té.;* 2. *Cái xẻng để trẻ em chơi xúc cát.*
pelleteáe [pɛlte] nf *Một xẻng đầy.*
pelleteuse [pɛlt-z] nf *Máy xúc.*
pellicule [pelikyl] nf 1. *Phim chụp ảnh.* 2. *Màng, lớp.* 3. *Gàu (ở da đầu).*
pelote [pɔlɔt] nf 1. p. à épingles *Cuộn (len, chỉ), gối ghim kim.* faire sa p. *Kiếm tiền cho nhiều;* avoir les nerfs en p. *Rất bực dọc.* 2. *Môn bóng pơ-lốt.*
peloter [pɔlɔte] vtr *Mơn trớn, vuốt ve.*
peloton [pɔlɔtɔ̃] nm 1. le p. *Một nhóm (người) Tốp của rơ.* 2. (a) *Trung đội.* (b) *nhóm, bọn;* p. d'exécution *đội hành hình.* 3. p. de ficelle *Cuộn chỉ.*
pelotonner (se) [sɔplɔtɔne] vpr *Cuộn lại thành cuộn.*
pelouse [pɔluz] nf *Bãi cỏ. Bãi cỏ ở trường đua, ở sân banh.*
peluche [pɔlyʃ] nf (a) jouet en p. *Vải nhung. Đồ chơi bằng vải nhung;* ours en p. *Con gấu bông;*

(b) *Một sai sót nhỏ khi trình diễn.*
pelure [pəlyr] nf (a) *Vỏ (quả táo, củ hành). Vỏ đã gọt ra (của rau quả).* p. d'oignon *Màu đỏ tía.* b *Áo khoác ngoài.*
peánal, -aux [penal, o] a *Hình sự (luật).*
peánaliser [penalize] vtr *Truất quyền một cầu thủ, một đấu thủ phạm luật.*
peánaliteá [penalite] nf *Sự trừng phạt.*
penalty [penalti] nm pl penalties. *Quả phạt đền.*
panaud [pəno] a *Bối rối, ngượng ngùng.*
penchant [p)ʃ)] nm *Khuynh hướng; sự nghiêng (về một phía); sự yêu thích (cái gì).* avoir un p. pour la boisson *Thích uống (rượu).*
pencher [p)ʃe] 1. vtr *Nghiêng.* p. la tête en avant *nghiêng đầu về trước.* 2. vi (a) *nghiêng (qua) xiên (về một phía).* faire p. la balance *Làm lệch cán cân.* (b) p. pour qch *Ưa thích cái gì.* 3. se p. (en) debors *nghiêng mình, cúi xuống.* se p. sur un problème *Quan tâm đến một vấn đề.* se p. sur qn *Săn sóc ai.* penché a *nghiêng, xiên, lệch.* p. sur ses livres *cúi đầu xuống sách.*
pendaison [p)dɛzɔ̃] nf *Rèm, màn.* p. de la crémaillère *Bữa tiệc tân gia.*
pendant[1] [p)d)] 1. a (a) *Treo, rủ, thỏng, đu đưa (chân), rủ xuống (cành cây).* oreilles pendantes *Tai thỏng.* il avait la langue pendante *Lưỡi nó thè lè ra.* (b) *Án treo. vấn đề (còn tồn tại).* 2. nm (a) pendant; p. (d'oreille) *Trái châu ở hoa tai.* (b) le p. de *Vật cùng đặc điểm với.* ces deux tableaux (se) font p. *Hai bức tranh này tạo nên một cặp.*
pendant[2] prep *Trong.* p. trois jours *Trong ba ngày.* p. ce temps *Trong lúc này.* conj phr p. que *Trong khi mà.* p. que vous y êtes *Trong khi anh đang ở đó.*
pendentif [p)d)tif] nm *Mặt mề đay.*
penderie [p)dri] nf *Tủ treo áo.*
pendre [p)dr] 1. vtr (a) *Treo, móc (cái gì).* p. le linge *Treo áo quần giặt.* p. la crémaillère *Mở một bữa tiệc tân gia.* (b) *Treo cổ (ai).* qu'il aille se faire p. ailleurs *Treo cổ nó lên.* 2. vi *Bị treo lên; (chân) đu đưa (gò má) hôn vào.* ca lui pend au nez *Điều đó đang đe dọa xảy ra cho nó.* 3. se p. *Tự treo cổ lên.* se p. à qch *Tự treo lên cái gì, bám vào cái gì.* se p. au cou de qn *Đeo vào cổ ai.*
pendu [p)dy] 1. a *Đeo vào, treo vào.* p. auxjupes de sa mère *Bám vào váy mẹ nó.* p. aux lèvres, paroles, de qn *Bám vào, cả tin vào lời nói của ai.* avoir la langue bien pendue *Là một người có thuật ăn nói.* 2. n *Người đàn ông treo cổ, người đàn bà treo cổ.*

pendule [p)dyl] 1. nm *Quả lắc, con lắc.* 2. nf *Đồng hồ treo tường.*
pendulette [p)dylɛt] nm *Đồng hồ quả lắc nhỏ.*
peáneátration [penetrasjɔ̃] nf *Sự thâm nhập vào.*
peáneátrer [penetre] v (je pénètre; je pénétrerai) 1. vi *Vào, thâm nhập vào.* l'eau avait pénétre partout *Nước ngập vào mọi nơi.* 2 vt (a) la balle a pénétré l'os *Viên đạn đã vào tận xương;* p. la pensée de qn *Hiểu thấu tư tưởng của ai;* p. un secret *Tìm hiểu một bí mật;* (b) être pénétré d'un sentiment *Thấm thía một tình cảm.* 3. se p. d'une idée *Hiểu thấy, ý nghĩ.* pénétrable a *Có thể thấm vào.* pénétrant a *Xuyên qua, thấu qua (một vật thể); (Cơn lạnh) thấm thía. ướt sũng (cơn mưa).* pénétré a *Thấm vào, ngập tràn (với). Thấm thía (giọng nói).*
peánible [penibl] a 1. *Nặng nhọc, nặng nề (bốn phận); khó khăn (đời sống).* 2. *Đau đớn, khó chịu (dấu hiệu, tin tức).* 3. *Khó chịu, phát cáu, bực bội.* péniblement adv *Một cách nặng nhọc, một cách đau buồn.*
peániche [peniʃ] nf *Xuồng.*
peánicilline [penisilin] nf *Thuốc Pênixilin.*
peáninsule [pen(syl] nf *Bán đảo.* péninsulaire a *Thuộc về bán đảo, có liên hệ với bán đảo.*
peánitence [penit)s] nf 1. *Việc đền tội, chuộc tội.* 2. (a) *Sự xưng tội; (b) Hình phạt;* mettre un enfant en p. *Phạt một đứa trẻ đứng vào góc tường.* pénitent, -ente a *Sám hối, xưng tội.*
peánitencier [penit)sje] nm *Nhà giam cải tạo.* pénitentiaire a *nhà tù, trại cải tạo;* colonie p. *Thuộc về nhà tù.*
Pennsylvanie [p)silvani, p(] Prnt *Thành phố Pennsylvana.*
peánombre [penɔ̃br] nf *Tranh tối, tranh sáng.*
pensable [p)sabl] a *Có thể suy nghĩ, có thể hình dung.*
penseáe[1] [p)se] nf *Hoa păng-xê.*
penseáe[2] nf *Sự suy nghĩ;* venir à la p. de qn *Đến trong suy nghĩ của ai;* saisir la p. de qn *Nắm bắt được suy nghĩ của ai;* libre p. *không tín ngưỡng.*
penser [p)se] v 1. v ind tr p. à qn, à qch *Suy nghĩ.* je l'ai fait sans y p. *Tôi đã làm việc đó không suy nghĩ;* pensez - vous ! *Suy nghĩ đến ai, đến cái gì;* vous n'y pensez pas! *Anh nghĩ vậy sao ! (Đừng tin điều đó !).* ah, j'y pense ! *Anh không có ý định vậy sao !* rien que d'y p. *Chỉ nghĩ đến điều ấy....;* p. à faire qch *Suy nghĩ để làm việc gì;* il me fait p. à mon frère *Nó làm tôi nhớ lại anh tôi.* 2. vi *Tin tưởng, nghĩ;* je pense comme vous *Tôi tin như anh;* voilà ma façon de p. *Đó là cách suy nghĩ của tôi;* pensez

donc ! *Anh nghĩ coi !* **3.** vtr (a) je le pensais bien *Tôi đã nghĩ đến điều đó rồi.* je pense que oui, que non *Tôi nghĩ là đúng (là không đúng).* pensez si j'étais furieux *Anh có nghĩ là tôi giận điên đến cỡ nào không;* (b) je le pense four *Tôi nghĩ là nó điên;* (c) p. du bien de qn *Nghĩ, tin ở lòng tốt của ai;* (d) p. faire qch *Có ý định làm việc gì.* j'ai pensé mourir de rire *Tôi tưởng là mình có thể chết đi vì cười được.* pensant a *Có suy nghĩ (người đàn ông, người đàn bà).* bien pensant *Có tư tưởng hợp với lẽ thói, quy cũ.* pensif, -ive a *Suy tư, trầm tư mặc tưởng.* pensivement adv *Vẻ ngẫm nghĩ, một cách có suy tư.*

penseur, -euse [pˢœr, -z] n *Nhà tư tưởng.*

pension [pˢsjɔ̃] nf **1.** *Nhà trọ, ký túc xá, tiền trợ cấp.* p. de retraite *Nhà dưỡng lão.* p. alimentaire, *(i) Tiền trợ cấp sinh hoạt. (ii) Tiền cấp dưỡng trong đời sống.* **2.** (a) être en p. chez qn *Ăn cơm tháng ở nhà ai.* p. complète *Ăn cả ngày.* demi-p. *Ăn một buổi.* (b) p. de famille *Nhà trọ có tính cách gia đình.* **3.** *Trường nội trú.*

pensionnaire [pˢsjɔnɛr] n *Khách trọ. khách ăn cơm tháng, khách trọ (ở khách sạn).*

pensionnat [pˢsjɔna] nm **1.** *Ký túc xá, trường nội trú.* **2.** le p. *Học sinh nội trú.*

pensionneá, -eáe [pˢsjɔne] n *Người được hưởng trợ cấp.*

pensionner [pˢsjɔne] vtr *Trợ cấp, cấp dưỡng (ai).*

pentagone [pˢtagɔn] nm *Hình ngũ giác, hình năm góc.*

pente [pˢt] nf *Dốc.* rue en p. *đường dốc.* être sur une mauvaise p. *Bị lôi kéo theo chiều hướng xấu.* remonter la p. *Leo lên dốc.*

Pentecôte [pˢtkot] nf *Lễ mùa gặt (Do Thái giáo). Lễ Chúa thánh thần hiện xuống (công giáo).*

peánultieâme [penyltjɛm] a *Áp chót.*

peánurie [penyri] nf *Sự túng thiếu, sự thiếu thốn.*

peápeá [pepe] nm *Ông nội, ông ngoại.*

peápeâre [pepɛr] **1.** nm (a) gros p. *Cha.* (b) *ông nội, ông ngoại.* **2.** a *(nơi) yên tĩnh. (công việc) dễ chịu.*

peápiement [pepim)] nm *Tiếng chiêm chiếp.*

peápier [pepje] vi *Kêu chiêm chiếp.*

peápin¹ [pepɛ̃] nm **1.** *Hạt (trái táo, trái nho)* sans pépins *Không có hạt.* **2.** *Sự khó khăn.* avoir un p. *Gặp điều khó khăn.*

peápin² nm *Cây dù, ô dù.*

peápinieâre [pepinjɛr] nf **1.** *Vườn ươm cây.* **2.** une p. de *Cội nguồn của.*

peápinieáriste [pepinjerist] n *Người phụ trách vườn ươm.*

peápite [pepit] nf *Khối vàng (ở dạng thiên nhiên).*

peáplum [peplɔm] nm *Chuyện phim dựa theo thời cổ đại.*

peáquenot [pɛkno] n *Nông dân, người nông dân.*

perçant [pɛrs)] a *Thấu xương; sắc bén, (cặp mắt) sắc sảo, (tiếng nói) the thé.*

perce [pɛrs] nf mettre en p. *Dùi lỗ để nút rượu ra.*

perceáe [pɛrse] nf **1.** (a) *Khe hở, khoảng trống, khoảng trống (trong rừng).* (b) *Lỗ thủng (trên tường).* **2.** *Cú đột phá, sự phá thủng phòng tuyến địch.*

percement [pɛrsəm)] nm *Sự dùi, sự khoan (một lỗ); Sự mở (đường); Đường (hầm). Đường (kênh đào).*

perce-oreille [pɛrsɔrɛj] nm *Cây giọt sữa.*

perce-oreille [pɛrsɔrɛj] nm *Con xâu tai.*

percepteur [pɛrsɛptœr] nm *Nhân viên thu thuế.*

perceptible [pɛrsɛptibl] a **1.** *Có thể cảm nhận được về;* **2.** *Có thể thu (thuế).*

perceptif, -ive [pɛrsɛptif, iv] a *Thuộc tri giác.*

perception [pɛrsɛpsjɔ̃] nf **1.** *Tri giác.* **2.** *Sự thu thuế.* (bureau de) p. *Phòng thuế.*

percer [pɛrse] v (je perçai(s); n. perçons) **1.** vtr a *Đâm thủng, chọc thủng (cái gì); Làm thủng lỗ (ở cái gì);* p. un abcès *Chích mở một áp xe;* p. qch à jour *Khám phá ra cái gì;* (b) *Xoi, tạo một lỗ thủng, khoan hố, đào hầm, cắt ngang (con kênh);* p. une porte dans un mur *Mở một cánh cửa trên tường;* se faire p. les oreilles *Xâu lỗ tai.* **2.** vi *Hiếu thấu, lộ ra. (về cảm xúc) lộ ra, (về một tác giả) nổi danh;* ses dents percent *Răng nó nhọn bén.*

perceuse [pɛrs-z] nf *Máy khoan.*

percevoir [pɛrsəvwar] vtr (conj RECEVOIR) **1.** *Cảm nhận được, có nhận thức rõ ràng, nghe (âm thanh).* **2.** *Thu (thuế).* **3.** *Nhận (lợi tức).* percevable a *Có thể cảm nhận được, có thể được (thuế).*

perche [pɛrʃ] nf **1.** a *Cây sào.* saut à la p. *Nhảy sào.* **2.** *Cá mang, cá pecca.*

percher [pɛrʃe] **1.** vi *(về chim) đậu trên (cành cây); ở, sống.* **2.** vtr *Đặt cái gì ở đâu đó.* **3.** (of bird) se p. sur une branche *(về chim) đậu trên một cành cây.*

perchoir [pɛrʃwar] nm **1.** *Sào (cho chim đậu).* **2.** *Ghế ngồi của Chủ tịch (Hội đồng quốc gia Pháp).*

percolateur [pɛrkɔlatœr] nm *Bình lọc cà-phê.*

percussion [pɛrkysjɔ̃] nf *Sự va, sự đụng.*

percussionniste [pɛrkysjɔnist] n *Người chơi nhạc khí gõ.*

percuter [pɛrkyte] 1. vtr *Đập vào; (về xe cộ) đụng, va mạnh vào.* 2. vi *(Tên lửa) nổ; (về xe cộ) va mạnh vào.* percutant a *gây ấn tượng mạnh (cách nói).*

percuteur [pɛrkytœr] nm *Kim hỏa (ở súng).*

perdant, -ante [pɛrdɑ̃, ɑ̃t] 1. a *Thua cuộc.* billet p. *Tấm vé số.* 2. n *Người thua.*

perdition [pɛrdisjɔ̃] nf a *Sự sa xuống hỏa ngục;* lieu de p. *Hang ổ của sự đồi bại;* (b) en p. *(i) Trong cơn nguy khốn; (ii) Sự đắm tàu.*

perdre [pɛrdr] vtr 1. *Mất.* p. son père *Mất cha;* p. la partie *Thua cuộc, thua bạc;* p. haleine *Hụt hơi.* tu ne perds rien pour attendre ! *Mày không phí công chờ đợi !* p. son temps *Mất thời gian;* p. qn de vue *Mất hút, không nhìn thấy ai.* 2. *Làm ai sạt nghiệp;* le jeu l'a perdu *Canh bạc đã làm nó sạt nghiệp.* 3. vi (a) le fut perd *Thùng phuy bị rò rỉ;* (b) vous n'y perdez rien *Anh không mất mát cái gì cả;* 4. se p. *Lạc, thất lạc;* se p. dans la foule *Biến mất giữa đám đông;* (b) *(về một quyền lực) bị suy yếu (về thức ăn) bị hư hỏng;* (c) *Lạc đường, lạc lối.* je m'y perds *Tôi lú lẫn, quên mất đầu đuôi;* il y a des fessées qui se perdent *Có những trận đòn không tác dụng.*

perdreau, -eaux [pɛrdro] nm *Chim đa đa non, gà gô non.*

perdrix [pɛrdri] nf *Chim đa đa, gà gô.*

perdu [pɛrdy] a 1. *Làm suy nhược, yếu đi; (về một bệnh nhân) suy yếu;* âme perdue *Linh hồn lạc lối.* 2. (a) à mes moments perdus *trong thời gian rảnh rỗi của tôi;* il habite un trou p. *Nó ở một góc hẻo lánh;* c'est peine perdue *Đúng là công toi;* (b) *Không trả lại (hàng gởi đi).* 3. à corps p. *kịch liệt, nguy nan.*

peâre [pɛr] nm 1. *Cha.* de p. en fil *Từ cha đến con, cha truyền con nối.* M. Martin p. *Ông Martin lớn;* le p. Jean *Ông già Jean;* p. de famille *cha;* nos pères *Tổ tiên của chúng tôi.* 2. *Cha, chức vụ linh mục.* le (révérend) P. X *Đức cha X.;* mon p. *Kính cha.* 3. *Con đực giống.*

peáremptoïre [perɑ̃ptwar] a *Nhất định, cương quyết.*

perestroika [pɛrɛstrɔika] nf *Sự cải tổ xã hội Xô viết (cũ).*

perfection [pɛrfɛksjɔ̃] nf *Sự hoàn thiện;* à la p. *Một cách hoàn toàn.*

perfectionnement [pɛrfɛksjɔnmɑ̃] nm *Sự cải thiện về; sự cải tiến.* cours de p. *Lớp bồi dưỡng, khóa tu nghiệp.*

perfectionner [pɛrfɛksjɔne] 1. vtr *(a) Cải tiến;* (b) *Cải tiến (máy móc, phương pháp).* 2. se p. *Tu thân, sửa mình;* se p. en allemand *Tự trao dồi tiếng Đức.* perfectionné a *Tiến bộ.*

perfectionniste [pɛrfɛksjɔnist] a & n *Người theo chủ nghĩa cầu toàn.*

perfide [pɛrfid] a *Phản trắc, bất trung.*

perfidie [pɛrfidi] nf *Sự bất chính, hành vi bất chính.*

perforateur, -trice [pɛrfɔratœr, tris] 1. *(a)* nm *Máy khoan, máy đục lỗ. Thẻ đục lỗ.* (b) n *Người xử lý thẻ đục lỗ.*

perforation [pɛrfɔrasjɔ̃] nf *Sự đục lỗ. Sự đục (lỗ trên thẻ).*

perforer [pɛrfɔre] vtr *Đục lỗ, khoan thủng, khoan, dùi lỗ;* carte perforée *Thẻ đục lỗ.* bande perforée *Băng đục lỗ.*

performance [pɛrfɔrmɑ̃s] nf *Thành tích, kỳ công.*

performant [pɛrfɔrmɑ̃] a *Có thể lập thành tích (cao).*

perfusion [pɛrfyzjɔ̃] nf *Phép tiêm truyền;* être sous p. *Ướt sũng.*

peáricliter [pɛriklite] vi *(về một xí nghiệp) suy sụp, phá sản.*

peáril [peril] nm *nỗi nguy hiểm;* mettre qch en p. *gây nguy hiểm cho cái gì;* au p. de sa vie *nguy hiểm đến cuộc sống, đến tính mệnh.*

peárilleux, - euse [perij-, -z] a *nguy hiểm, hiểm nghèo;* saut p. *nhảy lộn nhào.*

peárimeá [perime] a *Lỗi thời, quá hạn (hộ chiếu); Không còn giá trị về thời gian (tấm vé).*

peárimer (se) [səperime] vpr *Mất hiệu lực, không còn giá trị.*

peárimeâtre [perimɛtr] nm *Chu vi, vòng quanh.*

peáriode [perjɔd] nf *Giai đoạn, thời kỳ;* p. de beau temps *Thời kỳ tốt trời.* p. électorale *Thời gian bầu cử.* périodique 1. a *Chu kỳ phân rã của phóng xạ.* classification p. des éléments *Định kỳ, xếp loại các nguyên tố theo thời kỳ.* 2. nm *Tính chu kỳ.* périodiquement adv *Báo định kỳ. Theo định kỳ.*

peáripateáticienne [peripatetisjɛn] nf *Gái điếm.*

peáripeátie [peripesi] nf *Biến cố; sự đột biến, sự thăng trầm của cuộc sống.*

peáripheárie [periferi] n 1. *Ngoại biên.* 2. *Ngoại vi (của một thành phố).* périphérique a *ở vòng ngoài;* boulevard p., nm p. *Đường ở vành đai thành phố.*

peáriphrase [perifraz] nf *Cách nói vòng vo.*

peáriple [peripl] nm *(a) Chuyện đi xa bằng đường biển; (b) Cuộc du lịch.*

peárir [perir] vi *Bị tiêu diệt, bị tàn phá; chết*; p. noyé *(tàm) chết đuối;* périssable a *Có thể bị diệt vong, có thể tàn, hỏng....*

peáriscope [periskɔp] nm *Kính tiềm vọng.*

peáritonite [peritɔnit] nf *Viêm màng bụng.*

perle [pɛrl] nf **1.** (a) *Ngọc trai;* p. fine, de culture *Ngọc trai thật, ngọc trai nuôi cấy;* (b) *Đá quí, châu báu;* (c) *Sai lầm lớn.* **2.** *Giọt (thủy tinh, kim loại).*

perler [pɛrle] vi *Đọng thành giọt.* la sueur lui perlait au front *Mồ hôi đọng thành giọt trên trán nó.* perlé a *(a) Như ngọc (răng); (b) Bằng hạt trai (thêu);* (c) grève perlée *Sự lãn công.*

permagel [pɛrmaʒɛl] nm *Đất đông giá vĩnh cửu ở vùng cực.*

permanence [pɛrmanɑ̃s] nf **1.** *Tính thường xuyên;* en p. *Thường xuyên, liên tục.* **2.** être de p. *Có mặt thường trực ở nơi làm việc;* la p. est assurée le dimanche *Có bộ phận trực ngày chủ nhật.* **3.** *Phòng trực. Phòng học (có giám sát).*

permanent [pɛrmanɑ̃] **1.** a *Thường trực (tòa); Thường trực (ủy ban); Thường trực (sự biểu diễn).* p. de 2 heures à 11 heures *Thường trực từ hai giờ đến mười một giờ.* **2.** nf *Tóc dợn sóng.* **3.** nm *Nhân viên chính thức.*

permeáable [pɛrmeabl] a *Có thể thấm qua. Tiếp thu, tiếp nhận...*

permettre [pɛrmetr] vtr (conj like METTRE) *Cho phép, cấp cho, làm cho có thể;* p. qch à qn *Cấp cho ai cái gì;* p. à qn de faire qch *cho phép ai làm cái gì;* est-il permis d'entrer? *có cho phép vào không ?;* il se croit tout permis *Nó tưởng là nó có thể làm bất cứ điều gì nó muốn;* permettez-moi de vous dire *cho phép tôi được nói với ông;* permettez ! *Xin lỗi;* vous permettez ? *Anh cho phép (tôi) chứ ?* **2.** se p. de faire qch *Tự ý làm việc gì;* se p. un verre de vin *(Tự) uống một ly bia.*

permis [pɛrmi] **1.** a *Cho phép, được phép.* **2.** nm *Giấy phép;* p. de séjour *giấy phép lưu trú;* p. d'inhumer *giấy phép được chôn cất (đám táng);* p. de construire *giấy phép xây dựng.* p. (de conduire), *(i) Bằng lái xe; (ii) Cuộc thi lấy bằng lái xe.*

permissif, -ive [pɛrmisif, iv] a *cho phép (xã hội); chấp nhận (người).*

permission [pɛrmisjɔ̃] nf (a) *Sự cho phép;* demander la p. (de faire qch) *Xin phép được làm việc gì;* (b) *Giấy phép (quân đội); giấy chứng nhận đã tốt nghiệp khóa huấn luyện;* en p. *Đang nghỉ phép.*

permissionnaire [pɛrmisjɔnɛr] nm *Quân nhân nghỉ phép.*

permutation [pɛrmytasjɔ̃] nf *Sự hoán vị, sự đổi lẫn nhau, phép (tính) giao hoán.*

permuter [pɛrmyte] **1.** vtr *Hoán vị.* **2.** vi *Đổi, thay đổi (công việc).*

pernicieux, -ieuse [pɛrnisjø-, j-z] a *Độc hại, nguy hiểm.*

peárorer [perɔre] vi *Nói ba hoa dài dòng, nói dài dòng văn tự.*

Peárou [peru] Prnm *Nước Peru.* ce n'est pas le P. *Không có lợi lộc gì đâu.*

perpendiculaire [pɛrp)dikylɛr] a & nf *Thẳng góc với.* perpendiculairement adv *Một cách thẳng góc;* p. à *vuông góc với.*

perpeâte (aâ) [apɛrpɛt] adv *Mãi mãi, vĩnh viễn.*

perpeátrer [pɛrpetre] vtr (je perpètre; je perpétrerai) *Phạm một tội ác.*

perpette (aâ) [apɛrpɛt] adv *Vĩnh viễn.*

perpeátuer [pɛrpetɥe] **1.** vtr *Lưu truyền, lưu danh.* **2.** se p. *Tồn tại mãi.* pétuel, -elle a *Vĩnh cửu, liên miên.* perpétuellement adv *Mãi mãi.*

perpeátuiteá [pɛrpetɥite] nf à p. *Vĩnh viễn; (Án) chung thân.*

perplexe [pɛrplɛks] a *Phân vân, bối rối, lúng túng.*

perplexiteá [pɛrplɛksite] nf *Sự lúng túng, sự khó xử.*

perquisition [pɛrkizisjɔ̃] nf *Sự lục soát (căn nhà);* mandat de p. *Trát, lệnh khám xét.*

perquisitionner [pɛrkizisjɔne] vi *Tiến hành cuộc khám xét;* p. au domicile de qn *Lục soát nhà ai.*

perron [pɛrɔ̃] nm *Bậc thềm (ở cửa vào).*

perroquet [pɛrɔke] nm *Con vẹt, con két.*

perruche [pɛryʃ] nf (a) *Con két nhỏ, con vẹt mái;* (b) *(Người đàn bà) lắm mồm, ba hoa.*

perruque [pɛryk] nf *Bộ tóc giả.*

persan, -ane [pɛrs, an] a & n *Thuộc xứ Ba Tư.*

perseácuter [pɛrsekyte] vtr *Hành hạ, bạc đãi, khủng bố.*

perseácuteur, -trice [pɛrsekytœr, tris] n *Kẻ khủng bố, kẻ bức hại.*

perseácution [pɛrsekysjɔ̃] nf *Sự khủng bố, sự bức hại;* délire de p. *Sự khủng hoảng thần kinh vì bị bức hại.*

perseáveárer [pɛrsevere] vi (je persévère; je persévérerai) *kiên trì, nhẫn nại.* persévérant a *Bền chí.*

persienne [pɛrsjɛn] nf *Cửa chớp.*

persiflage [pɛrsiflaʒ] nm *Sự chế giễu.*

persil [pɛrsi] nm *Cây mùi tây.*

persilleá [pɛrsije] a *Cu: (a) Rắc rau mùi tây; (b) Thịt giắt mỡ.*

persistance [pɛrsistɑ̃s] nf *Sự dai dẳng.* avec p. *Một cách dai dẳng.*

persister [pɛrsiste] vi *Khăng khăng, nhất*

personnage 416 **pessimisme**

quyết; p. à faire qch *Nhất quyết làm việc gì;* persistant a *Dai dẳng.* à feuilles persistantes *Với lá luôn luôn xanh.*

personnage [persɔnaʒ] nm (a) *Người; nhân vật rất quan trọng;* p. connu *nhân vật nổi tiếng;* (b) *Con người, cá nhân;* (c) *nhân vật (trong vở truyện, trong truyện);* (d) *Hình ảnh con người (trong hội họa).*

personnaliser [persɔnalize] vtr *nhân cách hóa; Tạo ra một nét cá nhân; (Bán) theo yêu cầu của khách hàng (xe cộ).*

personnaliteá [persɔnalite] nf 1. *Nhân cách; tính cách cá nhân, cá tính.* 2. *Nhân vật quan trọng;* c'est une p. *Ông ta là một nhân vật quan trọng.*

personne [persɔn] 1. nf (a) *con người, cá nhân.* 300 personnes *300 người;* une tierce p. *Một phần ba con người;* 100 francs par p. *100 franc trên mỗi đầu người;* grande p. *Người lớn tuổi;* p. à charge *Người sống dựa vào người khác;* (b) en p. *Đích thân;* il est la bonté en p. *Bản thân ông ta rất tốt bụng;* (c) elle est bien de sa p. *Cô ta trông rất hấp dẫn, rất xinh đẹp;* exposer sa p. *Liều mình;* (d) à la troisième p. *Ở ngôi thứ ba.* 2. pron *Bất cứ ai.* il le sait mieux que p. *Nó biết điều đó hơn bất cứ ai;* je ne dois rien à p. *Tôi không mang ơn ai cả;* (b) *Không có cả, không người nào.* il n'y a p. de blessé *Không ai bị thương cả;* je n'ai vu p. *Tôi không thấy người nào cả;* sans nommer p. *Không nêu tên ai cả.*

personnel, -elle [persɔnɛl] 1. a *(Thư từ) riêng tư. (Công việc) tư. Ngôi vị. Không thể chuyển giao được (vé, phiếu). (Thu nhập) cá nhân.* 2. nm (a) *Nhân viên.* faire partie du p. *Thuộc nhóm;* (b) *Nhân lực.* personellement adv *Đích thân.*

personnification [persɔnifikasjɔ̃] nf *Sự nhân cách hóa.*

personnifier [persɔnifje] vtr (impf & pr sub n. personnifiions) *Nhân cách hóa;* elle est la bonté personnifiée *Cô ấy là hiện thân của lòng tốt.*

perspective [perspɛktiv] nf (a) *Nghệ thuật phối cảnh;* (b) *Quang cảnh, cảnh tượng, tầm nhìn;* avoir qch en p. *có cái gì trong tầm nhìn;* (c) *Quan điểm.*

perspicaciteá [perspikasite] nf *Tính mẫn tiệp, sự sáng suốt.* perspicace a *Minh mẫn, sáng suốt.*

persuader [persɥade] vtr *Khuyến dụ, thuyết phục ai về việc gì;* j'en suis persuadé *Tôi đoan chắc điều đó;* se p. de qch *Tin chắc rằng.*

persuasion [persɥazjɔ̃] nf 1. *Sự thuyết phục.* 2. *Sự tin chắc.* persuasif, -ive a *Có sức thuyết*

phục.

perte [pɛrt] nf 1. *Sự sụp đổ, sự tàn phá, sự tổn thất;* il court à sa p. *Nó bị thua lỗ.* 2. à p. de vue *Xa mút mắt, rất xa;* p. sèche *Mất trắng;* à p. de vue *Mất hút;* p. de temps *Phí thời gian.* 3. *Sự mất, sự thoát (hơi nóng).*

pertinence [pɛrtin)s] nf *Tính thích đáng.*

pertinent [pɛrtin)] a *Thích đáng, với.* pertinemment adv *Một cách thích đáng; chính xác;* je le sais p. *Tôi biết nó rất rõ ràng.*

perturbation [pɛrtyrbasjɔ̃] nf *Sự hỗn loạn, sự gây rối, sự xáo trộn;* p. (atmosphérique) *Sự xáo trộn về khí hậu, nhiễu khí quyển.*

perturber [pɛrtyrbe] vtr *Phá hoại, làm hư hỏng (các dịch vụ tập thể); quấy rầy ai.* perturbateur, -trice a *(a) gây rối.* (b) n *kẻ gây rối.*

pervenche [pɛrv)] nf 1. *Dây hồng hoang cây dừa cạn, có màu xanh phớt hồng.* 2. *Nữ nhân viên giữ trật tự đường phố (ở Pari).*

pervers. -erse [pɛrvɛr, ɛrs] 1. a *Tai ác, xấu, đồi bại.* 2. n *Người trụy lạc, sa đọa; người dâm loạn.*

perversion [pɛrvɛrsjɔ̃] nf *Sự trụy lạc, sa đọa.*

perversiteá [pɛrvɛrsite] nf *Khuynh hướng sa đọa.*

pervertir [pɛrvɛrtir] vtr *Làm hư hỏng, suy đồi;* se p. *Trở nên trụy lạc.* perverti, -ie n *hư hỏng, suy đồi.*

pesant [pəz)] 1. a *Nặng. nặng nề, vụng về (lối hành văn, người viết văn); (giấc ngủ) sâu, nặng nề.* 2. nm ça vaut son p. d'or *Cái đó đáng giá nghìn vàng.* pesamment adv *Một cách nặng nề.*

pesanteur [pəz)tœr] nf 1. *Sức nặng. Trọng lực.* 2. *Tính chậm chạp, tính nặng nề.*

peâse-beábeá [pɛzbebe] nm *Cái cân để cân trẻ sơ sinh.*

peseáe [pəze] nf (a) *Cách cân, sự cân. Việc cân một võ sĩ quyền anh trước trận đấu;* (b) *Sức, sự cố gắng.*

peâse-lettre(s) [pɛzlɛtr] nm *Cái cân thư.*

peâse-personne [pɛzpɛrsɔn] nm pl pèse-personnes. *Bàn cân nhỏ, cân cá nhân (đặt ở phòng tắm).*

peser [pəze] v (je pèse, nous pesons) 1. vtr *Cân (một gói bưu kiện); cân nhắc (một lời nói).* réponse bien pesée *Câu trả lời đắn đo, cân nhắc;* se p. *Cân nhắc, đắn đo, suy xét.* 2. vi p. sur *Ấn mạnh, trĩu nặng (lương tâm) trở nên nặng nề (dạ dày);* le temps lui pèse *Thời gian đè nặng lên đôi tay nó;* la responsabilité pèse sur lui *Trách nhiệm đè nặng lên đôi vai nó.*

pessimisme [pesimism] nm *Khuynh hướng bi*

quan. pessimiste 1. a *Bi quan.* 2. n *Người bi quan.*

peste [pest] nf (a) *Bệnh dịch hạch;* fuir quel qu'un comme la p. *Tránh ai như tránh bệnh dịch;* (b) *(đứa trẻ) phiền toái phá hoại, oắt con.*

pester [peste] vi p. contre le mauvais temps *Nguyền rủa thời tiết xấu.*

pesticide [pestisid] nm *Thuốc trừ sâu.*

pestilence [pestil)s] nf *Mùi hôi, mùi xú uế.* pestilentiel, -elle a *có mùi thối.*

pet [pɛ] nm *Cái rắm, cái địt.* lâcher un p. *Đánh rắm.* il a toujours un p. de travers, *Nó luôn luôn tìm cách để than van.*

peátale [petal] nm *Cánh hoa.*

peátanque [pet)k] nf *(ở vùng Midi) Trò chơi ném bun, ném hòn.*

peátarades [petarad] nfpl *Tiếng nổ của động cơ xe.* pétarader vi *nổ (như động cơ xe).*

peátard [petar] nm 1. *(a) Viên pháo; (b) Súng lục.* 2. (a) *Cánh ồn ào, huyên náo;* faire du p. *gây ồn ào;* (b) être en p. *nổi nóng;* (c) *Mông đít.*

peáter [pete] v (je pète, n. pétons) 1. vi *(a) Đánh rắm; (b) (củi) nổ lốp đốp; (dây) kêu răng rắc; (khí cầu) nổ tung.* 2. vtr *Làm vỡ, làm gãy (cái gì);* p. la forme *Bị biến dạng vì bệnh tật;* p. le feu *Rất hăng hái, lanh lợi.*

peátillement [petijm)] nm *Tiếng nổ lét đét, tiếng lách tách, tiếng lốp đốp.*

peátiller [petije] vi *(về củi) nổ lốp đốp; (về nước uống) sủi bọt, sủi tăm; (mắt) nhấp nháy.* pétillant a *Nổ lét đét.*

petit, -ite [pəti, it] a & n 1. a (a) *Nhỏ;* un p. homme *Một người đàn ông nhỏ con;* c'est un homme p. *Đó một người lùn;* une toute petite maison *Một căn nhà rất nhỏ;* p. bois *Củi nhen, củi để nhóm lửa;* en p. *Thu nhỏ lại;* p. à p. *Dần dần, lần hồi.* le p. coin *Nhà vệ sinh;* (b) un p. coup de rouge *Một tí rượu vang;* ma petite Louise *Louise bé nhỏ của tôi;* p. ami, petite amie *Người bạn trai bé nhỏ, người bạn gái bé nhỏ;* (c) *thứ yếu.* petite industrie *Ngành sản xuất nhỏ;* petite caisse *Khoản tiền nhỏ;* petits pois *Đậu potipoa;* p. salé *Miếng thịt lợn hun khói.* 2. a (a) *Không quan trọng;* p. commerçant *Người buôn bán nhỏ;* p. cousin *Anh em họ đời thứ hai;* (b) *mỏng manh.* il a une petite santé *Nó có một sức khỏe mỏng manh luôn luôn đau ốm.* 3. c'est un p. esprit *Nó có đầu óc nhỏ nhen;* 4. (a) a p. enfant *Trẻ em, trẻ nhỏ.* les petits Anglais *Những trẻ em nhỏ người Anh;* (b) n *Bé trai, bé gái;* pauvre petit(e) *Tội nghiệp con bé (thằng bé);* bonjour, mon p. *Chào em bé;* (c) nm *Con vật nhỏ.* faire des petits *Đẻ con (loài vật).*

petitement adv *nghèo khổ, mỏng manh;* être p. logé *Sống trong một điều kiện chật hẹp.*

petit-bourgeois, petite-bougeoise [pətiburʒwa, pətiburʒwaz] 1. a *Trung lưu.* petit bourgeois *tiểu tư sản.* 2. n pl petits-bougeois, petites-bourgeoises. *Người thuộc giai cấp trung lưu, người thuộc giai cấp tiểu tư sản.*

petite - fille [pətitfij] nf pl petitesfilles. *Cháu nội gái, cháu ngoại gái.*

petite-nieâce [pətitnjes] nf *Cháu gái (gọi ông bác, ông cậu, ông chú, bà cô...).*

petitesse [pətites] nf *(a) Sự bé nhỏ, kích cỡ nhỏ (của một vật); (b) Tính nhỏ mọn, hẹp hòi.*

petit-fils [pətifis] nm *Cháu nội trai, cháu ngoại trai.*

petit-suisse [pətisɥis] nm pl petits suisses. *Phô mát mềm.*

peátition [petisjɔ̃] nf *Đơn khiếu nại.* adresser une p. à qn *Đệ đơn khiếu nại ai.*

peátitionner [petisjɔne] vi *Đệ đơn khiếu nại.*

peátitionnaire [petisjɔnɛr] n *Người đệ đơn khiếu nại.*

petit-neveu [pətinv-] nm *Cháu trai (gọi bằng ông bác, ông chú, bà cô, ông cậu...).*

petits-enfants [pətiz)f)] nmpl *Các cháu nội ngoại.*

peátrification [petrifikasjɔ̃] nf *Sự hóa đá.*

peátrifier [petrifje] vtr *Hóa đá.* pétrifié de, par peur *Kinh ngạc, sửng sờ vì sợ hãi.*

peátrin [petr(] nm *Thùng nhào bột, nhồi bột.* être dans le p. *gặp rắc rối, lúng túng.*

peátrir [petrir] vtr *nhào (bột).*

peátrochimie [petroʃimi] nf *ngành hóa học dầu mỏ.*

peátrole [petrɔl] nm *Dầu hỏa; dầu mỏ; Dầu parafin; Váng dầu.*

peátrolier, -ieâre [petrɔlje, jɛr] 1. a l'indus trie pétrolière *Kỹ nghệ dầu mỏ.* 2. nm *Tàu chở dầu, xe bồn chở dầu;* (b) *Trùm tư bản về dầu mỏ.*

peátrolifeâre [petrɔlifer] a *Có dầu mỏ; gisement* p. *mỏ dầu.*

peátulant [petyl] a *Hăng say, mãnh liệt.*

peátunia [petynja] nm *Cây thuốc lá cảnh.*

peu [p-] 1. adv (a) *Ít;* p. ou point *ít hoặc không;* ce n'est pas p. dire *Không nói ngoa đâu;* quelque p. surpris *Một chút ngạc nhiên;* p. de chose *Rất ít ỏi;* pour si p. de chose *Với chỉ bấy nhiêu việc, vấn đề...;* (b) *vài, một, ít.* p. de gens *Một vài người;* p. d'entre eux *Một ít trong số chúng nó;* (c) *không, ít;* p. utile *ít dùng đến;* p. intelligent *ít thông minh, kém thông minh;* p. honnête *không lương thiện;* p. profond *cạn,* *không sâu.* **2.** nm *Số ít, sự ít ỏi.* son p. d'éducation, *(i) với một ít học vấn mà nó có; (ii) với sự thất học của nó;* un p. de vin *Một ít rượu;* un tout petit p. *Một chút xíu;* encore un p. ? *Một ít nữa chứ ?* ; ça, c'est un p. *như vậy là hơi mạnh, nhiều đấy;* pour un p. je l'aurais jeté dehors *Một tí nữa thì tôi đã đuổi nó ra ngoài;* écoutez un p. *Nghe đây này.* vous demande un p. ! *Tôi hỏi anh mà !* p. à p. *Dần dần;* (b) p. après *Ít lâu sau;* avant p., d'ici p., sous p. *Ít lâu nữa;* depuis p. *Cách đây không lâu;* il l'a manqué de peu *Nó bị thất bại chút ít;* à p. près *gần như.*

peuplade [pœ plad] nf *Bộ tộc.*

peuple [pœ pl] nm **1.** *Dân tộc; cộng đồng (dân tộc).* **2.** le p. *Dân chúng, đám đông quần chúng;* les gens du p. *Đám đông bình dân.*

peuplement [pœ pləm)] nm *Sự cư dân (của một vùng). Sự trồng (cây).*

peupler [pœ ple] **1.** vtr *Định cư, cư dân (một quốc gia); Thả (cá trong hồ); Trồng (cây);* rue peuplie de gens *Đường đầy cả người đi;* pays très peuplé *nước đông dân số.* **2.** se p. *Trở nên đầy, đông người (con đường), nầy nở, Làm đầy (bằng).*

peuplier [pœ plije] nm *Cây bạch dương.*

peur [pœ r] nf **1.** *Sự sợ hãi;* avoir p. *Sợ hãi;* n'ayez pas p. ! *Đừng sợ;* j'ai p. qu'il (ne) soit en retard *Tôi sợ là nó sẽ đến trễ;* prendre p. *Trở nên sợ hãi, đâm hoảng sợ.* avoir une p. bleue *Sợ xanh mặt;* faire p. à qn *Làm cho ai sợ hãi.* il m'a fait une de ces peurs ! *Nó làm cho tôi kinh hãi;* laid à faire p. *Trông cực kỳ xấu xí;* sans p. *không sợ hãi.* **2.** prep phr de p. de *Sợ rằng,* e *rằng (việc gì, khi làm việc gì).*

peureux, -euse [pœ r-, -z] a *nhát gan, hay sợ hãi.* peureusement adv *Một cách sợ sệt.*

peut - ïtre [p-tetr] adv *Có lẽ, có thể, biết đâu đấy;* il est p. - ê rentré chez lui *Có thể ông ta đã trở về nhà;* p. - ê. bien qu'il viendra *Có thể nó sẽ đến.*

phagocyter [fagɔsite] vtr *Hấp thụ.*

phalange [fal)ʒ] nf *Đốt ngón tay, hội, đoàn thể.*

phalangiste [fal)ʒist] a & n *Thuộc hội, đoàn thể, hội viên, đoàn viên.*

phallocrate [falɔkrat] a & n *Người chống phụ nữ, người bắt nạt vợ.*

pharaon [faraɔ̃] nm *Vua Ai cập.*

phare [far] nm **1.** *Hải đăng. Đèn hiệu (máy bay);* p. d'atterrissage *Đèn hiệu ở phi trường.* **2.** *Đèn pha;* phares code *Đèn pha báo hiệu (trái, phải);* rouler pleins phares *Chạy xe vừa rọi đèn pha sáng;* p. anti - brouillard *Đèn xuyên sương mù;* p. de recul *Đèn lái sau để báo hiệu*

khi xe lùi; faire un appel de phares *Ra hiệu bằng đèn;* il m'a fait un appel de phares *Nó đã ra hiệu bằng đèn với tôi.*

pharmacie [farmasi] nf **1.** *(a) Ngành dược học; (b) Hiệu thuốc, cửa hàng dược phẩm; (c) Dược phẩm; (d)* (armoire à) p., medicine cabinet; *Tủ thuốc;* p. portative *Hộp cứu thương, túi cứu thương.* pharmaceutique a *Thuộc về thuốc, về dược học.*

pharmacien, - ienne [farmasj(, jɛn] n *Dược sĩ.*

pharmocologie [farmakɔlɔʒi] nf *Dược lý.*

pharynx [far(ks]
nm **Yết hầu.**

phase [fɑz] nf *Giai đoạn, kỳ, tuần.*

pheánol [fenɔl] nm *Hợp chất phenol.*

pheánomeâne [fenɔmen] nm *(a) Hiện tượng; (b) Người lập dị. Người kỳ quái.* phénoménal, -aux a *Lạ kỳ, phi thường.* phénoménalement adv *Một cách phi thường, kỳ dị, kỳ lạ.*

philanthrope [fil)trɔp] n *Người từ tâm, không vụ lợi.*

philanthropie [fil)trɔpi] nf *Sự hảo tâm, lòng thương người.* philanthropique a *Thuộc lòng từ thiện.*

philateálie [filateli] nf *Sự sưu tập tem thư.* philatélique a *Thuộc sự sưu tập tem thư.*

philateáliste [filatelist] n *Người sưu tập tem thư.*

philharmonique [filarmɔnik] a *Giao hưởng.*

Philippines [filipin] Prnfpl les P. *Nước Philippines.* philippin, - ine a & n *Thuộc Philippine, người Philippine.*

philo [filo] nf *Triết học.*

philosophe [filɔzɔf] **1.** n *Nhà triết học.* **2.** a *Thông thái, bình thản, quân tử.*

philosophie [filɔzɔfi] nf *Triết học.* philosophique a *Thuộc triết học.* philosophiquement adv *Một cách triết học, một cách quân tử.*

phleábite [flebit] nf *Viêm tĩnh mạch.*

phobie [fɔbi] nf *Chứng sợ hãi vô cớ.* phobique a *Thuộc chứng sợ hãi vô cớ.*

phoneátique [fɔnetik] **1.** nf *Ngữ âm học.* **2.** adj. *Thuộc ngữ âm học.* phonétiquement adv *Ngữ âm học.*

phonique [fɔnik] a *Thuộc ngữ âm.*

phonographe [fɔnɔgraf] nm *Sự ghi âm vào đĩa hát, vào băng từ.*

phonologie [fɔnɔlɔʒi] nf *Âm vị học.*

phonotheâque [fɔnɔtek] nf *Nơi lưu trữ băng đĩa, băng từ đã ghi âm.*

phoque [fɔk] nm *(a) Hải cấu; (b) Da hải cấu.*

phosphate [fɔsfat] nm *Phốt phát.*

phosphore [fɔsfɔr] nm *Phốt pho, lân.*
photo [fɔto] nf *Sự chụp ảnh, bức ảnh chụp;* prendre qn en p. *Chụp ảnh ai;* p. d'arrivée *Bức ảnh chụp ở mức đến của vận động viên.*
photocopie [fɔtɔkɔpi] nf *Sự sao chụp, bản sao chụp.*
photocopier [fɔtɔkɔpje] vtr *Sao chụp.*
photocopieur [fɔtɔkɔpjœr] nm *Máy sao chụp.*
photo - eálectrique [fɔtɔelɛktrik] a *Thuộc quang điện.*
photogeánique [fɔtɔʒenik] a *Ăn ảnh.*
photographe [fɔtɔgraf] n *(a) Thợ chụp ảnh, người chụp ảnh; (b) Người bán máy chụp hình, quay phim.*
photographie [fɔtɔgrafi] nf 1. faire de la p. *Nghệ thuật chụp ảnh, chụp ảnh;* 2. photograph.
photographique a *Thuộc về hình ảnh.*
photographier [fɔtɔgrafje] vtr *Chụp ảnh, nhiếp ảnh;* se faire p. *Đi chụp ảnh.*
photogravure [fɔtɔgravyr] nf *Thuật khắc ảnh.*
photomaton [fɔtɔmatɔ̃] nm *Phòng, tiệm chụp ảnh.*
photomontage [fɔtɔmɔ̃taʒ] nm *Sự ghép ảnh.*
photo - roman [fɔtɔrɔmɑ̃]) nm pl photos - romans. *Truyện tranh, truyện ảnh.*
photosensible [fɔtɔs)sibl] a *Cảm quang.*
photostyle [fɔtɔstil] nm *Bút sáng (dùng trên máy tính).*
photosyntheâse [fɔtɔs(tɛz] nf *Sự quang hợp.*
phototheâque [fɔtɔtɛk] nf *Kho lưu trữ ảnh tài liệu; cửa hàng bán ảnh.*
phrase [frɑz] nf 1. *Cụm từ, mệnh đề;* p. toute faite *Lời sáo ngữ;* faire des phrases *Nói những từ hoa mỹ, huênh hoang.* 2. *Tiết nhạc.*
physicien, - ienne [fizisj(, jɛn] n *Nhà vật lý học.*
physiologie [fizjɔlɔʒi] nf *Sinh lý học* physiologique a *Thuộc sinh lý học.*
physiologiste [fizjɔlɔʒist] n *Nhà sinh lý học.*
physionomie [fizjɔnɔmi] nf *Nét mặt, diện mạo;* il manque de p. *Khuôn mặt nó không có gì đặc trưng.*
physionomiste [fizjɔnɔmist] n je ne suis pas p. *Tôi không có tài nhớ mặt.*
physique [fizik] 1. a *Thuộc vật chất;* douleur p. *nỗi đau về thể xác;* culture p. *Thể dục.* 2. nf *Vật lý học.* 3. nm au p. *Ngoại hình của một người;* il a le p. de l'emploi *Nó có ngoại hình thích hợp với công việc đó, vẻ thể chất.*
physiquement adv *Về ngoại hình, thể chất.*
pi [pi] nm *Số pi (3, 1416).*
piaf [pjaf] nm *chim sẻ.*
piaffer [pjafe] vi *(Ngựa) dậm hai chân trước;* p.

d'impatience *Sốt ruột thái quá.*
piaillement [pjajm)] nm *Tiếng ríu rít, tiếng eo éo.*
piailler [pjaje] vi *Ríu rít, kêu eo éo.*
pianiste [pjanist] n *Người chơi đàn dương cầm.*
piano [pjano] 1. nm *Đàn dương cầm;* p. à queue, grand piano; *Đàn dương cầm lớn;* p. droit *Đàn dương cầm đứng.* 2. adv *Một cách nhẹ nhàng, êm dịu. Dễ thương, dịu dàng;* p. p. *Từng chút một.*
pianoter [pjanɔte] vi *Chơi dương cầm một cách vụng về; gõ ngón tay; gõ lên bàn phím máy tính điện tử.*
piaule [pjol] nf *Phòng, phòng ngủ.*
piauler [pjole] vi *(chim) kêu chiêm chiếp. (đứa trẻ) Thút thít, rên rỉ.*
pic[1] [pik] nm 1. *Cuốc chim.* 2. *Đỉnh núi nhọn;* adv phr à p.; sentier à p. *Thẳng đứng;* couler à p. *Đường mòn có dốc thẳng; đứng cháy thẳng xuống;* arriver à p. *Đến vừa đúng lúc.*
pic[2] nm *Chim gõ kiến. Chim gõ kiến lông xanh.*
pichet [piʃɛ] nm *Bình xách nhỏ.*
pickpocket [pikpɔkɛt] nm *Kẻ móc túi.*
pick - up [pikœp] nm 1. *Máy thâu băng nghe nhạc.* 2. *(van) Xe chở hàng nhỏ có thùng trần.*
picoler [pikɔle] vi *Nốc rượu.*
picorer [pikɔre] vtr *(chim) mổ, rỉa; (người) nhấm nháp.*
picotement [pikɔtm)] nm *Cảm giác kim châm, nhoi nhói, nhột nhạt.*
picoter [pikɔte] 1. vtr *(a) Châm (lỗ); (b) (chim) Mổ vào thức ăn; (c) Thấy nhột (ở cuống họng); có cảm giác như kim châm (trên da);* la fumée me picotait les yeux *Khói làm cay mắt tôi.* 2. vi *Đau nhói, nhức nhối (mắt). Nhột (cuống họng). Nhột nhạt (da).*
pictogramme [piktɔgram] nm *Lối chữ tượng hình, hình ký hiệu.*
pie [pi] 1. nf *(a) Chim ác là; (b) Người lắm mồm, ba hoa.* 2. a inv *(Ngựa) đốm;* vache p. *Bò đen đốm trắng.*
pieâce [pjɛs] n 1. (a) *Phần, bộ phận, mảnh;* p. de musée *Vật quí có thể đưa vào bảo tàng;* p. de blé *cánh đồng lúa mì;* p. de vin *Thùng đựng rượu.* p. montée *Bánh nướng chồng lên nhau;* p. d'eau *Hồ nước trang trí, hồ nước cảnh;* p. (de monnaie), coin; *Đồng tiền;* p. de dix francs *Đồng 10 phrăng;* ils se vendent à la p. *Giá 10 phrăng một cái.* ils coûtent dix francs p. *Cho ai khoản tiền lẻ.* donner la p. à qn; travail à la p. *Công việc trả theo khối lượng sản phẩm;* on n'est pas aux pièces *không có việc gì phải vội vàng;* (b) *Tài liệu, giấy tờ.* p. à conviction *Tang vật (trong một trường hợp phạm tội);* (c)

Vở kịch, bản nhạc; p. (de théâtre) *Vở kịch*. **2** (a) *Bộ phận, phần*. p. de beuf *Một súc, một miếng lớn thịt bò*; histoire inventée de toutes pièces *Một câu chuyện hoàn toàn tưởng tượng*; (b) *Chi tiết máy, bộ phận máy*; pièce de rechange, pièce détachées, replacement parts *Bộ phận để thay thế, các bộ phận có thể tháo rời*; (c) *Mảnh vải*; (d) *Phòng, buồng (trong một căn nhà)*; un (appartement de) trois pièces *Một căn hộ ba phòng*; (e) *Con cờ; quân cờ*. **3**. *Mẩu, mảnh*. mettre qch en pièces *Làm vỡ tan tành cái gì; Làm cái gì vỡ ra từng mảnh*.

pied [pje] nm **1**. (a) *Bàn chân*; p. plat *Bàn chân dẹt*; être bête comme ses pieds *Rất là ngu ngốc*; avoir bon p. bon oeil *Hoàn toàn khỏe mạnh*; faire qch au p. levé *Làm một việc gì đột xuất, không chuẩn bị trước*; faire du p. à qn *Cho ai đó một bài học*; se lever du p. gauche *Thức dậy muộn, ngủ trưa*; de la tête aux pieds *Từ đầu đến chân, toàn thân*; faire des pieds et des mains pour faire qch *Tìm mọi cách để làm việc gì*; ça lui fera les pieds ! *Cái đó sẽ cho nó một bài học;* il me casse les pieds *Nó làm tôi phát cáu*; mettre qn à terre; mettre les pieds chez qn *xuống ngựa, xuống xe*; mettre les pieds dans le plat *Không một chút kiêng nể*; marcher sur les pieds de qn *Mắng nhiếc, sỉ nhục ai*; frapper du pied *Dậm chân*; (b) coup de p. *Cú đá*; à p. *Bằng chân, bằng đường bộ*; aller à p. *Đi bộ*; mettre une affaire sur p. *Tổ chức, tiến hành một dịch vụ*; remettre qn sur p. *Bắt ai đứng thẳng lại*; (c) *Chân bò, giò heo*; (d) *Điên khùng, ngu ngốc*; conduire comme un p. *Lái xe rất tồi*. **2**. (a) *Địa vị, chỗ đặt chân*; perdre p. *Bị hẫng, bị hụt chân*; prendre p. *Ổn định, vững chắc*; P: prendre son p. *Thích thú.* c'est le p. ! *Rất thú vị, tuyệt cú mèo*. sur un p. d'égalité *Trên cơ sở bình đẳng*; vivre sur un grand p. *Sống trong giàu sang*. **3**. (a) *Chân (núi, giường)* ; *chân, đế (tường)*; à p. d'ouvre *Sẵn sàng hoạt động*. (b) *Chân (ghế) chân (ly rượu)*; p. de lampe *Chân đế của cây đèn để bàn*; (c) *Nhánh chính, nhánh gốc (của cây cảnh)*; p. de céleri *Cây rau cần tây*; (d) *Để tựa, chỗ đứng, vật có đế ba chân*; **4**. pié = *0,3248 m*; p. à p. *Lần lần*. **5**. *Cụm âm tiết*.

pied - aâ - terre [pjetatɛr] nm inv *Trạm nghỉ chân*.

pied - bot [pjebo] nm pl pieds - bots. *Người có chân vẹo*.

pied - d'alouette [pjedalwɛt] nm pl pieds - d'alouette. *Cây phi yến*.

pied - de - biche [pjedbiʃ] nm pl pieds - de - biche. *kềm nạy đinh*.

pied - de - poule [pjedpul] a & nm pl pieds - de - poule. *Vải chéo lồng đôi*.

pieádestal, - aux [pjedɛstal, o] nm *Bệ tượng*.

pied - noir [pjɛnwar] n pl pieds - noirs. *Người Pháp ở Angiêri*.

pieâge [pjeʒ] nm *Bẫy*; p. à loups *Cạm bẫy (để bắt người vi phạm)*; tendre un p. *Giăng bẫy*; être pris à son propre p. *Gậy ông đập lưng ông*; dictée pleine de pièges, *Một bài chính tả đầy những chữ khó*.

pieáger [pjeʒe] vtr (je piège, n. piégeons) **1**. *Đặt bẫy, giăng bẫy (vật, người)*; **2**. (a) *Đặt cái gì vào một hoàn cảnh khó khăn*; (b) *Đặt bom, gài mìn; Lá thư có cài bom, chiếc xe có gài bom*.

pierraille [pjeraj] nf *Đống đá vụn*.

pierre [pjɛr] nf (a) *Đá*; p. d'achoppement *Sân trái đá*; cour de p. *Đá để làm vật chướng ngại*; p. qui roule n'amasse pas mousse *Cục đá lăn hoài không đóng rêu*; c'est une p. dans votre jardin *Đó là cái gai trong mắt anh*; faire d'une p. deux coups *Một hòn đá giết chết hai con chim*; (b) p. de taille *Đá xây dựng, đá khối*; poser la première p. *Đặt viên đá đầu tiên*; (c) *Ngọc*. p. précieuse *Đá quý*; (d) p. à aiguiser *Đá mài*; p. à briquet *Đá lửa*. pierreux, - euse a *Thuộc về đá*.

pierreries [pjɛrəri] nfpl *Ngọc, đá quý, kim cương*.

Pierrot [pjɛro] nm (a) *Vai hề*; (b) *Chim sẻ*.

pieáteá [pjete] nf *Lòng sùng đạo, lòng hiếu thảo*; articles de p. *Đồ vật để tỏ lòng sùng đạo*.

pieátinement [pjetinmɑ̃]] nm (a) *Sự giậm chân*; (b) *Sự giậm chân tại chỗ, sự ù lì, chậm tiến, trì trệ*.

pieátiner [pjetine] **1**. vtr *Giậm lên cái gì, nghiền cái gì dưới chân, chà đạp, dày xéo cái gì*. **2**. vi p. d'impatience *Hết kiên nhẫn*; p. sur place *Giậm chân tại chỗ*; cette affaire piétine *Công việc này trì trệ*.

pieáton [pjetɔ̃] nm *Khách bộ hành, người đi bộ*. piéton, -onne, piétonnier, -ière a *Dành cho người đi bộ (đường)*.

pieâtre [pjɛtr] a *Tồi; không có giá trị (lời xin lỗi)*; p. consolation *Sự an ủi hời hợt*; il a p. *Anh ta có một vẻ ủ dột chán chường*.

pieu, pl -eux [pj-] nm (a) *Cái cọc, cái cột. Cọc nhà sàn*. (b) *Giường*; se mettre au p. *Đi ngủ*.

pieuvre [pjœvr] nf *Con bạch tuộc*.

pieux, - euse [pj-, -z] a *Sùng đạo, thành kính*; p. mensonge *Điều nói dối vô hại*. pieusement adv *Một cách sùng đạo, thành kính*.

pif [pif] nm (a) *Mũi*; (b) au p. *ước lượng, phỏng chừng*.

pifomeâtre (au) [ɔpifɔmɛtr] adv *ước đoán, phỏng chừng*.

pigeon, -onne [piʒɔ̃, ɔn] n **1.** *Chim bồ câu*; p. voyageur *Chim bồ câu đưa thư*, p. ramier *Bồ câu rừng, chim cu đất*. **2.** *Người ngờ nghệch*.

pigeonner [piʒɔne] vtr *Lừa đảo*; se faire p. *Bị lừa đảo* (se laisser pigeonner).

piger [piʒe] vtr (je pigeai(s); n. pigeons) *Hiểu*; vi tu piges? *Mày hiểu chứ?*

pigment [pigm)] nm *Sắc tố, chất màu*.

pigmentation [pigm)tasjɔ̃] nf *Sự pha màu*.

pigmenter [pigm)t] vtr *Pha màu*.

pignon [piɲɔ̃] nm **1.** *Đầu hồi nhà*. **2.** *Bánh răng, bánh nhông*.

pile[1] [pil] nf **1.** *Chồng đống*. **2.** *Chân cầu, móng cầu*. **3.** Pin. p. de rechange *để thay thế*; p. atomique *Pin nguyên tử*.

pile[2] **1.** nf *Mặt sấp của đồng tiền*; p. ou face *Mặt sấp hoặc ngửa*. **2.** adv s'arrêter p.; ça tombe p. *Dừng lại đột ngột; đứng sững lại*; à six heures p. *Đúng sáu giờ*.

piler [pile] **1.** vtr (a) *Giã, tán, nghiền nát*; (b) *Đánh bại ai, chiến thắng ai*. **2.** vi p. *Thắng gấp (xe)*.

pilier [pilje] nm *Cột, trụ. Tiền vệ*; Fig: p. de bar, de bistrot *Người hay la cà ở các quán rượu*; c'est un p. de cinéma *Nó là một kẻ ghiền đi xem phim*.

pillage [pijaʒ] nm *Sự cướp phá, sự cướp bóc, sự tàn phá*.

pillard, - arde [pijar, ard] **1.** a *Cướp phá*; **2.** n *Kẻ cướp*.

piller [pije] vtr *Cướp bóc, cướp phá, cướp đoạt*; p. un auteur *Đạo văn một tác giả*.

pilon [pilɔ̃] nm (a) *Cái chày*; mettre un livre au p. *hủy toàn bộ bản in của cuốn sách*; (b) *Đùi gà*; (c) *Chân gỗ*.

pilonnage [pilɔnaʒ] nm *Sự nghiền nát; Sự bắn phá liên hồi*.

pilonner [pilɔne] vtr *Nghiền nát, hủy bỏ sự phát hành, bản in một cuốn sách; Thả bom, bắn phá*.

pilori [pilɔri] nm mettre qn au p. *Bêu xấu ai*.

pilotage [pilɔtaʒ] nm *Sự dẫn tàu; Sự lái máy bay; nghề hoa tiêu*.

pilote [pilɔt] nm (a) *Hoa tiêu*; (b) *Phi công*; p. de ligne *Phi công dân sự*; p. d'essai *Phi công thử nghiệm, học lái*; p. automatique *Bộ điều khiển tự động (trên tàu thủy, máy bay)*; (c) *Tay lái xe đua*.

piloter [pilɔte] vtr *Lái (tàu, máy bay); điều khiển, lái xe đua*; p. qn *Dẫn đường, chỉ đạo ai*.

pilotis [pilɔti] nm *Dàn cột nhà sàn*.

pilule [pilyl] nf *Viên thuốc*; prendre la p.; avaler la p. *Nuốt viên thuốc, tin vào điều láo khoét, bị sỉ nhục, chịu đựng sỉ nhục*.

pimbêche [p(bɛʃ] **1.** n *Người học đòi, vênh váo*; **2.** a *Học đòi, vênh váo*.

piment [pim)] nm *Trái ớt*; p. rouge *(i) ớt đỏ, ớt chín. (ii) ớt bột*; avoir du p. *Hăng hái, bồng bột, nóng cay*. pimenté a *Ý vị (câu chuyện)*.

pimpant [p(p)] a *Lịch sự, bánh bao*.

pin [p(] nm (a) *Cây thông*; p. d'Écosse *Cây linh sam Tô Cách Lan*; pomme de p. *Trái thông, trái cây linh sam*; (b) *gỗ thông*.

pinailler [pinaje] vi *Bắt bẻ từng li từng tí*.

pinard [pinar] nm *Rượu vang, rượu nho*.

pince [p(s] nf **1.** (a) *Cái kềm, cái kẹp*; p. à épiler; p. à sucre *Cái kẹp gắp đường*; p. à linge *Cái kẹp, cái cặp thai*; (b) *Cái nhíp*; p. crocodile *cái kẹp phơi áo quần, kẹp răng cá sấu*; (c) *Cái xà beng*. **2.** (a) *Càng cua; Tay, chân*; (b) aller à pinces *Đi cà - nhắc*. **3.** *Đường ở áo quần*.

pinceá [p(se] a *Kiểu cách, cứng nhắc*; sourire p. *Nụ cười méo xệch*; avoir les lèvres pincées *có cặp môi mỏng, cắn chỉ*.

pinceau, -eaux [p(so] nm (a) *Bút lông, bút vẽ*; (b) *Bàn chân*. (c) p. de lumière *Tia sáng hẹp*.

pinceáe [p(se] nf *Một nhúm (muối)*.

pincement [p(sm)] nm *Sự véo, sự ngắt; sự dần vặt (của lòng hối hận)*.

pince - monseigneur [p(smɔsɛɲœr] nf pl pinces - monseigneur. *Cái nạy cửa, cây xà beng*.

pincer [p(se] vtr (n. pinçons) **1.** (a) *Ngắt véo, kẹp*; se p. le doigt dans la porte *Kẹp tay trong cửa*; p. les lèvres *mím môi, bậm môi*; se p. le nez *Véo vào mũi*; ça pince dur ! *Trời lạnh buốt!* (b) *Bấm ngọn, tỉa mầm*; (c) *Lên dây đàn*; (d) *Tạo những nếp gấp ở áo quần*. **2.** *Ôm chặt, giữ lâu; Bắt (kẻ trộm)*; en p. pour qn *Say mê ai, phải lòng ai*.

pince - sans - rire [p(ss)rir] nm inv *Người khôi hài với nét mặt tỉnh queo*.

pincettes [p(sɛt] nfpl (a) *Cái nhíp*; (b) *Cái kẹp gắp than nóng*; il n'est pas à prendre avec des p. *(i) nó quá sức bẩn thỉu; (ii) nó quạu quọ, cáu kỉnh*.

pinçon [p(sɔ̃] nm *Vết ngắt, vết kẹp*.

pineâde [pinɛd] nf *Rừng thông (ở miền Nam nước Pháp)*.

pingouin [p(gw(] nm (a) *Chim anca*. (b) *Chim cánh cụt*.

ping - pong [piŋpɔ̃g] nm *Bóng bàn*.

pingre [p(gr] F: **1.** a *Keo kiệt, bủn xỉn*. **2.** n *Người keo kiệt, bần tiện*.

pinson [p(sɔ̃] nm *Chim mai tước, chim kim tước*.

pintade [p(tad] nf *Con gà sao*.

pinter [p(te] **1.** vi *uống nhiều*. **2.** se p. *Say* khướt, xỉn.

pin - up [pinœ p] nf inv *Thiếu nữ xinh đẹp, gợi cảm.*

pioche [pjɔʃ] nf *Cái cuốc.*

piocher [pjɔʃe] **1.** vtr *(a) Cuốc (bằng cái cuốc); (b) Làm việc hăng say, học chuyên cần, học gạo;* p. son anglais *Học gạo môn Anh văn;* p. un concours *Học gạo cho kỳ thi.* **2.** vi (a) p. dans *Tìm kiếm, lục lọi;* piocher dans le tas ! *Bới, đào bới;* (b) *Rút một cây bài trong cọc bài.*

piolet [pjɔlɛ] nm *Gậy cuốc của người leo núi.*

pion [pjɔ̃] nm **1.** *Giám thị.* **2.** (a) *Con tốt trong trò chơi cờ;* (b) *Quân cờ.*

pioncer [pjɔ̃se] nm *Ngủ.*

pipe [pip] nf *Ống tẩu;* p. de bruyère *Ống tẩu bằng gỗ sồi;* fumer la p. *Hút ống tẩu.*

pipeau, - eaux [pipo] nm *ống sáo, ống tiêu.*

pipe(-)line [piplin] nm *Đường ống dẫn (nước, dầu...).*

pipi [pipistrɛl] nm *Nước tiểu.* aller faire p. *Đi tiểu.*

pipistrelle [pipistrɛl] nf *Dơi muỗi tai nhọn.*

piquant, - ante [pik),)t] **1.** *(a) Có gai; có gai nhọn (cây). (b) (Hàm râu) nhọn; (gió) buốt; (c) (vị) cay, hăng nóng; (Rượu) chua;* sauce piquante *nước xốt cay;* (d) *Nhận xét sâu sắc.* **2.** nm *(a) Kim, gai nhọn (của con nhím); gai (của dây kẽm gai). (b) Sự gây thú vị, sự khoái khẩu;* le changement donne du p. à la vie *Sự thay đổi mang đến cuộc sống những thú vị.*

pique[1] [pik] nm *Con bài bích.*

pique[2] nf *Lời châm chích.*

piqueá [pike] a **1.** (a) *Được may chần (khăn trải giường).* p. à la machine *Đường may máy;* (b) nm *Đường may chần;* **2.** (a) *Bị sâu đục (gỗ). Bị những vết ẩm rỉ (tấm kính), (vết ruồi) (b) Điên, gàn, dở hơi.* **3.** *Chua (rượu).* **4.** nm descente en p. *Sự đâm bổ xuống.*

pique - assiette [pikasjɛt] nm & f inv *Kẻ ăn chực.*

pique - nique [piknik] nm pl pique - niques. *Buổi đi chơi ngoài trời.*

pique - niquer [piknike] vi *Đi chơi ngoài trời (có ở lại ăn trưa).*

piquer [pike] vtr **1.** (a) *Châm, chích, (con bọ chét) đốt;* ça pique *nó châm chích; (râu) chích.* moutarde qui pique *Mù tạt cay;* la fumée pique les yeux *Khói làm cay mắt;* (b) *Tiêm thuốc cho ai;* se faire p. *Nhờ ai chích cho;* p. un chien *Chích thuốc để giết chết một con chó (già, bệnh hoạn);* (c) *Làm chạm tự ái, xúc phạm ai;* (d) *Kích thích (trí tò mò).* **2.** se p. le nez **3.** (a) *Ăn mòn, làm cho có dấu (một mặt phẳng).*

đánh dấu (cái gì). May bằng máy; p. la viande *Châm lỗ trên miếng thịt;* (b) *Lấy trộm của ai cái gì;* **4.** *Đưa thân cái gì vào một cái gì khác, gắn vào;* p. une photo au mur *Treo một tấm hình lên tường;* **5.** (a) p. une tête *Đâm đầu xuống, đâm bổ xuống;* (b) vi *Đâm bổ máy bay xuống.* **6.** p. un cent mètres *Chạy một đoạn đường ngắn;* p. une crise *nổi cơn đau;* p. une crise de larmes *nổi một trận cười.* **7.** se p. *Tự châm vào mình, tự chích thuốc;* (b) *Lấy làm bực mình;* (c) se p. de qch, de faire qch *Tự hào về việc gì, khi làm cái gì;* (d) se p. au jeu *Bị cuốn hút, lôi cuốn vào một;* (e) *Trở nên lốm đốm (vì bệnh đốm lá); (kim loại) bị lỗ chỗ.* (f) *(Rượu) trở nên chua.*

piquet [pikɛ] nm **1.** *Cái cọc, nọc (để cắm trại).* **2.** p. de grève *Nhóm đình công.* être au p. *Bị phạt đứng vào góc.*

piqueter [pikte] vtr (je piquette; n. piquetons) *Làm lấm chấm, lốm đốm.*

piqueur, -euse [pikœ r, -z] n *Thợ may (máy).*

piqure [pikyr] nf **1.** (a) *Vết chích, vết đốt (của côn trùng); (b) Sự tiêm. Mũi tiêm.* **2.** a *Lỗ thủng; lỗ nhỏ; vết lỗ chỗ (trên kim loại); lỗ sâu đục (gỗ); (b) Mũi khâu, mũi đan.*

pirate [pirat] nm (a) *Hải tặc.* p. de l'air *không tặc;* radio p. *Đài phát thanh lậu.*

pirater [pirate] vt *Hành nghề cướp biển, in sách lậu.*

piraterie [piratri] nf *Hành động cướp biển, hành vi xâm phạm bán quyền;* p. aérienne *Hành động không tặc.*

pire [pir] **1.** *Tệ hơn;* cent fois p. *Một trăm lần tệ hơn; quá sức tệ;* le remède est p. que le mal *Phương pháp trị liệu còn tệ hơn là căn bệnh.* **2.** a le p., la p., les pires *Cái tệ hại nhất;* (a) *những lỗi lầm tệ hại nhất của chúng tôi;* (b) n le p. c'est que *Cái tệ nhất là;* s'attendre au p. *chờ đợi cái tệ hại nhất.*

pirogue [pirɔg] nf *Thuyền độc mộc.*

pirouette [pirwɛt] nf *Sự xoay tròn;* s'en tirer par une p. *Nó tránh bằng mánh khóe;* faire la p. *Thay đổi ý kiến đột ngột.*

pis[1] [pi] nm *Vú (bò cái).*

pis[2] adv *Tệ hơn.* **1.** *Xấu hơn, tệ hơn;* aller de mal en p. *Ngày càng tệ hơn;* tant p. ! *Mặc kệ !* **2.** sur le p. *Cái tệ nhất;* nm en mettant les choses au p. *Giả sử như mọi việc tệ hại hơn.*

pis - aller [pizale] nm inv *Điều bất đắc dĩ.*

pisciculture [pisikyltyr] nf *Nghề nuôi cá.*

piscine [pisin] nf *Hồ tắm.*

pisse [pis] nf *Nước tiểu.*

pissenlit [pis)li] nm *Cây bồ công anh.*

pisser [pise] vi *(a) Đi tiểu; (b) Rỉ nước ra; (c)* p.

du sang *Đi tiểu ra máu;* p. le sang *Lấy máu quá mức.*

pissotieâre [pisɔtjɛr] nf *Chỗ đi tiểu công cộng.*

piste [pist] nf **1.** *Dấu vết; Sự theo dấu (của cảnh sát).* suivre une fausse p. *Theo một dấu vết sai lầm.* **2.** *(a) Trường đua. (b) Đường chạy đua, đường chạy đua của xe môtô;* tour de p. *Vòng chạy; (c) Nơi biểu diễn của đoàn xiếc; sân trượt băng; đường trượt tuyết; sàn nhảy;* p. cyclable *Đường đua xe đạp; (d) Phi đạo, đường băng;* p. d'envol *Đường băng cất cánh;* p. d'atterrissage *Đường băng hạ cánh.* **3.** *Đường rãnh âm thanh (đĩa hát).* p. sonore *Đường rãnh âm thanh trên phim nhựa.*

pister [piste] vtr *Theo dõi, theo dấu.*

pistolet [pistɔlɛ] nm *Súng lục.* p. (à peinture) *Bình sơn xịt.* p. - mitrailleur *Súng tiểu liên.*

piston [pistɔ̃] nm **1.** *(a) Pít tông (động cơ đốt trong); (b) Bộ tời.* **2.** *Van chỉnh âm điệu (ở kèn đồng cóc nê).* cornet à pistons *Kèn cóc - nê.*

pistonner [pistɔne] vtr *Tiến cử, gởi gắm (ai).*

piteux, - euse [pit-, -z] a *Trong tình trạng bi đát;* en p. état. piteusement adv *Một cách thảm hại.*

pitieá [pitje] nf *Lòng trắc ẩn, sự thương hại;* avoir p. de qn *Thương hại ai;* sans p. *Nhẫn tâm, tàn nhẫn;* il me faisait p. *Nó làm tôi thương hại;* c'est à faire p.! *Thật là đáng thương!*

piton [pitɔ̃] nm **1.** *Đinh móc, đinh khuy;* p. à vis *Đinh ốc.* **2.** *Đỉnh, chóp núi.*

pitoyable [pitwajabl] a *Gợi lòng trắc ẩn, đáng thương.*

pitre [pitr] nm *Anh hề (trong gánh xiếc);* faire le p. *Làm trò hề, trò ngu xuẩn.*

pitrerie [pitrəri] nf *Trò hề.*

pittoresque [pitɔrɛsk] **1.** a *Tráng lệ, nhiều màu sắc (sự miêu tả, lối hành văn).* **2.** nm *Sự tráng lệ, huy hoàng. Sự sinh động (của lối hành văn).*

pivert [pivɛr] nm *Chim gõ kiến.*

pivoine [pivwan] nf *Cây mẫu đơn.*

pivot [pivo] nm *Cốt, nòng, trụ, trục; Cốt răng giả.* pivotant a *Xoay, quay (ghế).*

pivoter [pivɔte] vi *Xoay tròn trên trục;* p. sur ses talons *Xoay trên gót chân.*

pizza [pidza] nf *Bánh hỏi Ý, bánh pi - da.*

pizzeria [pidzerja] nf *Tiệm bán bánh pi - da.*

PJ abbr Police judiciaire. *Cảnh sát tư pháp.*

placage, plaquage [plakaʒ] nm *Sự ghép gỗ; sự phủ mặt ngoài (đá).*

placard [plakar] nm **1.** *Tủ ngầm trong tường.* **2.** *Yết thị, cáo thị;* p. publicitaire *Thông báo trên báo chí.* **3.** *Thuốc dán.*

placarder [plakarde] vtr *Dán yết thị, áp phích lên tường;* p. un mur *Dán lên bức tượng bằng các tấm bích chương.*

place [plas] nf **1.** *(a) Chỗ, vị trí;* changer sa chaise de p. *Đổi chiếc ghế sang vị trí khác;* remettre qch à sa p. *Để cái gì lại vào chỗ cũ;* remettre qn à sa p. *Đặt ai đó vào chỗ của anh ta;* à vos places ! *Trở về chỗ ngồi !* il ne peut pas rester en p. *Nó không thể ngồi yên;* (b) *(chỗ) thay cho.* je viens à la p. de mon père *Tôi đến thay cha tôi;* à votre p. *Nếu tôi được ở vào vị trí của anh;* (c) faire p. à qn *nhượng chỗ cho ai;* occuper beaucoup de p. *Chiếm nhiều chỗ;* (faites) p. ! *Đứng sang một bên !* **2.** *(a) Chỗ ngồi.* louer deux places au théâtre *Muốn hai chỗ ngồi ở rạp hát;* voiture à deux, à quatre places *Xe hai, bốn chỗ ngồi;* prix des places *(i) Tiền vé; (ii) Tiền nhập nạp;* payer p. entière *(i) Trả trọn giá vé; (ii) Trả nguyên một chỗ ngồi;* (b) *Địa vị, chức vụ;* perdre sa p. *Mất việc làm.* **3.** (a) *nơi, tụ điểm, quảng trường.* sur p. *Tại chỗ;* place du marché *Quảng trường chợ;* faire du sur p. *Giậm chân tại chỗ, không tiến bộ;* rester sur p. *ở lại ngay tại chỗ;* (b) achats sur p. *tại cội, tại chỗ;* (c) p. (forte) *Pháo đài.*

placement [plasmɑ̃] nm **1.** bureau de p. *(i) Phòng môi giới việc làm; (ii) Trung tâm giới thiệu việc làm.* **2.** *Sự góp vốn.*

placenta [plasɛ̃ta] nm *Nhau, màng đệm.*

placer [plase] vtr (je plaçai(s); n. plaçons) **1.** (a) *Đặt, để (vào một vị trí); Bố trí chỗ (cho một khách trọ, một khán giả);* p. qn *xếp đặt chỗ ngồi cho ai;* vous êtes bien placé pour le savoir *Anh có ưu thế để biết rõ điều đó;* je n'ai pas pu p. un mot *Tôi không xen được một lời nào trong cuộc tranh luận;* maison bien placée *Ngôi nhà ở một vị trí tốt;* (b) *Tìm một công việc làm cho ai;* p. un apprenti chez qn *Đưa một người đến học nghề với ai;* il a placé sa fille *Ông ta đã gả con gái của mình;* (c) *Đầu tư (tiền vốn);* (d) *Bán, tiêu thụ (thực phẩm); valeurs difficiles à p. Vốn góp khó chuyển đổi ra tiền.* **2.** se p. à *Giữ một chức vụ, một địa vị;* (b) *Dành được một địa vị, kiếm được một việc làm.*

placide [plasid] a *Điềm tĩnh.*

plafond [plafɔ̃] nm **1.** *Trần nhà, trần xe.* **2.** prix p. *Giá tối đa; giá đạt đến mức đã định, giá trần.*

plafonner [plafɔne] **1.** vtr *Xây trần nhà (cho một căn phòng).* **2.** vi *(giá cả) đạt đến mức tối đa, đạt đến mức đã hoạch định.*

plafonnier [plafɔnje] nm *Đèn gắn ở trần nhà.*

plage [plaʒ] nf **1.** *(a) Bãi biển; (b) Khu nghỉ mát ở bờ biển.* **2.** p. arrière *(i) Phòng hoa tiêu; (ii) Ghế ngang.* **3.** *(a) Phạm vi, tầm; (b)* p. de

prix *Giá cả trong phạm vi;* (c) *Rãnh trên đĩa ghi âm.*
plagiaire [plaʒiɛr] n *Người đạo văn.*
plagiat [plaʒja] nm *Sự đạo văn.*
plagier [plaʒje] vtr *Đạo văn.*
plaid [plɛd] nm *Chăn mền để đi du lịch.*
plaider [plɛde] **1.** vtr *Viện dẫn, lấy cớ;* p. la folie *Lấy cớ là sự điên cuồng.* la cause s'est plaidée hier *Vụ án đã được bào chữa ngày hôm qua.* **2.** vi *Biện hộ cho; ra tòa.* p. pour qn *Biện hộ cho một người.*
plaideur, - euse [plɛdœr, -z] n *Người đâm đơn kiện.*
plaidoirie [plɛdwari] nf *Lời biện hộ.*
playdoyer [plɛdwaje] nm *Bài biện hộ. Lời bào chữa cho ai, cho cái gì.*
plaie [plɛ] nf (a) *Vết thương, vết cắt, vết trầy;* remuer le fer dans la p. *Khơi lại một vết thương, mối đau đớn;* (b) *Sự gây đau khổ, điều tai họa;* (c) quelle p.! *(về người) Đồ phá hoại! thật là tai vạ !*
plaignant, - ante [plɛɲ),)t] a & n *Bên nguyên cáo.*
plaindre [plɛdr] (je plains; n. plaignons; je plaindrai) **1.** vtr (a) *Thương xót, ái ngại;* elle n'est pas à p. *(i) Cô ta không có gì đáng phải thương xót; (ii) Cô ta không cần phải được thương hại;* (b) *Bực bội, không bằng lòng.* **2.** se p. *Phàn nàn, than phiền;* se p. de qch, de qn *Phàn nàn về cái gì, về ai.*
plaine [plɛn] nf *Đồng bằng.*
plain - pied [pl(pje] adv phr de p. - p. *Bằng nhau với, ngang mức với.*
plainte [pl(t] nf **1.** *Lời phàn nàn, lời than phiền.* **2.** (a) *lời kêu ca;* (b) *Sự khiếu nại, sự kiện tụng;* porter p. contre qn *Khiếu nại ai.*
plaintif, - ive a *(giọng) rên rỉ, oán than.*
plaintivement adv *với giọng rên rỉ than van.*
plaire [plɛr] **1.** v ind tr (prp plaisant; pp plu; pr ind il plait) p. à qn *Làm vui lòng ai;* ça me plait *Tôi thích cái đó;* ça devrait lui p. *Cái đó có thể làm nó hài lòng;* chercher à p. à qn *Tìm cách, cố gắng làm vui lòng ai;* elle ne lui plait pas *Cô ta không làm cho anh ấy thích thú;* je fais ce qui me plait *Tôi làm những gì tôi thích;* quand ca me plait *Khi nào tôi thích;* impers s'il vous plait *Làm ơn, cảm phiền;* plait - il ? *Xin lỗi anh nhé* comme il vous plaira *Như anh muốn.* **2.** se p. à faire qch *Ưa, thích làm việc gì;* je me plais beaucoup à Paris *Tôi rất thích thành phố Paris;* la vigne se plait sur les coteaux *Cây nho rất thích, rất hạp với các sườn đồi.*
plaisance [plɛ(z)s] nf *bateau de p. Du thuyền.* (navigation de) p. *Sự đi chơi bằng du thuyền.*

plaisancier [pl(z)sje] nm *Người chơi du thuyền.*
plaisant [pl(z)] **1.** a (a) *Dễ chịu, dễ ưa;* (b) *Thú vị, vui tính;* (c) *(thường đi trước một danh từ). Kỳ cục, vô nghĩa.* **2.** nm le p. *Điều lý thú;* le p. de la chose, c'est que... *Điều lý thú của vấn đề là ở chỗ;* (b) mauvais p. *Kẻ đùa vô duyên.*
plaisamment adv *Một cách dễ chịu, vui thú, dễ ưa; một cách kỳ cục.*
plaisanter [pl(z)te] **1.** vi *Nói đùa, bỡn cợt;* dire qch en plaisantant *Nói đùa một chuyện gì;* vous plaisantez ! *Anh nói đùa chứ !* il ne plaisante pas là - dessus *Nó không đùa đâu, nó nói nghiêm chỉnh đấy.* **2.** vtr (qn sur qch) *Trêu chọc ai về việc gì.*
plaisanterie [pl(z)tri] nf *Lời nói đùa, sự giễu cợt.* mauvaise p. *Sự nhạo báng đáng ghét.*
plaisantin [pl(z)t(] nm *Người hay trêu chọc.*
plaisir [plɛzir] nm **1.** *Sự vui thích; điều thích thú;* faire p. à qn *Làm vui lòng ai;* cela me fait grand p. de vous voir *Tôi rất lấy làm thích thú được gặp anh;* cela fait p. à voir *Rất vui thích khi nhìn thấy;* faire à qn le p. de *Bày tỏ thiện chí với ai;* voulez - vous me faire le p. de vous taire ! *Anh có làm ơn im mồm đi không!* au p. de vous revoir *Rất hân hạnh được gặp lại anh.* j'ai le p. de vous dire que *Cho phép tôi trình bày với ông là;* prendre p. à faire qch *Rất thích thú khi làm việc gì.* **2.** *Thú vui, thú tiêu khiển.* partie de p. *Đi dã ngoại, đi pic nic.*
plan[1] [pl(] **1.** a *Phẳng, bằng phẳng, phẳng (mặt).* **2.** nm (a) *Bình diện;* p. d'eau *Mặt nước (động);* (b) premier p. *Cận cảnh;* second p. *Trung cảnh.* au second p. *Vào lớp thứ hai, ở khoảng cách trung bình;* reléguer qn au second p. *Xô đẩy ai vào tầng lớp cuối cùng (của xã hội).* sur le p. politique *Về phương diện chính trị;* (c) *Đoạn phim quay.* gros p. *Cận cảnh, cận ảnh;* (d) p. de travail *Nơi để đồ làm việc (đặc biệt nhà bếp).*
plan[2] nm *Kế hoạch, đồ án, bản dự thảo;* lever les plans d'une région *Khảo sát, định ranh giới một khu vực;* p. cadastral *Bản đồ khảo sát đặc điền;* (b) *Dự án;* p. de travail *Dự án công việc;* (c) laisser qch, qn, en p. *Bỏ rơi ai, bỏ dở công việc gì.*
planche [pl()ʃ] nf **1.** (a) *Tấm ván, cái giá;* p. à dessin *Tấm bản để vẽ;* p. de salut *Phương sách, tia hy vọng...* cuối cùng; faire la p. *Bơi ngửa;* (b) p. à pain *Tấm ván để nhồi bánh mì;* p. à repasser *Tấm ván để ủi đồ;* p. (à roulettes) *Tấm ván có gắn bánh trượt;* p. (de surf) *Tấm ván để lướt sóng;* p. (à voile) *, faire de la p. (à voile) Tấm ván có gắn buồm để trượt theo gió;* (c) *Ván cầu (để lên xuống tàu);* (d) monter sur les

planches *Lên sân khấu.* **2.** *Bán in, bán khắc.* **3.** *Luống (hoa).*

plancher [plɔ̃ʃe] nm *Sàn nhà.* prix p. *giá thấp nhất.*

planchiste [plɔ̃ʃist] n *Người chơi môn thể thao lướt sóng có buồm.*

plancton [plɔ̃ktɔ̃] nm *Phiêu sinh vật, phiêu tảo.*

planer [plane] vi **1.** a *(về chim). Bay lượn. lượn.* vol plané *sự lượn (của máy bay)* **2.** p. sur qch *Lơ lửng trên cái gì.* **3.** (a) *Lãng đãng, mơ mộng*; (b) tu planes complètement ! *Mày đang sống hoàn toàn trên mây.*

planeátarium [planetarjɔm] nm *Mô hình vũ trụ.*

planeâte [planet] nf *Hành tinh.* planétaire a *Thuộc về hành tinh.*

planeur [planœr] nm *Tàu lượn.*

planification [planifikasjɔ̃] nf *Sự kế hoạch hóa.*

planifier [planifje] vi *Tổ chức, kế hoạch hóa.*

planning [planiŋ] nm (a) *Quy hoạch, lập kế hoạch*; (b) p. familial *Kế hoạch hóa sinh đẻ.*

planque [plɔ̃k] nf *(a) Nơi ẩn náu; (b) Công việc dễ chịu, bở.*

planquer [plɔ̃ke] **1.** *Cất, giấu vào nơi an toàn.* **2.** se p. *Ẩn núp, trốn.*

plant [plɔ̃] nm (a) *Cây con, cây mạ*; (b) *Cây giống.*

plantation [plɔ̃tasjɔ̃] nf **1.** *Sự trồng trọt (cây cối, ngũ cốc).* **2.** *Đồn điền trà, cà phê*; p. d'oranges *Vườn cam.*

plante[1] [plɔ̃t] nf *Gan bàn chân.*

plante[2] nf *Cây có thực vật*; p. potagère *Rau quả*; p. à fleurs *Cây cho hoa*; p. d'appartement *Cây trồng trong nhà*; p. de serre *Cây trồng trong nhà kính.*

planter [plɔ̃te] vtr **1.** (a) *Trồng trọt*; (b) *Cắm, dựng.* p. un pieu *Cắm một cây cọc*; p. une échelle contre un mur *Dựng một cái thang vào tường*; p. une tente *Cắm trại, cắm một căn lều*; p. un baiser sur la joue de qn *Gắn một nụ hôn lên má ai*; p. là qn *Bỏ rơi ai.* **2.** se p. *(i) Đứng. Đứng sũng trước mặt ai*; se p. devant qn *(ii) (về xe cộ). Đụng vào một chướng ngại vật. (iii) Thất bại, lầm lẫn.*

planteur [plɔ̃tœr] nm *Chủ đồn điền.*

plantoir [plɔ̃twar] nm *Cái giầm (để đâm lỗ gieo hạt giống).*

planton [plɔ̃tɔ̃] nm *Lính liên lạc*; faire le p. *Đứng chờ lâu.*

plantureux, -euse [plɔ̃tyr-, -z] a **1.** *Thịnh soạn (thức ăn)*; **2.** *Phong phú, dồi dào (đất đai).*

plaque [plak] nf **1.** (a) *Tấm bản, biển (bằng kim loại); phiến (đá); thẻ (sô - cô - la); miếng (nước đá), vết (chàm)*; p. dentaire *Bựa răng*; (b) p. tournante *Nơi giao nhau của các đường rầy, bàn quay*; (c) *Bảng gắn công tắc điện*; (d) p. photographique *Tấm ảnh.* **2.** *Tấm lắc (trang trí)*; p. de porte *Tấm biển khắc tên gắn trước nhà*; p. commémorative *Bảng tưởng nhớ, bia tưởng niệm.* **3.** *Huy hiệu, biển (gắn trên áo)*; p. d'identité *Biển nhận diện (gắc trên áo).* p. d'immatriculation *Biển số xe ô tô.* **4.** à côté de la p. *Lầm lẫn, trật mục tiêu.*

plaqueá [plake] a & nm **1.** (métal) p. *Tấm kim loại được bọc bên ngoài; Tấm kim loại được mạ điện*; p. or *Bọc vàng*; gourmette (en) p. or *Vòng tay bọc vàng*; **2.** (bois) p. *Gỗ được bọc ghép.*

plaquer [plake] vtr **1.** (a) *Bọc ghép (gỗ); mạ (kim loại); Nhuộm (tóc)*; les épaules plaquées au mur *Hai vai ép vào tường*; (b) *Chân, cản đối phương*; (c) *Bắt nhịp và điều khiển dàn đồng ca*; (d) *Bỏ rơi ai.* tout p. *Bỏ dở mọi chuyện.* **2.** se p. au sol *Nằm mẹp xuống đất.*

plaquette [plaket] nf **1.** *Thẻ (sôcôla); gói bơ nhỏ; gói thuốc viên*; **2.** *(sách). Cuốn sách mỏng.* **3.** *Huy chương kỷ niệm.*

plasma [plasma] nm **1.** *Huyết tương.* **2.** *Trạng thái plasma (mã vật chất).*

plastic [plastik] nm *Thuốc nổ dẻo.*

plasticien, - ienne [plastisjɛn] n *Chuyên gia phẫu thuật tạo hình, thợ làm đồ chất dẻo.*

plastifier [plastifje] vtr *Phủ chất dẻo.*

plastique [plastik] **1.** a *Dẻo, có thể nắn được*; matière p. *chất dẻo.* **2.** nf *Nghệ thuật tạo hình.* **3.** nm *(a) chất dẻo; (b) Thuốc nổ dẻo, plastic.* **4.** nf *Ngoại hình (của một vũ công).*

plastiquer [plastike] vtr *Xênh xang, vênh váo, phá bằng chất nổ.*

plat [pla] **1.** a (a) *Bằng phẳng*; cheveux plats *Tóc thẳng*; chaussure a talon p. *giày có đế phẳng*; mer plate *Biển yên, biển lặng*; (b) *Tầm thường, vô vị*; style p. *Lời văn tầm thường.* vin p. *Rượu nhạt nhẽo, vô vị*; (c) adv phr à p. *Nằm mẹp*; tomber à p. *Thất bại*; tomber à p. ventre *Té bẹp sắp*; être à p. ventre devant qn *Khúm núm trước mặt ai*; pneu à p. *Xẹp vỏ (xe).* être à p. *(i) Hết hơi, kiệt sức; (ii) bị xẹp lốp xe.* **2.** nm (a) le p. *Mặt, phần dẹt. Cuộc đua được cho phép*; faire du p. à qn *(i) Nịnh nọt ai; (ii) Ve vãn ai.* (b) *Đĩa.* mettre les petits plats dans les grands *Chuẩn bị kỹ một bữa ăn sang trọng*; en faire tout un p. *Làm to chuyện một việc gì*; (c) *Món ăn (trong bữa ăn)*; p. de résistance *Món chính của bữa ăn.*

platane [platan] nm *Cây tiêu huyền.*

plateau, - eaux [plato] nm **1.** (a) *Khay.* p. à, de fromages *Khay (đựng phô - mát)*; (b) *Đĩa cân*;

mâm (đựng các đĩa thức ăn nóng); mặt bàn. 2. Cao nguyên. 3. (a) Mặt bằng; Sân khấu. Sân quay. (b) Toa tàu trần. 4. (a) Đĩa. (b) Mâm quay đĩa hát.

plateau - repas [platorəpa] nm pl plateaux - repas. Mâm có chia ngăn để đựng thức ăn.

plate - bande [platbɔ̃d] nf Bồn hoa. ne marchez pas sur es plates- bandes Không nên xâm lấn vào quyền hạn người khác.

plate - forme [platfɔrm] nf Bục, nền. pl plates - formes. Toa tàu trần.

platine [platin] 1. nm Nguyên tố platin. 2. nf Hệ thống máy nghe nhạc. p. (disque -) laser Đĩa La de, đĩa CD.

platitude [platityd] nf 1. Sự chán ngắt, tẻ nhạt (tính tình, thế văn). 2. Lời nói vô vị, nhàm chán.

platonique [platɔnik] a Thuần khiết.

plêtras [platra] nm Máng lỡ thạch cao, vôi vữa vụn.

plêtre [platr] nm (a) Thạch cao; (b) Sản phẩm bằng thạch cao; (c) Băng thạch cao để bó bột.

plêtrer [platre] vtr Phủ đắp thạch cao (tường, trần nhà); Bó thạch cao (chân, tay).

plêtrier [platrije] nm Thợ đắp thạch cao.

plausible [plozibl] a Có thể chấp nhận.

play - back [plɛbak] nm chanter en p. - b. Hát mà tiếng đã thâu từ trước (truyền hình).

pleábiscite [plebisit] nm Sự bỏ phiếu của toàn dân, sự trưng cầu dân ý.

pleábisciter [plebisite] vtr Bầu ai bằng cách tố chức trưng cầu dân ý.

plein [plɛ̃] 1. a (a) Đầy (bằng). bouteille pleine đầy tràn, thừa mứa (với). pleine bouteille chai đầy; salle pleine à craquer Đầy chai; căn phòng đầy (người, tiếng cười nói) như muốn vỡ tung ra; être p. Say rượu; les doigts pleins d'encre Tay đầy cả mực; (b) (về con vật) có mang; (c) Trọn vẹn, đầy đủ; pleine lune Trăng tròn; p. pouvoir Đầy quyền lực; p. sud Đúng hướng nam; pleine mer (i) thủy triều lên; (ii) biển khơi. de son p. gré với lòng tự nguyện của bản thân; (c) Đầy, căng (lốp xe). Liên tục (đường dây); (d) en p. visage Ngay giữa mặt; en p. hiver Vào giữa mùa đông; en p. air Ngoài trời; en p. jour, (i) Giữa ban ngày; (ii) công khai; en p. milieu ngay chính giữa; en pleine saison Vào lúc sung mãn nhất; en p. travail Bù đầu với công việc; (e) respirer à pleins poumons hít đầy lồng ngực; travailler à p. temps Làm việc toàn thời gian; adv il avait des larmes p. les yeux Mắt nó đầy nước mắt, đầy lệ; il y avait p. de gens Có một số đông quần chúng. 2. nm (a) faire le p. (d'essence) Đổ xăng đầy bình; le p. s'il vous plait Xin làm ơn đổ đầy; (b) Đạt mức tối đa; la saison bat son p. Vào thời điểm náo nhiệt nhất; (c) en p. dans le centre Chính xác vào ngay giữa. pleinement adv Một cách đầy đủ.

plein - emploi [plɛn)plwa] nm inv Tình trạng mọi người đều có công ăn việc làm.

plein - emploi [pl(t)] 1. a inv toàn thời gian, cả ngày. 2. nm pl pleins - temps. Nghề nghiệp làm cả ngày.

pleánipotentiaire [plenipɔt)sjɛr] a & nm Người đại diện toàn quyền.

pleáonasme [pleonasm] nm Sự dùng thừa từ trong cú pháp.

pleáthore [pletɔr] nf Sự thừa, sự dư dật. pléthorique a quá thừa, thừa mứa.

pleurage [plœ ra3] nm Sự sai giọng khi thu thanh.

pleurer [plœ re] 1. vtr Khóc, than, thương tiếc cho ai; khóc, than văn; p. des larmes de joie chảy nước mắt vì sung sướng; p. toutes les larmes de son corps khóc sướt mướt. 2. vi (a) Khóc (vì); p. de joie Khóc vì sung sướng; triste à p. Buồn khủng khiếp; (b) (về mắt) chảy nước mắt.

pleureásie [plœ rezi] nf Viêm màng phổi.

pleurnichard, - arde [plœ rniʃar, ard] 1. n Kẻ khóc nhè, đứa trẻ hay khóc nhè, rên rỉ. 2. a Khóc nhè, rên rỉ.

pleurnichement [plœ rniʃm)] nm Tính hay khóc nhè, hay rên rỉ.

pleurnicher [plœ rniʃe] vi Khóc nhè, rên rỉ.

pleurnicherie nf Tính hay khóc nhè, hay rên rỉ.

pleurnicheur, - euse [plœ rniʃœ r, -z] 1. n Kẻ hay khóc nhè, hay rên rỉ, đứa bé hay khóc nhè. 2. a Khóc nhè, rên rỉ.

pleuvoir [pl-vwar] v (pp plu; pr ind il pleut, ils pleuvent; fu - il pleuvra) 1. v impers Mưa; il pleut à petites gouttes Mưa nhỏ hạt; il pleut à verse Mưa như trút; il pleut des cordes Mưa tầm tã. 2. vi & tr (trận đòn) phủ xối xả; les invitations pleuvent sur lui Các lời mời mọc tuôn ra quanh nó.

pleuvoter [plœ vɔte] v impers Mưa phùn, mưa bụi.

pli [pli] nm 1. (a) Nếp gấp, nếp (ở màn cửa). mise en plis uốn tóc thành nếp; (b) Vết nhăn, vết gấp. Nếp uốn của đất; (c) Nếp nhăn (ở quần); faux p. (d) prendre le p. de faire qch Tập có nếp (thói quen) để làm việc gì. 2. Nếp nhăn (ở tay, chân). 3. Phong bì thư; sous p. séparé Dưới những phong bì riêng biệt. 4. Sự vơ bài; faire un p. vơ bài.

plie [pli] nf Cá bơn sao.

plier [plije] 1. vtr (impf & pr sub n. pliions) *(a) Xếp, gấp (một trang sách); (b) Bẻ cong, uốn cong (cành cây, đầu gối);* plié en deux; *Bẻ gập người làm hai (vì cười, vì đau đớn);* 2. vi *(a) Cúi xuống, cong xuống; (b) Phục tùng, nhường lại cho; (về đội quân) rút lui nhường.* 3. se p. *Chịu theo;* se p. aux circonstances *chịu theo tình huống.* pliable a *có thể gấp được, có thể xếp được.* pliant 1. a *(ghế) xếp; bàn (gấp).* 2. nm *Ghế xếp.*

plinthe [plɛ̃t] nf *Bệ chân tường.*

plupart (la) [laplypar] nf *Phần lớn, phần đông, phần nhiều, đại đa số;* la p. des hommes *Phần lớn đàn ông, đại đa số đàn ông;* la p. d'entre eux *Phần lớn trong chúng nó;* la p. du temps *Phần lớn thời gian;* pour la p. *Phần nhiều.*

pluralisme [plyralism] nm *Chế độ đa nguyên.* pluraliste a *theo chế độ đa nguyên.*

pluraliteá [plyralite] nf *Số nhiều, đại đa số.*

pluridisciplinaire [plyridisipliner] a *Tính nhiều bộ môn, gồm nhiều bộ môn.*

pluriel, - elle [plyrjɛl] a & nm *Thuộc số nhiều; Số nhiều.*

plus [plys] 1. adv *Hơn;* il est p. grand que moi *Nó lớn hơn tôi;* deux fois p. grand *Hai lần lớn hơn;* p. d'une fois *Hơn một lần;* p. de dix hommes *Hơn mười người;* il a p. de vingt ans *Đã hơn 20 năm nay;* p. loin *Xa hơn;* p. tôt, sooner; *Sớm hơn;* et qui p. est *Ngoài ra, hơn nữa;* p. on est de fou, p. on rit *(càng) điên (càng cười);* trois fois p. *Ba lần hơn;* il y en a tant et p. *Còn nữa, còn thêm nữa.* (b) (le) p. *Nhất;* la p. longue rue, la rue la p. longue, de la ville *Con đường dài nhất của thành phố;* le p. de fautes *Số lượng lỗi nhiều nhất;* (tout) au p. *nhiều nhất là;* c'est tout ce qu'il y a de p. simple *Không có gì đơn giản hơn;* (c) je ne veux p. de cela *Tôi không muốn gì ngoài cái đó;* p. jamais *Vĩnh viễn;* sans p. attendre *không thể đợi chờ hơn nữa;* p. de doute *không còn gì phải nghi ngờ;* il n'y en a p. *không còn có (hơn) nữa;* p. rien *không còn gì thêm vào nữa;* p. que dix minutes ! *chỉ mười phút thôi mà !* de non p. *cũng không;* ni moi non p. *Kể cả tôi cũng không;* (e) plus *Thêm, thêm vào, cộng thêm vào;* p. 20 degrés *Thêm 20 độ;* 500 francs d'amende, p. les fairs *tiền phạt cộng thêm vào các phí tốn;* f. de p. *Hơn nữa, thêm nữa;* rien de p. *Không (gọi) thêm gì nữa, cám ơn;* de p. en p. *Càng ngày càng;* de p. en p. froid *Càng ngày càng lạnh hơn;* en p. *Thêm vào;* le vin est en p. *Rượu phải gọi thêm;* p. ou moins *Ít nhiều;* ni p. ni moins *Không hơn không kém.* 2. nm *(a) Lợi thế, sự hơn nữa.* sans p. *Không hơn (vừa đủ);* (b) *Dấu cộng.*

plusieurs [plyzjœ r] a & pron *nhiều, đông;* p. personnes *nhiều người.*

plus - que - parfait [plyskəparfɛ] nm pl plus - que - parfaits. *Thời quá khứ xa.*

plus - value [plyvaly] nf (a) *Giá trị thặng dư, sự gia tăng (về tài sản);* impôt sur les p. - values *Thuế đánh trên giá trị thặng dư,* (b) pl plus - values. *Sự dư, lượng thặng dư, lợi nhuận.*

plutonium [plytɔnjɔm] nm *Nguyên tố plutoni.*

plutôt [plyto] adv (a) *Thà rằng;* p. souffrir que mourir *Thà chịu đau còn hơn là chịu chết;* prend celui - là p. que l'autre *Hãy chọn cái này hơn là cái kia;* (b) *Vừa vừa, khá;* il faisait p. froid *Trời khá lạnh;* p. long *Cũng khá dài.*

pluviale [plyvjəl] af eau p. *Nước mưa.*

pluvieux, - ieuse [plyvj-, j-z] a *Mùa mưa, khí hậu ấm.*

PME abbr Petites et moyennes entreprises. *Doanh nghiệp nhỏ và trung bình.*

PMI abbr Petites et moyennes industries. *Xí nghiệp nhỏ và trung bình.*

PMU abbr Pari muteul urbain *Máy tổng (ghi tổng số tiền và số người đánh cá cược).*

PNB abbr Produit national brut, GNP. *Tổng sản lượng quốc gia.*

pneu, pl pneus [pn-] nm *Lốp xe, vỏ xe.* pneumatique 1. a *Thuộc về hơi, khí (máy bơm); căng phòng lên (đệm);* canot p. *canô hơi.* 2. nm *(ở Paris) Thư hóa tốc.*

pneumonie [pn-mɔni] nf *Viêm phổi.*

PO abbr Petites Ondes. *Sóng tần số nhỏ.*

poche [pɔʃ] nf 1. p. intérieure *Túi trong áo vét; túi sau quần tây;* livre de p. *Sách bỏ túi;* argent de p. *Tiền xài vặt, tiền túi;* j'en suis de ma p. *Tôi chỉ có bấy nhiêu tiền;* payer de sa p. *Trả bằng tiền túi của mình;* j'ai 100 francs en p. *Tôi chỉ có 100 francs;* connaitre qch comme sa p.; faire les poches à qn *Biết tường tận, biết rõ tổng ai;* c'est dans la p. *Đã nắm chắc thành công;* 2. (a) *Túi, ngăn;* p. d'air (i) *Túi chân không;* (ii) *khoang điều áp;* (b) *Mí dưới;* (c) *Nang, túi.* 3. (a) faire des poches *(về quần) rộng lùng thùng (ở đầu gối);* (b) *Mí dưới (ở mắt).*

pocher [pɔʃe] vtr *chần trứng vào nước sôi.* p. un oeil à qn *Đánh bầm mắt ai.*

pochette [pɔʃɛt] nf *(a) Phong bì, bao nhỏ, túi nhỏ (đựng dụng cụ); (b) Khăn tay nhỏ cài túi áo trên; (c)* p. d'allumettes *Tép diêm; (d) Vỏ bao đĩa hát.*

pochette - surprise [pɔʃɛtsyrpriz] nf pl pochettes - surprises. *Túi quà bí mật.*

pochoir [pɔʃwar] nm *Khuôn trổ để tô hình.*

podium [pɔdjɔm] nm *bục danh dự.*

podologie [pɔdɔlɔʒi] nf *Khoa bệnh học bàn chân.* podologue n *chuyên gia về bàn chân.*

poîle[1] [pwal] nf *Cái chảo.*

poîle[2] nm *Cái lò sưởi.*

poêâme [pɔɛm] nm *Bài thơ.* c'est tout un p. *Đẹp như một bài thơ.*

poeásie [pɔezi] nf **1.** *Thi ca.* **2.** *Bài thơ.*

poeâte [pɔɛt] **1.** nm *Thi sĩ.* **2.** a (a) femme p. *Nữ thi sĩ;* (b) *Thuộc thơ ca, nhà thơ,* être p. *Là một nhà thơ.* poétique a *Thi vị, nên thơ.* poétiquement adv *Một cách nên thơ, về phương diện thi ca.*

pognon [pɔɲɔ̃] nm *Tiền bạc.*

poids [pwa] nm **1.** (a) *Trọng lượng, sức nặng;* perdre du p. *Sụt cân;* vendre au p. *Bán theo trọng lượng;* il ne fait pas le p. *Hắn không đủ năng lực trong công việc;* p. lourd *Nặng cân;* (b) *Uy lực, sự quan trọng;* son opinion a du p. *Nhận xét, quan điểm của hắn ta có trọng lượng.* **2.** *Quả lắc (ở đồng hồ);* lancer le p. *Ném tạ;* **3.** *Gánh nặng;* p. utile *gánh nặng đời sống;* *Sức chở (của máy bay);* p. mort *Tử trọng (sức nặng vô ích).* p. lourd *Xe tải hạng nặng.*

poignant [pwaɲɑ̃]] a *Xót xa; làm tổn thương (kinh nghiệm).*

poignard [pwaɲar] nm *Dao găm;* coup de p. *Vết đâm, lát dao.*

poignarder [pwaɲarde] vtr *Đâm bằng dao (ai).*

poigne [pwaɲ] nf *Sức mạnh của nắm tay.* avoir de la p. *Rất khỏe;* homme à p. *Người đàn ông đầy thế lực.*

poigneáe [pwaɲe] nf **1.** (a) *Một nắm, một nạm;* à poignées *cả nạm, cả nắm;* (b) p. de main *Cú bắt tay, cú siết tay;* donner une p. de main à qn *Bắt tay ai.* **2.** *Tay nắm (của cửa); chuôi (kiếm); cán (của dụng cụ).*

poignet [pwaɲɛ] nm **1.** *Cổ tay.* **2.** *Cổ tay áo.*

poil [pwal] nm **1.** (a) *(về thú vật) Lông;* à p. long *(Thú) có lông dài;* (b) *Bộ lông thú;* cheval d'un beau p. *Ngựa có bộ lông đẹp;* chien au p. rude, à p. dur *chó có lông cứng;* (c) *Sự lên tuyết (của áo quần); Tuyết (của vải nhung, của tấm thảm);* (d) *Lông cứng (của bàn chải).* **2.** *Lông trên thân thể con người;* à p. *Khỏa thân, trần truồng;* se mettre à p. *Cởi áo quần;* avoir un p. dans la main *Nhác nhớm, lười biếng;* être de mauvais, de bon, p. *Vui vẻ, quạu quọ.* **3.** à un p. près *Chỉ sai một chút;* Gần như là chửi thề. un p. plus vite *Nhanh hơn một tí;* au p.! *(i) Lớn quá! Vĩ đại quá!* (ii) *Tuyệt vời quá!* poilu **1.** a *có lông, đầy lông lá.* **2.** nm *Lính Pháp thời kỳ (1914 - 18).*

poil - de - carotte [pwaldəkarɔt] a inv *Màu hung đỏ (tóc).*

poinçon [pwɛ̃sɔ̃] nm **1.** (a) *Mũi khắc.* (b) *Dùi của thợ giày.* **2.** (a) *Mũi khoan.* (b) *Khuôn dấu, con dấu;* (c) p. de contrôle *Dấu bảo đảm, dấu kiểm soát.*

poinçonner [pwɛ̃sɔne] vtr **1.** *Khoan; khoan lỗ, dùi lỗ.* **2.** (a) *Đục lỗ, bấm lỗ (vé);* (b) *Đóng dấu đảm bảo, dấu kiểm soát.*

poinçonneur, - euse [pwɛ̃sɔnœr, -z] **1.** n *Người bấm lỗ các tấm vé.* **2.** nf *Máy khoan.*

poindre [pwɛ̃dr] vi (il point; il poignait; il poindra) *(về ánh sáng ban ngày). (về cây cỏ) trổ ra, mọc lên.*

poing [pwɛ̃] nm *Nắm tay;* serrer les poings *siết nắm tay;* montrer le p. *giơ nắm đấm dọa ai;* coup de p. *nắm đấm;* donner un coup de p. à qn *Đấm vào ai;* dormir à poings fermés *Ngủ say.*

point[1] [pwɛ̃] nm **1.** (a) *Mũi may, mũi thêu;* faire un p. à qch *Chích vào cái gì;* (b) p. de côté *Sự đau xóc bên hông;* avoir un p. au dos *Bị đau lưng.* **2.** (a) le p. du jour *(về thời gian) Lúc táng sáng, rạng động;* être sur le p. de faire qch *Chuẩn bị làm việc gì;* arriver (nommé) à p. *Đến đúng lúc, (điều đến).* (b) p. de départ *(trong không gian) điểm khởi hành.* p. de vue (i) *Cái nhìn toàn cảnh;* (ii) *Quan điểm;* à tous les points de vue *Trên mọi khía cạnh;* du, au, p. de vue international *Trên khía cạnh quốc tế.* p. d'appui *Điểm tựa (của đòn bẩy);* p. chaud *Điểm nóng;* p. mort *Tử điểm, điểm trung hòa (bánh xe).* p. de vente *Thương nhân chuyên doanh;* faire le p. (d'une question) *Duyệt xét lại một vấn đề;* mettre au p. *Điều chỉnh tiêu cự (ống kính, máy ảnh); Hoàn thành (một mẫu mã). Chính (động cơ); Hoàn tất (một kế hoạch);* recherche et mise ou p. *Nghiên cứu và triển khai.* **3.** (a) *Dấu chấm;* p. (final) *Chấm hết;* deux points *Hai chấm;* p. - virgule *Chấm phẩy;* p. d'exclamation *Chấm than.* un p., c'est tout ! *Chấm hết, thế thôi !* (b) *Điểm thi đấu;* marquer les points *Ghi bàn thắng;* (c) *Điểm;* (d) *Vết, chấm.* **4.** (a) *Điểm, thời điểm;* p. d'ebuillition *Điểm sôi;* jusqu'à un certain p. *Đến một thời điểm nào đó;* à tel p. que *Vào một điểm bất kỳ mà;* vous n'êtes pas malade à ce p. - là *Trong suốt thời gian đó anh đâu có đau;* (b) mal en p. *Trong tình trạng tệ hại;* (c) à point *Đúng lúc; Vừa đúng lúc (trở miếng thịt rán).* **5.** *Điểm chính, điểm đặc biệt;* p. de droit *Đặc điểm của luật pháp,* p. d'honneur *Vấn đề danh dự;* n'ayez aucune crainte sur ce p. *Không có gì phải lo ngại về điểm này;* en tout p. *Trong mọi khía cạnh.*

point[2] adv *xem Pas.2.*

pointage [pwɛ̃taʒ] nm *(a) Sự đánh dấu, sự ghi dấu (các tên trên danh sách); (b) Sự ghi thời* gian. (c) Sự nhắm (súng).

pointe [pw(t] nf **1.** (a) *Đầu nhọn (của đinh ghim)*; coup de p. *Đầu mũi tên*; p. d'asperge *Đọt măng tây*; en p. *(Nóc nhà) nhọn hoắt*; *Sự đâm, thọc*; sur la p. des pieds *(Đi) nhón gót*; faire des pointes *Vũ trên mũi bàn chân*; (b) *Cao điểm*; heures de p. *Các giờ cao điểm; Thời kỳ cao điểm*; (c) *Điểm trọng yếu (của một quân cấp cao)*; nous avons fait une p. jusqu'à Paris *Chúng tôi vội vàng rời xa Paris*. techniques de p. *Kỹ thuật mũi nhọn hàng đầu*; (d) p. du jour *Rạng sáng*; p. d'ironie *Một chút châm biếm*; p. d'ail *Một ít hành*; p. de vitesse *Sự bức phá (ở chặng đua nước rút)*. **2.** p. (de terre). *Đất mũi*; **3.** (a) *Mũi nhọn, cái dùi*; (b) *Cái đinh*; (c) *Đinh sắt (dưới để giày thể thao)*.

pointer[1] [pw(te] **1.** vtr (a) *Đánh dấu (tên trên danh sách); Đánh dấu một điểm trên bản đồ*; (b) *Xác định một vị trí (qua kinh thiên văn); Nhắm súng. Nhắm, chĩa vào (đèn pha)*. **2.** vi & pr (a) *(về chồi non...) xuất hiện*; p. vers *Hướng về*; (b) (se) p. (à l'arrivée, à la sortie) *Ghi giờ đến và giờ bãi việc*; (b) se p. *Tự xây ra, tự có mặt.*

pointer[2] **1.** vtr (a) *Đâm chọc, xuyên thủng vào; châm, chích, chọc*; (b) *(về ngựa, chó) vểnh tai.* **2.** vi *Xuất hiện; (về cây cỏ) mọc lên. (về ngày) ló dạng.*

pointeuse [pw(t-z] af & nf (horloge) p. *Đồng hồ ghi giờ đến và giờ về của nhân viên.*

pointilleá [pw(tije] **1.** a *Chấm chấm (đường).* **2.** nm *Đường chấm chấm.*

pointileux, -euse [pw(tij-, -z] a *Tỉ mỉ; hay xét nét (người).*

pointu [pw(ty] a *Nhọn; (giọng) the thé.*

pointure [pw(tyr] nf *Kích cỡ (giày, vó).*

poire [pwar] nf **1.** *Trái lê.* couper la p. en deux *Nhường nhịn lẫn nhau.* **2.** *Công tắc (hình quả lê).* **3.** (a) *Đầu, mặt*; (b) (bonne) p. *Người ngây ngô, đần độn).*

poireau, -eaux [pwaro] nm *Tỏi tây, poa-rô*; faire le p. *Đợi chờ lâu.*

poireauter [pwarote] vi *Đợi mỏi mòn.*

poirier [pwarje] nm *Cây lê*; faire le p. *Trồng cây chuối (đầu và tay áp vào đất).*

pois [pwa] nm **1.** *Đậu*; p. chiche *Một giống đậu Hòa Lan*; p. de senteur *Cây đậu hoa.* **2.** petits p. *Đậu pơti - poa*; p. cassés *Đậu khô đã tách vỏ.* **3.** tissu à p. *Vải vóc có chấm tròn, có chấm hạt bi.*

poison [pwazɔ̃] nm *Thuốc độc.* quel p.! *(người) Đúng là một người ác độc.*

poisse [pwas] nf *Sự xui xẻo.* c'est la p.! *Đúng là xui xẻo!*

poisser [pwase] vtr (a) *Làm dính nhựa vào tay*; (b) *Tóm, bắt ai.* se faire p. *Bị bắt, bị tóm.*

poisseux, -euse a *Dính.*

poisson [pwasɔ̃] nm *Cá.* p. rouge *Cá đỏ*; p. d'avril! *Cá tháng tư (trò đùa trong ngày 1 tháng 4)*; être comme un p. dans l'eau *Rất thoải mái, như cá gặp nước.* les Poissons *Chòm sao Song ngư.* poissonneux, -euse a *Đầy cá (hồ).*

poissonnerie [pwasɔnri] nf *Hàng bán cá.*

poissonnier, -ieâre [pwasɔnje, jɛr] n *Người buôn bán cá.*

poitrine [pwatrin] nf (a) *Ngực*; rhume de p. *Bị lạnh ngực*; (b) *Ngực, vú*; tour de p. (i) *Vòng ngực*; (ii) *(về phụ nữ) kích tấc của vòng vú*; (c) *Thịt ngực (của bê), sườn (heo).* p. fumée *Thịt lợn xông khói.*

poivre [pwavr] nm *Tiêu*; grain de p. *Tiêu hạt*; p. et sel *(màu) muốn tiêu.*

poivrer [pwavre] vtr *Gia tiêu, ướp tiêu (thức ăn).* poivré a *Có ướp tiêu (thức ăn); (câu chuyện) sổ sàng.*

poivrier [pwavrije] nm **1.** *Cây tiêu.* **2.** *Hũ đựng tiêu.*

poivrieâre [pwavrijɛr] nf *Vườn tiêu; Hũ đựng tiêu.*

poivron [pwavrɔ̃] nm *Trái ớt ngọt*; p. vert, rouge *Ớt xanh, ớt đỏ.*

poivrot, -ote [pwavro, ɔt] n *Người say rượu.*

poix [pwa] nf *Nhựa dính.*

poker [pɔkɛr] nm *Bài poke.*

polaire [pɔlɛr] a *Thuộc về cực.* l'étoile p., n la p. *Sao Bắc đẩu.*

polar [pɔlar] nm *(truyện, phim) trinh thám.*

polariser [pɔlarize] **1.** vtr *Quy tụ, tập trung (sự chú ý).* **2.** *Tập trung sức lực, suy nghĩ (về).*

Polaroid [pɔlarɔid] nm *Máy chụp ảnh lấy liền, hiệu Polaroid.*

pôle [pol] nm (a) *Cực.* p. nord, sud *Bắc cực, Nam cực*; (b) p. d'atraction *Trung tâm, điểm tập trung (của sự chú ý).*

poleámique [polemik] **1.** a *Gây tranh cãi, tranh luận.* **2.** nf *Vụ cãi nhau.*

poli [pɔli] **1.** a (a) *Trơn, bóng láng (kim loại)*; (b) *Lễ độ, lịch sự (với).* **2.** nm *Nước bóng, sự hào nhoáng.* poliment adv *Một cách lịch sự, lễ phép.*

police[1] [pɔlis] nf **1.** *Cảnh sát*; faire la p. *Giữ trật tự trị an*; numéro de p. d'un véhicule *Số đăng ký của một chiếc xe.* **2.** *Lực lượng cảnh sát*; p. de la route *Cảnh sát giao thông*; p. judiciarie *Cảnh sát tư pháp*; p. des moeurs *Đội quân cứu tế*; p. secours *Lực lượng cấp cứu.* être dans, de, la p. *Ở trong ngành cảnh sát*; agent de p. *Nhân viên cảnh sát*; remettre qn entre les mains de la p. *Bắt giao cho cảnh sát một người nào.* policier, - ière 1. a chien p. *Chó cảnh sát;* roman p. *Truyện hình sự.* 2. nm *Sĩ quan cảnh sát, thám tử.*

police² nf *Hợp đồng bảo hiểm;* p. d'assurance vie *Bảo hiểm nhân mạng.*

polichinelle [pɔliʃinɛl] nm 1. *Người không có cá tính, tên hề.* 2. *Người kỳ cục, ngớ ngẩn.* 3. secret de p. *Điều mà ai cũng biết.*

polio [pɔljo] 1. nf *Bệnh viêm tủy xám gây bại liệt.* 2. nmf *Người bị bệnh viêm tủy xám.*

poliomyeálite [pɔljɔmjelit] nf *Bệnh viêm tủy xám.*

polir [pɔlir] vtr 1. *Mài nhẵn, đánh bóng (kim loại).* 2. *Trau chuốt (lối hành văn); làm cho hoàn hảo.*

polisson, -onne [pɔlisɔ̃, ɔn] 1. n *Đứa trẻ nghịch ngợm; Tiểu yêu.* 2. a *(Đứa trẻ) thiếu tư cách; (bài hát) phóng đãng.*

polissonnerie [pɔlisɔnri] n *Hành động phóng túng, tinh nghịch.*

politesse [pɔlitɛs] nf *Sự lễ độ;* une p. *(i) Một lời nói lễ độ.* (ii) *Một cử chỉ lịch thiệp.*

politicien, -ienne [pɔlitisjɛ̃, jɛn] n *Chính trị gia.*

politique [pɔlitik] 1. a (a) *Chính trị;* (homme) p. *Nhân vật chính trị;* économie p. *Kinh tế (chính trị) học;* (b) *Khôn khéo; uyên bác (câu trả lời).* 2. nf (a) *Mặt chính trị.* p. extérieure *Chính trị ngoại giao;* (b) *Chính trị (khoa học và nghệ thuật cai trị).* politiquement adv *Về mặt chính trị, một cách khôn khéo.*

politiser [pɔlitize] vtr *Chính trị hóa.*

polka [pɔlka] nf *Điệu nhảy Polka.*

pollen [pɔlɛn] nm *Phấn hoa.*

polluer [pɔlɥe] vtr *Gây ô nhiễm (bầu khí quyển).* polluant. 1. a *Gây ô nhiễm;* 2. nm *Vật, chất gây ô nhiễm.*

pollution [pɔlysjɔ̃] nf *Sự gây ô nhiễm;* p. par le bruit *Tiếng động gây ô nhiễm.*

polo [polo] nm 1. *Môn mã cầu.* 2. *Áo thun cổ lọ.*

polochon [pɔlɔʃɔ̃] nm *Gối ôm.*

Pologne [pɔlɔɲ] Prnf *Nước Ba Lan.* polonais, - aise 1. (a) a *Thuộc Ba Lan;* (b) n *Người Ba Lan.* 2. nm *Tiếng Ba Lan.* 3. nf *Vũ điệu Ba lan.*

poltronnerie [pɔltrɔnri] nf *Sự nhát gan.* poltron, - onne 1. a *Nhát gan.* 2. n *Kẻ nhát gan.*

polychrome [pɔlikrom] a *Nhiều màu.*

polyclinique [pɔliklinik] nf *Bệnh viện đa khoa.*

polycopieá [pɔlikɔpje] nm *Sự sao tài liệu bằng máy rônéo (về bài học, đọc...).*

polycopier [pɔlikɔpje] vtr *Sao tài liệu bằng máy rônéo.*

polyculture [pɔlikyltyr] nf *Chế độ đa canh.*

polyester [pɔliɛstɛr] nm *Chất Polyeste.*

polyeáthyleâne [pɔlietilɛn] nm *Chất Polyétilen.*

polygamie [pɔligami] nf *Tình trạng nhiều vợ, nhiều chồng.* polygame 1. a *Nhiều vợ, nhiều chồng.* 2. n *Người theo chế độ đa phu, đa thê.*

polyglotte [pɔliglɔt] a & n *Nhiều thứ tiếng, người biết nhiều thứ tiếng.*

polygone [pɔligɔn] nm (a) *Hình đa giác.* (b) *Sân bắn.*

Polynéasie [pɔlinezi] Prnf *Đảo Polynèsie.* polynésien, - ienne a & n *Thuộc đảo Polynésie, người Polynesie.*

polype [pɔlip] nm *Bướu thịt.*

polysyllabe [pɔlisilab] nm *Từ đa âm tiết.* polysyllabiaque a *Đa âm tiết.*

polyvalent [pɔlival)] a (a) *Đa hóa trị;* (b) *Đa diện; Đa dụng (công cụ cầm tay); đa năng, đa diện (thầy giáo).*

pommade [pɔmad] nf *Thuốc mỡ; kem (bôi tóc); Dầu cao (bôi da);* passer de la p. à qn *nịnh hót ai.*

pomme [pɔm] nf 1. (a) *Quả táo.* p. à cidre *Táo để làm rượu.* p. d'Adam *Trái cổ nưởu;* (b) p. de terre *Khoai tây.* pommes frites *Khoai tây chiên.* pommes chips *Khoai tây lát mỏng chiên dòn.* tomber dans les pommes *Ngất xỉu;* (c) p. de pin *Trái thông.* 2. *Tay nắm hình tròn ở chiếc gậy. Lõm của rau diếp. Búp sen ở bình tưới.*

pommeau, - eaux [pɔmo] nm *Chuôi (kiếm); cán (gậy).*

pommeleá [pɔmle] a *Lốm đốm; có điểm lốm đốm mây (bầu trời);* gris p. *(Ngựa) có điểm đốm xám.*

pommette [pɔmɛt] nf *Gò má, lưỡng quyền.*

pommier [pɔmje] nm *Cây táo.*

pompe¹ [pɔ̃p] nf *Sự tráng lệ, huy hoàng;* entrepreneur de pompes funèbres *Người lo dịch vụ ma chay.*

pompe² nf 1. *Ống bơm;* p. à incendie *Ống bơm chữa cháy;* p. à air *Máy bơm hơi;* p. à vélo *Ống bơm xe đạp;* p. à essence, (i) *Máy bơm xăng (ở trạm xăng);* (ii) *Trạm xăng.* 2. *Bài tập thể dục hít đất.* 3. *Giày;* marcher, être, à côté de ses pompes *Có tinh thần bị rối loạn.* 4. p. anti - sèche *Sự chép bài, ăn cắp ý, văn;* 5. avoir un coup de p. *Bị mệt mỏi đột xuất.*

pomper [pɔ̃pe] vtr (a) *Bơm, hút (nước).* (b) *Chép một bài, copy bài;* (c) *Uống, đớp, nốc;* (d) *Làm ai kiệt sức, mệt mỏi.*

pompeux, -euse [pɔ̃p-, -z] a *Phô trương.* pompeusement adv *Với vẻ phô trương, xa hoa.*

pompier [pɔ̃pje] nm *Lính cứu hỏa, đội phòng*

cháy; camion de pompiers *Xe cứu hỏa*.
pompiste [pɔ̃pist] n *Nhân viên trạm xăng*.
pompon [pɔ̃pɔ̃] nm *c'est le p*. ! *Cái ngủ bằng lông; búp len tròn gắn trang trí ở mũ, áo*.
pomponner (se) [səpɔ̃pɔne] vpr *Trang điểm công phu*.
ponçage [pɔ̃saʒ] nm *Sự mài bằng đá bọt*.
ponce [pɔ̃s] nf (pierre) p. *Đá bọt*.
poncer [pɔ̃se] vtr (je ponçai(s)) *Cạo sạch sét rỉ, đánh nhẵn bằng đá bọt*.
ponceuse [pɔ̃s-z] nf *Máy mài nhẵn*.
ponction [pɔ̃ksjɔ̃] nf *Sự chọc chích để lấy nước, mủ (ở phổi ra)*.
ponctualiteá [pɔ̃ktɥalite] nf *Sự đúng giờ*.
ponctuel, - elle a *Đúng giờ*. (unique) *Chỉ một lần, không lặp đi lặp lại*. ponctuellement adv *Một cách đúng giờ*.
ponctuation [pɔ̃ktyasjɔ̃] nf *Sự chấm câu*.
ponctuer [pɔ̃ktɥe] vtr *Chấm câu*.
pondeáration [pɔ̃derasjɔ̃] nf *Sự bình tĩnh, điềm đạm; sự quân bình*.
pondeárer [pɔ̃dere] vtr (je pondère) *Giữ thăng bằng (lực), cân bằng*. pondéré a *(Người) điềm đạm*.
pondre [pɔ̃dr] vtr (a) *Đẻ (trứng)*; als. *đẻ*. oeuf frais pondu *Trứng mới đẻ*. (b) *Sáng tạo, thai nghén (một tiểu thuyết)*.
poney [pɔnɛ] nm *Giống ngựa nhỏ*.
pongiste [pɔ̃ʒist] nm *Cầu thủ bóng bàn*; équipe de pongistes *Tuyển thủ bóng bàn*.
pont [pɔ̃] nm 1. (a) *Cầu*. p. tournant, basculant, suspendu, *Cầu quay, cầu đối trọng, cầu treo*; les ponts et chaussées *Cầu đường*; faire le p. *Nghỉ bắt cầu*; faire un p. d'or à qn *Biếu ai một khoản tiền lớn để họ chịu nhận một công việc*; vivre sous les ponts *Sống lang thang*. couper, brûler les ponts *Qua sông đốt thuyền, qua cầu rút ván*. couper les ponts avec qn *Tuyệt giao đối với ai*; (b) *Sàn, cầu để sửa xe ở gara*. p. élévateur *Cầu nâng (để sửa xe)*; p. roulant *Cầu lăn*; (c) p. aérien *Cầu không vận*. 2. *Boong tàu thủy*. 3. *Cầu dẫn động*. p. arrière *Cầu sau (xe ôtô)*.
ponte[1] [pɔ̃t] nf *(a) Sự đẻ (trứng) (b) Trứng*.
ponte[2] nm *Nhân vật quan trọng*.
pontife [pɔ̃tif] nm 1. (souverain) p. *Giáo chủ, giáo hoàng*; 2. *Nhân vật quan trọng, kẻ cả*. pontifical, -aux a *Thuộc giáo hoàng*.
pontifier [pɔ̃tifje] vi *Ăn nói trịnh trọng*.
pont - levis [pɔ̃lɔvi] nm pl ponts - levis. *Cầu rút, cầu treo*.
ponton [pɔ̃tɔ̃] nm 1. *Bến nổi, cầu kho*. 2. *Cầu tàu*.

pop [pɔp] a inv *Dân gian (nhạc, nghệ thuật)*.
pop - corn [pɔpkɔrn] nm *Bắp rang*.
pope [pɔp] nm *Giáo trưởng (của giáo hội Nga)*.
popeline [pɔplin] nf *Vải pô pơ lin*.
popote [pɔpɔt] 1. nf faire la p. *Làm công việc bếp núc*. 2. a inv *Chăm lo việc nội trợ; (người) chỉ thích quanh quẩn ở xó nhà*.
populace [pɔpylas] nf *tầng lớp hạ lưu*.
populaire [pɔpylɛr] a (a) *Bình dân; của, từ nhân dân*; manifestation p. *Cuộc biểu dương lực lượng quần chúng*; (b) expression p. *Ngôn ngữ, lối diễn đạt dân gian*; chanson p. *(i) Dân ca; (ii) bài hát được ưa chuộng*; quartier p. *khu lao động*; (c) se rendre p. *Bình dân hóa*.
populariser [pɔpylarize] vtr *Đại chúng hóa*.
populariteá [pɔpylarite] nf *Tính đại chúng (đối với)*.
population [pɔpylasjɔ̃] nf *Dân số*. populeux, - euse a *Đông dân cư*.
porc [pɔr] nm 1. *(a) Con heo; (b) da heo; (c) Người bẩn thỉu thô tục*. 2. *Món thịt heo*.
porcelaine [pɔrsəlen] nf *Sứ, đồ sứ*.
porcelet [pɔrsəlɛ] nm *Heo con*.
porc - eápic [pɔrkepik] nm pl porcs - épics. *Con nhím*.
porche [pɔrʃ] nm *Cổng (lâu đài, nhà thờ)*.
porcherie [pɔrʃəri] nf *Nơi dơ dáy, bẩn thỉu, chuồng heo*.
pore [pɔr] nm *Lỗ chân lông*. poreux, -euse a *có nhiều lỗ nhỏ*.
porno [pɔrno] 1. a *(Tạp chí) khiêu dâm*. 2. nm le p. *Phim con heo, phim khiêu dâm*.
pornographie [pɔrnografi] nf *Sự sản xuất sách, phim ảnh có tính cách khiêu dâm*. pornographique a *Thuộc loại khiêu dâm*.
port[1] [pɔr] nm *Bến cảng, cảng*; arriver à bon p. *Đến bến bình an*; droits de p. *Nội quy, qui định của cảng*; p. maritime *hải cảng*; p. militaire *Quân cảng*; p. de pêche *Ngư cảng*; p. d'attache *Cảng căn cứ*; p. d'aéroglisseurs *Cảng dành cho tàu lướt trên đệm không khí*.
port[2] nm 1. (a) *Sự mang, hành động mang, vác*; p. d'armes *Sự bồng súng*; (b) *Sự mang đồng phục, sự đế râu*. 2. *Cước phí, bưu phí*; franc(o) de p. *Khỏi trả cước phí*; en p. du *Trả thêm cước phí*. 3. *Dáng điệu, bộ dạng (của một người)*.
portable [pɔrtabl] a *(a) Có thể mặc; (b) Có thể mang, vác, xách theo*.
portant [pɔrt)] a être bien, mal, p. *Mạnh khỏe, đau yếu*.
portatif, - ive [pɔrtatif, iv] a *Mang theo được*.
porte [pɔrt] nf 1. (a) *Cửa, cổng, lối vào*; p. cochère *cổng để xe vào (ở phi trường)*; p.

d'embarquement *Cửa để lên tàu, xe...*; (b) *Cửa giả (trong môn trượt tuyết); Mỗi cặp cọc ghi lối đi của cuộc lượn xuôi*; **2.** *Cửa, ngạch cửa*; p. battante *Cửa tự đóng*; p. d'entrée *Cửa vào (cửa trước)*; p. de sortie *Cửa ra*; p. de service *Cửa dành cho người phục vụ*; à ma p. *Ở ngưỡng cửa nhà tôi*; p. tournante *Cửa xoay*. je lui ai parlé entre deux portes *Tôi chỉ nói vắn gọn với nó*; mettre qn à la p. *(i) Đuổi ai ra khỏi cửa; (ii) cho ai nghỉ việc*; nm faire du p. - à p. *Bán buôn, vận động từng nhà* écouter aux portes *nghe trộm*. **3.** *Mắt của móc cài và khuy quần áo.*

porte - aâ - faux [pɔrtafo] nm inv en p. - à - f. *Không vững, thiếu an toàn.*

porte - avions [pɔrtavjɔ̃] nm inv *Hàng không mẫu hạm.*

porte - bagages [pɔrtbagaʒ] nm inv *(a) Cái đựng hành lý, cái đèo hàng; (b) Cái đèo hàng trên trần xe ôtô.*

porte - beábeá [pɔrtbebe] nm (a) *Cái nôi em bé (có thể mang theo được)*; (b) pl porte- bé bé(s). *Giỏ, chỗ ngồi dùng để chở em bé.*

porte - bonheur [pɔrtbɔnœr] nm inv *Vật mang may mắn, vật lấy khước.*

porte - cartes [pɔrtəkart] nm inv *Hộp, ví đựng danh thiếp giấy tờ.*

porte - clefs, porte - cleás [pɔrtəkle] nm *Vòng xâu chìa khóa.*

porte - conteneurs [pɔrtəkɔ̃tenœr] nm inv *Tàu chở thùng chứa hàng.*

port - couteau [pɔrtəkuto] nm pl porte - couteaux. *Giá để dao.*

porte - documents [pɔrtdɔkym)] nm inv *Cặp tài liệu.*

porte - drapeau [pɔrtdrapo] nm pl porte - drapeau(x). *Người mang cờ.*

porteáe [pɔrte] nf **1.** *Chiều dài của rễ cây, nhịp cầu; sải của xà, rầm nhà;* **2.** *(a) Lứa (súc vật); (b) Khuông nhạc.* **3.** (a) *Tầm (tay). Vùng, khoảng giới hạn (của giọng nói)*; canon à longue p., à courte p. *Súng đại bác tầm ngắn, tầm xa*; à p. de voix, *Vừa sức, vừa tầm nói*; à p. d'oreille *Vừa sức nghe*; à p. de (la) vue *Vừa tầm nhìn*; hors de p. *Ngoài tầm*; à la p. de tout le monde *(i) Trong tầm tay mọi người hoặc tầm hiểu biết; (ii) mọi người có thể hiểu;* (b) *Thái độ, sự quan trọng, sự ấn ý (của ngôn ngữ).*

porte - fenêtre [pɔrtəfənetr] nf pl portes - fenêtres. *Cửa sổ của Pháp (cửa sổ sát đất).*

portefeuille [pɔrtəfœj] nf (a) *Ví tiền (dựng giấy tờ)*; lit en p. *Giường chật không duỗi chân được*; jupe p. *Váy bó sát người*; (b) portfolio (c) effets en p.

porte - jarretelles [pɔrtəʒartɛl] nm inv *Thắt lưng treo tất.*

portemanteau, - eaux [pɔrtm)to] nm *Cái mắc áo, cái máng mũ.*

porte(-)mine [pɔrtəmin] nm pl porte - mine(s). *Ống đựng ruột chì (của bút chì máy).*

porte - monnaie [pɔrtmɔnɛ] nm inv *Ví tiền.*

porte - papier [pɔrtpapje] nm inv *Giá cuộn giấy vệ sinh.*

porte - parole [pɔrtparɔl] nm inv *Người phát ngôn, phát ngôn viên.*

porte - parapluies [pɔrtparaplɥi] nm inv *Giá để dù.*

porte - plume [pɔrtəplym] nm inv *Quản bút.*

porter [pɔrte] **1.** vtr (a) *Mang, vác; mang (một gánh nặng)*; p. qn dans son coeur *Ghi khắc hình ảnh ai trong trái tim*; (b) *Sản xuất, sinh sản (trái cây)*; cela vous portera bonheur *Cái đó sẽ mang lại cho anh may mắn*; (c) *Mang cái gì thường xuyên*; p. du noir, une bague *Mặc đồ đen, mang chiếc nhẫn*; le bleu se porte beaucoup *Màu xanh dương rất được ưa chuộng*; p. la tête haute *Giữ tư thế ngẩng cao đầu*; (d) *Chở, mang một cái gì đi đâu*; portez - lui ce livre *Mang đến cho nó cuốn sách này*; il porta le verre à ses lèvres *Nó nâng chiếc cốc lên miệng*; (e) p. un coup à qn *Đánh đập ai*; p. ses regards sur qn *Nhìn chăm chú vào ai*; p. une accusation contre qn *Đưa ra một lời buộc tội ai*; (f) *Ghi vào, nhập vào*; p. une somme au crédit de qn *Chuyển một số tiền vào trương mục của ai*; se faire p. malade *Báo bệnh*; (g) *Lôi kéo, quyến rũ, thúc dục*; tout me porte à croire que *Mọi sự khiến tôi tin là*; (h) *Đạt đến, mang đến*; p. la température à 100° *Đưa nhiệt độ lên đến 100°*; (i) *Thể hiện (sự quan tâm đến ai, đến cái gì)*; par la tendresse que je vous porte *Vì sự âu yếm mà tôi có với anh*; (j) *Công bố, ấn định*; la loi porte que *Luật định rằng*; p. témoignage *Nêu chứng cớ, làm chứng*; **2.** vi (a) la perte a porté sur nous *Dựa vào, nhận lãnh; (cuộc thảo luận) nhắm vào; (hành động) tập trung vào*; (b) *Đụng*; aucun des coups n'a porté *Không một cú nào trúng*; chaque mot a porté *Mỗi một lời đều đạt*; son discours a porté sur ses auditeurs *Bài diễn văn của ông ta nhắm vào cử tọa*; sa voix porte bien *Giọng của ông ta có sức thuyết phục*; sa tête a porté sur le trottoir *Đầu của nó va vào lề đường*; être porté sur *Bị lôi cuốn.* **3.** se p. *Đi, đi đến (một vị trí) (về cái nhìn) rơi vào. (về sự lựa chọn) nhắm vào*; se p. sur *(sự nghi ngờ) nhắm vào*; p. au secours de qn *Đến cứu giúp, tiếp cứu ai*; (b) se p. bon, mal *Ở trong trạng thái sức khỏe tốt, xấu*; (c) se p. caution *Hết sức dè dặt, đến với tư cách là thí sinh.*

porte - revues [pɔrtrəvy] nm inv *Giá đựng tạp chí.*
porte - savon [pɔrtsavɔ̃] nm pl porte - savons. *Giá đựng xà phòng.*
porte - serviettes [pɔrtsɛrvjɛt] nm inv *Giá máng khăn lau mặt.*
porteur, -euse [pɔrtœr, -z] **1.** n (a) *Người mang thư tín;* par p. do *người mang thư tín;* (b) *Người gác (đường tàu);* p. d'eau *xe bồn chở nước;* p. de germes *vật mang truyền mầm bệnh;* (c) *Người được chi trả (ngân phiếu);* p. d'actions *cổ đông;* payable au p. *chi trả cho người mang chi phiếu.* **2.** a (a) *Trục xe;* câble p. *giây cáp treo;* (b) *(sóng) tải, (tần số) tải;* (c) mère porteuse *Người sanh nở (thay cho phụ nữ khác).*
porte - voix [pɔrtəvwa] nm inv *Cái loa.*
portier, -ieâre¹ [pɔrtje, jɛr] n *Người gác cổng, người gác gian.*
portieâre² nf *Cửa xe ôtô, cửa xe hỏa.*
portillon [pɔrtijɔ̃] nm *Cổng vào.*
portion [pɔrsjɔ̃] nf *Phần, phần chia; suất (thức ăn), quãng (đường).*
portique [pɔrtik] nm *(a) Cổng có mái xây ở trên, cổng có mái che; (b) Môn tập xà ngang.*
Porto [pɔrto] **1.** Prnm *Cảng Porto (Bồ Đào Nha).* **2.** nm p. *Rượu vang Porto.*
portrait [pɔrtrɛ] nm *Chân dung, bức truyền thần;* faire le p. de qn *Vẽ chân dung ai;* c'est le p. vivant de son père *Đó là bức họa sống của cha nó.*
portraitiste [pɔrtretist] n *Họa sĩ chân dung.*
Portugal [pɔrtygal] Prnm *Nước Bồ Đào Nha.*
portugais, - aise 1. a & n *Thuộc Bồ Đào Nha, người Bồ Đào Nha.* **2.** nm *Tiếng Bồ Đào Nha.*
pose [poz] nf **1.** *Sự đặt; sự treo màn cửa; sự treo tranh ảnh; sự đặt nằm viên gạch, sự trải thảm; sự bố trí (dòng điện); sự hợp của chìa với ổ khóa;* p. de câbles *Sự lắp đặt đường dây cáp.* **2.** (a) *Tư thế, thái độ;* prendre une p. *Có vẻ, làm bộ;* (b) *Điệu bộ kiểu cách.* **3.** *Sự phơi sáng;* (b) *Thời gian phơi sáng.*
poseá [poze] a *Bình tĩnh, (người) chừng mực. (thái độ) điểm tĩnh; vẻ (điềm đạm).* posément adv *Một cách đứng đắn, khoan thai.*
poser [poze] **1.** vi (a) *(rầm, xà) nằm trên cái gì; (b) Ngồi làm mẫu cho họa sĩ; ngồi để chụp hình; (c) Phô trương, khoe khoang.* **2.** vtr (a) *Đặt cái gì xuống, đặt để;* pose - le sur la table *Đặt cái đó lên bàn;* p. un avion *(Máy bay) hạ cánh;* p. sa candidature *ở vào tư thế, hoàn cảnh (một thí sinh) để...;* p. une question à qn *Đặt một câu hỏi cho ai;* p. un problème à qn *Đặt vấn đề cùng ai;* p. un chiffre *Hạ một con số;*

(b) *Treo (một màn cửa, một bức tranh) Bố trí (hệ thống điện), hợp với ổ khóa.* (c) *Công nhận (sự nổi danh của một người);* (d) *Giả thuyết rằng, giả sử như.* **3.** se p. (a) *(chim) đậu, máy bay (hạ cánh);* (b) un problème se pose *Một vấn đề được đặt ra;* se p. des questions *Hỏi, thắc mắc;* (c) se p. comme prêtre *Làm ra vẻ như là một linh mục.*
poseur, - euse [pozœr, -z] **1.** n *Sự lắp đặt (của đường ống, đường giây cáp);* p. de voie *Thợ sửa chữa và lắp ráp đường rầy xe lửa;* p. de mines *Tàu thả thủy lôi.* **2.** a & n *(Người) hay làm dáng, làm bộ; Người hay làm bộ.*
positif, - ive [pozitif, iv] (a) a *Rõ ràng, chính xác, chắc chắn, dương tính;* (b) nm *Dương bản.*
positivement adv *Một cách xác thực, hoàn toàn, thật.*
position [pozisjɔ̃] nf **1.** (a) *Vị trí (của một con tàu, một máy bay);* Aut: feux de p. *Đèn hiệu;* prendre p. *Ngừng lại;* (b) p. de repli *Thế lui binh.* **2.** *Thế, tư thế.* **3.** (a) *Tình trạng, hoàn cảnh;* p. gênante *Tình trạng phiền toái, bối rối;* p. sociale *Hoàn cảnh xã hội;* (b) demander sa p. *Về bản quyết toán trương mục.*
posologie [pozɔlɔʒi] nf *Liều dùng.*
posseádant, - ante [posed),)t] a & n *Sở hữu, người sở hữu.* les possédants *Kẻ giàu có.*
posseádeá, - eáe [posede] **1.** a *Bị ám ảnh bởi; bị chi phối (bởi lòng đam mê).* **2.** n *Kẻ bị ám ảnh, kẻ khùng.*
posseáder [posede] v (je possède; je posséderai) **1.** vtr *Sở hữu cái gì; có; có (tiền của);* p. un titre *Có một tước hiệu;* (b) *Thông hiểu, nắm được một ngôn ngữ; là chủ chốt (của một vấn đề);* (c) *(về ma quỷ) Ám ai;* (d) *Làm ai trở nên điên khùng;* je me suis fait p. *Tôi điên lên được.* **2.** se p. *Tự chủ;* il ne se possédait plus de joie *Nó mừng điên lên.*
possesseur [posesœr] nm *Người sở hữu.*
possession [posesjɔ̃] nf **1.** *Sự sở hữu, quyền sở hữu;* être en p. de qch *Sở hữu cái gì; Được trao quyền sở hữu về một cái gì;* avoir qch en sa p. *Có một vật gì ở trong quyền sở hữu;* **2.** *Trạng thái bị quỷ ám;* p. de soi - même *Sự Sở hữu.*
possessif, - ive a & nm *Từ sở hữu.*
possibiliteá [pɔsibilite] nf *Khả năng; sự có thể;* si j'ai la p. de lui écrire *Nếu tôi có thể biên thư cho nó.*
possible [pɔsibl] **1.** a *Có thể, có thể được;* c'est (bien) p. *Có khả năng được;* ce n'est pas p. ! pas p. ! *không thể được;* est - il p. de faire des fautes pareilles ? *có thể làm những lỗi tương tự như vậy không ?* il ne m'est pas p. de le faire *Tôi không có khả năng làm việc đó được;* aussitôt que, dès que, p. *Đến khi, cho đến lúc*

có thể được; si (c'est) p. *Nếu có thể*; la boite la plus grande p. *Chiếc hộp nào lớn nhất*. 2. nm dans la mesure du p. *Trong phạm vi có thể được*; faire tout son p. pour *Làm hết khả năng để*; il s'est montré aimable au p. *Nó có hết sức tỏ ra dễ thương*.

post- [pɔst] *Tiếp đầu ngữ post-*.

postdater [pɔstdate] vtr *Để ngày tháng lùi lại*.

poste[1] [pɔst] nf (a) *Bức điện*. les Postes et Télécom - munications *Bưu chính viễn thông*; p. aérienne *(Thư) máy bay*; mettre une lettre à la p. *Đi bỏ thư (ở bưu điện)*; (b) (bureau de) p. *Nhà bưu điện*. grande p. *Bưu điện trung tâm*.

poste[2] nm 1. (a) *Nhiệm sở, nơi làm việc*. être à son p. *Đang ở nơi làm việc, đang ở tại nhiệm sở*; à vos postes! *Về chỗ làm của các anh!* p. de commandement *Trung tâm điều hành*; p. d'équipage *Buồng lái, điều khiển (tàu)*; (b) p. d'incendie *Trạm cứu hỏa*; p. de police *Đồn, bót cảnh sát*; p. d'essence *Trạm xăng*; p. de contrôle *Chốt kiểm tra*; p. de pilotage *Buồng lái máy bay*; p. d'aiguillage *Trạm trực ghi (đường sắt)*; (c) *Máy thu thanh, máy thu hình*. p. émetteur, récepteur *Máy phát, máy thu*; (d) *Máy điện thoại*; p. 35 *Máy (điện thoại phụ) số 35*. 2. (a) *Chức vụ, chức vị*; (b) *Ca, nhóm*. 3. *Chương, khoản*.

poster[1] [pɔste] 1. vtr (a) *Bỏ (thư), gởi (thư)*; (b) *Cắt đặt (phiên gác); Đặt, bố trí công việc (cho một người)*. 2. se p. *(Tự) đứng canh gác*.

poster[2] [pɔstɛr] nm *Bích chương*.

posteárieur [pɔsterjœr] 1. a (a) *(về thời gian) đến sau, sau (so với), muộn hơn*; (b) *(về vị trí) ở phía sau*; 2. nm *Phần sau, mông đít*.

postérieurement adv *Sau, về sau*.

posteáriteá [pɔsterite] nf *Con cháu, đời sau*.

posthume [pɔstym] a *Xảy ra sau cái chết, sinh ra sau khi cha chết, thuộc về di cảo của một người*.

potiche [pɔtiʃ] 1. a *Giả (tóc)* 2. nm *Tóc giả*.

postier, - ieâre [pɔstje, jɛr] n *Nhân viên bưu điện*.

postillon [pɔstijɔ̃] nm 1. *Người đánh xe ngựa bưu điện*. 2. *Văng bọt mép (khi nói chuyện cãi nhau)*.

postillonner [pɔstijɔne] vi *Nói phun bọt mép*.

postopeáratoire [pɔstɔperatwar] a *Sau khi mổ (sự chăm sóc), hậu phẫu*.

postscolaire [pɔstskɔlɛr] a *(Lớp học) sau giờ học chính thức*; enseignement p. *Sự bổ túc văn hóa*.

post - scriptum [pɔstskriptɔm] nm inv *Phần viết thêm sau khi đã ký tên*.

postsynchroniser [pɔsts(krɔnize] vtr *Lồng tiếng sau khi quay*.

postulant, -ante [pɔstyl),)t] n *(a) Người xin việc; (b) Người xin đi tu*.

postuler [pɔstyle] vtr *(a) Xin việc; (b) Coi như là một định đề, một nguyên tắc*.

posture [pɔstyr] nf 1. *Tư thế (của thân thể)*. 2. *Vai trò, vị trí (trong xã hội, một công sở)*. être en bonne, en mauvaise, p. *Ở trong hoàn cảnh tốt, xấu*.

pot [po] nm 1. *Bình, lọ, chậu*; p. de chambre *Bô, chậu đi tiểu*; (petit) p. *(cho trẻ em) Cái bô*; p. de fleurs *chậu hoa*; p. à fleurs *Chậu để trồng hoa*; p. à eau *Bình đựng nước*; p. à lait *Lọ đựng sữa*; prendre un p. *Uống một cốc (rượu)*; avoir du p. *May mắn, gặp may*; coup de p. *Một dịp may; được bạc*; manque de p. *Sự không may*; payer les pots cassés *Chịu hậu quả phiền toái*. 2. p. d'échappement *Ống thoát khói (xe), ống giảm thanh (xe)*.

potable [pɔtabl] a 1. *Uống được (nước)*. eau p. *Nước uống được*. 2. *Kha khá, tạm được*.

potage [pɔtaʒ] nm *Canh, xúp*.

potager, - eâre [pɔtaʒe, ɛr] 1. a herbes potagères *Rau cỏ*; plante potagère *Rau quả*; 2. a & nm (jardin) p. *Vườn rau*.

potasser [pɔtase] F: 1. vi *Học gạo*. 2. vtr *Học gạo cho kỳ thi; Tập luyện liên tục (cho một cuộc thi đấu v.v...)*.

pot - au - feu [pɔtof-] nm inv *(a) Thịt bò hầm rau; (b) Miếng thịt bò để hầm*.

pot - de - vin [pɔdv(] nm 1. *Tiền phục vụ; mánh khóe*. 2. pl pots - de - vin. *Tiền đút lót, tiền hối lộ*.

pote [pɔt] nm *Bạn, bạn thân*.

poteau, - eaux [pɔto] nm (a) *Cột, cọc; cộc*. p. indicateur *Cột tin hiệu*; p. télégraphique *Cột vô tuyến điện*. p. de départ, d'arrivée *Mốc đi, mốc đến*; (b) p. (d'exécution) *Cột xử tử hình*; au p. ! *Treo cổ nó lên!*

poteleá [pɔtle] a *Béo tròn, mũm mĩm (đứa trẻ)*.

potence [pɔt)s] nf 1. *Giá treo cổ*. 2. *Giá chống đỡ*.

potentiel, -elle [pɔt)sjɛl] a & nm *Có tiềm lực*.

potentiellement adv *Tiềm tàng*.

poterie [pɔtri] nf 1. *Nghề làm đồ gốm*. 2. *Đồ gốm*; p. (de terre) *Đồ đất nung*.

potiche [pɔtiʃ] nf 1. *Bình lớn bằng sành sứ, độc bình*. 2. *Người không có thực quyền, bù nhìn, làm vì*; jouer les potiches *Giữ vai trò bù nhìn*.

potier [pɔtje] nm *Thợ làm đồ gốm*.

potin [pɔt(] nm 1. *Chuyện tầm phào*. 2. *Cảnh ồn ào, huyên náo*.

potion [pɔsjɔ̃] nf *Thuốc nước*.

potiron [pɔtirɔ̃] nf *Bí ngô, bí rợ vàng*.

pot - pourri [popuri] nm pl pots - pourris. *giọng điệu hổ lốn.*
pou, pl **poux** [pu] nm *Rận, chấy.*
pouah [pwa] int *Gớm, tởm!*
poubelle [pubɛl] nf *Thùng rác.*
pouce [pus] nm **1.** *(a) Ngón chân (tay) cái.* donner un coup de p. à qn *Giật dây ai*; manger sur le p. *Ăn uống vội vàng*; se tourner les pouces *Ăn không ngồi rồi*; p. ! pax ! *Hòa thôi!* (b) *Ngón tay cái.* **2.** *Đơn vị độ dài (27 mm).*
poudre [pudr] nf **1.** (a) *Bột*; réduire qch en p. *Nghiền nát cái gì ra bột*; p. d'or *bột vàng*; p. dentifrice *Bột đánh răng, kem đánh răng bột*; p. à récurer *Bột để chùi bóng*; sucre en p.; lait en p. *Đường xay, đường bột, sữa bột; Phấn (trang điểm).* **2.** p. (à canon) *Bột thuốc súng.* la nouvelle s'est répandue comme une trainée de p. *Tin tức được lan truyền nhanh chóng.*
poudrer [pudre] vtr *Rắc phấn, rắc bột*; se p. *Bôi phấn (lên mặt).* poudreux, -euse a *Có dạng bột phấn*; neige poudreuse *Tuyết bụi.*
poudrerie [pudrəri] nf *Xưởng làm thuốc súng.*
poudrier [pudrije] nm *Hộp phấn.*
poudrieâre [pudrijɛr] nf *Kho chứa thuốc súng; Điểm nóng (của một sự cố).*
pouf [puf] **1.** int *(a) Hự ! Uých! b Hừm !* **2.** nm *Gối to (để ngồi).*
pouffer [pufe] vi p. (de rire) *Phì cười.*
pouffiasse [pufjas] nf *á, mụ.*
pouilleux, -euse [puj-, -z] **1.** a *Lắm chấy rận (người); dơ bẩn, xác xơ (một góc của thành phố).* **2.** n *Kẻ lang thang, du thủ du thực.*
poulailler [pulaje] nm (a) *Chuồng gà;* (b) *Chỗ ngồi cao, chỗ ngồi ở tầng thượng trong rạp hát.*
poulain [pulɛ] nm *Ngựa con dưới 18 tháng tuổi; Tài năng trẻ được bảo trợ.*
poularde [pulard] nf *Gà mái tơ.*
poule [pul] nf(a) *Gà mái; Gà mái thịt*; p. au pot *Gà mái hầm*; ma (petite) p. ! *Em yêu !* lait de p. *Rượu pha với trứng và sữa*; quand les poules auront des dents *Khi gà mọc răng ! (Không bao giờ)*; être p. mouillée *Là một người nhút nhát*; (b) p. d'eau *Gà nước*; p. faisane *Trĩ mái*; (c) *Tình nhân.*
poulet [pulɛ] nm *(a) Gà tơ;* (b) *Cảnh sát, cớm.*
pouliche [puliʃ] nf *Ngựa cái tơ.*
poulie [puli] nf **1.** *Cái ròng rọc; (i) Bó. (ii) Khối, tảng.* **2.** *(Băng tải) của ròng rọc; bánh xe khởi động.*
poulpe [pulp] nm *Con bạch tuộc, con mực phủ.*
pouls [pu] nm *Mạch xung*; prendre le p. à qn *Bắt mạch ai.*
poumon [pumɔ̃] nm *Phối*; p. d'acier *Phổi thép (dụng cụ trợ hô hấp)*; respirer à pleins poumons *Hít đầy lồng ngực.* crier à pleins poumons *Hét rất to.*
poupe [pup] nf *Đuôi (tàu thuyền).*
poupeáe [pupe] nf **1.** *(a) Con búp bê;* (b) *Thiếu nữ, em bé gái xinh xắn.* **2.** *Vải băng ngón tay.*
poupin [pupɛ̃] a visage p. *Khuôn mặt trẻ con như púp - pê.*
poupon [pupɔ̃] n **1.** *Em bé nhỏ xíu, trẻ sơ sinh.* **2.** *Búp bê dạng em bé.*
pouponner [pupɔne] vi *Chơi trò mẹ con.*
pouponnieâre [pupɔnjɛr] nf *Nhà trẻ.*
pour[1] [pur] prep **1.** *(a) Cho, thay cho.* allez - y p. moi *Đi dùm tôi đi*; mot p. mot *Từng chữ một*; agir p. qn *Hành động vì ai*; (b) prendre qn p. un autre *Nhầm người này với người khác*; laisser qn p. mort *Để ai, bỏ rơi ai cho chết.* c'est p. de vrai *Vì sự thật*; (c) (phương hướng) je pars p. la France *Tôi đi Pháp*; le train p. Paris *Tàu lửa đi Paris*; (d) *(thời gian)* p. quinze jours *trong thời gian 15 ngày*; p. toujours *Vĩnh viễn*; p. le moment *Ngay bây giờ*; il sera ici p. quatre heures (i) *Nó sẽ có mặt ở đây sau 4 tiếng nữa.* (ii) *nó sẽ có mặt ở đây vào 4 giờ;* j'en ai p. une heure *Tôi chỉ có một tiếng để...*; donnez - moi p. 100 francs d'essence *Bán cho tôi 100 francs xăng*; être p. beaucoup *Để có nhiều*; (e) *(mục đích)* je suis ici p. affaires *Tôi đến đây vì công ăn việc làm*; vêtements pour hommes *Áo quần dành cho đàn ông;* c'est p. cela qu'il est venu *Vì lý do đó mà nó đã đến*; il est venu p. le compteur *Ông ta đã đến vì cái đồng hồ (điện)*; (f) *Vì.* faites- le p. moi *Hãy làm điều đó vì tôi*; j'avais peur p. lui *Tôi sợ hãi dùm nó*; p. la forme *Về hình thức*; (g) parler p. qn *Phát biểu nhân danh ai*; adv moi, je suis p. *Tôi, tôi không chống lại*; (h) p. mon compte *Về vấn đề của tôi*; il est grand p. son âge *Nó lớn so với tuổi*; p. ce qui est de nos vacances *Về phần những ngày nghỉ hè của chúng tôi*; p. moi *Về phần tôi*; p. moi, c'est absurde *Với tôi, điều đó quá kỳ cục, vô nghĩa*; p. de la chance, c'est de la chance *Hoàn toàn may mắn*; (i) dix p. cent *Mười phần trăm*; (j) bon, mauvais, p. *Tốt, xấu (cho, để...).* **2.** p. + inf (a) il faut manger p. vivre *(mệnh lệnh) để: Phải ăn để sống*; p. ainsi dire *Như vậy thì;* (b) p. ne pas être en retard *Để không bị trễ*; être trop faible p. marcher *Yếu quá không đi được*; (c) *Dẫu*; p. être petit il n'en est pas moins brave *Dẫu nhỏ, nó cũng không thiếu can đảm*; (d) *Vì.* être puni p. avoir désobéi *Bị phạt vì đã không vâng lời*; je le sais p. l'avoir vu *Tôi biết nó vì đã gặp nó trước đây*; (e) *Nguyên do, lý do.* cela n'est pas p. me surprendre *Điều đó không có gì đáng gây ngạc nhiên cho tôi*; (f) être prêt p.

partir *sẵn sàng, sắp sửa ra đi*; (g) mourir p. mourir *nếu cần phải hy sinh thì hy sinh*. **3.** (a) p. que + sub *Để mà, để*. il est trop tard p. qu'elle sorte *Quá muộn để cô ta ra ngoài*; (b) p. (+ adj hoặc n) *Dù thế nào, dù đến đâu*. cette situation, p. terrible qu'elle soit *Hoàn cảnh này dù có khủng khiếp bao nhiêu*; (c) p. peu que + sub *Nếu như, giá mà*; p. peu que vous bésitiez, vous êtes fichu *Chỉ cần thiếu quyết tâm, anh sẽ hỏng việc*.

pour² nm peser le p. et le contre *Cân nhắc giữa cái lợi và cái hại*.

pourboire [purbwar] nm *Tiền trà nước*.

pourcentage [pursɔ̃taʒ] nm *Phần trăm (của lãi); tiền hoa hồng*.

pourchasser [purʃase] vtr *Truy đuổi; săn tìm (kẻ mắc nợ); tầm nã (một tội phạm)*.

pourparlers [purparle] nm *Cuộc đàm phán*; entrer en p. *Thương lượng, bắt đầu đàm phán với*.

pourpre [purpr] **1.** nf *Phẩm tía (của người cổ đại)*. **2.** nm *Màu đỏ tía, đỏ thẫm*. **3.** a *Có màu đỏ thẫm; (về một người) đỏ bừng lên (vì cơn thịnh nộ)*.

pourquoi [purkwa] **1.** adv & conj *Tại sao*. p. faire ? *Để làm gì ?* p. cela ? *Tại sao vậy ?* mais p. donc? *Nhưng mà, tại sao? Tại sao lại ra như vậy?* voilà p. *Vì vậy đó*; p. pas ? *Sao lại không ?* **2.** nm inv reason; *Lý do*. les p. et les comment *Những lý do và những nguyên nhân*.

pourrir [purir] **1.** vi & pr *hư hỏng, mục nát*; p. en prison *Chết rục trong tù*; laisser p. la situation *Để cho tình thế xấu đi, hư hỏng đi*. **2.** vtr *Làm phân rã*. pourri nm (a) *Hư thối (trái cây); mục (gỗ); hỏng (thịt); ẩm (thời tiết); băng hoại (xã hội)*; sentir le p. *Bốc mùi hôi thối*; (b) *Kẻ đáng khinh*.

pourrissement [purism] nm *Sự hư hỏng, sự tệ hại*.

pourriture [purityr] nf **1.** (a) *Sự thối rữa, mục nát*; (b) *Sự băng hoại, đồi bại (của xã hội)*. **2.** *Kẻ đáng khinh*.

poursuite [pursɥit] nf **1.** (a) *Sự đeo đuổi, sự đuổi theo*; se lancer à la p. de qn *Lao mình vào cuộc săn đuổi ai*; (b) *Có thể tháo rời mang đi (của một vật dụng)*; p. du client *Phương pháp săn tìm khách hàng*. **2.** *(các thủ tục) truy tố*; engager des poursuites contre qn *Khởi tố ai*.

poursuivant, -ante [pursɥi,)t] n *Người theo đuổi*.

poursuivre [pursɥivr] v (conj SUIVRE) **1.** vtr (a) *Đuổi theo, đi theo sau, xua đuổi, săn đuổi (ai), (con vật gì) truy lùng (ai)*; poursuivi par la guigne *Bị theo đuổi bởi vận xấu*; (b) p. qn (en justice). *Truy tố ai trước pháp luật*; (c) *Tiếp tục, theo đuổi (1 câu chuyện, 1 công việc)*; p. un but *Phấn đấu, đeo đuổi một mục đích*; p. un avantage *Theo đuổi một lợi ích*. **2.** vi poursuivez *Tiếp tục (câu chuyện của anh)*. **3.** se p. *Theo đuổi*.

pourtant [purt̃] adv *Thế mà, tuy nhiên*.

pourtour [purtur] nm *Chu vi, đường vòng quanh của một tòa nhà cao tầng, khu vực chung quanh nhà thờ*; mur de p. *Tường bao quanh*.

pourvoir [purvwar] v (prp pourvoyant; pp pourvu; pr ind je pourvois; pr sub je pourvoie) **1.** v ind tr *Cung cấp, cung cấp cho nhu cầu của ai*; p. aux besoins de qn *Chi, cấp lệ phí*; p. aux frais; p. à un emploi *Cung cấp, tạo một việc làm*. **2.** vtr (a) p. qn de qch *Cung cấp cho ai một cái gì*; (b) *Trang bị (bằng)* **3.** se p. *Khiếu nại, chống án*.

pourvoyeur, - euse [purvwajœr, -z] n *Người cung cấp, người tiếp tế*.

pourvu que [purvykə] conj p. qu'il ne fasse pas de gaffes ! *Với điều kiện là, miễn là. Miễn sao nó đừng làm điều bậy, điều hỏ*.

pousse [pus] nf **1.** *Sự mọc (của tóc, lá, lông)*. **2.** *Chồi, mầm non (cây)*.

pousseá [puse] a *(Sự học) thâm sâu*. moteur p. *Động cơ tăng công suất máy*.

pousse - caféá [puskafe] nm inv liqueur. *Ly rượu nhỏ (khi uống café)*.

pousséeá [puse] nf **1.** *Sức đẩy, lực ép*; centre de p. *Trung tâm khí động lực học*; force de p. *Sức đẩy đi lên*; p. du vent *Sức ép của gió*. **2.** *Sự xô đẩy (của đám đông)*. **3.** *Sự đẩy, sự xô mạnh*; **4.** (a) *Sự phát triển, sự bộc phát (của mụn nhọt)*; p. de fièvre *Sự tăng đột ngột nhiệt độ (cơn sốt)*; (b) *Sự tăng (về lợi nhuận)*.

pousser [puse] **1.** vtr (a) *Đẩy; đẩy (xe đạp); đẩy (then cửa)*; p. qn du coude *Thúc ai bằng cùi chỏ*; p. la porte *(i) Mở cửa vào; (ii) Mở cửa ra*; (b) *Thúc, thúc đẩy, thúc giục*; p. qn à faire qch *Thúc đẩy ai làm việc gì*; (c) *Đẩy vào; theo đuổi (việc học); thúc (ngựa); điều khiển máy móc một cách khó nhọc; xô đẩy (học sinh)*. p. la plaisanterie un peu loin *Diễu cợt quá đà*; p. la vente *Đẩy mạnh công việc mua bán*; (d) *Mọc lên, nhú lên (lá cây)*; (e) *Thốt lên (tiếng kêu); Phóng ra (dấu hiệu); Bày tỏ (sự cổ vũ, hoan hô)*; p. un cri *La lên, hét lên*. **2.** vi (a) *Đẩy*; p. à la roue *Đẩy vào bánh xe*; (b) *Đẩy vào; (c) (về cây cối) phát triển, mọc lên; (răng) mọc lên*; ses dents commencent à p. *Răng nó bắt đầu mọc*; laisser p. sa barbe *Để râu mọc*. **3.** se p. *Tự tìm cách di chuyển, tự tìm cách vươn lên*.

poussette [pusɛt] nf *Xe đẩy*; p. canne *Xe đẩy trẻ con*; p. de marché *Xe đẩy (chứa hàng hóa*

poussieâre [pusjɛr] nf (a) *Bụi*; couvert de p. *Đầy bụi*; tomber en p. *Vỡ ra thành từng mảnh vụn, thành bụi*; (b) *Vết bụi bẩn*; 10 francs et des poussières *10 francs và thêm tí nữa*. poussiéreux, - euse a *Phủ bụi, bụi bặm*.

poussif, - ive [pusif, iv] a *(Người) thiếu sức khỏe, yếu hơi, thở hổn hển; (xe) chạy chậm, ì ạch*.

poussin [pusɛ̃] nm *(a) Gà con (b) Gà con. (c) mon p. Cưng*

poussoir [puswar] nm *Nút bấm*.

poutre [putr] nf **1**. *Đà ngang bằng gỗ*. **2**. *Rầm cầu (bằng kim loại)*.

poutrelle [putrɛl] nf *Đà nhỏ, kèo, rầm nhỏ*.

pouvoir¹ [puvwar] vtr (prp pouvant; pp pu; pr ind je peux,je puis, tu peux, il peut, ils peuvent; pr sub je puisse; fu je pourrai) **1**. *Có thể;* je ne peux (pas) le faire *Tôi không thể làm điều đó được*; cela ne peut (pas) se faire *Không thể làm điều đó được*; comment a - t - il pu dire cela ? *Làm thế nào nó có thể nói được điều đó?* il aurait pu le faire s'il avait voulu *Nó có thể làm được nếu nó muốn*; faire tout ce qu'on peut *Làm tất cả những gì chúng ta có thể*; on n'y peut rien *Chúng ta hoàn toàn bất lực*; il travaille on ne peut mieux *Anh ấy làm việc, không ai hơn được*; il n'en peut plus (de fatigue) *Nó không thể làm hơn được*; sauve qui peut *Mạnh ai nấy chạy, mạnh ai nấy tìm đường sống*; qu'est - ce qu'il peut bien me vouloir? *Không hiểu nó muốn gì ở tôi ?* la loi ne peut rien contre lui *Luật pháp không đụng đến ông ta được*. **2**. (a) *Có quyền, được phép*. vous pouvez partir *Anh có thể đi*; puis - je entrer ? *Tôi có được phép vào không ?* (b) puissiez - vous dire vrai ! *Anh có thể nói được sự thật không !* **3**. *Có khả năng*. vpr cela se peut (bien) *Có thể lắm; cái đó có khả năng xảy ra*; la porte a pu se fermer seule *Cánh cửa có thể tự đóng lại*; il pouvait avoir dix ans *Có lẽ nó được 10 tuổi*; advienne que pourra *Ra sao thì ra*; il se peut qu'il vienne *Nó có thể đến, có lẽ nó sẽ đến*.

pouvoir² nm **1**. *Quyền lực, khả năng*. il n'est pas en mon p. de *Không ở trong quyền hạn của tôi*; **2**. *Ảnh hưởng*. être au p. de qn *Dưới sự chi phối của ai*. **3**. (a) p. paternel *Quyền làm cha*; (b) *Thẩm quyền*. abuser de ses pouvoirs *Lạm dụng quyền hạn*; (c) p. politique *Thế lực chính trị;* prendre le p. *Nắm quyền hành;* Thu tóm mọi quyền hành; le parti au p. *Đảng cầm quyền*; les pouvoirs publics *Công quyền*. **4**. *Quyền ủy thác*. avoir plein(s) pouvoir(s) pour agir *Có đầy đủ năng lực để hành động*.

pragmatique [pragmatik] a *Thực hành, thực dụng*. pragmatisme nm *Chủ nghĩa thực dụng*. pragmatiste a & n *Thuộc chủ nghĩa thực dụng; người theo chủ nghĩa thực dụng*.

praire [prɛr] nf *Con sò cát*.

prairie [prɛri] nf *Cánh đồng, đồng cỏ*.

praline [pralin] nf *Kẹo hạnh nhân bọc đường, kẹo hạt dẻ*. praliné a *Ướp hương hạt dẻ*.

praticable [pratikabl] a *Thực hành được; có thể thực hiện được (kế hoạch); (đường) đi được, (chỗ cạn) có thể vượt qua*.

praticien, -ienne [pratisjɛ̃, jɛn] n *Y sĩ, luật sư... hành nghề*.

pratique [pratik] **1**. nf (a) *Sự thực hiện, sự áp dụng (một nguyên tắc);* mettre qch en p. *Thực hiện một điều gì;* en p. *Thực hành;* (b) p. d'un sport *Sự tập luyện, sự rèn luyện một môn thể thao*; je n'ai pas la p. *Tôi không thể ứng dụng cái đó được*; avoir une longue p. de qch *Có một sự thực hành lâu dài về điều gì đó;* (c) *Sự áp dụng (luật pháp)*. terme de p. *Thời hạn quy định cho phép*; (d) *Nghi thức tôn giáo*. **2**. a *Thực hành, thực tiễn (phương pháp); Tiện lợi (máy cầm tay); thích hợp (thời gian);* sens p. *Khả năng nhận thức thông thường*. pratiquement adv *Một cách thực hành, thực tế*.

pratiquer [pratike] vtr **1**. *Thi hành (một luật lệ); Thể hiện (một đức tính tốt); Dùng; sử dụng*. il pratique le football *Nó chơi môn bóng đá*. elle pratique la natation *Cô ta chơi môn bơi lội*. p. une operation *Thực hiện một cuộc giải phẫu;* abs il ne p. pas *(i) Nó không đi lễ (nhà thờ)*. *(ii) Ông ta không có tay nghề*; prix pratiqués *Giá phổ biến, thông dụng*. **2**. *Tạo (một cơ hội); khoan (một hố sâu); mở (một con đường)*. pratiquant, -ante **1**. a *Được rèn luyện*. **2**. n *Người theo (một tôn giáo), (một chân lý); người siêng đi lễ (nhà thờ)*.

preá [pre] nm *Đồng cỏ nhỏ*.

preáalable [prealabl] **1**. a *(a) Trước; (b) Sơ bộ (một sự thỏa thuận)*. **2**. nm *Điều tiên quyết, điều kiện tiên quyết*; au p. *Trước, trước đã*. préalablement adv p. à *Trước (so với)*.

preáambule [pre)byl] nm *Lời mở đầu (cho). Phần mở đầu*.

preáau, -aux [preo] nm *Sân nhà tu; sân chơi có mái che*.

preáavis [preavi] nm *Sự báo trước, lời báo trước;* sans p. *Không được báo trước*.

preácaire [prekɛr] a *(Sự nắm quyền hành) tạm thời; (sức khỏe) yếu đuối*.

preácaution [prekosjɔ̃] nf **1**. *Sự đề phòng;* prendre des précautions *Đề phòng, phòng ngừa;* par p. *Với sự dè dặt*. **2**. *Sự cẩn thận, thận trọng*. avec p. *Một cách cẩn thận*.

preáceádent [presed)] **1.** a *Trước, trước tiên.* le jour p. *Hôm trước.* **2.** nm *Tiền lệ.* sans p. *Chưa từng có.* précédemment adv *Trước, trước đây.*

preácéader [presede) vtr (je pré cè de, n. précédons; je précéderai) (a) *Đến trước, đi trước;* faire p. qch de qch *Để theo thứ tự cái này trước cái kia*; la page qui précède *Trang kế trước;* (b) *Đứng trước ai.*

preácepte [presεpt] nm *Điều giáo huấn, giới luật.*

preácepteur [preseptœ r] n *Gia sư.*

prẽcher [preʃe] **1.** vtr & i *Giảng đạo, giảng kinh sách cho;* p. l'économie *Thuyết giảng về kinh tế;* p. d'exemple *Tự răn mình để làm gương.* **2.** vtr *Giảng đạo cho ai, khuyên nhủ, thuyết giáo ai.*

preácieux, -euse [presj-, -z] a *(a) Quý, có giá trị lớn; vô giá; (b) Cầu kỳ, kiểu cách (lối hành văn).* précieusement adv *Hết sức cẩn thận.*

preácipice [presipis] nm *Hang sâu; vực sâu; vực thẳm.*

preácipitation [presipitasjɔ̃] **1.** nf *Sự hối hả, sự hấp tấp.* **2.** nfpl *Sự đổ mưa, tuyết ở một khu vực.*

preácipiter [presipite] **1.** vtr (a) *Lao xuống, ném xuống từ trên cao;* p. qn dans le désespoir *Đẩy ai vào tình trạng tuyệt vọng;* (b) *Hối thúc, thúc gấp, đẩy nhanh (các hiện tượng).* il ne faut rien p. *Không có việc gì phải hấp tấp.* **2.** vi *Kết tủa.* **3.** se p. (a) *Xông đến, lao (đầu) đến; (nhịp mạch) tăng nhanh.* (b) *Hấp tấp, vội.* précipitamment adv *Hấp tấp chạy ra.* précipité **1.** a *Hấp tấp, vội vàng, liều lĩnh (chuyến bay), (nhịp mạch của người tham gia cuộc đua) dồn dập.* **2.** nm *Chất kết tủa.*

preácis [presi] **1.** a *Chính xác, nhất định.* à deux heures précises *Đúng 2 giờ;* en termes p. *Bằng các thuật ngữ chính xác;* sans raison précise *Không có lý do chính đáng.* **2.** nm *Tập giản yếu, bản tóm tắt (các tài liệu).* précisément adv *(a) Một cách chính xác; (b) Chính là thế.*

preáciser [presize] **1.** vtr *Xác định; định rõ;* p. les détails *Xác định các chi tiết;* je tiens à p. que *Tôi mong xác định rõ là;* p. la date *Định rõ tháng, ngày.* **2.** vi *Làm cho rõ ràng, minh bạch.* **3.** se p. *(về ý tưởng) Trở nên rõ ràng, được cụ thể hóa.*

preácision [presizjɔ̃] nf **1.** *Sự chính xác, sự đúng đắn;* instruments de p. *Các dụng cụ chính xác.* **2.** *Chi tiết rõ ràng.* demander des précisions sur qch *Hỏi han kỹ lưỡng các tiêu chuẩn, định mức của cái gì.*

preácoce [prekɔs] a *Sớm phát triển; có sớm (trái cây); đến sớm (tuổi già).* précocement adv *Sớm.*

preáconiser vtr *Được nhận thức trước.*

preácurseur [prekɔnize] **1.** nm *Người đi tiên phong.* **2.** am *Báo trước, đến trước;* signe p. de qch *Dấu hiệu báo trước.*

preádeácesseur [predesesœ r] nm *Người tiền nhiệm.*

preádestination [predεstinasjɔ̃] nf *Sự tiền định.*

preádestiner [predεstine] vtr *Tiên đoán cho.*

preádicateur [predikatœ r] nm *Người thuyết giáo.*

preádiction [prediksjɔ̃] nf *Sự đoán trước, sự báo trước.*

preádilection [predilεksjɔ̃] nf *Sự ưa chuộng, sự ưa thích đặc biệt;* de p. *ưa chuộng, ưa thích hơn hết.*

preádire [predir] vtr (conj. DIRE except pr ind & inp v. predisez) *Dự đoán, đoán trước.*

preádisposer [predispoze] vtr *Chuẩn bị cho.*

preádisposition [predispozisjɔ̃] nf *Sự sắp đặt sẵn, bẩm chất, thiên hướng.*

preádominance [predɔmin)s] nf *Tính ưu thế, sự trội hơn.*

preádominer [predɔmine] vi *Chiếm ưu thế.* prédominant a *Ưu thế, trội hơn.*

preáeáminence [preemin)s] nf *Địa vị cao hơn về.* prééminent a *có ưu thế, hơn hẳn.*

preáexistence [preegzist)s] nf *Sự có trước, hiện hữu trước.*

preáexister [preegziste] vi *Hiện hữu trước, có trước.* préexistant a *có trước, hiện hữu trước.*

preáfabriqueá [prefabrike] *tạo sẵn, được làm sẵn.* **2.** nm *Nhà tiền chế, xây dựng bằng những vật liệu lắp ráp.*

preáface [prefas] nf *Bài tựa.*

preáfacer [prefase] vtr *Đề tựa.*

preáfecture [prefεktyr] nf *Chức quận trưởng;* P. de police, Paris *Quận trưởng trông coi về lực lượng cảnh sát trong một quận ở Pháp.* préfectoral, -aux a *Thuộc về quận.*

preáfeárable [preferabl] a *Được ưa chuộng hơn, ưa thích hơn.* préférablement adv *Tốt nhất là.*

preáfeárence [prefer)s] nf *Sự ưa thích, sự ưa chuộng hơn;* de p. *Hơn, tốt hơn là;* de p. à *Thích cái gì, thích ai (hơn cái gì, hơn ai).* il n'a pas de p. *Với nó mọi cái đều giống nhau.* préférentiel, -elle a *Ưu đãi.*

preáfeárer [prefere] vtr (je pré fè re; je préférerai) *Ưa thích hơn, thích hơn;* je préfère du thé *Tôi thích uống trà hơn.* préféré, -ée a & n *Ưa thích, chuộng.*

preáfet [prefɛ] nm *Quận. Quận trưởng;* p. de police Paris *Quận trưởng cảnh sát, trưởng ty cảnh sát Paris.*

preáfigurer [prefigyre] vtr *Hình dung trước một việc gì.*

preáfixe [prefiks] nm *Tiền tố, tiếp đầu ngữ.*

preáhistoire [preistwar] nf *Thời tiền sử.* préhistorique a *Thuộc thời tiền sử.*

preájudice [preʒydis] nm *Sự thiệt hại; sự tổn hại; (về đạo đức) sự xúc phạm; điều sai quấy; sự thiệt hại;* porter p. à qn *Gây thiệt hại cho ai.* préjudiciable a *Gây thiệt hại cho quyền lợi của ai; gây tổn hại; có hại cho.*

preájugeá [preʒyʒe] nm *Thành kiến;* avoir un p. contre *có thành kiến với ai.*

preájuger [preʒyʒe] vtr (conj JUGER) p. de qch *Đoán trước một cái gì.*

preálasser(se) [səprelase] vpr *Nghỉ ngơi thoải mái (Tắm nắng).*

preálat [prela] nm *Giám mục.*

preáleâvement [prelɛvm)] nm 1. *Sự khấu trừ trước, sự thu thuế.* 2. (a) *Mẫu vật.* faire un p. de sang *Trích máu để làm mẫu thí nghiệm;* (b) *Số được giảm trừ. Lệnh chi trả.*

preálever [prelve] vtr (conj LEVER) *Lấy vật mẫu, khấu trừ (một khoản tiền) (trên).*

preáliminaire [preliminɛr] 1. a *Sơ khởi.* 2. nmpl *Điều thỏa thuận sơ bộ.*

preálude [prelyd] nm *Phần mở đầu của.*

preáluder [prelyde] vi p. à qch *Mở đầu cho cái gì, giới thiệu cái gì.*

preámatureá, -eáe [prematyre] 1. a *Non, yếu.* 2. n *Trẻ sinh non.* prématurément adv *sớm, non, yếu.*

preámeáditation [premeditasjɔ̃] nf *Sự chủ tâm, việc làm có suy tính trước;* avec p. *có chủ tâm.*

preámeáditer [premedite] vtr *Suy tính, dự tính trước;* p. de faire qch *Dự tính làm một việc gì;* insulte préméditée *Sự lăng nhục có chủ tâm.*

premier, -eâre [prəmje, jɛr] a & n 1. (a) *Đầu tiên;* le p. janvier *Ngày đầu tháng giêng;* le p. jour de l'an *Ngày đầu năm;* premières difficultés *Các khó khăn đầu tiên;* dans les premiers temps *Sơ bộ, sơ khởi;* en p. (lieu) *Thoạt tiên; Ở vị trí đầu tiên, trước nhất là;* du, au, p. coup *Ngay vào lần va chạm đầu tiên;* arriver le p., en p. *Đến trước tiên;* ce n'est pas le p. venu *Không phải là người đến đầu tiên;* première (vitesse) *Số một;* (b) sens p. d'un mot *Nghĩa căn bản, đầu tiên của một từ;* vérité première *Chân lý cơ bản;* matières premières *Nguyên liệu.* 2. habiter au p. (étage) *Ở tầng một;* p. plan *Cận cảnh; Vị trí hàng đầu (lãnh đạo);* première marche *Bậc thang đầu tiên.* 3. au p. rang *Ở hàng đầu;* le tout p. *Cái tốt nhất, cao qui nhất;* p. ministre *Thủ tướng;* p. choix (Hàng) *loại một;* de première importance *Quan trọng hàng đầu;* de première nécessité *Cơ bản.* voyager en première *Đi du lịch với vé hạng nhất;* nombres premiers *Các số hạng đầu;* p. rôle *Vai chánh;* (classe de) première *Lớp đệ nhất;* il est le p. de sa classe *Nó đứng đầu lớp.* de première *Lớp sơ đẳng;* 4. nf (a) première; première *Đêm đầu;* (b) *Dốc lên đầu tiên.* premièrement adv *Trước tiên, ở vị trí đầu tiên.*

premier-neá, premieâre-neáe [prəmjene, prəmjɛrne] a & n pl premiers-nés, premières-nées. *Con trai, con gái đầu lòng.*

preámisse [prəmis] nf *Tiền đề.*

preámonition [prəmɔnisjɔ̃] nf *Dự cảm, linh tính.*

preámunir [prəmynir] 1. vtr p. qn contre qch *Nhắc nhở ai, báo trước ai nên thận trọng trong việc gì.* 2. se p. contre qch *Tự dự phòng, tự bảo vệ đối với.*

prenant [prən)] a *Lôi cuốn (giọng nói). Làm rung động (cuốn sách). Thu hút (cuốn phim).*

prendre [pr)dr] v (prp prenant; pp pris; pr ind ils prennent; pr sub je prenne; ph je pris; fu je prendrai) 1. vtr (a) *Cầm lên, giữ lấy cái gì.* p. qn par les cheveux *Nắm lấy đầu tóc ai;* aller p. son parapluie; dù; je sais comment le p. *Tôi biết làm sao để tóm bắt nó rồi;* p. qch sur la table, dans un tiroir *Lấy cái gì ở trên bàn, trong hộc tủ;* où avez-vous pris cela ? (i) *Anh lấy cái đó ở đâu ra thế ?;* (ii) *Anh lôi ở đâu ra cái ý tưởng đó ?* (b) p. qch sur soi *Nhận lấy trách nhiệm về việc gì;* il a très mal pris la chose *Nó xoay xở công việc rất tồi;* c p. qch à qn *Lấy cái gì từ ai;* cela me prend tout mon temps *Cái đó chi phối hết thời gian của tôi;* (d) il prend cher *Nó phải trả giá đắt;* c'est à p. ou à laisser *Hoặc là nhận hoặc là không, lấy hoặc bỏ phải quyết định đi;* à tout p. *Xét đại thể, xét toàn bộ;* à bien p. les choses *Để nhìn sự vật một cách đúng đắn;* (e) *Bắt, bắt giữ;* p. un poisson *Bắt một con cá;* se faire p. *Bị bắt;* se laisser p. *Để bị bắt;* p. qn à voler *Bắt giữ một ai vì hành vi ăn trộm;* p. qn sur le fait *Bắt quả tang một người nào;* que je vous y prenne ! *Phải chi mà tôi bắt được anh tại chỗ!* on ne m'y prendra pas! *Người ta không hiểu hết ý tôi !* être pris *Bị mắc vào;* se p. le pied dans une racine *Vấp chân vào rễ cây;* (f) l'envie lui a pris de partir *Sự ham muốn đã thôi thúc nó ra đi;* qu'est-ce qui lui prend ? *Vì sao nó như vậy? Cái gì đã xui khiến nó làm vậy ?* bien lui en a pris *Mong sao nó hiểu được;* (g) *Đòi hỏi tìm ai về;* (xe tắc xi) *đón (ai) lên;* (tàu) *chất hàng hóa lên;* (h) *Mua, ghi vào (phiếu);* p. une chambre *Lấy, mướn một phòng;* p. des vacances *Đi nghỉ hè;* p. des renseignements *Tìm, đón nhận những lời chỉ dẫn.* p. des notes *Ghi những chú dẫn;* (i) *Tham gia vào (một nhóm);* p. qn comme exemple *Lấy ai để làm gương;* (j) p. qn pour *Nhầm lẫn người này với người khác;* se faire p. pour *Tự mạo nhận ai;* (k) *Dùng, ăn (thức ăn);* qu'est-ce que vous pren(dr)ez? *Ông dùng gì? Ông uống thứ gì?* qu'est-ce que tu vas p. ! *Mày làm sao thế !* (l) *Có được (một thói quen);* p. froid *Bị cảm lạnh;* (m) *Làm ra vẻ, mang (bộ điệu, vẻ);* p. un air innocent *Làm ra vẻ ngây thơ;* p. du poids *Tăng trọng;* (n) *Đi bằng xe, tàu;* p. à travers champs *Đi băng đồng;* p. un virage *Đi qua một khúc quanh;* p. le large *Ra khơi.* 2. vi *(a) (xi măng, thạch) Ổn định, rắn lại; (máy móc) khởi động bất thình lình; (thức ăn) hứng (vào trong chảo); (b) (cây cối) mọc rễ; (lửa) bắt vào, bắt lửa;* le vaccin a pris *Thuốc chủng đã bắt đầu có hiệu lực;* cette mode ne prendra pas *Mẫu thời trang này không lôi cuốn lắm;* ça ne prend pas ! *Cái đó không có kết quả gì đâu;* (c) p. à gauche *Rẽ trái.* 3. se p. (a) *Mắc, vướng phải;* son manteau s'est pris à un clou *Chiếc áo măng tô của nó móc vào cái đinh;* (b) il se prend pour un héros *nó tự cho mình là một anh hùng;* (c) se p. d'amitié pour qn *Tự xem mình là bạn của ai;* (d) *Tấn công, khích bác ai;* s'en p. à qn *Buộc tội ai;* (e) il sait comment s'y p. *Nó biết phải xoay xở thế nào;* vous vous y prenez mal *Mò mẫm;* s'y p. à deux fois *Anh rất vụng về trong mọi cái.*

preneur, -euse [prənœr, -z] n. *Người dùng Người mua. Người thuê nhà theo hợp đồng.*

preánom [prenɔ̃] nm *Tên tục (tên đi kèm với họ gia tộc).*

preánommer [prenɔme] 1. vtr *Đặt tên cho ai;* le prénomme Victor *Người đàn ông được gọi tên là Victor.* 2. il se prénomme Louis *Tên tục của nó là Louis.*

preáoccupation [preɔkypasjɔ̃] nf *(a) Điều bận lòng, sự bận tâm về; (b) Sự lo lắng; sự lo âu.*

preáoccuper [preɔkype] 1. vtr *Làm bận lòng, lo lắng cho ai;* elle a l'air préoccupé *Cô ta có vẻ lo âu;* sa santé me préoccupe *Sức khỏe của nó khiến tôi lo lắng.* 2. se p. de qch *Lo nghĩ về cái gì.* préoccupant a *Làm lo lắng, làm lo nghĩ.*

preáparateur, -trice [preparatœr, tris] n *(Phòng thí nghiệm) điều chế viên.*

preáparatifs [preparatif] nmpl *Sự chuẩn bị, sự sắp đặt (cho).*

preáparation [preparasjɔ̃] nf *Sự sửa soạn, sự chuẩn bị;* annoncer.qch sans p. *Thông báo điều gì đột xuất.*

preáparer [prepare] 1. vtr (a) *Sửa soạn, chuẩn bị sẵn sàng, sắp đặt, sắp xếp (một cuộc hội thảo);* elle prépare le déjeuner *Cô ta chuẩn bị bữa ăn;* (b) p. qn à qch, *(i) Bố trí một người nào đó để làm một việc gì; (ii) Huấn luyện một người để làm một công việc gì đó;* (c) *Chuẩn bị (bài vở, tinh thần) Học tập (cho kỳ thi);* 2. se p. (a) un orage se prépare *Một cơn giông bão sắp xảy ra.* il se prépare quelque chose *Nó đang chuẩn bị tiến hành một việc gì đó;* (b) se p. à qch, à faire qch *(Tự) sắp đặt, chuẩn bị cho một công việc gì, tự sắp xếp để làm một công việc gì.* préparatoire a *Dự bị.*

preápayer [prepeje] vtr *Trả tiền trước.* prépayé a *đã trả tiền trước.*

preápondeárance [prepɔ̃der)s] nf *Sự cao trội hơn, ưu thế.* prépondérant a *Trội hơn, có ưu thế hơn.*

preáposeá, -eáe [prepoze] n *Nhân viên thừa hành;* p. (des postes) *Người đưa thư;* p. des douanes *Nhân viên hải quan.*

preáposer [prepoze] vtr p. qn à *Giao cho ai giữ một chức vụ gì, phụ trách một việc gì.*

preáposition [prepozisjɔ̃] nf *Giới từ.*

preáretraite [prerətret] nf *Sự về hưu non.*

preárogative [prerɔgativ] nf *Đặc quyền.*

preâs [prɛ] 1. adv *Gần;* tout p. *Rất gần, kế cận, sát bên;* plus p. *Gần hơn nữa.* 2. adv phr à cela p. *Ngoại trừ điều đó ra;* à 5 centimètres; p. 5 centimetres; *Trong khoảng 5 cm;* on n'est pas au centime p. *Chúng ta không phải vì vấn đề tiền bạc;* à peu p. *Gần như; khoảng chừng;* ce n'est pas à beaucoup p. la somme qu'il me faut *Đó không phải gần đúng với khoảng tiền mà tôi đang cần;* de p. *Sát, gần, sát sao;* tirer de p. *Bắn gần hơn nữa;* suivre qn de p. *Đi theo sát bên ai.* 3. prep phr p. de qn *Gần ai, sát bên ai;* il est p. de midi *Gần mười hai giờ trưa;* p. de pleurer *Gần khóc;* p. de partir *Sắp sửa ra đi;* je ne suis pas p. de le revoir *Tôi chưa sẵn sàng gặp lại nó;* adv phr être p. de ses sous *Keo kiệt, bủn xỉn.*

preásage [prezaʒ] nm *Triệu, điềm báo hiệu;* mauvais p. *Điểm xấu.*

preásager [prezaʒe] vtr (n. présageons) 1. *Báo trước.* 2. *Thấy trước, đoán trước.*

presbyte [prezbit] a *Viễn thị (người).*

presbyteâre [prezbiter] nm *Nhà cha xứ.*

presbytie [prezbisi] nf *Tật viễn thị.*

prescience [presjɑ̃s] nf *Sự dự đoán, khả năng tiên tri (về).*

preáscolaire [preskɔler] a *Chưa tới tuổi đến trường.*

prescription [preskripsjɔ̃] nf *Sự ra lệnh, chỉ thị, thời gian hiệu lực.*

prescrire [preskrir] vtr (conj ECRIRE) *Quy định, kê (một đơn thuốc); có hiệu lực (một điều luật);* p. à qn de faire qch *Ra lệnh cho ai phải làm một việc gì.*

preáseáance [prese)s] nf *Quyền ngồi trên, đứng trên.*

preáseálection [preselɛksjɔ̃] nf *Sự lựa chọn trước;* admis en p. *Được đưa vào danh sách sau cùng của các ứng cử viên.*

preáseálectionner [preselɛksjɔne] vtr *(a) Chọn lựa trước; (b) Đưa vào danh sách sau cùng (ứng cử viên).*

preásence [prez)s] nf 1. avoir de la p. *Có cá tính, tính khí.* 2. presence *Sự có mặt.* Sch: régularité de p. *Sự có mặt thường xuyên;* feuille de p. *Phiếu điểm danh có mặt;* en p. *Giáp mặt, mặt đối mặt;* mettre deux personnes en p. *Đưa hai người đến đối diện nhau;* en p. de *Trước mặt ai; trước việc gì;* en ma p. *Khi tôi có mặt, trước mặt tôi;* faire acte de p. *Đến cho có mặt;* p. d'esprit *Sự nhanh trí.*

preásent[1] [prez)] a & n *Có mặt;* les personnes présentes *Những người có mặt;* être p. à une cérémonie *Có mặt ở một buổi lễ;* cela m'est toujours p. à l'esprit *Cái đó luôn luôn hiện hữu trong trí óc tôi;* le (temps) p. *Thời gian hiện nay;* Thì hiện tại; à p. *Ngay lúc này;* jusqu'à p. *Cho đến nay;* dès à p. *Kể từ nay trở đi;* à p. que *Bây giờ mà.*

preásent[2] nm *Vật tặng, quà tặng.*

preásentateur, -trice [prez)tatœr, tris] n *Người giới thiệu chương trình.*

preásentation [prez)tasjɔ̃] nf 1. (a) *Sự trưng bày;* payable à p. *Trả tiền khi được yêu cầu;* (b) *Dáng vẻ.* 2. *Sự giới thiệu với ai.* p. de collections *Buổi trình diễn thời trang.*

preásenter [prez)te] 1. vtr (a) *Đưa, dâng, trình biếu;* p. la main *Đưa tay mình cho ai;* p. ses excuses à qun *Bày tỏ sự xin lỗi với ai;* p. ses hommages à qn *Tỏ lòng kính trọng đối với ai;* p. son passeport *Trình hộ chiếu.* présentez armes ! *Bồng súng chào;* (b) *Đưa (một đơn xin cứu xét); Đưa ra (một giải pháp).* Hướng dẫn *(một chương trình);* p. les faits; bien présenté *Được trình bày tốt, trình bày (một sự kiện);* (c) p. qn à qn *Giới thiệu người này với người kia;* je vous présente...*Tôi xin được giới thiệu...;* p. qn comme candidat *Giới thiệu ai như là một ứng cử viên.* 2. il présente bien *Nó trông có vẻ được lắm.* 3. se p. (a) une occasion se présente *Một cơ hội xuất hiện;* si le cas se présente *Vấn đề xảy đến đúng lúc;* attendre que qch se présente; la chose se présente bien; se p. sous un jour nouveau *Xuất hiện dưới một vận hội mới;* (b) *Tự giới thiệu, tự cổ động (cho cuộc bầu phiếu);* se p. à qn *Tự giới thiệu mình với ai;* se p. à un examen *Đến dự cuộc thi.*

preáservation [prezɛrvasjɔ̃] nf *Sự dự phòng, sự đề phòng.*

preáserver [prezɛrve] vtr *Dự phòng, đề phòng (đối với).* préservatif, -ive 1. a & nm *Có tính bảo quản, chất bảo quản thực phẩm.* 2. nm *bao cao su ngừa thai.*

preásidence [prezid)s] nf *(a) Chức tổng thống; chức chủ tịch; (b) Nơi ở của tổng thống, chủ tịch.*

preásident, -ente [prezid),)t] n 1. a *Tổng thống (một nước cộng hòa);* la Présidente *Tổng thống phu nhân.* 2. (a) *Chủ tịch, nữ chủ tịch (của một cuộc họp);* (b) p. du Conseil *Thủ tướng;* (c) p. du jury *(i) Chủ tịch ban hội thẩm. (ii) Chủ tịch hội đồng thi;* (d) p.-directeur général *Tổng giám đốc.* présidentiel, -elle a *Thuộc về hội trưởng, chủ tịch, tổng thống.*

preásidentielle(s) [prezid)ssjɛl] nf (pl) *Cuộc tuyển cử bầu tổng thống.*

preásider [prezide] 1. vtr *Chủ tọa (một hội đồng); Điều hành (cuộc họp).* 2. vi *Chủ trì, nắm quyền điều khiển;* p. à qch *Cai quản cái gì.*

preásomption [prezɔ̃psjɔ̃] n (a) *Sự giả định, sự đoán chừng; (b) Sự tự phụ, tự cao.* présomptueux, -euse a *Tự phụ, tự cao.*

presque [prɛsk] adv 1. *Gần như,* c'est p. de la folie *Gần như là sự điên cuồng.* 2. *(với phủ định) Hầu như không.* p. jamais *Hầu như không bao giờ;* p. rien *Hầu như không có cái gì.*

presqu'île [prɛskil] nf *Bán đảo.*

pressant [prɛs)] a *Gấp rút, cấp bách (nhu cầu, sự nguy hiểm), khăng khăng (người chủ nợ).*

presse [prɛs] nf 1. *Máy ép;* p. à imprimer *Máy in;* (Cuốn sách) *Đưa đi in.* 2. la p. *Báo chí.* service de p. *Hệ thống báo chí, thông tin đại chúng;* campagne, conférence, de p.; agence de p. *Chiến dịch vận động của báo chí, cuộc họp báo chí.* 3. *Sự khẩn cấp.* il n'y a pas de p. *Không có gì phải vội vàng.*

presseá [prese] a 1. (a) *Ép.* citron p. *Nước trái chanh ép;* (b) *Túm tụm lại với nhau, dồn lại với nhau.* 2. *Gấp rút, cấp bách;* p. de partir *Gấp rút ra đi;* ce n'est pas p. *Không gấp rút lắm;* nm parer au plus p. *Để ý đến công việc gấp trước.*

presse-citron [prɛssitrɔ̃] nm inv *Cái vắt chanh.*

pressentiment [prɛs)tim)] nm *Linh cảm, sự báo trước;* avoir un p. que *Có một linh cảm rằng.*

pressentir [prɛs)tir] vtr (conj MENTIR) 1. *Có một linh cảm trước, thấy trước (về một cái gì);*

presse - papier(s) 442 **preuve**

Cảm thấy một cách mơ hồ; laisser p. qch *Cảnh cáo trước về một việc gì.* 2. p. qn *Dò ý ai.*

presse - papier(s) [prɛspapje] nm inv *Cái chặn giấy.*

presse - puréae [prɛspyre] nm inv *Cán nghiền khoai.*

presser [prese] 1. vtr (a) *Ép, vắt (chanh, miếng bọt biển); ấn (đĩa hát), bóp (quả chanh);* p. qn contre soi *Ôm ai trong vòng tay*; (b) *Ấn (vào nút);* (c) pressé par ses créanciers *Bị thúc đẩy bởi các chủ nợ;* p. qn de questions *Bị tấn công dồn dập bởi những câu hỏi;* p. qn *Khẩn nài, năn nỉ ai;* (d) *Hối thúc ai; Làm nhanh (công việc);* p. le pas *Vội bước, ráo bước*; qu'est-ce qui vous presse ? *Vì sao anh vội vã thế ?* 2. vi le temps presse *Thời gian gấp rút;* l'affaire presse *Công việc gấp rút;* rien ne presse *Không có gì phải vội vàng.* 3. se p. (a) *Chen chúc nhau, dồn lại;* (b) se p. contre qn *Nép chặt vào ai;* (c) *Vội vã;* sans se p. *Không vội vàng.*

pressing [prɛsiŋ] nm *(a) Bàn ủi phun hơi nước; (b) Cửa hàng giặt ủi.*

pression [prɛsjɔ̃] nf 1. (a) *Sự ép, áp lực*; p. atmosphérique *Áp lực không khí.* p. artérielle *Áp lực máu*; bière (à la) p. *Bia hơi.* cabine sous p. *Khoang máy bay có áp suất bình thường;* (b) exercer une p. sur qn *Tạo một ảnh hưởng lên một người nào;* faire p. sur qn *Tạo áp lực với ai.* 2. bouton (à) p., un, une, p. *Khuy bấm.*

pressoir [prɛswar] nm *(a) Máy nén ép; (b) Nhà máy ép, xưởng ép.*

pressurisation [prɛsyrizasjɔ̃] nf *Sự nén chặt, sự ép.*

pressuriser [prɛsyrize] vtr *Giữ dưới áp suất không khí bình thường, điều áp.*

prestance [prɛstɑ̃s] nf *(Diện mạo) uy nghi, oai vệ.*

prestation [prɛstasjɔ̃] nf 1. *Tiền trợ cấp, lợi nhuận*; prestations sociales *Tiền trợ cấp xã hội.* 2. *Sự cho mượn, cung cấp.* 3. *(về nhà thể thao, nghệ sĩ) Sự biểu diễn.*

preste [prɛst] a *Lanh lẹ và khéo léo.*

prestidigitateur, -trice [prɛstidiʒitatœr, tris] n *Nhà ảo thuật.*

prestidigitation [prɛstidiʒitasjɔ̃] nf *Trò ảo thuật.*

prestige [prɛstiʒ] nm *Uy thế, uy tín; sự mê hoặc;* perdre de son p. *Mất uy tín*; publicité de p. *Sự quảng cáo có uy tín.* prestigieux, -euse a *Nổi tiếng, có uy tín.*

préasumer [prezyme] vtr 1. *Đoán chừng, giả sử*; p. qn innocent *Đoán chừng là ai vô tội.* 2. p. de faire qch *Thừa nhận là đã làm việc gì;* trop p. de *Quá tự phụ, quá tự tin.*

préasupposer [presypoze] vtr *Giả định trước.*

prït¹ [prɛ] a *Sẵn sàng.* être p. à tout, *(i) Có nghị lực, dũng cảm với mọi chuyện; (ii) Sẵn sàng để làm mọi chuyện*; p. à rendre service *Nhiệt tình giúp đỡ.*

prït² nm *Sự cho vay; tiền, vật cho mượn;* p. à court terme *Nợ ngắn ngày*; p. hypothécaire *Vay thế chấp, cầm cố.*

prït-aâ-porter [prɛtaporte] nm *Quần áo may sẵn.*

préatendant [pretɑ̃dɑ̃)] nm *Người cầu hôn, người ngấp nghé.*

préatendre [pretɑ̃dr] vtr 1. *Khẳng định (rằng)*; p. être, savoir *Khẳng định là biết.* 2. p. faire qch *Có ý định làm việc gì.* 3. se p., elle se prétend riché *Cô ta tự cho là giàu có;* 4. v ind tr p. à qch *Cầu mong, ước muốn cái gì.*

préatendu, -ue [pretɑ̃dy] a *Giả, mạo xưng.* prétendument adv *Mạo xưng là.*

préatention [pretɑ̃sjɔ̃] nf *(a) Sự đòi hỏi; yêu sách (về) ; (b) Tính tự phụ, khoe khoang,* sans prétentions(s) *Khiêm tốn, bình dị.* prétentieux, -euse a & n *Tự phụ, kiêu căng (người).* prétentieusement adv *Một cách tự phụ, kiêu căng.*

prïter [prete] 1. vtr (a) *Cho mượn*; p. qch à qn *Cho ai mượn cái gì*; p. sur gage(s) *Cho vay có thế chấp;* (b) *Cấp cho;* p. attention *Chú ý*; p. l'oreille *Lắng tai nghe; tuyên thệ;* (c) *Quy cho, gán cho ai;* p. de géneroux sentiments à qch *Công nhận ai với những cảm tình nồng hậu;* (d) vi p. à qch; privilège qui prête aux abus *Những đặc quyền đưa tới những lạm dụng;* 2. se p. à, *(i) (về người) đồng ý, chấp nhận; (ii) Thích ứng với.*

prïteur, -euse 1. a *Cho vay mượn.* il n'est pas p. *Nó không thích việc cho vay mượn.* 2. n *Người cho vay*; p. sur gages *Người cho vay thế chấp.*

préateárit [preterit] nm *Thì quá khứ.*

préatexte [pretɛkst] nm *Cớ, lý do*; sous p. de *Lấy cớ rằng*; sous aucun p. *Không có lý do chánh đáng nào.*

préatexter [pretɛkste] vtr p. que *Lấy cớ rằng;* p. la fatigue *Viện cớ vì mệt nhọc.*

prït - logement [prɛloʒmɑ̃)] nm mortgage; pl prêts-logements. *Văn tự thế chấp, vật cầm cố, sự thế nợ.*

prïtre [prɛtr] nm *Linh mục, giáo sĩ.*

prïtresse [pretrɛs] nf *Nữ tu sĩ.*

prïtrise [pretriz] nf *Chức giáo sĩ, chức linh mục.*

preuve [prœv] nf *Chứng cớ, bằng cớ;* faire p. d'intelligence *Chứng minh sự sáng suốt, trí*

thông minh. *faire ses preuves* tỏ khả năng của mình; *(về kỹ thuật) được kiểm nghiệm tốt*; *il a fait ses preuves*. *Nó tỏ ra rất giàu kinh nghiệm*.

preávaloir [prevalwar] (conj VALOIR, except pr sub je prévale) **1.** *Hơn, thắng thế (so với)*; *faire p. ses droits* Khăng khăng với quyền lợi. **2.** *se p. (de qch)* Ỷ lại vào cái gì; Tự phụ.

preávenance [prevn)s] nf *Sự quan tâm, ân cần, niềm nở*. **prévenant** a *Ân cần, quan tâm, niềm nở*.

preávenir [prevnir] vtr (conj VENIR aux AVOIR) **1.** (a) *Báo trước, mong đợi ai, dự kiến trước một mong ước của ai*; (b) *Ngăn ngừa, đề phòng (bệnh hoạn, hiểm nghèo), ngăn chặn (một tai nạn)*; *mieux vaut p. que guérir* Phòng bệnh hơn chữa bệnh. **2.** *Ảnh hưởng đến ai*. *p. qn contre qn* Làm cho ai mất cảm tình của ai. **3.** *Báo cho ai, cảnh cáo ai về việc gì*; *vous auriez du me p.* Đúng ra anh nên báo trước tôi.

preáventif, -ive [prev)tif, iv] a **1.** *Có mục đích ngừa phòng (y học)*; *à titre p.* Để ngừa phòng. **2.** *détention préventive* Sự tạm giam. **préventivement** adv *Phòng ngừa*.

preávention [prev)sjɔ̃] nf **1.** *Khuynh hướng thiên về*; *Sự thành kiến (đối với)*; *observateur sans p.* Quan sát viên vô tư. **2.** *être en état de p.* Đang ở trong thời gian bị giam cứu. **3.** *Biện pháp đề phòng bệnh tật*; *p. routière* Biện pháp an toàn giao thông.

preávenu, -ue [prevny] **1.** a (a) *Thiên về*; *có thành kiến*; (b) *Bị kết tội về*. **2.** n *Người bị cáo, kẻ bị can*.

preávision [previzjɔ̃] nf *Sự tiên đoán, sự dự kiến*; *en p. de qch.* Để phòng cái gì; *p. du temps* Dự báo về thời tiết; *prévisions météorologiques* Sự dự báo về khí tượng. *prévisions budgétaires* Dự đoán ngân sách. **prévisible** a *Có thể dự đoán, có thể đoán trước*.

preávoir [prevwar] vtr (conj VOIR) **1.** *Biết trước, thấy trước, dự kiến (các tình huống)*; *tout laisse p. Mọi cái đều có thể thấy trước được*; *rien ne fait p. un changement* Không có gì báo trước dự trù một sự thay đổi. **2.** *Trù liệu cho cái gì, dự trù về cái gì.* Buổi họp được dự trù vào ngày mai. *la réunion est prévue pour demain* Chúng ta không thể tiên liệu hết trước mọi việc. *on ne peut pas tout p.*; *comme prévu* Như đã dự tính, theo kế hoạch đã dự tính.

preávoyance [prevwaj)s] nf *Sự thấy trước, sự lo xa, sự phòng ngừa*; *société de p.* Hội tương tế. **prévoyant** a *Biết lo xa, biết phòng xa*.

prier [prije] (impf & pr sub) n. priions, v. priiez) **1.** vtr (a) *Cầu nguyện (Thượng đế)*; (b) *Cầu xin, xin thỉnh cầu*; *se faire p.* Làm cao, khách khí; (c) *Hỏi, yêu cầu*; *p. qn d'entrer* Yêu cầu (mời) ai vào; *je vous en prie*, (i) *Tôi xin anh mà !* (ii) *Tôi xin anh đừng mà !* (iii) (để tỏ lòng cảm ơn về việc gì) Xin cảm tạ. **2.** *vi Cầu khẩn (để được...)*.

prieâre [prijer] nf **1.** *Lời (kinh) cầu nguyện*; *être en prières* Đang cầu nguyện, đọc kinh. **2.** *à la p. de qn* Theo sự yêu cầu, lời đề nghị; *p. de ne pas fumer* Xin đừng hút thuốc.

primaire [primer] **1.** a (a) *Tiểu học (trường)*; (b) *(Ý tưởng) thô thiển, (Người) ít học*. **2.** nm (a) *Bậc giáo dục tiểu học*; (b) *Đại cổ sinh, đệ nhất kỷ*.

prime¹ [prim] a *de p. abord* Ban đầu, buổi ban sơ.

prime² nf **1.** *Quà tặng, tiền thưởng*. **2.** (a) *Tiền trợ cấp, vật cấp cho*; *tiền thưởng*; *p. de rendement* Tiền thưởng năng suất; (b) *avec un stylo en p.* Với một cây bút mực được biếu thêm; *et en p... Và có gì hơn, thêm nữa không*.

primer [prime] **1.** vtr & i *Trội vượt hơn (ai, cái gì)*; *Ở vị trí quan trọng hàng đầu*. **2.** vtr *Ban thưởng cho ai, cho một vấn đề gì*. **primé** a *Được trao giải thưởng (phim)*.

primesautier, -ieâre [primsotje, jɛr] a *Lanh lẹ, nhanh nhẩu, bốc đồng*.

primeur [primœr] nf **1.** *avoir la p. d'une nouvelle* Được nghe trước nhất về một mẩu tin. **2.** *cultiver des primeurs* Trồng các loại rau quả sớm trước mùa; *marchand de primeurs* Người bán rau quả đầu mùa.

primeveâre [primvɛr] nf *Cây anh thảo*.

primitif, -ive [primitif, iv] a (a) *Nguyên thủy, ban sơ*, *couleurs primitives* Màu sắc nguyên thủy; *nm les primitifs* Họa sĩ thuộc trường phái nguyên thủy (trước phục hưng); (b) *Đầu tiên, nguyên bản gốc đầu tiên*; (c) *Thô bạo, khiếm nhã (thói quen)*. **primitivement** adv *Nguyên thủy, sơ khai*.

primo [primo] adv *Thứ nhất là, một là*.

primordial, -aux [primɔrdjal, o] a *Chủ yếu, cốt yếu để làm cái gì*.

prince [pr(s)] nm *Hoàng tử, vua, chúa*; *p. héritier* Hoàng thái tộc; *être bon p.* Hào phóng, rộng rãi. **princier, -ière** a *Thuộc về vua chúa, sang trọng, đế vương*.

princesse [pr(ses)] nf *Nữ hoàng, công chúa, quận chúa*. *aux frais de la p.* Tốn phí do chính phủ trả.

principal, -aux [pr(sipal, o] **1.** a *Chính, chủ yếu, trọng yếu (người, vật)*; *(vấn đề) chính*; *(vai) chủ đạo*; *associé p.* Hội viên thâm niên. **2.** nm (a) *Cái chính, cái chủ yếu*; *hiệu trưởng*; *tu viện trưởng*; (b) *c'est le p.* Đó là cái trọng yếu, cái chính yếu; *le p. est de vivre heureux* Cái

chính là được sống hạnh phúc; (c) Tiền vốn. principalement adv *Nhất là, đặc biệt, chủ yếu.*
principauteá [pr(sipote] nf *Vương quốc, công quốc.*
principe [pr(sip] nm *Nguyên tắc*; par p. *Trên nguyên tắc*; en p. *Về lý thuyết*; avoir pour p. de *Có một nguyên tắc xử thế.* partir du p. que *Khởi sự với điều kiện rằng.*
printemps [pr(t)] nm *Mùa xuân.*
Prioriteá [priɔrite] *Quyền ưu tiên*; p. (de passage) *Lộ giới, quyền ưu tiên sử dụng trong qui định lộ giới.* p. à droite *Ưu tiên cho (xe cộ) bên phải*; route à p. *Quốc lộ.* prioritaire a (a) *Được (ưu tiên)*; (b) être p. *Có quyền ưu tiên. Có quyền ưu tiên trên đường.* véhicules prioritaires *Loại xe cộ được quyền ưu tiên.*
pris [pri] a 1. (a) *(về chỗ ngồi) đã được chiếm giữ, đã có người ngồi;* être p. *Rất bận rộn;* avoir les mains prises *Đầy cả hai tay, bận cả hai tay*; (b) *(về người) bận rộn công việc.* 2. (a) p. de peur *Hoang mang sợ hãi*; p. de boisson *Bị say rượu*; (b) *(mũi) Đau (cuống họng).* 3. *(về thạch, xi măng) kết cứng, (về con sông) đóng băng cứng.*
prise [priz] nf 1. (a) *Sự lấy, sự chiếm cứ; vật đấy, sự đấy.* avoir p. sur qn *Nắm tẩy của ai;* lâcher p. *Bỏ đi;* son attitude donne p. aux reproches, *Thái độ của nó làm cho nó bị chê trách;* (b) être aux prises avec qn *Chống lại ai;* (c) *Sự gắn vào, sự chốt vào;* en p. *số Aut:* en p. (directe) *Gài số;* p. directe *Sự cho xe đi thẳng (không đổi tốc độ).* 2. *Sự đông lại, sự kết rắn lại.* 3. *Sự chiếm đoạt, sự chiếm giữ;* la p. de la Bastille *Sự chiếm ngục Bastille*; p. d'otages *Sự bắt giữ con tin*; p. de vues *Sự chụp phim; Sự thâu hình;* p. de vue *Đoạn phim quay;* p. de son *Sự thâu tiếng.* 4. *(về vật sử dụng) bắt cá, liều thuốc, mẫu quặng;* p. de sang *Sự trích máu để xét nghiệm.* 5. p. d'air, air inlet *Sự nạp khí;* p. d'eau *Sự hút nước vào;* p. de courant *Cái phít (cắm điện) Ố cắm điện;* p. de terre *Dây đất;* p. mâle; p. femelle *Ố cắm điện.*
priser [prize] vtr *Đánh giá cao, đánh giá (một sự việc, một vật).* fort prisé *Được đánh giá cao.*
prisme [prism] nm *Khối lăng trụ.*
prison [prizɔ̃] nf 1. *Nhà tù, trại giam;* aller en p. *Đi ở tù;* mettre en p. *Bắt giam, bắt bỏ tù;* faire de la p. *Trải qua một thời gian ở tù.* prisonnier, -ière n *Người tù, tù nhân;* faire qn p. *Bắt ai làm tù nhân.*
privation [privasjɔ̃] nf 1. *Sự mất, sự thiếu.* p. de la vue *Đui, mù.* 2. *Sự thiếu thốn, sự nghèo túng.*
privauteás [privote] nfpl *Sự suồng sã.*

priveá [prive] 1. a *Tư, riêng (một người, một xí nghiệp); một bộ (thông tin);* à titre p.. *Như người thường.* 2. nm *Cuộc sống cá nhân, riêng tư.* le p.; en p. *Bộ phận kinh tế không chịu sự kiểm soát của Nhà nước.*
priver [prive] 1. vtr *Lấy đi, tước đi (của ai điều gì, cái gì);* je ne vous en prive pas ? *Tôi không làm anh thiệt thòi chứ ?* 2. se p. de qch *Nhịn, chịu hy sinh, chịu thiếu thốn.*
privileâge [privilɛʒ] nm *Đặc quyền.* privilégié a *Giấy phép hành nghề, sự cho phép hành nghề;* banque privilégiée *(Ngân hàng) đặc quyền;* action privilégiée *Cổ phần đặc quyền.*
privileágier [privileʒje] vtr (prr sub & impf n. privilégiions) *Ưu đãi, cho phép đặc quyền.*
prix [pri] nm 1. (a) *Giá trị;* à tout p. *Bằng mọi giá (phải làm);* faire qch, à p. d'argent *Làm một việc gì vì đồng tiền;* se vendre à p. d'or *Bán được với giá cao;* à aucun p. *Dù với giá nào (cũng không làm);* au p. de *với giá;* (b) *Giá;* p. courant *Giá chợ;* p. de revient *Giá vốn;* je vous ferai un p. (d'ami) *Tôi sẽ bán cho anh với giá hữu nghị;* repas à p. fixe *Bữa ăn với giá cố định;* articles de p. *Hàng xa xí phẩm;* hors de p. *Quá cao giá.* ça n'a pas de p. *Cái đó không có giá.* mettre à p. la tête de qn *Treo giá mạng sống của ai;* mise à p. *(Trong cuộc bán đấu giá) giá tối thiểu;* (c) *Số tiền phải trả, phí tổn.* p. du voyage *Tiền tàu xe.* 2. (a) *Giải thưởng.* le p. Nobel *Giải thưởng Nobel;* (b) *(Người) Đoạt giải;* (c) *Sách được giải;* (d) *Cuộc đua.* grand p. (automobile) *Giải lớn về đua ôtô tốc độ cao.*
probabiliteá [prɔbabilite] nf *Khả năng đúng, xác suất.*
probable [prɔbabl] a *Có lẽ đúng.* peu p. *Không chắc có thật, không có lẽ đúng.* probablement adv *Có lẽ, hẳn là, chắc là.*
probant [prɔbɑ̃] a *Có sức thuyết phục.*
probiteá [prɔbite] nf *Tính trung thực, thẳng thắn.*
probleâme [prɔblɛm] nm *Vấn đề. Bài toán* (il n'y a) pas de p. *problem. Không có vấn đề gì.* problématique a *Không chắc về mặt thực tiễn (kết quả, việc thực hiện v.v...)*
proceádeá [prɔsede] nm 1. *Cách cư xử, phương thức làm việc để đạt một kết quả nào đó;* procédés honnêtes (i) *Phương thức đúng đắn, lương thiện;* (ii) *có hạnh kiểm chuẩn mực.* 2. *Qui trình, phương pháp thực hiện;* p. de fabrication *Qui trình sản xuất.*
proceáder [prɔsede] v (je procè de, n. procédons) 1. vi (a) *Xuất phát từ; có nguồn gốc từ;* (b) *Hành động.* 2. v ind tr p. à *Thực hiện, thi hành.*
proceádure [prɔsedyr] nf *Thủ tục tố tụng.*

proceâs [prɔsɛ] nm *Vụ kiện*; p. civil *Việc tố tụng hình sự*. p. criminel *Việc xử án một tội phạm*; faire, intenter, un p. à qn *Kiện ai ra tòa*; gagner, perdre, son p. *Được kiện, thua kiện*; faire le p. de qn *Phê phán, chỉ trích ai*.

procession [prɔsesjɔ̃] nf *Đám rước, lễ rước kiệu*.

processus [prɔsesys] nm *Tiến trình, phương pháp*.

proceâs - verbal [prɔseverbal] nm 1. *Bản tường trình (chính thức), biên bản (cuộc họp), sự ghi nhận (một bằng chứng)*. 2. *Biên bản của nhân viên cảnh sát (về một sự phạm pháp)*; dresser un p.-v. contre qn *Thiết lập một biên bản*.

prochain [prɔʃ(] 1. a *(a) Sắp đến, gần đến (ngôi làng); (b) Sắp tới*; dimanche p. *Chủ nhật sau*; le mois p. *Tháng sau*; la p. fois *Lần sau*; à la prochaine fois ! à la prochaine ! *Hẹn lại lần sau nhé !*; (c) dans un avenir p. *Gần, gần kề*. 2. nm *Trong một tương lai gần*. prochainement adv *Sắp tới, nay mai*.

proche [prɔʃ] 1. adv tout p. *Ở cạnh đây, ở gần đây, ở sát đây*; de p. en p. *Càng ngày càng gần, lần lần*. 2. a *Gần, sát với, lân cận*; la ville la plus p. *Thành phố gần nhất*; ses proches (parents) *Những người bà con gần của anh ta*; ils sont proches parents *Họ là bà con gần với nhau*.

Proche - Orient [prɔʃɔrj)] Prnm *Trung (Cận) Đông*.

proclamation [prɔklamasjɔ̃] nf *Sự tuyên bố, lời công bố*.

proclamer [prɔklame] vtr *Tuyên bố; công bố (kết quả)*; p. qn roi *Công bố ai lên làm vua*.

procreâation [prɔkreasjɔ̃] nf *Sự sinh đẻ*.

procreâer [prɔkree] vtr *Sinh đẻ, sinh ra*.

procuration [prɔkyrasjɔ̃] nf *Sự thừa ủy nhiệm, sự ủy quyền*. par p. *Bằng sự ủy quyền*.

procurer [prɔkyre] vtr & pr p. qch à qn *Cấp cái gì cho ai*; se p. de l'argent *Kiếm tiền*; où peut-on se p. ce livre ? *Chúng ta có thể kiếm cuốn sách này ở đâu?*

procureur [prɔkyrœ r] nm p. de la République *Chưởng lý tòa phúc thẩm*.

prodigaliteá [prɔdigalite] nf *Tính lãng phí*.

prodige [prɔdiʒ] 1. nm *Điều kỳ diệu, sự thần diệu, sự thần kỳ*; faire des prodiges *Làm những điều phi thường*; tenir du p. *Có một chất không siêu phàm*; c'est un p., *(i) Nó là một thần đồng. (ii) Nó là một người khác thường*. 2. a enfant p. *Một đứa bé thần đồng*. prodigieux, -euse a *Phi thường, khác thường, kỳ diệu*.

prodigue [prɔdig] 1. a *Xa hoa, lãng phí (ve).*
être p. de son argent *Phung phí tiền bạc*. l'enfant p. *Đứa con đi hoang, biết hối lỗi quay về nhà (Kinh thánh)*. 2. n *Người tiêu xài quá mức*.

prodiguer [prɔdige] vtr *(a) Hoang phí, lãng phí về cái gì*; p. qch à qn *Lãng phí cái gì cho ai; (b) Tiêu xài lãng phí*.

producteur, -trice [prɔdyktœ r, tris] 1. a *Đang sản xuất về, tạo ra*; pays p. de pétrole *Nước sản xuất dầu*. 2. n *Người sản xuất*.

productif, -ive [prɔdyktif, iv] a *Sinh sản, sinh lợi*.

production [prɔdyksjɔ̃] nf 1. *(a) Sự sản xuất; sự trưng bày (về tài liệu). (b) Sản lượng, sự phát sinh ra điện*; augmenter la p. *Tăng mức sản xuất*; directeur de p. *Chủ nhiệm phim*. 2. *(a) Sản phẩm*; p. littéraire *Các sản phẩm thuộc về văn chương; (b) Sản lượng (hầm mỏ)*.

productiveá [prɔdyktivite] nf *Năng suất, năng lực sản xuất*.

produire [prɔdɥir] (conj CONDUIRE) 1. vtr *(a) Sản xuất. (b) Mang đến nguồn lợi, mang đến kết quả, hiệu quả; (d) Sản xuất (phim)* 2. se p. *(a) Xảy ra; (b) (về một diễn viên) xuất hiện trước công chúng*.

produit [prɔdɥi] nm 1. *(a) Sản phẩm*. produits agricoles *Sản phẩm nông nghiệp*; produits chimiques *Sản phẩm hóa chất*; produits de beauté *Mỹ phẩm; Sản lượng quốc gia; (b) Sản lượng*. p. d'une vente *Số tiền thâu được sau một đợt bán hàng*; p. de la journée *Doanh thu trong ngày*; le p. de 10 ans de travail *Kết quả của 10 năm làm việc*. 2. *Tích số*.

proceáminent [prɔemin)] a *Lồi lên, nổi cao*.

prof [prɔf] n F: = PROFESSEUR. *Giáo sư*.

profanateur, -trice [prɔfanatœ r, tris] n *Kẻ phỉ báng, kẻ xúc phạm*.

profanation [prɔfanasjɔ̃] nf *Sự làm uế tạp*. profane 1. a *Báng bổ, xúc phạm, (âm nhạc) thế tục, không thiêng liêng*. 2. n *Người ngoại đạo, người phàm tục (đối với người theo đạo)*.

profaner [prɔfane] vtr 1. *Xúc phạm, báng bổ (nhà thờ), xâm phạm (lăng mộ)*; 2. *Hành hạ, bạc đãi, làm mất danh dự (một tài năng)*.

profeárer [prɔfere] vtr (je profè re; je proférerai) *Thốt ra, nói ra*.

professer [prɔfese] vtr *Bày tỏ (sự ngưỡng mộ...)* p. que *Biểu lộ, có ý kiến là, tuyên bố là*.

professeur [prɔfesœ r] nm *Thầy giáo, giáo sư (ở một trường đại học). Giáo sư .. giảng viên*; p. de piano *giáo viên dạy piano*.

profession [prɔfɛsjɔ̃] nf 1. faire p. de qch *Sự tuyên bố cái gì*; p. de foi *Sự tuyên bố về đức tin*. 2. *Nghề nghiệp; nghề*. p. libérale *Nghề tự* do. professionnel, -elle **1.** a *Thuộc về nghề nghiệp, về dạy nghề.* **2.** n *Người chuyên nghiệp.*

professorat [prɔfɛsɔra] nm **1.** *Chức giáo sư, thời gian dạy học.* **2.** *(Nghề) dạy học.* professoral, -aux a *Thuộc về giáo sư.*

profil [prɔfil] nm **1.** *Mặt nhìn một bên, mặt nhìn nghiêng;* de p. *nhìn nghiêng.* **2.** *Hình dáng, đường nét*; p. en travers *Mặt cắt ngang.*

porfiler [prɔfile] **1.** vtr *(a) Vẽ nhìn nghiêng, vẽ mặt cắt của cái gì; (b) Vẽ hình dáng (của một vật) Vẽ đường nét (một chiếc xe).* **2.** se p. *(à, sur, contre). Hiện ra, thành hình (trên).*

profit [prɔfi] nm *Tiền lời, lợi tức;* vendre à p. *Bán vì lợi tức;* mettre qch à p. *Sử dụng vật dụng có lợi. Lợi dụng cái gì;* tirer p. de qch *Làm cho cái gì sinh lợi;* au p. des pauvres *Vì lợi ích của những người nghèo.*

profiter [prɔfite] vi **1.** p. de qch *Làm cho cái gì sinh lợi; Lợi dụng cơ hội;* p. de l'occasion **2.** p. à qn **3.** *Làm lợi cho ai, (về trẻ em, cây cối) chống lớn.* profitable a *Có lợi ích, bổ ích.* profitablement adv *Một cách có lợi ích.*

profiteur, -euse [prɔfitœr, -z] n *Kẻ trục lợi.*

profond [prɔfɔ̃] **1.** a (a) p. *(giếng, hồ) sâu, (giọng nói) trầm, ấm;* p. de deux mettres *sâu hai thước;* (b) *sâu-xa (lý do);* (c) *Thâm sâu (sự hiểu biết); sâu (giấc ngủ); nặng nề (dấu hiệu).* **2.** adv creuser p. *Đào sâu* **3.** nm au plus p. de mon coeur *ở nơi sâu lắng nhất của trái tim tôi;* au plus p. de la nuit *Vào giữa đêm khuya* profondément a *Sâu, một cách sâu lắng;* dormir p. *Ngủ rất say;* s'incliner p. *Cúi nghiêng người rất thấp.*

profondeur [prɔfɔ̃dœr] nf **1.** *Chiều sâu (của nước);* en p. *về chiều sâu;* peu de p. *nông cạn;* à six mètres de p. *Với sáu mét chiều sâu.* **2.** *Sự hiểu biết rộng, sự uyên thâm; sự sâu sắc (về cảm nhận).*

profusion [prɔfyzjɔ̃] nf *Sự thừa thãi, sự tràn đầy, sự phong phú (của tư tưởng);* à p. *Vô số, nhiều lắm.*

progéaniture [prɔʒenityr] nf *Con cái.*

progiciel [prɔʒisjɛl] nm *(đĩa mềm) ổ, khối.*

programmation [prɔgramasjɔ̃] nf *Sự lập chương trình.*

programmeur, -euse [prɔgramœr, -z] n *(Người) lập trình cho máy vi tính.*

programme [prɔgram] nm (a) *Chương trình.* (b) p. (d'études) *Chương trình giảng dạy; đề cương giảng dạy;* au p. *Trong chương trình;* (c) *Chương trình.*

programmer [prɔgrame] vtr *Lập chương trình.*

progreâs [prɔgrɛ] nm *Sự phát triển, sự tiến bộ;* faire des p. *Có nhiều tiến bộ.*

progresser [prɔgrese] vi *Tiến bộ, phát triển, tiến tới;* (b) *Cải tiến, tiến bộ.* progressif, -ive a *Tiến bộ, tiến độ.* progressivement adv *Tiệm tiến.*

progression [prɔgresjɔ̃] nf *Sự lan tràn, sự tiến tới.*

prohiber [prɔibe] vtr *Cấm chỉ, cấm đoán.* prohibitif, -ive a *Cấm (luật); (giá) quá cao.*

prohibition [prɔibisjɔ̃] nf *Sự ngăn cấm.*

proie [prwa] nf *con mồi;* oiseau de p. *Con chim mồi;* être la p. de qn, de qch *Là con mồi của ai, của cái gì;* être en p. aux remords *Bị lòng hối hận dằn vặt.*

projecteur [prɔʒɛktœr] nm *(a) Máy chiếu phim; (b) Đèn pha; Đèn phóng điểm, đèn rọi trên sân khấu.*

projectile [prɔʒɛktil] nm *Vật được phóng ra; viên đạn.*

projection [prɔʒɛksjɔ̃] n **1.** *(a) Sự phóng ra, sự ném lên, ném ra; (b) Sự chiếu phim; sự biểu diễn;* appareil de p. *Máy chiếu phim, phim đèn chiếu;* cabine de p. *Phòng chiếu phim;* conférence avec projections *Cuộc hội nghị có chiếu phim để thuyết minh.* **2.** *sự chiếu xuống, bản thiết kế;* p. horizontale *Sơ đồ mặt bằng.*

projectionniste [prɔʒɛksjɔnist] n *người chiếu phim.*

projet [prɔʒɛ] nm (a) *Kế hoạch, dự định;* former le p. de *Lên kế hoạch cho cái gì;* (b) *Sơ đồ (một tòa nhà);* p. de loi *Dự án luật;* en p. *Sơ thảo (một cuốn tiểu thuyết).*

projeter [prɔʒəte] v (je projette, n. projetons) **1.** vtr *(a) Phóng ra, ném, dứt bỏ (sự muộn phiền); ném lên, phóng lên; nhả (khói); (b) Chiếu (phim); (c) Lên kế hoạch (cuộc du lịch);* p. de faire qch *Dự tính làm việc gì.* **2.** se p. *Lập kế hoạch, nổi bật; (về nỗi muộn phiền) lộ vẻ.*

proleátaire [prɔleter] a & n *Người vô sản.*

proleátariat [prɔletarja] nm *Giai cấp vô sản.* prolétarien, -ienne a *Thuộc về giai cấp vô sản.*

proliféaration [prɔliferasjɔ̃] nf *Sự sinh sôi.* prolifique a *Nảy nở mau, sinh sản nhiều.*

proliféarer [prɔlifere] vi *(il prolifère) Tăng sinh, nảy nở nhiều.*

prolixe [prɔliks] a *Dài dòng, rườm rà.*

prolo [prɔlo] a & n *Người vô sản.*

prologue [prɔlɔg] nm *Đoạn mở đầu.*

prolongation [prɔlɔ̃gasjɔ̃] nf *Sự kéo dài;* p. de congé *Sự kéo dài kỳ nghỉ hè; Sự kéo dài thêm thời gian hiệp đấu.*

prolongement [prɔlɔ̃ʒm] nm *(a) Sự kéo dài; sự nối dài (một bức tường); (b) Phần kế tiếp (của một hành động).*

prolonger [prɔlɔ̃ʒe] v (n. prolongeons) **1.** vtr *Kéo dài, làm cho dài thêm, kéo dài ra, kéo dài (một cuộc tranh luận)*; visite très prolongée *Cuộc thăm viếng kéo dài ra*; p. une droite *Nối dài một đoạn thẳng*. **2.** se p. *Kéo dài; tiếp theo, trái dài*. prolongé a *được kéo dài*.

promenade [prɔmnad] nf **1.** *(a) Sự đi dạo; (b) Sự đi bộ, sự đi tản bộ, cuộc đi dạo bằng xe*; faire une p. (à pied) *Đi bộ chơi*; faire une p. à cheval *Dạo chơi bằng ngựa*; p. en vélo *Đạp xe đi chơi*; p. en bateau *Dạo chơi bằng thuyền*; p. en voiture *Lái xe đi chơi*. **2.** *Lối đi dạo, đường đi dạo; khu quảng trường*.

promener [prɔmne] v (je promène) **1.** vtr *(a) Dắt ai đi chơi, chở ai đi dạo bằng xe; (b) Dẫn ai đi, dẫn chó đi dạo, dắt ngựa*; cela vous promènera un peu *Cái đó hơi phiêu lưu đối với anh đó*; (c) p. sa main sur qch *Lướt bàn tay trên cái gì*; p. ses yeux sur qch *Lướt nhìn cái gì*. **2.** se p. (a) *Đi chơi, đi dạo (đi bộ, đi xe)*; envoyer p. qn *Đuổi cổ ai đi*; (b) *(về mắt, tư tưởng) không tập trung*.

promeneur, -euse [prɔmnœ r] n *Người đi dạo, người tản bộ*.

promesse [prɔmɛs] nf **1.** *Lời hứa hẹn*; faire une p. *Hứa hẹn*; artiste plein de promesses *Một nghệ sĩ đầy hứa hẹn (về tài năng)*. **2.** p. d'achat *Lời cam kết khi mua*.

prometteur, -euse [prɔmetœ r, -z] a *Đầy hứa hẹn*.

promettre [prɔmetr] v (conj METTRE) **1.** vtr (a) *Hứa*; p. qch à qn *Hứa với ai một điều gì*; p. de faire qch *Hứa sẽ làm điều gì*; (b) le temps promet de la chaleur *Thời tiết báo trước là sẽ rất nóng*; (c) vi enfant qui promet *Một đứa bé đầy triển vọng*; ça promet ! *Đầy triển vọng !* **2.** se p. qch *Quyết tâm, tự hứa với bản thân một điều gì*; se p. de travailler *Quyết tâm học hành*.

promontoire [prɔmɔ̃twar] nm *Mũi đất, doi đất*.

promoteur, -trice [prɔmotœ r, tris] n *(a) Người khởi xướng, người bắt nguồn (cho); (b) Nhà tài trợ, nhà tổ chức; (c) p.* (immobilier) *Người kinh doanh bất động sản*.

promotion [prɔmosjɔ̃] nf **1.** *Sự thăng chức, thăng cấp*; obtenir une p. *Được thăng chức, thăng cấp*; p. à l'ancienneté *Thăng cấp theo niên hạn (thâm niên)*. **2.** *Số học sinh cùng một niên khóa*. **3.** (article en) p. *Hàng quảng cáo*.

promotionnel, -elle a *Thuộc về quảng cáo bán hàng*.

promouvoir [prɔmuvwar] vtr (à) *Thăng chức cho, quảng cáo cho*.

prompt [prɔ̃] a *Mau lẹ, nhanh chóng, vội vàng*. promptement adv *Mau lẹ, nhanh chóng*.

promptitude [prɔ̃tityd] nf *Tính nhanh nhẩu, lanh lợi, mẫn tiệp*.

promu, -ue [prɔmy] a & n *Được thăng chức (nhân viên)*.

promulguer [prɔmylge] vtr *Công bố*.

pröner [prone] vtr *(a) Tán dương; (b) Đề nghị (một cái gì)*.

pronom [prɔnɔ̃] nm *Đại từ*. pronominal, -aux a *Thuộc về đại từ*.

prononceá [prɔnɔ̃se] a *Rõ ràng, rõ nét (hương vị, nét mặt)*; accent p. *Giọng mạnh mẽ*. peu p. *Sự nhấn mạnh mờ nhạt*.

prononcer [prɔnɔ̃se] vtr (je prononçai(s); n. prononçons) **1.** vtr *Đọc (một từ, một lá thư), phát biểu (một bài diễn văn); Thông báo (một bản án)*. **2.** se p. *(a) Bày tỏ ý kiến, tỏ ý tán thành cái gì; (b) về từ ngữ, thư) được đọc ra*. **3.** vi *Phát biểu; (về ban hội thẩm) đưa ra lời tuyên án*.

prononciation [prɔnɔ̃sjasjɔ̃] nf *Sự phát âm*; défaut de p. *Khuyết tật về phát âm*.

pronostic [prɔnɔstik] nm *Sự dự báo*.

pronostiquer [prɔnɔstike] vtr *Dự đoán*.

propagande [prɔpagɑ̃d] nf *Sự truyền giáo; sự tuyên truyền*; faire de la p. *Tuyên truyền*.

propagateur, -trice [prɔpagatœ r, tris] n *Người truyền giáo, người truyền bá*.

propagation [prɔpagasjɔ̃] nf *Sự truyền bá (đức tin); Sự lan truyền (của dịch bệnh)*.

propager [prɔpaʒe] v (n. propageons) **1.** vtr *Truyền giống, lan truyền; truyền bá*. **2.** se p. *(a) (Về dịch bệnh) lan ra; (b) (về âm thanh, ánh sáng) lan truyền; (c) (về cây cối). Sinh sản, nhân giống*.

propane [prɔpan] nm *Hợp chất Propan (hóa)*.

propension [prɔpɑ̃sjɔ̃] nf *Khuynh hướng, xu hướng, thiên hướng (về)*.

propergol [prɔfergɔl] nm *Nhiên liệu trong động cơ tên lửa*.

propheâte, propheátesse [prɔfet, prɔfetɛs] n *Nhà tiên tri*.

propheátie [prɔfesi] nf *Sự tiên tri*.

propheátiser [prɔfetize] vtr *Tiên tri, tiên đoán*. propheátique a *Thuộc về tiên tri*. prophétiquement adv *Báo trước*.

propice [prɔpis] a *Thuận tiện (với), thuận lợi*.

proportion [prɔpɔrsjɔ̃] nf **1.** *Tỷ lệ*; hors de p. avec to *quá to so với*. **2.** *Kích thước*; salle de vastes proportions *Phòng có kích thước lớn*. proportionnel, -elle a *Tỉ lệ với*. proportionnellement adv *Theo tỷ lệ với*.

proportionneá [prɔpɔrsjone] a **1.** bien p. *(Thân thể) rất cân đối*. **2.** *Cân xứng (với)*.

proportionner [prɔpɔrsjone] vt *Làm cho tương xứng*.

propos [prɔpo] nm **1.** *Ý định, mục đích*; de p. délibéré *Với ý định chín chắn, cân nhắc*. **2.** à (ce) p. *Vấn đề, về vấn đề này*; à tout p. *Bất kỳ lúc nào*; dire qch à p. *Nói điều gì đúng lúc*; arriver fort à p. *Đến thật đúng lúc*; à p. de *Về vấn đề*; à quel p.? *Vì lẽ gì?* juger à p. de *Xem xét về lý do*; à p., où est il ? *Như vậy thì nó ở đâu ?* **3.** *Nhận xét*; des p. en l'air *Những nhận xét vu vơ*.

proposer [prɔpoze] **1.** vtr (a) *Đề nghị, đề xuất (cái gì với ai)*; p. que (+ sub) *Đề nghị rằng*; p. de faire qch *Đề nghị làm việc gì, gợi ý làm việc gì*; je te propose de rester *Tôi đề nghị anh nên ở lại*; p. qn *Đề nghị ai*; (b) *Trao tặng (giải thưởng, phần thưởng)*. **2.** se p. de faire qch *Dự định làm việc gì*; se p. pour faire qch *Có ý định làm việc gì*; se p. comme candidat *Xin làm ứng cử viên*.

proposition [prɔpozisjɔ̃] nf **1.** *Sự đề nghị, điều đề xuất*. **2.** *Mệnh đề;* Gram. *Mệnh đề*.

propre¹ [prɔpr] a (a) *Sạch sẽ;* p. comme un sou neuf *Sạch như lau như ly*; nous voilà propres ! *Khốn nạn cho chúng ta !* (b) *rõ ràng, mạch lạc (bản sao, bài viết)*; recopier qch au p. *Sao chép lại cái gì rõ ràng*; (c) *Trung thực*; c'est du p. ! *Giỏi nhỉ !*

propre² **1.** a (a) nom p. *(nghĩa) thích hợp. Danh từ riêng*; ce sont ses propres paroles *Đó chính là những lời từ miệng nó*; (b) *Đặc thù, cá biệt (với)*. une façon de marcher qui lui est p. *Cách đi đứng đặc thù của nó*; (c) *Riêng, từ chính mắt tôi*; ses idées lui sont propres *Các ý tưởng là của chính nó*; remettre qch en main(s) propre(s) *Phân phát cái gì bằng chính tay mình trao tận tay*; (d) *Thích hợp, phù hợp với*; p. à qch *Để dùng riêng cho cái gì*; p. à tout *Thích hợp với mọi hoàn cảnh*. **2.** nm (a) *Cá tính, đặc tính (của một quốc gia, một người)*; (b) au p. *Theo nghĩa đen*; (c) avoir qch en p. *Có một cái gì là của riêng, sở hữu cái gì*. proprement adv **1.** *Thích đáng, quả thật. Hoàn toàn đúng sự thật*; à p. parler *Nói văn gọn*; p. dit, actual *(Nói) thực tế*. **2.** (a) *Kỹ lưỡng, rõ ràng*; (b) assez p. *Khá tốt. Tàm tạm*.

propre(-) aâ (-) rien [prɔprarj( ] n pl propres(-)à(-)rien. *Đồ vô dụng*.

propreteá [prɔprəte] nf *Tính sạch sẽ, sự sạch sẽ, sự lịch sự*.

proprieátaire [prɔprietɛr] n **1.** *Chủ, sở hữu chủ*; p. foncier *Sở hữu chủ đất đai*. **2.** *Ông chủ nhà trọ, bà chủ nhà trọ*.

proprieáteá [prɔpriete] nf **1.** (a) *Quyền sở hữu*; p. privée *Quyền sở hữu cá nhân, riêng*; p. littéraire *Bản quyền (sách)*; p. industrielle *Sở hữu công nghiệp*; (b) *Vật sở hữu, bất động sản*;

propriétés immobilières *Sở hữu nhà đất*. **2.** *Đặc tính, tính chất (của kim loại, cây cối)*. **3.** *Sự thích đáng, sự chính xác (của ngôn ngữ)*.

propulser [prɔpylse] vtr *Đẩy tới*.

propulseur [prɔpylsœr] **1.** a *Dẫn tiến, đẩy tới*. **2.** nm *Cánh quạt (máy bay), chân vịt (tàu)*.

propulsion [prɔpylsjɔ̃] nf *Sự đẩy, lực đẩy*; à p. nucléaire *dùng lực đẩy bằng năng lượng nguyên tử*.

prorata [prɔrata] nm inv au p. de qch *Theo tỷ lệ (của cái gì)*.

prorogation [prɔrɔgasjɔ̃] nf *Sự hoãn, sự gia hạn*.

proroger [prɔrɔʒe] vtr (n. prorogeons) *Quốc hội) hoãn, gia hạn (về thời gian)*.

prosaïque [prɔzaik] a *Nôm na, tầm thường*. prosaïquement adv *Nôm na, rất tầm thường*.

proscription [prɔskripsjɔ̃] nf *Sự lưu đày, sự trục xuất, sự bài trừ*.

proscrire [prɔskrir] vtr (conj ÉCRIRE) *(a) Phát vãng, đày biệt xứ;* (b) *Cấm chỉ, bài trừ*.

proscrit, -ite [prɔskri, it] n *(Người) bị đày*.

prose [proz] nf *Văn xuôi*.

prospecter [prɔspekte] vtr **1.** *Tìm mỏ, khoáng chất (trong đất); thăm dò (dầu khí)*. **2.** *Tìm khách hàng*.

prospecteur -trice [prɔspektœr, tris] n **1.** *Người thăm dò mỏ*. **2.** *Người săn tìm khách hàng*.

prospection [prɔspeksjɔ̃] nf **1.** *Sự tìm, thăm dò mỏ*. **2.** *Sự tìm khách hàng*.

prospectus [prɔspektys] nm **1.** *Sách nhỏ với những nét đại cương để giới thiệu, quảng cáo*. **2.** *Tờ quảng cáo, rao hàng phát không cho công chúng*.

prospeâre [prɔsper] a *Thịnh vượng, sung túc, phong phú*.

prospeárer [prɔspere] vi (je prospère); prospérerai) *Thịnh vượng, phát đạt*.

prospeáriteá [prɔsperite] nf *Sự thịnh vượng, sự phồn vinh*.

prostate [prɔstat] nf *Tuyến tiền liệt*.

prosterner [prɔsterne] **1.** vtr *Cúi (đầu) để ý kính trọng*. **2.** se p. (a) (devant) *Cúi lạy, quì lạy (trước)*; (b) (devant). prosterné a *Khúm núm, tự hạ mình (trước)*.

prostitueáe [prɔstitɥe] nf *Gái điếm*.

prostituer [prɔstitɥe] **1.** vtr *Làm điếm*. **2.** se p. *(a) Trở thành gái điếm;* (b) *Bán rẻ danh dự, lương tâm*.

prostitution [prɔstitysjɔ̃] nf *Nghề mãi dâm, sự làm đĩ, điếm*.

prostration [prɔstrasjɔ̃] nf *Sự mệt lả, sự suy*

sup. prostré a *Mệt lả, rã rời.*

protecteur, -trice [prɔtɛktœr, tris] **1.** n *(a) Người che chở, người bảo vệ;* *(b) Người bảo trợ, người đỡ đầu.* **2.** a *(a) Che chở, bảo vệ;* *(b) Có vẻ che chở (giọng nói).*

protection [prɔtɛksjɔ̃] nf **1.** *Sự bảo vệ (đối với). Sự giữ gìn môi trường;* de p. *(Màn) bảo hộ, bảo vệ.* **2.** *Sự bảo trợ.*

protectionnisme [prɔtɛksjɔnism] nm *Chế độ bảo hộ thuế quan.* **protectionniste** a & n *(Người) chủ trương chế độ thuế quan bảo hộ.*

protectorat [prɔtɛktɔra] nm *Chế độ bảo hộ.*

protéageá, -eáe [prɔtɛʒe] n *Người được che chở.*

protéage - cahier [prɔtɛʒkaje] nm pl *protège-cahiers. Bìa bọc vở.*

protéager [prɔtɛʒe] vtr (je protège, n. protégeons; je protégerai) **1.** *Che chở, bảo vệ (đối với);* se p. de qch *Tự giữ mình trước cái gì.* **2.** *Bảo trợ.*

protéaíne [prɔtein] nf *Đạm protéin.*

protestant, -ante [prɔtɛst),)t] a & n *Thuộc đạo Tin lành, tín đồ đạo Tin lành.*

protestantisme [prɔtɛst)tism] nm *Đạo Tin lành.*

protestataire [prɔtɛstatɛr] **1.** a *(Lá thư) kháng nghị.* **2.** *Người phản kháng.*

protestation [prɔtɛstasjɔ̃] nf **1.** *Sự kháng nghị, sự tuyên bố.* **2.** *Sự phản kháng.*

protester [prɔtɛste] **1.** vtr *(a) Kháng nghị, phản kháng. (b) Kháng nghị (về một kỳ phiếu).* **2.** vi p. de son innocence *Cam đoan về sự vô tội của mình;* p. contre qch *Phản đối cái gì, không thừa nhận cái gì.*

protheâse [prɔtɛz] nf *Bộ phận giả, chân tay giả;* p. dentaire *Răng giả.*

protocole [prɔtɔkɔl] nm *Nghị định thư, nghi thức xã giao; nghi lễ ngoại giao.* **protocolaire** a *Theo đúng nghi thức.*

prototype [prɔtɔtip] nm *Nguyên mẫu.*

protubeárence [prɔtyber)s] nf *Cục u, cục sưng; chỗ phình.* **protubérant** a *Làm sưng lên, làm phình lên, nhô lên.*

proue [pru] nf *Mũi (tàu thuyền).*

prouesse [pruɛs] nf **1.** *Sự dũng cảm.* **2.** *Kỳ công, kỳ tích (trong thể thao).*

prouver [pruve] vtr *Chứng minh rằng;* p. qch à qn *Chứng minh điều gì với ai;* cela ne peut se p. *Cái đó không thể chứng minh được.*

provenance [prɔvn)s] nf *Nguồn gốc, gốc tích, xuất xứ;* train en p. de Lille *Chuyến tàu xuất phát từ Lille.*

provencal, -aux [prɔv)sal, o] **1.** a & n *Thuộc xứ Provence, người Provence.* **2.** nm *Ngôn ngữ,*

tiếng Provence.

provenir [prɔvnir] vi (conj VENIR) *Đến từ,* provenant de.

proverbe [prɔvɛrb] nm *Tục ngữ, cách ngôn.* proverbial, -aux a *Thuộc cách ngôn, tục ngữ.*

providence [prɔvid)s] n *Ý trời, thiên hựu; Người bảo hộ, thần bảo hộ.* providentiel, -elle a *Do ý trời.* providentiellement adv *Nhờ trời.*

province [prɔv(s] nf **1.** *Tỉnh.* **2.** les p. *Các tỉnh lỵ.* vivre en p. *Sống ở tỉnh;* vie de p. *Đời sống tỉnh lỵ.* provincial, -iale, -iaux a & n *Thuộc về tỉnh, hàng tỉnh.*

proviseur [prɔvizœr] nm *Hiệu trưởng trường trung học.*

provision [prɔvizjɔ̃] nf **1.** *Đồ dự phòng, đồ dự trữ;* faire p. de *Tích lũy, dự trữ;* faire ses provisions *Đi mua hàng;* sac à provisions *Túi đựng hàng.* **2.** *Dự khoản để đảm việc chi trả ngân hàng;* chèque sans p. *Ngân phiếu không có hiệu lực chi trả.*

provisoire [prɔvizwar] **1.** a *Tạm thời;* à titre p. *Với danh nghĩa tạm thời;* dividende p. *Tiền lãi tạm thời (cổ phần).* **2.** nm le p. *Cái tạm thời.* provisoirement adv *Tạm thời, trong lúc chờ đợi.*

provocateur, -trice [prɔvɔkatœr, tris] **1.** a *Khiêu khích;* agent p. *Tác nhân khiêu khích.* **2.** n *Kẻ khiêu khích, kẻ khích động.*

provocation [prɔvɔkasjɔ̃] nf *Sự khiêu khích.*

provoquer [prɔvɔke] vtr **1.** *Khiêu khích (ai).* **2.** *Xúi giục, khích động;* p. qn au crime *Xúi giục ai phạm tội;* **3.** *Gây ra, dẫn đến (kết quả mong muốn); làm cho, khiến cho (phê bình); tạo ra (sự hưởng ứng);* p. la curiosité *Khiêu gợi trí tò mò;* p. le sommeil *Gây ngủ.* provocant a *Khiêu gợi, khiêu khích, gây ra.*

proxeáneâte [prɔksenɛt] nm *Trùm sò, ma cô, tú bà.*

proximiteá [prɔksimite] nf *Sự kế cận, sự gần;* à p. *gần, gần sát bên;* à p. de *gần bên.*

prude [pryd] **1.** a *Quá đoan trang.* **2.** nf *Người quá đoan trang, gái nhà lành.*

prudence [pryd)s] nf *Sự thận trọng, sự cẩn thận, tính thận trọng;* par p. *Vì thận trọng.* prudent a *Cẩn thận, thận trọng, khôn ngoan; (quyết định); thích hợp.* prudemment adv *Thận trọng.*

prune [pryn] nf *Trái mận;* p. de damas *Cây mận tía;* verre de p. *Thủy tinh, kính màu mận chín;* pour des prunes *Không được gì, vô tích sự;* des prunes! *Đồ không giống ai.* **2.** a inv *(màu) mận chín.*

pruneau, -eaux [pryno] nm **1.** *Trái mận khô.* **2.** *Đạn.*

prunelle [prynɛl] nf **1.** *Quả mận gai;* (liqueur de) p. *Rượu làm từ quả mận gai.* **2.** *Con ngươi (mắt);* je tiens à ce livre comme la prunelle de mes yeux *Tôi giữ gìn cuốn sách này như giữ gìn con ngươi của chính mình.*
prunellier [prynɛlje] nm *Cây mận gai.*
prunier [prynje] nm *Cây mận.*
PS abbr **1.** post scriptum *Tái bút;* **2.** Parti socialiste. *Đảng xã hội.*
psalmodier [psalmɔdje] vi (pr sub & impf n. psalmodiions) *Hát với giọng đều đều; tụng (kinh).*
psaume [psom] nm *Thánh vịnh.*
pseudo- [ps-do] *Giả, giả tạo, gần giống.*
pseudonyme [ps-dɔnim] nm *Biệt hiệu, bút danh.*
psi [psi] n *nhà tâm thần học, nhà phân tâm học, nhà tâm lý học. Bác sĩ tâm thần.*
psychanalyse [psikanaliz] nf *Phân tâm học.* psychanalytique a *Thuộc về phân tâm học, phân tích tâm lý.*
psychanalyser [psikanalize] vtr *Chữa bệnh bằng phân tâm học.*
psychanalyste [psikanalist] n *Nhà phân tâm học.*
psychiatre [psikjatr] n *Thầy thuốc tâm thần.*
psychiatrie [psikjatri] nf *Khoa nghiên cứu về tâm thần.* psychiatrique a *Thuộc bệnh tâm thần, (bệnh viện) tâm thần.*
psychique [psiʃik] a *Thuộc về tâm thần, các hiện tượng tâm thần.*
psychologie [psikɔlɔʒi] nf *Tâm lý học.* psychologique a *Về tâm lý.* psychologiquement adv *Về mặt tâm lý.*
psychologue [psikɔlɔg] n *Chuyên gia tâm lý.*
psychose [psikoz] nf **1.** *Chứng loạn thần kinh.* **2.** *Nỗi ám ảnh, lo sợ.*
PTT abbr Postes, Télégraphes, Téléphones; *Bưu điện, điện tín, điện thoại; les PTT Cơ quan bưu điện.*
puant [pɥɑ̃] a (a) *Có mùi hôi, hôi;* (b) *Người bẩn tiện, vô liêm sỉ.*
puanteur [pɥɑ̃tœr] nf *Mùi thối, mùi hôi thối.*
public, -ique [pyblik] **1.** a *Công cộng; (cuộc họp) công khai;* ministère p. *Viện kiểm sát, viện công tố.* **2.** nm le p. *Quần chúng, công chúng;* le grand p. *Đại đa số quần chúng;* cử tọa; en p. *Công khai.* publiquement adv *Một cách công khai.*
pub[1] [pyb] nf = PUBLICITÉ. *Sự quảng cáo.*
pub[2] [pœb] nm *Quán rượu.*
puberteá [pybɛrte] nf *Tuổi dậy thì.* pubère a *Đến tuổi thành niên, dậy thì.*

pubis [pybis] nm *Bụng dưới, xương mu;* du p. *Thuộc về bụng dưới, xương mu.*
publication [pyblikasjɔ̃] nf *Sự xuất bản (sách), sự công bố.*
publiciteá [pyblisite] nf *(a) Sự công khai; sự công bố;* faire de la p. *Công bố;* (b) *Quảng cáo;* commercial. *Sự thu lợi từ quảng cáo, sự phát hành thương mãi.* publicitaire **1.** a *Thuộc về quảng cáo;* vente p. *Sự bán hàng quảng cáo.* **2.** nm *Người làm quảng cáo.*
publier [pyblije] vtr (pr sub & impf n. publiions) *(a) Công bố, đăng một bài viết;* (b) *Xuất bản (sách).*
puce [pys] nf **1.** *Con bọ chét;* le marché aux puces, les puces *Chợ bán đồ cũ, chợ trời;* mettre la p. à l'oreille à qn *Tạo ra sự lo sợ cho cho ai;* jeu de puces *Trò chơi ném các đồng tiền nhỏ vào hộp.* **2.** *Bộ phận khuếch âm cực nhỏ bằng silicium.*
puceron [pysrɔ̃] nm *Con rệp cây;* p. noir *Một loại rệp.*
pudeur [pydœr] nf *Sự bẽn lẽn, e lệ; sự dè dặt kín đáo;* sans p. *Không biết ngượng, vô liêm sỉ;* rougir de p. *Đỏ mặt vì ngượng ngùng.*
pudibond [pydibɔ̃] a *Dễ mắc cỡ, cả thẹn.*
pudique [pydik] a *Trong trắng, tiết hạnh.* pudiquement adv *Một cách tiết hạnh, đầy vẻ trong trắng.*
puer [pɥe] vi *Xông mùi, bốc mùi;* p. l'ail *Bốc mùi tỏi.*
pueáricultrice [pɥerikyltris] nf *Cô nuôi dạy trẻ.*
pueáriculture [pɥerikyltyr] nf *Khoa nuôi dạy trẻ.*
puearileá [pɥerilite] nf *Tính nông nổi, tính trẻ con.* puéril a *như con trẻ, như trò trẻ.*
pugilat [pyʒila] nm *Cuộc đấu quyền, cuộc đánh đấm.*
puis [pɥi] adv *Rồi, kế đến, sau đó;* et p. *Ngoài ra;* et p. c'est tout *Và như vậy là hết;* et p. après ? *Và sau đó; Còn gì nữa ?*
puisard [pɥizar] nm *Hố (đào trong đất để thoát nước mưa).*
puiser [pɥize] vtr *Múc (nước) (ở, từ);* p. dans son sac *Lấy ra, móc ra từ túi.*
puisque [pɥiskə] conj *Bởi vì, chính vì;* p. je te dis que je l'ai vu ! *Vì tôi bảo với anh là tôi đã thấy nó mà.*
puissance [pɥisɑ̃s] nf **1.** p. en chevaux *Mã lực; khả năng (về thói quen); sức (gió); công suất (máy); sức ngựa (mã lực);* p. fiscale *Sự đánh thuế theo mã lực của xe.* **2.** 10 (à la) p. *Lũy thừa; Mười lũy thừa bốn 10⁴.* **3.** avoir qn en sa p.; p. paternelle *Quyền làm cha, làm mẹ.* **4.** les

grandes puissances *Các thế lực lớn.* **5.** en p. *Tiềm tàng.* puissant **1.** a *Đầy sức mạnh, mạnh.* **2.** nm les puissants *Người có thế lực, có uy quyền.*

puits [pɥi] nm **1.** *Giếng.* p. à ciel ouvert *Giếng lộ thiên;* p. de science *Một kho, một nguồn thông tin khoa học.* **2.** *Đường thông vào các hầm mỏ, cửa vào hầm mỏ;* p. d'aération *Đường thông hơi.*

pull (-over) [pulɔvɛr] nm pl pull-overs. *Áo thun chui đầu.*

pulluler [pylyle] vi *(a) Sinh sản nhanh; (b) Có nhiều, nhung nhúc.*

pulmonaire [pylmɔnɛr] a *Thuộc về phổi;* congestion p. *Sự xung huyết phổi.*

pulpe [pylp] nf *Phần cơm của trái cây.*

pulsation [pylsasjɔ̃] nf *(a) Sự đập, sự đánh; (b) Nhịp đập của trái tim.*

pulsion [pylsjɔ̃] nf *Xung năng.*

pulveárisateur [pylverizatœr] nm *Máy phun; máy phun sương.*

pulveárisation [pylverizasjɔ̃] nf *(a) Sự nghiền thành bột; (b) Sự phun ra, sự phun hơi, phun sương.*

pulveáriser [pylverize] vtr *(a) Nghiền cái gì thành bột; (b) Phun nước.*

puma [pyma] nm *Báo sư tử puma.*

punaise [pynɛz] nf **1.** *Con rệp.* **2.** *Đinh pu-ne.*

punaiser [pynɛze] vtr *Găm cái gì.*

punch [pɔ̃ʃ] nm **1.** *Rượu pân, pha với nước trái cây, nước đường, uống nóng.* **2.** *Sự mạnh mẽ, hùng hồn.*

punching - ball [pœnʃiŋbol] nm *Quả bóng treo dùng để tập đấm.*

punir [pynir] vtr *Phạt;* puni par la loi *Bị trừng phạt bởi pháp luật.* punissable a *Đáng bị phạt.* punitif, -ive a *Có mục đích trừng phạt.*

punition [pynisjɔ̃] nf *Sự phạt, hình phạt.*

pupille[1] [pypil, pypij] nm & f *Sự trông nom, bảo trợ;* p. de la Nation *Viện mồ côi.*

pupille[2] nf *Con ngươi (của mắt).*

pupitre [pypitr] nm **1.** *Bàn viết; p. à musque giá nhạc* **2.** *nhóm (nhạc cụ);* chef de p. *Trưởng nhóm.*

pur [pyr] a **1.** *Nguyên chất, ròng, không pha (rượu whisky);* la pure vérité *Thuần túy chân lý;* en p. perte *công không.* **2.** pure (air); *(không khí) trong lành;* ciel p. *Trời trong sáng.* purement adv *Một cách trong sạch, hoàn toàn là.*

pureáe [pyre] **1.** nf p. (de pommes de terre) *Món khoai tây nghiền;* p. de tomates *cà chua*

xay; être dans la p. *ở trong tình trạng bần cùng, nghèo khó* **2.** p. ! *Đồ chết tiệt ! Mẹ kiếp !*

pureteá [pyrte] nf *Sự thuần khiết, sự không pha trộn, sự trong sáng (của bầu trời).*

purgatoire [pyrgatwar] nm *Nơi chuột tội.*

purge [pyrʒ] nf *sự súc ruột, sự làm cho trong sạch một tổ chức bằng cách thanh lọc bớt thành viên.*

purger [pyrʒe] v (n. purgeons) **1.** vt *(a) Làm cho sạch sẽ; (b) Thực hiện một sự kết tội; (c) Tháo nước khỏi (ống nước), xả bớt (ống hơi).* **2.** se p. *Thực hiện một cuộc xổ tẩy.* purgatif, -ive a & nm *có tính xổ, tẩy, thuốc xổ tẩy.*

purification [pyrifikasjɔ̃] nf *Sự tinh chế, sự làm cho trong.*

purifier [pyrifje] v (pr sub & impf n. purifiions) **1.** vtr *Làm cho trong, làm cho sạch, tinh chế (kim loại).* **2.** se p. *Trở nên trong sạch., tự làm cho bản thân được sạch sẽ.*

purin [pyrɛ̃] nm *Nước phân.*

puritain, -aine [pyritɛ̃, ɛn] **1.** n *Kẻ nghiêm khắc về mặt đạo đức và tôn giáo.* **2.** a *Khắc khe về mặt đạo đức và tôn giáo.*

puritanisme [pyritanism] nm *Sự tôn trọng, chặt chẽ về nguyên tắc.*

pur - sang [pyrsɑ̃] nm inv *Ngựa đua thuần giống.*

pus [py] nm *Mủ.*

pustule [pystyl] nf *Mụn mủ.*

putain [pytɛ̃] nf *Điếm, đĩ;* p. de voiture ! *Chiếc xe bẩn thỉu!*

putois [pytwa] nm *Con chồn hôi.* p. d' Amérique *chồn hôi châu Mỹ.*

putreáfation [pytrefaksjɔ̃] nf *Sự thối rữa.*

putreáfier (se) [səpytrefje] *Làm thối rữa.*

PV abbr proces-verbal. *Biên bản.*

PVC abbr polyvinyl chloride, PVC. *Nhựa tổng hợp PVC.*

puzzle [pœzl] nm *Trò chơi ghép hình.*

pygmeáe [pigme] nm *Người lùn ở Phi châu.*

Pyjama [piʒama] nm *Quần áo ngủ;* un p. *Một bộ pi-gia-ma; pantalon, veste, de p. Bộ pi-gia-ma với quần và áo khoác.*

pylône [pilon] nm *Cột tháp (Ai Cập).*

pyramide [piramid] nf *Kim tự tháp.*

Pyreáneáes (les) [lepirene] Prnfpl *Dãy núi Pêrênê* pyrénéen, -enne a Pyrenean. *Thuộc về núi Pi rê nê.*

pyromane [piroman] n *Người mắc bệnh cuồng lửa, thích đốt lửa.*

python [pitɔ̃] nm *Con trăn.*

Q, q [ky] nm *(Chữ) Q, q.*
QG abbr *tổng hành dinh* (quartier général, HQ).
QI abbr quotient intellectuel, IQ. *Chỉ số thông minh.*
qu = **que** Que *trước nguyên âm hay h câm*
quadrageánaire [kwadraʒenɛr] adj & n *Tứ tuần người 40 tuổi.*
quadrangulaire [kwadr)gylɛr] adj *(Tòa nhà) 4 góc.*
quadrilateâre [kwadrilater] nm *4 mặt, tứ diện.*
quadrillage [kadrijaʒ] nm *(a) Những hình vuông; Những mẫu có hình vuông (b) sự bao trùm (một vùng).*
quadriller [kadrije] vtr *(a) Cai quản trong các khu vực; (b) Điều khiển (vùng).* quadrillé adj *Kẻ ô vuông.*
quadrimoteur, - trice [kwadrimɔtœr, tris] adj & nm *(Máy bay) 4 động cơ.*
quadripartite [kwadripartit] adj *(Hội nghị) gồm 4 đảng phái.*
quadrireáacteur [kwadrireatœr] nm *máy bay phản lực 4 động cơ.*
quadrupeâde [kwadrypɛd] adj & nm *Bốn chân; thú bốn chân.*
quadruple [kwadrypl] adj & nm *Gấp bốn lần;* être payé au q. *Trả tiền gấp 4 lần;* payer le q. du prix *Trả gấp bốn lần giá.*
quadrupler [kwadryple] vtr & i *Tăng lên gấp bốn lần.*
quadrupleás, - eáes [kwadryple] npl *Trẻ sinh tư.*
quai [ke] nm (a) *Cảng, bến tàu;* à q. quay *Dọc theo bến tàu;* (b) *(Sông) bến ghe đậu, bến phà;* (c) *sân ga;* le train est à q. *Tàu lửa đang ở ga;* accès aux quais *Đến bến tàu.*
qualification [kalifikasjɔ̃] nf *(a) Sự chỉ phẩm chất; (b) Tiêu chuẩn, khả năng;* obtenir sa q. *Đủ khả năng.*
qualifier [kalifje] v (impf & pr sub n. qualifiions) **1.** vtr (a) *Được gọi là;* acte qualifié de crime *Hành động được gọi là phạm tội ấy;* q. qn de menteur *Cho ai là một tên nói láo;* (b) *chỉ phẩm chất;* (c) q. qn à faire qch *Cho ai đủ tiêu chuẩn để làm gì.* **2.** se q. *se q.* colonel *Tự xưng là đại tá;* (b) *làm cho đúng cách.*
qualificatif, - ive 1. adj *Phẩm chất* **2.** nm *Từ chỉ phẩm chất, từ hạn định.* qualifié adj (a) *Lành nghề, đủ tiêu chuẩn (công nhân);* non q. *Không đủ tư cách, không lành nghề;* (b) *nặng thêm (tội).*
qualiteá [kalite] nf **1.** (a) *Chất lượng;* de bonne q. *Có chất lượng tốt;* (b) *Chất lượng tốt;* produit de q. *Sản phẩm có chất lượng cao* **2.** *Tính chất (của cái gì)* **3.** *Khả năng; Sự chuyên nghiệp;* nom, prénom et q. *Họ, tên và nghề nghiệp;* agir en q. d'avocat *Hành động với tư cách một luật sư;* avoir les qualités requises pour un emploi *Có khả năng cần thiết để làm gì, đủ tiêu chuẩn để làm gì;* avoir q. pour agir *Có quyền hành động.* qualitatif, - ive adj *Đủ khả năng, có chất lượng.*
quand [k] **1.** conj (a) *Khi;* je lui en parlerai q. je le verrai *Khi nào gặp, tôi sẽ đề cập điều đó với anh ta;* q. je vous le disais ! *Tôi có báo anh như thế đâu, tôi có bao giờ báo anh như thế đâu !;* (b) q. (même) *Ngay cả nếu, thậm chí, mặc dù.;* q. bien même *Ngay cả nếu;* je le ferai q. même *Dù sao đi nữa thì tôi cũng sẽ làm việc đó.* **2.** adv q. viendra - t - il ? *Khi nào anh ta sẽ đến ?;* à q. le mariage ? *Ngày cưới tổ chức khi nào ?;* depuis q. êtes - vous à Paris? *Anh đã ở Paris bao lâu rồi ?;* de q. est ce journal? *Tờ báo này ra ngày nào vậy ?;* c'est pour q.? *Khi nào?*
quant aâ [k)ta] loc adv *Về phần, còn về;* q. à cela *Còn về điều đó;* q. à l'avenir *Còn về tương lai.*
quantiteá [k)tite] nf *Số lượng;* en q. *Theo số nhiều;* des fruits en q. *Nhiều trái cây;* en grande q., en q. industrielle *Nhiều, số lượng lớn;* une q., des quantités de gens *Nhiều người.* quantitatif, - ive adj *Về lượng, về số lượng*
quarantaine [kar)tɛn] nf **1.** *(Khoảng) bốn mươi;* approcher la q. *Gần đến 40.* **2.** *Sự cách ly, kiểm dịch;* mettre qn en q. *Cách ly, kiểm dịch;* *Từ chối cộng tác.*
quarante [kar)t] num adj inv & nm *Bốn mươi;* je m'enfiche comme de l'an q. *Tôi chả cần đến gì cả.* quarantième num adj & n *thứ bốn mươi, phần bốn mươi, người thứ bốn mươi.*
quart [kar] nm **1.** (a) *Phần tư;* donner un q. de tour à une vis *Vặn vít một phần tư vòng (vặn 45°);* partir au q. de tour *Bắt đầu;* remise du q. *giảm 25%;* q. d'heure *Một khắc, 15 phút;*

passer un mauvais q. d'heure *Qua một khắc lao đao*; il est deux heurs et q., un q. *hai giờ 15*; trois quarts *Ba phần tư*; cinq heures moins le q. *5 giờ kém 15*; q. de finale *phút cuối cùng (trong cuộc chơi thể thao)* (b) un q. de beurre *250gr bơ*; (c) *Một phần tư lít; chai góc tư lít; bình nước phần tư lít* 2. *sự trực ban (4 giờ liền)*; être de q. *Trực ban.*

quartette [kwarlet] nm *Bộ tứ nhạc jazz.*

quartier [kartje] nm 1. *Góc tư, phần tư; phần tư (con bò, cừu)* 2. *Phần, miếng (cam); Mẩu (đầu)*; mettre qch en quartiers *Xé gì ra từng mảnh* 3. (a) *Phường, quận*; q. des spectacles *Khu giải trí*; je ne suis pas du q. *Tôi không sống gần đây trong khu nầy*; de q. *Địa phương*; (b) rentrer au q. *trở lại trại lính*; Q. général *Tổng hành dinh.* 4. faire q. à qn. *Tha chết cho ai.*

quartz [kwarts] nm *Thạch anh*; montre à q. *Đồng hồ hoạt động bởi dao động tinh thể của thạch anh.*

quasi [kazi] adv *Gần như, hầu như*, q. aveugle *Gần như mù*; q.- obscurité *Gần như tối mù*; j'en ai la q. - cer - titude *Tôi gần như tin chắc về điều đó.*

quasicollision [kazikɔlizjɔ] nf *suýt rơi.*

quasiment [kazim)] adv *Hầu như.*

quatorze [katɔrz] num adj inv & nm *Mười bốn, số mười bốn*; le q. juillet *Ngày 14 tháng 7.*

quatorzième num adj & n *Thứ mười bốn, phần mười bốn.*

quatrain [katr(] nm *Bài tứ tuyệt, đoạn thơ bốn câu.*

quatre [katr] num adj inv & nm *Số bốn, bốn*; le q. août *Ngày 4 tháng 8*; habiter numéro q. *Nhà ở số 4*; monter l'escalier q. à q. *Lên cầu thang bốn bậc một*; un de ces q. matins, un de ces q. *Một trong những ngày này*; prendre son q. heures *Dùng trà giữa buổi*; se mettre en q. *Dùng đủ cách để làm gì (pour faire qch, to do sth).* quatrième 1. num adj & n *thứ tư*, habiter au q. (étage) *Sống trên tầng bốn, tầng bốn* 2. nf *số thứ tư; gần như bậc 3 (trường trung học).*

Quatre - Cantons [katrɔk)tɔ] Nprm lac des Q-C. *hồ Quatre - Cattons*

quatre - vingt - dix [katrəv(dis] num inv adj & nm *Chín mươi*. quatre - vingt - dixième num adj & n *Thứ chín mươi.*

quatre - vingts [katrəv(] num adj & nm *(S cuối cùng được bỏ nếu có một số đi sau hoặc nếu được dùng như số thứ tự)* tám mươi; page q. - vingt *Trang 80*; quatre - vingt - un 81. quatre - vingtième num a & n *thứ tám mươi.*

quatuor [kwatyɔr] nm *bộ tư.*

que [kə] rel pron 1. *(Người) mà, người mà; (Vật) cái mà, điều mà; (Trung tình) mà;* *(Trong tiếng Anh thường bị bỏ sót).* advienne q. pourra *Cái gì phải đến thì cứ đến.* 2. *(Thuộc từ)* menteur q. tu es! *Mi đúng là nói láo !*; couvert qu'il était de poussière *Mình hẳn ta đầy bụi*; purs mensonges q. tout cela ! *Đó toàn là những điều dối trá !* c'est une belle maison q. la vôtre *Ngôi nhà của anh rất đẹp* 3. *(Túc từ)* l'homm q. vous voyez *Người đàn ông mà anh thấy*; les livres q. vous avez achetés *Những quyển sách mà anh đã mua*; il n'est venu personne, q. je sache *Theo tôi biết thì không ai đến* 4. les jours qu'il fait chaud *Vào những ngày nóng bức*; depuis 3 mois q. j'habite Paris *Tôi đã sống ở Paris từ ba tháng nay.*

que² interr pron neut 1. *Gì thế ?* q. voulez - vous ? *Anh muốn gì ?*; q. faire ? *Tôi sẽ phải làm gì ? có thể làm gì ?* q. dire? *Tôi phải nói gì đây?* 2. qu'est - il arrivé ? q. s'est - il passé ? *Chuyện gì vậy ?* 3. (a) *(Nghi vấn)* que ne le disiez - vous ? *Tại sao anh không nói thế ?* (b) *(Hô thán)* qu'il est beau ! *Anh ta đẹp trai làm sao !* que de gens ! *Quá nhiều người, người gì lắm thế !.*

que³ conj 1. *Rằng*; je désire qu'il vienne *Tôi muốn anh ấy đến*; je pense q. non *Tôi không nghĩ vậy* 2. (a) *(Mệnh lệnh)* qu'elle entre ! *Hãy để cô ấy vào !* q. je vous y reprenne ! *Ước gì tôi bắt được anh (làm việc đó) một lần nữa !*; (b) *(Giả thuyết)* qu'il pleuve ou qu'il fasse du vent *Dù trời mưa hay gió*; q. tu le veuilles ou non *Dù anh có muốn hay không* 3. il l'affirmerait q. je ne le croirais pas *Thậm chí anh ta có khẳng định đó là sự thật thì tôi vẫn không tin* 4. (a) approchez qu'on vous entende *Anh hãy đến gần hơn để chúng tôi có thể nghe thấy?*; à peine était - il rentré q. le téléphone sonna *Anh ta vừa mới vào thì điện thoại reo*; il y a trois jours q. je ne l'ai vu *Đã 3 ngày nay rồi tôi không gặp anh ta*; (b) quand il entrera et qu'il vous trouvera ici *Khi anh ta bước vào và sẽ thấy anh ở đây* 5. *(Trong so sánh)* aussi grand q. moi *Cao bằng tôi*; tout autre q. moi *Mọi người trừ tôi* 6. ne...que *Chỉ*; il na qu'une jambe *Anh ta chỉ có một chân*; il ne fit, n'a fait, qu'entrer et sortir *Anh ta chỉ bước vào và lại đi ra*; n'y a pas q. lui qui le sache *Anh ta không phải là người duy nhất biết được*; il ne me reste plus q. vingt francs *Tôi chỉ còn lại có 20 franc*; je ne bois jamais q. de leau *Tôi không bao giờ uống gì ngoài nước* 7. (a) q. non ! q. si ! q. oui ! *Chắc chắn không ! vâng, thực vậy!* (b) qu'il dit! *Anh ta nói thế đấy !*

Queábec [krbɛk] Npem *Quebec.* québécois, - oise adj & n *thuộc về Quebec, người Quebec (tiếng giọng Québec).*

quel, quelle [kɛl] adj & pron 1. *Cái mà*; q. que soit le résultat *Bất cứ kết quả ra sao*; quels que soient ces hommes *Bất kể mấy người này là ai;* à n'importe quelle heure *Vào bất cứ giờ nào.* **2.** *(Nghi vấn)* quelle heure est - il ? *Mấy giờ ?* q. livre lisez - vous? *Anh đang đọc sách gì thế ?* de ces deux projets q. est le plus sur ? *Hai dự án này cái nào chắc hơn ?* **3.** *(Hô thán)* q.homme ! *Người gì kỳ thế!*

quelconque [kɛlkɔ̃k] adj **1.** *Bất cứ gì;* trois points quelconques *ba điểm bất kỳ.* **2.** répondre d'une façon q. *Trả lời một cách nào đó.* **3.** ordinnary *Thông thường; Nghèo nàn, hờ hững;* il est très q. *Anh ta là loại người tầm thường;* son travail est q. *Công việc của anh ta thật buồn tẻ.*

quelque [kɛlkə] **1.** a (a) *Vài, nào đó;* adressez - vous à q. autre *Hãy nói với người nào đó khác;* (b) *Một vài, một ít;* il y a quelques jours *Cách đây vài ngày;* cent et quelques mètres *Hơn một trăm mét; Hơn 40;* quarante et quelques (c) *(Ứng với qui, que + sub)* q. ambition qui l'agite *Tham vọng nào đã đưa đẩy anh ta;* de q. côté que vous regardiez *Bất cứ con đường nào anh nhìn thấy.* **2.** adv (a) Khoảng; q. dix ans *Khoảng 10 năm;* (b) *(Ứng với que + sub)* q. grandes que soient ses fautes *Lỗi lầm của anh ta lớn đến độ nào.*

quelque chose [kɛlkəʃoz] indef pron m *Cái gì đó;* q. c. de nouveau *Cái gì mới;* il y a q. c. *Có vấn đề nào đó;* ca m'a fait q. c. *Tôi thấy đó là ý hay;* ca alors, c'est q. c. ! *Thế thì thực sự hơi nhiều !*

quelquefois [kɛlkəfwa] adv *Thỉnh thoảng, đôi khi.*

quelque part [kɛlkəpar] adv *Nơi nào đó.*

quelqu'un, **quelqu'une** pl **quelques – uns, – unes** indef [kɛlkœ̃, kɛlkyn, kɛlkəzœ̃, yn] pron **1.** m & f *người này (người kia);* quelques - uns des magasins *Một vài cửa hàng;* quelques - un(e)s d'entre nous *Vài người trong số chúng ta* **2.** nm *Người nào đó, bất kỳ ai đó;* q. me l'a dit *Một người nào đó đã báo tôi;* q. d'intelligent *Một người thông minh nào đó;* q. de trop *Người nào đó thừa ra;* q. d'autre *Người nào khác;* F: est - il q. ? *Có phải anh ta là một nhân vật quan trọng nào đó ?*

queámander [kem)de] vtr *Van xin (cái gì).*

qu'en - dira - t - on [(k)diratɔ̃] nm inv *Tán gẫu, chuyện gẫu.*

quenelle [kənɛl] nf *chả viên (cá, thịt).*

querelle [kɔrɛl] nf *Sự cãi vã;* querelles de famille *Những chuyện rùm beng trong gia đình;* q. d'amoureux *Chuyện xích mích, hờn dỗi của những người yêu nhau.*

quereller [kɔrɛle] **1.** vtr *cãi vã với ai* **2.** se q. *Cãi vã* querelleur, - euse adj *Hay cãi vã, hay gây chuyện.*

qu'est - ce que [kɛskə] interr pron *Cái gì ?* q. q. vous voulez ? *Anh muốn gì ?* q. q. c'est que ca? *Chuyện gì thế ?*

qu'est - ce qui [kɛski] interr pron *Cái gì ?* q. q. est arrivé ? *Có chuyện gì thế ?*

question [kɛstjɔ̃] nf (a) *Câu hỏi;* poser une q. à qn *Đặt một câu hỏi cho ai;* (re)mettre qch en q. *Đặt câu hỏi thảo luận* (b) *Vấn đề, quan điểm;* questions d'actualité *Những vấn đề thời sự;* la personne en q. *Người được nói đến;* hors de q. *Ngoài vấn đề;* la q. n'est pas là *Đó không phải là vấn đề;* de quoi est - il q. ? *Về vấn đề gì thế ?* il est q. de lui élever une statue *Đó là vấn đề về việc dựng tượng cho ông ta;* il n'en est pas q. *Không có vấn đề gì cả, đó không phải là vấn đề.*

questionnaire [kɛstjɔnɛr] nm *Bản câu hỏi điều tra.*

questionner [kɛstjɔne] vtr *Hỏi, chất vấn ai.*

quête [kɛt] nf **1.** *Cuộc điều tra;* se mettre en q. de qch *Điều tra cái gì.* **2.** *Sự quyên tiền, tiền quyên;* faire la q. *Quyên tiền; Quyên góp cái gì.*

quêter [kɛte] **1.** vtr *tìm kiếm, xin xỏ.* **2.** vi *quyên tiền.*

quêteur, -euse [kɛtœr, øz] n. *Người đi quyên.*

queue [kø] nf **1.** *Đuôi;* q. de renard *Đuôi cáo;* q. de cheval *Đuôi ngựa, tóc đuôi ngựa;* finir en q. de poisson *Đầu voi đuôi chuột* Aut: faire une q. de poisson à qn *Rẽ ngay trước mặt ai (vừa trượt lên đã rẽ ngoặt)* **2.** *Đuôi (sao chổi); Càng (soong); Thân (của hoa); Cuống (trái cây)* đuôi heo; habit à q. *Áo đuôi tôm* **3.** *Phần đuôi (của đám rước); Đuôi (tàu);* venir en q. *Đến sau;* marcher à la q. leu leu *Đi nối đuôi nhau;* être à la q. de la classe *Đứng cuối lớp;* histoire sans q. ni tête *Câu chuyện không có đầu đuôi* **4.** *Hàng ;* faire (la) q. *Xếp hàng; Đứng trong hàng* **5.** *Gậy (chơi bi da).*

queue - de - pie [kødpi] nf *Áo đuôi tôm;* pl: queues - de - pie.

qui[1] [ki] rel pron m & f **1.** *(Chủ ngữ) người, người mà, (về vật) cái mà;* phrase qui n'est pas francaise *Câu này không phải tiếng Pháp;* vous q. êtes libres *Chính anh là người rãnh rỗi;* je le vois q. vient *Tôi thấy anh ta đến* **2.** (a) (= celui qui) sauve q. peut *Mạnh ai nấy chạy đi; Hãy nói với bất kỳ ai anh muốn* (b) (- ce lui) voilà q. me plait *Đó là cái tôi thích; Hãy xem ce* **3.** *(Sau giới từ) người mà, cái mà; (Có thể được bỏ trong tiếng Anh)* voilà l'homme à q. je pensais *Đây là người tôi luôn nghĩ đến.* **4.** on se dispersa q. d'un côté. q. d'un autre *Chúng tôi tản ra mỗi người một hướng* **5.** q. que *Bất cứ ai;* q. que ce soit *Bất cứ ai, bất cứ cái gì.*

qui² interr pron m *Ai ? q. a dit cela ? Ai nói như vậy? q. désirez - vous voir? Anh muốn gặp ai ? à q. est ce couteau ? Đây là dao của ai? q. d'autre? Ai khác không ? de q. parlez - vous ? Anh đang nói về ai?* c'est à q. rentrera le premier *Đó thuộc về người trở lại trước tiên*; il est là - q. ça ? q. donc ? *Ông ta kìa - ai thế?* q. des deux a raison? *Trong hai người này ai có lý ?*

quiche [kiʃ] nf *bánh kít.*

quiconque [kikɔ̃k] indef pron m 1. *Bất cứ ai, bất kỳ ai* 2. (= qui que ce soit) *bất kỳ ai khác.*

qui est - ce que [kiɛskə] interr pron m *Ai ?* qui est - ce que vous désirez voir? *Anh muốn gặp ai ?*

qui est - ce qui [kiɛski] interr pron *Ai đây ? đây là ai ?*

quiétude [kjetyd] nf *Sự yên tĩnh (của tâm hồn);* en toute q. *Với một tinh thần thoải mái.*

quignon [kiɲɔ̃] nm *Khúc (bánh mì).*

quille¹ [kij] nf (a) jeu de quilles *(i) Bộ ky (ii) Chơi ky*; (b) *cẳng chân.*

quille² nf *Sống (tàu).*

quincaillerie [kɛ̃kajri] nf 1. *Đồ sắt* 2. *Việc buôn bán đồ sắt; Cửa hàng buôn bán đồ sắt.*

quincaillier, -ieâre [kɛ̃kaje, jɛr] n *Người bán đồ sắt.*

quinine [kinin] nf *Ký ninh.*

quinquageánaire [kɛ̃kaʒenɛr] adj & n *(Người) năm mươi tuổi.*

quinquennal, - aux [kɛ̃kɛnal, o] adj *(Kế hoạch) 5 năm.*

quintal, - aux [kɛ̃tal, o] nm *tạ (100 kg).*

quinte [kɛ̃t] nf 1. *quãng năm* 2. *suốt năm con* 3. *thế thứ thứ năm* 4. q. (de toux) *Cơn ho.*

quintessence [kɛ̃tɛsɑ̃s] nf *Tinh chất, tinh hoa.*

quintette [kɛ̃tet] nm *Bộ năm.*

quintuple [kɛ̃typl] adj & nm *Gấp năm, số gấp năm.*

quintupleás, -eáes [kɛ̃typle] npl *Trẻ sinh năm.*

quintupler [kɛ̃typle] vtr & i *Tăng gấp năm.*

quinzaine [kɛ̃zɛn] nf 1. *Khoảng mười lăm.* 2. *hai tuần.*

quinze [kɛ̃z] num adj inv & nm 1. *Mười lăm*; Louis Q. *Louis đệ ngũ*; le q. mai *Vào ngày 15 tháng 5*; habiter au (numéro) q. *Sống ở số nhà 15*; q. partout *Điểm 15*; le q. de France *15 điểm (đội Pháp)* 2. q. jours *hai tuần lễ:* aujourd'hui en q. *Đến nay được hai tuần;* tous les q. jours *Cứ hai tuần một lần.* **quinzième** num adj & n *thứ mười lăm, số thứ mười lăm.*

quiproquo [kiproko] adj & n *Sự hiểu lầm.*

quittance [kitɑ̃s] nf *Biên lai.*

quitte [kit] adj 1. *Xong, thoát khỏi;* être q. de dettes *Thoát nợ*; nous sommes quittes *Chúng ta huề nhau, không ai nợ ai*; tenir qn q. de qch *Tha cho ai*; il en a été q. pour la peur *Anh ta chỉ còn phải một phen sợ hãi*; q. ou double *Ăn cả ngã về không* 2. inv je le ferai, q. à être grondé *Tôi sẽ làm việc đó, ngay cả nếu tôi phải bị rầy la.*

quitter [kite] vtr 1. q. la partie *Từ bỏ; Bỏ cuộc, chịu thua* 2. *Rời (nơi chốn), để rời (ai), cởi (áo quần)*; ne le quittez pas des yeux *Theo dõi hắn không rời mắt*; ne quittez pas ! *Hãy giữ máy nhé !* 3. se q. *Rời, ra đi*; ils ne se quittent plus depuis un mois *Họ đã không rời nhau từ một tháng nay rồi.*

qui - vive [kiviv] nm inv être sur le q. - v. *Cảnh giác.*

quoi¹ [kwa] rel pron 1. *Cái gì, điều gì*; c'est en q. vous vous trompez *Đấy là chỗ anh nhầm*; après q. *Sau khi mà*; sans q. *Nếu không.* 2. il a bien autre chose à q. penser ! *Anh ta lại có điều gì khác để nghĩ về !* il a de q. vivre *Anh ta còn có cái để mà sống*; il a de q. *Anh ta có cái để mà*; il y a de q. vous faire enrager *Có cái gì để làm anh điên lên*; il n'y a pas de q. être fier *Không có gì để tự hào*; il n'y a pas de q. *Chẳng có gì cả, đừng phiền gì cả; Anh khách sáo quá !* avez vous de q. écrire ? *Anh có cái gì để viết không ?* 3. *(Ứng với qui, que + sub)* (a) q. qu'il arrive *Bất kỳ điều gì xảy ra*; q. qu'il en soit *Dù như thế nào* (b) q. que ce soit *Bất cứ cái gì.*

quoi² interr pron *Gì ? cái gì ?* q. d'autre ? *Còn gì khác ?* q. de nouveau ? *Có gì mới không ?* eh bien! q.? *Ô, điều gì thế ?* de q. parlez - vous ? *Anh đang nói về điều gì thế ?* en q. puis - je vous être utile ? *Tôi có thể giúp gì ông ? ông cần gì ?* c'est en q. ? *Nó bằng gì thế ?* et puis q. encore! *Rồi gì nữa nào!*

quoique [kwakə] Usu + sub *dù, mặc dù;* quoiqu'il soit pauvre *Mặc dù anh ta nghèo.*

quolibet [kɔlibɛ] nm *Lời chế nhạo, giễu cợt.*

quorum [kwɔrɔm] nm *Số đại biểu cần thiết.*

quota [kwɔta] nm *Phần, phần trăm.*

quote - part [kɔtpar] nf *Cổ phần, phần*; pl quotes - parts.

quotidien, - ienne [kɔtidjɛ̃, jɛn] 1. adj *Hằng ngày*; la vie quotidienne *Cuộc sống hằng ngày.* 2. nm *nhật báo.* **quotidiennement** adv *hằng ngày, thường ngày.*

quotient [kɔsjɑ̃] nm 1. *thương số* 2. q. intellectuel *Chỉ số thông minh, IQ.*

quotiteá [kɔtite] nf *định xuất.*

Rr

R, r [ɛr] nm *Con chữ thứ mười tám trong mẫu tự Pháp (phụ âm).*

rab [rab] nm en r. *Thêm vào, phụ trội.*

rabêcher [rabɑʃe] **1.** vi *Nói lải nhải* **2.** vtr *Nói dai.*

rabêcheur, - euse [rabɑʃœ r, -z] n *Người nói dai.*

rabais [rabɛ] nm *Sự hạ giá;* vendre qch au r. *Bán hạ giá;* vente au r.

rabaisser [rabɛse] vtr **1.** (a) *Hạ thấp, giảm giá;* (b) *Gièm pha, miệt thị.* **2.** se r. *Tự hạ mình.*

rabat [raba] nm *Nắp, phần trập.*

rabat - joie [rabaʒwa] nm inv *Sự phá đám, sự làm mất vui.*

rabattage [rabataʒ] m, *Sự lùa con mồi lại một nơi để săn.*

rabatteur, -euse [rabatœ r, -z] n (a) *Người lùa con mồi;* (b) *Người vận động bỏ phiếu.*

rabattre [rabatr] v (conj BATTRE) **1.** vtr (a) *Hạ thấp xuống, bẻ xuống, trập xuống;* Kéo (cửa) xuống; porte rabattue contre le mur *Cánh cửa gập vào tường;* Hạ thấp (màn); Le vent rabat la fume *Gió làm khói bay trở lại;* Bớt 100 quan Pháp trên giá bán; rabattre l'orgueil de qn *Triệt tinh kiêu ngạo của ai;* (Đan) *tháo múi đan;* R. les mailles *Lùa con mồi.* **2.** se r. *Hạ thấp xuống.* rabattable a siège r. *Ghế xếp.*

rabbin [rab(] nm *Giáo sĩ Do Thái;* grand r. *Giáo trưởng.*

rabibocher [rabibɔʃe] vtr **1.** *Vá víu* **2.** *Hòa giải, giảng hòa* **3.** se r. *Ráp, nối liền (với...)*

rabiot [rabjo] nm (a) *Món ăn phát thêm;* (b) *Thời gian làm thêm.*

rêbleá [rable] a *Có lưng dày (thớ); Lực lưỡng (người).*

rabot [rabo] nm *Cái bào.*

raboter [rabɔte] vtr *Bào, trau dồi.* raboteux, -euse a *Diện tích lớm chởm, gập ghềnh.*

rabougri [rabugri] a *Cằn cỗi, còi cọc*

rabrouer [rabrue] vtr *La rầy, quở trách.*

racaille [rakaj] nf *Bọn hạ lưu, cặn bã của xã hội.*

raccommodage [rakɔmɔdaʒ] nm (a) *Sự vá víu;* (b) *Sự sửa chữa.*

raccommoder [rakɔmɔde] vtr **1.** *Vá víu, sửa chữa, tu bổ.* **2.** *Hòa giải, dàn xếp;* ils se sont raccommodés *Chúng nó đã giảng hòa với nhau.*

raccord [rakɔr] nm **1.** *Sự chắp nối, mối nối;* faire des raccords (de peinture) *Điểm nét nối (bức họa).* **2.** *Mối liên hệ, sự liên quan.*

raccordement [rakɔrdəm)] nm *Sự chắp nối; Sự liên lạc; Sự liên hệ.*

raccorder [rakɔrde] vtr *Chắp nối, giao du; Liên hệ.*

raccourci [rakursi] nm (a) *Ngắn, cụt;* (b) en r. *Thu nhỏ lại.*

raccourcir [rakursir] **1.** vtr (a) *Rút ngắn;* (b) *Thu ngắn* **2.** vi & pr *Ngắn lại, thu rút lại;* r. au lavage *Rút ngắn sau khi giặt.*

raccourcissement [rakursism)] nm *Sự cắt ngắn, sự thu ngắn.*

raccrocher [rakrɔʃe] **1.** vtr *Móc lại;* vi *Níu kéo;* il m'a raccroché au nez *Nó đeo bám tôi;* **2.** se r. à qch *Bám víu, níu kéo; Níu lấy một người nào.*

race [ras] nf **1.** *Giống; Dòng họ, tông tộc;* de r. noble *Thuộc dòng họ sang trọng.* **2.** *Nòi, huyết thống;* chien de r. *Chó nòi;* cheval de r. *Ngựa thuần chủng;* avoir de la r. *Thanh nhã.* racé a *Thuần chủng; Thanh nhã.*

rachat [raʃa] nm (a) *Sự chuộc lại;* (b) *Sự mua lại.*

racheter [raʃte] v (conj ACHETER) vtr (a) *Chuộc lại; Mua lại; Giao nộp;* (b) *Lấy lại danh dự; Chuộc lỗi.*

rachitisme [raʃitism] nm *Bệnh còi xương.* rachitique a enfant r. *Đứa trẻ bị bệnh còi.*

racial, -aux [rasjal, o] a *Thuộc về nòi giống, chủng tộc.*

racine [rasin] nf (a) *Rễ cây;* prendre r. *Bén rễ;* (b) r. carrée *Căn bậc hai.*

racisme [rasism] nm *Chủ nghĩa chủng tộc.* raciste a & n *Người theo thuyết chủng tộc.*

rack [rak] *Giàn.*

racket [rakɛt] nm *Vợt chơi bóng, tổ chức tống tiền.*
racketter [rakɛte] vtr r. qn *Tống tiền ai.*
racketteur [rakɛtœr] nm *Kẻ làm tiền bất lương.*
racleáe [rakle] nf *Trận đòn, sự đánh bại.*
racler [rakle] vtr *Cạo, nạo;* se r. la gorge *Khạc.*
racolage [rakɔlaʒ] nm *Sự níu kéo, sự gạ gẫm.*
racoler [rakɔle] vtr *Chèo kéo, gạ gẫm; Quyến dụ, rủ rê.*
racontar [rakɔ̃tar] nm *Câu chuyện, cuộc tán gẫu, chuyện ngồi lê đôi mách.*
raconter [rakɔ̃te] vtr *Nói, kể, thuật;* qu'est-ce qu'il raconte ? *Anh ấy nói gì thế?*
racorni [rakɔrni] a *Chai cứng lại.*
radar [radar] nm *Máy ra đa.*
rade [rad] nf *Bến, vũng tàu;* navire en r. *Tàu đang ở cảng;* laisser en r. *Bỏ.*
radeau, -eaux [rado] nm *Bè, mảng.*
radial, -aux [radjal, o] a *Xòe ra, tỏa tròn, xuyên tâm, theo tia.*
radiateur [radjatœr] nm (a) *Máy phóng nhiệt;* r. électrique *Lò sưởi điện;* r. soufflant *Quạt hơi nóng.*
radiation [radjasjɔ̃] nf 1. *Sự bức xạ.* 2. *Sự gạch bỏ, sự xóa đi.*
radical, -aux [radikal, o] a & nm *Căn bản, gốc.* radicalement adv *Triệt để, hẳn.*
radier [radje] vtr (impf & pr sub n. radiions) *Gạch bỏ, xóa;* r. qqn de la liste *Xóa tên ai trên danh sách.*
radieux, -euse [radj-, -z] a *Sáng chói, rực rỡ.*
radin [radɛ̃] a & nm *Hà tiện, keo kiệt.*
radio [radjo] 1. nm (a) *Điện báo;* (b) *Người phụ trách máy vô tuyến.* 2. nf (a) *Vô tuyến;* à la r. *Bằng truyền hình;* passer à la r. (b) *Chụp hình bằng tia X quang;* passer à la r., passer une r.
radioactivitеá [radjɔaktivite] nf *Tính phóng xạ.* radioactif, -ive a *Phóng xạ.*
radio(-)amateur [radjɔamatœr] nm *Người điều hành một đài phát thanh tài tử.*
radiocassette [radjɔkasɛt] nf *Máy thu thanh.*
radiodiffuser [radjɔdifyze] vtr *Truyền thanh vô tuyến.*
radiodiffusion [radjɔdifysjɔ̃] nf *Sự truyền thanh vô tuyến.*
radioеálectricien, -ienne [radjɔelɛktrisj(, jɛn] n *Chuyên viên vô tuyến điện.*
radiogramme [radjɔgram] nm *Bức điện vô tuyến.*
radiographie [radjɔgrafi] nf (a) *Ảnh chụp tia X;* (b) *Sự chụp tia X.*
radiographier [radjɔgrafje] vtr (impf & pr sub n. radiographiions) *Chụp tia X.*
radioguidage [radjɔgidaʒ] nm *Sự điều khiển bằng vô tuyến.*
radiologie [radjɔlɔʒi] nf *Khoa phóng xạ học, khoa tia X.*
radiologue [radjɔlɔg] n *Chuyên viên khoa tia X.*
radiophonie [radjɔfɔni] nf *Sự truyền thanh bằng vô tuyến.*
radiophonique [radjɔfɔnik] a *Vô tuyến điện thoại;* jeux, émission, r. *Chương trình vô tuyến.*
radioreportage [radjɔrəpɔrtaʒ] nm *Phóng sự truyền thanh.*
radioreporter [radjɔrəpɔrter] nm *Nhân viên truyền thanh, người bình luận trên vô tuyến.*
radioscopie [radjɔskɔpi] nf *Sự soi tia X quang.*
radioteáleáviseá [radjɔtelevize] a *Truyền thanh và truyền hình.*
radis [radi] nm *Củ cải;* r. noir *Củ cải gia vị;* F: je n'ai plus un r. *Tôi không còn một xu.*
radium [radjɔm] nm *Rađiom.*
radotage [radɔtaʒ] nm *Chuyện lẩm cẩm, chuyện nhảm nhí.*
radoter [radɔte] vi *Nói lải nhải; Nói nhảm.*
radoteur, -euse [radɔtœr, -z] n *Người hay nói lải nhải, lẩm cẩm, lẩn thẩn.*
radoucir [radusir] 1. vtr *Làm dịu* 2. *Trở nên thuần thục;* se r. *Dịu dàng; Êm ả.*
radoucissement [radysism)] nm *Sự êm dịu.*
rafale [rafal] nf (a) *Cơn gió mạnh;* (b) *Loạt đạn.*
raffermir [rafɛrmir] 1. vtr *Làm cho rắn chắc lại; Củng cố.* 2. se r. *Rắn chắc lại; Củng cố hơn.*
raffinage [rafinaʒ] nm *Sự tinh chế, sự lọc.*
raffinement [rafinm)] nm *Sự tinh tế, sự tế nhị.*
raffiner [rafine] vtr *Tinh chế, lọc, tinh chế, tế nhị.* raffiné a *Tinh tế, tinh vi...*
raffinerie [rafinri] nf *Nhà máy lọc (dầu, đường...)*
raffineur, -euse [rafinœr, -z] n *Chủ nhà máy tinh chế, máy tinh chế bột giấy.*
raffoler [rafɔle] vi r. de qch *Say mê, ham mê, yêu quý.*
raffut [rafy] nm *Sự ồn ào, sự huyên náo.*
rafiot [rafjo] nm *Thuyền cũ.*
rafistoler [rafistɔle] vtr *Vá víu qua loa.*
rafle [rafl] nf *Cuộc vây ráp.*
rafler [rafle] vtr *Vơ vét, tóm đoạt.*
rafraichir [rafrɛʃir] 1. vtr (a) *Làm cho mát mẻ, tỉnh táo;* (b) *Nhắc nhở ai một chuyện gì;* 2. vi mettre le vin à r. *Đặt rượu ở một nơi làm cho mát ra.* 3. se r. (a) *Giải lao;* (b) *Tịnh dưỡng.* rafraichissant a *Làm cho mát, dịu.*

rafraichissement [rafrɛʃism)] nm *(a) Sự làm cho mát; (b) Sự giải lao; Đồ giải khát.*

ragaillardir [ragajardir] vtr *Làm cho vui vẻ, hăng hái lên.*

rage [raʒ] nf **1.** *Bệnh dại.* **2.** (a) *Cơn tức giận, cuồng nộ;* la tempête fait r. *Cơn bão hoành hành;* (b) *Say mê viết lách;* r. d'écrire *Say mê viết đến điên cuồng;* (c) r. de dents *Đau răng nhức nhối.*

rager [raʒe] vi (n. rageons) *Phát cáu, nổi khùng;* ca me fait r. de voir ca ! *Thấy việc ấy tôi phát điên lên !* rageant a *Làm tức điên lên.*

rageur, -euse a *Hay cáu kỉnh, hay nổi giận.*

rageusement adv *Một cách mãnh liệt.*

ragots [rago] nmpl *Chuyện nhảm ngồi lê đôi mách.*

ragout [ragu] nm *Món ragu, thịt hầm* ragoutant a *Ngon lành, khoái khẩu;* peu r. *Kém ngon, vô vị.*

raid [rɛd] nm **1.** *Sự đột kích.* **2.** *Cuộc thử sức đường dài.*

raide [rɛd] **1.** a (a) *Ngay đờ, cứng đờ;* Dây căng; cheveux raides *Tóc thẳng, cứng;* r. (comme un passe - lacet) (b) *Dũng dưng, lạnh lùng;* ca, c'est un peu r. ! *Như thế là hơi tàn nhẫn đấy !;* (c) boire du r. *Uống rượu mạnh nguyên chất.* **2.** adv (a) *Thẳng tay, nặng nề;* (b) ca monte r. *Lên thẳng;* (c) tomber r. mort *Ngã xuống chết tươi.*

raideur [rɛdœ r] nf **1.** *Sự cứng đờ, cứng nhắc* **2.** *Sự cứng cỏi, sự ương ngạnh.* **3.** *Sự dốc đứng.*

raidillon [rɛdijɔ̃] nm *Đoạn dốc đứng.*

raidir [redir] **1.** vtr *Duỗi thẳng; Làm cứng lại.* **2.** se r. *Cứng lại;* se r. contre *Chống trả, ương ngạnh, cứng rắn.*

raidissement [rɛdism)] nm *Sự cứng lại; Sự cứng rắn lên.*

raie[1] [rɛ] nf **1.** *Đường vạch, đường kiểm* **2.** *Sọc, vằn.* **3.** *Đường rẽ, đường ngôi (tóc).*

raie[2] nf *Cá đuối.*

raifort [rɛfɔr] nm *Củ cải gia vị.*

rail [raj] nm *Đường ray;* r. conducteur *Đường ray xe lửa;* quitter les rails, sortir des rails *Trật đường ray;* remettre sur les rails *Cho đi đúng đường.*

railler [raje] vtr *Đùa cợt, chế nhạo ai.* railleur, - euse (*) a *Mỉa mai, chế nhạo* (**) n *Hay nhạo báng; Hay chế giễu.*

raillerie [rajri] nf *Sự nhạo báng, sự bỡn cợt.*

rainure [rɛnyr] nf *Đường soi; Đường rãnh.*

raisin [rɛz(] nm (grain de) r. *Nho;* grappe de r. *Chùm nho;* raisins secs *Nho khô;* raisins de Corinthe *Nho khô;* raisins de Smyrne *Nho khô xun tan.*

raison [rɛzɔ̃] nf **1.** *Lý do, duyên cớ;* ce n'est pas une r. ! *Đó không phải là lý do !* pour quelle r. ? *Tại sao ? vì lý do gì ?;* sans r. *Không lý do;* en r. de *Tại vì;* r. de plus *Thêm lý do nữa là...;* à plus forte r. *Huống chi, huống hồ;* r. d'être *Lý do tồn tại.* **2.** *Lý tính, lẽ phải;* il n'a pas toute sa r. *Anh ấy không hoàn toàn tĩnh táo;* entendre r. *Biết nghe lẽ phải.* **3.** donner r. à qn *Nhìn nhận ai có lý;* avoir r. *Đúng;* se faire une r. *Chấp nhận điều chẳng đặng đừng;* avec r. *Đúng lý;* boire plus que de r. *Uống quá mức;* comme de r. *Như thường tình là phải thế.* **4.** *Sự vừa ý, sự bồi hoàn;* avoir r. de qn *Thắng ai* **5.** r. sociale *Doanh hiệu (tên gọi của một doanh nghiệp gồm tên một hoặc nhiều người hùn vốn kèm theo từ "et");* **6.** r. directe *Tỷ lệ thuận, nghịch;* à r. de *Theo tỷ lệ là;* en r. de *Vì lẽ.* raisonnable a *Có lý, hợp lý.* raisonnablement adv *Biết điều, phải lẽ.*

raisonnement [rɛzɔnm)] nm *Sự suy luận.*

raisonner [rɛzɔne] **1.** vi *Lý luận, suy luận* (sur) **2.** vtr r. qn *Thuyết phục ai* **3.** se r. *Được giải thích theo lẽ phải.* raisonné a *Hợp lý, vừa phải.* raisonneur, - euse a & n *Người hay lý sự.*

rajeunir [raʒœ nir] **1.** vtr *Làm trẻ lại, làm tươi ra, làm mới lại;* **2.** vi *Trả lại, đổi mới* **3.** se r. *Tươi tốt lại, trẻ ra.* rajeunissant a *Làm trẻ lại.*

rajeunissement [raʒœ nism)] nm *Sự trẻ lại;* le r. de la population *Canh tân đời sống dân chúng.*

rajout [raʒu] nm *Sự thêm vào, phần thêm nữa.*

rajouter [raʒute] vtr en r. *Thêm vào, thêm nữa.*

rajustement [raʒystəm)] nm *Sự điều chỉnh.*

rajuster [raʒyste] vtr *Điều chỉnh; Chỉnh đốn lại;* se r. *Hòa giải, ăn nhịp, ăn khớp.*

rêle[1] [rɑl] nm *tiếng rên; Thở hắt ra.*

rêle[2] nm *Lan can, hàng rào.*

ralenti [ral)ti] **1.** a *Chậm lại;* au trot r. *Ngựa chạy chậm lại.* **2.** nm (a) *Giảm tốc độ;* au r. *Với nhịp độ chậm;* travailler au r. (b) *Làm việc với nhịp độ chậm;* tourner au r. *Phim, quay chậm.*

ralentir [ral)tir] **1.** vtr & i *Làm chậm lại ; Làm giảm bớt;* r. ! r. sa marche *Đi chậm lại* **2.** se r. *Chậm lại, giảm tốc độ;* ralentissement nm *Sự chậm lại; Sự suy giảm.*

rêler [rɑle] vi **1.** *Kêu rên; Thở hắt ra.* **2.** *Rên rỉ;* (contre) *Phàn nàn;* r. en silence *Nhã khói, hun khói;* faire r. qn *Chọc ai tức điên lên.*

rêleur, - euse [ralœ r, -z] n *Người hay chống cãi, hay kèo nài.*

ralliement [ralim)] nm *Sự tập hợp, sự quy tụ.*

rallier [ralje] v (pr sub & impf n. ralliions) **1.** vtr (a) *Tập trung;* (b) *Tụ tập;* (c) *Tập hợp;* **2.** se r. (a) *Hội họp;* (b) se r. à *Gia nhập vào; Tán*

đồng ý kiến.
rallonge [ralɔ̃ʒ] nf (a) *Phần nối thêm;* (b) *Tiền trả thêm.*
rallonger [ralɔ̃ʒe] (n. rallongeons) (a) vtr *Nối thêm; Làm cho dài thêm;* (b) vi *les jours rallongent Ngày dài thêm ra.*
rallumer [ralyme] 1. vtr *Chậm lại, nhen lại; Bật điện lại; Tái hưng, hồi phục;* 2. se r. *Nhen lửa lại.*
rallye [rali] nm *Cuộc đua tập hợp.*
ramage [ramaʒ] nm *(a) Cành lá thêu trên vải; (b) Tiếng líu lo của chim.*
ramassage [ramɑsaʒ] nm *Sự nhặt, sự thu thập;* r. à la pelle *Xúc bằng xẻng;* r. scolaire *Tổ chức chở học sinh đi học.*
ramasseá [ramase] a (a) r. (sur soi - même) *Thu hình lại;* (b) *Mập lùn;* (c) *Cô đặc.*
ramasser [ramase] vtr 1. (a) *Nhặt, lượm;* r. toutes ses forces *Thu toàn lực;* r. un procès - verbal *Thu thập một biên bản;* (c) r. à la pelle *Xúc bằng xẻng;* r. une buche *Nhặt củi khô.* 2. se r. *(a) Thu hình lại, co quắp;* (b) *Ngã.*
ramasseur, - euse [ramasœ r, -z] n *Người nhặt; Người thu thập* r. de balles *Người nhặt bóng.*
ramassis [ramasi] nm *Đống, mớ tạp nhạp; Bọn, tụi.*
rambarde [r)bard] nf *Lan can, tay vịn.*
rame[1] [ram] nf *Cọc, cột.*
rame[2] nf *Mái chèo.*
rame[3] nf 1. *Ram giấy;* 2. r. (de Métro) *Đoàn xe điện ngầm.*
rameau, - eaux [ramo] nm *Nhánh nhỏ, cành con;* le dimanche des Rameaux *Lễ lá.*
ramener [ramne] v (conj MENER) 1. vtr (a) *Đưa trở lại;* r. qn en voiture *Đưa ai về nhà bằng ô tô;* r. qn à la vie *Cứu sống ai;* (b) *Kéo mền lên; Kéo chân vào;* r. son chapeau sur ses yeux *Kéo mũ che mắt* 2. se r. (a) *Hướng về;* (b) se r. à *Thu gọn về....*
ramer [rame] vi 1. *Chèo.* 2. (pour faire qch). *Khổ nhọc, lao lực, lao tâm.*
rameur, -euse [ramœ r, -z] n *Người chèo.*
ramier [ramje] am & nm *Bồ câu rừng (xám).*
ramification [ramifikasjɔ̃] nf *Sự phân nhánh, chia nhánh.*
ramifier(se) [səramifje] vtr & pr *Chia nhánh, phân nhánh.*
ramollir [ramɔlir] 1. vtr *Làm cho mềm* 2. se r. *Mềm ra, thành ươn hèn* ramolli a 1. *Mềm, nhũn đi.* 2. *Ươn hèn.*
ramonage [ramɔnaʒ] nm *Sự nạo ống khói.*
ramoner [ramɔne] vtr *Nạo, cạo ống khói.*

ramoneur [ramɔnœ r] nm *Người nạo ống khói.*
rampant [r)p)] a *Bò sát; Leo trèo; Hèn nhát, đê tiện.*
rampe [r)p] nf 1. *Chỗ dốc, đoạn đường dốc.* 2. *Bệ phóng;* r. de lancement *Bệ phóng tên lửa.* 3. *Tay vịn, lan can* 4. *Hàng đèn chiếu (sân khấu, sân bay);* cette pièce ne passe pas la r. *Vở kịch này không tác động đến khán giả.*
ramper [r)pe] vi *Bò, bò sát;* r. devant qn *Luồn cúi, quỵ luỵ.*
ramure [ramyr] nf (a) *Cành, nhánh;* (b) *Gạc (hươu, nai).*
rancard [r)kar] nm (a) *Tin báo;* (b) *Sự hẹn gặp.*
rancart [r)kar] nm mettre qch au r. *Bỏ xó, loại bỏ.*
rance [r)s] a *Bị hôi dầu, ôi, khét.*
ranch [r)tʃ] nm *Trại chăn nuôi.*
rancir [r)sir] vi *Hôi dầu, khét.*
rancoeur [r)kœ r] nf *Mối oán giận; Sự hiềm khích.*
rançon [r)sɔ̃] nf *Tiền chuộc;* la r. du progrès *Cái bù trừ cho sự tiến bộ.*
rançonner [r)sɔne] vtr *Nắm giữ, cưỡng đoạt; Đòi tiền chuộc, bán quá đắt.*
rancune [r)kyn] nf *Mối hiềm thù, sự oán hận;* garder r. à qn *Oán hận ai;* sans r.! *Quên mọi hiềm khích đi nhé !* rancunier, - ière a *Hay thù oán, đầu óc hiềm thù.*
randonneáe [r)dɔne] nf *Cuộc viễn du, sự chạy vòng quanh;* r. à pieu *Đi bách bộ;* r. en vélo *Cuộc viễn hành bằng xe đạp;* r. en voiture *Đi chơi xa bằng ô tô.*
rang [r)] nm 1. (a) *Hàng, hàng cột;* r. de perles *Dây, xâu hạt trai;* dernier, premier r. *Hạng chót, hạng nhất;* (b) *Hàng ngũ;* en rangs serrés *Siết chặt hàng ngũ;* se mettre en rang(s) (par trois, six) *Xếp thành hàng.* 2. *Hạng, cấp bậc;* avoir r. de colonel *Ở cương vị đại tá;* arriver au premier r. *Đi đến hàng đầu;* par r. de *Theo thứ tự.*
rangeáe [r)ʒe] nf *Hàng, dãy.*
rangement [r)ʒm)] nm (a) *Sự sắp xếp, sự xếp thành hàng;* volume de r. (b) *Chỗ thu xếp hàng hoá.*
ranger [r)ʒe] v (n. rangeons) 1. vtr *(a) Sắp xếp;* (b) *Dọn dẹp;* r. une voiture (c) rangu la chambre *Dọn phòng;* (d) r. parmi *Xếp vào hàng...* 2. se r. (a) *Xếp hàng, theo thứ tự;* (b) se r. du côté de qn *Đứng về phía ai, theo phe ai;* (c) se r. (de côté) *Đứng ngoài vấn đề.* rangé a *(a) Ngăn nắp; (b) Nề nếp.*
ranimer [ranime] 1. vtr *Làm sống lại; Khêu cháy lại; Kích động.* 2. se r. *Hồi sinh; Bùng*

lên (lửa).
rapace [rapas] a **1.** *Tham mồi*; oiseau r., nm r. *Chim tham mồi* **2.** *Tham lam, tham tàn.*
rapaciteá [rapasite] nf *Tính tham mồi, tính tham tàn.*
rapatrieá, -ieáe [rapatrije] n *Người hồi hương.*
rapatriement [rapatrim)] nm *Sự hồi hương, sự cho hồi hương.*
rapatrier [rapatrije] vtr (pr sub & impf n, rapatriions) *Trả về nước.*
rêpe [rɑp] nf *Cái giũa gỗ; Bàn xát, bàn nạo.*
rêper [rɑpe] vte *Giũa; Xát, nạo.* râpé **1.** a *(a) (Phó mát) nạo; (b) Sờn (quần áo).* **2.** nm *Phó mát nạo.*
rapetisser [raptise] **1.** vtr *Làm cho nhỏ lại; Thu hẹp.* **2.** vi *Thu ngắn lại, thu nhỏ*; r. au lavage *Bị thu hẹp lại khi giặt giũ.*
rêpeux, -euse [rap-, -z] a *Ráp, nhám.*
raphia [rafja] nm *Cây cọ sợi.*
rapiat, -ate [rapja, at] **1.** a *Keo kiệt, bủn xỉn.* **2.** n *Người keo kiệt.*
rapide [rapid] a *Mau, nhanh*; **2.** nm *Thác nước*; (b) *Xe tốc hành.* rapidement adv *Một cách nhanh chóng.*
rapiditeá [rapidite] nf *Sự nhanh chóng, sự mau lẹ.*
rapieácer [rapjese] vtr (je rapièce; je rapiécerai) *Vá, chắp vá.*
rappel [rapɛl] nm **1.** (a) *Sự gọi về, sự triệu hồi*; (b) r. à l'ordre *Sự cảnh cáo nhắc lại trật tự;* (c) r. sous les drapeaux *Sự gọi nhập ngũ lại*; (d) *Sự vỗ tay mời diễn viên trở ra sau khi hạ màn.* **2.** *Sự nhắc nhở*; lettre de r. *Thư nhắc nhở; (Giấy triệu hồi)*; r. de traitement *Tiền truy cấp.* **3.** *Sự điều chỉnh lại*; vis de r. *Vít để điều chỉnh.* **4.** (vaccination de) r. *Mũi tiêm tăng cường.*
rappeler [raple] (conj APPELER) **1.** vtr *(a) Gọi lại; (b) Kêu lại*; r. qn à l'ordre *Nhắc nhở ai trở lại trật tự*; r. qn à la vie *Làm cho ai hồi tỉnh*; (c) r. qch à qn *Gợi lại, nhắc ai một việc gì*; prière de r. ce numéro *Yêu cầu gọi lại số này.* **2.** se r. qch *Nhớ lại một điều gì.*
rappliquer [raplike] vi *Trở về, đến.*
rapport [rapɔr] nm **1.** *Sự hoàn lại, sản lượng*; immeuble de r. *Bất động sản cho thuê*; d'un bon r. *Có lợi tốt* **2.** (a) *Mối liên hệ, sự giao tiếp*; sans r. avec le sujet *Không liên quan gì đến vấn đề;* avoir r. à qch; par r. à qch *Có liên quan đến việc gì;* sous tous les rapports *Về mọi mặt*; r. de 1 à 3 *Tỷ lệ 1 trên 3*; r. qualité - prix; être d'un bon r. qualité - prix (b) mettre qn en r. avec qn *Giới thiệu hai người với nhau*; avoir des rapports avec qn *(*) Có quan hệ với ai; (**) Tư thông với ai.*

rapporter [raporte] **1.** vtr *(a) Đem trở lại; Đem đến; (b) Sinh lợi; (c) Chấp vào*; cela ne rapporte rien *Việc ấy chẳng có lợi gì*; vi affaire qui rapporte *(d) Công việc sinh lợi*; r. sur qn *Báo cáo về một người nào*; (e) r. qch à une cause *Liên hệ một sự việc nào đó với nguyên nhân*; (f) *Hủy bỏ một sắc lệnh*; r. un ordre de grève *Hoãn cuộc bãi công.* **2.** se r. *Có liên quan*; s'en r. à qn *Tùy ai định đoạt*; je m'en rapporte à vous *Tôi theo ý kiến anh.*
rapporteur, -euse [raportœr, -z] n **1.** *Người mách léo* **2.** nm *Báo cáo viên* **3.** nm *Thước đo góc.*
rapprochement [raprɔʃm)] nm *(a) Sự xích lại gần nhau; (b) Sự liên kết; (c) Sự giải hòa.*
rapprocher [raproʃe] vtr **1.** (a) *Đem lại gần, đặt gần nhau*; r. une chaise du feu *Đem chiếc ghế lại gần bếp lửa*; (b) *Hòa giải, thân hữu*; un intérêt commun les rapproche (c) *Một quyền lợi chung đưa họ lại gần nhau.* **2.** se r. (a) se r. de qch *Đến gần, đến gần một vật gì*; (b) se r. de la vérité *Gần đúng sự thật* (c) se r. de qn *Đến gần ai.* rapproché a *Gần, ở gần*; yeux rapprochés *Hai mắt gần nhau.*
rapsodie [rapsɔdi] nf *Bài sử thi, một bản nhạc có tính ngẫu hứng, tác phẩm vá víu, nhạc phẩm tự do.*
rapt [rapt] nm *Sự bắt cóc; Sự bắt cóc.*
raquette [rakɛt] nf **1.** *Cây vợt (bóng bàn, quần vợt)* **2.** *Giày đi trên tuyết.*
rare [rar] a **1.** *Hiếm, ít có*; les visites sont rares *Những cuộc thăm viếng hiếm hoi*; se faire r. *Trở thành hiếm*; l'argent est r. *Tiền bạc khó kiếm*; ça n'a rien de r. *Cái ấy không có gì đặc biệt* **2.** *Cây cối thưa thớt.* rarement adv *Rất ít khi.*
rareáfier(se) [sərarefje] vpr *Làm cho khan hiếm đi, làm cho kém đi.*
rareteá [rarte] nf **1.** *Sự hiếm có, sự ít đi*; **2.** *(a) Sự kém đi; (b) Việc ít xảy ra.*
ras [rɑ] **1.** a (a) *Trọc, cắt ngắn*; à poil r. *Lông sát (chó)*; en rase campagne *Ở nơi đồng bằng*; faire table rase *Bỏ hết cái cũ*; (c) cuillerée rase *Muỗng sét*; à r. bord *Đầy ắp*; (d) en avoir r. le bol *Chán ngấy* **2.** prep au r. de *Sát mặt, đầy bằng mặt*; voler au r. du sol *Bay sát mặt đất*; pull (au) r. du cou, pull à col r. *Áo pull cổ sát.*
rasade [razad] nf *Ly cốc đầy tràn.*
rasage [razaʒ] nm *Sự cạo râu, sự cạo lông*; Après - r. *Sau khi cạo râu.*
rase - mottes [razmɔt] nm vol en r. - m. *Bay là là, sát đất*; faire du r. - m. *Bay lướt mặt đất.*
raser [raze] **1.** vtr *(a) Cạo râu, cạo lông; (b)*

Xén; (c) San bằng; (d) Lướt qua; r. les murs Men dọc theo tường. 2. se r. (a) Cạo râu; (b) Chán ngấy. rasant a Quấy rầy, chán ngấy.

raseur, - euse [razœr, -z] n Người làm chán ngấy, thợ cạo lông (da thuộc).

rasoir [razwar] 1. nm Dao cạo; r. électrique Cái cạo râu điện. 2. a inv Chán ngấy.

rassasier [rasazje] v (pr sub & impf n. rassasiions) 1. vtr (a) Làm cho no nê; être rassasié No nê (de); (b) r. sa vue, ses yeux, de Nhìn chán chê. 3. se r. Thỏa thuê, no nê; je ne m'en rassasie pas Tôi không bao giờ thấy chán (món) ấy.

rassemblement [ras)bləm)] nm 1. Sự thu thập; r. ! Sự tập trung, tập họp ! 2. Đám đông, sự đoàn tụ.

rassembler [ras)ble] 1. vtr (a) Tập họp; (b) Thu góp; Nhóm họp; Tập trung; 2. se r. Tụ họp, tập hợp lại.

rasseoir [raswar] vtr (conj ASSEOIR) 1. vtr Đặt lại, dựng lại 2. se r. Ngồi lại.

rassir [rasir] vi & pr (se) r. Se lại rassis a Bị ôi, bị thiu.

rassurant [rasyrᾶ] a Yên tâm, vững lòng.

rassurer [rasyre] 1. vtr Làm yên tâm, trấn an 2. se r. Vững lòng, yên tâm; rassurez - vous Anh cứ yên tâm.

rat [ra] nm 1. (a) Chuột; mort aux rats Thuốc diệt chuột; être fait comme un r. Bị mắc bẫy, bị lừa; (b) r. des champs Chuột đồng; r. d'égout 2. r. de bibliothèque Tay mọt sách; r. d'hôtel Kẻ trộm ở khách sạn; petit r. (de l'opéra) Học sinh lớp múa.

ratage [rataʒ] nm Sự hỏng việc, sự thất bại.

ratatiner [ratatine] vtr 1. (a) Teo lại; (b) Quắt lại; (c) Nhăn nheo. 2. se r. Nhăn nhúm. ratatiné a (a) Quắt lại; (b) Hỏng nặng.

ratatouille [ratatuj] nf Món ăn xoàng.

rate [rat] Lá lách.

rateá, - eáe [rate] n 1. Hỏng, thất bại 2. nm Sự hỏng máy; avoir des ratés Phát súng tịt.

rêteau, - eaux [rɑto] nm Cái bừa, cái cào.

rêtelier [rɑtəlje] nm 1. Máng ăn (ở chuồng ngựa) 2. r. à pipes, à outils Giá cắm ống điếu, giá cắm đồ nghề. 3. Hàm răng giả.

rater [rate] 1. vi Trượt, sai; Thất bại. 2. vtr (a) r. son coup Nhỡ tàu; (b) r. un coup; r. son train Trễ chuyến xe; r. un examen Hỏng thi; j'ai raté l'occasion Tôi đã lỡ dịp.

ratiboiser [ratibwaze] vtr 1. r. qch à qn Cuỗm của ai một vật gì 2. Làm cho sạt nghiệp.

ratification [ratifikasjɔ̃] nf Sự phê chuẩn, sự xác nhận.

ratifier [ratifje] vtr Phê chuẩn, thừa nhận.

ration [rasjɔ̃] nf r. de Khẩu phần.

rationaliser [rasjɔnalize] vtr Hợp lý hoá.

rationnel a Hợp lý. rationnellement adv Một cách hợp lý.

rationnement [rasjɔnm)] nm Sự phân chia khẩu phần.

rationner [rasjɔne] vtr Phân phối khẩu phần.

ratissage [ratisaʒ] nm Sự cạo, sự nạo, vét.

ratisser [ratise] vtr 1. Cạo, nạo; 2. (a) Bịp (b) Càn quét.

RATP abbr Trans: Régie autonome des transports parisiens.

raton [ratɔ̃] nm r. laveur Gấu mèo Mỹ.

rattachement [rataʃm)] nm Sự sát nhập; Sự liên kết.

rattacher [rataʃe] 1. vtr (a) Buộc lại; Cột lại; (b) Nối, liên lạc; (c) r. qch à qch Gắn, cột vật này với vật khác. 2. se r. à qch Liên quan đến, gắn với một vấn đề.

rattrapage [ratrapaʒ] nm Sự đuổi kịp, sự theo kịp; cours de r. Lớp học đuổi (cho học sinh học chậm).; r. des prix, salaires Sự điều chỉnh giá cả, tiền lương.

rattraper [ratrape] 1. vtr (a) Bắt lại; Tóm lại; on ne m'y rattrapera pas ! Tôi không mắc lừa nữa !; (b) Theo kịp; (c) Lấy lại được; Bù lại; 2. se r. ; se r. à une branche Bám vào cành cây.

rature [ratyr] nf Nét gạch xóa; sự bị bỏ.

raturer [ratyre] vtr Gạch xóa.

rauque [rok] a Khàn khàn.

ravage [ravaʒ] nm Sự tàn phá; ravages du temps Sự tàn tạ theo thời gian; faire des ravages Gây sự tàn phá.

ravager [ravaʒe] vtr (n. ravageons) phá hại, tàn phá. ravagé a điên điên, gàn. ravageur, -euse gây tổn hại, tàn phá.

ravalement [ravalm)] nm sự trát lại tường, sự quét tô vôi.

ravaler [ravale] vtr (a) nuốt lại; (b) làm giảm giá trị; (c) sửa sang nhà cửa.

ravauder [ravode] vtr mạng.

rave [rav] nf 1. cây cải dầu. 2. cải củ; céleri r. rau cần củ.

ravi [ravi] a vui thích, hân hoan.

ravier [ravje] nm đĩa dọn món thịt nguội.

ravigoter [ravigɔte] vtr làm cho khỏe ra; làm cho hăng hái lên.

ravin [rav(] nm hố, đường rãnh.

raviner [ravine] vtr xói thành rãnh; làm đầy vết nhăn.

ravioli [ravjɔli] nmpl màu tím xẫm.

ravir [ravir] vtr 1. r. qch à qn cướp một vật gì

của ai 2. làm vui thích; à r. tuyệt vời.
raviser(se) [səravize] vpr thay đổi ý định.
ravissant [ravis)] a làm say mê; làm thích thú; rất đẹp
ravissement [ravism)] nm sự say mê.
ravisseur [ravisœr] nm kẻ cướp; người bắt cóc.
ravitaillement [ravitajm)] nm sự tiếp tế.
ravitailler [ravitaje] 1. vtr tiếp tế; r. un avion en vol tiếp tế xăng cho phi cơ đang bay 2. se r. nhận tiếp tế; se r.(en carburant) lấy thêm nhiên liệu.
raviver [ravive] vtr 1. Khêu lên, gợi lại 2. bừng lên, tươi tỉnh lên.
ravoir [ravwar] vtr 1. có lại, lấy lại; đánh sạch lại.
rayer [reje] vtr (je raie, je raye) 1. (a) rạch; (b) gạch hàng; (c) kẻ sọc (vải) 2. gạch xóa, xóa bỏ. rayé a có sọc, có kẻ hàng.
rayon[1] [rejɔ̃] nm 1. tia; r. de soleil tia mặt trời rayons X tia X 2. (a) đường bán kính; (b) trong phạm vi; dans un r. de 2 km trong phạm vi 2 km; r. d'action lĩnh vực hoạt động; à grand r. d'action phạm vi hoạt động rộng lớn 3. cây căm bánh xe.
rayon[2] nm 1. r. de miel tầng ong 2. kệ tủ; tầng giá sách; ce n'est pas mon r. tôi không thích dính dáng đến việc đó; c'est son r. đúng đường của anh ấy.
rayonnage [rejɔnaʒ] nm bộ ván giá (ở kệ sách).
rayonne [rejɔn] nf tơ nhân tạo.
rayonnement [rejɔnm)] nm (a) ánh sáng tỏa; (b) sự bức xạ; (c) sự tỏa rạng.
rayonner [rejɔne] vi (a) phát xạ, bức xạ; (b) hớn hở; il rayonnait de joie anh ấy hớn hở vui tươi; (c) r. autour d'Avignon đi du lịch vùng Avignon. rayonnant a tỏa sáng.
rayure [rejyr] nf (a) đường gạch, sọc; à rayures có sọc; (b) vết rạch, vết cào.
raz [rɑ] nm dòng nước xiết.
raz - de - mareáe [radmare] nm, inv sóng thần. sự biến động đột ngột; r.-de-m. électoral sự dồn phiếu (cho một đảng).
razzia [razja] nf sự cướp bóc; faire (une) r. sur qch cướp vật gì.
RDA abbr République Démocratique Allemande Cộng hòa Dân chủ Đức.
re- [rə] pref re- lại, tái.
reá- [re] pref re- lần nữa.
reá [re] nm, inv 1. nốt D (nhạc) 2. re
reáabonner (se) [səreabɔne] vpr đặt mua lại lần nữa. réabonnement nm sự tiếp tục đặt mua.

reáaccoutumer [reakutyme] vtr tập cho quen lại; se r. quen lại, có lại thói quen.
reáacteur [reaktœr] nm 1. lò phản ứng, bình phản ứng (nguyên tử) 2. máy bay phản lực.
reáaction [reaksjɔ̃] nf phản ứng; r. en chaine phản ứng dây chuyền; avion à r. phi cơ phản lực moteur à r. động cơ phản lực.
reáactionnaire [reaksjɔner] a, n phản động.
reáadaptation [readaptasjɔ̃] nf sự thích ứng lại.
reáadapter [readapte] vtr 1. làm cho thích nghi lại; làm cho thích ứng lại 2. se r. thích nghi lại, thích ứng lại.
reáaffirmer [reafirme] vtr khẳng định lại.
reáagir [reaʒir] vi tác động lại.
reáalisable [realizabl] a thực hiện được; có thể đạt tới.
reáalisateur, -trice [realizatœr, tris] n người dựng phim; người dựng chương trình.
reáalisation [realizasjɔ̃] nf (a) sự thực hiện; sự thi hành; (b) sự dựng phim.
reáaliser [realize] 1. vtr (a) đạt được; thi hành; dựng chương trình, phim; (b) nhận thấy; (c) hiểu 2. se r. (a) thực hiện; (b) hoàn thành.
reáalisme [realism] nm chủ nghĩa hiện thực. réaliste 1. a thực tế 2. n người có óc thực tế.
reáaliteá [realite] nf thực tại, thực tế; devenir une r. trở thành hiện thực; en r. thực tế là.
reáanimation [reanimasjɔ̃] nf sự hồi sinh; service de r. ban hồi sức; être en r. đang hồi sức.
reáanimer [reanime] vtr làm hồi sinh.
reáapparaitre [reaparεtr] vi (conj APPARAITRE, aux être) tái xuất hiện.
reáapparition [reaparisjɔ̃] nf sự tái xuất hiện.
reáarmement [rearməm)] nm sự tái vũ trang.
reáarmer [rearme] vtr 1. (a) vũ trang lại; (b) lắp đạn lại. 2. se r. vũ trang lại.
reáassortir [reasɔrtir] vtr (conj ASSORTIR) 1. ghép lại, kết hợp lại 2. tìm mua lại; se r. cung ứng lại.
reábarbatif, -ive [rebarbatif, iv] a dữ dằn, khó ưa; ghê tởm.
rebêtir [rəbatir] vtr xây dựng lại.
rebattre [rəbatr] vtr (conj BATTRE) (a) trang bài lại; (b) r. les oreilles à qn de qch nói mãi với ai về một việc gì đến chán ngấy. rebattu a nhắc đi nhắc lại mãi.
rebelle [rəbεl] 1. a phiến loạn; ngang ngược; ngoan cố; rối bù xù (tóc); troupes rebelles quân phiến loạn; r. à chống lại 2. n kẻ nổi loạn, kẻ phản nghịch.
rebller (se) [sərəbele] vpr dấy loạn; phản kháng.

reábellion [rebeljɔ] nf *cuộc dấy loạn, sự nổi dậy chống đối.*

rebiffer (se) [sɔrɔbife] vpr *chống lại.*

reboiser [rɔbwaze] vtr *phục hồi rừng.*

rebondir [rɔbɔ̃dir] vi *(a) dội lên; (b) nẩy tưng lên.* rebondi a *tròn trĩnh, bầu bầu.*

rebondissement [rɔbɔ̃dism)] nm *sự tái phục hồi.*

rebord [rɔbɔr] nm *rim bờ, mép, rìa;* r. d'une fenêtre *bờ cửa sổ.*

reboucher [rɔbuʃe] vtr *trám, bít, đóng lại.*

rebours [rɔbur] nm *mặt trái, chiều ngược;* à r. *trái nghịch, ngược lại;* compter à r. *đếm ngược;* compte à r. *sự đếm ngược.*

rebouteux, -euse [rɔbut-, -z] n *người nắn xương.*

reboutonner [rɔbutɔne] vtr *cài khuy lại lần nữa.*

rebrousse-poil (aâ) [arɔbruspwal] adv, phr caresser un chat à r. -p *vuốt ngược lông con mèo;* prendre qn à r.-p *làm cho ai phải bực tức.*

rebrousser [rɔbruse] vtr 1. *vuốt ngược (tóc)* 2. r. chemin *thối lui; đi ngược về.*

rebuffade [rɔbyfad] nf *sự bạc đãi; sự hất hủi.*

reábus [reby] nm *cách đố chữ, chơi đố chữ.*

rebut [rɔby] nm (article de) r. reject *vật loại bỏ; vật vô dụng;* pièces de r. rejects *đồ phế thải;* mettre qch au r. *loại bỏ một vật gì;* bureau des rebuts *nơi để thư từ không phát được (vì địa chỉ không rõ)* le r. de la société *cặn bã của xã hội.*

rebuter [rɔbyte] 1. vtr *(a) chán nản; (b) phát ghét* 2. se r. *chán ghét, chán nản.* rebutant a *làm khó chịu, chán ngán.*

reácalcitrant [rekalsitr)] a *cứng đầu, ương ngạnh.*

recaler [rekale] vtr *đánh hỏng;* être recalé *thi trượt.*

reácapitulation [rekapitylasjɔ̃] nf *sự thâu tóm, sự nhắc lại, sự tổng hợp.* récapitulatif, -ive a *tóm tắt, tổng hợp.*

reácapituler [rekapityle] vtr *tóm tắt, ôn lại.*

recel [rɔsɛl] nm *sự oa trữ, sự chứa chấp* r. de malfaiteurs *chứa chấp kẻ gian.*

receler [rɔsɔle] vtr (je recèle; je recèlerai) *chứa chấp, chứa đựng.*

receleur, -euse [rɔslœr, -z] n *người oa trữ, người chứa chấp.*

reácemment [rɔsam] adv *mới đây, mới rồi.*

recensement [rɔsɑ̃sm)] nm *(a) sự kiểm tra ; sự thống kê; (b) bản kiểm kê mới.*

recenser [rɔsɑ̃se] vtr *(a) kiểm lại; (b) thống kê.*

recenseur, - euse [rɔsɑ̃sœr, -z] n *nhân viên kiểm tra.*

reácent [rɔs)] a *mới đây, gần đây.*

reáceápisseá [resepise] nm *biên lai.*

reácepteur, -trice [reseptœr, tris] 1. a *thu nhận* 2. nm *máy thu thanh.*

reáception [resepsjɔ̃] nf 1. *(a) sự tiếp nhận; (b) sự lãnh* 2. *(a) sự đón tiếp;* faire une bonne r. à qn *đón tiếp ai niềm nở; (b)* salle de r. *phòng tiếp khách;* 3. *sự thu sóng* appareil, poste, de r. *máy thu các làn sóng.* réceptif, -ive a *tính mẫn thụ, mẫn cảm.*

reáceptionnaire [resepsjɔnɛr] n *người nhận hàng, nhân viên nghiệm thu.*

reáceptionner [resepsjɔne] vtr *nghiệm thu.*

reáceptionniste [resepsjɔnist] n *nhân viên tiếp đón.*

reáceptiviteá [reseptivite] nf *khả năng thu, tính mẫn cảm.*

reácession [resesjɔ̃] nf *sự suy thoái, sự lùi vào* récessif, -ive a *tính liệt, tính lặn.*

recette [rɔsɛt] nf 1. *sự thu;* faire r. *thành công* 2. *tiền thu nhập* 3. *sở, phòng thu thuế* 4. *công thức pha chế, cách nấu nướng.*

recevable [rɔsvabl] a *có thể chấp nhận.*

receveur, -euse [rɔsɔvœr, -z] n 1. *Người thu nhận* 2. *nhân viên thu thuế* r. des postes *chủ sự bưu điện.*

recevoir [rɔsɔvwar] v (prp recevant; pp recu; pr ind je recois, ils recoivent; pr sub je recoive; fu je recevrai) 1. vpr *(a) lãnh, nhận;* r. un prix *nhận một giải thưởng;* nous avons bien recu votre lettre *chúng tôi đã tiếp nhận thư của ông.* 2. *(a) tiếp nhận, tiếp đón; (b) chiêu đãi;* r. des amis à diner *mời đón bạn bè ăn cơm tối* le médecin recoit à 6 heures *bác sĩ tiếp bệnh nhân vào lúc 6 giờ; (c)* elle reçoit des pensionnaires *bà ấy tiếp nhận người ở trọ; (d)* être reçu à un examen *thi đỗ, thi đậu;* être reçu premier *được nhận đầu tiên;* être reçu médicin *thi đậu bác sĩ;* 3. se r. *nhảy xuống.*

rechange (de) [dɔrɔʃ)ʒ] a vêtements de r. *quần áo để thay đổi;* pièces de r. *bộ phận để thay đổi.*

rechapeá [rɔʃape] a pneu r. *lốp xe được đắp lại.*

reáchapper [reʃape] vi (aux avoir ou être) *thoát khỏi, thoát nạn.*

recharge [rɔʃarʒ] nf *ống mực để thay; sự nạp lại; nạp đạn lại.*

rechargement [rɔʃarʒɔm)] nm *sự bơm mực lại; sự nạp đạn lại.*

recharger [rɔʃarʒe] vtr (conj CHARGER) *(a) tấn công lại; (b) nạp đạn lại, nạp phim lại; (c) thay ruột viết, bơm mực lại.*

reáchaud [reʃo] nm (a) *lò, bếp*; r. à gaz *bếp ga, lò nấu bằng khí*.

reáchauffeá [reʃofe] nm (a) *thịt hâm lại* (b) du r. *chuyện cũ, chuyện nhàm chán* ca sent le r. *một điều cũ được hâm lại*.

reáchauffement [reʃofm)] nm *sự nóng lên*.

reáchauffer [reʃofe] 1. vtr (a) *hâm lại*; (b) r. le courage de qn *kích thích, làm phấn khởi*; r. le coeur à qn *làm ấm lòng ai* 2. se r. *sưởi ấm*.

rïche [reʃ] a *chát, nồng*.

recherche [rəʃerʃ] nf 1. (a) *sự tìm, sự kiếm*; être à la r. de qn *bị ai tìm kiếm*; courir à la r. d'un médicin *chạy đi tìm bác sĩ*; (b) faire des recherches sur qch *nghiên cứu vấn đề gì*; r. documentaire *sưu tầm tài liệu*. 2. *sự cầu kỳ; sự kiểu cách*.

rechercher [rəʃerʃe] vtr (a) *tìm lại, truy tầm, nghiên cứu*; il est recherché pour meurtre *hắn bị truy nã vì giết người*; (b) *tìm ân huệ* recherché à 1. *được nhiều người mến chuộng; quý hiếm* 2. (a) *chọn lọc* (b) *kiểu cách*.

rechigner [rəʃiɲe] vi *cáu kỉnh, nhăn nhó* ; *khó chịu*.

rechute [rəʃyt] nf *sự tái phát bệnh*.

rechuter [rəʃyte] vi *tái phát bệnh*.

reácidive [residiv] nf *(a) sự tái phạm; (b) sự tái phát, tái nhiễm*.

reácidiver [residive] vi 1. *tái phạm* 2. *tái nhiễm*.

reácidiviste [residivist] n *người tái phạm*.

reácif [resif] nm *đá ngầm*.

reácipient nm *thùng, bình chứa*.

reáciprociteá [resipj)] nf *tính hỗ tương, tính trao đổi lẫn nhau*.

reáciproque [resiprɔsite] 1. a *hỗ tương, có qua có lại* 2. nf la r. *sự tương tự, sự trả đũa*; rendre la r. à qn *trả đũa, trả miếng ai* réciproquement adv 1. ils s'aident r. *hỗ trợ lẫn nhau* 2. et r. *và ngược lại*.

reácit [resi] nm *câu chuyện thuật lại*; faire le r. de *thuật lại*.

reácital [resital] pl *độc tấu*.

reácitation [resitasjɔ̃] nf *sự đọc thuộc lòng*; apprendre une r. *học một bài học thuộc lòng*.

reáciter [resite] vtr *đọc thuộc lòng; ngâm; vịnh*.

reáclamation [reklamasjɔ̃] nf *(a) sự khiếu nại; sự phản đối; (b) sự đòi hỏi*.

reáclame [reklam] nf (a) *sự quảng cáo*; faire de la r. *quảng cáo*; en r. *bán quảng cáo*; (b) r. lumineuse *đèn báo hiệu*.

reáclamer [reklame] 1. vi *khiếu nại*; r. contre qch *phản kháng điều gì* 2. vtr (a) r. son argent *đòi lại tiền*; (b) r. qch à grands cris *phản đối, la* ó đế *yêu sách việc gì;* plante qui réclame beaucoup de soins *loại cây đòi hỏi sự chăm sóc cẩn thận* 3. se r. de qch *vịn vào điều gì, dựa vào điều gì*.

reclasser [rəklase] vtr 1. *sắp xếp lại*; 2. *điều chỉnh lại*.

reclus, -use [rəkly, yz] 1. a *ẩn cư, ở ẩn*. 2. n *người ở ẩn, ẩn sĩ*.

reáclusion [rəklyzjɔ̃] nf *sự bị giam cầm*; r. à perpétuité *án giam chung thân*.

recoiffer [rəkwafe] vtr r. qn *chải tóc lại cho ai*; se r. *sửa tóc lại*.

recoin [rəkwɛ̃] nm *xó xỉnh, góc, chỗ sâu kín*.

reácolte [rekɔlt] nf 1. *sự gặt hái* 2. *mùa gặt*.

reácolter [rekɔlte] vtr *(a) gặt hái; thu được; (b) góp nhặt*.

recommandation [rəkɔm)dasjɔ̃] nf (a) *sự giới thiệu* (lettre de) r. *thư gửi gắm* (b) *sự bảo đảm thư tín, bưu kiện*.

recommander [rəkɔm)de] 1. vtr (a) *dặn dò, khuyên nhủ*; (b) r. la prudence à qn *khuyên bảo ai thận trọng*; je vous recommande de rester *tôi khuyên anh nên ở lại*; (c) *bảo đảm thư tín* 2. (a) se r. de qn *viện ai ra*; (b) se r. de qch *dựa vào việc gì*. recommandable a *đáng quý, đáng tin cậy*; peu r. *không đáng tin cậy*. recommandé a *bảo đảm*; envoi en r., un r. *gửi thư bảo đảm*.

recommencement [rəkɔm)sm)] nm *sự bắt đầu lại; sự khởi công lại*.

recommencer [rəkɔm)se] v (n. recommencons) 1. *khởi sự lại*; r. à faire qch *khởi công lại* 2. vi *làm lại; khởi sự lại*; le voilà qui recommence ! *nó lại làm nữa !*

reácompense [rekɔ̃p)s] nf (a) *sự đền bù*; en r. de *để bù lại*; (b) *phần thưởng*.

reácompenser [rekɔ̃p)se] vtr *đền bù, thưởng*.

recompter [rəkɔ̃te] vtr *đếm lại, tính lại*.

reáconciliation [rekɔ̃siljasjɔ̃] nf *sự hòa giải*.

reáconcilier [rekɔ̃silje] vtr *hoà giải*; se r. avec qn *giảng hòa với ai*.

reconduction [rəkɔ̃dyksjɔ̃] nf *sự thuê, mướn lại*.

reconduire [rəkɔ̃dɥir] vtr (conj CONDUIRE) (a) *đưa, tiễn*; (b) *đuổi*; (c) *tiếp tục lại*.

reáconfort [rekɔ̃fɔrt] nm *sự an ủi; sự trợ lực*.

reáconforter [rekɔ̃fɔrte] vtr 1. *làm khỏe lại ; làm vững lòng* 2. *khích lệ, an ủi*. réconfortant a *nâng đỡ; thuốc bổ, khỏe*.

reconnaissable [rəkɔnesabl] a *có thể nhận ra*.

reconnaissance [rəkɔnes)s] nf 1. *sự nhận ra* 2. (a) *sự cảm tạ, sự thừa nhận*; (b) donner une r. à qn *làm cho ai một giấy nhận nợ*. 3. *sự trinh sát*; avion de r. *phi cơ trinh sát* 4. *sự biết ơn*.

reconnaissant [rəkɔnes)] a (a) *biết ơn*; (b) *cảm*

tạ.

reconnaitre [rəkɔnɛtr] vtr (conj CONNAITRE) 1. (a) *nhận ra*; r. qn à sa démarche *nhận ra người nào qua dáng đi*; je vous reconnais bien là ! *tôi nhận ra anh rồi*; je n'arrive pas à r. les deux jumeaux *tôi không thể nào nhận ra hai anh em song sinh* 2. (a) *thừa nhận, nhớ ơn*; r. qn pour chef *thừa nhận ai làm thủ trưởng*; reconnu pour incorrect *được thừa nhận* 3. *thăm dò, thám hiểm*; 4. se r. *tự nhận, tự thú* (a) gaz qui se reconnait à son odeur *khí đốt có mùi đặc biệt của nó*; (b) se r. vaincu *tự nhận bại trận*; (c) je ne m'y reconnais plus *tôi hoàn toàn rối trí.*

reconqueárir [rəkɔ̃kerir] vtr (conj CONQUÉRIR) *chiếm lại; khôi phục lại; chinh phục lại.*

reconquiíte [rəkɔ̃kɛt] nf *sự chinh phục lại; cuộc tái chiếm.*

reconsideárer [rəkɔ̃sidere] vtr (conj CONSIDÉRER) *cân nhắc lại; xem xét lại.*

reconstituer [rəkɔ̃stitɥe] vtr (a) *gây dựng lại; lập lại; kiến thiết lại.* reconstituant a, nm *bổ dưỡng, thuốc bổ.*

reconstitution [rəkɔ̃stitysjɔ̃] nf *sự tổ chức lại; sự lập lại; sự kiến thiết lại.*

reconstruction [rəkɔ̃stryksjɔ̃] nf *sự xây dựng lại.*

reconstruire [rəkɔ̃strɥir] vtr (conj CONSTRUIRE) *xây dựng lại.*

reconversion [rəkɔ̃vɛrsjɔ̃] nf *(a) sự chuyển đổi; (b) sự cải tổ.*

reconvertir [rəkɔ̃vɛrtir] vtr *(a) chuyển đổi; (b) cải tổ; (c)* se r. *thay đổi nghề nghiệp.*

recopier [rəkɔpje] vtr (conj COPIER) *chép lại; sao lại.*

record [rəkɔr] nm *kỷ lục*; en un temps r. *trong một thời gian kỷ lục.*

recordman [rəkɔrdman] nm *người giữ kỷ lục.*

recoucher [rəkuʃe] 1. vtr *đặt nằm lại* 2. se r. *nằm lại, ngủ lại.*

recoudre [rəkudr] vtr (conj COUDRE) *may lại*; r. un bouton *may lại chiếc nút.*

recoupement [rəkupm)] nm *sự đối chiếu, sự so sánh*; faire un r. de *so sánh, đối chiếu (tài liệu, nhân chứng...).*

recouper [rəkupe] vtr *cắt lại; cắt nữa.*

recourbeá [rəkurbe] a *cong, khoằm.*

recourir [rəkurir] vi (conj COURIR) r. à qn, à l'aide de qn *kêu cầu sự giúp đỡ của ai*; r. à la justice *nhờ đến công lý*; r. à la violence *dùng đến bạo lực.*

recours [rəkur] nm (a) *sự cần đến, sự cầu viện*; en dernier r. *phương sách cuối cùng*; avoir r. à qch *nhờ đến, dùng đến một điều gì*; (b) r. en accusation *sự thượng tố lên tòa phá án*; r. en grâce petition *sự xin ân xá.*

recouvrement [rəkuvrəm)] nm *sự thâu gom; sự thu hồi.*

recouvrer [rəkuvre] vtr 1. *lấy lại, giành lại; thu hồi* 2. *thu (thuế).*

recouvrir [rəkuvrir] v (conj COUVRIR) 1. vtr *(a) bao phủ; (b) ghế dựa bọc nhung; (c) che giấu lỗi lầm; (d) lợp bằng ngói đen.* 2. se r. *bao che, phủ.*

reácreáatif, ive [rekreatif, iv] a *giải trí, tiêu khiển.*

reácreáation [rekreasjɔ̃] nf *(a) sự tái tạo (b) sự giải trí*; cour de r. playground *sân chơi.*

recreáer [rəkree] vtr *tái tạo, lập lại.*

reácrier (se) [sərekrije] vpr (conj CRIER) *la lên, kêu lên* 2. se r. contre qch *la ó phản đối vấn đề gì.*

reácrimination [rekriminasjɔ̃] nf *sự đả kích.*

reácriminer [rekrimine] vi *đả kích.*

reácrire [rekrir] vtr (conj ÉCRIRE) *viết lại.*

recroqueviller (se) [sərəkrɔkvije] vpr *(a) co rúm lại; (b) ngồi thu mình trong góc.* recroquevillé a *co quắp, co rúm.*

recrudescence [rəkrydɛs)s] nf *sự tăng; sự gia tăng.*

recrue [rəkry] nf *tân binh, lính mới.*

recrutement [rəkrytm)]] nm *sự mộ, sự tuyển.*

recruter [rəkryte] vtr *mộ, tuyển.*

rectangle [rɛkt)gl] nm *hình chữ nhật.* rectangulaire a *có hình chữ nhật.*

rectification [rɛktifikasjɔ̃] nf *sự sửa lại (cho ngay thẳng); sự sửa cho đúng.*

rectifier [rɛktifje] vtr (pr sub, impf n. rectifiions) *(a) sửa lại (cho ngay thẳng); (b) sửa lại cho đúng; (c) điều chỉnh lại, sắp xếp lại.*

rectiligne [rɛktiliɲ] a *thẳng.*

rectitude [rɛktityd] nf 1. *sự thẳng* 2. *sự đúng đắn, sự ngay thẳng.*

recto [rɛkto] nm *trang mặt, trang trước*; imprimé r. *in hai mặt giấy.*

recu [rəsy] 1. a *đã nhận; được tiếp đãi; được công nhận* 2. nm *biên lai.*

recueil [rəkœj] nm *tập; tập thơ.*

recueillement [rəkœjm)] nm *sự tĩnh tâm; sự suy niệm; sự nhập định.*

recueillir [rəkœjir] (conj CUEILLIR) 1. vtr *(a) thu lấy; hứng lấy; thu thập; (b)* r. un héritage *hưởng gia tài; (c) thâu tóm, che chở bảo vệ.* 2. se r. *trầm tư, mặc niệm.* recueilli a *tĩnh tâm.*

recul [rəkyl] nm 1. *sự lùi lại; sự tháo lui*; il eut

un mouvement de r. *anh ấy bắt đầu tháo lui.* feu de r. *đèn đế lui xe* 2. *sự giật (của đại bác)* 3. *khoảng đế lùi*; prendre du r. *thối lui; bước thụt lùi.*

reculade [rəkylad] nf *sự tháo lui.*

reculer [rəkyle] vi *tháo lui, bước thụt lùi;* faire r. *rút lui;* ne r. devant rien *không lùi bước trước bất cứ điều gì* 2. vt *(a) rút lui, trì hoãn; (b) trì hoãn* 3. se r. *thoái hóa.* reculé a *xa xôi, héo lánh.*

reculons (aâ) [arəkylɔ̃] loc. adv marcher à r. *đi giật lùi;* sortir à r. *thụt lui trở ra.*

reácupeáration [rekyperasjɔ̃] nf *sự lấy lại; sự thu hồi; sự phục hồi.*

reácupeárer [rekypere] vtr (je récupère; je récupérerai) 1. *vớt lại; thu hồi;* r. ses forces vi r. *phục hồi; lấy lại sức* 2. *(a) thu lại; vãn hồi; (b) phục hồi* 3. *đền bù, bù đắp.*

reácurer [rekyre] vtr *nạo, vét, chùi, cọ.*

reácusation [rekyzasjɔ̃] nf *sự cáo tị hội thẩm.*

reácuser [rekyze] 1. vtr *không thừa nhận, hồi tị* 2. se r. *hồi tị, từ khước.*

recyclage [rəsiklaʒ] nm *sự chuyển hướng học tập; bổ túc cho cán bộ;* 2. se recyler *rèn luyện lại.*

reádacteur, -trice [redaktœr, tris] n *(a) người viết; (b) biên tập viên;* r. en chef *chủ bút;* r. politique *phóng viên chính trị;* r. aux actualités *phóng viên thời sự.*

reádaction [redaksjɔ̃] nf 1. *sự khởi thảo* 2. *(a) bài biên tập (b) bộ biên tập* 3. *bài tập làm văn.*

reddition [redisjɔ̃] nf *sự đầu hàng.*

redemander [rədmɑ̃de] vtr *xin thêm;* r. qch à qn *xin lại, đòi lại ai một vật gì.*

reádemption [red)psjɔ̃] nf *sự chuộc lại* rédempteur, -trice 1. vi *trở xuống, đi xuống* 2. vtr *(a) trục xuống lại (b) kéo xuống lại.*

redevable [rədes)dr] a être r. de qch à qn *mắc nợ, chịu ơn ai một việc gì.*

redevance [rədəvabl] nf *(a) tiền trả định kỳ; (b) tiền thuê; (c) tiền bản quyền.*

redevenir [rədəvnir] vi (conj DEVENIR) r. jeune *trẻ trở lại, trẻ trung hóa.*

reádhibitoire [redibitwar] a *hủy việc bán, cấm.*

reádiger [rediʒe] vtr (n. rédigeons) 1. *thảo; soạn; viết* 2. *biên soạn, biên tập.*

redire [rədir] vtr (conj DIRE) 1. *nói lại; lặp lại.* 2. trouver à r. à qch *thấy có điều gì đáng chỉ trích;* il n'y a rien à r. à cela *không có gì chê về việc ấy.*

redite [rədit] nf *lời nói lại, sự mách lại.*

redondance [rədɔ̃dɑ̃s] nf *sự rườm rà.* redondant a *tính rườm ra, kiểu cách.*

redonner [rədɔne] vtr *cho lại; trả lại; tái lại.*

redoublant, -ante [rədubl),)t] n *học sinh ở lại lớp thêm một năm.*

redoublement [rədublɔm)] nm *sự thêm lên; sự gia tăng; sự ở lại lớp thêm một năm.*

redoubler [rəduble] 1. vtr *thêm lên, gia tăng;* r. ses cris *la hét to thêm;* r. une classe *ở lại lớp một năm nữa* 2. vi la pluie redoubla *con mưa to thêm;* r. d'efforts *gia tăng cố gắng.*

redouter [rədute] vtr *sợ hãi, kinh khiếp.* redoutable a *đáng ghê sợ, đáng gờm.*

redoux [rədu] nm *thời kỳ dịu nhiệt.*

redressement [rədresm)] nm *sự dựng đứng lại, sự đỡ đứng lên;* r. fiscal *sự cải tạo thuế.*

redresser [rədrese] 1. vtr *(a) dựng đứng lên; (b) dựng lại; sửa sang lại; (c)* r. la tête *ngẩng cao đầu (d) chỉnh lưu điện lại; (e) sửa trị* 2. se r. *đứng thẳng dậy;* se r. sur son séant *ngồi thẳng lên*

redresseur, -euse [rədresœr, -z] 1. n *điều phải, người đúng* 2. nm *bộ chỉnh lưu điện.*

reáducteur [redyktœr] nm *chất khử;* r. de bruit *bộ giảm âm thanh;* r. de vitesse *bộ giảm tốc độ.*

reáduction [redyksjɔ̃] nf 1. *sự giảm bớt; sự chinh phục;* 2. (a) réductions de salaires *sự cắt giảm tiền lương;* grandes réductions de prix *sự giảm giá;* (b) *sự thu gọn;* en r. *quy mô nhỏ.*

reáduire [redɥir] vtr (conj CONDUIRE) 1. vtr *(a) thu bớt lại; giảm; hạ thấp; rút lui;* billet à prix réduit *bớt giá vé;* édition réduite *ấn bản rút ngắn;* modèle réduir *mô hình thu nhỏ;* (b) r. qch en miettes *nghiền nát một vật gì;* (c) (faire) r. une sauce *làm cô đặc nước xốt;* (d) r. qn à la misère *làm ai lâm vào cảnh khốn khổ.* 2. se r. (a) se r. au strict nécessaire *hạn chế đến mức tối đa;* ses bagages se réduisent au strict minimum *hành lý của y hạn chế đến mức tối thiểu;* (b) les frais se réduisent à peu de chose *tiền chi phí giảm không đáng kể;* se r. en poussière *biến thành bụi.*

reáduit [redɥi] nm *(a) nhà lều, túp lều; (b) nhà lụp xụp.*

reáeáditer [reedite] vtr *(a) xuất bản lại, tái bản; (b) diễn lại, tái diễn.*

reáeádition [reedisjɔ̃] nf *(a) tái bản; (b) sự diễn lại, sự tái diễn.*

reáeáducation [reedykasjɔ̃] nf *sự tái huấn luyện, sự hồi phục chức năng;* r. de la parole *cách chữa trị người ngọng, câm.*

reáeáduquer [reedyke] vtr *phục hồi chức năng (cho bệnh nhân).*

reáel, -elle [reɛl] 1. a *thực, hiện thực;* salaire r. *lương thực tế;* 2. nm le r. *thực tại, thực tế* réellement adv *thực sự.*

reáeálection [reelɛksjɔ̃] nf *sự tuyển cử lại, sự bầu lại.*

reáeálire [reelir] vtr (conj ÉLIRE) *tuyển cử lại.*

reáescompter [reɛskɔ̃te] vtr *chiết khấu lại, tính lại.*

reáeávaluation [reevalɥasjɔ̃] nf *sự định giá lại.*

reáeávaluer [reevalɥe] vtr *định giá lại.*

reáexpeádier [reɛkspedje] vtr (conj EXPÉDIER) *(a) gửi tiếp thư từ; (b) gửi trả lại.*

refaire [rəfɛr] (conj FAIRE) **1.** vtr (a) *làm lại;* c'est à r. *để làm lại;* (b) *phải làm lại* elle se refait une beauté *cô ấy điểm trang lại;* (c) vous a refait *người ta đánh lừa anh.* **2.** se r. *(a) lấy lại sức khỏe;* (b) *thay đổi hoàn toàn;* (c) *làm cho thích nghi lại.*

reáfection [refɛksjɔ̃] nf *sự sửa chữa lại; sự bình phục.*

reáfectoire [refɛktwar] nm *nhà ăn tập thể (ở tu viện, ký túc xá v.v...).*

reáfeárence [refer)s] nf *sự tham khảo;* livre de r. *sách để tham khảo;* faire r. à *làm lời dẫn cho....;* r. en bas de page *lời chú dẫn ở phía dưới trang.*

reáfeárendum [refer(dɔm] nm *cuộc trưng cầu ý dân.*

reáfeárer [refere] v (je réfère; je référerai) **1.** vi en r. à qn *trình với....* **2.** se r. (a) se r. à qch *tùy theo, dựa theo điều gì;* (b) s'e r. à qn d'une question *dựa vào ai về một vấn đề gì.*

refermer [refɛrme] **1.** vtr *đóng lại, nhắm (mắt) lại* **2.** se r. *đóng (cửa) lại; khép miệng lại (vết thương).*

refiler [rəfile] vtr r. qch à qn *tuồn cho ai một vật gì.*

reáfleáchir [reflɛʃir] **1.** vtr *phản chiếu* **2.** (a) vi r. à, sur qch *suy nghĩ;* réfléchissez y *anh hãy cân nhắc cẩn thận;* donner à r. à qn *làm cho ai phải suy nghĩ;* parler sans r. *nói mà không cân nhắc;* (b) r. que *thực hiện được, thu được.* **3.** se r. *phản chiếu; dội lại, vang lại.* réfléchi a *có suy nghĩ; chín chắn; có cân nhắc* tout bien r. *tất cả được cân nhắc kỹ.*

reáflecteur, -trice [reflɛktœr, tris] **1.** a *phản chiếu* **2.** nm *gương phản chiếu.*

reflet [rəflɛ] nm *ánh chiếu; ánh phản chiếu;* r. de l'eau *sự phản chiếu của mặt nước;* chevelure à reflets d'or *bộ tóc ánh vàng;* il n'est qu'un pâle r. de son père *anh ấy chỉ là hình ảnh mờ nhạt của bố anh ấy*

refleáter [rəflete] vtr (il reflète; il reflétera) **1.** *phản chiếu;* **2.** se r. *được phản chiếu lại.*

reáflexe [reflɛks] **1.** a *phản xạ, phản ứng* **2.** nm (a) *phản xạ;* (b) *phản xạ, phản ứng;* avoir de bons réflexes *có phản xạ tốt.*

reáflexif, -ive [reflɛksif, iv] a *phản xạ.*

reáflexion [reflɛksjɔ̃] nf **1.** *sự phản chiếu* **2.** *sự suy nghĩ, sự cân nhắc;* agir sans r. *hành động không suy nghĩ;* (toute) r. faite *nghĩ cho cùng thì...;* à la r. *nghĩ kỹ lại thì...* **3.** *điều nhận xét;* une r. désobligeante *một điều nhận xét đáng phiền.*

refluer [rəflye] vi *chảy ngược lại.*

refondre [rəfɔ̃dr] vtr *đúc lại, làm lại. Sự soạn lại.*

refonte [rəfɔ̃t] vtr *sự làm lại, sự tổ chức lại.*

reformation [rəfɔrmasjɔ̃] nf *Sự cải cách;* la R. *phong trào cải cách tôn giáo.*

reáforme [reform] nm **1.** *Sự cải cách, sự cải tạo, phong trào cải cách tôn giáo* **2.** *sự miễn dịch;* matériel en r. *dụng cụ phế thải.*

reáformeá, - eáe [reforme] a & n **1.** *Người theo tôn giáo; tôn giáo cải cách* **2.** *Miễn dịch; quân nhân phục viên.*

reformer [rəforme] vtr *Lập lại, cải tổ.*

reáformer [reforme] vtr **1.** *cải cách* **2.** *cho phục viên, loại bỏ.* réformateur, trice *cải cách, cải tạo, nhà cải cách.*

refoulement [rəfulmɑ̃)] nm *sự đẩy lui, sự dồn lại, sự nén.*

refouler [rəfule] vtr *đẩy lui, nén, dần, kìm.* refoulé a *bị đè nén, (về sinh lý)*

reáfractaire [refraktɛr] **1.** a *(a) ngang ngạnh (b) chịu lửa, bất phục tòng, ương ngạch;* r. aux acides *có thể chịu được át xít.* **2.** n *người phiến loạn, người ương ngạnh.*

reáfracter [refrakte] vtr *Khúc xạ, chiết quang.*

reáfraction [refraksjɔ̃] nf *sự khúc xạ, sự chiết quang.*

refrain [rəfr(] nm **1.** *điệp khúc;* c'est toujours le même r. *Vẫn là chuyện cũ năm ấy.* **2.** r. en choeur *đội hợp xướng; ban đồng ca.*

refreáner [rəfrene] vtr (je refrène; je refrénerai) *kìm, nén lại.*

reáfrigeárateur [refriʒeratœr] nm *tủ lạnh, tủ ướp lạnh.*

reáfrigeáration [refriʒerasjɔ̃] nf *sự ướp lạnh.*

reáfrigeárer [refriʒere] vtr (je réfrigère; réfrigérerai) *Ướp lạnh, làm đông lạnh;* viande réfrigérée *thịt đông lạnh.* réfrigérant a *làm lạnh, sinh lạnh.*

refroidir [rəfrwadir] **1.** vtr *Làm nguội; làm lạnh;* refroidi par (l') air, par (l') eau *Máy điều hòa không khí, máy làm lạnh nước uống; lạnh lùng; lãnh đạm, giết ai, đâm sầm vào* **2.** vi & pr *nguội lạnh, hững hờ;* laisser r. son thé *để cho trà nguội đi;* le temps a refroidi, s'est refroidi *thời gian làm nguội dần;* se r. *bị cảm hàn, cảm lạnh.*

refroidissement [rəfrwadism)] nm (a) *sự trở lạnh*; r. de la tempétature (b) *Thời tiết trở lạnh, sự cảm lạnh*.

refuge [refyʒ] nm *(a) Chỗ trú ẩn, chỗ nương tựa; (b) Túp lều của người leo núi*.

reáfugieá, - eáe [refyʒje] n *Người tị nạn*.

reáfugier (se) [sərefyʒje] vpr *trốn tránh, ẩn náo*.

refus [rəfy] nm *sự từ chối*; ce n'est pas de r. *vui lòng nhận, không từ chối*.

refuser [rəfyze] vtr (a) *từ chối, khước từ*; r. l'entrée à qn *không cho (ai) vào*; .r. toute qualité à qn *không thừa nhận (ai) có tư cách nào*; r. de faire qch *không nhận làm một việc gì*; être refusé *bị từ chối* 2. se r. *không ưng thuận*; se r. à qch *không nhận, không chịu điều gì*; se r. à faire qch *từ chối, không làm một việc gì*.

reáfutation [refytasjɔ̃] n *sự bác bỏ, lời bác bỏ*.

reáfuter [refyte] vtr *Bác bỏ*.

regagner [rəgaɲe] vtr 1. *được lại, gỡ lại, thắng thế lại; thu hồi*; r. le temps perdu *gỡ lại thời gian đã mất* 2. *Lấy lại, phục hồi*.

regain [rəg(] nm 1. *Cỏ non mọc lại* 2. *sự hồi lại, sự tăng lên*.

reágal - als [regal] nm *tiệc, yến tiệc; sự thết đãi*.

reágaler [regale] 1. r. qn de qch *thết đãi ai một món gì* 2. se r. *thỏa thích, vớ bở*; on s'est bien régalé *chúng ta được hưởng say sưa*.

regard [rəgar] nm 1. (a) *Cái nhìn, sự nhìn*; chercher qn du r. *Nhìn vòng quanh để tìm ai*; lancer un r. furieux à qn *nhìn ai cách giận dữ*; détourner le r. *quay nhìn nơi khác*; attirer le(s) regard(s) *thu hút sự chú ý*; (b) en r. de qch *trước mặt, đối diện với*; texte avec photos en r. *bài văn có hình đối diện; au r. de qch* 2. *so với, đối với*.

regarder [rəgarde] vtr 1. (a) *Nhìn, chú ý đến*; (b) ne r. que ses intérêts *chỉ chú ý đến quyền lợi cá nhân*; (c) vi r. à qch *quan tâm đến điều gì*; sans r. à la dépense *không quan tâm đến sự chi phí*; à y bien r. *khi xem xét kỹ vấn đề thì*; je ne regarde pas à 2 francs *với 2 quan hơn kém, tôi không ngại*; je n'y regarde pas de si près (d) *tôi không quan tâm lắm về việc ấy*; cela ne vous regarde pas *đó không phải việc của anh*; en ce qui me regarde *đối với điều có liên quan đến tôi* 2. (a) *để ý, quan tâm* r. qn fixement *nhìn ai chằm chằm*; r. qn de travers *liếc xéo ai*; r. qn avec méfiance *nhìn ai cách ngờ vực*; se faire r. *thu hút sự chú ý*; r. qn faire qch *để ý đến ai đang làm việc gì*. regardez - moi ça! *coi kìa!* non, mais te ne m'as pas regardé ! *không nhé, đừng trông mong gì ở tôi* ! (b) vi r. à la fenêtre *nhìn qua cửa sổ*; r. la fenêtre *nhìn vào cửa sổ* puis - je r.? *tôi có nhìn được không* ? 3. *nhìn về, đối diện*. regardant a *tỉ mỉ, tằn tiện*.

reágate [regat] nf *cuộc đua, thuyền*.

reágence [reʒ)s] 1. *sự nhiếp chính* 2. a inv *lịch sự*.

reágeáneáration [reʒenerasjɔ̃] nf *sự tái sinh, sự phục hưng*.

reágeáneárer [reʒenere] vtr (je régénère; je régénétrrai) 1. *Phục hưng* 2. *Làm tái sinh*.

reágent [reʒ)] nm *Quan nhiếp chính*.

reágenter [reʒ)te] vtr *Cai quản, dạy học*.

reágie [reʒi] nf 1. *sự quản lý*. 2. *sở, công ty quản lý; bộ phận quản lý*.

regimber [rəʒ(be] vi *đá hậu, chống lại*.

reágime [reʒim] nm 1. *Chế độ; chống lại*; le r. du travail *chế độ lao động*; r. parlementaire *Chế độ đại nghị* 2. r. (nominal) *sự lượng giá; tốc độ* à plein r. *(Máy) chạy hết tốc độ* 3. être au r. *ăn theo chế độ; bổ ngữ* 4. *buồng chùm (chuối, chà là ...)*

reágiment [reʒim)] nm *trung đoàn* F: être au r. *tại ngũ*.

reágion [reʒjɔ̃] nf *vùng, miền* régional, - aux a *thuộc khu vực; thuộc địa phương*.

reágionalisme [reʒjɔnalism] nm *Chủ nghĩa địa phương*. régionaliste 1. a *thuộc khu vực, thuộc địa phương* 2. n *người theo chủ nghĩa địa phương*.

reágir [reʒir] vtr *Cai trị, chỉ huy*.

reágisseur [reʒiscœ r] nm *Người quản lý; giám đốc, trợ lý đạo diễn*.

registre [reʒistr] nm 1. *sổ sách, sổ sách kết toán, ký lục*; les registres de l'état civil *sổ hộ tịch*. 2. r. de cheminée *van, nắp ống khói, lò sưởi*.

reáglable [reglabl] a *có thể điều chỉnh*.

reáglage [reglaʒ] nm *(a) sự kẻ dòng, sự điều chỉnh; (b) sự sửa lại cho đúng*.

reâgle [regl] nf 1. *cái thước kẻ dòng*; r. à calcul *thước tính* 2. *Quy tắc; règles du jeu quy tắc cuộc chơi*; en r. *đúng luật*; c'est de r. *hợp lý, phải phép*; tout est en r. *tất cả đều hợp lệ*; bataille en r. *cuộc chiến thích đáng*; en r. générale *theo thông lệ*; dans les règles *theo qui tắc* 3. prendre qn pour r. *lấy (ai) làm gương mẫu*. 4. avoir ses règles *có kinh nguyệt*.

reágleá [regle] a *có kẻ hàng*; papier non r. *giấy không kẻ hàng* 2. *đều đặn; có quy củ; vững vàng; ổn định*.

reâglement [regləm)] nm 1. *sự sắp đặt; sự tổ chức; sự thanh toán (tiền bạc)*; faire un r. par chèque *thanh toán bằng ngân phiếu*; r. de compte(s) *sự thanh toán*. 2. *điều lệ, qui chế*.

règlementaire a *đúng quy chế; đúng luật*; ce n'est pas r. *không hợp lệ*.

reáglementation [rɛgləm)tasjɔ̃] nf 1. *sự quy định*. 2. *quy chế*.

reáglementer [rɛgləm)te] vtr *Quy định; đặt quy tắc*.

reágler [rɛgle] vtr (je règle; je réglerai) 1. *Gạch hàng, kẻ hàng*. 2. (a) *sửa cho đúng, điều chỉnh*; (b) r. une montre *chỉnh đồng hồ*; r. le moteur *điều chỉnh máy* 3. (a) *giải quyết một vấn đề, (một câu hỏi)*; r. ses affaires (b) *giải quyết công việc; thu xếp; thanh toán*; r. par chèque *trả tiền bằng ngân phiếu*; r. un comte avec qn *thanh toán nợ với ai*.

reáglisse [rɛglis] nf *Cam thảo*.

reâgne [rɛɲ] nm 1. *vương quốc* 2. *triều đại*; sous le r. de Louis XIV *dưới triều đại vua Louis 14*.

reágner [rɛɲe] vi (je règne; je régnerai) *trị vì, thống trị, thịnh hành*; faire r. l'ordre *duy trì luật lệ, an ninh trật tự*.

regorger [rəgɔrʒe] vi (je regorgeai(s); n. regorgeons) *tràn ngập; thừa thãi; có rất nhiều*; les trains regorgent de gens *xe lửa tràn ngập hành khách*.

reágresser [rɛgrese] vi *thụt lùi, thoái bộ*.

reágression [rɛgresjɔ̃] nf *sự giật lùi, sự thoái bộ*; en (voie de) r. *trên đường suy giảm*.

régressif, -ive a *suy thoái, giật lùi*.

regret [rəgrɛ] nm *sự thương tiếc, sự hối tiếc*; avoir r. d'avoir fait qch *hối tiếc vì đã làm điều gì*; j'ai r. de vous annoncer que *tôi rất tiếc để báo với anh rằng*; faire qch à r. *làm điều gì một cách miễn cưỡng*.

regretter [rəgrɛte] vtr 1. *hối tiếc*; je regrette de vous avoir fait attendre *rất tiếc để anh phải đợi*; je regrette! *(tôi hối tiếc)* 2. *thương tiếc*. regrettable a *đáng tiếc; đáng thương tiếc*.

regroupement [rəgrupm)] nm *sự tập họp lại; sự nhóm họp lại*.

regrouper [rəgrupe] vtr & pr nm *họp, nhóm, họp lại, tập họp trở lại*.

reágularisation [rɛgylarizasjɔ̃] nf *sự hợp thức hóa, sự điều chỉnh*.

reágulariser [rɛgylarize] vtr *hợp thức hóa; điều hòa, điều chỉnh*.

reágulartiteá [rɛgylarite] nf *sự đều đặn; tính hợp thức, sự đúng đắn*.

reágulation [rɛgylasjɔ̃] nf *sự điều chỉnh* régulateur, -trice *sự điều hòa*.

reágulier, -ieâre [rɛgylje, jɛr] 1. a *đều, đều đặn; mực thước; humeur régulière tâm trạng bình thường* 2. a & nm *đúng đắn, chừng mực* régulièrement adv *một cách đều đặn, đúng giờ*.

reáhabilitation [reabilitasjɔ̃] nf *sự phục quyền; sự phục hồi danh dự*.

reáhabiliter [reabilite] vtr 1. *phục quyền; khôi phục danh dự cho* 2. *phục hồi*.

reáhabituer (se) [səreabitɥe] vpr se. r. à qch, à faire qch *tập quen lại một việc gì, tập làm lại việc gì*.

rehausser [rəose] vtr 1. *Nâng cao lên, làm tăng lên* 2. *đề cao; đề xuất, làm nổi lên*.

reáimpression [re(prɛsjɔ̃] nf (a) *sự in lại, (b) sự tái bản*.

reáimprimer [re(prime] vtr *in sách lại, tái bản*.

Reims [r(s] Prnm *thành Reims*.

rein [r(] nm 1. *thận, trái cật* r. artificiel *thận máy, thận nhân tạo* 2. *vùng thắt lưng*; la chute des reins *phần cuối lưng*; mal aux reins *đau lưng*; il a les reins solides *anh ấy giàu có, thế lực*; casser les reins à qn *làm tan sự nghiệp của ai*.

reáincarnation [re(karnasjɔ̃] nf *sự hóa kiếp; sự hóa thân*.

reáincarner (se) [səre(karne] vpr *hóa thân lại; đầu thai lại*.

reine [rɛn] nf (a) *hoàng hậu, nữ hoàng*; r. mère *hoàng thái hậu*; (b) *ong chúa* (c) r. de beauté *hoa hậu*.

reine - marguerite [rɛnmargərit] nf *Cây cúc thúy*.

reinette [rɛnɛt] nf *Táo renet*; r. grise *táo màu hung*.

reáinscrire [re(skrir] vtr (conj INSCRIRE) *ghi lại, in lại*; se r. *ghi số lại, đăng ký lại*.

reáinstaller [re(stale] vtr *đặt lại, thiết lập lại*; se r. *đến ở lại, dọn nhà trở lại*.

reáinteágration [re(tegrasjɔ̃] nf *sự phục hồi, sự đặt để lại (chỗ cũ)*.

reáinteágrer [re(tegre] vtr (conj INTÉGRER) 1. r. qn (dans ses fonctions) *phục chức lại cho ai* 2. r. son domicile *trở về chỗ cũ*.

reáiteárer [reitere] vtr je réitère; je réitérerai) *lặp lại, nhắc lại*.

rejaillir [rəʒajir] vi (a) *phun ra; tung tóe ra; bật lui, dội lại*; (b) tout cela rejaillit sur moi *tất cả việc ấy đều dội sang tôi*.

rejet [rəʒɛ] nm 1. *sự ném ra, sự vất bỏ, sự bài tiết* 2. *sự bác bỏ, sự gạt đi, sự loại bỏ* 3. *sự liệng, sự phóng*.

rejeter [rəʒte] (conj JETER) 1. vtr (a) *ném, quăng trở lại*; r. son chapeau en arrière (b) *hất chiếc nón ra sau*; r. la faute sur d'autres (c) *gán lỗi cho người khác, bác bỏ từ khước*; r. un projet de loi *bác một dự án luật*; (e) r. les mailles *loại bỏ (tháo bỏ) mũi đan* 2. se r. *xông vào; lao vào (ai).*

rejeton [rəʒtɔ̃] nm *Chồi cây; tược* 2. *con cháu.*

rejoindre [rəʒwɛ̃dr] (conj ATTEINDRE) 1. vtr (a) *nối, chắp lại, gắn lại, tiếp vào*; sa pensée rejoint la mienne *ý nghĩ của nó giống ý nghĩ của tôi*; (b) r. qn *lại với ai, đến với ai*; il a évité de r. la route nationale *anh ấy tránh trở lại quốc lộ* 2. se r. (a) *gặp lại nhau.*

reájouir [reʒwir] vtr 1. *làm vui mừng, hoan hỉ* 2. se r. (a) *vui mừng hoan hỉ*; je me réjouis de le revoir (b) *tôi rất vui mừng gặp lại anh ấy.* réjoui a *hớn hở, vui vẻ, hoan hỉ.*

reájouissance [reʒwis)s] nf *sự hoan hỉ, sự vui thích* réjouissant a *làm vui vẻ, làm thích thú.*

relêche [rəlɑʃ] 1. nm *sự ngừng, sự nghỉ, sự gián đoạn*; travailler sans r. *làm việc không nghỉ; sự tạm nghỉ* (c) faire r. *tạm nghỉ* 2. nf *sự cặp bến, sự ghé bến* (a) faire r. dans un port (b) *ghé bến cảng.*

relêchement [rəlɑʃm)] nm *sự nới, sự giãn; sự thả lỏng.*

relêcher [rəlɑʃe] 1. vtr *Nới giãn, buông lơi, thả lỏng* 2. vi *cặp bến, ghé bến* 3. se r. *chểnh mảng, buông lỏng, phóng túng.*

relais [rəlɛ] nm 1.(a) *ngựa trạm; sự tiếp vận*; course de r. *cuộc chạy tiếp sức*; prendre le r. (b) *nối tiếp*; r. gastronomique *nhà hàng nấu ăn ngon*; r. routier *quán cà phê di động; thiết bị tiếp âm, máy kế điện*; r. de radio diffusion *đài tiếp phát.*

relance [rəl)s] nf *sự đẩy mạnh, sự cố vũ; sự phục hồi.*

relancer [rəl)se] vtr (conj LANCER) 1. *ném trở lại* 2. *đẩy mạnh cổ vũ, phục hồi, cho chạy lại, quấy rầy; trách mắng.*

relater [rəlate] vtr *Kể lại, thuật lại.*

relatif, - ive [rəlatif, iv] a (a) *liên quan, quan hệ*; questions relatives à un sujet (b) *những câu hỏi liên quan đến một vấn đề.* relativement adv *so với; thuộc về; tương đối.*

relation [rəlasjɔ̃] nf 1. (a) *sự quan hệ; sự liên lạc, sự giao thiệp*; les relations humaines *mối quan hệ giữa con người*; se mettre en relations avec qn *giao thiệp với ai*; être en relation d'affaires avec qn *giao dịch công việc với ai*; en relations d'amitié (avec qn) *giao thiệp bạn bè với ai*; r. étroite entre deux faits (b) *sự liên quan chặt chẽ giữa hai vấn đề*; avoir des relations *giao thiệp rộng* 2. *Bài tường thuật; chuyện kể.*

relativiteá [rəlativite] nf *tính tương đối.*

relaxation [rəlaksasjɔ̃] nf *sự nới ra, sự duỗi, cơ bắp, thư giãn.*

relax (e) [rəlaks] 1. (a) *nới lỏng; bình thường; không nghi thức*; fauteuil relax(e) (b) nm *ghế dựa* 2. nf *quyết định tha bổng.*

relaxer (se) [sərəlakse] vtr *thư giãn.*

relayer [rəleje] (je relaie je relaye) 1. vtr (a) *thay phiên, đổi lượt; tiếp sức.* 2. se r. *phiên nhau; tiếp sức nhau.*

relayeur [rəlejœr] nm *người coi trạm ngựa.*

releáguer [rəlege] vtr (conj LÉGUER) *đày đi; xếp xó.*

relent [rel)] nm *Mùi hôi, mùi ôi*; des relents de *có hơi hướng.*

releâve [rəlɛv] nf 1. *sự đổi phiên, sự đổi kíp*; prendre la r. *đổi phiên, đổi kíp; tiếp tục sự nghiệp* 2. *người đổi phiên.*

releveá [rəlve] a *ngẩng lên; vểnh lên*; pantalon à bords relevés *ống quần bẻ ngược lên; thanh cao; cay nồng* 2. nm *sự thống kê*; r. de compte *bản thống kê ngân sách kế toán.*

releâvement [rəlevm)] nm 1. *sự tăng lên, sự dựng lên; sự nâng cao lên* 2. *sự xác định vị trí.*

relever [rəlve] v (conj LEVER) 1. vtr *dựng lên, nâng lên, đỡ dậy*; r. la tête *ngẩng đầu lên*; r. les prix *tăng giá, làm thêm đậm; làm phấn khởi; tha, làm cay nồng*; r. qn d'une promesse *xóa lời hứa cho ai; giải, xóa lời hứa (thề) cho ai; thống kê; xác định vị trí* 2. vi (a) r. de maladie *mới khỏi bệnh*; (b) r. de qn, de qch *thuộc quyền ai, lệ thuộc điều gì.* 3. se r. (a) *nhỏm dậy, hồi phục, phấn khởi; khôi phục*; (b) se r. de qch *khôi phục lại; il ne s'en relèvra pas anh ấy sẽ không khôi phục (hồi phục) lại được.*

releveur, -euse [rəlvœr, -z] n *cơ nâng, bộ nâng.*

relief [rəljɛf] nm 1. *địa hình*; carte en r. *bản đồ địa thế*; photo en r. *ảnh nổi, hình nổi*; mettre qch en r. *làm nổi bật vật gì*; position très en r. *vị trí nổi bật.* 2. *đồ ăn thừa (sau bữa ăn).*

relier [rəlje] vtr *buộc lại, bó lại, kết, gắn lại với nhau.*

relieur [rəljœr] nm *thợ đóng sách.*

religieux, -euse [rəliʒi-, -z] a 1. *thuộc tôn giáo; theo đạo.* 2. nm *thầy tu, nữ tu.* religieusement adv *một cách tôn sùng, kính cẩn.*

religion [rəliʒjɔ̃] nf (a) *tôn giáo; đạo*; entrer en r. *đi tu; vào nhà tu*; (b) se faire une r. de qch *xem việc gì là thiêng liêng.*

reliquaire [rəlikɛr] nm *hòm đựng thánh tích.*

reliquat [rəlika] nm *phần còn lại, số nợ lại.*

relique [rəlik] nf *thánh tích*; garder qch comme une r. *giữ gìn trân trọng một vật gì.*

relire [rəlir] vtr (conj LIRE) *đọc lại.*

reliure [rəljyr] nf 1. *sự đóng sách, nghề đóng sách;* atelier de r. *xưởng đóng sách* 2. *bìa sách.*

relogement [rələʒm)] nm *sự lại đến ở.*

reloger [rələʒe] vtr (conj LOGER) *cho ở lại lần nữa.*

reluire [rəlųir] vi (conj LUIRE) *Bóng lộn, sáng ngời; rõ ràng;* faire r. qch *đánh bóng món đồ gì.* reluisant a *ngời sáng* (de) *bóng loáng;* c' est peu r. *không lấy gì làm rực rỡ cho lắm.*

reluquer [rəlyke] vtr *liếc, nhìn trộm.*

remêcher [rəmɑʃe] vtr *nhai lại, ngẫm nghĩ lại.*

remake [rimɛk] nm *Phim đóng lại.*

remanger [rəm)ʒe] vtr (Conj MANGER) *ăn lại món cũ.*

remaniement [rəmanim)] nm *sự soạn lại, sự tu chỉnh, sự thay đổi.*

remanier [rəmanje] vtr (impf & pr sub) *sửa chữa; soạn lại; tu chỉnh;* n. *cái tổ, thay đổi (nội các).*

remarier (se) [sərəmarje] vpr *Kết hôn lại, tục huyền, tái giá.*

remarquable [rəmarkabl] a (a) *đáng chú ý; đặc sắc; lỗi lạc; phi thường;* il est r. qn 'il n'ait rien entendu *đáng ngạc nhiên vì anh ấy không nghe thấy cái gì.* remarquablement adv *rất đặc biệt.*

remarque [rəmark] vtr (a) *nhận xét chú ý quan sát;* ca ne se remarque pas *điều đó không lộ liễu đâu;* faire r. qch à qn *làm cho ai chú ý đến điều gì;* se faire r. (c) *gây sự chú ý.*

remballer [r)bale] vtr *Gói, bọc, bao lại.*

rembarquer [r)barke] 1. vtr *lại cho lên tàu* 2. vi & pr *lại lên tàu.*

rembarrer [r)bare] vtr *bác bỏ, xài xể.*

remblai [r)blɛ] nm (a) *sự đắp đất, sự đắp nền;* (terre de) r. *đất để lắp nền.*

remblayer [r)bleje] vtr (je remblaie, je remblaye) *lắp đất, đổ đất đắp nền; đổ đất làm đường đi.*

rembobiner [r)bɔbine] vtr *Quấn lại, cuộn (len) lại.*

rembolter [r)bwate] vtr *lắp ráp lại vào khớp.*

rembourrage [r)buraʒ] nm *sự nhồi, sự độn đệm rơm.*

rembourrer [r)bure] vtr *nhồi, độn đệm ghế, đệm rơm.*

remboursement [r)bursəm)] nm *sự trả tiền lại, sự hoàn tiền lại.*

rembourser [r)burse] vtr 1. *trả lại, hoàn lại* 2. r. qn de qch *Bồi hoàn vật gì cho ai;* on m'a remboursé *người ta đã trả nợ cho tôi.* remboursable a *có thể bồi hoàn.*

rembrunir(se) [sər)brynir] vpr *sa sầm; u tối; u dột.*

remeâde [rəmɛd] nm *thuốc; phương thuốc;* r. de bonne femme *phương thuốc dân gian;* c' est sans r. *không có thuốc trị.*

remeádier [rəmedje] v ind tr (impf & pr sub n. remédiions) r. à qch *Cứu vãn việc gì, chữa trị, sửa chữa.*

remembrement [rəm)brəm)] nm *sự tập trung ruộng đất.*

remembrer [rəm)bre] vtr *tập trung ruộng đất.*

remeámorer (se) [sərəmemɔre] vpr *nhớ lại; hồi tưởng lại.*

remerciement [rəmɛrsim)] nm *sự cảm ơn;* lettre de r. *thư cảm ơn.*

remercier [rəmɛrsje] vtr (impf & pr sub n. remerclions) 1. *Cảm ơn, cảm tạ;* il me remercia d'un sourire *anh ấy cảm ơn tôi bằng một nụ cười;* voulez - vous du café? - non, je vous remercie *anh uống cà phê không? không, cảm ơn ông (bạn, bà...)* 2. *đuổi, sa thải.*

remettre [rəmetr] (conj METTRE) 1. vtr (a) *đặt trở lại; để trở lại;* r. son manteau *mặc áo lại;* r. qch à sa place *để vật gì lại chỗ cũ;* r. qn à sa place *nhắc nhở ai phải có lễ độ, quở trách ai;* r. un os *đặt lại một cái xương (bị sai khớp)* r. en état *sửa chữa lại;* r. en marche *cho máy hoạt động lại;* (b) r. qn (sur pied) *đỡ ai đứng dậy;* (c) (se) r. qn *kêu ai lại, triệu hồi;* je ne vous remets pas (d) *tôi không nhớ ra anh; giao lại, triệu hồi, giải giao;* r. une affaire au lendemain (e) *triển hoãn công việc lại ngày khác, tha thứ, giải hòa* (f) remettons ça ! *làm lại đi!* 2. se r. (a) se r. au lit *đi nằm nghỉ lại;* le temps se remet (au beau) *trời quang đãng lại;* (b) se r. au travail *làm việc lại;* (c) se r. d' une maladie *Mạnh khỏe lại;* remettez - vous! *hãy bình tĩnh lại;* (d) s'en r. qn *phó thác vào ai;* (e) se r. avec qn *giải hòa với ai.*

reáminiscences [reminis)s] nfpl *sự hồi ức, sự sực nhớ lại.*

remise [rəmiz] nf 1. (a) *đặt lại, sự để lại;* (b) r. en ordre *sự sửa chữa lại;* r. en ordre *sự xếp đặt lại cho gọn nắp;* r. en marche *sự khởi hành lại.* 2. *giao lại; đưa trả lại; miễn, giảm, xóa;* faire r. d'une dette *sự giảm, sự xóa nợ.* 3. *giảm bớt, sự giảm giá.* 4 *nhà để xe.*

remiser [rəmize] vtr *cho vào nhà xe; cất đi, dẹp đi.*

reámission [remisjɔ̃] nf *sự tha, sự miễn giảm;* sans r. *không ngừng, thẳng tay.*

remmener [r)mne] vtr *dẫn dắt trở lại.*

remontage [rəm5taʒ] nm *sự lên dây lại (đồng hồ), sự lắp ráp lại.*

remontant [rəm5t)] 1. a *bổ dưỡng* 2. nm *thuốc*

bố, rượu bố; điều làm phấn khởi.

remonteáe [rəmɔ̃te] nf sự đi ngược trở lên; une belle r. một cú gỡ tuyệt đẹp; r.mécanique thiết bị kéo (người trượt tuyết) lên dốc.

remonte - pente [rəmɔ̃tp)t] nm pl remonte pentes thiết bị để kéo người trượt tuyết lên dốc;

remonter [rəmɔ̃te] **1.** vi (aux être, occ avoir) (a) lên lại; tăng lên; r. en voiture. (b) lên xe lại; tout cela remonte loin tất cả việc ấy có từ xa xưa. **2.** vtr (a) đi ngược lại; r. la rue đi ngược lại r. la rivière (b) đi ngược dòng sông; lắp lại, xắn lên, kéo giật mạnh trở lên; lên dây đồng hồ; r. (les forces de) qn bồ dưỡng sức khỏe cho ai un verre de vin vous remontera (d) một ly rượu sẽ giúp anh lên tinh thần, trang bị lại; sắm sửa lại. **3.** se r. sắm sửa thêm, lấy lại sức, lấy lại tinh thần.

remontoir [rəmɔ̃twar] nm chìa khóa lên dây.

remontrance [rəmɔ̃tr)s] nf sự quở mắng; lời khiển trách; faire des remontrances à qn khiển trách ai.

remontrer [rəmɔ̃tre] vtr (a) chỉ lại, trình bày lại; (b) en r. à qn dạy bảo ai, dạy khôn cho ai (tỏ ra hơn ai).

remords [rəmɔr] nm sự hối hận; sự ăn năn; un r. sự cắn rức lương tâm; avoir un, des r. cảm thấy hối hận.

remorquage [rəmɔrkaʒ] nm Sự kéo, sự dắt.

remorque [rəmɔrk] nf **1.** sự kéo theo; prendre une voiture en r. kéo một chiếc ô tô theo sau; en r. kéo theo sau. être à la r. de qn theo đuôi ai. **2.** dây kéo tàu **3.** tàu kéo theo; xe rờ mọt; r. (de) camping thùng xe cắm trại.

remorquer [rəmɔrke] vtr kéo theo; theo sau.

remorqueur [rəmɔrkœr] nm tàu kéo, tàu rờ mọt.

remous [rəmu] nm (a) chỗ nước xoáy; nước ngược; r. d' air nước cuốn sự chuyển động; tiếng ồn ào; sự lộn xộn; ce livre va provoquer des r. quyển sách này sẽ gây náo động.

rempailler [r)paje] vtr nhồi rơm, độn rơm lại.

rempart [r)par] nm thành lũy, đồn lũy.

remplaçant, -ante [r)plas),)t] n người thay thế; thầy dạy thế; người dự bị.

remplacement [r)plasm)] nm sự thay thế; en r. de qch thay thế cho vật gì; assurer le r. de qn thay thế cho người nào; faire des remplacements tạm thay thế ai trong công việc.

remplacer [r)plase] vtr (conj PLACER) **1.** thế chỗ (một người, một vật gì) thay mặt ai. **2.** (a) thay thế; r. qch par qch (b) để vật này thế chỗ vật khác remplaçable a có thể thay thế.

remplir [r)plir] vtr **1.** làm cho đầy; làm tròn; sử dụng đầy đủ. **2.** chiếm, choán; r. l'air de ses cris tiếng la của nó lan tràn trong không gian. **3.** Lấp đầy, lấp kín; làm căng, phồng; mập ra **4.** thực hiện; làm đầy đủ. r. un rôle giữ một vai trò.

remplissage [r)plisaʒ] nm sự làm đầy; sự đổ đầy, đoạn văn nhét thêm cho đầy trang.

replumer (se) [sər)plyme] vpr hồi phục, khẩm khá lên; chất thêm lên.

remporter [r)pɔrte] vtr **1.** mang trở về **2.** giật giải, thắng giải.

remue - meánage [rəmymenaʒ] nm inv sự ồn ào; tình trạng lộn xộn.

remuer [rəmɥe] **1.** vtr động đậy, lay chuyển, xáo trộn; r. ciel terre dùng đủ mọi cách **2.** vi Khuấy động, làm xao xuyến; ne remue pas tout le temps! đừng quậy phá mọi người ! **3.** se r. cựa quậy, hành động; remuez - vous un peu! anh hãy hoạt động một tí đi.

reámuneáration [remyneraʃɔ̃] nf sự thưởng công; sự trả tiền thù lao.

reámuneárer [remynere] vtr (je rémunère; je rémunérerai) thưởng công; trả tiền thù lao. rémunérateur, - trice a có lợi, trục lợi.

renêcler [rənakle] vi khịt mũi; bực bội; chán ghét.

renaissance [rənɛs)s] nf sự tái sinh; sự phục hưng; la R. thời Phục Hưng; mobilier R. đồ đạc, dụng cụ thời Phục Hưng.

renaitre [rənɛtr] vi (conj NAITRE) **1.** Tái sinh; r. à la vie phục sinh, phấn khởi lại **2.** trở lại; mọc lại; nảy nở lại.

reánal, -aux [renal, o] a thuộc về thận.

renard, -arde [rənar, ard] n chồn, cáo c'est un fin r. hắn là một tên giảo quyệt.

rencheárir [r)ʃerir] vi (a) trả cao giá; nâng giá; r. sur qn thêu dệt thêm, cường điệu khi nói về ai.

rencheárissement [r)ʃeism)] nm sự nâng giá.

rencontre [r)kɔ̃tr] nf **1.** sự gặp gỡ, cuộc họp mặt; faire la r. de qn gặp gỡ ai; aller à la r. de qn đi đón ai; faire une mauvaise r. cuộc gặp gỡ không thú vị. **2.** cuộc giao đấu, trận đấu.

rencontrer [r)kɔ̃tre] **1.** vtr (a) gặp gỡ; đụng chạm phải; ma tête a rencontré la sienne (b) chúng tôi đụng đầu vào nhau, gặp nhau, giao đấu với nhau. **2.** se r. gặp nhau; va chạm nhau; comme cela se rencontre! thật may mắn quá **3.** hợp nhau, tán đồng.

rendement [r)dm)] nm năng suất; sự thu hoạch; hiệu suất; lợi nhuận.

rendez- vous [r)devu] nm inv **1.** cuộc hẹn gặp; sự hẹn gặp; donner r.-v. à qn hẹn gặp ai; prendre r.-v. avec qn hẹn gặp ai; j'ai r.-v. avec lui à 3 heures tôi hẹn gặp anh ấy lúc 3 giờ; r.-v.

rendormir *spatial gặp gỡ, hẹn gặp gỡ trong không gian, vũ trụ.* **2.** r.-v. de chasse *cuộc hội họp, gặp gỡ.*

rendormir [rɔdɔrmir] (conj DORMIR) **1.** *cho ngủ lại* **2.** se r. *ngủ lại.*

rendre [rᾱdr] **1.** vtr (a) *Trả, trả lại; hoàn lại*; r. la santé à qn *phục hồi sức khỏe cho ai*; r. la monnaie à qn *thối tiền lại cho ai, trả đũa ai*; je le lui rendrai ! *tôi sẽ tính với hắn !* (b) r. grâce à qn *tạ ơn ai*; r. service à qn *giúp đỡ ai*; r. la justice *phân xử công minh*; r. compte de qch *báo cáo việc gì*; (c) placement qui rend 10% *sự đầu tư có lời 10%*; terre qui ne rend rien *đất không sinh lợi gì cả*; le moteur rend bien *máy chạy rất tốt*; (d) *giá giao hàng; giao nộp; nhường*; (e) r. l'âme *chết; hồn về trời* (f) elle rend très bien Chopin *cô ấy chơi nhạc Chopin rất tuyệt*; le homard me rend malade *tôm hùm làm tôi phát bệnh*; il se rend ridicule *anh ấy tỏ ra lố bịch*; vous me rendez fou ! *anh làm tôi phát điên lên.* **2.** se r.(a) se r. dans un lieu *đi đến một nơi nào*; se rendre chez qn *đi đến nhà ai*; (b) rendez-vous! *đầu hàng đi !* (c) se r. compte de qch *hiểu rõ, ý thức việc gì.*

rendu [rᾱdy] **1.** a r. *Mệt lử* **2.** nm *hàng trả lại.*

rêne [rɛn] nf *Dây cương.*

renégat, -ate [rənega, at] n *Người bỏ đạo, người bội giáo.*

renfermer [r]fɛrme] **1.** vtr *Chứa đựng; nhốt, giam lại* **2.** se r. en soi - même *trầm tư, trầm ngâm.* renfermé **1.** a *kín đáo, trầm lặng* **2.** nm sentir le r. *mùi mốc; có mùi hấp hơi.*

renfleá [r]fle] a *Phồng, phình lên.*

renflement [r]fləm)] nm *Sự phình; chỗ phồng lên.*

renflouer [r]flue] vtr *Trục (tàu mắc cạn).*

renfoncement [r]fɔ̃sm)] nm *Chỗ lõm vào.*

renforcer [r]fɔrse] (conj FORCER) **1.** vtr *Tăng cường; củng cố; tăng viện* **2.** se r. *thành vững mạnh; thành khá hơn.*

renfort [r]fɔr] nm **1.** *Sự tăng cường; sự tăng viện*; envoyé en r. *gửi tăng viện*; de r. *tăng viện*; à grand r. d'épingles *nhờ có rất nhiều kẹp* **2.** *sự gia cố; bộ phận gia cố.*

renfrogner (se) [sər]frɔɲe] vpr *Cau có, nhăn nhó.* renfrogné a *quạu, nhăn nhó.*

rengager [r]gaʒe] (conj ENGAGER) **1.** vtr *Cầm cố lại; thế chấp lại; tái chiến* **2.** se r. cam kết lại; giao ước lại.

rengaine [r]gɛn] nf vielle r. *Điệu hát nhàm tai*; c'est toujours la même r. *nhắc đi nhắc lại mãi một câu chuyện.*

rengainer [r]gɛne] vtr *Lại cho (kiếm) vào bao; bỏ lửng câu nói; giấu sự thật.*

rengorger (se) [sər]gɔrʒe] vpr *Uốn cổ ra (chim chóc); ưỡn ngực, vênh váo.*

reniement [rənim)] nm *Sự chối; sự không chịu nhận.*

renier [rənje] vtr (conj NIER) **1.** *Chối; từ, chối bỏ* **2.** *phủ nhận.*

reniflement [rənifləm)] nm *(a) Sự hít mạnh (b) tiếng hít.*

renifler [rənifle] **1.** vi *Hít mạnh, sịt mũi* **2.** vtr *(a) hít hơi; đánh hơi (b) hít ngửi cái hoa.*

renne [rɛn] nm *Con tuần lộc.*

renom [rənɔ̃] nm *Tiếng tăm, danh tiếng*; de grand r., en r. *famous nổi danh.*

renommeá [rənɔme] a *Nổi tiếng, nổi danh.*

renommée [rənɔme] nf *Danh tiếng; thanh danh; tiếng tăm.*

renoncement [rənɔ̃sm)] nm *Sự khước từ; sự chối bỏ.*

renoncer [rənɔ̃se] v ind tr (n. renoncons) r . à qch *từ bỏ một điều gì*; r. à qn *từ bỏ ai*; r. à faire qch *từ khước làm việc gì.*

renonciation [rənɔ̃sjasjɔ̃] nf *Sự từ bỏ.*

renouer [rənwe] vtr r. (amitié) avec qn *kết giao lại với nhau.*

renouveau [rənuvo] *Sự đổi mới*; r. de vie *sự đổi mới trong cuộc sống.*

renouveler [rənuvle] vtr (je renouvelle, n. renouvelons) **1.** (a) *Đổi mới, canh tân*; r. ses pneus (b) *thay vỏ xe mới*; r. la face du pays *canh tân xứ sở.* **2.** *ký lại, gia hạn lại; thay đổi kiểu mới*; r. une commande *ký đơn đặt hàng lại* **3.** se r. *được thay thế; đổi mới.* renouvelable a *có thể đổi mới.*

renouvellement [rənuvɛlm)] nm *Sự đổi mới; sự thay mới; sự ký lại; sự thay đổi kiểu.*

reánovateur, - trice [rənɔvatœr, tris] **1.** a *Canh tân* **2.** n *người canh tân.*

reánovation [rənɔvasjɔ̃] nf *(a) Sự đổi mới, sự canh tân; (b) sự phục hồi; sự khôi phục.*

reánover [rənɔve] vtr *Đổi mới; phục hồi; canh tân.*

reánseignement [r]sɛɲm)] nm (a) *Điều chỉ dẫn*; donner des renseignements sur qch *cho biết lai lịch về một chuyện gì*; prendre des renseignements sur qn *thu thập tin tức về ai*; bureau de rénseignement *phòng chỉ dẫn*; (b) service de r. *cục tình báo*; agent de r. *nhân viên tình báo.*

renseigner [r]sɛɲe] vtr **1.** r. qn sur qch *Chỉ dẫn cho ai về điều gì*; on vous a mal renseigné *người ta đã chỉ dẫn sai cho anh rồi* **2.** se r. sur qch *tìm hiểu vấn đề gì.*

rentabiliteá [r]tabilite] nf *Khả năng sinh lợi.* rentable a *có lợi*; ce n'est pas r. *việc không có lợi.*

rente [r)t] nf 1. *Tiền lời, tô tức, niên kim;* r. viagère *niên kim trọn đời* 2. *lợi tức;* vivre de ses rentes *sống nhờ lợi tức* 3. rentes (sur l'état) *công trái.*

rentier, - ieâre [r)tje, jɛr] n *Người thực lợi, người có lợi tức.*

rentrant, - ante [r)tr),)t] a *Góc lõm; càng hạ cánh (máy bay).*

rentreá [r)tre] a *Cố nén; hõm vào.*

rentreáe [r)tre] nf 1. (a) *Sự trở về;* r. atmosphérique, *sự đi vào khí quyển;* (b) la r. (des classes) *ngày khai trường* 2. *Sự đem về; sự thu về.*

rentrer [r)tre] 1. vi (aux être) (a) *Trở vào; trở về;* r. dans sa chambre *trở vào buồng của mình;* r. dans ses droits *khôi phục quyền lợi;* r. dans les bonnes grâces de qn *được ai che chở, ủng hộ;* r. dans ses frais *lấy lại được khoản chi phí;* r. en scène (b) *trở về lại; trở về nhà;* il est l'heure de r. *đến giờ về rồi;* elle rentre de Paris *cô ấy từ Paris về;* (c) faire r. qch dans sa boite (e) *để trở lại vật gì trong hộp; thu về, đem về;* r. en soi - même *suy nghĩ về bản thân mình;* il lui est rentré dedans *anh ấy đâm sầm, đâm bổ vào;* (f) cela ne rentre pas dans mes fonctions *việc đó không thuộc chức phận của tôi;* r. dans une catégorie *nhiễm vào, nhập vào một tầng lớp;* (g) c'est rentré dans l'ordre *trật tự được vãn hồi* 2. vtr (aux, avoir) *đưa vào, dọn vào, thu vào;* r. la récolte *thu hoạch mùa màng;* qui a rentré les chaises? *ai đem ghế vào?;* r. sa chemise *cho áo vào quần.*

renverse [r)vɛrs] nf tomber à la r. *té bổ ngửa, ngã ngửa.*

renversement [r)vɛrsəm)] nm *Sự đảo ngược, sự lật đổ; sự sụp đổ.*

renverser [r)vɛrse] 1. vtr (a) *Lật ngược; đánh đổ; đảo hợp âm* r. la vapeur *đảo ngược hơi nước; làm lộn ngược;* r. les rôles *đảo ngược vai trò;* (b) *theo phe; đụng vào;* (c) il a été renversé par une voiture *anh ấy bị ôtô hất ngã;* (d) *lật đổ (chính phủ)* cela m'a renversé *việc ấy làm tôi rối loạn.* 2. se r. *ngã ngửa, ngã nhào, lộn ngược;* se r. sur sa chaise *nằm ngã người trên ghế.* renversant a *làm cho ngã ngửa (vì ngạc nhiên).*

renvoi [r)vwa] nm 1. *Sự trả lại.* 2. *sự đuổi, sự sa thải.* 3. *sự chuyển; sự triển, hoãn* 4. *sự chuyển tiếp, sự chuyển đạt;* 5. *lời chú dẫn ở cuối trang;* 6. *sự phun ra;* donner des renvois *ợ, nôn, mửa.*

renvoyer [r)vwaje] vtr (conj ENVOYER) 1. *Gửi trả về; phản chiếu; vang dội lại.* 2. *đuổi, thải hồi; cho về* 3. *hoãn lại, triển* 4. *chuyển đạt, dệ đạt lại.* 5. se r. la balle *cãi nhau, đấu khẩu.*

reáorganisation [rɛɔrganizasjɔ̃] nf *Sự tổ chức lại; sự cải tổ.*

reáorganiser [rɛɔrganize] vtr *Tổ chức lại.*

reáouverture [rɛuvɛrtyr] nf *Sự mở lại; sự khai trương lại.*

repaire [rəpɛr] nm *Hang thú; sào huyệt.*

repaitre (se) [sərəpɛtr] vpr (a) *(Thú vật) ăn cho no;* (b) se r. de chè chén no nê.

reápandre [rep)dr] 1. vtr *Làm đổ tràn lan; tuôn dòng; truyền bá; rải; vãi; tỏa ra; tưới; gieo rắc;* r. des nouvelles *truyền bá tin tức.* 2. se r. dans le monde *giao thiệp rộng rãi với đời; truyền trong không gian;* se r. en excuses *không tiếc lời xin lỗi;* les touristes se répandent dans la ville khách *du lịch lan tràn trong thành phố;* la nouvelle s'est très vite répandue *tin tức được truyền ra nhanh chóng.* répandu a *tràn ra, truyền đi.*

reparaître [rəparɛtr] vi (conj PARAITRE) *Xuất hiện lại.*

reáparateur, -trice [reparatœr, tris] 1. a *Sửa đổi, chuộc lại* 2. n *người tu sửa; thợ sửa chữa.*

reáparation [reparasjɔ̃] nf 1. *sự sửa chữa;* être en r. *đang được sửa chữa;* faire des réparations *tu bổ, sửa sang.* 2. *sự bồi thường; tiền bồi thường* r. civile *sự bồi thường thiệt hại;* r. légale *sự sửa chữa hợp pháp.*

reáparer [repare] vtr 1. *sửa sang, tu bổ khôi phục;* r. ses pertes *bù lại sự lỗ lã* 2. *bồi thường, bù đắp* réparable a *có thể sửa chữa.*

reparler [rəparle] vi r. de qch *nói lại điều gì;* r. à qn *nói chuyện lại với ai, bàn lại với ai.*

repartie [rəparti] n *Câu ứng đối* avoir de la r., l'esprit de r. *ứng xử nhanh.*

repartir [rəpartir] vi (conj MENTIR) (aux, être) *Lại ra đi;* je repars pour Paris *tôi lại đi Paris một chuyến nữa;* r. à zéro *bắt đầu lại từ số không.*

reápartir [repartir] vtr (je répartis, n. répartissons) 1. *Phân phối; phân chia; phân bố;* charge uniformément répartie *trách nhiệm được chia đều* 2. *phân bố; chia thành khoản.*

reápartition [repartisjɔ̃] nf *Sự phân chia; sự chia đều.*

repas [rəpɑ] nm r. de noce *Bữa tiệc cưới;* r. léger *bữa ăn nhẹ;* aux heures des r *vào giờ com.*

repassage [rəpasaʒ] nm *(a) Sự mài đi mài lại (b) sự ủi áo quần.*

repasser [rəpase] 1. vi (aux être) *ghé qua lần nữa; đi ngang qua lần nữa* r. chez qn *lại ghé qua nhà ai lần nữa* 2. vtr *đi qua, vượt qua lại; liếc đi liếc lại; ôn lại;* r. qch dans son esprit *ôn*

repayer *lại sự việc trong ký ức*; (c) repassez - moi du pain *cho tôi thêm bánh mì*; repassez - moi cette lettre *đưa lá thư ấy cho tôi*; (d) fer à r. *bàn ủi*, bàn là; planche à *ván lót để ủi quần áo*.

repayer [rəpeje] vtr (conj PAYER) *Trả tiền lần nữa*.

repêchage [rəpɛʃaʒ] nm *(a) sự câu lại (b) sự vớt lên;* épreuve de r. *cuộc thi vớt (thi lại)*.

repêcher [rəpeʃe] vtr *(a) Câu lại (b) vớt lên;* r. un candidat *vớt một thí sinh*.

repeindre [rəp(dr] vtr *Sơn lại, tô lại*.

repenser [rəp)se] **1.** vi *Suy nghĩ lại;* j'y repenserai *tôi sẽ xét lại việc ấy;* je n'y ai pas repensé *tôi đã không nghĩ tới việc ấy.* **2.** vtr *xem xét lại*.

repentir[1] **(se)** [sərəp)tir] **1.** vpr (je me repens; pr sub je me repente) *Ăn năn, hối lỗi;* se r. de qch, d'avoir fait qch *hối hận vì đã làm điều gì.* repentant, repenti a *hối hận; hối tiếc; người hối hận; người đã ăn năn*.

repentir[2] nm *Sự ăn năn, lòng sám hối*.

repércussion [repɛrkysjɔ̃] nf *Sự phản lại; sự dội lại*.

repércuter [repɛrkyte] **1.** vtr (a) *Dội lại, phản chiếu lại;* (b) ? **2.** se r. *dội lại, tác động đến*.

repeâre [rəper] nm *Dấu ghi; mục tiêu;* point de r. *mục tiêu, điểm mốc*.

repeárage [rəperaʒ] nm *Sự đánh dấu;* r. radio *sự xác định vị trí bằng radio*.

repeárer [rəpere] (je repère; je repérerai) **1.** vtr *Ghi dấu, xác định vị trí; phát hiện;* se faire r. *bị phát hiện* **2.** se r. *xác định được vị trí của mình*.

repeártoire [repɛrtwar] nm **1.** *Mục lục; danh mục;* r. d'adresses *danh mục địa chỉ* **2.** *bản ghi báo cáo* **3.** *bản ghi chương trình biểu diễn;* pièce du r. *vở diễn của chương trình*.

repeártorier [repɛrtɔrje] vtr (impf & pr sub n. répertoriions) *ghi vào danh mục; biên vào mục lục*.

repeáter [repete] (je répète; je répéterai) **1.** vtr (a) *Lặp lại; nhắc lại;* il ne se le fera pas r. *anh ấy không cần phải nhắc lại đâu;* (b) *diễn lại; tập lại; học lại* **2.** se r. *lặp lại mãi, nói đi nói lại mãi*.

repeátition [repetisjɔ̃] nf **1.** repetition *Sự lặp lại;* fusil à r. *súng liên thanh;* montre à r. *đồng hồ đeo tay có báo giờ* **2.** r. générale *cuộc tổng dượt*.

repeuplement [rəpœ pləm)] nm *Sự làm cho đông dân cư lại; sự nuôi cho nhiều lại; sự trồng lại*.

repeupler [rəpœ ple] vtr *Làm cho đông dân lại; nuôi lại; trồng lại;* se r. *trở thành đông dân lại*.

repiquage [rəpikaʒ] nm *Sự trồng lại; sự cấy lại; sự ghi âm lại*.

repiquer [rəpike] vtr *Lại châm, lại đâm; cấy lại* plant à r. *cây để trồng lại;* (c) *ghi âm lại*.

reápit [repi] nm *Sự nghỉ, sự ngừng;* sans r. *không ngừng, liên tục*.

replacer [rəplase] vtr (n. replaçons) *Đặt lại; để lại; để lại chỗ cũ; bổ nhiệm lại*.

replanter [rəpl)te] vtr *Trồng lại*.

replatrage [rəplɑtraʒ] nm *Sự trát thạch cao lại; tạm giải hòa*.

replêtrer [rəplɑtre] vtr *trát thạch cao lại; tạm giải hòa*.

replet, - eâte [rəplɛ, ɛt] a *Mũm mĩm; béo mập*.

repli [rəpli] nm **1.** *Mép rập; uốn khúc* **2.** *Uốn khúc, chỗ quanh co* **3.** *sự rút lui, sự lui quân*.

replier [rəplije] (conj PLIER) **1.** vtr *Xếp gập lại; uốn khúc; uốn cong lại; gập cánh lại; rút lui, triệt thoái.* **2.** se r. (a) *cuộn mình lại; uốn cong mình;* (b) se r. sur soi - même (c) *tự kiểm, lắng mình xuống; lui quân*.

reáplique [replik] nf **1.** (a) *Lời đối đáp, lời kháng biện;* argument sans r. *lý lẽ không bắt bẻ được.* et pas de r. ! *đừng nói lôi thôi !;* tiếng hiệu; (b) donner la r. à un acteur *làm một tiếng hiệu cho diễn viên (bắt đầu diễn)* **2.** *bản sao*.

reáliquer [replike] vtr r. qch à qn *Đối đáp lại;* cãi ai một chuyện gì **2.** vì kháng biện; bẻ lại.

reápondant, - ante [repɔ̃d),)t] n *Người bầu chủ; người bảo lãnh;* il a du r. *anh ấy có bảo chứng*.

reápondeur [repɔ̃dœ r] nm r. (automatique) *Bộ đáp (điện thoại) tự động*.

reápondre [repɔ̃dr] **1.** vtr *Trả lời, đáp lại;* r. qch *đáp lời lại* **2.** v ind tr (a) r. à qn, à qch *trả lời ai, trả lời một điều gì;* r. par écrit *viết phúc đáp;* r. à l'appel (b) *trả lời tiếng gọi* **3.** vi r. de qn, de qch *chịu trách nhiệm về ai, về một vấn đề gì;* je vous en réponds ! *tôi chịu trách nhiệm với anh về việc ấy*.

reáponse [repɔ̃s] nf **1.** (a) *Sự trả lời, câu trả lời;* avoir r. à tout *trả lời trôi chảy;* la lettre est restée sans r. (b) *thư gửi đi không có phúc đáp* **2.** *sự chịu trách nhiệm*.

report [rəpɔr] nm **1.** *Sự mang sang, khoản tiền sang trang* **2.** *sự hoãn lại; sự dời lại* **3.** *sự sang ảnh*.

reportage [rəpɔrtaʒ] nm **1.** *Nghề phóng viên* **2.** *bài phóng sự;* r. en exclusivité *phóng sự đặc biệt* **3.** *phóng sự truyền hình*.

reporter[1] [rəpɔrte] **1.** vtr (a) *Đem trở lại;* r. un livre à qn (b) *đem lại cho ai một quyển sách; hoãn lại; sang trang.* **2.** se r. à qch *tưởng nhớ lại một việc gì;* se r. au passé *nhớ lại quá khứ*.

reporter² [rəpɔrtɛr] nm *Phóng viên.*

repos [rəpo] nm 1. (a) *Sự nghỉ ngơi;* au r. *đứng im;* prendre du r. *nghỉ ngơi;* jour de r. *ngày nghỉ;* r.! (b) *nghỉ !* 2. *sự yên tĩnh;* de tout r. *hoàn toàn thư thái;* valeur de tout r. *chứng khoán chắc chắn.*

repose - pied [rəpozpje] nm inv *Chỗ đặt chân (ở xe môtô).*

reposer [rəpoze] 1. vtr (a) *Đặt lại; để lại;* r. sa tête sur un coussin *đặt đầu lên chiếc gối;* r. l'esprit (b) *làm thư thái tinh thần.* 2. vi *yên tĩnh, an giấc nghìn thu;* ici repose *nơi đây an nghỉ;* le commerce repose sur le crédit *thương mãi dựa theo sự uy tín* 3. se r. (a) *nằm nghỉ; nghỉ ngơi;* (b) se r. sur qn *dựa vào ai; tin cậy ai.* reposant a *làm thư thái; thoải mái.*

repose - tête [rəpoztɛl] nm inv *Cái tựa đầu (ở ghế cắt tóc, ghế nhổ răng).*

repousser [rəpuse] 1. vtr (a) *Đẩy lui, xô đẩy; đánh lui; khước từ;* repoussé de tout le monde *bị mọi người hất hủi;* (b) *hoãn lại; xô đuổi* 2. vi *mọc ra lại, nở lại, trổ hoa lại.* repoussant a *xua đuổi, gớm ghiếc.*

reápreáhensible [repre)sibl] a *Đáng chê trách.*

reprendre [rəpr)dr] v (conj PRENDRE) 1. vtr (a) *Lấy lại, chiếm lại;* r. sa place *chiếm lại chỗ ngồi;* r. du pain *lấy thêm bánh mì;* je vous reprendrai en passant *khi đi ngang qua đây, tôi sẽ lại đón anh;* (b) la fièvre l'a repris *anh ấy bị sốt lại;* sa timidité l'a repris *anh ấy lại bẽn lên, rụt rè.* on ne m'y reprendra plus *tôi sẽ không bị mắc lừa nữa đâu;* que je ne t'y reprenne plus! *đừng giỡ trò với tôi nữa nhé !;* (c) *tiếp tục lại; nhắc lại; hoạt động lại; dùng lại;* r. du gout pour qch *thích lại một điều gì;* r. des forces *bình phục lại; hồi sức lại;* r. la parole *lại nói tiếp;* oui, reprit - il *vâng, anh ấy nói tiếp;* (d) *tìm lại được dấu vết; sử dụng lại; chê trách* 2. vi (a) *bắt đầu lại;* le froid a repris *trời rét trở lại;* (b) *lại đâm rễ.* 3. se r. (a) *lại tiếp tục; tự chủ;* (b) se r. à espérer *lại tiếp tục hy vọng;* (c) s'y r. à plusieurs fois *làm lại nhiều lần.*

repreásailles [rəprezaj] npl *Sự trả thù; sự phục thù;* en r. pour, de, qch *để trả thù, để phục hận.*

repreásentant, - ante [rəprez)t),)t] n *Đại diện, đại lý thương mại; người thay mặt.*

repreásentation [rəprez)tasjɔ̃] nf (a) *Sự xuất trình lại; sự đại diện; sự diễn, buổi trình diễn;* (b) frais de r. *chi phí giao tế.* représentatif, - ive a *biểu thị; đại diện; tiêu biểu.*

repreásenter [rəprez)te] vtr 1. *Trình lại* 2. (a) *Biểu thị;* tableau représentant un moulin *bức tranh miêu tả nhà máy xay gió;* représentez - vous mon étonnement (b) *anh hãy hình dung sự ngạc nhiên của tôi;* se faire r. *chỉ định người* thay thế mình; r. une maison de commerce *làm đại lý cho một hãng buôn;* r. qn en justice (c) *đưa ai ra hầu tòa.* 3. *trình diễn, diễn vở của...* 4. r. qch à qn *biểu thị điều gì cho ai.* 5. vi il ne représente pas au physique *anh ấy có diện mạo không gây ấn tượng lắm.* 6. (a) se r. à un examen *đi thi lại.*

reápression [represjɔ̃] nf *Sự trấn áp; sự trừng trị.* répressif, - ive a *đàn áp, trấn áp.*

reáprimande [reprim)d] nf *Lời quở trách; sự khiển trách.*

reáprimander [reprim)de] vtr *Mắng, la rầy; quở trách.*

reáprimer [reprime] vtr *Kìm chế, trấn áp, dẹp yên.*

repris [rəpri] nm r. de justice *Người tái phạm.*

reprise [rəpriz] nf 1. *Sự chiếm lại; sự bắt lại; sự lấy lại* 2. (a) *sự lại tiếp tục; sự diễn lại; sự tăng tốc;* (b) faire qch à plusieurs reprises *làm việc gì nhiều lần ba lần; ba lượt* 3. *sự mạng, vá lại.*

repriser [rəprize] vtr *Mạng, vá lại; sửa sang (áo quần) lại.*

reáprobation [rəprobasjɔ̃] nf *Sự chê bai; sự bài xích.* réprobateur, - trice a *(giọng) chê bai.*

reproche [rəprɔʃ] nm *Lời quở trách;* faire des reproches à qn *quở trách ai;* ton de r. *giọng khiển trách;* vie sans r. *cuộc sống không chê được.*

reprocher [rəprɔʃe] vtr *Khiển trách;* je n'ai rien à me r. *tôi không có gì để tự trách mình;* qu'est - ce que vous reprochez à ce livre ? *anh thấy có gì sai ở quyển sách này ?*

reproduction [rəprodyksjɔ̃] nf 1. (a) *Sự sinh sản;* organes de r. *bộ phận sinh dục;* (b) *sự in sao; sự phóng theo.* r. interdite *cấm in lại.* 2. *bản sao; sự giả mạo.* reproducteur, - trice a *sinh sản; sinh thực.*

reproduire [rəprodyir] (conj CONDUIRE) 1. vtr *Thể hiện lại; tạo lại; sao in lại.* 2. se r. *xảy ra lại; tái sinh; tái phát.*

reápprouveá, - eáe [repruve] n *Bị ruồng bỏ, bị bài xích.*

reáprouver [repruve] vtr 1. *Lên án, bài xích* 2. *kết án.*

reptile [rɛptil] nm *Động vật bò sát.*

repu [rəpy] a *Ăn no nê, say sưa.*

reápublicain, - aine [repyblik(, ɛn] a & n *Cộng hòa; người theo chế độ cộng hòa.*

reápublique [repyblik] nf *Nền cộng hòa; nước cộng hòa.*

reápudier [repydje] vtr (pr sub & impf n. répudiions) 1. *Từ bỏ; ly dị; bài xích* 2. *khước từ, gạt bỏ .*

reápugnance [repyɲ)s] nf **1.** *Sự ghê tởm; sự chán ghét; sự trái ngược.* **2.** r. à faire qch *chán ghét khi phải làm việc gì;* avec r. *với sự kinh tởm; với sự chán ghét.*

reápugner [repyɲe] vi **1.** r. à qch, à faire qc *Ghê tởm điều gì; ghê sợ khi làm việc gì.* **2.** r. à qn *chán ghét ai;* impers il me répugne de le faire *tôi rất ghê tởm khi làm việc ấy.* répugnant a *đáng kinh tởm; đáng ghê sợ.*

reápulsion [repylsjɔ̃] nf *Sự đẩy; sức đẩy.* répulsif, -ive a *đẩy; ghê tởm.*

reáputation [repytasjɔ̃] nf *Tiếng đồn; thanh danh;* jouir d'une bonne r. *được tiếng tốt;* se faire une r. *gây danh tiếng; làm cho nổi tiếng;* connaitre qn de r. *nghe danh ai; nghe tiếng ai;* il a la r. d'être cruel *anh ấy độc ác có tiếng.* réputé a *nổi tiếng, có danh tiếng;* r. pour qch *nổi tiếng về cái gì.*

requeárir [rəkerir] vtr (conj ACQUÉRIR) **1.** *Yêu cầu, yêu sách* **2.** *trưng tập, đòi hỏi.*

requïte [rəket] nf *Lời yêu cầu; đơn từ;* adresser une r. à qn *thỉnh cầu; thỉnh nguyện ai;* à, sur, la r. de qn *theo lời thỉnh cầu ai.*

requiem [rəkɥijɛm] nm *Kinh cầu hồn.*

requin [rək(] nm *Cá mập, cá nhà táng.*

requinquer [rək(ke] vtr **1.** *Làm cho lại sức; làm cho phấn chấn lên* **2.** se r. *vui vẻ lên.*

requis [rəki] **1.** a *Đòi hỏi; bị trưng dụng* **2.** nm *con người bị trưng tập.*

reáquistion [rekizisjɔ̃] nf (a) *Sự trưng dụng;* r. civile (b) *sự trưng tập dân thường.*

reáquisitionner [rekizisjɔne] vtr *Trưng dụng; trưng thu; trưng tập.*

reáquisitoire [rekizitwar] nm *Công tố trạng; bản buộc tội.*

RER abbr Trans: Réseau express régional *(Chữ viết tắt của) mạng lưới xe (lửa) tốc hành địa phương.*

rescapeá, -eáe [rɛkape] a & n *Thoát nạn, người sống sót.*

rescousse (aâ la) [alarɛskus] adv *Đến cứu; cứu vớt.*

reáseau, -eaux [rezo] nm (a) *Lưới; mạng lưới; hệ thống.* r. national *hệ thống quốc gia;* r. de distribution urbain *hệ thống cấp phát điện, nước đô thị;* r. urbain *hệ thống địa phương;* (b) r. d'espionnage *mạng lưới tình báo;* r. d'intrigues *mạng lưới âm mưu; mánh khóe.*

reáservation [rezɛrvasjɔ̃] nf *Sự giữ chỗ (trong khách sạn, rạp hát...).*

reáserve [rezɛrv] nf **1.** *Sự dự trữ; đồ dự trữ;* sous r. *với điều kiện là;* sous toutes réserves *với tất cả dè dặt;* sans r. *không hạn chế.* **2.** (a) *số lượng dự trữ;* (b) armée de r. *quân dự bị;* officier de r. *sĩ quan dự bị;* (c) mettre qch en r. *dự trữ một thứ gì;* tenir qch en r. *gìn giữ một thứ gì* **3.** *Sự giữ gìn ý tứ; đồ hộp; vùng đất để dành riêng; kho sách dành riêng.*

reáserver [rezɛrve] vtr (a) *Để dành; để dành chỗ; dành để;* r. une place à qn *để dành một chỗ cho ai;* r. des places *đặn trước; đặt chỗ trước;* place réservée *chỗ dành riêng;* r. du bois *dự trữ củi, dự trữ gỗ;* se r. le droit de *dành cho mình, quyền;* tous droits réservés *có toàn quyền;* je me réserve *tôi dành lại, tôi đợi.* pêche réservée (b) *chỗ câu cá dành riêng.* réservé a *dành riêng; dè dặt; do dự.*

reáserviste [rezɛrvist] nm *Quân nhân dự bị.*

reáservoir [rezɛrvwar] nm **1.** *Bình chứa; kho chứa* **2.** *xe bồn;* r. à gaz *bình chứa hơi (ga);* r. d'essence *kho xăng dầu.*

reásidence [rezid)s] nf (a) *chỗ ở;* lieu de r. *nơi cư trú;* en r. surveillée (b) *bị giam giữ;* r. secondaire *chỗ ở phụ; nơi cư trú thứ hai;* r. pour personnes âgées *nhà dưỡng lão;* r. universitaire *ký túc xá đại học;* changer de r. (c) *thay đổi chỗ ở.*

reásident, -ente [rezid),)t] n *Công sứ (ngoại giao); kiều dân.* résidentiel, -elle a *(khu nhà) để ở (thường sang trọng).*

reásider [rezide] vi **1.** *Ở, cư ngụ* **2.** la difficulté réside en ceci *khó khăn ở chỗ này.*

reásidu [rezidy] nm *Bã, cặn bã; số dư.* résiduel, -elle a *bã, (do) cặn.*

reásignation [reziɲasjɔ̃] nf *Sự nhượng bộ; sự nhẫn nhục;* avec r. *với sự nhẫn nhục.*

reásigner [reziɲe] **1.** vtr *Nhẫn nhục; từ bỏ* **2.** se r. à qch *đành phải chịu một điều gì.* résigné a *cam chịu, nhẫn nhục.*

reásiliation [reziljasjɔ̃] nf *Sự hủy bỏ; sự giải trừ.*

reásilier [rezilje] vtr *Hủy bỏ; giải trừ.*

reásine [rezin] nf *Chất nhựa.* résineux, -euse a *có nhựa, thuộc về nhựa;* nm un r. *cây loại thông.*

reásistance [rezist)s] nf **1.** (a) *Sự chống lại; sức chịu đựng;* n'offrir aucune r. *không có sức bền;* la R. (b) *quân kháng chiến; sự kháng cự; điện trở; điện cực* **2.** (a) *tính chắc chắn; độ bền; độ dai;* r. au choc *chịu được sự va chạm;* tissu qui n'a pas de r. (b) *loại vải mỏng manh, không có độ bền;* (c) pièce de r. *món ăn chắc bụng;* plat, pièce, de r. *món ăn chủ lực.*

reásister [reziste] v ind tr (a) *Chống lại; kháng cự;* r. à qn *cưỡng lại ai;* (b) r. à (qch) *chịu đựng được một cái gì;* le plancher résiste au poids *sàn gác chịu được sức nặng;* ces couleurs ne résistent pas *các màu này không giữ lâu được; dễ bị phai.* résistant **1.** a (a) *bền, dai sức;* r. à la chaleur *chịu được sức nóng*; r. au choc *chịu được va chạm*; (b) *(người) vững chắc, dai sức* **2.** n *người kháng chiến*.

reásolu [rezɔly] a *Kiên quyết; quả quyết*. résolument adv *một cách dứt khoát*.

reásolution [rezɔlysjɔ̃] nf **1.** *Sự giải quyết; sự phân giải; sự hủy bỏ* **2.** (a) *sự quyết định*; prendre la r. de faire qch (b) *quyết định làm một việc gì*; manquer de r. *thiếu tính kiên quyết*; (c) prendre une r. *chọn một quyết định*.

reásonance [rezɔn)s] nf *Sự vang âm; tiếng vang*.

reásonateur [rezɔntœr] nm *Cái cộng hưởng*.

reásonner [rezɔne] vi *Vang âm; kêu vang; vang vọng*; r. de *vang dội*. résonnant a *làm vang dội*.

reásorber [rezɔrbe] **1.** vtr *Làm cho tan; làm cho tiêu; tiêu trừ* **2.** se r. *tiêu đi, tan ra*.

reásoudre [rezudr] (prp résolvant; pp résolu, résous, - oute; pr ind je résous; impf je résolvais; fu je résoudrai) **1.** vtr (a) r. qch en qch (b) *phân giải chất gì thành một chất khác; hủy bỏ; giải quyết*; (c) r. qn à qch *thúc đẩy, thuyết phục ai làm một việc gì*; r. de partir *quyết định ra đi* **2.** (a) se r. en qch *biến thành, chuyển thành*; (b) se r. à faire qch *quyết định làm việc gì*.

respect [rɛspɛ] nm *Sự trân trọng; sự cung kính*; avec r. *với lòng kính trọng*; r. de soi *sự tự trọng*; faire qch par r. pour qn *làm điều gì vì lòng kính trọng ai*; tenir qn en r. *làm cho ai phải nể sợ*; présentez mes respects à votre mère *cho tôi kính lời chào mẹ anh*.

respectabiliteá [rɛspɛktabilite] nf *Tư cách đáng kính*.

respecter [rɛspɛkte] vtr *Kính trọng, trân trọng*; r. la loi *tôn trọng luật pháp*; se faire r. *đòi hỏi được tôn trọng*; se r. *tự trọng*; tout homme qui se respecte *mọi người tôn trọng lẫn nhau*. respectable a *đáng kính*. respectablement adv *một cách đáng kính*.

respectif, - ive [rɛspɛktif, iv] a *Riêng của mỗi cá nhân, tương ứng*. respectivement adv *Riêng biệt của mỗi người*.

respectueux, - euse [rɛspɛktɥ-, -z] a *Kính cẩn*; r. de la loi *Kính trọng luật pháp*; être r. des opinions d'autrui *Tôn trọng quan niệm của người khác*; veuillez agréer mes sentiments r. *Xin ghi nhận lòng cung kính chân thành của tôi*. respectueusement adv *Với lòng kính cẩn*.

respiration [rɛspirasjɔ̃] nf *Sự thở, sự hô hấp*; retenir sa r. *Nín thở, nhịn thở*; r. artificielle *Sự hô hấp nhân tạo*.

respirer [rɛspire] **1.** vi *Thở, hít thở*; r. profondément *Hít thở thật sâu*; laissez - moi r. *Cho tôi lấy hơi cái đã*. **2.** vtr (a) *Hít vào*; aller r. un peu d'air *Đi dạo mát*; (b) *Hít thở không khí trong lành; Biểu lộ*. respirable a *Hô hấp được, thở được*. respiratoire a *Hô hấp*.

resplendir [rɛspl)dir] vi *Chói lọi, rực sáng, rạng rỡ* resplendissant a *Có vẻ rực rỡ*.; visage r. de santé *Nét mặt rạng rỡ khỏe mạnh*.

responsabiliteá [rɛspɔ̃sabilite] nf *Trách nhiệm*; avoir la r. de qch *Có trách nhiệm về việc gì*; r. civile *Trách nhiệm dân sự*.

responsable [rɛspɔ̃sabl] **1.** a *Có trách nhiệm* (de qch) *Chịu trách nhiệm*; être r. envers qn *Chịu trách nhiệm đối với ai*; il l'a rendu r. de l'accident *Bắt anh ấy chịu trách nhiệm về tai nạn*; être r. des dommages *Có trách nhiệm về những thiệt hại*. **2.** nmf (a) *Người chịu trách nhiệm; Người phụ trách*; r. du département *Trưởng ban, công ty*.

resquiller [rɛskije] **1.** vtr *Gian lận vé (ở rạp hát)* **2.** vi *Trốn, không trả tiền; Gian lận*.

resquilleur, - euse [rɛskijœr, -z] n (a) *Kẻ lận vé; (b) Người gian lận*.

ressac [rəsak] nm **1.** *Sóng dội lại* **2.** *Sóng biển đập vào bờ*.

ressaisir [rəsezir] **1.** vtr *Bắt lại, tóm lại* **2.** se r. *Trấn tĩnh lại; Chiếm lại*.

ressasser [rəsase] vtr *Nhắc đi nhắc lại mãi; Lập đi lặp lại một câu chuyện*.

ressemblance [rəs)bl)s] nf *Sự giống nhau*; avoir une r. avec qn, avec qch *Giống ai, giống một cái gì*.

ressembler [rəs)ble] **1** v ind tr r. à qn, à qch *Giống ai, giống vật gì*; ça ne ressemble à rien *Việc "không giống ai" hết*; ça ne lui ressemble pas de dire ca *Với tính anh ấy thì anh ấy không nói như thế* **2.** se r. *Giống nhau*; ils se ressemblent comme deux gouttes d'eau *Họ giống nhau như 2 giọt nước*. ressemblant, - ante a *Giống, giống nhau*.

ressemeler [rəsəmle] vtr (conj SEMELER) *Thay đế giày*.

ressentiment [rəs)tim)] nm *Mối hận thù; Lòng uất ức*.

ressentir [rəs)tir] (conj MENTIR) **1** vtr *(a) Cảm thấy; (b) Cảm nhận*. **2.** se r. d'un accident *Còn chịu hậu quả của tai nạn*.

resserre [rəsɛr] nf *Chỗ chứa, chỗ để*.

resserrement [rəsɛrm)] nm **1.** *Sự siết chặt; Sự thắt rút lại*. **2.** r. du crédit *Sự thu hẹp thời hạn trả nợ*.

resserrer [rəsere] **1** vtr *Thắt chặt, thu hẹp*; **2.** se r. *Giao kết lại; Siết chặt lại*. resserré a *Eo hẹp, chật hẹp*.

resservir [rəsɛrvir] (conj MENTIR) **1.** vtr *Dọn lại, dùng lại*; resservez - vous *Mời dùng lại*. **2**

vi *Dùng lại nữa* **3.** se r. *Dùng lại, dọn lại.*
ressort [rəsɔr] nm **1.** (a) *Lò xo, động lực;* faire r. *Bật lên như lò xo;* avoir du r. *Có ý chí;* (b) *Có khả năng;* r. à boudin *Lò xo xoắn ốc;* grand r. *Dây cót chánh của đồng hồ;* à r. *Xe có sức nhún;* l'intérêt est un puissant r. *Lợi lộc là động lực mạnh mẽ* **2.** *Thẩm quyền, quyền hạn;* ce n'est pas de mon r. *Không phải quyền hạn của tôi;* en dernier r. *Chung thẩm; Cuối cùng.*
ressortir [rəsɔrtir] vi **1.** (aux être) *Lại trở ra* **2.** (aux être) (a) *Nổi bật;* faire r. qch *Làm nổi bật, làm lộ ra;* faire r. un fait *Làm nổi bật một sự việc;* (b) le prix moyen ressort à 20 francs *Giá trung bình được tính là 20 quan (Pháp)* **3.** (aux avoir) (prp ressortissant; pr ind il ressortit; impf il ressortissait) r. à qn, à qch *Thuộc thẩm quyền, gắn với....*
ressortissant, - ante [rəsɔrtis),)t] n *Người thuộc quốc gia nào, quốc tịch nào.*
ressouder [rəsude] **1.** vtr *Hàn chì lại* **2.** *Hàn gắn lại.*
ressource [rəsurs] nf **1.** (a) *Phương sách, phương kế;* personne de r. *Người có nhiều thủ đoạn lắm khả năng, có tài xoay xở.* (b) ruiné sans r. *Phá sản vô phương cứu chữa* **2.** *Phương tiện, mưu chước;* je n'avais d'autre r. que la fuite *Tôi chỉ còn cách là trốn thôi;* dernière r. *Khả năng cuối cùng* **3.** pl *Của cải, tài nguyên;* être à bout de ressources *Hết phương xoay xở.*
ressouvenir(se) [sərəsuvnir] vpr (conj VENIR) *Nhớ lại;* se r. de qch *Nhớ lại một chuyện gì.*
ressusciter [resysite] **1.** vtr *(a) Làm sống lại;* (b) *Làm cho hồi phục.* **2.** vi *Sống lại; Phục sinh, hồi sinh.*
restant, - ante [rest),)t] **1.** a *(a) Còn lại;* (b) *Thơ lưu tại bưu điện (đợi người đến nhận).* **2.** nm *Còn dư, phần sót lại, phần còn lại;* r. d'un compte *Phần còn lại của số tiền.*
restaurant [restɔr)] nm *Quán ăn;* manger au r. *Ăn ở nhà hàng.;* r. libre - service *Nhà hàng tự phục vụ;* r. universitaire *Căn tin trường đại học.*
restaurateur, - trice [restɔratœ r, tris] n *(a) Người phục chế;* (b) *Người trùng tu.*
restauration [restɔrasjɔ̃] nf (a) *Sự phục chế, sự trùng tu; Nghề mở quán ăn;* (b) r. rapide *Món ăn có sẵn (ăn liền).*
restaurer [restɔre] **1.** vtr *(a) Phục chế; Cải cách;* (b) *Phục hồi.* **2.** se r. *Ăn để lấy lại sức.*
reste [rest] nm **1.** *Phần còn lại;* avoir un r. d'espoir *Một chút hy vọng còn lại;* il y a un r. de fromage *Còn lại một ít phô mát;* ne pas demander son r. *Im lặng rút lui;* et le r. *Và vân vân;* être en r. *Mắc nợ, mang ơn;* de r. *Dư, thừa;* au r., du r. *Vả lại, vá chăng.* **2.** pl (a) *Hài cốt,*
số dư, những người khác; (b) restes mortels *Di hài, hài cốt.*
rester [reste] vi (aux être) **1.** *Lưu lại; Còn lại mãi;* il me reste cinq francs *Tôi còn lại 5 quan (Pháp);* (il) reste à savoir *Còn cần phải biết...,* **2.** (a) *Ở lại;* il est resté à travailler *Nó còn ở lại làm việc;* restez où vous êtes *Ở đâu yên đấy nhé !;* r. assis *Ngồi yên;* r. (à) diner *Ở lại ăn cơm;* ou en sommes - nous restés ? *Chúng ta đang dừng lại ở đâu đây ?* la chose en reste là *Vấn đề dừng lại ở đấy;* que cela reste entre nous *Điều ấy chỉ có chúng ta biết thôi nhé;* (b) r. tranquille *Ở yên;* (c) *Ở, ở lại.*
restituer [restitɥe] vtr **1.** *Khôi phục, bổ xung.* **2.** *Trả lại, bồi hoàn.* **3.** *Phục hồi, phục nguyên.*
restitution [restitysjɔ̃] nf *Sự trả lại; Sự hoàn lại.*
restreindre [restr(dr] **1.** vtr (prp restreignant; pp restreint; pr ind je restreins; fu je restreindrai) *Thu hẹp; Hạn chế; Giới hạn;* **2.** se r. *Thu hẹp lại, giới hạn lại.* restreint a *Hẹp, hạn chế.*
restriction [restriksjɔ̃] nf *Sự hạn chế, sự giới hạn;* r. mentale *Tinh thần bị hạn chế;* sans r. *Hoàn toàn, triệt để.* restricitf, - ive a *Thu hẹp, có giới hạn.*
reásultat [rezylta] nm *Kết quả; Thành quả;* pl résultats *Kết quả kỳ thi.*
reásulter [rezylte] vi *Do bởi, là kết quả của;* (aux être) qu'en est - il résulté? *Được kết quả gì?.* résultant, - ante **1.** a *Tổng hợp, do..., bởi...,* mà ra. **2.** nf *Hợp lực.*
reásume [rezyme] nm *Bản tóm tắt, sơ lược, bản trích yếu;* en r. *Tóm lại; Gút lại.*
reásumer [rezyme] vtr *Tóm tắt; Thu gọn lại;* voilà à quoi ca se résume *Sự việc được tóm tắt như thế.*
reásurrection [rezyrɛksjɔ̃] nf *Sự sống lại, sự phục sinh.*
reátablir [retablir] **1.** vtr (a) *Lập lại; Khôi phục lại;* r. sa santé *Phục hồi sức khỏe;* (b) *Đặt lại.* **2.** se r. (a) *Bình phục lại; Khôi phục lại;* (b) l'ordre se rétablit *Trật tự được vãn hồi.*
reátablissement [retablism)] nm **1.** *Sự lập lại; Sự khôi phục.* **2.** *Sự bình phục.* **3.** *Sự ruớn mình chống tay lên;* faire un r. *Làm động tác chống tay và thẳng người lên*
reátamer [retame] vtr **1.** *Tráng thiếc lại.* **2.** être rétamé *Say khướt;* *(*) Mệt nhoài (**) Bị trấn lột.*
retape [rətap] nf faire la r. *Sự chèo kéo khách.*
retaper [rətape] **1.** vtr (a) *Sắp xếp lại; Sửa sang lại;* vieille maison à r. *Ngôi nhà cũ cần sửa sang lại;* ca vous retapera *Việc ấy sẽ làm cho anh hồi sức lại;* (b) *Sự đánh máy lại.* **2.** se r.

Hồi sức; Bình phục.
retapisser [rətapise] vtr *Trang trí màn, thảm mới.*
retard [rətar] nm 1. (a) *Sự đến chậm;* le train a du r. *Xe lửa đến trễ;* votre montre a dix minutes de r. *Đồng hồ tay của anh trễ (chậm) 10 phút;* être en r. *Chậm trễ;* compte en r. *Số tiền chưa trả (số tiền gởi chưa thanh toán)* (b) élève en r. sur les autres *Đứa học sinh học chậm hơn các em khác;* r. de croissance *Sự phát triển chậm;* en r. sur son siècle *Chậm trễ, lỗi thời.* 2. *Sự muộn màng;* r. à ! *Mỗi lửa chậm.*
retardataire [rətardater] 1. a *Chậm, chậm trí;* enfant r. *Trẻ em chậm phát triển* 2. n *Người chậm trí, người lạc hậu.*
retardement [rətardəm)] nm à r. *Chậm; Để chậm lại;* bombe à r. *Bom nổ chậm.*
retarder [rətarde] 1. vtr (a) *Hoãn lại;* (b) *Để chậm lại;* (c) *Trễ.* 2. vi (a) *Đi chậm, chạy chậm, trì hoãn;* ma montre retarde *Đồng hồ tay của tôi chạy chậm;* la pendule retarde de 10 minutes *Đồng hồ treo tường chậm 10 phút;* il retarde sur son siècle *Anh ấy lạc hậu;* vous retardez *Anh bị muộn mất rồi;* (b) *Kéo dài, chậm chạp.* retardé a *Bị chậm lại, chậm phát triển.*
reteáleáphoner [rətelefɔne] vtr *Gọi điện thoại lần nữa.*
retenir [rətənir] (conj TENIR) 1. vtr (a) *Giữ lại; Chặn lại;* r. l'attention *Gây sự chú ý;* r. qn à diner *Giữ ai lại dùng cơm tối;* r. qn prisonnier *Giam cầm ai;* je ne vous retiens pas (b) *Tôi không giữ anh ở lại;* r. l'eau *Chặn nước lại;* (c) r. une somme sur le salaire de qn (d) *Giữ lại 1 phần lương của ai;* retenez ce numéro *Anh hãy nhớ số này;* (e) *Giữ chỗ trước;* (f) je pose 2 et je retiens 5 *Tôi viết 2 và tôi nhớ 5;* (g) *Ghi nhận; Cầm, nén;* r. son souffle *Nín hơi.* 2. se r. (a) se r. à qch *Bám víu vào một vật gì;* (b) *Tự ức chế; Tự kìm hãm;* se r. de faire qch *Tự kiểm chế mình để khỏi làm một việc gì.*
reátention [rət)sjɔ̃] nf *Sự bí, sự sót, quyền giữ vật thế nợ.*
retentir [rət)tir] vi *Vang lên, vang âm;* r. de *Vang tiếng...;* r. sur *Ảnh hưởng trên...* retentissant a *Oang oang; Vang dậy.*
retentissement [rət)tism)] nm *Tiếng vang; Ảnh hưởng;* avoir un grand r. *Ảnh hưởng vang động, tiếng tăm lừng lẫy.*
retenue [rətəny] nf 1. (a) *Sự khấu trừ, sự giữ lại;* faire une r. de 5% sur les salaires *Khấu trừ 5% tiền lương;* (b) *Số giữ, số nhớ;* 2. *Sự phạt ở lại lớp.* 3. *Sự giữ gìn; Sự ý tứ, sự thận trọng;* sans r. *Không giữ gìn ý tứ.*
reáticence [retis)s] nf *Sự không nói hết lời, sự giữ ý;* sans r. *Thẳng thắn.* réticent a *Bỏ lửng; Ngập ngừng.*
reátif, - ive [retif, iv] a *Bất kham, khó dạy.*
reátine [rctin] nf *Võng mạc.*
retirer [rətire] 1. vtr (a) *Lấy ra; Đem ra;* r. ses bagages *Rút hành lý ra;* r. son manteau *Cởi áo choàng ra;* r. un bouchon *Tháo nút chai ra;* (b) r. un profit de qch *Rút ra được nguồn lợi từ 1 việc gì;* qu'est - ce que vous en avez retiré ? *Việc ấy đem cho anh lợi lộc gì ?;* (c) r. qch à qn *Lấy đi 1 vật gì của ai;* r. sa main *Rút tay lại;* r. le permis de conduire à qn *Rút bằng lái của ai;* (d) *Rút lui, rút lại;* r. sa candidature *Rút đơn ứng cử.* 2. se r. (a) *Lui về, rút lui;* vous pouvez vous r. *Anh đi được rồi;* se r. à la campagne *Lui về nông thôn;* se r. en faveur de qn *Rút lui vì quyền lợi của ai;* (b) *Nín nhịn; Rút đi.* retiré a *Héo lánh, ẩn dật;* vivre r. *Sống ẩn dật.*
retombeáe [rətɔ̃be] nf 1. *chân vòm* 2. (a) *mưa phóng xạ;* (b) *hậu quả.*
retomber [rətɔ̃be] vi (aux être) 1. *lại ngã xuống;* retomber sur ses pieds *rũ xuống chân; thòng đến chân; thoát nạn;* retomber dans le chaos *lại rơi vào tình trạng lộn xộn;* retomber malade *lại bị ốm;* 2. *lại chìm; lại rơi xuống;* laisser retomber ses bras *buông thõng hai tay;* faire retomber la faute sur qqn *đổ lỗi cho ai;* la responsabilité retombe sur moi *trách nhiệm lại rơi lên đầu tôi.* 3. *rũ xuống, buông xuống.*
reátorquer [retɔrke] vtr *bẻ lại, vặn lại.*
retors [rətɔr] a *được se lại, xảo quyệt.*
retorsion [rətɔrsjɔ̃] nf *sự trả đũa, sự bẻ lại, sự vặn lại.*
retouche [rətuʃ] nf *sự sửa chữa lại; sự sửa bản âm.*
retoucher [rətuʃe] vtr *sửa lại, sửa kính ảnh.*
retour [rətur] nm 1. *sự trở về, sự quay lại, sự thu hồi;* retour de conscience *sự cắn rứt lương tâm;* faire un retour sur le passé *quay về quá khứ* 2. *sự quay về;* être de retour *đã trở về;* à mon retour *khi tôi trở về;* dès mon *ngay khi tôi về;* partir sans retour *khi không trở lại;* être perdu sans retour *mất luôn; tiêu luôn;* voyage de retour *chuyến trở về;* billet de retour *vé quy hồi;* par retour (du courrier) *thư trả về;* retour de maladie *bệnh tái phát;* retour de l'hiver *mùa đông trở lại;* retour en arrière *quay lại một đoạn phim;* retour d'âge *tuổi hồi xuân.* retour rapide *khúc quanh gắt* 3. *sự quay mặt.* avoir des retours 4. *sự trả lại, sự thu về;* vendu avec faculté de retour *hàng mua có quyền trả lại* 5. payer de retour *bồi hoàn.*
retourner [rəturne] 1. vtr (a) *quay lại, lật lại, đáo lại, lật ngược;* retouner une pièce *lục soát một căn phòng;* retourner une question dans

tous les sens *xem xét kỹ một vấn đề dưới mọi khía cạnh.* cela m'a tout retourné (b) *việc ấy làm tôi vô cùng xúc cảm*; retourner la tête *quay đầu lại*; retourner une situation *làm thay đổi tình thế*; (d) retourner qch à qn *trả lại cho ai một vật gì.* **2.** vi (aux être) (a) *quay trở về;* retourner chez soi *trở về nhà;* retourner sur le passé (b) *hồi tưởng quá khứ;* retouner sur qqn *tấn công ai* **3.** impers de quoi retourne - t - il ? *có việc gì thế ?* **4.** se retourner *trăn trở; quay lại nhìn;* avoir le temps de se retourner (b) *có thì giờ để xem xét xung quanh;* se retourner contre qn *quay lại chống ai;* (c) s'en retourner *trở về, quay về.*

retracer [rətrase] vtr (conj TRACER) **1.** *vạch lại, kể lại* **2.** *thuật lại; kể lại.*

reátractation [retraktasjɔ̃] nf *sự chối; sự phủ nhận.*

reátracter [retrakte] **1.** vtr *rút lại, co lại; chối, phủ nhận.* **2.** se rétracter *co rút lại; đính chính, phản cung.*

reátraction [retraksjɔ̃] nf *sự co rút.* rétractile a *có thể rụt vào.*

retrait [rətrɛ] nm **1.** *sự rút lui; sự thu hồi;* retrait de fonds *sự rút vốn lại* **2.** *sự rút, sự lùi vào;* en retrait *lùi vào;* maison en retrait *nhà xa mặt đường;* rester en retrait *ẩn mình phía sau.*

retraite [rətret] nf **1.** *sự rút quân* **2.** *sự lùi về;* battre la retraite *tháo lui, chịu thua; cuộc rước đèn* **3.** (a) *sự ẩn cư, nơi ẩn cư;* caisse de retraite *quỹ hưu bổng;* être à la, en *ở ẩn;* mettre qqn à la retraite *cho ai về hưu;* prendre sa retraite (b) *về hưu.* **4.** (a) vivre dans la retraite *sống ẩn dật;* maison de retraite *viện dưỡng lão;* (b) *sự tĩnh tâm* faire une retraite *tĩnh tâm; cấm phòng.* **5.** *hiệu lệnh lui quân; sự thôi việc; chỗ nương náu; hang, ổ.*

retraiteá, - eáe [rətrete] **1.** a *về hưu.* **2.** n *người hưu trí.*

retraitement [rətretm)] nm *sự tái chế; sự tái chế chất đốt;* usine de retraitement des déchets *nhà máy tái chế chất thải phóng xạ.*

retranchement [rətr)ʃm)] nm *hào lũy;* pousser qn dans ses derniers retranchements *dồn ai đến bước đường cùng.*

retrancher [rətr)ʃe] **1.** vtr (a) retrancher qch de qch *bớt, xén một phần của vật gì;* retrancher un passage d'un livre *cắt một đoạn trong một quyển sách;* retrancher qch sur une somme *bớt, khấu trừ một phần của số tiền;* (b) retrancher qch à qn *rút lại, thu hồi một món gì của ai.* **2.** se retrancher (a) *xây thành, núp;* (b) se retrancher dans le silence *ẩn mình trong sự im lặng.*

retransmettre [rətr)smetr] vtr (conj METTRE)

truyền lại, chuyển tiếp.

retransmission [rətr)smisjɔ̃] nf *sự tiếp phát, buổi tiếp phát.*

reátreácir [retresir] **1.** vtr *làm hẹp đi; thu hẹp đi* **2.** vi & pr *làm thành chật hẹp; hẹp lại.*

reátreácissement [retresism)] nm *sự co lại; sự rút lại; sự teo.*

reátribuer [retribɥe] vtr *thưởng, trả công;* travail rétribué *công việc có thù lao.*

reátribution [retribysjɔ̃] nf *tiền công, tiền thù lao.*

reátro [retro] a *thối lui, lùi lại;* la mode rétro *trở lại kiểu cũ.*

reátroactif, - ive [retroaktif, iv] a *hồi cố; trở về trước; nhìn về dĩ vãng;* augmentation avec effet rétroactif au 1˙juillet *tiền thưởng để tưởng niệm nhân ngày 1 tháng 7.* rétroactivement a *có hiệu lực hồi cố.*

reátroaction [retroaksjɔ̃] nf *tính tưởng niệm dĩ vãng.*

reátrograde [retrograd] a *lùi; thụt lùi; nghịch, ngược.*

reátrograder [retrograde] **1.** vi *đi giật lùi; lùi về; sang số thấp hơn (xe ôtô)* **2.** vtr *giáng cấp; hạ tầng công tác.*

reátrospectif, - ive [retrospektif, iv] a *nhìn lại phía sau; nhìn về dĩ vãng; sự hồi cố; sự nhìn lại quá khứ.* rétrospectivement adv *nhìn về quá khứ; hồi cố.*

retrousser [rətruse] vtr *xắn lên, vén lên; vênh lên; hếch lên;* nez retroussé *mũi hếch.*

retrouvailles [rətruvaij] nfpl *sự đoàn tụ, sự gặp lại nhau.*

retrouver [rətruve] **1.** vtr (a) *tìm lại được, gặp lại nhau;* retrouver son chemin *tìm lại được đường đi;* la clé a été retrouvée *chiếc chìa khóa (đã mất) được tìm thấy lại;* retrouver sa santé, ses forces *lấy lại được sức khỏe;* (b) aller retrouver qn *đi tìm gặp lại ai;* je vous retrouverai ce soir *tôi sẽ gặp lại anh chiều nay.* **2.** se retrouver; se retrouver dans la même position *lại trở về tư thế cũ;* se retrouver à Paris *lại trở lại Paris,* je ne m'y retrouve plus *tôi không còn nhận ra việc ấy nữa.* s'y retrouver *có lợi trong việc ấy;* comme on se retrouve ! *mình lại gặp nhau !.*

reátroviseur [retrovizœ r] nm *gương chiếu hậu.*

reáunification [reynifikasjɔ̃] nf *sự thống nhất lại.*

reáunion [reynjɔ̃] nf **1.** *sự họp lại, sự nối; sự nhóm họp;* réunion d'une chose à une autre *sự ghép, sự nối vật này với vật khác* **2.** *cuộc họp;* en réunion *đang hội họp;* réunion sportive

cuộc họp thể thao; salle de réunion *phòng họp*.
Reáunion (La) [lareynjɔ̃] Prnf *Đảo Réunion*.
reáunir [reynir] **1.** vtr *nối, hợp, tập hợp*; réunir une somme gom *một số tiền*; réunir le comité *triệu tập hội đồng* **2.** se réunir *họp lại với nhau, phối hợp; liên kết*. réuni a *liên hiệp, đoàn kết*.
reáussir [reysir] **1.** vi (a) *có kết quả; đạt kết quả*; le homard ne me réussit pas *tôm hùm không thích hợp với tôi*; (b) *thành công; đỗ đạt* réussir à un examen *thi đỗ*; réussir à faire qch *làm một việc gì rất đạt*; il réussira *anh ấy sẽ thành công; trông có kết quả* **2.** vtr *thành đạt; có kết quả tốt* la photo est réussie *ảnh rất đạt*. réussir son coup *thắng cuộc; đoạt giải*. réussi a *thành công* c'était très réussi *thành công mỹ mãn*.
reáussite [reysit] nf **1.** *sự thành công; kết quả tốt* **2.** *sự phá trận (chơi cờ)*; faire des réussites *(chơi cờ) phá trận*.
revaloir [rəvalwar] vtr (conj VALOIR) *đền đáp lại (đền ơn); trả miếng (điều oán);* je vous revaudrai cela ! *tôi sẽ trả đũa anh ! tôi sẽ đáp ơn anh!*.
revalorisation [rəvalɔrizasjɔ̃] nf *sự khôi phục giá trị; sự nâng lên*.
revaloriser [rəvalɔrize] vtr **1.** *khôi phục giá trị; nâng lên; tăng giá trị* **2.** *nâng giá; tăng giá*.
revanche [rəv)ʃ] nf **1.** (a) revenge *sự trả thù*; prendre sa revanche sur qn *trả thù ai*; (b) jouer la revanche *đấu trận phục thù* **2.** en revanche *để bù lại, ngược lại*.
rȋvasser [rɛvase] vi *mơ mộng; mộng viễn vông*.
rȋvasserie [rɛvasri] nf *điều mơ mộng hảo huyền*.
rȋve [rɛv] nm **1.** *giấc mơ*; faire un rêve **2.** *mơ mộng*; la maison de nos rêves *ngôi nhà lý tưởng của chúng tôi*; c'est le rêve.! *chỉ là một giấc mơ !*.
revȋche [rəvɛʃ] a *khó tính; quạu; cau có*.
reáveil [revɛj] nm **1.** *sự thức dậy, sự tỉnh dậy*; à mon réveil *khi tôi thức dậy* **2.** *đồng hồ báo thức; đồng hồ reo*.
reáveille - matin [revɛjmat(] nm inv *đồng hồ báo thức*.
reáveiller [reveje] **1.** vtr *đánh thức; làm thức tỉnh; làm hồi sinh; gọi nhớ lại*. **2.** se réveiller *thức dậy; thức tỉnh; giác ngộ; hồi sinh*.
reáveillon [revɛjɔ̃] nm *bữa ăn vào lúc nửa đêm (đêm Noël)*.
reáveillonner [revɛjɔne] vi *ăn bữa nửa đêm (đón giao thừa; lễ giáng sinh)*.
reáveálateur, - trice [revelatœr, tris] **1.** a *biểu lộ, tiết lộ*. **2.** n *người tiết lộ; người phát giác* **3.**

nm *thuốc hiện ảnh*.
reáveálation [revelasjɔ̃] nf *sự phát lộ; sự vạch trần;* c'est une révélation.! *chuyện không ngờ !* la dernière révélation *điều phát hiện mới nhất*.
reáveáler [revele] (je révèle; je révélerai) **1.** vtr *phát hiện; tiết lộ; biểu lộ*. **2.** se révéler *tỏ ra;* se révéler difficile *tỏ vẻ khó khăn*.
revenant [rəvn)] nm *ma quỷ*; un revenant.! *ô kìa, đã lâu không gặp !.*
revendeur, -euse [rev)dœr, -z] n *người bán lại; người bán lẻ*.
revendication [rev)dikasjɔ̃] nf *sự đòi hỏi, yêu sách*. revendicatif, -ive a *đòi hỏi; yêu sách*.
revendiquer [rəv)dike] vtr *đòi lại, đòi hỏi; đòi lấy; nhận lấy*; revendiquer un attentat *nhận lấy trách nhiệm một cuộc mưu sát*.
revendre [rəv)dr] vtr *bán lại*; on en a à revendre *ta có dư thừa cái đó*; avoir de l'énergie à revendre *có thừa nghị lực*.
revenir [rəvənir] vi (conj VENIR aux être) **1.** *trở về; quay lại;* en revenant de l'église trên *đường từ nhà thờ về;* je reviens dans une minute *tôi sẽ quay lại trong một phút*; revenir sur ses pas *quay trở về;* revenir sur une promesse *đổi ý về một lời hứa;* revenir sur le passé *tìm tòi trong quá khứ;* il n'y a pas à y revenir *không bàn cãi nữa, đã quyết định xong* **2.** (a) *trả lại; thuộc quyền sở hữu;* à chacun ce qui lui revient *mỗi người được hưởng phần của mình*; (b) cela me revient à la mémoire *tôi nhớ ra điều ấy rồi*; (c) son visage ne me revient pas *tôi không nhớ ra nét mặt anh ấy* **3.** (a) revenir d'une maladie, de sa surprise *khỏi bệnh; hết ngạc nhiên*; revenir de ses illusions *tỉnh ngộ, hết ảo tưởng*; revenir d'une erreur *nhận thức được sự sai lầm*; je n'en reviens pas ! *tôi hết sức ngạc nhiên !* revenir de loin *thoát nguy;* revenir à soi *tỉnh lại, hồi tỉnh* (b) *rán vàng (thịt, cá)* **4.** en revenir à qch *lại nói về điều gì;* pour en revenir à la question *để trở lại vấn đề* **5.** (a) *trị giá; đáng giá là* cela me revient à 50 francs *tôi mua món ấy 50 quan (Pháp)*; cela revient cher *món ấy giá mắc quá*; (b) cela revient au même *thì cũng thế thôi* **6.** s'en revenir *trở về*.
revente [rəv)t] nf *sự bán lại*.
revenu [rəvəny] nm *sự thu nhập; lợi tức*; déclaration de revenus *sự khai thu nhập để đóng thuế*.
rȋver [reve] **1.** vi (a) *mơ mộng; nằm mơ*; rêver de qch *mơ ước một điều gì*; (b) rêver à qch *mơ tưởng đến điều gì*; (c) tu rêves! *anh tưởng tượng thôi!* on croirait rêver *cứ tưởng nằm mơ* **2.** vtr *mơ thấy*; vous l'avez rêvé ! *anh chỉ chiêm bao thôi !.*
reáverbeáration [revɛrberasjɔ̃] nf *sự vang; sự*

phản xạ.

reáverbeâre [reverber] nm *(cột) đèn ở lề đường.*

reáverbeárer [reverbere] vtr (il réverbère; il réverbérea) *phản xạ; vang lại.*

reáveárence [rever)s] nf **1.** *sự cung kính* **2.** *sự cúi chào; sự bái lạy;* tirer sa révérence (à qn) *chào từ biệt ai.* révérenciel, - ielle a *khép nép, kính cẩn.*

reáveárend, - ende [rever),)d] a *(tiếng tôn xưng dành cho linh mục)* Mon révérend Père *kính thưa cha.*

reáveárer [revere] vtr (je révère, je révérerai) *tôn sùng; tôn kính.*

rîverie [revri] nf *sự mơ mộng, điều mơ mộng.*

revers [rəver] nm **1.** *(a) mặt trái; bề trái; lưng bàn tay. (b) quả tạt (quần vợt); cú rờ ve;* bottes à revers *giày, ủng cổ cao lật ngược* **2.** *vận rủi; sự thất bại.*

reverser [rəverse] vtr *lại đổ; chuyển sang.*

reáversion [rəversjɔ̃] nf *quyền thu hồi.* réversible a *có thể chuyển hồi.*

revîtement [rəvetm)] nm **1.** *lớp tráng; lớp phủ; lớp bọc* **2.** *mặt đường.*

revîtir [rəvetir] (conj VÊTIR) **1.** vtr (a) *mặc;* revêtir qn de qch *mặc cho ai bộ quần áo gì;* revêtir qn d'une dignité *phong cho ai một tước phẩm;* pièce revêtue de votre signature *giấy tờ có mang chữ ký của anh;* (b) revêtir un uniforme *mặc đồng phục;* revêtir la forme humaine *mang lốt người.* **2.** se revêtir de qch *mặc lấy một thứ gì; mang lấy một trọng trách gì;* se revêtir de neige *bị tuyết phủ.*

rîveur, - euse [rəvœr, -z] **1.** a *mơ mộng;* **2.** n *người mơ mộng.* rêveusement adv *một cách mơ màng.*

revient [rəvj(] nm *giá vốn.*

revigorer [rəvigɔre] vtr *làm cho mạnh mẽ lại, khỏe lại.*

revirement [rəvirm)] nm *sự quay ngoắt, sự thay đổi hoàn toàn.*

reáviser [revize] vtr **1.** *xét lại; kiểm tra lại; duyệt lại.* **2.** *ôn lại, chỉnh lại.*

reáviseur [revizœr] nm *người duyệt lại; người kiểm tra lại.*

reávision [revizjɔ̃] nf **1.** *sự xét lại; sự duyệt lại* **2.** *sự ôn tập; sự điều chỉnh lại.*

revivifier [revivifje] vtr (impf & pr sub n. revivifiions) *phục hưng; phục hồi.*

revivre [revivr] (conj VIVRE) **1.** vi *sống lại; phục sinh;* faire revivre qn, qch *làm ai sống lại; tái sinh một món gì.* **2.** vtr *làm sống lại.*

reávocation [revɔkasjɔ̃] nf **1.** *sự bãi bỏ, sự hủy.* **2.** *sự cách chức; sự thái hồi.* révocable a *có thể hủy bỏ; có thể cách chức.*

revoici [rəvwasi] prep me revoici! *lại là tôi nữa đây!.*

revoilaâ [rəvwala] prep le revoilà ! *lại là anh ấy nữa kìa !.*

revoir [rəvwar] vtr (conj VOIR) **1.** *thấy lại; gặp lại;* nm inv au revoir *tạm biệt;* faire au revoir de la main *vẫy tay chào tạm biệt* **2.** *xem lại, coi lại; kiểm tra lại; đọc lại.*

reávolte [revɔlt] nf *cuộc nổi loạn; cuộc phiến động.*

reávolteá, - eáe [revɔlte] n *người nổi loạn; người phiến loạn.*

reávolter [revɔlte] **1.** vtr (a) *dấy loạn, gây rối; làm phẫn nộ* **2.** se révolter *nổi dậy; nổi loạn; nổi giận.* révoltant a *gây phẫn nộ; làm tức tối; khích động.*

reávolu [revɔly] a *đã qua; tròn, chẵn;* avoir quarante ans révolus *tròn 40 tuổi;* jours révolus *những ngày đã qua.*

reávolution [revɔlysjɔ̃] nf *sự quay vòng; sự vận hành; cuộc cách mạng* révolution de palais *cung điện cách mạng;* toute la ville est en révolution *cả thành phố náo loạn lên.*

reávolutionnaire [revɔlysjɔner] a & n *cách mạng; nhà cách mạng.*

reávolutionner [revɔlysjɔne] vtr *cách mạng hóa; làm náo loạn.*

revolver [revɔlver] nm *súng lục; lục liên.*

reávoquer [revɔke] vtr **1.** *hủy bỏ; thu hồi* **2.** *cách chức, thải hồi.*

revue [rəvy] nf **1.** *sự kiểm lại; sự duyệt lại; sự duyệt binh* passer en revue *điểm binh, duyệt binh* **2.** *tạp chí; tạp kịch; kịch thời sự.*

reávulser (se) [sərevylse] vpr *nhắn nhó; đảo lộn tròng mắt.*

rez - de - chausseáe [redʃose] nm inv *tầng dưới; tầng trệt; tầng dưới đất.*

RF abbr République française *Cộng hòa Pháp.*

RFA abbr République Fédérale Allemande *Cộng hòa liên Bang Đức.*

rhabiller [rabije] **1.** vtr *mặc lại quần áo cho ai.* **2.** se rhabiller *tự mặc lại quần áo;* il peut aller se rhabiller *anh ấy có thể xếp hành lý được rồi (anh ấy có thể xéo đi).*

rhapsodie [rapsɔdi] nf *nhạc ráp (rapxơđi).*

rheáostat [reɔsta] nm *cái biến trở; máy biến trở (điện).*

rheásus [rezys] nm *khí rezut.*

Rhin [r(] le Rhin *sông Rhin.*

rhinoceáros [rinɔserɔs] nm *con tê giác.*

rhododendron [rɔdɔd(dr5] nm *cây đỗ quyên.*

rhubarbe [rybarb] nm *cây đại hoàng.*

rhum [rɔm] nm *rượu rum*.
rhumatisant, - ante [rymatiz),)t] a & n *bị bệnh thấp khớp*.
rhumatisme [rymatism] nm *bệnh thấp khớp*; avoir des rhumatismes *mắc bệnh thấp khớp*.
rhumatismal, - aux a *thuộc bệnh thấp khớp*.
rhumatologie [rymatɔlɔʒi] nf *khoa thấp khớp*.
rhumatologue [rymatɔlɔg] n *thầy thuốc chuyên khoa thấp khớp*.
rhume [rym] nm *cảm lạnh, sổ mũi*; rhume de cerveau *nhức đầu sổ mũi*; rhume des foins *cảm theo mùa*.
riant [rij] a 1. *tươi cười* 2. *đẹp mắt, dễ chịu*.
ribambelle [rib)bɛl] nf *một chuỗi dài; đoàn, bầy, lũ*.
ribouldingue [ribuld(g] nf *cuộc truy hoan*.
ricanement [rikanm)] nm *sự cười khẩy; nụ cười ngượng nghịu*.
ricaner [rikane] vi *cười khẩy, cười ngượng nghịu*.
richard, - arde [riʃar, ard] n *phú ông; nhà giàu*.
riche [riʃ] a 1. *giàu có; phong phú; dồi dào*; être riche à millions *giàu có bạc triệu; triệu phú*; riche d'espérances *tràn đầy hy vọng*; riche en protéines *rất nhiều chất đạm* 2. *có giá trị, sang trọng*; faire un riche mariage *lấy chồng, lấy vợ giàu* 3. une riche idée *một ý kiến rất hay*. 4. n *người giàu có;* les riches *những người giàu có*. richement adv *một cách sang trọng*.
richesse [riʃɛs] nf 1. *sự giàu có; sự sang trọng* 2. musée plein de richesses *nhà bảo tàng đầy vật quý giá* 3. *sự phong phú; sự màu mỡ*.
ricin [ris(] nm *cây thầu dầu*; huile de ricin *dầu của cây thầu dầu, thuốc xổ dầu xổ*.
ricocher [rikɔʃe] vi *dội nẩy lên; làm nẩy lên*.
ricochet [rikɔʃɛ] nm *sự nẩy thia lia*; faire ricochet, des ricochets *(ném đá) nẩy thia lia (trên mặt nước)*; par r. *một cách gián tiếp*.
ric - rac [rikrak] adv 1. *rất đúng; rất chính xác*; 2. payer r. - r. *trả công rất chính xác*.
rictus [riktys] nm *sự nhếch mép; sự nhăn nhó*.
ride [rid] nf 1. *vết nhăn da*; 2. *gợn sóng; dây siết buộc*.
rideau, - eaux [rido] nm 1. *màn; rèm*; r. de fumée *màn khói*; 2. (a) *trướng; màn của sổ*; tirer les rideaux *kéo màn*; (b) *màn sân khấu hạ màn*; (c) r. de fer *bức màn sắt*; (d) *máy quạt gió của lò sưởi*.
rider [ride] 1. vtr *(a) làm nhăn; làm gợn sóng; (b) nước gợn lăn tăn*; 2. se r. *nhăn lại; gợn sóng*.
ridicule [ridikyl] 1. a *buồn cười; lố bịch;* se rendre r. *làm thành lố lăng*; 2. nm (a) *trò buồn cười; sự lố bịch*; tomber dans le r. *làm thành trò cười*; tourner en r. *làm cho bị chế giễu*; avoir le sens du r. *có tinh thần chế giễu, chọc cười*. ridiculement adv *một cách lố bịch; nực cười*.
ridiculiser [ridikylyze] vtr *làm thành trò cười; chế giễu*; se r. *trở thành nực cười*.
rien [rj(] 1. pron indef (a) *cái gì, tí gì, điều gì*; y - a - t - il r. de plus triste ? *có điều đáng buồn hơn không ?*; (b) *không có gì cả*; il n'y a r. à faire *không làm cách nào được*; il ne faut r. lui dire *không nên nói gì với anh ấy hết*; ne dites r. anh đừng nói gì cả; il ne vous faut r. d'autre ? *anh không còn cần gì nữa chứ?* ca ne fait r. *không có sao đâu*; si cela ne vous fait r. *nếu anh không thấy gì trở ngại thì*; comme si de r., n'était *coi như không có gì xảy ra*; il n'en est r.! *không phải thế ! không đúng thế !* je n'en ferai r. *tôi sẽ không làm gì cả*; elle n'a r. de son père *cô ấy không giống cha cô ấy tí nào*; il n'était pour r. dans l'affaire *anh ấy không có quyền hạn gì trong công việc*; r. de r. *không có một tí gì cả*; (c) que faites vous ? - r. *anh đang làm gì đấy?* *không làm gì cả*; r. du tout *chẳng có gì cả*; parler pour r. *nói không có lý do vô ích*; merci beaucoup - de r. *cảm ơn nhiều - không có chi*; *không dám*; en moins de r. *trong nháy mắt*; *một công việc không đáng gì cả*; un homme de r. *người không đáng gì*; trois fois r. *chẳng nghĩa lý gì*; quinze à r.e (d) il est inutile de r. dire *không cần nói gì cả*; sans r. faire *không làm gì cả*; (e) r., que *chỉ có; chỉ cần*; je frémis r. que d'y songer *chỉ cần nghĩ đến việc ấy tôi đã run lên rồi*; r. qu'à moi *chỉ để cho mình tôi thôi*; r. que cela ? *chỉ có thế thôi sao ?* (f) on ne peut pas vivre de r. *ta không thể sống mà không cần gì cả;* ce n'est pas r.! *không phải là không quan trọng đâu !* ce n'est pas pour rien que *không phải vô cớ mà...* 2. nm (a) *chuyện vặt*; des riens *những chuyện tầm phào*; (b) *điều không đáng kể*; un r. d'ail *một tí tỏi* ; en un r. de temps *trong khoảnh khắc*; (c) un r. bruyant *chuyện một tí mà ồn ào*.
rieur, - euse [rijœ r, -z] 1. a *hay cười, hay đùa* 2. n. *người hay cười đùa*.
riflard [riflar] nm *ô lớn, dù lớn*.
rigide [riʒid] a *cứng; cứng rắn; nghiêm khắc*. rigidement adv *một cách cứng nhắc*.
rigiditeá [riʒidite] nf *tính cứng; sự cứng đờ; tính cứng rắn*.
rigolade [rigolad] nf *sự vui đùa; trò đùa*; prendre qch à la r. *coi việc gì như trò đùa*; c'est de la r. *chỉ là trò đùa thôi*.
rigole [rigɔl] nf *(a) rãnh, mương; (b) lạch nước*.

rigoler [rigɔle] vi (a) *nói đùa; tu rigoles ! anh chỉ đùa !; vui đùa; bỡn cợt;* on a bien rigolé mình đã vui đùa thỏa thích rigolo, -ote **1.** a *buồn cười; kỳ cục; ngộ nghĩnh;* **2.** nm *người kỳ cục.*

rigoureux, - euse [rigur-, -z] a **1.** *nghiêm khắc; khắc nghiệt;* **2.** *chính xác; chắc chắn.* rigoureusement adv *một cách nghiêm khắc; khắc nghiệt; chặt chẽ.*

rigueur [rigœr] nf **1.** *sự nghiêm khắc; sự khắc nghiệt;* tenir r. à qn *thù oán ai;* **2.** *sự chính xác;* être de r. *tất nhiên, bắt buộc;* à la r. *bất đắc dĩ.*

rillettes [rijɛt] nfpl *chả lợn.*

rime [rim] nf *vần; vận;* sans r. ni raison *vô lý, khó hiểu.*

rimer [rime] **1.** vtr *hợp vận; thành vần;* **2.** vi (a) *hợp nhau; đi đôi với nhau;* cela ne rime à rien *điều ấy không ăn nhập vào đâu cả;* (b) *làm thơ.*

rimme [rimɛl] nm *thuốc đánh lông mi.*

rinçage [rɛ̃saʒ] nm *sự rửa; sự súc.*

rince - doigts [rɛ̃sdwa] nm inv *bát để (khách) rửa tay (sau khi ăn món tanh).*

rincer [rɛ̃se] vtr (n. rincons) **1.** *giặt giũ, xả; súc;* se r. la bouche *súc miệng;* se r. l'oeil *(rửa mắt) ngắm thỏa thích;* **2.** se faire r. *bị thua sạch, mất sạch.*

ring [riŋ] nm *võ đài; môn quyền Anh.*

ringard [rɛ̃gar] **1.** a *bị lãng quên; về già;* **2.** n. *ca sĩ về già; diễn viên bị lãng quên.*

riper [ripe] vi *cạo, nạo; tuột đi, trượt.*

ripaille [ripaj] nf *cuộc chè chén.*

riposte [ripɔst] nf **1.** *miếng đòn trả; câu trả miếng; sự phản công;* **2.** *sự vặn lại; lời bẻ lại.*

riposter [ripɔste] vi **1.** *phản công; đánh trả;* **2.** *vặn lại; bắt bẻ lại.*

riquiqui [rikiki] a inv *ti tiện; tồi tàn.*

rire[1] [rir] vi (pp ri; pr ind je ris, n. rions; fu je rirai) **1.** *cười;* se tenir les côtes de r. *cười lăn, cười bò ra;* r. bruyamment *cười ha há;* r. tout bas *cười thầm;* r. bêtement *cười vô ý thức;* r. jaune *cười gượng;* c'était à mourir de r. *cười đến chết đi được;* il n'y a pas de quoi r. *không có gì đáng cười;* r. de qn *cười nhạo ai;* laissez - moi r.! *đừng đùa nữa !* **2.** *vui đùa;* vous voulez r.! *anh nói giỡn hoài !* prendre qch en riant *coi chuyện gì như trò đùa;* pour r. *nói chơi, nói đùa ;* je l'ai fait, histoire de r. *tôi đã làm chuyện ấy để vui thôi;* **3.** se r. de qch *coi thường việc gì.*

rire[2] nm (a) *cái cười; sự chê cười;* avoir un accès de fou r. *cười như điên;* (b) un r. *tiếng cười, giọng cười;* un gros r. *cười to lên, cười hô hố;* un petit r. *bêter một cái cười ngờ nghệch;* r.

moqueur *cười chế nhạo.*

ris [ri] nm r. (de veau) *món tuyến ức (bê, cừu).*

riseáe [rize] nf (a) *sự cười nhạo;* s'exposer à la r. publique *làm trò cười cho thiên hạ;* être la r., de l'Europe *kho chuyện cười của châu Âu.*

risette [rizɛt] nf fais (la) r. à papa ! *cười duyên với ba đi !*

risible [rizibl] a *buồn cười; đáng tức cười.*

risque [risk] nm *điều bất trắc; nguy cơ,* à vos risques et périls *trách nhiệm toàn ở anh;* r. du métier *sự rủi ro của nghề nghiệp;* police tous riques *giấy bảo hiểm toàn diện;* r. d'incendie *có nguy cơ bị hỏa hoạn.* risqué a *liều mạng; đánh liều.*

risquer [riske] **1.** vtr *liều, mạo hiểm;* r. sa vie *liều thân;* r. le coup *mạo hiểm, thử thời vận;* je ne veux rien r. *tôi không thích mạo hiểm;* la grève risque de durer longtemps *sự đình công có nguy cơ kéo dài;* il risque de gagner *có thể anh ấy sẽ thắng;* **2.** se r. *liều, đánh liều;* se r., à faire qch.

risque - tout [riskətu] nm inv *kẻ liều mạng.*

rissoler [risɔle] vtr & i *rán vàng.*

ristourne [risturn] nf *tiền bớt (khi bán hàng); tiền hoa hồng; tiền hoàn lại.*

ristourner [risturne] vtr *bớt; trả hoa hồng.*

rite [rit] nm *nghi lễ; nghi thức, tập tục.*

ritournelle [riturnɛl] nf *câu thòng; khúc đàn dạo trước và sau bài hát;* c'est toujours la même r. *lặp đi lặp lại mãi câu chuyện cũ.*

rituel, - elle [rituɛl] **1.** a *thuộc về nghi lễ;* **2.** nm *sách nghi lễ.*

rivage [rivaʒ] nm *bờ; bờ biển; Duyên hải.*

rival, - aux [rival, o] a & n *đối thủ;* sans r. *vô địch.*

rivaliser [rivalize] vi r. avec qn *thi đua với ai;* r. d'adresse avec qn *tranh tài khéo léo với ai.*

rivaliteá [rivalite] nf *sự tranh tài, sự cạnh tranh.*

rive [riv] nf *bờ; ven bờ; bờ sông, bờ biển.*

river [rive] vtr (a) *tán;* (b) *gắn chặt;* r. son clou à qn *làm cho ai phải câm miệng.* rivé a *tán đầu đinh; dán mắt nhìn;* r. sur place *đứng chôn chân tại chỗ.*

riverain, - ain [rivr(, ɛn] **1.** a (a) *ven bờ;* (b) *bìa ruộng; lề đường;* **2.** n (a) *người ở ven bờ;* (b) *người sống ở ven đường, lề đường;* route interdite sauf aux riverains *cấm người lạ mặt.*

rivet [rivɛ] nm *đinh tán.*

rivetage [rivtaʒ] nm *sự ghép bằng đinh tán.*

riveter [rivte] vtr (je rivette) *ghép bằng đinh tán.*

rivieâre [rivjɛr] nf (a) *sông;* (b) *dòng; luồng;*

(c) r. de diamants *chuỗi hạt kim cương*.
rixe [riks] nf *cuộc ẩu đả; sự cãi lộn; cuộc đánh nhau*.
riz [ri] nm *lúa, gạo, cơm;* r. au lait *bánh puding (gạo nấu với sữa)*.
rizieâre [rizjɛr] nf *ruộng lúa*.
RN abbr Route nationale *quốc lộ*.
robe [rɔb] nf (a) *áo dài (của phụ nữ); áo choàng;* r. de grossesse, de mariée *áo bầu, áo cô dâu;* r. du soir *áo mặc buổi tối;* b. r. d'intérieur *áo mặc trong nhà;* r. de chambre *áo mặc trong phòng ngủ;* pommes de terre en r. de chambre, en r. des champs *khoai tây luộc (nướng) cả vỏ;* (c) *áo choàng của luật sư, thẩm phán;* les gens de r. *các luật gia*.
robinet [rɔbinɛ] nm *vòi (nước); nút thùng rượu*.
robinetterie [rɔbinɛtri] nf *công nghiệp sản xuất vòi nước*.
robot [rɔbo] nm *người máy;* r. (ménager) *người chế biến thực phẩm;* avion r *máy bay không người lái*.
robotique [rɔbɔtik] 1. nf la r. *sự tự động;* 2. a *tự động*.
robotisation [rɔbɔtizasjɔ̃] nf *sự trang bị người máy; sự tự động hóa*.
robotiser [rɔbɔtize] vtr *tự động hóa;* r. qn *người máy hóa (ai đó)*.
robuste [rɔbyst] a *khỏe; tráng kiện; vững vàng*.
robustesse [rɔbystɛs] nf *sự khỏe mạnh; sự tráng kiện*.
roc [rɔk] nm *đá, tảng đá*.
rocade [rɔkad] nf *đường tránh, đường vòng*.
rocaille [rɔkaj] nf (jardin de) r. *hòn non bộ*.
rocailleux, - euse a *đầy đá; trúc trắc*.
rocambolesque [rɔk)bɔlɛsk] a *huyễn hoặc*.
roche [rɔʃ] nf *đá, nham thạch;* r. de fond *đá ở lòng sông;* eau de r. *nước ở khe đá chảy ra*.
rocher [rɔʃe] nm *núi đá; mỏm đá*. rocheux, - euse a *lởm chởm đá*; les (montagnes) Rocheuses.
rock [rɔk] 1. nm le r. *tảng đá;* 2. a *đu đưa, nhảy nhót; nhạc rốc*.
rocker [rɔkɛr] nmf **rockeur, -euse** [rɔkœr, -z] n *(a) ca sĩ nhạc rốc; (b) người thích nhạc rốc*.
rodage [rɔdaʒ] nm *sự ra, sự lắp vào, sự chạy rà (máy); thời kỳ chạy rà (máy)*.
roder [rɔde] vtr (a) *rà máy; chạy cho trơn máy; gọt mài để lắp cho khít;* (b) être rodé *được lắp ghép lại; hiệu chính, chấn chính lại*.
röder [rode] vi *rình mò; lượn quanh*.
rödeur, - euse [rodœr, -z] n *kẻ rình mò; người lảng vảng*.
rogne [rɔɲ] nf *sự cầu nhầu, sự cau có;* se mettre en r. *nổi giận, phát cáu*.
rogner [rɔɲe] vtr *xén, gọt, cắt, bớt;* r. sur les dépenses *giảm bớt chi tiêu*.
rognon [rɔɲɔ̃] nm *món bầu dục lợn*.
rognures [rɔɲyr] nfpl *mẫu thải (ra); rẻo xén (da); rẻo cắt*.
roi [rwa] nm (a) *vua, quốc vương;* les rois mages *các đạo sĩ;* Ba vua; jour fête, des Rois *lễ Ba Vua;* r. des resquilleurs *vua gian lận*.
roitelet [rwatlɛ] nm 1. *tiểu vương;* 2. *chim hồng tước*.
röle [rol] nm 1. *sổ; bản kê; danh bộ;* à tour de r. *lần lượt;* 2. *vai tuồng, vai trò;* premier r. *vai chính;* distribution des rôles *sự phân phối các vai;* jouer un r. secondaire *giữ một vai phụ;* la radio a pour r. de *máy rađiô có vai trò...*
romain, - aine [rɔm(, ɛn] 1. a & n *thuộc La Mã; người La Mã;* l'Empire r. *đế quốc La Mã;* chiffres romains *số La Mã;* 2. nf romaine *rau diếp giòn*.
roman[1] [rɔm)] nm 1. (a) *truyện, tiểu thuyết;* r. policier *truyện hình sự; tiểu thuyết trinh thám;* r. noir *truyện khêu gợi;* r. d'amour *truyện tình yêu;* r. feuilleton *truyện, ra từng kỳ;* r. - fleuve *truyện dân gian;* (b) le r. *truyện tiểu thuyết, truyện hư cấu;* (c) l'histoire de sa vie est tout un r. *chuyện đời của anh ấy như một quyển tiểu thuyết;* 2. *tình ca*.
roman[2], - an [rɔm), an] a & nm 1. *ngôn ngữ rô man;* 2. *(kiến trúc) kiểu rô man*.
romance [rɔm)s] nf *nhạc tình ca*.
romancer [rɔm)se] vtr *viết thành tiểu thuyết*.
romancier, -ieâre [rɔm)sje, jɛr] nm *tiểu thuyết gia*.
romand [rɔm)] a la Suisse romande *miền của Thụy Sĩ nói tiếng Pháp*.
romanesque [rɔmanɛsk] a *có tính tiểu thuyết; hay mơ mộng*.
romanichel, -elle [rɔmaniʃɛl] n *người lang thang; dân du mục*.
roman - photo [rɔm)foto] nm *tiểu thuyết bằng hình ảnh;* pl romans - photos.
romantique [rɔm)tik] a *lãng mạn*.
romantisme [rɔm)tism] nm *phái lãng mạn; chủ nghĩa lãng mạn*.
romarin [rɔmar( ] nm *cây hương thảo*.
rompre [rɔ̃pr] (pr ind il rompt) 1. vtr (a) *bẻ gãy; làm gãy;* se r. le cou *bị gãy cổ;* (b) r. ses digues *vỡ bờ;* r. les rangs tan *hàng; giải tán;* (c) r. le silence *phá tan sự im lặng;* (d) r. un choc *làm giảm, làm nhẹ một cú sốc;* (e) *bãi bỏ; hủy;* (f) r. l'équilibre *phá vỡ thế thăng bằng;* (g) r. un

cheval *tập luyện ngựa*; r. qn à la discipline *tập cho ai quen với kỷ luật* 2. vi (a) *bị gãy rời ra; tán ra*; r. avec qn *đoạn giao với ai*; r. avec une habitude *bỏ đi một thói quen*; (b) r. devant l'ennemi *trốn chạy trước quân thù*. 3. se r. *gãy; giải tán* (a) *mệt lả*; r. de fatigue (b) *mệt nhoài; thông thạo; lão luyện*; être r. aux affaires *có kinh nghiệm trong công việc*

romsteck [rɔmstɛk] nm *thịt mông*.

ronce [rɔ̃s] nf *cây ngấy; chông gai; sự trắc trở*.

ronchonnement [rɔ̃ʃɔnm)] nm *sự càu nhàu; lời cằn nhằn*.

ronchonner [rɔ̃ʃɔne] vi *càu nhàu, cằn nhằn*.

rond, ronde [rɔ̃, rɔ̃d] 1. a (a) *tròn*; rounded; *bầu bĩnh*; (b) en chiffres ronds *tính tròn số*; compte r. *số tiền tròn chẵn*; 2. adv tourner r. *quay đều đặn*; ca ne tourne pas r. *có trục trặc trong vấn đề*. 3. nm (a) *vòng tròn; hình tròn*; tourner en r. *quay thành vòng tròn*; r. de serviette *một cái vòng đánh dấu khăn ăn* (b) il n'a pas un r. *anh ấy không có một xu* 4. nf (a) *nhảy vòng tròn*; faire la r. *khiêu vũ vòng tròn*; (b) *sự tuần tra*; faire la ronde *đi tuần tra*; (c) *nốt tròn (nhạc)*; (d) adv phr à la ronde *xung quanh*; à des kilomètres à la ronde *hàng mấy cây số xung quanh*; passer qch à la ronde *đưa, chuyển một vật gì vòng quanh; (xoay đưa)*. rondement adv *một cách nhanh nhấu; thẳng thừng*.

rond - de - cuir [rɔ̃dkɥir] nm *người cạo giấy*; pl ronds - de - cuir.

rondelet, - ette [rɔ̃dlɛ, ɛt] a *tròn trĩnh; một món tiền kha khá*.

rondelle [rɔ̃dɛl] nf 1. *vòng đệm; khoanh tròn* 2. *miếng lót tròn*.

rondeur [rɔ̃dœr] nf 1. (a) *trạng thái tròn*; (b) *những đường cong (phụ nữ)* 2. *sự thẳng thắn, tính thẳng thắn*.

rondin [rɔ̃d(] nm *khúc gỗ; cây gậy lớn*.

rondouillard [rɔ̃dujar] a *đẫy đà; to béo*.

rond - point [rɔ̃pw(] nm *bồn tròn ở ngã tư, ngã năm v.v...* pl ronds - points.

roneáotyper [rɔneɔtipe] vtr *in, sao bằng máy rônêo*.

ronflement [rɔ̃flǝm)] nm *(a) tiếng ngáy; (b) tiếng vù vù; tiếng ầm ầm*.

ronfler [rɔ̃fle] vi 1. *ngáy*; 2. *phát ra tiếng vù vù; kêu ầm ầm*. ronflant a *ngáy; (kêu) ro ro; (kêu) vù vù*.

ronfleur, -euse [rɔ̃flœr, -z] n *người hay ngáy*.

ronger [rɔ̃ʒe] (n. rongeons) vtr (a) *gặm; nhấm*; rongé par les vers *bị sâu ăn*; r. son frein *cố chịu đựng*; se r. les ongles *cắn móng tay*; se r. les sangs *tự cắn rứt; lo âu*; (b) rongé de chagrin *bồn chồn, buồn bã*.

rongeur, -euse [rɔ̃ʒœr, -z] a & nm *gặm nhấm; loài gặm nhấm*.

ronronnement [rɔ̃rɔnm)] nm *tiếng gừ gừ; tiếng rô rô*.

ronronner [rɔ̃rɔne] vi (a) *kêu gừ gừ*; (b) *phát ra tiếng vù vù*.

roquet [rɔkɛ] nm *giống chó ro ke*.

roquette [rɔkɛt] nf *tên lửa rốc két*.

rosace [rozas] nf *hình hoa hồng (cửa sổ)*.

rosaire [rozɛr] nm *tràng hạt*.

rosbif [rɔzbif] nm *miếng thịt bò để rán*; un r. *một miếng thịt bò rán*.

rose [roz] 1. nf (a) *hoa hồng*; r. sauvage *hoa hồng dại*; roman à l'eau de r. *tiểu thuyết tình cảm màu mè (sách hồng)*; pas de r. sans épines *không hoa hồng nào mà không có gai*; découvrir le pot aux roses *khám phá ra điều bí mật trong việc gì*. (b) r. trémière *cây thục quỳ hồng*; 2. (a) *hồng; hồng hào*; tout n'est pas r. *mọi việc không đáng lạc quan đâu*; (b) nm *màu hồng*; voir la vie en r. *thấy đời là màu hồng (lạc quan)*.

roseá [roze] a *màu hồng nhạt*; vin r., nm r. *rượu vang màu phớt hồng*.

roseau, - eaux [rozo] nm *cây sậy*.

roseáe [roze] nf *sương; giọt sương*.

roseraie [rozrɛ] nf *vườn hoa hồng*.

rosette [rozɛt] nf *(a) nơ hoa hồng; (b) phù hiệu; huân chương*.

rosier [rozje] nm *cây hoa hồng; buội hoa hồng*.

rosir [rozir] vtr & i *hồng lên; ứng hồng*.

rosse [rɔs] 1. nf (a) *(ngựa) tồi*; (b) *người độc ác*; 2. a *thô lỗ, thô tục*.

rosseáe [rɔse] nf *trận đòn*.

rosser [rɔse] vtr *cho một trận đòn; đánh bại*.

rosserie [rɔsri] nf *(a) tính hiểm độc; (b) lời thô tục*.

rossignol [rɔsiɲɔl] nm 1. *chim sơn ca*; 2. *cái móc mở khóa*; 3. *sách ế, hàng ế*.

rot [ro] nm *sự ợ, sự phun ra*.

rotation [rɔtasjɔ̃] nf 1. *sự quay; mouvement de* r. *sự xoay vần; sự chuyển xoay* 2. (a) *sự luân canh*; (b) *sự luân lưu; sự quay vòng*. rotative *quay vòng; máy in quay*. rotatoire a *quay*.

roter [rɔte] vi *ợ, ựa ra, phun ra*.

röti [roti] nm *(nướng), quay (thịt)*; un r. de porc *thịt lợn quay*.

rotin [rɔt(] nm *cây mây*; chaise en r. *ghế mây*.

rötir [rotir] 1. vtr (a) *quay, (nướng)*; (b) *làm khô cháy*; se r. au soleil *bị thiêu đốt ngoài nắng*; 2. vi *được nướng; được quay*.

rötisserie [rotisri] nf *hàng thịt quay*.

rôtisseur, - euse [rotisœ r, -z] n *người quay thịt*.
rôtissoire [rotiswar] nf *lò quay thịt*.
rotonde [rotɔ̃d] nf *đỉnh tròn*.
rotor [rɔtɔr] nm *phần quay (trong động cơ điện)*.
rotule [rɔtyl] nf *xương bánh chè*; être sur les rotules *mệt nhoài*.
rouage [rwaʒ] nm **1.** *bộ bánh xe; bánh xe (đồng hồ)*; les rouages de l'État *bộ máy, cơ quan Nhà nước*; **2.** *bánh xe răng cưa; bánh xe trong máy*.
roublard, - arde [rublar, ard] a & n *tinh quái, quỷ quái; tay cáo già, người tinh quái*.
roucoulement [rukulmɑ̃] nm *tiếng gù (của bồ câu)*.
roucouler [rukule] vtr & i *gù; hát giọng tình tứ*.
roue [ru] nf (a) *bánh xe*; véhicule à deux roues *xe hai bánh*; r. de secours *bánh để thay*; faire r. libre *ở líp (xe đạp)*; faire la r. *xòe đuôi*; (b) r. dentée *bánh xe răng*; r. d'engrenage *bánh xe răng cưa*.
roueá [rwe] a *nhừ, nhừ tử; xảo quyệt*.
rouer [rwe] vtr r. qn de coups *đánh ai một trận nhừ tử*.
rouet [ruʒ] nm *cái xa (kéo sợi); bánh đai*.
rouge [ruʒatr] **1.** a (a) *đỏ*; r. de colère, de honte *đỏ mặt vì giận, vì xấu hổ*; devenir r. comme une pivoine, une tomate *đỏ như gấc, như trái cà chín*; adv voir r. *nổi cơn điên lên*; (b) inv r. sang *đỏ như máu*; **2.** nm (a) *màu đỏ*; porter le fer au r. *nung sắt cho đỏ lên*; un r. *người cộng sản*; (b) r. à lèvres *son tô môi*; (c) *rượu chát đỏ*.
rougeâtre [ruʒatr] a *đỏ nhạt; hơi đỏ*.
rougeaud, - eaude [ruʒo, od] a & n *mặt đỏ; người mặt đỏ*.
rouge - gorge [ruʒgɔrʒ] nm Pl rouges - gorges *chim cổ đỏ*.
rougeole [ruʒɔl] nf *bệnh sởi; bệnh ban đỏ*.
rougeoyer [ruʒwaje] vi (il rougeoie) (a) *trở thành đỏ; (b) nhuộm màu đỏ*. rougeoyant a *đỏ chói, đỏ rực*.
rouget [ruʒɛ] nm *cá phèn*; r. grondin *cá chào mào*.
rougeur [ruʒœ r] nf **1.** *sắc mặt đỏ lên*; **2.** *nốt ban đỏ; bớt đỏ*; **3.** *màu đỏ*.
rougir [ruʒir] **1.** vtr (a) *làm cho đỏ*; (b) fer rougi au feu *sắt nung đỏ*; (c) *đỏ mặt*; **2.** vi (a) *trở thành đỏ*; (b) *đỏ mặt*; faire r. qn *làm cho ai phải đỏ mặt*; r. jusqu'aux oreilles *đỏ đến mang tai*; r. de qch *xấu hổ vì việc gì*. rougissant a *ửng đỏ; đỏ mặt*.
rougissement [ruʒismɑ̃] nm *sự làm đỏ; sự nung đỏ*.

rouille [ruj] **1.** nf *gỉ, (rỉ) han* **2.** *bệnh gỉ (ở cây)*; **3.** a inv *(có) màu gỉ sắt*.
rouiller [ruje] **1.** vi *làm gỉ*; **2.** vtr *gỉ đi*; **3.** se r. (a) *gỉ đi; cùn đi*; (b) je me rouille *tôi bị nhụt đi*; (c) *mất phong độ*. rouillé a *bị cùn, nhụt đi; bị tê cứng*.
roulade [rulad] nf **1.** *sự quấn*; **2.** *sự ngân (nhạc)*; **3.** *chả cuốn*.
roulant [rulɑ̃] **1.** a *lăn; di động*; matériel r. *thiết bị di động, xe cộ*; personnel r. *nhân viên lưu động*; **2.** a *buồn cười*; **3.** nf roulante *bếp lưu động; xe căn tin*.
rouleá [rule] **1.** a *cuộn tròn*; col r. *cổ áo cuộn tròn, cổ lọ*; **2.** nm (a) *bánh cuộn*; (b) *(bánh) cuộn mứt)*.
rouleau, - eaux [rulo] nm **1.** (a) *cuộn*; r. compresseur, r. à vapeur *xe lăn đường xe hủ lô, xe lu*; r. à pâtisserie *trục cán bột để làm bánh*; passer le gazon au r. *sự lăn mặt thảm có cắt cỏ bằng máy lăn*; (b) r. portepapier *trục lăn in trên giấy*. **2.** *cuộn (giấy); cuộn (phim)*; je suis au bout de mon r. *tôi hết hơi; kiệt sức rồi*; **3.** *sự lắc lư*.
roulement [rulmɑ̃] nm **1.** (a) *sự lăn*; r. d'yeux *sự đảo mắt*; (b) *tiếng lăn bánh xe*; bande de r. *gai ở lốp xe*; (c) *tiếng máy rung*; **2.** *tiếng âm ầm; sự luân phiên*; **3.** r. à billes *sự lăn tròn*; **4.** (a) r. de fonds *sự luân lưu vốn*; (b) par r. *luân phiên*.
rouler [rule] **1.** vtr (a) *lăn; ngẫm nghĩ*; r. un project dans sa tête *ngẫm nghĩ một dự kiến*; *đánh lừa*; (b) r. qn *đánh lừa ai*; (c) *cuộn; quấn*; (d) *lăn mặt; đất ruộng*; (e) r. les r *rung lưỡi khi phát âm r*; r. qn dans une couverture *cuộn ai trong chăn*. **2.** vi r. (en voiture) *lái xe ô tô*; nous avons roulé toute la nuit *chúng tôi lái ô tô suốt đêm*; cette voiture a peu roulé *ô tô này ít lăn bánh*; r. sur le sol *chạy trên đường*; ça roule *công việc trôi chảy*; r. sur l'or *rất giàu*; la conversation roulait sur le sport *câu chuyện đã bàn đến thể thao*. **3.** se r. (a) *lăn; lăn qua lăn lại*; (b) *lăn trên cỏ*; (c) se r. par terre *cười lăn ra đất*.
roulette [rulɛt] **1.** (a) *bánh lăn; bánh xe nhỏ*; patins à roulettes *đế lăn (ở giày trượt băng)*; ça marche comme sur des roulettes *công việc thật trôi chảy*; (b) *máy khoan (nha y)* **2.** *trò chơi cò quay*; r. russe.
roulis [ruli] nm *sự tròng trành*; coup de r. *sự lắc lư, sự nghiêng ngã*.
roulotte [rulɔt] nf *xe lăn; nhà lưu động*.
Roumanie [rumani] Prnf *xứ Rumani*. roumain, - aine a & n *thuộc Rumani; người Rumani*.
round [rawnd, rund] nm *hiệp (quyền Anh)*.

roupie [rupi] nf *đồng rupi (tiền Ấn Độ).*
roupiller [rupije] vi *ngủ.*
rouquin, - ine [ruk(, in] 1. a *tóc hung*; 2. n *người tóc hung.*
rouspeátance [ruspet)s] nf *sự cãi lại; sự phản đối.*
rouspeáter [ruspete] vi (je rouspète) *cãi lại, phản đối, cự nự.*
rouspeáteur, - euse [ruspetœ r, -z] 1. a *hay phản đối; hay cãi lại* 2. n *người hay cãi lại.*
rousse [rus] *người có tóc hung.*
rousseur [rusœ r] nf *màu hung*; tache de r. *vết hoe, tàn nhang (ở mặt).*
roussi [rusi] nm Ça sent le r. ! *có mùi khét.*
roussir [rusir] 1. vtr *(a) làm cho đỏ hoe; (b) làm cháy (thức ăn)* 2. vi (a) *đỏ hoe; được rán vàng;* (b) faire r. *rán vàng.*
route [rut] nf 1. *đường sá*; r. nationale, grande r. *quốc lộ, đường rộng rãi*; r. départementale *đường làng tỉnh*; prendre la r. de Paris *đi về hướng Paris*; 2. (a) *lối đi; cuộc hành trình;* se mettre en r. *ra đi*; en r. ! faire r. ensemble *lên đường ! đi thôi !* faire r. ensemble *đồng hành*; frais de r. *lộ phí*; montrer la r. à qn *chỉ đường cho ai*; une heure de r. *mất một giờ đi đường*; sur la bonne r. *đi đúng đường*; bonne r.! *thượng lộ bình an !* (b) faire r. sur Calais *đi về hướng Calais*; (c) mettre le moteur en r. *khởi động máy*; mettre des travaux en r. *khởi công.*
routier, - ieàre [rutje, jer] a & n 1. a carte routière *bản đồ đường sá;* réseau r. *hệ thống đường sá;* transports routiers *vận chuyển đường bộ*; gare routière *trạm dừng xe.* 2. nm gros r. *người lão luyện.* 3. *tài xế đường trường;* restaurant des routiers, r. = transport cafe *toa xe chở hàng; cửa hàng lưu động.*
routine [rutin] nf *thói cũ, nếp cũ;* examen de r. *cuộc thi theo thông lệ.* routinier, -ière a *cố hủ, thủ cựu;* il est très r. *ông ấy hủ lậu lắm.*
rouvrir [ruvrir] vtr & i & pr (conj COUVRIR) *lại mở ra.*
roux, rousse [ru, rus] 1. (a) a *hung, đỏ hoe; có tóc hung;* beurre r. *bột đảo với bơ* (b) n *màu đỏ hoe;* roux *người có tóc hung.*
royal, - aux [rwajal, o] a *thuộc về vua; vương giả;* repas r. *bữa ăn vương giả.* royalement adv *một cách lộng lẫy; một cách đế vương;* je m'en fiche r. *tôi hoàn toàn xem thường.*
royaliste [rwajalist] a & n *bảo hoàng; người bảo hoàng.*
royaume [rwajom] nm *vương quốc.*
Royaume - Uni [rwajomyni] Prnm le R. - U. *Anh quốc.*
royauteá [rwajote] nf *(a) vương quyền; (b) chế độ quân chủ.*

RP abbr Relations publiques
RSVP abbr Répondez s'il vous plait *xin vui lòng hồi âm.*
ruade [rʁad] nf *sự đá hậu (của ngựa);* lancer une r. *đá hậu một cái.*
ruban [ryb)] nm 1. (a) *băng, dải;* r. de chapeau *băng nón;* (b) mètre à r. *thước dây;* r. adhésif *băng keo;* r. magnétique *băng từ;* 2. r. d'acier *dai sắt.*
rubeáole [rybeɔl] nf *bệnh phong chẩn; bệnh rubêon.*
rubis [rybi] nm *hồng ngọc;* montre montée sur r. *đồng hồ có chân kính.*
rubrique [rybrik] nf *(a) đề mục chữ đỏ; (b) đề mục; tiêu đề.*
ruche [ryʃ] nf *tổ ong.*
rude [ryd] a 1. *(a) xù xì; (b) gồ ghề; ráp, nhám; gay gắt; chói tai.* 2. (a) *nặng nhọc, khó khăn; gay go;* (b) il a été à r. école *anh ấy đã phải chịu một sự giáo dục gắt gao.* 3. r. appétit *sự ngon miệng thật lòng;* r. peur *sự sợ hãi thực sự.* rudement adv *một cách nặng nhọc, vất vả.*
rudesse [rydes] nf *sự xù xì, tính gồ ghề; sự gay gắt; sự chát xít; sự vất vả; sự nặng nhọc.*
rudiments [rydim)] nmpl *khái niệm cơ sở; bước đầu; nguyên tắc căn bản.* rudimentaire a *Sơ đẳng, sơ sài, thô sơ.*
rudoyer [rydwaje] vtr (je rudoie) *ngược đãi; đối xử thô bạo.*
rue [ry] nf *đường, phố;* la grande r. *con đường lớn;* r. à sens unique *đường một chiều;* être à la r. *ở ngoài đường, lang thang.*
rueáe [rʁe] nf *sự đổ xô; sự ùa đến;* la r. vers l'or *sự đổ xô đi tìm vàng.*
ruelle [rʁɛl] nf *đường phố hẹp; ngõ hẻm.*
ruer [rʁe] 1. vi *đá hậu; ném, quẳng* 2. se r. sur qn *nhảy xô vào, lăn xả vào ai;* se r. à la porte *đổ xô ra cửa.*
rugby [rygbi] nm *trò chơi bóng bầu dục; người thô kệch;* r. à quinze *hiệp hội bóng bầu dục;* r. à treize *liên đoàn bóng bầu dục.*
rugbyman, - men [rygbiman, mɛn] nm *người chơi bóng bầu dục.*
rugir [ryʒir] vi *gầm, thét; la hét, rống.*
rugissement [ryʒism)] nm *tiếng gầm thét; tiếng la hét.*
rugositeá [rygozite] nf *trạng thái sần sùi; chỗ sần sùi.*
rugueux, - euse [ryg-, -z] a *sần sùi, nhám.*
ruine [rʁin] nf *sự đổ nát* 1. (a) *sa sút; sạt nghiệp;* tomber en r. *đổ nát;* (b) *sạt nghiệp;* Ca sera sa r. *việc đó sẽ làm anh ấy phá sản;* 2. *phế tích.*

ruiner [rɥine] **1.** vtr *phá hủy, phá hoại* **2.** se. r. *phá sản, bị sạt nghiệp*. **ruineux, - euse** a *tai hại; tốn kém*.

ruisseau, - eaux [rɥiso] nm **1.** (a) *suối*, (b) *ngòi* **2.** *rãnh lề đường; dòng chảy ròng ròng*.

ruissellement [rɥisɛlm)] nm *sự chảy ròng ròng; sự tràn trề, lai láng*.

ruisseler [rɥislɛ] vi **1.** *chảy ròng ròng; tuôn như nước suối* **2.** *đầm đìa, dầm dề;* r. de đầm đìa... tràn trề...

rumeur [rymœr] nf **1.** *(a) tiếng xì xào; (b) tiếng âm ĩ; (c) tiếng lao xao;* **2.** *dư luận; tiếng đồn*.

ruminant [rymin)] nm *loài nhai lại*.

rumination [ryminasjɔ̃] nf *sự nhai lại*.

ruminer [rymine] **1.** vi *nhai lại; trầm ngâm; suy tư* **2.** vtr r. une idée *cân nhắc, suy nghĩ kỹ một ý kiến*.

rumsteck [rɔmstɛk] nm *thịt mộng (lợn, bò)*.

rupin, -ine [ryp(, in] **1.** a *giàu;* **2.** n les rupins *người xa hoa*.

rupture [ryptyr] nf *(a) sự gãy; (b) sự vỡ; sự rạn nứt; sự đứt; (c) sự bãi bỏ; sự tuyệt giao*.

rural, -aux [ryral, o] **1.** a *thuộc về nhà quê;* vie rurale *đời sống thôn dã*. **2.** n *người nhà quê, dân nông thôn*.

ruse [ryz] nf *mưu mẹo, kế chước;* la r. *thủ đoạn,* *sự xảo quyệt;* r. de guerre *mẹo lừa địch thủ*.

ruser [ryze] vi *dùng mưu mẹo*. rusé a *xảo quyệt, tinh ranh*

Russie [rysi] Prnf Russia *nước Nga;* russe a & n *thuộc về Nga; người Nga*.

rustaud, - aude [rysto, od] **1.** a *cục mịch, quê mùa;* **2.** nm *người thô kệch, người cục mịch*.

rustique [rystik] **1.** a *(a) thuộc về nông thôn; quê kệch; (b) hạp phong thổ* **2.** nm *theo lối nông thôn, vẻ mộc mạc*.

rustre [rystr] **1.** a *thô kệch, cộc cằn;* **2.** nm *người cộc cằn, thô lỗ*.

rut [ryt] nm *sự động dục;* être en r. *thời kỳ động dục (của thú vật)*.

rutabaga [rytabaga] nm *củ cải nghệ*.

rutilement [rytilm)] nm *sự sáng chói*.

rutiler [rytile] vi *sáng chói; lóng lánh*. rutilant a *sáng loáng; bóng nhoáng*.

rythme [ritm] nm *tiết điệu; nhịp điệu;* r. respiratoire *nhịp thở;* r. de vie *nhịp sống hàng ngày;* suivre le r. *theo nhịp điệu;* au r. de *theo nhịp độ của*...

rythmer [ritme] vtr *nhịp theo, đánh nhịp; làm cho có nhịp điệu*. rythmé a *có nhịp điệu*. rythmique **1.** a *thuộc nhịp điệu*. **2.** nf *nhịp điệu học*.

Ss

S, s [ɛs] nm *(Chữ) S, s*; faire des s *Đi ngoắt ngéo, xiên xẹo*; en S *Đường quanh hình chữ S.*
S abbr *(Chữ viết tắt)* **1.** Sud. *Hướng Nam* **2.** Saint. *Vị Thánh.*
sa [sa] *(Sở hữu tính từ, giống cái) của cô ấy (bà ấy, ông ấy v.v...)*
SA abbr Société anonyme, plc *Công ty nặc danh.*
sabbat [saba] nm **1.** *Ngày nghỉ cuối tuần (Do Thái)* **2.** *(Thân) sự ồn ào, sự ầm ĩ.*
sabbatique [sabatik] a *Thuộc ngày Saba (về việc học)* année s. *Niên khóa nghiên cứu.*
sable [sabl] nm **1.** *Cát*; sables mouvants *Cát lún, cát lầy*; tempête de s. *Bão cát.* sablonneux, - euse a *Có nhiều cát.*
sablage [sablaʒ] nm (a) *Sự rải cát* (b) *Sự lau chùi bằng cát.*
sableá [sable] nm *Bánh xốp, bánh kẹp nhỏ.*
sabler [sable] vtr **1.** *Rải cát* **2.** F. s. le champagne *(Thân) uống sâm banh để liên hoan.*
sableux, - euse [sabl-, -z] **1.** a *Có cát lẫn lộn* **2.** nf sableuse *Máy phun cát*; décaper à la s. *Tẩy gỉ bằng máy phun cát.*
sablier [sablije] nm *Đồng hồ cát; (Việc bếp núc) thiết bị đo thời gian khi luộc trứng.*
sablieâre [sablijer] nf *Mỏ cát, hầm cát.*
sabord [sabɔr] nm *Cửa sổ ở thành tàu.*
sabordage [sabɔrdaʒ] nm *Sự đục thủng đấy tàu (để đánh đắm).*
saborder [sabɔrde] vtr **1.** *Đục thủng để đánh đắm (tàu thủy)* **2.** *Làm hư nát, phá hoại.*
sabot [sabo] nm **1.** (a) *Guốc, giày guốc*; Aut: s. (de Denver) *Guốc (phanh xe)* (b) P: *Đồ cũ, vật xấu; Đống đồ vụn vặt* (c) chanter comme un s. *Ca dở quá* **2.** *(Ngựa) móng guốc* **3.** s. de frein *Guốc hãm.*
sabotage [sabɔtaʒ] nm (a) *Sự làm hỏng, sai* (b) *Hành động phá hoại.*
saboter [sabɔte] vtr *Làm ẩu (một công việc); Phá hoại.*
saboteur, - euse [sabɔtœr, -z] n **1.** *Người làm vụng về, người làm hỏng việc* **2.** *Người phá hoại.*

sabre [sabr] nm *Kiếm, gươm.*
sac[1] [sak] nm (a) *Túi bao, bị*; s. à main *Ví cầm tay.* Bóp nhỏ; s. à outils *Túi đồ nghề*; s. de voyage *Túi du lịch*; s. de couchage *Túi để ngủ*; s. à dos *Bị, túi mang trên lưng*; s. à provisions *Túi xách để đựng thức ăn*; l' affaire est dans le s. *Công việc chắc ăn rồi*; (b) *Có nhiều tiền.*
sac[2] nm *Sự tàn sát, sự cướp phá*; mettre à s. *Cướp sạch, phá sạch (thành phố); Phá phách (nhà).*
saccade [sakad] nf *Sự giật cương ngựa*; par saccades *Giật giật từng cơn.* saccadé a *Giật giật từng cơn.*
saccage [sakaʒ] nm *Sự cướp phá.*
saccager [sakaʒe] vtr (n. saccageons) (a) *Cướp phá, phá phách; Cướp bóc*; (b) *Phá tung, làm xáo lộn*; ils ont tout saccagé *Họ đã xáo tung mọi thứ.*
saccharine [sakarin] nf *Đường hóa học.*
sacerdoce [saserdɔs] nm *Chức tư tế; Thiên chức.*
sachet [saʃɛ] nm *Túi nhỏ, bao nhỏ*; s. de thé *Túi trà.*
sacoche [sakɔʃ] nf *Túi da đựng sách học trò; Túi đựng dụng cụ; Bao yên xe.*
sacquer [sake] vtr *Đuổi, xóa bỏ; Đánh hỏng (thí sinh).*
sacre [sakr] nm *Lễ đăng quang; Lễ tôn phong.*
sacrement [sakrəm] nm *Thánh lễ*; le saint S. *Thánh thể.*
sacreáment [sakrem] adv *Chết tiệt*; on a s. travaillé *Chúng ta đã làm việc cực nhọc vô cùng.*
sacrer [sakre] **1.** vtr *Tôn phong, xức dầu (cho vua); Thụ phong (giám mục)* **2.** *Chưởi, nguyền rủa.* sacré a (a) *Thuộc về Thánh (Kinh Thánh); Thiêng liêng, bất khả xâm phạm (nơi, chốn)*; (b) *Đồ chết tiệt*; un s. menteur *Tên nói láo đáng ghét.*
sacrifice [sakrifis] nm *Lễ hiến sinh, điều hy sinh.*

sacrifier [sakrifje] vtr (pr sub & impf n. sacrifiions) (a) *Hiến sinh, hiến tế*; (b) *Dâng, hiến (à, to)*; se s. *Hy sinh, xả thân*.

sacrileâge [sakrilɛʒ] 1. a *Phạm thánh, phạm thượng* 2. (a) nm *Tội phạm thánh*; (b) n *Người phạm thánh*.

sacristain [sakristɛ̃] nm *Người giữ thánh vật, người giữ nhà thờ*.

sacristie [sakristi] nf *Kho đồ thánh, phòng thánh*.

sacro - saint [sakrɔsɛ̃] a *Chí Thánh*.

sacrum [sakrɔm] nm (Anat) *Xương cùng*.

sadisme [sadism] nm *Tính bạo dâm* sadique 1. *Bạo dâm* 2. n *Người bạo dâm*.

safari [safari] nf *Cuộc đi săn*; faire un s. *Đi săn (ở Châu Phi)*.

safran [safrɛ̃] nm *Cây nghệ, củ nghệ*.

sagaciteá [sagasite] nf *Tinh minh mẫn, tính sáng suốt*. sagace a *Minh mẫn, sáng suốt*.

sagaie [sage] nf *Cái lao*.

sage [saʒ] a 1. *Khôn ngoan*; nm *Nhà hiền triết; Người thông thạo* 2. *Thận trọng, khôn khéo; Hiền đức* 3. *Ôn hòa; (trẻ con) Ngoan ngoãn*; s. comme une image *Ngoan như bức tượng*. 4. *Điều độ, tiết độ*. sagement (a) *Một cách khôn ngoan, khôn khéo*; (b) *Đúng đắn; Ôn hòa*.

sage - femme [saʒfam] nf *Nữ hộ sinh*; nm homme s.-f. *Nam chuyên viên hộ sản*.

sagesse [saʒɛs] nf 1. (a) *Sự khôn ngoan*; (b) *Sự thận trọng, sự kín đáo*; agir avec s. *Hành động với sự khôn ngoan*. *Tánh hiền đức* 3. *Sự tiết độ*.

Sagittaire [saʒitɛr] nm *Chòm sao thiên mã*.

sagouin [sagwɛ̃] nm *Người bẩn thỉu, người hay nói tục, người lười nhác*.

Sahara [saara] le S. *Sa mạc Sahara*.

saigneáe [seɲe] nf 1. (a) *Sự trích máu, máu trích ra*; faire une s. à qn *Trích máu ai*; (b) *Sự mất mát (tiền của)* 2. *Ngấn khủyu tay* 3. *Rãnh tháo nước, mương lỗ hổng, cống dẫn nước*.

saignement [sɛɲm)] nm *Sự chảy máu*; s. du nez *Sự chảy máu cam*.

saigner [seɲe] 1. vi *Chảy máu*; je saigne du nez *Tôi chảy máu mũi* 2. vtr *Trích máu, (bóng) vơ vét, bóc lột*; s. qn à blanc *Rút hết máu của ai, (bóng) vơ vét hết tiền của ai*; se s. aux quatre veines *Chi tiêu cạn túi*. saignant a (a) *Chảy máu (vết thương)*; (b) *Thịt tái*.

saillie [saji] nf 1. (a) *Sự đạp mái, sự chịu đực (gia súc)*; (b) *Sự xông ra, sự lanh trí*. 2. *Sự phóng ra*; faire s. *Phóng ra, nhô ra*.

saillir [sajir] 1. vtr (ppr saillissant; pp sailli; pr ind je saillis; fu je saillirai) *Đạp mái, chịu đực* 2. vi *Nhô ra; Ném ra; (Mắt) lồi*. saillant a (a) *Nổi ra, ném ra, nhô ra; Lồi ra (mắt)*; (b) *Rõ ràng, hiển nhiên*.

sain, saine [sɛ̃, sɛn] a *Khỏe mạnh (con người); Lành mạnh, chính đáng (sự nhận định); Tinh khiết (thức ăn)*; s. et sauf *Bình yên vô sự*; s. de corps et d'esprit *Tinh thần lành mạnh thể xác cường tráng*. sainement adv *Một cách lành mạnh, đúng đắn, trong sạch*.

saindoux [sɛ̃du] nm *(Việc bếp) mỡ lợn đã rán thành nước (mỡ nước)*.

saint, sainte [sɛ̃, sɛ̃t] 1. a (a) *Thánh*; la Sainte Eglise *Hội Thánh, giáo hội*; le Vendredi S. *Thứ sáu tuần thánh (trước lễ phục sinh)*; (b) *Thánh thiện, đạo đức (người)*; (c) *Thánh hoá, hiến thánh*; lieu s. *Chốn tôn nghiêm*; toute la sainte journée *Suốt cả ngày*; (d) *(Vị) thánh*; S. Pierre *Thánh Phêrô*; la S. Georges *Ngày lễ Thánh Georges* 2. n *Thánh nhân; (Phụ nữ) Kẻ vờ ngây thơ* 3. nm le S. des Saints *Nơi thiêng liêng nhất*.

saint - bernard [sɛ̃bɛrnar] nm inv *Chó xanh; Becna Vị cứu tinh*.

Saint - Esprit [sɛ̃tɛspri] Prnm le S.-E. *Thánh Linh, Chúa Thánh thần*.

sainteteá [sɛ̃təte] nf *Tính cách thần thánh, chí tôn, đấng thiêng liêng*; Sa Sainteté *Đấng chí tôn (chỉ Giáo Hoàng)*.

saint - frusquin [sɛ̃fryskɛ̃] nm tout le s.-f. *Tất cả những người (những thứ) khác*.

Saint - glinglin [sɛ̃glɛ̃glɛ̃] nf jusqu'à la S.-g. *Đến ngày tận thế (đến tết congo)*

Saint - Laurent (le) [lɛsˈlɔr] Prnm *(dòng sông) Xanh Lô Răng*.

Saint - Peâre [sɛ̃per] nm *Giáo Hoàng, Đức Thánh Cha*.

Saint - Sieâge (le) [lɛsˈsiɛʒ] nm *Tòa Thánh (La mã)*.

Saint - Sylvestre (la) [lasˈsilvɛstr] nf *Ngày giáp Tết, đêm giao thừa (dương lịch)*.

saisie [sezi] nf *Sự tịch thu, sự tịch biên*; s. de données *Sự nhập số liệu*.

saisir [sezir] 1. vtr (a) *Bắt lấy, nắm lấy, tóm lấy*; s. l'occasion *Nắm lấy cơ hội*; être saisi (d'étonnement) *Bị hoảng hốt, giật mình*; (b) *Tịch biên, sai áp*; (c) *Nhận ra, hiểu được*; je ne saisis pas *Tôi không hiểu được*; I *Tôi không nắm bắt được*; je n' ai pas saisi son nom *Tôi đã không nhớ ra tên nó*; il saisit vite *Anh ấy lĩnh hội mau lắm* 2. *Nướng, rán (thức ăn)* 3. se s. de qch *Chiếm, đoạt một món gì*. saisissant, - ante a *Làm xúc động (sự giống nhau); Sự thấm thía (lời nói); Sự cảm động (cảnh tượng)*.

saisissement [sezism)] nm (a) *Cảm giác lạnh đột ngột*; (b) *Sự đột nhiên xảy đến (niềm vui)* (c) *Sự cảm kích đột ngột*.

saison [sɛzɔ̃] nf *Mùa;* en cette s. *Trong mùa này;* en toute(s) saison(s) *Quanh năm;* la belle s. *Mùa đẹp trời (thu);* la haute s.n *Mùa đi du lịch (hè);* de s. *Hợp thời;* hors de s. *Lỗi thời*

saisonnier, - ière (a) a *Theo mùa, theo vụ;* (b) n *Công việc theo thời vụ.*

salade [salad] nf 1. (a) *Mớ hỗn độn;* s. de fruits *Trái cây hỗn tạp;* quelle s.! *Lộn xộn quá!* (b) pl *Chuyện bậy bạ* 2. *Rau xà lách, rau diếp.*

saladier [saladri] nm *Bát trộn xà lách.*

salaire [saladje] nm (a) *Tiền công; Tiền lương;* (b) *Sự thưởng.*

salaison [salɛr] nf *Sự muối (cá).*

salamandre [salam)dr] nf 1. *Con kỳ nhông* 2. *Lò hầm.*

salami [salami] nm *Xúc xích Ý.*

salarial, - aux [salarja, o] a *Thuộc tiền công.*

salariceá - cáe [salarje] 1. a (a) *Làm công; Có trả lương;* (b) *Có thù lao (công việc)* 2. n *Người làm công.*

salaud [salo] n *(Bẩn thỉu) sự đều giả, sự bỉ ổi;* tour de s. *Trò lừa bịp bẩn thỉu.*

sale [sal] a *Dơ* 1. (a) *Bẩn, bẩn thỉu;* (b) *Sỉ nhục, phạm thuần phong mỹ tục (truyện, lời nói)* 2. *(Luôn đặt trước danh từ)* s. type *Tên đều cáng, gã bần tiện;* s. coup *Trò xỏ lá đê tiện;* s. temps *Thời tiết xấu;* avoir une s. gueule *Nhìn thấy khiếp* salement adv (a) *Bẩn thỉu* (b) *Khá ố, ghê gớm (chuyện trở ngại).*

saler [sale] vtr 1. (a) *Ướp muối; Nêm muối* (b) *Bán đắt, bán cắt cổ;* s. la note *Tính giá cắt cổ;* on l'a salé *Họ đã xử phạt hắn rất nặng* 2. *Muối thịt, cá; rắc muối.* salé a 1. *Mặn, (cá) ướp muối; Có tẩm muối (bơ, đậu);* c'est trop s. *Mặn quá;* nm du s. *Thịt heo muối;* petit s. *Thịt heo kho mặn* 2. (a) *Chua cay, thấm thía (lời đùa)* (b) *Quá đắt (giá cả).*

saleteá [salte] nf 1. (a) *Sự dơ dáy, sự bẩn thỉu (con người, đường sá);* (b) *Sình, bùn, rác rưởi, sự hỗn tạp;* (c) *Hàng hoá loại ra; Đồ vật vô dụng.* (2) (a) *Lời thô tục, điều bỉ ổi;* (b) *Mùi hôi thối, hành vi lỗ mãng;* (c) *Điều đê tiện.*

salieâre [saljer] nf *Bình đựng muối.*

saligaud, - aude [sal]igo, od] n (a) *Người đều;* (b) P. *Đồ con hoang.*

salin, - ine [sal(, in] a *Có ướp muối, có muối.*

salir [salir] vtr 1. *Làm dơ bẩn, làm ô uế;* s. sa réputation *Làm ô danh* 2. se s. *Tự làm dơ bẩn; Tự gây ô uế.* salissant a (a) *Làm bẩn người (công việc);* (b) *Dễ bẩn; Làm ô uế.*

salive [saliv] nf *Nước miếng, nước bọt.*

saliver [salive] vi *Chảy nước bọt.*

salle [sal] nf 1. (a) *Phòng, gian phòng rộng;* s. de séjour *Phòng (để gia đình) sinh hoạt;* s. à manger (i) *Phòng ăn;* (ii) *Phòng ăn riêng;* s. de bain(s) *Phòng tắm;* s. d'eau *Phòng giặt giũ;* s. de classe *Phòng học;* s. des professeurs *Phòng tham mưu;* (b) s. des fêtes *Hội trường* (c) s. d'attente *Phòng chờ;* s. de ventes *Phòng bán đấu giá;* s. d'hôpital *Phòng của bệnh viện;* s. d'opérations *Phòng mổ* 2. *Phòng diễn thuyết, hội họp;* s. pleine *Chật phòng (có rất nhiều thính giả).*

salon [salɔ̃] nm (a) *Phòng khách; Phòng nhóm, họp; Phòng nghỉ;* (c) s. de thé *Phòng uống trà;* s. de beauté *Thẩm mỹ viện;* (d) *(Nghệ thuật) phòng triển lãm;* (Máy móc, thương mại) *phòng trưng bày* (e) *Xã hội thượng lưu.*

salopard [salɔpar] nm *Đồ đểu, đồ cặn bã xã hội.*

salope [salɔp] nf (a) *Chó cái;* (b) *Đồ đĩ;* (c) *Đàn bà dâm đãng.*

saloper [salɔpe] vtr *Làm cẩu thả, làm vụng về.*

saloperie [salɔpri] nf (a) *Sự dơ dáy, sự bậy bạ;* (b) *Vật vô giá trị, đồ vật vất đi;* (c) *Điều đê tiện;* (d) *Lời tục tĩu, hành vi bỉ ổi.*

salopette [salɔpɛt] nf *Áo quần lao động, áo quần mặc ngoài.*

salpïtre [salpetr] nm *Hỏa tiêu, tiêu thạch.*

salsifis [salsifi] nm *Cây diếp cú.*

saltimbanque [salt(b)k] n *Người làm trò, người leo dây múa rối.*

salubre [salybr] a *Tinh khiết, hợp vệ sinh.*

salubriteá [salybrite] nf *Sự trong lành;* s. publique *Vệ sinh công cộng.*

saluer [salɥe] vtr (a) *Chào, chào hỏi;* s. qn de la main *Vẫy tay để chào ai;* (b) *Chào đón, kêu gọi;* saluez - le de ma part *Cho tôi gửi lời chào anh ấy;* je vous salue *Xin chào Marie;* s. qn comme *Tôn phong ai như là....*

salut [saly] nm 1. (a) *Sự thoát nạn;* port de s. *Chỗ ẩn nạn;* (b) *Cứu tinh;* l'Armée du S. *Đội quân Cứu thế.* 2. (a) *Sự cúi chào, sự chào mừng;* s.! (i) *Xin chào, ê, này !* (ii) *(Lúc từ biệt) gặp lại nhé!;* (b) *Cách chào.*

salutaire [salyter] a *Bổ ích; Có lợi.*

salutation [salytasjɔ̃] nf *Sự chào hỏi, cách chào;* veuillez agréer mes salutations *Xin nhận nơi đây lòng thành kính của tôi.*

salve [salv] nf *Loạt, tràng (pháo tay).*

samedi [samdi] nm *Ngày thứ Bảy.*

SAMU [samy] nm abbr service d'assistance médicale d'urgence *Dịch vụ can thiệp y tế khẩn cấp.*

sanatorium [sanatɔrjɔm] nm *Nhà điều dưỡng.*

sanctification [s)ktifikasjɔ̃] nf *Sự thánh hoá.*

sanctifier [s)ktifje] vtr (impf & pr sub n. sanctifiions) *Thánh hoá, làm lễ thánh.*

sanction [s)ksjɔ̃] nf **1**. *Sự phê chuẩn, sự chuẩn y; Sự đồng ý*. **2**. (a) s. (pénale) *Hình phạt, sự trừng phạt;* (b) prendre des sanctions à l'encontre d'un pays *Quyết định trừng phạt một quốc gia.*

sanctionner [s)ksjɔne] vtr **1**. *Phê chuẩn; Thừa nhận* **2**. *Trừng phạt.*

sanctuaire [s)ktɥɛr] nm *Chính điện.*

sandale [s)dal] nf *Dép.*

sandalette [s)dalɛt] nf *Dép nhẹ.*

sandow [s)do] nm *Dây xan đô để tập thể dục.*

sandwich [s)dwitʃ] nm *Bánh xăng uých*; pris en s. *Bị kẹp vào giữa.*

sandwicherie [s)dwitʃri] nf *Hiệu bán bánh xăng uých.*

sang [s)] nm **1**. *Máu;* à s. froid, à s. chaud *Bình tĩnh (có máu lạnh); nóng nảy (có máu nóng);* être en s. *Đầy máu me;* avoir le s. chaud *Nổi máu nóng;* se fare du mauvais s. *Lo lắng bồn chồn;* mon s. n' a fait qu'un tour *Tôi ngao ngán quá;* coup de s. *Xuất huyết não* **2**. (a) dòng máu, giống nòi; cheval pur s. *Ngựa nòi;* c'est dans le s. *Có sẵn từ trong máu, (bẩm sinh);* (b) *Cùng họ, dòng dõi.*

sang - froid [s)frwa] nm *Sự bình tĩnh, sự thản nhiên;* perdre son s. - f. *Mất bình tĩnh;* de s.- f. *Một cách bình tĩnh.*

sanglant [s)glɑ̃] a. **1**. (a) *Đẫm máu (vết thương, trận chiến);* Vấy máu; (b) *Có màu* **2**. *Độc ác (lời quở mắng); Chua cay, nhục nhã (lời phê bình);* larmes sanglantes *Nước mắt đau khổ.*

sangle [s)gl] nf *Nịt; Đai bụng ngựa; Băng da;* lit de s., *Giường đai vải.*

sangler [s)gle] vtr (a) *Thắt đai (ngựa);* (b) *Cột, buộc bằng đai.*

sanglier [s)glije] nm *Heo rừng, lợn lòi.*

sanglot [s)glo] nm *Tiếng nức nở.*

sangloter [s)glɔte] vi *Khóc nức nở.*

sangsue [s)sy] nf *Con đỉa.*

sanguin, - ine [s)g(, in] **1**. a (a) groupe s. *Nhóm máu;* transfusion sanguine *Sự chuyền máu;* (b) *Đa huyết, đỏ bừng (khí chất); Nóng nảy (tính chất).* **2**. nf (a) *Phấn huyết thạch* (b) *Cam đỏ lòng.*

sanguinaire [s)ginɛr] a *Khát máu (người); Đẫm máu (cuộc chiến).*

sanisette [sanizɛt] nf *Nhà vệ sinh tự động.*

sanitaire [sanitɛt] **1**. a (a) *Thuộc y tế (phòng, sở, dụng cụ); Thuộc sức khỏe (phương pháp);* (b) *Thuộc vệ sinh (thiết bị, máy móc).* **2**. nm le s.; les sanitaires *Thiết bị vệ sinh (nhà tắm, nhà vệ sinh....)*

sans [s)] prep **1**. (a) *Không;* s. le sou *Không có một xu;* s. faute *Chắc chắn không sai sót;* suffisant, s. plus *Vừa đủ, không hơn;* s. faire qch *Không làm một việc gì;* vous n'êtes pas s. le connaitre *Không phải là anh không biết hắn;* non s. difficulté *Không phải không có khó khăn;* que ferais - tu s.? *Nếu không... thì bạn sẽ làm gì?* s. que nous le sachions *Mà chúng ta đã không hay biết;* (b) *Không có, không hề, không;* plaintes s. fin *Những lời kêu than không hề dứt;* être s. le sou *Không có tiền;* s. enfants *Không có con;* s. sel *Không muối;* s. hésiter *Không hề do dự.* **2**. s. vous, je ne l'aurais jamais fait *Nếu không có anh, tôi đã không khi nào làm điều đó;* s. cela, s. quoi *Nếu không thế, thì...*

sans - abri [s)zabri] n inv *Người không nhà cửa;* les s. - a. *Kẻ không nhà cửa.*

sans - façon [s)fasɔ̃] **1**. nm (a) *Sự không khách khí (lời nói);* (b) *Sự không câu nệ;* (c) *Thái độ không khách khí* **2**. a & n inv (a) *Người không khách sáo* (b) *Người không khách khí.*

sans - gine [s)ʒen] **1**. nm *Thái độ sỗ sàng* **2**. a inv *Sỗ sàng.*

sans - soin [s)sw(] n inv *Người cẩu thả.*

sans - souci [s)susi] a inv *Vô tư lự.*

sans - travail [s)travaj] n inv *Người thất nghiệp.*

santeá [s)te] nf (a) *Sức khỏe; Sự khỏe mạnh;* être en bonne s. *Mạnh khỏe;* avoir une s, fragile, une petite s. *Hay đau yếu;* boire à la s. de qn *Uống rượu chúc mừng sức khỏe ai;* à votre s. ! *Chúc sức khỏe anh ! Xin chúc mừng !* (b) services de s. *Sở y tế.*

saoul *Say rượu.*

sape [sap] nf **1**. (a) *Đường hầm đào (ở chân thành); Sự đào hầm (để đến một vị trí);* (b) *Hầm đào, hầm núp.* **2**. *Quần áo, đồ đạc.*

saper [sape] vtr **1**. *Đào hầm ở chân tường, phá hoại.* **2**. *Ăn mặc;* être bien sapé *Ăn mặc bảnh bao.*

sapeur [sapœr] nm *Công binh.*

sapeur - pompier [sapœrpɔ̃pje] nm pl sapeurs - pompiers. *Lính cứu hỏa.*

saphir [safir] nm *Ngọc lam.*

sapin [sap(] nm (a) *Cây thông* (b) (bois de) s. *Gỗ thông, gỗ tùng;* (c) s. de Noel *Cây giáng sinh.*

sapinieâre [sapinjɛr] nf *Rừng thông, rừng tùng.*

saquer [sake] vtr *Đuổi, đánh hỏng.*

sarabande [sarab)d] nf (a) *Lối khiêu vũ xa ra bạn;* (b) *Sự ồn ào.*

sarbacane [sarbakan] nf *Ống xì đồng; (Đồ chơi) súng bắn đậu.*

sarcasme [sarkasm] nm *Lời cười nhạo; Lời mĩa mai cay độc.* **sarcastique** a *Châm chọc, châm biếm chua cay.*

sarcler [sarkle] vtr *Làm cỏ (vườn); Cuốc đất (trồng tỉa).*

sarcophage [sarkɔfaʒ] nm *Quan tài giả (bằng đá) để trên mộ.*

Sardaigne [sardɛɲ] *Xứ Sardaigne.* sarde a & n *Thuộc Sardaigne.*

sardine [sardin] nf *Cá trích, cá lầm, cá mòi.*

sardonique [sardɔnik] a *Cay độc.*

SARL abbr Société anonyme à responsabilité limitée, Ltd; *Công ty trách nhiệm hữu hạn.*

sarment [sarm)] nm *Cành leo, thân leo.*

sarrasin [saraz(] nm *Lúa mạch.*

sas [sɑ] nm **1.** *Cái rây, cái sàng* **2.** (a) *Buồng thông áp* (b) *Khoang kín (trên con tàu vũ trụ).*

Satan [sat)] Prnm *Quỷ sa tăng.* satané a *Tê hại, quỷ quái;* s. temps ! *Thời tiết tệ hại!* satanique a *Thuộc sa tăng, quái ác, tinh ma.*

satelliser [satelize] vtr (a) *Đưa (vệ tinh) vào quỹ đạo;* (b) *Chư hầu hóa một nước.*

satellite [satɛlit] nm *Vệ tinh;* pays s. *Nước chư hầu.*

satieátéa [sasjete] nf *Sự no nê, sự chán ngấy;* à s. *Đến chán ngấy;* répéter a s. *Lặp đi lặp lại đến chán ngấy.*

satin [sat(] nm *Xa tanh, đoạn, vải láng.*

satiner [satine] vtr *Làm cho bóng loáng (dụng cụ).* satiné a *Láng bóng, mịn bóng như xa tanh.*

satire [satir] nf *Văn trào phúng.* satirique a *Châm biếm* satiriquement adv *Một cách trào phúng.*

satiriser [satirize] vtr *Chế giễu.*

satisfaction [satisfasjɔ̃] nf *Sự hài lòng, sự bằng lòng; Sự toại nguyện;* donner de la s. à qn *Làm cho ai hài lòng;* obtenir s. *Được mãn nguyện.*

satisfaire [satisfɛr] **1.** vtr (a) *Làm hài lòng, làm vừa ý; Thỏa mãn;* s. l'attente de qn *Thỏa mãn sự mong đợi của ai;* (b) se s. de peu *Không đòi hỏi được nhiều;* (c) se s. *Thỏa mãn, bằng lòng.* **2.** s. (à qch) *Làm đầy đủ (một vấn đề); Làm toại nguyện (lời yêu cầu, điều kiện); hoàn thành (công việc), làm đúng theo (quy định).* satisfaisant a *Vừa ý, mãn nguyện.* satisfait, - aite a *Hài lòng, bằng lòng;* être s. de qch *Hài lòng về một việc gì.*

saturateur [satyratœr] nm *Máy bão hòa.*

saturation [satyrasjɔ̃] nf *Sự bão hòa.*

saturer [satyre] vtr *Làm bảo hòa, làm cho thỏa thuê;* saturé d'eau *Đầy ứ nước.*

Saturne [satyrn] nm *Thổ tinh.*

satyre [satir] nm (a) *Dương thần;* (b) *Người dâm đãng.*

sauce [sos] nf *Nước xốt, nước chấm;* à quelle s. serons - nous mangés ? *Chúng ta sẽ được dùng vào việc gì ?;* mettre qn à toutes les sauces *Dùng ai vào đủ mọi việc.*

saucer [sose] vtr (je saucai(s)) (a) *Vét nước xốt trong đĩa;* (b) se faire s. *Làm ướt đẫm, nhúng vào nước.*

saucieâre [sosjɛr] nf *Bát đựng nước xốt.*

saucisse [sosis] nf *Xúc xích.*

saucisson [sosisɔ̃] nm *Xúc xích lớn.*

sauf[1], **sauve** [sof, sov] a *Bình yên, thoát nạn, thoát hiểm; (danh dự) được bảo toàn.*

sauf[2] prep *Ngoại trừ, không kể, trừ phi;* il n'a rien s. son salaire *Anh ấy không có gì ngoại trừ tiền lương của mình;* s. correction *Trừ phi có sửa chữa;* s. avis contraire *Trừ phi có ý kiến trái ngược;* s. erreur ou omission *Ngoại trừ sai lầm hay thiếu sót;* s. s'il pleut *Ngoại trừ nếu trời mưa.*

sauf - conduit [sofkɔ̃dɥi] nm pl sauf - conduits. *Giấy thông hành, tờ hộ chiếu.*

sauge [soʒ] nf *Cây từ bi, cây đan sâm.* saugrenu a *Kỳ cục, lố lăng.*

saule [sol] nm *Cây liễu;* s. pleureur *Cây liễu rũ.*

saumêtre [somɑtr] a (a) *Hơi mặn (nước);* (b) je l'ai trouvée s. *Tôi có vị khó chịu khi nếm nó.*

saumon [somɔ̃] **1.** nm *Cá hồi* **2.** a inv **2.** *Có màu hồng.* saumoné a truite saumonée *Cá hương, cá hồi sông.*

saumure [somyr] nf *Nước mắm, nước muối.*

sauna [sona] nm *Sự tắm hơi.*

saupoudrer [sopudre] vtr *Rắc, rảy, điểm, chấm.*

saur [sɔr] am hareng s. *Cá trích xông khói.*

saut [so] nm **1.** (a) *Sự nhảy, sự nhảy vọt, bước nhảy;* s. en longueur, en hauteur *Sự nhảy xa, sự nhảy cao;* s. en parachute *Sự nhảy dù;* au s. du lit *Vừa bước xuống giường, (vừa thức dậy);* s. périlleux *Sự nhảy lộn nhào;* faire un s. en ville *Ghé qua thành phố;* il n'y a qu'un s. d'ici là *Chỉ một bước từ đây đến đó;* (b) s. de température *Sự thay đổi thời tiết đột ngột* **2.** *Thác nước.*

saut - de - mouton [sodmutɔ̃] nm *Đường cầu, cầu chui.*

saute [sot] nf *Sự thay đổi đột ngột (gió, thời trang); Sự nhảy vọt, sự tăng vọt (giá cả, thời tiết).*

sautéa [sote] a & nm *Món áp chảo, món chiên.*

saute - mouton [sotmutɔ̃] nm *Trò chơi nhảy cừu.*

sauter [sote] **1.** vi (aux avoir) (a) *Nhảy, nhảy vọt;* s. à la perche *Nhảy sào;* s. à la corde *Nhảy dây;* s. du lit *Bước xuống giường (vừa thức dậy);* s. à terre *Nhảy xuống đất;* s. en parachute *Nhảy dù;* s. à la gorge de qn *Nhảy xổ vào bóp*

cổ ai; s. au cou de qn *Ôm cổ ai*; ca saute aux yeux *Chuyện rành rành*; et que ça saute! *Làm mau lên chứ!* s. en l'air *Nhảy vọt, tăng vọt*; s. sur une occasion *(Nhảy vào) nắm lấy cơ may*; (b) *Nổ; Nổ tung lên; (Công việc) sụp đổ; (Nút áo) sút ra, lỏng ra; (Ngòi mìn, cầu chì) nổ*; (c) faire s. *Làm nổ tung (đá); Làm nổ (cầu chì); (nút chai) Làm nổ bung; Tung nhẹ (em bé); Rán, chiên (khoai tây); Nhào trộn gia vị (bánh ngọt)*; faire s. la banque *Cướp ngân hàng*; se faire s. la cervelle *Tự bắn vào đầu (tự tử)*. **2.** vtr (a) *Nhảy qua, vọt qua (mương, hàng rào)*; s. le pas *Phóng qua, phóng tới*; (b) *Bỏ qua (khi đọc) (trang sách)*; s. une classe *Nhảy lớp*; je la saute ! *Tôi đói gần chết rồi!*

sauterelle [sotrεl] nf *Cào cào, châu chấu.*

sauterie [sotri] nf *Buổi khiêu vũ thân mật.*

sauteur, - euse [sotœr, -z] **1.** n *Người nhảy* **2.** nf *Cái chảo (để rán).*

sautillement [sotijmã] nm *Sự nhảy nhót.*

sautiller [sotije] vi *Nhảy nhót, nhảy cò cò*; s'en aller en sautillant *Vừa đi vừa nhảy lon ton.*

sautoir [sotwar] nm **1.** *Dây chuyền*; porté en s. *Đeo thòng trước ngực, vòng ở cổ* **2.** *Hố nhảy.*

sauvage [sovaʒ] **1.** a (a) *Hoang dại (cây cỏ, thú vật); Dã man (con người)*; chat s. *Mèo rừng (mèo hoang)*; (b) *Không hòa nhập với xã hội; Nhút nhát; Sống cô độc*; (c) *Thô lỗ; Man rợ*; grève s. *Cuộc bãi công có bạo động* **2.** n (a) *Người đàn bà kém văn minh*; (b) *Người man rợ, chưa khai hóa.* sauvagement adv *Một cách dã man, với vẻ hoang dã.*

sauvagerie [sovaʒri] nf *Sự dã man, tính cô độc, tính hoang dại.*

sauve xem **sauf** *Bình yên, an toàn.*

sauvegarde [sovgard] nf *Sự che chở, sự bảo an*; sous la s. de qn *Dưới sự bảo hộ của ai.*

sauvegarder [sovgarde] vtr *Che chở, giữ gìn, bảo hộ.*

sauve - qui - peut [sovkip-] nm inv *Sự tán loạn, mạnh ai nấy chạy.*

sauver [sove] **1.** vtr (a) *Cứu, cứu trợ, cứu thoát*; (b) *Cứu hộ, cứu nguy (tàu, tài sản)*; s. les meubles *Vớt vát được món gì trong cơn đắm tàu.* **2.** se s. (a) *Thoát khỏi*; (b) *Chạy trốn; Chạy thoát*; (c) *(Sữa) trào ra, tràn ra.*

sauvetage [sovtaʒ] nm (a) *Sự cứu, sự cứu nạn*; s. aérien en mer *Phi cơ cứu nạn ở vùng biển*; canot de s. *Tàu cứu nạn*; échelle de s. *Thang cứu hỏa*; radeau de s. *Bè cứu đắm*; (b) *Sự cứu hộ, sự cứu nguy (tàu bè, tài sản).*

sauveteur [sovtœr] nm *Người cứu nạn.*

sauvette (aâ la) [alasovεt] adv *Hấp tấp, vội vàng*; marchand à la s. *Người bán lén*; vendre à la s. *Bán lậu thuế.*

sauveur [sovœr] **1.** a *Cứu nạn, cứu nguy* **2.** n *Người cứu nạn.*

savane [savan] nf *Đồng cỏ lớn.*

savant, - ante [savã,)t] **1.** a (a) *Uyên bác; Thông thái*; (b) *Khéo léo, thông minh*; chien s. *Chó đã được huấn luyện làm trò.* **2.** n *Nhà bác học, học giả* savamment adv *Một cách thông thái, một cách khéo léo, thông minh*; j'en parle s. *Tôi biết tôi đang nói về việc gì.*

savate [savat] nf *Giày cũ, rách, người vụng về.*

saveur [savœr] nf *Vị, mùi vị.*

Savoie [savwa] nf *Xứ xa voa.*

savoir[1] [savwar] vtr (ppr sachant; pp su; pr ind je sais, n. savons, ils savent; impf je savais; fu je saurai) **1.** *Biết*; s. une langue *Biết một thứ tiếng*; il en sait des choses, plus d'une *Anh ấy biết rất nhiều, quá hơn điều phải biết nữa.* **2.** (a) *Được biết về (điều gì)*; je ne savais pas cela *Tôi đã không được biết về việc đó*; elle est jolie, et elle le sait bien *Cô ấy biết là cô ấy đẹp*; je n'en sais rien *Tôi không hay biết gì về việc đó cả*; peut - on s.? *Có việc gì thế?* je ne veux pas le s. *Việc đó không can hệ gì đến tôi cả*; sans le s. *Không biết rõ*; que je sache *Theo sự hiểu biết của tôi*; on ne sait jamais *Biết đâu đấy*; si j'avais su *Nếu tôi được biết*; (b) *Biết rõ (về ai)*; (c) je me savais très malade *Tôi đã tự biết là mình bệnh nặng lắm.* **3.** *Hiểu rõ*; il sait ce qu'il veut *Anh ấy biết anh ấy muốn gì*; ne s. que faire *Không biết làm gì*; je ne sais que penser *Tôi không biết nghĩ gì*; sachez que *Anh nên biết rằng, các bạn nên biết rằng.* **4.** (a) c'est à s. *Còn cần xem lại*; je voudrais bien s. pourquoi *Tôi rất muốn biết tại sao*; je crois s. qu'il est ici *Tôi biết rõ anh ấy đang ở đây*; (b) faire s. qch à qn *Làm cho ai biết một điều gì*; (c) loc. conf. à savoir *Là, tức là.* **5.** *Biết cách, có năng lực*; savez - vous nager? *Anh biết bơi không?* il saura le faire *Anh ấy sẽ có đủ năng lực làm việc ấy*; je ne saurais vous le dire *Tôi không rõ việc ấy*; il ne nói chuyện ấy với anh. **6.** (a) je ne sais qui *Tôi không biết là ai*; un je ne sais quoi de déplaisant *Một cái gì không rõ làm tôi khó chịu*; un je sais tout *Một người ra vẻ biết hết*; (b) loc. adj. je ne sais quelle maladie *Tôi không rõ là bệnh gì*; (c) loc. adv. il y a je ne sais combien de temps *Tôi không nhớ là đã bao lâu rồi*; (d) des robes, des chapeaux, que sais - je? *Áo này, nón này, rồi còn gì nữa?* Dieu sait! *Chúa biết! Trời biết!*

savoir[2] nm *Sự hiểu biết, học thức.*

savoir - faire [savwarfεr] nm inv savoir - faire *Sự khéo léo; Sự khôn khéo; Sự thành thạo.*

savoir - vivre [savwarvivr] nm inv savoir - vivre *Phép lịch sự; Phép xã giao, cách xử thế.*

savon [savɔ̃] nm *Xà phòng*; (pain de) s. *Bánh xà phòng*; s. de Marseille *Xà phòng giặt hiệu Marseille (sản xuất từ Marseille)*; passer un s. à qn *La mắng ai.*

savonnage [savɔnaʒ] nm *Sự xát xà phòng.*

savonner [savɔne] vtr *Giặt, rửa với xà phòng*; savonneux, - euse a *Có xà phòng.*

savonnette [savɔnɛt] nf *Bánh xà phòng thơm.*

savourer [savure] vtr *Nhấm nháp, nếm*; savoureux, - euse a *Ngon, có hương vị; Thú vị (truyện).*

saxophone [saksɔfɔn] nm *Kèn xác xô phôn.*

saxophoniste [saksɔfɔnist] n *Nhạc sĩ chơi kèn xác xô phôn.*

sbire [sbir] nm F. *Cảnh sát; kẻ tay sai.*

scabreux, - euse [skabr-, -z] a **1.** *Khó khăn, nguy hiểm* **2.** *Bất lịch sự, tục tĩu.*

scalpel [skalpɛl] nm *Dao mổ.*

scandale [skɑ̃)dal] nm *Việc làm xấu*; faire s. *Gây tai tiếng*; faire un s. *Làm điều điếm nhục.*

scandaleux, - euse a *Ô nhục, xấu xa, tai tiếng.*

scandaleusement adv *Một cách xấu xa, để tai tiếng.*

scandaliser [skɑ̃)dalize] **1.** vtr *Gây ảnh hưởng xấu, làm tức giận* **2.** se s. *Công phẫn, phẫn uất.*

scander [skɑ̃)de] vtr *Ngắt nhịp (câu thơ); Nhấn giọng (đọc biểu ngữ).*

Scandinavie [skɑ̃)dinavi] *Bán đảo Scăngđinavi (Bắc Âu).* scandinave a & n *Thuộc Bắc Âu.*

scanner [skanɛr] nm *Máy phân hình qua quang tuyến X.*

scaphandre [skaf)dr] nm (a) *Áo lặn*; s. autonome *Thiết bị lặn.* (b) *Áo của phi công vũ trụ.*

scaphandrier [skaf)drije] nm *Người thợ lặn.*

scarabée [skarabe] nm *Bọ hung, bọ rầy.*

scarlatine [skarlatin] nf *Bệnh tinh hồng nhiệt (bệnh sốt đỏ da).*

scarole [skarɔl] nf *Rau diếp ma.*

sceau, sceaux [so] nm *Niêm, con dấu, dấu ấn*; sous le s. du secret *Một cách bí mật phải giữ kín.*

scéléarat, - ate [selera, at] **1.** a *Gian ác, nham hiểm* **2.** n *Người nham hiểm.*

scellement [sɛlm)] nm *Sự niêm phong, sự gắn vào.*

sceller [sele] vtr **1.** (a) *Niêm phong*; (b) *Phê chuẩn, xác nhận* **2.** *Gắn vào, đóng chặt lại.* scellé **1.** a *Niêm phong* **2.** nm *Băng niêm phong.*

scel - o - frais [selofrɛ] nm *Giấy kiếng, giấy plastic dùng để bọc, gói.*

scénario [senarjo] nm *Kịch bản; Truyện phim.*

scénariste [senarist] n *Người soạn kịch bản.*

scène [sɛn] nf **1.** (a) *Sân khấu, diễn đài*; entrer en s. *Xuất hiện*; mettre en s. *Dàn cảnh*; metteur en s. *Đạo diễn*; mise en s. *Sự dàn cảnh*; (b) *Nghệ thuật sân khấu, kịch trường*; (c) la s. politique *Chính trường.* **2.** (a) *Cảnh tượng*; la s. se passe à Paris *Cảnh xảy ra ở Paris*; (b) troisième s. du second acte *Cảnh ba của màn hai*; (c) c'était une s. pénible *Đó là một cảnh tượng đau lòng*; (d) *Cuộc cãi cọ, sự gây gỗ*; faire une s. *Gây gỗ, rầy la*; s. de ménage *Sự cãi cọ trong gia đình.*

scénique [senik] a *Thuộc sân khấu; Thuộc kịch trường*; indications scéniques *Những điều chỉ dẫn về kịch trường.*

scepticisme [sɛptisism] nm *Chủ nghĩa hoài nghi.* sceptique **1.** a *Hoài nghi* **2.** n *Người hoài nghi.* sceptiquement adv *Một cách hoài nghi.*

sceptre [sɛptr] nm *Trượng, quyền trượng.*

schéma [ʃema] nm (a) *Giản đồ, đồ hình, sơ đồ*; (b) *Điều dự định, kế hoạch.* schématique a *Thuộc lược đồ; Sơ lược; (Tục) sơ sài, đại cương* schématiquement adv *Bằng sơ đồ; Một cách giản lược.*

schématiser [ʃematize] vtr *Phác họa; Sơ đồ hoá.*

schisme [ʃism] nm *Sự ly giáo, sự chia rẽ.*

schiste [ʃist] nm *Đá phiến.*

schizophrénie [skizɔfreni] nf *Chứng tâm thần phân lập* schizophrène a & n *Bị mắc chứng tâm thần phân lập.*

schnoque [ʃnɔk] nm vieux s. *Lão già điên rồ.*

sciage [sjaʒ] nm *Sự cưa, sự xẻ.*

sciatique [sjatik] **1.** a *Thuộc hông* **2.** nf *Chứng đau thần kinh hông.*

scie [si] nf **1.** *Cái cưa*; s. à découper *Cưa lượn, cưa dứt*; s. à métaux *Cưa sắt*; en dents de s. *Hình răng cưa.* **2.** *(Người) hay quấy rầy.*

sciemment [sjam)] adv *Hữu ý, cố tình.*

science [sj)s] nf **1.** *Sự hiểu biết, trí thức, kiến thức* **2.** *Khoa học*; sciences naturelles, appliquées *Vạn vật học, khoa học ứng dụng*; sciences humaines *Khoa học nhân văn.*

science - fiction [sj)sfiksjɔ̃] nf *Khoa học viễn tưởng.*

scientifique [sj)tifik] **1.** a *Thuộc khoa học* **2.** n *Nhà khoa học.* scientifiquement adv *Một cách khoa học.*

scier [sje] vtr (pr sub & impf n. sciions) **1.** *Cưa, xẻ (gỗ, đá)*; s. qn *Quấy rầy ai* **2.** *Cắt bỏ bằng cưa (nhánh cây).*

scierie [siri] nf *Xưởng cưa.*

scieur [sjœr] nm *Thợ cưa.*

scinder [s(de] **1.** vtr *Chia ra, tách ra* **2.** se s. *Tự*

scintillement [s(tijm)] nm *Sự lấp lánh, sự nhấp nháy, sự long lanh.*

scintiller [s(tije] vi *Nhấp nháy; Chói sáng; Long lanh; (Ngôi sao) lấp lánh.*

scission [sisjɔ̃] nf *Sự chia, sự tách ra;* faire s. *Phân biệt, chia rẽ.*

sciure [sjyr] nf s. (de bois) *Mạt cưa.*

scleárose [skleroz] nf *Sự xơ cứng; Sự trì trệ, sự ù lì;* s. en plaques *Bệnh đa xơ cứng.*

scleároser (se) [səskleroze] vpr *Xơ cứng, làm thành cứng lại; Trì trệ, trở thành xương.* sclérosé a *Trì trệ; Thành xương.*

scolaire [skɔlɛr] a *Thuộc sự học;* année s. *Niên học;* livres scolaires *Sách giáo khoa.*

scolarisation [skɔlarizasjɔ̃] nf (a) *Sự mở trường học* (b) *Sự đi học.*

scolariser [skɔlarize] vtr *Sự mở trường học; Sự cho trẻ đến trường để học.*

scolariteá [skɔlarite] nf *Sự theo học;* s. obligatoire *Sự cưỡng bách giáo dục;* prolongation de la s. *Sự được miễn tuổi để gia hạn việc học.*

scoliose [skɔljoz] nf *Chứng vẹo cột sống.*

scooter [skter] nm *(Xe) mô tô bánh nhỏ.*

scorbut [skɔrbyt] nm *Bệnh hoại huyết.*

score [skɔr] nm *Số điểm trong trận đấu.*

scories [skɔri] nfpl (a) *Xỉ, bọt sắt* (b) *Xỉ của núi lửa.*

scorpion [skɔrpjɔ̃] nm *Con bọ cạp;* le S. *Chòm sao Hổ cáp.*

scotch [skɔtʃ] nm **1.** *Rượu Ê cốt (uýt ky)* **2.** *Băng keo trong.*

scout [skut] nm *Hướng đạo sinh.*

scoutisme [skutizm] nm *Tổ chức hướng đạo.*

scribe [skrib] nm *Thư ký, thầy ký.*

scribouillard, - arde [skribujar, ard] n *Dân cạo giấy.*

script [skript] nm (écriture) s. *(Chữ viết) kiểu chữ in.*

scripte [skript] nf *Thư ký đạo diễn.*

script - girl [skriptgœrl] nf pl script - girls. *Nữ thư ký đạo diễn.*

scrupule [skrypyl] nm *Sự ngại ngùng (tâm tư), sự ngờ vực (về điều gì);* sans scrupules *Không chút ngại ngùng;* avoir des scrupules à faire qch *Làm việc gì một cách chu đáo.* scrupuleux, - euse a *Đắn đo, thận trọng;* peu s. *Ít thận trọng, không chu đáo.* scrupuleusement adv *Một cách tỉ mỉ.*

scrutateur, - trice [skrytatœr, tris] **1.** a *Dò xét, thăm xét* **2.** n *Người dò xét, người kiểm phiếu.*

scruter [skryte] vtr *Dò xét, tìm hiểu kỹ càng.*

scrutin [skryt(] nm **1.** *Sự bỏ phiếu;* dépouiller le s. *Kiểm phiếu bầu.* **2.** tour de s. *Tổng số phiếu bầu;* voter au s. *Bầu bằng cách bỏ phiếu.* **3.** *Quyền đầu phiếu;* procéder au s. *Theo thể thức đầu phiếu;* projet adopté sans s. *Dự luật được thông qua không theo thể thức đầu phiếu.*

sculpter [skylte] vtr *Chạm, khắc, tạc;* bois sculpté *Gỗ chạm.*

sculpteur [skyltœr] nm *Thợ chạm, nhà điêu khắc;* femme s. *Nữ điêu khắc;* s. sur bois *Thợ chạm gỗ.*

sculpture [skyltyr] nf *Nghệ thuật điêu khắc;* s. sur bois *Tác phẩm gỗ chạm.* sculptural a *Điêu khắc, (tượng) tạc.*

se [sə] **1.** (a) *Tự, tự mình, lẫn nhau;* se flatter *Tự mãn;* elle s'est coupée au doigt, elle s'est coupé le doigt *Cô ấy bị đứt tay;* (b) *Với nhau, nhau;* il est dur de se quitter *Chia tay nhau thật khó khăn.* **2.** *(Sử dụng ở thế bị động)* la clef s'est retrouvée *Chìa khóa đã được tìm thấy rồi;* cet article se vend partout *Món hàng này đâu cũng có bán;* la porte s'est ouverte *Cửa mở* **3.** *(Sử dụng cho các tự động từ như s'en aller, se dépêcher,...)* Ghi chú: se còn sử dụng trước một số động từ nguyên thể như faire, laisser, mener, envovoyer, voir *Ví dụ:* se taire, faire taire les enfants.

seáance [se)s] nf **1.** *Cuộc họp, buổi họp, hội nghị;* la s. s'ouvrira, sera levée, à huit heures *Phiên họp sẽ khai mạc vào lúc 8 giờ;* s. d'information *Buổi họp báo cáo.* **2.** *(Điện ảnh) buổi chiếu phim; Buổi trình diễn;* s. de spiritisme *Buổi trình diễn về thuật thông linh* **3.** (a) s. (de pose) *Buổi ngồi làm mẫu (cho họa sĩ vẽ)* (b) *Thời gian;* s. d'entrainement *Thời gian tập luyện.* **4.** s. tenante *Tức khắc, lập tức.*

seáant [se)] **1.** (a) *Dự hội; Nhóm họp* (b) *Thích hợp; Thích đáng.* **2.** nm se mettre sur son s. *Ngồi dậy.*

seau, seaux [so] nm *Cái thùng, cái xô;* s. à charbon *Thùng để đựng than;* apporter un s. d'eau *Đem đến một thùng nước*

seábile [sebil] nf *Bát gỗ.*

sec, seâche [sɛk, sɛʃ] **1.** a (a) *Khô, khô ráo, khô khan.* j'ai la gorge sèche *Tôi khô cả cổ;* (b) *Phơi khô (cá, trái cây); Mùa khô; Nguyên chất (rượu);* (c) perte sèche *Sự mất trắng;* en cinq s. *Trong nháy mắt* **2.** (a) *Gầy gò, ốm yếu (người); Xấu xí (gương mặt);* s. comme un coup de trique *Gầy như cái que;* (b) *Xẳng xớm, khô khan, cộc lốc (lời phê); Cụt ngủn (giọng);* casser qch d'un coup s. *Làm gẫy ngang, đập vỡ nhanh;* accueil très s. *Cuộc đón tiếp rất lạnh lùng;* (c) *Lãnh đạm, vô tình;* (d) *Cứng nhắc, vô* vị (bài tường thuật). 3. adv (a) boire s. Uống rượu không pha nước; (b) Khó khăn; Gắt; virer s. Đổi hướng, rẽ, quẹo gắt. 4. adv phr (a) à s. (*) Khô; (**) Làm khô cạn; (***) Cực nhọc; Túng bấn; mettre une mare à s. Vét ao, vét hồ; navire à s. Tàu mắc cạn. (b) aussi s. Ngay lập tức 5. nm tenir au s. Để chỗ khô ráo. 6. P. nf sèche Điếu thuốc lá. sèchement adv Khô khan, cộc lốc.

SECAM [sekam] abbr TV: système séquentiel à mémoire. Hệ SECAM.

seácateur [sekatœr] nm Kéo cắt cây.

seácession [sesesjɔ̃] nf Sự ly khai; faire s. (de) Ly khai. secessionniste a & n Ly khai, người ly khai.

seâche - cheveux [sɛʃʃəv-] nm inv Máy sấy tóc.

seâche - linge [sɛʃl(ɜ)] nm inv Máy sấy quần áo; armoire s.-l. Máy sấy, tủ ngăn có sưởi nóng để dựng khăn mền.

seácher [seʃe] v (je sèche; je sécherai) 1. vtr (a) Phơi khô, sấy khô; se s. au soleil Phơi nắng; (b) Quên, bỏ sót (bài tập đọc). 2. (a) vi Khô đi, cạn đi, khô héo; faire s. le linge Phơi, hong, làm cho quần áo khô đi. (b) Tắc, tịt; (Học trò) không trả lời được, lúng túng.

seácheresse [seʃrɛs] nf 1. (a) Sự khô ráo (không khí, đáy sông); (b) Hạn hán. 2. (a) Sự khô khan (thái độ); (b) Sự lãnh đạm (tâm tính).

seáchoir [seʃwar] nm 1. Phòng sấy, máy hong. 2. (a) Máy sấy; s. (à cheveux) Máy sấy tóc; (b) s. (à linge) Máy sấy, hong quần áo.

second, - onde [səgɔ̃, ɔ̃d] 1. a (a) Thứ hai, thứ nhì, đệ nhị; en s. lieu Thứ đến; a & nm au s. (étage) Ở tầng lầu thứ hai; de seconde main Sang tay (hàng mua lại); au s. plan Phần phía sau; le don de seconde vue Tài thiên nhãn; (b) Đứng thứ nhì, ở sau; (Sân khấu) phụ (vai); de s. choix Thuộc hạng nhì. 2. nm Người phụ tá; (Hàng hải) phó thuyền trưởng. 3. nf (a) (Xe hơi) số hai; (Tàu hỏa) voyager en seconde Đi vé hạng nhì (trường học); (lớp) đệ nhị; (Lớp mười một); (b) Giây (thời giờ); (attendez) une seconde ! (Hãy đợi) một giây thôi !.

secondaire [səgɔ̃dɛr] a 1. Trung đẳng, trung cấp; enseignement s. Bậc trung học. 2. Phụ, phó; Không quan trọng lắm. (Mặt) phụ, (mặt) khác (của tác dụng).

seconder [səgɔ̃de] vtr 1. Trợ thủ, phụ tá cho 2. Giúp đỡ, khuyến khích.

secouer [səkwe] 1. vtr (a) Rung (cây); Lắc (đầu); Giũ, rũ (gối); on a été secoués Làm xúc động, làm khốn khổ (ai); (Xe cộ) chúng ta đã bị dằn lắc; (Tàu thủy) chúng ta bị nhồi sóng; (b) Lay động, làm thức tỉnh; secouez - vous !

Hoạt động lên ! Phấn chấn lên! s. (les puces à) qn (*) Quở mắng ai; (**) Thúc đẩy, khuyến khích ai; (c) Lung lay, rung chuyển (trái cây); Giũ (bụi) 2. se s. (a) Lắc mình; (b) Hoạt động.

secourir [səkurir] vtr Giúp, cứu tế. secourable a Hay cứu giúp.

secourisme [səkurizm] nm Phương tiện cứu nạn.

secouriste [səkurist] n Hội viên hội cứu tế.

secours [səkur] nm Sự giúp đỡ, sự cứu, sự, cứu trợ; crier au s. Kêu gọi cứu giúp; au s.! Cứu tôi với ! porter s. à qn, Giúp đỡ ai; premiers s. Sự cấp cứu tiên khởi; s. en montagne Sở cứu tế miền núi; cela m'a été d'un grand s. Đó là một sự trợ giúp rất lớn đối với tôi; le s. aux enfants Vì sự an toàn cho trẻ em (công việc); sortie de s. Cửa ra cấp cứu; convoi de s. Đoàn tàu cứu trợ; roue de s. Bánh xe dự phòng.

secousse [səkus] nf Sự chấn động, sự rung chuyển, sự tung lên khỏi chỗ ngồi, sự giật nẩy lên, sự va chạm mạnh; s. séismique Sự động đất, địa chấn; se dégager d'une s. Thoát ra được bằng một cái vặn mình; sans s. Bình thản, dịu dàng; s. politique Sự nổi dậy, sự chấn động chính trị; se remettre d'une s. Đứng vững lại, bình phục lại sau cơn xúc động mạnh.

secret, - ète [səkrɛ, ɛt] 1. a (a) Người kín đáo, mật, bí mật; (b) Bí ẩn (người). 2. nm (a) Điều bí mật; garder un s. Giữ kín, giữ điều bí mật; être du s., dans le s. Giấu kín, ngấm ngầm. Người thạo tin; (b) Tính kín đáo; Tính biệt lập; en s. Bí mật; violer le s. professionnel Xâm phạm bí mật nghề nghiệp; (c) au s. Cho vào nhà giam. secrètement adv Một cách âm thầm, kín đáo.

secreátaire [səkretɛr] 1. n Người thư ký; s. particulier Bí thư; s. général Tổng thư ký; s. de mairie Bí thư thị xã 2. nm Tủ bàn giấy.

secreátariat [səkretarja] nm 1. Chức thư ký; chức bí thư 2. Văn phòng; Ban thư ký.

seácreáter [səkrete] vtr (il sécrète; il sécrétera) Tiết ra, phân tiết.

seácreátion [səkresjɔ̃] nf Sự tiết ra, chất tiết ra.

sectaire [sektɛr] a & n Bè phái, kẻ bè phái.

sectarisme [sektarism] nm Óc bè phái.

secte [sekt] nf Giáo phái, môn phái.

secteur [sektœr] nm 1. Hình quạt 2. (a) Khu vực, lãnh vực; s. de vente Khu buôn bán; (b) Quân khu; (c) Mạng điện lực 3. Vùng (có sự hoạt động); le s. privé Vùng, khu vực cấm; ce n'est pas mon s. Việc đó không phải nghề của tôi.

section [sɛksjɔ̃] nf 1. Sự phân cắt, sự cắt 2. (a) Đoạn, phần; Ban, khu, bộ phận; (b) Phân đội

3. (i) *Tiết diện, điểm cắt* (ii) *Giao điểm* 4. *Đoạn đường (xe buýt).*

sectionnement [sɛksjɔnm)] nm *Sự cắt, sự phân chia.*

sectionner [sɛksjɔne] vtr *Phân chia (khu vực); Cắt đứt (ngón tay....);* se s. *Bị cắt, bị chia rời ra.*

seáculaire [sekylɛr] a *Từng thế kỷ; Cổ xưa.*

seáculier, - ieâre [sɛkylje, jɛr] a (a) *Thế tục, ở ngoài đời;* (b) *Thuộc về thế tục.*

secundo [səgɔ̃do] adv *Thứ hai là.*

seácurisant [sekyriz)] a *Làm yên tâm.*

seácuriser [sekyrize] vtr *Làm yên tâm; Gây cảm tưởng an toàn.* sécurisé a *Bình yên, an toàn.*

seácuriteá [sekyrite] nf 1. *Sự yên ổn;* s. de l'emploi *Trạng thái yên ổn trong công việc;* S. sociale = social services *Sở bảo đảm xã hội.* 2. *Sự an toàn;* s. routière *Sự an toàn giao thông;* règles de s. *Luật an ninh;* en s. *Được yên ổn; Được an toàn.*

seádatif, - ive [sedatif, iv] a & nm *Thuốc giảm đau.*

seádentaire [sed)tɛr] a *Tĩnh tại, ít ra ngoài.*

seádiment [sedim)] nm *Cặn lắng* sédimentaire a *Trầm tích, thuộc cặn lắng.*

seáditieux, - euse [sedisj-, -z] 1. a (a) *Phản loạn;* (b) *Nổi loạn; Bạo động* 2. n *Người dấy loạn, người phiến loạn.*

seádition [sedisjɔ̃] nf *Sự dấy loạn; Cuộc khởi loạn.*

seáducteur, - trice [sedyktœr, tris] 1. n *Người quyến rũ, điều mê hoặc.* 2. a *Quyến rũ; Mê hoặc, dụ dỗ.*

seáduction [sedysksjɔ̃] nf 1. *Sự quyến rũ* 2. *Yêu lực; Sức hấp dẫn.*

seáduire [sedɥir] vtr 1. *Dụ dỗ* 2. *Mê hoặc, quyến rũ, cuốn hút, cám dỗ.* séduisant a *Dễ thương, quyến rũ (người) có sức hấp dẫn (ý kiến).*

segment [sɛgm)] nm *Đoạn, phần, khúc.*

segmentation [sɛgm)tasjɔ̃] nf *Sự phân đoạn.*

segmenter [sɛgm)te] vtr *Chia khúc, phân đoạn.*

seágreágation [segregasjɔ̃] nf *Sự tách riêng, sự phân biệt.*

seágreágationnisme [segregasjɔnism] n m *Chính sách phân biệt chủng tộc.* ségrétationniste a & n *Phân biệt, người phân biệt chủng tộc.*

seiche [sɛʃ] nf *Con mực.*

seigle [sɛgl] nm *Lúa mạch.*

seigneur [seɲœr] nm 1. *Lãnh chúa, chúa tể* 2. le S. *Thiên chúa.* seigneurial, - aux a *Thuộc lãnh chúa, đế vương.*

sein [s(] nm (a) *Vú, ngực;* donner le s. à un enfant *Cho bé bú;* serveuse sein nus *Cô hầu bàn để ngực trần* (b) *Bụng, dạ con;* (c) au s. de la famille *Ở giữa gia đình;* au s. de la commission *Ở trong ủy ban.*

Seine [sɛn] Prnf la S. *Sông Seine.*

seáisme [seism] nm *Cơn động đất, cơn địa chấn.*

SEITA [seita] abbr Service d'exploitation industrielle des tabacs et allumettes. *Dịch vụ khai thác công nghiệp thuốc lá và diêm quẹt.*

seize [sɛz] num a inv *Mười sáu;* le s. mai *Ngày 16 tháng 5;* habiter au numéro s. *Ở nhà số 16.* seizième num a & n *Thứ 16, hạng 16.*

seájour [seʒur] nm 1. (a) *Sự lưu lại;* s. de quinze jours *Lưu trú 15 ngày;* (b) (salle de) s. *Phòng chính (để sinh hoạt gia đình).* 2. *Sự lưu trú.*

seájourner [seʒurne] vi *(Người) ở lại, lưu lại; (Nước) đọng lại.*

sel [sɛl] nm 1. (a) *Muối;* s. fin *Muối bọt, muối ăn;* regime sans s. *Tiêu chuẩn ăn lạt;* (b) sels de bain *Muối để tắm* 2. *Ý vị, nét mặn mà.* 3. pl *Muối amoni.*

seálect [selɛkt] a *Chọn lọc, lịch sự.*

seálecteur [selɛktœr] nm *Bộ phận chọn lọc (phiếu đục lỗ); Cái chuyển mạch điện.*

seálection [selɛksjɔ̃] nf *Sự chọn lọc, sự lựa chọn;* s. professionnelle *Sự lựa chọn nghề nghiệp;* match de s. *Trận đấu để tuyển vận động viên* sélectif, - ive a *Chọn lọc.*

seálectionner [selɛksjɔne] vtr *Lựa chọn, tuyển lựa; Chọn lọc.* selectionné a & n *Được tuyển chọn (diễn viên); Được chọn (để lãnh thưởng).*

seálectionneur, - euse [selɛksjɔnœr, -z] n *Người tuyển lựa.*

self (-service) [selfsɛrvis] nm *Tự phục vụ.*

selle [sɛl] nf 1. *Phân, phẩn;* aller à la s. *Đi ngoài, đi đại tiện.* 2. *Yên ngựa, yên xe;* se mettre en s. *Lên yên, vững vàng.* 3. *Thịt mông (cừu).*

seller [sele] vtr *Thắng yên (ngựa).*

sellerie [sɛlri] nf *Bộ yên cương; Nhà cất yên cương.*

sellette [sɛlɛt] nf *Yến (nhỏ); Ghế đẩu;* mettre qn sur la s. *Tra hỏi, chất vấn ai.*

sellier [sɛlje] nm *Thợ làm yên cương.*

selon [səlɔ̃] prep *Theo, tùy theo;* s. moi *Theo ý tôi;* c'est s. *Còn tùy xem;* s. que *Tùy theo.*

Seltz [sɛls] nm eau de S. *Nước sô đa.*

semailles [səmɑj] nfpl *Sự gieo mạ, sự gieo giống;* le temps des s. *Mùa gieo giống, gieo mạ.*

semaine [səmɛn] nf (a) *Tuần, tuần lễ;* en s. *Trong tuần;* deux fois par s. *Mỗi tuần 2 lần;* fin de s. *Ngày cuối tuần;* la s. des quatre jeudis *Thời gian không bao giờ đến;* (b) *Công việc trong tuần;* faire la s. anglaise *Làm việc theo tuần lễ Anh (nghỉ chiều thứ 7 và chủ nhật);* (c) *Lương hàng tuần.*

seámantique [sem)tik] **1.** a *Thuộc về ngữ nghĩa* **2.** nf *Ngữ nghĩa học.*

seámaphore [semafɔr] nm *Trụ tín hiệu.*

semblable [s)blabl] **1.** a (a) *Giống như; Tương tự;* s. à son père *Giống như cha nó;* (b) *Như thế;* je n'ai rien dit de s. *Tôi không hề nói gì như thế cả.* **2.** n (a) *Đồng nghiệp; Đồng loại, cùng lứa, người giống, vật giống;* vous et vos semblables *Anh và đồng bào của anh;* (b) nos semblables *Bạn bè, đồng liêu, đồng nghiệp của chúng ta.*

semblant [s)bl)] nm *Sự giả vờ, vẻ bên ngoài;* faux s. *Bề ngoài giả dối;* un s. de résistance *Sự giả vờ chống cự;* faire s. de faire qch *Giả bộ làm một điều gì.*

sembler [s)ble] vi (aux avoir) (a) *Hình như; Có vẻ, tương tự;* elle semblait heureuse *Cô ấy có vẻ hạnh phúc;* (b) impers il me semble l'entendre encore *Tôi có cảm tưởng là vẫn còn nghe anh ấy;* à ce qu'il me semble *Theo tôi nghĩ;* faites comme bon vous semble(ra) *Anh hãy làm như ý anh thích;* il semble que *hình như...; có vẻ như...*

semelle [səmɛl] nf *Đế (giày);* s. intérieure, insole *Đế lót trong giày;* il ne reculera pas d'une s. *Anh ấy không lùi một bước nào;* il ne me quitte pas d'une s. *Anh ấy không rời tôi một bước.*

semence [səm)s] nf **1.** (a) *Hạt giống;* blé de s. *Lúa giống;* (b) *Tinh dịch* **2.** (a) s. de perles *Ngọc cám để cấy vào trai lấy ngọc;* (b) *Đinh mũ.*

semer [səme] vtr (je sème, n semons) **1.** *Gieo (hạt, đồng ruộng).* **2.** *Rải, rắc (hoa); Gieo rắc, tung (tin, sự bất hòa);* s. de l'argent *Tung tiền, vung vải tiền bạc.* **3.** (a) *Bỏ, bỏ rơi (ai);* (b) *Đánh mất (vật gì).*

semestre [səmɛstr] nm **1.** *Nửa năm, bán niên, lục cá nguyệt.* **2.** *Lương sáu tháng* **3.** *Học kỳ.*

semestriel, -ielle a *Thuộc bán niên, kỳ lục cá nguyệt.*

semeur, -euse [səmœr, -z] n *Người gieo hạt.*

semi - automatique [səmiɔtɔmatik] a *Bán tự động.*

semi - circulaire [səmisirkylɛr] a *Bán nguyệt, có hình bán nguyệt.*

semi - conducteur [səmikɔ̃kyktœr] nm *Chất bán dẫn.*

seámillant [semij)] a *Hoạt bát, lanh lợi.*

seáminaire [seminɛr] sm (a) *Chủng viện;* (b) *Trường dòng, nhóm chuyên đề (ở trường đại học).*

seáminariste [seminarist] nm *Chủng sinh.*

semi - remorque [semirəmɔrk] nf *Xe rờ mọt; Xe có nhiều đoạn nối với nhau bằng khớp.*

semis [səmi] nm **1.** *Sự gieo hạt* **2.** *Nương mạ* **3.** *Cây mạ, cây giống.*

seámite [semit] **1.** a *Thuộc Do Thái* **2.** n *Người Do Thái.*

seámitique [semitik] a *Thuộc người Do Thái.*

semonce [səm)s] nf **1.** coup de s. *Phát súng ra lệnh kéo cờ hiệu.* **2.** *Lời khiển trách, lời cảnh cáo.*

semoule [səmul] nf *Bột hột (gạo, khoai tây...)*

sempiternel [s)pitɛrnɛl] a *Bất diệt, dai dẳng.*

seánat [sena] nm **1.** *Thượng nghị viện* **2.** *Viện nguyên lão.*

seánateur [senatœr] nm *Thượng nghị sĩ.*

sénatorial, -aux a *Thuộc thượng viện.*

Seáneágal [senegal] Prnm *Xứ Xê-nê-gan.*

sénégalais, - aise a & n *Thuộc Xê-nê-gan, người Xênêgan (Tây phi).*

seániliteá [senilite] nf *Sự già, lão, trạng thái suy yếu.* **sénile** a *Lão suy, già cỗi.*

sens [s)s] nm **1.** *Giác quan (xúc giác, thị giác);* le sixième s. *Giác quan thứ sáu;* reprendre ses s. *Lấy lại cảm giác, hồi tỉnh;* s. moral *Lương tri* **2.** *Ý thức, cảm quan;* s. commun *Lẽ thường;* un homme de bon s. *Người biết lẽ phải;* ca n'a pas de s. *Việc đó không có những gì cả;* à mon s. *Theo ý tôi.* **3.** *Nghĩa, ý nghĩa;* s. propre *Nghĩa đen;* dépourvu de s. *Không ý nghĩa;* en ce s. que *Với ý này thì.* **4.** *Chiều, chiều hướng;* dans le mauvais s. *Trong chiều hướng xấu;* en s. inverse *Ngược chiều;* dans le s. de la longueur *Theo (hướng) chiều dài;* dans le s. (inverse) des aiguilles d'une motre *Theo hướng (nghịch) với kim đồng hồ;* retourner qch dans tous les s. *Quay, lộn một vật gì theo khắp mọi chiều;* s. unique *Đường một chiều;* s. interdit *Đường cấm, cấm vào;* dans le s. de la marche *Theo hướng đầu tàu;* s. dessus dessous (i) *Lộn nhào* (ii) *Lộn xộn, hỗn độn.*

sensation [s)sasj)] nf **1.** *Mối cảm động; Cảm giác (nóng, lạnh);* j'ai la s. de le connaitre *Tôi có cảm giác đã quen anh ấy* **2.** *Sự kích thích, sự gây ra;* roman à s. *Sách truyện giật gân;* faire s. *Gây xúc động;* la pièce a fait s. *Vở kịch gây ấn tượng mạnh.* **sensationnel, -elle** a *Làm chấn động; tuyệt vời, dị thường.*

senseá [s)se] a *Biết lẽ phải, hợp lẽ (người, hành động).*

sensibilisation [s)sibilizasjɔ̃] nf *Sự làm tăng nhạy cảm; Sự làm cho dư luận nhạy cảm (trước một vấn đề).*

sensibiliser [s)sibilize] vtr *Làm tăng nhạy; gây cảm giác.*

sensibiliteá [s)sibilite] nf *Năng lực cảm giác, tính nhạy cảm.*

sensible [s)sibl] a **1.** (a) *Nhạy cảm; Mắn cảm;* peu s. *Thản nhiên. Trơ lì, vô liêm sỉ;* être s. au froid *Sợ lạnh, không chịu lạnh nổi;* toucher la note s. *Kêu gọi lòng trắc ẩn;* (b) *Thiện cảm;* coeur s. *Tính dễ xúc động;* (c) *Nhạy (cân, hàn thử biểu);* (d) *Có cảm giác (khi sờ mó); Tri giác, đau nhức (răng)* **2.** *Cảm thấy được, rõ rệt (sự tiến bộ vv...);* le monde s. *Thế giới hữu hình;* un vide s. *Một khiếm khuyết đáng chú ý.*

sensiblement adv (a) *Một cách tương tự, gần như xấp xỉ;* (b) *Cảm thấy được, rõ rệt.*

sensiblerie [s)siblǝri] nf *Tính ủy mị, tính mau nước mắt.*

sensitif, -ive [s)sitif, iv] **1.** a *Có cảm giác* **2.** *Cây trinh nữ.*

sensoriel, -ielle [s)sɔrjɛl] a *Thuộc về cảm giác, thuộc giác quan.*

sensualiteá [s)sɥalite] nf *Sự dâm dật; Tính đa dâm.*

sensuel, - elle [s)sɥɛl] a *Thuộc nhục thể; Dâm dật (nhạc v.v...).* **sensuellement** adv *Khiêu dâm; Ưa khoái lạc.*

sentence [s)t)s] nf **1.** *Châm ngôn.* **2.** (a) *Bản án, lời phán quyết;* (b) *Quyết định, lời tuyên án.* **sentencieux, - ieuse** a *Ra vẻ trịnh trọng.*

senteur [s)tœr] nf *Mùi thơm, hương vị.*

senti [s)ti] a *Thấu triệt; Hiểu rõ (lời nói).*

sentier [s)tje] nm *Đường mòn;* s. battu *Nơi biệt lập ít người lui tới.*

sentiment [s)tim)] nm **1.** (a) *Sự cảm động, cảm tưởng (vui vẻ, thèm khát);* (b) *Cảm giác (dơ); Ý thức;* avoir le s. que *Có cảm tưởng là....* **2.** (a) *Tình cảm, tính đa cảm;* ses sentiments vis - à - vis de moi *Tình cảm của anh ấy đối với tôi;* faire du s. *Gây tình cảm;* (b) avoir du s. sur qn *Có cảm tình với ai;* (c) veuillez agréer mes sentiments distingués *Xin ông hãy nhận những tình cảm đặc biệt của tôi.*

sentimentaliteá [s)tim)talite] nf *Tính đa cảm.* **sentimental, - aux** a *Giàu tình cảm.* **sentimentalement** adv *Một cách đa cảm.*

sentinelle [s)tinɛl] nf *Lính canh, lính gác;* en s. *Đứng canh, đứng gác.*

sentir [s)tir] **1.** vtr (a) *Cảm thấy (đau, đói, vui vẻ);* s. qch pour qn *Cảm thấy động lòng đối với ai;* (b) *Ý thức, linh cảm (sự nguy hiểm);* je sens que vous avez raison *Tôi ý thức được là anh có*

lý; (Thực hành, v.v...) se faire s. *Biểu lộ rõ;* (c) *Ngửi, bắt mùi (hoa);* je ne peux pas le s. *Tôi không thể chịu nổi hắn.* **2.** vi (a) *Có mùi;* ca sent le brulé *Có mùi khét;* vin qui sent le bouchon *Rượu có mùi nút chai;* la pièce sent l'humidité *Gian phòng có mùi ẩm thấp;* (b) s. bon *Thơm tho;* (c) *Đánh hơi, bốc mùi;* s. des pieds *Bàn chân bốc mùi* **3.** se s. *Tự cảm thấy* (a) je me sens fatigué(e) *Tôi tự cảm thấy mệt mỏi;* se s. du courage *Cảm thấy gan dạ, can đảm;* (b) il ne se sent pas de joie *Anh ấy cảm thấy vui sướng mê đi;* tu ne te sens plus ? *Bạn điên rồi sao ?*

seoir [swar] vi s. à. *Thích hợp, vừa vặn;* comme il sied *Nó vừa vặn, nó thích hợp.*

seápale [sepɛl] nm *Lá đài.*

seáparation [separasjɔ̃] nf (a) *Sự tách, sự phân chia;* s. de corps *Sự ly thân (giữa vợ chồng);* (b) *Sự chia phần, sự ngăn cách;* mur de s. *Tường ngăn;* faire une s. entre *Gây sự chia rẽ giữa.*

seáparatisme [separatism] nm *Chủ nghĩa phân lập.* **séparatiste** a & n *Phân lập, người phân lập.*

seáparer [separe] **1.** vtr (a) *Phân chia, tách biệt;* s. les bons d'avec les mauvais *Tách biệt những người tốt ra khỏi những kẻ xấu;* s. qch en trois *Chia một thứ gì ra làm ba phần;* persone ne peut nous s. *Không ai có thể tách biệt chúng ta được;* (b) *Chia, ngăn; Phân biệt;* mur qui sépare deux champs *Bức tường ngăn cách 2 vùng, 2 cánh đồng.* **2.** se s. (a) *Xa lìa, rời ra; Chia tay nhau;* se s. de sa femme *Chia tay với vợ;* (b) *(Sông ngòi, đường sá) rẽ, chia nhánh;* (c) *(Số đông, tập hợp) giải tán, tách ra khỏi.* **séparable** a *Có thể phân chia.* **séparé** a **1.** *Riêng biệt, cách biệt* **2.** *Phân biệt với....* **séparément** adv *Riêng rẽ, biệt lập.*

seápia [sepja] nf *Chất mực (trong túi của con mực).*

sept [sɛt] num a inv & nm inv *seven Bảy;* le s. mai *Ngày 7 tháng 5 (dương lịch).*

septante [sept)t] num a & nm inv *Bảy mươi.*

septembre [sept)br] nm *Tháng chín (dương lịch);* en s.; le premier s. *fin de be Trong tháng chín;* le premier s. *Ngày mồng một tháng chín;* fin de s. *Cuối tháng chín.*

septennat [sɛptɛna] nm *Chế độ bảy năm.*

septentrional, - aux [sept)trijɔnal, o] a *Thuộc phương Bắc.*

septiceámie [sɛptisemi] nf *Bệnh nhiễm khuẩn huyết, bệnh bại huyết.*

septieâme [sɛtjɛm] num a & n *Thứ bảy, hạng bảy;* être au s. ciel *Lên cõi cực lạc.* **septièmement** adv *Bảy là...*

septique [septic] a *Nhiễm khuẩn;* fosse s. *Hố*

tiêu tự hoại.

septuageánaire [sɛptɥaʒenɛr] a & n *Bảy mươi năm, người bảy mươi tuổi (thất thập).*

seápulcre [sepylkr] nm *Mộ phần* sépulcral, -aux a *Tang tóc, áo não.*

seápulture [sepyltyr] nf **1.** *Sự mai táng* **2.** *Mộ phần, mồ mả.*

seáquelles [sekɛl] nfpl *Hậu quả của một sự kiện; di chứng.*

seáquence [sek)s] nf *Sự nối tiếp, sự kế tiếp.*

seáquestration [sekɛstrasjɔ̃] nf *Sự giam giữ, sự nhốt.*

seáquestre [sekɛstr] nf mettre sous s. *Ký thác, cung thác (tài sản).*

seáquestrer [sekɛstre] vtr *Nhốt, giam giữ, ký thác (tài sản); Câu lưu bất hợp pháp, tạm giam.*

seárail, - **ails** [seraj] nm *Nội cung, cung điện.*

seáraphin [seraf(] nm *Thiên thần thượng đẳng.*

serein [sɔr(] a *Quang đãng, thanh thản.* **sereinement** adv *Một cách quang minh, một cách thanh tịnh.*

seáreánade [serenad] nf *Dạ khúc.*

seáreániteá [serenite] nf *Sự thanh thản, sự an bình.*

serf, serve [sɛrf, sɛrv] n *Nô lệ, nông nô.*

serge [sɛrʒ] nm *Lụa xúc, ni xéc.*

sergent [sɛrʒ)] nm *Trung sĩ, đội;* s. - chef *Trung sĩ nhất, đội xếp;* s. instructeur *Trung sĩ luyện tập quân sự;* s. de ville *Đội cảnh sát.*

seárie [seri] nf **1.** (a) *Bộ, chuỗi, loại;* s. (d'émissions) *Một bộ chương trình;* s. de jours chauds *Chuỗi ngày nóng bức;* s. noire *Loại sách xã hội đen;* (b) *Tràng, loạt (súng đại bác);* (c) *(Thể thao)* s. éliminatoire *(Cầu thủ) xếp hạng đấu loại.* **2.** (a) *Loại (con dấu); Bộ (dụng cụ); Hàng, dãy (kích thước, kiểu mẫu);* (b) *Dây, loạt (hàng hoá);* fabrication en s. *Sự chế tạo hàng loạt;* article de s. *Hàng đúng tiêu chuẩn;* article hors s. *Hàng ngoại hạng (báo v.v...)* numéro hors s. *Số đặc biệt;* personnalité hors s. *Nhân vật xuất chúng;* fins de s. *Một số ít người (vật) còn lại; Số còn lại;* (c) *Nhóm, loại; Hạng*

seárieux, - **euse** [serj-, -z] **1.** a (a) *Nghiêm trang, đứng đắn, đoan trang;* s. comme un pape *Rất nghiêm nghị (như giáo hoàng);* (b) *Nghiêm túc (người);* (c) *Trang nghiêm, chân thật; Đáng tin cậy, có trách nhiệm (người);* êtes - vous s. ? *Anh nói nghiêm túc chứ ?* d'un air s. *Với bộ dạng nghiêm trọng;* offre sérieuse *Sự đề nghị chân thật;* peu s. *Không nghiêm túc, thiếu trách nhiệm (người);* (d) *Quan trọng (sự việc);* *Nặng, ngặt nghèo (bệnh);* client s. *Khách sộp.*

2. nm *Vẻ trang nghiêm, sự đứng đắn;* garder son s. *Giữ vẻ mặt trang nghiêm;* se prendre au s. *Ra vẻ quan trọng.* **sérieusement** adv *Một cách nghiêm túc, thành thật, đứng đắn.*

serin [sɔr(] nf *Chim bạch yến.*

seriner [sɔrine] vtr s. qch à qn *Nhồi nhét một điều gì cho ai.*

seringue [sɔr(g] nf *Ống tiêm, ống bơm nhỏ.*

seringuer [sɔr(ge] vtr *Tiêm, bơm.*

serment [sɛrm)] nm *Lời tuyên thệ;* prêter s. *Tuyên thệ;* faire le s. de faire qch *Thề hứa sẽ làm một việc gì;* déclaration sous s. *Tuyên thệ sẽ khai thật;* faire un faux s. *Thề dối.*

sermon [sɛrmɔ̃] nm *Bài thuyết giáo; Lời khiển trách.*

sermonner [sɛrmɔne] vtr *Mắng mỏ, khiển trách ai*

seáropositif, - ive [serɔpozitif, ive] a *Thuộc dương tính trong kết quả thử nghiệm (HIV).*

serpe [sɛrp] nf *Dao quăm.*

serpent [sɛrp)] nm *Con rắn;* s. à sonnette *Rắn chuông.*

serpenter [sɛrp)te] vi *Ngoằn ngoèo, uốn khúc.*

serpentin [sɛrp)t(] nm (a) *Cuộn (dây ống);* (b) *Cuộn giấy rắn (để quăng trong các lễ hội).*

serpillieâre [sɛrpijer] nf *Vải lau nhà.*

serpolet [sɛrpɔle] nm *Cây húng tây.*

serrage [sɛraʒ] nm *Sự siết chặt (đinh ốc); Sự khớp lại với nhau.*

serre [sɛr] nf **1.** *Nhà kính để trồng cây;* s. chaude *Nhà kính có nhiệt độ luôn luôn ấm;* sous s. *Trong nhà kính;* effet de s. *Sự tác dụng của nhà kính* **2.** *Móng, vuốt mãnh cầm.*

serre - livres [sɛrlivr] nm inv *Cọc giữ sách (trên giá sách).*

serrement [sɛrm)] nm *Sự siết chặt;* s. de main *Sự siết chặt tay;* s. de coeur *Sự se lòng.*

serrer [sere] **1.** vtr (a) *Siết (tay) bóp chặt, ôm ghì;* s. la main à qn *Siết tay ai;* s. qn entre ses bras *Ôm ghì ai;* s. le cou à qn *Siết cổ ai;* s. qch dans sa main *Bóp chặt vật gì trong tay;* cela me serre le Coeur *Việc ấy làm tôi đau lòng;* (b) *Thắt, siết (gút, đinh ốc);* *Bắt vít; Nghiến (răng);* s. les freins *Bóp thắng;* (c) *Xếp kín; Thắt chặt với nhau; Siết chặt (hàng ngũ);* (d) *Giữ chặt, ôm chặt (bờ biển, bờ đá);* s. qn de près *Bám riết ai;* s. une question de près *Theo dõi chặt chẽ một vấn đề;* serrez à droite ! *Ôm sát bên phải !;* se s. les coudes *Sát cánh nhau.* **2.** se s. (a) *Đứng, ngồi sát vào nhau; Chen chút nhau* serrez - vous ! *Các anh hãy ngồi sát vào nhau !* s. les uns contre les autres *Chen chúc, dồn cục lại với nhau;* se s. contre qn *Ôm sát ai;* (b) *Se thắt, bóp chặt;* mon coeur se serra *Tim* tôi se lại; (c) *Thắt lưng buộc bụng.* serré (a) *a Sít, khít (giày, gút); Chật, chặt chẽ (hàng ngũ); Hẹp (lối đi); Súc tích (lời văn)*; les dents serrées *Hàm răng siết chặt, hàm răng nghiến lại*; serrés comme des sardines *Chật chội như xếp cá mòi*; avoir le coeur s. *Đau lòng*; surveillance serrée *Sự canh chừng chặt chẽ*; arrivée serrée *Sự về đích ráo riết*; (b) adv jouer s. *Đấu cẩn thận, lừa lọc, khôn khéo.*

serre - tête [sɛrtɛt] nm inv *Băng cài tóc.*

serrure [seryr] nf *Ổ khóa*; s. de sureté *Khóa an toàn*; trou de (la) s. *Lỗ tra chìa khóa.*

serrurerie [seryrri] nf (a) *Nghề làm khóa; Hàng bán khóa*; (b) *Nghề làm đồ sắt.*

serrurier [seryrje] nm *Thợ làm khóa.*

sertir [sɛrtir] vtr *Dát, nạm (đá quý).*

seárum [serɔm] nm *Huyết thanh.*

servant, -ante [sɛrvɑ̃,)t] **1.** a *Hầu hạ, phục dịch* **2.** nm (a) *Lính pháo thủ*; (b) s. (de messe) *Người giúp lễ.* **3.** nf (a) *Người hầu gái*; (b) *Toa nhà ăn (tàu hỏa).*

serveur, -euse [sɛrvœr, -z] **1.** n *Người hầu bàn.* **2.** n *Người chia bài; Người giao bóng.* **3.** nm s. (de données) *Nguồn truy nhập dữ liệu.*

serviabiliteá [sɛrvjabilite] nf *Tính hay giúp đỡ* serviable a *Sẵn lòng giúp đỡ.*

service [sɛrvis] nm **1.** (a) *Sự giúp việc, sự hầu hạ*; être au s. de qn *Đang giúp việc cho ai*; porte de s. *Cửa ra vào dành cho người giúp việc*; escalier de s. *Cầu thang phía sau (dành cho người giúp việc)*; (b) *Sự phục vụ (nhà hàng, khách sạn)*; s. compris *Cả tiền phục vụ*; libre s. *Tự phục vụ (cửa hàng)*; s. après - vente *Sự bảo hành sau khi bán, sự hậu mãi*; s. contractuel *Công việc theo hợp đồng*; états de s. *Lý lịch*; s. militaire, s. national *Nghĩa vụ quân sự*; faire son s. *Làm nghĩa vụ quân sự*; apte au s. *Đủ khả năng làm nghĩa vụ, trúng tuyển nghĩa vụ*; libéré du s. *Được giải ngũ*; (d) *Sự giao banh* **2.** *Nhiệm vụ*; être de s. *Đang làm nhiệm vụ, đang phục vụ*; s. de garde *Trực, canh gác*; officier de s. *Sĩ quan trực*; s. de jour, de nuit *Phiên gác ngày, đêm*; tableau de s. *Bản phân công.* **3.** (a) *Chi hội, sở, ban*; chef de s. *Chánh sở, trưởng ban*; s. de renseignements *Ban điều tra*; *Những công ích*; les services publics; s. des eaux *Sở cung cấp nước*. s. postal *Bưu vụ*; (b) *Cục, phòng* s. des renseignements *Cục tình báo*; (c) *(Sức khỏe, xã hội)*; s. des contagieux *Khu biệt lập (truyền nhiễm)*; (d) *(Thương mại) chi ngánh (của hàng buôn)* **4.** (a) *Sự hoạt động (của máy)*; s. manuel *Sự cho máy chạy bằng tay*; (b) *Sự sử dụng (máy)*; en s. *(Máy) đang được sử dụng, đang chạy*; en état de s. *Trong tình trạng đang sử dụng*; hors (de) s. *Máy hỏng*; (c) *(Tàu*

hỏa, phi cơ) chuyến, khoảng đường; assurer le s. entre A et B *Điều khiển khoảng đường giữa A và B.* **5.** rendre un bon, un mauvais, s. à qn *Giúp đỡ (hại) ai*; à votre s. *Xin được phục vụ ông*; ca m'a rendu grand s. *Điều đó đã giúp tôi rất nhiều.* **6.** *Sự lễ bái.* **7.** (a) *Lượt dọn ăn* (b) premier s. *Bữa ăn thứ nhất.* **8.** *Bộ (đồ dùng, bát đĩa)*; s. de table *Bộ.*

serviette [sɛrvjɛt] nf **1.** (a) *Khăn mặt, khăn ăn*; (b) s. (de toilette) *Khăn lông, khăn tắm*; s. hygiénique *Khăn vệ sinh* **2.** *Cặp đựng giấy tờ, hồ sơ.*

serviette - eáponge [sɛrvjɛtepɔ̃ʒ] nf pl *serviettes - éponges. Khăn tắm xốp.*

servile [sɛrvil] a *Hèn hạ (người); Lệ thuộc (sự mô phỏng)* servilement adv *Một cách đê tiện; Một cách lệ thuộc.* servilité nf *Bản chất ti tiện, sự nô lệ.*

servir [sɛrvir] v **1.** vi (a) *Hầu hạ, phục vụ; dùng, sử dụng*; la machine peut s. encore *Cái máy còn sử dụng được*; cela peut s. un jour *Cái đó có ngày còn dùng đến*; (b) s. à qch *Dùng vào việc gì*; cela ne sert à rien de pleurer *Khóc không có ích gì cả*; ca ne servira pas à grand - chose *Cái đó không thật hữu dụng đâu*; à quoi sert d'y aller ? *Đi đến đó có ích gì ?*; (c) s. de *Dùng để Dùng làm như, coi như*; s. de prétexte *Coi như là một lý do*; ca m'a servi de leçon *Điều đó coi như một bài học cho tôi.* **2.** vtr (a) *Làm tôi tớ (cho ai); Phụng sự (ai)*; (b) vi *Nhập ngũ* (c) *Phục vụ, săn đón (khách hàng); Dọn ăn*; Madame est servie *Thưa Bà, cơm đã dọn xong.* en fait de pluie nous sommes servis *Về mặt mưa thì chúng ta lãnh đủ !*; (d) *Dọn, xếp thức ăn lên bàn*; s. à boire à qn *Rót rượu cho ai*; (e) *Giúp đỡ (ai)*; (f) s. la messe *Hầu lễ, giúp lễ*; (g) *Giao banh*; à vous de s. *Đến lượt anh chia bài.* **3.** se (a) se s. d'un plat *Dùng một cái đĩa*; servez - vous ! *Mời các bạn tự nhiên !*; (b) se s. chez Martin *Đi mua hàng ở hiệu Martin*; (c) se s. de qch *Sử dụng vật gì.*

serviteur [sɛrvitœr] nm *Người giúp việc.*

servitude [sɛrvityd] nf (a) *Sự nô lệ;* (b) *Sự cưỡng chế.*

servofrein [sɛrvɔfrɛ̃] nm *Thắng tự động.*

ses [se, sɛ] poss *(Cũng như son) tính từ sở hữu số nhiều.*

session [sesjɔ̃] nf *Khóa họp, thời gian hội nghị.*

seuil [sœj] **1.** *Ngưỡng cửa; Thềm cửa; Bên bờ (sự chết)*; s. de rentabilité *Bắt đầu thu hoạch.* **2.** *(Địa) ghềnh.*

seul [sœl] a **1.** *(Đứng trước danh từ)* (a) *Duy nhất, độc nhất, chí có một*; comme un s. homme *Một người độc nhất*; son s. souci *Điều ưu tư duy nhất của nó*; mon s. et unique stylo*

Cây viết độc nhất của tôi; pas un s. *Không một (ai, vật gì)*; il était le s. à le dire *Anh ấy là người duy nhất nói điều ấy* (b) la seule pensée m'effraie *Chỉ là ý tưởng thôi, tôi đã phát sợ*. **2.** *(Đứng sau danh từ hoặc dùng như vị ngữ) cô đơn, cô độc, một mình* une femme seule *Người phụ nữ cô độc*; se sentir très s. *Cảm thấy cô đơn lắm*; parler s. à qn *Nói chuyện riêng với một người*; je l'ai fait tout s. *Một mình tôi làm việc ấy*; parler tout s. *Lẩm bẩm một mình*. **3.** seule la violence le contraindrait *Chỉ có bạo lực mới cưỡng chế hắn được*; s. un expert pourrait nous conseiller *Chỉ có nhà chuyên môn mới giúp ý kiến cho chúng ta được*; nous sommes seuls à le savoir *Chỉ có chúng ta biết điều đó thôi*.

seulement [sœlm)] adv **1.** (a) nous sommes s. deux *Chỉ hai chúng ta thô*; il vient s. de partir *Anh ấy mới vừa đi*; (b) *Cô độc, duy nhất* **2.** *Cả những, ngay đến*; il ne m'a pas s. remercié *Ngay đến cám ơn tôi, anh ấy cũng không*; sans s. me remercier *Ngay đến cám ơn tôi cũng không*; si s. *Nếu chỉ* **3.** je viendrais bien, s. *Tôi rất muốn đến, nhưng*.

seâve [sɛv] nf *Nhựa (cây)*.

seâveâre [sɛvɛr] a **1.** *Nghiêm khắc; Nghiêm nhặt, khắc nghiệt*; climat s. *Khí hậu khắc nghiệt*. **2.** *Nghiêm nhặt (kỷ luật)* sévèrement adv *Một cách nghiêm khắc, nghiêm nhặt, khốc liệt*.

seâveâriteá [severite] nf *Sự nghiêm khắc; Sự nghiêm nhặt, sự hà khắc*.

seávices [sevis] nmpl *Sự hành hạ, sự tàn bạo*.

seávir [sevir] vi **1.** s. contre qn *Nghiêm trị ai*. **2.** *(Dịch, nạn chiến tranh) hoành thành, tàn phá*.

sevrage [səvraʒ] nm *Sự cai sữa*.

sevrer [səvre] vtr (je sèvre, n. sevrons) *Cai sữa cho (bé)*; s. de *Tước, lấy đi*.

sexe [sɛks] nm **1.** *Giới, giới tính*; l'autre s. *Khác giới* **2.** *Bộ phận sinh dục*.

sexisme [sɛksism] nm *Chủ nghĩa giới tính* sexist a & n *Thành kiến giới tính, người có thành kiến giới tính*.

sexologue [sɛksɔlɔg] n *Nhà giới tính học*.

sextuor [sɛkstɥɔr] nm *Bài nhạc lục tấu*.

sextant [sɛkst)] nm *Cung sáu mươi độ, đồ dùng đo giác cự*.

sexualiteá [sɛksɥalite] nf *Bản năng giới tính*. sexuel, - elle a *Thuộc giới tính*; éducation sexuelle *Sự giáo dục về giới tính*. sexuellement adv *Về mặt tình dục*.

sexy [sɛksi] a *Khêu gợi*.

seyant [sɛj)] a *Hợp, hài hòa (quần áo, màu sắc)*.

shah [ʃa] nm *Vua, hoàng đế Batu*.

shakespearien, - ienne [ʃɛkspirj(, jɛn] a *Thuộc Séch - xpia, theo lối Séch - xpia (đại văn hào và kịch gia Anh 1564 - 1616)*.

shampooing [ʃ)pw(] nm *Dầu gội đầu, sự gội đầu*; faire un s. à qn *Gội đầu cho ai*; s. colorant *Sự xúc miệng, chai, thuốc nhuộm tóc*.

shampouiner [ʃ)pwine] *Gội đầu*.

shampouineur, - euse [ʃ)pwinœr, -z] n *Nhân viên gội đầu*..

Shanghai [ʃ)gaj] *Thành phố Thượng hải*.

sheárif [ʃerif] nm *Quận trưởng (Anh, Mỹ)*.

shoot [ʃut] nm *Cú sút*.

shooter [ʃute] **1.** vi *Sút bóng* **2.** se s. *Chích ma túy vào mạch máu*.

short [ʃɔrt] nm *Quần sọt, quần đùi*.

si[1] [si] conj (a) *Nếu*; si on ne le surveille pas, il s'échappera *Nếu ta không canh chừng nó, thì nó sẽ trốn*; si ce n'était mon rhumatisme *Nếu không là bệnh cảm của tôi*; si je ne me trompe *Nếu tôi không nhầm thì...*; si seulement *Nếu chỉ...*. (b) c'est à peine s'il peut distinguer les chiffres *Phải khó khăn lắm nó mới phân biệt được các con số* **2.** *Giả sử, nếu như*; je me demande si c'est vrai *Tôi tự hỏi giả sử đó là sự thật*; vous ne connaissez pas Paris ? - si, je connais Paris! *Anh không biết thành phố Paris sao? - Dĩ nhiên tôi biết Paris !* Si c'est malheureux de voir ca ! *Thấy thương tâm quá !* **3.** *Như thế nào; Biết mấy*; pensez si j'étais furieux ! *Anh có thể tưởng tượng là tôi tức giận như thế nào !* **4.** *Nếu như phỏng như*, et si elle l'apprend? *Và phỏng như cô ấy nghe được chuyện ấy?* et si on faisait une partie de bridge ? *Nếu như chúng ta chơi một ván bài ?* **5.** nm tes si et tes mais *Những cái nếu và những cái nhưng của bạn*.

si[2] adv **1.** (a) *Như thế; Quá*; un si bon diner *Bữa cơm ngon quá*; ce n'est pas si facile *Không dễ như thế đâu*; (b) il n'est pas si beau que vous *Anh ấy không đẹp trai như anh*; (c) si bien que *Đến nỗi rằng* **2.** si jeune qu'il soit *Anh ấy trẻ đến đâu đi nữa*; si peu que ce soit *Chỉ cần một tí thôi* **3.** *(Để trả lời một câu hỏi phủ định) có chứ !*; il n'est pas parti ? - si. *Anh ấy không đi à ? Có chứ !* il ne s'en remettra pas - mais si! *Anh ấy không phục hồi nổi đâu - có chứ, anh ấy sẽ phục hồi*.

si[3] nm inv **1.** *Nốt B nốt xi* **2.** *Nốt xi*.

siamois, - oise [sjamwa, waz] a & n *Thuộc nước xiêm*; (chat) s. *Mèo xiêm*; frères s. *Trẻ sinh đôi dính nhau*.

Sibeárie [siberi] Prnf *Nước Tây - bá - lợi Á (thuộc Nga)*. sibérien, - ienne a & n *Thuộc Xibêri, người Xibêri*.

sibilant [sibil)] a *Khò khè, xèo xèo (tiếng).*
sic [sik] adv *Theo nguyên văn.*
SICAV [sikav] nf abr Société d'investissement à capital variable *Công ty đầu tư có vốn thay đổi.*
Sicile [sisil] *Đảo Xi - xin (Ý).* sicilien, -ienne a & n *Thuộc Xi xin, người Xi xin.*
SIDA [sida] nm abbr Syndrome immuno - déficitaire acquis, AIDS. *Bệnh (AIDS) Sida.*
sideáen, - enne [side(, ɛn] **1**. a *Đau đớn vì bệnh si đa* **2**. n *Người mắc bệnh si đa.*
sideáral, - aux [sideral, o] a *Thuộc thiên thể.*
sideárer [sidere] vtr (il sidère; il sidérera) *Làm sững sờ, làm choáng người.* sidérant a *Làm sững sờ.* sidéré a *Chết ngất, điếng người.*
sideárurgie [sideryrʒi] nf *Công nghiệp gang thép.* sidérurgique a industrie s. *Công nghiệp gang thép.*
sideárurgiste [sideryrʒist] n *Người luyện gang thép.*
sieâcle [sjɛkl] nm **1**. *Thế kỷ, trăm năm* **2**. *Đời, thời đại;* notre s. *Thời đại của chúng ta;* être d'un autre s. *Ở vào thời đại khác, đời khác;* il y a un s. que je ne vous ai vu *Đã lâu lắm rồi ôi không gặp anh.*
sieâge [sjɛʒ] nm **1**. (a) *Ghế ngồi, trụ sở;* s. social *Hội, sở* (b) s. épiscopal *Tòa, chức quyền giám mục* **2**. *Sự bao vây, sự công hãm;* mettre le s. devant *Bao vây;* lever le s. (i) *Giải vây, thôi vây hãm;* (ii) *Rút lui.* **3**. *Chỗ ngồi, ghế;* s. à la Chambre *Ghế ở Nghị viện;* le s. du juge *Ghế Chánh án;* prenez un s. *Hãy lấy một cái ghế ngồi;* **4**. *Mặt ghế;* s.éjectable *Ghế có thể bật hắt ra (khi có tai nạn).*
sieáger [sjeʒe] vi (je siège, n. siégeons; je siégerai) **1**. *Đặt trụ sở, tại ở;* c'est là que siège le mal *Rắc rối, khó khăn là ở chỗ đó* **2**. *(Hội nghị) dự hội nghị* **3**. s. à la Chambre *Dự họp quốc hội;* Jur: s. au tribunal *Mở phiên tòa.*
sien, sienne [sj(, sjɛn] **1**. *Của anh ấy, của cô ấy, của mình;* adopter qch comme s. *Nhận vật gì làm của mình;* faire s. *Làm của mình.* **2**. le s., la sienne, les siens, les siennes (a) poss pron ma soeur est plus jolie que la sienne *(Chị) em gái tôi đẹp hơn (chị) em gái nó;* il prit mes mains dans les siennes *Anh ấy nắm hai tay tôi trong 2 tay của anh ấy;* (b) nm (*) à chacun le s. *Người nào phần nấy;* y mettre du s. *Đóng góp phần mình;* (**) *Bạn bè, họ hàng của nó* (***) il a encore fait des siennes *Anh ấy lại làm việc bậy bạ, tào lao nữa.*
sieste [sjɛst] nf *Giấc ngủ trưa;* faire la s. *Ngủ trưa.*
sifflement [sifləm)] nm *Tiếng huýt, tiếng huýt còi, tiếng rít; Tiếng khò khè.*
siffler [sifle] **1**. vi (a) *Huýt sáo; (Rắn) kêu xì xì; (Hơi thở) kêu khò khè;* (b) *Thổi còi* **2**. vtr (a) *Hót;* s. une faute, la mi - temps *Thổi còi phạm lỗi, thổi còi giữa hai hiệp;* (b) *Huýt để gọi (xe tắc xi); Huýt gọi (chó);* se faire s. (par la police) *Bị (cảnh sát) thổi còi phạt;* s. une fille *Huýt sáo (để chọc) một cô gái;* (c) *Huýt sáo chê bai một diễn viên;* (d) *Nốc, tọng.* sifflant, -ante a *Như tiếng gió, xì xì, khò khè.*
sifflet [siflɛ] nm **1**. *Cái còi;* (coup de) s. *Tiếng còi.* **2**. *Tiếng huýt còi chê bai, phản đối (một diễn viên).*
siffleur, - euse [siflœ r, -z] **1**. a *Hay huýt, khò khè* **2**. n *Người huýt sáo; Người huýt sáo phản đối (một diễn viên).*
sifflotement [siflɔtm)] nm *Sự huýt sáo.*
siffloter [siflɔte] vtr & i *Huýt sáo.*
sigle [sigl] nm *Ký hiệu; Chữ đầu.*
signal, - aux [siɲal, o] nm *Hiệu, dấu hiệu;* faire des signaux *Ra dấu hiệu;* donner le s. de qch *Báo hiệu về một việc gì;* signaux lumineux *Đèn hiệu;* s. de détreesse *Tín hiệu cấp cứu;* s. d'alarme *Tín hiệu báo động; Còi hiệu.*
signalement [siɲalm)] nm *Dấu hiệu nhận dạng; Nét đặc biệt.*
signaler [siɲale] vtr **1**. (a) *Ra dấu hiệu; Kêu gọi, báo cho biết;* s. un livre à qn *Báo cho ai biết một quyển sách;* (b) *Trình báo;* rien à s. *Không có gì để trình báo cả;* s. qn à la police *Báo ai với công an;* (c) *Báo hiệu (tàu hỏa, tàu thủy)* **2**. se s. *Được chú ý;* se s. à l'attention de qn *Được ai chú ý.*
signalisation [siɲalizasjɔ̃] nf **1**. *Sự phát ra tin hiệu; Sự trang bị tín hiệu* **2**. *(Đường sá) tín hiệu;* s. routière *Tín hiệu lưu thông;* panneau de s. *Bảng báo hiệu;* poteau de s. *Cột trụ tín hiệu;* feux de s. *Đèn hiệu.*
signaliser [siɲalize] vtr *Trang bị tín hiệu.*
signataire [siɲatɛr] n *Người ký tên.*
signature [siɲatyr] nf **1**. *Sự ký* **2**. *Chữ ký.*
signe [siɲ] nm **1**. *Dấu hiệu, dấu, dấu riêng;* ne pas donner s. de vie *Bặt vô âm tín;* c'est bon, c'est mauvais, s. *Dấu hiệu tốt, xấu;* sous le s. de la cordialité *Nhờ ảnh hưởng của sự tâm giao.* **2**. *biểu hiện, dấu;* signes de ponctuation *Dấu chấm câu;* s. du zodiaque *Ký hiệu của đường hoàng đạo;* signes extérieurs de richesse *Những dấu hiệu bên ngoài của sự giàu có.* **3**. signes particuliers *Những nét đặc biệt, đặc trưng.* **4**. *Sự ra dấu, sự làm hiệu;* faire s. à qn (i) *Ra dấu cho ai* (ii) *Đụng chạm vào ai;* faire s. à qn de la main *Ra hiệu tay với ai;* faire s. que oui *Gật đầu (tỏ ý ưng thuận);* faire s. que non *Lắc đầu (tỏ ra không đồng ý).*

signer [siɲe] **1.** vtr *Ký tên (trên tài liệu);* c'est signé *Biết rõ là ai làm rồi!* **2.** se s. *Làm dấu Thánh giá.*

signet [siɲɛ] nm *Dải đánh dấu trang sách.*

signification [siɲifikasjɔ̃]] nf *Nghĩa, ý nghĩa* significatif, - ive a *Có ý nghĩa, biểu lộ được;* s. de *Biểu lộ.*

signifier [siɲifje] vtr (pr sub & impf n. signifiions) **1.** *Có nghĩa là, nghĩa là;* que signifie ce mot ? *Từ này có nghĩa gì?* cela ne signifie rien, (*) *Điều đó không có nghĩa gì cả;* (**) *Điều đó không quan trọng;* (Để chứng tỏ sự tức giận) qu'est - ce que cela signifie ? *Như thế nghĩa là thế nào ?* **2.** *Báo cho biết;* s. son congé a qn *Báo cho ai biết là sẽ bị nghỉ việc.*

silence [silɑ̃s] nm **1.** *Sự im lặng;* s. de mort *Sự tuyệt vô âm tín;* garder le s. *Giữ sự im lặng;* s. ! *Im! im lặng !* en s. *Âm thầm, trong im lặng;* passer qch sous s. *Lờ việc gì đi* **2.** *Dấu nghỉ, dấu lặng.* silencieux, - euse **1.** a *Lặng lẽ, yên lặng, yên tĩnh.* **2.** nm *Bộ tiêu âm, bộ triệt âm.* silencieusement adv *Một cách âm thầm.*

silex [silɛks] nm *Đá lửa.*

silhouette [silwɛt] nf (a) *Bóng, hình bóng;* (b) *Đường nét, dáng (người); (Nhà cửa) hình trạng, hình thế;* (c) *Bia hình người (để tập bắn).*

silice [silis] nf *Silic đioxit.*

silicium [silisjɔm] nm *Silic.*

silicone [silikɔn] nf *Silicon.*

sillage [sijaʒ] nm (a) *Lằn tàu;* marcher dans son s. *Theo bước ai;* (b) *Lằn bay.*

sillon [sijɔ̃] nm (a) *Luống cày, đường cày;* (b) *Lằn nhăn (trên trán);* (c) *Vết (bánh xe lăn);* s. de lumière *Vệt ánh sáng;* (d) *Khe, rãnh (trên băng từ).*

sillonner [sijɔne] vtr (a) *Rạch; Cắt thành đường ngang, gạch ngang;* montagne sillonnée par les torrents *Núi bị giòng thác lũ rạch ngang;* (b) *(Ánh sáng) xẹt, chớp (trên đời).*

silo [silo] nm *Hầm ủ tươi, kho chứa.*

simagreáes [simagre] nfpl *Điệu bộ (làm duyên);* faire des s. *Làm bộ, giả vờ.*

similariteá [similarite] nf *Sự tương tự, sự giống nhau.* similaire a *Giống nhau, tương tự (như....).*

similitude [similityd] nf *Sự giống nhau; Sự tương tự.*

simple [sɛ̃pl] a **1.** (a) *Đơn giản; Đơn (hoa, vé);* s. messieurs, dames *Cuộc đánh đơn - nam đơn - nữ;* (b) *(Văn phạm)* passé s. *Thì quá khứ đơn (để kể chuyện);* corps s. *Đơn chất.* **2.** (a) *Thường, thông thường;* un s. particulier *một thường dân;* s. soldat *Linh thường (binh);* (b) c'est une s. question de temps *Vấn đề đơn giản là thời gian thôi;* de la folie pure et s. *Là sự điên rồ không hơn không kém;* croire qn sur sa s. parole *Tin ai chỉ đơn thuần vào lời nói;* (c) *Giản dị, bình dị (người); Đơn sơ (ăn mặc), đạm bạc (thức ăn); Thực thà, mộc mạc;* (d) *Dễ dàng (phương pháp);* c'est s. comme bonjour *Rất dễ dàng, dễ như trở bàn tay.* **3.** (a) *Ngây thơ, khờ;* nm un s. d'esprit *Đần, khù khờ;* (b) *Ngay thật; Nhẹ dạ; Non nớt.* simplement adv *Một cách đơn giản; Giản dị; Thực thà; Chỉ có, chỉ là.* simplet, ette a *Ngây thơ, chất phác.*

simpliciteá [sɛ̃plisite] nf **1.** *Sự đơn giản; Tính thực thà;* en toute s. *Với tất cả sự đơn giản.* **2.** *Sự chất phác, sự chân thật.*

simplification [sɛ̃plifikasjɔ̃] nf *Sự đơn giản hóa.*

simplifier [sɛ̃plifje] vtr (impf & pr sub n. simplifiions) *Đơn giản hoá;* trop s. *Quá đơn giản, đơn giản quá mức.*

simpliste [sɛ̃plist] a *Quá mức đơn giản.*

simulacre [simylakr] nm *Sự giả vờ, sự đóng kịch; Sự phô trương;* s. de combat *Trận đánh giả.*

simulateur, - trice [simylatœr, tris] (a) n *Người giả vờ, người quỷ quái;* (b) nm s. de vol *Máy phóng tập bay.*

simulation [simylasjɔ̃] nf *Sự giả bộ; Sự phô trương.*

simuler [simyle] vtr *Vờ, giả bộ, giả hình;* s. une maladie *Giả vờ bệnh.* simulé a *Giả vờ, giả bộ.*

simultaneá [simyltane] a *Đồng thời, cùng lúc.* simultanément adv *Cùng lúc, đồng thời.*

sinapisme [sinapism] nm *Thuốc cao hột cải.*

sinceáriteá [sɛ̃serite] nf *Sự thành thật; Sự chân thật.* sincère a (a) *Thành thật;* (b) *Chân thật.* sincèrement adv *Một cách thành thật; Một cách chân thật.*

sineácure [sinekyr] nf *Chức vụ nhàn rỗi;* ce n'est pas une s. *Không phải việc tầm thường đâu.*

Singapour [sɛ̃gapur] *Singapor.*

singe [sɛ̃ʒ] nm (a) *Con khỉ, giống khỉ lớn;* (b) *Người hay bắt chước;* (c) *(Trẻ con) tinh ranh;* (d) *Người xấu xí; Nhăn nhó.*

singer [sɛ̃ʒe] vtr (n. singeons) *Bắt chước một cách ngu ngốc, nhái, nhại (ai).*

singeries [sɛ̃ʒri] nfpl *Trò nõm, trò hề;* faire des s. *Làm trò hề.*

singulariser [sɛ̃gylarize] **1.** vtr *Làm cho (ai) trở thành khác người.* **2.** se s. *Gây chú ý, lập dị.*

singulariteá [sɛ̃gylarite] nf *Tính lập dị; Sự dị thường.*

singulier, - ieâre [sɛ̃gylje, jɛr] a **1.** *Một chọi*

sinistre *một, đơn độc*; combat s. *Cuộc đấu tay đôi*; nm au s. *Số ít*. **2.** (a) *Đặc biệt, phi thường (tài năng, đức tính)*; (b) *Kỳ dị, lạ thường (người, y phục, sự việc xảy ra)*. singulièrement adv *Một cách lạ thường; Đặc biệt; Kỳ dị; Phi thường*.

sinistre [sinistr] **1.** a *Gở, hung*; un s. menteur *Một tên nói láo đáng sợ*; **2.** nm (a) *Tai họa (hỏa hoạn, động đất, đắm tàu)*; (b) *Sự mất mát, sự thiệt hại (do tai nạn và được bảo hiểm bồi thường)*. sinistré, -ée **1.** a *Tòa nhà bị sập*; zone sinistrée *Vùng bị thiên tai, vùng bị nạn* **2.** n *Nạn nhân của tai ương*.

sinon [sinɔ̃] conj **1.** *Nếu không thì, (hay) cách khác, nếu không*. **2.** *Trừ phi, ngoại trừ*; il ne fait rien s. dormir *Nó không làm gì cả ngoại trừ ngủ*; s. que *Trừ phi là*.

sinueux, -euse [sinɥ-, -z] a *Quanh co, khúc khuỷu (đường mòn); Ngoằn ngèo, vòng vo (sông); Quanh co (lý lẽ)*.

sinuosité [sinɥozite] nf (a) *Sự khúc khuỷu; Sự quanh co*; (b) *Khúc quanh (sông)*.

sinus [sinys] nm *(Giải) xoang*.

sinusite [sinyzit] nf *Viêm xoang*.

sionisme [sjɔnism] nm *Chủ nghĩa Sion*. sioniste a & n *Đảng viên, thành viên Sion*.

siphon [sifɔ̃] nm (a) *Ống xi phông*; (b) *Ống hình chữ U (của ống dẫn nước)*.

siphonner [sifɔne] vtr *Chuyển nước bằng ống xi phông*. siphonné a *Điên điên khùng khùng*.

sire [sir] nm (a) *Tước, phẩm của những người quý tộc*; (b) un triste s. *Anh chàng bất tài*; (c) *(Vua) bệ hạ*.

sireâne [sirɛn] nf **1.** *Nữ thần người cá* **2.** (a) *Còi nhà máy*; (b) *Còi để thổi khi có sương mù*.

sirop [siro] nm *Nước đường ; (Trái cây nấu) xi rô*; s. contre la toux *Thuốc trị ho*.

siroter [sirɔte] vtr *Nhấm nháp*.

sirupeux, - euse [siryp-, -z] a *Như xi rô (nước, nhạc)*.

sis [si] a *Cư trú tại*.

sismique [sismik] a *Thuộc địa chấn*.

sismographe [sismɔgraf] nm *Địa chấn ký*.

site [sit] nm (a) *Cảnh, phong cảnh*; (b) *Thắng cảnh*; s. (touristique) *Nơi danh lam thắng cảnh*.

sitôt [sito] adv (a) (= AUSSITÔT) *Ngay, tức thì*; s. dit s. fait *Miệng nói tay làm, nói xong làm ngay*; s. que + ind *Ngay khi mà*; s. après *Ngay sau đó*; (b) pas de s. *Không phải ngay được*.

situation [sitɥasjɔ̃] nf **1.** *Địa thế, thế, vị trí (thành phố)*. **2.** *Địa vị, tình hình, tình trạng (xã hội, kinh tế)*; s. de famille *Tình trạng gia đình*; être en s. de faire qch *Có thể, có khả năng làm một việc gì*; exposer la s. *Trình bày tình hình* **3.** *Việc làm*; se faire une belle s. *Tạo được việc làm tốt*.

situer [sitɥe] vtr *Đặt, để, định nơi, định vị trí (nhà cửa); Sắp đặt*; on ne le situe pas *Không có chỗ cho anh ấy*; l'action se situe à Rome the *Sự việc đang diễn biến tại Lamã*.

six num a inv & nm **1.** *Sáu*; s. hommes *Sáu người đàn ông*; s. petits enfants *Sáu đứa trẻ*; à s. heures *Vào lúc 6 giờ*; jen ai s. *Tôi có 6 (thứ đó)* **2.** *(Thứ tự)* le s. mai *Ngày 6 tháng 5 (dương lịch)*; Charles S. *Vua Charles đệ lục* sixième **1.** num a & n au s. (étage) *Ở (lầu) 6, tầng thứ bảy* **2.** nm *Phần sáu* **3.** nf *(Trường học) lớp sáu*. sixièmement adv *Sáu là....*

sketch [skɛtʃ] nm *Vở đoản kịch*; pl sketches. *Kịch ngắn*.

ski [ski] nm **1.** *Ván trượt tuyết* **2.** *Môn trượt tuyết* faire du s. *Chơi môn trượt tuyết*; chaussures de s. *Giày trượt tuyết*; s. de fond *Trượt tuyết băng qua đồng*; s. nautique *Môn lướt ván trên nước*.

ski - bob [skibɔb] nm *Xe trượt tuyết*.

skier [skje] vi *Trượt tuyết*.

skieur, - euse [skjœ r, -z] n *Người trượt tuyết*.

skif(f) [skif] nm *Thuyền bơi dài và hẹp*.

slalom [slalɔm] nm faire du s. *Cuộc trượt tuyết lượn theo mốc*.

slave [slav] **1.** a *Thuộc dân tộc Xlavơ*. **2.** n *Dân tộc Xlavơ*.

slip [slip] nm *Quần ngắn; (Phụ nữ) quần lót*; s. de bain *Quần tắm, quần để bơi lội*.

slogan [slɔg]] nm *Khẩu hiệu*.

slow [slo] nm *Điệu vũ Slow*.

smala [smala] nf *Bầu đoàn thê tử*.

SMIC abbr salaire minimum interprofessionnel de croissance *Mức lương tối thiểu*.

smicard, - arde [smikar] n *Người ăn lương tối thiểu*.

smoking [smɔkiŋ] nm *Áo dự tiệc*.

snack (-bar) [snakbar] nm *Quán ăn, quán rượu phục vụ nhanh*.

SNCF abbr Société nationale des chemins de fer français. *Xí nghiệp đường sắt quốc gia Pháp*.

snob [snɔb] **1.** nm *Kẻ đua đòi, người chạy theo thời trang* **2.** a (a) *Đua đòi, học làm sang*; (b) *Khoe khoang*.

snober [snɔbe] vtr *Làm nhục (ai); Chà đạp (vật gì) một cách khinh rẻ*.

snobisme [snɔbism] nm *Thói đua đòi*.

sobre [sɔbr] a *Có tiết độ, điều độ (người); Giản dị (lời văn); Dè dặt (lời nói)*. sobrement a *Một cách điều độ, giản dị*.

sobriéateá [sɔbrijete] nf *Tính thanh đạm; Sự*

tiết độ.

sobriquet [sɔbrikɛ] nm *Tên giễu, biệt hiệu.*

sociabiliteá [sɔsjabilite] nf *Tính thích giao du.*

sociable a *Thích giao du, sống hợp quần.*

social, - aux [sɔsjal, o] a (a) *Thuộc xã hội; l'ordre s. Trật tự xã hội;* guerre sociale *Chiến tranh giai cấp;* (b) raison sociale *Danh hiệu, đặc điểm của hãng buôn;* siège s. *Trụ sở của hãng.* socialement adv *Về mặt xã hội.*

social - deámocrate [sɔsjaldemɔkrat] a & n pl sociaux - de mocrates. *(Chính trị) xã hội dân chủ.*

socialisation [sɔsjalizasjɔ̃] nf *Sự xã hội hóa, sự công ty hóa*

socialiser [sɔsjalize] vtr *Xã hội hóa, công ty hóa.*

socialisme [sɔsjalizism] nm *Chủ nghĩa xã hội.* socialiste a & n *Xã hội chủ nghĩa, người theo xã hội chủ nghĩa.*

socieátaire [sɔsjetɛr] n *Hội viên.*

socieáteá [sɔsjete] nf 1. (a) *Xã hội, đoàn thể;* (b) *Công ty; Hiệp hội, hội đoàn;* ca ne se fait pas dans la bonne s. *Một xã hội tốt không làm điều ấy.* 2. (a) *Đoàn thể, hội; Câu lạc bộ;* (b) *(Thương mại) công ty, hãng buôn; Liên doanh;* s. par actions *Công ty cổ phần;* s. anonyme *Công ty nặc danh hữu hạn;* s. à responsabilité limitée *Công ty trách nhiệm hữu hạn.* 3 (a) *Sự hội họp, toàn thể thủy thủ trên tàu;* (b) *(Đúng cách) sự giao tế.*

sociologie [sɔsjɔlɔʒi] nf *Xã hội học.* sociologique a *Thuộc xã hội học.*

sociologue [sɔsjɔlɔg] n *Nhà xã hội học.*

socle [sɔk] nm *Bục, đế, bệ (của tượng); Đế, chân (đèn).*

socquette [sɔkɛt] nf *Tất ngắn, vớ ngắn.*

soda [sɔda] nm *Nước sô đa;* s. à l'orange *Nước cam xô đa.*

sodium [sɔdjɔm] nm *(Chim.) na - tri.*

sœur [sœ r] nf 1. *Chị, em gái;* et ta s.! *Thôi, im mồm đi !* 2. *Bà xơ, nữ tu sĩ.*

sofa [sɔfa] nm *Trường kỷ, ghế xô fa.*

soi [swa] pers *Mình, nó v.v...;* chacun pour s. *Mỗi người tự lo cho mình;* en s. *Tự nó, mặc nhiên;* il va de s. que *Tất nhiên là...;* se parler à s. - même *Tự nói chuyện với mình;* petits services qu'on se rend entre s. small *Những chuyện nhỏ nhặt giúp đỡ lẫn nhau.*

soi - disant [swadiz] 1. a inv (a) *Tự cho, gọi là;* une s. -d . comtesse *Một bà gọi là nữ công tước;* (b) les arts s.-d. libéraux *Những nghệ thuật tự cho là nghệ thuật tự do.* 2. adv *Hẳn là, chắc là;* il est parti s.-d pour réfléchir *Anh ấy đã đi, hẳn là để suy nghĩ.*

soie [swa] nf 1. *Lông cứng (của heo rừng)* 2. *Tơ, lụa;* robe de s. *Áo bằng tơ,* papier de s. *Giấy lụa.*

soierie [swari] nf (a) *Hàng tơ lụa;* (b) *Nghề tơ lụa.*

soif [swaf] nf (a) *Sự khát;* avoir s. *Khát, khát nước;* boire à sa s. *Uống cho đã khát;* ca me donne s. *Điều đó làm tôi khát nước;* (b) *Sự khao khát (về uy quyền).*

soigner [swaɲe] vtr (a) *Chăm sóc, giữ gìn; Ăn cần; Nâng niu, chăm chút ; (Bác sĩ) săn sóc (bệnh nhân); Điều trị (bệnh tật);* se s. *Chữa bệnh;* cette maladie ne se soigne pas *Căn bệnh này không thể chữa được;* ca se soigne! *Bạn, anh ấy, cô ấy;* il faut te faire s. (i) *Anh nên đi khám bệnh* (ii) *Anh nên coi kỹ lại cái đầu của anh đi nhé !* (b) *Chăm lo;* s. sa popularité *Chăm lo gìn giữ để được lòng dân;* s. sa ligne *Chải chuốt thân hình.* soigné a *Hoàn mỹ; Cẩn thận, có ngăn nắp; Kỹ lưỡng (chuẩn bị món ăn); Trau chuốt (câu văn); Chải chuốt (bề ngoài); Sạch sẽ (bàn tay);* peu s. *Luộm thuộm, cẩu thả;* un rhume s. *Sổ mũi ra trò.*

soigneur [swaɲœ r] nm *Người săn sóc võ sĩ.*

soigneux, -euse [swaɲ-, -z] a *Chăm chút; Cẩn thận, kỹ lưỡng (người).* soigneusement adv *Một cách kỹ lưỡng.*

soi - mĩme [swamɛm] pers pron *Xem* soi and même 1 (c). *Tự mình.*

soin [sw( ] nm (a) *Sự chăm sóc;* le s. des enfants *Sự chăm sóc trẻ em;* prendre s. de qn, qch *Chăm sóc ai, một vật gì;* il prend peu de s. de sa personne *Anh ấy ít chăm sóc con người của anh ấy;* aux (bons) soins de *Nhờ sự chuyển giao của....;* soins du ménage *Công việc nội trợ;* (b) *Sự săn sóc, sự cẩn thận, sự thận trọng;* avoir s. *Chăm sóc;* avoir, prendre, s. que + sub *Chăm lo cho;* je vous laisse le s. de décider *Tôi để cho anh lo quyết định;* (c) avoir beaucoup de s. *Lo lắng rất kỹ lưỡng;* avec s. *Cẩn thận, chải chuốt;* manque de s. *Cẩu thả;* (d) *Sự săn sóc, sự chăm chút;* soins médicaux *Sự điều trị;* premiers soins *Những sự chăm sóc ban đầu;* service de soins intensifs; être aux petits soins pour qn *Ân cần chăm sóc ai.*

soir [swar] nm *Buổi chiều, tối;* à dix heures du s. *10 giờ tối;* hier, demain, (au) s. *Hôm qua, ngày mai (vào) buổi chiều;* la veille au s. *Buổi chiều hôm qua;* du matin au s. *Từ sáng đến chiều.*

soireáe [sware] nf 1. *Buổi tối* 2. (a) *Buổi dạ hội;* s. dansante *Buổi dạ vũ;* tenue de s. *Y phục dạ hội;* (b) *représentation de s. Buổi trình diễn ban đêm.*

soit [swa, swat] 1. (a) int s.! *Được! đúng! chấp*

nhận !; (b) *Tức là; Giả sử, thí dụ*; s. ABC un triangle *Cho một tam giác ABC*; (c) trois objets à dix francs, s. trente francs *Ba món đồ, mỗi món mười quan, tức là 30 quan* **2.** (a) conj s. l'un, s. l'autre *Hoặc cái này, hoặc cái kia*; (b) conj phr s. qu'il vienne, s. qu'il ne vienne pas *Hoặc là anh ấy đến, hoặc là anh ấy không đến*.

soixantaine [swas)tɛn] nf *Khoảng sáu mươi độ, chừng sáu mươi, sáu mươi dư*; il a passé la s. *Ông ấy hơn 60 tuổi*.

soixante [swas)t] num a inv & nm inv *Sáu mươi*; page s. *Trang 60*; s. et un *Sáu mươi mốt*; s. et onze *Bảy mươi mốt*. **soixantième** num a & nn *Thứ 60, hạng 60*.

soixante - dix [swas)tdis] num a inv & nm inv *Bảy mươi* soixante - dixième num a & n *Thứ 70, hạng 70*

soja [sɔʒa] nm *Đậu nành*; graine de s. *Hạt đậu nành*; germes, pousses, de s. *Mầm đậu nành (giá)*.

sol[1] [sɔl] nm (a) *Mặt đất, đất*; cloué au s. (i) *Bị hạ xuống đất* (ii) *Đứng chết trân (chôn chân xuống đất)*; (b) *Đất*; (c) *Nền nhà*.

sol[2] nm inv **1.** *Nốt G*; **2.** *sol*.

sol - air [sɔlɛr] a inv *Tên lửa không đối không*.

solaire [sɔlɛr] a *Thuộc mặt trời (hệ, năng lượng); Chống nắng (kem)*.

solarium [sɔlarjɔm] nm *Viện chữa bệnh bằng ánh sáng mặt trời*.

soldat [sɔlda] nm (a) *Lính, quân nhân*; simple s. *Lính trơn, binh nhì*; le S. inconnu *Chiến sĩ vô danh*; se faire s. *Nhập ngũ*; (b) s. de plomb *Lính bằng chì (đồ chơi)*.

solde[1] [sɔld] nf *Tiền lương*; demi - s. *Một nửa lương*; être à la s. de qn *Làm tay sai cho ai*.

solde[2] nm **1.** *Số chênh lệch, kết số*; s. débiteur, créditeur *Kết số thiếu, kết số thừa*; pour s. de tout compte *Kết số thanh toán* **2.** (a) *Số hàng dư; Phần còn lại; Hàng, bán hạ giá, sự giao kèo điều kiện mua bán* (b) *Sự bán xon*; prix de s. *Giá xon*; en s. *Bán hạ giá*.

solder [sɔlde] vtr **1.** (a) *Kết toán, thanh toán*; (b) *Trả dứt*; (c) se s. par un échec *Cuối cùng bị thất bại* **2.** *Bán hạ giá (hàng tồn kho)*. soldé a *(Hàng) bán hạ giá*.

soldeur, -euse [sɔldœr, -z] n *Người buôn hàng xon*.

sole [sɔl] nf *Đế móng (ngựa, lừa), cá lưỡi trâu*.

soleácisme [sɔlesism] nm *Lỗi cú pháp, lỗi văn phạm*.

soleil [sɔlɛj] nm **1.** *Mặt trời* **2.** *Ánh nắng*; il fait du s. *Trời nắng*; prendre un bain de s. *Tắm nắng*; jour de s. *Ngày nắng tốt*; sans s. *Không có nắng*; coup de (i) *Sự sạm da vì nắng*; (ii) *Bị cảm nắng*; se faire une place au s. *Có địa vị trong xã hội*. **3.** *Hoa quỳ, hoa hướng dương* **4.** grand s. *Vòng lộn xà đơn* **5.** *Pháo hoa quay*.

solennel, - elle [sɔlanɛl] a *Long trọng, trịnh trọng, trọng đại*. solennellement adv *Một cách long trọng*.

solenniteá [sɔlanite] nf *Vẻ long trọng, sự trịnh trọng*.

solex [sɔlɛks] m *Sự lau chùi bằng chổi có cán dài*.

solfeâge [sɔlfɛʒ] nm *Sự xướng âm*.

solidaire [sɔlidɛr] a **1.** *Liên đới*; obligation s. *Bốn phận liên đới* **2.** *Sự liên kết, sự đồng với nhau*; nous sommes solidaires *Chúng ta đứng chung một phía*; être s. d'un mouvement *Cùng biểu thị một cộng tác*. solidairement adv *Liên đới*.

solidariser (se) [səsɔlidarize] vpr *Đoàn kết, liên kết (với)*.

solidariteá [sɔlidarite] nf **1.** *Sự liên kết, sự hợp quần*; grève de s. *Sự bãi công tập thể* **2.** *Sự liên đới, sự lệ thuộc lẫn nhau*.

solide [sɔlid] **1.** a (a) *Rắn chắc (thân thể, thức ăn)*; (b) *Vững, kiên cố, bền chắc (lý do, nền tảng); Chắc nịch, mạnh khỏe (người); Vững chắc (lý luận)*; coup de poing s. *Cú đấm mạnh bạo*; avoir la tête s. *Gan lỳ, bạo dạn*; être s. sur ses jambes *Vững vàng* **2.** nm *Thể rắn*. solidement adv *Một cách chắc chắn, mạnh bạo, vững vàng*.

solidification [sɔlidifikasjɔ̃] nf *Sự rắn lại*

solidifier [sɔlidifje] vtr & pr (pr sub & impf n. solidifiions) *Làm cho rắn lại*.

soliditeá [sɔlidite] nf *Sự chắc, sự bền, sự vững chãi*.

soliloque [sɔlilɔk] nm *Sự nói một mình*.

soliste [sɔlist] n *Người độc diễn, người đơn ca*.

solitaire [sɔlitɛr] **1.** a *Cô đơn, một mình; Hiu quạnh (nơi)*; pin s. *Cây tùng, cây thông đơn độc*. **2.** nm (a) *(Người)* (*) *Ẩn sĩ*; (**) *Người cô độc*; en s. *Một mình*; (b) *Cờ nháy (có thể chơi một mình)* (c) *Nữ trang nhận một hột kim cương*; (d) *Lợn độc (lợn lòi)*.

solitude [sɔlityd] nf (a) *Sự cô quạnh, sự cô độc*; (b) *Chốn tịch liêu*.

solive [sɔliv] nf *Rường nhà, rầm nhà*.

sollicitation [sɔlisitasjɔ̃] nf **1.** *Sự khẩn khoản, sự cầu xin* **2.** *Sự kêu gọi*.

solliciter [sɔlisite] vtr **1.** *Nài xin, yêu cầu (được hội kiến); Thỉnh nguyện (một công việc)*; s. des voix *Vận động tuyển cử*; s. qn *Kêu gọi, xúi giục ai* (de faire qch) (De faire qch: *làm một việc gì*); il est sollicité de toutes parts *Anh ấy được nhiều người yêu cầu* **2.** *Quyến rũ (sự chú* ý); *Khêu gợi (tính tò mò)*.

solliciteur, - euse [sɔlisitœr, -z] n *Người thỉnh nguyện, người xin xỏ*.

sollicitude [sɔlisityd] nf *Sự ân cần, sự chăm sóc*.

solo [sɔlo] nm *Khúc độc tấu;* jouer en s. *Diễn đơn, độc diễn, độc tấu;* escalade en s. *Leo lên một mình*.

sol - sol [sɔlsɔl] a inv *(Tên lửa) địa địa*.

solstice [sɔlstis] nm *Điểm chí* (solstice d'été = *Hạ chí;* solstice d'hiver = *Đông chí*)

solubiliteá [sɔlybilite] nf *Tính hòa tan;* soluble a (a) *Hòa tan* café s. *Cà phê hòa tan (uống ngay, không lọc);* (b) *Có thể giải quyết (vấn đề)*.

solution [sɔlysijɔ̃] nf 1. *Dung dịch, dung giải* 2. *Cách giải quyết, lời giải (vấn đề);* s. de facilité *Chuyển hướng dễ dàng*.

solvabiliteá [sɔlvabilite] nf *Khả năng chi trả*. solvalbe a *Có khả năng thanh toán*.

solvant [sɔlv)] nm *Dung môi*.

Somalie [sɔmali] (République de) S. *Nước Cộng hòa Xô ma li* somali, - ie a & n *Thuộc Xô ma li, dân tộc Xô ma li*.

sombre [sɔ̃br] a (a) *Tối, sậm, âm đạm;* inv bleu s. *Màu xanh sậm;* (b) *Lờ mờ (ánh sáng);* U *am (bầu trời);* (c) *Đen tối (tư tưởng);* une s. histoire *Câu chuyện buồn thảm;* un s. idiot *Thằng ngốc thảm hại*. sombrement adv *Một cách đen tối, âm u, âm đạm, buồn phiền*.

sombrer [sɔ̃bre] vi *Chìm, đắm; (Thế lực, vương quyền) tiêu diệt, diệt vong;* s. dans le désespoir *Đắm chìm trong thất vọng*.

sommaire [sɔmɛr] 1. a (a) *Sơ lược, giản lược, gọn gàng;* (b) *Vội vàng, đột xuất;* (c) *Khái lược (hành vi)* 2. nm *Bản tóm tắt, sách sơ lược*. sommairement adv *Một cách qua loa, sơ lược;* vêtu s. *Ăn mặc hở hang*.

sommation [sɔmasjɔ̃] nf 1. *Trát, lệnh đòi*. 2. *(Của lính gác) lệnh*

somme[1] [sɔm] nf (a) *Tổng số, đa số;* s. totale *Số tổng cộng;* faire la s. de *Tổng cộng;* (b) en s. *Tóm lại;* s. toute *Kể ra thì...* (c) *Số tiền*.

somme[2] nm *Giấc ngủ ngắn;* faire un s. *Ngủ một tí*.

sommeil [sɔmεj] nm 1. *Giấc ngủ, thiu thiu ngủ;* s. de plomb *Giấc ngủ say;* avoir le s. léger *Nửa ngủ nửa thức;* en s. *Đang ngủ, trong giấc ngủ*. 2. *Sự buồn ngủ, sự ngủ mơ màng;* avoir s. *Buồn ngủ*.

sommeiller [sɔmeje] vi 1. *Thiu thiu ngủ* 2. *Ngưng hoạt động*.

sommelier [sɔməlje] nm *Người quản lý rượu (trong nhà hàng)*.

sommer [sɔme] vtr s. qn de faire qch *Kêu gọi ai làm việc gì*.

sommet [sɔmɛ] nm *Đỉnh (đồi); Chỏm, đỉnh (góc); Ngọn (sóng); Đỉnh (đầu); Tột bực (quyền lực);* conférence au s. *Hội nghị thượng đỉnh*.

sommier [sɔmje] nm *Vạt (giường);* s. à ressorts *Vạt lò xo*.

sommiteá [sɔmite] nf *Chóp, ngọn (bóng) trùm, tay cự phách*.

somnambule [sɔmn)byl] n *Người miên hành, người mộng du;* il est s. *Anh ấy bị mộng du*.

somnambulisme [sɔmn)bylism] nm *Chứng mộng du, sự miên hành*.

somnifeâre [sɔmnifɛr] nm 1. a *Gây ngủ* 2. nm *Thuốc ngủ*.

somnolence [sɔmnɔl)s] nf *Trạng thái ngủ gà, giấc ngủ chập chờn, sự thiu thiu ngủ*. somnolent a *Ngủ gà, chập chờn, thiu thiu ngủ*.

somnoler [sɔmnɔle] vi *Nửa ngủ nửa thức, ngủ thiếp đi*.

somptueux, - euse [sɔ̃ptɥ-, -z] a *Xa hoa, lộng lẫy*. somptueusement adv *Một cách xa hoa, lộng lẫy*.

somptuositeá [sɔ̃ptɥozite] nf *Sự xa hoa, sự lộng lẫy*.

son[1], sa, ses [sɔ̃, sa, sɛ] a poss *(Tính từ sở hữu) (son thế cho sa trước danh từ giống cái, khởi sự bằng một nguyên âm) của nó, của ông ấy, bà ấy v.v... của chính mình;* un de ses amis *Một trong những người bạn của cô ấy (anh ấy v.v...);* ses père et mère *Cha và mẹ của cô ấy, anh ấy;* sa voiture à lui *Ô tô riêng của nó;* à sa vue *Dưới cái nhìn của anh ấy (cô ấy v.v...);* son imbécile de frère *Người anh (em) ngu ngốc của anh ấy (cô ấy...);* avoir son importance *Có phần quan trọng của nó (vấn đề gì)*.

son[2] nm *Âm, âm thanh;* mur du s. *Bức tường âm thanh;* enregistrement du s. *Sự ghi âm;* prise de s. *Sự thu thanh;* ingénieur du s. *Kỹ sư âm thanh;* (spectacle de) s. et lumière *Âm thanh và ánh sáng*.

son[3] nm *Cám*.

sonal [sɔnal] nm *Tiếng kêu leng keng*.

sonate [sɔnat] nf *Khúc cầm nhạc*.

sondage [sɔ̃daʒ] nm (a) *Sự thăm dò;* (b) *Sự khoan, đào;* (c) *Sự thông (vết thương);* (d) s. d'opinion *Sự thăm dò dư luận*.

sonde [sɔ̃d] nf 1. (a) *Dây dò, máy dò;* (b) s. spatiale *Sự thăm dò không gian*. 2. *Sự thông, ống thông;* s. creuse *Ống thông* 3. *Sự đào, sự khoan*.

sonder [sɔ̃de] vtr 1. (a) *Dò; Thăm dò, tìm hiểu (điều bí ẩn);* (b) *Thăm dò;* (c) s. un terrain, vi s.

Thăm dò địa thế, dò **2.** (a) *Thăm dò, khảo sát, dò xét, trắc nghiệm;* (b) *Dò ý (ai);* s. le terrain *Nghiên cứu tình thế* **3.** *Thông (vết thương); Xem xét (bệnh nhân).*

songe [sɔ̃ʒ] nm *Giấc mơ;* faire un s. *Chiêm bao, mộng tưởng.*

songer [sɔ̃ʒe] vi (n. songeons) **1.** (a) *Mơ đến, tưởng đến* (b) *Nghĩ ngợi, mơ mộng, có ý định (làm việc gì).* **2.** (a) s. à qch *Nghĩ đến điều gì;* il ne faut pas y songer *Không nên nghĩ đến việc ấy;* s. à l'avenir *Lo nghĩ về tương lai;* songez à ce que vous faites! *Hãy nghĩ xem anh đang làm gì !;* (b) songez donc ! (c) s. à. *Nhớ đến;* faites moi s. à l'appeler *Nhắc tôi nhớ gọi cho anh ấy (có ấy).* songeur, - euse a *Mơ mộng (người).*

songerie [sɔ̃ʒri] nf *Hay suy nghĩ, trầm tư mặc tưởng.*

sonique [sɔnik] a *Thuộc âm thanh.*

sonner [sɔne] **1.** vi *Kêu lên, vang lên; (Đồng hồ) gõ, điểm; (Chuông) reo, vang lên; (Điện thoại) reo; (Chìa khóa) khua leng keng;* s. creux *Huênh hoang trống rỗng;* sa réponse sonne faux *Câu trả lời của y có vẻ giả dối;* s. mal, bien *Nghe không êm (êm) tai;* midi vient de s. *Đồng hồ vừa điểm 12 giờ trưa;* son heure a sonné *Giờ của anh ấy đã điểm rồi.* **2.** vtr (a) *Đánh cho vang lên;* s. la cloche *Rung chuông;* vi on sonne *Có người bấm chuông;* l'horloge a sonné 2 heures *Đồng hồ gõ hai giờ;* v ind tr s. du clairon *Thổi kèn (tù và) đi săn;* il va se faire s. (les cloches) ! *Nó sẽ bị giũa ra trò !;* (b) *Bấm chuông gọi (ai);* on ne t'a pas sonné ! *Người ta có gọi bạn đến đâu;* (c) s. qn *Cho ai một trận đòn; Đúng (giờ);* à dix heures sonnant(es) *Lúc 10 giờ đúng.* sonné a 1. dix heures sonnées *10 giờ vừa điểm;* il a 40 ans sonnés *Anh ấy vừa được tứ tuần (40 tuổi).* **2.** (a) *Bị đánh loạng choạng;* (b) *Điên điên, gàn dở.*

sonnerie [sɔnri] nf **1.** *Tiếng (chuông) vang.* **2.** (a) *Tiếng chuông (đồng hồ);* (b) *Tiếng ré (chuông điện, chuông báo động).* **3.** *Tiếng kèn hiệu lệnh.*

sonnet [sɔnɛ] nm *Bài đoản thi, đoản ca.*

sonnette [sɔnɛt] nf **1.** *Chuông nhỏ; Chuông bấm;* coup de s. *Tiếng chuông reo (ở cửa)* **2.** serpent à sonnettes *Rắn lục lạc, rắn rung chuông.*

sonneur, -euse [sɔnœr, -z] n *Người lắc chuông (nhỏ), người kéo chuông (to).*

sono [sɔno] nf *Sự lồng tiếng, sự trang âm.*

sonore [sɔnɔr] a (a) *Vang, dội tiếng (phòng hầm);* (b) *Vang dội (tiếng); Kêu vang (chuông); Giòn (tiếng cười);* (c) *Thuộc về âm thanh; Âm thanh;* s. *Phim có lồng tiếng;* bande s. *Dải ghi âm;* effet s. *(Gây) tiếng động.*

sonorisation [sɔnɔrizasjɔ̃] nf *Sự trang âm (cho một phòng); Sự lồng tiếng (cho phim ảnh).*

sonoriser [sɔnɔrize] vtr *Trang âm (phòng); Lồng tiếng (phim ảnh).*

sonoriteá [sɔnɔrite] nf (a) *Sự kêu vang;* (b) *Tiếng dội;* (c) *Âm thanh.*

sophistiqueá [sɔfistike] a *Màu mè, giả tạo.*

soporifique [sɔpɔrifik] a & nm *Gây ngủ, thuốc ngủ.*

soprano [sɔprano] n *Giọng nữ cao.*

sorbet [sɔrbɛ] nm *Kem nước đá pha rượu.*

sorbetieâre [sɔrbɔtjɛr] nf *Bình làm kem.*

sorcellerie [sɔrsɛlri] nf *Trò ma thuật, trò phù thủy; Trò ảo thuật.*

sorcier, - ieâre [sɔrsje, jɛr] n *Tên phù thủy, tro phù thủy, thầy pháp;* vieille sorcière *Mụ phù thủy, mụ già ác độc* chasse aux sorcières *Cuộc thanh trừ phần tử thân cộng (ở Mỹ);* ce n'est pas s. *Không khó lắm đâu.*

sordide [sɔrdid] a **1.** *Bẩn thỉu, gớm ghiếc, dơ dáy (căn phòng).* **2.** *Đê tiện, bẩn thỉu (vụ án).* sordidement adv *Một cách bẩn tiện, nhớp nhúa.*

sornettes [sɔrnɛt] nfpl *Lời nói tầm phào, lời nhảm nhí.*

sort [sɔr] nm **1.** *Số mệnh, số phận;* faire un s. à qch *Tận hưởng, ăn hết (đĩa), uống hết (chai).* **2.** *Định mệnh, vận số;* ironie du s. *Sự trớ trêu của định mệnh, của vận số.* **3.** *Sự may rủi, địa vị, thân phận;* tirer au s. (*) *Rút thăm;* (**) *Đánh sắp, ngửa, ném đồng tiền;* le s. (en) est jeté *Chuyện đã định, số phận đã an bài.* **4.** *Sự mê hoặc, sự cám dỗ;* jeter un s. à qn *Trù, ếm ai.*

sortable [sɔrtabl] a F. *Có thể giới thiệu ra được.*

sorte [sɔrt] nf **1.** *Phương pháp, đường lối;* habillé de la s. *Ăn mặc theo cách ấy;* adv phr en quelque s. *Có thể gọi là;* conj phr parlez de (telle) s. qu'on vous comprenne *Anh hãy nói thế nào để người ta hiểu anh;* faites en s. que tout soit prêt *Hãy làm thế nào cho tất cả đều sẵn sàng.* **2.** *Thứ, loại;* toute(s) sorte(s) de choses *Đủ thứ, đủ loại;* je n'ai rien dit de la s. *Tôi không nói như vậy.*

sortie [sɔrti] nf **1.** (a) *Sự đi ra ngoài, sự ra, lối ra; Cửa ra;* c'est ma première s. depuis mon accident *Đây là lần đi ra ngoài đầu tiên của tôi từ khi bị tai nạn;* à la s. des classes *Lúc tan học;* (b) *Sự phát khởi (một kiểu mới); Sự phát sinh ra (một kỷ lục mới); Sự xuất bản (một quyển sách mới);* (c) *Sự ra đi (nhất định); Sự rời khỏi (chức vụ);* à ma s. d'école *Khi tôi rời khỏi trường;* (d) *Lối thoát (chất lỏng);* tuyaux de s.

Ống thoát; (e) *(Com.) sự xuất khẩu (hàng hóa)*; sorties de fonds *Số tiền chi ra*. **2.** *Cuộc đi chơi, du ngoạn*; jour de s. *Ngày nghỉ, ngày đi chơi* **3.** (a) *Sự phá vòng vây; Sự rời bỏ khung thành (của thủ môn)*; (b) *Sự bộc phát, sự bùng nổ*. **4.** *Lối ra, cửa ra*; s. de secours *Lối ra cấp cứu*; sorties de Paris *Đường ra khỏi Paris*. **5.** s. de bain *Áo choàng (để mặc khi tắm xong)*.

sortileâge [sɔrtilɛʒ] nm *Phù phép, thuật trù, ếm*.

sortir[1] [sɔrtir] v **1.** vi (aux être) (a) *Ra đi, ra ngoài, rời khỏi phòng, khỏi nhà*; s. de la salle *Rời phòng (họp)*; faites le s. *Hãy đem hắn ra khỏi đây*; s. du lit *Mới thức dậy (ra khỏi giường); (Sân khấu)*; Macbeth sort *Macbeth Bước ra*; d'où sortez - vous ? *Từ nãy đến giờ anh đi đâu?*; s. d'un emploi *Rời bỏ việc*; ca m'est sorti de la mémoire *Tôi quên mất điều đó rồi*; il n'en sortir a pas grand chose *Việc đó sẽ không có lợi lắm đâu*; (b) *(Ký lục, phim ảnh) phát khởi; (Sách) bày ra, xuất bản*; (c) s. d'un emploi *Rời bỏ chỗ làm; Đi ra (bằng chân); Lái xe ra ngoài; Ra khơi*; s. en courant *Chạy ra*; (d) *Mới vừa xong*; je sors de table *Tôi mới ăn cơm xong*; on sortait de l'hiver *Mùa đông vừa qua đi*; il sort d'ici *Anh ấy vừa ở đây ra*; (e) je sors d'en prendre *Tôi đủ rồi*; (f) s. de son sujet *Lạc đề*; cela sort de l'ordinaire *Việc ấy ngoài thông lệ; (Tàu hỏa)* s. des rails *Trật đường ray*; il ne sort pas de là *Anh ấy không thoát khỏi được*; (g) *Đi ra ngoài*; Madame est sortie *Bà đi ra ngoài rồi*; (h) *Ra khỏi, thoát ra (khỏi sự khó khăn, nguy hiểm)*; il n'y a pas à s. de là *Không có lối thoát*; j'ai trop à faire, je n' en sors pas *Tôi có quá nhiều việc phải làm, tôi làm không xong được*; (i) *Xuất thân (từ gia đình tốt)*; s. de l'université *Tốt nghiệp đại học*; (j) *Nổi bật, lộ một kế hoạch; hiện ra (từ bóng tối)*; yeux qui sortent de la tête *Mắt lồi ra*; faire s. un rôle *Nhấn mạnh một vai trò*. **2.** vtr *Đem ra, lấy ra, kéo ra; Dắt đi chơi (trẻ con, chó)*; s. la voiture *Đem xe ra*; le malade s'en sortira *Bệnh nhân sẽ bình phục*; s. un livre *Xuất bản một quyến sách*; il nous en a sorti une bonne *Anh ấy đã nói với chúng tôi một chuyện rất nực cười*.

sortir[2] nm au s. du théâtre *Lúc ra khỏi rạp hát*; au s. de l'hiver *Vào cuối mùa đông*.

sosie [sɔzi, so] nm *Người giống hệt*.

sot, sotte [so, sɔt] **1.** a *Ngu, ngốc, đần* **2.** n *Người ngu, người đần*. sottement adv *Một cách ngốc nghếch, khờ dại*.

sottise [sɔtiz] nf (a) *Sự ngu ngốc, điều gàn dở*; (b) *Hành vi ngu ngốc, lời gàn dở; Lời chưởi mắng*; faires des sottises *(Trẻ con) làm điều dại dột, thiếu suy nghĩ*.

sou [su] nm *Xu, đồng xu, tiền*; n'avoir pas le s. *Không có một xu; Túng bấn*; être près de ses sous *Đê tiện, bần tiện; Bủn xỉn*; machine à sous *Máy bán hàng tự động*; pas ambitieux pour un s. *Không một tí tham vọng nào*; il n'a pas pour deux sous de courage *Nó không có một chút can đảm nào*.

soubassement [subasm)] nm *Chân (tường, cột...)*.

soubresaut [subrəso] nm *Sự lồng lên, cái giật nảy*; il a eu un s. *Anh ấy giật nảy người, (ngựa) nhảy lồng lên*.

soubrette [subrɛt] nf *(Sân khấu) con hầu, nữ tì*.

souche [suʃ] nf **1.** *Gốc (cây); Rễ (cây irít); Thân, cành nho*; rester planté comme une s. *Đứng ì ra như khúc gỗ*. **2.** (a) *Nòi giống, gốc gác (thuộc dòng dõi)*; de vieille s. *Gốc gác lâu đời*; (b) *Tính di truyền (mầm độc)* **3.** *Cuống lưu chiểu*.

souci[1] [sousi] nm *Cây xu xi, hoa xu xi*.

souci[2] nm **1.** *Sự lo lắng, sự bận lòng, sự lo nghĩ (về...)*; avoir le s. de la vérité *Lo nghĩ cẩn thận để giữ sự thực thà*; c'est le cadet de mes soucis *Đó là điều tôi bận tâm ít nhất* **2.** *Điều ưu tư, mối lo lắng*; ca me donne du s. *Điều đó làm tôi ưu tư*, se faire du s. *Lo lắng, bận tâm*; sans s. *Vô tư*, soucis d' argent *Lo nghĩ về tiền bạc*.

soucier (se) [səsusje] vpr (impf & pr sub n. n. souciions) *Bận lòng, lo lắng (về ai, về một việc gì)*; se s. des autres *Quan tâm đến người khác*; je m'en soucie comme de l'an quarante *Tôi cóc lo về điều ấy*. soucieux, - euse a *Bận tâm, lo lắng (về...)*; peu s. *Không đáng bận tâm* s. de plaire *Lo nghĩ để làm vui lòng*.

soucoupe [sukup] nf *Đĩa nhỏ (đặt dưới tách, chén)*; s. volante *Đĩa bay*.

soudain [sud(] **1.** a *Đột nhiên, thình lình*. **2.** adv *Một cách bất chợt*. soudainement adv *Đột nhiên, bất chợt*.

soudaineteá [sudɛnte] nf *Sự thình lình, sự đột ngột*.

Soudan [sud)] *Xứ Xu đăng (ở Trung Phi)*.

soude [sud] nf *Natri hidroxit*; cristaux de s. *Tinh thể natri carbonat*; bicarbonate de s. *Thuốc muối, thuốc tiêu mặn*; s. caustique *Chất xút ăn da*.

souder [sude] **1.** vtr (a) *Hàn*; (b) *Nối lại, ghép lại (chỗ xương gãy)*; (c) *Gắn, gắn bó (mật thiết)*. **2.** se s. (a) *Gắn với nhau*; (b) *(Xương) ráp, ghép lại với nhau*.

soudeur, -euse [sudœr, -z] n *Thợ hàn, máy hàn*.

soudoir [sudwar] nm *Mỏ hàn*.

soudure [sudyr] nf **1.** (a) *Sự hàn, cách hàn*; (b)

Mối hàn. **2.** (a) *Sự nối lại;* (b) *Chỗ ghép lại.* **3.** (a) *Chỗ nối khớp (xương);* (b) faire la s. *Hàn gắn lại, hòa hợp lại.*

souffle [sufl] nm **1.** (a) *Hơi thở, hơi thổi hơi (gió);* (b) *Sức ép (của chất nổ);* (c) *Luồng hơi.* **2.** (a) *Sự thở, sự thổi;* retenir son s. *Nín thở;* avoir le s. coupé *Thở hổn hển;* c'est à vous couper le s. *Làm cho bạn rất đỗi sửng sốt;* (b) s. (au coeur) *Tiếng thổi tâm thu (tim);* (c) *Hơi thở, làn gió (của người chạy bộ);* être à bout de s. *Hết hơi, kiệt sức;* reprendre son s. *Lấy lại hơi sức.*

souffleá [sufle] **1.** a (a) *Phồng, rán phồng (trứng);* (b) *Sửng sốt, kinh ngạc.* **2.** nm *Món rán phồng.*

souffler [sufle] **1.** vi (a) *Thổi;* (b) *Thở mạnh;* (c) *Thở hổn hển, thổi mạnh;* (d) le vent souffle en tempête *Gió thổi ào ào.* **2.** vtr (a) *Bốc hơi (gương);* (b) *Thổi bay (bụi); Thổi (tắt đèn cầy);* (c) *Nhắc, nói thầm, rỉ tai;* ne pas s. mot de qch *Im lặng, không nói tiếng nào;* (d) s. une réplique à un acteur *Nhắc một câu đối thoại cho diễn viên;* (e) *Giành, cuỗm, chiếm (một vật gì của ai);* (f) *Thổi băng (nhà cửa); Làm (ai) ngạc nhiên, sửng sốt; Làm (ai) lảo đảo.*

soufflerie [sufləri] nf **1.** *Bộ ống gió, cái bễ (đàn ống, lò rèn).* **2.** (a) *Máy thổi;* (b) *Máy quạt gió.*

soufflet [suflɛ] nm **1.** *Ống bễ, ống thổi.* **2.** (a) *Mui xếp nếp (giữa 2 toa);* (b) *Vải (hình tam giác hoặc hình thoi) chèn vào áo, quần để giữ chắc.* **3.** *Cái tát tai.*

souffleur, - euse [suflœr, -z] n **1.** *Thợ thổi thủy tinh* **2.** *Người nhắc tuồng.*

souffrance [sufr)s] nf **1.** en s. *(Công việc) còn đọng lại; (Bưu kiện) chưa lĩnh.* **2.** *Sự đau khổ, sự đau đớn.*

souffre - douleur [sufrədulœr] nm inv *Người bị bắt nạt, người bị ngược đãi.*

souffrir [sufrir] v (prp souffrant; pp souffert; pr ind je souffre) **1.** vtr (a) *Chịu, chịu đựng, chịu đau khổ, chịu đau đớn (vết thương, sự mệt nhọc, sự mất mác);* ils ne peuvent pas se s. *Họ không thể chịu đựng nhau;* (b) *Cho phép;* souffrez que je vous dise la vérité *Anh cho phép tôi nói sự thật với anh.* **2.** vi (a) *Đau đớn, đau lòng, (vì bệnh phong thấp, cơn khát);* souffre-t-il ? *Anh ấy có đau đớn không ?;* mon bras me fait s. *Cánh tay tôi làm khổ tôi;* je souffre de le voir si changé *Tôi rất đau lòng khi thấy anh ấy thay đổi như thế;* s. de la guerre *Bị thiệt hại vì chiến tranh;* (b) *Bị thiệt hại, bị tổn thất;* les vignes ont souffert de la gelée *Vườn nho bị thiệt hại vì đông giá;* (c) *Bị thua thiệt (công ăn việc làm).* souffrant a *Đau đớn, đau*

ốm, cực khổ. souffreteux, - euse a *Hay đau yếu.*

soufre [sufr] nm *Lưu huỳnh.*

souhait [swɛ] nm *Lời chúc, điều ước mong;* présenter ses souhaits à qn *Nói lời chúc tụng ai;* adv phr à s. *Như ý;* réussir à s. *Thành đạt như ý; (Khi người khác hắc hơi)* à vos souhaits *! Mọi điều tốt đẹp cho bạn !.*

souhaiter [swɛte] vtr (a) *Ước mong, cầu chúc;* s. les richesses *Ước mong được giàu có;* je vous souhaite de réussir *Chúc anh thành công;* (b) je vous souhaite une bonne année *Chúc anh một năm mới hạnh phúc;* s. bon voyage à qn *Chúc ai thượng lộ bình an.* souhaitable adv *Đáng cầu mong.*

souiller [suje] vtr **1.** *Làm vấy, làm dơ (quần áo);* souillé de boue *Bị vấy, bùn.* **2.** *Làm nhơ nhớp, làm ô nhiễm;* s. ses mains de sang *Bàn tay vấy máu (phạm tội giết người).* **3.** *Làm ô uế, làm ô danh.*

souillon [sujɔ̃] nf *Người đàn bà cẩu thả, người phụ nữ bẩn thỉu.*

souillure [sujyr] nf *Vết nhơ, vết bẩn.*

soûl [su] **1.** a s. comme un Polonais *Rất say.* **2.** nm manger, boire, tout son s. *Ăn, uống, phè phỡn say sưa.*

soulagement [sulaʒm)] nm *Sự giảm nhẹ, sự bớt đi.*

soulager [sulaʒe] **1.** vtr (n. soulageons) *Làm giảm nhẹ, làm bớt đau, làm khuây khỏa (sự đau đớn, sự buồn rầu), làm êm dịu, khuyên giải;* ca me soulage l'esprit *Điều đó làm cho tinh thần tôi được nhẹ nhõm.* **2.** se s. (a) *Trút bớt gánh nặng, bớt lo âu;* (b) *Đi đại tiện, tiểu tiện.*

soulard, - arde [sular, ard] n *Người say mềm.*

souler [sule] **1.** vtr *Làm cho (ai) no say, thỏa thuê.* **2.** se s. *Say sưa, say mê.*

soulerie [sulri] nf *Cuộc chè chén, bữa tiệc no say.*

soulêvement [sulɛvm)] nm (a) s. de coeur *Sự buồn nôn;* (b) *Sự nổi lên, sự dâng lên;* (c) *Cuộc khởi nghĩa, cuộc nổi dậy.*

soulever [sulve] (je soulève) vtr **1.** (a) *Nâng đỡ, đỡ lên;* (b) *Gây ra (sự ngờ vực, một vấn đề, sự trở ngại);* (c) *Xúi giục (dân nổi dậy);* (d) ca soulève le coeur *Điều đó làm nôn mửa.* **2.** se s. (a) *Đứng lên, nhốm dậy; (Biển) dâng cao; (Dạ dầy) buồn nôn;* (b) *Nổi lên;* (c) *Nổi loạn, dấy loạn.*

soulier [sulje] nm *Giày;* être dans ses petits souliers *Lúng túng, bối rối.*

souligner [suliɲe] vtr (a) *Gạch dưới (chữ);* (b) *Nhấn mạnh, dằn giọng (tiếng, sự việc).*

soumettre [sumɛtr] vtr **1.** *Chinh phục, chế ngự*

(dân, khát vọng). 2. *Trình, đệ trình (một vấn đề).* **3.** *Đưa ra (một vấn đề để nghiên cứu)*; s. qn à une épreuve *Bắt buộc ai phải chịu trắc nghiệm*; être soumis à des règles *Tuân theo luật lệ.* **4.** se s. *Phục tùng (quyền lực); Chịu theo, thuận theo (ý muốn của ai); Tuân theo (quyết định của ai).*

soumis [sumi] a **1.** *Dễ bảo.* **2.** *Phục tùng (luật, thuế, chính quyền).*

soumission [sumisjɔ̃] nf (a) *Sự phục tùng*; faire (sa) s. *Đầu hàng, quy phục*; (b) *Sự vâng lời, sự khuất phục*; (c) *Giấy nhận thầu.*

soumissionner [sumisjɔne] vtr *Bỏ thầu, nhận thầu.*

soupape [supap] nf *Van, xú páp*; s. de sureté *Van an toàn*; s. à flotteur *Cái phao giữ mực nước.*

soupçon [supsɔ̃] nm **1.** *Sự ngờ vực*; j'en avais le s.! *Tôi đã nghi ngờ vấn đề ấy!*; au - dessus de tout s. *Không nghi ngờ gì cả* **2.** *Sự ngờ, sự ngờ ngợ*; je n'en avais pas le mondre s. *Tôi không ngờ một tí nào cả.* **3.** *Một tí, một chút (giấm, tỏi); Một chút (cảm, chọc ghẹo); Một giọt (rượu).*

soupçonner [supsɔne] vtr *Nghi ngờ, ngờ vực*; je ne soupçonnais pas que *Tôi không ngờ rằng.*
soupçonneux, euse a *Hay nghi ngờ, đa nghi.*

soupe [sup] nf *Xúp, cháo, canh*; il est très s. au lait *Anh ấy nóng nảy lắm*; s. à l'oignon *Xúp hành nướng*; à la s.! *Vào ăn cơm đi!.*

soupente [supɑ̃t] nf *Gác thấp (gác dưới cầu thang).*

souper[1] [supe] vi *Ăn bữa tối*; j'en ai soupé *Đủ rồi, chán rồi.*

souper[2] nm *Bữa ăn tối.*

soupeser [supəze] vtr (je soupèse) *Nhắc thử xem nặng nhẹ, cân nhắc (một vấn đề).*

soupièâre [supjɛr] nf *Liễn đựng xúp.*

soupir [supir] nm **1.** *Cái thở dài, tiếng thở dài*; s. de soulagement *Cái thở phào nhẹ nhõm*; rendre le dernier s. *Hơi thở cuối cùng.* **2.** *Dấu lặng đen.*

soupirail, - aux [supiraj, o] nm *Cửa tầng hầm.*

soupirant [supirɑ̃] nm *Người đeo đuổi một cô gái, người si tình.*

soupirer [supire] vi (a) *Thở dài* (b) s. après qch *Đeo đuổi một vấn đề gì.*

souple [supl] a *Mềm mại, mềm dẻo (cành cây, đặc tính)*; esprit s. *Tư tưởng phong phú.*

souplesse [suplɛs] nf *Sự mềm mại, tính mềm dẻo, sự mềm mỏng, tính đa năng.*

source [surs] nf **1.** *Suối, nguồn (của sông)*; eau de s. *Nước suối*; s. thermale *Suối nước nóng.* **2.** *Nguồn gốc, căn nguyên (sự đau khổ, điều hạnh phúc, tin tức)*; aller à la s. du mal *Tìm hiểu nguồn gốc của sự đau khổ*; je le tiens de bonne s. *Tôi biết được việc ấy từ nguồn tin chắc chắn.*

sourcil [sursi] nm *Mày, lông mày.*

sourciller [sursije] vi *Cau mày, nhíu mày*; sans s. *Điềm nhiên* sourcilleux, - euse a *Quá tỉ mỉ.*

sourd sourde [sur, surd] **1.** (a) *Điếc*, comme un pot *Điếc câm, điếc lòi*; rester s. aux prières *Làm ngơ không muốn nghe lời thỉnh cầu*; (b) n *Người điếc*; crier comme un s. *Gào to, la chói tai*; frapper comme un s. *Đánh đập một cách phũ phàng.* **2.** a Lu mờ, dịu đi (màu sắc, cơn đau); *Đục, không thanh (giọng); Không rõ, nghe ồ ồ (tiếng); Âm thầm (khát vọng); Che đậy, giấu kín (sự oán hận).* sourdement adv *Khăn khăn; Ngấm ngầm.*

sourdine [surdin] nf *Vật chế âm, cái chặn tiếng*; en s. *Nhẹ, êm*; mettre une s. à qch *Chặn bớt vật gì.*

sourd-muet, sourde-muette [surmɥɛ, surdmɥɛt] **1.** a *Câm điếc* **2.** n pl sourd(e)s - muet(te)s. *Người câm điếc.*

souriant [surjɑ̃] a *Tươi cười; Vui vẻ (môi trường xung quanh).*

souriciêâre [surisjɛr] nf (a) *Bẫy chuột*; (b) *Cạm bẫy, ổ phục kích của cảnh sát.*

sourire[1] [surir] vi **1.** *Cười mỉm (với...)*; faire s. *Làm (cho ai) cười mỉm* **2.** (a) *Làm vui lòng; Thuận lợi (cho ai)*; (b) la chance me sourit *Sự may mắn đã chiếu cố đến tôi.*

sourire[2] nm *Nụ cười*; adresser un s. à qn *Mỉm cười với ai*; gardez le s.! *Hãy giữ lấy nụ cười! bạn hãy tươi cười lên!.*

souris [suri] nf (a) *Chuột nhắt*; s. blanche *Chuột bạch*; (b) *Thịt đầu bắp (đùi cừu)*; (c) *Cô tình nhân.*

sournois, - oise [surnwa, war] a *Vờ vĩnh, xảo trá (người); Nham hiểm (cái nhìn); Thâm độc (cách thức).* sournoisement adv *Một cách xảo quyệt.*

sous [su] (a) prep **1.** *Dưới, ở dưới*; s. un arbre *Dưới gốc cây*; s. terre *Ở dưới đất*; s. clef *Khóa chặt*; s. nos yeux *Dưới mắt chúng ta*; s. cet angle *Từ góc này*; connu s. le nom de X *Được biết dưới cái tên là X*; s. la pluie *Dưới trời mưa*; (b) s. les tropiques *Trong miền nhiệt đới*; (c) s. Louis XIV *Dưới triều đại vua Louis XIV*; s. peine de mort *Bị án tử hình*; s. un prétexte *Với lý do.* **2.** *Ở trong*; s. 3 jours *Trong 3 ngày*; s. peu *Không bao lâu nữa.*

sous - alimentation [suzalimɑ̃tasjɔ̃] nf *Sự suy dinh dưỡng, sự kém dinh dưỡng.*

sous - alimenteá [suzalimɑ̃te] a *Suy dinh dưỡng.*

sous - bois [subwa] nm inv *Tầng dưới rừng.*
sous - chef [suʃef] n *Phó, phó trưởng.*
sous - couche [sukuʃ] nf *Lớp dưới của đất.*
souscripteur, - trice [suskriptœ r, tris] n *Người ký tên, ký nhận.*
souscription [suskripsjɔ̃] nf 1. (à des actions) *Sự đặt mua trước (các cổ phần)* 2. *Tiền đặt mua, tiền lạc quyên;* lancer une s. *Xây dựng vốn.*
souscrire [suskrir] vtr 1. vtr (a) *Ký vào;* (b) *Ký nhận (tiền lạc quyên);* (c) *Ký khế ước (bảo hiểm); Đặt mua, đặt trước (phần hùn, cổ phần).* 2. vi (a) s. à *Đồng ý, tán thành;* s. pour *Quyên góp;* (b) s. à une opinion *Tán thành một quan điểm.*
sous - déveloloppé [sudevlɔpe] a *Kém phát triển.*
sous - directeur, - trice [sudirektœ r, tris] n *Phó giám đốc.*
sous - entendre [suz)t)dr] vtr *Để hiểu ngầm, ám chỉ.*
sous - entendu [suz)t)dy] nm *Điều ám chỉ, sự ẩn ý.*
sous - équipé [suzekipe] a *Trang bị thiếu.*
sous - estimer [suzestime] vtr *Đánh giá thấp.*
sous - exposer [suzekspoze] vtr *Thiếu ánh sáng.*
sous - fifre [sufifr] nm *Nhân viên quèn.*
sous - jacent [suʒas)] a *Ở dưới, lớp đất ở dưới; ngấm ngầm.*
sous - lieutenant [sulj-tn)] nm *Thiếu úy, (không quân) sĩ quan hoa tiêu.*
sous - locataire [sulɔkatɛr] n *Người thuê lại (nhà).*
sous - location [sulɔkasjɔ̃] nf 1. *Sự cho thuê lại* 2. i
sous - louer [sulwe] vtr *Cho thuê lại.*
sous - main [sum()] nm inv *Tấm lót tay.*
sous - marin [sumar()] 1. a *Dưới biển (cuộc sống); Dưới nước* 2. nm *Tàu ngầm.*
sous - officier [suzɔfisje] nm 1. *Hạ sĩ quan* 2. *Hạ sĩ quan hải quân.*
sous - payer [supeje] vtr *Trả dưới tỷ suất hợp pháp, trả dưới mức.*
sous - peuplé [supœ ple] a *Ít dân cư.*
sous - préfecture [suprefektyr] nf *Huyện, quận, chức quận trưởng.*
sous - préfet [suprefɛ] nm *Quận trưởng.*
sous - produit [suprɔdɥi] nm *Sản phẩm phụ.*
sous - secrétaire d'etat [susəkretɛr] n *Phó bí thư, thứ trưởng.*
soussigné [susiɲe] a & n *Ký ở dưới;* je s. *Tôi ký tên dưới đây.*
sous - sol [susɔl] nm 1. *Tầng đất cái* 2. *Tầng hầm.*
sous - titre [sutitr] nm *Phụ đề.*
sous - titrer [sutitre] vtr *Đặt phụ đề;* film soustitré *Phim có phụ đề.*
soustraction [sustraksjɔ̃] nf (a) *Sự rút bớt, sự khấu bớt;* (b) *Tính trừ.*
soustraire [sustrɛr] 1. vtr (a) *Rút bớt, giảm bớt;* (b) *Làm cho (ai) thoát khỏi (điều gì);* (c) *Trừ* 2. se s. à qch *Tránh, trốn khỏi điều gì;* se s. à un devoir *Trốn bổn phận.*
sous - traitance [sustrɛt)s] nf (a) *Sự giao kèo lại;* (b) *Sự thầu lại.*
sous - traitant [sustrɛt)] nm *Người đấu thầu lại.*
sous - traiter [sustrete] vi *Thầu lại.*
sous - verre [suvɛr] nm inv *(Khung) ảnh lồng kính.*
sous - vêtement [suvetm)] nm *Quần áo lót.*
soutane [sutan] nf *Áo tu sĩ, áo dòng.*
soute [sut] nf *Khoang, hầm;* s. à bagages *Khoang chứa hành lý.*
souteneur [sutnœ r] nm *Người bảo vệ, người ủng hộ, chủ nhà chứa, tên ma cô.*
soutenir [sutnir] 1. vtr (a) *Chống; Đỡ (ai thoát việc gì); Cứu trợ (ai);* (b) *Giữ gìn, duy trì (dòng dõi);* (c) *Ủng hộ (lý lẽ, người); Nâng đỡ (ai về mặt tài chính);* (d) *Bệnh vực, khuyến khích (một quan điểm); Xác nhận (một sự việc); (Học vấn) bảo vệ (luận án);* (e) *Ủng hộ, cổ vũ, trợ lực (cuộc nói chuyện, sự thành công);* (f) *Chịu đựng (sự quở mắng, lời phê phán); Chống trả, giữ vững được (sự tấn công).* 2. se s. (a) se s. sur ses pieds *Đứng vững;* je ne me soutiens plus *Tôi không đứng vững nổi nữa;* (b) *Tồn tại, tiếp tục;* l'intérêt se soutient *Nguồn lợi vẫn tiếp tục;* (c) *Bảo vệ, giữ vững (quan điểm).* soutenu a *Bền bỉ, dai (sức lực, lợi lộc); Giữ được sự thanh cao (lời văn).*
souterrain [sutɛr()] 1. a *Dưới mặt đất, ngầm;* passage s. *Đường ngầm.* 2. nm *Địa đạo, đường ngầm.*
soutien [sutj()] nm (a) *Sự nâng đỡ, người ủng hộ;* il est sans s. *Anh ấy không có người ủng hộ;* (b) *Người bảo trợ;* s. de famille *Cột trụ của gia đình.*
soutien - gorge [sutj(gɔrʒ] nm pl soutiens gorge. *Yếm, áo ngực (phụ nữ).*
soutirer [sutire] vtr *Sang thùng, chắt (rượu vang), moi, bòn, rút (tiền của ai).*
souvenir[1] [suvnir] (aux être) 1. v impers il me souvient d'avoir dit *Tôi nhớ là tôi có nói.* 2. se s. de qch, de qn *Nhớ đến, nhớ ai;* je m'en

souviendrai ! *Tôi sẽ nhớ mãi điều ấy* ! faire s. qn de qch *Nhắc lại cho ai điều gì*.

souvenir² nm **1.** *Ký niệm, sự hồi tưởng*; vague s. *Một ký ức lờ mờ*; avoir s. de qch *Có một kỷ niệm nào đó*; en s. de *Để kỷ niệm, để hồi tưởng đến....*; veuillez me rappeler à son bon s. *Hãy nhắc nhở tôi về (kỷ niệm của) anh ấy.* **2.** *Ký sự, hồi ký, vật kỷ niệm*; magasin de souvenirs *Cửa hàng bán các lưu vật*

souvent [suv)] adv *Thường thường, thường khi, năng, hay*; le plus s. *Phần nhiều*; peu s. *Ít khi*.

souverain, - aine [suvʀ(, ɛn] **1.** a *Tối cao (quyền lực, hoàng tử); Tột bực (sự hạnh phúc).* **2.** n *Vua, quốc vương*. souverainement adv (a) *Toàn quyền, tột bực*; (b) *Với quyền lực tối cao.*

souveraineteá [suvʀɛnte] nf *Quyền tối thượng.*

soviet [sɔvjɛt] nm *Sô viết.*

sovieátique a & n *Thuộc Sô viết, người Sô viết*; l'Union s. *Liên bang Sô viết.*

soya [sɔja] nm *Đậu nành.*

soyeux, - euse [swaj-, -z] a *Có chất tơ, mịn, mượt.*

SPA abbr Société protectrice des animaux. *Hội bảo vệ thú vật.*

spacieux, -euse [spasj-, -z] a *Rộng rãi (phòng); khoáng khoát (xe).*

spaghetti(s) [spageti] nmpl *Mì ống, mì que.*

sparadrap [spaʀadʀa] nm *Băng dính.*

spartiate [spaʀsjat] a & n *Thuộc Xpác tơ; dân Xpácto, (bóng) khắc khổ.*

spasme [spasm] nm *Sự co thắt, sự co giật.* spasmodique a *Co thắt, co cứng.*

spatial, - aux [spasjal, o] a *Thuộc không gian*; engin s. *Con tàu vũ trụ*; voyage s. *Cuộc du hành vũ trụ.*

spationaute [spasjɔnot] n *Nhà hàng không vũ trụ.*

spatule [spatyl] nf *Cái bay, dao phết*; en s. *Có hình cái bay, bẹt đầu.*

speaker, speakerine [spikœ ʀ, spikʀin] n *(Truyền hình, radiô) xướng ngôn viên.*

speácial, - aux [spesjal, o] a (a) *Đặc biệt, riêng*; envoyé s. *Đặc phái viên*; (b) *Kỳ quái, dị thường*. spécialement adv *Một cách đặc biệt.*

speácialisation [spesjalizasjɔ̃] nf *Sự chuyên môn hoá.*

speácialiser (se) [sɔspesjalize] vpr *Chuyên môn, chuyên về (ngành).*

speácialiste [spesjalist] n *Nhà chuyên môn, chuyên gia, chuyên viên.*

speácialiteá [spesjalite] nf *Đặc tinh, chuyên môn, chuyên khoa*; il a la s. de me taper sur les nerfs *Nó có biệt tài làm cho tôi tức tối, bực dọc.*

speácieux, - euse [spesj-, -z] a *Có vẻ đúng, đẹp mã.*

speácification [spesifikasjɔ̃] nf *Sự chỉ rõ, sự định rõ.*

speácifier [spesifje] vtr (impf & pr sub n. spécifiions) *Chỉ rõ, định rõ*. spécifique a *Đặc thù, chuyên biệt*. spécifiquement adv *Một cách chuyên biệt, đặc thù.*

speácimen [spesimɛn] nm *Mẫu; Tiêu bản, kiểu.*

spectacle [spɛktak] nm **1.** *Cảnh tượng, quanh cảnh*; se donner en s. *Tự làm cho mọi người chú ý*. **2.** *Cuộc biểu diễn*; s. solo *Sự độc diễn*; le s. *Cuộc vui công cộng*; aller au s. *Đi xem biểu diễn*; salle de s. *Phòng để trình diễn*; theatre *Rạp hát*; film à grand s. *Phim được dàn cảnh lộng lẫy*. spectaculaire a *Gây ấn tượng mạnh, ly kỳ.*

spectateur, - trice [spɛktatœ ʀ, tʀis] n *Khán giả, người xem; Quan khách.*

spectre [spɛktʀ] nm **1.** *Yêu quái, bóng ma* **2.** *Quang phổ.* spectral, - aux a *Ảo ảnh bóng ma, thuộc quang phổ.*

speáculateur, - trice [spekylatœ ʀ, tʀis] n *Người đầu cơ.*

speáculation [spekylasjɔ̃] nf *Sự tư biện, sự đầu cơ.* spéculatif, - ive a *Duy lý, tự biện.*

speáculer [spekyle] vi **1.** *Tự biện, lý luận (về một đề tài).* **2.** *Đầu cơ*; s. sur qch *Lợi dụng điều gì.*

speáleáologie [speleɔlɔʒi] nf *Khoa hang động, động huyệt học.* spéléologique a *Thuộc về động huyệt học.*

speáleáologue [speleɔlɔg] n *Nhà thám hiểm hang huyệt.*

spermatozoïde [spɛʀmatozɔid] nm *Tinh trùng.*

sperme [spɛʀm] nm *Tinh dịch.*

spermicide [spɛʀmisid] **1.** a *Diệt tinh trùng* **2.** nm *Chất diệt tinh trùng.*

spheâre [sfɛʀ] nf **1.** *Hình cầu*; s. terrestre *Địa cầu.* **2.** *Phạm vi, lĩnh vực (hoạt động, ảnh hưởng).* sphérique a *Thuộc hình cầu, tròn.*

sphincter [sf(ktɛʀ] nm *Cơ thắt, cơ vòng.*

sphinx [sf(ks] nm inv *Nhân sư (quái vật đầu sư tử mình người).*

spiral, - aux [spiʀal, o] **1.** a *Xoắn ốc* **2.** nf *Đường xoắn ốc*; en spirale (i) adv *Theo đường xoắn ốc* (ii) a *Xoắn ốc.*

spirite [spiʀit] n *Nhà thông linh học.*

spiritisme [spiʀitism] nm *Thông linh học, thuật thông linh.*

spiritualiteá [spiʀitɥalite] nf *Tính tinh thần, đời sống tinh thần.*

spirituel, - elle [spiʀitɥɛl] a *(Sức mạnh, đời sống) tinh thần*; concert s. spirituellement adv

Về mặt tinh thần.

spiritueux [spirityɥ-] nm *Có độ cồn cao.*

splendeur [spl)dœr] nf *Sự huy hoàng, sự rực rỡ*; c'est une s. *Đó là một sự tráng lệ, huy hoàng*; dans toute sa s. *Với tất cả vẻ đẹp lộng lẫy.* **splendide** a *Rực rỡ, lộng lẫy.* **splendidement** adv *Một cách hoa mỹ, tráng lệ.*

spoliation [spɔljasjɔ̃] nf *Sự cướp đoạt, sự bóc lột.*

spolier [spɔlje] vtr (impf & pr sub n. spoliions) *Cưỡng đoạt, bóc lột.*

spongieux, - euse [spɔ̃ʒj-, j-z] a *Xốp.*

sponsor [spɔ̃sɔr] nm *Người bảo đảm, cha đỡ đầu.*

sponsoriser [spɔ̃sɔrize] vtr *Bảo đảm, đỡ đầu.*

spontaneáiteá [spɔ̃taneite] nf *Tính tự phát, tính tự sinh.* **spontané** a *Tự phát, tự sinh.* **spontanément** adv *Một cách tự phát.*

sporadique [spɔradik] a *Rời rạc, lác đác.* **sporadiquement** adv *Một cách rời rạc.*

spore [spɔr] nf *Bào tử;* sporanges *Túi bào tử.*

sport [spɔr] 1. nm *Thể thao*; faire du s. *Chơi thể thao*; sports d'hiver *Các môn thể thao mùa đông*; chaussures de s. *Giày thể thao.* vous allez voir du s.! *Anh sẽ thấy mọi người nhốn nháo cả lên* ! 2. a inv *Dùng chơi thể thao (quần áo).* sportif, - ive 1. a *Thuộc thể thao, thuộc thể vận* 2. n *Nhà thể thao, vận động viên, người tham dự thế vận.*

spot [spɔt] nm 1. *Chấm sáng, điểm sáng.* 2. *Đèn chiếu nhỏ* 3. s. (publicitaire) *Chương trình quảng cáo; Mục quảng cáo.*

sprint [sprint] nm *Nước rút.*

sprinter[1] [sprinte] vi *Chạy nước rút.*

sprinter[2] **-euse** [sprintœr, -z] n *Vận động viên chạy nước rút.*

square [skwar] nm *Công viên nhỏ.*

squash [skwaʃ] nm *Trò chơi bóng quần.*

squat [skwat] nm *Sự ngồi chồm hổm, sự ngồi xổm.*

squatter[1] [skwater] 1. vi *Ngồi chồm hổm* 2. vtr *Chiếm dụng (nhà)*

squatter[2] [skwatœr] nm *Người đến lập nghiệp ở đất hoang (Mỹ).*

squelette [skəlet] nm *Bộ xương, người gầy giơ xương* squelettique a *Thuộc bộ xương, giống bộ xương*; il est s. *Anh ấy chỉ còn da bọc xương*; *Quá sơ lược.*

Sri Lanka [sril)ka] Prnm *Xứ Xri Lanka.* srilankais, - aise a & n *Thuộc Xri lanka, dân Xri lanka.*

stabilisateur, - trice [stabilizatœr, tris] 1. *a Ổn định* 2. nm (a) *Cánh đuôi;* (b) *Chất ổn định.*

stabilisation [stabilizasjɔ̃] nf *Sự (làm) ổn định.*

stabiliser [stabilize] vtr 1. *Làm cho vững chắc, làm cố định* 2. se. s. *Được ổn định.*

stabiliteá [stabilite] nf *Tính ổn định, sự vững chắc.* stable a *Kiên cố, ổn định.*

stade [stad] nm 1. *Sân vận động* 2. *Giai đoạn (phát triển).*

stage [staʒ] nm *Thời kỳ thực tập; Lớp tập huấn; (Ngành giáo) thời kỳ thực tập sư phạm.* stagiaire 1. a *Tập sự, thực tập (thời kỳ)* 2. n *Người tập sự.*

stagnation [stagnasjɔ̃] nf *Sự ứ động, tình trạng tù hãm.*

stagner [stagne] vi *Ứ đọng, tù hãm.* stagnant a *Tích tụ, đọng lại, tù hãm.*

stalactite [stalaktit] nf *Thạch nhũ trên, vú đá.*

stalagmite [stalagmit] nf *Thạch nhũ dưới, măng đá.*

stalle [stal] nf 1. *Ghế ngăn (trong Thánh đường)* 2. *Ngăn chuồng (chuồng ngựa).*

stand [st)d] nm 1. *Gian hàng (ở cuộc triển lãm); Khán đài (trong dịp lễ)* 2. s. de ravitaillement *Gian hàng thực phẩm;* s. (de tir) *Sân bắn bia.*

standard [st)dar] 1. nm (a) *Tổng đài;* (b) s. de vie *Mức sống* 2. a inv *Đúng tiêu chuẩn.*

standardisation [st)dardizasjɔ̃] nf *Sự tiêu chuẩn hóa.*

standardiser [st)dardize] vtr *Tiêu chuẩn hóa.*

standardiste [st)dardist] n *Người giữ tổng đài.*

standing [st)diŋ] nm *Địa vị, danh vọng*; appartement de grand s. *Nhà cửa sang trọng.*

star [star] nf *Nữ minh tinh, ngôi sao điện ảnh.*

starlette [starlet] nf *Nữ diễn viên trẻ.*

starter [starler] nm 1. *Bộ khởi động* 2. *Người ra lệnh xuất phát.*

station [stasjɔ̃] nf 1. *Tư thế;* s. debout *Tư thế đứng* 2. *Trạm nghỉ (cuộc du hành); Sự dừng lại, sự đứng lại.* 3. (a) (Xe buýt) *trạm ngừng;* Ga xép; s. de taxis *Bến xe tắc xi*; s. libre - service *Trạm, nhà nghỉ tự phục vụ;* s. spatiale *Trạm vũ trụ;* (b) *Chỗ lưu trú (cho người trượt tuyết, người dưỡng bệnh);* (c) s. thermale *Suối nước khoáng;* (c) s. radio *Đài phát thanh;* s. de télévision *Đài truyền hình;* (d) s. centrale *Trạm trung ương.* stationnaire a *Ở yên một chỗ, không chuyển biến.*

stationnement [stasjɔnm)] nm *Sự đỗ lại, sự ngừng lại;* s. interdit *Cấm đỗ, cấm đậu lại.*

stationner [stasjɔne] vi *Dừng lại, đứng lại; (Xe cộ) đỗ lại;* défense de s. *Cấm đậu, cấm đỗ lại.*

station - service [stasjɔ̃sɛrvis] nf pl stations - service. *Trạm phục vụ.*

statique [statik] a *Cân bằng, tĩnh (điện).*

statisticien, -ienne [statistisj(, jɛn] n *Nhà thống kê.*
statistique [statistik] **1.** a *Thuộc thống kê* **2.** nf *Thống kê học, sự thống kê;* la s. *(Khoa học) số liệu thống kê.*
statue [staty] nf *Pho tượng.*
statuer [statɥe] vi *Chế định, ra lệnh.*
statuette [statɥɛt] nf *Pho tượng nhỏ.*
statuquo [statykwo] nm *Nguyên trạng, hiện tình.*
stature [statyr] nf *Vóc người, dáng cỡ.*
statut [staty] nm (a) *Điều lệ, quy chế;* (b) *Cương vị xã hội.* **statutaire** a *Được chế định, theo quy chế.*
stellaire [stɛlɛr] a *Thuộc về sao; (ánh sáng) tỏa tròn xòe ra.*
stencil [stɛnsil] nm *Giấy nến.*
steáno (dactylo) [stenɔ daktilo] **1.** n *Người đánh máy tốc ký;* **2.** nf *Khoa đánh máy tốc ký.*
steáno (graphie) [stenɔ grafi] nf *Khoa tốc ký.* **sténographique** a *Thuộc tốc ký.*
steánographier [stenɔgrafje] vtr (impf & pr sub n. sténographiions) *Ghi tốc ký.*
stentor [stɔtɔr] nm voix de s. *Giọng to vang.*
steppe [stɛp] nf *Thảo nguyên.*
steâre [stɛr] nm *Thước khối (củi, gỗ).*
steáreáo [stereo] a inv & nf F. *Máy hát (âm thanh nổi).*
steáreáophonie [stereofoni] nf *Kỹ thuật âm lập thể, âm thanh nổi.* **stéréophonique** a *Thuộc âm thanh nổi.*
steáreáotype [stereɔtip] nm *Bản đúc.* **stéréotypé** a *Sáo, lập lại một cách máy móc.*
steárile [steril] a *Vô sinh, không sinh sản, cằn cỗi.*
sterilet [sterilɛ] nm *Vòng tránh thụ thai.*
steárilisateur [sterilizatœr] nm *Máy sát trùng.*
steárilisation [sterilizasjɔ] nf *Sự tiệt trùng, sự làm tuyệt sinh.*
steáriliser [sterilize] vtr *Làm cho cằn cỗi, làm tuyệt sinh.*
steáriliteá [sterilite] nf *Sự vô sinh, sự không sinh sản.*
sternum [stɛrnɔm] nm *Xương ức, (côn trùng) xương mỏ ác.*
steároide [steroid] nm s. anabolisant *Đồng hoá, hợp chất hữu cơ trong cơ thể.*
steward [stiwart] nm *Đầu bếp (trên tàu thủy, máy bay).*
steáthoscope [stetoskɔp] nm *Ống nghe.*
stigmate [stigmat] nm (a) *Dấu, vết, sẹo;* (b) *Dấu thần, vết thánh.*
stigmatiser [stigmatize] vtr *Đóng dấu sắt nung lên người tội phạm, để lại sẹo, để lại vết tích.*
stimulateur [stimylatœr] nm s. cardiaque *Máy kích thích tim.*
stimulation [stimylasjɔ] nf *Sự kích thích.*
stimuler [stimyle] vtr *Kích thích, khuyến khích, động viên* stimulant **1.** a *Kích thích, động viên* **2.** nm (a) *Chất kích thích* (b) *Sự khuyến khích, sự động viên.*
stimulus [stimylys] nm *Hiện tượng kích thích, kích thích tố.*
stipulation [stipylasjɔ] nf *Điều quy định, sự ước định (trong hợp đồng).*
stipuler [stipyle] vtr *Quy định, ước định.*
stock [stɔk] nm *Khối hàng dự trữ.*
stockage [stɔkaʒ] nm *Sự dự trữ hàng hoá.*
stocker [stɔke] vtr (a) *Dự trữ hàng hoá;* (b) *Dự trữ để đầu cơ.*
stockiste [stɔkist] *Người nhận dự trữ hàng.*
stoïcisme [stɔisism] nm *Chủ nghĩa khắc kỷ* **stoïque** a *Khắc kỷ, kiên cường.* **stoïquement** adv *Một cách cương nghị, thản nhiên.*
stop [stɔp] **1.** int *Đứng lại!* **2.** nm (a) *Sự thắng lại;* (b) *Dấu hiệu ngừng lại; Đèn đỏ.* **3.** nm faire du s. *Kéo, nắm, chộp lại (người đang đi).*
stoppage [stɔpaʒ] nm *Sự mạng vải, ní.*
stopper[1] [stɔpe] vte & i *Bắt buộc ngừng lại, gọi đứng lại.*
stopper[2] vtr *Mạng vải ní.*
stoppeur, - euse [stɔpœr, -z] n *Người quá giang xe, người níu kéo, người trói buộc.*
store [stɔr] nm *Bức sáo, bức mành.*
strabisme [strabism] nm *Tật lé mắt.*
strapontin [strapɔt(] nm *Ghế xếp phụ trên xe, trong rạp hát.*
stratageâme [strataʒɛm] nm *Mẹo, chước, âm mưu.*
strate [strat] nf *Địa tầng.*
strateâge [strateʒ] nm *Nhà chiến lược, chiến lược gia.*
strateágie [strateʒi] nf *Chiến lược.* **stratégique** a *Thuộc binh lược, chiến lược*
stratification [stratifikasjɔ] nf *Sự phân bằng.*
stratifier [stratifje] vtr *Xếp thành tầng, phân tầng; sự vùi hạt giống thành tầng trong cát.*
stratospheâre [stratosfɛr] nf *Quyến bình lưu.*
stress [strɛs] nm inv *Sự bắt buộc đồng lực, ứng suất.*
stresser [strɛse] vtr *Gây ứng suất cho ai, gây động lực.* stressant a *Gây ứng suất.* stressé a *Bị tác động.*
strict [strikt] a (a) *Chặt chẽ; Vừa đủ (thiết yếu, tối thiểu); Đơn giản (sự thật);* (b) *Đúng mực, nghiêm chỉnh (người);* (c) *Đứng đắn,*

strident | 520 | **subreptice**

nghiêm *túc (nguyện vọng, kiểu tóc).* strictement adv *Một cách chặt chẽ, giản dị.*

strident [strid)] a *Chói tai, inh ỏi.*

strie [stri] nf **1**. *Đường rạch, đường xoi* **2**. (a) *Giồng (đất) lằn gợn*; (b) *Đường sọc (màu).*

strier [strije] vtr (impf & pr sub) n. striions) **1**. *Rạch, xoi.* **2**. (a) *Làm thành giồng* (b) *Làm thành sọc.*

strip - tease [striptiz] nm *Điệu vũ thoát y.* stripteaseuse nf *Vũ nữ thoát y.*

strophe [strɔf] nf *Đoạn thơ, khổ thơ.*

structure [stryktyr] nf *Cấu trúc, cơ cấu.* structural, aux a *Thuộc cách cấu tạo.* structuralement adv *Về mặt tổ chức, về mặt cấu tạo.* structurel a *Thuộc sự cấu tạo.*

structurer [stryktyre] vtr *Cấu trúc, tổ chức, cấu tạo.*

strychnine [striknin] nf *Mã tiền.*

stuc [styk] nm *Chất giả đá hoa.*

studieux, - ieuse [stydj-, j-z] a *Chăm học, chăm chỉ.* studieusement adv *Một cách chăm chỉ.*

studio [stydjo] nm **1**. *Phim trường, phòng quay phim.* **2**. *Thư phòng, phòng làm việc; Căn hộ một phòng.*

stupéafaction [stypefasjɔ̃] nf *Sự kinh ngạc, sự sửng sốt*; à la s. générale *Mọi người đều sửng sốt.*

stupéafaire [stypefer] vtr *Làm sửng sốt, làm kinh ngạc, làm rụng rời.* stupéfait a *Sửng sờ, kinh ngạc.*

stupéafier [stypefje] vtr (im/pf & pr sub n. stupéfiions) *Làm tê mê, sững sờ, làm hoảng hốt.* stupéfiant **1**. a *Làm tê mê, ngây ngất* **2**. nm *Chất ma túy, thuốc mê.*

stupeur [stypœr] nf **1**. *Sự hoảng hốt* **2**. *Sự kinh ngạc*; muet de s. *Sửng sốt không nói nên lời.*

stupide [stypid] a (a) *Ngớ ngẩn;* (b) *Ngốc nghếch; Ngu đần, khờ khạo.* stupidement adv *Một cách ngu ngốc.*

stupiditeá [stypidite] nf *Sự ngớ ngẩn; Lời dại dột, hành vi ngu đần.*

style [stil] nm **1**. *Viết nhọn dùng để viết trên giấy sáp.* **2**. *Phong cách, kiểu, lối*; dans le s. de *Theo phong cách của*; robe, meubles, de s. *Áo, đồ gỗ đúng mốt, đúng phong cách.*

styleá [stile] a *Đúng cách, sành điệu.*

stylisation [stilizasjɔ̃] nf *Sự kiểu cách hoá.*

styliser [stilize] vtr *Kiểu cách hoá.*

styliste [stilist] n *Nhà văn khéo trau chuốt, nhà mỹ học công nghiệp*; s. de mode *Người vẽ kiểu, nhà tạo mẫu.*

stylo [stilo] nm *Bút máy*; s. à bille *Bút bi*; s. à encre *Bút máy bơm mực.*

su (au su de) [osydə] prep *au su de tout le monde Mọi người đều hay biết.*

suaire [sɥer] nm *Vải liệm, khăn phủ mặt người chết.*

suant [sɥ)] a *Làm bực mình, đẫm mồ hôi.*

suave [sɥav] a *Ngọt ngào, êm ái.*

suaviteá [sɥavite] nf *Sự êm dịu, sự ngọt ngào.*

subalterne [sybaltern] **1**. a *Thứ yếu, thuộc cấp, hạ cấp (công chức, địa vị); Thuộc hạ (nhân viên).* **2**. nm (a) *Kẻ thuộc hạ.* (b) *Sĩ quan cấp úy (trung úy, thiếu úy).*

subconscient [sybkɔ̃sj)] a & nm *Thuộc tiềm thức, tiềm thức.*

subdiviser [sybdivize] vtr *Chia nhỏ ra, tế phân.*

subir [sybir] vtr *Chịu, bị, chịu đựng; Chịu ảnh hưởng; Chấp nhận, gánh chịu (thiệt thòi, mất mát); Khuất phục (sự trừng phạt, vận số)*; s. qn *Chịu đựng ai*; faire s. qch à qn *Bắt ai phải gánh chịu một điều gì.*

subit [sybi] a *Thình lình, đột ngột.* subitement adv *Một cách đột ngột.*

subjectiviteá [sybʒektivite] nf *Tính chủ quan.* subjectif, - ive a *Chủ quan.* subjectivement adv *Một cách chủ quan.*

subjonctif, - ive [sybʒɔ̃ktif, iv] a & nm *Lối liên tiếp.*

subjuguer [sybʒyge] vtr *Chinh phục, đè nén; Làm say mê, quyến rũ.*

sublimation [syblimasjɔ̃] nf *Sự thăng hoa, sự cao siêu hoá.*

sublime [syblim] a *Cao cả, cao siêu.*

sublimer [syblim] vt *Thanh cao hóa, làm thăng hoa.*

submerger [sybmɛrʒe] vtr (n. submergeons) **1**. *Làm ngập; Làm lụt (đồng ruộng); Làm đắm, chìm (tàu thuyền); Nhận xuống nước (đồ đạc); submergé par la foule Chìm mất trong đám đông.* **2**. *Tràn ngập; submergé de travail Công việc tràn ngập.*

submersion [sybmɛrsjɔ̃] nf *Sự chìm, sự ngập.* submersible **1**. a *Chìm, có thể chìm ngập.* **2**. nm *Tàu ngầm.*

subordination [sybɔrdinasjɔ̃] nf *Sự phụ thuộc, sự lệ thuộc.*

subordonner [sybɔrdɔne] vtr *Bắt phụ thuộc (vào)*; le service est subordonné au nombre des voyageurs *Công việc tùy thuộc vào số hành khách.* subordonné **1**. a *Phụ thuộc, phụ.* **2**. (a) n *Thuộc hạ, người dưới quyền*; (b) nf *Mệnh đề phụ.*

suborner [sybɔrne] vtr **1**. *Quyến rũ, dụ dỗ.* **2**. *Mua chuộc (nhân chứng).*

subreptice [sybreptis] a *Gian lận, lén lút.*

subrepticement adv *Một cách lén lút.*
subseáquent [sypsɛk)] a *Tiếp sau, tiếp đó, ngay sau đó.*
subside [sypsid] nm *Tiền phụ cấp, tiền cấp dưỡng.*
subsidiaire [sypsidjer] a *Bổ trợ, phụ*; question s. *Câu hỏi phụ.*
subsistance [sypzist)s] nf *Sự nuôi sống, lương thực, sinh kế.*
subsister [sypziste] vi 1. *Hãy còn, còn tồn tại, còn thừa lại* 2. *Sinh sống bằng....*
substance [sypst)s] nf 1. *Đại ý, nội dung*; en s. *Tóm lại, về căn bản.* 2. *Chất, vật chất, thực thể.* **substantiel, -elle** a *Thuộc thực thể, có chất bổ.* **substantiellement** adv *Có nội dung, có chất bổ.*
substantif, - ive [sypst)tif, iv] 1. a *Chỉ về thực tại, thực thể* 2. nm *Danh từ.*
substituer [sypstitɥe] 1. vtr *Thế', thay thế' (cho....)* 2. se. s. à qn *Thay thế cho ai...*
substitut [sypstity] nm *Người thay thế, phụ tá, (luật) thẩm phán thay biện lý.*
substitution [sypstitysjɔ̃] nf *Sự thay thế, sự đánh tráo.*
subterfuge [syptitysjɔ̃] nm *Mưu mẹo, mánh khóe.*
subtil [syptil] a *Tế nhị, tinh tế (lý lẽ, lời nói, sự khác biệt); Sáng suốt (quan sát viên v.v...).* **subtilement** adv *Một cách tế nhị, một cách tinh tế.*
subtiliser [sybtilize] vtr *Xoáy, đánh cắp (một vật gì).*
subtiliteá [sybtilite] nf *Sự khôn khéo; Sự tinh vi.*
subvenir [sybvənir] v (aux avoir) s. à *Cung cấp, cấp dưỡng (cho ai); Trả, chịu (tiền phí tổn).*
subvention [sybv)sjɔ̃] nf *Tiền trợ cấp, tiền phụ cấp.*
subventionner [sybv)sjɔne] vtr *Trợ cấp, phụ cấp.*
subversion [sybvɛrsjɔ̃] nf *Sự lật đổ.* **subversif, - ive** a *Lật đổ, phá hoại.*
suc [syk] nm *Nước ép, dịch; Nhựa, nhựa cây.*
succeádaneá [syksedane] nm *Dùng để' thay thế.*
succeáder [syksede] v ind tr (je succède; je succéderai) s. à qn *Nối nghiệp, kế thừa ai*; la déception succéda à la joie *Hết vui đến thất vọng*; se s. *Nối tiếp, kế tiếp.*
succeâs [syksɛ] nm *Sự thành công*; avoir du s. *Được thành công*; sans s. *Không kết quả, không thành công*; livre à s. *Sách bán chạy nhất*; s. fou *Kết quả, thành công rất lớn; Được hoan nghênh*; chanson à s. *Bài hát được hoan nghênh.*
successeur [syksɛsœ r] nm *Người nối nghiệp, người kế thừa.*
succession [syksesjɔ̃] nf 1. (a) *Sự nối tiếp, sự liên tiếp, sự liên tục (ý kiến, ngày)*; (b) *Sự nối ngôi, sự kế vị*; prendre la s. de *Nối nghiệp, kế vị ai; Sự liên tiếp (công việc)* 2. *Sự thừa kế theo di chúc.* **successif, - ive** a *Kế tiếp, liên tiếp.* **successivement** adv *Lần lượt, một cách liên tục.*
succinct, - incte [syksɔ̃, syks(t] a *Ngắn gọn; Đạm bạc (bữa ăn).* **succinctement** adv *Ngắn gọn; Một cách đạm bạc.*
succion [syksjɔ̃] nf *Sự mút, sự hút.*
succomber [sykɔ̃be] vi 1. *Quỵ, ngã (dưới sức nặng)*; je succombe au sommeil *Tôi không chống nổi cơn buồn ngủ.* 2. (a) (sous le nombre) *Bị chế phục (bởi số đông)*; (b) *Bị sa ngã (bởi sự cám dỗ); Không cưỡng nổi (sự xúc động)*; (c) *Chết, gục ngã (vì bệnh).*
succulent [sykyl)] a *Ngon lành, bổ dưỡng.*
succursale [sykyrsal] nf *Chi nhánh*; magasin à succursales multiples *Một cửa hàng có nhiều chi nhánh bán cùng loại hàng.*
sucer [syse] vtr (n. sucons) *Mút, hút.*
sucette [sysɛt] nf (a) *Đầu vú giả cho trẻ em mút;* (b) *Kẹo que.*
sucre [sykr] nm *Đường*; s. de canne *Đường mía*; s. en poudre, s. semoule *Đường cát nhuyễn*; s. cristallisé *Đường cát to*; s. en morceaux *Đường (từng) miếng*; s. d'orge *Đường lúa mạch*; il a été tout s. tout miel *Anh ấy nói ngọt như mía lùi.*
sucrer [sykre] vtr 1. *Cho đường vào; Làm cho ngọt*; s. les fraises *Lẩm cẩm, run rẩy, vì tuổi già.* 2. *Bỏ đi, hủy bỏ* 3. se s. *Vớ lợi về mình.* **sucré** a 1. *Ngọt, có đường (trà); Ngọt (trái cây); Quá ngọt*; non s. *Không ngọt.* 2. *Ngọt ngào (lời nói, thái độ).*
sucrerie [sykrəri] nf 1. *Nhà máy đường.* 2. *Của ngọt, kẹo mứt*; aimer les sucreries *Thích của ngọt.*
sucrette [sykrɛt] nf *Chất ngọt nhân tạo, đường hóa học.*
sucrier, -ieâre [sykrije, jɛr] 1. a *Thuộc về đường (sản xuất) đường.* 2. n *Người sản xuất đường.* 3. nm *Bình đựng đường, bát đựng đường.*
sud [syd] 1. nm *Phương nam, phía nam, hướng nam, miền nam*; vent du s. *Gió nam*; maison exposée au s. *Nhà xoay mặt về hướng nam*; au s. *Ở hướng nam*; au s. de *Ở phía nam của*;

l'Amérique du S. *Nam Mỹ* vers le s. *Về phía nam.* **2.** a inv *Từ hướng nam, thuộc phương nam, miền nam, hướng nam.*

sud - africain, - aine [sydafrik(, ɛn] a & n *Thuộc Nam Phi;* la République sud - africaine *Nước Cộng hòa Nam Phi; Dân Nam Phi.*

sud - est [sydɛst] **1.** nm *Miền đông - nam, hướng đông - nam.* **2.** a inv *Thuộc đông - nam, từ đông nam.*

sudiste [sydist] **1.** n *Người nam bang (trong cuộc Nam - Bắc chiến tranh ở Mỹ), người miền nam.* **2.** a *Miền Nam (quân đội).*

Sud - ouest [sydwɛst] **1.** nm *Miền, hướng, phía tây - nam.* **2.** a inv *Thuộc tây nam, từ tây nam.*

Sueâde[1] [sɥɛd] Prnf *Nước Thụy điển.* suédois, - oise **1.** a *Thuộc Thụy điển.* **2.** n *Dân Thụy điển.* **3.** nm *Ngôn ngữ Thụy điển.*

sueâde[2] nm *Da (thuộc) lộn;* gants de s. *Găng tay bằng da lộn.* suédé a *Làm bằng da lộn.*

sueádine [sɥedin] nf *Giả da lộn.*

suer [sɥe] **1.** vi (a) *Đổ mồ hôi; Toát mồ hôi;* tu me fais s.! *Anh làm tôi bực mình quá!;* (b) *(Tường) rỉn nước, rỉ nước;* (c) *Lao động nặng, nhọc nhằn.* **2.** vtr *Rỉ ra, sùi ra (máu); Toát ra (sự nghèo nàn).*

sueur [sɥœːr] nf *Mồ hôi;* être en s. *Ướt đẫm mồ hôi;* avoir des sueurs froides *Toát mồ hôi lạnh.*

suffire [syfir] vi (prp suffisant; pp suffi) (a) *Đủ, đủ để;* cela ne me suffit pas (pour vivre) *Như thế không đủ để tôi (sinh sống);* il suffit de l'écouter pour *Chỉ cần nghe hắn là đủ để....;* ca suffit *Thôi, đủ rồi !;* il suffit d'une heure *Chỉ cần một tiếng đồng hồ là đủ;* (b) s. à qch *Đủ cho việc gì;* il ne peut pas s. à tout *Anh ấy không thể đáp ứng đủ cho tất cả mọi việc; (Ở đồng quê)* se s. (à soi - même) *Tự túc.*

suffisance [syfizɑ̃s] nf **1.** *Sự đầy đủ, sự dồi dào;* avoir qch en s. *Có đầy đủ một thứ gì.* **2.** *Sự vừa ý, sự tự mãn, tính tự phụ.* suffisant a **1.** *Đầy đủ, thích đáng, đủ;* largement s. *Quá đủ;* c'est s. pour le voyage *Như vậy là đầy đủ cho cuộc du ngoạn rồi.* **2.** *Thỏa mãn, tự mãn, tự phụ (thái độ, giọng nói);* faire le s. *Hợm hĩnh.* suffisamment adv *Đủ, khá đầy đủ, vừa phải.*

suffixe [syfiks] nm *Hậu tố, tiếp vĩ ngữ.*

suffocant [syfɔk] a (a) *Ngột ngạt, làm nghẹt thở;* (b) *Làm uất lên.*

suffocation [syfɔkasjɔ̃] nf *Sự nghẹt thở.*

suffoquer [syfɔke] **1.** vtr *Làm ngộp thở; Làm ngạt hơi, làm uất lên* **2.** vi *Nghẹt thở; Làm sửng sốt.*

suffrage [syfraʒ] nm *Sự bỏ phiếu, sự bầu phiếu;* s. universel *Sự phổ thông bầu phiếu.*

suggeárer [sygʒere] vtr (je suggè re; je suggérerai) *Gợi, gợi ý;* s. de faire qch *Gợi ý làm việc gì.*

suggestion [sygʒestjɔ̃] nf *Sự gợi ý.* suggestif, - ive a *Gợi ý, gợi hình.*

suicide [sɥisid] nm *Sự tự tử.* suicidaire a *Tự sát.*

suicideá, - eáe [sɥiside] n *(Người) tự tử, tự sát.*

suicider (se) [səsɥiside] vpr *Tự tử, tự sát.*

suie [sɥi] nf *Bồ hóng, lọ nồi.*

suif [sɥif] nm *Sự rỉ nước, nước rỉ ra, mỡ động vật.*

suintement [sɥ(tm)] nm *Sự rỉ ra, rịn ra.*

suinter [sɥ(te)] vi *Rỉ ra, rịn ra.*

Suisse[1] [sɥis] *Nước Thụy Sĩ;* la S. romande *Vùng Thụy Sĩ nói tiếng Pháp.*

suisse[2] a *Thuộc Thụy Sĩ;* **2.** nm (a) un Suisse *một người đàn ông Thụy Sĩ;* (b) *Cảnh vệ (Tòa Thánh);* (c) petit s.; petit suisse. *Phó mát pơ ti xuýt.*

Suissesse [sɥises] nf *Người phụ nữ Thụy Sĩ.*

suite [sɥit] nf **1.** (a) *Sự tiếp theo, sự nối tiếp;* faire s. à qch, *Tiếp theo sau vấn đề gì;* Corr: (comme) s. à notre lettre *(Để) tiếp theo thư của chúng tôi;* donner s. à *Tiếp tục cứu xét; (Mặt hàng)* sans s. *Không được tiếp tục cung ứng;* prendre la s. de *Nối tiếp ai (một công việc);* à la s. de qn *Theo sau;* à la s. de cet incident *Hậu quả của tai nạn này;* adv phr de s. (i) *Liên tiếp;* (ii) *Liền một lúc;* dix voitures de s. *chiếc xe liên tiếp;* dix heures de s. *10 tiếng đồng hồ liên tiếp;* dix jours de s. *10 ngày liên tiếp;* et ainsi de s. *Và cứ như thế;* adv phr tout de s., F: de s. *Lập tức, ngay tức thì;* dans la s. *Sau đó, tiếp theo thời kỳ ấy;* par la s. *Về sau, bất thần;* (b) *Đoạn tiếp (của sách, phim);* s. au prochain numéro *Đoạn tiếp ở số tới;* (c) *Sự liên lạc, sự mạch lạc (sự lý luận);* sans s. (i) *Không mạch lạc (tư tưởng)* (ii) *Rời rạc;* avoir de la s. dans les idées *Kiên trì ý kiến của mình* **2.** suite, retinue *Đoàn tùy tùng, đoàn hộ tống.* **3.** (a) *Tràng, loạt, lần lượt (sự, việc xảy ra);* s. de malheurs *Loạt tai họa;* (b) *Chuỗi, cấp số;* (c) *Tổ khúc;* (d) *(Khách sạn) dãy phòng* **4.** consequence, result *Do, hậu quả, chung cuộc (của bệnh tật);* adv phr par s. *Do đó;* par s. de *Vì lẽ, bởi vì.*

suivant[1] [sɥiv] prep **1.** *Dọc theo (hàng, dãy)* **2.** *Căn cứ theo, y theo (sự chỉ dẫn);* s. que + ind *Tùy theo.*

suivant[2] - ante [sɥiv,)t] a *Sau, tiếp theo (trang, ngày);* le dimanche s. *Chủ nhật sau;* notre méthode est la suivante *Phương pháp của chúng tôi là sau đây;* au s.! *Người tiếp theo !.*

suivi [sɥivi] a **1.** *Mạch lạc (cách nói); Nhất quán, rõ ràng (lập luận); Không gián đoạn (sự* liên lạc); Liên tục (sự cố gắng); Cương quyết, vững chắc (chính sách). 2. Có nhiều người theo, có đông người dự (cuộc diễn thuyết, lớp học).

suivre [sɥivr] vtr (ppr suivant; pp suivi; pr ind je suis, n. suivons) 1. (a) *Theo, theo sau*; s. qn de près *Theo ai từng bước; (Thư tín)*; faire s. *Chuyển tiếp*; faire s. son courrier *Xin gửi theo địa chỉ mới*; faire s. un suspect *Cho theo dõi một kẻ bị tình nghi*; à s. *Còn tiếp*; Com: s. un article *Tiếp tục dự trữ hàng*; (b) *Hiểu rõ, tiếp tục*; je ne vous suis pas *Tôi không hiểu rõ những gì anh nói* (c) *Đuổi theo (thú, kẻ địch)*; (d) *Chú ý theo dõi (chuyện gì)*; suivez attentivement *Các anh hãy thật chú ý*; (e) *Theo dõi (sự tiến triển của ai, thời cuộc)*; s. des yeux, du regard *Nhìn, nhìn theo*; (f) *Theo sát (đầu mối)*. 2. (a) *Liên tiếp, kế tiếp*; ces deux mots se suivent *Hai từ này kế tiếp nhau*; événements qui se suivent *Các biến cố liên tiếp nhau*; (b) *Do đó mà*; comme suit *Như sau*. 3. (a) *Đi dọc theo (con đường)*; s. son chemin *Tiếp tục đi; (Bệnh tật v.v...)* s. son cours *Tiếp tục, tiếp diễn*; (b) *Nghe theo, tuân theo (cách làm, luật lệ); Theo gương, thi hành (lời khuyên)*. 4. (a) *Theo, tham dự (bài giảng) đều đặn*; s. un cours *Theo học lớp...*; (b) *Thực hành, thực tập (nghề nghiệp)*.

sujet[1] - **ette** [syʒɛ, ɛt] 1. a *Phải chịu; Dễ bị, thuộc, phụ thuộc*; s. à oublier *Hay quên, dễ quên*. 2. n *Người thuộc quốc tịch (nào đó)*.

sujet[2] nm 1. (a) *Duyên cớ; Nguyên nhân, lý do (lời phàn nàn, sự ưu tư); Mầm (sự bất hòa)*; avoir s. de faire *Có cớ để làm*; prep phr au s. de qn, de qch *Về vấn đề của ai; Của ai*; (b) *Đề tài (chuyện); Đề mục (sách, tranh ảnh); Vấn đề (câu chuyện)*; un beau s. de roman *Một đề tài tiểu thuyết hay* (c) *Chủ từ* 2. *Cá nhân, phần tử*; mauvais s. *Phần tử xấu*; bon s. *Trò ngoan*.

sujéation [syʒesjɔ̃] nf 1. *Sự phụ thuộc, sự lệ thuộc (vào...)* 2. *Sự gò bó, sự ép buộc*.

sulfamide [sylfamid] nm *Sunfamit*.

sulfate [sylfat] nm *Sunfat*.

sulfure [sylfyr] nm *Sunfua* sulfureux, - euse a *Có chất lưu huỳnh; Sunfurie* sulfurique a *sulfuric* sulfurisé a papier s. *Giấy được xử lý bằng acid sunfuric*.

sultan [sylt)] nm *Vua Thổ Nhĩ Kỳ, quốc vương Hồi giáo*.

sultane [syltan] nf *Hoàng hậu Thổ Nhĩ Kỳ, vương phi các nước Hồi giáo*.

summum [sɔmɔm] nm *Tuyệt đỉnh, cực độ*.

super [sypɛr] 1. a *Thượng hạng, siêu* 2. nm *Xăng Super*.

superbe [sypɛrb] a (a) *Tuyệt đẹp; Oai vệ, nguy nga (tòa nhà)*; (b) *Tuyệt vời (ngựa); Tuyệt dịu (thời tiết, buổi trình diễn)*. superbement adv *Lộng lẫy, hùng tráng*.

supercarburant [sypɛrkarbyr)] nm *Xăng Super*.

supercherie [sypɛrʃəri] nf *Sự gian trá, sự lừa đảo*.

supeárette [sypɛrɛt] nf *Siêu thị nhỏ*.

superficie [sypɛrfisi] nf (a) *Bề mặt, mặt ngoài*; (b) *Diện tích*.

superficiel, - elle [sypɛrfisjɛl] a *Thuộc diện tích; Ngoài da (vết thương); Nông cạn (trí óc)*; tension supreficielle *Sức căng bề mặt*. superficiellement adv *Ở bề mặt, một cách sơ thiển, hời hợt, nông cạn*.

superflu [sypɛrfly] 1. a (a) *Thừa, không cần thiết*; (b) *Vô ích, vô dụng (sự hối tiếc)*. 2. nm *Cái thừa, điều vô dụng*.

super - grand [sypɛrgr)] nm pl super - grands. *Siêu cường quốc*.

supeárieur, - eure [sypɛrjœ r] 1. a (a) *Trên, ở trên*; (b) *Hơn, lớn hơn*; s. à la moyenne *Hơn trung bình*; rester s. à la situation *Vẫn làm chủ tình hình*; (c) *Cao hơn, ở trên cao*; classes supérieures, (*) *Giai cấp thượng lưu (trong xã hội)* (**) *Lớp cao đẳng*; enseignement s. *Đại học*; animaux supérieurs *Động vật bậc cao*; (d) *Cao cấp, thượng hạng (phẩm chất)*; (e) *Trịch thượng (thái độ)*. 2. n (a) il est votre s. (*) *Ông ấy là bề trên của anh*; (**) *Anh ấy hơn hẳn anh*; s. hiérarchique *Thượng cấp, người chỉ huy trực tiếp*; (b) *Bề trên dòng*; la mère supérieure, la Supérieure *Mẹ Bề trên*.

supeárioriteá [sypɛrite] nf *Sự ở trên, sự cao hơn*; s. d'âge *Sự cao niên hơn, lớn tuổi hơn*; air de s. *Vẻ trịch thượng, vẻ kẻ cả*.

superlatif, ive [sypɛrlatif, iv] a *Tối thượng cấp, tối thượng*.

supermarcheá [sypɛrmarʃe] nm *Siêu thị*.

superposer [sypɛrpoze] vtr *Xếp chồng chất lên nhau, xếp đống*.

superposition [sypɛrpozisjɔ̃] nf *Sự chồng lên nhau, sự xếp chồng lên nhau*.

superproduction [sypɛrprɔdyksjɔ̃] nf *Bộ phim đầu tư nhiều tiền*.

superpuissance [sypɛrpɥis)s] nf *Siêu cường quốc*.

supersonique [sypɛrsɔnik] a *Siêu thanh, vượt âm*.

superstition [sypɛrstisjɔ̃] nf *Sự mê tín*. superstitieux, - euse a *Hay tin nhảm, mê tín*. superstitieusement adv *Một cách mê tín*.

superstructure [sypɛrstryktyr] nf *Kiến trúc*

thượng tầng.

superviser [sypervize] vtr *Giám sát.*

supplanter [sypl)te] vtr *Đoạt chỗ, lấn cướp địa vị.*

suppleáance [syple)s] nf *Chức dự khuyết, sự bổ sung.* suppléant, - ante **1.** n *Người thay thế; Giáo sư dự khuyết; Đại biểu, đại diện; Diễn viên đóng thế vai cho một diễn viên khác vắng mặt* **2.** a *Bổ khuyết, dự khuyết*; professeur s. (*) *Phó giảng sư* (**) *Giáo sư dự khuyết.*

suppleáer [sylee] **1.** vtr *Thay thế, đại diện (cho ai);* se faire s. *Cử người thay thế, cử đại diện.* **2.** vi s. à qch *Bù vào, bổ sung cho điều gì*; s. à un poste vacant *Bổ sung cho một chỗ làm còn trống.*

suppleáment [syplem)] nm (a) *Phần bổ sung, sự thêm vào*; en s. *Phụ trội, phụ thêm;* (b) *Tiền gia cấp; Vé phụ;* (c) *Tục biên, phụ chương (sách);* (d) *(Nhà hàng) tiền phụ thu.* supplémentaire a *Bổ sung, thêm, phụ, bổ túc*; une heure s. *Một giờ làm thêm*; train s. *Chuyến tàu bổ sung.*

suppliant, - ante [sypli),)t] **1.** a *Van xin, nài khẩn (cái nhìn)* **2.** n *Người van xin, người cầu khẩn.*

supplication [syplikasjɔ̃] nf *Sự van xin, lời cầu khẩn.*

supplice [syplis] nm (a) *Khổ hình, hình phạt*; le dernier s. *Tử hình;* (b) *Nỗi đau khổ, nỗi khổ tâm;* être au s. *Đau khổ vô cùng.*

supplier [syplije] vtr impf & pr sub n. suppliions) *Kêu xin, nài xin, yêu cầu;* taisez - vous, je vous en supplie *Im đi, tôi xin anh.*

supplique [syplik] nf *Đơn xin, lời thỉnh nguyện.*

support [sypɔr] nm **1.** *Cây chống, cái đỡ.* **2.** *Cái giá (binh khí); Cái đế (đèn).* **3.** s. publicitaire *Trung gian quảng cáo*; s. audio - visuel *Phương tiện thính thị.*

supporter[1] [sypɔrte] vtr **1.** *Chống đỡ, nâng đỡ, giữ vững (trần nhà); Ủng hộ, đương nổi (người, lý thuyết).* **2.** (a) *Chịu đựng (sự đau đớn, sự nóng nực); Chịu (thức uống);* il ne supporte pas les champignons *Anh ấy không chịu (ăn) được nấm;* (b) *Dung thứ (sự thô lỗ);* je ne peux pas le s. *Tôi không chịu anh ấy nổi;* je ne supporte pas qu'il fasse cela *Anh ấy làm như thế, tôi không dung thứ được.* supportable a *Có thể chịu được, có thể dung thứ;* pas s. *Không thể dung thứ.*

supporter[2] [sypɔrtɛr] nm *Người ủng hộ, người phụ trợ.*

supporteur, - trice [sypɔrtœr, tris] n *Người tài trợ.*

supposer [sypoze] vtr **1.** *Giả định, giả thiết, tưởng chừng là;* en supposant que + sub, à s. que + sub, supposons que + sub *Giả như, giả thiết rằng;* on le suppose à Paris, on suppose qu'il est à Paris *Người ta tưởng là, người ta nghĩ là anh ấy đang ở Paris* **2.** *Giả định trước, (có) nghĩa là;* cela lui suppose du courage *Đối với anh ấy, như thế là sự can đảm.* supposé a *Giả định, định chắc (kẻ trộm), nhận lấy về mình, giả (tên).*

supposition [sypozisjɔ̃] nf *Sự giả định, sự ước đoán.*

suppositoire [sypozitwar] nm *Thuốc đạn, thuốc cho vào hậu môn.*

suppression [sypresjɔ̃] nf *Sự bãi bỏ, sự hủy bỏ (một công việc); Sự xóa, sự tẩy (một chữ); Sự hủy bỏ (một chuyến xe lửa).*

supprimer [syprime] vtr **1.** *Hủy bỏ (báo, hồ sơ); Bãi bỏ (luật, thuế); Thu hồi (giấy phép lái xe);Bỏ sót, bôi, xóa (chữ); Hủy bỏ (chuyến xe lửa); Triệt tiêu (trở ngại); Dẹp tan (sự nổi loạn);* s. qn *Thủ tiêu ai, giết ai;* se s. *Tự sát* **2.** s. qch à qn *Cấm chỉ ai điều gì.*

suppuration [sypyrasjɔ̃] nf *Sự mưng mủ.*

suppurer [sypyre] vi *Mưng mủ.*

supputation [sypytasjɔ̃] nf *Sự tính phỏng, sự ước tính.*

supputer [sypyte] vtr *Ước tính, ước lượng.*

supranational, - aux [sypranasjɔnal, o] a *Siêu quốc gia.*

supreámatie [sypremasi] nf *Ưu thế.*

suprĩme [syprem] **1.** a (a) *Tối thượng, tối cao (độ);* pouvoir s. *Quyền tối thượng;* (b) *Cuối cùng (điều yêu cầu)* **2.** nm *(Bếp) món thăn gà, vịt tẩm xốt kem.* suprêmement adv *Cực kỳ, tuyệt đỉnh.*

sur[1] [syr] prep **1.** (a) *Trên, ở trên*; assis s. une chaise *Ngồi trên ghế*; virages s. 2 kilomètres *Đường cong trong 2 cây số*; la clef est s. la porte *Chìa khóa gắn ở cửa*; je n'ai pas d'argent s. moi *Tôi không mang tiền theo*; page s. page *Trang này đến trang khác*; s. un ton de reproche *Với giọng quở trách;* (b) *Về hướng, về phía;* avancer s. qn *Tấn công ai;* le train s. Orléans *Xe lửa đi (về hướng) Orléans;* (c) *Đối với, ở trên;* avoir autorité s. qn *Có quyền đối với ai;* s. toute(s) chose(s) *Trên tất cả mọi việc;* un pont s. une rivière *Chiếc cầu bắt ngang sông;* (d) *(Nói đến) về.* **2.** *(Thời gian)* (a) *Vào khoảng (giữa trưa); Vào lúc (chiều);* il va s. ses 18 ans *Cậu ấy vào khoảng 18 tuổi;* (b) s. quoi *Trên đó;* s. ce, je vous quitte *Và bây giờ, tôi phải chia tay với anh;* il est s. son départ *Anh ấy sắp ra đi.* **3.** (a) *Trong, trong số;* un jour s. quatre *Một ngày trong bốn ngày;* une fois s. deux *Một lần trong 2 lần*; on paye les pompiers s. les fonds de la ville *Lương của nhân viên cứu hỏa được lấy trong ngân qũy thành phố;* (b) *(Về phép đo) trên*; huit mètres s. six *Tám trên sáu mét (8 x 6).*

sur² [syr] a *Giôn giốt, hơi chua (trái cây), có vị chua.*

sûr [syr] a **1.** (a) *Vững vàng, an toàn (chỗ núp, bờ sông)*; peu s. *Không chắc lắm*; jouer au plus s. *Chơi một cách an toàn nhất*; le plus s. serait de *Điều chắc chắn nhất là...;* (b) *Đáng tin cậy, xác thực (người, trí nhớ); Có uy tín, chân thành* (bạn); temps s. *Thời tiết tốt*; avoir le coup d'oeil s. *Có con mắt nhận xét đúng đắn*; gout s. *Sở thích chính đáng*; avoir la main sure, le pied s. *Có bàn tay vững chắc, bàn chân khỏe*; mettre son argent en mains sures *Giao tiền cho người đáng tin cậy.* **2.** *Đích xác, hiệu nghiệm (thuốc)*; être s. de réussir *Chắc chắn thành công*; je suis s. de lui *Tôi tin tưởng anh ấy*; s. de soi *Tự tin*; à coup s. *Chắc chắn*; bien s.! *Tất nhiên !* bien s.? *Thật sao ?* bien s. que non ! *Dĩ nhiên là không !* **3.** adv *An toàn, chắc chắn*; pas s.! *Không chắc lắm đâu !;* surement **1.** adv *Một cách chắc chắn*; il va s. revenir *Chắn chắn anh ấy sẽ trở về* **2.** *An toàn, vững vàng, xác thực.*

surabondance [syrabɔ̃d)s] nf *Sự thừa thái.*
surabondant a *Dư thừa, thừa thái.*
surabonder [syrabɔ̃de] vi *Thừa thái, có thừa.*
suranneá [syrane] a *Lỗi thời, cổ hủ.*
surcharge [syrʃarʒ] nf **1.** *Sự chất nặng.* **2.** (a) *Sự cho mang nặng thêm*; (b) *Sự quá tải (hành lý)* **3.** *Sự mang nặng thêm; Sự đánh thuế thêm (trên tem thư).*
surcharger [syrʃarʒe] vtr (n. surchargeons) *Chất nặng thêm*; texte surchargé de corrections *Bài văn bị sửa quá nhiều.*
surchauffer [syrʃofe] vtr (a) *Quá nhiệt độ;* (b) *Quá khêu gợi.*
surchoix [syrʃwa] nm *Hảo hạng*; a inv *Thượng hạng.*
surclasser [syrklase] vtr *Vượt cấp, hơn hẳn.*
surcroît [syrkrwa] nm *Sự tăng thêm, sự tăng gia;* s. de travail *Công việc tăng thêm;* de. s. *Vả lại, thêm vào đó*; pour s. de malheur *Để tăng thêm tai họa.*
surditeá [syrdite] nf *Sự điếc, tật điếc.*
surdoueá - eáe [syrdwe] n *Trẻ con có năng khiếu đặc biệt.*
sureau, - eaux [syro] nm *Cây hương mộc.*
surealever [syrɛlve] vtr *Đắp cao lên, nâng cao lên.*
surencheâre [syr)ʃer] nf (a) *Sự trả giá cao hơn; Sự đấu giá cao hơn*; (b) une s. de violence *Sự gia tăng bạo lực.*
surencheárir [syr)ʃerir] vi *Đấu giá cao hơn*; s. (sur qn) *Trả giá cao hơn ai.*
surestimation [syrestimasjɔ̃] nf *Sự đánh giá (ai) qúa cao, sự đánh giá (vật gì) quá cao.*
surestimer [syrestime] vtr *Quá yêu chuộng, đánh giá quá cao*; s. qn *Quá yêu mến ai, đánh giá ai quá cao.*
sureteá [syrte] nf **1.** (a) *Sự chắc chắn, sự an toàn*; être en s. *Ở nơi an toàn*; mettre en s. *Để nơi chắc chắn*; serrure de s. *Khóa an toàn*; (b) *Sự an ninh, sự bảo vệ*; agent de la s. *Nhân viên an ninh*; la S. *Sở trinh thám Anh* **2.** *Sự vững vàng (của tay, chân); Sự chính đáng (sở thích, ý kiến);* s. de soi *Sự an tâm* **3.** *Sự bảo đảm.*
sureávaluer [syrevalɥe] vtr *Định giá quá cao.*
surexcitation [syrɛksitasjɔ̃] nf *Sự kích thích quá độ.*
surexciter [syrɛksite] vtr *Kích thích quá độ.* surexcité a *Kích động cao độ.*
surf [sœrf] nm *Môn lướt sóng*; faire du s. *Chơi môn lướt sóng.*
surface [syrfas] nf (a) *Mặt, trên mặt*; faire s., revenir en s. (i) *(Tàu ngầm) nổi lên*; (ii) *(Người) hời hợt ngoài mặt;* tout en s. *Nông cạn, sơ thiển*; (b) *Diện tích*; s. utile *Diện tích sử dụng*; s. couverte *Diện tích sàn nhà*; (magasin à) grande s. *Cửa hàng lớn có nhiều mặt hàng, tự phục vụ, thường ở ngoại ô.*
surfait [syrfɛ] a *Được đề cao quá mức.*
surfin [syrf(̃] a *Thượng hạng.*
surgeleá [syrʒəle] a *Đông lạnh nhanh;* a & nm (produits) surgelés *Đông lạnh, sản phẩm đông lạnh nhanh.*
surgir [syrʒir] vi (aux avoir, être) *Đột hiện, đột khởi; Mọc lên, nổi lên;* s. brusquement *Đột hiện.*
surhomme [syrɔm] nm *Siêu nhân* surhumain a *Siêu phàm.*
surimposer [syr(poze] vtr *Tăng thuế; Đánh thuế thêm.*
surir [syrir] vi *Trở chua.*
sur - le - champ [syrləʃ)] adv *Tức khắc; Ngay lập tức; Tức thì.*
surlendemain [syrl)dm(] nm le s. de son départ *Hai ngày sau khi anh ấy đi*; elle est partie le s. *Cô ấy ra đi 2 ngày sau đó.*
surligner [syrliɲe] vtr *Làm nổi bật.*
surligneur [syrliɲœr] nm *Bút đặc biệt để đánh dấu một chữ.*
surmenage [syrmənaʒ] nm *Sự làm việc quá sức, sự lao lực;* s. intellectuel *Sự lao lực trí óc, lao tâm.*

surmener [syrməne] vtr *Bắt làm việc quá nhiều;* se s. *Làm việc quá nhiều, lao lực.*

surmonter [syrmɔ̃te] **1.** vtr *Trèo lên, vượt lên (trở ngại); Áp chế, chế ngự (cơn giận, sự buồn phiền).* **2.** se s. *Tự kiềm chế, nén lòng.*

surnager [syrnaʒe] vi (n. surnageons) (a) *Nổi trên mặt nước;* (b) *Còn lại, tồn tại.*

surnaturel, - elle [syrnatyrɛl] a (a) *Siêu nhiên;* nm le s. *Điều siêu phàm;* (b) *Phi thường, huyền bí.*

surnom [syrnɔ̃] nm *Biệt danh.*

surnombre [syrnɔ̃br] nm en s. *Thặng dư;* exempplaires en s. *Bản sao dôi ra, thặng dư,* emplois en s. *Số nhân viên thặng dư,* je suis en s. *Tôi là người thừa.*

surnommer [syrnɔme] vtr s. qn, qch *Đặt biệt danh, biệt hiệu cho ai, cho vật gì.*

surpasser [syrpase] vtr *Vượt quá; Hơn (sự ước muốn); Trội hơn (đối thủ); Vượt quá (ai);* se s. *Xuất sắc hơn ngày thường.*

surpeuplement [syrpœpləm)] nm *Nạn nhân mãn, sự quá đông dân.* surpeuplé a *Quá đông dân.*

surplis [syrpli] nm *Áo lễ khoác* ngoài.

surplomb [syrplɔ̃] nm *Sự chìa ra;* en s. *(Tường) nghiêng.*

surplomber [syrplɔ̃be] vi & tr *Đứng xiên, dựng xiên.*

surplus [syrply] nm *Số thừa, sô dôi;* payer le s. *Trả số tiền dôi;* au s. besides *Vả lại, vả chăng;* marchandises en s. *Số hàng thặng dư.*

surpopulation [syrpɔpylasjɔ̃] nf *Sự quá đông dân.*

suprenant [syrprən)] a *Làm ngạc nhiên, làm sững sốt.*

surprendre [syrpr)dr] vtr (conj PRENDRE) **1.** (a) *Bắt thình lình, bắt quả tang (ai); Tóm ai một cách bất ngờ;* aller s. un ami chez lui *Đến thăm bất thần một người bạn;* être surpris par la pluie *Bị mắc mưa rất bất ngờ;* je me surpris à pleurer *Bất giác tôi phát khóc;* (b) *Bắt gặp (cái nhìn thoáng qua); Thình lình nghe được.* **2.** *Làm kinh ngạc;* ca a l'air de vous s. *Việc đó có vẻ làm anh ngạc nhiên.* surprenant a *Làm ngạc nhiên, làm sững sốt.* surpris a *Ngạc nhiên.*

surprise [syrpriz] nf *Sự ngạc nhiên;* à sa grande s. *Anh ấy rất ngạc nhiên;* par s. *Bất ngờ;* il m'a fait sa demande par s. *Anh ấy đề nghị (cầu hôn) với tôi một cách bất ngờ;* quelle bonne s.! *Thật là một điều ngạc nhiên thú vị!.*

surprise - partie [syrprizparti] nf pl surprises - parites. *Cuộc liên hoan khiêu vũ tại nhà riêng.*

surproduction [syrprɔdyksjɔ̃] nf *Sự sản xuất quá nhiều.*

surreáalisme [syrealism] nm *Chủ nghĩa siêu thực.* surréaliste a & n *Siêu thực, văn, thơ siêu thực.*

surreágeáneárateur [syreʒeneratœ r] a & nm *Tái sinh trội, lò tái sinh trội.*

sursaut [syrso] nm *Sự giật nảy mình;* s. d'énergie *Sự bộc phát nghị lực;* se réveiller en s. *Giật mình tỉnh dậy.*

sursauter [syrsote] vi *Giật nảy mình; Nhảy dựng lên;* faire s. qn *Làm ai giật mình, nhảy dựng lên.*

surseoir [syrswar] v ind tr (ppr sursoyant; pr ind je sursois, n. sursoyons) s. à un jugement *Hoãn một vụ xử án;* s. à l'exécution d'un condamné *Hoãn hành quyết một tử tội.*

sursis [syrsi] nm *Án treo;* condamné à un an avec s. *Bị kêu án một năm tù treo.* sursitaire a & nm *Người được hoãn nhập ngũ, được hưởng án treo.*

surtaxe [syrtaks] nf *Thuế phụ thu.*

surtaxer [syrtakse] vtr *Đánh thuế phụ thu.*

surtout [syrtu] adv *Nhất là, đặc biệt là;* s. pas *Nhất là đừng, nhất là không nên;* s. n'oubliez pas de *Đặc biệt là xin anh đừng quên....;* conj phr s. que *Nhất là vì...*

surveillance [syrvɛj)s] nf *Sự giám sát, sự giám thị; Sự giám sát kỷ luật, sự coi thi.*

surveillant, - ante [syrvɛj),)t] n *Người giám sát; Người trông nom; Người coi sóc cửa hàng; Viêm giám thị (trông nom về kỷ luật);* s. de plage *Người giám thị bãi biển.*

surveiller [syrveje] **1.** vtr (a) *Trông nom (công việc), bảo trì (máy móc); Giám sát;* (b) *Quan sát; Chăm sóc ai; Giữ gìn kỷ luật; Chú ý theo dõi học sinh* **2.** se s. *Giữ gìn, thận trọng.*

survenir [syrvənir] vi (conj VENIR; aux être) *Đến, xảy ra; Xảy ra bất thần; (Sự trở ngại) xảy đến; (Người) đến bất ngờ.*

survītement [syrvetm)] nm *Quần áo giải lao (mặc khi nghỉ).*

survie [syrvi] nf *Sự sống đời sau, sự sống sót.*

survivance [syrviv)s] nf *Sự sống sót, tàn tích.*

survivre [syrvivr] v ind tr (aux avoir) *Sống sót, còn lại;* se s. *Để tiếng, lưu danh.* survivant, - ante **1.** a *Sống sót* **2.** n *Người sống sót.*

survol [syrvɔl] nm (a) *Sự bay (ở) trên (một vị trí);* (b) *Sự nhìn sơ qua, sự lướt qua (một vấn đề).*

survoler [syrvɔle] tr *Bay trên (đỉnh núi);* s. une question *Xét lướt qua một vấn đề.*

survolteá [syrvɔlte] a **1.** *Quá điện áp* **2.** *Quá kích thích, quá căng.*

sus [sys] adv en s. de *Thêm vào, ngoài.*

susceptibiliteá [syseptibilite] nf *Tính dễ cảm*

thụ; Tính dễ bị chạm tự ái.

susceptible [sysɛptibl] a 1. s. de *Có thể (bằng chứng); Có khả năng (sự tiến triển);* s. de faire qch *Có khả năng làm điều gì;* 2. *Nhạy cảm, mẫn cảm, dễ bị chạm tự ái.*

susciter [syssite] vtr *Gây nên (sự rắc rối); Làm ra (điều kinh dị); Khêu gợi (sự thù hằn).*

suspect, - ecte [syspɛkt, ɛkt] 1. a *Đáng ngờ, khả nghi, bị tình nghi;* devenir s. (à qn) *Bị ai nghi ngờ;* cela m'est s. *Việc đó làm tôi nghi ngờ lắm;* tenir qn pour s.. *Nghi ngờ ai* 2. n *Kẻ bị tình nghi, người khả nghi.*

suspecter [syspɛkte] vtr *Nghi ngờ ai; Hoài nghi điều gì; Ngờ vực (lòng chân thành của ai).*

suspendre [sysp)dr] 1. vtr (a) *Treo, móc (quần áo); Mắc (võng);* (b) *Hoãn lại; Dời lại, ngưng lại, đình chỉ (lương bổng); Hoãn (vụ xử án); Dời ngày (họp);* (c) *Treo chức (một công chức).* 2. se s. *Đeo níu lơ lửng, bám lấy.*

suspendu [sysp)dy] a *Treo, móc;* pont s. *Cầu treo;* voiture bien suspendue *Xe có hệ thống treo tốt;* être s. aux lèvres de qn *Chú ý nghe ai nói.*

suspens [sysp)] nm en s. *Tình trạng lưỡng lự, phân vân;* (i) *(Người) do dự;* (ii) *(Công việc) chưa giải quyết;* tenir qn en s. *Huyền chức, bãi chức ai, treo chức ai.*

suspense [syspɛns] nm *Sự hồi hộp;* film à s. *Phim gây xúc động, hồi hộp.*

suspension [sysp)sjɔ̃] nf b (a) *Sự treo, sự móc lên;* (b) *Thế vấn, huyền phù* 2. (a) *(Tạm thời) đình chỉ, ngưng; Đình (chiến, tiền lương); Dời ngày;* points de s. *Chấm lửng;* (b) *Sự ngưng chức.* 3. (a) *Đèn treo; Đèn móc ở tường;* (b) *(Xe ô tô v.v...) hệ thống treo; nhíp xe.*

suspicion [syspisjɔ̃] nf *Sự ngờ vực.*

susurrer [sysyre] vi *Thì thầm, rì rầm.*

suture [sytyr] nf *Đường khâu;* point de s. *Mũi kim may.*

suturer [sytyre] vtr *Khâu (vết thương), may, khâu lại.*

suzerain, - aine [syzr(, ɛn] a & n *Bá chủ, giáo chủ.*

suzeraineteá [syzrɛnte] nf *Tước vị bá chủ, quyền bá chủ.*

svelte [svɛlt] a *Mảnh khảnh, dong dỏng.*

sveltesse [svɛltɛs] nf *Sự mảnh khảnh, sự mảnh dẻ.*

SVP abbr s'il vous plait. *Xin vui lòng, nhờ ngài làm ơn.*

sycomore [sikɔmɔr] nm *Cây sung Ai cập.*

syllable [silab] nf *Âm tiết.* syllabique a *Thuộc âm tiết, theo âm tiết.*

syllogisme [silɔʒism] nm *Phép tam đoạn luận.*

sylphe [silf] nm *Thần thiên tinh, nữ thiên tinh;* taille de sylphide *(Phụ nữ) có dáng yêu kiểu.*

sylvestre [silvɛstr] a *Thuộc rừng (cây).*

sylviculture [silvikyltyr] nf *Lâm nghiệp.*

symbole [s(bɔl] nm *Biểu tượng.* symbolique a *Tượng trưng.* symboliquement adv *Một cách tượng trưng.*

symboliser [s(bɔlize] vtr *Biểu tượng hoá, tượng trưng cho.*

symbolisme [s(bɔlism] nm *Chủ nghĩa tượng trưng.*

symeátrie [simetri] nf *Sự đối xứng.* symétrique a *Đối xứng* symtriquement adv *Một cách đối xứng.*

sympa [s(pa] a *Dễ thương, dễ mến.*

sympathie [s(pati] nf (a) *Thiện cảm, cảm tình, sự ưa thích, sự cảm mến;* avoir de la s. pour qn *Có thiện cảm với ai;* se prendre de s. pour qn *Sinh lòng ưa thích ai;* (b) *idées qui ne sont pas en s. Những ý kiến xung đột.* sympathique a 1. *Có cảm tình; Thông cảm (với ý kiến của ai).* 2. *Dễ thương, đáng yêu, dễ có cảm tình (người); Thích hợp (vùng phụ cận);* il m'a été tout de suite s. *Tôi có thiện cảm với anh ấy ngay khi mới gặp.* 3. *Giao cảm (dây thần kinh).* sympathiquement adv *Với cảm tình, thân tình.*

sympathiser [s(patize] vi *Hợp (nhau, với ai); Thông cảm.* sympathisant, - ante 1. a *Có cảm tình* 2. n *Người cảm tình đảng.*

symphonie [s(fɔni] nf *Khúc giao hưởng.* symphonique a *Giao hưởng.*

symposium [s(pozjɔm] nm *Hội nghị chuyên đề.*

symptöme [s(ptom] nm (a) *Triệu chứng;* (b) *Dấu, sự báo hiệu.* symptômatique a *Thuộc triệu chứng.*

synagogue [sinagɔg] nf *Nhà thờ (Do Thái) giáo hội Do Thái.*

synchronisation [s(krɔnizasjɔ̃] nf *Sự đồng bộ hóa, sự điều bộ.*

synchroniser [s(krɔnize] tr *Đồng bộ hóa, điều bộ.* synchronisé a *Đồng bộ hóa, điều bộ.*

synchronisme [s(krɔnism] nm *Tính đồng bộ.*

syncope [s(kɔp] nf 1. *Sự ngất, sự té xỉu;* tomber en s. *Bị ngất, xỉu.* 2. (a) *Sự nhấn lệch* (b) *Nốt nhấn lệch.*

syndic [s(dik] nm *Người đại diện;* s. de faillite *Người đại diện chủ nợ của người bị phá sản.*

syndicat [s(dika] nm 1. *Nghiệp đoàn (nghề nghiệp, người thuê mướn), hội đoàn; (Công nhân) công đoàn;* s. d'initiative *Công đoàn du lịch.* 2. s (ouvrier) *Nghiệp đoàn công nhân.* syndical, - aux a *Thuộc công đoàn, nghiệp đoàn;* mouvement s. *Hoạt động công đoàn,* *nghiệp đoàn.*

syndicalisme [s(dikalism] nm *Chủ nghĩa nghiệp đoàn.* syndicaliste (a) *Thuộc phong trào nghiệp đoàn;* (b) n *Người hoạt động công đoàn.*

syndiquer [s(dike] **1.** vtr *Tổ chức công đoàn (nghiệp đoàn)* **2.** se s. *Thành lập công đoàn; gia nhập công đoàn.* syndiqué, - ée **1.** a ouvrier s. *Công nhân có chân trong công đoàn;* ouvriers non - syndiqués *Công nhân ngoài công đoàn.* **2.** n *Đoàn viên công đoàn.*

syndrome [s(drom] nm *Hội chứng.*

synode [sinɔd] nm *Hội nghị tôn giáo.*

synonymie [sinɔnimi] nf *Sự đồng nghĩa* synonyme **1.** a *Đồng nghĩa với* **2.** nm *Từ, tiếng đồng nghĩa.*

syntaxe [s(taks] nf *(văn phạm) Cú pháp.* syntactique, syntaxique a *Thuộc cú pháp*

synthêase [s(tez] nf *Sự tổng hợp, sự khái quát, sự tổng quát.* synthétique a *Tổng hợp.* synthétiquement adv *Một cách khái quát; bằng tổng hợp.*

syntheátiser [s(tetize] vtr *Tổng hợp.*

syntoniseur [s(tonizœr] nm *(Máy thu, phát thanh) Bộ điều hướng.*

syphilis [sifilis] nf *Bệnh giang mai.* syphilitique a & n *Thuộc bệnh giang mai; người bị bệnh giang mai.*

Syrie [siri] *Xứ Xi ri.* syrien, - ienne a & n *Thuộc xứ Xi ri; dân tộc, ngôn ngữ Xiri.*

systeámatisation [sistematizasjɔ̃] nf *Sự hệ thống hóa.*

systeámatiser [sistematize] vtr *Hệ thống hoá.*

systeâme [sistɛm] nm *Hệ thống, phương pháp, đồ án;* s. métrique *Phương pháp đo lường;* s. nerveux *Hệ thần kinh;* le s. D *Cách xoay xở il me tape sur le s. Nó làm cho tôi nổi điên lên.* systématique a *Thuộc hệ thống; (Người) độc đoán.* systématiquement adv *Một cách có hệ thống.*

systeámique [sistemik] a *Thuộc tổ chức, thuộc hệ thống.*

Tt

T, t [te] nm *(Chữ) T; t* (a) *chữ t hài âm hình thành liên kết giữa các động từ khi chia có tận cùng là -a, -e và các đại từ* il, elle, on; va-t-il ? ira-t-elle ? donne-t-on ? (b) en T *có hình chữ T*.

t abbr 1. tour *Chuyến đi du lịch* 2. tonne *Tấn*.

ta [ta] *Xem* ton

tabac[1] [taba] nm 1. *(Cây) thuốc lá* 2. *thuốc lá;* t. à priser *thuốc hít;* (débit, bureau) de t. *cửa hiệu bán thuốc lá;* c'est du même t. *cũng thế thôi* 3. a inv *có màu thuốc lá*.

tabac[2] nm *(Rất thành công)* faire un t. *Vẫy tung lên, quất bì bõm;* passer qn à t. *đánh ai một trận*.

tabagisme [tabaʒism] nm *Chứng nghiện thuốc lá; chứng nhiễm độc nicotin*.

tabassage [tabasaʒ] nm *Sự quất bằng roi*.

tabasser [tabase] vtr *Đánh (ai) một trận*.

tabatieâre [tabatjɛr] nf (a) *Hộp đựng thuốc hít* (b) *cửa sổ mái*.

tabernacle [tabɛrnak] nm *Hậu điện (nhà thờ Do Thái); tủ, khám đựng đồ thờ*.

table [tabl] nf 1. (a) *Bàn;* t. pliante *bàn xếp;* t. roulante *xe đẩy,* bàn có bánh xe đẩy; t. d'opération *bàn mổ;* t. de nuit, bedside table *tủ nhỏ đầu giường.* t. ronde *hội nghị bàn tròn;* (b) mettre la t. *đặt bàn ăn;* la t. est bonne *thức ăn rất ngon;* se mettre à t. (i) *ngồi vào bàn ăn;* (ii) *thú tội, tố giác;* à t. ! *bữa ăn đã sẵn sàng rồi, xong cả rồi ! Xin mời;* être à t. *đang ăn*. 2. t. de cuisson *ngăn bên lò sưởi (để giữ thức ăn cho nóng)* 3. *(mặt phẳng);* t. de travail *mặt bàn làm việc*. 4. *bảng, sách mẫu;* t. des matières *bảng nội dung, bảng mục lục*.

tableau, -eaux [tablo] nm 1. (a) *Bảng, tấm;* t. (noir) *bảng đen;* t. d'affichage *bảng ghi chú, bảng thông báo;* t. de bord (i) *bảng đồng hồ, bảng điều khiển trong xe* (ii) *bảng điều khiển trên máy bay.* t. de distribution *bảng chuyển mạch (trong tổng đài điện thoại);* (b) *(trong khách sạn) giá đế chìa khóa* 2. (a) *bức tranh;* un magnifique t. *một bức tranh đẹp;* (b) *khung cảnh, cảnh trí* 3. (a) *bảng, danh sách; bảng phân công trực nhật; bảng giờ* ; gagner sur les deux, sur tous les tableaux *mặt nào cũng được, bề nào cũng thành công;* (b) être rayé du t. *bị loại khỏi bảng;* (c) t. d'honneur *bảng danh dự, bảng khen* 4. *số lượng thú săn được*.

tabler [table] vi t. sur qch *Căn cứ vào, dựa vào cái gì*.

tablette [tablɛt] nf 1. *Kệ (sách); mặt bàn* 2. *bàn viết;* mettre qch sur ses tablettes *ghi lấy, nhớ lấy; thời (sô cô la); viên thuốc*.

tableur [tablœr] nm *sự dàn trang*.

tablier [tablije] nm 1. *Tấm tạp dề, tấm choàng cài sau lưng*. 2. (a) *bảng điều khiển;* (b) *tấm che lò sưởi* 3. *cửa chớp, màn trập*.

tabloid(e) [tablɔid] a & nm *Có khổ nửa, báo chí khổ nửa*.

tabou [tabu] a & nm *Cấm kỵ, không được đụng đến; sự cấm kỵ , từ kiêng, húy*.

tabouret [taburɛ] nm *Ghế gác chân, ghế đầu*.

tac [tak] nm *Tiếng kêu tách;* répondre du t. au t. *trả lời đốp chát, ăn miếng trả miếng*.

tache [taʃ] nf (a) *Vết; đốm; mảng (sơn); vết nhơ (trên đá quí); vết thâm (trái cây); vết mục; sự ô danh;* sans t. *sạch bóng, không có vết;* (b) t. de rousseur *tàn nhang*.

tâche [taʃ] nf *Nhiệm vụ, công việc;* travail à la t. *công việc trả lương theo sản phẩm;* prendre à t. de faire qch *đảm trách việc gì*.

tacher [taʃe] 1. vtr *Vấy bẩn (áo); làm ô danh;* taché d'encre *bị vấy mực* 2. se t. *bị bẩn;* (i) *làm dơ áo quần;* (ii) *có vết, có đốm*.

tâcher [taʃe] vi *Cố gắng, ra sức;* tâche de ne pas recommencer *cố gắng đừng để điều ấy xảy ra nữa*.

tacheteá [taʃte] a *Đốm, lốm đốm*.

tacite [tasit] a *Ngầm, mặc nhiên*. tacitement adv *ngầm, mặc nhiên*.

taciturne [tasityrn] a *Ít nói, trầm mặc*.

tacle [takl] nm *Sự xử lý* tacler vi *Xử lý (đá bóng)*.

tacot [tako] nm *(xe hơi) xe hơi cà tàng*.

tact [takt] nm *Sự tế nhị, khéo léo;* avoir du t. *khéo léo, tế nhị;* avec t., sans t. *một cách tế nhị,*

không khéo.
tactile [taktil] a *Thuộc xúc giác.*
tactique [taktik] **1.** a *Chiến thuật* **2.** nf *sách lược, chiến lược.*
taffetas [tafta] nm *Lụa trơn.*
tagliatelles [taljatel] nfpl *Món bột thực phẩm của nước Ý.*
tai - chi [taiʃi] nm *Môn thể thao Trung Quốc.*
taie [tɛ] nf **1.** t. d'oreille*r Áo gối* **2.** *váy cá (ở mắt).*
taillader [tajade] vtr *Làm đứt, rạch đứt.*
taillanderie [taj)dri] nf *Nghề làm xẻng cuốc, nghề bán xẻng cuốc.*
taille [taj] nf **1.** *Sự cắt, sự gọt đẽo (đá, mầm, tóc); sự cắt sửa, sự xén;* t. de cheveux *cắt tóc.* **2.** *(phương thức cắt) sự trổ, nét trổ.* **3.** *lưỡi (kiếm)* **4.** (a) *tầm vóc (người); kích cỡ (tượng đài)* t. debout *độ cao toàn bộ (của người);* de grande t., de t. moyenne *rất cao, cao trung bình;* de petite t. *kích nhỏ;* quelle est votre t.? *anh cần cỡ nào?* être de t. à faire qch *anh ta có đủ sức (có khả năng) để làm một điều gì* (b) *vùng thắt lưng;* tour de t. *số đo vòng eo;* elle a la t. mannequin *cô ta có thân hình hoàn hảo;* prendre qn par la t. *ôm eo ai.*
taille - crayon(s) [tajkrɛjɔ̃] nm inv *Cái gọt bút chì.*
tailler [taje] **1.** vtr (a) *Cắt (đá, kim cương, cỏ, tóc) đốn (cây); tỉa xén (râu); gọt (viết chì);* se t. un chemin à travers la foule *rẽ lối, chen qua đám đông;* (b) *cắt (áo);* bien taillé *cắt rất đẹp* **2.** vi t. dans la chair *cắt rạch vào thịt.* **3.** se t. *chuồn đi.* taillé a **1.** cristal t. *cắt (kinh)* **2.** bien t. *có thân hình đẹp;* t. pour commander *sinh ra để lãnh đạo.*
tailleur, -euse [tajœ r, -z] n **1.** (a) *(đá) thợ gọt, thợ đẽo;* (b) *thợ cắt may;* s'asseoir en t. *ngồi bắt chéo chân* **2.** nm *bộ quần áo nữ;* t. pantalon *bộ đồ áo liền quần.*
taillis [taji] nm *Bãi cỏ nhỏ, khu rừng chặt.*
taire [tɛr] **1.** vtr (prp taisant; pp tu) *Không nói gì về điều ấy cả;* qn dont je tairai le nom *người mà tôi không khai danh* **2.** se t. *nín lặng, không nói;* faire t. (qn) *làm ai câm lặng; làm ai câm họng* tais - toi ! *im lặng; câm ngay !*
talc [talk] nm *Chất tan, bột tan, phấn rôm trẻ em.*
talent [talɔ̃] nm *Tài năng, năng khiếu;* avoir du t. *có tài;* il a le t. de se faire des ennemis *anh ta hay có nhiều đối thủ.* talentueux, -euse a *đầy tài năng.*
taler [tale] vtr *Làm bầm giập (trái cây).*
talisman [talismɑ̃)] nm *Bùa.*
talkie - walkie [tɔkiwɔki, talkiwalki] nm *Máy bộ đàm.*

talk - show [tokʃo] nm *Cuộc nói chuyện; màn nói chuyện.*
taloche [talɔʃ] nf **1.** *bàn xoa (của thợ nề)* **2.** *cái bợp tai, cú đấm mạnh.*
talocher [talɔʃe] vtr *đấm, thụi (ai).*
talon [talɔ̃] nm **1.** *Gót;* être sur les talons *theo gót ai;* tourner les talons *chạy trốn, chuồn đi;* t. d'Achille *Gót chân Asin, chỗ yếu nhất* **2.** (a) *(bàn cờ) bài nọc;* (b) *cuốn lưu (của số hóa đơn).*
talonner [talɔne] vtr (a) *Theo sát ai; thúc giục ai;* (b) *thúc ngựa;* (c) *đá gót.*
talonneur [talɔnœ r] *Người đá gót.*
talquer [talke] vtr *Xoa bột tan, rắc bột tan.*
talus [taly] nm **1.** *Dốc, đất dốc;* en t. *dốc* **2.** *sườn dốc, bờ dốc.*
tambouille [t) buj] nf *Món thịt tồi.*
tambour [t) bur] nm **1.** *Trống;* bruit de t. *tiếng trống;* t. de basque *trống lục lạc;* sans t. ni trompette *yên tĩnh, không kèn không trống, không ồn ào;* **2.** *người chơi trống;* t. de ville *trống làng* **3.** (a) *thùng chứa, bình chứa khí;* (b) *tang hãm;* (c) *trống hãm, trống phanh;* (d) *trống (của máy giặt);* (e) *khung (thêu).*
tambouriner [t) burɔ̃] **1.** vi *Gõ trống (bằng ngón tay).* **2.** vtr *gõ nhịp bằng trống; thông báo (tin tức).*
tambour - major [t) burmaʒɔr] nm *Đội trưởng đội quân nhạc* pl tambours - majors
tamis [tami] nm *Cái rây; sự giật lùi (của đầu máy); máy sàng;* passer au t. *xem xét kỹ càng; kiểm tra (cái gì) tường tận.*
tamisage [tamizaʒ] nm *Sự sàng lọc, sự rây.*
Tamise (la) [latamiz] Prnf *Sông Thames.*
tamiser [tamize] vtr *Rây, sàng lọc* lumière tamisée *ánh sáng nhẹ.*
tamoul, -e [tamul] a & n *Thuộc dân tộc Ta - mun (Nam Ấn độ); người Ta - mun.*
tampon [t) pɔ̃] nm **1.** *Nút, chốt, nút chai.* **2.** (a) (i) *nút gạc;* (ii) t. hygiénique, périodique *nút gạc thấm nước băng vệ sinh;* (b) *giấy thấm (mực)* (c) *con dấu bưu điện;* (d) t. buvard *bản thấm* **3.** t. de choc *vật đệm, cái giảm xóc;* état t. *tình trạng giảm xóc.*
tamponner [t) pone] vtr **1.** *Đánh bằng nút; nhét bằng nút gạc (vết thương)* **2.** *đóng dấu;* se t. le front *húc trán* **a 3.** *va vào, húc vào (xe hay tàu).*
tamponneuses [t) pɔn-z] afpl autos t. *Trò xe ôtô húc nhau.*
tam - tam [tamtam] nm (a) *Chiêng, cồng, trống* (b) *sự rùm beng.*
tancer [t) se] vtr (n. tancoeons) *Quở mắng.*

tandem [t)dɛm] nm (a) *Xe đạp hai người cùng đạp*; (b) *đôi, cặp*.
tandis [t)dis] conj phr t. que (a) *trong khi mà*; (b) *trong khi*.
tangage [t)gaʒ] nm *Sự rập rình, sự lắc dọc*.
tangent, -ente [t)ʒ),)t] **1**. a *Tiếp tuyến, tiếp xúc (với)*; c'est t. *nó rất gần* **2**. n *đường tiếp tuyến*. **3**. nf *(toán) tang* prendre la t. (i) *lẩn trốn câu trả lời*; (ii) *khéo thoát*.
Tanger [t)ʒe] Prn *Miền Tanger*.
tangible [t)ʒibl] a *Sờ mó được, xác thực*.
tango [t)go] **1**. nm *Điệu tango* **2**. a inv *màu da cam đậm*.
tanguer [t)ge] vi *rập rình, lắc dọc (tàu)*. *choáng váng, lảo đảo, quay cuồng*.
tanieâre [tanjɛr] nf *Hang, hang ổ*.
tank [t)k] nm *Xe tăng*.
tanker [t)kɛr] nm *Tàu chở dầu, xe bồn chở xăng dầu*.
tannage [tanaʒ] nm *Sự thuộc da*.
tanner [tane] vtr **1**. *Thuộc da* **2**. (a) *quấy rầy ai (pour avoir qch) (để được điều gì)*; (b) t. (le cuir à) qn *dần ai một trận*. tannant a *quấy rầy, phiền hà*.
tannerie [tanri] nf **1**. *Xưởng thuộc da* **2**. *ngành thuộc da*.
tanneur [tanœr] nm *Thợ thuộc da, người bán da thuộc*.
tant [t)] adv **1**. (a) *quá nhiều*; t. de bonté *quá tốt như thế* ; t. qu'à faire, j' aimerais autant y aller *nếu cần thiết thì tôi sẽ đến đó ngay*; t. pour cent *ở mức bấy nhiêu phần trăm*; il a t. et plus d'argent *anh ta có cả khối tiền*; ils tiraient t. et si bien que *họ kéo với cả sức mạnh của mình*; faire t. et bien que *làm việc với một mục đích rõ ràng*; t. s'en faut *không thể, khó có thể*; t. soit peu *dù chỉ là một ít* (b) *quá nhiều, nhiều đến thế*; t. de fois *nhiều lần* t. d'amis *quá nhiều bạn*; (c) t. que *khi nào mà..*; t. que possible *càng nhiều càng tốt*; (d) *thế, như thế, với mức độ như thế*; n'aimer rien t. que le chocolat *không thích gì bằng sô cô la*; en t. que *trong chừng mực*; (e) t. a imable qu'il soit *anh ta hẳn là hài lòng biết chừng nào*; (f) t. mieux *càng hay*; t. pis ! *quá tồi ! thật đáng thương ! mặc kệ, không sao cả !* **2**. (a) *cũng như, từng ấy*; j'ai couru t. que j'ai pu *tôi chạy hết sức mình*; t. en Inde qu'ailleurs *ở Ấn độ như bất kỳ nơi nào khác*; t. bien que mal *tàm tạm, nhì nhằng*; (b) *miễn là*; t. que je vivrai *hễ tôi còn sống*; t. que la vue s'étend *miễn là mắt có thể thấy được*; t. que vous y êtes *trong khi anh ở đó*; (c) *miễn là, chừng nào mà*; t. qu'il n'est pas là *hễ mà anh ta không có ở đó*.

tante [t)t] nf **1**. *Cô, dì*; t. à la mode de Bretagne *cô, dì... theo kiểu Bretagne (cô dì họ xa)* (i) *cô (dì, thím, mợ) họ*; (ii) *bà con xa*. **2**. *người đồng tính luyến ái*.
tantieâme [t)tjɛm] nm *Phần trăm (tiền lợi nhuận)*
tantine [t)tin] nf *Cô, dì, thím, mợ (tiếng xưng hô của trẻ con)*
tantinet [t)tinɛ] nm *nhỏ nhoi, ít ỏi*; un t. plus long *dài hơn một đôi phân*.
tantöt [t)to] adv *Chiều hôm nay*; t. triste, t. gai *buồn đó, vui đó*; t. à Paris, t. à Londres *lúc ở Paris, lúc ở Luân Đôn*.
taon [t)] nm *Ruồi trâu*.
tapage [tapaʒ] nm (a) *Tiếng ầm ĩ, om sòm; cái vợt*; faire du t. *làm ồn ào, huyên náo*. t. nocturne *sự khuấy động trong đêm, xáo trộn sự yên tĩnh*; (b) *sự nhặng xị, điều giật gân*; (c) *sự xôn xao dư luận*. tapageur, - euse a (a) *ồn ào, rôm rả (buổi tiệc)*; (b) *lòe loẹt (áo quần)*; (c) *tin làm xôn xao dư luận*.
tapant [t)p)] a à 7 heures tapant(es) *lúc chuông gõ 7 giờ đúng*.
tape [tap] nf *Cái tát, cái phát*.
tape - aâ - l'œil [tapalœj] **1**. a inv *lòe loẹt*. **2**. nm *cái lòe loẹt*.
tapecul [tapky] nm *(xe) hai chỗ ngồi*.
taper [tape] **1**. vtr (a) *tát, đánh, đập*; t. une lettre *đánh một bức thư*; vi savoir t. *biết đánh máy*; t. un air (au piano) *gõ một điệu nhạc (trên piano)*. se t. qch, (i) *ăn uống*; (ii) *gánh vác điều gì*; (b) t. qn de mille francs *tiếp xúc với ai để vay 1000 franc* **2**. je m'en tape *tôi coi thường (chế nhạo) việc đó*. **3**. vi *gõ vào, thâm nhập vào*; le soleil nous tapait sur la tête *mặt trời chiếu vào chúng tôi*; ça tape *nó sôi rồi*; t. sur les nerfs de qn *làm ai cáu gắt*; t. dans le tas, (i) *đánh lung tung* (ii) *(bữa ăn) ăn thiệt tình*; t. du pied *in dấu chân*.
tapette [tapɛt] nf **1**. (a) *cái đập thảm*; (b) *vỉ đập ruồi*; (c) *bẫy chuột*; (d) *lưỡi* il a une bonne t.! *anh ta nói chuyện huyên thuyên, ba hoa*. **2**. *người đồng tính luyến ái , người đàn ông ẻo lả*.
tapeur, -euse [tapœr, -z] n *Người hay vay tiền*
tapin [tap(] nm *(sự làm đĩ)*; faire le t. *đi đường, đứng đường*.
tapinois [tapinwa] adv phr en t. *lén lút, vụng trộm*.
tapioca [tapjɔka] nm *bột sắn hột*.
tapir (se) [sətapir] vpr *Nép mình, che dấu, khu khư*.
tapis [tapi] nm **1**. *khăn, vải phủ*; t. de table *khăn bàn*; t. vert *bàn đánh bạc*; mette qch sur le t.

tiến hành bàn luận vấn đề gì. **2.** *thăm;* t. de bain *khăn tắm;* t. de pied *thảm chùi chân;* t. de sol *thảm nền nhà* **3.** t. roulant (i) *băng tải; thang máy cuốn.* **4.** *chiếu;* aller au t. *bị hạ đo ván.*

tapis - brosse [tapibrɔs] nmpl tapis - brosses *Tấm chùi chân.*

tapisser [tapise] vtr (a) *Treo màn trướng (lên tường);* (b) *dán giấy kín tường;* murs tapissés d'affiches *tường dán đầy áp phích;* (c) *viền giấy (quanh hộp).*

tapisserie [tapisri] nf **1.** *Bức thảm treo tường* **2.** *thảm;* faire t. *người nữ không được mời nhảy, đứng yên ở góc tường* **3.** *nghề dệt thảm* **4.** *giấy bồi tường.*

tapissier, -ieâre [tapisje, jɛr] n **1.** *Người dệt thảm* **2.** (a) *người trang trí nội thất (màn trướng);* (b) *người bọc nệm ghế.*

tapoter [tapɔte] vtr *Vỗ vỗ (má trẻ con).*

tapuscrit [tapyskri] nm *Tài liệu đánh máy.*

taquin -ine [tak(, in] **1.** a *Hay chọc ghẹo* **2.** n *người hay chọc ghẹo.*

taquiner [takine] vtr *Chọc ghẹo (ai), quấy rầy, làm ai lo lắng.*

taquinerie [takinri] nf *Sự chọc ghẹo, lời trêu chọc.*

tarabiscoteá [tarabiskɔte] a *Kiểu cách, rườm rà.*

tarabuster [tarabiste] vtr (a) *(về người) quấy rầy, làm phiền (ai);* (b) *làm ai băn khoăn, áy náy.*

tarama [tarama] nm *Món tarama.*

taratata [taratata] int *Vô lý ! Vô nghĩa!*

tard [tar] a adv *Trễ;* plus t. *sau này;* au plus t. *chậm nhất;* impers il est t., il se fait t. *muộn, khuya rồi;* pas plus t. qu'hier *chỉ mới hôm qua;* (b) nm sur le t. *lúc về già.*

tarder [tarde] vi **1.** (a) *(thơ từ, mùa màng) đến chậm;* sans t. *không chậm trễ;* t. en chemin *bị tụt lại trên đường, tha thẩn trên đường;* t. à faire qch. *trễ nãi việc gì;* (b) il ne va pas t. (à venir) *anh ta sẽ không đến trễ đâu.* **2.** impers il lui tarde de partir *anh ta nóng lòng để ra đi.* **tardif, -ive** a *muộn màng (hối hận); trễ (giờ, trái cây).* tardivement adv *chậm, muộn, khuya.*

tare [tar] nf **1.** (a) *Sự mất giá trị (vì hư hỏng);* (b) *khuyết tật (đạo đức, thân thể)* **2.** *bì (khi cân)* faire la t. *trừ bì.* taré -ée **1.** a (a) *có tật, hư;* (b) *khuyết tật* **2.** n *người thoái hóa; người đần.*

targette [tarʒet] nf *Then cài cửa.*

targuer (se) [sətarge] vpr se t. de qch *tự hào về điều gì.*

tarif [tarif] nm (a) *biểu giá, biểu thuế;* (b) *giá thông thường; mức thông thường;* tarifs postaux *giá tem;* plein t. (i) *giá vé bình thường* (ii) *biểu giá thông thường* (iii) *mức phạt thông thường.* tarifaire a *(luật) biểu, chuẩn.*

tarifer [tarife] vtr *định giá, định mức (hàng hóa).*

tarir [tarir] **1.** vtr *Làm cạn (suối, nước mắt);* se t. *khô cạn đi* **2.** vi *khô cạn (nước);* une fois sur ce sujet il ne tarit pas *một khi đã đi vào vấn đề này, anh ta sẽ nói mãi không dứt.*

tarissement [tarism)] nm *Sự cạn, sự khô.*

tarmac [tarmak] nm *Một nơi ở sân bay dành riêng cho máy bay đậu; đã giảm nhựa.*

tarot [taro] nm (a) *bài ta rô;* (b) *bộ bài 78 lá (dùng để bói).*

tartare [tartar] **1.** a & n *người Tartar;* **2.** a & nm sauce t. *sốt tacta, sốt cải cay;* t. *thịt bò trộn nước sốt tacta.*

tarte [tart] **1.** nf *bánh kem mứt;* c'est de la t. *dễ dàng quá;* réponse t. à la crème *trả lời đốp chát.* **2.** nf *cái đấm, cái tát.* **3.** a (a) *(người) đần độn;* (b) *xấu xí.*

tartelette [tartəlɛt] nf *Bánh kem mứt.*

tartine [tartin] nf **1.** *lát bánh mì phết bơ* **2.** *lời nói dài dòng, viết dài dòng.*

tartiner [tartine] vtr *Phết (bơ) lên bánh mì;* fromage à t. *phó mát để phết.*

tartre [tartr] nm *Cao (răng); cáu vôi (ở nồi hơi).*

tas [tɑ] nm **1.** (a) *Đống (đá, gỗ); hàng đống (lúa mì);* mettre ses objets en t. *chất đồ thành đống;* (b) *cả khối (vật, người);* en t. de mensonges *hàng lô điều nói dối;* il y en a des t. (et des t.) *có cả khối, hàng đống.* tout un t. de gens *hàng lô người, cả khối người;* t. d'imbéciles! *cả lũ khờ !* t. de ferraille *(xe hơi) đống sắt vụn;* (c) taper dans le t. *đánh lung tung.* **2.** *công trình xây dựng, hiện trường;* être sur le t. *đang thi hành nhiệm vụ;* formation sur le t. *thông tin về vấn đề công việc.*

tasse [tɑs] nf (a) *Ly, tách;* t. à café *tách cà phê;* t. de café *một tách cà phê;* (b) boire la t. *uống nước đầy miệng (khi bơi).*

tassement [tɑsm)] nm *Sự lún, sự ấn.*

tasser [tɑse] **1.** vtr *Ấn, ép (các thứ) vào nhau, dồn (khách vào xe).* **2.** se t. (a) *dồn, nén lún xuống* (i) *dồn xuống, lún xuống;* ça se tassera *mọi chuyện sẽ ổn thỏa;* il se tasse *ông ta bắt đầu nhỏ người đi (vì tuổi tác);* (b) *ép vào, dồn lại;* tassez - vous un peu *các anh dồn lại tí.*

taste - vin [tastəv(] nm inv *Ống nếm rượu, tách nếm rượu.*

tata [tata] nf **1.** *Cô, dì, thím, mợ* **2.** *kẻ đồng dâm nam.*

têter [tute] **1.** vtr *cảm thấy; sờ mó; thăm dò, thử*

thách (lòng can đảm); t. le terrain *thăm dò tình thế;* avancer en tâtant *đi sờ soạng, mò mẫm* **2.** v ind tr t. de qch *thử tay ai;* il a tâté de la prison *anh ta ném mùi lao tù* **3.** se t. (a) *tự xét mình (về những thương tổn), tự lượng sức mình;* (b) *lưỡng lự.*

tête - vin [tatv(] nm inv *Ống ném rượu, tách ném rượu.*

tatillon, -onne [tatijɔ̃, ɔn] a *Quá tỉ mỉ.*

tétonnement [tatɔnm)] nm par t. *tìm tòi, mò mẫm.*

tétonner [tatɔne] vi **1.** *Mò mẫm, sờ soạng (trong bóng tối)* marcher en tâtonnant *đi sờ soạng, mò mẫm tìm đường đi.* **2** *tiến hành chăm chú, thận trọng.*

tétons (aâ) [atɑtɔ̃] adv phr, avancer à t. *sờ soạng;* chercher qch à t. *mò mẫm tìm cái gì.*

tatouage [tatuaʒ] nm **1.** *sự xăm mình* **2.** *hình xăm.*

tatouer [tatwe] vtr *xăm mình.*

taudis [todi] nm *nhà ổ chuột.*

taule [tol] nf prison, *tù, nhà lao* faire de la t. *đi tù.*

taupe [top] nf **1.** (a) *chuột chũi; (trinh thám) công binh.* myope comme une t. *cận thị quá;* (b) *da cá nhám* **2.** vieille t. *mụ già khó chịu.*

tupinieâre [topinjer] nf *hang chuột chũi.*

taureau, -eaux [tɔro] nm *bò mộng;* course de taureaux *cuộc đấu bò;* le T. *chòm sao Kim Ngưu.*

tautologie [tɔtɔlɔʒi] nf *Sự trùng ý, sự trùng ngôn.*

taux [to] nm (a) *suất, tỉ suất (lương, hối đoái); (được định của các cổ phần) suất;* t. de change, d'intérêt *tỉ suất hối đoái, tỉ suất tiền lời;* t. de base bancaire *tỉ suất vay lãi;* (b) *tỉ lệ, phần;* (c) *phần trăm; tỉ suất; mức độ (bệnh tật); tỉ lệ (chất colesteron).*

taverne [tavɛrn] nf inn. *Tửu quán.*

taxation [taksasjɔ̃] nf **1.** *sự định giá* **2.** *sự định thuế.*

taxe [taks] nf **1.** (a) *giá cố định, mức cố định;* (b) *lệ phí, giá;* t. postale *bưu phí.* **2.** *thuế;* t. à la valeur ajoutée *mức thuế phụ thu.*

taxer [takse] vtr **1.** *Qui định giá (bánh mì), mức (lương, bưu phí).* **2.** *đánh thuế trên (người, vật)* **3.** *cho là, đổ lỗi cho* **4.** t. qn de qch *bắt giữ ai về điều gì.* taxable a *đánh thuế được.*

taxi [taksi] nm (a) *xe tắc xi;* (b) *người lái tắc xi.*

taxidermie [taksidɛrmi] nf *thuật nhồi da động vật.* taxidermiste n *người nhồi da động vật.*

taximeâtre [taksimɛtr] nm *đồng hồ tắc xi, hành trình kế.*

taxiphone [taksifɔn] nm *Máy nói tự động công cộng.*

Tchad [tʃad] Prnm **1.** *hồ Chad* **2.** la République du T. *nước cộng hòa Chad.*

tchao [tʃao] int *tạm biệt ! chào!*

Tcheácoslovaquie [tʃekɔslɔvaki] Prnf *Nước Tiệp khắc* tchécoslovaque a & n *thuộc về Tiệp Khắc (cū).* tchèque a & n *thuộc về Tiệp, tiếng Tiệp (Séc).*

tchin - tchin [tʃintʃin] int *Lời vui vẻ.*

te, t' [tə] pers pron *anh, bạn;* (b) *theo anh;* (c) (*với* vpr) *chính anh.*

technicien, -ienne [tɛknisj(, jɛn] n *Kỹ thuật viên, cán bộ kỹ thuật.*

techniciteá [tɛknisite] nf *tính kỹ thuật, tính chuyên môn.*

technique [tɛknik] **1.** a *chuyên môn, kỹ thuật.* **2.** nf (a) *kỹ thuật học;* t. de l'ingénicur *ngành cơ khí, kỹ thuật cơ khí;* (b) *kỹ thuật.* techniquement adv *về mặt kỹ thuật.*

technocratie [tɛknɔkrasi] nf *chế độ kỹ trị.* technocrate n *nhà kỹ trị.*

technologie [tɛknɔlɔʒi] nf *công nghệ học.* technologique a *thuộc về công nghệ.* technologue [tɛknɔlɔg] n *nhà công nghệ học.*

teck [tɛk] nm *gỗ tếch.*

teckel [tɛkɛl] nm *giống chó tecken (của Đức).*

TEE abbr Trans-Europe-Express *(tàu hỏa) Tốc hành xuyên châu Âu.*

tee - shirt [tiʃœrt] nm *áo ngắn tay.*

Teáflon [teflɔ̃] nm *Chất dẻo, sợi Teflon*

teigne [tɛɲ] nf **1.** *nấm tóc.* **2.** *tính khó chịu.*

teindre [t(dr] (prp téignant; pp teint; pr ind je teins, n. teignons; impf je teignais; fu je teindrai) **1.** *nhuộm.* **2.** se t. (les cheveux) *nhuộm tóc.*

teint [t(] nm **1.** *nước nhuộm, nước màu.* **2.** *màu da, nước da mặt.*

teinte [t(t] nf (a) *màu, sắc;* (b) *sự thêm vào (châm chía, mai mỉa).*

teinter [t(te] vtr *tô màu (gỗ);* t. légèrement *nhuốm màu, pha màu.*

teinture [t(tyr] nf **1.** *sự nhuộm* **2.** (a) *thuốc nhuộm;* (b) *màu nhuộm* **3.** *cồn thuốc.*

teinturerie [t(tyrəri] nf **1.** *nghề nhuộm* **2.** *xưởng nhuộm; hàng nhuộm.*

teinturier, -ieâre [t(tyrje, jɛr] n **1.** *thợ nhuộm* **2.** *thợ tẩy quần áo.*

tel, telle [tɛl] a **1.** (a) *như thế;* un t. homme *người như thế;* de telles choses *thứ như thế;* (b) en t. lieu *cùng một nơi như thế;* vous amènerez telle personne que vous voudrez *anh có thể đưa người nào anh thích;* (c) à t. point *theo mức độ như thế;* de telle sorte que, (i) *(kết quả)* (ii) *(mục đích), theo cách mà, để mà* **2.** (a) *như;* t. père, t. fils *cha nào, con nấy;* (b) t. que *như là, như;* un homme t. que lui *một người như anh ta;* voir les choses telles qu'elles sont *nhìn thẳng vào sự thật*. t. que *đến nỗi mà;* rien de t. qu'un bon whisky *không gì bằng rượu Whisky thượng hạng;* (d) t. quel, t. que *đúng như cũ* je vous achète la maison telle quelle *tôi sẽ mua anh cái nhà đúng như cũ* **3.** pron (a) *cái như thế; người như thế;* t. l'en blâmait, t. l'en excusait *người thì lên án cho anh ta, kẻ thì tha thứ anh ta;* (b) t. fut son langage *lời lẽ của anh ta như thế đấy;* n un t., une telle *anh nọ, chị nọ;* monsieur un t., un T. *một ông nọ.*

teáleá [tele] nf *Tivi.*

teáleábenne [teleben] nf **télécabine** nf *toa đường treo cáp.*

teáleácarte [telekart] nf *thẻ dùng để gọi điện thoại.*

teáleácommande [telekɔm)d] nf *sự điều khiển từ xa.*

teáleácommander [telekɔm)de] vtr *điều khiển từ xa.*

teáleácommuniations [telekɔmynikasjɔ̃] n f p l *hệ thống viễn thông*

teáleácopie [telekɔpi] nf *sự sao truyền (tài liệu) từ xa.* télécopieur nm *máy fax*

teáleádiffuser [teledifyze] vtr *truyền tin, phát hình (trên truyền hình)*

teáleáfeárique [teleferik] nm (a) *đường dây cáp;* (b) *toa chuyên chở bằng cáp treo.*

teáleáfilm [telefilm] nm *phim trên truyền hình.*

teáleágeánique [teleʒenik] a *ăn hình (tôn thêm vẻ đẹp khi lên truyền hình)*

teáleágraphe [telegraf] nm *điện tín.*

teáleágraphie [telegrafi] nf *máy điện báo, cục điện báo.* télégraphique a *thuộc về điện báo.*

teáleágraphier [telegrafje] vtr & i *đánh điện, gới điện.*

teáleágraphiste [telegrafist] n *điện báo viên, người phát điện báo.*

teáleáguidage [telegidaʒ] nm *sự điều khiển điện báo từ xa.*

teáleáguider [telegide] vtr *điều khiển báo từ xa.*

teáleáimprimeur [tele(primœr] *máy điện báo in chữ.*

teáleámatique [telematik] nf *hệ thống thông tin tự động.*

teáleáobjectif [teleɔbʒektif] nm *Vật kính trên kính thiên văn.*

teáleápathie [telepati] nf *thần giao cách cảm.* télépathique a *(có) thần giao cách cảm.*

teáleápheárique [teleferik] nm *đường cáp treo,*

phương tiện chuyên chở bằng cáp treo.

teáleáphone [telefɔn] nm *điện thoại; phôn;* avoir le t. *có điện thoại;* coup de t. *cú điện thoại.* t. rouge *dòng tin nóng bỏng;* t. arabe *sự truyền tin nhanh chóng (bằng cách truyền miệng riêng với nhau).*

teáleáphoner [telefɔne] vtr & i *gọi điện thoại;* t. à qn *gọi điện thoại cho ai.* c'est téléphoné *đó là điều hiển nhiên.* téléphonique a *(phòng) điện thoại.*

teáleáphoniste [telefɔnist] n *điện thoại viên.*

teáleáprompteur [teleprɔmtœr] nm *màn ảnh chiếu nội dung mà người xướng ngôn vô tuyến phải đọc.*

teáleáprospection [teleprɔspɛksjɔ̃] nf *sự bán điện thoại.*

teálescopage [telɛskɔpaʒ] nm *sự va vào nhau;* t. en série *đâm nối đuôi, hàng loạt.*

teálescope [telɛskɔp] nm *kính viễn vọng.* télescopique a *thuộc về viễn vọng*

teálescoper [telɛskɔpe] vi, tr & pr *(xe cộ) đâm mạnh; va vào nhau.*

teáleácripteur [telɛskriptœr] nm *máy điện báo in chữ.*

teáleásieâge [telesjɛʒ] nm *đường cáp treo mắc ghế ngồi.*

teáleáski [teleski] *thiết bị kéo (người trượt tuyết) lên dốc.*

teáleáspectateur, -trice [telespɛktatœr, tris] n *người xem truyền hình.*

teáleátex [telelɛks] nm *Nhãn hiệu Teletex.*

teáleátype [teletip] nm *Máy điện báo in chữ.*

teáleáviser [televize] vtr *truyền hình.*

teáleáviseur [televizœr] nm *máy truyền hình.*

teáleávision [televizjɔ̃] nf *sự truyền hình; ti vi;* t. par câble *sự truyền hình cáp;* à la t. *trên truyền hình.*

teálex [telɛks] nm *điện báo máy chữ.*

teálexer [telɛkse] vtr *truyền hình bằng máy chữ điện báo.*

tellement [tɛlm)] adv *với mức độ như thế, với chừng mực đó;* c'est t. facile *dễ như thế;* t. de gens *quá nhiều người;* ce n'est pas t. beau *không hoàn toàn đẹp đến thế.*

teámeáraire [temerɛr] a *liều lĩnh, bừa.* témérairement adv *một cách bừa bãi, liều lĩnh*

teámeáriteá [temerite] nf **1.** *tính liều lĩnh, sự liều lĩnh.* **2.** *hành động thiếu tính toán.*

teámoignage [temwaɲaʒ] **1.** (a) *sự làm chứng;* (b) *bằng chứng.* **2.** *biểu hiện (của tình bạn)*

teámoigner [temwaɲe] **1.** vi *chứng tỏ; làm chứng* **2.** vtr hoặc ind tr t. (de) *chứng tỏ (thiện ý);* t. de l'intérêt à qn *tỏ sự quan tâm đến ai;* t.

que *chỉ ra rằng.*

teámoin [temw(] nm 1. (a) *người làm chứng;* être t. d'un accident, *chứng kiến một tai nạn;* t. à un acte *chứng kiến một chứng thư; sự chứng giám của Jéhovah;* (b) t. à charge *người làm chứng buộc tội;* à décharge *người làm chứng gỡ tội;* t. oculaire *chứng kiến tận mắt;* prendre qn à t. *bắt ai làm chứng;* (c) *người thay thế (trong cuộc đấu kiếm)* 2. (a) *mẫu, mô hình;* (b) lampe t. *đèn làm chứng;* (c) *chuyền tay (trong cuộc chạy đua tiếp sức);* (d) appartement t. *nhà chứng tính.*

tempe [t)p] nf *thái dương.*

tempeárament [t)peram)] nm 1. (a) *thể tạng, khí chất;* (b) *(luân lý) tính khí, tính tình;* (c) avoir du t. *có cá tính.* 2. à t. *trả góp;* achat à t. *mua bằng tín phiếu;* vente à t. *bán góp.*

tempeárance [t)per)s] nf *sự điều hòa;* tempérant a *điều hòa, điều độ.*

tempeárature [t)peratyr] nf *nhiệt độ;* avoir de la t. *nóng sốt;* prendre la t. (i) *đo độ;* (ii) *lấy nhiệt độ cơ thể;* t. d'ébuillition *điểm sôi.*

tempeárer [t)pere] vtr (je tempère; je tempérerai) *làm dịu bớt, tiết chế (hơi nóng, sự đam mê).* tempéré a *ôn hòa (khí hậu).*

tempïte [t)pet] nf *bão; phong ba;* t. de neige *bão tuyết;* le vent souffle en t. *trời nổi gió mạnh;* une t. dans un verre d'eau *sự khuấy động trong ly nước;* t. d'applaudissements *tràng vỗ tay nồng nhiệt.* tempétueux, -use a *sôi động, đầy bão tố.*

tempïter [t)pete] vi *la hét.*

temple [t)pl] nm *đền, miếu, giáo đường (đạo Tin Lành).*

temporaire [t)pɔrɛr] a *tạm thời, nhất thời* temporairement adv *tạm thời.*

temporel, -elle [t)pɔrel] (a) *nhất thời, thuộc về thế tục;* (b) *(mệnh đề) chỉ thời gian.*

temporisateur, -trice [t)pɔrizatœr, tris] 1. n *người chờ thời.* 2. a *chờ thời.*

temporisation [t)pɔrizasjɔ̃] nf *sự chờ thời, thói chờ thời.*

temporiser [t)pɔrize] vi *chờ thời.*

temps [t)] nm 1. (a) *thời gian;* vous avez bien le t., vous avez tout le t. *anh có nhiều thời gian;* cela prend du t. *điều đó mất thời gian;* prendre son t. *không vội;* (donnez-moi) le t. de m'habiller et j'arrive *cho tôi thời gian chỉnh đốn tác phong rồi đến đây;* nous n'avons pas le t. *chúng tôi không có thời gian;* de t. en t. *thỉnh thoảng;* travailler à plein t. *làm việc trọn buổi;* (b) *giai đoạn, khoảng* dans quelque t. *thời gian;* il y a peu de t. *trong một chốc;* peu de t. après *cách đây không lâu, mới đây;* entre t.

chẳng bao lâu sau đó; entre t. *trong khi;* t. d'arrêt *sự dừng lại;* marquer un t. *dừng lại;* (c) *thời hạn, kỳ hạn (công việc, dịch vụ);* faire son t. *ở tù;* (d) t. mort *thời gian rồi (của máy); thời giờ chết;* en t. réel *thời gian thực sự* (e) *thời, lúc* le bon vieux t. *những ngày xưa yêu dấu;* dans le t. *thời gian vào ngày xưa;* au t. de Napoléon *vào thời Napoléon;* par les t. qui courent *vào những ngày này, ngày nay;* être de son t. *thịnh hành;* de mon t. *vào thời tôi;* (f) *giờ, thời gian;* en t. voulu *đến đúng giờ;* il est grand t. que *thời gian có ích il était t.! đó là giờ cao điểm để;* il n'est plus t. de pleurer *khóc bây giờ thì muộn rồi* 2. *thời tiết;* par tous les t. *trong mọi thời tiết;* quel t. fait-il ? *thời tiết như thế nào ?;* si le t. le permet *nếu thời tiết cho phép;* beau t. *thời tiết đẹp.* 3. *thì (của động từ);* 4. (a) *phách, nhịp* à deux t. *gấp đôi thời gian;* (b) moteur à deux t. *động cơ hai kỳ.*

tenable [tənabl] a *chịu được;* par cette chaleur, le bureau n'est pas t. *văn phòng không thể chịu được cái nóng này.*

tenace [tənas] a *dính chắc; kiên trì (người); (sự đau yếu) triền miên* tenacement adv *một cách kiên trì.*

teánaciteá [tenasite] nf *sự kiên trì.*

tenaille [tənaj] nf *cái kềm.*

tenailler [tənaje] vtr *dày vò, day dứt;* tenaillé par la faim *bị dày vò bởi cái đói.*

tenancier, -ière [tən)sje, jɛr] n *(quán rượu, khách sạn) ông chủ, bà chủ.*

tenant, -ante [tən),)t] 1. a séance tenante *tức khắc.* 2. n *người bảo hộ (ai); người bảo vệ (ý kiến); người giữ (một danh vị)* 3. mn. *(đất đai)* d'un seul t. *liền một khoảnh;* les tenants et aboutissants de l'affaire *đầu đuôi của sự việc.*

tendance [t)d)s] nf *khuynh hướng, chiều hướng, xu thế;* tendances vers le communisme *xu thế của chủ nghĩa cộng sản;* avoir t. à (faire) qch *có khuynh hướng làm gì.* tendancieux, -ieuse a *có dụng ý, có động cơ.*

tendon [t)dɔ̃] nm *gân;* t. d'Achille *gân gót chân.*

tendre[1] [t)dr] a (a) *mềm; tinh tế (màu sắc); dịu dàng;* (b) *non, trẻ (tuổi);* (c) *âu yếm, say mê, thắm thiết.* tendrement adv *âu yếm, thắm thiết.*

tendre[2] 1. vtr (a) *căng ra, chăng ra, giương ra (dây lưng); thắt (nơ); giăng (bẫy);* (b) *dựng (lều) giương (buồm); trải (thảm); treo (giấy trên tường);* (c) *trải ra, vươn ra;* (i) *vươn tay ra* (ii) *ngửa tay xin;* t. le cou *vươn cổ lên;* (d) *căng ra, trái ra* 2. vi *hướng tới, tiến tới, có khuynh hướng đến;* où tendent ces questions ? *những vấn đề này nhằm vào cái gì ? (về cái gì);* t. à sa fin *sắp xong rồi.* 3. se t. *trở nên căng thẳng,* bị căng.

tendresse [t)dres] nf (a) *sự thắm thiết; sự dịu dàng, trìu mến;* avec t. *đầy trìu mến;* (b) *những biểu hiện của tình yêu.*

tendreteá [t)drəte] nf *sự mềm mại (thức ăn).*

tendu [t)dy] a (a) *căng thẳng; quan hệ căng thẳng;* avoir les nerfs tendus *bị căng thẳng;* situation tendue *tình hình căng thẳng;* (b) *chìa ra (tay).*

teáneâbres [tenɛbr] nfpl *sự tối tăm, bóng tối.* ténébreux, -euse **1.** *tối tăm, âm u, mờ mịt (rừng, tù)* **2.** *bí ẩn, tối tăm.*

teneur [tənœr] nf **1.** *nội dung (của tài liệu)* **2.** *lượng chứa, hàm lượng, phần trăm;* t. en eau *hàm lượng nước.*

tenir [tənir] v (prp tenant; pr ind je tiens, fu je tiendrai) **1.** vtr (a) *giữ;* t. qch à la main *nắm gì trong tay;* se t. par la main *nắm tay nhau, ôm nhau;* t. un rhume *bị cúm;* je tiens mon homme *tôi điều khiển chồng, quản lý chồng;* mieux vaut t. que courir *đừng thả mồi bắt bóng;* tiens ! tiens ! *nhìn đây;* tenez ! *c'est pour vous !* *anh đây rồi* (b) *giữ, chứa* voiture qui tient 6 personnes *xe hơi đó chứa 6 người;* vi tout ça tient en deux mots *tất cả được chốt lại trong vài từ;* (c) *giữ;* baril qui tient l'eau *thùng giữ nước;* (d) t. de có, nhận (cái gì) từ; il tient sa timidité de sa mère *anh ta ảnh hưởng tính nhút nhát của mẹ;* (e) *giữ, tồn trữ (hàng đồ khô);* (f) *giữ, điều hành, quản lý (của hàng, trường học)* M" X tenait le piano *cô X cứ ngồi suốt bên chiếc piano;* (g) *giữ, duy trì (ý kiến); giữ (lời)* (h) *phát biểu, đọc (diễn văn);* (i) t. qn en mépris *tỏ vẻ khinh bỉ ai, tôn trọng ai.* (j) *kiềm chế, kìm (lời); sự nôn nóng, bồn chồn); kìm giữ (đứa bé);* (k) *giữ (cái gì ở vị trí nào)* t. qch en état *cất giữ cái gì có trật tự;* t. qn à l'oeil *để mắt tới ai;* tenez votre gauche *giữ phía bên trái;* (l) *bị giam hãm; ở yên (trong phòng, trên giường);* (m) t. la mer *chịu đựng được biển, đi biển được;* t. la route *giữ đường* (n) *chiếm, choán (chỗ);* vous tenez trop de place *anh chiếm quá nhiều chỗ;* (o) t. les yeux fermés *nhắm mắt lại;* t. qn bắt ai bỏ tù; t. qn pour intelligent *cho ai là thông minh;* tenez - vous - le pour dit *tôi sẽ không báo anh nữa đâu; hãy xem đó là lần cuối.* **2.** vi (a) *giữ chặt, dính vào;* clou qui tient bien *đinh dính chặt vào* la porte tient *cửa đóng kín;* (b) sa terre tient à la mienne *tài sản của anh ta thuộc về tôi* (c) *duy trì, giữ vững* il ne tient pas en place *anh ta không thể giữ yên vị trí;* il ne tient plus sur ses jambes *anh ta sắp rơi rồi;* (d) t. (bon) *giữ chặt* tiens bon ! *giữ chặt nhé;* je n'y tiens plus *tôi không chịu đựng được nữa;* (e) *kéo dài, chịu đựng;* couleur qui tient bien *màu giữ được (không phai);* le

vent va t. *gió cứ kéo dài;* mon offre tient toujours *sự chào giá (hàng, hợp đồng,...) của tôi không đến đâu* (f) *ngồi, định vị;* (g) t. pour *thích, ưa chuộng (ai, cái gì)* (h) t. à qch (i) *đánh giá cái gì* t. à faire qch *quyết tâm làm điều gì;* je n'y tiens pas *tôi thà đừng làm còn hơn; tôi chả cần việc ấy;* je tiens beaucoup à ce qu'il vienne *tôi lo rằng hắn ta sẽ đến;* (ii) *phụ thuộc vào cái gì, có được từ cái gì* à quoi cela tient - il ? *lý do vì sao thế ?* impers il ne tient qu'à vous de le faire *hoàn toàn chỉ mình anh phải làm việc đó;* qu'à cela ne tienne *đừng phiền gì cả, không sao đâu;* (i) t. de qn *chăm sóc;* cela tient du miracle *nghe thật tuyệt vời;* cela tient de (la) famille *đó là việc trong nội bộ gia đình* **3.** se t. (a) *đứng, ngồi, ở, bám vào;* se t. chez soi *ở nhà;* tenez - vous là ! *hãy ngừng;* tenez - vous droit, (i) *ngồi thẳng;* (ii) *đứng lên;* se t. tranquille *giữ yên tĩnh* tiens - toi bien ! *hãy ngoan ngoãn;* (b) se t. à qch *bằng lòng với cái gì* (c) *(sự kiện) diễn ra, thực hiện* (d) *kiềm chế* il ne se tenait pas de joie *anh ta không kiềm chế được mình vì quá vui* je ne pouvais me t. de rire *tôi không nhịn cười được;* (e) se, s'en, t. à (qch) *giữ cái gì, cố kéo dài việc gì;* s'en t. à qch *hài lòng, thỏa mãn về điều gì* je ne sais pas à quoi m'en t. *tôi không biết phải tin vào đâu.*

tennis [tenis] nm **1.** *quần vợt* t. de table *bóng bàn* **2.** *(có) sân quần vợt* **3.** *giày chơi quần vợt, giày thể thao.* tennisman, pl -men nm *người chơi quần vợt.*

teáonor [tenɔr] nm (a) *giọng nam cao* (b) *người chủ chốt, người có danh tiếng.*

tension [t)sjɔ̃] nf **1.** (a) *sự căng thẳng* (b) t. de rupture *sự vỡ lách* **2.** *sự căng (dây thừng); sự căng thẳng (các mối quan hệ).* **3.** (a) *áp suất (hơi nước);* t. artérielle *huyết áp;* avoir de la t. *bị cao huyết áp;* (b) *điện áp;* haute t. *cao áp;* fil sous t. *đường dây điện.*

tentacule [t)takyl] nm *tua cảm, xúc tu.* tentaculaire a *thuộc về tua cảm; tỏa ra tứ phía (thành phố).*

tentateur, -trice [t)tatœr, tris] **1.** a *cám dỗ* **2.** n *người cám dỗ.*

tentation [t)tasjɔ̃] nf *sự cám dỗ.*

tentative [t)tativ] nf *sự cố gắng, sự mưu toan;* t. d'assassinat *mưu toan giết người;* t. de suicide *mưu toan tự tử.*

tente [t)t] nf *lều;* coucher sous la t. *ngủ trong lều;* t. à oxygène *lều có oxy.*

tenter [t)te] vtr **1.** t. sa chance *thử vận may* **2.** *cám dỗ ai;* se laisser t. *bị cám dỗ;* tenté de faire qch *bị cám dỗ làm gì* **3.** *cố gắng, thử* t. une expérience *thử nghiệm;* t. de faire qch *cố gắng làm gì.* tentant a *hấp dẫn, cám dỗ.*

tenture [t)tyr] nf (a) *trướng phủ tường;* (b) *màn trướng;* (c) (papier-) t. *giấy phủ tường.*

tenu [təny] a & pp (a) bien t. *giữ gìn tốt; sạch sẽ (nhà), gọn gàng (vườn);* mal t. *chăm sóc tồi, bị xao lãng (trẻ em, vườn tược); dơ bẩn (nhà);* (b) être t. de buộc phải làm gì; être t. au secret professionnel *buộc phải giữ bí mật nhà nghề.*

teánu [teny] a *mảnh, nhỏ, tinh tế, tế nhị.*

tenue [təny] nf 1. (a) *cuộc họp, thời gian họp (hội đồng);* (b) *việc quản lý, điều hành, giữ (cửa hiệu, nhà);* t. des livres *việc giữ sách.* 2. (a) *hành vi, thái độ;* un peu de t.! *hãy coi chừng hành vi của mày đấy;* (b) *tiêu chuẩn, chất lượng (của tạp chí);* (c) t. de route *sự ăn lái* 3. *áo quần;* t. de soirée *trang phục dạ hội;* en grande t. *bận lễ phục;* t. de ville (i) *áo quần kiểu thành phố;* (ii) *bộ thường phục (mặc hàng ngày của đàn ông)* t. de tous les jours *quần áo thường;* t. de combat *quân phục.*

ter [tɛr] adv *nhắc lại ba lần, bộ ba.*

teáreábenthine [tereb)tin] nf *nhựa thông.*

tergal [tɛrgal] nm *vải teccgan.*

tergiversations [tɛrʒiversasjɔ̃] nfpl *sự lần chần, tránh né.*

tergiverser [tɛrʒiverse] vi *tránh né, lần chần.*

terme[1] [tɛrm] nm 1. *hạn, thời hạn, kỳ hạn, đoạn cuối (cuộc đời, cuộc hành trình);* mettre un t. à qch *kết thúc cái gì;* mener qch à bon t. *tiến hành cái gì một cách thành công.* 2. *thời hạn (đã được chỉ định); (về phụ nữ có mang)* être à t. *đã đến lúc sanh;* avant t. *trước thời hạn, còn non yếu;* accouchement avant t. *trẻ sinh non;* prévisions à court t., à long t. *thông báo ngắn hạn, dài hạn* 3. (a) *kỳ hạn (thuê);* (b) *kỳ hạn thuê;* (c) *ngày kỳ hạn.*

terme[2] nm 1. *lời lẽ, thuật ngữ;* t. de métier *thuật ngữ kỹ thuật;* en d'autres termes *nói cách khác* il m'a dit en termes propres *anh ta bảo tôi với những lời lẽ chính đáng.* 2. *phần (của mệnh đề)* 3. *lời lẽ;* être en bons termes avec qn *nói năng thân thiện với ai.*

terminaison [terminɛsɔ̃] nf *sự kết thúc, phần cuối; phần kết, vĩ tố.*

terminer [termine] 1. vtr *kết thúc; hoàn thành; kết luận (mặc cả); kết thúc (cuộc họp) với; kết thúc (những ngày của mình);* en avoir terminé avec qch *đã hoàn thành với cái gì* 2. se t. *đi đến kết thúc;* se t. par, en *kết thúc bằng.* terminal, -ale, -aux a *cuối, cuối cùng;* classe terminale, nf terminale *cấp cuối (hơn thứ sáu); cấp thứ mười hai.*

terminologie [tɛrminɔlɔʒi] nf *hệ thống thuật ngữ.*

terminus [tɛrminys] nm *ga cuối cùng, bến cuối cùng (đường xe lửa).*

termite [tɛrmit] nf *con mối, kiến trắng.*

termitieâre [tɛrmitjɛr] nf *tổ mối*

terne [tɛrn] a *mờ; xỉn (áo quần); lờ đờ (giọng); mất sinh khí (mắt)*

ternir [tɛrnir] vtr *làm mờ đi; làm xỉn đi; làm lu mờ (danh tiếng);* se t. *mờ đi; xỉn đi; lu mờ đi.*

terrain [tɛr(] nm (a) *mảnh đất, đất đai;* t. à bâtir *công trường xây dựng;* t. de sport *sân thể thao;* t. vague *đất hoang;* (b) *đất nước, địa thế;* tout t. *(xe) đi được trên mọi loại đường;* (c) *đất, đất đai;* t. gras *đất tốt;* (d) *bãi đá bóng, sân (gôn);* t. d'atterrissage *bãi đáp máy bay, sân hạ cánh.* gagner, céder, du t. *tiến lên, nhượng bộ;* trouver un t. d'entente *tìm cơ sở để thương lượng với nhau;* être sur son t. *ở vào thế có lợi;* je ne suis plus sur mon t. *tôi không còn lợi thế nữa;* préparer le t. *lát đường;* sur le t. *trên thực địa.*

terrasse [tɛras] nf (a) *thềm, bờ* (b) *vỉa hè;* la t. (du café) *vỉa hè, đường cho người đi bộ;* (c) *ban công; sân hiên; mái bằng (toit en)* t. *sân thượng.*

terrassement [tɛrasm)] nf (a) *sự đào đắp đất;* (b) *công việc đào đắp đất.*

terrasser [tɛrase] vtr 1. *đắp đất vào.* 2. (a) *quật ai ngã;* t. un adversaire *quật ngã một đối thủ;* (b) *làm cho ngã ngửa ra, làm cho (ai) sửng sốt.*

terrassier [tɛrasje] nm *thợ đào đắp đất.*

terre [tɛr] nf 1. (a) *Trái đất, thế gian;* revenir sur t. *trở lại với thực tế, không viễn vông;* il a les pieds sur t. *anh ta thực tế, không viễn vông* (b) *đất đai, điền sản;* t. ferme *lục địa, miền lục địa;* dans les terres *trong lục địa;* tremblement de t. *trận động đất;* t., par t. *trên mặt đất;* tomber par t. *rơi xuống đất;* politique de la t. brulée *chính sách tiêu thổ;* sous t. *dưới đất;* être sous t., en t. *chết, đã chôn rồi;* (c) *đất;* mettre à la t. *đắp đất (tàu bè)* être à t. *cập bến;* descendre à t. *đáp vào bờ;* adj phr t. à t. *tầm thường.* 2. *đất đai.* 3. (a) *tài sản;* (b) *lãnh thổ;* terres étrangères *nước ngoài;* la T. Sainte *miền đất Thánh.* 4. *đất mùn, đất sét;* sol en t. battue *sàn nhà bằng đất nện (nền);* t. cuite, (i) *đất sét nung* (ii) *đồ đất nung.*

terreau, -eaux [tɛro] nm *đất mùn.*

Terre - Neuve [tɛrnœ v] 1. Prnf *Tân Thế Giới.* 2. nm inv *giống chó.* terre - neuvien, - ienne (a) *thuộc về vùng đảo đất mới;* (b) n *người thành lập đảo này;* pl terre-neuviens, -iennes

terre - plein [tɛrpl(] nm *nền đắp cao, nền xây cao (trên đường)* t.-p. de stationnement *khoảng đất trống (bên đường) để đậu xe;* t.-p. central *bùng binh;* pl terre - pleins *dải đất trống nằm giữa các tuyến xe chạy trên quốc lộ.*

terrer (se) [sətɛre] vpr *chui xuống đất, trốn đi.*

terrestre [tɛrɛstr] a *đất (động vật); trên đời, trần tục (suy nghĩ); (địa đàng) như thiên đường trên mặt đất.*

terreur [tɛrœr] nf **1.** *sự kinh khủng, ghê tởm*; fou de t. *sợ điên lên* **2.** *kẻ khủng bố, kẻ gây khiếp.*

terreux, -euse [tɛr-, -z] a (a) *có mùi đất;* (b) *lấm đất (tay); xẩm màu đất (màu da).*

terrible [tɛribl] a (a) *khủng khiếp, ghê sợ, kinh tởm;* (b) *tuyệt vời, không thể tin được.* terriblement adv *kinh khủng, ghê sợ.*

terrien, -ienne [tɛrjɛ̃, jɛn] **1.** (a) *có ruộng đất;* (b) *thuộc nông thôn, của nông thôn.* **2.** n (a) *chủ ruộng đất;* (b) *người nông thôn;* (c) *con người.*

terrier[1] [tɛrje] nm *hang (thỏ, chồn).*

terrier[2] a & n (chien) t. *chó sục (loại chó săn hay sục hang, bụi).*

terrifier [tɛrifje] vtr (impf & pr sub n. terrifiions) *làm cho khiếp sợ.* terrifiant a *khủng khiếp, kinh khủng. thật khó tin.*

terrine [tɛrin] nf (a) *bình sành (sứ);* (b) *liễn patê.*

territoire [tɛritwar] nm *lãnh thổ, địa hạt, vùng, xứ.* territorial, -aux **1.** a *thuộc lãnh thổ* **2.** nm *lính dự bị lớn tuổi* **3.** nf la territoriale *đội quân dự bị lớn tuổi.*

terroir [tɛrwar] nm *ruộng đất;* accent du t. *giọng địa phương, giọng miền quê.*

terroriser [tɛrɔrize] vtr *khủng bố, làm khiếp sợ.*

terrorisme [tɛrɔrism] nm *chủ trương khủng bố, chính sách khủng bố.*

terroriste [tɛrɔrist] n *kẻ khủng bố.*

tertiaire [tɛrsjɛr] a *thuộc giai đoạn ba;* secteur t. *ngành công nghiệp dịch vụ.*

tertio [tɛrsjo] adv *thứ ba, ba là....*

tertre [tɛrtr] nm *mô đất, gò.*

Teáryleâne [tɛrilɛn] nm *sợi Tổng hợp terylene.*

tes [te, tɛ] poss a *xem ton*.

tesson [tɛsɔ̃] nm *mảnh vỡ* t. de bouteille *mảnh chai vỡ.*

test [tɛst] nm *sự thử nghiệm.*

testament[1] [tɛstamɑ̃] nm *di chúc;* ceci est mon t. *đây là những lời trăn trối (chúc thư) của tôi.* testamentaire a *những điều qui định của di chúc.*

testament[2] nm l'ancien, le nouveau, T. *kinh cựu ước, kinh tân ước.*

testateur, -trice [tɛstatœr, tris] n *người làm di chúc.*

tester[1] [tɛste] vi *thử nghiệm.*

tester[2] vtr *Kiểm tra, kiểm nghiệm.*

testicule [tɛstikyl] nm *tinh hoàn.*

teátanos [tetanos] nm *bệnh uốn ván.*

titard [tɛtar] nm *con nòng nọc, cây tía ngọn.*

tite [tɛt] nf **1.** (a) *đầu;* de la t. aux pieds *từ đầu đến chân;* t. nue *đầu trần.* faire la t. *hờn dỗi;* tenir t. à qn *chống lại ai;* j'en ai pardessus la t. *chán ngấy, tôi không thể chịu được nữa;* la t. la première *chúi đầu xuống trước;* ne (pas) savoir où donner de la t. *không biết xoay xở bằng cách nào;* 100F par t., par t. de pipe *mỗi đầu người;* diner t. à t. *ăn mâm tơ hồng;* j'en donnerais ma t. à couper *tôi thề chặt đầu;* avoir mal à la t. *nhức đầu, đau đầu;* se laver la t. *gội đầu;* signe de t. *gật đầu.* faire une t. *tỏ vẻ khó chịu;* piquer une t. *nhào lặn* (b) *vẻ mặt.* faire une drôle de t. *làm vẻ mặt thuồn đuỗn (buồn cười);* je connais cette t. -là *tôi biết khuôn mặt đó.* **2.** *tinh thần, tâm trí;* se creuser la t. *nghĩ nát óc;* c'est une femme de t. *cô ta là một phụ nữ có năng lực;* avoir la t. dure *cứng đầu;* c'est une t. de mule *anh ta đần lắm.* c'est une t. à claques *bộ mặt hắn thật đáng ghét;* se mettre qch dans la t. *định điều gì trong trí;* forte t. *người có ý chí;* t. chaude *người ưa gây sự;* calcul de t. *tính nhẩm;* il n'en fait qu'à sa t. *anh ta làm đúng như dự tính;* où ai - je la t.! *tôi chả biết mình đang nghĩ gì;* vous perdez la t.! *anh mất hồn rồi à ?* avoir toute sa t. *có óc tỉnh táo;* à t. reposée *thảnh thơi, đầu óc thanh thản* **3.** (a) *người lãnh đạo;* (b) *đính, chóp (núi lửa, cây);* *đầu (quyển sách);* t. de chapitre *chương đầu;* (c) *đầu (đinh, ốc vít...);* (d) *đầu máy (thâu băng);* t. de lecture *đầu từ;* (e) t. nucléaire *đầu vũ khí hạt nhân;* t. chercheuse *thiết bị để điều khiển đến đích;* (f) *phần phía trước;* voiture de t. *toa xe trước;* marcher en t. *dẫn đường;* prendre la t. *dẫn đầu, đứng đầu;* (bóng) être à la t. de la classe *đứng đầu lớp;* t. de ligne (i) *ga đầu mối;* (ii) *bến đầu mối;* t. de pont *vị trí đầu cầu (sát quân địch)*

tite - aâ - queue [tɛtak-] nm inv *sự quay ngược lại;* faire un t.-à-q. *quay ngược lại.*

tite - aâ - tite [tɛtatɛt] nm inv tête - à - tête *cuộc giáp mặt; ghế hai người ngồi;* en t. - à - t. avec *đối mặt với.*

tite - biche [tɛtbɛʃ] adv *lộn đầu đuôi.*

tite - de - mort [tɛtdəmɔr] nf **1.** *đầu, sọ người chết* **2.** *pho mát Hà Lan* pl têtes - de - mort.

tite - de - neâgre [tɛtdənɛgr] a & nm inv *màu hạt dẻ sẫm.*

teáteáe [tete] nf (a) *sự bú (trẻ em);* (b) *sự cho bú vú mẹ;* (c) *lần bú.*

teáter [tete] vtr (il tète) (a) *bú (trẻ em);* (b) *cho bé bú.*

teátine [tetin] nf (a) *vú* (b) *vú cao su, núm vú.*

teáton [tetɔ] nm *vú đàn bà*.
títu [tety] a *bướng bỉnh*.
texte [tɛkst] nm (a) *bài khóa (sách), nguyên văn (tác giả);* erreur de t. *lỗi nguyên văn;* (b) *chủ đề* textuel, -elle a *theo nguyên văn, đúng nguyên văn* textuellement adv *nguyên văn, đúng nguyên văn*.
textile [tɛkstil] 1. a *về ngành dệt* 2. nm (a) *sợi dệt, vải dệt;* (b) *công nghiệp dệt*.
texture [tɛkstyr] nf *kết cấu, cách dệt, kiểu dệt*.
TGV abbr train à grande vitesse *xe lửa siêu tốc*.
Thailande [tailɑ̃d] *Nước Thái Lan*. thailandais, -aise a & n *thuộc Thái Lan, người Thái Lan*.
theá [te] nm 1. *trà;* t. au citron *trà có chanh;* a inv rose t. *hồng trà* 2. *tiệc trà*.
theáêtre [teɑtr] nm 1. (a) *nhà hát;* t. de verdure *nhà hát lộ thiên;* (b) *nhà hát (trong chiến tranh)* 2. *sân khấu, cảnh;* mettre une pièce au t. *diễn một vở kịch* 3. (a) *nghệ thuật kịch;* pièce de t. *vở kịch* faire du t. *làm diễn viên;* coup de t. *một trận kinh khủng, biến cố đầy bi kịch;* (b) *các vở kịch* le t. anglais *kịch Anh*. théâtral, -aux a *thuộc về nhà hát, về kịch tính (bi kịch); về sân khấu; vẻ sân khấu* théâtralement adv *có vẻ sân khấu*.
theáieâre [tejɛr] nf *ấm trà, bình trà*.
theámatique [tematik] a *thuộc chủ đề*.
theâme [tɛm] nm (a) *chủ đề, đề tài;* (b) *bài luận, văn xuôi;* (c) t. astral *biểu đồ sinh sản (chiêm tinh học)*.
theáodolite [teɔdɔlit] *máy kinh vĩ*.
theáologie [teɔlɔʒi] nf *thần học*. théologique a *thuộc về thần học*.
theáologien [teɔlɔʒjɛ̃] nm *người theo thuyết thần học*.
theáoreâme [teɔrɛm] nm *định lý*.
theáoricien, -ienne [teɔrisjɛ̃, jɛn] n *nhà lý luận, nhà lý thuyết*.
theáorie [teɔri] nf *lý thuyết, lý luận;* en t. *theo lý thuyết*. théorique a *thuộc về lý luận, lý thuyết*. théoriquement adv *bằng lý luận, về mặt lý thuyết*.
theárapeute [terap-t] n *thầy thuốc điều trị*.
theárapie [terapi] nf *sự điều trị, liệu pháp*.
thermal, -aux [tɛrmal, -] a *thuộc nước khoáng nóng;* eaux thermales *suối nước nóng;* établissement t. *sự hình thành nước khoáng nóng;* station thermale *suối nước khoáng nóng*.
theárapeuthique [terap-tik] 1. a *về điều trị* 2. nf *điều trị học*.
thermique [tɛrmik] a *thuộc về nhiệt;* centrale t. *sở điện lực*.
thermodynamique [tɛrmodinamik] 1. a *thuộc nhiệt động lực;* 2. nf *nhiệt động lực học*.

thermoeálectrique [tɛrmoelɛktrik] a *thuộc về nhiệt điện*.
thermomeâtre [tɛrmɔmɛtr] nm *nhiệt kế*.
thermonucleáaire [tɛrmɔnykleɛr] a *thuộc hạt nhân nóng, nhiệt hạch*.
Thermos [tɛrmɔs] nm ou f (bouteille) T. *bình thủy*.
thermostat [tɛrmɔsta] nm *bộ ổn nhiệt*.
thermotheárapie [tɛrmɔsterapi] nf *liệu pháp nhiệt*.
theásauriser [tezɔrize] vtr & i *tích trữ (tiền)*.
theâse [tɛz] nf 1. *luận điểm, luận đề, luận cương*. 2. *luận án, luận văn;* soutenir une t. *bảo vệ luận văn*.
thon [tɔ̃] nm *cá ngừ*.
thorax [tɔraks] nm *ngực*. thoracique a *thuộc lồng ngực;* cage t. *lồng ngực*.
thrombose [trɔ̃boz] nf *cục huyết khối, cục nghẽn mạch*.
thym [tɛ̃] nm *cây húng tây*.
thyroïde [tirɔid] a & nf *tuyến giáp*. thyroidien, -ienne a *thuộc tuyến giáp*.
tiare [tjar] nf *mũ ba vòng, phẩm tước giáo hoàng*.
Tibet [tibɛ] Prnm *Vùng Tây Tạng*.
tibia [tibja] nm *xương chày, đốt ống (chân sâu bọ)*.
tic [tik] nm (a) *chứng nuốt hơi;* (b) *thói, thói quen (không ý thức)*.
ticket [tikɛ] nm *vé, phiếu;* ticket de quai *vé xe lửa*.
tic(-)tac [tiktak] nm *tiếng tích tắc* faire t.-t. *làm kêu tích tắc*.
tieádasse [tjedas] a *âm ấm khó chịu;* boisson tiédasse *thức uống âm ấm khó uống*.
tieádeur [tjedœr] nf *sự ấm, trạng thái ấm;* avec t. *hơi lãnh đạm*. tiède a *hững hờ (tình bạn), ấm (tắm) (không khí) ôn hòa;* adv boire qch t. *uống cái gì vừa ấm*. tièdement adv *hơi hững hờ, hơi âm ấm*.
tieádir [tjedir] 1. vi *trở nên lãnh đạm, hờ hững (tình bạn); làm nguội*. 2. vtr *làm ấm lên, hâm ấm, sưởi ấm*.
tien, tienne [tjɛ̃, tjɛn] 1. poss *cái của bạn;* mes intérêts sont tiens *sở thích của tôi cũng là của bạn*. 2. le t., la tienne, les tiens, les tienness (a) poss pron ses enfants ressemblent aux tiens *con của anh ta giống con anh;* (b) nm (i) *của riêng anh (tài sản);* si tu veux du mien, donne-moi du t. *nếu anh muốn cái của tôi thì hãy cho tôi cái của anh;* y mettre du t. *góp phần của anh;* (ii) *của anh (người, bạn);* (iii) tu as encore fait des tiennes *anh lại giở trò lừa lọc cũ của mình*.
tiens [tjɛ̃] int xem tenir 1. *chào! xin chào* 2. *kìa,*

nhìn kìa 3. t., t.! thật à ? vâng, ừ !

tierceá [tjɛrse] nm *sự đánh cá ba con*; *gagner au t. thắng cuộc.*

tiers, f tierce [tjɛr, tjɛrs] **1**. a *thứ ba* une tierce personne *người thứ ba, người ngoài;* le t. état *đẳng cấp thứ ba* **2**. nm (a) *một phần ba;* remise d'un t. (du prix) *giảm một phần ba giá;* perdre les deux t. de son argent *mất hai phần ba số tiền;* (b) *người thứ ba, người ngoài;* assurance au t. *bảo hiểm một phần ba.* **3**. nf (a) *âm ba, quãng ba* (b) *suốt đồng hoa ba con.*

tiers - monde [tjɛrmɔ̃d] nm *thế giới thứ ba.*

tifs, tiffes [tif] nmpl *tóc.*

tige [tiʒ] nf **1**. (a) *thân, cuống (cây);* (b) *thân (cây)* **2**. (a) *thân (của cột); cán (chìa khóa);* (b) *cây, que (của pít tông);* (c) *chân (của bít tất).*

tignasse [tiɲas] nf *tóc bù xù.*

tigre, tigresse [tigr, tigrɛs] n *cọp, cọp cái.* **tigré** a *lốm đốm, có vằn (mèo) như cọp.*

tilleul [tijœl] nm *cây đoạn* (infusion de) t. *trà của hoa đoạn.*

tilt [tilt] nm faire t. *bỗng nhiên hiểu, bỗng hứng.*

timbale [t(bal] nf **1**. *trống định âm (trong ban nhạc);* les timbales *giàn trống* **2**. *cốc kim loại;* décrocher la t. *đoạt giải* **3**. *món nhồi bọc bột.*

timbalier [t(balje] nm *người chơi trống định âm.*

timbrage [t(braʒ] nm *sự đóng dấu, sự dán tem.*

timbre [t(br] nm **1**. (a) *chuông;* t. électrique *chuông điện* (b) *âm sắc, chất giọng (giọng, dụng cụ)* **2**. (a) *con dấu (trên văn bản);* t. de la poste *dấu bưu điện;* (b) t. tem thư.

timbreá [t(bre] a **1**. *lanh lảnh (giọng)* **2**. *người điên điên.*

timbrer [t(bre] vtr *đóng dấu (hộ chiếu); dán tem (thư); đóng dấu (thư).*

timide [timid] a (a) *nhút nhát, sợ sệt;* (b) *e lệ, thẹn thùng đối với.* timidement adv *rụt rè, e thẹn.*

timiditeá [timidite] nf (a) *sự e thẹn, nhút nhát;* (b) *sự e lệ, sự thiếu tự tin.*

timonier [timɔnje] nm *người lái.*

timoreá [timɔre] a *rụt rè, sợ sệt.*

tintamarre [t(tamar] nm *sự lộn xộn, ồn ào, cảnh huyên náo.*

tintement [t(tm)] nm *tiếng chuông, tiếng leng keng.*

tinter [t(te] **1**. vtr reng, *đánh (chuông)* **2**. vi (a) *ngân lên, vang lên (chuông); kêu leng keng (tiền đồng); rung loảng xoảng (khóa);* faire t. les verres *làm ly kêu loảng xoảng;* (b) *(tai) ù ù, bùng tai;* les oreilles ont du vous t. hier soir *tối qua tai anh hẳn phải bùng lên (bị nói nhiều quá).*

tintin [t(t(] int *cóc khô.*

tintouin [t(tw(] nm *điều bực mình, khó chịu.*

tique [tik] nf *con ve chất (trên chó).*

tiquer [tike] vi *nhăn mặt;* il n'a pas tiqué *anh ta không hề khó chịu.*

tir [tir] nm **1**. *sự bắn, cách bắn.* **2**. (a) *sự bắn* champ de t. *sân bắn;* t. au fusil *bắn súng* (b) t. au but *sự sút vào khung thành* **3**. (a) *loạt đạn* (b) *trường bắn.*

tirade [tirad] nf *trường thoại.*

tirage [tiraʒ] nm **1**. (a) *sự kéo* (b) *sự phiền toái, xích mích (giữa hai người)* **2**. *sự thông gió (ống khói, ống hơi)* **3**. t. au sort *sự rút thăm sự xổ số. sự ném, sự quăng.* **4**. (a) *sự in ấn, bản in;* (b) *số lượng in, sự phát hành (sách, băng);* journal à gros t. *báo được phát hành rộng rãi* **5**. *sự rút (séc).*

tiraillement [tirajm)] nm **1**. *sự lôi kéo (dây thừng)* **2**. t. d'estomace *đau quặn dạ dày.* **3**. *mối mâu thuẩn.*

tirailler [tiraj] **1**. vtr *lôi kéo (ai) vào;* tiraillé entre deux émotions *giằng co giữa hai tâm trạng, phân vân.* **2**. vi *bắn không trúng đích.*

tirailleur [tirajœ r] nm *lính biệt kích.*

tirant [tir)] nm t. d'eau *độ mớn nước;* avoir dix pieds de t. d'eau *kéo ra 10 bộ nước.*

tire [tir] nf **1**. voleur à la t. *móc túi* **2**. *ôtô.*

tireá, -eáe [tire] **1**. a (a) *kéo thẳng ra;* aux cheveux tirés *tóc bị kéo ngược;* (b) *tiré par les cheveux gượng gạo.* **2**. nf tirée (a) *đường xa, kéo đường xa;* (b) une t. de *hàng đống.*

tire - au - flanc [tirofl)] nm inv *đồ lười, đồ vờ vịt.*

tire - bouchon [tirbuʃɔ̃] nm *cái mở nút chai* pl tire - bouchons.

tire - d'aile (aâ) [atirdɛl] adv *vỗ cánh mau.*

tire - fesses [tirfɛs] nm inv *thiết bị kéo người trượt tuyết lên dốc.*

tire - larigot (aâ) [atirlarigo] adv phr *(uống) nhiều.*

tirelire [tirlir] nf **1**. *ống tiền.* **2**. *khuôn mặt.*

tirer [tire] **1**. vtr (a) *kéo ra, trải ra; kéo lên (bít tất)* encore une heure à t. avant le diner ! *vẫn còn những một tiếng rề rà nữa mới đến bữa cơm;* (b) *kéo, lôi;* t. les cheveux à qn *kéo tóc ai;* t. qn par la manche *kéo tay áo ai;* t. la jambe *kéo lê chân;* t. les rideaux *kéo màn;* (c) t. son chapeau à qn *lấy mũ ra chào ai;* (d) *kéo ra, trích ra, lôi ra (rượu, nước)* t. un journal de sa poche *lôi tờ báo trong túi ra;* t. une dent à qn *nhổ răng ai;* t. plaisir de qch *vui vì điều gì;* t. de l'argent de qch *kiếm được tiền từ cái gì;* mot tiré du latin *từ có gốc Latinh;* t. qn d'un mauvais pas *giải thoát cho ai khỏi khó khăn;* t. qn du lit *lôi ai ra khỏi giường;* t. qn du sommeil *lôi ai dậy;* (e) *vẽ, phác (một đường);* (f) *in, sao;* t. une épreuve d'un cliché *sao một bản in từ tin sáo;* (g) *rút (phiếu đối tiền)* t. un chèque sur une banque *rút séc trong ngân hàng;* (h) *bắn (súng); bắn (mũi tên); đốt (pháo hoa);* t. un coup de revolver sur qn *bắn ai bằng một phát súng lục;* (i) *vi bắn ra;* t. sur qn *bắn vào ai;* (j) t. un lièvre *bắn thỏ;* navire qui tire vingt pieds *tàu chìm nước* 2. vi (a) *kéo (trên cáp);* t. sur sa pipe *hít ống tẩu;* (b) *có khuynh hướng, theo chiều hướng;* bleu tirant sur le vert *màu thiên thanh có khuynh hướng chuyển sang xanh lá cây;* le jour tire à sa fin *ngày sắp hết, gần hết ngày;* t. sur la soixantaine *gần đến 60;* (c) t. sur la gauche *kéo sang bên trái;* (d) *(ống khói) thông gió* 3. se t. (a) se t. d'un mauvais pas; s'en t. sans aucun mal *thoát khỏi không một chút khó khăn;* on s'en tire *chúng tôi có thể xoay xở đủ ăn (qua ngày);* (b) *(về người) rút ra khỏi, thoát khỏi.*

tiret [tirɛ] nm *dấu ngang nối.*

tireur, -euse [tirœ r, -z] n 1. *người phát hành (hối phiếu)* 2. *người bắn;* t. d'élite *nhà thiên xạ, người bắn cừ;* t. isoté *người bắn tỉa.* 3. t. de cartes *người bói bài, thầy bói.* 4. nf *máy đóng chai.*

tiroir [tirwar] nm *ngăn kéo.*

tiroir - caisse [tirwarkɛs] nm *két ngăn kéo;* pl tiroirs - caisses.

tisane [tizan] nf *nước thuốc sắc;* t. de camomille *thuốc sắc từ cúc La Mã.*

tison [tizɔ̃] nf *mẩu củi cháy dở.*

tisonner [tizɔne] vtr *cời lò.*

tisonnier [tizɔnje] nm *que cời lò.*

tissage [tisaʒ] nm *sự dệt.*

tisser [tise] vtr *dệt; giăng nhện.*

tisserand, -ande [tisrɑ̃,)d] n *Thợ dệt vải.* tisseur, -euse n *người dệt.*

tissu [tisy] nm (a) *cách dệt, kiểu dệt;* (b) *đồ dệt, hàng dệt;* t. de mensonges *những lời thêu dệt;* le t. social *cơ cấu xã hội;* (c) tissue *mô.*

tissu-éáponge [tisyepɔ̃ʒ] nm *vải xốp.*

titre [titr] nm 1. (a) *chức vị, chức tước (giới quí tộc);* se donner le t. de *tự phong cho mình;* (b) sans t. officiel *không có chức vị chính thức;* adj phr en t. titular *thực thụ, chính thức* propriétaire en t. *người chủ chính thức;* (c) *danh hiệu vô địch* 2. (a) *văn bằng, nhận thực, chứng thư;* pourvu de tous ses titres *có đủ khả năng;* (b) *biên lai, thẻ mua hàng;* t. de trasport *vé;* (c) *hành động được chứng thực;* (d) *công trái, chứng khoán, phiếu; các chứng khoán* 3. *danh nghĩa;* à t. de *với tư cách là;* à t. de

précaution *để đề phòng;* à t. d'ami *với tư cách là bạn;* à t. d'essai *như thử nghiệm;* à juste t. *công bằng;* quel t.? *với tư cách gì ?* à t. gratuit *miễn phí.* 4. (a) *tiêu đề (sách);* (b) *đầu đề (chương);* les gros titres *những dòng tít lớn* 5. *tuổi, thành sắc (vàng); độ tuổi (quặng); sự đủ tuổi (vàng);* t. d'eau *độ ẩm.*

titrer [titre] vtr 1. (a) *đặt tên cho (ai, cái gì), tặng phẩm tước cho ai;* (b) *đặt nhan đề* 2. *có độ chuẩn là.* titré a 1. *(người) có chức tước.* 2. *(giáo viên) có khả năng* 3. *đã chuẩn độ.*

tituber [titybe] vi *lảo đảo, tròng trành, loạng choạng.*

titulaire [titylɛr] a *được lấy tên (linh mục, giáo sư);* n *người thực thụ (quyền lợi, chứng thực), người thực thụ (hộ chiếu).*

TNP abbr Théâtre national populaire *nhà hát quốc gia.*

toast [tost] nm 1. *sự nâng cốc chúc mừng;* porter un t. *nâng cốc chúc mừng ai.* 2. *lát bánh mì nướng;* toasts beurrés *bánh mì nướng bơ.*

toboggan [tɔbɔg)] nm (a) *xe trượt băng;* (b) *đường trượt (trò chơi trẻ em); băng rãnh trượt;* (c) *cầu bắc trên đường (cho xe qua).*

toc [tɔk] 1. (a) int t. t.! *cạch, cạch;* (b) nm *tiếng cạch (gõ cửa).* 2. nm bijoux en t. *hàng vàng giả, đồ giả;* c'est du t. *đó là đồ giả.*

tocsin [tɔksɛ̃] nm *tiếng chuông báo động.*

toge [tɔʒ] nf (a) *tấm choàng (của người La Mã cổ);* (b) *áo dài.*

Togo [tɔgo] Prnm *Tô gô;* République du T. *nước cộng hòa Tô Gô.* togolais, -aise a & n *(thuộc) Tô gô; người tô gô.*

tohu - bohu [tɔybɔy] nm inv (a) *tình trạng hỗn mang; sự lộn xộn, sự hỗn độn;* (b) *tiếng ồn ào.*

toi [twa] *đại từ nhân xưng được nhấn mạnh (chủ ngữ hay túc từ) anh, bạn;* c'est t. *chính anh;* il est plus âgé que t. *ông ta già hơn anh;* tu as raison, t. *anh có lý, anh nói đúng;* celivre est à t. *quyển sách này là của anh;* tu le vois t. -même *tự anh có thể thấy điều đó;* tais-t. *im lặng; câm mồm.*

toile [twal] nf 1. (a) *vải lanh;* t. à matelas *vải nệm;* drap de t. *tấm vải phủ* (b) *vải* (i) *vải dầu* (ii) *buồm căng;* (c) *vải bạt (vẽ);* (d) t. émeri *vải bột mài;* t. d'amiante *vải amiăng;* (e) t. d'araignée *mạng nhện.* 2. (a) *tranh sơn dầu;* (b) *màn, trướng;* t. de fond *tấm cảnh phông* 3. *buồm.*

toilette [twalɛt] nf 1. *bàn trang điểm* 2. (a) *sự trang điểm, trang phục;* faire sa t. *trang điểm, sửa soạn;* faire un brin de t. *vệ sinh cá nhân; rửa mặt, đánh răng ...;* le chat fait sa t. *mèo liếm lông;* cabinet de t. *phòng tắm, phòng vệ sinh;* (b) toilettes; public conveniences *nơi vệ* sinh công cộng, nhà tiêu. 3. *trang phục (phụ nữ);* t. de bal *trang phục khiêu vũ.*

toi - mĩme [twamɛm] pers pron *chính anh, chính bạn.*

toiser [twaze] vtr *nhìn ai một cách khinh bỉ; nhìn từ đầu đến chân.*

toison [twazɔ̃] nf 1. *lông cừu* 2. *mái tóc như len.*

toit [twa] nm *mái;* habiter sous les toits *sống trong gác xép;* crier qch sur les toits *kêu rao điều gì;* t. ouvrant *nóc, mui có thể mở ra;* le t. paternel *nhà cha mẹ;* sans t. *không nhà.*

toiture [twatyr] nf *mái nhà.*

tôle [tol] nf *Thép tấm, tôn;* t. ondulée *tôn có gấp nếp, gợn sóng.*

toleárance [tɔler)s] nf *sự dung thứ; sự khoan dung; được phép.*

toleárer [tɔlere] vtr (je tolère; je tolérerai) (a) *dung thứ, tha thứ (ý kiến, tôn giáo); chịu đựng (người nào, cái gì);* (b) *làm lơ, không chú ý (về lỗi lầm);* (c) *chịu đựng (thuốc).* tolérable a *có thể tha thứ, chịu đựng.* tolérant, -ante a *khoan dung, chịu được.*

tôlerie [tolri] nf *sự buôn bán tôn; đồ hàng tôn.*

tôlier [tolje] nm *thợ làm tôn; búa làm phẳng tôn.*

tolleá [tɔle] nm *tiếng la ó phản đối.*

tomate [tɔmat] nf *cà chua;* saucce t. *sốt cà chua.*

tombe [tɔ̃b] nf (a) *mộ, lăng tẩm;* se retourner dans sa t. *trở lại thăm mộ ai;* (b) *bia mộ.* tombal-aux a *bia mộ.*

tombeau, -eaux [tɔ̃bo] nm *mộ xây, lăng;* t. de famille *hầm mộ gia đình.*

tombeáe [tɔ̃be] nf *sự rơi (mưa tuyết);* à la t. de la nuit *lúc màn đêm buông xuống.*

tomber [tɔ̃be] (aux être) 1. vi (a) *rơi xuống; (máy bay) rơi;* ça tombe en poussière *tan thành bụi, cát bụi;* impers il tombe de la neige *tuyết rơi;* t. d'une échelle *rơi từ cái thang;* t. de cheval *rơi khỏi lưng ngựa.* t. dans les pommes *bất tỉnh, trở nên yếu đi;* je tombe de sommeil *tôi buồn ngủ quá rồi, ngủ ngay được;* faire t. qch *làm rơi cái gì;* laisser t. qch *thả rơi cái gì;* laisser t. qn, (i) *bỏ rơi ai;* (ii) *làm ai thất vọng;* se laisser t. dans un fauteuil *thả mình trong ghế.* t. à l'eau (i) *rơi xuống nước;* (ii) *(dự kiến) hỏng tuột;* fruits tombés *trái cây rụng do gió;* le journal est tombé *tờ báo bị rơi xuống (khi người đọc ngủ quên)* (b) *(gió, cơn giận, cơn sốt) lắng xuống, dịu đi; (cuộc nói chuyện) trở nên chán;* la nuit tombe *màn đêm buông xuống;* le vent tombe *gió lặng;* (c) t. entre les mains de qn *rơi vào tay ai;* t. en disgrâce *bị thất sủng;* t. dans un piège *rơi vào bẫy;* (d) t. sur l'ennemi *tấn công kẻ thù* (e) t. sur qn, qch *tình cờ gặp ai, cái gì;* il va nous t. sur le dos d'un jour à l'autre *ông ấy sẽ ghé thăm chúng ta một ngày nào đó;* Noël tombe un jeudi *Noel nhằm vào ngày thứ 5;* vous tombez bien *anh đến vừa đúng lúc;* t. juste *xảy ra ngay lúc đó;* (f) *thất bại;* la pièce est tombée (à plat) *vở kịch bị thất bại;* (g) *rơi, xõa xuống, rớt xuống;* ses cheveux lui tombent dans le dos *tóc cô ấy xõa xuống lưng;* jupe qui tombe bien *chiếc váy rũ xòe ra;* (h) t. amoureux de qn *đem lòng yêu ai;* t. ngã bịnh 2. vtr (dùng với avoir) t. la veste *cởi áo vét.* tombant a (a) *buông xuống;* la nuit tombante *màn đêm buông xuống;* (b) *xõa xuống (tóc); rũ xuống (râu); đè xuống (vai).*

tombereau, -eaux [tɔ̃bro] nm (a) *xe ba gác, xe bò;* (b) *toa xe lửa thành cao (chở hàng).*

tombeur [tɔ̃bœr] nm un t. (de femmes) *kẻ quyến rũ phụ nữ.*

tombola [tɔ̃bɔla] nf *cuộc xổ số lấy đồ.*

tome [tɔm] nm *tập, quyển.*

tone[1], **ta, tes** [tɔ̃, ta, tɛ] poss a (ton *được dùng thay cho* ta *trước những từ giống cái bắt đầu với một nguyên âm hay h câm; và* ton *dùng với* Votre, xem TU) *của anh;* un de tes amis *một người bạn của anh (em);* c'est t. affaire à toi *đó là công việc của anh.*

ton[2] nm 1. (a) *giọng* hausser le t. *nâng cao giọng;* forcer le t. *nói to và khẩn cấp;* faire baisser le t. à qn *làm cho ai bớt lên giọng hách dịch;* ne le prenez pas sur ce t. *đừng làm ra vẻ thế, đừng nói cái giọng ấy;* (b) *phong cách, phong thái;* c'est de mauvais ton. *có phong cách tồi* 2. (a) (hauteur du) t. *âm vực cao, cung cao;* donner le t. (i) *chơi nhạc, đánh một giai điệu* (ii) *ra mẩu, định mẩu;* sortir du t. *lạc giọng, không đúng nhạc;* (b) *thanh, thanh điệu;* (c) tons et demi-tons *các cung và các nửa cung.* 3. *thanh điệu, dấu nhấn giọng* 4. *màu sắc, tông màu, bố cục ánh sáng;* être dans le t. *phù hợp với.*

tonaliteá [tɔnalite] nf *giọng điệu, sắc điệu. tiếng quay số.*

tondeur, euse [tɔ̃dœr, -z] 1. n *người xén lông (cừu).* 2. nf *tông đơ (cắt tóc, cắt lông cừu);* (b) *máy xén cỏ.*

tondre [tɔ̃dr] vtr (a) *xén (lông cừu); cắt (tóc, lông ngựa, bờ rìa); xén (cỏ);* (b) *bóc lột ai.*

tonifier [tɔnifje] vtr (impf & pr sub n. tonifliions) *bồi bổ cho (người bệnh, hệ thần kinh); làm cho săn (da)* tonifiant a *cho bổ sức, săn da.*

tonique [tɔnik] a 1. (a) médicament t., nm t. *thuốc bổ, thuốc khỏe;* (b) *thuốc làm săn da* 2. *mang thanh điệu có trọng âm, có nhấn.* 3. note

t., nf t. *âm chú.*
tonitruant [tɔnitry)] a *như sấm vang.*
tonnage [tɔnaʒ] nm *trọng tải (tàu).*
tonne [tɔn] nf (= 1000 kilograms); *tấn (1000 kilogram); thùng tô nô lớn*; des tonnes de *hàng tấn của.*
tonnelet [tɔnlɛ] nm *thùng tô nô nhỏ.*
tonnelier [tɔnəlje] nm *thợ đóng thùng gỗ.*
tonnelle [tɔnɛl] nf *giàn cây hình vòm, vòm tròn.*
tonneau, -eaux [tɔno] nm 1. *thùng phi;* bière au t. *bia đóng thùng* 2. *(canô) vang như sấm;* t. contre qn *tấn công ai* 3. av: *sự lắc lư; sự lộn nhào;* faire un t. *lộn vòng.*
tonner [tɔne] vi 1. *nổi sấm;* impers il tonne *trời nổi sấm* 2. *(canô) vang như sấm;* t. contre qn *công kích chống lại ai.* tonnant a *lôi đình, vang như sấm.*
tonnerre [tɔnɛr] nm (a) *sấm, tiếng sấm;* coup de t. *cơn sấm, tiếng sấm.* tin sét đánh. t. d'applaudissements *tràng vỗ tay như sấm;* (b) int t.! *có trời chứng giám;* du t. *tuyệt vời, tuyệt diệu.*
tonsure [tɔ̃syr] nf (a) *lễ gọt tóc đỉnh đầu;* (b) *khoanh hói đỉnh đầu.*
tonte [tɔ̃t] nf 1. (a) *sự cắt lông;* (b) *lông cắt ra;* (c) *mùa cắt lông* 2. *sự xén (cỏ).*
tonton [tɔ̃tɔ̃] nm *bác, chú, cậu (của trẻ con).*
tonus [tɔnys] nm (a) *sức trương (của cơ);* (b) *(về người) sự năng động, nghị lực.*
top [tɔp] nm *tiếng huýt (để chỉ giờ);* les tops *tiếng píp píp;* au 4" t. *tiếng huýt thứ tư.*
topaze [tɔpaz] nf *hoàng thạch.*
toper [tɔpe] vi *đồng ý (về cái gì);* tope là ! *được đấy.*
topinambour [tɔpin)bur] nm *cây cúc vu.*
topo [tɔpo] nm *bài nói, bài thuyết trình.*
topographie [tɔpɔgrafi] nf *Ngành trắc địa; địa hình* topographique a *thuộc về địa hình.*
toquade [tɔkad] nf *ý thích ngông cuồng; (với ai) sự mê mẩn.*
toque [tɔk] nf *mũ không vành; mũ không vành của thẩm phán.*
toqueá, eáe [tɔke] 1. a (a) *điên cuồng, gàn, dở hơi;* (b) *yêu điên cuồng.* 2. n *người gàn, người dở hơi.*
toquer [tɔke] 1. vi *đập nhẹ, gõ vào* 2. se t. de qn *trở nên yêu say đắm (ai).*
torche [tɔrʃ] nf *ngọn đuốc;* t. électrique *ngọn đuốc điện, đèn pin.*
torcher [tɔrʃe] vtr 1. *làm cẩu thả, viết cẩu thả* 2. *lau chùi cái gì sạch sẽ.*
torchis [tɔrʃi] nm *đất nhồi rơm, đất vách.*
torchon [tɔrʃɔ̃] nm (a) *khăn lau dĩa; giẻ lau sàn; khăn bảng;* le t. brule chez eux *gia đình lục đục;* (b) *bài báo tồi, bài viết tồi.*
tordant [tɔrd)] a *nực cười, buồn cười.*
tord - boyaux [tɔrbwajo] nm inv *rượu quá nặng (nhưng dở).*
tordre [tɔrdr] 1. vtr *xoắn, vặn, xe (áo quần, tay);* t. le cou à qn *vặn cổ ai;* t. la bouche *méo miệng;* se t. le pied *uốn cong khủy gối* 2. se t. (a) *quặn, cuộn khúc (vì đau).* se t. (de rire) *cười thắt ruột;* (b) *uốn cong xuống.* tordu, -ue a 1. *quẹo, khèo (chân).* 2. (a) *điên, gàn dở;* (b) *hư hỏng, thiên lệch, bị bóp méo (tâm hồn);* n c'est un t., une tordue *đó là người gàn dở.*
toreáador [tɔreadɔr] nm *người đấu bò.*
tornade [tɔrnad] nf *cơn gió lốc.*
torpeur [tɔrpœ r] nf *sự đờ đẫn.*
torpillage [tɔrpijaʒ] nm *sự phóng ngư lôi, sự phá hoại ngầm.*
torpille [tɔrpij] nf *ngư lôi, cá đuối điện.*
torpiller [tɔrpije] vtr *phóng ngư lôi, phá hoại ngầm.*
torpilleur [tɔrpijœ r] nm *tàu phóng ngư lôi.*
torreáfaction [tɔrefasjɔ̃] nf *sự rang, sấy (cà phê).*
torreáfier [tɔrefje] vtr (impf & pr sub n. torréffions) *rang, sấy (cà phê).*
torrent [tɔr)] nm *dòng thác;* il pleut à torrents *trời mưa như thác;* t. de larmes *nước mắt đầm đìa.* torrentiel, -elle a *như thác nước, như thác.*
torride [tɔrid] a *nóng như thiêu (vùng).*
torsade [tɔrsad] nf *điềm xoắn, đường trang trí.*
torsader [tɔrsade] vtr *xoắn (vào nhau).*
torse [tɔrs] nm *nửa mình trên; tượng bán thân;* t. nu *ở trần;* bomber le t. *ưỡn ngực, làm bộ làm tịch.*
torsion [tɔrsjɔ̃] nf *sự xoắn, độ xoắn; ngẫu lực xoắn.*
tort [tɔr] nm 1. *sự sai, lỗi;* avoir t., être dans son t. *bị sai;* donner t. à qn *đổ lỗi cho ai;* à t. ou à raison *đúng hay sai;* à t. et à travers *bừa bãi, tầm bậy.* 2. *sự tổn hại, điều thiệt hại;* la grêle a fait beaucoup de t. *cơn mưa dá đã gây tổn hại nặng nề;* faire du t. à qn (i) *đối xử bất công với ai, làm điều sai trái cho ai;* (ii) *gây thương tổn cho ai, làm thiệt hại cho tiếng tăm của ai, làm mang tiếng.*
torticolis [tɔrtikɔli] nm *chứng vẹo cổ.*
tortillard [tɔrtijar] nm *xe lửa chạy chậm, (tàu chợ) trên đường ngoằn ngèo.*
tortillement [tɔrtijm)] nm *sự xoắn đi xoắn lại, vặn đi vặn lại.*
tortiller [tɔrtije] 1. vtr *xoắn lên (giấy, tóc); làm quăn (râu)* 2. vi (a) t. des hanches *đi uốn éo;* (b) *ngụy biện, nói quanh co* 3. se t. *vặn vẹo,*

vặn mình; nói quanh co.
tortionnaire [tɔrsjɔnɛr] nm *kẻ tra tấn*.
tortue [tɔrty] nf *rùa;* t. de mer *rùa nước mặn;* quelle t.! *chậm như rùa*.
tortueux, -euse [tɔrtɥ-, -z] a *ngoằn ngoèo, ngoắt nghoéo (con đường); quanh co (hạnh kiểm)*.
torture [tɔrtyr] nf *sự khủng bố, tra tấn*.
torturer [tɔrtyre] vtr *tra tấn, (tù nhân);* la jalousie le torturait *anh ấy bị tra tấn vì sự ghen tuông;* se t. les méninges *băn khoăn lo nghĩ, dằn vặt*.
töt [to] adv (a) *ngay;* mardi au plus t. *sớm nhất vào thứ ba này;* t. ou tard *sớm muộn gì cũng, không chóng thì chầy;* nous n'étions pas plus t. rentrés que *ngay khi chúng tôi trở lại thì;* revenez au plus t. *hãy trở lại ngay nhé;* (b) *sớm* se lever t. *dậy sớm;* vous auriez du me le dire plus t. *lẽ ra anh phải nói với tôi sớm hơn;* a il est trop t. *còn quá sớm*. c'est pas trop t.! *không trễ gì ! không sớm lắm đâu!*
total, -aux [tɔtal, o] **1**. a *toàn bộ, hoàn toàn* **2**. nm *tổng số, toàn bộ;* faire le t. *cộng lại;* au t. *tất cả, tổng cộng*. et t., il a tout perdu *cuối cùng anh ta mất sạch*. totalement adv *toàn bộ, hoàn toàn*.
totaliser [tɔtalize] vtr *tổng cộng, dồn cả lại*.
totalitarisme [tɔtalitarism] nm *chế độ cực quyền*. totalitaire a *thuộc chế độ cực quyền*.
totaliteá [tɔtalite] nf *sự toàn bộ, tổng thế, tổng số;* la t. de *tất cả* en t. all *tất cả;* pris dans sa t. *tính tổng quát*.
toubib [tubib] nm *bác sĩ*.
toucan [tuk)] nm *chim tu căng*.
touchant [tuʃ)] **1**. a *dễ xúc động* **2**. *liên quan về*.
touche [tuʃ] nf **1**. (a) *sự thử vàng;* pierre de t. *đá thử vàng;* (b) *(cọ) nét bút;* (c) *sự chạm; dớp cắn;* đánh vào; (d) (i) *đường biên;* (ii) *sự ném vào biên;* rester sur la t. *còn ở ngoài rìa* (e) drôle de t. *dáng điệu buồn cười* **2**. *phím (máy đánh chữ, piano)*.
toucher [tuʃatu] **1**. vtr (a) *mò vào, sờ vào (ai, cái gì)*. *xử lý (bóng), bắt (bóng); đánh trúng (đối thủ);* touche du bois ! *úm ba la tai qua nạn khỏi; (trẻ con);* pas touche! *đừng đụng vào !;* t. un chèque *lĩnh ngân phiếu;* t. son salaire, vi t. *lĩnh lương;* (b) *làm cho động lòng ai;* t. qn jusqu'aux larmes *làm ai xúc động chảy nước mắt;* (c) *có quan hệ đến, liên quan đến ai;* en ce qui vous touche *như anh biết;* (d) t. un port *cập vào cảng;* t. (le fond) (i) *chạm đáy;* (ii) *chạm đất;* (e) *đụng đến, đụng tới ai ; (thư) đến ai;* (h) *liên quan đến (vấn đề, chú đề)* **2**. v ind tr can thiệp vào, mó vào, quấy nhiễu vào cái gì;

n'y touchez pas! *đừng chạm vào;* n'avoir pas l'air d'y t. *ra vẻ thờ ơ, ngây ngô*. **3**. vi (a) t. à qch *liên quan đến với, tiếp xúc với, gần với;* l'année touche à sa fin *sắp hết năm;* (b) t. à *dụng đến, đụng tới;* (c) t. au plafond *chạm trần, đụng đến trần*. **4**. se t. *sát nhau, tiếp giáp nhau*.
toucher[2] nm *sự sờ mó, xúc giác;* chaud au t. *sờ vào nghe nóng*.
touffe [tuf] nf *túm (tóc, rơm); cụm (cây)*. touffu a *rậm rạp (râu); rậm (rừng); dày (sách)*.
touiller [tuje] vtr *quấy, trộn (sà lách)*.
toujours [tuʒur] adv **1**. *luôn luôn;* un ami de t. *người bạn nối khố, tri kỷ;* pour t. *mãi mãi* **2**. *vẫn còn* il fait t. aussi chaud *trời vẫn còn nóng;* cherchez t. *luôn tìm kiếm* **3**. *cứ, cũng vẫn* je peux t. essayer *tôi vẫn cứ có thể cố gắng;* t. est - il que *sự thật, vấn đề cũng cứ thế;* c'est t. ca *điều đó cũng cứ thế*.
toupet [tupɛ] nm **1**. *túm tóc* **2**. *sự táo tợn* avoir le t. de faire qch *có gan làm gì*.
toupie [tupi] nf **1**. *con quay* **2**. vieille t. *mụ già dơ dáy*.
tour[1] [tur] nf **1**. *tháp, khối tháp;* t. (de forage) *cần cẩu tháp, giàn khoan*. t. de contrôle *trạm điều khiển, tháp canh*. **2**. *quân tháp*.
tour[2] nm **1**. (a) *(vòng) máy tiện*. (b) *bánh xe (của thợ làm đồ gốm)*. **2**. (a) *chu vi, đường tròn* faire le t. du monde *đi vòng quanh thế giới;* t. d'horizon *đường chân trời*. t. de piste *vòng đua* faire le t. du cadran *ngủ li bì;* t. de taille *vòng đo bụng;* (b) *lối viết; dáng vẻ, chiều hướng (công việc)* l'affaire prend un mauvais t. *vấn đề có chiều hướng xấu;* t. d'esprit *cách suy nghĩ,* (e) se donner un t. de reins *bị đau lưng*. **3**. (a) *vòng lượn (bánh xe);* frapper à t. de bras *đánh hết sức mình;* donner un t. de clef *tra khóa vào cửa*. mon sang n'a fait qu'un t. *tôi muốn điên lên;* (b) *sự tản bộ* faire un t. de jardin *đi tản bộ quanh vườn;* (c) *chuyến đi chơi* **4**. *sự quay, lượt* à qui le t.! *đến lượt ai đây;* chacun (à) son t. *ai cũng đến lượt;* t. à t. *đến lượt;* à t. de rôle *lần lượt* **5**. *mẹo, thuật;* jouer un mauvais t. à qn *chơi khăm ai*. t. de main *tài khéo tay;* je n'ai pas le t. de main *tôi không khéo tay;* t. de force *bằng mọi cách;* il a plus d'un t. dans son sac *anh ta rất mực mưu mẹo*.
tourbe [turb] nf *than bùn*. tourbeux, -euse a *than bùn*.
tourbieâre [turbjɛr] nf *đầm lầy than bùn, đồng than bùn*.
tourbillon [turbijɔ̃] nm **1**. *gió lốc, gió xoáy (bụi);* t. de neige *cơn lốc tuyết*. **2**. (a) *chỗ xoáy nước;* (b) *sự xoáy (gió);* (c) *sự rộn ràng, quay cuồng (cuộc sống, công việc)*.

tourbillonnement [turbijɔnm)] nm *sự xoáy, sự quay cuồng.*
tourbillonner [turbijɔne] vi *xoáy, quay cuồng.*
tourelle [turɛl] nf *tháp con; tháp pháo.*
tourisme [turism] nm *ngành du lịch, sự du lịch;* agence, bureau, de t. *dịch vụ du lịch;* voiture de t. *xe ôtô du lịch;* faire du t. *tổ chức du lịch, đi tham quan.*
touriste [turist] n *người du lịch.* touristique a *(hướng dẫn) du lịch;* route t., circuit t. *đường du lịch.*
tourment [turm)] nm *sự đau đớn, đau khổ.*
tourmente [turm)t] nf (a) *bão táp, trận bão;* t. de neige *bão tuyết;* (b) *sự náo động, rối loạn.*
tourmenter [turm)te] vtr **1.** (a) *làm cho đau đớn, làm cho đau khổ;* (b) *quấy rầy, làm phiền (ai).* **2.** se t. *lo âu, lo lắng.* tourmenté a *bị biến dạng, méo mó; bị tra tấn, bứt rứt, băn khoăn; sóng gió (cuộc sống).*
tournage [turnaʒ] nm (a) *sự quay (trên máy tiện);* (b) *sự quay phim.*
tournant, -ante [turn),)t] **1.** a (a) *quay, xoay chuyển;* fauteuil t. chair ghế bành xoay; pont t. *cầu xoay;* (b) *quanh co (đường); xoắn ốc (cầu thang)* **2.** nm (a) *chỗ vòng, chỗ ngoặt (con đường)* je l'aurai au t. *tôi sẽ có dịp thẳng anh ta!* (b) *bước ngoặt, bước chuyển biến.*
tournebouler [turnəbule] vtr *làm đảo điên.*
tournebroche [turnəbrɔʃ] nm *quay que nướng thịt.*
tourne - disque [turnədisk] nm pl tourne - disques *máy quay đĩa.*
tournedos [turnədo] nm *miếng thăn bò.*
tournéae [turne] nf **1.** *vòng đi (của bác sĩ, viên chức, người đưa thư);* en t. *một vòng;* faire la t. des magasins *đi quanh các cửa hiệu* **2.** *chầu đãi (ở quán rượu, cà phê).*
tournemain [turnəm(] nm en un t. *chóng như trở bàn tay, ngoáy một cái là xong.*
tourner [turne] **1.** vtr (a) *xếp đặt, tiện* (b) *xoay, quay (ổ khóa);* t. la tête *quay đầu;* t. le dos à qn (i) *quay lưng với ai;* (ii) *xoay lưng trước mặt ai;* t. un film *quay phim;* t. une scène *quay một cảnh.* t. une crème *khuấy kem;* t. la mêlée *tụ lại giành bóng;* (c) *thay đổi, chuyển;* t. qch en plaisanterie *biến chuyện gì thành trò đùa;* (d) *sang (trang), lật, giở (bài)* t. et retourner qch *lật giở cái gì;* (e) *tránh né (khó khăn), loay hoay.* **2.** vi (a) *quay, xoay (máy);* t. autour de qn *quay xung quanh ai;* t. autour du pot *nói loanh quanh;* la tête lui tourne *đầu anh ta quay cuồng;* faire t. la clef dans la serrure *quay chìa vào ổ khóa* (b) *chuyển hướng;* tournez à gauche *quay, rẽ sang trái;* t. court *rẽ đột ngột;*

kết thúc đột ngột; le temps tourne au froid *trời chuyển lạnh;* (c) *có kết quả dẫn đến;* bien t. *có kết quả tốt.* ça va mal t. *sẽ dẫn đến phiên toái;* (d) *có khuynh hướng, theo hướng;* l'affaire tournait au tragique *công việc có chiều hướng trắc trở;* t. (à l'aigre) *bị chua;* (e) t. dans un film *đóng phim* **3.** se t. (a) se t. vers qn *quay về hướng ai;* (b) se t. contre qn *quay ngoắt đi;* (c) *quay quanh.* tourné a (a) *được tiện, được làm, có dáng;* elle est bien tournée *thân hình cô ta tuyệt đẹp;* mal t. *được làm tồi; (về thư) viết dở;* avoir l'esprit mal t. *có đầu óc hay nghĩ xấu;* (b) *bị chua (sữa, rượu).*
tournesol [turnəsɔl] nm *hoa hướng dương.*
tourneur [turnœr] nm *thợ tiện.*
tournevis [turnəvis] nm *chìa vít, cái vặn vít.*
tourniquet [turnikɛ] nm **1.** (a) *cửa quay;* (b) *thanh quay.* **2.** (a) *trò chơi đĩa quay;* (b) *con quay tưới vườn* **3.** *ga rô xoắn.*
tournis [turni] nm *bệnh sán óc (ở cừu, bò);* donner le t. à qn *làm ai choáng váng, chóng mặt.*
tournoi [turnwa] nm *cuộc đấu hữu nghị.*
tournoiement [turnwam)] nm *sự quay tròn, sự xoay tròn, sự xoay tít.*
tournoyer [turnwaje] vi (je tournoie, n. tournoyons) *quay tròn, xoay tròn; (chim), lượn vòng; (xoáy) nước;* faire t. qch *xoay cái gì.*
tournure [turnyr] nf **1.** *tình huống (sự kiện)* les affaires prennent une mauvaise t. *tình huống đang xấu đi* **2.** *dáng, điệu, tư thế;* t. d'esprit *dáng vẻ (về tinh thần);* prendre t. *tạo dáng* **3.** *đoán ngữ, ngữ điệu của một câu văn.*
tour - opérateur [turɔperatœr] nm *hướng dẫn viên du lịch;* pl tour - opérateurs.
tourte [turt] nf (a) *bánh mì tròn;* (b) *bánh bao.*
tourteau, -eaux [turto] nm *cua biển dẹp, con ghẹ.*
tourterelle [turtərɛl] nf *cu gáy, chim ngói.*
tous [tus] *xem* tout.
Toussaint (la) [latus(] Prnf *ngày các thánh.*
tousser [tuse] vi *ho, đằng hắng.*
toussoter [tusɔte] vi *húng hắng ho.*
tout, toute, pl **tous, toutes** [tu, tut, tu, tut] **1.** a (a) *(tính từ bất định) bất cứ, mọi* pour toute réponse *anh ta chỉ cười trừ thay vì trả lời;* t. autre que vous *mọi người trừ anh;* toute liberté d'agir *tự do hành động;* j'ai toute raison de croire que *tôi có đủ lý do để tin rằng;* repas à toute heure *bữa ăn được phục vụ vào bất cứ lúc nào;* (b) à la toute dernière minute *đến phút chót;* de toute beauté *rất đẹp;* à toute vitesse *với tốc độ tối đa, hết tốc độ;* de toute importance *quan trọng hơn cả;* t. à vous *hoàn toàn*

do anh; (c) toàn bộ, tất cả; t. le monde mọi người, tất cả mọi người toute la journée suốt ngày; pendant t. l'hiver suốt mùa đông; t. Paris khắp Pari; (d) tất cả, mọi; tous les jours mỗi ngày, mọi ngày; tous les invités tất cả khách khứa; de tous (les) côtés từ mọi phía; toutes proportions gardées so sánh với sự dè dặt về tỷ lệ; (e) tous (les) deux cả hai; tous les deux jours cứ hai ngày một; (f) c'est toute une histoire (i) cả một câu chuyện dài (ii) đó là một việc 2. pron (a) (số ít, giống trung) mọi thứ c'est t. that's all đó là tất cả, chỉ có thế; t. ce qui vous plaira bất cứ cái gì làm anh vui lòng; et t. et t. và tất cả phần còn lại; t. est bien qui finit bien việc gì kết thúc tốt là tốt; il mange de t. anh ta ăn được bất cứ cái gì, bất cứ mọi thứ; c'est t. ce qu'il y a de plus beau đó là tất cả gì cái đẹp nhất; il a t. du fonctionnaire anh ta là một công chức điển hình; c'est t. dire tôi không cần nói nữa; à t. prendre nhìn chung, nhìn tổng hợp; (b) pl une fois pour toutes một lần cho tất cả; tous à la fois tất cả mọi người cùng một lúc; le meilleur de tous người tốt nhất trong tất cả; on l'aimait bien tous tất cả chúng tôi rất thích anh ta 3. nm le t. tất cả mọi việc; le t. est de réussir điều chủ yếu là phải thành công; jouer le t. pour le t. được ăn cả, ngã về không; ce n'est pas le t., ça ! đó là không phải là tất cả với chúng tôi ! adv phr du t. au t. triệt để, hoàn toàn; en t. tất cả là, bao gồm cả; (pas) du t. không gì cả, không tí nào cả. 4. adv (a) (nhấn mạnh) (trước tính từ giống cái bắt đầu bằng phụ âm và h (không câm) thì tout trở thành toute) hoàn toàn, toàn bộ, đúng là t. nouveau(x), toute(s) nouvelle(s) hoàn toàn mới t. seul chỉ một mình toute vêtue de noir mặc toàn màu đen; de t. premier ordre đích thực cái thứ nhất; t. droit đi thẳng hoài; t. neuf hoàn toàn mới; t. nu trần như nhộng; t. éveillé thực sự thức; t. fait được làm sẵn; t. au bout ngay ở cuối; c'est t. comme chez vous ! cũng như ở nhà anh thôi ! adv phr t. à fait hoàn toàn; t. au plus, t. au moins thậm chí là, ít nhất là; t. à vous tùy anh; (b) t. en parlant trong khi nói; (c) t. ignorant qu'il est, qu'il soit mặc dù nó rất dốt; (d) être t. oreilles nghe rõ.

tout - aâ - l'eágoût [tutalegu] nm inv hệ thống tháo phân ra cống.

toutefois [tutfwa] adv song, tuy nhiên.

toute - puissance [tutpɥis)s] nf toàn quyền, bá quyền. tout - puissant, toute - puissante a toàn quyền, toàn năng; nm le T-P đấng toàn năng (chúa).

toutou, -tous [tutu] nm Con chó, con cún.

toux [tu] nf sự ho.

toxicologie [tɔksikɔlɔʒi] nf độc chất học.

toxicologique a độc chất.

toxicologue [tɔksikɔlɔg] n nhà độc chất học.

toxicomane [tɔksikɔman] n nghiện ma túy.

toxicomanie [tɔksikɔmani] nf chứng nghiện ma túy.

tonxine [tɔksin] nf độc tố toxin.

toxique [tɔksik] 1. a độc; gaz t. hơi độc 2. nm chất độc.

trac [trak] nm sự sợ, nỗi sợ hãi; avoir le t. sợ sệt.

tracas [traka] nm mối lo lắng, điều phiền toái.

tracasser [trakase] 1. vtr làm lo lắng, phiền toái (ai); 2. se t. lo lắng.

tracasseries [trakasri] nfpl những phiền toái khó chịu

tracassier, -iere [trakasje, jɛr] a phiền nhiễu, quấy rầy.

trace [tras] nf (a) dấu vết, dấu chân (người); être sur la t. de qn theo vết ai; il suit les traces de son père anh ta theo gót cha mình; retrouver t. de qn, de qch tìm ra dấu vết ai (cái gì); (b) vết sẹo, vết thương; (c) dấu vết (chất độc); dấu ấn (sự hối tiếc).

traceá [trase] nm 1. bản vẽ sơ đồ (thành phố, con đường). 2. (a) đường nét, biểu đồ, bản phác họa; (b) đường (bờ biển...); biểu đồ.

tracer [trase] vtr (n. traçons) kẻ đường, cắt gọt, khắc (đường cong), phát thảo (con đường), kẻ (một đường); vạch (kế hoạch).

tracheáe [trake] nf khí quản.

tract [trakt] nm truyền đơn.

tracteur [traktœr] nm máy kéo.

traction [traksjɔ̃] nf sự kéo, sức kéo t. arrière, avant bộ dẫn động bánh sau, bánh trước.

tradition [tradisjɔ̃] nf truyền thống; de t. theo truyền thống. traditionnel, -elle a thuộc về truyền thống, thông tục. traditionnellement adv theo truyền thống.

traducteur, -trice [tradytœr, tris] n người dịch, thông dịch viên.

traduction [tradyksjɔ̃] nf 1. sự dịch 2. bản dịch.

traduire [tradɥir] vtr (conj CONDUIRE) 1. t. qn en justice đưa ai ra tòa 2. (a) dịch (từ; sang); (b) thể hiện (tình cảm, ý tưởng), trình bày; vous traduisez mal ma pensée anh đã dịch (diễn đạt) sai ý của tôi; sa douleur se traduisit par les larmes nỗi đau của anh ta thể hiện bằng nước mắt. traduisible a có thể dịch được.

trafic [trafik] nm 1. (a) sự buôn bán; (b) sự buôn lậu; t. de la drogue sự buôn lậu thuốc; t. d'armes sự buôn bán vũ khí; faire du t. buôn bán, giao dịch; un drôle de t. việc buôn bán bất chính 2. giao thông.

trafiquant, -ante [trafik),)t] n *kẻ buôn bán bất chính (thuốc);* t. du marché noir *con buôn chợ đen.*

trafiquer [trafike] **1.** vi t. de, en, qch *buôn bán, giao dịch về cái gì;* t. de sa conscience *bán rẻ lương tâm.* **2.** *buôn bán bất chính.*

trageádie [traʒedi] nf *bi kịch.*

trageádien, -ienne [traʒedj(, jen] n *diễn viên bi kịch.*

tragique [traʒik] **1.** (a) *về bi kịch (nhà văn, vở kịch, vai, sự kiện);* (b) nm le t. de la situation *tình huống đầy bi kịch;* prendre qch au t. *coi cái gì là bi kịch* **2.** n *nhà viết kịch* **3.** nm *bi kịch.*
tragiquement adv *đầy kịch tính.*

trahir [trair] vtr **1.** *phản bội, tiết lộ (bi mật);* t. sa pensée *biểu lộ suy nghĩ của mình.* **2.** *phản bội niềm tin của ai, mất niềm tin ở ai, lừa ai. làm ai thất vọng;* ses jambes l'ont trahi *chính đôi chân của anh ta đã đánh gục anh ấy* **3.** se t. *bị lộ; biểu lộ.*

trahison [traizɔ̃] nf *sự phản bội.*

train [tr(] nm **1.** (a) *đoàn xe, đoàn thuyền (phương tiện giao thông); bộ (bánh xe, lốp)* t. avant, arrière *cầu trước, cầu sau;* t. de pensées *dòng suy nghĩ;* (b) train *tàu lửa;* t. de voyageurs, de marchandises *tàu chở hành khách, tàu chở hàng;* t. supplémentaire *tàu tiếp vận;* t. auto - couchettes *tàu có giường nằm ngủ;* voyager en t. par le t. *đi bằng tàu;* (c) *tàu (vận chuyển);* (d) *nước chạy (của ngựa);* t. de derrière, de devant *phần thân sau, phần thân trước;* (e) t. de roulement *khung gầm (xe có bánh);* t. (d'atterissage) *phần hạ cánh.* **2** (a) *tốc độ;* aller bon t. *đi tốc độ nhanh;* aller son petit t. *đi thong thả;* à fond de t. *với tốc độ tối đa;* au t. où vont les choses *với tốc độ này theo sự tiến triển của sự việc;* mise en t. *sự khởi công, sự phát động;* (b) mettre qch en t. *tiến hành việc gì;* en t. de faire qch *đang làm gì;* il est en t. de travailler *anh ta đang làm việc;* le t. ordinaire des jours *điều thường ngày;* les choses vont leur t. *mọi việc vẫn tiến triển như thường lệ;* (c) t. de vie *cách sống, kiểu sống;* mener grand t. *sống xa hoa* **3.** *chiều hướng, sự tiến triển;* être en t. *vui vẻ, hồ hởi, đang thực hiện;* être mal en t. *lệch hướng.*

trainard, -arde [trenar, ard] n *người kéo lê đằng sau, người tụt lại sau, người chậm như sên.*

traine [tren] nf **1.** à la t. *kéo theo sau;* être à la t. *tụt lại sau* **2.** *đuôi áo dài.*

traineau, -eaux [treno] nm *xe trượt tuyết, xe quét.*

traineáe [trɛne, trene] nf *vệt dài (khói, máu); vệt (bột súng);* se répandre comme une t. de poudre *lan truyền nhanh chóng.*

traîner [trɛne, trene] **1.** vtr *kéo lê (cái gì), kéo dài lê thê (bài diễn văn);* t. la jambe *lê chân;* t. les pieds *kéo lê chân;* t. le pied *kéo lê theo sau* **2.** vi (a) *quét đất, lòng thòng;* (b) *lẽo đẽo theo sau;* (c) *kéo thành vệt dài;* t. dans la rue *kéo lê trên đường;* (d) *buông vung vãi, nằm nhan nhản* laisser t. ses affaires *bỏ bê công chuyện;* (e) *khật khừ, gầy mòn (vì đau), bò lê;* affaire traine *vấn đề rất nguy ngập;* t. en longueur *kéo lê.* **3.** se t. (a) *bò lê;* se t. aux pieds de qn *bò bằng đầu gối quỳ lạy van xin ai;* (b) *kéo lê người;* (về thời gian) *kéo dài.* trainant a *kéo lê (áo dài); kéo chẳng (giọng nói).*

training [treniŋ] nm **1.** *sự tập dượt.* **2.** *bộ đồ tập* **3.** *người huấn luyện, người dạy.*

train - train [tr(tr(] nm *nếp thường, nếp đơn điệu.*

traire [trɛr] vtr (prp trayant; pp trait; pr ind ils traient) *vắt sữa (bò), lấy sữa;* machine à t. *máy lấy sữa.*

trait [trɛ] nm **1.** *sự kéo;* tout d'un t. *một hơi, một phát;* cheval de t. *ngựa kéo.* **2.** (a) *mũi tên;* partir comme un t. *phóng như tên bắn;* (b) *tia (ánh sáng);* (d) t. d'esprit *sự lanh trí.* **3.** *hơi, hớp* d'un (seul) t. *một hơi.* **4.** (a) *nét, vạch, kẻ; nét vẽ;* t. de rayon *nét vẽ bút chì;* d'un t. *một nét;* (b) t. d'union (i) *gạch nối;* (ii) *móc nối* **5.** (a) *nét đặc sắc (của gương mặt);* traits fins *nét độc đáo;* (b) *nét (đặc tính);* t. de caratère *đặc tính.* **6.** *hành động, việc làm (của sự can đảm, lòng tốt);* t. génie *dấu hiệu của thiên tài.* **7.** *sự liên quan (đến cái gì)* avoir t. à qch *có quan hệ với cái gì.*

traitant [trɛtɑ̃] a médecin t. *thầy thuốc điều trị.*

traite [trɛt] nf **1.** *quãng đường;* (tout) d'une t. *liền một đường, không bị gián đoạn* **2.** (a) *sự chuyên chở (hàng hóa); sự buôn người, buôn nô lệ;* (b) t. des blanches *sự buôn người làm đĩ, dụ gái làm đĩ* **3.** *hối phiếu.* **4.** *sự vắt sữa.*

traiteá [trɛte] nm **1.** *sách, chuyên luận* **2.** *hiệp ước.*

traitement [trɛtmɑ̃] nm **1.** (a) *sự đối xử, cách đối xử; cách điều trị;* mauvais t. *cách đối xử dở, tồi;* premier t. *sự điều trị đầu tiên;* (b) *sự chế biến, sự xử lý (nguyên liệu);* t. de données, de texte *việc xử lý dữ kiện; máy xử lý từ* **2.** *lương.*

traiter [trɛtœr] **1.** vtr (a) *đối xử với ai (tốt, tồi)* t. qn en ami *đối xử với ai như bạn;* (b) t. qn de lâche *gọi ai là đồ hèn;* (c) t. un malade *điều trị một bệnh nhân (bằng);* se faire t. pour un cancer *chịu đựng sự điều trị bệnh ung thư;* (d) *tiến hành, xử lý;* (e) *mời ăn, thết tiệc* **2.** vtr (a) (avec qn); *thương lượng (với ai); xử lý (công việc);*

(b) thảo luận, bàn cãi (một vấn đề). 3. vi (a) t. de la paix bàn về hòa bình.
traiteur [trɛtœr] nm người bán món ăn đặt hàng.
traitre, traitresse [trɛtr, trɛtrɛs] 1. a phản bội, phản trắc. pas un t. mot không tiết lộ một lời 2. n kẻ phản bội; en t. phản bội. **traitreusement** adv phản bội, phản trắc.
traîtrise [trɛtriz] nf nf sự phản bội, điều phản bội.
trajectoire [traʒɛktwar] nf đường (quĩ đạo, máy bay); quĩ đạo (sao chổi, vệ tinh).
trajet [traʒɛ] nm (a) cuộc hành trình; quãng đường, đường đi; j'ai fait une partie du t. en avion tôi đã bay qua một phần đoạn đường; (b) con đường (vật phóng ra, bắn ra).
tralala [tralala] nm inv en grand t. sang trọng cầu kỳ.
trame [tram] nf 1. sợi ngang, sợi khổ; nền, lõi (tiểu thuyết) 2. tấm lưới.
tramer [trame] vtr dệt, tạo (một hình) bằng tấm lưới; il eu trame quelque chose có một âm mưu gì đó đang chuẩn bị.
trampoline [tr]pɔlin] nm tấm bạt căng trên khung (để lộn nhào); faire du t. căng khung tấm bạt.
tram(way) [tramwɛ] nm xe điện.
tranchant [tr]ʃ)] 1. a (a) sắc, bén (dụng cụ, dao); (b) quả quyết, cương quyết (ý kiến, giọng điệu, lời lẽ). 2. nm lưỡi (dao); à double t. hai lưỡi.
tranche [tr]ʃ] nf 1. lát, miếng (bánh mì, thịt); t. d'age khoảng tuổi; t. de vie khoảng thời gian, giai đoạn của cuộc đời. 2. mảnh (đá hoa cương) 3. (a) mép, cạnh (sách); (b) phần.
trancheáe [tr]ʃe] nf rãnh, hào; rãnh tiêu nước (xuyên rừng); t. garde - feu đường hào chống lửa.
trancher [tr]ʃe] 1. vtr (a) cắt, thái (bánh mì); (b) rút ngắn (cuộc thảo luận); ổn thỏa, giàn xếp (vấn đề); t. le mot nói ngắn gọn; vi t. net cắt đứt, chấm dứt hẳn. 2. vi (về màu sắc, đặc tính) khắc rõ rệt, nổi hẳn lên. tranché a rõ nét, rõ rệt (màu sắc); quả quyết, dứt khoát (ý kiến).
tranquille [tr]kil] a (a) yên tĩnh, yên lặng, trầm tĩnh se tenir t. giữ (i) yên lặng; (ii) yên tĩnh; (b) yên lặng, thanh bình (tính, thành phố); (c) không khuấy động, dễ chịu, thoải mái (lương tâm); laissez - moi t. hãy để tôi yên; dormir t. ngủ yên tĩnh; il n'a pas l'esprit t. đầu óc anh ta không yên ổn; soyez t. hãy thanh thản; sois t., il revienfra! đừng lo âu (hãy bình tĩnh) và anh ấy sẽ đến! **tranquillement** adv một cách yên tĩnh,

bình lặng.
tranquilliser [tr]kilize] vtr 1. giữ yên tĩnh, bình lặng 2. se t. (a) (về biển) êm, lặng sóng; (b) để thư giản tinh thần. **tranquillisant** 1. a làm cho yên tâm (tin tức) 2. nm thuốc an thần.
tranquilliteá [tr]kilite] nf sự yên tĩnh, sự tĩnh lặng; t. d'esprit sự thanh thản trong tâm hồn; troubler la t. publique quấy động, phá rối sự yên tĩnh công cộng; en toute t. với tất cả sự thanh thản.
transaction [tr]zasjɔ̃] nf 1. sự dàn xếp, thỏa hiệp 2. giao dịch.
transat [tr]zat] nm ghế vải gập.
transatlantique [tr]zatl)tik] 1. a vượt Đại tây dương, bên kia Đại tây dương 2. nm (a) tàu vượt Đại tây dương; (b) ghế gập.
transbahuter [tr]sbayte] vtr chuyển đi, di chuyển.
transbordement [tr]sbɔrdəm)] nm sự chuyển xe, sự chuyển tải (hàng hóa).
transborder [tr]sbɔrde] vtr chuyển xe (hành khách); chuyển tải (hàng hóa) transbordeur a & nm (pont) t. cầu chuyển.
transcendance [tr]s)d)s] nf tính siêu nghiệm, tính chuyên việt. transcendant, -ante a siêu nghiệm. transcendental toán siêu việt. transcendantal, -aux a tiên nghiệm.
transcender [tr]s)de] vtr vượt lên trên.
transcription [tr]skripsjɔ̃] nf (a) sự soạn lại, sự chuyển biên (b) sự chép lại sự sao lại.
transcrire [tr]skrir] vtr (conj ÉCRIRE) 1. biên, soạn; t. une lettre à la machine sao lại một lá thư 2. soạn lại, chuyển biên.
transe [tr]s] nf 1. nỗi sợ, sự kinh hoàng; être dans les transes lo sợ 2. en t. (i) hồn vào (người lên đồng); (ii) bực dọc, cáu tiết.
transfeárer [tr]sfere] vtr (je transfère; je transférerai) chuyển dời (hàng đến ai).
transfert [tr]sfɛr] nm sự chuyển, sự dời; transference sự thay đổi.
transfiguration [tr]sfigyrasjɔ̃] nf sự thay hình đổi dạng.
transfigurer [tr]sfigyre] vtr thay hình đổi dạng.
transformateur [tr]sfɔrmatœr] nm cái biến áp, máy đổi, bộ đổi.
transformation [tr]sfɔrmasjɔ̃] nf sự biến đổi, sự thay đổi; sự thay đổi (người) industrie de t. công nghiệp chế biến.
transformer [tr]sfɔrme] 1. vtr biến đổi, thay đổi (thành); chuyển thành; thay đổi (tình thế). 2. se t. biến đổi thành, chuyển thành. transformable a có thể biến đổi.
transfuge [tr]sfyʒ] n lính bỏ theo địch, kẻ phản

bội, kẻ chiêu hồi.

transfusion [tr)sfyzjɔ̃] nf *sự truyền (máu)*.

transgresser [tr)sgrese] vtr *vi phạm (luật), không tuân thủ (lệnh)*.

transgression [tr)sgresjɔ̃] nf *sự vi phạm, sự không tuân thủ*.

transiger [tr)ziʒe] vi (n. transigeons) *dàn xếp, thỏa hiệp, nhân nhượng*.

transir [tr)zir] vtr (a) *làm cho rét cóng;* (b) *đờ ra (vì sợ)*. transi a *rét cóng, tê tái, đờ ra*.

transistor [tr)zistɔr] nm *bóng bán dẫn, máy thu bán dẫn*.

transistoriseá [tr)zistɔrize] a *tranzito hóa*.

transit [tr)zit] nm *sự quá cảnh; en t. quá cảnh;* marchandises de t. *hàng hóa quá cảnh*.

transiter [tr)zite] 1. vtr (faire) t. *vận chuyển quá cảnh* 2. vi *(hàng hóa) quá cảnh*.

transitif, -ive [tr)zitif, iv] a *ngoại (động từ)*.

transition [tr)zisjɔ̃] nf *sự chuyển tiếp, sự quá độ;* de t. *chuyển tiếp;* sans t. *bất thình lình*. transitoire a *nhất thời, tạm thời, quá độ (giai đoạn)*.

transmanche [tr)zmɑ̃ʃ] a *qua biển Măng xơ*.

transmetteur [tr)smetœr] nm *máy phát báo, máy phát*.

transmettre [tr)smetr] vtr *truyền (ánh sáng, thông điệp); chuyển, truyền (tin, bệnh); truyền (thông tin); phát (chương trình)*.

transmission [tr)smisjɔ̃] nf 1. (a) *sự truyền (lệnh); sự thông tin (sự thật); sự gởi (thông điệp);* t. en direct *truyền trực tiếp;* t. en différé *sự truyền chuyển tiếp.* (b) la t. *sự truyền động* 2. (a) t. des pouvoirs *sự chuyển quyền hành;* (b) t. de pensée *sự truyền tư tưởng*.

transparaître [tr)sparɛtr] vi *xuyên qua, ló qua, lộ ra*.

transparence [tr)sparɑ̃s] nf *sự trong suốt, sự trong tréo*. transparent a *trong suốt, trong tréo*.

transpercer [tr)sperse] vtr (n. transperçons) *đâm thủng, xuyên qua*.

transpiration [tr)spirasjɔ̃] nf *sự thoát hơi nước, sự ra mồ hôi*.

transpirer [tr)spire] vi 1. (aux avoir) *thoát hơi nước, ra mồ hôi* 2. (aux avoir ou être) *(về thông tin) bị lộ ra ngoài*.

transplantation [tr)splɑ̃tasjɔ̃] nf *sự cấy; sự cấy;* t. cardiaque *cấy tim;* t. du rein *sự cấy thận*.

transplanter [tr)splɑ̃te] vtr *cấy, trồng*.

transport [tr)spɔr] nm 1. *sự vận chuyển (hàng, hành khách); les transports en commun sự vận chuyển công cộng, phương tiện vận chuyển quần chúng;* frais de t. *phí vận chuyển* 2. *sự vận tải (tàu, biển)* 3. *sự rung cảm, mối rung cảm*.

transportable [tr)spɔrtabl] a *có thể chở, có thể chở đi*.

transporter [tr)spɔrte] vtr 1. *chuyên chở, vận tải (hàng);* t. qn d'urgence à l'hôpital *đưa gấp ai vào viện;* se t. sur les lieux *đi đến hiện trường*. 2. *làm cảm động, kích động;* cette nouvelle l'a transporté *anh ta quá vui sướng với cái tin này*.

transporteur [tr)spɔrtœr] nm (a) *người chuyên chở, người nhận chuyên chở;* (b) t. (routier) *máy chuyển tải;* (c) *chất tải, vật tải*.

transposer [tr)spoze] vtr *chuyển vị, chuyển đổi*.

transposition [tr)spozisjɔ̃] nf *sự chuyển vị, sự chuyển đổi*.

transvaser [tr)zvase] vtr *trút sang bình khác (rượu)*.

transversal, -aux [tr)sversal] *ngang;* coupe transversale *mặt cắt ngang*. transversalement adv *ngang*.

trapeâze [trapɛz] nm (a) *hình thang;* (b) *đu, xà treo*.

trapeáziste [trapezist] n *người làm trò đu (ở rạp xiếc)*.

trappe [trap] nf 1. *bẫy, cạm bẫy*. 2. (a) *cánh sập (cửa);* (b) *cửa cánh trượt*.

trappeur [trapœr] *người đánh bẫy thú vật*.

trapu [trapy] a (a) *béo, lùn (người, ngựa);* (b) *hóc búa, khó (vấn đề)*.

traquenard [traknar] nm *bẫy, cạm bẫy*.

traquer [trake] vtr *đánh bẫy, săn mồi (thú vật, tội phạm)*.

traumatiser [tromatize] utr *gây chấn thương*. traumatisant a *gây chấn thương*.

traumatisme [tromatism] nm *chấn thương tâm thần*.

travail, -aux [travaj, o] nm 1. *sự chuyển dạ, sự đau đẻ;* femme en t. *người phụ nữ đang chuyển dạ;* salle de t. *buồng sinh* 2. (a) *công việc;* se mettre au t. *bắt đầu công việc;* cesser le travail (i) *ngừng việc;* (ii) *bỏ dụng cụ xuống;* vêtements de t. *áo quần lao động, đồ làm việc;* Ministère du T. *bộ lao động;* (b) t. de tête, t. intellectuel *công việc trí óc;* t. manuel *công việc chân tay;* t. en série *sản xuất hàng loạt;* t. noir *việc làm lậu;* travaux pratiques *việc thực hành, công việc thực tiễn;* (c) *sự hoạt động; sự lên men (rượu) tác động (của sự men hóa);* (d) *sự luyện tập, cách làm;* (e) *công việc, nghề nghiệp;* trouver du t. *tìm việc;* sans t. *thất nghiệp*. 3. (a) *tác phẩm;* (b) *công trình nghiên cứu;* auteur d'un t. sur les métaux *tác giả của tác phẩm về kim loại;* (c) travaux publics *công*

chánh. **4.** *sự khó nhọc, sự vất vả.*
travailler [travaje] **1.** vtr (a) *lo âu, ám ảnh;* se t. l'esprit *lo âu;* (b) *làm cho băn khoăn, áy náy;* (c) *làm việc, làm gia công (gỗ, kim loại)* t. la pâte *nhào bột bánh mì;* t. son style *trau chuốt, chải chuốt (văn phong);* (d) *nghiên cứu về (một chủ đề).* **2.** vi (a) *làm việc cực nhọc, vất vả;* t. ferme, dur *làm việc chăm chỉ;* je vais t. dans ma chambre *tôi sẽ làm việc trong phòng mình;* sa femme travaille *vợ anh ta đi làm;* le temps travaille pour nous *thời gian thuận tiện cho chúng ta;* t. à faire qch *nỗ lực làm gì;* (b) *(rượu) lên men; (gỗ) oằn, cong, vênh; (trí tưởng tượng) phai đi.* travaillé a *gia công (sắt, đá); trau chuốt, tỉ mỉ (kiểu cách)* **travailliste 1.** a *cực nhọc, chăm chỉ* **2.** n *công nhân;* les travailleurs *công nhân, tầng lớp lao động.* travailliste **1** n *thành viên của đảng lao động* **2.** a *về lao động (thành viên, hội).*
traveáe [trave] nf **1.** *gian (nhà);* **2.** *nhịp (cầu);* **3.** *dãy (bàn ghế).*
travelo [travlo] nm *người thích mặc quần áo của kẻ khác, ăn mặc dị kỳ, giả trang.*
travers [traver] nm **1.** (a) *độ rộng,* loc. adv. en t. *theo chiều rộng, bắt ngang* profil en t. *mặt cắt ngang;* loc. prep. en t. de *ngang qua;* à t. qch, au t. de qch *qua cái gì;* à t. le monde *khắp thế giới;* (b) de t., par le t. *nghiêng, lệch, vẹo* **2.** de t. *sai lệch;* tout va de t. *mọi điều trở nên sai lệch;* regarder qn de t. *nhìn sai lệch về ai;* il a la bouche de t. *mồm anh ta bị méo* **3.** *lỗi lầm, tật kỳ cục.*
traverse [travɛrs] nf **1.** (chemin de) t. *đường cắt ngang* **2.** (barre de) t. *thanh ngang.*
traverseáe [traverse] nf (a) *sự đi qua, (biến) băng qua;* (b) faire la t. d'une ville *băng qua, đi qua một thành phố.*
traverser [traverse] vtr *băng qua, đi qua (đường); trải qua (cuộc khủng hoảng);* t. la foule *lách qua đám đông;* t. la rivière à la nage *bơi qua sông;* t. qch de part en part *thông qua cái gì;* une idée m'a traversé l'esprit *một ý tưởng chợt nảy trong đầu tôi.*
traversin [travɛrs(] nm *gối ống, gối dài (ở giường).*
travesti, -ie [travesti] **1.** nm *vai giả trang,* *người giả trang* **2.** nm *áo quần giả trang.* **3.** n *người có tật giả trang.*
travestir [travestir] vtr **1.** *giả trang là.* **2.** *mô phỏng, đùa, nhại (thơ, kịch); bóp méo, xuyên tạc (suy nghĩ của ai).*
treábucher [trebyʃe] vi (aux avoir) *sẩy chân, vấp;* faire t. qn *làm ai vấp ngã.*
treâfle [trɛfl] nm **1.** *cỏ ba lá* **2.** *hình ba múi (trang trí)* **3.** *bài: lá bài chuồng (ba lá).*

treáfonds [trefɔ̃] nm dans le t. de mon ceur *chỗ sâu kín trong tâm hồn tôi.*
treillage [trejaʒ] nm *hàng rào mắt cáo.*
treille [trɛj] nf *giàn nho; nho mọc giàn.*
trellis [treji] nm **1.** *lưới mắt cáo (trang trí);* t. métallique *lưới (kim loại) mắt cáo.* **2.** (a) *vải bạt, vải gai thô;* (b) *đồ quân phục (vải kaki).*
treize [trɛz] num a inv & nm *mười ba;* Louis T. *Louis thứ 13;* le t. mai *vào ngày 13 tháng 5.* treizième num a & n *thứ mười ba.* treizièmement adv *mười ba là.*
trek [trɛk] nm *cuộc đi bộ lên đồi.*
treáma [trema] nm *dấu hai chấm trên một số mẫu tự.*
tremble [trɑ̃bl] nm *cây dương rung lá.*
trembleá [trɑ̃ble] a *run rẩy (tay, chữ viết, ...).*
tremblement [trɑ̃bləmɑ̃] nm **1.** *sự run rẩy, sự run tay; sự run (giọng)* **2.** *sự run sợ;* t. de terre *động đất.* et tout le t. *và những cái khác.*
trembler [trɑ̃ble] vi (a) *run rẩy; rung động; run run (lạnh); chập chờn (ánh sáng); rung (giọng, giận dữ);* faire t. les vitres *làm rung cửa kính;* (b) *run rẩy sợ sệt;* en tremblant *đầy sợ sệt;* je tremble pour lui *tôi run sợ cho anh ấy.*
tremblote [trɑ̃blɔt] nf voir la t. *run rẩy, run sợ.*
tremblotement [trɑ̃blɔtmɑ̃] nm *sự run sợ.*
trembloter [trɑ̃blɔte] vi *run rẩy, run run (giọng); chập chờn (ánh sáng).*
treámolo [tremɔlo] nm *sự vê, tiếng vê;* avec des trémolos dans la voix *với giọng run run.*
treámousser (se) [sətremuse] vpr *uốn éo, ngoe nguẩy* marcher en se trémoussant *đi ngoe nguẩy.*
trempe [trɑ̃p] nf **1.** *sự nhúng, tôi.* **2.** *sự tôi (thép)* **3.** (a) *nghị lực tinh thần, có chất thép;* (b) *tính chất, chất lượng;* un homme de sa t. *một người có phẩm chất (có giá trị).*
tremper [trɑ̃pe] **1.** vtr (a) *thấm, làm ướt; nhúng, ngâm (trong chất lỏng); nhúng (bánh mì vào súp);* se t. dans l'eau *lặn nhào xuống nước;* se faire t. *bị ướt sũng;* t. ses mains dans l'eau *nhúng tay vào nước;* (c) *tôi (thép)* **2.** vi (a) *nhúng, ngâm;* (b) t. dans un complot *có mưu mô.* trempé a **1.** *ướt sũng, ướt đẫm;* t. de sueur *đẫm mồ hôi;* t. jusqu'aux os *ướt như chuột lột.* **3.** *được tôi (thép).*
trempette [trɑ̃pɛt] nf faire t. (i) *nhúng sơ qua;* (ii) *tắm sơ qua.*
tremplin [trɑ̃pl(] nm *ván nhún, ván lấy đà; bàn nhảy. bàn nhảy, phương tiện để đạt mục đích.*
trench [trɛnʃ] nm *áo đi mưa có thắt lưng.*
trentaine [trɑ̃tɛn] nf *khoảng chừng 30;* il approche de la t. *anh ta khoảng chừng 30 tuổi.*

trente [trɑ̃t] num a inv & nm inv *ba mươi; se mettre sur son t. et un diện quần áo đẹp nhất*
trentième num a & n inv *thứ ba mươi.*
trente - six [trɑ̃tsi, is, iz] num a inv & nm (*) *ba mươi sáu* (**) *không biết lần thứ bao nhiêu;* voir t. -s. chandelles *Hoa mắt.*
tréapan [trepɑ̃)] nm *cái khoan.*
tréapanation [trepanasjɔ̃] nf *thủ thuật khoan.*
tréapaner [trepane] vtr *khoan (xương).*
tréapas [trepɑ] nm *cái chết.*
tréapasser [trepase] vi (aux avoir, être) *chết, qua đời, tạ thế.* trépassé, -eé a & n *tạ thế, người chết.*
tréapidation [trepidasjɔ̃] nf *sự rung động ; bước đi huỳnh huych.*
tréapider [trepide] vi *rung động.* trépidant a *nhộn nhịp, náo nhiệt (cuộc sống, nhịp điệu).*
tréapied [trepje] nm *giá ba chân, ghế ba chân; kiềng ba chân.*
tréapignement [trepiɲmɑ̃)] nm *sự giậm chân.*
tréapigner [trepiɲe] vi t. de colère *giậm chân giận dữ.*
treâs [trɛ] adv *rất, nhiều; t.* connu *nổi tiếng, được biết rõ; t.* estimé *được tôn trọng nhiều; t.* nécessaire *rất cần thiết;* nous sommes t. amis *chúng tôi rất thân nhau; t.* en avant *tận phía đằng trước t.* bien *rất tốt.*
treásor [trezɔr] nm **1.** (a) *của cải, châu báu.* mon t. em yêu; (b) *kho tàng, kho báu* **2.** *sự giàu có* **3.** le T. (public) *kho bạc, ngân khố.* **4.** un t. de, des trésors de *cả khối, cả kho.*
treásorerie [trezɔrri] nf **1.** *kho báu, kho bạc* **2.** (a) *sự thủ quỹ;* (b) *sở ngân khố* **3.** *ngân quỹ.*
treásorier, -ieâre [trezɔrje, jɛr] n *thủ quỹ, viên chức ngân khố.*
tressaillement [tresajmɑ̃)] nm *sự giật mình (vì kinh ngạc); cái rùng mình (vì sợ); nhăn mặt (vì đau)*
tressaillir [tresajir] vi *rùng mình, run rẩy, rung rinh; t.* de douleur *rùng mình vì đau.*
tressauter [tresote] vi *giật nẩy mình, nẩy lên (vì sợ, ngạc nhiên); (về vật) làm nẩy lên.*
tressage [tresaʒ] nm *sự tết, sự bện.*
tresse [trɛs] nf *búi (tóc); đuôi sam, dải tết, dải bện.*
tresser [trese] vtr *bện (tóc, rơm); đan (rổ).*
treáteau, -eaux [treto] nm **1.** *cái mễ, giá (để kê bàn, phản)* **2.** *rạp hát di động (gánh hát rong).*
treuil [trœj] nm *cái tời (đưa đồ nặng lên).*
trĭve [trɛv] nf (a) *sự tạm đình chiến;* (b) *sự tạm đình, sự tạm nghỉ;* mettre une t. à (aux plaisanteries) *thôi, đừng đùa cợt nữa.*
tri [tri] nm *sự phân loại;* faire le t. de *loại ra,* *nhặt ra;* le t. des lettres *sự lựa, phân loại thư.* bureau de t. *phòng chia, chọn bưu phẩm (bưu kiện).*
triage [triaʒ] nm *sự lựa, sự chọn* gare de t. *ga nơi các xe lửa chở hàng đến để dồn toa.*
trial [trijal] nm le t. *sự đua xe môtô trên đất gồ ghề.*
triangle [tri)gl] nm *hình tam giác.* triangulaire a *có hình tam giác; tay ba; chọi ba (cuộc bầu cử, cuộc chiến).*
triathlon [trijatlɔ̃] nm *cuộc thi ba môn thể thao (chạy, nhảy, ném lao).*
tribal, -aux [tribal, o] a *thuộc về bộ lạc.*
tribo - eálectrique [tribɔelɛktrik] a *thuộc về điện ma sát.*
tribord [tribɔr] nm *mạn phải (tàu, thuyền);* à t. *bên mạn phải.*
tribu [triby] nf *bộ lạc.*
tribulations [tribylasjɔ̃] nfpl *điều bất hạnh, nỗi gian truân.*
tribunal, -aux [tribynal, o] nm *tòa án;* t. pour enfants *tòa án thiếu nhi;* t. militaire *tòa án quân sự;* le t. de l'histoire *tòa án lịch sử.*
tribune [tribyn] nf **1.** *diễn đàn, đài, bục (giành cho người nói)* **2.** (a) *diễn đàn;* (b) *khán đài* **3.** *diễn đàn; tòa án; hội trường.*
tributaire [tribytɛr] a & nm *lệ thuộc, phụ thuộc;* être t. de *phụ thuộc vào.*
tricentenaire [trisɑ̃tnɛr] nm *ba trăm năm.*
triche [triʃ] nf *ngón lừa lọc, gian lận.*
tricher [triʃe] vi & tr *lừa lọc gian lận (về); nói dối về.*
tricherie [triʃri] nf *sự lừa lọc, ngón lừa; une t. một cái mẹo.*
tricheur, -euse [triʃœr, -z] n *người lừa lọc, kẻ gian.*
tricolore [trikɔlɔr] a *có ba màu;* le drapeau t. *lá cờ ba màu (Pháp);* nmpl les Tricolores *đội Pháp (thể thao...).*
tricot [triko] nm **1.** *sự đan, sự dệt; áo đan, áo dệt;* faire du t. *đan, dệt* **2.** *áo đan; áo lót;* t. de corps.
tricoter [trikɔte] vtr *đan dệt;* machine à t. *máy đan, máy dệt.*
tricoteuse [trikɔt-z] nf *máy đan.*
tricycle [trisik] nm *xe ba bánh.*
trident [tridɑ̃)] nm *đinh ba; nĩa ba răng.*
trier [trie] vtr (impf & pr sub n. triions) (a) *loại, phân loại;* (b) *nhặt ra, lựa ra (cái tốt nhất).*
trieur, -euse [triœr, -z] **1.** n *người chọn, người lựa* **2.** nm *máy chọn.*
trilogie [trilɔʒi] nf *tác phẩm bộ ba.*
trimbal(l)er [tr(bale] vtr **1.** *kéo theo, khệ nệ*

trimer đem theo (gói hàng, kiện hàng). **2**. qu'est - ce qu'il trimballe ! thật là thằng ngốc ! **3**. se t. kéo lê.

trimer [trime] vi làm việc cật lực, vất vả; faire t. qn bắt ai làm cật lực.

trimestre [trimɛstr] nm **1**. quý ba tháng; khóa; par t. theo quý, hàng khóa. **2**. tiền lĩnh hàng quí; tiền thuê theo quý; phí học kỳ. **trimestriel, -elle** hàng quý ba tháng một lần; bản báo cáo cuối khóa.

tringle [trɛ̃gl] nf t. (à rideau) thanh treo màn.

triniteá [trinite] nf ba ngôi một thể; la T. lễ chúa ba ngôi.

trinquer [trɛ̃ke] vi (a) chạm cốc; t. à qn, qch uống chúc mừng ai; (b) đánh chén.

triomphateur, -trice [triɔ̃fatœr, tris] n người chiến thắng.

triomphe [triɔ̃f] nm sự chiến thắng; en t. giữa tiếng hoan hô nhiệt liệt; arc de t. khải hoàn môn. **triomphal, aux** a thắng lợi, hoan hỉ. **triomphalement** adv đầy thắng lợi, đầy hoan hỉ.

triompher [triɔ̃fe] vi **1**. chiến thắng **2**. tưng bừng. **triomphant** a chiến thắng, tưng bừng.

trip [trip] nm sự say; c'est pas mon t. đó không phải là việc của tôi.

triparti, tripartite [triparti, tripartit] a chia ba, tay ba.

tripatouiller [tripatuje] vtr vầy vò, mân mê.

tripe [trip] nf (a) ruột, lòng (súc vật); món lòng; (b) (về người) ruột, bụng; rendre tripes et boyaux nôn thốc nôn tháo.

triperie [tripri] nf hàng lòng, nghề bán lòng.

tripette [tripɛt] nf ne pas valoir t. không có giá trị gì.

tripier, -ieâre [tripje, jɛr] n người bán thịt, lòng.

triple [tripl] a & nm gấp ba; t. menton cằm chẽ; en t. exemplaire thành ba bản; un t. sot một thằng ngốc thực thụ; le t. de gấp ba lần (của); le t. cuộc khiêu vũ tay ba. **triplement 1**. adv gấp ba lần **2**. nm số gấp ba.

tripleá, -eáe [triple] n bộ ba; con sinh ba.

tripler [triple] vtr & i tăng gấp ba.

triporteur [tripɔrtœr] nm xe ba bánh chở hàng.

tripot [tripo] nm sòng bạc.

tripotage [tripɔtaʒ] nm sự vầy vò, mân mê.

tripoteáe [tripɔte] nf **1**. trận đòn **2**. đoàn, lũ.

tripoter [tripɔte] **1**. vi (a) vầy tung (nước); xáo trộn (trong ngăn kéo); (b) đầu cơ, tích trữ; t. dans la caisse đầu cơ tiền mặt **2**. vtr (a) vầy vò, mân mê (ai, cái gì); se t. le nez mân mê mũi; (b) sờ soạng (cái gì).

tripoteur, -euse [tripɔtœr, -z] n kẻ mánh khóe.

trique [trik] nf gậy, dùi cui; donner des coups de t. nện dùi cui, nện gậy.

triste [trist] a **1**. (a) buồn (vẻ); u buồn (người); bi thảm (mặt, tin tức); tout t. rất bi thảm; (b) u tối, ảm đạm (đời sống, thời tiết, phòng); faire t. figure thừ mặt ra, bị xị. **2**. không may, đau buồn (tin tức, nhiệm vụ); c'est une t. affaire đó là việc đáng buồn. **3**. nghèo, hối hận (bữa ăn, sự ăn năn). **tristement** adv buồn ảm đạm.

tristesse [tristɛs] nf (a) sự buồn, sự rầu rĩ; avec t. rất buồn; (b) sự u tối, sự tẻ nhạt.

tristounet [tristune] a hơi buồn.

triturer [trityre] vtr (a) nghiền, tán nhỏ; (b) nhào; (c) bóp vặn, làm bằng tay.

trivialiteá [trivjalite] nf **1**. tính tục tĩu, tính tầm thường. **2**. lời tục tĩu, ý tục tĩu **trivial, aux** a tầm thường, thô tục (ý tưởng) **trivialement** adv thô tục.

troc [trɔk] nm sự đổi chác, mậu dịch đổi chác; faire un t. đổi chác, trao đổi.

troeâne [trɔɛn] nm cây râm.

troglodyte [trɔglɔdit] nm người ở hang.

trogne [trɔɲ] nf mặt đỏ bừng.

trognon [trɔɲɔ̃] nm (a) hạt (táo); lõi (bắp cải); jusqu'au t. hoàn toàn, đến cùng; (b) cô nàng, cu cậu.

trois [trwa] num a inv & nm ba; à t. heures vào lúc ba giờ; les t. quarts du temps hầu hết thời gian; couper qch en t. cắt cái gì làm ba; entrer par t. bước từng vào ba người một; ba người cùng một lúc; Henri T. Henry đệ tam; le t. mai vào ngày 3 tháng 5; j'habite au t. tôi sống ở căn hộ số 3. **troisième** num a & n thứ ba; personnes du t. âge người về hưu (thuộc thế hệ thứ ba). **troisièmement** adv thứ ba là, ba là.

trolleybus [trɔlɛbys] nm ôtô điện.

trombe [trɔ̃b] nf **1**. vòi rồng; **2**. t. de vent nhanh như gió; t. d'eau mưa như trút nước; entrer, sortir, en t. ùa vào như gió; ùa ra bất thần.

trombine [trɔ̃bin] nf (a) đầu; (b) mặt, bộ mặt.

trombone [trɔ̃bɔn] nm **1**. (a) kèn trombon; (b) người chơi kèn trombon. **2**. cái kẹp giấy.

trompe [trɔ̃p] nf **1**. (a) sừng (b) còi, tù và. **2**. vòi (côn trùng); vòi (voi). **3**. t. (de Fallope) ống dẫn trứng.

trompe-l'œil [trɔ̃plœj] nm inv **1**. trompe - l'oeil bức họa nhìn như thực **2**. áo giác, bề ngoài, lừa lọc.

tromper [trɔ̃pe] vtr **1**. (a) lừa lọc, lừa ai; (b) phản bội (vợ, chồng); (c) thất vọng (hy vọng của ai); (d) trốn tránh, lẩn tránh (ai); (e) làm cho tạm khuây (tình tẻ nhạt), giải khuây (thời

gian); t. la faim *làm cho khuây cơn đói.* **2.** se t. lầm, *nhầm lẫn;* se t. dans son calcul *nhầm lẫn trong tính toán;* se t. de route, de train *đi sai đường, nhầm đường, nhầm xe;* se t. de date, de jour *nhầm ngày;* il n'y a pas à s'y t. *không nghi ngờ gì về điều đó.* trompeur, -euse **1.** a *lừa lọc (người);* *dễ lừa (bề ngoài)* **2.** n *người lừa lọc.*
trompeusement adv *lừa, đánh lừa.*
tromperie [trɔ̃pri] nf *sự lừa lọc.*
trompette [trɔ̃pɛt] **1.** nf *kèn trompet.* **2.** nm *người chơi kèn trompet.*
trompettiste [trɔ̃petist] n *nhạc công chơi trompet.*
tronc [trɔ̃] nm **1.** (a) *thân (cây);* (b) *thân, chi (động, vật)* **2.** *hộp quyên tiền cho người nghèo.*
tronche [trɔ̃ʃ] nf *đầu người.*
tronçon [trɔ̃sɔ̃] nm *khúc, đoạn, phần.*
tronçonner [trɔ̃sɔne] vtr *cắt thành từng phần.*
tronçonneuse [trɔ̃sɔn-z] nf *máy cưa khúc.*
trône [tron] nm *ngai vàng, ngôi vua.*
trôner [trone] vi *chễm chệ, trị vì.*
tronquer [trɔ̃ke] vtr *cắt cụt, chặt cụt; cắt xén, bỏ bớt (bài khóa).*
trop [tro] **1.** adv *quá;* (a) *(với tính từ) quá;* c'est t. difficile *quá khó;* vous êtes t. aimable *anh quá tốt;* t. fatigué *quá mệt; quá mệt vì;* vous n'êtes pas t. en avance *anh không đến quá sớm;* (b) *(với động từ) quá nhiều, quá;* t. travailler *làm việc quá mức, quá cần cù;* on ne saurait t. le répéter *người ta không lặp lại nhiều;* je ne sais t. que dire *tôi thật không biết phải nói gì.* **2.** nm *quá nhiều* j'ai une carte de t., en t. *tôi có thừa một các;* une fois de t. *hơn một lần;* être de t. *quá bất tiện, không cần thiết;* adv phr par t. *thực là quá;* par t. généreux *quá rộng lượng;* c'est t. fort ! *quá mạnh !* c'en est t.! *thế là quá đáng!*
tropheáe [trɔfe] nm *chiến lợi phẩm.*
tropique [trɔpik] nm *chí tuyến (Bắc, Nam);* pl les tropiques *miền nhiệt đới.* tropical, -aux a *thuộc nhiệt đới.*
trop - perçu [trɔpɛrsy] nm *khoản thu quá (thuế);* pl trop - percus
trop - plein [trɔplɛ̃] nm *sự tràn trề, sự tràn ra. tràn trề, sự chan chứa;* pl trop-pleins
troquer [trɔke] vtr *đổi chác, đổi (cái gì thay cái gì).*
troquet [trɔkɛ] nm *quán nhỏ.*
trot [tro] nm *nhanh, nước kiệu;* t. enleve *đi nước kiệu, đi nhanh;* au petit, au grand, t. *nhẹ nhàng, nhanh chóng;* course de t. *cuộc đua nước kiệu.* allez, au t.! *bắt tay vào nhanh lên !*
trotte [trɔt] nf *cuộc đi bộ;* ca fait une t. *đó là cuộc đi bộ dài.*

trotter [trɔte] vi *(của ngựa hay người cưỡi) đi nước kiệu; (của chuột) chạy nhốn nháo, tung tăng.* toujours à t. *luôn nhốn nháo;* air qui vous trotte par la tête *luẩn quẩn trong đầu anh.*
trotteur, -euse [trɔtœr, -z] **1.** n *người chạy nước kiệu, ngựa chạy nước kiệu* **2.** nf *kim giây (của đồng hồ).*
trottiner [trɔtine] vi *chạy lộp độp.*
trottinette [trɔtinɛt] nf *xe cho trẻ con.*
trottoir [trɔtwar] nm *vỉa hè, đường đi bộ;* faire le t. *làm điếm.*
trou [tru] nm **1.** (a) *lỗ, hốc, mũi (kim);* t. de serrure *lỗ khóa* boire comme un t. *uống như thùng không đáy;* (b) *chỗ hổng, khoảng trống;* j'ai un t. d'une heure le mardi matin *tôi rảnh một tiếng vào sáng thứ ba.* **2.** (a) *ổ gà (trên đường);* t. d'air *ổ gà không khí;* t. noir *lỗ đen (thiên văn).* t. du souffleur *lỗ nhắc vở;* (b) *hang, ổ.* **3.** t. d'aération *lỗ thông gió.*
trouble[1] [trubl] a **1.** *đục (chất lỏng); lờ mờ (ánh sáng); âm u (bầu trời); rối ren (tình huống);* avoir la vue t. *thấy lờ mờ;* adv voir t. *thấy lờ mờ* **2.** *bối rối (tinh thần); không thanh thản, thoải mái (lương tâm).*
trouble[2] nm (a) *sự bối rối, lộn xộn.* troubles de digestion *rối loạn tiêu hóa;* (b) *sự khó chịu, bối rối;* (c) *những cuộc rối ren, nổi loạn.*
trouble - fîte [trubləfɛt] nm inv *người làm hỏng thú vui của kẻ khác, kẻ phá đám.*
troubler [truble] vtr **1.** *làm đục (chất lỏng); làm vẫn đục (tâm hồn ai); làm mờ (mắt ai).* **2.** *khuấy động, xáo trộn (sự yên lặng, buổi họp); cản trở (sự tiến bộ); làm hỏng (hạnh phúc); làm rối loạn (sự tiêu hóa);* t. le repos *tạo nên sự khuấy động* **3.** (a) *làm bối rối, làm (ai) choáng váng;* (b) *khích động (ai), khuấy trộn (cảm giác).* **4.** se t. (a) *(về rượu) bị vấn đục; (bầu trời) xám xịt; (cánh trí) bị mờ, lờ mờ; (giọng) vỡ ra vì xúc động;* (b) *trở nên bối rối;* sans se t. *yên tĩnh, không bị xáo động.* troublant a *khuấy trộn, mất yên tĩnh.*
troueáe [true] nf *chỗ hổng, chỗ hở.*
trouer [true] vtr *làm hỏng, đục lỗ (trong tường); khoét lỗ (trong áo);* avoir les bas troués *bít tất bị lủng lỗ.*
troufion [trufjɔ̃] nm *chiến sĩ.*
trouille [truj] nf avoir la t. *sợ chết điếng;* flanquer la t. à qn *làm ai sợ khiếp vía.* trouillard, -arde **1.** a *hèn nhát* **2.** n *người hèn nhát.*
troupe [trup] nf **1.** (a) *đoàn quân, băng, nhóm (người); băng (kẻ trộm);* (b) *đoàn hát, gánh hát;* (c) *bầy (bò, trâu); đàn (chim)* **2.** (a) *đội quân;* officier de t. *sĩ quan trung đoàn;* (b) *các lực lượng, các đoàn quân.*

troupeau, -eaux [trupo] nm *bầy, đàn (gia súc).*

trousse [trus] nf **1**. pl être aux trousses de qn *bị ai theo dõi* **2**. *hộp dụng cụ, túi dụng cụ (y tế);* t. de toilette *hộp đồ trang điểm;* t. d'écolier *hộp viết chì.*

trousseau, -eaux [truso] nm **1**. *chùm (chìa khóa)* **2**. (a) *bộ (áo quần);* (b) *bộ đồ (cô dâu).*

trouvaille [truvaj] nf (a) *sự tìm ra (may mắn);* (b) *sự khám phá.*

trouver [truve] vtr **1**. (a) *tìm được, tìm ra, tìm thấy.* je ne trouve pas mes clefs *tôi không tìm ra chìa khóa của tôi;* aller t. qn (i) *đi tìm ai;* (ii) *đi gặp ai;* (b) *khám phá, phát minh (một phương thức).* **2**. t. (qch) par hasard *khám phá ra cái gì, phát hiện cái gì;* c'est bien trouvé ! *rất tuyệt ! ý kiến rất hay!* exemple mal trouvé *ví dụ tồi;* t. la mort *tìm thấy cái chết;* il trouve du plaisir à lire *anh ta thích đọc sách* **3**. *nghĩ, xét thấy* je la trouve jolie *tôi xét thấy cô ta dễ thương* vous trouvez ? *anh nghĩ vậy chứ ?* comment as-tu trouvé ce livre ? *anh thấy quyển sách thế nào ?* **4**. se t. (a) *tìm thấy chính mình (trong một tình trạng);* (b) *cảm thấy* je me trouve bien ici *tôi ở đây thấy rất thoải mái;* se t. bien de qch *cảm thấy khỏe về cái gì;* se t. mieux *cảm thấy tốt hơn;* (c) *xảy ra;* il se trouve que *việc xảy ra thế này.* si ca se trouve, il est déjà rentré *có lẽ anh ta đã về rồi.*

truand [try)] n *kẻ vô lại, bất lương.*

truander [try)de] vtr *ăn trộm, ăn cắp.*

truc [tryk] nm **1**. (a) *mánh, khóe;* trouver le t. *tìm cách (để làm gì);* (b) *mẹo, ngón;* les trucs du métier *những món nhà nghề.* **2**. (a) *người không biết tên;* (b) *người bị quên tên.*

trucage [tryka3] nm **1**. *sự gian lận, lừa lọc* **2**. *kỷ xảo đặc biệt.*

truchement [tryʃm)] nm *sự trung gian;* par le t. de qn *qua sự môi giới của ai.*

trucmuche [trykmyʃ] n *người không biết tên, hoặc quên tên.*

truculence [trykyl)s] nf *sự màu mè.* truculent a *màu, nhiều màu, thô bạo, trắng trợn.*

truelle [tryɛl] nf **1**. *bay (thợ nề)* **2**. t. à poisson *dao xắn cá.*

truffe [tryf] nf (a) *nấm củ;* (b) *mũi (chó).*

truffer [tryfe] vtr **1**. *nấu với nấm củ* **2**. truffé de *đầy lỗi lầm.*

truie [trɥi] nf *lợn cái, lợn nái.*

truite [trɥit] nf *cá hồi sông.*

truquage [truka3] nm = TRUCAGE *kỷ xảo, sự gian lận.*

truquer [tryke] vtr *làm giả (đồ cổ, bức hình); đấu tranh; giả mạo (những bài tường thuật); gian lận trong bầu cử;* t. les dés *chơi gian hột xúc xắc.*

truquiste [trykist] nm *kỹ thuật viên chuyên biệt.*

trust [trœst] nm (a) *tài sản được ủy thác* (b) *Tơ rớt, xí nghiệp liên hợp.*

TSF abbr Télégraphie sans fil *điện báo vô tuyến.*

tsigane [tsigan] a & n (Hungarian) *thuộc Digan; người Digan.*

TSVP abr Tournez s'il vous plait *xin vui lòng lật qua (trang).*

ttc abbr toutes taxes comprises *bao gồm thuế*

tu [ty] pron pers *đại từ nhân xưng, chủ ngữ của động từ;* (a) *hình thức thông thường dùng để nói với người thân, bạn thân, con nít, vật nuôi) mày, anh;* qui es-tu ? *anh là ai ?* être à tu et à toi avec qn *nói thân mật với ai, xưng tao mày với ai;* (b) *ngài.*

tuba [tyba] nm **1**. *(nhạc khí) kèn tuba* **2**. *ống thông hơi (cho tàu ngầm, thợ lặn).*

tube [tyb] nm **1**. (a) *ống;* (b) t. digestif *đường tiêu hóa;* (c) *bài hát rất thành công* **2**. *ống (kem đánh răng, sơn).* **3**. à plein(s) tube(s) *đầy nhóc.*

tubercule [tyberkyl] nm **1**. *củ* **2**. *u lao ở phổi.*

tuberculose [tyberkyloz] nf *bệnh lao.* tuberculeux, -euse **1**. *có dạng củ; lao, bị bệnh lao* **2**. n *người mắc bệnh lao.*

tubulaire [tybyler] a *hình ống, có hình ống.*

tue - mouches [tymuʃ] a inv papier t.-m. *giấy diệt ruồi.*

tuer [tɥe] vtr **1**. *giết, giết chết; giết (thịt).* **2**. (a) *giết (ai);* t. qn d'un coup de poignard *đâm chết một người bằng dao găm;* se faire t. *bị giết chết;* les tués *những kẻ bị giết* (b) t. le temps *giết thời gian* **3**. l'ennui le tue *anh ta chán chết.* **4**. se t. (a) *tự tử, tự sát;* (b) *bị chết;* (c) se t. à travailler *kiệt sức vì làm việc;* je me tue à vous le dire *tôi đến mệt người vì lặp đi lặp lại điều đó cho anh.* tuant (a) *mệt nhọc, làm kiệt sức;* (b) *quấy rầy.*

tuerie [tyri] nf *sự chém giết, cuộc tàn sát; lò sát sinh nhỏ.*

tue - tête (aâ) [atytet] loc. adv. *đinh tai nhức óc;* crier à t.-t. *hét, thét đinh tai nhức óc.*

tueur, -euse [tyœr, -z] (a) n *kẻ giết người;* t. à gages *kẻ ám sát thuê; kẻ ám sát thuê;* (b) nm *quân giết người, kẻ giết người.*

tuile [tɥil] nf **1**. (a) *(mái) ngói;* (b) *lát (quả hạnh)* **2**. *tai họa bất ngờ;* quelle t.! *xui làm sao !*

tulipe [tylip] nf *hoa huệ tây, hoa tulip.*

tuméáfieá [tymefje] a *sưng, phồng.*

tumeur [tymœr] nf *khối u.*

tumulte [tymylt] nm *sự náo động, sự nhộn nhàng, sự rạo rực (tình cảm); sự rộn rịp (công việc)*. **tumultueux, -euse** a *náo động, xáo động, rộn ràng; bão tố, xung động*.

tuner [tynɛr] nm *bộ tăng âm (máy thu thanh)*

tunique [tynik] nf *áo cánh, áo trong*.

Tunisie [tynizi] *Tunisia* **tunisien, -ienne** a & n *thuộc Tunisia, người Tunisia*.

tunnel [tynɛl] nm *đường hầm*.

turban [tyrb)] nm *khăn đội đầu*.

turbine [tyrbin] nf *Tua-bin*.

turboreáacteur [tyrbɔreaktœr] nm *phản lực*.

turbotrain [tyrbɔtr(] nm *xe lửa cao tốc, chạy bằng tuabin*.

turbot [tyrbo] nm *cá bơn sao*.

turbulence [tyrbyl)s] nf *tính nghịch ngợm, sự náo nhiệt*. **turbulent** a *náo nhiệt; nghịch ngợm (trẻ con)*.

turc, f turque [tyrk] *xem Turquie*.

turf [tyrf] nm 1. *trường đua ngựa* 2. le t. *việc đua ngựa*.

turfiste [tyrfist] n *người hay chơi cá ngựa*.

turlupiner [tyrlypine] vtr *dứt, làm cho băn khoăn*.

Turquie [tyrki] Prnf *Thổ Nhĩ Kỳ* turc, f turque 1 a *thuộc Thổ Nhĩ Kỳ* 2. n (a) *người Thổ Nhĩ Kỳ*. tête de T. *trò chơi ném mục tiêu công kích* (b) nm *tiếng Thổ Nhĩ Kỳ*.

turquoise [tyrkwaz] a inv & nf *có màu ngọc lam; ngọc lam; vải chéo Thổ*.

tutelle [tytɛl] nf 1. *sự giám hộ, sự bảo trợ, sự đỡ đầu*. 2. (a) *sự bảo trợ*; (b) *sự bảo vệ*; prendre qn sous sa t. *bảo trợ ai*.

tuteur, -trice [tytœr, tris] 1. n (a) *người giám hộ*; (b) *người đỡ đầu*. 2. nm *cọc đỡ (cây)*.

tutoiement [tytwam)] nm *sự xưng hô mày tao*.

tutoyer [tytwaje] vt (je tutoie) *xưng hô mày tao với ai;* ils se tutoyent *họ xưng hô mày tao với nhau*.

tutu [tyty] nm *váy xòe, của phụ nữ (của vũ nữ ba - lê)*.

tuyau, -aux [tɥijo] nm 1. (a) *ống*; t. d'eau, de gaz *ống nước, ống gaz*; t. flexible, en caoutchouc *ống cao su*; t. d'incendie *ống phun nước (cứu hỏa)*; t. d'arrosage *ống tưới nước (làm vườn)*; t. de cheminée *ống khói*; t. d'orgue *kèn ống*. Aut: t. d'échappement *ống xả hơi, xả khói;* (b) *ống điếu, tẩu (thuốc)*. 2. *đầu mút, đỉnh, chóp* avoir des tuyaux *biết rõ ngọn ngành*.

tuyauter [tɥijote] vtr *cho ai lời khuyên, mách cho mánh lới*.

tuyauterie [tɥijotri] nf *hệ thống ống*.

TVA abbr Taxe à la valeur ajoutée *thuế phụ thu*.

tympan [t(p)] nm *màng nhĩ*.

type [tip] nm 1. *loại, mẫu chuẩn*; maison t. *nhà biểu diễn; phòng trưng bày* exemple t. *mẫu chuẩn*; le t. même de *đúng mẫu của* 2. *đặc tính* drôle de t. *loại người kỳ quặc*; t'es un chic t.! *anh thật tử tế làm sao!*

typeá [tipe] a *tiêu biểu, đúng kiểu*.

typhoide [tifɔid] a fièvre t. *sốt (thương hàn)*.

typhon [tifɔ] nm *cơn bão*.

typhus [tifys] nm *bệnh sốt cháy rận*.

typique [tipik] a 1. *tiêu biểu, điển hình* 2. *kiểu, đúng kiểu*. typiquement adv *điển hình*.

typographe [tipɔgraf] nm *thợ in máy*.

typographie [tipɔgrafi] nf *kỹ thuật in máy*. typographique a *thuộc về in máy*; erreur t. *lỗi in máy*.

typologie [tipɔlɔʒi] nf *loại hình học, hệ thống loại hình*.

tyran [tir)] nm *bạo chúa, kẻ chuyên chế*.

tyrannie [tirani] nf *sự chuyên chế, bạo chính*. tyrannique a *chuyên chế, bạo chúa*.

tyranniser [tiranize] vtr *hà hiếp, áp chế ai*.

tyrolien, -ienne [tirɔlj(, jɛn] a & n *thuộc tỉnh Tyrôn; người Tyrôn (nước Áo)*.

Uu [y] *Chữ U,u*
UDF abr Union pour la démocratie française. *Liên minh dân chủ Pháp.*
UER abr Unité d'enseignement et de recherche. *Cơ sở giáo dục và nghiên cứu*
ulcération [ylserasjɔ̃] nf *Sự loét.*
ulcère [ylsɛr] nm *Vết loét.* ulcéreux, - euse a *Gây loét.*
ulcérer [ylsere] (il ulcère; il ulcérera) vtr (a) *Gây loét* (b) *Làm (cho ai) khiếp sợ.*
ultérieur [ylterjœr] a *Tiếp theo (cái gì); Sau đó (ngay, cuộc gặp gỡ); Thêm nữa, sau nữa (đơn đặt hàng).* ultérieurement adv *Về sau, tiếp theo sau.*
ultimatum [yltimatɔm] nm *Tối hậu thư.*
ultime [yltim] a *Sau cùng cuối cùng.*
ultra - [yltra] pref *Siêu, cực*
ultramoderne [yltramɔdɛrn] a *Tối hiện đại, cực kỳ hiện đại.*
ultra - secret, - eâte [yltrasəkre, ɛt] a *Tối mật.*
ultra(-)son [yltrasɔ̃] nm *Siêu âm; Sóng siêu âm.* ultrasonique a *Thuộc siêu âm.*
ultra(-)violet, - ette [yltravjɔlɛ, ɛt] a & nm *Tia cực tím, tia tử ngoại.*
un, une [œ̃, yn] 1. a num & n (a) *Số một; il n'en reste qu'un Chỉ còn lại một cái thôi;* un à un, un par un *Từng người một, từng cái một;* une heure *Một giờ;* page un *Trang một;* la une *Trang nhất (của báo);* en savoir plus d'une *Hiểu biết nhiều;* un jour sur deux *Tất cả các ngày khác;* une, deux, trois, partez ! *Một, hai, ba, khởi hành !* il n'a fait ni une ni deux *Anh ta không hề do dự một chút nào;* et d'un ! et d'une ! *Chỉ có thế, chỉ thế thôi (để bắt đầu);* (b) *Một (và không thể tách rời ra được);* c'est tout un *Tất cả đều như một, tất cả đều giống nhau.* 2. pron indef *Một người may mắn;* (l')un d'entre nous *Một người trong chúng tôi, chúng ta;* les uns disent que *Một số người nói rằng* 3. art indef (a) (pl des) *một (một số);* un jour, une pomme *Một ngày, một trái táo;* venez me voir un lundi *Hãy đến thăm tôi vào một buổi thứ hai nào đó;* pour une raison ou pour une autre *Vì một số lý do này hay khác;* (b) ce sera un Einstein *Anh ta sẽ là một Einstein thứ hai;* (c) (Nhấn mạnh) il a fait une de ces têtes ! *Phải chi đã thấy mặt anh ta lúc ấy !*

unanimiteá [ynanimite] nf *Sự nhất trí;* à l'u. *Nhất trí;* la proposition a fait l'u. *Lời đề nghị đó đã được nhất trí chấp nhận.* unanime a *Nhất trí.* unanimement adv *(một cách) Nhất trí.*
UNESCO [ynɛsko] abr United Nations educationnal, scientific and cultural organisation. *Tổ chức văn hóa giáo dục và khoa học của Liên Hiệp Quốc.*
uni [yni] a 1. *Hòa hợp, chung, thống nhất, đầm ấm (gia đình)* 2. *Yên lành, bằng phẳng, vững chắc (mặt đất)* 3. *Đường đơn sơ (vật liệu, màu sắc); Một màu, có màu tự nhiên (vật liệu).*
unieâme [ynjɛm] num a *(Chỉ được dùng ở dạng ghép) thứ nhất;* trente et u. *Thứ ba mươi mốt.*
unification [ynifikasjɔ̃] nf *Sự thống nhất.* unificateur, - trice a *Thống nhất, hợp nhất.*
unifier [ynifje] vtr (impf & pr sub n. unifiions) *thống nhất (tư tưởng); Hợp nhất, gộp (những khoản tiền cho vay).*
uniforme [ynifɔrm] 1. a *Giống nhau, đồng dạng, không biến đổi, đều đặn (cuộc sống)* 2. nm *Đồng phục;* endosser l'u. *Gia nhập quân đội;* quitter l'u. *Hết hạn phục vụ trong quân đội, hết hạn nghĩa vụ.* uniformément adv *Đều giống nhau, một cách đều đặn.*
uniformisation [ynifɔrmizasjɔ̃] nf *Sự tiêu chuẩn hóa.*
uniformiser [ynifɔrmize] vtr *Làm đồng nhất, đồng dạng; Tiêu chuẩn hóa.*
uniformiteá [ynifɔrmite] nf *Sự giống nhau.*
unijambiste [yniʒ)bist] a & n *Chỉ còn một chân (người).*
unilateáral, - aux [ynilateral] a *Đơn phương, một bên;* stationnement u. *Chỗ đậu xe chỉ cho phép đậu ở một bên đường.*
unilingue [ynil(g] a *Đơn ngữ.*
union [ynjɔ̃] nf 1. *Sự đoàn kết, sự đến với nhau; Sự kết hợp; Trộn lẫn, pha (màu)* 2. *Hiệp hội, đoàn thế hội, sự liên kết;* l'U. Soviétique

Liên bang Xô Viết 3. Hôn nhân 4. *Sự thống nhất, sự đoàn kết, sự thỏa thuận, hợp đồng;* l'u. fait la force *Đoàn kết tạo nên sức mạnh.*
unique [ynik] a 1. *Duy nhất, chỉ có một, đơn, đơn độc;* fils u. *Con trai duy nhất;* (rue à) sens u. *Đường một chiều;* voie u. *Đường một chiều; seul et u. Một và chỉ một* 2. *Độc nhất, vô địch, vô song;* il est u. *Anh ta là vô giá !* uniquement adv *Duy nhất; Chỉ có một, chỉ là.*
unir [ynir] 1. vtr (a) *Hợp nhất, đoàn kết, kết hợp, phối hợp, liên kết lại;* u. le geste à la parole *Kết hợp lời nói với việc làm;* (b) *Làm phẳng, san bằng (mặt đất).* 2. s'u. *Hợp nhất, đoàn kết (với nhau), kết hợp;* s'u. à qn (*) *Hợp nhất với ai;* (**) *Kết hôn với ai.*
unisexe [yniseks] a *Đơn tính.*
unisson [ynisɔ̃] nm *Hợp xướng;* à l'u. *Thỏa thuận với.*
unitaire [yniter] a 1. *Nhất thể* 2. *Thống nhất, đơn nhất (hệ thống);* prix u. *Đơn giá.*
uniteá [ynite] nf 1. (a) *Đơn vị (đo lường);* (b) *Con số một;* prix de l'u. *Đơn giá;* (c) *Đơn vị quân đội; Tàu;* (d) u. de valeur *Đơn vị* 2. (a) *Tính duy nhất, nhất thể (trời);* (b) *Sự thống nhất; Sự giống nhau (về hành động).*
univers [yniver] nm *Vũ trụ.* universel, - elle a (Thuộc) *vũ trụ, vạn vật, phổ thông, thế giới (danh tiếng).* universellement adv *Một cách phổ biến, bởi mọi người hoặc trong mọi trường hợp*
universaliteá [yniversalite] nf *Tính toàn thể, tính phổ biến, phần đông.*
universitaire [yniversiter] 1. a (Thuộc) *đại học (đại học khởi trình, đại học xá);* cité u. *Tòa nhà cho sinh viên đại học ở* 2. n (a) *Giảng viên đại học;* (b) *Giảng viên hoặc giáo sư đại học.*
universiteá [yniversite] nf *Trường đại học;* à l'u. *Ở trường đại học.*
uranium [yranjɔm] nm *Chất urani.*
urbain [yrbɛ̃] a (a) *Thuộc đô thị;* (b) *Lịch sự, hòa nhã.*
urbanisation [yrbanizasjɔ̃] nf *Sự đô thị hóa.*
urbaniser [yrbanize] vtr *Đô thị hóa;* s'u. *Trở thành đô thị.*
urbanisme [yrbanism] nm *Sự qui hoạch thành phố, đô thị.* urbaniste 1. a *Thuộc đô thị* 2. n *Người lập kế hoạch qui hoạch thành phố, đô thị*
urbaniteá [yrbanite] nf *Sự lịch sự, hòa nhã.*
ureáe [yre] nf *Urê.*
ureámie [yremi] nf *Chứng niếu độc, chứng niếu huyết, tăng u-rê huyết.*
urgence [yrʒɑ̃s] nf (a) *Sự cấp bách;* faire qch d'u. *Làm gấp cái gì;* transporter qn d'u. à l'hôpital *Gấp rút đưa ai đến bệnh viện;* en cas d'u. *Trong trường hợp khẩn cấp;* état d'u. *tình trạng khẩn cấp;* (b) *Sự khẩn cấp;* salle des urgences *Phòng cấp cứu.* urgent a *Gấp, khẩn cấp, cấp bách (sự việc, nhu cầu);* rien d'u. *Chẳng có gì gấp.*
urger [yrʒe] vi ça urge ! *Gấp lắm !*
urine [yrin] nf *Nước đái, nước tiểu*
uriner [yrine] vi *Đái, đi tiểu.*
urinoir [yrinwar] nm *Chỗ đi tiểu (công cộng).*
urne [yrn] nf (a) *Bình đựng di cốt, bình đựng hỏa táng, lư, vạc;* (b) *Hòm phiếu;* aller aux urnes *Đi bầu cử.*
URSS abr Union des Républiques Socialistes Soviétiques *Liên bang cộng hòa xã hội chủ nghĩa Xô Viết.*
urticaire [yrtiker] nf *Bệnh mày đay;* avoir de l'u. *Bị mày đay.*
us [ys] nmpl les us et coutumes *Tập quán và phong tục.*
USA abr États - Unis d'Amérique *Hoa Kỳ.*
usage [yzaʒ] nm 1. (a) *Sự sử dụng, thuê người làm;* faire u. de qch *Sử dụng, dùng hoặc được lợi từ cái gì;* faire bon, mauvais, u. de qch *Dùng một cái gì đó một cách tốt, xấu;* à l'u. externe *Sử dụng ngoài da;* article à mon u. *Đồ dùng của riêng tôi, cho cá nhân tôi;* article d'u. *Vật dụng hàng ngày;* à usages multiples *Đa năng, đa dạng (thiết bị);* avoir l'u. de *Được quyền sử dụng;* hors d'u. *Không thể sử dụng được nữa, lỗi thời;* (b) *Mặc (áo quần);* garanti à l'u. *Đảm bảo mặc bền.* 2. (a) *Sự sử dụng; Thói quen; Thông lệ, lệ thường;* d'u. courant *Theo cách dùng chung cách dùng hàng ngày;* les conditions d'u. *Những điều kiện thông thường;* est d'u. de + inf *Là thông thường, là theo thông lệ;* (b) *Sự thực hành, kinh nghiệm;* l'u. du monde *Cách xã giao;* c'est l'u. *Là ứng xử theo qui ước hoặc chấp nhận được.* usagé a *Mòn, cũ (món đồ).*
usager, - eâre [yzaʒe, -er] n *Người sử dụng (cái gì);* usagers de la route *Những người sử dụng đường xá.*
user [yze] 1. v ind tr u. de qch. *Sử dụng cái gì, dùng hoặc được lời từ cái gì;* u. de son droit *Xử dụng quyền hạn của mình* 2. vtr (a) *Tận dụng, dùng, tiêu thụ (cái gì);* (b) *Làm cho xác xơ, làm mòn dần, làm cho dần dần nhỏ hơn, yếu hơn.* 3. s'u. *(Vải, máy móc) mòn đi, sờn đi, hao mòn (về người); Kiệt sức, mệt lử.* usé a *Mòn (giày v.v); Sáo mòn.*
usine [yzin] nf *Nhà máy; Nhà máy (sản xuất khi đốt); Xưởng (luyện thép);* u. atomique *Nhà máy năng lượng hạt nhân.*
usiner [yzine] vtr (a) *Chế tạo (phụ tùng);* (b)

Sản xuất, chế tạo.
usiteá [yzite] a *Cũ, đang được sử dụng, thông dụng.*
ustensile [yst)sil] nm *Dụng cụ gia đình, công cụ; Dụng cụ;* u. de cuisine *Dụng cụ bếp núc.*
usuel, - elle [yzɥɛl] **1.** a *Thông thường, thường dùng, theo thông lệ, thường xuyên, phổ biến, bình thường;* le français u. *Tiếng Pháp thông dụng.* **2.** *Sách tham khảo.*
usufruit [yzyfrɥi] nm *quyền hoa lợi, lợi tức; (Thuộc về) sử dụng hoa lợi, có quyền sử dụng hoa lợi, lợi tức.* usufruitier, - ière a & n *Người hưởng hoa lợi, lợi tức.*
usure[1] [yzyr] nf *Sự cho vay nặng lãi;* rendre un bienfait avec u. *Trả tiền công cộng với lãi xuất trả công quá mức.* usuraire a *Nặng lãi.*
usure[2] nf (a) *Sự hư hỏng, hao mòn;* guerre d'u. *Cuộc chiến tranh tiêu hao;* je l'aurai à l'u. *Tôi sẽ thắng anh ta bằng cách sẽ làm cho anh ta yếu dần* (b) *Quá trình ăn mòn, sự xói mòn.*
usurier, - ieâre [yzyrje, jɛr] n *Người cho vay nặng lãi.*
usurpateur, - trice [yzyrpatœr, tris] **1.** n *Kẻ chiếm quyền* **2.** a *(Thuộc về) chiếm đoạt, chiếm quyền.*

usurpation [yzyrpasjɔ̃] nf *Sự chiếm đoạt.*
usurper [yzyrpe] **1.** Vtr *Chiếm đoạt* **2.** vi u. sur les droits de qn *Xâm phạm quyền của ai.*
ut [yt] inv *(dấu) đô.*
uteárus [ytcrys] nm *dạ con; Tử cung.*
utile [ytil] a *Có ích* (à, cho); en quoi puis - je vous être u. ? *Tôi có thể làm được gì cho anh đây ?* en temps u. *Vào thời điểm thích hợp;* est - il u. d'y aller ? *Đi đến đó có gì không ích lợi ?* livre u. à lire *Sách đọc có ích;* joindre l'u. à l'agréable *Kết hợp cái có ích với cái thích thú.* utilement adv *Có ích, có lợi.*
utilisateur, - trice [ytilizatœr, tris] n *Người sử dụng.* utilisation nf *Sự sử dụng.*
utiliser [ytilize] vtr *Sử dụng; Dùng hoặc được lợi từ.* utilisable a *Có thể sử dụng được.*
utilitaire [ytiliter] a & n *Thiết thực, kẻ thực dụng;* véhicule u. *Chiếc xe hữu dụng.*
utiliteá [ytilite] nf service; ca peut avoir son u. *Điều đó có thể có một lợi ích;* d'une grande u. *Có một lợi ích lớn;* n'être d'aucune u. *Không có một lợi ích nào.*
utopie [ytɔpi] nf *Điều không tưởng.* utopique a *Không tưởng.*

Ww

W, w [dubləve] nm *chữ con chữ W, w.*

wagon [vagɔ̃] nm *toa (hành khách); toa chở (hàng hóa);* monter en w. *lên tàu hỏa;* w. à bestiaux *toa súc vật;* w. frigorifique *toa đông lạnh.*

wagon - citerne [vagɔ̃sitɛrn] nm pl wagons - citernes *toa bồn.*

wagon - lit [vagɔ̃li] nm pl wagons - lis *toa giường nằm.*

wagon(n)et [vagɔnɛ] nm *goòng.*

wagon - restaurant [vagɔ̃rɛstɔr)] nm pl wagons - restaurants *toa phục vụ, to ăn uống.*

Walkman [wɔkman] nm *máy cát xét nghe nhạc bỏ túi.*

wallon, - onne [valɔ̃, ɔn, wa] **1.** a & n *xứ (Bỉ)* **2.** nm *ngôn ngữ Walloon.*

water - polo [watɛrpɔlo] nm *môn bóng nước.*

waters [watɛr] nmpl *nhà vệ sinh.*

watt [wat] nmpl *Oát.*

WC [vese] abr water closet *nhà vệ sinh.*

western [wɛstɛrn] nm *phim mạo hiểm miền tây (Hoa Kỳ).*

whisky [wiski] nm pl whiskys *rượu uýt ki.*

white - spirit [wajtspirit] nm *xăng trắng.*

X, x [iks] nm *chữ X;* X Monsieur X *ông X;* Rayons X *tia X ;* Je vous l'ai dit X fois *tôi đã bảo anh ngàn lần.*

Xcánophobie [ksenɔfɔbi] nf *Sự bài ngoại.*

xénophobe a & n *bài ngoại, người bài ngoại.*

Xeáreâs [kseres, gzeres] Prn **1.** *Xứ xêrét* **2.** nm (vin de) *Rượu xêrét.*

xylophone [ksilɔfɔn] nm *đàn phiến gỗ.*

Y, y¹ [igrɛk] nm *(chữ) Y, y.*

y² [i] adv & pron **1.** adv *đây, đó;* j'y suis, j'y reste! *tôi đang ở đây và tôi ở lại đây;* vous n'y êtes pas du tout *anh không hiểu gì đâu;* pendant que vous y êtes *trong khi anh đang ở đó.* **2.** pron inv (a) j'y gagnerai *tôi sẽ có lợi trong việc đó;* je m'y attendais *tôi rất trông mong, rất hy vọng;* venez nous voir - je n'y manquerai pas *hãy đến viếng chúng tôi đi, chắc chắn tôi sẽ đến;* (b) pensez - vous à lui ? - oui, j'y pense *anh có nghĩ (có nhớ) đến nó không ? - vâng tôi có nghĩ đến nó* **3.** je vous y prends! *tôi bắt quả tang anh rồi đấy nhé;* ca y est ! (*) *xong rồi;* (**) *tôi biết rồi !* il y est pour quelque chose *nó có ít nhiều trách nhiệm vào đó; nó có tham gia ít nhiều vào đó* **4.** vas - y (*) *đi đi !*; (**) *đi thôi !*

yacht [jɔt] nm *thuyền yacht.*
yachting [jɔtiŋ] nm *môn bơi thuyền yacht.*
yaourt [jaurt] nm *sữa chua, da - ua.*
yeux [j-] nmpl *Xem oeil.*
yiddish [jidiʃ] nm & a inv *tiếng I - dít, Do Thái Đông Âu.*
yoga [jɔga] nm *thuật yoga.*
yog (h) ourt [jogurt] nm = yaourt *Da - ua*
Yougoslavie [jugɔslavi] Prn f *Nam Tư.*
yougoslave a & n *người Nam Tư, (thuộc) Nam Tư.*
youyou [juju] nm *buồng bốc dỡ.*
yo - yo [jojo] nm *yô - yô (một món đồ chơi trẻ em).*

Zz

Z, z [zɛd] nm *chữ z.*
Zaïre [zair] Prnm *Zaire.*
Zambie [zɑ̃bi] *Dăm bia.*
zapper [zape] vi *đổi kênh truyền hình bằng máy điều khiển từ xa.*
zeâbre [zebr] nm **1.** *con ngựa vằn;* courir comme un z. *chạy nhanh (như ngựa vằn)* **2.** *gã, tên.*
zeábrer [zebre] vtr (je zèbre) *kẻ đường vằn, vạch ngoằn ngoèo.* zébré a *có vằn.*
zeábrure [zebryr] nf **1.** *vằn* **2.** *lằn roi, vết hằn.*
zeábu [zeby] nm *bò u.*
zeâle [zɛl] nm *lòng hăng hái, nhiệt tình về* ; grève du z. *cuộc đình công theo chu kỳ.* zélé, ée a & n *(người) hăng hái nhiệt tình.*
zeánith [zenit] nm *thiên đỉnh, tột đỉnh.*
zeáro [zero] nm **1.** *số không* ; z. sept *không, bảy;* c'est un z. *nó là một tên bất tài vô tướng;* trois à z. *ba không* **2.** *số không (ở thang đo);* partir de z. *bắt đầu từ số không;* z. e conduite *tồi về hạnh kiểm.* ; avoir le moral à z. *bị sút giảm về mặt đạo đức.* **3.** a z. faute *không lỗi;* z. heure *không giờ.*
zeste [zest] nm *vỏ (chanh, cam).*
zeázaiement [zezɛmɑ̃] nm *chứng nói đớt, nói ngọng.*
zeázayer [zezeje] vi & tr (je zézaie, je zézaye) *nói đớt, nói ngọng.*
Zl abr zone industrielle *khu công nghiệp.*
zibeline [ziblin] nf **1.** *chồn Zibelin* **2.** *da lông chồn zibelin.*
zig [zig] nm *gã, tay.*
zigomar [zigomar] *gã, tay;* un drôle de z. *một gã kỳ cục.*
zigouiller [ziguje] vtr *giết.*
zigzag [zigzag] nm *chữ chi;* route en z. *đường chữ chi;* faire des zigzags *tạo đường chữ chi, ngoằn ngoèo.*
zigzaguer [zigzage] vi *ngoằn ngoèo.*
zinc [zɛ̃g] nm **1.** *kẽm.* **2.** *quầy rượu* **3.** *máy bay.*
zinzin [zɛ̃zɛ̃] **1.** a *gàn, dở hơi* **2.** nm *vật gì gì đó, người gì gì đó.*
zizanie [zizani] nf *mối bất hòa;* semer la z. *gieo mối bất hòa.*
zizi [zizi] nm *chim sẻ đất.*
zodiaque [zɔdjak] nm *vòng hoàng đạo.*
zona [zona] nm *Bệnh zona.*
zone [zon] nf (a) *đới, vùng;* z. tempérée *ôn đới;* z. houillère *vùng mỏ (than);* z. de dépression *vùng áp thấp;* (b) z. verte *vành đai xanh;* z. bleue *vùng thời gian chuẩn;* z. postale *vùng (bưu điện);* la Z. *khu ổ chuột;* z. franche *khu mậu dịch tự do;* z. franc *khu vực lưu hành đồng frăng (Pháp, Bỉ, Thụy Sĩ)* z. dangereuse.
zoo [zo] nm *sở thú, vườn thú.*
zoologie [zɔɔlɔʒi] nf *động vật học.* zoologique a *thuộc về động vật.*
zoologiste [zɔɔlɔʒist] nf *nhà động vật học.*
zoom [zum] nm *ống kính zum.*
zouave [zwav] nm *kinh bộ binh (cũ) ở Angêri.;* faire le z. *láu lỉnh.*
zoulou, - ous [zulu] a & n *dân zulu, tiếng zulu.*
zozoter [zɔzɔte] vi *nói ngọng.*
zut [zyt] int (a) *chà, mẹ kiếp;* (b) *khốn nạn* avoir un oeil qui dit z. à l'autre *bị tật.*

Printed in France by Amazon
Brétigny-sur-Orge, FR